ಶಿವ ಸರಣಿ–3

ವಾಯುಪುತ್ರರ ಶಪಥ

'ದಿ ಇಮ್ಮಾರ್ಟಲ್ಸ್ ಆಫ್ ಮೆಲೂಹ' ವಿಮರ್ಶೆಯ ಪುಟಗಳಲ್ಲಿ

ಲೇಖಕರ ಕಲ್ಪನೆಯಲ್ಲಿ ಮೂಡಿಬಂದಿರುವ ಶಿವ ನಿಜಕ್ಕೂ ಅದ್ಭುತ. ಸಾಮಾನ್ಯ ಮಾನವನಾಗಿದ್ದು ನಂತರ ದೈವತ್ವದೆಡೆಗೆ ಸಾಗುವ ಶಿವನ ಪಯಣ ರೋಚಕ..........ಈ ಪುಸ್ತಕ ಓದುಗರನ್ನು ಪುಳಕಗೊಳ್ಳುವಂತೆ ಮಾಡುತ್ತದೆ. ಶಿವನಲ್ಲಿ ಅಸಾಧಾರಣ ಪ್ರತಿಭೆಯನ್ನು ತುಂಬಿ ಓದುಗರ ಮುಂದೆ ತಂದು ನಿಲ್ಲಿಸಿರುವ ಲೇಖಕರ ಪ್ರಯತ್ನ ಶ್ಲಾಘನೀಯ.

– ದಿ ಟೈಮ್ಸ್ ಆಫ್ ಇಂಡಿಯಾ

ಇಡೀ ಕಥೆಯ ಕಥಾಹಂದರವನ್ನು ವಿಶಿಷ್ಟ ರೀತಿಯಲ್ಲಿ ಹೆಣೆಯಲಾಗಿದೆ. ಪುರಾಣದ ಕಥೆಗೆ ಆಧುನಿಕತೆಯ ಸ್ಪರ್ಶ ನೀಡಲಾಗಿದೆ. ಈ ಪುಸ್ತಕ ಓದುಗರಲ್ಲಿ ಕುತೂಹಲವನ್ನು ಸೃಷ್ಟಿಸಿ ಕೊನೆಯ ಪುಟದವರೆಗೂ ಎಡೆಬಿಡದೆ ಓದುವಂತೆ ಪ್ರೇರೇಪಿಸುತ್ತದೆ. ಹೆಜ್ಜೆ ಹೆಜ್ಜೆಗೂ ರೋಚಕತೆಯನ್ನು ಸೃಷ್ಟಿಸುತ್ತದೆ.

– ಬಿಜಿನೆಸ್ ವರ್ಲ್ಡ್

ಇತ್ತೀಚಿನ ದಿನಗಳಲ್ಲಿ ಬಿಡುಗಡೆಯಾಗಿರುವ ಐದು ಅತ್ಯುತ್ತಮ ಪುಸ್ತಕಗಳಲ್ಲಿ ಒಂದು. ಪುಸ್ತಕದ ಶೈಲಿಯೇ ಮನಸೆಳೆಯುತ್ತದೆ.

– ದಿ ಹಿಂದೂಸ್ತಾನ್ ಟೈಮ್ಸ್

........ಒಂದು ಸಿದ್ಧಾಂತದ ಹಿನ್ನೆಲೆಯಲ್ಲಿ ಸೃಷ್ಟಿಯಾಗಿರುವ ಕೃತಿ. ಓದುಗರನ್ನು ಬದುಕಿನ ಸಾಹಸಗಳಿಗೆ ಮೈಯೊಡ್ಡುವಂತೆ ಪ್ರೇರೇಪಿಸಬಲ್ಲ ಹೊತ್ತಿಗೆ.

– ದಿ ಹಿಂದು

2010ರಲ್ಲಿ ಹೊರಬಂದ ಅತ್ಯಂತ ಜನಪ್ರಿಯ ಕೃತಿಗಳಲ್ಲೊಂದು. ಒಂದೇ ಓದಿನಲ್ಲಿ ಇಡೀ ಪುಸ್ತಕವನ್ನು ಓದಿ ಮುಗಿಸುವಂತೆ ಮಾಡುವ ಮತ್ತು ಓದುಗರನ್ನು ಇನ್ನಿಲ್ಲದಂತೆ ಕಾಡುವ, ಕಲಕುವ ಅಪರೂಪದ ಕೃತಿ.

– ದಿ ಡೆಕ್ಕನ್ ಕ್ರೋನಿಕಲ್

ಭಾರತೀಯ ಓದುಗರ ಮನಸ್ಸನ್ನು ಸೂರೆಗೊಂಡು ಬಾಕ್ಸ್ ಆಫೀಸಿನಲ್ಲಿ ಜಯಭೇರಿ ಬಾರಿಸಿದ ಕೃತಿ. ಮೂಲ ಲೇಖಕರು ಇತಿಹಾಸ ಮತ್ತು ಪುರಾಣವನ್ನು ಮಿಳಿತಗೊಳಿಸಿ ಕಥಾನಾಯಕ ಶಿವನ ಪಾತ್ರವನ್ನು ಸೃಷ್ಟಿಸಿದ್ದಾರೆ. ಭಾರತೀಯ ಪುಸ್ತಕಗಳ ಬೆಸ್ಟ್ ಸೆಲ್ಲರ್ ಪಟ್ಟಿಯಲ್ಲಿ ಅಗ್ರಸ್ಥಾನಗಳಿಸಿರುವ ಪುಸ್ತಕ.

– ದಿ ಇಂಡಿಯನ್ ಎಕ್ಸ್‌ಪ್ರೆಸ್

ಮೆಲೂಹದ ಮೃತ್ಯುಂಜಯ ಮೂಲ ಪುಸ್ತಕ ಇಡೀ ಜಗತ್ತಿಗೆ ಮಹತ್ವದ ಸಂದೇಶವನ್ನು ಸಾರುತ್ತಿದೆ. ಈ ಸಂದೇಶ ಸ್ವತಃ ಮಹಾದೇವನಂತಹ ಮಹಾಪುರುಷನಿಂದ ಬಂದಿರುವ ಕಾರಣ ಅದು ಸರ್ವರಿಗೂ ಒಪ್ಪಿಗೆಯಾಗಿದೆ. ಮಹಾದೇವ ಇಲ್ಲಿ ಜಗತ್ತಿಗೆ ಭರವಸೆಯ ಆಶಾಕಿರಣವಾಗಿ ಗೋಚರಿಸಿದ್ದಾನೆ. ರಣರಂಗದಲ್ಲಿ ಶಿವನ 'ಹರ ಹರ ಮಹಾದೇವ' ಎಂಬ ಘೋಷಣೆ ಪ್ರತಿಯೊಬ್ಬನೂ ಮಹಾದೇವನಾಗಬಲ್ಲ ಎನ್ನುವ ಸಂದೇಶ ಸಾರುತ್ತದೆ. ಹಾಗೇ ಒಬ್ಬ ಸ್ತ್ರೀಯಲ್ಲಿರಬೇಕಾದ ಧೈರ್ಯ, ಶೌರ್ಯ, ಕೆಚ್ಚೆದೆ ಸತಿಯ ಪಾತ್ರದಲ್ಲಿ ವ್ಯಕ್ತವಾಗಿದೆ. ಒಟ್ಟಾರೆ ಪ್ರತಿ ಅಧ್ಯಾಯದಲ್ಲೂ ರೋಚಕತೆಯಿದೆ, ಅಪೂರ್ವ ಸಂದೇಶವಿದೆ, ಬದುಕನ್ನು ಭಿನ್ನ ದೃಷ್ಟಿಕೋನದಲ್ಲಿ ನೋಡುವ ಅವಕಾಶಗಳಿವೆ. ಅದೇ ಈ ಪುಸ್ತಕದ ಬಹುದೊಡ್ಡ ಶಕ್ತಿ.

– ಇಂಡಿಯಾ ರೀಡ್ಸ್ ಡಾಟ್‌ಕಾಂ

.................ಓದುಗರನ್ನು ಬೆರಗುಗೊಳಿಸುವ ಪುಸ್ತಕ. ಶೌರ್ಯ, ಸಾಹಸ, ಪ್ರೀತಿ, ನೋವು, ನಲಿವಿನ ಅಪೂರ್ವ ಸಂಗಮ. ಭಾರತೀಯ ಮೌಲ್ಯ ಮತ್ತು ಸಿದ್ಧಾಂತಗಳನ್ನು ಎತ್ತಿ ಹಿಡಿದಿರುವ ಪುಸ್ತಕ. ಪುರಾಣ ಪುರುಷನೊಬ್ಬನನ್ನು ರಕ್ತ ಮತ್ತು ಮಾಂಸದಿಂದ ಕೂಡಿರುವ ಸಾಮಾನ್ಯ ಮನುಷ್ಯನಂತೆ ಲೇಖಕರು ಚಿತ್ರಿಸಿದ್ದಾರೆ. ಅದೇ ಈ ಪುಸ್ತಕದ ಸೌಂದರ್ಯವನ್ನು ಹೆಚ್ಚಿಸಿ ಜನಮನ್ನಣೆ ಗಳಿಸುವಂತೆ ಮಾಡಿದೆ.

– ದಿ ಆಫ್ಟರ್‌ನೂನ್

ಲೇಖಕರು ಐತಿಹಾಸಿಕ ಪಾತ್ರಕ್ಕೆ ಜೀವ ತುಂಬಿದ್ದಾರೆ. ನಮಗೆ ತಿಳಿದಿರುವುದೆಲ್ಲ ಸತ್ಯವಲ್ಲ ಎಂಬುದನ್ನು ಪ್ರತಿಪಾದಿಸಿದ್ದಾರೆ. ಧಾರ್ಮಿಕ ಹಿನ್ನೆಲೆ, ಜನಪದ ಸೊಗಡು ಮತ್ತು ಐತಿಹಾಸಿಕ ಸತ್ಯ ಈ ಮೂರೂ ಮಿಳಿತಗೊಂಡು ಸೃಷ್ಟಿಯಾಗಿರುವ ಅದ್ಭುತ ಕಾಲ್ಪನಿಕ ಕೃತಿ.

– ಪೀಪಲ್

ಮೆಲೂಹದ ಮೃತ್ಯುಂಜಯ ಮೂಲ ಕೃತಿಯಲ್ಲಿ ಲೇಖಕರು ಶಿವನ ಬದುಕನ್ನು ಆಧುನಿಕತೆಯ ತೊಟ್ಟಿಲಲ್ಲಿ ಅರಳುವಂತೆ ಮಾಡಿದ್ದಾರೆ. ಅದ್ಭುತ ಸೃಷ್ಟಿ, ಸೃಜನಶೀಲ ಸಾಹಿತ್ಯ, ಮುದನೀಡುವ ಓದು. ಭಾರತೀಯ ಪುರಾಣ, ಇತಿಹಾಸ ಮತ್ತು ಪರಂಪರೆಯನ್ನು ಪ್ರೀತಿಸುವವರಿಗಂತೂ ಈ ಹೊತ್ತಿಗೆ ರಸಗವಳ.

– ಸೊಸೈಟಿ

'ನಾಗಾ ರಹಸ್ಯ'
ವಿಮರ್ಶೆಯ ಪುಟಗಳಲ್ಲಿ

.........ತಾತ್ತ್ವಿಕ ಚಿಂತನೆ ಮತ್ತು ನೈತಿಕ ಬೋಧನೆಯ ಮೂಲಕ ಓದುಗರ ಆಸಕ್ತಿಯನ್ನು ಹೆಚ್ಚಿಸಿರುವ ಅಪರೂಪದ ಕೃತಿ. ಇಡೀ ಕೃತಿಯಲ್ಲಿ ಲೇಖಕರು ಎಲ್ಲೂ ನಿರಾಸೆ ಮೂಡಿಸಿಲ್ಲ. 'ನಾಗಾ ರಹಸ್ಯ'ದ ಪುಟಪುಟದಲ್ಲೂ ರೋಚಕತೆಯಿದೆ ಮತ್ತು ಕುತೂಹಲಕಾರಿ ಸಂಗತಿಗಳಿವೆ.

–ಔಟ್‌ಲುಕ್

ಇಡೀ ಪುಸ್ತಕದಲ್ಲಿ ಅಡಗಿರುವುದು – ತತ್ತ್ವಜಿಜ್ಞಾಸೆ, ಆಧ್ಯಾತ್ಮ ಸಂದೇಶ, ನಿಗೂಢತೆ, ಯುದ್ಧ ವರ್ಣನೆ ಮತ್ತು ಹತ್ತಾರು ರಹಸ್ಯ ಸಂಗತಿಗಳು.

–ಇಂಡಿಯನ್ ಎಕ್ಸ್‌ಪ್ರೆಸ್

ಮೆಲೂಹದ ಮೃತ್ಯುಂಜಯ ಮತ್ತು ನಾಗಾ ರಹಸ್ಯ ಕೃತಿಗಳಲ್ಲಿ ಪ್ರಸ್ತುತ ಪರಿಸ್ಥಿತಿಗೆ ತಕ್ಕಂತೆ ಮಹಾದೇವನ ವರ್ಣನೆ ಅತ್ಯದ್ಭುತವಾಗಿ ಮೂಡಿಬಂದಿದೆ.

– ದಿ ಹಿಂದೂ

ಶಿವ ಸರಣಿಯ ಪರಿಕಲ್ಪನೆಯೇ ನನ್ನಲ್ಲಿ ಇನ್ನಿಲ್ಲದ ಬೆರಗು ಮೂಡಿಸಿದೆ. ಸಾಹಿತ್ಯ ಕ್ಷೇತ್ರದಲ್ಲಿ ಭಾರತೀಯ ಇತಿಹಾಸ ಮತ್ತು ಪುರಾಣದ ಎಳೆಯನ್ನು ಹಿಡಿದು ವಿಶಿಷ್ಟ ಪ್ರಯೋಗ ಮಾಡಿರುವುದು ನಿಜಕ್ಕೂ ಅಭಿನಂದನಾರ್ಹ. ಪಾತ್ರಗಳ ಸೃಷ್ಟಿಯಲ್ಲಿ ಮತ್ತು ಕಥಾಹಂದರವನ್ನು ಹೆಣೆಯುವುದರಲ್ಲಿ ಲೇಖಕರ ಕೌಶಲ್ಯ ಮತ್ತು ಜಾಣ್ಮೆ ಮೆಚ್ಚುವಂಥದ್ದು.

–ಏಷ್ಯನ್ ಏಜ್

ಶಿವ ಸರಣಿಯ ಎರಡನೇ ಇನ್ನಿಂಗ್ಸ್‌ನಲ್ಲೂ ಲೇಖಕರು ಭರ್ಜರಿ ಆಟವಾಡಿದ್ದಾರೆ.

–ಹಾರ್ಪರ್ಸ್ ಬಜ಼ಾರ್

ನಾಗಾ ರಹಸ್ಯ ಕೃತಿಯಲ್ಲಿ ಸಾಹಿತ್ಯದ ಗಟ್ಟಿತನ ಅದ್ಭುತವಾಗಿ ಪ್ರದರ್ಶನಗೊಂಡಿದೆ.

–ಡೆಕನ್ ಹೆರಾಲ್ಡ್

ಕೃತಿಯಲ್ಲಿ ಪುರಾಣದ ಶಿವನನ್ನು ಆಧುನಿಕ ಜಗತ್ತಿನ ಸಾಮಾನ್ಯ ಮನುಷ್ಯನಂತೆ ಚಿತ್ರಿಸಿರುವ ಲೇಖಕರ ಪ್ರಯತ್ನ ನಿಜಕ್ಕೂ ಅಭಿನಂದನಾರ್ಹ.

–ದಿ ಸೆಂಟಿನೆಲ್, ಗುವಹಾತಿ

ಲೇಖಕರು ಉನ್ನತ ಕಲ್ಪನಾಶಕ್ತಿಯೊಂದಿಗೆ ಪಾತ್ರಗಳಿಗೆ ಜೀವ ತುಂಬಿದ್ದಾರೆ.

–ಡಿ.ಎನ್.ಎ

2011ರಲ್ಲಿ ಪ್ರಕಟಗೊಂಡ ಐದು ಅತ್ಯುತ್ತಮ ಕೃತಿಗಳಲ್ಲಿ 'ನಾಗಾ ರಹಸ್ಯ'ವೂ ಒಂದು.

–ಫೆಮಿನ

ಭಾರತದ ಬಹುತೇಕ ಪ್ರಖ್ಯಾತ ಲೇಖಕರು ತಾವು ಸೃಷ್ಟಿಸುವ ಪಾತ್ರಗಳಿಗೆ ಮನುಷ್ಯತ್ವದ ಲೇಪನವನ್ನು ನೀಡುವುದರಲ್ಲಿ ವಿಫಲರಾಗಿದ್ದಾರೆ. ಆದರೆ 'ನಾಗಾ ರಹಸ್ಯ'ದ ಲೇಖಕರು ಈ ನಿಟ್ಟಿನಲ್ಲಿ ಅದ್ಭುತ ಯಶಸ್ಸು ಸಾಧಿಸಿದ್ದಾರೆ.

–ದಿ ಮಿಂಟ್

ಶಿವ ಪುರಾಣವನ್ನು ಆಧುನಿಕ ನೆಲೆಗಟ್ಟಿನಲ್ಲಿ ಕುತೂಹಲ ಕೆರಳಿಸುವಂತೆ ಚಿತ್ರಿಸಿರುವುದು ಕೃತಿಯ ಹೆಚ್ಚುಗಾರಿಕೆ. ಇಲ್ಲಿ ರೋಚಕತೆಯಿದೆ, ಸೊಗಸುಗಾರಿಕೆಯಿದೆ, ಸೃಜನಾತ್ಮಕತೆಯಿದೆ, ಸ್ವತಂತ್ರ ಕಲ್ಪನೆಯಿದೆ ಮತ್ತು ಹೊಸ ಚೈತನ್ಯ ತುಂಬುವ ವಿಚಾರಗಳಿವೆ. ಹಾಗಾಗಿ ಈ ಹೊತ್ತಿಗೆ ಓದುಗರ ಹೃದಯವನ್ನು ಗೆದ್ದಿದೆ.

–ರಂಜಿನಿ ವಿಜಯರಾಘವನ್, ಓದುಗರ ವಿಮರ್ಶೆ ಸ್ಪರ್ಧೆಯ ವಿಜೇಯತರು

ಭಾರತೀಯ ಇತಿಹಾಸ ಮತ್ತು ಪುರಾಣವನ್ನು ಸೂಕ್ಷ್ಮದೃಷ್ಟಿಯಿಂದ ಅವಲೋಕಿಸಿ, ದೀರ್ಘ ಅಧ್ಯಯನ ಮಾಡಿ ಕಥೆಯನ್ನು ಹೆಣೆದಿರುವ ರೀತಿ ಮೆಚ್ಚುವಂಥದ್ದು.

–ಶಶಿ ತರೂರ್, ಸಂಸದ ಮತ್ತು ಖ್ಯಾತ ಲೇಖಕ

ಈ ಪುಸ್ತಕದ ಪ್ರತಿ ಪುಟದಲ್ಲೂ ರೋಚಕತೆಯಿದೆ.

–ಅನಿಲ್ ಧಾರ್‌ಕರ್, ಖ್ಯಾತ ಪತ್ರಕರ್ತ ಮತ್ತು ಲೇಖಕ

ನಾಗಾ ರಹಸ್ಯ ಪುಸ್ತಕದಲ್ಲಿ ಸಾಕಷ್ಟು ಅನಿರೀಕ್ಷಿತ ತಿರುವುಗಳಿವೆ. ಈ ಪುಸ್ತಕವನ್ನು ಓದುತ್ತಿದ್ದರೆ ಅಮರ ಚಿತ್ರ ಕಥೆಯನ್ನು ಓದಿದ ಅನುಭವವಾಗುತ್ತದೆ. ಬಹಳ ದಿನಗಳಿಂದಲೂ ಇಂತಹ ಒಂದು ಪುಸ್ತಕಕ್ಕಾಗಿ ಕಾಯುತ್ತಿದ್ದೆ.

–ರಶ್ಮಿ ಬನ್ಸಾಲ್, ಸ್ಟೇ ಹಂಗ್ರಿ ಸ್ಟೇ ಫೂಲಿಶ್ ಕೃತಿಯ ಲೇಖಕಿ

ಮೂಲ ಪುಸ್ತಕದ ಬಗ್ಗೆ ಹೆಚ್ಚಿನ ಮಾಹಿತಿಗಾಗಿ ಭೇಟಿಕೊಡಿ:
www.shivatrilogy.com <http://www.shivatrilogy.com>

ಶಿವ ಸರಣಿ–3

ವಾಯುಪುತ್ರರ ಶಪಥ

ಮೂಲ

ಅಮೀಶ್

ಕನ್ನಡಕ್ಕೆ

ಎಸ್. ಉಮೇಶ್

ಧಾತ್ರಿ ಪ್ರಕಾಶನ

ಮೈಸೂರು

Published in English by westland ltd 2012

'Vayuputrara Shapatha' by S. Umesh is a kannada translation of the book 'The OathOf Vayuputras' by Amish.

Published in Kannada by

ಧಾತ್ರಿ ಪ್ರಕಾಶನ

ನಂ-240, 'ವಸುಂಧರ', 1ನೇ ಮುಖ್ಯ ರಸ್ತೆ, 1ನೇ ಅಡ್ಡ ರಸ್ತೆ,
ಕೃಷ್ಣಮೂರ್ತಿ ಬಡಾವಣೆ, ನ್ಯೂ ಕಾಂತರಾಜೇ ಅರಸು ರಸ್ತೆ, ಮೈಸೂರು

ಬೆಲೆ : 400/-

ಕನ್ನಡ ಅನುವಾದ ಪ್ರಥಮ ಮುದ್ರಣ: 2014

ಬಳಸಿದ ಕಾಗದ: 70 ಜಿ.ಎಸ್.ಎಮ್ ಎನ್.ಎಸ್. ಮ್ಯಾಪ್ಲಿಥೋ

ಪುಟಗಳ ಸಂಖ್ಯೆ: xx + 540 = 560

ಹರ ಹರ ಮಹಾದೇವ

ನಾವೆಲ್ಲರೂ ಮಹಾದೇವರು,

ನಮ್ಮೆಲ್ಲರಲ್ಲೂ ದೇವರಿದ್ದಾನೆ.

ಆತನ ಭವ್ಯವಾದ ಗುಡಿ, ಮಸೀದಿ, ಚರ್ಚುಗಳು

ನಮ್ಮ ಆತ್ಮದಲ್ಲೇ ಇವೆ.

ಪರಿವಿಡಿ

ಕೃತಜ್ಞತೆ

ಶಿವ ಸರಣಿಯ ಅನುವಾದಿತ ಕೃತಿಗಳಾದ 'ಮೆಲೂಹದ ಮೃತ್ಯುಂಜಯ' ಮತ್ತು 'ನಾಗಾ ರಹಸ್ಯ' ಈಗಾಗಲೇ ಕನ್ನಡಿಗರ ಮನೆ-ಮನವನ್ನು ಮುಟ್ಟಿದೆ. ಅಭೂತಪೂರ್ವ ಯಶಸ್ಸನ್ನು ಕಂಡಿದೆ. ಜತೆಗೆ ಜವಾಬ್ದಾರಿಯೂ ಹೆಚ್ಚಿದೆ. ಅದನ್ನು ಗಮನದಲ್ಲಿಟ್ಟುಕೊಂಡೇ ಸರಣಿಯ ಮೂರನೇ ಕೃತಿ 'ವಾಯುಪುತ್ರರ ಶಪಥ'ವನ್ನು ಅನುವಾದಮಾಡಿ ಮುಗಿಸಿದ್ದೇನೆ. ಕೃತಿ ಬಿಡುಗಡೆಗೊಳ್ಳುತ್ತಿರುವ ಈ ಹಂತದಲ್ಲಿ ನನ್ನನ್ನು ಪ್ರೋತ್ಸಾಹಿಸಿದ ಹಲವರನ್ನು ಸ್ಮರಿಸಿಕೊಳ್ಳಬೇಕಾಗಿದೆ. ಅದು ನನ್ನ ಕರ್ತವ್ಯವೂ ಹೌದು.

ಪುಸ್ತಕದ ಮೂಲ ಲೇಖಕರಾದ ಅಮೀಶ್ ಶಿವ ಸರಣಿಯ ಮೊದಲ ಕೃತಿ 'ಮೆಲೂಹದ ಮೃತ್ಯುಂಜಯ'ದ ಬಿಡುಗಡೆ ಸಮಾರಂಭದಲ್ಲಿ ಖುದ್ದು ಹಾಜರಿದ್ದು ಆ ಇಡೀ ಸಮಾರಂಭವನ್ನು ಯಶಸ್ವಿಗೊಳಿಸಿದ್ದರು. ಅದು ನನ್ನ ಬದುಕಿನ ಅವಿಸ್ಮರಣೀಯ ಕ್ಷಣಗಳಲ್ಲಿ ಒಂದು. ಅವರಿಗೆ ನನ್ನ ಹೃದಯಾಂತರಾಳದ ಕೃತಜ್ಞತೆಗಳು. ಪುಸ್ತಕದ ಕನ್ನಡಾನುವಾದಕ್ಕೆ ಅನುಮತಿ ನೀಡಿದ ವೆಸ್ಟ್‌ಲ್ಯಾಂಡ್ ಸಂಸ್ಥೆಗೆ ಧನ್ಯವಾದಗಳು.

ಪುಸ್ತಕದ ಕರಡು ಪ್ರತಿಯನ್ನು ತಿದ್ದಿ, ತೀಡಿ ಅದನ್ನು ಅಂದಗೊಳಿಸಿದವರು ಚಂದಗೊಳಿಸಿದವರು ಶ್ರೀಮತಿ ಜಯಂತಿ ರಾಮಚಂದ್ರರವರು. ಅವರು ನನ್ನ ಮೇಲೆ ತೋರುತ್ತಿರುವ ಪ್ರೀತಿ, ವಿಶ್ವಾಸ, ಅಕ್ಕರೆ, ಅಭಿಮಾನ ಅಗಾಧ. ಅವರಿಗೆ ನಾನು ಕೃತಜ್ಞ. ಪುಸ್ತಕದ ಡಿ.ಟಿ.ಪಿ ಕಾರ್ಯವನ್ನು ಮಾಡಿಕೊಟ್ಟವರು ಶ್ರೀಮತಿ ಛಾಯಾರವರು. ಅವರಿಗೆ ನನ್ನ ಕೃತಜ್ಞತೆಗಳು.

ಪುಸ್ತಕದ ಅಂತಿಮ ಸುತ್ತಿನ ತಿದ್ದುಪಡಿ ನಲ್ಮೆಯ ಮಡದಿ ಬೃಂದಾಳದು. ಆಕೆಯ ಪ್ರೀತಿಗೆ ಅದರ ರೀತಿಗೆ ನಾನು ಋಣಿ. ಮುದ್ದಿನ ಮಕ್ಕಳಾದ ಧಾತ್ರಿ ಮತ್ತು ದಿಯಾ ನನ್ನ ಬರೆವಣಿಗೆಯ ಹಿಂದಿನ ಅದಮ್ಯ ಸ್ಫೂರ್ತಿ ಚಿಲುಮೆಗಳು. ಆ ಮುಗ್ಧ ಮನಸ್ಸುಗಳಿಗೆ ಅಕ್ಕರೆಯ ಸಿಹಿಮುತ್ತುಗಳು. ಎಂದಿನಂತೆ ಅಪ್ಪ, ಅಮ್ಮ ಮತ್ತು ಅತ್ತೆಯವರು ಹೃದಯಪೂರ್ವಕ ಆಶೀರ್ವಾದ ಮಾಡಿದ್ದಾರೆ. ಅವರಿಗೆ ನಾನು ಋಣಿ.

ನನ್ನೆಲ್ಲ ಪುಸ್ತಕದ ಪ್ರಚಾರದ ಉಸ್ತುವಾರಿ ಮಾವನವರಾದ ನಾಗರಾಜರಾವ್ ರವರದು. ಅವರಿಗೆ ನಾನು ಋಣಿ. ಈ ನಡುವೆ ಸಪ್ನ, ನವಕರ್ನಾಟಕ ಮತ್ತು ಸಾಹಿತ್ಯ

ಪ್ರಕಾಶನ ಸೇರಿದಂತೆ ಹತ್ತಾರು ಪ್ರಕಾಶಕರು ಮತ್ತು ಪುಸ್ತಕ ವ್ಯಾಪಾರಿಗಳು ನೀಡಿದ ಸಹಕಾರವನ್ನು ನಾನೆಂದೂ ಮರೆಯಲಾರೆ. ಪುಸ್ತಕವನ್ನು ಆದಷ್ಟು ಬೇಗ ಹೊರತರುವಂತೆ ನಿರಂತರ ಒತ್ತಡಹಾಕಿ ನನ್ನಲ್ಲಿ ವಿಶ್ವಾಸ ಮೂಡಿಸಿದ ಈ ಎಲ್ಲರಿಗೂ ನಾನು ಋಣಿ.

ಇನ್ನು ನಿತ್ಯ ಪತ್ರಗಳು, ಕರೆಗಳು ಮತ್ತು ಮಿಂಚಂಚೆಯ ಮೂಲಕ ಅಭಿಮಾನದ ಸುರಿಮಳೆಗರೆಯುತ್ತಾ ನನ್ನ ಪುಸ್ತಕಗಳ ಬಗ್ಗೆ ಪ್ರೀತಿಯ ಮಾತುಗಳನ್ನಾಡುತ್ತಿರುವ ಓದುಗ ದೊರೆಗಳ ಔದಾರ್ಯ ದೊಡ್ಡದು. ಅವರಿಗೆ ನಾನು ಕೃತಜ್ಞ.

ಪುಸ್ತಕವನ್ನು ಅಂದವಾಗಿ ಮುದ್ರಿಸಿಕೊಟ್ಟ ಪದ್ಮಶೇಖರ್ ಪ್ರಿಂಟರ್ಸ್‌ನ ವಿನೋದ್‌ರವರಿಗೆ ಮತ್ತು ನಂದೀಶ್‌ರವರಿಗೆ ನಾನು ಆಭಾರಿ. ಅಂತೆಯೇ ಈ ಪುಸ್ತಕ ಪ್ರಕಟಣೆಗೆ ಪ್ರತ್ಯಕ್ಷ ಮತ್ತು ಪರೋಕ್ಷವಾಗಿ ಸಹಕರಿಸಿದ ಎಲ್ಲರಿಗೂ ನನ್ನ ಕೃತಜ್ಞತೆಗಳು.

ಪ್ರೀತಿಯಿಂದ,

ಮೈಸೂರು **ಎಸ್.ಉಮೇಶ್**
01–10–2016 ಮೊ: 9742281766

ಅನುವಾದಕರ ನುಡಿ

ಶಿವ ಸರಣಿಯ ಎರಡನೇ ಪುಸ್ತಕ "ನಾಗಾ ರಹಸ್ಯ" ಪ್ರಕಟಗೊಂಡು ಈಗಾಗಲೇ ಭರ್ತಿ ಎರಡು ವರ್ಷಗಳು ತುಂಬಿವೆ. ಈ ಎರಡು ವರ್ಷಗಳು ಹೇಗೆ ಉರುಳಿದವೋ ತಿಳಿಯದು. ಕಾಲದ ಮಹಿಮೆಯೇ ಅಂಥದ್ದು. ಯಾರ ಅಂಕೆಗೂ ಸಿಲುಕದ ನಾಗಾಲೋಟದ ಕುದುರೆ ಅದು. ಆದರೆ ಸರಣಿಯ ಮೂರನೇ ಕೃತಿಯನ್ನು ಓದುಗರ ಕೈಗಿಡುವುದಕ್ಕೆ ವಿಳಂಬವಾಗಿರುವುದಂತೂ ಸತ್ಯ. ಅದಕ್ಕಾಗಿ ಮೊದಲಿಗೆ ಓದುಗರಲ್ಲಿ ಅತ್ಯಂತ ವಿನಮ್ರನಾಗಿ ಕ್ಷಮೆ ಬೇಡುತ್ತೇನೆ. ಓದುಗರ ಸಹನೆ, ತಾಳ್ಮೆ ಮತ್ತು ಸಂಯಮ ನಿಜಕ್ಕೂ ದೊಡ್ಡದು. ಅಂತೆಯೇ ಈ ಎರಡು ವರ್ಷಗಳಲ್ಲಿ ನನಗೆ ಬಂದ ಕರೆಗಳು, ಪತ್ರಗಳು, ಮಿಂಚಂಚೆಗಳು ಅದೆಷ್ಟೋ. ಅವುಗಳಲ್ಲಿ ಕೆಲವಕ್ಕೆ ಉತ್ತರ ನೀಡಿದ್ದೇನೆ. ಮತ್ತೆ ಕೆಲವಕ್ಕೆ ಉತ್ತರಿಸಲು ಧೈರ್ಯ ಸಾಲದೆ ಅವುಗಳನ್ನು ಹಾಗೇ ಇಟ್ಟಿದ್ದೇನೆ. ಇಷ್ಟು ದೀರ್ಘ ಸಮಯದಲ್ಲಿ ನನ್ನ ಬದುಕಿನಲ್ಲಿ ನಡೆದ ಘಟನೆಗಳು, ಗಳಿಸಿಕೊಂಡದ್ದು, ಕಳೆದುಕೊಂಡದ್ದು, ಉಳಿಸಿಕೊಂಡದ್ದು ಒಂದೆರಡಲ್ಲ. ಅವುಗಳಲ್ಲಿ ಕೆಲವನ್ನು ಇಲ್ಲಿ ಪ್ರಸ್ತಾಪಿಸಲೇಬೇಕು.

ಕಳೆದ ಜನವರಿಯಲ್ಲಿ ಆಕಸ್ಮಿಕವಾಗಿ ನಾಡಿನ ಹೆಮ್ಮೆಯ ಉದ್ಯಮಿ ವಿಜಯ ಸಂಕೇಶ್ವರರ ಪರಿಚಯವಾಯಿತು. ಸಂಕೇಶ್ವರರೆಂದರೆ ಅವರೊಬ್ಬ ಶಿಸ್ತಿನ ಸಿಪಾಯಿ. ಮೌಲ್ಯ ಮತ್ತು ಸಿದ್ಧಾಂತಕ್ಕೆ ಮತ್ತೊಂದು ಹೆಸರು. ಶ್ರದ್ಧೆ, ಕಠಿಣ ಪರಿಶ್ರಮ ಮತ್ತು ಸಾಧಿಸುವ ಛಲವಿದ್ದರೆ ಬದುಕಿನಲ್ಲಿ ಏನನ್ನು ಬೇಕಾದರೂ ಸಾಧಿಸಿಬಹುದು ಎಂದು ಜಗತ್ತಿಗೆ ತೋರಿಸಿಕೊಟ್ಟ ಕಾಯಕ ಯೋಗಿ. ವಿಜಯ ಸಂಕೇಶ್ವರರು ಮತ್ತು ಆನಂದ್ ಸಂಕೇಶ ್ವರರೊಂದಿಗೆ ಕಳೆದ ಕೆಲವು ದಿನಗಳು ನನ್ನ ಬದುಕಿನ ಅವಿಸ್ಮರಣೀಯ ದಿನಗಳು. ಅವರ ಪ್ರೀತಿ, ವಿಶ್ವಾಸ ಮತ್ತು ಮಾರ್ಗದರ್ಶನ ದೊರೆತದ್ದು ನನ್ನ ಸೌಭಾಗ್ಯ.

ಈ ನಡುವೆ ಮುದ್ದಿನ ಮಗಳಾದ ಧಾತ್ರಿಯ ಆಸಕ್ತಿಯ ಬಳ್ಳಿ ಚದುರಂಗ ಕ್ಷೇತ್ರದಲ್ಲಿ ಹಬ್ಬಿರುವುದು ಮನವರಿಕೆಯಾಯಿತು. ಅದಕ್ಕೆ ನೀರೆರೆದು ಹಸಿರು ಮೂಡಿಸುವ ಸಲುವಾಗಿ ನನ್ನ ಬಹುತೇಕ ಸಮಯವನ್ನು ಮೀಸಲಿಟ್ಟೆ. ಹೊಸದೊಂದು ಪುಟ್ಟ ಇನ್ನಿಂಗ್ಸ್ ಪ್ರಾರಂಭವಾಯಿತು. ಶ್ರೀ ಸುರೇಶ್ ಮತ್ತು ಶ್ರೀ ಅರವಿಂದ ಶಾಸ್ತ್ರಿಯವರಂತಹ ದ್ರೋಣಾಚಾರ್ಯರ ಮಾರ್ಗದರ್ಶನದಲ್ಲಿ ಆಕೆ ಚದುರಂಗ ಕಲಿತು ಕರ್ನಾಟಕ ರಾಜ್ಯದಿಂದ ರಾಷ್ಟ್ರೀಯ ಮಟ್ಟದ ಚದುರಂಗ ಸ್ಪರ್ಧೆಗೆ ಆಯ್ಕೆಯಾದಳು. ರಾಜ್ಯವನ್ನು ಪ್ರತಿನಿಧಿಸುತ್ತಾ ಪಂಜಾಬಿನ ಜಲಂಧರ್‌ನಲ್ಲಿ ಆಕೆ ಚೆಸ್ ಬೋರ್ಡ್ ಮುಂದೆ ಕುಳಿತಿದ್ದಾಗ ಅದೇನೋ

ಒಂದು ರೀತಿಯ ಸಮಾಧಾನ, ಸಾರ್ಥಕತೆ ಮೂಡಿತ್ತು. ಆದರೂ ಓದುಗ ದೊರೆಗಳನ್ನು ವರ್ಷಾನುಗಟ್ಟಲೆ ಕಾಯಿಸಿ ಈ ಸ್ವಕಾರ್ಯಕ್ಕೆ ಮುಂದಾದೆನಲ್ಲಾ ಎನ್ನುವ ಹಿಂಜರಿಕೆ ಕಾಡಿದ್ದಂತೂ ಸುಳ್ಳಲ್ಲ. ಆಗ ನನಗೆ ಸಮಾಧಾನ ಹೇಳಿದ್ದು ನಲ್ಮೆಯ ಮಡದಿ ಬೃಂದಾ.

'ನಿಜ! ಬದುಕಿನಲ್ಲಿ ನಮ್ಮ ಆದ್ಯತೆಗಳು ಆಗಾಗ ಬದಲಾಗುತ್ತಿರುತ್ತವೆ. ಬದುಕೆಂಬ ಸುದೀರ್ಘ ಪಯಣದಲ್ಲಿ ಕೆಲವನ್ನು ಪಡೆದುಕೊಳ್ಳುತ್ತಾ ಕೆಲವನ್ನು ಕಳೆದುಕೊಳ್ಳುತ್ತಾ ಹೊಸ ಹೊಸ ಪ್ರಯೋಗಗಳನ್ನು ಮಾಡುತ್ತಾ ಹೊಸ ಅನುಭವಗಳನ್ನು ಪಡೆದುಕೊಳ್ಳುತ್ತಾ ಮುನ್ನಡೆಯಬೇಕು' ಎಂಬ ಸತ್ಯವನ್ನು ಆಕೆ ನನಗೆ ಅರ್ಥಮಾಡಿಸಿದಳು.

ಬಾಲ್ಯದಿಂದಲೂ ಸಂಗೀತ ನನ್ನ ಆಸಕ್ತಿಯ ಕ್ಷೇತ್ರಗಳಲ್ಲಿ ಒಂದು. ಅದರಲ್ಲೂ ಗಾನಕೋಗಿಲೆ ಎಸ್.ಜಾನಕಿಯವರಂತೂ ನನ್ನ ಮೇಲೆ ಅಪಾರವಾದ ಪ್ರಭಾವ ಬೀರಿದವರು. ಆ ಹಿರಿಯ ಜೀವಕ್ಕೆ ಈಗಾಗಲೇ 78 ವರ್ಷಗಳು ತುಂಬಿದೆ. ಕಳೆದ ಮೂವತ್ತು ವರ್ಷಗಳಿಂದ ಅವರ ಹಾಡುಗಳನ್ನು ಕೇಳುತ್ತಲೇ ಬೆಳದ ನನಗೆ ಆ ಹಿರಿಯ ಗಾಯಕಿಯನ್ನು ಒಮ್ಮೆಯಾದರೂ ಮೈಸೂರಿಗೆ ಆಹ್ವಾನಿಸಿ ಅವರಿಗೊಂದು ನಾಗರೀಕ ಸನ್ಮಾನ ಮಾಡಬೇಕೆಂಬ ಕನಸಿತ್ತು. ಆ ಬಹುದಿನದ ಕನಸು ನನಸಾದದ್ದು ಅಕ್ಟೋಬರ್ 19, 2014 ರಂದು. ಹೆಮ್ಮೆಯ ಗಾಯಕಿ ಜಾನಕಿಯವರ ಸಮ್ಮುಖದಲ್ಲಿ ಮೈಸೂರಿನ ಮಾನಸಗಂಗೋತ್ರಿ ಬಯಲು ರಂಗಮಂದಿರದಲ್ಲಿ "ಡಾ. ಎಸ್. ಜಾನಕಿ ನಾದನಮನ" ಕಾರ್ಯಕ್ರಮ ಅದ್ದೂರಿಯಾಗಿ ಜರುಗಿತು. ಆ ವರ್ಣರಂಜಿತ ವೇದಿಕೆಯ ಮೇಲೆ ನಿಂತಾಗ ನನಗನಿಸದ್ದು ಇಷ್ಟೇ. ನಿಜ! ನಮ್ಮ ಹಿರಿಯರು ಹೇಳಿದಂತೆ ಬದುಕಿನಲ್ಲಿ ಕನಸು ಕಾಣಬೇಕು. ಅದನ್ನು ನನಸು ಮಾಡಿಕೊಳ್ಳಬೇಕು. ಎಲ್ಲ ಕನಸುಗಳು ನನಸಾಗದಿದ್ದರೂ ಕೆಲವನ್ನಾದರೂ ನನಸುಮಾಡಿಕೊಳ್ಳಬೇಕು. ಇಲ್ಲವಾದಲ್ಲಿ ಬದುಕು ನೀರಸವೆನಿಸಿಬಿಡುತ್ತದೆ. ಅಂತಹ ಕನಸಿನ ಸಾಕ್ಷಾತ್ಕಾರಕ್ಕೆ ಕೆಲವೊಮ್ಮೆ ಕೆಲವನ್ನು ತ್ಯಜಿಸಬೇಕಾಗುತ್ತದೆ, ಸಾಕಷ್ಟು ಸಮಯ ವಿನಿಯೋಗಿಸಬೇಕಾಗುತ್ತದೆ. ಅದು ಅವಶ್ಯಕವೂ ಹೌದು ಅನಿವಾರ್ಯವೂ ಹೌದು. ಈ ವಿಚಾರದಲ್ಲಿ ನಾನು ತೃಪ್ತ.

ನಿಜ! ಇದ್ಯಾವುದೂ ಪುಸ್ತಕ ಹೊರತರುವಲ್ಲಿ ಆಗಿರುವ ವಿಳಂಬಕ್ಕೆ ಸಮಜಾಯಿಶಿಯಲ್ಲ. ಹಾಗೆ ಸಮಜಾಯಿಶಿ ನೀಡುವುದು ನನ್ನ ಉದ್ದೇಶವೂ ಅಲ್ಲ. ಆದರೆ ಮದಾಳದ ಭಾವನೆಗಳನ್ನು ಓದುಗ ದೊರೆಗಳಾದ ನಿಮ್ಮೊಂದಿಗೆ ಬಿಟ್ಟು ಮತ್ತಾರೊಂದಿಗೆ ಹಂಚಿಕೊಳ್ಳಲು ಸಾಧ್ಯ? ಮೊದಲೆರಡು ಪುಸ್ತಕವನ್ನು ಓದಿ ಮೆಚ್ಚಿಕೊಂಡವರು ನೀವು. ಅಭಿಮಾನದ ಹೊಳೆ ಹರಿಸಿದವರು ನೀವು. ನನ್ನ ತಪ್ಪು-ಒಪ್ಪುಗಳನ್ನು ತಿದ್ದಿ ತೀಡಿದವರು ನೀವು. ಅದಕ್ಕಾಗಿಯೇ ಈ ಪೀಠಿಕೆ.

ಇನ್ನು ಶಿವ ಸರಣಿಯ ಮೂರು ಪುಸ್ತಕದ ಬಗ್ಗೆ ಒಂದೆರಡು ಮಾತುಗಳು. ಶಿವ ಸರಣಿಯ ಪುಸ್ತಕಗಳಲ್ಲಿ ಶಿವನ ಬದುಕನ್ನು ವಿಭಿನ್ನವಾಗಿ ಚಿತ್ರಿಸಿರುವುದರಿಂದಲೇ ಅದು ಓದುಗರ ಮನಸ್ಸನ್ನು ಮುಟ್ಟಿದೆ. ಸರಣಿಯ ಮೊದಲ ಕೃತಿ "ಮೆಲೂಹದ ಮೃತ್ಯುಂಜಯ" ದಲ್ಲಿ ಟಿಬೆಟ್ಟಿನಿಂದ ಬಂದ ಒಬ್ಬ ಪರದೇಶಿ, ಸಾಮಾನ್ಯ ಮನುಷ್ಯ ಹೇಗೆ ನೀಲಕಂಠನಾದ ಎನ್ನುವ ವರ್ಣನೆಯಿದೆ. ಅಲ್ಲದೆ ಆತ ದುಷ್ಟಶಕ್ತಿಯನ್ನು ನಾಶಮಾಡುವ ಪವಿತ್ರ ಕೈಂಕರ್ಯಕ್ಕೆ ಹೇಗೆ ಕಂಕಣಬದ್ಧನಾದ ಎನ್ನುವ ವಿವರಣೆಯಿದೆ. "ನಾಗಾ ರಹಸ್ಯ"ದಲ್ಲಿ ಅದ್ಭುತ ಸೃಷ್ಟಿಯಾಗಿ ಜಗತ್ತಿಗೇ ಒಳಿತನ್ನು ಮಾಡುತ್ತಿದ್ದ ಸೋಮರಸ ದುಷ್ಟಶಕ್ತಿಯಾಗಿ ಬದಲಾದ ಬಗೆಯನ್ನು ಚಿತ್ರಿಸಲಾಗಿದೆ. ಆದರೆ ಮೂರನೆ ಕೃತಿ "ವಾಯುಪುತ್ರರ ಶಪಥ" ದಲ್ಲಿ ಜಗತ್ತಿಗೆ ಶಿವನ ಸಂದೇಶವೇನು ಎನ್ನುವುದನ್ನು ತಿಳಿಸಲಾಗಿದೆ. ಅಲ್ಲದೆ ಶಿವ ಹೇಗೆ ತನ್ನ ಕರ್ಮವನ್ನು ಪೂರೈಸಿದ ಎನ್ನುವ ರೋಚಕ ಸಂಗತಿಗಳು ಮೂಡಿಬಂದಿದೆ. ಕೃತಿಯ ಪ್ರತಿ ಪುಟವನ್ನು ತಿರುವಿಹಾಕುತ್ತಿದ್ದಂತೆ ಶಿವ ಮತ್ತು ಸತಿಯ ಬಗ್ಗೆ ಗೌರವ ಹೆಚ್ಚುತ್ತಲೇ ಹೋಗುತ್ತದೆ. ಯಾವ ಬೆಲೆಯನ್ನಾದರೂ ತೆತ್ತಿ ಜಗತ್ತನ್ನು ದುಷ್ಟಶಕ್ತಿಯಿಂದ ರಕ್ಷಿಸಬೇಕೆನ್ನುವ ಶಿವನ ಹಠ, ಅಂತರ್ಯದ ತುಡಿತ ಓದುಗರಲ್ಲಿ ರೋಮಾಂಚನವನ್ನು ಉಂಟುಮಾಡುತ್ತದೆ. ಶಿವ ಸರಣಿಗೆ ತಾರ್ಕಿಕ ಅಂತ್ಯ ದೊರೆಯುವುದು ಈ ಮೂರನೇ ಪುಸ್ತಕದ ಮೂಲಕವೇ. ಈ ಹೊತ್ತಿಗೆ ಓದುಗರ ಮೇಲೆ ಬೀರಿರುವ ಪರಿಣಾಮ ಅಪಾರ.

ಶಿವ ಮತ್ತು ಸತಿಯ ಬದುಕು, ಆದರ್ಶ, ಧರ್ಮರಕ್ಷಣೆಗಾಗಿ ಅವರ ಹೋರಾಟ, ಅವರಿಬ್ಬರ ನಡುವೆ ಕರ್ಮ ಮತ್ತು ದೇವರ ಬಗ್ಗೆ ನಡೆಯುವ ದೀರ್ಘ ಸಂವಾದ, ಪರ್ವತೇಶ್ವರನ ದೇಶಪ್ರೇಮ, ಕನಖಲಳ ಸ್ವಾಮಿನಿಷ್ಟೆ, ದಕ್ಷನ ಕುರುಡು ಪ್ರೇಮ, ಶಿವನ ಮಕ್ಕಳಾದ ಗಣೇಶ ಮತ್ತು ಕಾರ್ತಿಕರ ಧೈರ್ಯ, ಶೌರ್ಯ, ಸಾಹಸ ಮತ್ತು ಇಡೀ ವ್ಯವಸ್ಥೆಯನ್ನು ನಿಯಂತ್ರಿಸುವ ವಾಯುಪುತ್ರರ ಕಾರ್ಯಶೈಲಿ ಇವೆಲ್ಲವೂ ಪುಸ್ತಕದಲ್ಲಿ ಅತ್ಯಂತ ಹೃದಯಸ್ಪರ್ಶಿಯಾಗಿ ಮೂಡಿಬಂದಿದೆ. ಸರಣಿಯ ಎರಡನೇ ಕೃತಿಯ ನಂತರ ಶಿವ–ಸತಿಯ ಬದುಕು ಮುಂದೇನಾಗುವುದೋ ಎನ್ನುವ ಕುತೂಹಲ ಸಾವಿರಾರು ಓದುಗರಲ್ಲಿ ಮೂಡಿರುವುದಂತೂ ಸುಳ್ಳಲ್ಲ. ಅದಕ್ಕಾಗಿ ಬಹುದಿನಗಳಿಂದ ಕಾದು ಕುಳಿತಿರುವವರ ಸಂಖ್ಯೆಯೂ ಕಡಿಮೆಯಿಲ್ಲ. ಅಂತೆಯೇ ಈ ಬಗ್ಗೆ ಓದುಗರು ಪ್ರಶ್ನೆ ಕೇಳಿದಾಗಲೆಲ್ಲಾ ನನ್ನದು ಹಾರಿಕೆಯ ಉತ್ತರ. ಅಥವಾ "ಮೂರನೇ ಪುಸ್ತಕ ಹೊರಬರುವವರೆಗೂ ದಯವಿಟ್ಟು ಕಾಯಿರಿ" ಎನ್ನುವ ಸಿದ್ಧ ಉತ್ತರ. ಓದುಗರು ತಾನೇ ಅದೆಷ್ಟು ದಿನ ಕಾದಾರು. ಅವರ ಸಹನೆ, ತಾಳ್ಮೆಗೂ ಒಂದು ಮಿತಿಯಿದೆ ಯಲ್ಲವೇ? ಅನೇಕ ಸಂದರ್ಭಗಳಲ್ಲಿ ಅವರು ತಮ್ಮ ಸಿಟ್ಟು, ಆಕ್ರೋಷವನ್ನು ಹೊರಹಾಕಿದ್ದೂ ಉಂಟು. ಅದನ್ನು ಪ್ರೀತಿಯಿಂದ ಸ್ವೀಕರಿಸುವುದನ್ನು ಬಿಟ್ಟು ನನಗಾದರೂ ಬೇರೆ ಆಯ್ಕೆ ಏನಿತ್ತು?.

ಅಂತೂ ಇಂತಹ ಹತ್ತಾರು ಅನೂಹ್ಯ ಅನುಭವಗಳನ್ನು ಪಡೆದುಕೊಂಡೇ ವಾಯುಪುತ್ರರ ಶಪಥವನ್ನು ಅನುವಾದಿಸಿ ನಿಮ್ಮ ಕೈಗಿಡುತ್ತಿದ್ದೇನೆ. ಪ್ರೀತಿಯಿಂದ ಸ್ವೀಕರಿಸಿ. ಆಗಿರುವ ಪ್ರಮಾದವನ್ನು ಸ್ವೀಕರಿಸಿ ಕ್ಷಮಿಸುವ ಔದಾರ್ಯತೆ ನಿಮ್ಮಲ್ಲಿದೆ ಎಂಬುದನ್ನು ನಾನು ಬಲ್ಲೆ.

ಮರೆಯದೆ ಪತ್ರ ಬರೆಯಿರಿ.

ಪ್ರೀತಿಯಿಂದ

ಎಸ್. ಉಮೇಶ್

ನಂ.240, "ವಸುಂಧರ"
1ನೇ ಮುಖ್ಯ ರಸ್ತೆ, 1ನೇ ಅಡ್ಡ ರಸ್ತೆ,
ಕೃಷ್ಣಮೂರ್ತಿ ಬಡಾವಣೆ, ನ್ಯೂ ಕಾಂತರಾಜೇ ಅರಸು ರಸ್ತೆ,
ಮೈಸೂರು–9

ಶಿವ ಸರಣಿ

ಶಿವ! ಹರ! ದೇವಾದಿದೇವ, ಮಹಾದೇವ, ದುಷ್ಟ ಸಂಹಾರಿ, ಭಾವಜೀವಿ, ಭಾವೋದ್ವೇಗಿ, ಉಗ್ರಪ್ರತಾಪಿ, ನಾಟ್ಯ ಪ್ರವೀಣ, ವರ್ಚಸ್ವೀ ನೇತಾರ, ಕುಶಾಗ್ರಮತಿ, ಸಚ್ಚಾರಿತ್ರ್ಯದ ಪರಂಜ್ಯೋತಿ. ಇದು ನಾವು ನಿತ್ಯ ಆರಾಧಿಸುವ ಪರಮೇಶ್ವರನ ವರ್ಣನೆ.

ಆದರೆ ಶತಶತಮಾನಗಳಿಂದ ಈ ನಾಡಿಗೆ ಬಂದ ಯಾವ ಆಕ್ರಮಣಕಾರರಾಗಲಿ, ವಿದ್ವಾಂಸರಾಗಲಿ, ವ್ಯಾಪಾರಿಯಾಗಲಿ, ಸಂಚಾರಿಯಾಗಲಿ ಅಥವಾ ರಾಜ–ಮಹಾರಾಜ ರಾಗಲಿ ಮಹಾದೇವನಂತಹ ಮಹಾಪುರುಷ ನಮ್ಮ ನಿಮ್ಮಂತೆ ಜೀವಿಸಿದ್ದನೆಂದು ನಂಬಲೇ ಇಲ್ಲ. 'ಶಿವ' ನಮ್ಮ ಪುರಾಣಗಳಲ್ಲಿ ಕಂಡುಬರುವ ಒಬ್ಬ ದೇವರು ಮಾತ್ರ. ಆತನ ಅಸ್ತಿತ್ವ ಕೇವಲ ಕಲ್ಪನೆಗಷ್ಟೇ ಸೀಮಿತ ಎಂದು ಭಾವಿಸಿ ಕ್ರಮೇಣ ಅದನ್ನೇ ಪರಮ ಸತ್ಯ ಮತ್ತು ಮಹಾಜ್ಞಾನವೆಂದು ಸ್ವೀಕರಿಸಿಬಿಟ್ಟೆವು.

ಒಮ್ಮೆ ಯೋಚಿಸಿ ನೋಡಿ! ನಮ್ಮ ಇಂತಹ ನಂಬಿಕೆ ಸುಳ್ಳಾಗಿರಬಹುದಲ್ಲವೇ? ಶಿವ ನಾವು ಕಲ್ಪಿಸಿಕೊಂಡಿರುವಂತಹ ದೇವರಾಗಿರದೆ ಒಂದಾನೊಂದು ಕಾಲದಲ್ಲಿ ಎಲ್ಲರಂತೆ ರಕ್ತ, ಮಾಂಸದಿಂದ ಕೂಡಿದ ಮಾನವನಾಗಿದ್ದಿರಬಹುದಲ್ಲವೇ? ಆತನೇ ತಾನು ಮಾಡಿದ ಸತ್ಕರ್ಮಗಳಿಂದ ದೈವತ್ವಕ್ಕೇರಿ ನಮಗೆ ಮಹಾದೇವನಾಗಿ ಕಂಡಿರಬಹುದಲ್ಲವೇ? ಇಂತಹ ಚಿಂತನೆಯ ಸುತ್ತ ಹೆಣೆದಿರುವ ರೋಚಕ ಕಾಲ್ಪನಿಕ ಕಥೆಯೇ ಈ ಪುಸ್ತಕದ ಜೀವಾಳ. ಭಾರತ ದೇಶದ ಭವ್ಯ ಇತಿಹಾಸ, ಶ್ರೀಮಂತ ಸಂಸ್ಕೃತಿ ಮತ್ತು ಐತಿಹಾಸಿಕ ಹಿನ್ನೆಲೆ ಈ ಮೂರೂ ಮಿಳಿತಗೊಂಡು ಸೃಷ್ಟಿಯಾಗಿರುವ ಕೃತಿಯೇ 'ಮೆಲೂಹದ ಮೃತ್ಯುಂಜಯ'.

ಅಂತೆಯೇ ಈ ಕೃತಿಯ ಪ್ರತಿ ಅಧ್ಯಾಯದಲ್ಲಿರುವುದು ಶಿವನ ಬದುಕು ಮತ್ತು ಅದು ನಮಗೆ ಕಲಿಸುತ್ತಿರುವ ಜೀವನ ಪಾಠಗಳು. ಒಂದೊಂದೂ ನಮ್ಮ ಅಜ್ಞಾನದ ಫಲವಾಗಿ ಕಾಲಗರ್ಭದಲ್ಲಿ ಹುದುಗಿಹೋಗಿರುವ ಜೀವನ ಸತ್ಯಗಳು. ಪ್ರತಿಯೊಬ್ಬ ಮಾನವನಲ್ಲೂ ಸುಪ್ತವಾಗಿ ಅಡಗಿರುವ ದೈವತ್ವದ ಗುಣಗಳನ್ನು ಬಡಿದೆಬ್ಬಿಸಬಲ್ಲ ಅಪೂರ್ವ ಚಿಂತನೆಗಳು. ಮಾನವನನ್ನು ದೈವತ್ವದೆಡೆಗೆ ಕರೆದೊಯ್ಯಬಲ್ಲ ಸಾಧನಗಳು. ಹಾಗಾಗಿ ಈ ಪುಸ್ತಕ ಆ ಹರ ಹರ ಮಹಾದೇವನಿಗೆ ಸಮರ್ಪಿತ.

'ಮೆಲೂಹದ ಮೃತ್ಯುಂಜಯ' ಸರಣಿಯ ಮೊದಲ ಕೃತಿ. ಆದರ್ಶ ಪುರುಷನಾದ ಶಿವನ ಸುದೀರ್ಘ ಬದುಕಿನ ಪಯಣದ ಆರಂಭ ಈ ಕೃತಿಯಲ್ಲಿ ಅದ್ಭುತವಾಗಿ ಮೂಡಿಬಂದಿದೆ. ಎರಡನೆಯ ಕೃತಿ 'ನಾಗಾ ರಹಸ್ಯ'ದಲ್ಲಿ ಅದು ಮುಂದುವರಿದಿದೆ. ಇದೀಗ ನಿಮ್ಮ ಕೈಯಲ್ಲಿರುವ ಮೂರನೇ ಕೃತಿಯಾದ 'ವಾಯುಪುತ್ರರ ಶಪಥ'ದಲ್ಲಿ ಕಥೆ ಮುಕ್ತಾಯಗೊಳ್ಳುತ್ತದೆ.

ಅಧ್ಯಾಯ – 1

ಮರಳಿದ ಗೆಳೆಯ

ಪ್ರಾರಂಭಕ್ಕೂ ಮುನ್ನ

ಶಿವ ಹತ್ತಿರದಲ್ಲಿದ್ದ ಕೊಳವೊಂದರ ಬಳಿ ನಿಂತು ಬಾಗಿ ನೋಡಿದ. ಕೊಳದಲ್ಲಿ ಆತನ ಮುಖ ಸ್ಪಷ್ಟವಾಗಿ ಪ್ರತಿಫಲಿಸುತ್ತಿತ್ತು. ಮುಖದಿಂದ ತೊಟ್ಟಿಕ್ಕುತ್ತಿದ್ದ ರಕ್ತ ಕೊಳದ ತಿಳಿನೀರಿಗೆ ಬಿದ್ದು ಸಣ್ಣ ಅಲೆಗಳನ್ನು ಸೃಷ್ಟಿಸುತ್ತಿತ್ತು. ಆ ಅಲೆಗಳು ನಿಧಾನವಾಗಿ ಸುರುಳಿಯಾಕಾರ ತಾಳಿ ನಂತರ ದೂರ ದೂರ ಸರಿಯುತ್ತಿದ್ದವು. ಶಿವ ಬೊಗಸೆಯಲ್ಲಿ ನೀರು ತುಂಬಿಕೊಂಡು ಒಂದೆರಡು ಬಾರಿ ಮುಖಕ್ಕೆ ಎರಚಿಕೊಂಡ. ಮುಖದಲ್ಲಿದ್ದ ರಕ್ತದ ಕಲೆ ಮಾಯವಾಯಿತು. ಆಗಷ್ಟೇ ಗುಣಪಂಗಡದ ಮುಖ್ಯಸ್ಥನಾಗಿ ನೇಮಕಗೊಂಡಿದ್ದ ಶಿವ ಜತೆಗಾರರೊಂದಿಗೆ ಮಾನಸ ಸರೋವರದ ಬಳಿಯ ತನ್ನ ಸಣ್ಣ ಹಳ್ಳಿಯಿಂದ ಹೊರಟು ಬಹುದೂರ ಬಂದಿದ್ದ. ಎಲ್ಲರೂ ಊರು ಬಿಟ್ಟು ಅದಾಗಲೇ ಮೂರು ವಾರಗಳು ಕಳೆದಿತ್ತು. ಅಷ್ಟರಲ್ಲಿ ಪಕ್ರಾಟಿಗಳು ಶಿವಸೈನ್ಯದ ಮೇಲೆ ಆಕ್ರಮಣ ನಡೆಸಿದ್ದರು. ಆದರೆ ಗುಣಸೈನ್ಯ ವೀರೋಚಿತ ಹೋರಾಟ ನಡೆಸಿ ಪಕ್ರಾಟಿಗಳನ್ನು ಬಗ್ಗು ಬಡಿದಿತ್ತು. ಪಕ್ರಾಟಿಗಳ ತಾತ್ಕಾಲಿಕ ಡೇರೆಗಳಿಗೆ ಗುಣಸೈನಿಕರು ಬೆಂಕಿ ಹಚ್ಚಿದ್ದರು. ಆ ಸಮಯದಲ್ಲಿ ಸುತ್ತಲೂ ಕೊರೆಯುವ ಚಳಿಯಿತ್ತು. ಆದರೂ ಅದು ಶಿವನ ಅನುಭವಕ್ಕೆ ಬಂದಿರಲಿಲ್ಲ. ಅದಕ್ಕೆ ಕಾರಣ ಹತ್ತಿರದಲ್ಲಿ ಉರಿಯುತ್ತಿದ್ದ ಬೆಂಕಿಯ ಜ್ವಾಲೆಯಲ್ಲ. ಬದಲಾಗಿ ಆತನ ಅಂತರಂಗದಲ್ಲಿ ಎದ್ದಿದ್ದ ಕೋಪ ಮತ್ತು ಆಕ್ರೋಶದ ಅಗ್ನಿಜ್ವಾಲೆ.

ಶಿವ ಕಣ್ಣೊರೆಸಿಕೊಂಡು ನೀರಿನಲ್ಲಿ ಕಾಣುತ್ತಿದ್ದ ಪ್ರತಿಬಿಂಬವನ್ನೇ ದಿಟ್ಟಿಸಿ ನೋಡಿ ದೀರ್ಘ ನಿಟ್ಟುಸಿರುಬಿಟ್ಟ. ಆತ ಪಕ್ರಾಟಿಗಳೊಂದಿಗಿನ ಯುದ್ಧದಿಂದ ಸಾಕಷ್ಟು ಬಸವಳಿದಿದ್ದ. ಆದರೂ ಕೋಪ ಉಕ್ಕಿ ಬರುತ್ತಿತ್ತು. ಕಾರಣ ಪಕ್ರಾಟಿಗಳ ಮುಖ್ಯಸ್ಥ ಯಾಕ್ಯ ಶಿವನ ಚಿಕ್ಕಪ್ಪ ಮನೋಭುವನ್ನು ಮೋಸದಿಂದ ಕೊಂದು ಅಲ್ಲಿಂದ ಪರಾರಿಯಾಗಿದ್ದ.

ಕೊಳದ ತಳದಲ್ಲಿ ಇದ್ದಕ್ಕಿದ್ದಂತೆ ಶಿವನಗೆ ಚಿಕ್ಕಪ್ಪ ಮನೋಭುವಿನ ಮೃತದೇಹ ಕಂಡಂತಾಯಿತು. ಶಿವ ಗಾಬರಿಯಿಂದ ಕೂಗುತ್ತಾ ನೀರಿನೊಳಗೆ ಕೈಹಾಕಿದ. ಆದರೆ ಅಲ್ಲೇನೂ ಸಿಗಲಿಲ್ಲ. ಅದೊಂದು ಭ್ರಮೆಯಾದರೂ ದುರಂತವೊಂದರ ಮುನ್ಸೂಚನೆಯಾಗಿತ್ತು. ವಾಸ್ತವದಲ್ಲಿ ಪಕ್ರಾಟಿಗಳು ಮತ್ತು ಗುಣಪಂಗಡದ ನಡುವೆ ನಿರಂತರವಾಗಿ ನಡೆಯುತ್ತಿದ್ದ ಯುದ್ಧವನ್ನು ಕೊನೆಗೊಳಿಸಿ ಎರಡು ಪಂಗಡಗಳ ನಡುವೆ ಶಾಂತಿ–

ಸಂಧಾನ ಮಾಡಿಸುವ ಸಲುವಾಗಿ ಮನೋಭು ಪಕ್ರಾಟಿಗಳ ಮುಖ್ಯಸ್ಥ ಯಾಕ್ಯನನ್ನು ಭೇಟಿಮಾಡಲು ಆತನಿದ್ದ ಹಳ್ಳಿಗೆ ಹೋಗಿದ್ದ. ಆದರೆ ನಾಲ್ಕಾರು ದಿನ ಕಳೆದರೂ ಮನೋಭು ಹಿಂತಿರುಗಿ ಬರಲಿಲ್ಲ. ಗಾಬರಿಗೊಂಡ ಶಿವ ಗುಣ ಸೈನ್ಯದೊಡನೆ ಮನೋಭುವನ್ನು ಹುಡುಕಿಕೊಂಡು ಅದೇ ಹಳ್ಳಿಯ ಬಳಿಗೆ ಬಂದ. ಆದರೆ ದುಷ್ಟ ಪಕ್ರಾಟಿಗಳು ಮನೋಭುವನ್ನು ಅಷ್ಟರಲ್ಲಾಗಲೇ ಬರ್ಬರವಾಗಿ ಕೊಂದು ಹಳ್ಳಿಯ ಕಾಲುದಾರಿಯಲ್ಲಿ ಎಸೆದುಹೋಗಿದ್ದರು.

ಮನೋಭು ಸಾಯುವುದಕ್ಕೂ ಮುನ್ನ ಪಕ್ಕದಲ್ಲಿದ್ದ ಬಂಡೆಯೊಂದರ ಮೇಲೆ ರಕ್ತದಲ್ಲಿ ಶಿವನಿಗೆ ಸಂದೇಶವೊಂದನ್ನು ಬರೆದಿದ್ದ.

'ಶಿವ! ಅವರನ್ನು ಕ್ಷಮಿಸು. ಅವರನ್ನು ಮರೆತುಬಿಡು. ನಿನ್ನ ನಿಜವಾದ ಶತ್ರುವೆಂದರೆ ಅದು ದುಷ್ಟಶಕ್ತಿ'.

ಶಿವ ಇಷ್ಟೆಲ್ಲಾ ಯೋಚಿಸುತ್ತಿರುವಂತೆಯೇ ಬಂಧಿಯಾಗಿದ್ದ ಪಕ್ರಾಟಿಗಳಿಗೆ ಭದ್ರ ಜೋರುದನಿಯಲ್ಲಿ ಕೂಗಿ ಹೇಳಿದ 'ಯಾಕ್ಯ ಎಲ್ಲಿ? ಹೇಳಿ ಹೇಡಿಗಳೇ?'.

'ನಿಜಕ್ಕೂ ಆತ ಎಲ್ಲಿದ್ದಾನೆ ಎಂಬುದು ನಮಗೆ ತಿಳಿದಿಲ್ಲ' ಪಕ್ರಾಟಿಯೊಬ್ಬ ಹೇಳಿದ.

ಭದ್ರ ಕೂಡಲೇ ಖಡ್ಗದ ತುದಿಯಿಂದ ಪಕ್ರಾಟಿಯ ಎದೆಯನ್ನು ಚುಚ್ಚಿ ಮತ್ತೊಮ್ಮೆ ಆರ್ಭಟಿಸಿದ 'ನಿಜ ಹೇಳಿದರೆ ನಿಮ್ಮನ್ನು ಕ್ಷಮಿಸುತ್ತೇವೆ. ನಮಗೆ ಬೇಕಾಗಿರುವುದು ಯಾಕ್ಯ. ಮನೋಭುವನ್ನು ಕೊಂದಿರುವುದಕ್ಕೆ ಪ್ರತೀಕಾರವಾಗಿ ನಾವು ಆತನನ್ನು ಕೊಲ್ಲಲೇಬೇಕು'.

'ನಾವು ಪೂಜಿಸುವ ಈ ಪರ್ವತದ ಮೇಲೆ ಆಣೆಮಾಡಿ ಹೇಳುತ್ತಿದ್ದೇವೆ. ನಾವು ಮನೋಭುವನ್ನು ಕೊಂದಿಲ್ಲ'.

ಭದ್ರ ಪಕ್ರಾಟಿಗೆ ಒಮ್ಮೆ ಜೋರಾಗಿ ಒದ್ದು ಹೇಳಿದ 'ಸುಳ್ಳು ಹೇಳಬೇಡಿ ಕೊಳೆತು ನಾರುತ್ತಿರುವ ಚೌರೀಮೃಗದ ಮುಕುಳಿಗಳೇ'.

ಶಿವ ಹಳ್ಳಿಯ ಹಿಂದಿದ್ದ ಅರಣ್ಯದೆಡೆಗೆ ಒಮ್ಮೆ ದೃಷ್ಟಿಹಾಯಿಸಿದ. ನಂತರ ಕಣ್ಮುಚ್ಚಿದ. ಚಿಕ್ಕಪ್ಪ ಹೇಳಿದ್ದ ಮಾತುಗಳು ಕಿವಿಯಲ್ಲಿ ಒಂದೇ ಸಮನೆ ರಿಂಗಣಿಸತೊಡಗಿತು.

'ಕೋಪವೇ ನಿನ್ನ ಪರಮ ವೈರಿ. ಅದನ್ನು ನಿಯಂತ್ರಣದಲ್ಲಿಟ್ಟುಕೋ. ಕೋಪವನ್ನು ಹಿಡಿತದಲ್ಲಿ ಇಟ್ಟುಕೋ'.

ಶಿವ ನಿಧಾನವಾಗಿ ನಿಟ್ಟುಸಿರು ಬಿಡಲಾರಂಭಿಸಿದ.

ಅಷ್ಟರಲ್ಲಿ ಬಂಧಿತ ಪಕ್ರಾಟಿಗಳ ಸಾಲಿನ ಕೊನೆಯಲ್ಲಿ ನಿಂತಿದ್ದ ಯಾಕ್ಯಾನ ಭಂಟ ಕೈನಾ ಕೂಗಿ ಹೇಳಿದ 'ನೀವು ನಮ್ಮನ್ನು ಕೊಂದರೆ, ಯಾಕ್ಯಾ ನಿಮ್ಮೆಲ್ಲರನ್ನೂ ಕೊಲ್ಲುತ್ತಾನೆ. ನಿಮ್ಮ ಮೇಲೆ ಆತ ಪ್ರತೀಕಾರ ತೀರಿಸಿಕೊಳ್ಳುತ್ತಾನೆ'.

'ಬಾಯಿ ಮುಚ್ಚು ಕೈನಾ' ಮತ್ತೊಬ್ಬ ಪಕ್ರಾಟಿ ಕೂಗಿ ಹೇಳಿದ. ನಂತರ ಅದೇ ಪಕ್ರಾಟಿ ಭದ್ರನ ಕಡೆಗೆ ತಿರುಗಿ 'ನಮ್ಮನ್ನು ಬಿಟ್ಟುಬಿಡಿ. ಮನೋಭುವಿನ ಸಾವಿಗೂ ನಮಗೂ ಸಂಬಂಧವಿಲ್ಲ' ಎಂದ.

ಆದರೆ ಕೈನಾ ವಾಗ್ದಾಳಿ ಮುಂದುವರೆಸಿದ.

'ಶಿವ! ಮನೋಭುವನ್ನು ಚಿಕ್ಕಪ್ಪ ಎಂದು ಹೇಳಿಕೊಳ್ಳುವುದಕ್ಕೆ ನಿನಗೆ ನಾಚಿಕೆಯಾಗಬೇಕು'.

ಶಿವ ಥಟ್ಟನೆ ಕೈನಾನತ್ತ ತಿರುಗಿದ.

'ಬೇಡ ಕೈನಾ, ಮಾತನಾಡಬೇಡ' ಮತ್ತೊಬ್ಬ ಪಕ್ರಾಟಿ ಚೀರಿದ.

ಆದರೆ ಕೈನಾ ಆತನ ಮಾತಿಗೆ ಕಿವಿಗೊಡಲಿಲ್ಲ. ಗುಣಪಂಗಡದ ಮೇಲೆ ಆತನಿಗಿದ್ದ ದ್ವೇಷ, ಆತ್ಮರಕ್ಷಣೆಯನ್ನೂ ಮರೆತು ಮಾತನಾಡುವಂತೆ ಪ್ರಚೋದಿಸಿತ್ತು.'?
ಛೀ! ನಿನ್ನ ಮನೋಭು ಒಬ್ಬ ಹೇಡಿ! ಮೇಕೆಯಂತೆ ಅರಚುತ್ತಾ ಶಾಂತಿ ಮಾತುಕತೆಗೆ ಬಂದ ಆತನಿಗೆ ಕರುಳು ಬಗೆದು ನಾವು ಸರಿಯಾದ ಪಾಠವನ್ನೇ ಕಲಿಸಿದ್ದೇವೆ'.

ಆ ಮಾತುಗಳನ್ನು ಕೇಳುತ್ತಲೇ ಶಿವ ಕೆಂಗಣ್ಣು ತೆರೆದ. ಕೋಪ ನೆತ್ತಿಗೇರಿತು. ಮರುಕ್ಷಣವೇ ಅಬ್ಬರಿಸುತ್ತಾ ಖಡ್ಗವನ್ನು ಹೊರತೆಗೆದು ಪಕ್ರಾಟಿಗಳ ಮೇಲೆ ಆಕ್ರಮಣ ಮಾಡಲಾರಂಭಿಸಿದ. ಆತನ ಮೊದಲ ಹೊಡೆತಕ್ಕೆ ಕೈನಾನ ರುಂಡ ಚೆಂಡಾಡಿತು.

ಕೂಡಲೆ ಭದ್ರ ಗಾಬರಿಯಿಂದ 'ಶಿವ!.......' ಎಂದು ಕೂಗಿದ.

ಭದ್ರನಿಗೆ ಯಾಕ್ಯನನ್ನು ಪತ್ತೆಹಚ್ಚಲು ಸೆರೆಸಿಕ್ಕಿದ್ದ ಪಕ್ರಾಟಿಗಳನ್ನು ಜೀವಂತವಾಗಿ ಉಳಿಸಿಕೊಳ್ಳಬೇಕಾಗಿತ್ತು. ಈ ವಿಚಾರದಲ್ಲಿ ಆತನಿಗೆ ಶಿವನಗಿಂತಲೂ ಹೆಚ್ಚು ಶಿಸ್ತು ಮತ್ತು ಸಂಯಮವಿತ್ತು. ಶಿಷ್ಟಾಚಾರಗಳನ್ನು ಆತ ಕಟ್ಟುನಿಟ್ಟಾಗಿ ಪಾಲಿಸುತ್ತಿದ್ದ. ಆದರೆ ಶಿವ ಅದ್ಯಾವುದನ್ನೂ ಲೆಕ್ಕಿಸದೆ ಸಿಕ್ಕಸಿಕ್ಕ ಪಕ್ರಾಟಿಗಳನ್ನು ಕೊಲ್ಲಲಾರಂಭಿಸಿದ. ನೋಡು ನೋಡುತ್ತಿದ್ದಂತೆ ಆತನ ಹೊಡೆತಕ್ಕೆ ಐವರು ಪಕ್ರಾಟಿಗಳು ತತ್ತರಿಸಿ ನೆಲಕ್ಕುರುಳಿ ಅಸುನೀಗಿದರು. ಅಲ್ಲಿ ರಕ್ತದ ಕೋಡಿಯೇ ಹರಿಯಿತು. ಮುಂದಿನ ಕೆಲವೇ ನಿಮಿಷಗಳಲಿ ಎಲ್ಲ ಪಕ್ರಾಟಿಗಳ ಕಥೆಯೂ ಮುಗಿದುಹೋಗುತ್ತಿತ್ತು. ಅಷ್ಟರಲ್ಲಿ ಥಟ್ಟನೆ ಶಿವನಿಗೆ ಮನೋಭು ಹೇಳಿದ್ದ ಮಾತು ನೆನಪಾಯಿತು.

'ಕೋಪ ಮತ್ತು ಆಕ್ರೋಷವೇ ನಿನ್ನ ವೈರಿಗಳು. ಅದನ್ನು ನಿಯಂತ್ರಿಸಿಕೋ'.

ಅಷ್ಟರಲ್ಲಿ ಶಿವ ಕಣ್ಬಿಟ್ಟು ನೆನಪಿನ ಲೋಕದಿಂದ ವಾಸ್ತವಕ್ಕೆ ಮರಳಿದ.

'ಗೆಳೆಯ! ನಾನು ನಿನ್ನ ಬರುವಿಕೆಯನ್ನೇ ಎದುರು ನೋಡುತ್ತಿದ್ದೆ. ನಿನಗಾಗಿ ಎಲ್ಲಿಗೆ ಬೇಕಾದರೂ ಹೋಗಲು ಸಿದ್ದ. ಅದು ರಾಕ್ಷಸರ ಲೋಕವಾದ ಪಾತಾಳಲೋಕ ವಾದರೂ ಸರಿ ಎಂದು ಈ ಹಿಂದೆ ಹೇಳಿದ್ದೆನಲ್ಲವೇ?' ಪಂಚವಟಿಯ ಗುರುಕುಲದಲ್ಲಿದ್ದ ಗುರುಗಳು ಶಿವನಿಗೆ ಹೇಳಿದರು. ಮುಂದೆ ನಿಂತಿದ್ದ ವ್ಯಕ್ತಿ ಹಿಂದೊಮ್ಮೆ ಹೇಳಿದ್ದ ಈ ಮಾತುಗಳು ಶಿವನಿಗೆ ನೆನಪಾಯಿತು. ಆಗ ಅದರ ಗೂಢಾರ್ಥ ಶಿವನಿಗೆ ತಿಳಿದಿರಲಿಲ್ಲ. ಈಗ ಅದು ನಿಧಾನವಾಗಿ ಅರ್ಥವಾಗತೊಡಗಿತು. ಆ ಗುರುವಿನ ಗಡ್ಡ ಹೋಗಿ ಸಣ್ಣಗಿನ ಮೀಸೆ ಬಂದಿತ್ತು. ಅಗಲವಾದ ಎದೆ ಮತ್ತು ಭುಜ. ಬೋಳು ತಲೆ. ತಲೆಯ ಹಿಂದೆ ಜುಟ್ಟು. ದೇಹದ ಮೇಲೆ ಎಡದಿಂದ ಬಲಕ್ಕೆ ಬ್ರಾಹ್ಮಣ್ಯದ ಸಂಕೇತವಾದ ಜನಿವಾರ. ಕಟ್ಟು ಮಸ್ತಾದ ದೇಹ. ಬಲವಾದ ಸ್ನಾಯುಗಳು. ಕಣ್ಣುಗಳಲ್ಲಿ ಅದೇನೋ ಒಂದು ರೀತಿಯ ದಿವ್ಯ ಪ್ರಭೆ. ಹೌದು! ಅವನೇ ಶಿವನ ಒಂದು ಕಾಲದ ಆತ್ಮೀಯ ಗೆಳೆಯ, ಭಂಟ ಮತ್ತು ಸಹೋದರ.

'ಬೃಹಸ್ಪತಿ'.

'ನನ್ನನ್ನು ಹುಡುಕುವುದಕ್ಕೆ ನಿನಗೆ ಇಷ್ಟು ವರ್ಷಗಳು ಬೇಕಾಯಿತೇ ಗೆಳೆಯ?' ಬೃಹಸ್ಪತಿ ಒಂದೆರಡು ಹೆಜ್ಜೆ ಮುಂದೆ ಬಂದು ಶಿವನನ್ನು ಆಲಂಗಿಸಿದ.

ಶಿವ ಒಂದು ಕ್ಷಣ ಮುಜುಗರಕ್ಕೀಡಾದ. ಭಾವೋನ್ಮತ್ತನಾದ. ಮರುಕ್ಷಣವೇ ಸಹಜ ಸ್ಥಿತಿಗೆ ಮರಳಿ ಗೆಳೆಯನನ್ನು ತಬ್ಬಿಕೊಂಡ. ಆದರೂ ಶಿವನ ಮನಸ್ಸಿನಲ್ಲಿ ಹತ್ತಾರು ಅನುಮಾನಗಳು ಸುಳಿದಾಡುತ್ತಿದ್ದವು.

'ಬೃಹಸ್ಪತಿಯೇಕೆ ತನ್ನ ಸಾವಿನ ಬಗ್ಗೆ ನಮ್ಮೆಲ್ಲರಲ್ಲಿ ಭ್ರಮೆಯನ್ನು ಹುಟ್ಟುಹಾಕಿದ? ನಾಗಾಗಳ ಜತೆಯೇಕೆ ಕೈಜೋಡಿಸಿದ? ಆತನ ಬದುಕಿನ ಅವಿಭಾಜ್ಯ ಅಂಗವಾಗಿದ್ದ ಮಂದಾರ ಪರ್ವತವನ್ನೇಕೆ ನಾಶಮಾಡಿದ? ಈತನೇನಾದರೂ ಸೂರ್ಯವಂಶಿಗಳ ಬೇಹುಗಾರನೇ? ನನ್ನ ಸಹೋದರ ನನಗೇಕೆ ಸುಳ್ಳು ಹೇಳಿದ?' ಹೀಗೆ ಸಾಲು ಸಾಲು ಪ್ರಶ್ನೆಗಳು ಶಿವನ ಮನಸ್ಸಿನಲ್ಲಿ ಒಡಮೂಡಿತ್ತು. ಶಿವ ಒಂದೆರಡು ಹೆಜ್ಜೆ ಹಿಂದೆ ಸರಿದ. ಸತಿ ಶಿವನ ಆತಂಕವನ್ನು ಕಂಡು ಆತನ ಭುಜದ ಮೇಲೆ ಕೈಯಿಟ್ಟಳು.

ಅಷ್ಟರಲ್ಲಿ ಬೃಹಸ್ಪತಿ ಮಕ್ಕಳೆಡೆಗೆ ತಿರುಗಿ 'ಮಕ್ಕಳೇ! ಪಾಠ ಸಾಕು. ಈಗ ನೀವೆಲ್ಲರೂ ಹೊರಗೆ ಆಡಿಕೊಳ್ಳಿ' ಎಂದ.

ಮಕ್ಕಳೆಲ್ಲರೂ ಹೊರನಡೆದರು. ನಂತರ ಅಲ್ಲಿ ಉಳಿದವರು ಶಿವ, ಬೃಹಸ್ಪತಿ, ಸತಿ, ಗಣೇಶ ಮತ್ತು ಕಾಳಿ ಮಾತ್ರ. ಬೃಹಸ್ಪತಿ ತನ್ನ ಗೆಳೆಯನಿಂದ ಮತ್ತಷ್ಟು ಪ್ರಶ್ನೆಗಳನ್ನು ನಿರೀಕ್ಷಿಸುತ್ತಾ ಆತನನ್ನೇ ನೋಡುತ್ತಿದ್ದ.'

ಹೀಗೇಕೆ ಮಾಡಿದೆ ಬೃಹಸ್ಪತಿ?' ಶಿವ ಗಂಭೀರವಾಗಿ ಪ್ರಶ್ನಿಸಿದ.

'ದುಷ್ಟಶಕ್ತಿಯಿಂದ ನಿನ್ನನ್ನು ರಕ್ಷಿಸುವುದಕ್ಕಾಗಿ. ಆದರೆ ಏಕಾಂಗಿಯಾಗಿ ಅದರ ವಿರುದ್ಧ ಹೋರಾಡುವುದು ಅಸಾಧ್ಯ ಎಂದು ಇತ್ತೀಚೆಗಷ್ಟೇ ನನಗೆ ಮನವರಿಕೆಯಾಯಿತು'.

ಶಿವ ಹುಬ್ಬುಗಂಟಿಕ್ಕಿ ಕೇಳಿದ 'ಏನು ನೀನು ಐದು ವರ್ಷಗಳಿಂದ ಏಕಾಂಗಿಯಾಗಿ ದುಷ್ಟಶಕ್ತಿಯ ವಿರುದ್ಧ ಹೋರಾಡುತ್ತಿರುವೆಯಾ?'.

'ಹೌದು! ದುಷ್ಟಶಕ್ತಿ ಏಕಾಏಕಿ ಎದ್ದುನಿಲ್ಲುವುದಿಲ್ಲ. ನಿಧಾನವಾಗಿ ತನ್ನ ಕಬಂಧ ಬಾಹುಗಳನ್ನು ಚಾಚುತ್ತದೆ. ಅದು ನಮ್ಮಿಂದ ಅಡಗಿ ಕುಳಿತುಕೊಳ್ಳುವುದಿಲ್ಲ. ನಮಗೆ ಅಭಿಮುಖವಾಗೇ ನಿಲ್ಲುತ್ತದೆ. ದಶಕಗಳ ಕಾಲ ಎಚ್ಚರಿಕೆಯನ್ನು ನೀಡುತ್ತಾ ಇರುತ್ತದೆ. ಕೆಲವೊಮ್ಮೆ ಶತಮಾನದ ಗಡುವನ್ನೂ ನೀಡುತ್ತದೆ. ಅಂತಹ ದುಷ್ಟಶಕ್ತಿಯ ವಿರುದ್ಧ ಹೋರಾಡುವಾಗ ಸಮಯದ ಅಭಾವವಿರುವುದಿಲ್ಲ. ಆದರೆ ಅದರ ವಿರುದ್ಧ ಹೋರಾಡುವ ಇಚ್ಛಾಶಕ್ತಿ ಇರಬೇಕು'.

'ಆದರೆ ಇದನ್ನೆಲ್ಲಾ ನೀನು ಇಷ್ಟು ದಿನ ನನ್ನಿಂದೇಕೆ ಮುಚ್ಚಿಟ್ಟಿದ್ದೆ ಬೃಹಸ್ಪತಿ?'.

'ನನಗೆ ನಿನ್ನ ಮೇಲೆ ಅಪಾರ ನಂಬಿಕೆ ಇದೆ ಗೆಳೆಯ. ಆದರೆ ನಿನ್ನ ಸುತ್ತ-ಮುತ್ತಲಿರುವವರನ್ನು ನಂಬಲು ನನ್ನಿಂದ ಸಾಧ್ಯವಾಗಲಿಲ್ಲ. ನನ್ನ ಮಹೋನ್ನತ ಉದ್ದೇಶ ಮತ್ತು ಯೋಜನೆ ಅವರಿಗೇನಾದರೂ ತಿಳಿದಿದ್ದರೆ ಅವರು ಅದಕ್ಕೆ ಅಡ್ಡಿಪಡಿಸುತ್ತಿದ್ದರು. ನನ್ನ ಹತ್ಯೆಗೂ ಪ್ರಯತ್ನಿಸುತ್ತಿದ್ದರು. ನಾನು ಈ ಯೋಜನೆಯನ್ನು ಕೈಗೆತ್ತಿಕೊಂಡದ್ದು ನಿನ್ನ ಮೇಲಿನ ಪ್ರೀತಿಯಿಂದ. ಈಗ ನೀನು ಅವರೆಲ್ಲರಿಂದ ದೂರಾಗಿರುವೆ. ಹಾಗಾಗಿ ನಿಶ್ಚಿಂತೆಯಿಂದ ನಿನ್ನನ್ನು ಭೇಟಿಮಾಡುತ್ತಿದ್ದೇನೆ'.

'ಅದು ಸುಳ್ಳು. ನಿನ್ನ ಯೋಜನೆಯ ಯಶಸ್ಸಿಗೆ ನನ್ನ ಸಹಾಯ ಬೇಕಾಗಿದೆ. ಅದಕ್ಕಾಗಿ ನೀನು ನನ್ನನ್ನು ಭೇಟಿಮಾಡುತ್ತಿರುವೆ'.

'ನನ್ನ ಯೋಜನೆಯೆಂದರೆ ಅದು ನನ್ನದಲ್ಲ ನೀಲಕಂಠ. ಅದು ನಿನ್ನ ಯೋಜನೆ. ನೀನು ಮಾಡಬೇಕಾಗಿರುವ ಮಹತ್ಕಾರ್ಯ' ಬೃಹಸ್ಪತಿ ಮುಗುಳ್ನಗುತ್ತಾ ಹೇಳಿದ.

ಶಿವ ನಿರ್ಭಾವುಕನಾಗಿ ಬೃಹಸ್ಪತಿಯನ್ನೇ ನೋಡುತ್ತಿದ್ದ.

'ನಿಜ! ಬಹಳ ಹಿಂದೆಯೇ ನಾನು ನಿನ್ನನ್ನು ಭೇಟಿಮಾಡಬೇಕೆಂದುಕೊಂಡಿದ್ದೆ. ಅದಕ್ಕಿಂತಲೂ ಹೆಚ್ಚಾಗಿ ನಿನ್ನನ್ನು ಭೇಟಿಮಾಡಬೇಕಾದ ಅನಿವಾರ್ಯತೆ ನನಗಿತ್ತು. ಕಾರಣ ಈ ಮಹೋನ್ನತ ಕಾರ್ಯ ಸಾಧಿಸುವಲ್ಲಿ ನಾನು ವಿಫಲನಾಗಿದ್ದೇನೆ. ಇದೀಗ ಮಹಾಶಕ್ತಿ ಮತ್ತು ದುಷ್ಟಶಕ್ತಿಗಳೆಂಬ ಒಂದೇ ನಾಣ್ಯದ ಎರಡು ಮುಖಗಳು ಅದಲು ಬದಲಾಗುತ್ತಿದೆ. ದುಷ್ಟಶಕ್ತಿಯೊಂದು ಭಾರತ ದೇಶವನ್ನು ನುಂಗಲು ಸಜ್ಜಾಗಿದೆ. ಅದರಿಂದ ಈ ದೇಶವನ್ನು ರಕ್ಷಿಸುವುದು ನಿನ್ನಿಂದ ಮಾತ್ರ ಸಾಧ್ಯ. ಇಲ್ಲವಾದಲ್ಲಿ ನಮ್ಮ ಸುಂದರ ನಾಡು ಸಂಪೂರ್ಣ ನಾಶವಾಗಿ ಬಿಡುತ್ತದೆ'.

ಶಿವ ಬೃಹಸ್ಪತಿಯನ್ನೇ ನೋಡುತ್ತಾ ಕೇಳಿದ 'ಏನು! ಮಹಾಶಕ್ತಿ ಮತ್ತು ದುಷ್ಟಶಕ್ತಿಗಳೆಂಬ ಒಂದೇ ನಾಣ್ಯದ ಎರಡು ಮುಖಗಳು ಅದಲು ಬದಲಾಗುತ್ತಿದೆಯೇ?'.

ಬೃಹಸ್ಪತಿ ಹೌದು ಎಂದು ತಲೆಯಾಡಿಸಿದ.

ಶಿವನಿಗೆ ಮಹಾಶಕ್ತಿ ಮತ್ತು ದುಷ್ಟಶಕ್ತಿ ಒಂದೇ ನಾಣ್ಯದ ಎರಡು ಮುಖಗಳು ಎಂಬ ಮನುವಿನ ಮಾತು ನೆನಪಾಯಿತು. ಆತನ ಕಣ್ಣುಗಳು ಅರಳಿದವು.

ಆತ ಆಶ್ಚರ್ಯದಿಂದ ಕೇಳಿದ 'ದುಷ್ಟಶಕ್ತಿ ಎಂದರೇನು? ಎನ್ನುವುದು ಮುಖ್ಯವಲ್ಲ. ಆದರೆ ಮನುಕುಲಕ್ಕೆ ಒಳಿತನ್ನು ಮಾಡುತ್ತಿದ್ದ ಮಹಾಶಕ್ತಿ ದುಷ್ಟಶಕ್ತಿಯಾಗಿ ಬದಲಾದದ್ದು ಯಾವಾಗ? ಧರ್ಮ–ಅಧರ್ಮದ ನಾಣ್ಯ ಚಿಮ್ಮಿ ಅದಲು ಬದಲಾದದ್ದು ಯಾವಾಗ?'.

'ಅದು ಯಾವಾಗ ಬದಲಾಗುತ್ತದೆ ಎನ್ನುವುದನ್ನು ಮನು ಎಲ್ಲೂ ಹೇಳಿಲ್ಲ ನೀಲಕಂಠ. ಅದನ್ನು ಕಂಡುಹಿಡಿಯಬೇಕಾದವನು ಮಹಾದೇವನ ಸ್ವರೂಪಿಯಾದ ನೀನು'.

ಶಿವ ದೀರ್ಘ ನಿಟ್ಟುಸಿರು ಬಿಟ್ಟು ಕೈಯಿಂದ ಹಾಗೇ ಕಂಠವನ್ನು ಮುಟ್ಟಿ ನೋಡಿಕೊಂಡ. ಕಂಠ ಕುಳುಗುಡುತ್ತಿತ್ತು.

ಹಾಗೆಯೇ ಮನಸ್ಸಿನಲ್ಲೇ ಯೋಚಿಸಿದ 'ಮಹಾಪಯಣ ಎಲ್ಲಿ ಪ್ರಾರಂಭಗೊಳ್ಳುತ್ತದೆಯೋ ಅಲ್ಲೇ ಕೊನೆಗೊಳ್ಳಬೇಕು. ನಮ್ಮ ಜೀವಿತಾವಧಿಯಲ್ಲಿ ನಮಗೆ ದೊರೆತಿರುವ ಮಹಾಶಕ್ತಿ ಯಾವುದು? ಸಹಜವಾಗಿ ಅದು ಸೋಮರಸವಲ್ಲದೆ ಮತ್ತೇನೂ ಅಲ್ಲ. ಅಂದರೆ ಸೋಮರಸವೇ ದುಷ್ಟಶಕ್ತಿಯಾಗಿ ಪರಿವರ್ತನೆಗೊಳ್ಳುತ್ತಿದೆಯೇ? ಅದೇ ಜಗತ್ತಿನ ಸಮತೋಲನವನ್ನು ಹಾಳುಮಾಡುತ್ತಿದೆಯೇ?'.

ಥಟ್ಟನೆ ಬೃಹಸ್ಪತಿಯೆಡೆಗೆ ತಿರುಗಿ ಕೇಳಿದ 'ಹೇಳು ಬೃಹಸ್ಪತಿ! ಅದು ಹೇಗೆ ಸಾಧ್ಯ?'.

ಬೃಹಸ್ಪತಿ ಶಿವನಿಂದ ಪ್ರಶ್ನೆ ಇನ್ನೂ ಸ್ಪಷ್ಟವಾಗಿ ಬರಲಿ ಎಂದು ಕಾಯುತ್ತಿದ್ದ.

'ಮಹಾಶಕ್ತಿಯಾಗಿದ್ದ ಸೋಮರಸ ದುಷ್ಟಶಕ್ತಿಯಾಗಿ ಪರಿವರ್ತನೆಗೊಳ್ಳುತ್ತಿದೆ ಎಂದು ನಿನಗೇಕೆ ಅನಿಸುತ್ತಿದೆ ಹೇಳು ಬೃಹಸ್ಪತಿ?'.

ಇತ್ತ ಗೋಧಾವರಿ ನದಿಯಲ್ಲಿ ಶಿವನ ದಂಡಿನ ಮೇಲೆ ಆಕ್ರಮಣವಾಗಿ ಕೆಲವು ದಿನಗಳಷ್ಟೇ ಕಳೆದಿತ್ತು. ಅದೃಷ್ಟವಶಾತ್ ಎಲ್ಲರೂ ಅಪಾಯದಿಂದ ಪಾರಾಗಿದ್ದರು. ಶಿವ ಮೆಲೂಹದ ದಂಡನಾಯಕ ಪರ್ವತೇಶ್ವರ ಮತ್ತು ಅಯೋಧ್ಯೆಯ ಯುವರಾಜ ಭಗೀರಥನಿಗೆ ದಾಳಿಯ ಬಗ್ಗೆ ಸಂಪೂರ್ಣ ತನಿಖೆ ಮಾಡಿ ಅದರ ಹಿಂದಿನ

ಸೂತ್ರಧಾರಿಗಳನ್ನು ಕಂಡುಹಿಡಿಯುವಂತೆ ಆದೇಶ ನೀಡಿದ್ದ. ಅಲ್ಲದೆ ನೂರು ಮಂದಿ ಸೈನಿಕರನ್ನು ನದಿಯ ದಂಡೆಯಲ್ಲೇ ಬಿಟ್ಟು ಉಳಿದವರೊಂದಿಗೆ ಪಂಚವಟಿಗೆ ಬಂದು ಸೇರಿದ್ದ. ಪರ್ವತೇಶ್ವರ ಮತ್ತು ಭಗೀರಥ ದಾಳಿ ನಡೆದ ಸ್ಥಳದಲ್ಲಿ ದೊರೆಯುವ ಪ್ರತಿಯೊಂದು ವಸ್ತುವನ್ನೂ ಹುಡುಕಾಡಿ ತನ್ನಿ ಎಂದು ಸೈನಿಕರಿಗೆ ಖಡಕ್ ಆದೇಶ ನೀಡಿದ್ದರು. ಅದರಂತೆ ಸೈನಿಕರು ಭಗ್ನಾವಶೇಷಗೊಂಡಿದ್ದ ಹಡಗಿನ ಒಡಕು ಮುರುಕುಗಳನ್ನು ಆರಿಸಿ ತಂದು ಒಪ್ಪಿಸಿದ್ದರು. ಅವುಗಳಲ್ಲಿ ಒಂದಷ್ಟು ಮರದ ಹಲಗೆಗಳಿದ್ದವು. ಪರ್ವತೇಶ್ವರ ಹಲಗೆಯೊಂದನ್ನು ಹಿಡಿದು ಸೂಕ್ಷ್ಮವಾಗಿ ಪರಿಶೀಲಿಸತೊಡಗಿದ. ಕೆಲವೇ ಕ್ಷಣಗಳಲ್ಲಿ ಆತನ ಮುಖದಲ್ಲಿ ಆತಂಕದ ಗೆರೆಗಳು ಮೂಡಿದವು. ಹಾಗೇ ಸುಮ್ಮನೆ ಸೈನಿಕರತ್ತ ತಿರುಗಿನೋಡಿದ. ಅವರೆಲ್ಲರೂ ಸಾಕಷ್ಟು ದೂರದಲ್ಲಿ ನಿಂತಿದ್ದರು. ಪರ್ವತೇಶ್ವರನಗೆ ಸ್ವಲ್ಪ ನಿರಾಳವಾಯಿತು. ಕಾರಣ ಅವರ್‍ಯಾರಿಗೂ ದಾಳಿಯ ಹಿಂದಿನ ಸತ್ಯ ಈಗಲೇ ತಿಳಿಯಬಾರದು ಎಂಬುದು ಆತನ ಇಚ್ಛೆಯಾಗಿತ್ತು.

ವಾಸವದಲ್ಲಿ ಹಲಗೆಗೆ ಹೊಡೆಯಲಾಗಿದ್ದ ಕಟಿಮೊಳೆಗಳು ಮೆಲೂಹದಲ್ಲಿ ತಯಾರಾಗಿದ್ದವು.

'ದಕ್ಷ ಮಹಾರಾಜ! ಶ್ರೀರಾಮನೇ ನಿನ್ನ ಆತ್ಮವನ್ನು ಕಾಪಾಡಬೇಕು!' ಪರ್ವತೇಶ್ವರ ಚೀರಿದ.

ಭಗೀರಥ ಪರ್ವತೇಶ್ವರನತ್ತ ತಿರುಗಿ ಕೇಳಿದ 'ಏನಾಯಿತು?'.

ಪರ್ವತೇಶ್ವರ ಕೋಪದಿಂದ ಹೇಳಿದ 'ಮೆಲೂಹದ ಹೆಸರಿಗೆ ಮಸಿ ಬಳಿಯಲಾಗಿದೆ. ಮೆಲೂಹದ ಗೌರವವನ್ನು ಎತ್ತಿಹಿಡಿಯಬೇಕಾದವರೇ ಅದಕ್ಕೆ ಶಾಶ್ವತ ಕಳಂಕ ತಂದಿದ್ದಾರೆ'.

ಭಗೀರಥ ಗಾಬರಿಯಿಂದ ನೋಡುತ್ತಿದ್ದ.

'ನರ್ಮದಾ ನದಿಯಲ್ಲಿ ನಮ್ಮ ಮೇಲೆ ಆಕ್ರಮಣ ಮಾಡಲು ಹಡಗುಗಳನ್ನು ಕಳುಹಿಸಿದವನು ದಕ್ಷ ಮಹಾರಾಜ' ಪರ್ವತೇಶ್ವರ ಮೆಲುದನಿಯಲ್ಲಿ ಪಿಸುಗುಟ್ಟಿದ.

ಭಗೀರಥ ಒಂದೆರಡು ಹೆಜ್ಜೆ ಮುಂದೆ ಬಂದು ಹಲಗೆಯನ್ನೇ ನೋಡಲಾರಂಭಿಸಿದ. ಆತನಿಗೆ ಪರ್ವತೇಶ್ವರನ ಮಾತುಗಳನ್ನು ನಂಬಲಾಗಲಿಲ್ಲ.

'ಹೇಗೆ ಅಂತಹ ನಿರ್ಧಾರಕ್ಕೆ ಬಂದೆ ಪರ್ವತೇಶ್ವರ?'.

'ಈ ಮರದ ಹಲಗೆಗೆ ಹೊಡೆದಿರುವ ಮೊಳೆಗಳು ಮೆಲೂಹದ್ದು. ಅಂದರೆ ಈ ಹಡಗುಗಳು ತಯಾರಾಗಿರುವುದು ಮೆಲೂಹದಲ್ಲೇ'.

ಭಗೀರಥ ಹಲಗೆಯನ್ನು ಮತ್ತಷ್ಟು ಸೂಕ್ಷ್ಮವಾಗಿ ಗಮನಿಸಿ ಹೇಳಿದ 'ಹೌದು! ಅಷ್ಟೇ ಅಲ್ಲ, ಆ ಹಲಗೆಯನ್ನು ನೋಡು. ಅದರ ಹೊರ ಪದರ ಮತ್ತು ಅಂಚುಗಳಲ್ಲಿರುವ ಆಧಾರಕಟ್ಟು ಮರದ ಸಂದಿಗಳಿಗೆ ನೀರು ಇಳಿಯದಂತೆ ರಕ್ಷಿಸುತ್ತವೆ. ಇದು ಅಯೋಧ್ಯೆಯಲ್ಲಿ ಬಳಸುವ ತಂತ್ರಜ್ಞಾನ'.

'ಅಯ್ಯೋ ಶ್ರೀರಾಮ.......'.

'ಹೌದು! ಹೊರನೋಟಕ್ಕೆ ದಕ್ಷ ಮಹಾರಾಜ ಮತ್ತು ನನ್ನ ತಂದೆ ಇಬ್ಬರೂ ಒಂದುಗೂಡಿ ನೀಲಕಂಠನ ವಿರುದ್ಧ ಸಂಚುಮಾಡಿ ಈ ದಾಳಿ ನಡೆಸಿದ್ದಾರೆ ಎನಿಸುತ್ತಿದೆ' ಭಗೀರಥ ಹೇಳಿದ.

— ⅄◎⩡⍏⊛ —

ಬೃಗು, ದಕ್ಷ ಮತ್ತು ದಿಲೀಪ ಮೂವರೂ ಮೆಲೂಹದ ಸಾರ್ವಭೌಮನ ಅರಮನೆಯ ಖಾಸಗಿ ಕೋಣೆಯಲ್ಲಿ ಸಭೆ ಸೇರಿದ್ದರು. ಬೃಗು ಮತ್ತು ದಿಲೀಪ ಹಿಂದಿನ ದಿನವಷ್ಟೇ ದೇವಗಿರಿಗೆ ಬಂದಿಳಿದಿದ್ದರು. ದಕ್ಷ ಪೇಲವ ಮುಖಹೊತ್ತು ಕುಳಿತಿದ್ದ. ಪ್ರೀತಿಯ ಮಗಳು ಸತಿ ದೂರವಾದ ನೋವು ಆತನ ಹೃದಯವನ್ನು ಹಿಂಡುತ್ತಿತ್ತು. ಒಂದು ವರ್ಷದ ಹಿಂದೆ ಕಾಶಿಯಲ್ಲಿ ನಡೆದ ಕಹಿಘಟನೆ ಆತನ ಮನಸ್ಸಿನಿಂದ ಇನ್ನೂ ದೂರವಾಗಿರಲಿಲ್ಲ. ಇತ್ತ ಕೆಲವೇ ತಿಂಗಳ ಹಿಂದೆ ಪಂಚವಟಿಗೆ ಹೋಗುವ ದಾರಿಯಲ್ಲಿ ನೀಲಕಂಠನನ್ನು ಹತ್ಯೆಮಾಡಲು ಬೃಗು ರಹಸ್ಯ ಯೋಜನೆಯೊಂದನ್ನು ರೂಪಿಸಿದ್ದ. ಮೊದಲು ಶಿವನನ್ನು ಕೊಂದು ನಂತರ ಪಂಚವಟಿಯನ್ನು ನಾಶಮಾಡುವ ಉದ್ದೇಶದಿಂದ ಐದು ಬೃಹತ್ ಹಡಗುಗಳನ್ನು ಕಳುಹಿಸಿದ್ದ. ಆ ಹಡಗುಗಳನ್ನು ನಿರ್ಮಿಸಲು ದಿಲೀಪ ತನ್ನ ಸಾಮ್ರಾಜ್ಯದ ಅತ್ಯಾಧುನಿಕ ತಂತ್ರಜ್ಞಾನವನ್ನು ದಕ್ಷನಿಗೆ ನೀಡಿದ್ದ. ಭಾರತ ದೇಶದ ಜನಕ್ಕೆ ದುಷ್ಟ ನಾಗಾಗಳು ನೀಲಕಂಠನನ್ನು ನಂಬಿಸಿ ಈ ಹತ್ಯೆಮಾಡಿದ್ದಾರೆ ಎಂಬ ಸುಳ್ಳು ಸುದ್ದಿಯನ್ನು ಹಬ್ಬಿಸುವುದಕ್ಕೆ ಬೃಗು ಸಿದ್ಧತೆ ಮಾಡಿಕೊಂಡಿದ್ದ. ತನ್ನ ಕಾರ್ಯ ಕೈಗೂಡಿದ ನಂತರ ಬೃಗು ಶಿವನಗೆ ಹೊಸದೊಂದು ಹೆಸರಿಡುವ ಬಗ್ಗೆಯೂ ನಿರ್ಧರಿಸಿದ್ದ. ಅದು 'ಭೋಲೇನಾಥ್' ಎಂದು. ಭೋಲೇನಾಥ್ ಎಂದರೆ ಸುಲಭವಾಗಿ 'ಮೋಸ ಹೋಗುವವನು' ಎಂದರ್ಥ. ಹೀಗೆ ದಕ್ಷ, ಬೃಗು ಮತ್ತು ದಿಲೀಪ ಒಂದುಗೂಡಿ ಒಂದೇ ಏಟಿಗೆ ನೀಲಕಂಠ ಮತ್ತು ನಾಗಾಗಳನ್ನು ನಾಶಮಾಡುವ ಪ್ರಯತ್ನ ಮಾಡಿದ್ದರು. ಆದರೆ ದಾಳಿಯ ನಂತರ ಏನಾಯಿತು ಎಂದು ತಿಳಿದುಕೊಳ್ಳುವುದಕ್ಕೆ ಹಡಗಿನಲ್ಲಿದ್ದ ಯಾರೊಬ್ಬರೂ ಬದುಕುಳಿದಿರಲಿಲ್ಲ. ಹಾಗಾಗಿ ಮೂವರೂ ಆತಂಕಕ್ಕೆ ಒಳಗಾಗಿದ್ದರು.

'ನಮ್ಮವರು ಈ ಕೆಲಸವನ್ನು ಯಶಸ್ವಿಯಾಗಿ ಮಾಡಿ ಮುಗಿಸುತ್ತಾರೆ ಅಲ್ಲವೇ ಮಹಾಸ್ವಾಮಿ' ದಿಲೀಪ ಕೇಳಿದ.

ಬೃಗು ಒಂದು ಕ್ಷಣ ದಕ್ಷನತ್ತ ನೋಡಿ ನಂತರ ದಿಲೀಪನತ್ತ ತಿರುಗಿದ. ಇತ್ತೀಚೆಗೆ ಬೃಗುವಿಗೆ ದಕ್ಷನಗಿಂತಲೂ ದಿಲೀಪನ ಮೇಲೆ ನಂಬಿಕೆ ಮತ್ತು ವಿಶ್ವಾಸ ಹೆಚ್ಚಾಗಿತ್ತು.

ಆತ ಹೇಳಿದ 'ಅವರು ಖಂಡಿತ ಯಶಸ್ವಿಯಾಗುತ್ತಾರೆ. ಸಧ್ಯದಲ್ಲೇ ನಮಗೆ ಈ ಬಗ್ಗೆ ಶುಭಸುದ್ದಿ ಬರುತ್ತದೆ'.

ದಿಲೀಪ ಆತಂಕದಿಂದಲೇ ಹೇಳಿದ 'ಗುರುಗಳೇ....ಯಾರಿಗೂ ನಮ್ಮ ಮೇಲೆ ಅನುಮಾನ ಬರುವುದಿಲ್ಲ ತಾನೆ. ನೀಲಕಂಠನ ಹತ್ಯೆಯ ಹಿಂದೆ ನಮ್ಮ ಕೈವಾಡವಿದೆ ಎಂದು ಅಯೋಧ್ಯೆಯ ಜನಗಳಿಗೇನಾದರೂ ತಿಳಿದರೆ ನಾವು ಅವರ ಆಕ್ರೋಶಕ್ಕೆ ಗುರಿಯಾಗುವುದು ಖಚಿತ'.

ಬೃಗು ಶಾಂತಚಿತ್ತದಿಂದ ಹೇಳಿದ 'ಹಾಗೇನೂ ಆಗುವುದಿಲ್ಲ ದಿಲೀಪ. ಅಂದಹಾಗೆ ಆ ಪರದೇಶಿ ನೀಲಕಂಠನಲ್ಲ. ಹಾಗೆಂದು ಆತ ಘೋಷಿಸಿಕೊಂಡಿದ್ದಾನೆ ಅಷ್ಟೇ. ಆತ ವಾಯುಪುತ್ರ ಮಂಡಳಿಯಿಂದ ನಿಯೋಜಿಸಲ್ಪಟ್ಟವನಲ್ಲ. ಹಾಗಾಗಿ ನಾನೂ ಆತನನ್ನು ನೀಲಕಂಠನೆಂದು ಒಪ್ಪಿಕೊಳ್ಳುವುದಿಲ್ಲ'.

ದಿಲೀಪ ವಾಯುಪುತ್ರರ ಬಗ್ಗೆ ಅಲ್ಲಲ್ಲಿ ಜನ ಮಾತನಾಡಿಕೊಳ್ಳುತ್ತಿದ್ದುದನ್ನು ಕೇಳಿದ್ದ. ಆದರೆ ಆತನಿಗೆ ರುದ್ರದೇವನ ಅನುಯಾಯಿಗಳಾದ ವಾಯುಪುತ್ರರ ಅಸ್ತಿತ್ವದ ಬಗ್ಗೆ ಖಚಿತವಾದ ಯಾವ ಮಾಹಿತಿಯೂ ತಿಳಿದಿರಲಿಲ್ಲ.

'ಹಾಗಾದರೆ ಆತನ ಕಂಠದಲ್ಲಿ ನೀಲಿ ಬಣ್ಣವಿದೆಯಲ್ಲ? ಅದು ಹೇಗೆ ಸಾಧ್ಯ?' ದಿಲೀಪ ಪ್ರಶ್ನಿಸಿದ.

ಬೃಗು ತಲೆಯಾಡಿಸುತ್ತಾ ಹೇಳಿದ 'ಅದು ಹೇಗೆ ಎನ್ನುವುದು ನನಗೂ ನಿಗೂಢವಾಗಿದೆ. ಆದರೆ ವಾಯುಪುತ್ರ ಮಂಡಳಿಯಲ್ಲಿ ದುಷ್ಟಶಕ್ತಿ ತನ್ನ ಪ್ರಭಾವವನ್ನು ಬೀರುತ್ತಿದೆಯೋ ಇಲ್ಲವೋ ಎಂಬುದರ ಬಗ್ಗೆ ಇನ್ನೂ ಚರ್ಚೆ ನಡೆಯುತ್ತಿದೆ. ಹಾಗಾಗಿ ಅವರೇನೂ ನೀಲಕಂಠನನ್ನು ಆಯ್ಕೆಮಾಡಿಲ್ಲ. ಆದರೆ ಮೆಲೂಹದ ಸಾಮ್ರಾಟ ನೀಲಕಂಠನನ್ನು ಹುಡುಕಿ ಆತನಿಗೆ ಗೌರವ ಮತ್ತು ಮನ್ನಣೆ ನೀಡಿದ್ದಾನೆ. ಅದಕ್ಕೆ ನನ್ನ ಆಕ್ಷೇಪಣೆಯೇನೂ ಇಲ್ಲ'. ಬೃಗುವಿನ ಮಾತಿನಲ್ಲಿ ವ್ಯಂಗ್ಯವಿತ್ತು.

ದಿಲೀಪ ತುಸು ಮುಜುಗರಗೊಂಡ. ಬೃಗು ಮಾತು ಮುಂದುವರಿಸಿದ.

'ನಿಜ! ಆತನಿಗೆ ನೀಲಿ ಕಂಠವಿದೆ. ಹಾಗೆಂದ ಮಾತ್ರಕ್ಕೆ ಆತನಿಗೆ ಇಡೀ ದೇಶದ ಜನರನ್ನು ರಕ್ಷಿಸುವ ಸಾಮರ್ಥ್ಯವಿದೆ ಎಂದು ನನಗನಿಸುತ್ತಿಲ್ಲ. ಕಾರಣ ಆತನನ್ನು ವಾಯುಪುತ್ರ ಮಂಡಳಿ ನಿಯೋಜಿಸಿಲ್ಲ. ಆತ ಯಾವ ತರಬೇತಿಯನ್ನೂ ಪಡೆದಿಲ್ಲ. ನೀಲಕಂಠನ ಜವಾಬ್ದಾರಿಯನ್ನು ನಿರ್ವಹಿಸಲು ಬೇಕಾದ ಶಿಕ್ಷಣ ಆತನಿಗೆ ದೊರೆತಿಲ್ಲ. ಆದರೂ ಟಿಬೆಟ್ಟಿನಿಂದ ಬಂದಿರುವ ಈ ಅಲೆಮಾರಿ ಮೆಲೂಹದ ಮಹತ್ವಾಕಾಂಕ್ಷೆಯನ್ನು ಈಡೇರಿಸಬಲ್ಲ ಎಂದು ದಕ್ಷ ಭಾವಿಸಿದ್ದಾನೆ. ಈ ವಿಚಾರದಲ್ಲಿ ದಕ್ಷನನ್ನು ನಂಬಿ ನಾನು ತಪ್ಪುಮಾಡಿದೆ'.

ದಿಲೀಪ ದಕ್ಷನೆಡೆಗೆ ತಿರುಗಿದ. ಒಂದೆರಡು ನಿಮಿಷ ಎಲ್ಲರೂ ಮೌನವಾಗಿದ್ದರು. ನಂತರ ಆತ ಬೃಗುವಿನೆಡೆಗೆ ತಿರುಗಿ ಹೇಳಿದ 'ಏನೇ ಆಗಲಿ ದುಷ್ಟ ನಾಗಾಗಳು ಸಂಹಾರವಾದರೆ ದುಷ್ಟಶಕ್ತಿ ಸಂಹಾರವಾದಂತೆ ಅಲ್ಲವೇ ಗುರುಗಳೇ?'.

'ನಾಗಾಗಳು ದುಷ್ಟರು ಎಂದು ನಿನಗೆ ಹೇಳಿದವರಾರು ದಿಲೀಪ?' ಬೃಗು ಪ್ರಶ್ನಿಸಿದ.

'ನೀವೇನು ಹೇಳುತ್ತಿರುವಿರಿ ಗುರುಗಳೇ! ನಾಗಾಗಳೊಂದಿಗೆ ನಾವು ನಂಟು ಬೆಳೆಸಬಹುದು ಎಂಬುದೇ ನಿಮ್ಮ ಮಾತಿನ ಅರ್ಥ?'.

'ಧರ್ಮ ಮತ್ತು ಅಧರ್ಮದ ಹೋರಾಟದಲ್ಲಿ ಯಾರು ಎಲ್ಲಿರುತ್ತಾರೆ? ಯಾರ ಪರವಾಗಿರುತ್ತಾರೆ? ಎಂದು ಹೇಳುವುದು ಕಷ್ಟ'.

ದಿಲೀಪನಿಗೆ ಬೃಗುವಿನ ನಿಗೂಢ ಮಾತುಗಳು ಅರ್ಥವಾಗಲಿಲ್ಲ. ಸುಮ್ಮನೆ ತಲೆಯಾಡಿಸಿದ.

'ನಾಗಾಗಳು ದುಷ್ಟರಲ್ಲ. ಆದರೆ ಅವರು ತಪ್ಪು ದಾರಿಯಲ್ಲಿ ಸಾಗುತ್ತಿದ್ದಾರೆ. ಅದು ಹೇಗೆ ಎಂಬುದು ನಿನಗೆ ಗೊತ್ತೇ?'.

ದಿಲೀಪ ಗೊಂದಲದಿಂದ ತಲೆಯಾಡಿಸಿದ.

'ಹೌದು! ನಾಗಾಗಳು ಬ್ರಹ್ಮ ಸೃಷ್ಟಿಸಿದ ಜಗತ್ತಿನ ಶ್ರೇಷ್ಠ ಅನ್ವೇಷಣೆಯಾದ ಸೋಮರಸವನ್ನು ದ್ವೇಷಿಸುತ್ತಿದ್ದಾರೆ. ಅದನ್ನು ನಾಶಮಾಡಲು ಹೊರಟಿದ್ದಾರೆ. ಹಾಗಾಗಿ ನಾವು ಏನೇ ಆದರೂ ಸೋಮರಸವನ್ನು ರಕ್ಷಿಸಲೇಬೇಕು'.

ದಿಲೀಪನಗೆ ಈಗಲೂ ಬೃಗುವಿನ ಮಾತು ಅರ್ಥವಾಗಲಿಲ್ಲ. ಈ ವಿಚಾರದಲ್ಲಿ ಮಹರ್ಷಿಗಳೊಂದಿಗೆ ವಾದಮಾಡುವ ಬದಲು ಸುಮ್ಮನೆ ಅವರ ಮಾತನ್ನು ಒಪ್ಪಿಕೊಳ್ಳುವುದೇ ಸರಿ ಎಂಬ ನಿರ್ಧಾರಕ್ಕೆ ಬಂದ. ಅಷ್ಟೇ ಅಲ್ಲದೇ ಆತ ಆರೋಗ್ಯವಾಗಿ ಬದುಕುವುದಕ್ಕೆ ಬೃಗು ನೀಡುತ್ತಿದ್ದ ಔಷಧಿ ಅತ್ಯಾವಶ್ಯಕವಾಗಿ ಬೇಕಾಗಿತ್ತು.

'ಭಾರತ ದೇಶದ ಭವ್ಯ ಭವಿಷ್ಯಕ್ಕಾಗಿ ನಾವು ಈ ಹೋರಾಟವನ್ನು ಮುಂದುವರಿಸಬೇಕು. ಯಾವುದೇ ಕಾರಣಕ್ಕೂ ಈ ನೆಲದ ಮಹಾನ್‌ಶಕ್ತಿ ನಾಶಗೊಳ್ಳಲು ನಾನು ಬಿಡುವುದಿಲ್ಲ'.

ಅಧ್ಯಾಯ – 2

ದುಷ್ಟಶಕ್ತಿ ಎಂದರೇನು?

'ನಿಜ! ಸೋಮರಸ ಭೂಮಂಡಲದ ಶ್ರೇಷ್ಠ ಸೃಷ್ಟಿ. ನಮ್ಮ ಬದುಕನ್ನು ರೂಪಿಸಿದ ಸಂಜೀವಿನಿ. ಅಂತೆಯೇ ಎಂದಾದರೊಂದು ದಿನ ಇದೇ ಸೋಮರಸ ದುಷ್ಟಶಕ್ತಿಯಾಗಿ ನಮ್ಮನ್ನು ಕಾಡುತ್ತದೆ ಎನ್ನುವುದೂ ಅಷ್ಟೇ ಸತ್ಯ. ಯಾವ ಕಾಲಕ್ಕೆ, ಯಾವ ಸಮಯಕ್ಕೆ ಸೋಮರಸ ದುಷ್ಟಶಕ್ತಿಯಾಗಿ ಪರಿವರ್ತನೆಗೊಳ್ಳುತ್ತದೆ ಎನ್ನುವುದಷ್ಟೇ ನಮ್ಮ ಮುಂದಿರುವ ಪ್ರಶ್ನೆ' ಬೃಹಸ್ಪತಿ ಹೇಳಿದ.

ಶಿವ, ಸತಿ, ಕಾಳಿ ಮತ್ತು ಗಣೇಶ ಗಂಭೀರವಾಗಿ ಬೃಹಸ್ಪತಿಯ ಮಾತನ್ನು ಆಲಿಸುತ್ತಿದ್ದರು. ಮಾತುಕತೆ ನಿರಾತಂಕವಾಗಿ ಸಾಗಲಿ ಎಂಬ ಕಾರಣಕ್ಕೆ ಬೃಹಸ್ಪತಿ ಮಕ್ಕಳಿಗೆ ಅಂದು ಮಧ್ಯಾಹ್ನ ರಜೆ ನೀಡಿದ್ದ.

'ನನ್ನ ಅನ್ನಿಸಿಕೆಯಂತೆ ಯಾವಾಗ ಸೋಮರಸ ಸೃಷ್ಟಿಯಾಯಿತೋ ಅಂದೇ ಅದು ದುಷ್ಟಶಕ್ತಿಯಾಗಿ ರೂಪತಾಳಿತು' ಕಾಳಿ ಹೇಳಿದಳು.

ಶಿವ ಕಾಳಿಯ ಮಾತನ್ನು ನಿರ್ಲಕ್ಷಿಸಿ ಬೃಹಸ್ಪತಿಗೆ ಮಾತು ಮುಂದುವರಿಸುವಂತೆ ಹೇಳಿದ.

'ಜಗತ್ತಿನ ಪ್ರತಿ ಅನ್ವೇಷಣೆಯಲ್ಲೂ ಧನಾತ್ಮಕ ಮತ್ತು ಋಣಾತ್ಮಕ ಪರಿಣಾಮಗಳು ಇದ್ದೇ ಇರುತ್ತವೆ. ಧನಾತ್ಮಕ ಪರಿಣಾಮ ಋಣಾತ್ಮಕ ಪರಿಣಾಮಗಳಿಗಿಂತ ಹೆಚ್ಚಾದಾಗ ಸಹಜವಾಗಿ ಅಂತಹ ಅನ್ವೇಷಣೆಗಳು ನಮಗೆ ಒಪ್ಪಿತವಾಗುತ್ತವೆ. ಅಂತೆಯೇ ನಾವು ಅದನ್ನು ಹೆಚ್ಚು ಹೆಚ್ಚು ಬಳಸುತ್ತೇವೆ. ಸೋಮರಸವೂ ಇದಕ್ಕೆ ಹೊರತಲ್ಲ. ಸೋಮರಸ ನಮ್ಮ ಜೀವನ ಶೈಲಿಯನ್ನು ರೂಪಿಸಿತು, ಆಯುಷ್ಯವನ್ನು ವೃದ್ಧಿಸಿತು, ಉತ್ತಮ ಆರೋಗ್ಯವನ್ನು ನೀಡಿತು. ಆ ಮೂಲಕ ಮನುಕುಲಕ್ಕೆ ಉತ್ತಮ ಸೇವೆಸಲ್ಲಿಸುವ ಅಪೂರ್ವ ಅವಕಾಶವೊಂದನ್ನು ದಯಪಾಲಿಸಿತು. ಮೊದಲಿಗೆ ಸೋಮರಸ ಬ್ರಾಹ್ಮಣರಿಗೆ ಮಾತ್ರ ಸೀಮಿತವಾಗಿತ್ತು. ಹಾಗಾಗಿ ಬ್ರಾಹ್ಮಣರ ಆಯಸ್ಸು ದ್ವಿಗುಣಗೊಂಡಿತು. ಅಕ್ಷರಶಃ ವಿಪ್ರರು ದ್ವಿಜರಾದರು'.

ಶಿವ ಸುಮ್ಮನೆ ತಲೆಯಾಡಿಸಿದ. ಈ ವಿಚಾರವನ್ನು ದಕ್ಷ ಮಹಾರಾಜ ಬಹಳ ಹಿಂದೆಯೇ ಶಿವನಿಗೆ ತಿಳಿಸಿದ್ದ.

'ಕಾಲಚಕ್ರ ಉರುಳಿದಂತೆ ಶ್ರೀರಾಮ ಬ್ರಾಹ್ಮಣರಿಗಷ್ಟೇ ಅಲ್ಲದೆ ಸಮಾಜದ ಎಲ್ಲ ವರ್ಗದ ಜನರಿಗೂ ಸೋಮರಸ ದೊರೆಯುವಂತೆ ಮಾಡಿದ. ಪರಿಣಾಮ ಇಡೀ ಸಮಾಜ ಔನ್ನತ್ಯವನ್ನು ಸಾಧಿಸಿತು. ಮೆಲೂಹ ಜಗತ್ತಿಗೇ ಮಾದರಿ ಸಾಮ್ರಾಜ್ಯವಾಯಿತು'.

'ಈ ವಿಚಾರವೆಲ್ಲವೂ ನನಗೆ ತಿಳಿದಿದೆ ಬೃಹಸ್ಪತಿ. ಆದರೆ ಸೋಮರಸ ದುಷ್ಟಶಕ್ತಿಯಾಗಿ ರೂಪುಗೊಂಡ ಬಗೆ ಹೇಗೆ? ಅದಕ್ಕೆ ಕಾರಣವೇನು ಎಂಬುದನ್ನು ತಿಳಿಸು' ಶಿವ ಕೇಳಿದ.

'ಸೋಮರಸ ದುಷ್ಟಶಕ್ತಿಯಾಗಿ ರೂಪುಗೊಂಡಿರುವ ಬಗ್ಗೆ ಮೊದಲ ಕುರುಹು ದೊರೆತದ್ದು ನಾಗಾಗಳಿಂದ. ನಾಗಾಗಳು ಮೊದಲಿನಿಂದಲೂ ಈ ದೇಶದ ಅವಿಭಾಜ್ಯ ಅಂಗವಾಗಿದ್ದವರು. ಮೂಲತಃ ಬ್ರಾಹ್ಮಣರು. ಉದಾಹರಣೆಗೆ ಶ್ರೀರಾಮನ ಪರಮ ವೈರಿ ರಾವಣ ಸಹ ಬ್ರಾಹ್ಮಣ ಹಾಗೂ ನಾಗಾ ಎನ್ನುವುದು ಸುಳ್ಳಲ್ಲ'.

'ಏನು ರಾವಣ ಬ್ರಾಹ್ಮಣನೇ?' ಸತಿ ಆಶ್ಚರ್ಯದಿಂದ ಕೇಳಿದಳು.

ಕೂಡಲೇ ಕಾಳಿ ಉತ್ತರಿಸಿದಳು 'ಹೌದು! ರಾವಣ ಹುಟ್ಟಿನಿಂದ ಬ್ರಾಹ್ಮಣ. ಇದು ಎಲ್ಲ ನಾಗಾಗಳಿಗೂ ತಿಳಿದಿರುವ ವಿಚಾರ. ರಾವಣ ಮಹಾಋಷಿ ಮಹಾಬ್ರಾಹ್ಮಣ ವಿಶ್ರವನ ಮಗ. ಧರ್ಮಚಿಂತನೆ, ದಯಾಪರತೆ ಮತ್ತು ಪರೋಪಕಾರವನ್ನೇ ಉಸಿರಾಗಿಸಿಕೊಂಡಿದ್ದ ರಾಜ. ಆತ ತೀಕ್ಷ್ಣಮತಿ, ಮಹಾಮೇಧಾವಿ, ಉಗ್ರಪ್ರತಾಪಿ. ರುದ್ರದೇವನ ಪರಮ ಭಕ್ತ. ಆದರೆ ಆತನಲ್ಲಿ ಕೆಲವು ಮಾನವ ಸಹಜ ದೌರ್ಬಲ್ಯಗಳಿತ್ತು. ಆದರೆ ಸಪ್ತಸಿಂಧುವಿನ ಜನ ತಿಳಿದುಕೊಂಡಿರುವಂತೆ ಆತ ಕ್ರೂರಿಯೂ ಅಲ್ಲ, ದುಷ್ಟನೂ ಅಲ್ಲ'.

'ನೀನೇನು ಹೇಳುತ್ತಿರುವೆ ಕಾಳಿ! ಅಂದರೆ ರಾವಣನ ವ್ಯಕ್ತಿತ್ವ ರಾಮನ ವ್ಯಕ್ತಿತ್ವಕ್ಕಿಂತ ಉನ್ನತಮಟ್ಟದಲ್ಲಿತ್ತು ಎಂದೇ ನಿನ್ನ ಮಾತಿನ ಅರ್ಥ?' ಸತಿ ಪ್ರಶ್ನಿಸಿದಳು.

'ಖಂಡಿತಾ ಇಲ್ಲ! ಶ್ರೀರಾಮ ಜಗತ್ತಿನ ಅತ್ಯಂತ ಶ್ರೇಷ್ಠ ಚಕ್ರವರ್ತಿ ಎನ್ನುವುದರಲ್ಲಿ ಎರಡು ಮಾತಿಲ್ಲ. ಆದ್ದರಿಂದಲೇ ನಾವು ಇಂದಿಗೂ ಆತನನ್ನು ವಿಷ್ಣುವಿನ ಏಳನೇ ಅವತಾರವೆಂದು ಪೂಜಿಸಿ ಆರಾಧಿಸುತ್ತಿದ್ದೇವೆ. ಆತನ ಆದರ್ಶ, ತತ್ವ, ಸಿದ್ಧಾಂತ ಮತ್ತು ಆತ ರೂಪಿಸಿದ ಕಾನೂನುಗಳೇ ನಾಗಾ ಜೀವನಶೈಲಿಯ ಆಧಾರ ಸ್ಥಂಬಗಳು. ನ್ಯಾಯ, ನೀತಿ, ಧರ್ಮದಿಂದ ರಾಜ್ಯಭಾರ ಮಾಡುವುದು ಹೇಗೆ? ಎಂದು ಜಗತ್ತಿಗೇ ತೋರಿಸಿಕೊಟ್ಟ ಮಹಾಪುರುಷ ಶ್ರೀರಾಮ. ರಾಮರಾಜ್ಯದ ಪರಿಕಲ್ಪನೆಯೇ ಭಾರತೀಯರಲ್ಲಿ ರೋಮಾಂಚನವನ್ನುಂಟು ಮಾಡುತ್ತದೆ. ಅಂತಹ ಶ್ರೀರಾಮ ಸಹ ರಾವಣನನ್ನು ದುಷ್ಟ ಮತ್ತು ದುರುಳ ಎಂದು ಪರಿಗಣಿಸಿರಲಿಲ್ಲ. ರಾಮನಿಗೆ ತನ್ನ ವೈರಿ ರಾವಣನನ್ನು ಕಂಡರೆ ಗೌರವವಿತ್ತು. ರಣರಂಗದಲ್ಲಿ ಕಾದಾಡುವ ಎರಡೂ ಸೈನ್ಯಗಳಲ್ಲಿ ಒಳ್ಳೆಯ ಜನ ಇರುತ್ತಾರೆ ಎಂಬುದಕ್ಕೆ ಇದೊಂದು ಉದಾಹರಣೆ' ಕಾಳಿ ಹೇಳಿದಳು.

ಅಷ್ಟರಲ್ಲಿ ಶಿವ ಕಾಳಿಯತ್ತ ಕೈಸನ್ನೆ ಮಾಡಿ ಸುಮ್ಮನಿರುವಂತೆ ಹೇಳಿದ.

ನಂತರ ಬೃಹಸ್ಪತಿಯೆಡೆಗೆ ತಿರುಗಿ 'ನೀನು ಮುಂದುವರೆಸು ಬೃಹಸ್ಪತಿ' ಎಂದ.

'ನಾಗಾಗಳು ಅಲ್ಪಸಂಖ್ಯಾತರಾಗಿದ್ದರೂ ಅವರೆಲ್ಲರೂ ಬ್ರಾಹ್ಮಣರಾಗಿದ್ದರು. ಹಾಗಾಗಿ ಅವರು ಮಾತ್ರ ಸೋಮರಸವನ್ನು ಬಳಸುತ್ತಿದ್ದರು'.

'ಅಂದರೆ ಸೋಮರಸವನ್ನು ಕಂಡುಹಿಡಿದವರು ನಾಗಾಗಳೇ?' ಶಿವ ಆಶ್ಚರ್ಯದಿಂದ ಪ್ರಶ್ನಿಸಿದ.

'ಹೌದು! ಕೆಲವು ಶತಮಾನಗಳ ಹಿಂದೆ ಇದನ್ನು ಕಂಡುಹಿಡಿದವರು ನಾಗಾಗಳು'.

'ಇಲ್ಲ ಬೃಹಸ್ಪತಿ. ಇದನ್ನು ಬಳಸುವಂತೆ ವಾಯುಪುತ್ರ ಸಲಹಾಮಂಡಳಿ ನಮಗೆ ಸಲಹೆ ಮಾಡಿತ್ತು ಅಷ್ಟೇ' ಕಾಳಿ ಹೇಳಿದಳು.

'ವಾಯುಪುತ್ರ ಸಲಹಾಮಂಡಳಿ! ಹಾಗೆಂದರೇನು?' ಶಿವ ಪ್ರಶ್ನಿಸಿದ.

'ಹೌದು! ಹಿಂದಿನ ಮಹಾದೇವ ಅಥವಾ ರುದ್ರನ ಅನುಯಾಯಿಗಳೇ ವಾಯುಪುತ್ರರು. ಅವರು ಈ ನಾಡಿನ ಪಡುವಣ ದಿಕ್ಕಿನಲ್ಲಿ ಗಡಿಯಾಚೆ ಇರುವ 'ಪರಿಹ' ಎಂಬ ನಾಡಿನಲ್ಲಿ ನೆಲೆಸಿದ್ದಾರೆ. ಅದೊಂದು ಸುಂದರ ನಾಡು'.

ಶಿವನಿಗೆ ಥಟ್ಟನೆ ಯಾವುದೋ ನೆನಪು ಮರುಕಳಿಸಿತು, 'ಹಾಂ! ಒಮ್ಮೆ ವಾಸುದೇವ ಪಂಡಿತರೊಬ್ಬರು ಈ ಬಗ್ಗೆ ಪ್ರಸ್ತಾಪ ಮಾಡಿದ್ದರು. ಆದರೆ ವಾಯುಪುತ್ರ ಸಲಹಾಮಂಡಳಿ ಎಂದರೆ ಏನು ಎನ್ನುವುದು ನನಗೆ ತಿಳಿದಿರಲಿಲ್ಲ'.

'ವಾಯುಪುತ್ರ ಮಂಡಳಿಯ ಈಗಿನ ಮುಖ್ಯಸ್ಥ ಮಿತ್ರ. ಆತನನ್ನು ಸಾಕ್ಷಾತ್ ಭಗವಂತನೆಂದೇ ಪರಿಗಣಿಸಲಾಗಿದೆ. ಅವನಿಗೆ ಸೂಕ್ತ ಸಲಹೆ ಮತ್ತು ಮಾರ್ಗದರ್ಶನ ನೀಡಲು ಆರು ಮಂದಿ ಉದ್ಧಾಮ ಪಂಡಿತರ ತಂಡವೊಂದಿದೆ. ಅದೇ ವಾಯುಪುತ್ರ ಮಂಡಳಿ. ವಾಯುಪುತ್ರರ ಎಲ್ಲ ಆಗು-ಹೋಗುಗಳನ್ನು ನಿಯಂತ್ರಿಸುವುದು ಇದೇ ಮಂಡಳಿ. ಈ ಮಂಡಳಿ ಎರಡು ಬಹುಮುಖ್ಯ ಉದ್ದೇಶವನ್ನಾಧರಿಸಿ ಕೆಲಸ ಮಾಡುತ್ತದೆ. ಮೊದಲನೆಯದು ಭೂಮಿಯ ಮೇಲೆ ಮಹಾವಿಷ್ಣುವಿನ ಅವತಾರವಾದರೆ ಕೂಡಲೆ ಆತನ ಸಹಾಯಕ್ಕೆ ನಿಲ್ಲುವುದು. ಎರಡನೆಯದು ವಾಯುಪುತ್ರರಲ್ಲಿ ಒಬ್ಬನನ್ನು ಮಹಾದೇವನನ್ನಾಗಿ ಆಯ್ಕೆ ಮಾಡಿ ಆತನಿಗೆ ಎಲ್ಲ ರೀತಿಯ ತರಬೇತಿ ನೀಡಿ ಅಣಿ ಮಾಡುವುದು'.

ಶಿವ ಆಶ್ಚರ್ಯದಿಂದ ಹುಬ್ಬೇರಿಸಿದ.

'ನೀಲಿಕಂಠ ಹೊಂದಿರುವ ನಿನ್ನ ಆಗಮನದಿಂದ ಬಹುಶಃ ಅವರಿಗೆ ಆಶ್ಚರ್ಯವಾಗಿರಬಹುದು. ಕಾರಣ ನೀನು ಅವರಿಂದ ನಿಯೋಜನೆಗೊಂಡ ಮಹಾದೇವನಲ್ಲ ಅಲ್ಲವೇ?' ಕಾಳಿ ಕೇಳಿದಳು.

'ಓಹೋ! ನಿಯಂತ್ರಿಸುವುದು ಎಂದರೆ ಇದೇ ಏನು?' ಶಿವ ಕೇಳಿದ.

'ಇರಬಹುದು! ಆ ಬಗ್ಗೆ ನನಗೆ ಹೆಚ್ಚೇನೂ ತಿಳಿದಿಲ್ಲ. ಬಹುಶಃ ನಿಮ್ಮ ಸ್ನೇಹಿತರನ್ನು ಕೇಳಿದರೆ ಹೆಚ್ಚಿನ ಮಾಹಿತಿ ದೊರೆಯಬಹುದು'.

'ಅಂದರೆ ವಾಸುದೇವ ಪಂಡಿತರೇ?'.

'ಹೌದು!'.

'ನನಗೆ ಮತ್ತೊಂದು ಸಂದೇಹ ಕಾಡುತ್ತಿದೆ ಕಾಳಿ. ಸೋಮರಸ ನಿಮಗೆ ದೊರೆತ ಬಗೆ ಹೇಗೆ? ನೀವೇಕೆ ವಾಯುಪುತ್ರರಿಂದ ಅದನ್ನು ಪಡೆದಿರಿ? ಅದರಿಂದಾಗುವ ಪರಿಣಾಮ ನಿಮಗೆ ಮೊದಲೇ ತಿಳಿದಿತ್ತೇ?' ಶಿವ ಕೇಳಿದ.

'ಬಹಳ ವರ್ಷಗಳ ಹಿಂದೆ ಒಮ್ಮೆ ಇದ್ದಕ್ಕಿದ್ದಂತೆ ವಾಯುಪುತ್ರರು ನಮ್ಮ ಆಗಿನ ನಾಗಾರಾಜ ವಾಸುಕಿಗೆ ಸಾಕಷ್ಟು ಬಂಗಾರವನ್ನು ನೀಡಿದರಲ್ಲದೆ ಅದರೊಂದಿಗೆ ಸೋಮರಸವನ್ನೂ ನೀಡಿದರು. ಅಲ್ಲಿಂದ ಮುಂದೆ ಪ್ರತಿವರ್ಷ ಈ ಸಂಪ್ರದಾಯ ಮುಂದುವರಿಯಿತು. ಆದರೆ ನಿಧಾನವಾಗಿ ಸೋಮರಸ ತನ್ನ ದುಷ್ಪರಿಣಾಮವನ್ನು ಬೀರಲಾರಂಭಿಸಿತು. ಅದನ್ನು ಹೆಚ್ಚಿನ ಪ್ರಮಾಣದಲ್ಲಿ ಸೇವಿಸುತ್ತಿದ್ದ ಕೆಲವು ತಾಯಂದಿರ ಗರ್ಭದಿಂದ ಮಗು ಅಂಗವೈಕಲ್ಯ ಹೊಂದಿ ಜನಿಸುತ್ತಿತ್ತು. ಆದರೆ ಈ ರೀತಿಯ ಅಂಗವೈಕಲ್ಯಕ್ಕೆ ಸೋಮರಸವೇ ಕಾರಣ ಎಂಬ ವಾದವನ್ನು ರಾಜ ವಾಸುಕಿ ಒಪ್ಪಲಿಲ್ಲ. ತಂದೆ-ತಾಯಂದಿರು ಹಿಂದಿನ ಜನ್ಮದಲ್ಲಿ ಮಾಡಿದ ಪಾಪದ ಫಲವಾಗಿ ಅಂತಹ ಮಕ್ಕಳು ಹುಟ್ಟುತ್ತವೆ ಮತ್ತು ಇದೊಂದು ದೈವಲೀಲೆ ಎಂಬ ವಾಯುಪುತ್ರರ ಮಾತುಗಳನ್ನೇ ನಂಬಿ ಸೋಮರಸವನ್ನು ಬಳಸಲು ಅನುಮತಿ ನೀಡಿದ'.

ಕೂಡಲೆ ಗಣೇಶ ಹೇಳಿದ 'ಚಿಕ್ಕಮ್ಮ ಅಧಿಕಾರಕ್ಕೆ ಬಂದ ಕೂಡಲೆ ವಾಯುಪುತ್ರರಿಂದ ಸೋಮರಸ ಪಡೆಯುವುದನ್ನು ನಿಲ್ಲಿಸಿಬಿಟ್ಟಳು'.

'ನೀನೇಕೆ ಹಾಗೆ ಮಾಡಿದೆ ಕಾಳಿ? ಅವರು ಹೇರಳವಾಗಿ ಚಿನ್ನವನ್ನು ನೀಡುತ್ತಿದ್ದರು ಅಲ್ಲವೇ?' ಶಿವ ಕೇಳಿದ.

'ಅದು ಅವರು ನಮಗೆ ಒಡ್ಡಿದ ಆಮಿಷವಷ್ಟೇ. ಅದರಿಂದ ಹೆಚ್ಚು ಪ್ರಯೋಜನವಾದದ್ದು ವಾಯುಪುತ್ರರಿಗೆ' ಕಾಳಿ ವ್ಯಂಗ್ಯದ ನಗೆ ಬೀರುತ್ತಾ ಹೇಳಿದಳು.

ಕೂಡಲೆ ಶಿವ ಬೃಹಸ್ಪತಿಯತ್ತ ತಿರುಗಿ ಹೇಳಿದ 'ಸೋಮರಸ ದುಷ್ಟಶಕ್ತಿಯಾಗಿ ಪರಿವರ್ತನೆಗೊಳ್ಳಲು ಹೇಗೆ ಸಾಧ್ಯ ಬೃಹಸ್ಪತಿ?'.

ಬೃಹಸ್ಪತಿ ಸೋಮರಸದ ಹಿಂದಿನ ನಗ್ನ ಸತ್ಯವನ್ನು ಶಿವನ ಮುಂದೆ ಒಂದೊಂದಾಗಿ ಬಿಚ್ಚಿಡಲಾರಂಭಿಸಿದ.

'ಸೋಮರಸ ದೇಹದಲ್ಲಿ ವಿಷಕಾರಕ ಅಂಶಗಳನ್ನು ತೆಗೆದುಹಾಕಿ ಆಯುಷ್ಯವನ್ನು ಹೆಚ್ಚಿಸುತ್ತದೆ ಎಂಬುದು ನಮಗೆಲ್ಲರಿಗೂ ತಿಳಿದಿರುವ ಸತ್ಯ. ಆದರೆ ಅದೇ ಸೋಮರಸ ಮತ್ತೊಂದು ರೀತಿಯಲ್ಲೂ ಕೆಲಸ ಮಾಡುತ್ತದೆ. ಅದನ್ನು ವಿವರವಾಗಿ ಹೇಳುತ್ತೇನೆ ಕೇಳು. ಮನುಷ್ಯನ ದೇಹ ಕೋಟ್ಯಂತರ ಸಣ್ಣ ಸಣ್ಣ ಜೀವಕಣಗಳಿಂದ ಸೃಷ್ಟಿಯಾಗಿರುತ್ತದೆ. ಈ ಜೀವಕಣಗಳು ಕ್ಷಣಕ್ಷಣಕ್ಕೂ ದ್ವಿಗುಣಗೊಳ್ಳುವ ಶಕ್ತಿಯನ್ನು ಹೊಂದಿರುತ್ತದೆ. ಪ್ರತಿಬಾರಿ ವಿಭಜನೆಗೊಂಡಾಗಲೂ ಅದೊಂದು ಮರುಹುಟ್ಟು. ಹೀಗೆ ಜೀವಕಣಗಳು ವಿಭಜನೆಗೊಳ್ಳುತ್ತಿರುವವರೆಗೂ ದೇಹ ಆರೋಗ್ಯದಿಂದ ನಳನಳಿಸುತ್ತಿರುತ್ತದೆ. ಈ ಜೀವಕಣಗಳ ಜೀವನ ಚಕ್ರ ಪ್ರಾರಂಭವಾಗುವುದು ತಾಯಿಯ ಗರ್ಭದಲ್ಲಿ. ಮೊದಲಿಗೆ ಅಂತಹ ಒಂದು ಕಣ ಗರ್ಭವನ್ನು ಸೇರುತ್ತದೆ. ನಂತರ ಅದರ ಸಂಖ್ಯೆ ಹೆಚ್ಚಾಗುತ್ತಾ ದೇಹದ ಅಂಗಾಂಗಗಳು ಸೃಷ್ಟಿಯಾಗುತ್ತವೆ. ಅಂತಿಮವಾಗಿ ಇಡೀ ದೇಹ ರೂಪುಗೊಳ್ಳುತ್ತದೆ'.

'ಹೌದು! ಮೆಲೂಹದ ಗುರುಕುಲದಲ್ಲಿ ಈ ವಿಚಾರವನ್ನು ಗುರುಗಳು ನನಗೆ ತಿಳಿ ಹೇಳಿದ್ದರು' ಸತಿ ಪ್ರತಿಕ್ರಿಯಿಸಿದಳು.

'ಆದರೆ ಈ ವಿಭಜನೆ ಮತ್ತು ಬೆಳೆವಣಿಗೆ ಎಂದಾದರೊಮ್ಮೆ ಅಂತ್ಯ ಕಾಣಲೇಬೇಕು. ಇಲ್ಲವಾದಲ್ಲಿ ಅದರ ಪರಿಣಾಮ ಘೋರವಾಗಿರುತ್ತದೆ. ಆದ್ದರಿಂದಲೇ ಸೃಷ್ಟಿಕರ್ತ ಭಗವಂತ ಒಂದು ಜೀವಕಣ ಎಷ್ಟು ಬಾರಿ ವಿಭಜನೆಗೊಳ್ಳಬೇಕು ಎಂಬುದನ್ನು ಮೊದಲೇ ನಿರ್ಧರಿಸಿಬಿಟ್ಟಿರುತ್ತಾನೆ. ತದನಂತರ ಜೀವಕಣಗಳು ವಿಭಜನೆಗೊಳ್ಳುವುದಿಲ್ಲ. ಅವು ಅನಾರೋಗ್ಯಗೊಳ್ಳುತ್ತವೆ'.

'ಬಹುಶಃ ಇದೇ ಕಾರಣಕ್ಕೆ ನಮಗೆ ಅನಾರೋಗ್ಯ, ಮುಪ್ಪು ಮತ್ತು ಸಾವು ಸಂಭವಿಸುತ್ತದೆ ಅಲ್ಲವೇ?' ಶಿವ ಕೇಳಿದ.

'ಹೌದು! ಪ್ರತಿ ಜೀವಕಣಗಳು ವಿಭಜನೆಗೊಳ್ಳುತ್ತಾ ನಿರ್ದಿಷ್ಟ ಹಂತ ತಲುಪುತ್ತವೆ. ಅದುವೆ ಅದರ ಅಂತ್ಯ. ಹೀಗೆ ಹೆಚ್ಚುಹೆಚ್ಚು ಜೀವಕಣಗಳು ಅಂತ್ಯ ಕಾಣುತ್ತಿದ್ದಂತೆ ನಮಗೆ ಮುಪ್ಪು ಆವರಿಸುತ್ತದೆ. ಅಂತಿಮವಾಗಿ ಸಾವು ಸಂಭವಿಸುತ್ತದೆ.'

'ಅಂದರೆ ಸೋಮರಸ ಜೀವಕಣಗಳ ವಿಭಜನೆ ನಿಲ್ಲದಂತೆ ನೋಡಿಕೊಳ್ಳುತ್ತದೆಯೇ?' ಶಿವ ಪ್ರಶ್ನಿಸಿದ.

'ಜೀವಕಣಗಳು ನಿರಂತರವಾಗಿ ವಿಭಜನೆಗೊಳ್ಳುವಂತೆ ಸೋಮರಸ ನೋಡಿಕೊಳ್ಳುತ್ತದೆ. ಈ ವಿಭಜನೆ ಒಂದು ನಿರ್ದಿಷ್ಟ ಪ್ರಮಾಣದಲ್ಲಿದ್ದರೆ ಯಾವ ತೊಂದರೆಯೂ ಇಲ್ಲ. ಆದರೆ ಕೆಲವೊಮ್ಮೆ ಸೋಮರಸ ದೇಹದಲ್ಲಿ ಜೀವಕಣಗಳ ಸಂಖ್ಯೆ ಅಡೆ-ತಡೆಯಿಲ್ಲದೆ ನಿರೀಕ್ಷೆಗೂ ಮೀರಿ ವಿಭಜನೆಗೊಳ್ಳುವಂತೆ ಮಾಡುತ್ತದೆ'.

'ಇದನ್ನೇ ತಾನೆ ನಾವು ಕ್ಯಾನ್ಸರ್ ಎನ್ನುವುದು?' ಸತಿ ಕೇಳಿದಳು.

'ಹೌದು! ಬಹುತೇಕ ಸಂದರ್ಭದಲ್ಲಿ ಮನುಷ್ಯನನ್ನು ಸಾವಿನ ದವಡೆಗೆ ತಳ್ಳುವುದು ಇದೇ ಕ್ಯಾನ್ಸರ್. ಕೆಲವೊಮ್ಮೆ ಇದು ಮನುಷ್ಯನನ್ನು ಅಂಗವಿಕಲರನ್ನಾಗಿಯೂ ಮಾಡಿಬಿಡುತ್ತದೆ. ಉದ್ದನೆಯ ಮೂಗು, ಅವಶ್ಯಕತೆಗೂ ಮೀರಿ ಬೆಳೆಯುವ ಅಂಗಾಂಗಳು, ವಿಕಾರ ರೂಪ ಇವೆಲ್ಲವುಗಳಿಗೂ ಮೂಲ ಕಾರಣ ಜೀವಕಣಗಳ ಅಂಕೆ ಮೀರಿದ ಬೆಳೆವಣಿಗೆ'.

'ನಿಜ! ಇದರಲ್ಲಿ ಎಷ್ಟೋ ಸೂಕ್ಷ್ಮ ಮತ್ತು ವೈಜ್ಞಾನಿಕ ಅಂಶಗಳು ಅಡಗಿದೆ. ಆದರೆ ಇಂತಹ ಅಸಹಜ ಬೆಳೆವಣಿಗೆಯಾಗುವ ಸಂದರ್ಭದಲ್ಲಿ ಮಕ್ಕಳು ಅನುಭವಿಸುವ ನೋವು ಮತ್ತು ನರಕಯಾತನೆ ಸಹಿಸಲಾಗದ್ದು. ಕೆಲವು ನಾಗಾ ಮಕ್ಕಳು ಹುಟ್ಟಿದ ಕೂಡಲೆ ಅವುಗಳಲ್ಲಿ ಅವಶ್ಯಕತೆಗಿಂತಲೂ ಹೆಚ್ಚಿನ ಅಂಗಾಂಗಗಳು ಸೃಷ್ಟಿಯಾಗಿ ಬಿಡುತ್ತವೆ. ಆ ಕ್ಷಣಕ್ಕೆ ಅದರಿಂದ ಯಾವ ತೊಂದರೆಯೂ ಕಂಡುಬರುವುದಿಲ್ಲ. ಆದರೆ ಅಂತಹ ಸೃಷ್ಟಿ ಮಕ್ಕಳು ಮತ್ತು ತಂದೆ-ತಾಯಿಯರ ಪಾಲಿಗೆ ಮುಂಬರುವ ದಾರುಣ ದಿನಗಳ ಮುನ್ಸೂಚನೆಯೂ ಆಗಿರುತ್ತದೆ. ಕಾರಣ ಅಂತಹ ಮಕ್ಕಳು ಹುಟ್ಟಿ ಕೆಲವು ವರ್ಷಗಳು ಕಳೆಯುತ್ತಿದ್ದಂತೆ ಸಹಿಸಲಾರದ ನೋವು ಮತ್ತು ವೇದನೆಯನ್ನು ಅನುಭವಿಸಲಾರಂಭಿಸುತ್ತವೆ. ಅಕ್ಷರಶಃ ರಾಕ್ಷಸನೊಬ್ಬ ದೇಹವನ್ನು ಹೊಕ್ಕ ಹಾಗೂ ದೇಹವನ್ನೇ ಸೀಳಿಕೊಂಡು ಹೊರಬಂದ ಅನುಭವ. ಮಕ್ಕಳು ಬೆಳೆಯುತ್ತಾ ಹೋದಂತೆ ನೋವು ಅವುಗಳ ಜತೆಗಾರರಾಗಿ ಬಿಡುತ್ತವೆ. ಯೌವ್ವನದಲ್ಲಂತೂ ದೇಹದ ಎಲ್ಲ ಭಾಗಗಳನ್ನೂ ತಿರುಚಿದಂತಾಗುತ್ತದೆ. ಅದೊಂದು ನಿತ್ಯದ ನೋವಿನ ಮೆರೆವಣಿಗೆ. ಇಷ್ಟೆಲ್ಲ ಆದ ನಂತರ ಯಾವುದೋ ಒಂದು ಹಂತದಲ್ಲಿ ದೇಹದ ಬೆಳೆವಣಿಗೆ ನಿಂತುಹೋಗುತ್ತದೆ. ಅಷ್ಟರಲ್ಲಿ ನೊಂದು, ಬೆಂದು, ಬಸವಳಿದು ಬದುಕೇ ಮುಗಿದು ಹೋಗಿರುತ್ತದೆ. ಬೃಹಸ್ಪತಿ ಹೇಳಿದಂತೆ ನಾವು ಕೇವಲ ಅಂಗವಿಕಲರಲ್ಲ. ದುರ್ದೈವಿಗಳು, ಶಾಪಗ್ರಸ್ತರು, ಸೋಮರಸವನ್ನು ಕುಡಿದು ಯಾರೋ ಮಾಡಿದ ಪಾಪಕ್ಕೆ ಪ್ರಾಯಶ್ಚಿತ್ತವಾಗಿ ಹುಟ್ಟಿದ ಪಾಪಿಗಳು' ಕಾಳಿ ನೋವು ಮತ್ತು ಆಕ್ರೋಶದಿಂದ ನುಡಿದಳು.

ಸತಿ ಕಾಳಿಯ ಕೈಹಿಡಿದು ಸಮಾಧಾನ ಮಾಡಿದಳು. ಶಿವ ಸಹ ನಾಗಾಗಳ ದಾರುಣ ಕಥೆಯನ್ನು ಕೇಳಿ ಮರುಗಿದ.

ಬೃಹಸ್ಪತಿ ಮಾತು ಮುಂದುವರಿಸಿದ 'ಮೆಲೂಹದಲ್ಲಿ ಹೆಚ್ಚು ಜನ ಸೋಮರಸ ಕುಡಿಯುತ್ತಿದ್ದ ಕಾರಣ ಅಲ್ಲಿ ನಾಗಾಗಳ ಸಂಖ್ಯೆಯೂ ಹೆಚ್ಚಾಗತೊಡಗಿತು'.

'ಈ ಬಗ್ಗೆ ವಾಯುಪುತ್ರ ಮಂಡಳಿಯ ಅಭಿಪ್ರಾಯವೇನು?' ಶಿವ ಕಾಳಿಯನ್ನು ಪ್ರಶ್ನಿಸಿದ.

'ನನಗೆ ತಿಳಿದಂತೆ ವಾಯುಪುತ್ರರು ಸೋಮರಸ ಮನುಕುಲಕ್ಕೆ ಒಳಿತನ್ನೇ ಮಾಡುತ್ತಿದೆ ಎಂದು ಭಾವಿಸಿದ್ದಾರೆ. ಸೋಮರಸ ದೊಡ್ಡ ಪ್ರಮಾಣದಲ್ಲಿ ಒಳಿತನ್ನು ಮಾಡುತ್ತಿರುವಾಗ ನಾಗಾಗಳು ತಮಗಾಗುತ್ತಿರುವ ಅಲ್ಪ-ಸ್ವಲ್ಪ ತೊಂದರೆಗಳನ್ನು ಸಹಿಸಿಕೊಳ್ಳಬೇಕು ಎಂಬುದು ಅವರ ಅಭಿಪ್ರಾಯ'.

'ಛೆ.......' ಕಾಳಿ ಹೂಂಕರಿಸಿದಳು.

ಶಿವನಿಗೆ ಕಾಳಿಯ ನೋವು ಅರ್ಥವಾಗಿತ್ತು. ಆದರೂ ಸೋಮರಸ ಶತಶತಮಾನಗಳಿಂದ ಮನುಕುಲಕ್ಕೆ ಒಳಿತನ್ನು ಮಾಡುತ್ತಿದ್ದ ವಿಚಾರ ಆತನಿಗೆ ತಿಳಿದಿತ್ತು.

ಶಿವ ಬೃಹಸ್ಪತಿಯೆಡೆಗೆ ತಿರುಗಿ ಕೇಳಿದ 'ಸೋಮರಸ ದುಷ್ಟಶಕ್ತಿ ಎಂದು ಹೇಳುವುದಕ್ಕೆ ಮತ್ತೇನಾದರೂ ಕಾರಣಗಳಿವೆಯೇ?'.

'ಶಿವ! ಸೂರ್ಯವಂಶಿಗಳಾದ ನಾವು ಸರಸ್ವತಿ ನದಿ ಅಳಿವಿನ ಅಂಚಿಗೆ ಬಂದು ನಿಂತಿರುವುದಕ್ಕೆ ಚಂದ್ರವಂಶಿಗಳ ಕುತಂತ್ರವೇ ಕಾರಣ ಎಂದು ನಂಬಿದ್ದೇವೆ. ಆದರೆ ಅದು ಸುಳ್ಳು. ವಾಸ್ತವದಲ್ಲಿ ನಮ್ಮ ಜೀವನದಿಯನ್ನು ನಾಶ ಮಾಡುತ್ತಿರುವವರು ನಾವೇ. ಸೋಮರಸ ತಯಾರಿಸಲು ನಾವು ಭಾರಿ ಪ್ರಮಾಣದಲ್ಲಿ ಸರಸ್ವತಿ ನದಿಯ ನೀರನ್ನು ಬಳಸುತ್ತೇವೆ. ಸೋಮರಸವನ್ನು ಸಂಸ್ಕರಣೆ ಮಾಡುವಲ್ಲಿ ಸರಸ್ವತಿ ನದಿಯ ನೀರು ನಿರ್ಣಾಯಕ ಪಾತ್ರ ವಹಿಸುತ್ತದೆ. ಅಲ್ಲದೆ ಸಂಜೀವಿನಿ ಮರದ ಕೊಂಬೆಗಳನ್ನು ಕತ್ತರಿಸಿ ಚೂರು ಮಾಡುವಾಗಲೂ ಇದೇ ನೀರು ಬೇಕು. ಬೇರೆ ಯಾವುದಾದರೂ ನೀರನ್ನು ಬಳಸಿ ಸೋಮರಸವನ್ನು ತಯಾರಿಸಬಹುದೇ ಎಂಬುದನ್ನು ತಿಳಿದುಕೊಳ್ಳಲು ನಾನು ಸಾಕಷ್ಟು ಪ್ರಯೋಗಗಳನ್ನು ಮಾಡಿದ್ದೇನೆ. ಆದರೆ ಅದಾವುದೂ ಯಶಸ್ವಿಯಾಗಿಲ್ಲ'.

'ಸೋಮರಸ ತಯಾರಿಸಲು ಅಷ್ಟೊಂದು ಪ್ರಮಾಣದ ನೀರು ಬೇಕೇ?' ಶಿವ ಪ್ರಶ್ನಿಸಿದ.

'ಕೆಲವೇ ಸಾವಿರ ಮಂದಿಗೆ ಸೋಮರಸ ತಯಾರು ಮಾಡುತ್ತಿದ್ದ ಸಂದರ್ಭದಲ್ಲಿ ಸರಸ್ವತಿ ನದಿಗೆ ಯಾವ ಅಪಾಯವೂ ಇರಲಿಲ್ಲ. ಆದರೆ ಎಂಬತ್ತು ಲಕ್ಷ ಜನರಿಗೆ ಸೋಮರಸವನ್ನು ತಯಾರಿಸಲು ಹೊರಟಾಗ ಪರಿಸ್ಥಿತಿ ಬದಲಾಯಿತು. ಭಾರಿ ಪ್ರಮಾಣದ ನೀರನ್ನು ಮಂದಾರ ಪರ್ವತದಲ್ಲಿರುವ ಸೋಮರಸ ತಯಾರಿಕಾ ಕೇಂದ್ರದತ್ತ ಹರಿಸಲಾಯಿತು. ಸರಸ್ವತಿ ನದಿ ಈಗ ಪಶ್ಚಿಮ ಸಮುದ್ರವನ್ನು ತಲುಪುತ್ತಲೇ ಇಲ್ಲ. ಅದು ರಾಜಾಸ್ಥಾನದ ಡೆಲ್ಟಾ ಒಳನಾಡು ಪ್ರದೇಶದಲ್ಲಿ ಕೊನೆಗೊಳ್ಳುತ್ತಿದೆ. ಡೆಲ್ಟಾ ಒಳನಾಡಿನ ದಕ್ಷಿಣದಲ್ಲಿ ಈಗಾಗಲೇ ಮರುಭೂಮಿ ಸೃಷ್ಟಿಯಾಗಿದೆ. ಮುಂದಿನ ಕೆಲವೇ ವರ್ಷಗಳಲ್ಲಿ ಸರಸ್ವತಿ ನದಿ ಸಂಪೂರ್ಣ ಬತ್ತಿಹೋಗುವ ಸ್ಪಷ್ಟ ಚಿತ್ರಣ ಗೋಚರಿಸುತ್ತಿದೆ. ಹಾಗೇನಾದರೂ ಆದರೆ ಮೆಲೂಹ ಮತ್ತು ಇಡೀ ಭಾರತ ದೇಶದ ಮೇಲೆ ಆಗುವ ಪರಿಣಾಮವನ್ನು ಊಹಿಸುವುದಕ್ಕೂ ಸಾಧ್ಯವಿಲ್ಲ'.

'ಸರಸ್ವತಿ ನದಿ ಸಪ್ತಸಿಂಧು ನಾಗರೀಕತೆಯ ತಾಯಿ' ಸತಿ ಹೇಳಿದಳು.

'ಹೌದು! ಭಾರತೀಯರ ಪವಿತ್ರ ವೇದಗಳಲ್ಲಿ ಒಂದಾದ ಋಗ್ವೇದ ಸರಸ್ವತಿ ನದಿಗೆ ಸ್ತೋತ್ರಗೀತೆಯನ್ನು ಹಾಡಿದೆ. ಸರಸ್ವತಿ ಕೇವಲ ನಮ್ಮ ನಾಗರಿಕತೆಯ ತೊಟ್ಟಿಲಷ್ಟೇ

ಅಲ್ಲ. ಅದು ಜೀವರಕ್ತವೂ ಹೌದು. ಈ ನದಿ ನಾಶವಾದರೆ ಮುಂದಿನ ಪೀಳಿಗೆಯ ಗತಿಯೇನು? ವೇದ ಶೈಲಿಯ ಬದುಕೇ ಇಂದು ಅಪಾಯದ ಅಂಚಿನಲ್ಲಿದೆ. ಮುಂದಿನ ಪೀಳಿಗೆಯ ಜನರ ಭವಿಷ್ಯವನ್ನು ಪರಿಗಣಿಸದೆ ಇಂದಿನ ಪೀಳಿಗೆ ಇನ್ನೂರಕ್ಕೂ ಹೆಚ್ಚು ವರ್ಷ ಐಶಾರಾಮಿ ಜೀವನ ನಡೆಸುವ ಪ್ರಯತ್ನ ಮಾಡುತ್ತಿದೆ'.

ಶಿವ ತಲೆಯಾಡಿಸಿದ. ಸೋಮರಸ ಪರಿಸರದ ಮೇಲೆ ಬೀರುತ್ತಿರುವ ಪರಿಣಾಮವೇನು ಎಂಬುದು ಆತನಗೆ ಮನವರಿಕೆಯಾಯಿತು. ಆದರೂ ಅದೊಂದು ದುಷ್ಟಶಕ್ತಿ ಎನ್ನುವುದನ್ನು ಆತನಂದ ನಂಬಲಾಗಲಿಲ್ಲ. ದುಷ್ಟಶಕ್ತಿ ಎಂದರೆ ಅದು ಧರ್ಮಯುದ್ಧಕ್ಕೆ ಪ್ರಚೋದಿಸಬೇಕು ಮತ್ತು ಅದರ ಸರ್ವನಾಶಕ್ಕೆ ಅದೇ ನಾಂದಿ ಹಾಡಬೇಕು'.

'ಸೋಮರಸ ಮತ್ತೇನು ದುಷ್ಪರಿಣಾಮಗಳನ್ನುಂಟು ಮಾಡುತ್ತಿದೆ?' ಶಿವ ಕೇಳಿದ.

'ಸೋಮರಸ ತಂದೊಡ್ಡಿರುವ ಮತ್ತೊಂದು ಅಪಾಯ ನಿಜಕ್ಕೂ ನಮ್ಮನ್ನು ಬೆಚ್ಚಿಬೀಳಿಸುತ್ತದೆ'.

'ಏನದು?'.

'ಬ್ರಂಗಾದಲ್ಲಿ ಹರಡುತ್ತಿರುವ ಮನುಕುಲಕ್ಕೆ ಮಾರಕವಾದ ಪ್ಲೇಗ್‌ರೋಗ'.

'ಏನು! ಬ್ರಂಗಾದ ಪ್ಲೇಗ್‌ರೋಗವೇ? ಅದಕ್ಕೂ ಸೋಮರಸಕ್ಕೂ ಏನು ಸಂಬಂಧ ಬೃಹಸ್ಪತಿ?'.

ಬ್ರಂಗಾಗಳು ಕಳೆದ ಹಲವು ವರ್ಷಗಳಿಂದ ಮಹಾಮಾರಿ ಪ್ಲೇಗ್ ರೋಗದ ಹೊಡೆತಕ್ಕೆ ಸಿಕ್ಕಿ ತತ್ತರಿಸುತ್ತಿದ್ದರು. ಸಾವಿರಾರು ಮಂದಿ ಈ ಭೀಕರ ರೋಗಕ್ಕೆ ಬಲಿಯಾಗುತ್ತಿದ್ದರು. ಹಾಗೆ ಪ್ರಾಣಬಿಡುವವರಲ್ಲಿ ಎಳೆಯ ಮಕ್ಕಳೇ ಹೆಚ್ಚು. ಅದರಿಂದ ಪಾರಾಗಲು ಅವರಿಗೆ ಎರಡು ಮಾರ್ಗಗಳಿದ್ದವು. ಮೊದಲನೆಯದು ನಾಗಾಗಳು ನೀಡುತ್ತಿದ್ದ ಔಷಧಿ. ಅದು ಸಕಾಲಕ್ಕೆ ದೊರೆಯದಿದ್ದರೆ ಕಾಶಿಯಲ್ಲಿದ್ದ ಪವಿತ್ರ ನವಿಲುಗಳನ್ನು ಕೊಂದು ಅದರಿಂದ ಅಪಾಯಕಾರಿ ಔಷಧ ತಯಾರಿಸಿ ಬಳಸುತ್ತಿದ್ದರು. ಪರಿಣಾಮ ಬ್ರಂಗಾಗಳು ಕಾಶಿ ಜನಗಳ ಉಗ್ರ ಕೋಪಕ್ಕೂ ಬಲಿಯಾಗುತ್ತಿದ್ದರು.

ಶಿವನ ಪ್ರಶ್ನೆಗೆ ಬೃಹಸ್ಪತಿ ಉತ್ತರಿಸಿದ 'ಸೋಮರಸವನ್ನು ತಯಾರಿಸುವುದು ಅಷ್ಟು ಸುಲಭದ ಕೆಲಸವಲ್ಲ. ಅದನ್ನು ತಯಾರಿಸುವಾಗ ವಿಷಕಾರಿ ತ್ಯಾಜ್ಯ ಹೊರಬರುತ್ತದೆ. ಈ ಸಮಸ್ಯೆಯ ಬಗ್ಗೆ ನಾವ್ಯಾರೂ ಯೋಚಿಸಿಯೇ ಇಲ್ಲ. ಈ ವಿಷಕಾರಿ ತ್ಯಾಜ್ಯವನ್ನು ಭೂಮಿಯೊಳಗೆ ಬಿಡುವಂತಿಲ್ಲ. ಹಾಗೇನಾದರೂ ಮಾಡಿದರೆ ವಿಷ ಅಂತರ್ಜಲದೊಂದಿಗೆ ಬೆರೆತು ಮಾರಣಹೋಮಕ್ಕೆ ಕಾರಣವಾಗುತ್ತದೆ. ಅದನ್ನು ಸಮುದ್ರಕ್ಕೆ ಬಿಡುವಂತೆಯೂ ಇಲ್ಲ. ಸೋಮರಸದ ವಿಷ ಉಪ್ಪು ನೀರಿನೊಂದಿಗೆ ಬೆರೆತರೆ ಅದರಲ್ಲಿನ ಅಣುಗಳು ವಿಭಜನೆಗೊಂಡು ಸ್ಫೋಟಗೊಳ್ಳುತ್ತವೆ'.

ಥಟ್ಟನೆ ಶಿವನಿಗೆ ಏನೋ ನೆನಪಾಯಿತು. ಆತ ಮನಸ್ಸಿನಲ್ಲೇ ಯೋಚಿಸಿದ 'ಅಂದರೆ ಅಂದು ಬೃಹಸ್ಪತಿ ನನ್ನೊಂದಿಗೆ ಕರಾಚಪಕ್ಕೆ ಬಂದಿದ್ದು ಉಪ್ಪು ನೀರನ್ನು ತೆಗೆದುಕೊಂಡು ಹೋಗುವುದಕ್ಕಿರಬಹುದೇ? ಮಂದಾರ ಪರ್ವತವನ್ನು ಧ್ವಂಸಮಾಡಲು ಅದೇ ಉಪ್ಪು ನೀರನ್ನು ಬಳಸಿರಬಹುದೇ?'.

ಬೃಹಸ್ಪತಿ ಮಾತು ಮುಂದುವರೆಸಿದ 'ಇದಕ್ಕಿರುವ ಏಕೈಕ ಪರಿಹಾರವೆಂದರೆ ಅದು ಹರಿಯುವ ನದಿಯ ಕುಳುಗುಡುವ ನೀರು. ಸೋಮರಸದ ವಿಷ ಕುಳುಗುಡುವ ನೀರಿನೊಂದಿಗೆ ಬೆರತ ಕೂಡಲೆ ವಿಷದ ಅಂಶ ಮತ್ತು ಅದು ಉಂಟುಮಾಡುವ ದುಷ್ಪರಿಣಾಮ ಕಡಿಮೆಯಾಗುತ್ತದೆ. ಅದರಲ್ಲೂ ಮಂಜುಗೆಡ್ಡೆಯಿದ್ದರಂತೂ ವಿಷ ಯಾವ ಪರಿಣಾಮವನ್ನೂ ಬೀರುವುದಿಲ್ಲ. ಮಂದಾರ ಪರ್ವತದಲ್ಲಿ ನಾವು ಮಾಡಿದ ಅನೇಕ ಪ್ರಯೋಗಗಳಿಂದ ಇದು ಸಾಬೀತಾಗಿದೆ. ಸಹಜವಾಗಿ ಭಾರತದಲ್ಲಿರುವ ಯಾವ ನದಿಗಳಲ್ಲೂ ದೊಡ್ಡ ಪ್ರಮಾಣದ ಸೋಮರಸ ತ್ಯಾಜ್ಯವನ್ನು ಬಿಡುವುದು ಅಸಾಧ್ಯವಾಗಿತ್ತು. ಹಾಗೇನಾದರೂ ಆದರೆ ನಮ್ಮ ಜನಗಳಿಗೆ ನಾವೇ ವಿಷ ಉಣಿಸಿದಂತಾಗುತ್ತಿತ್ತು. ಅದರ ಪರಿಣಾಮ ಘನಘೋರ. ಆದ್ದರಿಂದ ಈಗ್ಗೆ ಹಲವು ವರ್ಷಗಳ ಹಿಂದೆ ಸೋಮರಸ ತ್ಯಾಜ್ಯವನ್ನು ದೂರದ ಟಿಬೆಟ್ಟಿನಲ್ಲಿರುವ ನದಿಯೊಂದಕ್ಕೆ ಬಿಡುವ ಯೋಜನೆಯೊಂದನ್ನು ರೂಪಿಸಲಾಯಿತು. ಟಿಬೆಟ್ಟಿನಲ್ಲಿರುವ ನದಿಗಳು ಹಿಮಾಲಯದಿಂದ ಹರಿದು ಬರುತ್ತವೆ ಮತ್ತು ಅವು ತಂಪು ನೀರಿರುವ ನದಿಗಳು. ಅಂತಹ ನದಿಯೊಂದರ ಹೆಸರು ಸ್ಯಾಂಗೋ. ಮೆಲೂಹದ ಆಡಳಿತ ಸೋಮರಸದ ತ್ಯಾಜ್ಯ ವಿಲೇವಾರಿ ಘಟಕವನ್ನು ಇದೇ ಸ್ಯಾಂಗೋ ನದಿಯ ಬಳಿ ಸ್ಥಾಪಿಸಲು ನಿರ್ಧರಿಸಿತು'.

'ಅಂದರೆ ಮೆಲೂಹನ್ನರು ಹಿಂದೆ ನನ್ನ ನಾಡಿಗೆ ಬಂದಿದ್ದರು ಎಂದಾಯಿತು'.

'ಹೌದು! ರಹಸ್ಯವಾಗಿ ಅವರು ಅಲ್ಲಿಗೆ ಬಂದಿದ್ದರು'.

'ಆದರೆ ಅಷ್ಟು ದೊಡ್ಡ ಸೋಮರಸ ತ್ಯಾಜ್ಯ ನಿರ್ವಹಣಾ ಕೇಂದ್ರವನ್ನು ರಹಸ್ಯವಾಗಿಡಲು ಹೇಗೆ ಸಾಧ್ಯ?'.

'ಇಡೀ ನಗರದ ಜನಕ್ಕೆ ಸೋಮರಸ ನೀಡಲು ಬೇಕಾಗುವ ಸೋಮರಸದ ಪುಡಿ ಎಷ್ಟು ಎಂಬುದು ನಿನಗೆ ಚೆನ್ನಾಗಿ ತಿಳಿದಿದೆ. ಅದು ಹತ್ತು ಸಣ್ಣ ಪೊಟ್ಟಣಗಳು ಮಾತ್ರ. ಮೆಲೂಹದ ನಿಗದಿತ ದೇವಾಲಯಗಳಲ್ಲಿ ಈ ಪುಡಿಯನ್ನು ನೀರು ಮತ್ತು ಇತರೆ ಮಿಶ್ರಣದೊಂದಿಗೆ ಬೆರೆಸಿ ಸೋಮರಸ ತಯಾರಿಸಿ ಅದನ್ನು ಜನರಿಗೆ ವಿತರಿಸಲಾಗುತ್ತದೆ'.

'ಅಂದರೆ ಸೋಮರಸವನ್ನು ತಯಾರಿಸುವಾಗ ಹೊರಬರುವ ತ್ಯಾಜ್ಯದ ಪ್ರಮಾಣವೂ ಕಡಿಮೆ ಎಂದಾಯಿತು ಅಲ್ಲವೇ ಬೃಹಸ್ಪತಿ?'.

'ಇಲ್ಲ ಅದು ಹಾಗಲ್ಲ. ತ್ಯಾಜ್ಯದ ಪ್ರಮಾಣ ಕಡಿಮೆ ಇದ್ದರೂ ಅದರಲ್ಲಿರುವ ವಿಷದ ಪ್ರಮಾಣ ಅಗಾಧ'.

'ಹಾಗಾದರೆ...........ಈ ತ್ಯಾಜ್ಯ ಘಟಕವನ್ನು ಟಿಬೆಟ್ಟಿನಲ್ಲಿ ನಿರ್ಮಿಸಲಾಯಿತೇ?'.

'ಹೌದು! ಅದನ್ನು ಸ್ಯಾಂಗೋ ನದಿಯ ದಂಡೆಯ ಮೇಲಿರುವ ನಿರ್ಜನ ಪ್ರದೇಶದಲ್ಲಿ ನಿರ್ಮಿಸಲಾಯಿತು. ಸೋಮರಸದ ವಿಷಕಾರಿ ತ್ಯಾಜ್ಯವನ್ನು ಅಲ್ಲಿಗೆ ಬಿಡಲಾಯಿತು. ಸ್ಯಾಂಗೋ ನದಿ ನಾಗರೀಕತೆಯೇ ಇಲ್ಲದ ಪೂರ್ವ ದಿಕ್ಕಿನ ಪ್ರದೇಶದಲ್ಲಿ ಹರಿಯುತ್ತಿತ್ತು. ಹಾಗಾಗಿ ನಮ್ಮ ನಾಡು ಸೋಮರಸದ ದುಷ್ಪರಿಣಾಮದಿಂದ ಪಾರಾಯಿತು'.

ಶಿವ ನಿಟ್ಟುಸಿರು ಬಿಡುತ್ತಾ ಕೇಳಿದ 'ಆದರೆ ಸ್ಯಾಂಗೋ ನದಿ ಮುಂದೆ ಸಾಗಿ ಯಾವುದಾದರೂ ಪಟ್ಟಣವನ್ನು ಸೇರಲೇಬೇಕಲ್ಲವೇ? ನಾನು ಹೇಳುತ್ತಿರುವುದು ಸ್ವದ್ವೀಪದ ಪೂರ್ವ ದಿಕ್ಕಿನಲ್ಲಿರುವ ನಗರಗಳ ಬಗ್ಗೆ. ಅಂದರೆ ಸ್ಯಾಂಗೋ ನದಿಯ ಸುತ್ತ-ಮುತ್ತಲಿರುವ ಟಿಬೆಟ್ಟಿನ ನಗರಗಳು. ಆ ನಗರಗಳ ಮೇಲೆ ಈ ವಿಷಕಾರಕ ತ್ಯಾಜ್ಯಗಳು ಪರಿಣಾಮ ಬೀರಿರಬೇಕಲ್ಲವೇ?'.

'ಹೌದು! ಆ ನಗರಗಳು ತೀವ್ರವಾಗಿ ತೊಂದರೆಗೀಡಾದವು. ಆದರೆ ಅದು ನಮ್ಮ ನಾಡಲ್ಲವಲ್ಲ!. ಹಾಗಾಗಿ ಮೆಲೂಹನ್ನರಿಗೆ ಅದು ದೊಡ್ಡ ಸಮಸ್ಯೆಯಾಗಿ ಕಾಣಲಿಲ್ಲ. ಆದರೂ ಮೆಲೂಹನ್ನರು ಸ್ಯಾಂಗೋ ನದಿಯ ದಂಡೆಯ ನಗರಗಳಲ್ಲಿ ಏನಾಗುತ್ತಿದೆ ಎಂದು ಆಗಾಗ ಪರಿಶೀಲಿಸುತ್ತಿದ್ದರು. ತಕ್ಷಣಕ್ಕೆ ಅಲ್ಲಿ ಯಾವ ರೋಗ-ರುಜಿನಗಳಾಗಲೀ ಅಂಗವೈಕಲ್ಯತೆಯಾಗಲೀಮಮಮಮಮಮಮಮಮಕಪಬಅ ಕಂಡುಬರಲಿಲ್ಲ. ಅದಕ್ಕೆ ಕಾರಣ ಸ್ಯಾಂಗೋ ನದಿಯ ತಂಪು ನೀರು ವಿಷದ ತೀವ್ರತೆಯನ್ನು ಕಡಿಮೆ ಮಾಡಿತ್ತು. ಮೆಲೂಹದ ಆಡಳಿತ ತನ್ನ ಕೆಲವು ವಿಜ್ಞಾನಿಗಳನ್ನು ಸ್ವದ್ವೀಪದ ಪೂರ್ವ ಭಾಗದಲ್ಲಿರುವ ಜನ ದಟ್ಟನೆಯಿಂದ ಕೂಡಿದ ಬರ್ಮಾ ದೇಶಕ್ಕೆ ಕಳುಹಿಸಿತು. ವಿಜ್ಞಾನಿಗಳಿಗೆ ಅಲ್ಲೂ ಯಾವುದೇ ರೀತಿಯ ರೋಗ-ರುಜಿನಗಳ ಕುರುಹು ದೊರೆಯಲಿಲ್ಲ. ಬರ್ಮಾದಲ್ಲಿ ಸ್ಯಾಂಗೋ ನದಿ 'ಇರವಾಡಿ' ಎಂಬ ನದಿಯಾಗಿ ಬದಲಾಗುತ್ತದೆ. ಹಾಗಾಗಿ ವಿಜ್ಞಾನಿಗಳು ಸೋಮರಸದ ತ್ಯಾಜ್ಯ ಎಲ್ಲೂ ಯಾರಿಗೂ ಯಾವ ಹಾನಿಕಾರಕ ಪರಿಣಾಮವನ್ನೂ ಬೀರುತ್ತಿಲ್ಲ ಎಂಬ ನಿರ್ಧಾರಕ್ಕೆ ಬಂದರು. ಅಲ್ಲದೆ ಟಿಬೆಟಿಯನ್ ಭಾಷೆಯಲ್ಲಿ ಸ್ಯಾಂಗೋ ಎಂದರೆ 'ಶುದ್ಧೀಕರಣ' ಎಂದರ್ಥ. ಜನ ಸ್ಯಾಂಗೋ ನದಿಯನ್ನು ತಮ್ಮ ಪಾಪ-ಕರ್ಮಗಳನ್ನು ತೊಳೆದು ಹಾಕುವ ಪಾವನಿ ಎಂದೇ ಭಾವಿಸಿದರು. ಇತ್ತ ಸೋಮರಸ ತ್ಯಾಜ್ಯಕ್ಕೆ ಮುಕ್ತಿ ದೊರಕಿಸಿದ ಮಂದಾರ ಪರ್ವತದ ವಿಜ್ಞಾನಿಗಳಿಗೆ ಅಭಿನಂದನೆಯ ಮಹಾಪೂರವೇ ಹರಿದುಬಂತು'.

'ಇದರಿಂದ ಬ್ರಂಗಾಗಳಿಗೆ ಯಾವ ತೊಂದರೆಯೂ ಆಗಲಿಲ್ಲವಲ್ಲ ಬೃಹಸ್ಪತಿ?'.

'ಮುಂದೇನಾಯಿತು ಎನ್ನುವುದನ್ನು ಹೇಳುತ್ತೇನೆ ಕೇಳು ಗೆಳೆಯ. ಬ್ರಂಗಾ ನಾಡಿನಲ್ಲಿ ಹರಿಯುವ ಬಹು ಮುಖ್ಯವಾದ ನದಿಯೆಂದರೆ ಬ್ರಹ್ಮಪುತ್ರ. ಇದು ಪೂರ್ವ ದಿಕ್ಕಿನಿಂದ ಪಶ್ಚಿಮದತ್ತ ಹರಿದು ಬ್ರಂಗಾ ನಾಡನ್ನು ಸೇರುತ್ತದೆ. ಆದರೆ ಪೂರ್ವ

ದಿಕ್ಕಿನಲ್ಲಿ ಈ ನದಿ ಎಲ್ಲಿ ಹುಟ್ಟುತ್ತದೆ ಮತ್ತು ಯಾವ ಸ್ಥಳಗಳಲ್ಲಿ ಹರಿದು ಬರುತ್ತದೆ ಎಂಬುದು ಅಲ್ಲಿಯವರೆಗೆ ಯಾರಿಗೂ ತಿಳಿದಿರಲಿಲ್ಲ. ಅದರ ನಕಾಶೆಯನ್ನು ಯಾರೂ ನೋಡಿರಲಿಲ್ಲ. ಪ್ರಪ್ರಥಮ ಬಾರಿಗೆ ನಾಗಾಗಳು ಪರಶುರಾಮನ ಸಹಾಯದಿಂದ ಬ್ರಹ್ಮಪುತ್ರ ನದಿಯ ಮೂಲ ಮತ್ತು ಅದು ಹರಿಯುವ ಮಾರ್ಗವನ್ನು ಕಂಡುಹಿಡಿದರು. ವಾಸ್ತವದಲ್ಲಿ ಈ ನದಿ ಆರು ಸಾವಿರ ಅಡಿ ಎತ್ತರದ ದೈತ್ಯ ಹಿಮಾಲಯ ಪರ್ವತದಿಂದ ಅತ್ಯಂತ ರಭಸವಾಗಿ ಹರಿದು ಬರುತ್ತದೆ'.

'ಏನು! ಬ್ರಹ್ಮಪುತ್ರ ಆರು ಸಾವಿರ ಅಡಿ ಎತ್ತರದಿಂದ ಹರಿದು ಬರುತ್ತದೆಯೇ?'.

'ಹೌದು! ಅಂದರೆ ಅದರ ರಭಸ ಎಷ್ಟಿರಬೇಕು ಎಂಬುದನ್ನು ಊಹಿಸಿಕೊಳ್ಳಿ. ಯಾವ ದೋಣಿ ಅಥವಾ ಹಡಗಿನಲ್ಲೂ ಅಲ್ಲಿ ಸಂಚರಿಸುವುದು ಅಸಾಧ್ಯ. ಆದರೆ ಪರಶುರಾಮ ನಾಗಾಗಳೊಂದಿಗೆ ಆ ದಾರಿಯಲ್ಲಿ ಸಾಗಿ ಅದರ ಮೂಲವನ್ನು ಕಂಡುಹಿಡಿದ. ಆದರೆ ಪರಶುರಾಮನಿಗೆ ಬ್ರಹ್ಮಪುತ್ರ ನದಿಯ ಮೂಲ ಮತ್ತು ಅದು ಹರಿಯುವ ಮಾರ್ಗದ ಪ್ರಾಮುಖ್ಯತೆ ಅರಿವಾಗಲಿಲ್ಲ. ಆದರೆ ಕಾಳಿ ಮತ್ತು ಗಣೇಶನಿಗೆ ಅದರ ಮಹತ್ವವೇನು ಎಂಬುದು ತಿಳಿಯಿತು'.

ಕಾಳಿ ಮತ್ತು ಗಣೇಶನತ್ತ ತಿರುಗಿ ಶಿವ ಕೇಳಿದ 'ಅಂದರೆ ನೀವು ಆ ಮಹಾನದಿಯ ಮೂಲವನ್ನು ಹುಡುಕುತ್ತಾ ಅಷ್ಟು ದೂರ ಹೋಗಿದ್ದಿರಾ? ಅಂದಹಾಗೆ ಬ್ರಹ್ಮಪುತ್ರ ನದಿಯ ಮೂಲ ಯಾವುದು? ಅದು ಹಿಮಾಲಯದಿಂದ ಹರಿದು ಸ್ಯಾಂಗೋ ನದಿಯನ್ನು ಸೇರುತ್ತದೆಯೇ?'.

ಬೃಹಸ್ಪತಿ ವಿಶಾದದಿಂದ ಹೇಳಿದ 'ಈ ಬ್ರಹ್ಮಪುತ್ರ ನದಿಯೇ ಸ್ಯಾಂಗೋ ನದಿ'.

'ಹೌದೇ!' ಶಿವ ಆಶ್ಚರ್ಯದಿಂದ ಉದ್ಘರಿಸಿದ.

'ಸ್ಯಾಂಗೋ ನದಿ ಪೂರ್ವ ದಿಕ್ಕಿನಲ್ಲಿ ಹರಿದು ಟಿಬೆಟ್ಟನ್ನು ಪ್ರವೇಶಿಸುತ್ತದೆ. ನಂತರ ಹಿಮಾಲಯದ ಪೂರ್ವ ದಿಕ್ಕಿನ ಪ್ರದೇಶವೊಂದರ ಬಳಿ ಹಠಾತ್ ತಿರುವು ಪಡೆದು ನೈರುತ್ಯ ದಿಕ್ಕಿನಲ್ಲಿ ಭೋರ್ಗರೆಯುತ್ತಾ ಬಹು ದೂರ ಹರಿದು ಬ್ರಂಗಾ ನಾಡನ್ನು ಸೇರುತ್ತದೆ. ಬ್ರಂಗಾಗಳು ಇದನ್ನೇ ಬ್ರಹ್ಮಪುತ್ರ ಎಂದು ಕರೆಯುತ್ತಾರೆ'.

'ಓ ಪವಿತ್ರ ಸರೋವರವೇ! ಅಂದರೆ ಸೋಮರಸದ ವಿಷ ಬ್ರಂಗಾ ನಾಡನ್ನು ತಲುಪುತ್ತಿದೆ ಎಂದಾಯಿತು'.

'ಸರಿಯಾಗಿ ಹೇಳಿದೆ ಶಿವ. ಸ್ಯಾಂಗೋ ನದಿಯ ನೀರಿನ ಉಷ್ಣತೆ ಕಡಿಮೆ ಇದ್ದಾಗ ವಿಷದ ಪ್ರಮಾಣವೂ ಕಡಿಮೆ ಇರುತ್ತಿತ್ತು. ಆದರೆ ಸ್ಯಾಂಗೋ ನದಿ ಬ್ರಹ್ಮಪುತ್ರ ನದಿಯಾಗಿ ಭಾರತವನ್ನು ಪ್ರವೇಶಿಸುತ್ತಿದ್ದಂತೆ ವಾತಾವರಣದ ಶಾಖ ಹೆಚ್ಚಾಗಿ ನೀರಿನಲ್ಲಿ ವಿಷದ ಅಂಶವೂ ಹೆಚ್ಚಾಗತೊಡಗಿತು. ಇದೇ ಕಾರಣಕ್ಕೆ ಬ್ರಂಗಾ ನಾಡಿನಲ್ಲಿ ಹುಟ್ಟಿದ

ಮಕ್ಕಳು ನಾಗಾಗಳಂತೆ ತೀವ್ರ ನೋವು ಅನುಭವಿಸಲಾರಂಭಿಸಿದವು. ಆದರೆ ಅಲ್ಲಿ ಅಂಗವೈಕಲ್ಯತೆ ಕಡಿಮೆಯಿತ್ತು. ಅತ್ಯಂತ ದುಃಖದ ವಿಚಾರವೆಂದರೆ ಬ್ರಂಗಾ ನಾಡಿನಲ್ಲಿ ಇಂದಿಗೂ ಪ್ರತಿವರ್ಷ ಕ್ಯಾನ್ಸರ್ ರೋಗಕ್ಕೆ ಬಲಿಯಾಗಿ ಸಾವಿರಾರು ಮಂದಿ ಸಾವನ್ನಪುತ್ತಿದ್ದಾರೆ. ಅಲ್ಲಿನ ಎಳೆಯ ಕಂದಮ್ಮಗಳ ಆಕ್ರಂದನ ಎಂತಹ ಕಲ್ಲು ಹೃದಯವನ್ನೂ ಕರಗಿಸಿಬಿಡುತ್ತದೆ'.

ಥಟ್ಟನೆ ಶಿವ ಹೇಳಿದ 'ಹಾಂ! ಬ್ರಂಗಾ ನಾಡಿನಲ್ಲಿ ಪ್ಲೇಗ್ ರೋಗ ಬೇಸಿಗೆಯಲ್ಲಿ ಹೆಚ್ಚಾಗಿ ಕಾಣಿಸಿಕೊಳ್ಳುತ್ತದೆ ಎಂದು ದೇವದಾಸ ಹೇಳಿದ್ದ. ಬಹುಶಃ ಬೇಸಿಗೆಯಲ್ಲಿ ಹಿಮಾಲಯದಲ್ಲಿ ಮಂಜು ಕರಗಿ ವಿಷದ ಪ್ರಮಾಣ ಹೆಚ್ಚಾಗಿ ಬ್ರಂಗಾಗಳನ್ನು ಬಲಿತೆಗೆದುಕೊಳ್ಳುತ್ತಿರಬಹುದಲ್ಲವೇ ಬೃಹಸ್ಪತಿ?'.

'ಹೌದು! ಈಗ ಆಗುತ್ತಿರುವುದು ಅದೇ'.

'ನಾಗಾ ಮತ್ತು ಬ್ರಂಗಾಗಳು ಒಂದೇ ರೀತಿಯ ವಿಷ ಉಣ್ಣುತ್ತಿರುವುದರಿಂದ ನಮ್ಮ ಔಷಧ ಬ್ರಂಗಾಗಳ ಜೀವವನ್ನೂ ಉಳಿಸುತ್ತಿದೆ. ಬ್ರಂಗಾಗಳ ಸಾವು-ನೋವನ್ನು ಸ್ವಲ್ಪ ಮಟ್ಟಿಗಾದರೂ ಕಡಿಮೆ ಮಾಡುವ ದೃಷ್ಟಿಯಿಂದ ನಾವು ಅವರಿಗೆ ಔಷಧಿಯನ್ನು ಕಳುಹಿಸುತ್ತಿದ್ದೇವೆ. ಬ್ರಂಗಾ ನಾಡಿಗೆ ಹೇಗೆ ವಿಷ ಉಣಿಸಲಾಗುತ್ತದೆ ಎಂಬುದನ್ನು ನಾನು ಅನೇಕ ಬಾರಿ ಅಲ್ಲಿನ ರಾಜ ಚಂದ್ರಕೇತುವಿಗೆ ಹೇಳಿದ್ದೇನೆ. ಚಂದ್ರಕೇತು ನನ್ನ ಮಾತನ್ನು ನಂಬಿದ್ದಾನೆ. ಹಾಗಾಗಿ ಆತ ನಮಗೆ ಆಗಾಗ ಚಿನ್ನವನ್ನು ನೀಡುತ್ತಾನೆ. ಜತೆಗೆ ಈ ಎಲ್ಲ ಸಮಸ್ಯೆಗಳಿಗೂ ಮೂಲ ಕಾರಣವಾದ ಸೋಮರಸ ಕೇಂದ್ರಗಳು ಧ್ವಂಸ ಮಾಡಲು ತನ್ನ ಜನರನ್ನು ನಾಗಾಗಳೊಂದಿಗೆ ಕಳುಹಿಸುತ್ತಾನೆ. ಆದರೆ ಆತನ ಜತೆಯಲ್ಲಿರುವ ಕೆಲವು ಮೂರ್ಖ ಬ್ರಂಗಾಗಳು ಮತ್ತೆ ಮತ್ತೆ ಪ್ಲೇಗ್ ರೋಗ ಕಾಣಿಸಿಕೊಳ್ಳುತ್ತಿರುವುದಕ್ಕೆ ನಾಗಾಗಳ ಉಗ್ರ ಶಾಪವೇ ಕಾರಣ ಎಂದು ನಂಬಿದ್ದಾರೆ. ಆ ಭಾಗದಲ್ಲಿ ನಾವು ಬಲಶಾಲಿಗಳಾಗಿರುವುದರಿಂದ ಅವರೆಲ್ಲರೂ ಸುಮ್ಮನಿದ್ದಾರೆ' ಕಾಳಿ ಹೇಳಿದಳು.

'ಎಲ್ಲೋ ಅಡಗಿ ಕುಳಿತು ಹೊಂಚು ಹಾಕಿ ದುಷ್ಟ ಸಂಹಾರ ಮಾಡುವ ಅಗತ್ಯವಿಲ್ಲ ಕಾಳಿ. ಅದಕ್ಕಾಗಿ ನಾವು ನೇರ ಮುಖಾಮುಖಿಯಾಗಿ ನಿಲ್ಲಬೇಕು' ಶಿವ ಹೇಳಿದ.

ಕಾಳಿ ಏನೋ ಹೇಳಲು ಹೊರಟಳು.

ಅಷ್ಟರಲ್ಲಿ ಶಿವ ಬೃಹಸ್ಪತಿಯತ್ತ ತಿರುಗಿ ಕೇಳಿದ 'ಈ ವಿಚಾರವನ್ನು ನೀವು ಮೆಲೂಹದ ರಾಜರು ಅಥವಾ ವಾಯುಪುತ್ರರ ಬಳಿ ಏಕೆ ಚರ್ಚಿಸಲಿಲ್ಲ?'.

'ನಾನು ಈ ವಿಚಾರವನ್ನು ದಕ್ಷ ಮಹಾರಾಜರ ಬಳಿ ಪ್ರಸ್ತಾಪಿಸಿದೆ. ಆದರೆ ಅವರಿಗೆ ಇದರ ಹಿಂದಿರುವ ವೈಜ್ಞಾನಿಕ ಸತ್ಯ ಅರ್ಥವಾಗಲಿಲ್ಲ. ಜತೆಗೆ ಅವರು ಸಮಸ್ಯೆಯ ಆಳಕ್ಕೆ ಇಳಿದು ಅದರ ತಾಂತ್ರಿಕ ವಿಚಾರಗಳನ್ನು ಅರ್ಥಮಾಡಿಕೊಳ್ಳುವ

ಪ್ರಯತ್ನವನ್ನೇ ಮಾಡಲಿಲ್ಲ. ಬದಲಾಗಿ ಈ ವಿಚಾರವನ್ನು ತಮ್ಮ ನಂಬಿಕಸ್ಥ ರಾಜಗುರು, ಬುದ್ಧಿಜೀವಿ ಬೃಗು ಮಹರ್ಷಿಗೆ ತಿಳಿಸಿ ಸೂಕ್ತ ನಿರ್ಧಾರ ಕೈಗೊಳ್ಳುವಂತೆ ಹೇಳಿ ಕೈತೊಳೆದುಕೊಂಡರು. ಬೃಗುವಿಗೆ ಈ ವಿಚಾರದಲ್ಲಿ ಆಸಕ್ತಿ ಇತ್ತು. ಅವರು ನನ್ನನ್ನು ವಾಯುಪುತ್ರ ಮಂಡಳಿಯ ಬಳಿಗೆ ಕರೆದುಕೊಂಡು ಹೋದರು. ಅಲ್ಲಿ ನಾನು ಈ ವಿಚಾರವನ್ನು ಪ್ರಸ್ತಾಪಿಸಿದೆ. ಆದರೆ ಅವರ್‍ಯಾರೂ ನನ್ನ ಮಾತನ್ನು ಗಂಭೀರವಾಗಿ ಪರಿಗಣಿಸಲಿಲ್ಲ. ವಿಚಾರ ಅಲ್ಲಿಗೆ ಮುಗಿದುಹೋಯಿತು. ಬ್ರಹ್ಮಪುತ್ರ ನದಿಯ ಉಗಮದ ಬಗ್ಗೆ ಯಾರೂ ನನ್ನ ಮಾತನ್ನು ನಂಬಲಿಲ್ಲ. ಅಲ್ಲದೆ ನಾನು ನಾಗಾಗಳ ಮಾತು ಕೇಳಿಕೊಂಡು ಹೀಗೆ ವಾದ ಮಾಡುತ್ತಿದ್ದೇನೆ ಎಂದು ಎಲ್ಲರೂ ಅಪಹಾಸ್ಯ ಮಾಡಲಾರಂಭಿಸಿದರು. ಅವರ ಪ್ರಕಾರ ನಾಗಾಗಳು ಶಾಪಗ್ರಸ್ಥರು. ಹಿಂದಿನ ಜನ್ಮದಲ್ಲಿ ಮಾಡಿದ ಪಾಪಕ್ಕೆ ಪ್ರತಿಯಾಗಿ ನಾಗಾ ನಾಡನ್ನು ಆಳುತ್ತಿರುವ ನತದೃಷ್ಟರು'.

ಬೃಹಸ್ಪತಿಯ ಮಾತಿಗೆ ಕಾಳಿ ಹೇಳಿದಳು 'ನಾನು ಈ ಮಾತುಗಳನ್ನು ಹೊಗಳಿಕೆಯಾಗಿ ಸ್ವೀಕರಿಸುತ್ತೇನೆ'.

ಶಿವ ನಸುನಕ್ಕು ಹೇಳಿದ 'ಆದರೆ ವಾಯುಪುತ್ರರು ಯಾವ ಆಧಾರದ ಮೇಲೆ ನಿನ್ನ ಮಾತನ್ನು ತಿರಸ್ಕರಿಸಿದರು ಬೃಹಸ್ಪತಿ? ಬ್ರಂಗಾ ನಾಡಿನಲ್ಲಿ ನಡೆಯುತ್ತಿದ್ದ ಸಾವು–ನೋವು ಅವರಿಗೆ ತಿಳಿದಿತ್ತು ಅಲ್ಲವೇ?'.

'ಅವರ ಪ್ರಕಾರ ಬ್ರಂಗಾಗಳು ಸಿರಿವಂತರು, ಆದರೆ ಅನಾಗರೀಕರು. ಅವರ ಆಹಾರ ಪದ್ಧತಿ, ಉಡುಗೆ–ತೊಡುಗೆಗಳು ಅನಾಗರೀಕ ಸಂಸ್ಕೃತಿಯನ್ನು ಪ್ರತಿಬಿಂಬಿಸುತ್ತವೆ. ಈ ವಿಚಿತ್ರ ಪದ್ಧತಿಯಿಂದಲೇ ಅವರಿಗೆ ಪ್ಲೇಗ್ ರೋಗ ಬಂದಿದೆ. ಅಲ್ಲದೆ ರುದ್ರದೇವನ ಅನುಯಾಯಿಗಳು ಪವಿತ್ರವೆಂದೇ ಪರಿಗಣಿಸಿರುವ ನವಿಲಿನ ರಕ್ತವನ್ನು ಅವರು ಕುಡಿಯುತ್ತಿರುವುದರಿಂದ ಪಾಪ ಅವರ ಹೆಗಲೇರಿದೆ. ಜತೆಗೆ ಹಿಂದಿನ ಜನ್ಮದಲ್ಲಿ ಮಾಡಿದ ಪಾಪವೂ ಸೇರಿಕೊಂಡಿದೆ. ಹಾಗಾಗಿ ಬ್ರಂಗಾಗಳು ತಮ್ಮ ಪಾಪಕ್ಕೆ ತಕ್ಕ ಪ್ರತಿಫಲ ಅನುಭವಿಸುತ್ತಿದ್ದಾರೆ ಎಂದು ವಾಯುಪುತ್ರರು ಕೇವಲ ಕನಕರ ವ್ಯಕ್ತಪಡಿಸಿದರು'.

'ಆಗ ನೀನು ನಿನ್ನ ಪ್ರಯತ್ನವನ್ನು ಬಿಟ್ಟುಬಿಟ್ಟೆಯಾ ಬೃಹಸ್ಪತಿ? ಅಷ್ಟಕ್ಕೂ ವಾಯುಪುತ್ರರೇನೂ ಮೆಲೂಹವನ್ನು ಆಳುತ್ತಿರಲಿಲ್ಲ ಅಲ್ಲವೇ? ಹಾಗೆ ಆಳುತ್ತಿದ್ದವನು ದಕ್ಷ. ಆತ ಬಲಹೀನ ಚಕ್ರವರ್ತಿ. ಆತನನ್ನು ಒಪ್ಪಿಸುವುದು ನಿನಗೆ ಸುಲಭದ ಕೆಲಸವಾಗಿತ್ತು. ನೀನು ಹಾಗೆ ಮಾಡಿದ್ದರೆ ಆತ ಸೋಮರಸವನ್ನು ಬಹಿಷ್ಕರಿಸುವ ಕಾನೂನನ್ನು ಜಾರಿಮಾಡುತ್ತಿದ್ದ ಅಲ್ಲವೇ?'.

'ಆ ಸಮಯದಲ್ಲಿ ನಾನು ಈ ಪ್ರಯತ್ನವನ್ನು ಮುಂದುವರೆಸಲು ಸಾಧ್ಯವಾಗದ ಪರಿಸ್ಥಿತಿಯೊಂದು ನಿರ್ಮಾಣವಾಯಿತು'.

'ಏನದು?'.

'ತಾರಾ.........! ನಾನು ಇಷ್ಟಪಟ್ಟು ಮದುವೆಯಾಗಬೇಕೆಂದಿದ್ದ ತಾರಾ ಇದ್ದಕ್ಕಿದ್ದಂತೆ ಕಾಣೆಯಾದಳು. ಕಡೆಯ ಬಾರಿ ಆಕೆಯನ್ನು ನಾನು ಪರಿಹದಲ್ಲಿ ನೋಡಿದ್ದೆ. ನಾನು ಮೆಲೂಹಕ್ಕೆ ಬಂದ ಕೆಲವು ದಿನಗಳ ನಂತರ ಆಕೆ ನನಗೊಂದು ಪತ್ರವನ್ನು ಬರೆದಳು. ಅದರಲ್ಲಿ ನಾನು ಸೋಮರಸದ ವಿರುದ್ಧ ಹೋಗಬಾರದೆಂದೂ ಹಾಗೆ ಮಾಡಿದರೆ ತನಗೆ ನಿರಾಸೆಯಾಗುವುದಾಗಿಯೂ ತಿಳಿಸಿದ್ದಳು. ಒಟ್ಟಾರೆ ಸೋಮರಸದ ಬಗ್ಗೆ ನಾನು ಹೆಚ್ಚು ತಲೆಕೆಡಿಸಿಕೊಳ್ಳುವುದು ಬೇಡ ಎಂಬುದು ಆಕೆಯ ಪತ್ರದ ಸಾರಾಂಶವಾಗಿತ್ತು. ಆನಂತರ ನಾನು ಬೃಗು ಮಹರ್ಷಿಗಳಿಗೆ ಪರಿಹದಲ್ಲಿರುವ ಅವರ ಸ್ನೇಹಿತರಿಂದ ತಾರಾಳ ಬಗ್ಗೆ ತಿಳಿದುಕೊಳ್ಳುವಂತೆ ಮನವಿ ಮಾಡಿದೆ. ಅಷ್ಟರಲ್ಲಿ ತಾರಾ ಕಾಣೆಯಾಗಿದ್ದಾಳೆ ಎಂದು ಬೃಗು ಮಹರ್ಷಿಗಳು ತಿಳಿಸಿದರು'.

ಶಿವ ನಿಟ್ಟುಸಿರು ಬಿಟ್ಟ.

'ಆದರೆ ತಾರಾ ಹಾಗೆ ಕಾಣೆಯಾಗುವವಳಲ್ಲ ಎಂಬುದು ನನಗೆ ಚೆನ್ನಾಗಿ ತಿಳಿದಿತ್ತು. ಆಕೆಯನ್ನು ಯಾರೋ ಅಪಹರಿಸಿ ಗೃಹಬಂಧನದಲ್ಲಿರಿಸಿದ್ದಾರೆ ಎಂದು ನನ್ನ ಮನಸ್ಸು ಸ್ಪಷ್ಟವಾಗಿ ಹೇಳುತ್ತಿತ್ತು. ವಾಸ್ತವದಲ್ಲಿ ಅವರು ನನಗೆ ಎಚ್ಚರಿಕೆ ನೀಡಿದ್ದರು. ಅದರ ಸಾರಾಂಶ ಹೀಗಿತ್ತು.

'ಸೋಮರಸದ ಬಗ್ಗೆ ಮಾತನಾಡದೆ ಸುಮ್ಮನಿರು. ಇಲ್ಲವಾದರೆ............'.

'ಅದಕ್ಕೆ ನೀನು ಸುಮ್ಮನಾದೆ ಅಲ್ಲವೇ ಬೃಹಸ್ಪತಿ? ನೀನು ಮಾಡುತ್ತಿರುವ ಕಾರ್ಯ ಸರಿಯಾಗಿದೆ ಎಂದು ತಿಳಿದಿದ್ದರೂ ನೀನೇಕೆ ಸುಮ್ಮನಾದೆ?'.

'ನಾನು ಸುಮ್ಮನಾಗಲಿಲ್ಲ ಶಿವ! ಆದರೆ ಆ ವೇಳೆಗಾಗಲೇ ಮಂದಾರದಲ್ಲಿದ್ದ ಹಿರಿಯ ವಿಜ್ಞಾನಿಗಳು ನನ್ನ ಮೇಲೆ ನಂಬಿಕೆ ಕಳೆದುಕೊಳ್ಳಲಾರಂಭಿಸಿದರು. ನಾನೇನಾದರೂ ಈ ವಿಚಾರವನ್ನು ದೊಡ್ಡದು ಮಾಡಿದ್ದರೆ ಸೂರ್ಯವಂಶಿಗಳಿಗೆ ನನ್ನ ಮೇಲಿದ್ದ ಅಲ್ಪ-ಸ್ವಲ್ಪ ನಂಬಿಕೆ, ವಿಶ್ವಾಸವೂ ಇಲ್ಲವಾಗುತ್ತಿತ್ತು. ಆಗ ನಾನೇನೂ ಮಾಡಲಾಗುತ್ತಿರಲಿಲ್ಲ. ನನ್ನ ಮಾತಿಗೆ ಯಾವ ಬೆಲೆಯೂ ಇರುತ್ತಿರಲಿಲ್ಲ. ಅಲ್ಲದೆ ಈ ದಿಕ್ಕಿನಲ್ಲಿ ಪ್ರಯತ್ನ ಮುಂದುವರೆಸಿದರೆ ಸೋಮರಸವನ್ನು ಪ್ರೀತಿಸುವವರ ವಿರುದ್ಧ ಸಂಘರ್ಷಕ್ಕೆ ಇಳಿಯಬೇಕಾಗುತ್ತದೆ ಎನ್ನುವುದು ನನಗೆ ಮನದಟ್ಟಾಯಿತು. ಆ ಸಮಯದಲ್ಲಿ ನೀಲಕಂಠನ ಅನುಯಾಯಿಗಳಾದ ವಾಯುಪುತ್ರರು ಮಾತ್ರ ಸೋಮರಸದ ಬಳಕೆಯನ್ನು ತಡೆಯಬಹುದಾಗಿತ್ತೇ ವಿನಹಃ ಬೇರಾರಿಂದಲೂ ಅದು ಸಾಧ್ಯವಾಗುತ್ತಿರಲಿಲ್ಲ. ಆದರೆ ವಾಯುಪುತ್ರರು ಅದಕ್ಕೆ ಮನಸ್ಸು ಮಾಡಲಿಲ್ಲ. ಸೋಮರಸ ಕೆಡುಕನ್ನು ಮಾಡುತ್ತಿದೆ ಎಂಬ ನನ್ನ ವಾದವನ್ನು ಖಡಾಖಂಡಿತವಾಗಿ ತಿರಸ್ಕರಿಸಿಬಿಟ್ಟರು'.

'ಮುಂದೇನಾಯಿತು ಬೃಹಸ್ಪತಿ?'.

'ಹೊರನೋಟಕ್ಕೆ ನಾನು ಸುಮ್ಮನಾದೆ. ಆದರೆ ಈ ವಿಚಾರದಲ್ಲಿ ಏನಾದರೂ

ಮಾಡಲೇಬೇಕೆಂಬ ಆಂತರಿಕ ತುಡಿತ ಕ್ಷಣ ಕ್ಷಣಕ್ಕೂ ಹೆಚ್ಚಾಗುತ್ತಿತ್ತು. ಅತ್ತ ಬೃಗು ಮಹರ್ಷಿಗಳೂ ಸೋಮರಸದಿಂದ ಯಾವ ಅಪಾಯವೂ ಇಲ್ಲ ಎಂದು ಹೇಳಿಬಿಟ್ಟರು. ಹಾಗಾಗಿ ಸೋಮರಸದ ಉತ್ಪಾದನೆ ಎಡೆ-ತಡೆಯಿಲ್ಲದೆ ಸಾಗಿತು. ಸರಸ್ವತಿ ನದಿಯ ಅಗಾಧ ಪ್ರಮಾಣದ ನೀರು ಸೋಮರಸ ಉತ್ಪಾದನೆಗೆ ಬಳಕೆಯಾಗತೊಡಗಿತು. ಸಹಜವಾಗಿ ಹೆಚ್ಚು ಪ್ರಮಾಣದ ವಿಷಕಾರಕ ತ್ಯಾಜ್ಯ ಹೊರಬರಲಾರಂಭಿಸಿತು. ಅದನ್ನು ಸ್ಯಾಂಗೋ ನದಿಯಷ್ಟೇ ಅಲ್ಲ ದೇಶದ ಇತರೆ ನದಿಗಳಿಗೂ ಬಿಡುವ ಯೋಜನೆಯ ನೀಲನಕ್ಷೆ ಸಿದ್ಧವಾಯಿತು. ಈ ಬಾರಿ ಮೆಲೂಹನ್ನರು ಅದಕ್ಕಾಗಿ ಸಿಂಧೂ ಮತ್ತು ಗಂಗಾನದಿಯನ್ನು ಆಯ್ದುಕೊಂಡರು'.

'ಓ ಶ್ರೀರಾಮ! ನಮ್ಮನ್ನು ಕಾಪಾಡು' ಶಿವ ಪಿಸುಗುಟ್ಟಿದ.

'ಇದರಿಂದ ಸಾವಿರಾರು ಜೀವಿಗಳು ಅಪಾಯಕ್ಕೆ ಸಿಲುಕಿದವು. ಇಡೀ ಭಾರತ ದೇಶಕ್ಕೆ ವಿಷವುಣಿಸುವ ಯೋಜನೆಯನ್ನು ಕಂಡು ನಾನು ಬೆಚ್ಚಿಬಿದ್ದೆ. ಆ ಪರಮಾತ್ಮನ ದಿವ್ಯ ಅನುಗ್ರಹದಿಂದಲೋ ಏನೋ ಅದೇ ಸಮಯಕ್ಕೆ ನಾನು ಗಣೇಶನನ್ನು ಭೇಟಿಯಾದೆ. ಈ ಅನಾಹುತವನ್ನು ತಡೆಯಲು ಗಣೇಶ ಒಂದು ಕ್ರಾಂತಿಕಾರಕ ಯೋಜನೆಯನ್ನು ರೂಪಿಸಿದ. ಅದು ಪ್ರಸ್ತುತ ಸಮಸ್ಯೆಗೆ ಪರಿಹಾರವೂ ಆಗಿತ್ತು. ಅದುವೇ ಮಂದಾರ ಪರ್ವತದ ಸರ್ವನಾಶ. ಒಮ್ಮೆ ಮಂದಾರವನ್ನು ಧ್ವಂಸಮಾಡಿದರೆ ಸೋಮರಸ ತಯಾರಿಕೆ ಸ್ಥಗಿತಗೊಳ್ಳುತ್ತದೆ. ಆಗ ಸಮಸ್ಯೆ ತಾನೇ ತಾನಾಗಿ ಪರಿಹಾರವಾಗುತ್ತದೆ ಎನ್ನುವುದು ಗಣೇಶನ ಲೆಕ್ಕಾಚಾರವಾಗಿತ್ತು'.

ಶಿವ ಸತಿಯತ್ತ ನೋಡಿದ. ಬೃಹಸ್ಪತಿ ಮಾತು ಮುಂದುವರಿಸಿದ.

'ಮುಂದೇನಾಗುವುದೋ ಎಂಬ ಆತಂಕದಲ್ಲಿದ್ದಾಗ ಭರವಸೆಯ ಬೆಳಕೊಂದು ಕೋಲ್ಮಿಂಚಿನಂತೆ ಮೂಡಿತು. ಅದನ್ನು ಕಂಡ ಕೂಡಲೇ ಮಂದಾರವನ್ನು ಧ್ವಂಸಮಾಡು ಎಂದು ಅಂತರಾತ್ಮ ಹೇಳಿತು'.

'ಏನದು ಭರವಸೆಯ ಬೆಳಕು?' ಶಿವ ಕೇಳಿದ.

'ಆ ಭರವಸೆ ನೀನೇ ನೀಲಕಂಠ. ವಾಯುಪುತ್ರರ ಅನುಮತಿ ಇಲ್ಲದೇ, ಅವರ ಗಮನಕ್ಕೆ ಬಾರದಂತೆ ನೀನು ಪ್ರತ್ಯಕ್ಷನಾದೆ. ಅಂತೂ ನೀಲಕಂಠನ ಆಗಮನವಾಯಿತು. ದುಷ್ಟಶಕ್ತಿಯನ್ನು ನಾಶಮಾಡಲು ಕಟ್ಟಕಡೆಯ ಅವಕಾಶವೊಂದು ದೊರೆಯಿತು'.

ವಿಶ್ವದ್ಯುಮ್ನ ಬ್ರಂಗಾ ಸೈನಿಕರಿಗೆ ಸಿದ್ಧವಾಗುವಂತೆ ಸಂದೇಶ ನೀಡಿದ. ಬೇಟೆಗಾಗಿ ಬಂದಿದ್ದ ಸೈನಿಕರೆಲ್ಲಾ ಮಂಡಿಯೂರಿ ಕುಳಿತು ಒಡೆಯನ ಆದೇಶವನ್ನು ಪಾಲಿಸಿದರು. ವಿಶ್ವದ್ಯುಮ್ನನ ಹಿಂದೆ ಕಾರ್ತಿಕ. ಆತನ ಕಣ್ಣುಗಳು ಫಳಫಳನೆ ಹೊಳೆಯುತ್ತಿತ್ತು.

'ಆಹಾ! ಎಂತಹ ಬೇಟೆ' ಕಾರ್ತಿಕ ಉದ್ಗರಿಸಿದ.

ಶಿವನ ಸೈನ್ಯ ಪಂಚವಟಿಯ ತಾತ್ಕಾಲಿಕ ಗುಡಾರದಲ್ಲಿ ಬೀಡುಬಿಟ್ಟು ವಿಶ್ರಾಂತಿ ತೆಗೆದುಕೊಳ್ಳುತ್ತಿತ್ತು. ಸೈನ್ಯದಲ್ಲಿದ್ದ ಕೆಲವು ನುರಿತ ಬೇಟೆಗಾರರಿಗೆ ಪ್ರಾಣಿಗಳನ್ನು ಕೊಂದು ತರುವಂತೆ ಆದೇಶ ನೀಡಲಾಗಿತ್ತು. ಆ ಮೂಲಕ ಸೈನಿಕರ ಹಸಿವನ್ನು ತಣಿಸುವುದು ಬೇಟೆಯ ಉದ್ದೇಶವಾಗಿತ್ತು. ಸಹಜವಾಗಿ ಆ ತಂಡಕ್ಕೆ ಕಾರ್ತಿಕ ನಾಯಕನಾಗಿದ್ದ. ವಿಶ್ವದ್ಯುಮ್ನ ನೀಲಕಂಠನ ಮಗನ ಯುದ್ಧ ಕೌಶಲ್ಯಗಳನ್ನು ಬಹುವಾಗಿ ಮೆಚ್ಚಿಕೊಂಡಿದ್ದ.

'ಅದು ಘೆಂಡಾಮೃಗ ಮಹಾಸ್ವಾಮಿ' ವಿಶ್ವದ್ಯುಮ್ನ ಕಾರ್ತಿಕನಗೆ ಹೇಳಿದ.

ಘೆಂಡಾಮೃಗವೊಂದು ದೈತ್ಯ ಪ್ರಾಣಿ. ಇಪ್ಪತ್ತು ಅಡಿ ಉದ್ದ. ದೇಹದಲ್ಲಿ ಕಂದು ಬಣ್ಣದ ಪದರ ಪದರ ಚರ್ಮ. ಅದು ದೇಹಕ್ಕೆ ರಕ್ಷಣಾ ಕವಚದಂತಿತ್ತು. ಮೂಗಿನ ಮೇಲೆ ಕವಲೊಡೆದ ಒಂದು ಅಡಿ ಉದ್ದದ ಕೊಂಬು. ಅದು ಭರ್ಜರಿ ಅಸ್ತ್ರದಂತಿತ್ತು.

'ಹಾಂ! ಅದು ನನಗೆ ಗೊತ್ತು. ಕಾಶಿಯ ಸುತ್ತ-ಮುತ್ತ ಸಹ ಈ ರೀತಿಯ ಘೆಂಡಾಮೃಗಗಳಿವೆ. ಹೆಚ್ಚು ಕಮ್ಮಿ ಆನೆಯ ಗಾತ್ರವಿರುತ್ತವೆ. ಅವುಗಳಿಗೆ ತೀಕ್ಷ್ಣ ದೃಷ್ಟಿ, ಚುರುಕಾದ ಕಿವಿ, ವಾಸನೆಯನ್ನು ಕ್ಷಣಮಾತ್ರದಲ್ಲಿ ಗ್ರಹಿಸಿಬಿಡುತ್ತವೆ'.

ವಿಶ್ವದ್ಯುಮ್ನ ತಲೆಯಾಡಿಸುತ್ತಾ ಹೇಳಿದ 'ಈಗೇನು ಮಾಡುವುದು ಮಹಾಪ್ರಭು. ಘೆಂಡಾಮೃಗಗಳನ್ನು ಬೇಟೆಯಾಡುವುದು ಅಷ್ಟು ಸುಲಭದ ಕೆಲಸವಲ್ಲ. ಅವು ತಮ್ಮಷ್ಟಕ್ಕೆ ತಾವು ಗಂಭೀರವಾಗಿರುತ್ತವೆ. ಆದರೆ ಅವುಗಳಿಗೆ ಹೆದರಿಕೆ ಉಂಟುಮಾಡಿದರೆ ರೊಚ್ಚಿಗೇಳುತ್ತವೆ. ದೈತ್ಯ ದೇಹ ಮತ್ತು ಕೊಂಬಿನಿಂದ ತಿವಿದು ಘಾಸಿಕೊಳಿಸುತ್ತವೆ'.

ಕಾರ್ತಿಕ ಸೊಂಟದಲ್ಲಿದ್ದ ಎರಡು ಹರಿತವಾದ ಖಡ್ಗಗಳನ್ನು ಹೊರತೆಗೆದ. ಎಡಗೈನಲ್ಲಿ ಎರಡು ಅಲುಗಿನ ತುಂಡು ಖಡ್ಗ ಮತ್ತು ಬಲಗೈನಲ್ಲಿ ಉದ್ದನೆಯ ಖಡ್ಗ ಹಿಡಿದು ಸಿದ್ಧನಾದ.

ನಂತರ ಮೆಲ್ಲನೆ ಪಿಸುಗುಟ್ಟಿದ 'ಆ ದೈತ್ಯ ಪ್ರಾಣಿಯ ಹಿಂದಿನಿಂದ ಬೆಂಕಿಯ ಬಾಣಗಳನ್ನು ಬಿಡಿ. ಹತ್ತಿರದಿಂದ ಜೋರಾಗಿ ಸದ್ದುಮಾಡಿ'.

ವಿಶ್ವದ್ಯುಮ್ನ ಭಯದಿಂದ ಕಂಪಿಸುತ್ತಾ ಹೇಳಿದ 'ಅದು ಮಹಾ ಅಪಾಯಕಾರಿ ಮಹಾಪ್ರಭು'.

'ಹೆಚ್ಚು ಮಂದಿ ಅದರ ಮೇಲೆ ಆಕ್ರಮಣ ಮಾಡಿದಷ್ಟು ನಮಗೇ ಹೆಚ್ಚು ಹಾನಿಯಾಗುತ್ತದೆ. ಒಮ್ಮೆ ಅದು ಕೊಂಬಿನಿಂದ ತಿವಿಯಲು ಪ್ರಾರಂಭಿಸಿದರೆ ನಮ್ಮ ಸೈನಿಕರು ದಿಕ್ಕಾಪಾಲಾಗಿ ಓಡಬೇಕಾಗುತ್ತದೆ'.

'ಮಹಾಪ್ರಭು! ನಾವು ದೂರದಿಂದಲೇ ಬೆಂಕಿಯ ಬಾಣಗಳನ್ನು ಬಿಟ್ಟರೆ ಹೇಗೆ?'.

ಕಾರ್ತಿಕ ಹುಬ್ಬೇರಿಸುತ್ತಾ ಹೇಳಿದ 'ವಿಶ್ವದ್ಯುಮ್ನ! ಸ್ವಲ್ಪ ಯೋಚಿಸು. ಕೇವಲ ನಾವು ಬಿಡುವ ಅಗ್ನಿಬಾಣಗಳಿಂದ ದಪ್ಪ ಚರ್ಮದ ಘೆಂಡಾಮೃಗವನ್ನು ಘಾಸಿಗೊಳಿಸುವುದು ಸಾಧ್ಯವೇ? ಖಂಡಿತ ಇಲ್ಲ. ನಾವು ಬಿಡುವ ಬಾಣಗಳಿಂದ ಅದು ರೊಚ್ಚಿಗೇಳುವುದಿಲ್ಲ. ಬದಲಾಗಿ ಸೈನಿಕರ ಕೂಗಾಟದಿಂದ ರೊಚ್ಚಿಗೇಳುತ್ತದೆ'.

ವಿಶ್ವದ್ಯುಮ್ನ ಮರುಮಾತನಾಡದೆ ಮೃಗವನ್ನೇ ನೋಡುತ್ತಿದ್ದ. ಆತನಿಗೆ ಏನು ಮಾಡುವುದು ಎಂಬುದೇ ತಿಳಿಯದಾಯಿತು.

ಆತ ಹೇಳಿದ 'ನಾವು ಹಿಂದಿನಿಂದ ಅದನ್ನು ಅಟ್ಟುತ್ತೇವೆ. ಆದರೆ ನೀವೇನು ಮಾಡುವಿರಿ ಮಹಾಸ್ವಾಮಿ'.

'ನಾನು ಮುಂದೆ ನಿಂತು ಅದನ್ನು ಕೊಲ್ಲುತ್ತೇನೆ' ಕಾರ್ತಿಕ ಪಿಸುಗುಟ್ಟಿದ.

ಅಷ್ಟು ಹೇಳಿ ಕಾರ್ತಿಕ ನಿಧಾನವಾಗಿ ಘೆಂಡಾಮೃಗದ ಬಲಭಾಗಕ್ಕೆ ಬಂದು ನಿಂತ. ಮೃಗ ಕಾರ್ತಿಕ ನಿಂತಿರುವುದನ್ನು ಗಮನಿಸಿತು. ಕೂಡಲೇ ಆತ ಮೆಲ್ಲನೆ ಶಿಳ್ಳೆ ಹೊಡೆದ. 'ಹೂಂ! ನುಗ್ಗಿ' ವಿಶ್ವದ್ಯುಮ್ನ ಜೋರಾಗಿ ಕೂಗಿದ.

ಮರುಕ್ಷಣವೇ ಸೈನಿಕರು ಅಗ್ನಿಯ ಬಾಣಗಳನ್ನು ದೈತ್ಯ ಪ್ರಾಣಿಯತ್ತ ಒಂದೇ ಸಮನೆ ಬಿಡಲಾರಂಭಿಸಿದರು. ಜತೆಗೆ ಜೋರಾದ ಚೀರಾಟ ಪ್ರಾರಂಭವಾಯಿತು. ಮೃಗ ಒಮ್ಮೆ ತಲೆಯೆತ್ತಿ ನೋಡಿತು. ಸೈನಿಕರ ಚೀರಾಟ ಕೇಳಿಸಿಕೊಂಡಿತು. ಬೆಂಕಿಯ ಬಾಣಗಳು ಅದರ ದೇಹವನ್ನೇನೂ ಘಾಸಿಗೊಳಿಸುತ್ತಿರಲಿಲ್ಲ. ಆದರೆ ಆ ಬಾಣಗಳು ಸುಮ್ಮನೆ ಅದನ್ನು ತಿವಿದಂತಾಗಿ ಘೀಳಿಡುತ್ತಾ ರೊಚ್ಚಿಗೆದ್ದಿತು. ತನ್ನ ದೇಹದ ಶಕ್ತಿಯನ್ನೆಲ್ಲಾ ಕ್ರೋಢೀಕರಿಸಿಕೊಂಡು ದಪ್ಪನೆಯ ಕಪ್ಪು ಕಣ್ಣು ಬಿಡುತ್ತಾ ಕಾರ್ತಿಕನತ್ತ ಮುನ್ನುಗ್ಗಿತು.

ಸಾಮಾನ್ಯವಾಗಿ ಘೆಂಡಾಮೃಗಗಳಿಗೆ ಅಕ್ಕ-ಪಕ್ಕದಲ್ಲಿರುವ ವಸ್ತುಗಳು ಕಾಣುತ್ತವೆಯೇ ಹೊರತು ಎದುರಿಗಿರುವ ವಸ್ತುಗಳು ಕಣ್ಣಿಗೆ ಬೀಳುವುದಿಲ್ಲ. ಮೃಗ ಈ ಹಿಂದೆ ಕಾರ್ತಿಕ ನಿಂತಿದ್ದ ಸ್ಥಳವನ್ನು ನೋಡಿತ್ತು. ಹಾಗಾಗಿ ಆ ಕಡೆಗೆ ನುಗ್ಗಿತು. ಅಷ್ಟರಲ್ಲಿ ಕಾರ್ತಿಕ ಅಲ್ಲಿಂದ ಪಕ್ಕಕ್ಕೆ ಹೊರಳಿ ಮೃಗದ ಎದುರಿಗೆ ಬಂದು ನಂತ. ಮೃಗಕ್ಕೆ ಎದುರಿಗಿದ್ದ ಕಾರ್ತಿಕ ಸರಿಯಾಗಿ ಕಾಣಲಿಲ್ಲ. ಇತ್ತ ಮೆಲೂಹ ಸೈನಕರು ಬಿಡುತ್ತಿದ್ದ ಬಾಣಗಳೆಲ್ಲವೂ ವ್ಯರ್ಥವಾಗುತ್ತಿತ್ತು.

ಘೆಂಡಾಮೃಗ ತನ್ನತ್ತ ಬರುತ್ತಿದ್ದರೂ ಕಾರ್ತಿಕ ಅತ್ತಿತ್ತ ಅಲುಗಾಡದೇ ನಿಂತಲ್ಲಿಯೇ ನಿಂತಿದ್ದ. ವಿಶ್ವದ್ಯುಮ್ನನಿಗೆ ಕಾರ್ತಿಕನಿಗೆ ಏನಾಗುತ್ತದೆಯೋ ಎನ್ನುವ ಆತಂಕ. ಅಪ್ಪಿ ತಪ್ಪಿ ಕಾರ್ತಿಕ ಹಿಡಿದಿರುವ ಖಡ್ಗ ಕೈಜಾರಿ ಕೆಳಗೆ ಬಿದ್ದರೆ ಗತಿ ಏನು? ಎಂದು ಆತ ಯೋಚಿಸುತ್ತಿದ್ದ. ಘೆಂಡಾಮೃಗ ವೇಗವಾಗಿ ಕಾರ್ತಿಕನ ಹತ್ತಿರಕ್ಕೆ ಬಂದು ಕೊಂಬಿನಿಂದ ಇರಿಯಲು ಸಿದ್ಧವಾಯಿತು. ಅಷ್ಟರಲ್ಲಿ ಕಾರ್ತಿಕ ಕೆಳಕ್ಕೆ ಬಾಗಿ ಛಂಗನೆ ಎಡಕ್ಕೆ ಜಿಗಿದ. ದೈತ್ಯ ಪ್ರಾಣಿ ಕಾರ್ತಿಕನಿಂದ ಮುಂದೆ ಹೋಯಿತು. ಅದು ಮತ್ತೆ ಹಿಂದಕ್ಕೆ ತಿರುಗುವುದರ ಒಳಗಾಗಿ ಥಟ್ಟನೆ ಕಾರ್ತಿಕ ಎಡಗೈನಲ್ಲಿ ಹಿಡಿದಿದ್ದ ಹರಿತವಾದ ಖಡ್ಗವನ್ನು ಒಮ್ಮೆ

ಬಲವಾಗಿ ಬೀಸಿದ. ಆ ಹೊಡೆತಕ್ಕೆ ಘೆಂಡಾಮೃಗದ ತೊಡೆ ಸೀಳಿಹೋಯಿತು. ರಕ್ತ ಚಿಮ್ಮಿತು. ತಕ್ಷಣ ಮೃಗದ ಓಟದ ವೇಗ ಕಡಿಮೆಯಾಯಿತು. ಒಂದು ಕಾಲು ಊನಗೊಂಡಿತು. ನೋವಿನಿಂದ ಚೀತ್ಕರಿಸಲಾರಂಭಿಸಿತು. ನಿಧಾನವಾಗಿ ಕುಂಟು ಕಾಲಿನ ಭಾರವನ್ನು ಇತರೆ ಕಾಲುಗಳ ಮೇಲೆ ಹಾಕಿ ಹಿಂದಕ್ಕೆ ತಿರುಗಿತು. ಆ ಕ್ಷಣದಲ್ಲಿ ಅಲ್ಲಿ ಏನಾಗುತ್ತದೆ ಎಂದು ತಿಳಿಯದೆ ಅದು ಗೊಂದಲಕ್ಕೀಡಾಯಿತು. ಆದರೂ ಮೂರು ಕಾಲುಗಳಿಂದ ಮತ್ತೆ ಆಕ್ರಮಣ ಮಾಡಲು ಮುಂದಾಯಿತು. ಆದರೂ ಅತ್ತಿತ್ತ ತಿರುಗುವುದಕ್ಕೆ ಪರದಾಡುತ್ತಿತ್ತು. ಇದನ್ನು ಗ್ರಹಿಸಿದ ಕಾರ್ತಿಕ ಅದರ ಹಿಂಭಾಗಕ್ಕೆ ಓಡಿ ಉದ್ದನೆಯ ಖಡ್ಗದಿಂದ ಮತ್ತೊಮ್ಮೆ ಹೊಡೆದ. ಹೊಡೆತಕ್ಕೆ ಮೃಗ ತತ್ತರಿಸಿತು. ಮಾಂಸಖಂಡಗಳು ಕಿತ್ತು ಬಂದಿತು. ಎರಡು ಕಾಲುಗಳೂ ಊನಗೊಂಡು ಮೃಗ ಘೀಳಿಡುತ್ತಾ ನೆಲಕ್ಕೆ ಕುಸಿದು ಬಿತ್ತು. ಅದರ ದೇಹದಿಂದ ಹೊರಬರುತ್ತಿದ್ದ ರಕ್ತ ನೆಲದ ಮಣ್ಣನ್ನು ಕಂದು ಬಣ್ಣಕ್ಕೆ ತಿರುಗುವಂತೆ ಮಾಡಿತು.

ಕಾರ್ತಿಕ ಅದರಿಂದ ತುಸುದೂರದಲ್ಲಿ ನಿಂತು ಅಂತಿಮ ಹೊಡೆತ ನೀಡುವುದಕ್ಕೆ ಸಿದ್ಧನಾದ. ವಿಶ್ವದ್ಯುಮ್ನ ಆಶ್ಚರ್ಯದಿಂದ ಬಾಯಿ ತೆರೆದುಕೊಂಡು ಕಾರ್ತಿಕನನ್ನೇ ನೋಡುತ್ತಿದ್ದ. ಕೆಲವು ಕ್ಷಣಗಳ ನಂತರ ಕಾರ್ತಿಕ ಮೃಗದ ಮುಂದೆ ನಿಂತು ಕೈಮುಗಿದು ಹೇಳಿದ 'ನನ್ನನ್ನು ಕ್ಷಮಿಸು ದೈತ್ಯ ಜೀವಿಯೇ. ನಾನು ನನ್ನ ಕರ್ತವ್ಯವನ್ನು ಮಾಡುತ್ತಿದ್ದೇನೆ. ಈಗ ನಾನು ನಿನ್ನನ್ನು ಕೊಲ್ಲಲೇಬೇಕು'.

ಅಷ್ಟು ಹೇಳಿ ಕಾರ್ತಿಕ ಮುಂದೆ ಬಂದು ಆ ಪ್ರಾಣಿಯ ಎದೆಗೆ ಖಡ್ಗದಿಂದ ಜೋರಾಗಿ ಇರಿದ. ಖಡ್ಗ ಎದೆಗೆ ಬಲವಾಗಿ ನಾಟಿತು. ಕೆಲವೇ ಕ್ಷಣಗಳಲ್ಲಿ ಘೆಂಡಾಮೃಗ ಸತ್ತುಹೋಯಿತು.

'ಮಹಾಸ್ವಾಮಿ! ಈಗಷ್ಟೇ ತಮಗೆ ರಹಸ್ಯ ಪತ್ರವೊಂದು ಬಂದಿದೆ. ಅದನ್ನು ಖುದ್ದಾಗಿ ತಲುಪಿಸಲು ನಾನೇ ಬಂದೆ' ಮೆಲೂಹದ ಪ್ರಧಾನಮಂತ್ರಿ ಕನಖಲ ದಕ್ಷನಿಗೆ ಹೇಳಿದಳು. ದಕ್ಷ ತನ್ನ ಖಾಸಗಿ ಕೋಣೆಯಲ್ಲಿದ್ದ. ವೀರಿಣಿ ಚಿಂತಾಕ್ರಾಂತಳಾಗಿ ಆತನ ಪಕ್ಕ ಕುಳಿತಿದ್ದಳು. ದಕ್ಷ ಕನಖಲಳಿಂದ ಪತ್ರವನ್ನು ಪಡೆದುಕೊಂಡು ಆಕೆಗೆ ಹೊರಗೆ ಹೋಗುವಂತೆ ಹೇಳಿದ. ಕನಖಲ ಅತ್ಯಂತ ವಿನಮ್ರತೆಯಿಂದ ದಕ್ಷ ಮತ್ತು ವೀರಿಣಿಗೆ ನಮಸ್ಕರಿಸಿದಳು. ಅಲ್ಲಿಂದ ಹೊರಡುವ ಮುನ್ನ ಇಬ್ಬರನ್ನೂ ಒಮ್ಮೆ ಸೂಕ್ಷ್ಮವಾಗಿ ಗಮನಿಸಿದಳು. ಇಬ್ಬರಲ್ಲೂ ಅದೇನೋ ಒಂದು ರೀತಿಯ ಆತ್ಮೀಯತೆ ಕಂಡುಬಂದಿತ್ತು. ಆದರೆ ಅದು ಅಸಹಜ ಆತ್ಮೀಯತೆ ಎನ್ನುವುದು ಕನಖಲಳಿಗೆ ಸ್ಪಷ್ಟವಾಗಿ ತಿಳಿಯಿತು. ಈ ನಡುವೆ ಕಳೆದ ಕೆಲವು ದಿನಗಳಿಂದ ದೇವಗಿರಿಯ ಅರಮನೆಯಲ್ಲಿ ಕೆಲವು ವಿಚಿತ್ರ

ಹಾಗೂ ನಿಗೂಢ ರೀತಿಯ ಬೆಳವಣಿಗೆಗಳಾಗುತ್ತಿದ್ದವು. ಆದರೆ ಅದೇನು ಎನ್ನುವುದು ಆಕೆಗೆ ತಿಳಿದಿರಲಿಲ್ಲ. ವಾಸ್ತವದಲ್ಲಿ ದಕ್ಷ ಮಹಾರಾಜ ಸತಿ ಗರ್ಭಿಣಿಯಾಗಿದ್ದಾಗ ಆಕೆಗೆ ಮಾಡಿದ್ದ ಮೋಸ ಮತ್ತು ದ್ರೋಹದ ವಿಚಾರ ತಿಳಿದು ಕನಖಲ ತೀವ್ರ ಬೇಸರಗೊಂಡಿದ್ದಳು. ಅದರಿಂದ ದಕ್ಷನ ಮೇಲಿದ್ದ ಗೌರವ ಸಹ ತೀರಾ ಕಡಿಮೆಯಾಗಿತ್ತು. ಒಂದು ಹಂತದಲ್ಲಿ ಆಕೆ ಪ್ರಧಾನಮಂತ್ರಿ ಸ್ಥಾನವನ್ನು ತ್ಯಜಿಸುವ ಚಿಂತನೆಯನ್ನೂ ಮಾಡಿದ್ದಳು. ಆದರೆ ಮೆಲೂಹದ ಮೇಲಿನ ಪ್ರೀತಿ, ಅಭಿಮಾನದಿಂದ ಆ ಸ್ಥಾನದಲ್ಲಿ ಮುಂದುವರಿಯಲು ನಿರ್ಧರಿಸಿದ್ದಳು. ಹಾಗಾಗಿ ಇತ್ತೀಚೆಗೆ ಆಕೆ ದಕ್ಷನ ಯಾವ ವಿಚಿತ್ರ ಆದೇಶಗಳನ್ನು ಪ್ರಶ್ನಿಸುತ್ತಿರಲಿಲ್ಲ. ಕೆಲವು ದಿನಗಳ ಹಿಂದೆಯಷ್ಟೇ ಬೃಗು ಮತ್ತು ದಿಲೀಪ ಮಂದಾರ ಪರ್ವತಕ್ಕೆ ಭೇಟಿನೀಡಿದ್ದರು. ಆಗ ಅವರಿಬ್ಬರ ಭೇಟಿಗೆ ಅಗತ್ಯವಾದ ಎಲ್ಲ ವ್ಯವಸ್ಥೆಯನ್ನು ಮಾಡುವಂತೆ ದಕ್ಷ ಕನಖಲಳಿಗೆ ಹೇಳಿದ್ದ. ಸ್ವದ್ವೀಪದ ರಾಜ ದಿಲೀಪ ಮಂದಾರ ಪರ್ವತಕ್ಕೆ ಭೇಟಿ ನೀಡಲು ಯಾವುದೇ ಕಾರಣಗಳಿರಲಿಲ್ಲ. ಅಲ್ಲದೆ ಅದು ದೇಶದ ಆಂತರಿಕ ರಕ್ಷಣಾ ಹಿತದೃಷ್ಟಿಯಿಂದ ಸರಿಯಾದ ನಿರ್ಧಾರವೂ ಆಗಿರಲಿಲ್ಲ. ಈ ವಿಚಾರದಲ್ಲಿ ಬೃಗು ಯಾವುದೋ ಸಂಚು ರೂಪಿಸುತ್ತಿದ್ದಾನೆ ಎಂದು ಆಕೆಗೆ ಅನ್ನಿಸಿತ್ತು. ಆದರೂ ಆಕೆ ಅದನ್ನು ಪ್ರಶ್ನಿಸಿರಲಿಲ್ಲ.

ದಕ್ಷ ಲಕೋಟೆಯನ್ನು ಒಡೆಯಲಾರಂಭಿಸಿದ. ಅದನ್ನು ನೋಡುತ್ತಲೇ ಕನಖಲ ನಿಧಾನವಾಗಿ ಬಾಗಿಲನ್ನು ಎಳೆದುಕೊಂಡು ಹೊರನಡೆದಳು. ದಕ್ಷ ಪತ್ರವನ್ನು ಓದುತ್ತಾ ಕಣ್ಣೀರಿಡಲಾರಂಭಿಸಿದ. ಕೂಡಲೆ ವೀರಿಣಿ ದಕ್ಷನ ಬಳಿಗೆ ಬಂದು ಆತನ ಕೈಯಿಂದ ಪತ್ರವನ್ನು ಕಿತ್ತುಕೊಂಡು ಓದಲಾರಂಭಿಸಿದಳು. ಪತ್ರ ಓದುತ್ತಿದ್ದಂತೆ ಆಕೆಯ ಕಣ್ಣಲ್ಲೂ ನೀರು ಧಾರಾಕಾರವಾಗಿ ಸುರಿಯಲಾರಂಭಿಸಿತು. ಮನಸ್ಸಿನಲ್ಲಿದ್ದ ಆತಂಕ ದೂರವಾಯಿತು. ಹೃದಯ ಹಗುರಾಯಿತು.

'ಆಕೆ ಸುರಕ್ಷಿತವಾಗಿದ್ದಾಳೆ. ಅಷ್ಟೇ ಅಲ್ಲ ಅಲ್ಲಿ ಎಲ್ಲರೂ ಸುರಕ್ಷಿತ' ವೀರಿಣಿ ಅಳುತ್ತಲೇ ಹೇಳಿದಳು.

ವಾಸ್ತವದಲ್ಲಿ ನೀಲಕಂಠನನ್ನು ಹತ್ಯೆ ಮಾಡಲು ಬೃಗು, ದಕ್ಷ ಹಾಗೂ ದಿಲೀಪ ಮೂವರೂ ಸಂಚು ಮಾಡಿ ಯೋಜನೆಯನ್ನು ರೂಪಿಸಿದ್ದರು. ಹತ್ಯೆಯಿಂದ ಈ ಮೂವರಿಗೂ ಒಂದಲ್ಲ ಒಂದು ರೀತಿಯಲ್ಲಿ ಅನುಕೂಲವಾಗುತ್ತಿತ್ತು.

ಬೃಗು ಮಹರ್ಷಿಗೆ ಸೋಮರಸವನ್ನು ಉಳಿಸಿಕೊಳ್ಳುವುದು ಬಹು ಮುಖ್ಯವಾಗಿತ್ತು. ಅದಕ್ಕೆ ವಿರೋಧ ವ್ಯಕ್ತಪಡಿಸುತ್ತಿದ್ದವನು ನೀಲಕಂಠ. ನೀಲಕಂಠನ ಮೇಲೆ ಮೆಲೂಹನ್ನರಿಗೆ ಅಪಾರ ಭಕ್ತಿ ಮತ್ತು ನಂಬಿಕೆ. ಆತನೇನಾದರೂ ಸೋಮರಸ ಕೆಟ್ಟದ್ದು, ಅದನ್ನು ಸೇವಿಸಬೇಡಿ ಎಂದು ಕರೆ ಕೊಟ್ಟರೆ ಜನ ಅದನ್ನು ಅನುಸರಿಸುತ್ತಾರೆ. ನಾಗಾಗಳು ಅದನ್ನು ಅನುಷ್ಠಾನಕ್ಕೆ ತರುತ್ತಾರೆ. ಆತನೇ ಇಲ್ಲದಿದ್ದರೆ ಸೋಮರಸವನ್ನು ವಿರೋಧಿಸುವವರು ಯಾರೂ ಇರುವುದಿಲ್ಲ ಎನ್ನುವುದು ಬೃಗುವಿನ ಲೆಕ್ಕಾಚಾರ.

ದಿಲೀಪನಿಗೆ ನೀಲಕಂಠನ ಹತ್ಯೆಯಾದರೆ ಒಂದೇ ಏಟಿಗೆ ಎರಡು ಹಕ್ಕಿಗಳನ್ನು ಹೊಡೆದಂತಾಗುತ್ತಿತ್ತು. ಒಂದೆಡೆ ಅದರಿಂದ ಬೃಗುವಿನ ಕೃಪಾಶೀರ್ವಾದ ಆತನಿಗೆ ದೊರೆಯುತ್ತಿತ್ತು. ಮತ್ತೊಂದೆಡೆ ತನ್ನ ಪರಮ ವೈರಿಯಾಗಿ ಪರಿಣಮಿಸಿದ್ದ ಮಗ ಭಗೀರಥನನ್ನು ಶಿವನಿಲ್ಲದೆ ಮಣಿಸುವುದು ಸುಲಭವಾಗುತ್ತಿತ್ತು.

ಇನ್ನು ದಕ್ಷ. ದಕ್ಷನಿಗೆ ಅಡ್ಡಲಾಗಿ ನಿಂತಿದ್ದವನು ನೀಲಕಂಠ. ಆತನನ್ನು ಕೊಂದರೆ ಅದರ ಅಪವಾದವನ್ನು ನಾಗಾಗಳ ಮೇಲೆ ಸುಲಭವಾಗಿ ಹಾಕಬಹುದಿತ್ತು. ಒಟ್ಟಾರೆ ಇಡೀ ಯೋಜನೆಯಲ್ಲಿ ಯಾವ ದೋಷವೂ ಇರಲಿಲ್ಲ. ಆದರೆ ದಕ್ಷನಗೆ ಶಿವನನ್ನು ಕೊಲ್ಲಬೇಕೆನ್ನುವ ಉದ್ದೇಶವಿದ್ದರೂ ಸತಿಗೆ ಘಾಸಿಗೊಳಿಸುವ ಯಾವ ಉದ್ದೇಶವೂ ಇರಲಿಲ್ಲ. ದಕ್ಷ ಪ್ರಾಮಾಣಿಕವಾಗಿ ಸತಿಯ ಕ್ಷೇಮವನ್ನು ಬಯಸಿದ್ದ. ಆದರೆ ಬೃಗು ಮತ್ತು ದಿಲೀಪ ಈ ಎಲ್ಲ ಸಂಬಂಧಿಕ ಹಿತಾಸಕ್ತಿಯನ್ನು ಬಿಟ್ಟು ದಕ್ಷ ಯೋಜನೆಯನ್ನು ಕಾರ್ಯಗತಗೊಳಿಸುತ್ತಾನೆ ಎಂದು ನಂಬಿದ್ದರು. ಆದರೆ ಅವರ ಊಹೆ ತಪ್ಪಾಗಿತ್ತು.

ದಕ್ಷನಿಗೆ ಮಗಳ ಮೇಲೆ ಅದಮ್ಯ ಪ್ರೀತಿಯಿತ್ತು. ಹಾಗಾಗಿ ಆತ ವೀರಿಣಿಯ ಸಲಹೆಯಂತೆ ಅರಿಷ್ಟನೇಮಿ ನಾಯಕ ಮಾಯಾಶ್ರೇಣಿಕನನ್ನು ರಹಸ್ಯ ಕಾರ್ಯಚರಣೆಯೊಂದಕ್ಕೆ ನೇಮಿಸಿದ. ಮಾಯಾಶ್ರೇಣಿಕನಿಗೆ ಮೆಲೂಹದ ಮೇಲೆ ಅದಮ್ಯ ನಿಷ್ಠೆ. ಪಂಚವಟಿಯಲ್ಲಿ ಶಿವನ ಮೇಲೆ ದಾಳಿ ಮಾಡಲು ನಿಯೋಜಿಸಿದ್ದ ಐದು ಹಡಗುಗಳೊಂದಿಗೆ ಮಾಯಾಶ್ರೇಣಿಕನನ್ನು ಕಳುಹಿಸಲಾಗಿತ್ತು. ವೀರಿಣಿ ಸತಿಯಿಂದ ದೂರವಿದ್ದರೂ ಆಕೆಯೊಂದಿಗೆ ನಿರಂತರ ಸಂಪರ್ಕದಲ್ಲಿದ್ದಳು. ಹಾಗಾಗಿ ಆಕೆಗೆ ಪಂಚವಟಿಯ ನದಿಯಲ್ಲಿನ ರಕ್ಷಣಾ ವ್ಯವಸ್ಥೆಯ ಬಗ್ಗೆ ತಿಳಿದಿತ್ತು. ಶತ್ರು ದಾಳಿಯಾಗುವ ಮುನ್ನ ನದಿಯಲ್ಲಿ ಹೇಗೆ ಕರೆಗಂಟೆ ಬಾರಿಸುತ್ತದೆ ಎಂಬುದು ವೀರಿಣಿಗೆ ತಿಳಿದಿತ್ತು. ಹಾಗಾಗಿ ಆಕೆ ಅದನ್ನು ದಕ್ಷನಿಗೆ ತಿಳಿಸಿದ್ದಳು. ಅದರಂತೆ ದಕ್ಷ ಹಡಗುಗಳು ಪಂಚವಟಿಯ ಹತ್ತಿರ ಹೋಗುತ್ತಿದ್ದಂತೆ ಎಚ್ಚರಿಕೆಯ ಕರೆಗಂಟೆಯನ್ನು ಒತ್ತಿ ಸತಿಯನ್ನು ಎಚ್ಚರಿಸುವಂತೆ ಮಾಯಾಶ್ರೇಣಿಕನಿಗೆ ತಿಳಿಸಿದ್ದ. ಕಾಳಗದಲ್ಲಿ ಶಿವನ ಸಾವಾದರೂ ಚಿಂತೆಯಿಲ್ಲ ಸತಿ ಸುರಕ್ಷಿತವಾಗಿರಬೇಕು ಎಂಬ ನಿರ್ದೇಶನ ನೀಡಿದ್ದ. ಒಮ್ಮೆ ಸತಿಯನ್ನು ಎಚ್ಚರಿಸಿದ ನಂತರ ದಾಳಿ ಆರಂಭವಾಗುವುದಕ್ಕೆ ಮುನ್ನವೇ ಅಲ್ಲಿಂದ ಮರಳಿ ಬರುವಂತೆಯೂ ಬರುವಾಗ ಅಲ್ಲಿಂದಲೇ ಸತಿ ಮತ್ತು ಕಾರ್ತಿಕನ ಸುರಕ್ಷತೆಯ ಬಗ್ಗೆ ಸುದ್ಧಿಯನ್ನು ದೇವಗಿರಿಗೆ ಕಳುಹಿಸುವಂತೆಯೂ ಮಾಯಾಶ್ರೇಣಿಕನಿಗೆ ತಿಳಿಸಲಾಗಿತ್ತು. ಈ ರಹಸ್ಯ ಯೋಜನೆಯಂತೆ ಪಂಚವಟಿಯ ಹೊರವಲಯದಲ್ಲಿ ನಡೆದ ವಿದ್ಯಮಾನಗಳನ್ನು ಗಮನಿಸಿ ಮಾಯಾಶ್ರೇಣಿಕ ರಹಸ್ಯ ಸಂದೇಶವೊಂದನ್ನು ದಕ್ಷನಿಗೆ ಕಳುಹಿಸಿದ್ದ.

'ನೀವು ನನ್ನ ಮಾತನ್ನು ಕೇಳಿದ್ದರಿಂದ ಸತಿಯ ಪ್ರಾಣ ಉಳಿಯಿತು' ವೀರಿಣಿ ಹೇಳಿದಳು.

ದಕ್ಷ ದೀರ್ಘ ನಿಟ್ಟುಸಿರು ಬಿಡುತ್ತಾ ಹೇಳಿದ 'ಈ ವಿಚಾರ ಬೃಗುವಿಗೆ ತಿಳಿದರೆ ಏನು ಮಾಡುವುದು ವೀರಿಣಿ?'.

'ಅಂದರೆ ನಿಮ್ಮ ಮಕ್ಕಳು ಪಂಚವಟಿಯಲ್ಲಿ ಪ್ರಾಣಬಿಡಬೇಕಾಗಿತ್ತೇ?'.

ದಕ್ಷ ವೀರಿಣಿಯತ್ತ ನೋಡಿದ. ಸತಿಯ ರಕ್ಷಣೆಗೆ ಆತ ಏನು ಬೇಕಾದರೂ ಮಾಡಲು ತಯಾರಾಗಿದ್ದ.

'ಹಾಗಲ್ಲ ವೀರಿಣಿ'.

'ಅಂದ ಮೇಲೆ ನಮ್ಮ ಯೋಜನೆ ಫಲಿಸಿರುವುದಕ್ಕೆ ಆ ಪರಮಾತ್ಮನಿಗೆ ಧನ್ಯವಾದ ಅರ್ಪಿಸೋಣ. ಮುಂದೆ ಎಂದೂ ಯಾರ ಬಳಿಯೂ ಈ ವಿಚಾರದ ಬಗ್ಗೆ ಒಂದು ಮಾತನ್ನೂ ಆಡಬೇಡಿ'.

ದಕ್ಷ ತಲೆಯಾಡಿಸಿದ. ನಂತರ ವೀರಿಣಿಯ ಕೈಯಲ್ಲಿದ್ದ ಪತ್ರವನ್ನು ತೆಗೆದುಕೊಂಡು ಅದರ ಅಂಚಿಗೆ ಬೆಂಕಿ ಹಚ್ಚಿದ. ಒಂದೆರಡು ನಿಮಿಷದಲ್ಲಿ ಬೆಂಕಿ ಧಗಧಗನೆ ಉರಿದು ಪತ್ರವನ್ನು ಸುಟ್ಟುಹಾಕಿತು. ದಕ್ಷ ಸುಟ್ಟುಹೋದ ಪತ್ರವನ್ನು ಯಾರಾದರು ಗುರುತಿಸಲು ಸಾಧ್ಯವೇ ಎಂದು ಮತ್ತೊಮ್ಮೆ ಖಚಿತಪಡಿಸಿಕೊಂಡ.

ಅಧ್ಯಾಯ – 3

ಅಧರ್ಮದ ಹಾದಿಯಲ್ಲಿ ಸಾಮ್ರಾಟರು

ಅದಾಗಲೇ ಕತ್ತಲಾಗಿತ್ತು. ಯುದ್ಧದಲ್ಲಿ ಗಾಯಗೊಂಡಿದ್ದ ಶಿವನ ಸೈನಿಕರು ಗುಡಾರಗಳಲ್ಲಿ ವಿಶ್ರಾಂತಿ ಪಡೆಯುತ್ತಿದ್ದರು. ಶಿವ ಮತ್ತು ಸತಿ ಇಬ್ಬರೂ ಖಾಸಗಿ ಕೋಣೆಯಲ್ಲಿ ಮಾತುಕತೆಯಲ್ಲಿ ತೊಡಗಿದ್ದರು. ಶಿವ ಸೂರ್ಯವಂಶಿ ಸೈನಿಕರಿಗೆ ಬೃಹಸ್ಪತಿ ಬದುಕಿರುವ ವಿಚಾರವನ್ನು ಇನ್ನೂ ತಿಳಿಸಿರಲಿಲ್ಲ.

ಶಿವ ಸತಿಯನ್ನು ಪ್ರಶ್ನಿಸಿದ 'ಸತಿ! ಬೃಹಸ್ಪತಿ ಹೇಳುತ್ತಿರುವ ಮಾತಿನಲ್ಲಿ ನಿನಗೆ ನಂಬಿಕೆ ಬರುತ್ತಿದೆಯೇ?'.

ಅದಕ್ಕೆ ಸತಿ ಹೇಳಿದಳು 'ಬೃಹಸ್ಪತಿ ಸುಳ್ಳು ಹೇಳುತ್ತಿದ್ದಾರೆ ಎಂದು ನನಗೇನೂ ಅನಿಸುತ್ತಿಲ್ಲ. ಆದರೆ ನನಗೆ ಅನುಮಾನವಿರುವುದು ಬೃಗು ಮಹರ್ಷಿಯ ಮೇಲೆ. ಕಾರಣ ಈಗ ಎರಡು ತಿಂಗಳ ಹಿಂದೆ ಬೃಗು ಮಹರ್ಷಿ ದೇವಗಿರಿಗೆ ಬಂದಿದ್ದರು. ಕೆಲವು ದಿನಗಳ ಕಾಲ ವಾಸ್ತವ್ಯ ಹೂಡಿದ್ದರು. ಸಾಮಾನ್ಯವಾಗಿ ಬೃಗು ಹಿಮಾಲಯದಲ್ಲಿ ತಪಸ್ಸು ಮಾಡುವುದನ್ನು ಬಿಟ್ಟು ಬೇರೆಲ್ಲೂ ಕಾಣಿಸಿಕೊಳ್ಳುವುದಿಲ್ಲ. ಆದರೆ ಅವರು ದೇವಗಿರಿಗೆ ಬಂದಿದ್ದರು ಎಂದರೆ ನನಗೆ ಆಶ್ಚರ್ಯ ಮತ್ತು ಅನುಮಾನ'.

'ರಾಜ ಗುರುಗಳು ರಾಜನ ಆಸ್ಥಾನಕ್ಕೆ ಬಂದು ಮಾರ್ಗದರ್ಶನ ನೀಡುವುದರಲ್ಲಿ ತಪ್ಪೇನದೆ ಸತಿ?'.

'ಬೃಗು ವಿಚಾರದಲ್ಲಿ ಹಾಗೆ ಯೋಚಿಸಲಾಗದು. ಹಿಂದೊಮ್ಮೆ ಮೆಲೂಹಕ್ಕೆ ಯೋಗ್ಯ ರಾಜನಾಗಬಲ್ಲ ಎಂಬ ಕಾರಣಕ್ಕೆ ಬೃಗು ನನ್ನ ತಂದೆಯವರಿಗೆ ಸಿಂಹಾಸನವನ್ನೇರಲು ಸಹಾಯ ಮಾಡಿದ್ದರು. ಆದರೆ ದೈನಂದಿನ ವ್ಯವಹಾರದಲ್ಲಿ ಮೂಗು ತೂರಿಸುವ ವ್ಯಕ್ತಿತ್ವ ಬೃಗು ಮಹರ್ಷಿಯದ್ದಲ್ಲ. ಅವರೊಬ್ಬ ಸರಳ ಮನುಷ್ಯ. ದೇಶದ ಶಕ್ತಿಕೇಂದ್ರಗಳಲ್ಲಿ ಅವರೆಂದೂ ಕಾಣಿಸಿಕೊಂಡವರಲ್ಲ'.

'ಬೃಗು ದೇವಗಿರಿಗೆ ಬಂದು ಇಲ್ಲಿ ಸಾಕಷ್ಟು ಸಮಯ ಕಳೆದಿದ್ದಾನೆ ಎನ್ನುವುದೇನೋ ಸರಿ. ಆದರೆ ಬೃಹಸ್ಪತಿ ಹೇಳಿದ ಮತ್ತೊಂದು ವಿಚಾರದ ಬಗ್ಗೆ ನಿನ್ನ ಅಭಿಪ್ರಾಯವೇನು ಸತಿ?'

'ಕಳೆದ ಹಲವು ತಿಂಗಳ ಹಿಂದೆ ಬೃಹಸ್ಪತಿ ಮತ್ತು ಬೃಗು ಮಹರ್ಷಿ ತಂದೆಯವರೊಂದಿಗೆ ಯಾವುದೋ ದೂರದ ಸ್ಥಳಕ್ಕೆ ತೆರಳಿದ್ದರು. ಅದೊಂದು ವ್ಯಾಪಾರ ಅಭಿವೃದ್ಧಿಗಾಗಿ ಕೈಗೊಂಡ ಪ್ರವಾಸ ಎಂದು ತಿಳಿಸಿದ್ದರು. ಆದರೆ ಬೃಹಸ್ಪತಿಗಾಗಲಿ ಬೃಗುಮಹರ್ಷಿಗಳಿಗಾಗಲಿ ಮೆಲೂಹದ ವ್ಯಾಪಾರ ಮತ್ತು ವ್ಯವಹಾರದಲ್ಲಿ ಯಾವ ಆಸಕ್ತಿಯೂ ಇರಲಿಲ್ಲ ಎಂಬುದು ನನಗೆ ಚೆನ್ನಾಗಿ ಗೊತ್ತು. ಬಹುಶಃ ಅವರೆಲ್ಲರೂ ಪರಿಹಕ್ಕೆ ತೆರಳಿದ್ದರು ಎಂಬುದು ಆಗ ಗಾಳಿ ಸುದ್ದಿಯಾಗಿತ್ತು. ಆದರೆ ಅದೇ ಸಮಯಕ್ಕೆ ಮಂದಾರ ಪರ್ವತದಲ್ಲಿ ಕೆಲಸಮಾಡುತ್ತಿದ್ದ ಪ್ರತಿಭಾನ್ವಿತೆ ಮತ್ತು ಅಪ್ರತಿಮ ಚೆಲುವೆ ತಾರಾಳನ್ನು ಪರಿಹಕ್ಕೆ ಕಳುಹಿಸಲಾಯಿತು. ಕೆಲವೇ ದಿನಗಳಲ್ಲಿ ಆಕೆ ಅಲ್ಲಿಂದ ಕಾಣೆಯಾದಳು. ಆ ನಂತರ ತಾರಾ ಸನ್ಯಾಸ ದೀಕ್ಷೆ ಸ್ವೀಕರಿಸಿದ್ದಾಳೆ ಎಂಬ ಸುದ್ದಿ ಹೊರಬಿತ್ತು. ನಿಜ! ಮೆಲೂಹದಲ್ಲಿ ಅನೇಕ ಮಂದಿ ಸಾರ್ವಜನಿಕ ಜೀವನವನ್ನು ತ್ಯಜಿಸಿ ಸನ್ಯಾಸಿಗಳಾದ ಉದಾಹರಣೆಗಳಿವೆ. ಆದರೆ ಇಂದು ಬೃಹಸ್ಪತಿ ಹೇಳಿದ ಮಾತುಗಳಲ್ಲಿ ಅನೇಕ ನಿಗೂಢ ವಿಚಾರಗಳಿವೆ.

'ಅಂದರೆ ಬೃಹಸ್ಪತಿಯ ಮಾತು ಸತ್ಯ ಎಂಬುದೇ ನಿನ್ನ ಅಭಿಪ್ರಾಯ?'.

ಬೃಹಸ್ಪತಿ ಸತ್ಯ ಹೇಳುತ್ತಿದ್ದಾರೆ ಎನ್ನುವುದಕ್ಕಿಂತ ಅವರು ಇದನ್ನೇ ಸತ್ಯವೆಂದು ನಂಬಿದ್ದಾರೆ. ಅದು ಅವರ ತಪ್ಪು ತಿಳಿವಳಿಕೆಯೂ ಇರಬಹುದು. ಹಾಗಾಗಿ ಈಗ ನೀವು ತೆಗೆದುಕೊಳ್ಳುವ ನಿರ್ಧಾರ ಭಾರತ ದೇಶದ ಇತಿಹಾಸ ಹಾಗೂ ಮುಂದಿನ ಶತಮಾನದ ದಿಕ್ಕನ್ನೇ ಬದಲಿಸಬಹುದು. ಅಲ್ಲದೆ ಮಹಾ ಸಮರವೊಂದಕ್ಕೆ ನಾಂದಿ ಹಾಡಬಹುದು'.

'ಹಾಗಾದರೆ ನಾನು ಈ ಬಗ್ಗೆ ಖಚಿತ ನಿರ್ಧಾರ ತೆಗೆದುಕೊಳ್ಳುವ ಮುನ್ನ ವಾಸುದೇವ ಪಂಡಿತರೊಂದಿಗೆ ಚರ್ಚಿಸುವುದು ಒಳ್ಳೆಯದಲ್ಲವೇ?'.

'ಹೌದು! ಅದು ಸರಿಯಾದ ನಿರ್ಧಾರ'.

'ಆದರೆ ಸತಿ ನೀನು ಮತ್ತೇನೋ ಹೇಳಲು ಹೊರಟಿರುವೆ ಎನಸುತ್ತಿದೆ. ಅದೇನು ಹೇಳು!'.

'ಹಾ! ಅಂದಹಾಗೆ ನಾವು ಈ ವಿಚಾರವನ್ನು ಮತ್ತೊಂದು ದೃಷ್ಟಿಕೋನ ದಿಂದಲೂ ನೋಡಬೇಕಾಗಿದೆ. ಬೃಹಸ್ಪತಿ ಐದು ವರ್ಷಗಳ ಕಾಲ ಭೂಗತರಾಗಿರಲು ಕಾರಣವೇನು? ಇಷ್ಟು ವರ್ಷ ಅವರು ಪಂಚವಟಿಯಲ್ಲಿ ಏನು ಮಾಡುತ್ತಿದ್ದರು? ಎಂಬುದು ಬಹಳ ಮುಖ್ಯ. ಅಷ್ಟಲ್ಲದೇ ಅವರು ಇಲ್ಲಿರುವುದಕ್ಕೂ ಮಂದಾರ ಪರ್ವತದ ಸೋಮರಸ ಕೇಂದ್ರಕ್ಕೆ ಪರ್ಯಾಯವಾಗಿ ತಂದೆಯವರು ನಿರ್ಮಿಸಿರುವ ಕೇಂದ್ರಕ್ಕೂ ಏನಾದರೂ ಸಂಬಂಧ ಇರಬಹುದೇ? ಇದು ನನ್ನ ಅನುಮಾನ'.

'ಹೌದು! ಪರ್ಯಾಯ ಸೋಮರಸ ಕೇಂದ್ರದ ಬಗ್ಗೆ ತಿಳಿದಾಗ ನಾನು ಅದರ ಬಗ್ಗೆ ಅಷ್ಟೇನೂ ಯೋಚಿಸಿರಲಿಲ್ಲ. ಒಂದೊಮ್ಮೆ ಸೋಮರಸ ಅಪಾಯಕಾರಿ ಎಂದಾದರೆ

ಹೊಸ ಸೋಮರಸ ಕೇಂದ್ರದ ಬಗ್ಗೆ ನಾವು ಯೋಚಿಸಲೇಬೇಕು'.

'ಸೋಮರಸ ತಯಾರಿಕಾ ಘಟಕವನ್ನು ಎಲ್ಲಿಬೇಕಾದರೂ ಸ್ಥಾಪಿಸಬಹುದು. ಆದರೆ ಅದಕ್ಕೆ ಬಹುಮುಖ್ಯವಾಗಿ ಬೇಕಾಗಿರುವುದು ಸರಸ್ವತಿ ನದಿಯ ನೀರು. ಅಂದಹಾಗೆ ಇಚ್ಛಾವರದಲ್ಲಿ ಕಾಳಿ ನನಗೆ ಬಹುಮುಖ್ಯವಾದ ವಿಚಾರವೊಂದನ್ನು ಹೇಳಿದ್ದಳು. ಆಕೆ ಹೇಳಿದಂತೆ ಹಿಂದೆ ನಾಗಾಗಳು ಅನೇಕ ದೇವಾಲಯಗಳು ಮತ್ತು ಅಲ್ಲಿನ ಬ್ರಾಹ್ಮಣರ ಮೇಲೆ ಮಾತ್ರ ಆಕ್ರಮಣ ಮಾಡುತ್ತಿದ್ದರು. ಅದಕ್ಕೆ ಕಾರಣ ಅಂತಹ ದೇವಾಲಯಗಳಲ್ಲಿ ಮಂದಾರ ಪರ್ವತದಲ್ಲಿ ತಯಾರಿಸಿದ ಸೋಮರಸದ ಪುಡಿಯಿಂದ ಸೋಮರಸವನ್ನು ತಯಾರು ಮಾಡಲಾಗುತ್ತಿತ್ತು. ನಂತರ ಅದನ್ನು ಸ್ಥಳೀಯರಿಗೆ ವಿತರಿಸಲಾಗುತ್ತಿತ್ತು. ಅಲ್ಲದೆ ಆಕೆ ಸರಸ್ವತಿ ನದಿಯಿಂದಲೇ ಎಲ್ಲ ಸಮಸ್ಯೆಗಳಿಗೂ ಅಂತಿಮ ಪರಿಹಾರ ದೊರೆಯುತ್ತದೆ ಎಂದೂ ಹೇಳಿದ್ದಳು. ಒಟ್ಟಾರೆ ನಾಗಾಗಳು ಈ ಬಗ್ಗೆ ಮಹತ್ವದ ಯೋಜನೆಯೊಂದನ್ನು ರೂಪಿಸಿದ್ದಾರೆ. ಅದೇನು ಎನ್ನುವುದನ್ನು ಅವರೇ ಹೇಳಬೇಕು'.

'ಆದರೆ ಕಾಳಿಯೊಂದಿಗೆ ನೀನು ನಡೆಸಿದ ಈ ಮಾತುಕತೆಯ ಬಗ್ಗೆ ನನಗೆ ತಿಳಿಸೇ ಇರಲಿಲ್ಲವಲ್ಲ ಸತಿ?'.

'ಶಿವ! ಕಾಳಿ ಮತ್ತು ಗಣೇಶನನ್ನು ನಾನು ಭೇಟಿಯಾದ ನಂತರ ನೀವು ನನ್ನೊಂದಿಗೆ ಇಷ್ಟು ಸುದೀರ್ಘ ಸಮಾಲೋಚನೆ ಮಾಡುತ್ತಿರುವುದು ಇದೇ ಮೊದಲು. ಇದನ್ನೆಲ್ಲಾ ತಿಳಿಸಲು ಈವರೆಗೆ ನನಗೆ ಅವಕಾಶವೇ ಸಿಕ್ಕಿರಲಿಲ್ಲ'.

ಶಿವ ಮೌನವಾಗಿದ್ದ. ಸತಿ ಮಾತು ಮುಂದುವರೆಸಿದಳು.

'ನಾನೇನು ನಿಮ್ಮನ್ನು ದೂಷಿಸುತ್ತಿಲ್ಲ. ನಿಮ್ಮ ಕೋಪ ನನಗೆ ಅರ್ಥವಾಗಿತ್ತು. ಬೃಹಸ್ಪತಿಯನ್ನು ಕೊಂದದ್ದು ಗಣೇಶ ಎಂದೇ ನೀವು ಭಾವಿಸಿದ್ದಿರಿ. ಇದೀಗ ಸತ್ಯ ಹೊರಬಂದಿದೆ. ನಮ್ಮ ಮನಸ್ಸು ನಿರಾಳವಾಗಿದೆ. ನನ್ನ ಮಾತನ್ನು ಕೇಳುವ ತಾಳ್ಮೆ ನಿಮ್ಮಲ್ಲಿ ಮೂಡಿದೆ'.

ಶಿವ ನಸುನಕ್ಕು ಸತಿಯನ್ನು ಆಲಂಗಿಸಿದ.

— ⚹ —

ಮಾರನೆಯ ದಿನ ಶಿವ ಮತ್ತು ಸತಿ ತಮ್ಮ ಖಾಸಗಿ ಕೋಣೆಯಲ್ಲಿ ಕುಳಿತಿದ್ದರು. ಅವರ ಮುಂದೆ ಹಡಗಿನ ಮರದ ಹಲಗೆಯನ್ನು ಹಿಡಿದು ಪರ್ವತೇಶ್ವರ ಮತ್ತು ಭಗೀರಥ ನಿಂತಿದ್ದರು. ಮೆಲೂಹದ ದಂಡನಾಯಕ ಮತ್ತು ಅಯೋಧ್ಯೆಯ ರಾಜಕುಮಾರ ಇಬ್ಬರೂ ನಾಗಾ ಸೈನ್ಯ ಧ್ವಂಸಮಾಡಿದ್ದ ಹಡಗಿನ ಅವಶೇಷವನ್ನು ಪರಿಶೀಲಿಸಿ ವರದಿಯೊಂದನ್ನು ಸಿದ್ಧಪಡಿಸಿಕೊಂಡು ಶಿವನನ್ನು ಭೇಟಿಮಾಡಲು ಅಲ್ಲಿಗೆ ಬಂದಿದ್ದರು.

'ನೀನು ಹೇಳುತ್ತಿರುವ ಮಾತುಗಳು ನಿಜವೇ ಭಗೀರಥ' ಶಿವ ಗಂಭೀರವಾಗಿ ಪ್ರಶ್ನಿಸಿದ.

'ಹೌದು ಮಹಾಪ್ರಭು! ನಮಗೆ ದೊರಕಿರುವ ಸಾಕ್ಷಿಗಳು ಅದನ್ನು ಸ್ಪಷ್ಟವಾಗಿ ಹೇಳುತ್ತಿವೆ'.

'ಎಲ್ಲಿ ತೋರಿಸು ಅದನ್ನು'.

ಭಗೀರಥ ಮುಂದೆ ಬಂದು ಮರದ ಹಲಗೆಯನ್ನು ತೋರಿಸುತ್ತಾ ಹೇಳಿದ 'ಹಡಗಿನಲ್ಲಿನ ಲೋಹಫಲಕಗಳನ್ನು ಬಂಧಿಸುವುದಕ್ಕಾಗಿ ಬಳಸಿರುವ ಕಟಿಮೊಳೆಗಳು ತಯಾರಾಗಿರುವುದು ಮೆಲೂಹದಲ್ಲಿ. ಸ್ವತಃ ಮೆಲೂಹದ ಮಹಾದಂಡನಾಯಕರೇ ಇದನ್ನು ಖಚಿತಪಡಿಸಿದ್ದಾರೆ ಮಹಾಸ್ವಾಮಿ'.

ಪರ್ವತೇಶ್ವರ 'ಹೌದು' ಎನ್ನುವಂತೆ ತಲೆಯಾಡಿಸಿದ.

'ಅಲ್ಲದೇ ಮರದ ಹಲಗೆ ನೀರಿನ ಸ್ಪರ್ಶದಿಂದ ಹಾಳಾಗದಂತಿರಲು ವಿಶೇಷ ತಂತ್ರಜ್ಞಾನವೊಂದನ್ನು ಬಳಸಲಾಗಿದೆ. ಈ ತಂತ್ರಜ್ಞಾನ ಅಯೋಧ್ಯೆಯದು' ಭಗೀರಥ ಮಾತು ಮುಂದುವರಿಸುತ್ತಾ ಹೇಳಿದ.

'ಅಂದರೆ ದಕ್ಷ ಮಹಾರಾಜ ಮತ್ತು ದಿಲೀಪ ಚಕ್ರವರ್ತಿ ಇಬ್ಬರೂ ಒಟ್ಟಾಗಿ ನಮ್ಮ ವಿರುದ್ಧವಾಗಿ ನಿಂತಿದ್ದಾರೆ ಎಂಬುದೇ ನಿನ್ನ ಮಾತಿನ ಅರ್ಥ?' ಶಿವ ಕೇಳಿದ.

'ಅಯೋಧ್ಯೆ ಮತ್ತು ಮೆಲೂಹದಂತಹ ಎರಡು ಶಕ್ತಿಶಾಲಿ ದೇಶದ ತಂತ್ರಜ್ಞಾನವನ್ನು ಅವರು ಬಳಸಿಕೊಂಡಿದ್ದಾರೆ. ಆ ಮೂಲಕ ಹಡಗು ನೀರಿನಲ್ಲಿ ವೇಗವಾಗಿ ಚಲಿಸಿ ಗುರಿ ಮುಟ್ಟುವಂತೆ ನೋಡಿಕೊಂಡಿದ್ದಾರೆ'.

ಶಿವ ದೀರ್ಘ ನಿಟ್ಟುಸಿರು ಬಿಟ್ಟು ಯಾವುದೋ ಆಲೋಚನೆಯಲ್ಲಿ ಮಗ್ನನಾದ.

'ಮಹಾಪ್ರಭು! ಇಂತಹ ಅಪಾಯಕಾರಿ ಸಂಚನ್ನು ರೂಪಿಸುವ ಬುದ್ಧಿವಂತಿಕೆಯಾಗಲಿ, ಶಕ್ತಿ ಸಾಮರ್ಥ್ಯವಾಗಲಿ ನನ್ನ ತಂದೆಯವರಿಗಿಲ್ಲ. ತಂದೆಯವರು ಯಾರೋ ತಯಾರಿಸಿದ ಯೋಜನೆಯನ್ನು ಕಾರ್ಯಗತಗೊಳಿಸಿದ್ದಾರೆ ಅಷ್ಟೆ. ಹಾಗೆಂದ ಮಾತ್ರಕ್ಕೆ ಅವರೇನೂ ಅಮಾಯಕರಲ್ಲ. ಅವರೂ ದಂಡನೆಗೆ ಅರ್ಹರೆ. ಆದರೆ ತಂದೆಯವರೇ ಈ ಯೋಜನೆಯ ಮುಖ್ಯ ರೂವಾರಿಗಳು ಎಂದು ತಾವು ಯೋಚಿಸಬೇಡಿ ಎಂಬುದೇ ನನ್ನ ಪ್ರಾರ್ಥನೆ' ಭಗೀರಥ ಹೇಳಿದ.

ಅಷ್ಟರಲ್ಲಿ ಸತಿ ಶಿವನತ್ತ ವಾಲಿ ಕೇಳಿದಳು 'ನಮ್ಮ ತಂದೆ ದಕ್ಷ ಈ ಕೆಲಸ ಮಾಡಿರಬಹುದು ಎಂದು ನಿಮಗೆ ಅನ್ನಿಸುತ್ತಿದೆಯೇ?'.

ಶಿವ ತಲೆಯಾಡಿಸುತ್ತಾ ಹೇಳಿದ 'ಇಲ್ಲ! ದಕ್ಷನಿಗೆ ಇಂತಹ ಸಂಚು ರೂಪಿಸುವ ಸಾಮರ್ಥ್ಯವಿಲ್ಲ'.

'ಮಹಾಸ್ವಾಮಿ! ಮೆಲೂಹನ್ನರು ಸದಾ ನೀತಿ–ನಿಯಮಗಳನ್ನು ಪಾಲಿಸುವವರು. ರಾಜಾಜ್ಞೆಯನ್ನು ಸದಾ ಗೌರವಿಸುವವರು. ಆದರೆ ನಮ್ಮ ರಾಜನಿಂದಲೇ ನಾವು ತಲೆತಗ್ಗಿಸಬೇಕಾಗಿರುವುದು ನಿಜಕ್ಕೂ ದುರಂತ'. ತನ್ನ ದೇಶದ ಚಕ್ರವರ್ತಿ ಇಂತಹ ಹೀನ ಕೃತ್ಯದಲ್ಲಿ ಭಾಗಿಯಾಗಿರುವನಲ್ಲ ಎಂಬ ಬೇಸರದಿಂದ ತಲೆತಗ್ಗಿಸಿ ಪರ್ವತೇಶ್ವರ ಹೇಳಿದ.

'ನಿಜ! ದಕ್ಷ ಮಹಾರಾಜರೇ ಈ ರಹಸ್ಯ ಕಾರ್ಯಾಚರಣೆಯನ್ನು ನಡೆಸುವಂತೆ ಆದೇಶ ನೀಡಿದ್ದಾರೆ. ಆದರೆ ಮೆಲೂಹ ಮತ್ತು ಸ್ವದ್ವೀಪದ ರಾಜರನ್ನು ಒಂದುಗೂಡಿಸಿ ನಮ್ಮ ಮೇಲೆ ತಿರುಗಿಬೀಳುವಂತೆ ಮಾಡಿರುವ ಮತ್ತೊಬ್ಬ ಚಾಣಾಕ್ಷ ಸೂತ್ರಧಾರನೊಬ್ಬನಿದ್ದಾನೆ. ಹೇಗೋ ದೈವೀಅಸ್ತ್ರವನ್ನು ಪಡೆದು ಅದನ್ನು ನಮ್ಮ ಮೇಲೆ ಪ್ರಯೋಗಿಸಿದ್ದಾನೆ. ಆತನ ಬಳಿ ಇನ್ನೂ ಅದೆಷ್ಟು ದೈವೀಅಸ್ತ್ರಗಳು ಇವೆಯೋ ಯಾರಿಗೆ ಗೊತ್ತು? ಒಟ್ಟಾರೆ ಅದೊಂದು ಮಹಾ ಯೋಜನೆ. ಆದರೆ ಶ್ರೀರಾಮನ ಕೃಪೆಯಿಂದ ಕೂದಲೆಳೆ ಅಂತರದಲ್ಲಿ ನಾವೆಲ್ಲರೂ ಪಾರಾದೆವು. ನನ್ನ ಊಹೆಯಂತೆ ದಿಲೀಪನಾಗಲಿ ದಕ್ಷನಾಗಲಿ ಇದರ ಸೂತ್ರದಾರರಲ್ಲ. ಆತ ಯಾರೋ ಈ ಇಬ್ಬರಿಗೂ ಹತ್ತಿರದವನೇ ಆಗಿರಬೇಕು. ಸಾಕಷ್ಟು ಸಂಪನ್ಮೂಲ ಹೊಂದಿರುವವನೇ ಆಗಿರಬೇಕು. ಅತ್ಯಂತ ಬುದ್ಧಿವಂತಿಕೆಯಿಂದ ಯಾವ ಸುಳಿವನ್ನೂ ಬಿಡದಂತೆ ಕೆಲಸ ಮಾಡಿ ಮುಗಿಸಿದ್ದಾನೆ'.

— ⚲ —

ಶಿವ, ಸತಿ, ವೀರಭದ್ರ, ಕೃತಿಕಾ ಮತ್ತು ಕಾಳಿ ಗಂಭೀರ ಸಮಾಲೋಚನೆಯಲ್ಲಿ ತೊಡಗಿದ್ದರು.

'ಏನು! ನಾನು ಮೆಲೂಹಕ್ಕೆ ಹೋಗಬೇಕೇ? ಭದ್ರ ಆಶ್ಚರ್ಯದಿಂದ ಕೇಳಿದ.

'ಹೌದು ಭದ್ರ! ಮೆಲೂಹ ಮತ್ತು ಅಯೋಧ್ಯೆಯ ರಾಜರು ಒಟ್ಟಾಗಿ ನಮ್ಮ ಮೇಲೆ ಆಕ್ರಮಣ ಮಾಡಿದ್ದಾರೆ' ಶಿವ ಹೇಳಿದ.

'ಈ ಆಕ್ರಮಣದ ಹಿಂದೆ ಮೆಲೂಹದ ಕೈವಾಡ ಇರುವುದು ನಜವೇ!' ಭದ್ರ ಕೇಳಿದ.

'ಹೌದು ಭದ್ರ! ಸ್ವತಃ ಪರ್ವತೇಶ್ವರನೇ ಈ ವಿಚಾರವನ್ನು ಖಚಿತಪಡಿಸಿದ್ದಾನೆ'.

'ಅಂದರೆ ಇದೀಗ ನಿನಗೆ ಮೆಲೂಹದಲ್ಲಿರುವ ನಿನ್ನವರ ಬಗ್ಗೆ ಚಿಂತೆಯಾಗಿದೆ. ಅಲ್ಲವೇ ಪ್ರಭು?'.

'ಹೌದು ಭದ್ರ! ನನಗೆ ಗುಣಸೈನ್ಯದ ಬಗ್ಗೆ ಚಿಂತೆಯಾಗಿದೆ. ಮೆಲೂಹನ್ನರು ಗುಣಸೈನಿಕರನ್ನು ಬಂಧಿಸಿ ಒತ್ತೆಯಾಳಾಗಿ ಇರಿಸಿಕೊಳ್ಳುವ ಸಾಧ್ಯತೆ ಇದೆ. ಅವರು

ಹಾಗೆ ಮಾಡುವ ಮುನ್ನ ನೀನು ಮೆಲೂಹಕ್ಕೆ ಹೋಗಿ ನಮ್ಮವರನ್ನು ಕರೆದುಕೊಂಡು ಕಾಶಿಗೆ ಬರಬೇಕು. ಅಷ್ಟರಲ್ಲಿ ನಾನು ಕಾಶಿಯನ್ನು ತಲುಪಿರುತ್ತೇನೆ. ನಾವು ಅಲ್ಲಿ ಭೇಟಿಯಾಗೋಣ'.

'ವೇಗವಾಗಿ ಚಲಿಸುವ ಹಡಗು ಮತ್ತು ಕುದುರೆಗಳ ಮೂಲಕ ನನ್ನ ತಂಡದ ಸದಸ್ಯರು ಕೃತಿಕಾ ಮತ್ತು ನಿನ್ನನ್ನು ರಹಸ್ಯ ಮಾರ್ಗದ ಮೂಲಕ ಮೈಕಾಗೆ ಕರೆದೊಯ್ಯುತ್ತಾರೆ. ಅಲ್ಲಿಂದ ಮುಂದೆ ನೀವು ಸುಲಭವಾಗಿ ದೇವಗಿರಿಯನ್ನು ತಲುಪಬಹುದು' ಕಾಳಿ ಹೇಳಿದಳು.

'ಹೌದು! ಒಮ್ಮೆ ಮೆಲೂಹವನ್ನು ಪ್ರವೇಶಿಸಿದರೆ ಅಲ್ಲಿಂದ ಪ್ರಯಾಣ ಮಾಡುವುದು ಸುಲಭ ಮತ್ತು ಸುರಕ್ಷಿತ. ಎಲ್ಲವೂ ನಾವೆಂದುಕೊಂಡಂತೆಯೇ ನಡೆದರೆ ಮುಂದಿನ ಎರಡು ವಾರಗಳಲ್ಲಿ ದೇವಗಿರಿಯನ್ನು ತಲುಪಬಹುದು. ಹೇಗೂ ಗುಣಸೈನ್ಯ ದೇವಗಿರಿಯ ಹೊರವಲಯದಲ್ಲಿರುವ ಪುಟ್ಟ ಹಳ್ಳಿಯಲ್ಲಿ ವಾಸವಾಗಿದೆ. ಹಾಗಾಗಿ ಅವರನ್ನು ರಕ್ಷಿಸಿ ಕರೆತರುವುದು ಕಷ್ಟವಲ್ಲ' ಕೃತಿಕಾ ಹೇಳಿದಳು.

'ನಮಗೆ ಉಳಿದಿರುವ ಸಮಯ ಅತಿ ಕಡಿಮೆ. ನೀವು ತಕ್ಷಣವೇ ಹೊರಡಿ' ಶಿವ ಆದೇಶಿಸಿದ.

'ಸರಿ ಶಿವ ನಾವಿನ್ನು ಹೊರಡುತ್ತೇವೆ' ಭದ್ರ ಶಿವನಿಗೆ ನಮಸ್ಕರಿಸಿ ಒಂದೆರಡು ಹೆಜ್ಜೆ ಹಿಂದೆ ಸರಿದ.

ಅಷ್ಟರಲ್ಲಿ ಶಿವ ಮತ್ತೆ ಭದ್ರನನ್ನು ಕೂಗಿ ಕರೆದ 'ಭದ್ರ! ಇಲ್ಲಿ ಬಾ'.

'ಭದ್ರ! ದೇವಗಿರಿಯಲ್ಲಿ ನಿನ್ನ ಪರಾಕ್ರಮ ತೋರಿಸುವ ಅಗತ್ಯವಿಲ್ಲ. ಒಂದು ವೇಳೆ ನಮ್ಮ ಜನರನ್ನು ದೇವಗಿರಿಯ ಸೈನಿಕರು ಬಂಧಿಸಿಟ್ಟಿದ್ದರೆ ನೇರವಾಗಿ ಕಾಶಿಗೆ ಬಂದುಬಿಡು. ನೀನೇನಾದರೂ ನಮ್ಮವರನ್ನು ಬಿಡಿಸುವ ಪ್ರಯತ್ನಕ್ಕೆ ಮುಂದಾದರೆ ಅವರು ಖಂಡಿತ ನಿನ್ನನ್ನು ಕೊಂದುಬಿಡುತ್ತಾರೆ. ಅದರಿಂದ ನಿನ್ನ ತಾಯಿಗಾಗಲಿ ಅಥವಾ ಗುಣಸೈನ್ಯಕ್ಕೆ ಯಾವ ಪ್ರಯೋಜನವೂ ಆಗಲಾರದು'.

ಶಿವನಗೆ ಭದ್ರನ ಶೌರ್ಯ ಮತ್ತು ಪರಾಕ್ರಮದ ಬಗ್ಗೆ ಚೆನ್ನಾಗಿ ಅರಿವಿತ್ತು. ಜತೆಗೆ ದೇವಗಿರಿಯಲ್ಲಿ ಗುಣ ಸೈನ್ಯದೊಂದಿಗೆ ಆತನ ತಾಯಿ ಸಹ ಇದ್ದಳು. ಹಾಗಾಗಿ ಭದ್ರ ತಾಯಿಯನ್ನು ಅಪಾಯದಲ್ಲಿ ಸಿಲುಕಿಸಲು ಅಷ್ಟು ಸುಲಭವಾಗಿ ಬಿಡುತ್ತಿರಲಿಲ್ಲ. ವೀರಭದ್ರ ಮೌನದಿಂದ ಶಿವನನ್ನೇ ನೋಡುತ್ತಿದ್ದ.

'ಭದ್ರ! ಖಂಡಿತ ಗುಣ ಸೈನ್ಯಕ್ಕೆ ಯಾವ ಅಪಾಯವೂ ಒದಗಿರಲಾರದು. ಹಾಗೇನಾದರೂ ಅಪಾಯಕ್ಕೆ ಸಿಲುಕಿದ್ದರೆ ಅವರನ್ನು ಪಾರುಮಾಡುವ ಜವಾಬ್ದಾರಿ ನನ್ನದು. ಆದರೆ ನೀನು ಮಾತ್ರ ಯಾವುದೇ ಕಾರಣಕ್ಕೂ ಅಂತಹ ನಿರ್ಧಾರ ತೆಗೆದುಕೊಳ್ಳಬಾರದು. ಹಾಗೆಂದು ನೀನು ಮಾತುಕೊಡು'.

ವೀರಭದ್ರ ಶಿವನ ಕೈಗಳನ್ನು ಭದ್ರವಾಗಿ ಹಿಡಿದು ಹೇಳಿದ 'ಶಿವ! ನೀನು ಅದೇನನ್ನೋ ನನ್ನಿಂದ ಮುಚ್ಚಿಡುತ್ತಿರುವೆ. ಅದೇನೆಂದು ಹೇಳು? ನೀನೇಕೆ ಇಷ್ಟೊಂದು ಆತಂಕಗೊಂಡಿರುವೆ? ಇಲ್ಲಿ ಏನಾಗುತ್ತಿದೆ? ಮುಂದೆ ಯುದ್ಧ ನಡೆಯುವ ಸಾಧ್ಯತೆ ಇದೆಯೇ? ಮೆಲೂಹನ್ನರು ನಮಗೆ ಶತ್ರುಗಳಾಗಿದ್ದಾರೆಯೇ? ನಾವು ಅವರ ಮೇಲೆ ಯುದ್ಧ ಮಾಡಬೇಕೆ? ಈಗ ನಾನು ಮೆಲೂಹಕ್ಕೆ ಹೋಗುತ್ತಿದ್ದೇನೆ. ಒಂದು ತಿಂಗಳ ಹಿಂದೆಯೇ ಅಲ್ಲಿಗೆ ಹೋಗಿದ್ದರೆ ಅದು ನನಗೆ ಸುರಕ್ಷಿತ ಪಯಣವಾಗುತ್ತಿತ್ತು. ಆದರೆ ಈಗ ಪರಿಸ್ಥಿತಿ ಬದಲಾಗಿದೆ. ಅದೇನೋ ಆತಂಕ ಎದುರಾಗಿದೆ. ಹೇಳು ಶಿವ! ಮುಂದೇನಾಗಲಿದೆ ಎಂಬುದನ್ನು ಹೇಳು. ಅದನ್ನು ತಿಳಿದುಕೊಳ್ಳುವ ಅರ್ಹತೆ ನನಗಿದೆ ಅಲ್ಲವೇ?'.

ಕೂಡಲೇ ಶಿವ ಭದ್ರನನ್ನು ಕೂರಿಸಿಕೊಂಡು ಕಳೆದ ಒಂದೆರಡು ತಿಂಗಳಿನಿಂದ ನಡೆದ ಎಲ್ಲ ಘಟನಾವಳಿಗಳನ್ನು ವಿವರಿಸಿದ.

ಆಯುರ್ವತಿ, ಕಾರ್ತಿಕ ಮತ್ತು ಆನಂದಮಯಿ ಭೋಜನ ಮಾಡುತ್ತಾ ಕುಳಿತಿದ್ದರು. ಕಾರ್ತಿಕ ಆಗಷ್ಟೇ ಘೆಂಡಾಮೃಗವೊಂದನ್ನು ಬೇಟೆಯಾಡಿದ್ದ. ಅದರ ಮಾಂಸವನ್ನು ಹದವಾಗಿ ಬೇಯಿಸಿ ಎಲ್ಲರೂ ಸವಿಯುತ್ತಿದ್ದರು. ಎಂದಿನಂತೆ ಆಯುರ್ವತಿ ರೊಟ್ಟಿ, ತರಕಾರಿ ಮತ್ತು ಬೇಳೆ ಸಾರಿಗೆ ಮೊರೆ ಹೋಗಿದ್ದಳು.

ಕಾರ್ತಿಕನ ಮುಖದಲ್ಲಿ ಅದೇನೋ ಆತಂಕ. ನಗು ಮಾಯವಾಗಿತ್ತು. ವಾಸ್ತವದಲ್ಲಿ ಆತ ಅಣ್ಣ ಗಣೇಶನ ಬಗ್ಗೆ ಯೋಚಿಸುತ್ತಿದ್ದ. ಸಂಕಟ ಮೋರ್ಚಾ ಮಂದಿರದಲ್ಲಿ ಪ್ರಾಣದ ಹಂಗನ್ನು ತೊರೆದು ತನ್ನನ್ನು ಸಿಂಹಗಳ ದಾಳಿಯಿಂದ ರಕ್ಷಿಸಿದ ಅಣ್ಣನ ಬಗ್ಗೆ ಅಭಿಮಾನ ಮೂಡಿತ್ತು. ಜತೆಗೆ ತನ್ನಿಂದಾಗಿ ಅಣ್ಣ ಅಷ್ಟೊಂದು ನೋವು ಅನುಭವಿಸಿದನಲ್ಲಾ ಎಂಬ ವಿಷಾದ ಕಾಡಿತ್ತು.

ಅದನ್ನು ಗ್ರಹಿಸಿದ ಆಯುರ್ವತಿ ಹೇಳಿದಳು 'ಕಾರ್ತಿಕ! ನೀನೇಕೆ ಇಷ್ಟೊಂದು ಚಿಂತಾಕ್ರಾಂತನಾಗಿರುವೆ ಮಗು. ನೀನಿನ್ನೂ ಚಿಕ್ಕ ಹುಡುಗ. ಸದಾ ನಗುನಗುತ್ತಿರಬೇಕು'.

ಕೂಡಲೇ ಕಾರ್ತಿಕ ಹೇಳಿದ 'ಆಯುರ್ವತಿ! ನನ್ನ ಅಣ್ಣ ಗಣೇಶ ಮಹಾ ಪರಾಕ್ರಮಿ. ಆತ ನಮ್ಮೆಲ್ಲರ ಒಳಿತಿಗೆ ಸಾಕಷ್ಟು ಶ್ರಮಿಸುತ್ತಿದ್ದಾನೆ. ಈ ನಾಡಿಗೆ ಅದ್ಭುತ ಕೊಡುಗೆ ನೀಡುತ್ತಿದ್ದಾನೆ. ಅನನ್ಯ ಸೇವೆ ಸಲ್ಲಿಸುತ್ತಿದ್ದಾನೆ. ಅಂತಹ ಮೇರು ವ್ಯಕ್ತಿತ್ವದ ನನ್ನಣ್ಣ ನನ್ನನ್ನು ರಕ್ಷಿಸುವ ಸಲುವಾಗಿ ಆ ಸಿಂಹಗಳಿಂದ ಅಷ್ಟೊಂದು ನೋವು ಉಂಡನಲ್ಲ!'.

ಆಯುರ್ವತಿ ಮೆಲ್ಲನೆ ಕಾರ್ತಿಕನ ಭುಜ ತಟ್ಟುತ್ತಾ ಸಾಂತ್ವನ ಮಾಡತೊಡಗಿದರು. ಕಾರ್ತಿಕ ಮಾತು ಮುಂದುವರಿಸಿದ.

'ಇನ್ನು ಮುಂದೆ ನಾನೆಂದೂ ಅಂತಹ ಅಸಹಾಯಕ ಪರಿಸ್ಥಿತಿಯನ್ನು ತಂದುಕೊಳ್ಳುವುದಿಲ್ಲ. ನನ್ನನ್ನು ಪ್ರೀತಿಸುವ ಜೀವಗಳಿಗೆ ಕಿಂಚಿತ್ತೂ ಅಪಾಯವಾಗದಂತೆ ನೋಡಿಕೊಳ್ಳುತ್ತೇನೆ. ಇದು ನನ್ನ ಶಪಥ'.

ಅಷ್ಟರಲ್ಲಿ ದಿಢೀರನೆ ಬಾಗಿಲು ತೆರೆಯಿತು. ಪರ್ವತೇಶ್ವರ ಮತ್ತು ಭಗೀರಥ ಗಂಭೀರವಾಗಿ ಒಳಗೆ ಬಂದರು. ಅವರನ್ನು ನೋಡುತ್ತಲೇ ಆನಂದಮಯಿ ಆತಂಕಗೊಂಡಳು.

ತನ್ನ ಊಹೆ ಎಲ್ಲಿ ನಿಜವಾಗುವುದೋ ಎಂಬ ಭಯದಿಂದಲೇ 'ನಾಗಾಗಳ ಮೇಲಿನ ದಾಳಿಯಲ್ಲಿ ಮೆಲೂಹದ ಕೈವಾಡವಿರುವುದು ದೃಢಪಟ್ಟಿತೇ?' ಎಂದು ಪ್ರಶ್ನಿಸಿದಳು.

ಆನಂದಮಯಿ ಕೇಳಿದ ಪ್ರಶ್ನೆಯಿಂದ ಆಯುರ್ವತಿ ಸಹ ಆತಂಕಗೊಂಡಳು. ಪಂಚವಟಿಯ ಹೊರವಲಯದಲ್ಲಿ ಶಿವನ ಬೆಂಗಾವಲು ಪಡೆಯ ಮೇಲೆ ನಡೆದ ದಾಳಿಯಲ್ಲಿ ಮೆಲೂಹದ ಕೈವಾಡವಿದೆ ಎಂಬ ಕಹಿಸತ್ಯವನ್ನು ಅರಗಿಸಿಕೊಳ್ಳುವುದು ಆಕೆಗೆ ಕಷ್ಟವಾಗಿತ್ತು. ಆಕೆಗೆ ತಾಯ್ನಾಡಿನ ಬಗ್ಗೆ ಅದಮ್ಯ ಪ್ರೀತಿ ಮತ್ತು ಅಭಿಮಾನ. ಆದರೂ ಸತಿ ಗರ್ಭಿಣಿಯಾಗಿದ್ದಾಗ ಮೈಕಾ ನಗರದಲ್ಲಿ ದಕ್ಷ ಮಾಡಿದ್ದ ಕುತಂತ್ರ ಆಕೆಗೆ ಚೆನ್ನಾಗಿ ತಿಳಿದಿತ್ತು. ಹಾಗಾಗಿ ದಕ್ಷನ ನಿರ್ದೇಶನದಂತೆ ದಾಳಿ ನಡೆದಿದ್ದರೂ ಅದು ಆಕೆಗೇನು ಆಶ್ಚರ್ಯವನ್ನುಂಟು ಮಾಡಿರಲಿಲ್ಲ.

'ಹೌದು! ಮೆಲೂಹ ಅಷ್ಟೇ ಅಲ್ಲ ಈ ದಾಳಿಯಲ್ಲಿ ಸ್ವದ್ವೀಪ ಸಹ ಭಾಗಿಯಾಗಿದೆ' ಭಗೀರಥ ಹೇಳಿದ.

ಅಷ್ಟರಲ್ಲಿ ಪರ್ವತೇಶ್ವರ ಆನಂದಮಯಿಯ ಬಳಿ ಬಂದು ಆಕೆಯ ಕೈ ಹಿಡಿದು ಕುಳಿತುಕೊಂಡ. ಮೆಲೂಹದ ದಂಡನಾಯಕ ಸದಾ ತನ್ನ ದೇಶದ ಬಗ್ಗೆ ಹೆಮ್ಮೆಯಿಂದ ಬೀಗುತ್ತಿದ್ದ. ಮೆಲೂಹ ಶ್ರೀರಾಮನ ಕರ್ಮಭೂಮಿ, ಅದೊಂದು ರಾಮರಾಜ್ಯ ಎಂದೇ ಕೊಂಡಾಡುತ್ತಿದ್ದ. ಅಂತಹ ಮಹಾನ್ ಸಾಮ್ರಾಜ್ಯದ ಸಾರ್ವಭೌಮ ಇಂತಹ ಹೀನ ಕೃತ್ಯ ಎಸಗಿರುವುದು ಆತನ ಅತೀವ ದುಃಖ ಮತ್ತು ನೋವಿಗೆ ಕಾರಣವಾಗಿತ್ತು. ಇತ್ತ ಆಯುರ್ವತಿ ಸಹ ಅವಮಾನದಿಂದ ತಲೆತಗ್ಗಿಸಿದಳು.

ಭಗೀರಥನ ಮಾತು ಕೇಳುತ್ತಲೇ ಆನಂದಮಯಿ ಆಶ್ಚರ್ಯದಿಂದ ಕೇಳಿದಳು 'ಏನು? ಮೆಲೂಹ ಮತ್ತು ಅಯೋಧ್ಯೆ ಎರಡೂ ಭಾಗಿಯಾಗಿವೆಯೇ?'.

'ಹೌದು! ಆನಂದಮಯಿ, ಈ ದಾಳಿಯ ನೇತೃತ್ವ ವಹಿಸಿರುವುದು ಅಯೋಧ್ಯೆಯೋ ಅಥವಾ ಮೆಲೂಹವೋ ತಿಳಿದಿಲ್ಲ. ಆದರೆ ಈ ಎರಡೂ ಸಾಮ್ರಾಜ್ಯಗಳೂ ಇದರಲ್ಲಿ ಭಾಗಿಯಾಗಿರುವುದಂತೂ ಸತ್ಯ' ಭಗೀರಥ ಹೇಳಿದ.

ಆನಂದಮಯಿ ಪರ್ವತೇಶ್ವರನತ್ತ ತಿರುಗಿದಳು. ಆತ ಸಹ 'ಹೌದು' ಎನ್ನುವಂತೆ ತಲೆಯಾಡಿಸಿದ.

'ಅಯ್ಯೋ ರುದ್ರದೇವ! ನನ್ನ ತಂದೆಗೇಕೆ ಇಂತಹ ದುರ್ಬುದ್ಧಿ ಕೊಟ್ಟೆ' ಆನಂದಮಯಿ ಮರುಗಿದಳು.

'ಆನಂದಮಯಿ! ನಮ್ಮ ತಂದೆ ತೀರಾ ಬಲಹೀನರು. ಅವರಿಗೆ ಇಂತಹ ದಾಳಿ ನಡೆಸುವ ಶಕ್ತಿ ಇಲ್ಲ. ಯಾರೋ ಅವರನ್ನು ದಿಕ್ಕು ತಪ್ಪಿಸಿದ್ದಾರೆ. ಯಾರದೋ ಪ್ರಭಾವಕ್ಕೆ ಒಳಗಾಗಿ ಅವರು ಈ ಕೆಲಸ ಮಾಡಿದ್ದಾರೆ ಎನ್ನುವುದು ನನ್ನ ಅಭಿಪ್ರಾಯ' ಭಗೀರಥ ಹೇಳಿದ.

ಸ್ವಲ್ಪ ಹೊತ್ತು ಅಲ್ಲಿ ಮೌನ ಆವರಿಸಿತು. ತದನಂತರ ಪೇಲವ ಮುಖಹೊತ್ತು ಎಲ್ಲರೂ ಅಲ್ಲಿಂದ ಹೊರ ನಡೆದರು.

ಅಂದು ಮಧ್ಯಾಹ್ನ ಗಣೇಶ ಮತ್ತು ಕಾರ್ತಿಕ ಪಂಚವಟಿಯ ಪಂಚ ಆಲದ ಮರದ ಬಳಿ ಕುಳಿತು ಮಾತನಾಡುತ್ತಿದ್ದರು. ಅದೊಂದು ಮಹಾ ವೃಕ್ಷ. ಬೊಡ್ಡೆಯಿಂದ ಟಿಸಿಲು ಒಡೆದಿದ್ದ ಐದು ಕೊಂಬೆಗಳು ಬೃಹದಾಕಾರವಾಗಿ ಬೆಳೆದು ನಿಂತಿದ್ದವು. ಆ ಐದು ಕೊಂಬೆಗಳಲ್ಲೂ ವಿಷ್ಣುವಿನ ಏಳನೇ ಅವತಾರವಾದ ಮಹಾಪುರುಷ ಶ್ರೀರಾಮನ ಮೂರ್ತಿಯನ್ನು ಕೆತ್ತಲಾಗಿತ್ತು. ಒಂದಕ್ಕಿಂತ ಒಂದು ಭಿನ್ನವಾಗಿತ್ತು. ಪುತ್ರ, ಪತಿ, ಭ್ರಾತೃ, ಪಿತ ಮತ್ತು ಆದರ್ಶ ರಾಜನಾಗಿ ಶ್ರೀರಾಮ ನಿರ್ವಹಿಸಿದ ಪಾತ್ರಗಳೆಲ್ಲವೂ ಕೊಂಬೆಗಳ ಕೆತ್ತನೆಯಲ್ಲಿ ಸ್ಪಷ್ಟವಾಗಿ ಮೂಡಿತ್ತು. ಆ ಐದೂ ಮೂರ್ತಿಗಳು ರುದ್ರದೇವ ಮತ್ತು ಮೋಹಿನಿಯ ದೇವಾಲಯದತ್ತ ಮುಖ ಮಾಡಿದ್ದವು. ಹೊರನೋಟಕ್ಕೆ ಐದು ಮೂರ್ತಿಗಳು ರುದ್ರನನ್ನು ನೋಡುತ್ತಿವೆಯೇನೋ ಎಂಬಂತೆ ಭಾಸವಾಗುತ್ತಿತ್ತು. ಆದರೆ ಅದೇಕೋ ಏನೋ ಶ್ರೀರಾಮನ ಅಕ್ಕ-ಪಕ್ಕ ಅನುಜ ಲಕ್ಷ್ಮಣನ ಮೂರ್ತಿಯಾಗಲೀ ಮಡದಿ ಸೀತಾದೇವಿಯ ಮೂರ್ತಿಯಾಗಲೀ ಇಲ್ಲವೇ ರಾಮನ ಭಂಟ ಹನುಮನ ಮೂರ್ತಿಯಾಗಲೀ ಇರಲಿಲ್ಲ. ಅದನ್ನು ನೋಡುತ್ತಿದ್ದಂತೆ ಕಾರ್ತಿಕನ ಮನದಲ್ಲಿ ಪ್ರಶ್ನೆಯೊಂದು ಮೂಡಿತು.

ಕೂಡಲೆ ಆತ ಅಣ್ಣನನ್ನು ಕೇಳಿದ 'ಅಣ್ಣಾ! ಇಲ್ಲಿ ರಾಮನ ಮೂರ್ತಿಯ ಜತೆ ಲಕ್ಷ್ಮಣ, ಸೀತಾ ಮತ್ತು ಹನುಮನ ಮೂರ್ತಿಯನ್ನು ಏಕೆ ಪ್ರತಿಷ್ಠಾಪಿಸಿಲ್ಲ?'.

ಅದಕ್ಕೆ ಗಣೇಶ ಹೇಳಿದ 'ಇದು ನಾಗಾಗಳ ಕುಲದೇವತೆ ಭೂಮಿದೇವಿಯ ಆದೇಶ. ಬಹುಶಃ ಭೂಮಿದೇವಿ ಮಹಾಪುರುಷರಾದ ಶ್ರೀರಾಮ ಮತ್ತು ರುದ್ರದೇವರನ್ನು ಈ ನಾಡಿನ ಜನ ಸದಾ ನೆನೆಪಿಸಿಕೊಳ್ಳುತ್ತಿರಬೇಕು, ಅವರ ಆದರ್ಶವನ್ನು ಪಾಲಿಸಬೇಕು

ಮತ್ತು ಅವರು ಹಾಕಿಕೊಟ್ಟ ದಾರಿಯಲ್ಲಿ ಸಾಗಬೇಕು ಎಂಬ ಉದ್ದೇಶದಿಂದ ಹೀಗೆ ಆದೇಶ ನೀಡಿರಬಹುದು. ಈ ನಾಡಿನಲ್ಲಿ ಯಾರು ಜನರ ಕಷ್ಟಗಳಿಗೆ ಸದಾ ಸ್ಪಂದಿಸುತ್ತಾರೋ ಏಕಾಂಗಿಯಾಗಿ ಸಂಪೂರ್ಣ ಜವಾಬ್ದಾರಿ ಹೊತ್ತು ಜನರ ಅಭ್ಯುದಯಕ್ಕೆ ದುಡಿಯುತ್ತಾರೋ ಅಂತಹ ಕರ್ಮಯೋಗಿಗಳನ್ನು ಜನ ಸದಾ ನೆನೆಯುತ್ತಿರಬೇಕು ಎಂಬುದೂ ಆಕೆಯ ಉದ್ದೇಶವಾಗಿರಬಹುದು'.

'ಬಾಬಾ ಸಹ ಇಂಥದ್ದೇ ಕಾರ್ಯದಲ್ಲಿ ನಿರತರಾಗಿದ್ದಾರೆ ಅಲ್ಲವೇ' ಕಾರ್ತಿಕ ಕೇಳಿದ.

'ಹೌದು! ಈಗಿನ ಪರಿಸ್ಥಿತಿಯಲ್ಲಿ ಅಧರ್ಮದ ವಿರುದ್ಧ ಹೋರಾಡಲು ಶಿವನನ್ನು ಬಿಟ್ಟು ಬೇರಾರಿಂದಲೂ ಸಾಧ್ಯವಿಲ್ಲ. ಭಾರತ ದೇಶವನ್ನು ದುಷ್ಟಶಕ್ತಿಯಿಂದ ಕಾಪಾಡಲು ಶಿವನಿಂದ ಮಾತ್ರ ಸಾಧ್ಯ. ಶಿವ ಈ ಮಹಾಯುದ್ಧದಲ್ಲಿ ವಿಫಲನಾದರೆ ಈ ದೇಶ ದುಷ್ಟಶಕ್ತಿಯಿಂದ ಸರ್ವನಾಶವಾಗುವುದು ಖಚಿತ'.

'ಖಂಡಿತ ಆ ರೀತಿ ಆಗಲು ಸಾಧ್ಯವಿಲ್ಲ, ಏಕೆ ಗೊತ್ತೆ? ಈಗ ಬಾಬಾ ಏಕಾಂಗಿಯಲ್ಲ. ಆತನೊಂದಿಗೆ ನಾನೂ ಇದ್ದೇನೆ' ಕಾರ್ತಿಕ ಎದೆಯುಬ್ಬಿಸಿ ಹೆಮ್ಮೆಯಿಂದ ಹೇಳಿದ.

ಗಣೇಶ ನಸುನಕ್ಕು ಕಾರ್ತಿಕನನ್ನು ಆಲಂಗಿಸಿದ. ನಂತರ ಹಾಗೇ ಇಬ್ಬರೂ ಆಲದ ಮರದ ಸುತ್ತ ಪ್ರದಕ್ಷಿಣೆ ಹಾಕಿದರು. ಅಷ್ಟರಲ್ಲಿ ಕಾರ್ತಿಕ ಮತ್ತೆ ಗಹನವಾದ ಪ್ರಶ್ನೆಯೊಂದನ್ನು ಗಣೇಶನ ಮುಂದಿಟ್ಟ.

'ಅಣ್ಣಾ! ನಮ್ಮ ಸುತ್ತ ಮುತ್ತ ಏನಾಗುತ್ತಿದೆ? ಮೆಲೂಹ ಮತ್ತು ಸ್ವದ್ವೀಪದ ಸಾಮ್ರಾಟರು ಬಾಬಾನ ವಿರುದ್ಧ ನಿಂತಿರುವುದಾದರೂ ಏಕೆ? ಬಾಬಾ ಯಾವ ದುಷ್ಟಶಕ್ತಿಯ ವಿರುದ್ಧ ಹೋರಾಡುತ್ತಿದ್ದಾರೆ? ತನ್ನ ಕಬಂಧ ಬಾಹುಗಳನ್ನು ಚಾಚಿ ಈ ದೇಶವನ್ನು ನಾಶಪಡಿಸಲು ಹೊರಟಿರುವ ಆ ದುಷ್ಟಶಕ್ತಿ ಯಾವುದು? ಅದನ್ನು ವಿವರವಾಗಿ ಹೇಳು'.

ಗಣೇಶ ಎಂದೂ ಯಾವ ವಿಷಯವನ್ನು ಕಾರ್ತಿಕನಿಂದ ಮುಚ್ಚಿಟ್ಟವನಲ್ಲ. ಆತ ಕಾರ್ತಿಕನಲ್ಲಿ ಪ್ರಬುದ್ಧ ವ್ಯಕ್ತಿತ್ವವನ್ನು ಕಂಡುಕೊಂಡಿದ್ದ. ಹಾಗಾಗಿ ಆತ ದೀರ್ಘ ನಿಟ್ಟುಸಿರು ಬಿಡುತ್ತಾ ಹೇಳಿದ 'ಕಾರ್ತಿಕ! ಬಾಬಾನನ್ನು ಕಂಡರೆ ಮೆಲೂಹ ಮತ್ತು ಸ್ವದ್ವೀಪದ ರಾಜರುಗಳಿಗೆ ಭಯ. ಅವರು ಕುತಂತ್ರಿಗಳು. ಅಡ್ಡದಾರಿ ಹಿಡಿದಿರುವವರು. ದುಷ್ಟತನದಿಂದ ಸುಖ, ಸಂಪತ್ತು, ಸಂವೃದ್ಧಿಯನ್ನು ಹೊಂದಲು ಹವಣಿಸುತ್ತಿದ್ದಾರೆ. ಆದರೆ ಬಾಬಾ ಇದಕ್ಕೆ ಅವಕಾಶ ಕೊಡುತ್ತಿಲ್ಲ. ಧರ್ಮಸಂಸ್ಥಾಪನೆಯೇ ಬಾಬಾನ ಗುರಿ. ನೊಂದವರ ಪರವಾಗಿ ನಿಂತು ಅವರ ಕಣ್ಣೀರು ಒರೆಸುವುದೇ ಬಾಬಾನ ಕೆಲಸ. ಹಾಗಾಗಿ ದುಷ್ಟರೆಲ್ಲರೂ ಸೇರಿ ಬಾಬಾನನ್ನು ತಡೆಯುತ್ತಿದ್ದಾರೆ'.

'ದುಷ್ಟತನ ಎಂದರೆ ಏನು ಅಣ್ಣ? ಅದೇಕೆ ಅವರೆಲ್ಲರೂ ದುಷ್ಟರಾಗಿದ್ದಾರೆ?' ಕಾರ್ತಿಕ ಪ್ರಶ್ನಿಸಿದ.

ಗಣೇಶ ಕಾರ್ತಿಕನ ಕೈಹಿಡಿದು ಮರದ ಕೆಳಗೆ ಕುಳ್ಳಿರಿಸಿಕೊಂಡು ಹೇಳಿದ 'ಮಗು! ಇದು ಅತ್ಯಂತ ರಹಸ್ಯ ವಿಚಾರ. ನಾನು ಈಗ ಹೇಳುತ್ತಿರುವುದನ್ನು ಯಾರಿಗೂ ಹೇಳಬೇಡ. ಈ ವಿಚಾರವನ್ನು ಯಾವ ಸಮಯದಲ್ಲಿ ಬಹಿರಂಗಗೊಳಿಸಬೇಕು ಎಂಬುದನ್ನು ಬಾಬಾ ನಿರ್ಧರಿಸುತ್ತಾರೆ'.

ಕಾರ್ತಿಕ ತಲೆಯಾಡಿಸಿದ. ನಂತರ ಗಣೇಶ ಕಳೆದ ಎರಡು ತಿಂಗಳಿನಿಂದ ನಡೆದ ಎಲ್ಲಾ ವಿದ್ಯಮಾನವನ್ನು ಎಳೆ ಎಳೆಯಾಗಿ ಬಿಡಿಸಿ ಕಾರ್ತಿಕನಿಗೆ ತಿಳಿಯಪಡಿಸಿದ.

— ⅄ⵀ☋↑⊛ —

'ಕಳೆದ ಐದು ವರ್ಷಗಳಿಂದ ಇಲ್ಲಿ ನೀನೇನು ಮಾಡುತ್ತಿದ್ದೆ ಬೃಹಸ್ಪತಿ?' ಶಿವ ಕೇಳಿದ.

ಶಿವ, ಸತಿ ಮತ್ತು ಬೃಹಸ್ಪತಿ ನಾಗಾರಾಣಿಯ ಕೊಠಡಿಯಲ್ಲಿ ಕುಳಿತು ಚರ್ಚಿಸುತ್ತಿದ್ದರು. ಶಿವನ ಈ ಪ್ರಶ್ನೆಯಿಂದ ಬೃಹಸ್ಪತಿ ಸ್ವಲ್ಪ ಗಲಿಬಿಲಿಗೊಂಡ. ಶಿವ ತನ್ನನ್ನು ಅನುಮಾನದಿಂದ ಪ್ರಶ್ನಿಸುತ್ತಿದ್ದಾನೆ ಎನ್ನುವುದು ಖಚಿತವಾಯಿತು. ಆದರೂ ಶಿವ ಸಮಸ್ಯೆಯ ಆಳಕ್ಕೆ ಇಳಿದು ಅದನ್ನು ಅರ್ಥಮಾಡಿಕೊಳ್ಳುತ್ತಿದ್ದಾನೆ ಎಂದೆನಿಸಿತು. ಹಾಗಾಗಿ ಎಲ್ಲ ವಿಚಾರಗಳನ್ನೂ ಮುಚ್ಚು ಮರೆಯಿಲ್ಲದೆ ಶಿವನಿಗೆ ತಿಳಿಸಲು ಮುಂದಾದ.

'ಶಿವ! ಇಷ್ಟುದಿನ ನಾನು ಸೋಮರಸದ ಸಮಸ್ಯೆಗೆ ಖಾಯಂ ಪರಿಹಾರ ಕಂಡುಕೊಳ್ಳಲು ಪ್ರಯತ್ನಿಸುತ್ತಿದ್ದೆ'.

'ಏನು? ಶಾಶ್ವತ ಪರಿಹಾರವೇ?'.

'ಮಂದಾರ ಪರ್ವತವನ್ನು ನಾಶಮಾಡಿದ ಮಾತ್ರಕ್ಕೆ ಸಮಸ್ಯೆಗೆ ಶಾಶ್ವತ ಪರಿಹಾರ ದೊರೆಯಲಾರದು ಎಂಬುದು ನನಗೆ ಮೊದಲೇ ತಿಳಿದಿತ್ತು. ಅದು ತಾತ್ಕಾಲಿಕ ಪರಿಹಾರ ಅಷ್ಟೇ. ಮೆಲೂಹನ್ನರು ಮತ್ತೊಂದು ಮಂದಾರ ಪರ್ವತವನ್ನು ಸೃಷ್ಟಿಮಾಡಬಲ್ಲರು. ಅದಕ್ಕೆ ಸ್ವಲ್ಪ ಸಮಯ ಬೇಕಾಗಬಹುದು. ಹಾಗಾಗಿ ಮಂದಾರದ ಮರುಸೃಷ್ಟಿ ನನಗೆ ಖಚಿತವಾಗಿತ್ತು'.

ಬೃಹಸ್ಪತಿಯ ಈ ಮಾತನ್ನು ಕೇಳಿ ಸತಿ ಶಿವನತ್ತ ನೋಡಿದಳು.

ಬೃಹಸ್ಪತಿ ಮಾತು ಮುಂದುವರಿಸಿದ 'ಹೌದು! ಶಿವ, ಒಮ್ಮೆ ಮೆಲೂಹದಲ್ಲಿ ಮತ್ತೊಂದು ಮಂದಾರ ಪರ್ವತ ತಲೆ ಎತ್ತಿದರೆ ಭಾರಿ ಪ್ರಮಾಣದಲ್ಲಿ ಸೋಮರಸದ ಉತ್ಪಾದನೆಯಾಗುತ್ತದೆ. ಅಲ್ಲದೇ ಅಷ್ಟೇ ಪ್ರಮಾಣದ ವಿಷಕಾರಿ ಅಂಶ ಅದರಿಂದ ಬಿಡುಗಡೆಯಾಗುತ್ತದೆ. ಹಾಗಾಗಿ ಇದಕ್ಕೆ ಶಾಶ್ವತ ಪರಿಹಾರ ಕಂಡುಕೊಳ್ಳಬೇಕು. ಅದಕ್ಕೆ ಬಹುಮುಖ್ಯವಾಗಿ ನಾವು ಪರಿಶೀಲಿಸಬೇಕಾಗಿರುವುದು ಸೋಮರಸ ತಯಾರಿಸಲು ಬೇಕಾದ ಮೂಲ ವಸ್ತುಗಳು. ಆ ಮೂಲ ವಸ್ತುಗಳಲ್ಲಿ ಯಾವುದಾದರೂ ಒಂದನ್ನು

ಅವರಿಗೆ ದೊರಕದಂತೆ ಮಾಡಿದರೆ ಸೋಮರಸ ತಯಾರಿಕೆಯ ಸಮಯದಲ್ಲಿ ಹೊರಬರುವ ವಿಷಕಾರಕ ಅಂಶವನ್ನು ತಡೆಯಬಹುದು. ಆದರೆ ಸಧ್ಯದ ಪರಿಸ್ಥಿತಿಯಲ್ಲಿ ಅಂತಹ ಎರಡು ಮೂಲವಸ್ತುಗಳನ್ನು ತಡೆಯಲು ನಮ್ಮಿಂದ ಸಾಧ್ಯವಾಗುತ್ತಿಲ್ಲ. ಮೊದಲನೆಯದು ಸಂಜೀವಿನಿ ಮರದ ತೊಗಟೆ ಮತ್ತು ಕಾಂಡಗಳು. ಇವು ದೊರೆಯದಂತೆ ಮಾಡುವುದು ಅಸಾಧ್ಯ. ಕಾರಣ ಮೆಲೂಹದ ಉತ್ತರ ಭಾಗದ ಮೂಲೆ ಮೂಲೆಯಲ್ಲೂ ಈ ಮರಗಳನ್ನು ಬೆಳೆಯಲಾಗುತ್ತದೆ. ಅಲ್ಲಿ ಬೆಳೆಯುವ ಎಲ್ಲಾ ಮರಗಳನ್ನು ನಾಶ ಮಾಡಲು ಅಸಾಧ್ಯ. ಅಲ್ಲದೆ ಅಲ್ಲಿ ಹಳೆಯ ಮರಗಳು ಉರುಳದಂತೆ ನೋಡಿಕೊಂಡು ಹೊಸ ಗಿಡಗಳನ್ನು ಬೆಳೆಸುವ ಕೆಲಸ ಅವ್ಯಾಹತವಾಗಿ ನಡೆದಿದೆ. ಇನ್ನು ಎರಡನೆಯದು ಸರಸ್ವತಿ ನದಿಯ ನೀರು. ಇದನ್ನು ನಾವು ನಿಯಂತ್ರಣಕ್ಕೆ ತೆಗೆದುಕೊಳ್ಳಲು ಸಾಧ್ಯವೇ?'.

ಶಿವ ಮೊಟ್ಟಮೊದಲು ದೇವಗಿರಿಗೆ ಬಂದಾಗ ಸರಸ್ವತಿ ನದಿಯ ನೀರಿನ ಬಗ್ಗೆ ದಕ್ಷ ಹೇಳಿದ್ದ ಮಾತುಗಳು ನೆನಪಾದವು.

ಆತ ಹೇಳಿದ 'ನೂರು ವರ್ಷಗಳ ಹಿಂದೆ ಚಂದ್ರವಂಶಿಗಳು ಸರಸ್ವತಿ ನದಿಯನ್ನು ನಾಶಮಾಡುವ ಸಲುವಾಗಿ ಅದು ಹರಿಯುವ ದಿಕ್ಕನ್ನೇ ಬದಲಿಸಿಬಿಟ್ಟಿದ್ದರು ಎಂದು ಈ ಹಿಂದೆ ದಕ್ಷ ಮಹಾರಾಜರು ನನಗೆ ಹೇಳಿದ್ದರು. ಸರಸ್ವತಿಯ ಉಪನದಿ ಯಮುನೆಯನ್ನು ಸಮುದ್ರದತ್ತ ಹರಿಯುವಂತೆ ಮಾಡಿದ್ದು ಚಂದ್ರವಂಶಿಗಳು ಎಂದೇ ಮೆಲೂಹನ್ನರು ನಂಬಿದ್ದಾರೆ ಅಲ್ಲವೇ ಬೃಹಸ್ಪತಿ?'.

ಬೃಹಸ್ಪತಿ ನಸುನಗುತ್ತಾ ಹೇಳಿದ 'ಗೆಳೆಯಾ! ತಮ್ಮ ಸಾಮ್ರಾಜ್ಯದಲ್ಲಿ ಉತ್ತಮ ರಸ್ತೆಗಳನ್ನೇ ಮಾಡಿಕೊಳ್ಳಲು ಚಂದ್ರವಂಶಿಗಳಿಗೆ ಸಾಧ್ಯವಾಗಿಲ್ಲ. ಇನ್ನು ಸರಸ್ವತಿಯಂತಹ ಮಹಾನದಿಯ ದಿಕ್ಕನ್ನು ಬದಲಿಸುವಷ್ಟು ಶಕ್ತಿಯಾಗಲಿ ಸಾಮರ್ಥ್ಯವಾಗಲಿ ಅವರಿಗಿದೆ ಎಂದರೆ ಅದನ್ನು ನಂಬಲಾದೀತೇ? ಖಂಡಿತಾ ಇಲ್ಲ. ನೂರು ವರ್ಷಗಳ ಹಿಂದೆ ಸಂಭವಿಸಿದ ಭೂಕಂಪವೊಂದರ ಪರಿಣಾಮ ಯಮುನಾ ನದಿ ಹರಿಯುವ ದಿಕ್ಕು ಬದಲಾಯಿತು ಅಷ್ಟೇ. ನಂತರದ ದಿನಗಳಲ್ಲಿ ಅದು ಹರಿಯುವ ಜಾಗಗಳಲ್ಲಿ ಯಾರೂ ಸಂಚರಿಸದಂತೆ ನಿಷೇಧ ಹೇರಲಾಯಿತು. ಆದರೆ ಮೆಲೂಹನ್ನರ ಬಳಿ ನದಿಯ ದಿಕ್ಕನ್ನೇ ಬದಲಿಸುವ ತಂತ್ರವೊಂದಿತ್ತು. ಅದರಂತೆ ಅವರು ಬೃಹತ್ ಅಣೆಕಟ್ಟುಗಳನ್ನು ಕಟ್ಟಿ ಯಮುನಾ ನದಿಯ ನೀರನ್ನು ತಡೆದು ಅದು ಮತ್ತೆ ಸರಸ್ವತಿ ನದಿಯನ್ನು ಸೇರಿ ಮೆಲೂಹದತ್ತ ಹರಿಯುವಂತೆ ಮಾಡಿಬಿಟ್ಟರು'.

'ಹಾಗಾದರೆ ಈಗ ನೀನೇನು ಮಾಡಬೇಕೆಂದಿರುವೆ ಬೃಹಸ್ಪತಿ? ಯಮುನೆಯನ್ನು ನಾಶಮಾಡುವುದು ನಿನ್ನ ಯೋಜನೆಯೇ?'

'ಇಲ್ಲ! ಶಿವ, ಹಾಗೆ ಮಾಡುವುದು ಅಸಾಧ್ಯ. ಆದರೆ ಸೋಮರಸ ತಯಾರಿಸುವ ಸಂದರ್ಭದಲ್ಲಿ ಸರಸ್ವತಿ ನದಿ ನೀರಿನ ಶಕ್ತಿಯನ್ನು ಹೇಗಾದರೂ ಮಾಡಿ ಕುಗ್ಗಿಸಬಹುದೇ

ಎಂದು ನಾನು ಯೋಚಿಸುತ್ತಿದ್ದೇನೆ. ಅದರ ಉಗಮ ಸ್ಥಾನದಲ್ಲಿ ಅದಕ್ಕೆ ಯಾವುದಾದರೂ ಮಿಶ್ರಣವನ್ನು ಬೆರಸಬೇಕು. ಆನಂತರ ಯಮುನಾ ನದಿ ಸರಸ್ವತಿಯೊಂದಿಗೆ ಬೆರೆತು ಸೋಮರಸ ತಯಾರಿಸಬಲ್ಲ ಶಕ್ತಿಯನ್ನು ಭಾಗಶಃ ಕಳೆದುಕೊಳ್ಳುತ್ತದೆ. ಅಂತಹ ಮಿಶ್ರಣವೊಂದನ್ನು ಕಂಡುಹಿಡಿಯಲೆಂದೇ ನಾನು ಇಷ್ಟು ವರ್ಷಗಳಿಂದ ನಿರಂತರ ಸಂಶೋಧನೆಯಲ್ಲಿ ತೊಡಗಿದ್ದೇನೆ'.

'ಯಾವುದು ಆ ಮಿಶ್ರಣ ಬೃಹಸ್ಪತಿ?'.

'ಅದೊಂದು ರೀತಿಯ ಬ್ಯಾಕ್ಟೀರಿಯಾ. ಸಂಜೀವಿನಿ ಮರದ ತೊಗಟೆಯೊಂದಿಗೆ ಬೆರೆಯುತ್ತಿದ್ದಂತೆ ಅದನ್ನು ಸತ್ವಹೀನಗೊಳಿಸಬಿಡುತ್ತದೆ. ಆಗ ಸೋಮರಸ ತಯಾರಿಸುವುದು ಅಸಾಧ್ಯ'.

'ಮೊದಲೇ ಸಂಜೀವಿನಿ ಮರದ ತೊಗಟೆ ಅಸ್ಥಿರವಲ್ಲವೇ ಬೃಹಸ್ಪತಿ? ಹಾಗಿರುವಾಗ ಬ್ಯಾಕ್ಟೀರಿಯಾವನ್ನು ಅದಕ್ಕೆ ಸೇರಿಸುವ ಅಗತ್ಯವೇನಿದೆ? ಹಾಗೆ ಸೇರಿಸದಿದ್ದರೂ ತೊಗಟೆಯನ್ನು ಮರದಿಂದ ಕಿತ್ತಕೂಡಲೆ ಅದು ತಾನಾಗಿಯೇ ಸತ್ವವನ್ನು ಕಳೆದುಕೊಳ್ಳುತ್ತದೆ ಅಲ್ಲವೇ? ಆದ್ದರಿಂದಲೇ ನಾಗಾಗಳು ಔಷಧಿ ತಯಾರು ಮಾಡುವಾಗ ಈ ಸಂಜೀವಿನಿ ಮರದ ತೊಗಟೆಯನ್ನು ಬೇರೊಂದು ಮರದ ತೊಗಟೆಯ ಪುಡಿಯ ಜತೆ ಸೇರಿಸಿ ಸ್ಥಿರವಾಗುವಂತೆ ಮಾಡುತ್ತಾರೆ ಎಂದು ಆಯುರ್ವತಿ ನನಗೆ ಹೇಳಿದ್ದು ನೆನಪು'.

'ನಿಜ! ಸಂಜೀವಿನಿ ಮರದ ತೊಗಟೆಯನ್ನು ಮರದಿಂದ ಕಿತ್ತ ಕೂಡಲೆ ಅದು ಸತ್ವಹೀನವಾಗುತ್ತದೆ. ಆದರೆ ಇಡೀ ಮರದ ಕೊಂಬೆಯನ್ನೇ ಕಡಿದು ತಂದರೆ ಅದು ಸತ್ವಹೀನವಾಗುವುದಿಲ್ಲ. ಸಣ್ಣ ಪ್ರಮಾಣದಲ್ಲಿ ಸೋಮರಸ ತಯಾರಿಸಬೇಕಾದರೆ ತೊಗಟೆಯನ್ನು ಕಿತ್ತು ಕೆಲವೇ ನಿಮಿಷಗಳಲ್ಲಿ ಸೋಮರಸವನ್ನು ತಯಾರಿಸಿ ಬಿಡುತ್ತಾರೆ. ಆದರೆ ಬೃಹತ್ ಪ್ರಮಾಣದಲ್ಲಿ ತಯಾರಿಸುವಾಗ ಸಂಜೀವಿನಿ ಮರದ ಕೊಂಬೆಗಳು ಬೇಕೇಬೇಕು. ಮಂದಾರ ಪರ್ವತದಲ್ಲಿ ನಾವು ಮಾಡುತ್ತಿದ್ದುದು ಇದನ್ನೇ. ಹೀಗೆ ಸೋಮರಸ ತಯಾರಿಸುವ ವಿಧಾನ ನನ್ನ ವಿಜ್ಞಾನಿಗಳ ತಂಡಕ್ಕೆ ಮಾತ್ರ ತಿಳಿದಿತ್ತು'.

'ಹಾಗಾದರೆ ಸಂಜೀವಿನಿ ಮರದ ಕೊಂಬೆಗಳನ್ನು ಅಸ್ಥಿರಗೊಳಿಸುವುದು ಹೇಗೆ?' ಶಿವ ಕೇಳಿದ.

'ಅದನ್ನು ಬ್ಯಾಕ್ಟೀರಿಯಾಗಳಿಂದ ಮಾಡಲು ಸಾಧ್ಯ. ಆದರೆ ಅಂಥಹ ಬ್ಯಾಕ್ಟೀರಿಯಾಗಳು ದೊರೆಯುವುದು ಮೆಸಪಟೋಮಿಯದಲ್ಲಿ ಮಾತ್ರ'.

'ಓ! ಅದೊಂದು ದಿನ ನಾನು, ನೀನು ಮತ್ತು ದಕ್ಷ ಮಹಾರಾಜರು ಮೆಲೂಹದಿಂದ ಹೊರಟು ಬರುವಾಗ ನೀನು ಕರಾಚಪದಲ್ಲಿ ನಮ್ಮಿಂದ ದೂರ ಹೋದದ್ದು ಇದೇ ಕಾರಣಕ್ಕೆ ತಾನೆ? ಅಂದು ನೀನು ಮೆಸಪಟೋಮಿಯದಿಂದ ಯಾವುದೋ ಕಚ್ಚಾವಸ್ತು ಬರುವುದಿದೆ ಎಂದು ಹೇಳಿದ್ದೆ ಅಲ್ಲವೇ ಬೃಹಸ್ಪತಿ?'

'ಹೌದು! ಸೋಮರಸದ ಶಕ್ತಿಯನ್ನು ಕುಗ್ಗಿಸಲು ಇದೇ ಸರಿಯಾದ ವಿಧಾನ. ಸಂಜೀವಿನಿ ಸತ್ವ ಮತ್ತು ಸರಸ್ವತಿ ನೀರಿಲ್ಲದೆ ಸೋಮರಸ ತಯಾರಿಕೆ ಅಸಾಧ್ಯ. ನೀರನ್ನು ಹಾಗೆ ನಿಶ್ಕ್ರಿಯಗೊಳಿಸಿ ಸೋಮರಸ ತಯಾರಿಸಿದರೂ ಅದನ್ನು ಸೇವಿಸಿದರೆ ವ್ಯಕ್ತಿಯ ಆಯಸ್ಸು ಎರಡು ಅಥವಾ ಮೂರರಷ್ಟು ಹೆಚ್ಚಾಗುವುದಿಲ್ಲ. ಹೆಚ್ಚೆಂದರೆ ಮನುಷ್ಯನ ಆಯಸ್ಸು ಇಪ್ಪತ್ತರಿಂದ ಮೂವತ್ತು ವರ್ಷ ಹೆಚ್ಚಾಗಬಹುದು ಅಷ್ಟೇ ಇಷ್ಟಾಗಿಯೂ ಅಲ್ಪ ಪ್ರಮಾಣದ ವಿಷಕಾರಿ ಅಂಶ ಅದರಿಂದ ಬಿಡುಗಡೆಯಾಗಿಯೇ ಆಗುತ್ತದೆ. ಅಲ್ಲದೆ ಬ್ಯಾಕ್ಟೀರಿಯಾಗಳು ನೀರಿನೊಂದಿಗೆ ಬೆರೆತು ಅವುಗಳ ಸಂಖ್ಯೆ ದ್ವಿಗುಣಗೊಳ್ಳುತ್ತದೆ. ಆಗ ವಿಷಕಾರಿ ಅಂಶವೂ ಕಡಿಮೆಯಾಗುತ್ತದೆ. ಒಟ್ಟಾರೆ ನಾವು ಹೇಗಾದರೂ ಮಾಡಿ ಈ ಬ್ಯಾಕ್ಟೀರಿಯಾಗಳನ್ನು ಯಮುನಾ ನದಿಯ ನೀರಿಗೆ ಬೆರಸಬೇಕು. ಉಳಿದೆಲ್ಲವೂ ತಾನಾಗಿಯೇ ನಡೆಯುತ್ತದೆ'.

'ನಿನ್ನ ಯೋಜನೆ ಸರಿಯಾಗಿದೆ ಬೃಹಸ್ಪತಿ. ಇದನ್ನು ಯಾವಾಗ ಕಾರ್ಯರೂಪಕ್ಕೆ ತರುವೆ?'

'ಈ ಪ್ರಕ್ರಿಯೆ ಇನ್ನು ಪೂರ್ಣಗೊಂಡಿಲ್ಲ. ಆ ಬ್ಯಾಕ್ಟೀರಿಯಾಗಳನ್ನು ಬಳಸುವಾಗಲೂ ಕೆಲವು ಸಮಸ್ಯೆಗಳನ್ನು ಎದುರಿಸಬೇಕಾಗುತ್ತದೆ. ಬ್ಯಾಕ್ಟೀರಿಯಾಗಳಲ್ಲೂ ಅಲ್ಪ ಪ್ರಮಾಣದ ವಿಷಕಾರಿ ಅಂಶಗಳಿರುತ್ತವೆ. ಏಕಾಏಕಿ ಅದನ್ನು ಯಮುನಾ ನದಿಯೊಂದಿಗೆ ಬೆರಸಿದರೆ ಅದು ಸರಸ್ವತಿಯನ್ನು ಸೇರುತ್ತದೆ. ಆಗ ಈ ಎರಡೂ ನದಿಗಳ ನೀರನ್ನು ಬಳಸುವವರ ಮೇಲೆ ಅದು ಬೇರೆ ದುಷ್ಪರಿಣಾಮವನ್ನು ಬೀರುವ ಸಾಧ್ಯತೆಗಳಿವೆ. ಆಗ ಒಂದು ಸಮಸ್ಯೆಯನ್ನು ಪರಿಹಾರ ಮಾಡಲು ಹೋಗಿ ಮತ್ತೊಂದು ಸಮಸ್ಯೆಯನ್ನು ನಾವೇ ಸೃಷ್ಟಿಸಿಕೊಂಡಂತಾಗುತ್ತದೆ'.

'ಅಂದರೆ ಬ್ಯಾಕ್ಟೀರಿಯಾಗಳನ್ನು ಬಳಸಿದಾಗ ಉತ್ಪತ್ತಿಯಾಗುವ ವಿಷದ ಅಂಶವನ್ನು ಕಡಿಮೆ ಮಾಡಲು ಬೇಕಾದ ಪ್ರಯೋಗಗಳನ್ನು ನೀನೀಗ ಮಾಡುತ್ತಿರುವೆ ಎಂದಾಯಿತು. ಹಾಗೆ ವಿಷದ ಅಂಶವನ್ನು ತೆಗೆದ ನಂತರವೂ ಬ್ಯಾಕ್ಟೀರಿಯಾಗಳು ಸೋಮರಸವನ್ನು ಸತ್ವಹೀನಗೊಳಿಸಬೇಕು ಎಂಬುದು ನಿನ್ನ ಉದ್ದೇಶವಲ್ಲವೇ ಬೃಹಸ್ಪತಿ?'.

'ಹೌದು ಶಿವ! ಅಂತೆಯೇ ಈ ವಿಚಾರವನ್ನು ಅತ್ಯಂತ ರಹಸ್ಯವಾಗಿ ಇಡಬೇಕಾಗಿತ್ತು. ಸೋಮರಸ ತಯಾರಿಕೆಯಾಗಬೇಕು ಎನ್ನುವವರಿಗೆ ಈ ವಿಚಾರವೇನಾದರೂ ಗೊತ್ತಾದರೆ ಯಮುನಾ ನದಿಗೆ ಬ್ಯಾಕ್ಟೀರಿಯಾವನ್ನು ಬೆರೆಸಲು ಅವರು ಖಂಡಿತ ಅವಕಾಶ ಕೊಡುತ್ತಿರಲಿಲ್ಲ. ಅಷ್ಟೇ ಏಕೆ ಈ ರಹಸ್ಯ ಸಂಶೋಧನೆ ಮಾಡುತ್ತಿರುವುದು ನಾನೇ ಎಂದು ಅವರಿಗೇನಾದರೂ ತಿಳಿದುಬಿಟ್ಟಿದ್ದರೆ ಅವರು ಖಂಡಿತ ನನ್ನನ್ನು ಕೊಂದುಹಾಕಿಬಿಡುತ್ತಿದ್ದರು. ನನ್ನ ತಾಯ್ನಾಡಿಗೆ ಏನೂ ಮಾಡಲಾಗದೆ ನಾನು ಪ್ರಾಣ ಬಿಡಬೇಕಾದ ಸಂದರ್ಭ ಎದುರಾಗುತ್ತಿತ್ತು'.

'ಈಗ ಯಾರಾದರೂ ನಿನ್ನನ್ನು ಕೊಂದುಬಿಡಬಹುದು ಎಂಬ ಭಯ ನಿನಗಿಲ್ಲವೇ ಬೃಹಸ್ಪತಿ? ಈಗಾಗಲೇ ಮಂದಾರ ಪರ್ವತವನ್ನು ನಾಶಮಾಡಿದವರ ಬಗ್ಗೆ ಮೆಲೂಹನ್ನರಲ್ಲಿ ಆಕ್ರೋಶ ಮಡುಗಟ್ಟಿದೆ. ಅದಕ್ಕೆ ಕಾರಣ ನೀನೇ ಎಂದು ತಿಳಿದರೆ ಅವರು ನಿನ್ನನ್ನು ಸುಮ್ಮನೆ ಬಿಡುತ್ತಾರೆಯೇ?'.

ಬೃಹಸ್ಪತಿ ದೀರ್ಘ ನಿಟ್ಟುಸಿರು ಬಿಡುತ್ತಾ ಹೇಳಿದ 'ಇಷ್ಟುದಿನ ಏಕಾಂಗಿಯಾಗಿ ಈ ಸಮಸ್ಯೆಗೆ ಪರಿಹಾರ ಕಂಡುಕೊಳ್ಳಲು ಪ್ರಯತ್ನಿಸಿದೆ. ಸಾಕಷ್ಟು ಸಂಶೋಧನೆಗಳನ್ನು ನಡೆಸಿದೆ. ಆದರೆ ಅದು ನನ್ನಿಂದ ಸಾಧ್ಯವಾಗಲಿಲ್ಲ. ನಾನು ಸೋತು ಹೋದೆ. ಈಗ ಸೋಮರಸದ ಸಮಸ್ಯೆಗೆ ಪರಿಹಾರ ಹುಡುಕುವುದು ನನ್ನಿಂದ ಅಸಾಧ್ಯ. ಈಗ ಅದು ನಿನ್ನ ಕೈಯಿಂದ ಮಾತ್ರ ಸಾಧ್ಯ. ಹಾಗಾಗಿ ನಾನು ಸತ್ತರೂ ಬದುಕಿದ್ದರೂ ಒಂದೇ. ಮೆಲೂಹನ್ನರು ಮಂದಾರ ಪರ್ವತವನ್ನು ಪುನರ್‌ನಿರ್ಮಾಣ ಮಾಡಿಯೇ ತೀರುತ್ತಾರೆ ಎಂಬುದು ನನಗೆ ಚೆನ್ನಾಗಿ ಗೊತ್ತು. ಆದರೆ ಅದಕ್ಕಾಗಿ ಅವರು ಒಂದಷ್ಟು ಸಮಯ ತೆಗೆದುಕೊಳ್ಳಬಹುದು ಅಷ್ಟೇ. ಒಮ್ಮೆ ಅದು ಪುನರ್‌ನಿರ್ಮಾಣಗೊಂಡರೆ ಮತ್ತೆ ಅವರು ಭಾರಿ ಪ್ರಮಾಣದ ಸೋಮರಸ ತಯಾರಿಕೆಯಲ್ಲಿ ತೊಡಗುತ್ತಾರೆ. ಅದನ್ನು ತಡೆಯುವ ಶಕ್ತಿ ಇರುವುದು ನಿನಗೆ ಮಾತ್ರ ಶಿವ! ಈ ದೇಶವನ್ನು ರಕ್ಷಿಸಲು ನೀನು ಏನಾದರೂ ಮಾಡಿ ಇದನ್ನು ತಡೆಯಲೇಬೇಕು?'

'ಇನ್ನೂ ಮಂದಾರ ಪರ್ವತ ಪುನರ್‌ನಿರ್ಮಾಣವಾಗಿಲ್ಲ ಎಂಬುದು ನಿನ್ನ ಅನ್ನಿಸಿಕೆಯೇ? ಮಂದಾರದ ನಿರ್ಮಾಣಕಾರ್ಯ ಇನ್ನೂ ನಡೆಯುತ್ತಿದೆ ಮತ್ತು ಅದು ಪೂರ್ಣಗೊಳ್ಳಲು ಇನ್ನೂ ಸಮಯಬೇಕು ಎಂಬ ಸುದ್ದಿ ಶುದ್ಧ ಸುಳ್ಳು. ಅದು ತಮ್ಮ ಶತ್ರುಗಳನ್ನು ದಾರಿತಪ್ಪಿಸಲು ಮೆಲೂಹನ್ನರು ಹೂಡಿರುವ ತಂತ್ರ ಅಷ್ಟೇ. ಮೆಲೂಹನ್ನರ ಬಳಿ ಸ್ವಲ್ಪ ಮಾತ್ರ ಸೋಮರಸವಿದೆ ಎಂದು ಶತ್ರುಗಳು ನಂಬಿಕೊಳ್ಳಲಿ ಎಂದು ಅವರು ಮಾಡಿರುವ ಸಂಚು'.

'ಏನು! ಸೋಮರಸ ತಯಾರಿಸುವ ಮತ್ತೊಂದು ಘಟಕ ಈಗಾಗಲೇ ಸ್ಥಾಪನೆಯಾಗಿದೆಯೇ? ಹಾಗೇನಾದರೂ ಸುದ್ದಿ ಹರಡಿದ್ದರೆ ಅದು ಸುಳ್ಳು' ಬೃಹಸ್ಪತಿ ಕಾಳಿಯತ್ತ ತಿರುಗಿ ಹೇಳಿದ.

'ಹೌದು! ಬೃಹಸ್ಪತಿಗಳೇ, ಮೆಲೂಹದಲ್ಲಿ ಅಂತಹ ಮತ್ತೊಂದು ಕೇಂದ್ರ ಸ್ಥಾಪನೆಯಾಗಿರುವುದು ಸತ್ಯ. ಮಂದಾರ ಪರ್ವತ ಧ್ವಂಸಗೊಳ್ಳುವ ಮುನ್ನವೇ ಅದಕ್ಕೆ ಪರ್ಯಾಯವಾಗಿ ಮತ್ತೊಂದು ಕೇಂದ್ರ ತಲೆಯೆತ್ತಿತ್ತು. ಮಂದಾರ ಧ್ವಂಸಗೊಂಡರೆ ಸೋಮರಸ ಉತ್ಪಾದನೆ ನಿಲ್ಲಬಾರದು ಎಂಬ ಉದ್ದೇಶದಿಂದ ಹೊಸ ಕೇಂದ್ರವನ್ನು ಸ್ಥಾಪಿಸಲಾಗಿತ್ತು. ಈ ವಿಚಾರವನ್ನು ಸ್ವತಃ ತಂದೆಯವರೇ ನನಗೆ ಹೇಳಿದ್ದಾರೆ' ಸತಿ ಹೇಳಿದಳು.

'ಎಲ್ಲಿದೆ ಆ ಹೊಸ ಸೋಮರಸ ಉತ್ಪಾದನಾ ಕೇಂದ್ರ ಸತಿ!' ಕಾಳಿ ಆಶ್ಚರ್ಯದಿಂದ ಕೇಳಿದಳು.

'ಅದು ನನಗೆ ತಿಳಿಯದು ಕಾಳಿ'.

'ಛೆ! ಎಂಥಹ ಅನ್ಯಾಯ! ಆದರೆ.......ತಾವೇ ಹೇಳಿದಂತೆ ಸೋಮರಸ ತಯಾರಿಕಾ ಘಟಕ ಸ್ಥಾಪಿಸಲು ಸಂಜೀವಿನಿ ಮರದ ಕೊಂಬೆಗಳನ್ನು ಕತ್ತರಿಸಿ ಅದನ್ನು ಪುಡಿಮಾಡಬಲ್ಲ ಭಾರಿಯಂತ್ರಗಳು ಬೇಕಲ್ಲವೇ ಬೃಹಸ್ಪತಿಗಳೇ?. ಅಂತಹ ಯಂತ್ರಗಳು ಭಾರತದಲ್ಲಿ ಲಭ್ಯವಿಲ್ಲ ಮತ್ತು ಅದನ್ನು ಈಜಿಪ್ಟಿನಿಂದ ಆಮದು ಮಾಡಿಕೊಳ್ಳಬೇಕೆಂದು ಹೇಳಿದ್ದಿರಿ ಅಲ್ಲವೆ? ಆದರೆ ನಮಗೆ ಬಂದಿರುವ ಮಾಹಿತಿಯ ಪ್ರಕಾರ ಈಜಿಪ್ಟಿನ ಯಾವ ಗಣಿಯಿಂದ ಇಂತಹ ಯಂತ್ರಗಳು ಭಾರತಕ್ಕೆ ಬಂದಿಲ್ಲ'.

ಕೂಡಲೆ ಬೃಹಸ್ಪತಿಯ ಮುಖ ಬಿಳಿಚಿಕೊಂಡಿತು. ಆತಂಕ ಮುಖದಲ್ಲಿ ಎದ್ದುಕಾಣತೊಡಗಿತು.

ಆತ ತಲೆಯ ಮೇಲೆ ಕೈಯಿಟ್ಟು ಚೀರಿದ 'ಅಯ್ಯೋ! ಶ್ರೀರಾಮ ಈ ದುಷ್ಟರನ್ನು ಕ್ಷಮಿಸಿಬಿಡು. ಇಂತಹ ಕೆಲಸಮಾಡಲು ಅವರಿಗೆ ಮನಸ್ಸಾದರೂ ಹೇಗೆ ಬಂದೀತು?'.

'ನೀನೇನು ಹೇಳುತ್ತಿರುವೆ ಬೃಹಸ್ಪತಿ?' ಶಿವ ಕೇಳಿದ.

'ಹೌದು! ಶಿವ, ಸೋಮರಸ ತಯಾರಿಸಲು ಅವರು ಮತ್ತೊಂದು ಹೀನ ಮಾರ್ಗ ಹಿಡಿದಿದ್ದಾರೆ?'.

'ಅಂದರೆ?'

'ಈಗ ಅವರು ಸೋಮರಸ ತಯಾರಿಸುತ್ತಿರುವ ವಿಧಾನ ಮಹಾ ಅಪಾಯಕಾರಿ. ಅದಕ್ಕಾಗಿ ಅತ್ಯಂತ ಹೆಚ್ಚಿನ ಪ್ರಮಾಣದಲ್ಲಿ ಸರಸ್ವತಿ ನೀರು ಬೇಕಾಗುತ್ತದೆ. ಅಂದರೆ ಹೊರಬರುವ ವಿಷದ ಪ್ರಮಾಣವೂ ಹೆಚ್ಚು. ಅಲ್ಲದೆ ಈ ರೀತಿಯ ಸೋಮರಸ ತಯಾರಿಕೆಗೆ ಮನುಷ್ಯನ ಅಥವಾ ಪ್ರಾಣಿಗಳ ಜೀವಕಣಗಳು ಬೇಕು'.

'ಏನು ಹೇಳುತ್ತಿರುವೆ ಬೃಹಸ್ಪತಿ?'.

'ಹೌದು! ಶಿವ, ಜೀವಕಣಗಳು ಎಂದರೆ ಜೀವಂತ ಮನುಷ್ಯ ಅಥವಾ ಪ್ರಾಣಿಗಳ ಜೀವಕಣಗಳಲ್ಲ. ಅದು ನಾವು ಬದುಕಿರುವವರೆಗೂ ಪ್ರತಿನಿತ್ಯ ನಮ್ಮ ದೇಹದಿಂದ ಹೊರಬರುವ ನಿರ್ಜೀವ ಚರ್ಮದ ಜೀವಕಣಗಳು. ಅಂತಹ ಜೀವಕಣಗಳನ್ನು ಸರಸ್ವತಿ ನೀರಿನೊಂದಿಗೆ ಬೆರೆಸಿ ಸಂಜೀವಿನಿ ತೊಗಟೆಯಿರುವ ಕುಲುಮೆಗೆ ಹಾಕಿದರೆ ಸೋಮರಸ ಉತ್ಪತ್ತಿ ಮಾಡುವುದು ಸುಲಭ. ಈ ವಿಧಾನದಲ್ಲಿ ಮಿಶ್ರಣವನ್ನು ಕಡೆಯುವ ಅಗತ್ಯವಿರುವುದಿಲ್ಲ. ಆದರೆ ಇದಕ್ಕಾಗಿ ಭಾರಿ ಪ್ರಮಾಣದ ಸರಸ್ವತಿ ನದಿಯ ನೀರು ಬೇಕಾಗುತ್ತದೆ. ಸಹಜವಾಗಿ ಇಡೀ ಪ್ರಕ್ರಿಯೆಯಲ್ಲಿ ಹೊರಬರುವ ವಿಷಕಾರಕ ಅಂಶದ

ಪ್ರಮಾಣವೂ ಹೆಚ್ಚಿರುತ್ತದೆ. ಇನ್ನು ಬಹುಮುಖ್ಯವಾದ ಪ್ರಶ್ನೆಯೆಂದರೆ ಸಂಜೀವಿನಿ ಕುಲುಮೆಗೆ ಹರಿದು ಬರುವ ನೀರಿನಲ್ಲಿ ಸತ್ತ ಪ್ರಾಣಿ ಅಥವಾ ಮನುಷ್ಯನ ಜೀವ ಕಣಗಳನ್ನು ಬೆರೆಸುವ ಬಗೆ ಹೇಗೆ? ಯಾವುದೇ ಪ್ರಾಣಿ ಅಥವಾ ಮನುಷ್ಯನನ್ನು ಅಲ್ಲಿಗೆ ಕರೆತರಲಾದೀತೇ? ಅದು ಮಹಾಅಪಾಯಕಾರಿಯಲ್ಲವೇ?'

'ಹಾಂ! ಅದು ಹೇಗೆ?' ಶಿವ ಪ್ರಶ್ನಿಸಿದ.

'ನಮ್ಮ ದೇಹದಲ್ಲಿರುವ ಸತ್ತ ಜೀವಕಣಗಳು ಅತಿ ಹೆಚ್ಚಾಗಿ ನಾವು ಸ್ನಾನಮಾಡಿದಾಗ ಹೊರಹೋಗುತ್ತವೆ. ಒಬ್ಬ ಮನುಷ್ಯ ಪ್ರತಿವರ್ಷ ಎರಡರಿಂದ ಮೂರು ಕೆ.ಜಿ ಸತ್ತ ಜೀವಕಣಗಳನ್ನು ದೇಹದಿಂದ ಹೊರಬಿಡುತ್ತಾನೆ'.

'ಅದು ಸರಿ ಬೃಹಸ್ಪತಿ. ಆದರೆ ಅದು ಅಪಾಯಕಾರಿ ಹೇಗಾದೀತು?'

'ಸೋಮರಸ ತಯಾರಿಸುವ ವಿಧಾನ ಮಹಾ ಅಪಾಯಕಾರಿ. ಕಾರಣ ಸೋಮರಸ, ತಯಾರಿಕೆಯ ಮೊದಲ ಹಂತದಲ್ಲಿ ತೀರಾ ಸೂಕ್ಷ್ಮ ಮತ್ತು ಅಸ್ಥಿರವಾಗಿರುತ್ತದೆ. ಮನುಷ್ಯ ಅಥವಾ ಪ್ರಾಣಿಗಳ ಜೀವಕೋಶವನ್ನು ಬೆರೆಸಿದಾಗಲಂತೂ ಅದರ ಅಸ್ಥಿರತೆ ಮತ್ತಷ್ಟು ಹೆಚ್ಚುತ್ತದೆ. ಹಾಗಾಗಿಯೇ ಸೋಮರಸ ಕೇಂದ್ರವನ್ನು ನಿರ್ಜನ ಸ್ಥಳದಲ್ಲಿ ನಿರ್ಮಿಸುತ್ತಾರೆ. ಸೋಮರಸ ತಯಾರಿಸುವಾಗ ಸ್ವಲ್ಪ ಹೆಚ್ಚುಕಡಿಮೆಯಾದರೂ ಭಾರಿ ಸ್ಫೋಟ ಸಂಭವಿಸುತ್ತದೆ. ಆಗ ಸಾವಿರಾರು ಜನ ಏಕಕಾಲದಲ್ಲಿ ಬಲಿಯಾಗುವ ಸಾಧ್ಯತೆ ಇರುತ್ತದೆ. ಸಾಮಾನ್ಯವಾಗಿ ಜೀವಕಣಗಳಿಲ್ಲದೆ ಸೋಮರಸ ತಯಾರಿಸುವ ಕೇಂದ್ರಗಳನ್ನು ನಾವು ನಗರಗಳ ಹೊರವಲಯದಲ್ಲಿ ನಿರ್ಮಿಸುತ್ತೇವೆ. ಪರಿಸ್ಥಿತಿ ಹೀಗಿರುವಾಗ ಸೋಮರಸ ಕೇಂದ್ರದ ಮೇಲ್ಭಾಗದಲ್ಲಿ ನಿತ್ಯ ಸಾವಿರಾರು ಜನ ಸ್ನಾನಮಾಡುತ್ತಾರೆ ಎಂದರೆ ಅಪಾಯದ ಮಟ್ಟ ಎಷ್ಟಿರಬಹುದು ಎಂಬುದನ್ನು ನೀವೇ ಊಹಿಸಿ'.

ಬೃಹಸ್ಪತಿಯ ಮಾತುಗಳನ್ನು ಕೇಳುತ್ತಲೇ ಶಿವನ ಮುಖ ಬಿಳಿಚಿಕೊಂಡಿತು.

'ಮೆಲೂಹದ ನಗರಗಳಲ್ಲಿ ಹೆಚ್ಚಿನ ಸಂಖ್ಯೆಯ ಸಾರ್ವಜನಕ ಸ್ನಾನಗೃಹಗಳಿವೆ ಅಲ್ಲವೇ.........' ಶಿವ ಮೆಲ್ಲನೆ ಉಸುರಿದ.

'ಸೋಮರಸ ತಯಾರಿಕೆಗೆ ಮನುಷ್ಯನ ಸತ್ತ ಜೀವಕಣಗಳು ಬೇಕಾಗಿದ್ದರೆ ಅವರು ಸೋಮರಸ ಕೇಂದ್ರಗಳನ್ನು ಮೆಲೂಹದ ಸಾರ್ವಜನಿಕ ಸ್ನಾನಗೃಹಗಳ ಕೆಳಭಾಗದಲ್ಲಿ ನಿರ್ಮಿಸಿರಲೇಬೇಕು. ಸ್ವಲ್ಪ ಹೆಚ್ಚು ಕಡಿಮೆಯಾದರೆ..........? ಸ್ಫೋಟವೊಂದು ಸಂಭವಿಸಿದರೆ.........? ಗತಿಯೇನು ಬೃಹಸ್ಪತಿ?'.

'ಅದಕ್ಕೆ ಅವರೇನೂ ಚಿಂತಿಸುವುದಿಲ್ಲ ಶಿವ. ಅದರ ಹೊಣೆಯನ್ನು ನೇರವಾಗಿ ನಾಗಾಗಳ ಮೇಲೆ ಅಥವಾ ಚಂದ್ರವಂಶಿಗಳ ಮೇಲೆ ಹಾಕಿಬಿಡುತ್ತಾರೆ. ಇಲ್ಲವೇ ದೈವೀಅಸ್ತ್ರದಿಂದ ಈ ಸ್ಫೋಟ ಸಂಭವಿಸಿತು ಎಂದು ಜನರನ್ನು ನಂಬಿಸಿಬಿಡುತ್ತಾರೆ. ಎಷ್ಟೋ ಪಾಪ-ಕರ್ಮಗಳು ಮತ್ತು ದುಷ್ಕೃತ್ಯಗಳನ್ನು ಎಸಗಿದವರಿಗೆ ಇದು ಯಾವ

ಲೆಕ್ಕ? ಎಲ್ಲದಕ್ಕೂ ಅವರು ಸಿದ್ಧರಾಗಿಯೇ ಇದ್ದಾರೆ' ಬೃಹಸ್ಪತಿ ಮಾತು ಮುಗಿಸಿದ.

— ⅄ⵙ⩌⇡⊛ —

'ಎಲ್ಲೋ ಏನೋ ಎಡವಟ್ಟಾಗಿದೆ ಎಂದು ನಿನಗೆ ಅನಿಸುತ್ತಿಲ್ಲವೇ ದಿಲೀಪ!' ಬೃಗು ಗಂಭೀರವಾಗಿ ಪ್ರಶ್ನಿಸಿದ.

ಅಂದು ಬೃಗು ಮತ್ತು ದಿಲೀಪ ಧ್ವಂಸಗೊಂಡಿದ್ದ ಮಂದಾರ ಪರ್ವತದ ಕುರುಹುಗಳನ್ನು ಹುಡುಕುತ್ತಿದ್ದರು. ಮಂದಾರ ಪರ್ವತದ ಪುನರ್‌ನಿರ್ಮಾಣದ ಕಾರ್ಯ ಆಮೆ ವೇಗದಲ್ಲಿ ಸಾಗುತ್ತಿತ್ತು. ಸಧ್ಯಕ್ಕೆ ಪೂರ್ಣಗೊಳ್ಳುವ ಯಾವ ಸಾಧ್ಯತೆಗಳೂ ಇರಲಿಲ್ಲ.

ಕೂಡಲೆ ದಿಲೀಪ ಬೃಗುವಿನ ಕಡೆ ತಿರುಗಿ ಹೇಳಿದ 'ನಮ್ಮ ಮಾತು ಸತ್ಯ ಗುರುಗಳೇ! ನಾಗಾಗಳು ಮಂದಾರ ಪರ್ವತವನ್ನು ಧ್ವಂಸಮಾಡಿ ಈಗಾಗಲೇ ಐದು ವರ್ಷಗಳು ಕಳೆದಿವೆ. ಇನ್ನೂ ಇದರ ಪುನರ್‌ನಿರ್ಮಾಣವಾಗಿಲ್ಲ ಎಂದರೆ ಇದು ನಿಜಕ್ಕೂ ಬೇಸರದ ಸಂಗತಿ'.

ಬೃಗು ದಿಲೀಪನಿಗೆ ಮಾತು ಸಾಕುಮಾಡುವಂತೆ ಸನ್ನೆಮಾಡುತ್ತಾ ಹೇಳಿದ 'ಮಂದಾರ ಪರ್ವತ ಈಗ ನಮಗೇನು ಅಷ್ಟು ಮುಖ್ಯವಲ್ಲ. ಅದು ಈಗ ಒಂದು ಸಂಕೇತ ಮಾತ್ರ. ಆದರೆ ನಾನು ಹೇಳುತ್ತಿರುವುದು ಪಂಚವಟಿಯ ಮೇಲೆ ನಾವು ಆಕ್ರಮಣ ಮಾಡಿರುವ ಬಗ್ಗೆ'.

ಒಂದು ಕ್ಷಣ ದಿಲೀಪನ ಕಣ್ಣುಗಳು ಅರಳಿದವು. ಥಟ್ಟನೆ ಮನಸ್ಸಿನಲ್ಲಿ ಆಲೋಚನೆಯೊಂದು ಹೊಳೆಯಿತು.

'ಏನು! ಮಂದಾರ ಈಗ ಮುಖ್ಯವಲ್ಲವೇ! ಅಂದರೆ ಮೆಲೂಹದಲ್ಲಿ ಮತ್ತೊಂದು ಸೋಮರಸ ತಯಾರಿಕಾ ಕೇಂದ್ರ ನಿರ್ಮಾಣವಾಗಿದೆ ಎಂಬ ವದಂತಿ ನಿಜ ಎಂದಾಯಿತು' ದಿಲೀಪ ಮನಸ್ಸಿನಲ್ಲೇ ಅಂದುಕೊಂಡ.

ಬೃಗು ಮಾತು ಮುಂದುವರಿಸಿದ 'ಇಡೀ ಕಾರ್ಯಚರಣೆಯ ತಂತ್ರವನ್ನು ಚಾಚೂ ತಪ್ಪದಂತೆ ಪಾಲಿಸುವಂತೆ ಆಕ್ರಮಣಕಾರರಿಗೆ ತಿಳಿಸಿದ್ದೆ. ಅವರಿಗೆ ಸಾಕಷ್ಟು ತರಬೇತಿಯನ್ನೂ ನೀಡಿದ್ದೆ. ಪಂಚವಟಿಯ ಮೇಲೆ ಆಕ್ರಮಣ ಮಾಡಿ ಮುಗಿಸಿ ಇಲ್ಲಿಗೆ ಹೇಗೆ ಬರಬೇಕೆಂಬುದನ್ನೂ ವಿವರವಾಗಿ ಹೇಳಿದ್ದೆ. ಆದರೂ ಎರಡು ವಾರಗಳು ಕಳೆದರೂ ಅವರಿಂದ ಯಾವ ಸುದ್ದಿಯೂ ಬಂದಿಲ್ಲ'.

'ಮಹಾಋಷಿಗಳೇ! ನಮ್ಮ ಜನರನ್ನು ನಂಬಿ. ತಮ್ಮ ಕಾರ್ಯದಲ್ಲಿ ಅವರೆಂದೂ ವಿಫಲರಾಗುವುದಿಲ್ಲ' ದಿಲೀಪ ಹೇಳಿದ.

ವಾಸ್ತವದಲ್ಲಿ ಪಂಚವಟಿಯಲ್ಲಿದ್ದ ಶಿವ ಮತ್ತು ನಾಗಾಗಳ ಮೇಲೆ ದಾಳಿ ಮಾಡಲು ಬೃಗು ದಿಲೀಪನ ಸೈನ್ಯದ ಒಬ್ಬ ಹಿರಿಯ ಅಧಿಕಾರಿಯನ್ನು ನೇಮಿಸಿದ್ದ. ಬೃಗುವಿಗೆ ದಕ್ಷನ ಶಕ್ತಿ ಮತ್ತು ಸಾಮರ್ಥ್ಯದ ಬಗ್ಗೆ ಅಷ್ಟೇನೂ ನಂಬಿಕೆ ಇರಲಿಲ್ಲ. ಜತೆಗೆ ದಕ್ಷ ತನ್ನ ಮಗಳು ಮತ್ತು ಅಳಿಯನ ಕಡೆ ಮೃದುಧೋರಣೆ ತಳೆಯಬಹುದು ಎಂಬ ಅನುಮಾನವೂ ಆತನಗಿತ್ತು.

'ದಿಲೀಪ! ಆ ನಿನ್ನ ಅಧಿಕಾರಿಯ ಮೇಲೆ ನಾನು ಸಾಕಷ್ಟು ನಂಬಿಕೆ ಇಟ್ಟು ಅಲ್ಲಿಗೆ ಕಳುಹಿಸಿದ್ದೆ. ಆತ ಪ್ರತಿವಾರವೂ ಸಂದೇಶ ಕಳುಹಿಸುವ ವಾಗ್ದಾನ ನೀಡಿದ್ದ. ಆದರೆ ಇದ್ದಕ್ಕಿದ್ದಂತೆ ಸಂದೇಶ ಬರುವುದು ನಿಂತುಹೋಗಿದೆ. ಕಳೆದ ಎರಡು ವಾರಗಳಿಂದ ಅಲ್ಲೇನು ಆಗುತ್ತಿದೆ ಎಂಬ ಬಗ್ಗೆ ಮಾಹಿತಿಯೇ ದೊರೆತಿಲ್ಲ. ಅಂದರೆ ಬಹುಶಃ ಯಾರೋ ಆತನನ್ನು ಸೆರೆ ಹಿಡಿದಿರಬಹುದು ಅಥವಾ ಕೊಂದುಹಾಕಿರಬಹುದು'.

'ಇಲ್ಲ ಗುರುಗಳೇ! ಒಂದೆರಡು ದಿನಗಳಲ್ಲಿ ಖಂಡಿತ ನಮಗೆ ಶುಭಸಂದೇಶ ಬರಲಿದೆ' ದಿಲೀಪ ಹೇಳಿದ.

ತಕ್ಷಣ ಬೃಗು ದಿಲೀಪನನ್ನು ಕೆಕ್ಕರಿಸಿ ನೋಡುತ್ತಾ ಹೇಳಿದ 'ಹೀಗೇ ಏನು ನೀನು ರಾಜ್ಯದಲ್ಲಿ ಆಡಳಿತ ನಡೆಸುತ್ತಿರುವುದು? ನಿನ್ನ ಮಗ ನಿನ್ನನ್ನು ಸಿಂಹಾಸನದಿಂದ ಕೆಳಗೆ ಇಳಿಸಬೇಕು ಎನ್ನುವುದು ಇದೇ ಕಾರಣಕ್ಕೆ ತಿಳಿಯಿತೇ?'.

ದಿಲೀಪ ಮರು ಮಾತನಾಡದೆ ಹಾಗೇ ನಿಂತುಬಿಟ್ಟ.

'ನಾವು ಯುದ್ಧಕ್ಕೆ ಸಿದ್ಧರಾಗುವಾಗ ಗೆಲ್ಲುವ ಭರವಸೆ ಇರಬೇಕು. ಆದರೆ ಅದರ ಜತೆಜತೆಗೆ ಪ್ರತಿಕೂಲ ಪರಿಸ್ಥಿತಿಯಿಂದ ಉಂಟಾಗಬಹುದಾದ ಪರಿಣಾಮದ ಬಗ್ಗೆಯೂ ಯೋಚಿಸಿರಬೇಕು. ನಮ್ಮ ಸೈನ್ಯ ಪಂಚವಟಿ ಸೇರುವುದಕ್ಕೆ ಆರು ದಿನ ಮೊದಲು ನನಗೆ ಸಂದೇಶ ಬಂದಿತ್ತು. ಆ ನಂತರ ಯಾವ ಸುದ್ದಿಯೂ ಬಂದಿಲ್ಲ. ಅಂದರೆ ಏನೋ ಅನಾಹುತ ಸಂಭವಿಸಿದೆ ಎಂದೇ ನಾನು ಭಾವಿಸಬೇಕಾಗುತ್ತದೆ. ಆಕ್ರಮಣಕಾರರು ತಮ್ಮ ಕೆಲಸದಲ್ಲಿ ವಿಫಲರಾಗಿದ್ದಾರೆ. ಶಿವನಗೆ ಆಕ್ರಮಣಕಾರರ ಗುರುತು ಸಿಕ್ಕಿರುವ ಸಾಧ್ಯತೆಯೂ ಇದೆ'.

ದಿಲೀಪ ಮನಸ್ಸಿನಲ್ಲೇ ಬೃಗು ಅಸಂಭವನೀಯ ವಿಚಾರಗಳ ಬಗ್ಗೆ ಸುಮ್ಮನೆ ಯೋಚಿಸುತ್ತಿದ್ದಾನೆ ಎಂದುಕೊಂಡ.

ಥಟ್ಟನೆ ಬೃಗು 'ನಾನು ಅಸಂಭವನೀಯ ವಿಚಾರಗಳ ಬಗ್ಗೆ ಯೋಚಿಸುತ್ತಿಲ್ಲ ಮಹಾರಾಜ' ಎಂದ.

ದಿಲೀಪ ಒಂದು ಕ್ಷಣ ಗಾಬರಿಯಾದ. ತಾನು ಮನಸ್ಸಿನಲ್ಲಿ ಅಂದುಕೊಂಡದ್ದೆಲ್ಲಾ ಬೃಗುವಿಗೆ ಅರ್ಥವಾಗುತ್ತಿದೆಯಲ್ಲಾ ಎಂದು ತಿಳಿದು ಸುಮ್ಮನಾದ.

'ಈ ವಿಚಾರದ ಬಗ್ಗೆ ನಿರ್ಲಕ್ಷ್ಯ ತಾಳುವುದು ಸರಿಯಲ್ಲ ದಿಲೀಪ. ಇದು ಕೇವಲ ನನಗೆ ಅಥವಾ ನಿನಗೆ ಸೀಮಿತವಾದ ಪ್ರಶ್ನೆಯಲ್ಲ. ಇದು ಭಾರತ ದೇಶದ ಭವಿಷ್ಯದ ಪ್ರಶ್ನೆ. ಜಗತ್ತಿನ ಶ್ರೇಷ್ಠ ಸೃಷ್ಟಿಯೊಂದನ್ನು ರಕ್ಷಿಸುವ ವಿಚಾರ. ಇದರಲ್ಲಿ ನಾವು ಸೋಲುವಂತಿಲ್ಲ. ಇದು ನಮಗೆ ಬ್ರಹ್ಮದೇವರು ವಹಿಸಿರುವ ಕೆಲಸ. ಈ ನಾಡಿಗೆ ನಾವು ಮಾಡಬೇಕಾಗಿರುವ ಕರ್ತವ್ಯ'.

ದಿಲೀಪನ ಮನಸ್ಸಿನಲ್ಲಿ ನಾಲ್ಕಾರು ಆಲೋಚನೆಗಳು ಸುಳಿದಾಡಿದವು.

'ಇದು ನನ್ನ ಇತಿ–ಮಿತಿಯನ್ನು ಮೀರಿದ ವಿಚಾರ. ನನಗೇನು ಕೆಲಸ ವಹಿಸಿದ್ದಾರೋ ಅದನ್ನು ಮಾಡಿಕೊಂಡು ಹೋದರಷ್ಟೇ ಸಾಕು' ಎಂದು ಮನಸ್ಸಿನಲ್ಲೇ ಅಂದುಕೊಳ್ಳುತ್ತಾ ಸುಮ್ಮನಾದ.

ಅಧ್ಯಾಯ – 4

ಮಂಡೂಕದ ಕಥೆ

ಕೊಠಡಿಯಲ್ಲಿ ಆಗಷ್ಟೇ ತಯಾರಿಸಿದ್ದ ರುಚಿ ರುಚಿಯಾದ ಭಕ್ಷ್ಯ ಭೋಜನಗಳ ಪರಿಮಳ ಮೂಗಿಗೆ ಬಡಿಯುತ್ತಿತ್ತು. ಶಿವ, ಗಣೇಶ, ಕಾರ್ತಿಕ ಮೂವರು ಸತಿಯ ಆಗಮನಕ್ಕಾಗಿ ಕಾಯುತ್ತಿದ್ದರು. ಸತಿ ಆಗಮಿಸಿದ ಕೂಡಲೆ ಭೋಜನ ಪ್ರಾರಂಭವಾಯಿತು. ಭೋಜನ ಸ್ವೀಕರಿಸುವ ಮುನ್ನ ಎಲ್ಲರೂ ತಮ್ಮ ತಮ್ಮ ಎಲೆಯ ಸುತ್ತ ನೀರನ್ನು ಪ್ರೋಕ್ಷಿಸಿಕೊಂಡು ಆಪೋಷಣ ತೆಗೆದುಕೊಂಡರು. ಮೊದಲ ಒಂದೆರಡು ಅಗುಳನ್ನು ಅನ್ನಪೂರ್ಣೇಶ್ವರಿಗೆ ಅರ್ಪಿಸಿ ಭಕ್ತಿಯಿಂದ ಆಕೆಯ ಆಶೀರ್ವಾದ ಪಡೆದುಕೊಂಡರು. ಆದರೆ ಶಿವ ಮಾತ್ರ ಆ ಸಂಪ್ರದಾಯವನ್ನು ಮುರಿದು ಮೊದಲು ಅಗುಳನ್ನು ಪ್ರೀತಿಯ ಮಡದಿ ಸತಿಗೆ ತಿನ್ನಿಸಿದ. ಆತನಿಗೆ ಆಕೆಯೇ ದೈವಸ್ವರೂಪಿಯಾಗಿದ್ದಳು. ಅದಕ್ಕೆ ಪ್ರತಿಯಾಗಿ ಸತಿ ಸಹ ಮೊದಲ ತುತ್ತನ್ನು ಶಿವನಿಗೆ ತಿನ್ನಿಸಿದಳು. ಹೀಗೆ ಭೋಜನ ಆರಂಭವಾಯಿತು. ಗಣೇಶ ತಮ್ಮನಿಗೆ ಅತ್ಯಂತ ಪ್ರಿಯವಾದ ಮಾವಿನ ಹಣ್ಣನ್ನು ತಂದುಕೊಟ್ಟ. ಅದನ್ನು ಚಪ್ಪರಿಸಿ ತಿನ್ನುತ್ತಾ ಕಾರ್ತಿಕ ಅಣ್ಣನಿಗೆ ಧನ್ಯವಾದ ಸಲ್ಲಿಸಿದ. ಅದನ್ನು ನೋಡುತ್ತಿದ್ದ ಶಿವ ಇದಕ್ಕಿದ್ದಂತೆ ಭಾವೋದ್ವೇಗಗೊಂಡ. ಮಗ ಗಣೇಶನ ಮೇಲೆ ಪ್ರೀತಿ ಉಕ್ಕಿ ಬಂದಿತು.

ಕೂಡಲೆ ಶಿವ ಗಣೇಶನನ್ನು ಹತ್ತಿರಕ್ಕೆ ಕರೆದು ಹೇಳಿದ 'ಗಣೇಶ! ಇದುವರೆಗೂ ನಾನು ನಿನ್ನ ಬಗ್ಗೆ ತಪ್ಪಾಗಿ ತಿಳಿದುಕೊಂಡಿದ್ದೆ. ನನ್ನನ್ನು ಕ್ಷಮಿಸಿಬಿಡು ಕಂದ!'.

'ಇಲ್ಲ ಬಾಬಾ! ನೀವು ನನ್ನ ತಂದೆ. ಹಿರಿಯರಾದ ನೀವು ನನ್ನ ಕ್ಷಮೆಯಾಚಿಸುವುದು ಸರಿಯಲ್ಲ'.

ಬೃಹಸ್ಪತಿ ಬದುಕಿರುವ ವಿಚಾರ ಗಣೇಶನಿಗೆ ಚೆನ್ನಾಗಿ ತಿಳಿದಿತ್ತು. ಅಲ್ಲದೆ ಬೃಹಸ್ಪತಿ ತಾನು ಮೆಸಪಟೋಮಿಯಾದಿಂದ ಬ್ಯಾಕ್ಟೀರಿಯಾಗಳನ್ನು ಆಮದು ಮಾಡಿಕೊಂಡು ಸಂಶೋಧನೆಯನ್ನು ನಡೆಸುತ್ತಿರುವ ವಿಚಾರ ಅತ್ಯಂತ ರಹಸ್ಯವಾಗಿರಬೇಕು ಎಂದು ಬಯಸಿದ್ದ. ಹಾಗಾಗಿ ಈ ವಿಚಾರವನ್ನು ಎಲ್ಲೂ ಯಾರ ಬಳಿಯೂ ಬಹಿರಂಗಪಡಿಸಬಾರದು ಎಂದು ಬೃಹಸ್ಪತಿ ಗಣೇಶನಿಂದ ಮಾತು ತೆಗೆದುಕೊಂಡಿದ್ದ. ಬೃಹಸ್ಪತಿಗೆ ಕೊಟ್ಟ ಮಾತನ್ನು ಉಳಿಸಿಕೊಳ್ಳಲು ಗಣೇಶ ತನ್ನ ತಾಯಿಯನ್ನೇ ದೂರಮಾಡಿಕೊಳ್ಳಲು ಸಿದ್ಧನಾಗಿದ್ದ. ಶಿವನ ಉಗ್ರಕೋಪಕ್ಕೆ ಒಳಗಾಗಲೂ ಹಿಂಜರಿಯಲಿಲ್ಲ.

ಈ ವಿಚಾರ ಶಿವನಿಗೆ ಬೃಹಸ್ಪತಿಯಿಂದ ತಿಳಿಯಿತು. ಹಾಗಾಗಿ ಶಿವನಿಗೆ ಮಗನ ಬಗ್ಗೆ ಹೆಮ್ಮೆಯಾಯಿತು.

'ಭಲಗಾರನೆಂದರೆ ನೀನೇ ಮಗನೇ! ಬೃಹಸ್ಪತಿಗೆ ಕೊಟ್ಟ ಮಾತನ್ನು ಉಳಿಸಿಕೊಳ್ಳಲು ಎಂತಹ ತ್ಯಾಗಕ್ಕೂ ಸಿದ್ಧನಾಗಿದ್ದೆಯಲ್ಲ, ನಿನ್ನಂಥಹ ಮಗನನ್ನು ಪಡೆದ ನಾನೇ ಧನ್ಯ. ನಿನ್ನ ಬಗ್ಗೆ ಹೆಮ್ಮೆ ಎನಿಸುತ್ತಿದೆ' ಶಿವ ಹೇಳಿದ.

ಗಣೇಶ ಸುಮ್ಮನೆ ನಸುನಕ್ಕ. ಸತಿ ಮೊದಲಿಗೆ ಶಿವನತ್ತ ನೋಡಿದಳು. ನಂತರ ಗಣೇಶ ಮತ್ತು ಕಾರ್ತಿಕನತ್ತ ತಿರುಗಿದಳು. ಆ ಕ್ಷಣದಲ್ಲಿ ಆಕೆಗೆ ತನ್ನ ಬದುಕು ಸಂಪೂರ್ಣಗೊಂಡಿದೆ ಎಂದೆನಿಸಿತು. ಆಕೆಯ ಬದುಕಿನ ಅವಿಸ್ಮರಣೀಯ ಕ್ಷಣವದು. ಆಕೆಗೆ ಮತ್ತೇನೂ ಬೇಕಿರಲಿಲ್ಲ. ತನ್ನ ಕೊನೆಯ ದಿನಗಳವರೆಗೆ ಪಂಚವಟಿಯಲ್ಲೇ ಗಂಡ ಮತ್ತು ಮಕ್ಕಳೊಂದಿಗೆ ಇದ್ದುಬಿಡಬೇಕು ಎಂದೆನಸಿತು. ಆದರೆ ಅದು ಆ ಕ್ಷಣದ ಅನ್ನಿಸಿಕೆಯಾಗಿತ್ತು. ವಾಸ್ತವದಲ್ಲಿ ಅದು ಅಸಾಧ್ಯ ಎಂಬ ಅರಿವೂ ಆಕೆಗಿತ್ತು. ಕಾರಣ ಅದಾಗಲೇ ಯುದ್ಧದ ಕಾರ್ಮೋಡ ಕವಿಯತೊಡಗಿತ್ತು. ಹಾಗಾಗಿ ಆ ಕ್ಷಣದ ಆನಂದವನ್ನು ಸವಿಯಲಷ್ಟೇ ಆಕೆಗೆ ಸಾಧ್ಯವಾಯಿತು.

ಅಷ್ಟರಲ್ಲಿ ಕಾರ್ತಿಕ 'ಈಗೇನು ಮಾಡುವುದು ಬಾಬಾ' ಎಂದ.

'ಈಗೇನು ಮಾಡುವುದು ಎಂದರೆ! ಸಧ್ಯಕ್ಕೆ ಊಟ ಮಾಡುವುದು. ನಂತರ ಹಾಯಾಗಿ ಮಲಗಿ ನಿದ್ರಿಸುವುದು' ಶಿವ ತಮಾಷೆ ಮಾಡುತ್ತಾ ಹೇಳಿದ.

'ನಾನು ಆ ವಿಚಾರ ಹೇಳುತ್ತಿಲ್ಲ ಬಾಬಾ! ನಾನು ಕೇಳಿದ್ದು ಸೋಮರಸದ ಬಗ್ಗೆ. ಈಗಲೇ ನಾವು ಅದು ವಿನಾಶಕ್ಕೆ ಮೂಲ ಎಂಬ ನಿರ್ಧಾರಕ್ಕೆ ಬರುವುದು ಸರಿಯೇ? ಸೋಮರಸವನ್ನು ಬಳಸುವವರ ಮತ್ತು ರಕ್ಷಿಸುವವರ ವಿರುದ್ಧ ಸಮರ ಸಾರುವುದಕ್ಕೆ ಕಾಲ ಪಕ್ವವಾಗಿದೆಯೇ? ದಯಮಾಡಿ ತಿಳಿಸಿ'.

'ಕ್ಷಮಿಸು ಮಗು! ನಿನ್ನ ಪ್ರಶ್ನೆಗಳಿಗೆ ಪ್ರಸ್ತುತ ನನ್ನ ಬಳಿ ಉತ್ತರವಿಲ್ಲ. ಈ ಬಗ್ಗೆ ಇನ್ನೂ ಸಾಕಷ್ಟು ಮಾಹಿತಿ ಕಲೆಹಾಕಬೇಕಾಗಿದೆ'.

ಕೂಡಲೆ ಗಣೇಶ ಹೇಳಿದ 'ನಿನ್ನ ಭಾವನೆಗಳು ನನಗೆ ಅರ್ಥವಾಗುತ್ತಿದೆ ಬಾಬಾ. ಆದರೆ ಈ ಬಗ್ಗೆ ಹೆಚ್ಚಿನ ವಿಚಾರಗಳು ತಿಳಿದಿರುವುದು ಇಬ್ಬರಿಗೆ ಮಾತ್ರ. ಒಬ್ಬರು ವಾಸುದೇವರು. ಮತ್ತೊಬ್ಬರು ವಾಯುಪುತ್ರರು'.

'ಹೌದು! ವಾಯುಪುತ್ರ ಮಂಡಳಿ ನನಗೆ ಸಹಾಯ ಮಾಡುವುದು ಅನುಮಾನ. ಆದರೆ ವಾಸುದೇವ ಪಂಡಿತರು ಮಾತ್ರ ಖಂಡಿತ ನನಗೆ ಮಾರ್ಗದರ್ಶನ ಮಾಡುತ್ತಾರೆ'.

'ಹಾಗಾದರೆ ನಾವು ಈ ಕೂಡಲೇ ವಾಸುದೇವರು ವಾಸವಾಗಿರುವ ಉಜ್ಜೆಯನಿ ನಗರಕ್ಕೆ ಹೋಗೋಣ. ನಾನು ನಿಮ್ಮನ್ನು ಅಲ್ಲಿಗೆ ಕರೆದುಕೊಂಡು ಹೋಗುತ್ತೇನೆ' ಕಾರ್ತಿಕ ಹೇಳಿದ.

'ಉಜ್ಜೈಯನಿ ನಗರ ಎಲ್ಲಿದೆ?' ಶಿವ ಪ್ರಶ್ನಿಸಿದ.

'ಅದು ನಾವಿರುವ ಈ ಸ್ಥಳದಿಂದ ಉತ್ತರ ದಿಕ್ಕಿನಲ್ಲಿದೆ. ನರ್ಮದಾ ನದಿಯ ಆಚೆಗಿದೆ'.

'ಮೆಲೂಹ ಮತ್ತು ಸ್ವದ್ವೀಪಕ್ಕೆ ಹೋಗುವ ಮತ್ತೊಂದು ನಿಗೂಢ ಮಾರ್ಗದಲ್ಲಿ ಉಜ್ಜೈಯನಿ ಇರಬಹುದು ಅಲ್ಲವೇ?' ಶಿವ ಸುಮ್ಮನೆ ಊಹೆ ಮಾಡಿ ಹೇಳಿದ.

ರಕ್ಷಣಾ ದೃಷ್ಟಿಯಿಂದ ಕಾಶಿಯಿಂದ ಹೊರಟ ಶಿವನ ತಂಡವನ್ನು ಕಾಳಿ ದೂರದ ಮಾರ್ಗವೊಂದರಿಂದ ಪಂಚವಟಿಗೆ ಕರೆದುಕೊಂಡು ಬಂದಿದ್ದಳು. ಹಾಗಾಗಿ ಪಂಚವಟಿ ಸೇರುವುದಕ್ಕೆ ಒಂದು ವರ್ಷ ಬೇಕಾಯಿತು. ಶಿವನ ತಂಡ ಕಾಶಿಯಿಂದ ಸ್ವದ್ವೀಪ, ಸ್ವದ್ವೀಪದಿಂದ ಬ್ರಂಗಾ, ಬ್ರಂಗಾದಿಂದ ಕಳಿಂಗಕ್ಕೆ ಬಂದು ನಂತರ ದಂಡಕಾರಣ್ಯದ ಮಾರ್ಗವಾಗಿ ಗೋಧಾವರಿ ನದಿಯ ತಟದಲ್ಲಿರುವ ಪಂಚವಟಿಗೆ ಬಂದು ಸೇರಿತ್ತು. ಆದರೆ ಮೆಲೂಹ ಮತ್ತು ಸ್ವದ್ವೀಪದಿಂದ ಪಂಚವಟಿಗೆ ಮತ್ತೊಂದು ರಹಸ್ಯ ದಾರಿಯಿತ್ತು. ಅದೊಂದು ದುರ್ಗಮ ಹಾದಿ. ನಾಗಾಗಳ ಸಹಾಯವಿಲ್ಲದೆ ಆ ಭಯಾನಕ ಕಾಡಿನಲ್ಲಿ ಸಂಚರಿಸುವುದು ಎಂಥವರಿಗೂ ಅಸಾಧ್ಯವಾಗಿತ್ತು.

ಶಿವನ ಮಾತನ್ನು ಕೇಳಿ ಕಾರ್ತಿಕ ಹೇಳಿದ 'ಹೌದು ಬಾಬಾ! ಆ ರಹಸ್ಯ ದಾರಿಯನ್ನು ಚಿಕ್ಕಮ್ಮ ನಮಗೆ ಖಂಡಿತ ತೋರಿಸಿಕೊಡುತ್ತಾಳೆ'.

'ನಿಜ! ನಾಗಾಗಳಿಗೆ ಅನೇಕ ಶತ್ರುಗಳಿದ್ದಾರೆ. ಹಾಗಾಗಿ ಅವರು ಆ ಮಾರ್ಗವನ್ನು ರಹಸ್ಯವಾಗಿಟ್ಟಿದ್ದಾರೆ' ಸತಿ ಹೇಳಿದಳು.

'ಆ ದಾರಿಯನ್ನು ರಹಸ್ಯವಾಗಿಡಲು ಅದೊಂದೇ ಕಾರಣವಲ್ಲ ಅಮ್ಮ. ಪ್ರಾಮಾಣಿಕವಾಗಿ ಹೇಳಬೇಕೆಂದರೆ ಇನ್ನೂ ಯುದ್ಧ ಪ್ರಾರಂಭವಾಗಿಲ್ಲ. ಆದರೆ ಮೆಲೂಹ ಮತ್ತು ಸ್ವದ್ವೀಪದ ಸಾಮ್ರಾಟರೆಲ್ಲ ನಮ್ಮ ವಿರುದ್ಧ ನಿಂತು ಬಿಟ್ಟಿದ್ದಾರೆ. ಮುಂದಿನ ಕೆಲವೇ ದಿನಗಳಲ್ಲಿ ಪಂಚವಟಿಯ ಅತಿಥಿಗೃಹದಲ್ಲಿರುವವರೂ ಸೇರಿದಂತೆ ಯಾರು ಯಾರ ಪರ ನಿಲ್ಲುತ್ತಾರೆ ಎಂಬುದು ತಿಳಿಯುತ್ತದೆ. ಪಂಚವಟಿ ನಮಗೆ ಅತ್ಯಂತ ಸುರಕ್ಷಿತ ತಾಣ. ಹಾಗಾಗಿ ಆ ರಹಸ್ಯ ದಾರಿಯನ್ನು ಎಲ್ಲರಿಗೂ ತೋರಿಸಿಕೊಡುವುದು ಬುದ್ಧಿವಂತಿಕೆಯಲ್ಲ' ಗಣೇಶ ಹೇಳಿದ.

'ಹಾಂ! ಇರಲಿ.......ಸಧ್ಯಕ್ಕೆ ಮುಂದೆ ಏನು ಮಾಡಬೇಕೆಂದು ಯೋಚಿಸುತ್ತೇನೆ. ಸಪ್ತಸಿಂಧುವಿನಲ್ಲಿ ಕೆಲವೇ ಮಂದಿ ರಾಜರಿದ್ದಾರೆ. ಅವರನ್ನೆಲ್ಲಾ ನಂಬಿ ಮುನ್ನಡೆಯವುದು ಅಸಾಧ್ಯ. ನಾನೊಂದು ಖಚಿತ ನಿರ್ಧಾರಕ್ಕೆ ಬಂದ ನಂತರ ಉಜ್ಜೈಯನಿಯತ್ತ ಪಯಣ ಬೆಳೆಸೋಣ' ಶಿವ ಹೇಳಿದ.

ಕಾರ್ತಿಕ ಗಣೇಶನತ್ತ ತಿರುಗಿ ಕೇಳಿದ 'ಅಣ್ಣಾ! ನನಗೊಂದು ವಿಚಾರ ಮಾತ್ರ ತಿಳಿಯುತ್ತಿಲ್ಲ. ವಾಯುಪುತ್ರರು ರುದ್ರದೇವನ ಅನುಯಾಯಿಗಳು. ವಿಷ್ಣುವಿನ ಏಳನೇ ಅವತಾರವಾದ ಶ್ರೀರಾಮನ ಕಾಯಕದಲ್ಲಿ ಆತನಿಗೆ ನೆರವಾದವರು. ಅಂತಹ

ವಾಯುಪುತ್ರರು ಸೋಮರಸ ಎಲ್ಲರಿಗೂ ಒಳಿತನ್ನೇ ಮಾಡುತ್ತಿದೆ ಮತ್ತು ಯಾರಿಗೂ ಅಪಾಯಕಾರಿಯಾಗಿ ಪರಿಣಮಿಸುವುದಿಲ್ಲ ಎಂದು ನಂಬಿರುವರಲ್ಲ, ಅದು ಹೇಗೆ ಸಾಧ್ಯ?'

ಗಣೇಶ ನಸುನಗುತ್ತಾ ಕಾರ್ತಿಕನ ಪ್ರಶ್ನೆಗೆ ದೃಷ್ಟಾಂತವೊಂದನ್ನು ವಿವರಿಸತೊಡಗಿದ.

'ಕಾರ್ತಿಕ! ನಿನಗೆ ಕಪ್ಪೆಗಳ ಬಗ್ಗೆ ತಿಳಿದಿದೆಯಲ್ಲವೇ? ಅಂತಹ ಕಪ್ಪೆಗಳ ಬಗ್ಗೆ ಇರುವ ಕಥೆಯೊಂದನ್ನು ನಿನಗೆ ಹೇಳುತ್ತೇನೆ ಕೇಳು. ಈಗ ಕೆಲವು ವರ್ಷಗಳ ಹಿಂದೆ ಅನಾಮಿಕ ಬ್ರಾಹ್ಮಣ ವಿಜ್ಞಾನಿಯೊಬ್ಬ ಕಪ್ಪೆಗಳ ಮೇಲೆ ಪ್ರಯೋಗವೊಂದನ್ನು ನಡೆಸಿದ. ಆತ ಮಾಡಿದ್ದು ಇಷ್ಟೇ. ಆತ ಮೊದಲಿಗೆ ಕುದಿಯುತ್ತಿರುವ ಬಿಸಿ ನೀರಿನ ತಪ್ಪಲೆಯೊಳಕ್ಕೆ ಜೀವಂತ ಕಪ್ಪೆಯೊಂದನ್ನು ಹಾಕಿದ. ತಕ್ಷಣವೇ ಆ ಕಪ್ಪೆ ತಪ್ಪಲೆಯಿಂದ ಛಂಗನೆ ಹೊರಕ್ಕೆ ನೆಗೆಯಿತು. ನಂತರ ಮತ್ತೆ ಅದೇ ಕಪ್ಪೆಯನ್ನು ಕುಳುಗುಡುವ ನೀರಿನೊಳಗೆ ಬಿಟ್ಟ. ನಂತರ ಆ ನೀರನ್ನು ನಿಧಾನವಾಗಿ ಕಾಯಿಸಲಾರಂಭಿಸಿದ. ನೀರಿನ ಶಾಖ ಏರತೊಡಗಿತು. ಆದರೆ ಎಷ್ಟು ಹೊತ್ತಾದರೂ ಆ ಕಪ್ಪೆ ನೀರಿನಿಂದ ಹೊರಕ್ಕೆ ಜಿಗಿಯುವ ಪ್ರಯತ್ನವನ್ನೇ ಮಾಡಲಿಲ್ಲ. ನಿರಂತರ ಏರುತ್ತಿದ್ದ ಬಿಸಿನೀರಿನ ತಾಪಕ್ಕೆ ಹೊಂದಿಕೊಂಡು ಬಿಟ್ಟಿತು. ನೀರಿನ ಶಾಖ ಹೆಚ್ಚಾದಂತೆ ಅಲ್ಲಿಂದ ಹೊರಬರುವ ಪ್ರಯತ್ನವನ್ನೇ ಮಾಡದೇ ಹಾಗೇ ಅಲ್ಲೇ ಸತ್ತುಹೋಯಿತು. ಪಂಚವಟಿಯಲ್ಲಿ ನಾಗಾ ಮಕ್ಕಳಿಗೆ ಈ ಕಥೆಯ ಮೂಲಕ ಜೀವನ ಪಾಠವೊಂದನ್ನು ಹೇಳಿಕೊಡಲಾಗುತ್ತದೆ. ಕಥೆಯ ಸಾರಾಂಶ ಇಷ್ಟೇ. ಅನೇಕ ಬಾರಿ ಜೀವನದಲ್ಲಿ ಅನಿರೀಕ್ಷಿತ ಅಪಾಯಗಳು ಎದುರಾಗುತ್ತವೆ. ಅಂಥಹ ಸಂದರ್ಭದಲ್ಲಿ ನಾವು ತಕ್ಷಣ ಪ್ರತಿಕ್ರಿಯಿಸಿದರೆ ಅದರಿಂದ ಪಾರಾಗಬಹುದು. ನಿಧಾನವಾಗಿ ಪ್ರತಿಕ್ರಿಯಿಸಿದರೆ ಅಪಾಯದಿಂದ ಪಾರಾಗುವುದು ಕಷ್ಟ. ಅನೇಕಬಾರಿ ಅದರಿಂದಾಗುವ ಹಾನಿಯೂ ಹೆಚ್ಚಾಗಿರುತ್ತದೆ. ಅದೇ ರೀತಿ ಸೋಮರಸ ಸಹ ನಿಧಾನವಾಗಿ ತನ್ನ ದುಷ್ಪರಿಣಾಮವನ್ನು ಬೀರುತ್ತಿದೆ'.

'ಅಂದರೆ ವಾಯುಪುತ್ರರು ಅದಕ್ಕೆ ನಿಧಾನವಾಗಿ ಹೊಂದಿಕೊಳ್ಳುತ್ತಿದ್ದಾರೆ ಎಂಬುದೇ ನಿನ್ನ ಮಾತಿನ ಅರ್ಥ?' ಕಾರ್ತಿಕ ಕೇಳಿದ.

'ಇರಬಹುದು! ಇಲ್ಲವಾದಲ್ಲಿ ರುದ್ರನ ಅನುಯಾಯಿಗಳಾದ ವಾಯುಪುತ್ರರು ಸೋಮರಸದ ಪರಿಣಾಮ ತಿಳಿದೂ ಸುಮ್ಮನಿರುತ್ತಿದ್ದರೆ? ಬಹುಶಃ ಸೋಮರಸದ ದುಷ್ಪರಿಣಾಮದ ಬಗ್ಗೆ ಅವರಿಗೂ ಹೆಚ್ಚಿನ ಮಾಹಿತಿ ಇಲ್ಲದಿರಬಹುದು'.

'ಬಲು ಕುತೂಹಲಕಾರಿಯಾಗಿದೆ ಗಣೇಶ! ಅಲ್ಲದೆ ನೀನು ಹೇಳಿದ ಮಾತಿನಲ್ಲಿ ಅರ್ಥವಿದೆ' ಶಿವ ಹೇಳಿದ.

ಗಣೇಶನ ಪ್ರಬುದ್ಧ ಮಾತುಗಳನ್ನು ಕೇಳಿ ಸತಿ ಸಹ ಹೆಮ್ಮೆಯಿಂದ ಬೀಗಿದಳು. ಎಲ್ಲರು ನಸುನಗುತ್ತಾ ಭೋಜನ ಮಾಡಿದರು.

ಮಾರನೆಯ ದಿನ ಸತಿ ಮತ್ತು ಶಿವ ಇಬ್ಬರೂ ನಾಗಾಸಭೆಯನ್ನು ಮುಗಿಸಿಕೊಂಡು ಲೋಕಾಭಿರಾಮವಾಗಿ ಮಾತನಾಡುತ್ತಾ ನಡೆದು ಬರುತ್ತಿದ್ದರು. ಸಭೆಯಲ್ಲಿದ್ದ ಬಹುತೇಕರು ಮೆಲೂಹದ ಮೇಲೆ ಆಕ್ರಮಣ ಮಾಡಿ ಸೋಮರಸವನ್ನು ನಾಶ ಮಾಡಬೇಕೆಂಬ ಕಾಳಿಯ ಪ್ರಸ್ತಾಪವನ್ನು ಒಪ್ಪಿಕೊಂಡಿದ್ದರು. ಆದರೆ ವಾಸುಕಿ ಮತ್ತು ಅಸ್ತಿಕ ಮಾತ್ರ ಯುದ್ಧದ ಪ್ರಸ್ತಾಪವನ್ನು ವಿರೋಧಿಸಿದ್ದರು. ಅಲ್ಲದೇ ಸಂಧಾನದ ಮೂಲಕವೇ ಸಮಸ್ಯೆಯನ್ನು ಬಗೆಹರಿಸಿಕೊಳ್ಳವುದು ಸರಿ ಎಂಬ ಸಲಹೆ ನೀಡಿದ್ದರು.

ಶಿವ ಸತಿಯತ್ತ ತಿರುಗಿ ಹೇಳಿದ 'ವಾಸುಕಿ ಮತ್ತು ಅಸ್ತಿಕ ಇಬ್ಬರೂ ನಾಗಾ ಮುಖಂಡರು. ಅತ್ಯಂತ ಗೌರವಾನ್ವಿತರು. ಆದರೂ ಅವರು ತಮ್ಮ ಜನರು ಹಿಂದಿನ ಜನ್ಮದಲ್ಲಿ ಮಾಡಿದ ಪಾಪ ಕರ್ಮಗಳಿಗೆ ಈ ಜನ್ಮದಲ್ಲಿ ನೋವು ಅನುಭವಿಸುತ್ತಿದ್ದಾರೆ ಎಂಬುದಾಗಿ ನಂಬಿದ್ದಾರಲ್ಲ. ಎಂತಹ ವಿಪರ್ಯಾಸ ಅಲ್ಲವೇ?'.

ಸತಿ ಮೊದಲಿನಿಂದಲೂ ಪುನರ್ಜನ್ಮದಲ್ಲಿ ನಂಬಿಕೆ ಇಟ್ಟಿದ್ದವಳು. ಹಾಗಾಗಿ ಆಕೆ ಶಿವನ ವಾದವನ್ನು ಒಪ್ಪಲಿಲ್ಲ.

'ಶಿವ! ಯಾವ ವಿಚಾರವೇ ಆಗಲಿ, ಅದು ನನಗೆ ತಿಳಿದಿಲ್ಲ ಎಂದ ಮಾತ್ರಕ್ಕೆ ಅದು ಸರಿಯಲ್ಲ ಎಂಬ ನಿರ್ಧಾರಕ್ಕೆ ಬರುವುದು ತಪ್ಪು'.

'ಇಲ್ಲ ಸತಿ ಜಗತ್ತಿನಲ್ಲಿ ನಮಗಿರುವುದು ಒಂದೇ ಜನ್ಮ. ಅದು ಈ ಜನ್ಮ. ಉಳಿದೆಲ್ಲವೂ ಕೇವಲ ಸಿದ್ಧಾಂತ ಹೌದಲ್ಲವೇ?'.

'ಹಾಗಾದರೆ ನಾಗಾಗಳೇಕೆ ಅಂಗವಿಕರಲರಾಗಿದ್ದಾರೆ? ನಾನೇಕೆ ಇಷ್ಟು ವರ್ಷ ವಿಕರ್ಮಿಯಾಗಿದ್ದೆ? ಅದು ಪೂರ್ವಜನ್ಮದ ಕರ್ಮವಲ್ಲದೆ ಮತ್ತೇನು?'.

'ಸತಿ! ವಿಕರ್ಮ ಎಂಬುದೊಂದು ನಮ್ಮ ಸಮಾಜ ಅನುಸರಿಸುತ್ತಿದ್ದ ಅನಿಷ್ಟ ಪದ್ಧತಿ. ಆಗಷ್ಟೆ ಹುಟ್ಟುವ ಮುಗ್ಧ ಮಗು ಯಾವ ಪಾಪ ಮಾಡಿರುವುದಕ್ಕೆ ಸಾಧ್ಯ. ಅದೇನಾದರೂ ಕೆಡುಕನ್ನು ಮಾಡುವುದಕ್ಕೆ ಸಾಧ್ಯವೇ? ಒಳ್ಳೆಯದು ಕೆಟ್ಟದ್ದೂ ಎರಡೂ ತಿಳಿಯದ ಮುಗ್ಧ ಕಂದ ಅದು'.

'ಈ ಜನ್ಮದಲ್ಲಿ ಮಗು ಪಾಪ ಮಾಡಿಲ್ಲದಿರಬಹುದು. ಆದರೆ ಹಿಂದಿನ ಜನ್ಮದಲ್ಲಿ ಖಂಡಿತ ಅದು ಏನಾದರೊಂದು ಘೋರ ಪಾಪ ಮಾಡಿಯೇ ಇರುತ್ತದೆ. ಅದಿಲ್ಲದಿದ್ದರೆ ಮಗುವಿನ ಪೂರ್ವಜರೂ ಪಾಪ ಮಾಡಿರುವ ಸಾಧ್ಯತೆ ಇರುತ್ತದೆ. ಇಲ್ಲವಾದಲ್ಲಿ ಆ ಮಗು ಬೆಳೆದಂತೆ ಎಷ್ಟೆಲ್ಲಾ ಕಷ್ಟಗಳನ್ನೇಕೆ ಅನುಭವಿಸುತ್ತದೆ? ಎಲ್ಲಾ ರೀತಿಯ ಸೌಲಭ್ಯಗಳಿಂದ ಏಕೆ ವಂಚಿತವಾಗುತ್ತದೆ?'.

ಶಿವ ನಸುನಕ್ಕು ಸುಮ್ಮನಾದ. ಸ್ವಲ್ಪದೂರ ನಡೆದ ನಂತರ ಇಬ್ಬರೂ ಕುದುರೆಯನ್ನೇರಿದರು. ಕುದುರೆ ನಿಧಾನವಾಗಿ ರಾಜಬೀದಿಯಲ್ಲಿ ಸಾಗುತ್ತಿತ್ತು. ದಾರಿಯ ಉದ್ದಕ್ಕೂ ಜನ ಶಿವನಿಗೆ ಕೈ ಮುಗಿದು ಭಕ್ತಿಯಿಂದ ನಮಸ್ಕಾರ ಮಾಡುತ್ತಿದ್ದರು. ಶಿವ ಸಹ ಅಷ್ಟೇ ವಿನಯದಿಂದ ಜನರಿಗೆ ಪ್ರತಿನಮಸ್ಕಾರ ಸಲ್ಲಿಸುತ್ತಿದ್ದ. ಹಾಗೆ ಮುಂದೆ

ಬರುತ್ತಾ ಯಾವುದೋ ಯೋಚನೆಯಲ್ಲಿ ಮಗ್ನನಾದ.

ಅದನ್ನು ಗಮನಿಸಿದ ಸತಿ ಕೇಳಿದಳು 'ಏನು ಯೋಚಿಸುತ್ತಿರುವಿರಿ ಶಿವ'.

'ಸತಿ! ನಾನು ಬೃಹಸ್ಪತಿಯ ಬಗ್ಗೆ ಯೋಚಿಸುತ್ತಿದ್ದೇನೆ. ಆತ ಇಷ್ಟು ದಿನ ಎಲ್ಲಿದ್ದ? ಹೇಗಿದ್ದ? ಏಕೆ ಮತ್ತು ಹೇಗೆ ಭೂಗತನಾದ? ಈ ಎಲ್ಲ ವಿಚಾರವನ್ನು ಆಯುರ್ವತಿ ಮತ್ತು ಪರ್ವತೇಶ್ವರನಿಗೆ ವಿವರವಾಗಿ ತಿಳಿಸುವಂತೆ ಬೃಹಸ್ಪತಿಗೆ ಹೇಳಿದ್ದೇನೆ. ಬೃಹಸ್ಪತಿ ಸಹ ಅದಕ್ಕೆ ಒಪ್ಪಿದ್ದಾನೆ'.

'ಬೃಹಸ್ಪತಿ ಅಷ್ಟು ಮಾಡಿದರೆ ಸಾಕು' ಸತಿ ಹೇಳಿದಳು.

ಪಂಚವಟಿಯ ಅತಿಥಿಗೃಹದಲ್ಲಿ ಪರ್ವತೇಶ್ವರ ಮತ್ತು ಆನಂದಮಯಿ ಕುಳಿತಿದ್ದರು. ಪರ್ವತೇಶ್ವರನ ಮುಖದಲ್ಲಿ ಅದೇನೋ ಆತಂಕ ಮತ್ತು ದುಗುಡ.

ಕೂಡಲೆ ಆನಂದಮಯಿ ಕೇಳಿದಳು 'ನೀನು ಆರಾಮವಾಗಿರುವೆಯಲ್ಲವೇ ಪರ್ವತೇಶ್ವರ? ಆದರೂ ಏಕೆ ಮುಖ ಕಳೆಗುಂದಿದೆ?'.

'ಆನಂದಮಯಿ! ಅದೇಕೋ ಏನೋ ಕಳೆದ ಕೆಲವು ದಿನಗಳಿಂದ ಮನಸ್ಸು ಗೊಂದಲದ ಗೂಡಾಗಿದೆ. ಸತ್ಯ, ಧರ್ಮ, ನ್ಯಾಯ, ನೀತಿ, ಕರ್ತವ್ಯ ಮತ್ತು ಗೌರವವನ್ನೇ ಉಸಿರಾಗಿಸಿಕೊಂಡವರು ಮೆಲೂಹನ್ನರು. ನಮ್ಮ ರಾಜರೂ ಇದಕ್ಕೆ ಅನ್ವರ್ಥವೆಂಬಂತೆ ಬದುಕಬೇಕಾಗಿತ್ತು. ಆದರೆ ಮೆಲೂಹದ ಸಾಮ್ರಾಟರೇ ಅನ್ಯಾಯ ಅಕ್ರಮದಲ್ಲಿ ತೊಡಗಿದ್ದಾರಲ್ಲ ಎಂಥಹ ವಿಪರ್ಯಾಸ!. ಸತಿಗೆ ಮಗು ಹುಟ್ಟಿದಾಗ ಮಹಾರಾಜರು ಕಾನೂನನ್ನು ಧಿಕ್ಕರಿಸಿದ್ದರು. ಈಗ ಮತ್ತೊಮ್ಮೆ ಅದೇ ತೆರನಾಗಿ ನಡೆದುಕೊಂಡಿದ್ದಾರೆ'.

'ನಿಜ! ದಕ್ಷ ಮಹಾರಾಜರು ಮೇಲಿಂದ ಮೇಲೆ ತಪ್ಪು ಮಾಡುತ್ತಿದ್ದಾರೆ. ಅದು ಒಬ್ಬ ತಂದೆ ತನ್ನ ಮಗುವನ್ನು ರಕ್ಷಿಸಲು ಮಾಡುತ್ತಿರುವ ಕೆಲಸ ಎಂಬ ಸಬೂಬು ಹೇಳುತ್ತಾ ತಪ್ಪನ್ನು ಸಮರ್ಥಿಸಿಕೊಳ್ಳುತ್ತಿದ್ದಾರೆ'.

'ಅನ್ಯಾಯವನ್ನು ಹೇಗೆ ತಾನೆ ಸಮರ್ಥಿಸಿಕೊಳ್ಳಲು ಸಾಧ್ಯ ಆನಂದಮಯಿ. ಅಂದು ಅವರು ಮೆಲೂಹದ ಕಾನೂನನ್ನು ಮುರಿದರು. ಆದರೆ ಇಂದು ರುದ್ರದೇವನು ಮಾಡಿದ್ದ ಕಾನೂನನ್ನೇ ಧಿಕ್ಕರಿಸಿ ದೈವೀಅಸ್ತ್ರವನ್ನು ಬಳಸಿದ್ದಾರೆ. ಮೆಲೂಹದಂತಹ ಜಗತ್ತಿನ ಶ್ರೇಷ್ಠ ಸಾಮ್ರಾಜ್ಯಕ್ಕೆ ಇಂತಹ ಸಾಮ್ರಾಟ ಇರಲು ಹೇಗೆ ಸಾಧ್ಯ? ಎಲ್ಲೋ ಏನೋ ತಪ್ಪಾಗಿದೆ ಎಂದು ನಿನಗೆ ಅನಿಸುತ್ತಿಲ್ಲವೇ?'.

ಆನಂದಮಯಿ ಪತಿಯ ಕೈಹಿಡಿದು ಹೇಳಿದಳು, 'ನಿಮ್ಮ ಸಾಮ್ರಾಟರು ಎಂದೂ ಒಳ್ಳೆಯವರಾಗಿರಲಿಲ್ಲ. ಹಾಗಾಗಿ ಅವರು ಇಡೀ ಮೆಲೂಹದ ಸಾಮ್ರಾಜ್ಯವನ್ನು ದಿಕ್ಕು ತಪ್ಪಿಸಿದರು. ಪಾಪ! ಮೆಲೂಹನ್ನರು ಸಾಮ್ರಾಟರ ಮೇಲಿನ ಗೌರವದಿಂದ ಅವರು

ಹೇಳಿದ ಹಾದಿಯಲ್ಲಿ ನಡೆದರು'.

'ಒಬ್ಬ ನಾಯಕ ನಡೆದುಕೊಳ್ಳುವ ರೀತಿ ಇದಲ್ಲ ಆನಂದಮಯಿ. ಆತ ಕೇವಲ ಆದೇಶಗಳನ್ನು ನೀಡಿದರಷ್ಟೇ ಸಾಲದು. ಆತ ಪ್ರತಿನಿಧಿಸುವ ಸಮಾಜಕ್ಕೆ ಮಾದರಿಯಾಗಿರಬೇಕು. ಒಂದು ಸಮಾಜದ ನಾಯಕನೇ ಭ್ರಷ್ಟನಾದರೆ ಇಡೀ ಸಮಾಜ ಭ್ರಷ್ಟತೆಯಿಂದ ಕೂಡಿರುತ್ತದೆ'.

'ನಾನು ನಿನ್ನ ಮಾತನ್ನು ಒಪ್ಪುವುದಿಲ್ಲ ಪರ್ವತೇಶ್ವರ. ಸಮಾಜದ ನಾಯಕನೆಂದರೆ ಎಲ್ಲರಂತೆ ಆತನೂ ಒಬ್ಬ ಮನುಷ್ಯನಲ್ಲವೇ? ಆತನಲ್ಲೂ ಮನುಷ್ಯ ಸಹಜ ಬಲಹೀನತೆಗಳಿರುತ್ತವೆ ಅಲ್ಲವೇ?'.

ಪರ್ವತೇಶ್ವರ ತಲೆಯಾಡಿಸುತ್ತಾ ಹೇಳಿದ 'ಕೆಲವು ಕಠೋರ ಸತ್ಯಗಳಿಗೆ ಸವಾಲು ಹಾಕುವುದು ಅಸಾಧ್ಯ. ನಾಯಕ ಮಾಡಿದ ಪಾಪಕರ್ಮಗಳು ಆಯಾ ಸಮಾಜದ ಮೇಲೆ ಪ್ರಭಾವ ಬೀರುತ್ತವೆ. ಆತ ಇಡೀ ಸಮುದಾಯದ ಪ್ರತಿನಿಧಿ.'.

ಆನಂದಮಯಿ ಬಾಗಿ ಗಂಡನನ್ನು ಹಿಡಿದುಕೊಂಡಳು. ಆಕೆಯ ಕಣ್ಣಲ್ಲಿ ಕೋಲ್ಮಿಂಚು ಹೊಳೆಯುತ್ತಿತ್ತು.

ನಂತರ ಹೇಳಿದಳು 'ನಿನ್ನ ದೃಷ್ಟಿಯಲ್ಲಿ ಅದು ಸತ್ಯವಿರಬಹುದು. ಆದರೆ ನನ್ನ ದೃಷ್ಟಿಯಲ್ಲಿ ಅದು ಸತ್ಯವಲ್ಲ. ಅಂತೆಯೇ ಎಲ್ಲರೂ ಒಪ್ಪುವ ಸತ್ಯ ಎಂಬುದು ಯಾವುದೂ ಇರುವುದಿಲ್ಲ. ಸತ್ಯ–ಮಿಥ್ಯಗಳು ನಾವು ಚಿಂತಿಸುವ ವಿಧಾನಗಳ ಮೇಲೆ ನಿಂತಿರುತ್ತದೆ'.

ಪರ್ವತೇಶ್ವರ ಆನಂದಮಯಿಯ ಮುಖದ ಮೇಲೆ ಹರಡಿಕೊಂಡಿದ್ದ ಕೂದಲನ್ನು ಮೇಲಕ್ಕೆ ಸರಿಸುತ್ತಾ ಹೇಳಿದ 'ನೀನು ಆಡುವ ಮಾತುಗಳೇ ಚಂದ. ಮೊದಲೇ ನೀವು ಚಂದ್ರವಂಶಿಗಳು. ನಿಮ್ಮನ್ನು ಮಾತಿನಲ್ಲಿ ಗೆಲ್ಲಲಾದೀತೇ?'.

'ಹಾಗೇನೂ ಇಲ್ಲ ಪರ್ವತೇಶ್ವರ. ನಾವು ಆಡುವ ಮಾತುಗಳು ಕೇವಲ ನಮ್ಮ ಭಾವನೆಗಳಿಗೆ ಹಿಡಿದ ಕನ್ನಡಿಯಷ್ಟೇ'.

'ಆನಂದಮಯಿ! ನಾನು ಈಗೇನು ಮಾಡಬೇಕು ಎಂದು ನೀನು ನಿರೀಕ್ಷಿಸುತ್ತಿರುವೆ? ನನ್ನ ಪ್ರೀತಿಯ ಸಾಮ್ರಾಜ್ಯದ ಸಾರ್ವಭೌಮ ಮಾಡಿದ ಅನ್ಯಾಯ ಅಕ್ರಮಕ್ಕಾಗಿ ಇದೀಗ ನನ್ನ ದೇವರಾದ ಶಿವ ಯುದ್ಧವನ್ನು ಘೋಷಿಸಲಿದ್ದಾನೆ. ನಾನೀಗ ಏನು ಮಾಡಲಿ? ಯಾರ ಪರವಾಗಿ ನಿಲ್ಲಲಿ? ಅದನ್ನು ಹೇಗೆ ನಿರ್ಧರಿಸಲಿ?' ಪರ್ವತೇಶ್ವರ ಕಿರುನಗೆ ಬೀರುತ್ತಾ ಆನಂದಮಯಿಯ ಸಲಹೆ ಕೇಳಿದ.

'ನೀನು ನಿನ್ನ ದೇವರ ಪರವಾಗಿ ನಿಲ್ಲಬೇಕು ಪರ್ವತೇಶ್ವರ. ಆದರೆ ನನಗೇನೂ ಯುದ್ಧ ಸಂಭವಿಸುತ್ತದೆ ಎಂದು ಅನಿಸುತ್ತಿಲ್ಲ. ಹಾಗಾಗಿ ಸಧ್ಯಕ್ಕೆ ನೀನು ಈ ಬಗ್ಗೆ ಹೆಚ್ಚು ಚಿಂತಿಸುವ ಅಗತ್ಯವಿಲ್ಲ'.

*****

'ಮಹಾಸ್ವಾಮಿ! ನಮಸ್ಕಾರ. ನಮ್ಮನ್ನು ಇಲ್ಲಿಗೆ ಬರುವಂತೆ ಹೇಳಿರುವುದಕ್ಕೆ ಕಾರಣವನ್ನು ತಿಳಿದುಕೊಳ್ಳಬಹುದೇ?' ಆಯುರ್ವತಿ ಅತ್ಯಂತ ವಿನಮ್ರಳಾಗಿ ಶಿವನನ್ನು ಪ್ರಶ್ನಿಸಿದಳು. ಅಷ್ಟರಲ್ಲಿ ಪರ್ವತೇಶ್ವರ ಸಹ ಅಲ್ಲಿಗೆ ಬಂದಿದ್ದ. ಪರ್ವತೇಶ್ವರ ಮತ್ತು ತನ್ನನ್ನು ಒಟ್ಟಾಗಿ ಬರುವಂತೆ ಹೇಳಿರುವ ಕಾರಣವೇನರಬಹುದು ಎಂಬ ಕುತೂಹಲ ಆಕೆಗೆ. ಪಂಚವಟಿಗೆ ಬಂದ ನಂತರ ಶಿವ ಬಹುತೇಕ ಸಮಯವನ್ನು ನಾಗಾಗಳೊಂದಿಗೇ ಕಳೆಯುತ್ತಿದ್ದ. ಪಂಚವಟಿಯ ಹೊರವಲಯದಲ್ಲಿ ಶಿವನ ಸೈನ್ಯದ ಮೇಲೆ ಆಕ್ರಮಣ ಮಾಡಿರುವುದು ನಾಗಾಗಳೇ ಇರಬಹುದು ಎಂದು ಆಯುರ್ವತಿ ಬಲವಾಗಿ ನಂಬಿದ್ದಳು. ಶಿವ ಸಹ ತನ್ನಂತೆಯೇ ಯೋಚಿಸಿರಬಹುದು. ಹಾಗಾಗಿ ನಾಗಾಗಳನ್ನು ವಿಚಾರಣೆಗೆ ಒಳಪಡಿಸಿ ದಾಳಿಯ ಮೂಲ ಅರಿಯಲು ಶಿವ ಹೆಚ್ಚಿನ ಸಮಯವನ್ನು ನಾಗಾಗಳೊಂದಿಗೆ ಕಳೆಯುತ್ತಿದ್ದಾನೆ ಎಂಬುದು ಆಯುರ್ವತಿಯ ಊಹೆಯಾಗಿತ್ತು.

'ಪರ್ವತೇಶ್ವರ ಮತ್ತು ಆಯುರ್ವತಿ! ಒಳಗೆ ಬನ್ನಿ. ಇಂದು ನಿಮ್ಮಿಬ್ಬರಿಗೂ ನಾಗಾಗಳ ರಹಸ್ಯವೊಂದನ್ನು ತಿಳಿಸಬೇಕು ಎಂದೆನಿಸಿತು. ಹಾಗಾಗಿ ನಿಮ್ಮನ್ನು ಇಲ್ಲಿಗೆ ಬರುವಂತೆ ತಿಳಿಸಿದೆ' ಶಿವ ಹೇಳಿದ.

'ಅದು ಸರಿ! ಆದರೆ ಈ ರಹಸ್ಯವನ್ನು ತಿಳಿಸಲು ಕೇವಲ ನಮ್ಮಿಬ್ಬರನ್ನೇ ಏಕೆ ಆಹ್ವಾನಿಸಿದ್ದೀರಿ ಮಹಾಪ್ರಭು' ಪರ್ವತೇಶ್ವರ ಆಶ್ಚರ್ಯದಿಂದ ಕೇಳಿದ.

'ಕಾರಣ ನೀವಿಬ್ಬರೂ ಮೆಲೂಹನ್ನರು. ಗೋಧಾವರಿ ನದಿಯಲ್ಲಿ ನಮ್ಮ ಮೇಲೆ ನಡೆದ ಆಕ್ರಮಣಕ್ಕೂ ಬ್ರಂಗಾದಲ್ಲಿ ಪ್ಲೇಗ್ ಹರಡುತ್ತಿರುವುದಕ್ಕೂ ನಾಗಾಗಳು ಅಂಗವಿಕಲರಾಗಿರುವುದಕ್ಕೂ ಮತ್ತು ಸರಸ್ವತಿ ನದಿ ಅಳಿವಿನ ಅಂಚಿಗೆ ಬಂದು ನಿಂತಿರುವುದಕ್ಕೂ ಒಂದಕ್ಕೊಂದು ಸಂಬಂಧವಿದೆ ಎಂಬುದು ನನ್ನ ಅನುಮಾನ'.

ಪರ್ವತೇಶ್ವರ ಮತ್ತು ಆಯುರ್ವತಿ ಹುಬ್ಬೇರಿಸುತ್ತಾ ಶಿವನ ಮಾತುಗಳನ್ನು ಆಲಿಸುತ್ತಿದ್ದರು.

'ಆದರೆ ಒಂದು ವಿಚಾರವಂತೂ ಸ್ಪಷ್ಟ. ಮೊನ್ನೆ ನಡೆದ ದಾಳಿಗೂ ಮಂದಾರ ಪರ್ವತದ ಧ್ವಂಸಕ್ಕೂ ಬಲವಾದ ಸಂಬಂಧವಿದೆ'.

'ಹೌದೇ? ಅದು ಹೇಗೆ?' ಆಯುರ್ವತಿ ಕೇಳಿದಳು.

'ಅದನ್ನು ವಿವರಿಸಲು ಒಬ್ಬ ವ್ಯಕ್ತಿಗೆ ಮಾತ್ರ ಸಾಧ್ಯ. ಆದರೆ ಆ ವ್ಯಕ್ತಿ ಸತ್ತುಹೋಗಿದ್ದಾನೆ ಎಂದು ನೀವಿಬ್ಬರೂ ಭಾವಿಸಿದ್ದೀರಿ'.

ಆಯುರ್ವತಿ ಮತ್ತು ಪರ್ವತೇಶ್ವರ ಇಬ್ಬರೂ ಆಶ್ಚರ್ಯದಿಂದ ಶಿವನನ್ನೇ ನೋಡುತ್ತಿದ್ದರು. ಅಷ್ಟರಲ್ಲಿ ಬಾಗಿಲು ತೆರೆದ ಸದ್ದಾಯಿತು. ಇಬ್ಬರೂ ಬಾಗಿಲಿನತ್ತ ನೋಡಿದರು. ಬೃಹಸ್ಪತಿ ನಿಧಾನವಾಗಿ ಒಳಗೆ ಬರುತ್ತಿದ್ದ.

'ಸೋಮರಸ ಕೆಟ್ಟದ್ದು. ಅದು ವಿನಾಶಕ್ಕೆ ನಾಂದಿ ಹಾಡುತ್ತಿದೆ ಎಂಬುದು ಶಿವನ ಅಭಿಪ್ರಾಯವೇ?' ಆನಂದಮಯಿ ಕೇಳಿದಳು.

ತಮ್ಮ ಖಾಸಗಿ ಕೋಣೆಯಲ್ಲಿ ಆನಂದಮಯಿ ಮತ್ತು ಪರ್ವತೇಶ್ವರ ಮಾತನಾಡುತ್ತಾ ಕುಳಿತಿದ್ದರು. ಭಗೀರಥ ಸಹ ಆಗಷ್ಟೇ ಬಂದು ಇವರ ಜತೆಗೂಡಿದ್ದ.

ಆನಂದಮಯಿ ಮಾತಿಗೆ ಪರ್ವತೇಶ್ವರ ಹೇಳಿದ 'ಶಿವ ಏನೆಂದು ಕೊಂಡಿದ್ದಾನೋ ತಿಳಿಯದು. ಆದರೆ ಬೃಹಸ್ಪತಿ ಮಾತ್ರ ಸೋಮರಸ ಅಪಾಯಕಾರಿ ಎಂದೇ ಭಾವಿಸಿದ್ದಾನೆ'.

'ಕೆಟ್ಟದ್ದು ಎಲ್ಲರಿಗೂ ಕೆಟ್ಟದ್ದೇ ಅಲ್ಲವೇ? ಆದರೆ ಸೂರ್ಯವಂಶಿಯೊಬ್ಬ ಸೋಮರಸವನ್ನು ಕೆಟ್ಟದ್ದು ಎಂದು ಭಾವಿಸಿದರೆ ನಾವೇಕೆ ಆತನ ಮಾತು ಕೇಳಬೇಕು? ಶಿವ ಸಹ ಏಕೆ ಅವನ ಮಾತನ್ನು ನಂಬಬೇಕು?' ಭಗೀರಥ ಕೇಳಿದ.

'ಭಗೀರಥ! ನಮ್ಮ ಇಡೀ ಸಾಮ್ರಾಜ್ಯದ ಆತ್ಮಕ್ಕೆ ಬೆಂಕಿ ಇಟ್ಟು ನಾಶಮಾಡಿದ ಬೃಹಸ್ಪತಿಯನ್ನು ನಾನು ಸಮರ್ಥಿಸಿಕೊಳ್ಳುತ್ತಿದ್ದೇನೆ ಎಂದು ನೀನು ಭಾವಿಸಿರುವೆಯಾ? ಖಂಡಿತಾ ಇಲ್ಲ' ಪರ್ವತೇಶ್ವರ ಹೇಳಿದ.

'ಸ್ವಲ್ಪ ತಾಳಿ! ನಾವು ಸಮಾಧಾನದಿಂದ ಯೋಚಿಸೋಣ. ಬ್ರಂಗಾ ಪ್ಲೇಗಿಗೂ ಸೋಮರಸಕ್ಕೂ ಸಂಬಂಧವಿದೆ ಎಂದರೆ, ಸರಸ್ವತಿ ನದಿಯ ಅವಸಾನಕ್ಕೆ ಸೋಮರಸವೇ ಕಾರಣ ಎಂದಾದರೆ, ನಾಗಾ ಮಕ್ಕಳು ವಿಕಾರವಾಗಿ ಹುಟ್ಟುವುದಕ್ಕೂ ಸೋಮರಸವೇ ಕಾರಣ ಎಂದಾದರೆ ಅದನ್ನು ವಿನಾಶಕಾರಿ ಎಂದು ನಂಬುವುದರಲ್ಲಿ ತಪ್ಪೇನದೆ?' ಆನಂದಮಯಿ ಕೇಳಿದಳು.

'ಈಗ ನೀಲಕಂಠನ ಯೋಜನೆ ಏನು? ಆತ ಸೋಮರಸವನ್ನು ನಿಷೇಧಿಸುತ್ತಾನೆಯೇ?' ಭಗೀರಥ ಕೇಳಿದ.

'ಭಗೀರಥ! ನಿನ್ನ ಪ್ರಶ್ನೆಗಳಿಗೆ ಈಗ ನನ್ನ ಬಳಿ ಉತ್ತರವಿಲ್ಲ. ಆದರೆ ನೀಲಕಂಠನಗೆ ಹಿಂದೆ ದಕ್ಷನಿಂದ ಮತ್ತು ಇದೀಗ ಬೃಹಸ್ಪತಿಯಿಂದ ಆಘಾತವಾಗಿರುವುದಂತೂ ಸತ್ಯ. ಆತನ ನಂಬಿಕೆ ತಲೆಕೆಳಗಾಗಿರುವುದು ಆತನಿಗೆ ಅತೀವ ಬೇಸರ ತಂದಿದೆ'.

'ಹೌದು! ಬಹುಶಃ ನೀಲಕಂಠನಿಗೂ ನಮ್ಮಷ್ಟೇ ಆಘಾತವಾಗಿರಬಹುದು. ಹಾಗಾಗಿ ಆತ ಮುಂದೇನು ಮಾಡುವುದು? ಎಂದು ಯೋಚಿಸುತ್ತಿದ್ದಾನೆ' ಆನಂದಮಯಿ ಹೇಳಿದಳು.

'ನೀಲಕಂಠ ಈಗಾಗಲೇ ನಿರ್ಧಾರ ಮಾಡಿರುತ್ತಾನೆ' ಭಗೀರಥ ಮತ್ತು ಆನಂದಮಯಿ ಪರ್ವತೇಶ್ವರನತ್ತಲೇ ನೋಡುತ್ತಿದ್ದರು.

'ನಮ್ಮೆಲ್ಲ ಸೈನಿಕರು ಗುಣಮುಖರಾದ ಬಳಿಕ ನಾವು ಸ್ವದ್ವೀಪವನ್ನು ಬಿಟ್ಟು ಕಾಶಿಗೆ ತೆರಳಬೇಕು. ಅಲ್ಲಿ ನೀಲಕಂಠನಿಗಾಗಿ ಕಾಯಬೇಕು. ಅಷ್ಟರಲ್ಲಿ ನೀಲಕಂಠ ತನ್ನ ಮುಂದಿನ ಯೋಜನೆ ಏನೆಂದು ತಿಳಿಸುತ್ತಾನೆ' ಪರ್ವತೇಶ್ವರ ಹೇಳಿದ.

'ಆದರೆ ಕಾಶಿಗೆ ಹೋದರೆ ನಾವು ಬದುಕಿರುವ ವಿಚಾರ ತಂದೆಯವರಿಗೆ ತಿಳಿಯುತ್ತದೆ ಅಲ್ಲವೇ? ಜತೆಗೆ ಅವರ ಯೋಜನೆ ಸಹ ವಿಫಲವಾಗಿರುವುದು ಅವರಿಗೆ ಸ್ಪಷ್ಟವಾಗುತ್ತದೆ'.

'ನಾವು ಈ ಬಗ್ಗೆ ಏನು ಆಗಿಲ್ಲವೆಂಬಂತೆ ಸುಮ್ಮನಿರುವುದು ಒಳ್ಳೆಯದು. ನಮ್ಮ ಮೇಲೆ ಯಾವ ಆಕ್ರಮಣವೂ ನಡೆದಿಲ್ಲ, ಯಾವುದೇ ತೊಂದರೆ ಇಲ್ಲದೆ ಪಂಚವಟಿಯಿಂದ ಮರಳಿ ಬಂದಿದ್ದೇವೆ ಎಂದು ನಟಿಸಿದರೆ ಆಯಿತು'.

'ಆದರೆ ತಮ್ಮ ಹಡಗುಗಳು ಏನಾದವು ಎಂಬ ಬಗ್ಗೆ ಅವರಿಗೆ ಅನುಮಾನ ಬರುವುದಿಲ್ಲವೆ?'.

'ಆ ಬಗ್ಗೆ ನಾವು ಚಿಂತಿಸುವ ಅಗತ್ಯವಿಲ್ಲ. ಮಹಾನದಿಗಳನ್ನು ದಾಟುವ ಯಾನದಲ್ಲಿ ಅನೇಕ ದುರ್ಘಟನೆಗಳು ಸಂಭವಿಸುತ್ತವೆ. ನಮ್ಮ ಮೇಲೆ ಆಕ್ರಮಣ ಮಾಡುವ ಮುನ್ನವೇ ಅವರ ಹಡಗುಗಳು ಅಪಘಾತಕ್ಕೆ ಈಡಾಗಿರಬಹುದೆಂದು ಅವರು ಭಾವಿಸುತ್ತಾರೆ'.

ಭಗೀರಥ ಹುಬ್ಬೇರಿಸುತ್ತಾ ಹೇಳಿದ 'ನಿಜ! ನಮ್ಮ ತಂದೆಯವರು ಈ ವಾದವನ್ನು ಸುಲಭವಾಗಿ ನಂಬಿಬಿಡುತ್ತಾರೆ. ಕಾರಣ ಅವರೊಬ್ಬ ಮಹಾನ್ ನಾಯಕರೇನೂ ಅಲ್ಲ. ಆದರೆ ಇಡೀ ಸಂಚನ್ನು ರೂಪಿಸಿರುವ ವ್ಯಕ್ತಿ, ಅಂದರೆ ತಂದೆಯವರಿಗೆ ನಿರ್ದೇಶನ ನೀಡಿರುವಾತ ಮಾತ್ರ ಈ ಬಗ್ಗೆ ಸಂಪೂರ್ಣ ತನಿಖೆ ನಡೆಸದೇ ಬಿಡಲಾರ'.

'ಆದರೆ ತನಿಖೆ ನಡೆಸಲು ಕಾಲಾವಕಾಶಬೇಕು. ಅಲ್ಲಿಯವರೆಗೆ ನೀಲಕಂಠ ತಾನು ಯೋಚಿಸಿರುವ ಕೆಲಸವನ್ನು ಮಾಡಿಮುಗಿಸುತ್ತಾನೆ'.

'ಅಂದರೆ ಮಹಾಸ್ವಾಮಿಗಳು ನಮ್ಮೊಂದಿಗೆ ಬರುತ್ತಿಲ್ಲವೇ? ಆನಂದಮಯಿ ಆಶ್ಚರ್ಯದಿಂದ ಕೇಳಿದಳು.

ಪರ್ವತೇಶ್ವರ ತಲೆಯಾಡಿಸುತ್ತಾ ಹೇಳಿದ 'ಇಲ್ಲ! ನೀಲಕಂಠ ಕಾಶಿಗೆ ಬರುತ್ತಿಲ್ಲ. ಸಧ್ಯಕ್ಕೆ ವಿರೋಧಿ ಪಾಳೆಯದ ಕಣ್ಣಿರುವುದು ನೀಲಕಂಠನ ಮೇಲೆ. ಅವರು ಆತನ ಮೇಲೆ ಆಕ್ರಮಣ ಮಾಡುವ ಸಾಧ್ಯತೆ ಇದೆ. ನೀಲಕಂಠ ಪಂಚವಟಿಯಲ್ಲಿ ಉಳಿದಿದ್ದಾನೆ ಎಂಬ ಸುದ್ದಿ ಬಹಿರಂಗವಾಗುತ್ತಿದ್ದಂತೆ ಯಾರೂ ನಮ್ಮ ಮೇಲೆ ಆಕ್ರಮಣ ಮಾಡುವುದಿಲ್ಲ. ಹಾಗಾಗಿ ನಾವು ಸುರಕ್ಷಿತವಾಗಿ ಕಾಶಿಯನ್ನು ತಲುಪಬಹುದು. ಇದು ನೀಲಕಂಠನ ಯೋಜನೆ'.

'ಅದರರ್ಥ ನೀಲಕಂಠ ಬೃಹಸ್ಪತಿಯನ್ನು ಇನ್ನೂ ಹೆಚ್ಚಿನ ವಿಚಾರಣೆಗೆ ಒಳಪಡಿಸುತ್ತಾನೆ ಎಂದಾಯಿತು'.

'ಬಹುಶಃ ಆತನಿಂದ ಪೂರ್ಣ ಮಾಹಿತಿ ದೊರೆತ ನಂತರ ನೀಲಕಂಠ ತನ್ನ ನಿರ್ಧಾರವನ್ನು ತಿಳಿಸಬಹುದು' ಭಗೀರಥ ಹೇಳಿದ.

ಆನಂದಮಯಿ ಪರ್ವತೇಶ್ವರನತ್ತ ನೋಟ ಬೀರಿದಳು. ಆ ನೋಟದಲ್ಲಿ ಗಂಡನ ಬಗೆಗಿನ ಅಪಾರವಾದ ಕಾಳಜಿ ವ್ಯಕ್ತವಾಗುತ್ತಿತ್ತು. ಯುದ್ಧ ಸಂಭವಿಸುವುದು ಆಕೆಗೆ ಬಹುತೇಕ ಖಚಿತವಾಗಿತ್ತು. ಬಹುಶಃ ಅದೊಂದು ಇತಿಹಾಸದ ಬಹುದೊಡ್ಡ ಕದನ. ಅದು ಮೆಲೂಹ ಮತ್ತು ಶಿವನ ನಡುವೆ ನಡೆಯುವುದೂ ಆಕೆಗೆ ಖಚಿತವಾಗಿತ್ತು. ತನ್ನ ಪ್ರೀತಿಯ ಪತಿ ಯಾರ ಪರವಾಗಿ ನಲ್ಲುತ್ತಾನೋ ಎಂಬ ಆತಂಕ ಆಕೆಗೆ.

ಪರ್ವತೇಶ್ವರನ ಮುಖವನ್ನು ನೇವರಿಸುತ್ತಾ ಆಕೆ ಹೇಳಿದಳು 'ಏನೇ ಆಗಲಿ ನೀವು ನೀಲಕಂಠನ ಮೇಲೆ ನಂಬಿಕೆ ಇಡಬೇಕು'.

ಪರ್ವತೇಶ್ವರ ಸುಮ್ಮನೆ ತಲೆಯಾಡಿಸಿದ.

ಪರ್ವತೇಶ್ವರನ ಬಳಿ ಇಷ್ಟು ಮಾತನಾಡಿದ ನಂತರ ಭಗೀರಥ ನೇರವಾಗಿ ಶಿವನ ಬಳಿಗೆ ಬಂದ. ಅದಾಗಲೇ ತನ್ನ ತಂದೆ ನೀಲಕಂಠನ ವಿರುದ್ಧ ಹೋರಾಟಕ್ಕೆ ನಿಂತಿದ್ದಾನೆ ಎಂಬ ಸತ್ಯ ತಿಳಿದಿತ್ತು. ಹಾಗಾಗಿ ಆತ ತನ್ನ ನಿಷ್ಠೆಯನ್ನು ಶಿವನಿಗೆ ತೋರಲೇಬೇಕಾಗಿತ್ತು. ಅದಕ್ಕೆ ಕಾರಣ ಆತನಗೆ ಶಿವನ ಮೇಲಿದ್ದ ಭಕ್ತಿ ಮತ್ತು ಗೌರವ.

'ಮಹಾಸ್ವಾಮಿ! ಪಂಚವಟಿಯಲ್ಲಿ ನಿಮ್ಮ ಮೇಲೆ ನಡೆದ ಆಕ್ರಮಣದ ಸಂಚುಗಾರನನ್ನು ಕಂಡುಹಿಡಿಯುವ ಉಪಾಯವೊಂದು ನನಗೆ ತಿಳಿದಿದೆ?'

'ಏನದು?' ಶಿವ ಪ್ರಶ್ನಿಸಿದ.

'ನಿಮಗೆ ತಿಳಿದಿರುವ ಹಾಗೆ ತಂದೆಯವರಿಗೆ ಇಂತಹ ಚಾಣಾಕ್ಷ ಸಂಚನ್ನು ರೂಪಿಸುವಷ್ಟು ಜಾಣ್ಮೆಯಾಗಲಿ, ತಾಳ್ಮೆಯಾಗಲಿ ಇಲ್ಲ. ದಾಳಿಯ ಹಿಂದಿನ ಸಂಚುಗಾರ ತಂದೆಯವರಿಗೆ ಅತ್ಯವಶ್ಯಕವಾಗಿ ಬೇಕಾಗಿರುವ ಏನನ್ನೋ ನೀಡುತ್ತಿದ್ದಾನೆ. ಅದಕ್ಕೆ ಅವರು ಕಟ್ಟುಬಿದ್ದಿದ್ದಾರೆ ಎಂಬುದು ನನ್ನ ಅಭಿಪ್ರಾಯ'.

'ಅಂದರೆ ನಿಮ್ಮ ತಂದೆಗೆ ಯಾರೋ ಆಮಿಷ ಒಡ್ಡಿದ್ದಾರೆ ಎಂಬುದೇ ನಿನ್ನ ಮಾತಿನ ಅರ್ಥ?. ಆದರೆ ಅವರ ಬಳಿಯಲ್ಲೇ ಹೇರಳವಾದ ಹಣವಿದೆಯಲ್ಲ ಭಗೀರಥ! ಅವರಿಗೆ ಹಣದ ಅವಶ್ಯಕತೆಯಾದರೂ ಏನು?'.

'ಆರೋಗ್ಯದ ಬದುಕನ್ನು ನೀಡುವ ಆಮಿಷಕ್ಕಿಂತ ಹೆಚ್ಚಾದದ್ದು ಮತ್ತೇನದೆ ಮಹಾಸ್ವಾಮಿ! ಕಳೆದ ಕೆಲವು ವರ್ಷಗಳ ಹಿಂದೆ ತಂದೆಯವರು ಹೇಗಿದ್ದರು ಎಂದು ನೀವೇ ನೋಡಿದ್ದಿರಲ್ಲ ಮಹಾಪ್ರಭು. ಮುಖದಲ್ಲಿ ಪ್ರೇತಕಳೆ, ಜಡ್ಡುಗಟ್ಟಿದ್ದ ಜರ್ಜರಿತವಾದ ದೇಹ. ಒಟ್ಟಾರೆ ಅವರು ಆಗಲೇ ಸಾವಿನ ಮನೆಯ ಕದ ತಟ್ಟುತ್ತಿದ್ದರು. ನಿರಂತರ ಮದ್ಯಪಾನದಿಂದ ಅವರ ದೇಹ ಕೃಶವಾಗಿತ್ತು. ಆದರೆ ಈಗ ಅವರು ನನಗಿಂತಲೂ ಚಿಕ್ಕವರಂತೆ ಕಾಣುತ್ತಿದ್ದಾರೆ. ಚಿರಯೌವನಿಗಳಾಗಿದ್ದಾರೆ. ಆರೋಗ್ಯದಿಂದ ನಳನಳಿಸು ತ್ತಿದ್ದಾರೆ'.

'ಅದು ಸೋಮರಸದ ಪ್ರಭಾವವಿರಬಹುದು ಭಗೀರಥ!' ಶಿವ ಹೇಳಿದ.

'ಅದು ಅಸಾಧ್ಯ ಮಹಾಸ್ವಾಮಿ. ತಂದೆಯವರು ಈ ಹಿಂದೆಯೂ ಕೆಲವು ಬಾರಿ ಸೋಮರಸವನ್ನು ಸೇವಿಸಿದ್ದರು. ಆದರೆ ಅದು ಅವರ ದೇಹದ ಮೇಲೆ ಹೆಚ್ಚು ಕೆಲಸ ಮಾಡಿರಲಿಲ್ಲ. ಅಂದರೆ ಯಾರೋ ಸೋಮರಸಕ್ಕಿಂತಲೂ ಶಕ್ತಿಶಾಲಿಯಾದ ಔಷಧವನ್ನು ತಂದೆಯವರಿಗೆ ನೀಡುತ್ತಿದ್ದಾರೆ. ಯಾವ ರಾಜ ಮಹಾರಾಜರಿಗೂ ದೊರಕದ ಅಪರೂಪದ ಔಷಧ ಅದು ಎಂಬುದು ನನ್ನ ಅನಿಸಿಕೆ'.

ಶಿವನ ಕಣ್ಣು ಅರಳಿತು. 'ಮೆಲೂಹದ ಸಾಮ್ರಾಟನಿಗಿಂತಲೂ ಶಕ್ತಿಶಾಲಿ ಮತ್ತು ಬುದ್ಧಿಶಾಲಿಯಾದ ಆತ ಯಾರಿರಬಹುದು?' ಎಂದು ಮನಸ್ಸಿನಲ್ಲೇ ಯೋಚಿಸಿದ.

'ಯಾರಾದರೂ ಮಹರ್ಷಿಗಳು ನಿಮ್ಮ ತಂದೆಯವರಿಗೆ ಸಹಾಯ ಮಾಡುತ್ತಿದ್ದಾರೆ ಎಂದು ನಿನಗೆ ಅನ್ನಿಸುತ್ತಿದೆಯೇ?' ಮತ್ತೆ ಶಿವ ಪ್ರಶ್ನಿಸಿದ.

ಭಗೀರಥ ತಲೆಯಾಡಿಸುತ್ತಾ ಹೇಳಿದ 'ಮಹಾಪ್ರಭು.......ಮಹರ್ಷಿಯೊಬ್ಬರು ತಂದೆಯವರಿಗೆ ಕೇವಲ ಸಹಾಯವನ್ನಷ್ಟೇ ಮಾಡುತ್ತಿಲ್ಲ. ಅವರೇ ನಾಯಕತ್ವವಹಿಸಿ ಕೈಹಿಡಿದು ಮುನ್ನಡೆಸುತ್ತಿದ್ದಾರೆ'.

'ಆ ಮಹರ್ಷಿ ಯಾರಿರಬಹುದು ಭಗೀರಥ?'.

'ಅದು ನನಗೆ ತಿಳಿಯದು ಮಹಾಸ್ವಾಮಿ. ಆದರೆ ನಾನು ಅಯೋಧ್ಯೆಗೆ ತೆರಳಿದ ನಂತರ ಅದನ್ನು ಕಂಡುಹಿಡಿಯುತ್ತೇನೆ'.

'ಏನು! ನೀನು ಅಯೋಧ್ಯೆಗೆ ಹೊರಟಿರುವೆಯಾ?'.

'ಹೌದು ಮಹಾಸ್ವಾಮಿ! ಹೇಗೂ ನಾವು ಈಗಾಗಲೇ ಗೋಧಾವರಿ ನದಿಯಲ್ಲಿ ನಮ್ಮ ಮೇಲೆ ಯಾವ ಆಕ್ರಮಣವೂ ನಡೆದಿಲ್ಲ ಎಂದು ಹೇಳಿಕೆ ನೀಡಿದ್ದೇವೆ. ದೇಶಾದ್ಯಂತ ಅದೊಂದು ಸುದ್ದಿ ಹಬ್ಬಿದೆ. ಪರಿಸ್ಥಿತಿ ಹೀಗಿರುವಾಗ ನಾನು ಅಯೋಧ್ಯೆಗೆ ಹೊರಟರೆ ಯಾವ ಅಪಾಯವೂ ಎದುರಾಗದು ಅಲ್ಲವೇ ಮಹಾಪ್ರಭು. ಹಾಗೆ ನಾನು ಅಯೋಧ್ಯೆಗೆ ಹೋಗದಿದ್ದರೆ ವಿರೋಧಿಗಳಿಗೆ ಅನುಮಾನ ಮೂಡುತ್ತದೆ. ಅಲ್ಲದೆ ನಾನು ಅಯೋಧ್ಯೆಗೆ ಹೋದರೆ ಮಾತ್ರ ನಮ್ಮ ಮೇಲಿನ ಆಕ್ರಮಣದ ರೂವಾರಿ ಯಾರು ಎಂಬುದರ ಬಗ್ಗೆ ಖಚಿತ ಮಾಹಿತಿ ದೊರೆಯುತ್ತದೆ. ಅಲ್ಲಿ ತಂದೆಯವರ ಬೇಹುಗಾರರನ್ನು ಕಣ್ಣುತಪ್ಪಿಸಿ ಮಾಹಿತಿ ಕಲೆಹಾಕುವ ಕಲೆ ನನಗೆ ಕರಗತವಾಗಿದೆ. ಅಯೋಧ್ಯೆಯಲ್ಲಿ ನನಗೆ ಹತ್ತಾರು ಕಣ್ಣು, ಕಿವಿಗಳಿವೆ'.

ಶಿವ ಒಂದು ಕ್ಷಣ ಯೋಚಿಸಿ ನಂತರ ಭಗೀರಥನಿಗೆ ಅಯೋಧ್ಯೆಗೆ ತೆರಳಲು ಅನುಮತಿ ನೀಡಿದ.

ನಂತರ ಭಗೀರಥ ಶಿವನಗೆ ಹೇಳಿದ 'ಮಹಾಸ್ವಾಮಿ! ನನ್ನದೊಂದು ಕೋರಿಕೆ.

ಇಷ್ಟು ದಿನ ಸೋಮರಸವನ್ನು ಹೇರಳವಾಗಿ ಬಳಸಿದವರು ಮೆಲೂಹನ್ನರು. ಸ್ವದ್ವೀಪದಲ್ಲಿ ಕೇವಲ ಗಣ್ಯಾತಿಗಣ್ಯರು ಮಾತ್ರ ಇದನ್ನು ಬಳಸುತ್ತಿದ್ದಾರೆ. ಹಾಗಾಗಿ ಸೋಮರಸವನ್ನು ಮೆಲೂಹದಲ್ಲಿ ಮಾತ್ರ ನಿಷೇಧಿಸಿ. ಸ್ವದ್ವೀಪನ್ನರು ಅದನ್ನು ಮತ್ತಷ್ಟು ವರ್ಷಗಳ ಕಾಲ ಬಳಸಲು ಅನುಮತಿ ನೀಡಿ'.

'ನಿಮಗೆ ಸೋಮರಸ ಹೆಚ್ಚಿನ ಪ್ರಮಾಣದಲ್ಲಿ ದೊರೆಯಲಿಲ್ಲ ಎಂಬ ಕಾರಣಕ್ಕಾಗಿ ನೀವು ಅದನ್ನು ಬಳಸಲಿಲ್ಲ ಅಲ್ಲವೇ ಭಗೀರಥ. ನಿಮಗೂ ಅದು ದೊರೆತಿದ್ದರೆ ನೀವು ಸಹ ಅದನ್ನು ಬಳಸುತ್ತಿದ್ದಿರಿ ಅಲ್ಲವೆ?'

'ಆದರೆ ಮೆಲೂಹ?'.

'ಅವರು ಹೆಚ್ಚು ಹೆಚ್ಚು ಸೋಮರಸ ಸೇವಿಸಿದ್ದರ ಪರಿಣಾಮವನ್ನು ಎದುರಿಸುತ್ತಿದ್ದಾರೆ. ಅಂತಹ ಪರಿಸ್ಥಿತಿ ನಿಮಗೂ ಬರವುದು ಬೇಡ. ಒಮ್ಮೆ ಸೋಮರಸವನ್ನು ನಿಷೇಧಿಸಿದರೆ ಅದನ್ನು ಯಾರೂ ಬಳಸಬಾರದು. ಇದು ನನ್ನ ಕಟ್ಟಾಜ್ಞೆ'.

ಭಗೀರಥ ಸುಮ್ಮನೆ ನಿಂತಿದ್ದ.

'ತಿಳಿಯಿತೇ ಭಗೀರಥ.......!' ಶಿವ ಅಬ್ಬರಿಸಿದ.

'ಹಾಗೇ ಆಗಲಿ ಮಹಾಪ್ರಭು' ಎಂದು ಹೇಳಿ ಭಗೀರಥ ಅಲ್ಲಿಂದ ಹೊರನಡೆದ.

ಅಧ್ಯಾಯ – 5

ರಹಸ್ಯ ದಾರಿ

ಶಿವನ ನೇತೃತ್ವದ ಐನೂರು ಜನರ ತಂಡ ಪಂಚವಟಿಯಿಂದ ಉತ್ತರ ದಿಕ್ಕಿನಲ್ಲಿದ್ದ ವಾಸುದೇವ ನಗರಿ ಉಜ್ಜಯನಿಯತ್ತ ಹೊರಟಿತು. ಶಿವ ಮತ್ತು ಆತನ ಕುಟುಂಬವನ್ನು ನಾಗಾ ಮತ್ತು ಬ್ರಂಗಾ ಸೈನಿಕರು ರಕ್ಷಣಾ ಗೋಡೆಯಂತೆ ಸುತ್ತುವರಿದಿದ್ದರು. ಶಿವನ ನಿಷ್ಠಾವಂತ ಸೈನಿಕರಿಗೆ ಮಾತ್ರ ನಾಗಾಗಳ ರಹಸ್ಯದಾರಿ ತಿಳಿದಿರಬೇಕು ಎಂಬುದು ಕಾಳಿಯ ಉದ್ದೇಶವಾಗಿತ್ತು. ಹಾಗಾಗಿ ಆಕೆ ಬೇರೆ ಯಾರನ್ನೂ ತಂಡದಲ್ಲಿ ಸೇರಿಸಿಕೊಂಡಿರಲಿಲ್ಲ. ಇದಕ್ಕೆ ಹೊರತಾಗಿದ್ದವರು ನಂದಿ ಮತ್ತು ಪರಶುರಾಮ ಮಾತ್ರ. ಅಲ್ಲದೆ ವಾಸುದೇವ ಪಂಡಿತರು ಆಡುವ ಮಾತುಗಳಲ್ಲಿ ಕೆಲವು ಗೂಢಾರ್ಥಗಳಿರುತ್ತಿದ್ದವು. ಅದನ್ನು ಅರ್ಥಮಾಡಿಕೊಳ್ಳಲು ತನಗೆ ಅನುಕೂಲವಾಗಲಿ ಎಂದು ಶಿವ ಬೃಹಸ್ಪತಿಯನ್ನು ತನ್ನೊಂದಿಗೆ ಬರುವಂತೆ ತಿಳಿಸಿದ್ದ. ಆದರೂ ಅವರಿಬ್ಬರ ನಡುವೆ ಮೊದಲಿದ್ದ ಬಾಂಧವ್ಯ ಮತ್ತು ಅನ್ಯೋನ್ಯತೆ ಈಗ ಕಾಣೆಯಾಗಿತ್ತು.

ಅಂತೆಯೇ ಪರ್ವತೇಶ್ವರ, ಆನಂದಮಯಿ, ಆಯುರ್ವತಿ ಮತ್ತು ಭಗೀರಥ ಪಂಚವಟಿಯಲ್ಲೇ ಉಳಿದಿದ್ದರು. ಕೆಲವು ದಿನಗಳ ನಂತರ ಇವರೆಲ್ಲರೂ ಅಲ್ಲಿಂದ ದಂಡಕಾರಣ್ಯದ ಮೂಲಕ ಬ್ರಂಗಾ ನಾಡನ್ನು ದಾಟಿ ಕಾಶಿ ನಗರವನ್ನು ತಲುಪಬೇಕಾಗಿತ್ತು. ಪಂಚವಟಿಯಿಂದ ಬ್ರಂಗಾ ನಾಡಿನವರೆಗಿನ ದಾರಿಯನ್ನು ತೋರಿಸಲು ಇವರೊಂದಿಗೆ ವಿಶ್ವದ್ಯುಮ್ನ ಹೊರಟಿದ್ದ. ಶಿವನ ತಂಡ ಕುದುರೆಯೇರಿ ಪ್ರಯಾಣ ಬೆಳೆಸಿತು. ದಾರಿಯ ಎರಡೂ ಮಗ್ಗುಲಿನಲ್ಲಿ ಬೇಲಿಗಳು. ಬೇಲಿಯ ಒಳಭಾಗದಲ್ಲಿ ಹೆಚ್ಚೇನೂ ಅಪಾಯವಿಲ್ಲದ ನಾಗವಲ್ಲಿ ಬಳ್ಳಿಗಳು. ಹೊರಭಾಗದಲ್ಲಿ ಮತ್ತೊಂದು ರೀತಿಯ ಅತ್ಯಂತ ವಿಷಕಾರಿ ಬಳ್ಳಿಗಳು. ಅನಿರೀಕ್ಷಿತವಾಗಿ ಆಕ್ರಮಣ ಮಾಡುವ ಶತ್ರುಗಳಿಂದ ರಕ್ಷಣೆ ಪಡೆದುಕೊಳ್ಳಲು ನಾಗಾಗಳು ಈ ರೀತಿಯ ಬಳ್ಳಿಗಳನ್ನು ಬೆಳೆಸಿದ್ದರು.

ಹಾಗೇ ಸಾಗುತ್ತಿದ್ದಂತೆ ಶಿವ ಗಣೇಶನನ್ನು ಪ್ರಶ್ನಿಸಿದ 'ಮಗು! ನಿನಗೆ ಮೈಕಾ ವ್ಯವಸ್ಥೆಯ ಬಗ್ಗೆ ಏನಾದರೂ ತಿಳಿದಿದೆಯೇ?'.

'ಹೌದು ಬಾಬಾ! ಅದೊಂದು ಅತ್ಯುತ್ತಮ ವ್ಯವಸ್ಥೆ. ಮೈಕಾ ನಗರದಲ್ಲಿ ಎಲ್ಲರನ್ನೂ ಸಮಾನವಾಗಿ ನೋಡಲಾಗುತ್ತದೆ. ಅಲ್ಲಿ ಭೇದ-ಭಾವವಿಲ್ಲ. ನಾಗಾಗಳಿಗೂ

ಸಮಾನ ಗೌರವ. ಅಲ್ಲಿ ಹುಟ್ಟುವ ನಾಗಾ ಮಕ್ಕಳು ಬೆಳೆಯುತ್ತಿದ್ದಂತೆ ಅವುಗಳ ದೇಹದಲ್ಲಿ ಆಗುವ ಬದಲಾವಣೆ ಮತ್ತು ಅನುಭವಿಸುವ ನೋವನ್ನು ಕಂಡಾಗ ಕಣ್ಣಲ್ಲಿ ನೀರೂರುತ್ತದೆ. ಅನೇಕ ಬಾರಿ ಮೈಕಾದ ರಾಜ್ಯಪಾಲರೇ ಸ್ವತಃ ಅಂತಹ ಮಕ್ಕಳ ರಕ್ಷಣೆಗೆ ಬಂದಿದ್ದಾರೆ. ನಾಗಾ ಮಕ್ಕಳನ್ನು ನಿಯಮ ಮೀರಿ ಪಂಚವಟಿಗೆ ಕಳುಹಿಸಿದ್ದಾರೆ. ಸಾಮಾನ್ಯವಾಗಿ ನಾಗಾ ಹಡಗೊಂದು ಪ್ರತಿ ತಿಂಗಳ ಕೊನೆಯ ವಾರದಲ್ಲಿ ನರ್ಮದಾ ನದಿಯನ್ನು ದಾಟಿ ಮಧ್ಯರಾತ್ರಿಯ ವೇಳೆಗೆ ಮೈಕಾಗೆ ಬರುತ್ತದೆ. ಆ ತಿಂಗಳಲ್ಲಿ ಹುಟ್ಟಿದ ಎಲ್ಲ ನಾಗಾ ಮಕ್ಕಳನ್ನು ಅಲ್ಲಿನ ದಾಖಲಾತಿ ವಿಭಾಗದ ಮುಖ್ಯಸ್ಥರು ನಮಗೆ ಒಪ್ಪಿಸುತ್ತಾರೆ. ಅವುಗಳಲ್ಲಿ ಕೆಲವೇ ಮಕ್ಕಳ ತಂದೆ-ತಾಯಂದಿರು ತಾವು ನಾಗಾಗಳಲ್ಲದಿದ್ದರೂ ತಮಗೆ ಹುಟ್ಟಿದ ಮಗುವಿನ ರಕ್ಷಣೆಗಾಗಿ ಮೆಲೂಹವನ್ನು ತೊರೆದು ಪಂಚವಟಿಗೆ ಬಂದು ನೆಲೆಸುತ್ತಾರೆ'.

'ಆದರೆ ಮೈಕಾ ಆಡಳಿತ ಅಂತಹ ಪೋಷಕರನ್ನು ತಡೆಯುವುದಿಲ್ಲವೆ?' ಶಿವ ಪ್ರಶ್ನಿಸಿದ.

'ಇಲ್ಲ! ಮೆಲೂಹದ ನಿಯಮದಂತೆ ನಾಗಾ ಮಕ್ಕಳ ಪೋಷಕರು ಸ್ವತಃ ಪಂಚವಟಿಗೆ ಹೋಗಿ ಅಲ್ಲಿ ಮಕ್ಕಳನ್ನು ಬಿಟ್ಟು ಬರಬೇಕು. ಆದರೆ ಕೆಲವು ಪೋಷಕರು ಹಾಗೆ ಮಾಡುವುದಿಲ್ಲ. ನೇರವಾಗಿ ಮಕ್ಕಳನ್ನು ನಮಗೆ ಒಪ್ಪಿಸಿ ಸುಖಜೀವನವನ್ನು ಅರಸಿ ಮೆಲೂಹಕ್ಕೆ ಹೊರಟು ಹೋಗುತ್ತಾರೆ. ಮೈಕಾ ಆಡಳಿತ ಸಹ ತಿಳಿದೂ ತಿಳಿಯದಿರುವಂತಿದೆ. ಮೆಲೂಹದ ರಾಜ್ಯಪಾಲರೂ ಅದಕ್ಕೆ ತಕ್ಕಹಾಗೆ ವರ್ತಿಸುತ್ತಾರೆ'.

ಇದನ್ನು ಕೇಳುತ್ತಲೇ ಸತಿ ಬೇಸರದಿಂದ ತಲೆಯಾಡಿಸಿದಳು. ಆಕೆಗೆ ಇದಾವುದೂ ತಿಳಿದಿರಲಿಲ್ಲ. ತನ್ನ ತಂದೆ ಮಾತ್ರ ಮೆಲೂಹದ ನಿಯಮವನ್ನು ಮೀರಿದ್ದರು ಎಂದಷ್ಟೇ ತಿಳಿದಿತ್ತು. ಆದರೆ ಇಡೀ ವ್ಯವಸ್ಥೆಯೇ ಶ್ರೀರಾಮನ ಆದೇಶವನ್ನು ಧಿಕ್ಕರಿಸಿರುವುದು ಆಕೆಗೆ ಬೇಸರ ತರಿಸಿತ್ತು. ಅಷ್ಟರಲ್ಲಿ ಶಿವನಗೆ ದೊಡ್ಡದೊಂದು ಸುಂದರ ಮರಳು ದಂಡೆಯೊಂದು ಕಾಣಿಸಿತು.

ಆತ ಹೇಳಿದ 'ಈ ಮರಳು ದಂಡೆಯ ಹಿಂದಿರುವುದು ನರ್ಮದಾ ನದಿ ಅಲ್ಲವೇ? ನಾವು ಪಂಚವಟಿಗೆ ಹೋಗುವಾಗಲೂ ಇದೇ ದಾರಿಯಲ್ಲಿ ಹೋದೆವು ಎಂದು ನನಗನಸುತ್ತಿದೆ'.

ಕೂಡಲೆ ಗಣೇಶ ಹೇಳಿದ 'ನಿಜ! ಈ ದಂಡೆಯ ಹಿಂದೆ ಮಹಾನದಿಯೊಂದು ಹರಿಯುತ್ತದೆ. ಆದರೆ ಅದು ನರ್ಮದಾ ನದಿಯಲ್ಲ. ಅದರ ಹೆಸರು ತಪತಿ. ಇದನ್ನು ದಾಟಿ ನಂತರ ಕೆಲವು ವಾರ ಪ್ರಯಾಣ ಮಾಡಿದರೆ ಎದುರಾಗುವುದು ನರ್ಮದಾ ನದಿ'.

ಶಿವ ನಸುನಗುತ್ತಾ ಹೇಳಿದ 'ದೇವರು ಈ ನಾಡಿಗೆ ಎಷ್ಟೋ ನದಿಗಳನ್ನು

ಕರುಣಿಸಿ ಹರಸಿದ್ದಾನೆ. ನಾವೆಂದಿಗೂ ನೀರಿನ ಕೊರತೆಯನ್ನು ಎದುರಿಸುವಂತಿಲ್ಲ'.

'ನಿಜ! ಆದರೆ ನಾವು ಸರಸ್ವತಿ ನದಿಯ ನೀರನ್ನು ಬಳಸಿದಂತೆ ಈ ನದಿಗಳ ನೀರನ್ನೂ ಬಳಸಿದರೆ ಅಪಾಯ ಕಟ್ಟಿಟ್ಟ ಬುತ್ತಿ ಅಲ್ಲವೇ ಬಾಬಾ'.

ಶಿವ 'ಹೌದು' ಎನ್ನುವಂತೆ ತಲೆಯಾಡಿಸಿದ.

ಇತ್ತ ಬೃಗು ಖಾಸಗಿ ಕೋಣೆಯಲ್ಲಿ ಲಕೋಟೆಯಲ್ಲಿದ್ದ ಪತ್ರವೊಂದನ್ನು ಒಡೆದು ಓದಲಾರಂಭಿಸಿದ. ತಾನು ಏನು ನಿರೀಕ್ಷಿಸಿದ್ದನೋ ಅದೇ ವಿಚಾರ ಪತ್ರದಲ್ಲಿತ್ತು. ಅದನ್ನು ಬರೆದಿದ್ದವರು ವಾಯುಪುತ್ರ ಮಂಡಳಿಯ ಮುಖ್ಯಸ್ಥರು.

ಅದರ ಒಕ್ಕಣೆ ಹೀಗಿತ್ತು 'ಬೃಗು ಮಹರ್ಷಿಗಳೇ! ಕರಾಚಪ ಬಂದರಿನಿಂದ ಹೊರಟ ಹಡಗೊಂದರಲ್ಲಿ ದೈವೀ ಅಸ್ತ್ರವನ್ನು ಸಾಗಿಸಲಾಗಿದೆ ಎಂಬ ವಿಚಾರ ನಮ್ಮ ಗಮನಕ್ಕೆ ಬಂದಿದೆ. ಈ ಬಗ್ಗೆ ನಾವು ಆಂತರಿಕ ತನಿಖೆ ನಡೆಸಿದ್ದೇವೆ. ಕೆಲವು ಉಪಯುಕ್ತ ಸಂಶೋಧನೆಗಳನ್ನು ನಡೆಸಲು ನೀಡಿದ್ದ ವಸ್ತುಗಳನ್ನು ಬಳಸಿಕೊಂಡು ದೈವೀಅಸ್ತ್ರವನ್ನು ತಯಾರಿಸಿರುವವರು ನೀವೇ ಎಂದು ನಮ್ಮ ತನಿಖಾ ವರದಿ ಖಚಿತಪಡಿಸಿದೆ. ರುದ್ರದೇವರು ದೈವೀಅಸ್ತ್ರದ ಬಳಕೆಯನ್ನು ಬಹಳ ಹಿಂದೆಯೇ ನಿಷೇಧಿಸಿರುವ ವಿಚಾರ ನಮ್ಮೆಲ್ಲರಿಗೂ ತಿಳಿದಿದೆ. ಹಾಗಾಗಿ ನೀವೂ ಅದನ್ನು ಎಲ್ಲೂ ಬಳಸುವುದಿಲ್ಲ ಎಂದು ನಾವು ನಂಬಿದ್ದೆವು. ಆದರೆ ನೀವು ದೈವೀಅಸ್ತ್ರವನ್ನು ಅನಧೀಕೃತವಾಗಿ ತಯಾರಿಸಿ ಅದನ್ನು ಕರಾಚಪ ಬಂದರಿನಿಂದ ಸಾಗಿಸಿರುವುದು ಅಕ್ಷಮ್ಯ ಅಪರಾಧ. ಅದಕ್ಕಾಗಿ ನಮಗೆ ಸೂಕ್ತ ಶಿಕ್ಷೆ ಆಗಲೇಬೇಕು. ಆದ್ದರಿಂದ ಇನ್ನು ಮುಂದೆ ನೀವೆಂದೂ ಪರಿಹವನ್ನು ಪ್ರವೇಶಿಸುವುದಾಗಲೀ ವಾಯುಪುತ್ರರೊಂದಿಗೆ ಮಾತುಕತೆ ನಡೆಸುವುದಾಗಲೀ ಮಾಡಕೂಡದು. ವಾಯುಪುತ್ರರಾದ ನಾವು ಯಾವುದೇ ಕಾರಣಕ್ಕೂ ದೈವೀಅಸ್ತ್ರವನ್ನು ಯಾರೂ ಬಳಸಲು ಬಿಡುವುದಿಲ್ಲ ಎಂಬ ವಾಗ್ದಾನವನ್ನು ರುದ್ರದೇವರಿಗೆ ನೀಡಿದ್ದೇವೆ. ಅದು ನಮಗೂ ತಿಳಿದಿರುವ ವಿಚಾರ. ಆದ್ದರಿಂದ ಈ ಕೂಡಲೆ ತಾವು ತಯಾರಿಸಿರುವ ಆ ದೈವೀಅಸ್ತ್ರವನ್ನು ವಾಯುಪುತ್ರ ರಕ್ಷಣಾ ಮುಖ್ಯಸ್ಥರಿಗೆ ತಲುಪಿಸುವುದು'.

ವಾಯುಪುತ್ರ ಮಂಡಳಿಯ ಮುಖ್ಯಸ್ಥ ಮಿತ್ರ ಪತ್ರದ ಕೆಳಗೆ ಸಹಿಮಾಡಿದ್ದುದು ಬೃಗು ಮಹರ್ಷಿಗೆ ಅತ್ಯಂತ ಆಶ್ಚರ್ಯ ತಂದಿತ್ತು. ಸಾಮಾನ್ಯವಾಗಿ ಪತ್ರಗಳಿಗೆ ಮಂಡಳಿಯ ಆರು ಅಮಾರ್ತ್ಯರಲ್ಲಿ ಒಬ್ಬರು ಸಹಿಮಾಡುತ್ತಾರೆ. ಆದರೆ ಪತ್ರದಲ್ಲಿದ್ದ ಮಿತ್ರನ ಸಹಿ ವಾಯುಪುತ್ರಮಂಡಳಿ ಈ ವಿಚಾರವನ್ನು ಅದೆಷ್ಟು ಗಂಭೀರವಾಗಿ ತೆಗೆದುಕೊಂಡಿದೆ ಎನ್ನುವುದನ್ನು ಸ್ಪಷ್ಟವಾಗಿ ಹೇಳುತ್ತಿತ್ತು. ಆದರೆ ಬೃಗು ತಾನು ಯಾವ ಕಾನೂನನ್ನು ಧಿಕ್ಕರಿಸಿಲ್ಲ ಎಂದೇ ನಂಬಿದ್ದ. ಹಾಗಾಗಿ ಆತ ಅದಾಗಲೇ ನೀಲಕಂಠನ ವಿಚಾರವಾಗಿ

ವಾಯುಪುತ್ರ ಮಂಡಳಿಗೆ ಪತ್ರವೊಂದನ್ನು ಬರೆದಿದ್ದ.

ಅದರಲ್ಲಿ 'ಟಿಬೆಟ್‌ನಿಂದ ಬಂದಿರುವ ಪರದೇಶಿಯೊಬ್ಬ ನೀಲಕಂಠನೆಂದು ಹೇಳಿಕೊಳ್ಳುತ್ತಿದ್ದಾನೆ. ಇದು ವಾಯುಪುತ್ರ ಮಂಡಳಿಯನ್ನೇ ಅಣಕಿಸಿದಂತಾಗಿದೆ. ಹಾಗಾಗಿ ಕೂಡಲೆ ಆತನ ಬಗ್ಗೆ ಕ್ರಮ ಕೈಗೊಳ್ಳಿ' ಎಂದು ಬರೆದಿದ್ದ.

ಆದರೆ ಮಂಡಳಿ ಈ ಬಗ್ಗೆ ಯಾವ ಕ್ರಮವನ್ನೂ ತೆಗೆದುಕೊಂಡಿರಲಿಲ್ಲ. ಆದರೆ ವಾಯುಪುತ್ರ ಮಂಡಳಿ ದೈವೀಅಸ್ತ್ರ ತಯಾರಿಸಲು ಬೇಕಾದ ಒಂದಷ್ಟು ಕಚ್ಚಾವಸ್ತುವನ್ನು ಬೃಗುವಿಗೆ ನೀಡಿತ್ತು. ಆದರೆ ಅದಿಷ್ಟನ್ನೇ ಉಪಯೋಗಿಸಿಕೊಂಡು ಮಹಾನ್ ಶಕ್ತಿಯಾದ ದೈವೀಅಸ್ತ್ರವನ್ನು ತಯಾರಿಸುವುದು ಆತನಗೆ ಅಸಾಧ್ಯವಾಗಿತ್ತು. ಹಾಗಾಗಿ ಆತ ತಾನು ಎಷ್ಟೋ ವರ್ಷಗಳಿಂದ ಸಂಶೋಧನೆಗೆಂದು ಸಂಗ್ರಹಿಸಿದ್ದ ಕಚ್ಚಾವಸ್ತುಗಳನ್ನು ಬಳಸಿಕೊಂಡು ಏಕಾಂಗಿಯಾಗಿ ಮಹಾ ಅಸ್ತ್ರವನ್ನು ತಯಾರಿಸಿದ್ದ.

ಬೃಗು ಪತ್ರವನ್ನು ತದೇಕ ಚಿತ್ತದಿಂದ ನೋಡುತ್ತಿದ್ದ. ದೃಷ್ಟಿ ತೀಕ್ಷ್ಣವಾಗಿತ್ತು. ಆತ ತನ್ನೆಲ್ಲ ಶಕ್ತಿ, ಸಾಮರ್ಥ್ಯ ಮತ್ತು ಬುದ್ಧಿವಂತಿಕೆಯನ್ನು ಬಳಸಿ ಅಸ್ತ್ರವನ್ನು ತಯಾರಿಸಿದ್ದ. ಆದರೆ ಅಂತಹ ಮಹಾ ಅಸ್ತ್ರ ನೀಲಕಂಠನನ್ನು ಸಂಹಾರ ಮಾಡಿ ತನ್ನ ಮಹತ್ವಾಕಾಂಕ್ಷೆಯನ್ನು ಈಡೇರಿಸಿತೋ ಇಲ್ಲವೋ ಎಂಬುದೇ ಬೃಗುವಿಗೆ ಯಕ್ಷಪ್ರಶ್ನೆಯಾಗಿ ಕಾಡಿತ್ತು. ಬೃಗುವಿಗೆ ದಕ್ಷನ ಮೇಲೆ ಅಷ್ಟೇನೂ ವಿಶ್ವಾಸವಿರಲಿಲ್ಲ. ಆತ ಮಗಳ ಮೇಲಿನ ವ್ಯಾಮೋಹದಿಂದ ಕರಗಿಹೋಗಬಹುದು ಎಂಬ ಅನುಮಾನ ಬೃಗುವನ್ನು ಕಾಡುತ್ತಿತ್ತು. ಹಾಗಾಗಿ ಬೃಗು ತಾನು ಕಳುಹಿಸಿದ್ದ ದೈವೀಅಸ್ತ್ರವಿದ್ದ ಹಡಗಗಳು ಏನಾದವು ಎಂದು ತಿಳಿದುಕೊಳ್ಳಲು ದಿಲೀಪನ ಸೈನ್ಯದ ಶಕ್ತಿಶಾಲಿ ಹಡಗೊಂದನ್ನು ಗೋದಾವರಿ ನದಿಯ ಬಳಿಗೆ ಕಳುಹಿಸಿದ್ದ. ಆದರೆ ಅಲ್ಲಿಂದ ಮಾಹಿತಿ ಬರಲು ಇನ್ನೂ ಒಂದು ತಿಂಗಳು ಕಾಯಬೇಕಾಗಿತ್ತು.

ಬೃಗುವಿಗೆ ತನ್ನ ಐದು ಹಡಗುಗಳು ನೀಲಕಂಠನನ್ನು ಧ್ವಂಸ ಮಾಡಿಬಿಡುತ್ತವೆ ಎಂಬ ಅತಿಯಾದ ಆತ್ಮವಿಶ್ವಾಸವಿತ್ತು. ಹಾಗಾಗಿಯೂ ಆತ ಇತರ ಸಾಧ್ಯತೆಗಳ ಬಗ್ಗೆಯೂ ಯೋಚಿಸಿದ್ದ. ಹಡಗುಗಳು ನಿಗದಿತ ಗುರಿಯನ್ನು ತಲುಪದೇ ದಾರಿಯಲ್ಲೇ ಸ್ಫೋಟಗೊಂಡಿರುವ ಸಾಧ್ಯತೆಯನ್ನೂ ಆತ ಲೆಕ್ಕ ಹಾಕಿದ್ದ. ಅಲ್ಲದೆ ಶಿವ ನಾಗಾಗಳೊಂದಿಗೆ ಹೊಂದಾಣಿಕೆ ಮಾಡಿಕೊಂಡು ತನ್ನ ವಿರುದ್ಧವೇ ನಿಲ್ಲುವ ಸಾಧ್ಯತೆಯನ್ನೂ ಆತ ತಳ್ಳಿಹಾಕಿರಲಿಲ್ಲ. ಹಾಗಾಗಿ ಎಲ್ಲವೂ ಅಯೋಮಯವಾಗಿತ್ತು. ಈ ಎಲ್ಲಾ ಬೆಳವಣಿಗೆಯಿಂದ ಬೃಗು ಮಹರ್ಷಿ ಕಂಗಾಲಾಗಿದ್ದ. ಹಾಗಾಗಿ ಆತ ಹೆಚ್ಚು ದಿನ ದೇವಗಿರಿಯಲ್ಲಿ ವಾಸ್ತವ್ಯ ಹೂಡಲು ಇಷ್ಟಪಡಲಿಲ್ಲ. ಆದರೆ ಹಡಗುಗಳ ಬಗ್ಗೆ ಸುದ್ದಿ ಬರುವವರೆಗೂ ದೇವಗಿರಿಯನ್ನು ಬಿಟ್ಟು ಹೋಗುವಂತಿರಲಿಲ್ಲ. ಬೃಗು ಸಧ್ಯದ ಪರಿಸ್ಥಿತಿಯಲ್ಲಿ ಭಾರತ ದೇಶದ ಭವಿಷ್ಯ ಅಪಾಯದಲ್ಲಿ ಸಿಲುಕಿದೆ ಎಂದು ಭಾವಿಸಿದ್ದ. ಕೆಲವು ನಿಮಿಷ ಹೀಗೆ

ಯೋಚಿಸಿ ದೀರ್ಘ ನಿಟ್ಟುಸಿರು ಬಿಟ್ಟು ಧ್ಯಾನಾಸಕ್ತನಾದ.

ಇತ್ತ ಶಿವನ ದಂಡು ತಪತಿ ನದಿಯನ್ನು ದಾಟಿ ಮರಳು ದಂಡೆಯೊಂದರ ಬಳಿಯಿದ್ದ ತೇಲುವ ಮರಗಳ ತೋಪೊಂದರ ಬಳಿ ಬಂದಿತು. ಆ ರಹಸ್ಯ ತೋಪಿನ ಹಿಂದೆ ನರ್ಮದಾ ನದಿ. ಮನು ಗುರುತಿಸಿದ್ದ ಸಪ್ತಸಿಂಧುವಿನ ದಕ್ಷಿಣ ಗಡಿ ಅದು.

'ಇನ್ನೂ ನಾವೆಷ್ಟು ದೂರ ಪ್ರಯಾಣ ಮಾಡಬೇಕು ಅಣ್ಣಾ' ಕಾರ್ತಿಕ ಗಣೇಶನನ್ನು ಪ್ರಶ್ನಿಸಿದ.

'ಹೆಚ್ಚೇನು ದೂರವಿಲ್ಲ. ಮುಂದಿನ ಕೆಲವೇ ವಾರಗಳಲ್ಲಿ ನಮ್ಮ ಪ್ರಯಾಣ ಮುಗಿಯುತ್ತದೆ. ಇಲ್ಲಿಂದ ಹೊರಟು ನರ್ಮದಾ ನದಿಯಲ್ಲಿ ಸಾಗಿದರೆ ವಿಂಧ್ಯ ಪರ್ವತ ಎದುರಾಗುತ್ತದೆ. ಆ ಪರ್ವತವನ್ನು ನಡೆದೇ ಕ್ರಮಿಸಬೇಕು. ನಂತರ ಚಂಬಲ್ ನದಿ. ಅದನ್ನು ದಾಟಿದರೆ ಉಜ್ಜೈಯನಿ' ಗಣೇಶ ಹೇಳಿದ.

ಅಷ್ಟರಲ್ಲಿ ನಾಗಾ ಸೈನಕರು ಪುಟ್ಟ ಹಡಗಿನ ದಿಕ್ಕನ್ನು ಬದಲಿಸಿ ಲಂಗರು ಹಾಕಲಾರಂಭಿಸಿದರು. ಕಾರಣ ಕಾಳಿ ಅಲ್ಲಿಂದ ಪಂಚವಟಿಯತ್ತ ಹೊರಟಿದ್ದಳು. ಸತಿಗೆ ತಂಗಿ ಮುಂದಿನ ಪ್ರಯಾಣದಲ್ಲೂ ಜತೆಗಿರಲಿ ಎಂಬ ಆಸೆ. ಆದರೆ ನಾಗಾರಾಣಿಯಾದ ಕಾಳಿಗೆ ಪಂಚವಟಿಯಲ್ಲಿ ಸಾಕಷ್ಟು ಕೆಲಸಗಳಿದ್ದವು. ಹಾಗಾಗಿ ಆಕೆ ಹೋಗಲೇಬೇಕಾಗಿತ್ತು. ಸತಿ ಒಲ್ಲದ ಮನಸ್ಸಿನಿಂದ ಕಾಳಿಯನ್ನು ಬೀಳ್ಕೊಟ್ಟಳು.

ಅಂದು ಮಧ್ಯಾಹ್ನ ಪರ್ವತೇಶ್ವರ, ಆನಂದಮಯಿ, ಭಗೀರಥ ಮತ್ತು ಆಯುರ್ವತಿ ಭೋಜನ ಮಾಡುತ್ತಾ ಕುಳಿತಿದ್ದರು. ಅವರೆಲ್ಲರೂ ಆಗಷ್ಟೇ ಪಂಚವಟಿಯನ್ನು ಬಿಟ್ಟು ದಂಡಕಾರಣ್ಯವನ್ನು ಪ್ರವೇಶಿಸಿದ್ದರು. ನೀರಿನ ಮೇಲೆ ನಿರ್ಮಾಣಗೊಂಡಿದ್ದ ಸುಂದರಬನಗಳ ತೋಪು ಬ್ರಂಗಾ ನಾಡಿಗೆ ಮಧುಮತಿ ನದಿಯ ಮೇಲೆ ಹೋಗಬೇಕಾದ ದಾರಿಯನ್ನು ತೋರಿಸುತ್ತಿತ್ತು. ಸಾವಿರದ ಆರುನೂರು ಜನರ ದಂಡು ಮುಂದಿನ ಕೆಲವೇ ದಿನಗಳಲ್ಲಿ ಕಾಶಿಯನ್ನು ಸೇರುವ ಗುರಿ ಹೊಂದಿತ್ತು. ಭೋಜನ ಮುಗಿಸಿ ಸ್ವಲ್ಪ ದೂರ ಸಾಗುತ್ತಿದ್ದಂತೆ ಐದು ಕವಲೊಡೆದ ದಾರಿಯೊಂದು ಎದುರಾಯಿತು. ಆ ಐದು ದಾರಿಗಳಲ್ಲಿ ಒಂದು ಮಾತ್ರ ಸರಿಯಾದ ದಾರಿ. ಅಪ್ಪಿ-ತಪ್ಪಿ ಉಳಿದ ನಾಲ್ಕು ದಾರಿಗಳಲ್ಲಿ ಯಾರಾದರೂ ಸಂಚರಿಸಿದರೆ ಅಲ್ಲಿಗೆ ಅವರ ಕಥೆ ಮುಗಿದಂತೆ. ಆ ನಾಲ್ಕು ದಾರಿಗಳು ಭಯಾನಕ ಗೊಂಡಾರಣ್ಯವನ್ನು ಸೇರುತ್ತಿದ್ದವು. ಅಲ್ಲಿಗೆ ಯಾರೇ ಪ್ರವೇಶಿಸಿದರೂ ಕ್ರೂರ ಪ್ರಾಣಿಗಳಿಗೆ ಬಲಿಯಾಗುವುದು ಖಚಿತ.

ಅದನ್ನು ನೋಡಿ ಭಗೀರಥ ಹೇಳಿದ 'ನಾಗಾಗಳು ಅದ್ಭುತವಾದ ರಕ್ಷಣಾ ವ್ಯವಸ್ಥೆಯನ್ನು ಹೊಂದಿದ್ದಾರೆ. ರಕ್ಷಣೆಯ ವಿಚಾರದಲ್ಲಿ ಅವರೆಂದೂ ರಾಜೀ ಮಾಡಿಕೊಂಡವರಲ್ಲ'.

'ಅಂದರೆ ರಕ್ಷಣೆಯ ವಿಚಾರದಲ್ಲಿ ರಾಜಿ ಮಾಡಿಕೊಳ್ಳಬೇಕು ಎಂಬುದೇ ನಿನ್ನ ಮಾತಿನ ಅರ್ಥ ಭಗೀರಥ? ನಿನಗೆ ನೆನಪಿರಲಿ. ಅವರ ಬಳಿ ಅಂತಹ ಬಲಿಷ್ಠ ರಕ್ಷಣಾ ವ್ಯವಸ್ಥೆ ಇದ್ದ ಕಾರಣದಿಂದಲೇ ಗೋದಾವರಿ ನದಿಯಲ್ಲಿ ನಾವೆಲ್ಲರೂ ಶತ್ರುದಾಳಿಯಿಂದ ಪಾರಾಗಲು ಸಾಧ್ಯವಾಯಿತು' ಆನಂದಮಯಿ ಹೇಳಿದಳು.

'ಅಷ್ಟೇ ಅಲ್ಲ! ನಾಗಾಗಳು ನಮಗೆ ಅತ್ಯಂತ ನಿಷ್ಠರಾಗಿದ್ದಾರೆ. ಅದರಲ್ಲೂ ನೀಲಕಂಠನ ಬಗ್ಗೆ ಅವರಿಗಿರುವ ಭಕ್ತಿ ಮತ್ತು ನಿಷ್ಠೆ ಪ್ರಶ್ನಾತೀತ. ಆದರೂ ಮುಂದೆ ಘನಘೋರ ಯುದ್ಧ ನಡೆಯುವಾಗ ಅವರೆಲ್ಲರೂ ನೀಲಕಂಠನ ಪರವಾಗಿ ನಿಲ್ಲುವರೇ ಎಂಬುದೇ ನನ್ನ ಪ್ರಶ್ನೆ. ನಾನಂತೂ ನೀಲಕಂಠನೊಂದಿಗಿರುತ್ತೇನೆ' ಭಗೀರಥ ಹೇಳಿದ.

ಕೂಡಲೇ ಆನಂದಮಯಿಯ ಕಣ್ಣಗಳಲ್ಲಿ ಮಿಂಚೊಂದು ಸುಳಿಯಿತು. ಆಕೆ ಪರ್ವತೇಶ್ವರನ ಮುಖವನ್ನೇ ನೋಡುತ್ತಿದ್ದಳು.

ನಂತರ ಭಗೀರಥನೆಡೆಗೆ ತಿರುಗಿ ಹೇಳಿದಳು 'ನೀನು ಸುಮ್ಮನೆ ಭೋಜನ ಸ್ವೀಕರಿಸು ಅಣ್ಣಾ!'.

ಪರ್ವತೇಶ್ವರ ಆನಂದಮಯಿ ಮನಸ್ಸಿನಲ್ಲಿ ಏನು ಯೋಚಿಸುತ್ತಿದ್ದಾಳೆ ಎಂಬುದನ್ನು ಅರ್ಥಮಾಡಿಕೊಂಡು ಹೇಳಿದ, 'ನಾನು ನಂಬಿರುವ ಆ ಪರಮಾತ್ಮ ಕ್ರೂರಿಯಲ್ಲ. ಆತ ದಯಾಮಯಿ. ಆದ್ದರಿಂದಲೇ ಇಷ್ಟು ವರ್ಷಗಳ ನಂತರ ಜೀವಂತ ದೇವರನ್ನು ನೋಡುವ, ಆತನೊಂದಿಗೆ ಕಾಲಕಳೆಯುವ ಅಪೂರ್ವ ಅವಕಾಶವನ್ನು ಒದಗಿಸಿದ್ದಾನೆ. ಆದರೆ ಇದೀಗ ಆತನೇ ನನ್ನ ತಾಯ್ನಾಡು ಮತ್ತು ದೈವ ಈ ಇಬ್ಬರಲ್ಲಿ ಒಬ್ಬರ ಪರವಾಗಿ ನಿಲ್ಲುವಂತೆ ಪ್ರೇರೇಪಿಸುತ್ತಿದ್ದಾನೆ. ನನಗೂ ಏನು ಮಾಡಬೇಕೆಂದು ತೋಚುತ್ತಿಲ್ಲ. ಈಗ ಆತನೇ ಕೈಹಿಡಿದು ಮುನ್ನಡೆಸಬೇಕು ಅಥವಾ ನೀಲಕಂಠ ಮತ್ತು ಮೆಲೂಹ ಪರಸ್ಪರ ಎದುರಾಳಿಗಳಾಗಿ ನಿಲ್ಲದಂತಹ ಪರಿಸ್ಥಿತಿಯನ್ನು ನಿರ್ಮಾಣ ಮಾಡಬೇಕು. ಎಲ್ಲವೂ ಅವನ ಇಚ್ಛೆಗೆ ಬಿಟ್ಟದ್ದು'.

ಪರ್ವತೇಶ್ವರನ ಈ ವಿಷಾದ ಮಿಶ್ರಿತ ಮಾತಿನ ಹಿಂದಿನ ಅರ್ಥ ಆನಂದಮಯಿಗೆ ಸ್ಪಷ್ಟವಾಗಿ ತಿಳಿಯಿತು. ಆಕೆ ಗಂಡನ ಭುಜ ತಟ್ಟುತ್ತಾ ಸಮಾಧಾನಪಡಿಸಿದಳು. ಇತ್ತ ಭಗೀರಥನಿಗೂ ಪರ್ವತೇಶ್ವರನ ಶಕ್ತಿ ಸಾಮರ್ಥ್ಯದ ಮೇಲೆ ಅಪಾರವಾದ ನಂಬಿಕೆ ಇತ್ತು. ಆದರೆ ಆತ ಶಿವನ ಪರವಾಗಿ ನಿಂತು ಹೋರಾಡಲಾರ ಎಂಬ ಅನುಮಾನ

ಅದಾಗಲೇ ಮೂಡಿತ್ತು. ಹಾಗೇನಾದರೂ ಆದರೆ ಅದು ಶಿವಸೈನ್ಯಕ್ಕೆ ದೊಡ್ಡ ಮಟ್ಟದ ನಷ್ಟವಾಗಲಿದೆ ಎಂಬುದು ಆತನಗೆ ತಿಳಿದಿತ್ತು. ಕಾರಣ ಪರ್ವತೇಶ್ವರ ಯುದ್ಧಭೂಮಿಯಲ್ಲಿ ತೋರುವ ಜಾಣ್ಮೆ, ಕೌಶಲ ಮತ್ತು ಯುದ್ಧ ತಂತ್ರಗಳು ಸುಲಭವಾಗಿ ಜಯ ತಂದುಕೊಡುತ್ತಿತ್ತು. ಸೋಲಿನ ಪರಿಸ್ಥಿತಿಯನ್ನು ಗೆಲುವಿನ ಪರಿಸ್ಥಿತಿಯನ್ನಾಗಿ ಬದಲಿಸುವ ಅಸಾಧಾರಣ ಶಕ್ತಿ, ಸಾಮರ್ಥ್ಯ ಪರ್ವತೇಶ್ವರನಲ್ಲಿತ್ತು.

ಆಯುರ್ವತಿ ಸಹ ಪರ್ವತೇಶ್ವರನತ್ತ ಅನುಕಂಪದ ನೋಟ ಬೀರಿದಳು. ಪರಿಸ್ಥಿತಿ ಮುಂದೇನಾಗಬಹುದು ಎಂಬುದನ್ನು ಆಕೆಯ ಅಂತರಾತ್ಮ ಸ್ಪಷ್ಟವಾಗಿ ಹೇಳುತ್ತಿತ್ತು. ಜತೆಗೆ ಯುದ್ಧದ ಸಂದರ್ಭದಲ್ಲಿ ತಾನು ಯಾರ ಪರವಾಗಿ ನಿಲ್ಲಬೇಕು ಎಂಬುದನ್ನು ಆಕೆ ಅದಾಗಲೇ ನಿರ್ಧರಿಸಿದ್ದಳು. ಆಕೆಗೆ ಮೊದಲಿನಿಂದಲೂ ಮೆಲೂಹ ಮತ್ತು ಮೆಲೂಹದ ಸಾಮ್ರಾಟನ ಮೇಲೆ ಇನ್ನಿಲ್ಲದ ಭಕ್ತಿ, ಗೌರವ. ಆದರೆ ದಕ್ಷ ಮಹಾರಾಜ ಮೇಲಿಂದ ಮೇಲೆ ಮಹಾಪರಾಧಗಳನ್ನು ಮಾಡುತ್ತಾ ಮೆಲೂಹದ ಘನತೆ, ಗೌರವವನ್ನು ಮಣ್ಣುಪಾಲು ಮಾಡುತ್ತಿದ್ದ. ಇಂದು ಶ್ರೀರಾಮಚಂದ್ರನೇನಾದರೂ ಬದುಕಿದ್ದರೆ ಆತ ಖಂಡಿತ ಇದನ್ನು ಸಹಿಸುತ್ತಿರಲಿಲ್ಲ ಎಂಬುದು ಆಕೆಯ ಅಭಿಪ್ರಾಯವಾಗಿತ್ತು. ಹಾಗಾಗಿ ಆಕೆಯ ಮುಂದಿನ ಹಾದಿ ಸ್ಪಷ್ಟವಾಗಿತ್ತು. ಮೆಲೂಹ ಮತ್ತು ಶಿವನ ಮಧ್ಯೆ ಯುದ್ಧ ನಡೆದರೆ ಆಕೆ ಶಿವನ ಪರವಾಗಿ ನಲ್ಲಲು ನರ್ಧರಿಸಿದ್ದಳು. ಆ ಮೂಲಕ ಮೆಲೂಹ ಸಾಮ್ರಾಜ್ಯಕ್ಕೆ ಅಂಟಿರುವ ಕಳಂಕವನ್ನು ತೊಡೆದುಹಾಕಲು ನರ್ಧರಿಸಿದ್ದಳು.

ಇತ್ತ ನಾಗಾ ಹಡಗು ಚಂಬಲ್ ನದಿಯ ದಡದ ಹತ್ತಿರಕ್ಕೆ ಬಂತು. ಅಲ್ಲಿಂದ ಎಲ್ಲರೂ ಪುಟ್ಟ ದೋಣಿಯ ಸಹಾಯ ಪಡೆದು ಮತ್ತಷ್ಟು ದೂರ ಸಾಗಿದರು. ಅಷ್ಟು ದೂರ ಬಂದಿದ್ದರೂ ಸುತ್ತ ಮುತ್ತ ಜನಜಂಗುಳಿಯ ಸುಳಿವೇ ಕಾಣಲಿಲ್ಲ. ಅಲ್ಲಿದ್ದ ಎಲ್ಲರಿಗೂ ಅದೊಂದು ರಹಸ್ಯ ತಾಣವಾಗಿ ಕಂಡಿತು. ಸುತ್ತಲೂ ಗುಲ್‌ಮೊಹರ್ ನಂತಹ ನೂರಾರು ಮರಗಳು. ಮಧ್ಯದಲ್ಲಿ ಬೆಂಕಿಯ ಜ್ವಾಲೆಯಂತಹ ಚಿತ್ರ. ಅದು ಅಕ್ಷರಶಃ ಮಹಾದೇವನ ಮೂರನೇ ಕಣ್ಣನ್ನು ಹೋಲುತ್ತಿತ್ತು. ಸ್ವಲ್ಪ ಹತ್ತಿರ ಹೋಗಿ ನೋಡಿದರೆ ಅದು ಗುಲ್‌ಮೊಹರ್ ಗಿಡ. ಅದರಲ್ಲಿ ಕಿತ್ತಲೆ ಬಣ್ಣದ ಹೂಗಳು.

ಆ ಆಕಾರವನ್ನು ನೋಡುತ್ತಿದ್ದಂತೆ ಶಿವ ಉದ್ಗರಿಸಿದ 'ಪ್ರವಶಿ!'.

ಗಣೇಶ ಆಶ್ಚರ್ಯದಿಂದ ಕೇಳಿದ 'ಈ ಪದ ನಿಮಗೆ ಹೇಗೆ ಗೊತ್ತು ಬಾಬಾ'.

ಶಿವ ಮೊದಲು ಗಣೇಶನತ್ತ ನೋಡಿದ. ನಂತರ ಗುಲ್‌ಮೊಹರ್ ಮರದ ವಿಚಿತ್ರ ಆಕಾರವನ್ನು ನೋಡುತ್ತಾ ಹೇಳಿದ 'ಇದು ವಾಯುಪುತ್ರರು ಬಳಸುವ ಪದ. ರುದ್ರದೇವನಲ್ಲಿರುವ ಸ್ತ್ರೀ ಅಂಶವನ್ನು ವರ್ಣಿಸಲು ಬಳಸುವ ಪದ. 'ಪ್ರವಶಿ' ಎಂದರೆ ಅದೊಂದು ಸ್ಫೂರ್ತಿ, ಮಹಾಚೈತನ್ಯ ಶಕ್ತಿ. ರುದ್ರದೇವ ನಮಗೆ ಯಾವುದು ಸರಿ ಯಾವುದು ತಪ್ಪು ಎಂಬುದನ್ನು ತಿಳಿಸಲು ಪ್ರವಶಿಯನ್ನು ಬಳಸುತ್ತಾನೆ. ಆದರೆ ಅದನ್ನು ಒಪ್ಪಿಕೊಳ್ಳುವುದು ನಮಗೆ ಬಿಟ್ಟಿದ್ದು. ಆದರೆ ಈ ಸ್ಫೂರ್ತಿ ಸದಾ ನಮ್ಮನ್ನು ಎಚ್ಚರಿಸುತ್ತಲೇ ಇರುತ್ತದೆ'.

ಶಿವ ನಸುನಗುತ್ತಾ ಗತಕಾಲದ ನೆನಪನ್ನು ಮೆಲುಕು ಹಾಕಲಾರಂಭಿಸಿದ.

'ಪ್ರವಶಿಯ ಬಗ್ಗೆ ನಿನಗೆ ಹೇಳಿದವರು ಯಾರು ಬಾಬಾ' ಗಣೇಶ ಪ್ರಶ್ನಿಸಿದ.

'ನನ್ನ ಮಾವ ಮನೋಬು. ಆತ ನನಗೆ ಅನೇಕ ರಹಸ್ಯ ವಿಚಾರಗಳು ಮತ್ತು ವಿಚಿತ್ರ ಸನ್ನೆಗಳ ಬಗ್ಗೆ ಹೇಳಿದ್ದಾನೆ. ಅದರಲ್ಲಿ ಇದೂ ಒಂದು. ಮುಂದೆ ಎಂದಾದರೂ ಒಮ್ಮೆ ಈ ಪ್ರವಶಿ ನನ್ನ ಸಹಾಯಕ್ಕೆ ಬರುತ್ತದೆ ಎಂಬುದಾಗಿ ಹೇಳಿದ್ದ'.

'ಮನೋಬು ಯಾರು?'

'ಆತನ ಬಗ್ಗೆ ಹೇಳುತ್ತಾ ಹೋದರೆ ಇಡೀ ದಿನ ಕಳೆದು ಬಿಡುತ್ತದೆ. ಈಗ ಬೇಡ. ಮತ್ತೊಮ್ಮೆ ಹೇಳುತ್ತೇನೆ' ಶಿವ ಹೇಳಿದ.

ಅಷ್ಟರಲ್ಲಿ ದೋಣಿ ನದಿಯ ದಡವನ್ನು ಸೇರಿತು. ಹಾಗಾಗಿ ಎಲ್ಲರೂ ಮಾತು ನಿಲ್ಲಿಸಿದರು. ಇಬ್ಬರು ನಾಗಾ ಸೈನಿಕರು ದೋಣಿಯಿಂದ ಜಿಗಿದು ಲಂಗರು ಹಾಕಿದರು. ಗಣೇಶ ಎಲ್ಲರಿಗೂ ಆದೇಶವೊಂದನ್ನು ನೀಡಿದ.

'ಎಲ್ಲರೂ ನನ್ನ ಹಿಂದೆ ಬನ್ನಿ. ಅಲ್ಲಿರುವ ಪಾಮ್ ಮರಕ್ಕೆ ಅಡ್ಡವಾಗಿ ನಿಲ್ಲಬೇಡಿ' ಅಷ್ಟು ಹೇಳಿ ಆತ ಕಣ್ಮುಚ್ಚಿ ನಿರ್ದಿಷ್ಟ ದಿಕ್ಕೊಂದರತ್ತ ತನ್ನ ಗಮನವನ್ನು ಕೇಂದ್ರೀಕರಿಸಿದ. ನಂತರ ದೀರ್ಘ ನಿಟ್ಟುಸಿರೆಳೆದುಕೊಂಡು ವಿಚಿತ್ರ ರೀತಿಯಲ್ಲಿ ಚಪ್ಪಾಳೆ ಹೊಡೆದ. ಅದೇ ರೀತಿ ನಾಲ್ಕೈದು ಬಾರಿ ಚಪ್ಪಾಳೆ ಹೊಡೆದ. ಅಲ್ಲಿದ್ದ ಎಲ್ಲರಿಗೂ ಗಣೇಶ ಹೀಗೇಕೆ ಮಾಡುತ್ತಿದ್ದಾನೆ ಎಂಬ ಕುತೂಹಲ. ಆದರೆ ವಾಸ್ತವದಲ್ಲಿ ಗಣೇಶ ಶಿವನ ತಂಡ ಬಂದಿರುವ ಸುದ್ದಿಯನ್ನು ತರಂಗಗಳ ಮೂಲಕ ಉಜ್ಜೆಯನಿಯ ದ್ವಾರಪಾಲಕರಿಗೆ ತಲುಪಿಸುವ ಪ್ರಯತ್ನ ಮಾಡುತ್ತಿದ್ದ.

ಸುದ್ದಿಯ ಸಾರಾಂಶ ಹೀಗಿತ್ತು 'ನಾಗಾ ನಾಯಕ ಗಣೇಶ ತನ್ನ ಸೈನ್ಯದೊಂದಿಗೆ ಬಂದಿದ್ದಾನೆ. ವಾಸುದೇವರ ಮಹಾನಗರ ಉಜ್ಜೆಯನಿಯನ್ನು ಪ್ರವೇಶಿಸಲು ದಯಮಾಡಿ ನಮಗೆ ಅನುಮತಿ ಕೊಡಿ'.

ಕೆಲವೇ ಕ್ಷಣಗಳಲ್ಲಿ ಮತ್ತೊಂದು ಸಣ್ಣ ಕಂಪನ ಗಾಳಿಯಲ್ಲಿ ಹಾಗೇ ತೇಲಿಬಂತು. ಶಿವ ಅದನ್ನು ಸ್ಪಷ್ಟವಾಗಿ ಗ್ರಹಿಸಿದ. ಆ ಸಂದೇಶವನ್ನು ಕಳುಹಿಸಿದವನು ಉಜ್ಜೆಯನಿಯ ದ್ವಾರಪಾಲಕ. ದ್ವಾರಪಾಲಕ ಮತ್ತು ಗಣೇಶನ ನಡುವೆ ಸಂಭಾಷಣೆ ಆರಂಭವಾಯಿತು.

'ನಿಮಗೆ ಸುಸ್ವಾಗತ ಗಣೇಶ. ನಿಮ್ಮ ಅನಿರೀಕ್ಷಿತ ಆಗಮನ ನಮಗೆ ಸಂತೋಷ ತಂದಿದೆ. ನೀವೇನು ಸ್ವದ್ವೀಪಕ್ಕೆ ಪ್ರಯಾಣ ಬೆಳೆಸುತ್ತಿರುವಿರೇನು?'

'ಇಲ್ಲ! ನಾವು ವಾಸುದೇವರ ಮುಖ್ಯಸ್ಥರಾದ ಗೋಪಾಲ ಪಂಡಿತರನ್ನು ಭೇಟಿ ಮಾಡಲು ಬಂದಿದ್ದೇವೆ'.

'ಈ ಭೇಟಿಗೆ ಏನಾದರೂ ನಿರ್ದಿಷ್ಟ ಕಾರಣಗಳಿವೆಯೇ?'.

ಶಿವನ ಮಗ ಕಾರ್ತಿಕ ಹುಟ್ಟಿದ ಸಂದರ್ಭದಲ್ಲಿ ಇದೇ ವಾಸುದೇವ ಪಂಡಿತರು ನಾಗಾಗಳನ್ನು ಭೇಟಿಯಾಗಿ ಅಮೂಲ್ಯ ಔಷಧಿಯೊಂದನ್ನು ನೀಡಿದ್ದರು. ಹಾಗಾಗಿ ವಾಸುದೇವರಿಗೆ ನಾಗಾಗಳ ಪರಿಚಯ ಹೊಸದೇನೂ ಆಗಿರಲಿಲ್ಲ. ಅವರಿಗೆ ನಾಗಾಗಳೆಂದರೆ ಗೌರವವಿತ್ತು. ಆದರೆ ಈ ಬಾರಿ ನಾಗಾಗಳ ಮನಸ್ಸಿಗೆ ನೋವುಂಟು ಮಾಡದೇ ಅವರು ಬಂದಿರುವ ನಿಜವಾದ ಕಾರಣವನ್ನು ತಿಳಿದುಕೊಳ್ಳುವ ಪ್ರಯತ್ನಕ್ಕೆ ವಾಸುದೇವರು ಮುಂದಾಗಿದ್ದರು. ಗಣೇಶ ಮತ್ತೊಮ್ಮೆ ಚಪ್ಪಾಳೆ ಹೊಡೆಯುತ್ತಾ ಸಂದೇಶ ರವಾನಿಸಿದ.

'ಗೋಪಾಲ ಪಂಡಿತರನ್ನು ಭೇಟಿ ಮಾಡಬೇಕಾಗಿರುವುದು ನಾನಲ್ಲ ದ್ವಾರಪಾಲಕರೇ. ಅದು ಸಾಕ್ಷಾತ್ ನೀಲಕಂಠ'.

ಒಂದು ಕ್ಷಣ ಎಲ್ಲವೂ ಸ್ತಬ್ಧವಾಯಿತು. ನೀರಸ ಮೌನ.

'ಏನು! ಈಗ ನೀಲಕಂಠ ನಿಮ್ಮೊಂದಿಗಿದ್ದಾರೆಯೇ?'.

'ಹೌದು! ನೀಲಕಂಠ ಇಲ್ಲಿಯೇ ಇದ್ದಾರೆ. ನಮ್ಮ ಸಂಭಾಷಣೆಯನ್ನು ಕೇಳಿಸಿಕೊಳ್ಳುತ್ತಿದ್ದಾರೆ'.

ಮತ್ತೊಮ್ಮೆ ಮೌನ ಆವರಿಸಿತು. ಈ ಬಾರಿ ದ್ವಾರಪಾಲಕ ಪ್ರತಿಕ್ರಿಯಿಸುವ ಮುನ್ನವೇ ವಾಸುದೇವ ಪಂಡಿತರೊಬ್ಬರು ಪ್ರತಿಕ್ರಿಯಿಸಿದರು.

'ನಾಗಾ ನಾಯಕರೇ, ನೀಲಕಂಠನನ್ನು ಸ್ವಾಗತಿಸಲು ಸ್ವತಃ ವಾಸುದೇವರ ಮುಖ್ಯಸ್ಥರಾದ ಗೋಪಾಲರೇ ಅಲ್ಲಿಗೆ ಬರುತ್ತಿದ್ದಾರೆ. ನಾವು ನೀವಿರುವಲ್ಲಿಗೆ ಬಂದು ನಿಮ್ಮನ್ನು ಬರಮಾಡಿಕೊಳ್ಳಬೇಕೆಂಬುದು ನಮ್ಮ ಅಭಿಲಾಷೆ. ಈಗ ನಾವು ಇಲ್ಲಿಂದ ಹೊರಟರೆ ನಿಮ್ಮನ್ನು ತಲುಪಲು ಒಂದು ದಿನ ಬೇಕಾಗುತ್ತದೆ. ಅಲ್ಲಿಯವರೆಗೆ ತಾವೆಲ್ಲರೂ ಶಾಂತಚಿತ್ತದಿಂದ ಅಲ್ಲಿಯೇ ಇರಿ, ಧನ್ಯವಾದಗಳು'.

ಗಣೇಶ ತನ್ನ ಎರಡೂ ಕೈಗಳನ್ನು ಉಜ್ಜುತ್ತಾ ಶಿವನತ್ತ ನೋಡಿದ.

ನಂತರ ಹೇಳಿದ 'ವಾಸುದೇವರು ಉಜ್ಜೆಯನಿಯಿಂದ ಇಲ್ಲಿಗೆ ಬರಲು ಒಂದು ದಿನ ಬೇಕಾಗುತ್ತದೆ. ಅಲ್ಲಿಯವರೆಗೆ ನಾವು ಹಡಗಿನಲ್ಲೇ ವಿಶ್ರಾಂತಿ ತೆಗೆದುಕೊಳ್ಳೋಣ'.

ಶಿವ ಅದಕ್ಕೆ ಸಮ್ಮತಿಸಿದ. ಎಲ್ಲರೂ ಹಡಗಿನತ್ತ ಹೊರಟರು.

'ಏನು! ಬೃಗು ಮಹರ್ಷಿಗಳು ಕಳೆದ ಒಂದು ವರ್ಷದಲ್ಲಿ ಎಂಟು ಬಾರಿ ಅಯೋಧ್ಯೆಗೆ ಭೇಟಿ ನೀಡಿದ್ದರೆ?' ಸುರಪದ್ಮ ತನ್ನ ಬೇಹುಗಾರನೊಬ್ಬನನ್ನು ಪ್ರಶ್ನಿಸುತ್ತಿದ್ದ.

ಮಗಧ ಸಾಮ್ರಾಜ್ಯದ ಬೇಹುಗಾರಿಕಾ ತಂಡ ಅಷ್ಟೇನೂ ಸಕ್ರಿಯವಾಗಿರಲಿಲ್ಲ. ಹಾಗಾಗಿ ಮಗಧ ರಾಜ್ಯದ ಯುವರಾಜ ಸುರಪದ್ಮ ತನ್ನ ಖಾಸಗೀ ಬೇಹುಗಾರರನ್ನು ರಾಜ್ಯದ ವಿದ್ಯಮಾನ ತಿಳಿದುಕೊಳ್ಳಲು ನೇಮಿಸಿದ್ದ. ಅಂತಹ ಬೇಹುಗಾರರಲ್ಲಿ ಒಬ್ಬ ಬೃಗು ಮಹರ್ಷಿಯ ಬಗ್ಗೆ ಸುದ್ದಿಯೊಂದನ್ನು ತಂದಿದ್ದ.

ಸುರಪದ್ಮನ ಮಾತಿಗೆ ಬೇಹುಗಾರ ಉತ್ತರಿಸಿದ 'ಹೌದು! ಮಹಾಸ್ವಾಮಿ! ಅಷ್ಟೇ ಅಲ್ಲ, ದಿಲೀಪ ಚಕ್ರವರ್ತಿಗಳೂ ಈ ಅವಧಿಯಲ್ಲಿ ಎರಡು ಬಾರಿ ಮೇಲೂಹಕ್ಕೆ ಹೋಗಿಬಂದಿದ್ದಾರೆ'.

'ಹಾಂ! ಅದು ನನಗೆ ತಿಳಿದಿದೆ. ಆದರೆ ಈಗ ನೀನು ತಂದಿರುವ ಸಮಾಚಾರ ತೀರಾ ಗಂಭೀರವಾದದ್ದು. ಅಷ್ಟಕ್ಕೂ ದಿಲೀಪ ಕೇವಲ ಮೂರ್ಖ ದಕ್ಷನನ್ನು ನೋಡುವುದಕ್ಕೆಂದೇ ಮೇಲೂಹಕ್ಕೆ ಹೋಗಿರಲಾರ. ಬಹುಶ: ಆತ ಬೃಗು ಮಹರ್ಷಿಯನ್ನು ಭೇಟಿ ಮಾಡಲು ಅಲ್ಲಿಗೆ ಹೋಗಿರಬೇಕು. ಆದರೆ ಬೃಗು ಮಹರ್ಷಿಗೆ ದಿಲೀಪನನ್ನು ಭೇಟಿಯಾಗುವ ಅಗತ್ಯವಾದರೂ ಏನಿತ್ತು?'.

'ಅದು ನನಗೆ ತಿಳಿಯದು ಮಹಾಸ್ವಾಮಿ. ಆದರೆ ನನಗೆ ತಿಳಿದಂತೆ ದಿಲೀಪ ಚಕ್ರವರ್ತಿಗಳ ಆರೋಗ್ಯದಲ್ಲಿ ಈಗ ಗಣನೀಯ ಸುಧಾರಣೆ ಕಂಡಿದೆ. ಈಗ ಅವರಲ್ಲಿ ಯೌವ್ವನ ಮರುಕಳಿಸಿದೆ. ಬಹುಶಃ ಬೃಗು ಮಹರ್ಷಿ ಅವರಿಗೆ ಸೋಮರಸವನ್ನು ನೀಡಿರಬೇಕು'.

ಸುರಪದ್ಮ ಇಲ್ಲ ಎನ್ನುವಂತೆ ಕೈಯಾಡಿಸುತ್ತಾ ಹೇಳಿದ 'ಸ್ವದ್ವೀಪ ಸಾಮ್ರಾಟರ ಕುಟುಂಬಕ್ಕೆ ಸೋಮರಸ ಅತ್ಯಂತ ಸುಲಭವಾಗಿ ದೊರೆಯುತ್ತದೆ. ಅದಕ್ಕಾಗಿ ದಿಲೀಪ ಬೃಗು ಮಹರ್ಷಿಗಳ ಬಳಿ ಅಂಗಲಾಚುವ ಅಗತ್ಯವಿಲ್ಲ. ದಿಲೀಪ ಕಳೆದ ಅನೇಕ ವರ್ಷಗಳಿಂದ ಸೋಮರಸವನ್ನು ಸೇವಿಸುತ್ತಲೇ ಬಂದಿರುವ ವಿಚಾರ ನನಗೆ ಚೆನ್ನಾಗಿ ತಿಳಿದಿದೆ. ಸೋಮರಸ ಆತನ ಆರೋಗ್ಯದ ಮೇಲೆ ಹೆಚ್ಚಿನ ಪ್ರಭಾವ ಬೀರಿಲ್ಲ ಮತ್ತು ಆತನ ಆಯುಷ್ಯವನ್ನೂ ಹೆಚ್ಚಿಸಿಲ್ಲ. ಬೃಗು ಮಹರ್ಷಿ ಸೋಮರಸಕ್ಕಿಂತಲೂ ಶಕ್ತಿಶಾಲಿಯಾದ ಯಾವುದೋ ಔಷಧಿಯನ್ನು ದಿಲೀಪನಗೆ ನೀಡಿರಬಹುದು ಎಂದು ನನ್ನ ಅನುಮಾನ'.

'ಆದರೆ ಬೃಗು ದಿಲೀಪನಗೆ ಅದನ್ನು ನೀಡುವುದಕ್ಕೆ ಕಾರಣವೇನು? ಅದರಿಂದ ಮಹರ್ಷಿಗಳಿಗೇನು ಲಾಭ?'.

'ಅದೇ ನನಗೂ ತಿಳಿಯುತ್ತಿಲ್ಲ. ಆದರೆ ಅದರಲ್ಲೇನೋ ರಹಸ್ಯ ಅಡಗಿದೆ. ಅದೇನು ಎಂಬುದನ್ನು ತಿಳಿದುಕೊಳ್ಳಬೇಕು. ಅಂದಹಾಗೆ ನೀಲಕಂಠನ ಬಗ್ಗೆ ಏನಾದರೂ ವಿಚಾರ ತಿಳಿಯಿತೆ?'.

'ಇಲ್ಲ ಮಹಾಸ್ವಾಮಿ! ಅವರು ಇನ್ನೂ ನಾಗಾಗಳ ರಾಜ್ಯದಲ್ಲೇ ಇದ್ದಾರೆ'.

ಸುರಪದ್ಮ ತಾನು ಧರಿಸಿದ್ದ ಪದಕವನ್ನು ಉಜ್ಜುತ್ತಾ ತನ್ನ ಅರಮನೆಯ ಕಿಟಕಿಯಿಂದ ಹೊರಗೆ ನೋಡಿದ. ಅಲ್ಲಿ ಗಂಗಾ ನದಿ ಹರಿಯುತ್ತಿತ್ತು. ಅದರ ಆಚೆಗೆ ದಟ್ಟ ಕಾನನ. ಸುರಪದ್ಮನ ಸಹೋದರ ಮಹೇಂದ್ರ ನಾಗಾಗಳಿಂದ ಬರ್ಬರವಾಗಿ ಹತ್ಯೆಯಾಗಿದ್ದು ಅದೇ ಕಾಡಿನಲ್ಲಿ. ಹಾಗಾಗಿ ಸುರಪದ್ಮ ಮಹೇಂದ್ರನನ್ನು ಮನಸ್ಸಿನಲ್ಲೇ ಶಪಿಸಿದ. ತಮ್ಮನ ಕೊಲೆಯ ಹಿಂದಿನ ಸತ್ಯ ಆತನಗೆ ಚೆನ್ನಾಗಿ ತಿಳಿದಿತ್ತು. ಮಹೇಂದ್ರ ಗೂಳಿಕಾಳಗದ ಮೋಜಿನ ಆಟಕ್ಕಾಗಿ ಕಾಡುಗಳಿಂದ ಬುಡಕಟ್ಟು ಜನರ ಮಕ್ಕಳನ್ನು ಅಪಹರಿಸಿ ತರುತ್ತಿದ್ದ. ಅಂತಹ ಮಕ್ಕಳನ್ನು ಗೂಳಿಗಳ ಮೇಲೆ ಕೂರಿಸಿ ಅವುಗಳಿಗೆ ಮದವೇರುವಂತೆ ಮಾಡುತ್ತಿದ್ದ. ನಂತರ ಕಾಳಗವನ್ನು ನೋಡಿ ಸಂತೋಷಪಡುತ್ತಿದ್ದ. ಕಾಳಗದಲ್ಲಿ ಮಕ್ಕಳು ಗೂಳಿಯ ಮೇಲಿಂದ ಬಿದ್ದು ಸತ್ತರೆ ಅಳುವವರು ಯಾರೂ ಇರುತ್ತಿರಲಿಲ್ಲ. ಹಾಗಾಗಿ ಆತ ಇದನ್ನು ಯಾವ ಅಂಜಿಕೆ, ಅಳುಕು ಇಲ್ಲದೆ ಮಾಡುತ್ತಿದ್ದ.

ಹೀಗೆ ಒಮ್ಮೆ ಆತ ಮಗುವೊಂದನ್ನು ತಾಯಿಯಿಂದ ಕಿತ್ತುಕೊಳ್ಳುವ ಸಂದರ್ಭದಲ್ಲಿ ನಾಗಾಗಳು ಆಕೆಯ ರಕ್ಷಣೆಗೆ ಬಂದರು. ಆದರೂ ಉಗ್ರಸೇನ ಪಟ್ಟುಬಿಡದೆ ಮಗುವನ್ನು ಕಿತ್ತುಕೊಳ್ಳಲು ಮುಂದಾದ. ಇದರಿಂದ ರೊಚ್ಚಿಗೆದ್ದ ನಾಗಾಗಳು ಮಗುವಿನ ರಕ್ಷಣೆಗಾಗಿ ಮಹೇಂದ್ರನನ್ನು ಬರ್ಬರವಾಗಿ ಕೊಂದುಹಾಕಿದ್ದರು. ಆದರೆ ಸುರಪದ್ಮನಿಗೆ ಒಂದು ವಿಚಾರ ಸ್ಪಷ್ಟವಾಗಲಿಲ್ಲ. ಅದು ಯಾರೋ ಕಾಡು ಜನರ ಮಗುವಿನ ರಕ್ಷಣೆಗೆ ನಾಗಾಗಳೇಕೆ ಜೀವವನ್ನೇ ಒತ್ತೆ ಇಟ್ಟು ಹೋರಾಡಿದರು. ಅವರಿಗೆ ಅಂತಹ ಅಗತ್ಯವಾದರೂ ಏನಿತ್ತು ಎನ್ನುವುದು. ಈ ಎಲ್ಲ ಯೋಚನೆಗಳು ಸುರಪದ್ಮನ ಮನಸ್ಸಿನಲ್ಲಿ ಸುಳಿದು ಹೋಯಿತು. ಆದರೆ ತನ್ನ ತಮ್ಮನ ಸಾವಿನ ನಂತರ ಆತ ಆಯ್ದುಕೊಳ್ಳಬೇಕಾದ ಆಯ್ಕೆಗಳೂ ತೀರಾ ಕಡಿಮೆಯಿತ್ತು. ವಾಸ್ತವದಲ್ಲಿ ನೀಲಕಂಠ ತನ್ನ ಬೆಂಬಲಿಗರೊಂದಿಗೆ ದುಷ್ಟರ ವಿರುದ್ಧ ಹೋರಾಟಕ್ಕೆ ಸಿದ್ಧನಾಗಿದ್ದ. ಯುದ್ಧ ನಡೆಯುವುದು ಖಚಿತವಾಗಿತ್ತು. ಯಾರಲ್ಲಿ ಅನ್ಯಾಯ, ಅಕ್ರಮ, ದುರಾಚಾರ ತುಂಬಿರುತ್ತದೆಯೋ ಅಂಥವರ ಸಂಹಾರ ಆತನ ಉದ್ದೇಶವಾಗಿತ್ತು. ಆದರೆ ಸುರಪದ್ಮನಿಗೆ ಶಿವನಂತೆ ದುಷ್ಟರ ವಿರುದ್ಧ ತೊಡೆತಟ್ಟಿ ನಿಲ್ಲುವುದರಲ್ಲಿ ಆಸಕ್ತಿ ಇರಲಿಲ್ಲ. ಕಾರಣ ದುಷ್ಟಸಂಹಾರ ತನ್ನ ಕೆಲಸವಲ್ಲ ಎಂದೇ ಆತ ಭಾವಿಸಿದ್ದ. ಆತನಿಗೆ ಬೇಕಾಗಿದ್ದು ಮುಂದೇನಾದರೂ ಯುದ್ಧ ಸಂಭವಿಸಿದರೆ ಮಗಧ ರಾಜ್ಯ ಅಯೋಧ್ಯೆಯ ವಿರುದ್ಧ ನಿಂತು ಯುದ್ಧ ಮಾಡಬೇಕು ಅಷ್ಟೇ. ಅಯೋಧ್ಯೆಯನ್ನು ಯುದ್ಧದಲ್ಲಿ ಸೋಲಿಸಬೇಕು. ಆ ಮೂಲಕ ಸ್ವದ್ವೀಪದಲ್ಲಿ ಮಗದ ರಾಜ್ಯದ ಅಧಿಪತ್ಯ ಸಾಧಿಸಿ ತಾನು ಸ್ವದ್ವೀಪದ ಅನಭಿಷಕ್ತ ಚಕ್ರಾಧಿಪತಿಯಾಗಬೇಕು. ಆದರೆ ಉಗ್ರಸೇನನ ಹತ್ಯೆಯ ನಂತರ ಸುರಪದ್ಮನ ತಂದೆ ಮಹೇಂದ್ರ ನಾಗಾಗಳನ್ನು ದ್ವೇಷಿಸಲಾರಂಭಿಸಿದ. ಹಾಗಾಗಿ ನಾಗಾಗಳು ಯಾರಿಗೆ ಬೆಂಬಲ ನೀಡುತ್ತಾರೋ ಅವರಿಗೆ ವಿರುದ್ಧವಾಗಿ ನಿಂತು ಯುದ್ಧ ಮಾಡುವಂತೆ ಮಹೇಂದ್ರ ಮಗ ಸುರಪದ್ಮನಿಗೆ ಆದೇಶ ನೀಡಿದ್ದ. ಹಾಗಾಗಿ ಸುರಪದ್ಮ ನಾಗಾಗಳು ಅಯೋಧ್ಯೆಯ ಜತೆ ನಿಂತರೆ ಸಾಕು ಎಂಬ ಆಶಾಭಾವನೆ ಹೊಂದಿದ್ದ.

ಇತ್ತ ದಕ್ಷನ ಅರಮನೆಯಲ್ಲಿ ಮೆಲೂಹದ ಪ್ರಧಾನಮಂತ್ರಿ ಕನಖಲ ಬೃಗು ಮಹರ್ಷಿಯ ಖಾಸಗಿ ಕೋಣೆಯ ಬಾಗಿಲ ಬಳಿ ನಿಂತಿದ್ದಳು. ಮಹರ್ಷಿಯ ಅರಮನೆಯ ಖಾಸಗಿ ಕೋಣೆಯನ್ನು ಅಕ್ಷರಶಃ ಹಿಮಾಲಯದಲ್ಲಿದ್ದ ಆತನ ಮೂಲ ಕೋಣೆಯಂತೆಯೇ ಕೃತಕವಾಗಿ ನಿರ್ಮಿಸಲಾಗಿತ್ತು. ಹಾಗಾಗಿ ಕನಖಲ ಮಹರ್ಷಿಯ ಕೋಣೆಯನ್ನು ಪ್ರವೇಶಿಸುತ್ತಿದ್ದಂತೆ ಚಳಿಯಿಂದ ಗಡಗಡ ನಡುಗಲಾರಂಭಿಸಿದಳು. ಬೃಗು ತುಸುದೂರದಲ್ಲಿ ಕಲ್ಲಿನ ಬೆಂಚಿನ ಮೇಲೆ ಧ್ಯಾನಾಸಕ್ತನಾಗಿ ಕುಳಿತಿದ್ದ. ಆತನನ್ನು ಮಧ್ಯದಲ್ಲಿ

ಎಚ್ಚರಿಸುವಂತಿರಲಿಲ್ಲ. ಹಾಗೇನಾದರೂ ಎಚ್ಚರಿಸಿದ್ದರೆ ಅದು ಆತನ ತಪೋಭಂಗ ವಾದಂತಾಗುತ್ತಿತ್ತು. ಹಾಗಾಗಿ ಕನಖಲ ಆತ ಧ್ಯಾನ ಮುಗಿಸುವವರೆಗೆ ಅನವಾರ್ಯವಾಗಿ ಅಲ್ಲೇ ನಂತು ಕಾಯಬೇಕಾಯಿತು.

ಕೋಣೆಯ ಮೂಲೆಯಲ್ಲಿದ್ದ ತಟ್ಟೆಯೊಂದರಲ್ಲಿ ಒಂದಷ್ಟು ಹಣ್ಣುಗಳಿದ್ದವು. ಕಳೆದ ಮೂರು ದಿನಗಳಿಂದ ಮಹರ್ಷಿ ಅವುಗಳಲ್ಲಿ ಒಂದು ಹಣ್ಣನ್ನು ಮಾತ್ರ ತಿಂದಿದ್ದ. ಹಾಗಾಗಿ ಕನಖಲ ಹೊಸ ಹಣ್ಣಿನ ಬುಟ್ಟಿ ತಂದಿಡುವ ಯೋಚನೆ ಮಾಡಿದ್ದಳು. ಅದೇ ಕೋಣೆಯ ಗೋಡೆಯ ಮೇಲೆ ಬ್ರಹ್ಮದೇವನ ಚಿತ್ರವೊಂದನ್ನು ಕೆತ್ತಲಾಗಿತ್ತು. ಕನಖಲ ಅದನ್ನೇ ನೋಡುತ್ತಾ ನಿಂತಿದ್ದಳು. ಬೃಗು ಮಹರ್ಷಿ ಬ್ರಹ್ಮದೇವನನ್ನು ಸ್ಮರಿಸುತ್ತಾ ಮಂತ್ರವೊಂದನ್ನು ಪಠಿಸುತ್ತಿದ್ದರು.

'ಓಂ ಬ್ರಹ್ಮಾಯೇ ನಮಃ'.

'ಓಂ ಬ್ರಹ್ಮಾಯೇ ನಮಃ'.

ಸ್ವಲ್ಪ ಸಮಯದ ನಂತರ ಬೃಗು ನಿಧಾನವಾಗಿ ಕಣ್ಣು ತೆರೆದ.

ಮುಂದೆ ನಿಂತಿದ್ದ ಕನಖಲಳನ್ನು ಕೇಳಿದ 'ಹೇಳು ಮಗು! ಏನು ಸಮಾಚಾರ?'.

ಕನಖಲ ಉತ್ತರಿಸಿದಳು 'ಮಹರ್ಷಿಗಳೇ ಹಕ್ಕಿಯೊಂದು ನಿಮಗೆ ಸಂದೇಶ ತಂದಿದೆ. ಮುಚ್ಚಿದ ಲಕೋಟೆಯ ಮೇಲೆ ಅತ್ಯಂತ ರಹಸ್ಯ ಪತ್ರ ಎಂದು ಬರೆದಿದೆ. ಹಾಗಾಗಿ ಅದನ್ನು ತಮಗೆ ತಲುಪಿಸಲು ಖುದ್ದು ನಾನೇ ಬಂದೆ'.

ಬೃಗು ತಲೆಯಾಡಿಸುತ್ತಾ ಆಕೆಯ ಕೈಯಿಂದ ಪತ್ರವನ್ನು ಪಡೆದ.

ಕನಖಲ ಮಾತು ಮುಂದುವರಿಸುತ್ತಾ 'ತಮ್ಮ ಆದೇಶದಂತೆ ಸಂದೇಶ ಹೊತ್ತು ತಂದ ಹಕ್ಕಿಯನ್ನು ನಮ್ಮ ಬಳಿಯೇ ಇಟ್ಟಿಕೊಂಡಿದ್ದೇವೆ. ನೀವು ಮರುಪತ್ರ ಕಳುಹಿಸುವುದಿದ್ದರೆ ಅದರ ಕೈಯಲ್ಲೇ ಕೊಟ್ಟು ಕಳುಹಿಸಬಹುದು. ಕಾರಣ ಅದು ಎಲ್ಲಿಂದ ಬಂದಿತ್ತೋ ಅಲ್ಲಿಗೇ ಹೋಗುತ್ತದೆ'.

'ಹಾ! ಬೇಡ. ನೀನಿನ್ನು ಹೊರಡಬಹುದು' ಬೃಗು ಗಂಭೀರವಾಗಿ ಹೇಳಿದ.

ಕನಖಲ ಕೋಣೆಯಿಂದ ಹೊರನಡೆದಳು. ಕೂಡಲೆ ಬೃಗು ಲಕೋಟೆಯನ್ನು ಒಡೆದು ಪತ್ರವನ್ನು ಮನಸ್ಸಿನಲ್ಲೇ ಓದಲಾರಂಭಿಸಿದ. ಅಲ್ಲಿದ್ದ ವಿಚಾರ ತೀರಾ ನಿರಾಶಾದಾಯಕವಾಗಿತ್ತು. ಪತ್ರದ ಒಕ್ಕಣೆ ಹೀಗಿತ್ತು.

'ಮಹಾಋಷಿಗಳೇ! ಗೋದಾವರಿ ನದಿಯ ಬಾಯಿಯಲ್ಲಿ ಛಿದ್ರಗೊಂಡಿರುವ ನಮ್ಮ ಹಡಗುಗಳ ಅವಶೇಷಗಳು ದೊರೆತಿವೆ. ಬಹುಶಃ ಹಡಗುಗಳು ಸ್ಫೋಟಗೊಂಡಿರಬೇಕು. ಆ ಹಡಗುಗಳು ಶತ್ರುದಾಳಿಯಿಂದ ಸ್ಫೋಟಗೊಂಡಿವೆಯೋ ಅಥವಾ ಸ್ವತಃ ನುಚ್ಚುನೂರಾಗಿವೆಯೋ ತಿಳಿಯುತ್ತಿಲ್ಲ. ಅಲ್ಲದೇ ಈ ಹಂತದಲ್ಲಿ ಐದೂ ಹಡಗುಗಳು ಧ್ವಂಸಗೊಂಡಿವೆಯೋ ಅಥವಾ ಕೆಲವು ಹಡಗುಗಳು ಇನ್ನು ಉಳಿದಿವೆಯೋ ಎಂದು ಹೇಳಲೂ ಕಷ್ಟವಾಗುತ್ತಿದೆ. ನಾವು ಈ ಬಗ್ಗೆ ಇನ್ನಷ್ಟು ಮಾಹಿತಿಯನ್ನು ಸಂಗ್ರಹಿಸುತ್ತಿದ್ದೇವೆ. ಅದು ತಿಳಿದ ಕೂಡಲೆ ತಮ್ಮನ್ನು ಮತ್ತೆ ಸಂಪರ್ಕಿಸುತ್ತೇವೆ'.

ಪತ್ರವನ್ನು ಓದುತ್ತಿದ್ದಂತೆ ಬೃಗುವಿಗೆ ಪರಿಸ್ಥಿತಿಯ ತೀವ್ರತೆ ಅರ್ಥವಾಗಿ ಹೋಯಿತು. ನೀಲಕಂಠನನ್ನು ಸಂಹಾರ ಮಾಡಿ ಪಂಚವಟಿಯನ್ನು ನಾಶಮಾಡಲು ತಾನು ಕಳುಹಿಸಿದ್ದ ಯಾವ ಹಡಗೂ ಹಿಂತಿರುಗಿಲ್ಲ ಎಂಬುದು ಆತನಿಗೆ ಖಾತರಿಯಾಯಿತು. ಜತೆಗೆ ಹಡಗುಗಳು ಸಂದೇಶ ರವಾನಿಸಿಲ್ಲ ಮತ್ತು ಅದರ ಪಳೆಯುಳಿಕೆಗಳು ಗೋದಾವರಿ ನದಿಯಲ್ಲಿ ಸಿಕ್ಕಿವೆ ಎಂದರೆ ಹಡಗುಗಳಿಗೆ ಏನಾಗಿರಬಹುದು ಎಂದು ಬೃಗು ಲೆಕ್ಕ ಹಾಕಿದ.

'ನಮ್ಮ ಎಲ್ಲಾ ಹಡಗುಗಳು ಗೋದಾವರಿಯಲ್ಲಿ ಧ್ವಂಸಗೊಂಡಿರಬೇಕು ಅಥವಾ ಅವುಗಳಲ್ಲಿ ಕೆಲವು ಹಡಗನ್ನು ಯಾರೋ ಅಪಹರಿಸಿರಬೇಕು'.

ಆದರೆ ಬೃಗು ಆ ಹಡಗುಗಳನ್ನು ಹುಡುಕಿ ತರಲು ಮತ್ತೊಂದು ಹಡಗನ್ನು ಕಳುಹಿಸುವ ಪರಿಸ್ಥಿತಿಯಲ್ಲಿರಲಿಲ್ಲ. ಹಾಗೇನಾದರೂ ಕಳುಹಿಸಿದ್ದರೆ ಅದು ಯುದ್ಧ ಎದುರಾಗುತ್ತಿರುವ ಸಂದರ್ಭದಲ್ಲಿ ಮತ್ತೊಂದು ಶಕ್ತಿಶಾಲಿ ಹಡಗನ್ನು ಶತ್ರುಗಳಿಗೆ ನೀಡಿದಂತಾಗುತ್ತಿತ್ತು. ಅಲ್ಲದೆ ತಾನು ಕಳುಹಿಸಿದ್ದ ಹಡಗುಗಳು ನಿಗದಿತ ಕಾರ್ಯಾಚರಣೆಯನ್ನು ಪೂರ್ಣಗೊಳಿಸಿ ನಂತರ ಧ್ವಂಸಗೊಂಡಿರುವ ಸಾಧ್ಯತೆಯೂ ಇತ್ತು. ಹಾಗಾಗಿ ಬೃಗು ಈ ಬಗ್ಗೆ ಹೆಚ್ಚಿನ ಮಾಹಿತಿ ಬರುವವರೆಗೂ ಕಾಯಲೇಬೇಕಾಗಿತ್ತು. ಇದನ್ನು ಹೊರತುಪಡಿಸಿ ನೀಲಕಂಠ ಕೋಪೋದ್ರಿಕ್ತನಾಗಿ ದಂಡಕಾರಣ್ಯದಿಂದ ಹೂಂಕರಿಸುತ್ತಾ ಹೊರಗೆ ಬಂದು ಮೆಲೂಹದ ಮೇಲೆ ದಾಳಿ ಮಾಡುವ ಸಾಧ್ಯತೆಯನ್ನೂ ತಳ್ಳಿ ಹಾಕುವಂತಿರಲಿಲ್ಲ. ಇದಾವುದೂ ಆಗದಿದ್ದರೆ ನೀಲಕಂಠನ ಸಂಹಾರವಾಗಿದೆ ಎಂಬ ನಿರ್ಧಾರಕ್ಕೆ ಬರಬಹುದಿತ್ತು. ಬೃಗು ಸಣ್ಣಗೆ ಗಂಟೆ ಬಾರಿಸಿ ಹೊರಗಿದ್ದ ದ್ವಾರಪಾಲಕರನ್ನು ಕರೆದ. ನಂತರ ಧ್ವಂಸಗೊಂಡಿದ್ದ ಹಡಗುಗಳನ್ನು ಹುಡುಕಲು ಹೋಗಿದ್ದ ಮತ್ತೊಂದು ಹಡಗನ್ನು ತಕ್ಷಣವೇ ಹಿಂದಕ್ಕೆ ಬರುವಂತೆ ಸಂದೇಶವೊಂದನ್ನು ರವಾನಿಸುವಂತೆ ಅಂಗರಕ್ಷಕನಿಗೆ ತಿಳಿಸಿದ. ಸಧ್ಯಕ್ಕೆ ಬೃಗು ಮೆಲೂಹ ಮತ್ತು ಸ್ವದ್ವೀಪಕ್ಕೆ ಯುದ್ಧಕ್ಕೆ ಸಿದ್ಧರಾಗುವಂತೆ ತಿಳಿಸಬೇಕಾಗಿತ್ತು.

ಅಧ್ಯಾಯ – 6

ಹೆಮ್ಮೆಯ ನಗರಿ ಉಜ್ಜೈಯನಿ

ಪೂರ್ಣಚಂದ್ರ ಆಗಸದಲ್ಲಿ ಹಾಲ ಬೆಳದಿಂಗಳು ಚೆಲ್ಲುತ್ತಿದ್ದ. ಶಿವ ಹಡಗಿನ ಉಪ್ಪರಿಗೆಯ ಮೇಲೆ ನಂತು ಪ್ರಕೃತಿಯ ಸೌಂದರ್ಯ್ಯವನ್ನು ಸವಿಯುತ್ತಿದ್ದ. ಚಂಬಲ್ ನದಿಯ ದಡದ ಆಚೆಗೆ ದಟ್ಟ ಕಾನನ. ಬೆಟ್ಟಗುಡ್ಡಗಳ ಸಾಲು. ಆಶ್ಚರ್ಯವೆಂದರೆ ಅಲ್ಲಿದ್ದ ಬೆಟ್ಟಗಳ ಪೈಕಿ ಅತ್ಯಂತ ಎತ್ತರವಾದ ಶಿಖರವೊಂದಿತ್ತು. ಇಡೀ ಶಿಖರ ಕಪ್ಪು ಶಿಲೆಗಳಿಂದ ಕೂಡಿತ್ತು. ಬೆಟ್ಟದ ತುದಿಯಲ್ಲಿ ತಲೆಕೆಳಕಾದ ಬಿಲ್ಲಿನಂತಹ ಆಕೃತಿಯ ಬೃಹತ್ ಬಂಡೆ. ಅಕ್ಷರಶಃ ಪ್ರಕೃತಿಯೇ ಅದನ್ನು ಕಡೆದಿದೆಯೇನೋ ಎನ್ನುವಂತಿತ್ತು. ವಾಸ್ತವದಲ್ಲಿ ಅದು ರುದ್ರದೇವ ಬಳಸುತ್ತಿದ್ದ ಕಪೋಲವನ್ನು ಹೋಲುವ ಬಂಡೆ. ಇತರೆ ಬಂಡೆಕಲ್ಲುಗಳಿಗಿಂತಲೂ ಕಪ್ಪಾಗಿತ್ತು.

'ಅದು ಮಾನವ ನಿರ್ಮಿತ ಕಪೋಲ ಬಾಬಾ' ಉಪ್ಪರಿಗೆಯ ಕೆಳಗೆ ನಿಂತಿದ್ದ ಕಾರ್ತಿಕ ಕೂಗಿ ಹೇಳಿದ.

ಶಿವ ಕಪೋಲವನ್ನು ಉಪ್ಪರಿಗೆಯಿಂದ ಕೆಳಗಿಳಿದು ನೋಡಿದ. ನಂತರ ಕಾರ್ತಿಕನ ಬಳಿಗೆ ಬಂದು ಇಡೀ ಪರ್ವತ ಸಾಲನ್ನು ತದೇಕಚಿತ್ತದಿಂದ ನೋಡಲಾರಂಭಿಸಿದ. ಆಶ್ಚರ್ಯವೆಂದರೆ ಪಾಮ್ ಮರಗಳ ಹಿಂದಿದ್ದ ಪರ್ವತ ಸಾಲು ಪ್ರವಶಿಯ ಆಕಾರದಲ್ಲಿ ಸೃಷ್ಟಿಯಾಗಿತ್ತು.

ಕೂಡಲೇ ಬೃಹಸ್ಪತಿ ಹೇಳಿದ 'ಬಹುಶಃ ಆ ಬೆಟ್ಟದ ಇಳಿಜಾರಿನ ಮೂಲಕವೇ ಬೃಹತ್ ಕಪೋಲವನ್ನು ಸರಪಳಿಗಳ ಮೂಲಕ ಬೆಟ್ಟದ ತುತ್ತತುದಿಗೆ ಏರಿಸಿರಬೇಕು'.

ಶಿವ ವಾಸುದೇವರ ತಾಂತ್ರಿಕ ಕೌಶಲವನ್ನು ಕಂಡು ಬೆರಗಾದ. ವಾಸುದೇವರ ಶಕ್ತಿ ಮತ್ತು ಸಾಮರ್ಥ್ಯ ಏನೆಂಬುದು ಅದಾಗಲೇ ಶಿವನಿಗೆ ತಿಳಿದಿತ್ತು. ಅಂತೂ ವಾಸುದೇವರ ಮುಖ್ಯಸ್ಥ ಗೋಪಾಲ ಪಂಡಿತರನ್ನು ಭೇಟಿ ಮಾಡಲು ಶಿವ ಉತ್ಸುಕನಾಗಿದ್ದ.

ಇತ್ತ ದಕ್ಷ ಮಹಾರಾಜ ಅರಮನೆಯ ಖಾಸಗಿ ಕೋಣೆಯ ಬೃಹತ್ ಕಿಟಕಿಯ ಮೂಲಕ ವಿಶಾಲವಾಗಿ ಹರಿಯುತ್ತಿದ್ದ ಸರಸ್ವತಿ ನದಿಯನ್ನೇ ನೋಡುತ್ತಾ ನಿಂತಿದ್ದ. ಹುಣ್ಣಿಮೆ ಚಂದ್ರನ ಪ್ರತಿಬಿಂಬ ನದಿಯ ನೀರಿನ ಮೇಲೆ ಬಿದ್ದು ಪ್ರತಿಫಲಿಸುತ್ತಿತ್ತು. ಕಳೆದ ಕೆಲವು ತಿಂಗಳಿನಿಂದ ದಕ್ಷ ಅಂತರ್ಮುಖಿಯಾಗಿದ್ದ. ಯಾರನ್ನೂ ಭೇಟಿ ಮಾಡುತ್ತಿರಲಿಲ್ಲ. ಯಾರೊಂದಿಗೂ ಮಾತನಾಡುತ್ತಿರಲಿಲ್ಲ. ಅದರಲ್ಲೂ ಬೃಗು ಮಹರ್ಷಿಯ ಬಗ್ಗೆ ಆತನಿಗೆ ಅದೇನೋ ಒಂದು ರೀತಿಯ ಭಯ. ತನ್ನ ಪ್ರೀತಿಯ ಮಗಳನ್ನು ರಕ್ಷಿಸುವ ಸಲುವಾಗಿ ತಾನೇ ಪಂಚವಟಿಯ ಮೇಲಿನ ದಾಳಿಯನ್ನು ವಿಫಲಗೊಳಿಸಿದ್ದೇನೆ ಎಂದು ತಪ್ಪು ತಿಳಿದುಕೊಂಡಿರುವನೇನೋ ಎಂಬ ಅನುಮಾನ, ಆತಂಕ. ಆದರೆ ಈ ಎಲ್ಲಾ ಗೊಂದಲಗಳ ಮಧ್ಯೆ ದಕ್ಷ ಮತ್ತು ವೀರಿಣಿಯ ನಡುವಿನ ಸಂಬಂಧ ಸಾಕಷ್ಟು ಸುಧಾರಿಸಿತ್ತು. ಪರಸ್ಪರ ವಿಶ್ವಾಸ ಮೂಡಿತ್ತು. ಮದುವೆಯಾಗಿದ್ದ ಹೊಸತರಲ್ಲಿ ಹೇಗೆ ಮಾತನಾಡುತ್ತಿದ್ದರೋ ವ್ಯವಹರಿಸುತ್ತಿದ್ದರೋ ಇಬ್ಬರೂ ಹಾಗೇ ವ್ಯವಹರಿಸತೊಡಗಿದ್ದರು.

ಅಂದು ಖಿನ್ನನಾಗಿದ್ದ ಗಂಡನನ್ನು ಸಂತೈಸಲು ವೀರಿಣಿ ಮುಂದಾಗಿದ್ದಳು. ಆತನ ಹೆಗಲ ಮೇಲೆ ಕೈಯಿಟ್ಟು ಗಂಡನನ್ನು ಪ್ರಶ್ನಿಸಿದಳು.

'ಏನು ಯೋಚಿಸುತ್ತಿರುವೆ ಮಹಾರಾಜ?'.

ದಕ್ಷ ಹೆಗಲ ಮೇಲಿದ್ದ ಆಕೆಯ ಕೈಯನ್ನು ತೆಗೆದು ನಿಟ್ಟುಸಿರು ಬಿಟ್ಟ. ಹಾಗೇ ಬಿಗಿಹಿಡಿದಿದ್ದ ಮುಷ್ಟಿಯನ್ನು ತೆಗೆದು ವೀರಿಣಿಗೆ ತೋರಿಸಿದ. ಮುಷ್ಟಿಯಲ್ಲಿ ಮೆಲೂಹದ ಕ್ಷತ್ರಿಯರು ಧರಿಸುತ್ತಿದ್ದ ಪದಕವಿತ್ತು. ಮೆಲೂಹದಲ್ಲಿ ಕ್ಷತ್ರಿಯರು ಯೌವ್ವನಕ್ಕೆ ಬರುತ್ತಿದ್ದಂತೆ ಅವರವರ ಸಾಮರ್ಥ್ಯಕ್ಕೆ ತಕ್ಕಂತೆ ಪದಕಗಳನ್ನು ನೀಡಲಾಗುತ್ತಿತ್ತು. ಆ ಪದಕದಲ್ಲಿ ಕೆಲವು ಪ್ರಾಣಿಗಳ ಚಿತ್ರವನ್ನು ಕೆತ್ತಲಾಗಿರುತ್ತಿತ್ತು. ದಕ್ಷ ಹಿಡಿದಿದ್ದ ಪದಕದಲ್ಲಿ ಮೇಕೆಯ ಚಿತ್ರ ಕೆತ್ತಲಾಗಿತ್ತು. ಮೆಲೂಹದಲ್ಲಿ ಮೇಕೆಯ ಪದಕ ಹೊಂದಿದ್ದಾನೆ ಎಂದರೆ ಆತ ಶೂರನಲ್ಲ ಎಂದೇ ಭಾವಿಸಲಾಗುತ್ತಿತ್ತು. ಕೆಲವರು ಅಂತಹವರನ್ನು ಕ್ಷತ್ರಿಯರಲ್ಲ ಎಂದೇ ಮೂದಲಿಸುತ್ತಿದ್ದರು. ದಕ್ಷನ ತಂದೆ ಬ್ರಹ್ಮನಾಯಕ ಮಗನ ಬಲಹೀನತೆಯನ್ನು ತಿಳಿದೇ ಮಗನಿಗೆ ಮೇಕೆಯ ಪದಕವನ್ನು ನೀಡಿದ್ದ.

'ಏನು ಸಮಾಚಾರ ದಕ್ಷ? ಏನೋ ಗಂಭೀರವಾದ ವಿಚಾರದ ಬಗ್ಗೆ ಚಿಂತಿಸುತ್ತಿರುವಂತಿದೆ?' ವೀರಿಣಿ ಪ್ರಶ್ನಿಸಿದಳು.

'ಆಕೆ ನನ್ನನ್ನೇಕೆ ರಾಕ್ಷಸನಂತೆ ನೋಡುತ್ತಿದ್ದಾಳೆ ವೀರಿಣಿ? ನಾನೇನು ಅಷ್ಟು ಕಟುಕನೇ? ಆಕೆಯ ಮಗ ಮೆಲೂಹ ಸಾಮ್ರಾಜ್ಯವನ್ನು ಆಳಲಿ, ಯಶೋವಂತನಾಗಿ ಬಾಳಲಿ, ಜಾಜ್ವಲ್ಯಮಾನವಾಗಿ ಬೆಳಗಲಿ ಎಂದಲ್ಲವೇ ನಾನು ಪ್ರಯತ್ನಿಸುತ್ತಿರುವುದು. ಅಲ್ಲದೇ ಗಣೇಶನನ್ನು ನಾನು ತಿರಸ್ಕರಿಸಲಿಲ್ಲ. ಪಂಚವಟಿಯಲ್ಲಿ ಆತನಿಗೆ ಆಶ್ರಯ

ನೀಡುವುದಕ್ಕೆ ಪ್ರಯತ್ನ ಮಾಡಿದೆ. ಅಲ್ಲದೆ ಆಕೆಯ ಗಂಡನನ್ನು ಕೊಲ್ಲಿಸುವ ಸಂಚು ರೂಪಿಸಿದ್ದು ನಾನೆಂದು ಆಕೆ ಹೇಗೆ ತಾನೆ ಯೋಚಿಸಿದಳು? ಅಷ್ಟಕ್ಕೂ ನಾನು ಅಂತಹ ಕೆಲಸ ಮಾಡುತ್ತೇನೆಯೇ?'.

ವೀರಿಣಿ ಮಾತನಾಡಲಿಲ್ಲ. ಇಂತಹ ಸಂಕಷ್ಟ, ಸಂಕೀರ್ಣ ಸನ್ನಿವೇಶದಲ್ಲೂ ದಕ್ಷ ಮಾಡಿದ ತಪ್ಪನ್ನು ಒಪ್ಪಿಕೊಂಡು ತಿದ್ದಿಕೊಳ್ಳುತ್ತಿಲ್ಲವಲ್ಲ ಎಂಬ ನೋವು ಆಕೆಯನ್ನು ಕಾಡಿತ್ತು. ಕಾರಣ ಸತಿಯ ಮೊದಲ ಪತಿ ಚಂದ್ರಧ್ವಜನ ಸಾವಿಗೆ ದಕ್ಷ ನೇರ ಕಾರಣನಾಗಿದ್ದ ಎಂಬ ಸತ್ಯ ಆಕೆಗೆ ತಿಳಿದಿತ್ತು. ದಕ್ಷ ಮನಸ್ಸು ಮಾಡಿದ್ದರೆ ತನ್ನ ಅಳಿಯನನ್ನು ಖಂಡಿತ ಬದುಕಿಸಬಹುದಿತ್ತು. ಅಂತಹ ಹೀನ ಕೃತ್ಯ ಮಾಡಿದ್ದರೂ ಅದನ್ನು ಬಚ್ಚಿಟ್ಟು ಹೊರ ಜಗತ್ತಿಗೆ ಸುಳ್ಳು ಹೇಳಿದ್ದ. ಸಾಮಾನ್ಯವಾಗಿ ಬಲಹೀನರು ತಮ್ಮ ಸ್ಥಿತಿಗೆ ತಾವೇ ಕಾರಣ ಎಂದು ಭಾವಿಸುವುದಿಲ್ಲ. ತಮ್ಮ ಅವನತಿಗೆ ಪರಿಸ್ಥಿತಿಯನ್ನೋ ಅಥವಾ ಇತರರನ್ನೋ ದೂಷಿಸುತ್ತಾರೆ.

ಈ ಬಾರಿ ವೀರಿಣಿ ಅತ್ಯಂತ ಗಂಭೀರವಾದ ವಿಚಾರವೊಂದನ್ನು ದಕ್ಷನ ಮುಂದಿಟ್ಟಳು.

'ದಕ್ಷ! ಈ ಮಾತನ್ನು ನಾನು ಹಿಂದೆಯೂ ಅನೇಕ ಬಾರಿ ಹೇಳಿದ್ದೇನೆ. ಈಗ ಮತ್ತೊಮ್ಮೆ ಹೇಳುತ್ತೇನೆ ಕೇಳಿ. ನೀವೀಗ ಭಾರತ ದೇಶದ ಚಕ್ರಾಧಿಪತಿ. ಬದುಕಿನಲ್ಲಿ ನೀವು ಬಯಸಿದ್ದೆಲ್ಲಾ ನಮಗೆ ದೊರಕಿದೆ. ಎಲ್ಲಾ ಸುಖ ಭೋಗಗಳನ್ನೂ ಅನುಭವಿಸಿದ್ದೀರಿ. ಇನ್ನು ನಾವು ಇಲ್ಲಿರುವುದು ಬೇಡ. ಹಾಗೆಂದು ನಾವೀಗ ಪಂಚವಟಿಗೂ ಹೋಗುವುದಕ್ಕೆ ಸಾಧ್ಯವಿಲ್ಲ. ಹಿಂದೆ ನಾವು ಅಲ್ಲಿಗೆ ಹೋಗಿ ನೆಲೆಸುವ ಅವಕಾಶವನ್ನು ಕಳೆದುಕೊಂಡೆವು. ಕಾಳಿ ಮತ್ತು ಗಣೇಶ ಈಗ ನಮ್ಮನ್ನು ಅಲ್ಲಿಗೆ ಸೇರಿಸುವುದೂ ಇಲ್ಲ. ಅದಕ್ಕಾಗಿ ನಾವು ಅವರನ್ನು ದೂಷಿಸಲಾಗದು. ಬದಲಾಗಿ ನಾವಿಬ್ಬರೂ ಸನ್ಯಾಸ ದೀಕ್ಷೆ ಸ್ವೀಕರಿಸಿಬಿಡೋಣ. ಹಿಮಾಲಯ ಪರ್ವತದಲ್ಲಿ ಧ್ಯಾನಮಾಡುತ್ತಾ ಶಾಂತಿ ಮತ್ತು ನೆಮ್ಮದಿಯಿಂದ ಬದುಕಿನ ಸಂಧ್ಯಾಕಾಲವನ್ನು ಕಳೆಯೋಣ. ಅಂತಿಮವಾಗಿ ಭಗವಂತನ ನಾಮ ಸ್ಮರಣೆಯನ್ನು ಜಪಿಸುತ್ತಲೇ ಪ್ರಾಣಬಿಡೋಣ'.

'ಏನು! ನಾನು ಯಾರಿಗೋ ಹೆದರಿ ಹಿಮಾಲಯಕ್ಕೆ ಓಡಿ ಹೋಗಲೇ?'.

'ದಕ್ಷ........'.

'ನೀನು ಸುಮ್ಮನಿರು ವೀರಿಣಿ! ಈಗ ನನಗೆ ಎಲ್ಲವೂ ಅರ್ಥವಾಗಿದೆ. ಸ್ವದ್ವೀಪವನ್ನು ವಶಪಡಿಸಿಕೊಳ್ಳುವುದು ನನಗೆ ಅವಶ್ಯಕವಾಗಿತ್ತು. ಹಾಗಾಗಿ ಆ ಜವಾಬ್ದಾರಿಯನ್ನು ನೀಲಕಂಠನಿಗೆ ವಹಿಸಿದೆ. ಆತ ಅದನ್ನು ನಿರ್ವಹಿಸಿದ. ಸ್ವದ್ವೀಪವನ್ನು

ನನಗೆ ಗೆದ್ದುಕೊಟ್ಟ. ಇನ್ನು ನನಗೆ ಅವನ ಅವಶ್ಯಕತೆಯಿಲ್ಲ. ಆತನನ್ನು ಈಗ ಕೊಂದು ಹಾಕುತ್ತೇನೆ. ಆಗ ಸತಿ ಇಲ್ಲಿಗೆ ಬಂದೇ ಬರುತ್ತಾಳೆ. ನಾವೆಲ್ಲರೂ ಸಂತೋಷದಿಂದ ಇರಬಹುದು'.

'ದಕ್ಷ! ಶ್ರೀರಾಮನ ಅನುಯಾಯಿಯಾದ ನೀವು ಹೀಗೆ ಯೋಚಿಸುವುದೇ? ಛೇ!.....ಛೇ!....ಬೇಡ ಮಹಾರಾಜ'.

'ಈ ವಿಚಾರದಲ್ಲಿ ನೀನು ತಲೆ ಹಾಕಬೇಡ ವೀರಿಣಿ. ನನ್ನನ್ನು ನಂಬು. ನೀಲಕಂಠನ ವಿಚಾರ ನನಗೆ ಬಿಡು'.

'ಇಲ್ಲ ಮಹಾರಾಜ! ಈ ಎಲ್ಲವನ್ನು ನಾವು ಬಿಟ್ಟುಬಿಡೋಣ. ಇದರ ಸಹವಾಸವೇ ನಮಗೆ ಬೇಡ. ನೀವು ಈಗಾಗಲೇ ಚಕ್ರವರ್ತಿಯ ಪದವಿಯನ್ನು ಅನುಭವಿಸಿರುವಿರಿ. ನೀವು ಚಕ್ರವರ್ತಿಗಳಲ್ಲದಿದ್ದರೂ ಆನಂದವಾಗಿರಬಹುದು. ಬದುಕಿನ ಆನಂದ ಸವಿಯಲು ಚಕ್ರವರ್ತಿಯೇ ಆಗಿರಬೇಕಿಲ್ಲ. ರಾಜನಾಗಿ ಮುಂದುವರೆಯುವ ಆಸೆಯನ್ನು ಬಿಟ್ಟುಬಿಡಿ'.

'ಏನು! ಚಕ್ರವರ್ತಿಯಾಗಿರುವ ಆಸೆಯನ್ನು ಬಿಟ್ಟು ಬಿಡಬೇಕೇ? ಮೂರ್ಖತನದ ಮಾತುಗಳನ್ನಾಡುತ್ತಿರುವೆಯಲ್ಲ ವೀರಿಣಿ! ಈಗ ನಾನೊಬ್ಬ ಸಾಮ್ರಾಟ. ಕೇವಲ ಮೆಲೂಹದ ಸಾಮ್ರಾಟನಲ್ಲ. ಇಡೀ ಭಾರತ ದೇಶದ ಚಕ್ರಾಧಿಪತಿ. ಅಂತಹ ನನ್ನನ್ನು ನೀಲಿಕಂಠವಿರುವ ಪರದೇಶಿಯೊಬ್ಬ ಪರಾಜಯಗೊಳಿಸಬಲ್ಲ ಎಂದು ನೀನು ಭಾವಿಸಿರುವೆಯಾ? ಭಂಗಿ ಸೇದುತ್ತಾ, ಭಿಕ್ಷೆ ಬೇಡುತ್ತಾ ಬಂದಿರುವ ಅನಾಗರೀಕನೊಬ್ಬ ನನ್ನ ಕುಟುಂಬವನ್ನು ನನ್ನಿಂದ ಕಿತ್ತುಕೊಳ್ಳಲು ಸಾಧ್ಯವೇ? ಅಸಂಭವ.........ಅಸಂಭವ....!'.

ದಕ್ಷನ ಮಾತುಗಳನ್ನು ಕೇಳುತ್ತಲೇ ವೀರಿಣಿ ತಲೆ ಚೆಚ್ಚಿಕೊಳ್ಳುತ್ತಾ ಗಳಗಳನೆ ಅಳಲಾರಂಭಿಸಿದಳು.

'ಅವನಿಗೆ ಗೌರವ ಮತ್ತು ಪದವಿಯನ್ನು ಕೊಟ್ಟವನು ನಾನು. ಅದನ್ನು ಕಿತ್ತುಕೊಳ್ಳವವನೂ ನಾನೇ. ನೋಡುತ್ತಿರು, ಈ ಜಗತ್ತಿನಿಂದಲೇ ಆತ ದೂರ ಹೋಗುವಂತೆ ಮಾಡುತ್ತೇನೆ' ದಕ್ಷ ಅಬ್ಬರಿಸಿದ.

'ಅದೋ ಅಲ್ಲಿ ನೋಡಿ ಮಹಾಪ್ರಭು!' ಪರಶುರಾಮ ಕೂಗಿ ಹೇಳಿದ.

ಶಿವ ಪಾಮ್ ಮರಗಳ ಆಚೆಗಿದ್ದ ಕಾಡಿನತ್ತ ತೀಕ್ಷ್ಣ ದೃಷ್ಟಿ ಬೀರಿದ. ಕೆಲವೇ ಅಡಿಗಳ ದೂರದಲ್ಲಿ ಏಕಕಾಲಕ್ಕೆ ನೂರಾರು ಪಕ್ಷಿಗಳು ಚಿವುಗುಡುತ್ತಾ ಮೇಲಕ್ಕೆ ಹಾರಿ ಹೋಗುತ್ತಿದ್ದವು.

'ವಾಸುದೇವರ ಆಗಮನವಾಗುತ್ತಿದೆ ಮಹಾಪ್ರಭು' ನಂದಿ ಹೇಳಿದ.

ನೋಡು ನೋಡುತ್ತಿದ್ದಂತೆ ಹತ್ತಾರು ಆನೆಗಳ ಹಿಂಡು ಕಾಡನ್ನು ಸೀಳಿಕೊಂಡು ಘೀಳಿಡುತ್ತಾ ಧಾವಿಸುತ್ತಿದ್ದವು. ಅವೆಲ್ಲವೂ ಸಾಕು ಆನೆಗಳು. ಅವುಗಳ ಹಣೆಯ ಮೇಲೆ ಚಿನ್ನದಿಂದ ಕುಸುರಿ ಮಾಡಿದ್ದ ಬಟ್ಟೆಗಳನ್ನು ಇಳಿ ಬಿಡಲಾಗಿತ್ತು. ಪ್ರತಿ ಆನೆಯ ಮೇಲೆ ಮಾವುತರು ಆಸೀನರಾಗಿದ್ದರು. ಮಾವುತರು ತಲೆಯಿಂದ ಕಾಲಿನವರೆಗೂ ಬೆತ್ತದ ರಕ್ಷಣಾ ಕವಚ ಧರಿಸಿದ್ದರು. ದಟ್ಟ ಕಾಡಿನಲ್ಲಿ ಆನೆಯ ಮೇಲೆ ಕುಳಿತು ಸವಾರಿ ಮಾಡುವಾಗ ಎತ್ತರದ ಮರಗಳ ರೆಂಬೆ-ಕೊಂಬೆಗಳು ಚುಚ್ಚಿ ಗಾಯವಾಗುವ ಸಾಧ್ಯತೆ ಇರುತ್ತದೆ. ಆದರೆ ಬೆತ್ತದ ಈ ರಕ್ಷಣಾ ಕವಚ ಅಂತಹ ಏಟುಗಳಿಂದ ಮಾವುತರನ್ನು ರಕ್ಷಿಸುತ್ತಿತ್ತು. ಮಾವುತ ಕಾಲಿನ ಹೆಬ್ಬೆರಳಿನಿಂದ ಆನೆಯ ಕಿವಿಯ ಹಿಂಭಾಗವನ್ನು ತಿವಿಯುತ್ತಿದ್ದ. ಜತೆಗೆ ಕೈಯಲ್ಲಿ ಹಿಡಿದಿದ್ದ ಅಂಕುಶದಿಂದ ಆನೆಯ ನಡಿಗೆಯನ್ನು ನಿಯಂತ್ರಿಸುತ್ತಿದ್ದ ಮತ್ತು ಅದಕ್ಕೆ ಸೂಕ್ತ ಮಾರ್ಗದರ್ಶನ ನೀಡುತ್ತಿದ್ದ. ಪ್ರತಿ ಆನೆಯ ಮೇಲೆ ಬೃಹತ್ ಗಾತ್ರದ ಅಂಬಾರಿಯನ್ನು ಕಟ್ಟಲಾಗಿತ್ತು. ಏಕಕಾಲದಲ್ಲಿ ನಾಲ್ಕಾರು ಮಂದಿ ಕುಳಿತುಕೊಳ್ಳಬಹುದಾದ ಭಾರಿ ಅಂಬಾರಿ ಅದು. ಅಂಬಾರಿಯ ಸುತ್ತಲೂ ರಕ್ಷಣಾ ಗೋಡೆಯಿತ್ತು. ಆದರೂ ಒಳಗೆ ಗಾಳಿ ಮತ್ತು ಬೆಳಕಿನ ವ್ಯವಸ್ಥೆಯಿತ್ತು. ಇಳಿಯುವ ಮತ್ತು ಹತ್ತುವ ಸಲುವಾಗಿ ಅಂಬಾರಿಯ ಒಂದು ಕಡೆ ಪುಟ್ಟ ಬಾಗಿಲನ್ನು ನಿರ್ಮಿಸಲಾಗಿತ್ತು.

ಮೊದಲಿಗೆ ಶಿವನ ಕಣ್ಣು ನೆಟ್ಟಿದ್ದು ಸಾಲಿನಲ್ಲಿದ್ದ ಮೊದಲ ಆನೆಯ ಕಡೆಗೆ. ಆ ಆನೆ ಶಿವನ ಹತ್ತಿರಕ್ಕೆ ಬಂದು ನಿಂತಿತು. ಕೂಡಲೆ ಅದರ ಮೇಲಿದ್ದ ಅಂಬಾರಿಯ ಪರದೆ ಸರಿಯಿತು. ಬಾಗಿಲು ತೆರೆಯಿತು. ಅಷ್ಟರಲ್ಲಿ ಉದ್ದನೆಯ ನೀಳಕಾಯದ ಕೇಸರಿ ಬಣ್ಣದ ಧೋತಿ ಮತ್ತು ಅಂಗವಸ್ತ್ರ ಧರಿಸಿದ್ದ ಪಂಡಿತರೊಬ್ಬರು ಕೆಳಗಿಳಿದರು. ನಂತರ ಪಂಡಿತರು ನೇರವಾಗಿ ಶಿವನ ಬಳಿಗೆ ಬಂದು ಕೈ ಮುಗಿದು ಭಕ್ತಿಯಿಂದ ನಮಸ್ಕರಿಸಿದರು. ಶಿವ ಸಹ ಅಷ್ಟೇ ಗೌರವದಿಂದ ಪ್ರತಿನಮಸ್ಕರಿಸಿದ. ನಂತರ ಪಂಡಿತರನ್ನೇ ದಿಟ್ಟಿಸಿ ನೋಡಲಾರಂಭಿಸಿದ. ಉದ್ದನೆಯ ಬಿಳಿಯ ಗಡ್ಡ, ಬೆನ್ನ ಹಿಂದೆ ಇಳಿಬಿಟ್ಟ ನೀಳಕೂದಲು, ಪ್ರಶಾಂತ ವದನ, ಕಾಂತಿಯುತ ಕಣ್ಣುಗಳು, ಮುಖದಲ್ಲಿ ಮೂಡಿದ್ದ ಮುಗುಳ್ನಗೆ ಇವೆಲ್ಲವೂ ಅವರು ಗಳಿಸಿಕೊಂಡಿದ್ದ ಪ್ರಖಾಂಡ ಪಾಂಡಿತ್ಯವನ್ನು ಎತ್ತಿ ತೋರಿಸುತ್ತಿತ್ತು. ಸಚ್ಚಿದಾನಂದ ಸ್ವರೂಪಿಗಳಾಗಿ ಗೋಚರಿಸುತ್ತಿದ್ದ ಪಂಡಿತರು ಬದುಕಿನ ನಿಜವಾದ ಅರ್ಥ ಮತ್ತು ಸತ್ಯವನ್ನು ಕಂಡುಕೊಂಡಿದ್ದರು. ಜೀವನ ಧರ್ಮವನ್ನು ಚಾಚೂ ತಪ್ಪದೆ ಅನುಸರಿಸುತ್ತಿದ್ದರು. ಆ ಮೂಲಕ ಮಾನವ ಜನ್ಮದ ಸಾರ್ಥಕತೆ ಕಂಡುಕೊಂಡಿದ್ದರು.

'ನಮಸ್ಕಾರ ಪಂಡಿತರೇ! ಕೊನೆಗೂ ವಾಸುದೇವ ಪಂಡಿತರ ಮುಖ್ಯಸ್ಥರಾದ ನಿಮ್ಮನ್ನು ಭೇಟಿ ಮಾಡುತ್ತಿರುವುದು ನನಗೆ ಸಂತಸ ತಂದಿದೆ. ನಾನು ಧನ್ಯ' ಎಂದು ಹೇಳಿ ಶಿವ ಪಂಡಿತರನ್ನು ಆಲಂಗಿಸಿದ.

ಪಂಡಿತರೂ ಬಿಗುಮಾನ ಬಿಟ್ಟು ಶಿವನನ್ನು ಆಲಂಗಿಸಿಕೊಂಡು ಆತ್ಮೀಯವಾಗಿ ಬರಮಾಡಿಕೊಂಡರು.

'ನಾವಿನ್ನು ಹೊರಡೋಣವೇ?' ಶಿವ ಕೇಳಿದ.

'ಖಂಡಿತವಾಗಿ'.

ಪಂಡಿತರು ಉಜ್ಜೆಯನಿಯತ್ತ ತೆರಳಲು ಮಾವುತರಿಗೆ ಆದೇಶಿಸಿದರು.

— ⚲ —

ಆನೆಯ ಮೇಲಿದ್ದ ಅಂಬಾರಿ ಎಂಟು ಮಂದಿ ಕುಳಿತುಕೊಳ್ಳುವಷ್ಟು ವಿಶಾಲವಾಗಿತ್ತು. ಹಾಗಾಗಿ ಗೋಪಾಲ ಪಂಡಿತರು, ಶಿವ, ಸತಿ, ಗಣೇಶ, ಕಾರ್ತಿಕ, ನಂದಿ, ಬೃಹಸ್ಪತಿ ಮತ್ತು ಪರಶುರಾಮ ಒಟ್ಟಾಗಿ ಅಂಬಾರಿಯಲ್ಲಿ ಕುಳಿತರು.

'ನಮ್ಮ ಪ್ರಯಾಣ ಸುಖಕರವಾಗಿತ್ತಲ್ಲವೇ?' ಪಂಡಿತರು ಶಿವನನ್ನು ಪ್ರಶ್ನಿಸಿದರು.

'ಹೌದು! ನನ್ನ ಮಗ ಸರಿಯಾದ ದಾರಿತೋರಿಸುತ್ತಾ ನಮಗೆಲ್ಲ ಮಾರ್ಗದರ್ಶನ ಮಾಡುತ್ತಿದ್ದ' ಶಿವ ಗಣೇಶನತ್ತ ತಿರುಗಿ ಹೇಳಿದ.

'ನಾಗಾ ನಾಯಕರು ಅತ್ಯಂತ ಚಾಣಾಕ್ಷಮತಿಗಳು ಎಂಬ ವಿಚಾರ ನಮಗೆ ತಿಳಿದಿದೆ. ನಿಮ್ಮ ಮತ್ತೊಬ್ಬ ಮಗ ಕಾರ್ತಿಕನ ಶೌರ್ಯ ಮತ್ತು ಸಾಹಸದ ಬಗ್ಗೆಯೂ ಜನ ಮಾತನಾಡಿಕೊಳ್ಳುತ್ತಿರುವುದನ್ನು ನಾವು ಕೇಳಿದ್ದೇವೆ' ಪಂಡಿತರು ಹೇಳಿದರು.

ಕಾರ್ತಿಕ ಅತ್ಯಂತ ವಿನಯದಿಂದ ಪಂಡಿತರಿಗೆ ನಮಸ್ಕರಿಸಿದ.

'ಪಂಡಿತರೇ! ಉಜ್ಜೆಯನಿಗೆ ಇಲ್ಲಿಂದ ಒಂದು ದಿವಸದ ಪ್ರಯಾಣ ಎಂದು ತಿಳಿಯಿತು. ಅಷ್ಟು ದೀರ್ಘ ಪಯಣವೇಕೆ ಪಂಡಿತರೇ? ಉಜ್ಜೆಯನಿ ಇಲ್ಲಿಂದ ದೂರದಲ್ಲಿರುವ ಕಾರಣಕ್ಕೋ ಅಥವಾ ದುರ್ಗಮ ಕಾಡುಗಳಿರುವುದಕ್ಕೋ?' ಶಿವ ಕೇಳಿದ.

'ಎರಡೂ ಕಾರಣಕ್ಕಾಗಿ ನಾವು ಸುದೀರ್ಘ ಪ್ರಯಾಣ ಮಾಡಬೇಕಾಗಿದೆ. ಚಂಬಲ್‌ನಿಂದ ಉಜ್ಜೆಯನಯವರೆಗೆ ನಾವು ಯಾವುದೇ ರಸ್ತೆಯನ್ನು ನಿರ್ಮಿಸಿಲ್ಲ. ಕಾರಣ ನಾವು ಸಾಮಾನ್ಯವಾಗಿ ಯಾರನ್ನೂ ಭೇಟಿ ಮಾಡುವುದಿಲ್ಲ. ಅದರ ಅಗತ್ಯವೂ ನಮಗಿಲ್ಲ. ಆದರೆ ವಿಶೇಷವಾದ ಅತಿಥಿಗಳನ್ನು ಭೇಟಿ ಮಾಡಬೇಕಾದ ಪ್ರಸಂಗ

ಒದಗಿದಾಗ ಮಾತ್ರ ನಾವು ಪ್ರಯಾಣ ಮಾಡುತ್ತೇವೆ. ಆಗ ನಮ್ಮಲ್ಲಿರುವ ಆನೆಗಳು ಸಹಾಯಕ್ಕೆ ಬರುತ್ತವೆ'.

ಅಂತೂ ಶಿವನ ಪ್ರಯಾಣ ಆರಂಭವಾಯಿತು. ದಾರಿಯುದ್ದಕ್ಕೂ ಮರದ ರೆಂಬೆ–ಕೊಂಬೆಗಳು ಅಂಬಾರಿಗೆ ಬಡಿಯುತ್ತಿತ್ತು. ಹಾಗಾಗಿ ಆಗಾಗ ಸದ್ದು ಕೇಳಿಸುತ್ತಿತ್ತು. ಅದೊಂದು ಸುದೀರ್ಘ ಪಯಣ. ಒಂದು ದಿನದ ನಂತರ ಶಿವನ ದಂಡು ಉಜ್ಜೆಯನಿಯ ಬಳಿಗೆ ಬಂತು.

ನಗರ ಸಮೀಪಿಸುತ್ತಿದ್ದಂತೆ ಪಂಡಿತರು ಕೂಗಿ ಹೇಳಿದರು 'ನಾವೀಗ ಉಜ್ಜೆಯನಿಯನ್ನು ತಲುಪಿದ್ದೇವೆ. ಎಲ್ಲರೂ ಅಂಬಾರಿಯಿಂದ ಕೆಳಗಿಳಿಯಿರಿ'.

ಅಷ್ಟು ಹೇಳಿ ಪಂಡಿತರು ತಾವು ಕುಳಿತಿದ್ದ ಅಂಬಾರಿಯ ಎಡಭಾಗದಲ್ಲಿದ್ದ ಸನ್ನೆಯೊಂದನ್ನು ಒತ್ತಿದರು. ಕೂಡಲೆ ಅಂಬಾರಿಯ ಬಾಗಿಲು ತೆರೆಯಿತು. ನಾಲ್ಕು ದಿಕ್ಕುಗಳಲ್ಲಿದ್ದ ಪರದೆ ಸರಿಯಿತು. ಎರಡೂ ಕಡೆಗಳಿಂದ ಲೋಹದ ಸರಳುಗಳು ರಕ್ಷಣಾ ಕವಚದಂತೆ ಹೊರಕ್ಕೆ ಚಾಚಿಕೊಂಡಿತು. ಆದರೆ ಅಂಬಾರಿಯಲ್ಲಿದ್ದವರು ಆ ತಾಂತ್ರಿಕತೆಯನ್ನು ಮೆಚ್ಚಿಕೊಳ್ಳುವ ಸ್ಥಿತಿಯಲ್ಲಿರಲಿಲ್ಲ. ಅವರ ಗಮನವೆಲ್ಲ ಹೆಮ್ಮೆಯ ನಗರಿ ಉಜ್ಜೆಯನಿಯತ್ತ ನೆಟ್ಟಿತ್ತು.

ಚೌಕಾಕಾರದ ದಟ್ಟ ಕಾನನದ ನಡುವೆ ವೃತ್ತಾಕಾರವಾಗಿ ಉಜ್ಜೆಯನಿ ನಗರವನ್ನು ನಿರ್ಮಿಸಲಾಗಿತ್ತು. ನಗರದ ಸುತ್ತ ಹತ್ತು ಅಡಿ ಆಳ ಮತ್ತು ಮೂವತ್ತು ಅಡಿ ಎತ್ತರದ ಅಭೇದ್ಯ ಕಲ್ಲಿನ ಕೋಟೆ. ಕೋಟೆಯ ಸುತ್ತ ಚಂಬಲ್ ನದಿಯ ಉಪನದಿ ಶಿಪ್ರ ಹರಿಯುತ್ತಿತ್ತು. ಕೋಟೆಯ ಸುತ್ತ ಆಳವಾದ ಕಂದಕ. ಅದರಲ್ಲಿ ಕಂದಕದಲ್ಲಿ ನೂರಾರು ಮೊಸಳೆಗಳನ್ನು ಬಿಡಲಾಗಿತ್ತು. ಶತ್ರುಗಳು ಕಂದಕವನ್ನು ದಾಟಿ ಬರಲು ಪ್ರಯತ್ನಿಸಿದರೆ ಮೊಸಳೆಗಳಿಗೆ ಆಹಾರವಾಗುತ್ತಿದ್ದರು. ಆಶ್ಚರ್ಯವೆಂದರೆ ಹೊರಗಿನಿಂದ ಬರುವವರು ಕಂದಕವನ್ನು ದಾಟಿ ನಗರವನ್ನು ಪ್ರವೇಶಿಸಲು ಬೇಕಾದ ಸೇತುವೆಯೇ ಅಲ್ಲಿರಲಿಲ್ಲ. ಶಿವನಗೆ ಅಚ್ಚರಿಯೋ ಅಚ್ಚರಿ. ಸೇತುವೆಯೇ ಇಲ್ಲದ ಮೇಲೆ ಕಂದಕವನ್ನು ದಾಟಿ ಮುಂದೆ ಹೋಗುವುದು ಹೇಗೆ ಎಂಬ ಪ್ರಶ್ನೆ ಶಿವನನ್ನು ಕಾಡಿತ್ತು.

ಶಿವ ದೇಶಾದ್ಯಂತ ಇರುವ ಅನೇಕ ಕೋಟೆ ಕೊತ್ತಲಗಳು ಮತ್ತು ಅಲ್ಲಿನ ಕಂದಕಗಳನ್ನು ನೋಡಿದ್ದ. ಆದರೆ ಇದು ಅವೆಲ್ಲವುಗಳಿಗಿಂತ ಭಿನ್ನವಾಗಿತ್ತು. ಶಿವ ಕಾತುರದಿಂದ ಆನೆಗಳು ಕೋಟೆಯನ್ನು ಹೇಗೆ ಪ್ರವೇಶಿಸುತ್ತವೆ ಎಂದು ಕಾದು ನೋಡುತ್ತಿದ್ದ. ಅಷ್ಟರಲ್ಲಿ ಎತ್ತರದ ವೇದಿಕೆಯೊಂದರ ಮೇಲಿದ್ದ ಇಪ್ಪತ್ತು ಮಂದಿ

ಸೈನಿಕರು ಭಾರಿ ಗಾತ್ರದ ಕಲ್ಲಿನ ಗುಂಡಿಯೊಂದನ್ನು ಒತ್ತಿದರು. ಕೂಡಲೆ ಆಶ್ಚರ್ಯವೆಂಬಂತೆ ಬೃಹತ್ ಸುರಂಗ ಮಾರ್ಗವೊಂದು ತೆರೆದುಕೊಂಡಿತು. ಒಳಗೆ ಹೋಗಲು ಪಂಜಿನ ಬೆಳಕಿತ್ತು. ಆನೆಗಳು ನಿರಾತಂಕವಾಗಿ ಸುರಂಗದ ಮೂಲಕ ಕೋಟೆಯನ್ನು ಪ್ರವೇಶಿಸಿದವು.

ಕಾರ್ತಿಕ ಗಣೇಶನತ್ತ ತಿರುಗಿ ಹೇಳಿದ 'ಎಂತಹ ಅದ್ಭುತ ತಂತ್ರಜ್ಞಾನ!'.

'ಹೌದು! ಕಂದಕವನ್ನು ದಾಟಲು ಸೇತುವೆಯನ್ನು ಕಟ್ಟುವ ಬದಲು ಸುರಂಗ ಮಾರ್ಗವನ್ನು ನಿರ್ಮಿಸಿದ್ದಾರೆ'.

'ಹೊರನೋಟಕ್ಕೆ ನಗರವನ್ನು ಪ್ರವೇಶಿಸಲು ಸುರಂಗ ಮಾರ್ಗ ಎಲ್ಲಿದೆ ಎಂದು ಯಾರಿಗೂ ತಿಳಿಯುವುದಿಲ್ಲ. ಹಾಗಾಗಿ ಯಾವ ಶತ್ರುವೂ ಒಳಗೆ ಪ್ರವೇಶಿಸಲು ಸಾಧ್ಯವಿಲ್ಲ'.

ನಂದಿ ಗೋಪಾಲರತ್ತ ತಿರುಗಿ ಹೇಳಿದ 'ಇದು ನಿಜಕ್ಕೂ ಅದ್ಭುತ'.

ವಾಸುದೇವ ಪಂಡಿತರು ನಸುನಕ್ಕರು.

ಆನೆಗಳು ನಗರದ ಮುಖ್ಯ ದ್ವಾರದ ಕಡೆಗೆ ನಡೆದವು. ಮುಖ್ಯದ್ವಾರದ ಬಳಿಯ ಗೋಡೆಯ ಮೇಲೆ ಕೆಲವು ರೇಖಾಚಿತ್ರಗಳನ್ನು ಬಿಡಿಸಲಾಗಿತ್ತು. ಅವುಗಳಲ್ಲಿ ಒಂದು ಚೌಕ. ಅದರ ಒಳಗೊಳಗೆ ನೂರಾರು ವೃತ್ತಗಳು. ಅಕ್ಷರಶಃ ಉಜ್ಜೆಯನಿಯ ನಕಾಶೆಯಂತಿತ್ತು. ವೃತ್ತಾಕಾರದ ಕೋಟೆಯ ಗೋಡೆಯನ್ನು ವಾಸುದೇವರು ಇಷ್ಟಪಡುವ ಜ್ಯಾಮಿತೀಯ ವಿನ್ಯಾಸದಲ್ಲಿ ಕಟ್ಟಲಾಗಿತ್ತು.

'ನಾವು ಇಡೀ ನಗರವನ್ನು ಮಂಡಲಾಕಾರದಲ್ಲಿ ನಿರ್ಮಿಸಿದ್ದೇವೆ' ಪಂಡಿತರು ಹೇಳಿದರು.

'ಮಂಡಲ ಎಂದರೇನು ಪಂಡಿತರೇ?' ಶಿವ ಕೇಳಿದ.

'ಅದು ಆಧ್ಯಾತ್ಮ ಜಗತ್ತಿನ ರಹದಾರಿಯ ಸಂಕೇತ' ಪಂಡಿತರು ಹೇಳಿದರು.

'ಅದು ಹೇಗೆ?'.

'ಆ ಚೌಕಾಕಾರದ ಗಡಿ ನಾವು ಜೀವಿಸುತ್ತಿರುವ ಭೂಮಿಯ ಸಂಕೇತ. ಚೌಕದ ನಾಲ್ಕು ಮಗ್ಗುಲುಗಳು ಭೂಮಂಡಲದ ನಾಲ್ಕು ದಿಕ್ಕುಗಳು. ಚೌಕದ ಒಳಗಿರುವ ಖಾಲಿ ಜಾಗಗಳು ನಮ್ಮ ಸುತ್ತ ಮುತ್ತಲಿನ ಪ್ರಕೃತಿ. ಒಳಗಿರುವ ವೃತ್ತಗಳು ಪರಮಾತ್ಮನನ್ನು ಸೇರಲು ಇರುವ ಹತ್ತಾರು ದಾರಿಗಳು'.

'ದಾರಿಯನ್ನು ತೋರಿಸಲು ವೃತ್ತವನ್ನೇ ಏಕೆ ಬಳಸಿಕೊಂಡಿದ್ದಾರೆ'.

'ಪರಮಾತ್ಮನೆಂದರೆ ಅದೊಂದು ಪರಮೋನ್ನತ ಆತ್ಮ. ಆತ ಅಸೀಮರೂಪಿ ಹಾಗೂ ಅನಂತರೂಪಿ. ಅಂತಹ ಅನಂತ ಆತ್ಮವನ್ನು ಚಿತ್ರದಲ್ಲಿ ತೋರಿಸಬೇಕಾದರೆ

ವೃತ್ತವನ್ನು ಬಿಟ್ಟು ಮತ್ತಾವುದರಿಂದಲೂ ತೋರಿಸಲಾಗದು. ವೃತ್ತಕ್ಕೆ ಮೊದಲಾಗಲೀ ಕೊನೆಯಾಗಲೀ ಇಲ್ಲ. ಅದಕ್ಕೆ ಮತ್ತೊಂದು ಮಗ್ಗುಲನ್ನು ಸೇರಿಸುವುದಾಗಲೀ ಮಗ್ಗುಲನ್ನು ಕಿತ್ತು ಹಾಕುವುದಾಗಲೀ ಸಾಧ್ಯವಿಲ್ಲ. ಪರಮಾತ್ಮನೂ ಹಾಗೆ ಆದಿ-ಅಂತ್ಯವಿಲ್ಲದವನು'.

ಶಿವ ಮುಗುಳ್ನಕ್ಕ.

ಉಜ್ಜೈಯನಯೆಂಬ ಮಹಾನಗರಿಯ ಪಕ್ಷಿನೋಟ ಹೀಗಿತ್ತು. ನಗರದ ಸುತ್ತ ವೃತ್ತಾಕಾರದ ಅಭೇದ್ಯ ಕಲ್ಲಿನ ಕೋಟೆ. ಒಳಗೆ ಐದು ಸಮಾನ ಕೇಂದ್ರವುಳ್ಳ ವೃತ್ತಾಕಾರದ ವರ್ತುಲ ರಸ್ತೆಗಳು. ಹೊರ ವರ್ತುಲ ರಸ್ತೆ ಕೋಟೆಯ ಅಂಚಿನಲ್ಲಿ ಹಾದು ಹೋಗಿತ್ತು. ಕೋಟೆಯಿಂದ ಮುಂದೆ ಸಾಗಿದಂತೆ ರಸ್ತೆಗಳ ವ್ಯಾಸ ಕಡಿಮೆಯಾಗುತ್ತಿತ್ತು. ಒಳವರ್ತುಲ ರಸ್ತೆಯಿಂದ ಇಪ್ಪತ್ತು ಕಿರಿದಾದ ರಸ್ತೆಗಳು ನಗರದ ಹೃದಯಭಾಗವನ್ನು ಸೇರುತ್ತಿತ್ತು. ಅಲ್ಲೊಂದು ಮಹಾವಿಷ್ಣುವಿನ ಭವ್ಯ ಮಂದಿರ. ಇಡೀ ನಗರವನ್ನು ಐದು ವಲಯಗಳಾಗಿ ವಿಂಗಡಿಸಲಾಗಿತ್ತು. ನಾಲ್ಕು ಮತ್ತು ಐದನೇ ವರ್ತುಲ ರಸ್ತೆಗಳ ನಡುವೆ ಇದ್ದ ವಿಶಾಲವಾದ ಜಾಗದಲ್ಲಿ ಕುದುರೆ ಮತ್ತು ಗೋವು ಮುಂತಾದ ಪ್ರಾಣಿಗಳನ್ನು ಸಾಕಲಾಗುತ್ತಿತ್ತು. ವಾಸುದೇವರ ಹೆಮ್ಮೆಯ ಪಳಗಿದ ಸಾವಿರಾರು ಆನೆಗಳೂ ಅಲ್ಲಿ ಆಶ್ರಯ ಪಡೆದಿದ್ದವು. ಇನ್ನು ಮೂರು ಮತ್ತು ನಾಲ್ಕನೇ ರಸ್ತೆಯ ನಡುವಿದ್ದ ಜಾಗದಲ್ಲಿ ಪ್ರಶಿಕ್ಷಣಾರ್ಥಿಗಳಿಗಾಗಿ ವಸತಿಗೃಹಗಳು, ಶಾಲೆಗಳು, ಮಾರುಕಟ್ಟೆ ಮತ್ತು ಮನರಂಜನಾ ಕೇಂದ್ರಗಳಿದ್ದವು. ಎರಡು ಮತ್ತು ಮೂರನೇ ರಸ್ತೆಯ ವಲಯದಲ್ಲಿ ವಾಸುದೇವ ಪಂಗಡದ ಕ್ಷತ್ರಿಯರು, ವೈಶ್ಯರು ಮತ್ತು ಶೂದ್ರರು ವಾಸವಾಗಿದ್ದರು. ಒಂದು ಮತ್ತು ಎರಡನೇ ರಸ್ತೆಯ ಮಧ್ಯದ ವಲಯದಲ್ಲಿ ವಾಸುದೇವ ಪಂಗಡವನ್ನು ಮುನ್ನಡೆಸುತ್ತಿದ್ದ ಬ್ರಾಹ್ಮಣರು ನೆಲೆಸಿದ್ದರು. ನಗರದ ಮಧ್ಯಭಾಗವನ್ನು ವಾಸುದೇವರು ಅತ್ಯಂತ ಪವಿತ್ರ ಸ್ಥಳವೆಂದೇ ಭಾವಿಸಿದ್ದರು. ಹಾಗಾಗಿ ಅಲ್ಲಿ ದೇವಾಲಯವನ್ನು ನಿರ್ಮಿಸಿದ್ದರು.

ದೇವಾಲಯವನ್ನು ಕಪ್ಪು ಕಲ್ಲಿನಿಂದ ಕಟ್ಟಲಾಗಿತ್ತು. ಚಂಬಲ್ ಕಣಿವೆಯಿಂದ ನಿಂತು ನೋಡಿದರೆ ಇಡೀ ದೇವಾಲಯವೇ ದೊಡ್ಡದೊಂದು ಪರ್ವತದಂತೆ ಗೋಚರಿಸುತ್ತಿತ್ತು. ಅದೊಂದು ಮಾನವನಿರ್ಮಿತ ಭವ್ಯ ದೇವಮಂದಿರ. ಹೊರನೋಟಕ್ಕೆ ಶಂಖವನ್ನು ತಲೆಕೆಳಕಾಗಿ ಇಟ್ಟಂತಿತ್ತು. ಕೆಳಗೆ ವೃತ್ತಾಕಾರದ ಪದತಳ. ಸುತ್ತಲೂ ನೂರಾರು ಬೃಹತ್ ಗಾತ್ರದ ಕಲ್ಲಿನ ಕಂಬಗಳು. ದೇವಾಲಯದ ಎತ್ತರ ಆರುನೂರು ಅಡಿಗಳಷ್ಟಿತ್ತು. ದೇವಾಲಯದ ಮಧ್ಯದಲ್ಲಿ ದೈತ್ಯಾಕಾರದ ಅಮೃತಶಿಲೆಯ ಕಂಬವೊಂದನ್ನು ಪದತಳದಿಂದ ತುದಿಮಾಳಿಗೆಯವರೆಗೂ ನಿಲ್ಲಿಸಲಾಗಿತ್ತು. ತುದಿಮಾಳಿಗೆಯಲ್ಲಿ ಆ ಕಂಬದ ಮೇಲೆ ಕಪ್ಪುಶಿಲೆಯಿಂದ ಮಾಡಿದ ಕಪೋಲವೊಂದನ್ನು ಪ್ರತಿಷ್ಠಾಪಿಸಲಾಗಿತ್ತು. ನಲವತ್ತು ಟನ್ ತೂಕದ ಭಾರಿ ಕಪೋಲವನ್ನು ನೂರಾರು ಆನೆಗಳು ಮತ್ತು ಬಲವಾದ ರಾಟೆಗಳ ಸಹಾಯದಿಂದ ಆ ಎತ್ತರಕ್ಕೆ ಏರಿಸಲಾಗಿತ್ತು. ಮುಂದಿನ ಒಂದೆರಡು ದಿನಗಳಲ್ಲಿ ಶಿವ ಇದೆಲ್ಲವನ್ನೂ ವೀಕ್ಷಿಸಲಿದ್ದ. ಶಿವನ ದಂಡು ನಗರವನ್ನು ಪ್ರವೇಶಿಸುತ್ತಿದ್ದಂತೆ ಮೊದಲು

ಅಧ್ಯಾಯ – 7

ಶಾಶ್ವತ ಸಂಬಂಧ

ಶಿವನ ಪರಿವಾರ ಉಜ್ಜೆಯನಿಯ ವಿಷ್ಣುಮಂದಿರಕ್ಕೆ ಸಮೀಪದಲ್ಲಿದ್ದ ಅಗ್ರಹಾರದಲ್ಲಿ ಬೀಡುಬಿಟ್ಟಿತು. ಮಾರನೆಯ ದಿನ ಬೆಳಿಗ್ಗೆ ಶಿವ ವಿಷ್ಣುಮಂದಿರದಲ್ಲಿ ಮಹತ್ವದ ಸಭೆಯೊಂದನ್ನು ಕರೆದಿದ್ದ. ಹಾಗಾಗಿ ವಾಸುದೇವ ಪಂಡಿತರೊಬ್ಬರು ಬೆಳ್ಳಂಬೆಳಿಗ್ಗೆಯೇ ಶಿವನನ್ನು ಕರೆದುಕೊಂಡು ಹೋಗಲು ಆತನ ನಿವಾಸಕ್ಕೆ ಆಗಮಿಸಿದರು. ಒಟ್ಟಾಗಿ ಎಲ್ಲರೂ ಮಂದಿರದತ್ತ ಹೆಜ್ಜೆ ಹಾಕಿದರು. ಶಿವ ವಿಷ್ಣುಮಂದಿರದ ಬಳಿ ಬರುತ್ತಲೇ ಅದರ ಭವ್ಯತೆಗೆ ಮಾರುಹೋದ. ಅದೊಂದು ವೃತ್ತಾಕಾರದ ವೇದಿಕೆಯ ಮೇಲೆ ಅಮೃತಶಿಲೆಯಿಂದ ನಿರ್ಮಿಸಿದ್ದ ಬೃಹತ್ ಮಂದಿರ. ಅಮೃತಶಿಲೆಯು ಭದ್ರವಾಗಿರಲಿ ಎಂಬ ಕಾರಣಕ್ಕೆ ಅದರ ಮಧ್ಯೆ ಅಲ್ಲಲ್ಲಿ ರಂಧ್ರಗಳನ್ನು ಕೊರೆದು ಲೋಹವನ್ನು ಕರಗಿಸಿ ಅದನ್ನು ಎರಕ ಹೊಯ್ಯಲಾಗಿತ್ತು. ವೇದಿಕೆಯ ಮೇಲೆ ಯಾವುದೇ ಕೆತ್ತನೆಯನ್ನು ಮಾಡಿರಲಿಲ್ಲ. ಕೇವಲ ದೇಗುಲದ ತಾಂತ್ರಿಕ ವಿನ್ಯಾಸವೇ ನೋಡುಗರನ್ನು ಸೂಜಿಗಲ್ಲಿನಂತೆ ಸೆಳೆಯುತ್ತಿತ್ತು. ವೇದಿಕೆಯ ಸುತ್ತಲೂ ಮೆಟ್ಟಿಲುಗಳು. ಜನ ಯಾವ ಕಡೆಯಿಂದಲಾದರೂ ವೇದಿಕೆಯೇರಿ ವಿಷ್ಣುವಿನ ಏಳನೇ ಅವತಾರವಾದ ಶ್ರೀರಾಮನನ್ನು ನೋಡಬಹುದಾಗಿತ್ತು. ವೇದಿಕೆಯ ಮೇಲೆ ನಿಲ್ಲಿಸಿದ್ದ ನೂರಾರು ಅಮೃತಶಿಲೆಯ ಬೃಹತ್ ಕಂಬಗಳು ದೇಗುಲದ ತುತ್ತತುದಿಯನ್ನು ಮುಟ್ಟುತ್ತಿದ್ದವು. ಎಲ್ಲ ಕಂಬಗಳ ವಿನ್ಯಾಸ ಒಂದೇ ತೆರನಾಗಿತ್ತು. ಬಹುಶಃ ಯಂತ್ರಗಳ ಸಹಾಯದಿಂದ ಕಂಬಗಳನ್ನು ನಿರ್ಮಿಸಿ ಆನೆಗಳಿಂದ ಅದನ್ನು ದೇಗುಲದ ಬಳಿಗೆ ಸಾಗಿಸಿರಬೇಕು. ದೇಗುಲದ ತುದಿಯಲ್ಲಿ ಕಪ್ಪುಕಲ್ಲಿನಿಂದ ನಿರ್ಮಿಸಿದ್ದ ಕಪೋಲವನ್ನು ಇಡಲಾಗಿತ್ತು.

ಒಟ್ಟಾರೆ ಅದೊಂದು ಮಾನವ ನಿರ್ಮಿತ ಅಪೂರ್ವ ಸೃಷ್ಟಿ. ಶಿವ ನಿಧಾನವಾಗಿ ಒಂದೊಂದೇ ಮಟ್ಟಿಲುಗಳನ್ನು ಏರುತ್ತಾ ವೇದಿಕೆಯ ಮೇಲೆ ಬಂದ. ಪ್ರಧಾನ ದೇಗುಲವನ್ನು ಪ್ರವೇಶಿಸುತ್ತಿದ್ದಂತೆ ನಯನ ಮನೋಹರ ದೃಶ್ಯ. ದೇಶದ ಇತರ ದೇಗುಲಗಳಂತೆ ಅಲ್ಲಿ ಗರ್ಭಗುಡಿ ಇರಲಿಲ್ಲ. ಎಲ್ಲ ಜಾತಿ, ಧರ್ಮದ ಜನರ ಸಾಮೂಹಿಕ ಪ್ರಾರ್ಥನಾ ಮಂದಿರವದು. ಮಂದಿರದ ಮೇಲ್ಛಾವಣಿಯಲ್ಲಿ ಶ್ರೀರಾಮನ ಜೀವನ ಚರಿತ್ರೆಯನ್ನು ಬಣ್ಣ ಬಣ್ಣದ ಚಿತ್ರಗಳ ಮೂಲಕ ಬಿಡಿಸಲಾಗಿತ್ತು. ಶ್ರೀರಾಮನ ಜನನ, ಬಾಲ್ಯ, ವಿದ್ಯಾರ್ಜನೆ, ಪಟ್ಟಾಭಿಷೇಕ, ಸಿಂಹಾಸನಾವರೋಹಣ, ಶತ್ರುಗಳು ನೀಡಿದ

ಕಿರುಕುಳ, ಶತ್ರು ಸಂಹಾರ, ಸೀತಾದೇವಿಯೊಂದಿಗಿನ ಅವಿನಾಭಾವ ಸಂಬಂಧ, ಮೆಲೂಹ ಸಾಮ್ರಾಜ್ಯದ ಉದಯ ಈ ಎಲ್ಲವೂ ಅದ್ಭುತವಾಗಿ ಚಿತ್ರದ ಮೂಲಕ ಮೂಡಿತ್ತು. ಮಂದಿರದ ಮಧ್ಯಭಾಗದಲ್ಲಿ ಅಮೃತಶಿಲೆಯ ಇನ್ನೂರು ಅಡಿ ಎತ್ತರದ ಕಂಬ. ಅದು ನೇರವಾಗಿ ದೇವಾಲಯದ ತುತ್ತತುದಿಯನ್ನು ಮುಟ್ಟುತ್ತಿತ್ತು. ಅಮೃತ ಶಿಲೆಯಲ್ಲಿ ಕೆತ್ತನೆ ಮಾಡುವುದು ಕಷ್ಟದ ಕೆಲಸ ಎಂಬುದು ಶಿವನಗೆ ತಿಳಿದಿತ್ತು. ಹಾಗಾಗಿ ಆತ ಆಶ್ಚರ್ಯದಿಂದ ಕಲ್ಲಿನ ಕೆತ್ತನೆಯನ್ನೇ ನೋಡುತ್ತಿದ್ದ. ಅಲ್ಲಿ ಬೃಹದಾಕಾರದ ಶ್ರೀರಾಮ ಮತ್ತು ಸೀತಾದೇವಿಯ ಚಿತ್ರವಿತ್ತು. ಅದರಲ್ಲಿ ಶ್ರೀರಾಮ ರಾಜ ಪೋಷಾಕಿನಲ್ಲಿರಲಿಲ್ಲ. ಆತನ ತಲೆಯ ಮೇಲೆ ಕಿರೀಟವಿರಲಿಲ್ಲ. ಚಿನ್ನದ ಒಡವೆಗಳನ್ನು ಧರಿಸಿರಲಿಲ್ಲ. ಬಡವರಲ್ಲಿ ಕಡುಬಡವರು ತೊಡುವ ನೇಯ್ಗೆಯ ಹತ್ತಿಯ ಬಟ್ಟೆ ಆತನ ಮೈಮೇಲಿತ್ತು. ಈ ಉಡುಗೆ ದೈವ ದಂಪತಿಗಳು ಹದಿನಾಲ್ಕು ವರ್ಷ ವನವಾಸದಲ್ಲಿದ್ದಾಗ ಧರಿಸುತ್ತಿದ್ದ ಉಡುಗೆಯಾಗಿತ್ತು. ಆಶ್ಚರ್ಯವೆಂದರೆ ಆ ಚಿತ್ರದಲ್ಲಿ ಶ್ರೀರಾಮನ ಅನುಜ ಲಕ್ಷ್ಮಣನ ಚಿತ್ರವಾಗಲೀ ರಾಮನ ಭಂಟ ಹನುಮನ ಚಿತ್ರವಾಗಲೀ ಇರಲಿಲ್ಲ.

'ಶ್ರೀರಾಮ ತನ್ನ ಬದುಕಿನ ಸಂಕಷ್ಟದ ದಿನಗಳಲ್ಲಿ ಹೇಗಿದ್ದ ಎಂಬುದನ್ನು ಇಲ್ಲಿ ಚಿತ್ರಿಸಿದ್ದಾರಲ್ಲ ಅದಕ್ಕೆ ಕಾರಣವೇನು ಪಂಡಿತರೇ? ಶ್ರೀರಾಮ ಅಯೋಧ್ಯೆಯಿಂದ ಕಾಡಿಗೆ ಹೋದಾಗ, ಅಲ್ಲಿ ಸೀತಾದೇವಿ ಲಂಕೆಯ ದಾನವ ರಾಜ ರಾವಣನಿಂದ ಅಪಹರಣಗೊಂಡಾಗ ಮತ್ತು ರಾವಣನೊಂದಿಗೆ ಯುದ್ಧ ಮಾಡುವ ಸಂದರ್ಭದಲ್ಲಿ ಶ್ರೀರಾಮ ಹೀಗೇ ಇದ್ದನಲ್ಲವೇ?' ಶಿವ ಕೇಳಿದ.

ವಾಸುದೇವರು ನಸುನಗುತ್ತಾ ಹೇಳಿದರು 'ಶ್ರೀರಾಮ ಜನ ತನ್ನ ಬದುಕಿನ ಯಾವ ಘಟ್ಟವನ್ನು ಮರೆತರೂ ಚಿಂತೆಯಿಲ್ಲ, ಆದರೆ ವನವಾಸದಲ್ಲಿ ಆತ ಸೀತೆ, ಲಕ್ಷ್ಮಣ ಮತ್ತು ಹನುಮನೊಂದಿಗೆ ಕಳೆದ ದಿನಗಳನ್ನು ಮಾತ್ರ ಅವರು ಸದಾ ನೆನಪಿನಲ್ಲಿಟ್ಟುಕೊಳ್ಳಬೇಕು ಎಂದು ಬಯಸಿದ್ದ. ಕಾರಣ ಆ ಸಮಯದಲ್ಲಿ ಆತನಿಗಾದ ಅನುಭವದಿಂದಲೇ ನಿಜವಾದ ಶ್ರೀರಾಮನಾದೆ ಎಂಬುದು ಆತನ ಅಭಿಪ್ರಾಯವಾಗಿತ್ತು'.

ಗೋಪಾಲರು ಮಂದಿರದ ಮಧ್ಯದಲ್ಲಿದ್ದ ಕಂಬದ ಬಳಿ ನಿಂತರು. ಬೃಹದಾಕಾರದ ಶ್ರೀರಾಮ ಮತ್ತು ಸೀತಾದೇವಿಯ ಮೂರ್ತಿಯ ಮುಂದೆ ಎರಡು ಪುಟ್ಟ ಆಸನಗಳನ್ನು ಹಾಕಲಾಗಿತ್ತು. ಅದರ ಮಧ್ಯದಲ್ಲಿ ಅಗ್ನಿ ಉರಿಯುತ್ತಿತ್ತು. ಅದರ ಅರ್ಥ ಇಷ್ಟೇ. ಅಲ್ಲಿಗೆ ಬರುವ ಪ್ರತಿಯೊಬ್ಬರೂ ಶ್ರೀರಾಮ, ಸೀತೆ ಮತ್ತು ಪವಿತ್ರ ಅಗ್ನಿದೇವನ ಎದುರು ಸುಳ್ಳು ಹೇಳಬಾರದು. ಸತ್ಯ, ಧರ್ಮ, ನ್ಯಾಯ, ನೀತಿಯಿಂದ ನಡೆದುಕೊಳ್ಳಬೇಕು ಎಂಬ ಸಂದೇಶವನ್ನು ಸಾರುವುದು. ಅಷ್ಟರಲ್ಲಿ ವಾಸುದೇವ ಪಂಡಿತರ ತಂಡ ಗೋಪಾಲ ಪಂಡಿತರ ಹಿಂದೆ ಬಂದು ನಿಂತಿತು.

ಗೋಪಾಲರು ಶಿವನಿಗೆ ನಮಸ್ಕರಿಸಿ ಹೇಳಿದರು 'ವಾಸುದೇವರ ಅಸ್ತಿತ್ವವಿರುವುದು ಎರಡು ಬಹುಮುಖ್ಯ ಕಾರಣಗಳಿಗಾಗಿ. ಮೊದಲನೆಯದು ನಮ್ಮಲ್ಲಿ ಒಬ್ಬರನ್ನು ಮುಂದಿನ

ವಿಷ್ಣುವಾಗಿ ಆಯ್ಕೆ ಮಾಡುವುದು. ಎರಡನೆಯದು ಮುಂದೆ ಬರುವ ಮಹಾದೇವನಿಗೆ ಸೇವೆ ಗೈಯುವುದು'.

ಶಿವ ವಿನಮ್ರನಾಗಿ ಗೋಪಾಲರಿಗೆ ನಮಿಸಿದ.

'ನಮ್ಮ ಜೀವಿತಾವಧಿಯಲ್ಲಿ ಮುಂದಿನ ಮಹಾದೇವನಗೆ ಸಹಾಯ ಮಾಡುವ ಅಪೂರ್ವ ಅವಕಾಶ ದೊರೆತಿರುವುದು ವಾಸುದೇವರ ಸೌಭಾಗ್ಯ. ನನ್ನ ಸೇವೆಗೆ ನಾವು ಸದಾ ಸಿದ್ಧ ನೀಲಕಂಠ. ನಾವೆಲ್ಲರೂ ನನ್ನ ಹಿಂಬಾಲಕರು'.

'ನೀವು ನನ್ನ ಹಿಂಬಾಲಕರಲ್ಲ ಪಂಡಿತರೇ, ನನ್ನ ಗೆಳೆಯರು. ನಾನೊಂದು ಮಹತ್ವದ ನಿರ್ಧಾರವನ್ನು ತೆಗೆದುಕೊಳ್ಳಬೇಕಾಗಿದೆ. ಆದರೆ ಮನಸ್ಸಿನಲ್ಲಿ ಏನೋ ಗೊಂದಲ. ಹಾಗಾಗಿ ನಿಮ್ಮ ಮಾರ್ಗದರ್ಶನ ಪಡೆಯಲು ಇಲ್ಲಿಗೆ ಬಂದಿದ್ದೇನೆ'.

ಗೋಪಾಲರು ನಸುನಗುತ್ತಾ ಆಸೀನರಾಗುವಂತೆ ಶಿವನಗೆ ಹೇಳಿದರು.

ಶಿವ ಮತ್ತು ಗೋಪಾಲರು ಆಸೀನರಾದರು. ಉಳಿದ ಎಲ್ಲ ವಾಸುದೇವರೂ ನೆಲದ ಮೇಲೆ ಕುಳಿತರು.

ಗಣೇಶ, ಕಾರ್ತಿಕ ಮತ್ತು ಬೃಹಸ್ಪತಿ ಮೂವರೂ ವಾಸುದೇವ ಕ್ಷತ್ರಿಯರೊಂದಿಗೆ ನಗರವನ್ನೊಮ್ಮೆ ವೀಕ್ಷಿಸಲು ಹೊರಟರು. ಅದರಲ್ಲೂ ಗಣೇಶನಿಗೆ ನಗರದ ಹೊರವಲಯದಲ್ಲಿದ್ದ ಆನೆಗಳನ್ನು ಮತ್ತೊಮ್ಮೆ ನೋಡುವ ಮನಸ್ಸಾಯಿತು. ಎಲ್ಲರೂ ಕುದುರೆಯನ್ನೇರಿದರು.

ಅಷ್ಟರಲ್ಲಿ ವಾಸುದೇವ ಕ್ಷತ್ರಿಯನೊಬ್ಬ ಕೇಳಿದ 'ನಮ್ಮ ಆನೆಗಳನ್ನು ಕಂಡರೆ ನಮಗೇಕೆ ಅಷ್ಟು ಆಸಕ್ತಿ ಮಹಾಪ್ರಭು'.

'ಆನೆಗಳಿಗೆ ಸರಿಯಾದ ತರಬೇತಿ ನೀಡಿದರೆ ಯುದ್ಧದಲ್ಲಿ ನಿರ್ಣಾಯಕ ಪಾತ್ರವನ್ನು ವಹಿಸುತ್ತವೆ ಎನ್ನುವುದು ನನ್ನ ಭಾವನೆ'.

ವಾಸುದೇವರು ನಸುನಕ್ಕು ಮುಂದೆ ಸಾಗಿದರು. ಸ್ವತಃ ನೀಲಕಂಠನ ಪುತ್ರ ತನ್ನೊಂದಿಗೆ ಬಂದಿರುವುದು ಮತ್ತು ಆತನಿಗೆ ತಮ್ಮ ಆನೆಗಳ ಬಗ್ಗೆ ಆಸಕ್ತಿಯಿರುವುದು ವಾಸುದೇವ ಕ್ಷತ್ರಿಯನಿಗೆ ಬಹಳ ಸಂತೋಷವನ್ನುಂಟುಮಾಡಿತು. ವಾಸ್ತವದಲ್ಲಿ ಆನೆಗಳನ್ನು ಪಳಗಿಸಿ ಸಾಕುವ ಜವಾಬ್ದಾರಿ ವಾಸುದೇವ ಕ್ಷತ್ರಿಯರದು. ಹಿಂದೆಲ್ಲಾ ಆನೆಗಳು ಭಾರತೀಯ ಸೈನ್ಯದ ಅವಿಭಾಜ್ಯ ಅಂಗವಾಗಿತ್ತು. ಯುದ್ಧದಲ್ಲಿ ಸೈನಿಕರು ಇವುಗಳನ್ನು ಬಳಸಿಕೊಳ್ಳುತ್ತಿದ್ದರು. ಆದರೆ ಎದುರಾಳಿಗಳು ಕೆಲವೊಮ್ಮೆ ನಗಾರಿಗಳನ್ನು ಬಾರಿಸುವ ಮೂಲಕ ಆನೆಗಳು ದಿಕ್ಕಾಪಾಲಾಗಿ ಓಡುವಂತೆ ಮಾಡುತ್ತಿದ್ದರು. ಅದು ತಂತ್ರಕ್ಕೆ ಪ್ರತಿತಂತ್ರವೂ ಆಗಿತ್ತು. ಅಂತಹ ಸಂದರ್ಭಗಳಲ್ಲಿ ಯಾವ ಸೈನ್ಯ ಆನೆಯನ್ನು ಬಳಸುತ್ತಿತ್ತೋ ಆನೆಗಳು ಅದೇ

ಸೈನ್ಯದ ಮೇಲೆ ದಾಳಿ ಮಾಡಿ ಸೈನಿಕರನ್ನು ಧ್ವಂಸ ಮಾಡುತ್ತಿತ್ತು. ಹಾಗಾಗಿ ಕ್ರಮೇಣ ಅವುಗಳನ್ನು ಯುದ್ಧದಲ್ಲಿ ಬಳಸಿಕೊಳ್ಳುವುದನ್ನು ಕೈಬಿಡಲಾಯಿತು. ಗಣೇಶ ವಾಸುದೇವ ಸೈನ್ಯದ ನುರಿತ ಆನೆಗಳ ಬಗ್ಗೆ ಕೇಳಿದ್ದ. ಆದರೆ ಕಣ್ಣಾರೆ ಕಂಡಿರಲಿಲ್ಲ.

ಕಾರ್ತಿಕ ಅಣ್ಣನೆಡೆಗೆ ಬಾಗಿ ಹೇಳಿದ 'ಅಣ್ಣಾ ಚಂಬಲ್‌ನಿಂದ ಇಲ್ಲಿಗೆ ಬರುವಾಗಲೇ ಆ ಆನೆಗಳನ್ನು ನೋಡಿದೆವಲ್ಲ. ಅವು ನಿಜಕ್ಕೂ ತರಬೇತಿ ಪಡೆದಿರುವ ಅಸಾಮಾನ್ಯ ಜೀವಿಗಳು'.

'ಹೌದು ಕಾರ್ತಿಕ! ಆದರೆ ಅವುಗಳಲ್ಲಿ ಹೆಣ್ಣು ಆನೆಗಳನ್ನು ಯುದ್ಧಗಳಲ್ಲಿ ಬಳಸಿಕೊಳ್ಳುವುದಿಲ್ಲ. ಅವುಗಳನ್ನು ಜನ ಮತ್ತು ಸಾಮಾನು ಸರಂಜಾಮುಗಳನ್ನು ಸಾಗಿಸಲು ಬಳಸಿಕೊಳ್ಳಲಾಗುತ್ತದೆ. ಯುದ್ಧಕ್ಕೆ ಬೇಕಾಗುವುದು ಗಂಡಾನೆಗಳು ಮಾತ್ರ'.

'ಅಂದರೆ ಗಂಡಾನೆಗಳು ಅಷ್ಟೊಂದು ಆಕ್ರಮಣಕಾರಿ ಗುಣ ಹೊಂದಿರುತ್ತವೆಯೇ?'.

'ಆನೆಗಳು ಸಹಜವಾಗಿ ಸಹನೆಯಿಂದಿರುತ್ತವೆ. ಆದರೆ ಒಮ್ಮೆ ಅವುಗಳನ್ನು ರೊಚ್ಚಿಗೆಬ್ಬಿಸಿದರೆ ಅವು ಆಕ್ರಮಣಕಾರಿಯಾಗುತ್ತವೆ. ಹೆಣ್ಣು ಆನೆಗಳು ಕೆಲವೊಂದು ಸಂದರ್ಭಗಳಲ್ಲಿ ಮಾತ್ರ ರೊಚ್ಚಿಗೆದ್ದು ದಾಂಧಲೆ ನಡೆಸುತ್ತವೆ. ಉದಾಹರಣೆಗೆ ತನ್ನ ಮರಿಗೆ ಯಾರಾದರೂ ಅಪಾಯ ಒಡ್ಡಿದರೆ ಅದು ಕೋಪಗೊಳ್ಳುತ್ತದೆ. ಆದರೆ ಗಂಡು ಆನೆಗಳು ಹಾಗಲ್ಲ. ಅವುಗಳನ್ನು ಸುಮ್ಮನೆಯೂ ಉದ್ರೇಕಿಸಬಹುದು'.

'ಅಂದರೆ ಗಂಡಾನೆಗಳಿಗೆ ಹೆಣ್ಣಾನೆಗಳಿಗಿಂತ ಹೆಚ್ಚು ಬುದ್ಧಿಶಕ್ತಿ ಇರುತ್ತದೆಯೇ?'.

'ಹೌದು! ಸಾಮಾನ್ಯವಾಗಿ ಹೆಣ್ಣು ಆನೆಗಳಿಗೆ ಚುರುಕು ಬುದ್ಧಿ. ಆನೆಯ ಹಿಂಡಿನಲ್ಲಿ ಹಿರಿಯ ಹೆಣ್ಣಾನೆ ಎಲ್ಲ ನಿರ್ಧಾರಗಳನ್ನು ತೆಗೆದುಕೊಳ್ಳುತ್ತದೆ. ಹಿಂಡು ಆಹಾರಕ್ಕಾಗಿ ಎಲ್ಲಿಗೆ, ಯಾವ ಸಮಯದಲ್ಲಿ ಹೋಗಬೇಕು, ಹಿಂಡಿನಲ್ಲಿ ಯಾರನ್ನು ಉಳಿಸಿಕೊಳ್ಳಬೇಕು ಮತ್ತು ಯಾರನ್ನು ಓಡಿಸಬೇಕು ಈ ಎಲ್ಲ ನಿರ್ಧಾರ ತೆಗೆದುಕೊಳ್ಳುವುದು ಹೆಣ್ಣಾನೆ'.

'ಓಡಿಸುವುದು ಎಂದರೇನು?'.

'ಹೌದು! ಗಂಡಾನೆ ತಾರುಣ್ಯಕ್ಕೆ ಬರುತ್ತಿದ್ದಂತೆ ಇತರೆ ಆನೆಗಳು ಅದನ್ನು ಹಿಂಡಿನಿಂದ ಹೊರಗೆ ಕಳುಹಿಸುತ್ತವೆ. ಆಗ ಅದು ಒಂಟಿಯಾಗಿ ಬದುಕುತ್ತದೆ ಅಥವಾ ಗಂಡಾನೆಗಳ ಹಿಂಡನ್ನು ಸೇರಿಕೊಳ್ಳುತ್ತದೆ'.

'ಅದು ಸರಿಯಲ್ಲ'.

'ಪ್ರಕೃತಿ ಸರಿ-ತಪ್ಪನ್ನು ನೋಡುವುದಿಲ್ಲ ಕಾರ್ತಿಕ. ಅದಕ್ಕೆ ಬೇಕಾಗಿರುವುದು ಕಾರ್ಯದಕ್ಷತೆ. ಹಿಂಡಿನಲ್ಲಿಯ ಗಂಡಾನೆ ಯಾವ ಪ್ರಯೋಜನಕ್ಕೂ ಬರುವುದಿಲ್ಲ.

ಹೆಣ್ಣಾನೆ ತನ್ನನ್ನು ಮತ್ತು ತನ್ನ ಕುಟುಂಬವನ್ನು ರಕ್ಷಿಸಿಕೊಳ್ಳುವಷ್ಟು ಬಲಶಾಲಿಯಾಗಿರುತ್ತದೆ. ಹೆಣ್ಣಾನೆಗೆ ಗಂಡಾನೆಯ ಅವಶ್ಯಕತೆ ಬರುವುದು ಸಂತಾನ ಪ್ರಕ್ರಿಯೆ ಸಂದರ್ಭದಲ್ಲಿ ಮಾತ್ರ'.

'ಅವುಗಳ ಸಂತಾನಕ್ರಿಯೆ ಹೇಗೆ.......?'.

'ಸಂತಾನ ಕ್ರಿಯೆಯ ಸಂದರ್ಭದಲ್ಲಿ ಹೆಣ್ಣು ಗಂಡಾನೆಯನ್ನು ಕೆಲಸಮಯ ತನ್ನ ಗುಂಪಿನೊಳಗೆ ಸೇರಿಸಿಕೊಳ್ಳುತ್ತದೆ. ಒಮ್ಮೆ ಮಿಲನೋತ್ಸವ ಮುಗಿದರೆ, ಆ ನಂತರ ಹೆಣ್ಣು ಗಂಡಾನೆಯನ್ನು ಹೊರಗೆ ಹಾಕುತ್ತದೆ'.

ಕಾರ್ತಿಕ ತಲೆಯಾಡಿಸುತ್ತಾ ಹೇಳಿದ 'ಅದು ಅನ್ಯಾಯ'.

'ಹೆಣ್ಣಾನೆಗಳಿಗೆ ನಿರ್ದಿಷ್ಟ ಸಾಮಾಜಿಕ ನಡೆವಳಿಕೆಗಳಿರುತ್ತವೆ. ತಂಡದಲ್ಲಿನ ಆಗು-ಹೋಗುಗಳು ತಿಳಿದಿರುತ್ತದೆ. ಇವೆಲ್ಲವನ್ನು ಹಿಂಡಿನ ಹಿರಿಯ ಹೆಣ್ಣಾನೆ ಇತರ ಆನೆಗಳಿಗೆ ಕಲಿಸಿರುತ್ತದೆ. ಆದರೆ ಗಂಡಾನೆಗಳು ಇದಕ್ಕೆ ತದ್ವಿರುದ್ಧವಾಗಿ ಬೆಳೆದಿರುತ್ತವೆ. ಅವುಗಳಿಗೆ ಲಂಗು-ಲಗಾಮಿರುವುದಿಲ್ಲ. ಅವು ಒಂದು ವ್ಯವಸ್ಥಿತ ಬದುಕು ಕಟ್ಟಿಕೊಂಡಿರುವುದಿಲ್ಲ. ಸದಾ ಒಂಟಿಯಾಗಿರುವುದರಿಂದ ತಮ್ಮ ಉಳಿವಿಗಾಗಿ ಉಗ್ರ ಸ್ವಭಾವವನ್ನು ಮೈಗೂಡಿಸಿಕೊಂಡಿರುತ್ತವೆ. ಹಾಗಾಗಿ ಯೌವ್ವನಾವಸ್ಥೆಯಲ್ಲಿ ಅವುಗಳನ್ನು ಪಳಗಿಸುವುದು ಬಲುಕಷ್ಟ. ಆದರೆ ಒಮ್ಮೆ ಅವುಗಳನ್ನು ಪಳಗಿಸಿಬಿಟ್ಟರೆ ಮುಂದೆಂದೂ ಮಾವುತನ ಆಜ್ಞೆಯನ್ನು ಮೀರಿ ನಡೆಯುವುದಿಲ್ಲ. ಅವುಗಳ ನಿಷ್ಠೆ ಸದಾ ಮಾವುತನಗೆ ಮೀಸಲಾಗಿರುತ್ತದೆ. ರಣರಂಗದಲ್ಲೂ ಒಮ್ಮೆ ಮಾವುತ ಆದೇಶ ನೀಡಿದರೆ ಹಿಂದು-ಮುಂದು ನೋಡದೆ ನೂರಾರು ಸೈನಿಕರನ್ನು ತುಳಿದು ಹಾಕಿಬಿಡುತ್ತದೆ'.

ಅಷ್ಟರಲ್ಲಿ ವಾಸುದೇವ ಕತಿಯ 'ಮಹಾಸಾಮಿ! ಆನೆಗಳ ಶಿಬಿರ.......' ಎಂದ.

ಇತ್ತ ಶಿವ ಮತ್ತು ಗೋಪಾಲ ಪಂಡಿತರ ನಡುವೆ ಮಾತುಕತೆ ಮುಂದುವರಿದಿತ್ತು.

'ಅಂದರೆ ದುಷ್ಟಶಕ್ತಿಯ ಬಗ್ಗೆ ನನಗಿರುವ ಅನುಮಾನವೇನು ಎಂಬುದು ನಿಮಗೆ ತಿಳಿದಿದೆ ಎಂದಾಯಿತು' ಶಿವ ಪಂಡಿತರನ್ನು ಕೇಳಿದ.

'ಹೌದು! ನಿನಗಿರುವ ಅನುಮಾನವನ್ನು ಪರಿಹಾರ ಮಾಡಿಕೊಳ್ಳಲೆಂದೇ ನೀನು ಇಲ್ಲಿಗೆ ಬಂದಿರುವೆ ಎಂಬುದೂ ತಿಳಿದಿದೆ. ನೀನು ಯಾವುದನ್ನು ದುಷ್ಟಶಕ್ತಿ ಎಂದು ಹೇಳುವೆಯೋ ಅದು ದುಷ್ಟಶಕ್ತಿ ಎಂದು ನಾನೂ ನಂಬುತ್ತೇನೆ. ಅಷ್ಟೇ ಏಕೆ ಇಲ್ಲಿರುವ ಎಲ್ಲ ವಾಸುದೇವರೂ ಅದನ್ನು ನಂಬುತ್ತಾರೆ'.

'ಅದು ಹೇಗೆ ನನ್ನನ್ನು ನಂಬಿದಿರಿ ಪಂಡಿತರೇ?'.

'ಕಾರಣ ನಾವು ಮಹಾದೇವನ ನಿಷ್ಠಾವಂತ ಅನುಯಾಯಿಗಳು. ಒಮ್ಮೆ ನೀನು ದುಷ್ಟಶಕ್ತಿಯ ಬಗೆಗಿನ ಪ್ರಶ್ನೆಗೆ ಖಚಿತ ಉತ್ತರ ಕಂಡುಕೊಂಡರೆ ನಾವು ನಿನ್ನನ್ನು ಹಿಂಬಾಲಿಸಲೇಬೇಕು'.

'ಏನು! ದುಷ್ಟಶಕ್ತಿಯ ಬಗೆಗಿನ ಪ್ರಶ್ನೆಗೆ ಖಚಿತ ಉತ್ತರ ಕಂಡುಕೊಂಡರೆ ನೀವು ನನ್ನನ್ನು ಹಿಂಬಾಲಿಸುವಿರಾ?'.

'ಹೌದು! ಹಲವಾರು ಸವಾಲುಗಳನ್ನು ಎದುರಿಸಿದ ನಂತರ ನೀನು ದುಷ್ಟಶಕ್ತಿ ಎಂದರೇನು? ಎನ್ನುವ ಪ್ರಶ್ನೆಗೆ ಉತ್ತರ ಕಂಡುಕೊಂಡಿರುವೆ'.

'ಅಂದರೆ ಈ ಪ್ರಶ್ನೆಗೆ ನಿಮ್ಮ ಬಳಿ ನಿಖರವಾದ ಉತ್ತರವಿದೆ ಎಂದಾಯಿತು?'.

'ನಿಜ! ದುಷ್ಟಶಕ್ತಿ ಎಂದರೇನು? ಎಂಬ ಪ್ರಶ್ನೆಗೆ ನಮ್ಮ ಬಳಿ ಉತ್ತರವಿದೆ. ಆದರೆ ಮುಂದೆ ಈ ಜಗತ್ತಿನಲ್ಲಿ ಉದಯಿಸುವ ಮಹಾಶಕ್ತಿ ಯಾವುದು ಮತ್ತು ಈಗಿನ ಮಹಾಶಕ್ತಿ ದುಷ್ಟಶಕ್ತಿಯಾಗಿ ಯಾವ ಕಾಲಘಟ್ಟದಲ್ಲಿ ಬದಲಾಗುತ್ತದೆ? ಎಂಬುದಕ್ಕೆ ನಮ್ಮಲ್ಲಿ ಉತ್ತರವಿಲ್ಲ'.

'ಹಾಗಾದರೆ ದುಷ್ಟಶಕ್ತಿ ಉದ್ಭವವಾಗುವ ಕಾಲಘಟ್ಟ ಯಾವುದು?'.

'ನಾವು ವಿಷ್ಣುವಿನ ಅನುಯಾಯಿಗಳು. ವಿಷ್ಣು ಜಗತ್ತಿನ ಜನರಿಗೆ ಹೊಸ ಬದುಕಿನ ಶೈಲಿಯನ್ನು ತೋರಿಸುವ ಸಲುವಾಗಿ ಮಹತ್ವದ ಕೊಡುಗೆಗಳನ್ನು ನೀಡುತ್ತಾನೆ ಮತ್ತು ಆ ನಂತರ ಧರ್ಮದ ಹಾದಿಯಲ್ಲಿ ಮುನ್ನಡೆಯಲು ಜನರನ್ನು ಪ್ರೇರೇಪಿಸುತ್ತಾನೆ. ಆ ಮಹತ್ವದ ಕೊಡುಗೆ ದೈವೀಅಸ್ತ್ರದಂತಹ ಮಹೋನ್ನತ ತಂತ್ರಜ್ಞಾನವಾಗಿರಬಹುದು, ಸೋಮರಸದಂತಹ ಅದ್ಭುತ ಸೃಷ್ಟಿಯಾಗಿರಬಹುದು ಅಥವಾ ಮಹಾ ತತ್ವಜ್ಞಾನವೂ ಆಗಿರಬಹುದು. ಆಯಾ ಕಾಲಘಟ್ಟದಲ್ಲಿ ವಿಷ್ಣು ಅವತರಿಸಿ ಈ ರೀತಿಯ ಕೊಡುಗೆಗಳನ್ನು ನೀಡಿ ಬದುಕುವ ವಿಧಾನವನ್ನು ಜನರಿಗೆ ತಿಳಿಸಿಕೊಡುತ್ತಾನೆ. ಉದಾಹರಣೆಗೆ ಶ್ರೀರಾಮ ಅವತರಿಸಿ ರಾಜ್ಯಭಾರ ಮಾಡುವಾಗ ಪ್ರಜೆಗಳಿಗೆ ಸೋಮರಸವನ್ನು ನೀಡಿದ. ಆ ಮೂಲಕ ಪ್ರಜೆಗಳಲ್ಲಿ ಹೆಚ್ಚಿನ ಶಕ್ತಿ ಮತ್ತು ಸಾಮರ್ಥ್ಯವನ್ನು ತುಂಬಿದ. ಆದರೆ ಅದೇ ಕೊಡುಗೆಗಳು ಕೆಲವೊಮ್ಮೆ ದುಷ್ಟಶಕ್ತಿಯಾಗಿ ರೂಪುಗೊಳ್ಳುತ್ತವೆ ಎನ್ನುವುದನ್ನೂ ನಾವು ಮರೆಯುವಂತಿಲ್ಲ'.

'ಹಾಂ! ಇದನ್ನು ಮನು ಸಹ ಹೇಳಿದ್ದಾನೆ ಎಂಬುದು ನನಗೆ ತಿಳಿದಿದೆ. ಆದರೆ ಹೀಗೇಕೆ ಆಗುತ್ತದೆ ಎನ್ನುವುದೇ ನನ್ನ ಪ್ರಶ್ನೆ?'.

'ಈ ಪ್ರಶ್ನೆಗೆ ಉತ್ತರಿಸಲು ನಮ್ಮಲ್ಲಿ ತತ್ವಶಾಸ್ತ್ರಕ್ಕೆ ಸಂಬಂಧಿಸಿದ ಪುಸ್ತಕವೊಂದಿದೆ. ಅದರಲ್ಲಿ ಜಗತ್ತಿನ ಶ್ರೇಷ್ಠ ತತ್ವಜ್ಞಾನಿಗಳಾದ ಹರಿ ಮತ್ತು ಮೋಹನರು ಪ್ರತಿಪಾದಿಸಿದ

ಸಿದ್ಧಾಂತಗಳು ಮತ್ತು ಉಪದೇಶಗಳಿವೆ. ಅದರಲ್ಲಿ ನಮ್ಮ ಪಂಗಡದ ಸಂಸ್ಥಾಪಕರಾದ ವಾಸುದೇವರ ಉಪದೇಶಗಳೂ ಇವೆ. ಆ ಹೊತ್ತಿಗೆಯನ್ನು 'ಭಗವಂತನ ಗೀತೆ' ಎಂದು ಕರೆಯುತ್ತೇವೆ'.

'ಭಗವಂತನ ಗೀತೆಯೇ?'.

'ಹೌದು! ಸಂಸ್ಕೃತದಲ್ಲಿ ಇದನ್ನು 'ಭಗವದ್ಗೀತೆ' ಎನ್ನುವರು. ನಾನು ಈಗ ಹೇಳುತ್ತಿರುವ ವಿಚಾರವನ್ನು ಅಲ್ಲಿ ಅತ್ಯಂತ ಸರಳವಾಗಿ ಹೇಳಲಾಗಿದೆ. "ಅತಿ ಸರ್ವತಾ ವರ್ಜಯೇತ್". ಅಂದರೆ ಅತಿಯಾದರೆ ಅಮೃತವೂ ವಿಷವಾಗುತ್ತದೆ ಎಂದು. ಮಾನವರಾದ ನಮಗೆ ಜಗತ್ತಿನಲ್ಲಿನ ಒಳ್ಳೆಯದೆಲ್ಲವೂ ಬೇಕು. ಆದರೆ ಜಗತ್ತು ಸದಾ ಸಮತೋಲನವನ್ನು ಕಾಯ್ದುಕೊಳ್ಳುತ್ತದೆ. ಅಂದರೆ ಯಾವುದು ಕೆಲವರಿಗೆ ಒಳ್ಳೆಯದು ಎನಿಸಿರುತ್ತದೆಯೋ ಅದು ಮತ್ತೆ ಕೆಲವರಿಗೆ ಕೆಟ್ಟದ್ದಾಗಿ ಗೋಚರಿಸಿರುತ್ತದೆ. ಉದಾಹರಣೆಗೆ ಕೃಷಿಯಿಂದ ನಮಗೆ ಆಹಾರ ದೊರೆಯುತ್ತದೆ. ಹಾಗಾಗಿ ಮಾನವನಿಗೆ ಕೃಷಿ ಒಳ್ಳೆಯದು ಎನಸಬಹುದು. ಆದರೆ ವ್ಯವಸಾಯಕ್ಕಾಗಿ ಕಾಡುಗಳೂ ಸೇರಿದಂತೆ ಮನುಷ್ಯ ದೊಡ್ಡ ಪ್ರಮಾಣದಲ್ಲಿ ಭೂಮಿಯನ್ನು ಕಬಳಿಸುತ್ತಾನೆ. ಹಾಗಾಗಿ ಅದು ಪ್ರಾಣಿಗಳಿಗೆ ಮಾರಕ ಎನಿಸುತ್ತದೆ. ಅದೇ ರೀತಿ ಆಮ್ಲಜನಕ ನಮಗೆ ಅತ್ಯಾವಶ್ಯಕವಾಗಿ ಬೇಕಾದ ಅನಿಲ. ಆದರೆ ಲಕ್ಷಾಂತರ ವರ್ಷಗಳ ಹಿಂದೆ ಬದುಕಿದ್ದ ಕೆಲವು ಸೂಕ್ಷ್ಮಜೀವಿಗಳಿಗೆ ಇದೇ ಆಮ್ಲಜನಕ ಮಾರಕವಾಗಿ ಪರಿಣಮಿಸಿತ್ತು. ಹಾಗಾಗಿ ಅವುಗಳ ಸಂತತಿಯೇ ಸರ್ವನಾಶವಾಯಿತು. ಆದ್ದರಿಂದ ಜಗತ್ತಿನಲ್ಲಿ ಸಹಜವಾದ ಸಮತೋಲನ ಕ್ರಿಯೆ ನಡೆಯುತ್ತಿರುವಾಗ ನಾವು ಸದಾ ಒಳಿತಿಗೇ ಹಂಬಲಿಸುವುದು ಸರಿಯಲ್ಲ. ಹಾಗಾಗಿ ಜಗತ್ತಿನಲ್ಲಿ ಸಮತೋಲನವನ್ನು ಕಾಯ್ದುಕೊಳ್ಳುವ ಸಲುವಾಗಿ ದುಷ್ಟಶಕ್ತಿ ತಲೆಯೆತ್ತುತ್ತದೆ. ಒಳಿತನ್ನು ನಾಶಮಾಡುವ ಪ್ರಯತ್ನಕ್ಕೆ ಮುಂದಾಗುತ್ತದೆ. ಅದೇ ಪ್ರಕೃತಿಯ ನಿಯಮ'.

'ಹಾಗಾದರೆ ಜಗತ್ತಿನ ಸಮತೋಲನವನ್ನು ಹಾಳುಮಾಡದಂತಹ ಮಹಾನ್ ಶಕ್ತಿ ಏಕೆ ಸೃಷ್ಟಿಯಾಗುತ್ತಿಲ್ಲ?'.

'ಆ ರೀತಿಯ ಸೃಷ್ಟಿ ಅಸಾಧ್ಯ. ದೇವರು ಮನುಷ್ಯನನ್ನು ಸೃಷ್ಟಿ ಮಾಡಿರುವುದೇ ಜಗತ್ತಿನಲ್ಲಿ ಸಮತೋಲನವನ್ನು ಕಾಯ್ದುಕೊಳ್ಳುವುದಕ್ಕಾಗಿ. ನಾವು ಬದುಕಲು ಉಸಿರಾಡುತ್ತೇವೆ. ಹೀಗೆ ಉಸಿರಾಡುವಾಗ ಆಮ್ಲಜನಕವನ್ನು ತೆಗೆದುಕೊಂಡು ಇಂಗಾಲದ ಡೈ ಆಕ್ಸೈಡ್ ಅನ್ನು ಹೊರಬಿಡುತ್ತೇವೆ. ಇದರಿಂದ ನಾವು ಅಸಮತೋಲನ ಉಂಟುಮಾಡಿದಂತಾಗಲಿಲ್ಲವೇ? ಇಂಗಾಲ ಕೆಟ್ಟದ್ದು ತಾನೆ? ಅಂದರೆ ನಾವು ಕೆಟ್ಟದ್ದನ್ನು ತಡೆಯಬೇಕಾದರೆ ಒಳ್ಳೆಯದನ್ನೂ ತಡೆಯಬೇಕು. ಅದಕ್ಕೆ ಉಸಿರಾಡುವುದನ್ನೇ ನಿಲ್ಲಿಸಬೇಕು. ಈ ರೀತಿಯ ಸಮತೋಲನವನ್ನು ತರುವ ಸಲುವಾಗಿಯೇ ಭಗವಂತ ನಮಗೆ ಬದುಕುವ ನಿರ್ದಿಷ್ಟ ಅವಧಿಯನ್ನು ನೀಡಿದ್ದಾನೆ. ಆದರೆ ಜಗತ್ತಿನಲ್ಲಿ ಹುಟ್ಟಿದ ಮೇಲೆ ಪ್ರತಿಯೊಬ್ಬರೂ ಅವರವರ ಕರ್ತವ್ಯವನ್ನು ನಿರ್ವಹಿಸಲೇಬೇಕು. ಈಗ ಬ್ರಹ್ಮಾಂಡದ

ಸೃಷ್ಟಿಯ ಬಗ್ಗೆ ಸ್ವಲ್ಪ ಗಮನಹರಿಸೋಣ. ಈ ಬ್ರಹ್ಮಾಂಡ ಸೃಷ್ಟಿಯಾದ ಕ್ಷಣದಲ್ಲಿ ಸಂಪೂರ್ಣ ಸಮತೋಲನವಿತ್ತು. ಹಾಗೇ ಅದು ನಾಶವಾದ ಕ್ಷಣದಲ್ಲಿ ಅಸಮತೋಲನವಿತ್ತು. ಅಂದರೆ ಸೃಷ್ಟಿ ಮತ್ತು ಲಯ ಒಂದು ಯುಗದ ಆದಿ ಮತ್ತು ಅಂತ್ಯಗಳು. ಇವೆರಡರ ನಡುವೆ ಇರುವುದೇ ಜೀವನದ ಪಯಣ. ಯುಗಧರ್ಮವೆಂದರೆ ಜಗತ್ತು ಸೃಷ್ಟಿಯಾದ ಕ್ಷಣದಿಂದ ಜನ ಅಲ್ಲಿ ಬದುಕನ್ನು ಆರಂಭಿಸಬೇಕು. ಅದೇ ಜಗತ್ತು ವಿನಾಶದ ಅಂಚಿಗೆ ತಲುಪಿದಾಗ ಜನ ಅದೇ ಬದುಕಿಗೆ ಮಂಗಳ ಹಾಡಬೇಕು'.

'ಇದೆಲ್ಲವೂ ಕೇವಲ ಸಿದ್ಧಾಂತವಲ್ಲವೇ ಪಂಡಿತರೇ?'.

'ಇರಬಹುದು, ಆದರೆ ಈ ಸಿದ್ಧಾಂತಗಳು ನಮಗೆ ಅನೇಕ ವಿಚಾರಗಳನ್ನು ತಿಳಿಸುತ್ತವೆ. ನಮ್ಮನ್ನು ಆಗಾಗ ಎಚ್ಚರಿಸುತ್ತವೆ. ನಾನು ಹಿಂದೆ ಹೇಳಿದಂತೆ ಒಳ್ಳೆಯದು ಮತ್ತು ಕೆಟ್ಟದ್ದು ಈ ಎರಡೂ ನಮ್ಮ ಬದುಕಿನ ಅವಿಭಾಜ್ಯ ಅಂಗಗಳೇ. ಸಮತೋಲನ ಮತ್ತು ಅಸಮತೋಲನ ಕ್ರಿಯೆ ಬದುಕಿನಲ್ಲಿ ನಿರಂತರ ನಡೆಯುತ್ತಿರುತ್ತದೆ. ಈ ಕ್ರಿಯೆ ಕೇವಲ ಮಾನವನಿಗಷ್ಟೇ ಸೀಮಿತವಲ್ಲ. ಪ್ರಾಣಿಗಳು, ಗಿಡ–ಮರಗಳು, ಗ್ರಹಗಳು ಮತ್ತು ನಕ್ಷತ್ರಗಳಿಗೂ ಅನ್ವಯಿಸುತ್ತದೆ. ಆದರೆ ಒಳ್ಳೆಯದು ಮತ್ತು ಕೆಟ್ಟದ್ದನ್ನು ನಿಯಂತ್ರಿಸುವ ಶಕ್ತಿ ಇರುವುದು ಮನುಷ್ಯನಿಗೆ ಮಾತ್ರ. ಇದು ಭಗವಂತ ನಮಗೆ ನೀಡಿರುವ ವರ. ಮನುಷ್ಯನನ್ನು ಬಿಟ್ಟು ಬೇರಾವ ಪ್ರಾಣಿಗಳಿಗೂ ಈ ಶಕ್ತಿ ಇಲ್ಲ. ಸಾವಿರಾರು ವರ್ಷಗಳ ಹಿಂದೆ ಭೂಮಿಯ ಮೇಲೆ ಅನೇಕ ದೈತ್ಯ ಪ್ರಾಣಿಗಳು ನೆಲೆಸಿದ್ದವು. ಆದರೆ ವಾತಾವರಣದಲ್ಲಿ ಆದ ಬದಲಾವಣೆಯಿಂದ ಅವು ನಾಶವಾದವು. ಹೀಗೆ ನಾಶವಾಗುವುದಕ್ಕೆ ಆ ದೈತ್ಯ ಪ್ರಾಣಿಗಳು ಕಾರಣವಾಗಿರಲಿಲ್ಲ. ಅವು ಕೇವಲ ಬಲಿಪಶುಗಳಾದವು ಅಷ್ಟೇ. ಆದರೆ ಮನುಷ್ಯ ಹಾಗಲ್ಲ. ಆತನಿಗೆ ಒಂದು ರೀತಿಯ ವಿಶೇಷ ಶಕ್ತಿ, ಬುದ್ಧಿವಂತಿಕೆ ಮತ್ತು ವಿವೇಚನಾ ಶಕ್ತಿಯಿದೆ. ಸರಿ–ತಪ್ಪು, ಒಳ್ಳೆಯದು–ಕೆಟ್ಟದ್ದನ್ನು ಗುರುತಿಸುವ ಶಕ್ತಿಯಿದೆ. ತನ್ನ ಬದುಕನ್ನು ರೂಪಿಸಿಕೊಳ್ಳುವ ಸಾಮರ್ಥ್ಯವಿದೆ. ದುಷ್ಟಶಕ್ತಿ ಎದುರಾದಾಗ ಅದನ್ನು ತಡೆಯುವ ತಾಕತ್ತಿದೆ. ಪ್ರಕೃತಿಯೊಂದಿಗೆ ಮಾನವನ ಸಂಬಂಧ ಇತರೆ ಜೀವಿಗಳಿಗಿಂತ ಭಿನ್ನ. ಇತರೆ ಜೀವಿಗಳಿಗೆ ಪ್ರಕೃತಿ ಕೆಲವೊಂದು ರೀತಿಯ ಮಾರ್ಪಾಟು ಮಾಡಿಕೊಳ್ಳಲು ಒತ್ತಡ ಹೇರುತ್ತದೆ. ಆದರೆ ಅನೇಕ ಬಾರಿ ಮನುಷ್ಯನಿಗೆ ದುಷ್ಟಶಕ್ತಿ ತನ್ನನ್ನು ನಾಶಮಾಡುತ್ತಿದೆ ಎಂಬುದು ಅರಿವಿಗೇ ಬರುವುದಿಲ್ಲ. ಮಹಾಶಕ್ತಿ ದುಷ್ಟಶಕ್ತಿಯಾಗಿ ರೂಪತಾಳುವ ಸಮಯ ಕೂಡ ತಿಳಿಯುವುದೇ ಇಲ್ಲ'.

'ಆಗ ಮಹಾದೇವ ಅವತರಿಸುತ್ತಾನೆ ಅಲ್ಲವೇ?'.

'ಹೌದು! ಜಗತ್ತಿಗೆ ಒಳ್ಳೆಯದೆಲ್ಲವೂ ಸೃಜನಾತ್ಮಕ ಚಿಂತಕ ಮತ್ತು ಮಹಾಜ್ಞಾನಿ ಬ್ರಹ್ಮನಿಂದ ಸೃಷ್ಟಿಯಾಗುತ್ತದೆ. ಅಂತಹ ಅಪರೂಪದ ಸೃಷ್ಟಿಯ ಬಗ್ಗೆ ಜನರಿಗೆ ಅರಿವನ್ನುಂಟುಮಾಡಿ ಸರಿಯಾದ ಮಾರ್ಗದಲ್ಲಿ ಅವರನ್ನು ಮುನ್ನಡೆಸುವವನು ವಿಷ್ಣು. ಆತ ಸಮತೋಲನವನ್ನು ಕಾಪಾಡುತ್ತಾನೆ. ಸಮಾಜವನ್ನು ಕೈಹಿಡಿದು ಮುನ್ನಡೆಸುತ್ತಾನೆ.

ಒಂದು ಶಕ್ತಿಗೆ ಪೂರಕವಾಗಿ ಮತ್ತೊಂದು ಶಕ್ತಿಯನ್ನೂ ಸೃಷ್ಟಿಸುತ್ತಾನೆ. ಸೋಮರಸ ತ್ಯಾಜ್ಯದಲ್ಲಿನ ವಿಷದ ಪ್ರಮಾಣವನ್ನು ತಗ್ಗಿಸಲು ಬೃಹಸ್ಪತಿ ಮಾಡಿದ ಪ್ರಯೋಗ ಇದಕ್ಕೊಂದು ಉದಾಹರಣೆ. ಆತ ಈ ಕಾರ್ಯದಲ್ಲಿ ಯಶಸ್ವಿಯಾಗಿದ್ದರೆ ವಾಸುದೇವರಾದ ನಾವು ಆತನ ಬೆಂಬಲಕ್ಕೆ ನಿಲ್ಲುತ್ತಿದ್ದೆವು. ಹಾಗೇನಾದರೂ ಆಗಿದ್ದರೆ ಹೊಸ ಜೀವನ ಮಾರ್ಗವೊಂದು ಸೃಷ್ಟಿಯಾಗುತ್ತಿತ್ತು. ಆದರೆ ಬೃಹಸ್ಪತಿ ತನ್ನ ಪ್ರಯತ್ನದಲ್ಲಿ ವಿಫಲನಾದ. ಹಾಗಾಗಿ ಆ ದಾರಿ ಹಾಗೇ ಮುಚ್ಚಿಹೋಯಿತು. ಈಗ ದುಷ್ಟಶಕ್ತಿಯಿಂದ ಜನರನ್ನು ರಕ್ಷಿಸಲು ಉಳಿದಿರುವುದು ಮಹಾದೇವ ಅನುಸರಿಸುವ ಮಾರ್ಗ ಮಾತ್ರ'.

'ಆದರೆ ಮಹಾದೇವ, ಜಗತ್ತಿನಲ್ಲಿರುವ ಮಹಾಶಕ್ತಿಯೊಂದು ದುಷ್ಟಶಕ್ತಿಯಾಗಿ ರೂಪುಗೊಳ್ಳುತ್ತಿದೆ ಎಂಬ ಕಾರಣ ನೀಡಿ ಅದನ್ನು ತ್ಯಜಿಸುವಂತೆ ಜನಗಳಿಗೆ ಹೇಳಬೇಕಲ್ಲ ಪಂಡಿತರೇ? ಅಷ್ಟಕ್ಕೂ ಜನರಿಗೆ ಬೇರೆ ಆಯ್ಕೆಯಾದರೂ ಎಲ್ಲಿದೆ ಹೇಳಿ?'.

'ನಿಜ! ಅದು ಅಷ್ಟು ಸುಲಭದ ಕೆಲಸವಲ್ಲ. ಸೋಮರಸ ಇನ್ನೂ ಅನೇಕರಿಗೆ ಒಳಿತನ್ನೇ ಮಾಡುತ್ತಿದೆ. ಅದು ಅವರ ಜೀವಿತಾವಧಿಯನ್ನು ಹೆಚ್ಚಿಸುತ್ತಿದೆ. ನಳನಳಿಸುವ ಆರೋಗ್ಯವನ್ನು ನೀಡುತ್ತಿದೆ. ಚಿರಯೌವ್ವನವನ್ನು ತುಂಬುತ್ತಿದೆ. ಆದರೆ ಅದೇ ಸೋಮರಸ ಇಡೀ ಸಮಾಜದ ಸ್ವಾಸ್ಥ್ಯವನ್ನು ಹಾಳುಮಾಡುತ್ತಿದೆ. ಹಾಗಾಗಿ ಇಡೀ ಸಮಾಜದ ಒಳಿತಿಗಾಗಿ ಸ್ವಾರ್ಥವನ್ನು ಬಿಟ್ಟುಬಿಡಿ ಎಂದು ನಾವು ನಮ್ಮ ಜನರಿಗೆ ಹೇಳುತ್ತಿದ್ದೇವೆ. ಅದಕ್ಕೆ ಪ್ರತಿಯಾಗಿ ಅವರಿಗೆ ನಾವೇನೂ ನೀಡುವುದಿಲ್ಲ. ಆದರೆ ಈ ವಿಚಾರವನ್ನು ಜನ ಒಪ್ಪಿಕೊಳ್ಳುವಂತೆ ಮಾಡುವುದಕ್ಕೆ ಒಬ್ಬ ಪ್ರಬಲ ನಾಯಕ ಬೇಕು. ಜನ ಆತನ ಮಾತನ್ನು ಪಾಲಿಸುವಂತಿರಬೇಕು. ಅಲ್ಲದೆ ಆತ ದೈವತ್ವದ ಗುಣವನ್ನು ಮೈಗೂಡಿಸಿಕೊಂಡಿರಬೇಕು. ಅಂದರೆ ಆತ ಮಹಾದೇವನಾಗಿರಬೇಕು'.

'ಅಂದರೆ ನಿಮಗೆ ಮೊದಲಿನಿಂದಲೂ ಸೋಮರಸ ಕೆಟ್ಟದ್ದನ್ನೇ ಮಾಡುತ್ತಿದೆ ಎಂಬುದು ತಿಳಿದಿತ್ತೇ?'.

'ಮುಂದೊಂದು ದಿನ ಸೋಮರಸ ದುಷ್ಟಶಕ್ತಿಯಾಗಿ ಪರಿವರ್ತನೆಗೊಳ್ಳುತ್ತದೆ ಎಂಬುದು ನಮಗೆ ತಿಳಿದಿತ್ತು. ಆದರೆ ಅದು ಯಾವಾಗ ಎಂಬ ಅರಿವು ನಮಗಿರಲಿಲ್ಲ. ಮಹಾಶಕ್ತಿ ಸಾಕಷ್ಟು ಸಮಯ ಮನುಕುಲದ ಮೇಲೆ ಧನಾತ್ಮಕ ಪರಿಣಾಮವನ್ನು ಬೀರಬೇಕು. ಒಂದು ನಿಗದಿತ ಅವಧಿಗೆ ಮುನ್ನವೇ ಅದನ್ನು ನಾಶಮಾಡಿಬಿಟ್ಟರೆ ಆಗ ಇಡೀ ನಾಗರೀಕತೆ ವೇಗವಾಗಿ ಬೆಳೆಯುವುದಿಲ್ಲ. ಅದೇ ರೀತಿ ಮಹಾಶಕ್ತಿಯನ್ನು ದೀರ್ಘಕಾಲ ಹಾಗೇ ಬಿಟ್ಟುಬಿಟ್ಟರೆ ಅದು ದುಷ್ಟಶಕ್ತಿಯಾಗಿ ಪರಿವರ್ತನೆಗೊಂಡು ನಾಗರೀಕತೆಯನ್ನೇ ಅವನತಿಯ ಅಂಚಿಗೆ ತಳ್ಳಿಬಿಡುತ್ತದೆ. ವಿಷ್ಣು ಹೊಸ ಶಕ್ತಿಯೊಂದನ್ನು ಸೃಷ್ಟಿಮಾಡಬೇಕಾದರೆ ಮಹಾದೇವ ದುಷ್ಟಶಕ್ತಿಯನ್ನು ನಾಶಮಾಡುವವರೆಗೆ ಕಾಯಬೇಕು. ದುಷ್ಟಶಕ್ತಿಯನ್ನು ಯಾವ ಸಮಯದಲ್ಲಿ ನಾಶಮಾಡಬೇಕು ಎಂಬುದನ್ನು ಮಹಾದೇವನೇ

ನಿರ್ಧರಿಸುತ್ತಾನೆ. ನಮ್ಮ ವಿಚಾರದಲ್ಲಿ ಹೇಳುವುದಾದರೆ ಈಗಾಗಲೇ ಮಹಾದೇವನ ಆಗಮನವಾಗಿದೆ. ಆತನ ಅಂತರಾತ್ಮ ಸೋಮರಸ ದುಷ್ಟಶಕ್ತಿಯಾಗಿ ಪರಿಣಮಿಸಿರುವುದನ್ನು ಸ್ಪಷ್ಟವಾಗಿ ಹೇಳುತ್ತಿದೆ. ಹಾಗಾಗಿ ಸೋಮರಸವನ್ನು ಸಮೀಕರಣದಿಂದ ಹೊರಗಿಡುವುದು ಸರಿ ಎಂದು ನಮಗನಿಸುತ್ತಿದೆ'.

ಇತ್ತ ಗಣೇಶ, ಕಾರ್ತಿಕ ಮತ್ತು ಬೃಹಸ್ಪತಿ ಆನೆಗಳ ಶಿಬಿರದ ಮುಂದೆ ನಿಂತಿದ್ದರು. ಅಲ್ಲಿ ಕಲ್ಲಿನಿಂದ ಕಟ್ಟಿದ್ದ ವೃತ್ತಾಕಾರದ ಹತ್ತು ದೊಡ್ಡ ಅಂಗಳಗಳಿತ್ತು. ಪ್ರತಿ ಅಂಗಳದಲ್ಲಿ ಒಂದು ಸಾವಿರ ಆನೆಗಳನ್ನು ಕಟ್ಟಲಾಗಿತ್ತು. ಐದು ಅಂಗಳದಲ್ಲಿ ಹೆಣ್ಣಾನೆ ಮತ್ತು ಮರಿ ಆನೆಗಳು. ಉಳಿದ ಐದರಲ್ಲಿ ಗಂಡಾನೆಗಳು. ಯುದ್ಧದಲ್ಲಿ ಶತ್ರುಪಾಳೆಯವನ್ನು ಹೇಗೆ ಧ್ವಂಸ ಮಾಡಬೇಕು ಎಂಬುದರ ಬಗ್ಗೆ ನಿತ್ಯ ಅವುಗಳಿಗೆ ಅಲ್ಲಿ ತರಬೇತಿ ನೀಡಲಾಗುತ್ತಿತ್ತು. ಅಂಗಳಗಳ ಮಧ್ಯದಲ್ಲಿ ದೊಡ್ಡ ನೀರಿನ ಕೊಳ. ಆನೆಗಳು ಮಣ್ಣಿನಲ್ಲಿ ಹೊರಳಾಡಿ ನಂತರ ಕೊಳದಲ್ಲಿ ಸ್ವಚ್ಛಂದವಾಗಿ ವಿಹರಿಸಬಹುದಾಗಿತ್ತು. ಆವರಣದಲ್ಲಿ ಆಹಾರಕ್ಕಾಗಿ ಅವುಗಳಿಗೆ ಹತ್ತಾರು ರೀತಿಯ ಸೊಪ್ಪುಗಳು. ಮಾವುತರು ಹೆಣ್ಣಾನೆಗಳನ್ನು ಆಗಾಗ ಕಾಡಿಗೆ ಕರೆದುಕೊಂಡು ಹೋಗಿ ಆಹಾರ ಉಣಿಸಿಕೊಂಡು ಬರುತ್ತಿದ್ದರು. ಆ ಸಮಯದಲ್ಲಿ ಆನೆಗಳು ತಮ್ಮ ದೇಹವನ್ನು ಮರಗಳಿಗೆ ಉಜ್ಜುತ್ತಿದ್ದವು. ಪರಿಣಾಮ ದೇಹದಲ್ಲಿನ ಸತ್ತ ಚರ್ಮ ಉದುರುತ್ತಿತ್ತು. ಹೆಣ್ಣಾನೆಗಳಿದ್ದ ಅಂಗಳದಲ್ಲಿ ಯಾವ ಅಡೆ-ತಡೆಗಳೂ ಇರಲಿಲ್ಲ. ಎಲ್ಲ ಆನೆಗಳೂ ಒಟ್ಟಾಗಿ ಓಡಾಡುತ್ತಿದ್ದವು. ಆದರೆ ಗಂಡಾನೆಗಳಿದ್ದ ಆವರಣದ ವಿನ್ಯಾಸ ತೀರಾ ಭಿನ್ನವಾಗಿತ್ತು. ಅಲ್ಲಿ ಪ್ರತಿ ಆನೆಗೂ ಪ್ರತ್ಯೇಕ ಸ್ಥಳ. ಅಲ್ಲದೇ ಒಬ್ಬ ಮಾವುತ. ಆತ ಅದನ್ನು ಸದಾ ನಿಯಂತ್ರಣದಲ್ಲಿಡುತ್ತಿದ್ದ. ಆತನ ಬಹುತೇಕ ಸಮಯ ಅವುಗಳನ್ನು ಪಳಗಿಸುವುದಕ್ಕೇ ಮೀಸಲಾಗಿರುತ್ತಿತ್ತು. ಹಾಗಾಗಿ ಆನೆಗಳು ಮಾವುತರೊಂದಿಗೆ ಅವಿನಾಭಾವ ಸಂಬಂಧ ಬೆಳೆಸಿಕೊಳ್ಳುತ್ತಿದ್ದವು. ಆತ ನಿತ್ಯ ಅವುಗಳ ಮೈತೊಳೆಯುತ್ತಿದ್ದ. ಅವು ಆಹಾರಕ್ಕಾಗಿ ಎಲ್ಲೂ ಹೋಗುವಂತಿರಲಿಲ್ಲ. ಮಾವುತ ಅವುಗಳಿಗೆ ಬೇಕಾದ ಆಹಾರ ಮತ್ತು ಸೊಪ್ಪುಗಳನ್ನು ಅವುಗಳ ಬಳಿಗೆ ತಂದು ಹಾಕುತ್ತಿದ್ದ. ಯುದ್ಧಕ್ಕೆ ತರಬೇತಿ ಪಡೆಯುವುದನ್ನು ಬಿಟ್ಟು ಗಂಡಾನೆಗಳಿಗೆ ಅಲ್ಲಿ ಬೇರೆ ಯಾವ ಕೆಲಸವೂ ಇರಲಿಲ್ಲ. ಆನೆಗಳಿಗಾಗಿಯೇ ನಿರ್ಮಿಸಿದ್ದ ಸಮರಾಂಗಣವೊಂದು ಅಲ್ಲಿತ್ತು. ಜತೆಗೆ ಅಲ್ಲೊಂದು ಆಳವಾದ ಮತ್ತು ಅಗಲವಾದ ನೀರಿನ ಹೊಂಡ. ಅಲ್ಲಿ ಅವುಗಳಿಗೆ ಈಜುವ ಕಲೆ ಮತ್ತು ಶತ್ರುಗಳು ದೋಣಿ ಇಲ್ಲವೇ ಹಡಗಿನ ಮೂಲಕ ಆಕ್ರಮಣ ಮಾಡಿದರೆ ಅದನ್ನು ಧ್ವಂಸಗೊಳಿಸುವುದು ಹೇಗೆ ಎಂದು ಹೇಳಿಕೊಡಲಾಗುತ್ತಿತ್ತು. ಸಮರಾಂಗಣದಲ್ಲಿ ಶತ್ರುಪಡೆಯ ಸಾಲು ಸಾಲು ಸೈನಿಕರನ್ನು ತುಳಿದು ಧ್ವಂಸಮಾಡುವ ಬಗ್ಗೆ ತರಬೇತಿ ನೀಡಲಾಗುತ್ತಿತ್ತು. ಅಲ್ಲದೆ ಅವುಗಳಿಗೆ ಯುದ್ಧದ ಗದ್ದಲದ ನಡುವೆಯೂ ಹೋರಾಡುವ ಕಲೆಯನ್ನು ಕಲಿಸಲಾಗುತ್ತಿತ್ತು. ಸಾಮಾನ್ಯವಾಗಿ ರಣರಂಗದಲ್ಲಿ ಶತ್ರು ಸೈನ್ಯ ಭಾರಿ ನಗಾರಿಗಳನ್ನು ಬಾರಿಸಿ ಆನೆಗಳು ದಿಕ್ಕಾಪಾಲಾಗಿ ಓಡುವಂತೆ ಮಾಡುತ್ತಾರೆ. ಆಗ ನಮ್ಮದೇ ಆನೆಗಳು ನಮ್ಮ ಸೈನಿಕರ ಮೇಲೆಯೇ ದಾಳಿಮಾಡುವ ಸಾಧ್ಯತೆ ಇರುತ್ತದೆ. ಅದಕ್ಕಾಗಿ ವಾಸುದೇವರು ಆನೆಗಳಿಗಾಗಿ ವಿಶೇಷ ಶ್ರವಣ ಉಪಕರಣವೊಂದನ್ನು

ಕಂಡುಹಿಡಿದಿದ್ದರು. ಅದನ್ನು ಆನೆಗಳ ಕಿವಿಗಳಿಗೆ ಅಳವಡಿಸಿದ್ದರು. ಅಲ್ಲದೇ ನಿತ್ಯ ನಗಾರಿಗಳನ್ನು ಬಾರಿಸಿ ಅವು ಬೆದರದಂತೆಯೂ ತರಬೇತಿ ನೀಡಲಾಗಿತ್ತು.

ಗಣೇಶ, ಕಾರ್ತಿಕ ಮತ್ತು ಬೃಹಸ್ಪತಿ ಗಂಡಾನೆಗಳಿದ್ದ ಆವರಣವನ್ನು ಪ್ರವೇಶಿಸಿದರು. ವಾಸುದೇವ ಕ್ಷತ್ರಿಯ ಹೆಮ್ಮೆಯಿಂದ ಆನೆಗಳ ಬಗ್ಗೆ ಅವರಿಗೆ ಮಾಹಿತಿ ನೀಡುತ್ತಿದ್ದ. ಆನೆಗಳ ಹತ್ತಿರ ಬರುತ್ತಿದ್ದಂತೆ ವಾಸುದೇವ ಕ್ಷತ್ರಿಯ ಮಾವುತನೊಬ್ಬನನ್ನು ಕರೆದು ಆನೆಯನ್ನು ಹೊರಗೆ ತರುವಂತೆ ಆದೇಶಿಸಿದ. ಕೆಲವೇ ನಿಮಿಷದಲ್ಲಿ ಒಂದು ಗಂಡಾನೆ ನಿಧಾನವಾಗಿ ಹೊರಗೆ ಬಂತು. ಅದರ ಮೇಲೆ ಮಾವುತ ಕುಳಿತಿದ್ದ. ಆಶ್ಚರ್ಯವೆಂಬಂತೆ ಅವುಗಳ ಎರಡೂ ಕಣ್ಣನ್ನು ಕವಚವೊಂದರಿಂದ ಮುಚ್ಚಲಾಗಿತ್ತು. ಮಾವುತ ಆ ಕವಚವನ್ನು ಬೇಕೆನಿಸಿದಾಗ ತೆಗೆದು ಹಾಕಬಹುದಾಗಿತ್ತು. ವಾಸ್ತವದಲ್ಲಿ ಆನೆ ಮಾವುತ ಹೇಳಿದ್ದನ್ನು ಮಾತ್ರ ಕೇಳಬೇಕು ಅಲ್ಲದೇ ಹೊರಗಿನ ಯಾವುದೇ ಕ್ರಿಯೆಗೂ ಪ್ರತಿಕ್ರಿಯಿಸಬಾರದು ಎನ್ನುವ ಉದ್ದೇಶಕ್ಕೆ ಈ ರೀತಿ ಮಾಡಲಾಗಿತ್ತು. ಆನೆಯ ಸೊಂಡಲಿಗೆ ಭಾರಿಗಾತ್ರದ ಲೋಹದ ಚೆಂಡೊಂದನ್ನು ಕಟ್ಟಲಾಗಿತ್ತು. ವಾಸುದೇವ ಕ್ಷತ್ರಿಯ ಹತ್ತಿರದಲ್ಲಿ ಮರದ ದಿಮ್ಮಿಯೊಂದನ್ನು ಇಟ್ಟ. ನಂತರ ಮಾವುತನಗೆ ಏನೋ ಸನ್ನೆ ಮಾಡಿದ. ಕೂಡಲೆ ಮಾವುತ ಕಾಲಿನಿಂದ ಆನೆಯ ಕಿವಿಯನ್ನು ಒತ್ತಿ ಆದೇಶವೊಂದನ್ನು ರವಾನಿಸಿದ. ಆನೆ ತನಗೆ ಮಾವುತನ ಆದೇಶ ಅರ್ಥವಾಯಿತು ಎಂಬಂತೆ ತಲೆಯಾಡಿಸಿ ಮರದ ದಿಮ್ಮಿಯ ಬಳಿಗೆ ಬಂದು ನಿಂತಿತು. ನಂತರ ಸೊಂಡಿಲಿಗೆ ಕಟ್ಟಿದ್ದ ಲೋಹದ ಚೆಂಡಿನಿಂದ ಒಮ್ಮೆ ಜೋರಾಗಿ ದಿಮ್ಮಿಗೆ ಬಡಿಯಿತು. ಮರುಕ್ಷಣವೇ ದಿಮ್ಮಿ ಒಡೆದು ಚೂರು ಚೂರಾಯಿತು. ಅದನ್ನು ಕಂಡು ಕಾರ್ತಿಕ ಆಶ್ಚರ್ಯದಿಂದ ಒಮ್ಮೆ ಶಿಳ್ಳೆ ಹೊಡೆದ. ಗಣೇಶ ಈ ಬಾರಿ ಆನೆಗೆ ಇನ್ನೂ ನಿಖರವಾದ ಗುರಿಯನ್ನು ನಿಗದಿಪಡಿಸಲು ಮುಂದಾದ. ಮರದ ಹಲಗೆಯೊಂದನ್ನು ತಂದು ಅದಕ್ಕೆ ಎರಡು ಗಾಲಿಗಳನ್ನು ಹಾಕಿದ. ಹಲಗೆಯ ಎರಡೂ ತುದಿಗೆ ಹಗ್ಗಕಟ್ಟಿ ಅದನ್ನು ಇಬ್ಬರು ಸೈನಿಕರ ಕೈಗೆ ನೀಡಲಾಯಿತು. ಗಣೇಶ ಹಲಗೆಯ ಮಧ್ಯದಲ್ಲಿ ಕೆಂಪು ಬಣ್ಣದಿಂದ ಮನುಷ್ಯನ ತಲೆಯ ಚಿತ್ರವನ್ನು ಜೋಡಿಸಿ ಆನೆಗೆ ಆ ಆಕೃತಿಗೆ ಹೊಡೆಯಲು ಆದೇಶ ನೀಡುವಂತೆ ಮಾವುತನಿಗೆ ಹೇಳಿದ. ರಣರಂಗದಲ್ಲಿ ಮಾವುತ ಆದೇಶಿಸಿದ ವ್ಯಕ್ತಿಯ ಮೇಲೆ ಆನೆ ದಾಳಿ ಮಾಡಬೇಕು ಎನ್ನುವುದು ಗಣೇಶನ ಉದ್ದೇಶವಾಗಿತ್ತು. ಆನೆ ಸಿದ್ಧವಾಗಿ ನಿಂತಿತ್ತು. ಎಲ್ಲರೂ ಹಿಂದೆ ಸರಿದರು. ಮಾವುತ ಆದೇಶ ನೀಡಿದ. ಆನೆ ನಿಧಾನವಾಗಿ ಗುರಿಯತ್ತ ಹೆಜ್ಜೆ ಹಾಕಿತು. ಆನೆ ಹಲಗೆಯತ್ತ ಬರುತ್ತಿದ್ದಂತೆ ಸೈನಿಕರು ಎರಡೂ ಬದಿಯಿಂದ ಹಲಗೆಯನ್ನು ಎಳೆದಾಡತೊಡಗಿದರು. ಪರಿಣಾಮ ಆಕೃತಿ ಅತ್ತಿತ್ತ ಅಲುಗಾಡಲಾರಂಭಿಸಿತು. ಸಮಯ ನೋಡಿ ಒಮ್ಮೆ ಮಾವುತ ಆನೆಯ ಕಿವಿಗೆ ಒಮ್ಮೆ ಜೋರಾಗಿ ಒದ್ದ. ಆನೆ ಸೊಂಡಿಲನ್ನು ಬೀಸಿತು. ಗುರಿ ನಿಖರವಾಗಿತ್ತು. ಕ್ಷಣಾರ್ಧದಲ್ಲಿ ಆಕೃತಿ ಹಲಗೆಯಿಂದ ಬೇರ್ಪಟ್ಟಿತು.

ಅಧ್ಯಾಯ – 8

ಶಿವ ಯಾರು?

'ನಾನೇನಾದರೂ ಬೇರೆ ನಿರ್ಧಾರಕ್ಕೆ ಬಂದಿದ್ದರೆ ಆಗ ನೀವೇನು ಮಾಡುತ್ತಿದ್ದಿರಿ?' ಶಿವ ಪಂಡಿತರನ್ನು ಪ್ರಶ್ನಿಸಿದ.

'ಆಗ ನಾವು ದುಷ್ಟಸಂಹಾರಕ್ಕೆ ಇನ್ನೂ ಕಾಲ ಕೂಡಿಬಂದಿಲ್ಲ ಎಂಬ ನಿರ್ಧಾರಕ್ಕೆ ಬರುತ್ತಿದ್ದೆವು'.

'ಅಂದರೆ ಸೋಮರಸ ಇನ್ನೂ ಒಳ್ಳೆಯದನ್ನೇ ಮಾಡುತ್ತಿದೆ ಎಂದು ನಂಬಿರುತ್ತಿದ್ದಿರಿ ಅಲ್ಲವೇ? ಅಲ್ಲದೆ ನಂಬಿಕಸ್ಥನಲ್ಲದ ವಿದೇಶಿಗ ಪರದೇಶಿ ಪಕೀರನೊಬ್ಬ ಈ ಯುಗದ ಬಹುಮುಖ್ಯ ಪ್ರಶ್ನೆಗೆ ಸರಿಯಾದ ಉತ್ತರ ಕಂಡುಕೊಂಡಿದ್ದಾನೆ ಎಂದು ನೀವು ಹೇಗೆ ನಂಬಿದ್ದೀರಿ ಪಂಡಿತರೇ? ಹೀಗೆ ಏನು ನಮ್ಮ ವ್ಯವಸ್ಥೆ ಕೆಲಸ ಮಾಡುವುದು?'.

'ಗೋಪಾಲರು ನಸುನಗುತ್ತಾ ಹೇಳಿದರು 'ಇಲ್ಲ! ನೀಲಕಂಠ ನಮ್ಮ ವ್ಯವಸ್ಥೆ ನೀನು ಹೇಳಿದ್ದಕ್ಕಿಂತ ತೀರಾ ಭಿನ್ನವಾಗಿದೆ. ನಮ್ಮ ಕೆಲವು ವಾಸುದೇವ ಪಂಡಿತರು ಈಗಾಗಲೇ ನನಗೆ ವಾಯುಪುತ್ರರ ಬಗ್ಗೆ ಕೆಲವು ವಿಚಾರಗಳನ್ನು ಹೇಳಿದ್ದಾರೆ ಅಲ್ಲವೇ? ಹೇಗೆ ಮಹಾವಿಷ್ಣು ವಾಸುದೇವ ಪಂಡಿತರನ್ನು ತನ್ನ ಅನುಯಾಯಿಗಳನ್ನಾಗಿ ನೇಮಿಸಿ ಹೋಗಿದ್ದಾನೆಯೋ ಅದೇ ರೀತಿ ಮಹಾದೇವನೂ ತನ್ನ ಅನುಯಾಯಿಗಳನ್ನು ನೇಮಿಸಿದ್ದಾನೆ. ಅವರೇ ವಾಯುಪುತ್ರರು. ವಾಸುದೇವರು ಮತ್ತು ವಾಯುಪುತ್ರರು ಪರಸ್ಪರ ಹೊಂದಾಣಿಕೆಯಿಂದ ಲೋಕ ಕಲ್ಯಾಣ ಕಾರ್ಯದಲ್ಲಿ ನಿರತರಾಗಿದ್ದಾರೆ. ಆದರೆ ದುಷ್ಟತನ ಎಂದರೆ ಏನು? ಎಂಬ ಮನುವಿನ ಪ್ರಶ್ನೆಗೆ ಉತ್ತರ ಕಂಡುಕೊಳ್ಳುವ ವಿಚಾರದಲ್ಲಿ ನಮ್ಮಿಬ್ಬರ ನಡುವೆ ಭಿನ್ನಾಭಿಪ್ರಾಯವಿದೆ. ಅದೇ ರೀತಿ ಮನುಕುಲಕ್ಕೆ ಒಳಿತು ಮಾಡಬಲ್ಲ ಶ್ರೇಷ್ಠ ಅನ್ವೇಷಣೆ ಯಾವುದು? ಎಂಬ ವಿಚಾರದಲ್ಲೂ ನಾವು ಒಮ್ಮತದ ನಿರ್ಧಾರಕ್ಕೆ ಬರಲು ಸಾಧ್ಯವಾಗಿಲ್ಲ'.

'ನೀಲಕಂಠನನ್ನು ಆಯ್ಕೆಮಾಡುವವರು ಮತ್ತು ನಿಯಂತ್ರಿಸುವವರು ವಾಯುಪುತ್ರರು. ಜಗತ್ತಿನಲ್ಲಿ ಅಧರ್ಮ, ಅನ್ಯಾಯ ತಲೆಯೆತ್ತಿದೆ ಎಂದು ತಿಳಿದ ಕೂಡಲೆ ವಾಯುಪುತ್ರರು ಮುಂದಿನ ನೀಲಕಂಠನನ್ನು ಆಯ್ಕೆ ಮಾಡುತ್ತಾರೆ. ಅವನಿಗೆ

ಎಲ್ಲಾ ರೀತಿಯ ತರಬೇತಿ ನೀಡಲಾಗುತ್ತದೆ. ಒಮ್ಮೆ ದುಷ್ಟತನ ಜಗತ್ತಿನಲ್ಲಿ ತಲೆ ಎತ್ತಿದೆ ಎಂಬುದು ಅವರಿಗೆ ಖಾತರಿಯಾದ ಕೂಡಲೆ ನೀಲಕಂಠನ ಅಸ್ತಿತ್ವವನ್ನು ಬಹಿರಂಗಪಡಿಸುತ್ತಾರೆ'.

'ಹೌದು! ಕಾಳಿ ಈ ಬಗ್ಗೆ ನನಗೆ ಒಂದಷ್ಟು ವಿಚಾರಗಳನ್ನು ತಿಳಿಸಿದ್ದಳು. ಆದರೆ ವಾಯುಪುತ್ರರು ನೀಲಕಂಠನನ್ನು ಆರಿಸುವಾಗ ಆ ವ್ಯಕ್ತಿಯ ಕಂಠ ನೀಲಿಯಾಗಿರುವಂತೆ ಹೇಗೆ ನೋಡಿಕೊಳ್ಳುತ್ತಾರೆ?'.

'ನನಗೆ ತಿಳಿದಿರುವಂತೆ ನೀಲಕಂಠನಾಗಿ ನಿಯೋಜಿತಗೊಳ್ಳುವ ವ್ಯಕ್ತಿಗೆ ಬಾಲ್ಯದಲ್ಲಿಯೇ ಅಪರೂಪದ ಔಷಧಿಯೊಂದನ್ನು ನೀಡಲಾಗುತ್ತದೆ. ಆ ಔಷಧಿಯ ಶಕ್ತಿ ಮತ್ತು ಪರಿಣಾಮ ನಾಲ್ಕಾರು ವರ್ಷಗಳವರೆಗೂ ಇರುತ್ತದೆ. ಈ ಅವಧಿಯಲ್ಲಿ ಮತ್ತೊಮ್ಮೆ ಆ ವ್ಯಕ್ತಿಗೆ ಸೋಮರಸವನ್ನು ನೀಡಲಾಗುತ್ತದೆ. ಸೋಮರಸ ಔಷಧಿಯ ಅಂಶದೊಂದಿಗೆ ಬೆರೆತಾಗ ವ್ಯಕ್ತಿಯ ಕಂಠ ನೀಲಿ ಬಣ್ಣಕ್ಕೆ ತಿರುಗುತ್ತದೆ. ಈ ಎಲ್ಲಾ ಪ್ರಕ್ರಿಯೆಗಳು ವ್ಯಕ್ತಿಯ ನಿರ್ದಿಷ್ಟ ವಯಸ್ಸಿನಲ್ಲಿ ಮಾತ್ರ ನಡೆಯಬೇಕು. ಸಮಯ ಮೀರಿದರೆ ಈ ಯಾವ ಔಷಧಿಯೂ ಕೆಲಸ ಮಾಡುವುದಿಲ್ಲ. ಉದಾಹರಣೆ: ನೀಲಕಂಠನಾಗಿ ನಿಯೋಜಿತಗೊಳ್ಳುವ ವ್ಯಕ್ತಿಗೆ ಬಾಲ್ಯದಲ್ಲಿ ಔಷಧಿಯನ್ನು ನೀಡದೆ ಹದಿನೈದು ವರ್ಷ ಕಳೆದ ನಂತರ ಕೊಡಹೋದರೆ ಸೋಮರಸ ಯಾವ ಪರಿಣಾಮವನ್ನೂ ಬೀರುವುದಿಲ್ಲ'.

ಶಿವ ಕಣ್ಣರಳಿಸುತ್ತಾ ಹೇಳಿದ 'ಈ ವಿಚಾರ ಅಷ್ಟು ಸುಲಭವಾಗಿಲ್ಲ. ತೀರಾ ಸಂಕೀರ್ಣವಾಗಿದೆ'.

'ಒಬ್ಬ ವ್ಯಕ್ತಿಯ ಕಂಠವನ್ನು ನಿರ್ದಿಷ್ಟ ಅವಧಿಯಲ್ಲಿ ನೀಲಿಬಣ್ಣಕ್ಕೆ ಪರಿವರ್ತಿಸುವ ಪ್ರಕ್ರಿಯೆಯನ್ನು ವಾಯುಪುತ್ರರು ಮಾತ್ರ ನಿಯಂತ್ರಿಸುತ್ತಾರೆ. ಅಲ್ಲದೆ ದುಷ್ಟ ಸಂಹಾರಕ್ಕೆ ಮಹಾಪುರುಷನ ಉದಯವಾಗುತ್ತದೆ ಎಂದು ನಂಬಿರುವ ಜನ ನೀಲಕಂಠನನ್ನು ಒಪ್ಪಿಕೊಳ್ಳುತ್ತಾರೆ ಮತ್ತು ಆತನ ಅನುಯಾಯಿಗಳಾಗುತ್ತಾರೆ. ಕೆಲವು ವರ್ಷಗಳಿಂದೀಚೆಗೆ ವಾಸುದೇವರಾದ ನಮಗೆ ಸೋಮರಸ ದುಷ್ಪರಿಣಾಮ ಬೀರುತ್ತಿದೆ ಎಂಬ ಸತ್ಯ ಅರಿವಾಯಿತು. ಆದರೆ ಅದರಿಂದ ಮುಗ್ಧಜನರನ್ನು ರಕ್ಷಿಸಲು ನೀಲಕಂಠನ ಆಗಮನವಾಗಲೇಬೇಕಿತ್ತು. ವಾಯುಪುತ್ರರು ನೀಲಕಂಠನ ಹೆಸರನ್ನು ಸೂಚಿಸುತ್ತಾರೆ ಎಂದು ನಾವೆಲ್ಲರೂ ನಿರೀಕ್ಷಿಸಿದ್ದೆವು. ಆದರೆ ಅವರು ಹಾಗೆ ಮಾಡಲಿಲ್ಲ. ವಾಸ್ತವದಲ್ಲಿ ವಾಯುಪುತ್ರರು ಸೋಮರಸ ಇನ್ನೂ ಒಳ್ಳೆಯದನ್ನೇ ಮಾಡುತ್ತಿದೆ ಎಂದು ನಂಬಿದ್ದಾರೆ. ಹಾಗಾಗಿ ನೀಲಕಂಠನ ಆಯ್ಕೆ ಪ್ರಕ್ರಿಯೆಯನ್ನು ತಡೆಹಿಡಿದರು. ಒಂದೆಡೆ ನಾವು ನೀಲಕಂಠನ ಆಗಮನವಾಗಬೇಕು ಎಂದು ಪ್ರತಿಪಾದಿಸುತ್ತಿದ್ದರೆ ಮತ್ತೊಂದೆಡೆ ವಾಯುಪುತ್ರರು ಈ ವಾದವನ್ನು ನಿರಾಕರಿಸುತ್ತಿದ್ದರು'.

'ಆದರೆ ಈ ವಿಚಾರವನ್ನು ನೀವು ವಾಯುಪುತ್ರರೊಡನೆ ಚರ್ಚಿಸಲಿಲ್ಲವೇ?'.

'ನಾವು ಈ ಬಗ್ಗೆ ಅವರೊಂದಿಗೆ ದೀರ್ಘ ಚರ್ಚೆ ನಡೆಸಿದೆವು. ಆದರೆ ಅವರು ನಮ್ಮ ವಾದವನ್ನು ಒಪ್ಪಲೇ ಇಲ್ಲ. ಹಾಗಾಗಿ ನಾವು ಸಮಸ್ಯೆಯ ಪರಿಹಾರಕ್ಕೆ ಪರ್ಯಾಯ ಮಾರ್ಗವನ್ನು ಹುಡುಕಲಾರಂಭಿಸಿದೆವು. ನೀಲಕಂಠನನ್ನು ಹುಡುಕಲಾರಂಭಿಸಿದೆವು. ಅಂತೆಯೇ ಇತ್ತೀಚೆಗೆ ನಡೆದ ಬೆಳೆವಣಿಗೆಗಳು ವಾಯುಪುತ್ರರಿಗೆ ಆಶ್ಚರ್ಯವನ್ನುಂಟು ಮಾಡಿವೆ'.

'ಅಂದರೆ ನಾನು ನೀಲಕಂಠನಾಗಿ ಹೊರಹೊಮ್ಮಿರುವುದು ಅವರಿಗೆ ಆಶ್ಚರ್ಯವಾಗಿದೆ ಎಂಬುದೇ ನಿಮ್ಮ ಮಾತಿನ ಅರ್ಥ?'.

'ಹೌದು! ಈ ವಿಚಾರದಲ್ಲಿ ಯಾರಿಗೂ ನೀನು ಹೇಗೆ ನೀಲಕಂಠನಾದೆ ಎಂಬುದು ತಿಳಿದಿಲ್ಲ. ನೀನು ವಾಯುಪುತ್ರರು ನಿಯೋಜಿಸಿರುವ ನೀಲಕಂಠನಲ್ಲ ಎಂಬುದು ನಮಗೆ ಚೆನ್ನಾಗಿ ತಿಳಿದಿದೆ. ವಾಯುಪುತ್ರರ ಪೈಕಿ ಅನೇಕರು ನೀನೊಬ್ಬ ಡೊಂಗಿ ಮತ್ತು ಕಪಟಿ ಎಂದೇ ಭಾವಿಸಿದ್ದಾರೆ. ಅಲ್ಲದೆ ನಿನ್ನ ಡೊಂಗಿತನ ಸಧ್ಯದಲ್ಲೇ ಬಹಿರಂಗವಾಗುತ್ತದೆ ಎಂದು ಕಾಯುತ್ತಿದ್ದಾರೆ. ಇನ್ನೂ ಭಯಾನಕ ಸಂಗತಿಯೆಂದರೆ ಅವರಲ್ಲಿ ಕೆಲವರು ನಿನ್ನನ್ನು ಹತ್ಯೆ ಮಾಡಲು ಸಂಚು ಹೂಡುತ್ತಿದ್ದರು. ಆದರೆ ವಾಯುಪುತ್ರರ ಮುಖ್ಯಸ್ಥ ಮಿತ್ರ ಅವರನ್ನು ತಡೆದು ಅವರವರ ಕರ್ಮಗಳನ್ನು ಅವರವರೇ ಅನುಭವಿಸಲಿ ಎಂದು ಹೇಳಿ ಅವರನ್ನು ಸಮಾಧಾನ ಮಾಡಿದ'.

'ಮಿತ್ರ ಅದೇಕೆ ಹಾಗೆ ಮಾಡಿದ?'.

'ಅದು ನನಗೆ ತಿಳಿಯದು. ಅದು ನನಗೂ ಆಶ್ಚರ್ಯದ ಸಂಗತಿಯೇ. ಈ ಬಗ್ಗೆ ನಮ್ಮಲ್ಲಿ ಸಾಕಷ್ಟು ವಾದ-ವಿವಾದಗಳು ನಡೆದವು. ನಮ್ಮಲ್ಲಿ ಕೆಲವರು ಸರಿಯಾದ ಸಮಯಕ್ಕೆ ನೀಲಕಂಠನ ಆಗಮನವಾಗಿದೆ ಮತ್ತು ಸೋಮರಸವನ್ನು ನಾಶ ಮಾಡಲು ಇದು ಸಕಾಲ ಎಂದು ಭಾವಿಸಿದರು. ಮತ್ತೆ ಕೆಲವರು ನೀಲಕಂಠನ ಹೆಸರಿನಲ್ಲಿ ನೀನು ಗೊಂದಲ ಸೃಷ್ಟಿಸುತ್ತಿರುವುದಾಗಿಯೂ ನೀನು ಸ್ವಘೋಷಿತ ನೀಲಕಂಠನೆಂದು ವಾದ ಮಾಡಿದರು. ಮತ್ತೊಂದು ಗುಂಪು ನೀಲಕಂಠನನ್ನು ನಿಯೋಜಿಸುವುದು ನಮ್ಮ ಕೆಲಸವಲ್ಲ. ಅದರ ಬಗ್ಗೆ ನಾವು ಚಿಂತಿಸುವ ಅಗತ್ಯವಿಲ್ಲ ಎಂದೂ ವಾದಿಸಿದರು. ಎಲ್ಲಕ್ಕಿಂತ ಮುಖ್ಯವಾಗಿ ನಮ್ಮ ಜನ ನೀನೊಬ್ಬ ಪರದೇಶಿ. ಯಾವುದು ಒಳ್ಳೆಯದು ಮತ್ತು ಯಾವುದು ಕೆಟ್ಟದ್ದು ಎಂಬ ನಿರ್ಧಾರ ತೆಗೆದುಕೊಳ್ಳುವಷ್ಟು ಜಾಣ್ಮೆ ನಿನ್ನಲ್ಲಿ ಇಲ್ಲ. ಹಾಗಾಗಿ ನೀನು ತಪ್ಪು ನಿರ್ಧಾರ ತೆಗೆದುಕೊಳ್ಳುವ ಸಾಧ್ಯತೆಯೇ ಹೆಚ್ಚು ಎಂದು ಭಾವಿಸಿದರು. ಆದರೆ ಅಂತಿಮವಾಗಿ ನಾವೊಂದು ನಿರ್ಧಾರಕ್ಕೆ ಬಂದವು. ಅದೇನೆಂದರೆ

ಸಾಕ್ಷಾತ್ ಪರಮಾತ್ಮನೇ ನಿನ್ನನ್ನು ನೀಲಕಂಠನೆಂದು ನಿಯೋಜಿಸಿರುವಾಗ ಆತನೇ ಸರಿ–ತಪ್ಪುಗಳ ಬಗ್ಗೆ ಅರಿವು ಮೂಡಿಸಿ ಮುನ್ನಡೆಸುತ್ತಾನೆ. ಆದ್ದರಿಂದ ವಾಸುದೇವರಾದ ನಾವು ಅತ್ಯಂತ ವಿನಯದಿಂದ ಪರಮಾತ್ಮನ ದಾರಿಯಲ್ಲಿ ಮುನ್ನಡೆಯುವುದು ಒಳಿತು ಎಂದು ನನ್ನನ್ನು ಒಪ್ಪಿಕೊಂಡೆವು'.

'ಅಂದರೆ ಸೋಮರಸವನ್ನು ನಾಶಮಾಡಲು ಹೊರಟಿರುವ ನನ್ನ ನಿರ್ಧಾರ ಸರಿಯಾಗಿದೆ ಎಂಬುದು ನಿಮ್ಮ ಅಭಿಪ್ರಾಯವೇ ಪಂಡಿತರೇ?' ಶಿವ ಕೇಳಿದ.

'ಹೌದು ನೀಲಕಂಠ. ನಿಜ! ನೀನು ಯಾರಿಂದಲೂ ನೀಲಕಂಠನೆಂದು ನಿಯೋಜನೆಗೊಂಡವನಲ್ಲ. ಆದರೂ ನಿನಗೆ ಸರಿಯಾದ ವಯಸ್ಸಿನಲ್ಲಿ ವಾಯುಪುತ್ರ ಔಷಧವನ್ನು ನೀಡಲಾಗಿದೆ. ನೀನು ಮೆಲೂಹಕ್ಕೆ ಸರಿಯಾದ ಸಮಯದಲ್ಲಿ ಆಗಮಿಸಿದೆ. ಅಲ್ಲಿ ನಿನಗೆ ಸೋಮರಸ ನೀಡಲಾಯಿತು. ಹಾಗಾಗಿ ನಿನ್ನ ಕಂಠ ನೀಲಿ ಬಣ್ಣಕ್ಕೆ ತಿರುಗಿತು. ಆದರೂ ನೀನು ಯಾವುದೇ ರೀತಿಯ ತರಬೇತಿ ಪಡೆದವನಲ್ಲ. ಆದ್ದರಿಂದಲೇ ನಾವು ನಿನ್ನೊಡನೆ ಅತ್ಯಂತ ಎಚ್ಚರಿಕೆಯಿಂದ ವ್ಯವಹರಿಸುತ್ತಿದ್ದೆವು. ನೀನು ಮಾಡಬೇಕಾದ ಕಾರ್ಯಗಳೇನು ಎಂಬುದನ್ನು ನೀನೇ ನಿರ್ಧರಿಸಲಿ ಎಂದು ಸುಮ್ಮನಿದ್ದೆವು. ಈಗ ನೀನು ಸೋಮರಸವನ್ನು ನಾಶ ಮಾಡುವ ಮೂಲಕ ದುಷ್ಟ ಸಂಹಾರ ಮಾಡುವುದು ಸೂಕ್ತ ಎಂಬ ನಿರ್ಧಾರಕ್ಕೆ ಬಂದಿರುವೆ. ಅಂದರೆ ಪರಮಾತ್ಮ ನಿನ್ನನ್ನು ಈ ಕೆಲಸ ಮಾಡಲೆಂದೇ ನಿಯೋಜಿಸಿದ್ದಾನೆ ಎಂಬುದು ಇದರ ಅರ್ಥವಲ್ಲವೇ? ಹಾಗಾಗಿ ಈಗ ನಮ್ಮ ಕೆಲಸವೇನಿದ್ದರೂ ನಿನ್ನನ್ನು ಹಿಂಬಾಲಿಸುವುದು ಅಷ್ಟೆ. ಹಾಗಾದಾಗ ನಾವು ಸಾಕ್ಷಾತ್ ಪರಮಾತ್ಮನನ್ನೇ ಹಿಂಬಾಲಿಸದಂತಾಗುತ್ತದೆ'.

ಶಿವ ಹಿಂದಕ್ಕೆ ಒರಗಿದ. ಹಾಗೇ ತನ್ನ ಹಣೆಯನ್ನು ತೀಡತೊಡಗಿದ. ಹಣೆಯಲ್ಲಿ ಅದೇನೋ ಒಂದು ರೀತಿಯ ಉರಿ.

ಬೃಹಸ್ಪತಿ, ಗಣೇಶ ಮತ್ತು ಕಾರ್ತಿಕ ಉಜ್ಜೆಯನಿ ನಗರವನ್ನು ಸುತ್ತಿ ಅತಿಥಿಗೃಹಕ್ಕೆ ಬಂದರು. ಅಲ್ಲಿ ಸತಿ ನಂದಿ ಮತ್ತು ಪರಶುರಾಮ ಅದಾಗಲೇ ಗಹನವಾದ ಚರ್ಚೆಯಲ್ಲಿ ಮುಳುಗಿದ್ದರು.

'ಉಜ್ಜೆಯನಿ ನಗರ ಹೇಗಿದೆ ಬೃಹಸ್ಪತಿಗಳೇ?' ಸತಿ ಕೇಳಿದಳು.

ಇದೊಂದು ಸುಂದರ ನಗರ. ಒಂದು ನಗರ ಹೇಗಿರಬೇಕು ಎಂದು ಶ್ರೀರಾಮ ನಿರೀಕ್ಷಿಸಿದ್ದನೋ ಉಜ್ಜೆಯನಿ ಅದರಂತೆಯೇ ಇದೆ. ಮೆಲೂಹ ಮತ್ತು ಪಂಚವಟಿ ಗಿಂತಲೂ ವ್ಯವಸ್ಥಿತವಾಗಿದೆ'.

ಗಣೇಶ ಮತ್ತು ಕಾರ್ತಿಕನತ್ತ ತಿರುಗಿ ಸತಿ ಹೇಳಿದಳು 'ಮಕ್ಕಳೇ ನಿಮಗೂ ಈ ನಗರ ಇಷ್ಟವಾಯಿತೇ?'.

'ಹೌದು ಅಮ್ಮ, ಉಜ್ಜೆಯನಿ ನಗರ ಬಲು ಸುಂದರವಾಗಿದೆ. ಆದರೆ ಇಲ್ಲಿ ನನ್ನನ್ನು ಸೂಜಿಗಲ್ಲಿನಂತೆ ಆಕರ್ಷಿಸಿದ್ದು ಸಾಕು ಆನೆಗಳ ಹಿಂಡು. ಯುದ್ಧಭೂಮಿಯಲ್ಲಿ ಈ ಆನೆಗಳು ಸಾವಿರಾರು ಸೈನಿಕರಿಗೆ ಸರಿಸಮನಾಗಿ ನಿಲ್ಲಬಲ್ಲವು. ವಾಸುದೇವರ ಪಂಡಿತರು ಮುಂಬರುವ ಯುದ್ಧದಲ್ಲಿ ನೀಲಕಂಠನ ಪರವಾಗಿ ನಿಂತರೆ ನಮ್ಮ ಶಕ್ತಿ ಸಾಮರ್ಥ್ಯ ಇಮ್ಮಡಿಗೊಳ್ಳುತ್ತದೆ. ನಾವು ಮೊದಲಿಗಿಂತಲೂ ಬಲಿಷ್ಠರಾಗುವುದರಲ್ಲಿ ಅನುಮಾನವಿಲ್ಲ'.

ಕೂಡಲೇ ಪರಶುರಾಮ ಹೇಳಿದ 'ಕ್ಷಮಿಸಿ ಗಣೇಶ! ಸಾಕ್ಷಾತ್ ನೀಲಕಂಠ ಸೈನ್ಯವನ್ನು ಮುನ್ನಡೆಸುತ್ತಾನೆಂದರೆ ಇಡೀ ದೇಶದ ಜನ ನಮ್ಮೊಂದಿಗಿರುತ್ತಾರೆ ಎಂದು ಅರ್ಥವಲ್ಲವೇ. ಪರಿಸ್ಥಿತಿ ಹೀಗಿರುವಾಗ ಎಲ್ಲರೂ ನೀಲಕಂಠನ ಬೆನ್ನ ಹಿಂದೆ ನಿಲ್ಲುತ್ತಾರೆ'.

'ಪರಶುರಾಮ! ನಿನ್ನ ಶೌರ್ಯ ಮತ್ತು ನೀಲಕಂಠನ ಮೇಲೆ ನೀನಿಟ್ಟಿರುವ ಅಚಲ ನಿಷ್ಠೆ ನನಗೆ ಮೆಚ್ಚುಗೆ. ಆದರೆ ಕೇವಲ ಭರವಸೆಯೊಂದೇ ಯುದ್ಧದಲ್ಲಿ ನಮಗೆ ಗೆಲುವು ತಂದುಕೊಡಲಾರದು. ನಮ್ಮ ಬಲಹೀನತೆಗಳೇನು ಎಂಬುದನ್ನು ಅಳತೆ ಮಾಡಿ ಅರ್ಥಮಾಡಿಕೊಂಡು ಅದನ್ನು ಸರಿಪಡಿಸಿಕೊಂಡಾಗ ಮಾತ್ರ ಗೆಲುವು ನಮ್ಮದಾಗುತ್ತದೆ'.

'ನೀಲಕಂಠ ನಮ್ಮನ್ನು ಮುನ್ನಡೆಸುತ್ತಾನೆ. ಅಸಂಖ್ಯಾತ ಜನ ಆತನ ಬೆನ್ನ ಹಿಂದಿದ್ದಾರೆ. ಹೀಗಿರುವಾಗ ನಮ್ಮಲ್ಲಿ ಮತ್ಯಾವ ಬಲಹೀನತೆಗಳಿರಲು ಸಾಧ್ಯ ಗಣೇಶ?'.

'ನಿಜ! ಜನ ನೀಲಕಂಠನ ಹಿಂದಿರುತ್ತಾರೆ. ಆದರೆ ಆ ಜನಗಳ ದೊರೆಗಳು ಮಾತ್ರ ನಮ್ಮ ಹಿಂದೆ ಬರುವುದಿಲ್ಲ. ನೆನಪಿರಲಿ! ಜನಗಳು ಸೈನ್ಯವನ್ನು ಎಂದೂ ನಿಯಂತ್ರಿಸಲಾರರು. ಅದನ್ನು ನಿಯಂತ್ರಿಸುವವರು ಸಾಮ್ರಾಟರು. ದಕ್ಷ ಮಹಾರಾಜ ಈಗಾಗಲೇ ನಮ್ಮ ವಿರುದ್ಧ ನಿಂತಿದ್ದಾನೆ. ಸ್ವದ್ವೀಪ ಸಾಮ್ರಾಟ ದಿಲೀಪ ಸಹ ಈಗ ನಮಗೆ ವೈರಿ. ಮೆಲೂಹದ ಸೇನೆಯಲ್ಲಿನ ತಾಂತ್ರಿಕತೆ ಮತ್ತು ಸ್ವದ್ವೀಪದ ಅಸಂಖ್ಯಾತ ಸೈನ್ಯ ಖಂಡಿತವಾಗಿಯೂ ನಮಗೆ ಸವಾಲು ಒಡ್ಡಬಲ್ಲದು. ಹಾಗಾಗಿ ನಮ್ಮ ವೈರಿಗಳು ಬಲಿಷ್ಠರಾಗಿದ್ದಾರೆ ಎಂಬುದರಲ್ಲಿ ಅನುಮಾನವೇ ಇಲ್ಲ'.

'ಆದರೆ ಸಮರ್ಥ ದಂಡನಾಯಕನಿಲ್ಲದಿದ್ದರೆ ಎಂತಹ ಸೈನ್ಯವಿದ್ದರೂ ಅದು ವ್ಯರ್ಥ ಅಲ್ಲವೇ ಅಣ್ಣಾ! ನಮ್ಮ ಶತ್ರುಗಳ ಬಳಿ ಅಂತಹ ಮಹಾನ್ ದಂಡನಾಯಕ ಯಾರಿದ್ದಾರೆ ಹೇಳು?' ಕಾರ್ತಿಕ ಹೇಳಿದ.

ಗಣೇಶ ತಲೆಯಾಡಿಸುತ್ತಾ ಬೃಹಸ್ಪತಿ ಮತ್ತು ನಂದಿಯತ್ತ ನೋಟಬೀರಿದ.

ನಂತರ ಕಾರ್ತಿಕನತ್ತ ತಿರುಗಿ ಹೇಳಿದ 'ಅವರ ಬಳಿ ಮಹಾ ದಂಡನಾಯಕ ನೊಬ್ಬನಿದ್ದಾನೆ. ಆತ ಪರ್ವತೇಶ್ವರ'.

ಕೂಡಲೆ ಸತಿ ಕೋಪೋದ್ರೇಕದಿಂದ ಹೇಳಿದಳು 'ಗಣೇಶ! ಪಿತೃತ್ಯುಲ್ಯನನ್ನು ಈ ರೀತಿ ಅವಮಾನಿಸಬೇಡ. ಎಂದು ಈ ಹಿಂದೆಯೇ ಹೇಳಿದ್ದೇನೆ ಅಲ್ಲವೇ?'.

'ಅಮ್ಮ! ಪರ್ವತೇಶ್ವರ ನಿನಗೆ ಪಿತೃಸಮಾನ ಎಂಬುದನ್ನು ನಾನು ಬಲ್ಲೆ. ಆದರೆ ಅವರು ಮೆಲೂಹದ ಪರವಾಗಿ ನಿಂತು ಹೋರಾಡುತ್ತಾನೆ ಎಂಬ ಸತ್ಯವನ್ನು ನಾವು ಒಪ್ಪಿಕೊಳ್ಳಲೇಬೇಕು' ಗಣೇಶ ಅತ್ಯಂತ ನಯವಾಗಿ ಹೇಳಿದ.

'ಇಲ್ಲ! ಆತ ಹಾಗೆ ಮಾಡಲಾರ. ಆತ ನಮ್ಮ ತಂದೆಯ ನಂಬುಗೆಯ ಭಂಟ. ಅಂತಹ ಪರ್ವತೇಶ್ವರ ನೀಲಕಂಠನನ್ನು ಹತ್ಯೆ ಮಾಡಲು ಪ್ರಯತ್ನಿಸಿದವರ ಪರವಾಗಿ ಹೇಗೆ ನಿಲ್ಲಲು ಸಾಧ್ಯ?'

'ಅಮ್ಮ! ಒಮ್ಮೆ ತನ್ನ ನಿರ್ಧಾರವನ್ನು ಅಪ್ಪನಿಗೆ ತಿಳಿಸಿದ ನಂತರ ಪರ್ವತೇಶ್ವರ ಅತ್ಯಂತ ಗೌರವಯುತವಾಗಿ ನಮ್ಮಿಂದ ದೂರ ಹೋಗುತ್ತಾನೆ. ನನ್ನನ್ನು ನಂಬಿ, ಬಾಬಾ ಸಹ ಆತನನ್ನು ವಿರೋಧಿ ಪಾಳಯಕ್ಕೆ ಸೇರಲು ಅನುಮತಿ ನೀಡುತ್ತಾರೆ. ಯಾವುದೇ ಕಾರಣಕ್ಕೂ ಬಾಬಾ ಆತನನ್ನು ಪಡೆಯುವುದಿಲ್ಲ. ಇಬ್ಬರಲ್ಲಿ ಯಾರೊಬ್ಬರೂ ತಮ್ಮ ಗೌರವಕ್ಕೆ ಚ್ಯುತಿ ತಂದುಕೊಳ್ಳುವವರಲ್ಲ'.

'ನಿಜ! ಪರ್ವತೇಶ್ವರ ಗೌರವಾನ್ವಿತ ಆದರಣೀಯ ವ್ಯಕ್ತಿ. ಆದರೆ ಆತ ನೀಲಕಂಠನ ಜತೆ ನಿಂತಾಗ ಮಾತ್ರ ಆತ ತನ್ನ ಕರ್ತವ್ಯವನ್ನು ನಿಭಾಯಿಸಿದಂತಾಗುತ್ತದೆ ಅಲ್ಲವೇ?'.

'ನಿಜ! ಪರ್ವತೇಶ್ವರನ ಸ್ಫೂರ್ತಿ ಬಾಬಾ ಎನ್ನುವುದರಲ್ಲಿ ಅನುಮಾನವೇ ಇಲ್ಲ. ಹಾಗೆಂದ ಮಾತ್ರಕ್ಕೆ ಆತ ಬಾಬಾನನ್ನು ಬೆಂಬಲಿಸಬೇಕು ಎಂದೇನೂ ಇಲ್ಲ. ಆತ ಅಪ್ರತಿಮ ದೇಶಭಕ್ತ. ಸದಾ ಒಂದು ಮೌಲ್ಯವನ್ನು ಇಟ್ಟುಕೊಂಡೇ ಬದುಕುತ್ತಿರುವಾತ. ಆತನ ಭಕ್ತಿ, ನಿಷ್ಠೆ, ಬೆಂಬಲ ಏನಿದ್ದರೂ ಅದು ಮೆಲೂಹಕ್ಕೆ ಮಾತ್ರ. ಮೆಲೂಹದ ರಕ್ಷಣೆಗೆ ಆತ ಸದಾ ಕಟಿಬದ್ಧನಾಗಿದ್ದಾನೆ. ಇದು ಕೇವಲ ಪರ್ವತೇಶ್ವರನ ವಿಚಾರದಲ್ಲಷ್ಟೇ ಸತ್ಯವಲ್ಲ. ಎಲ್ಲ ಮೆಲೂಹನ್ನರೂ ಹೀಗೆ ಮಾಡುತ್ತಾರೆ'.

ಈ ಮಾತುಗಳನ್ನು ಕೇಳುತ್ತಲೇ ನಂದಿಯ ಕಣ್ಣುಗಳು ಕೆಂಪಾದವು.

ಬಿಟ್ಟ ಕಣ್ಣುಗಳಿಂದ ಗಣೇಶನತ್ತ ತಿರುಗಿ ಏರುದನಿಯಲ್ಲಿ ಹೇಳಿದ 'ಗಣೇಶ! ನಾನು ಈಗಾಗಲೇ ನಿರ್ಧರಿಸಿಯಾಗಿದೆ. ನಾನು ನೀಲಕಂಠನಿಗಾಗಿ ಬದುಕುತ್ತೇನೆ. ಆತನಿಗಾಗಿಯೇ ಪ್ರಾಣ ಬಿಡುತ್ತೇನೆ. ಅದಕ್ಕಾಗಿ ನನ್ನ ದೇಶವನ್ನು ಎದುರು ಹಾಕಿಕೊಳ್ಳಲೂ

ನಾನು ಸಿದ್ಧ. ತಾಯ್ನಾಡಿನ ವಿರುದ್ಧ ಹೋರಾಡಿದ ಪಾಪ ನನಗೆ ತಟ್ಟಿದರೂ ಚಿಂತೆಯಿಲ್ಲ. ಅದು ನನ್ನ ಕರ್ಮ ಎಂದು ತಿಳಿಯುತ್ತೇನೆ. ಆದರೆ ನನ್ನ ನಿಷ್ಠೆ ಸದಾ ನೀಲಕಂಠನಗೆ ಮೀಸಲು. ಅದನ್ನು ಯಾರೂ ಪ್ರಶ್ನಿಸುವಂತಿಲ್ಲ'.

ಕೂಡಲೇ ಗಣೇಶ ನಂದಿಯ ಬಳಿಗೆ ಬಂದು ಹೇಳಿದ 'ನಿನ್ನ ಸ್ವಾಮಿಭಕ್ತಿ ಮತ್ತು ನಿಷ್ಠೆಯನ್ನು ನಾನು ಖಂಡಿತ ಪ್ರಶ್ನಿಸುತ್ತಿಲ್ಲ ವೀರ ನಂದಿ. ಆದರೆ ಪರ್ವತೇಶ್ವರ ತೆಗೆದುಕೊಳ್ಳಬಹುದಾದ ನಿರ್ಧಾರದ ಬಗ್ಗೆ ನಾನು ಮಾತನಾಡುತ್ತಿದ್ದೇನೆ'.

'ಮಹಾದಂಡನಾಯಕರು ಏನು ಯೋಚಿಸುತ್ತಿದ್ದಾರೆ ಮತ್ತು ಯಾವ ನಿರ್ಧಾರವನ್ನು ತೆಗೆದುಕೊಳ್ಳುತ್ತಾರೆ ಎಂಬುದು ನನಗೆ ತಿಳಿದಿಲ್ಲ. ಆದರೆ ನನ್ನ ನಿರ್ಧಾರವೇನು ಎಂಬುದೇ ನನಗೆ ಮುಖ್ಯ'.

'ಪರ್ವತೇಶ್ವರ ಏನು ಯೋಚಿಸುತ್ತಾನೆ ಎಂಬುದು ನನಗೆ ತಿಳಿದಿದೆ. ಇದರಿಂದ ಸತಿಯ ಮನಸ್ಸಿಗೆ ನೋವಾಗಬಹುದು. ಆದರೆ ಗಣೇಶ ಹೇಳುತ್ತಿರುವ ಮಾತಿನಲ್ಲಿ ಸತ್ಯವಿದೆ. ಪರ್ವತೇಶ್ವರ ಯಾವುದೇ ಕಾರಣಕ್ಕೂ ಮೆಲೂಹವನ್ನು ಧಿಕ್ಕರಿಸಿ ಬರಲಾರ. ಯಾರು ಮೆಲೂಹದ ವಿರುದ್ಧ ನಿಲ್ಲುತ್ತಾರೆ ಅಂಥವರ ವಿರುದ್ಧ ಆತ ನಿಲ್ಲುತ್ತಾನೆ. ಒಮ್ಮೆ ನಾವು ಸೋಮರಸವನ್ನು ನಾಶ ಮಾಡಲು ಹೊರಟರೆ ಮೆಲೂಹದ ಮೇಲೆ ಯುದ್ಧ ಅನಿವಾರ್ಯ. ಆಗ ನೀಲಕಂಠ ಮತ್ತು ಪರ್ವತೇಶ್ವರ ಎದುರಾಳಿಗಳಾಗಿ ನಿಲ್ಲುವುದು ನಿಶ್ಚಿತ' ಬೃಹಸ್ಪತಿ ಹೇಳಿದ.

ಸತಿಗೆ ಮಾತುಗಳೇ ಹೊರಡಲಿಲ್ಲ. ಕಿಟಕಿಯ ಬಳಿಗೆ ಬಂದು ದೂರದಲ್ಲಿ ಕಾಣುತ್ತಿದ್ದ ವಿಷ್ಣು ಮಂದಿರವನ್ನೇ ದಿಟ್ಟಿಸಿ ನೋಡುತ್ತಾ ನಂತುಬಿಟ್ಟಳು.

ತನ್ನ ಬಾಲ್ಯದ ರಹಸ್ಯಗಳು ಒಂದೊಂದಾಗಿ ಬಿಚ್ಚಿಕೊಳ್ಳುತ್ತಿದ್ದಂತೆ ಶಿವನ ಹುಬ್ಬುಗಳು ಒಂದೇ ಸಮನೆ ಅದುರಲಾರಂಭಿಸಿದವು.

ಗೋಪಾಲ ಪಂಡಿತರು ಬಾಗಿ ಕೇಳಿದರು 'ಏನಾಗುತ್ತಿದೆ ನೀಲಕಂಠ?'.

'ನನ್ನ ಬದುಕಿನಲ್ಲಿ ನಡೆದ ಘಟನೆಗಳು ಕೇವಲ ವಿಧಿಯಾಟವಲ್ಲ ಪಂಡಿತರೆ. ಅದು ಪರಮಾತ್ಮನ ಪೂರ್ವಯೋಜಿತ ಯೋಜನೆಯೂ ಅಲ್ಲ. ಕೇವಲ ಆತನ ಯೋಜನೆಯಂತೆ ನಾನು ನೀಲಕಂಠನಾಗಿ ಹೊರಹೊಮ್ಮಲಿಲ್ಲ. ಆ ಘಟನೆಗಳ ಹಿಂದಿರುವವರು ನನ್ನ ಚಿಕ್ಕಪ್ಪ ಎಂಬುದು ನನ್ನ ಬಲವಾದ ನಂಬಿಕೆ. ಆದರೆ ಅದು ಆತನಿಂದ ಹೇಗೆ ಸಾಧ್ಯವಾಯಿತು ಎಂಬುದೇ ನನಗೆ ಯಕ್ಷ ಪ್ರಶ್ನೆಯಾಗಿದೆ'.

'ನನ್ನ ಮಾತಿನ ಅರ್ಥವೇನು ನೀಲಕಂಠ?' ಪಂಡಿತರು ಕೇಳಿದರು.

'ಹೌದು ಪಂಡಿತರೇ! ನನಗಿನ್ನೂ ನೆನಪಿದೆ. ಆಗಿನ್ನೂ ನನಗೆ ಎಳೆಯ ವಯಸ್ಸು. ಚಿಕ್ಕಪ್ಪ ಯಾವುದೋ ವಿಚಿತ್ರ ಔಷಧಿಯನ್ನು ನನಗೆ ಕುಡಿಸಿದ್ದ. ಅದನ್ನು ಕುಡಿಯುತ್ತಿದ್ದಂತೆ ಎರಡು ಹುಬ್ಬುಗಳ ನಡುವೆ ವಿಪರೀತ ಉರಿ. ಆ ಕ್ಷಣಕ್ಕೆ ಚಿಕ್ಕಪ್ಪ ಮತ್ತೊಂದು ರೀತಿಯ ಔಷಧವನ್ನು ನೀಡಿ ಆ ಉರಿಯನ್ನು ಕಡಿಮೆ ಮಾಡಿದ. ಆದರೆ ಆ ಉರಿ ಇಂದಿಗೂ ಆಗಾಗ ಕಾಣಿಸಿಕೊಳ್ಳುತ್ತಲೇ ಇದೆ. ಇತ್ತೀಚೆಗೆ ಅದರ ತೀವ್ರತೆ ಸ್ವಲ್ಪ ಕಡಿಮೆಯಾಗಿದೆ. ಆ ವಿಚಿತ್ರ ಔಷಧವನ್ನು ನನಗೆ ನೀಡಿ ಚಿಕ್ಕಪ್ಪ ತನಗೆ ತಾನೆ ಹೇಳಿಕೊಂಡ ಮಾತೊಂದು ಈಗಲೂ ನನಗೆ ನೆನಪಿದೆ.

ಆಗ ಆತ ಹೇಳಿದ್ದಿಷ್ಟೇ 'ಓ ರುದ್ರದೇವ! ನಿನ್ನ ಆದೇಶವನ್ನು ಚಾಚೂ ತಪ್ಪದೆ ಪಾಲಿಸುತ್ತಿರುವವನು ನಾನು. ಹಾಗಾಗಿ ನಾನೀಗ ಈ ಹುಡುಗನಿಗೆ ವಾಯುಪುತ್ರನ ರಕ್ತವನ್ನು ನೀಡುತ್ತಿದ್ದೇನೆ'.

ಹೀಗೆ ಹೇಳಿ ಆತ ತನ್ನ ಹೆಬ್ಬೆರಳನ್ನು ಕೊಯ್ದುಕೊಂಡ. ಬೆರಳಿನಿಂದ ರಕ್ತ ಸುರಿಯಲಾರಂಭಿಸಿತು. ಅದನ್ನು ಔಷಧಿಯೊಂದಿಗೆ ಬೆರೆಸಿ ನನಗೆ ನೀಡಿದ. ಅಲ್ಲದೆ ಔಷಧಿಯನ್ನು ಕುತ್ತಿಗೆಯ ಹಿಂಭಾಗಕ್ಕೆ ಹಚ್ಚಿಕೊಳ್ಳುವಂತೆ ಆಜ್ಞಾಪಿಸಿದ'.

ಶಿವನ ಮಾತುಗಳನ್ನು ಕೇಳುತ್ತಲೇ ಗೋಪಾಲ ಪಂಡಿತರ ಕಣ್ಣುಗಳು ಅರಳಿದವು. ಅವರು ಮೊದಲ ಸಾಲಿನಲ್ಲಿ ಕುಳಿತಿದ್ದ ಅಯೋಧ್ಯೆಯ ಮಂದಿರದ ವಾಸುದೇವ ಪಂಡಿತರ ಮುಖವನ್ನೇ ಆಶ್ಚರ್ಯದಿಂದ ನೋಡಲಾರಂಭಿಸಿದರು.

ಕೂಡಲೇ ಅಯೋಧ್ಯೆ ಮಂದಿರದ ವಾಸುದೇವ ಪಂಡಿತರು ಕೇಳಿದರು 'ನಿಮ್ಮ ಚಿಕ್ಕಪ್ಪನ ಹೆಸರೇನು ನೀಲಕಂಠ?'.

'ಮನೋಭು' ಶಿವ ಉತ್ತರಿಸಿದ.

ಕೂಡಲೆ ಅಯೋಧ್ಯೆ ಪಂಡಿತರು ಸ್ಥಂಭೀಭೂತರಾಗಿ ಗೋಪಾಲ ಪಂಡಿತರತ್ತ ದೃಷ್ಟಿ ಬೀರಿದರು.

'ಏನಾಯಿತು ಪಂಡಿತರೇ?' ಶಿವ ವಾಸುದೇವ ಪಂಡಿತರ ಮುಖದ ಮೇಲಿದ್ದ ಗಾಬರಿಯನ್ನು ಗಮನಿಸಿ ಕೇಳಿದ.

'ಮನೋಭು ನಿಮ್ಮ ಚಿಕ್ಕಪ್ಪನೇ?' ಗೋಪಾಲ ಪಂಡಿತರು ಆಶ್ಚರ್ಯದಿಂದ ಕೇಳಿದರು.

'ಹೌದು! ಮನೋಭು ನಮ್ಮ ಚಿಕ್ಕಪ್ಪ'.

'ನೀಲಕಂಠ! ನಿನಗೆ ತಿಳಿದಿದೆಯೇ, ನಿಮ್ಮ ಚಿಕ್ಕಪ್ಪ ಸಾಮಾನ್ಯನಲ್ಲ. ಆತ ವಾಯುಪುತ್ರರ ವರಿಷ್ಠ ನಾಯಕ ಮಿತ್ರನಿಗೆ ಸಲಹೆಗಾರರಾಗಿದ್ದ ಆರು ಜನರ ಪೈಕಿ

ಒಬ್ಬ. ಆತ ವಾಯುಪುತ್ರರಲ್ಲೇ ಅತ್ಯಂತ ಶ್ರೇಷ್ಠನೂ ಮಹಾ ಮೇಧಾವಿಯೂ ಆದ ಅಮರ್ತ್ಯ'.

'ಏನು! ನನ್ನ ಚಿಕ್ಕಪ್ಪ ವಾಯುಪುತ್ರರ ಮುಖಂಡನೇ? ಏನು ಹೇಳುತ್ತಿರುವಿರಿ ಪಂಡಿತರೇ?'

'ಹೌದು, ಮನೋಭು ವಾಯುಪುತ್ರರಲ್ಲೇ ಅತ್ಯಂತ ಮೇಧಾವಿ. ಈಗ್ಗೆ ಹಲವು ವರ್ಷಗಳ ಹಿಂದೆ ನಮ್ಮ ಇಡೀ ವಾಸುದೇವ ಪಂಡಿತರ ಸಮೂಹ ಸೋಮರಸದಿಂದ ಆಗುತ್ತಿರುವ ದುಷ್ಪರಿಣಾಮಗಳ ಬಗ್ಗೆ ವಾಯುಪುತ್ರ ಮಂಡಳಿಗೆ ತಿಳಿಸಿದ್ದೆವು. ಕೂಡಲೇ ಮೆಲೂಹದಾದ್ಯಂತ ಸೋಮರಸದ ಬಳಕೆಯನ್ನು ನಿಷೇಧಿಸುವಂತೆ ಒತ್ತಡ ಹಾಕಿದ್ದೆವು. ಆದರೆ ನಮ್ಮ ವಾದವನ್ನು ಇಡೀ ವಾಯುಪುತ್ರ ಮಂಡಳಿ ತಿರಸ್ಕರಿಸಿತ್ತು. ಆಗ ನಮ್ಮ ಪರವಾಗಿ ನಿಂತ ಏಕೈಕ ಅಮರ್ತ್ಯರೆಂದರೆ ಅದು ಮನೋಭು ಮಾತ್ರ. ಆದರೆ ದುರದೃಷ್ಟವಶಾತ್ ಮನೋಭುವಿನ ಮಾತನ್ನು ಇತರೆ ಎಲ್ಲಾ ಅಮರ್ತ್ಯರೂ ತಳ್ಳಿ ಹಾಕಿಬಿಟ್ಟರು. ಅವರ ಮಾತಿಗೆ ಮನ್ನಣೆ ದೊರೆಯಲಿಲ್ಲ'.

'ಆ ನಂತರ ಏನಾಯಿತು ಪಂಡಿತರೇ?'.

'ಅಂದು ನಾನು ಮತ್ತು ಮನೋಭು ಸೋಮರಸದ ದುಷ್ಪರಿಣಾಮಗಳ ಬಗ್ಗೆ ಒಂದು ಗಂಟೆಯ ಕಾಲ ಚರ್ಚಿಸಿದೆವು. ಆದರೆ ಮನೋಭುವಿಗೆ ವಾಯುಪುತ್ರ ಮಂಡಳಿಯ ಮನವೊಲಿಸುವುದು ಸಾಧ್ಯವಾಗಲಿಲ್ಲ. ಆ ಸಮಯದಲ್ಲೇ ಮನೋಭು ಈ ಸಮಸ್ಯೆಗೆ ಪರಿಹಾರ ನೀಡಬಲ್ಲ ನೀಲಕಂಠನನ್ನು ಸೃಷ್ಟಿ ಮಾಡುವುದಾಗಿ ನನಗೆ ವಾಗ್ದಾನ ನೀಡಿದ. ಅದು ಹೇಗೆ ಸಾಧ್ಯ? ಎಂಬ ನನ್ನ ಪ್ರಶ್ನೆಗೆ ರುದ್ರದೇವ ಈ ಕೆಲಸದಲ್ಲಿ ನನಗೆ ಸಹಾಯ ಮಾಡುತ್ತಾನೆ ಎಂದಷ್ಟೇ ಹೇಳಿದ. ಅಲ್ಲದೆ ನೀಲಕಂಠನ ಆಗಮನವಾದಾಗ, ನಾನು ಮತ್ತು ನನ್ನ ಇಡೀ ವಾಸುದೇವ ಪಂಡಿತರ ಸಮೂಹ ಆತನಗೆ ಸಹಾಯ ಮಾಡಬೇಕೆಂದು ನನ್ನಿಂದ ವಾಗ್ದಾನವನ್ನು ಪಡೆದುಕೊಂಡ. ನಾನು ಅದು ನನ್ನ ಕರ್ತವ್ಯವೆಂದೂ ನೀಲಕಂಠನೊಂದಿಗೆ ಇಡೀ ವಾಸುದೇವ ಸಮೂಹ ಕೈಜೋಡಿಸುವುದಾಗಿಯೂ ತಿಳಿಸಿದೆ'.

'ಆ ನಂತರ ಏನಾಯಿತು?'.

'ಆ ನಂತರ ಮನೋಭು ಇದ್ದಕ್ಕಿದ್ದಂತೆ ಭೂಗತನಾದ. ಆತ ಎಲ್ಲಿಗೆ ಹೋದ? ಏನಾದ? ಎಂದು ಯಾರಿಗೂ ತಿಳಿಯಲಿಲ್ಲ. ಮನೋಭು ವಾಯುಪುತ್ರ ಮಂಡಳಿಯಲ್ಲಿ ಏಕಾಂಗಿಯಾಗಿದ್ದ. ಅದೇ ಕಾರಣಕ್ಕೆ ಕೆಲವರು ಆತ ತನ್ನ ತಾಯ್ನಾಡಾದ ಟಿಬೆಟ್ಟಿಗೆ ಹೋಗಿರಬಹುದು ಎಂದು ಊಹಿಸಿದರು. ಕೆಲವರು ಆತನ ಹತ್ಯೆಯಾಗಿರಬಹುದು

ಎಂದು ಮಾತನಾಡಿಕೊಂಡರು. ಆದರೆ ಮನೋಭುವಿನಂತಹ ಮಹತ್ವಾಕಾಂಕ್ಷೆಯುಳ್ಳ ವ್ಯಕ್ತಿ ತನ್ನ ಗುರಿಯನ್ನು ಮುಟ್ಟದೆ ಸಾಯುವವನಲ್ಲ ಎಂಬ ಬಲವಾದ ನಂಬಿಕೆ ನನಗಿತ್ತು. ಇಂದು ಆ ನನ್ನ ನಂಬಿಕೆ ನಿಜವಾಗಿದೆ. ಮನೋಭು ತನ್ನ ಗುರಿ ಮುಟ್ಟಿದ್ದಾನೆ. ಆತ ನಿನ್ನನ್ನು ಸೃಷ್ಟಿ ಮಾಡಿದ್ದಾನೆ. ಅಂದಹಾಗೆ ಮನೋಭು ಈಗ ಎಲ್ಲಿದ್ದಾನೆ? ಆತ ನಿನ್ನನ್ನು ಮೆಲೂಹಕ್ಕೆ ಕಳುಹಿಸಿದ ಬಗೆ ಹೇಗೆ? ಅದನ್ನು ವಿವರವಾಗಿ ತಿಳಿಸು ನೀಲಕಂಠ' ಪಂಡಿತರು ಕೇಳಿದರು.

'ಪಂಡಿತರೇ! ಚಿಕ್ಕಪ್ಪ ನನ್ನನ್ನು ಮೆಲೂಹಕ್ಕೆ ಕಳುಹಿಸಲಿಲ್ಲ. ಆತ ಬಹಳ ವರ್ಷಗಳ ಹಿಂದೆಯೇ ಅಸುನೀಗಿದ. ಟಿಬೆಟ್ಟಿನಲ್ಲಿರುವ ನಮ್ಮ ಶತ್ರುಗಳಾದ ಪಕ್ರಾಟಿಗಳ ಮನಪರಿವರ್ತಿಸುವ ಸಲುವಾಗಿ ಆತ ಅವರ ಬಳಿ ಹೋಗಿದ್ದ. ಆಗ ಆ ಪಾಪಿಗಳು ಆತನ ಮೇಲೆರಗಿ ಮೋಸದಿಂದ ಬರ್ಬರವಾಗಿ ಕೊಂದು ಹಾಕಿದರು'.

'ಹಾಗಾದರೆ ನಿನ್ನನ್ನು ಮೆಲೂಹಕ್ಕೆ ಕರೆತಂದವರು ಯಾರು? ನಿರ್ದಿಷ್ಟ ಸಮಯದಲ್ಲಿ ನಿನಗೆ ಸೋಮರಸ ಕುಡಿಯಲು ಹೇಗೆ ಸಾಧ್ಯವಾಯಿತು. ನಾನು ಮೊದಲೇ ಹೇಳಿದಂತೆ ತಾರುಣ್ಯಕ್ಕೆ ಬರುವ ಸಮಯಕ್ಕೆ ಸರಿಯಾಗಿ ಸೋಮರಸವನ್ನು ಸೇವಿಸಿದರೆ ಮಾತ್ರ ಕಂಠ ನೀಲಿಯಾಗುತ್ತದೆ. ನಿನ್ನ ವಿಚಾರದಲ್ಲಿ ಅದು ಸಾಧ್ಯವಾದ ಬಗೆ ಹೇಗೆ?'.

'ಅದು ನನಗೆ ತಿಳಿಯದು ಪಂಡಿತರೇ. ಆ ಸಮಯದಲ್ಲಿ ನಂದಿ ಮಾನಸಸರೋವರದ ಬಳಿಗೆ ಬಂದಿದ್ದ. ಆತನೇ ನನ್ನನ್ನು ಮೆಲೂಹಕ್ಕೆ ಕರೆ ತಂದ'.

ಗೋಪಾಲ ಪಂಡಿತರು ದೇವಾಲಯದ ಬೃಹತ್ ಕಂಬವನ್ನು ನೋಡಿ ನಂತರ ಶ್ರೀರಾಮ ಮತ್ತು ಸೀತಾದೇವಿಯ ಮೂರ್ತಿಯನ್ನು ನೋಡುತ್ತಾ ಹೇಳಿದರು 'ಹಾಗಾದರೆ ಇದು ನಿಶ್ಚಿತವಾಗಿಯೂ ಆ ಪರಮಾತ್ಮನ ಲೀಲೆ. ಆತನ ಅಣತಿಯಂತೆ ನಿನ್ನ ಬದುಕಿನ ಘಟನೆಗಳು ಒಂದೊಂದಾಗಿ ಬೆಸೆದುಕೊಂಡಿದೆ'.

ಶಿವ ಗೋಪಾಲ ಪಂಡಿತರನ್ನೇ ದಿಟ್ಟಿಸಿ ನೋಡಲಾರಂಭಿಸಿದ. ಅದೇನೋ ಒಂದು ರೀತಿಯ ಗೊಂದಲ. ತನ್ನ ಬದುಕು ಭಗವಂತನ ಅಣತಿಯಂತೆ ನಡೆದಿದೆ ಎಂದು ನಂಬಲಾರದ ಸ್ಥಿತಿ. ಅದೇನೋ ಅನುಮಾನ.

ಕೂಡಲೆ ಗೋಪಾಲರು ವಿಷಯಾಂತರ ಮಾಡಿ ಪ್ರಶ್ನೆಯೊಂದನ್ನು ಕೇಳಿದರು 'ನೀಲಕಂಠ! ನೀನು ಹೇಳಿದಂತೆ ನಿನಗೆ ಚಿಕ್ಕ ವಯಸ್ಸಿನಿಂದಲೂ ಎರಡು ಹುಬ್ಬುಗಳ ನಡುವೆ ಆಗಾಗ ಉರಿ ಉಂಟಾಗುತ್ತಿದೆ. ಆದರೆ ಈ ರೀತಿಯ ನೋವು, ಉರಿ ಯಾವ ಸಂದರ್ಭದಲ್ಲಿ ಉಂಟಾಗುತ್ತದೆ? ಪ್ರತಿ ಬಾರಿ ಉರಿಯುಂಟಾದಾಗ ನಿನ್ನ ಚಿಕ್ಕಪ್ಪ ಆ ನೋವನ್ನು ಶಮನ ಮಾಡಲು ಔಷಧಿಯನ್ನು ನೀಡುತ್ತಿದ್ದನೇ?'.

'ನನಗೆ ನೆನಪಿರುವಂತೆ ತೀರಾ ಬೇಸರ, ಮನಸ್ಸಿಗೆ ನೋವು ಮತ್ತು ಕೋಪಬಂದಾಗ ನನ್ನ ಹುಬ್ಬುಗಳ ನಡುವೆ ಉರಿ ಉಂಟಾಗುತ್ತಿತ್ತು. ಆ ಸಮಯದಲ್ಲಿ ಹಣೆಯಲ್ಲಿ ಹೊಪ್ಪೆಗಳು ಮೂಡುತ್ತಿತ್ತು'.

'ಹೃದಯದ ಬಡಿತ ಹೆಚ್ಚಾದಾಗಲೂ ಈ ರೀತಿಯ ಅನುಭವ ಆಗುತ್ತಿತ್ತೇ?'.

'ಹೌದು! ನಾನು ಕೋಪಗೊಂಡಾಗ ಸಹಜವಾಗಿ ಹೃದಯದ ಬಡಿತ ಹೆಚ್ಚಾಗುತ್ತದೆ. ಕೆಲವೊಮ್ಮೆ ಸತಿಯನ್ನು ನೆನೆಯುತ್ತಾ ಆನಂದದಲ್ಲಿ ಮೈಮರೆತಾಗಲೂ ಇದೇ ಅನುಭವ'. 'ಅದು ಮತ್ತೇನೂ ಅಲ್ಲ ನೀಲಕಂಠ. ಅದು ಹುಟ್ಟಿನಿಂದಲೇ ನಿನಗೆ ಬಂದಿರುವ ಮೂರನೇ ಕಣ್ಣು. ಅದು ಸಾಮಾನ್ಯರಿಗೆ ಇರುವಂಥದಲ್ಲ. ಪರಮಾತ್ಮ ನಿನ್ನನ್ನು ನೀಲಕಂಠನಾಗಿ ಸೃಷ್ಟಿ ಮಾಡಿದ್ದಾನೆ ಎನ್ನುವುದಕ್ಕೆ ಇದಕ್ಕಿಂತ ಹೆಚ್ಚಿನ ಪುರಾವೆ ಬೇಕಿಲ್ಲ'.

'ಏನು! ಮೂರನೇ ಕಣ್ಣೇ?'.

'ಹೌದು! ನಿನ್ನ ಮೂರನೇ ಕಣ್ಣಿರುವುದು ಎರಡು ಹುಬ್ಬುಗಳ ನಡುವೆ. ನಮ್ಮ ಪುರಾಣಗಳು ಹೇಳುವಂತೆ ಮನುಷ್ಯನ ದೇಹದಲ್ಲಿ ಏಳು ಚಕ್ರಗಳಿರುತ್ತವೆ. ಆ ಚಕ್ರಗಳ ಮೂಲಕವೇ ಶಕ್ತಿ ದೇಹವನ್ನು ಪ್ರವೇಶಿಸುತ್ತದೆ ಮತ್ತು ದೇಹದಿಂದ ಹೊರಬರುತ್ತದೆ. ಅವುಗಳಲ್ಲಿ ಆರನೇ ಚಕ್ರವನ್ನು ಅಗ್ನಿಚಕ್ರ ಎಂದು ಕರೆಯುತ್ತೇವೆ. ಅದೇ ಮೂರನೇ ಕಣ್ಣು. ಈ ಚಕ್ರಗಳನ್ನು ಮಹಾಯೋಗಿಗಳು ವರ್ಷಗಟ್ಟಲೇ ತಪಸ್ಸು ಮಾಡಿ ಉದ್ರೇಕಗೊಳಿಸಿಕೊಳ್ಳುತ್ತಾರೆ. ಈ ಚಕ್ರಗಳನ್ನು ಕೆಲವು ಅಪರೂಪದ ಔಷಧಿಗಳಿಂದಲೂ ಉದ್ರೇಕಿಸಬಹುದು. ವಾಯುಪುತ್ರರು ಒಮ್ಮೆ ನೀಲಕಂಠನನ್ನು ಆಯ್ಕೆ ಮಾಡಿದ ನಂತರ ಆತನ ಮೂರನೇ ಕಣ್ಣನ್ನು ಉದ್ರೇಕಿಸಲು ಅವರು ಈ ರೀತಿಯ ಔಷಧವನ್ನು ಉಪಯೋಗಿಸುತ್ತಾರೆ. ಆದರೆ ನನ್ನ ನೂರ ನಲವತ್ತು ವರ್ಷದ ಜೀವಿತಾವಾಧಿಯಲ್ಲಿ ಮೂರನೇ ಕಣ್ಣನ್ನು ಹೊಂದಿರುವ ಯಾವ ವ್ಯಕ್ತಿಯನ್ನೂ ಕಂಡಿಲ್ಲ. ಅಷ್ಟೇ ಅಲ್ಲದೆ ಮೂರು ಕಣ್ಣಿರುವ ಮಗು ಜಗತ್ತಿನಲ್ಲಿ ಹುಟ್ಟಿದೆ ಎಂಬ ಸುದ್ಧಿಯನ್ನೂ ಕೇಳಿಲ್ಲ'.

'ಈ ಮೂರನೇ ಕಣ್ಣಿನಿಂದ ಏನು ಪ್ರಯೋಜನ ಪಂಡಿತರೇ? ಅದರಿಂದ ಉಪಯೋಗಕ್ಕಿಂತಲೂ ಅನಾನುಕೂಲವೇ ಹೆಚ್ಚಲ್ಲವೇ? ನಾನು ಕೋಪಗೊಂಡಾಗ ಅದು ಉರಿಯುತ್ತದೆ. ಅದರ ಬೇನೆ ಸಹಿಸಲಸಾಧ್ಯ'.

ಗೋಪಾಲ ಪಂಡಿತರು ನಸುನಗುತ್ತಾ ಹೇಳಿದರು 'ಅದು ಕೇವಲ ತಾತ್ಕಾಲಿಕ ನೋವಷ್ಟೇ. ಬಹುಶಃ ನಿನ್ನ ಮೂರನೇ ಕಣ್ಣನ್ನು ನೋಡಿಯೇ ಮನೋಭು ನಿನ್ನನ್ನು ನೀಲಕಂಠನನ್ನಾಗಿ ಮಾಡಬೇಕೆಂದು ನಿರ್ಧರಿಸಿರಬೇಕು. ನಿನಗೆ ಮೂರನೇ ಕಣ್ಣು ಇರುವುದರಿಂದಲೇ ವಾಯುಪುತ್ರರು ನೀಡಿದ ಔಷಧಿಯನ್ನು ಸುಲಭವಾಗಿ ಜೀರ್ಣಿಸಿಕೊಂಡೆ. ಇಲ್ಲದಿದ್ದರೆ ಅದು ಖಂಡಿತಾ ನಿನಗೆ ಒಗ್ಗುತ್ತಿರಲಿಲ್ಲ'.

'ಅದು ಹೇಗೆ?' ಶಿವ ಪ್ರಶ್ನಿಸಿದ.

'ಪರಿಹದ ವೈದ್ಯಕೀಯ ಜ್ಞಾನದ ಹಿನ್ನೆಲೆಯಲ್ಲಿ ಹೇಳುವುದಾದರೆ ನಮ್ಮ ಮೆದುಳಿನ ಒಳಭಾಗದಲ್ಲಿರುವ ಪೀನಲ್ ಗ್ರಂಥಿಯೇ ಮೂರನೆಯ ಕಣ್ಣು. ಇದೊಂದು ವಿಚಿತ್ರ ಗ್ರಂಥಿ. ಹೊದಿಕೆಯಂತಿರುವ ಮನುಷ್ಯನ ಮೆದುಳಿನಲ್ಲಿ ಎರಡು ಗೋಳಗಳಿರುತ್ತವೆ. ಪೀನಲ್ ಗ್ರಂಥಿ ಈ ಎರಡು ಗೋಳಗಳ ಮಧ್ಯದಲ್ಲಿರುತ್ತದೆ. ಈ ಗ್ರಂಥಿ ಅಕ್ಷರಶಃ ಕಣ್ಣಿನಂತೆ ಕೆಲಸ ಮಾಡುತ್ತದೆ. ಇದು ಕತ್ತಲಿಂದ ಕ್ರೀಯಾಶೀಲಗೊಳ್ಳದೆ ಬೆಳಕನ್ನು ಪ್ರತಿಬಂಧಿಸುವ ಪುನರುಜ್ಜೀವಕ ಶಕ್ತಿ ಹೊಂದಿದೆ. ಬಹುಶಃ ಇದೇ ಕಾರಣಕ್ಕೆ ಸೋಮರಸ ನಿನ್ನ ಆಯುಷ್ಯವನ್ನು ಹೆಚ್ಚಿಸಿದ್ದಲ್ಲದೆ ನಿನ್ನ ದೇಹದ ಮೇಲಿದ್ದ ಗಾಯವೆಲ್ಲವೂ ಮಾಗುವಂತೆ ಮಾಡಿದೆ. ಅಷ್ಟೇ ಅಲ್ಲದೆ ಪೀನಲ್ ಗ್ರಂಥಿ ರಕ್ತ ಪ್ರತಿಬಂಧಕ ವ್ಯವಸ್ಥೆಯಿಂದ ಹೊರತಾಗಿರುತ್ತದೆ'.

'ರಕ್ತ ಪ್ರತಿಬಂಧಕ ವ್ಯವಸ್ಥೆ ಎಂದರೇನು?'.

'ರಕ್ತ ಮನುಷ್ಯನ ದೇಹದ ಎಲ್ಲ ಭಾಗಗಳಲ್ಲೂ ಸಂಚರಿಸುತ್ತದೆ. ಆದರೆ ಅದು ಮೆದುಳನ್ನು ಪ್ರವೇಶಿಸುತ್ತಿದ್ದಂತೆ ಅದಕ್ಕೆ ಅಲ್ಲಿ ಅಡಚಣೆ ಉಂಟಾಗುತ್ತದೆ. ಈ ರೀತಿಯ ವ್ಯವಸ್ಥೆ ಮೆದುಳಿಗೆ ತಲುಪಬಹುದಾದ ಸೋಂಕನ್ನು ತಡೆಗಟ್ಟುತ್ತದೆ. ಪೀನಲ್ ಗ್ರಂಥಿ ಮೆದುಳಿನ ಎರಡು ಗೋಳಗಳ ನಡುವೆ ಇರುವುದರಿಂದ ಸಹಜವಾಗಿ ಅದು ರಕ್ತ ಪ್ರತಿಬಂಧ ವ್ಯವಸ್ಥೆಯಿಂದ ಹೊರತಾಗಿರುತ್ತದೆ. ಇದೇ ಕಾರಣಕ್ಕೆ ನೀನು ಪ್ರತಿಬಾರಿ ಕೋಪೋದ್ರಿಕ್ತನಾದಾಗ ಮೂರನೇ ಕಣ್ಣಿನ ಬೇನೆ ಹೆಚ್ಚಾಗುತ್ತದೆ. ಕೆಲವೊಮ್ಮೆ ರಕ್ತ ಅಲ್ಲಿಂದ ಹೊರಬರುತ್ತದೆ'.

ಶಿವ ಮೆಲ್ಲನೆ ತಲೆಯಾಡಿಸಿದ.

ನಂತರ ಕೇಳಿದ 'ಈ ಅನುಭವ ಇತರರಿಗೂ ಆಗುತ್ತದೆಯೇ?'.

'ಹೌದು! ಅಂತಹ ಸಾಧ್ಯತೆ ಇದೆ. ದಶಕಗಳ ಕಾಲ ನಿರಂತರ ಯೋಗ ಮಾಡುವವರಿಗೆ ಮತ್ತು ಕೆಲವು ಅಪರೂಪದ ಔಷಧಗಳನ್ನು ನೀಡುವ ಮೂಲಕ ಮೂರನೇ ಕಣ್ಣನ್ನು ಕ್ರಿಯಾಶೀಲಗೊಳಿಸಬಹುದು. ಆದರೆ ನಿನ್ನ ವಿಚಾರದಲ್ಲಿ ನೀನು ಹುಟ್ಟಿನಿಂದಲೇ ಮೂರನೇ ಕಣ್ಣನ್ನು ಹೊಂದಿರುವುದು ನಿಜಕ್ಕೂ ಆಶ್ಚರ್ಯದ ಸಂಗತಿ'.

'ಆದರೂ ವಿಚಿತ್ರ ಸನ್ನಿವೇಶವೊಂದು ಇಂದಿನ ಈ ಪಾತ್ರವನ್ನು ನಿರ್ವಹಿಸುವಂತೆ ಮಾಡಿರಬಹುದು ಅಲ್ಲವೇ ಪಂಡಿತರೇ? ಅಥವಾ ನನ್ನ ಚಿಕ್ಕಪ್ಪನ ನಿರ್ಧಾರವೂ ತಪ್ಪಾಗಿರಬಹುದಲ್ಲವೇ? ಹಾಗಾಗಿ ಮುಂದೆ ವಹಿಸಿರುವ ಕೆಲಸವನ್ನು ನಾನು ಸಮರ್ಪಕವಾಗಿ ನೆರವೇರಿಸದಿರುವ ಸಾಧ್ಯತೆಯೂ ಇದೆ ಅಲ್ಲವೇ?'.

'ನಿನ್ನ ಚಿಕ್ಕಪ್ಪ ಕೇವಲ ನಿನಗೆ ಮೂರನೇ ಕಣ್ಣು ಇದೆ ಎಂಬ ಒಂದೇ ಕಾರಣಕ್ಕೆ ಅಪರೂಪದ ಔಷಧಿಯನ್ನು ನೀಡಲಿಲ್ಲ ನೀಲಕಂಠ. ಆತ ನಿನ್ನ ಶಕ್ತಿ, ಸಾಮರ್ಥ್ಯ

ಏನು ಎಂಬುದನ್ನು ಚೆನ್ನಾಗಿ ತಿಳಿದಿದ್ದ. ನಿನಗೆ ಸರಿಯಾದ ತರಬೇತಿ ನೀಡಿದರೆ ನೀನೊಬ್ಬ ಅಸಾಧಾರಣ ವ್ಯಕ್ತಿಯಾಗುವೆ ಎನ್ನುವ ಅದಮ್ಯ ಭರವಸೆ ಮನೋಭೂವಿನಲ್ಲಿತ್ತು'.

'ನಿಜ! ನನ್ನ ಚಿಕ್ಕಪ್ಪ ನನಗೆ ಎಲ್ಲ ರೀತಿಯ ತರಬೇತಿಯನ್ನು ನೀಡಿದ. ಮೌಲ್ಯ, ಸಿದ್ಧಾಂತ, ಯುದ್ಧ, ಕಲೆ, ತತ್ವಜ್ಞಾನ, ಮನೋವಿಜ್ಞಾನ ಹೀಗೆ ಹತ್ತಾರು ಕ್ಷೇತ್ರಗಳಲ್ಲಿ ನನ್ನನ್ನು ಪರಿಣಿತನನ್ನಾಗಿ ಮಾಡಿದ. ಆದರೆ ಮುಂದೆ ನಾನು ಮಾಡಬೇಕಾದ ಕೆಲಸಗಳ ಬಗ್ಗೆ ಮಾತ್ರ ಏನನ್ನೂ ಹೇಳಿರಲಿಲ್ಲ'.

'ನಿಜಕ್ಕೂ ನಿನ್ನ ಚಿಕ್ಕಪ್ಪ ಒಳ್ಳೆಯ ಕೆಲಸವನ್ನೇ ಮಾಡಿದ್ದಾನೆ. ಅಸಾಧಾರಣ ನೀಲಕಂಠನೊಬ್ಬನನ್ನು ಈ ದೇಶಕ್ಕೆ ನೀಡಿದ್ದಾನೆ'.

'ಅದೊಂದು ಆಕಸ್ಮಿಕ ಅಷ್ಟೇ ಪಂಡಿತರೇ'.

'ನೀಲಕಂಠ! ಯಾರಿಗೆ ಪರಮಾತ್ಮನಲ್ಲಿ ನಂಬಿಕೆ ಇರುವುದಿಲ್ಲವೋ ಅಂಥವರು ಒಬ್ಬ ವ್ಯಕ್ತಿಯ ಮಹಾನ್ ಸಾಧನೆಯನ್ನು ಅದೃಷ್ಟ ಎಂದು ಕರೆಯುತ್ತಾರೆ. ಆದರೆ ನನಗೆ ಪರಮಾತ್ಮನಲ್ಲಿ ಅಪಾರವಾದ ನಂಬಿಕೆ. ಹಾಗಾಗಿ ನೀಲಕಂಠ ಪರಮಾತ್ಮ ತಾನು ಅಂದುಕೊಂಡ ಕೆಲಸವನ್ನು ಮಾಡಿಸಲು ಸೃಷ್ಟಿ ಮಾಡಿರುವ ಮಹಾಶಕ್ತಿ ಎಂದೆನಿಸುತ್ತಿದೆ. ದೈವ ಇಚ್ಛೆಯನ್ನು ಪೂರೈಸುವುದಕ್ಕಾಗಿ ನೀನು ಅವತಾರ ಎತ್ತಿರುವೆ. ಅಂದರೆ ನೀಲಕಂಠನಾದ ನೀನು ನಿನ್ನ ಬದುಕಿನ ಉದ್ದೇಶವನ್ನು ಪೂರೈಸುತ್ತಾ ಸಾರ್ಥಕತೆಯನ್ನು ಮೆರೆಯುವೆ. ಅನ್ಯಾಯ, ಅಧರ್ಮವನ್ನು ಅಳಿಸಿಹಾಕಿ ಧರ್ಮ ಸಂಸ್ಥಾಪನೆ ಮಾಡುವೆ'.

'ನಾನೊಬ್ಬ ಸಾಮಾನ್ಯ ಮನುಷ್ಯ. ನನ್ನನ್ನು ಮಹಾಪುರುಷನನ್ನಾಗಿ ಮಾಡಲು ಹೊರಟಿರುವಿರಲ್ಲಾ ಪಂಡಿತರೇ?'.

'ಮಹಾಪುರುಷರೆಲ್ಲರೂ ಸಾಮಾನ್ಯರಾಗಿದ್ದುಕೊಂಡೇ ತಮ್ಮ ಕರ್ಮಗಳಿಂದ ದೈವತ್ವಕ್ಕೇರಿದವರು ಅಲ್ಲವೇ ನೀಲಕಂಠ'.

ಶಿವ ನಸುನಕ್ಕು ವಾಸುದೇವ ಪಂಡಿತರುಗಳತ್ತ ನೋಟ ಬೀರಿದ. ಅವರೆಲ್ಲರೂ ತದೇಕಚಿತ್ತದಿಂದ ಆತನ ಮಾತನ್ನೇ ಆಲಿಸುತ್ತಿದ್ದರು.

ನಂತರ ಶಿವ ಹೇಳಿದ 'ಪಂಡಿತರೇ! ಇದೀಗ ನನ್ನ ಮನಸ್ಸಿನಲ್ಲಿದ್ದ ಗೊಂದಲ ಗಳೆಲ್ಲವೂ ಪರಿಹಾರವಾಯಿತು. ಸೋಮರಸ ಒಂದಾನೊಂದು ಕಾಲದಲ್ಲಿ ಅದ್ಭುತ ಸೃಷ್ಟಿಯಾಗಿ ಗಮನ ಸೆಳೆದಿತ್ತು. ಆದರೆ ಇದೀಗ ಅದೇ ಸೋಮರಸ ದುಷ್ಟಶಕ್ತಿಯಾಗಿ ರೂಪುಗೊಂಡಿದೆ. ಆದರೆ ಅದನ್ನು ನಾಶ ಮಾಡಲು ಸೂಕ್ತ ಸಮಯ ಯಾವುದು ಎನ್ನುವುದೇ ನನ್ನ ಮುಂದಿನ ಪ್ರಶ್ನೆ. ಈ ಬಗ್ಗೆ ನಾನು ಇನ್ನೂ ಸ್ವಲ್ಪ ಸಮಯ ಯೋಚಿಸಿ ನಿರ್ಧಾರ ತೆಗೆದುಕೊಳ್ಳಬೇಕಾಗಿದೆ'.

ಪಂಡಿತರ ಗುಂಪಿನಲ್ಲಿದ್ದ ವಾಸುದೇವರೊಬ್ಬರು ಶಿವನ ಪ್ರಶ್ನೆಗೆ ಉತ್ತರಿಸಿದರು.

'ಯಾವ ಸಮಯದಲ್ಲಿ ದುಷ್ಟ ಸಂಹಾರವಾಗಬೇಕು ಎಂದು ನಿಖರವಾಗಿ ಹೇಳುವುದು ಕಷ್ಟ ನೀಲಕಂಠ. ಆದರೆ ನನಗೆ ತಿಳಿದಂತೆ ಸೋಮರಸ ಅದ್ಭುತ ಶಕ್ತಿಯಾಗಿ ಬೆಳೆದು ಇಡೀ ಮನುಕುಲಕ್ಕೇ ಅಪೂರ್ವ ಕೊಡುಗೆಯನ್ನು ನೀಡಿತು. ಶತಶತಮಾನಗಳ ಕಾಲ ತನ್ನ ವೈಭವವನ್ನು ಮೆರೆಯಿತು. ಲಕ್ಷಾಂತರ ಜನ ಅದರ ಉಪಯೋಗ ಪಡೆದುಕೊಂಡರು. ತಮ್ಮ ಆಯುಷ್ಯ ಮತ್ತು ಆರೋಗ್ಯವನ್ನು ವೃದ್ಧಿಸಿಕೊಂಡರು. ಆದರೆ ಅದೇ ಸೋಮರಸ ಇಂದು ನಮ್ಮ ಮುಂದೆ ದುಷ್ಟ ಶಕ್ತಿಯಾಗಿ ನಿಂತಿದೆ. ಹಾಗಾಗಿ ತಕ್ಷಣವೇ ಆ ದುಷ್ಟ ಶಕ್ತಿಯ ಸಂಹಾರವಾಗಬೇಕಾಗಿದೆ. ಇಲ್ಲದಿದ್ದರೆ ಜಗತ್ತು ಒಳ್ಳೆಯದನ್ನು ಕಾಣಲು ಇನ್ನೂ ನೂರಾರು ವರ್ಷಗಳ ಕಾಲ ಕಾಯಬೇಕಾಗುತ್ತದೆ. ಹಾಗಾಗುವುದು ಬೇಡ. ಸೋಮರಸ ಮತ್ತಷ್ಟು ಮಗದಷ್ಟು ಅನಾಹುತ ಮಾಡುವ ಮುನ್ನವೇ ಅದನ್ನು ನಾಶ ಮಾಡುವುದು ಒಳಿತು. ಅನಾವಶ್ಯಕವಾಗಿ ನಮ್ಮ ಜನ ದುಷ್ಟಶಕ್ತಿಯ ಕಪಿಮುಷ್ಠಿಗೆ ಸಿಲುಕಿ ನಲುಗುವುದು ಬೇಡ. ಈಗಾಗಲೇ ಅದರಿಂದಾಗಿರುವ ಹಾನಿ ಅಪಾರ. ಅದನ್ನು ತಡೆದುಕೊಳ್ಳುವುದೇ ನಮ್ಮ ಜನರಿಗೆ ದುಸ್ತರವಾಗಿದೆ. ನಾನು ಕೇವಲ ಬ್ರಂಗಾದಲ್ಲಿ ಉಂಟಾಗುತ್ತಿರುವ ಪ್ಲೇಗ್‌ನ ಬಗ್ಗೆಯಾಗಲೀ ನಾಗಾಗಳ ಮಕ್ಕಳಲ್ಲಿ ಉಂಟಾಗುತ್ತಿರುವ ಅಂಗವೈಕಲ್ಯಗಳ ಬಗ್ಗೆಯಾಗಲೀ ಹೇಳುತ್ತಿಲ್ಲ. ಅತ್ಯಂತ ಅಪಾಯಕಾರಿ ಸಂಗತಿಯೆಂದರೆ ಮೆಲೂಹದಲ್ಲಿ ಇತ್ತೀಚೆಗೆ ಹುಟ್ಟಿನ ಪ್ರಮಾಣ ಗಣನೀಯವಾಗಿ ಕಡಿಮೆಯಾಗಿದೆ'. 'ಹೌದೇ?'.

'ಹೌದು! ಜನ ಸಾವನ್ನು ಅಪ್ಪಿಕೊಳ್ಳಲು ಸಿದ್ಧರಿಲ್ಲದ ಕಾರಣ ಅವರಲ್ಲಿರುವ ಜೀನ್‌ಗಳು ಸರಿಯಾಗಿ ಸಂವಹನವಾಗುತ್ತಿಲ್ಲ. ಪರಿಣಾಮ ಇಲ್ಲಿ ಮಕ್ಕಳ ಜನನ ಪ್ರಮಾಣವೇ ಕುಸಿತಗೊಂಡಿದೆ'.

ಶಿವ ತನಗೆ ಎಲ್ಲಾ ವಿಚಾರ ಅರ್ಥವಾಯಿತು ಎನ್ನುವ ಧಾಟಿಯಲ್ಲಿ ತಲೆಯಾಡಿಸಿದ. ಮಂದಿರದಲ್ಲಿದ್ದ ರಾಮ-ಸೀತೆಯ ಬೃಹದಾಕಾರದ ಮೂರ್ತಿಗಳು ತನ್ನತ್ತ ನೋಡಿ ಆನಂದದ ನಗೆ ಬೀರುತ್ತಿವೆಯೇನೋ ಎಂಬಂತೆ ಭಾಸವಾಯಿತು. ಅವರ ಆಶೀರ್ವಾದವನ್ನು ಸ್ವೀಕರಿಸಿ ಶಿವ ಮತ್ತೊಂದು ಬದಿಗೆ ನೋಡಿದ. ಅಲ್ಲಿ ಶ್ರೀರಾಮ ಮತ್ತು ಸೀತೆ ರಾಮೇಶ್ವರದ ಮಹಾಸಮುದ್ರದ ದಂಡೆಯ ಬಳಿ ರುದ್ರದೇವನ ಪಾದದಡಿಯಲ್ಲಿ ಕುಳಿತು ಆತನಿಗೆ ಪೂಜೆ ಮಾಡುತ್ತಿರುವ ಚಿತ್ರಪಟ ಕಣ್ಣಿಗೆ ಗೋಚರಿಸಿತು. ಶಿವ ತನ್ನ ಬದುಕಿನ ಚಿತ್ರಣವನ್ನು ನೆನೆದು ನಸುನಕ್ಕ. ನಂತರ ಕಣ್ಮುಚಿ ಕೈಗಳನ್ನು ಮುಗಿದು ಭಕ್ತಿಯಿಂದ 'ಜೈ ಸೀತಾ ಜೈ ರಾಮ' ಎಂದು ಉದ್ಗರಿಸಿದ.

ನಂತರ ನಿಧಾನವಾಗಿ ಕಣ್ತೆರೆದು ಪಕ್ಕದಲ್ಲಿದ್ದ ಪಂಡಿತರಿಗೆ ಹೇಳಿದ 'ಪಂಡಿತರೇ! ನಾನೀಗ ಒಂದು ಮಹತ್ವದ ನಿರ್ಧಾರಕ್ಕೆ ಬಂದಿದ್ದೇನೆ. ಮೊದಲಿಗೆ ಯಾವುದೇ ರಕ್ತಪಾತವಿಲ್ಲದೇ ಸೋಮರಸವನ್ನು ನಾಶಮಾಡುವ ಪ್ರಯತ್ನ ಮಾಡುತ್ತೇನೆ. ಆದರೆ ಅದು ಸಾಧ್ಯವಾಗದೇ ಹೋದರೆ ಕಟ್ಟಕಡೆಯ ಸೈನಿಕನಿರುವವರೆಗೂ ಹೋರಾಡಿ ಸೋಮರಸವನ್ನು ನಾಶ ಮಾಡುತ್ತೇನೆ'.

ಅಧ್ಯಾಯ – 9

ಕಂಡರಿಯದ ಪ್ರೇಮ

ಸತಿ ಮತ್ತು ಶಿವ ಇಬ್ಬರೂ ತಮ್ಮ ಖಾಸಗಿ ಕೋಣೆಯಲ್ಲಿ ಮಾತನಾಡುತ್ತಾ ಕುಳಿತಿದ್ದರು. ಶಿವ ಆಗಷ್ಟೇ ವಾಸುದೇವ ಪಂಡಿತರೊಂದಿಗೆ ನಡೆದ ಮಾತುಕತೆಯ ವಿವರ ಮತ್ತು ಅದರಿಂದ ಹೊರಹೊಮ್ಮಿದ ತನ್ನ ನಿರ್ಧಾರದ ಬಗ್ಗೆ ಸತಿಗೆ ತಿಳಿಸಿದ್ದ.

'ಕೇವಲ ವಾಯುಪುತ್ರನಷ್ಟೇ ಅಲ್ಲ. ವಾಯುಪುತ್ರ ಅಮರ್ತ್ಯ ನನ್ನ ಚಿಕ್ಕಪ್ಪ'.

ಸತಿ ಕೈಯನ್ನು ಎತ್ತಿ ಶಿವನ ಕಟ್ಟುಮಸ್ತಾದ ಭುಜದ ಮೇಲಿಟ್ಟು ಹೇಳಿದಳು 'ನಿಮ್ಮಲ್ಲಿ ಏನೋ ಒಂದು ವಿಶೇಷತೆ ಇದೆ ಎಂಬುದು ನನಗೆ ಮೊದಲಿನಿಂದಲೂ ತಿಳಿದಿತ್ತು. ನೀವೊಬ್ಬ ಸಾಮಾನ್ಯ ಪಕೀರ ಎಂದು ನನಗೆಂದೂ ಅನ್ನಿಸಿರಲಿಲ್ಲ. ಇದೀಗ ಅದು ಸಾಬೀತಾಗಿದೆ. ನೀವು ಅಸಾಮಾನ್ಯ ವ್ಯಕ್ತಿ ಎಂಬುದು ಸಾಬೀತಾಗಿದೆ'.

ಶಿವ ಜೋರಾಗಿ ನಕ್ಕು ಹೇಳಿದ 'ಇದೆಂತಹ ಮೂರ್ಖತನದ ಮಾತುಗಳು ಸತಿ? ಮೊದಲ ಬಾರಿಗೆ ನೀನು ನನ್ನನ್ನು ನೋಡಿದಾಗ ನಾನೊಬ್ಬ ದಿಕ್ಕುದೆಸೆ ಇಲ್ಲದ ಪರದೇಶಿ ಎಂದು ನಿನಗೇ ತಿಳಿದಿರಲಿಲ್ಲವೇ'?.

ಸತಿ ಕಾಲ ಹೆಬ್ಬೆರಳ ಮೇಲೆ ನಿಂತು ಶಿವನ ತುಟಿಗೆ ಮುತ್ತನ್ನಿಡುತ್ತಾ ಹೇಳಿದಳು 'ಹಾಂ! ಹೌದು, ಈಗಲೂ ನೀವು ನನ್ನ ಪ್ರೀತಿಯ ಪರದೇಶಿ ಪತಿಯೇ'.

ಸತಿಯ ಮಾತಿಗೆ ಶಿವ ಹುಬ್ಬೇರಿಸಿದ. ಆತನ ಮುಖ ಅರಳಿತು. ಆತನ ನಗುವಿಗೆ ಸತಿಯ ಮನಸ್ಸು ಹಗುರವಾಯಿತು. ಶಿವ ಆಕೆಯನ್ನು ಬಾಚಿ ತಬ್ಬಿ ಹಿಡಿದು ತುಟಿಯನ್ನು ತುಟಿಯ ಬಳಿಗೆ ತಂದು ಆಕೆಯನ್ನೊಮ್ಮೆ ಮೇಲಕ್ಕೆತ್ತಿದ. ಸತಿಯ ಪಾದಗಳು ಗಾಳಿಯಲ್ಲಿ ತೂಗಾಡತೊಡಗಿತು. ಇಬ್ಬರೂ ಒಬ್ಬರನ್ನೊಬ್ಬರು ಚುಂಬಿಸಿದರು. ಅದೊಂದು ಗಾಢಾಲಿಂಗನ. ದೀರ್ಘ ಚುಂಬನ.

'ನೀನು ನನ್ನ ಜೀವ ಸತಿ' ಶಿವ ಮೆಲ್ಲನೆ ಉದ್ಗರಿಸಿದ.

'ನನ್ನ ಬದುಕಿನ ಸರ್ವಸ್ವವೂ ನೀನೇ ಶಿವ' ಸತಿ ಮರುಸ್ಪಂದನ ನೀಡಿದಳು.

ಶಿವ ಹಾಗೇ ಸತಿಯನ್ನು ತಬ್ಬಿ ಹಿಡಿದಿದ್ದ. ಸತಿ ಸಹ ಶಿವನನ್ನು ಬಾಚಿ ತಬ್ಬಿದ್ದಳು. ಸತಿ ಶಿವನ ಮುಂಗುರುಳುಗಳನ್ನು ತನ್ನ ಬೆರಳುಗಳಿಂದ ಸುರುಳಿ ಸುತ್ತುತ್ತಿದ್ದಳು.

'ಶಿವ ನನ್ನನ್ನು ಸ್ವಲ್ಪ ಹೊತ್ತಾದರೂ ಕೆಳಗೆ ಇಳಿಸುವಿರಾ?'.

ಶಿವ ನಿಧಾನವಾಗಿ ತಲೆಯಾಡಿಸಿದ. ಆಕೆಯನ್ನು ಕೆಳಗಿಳಿಸುವ ಧಾವಂತವೇನೂ ಆತನಿಗಿರಲಿಲ್ಲ. ಸತಿ ಮತ್ತೊಮ್ಮೆ ನಸುನಗುತ್ತಾ ಶಿವನ ಭುಜದ ಮೇಲೆ ತಲೆಯಿಟ್ಟಳು. ಆಕೆಯ ಕಾಲುಗಳು ನೆಲದಿಂದ ಮೇಲೆ ಇನ್ನೂ ಹಾಗೆ ತೇಲಾಡುತ್ತಿತ್ತು. ಸತಿ ಶಿವನ ಕೂದಲನ್ನು ಇನ್ನೂ ನೇವರಿಸುತ್ತಲೇ ಇದ್ದಳು. ಕೆಲವು ಸಮಯದ ನಂತರ ಶಿವ ಸತಿಯನ್ನು ಕೆಳಗಿಳಿಸಿದ. ನಂತರ ಹಸಿ ಹಾಲಿನ ಬಟ್ಟಲನ್ನು ಕೈಗೆತ್ತಿಕೊಂಡ. ಆ ಹಾಲಿಗೆ ಏಲಕ್ಕಿಯನ್ನಾಗಲೀ, ಬೆಲ್ಲವನ್ನಾಗಲೀ ಹಾಕಿರಲಿಲ್ಲ. ಹಾಲನ್ನು ಕುಡಿದು ನಂತರ ಅದನ್ನು ಸತಿಗೆ ನೀಡಿ ಕಾಲು ಚಾಚಿ ಕುರ್ಚಿಯ ಮೇಲೆ ಕುಳಿತ. ಸತಿ ಬಟ್ಟಲನ್ನು ಬದಿಗಿಟ್ಟು ಗಂಡನ ಬಳಿ ಬಂದು ಕುಳಿತಳು. ಶಿವ ಹಾಗೆ ಬಾಲ್ಕನಿಯ ಹೊರಗೆ ಕಾಣುತ್ತಿದ್ದ ವಿಷ್ಣು ಮಂದಿರದತ್ತ ದೃಷ್ಟಿ ಹಾಯಿಸಿದ.

ನಂತರ ದೀರ್ಘ ನಿಟ್ಟುಸಿರುಬಿಡುತ್ತಾ ಸತಿಯೆಡೆಗೆ ತಿರುಗಿ ಹೇಳಿದ 'ನೀನು ಹೇಳಿದ ಮಾತು ಸತ್ಯ ಸತಿ. ನನ್ನ ಮಗ ಗಣೇಶನಿಗೆ ಅದ್ಭುತ ಚಿಂತನಾ ಶಕ್ತಿ ಇದೆ. ಆದರೆ ಈ ಬಾರಿ ಆತ ಯೋಚಿಸಿರುವಂತೆ ನಡೆಯಲಾರದು. ಕಾರಣ ಪರ್ವತೇಶ್ವರ ಖಂಡಿತಾ ನನ್ನನ್ನು ಬಿಟ್ಟು ಹೋಗುವುದಿಲ್ಲ'.

ಸತಿ ತಲೆಯಾಡಿಸುತ್ತಾ ಅದಕ್ಕೆ ಸಹಮತ ವ್ಯಕ್ತಪಡಿಸಿದಳು.

'ಹೌದು! ಪರ್ವತೇಶ್ವರ ಇಡೀ ಸೈನ್ಯಕ್ಕೆ ಶಕ್ತಿ ಮತ್ತು ಸ್ಫೂರ್ತಿ ತುಂಬಬಲ್ಲ ನಾಯಕ. ನಮ್ಮ ಸೈನಿಕರು ಹುರುಪುಗೊಂಡು ಯುದ್ಧ ಮಾಡಬೇಕಾದರೆ ಆತನ ಅವಶ್ಯಕತೆ ನಮಗಿದೆ'.

'ಅದು ನಿಜ! ಆದರೆ ಮೆಲೂಹ ಮತ್ತು ಸ್ವದ್ವೀಪದ ಜನರೇ ರಾಜರ ವಿರುದ್ಧ ದಂಗೆಯೆದ್ದರೆ ಯುದ್ಧ ಮಾಡುವ ಅವಶ್ಯಕತೆಯೇ ಇರುವುದಿಲ್ಲ. ಆಗ ರಕ್ತಪಾತವನ್ನು ತಡೆಯಬಹುದು'.

'ಆದರೆ ಹಾಗೆ ಜನ ದಂಗೆ ಏಳುವಂತೆ ಮಾಡುವುದು ಹೇಗೆ? ಆಯಾ ರಾಜ್ಯದ ರಾಜರಿಗೆ ಆದೇಶ ಕಳುಹಿಸಿದರೆ ಅವರು ಸಾಮಾನ್ಯ ಜನಗಳಿಗೆ ಅದನ್ನು ತಲುಪಿಸುವುದೇ ಇಲ್ಲ ಅಲ್ಲವೇ?'

'ಇದೇ ವಿಚಾರವಾಗಿ ನಾನು ಇಂದು ವಾಸುದೇವ ಪಂಡಿತರೊಂದಿಗೆ ಚರ್ಚಿಸಿದ್ದೇನೆ. ನನ್ನ ಆದೇಶ ಎಲ್ಲ ರಾಜರಿಗೂ ತಲುಪುವುದರ ಜತೆಗೆ ಜನ ಸಾಮಾನ್ಯರಿಗೂ ತಲುಪಬೇಕು. ಅದಕ್ಕಿರುವ ಏಕೈಕ ಮಾರ್ಗವೆಂದರೆ ನನ್ನ ಆದೇಶದ ಪ್ರತಿಯನ್ನು ದೇಶದ ಎಲ್ಲಾ ದೇವಾಲಯಗಳಲ್ಲೂ ಪ್ರದರ್ಶಿಸುವುದು. ಭಾರತೀಯರು ನಿತ್ಯ ಒಂದಲ್ಲ ಒಂದು ದೇವಾಲಯಕ್ಕೆ ಭೇಟಿ ನೀಡಿಯೇ ನೀಡುತ್ತಾರೆ. ಆಗ ಖಂಡಿತಾ ಅವರು ಅಲ್ಲಿ ನನ್ನ ಆದೇಶವನ್ನು ಓದುತ್ತಾರೆ'.

'ಖಂಡಿತವಾಗಿಯೂ ನಮ್ಮ ಜನ ನಿಮ್ಮ ಪರವಾಗಿಯೇ ನಿಲ್ಲುತ್ತಾರೆ ಎಂಬ ನಂಬಿಕೆ ನನಗಿದೆ'.

'ನೋಡೋಣ ಸತಿ! ಸಧ್ಯಕ್ಕೆ ಅದನ್ನು ಬಿಟ್ಟು ನನಗೆ ಬೇರೆ ಯಾವ ದಾರಿಯೂ ಕಾಣುತ್ತಿಲ್ಲ. ಇದಲ್ಲದೇ ಕಾಶಿ, ಪಂಚವಟಿ ಮತ್ತು ಬ್ರಂಗಾ ರಾಜರೂ ಬೆಂಬಲಕ್ಕೆ ನಿಲ್ಲುತ್ತಾರೆ ಎಂಬುದು ನನ್ನ ಭಾವನೆ. ಆದರೆ ಇತರೆ ರಾಜರುಗಳು ತಮಗೆ ಎಲ್ಲಿ ಉಪಯೋಗವಾಗುತ್ತದೆಯೋ ಅಥವಾ ಯಾರಿಂದ ಅನುಕೂಲವಾಗುತ್ತದೆಯೋ ಅವರ ಪರವಾಗಿ ನಿಲ್ಲುತ್ತಾರೆ. ಅದು ಅವರವರ ಸ್ವಾರ್ಥ'.

ಕೂಡಲೆ ಸತಿ ಶಿವನ ಕೈಹಿಡಿದು ಹೇಳಿದಳು 'ಯಾವ ರಾಜರು ಯಾರ ಪರವಾಗಿಯಾದರೂ ನಿಲ್ಲಲಿ. ಆದರೆ ಎಲ್ಲರಿಗೂ ರಾಜನಾದ ಆ ಪರಮಾತ್ಮನೇ ನಮ್ಮ ಜತೆಗಿರುವಾಗ ನಮಗೆ ಯಾವ ಚಿಂತೆ? ನಮ್ಮ ಗೆಲುವು ನಿಶ್ಚಿತ'.

'ನಾವು ಸೋಲುವ ಪ್ರಶ್ನೆಯೇ ಇಲ್ಲ ಸತಿ. ಕಾರಣ ಇದೀಗ ದೇಶ ಸಂಕಷ್ಟದ ಸನ್ನಿವೇಶದಲ್ಲಿದೆ. ದೇಶವನ್ನು ಸಂಕಷ್ಟದ ಸಂಕೋಲೆಯಿಂದ ಬಿಡಿಸಲೇಬೇಕಾಗಿದೆ'.

'ನೀನು ಈ ಕೆಲಸ ಮಾಡಬಲ್ಲೆಯಾ ಕಾರ್ತಿಕ?' ಗಣೇಶ ಕೂಗಿ ಕೇಳಿದ.

ಕಾರ್ತಿಕ ಅಣ್ಣನತ್ತ ತೀಕ್ಷ್ಣ ನೋಟ ಬೀರಿದ. ಆತನ ಕಣ್ಣುಗಳಲ್ಲಿ ಭರವಸೆಯ ಕೋಲ್ಮಿಂಚು ಹೊಳೆಯುತ್ತಿತ್ತು.

'ಖಂಡಿತಾ! ಅಷ್ಟಕ್ಕೂ ನಾನು ನಿನ್ನ ತಮ್ಮನಲ್ಲವೇ?' ಅಷ್ಟು ಹೇಳಿ ಗಣೇಶ ನಸುನಗುತ್ತಾ ಆನೆಯೊಂದರ ಬಳಿಯಿದ್ದ ಎತ್ತರದ ವೇದಿಕೆಯತ್ತ ನಡೆದ.

ನಂತರ ವಾಸುದೇವ ಸೈನಿಕರೊಂದಿಗೆ ಉಜ್ಜೈಯನಿಯ ಬೃಹತ್ ಆನೆಯೊಂದರ ಮೇಲಿದ್ದ ಅಂಬಾರಿಯನ್ನು ಏರಿ ಕುಳಿತ. ಆನೆಯ ಮೇಲಿದ್ದ ಅಂಬಾರಿಯ ವಿನ್ಯಾಸವನ್ನು ಸ್ವಲ್ಪ ಮಟ್ಟಿಗೆ ಬದಲಿಸಲಾಗಿತ್ತು. ಆ ಅಂಬಾರಿಗೆ ಮೇಲ್ಛಾವಣಿ ಇರಲಿಲ್ಲ ಮತ್ತು ಅದರ ಸುತ್ತಲಿದ್ದ ಗೋಡೆಯ ಎತ್ತರವನ್ನು ಅರ್ಧದಷ್ಟು ತಗ್ಗಿಸಲಾಗಿತ್ತು. ಆ ರೀತಿಯ ವಿನ್ಯಾಸ ಅಂಬಾರಿಯ ಮೇಲಿರುವ ಸೈನಿಕರಿಗೆ ಹೆಚ್ಚಿನ ರಕ್ಷಣೆಯನ್ನೇನೂ ನೀಡುತ್ತಿರಲಿಲ್ಲ. ಆದರೆ ಮೇಲಿನಿಂದ ಬೆಂಕಿಯ ಬಾಣಗಳನ್ನು ಅತ್ಯಂತ ಸುಲಭವಾಗಿ ಬಿಡಬಹುದಿತ್ತು. ರಣರಂಗದಲ್ಲಿ ಆನೆಗಳು ಹೂಂಕರಿಸುತ್ತಾ ಮುನ್ನಡೆದರೆ ನೂರಾರು ಸೈನಿಕರನ್ನು ತುಳಿದು ಕೊಂದುಹಾಕಿಬಿಡುತ್ತವೆ. ಅದಲ್ಲದೇ ಕಾರ್ತಿಕ ಗಜಶಕ್ತಿಯನ್ನು ಹೆಚ್ಚಿಸಿಕೊಳ್ಳುವ ಹೊಸ ತಂತ್ರವೊಂದನ್ನು ಕಂಡುಹಿಡಿದಿದ್ದ. ಅದು ಅಂಬಾರಿಯ ಒಳಗೆ ಪುಟ್ಟ ವೇದಿಕೆಯೊಂದನ್ನು ನಿರ್ಮಿಸಿ ಅದರ ಮೇಲೆ ನಿಂತು ಅಗ್ನಿ ಆಯುಧಗಳಿಂದ ಶತ್ರುಗಳನ್ನು ಧ್ವಂಸಮಾಡುವ ಉಪಾಯ.

ಇದರಲ್ಲಿ ಅಂಬಾರಿಯ ಮೇಲಿರುವ ಮಾವುತ ಆನೆ ಅಡ್ಡಾ ದಿಡ್ಡಿಯಾಗಿ ಹೋಗುವುದನ್ನು ತಡೆದು ಅತ್ಯಂತ ಜಾಗರೂಕತೆಯಿಂದ ಮುನ್ನಡೆಸಬೇಕಾಗಿತ್ತು. ಇನ್ನು ಅಂಬಾರಿಯಿಂದ ಶತ್ರುಗಳೆಡೆಗೆ ಬಿಡಬಹುದಾದ ಆಯುಧಗಳ ಆಯ್ಕೆ. ವಾಸ್ತವದಲ್ಲಿ

ಒಮ್ಮೆ ಅಂತಹ ಅಸ್ತ್ರವನ್ನು ಬಿಟ್ಟಾಗ ಅದು ಹತ್ತಾರು ಸೈನಿಕರನ್ನು ಏಕಕಾಲಕ್ಕೆ ಧ್ವಂಸ ಮಾಡುವಂತಿರಬೇಕು ಎಂಬುದು ಕಾರ್ತಿಕನ ನಿರೀಕ್ಷೆಯಾಗಿತ್ತು. ಆತನ ನಿರೀಕ್ಷೆಗೆ ತಕ್ಕಂತೆ ವಾಸುದೇವ ಸೈನ್ಯದ ತಂತ್ರಜ್ಞರು ಅಪರೂಪದ ಅಗ್ನಿ ಅಸ್ತ್ರವನ್ನು ತಯಾರಿಸಿದ್ದರು. ಅದಕ್ಕೆ ಮೆಸಪಟೋಮಿಯಾದಿಂದ ಪೂರೈಕೆಯಾಗುವ ಕಪ್ಪು ತೈಲವನ್ನು ಬಳಸಬೇಕಾಗಿತ್ತು. ಅಂತಹ ಅಗ್ನಿ ಅಸ್ತ್ರವನ್ನು ಒಮ್ಮೆ ಪ್ರಯೋಗಿಸಿದರೆ ಅದರಿಂದ ಹೊರಹೊಮ್ಮುವ ಅಗ್ನಿಜ್ವಾಲೆ ತನ್ನ ದಾರಿಯಲ್ಲಿ ಸಾಗುವ ಹತ್ತಾರು ಸೈನಿಕರನ್ನು ಸುಟ್ಟು ಕರಕಲು ಮಾಡುತ್ತಿತ್ತು. ಹಾಗಾಗಿ ಅಂಬಾರಿಯಲ್ಲಿ ಇಂಧನದ ದೊಡ್ಡ ಡಬ್ಬಿಯೊಂದನ್ನು ಇಡಬೇಕಾಗಿತ್ತು. ಪರಿಣಾಮ ಅಂಬಾರಿಯ ಒಳಗಿನ ಜಾಗ ಇಕ್ಕಟ್ಟಾಗುತ್ತಿತ್ತು. ಅಷ್ಟು ಜಾಗದಲ್ಲಿ ಇಬ್ಬರು ಶಕ್ತಿಶಾಲಿ ಸೈನಿಕರು ಕುಳಿತು ಎರಡೂ ಕಡೆಗೆ ಬಾಣ ಬಿಡಬೇಕಾಗಿತ್ತು. ಅಂಬಾರಿಯ ಒಳಗೆ ಜಾಗ ಚಿಕ್ಕದಿದ್ದರೂ ಅಂಬಾರಿಯ ಗೋಡೆ ಬೆಂಕಿಯ ಶಾಖದಿಂದ ಸೈನಿಕರನ್ನು ರಕ್ಷಿಸುತ್ತಿತ್ತು. ಅಂತಹ ಅಸ್ತ್ರವನ್ನು ಪ್ರಯೋಗಾರ್ಥವಾಗಿ ಬಳಸಲು ಕಾರ್ತಿಕ ಮತ್ತು ವಾಸುದೇವ ಸೈನಿಕರಿಬ್ಬರೂ ಅಂಬಾರಿಯನ್ನು ಏರಿ ಕುಳಿತರು. ಆನೆಯ ಸುತ್ತ ಮುತ್ತ ನೂರು ಅಡಿಗಳ ಅಂತರದಲ್ಲಿ ಹತ್ತಾರು ಮಣ್ಣಿನ ಸೈನಿಕ ಮೂರ್ತಿಗಳನ್ನು ನಿರ್ಮಿಸಿ ಇಡಲಾಗಿತ್ತು. ಪರಶುರಾಮ, ನಂದಿ, ಬೃಹಸ್ಪತಿ ಗಣೇಶನೊಂದಿಗೆ ಕಾರ್ತಿಕನ ಯುದ್ಧ ಕೌಶಲ್ಯವನ್ನು ವೀಕ್ಷಿಸುತ್ತಾ ದೂರದಲ್ಲಿ ನಂತಿದ್ದರು.

ಕೆಲವು ಕ್ಷಣಗಳ ನಂತರ ಗಣೇಶ ಜೋರುದನಯಲ್ಲಿ ಚೀರಿದ 'ಸನ್ನದ್ಧವೇ ಸಹೋದರ?'

'ನಾನು ಹುಟ್ಟುತ್ತಲೇ ಸರ್ವಸನ್ನದ್ಧನಾಗಿರುವೆ? ಕಾರ್ತಿಕ ಕೂಗಿ ಹೇಳಿದ.

ಗಣೇಶ ವಾಸುದೇವ ಸೈನಿಕ ಮುಖಂಡನತ್ತ ತಿರುಗಿ 'ಶಕ್ತಿ ಪ್ರದರ್ಶನ ಪ್ರಾರಂಭವಾಗಲಿ ವೀರ ವಾಸುದೇವ' ಎಂದ.

ವಾಸುದೇವ ನಾಯಕ ತಲೆಯಾಡಿಸುತ್ತಾ ಕೆಂಪು ಬಾವುಟ ಬೀಸಿದ. ಕೂಡಲೆ ಅಂಬಾರಿಯಲ್ಲಿದ್ದ ವಾಸುದೇವ ಸೈನಿಕ ಮತ್ತು ಕಾರ್ತಿಕ ಇಬ್ಬರೂ ತೈಲ ಹಚ್ಚಿದ ಬಾಣಕ್ಕೆ ಬೆಂಕಿ ಹಚ್ಚಿ ಸೈನಿಕರ ಆಕೃತಿಯನ್ನೇ ಹೋಲುತ್ತಿದ್ದ ಮಣ್ಣಿನ ಗೊಂಬೆಗಳತ್ತ ಬಲವಾಗಿ ಬಿಟ್ಟರು. ಏಕಕಾಲಕ್ಕೆ ಆನೆಯ ಎಡ ಮತ್ತು ಬಲ ಭಾಗದಿಂದ ಬಾಣಗಳು ಬೆಂಕಿಯ ಉಂಡೆಗಳನ್ನು ಉಗುಳತೊಡಗಿದವು. ನೋಡು ನೋಡುತ್ತಿದ್ದಂತೆ ಅರವತ್ತು ಅಡಿ ಉದ್ದದವರೆಗೆ ನಿಲ್ಲಿಸಿದ್ದ ಎಲ್ಲ ಮಣ್ಣಿನ ಮೂರ್ತಿಗಳು ಸುಟ್ಟು ಕರಕಲಾದವು.

ಕೂಡಲೆ ಪರಶುರಾಮ ಹೇಳಿದ 'ಈ ಅಸ್ತ್ರ ಶತ್ರು ಪಾಳೆಯವನ್ನು ಧ್ವಂಸ ಮಾಡುವುದರಲ್ಲಿ ಯಾವ ಅನುಮಾನವೂ ಇಲ್ಲ'.

ಗಣೇಶ ಸುಮ್ಮನೆ ತಲೆಯಾಡಿಸಿದ.

— ⅄ Ⓘ Ⅱ ⍏ ⊛ —

'ನಿಮ್ಮ ಆದೇಶವನ್ನು ಲಿಖಿತ ಶಾಸನ ರೂಪದಲ್ಲಿ ಸಿದ್ಧಪಡಿಸಿದ್ದೇವೆ ಮಹಾಸ್ವಾಮಿ' ವಾಸುದೇವ ಪಂಡಿತನೊಬ್ಬ ಶಿವನಿಗೆ ಹೇಳಿದ.

ಗೋಪಾಲ ಪಂಡಿತರು ಮತ್ತು ಶಿವ ಇಬ್ಬರೂ ವಿಷ್ಣು ಮಂದಿರದ ಬೃಹತ್ ಕಂಬವೊಂದರ ಬಳಿ ನಿಂತು ಮಾತನಾಡುತ್ತಿದ್ದರು. ಶಿವ ಆದೇಶವನ್ನು ಓದತೊಡಗಿದ. ಅದರ ಒಕ್ಕಣೆ ಹೀಗಿತ್ತು.

'ಸನಾತನ ಧರ್ಮವನ್ನು ಪಾಲಿಸುತ್ತಿರುವ ಎಲ್ಲ ಮನುವಿನ ಮಕ್ಕಳಿಗೆ ನಿಮ್ಮ ನೀಲಕಂಠನ ನಮಸ್ಕಾರಗಳು. ನಾನು ಈ ಮಹಾನ್ ದೇಶದ ಮೂಲೆ ಮೂಲೆಗಳಲ್ಲೂ ಸಂಚರಿಸಿ ಬಂದಿದ್ದೇನೆ. ಪ್ರತಿ ಪ್ರಾಂತ್ಯಕ್ಕೂ ಭೇಟಿ ನೀಡಿದ್ದೇನೆ. ಸಮಾಜದ ಎಲ್ಲ ವರ್ಗದ ಜನರೊಂದಿಗೂ ಬೆರೆತು ಮಾತುಕತೆ ನಡೆಸಿದ್ದೇನೆ. ಅವರ ಸಮಸ್ಯೆಗಳನ್ನು ಅರ್ಥಮಾಡಿಕೊಳ್ಳುವ ಪ್ರಯತ್ನ ಮಾಡಿದ್ದೇನೆ. ದುಷ್ಟಶಕ್ತಿ ಮೂಲವನ್ನು ಹುಡುಕುತ್ತಾ ಸಾಗಿದ್ದೇನೆ. ಅದು ನನ್ನ ಕರ್ತವ್ಯವೂ ಹೌದು. ನಮ್ಮೆಲ್ಲರ ಪಿತಾಮಹ ಮನು ಹೇಳಿದಂತೆ ದುಷ್ಟಶಕ್ತಿ ಎಂಬುದು ದೂರದಲ್ಲೆಲ್ಲೋ ಇರುವ ರಾಕ್ಷಸನಂತಿರುವುದಿಲ್ಲ. ಅದು ನಮ್ಮ ಹತ್ತಿರದಲ್ಲೇ ಇರುತ್ತದೆ. ಜತೆ ಜತೆಯಲ್ಲೇ ಸಾಗುತ್ತವೆ. ನಮ್ಮೊಳಗೇ ಪ್ರವಹಿಸಿರುತ್ತದೆ. ಮನುವಿನ ಮಾತು ಅಕ್ಷರಶಃ ಸತ್ಯ. ಅಲ್ಲದೇ ದುಷ್ಟತನ ಎನ್ನುವುದು ಪಾತಾಳದಿಂದ ಎದ್ದು ಬಂದು ನಮ್ಮನ್ನು ನಾಶಮಾಡುವುದಿಲ್ಲ. ಬದಲಾಗಿ ಅನೇಕ ಬಾರಿ ನಮ್ಮನ್ನು ನುಂಗಿಹಾಕಲು ನಾವೇ ಅದಕ್ಕೆ ಸಹಾಯ ಮಾಡುತ್ತೇವೆ. ಮನುವಿನ ಪ್ರಕಾರ ಏಳಿಗೆ ಮತ್ತು ವಿನಾಶ ಒಂದೇ ನಾಣ್ಯದ ಎರಡು ಮುಖಗಳಿದ್ದಂತೆ. ಒಂದಾನೊಂದು ದಿನ ಮಹಾನ್ ಏಳಿಗೆಗೆ ಕಾರಣವಾದ ಅಂಶಗಳೇ ಪರಿವರ್ತನೆಗೊಂಡು ನಮ್ಮನ್ನು ವಿನಾಶದತ್ತ ಕೊಂಡೊಯ್ಯುತ್ತವೆ. ಏಳಿಗೆಯ ಹಾದಿಯಲ್ಲಿ ಎಲ್ಲವೂ ನನಗೇ ಬೇಕು ಎಂಬ ದುರಾಸೆಯೇ ನಮ್ಮನ್ನು ವಿಷವರ್ತುಲದತ್ತ ದೂಡುತ್ತದೆ. ಆಗ ಇನ್ನಿಲ್ಲದ ದುರಂತಗಳು ಸಂಭವಿಸುತ್ತವೆ. ಇದು ದೈವ ನಿಯಮ. ಮನುಷ್ಯನ ದುರಾಸೆ ಮತ್ತು ದುಷ್ಕೃತ್ಯಕ್ಕೆ ಕಡಿವಾಣ ಹಾಕುವ ಸಲುವಾಗಿ ಪ್ರಕೃತಿಯಲ್ಲೇ ಸಮತೋಲನವನ್ನು ಕಂಡುಕೊಳ್ಳಲು ಭಗವಂತ ಆಡುವ ನಾಟಕವಿದು. ಅಂತೆಯೇ ನಮ್ಮ ಜೀವಿತಾವಧಿಯ ಬಹುಮುಖ್ಯ ಅನ್ವೇಷಣೆಯಾದ ಸೋಮರಸ ಇಂದು ಇಡೀ ಮನುಕುಲವನ್ನು ವಿನಾಶದತ್ತ ಕೊಂಡೊಯ್ಯುತ್ತಿದೆ ಎಂಬ ಸತ್ಯ ಈಗಷ್ಟೆ ನನಗೆ ತಿಳಿದಿದೆ. ಇತ್ತೀಚಿನವರೆಗೂ ಸೋಮರಸ ಮನುಕುಲದ ಏಳಿಗೆಗೆ ಸಹಕಾರಿಯಾಗಿತ್ತು. ಆದರೆ ಇಂದು ಅದೇ ಸೋಮರಸ ಮನುಕುಲದ ವಿನಾಶಕ್ಕೆ ನಾಂದಿ ಹಾಡುತ್ತಿದೆ. ದಶದಿಕ್ಕುಗಳಿಗೂ ತನ್ನ ಕಬಂಧ ಬಾಹುಗಳನ್ನು ಚಾಚಿ ನಮ್ಮನ್ನು ನುಂಗಲು ಸಿದ್ಧವಾಗಿದೆ. ಹಾಗಾಗಿ ಸೋಮರಸ ನಮ್ಮೆಲ್ಲರನ್ನು ನಾಶಮಾಡುವ ಮುನ್ನವೇ ಅದರ ಶಕ್ತಿಯನ್ನು ಕುಗ್ಗಿಸಬೇಕು. ಮುಂದಾಗುವ ಅನಾಹುತವನ್ನು ತಡೆಯಬೇಕು. ಈಗಾಗಲೇ ಅದು ತನ್ನ ಗರ್ಭದಲ್ಲಿರುವ ಹಾಲಾಹಲವನ್ನು ಉಗುಳುತ್ತಿದೆ.

ಸರಸ್ವತಿ ನದಿ ಅಳಿವಿನ ಅಂಚಿಗೆ ಬಂದು ನಿಂತಿರುವುದು, ಮೆಲೂಹನ್ನರಲ್ಲಿನ

ಅಂಗವೈಕಲ್ಯ ಮತ್ತು ಬ್ರಂಗಾದಲ್ಲಿನ ಪ್ಲೇಗ್ ರೋಗ ಈ ಎಲ್ಲದಕ್ಕೂ ಮೂಲಕಾರಣ ಸೋಮರಸ. ಹಾಗಾಗಿ ಇಂತಹ ಅಪಾಯಗಳನ್ನು ತಡೆಗಟ್ಟಬೇಕಾದರೆ ಮತ್ತು ಮುಂದಿನ ಪೀಳಿಗೆ ಆರೋಗ್ಯಕರ ಜೀವನ ನಡೆಸಬೇಕಾದರೆ ಈ ಕೂಡಲೆ ನಾವು ಸೋಮರಸ ಬಳಸುವುದನ್ನು ನಿಲ್ಲಿಸಬೇಕು. ಆದ್ದರಿಂದ ಇನ್ನೆಂದೂ ಯಾರೂ ಈ ಸಾಮ್ರಾಜ್ಯದಲ್ಲಿ ಸೋಮರಸವನ್ನು ಬಳಸಬಾರದು. ಅದು ಇಲ್ಲಿ ಸಂಪೂರ್ಣ ನಿಷೇಧಕ್ಕೆ ಒಳಪಟ್ಟಿರುತ್ತದೆ. ಇದು ನನ್ನ ಆದೇಶ. ನಿಮಗೆ ನನ್ನ ಮೇಲೆ ಗೌರವವಿದ್ದರೆ, ನಿಮ್ಮ ನೀಲಕಂಠನ ಮೇಲೆ ಆದರ ಮತ್ತು ಅಭಿಮಾನವಿದ್ದರೆ ನನ್ನ ಮಾತುಗಳನ್ನು ಕೇಳಿ. ನನ್ನ ಆದೇಶವನ್ನು ಪಾಲಿಸಿ. ಕೂಡಲೆ ಸೋಮರಸ ಬಳಸುವುದನ್ನು ನಿಲ್ಲಿಸಿ. ಯಾರು ನನ್ನ ಆದೇಶವನ್ನು ದಿಕ್ಕರಿಸಿ ಸೋಮರಸ ಬಳಸುವುದಕ್ಕೆ ಮುಂದಾಗುತ್ತಾರೆಯೋ ಅವರು ನನ್ನ ಶತ್ರುಗಳಾಗುತ್ತಾರೆ. ಏನೇ ಆಗಲಿ ಈ ನಾಡಿನಲ್ಲಿ ಸೋಮರಸ ಬಳಕೆ ನಿಲ್ಲುವವರೆಗೂ ನಾನು ವಿರಮಿಸುವುದಿಲ್ಲ. ಇದು ನೀಲಕಂಠನ ಕಟ್ಟಾಜ್ಞೆ'.

ಆದೇಶವನ್ನು ಓದಿ ನಂತರ ಶಿವ ತಲೆಯಾಡಿಸಿದ.

'ಸಪ್ತ ಸಿಂಧುವಿನ ಎಲ್ಲಾ ವಾಸುದೇವ ಮಂದಿರಗಳಿಗೂ ನಿಮ್ಮ ಆದೇಶವನ್ನು ತಲುಪಿಸಲಾಗುತ್ತದೆ ಮಹಾಸ್ವಾಮಿ. ಅಷ್ಟೇ ಅಲ್ಲ ವಾಸುದೇವ ಕ್ಷತ್ರಿಯರು ಈ ದೇಶದ ಇತರೆ ದೇವಾಲಯಗಳಿಗೂ ತೆರಳಿ ಅಲ್ಲಿನ ಗೋಡೆಗಳ ಮೇಲೆ ನಿಮ್ಮ ಆದೇಶವಿರುವ ಕಲ್ಲಿನ ಫಲಕಗಳನ್ನು ಅನಾವರಣಗೊಳಿಸಲಾಗುತ್ತದೆ. ಎಲ್ಲ ಫಲಕಗಳೂ ಏಕಕಾಲಕ್ಕೆ ದೇವಾಲಯಗಳಲ್ಲಿ ರಾರಾಜಿಸುವಂತೆ ಮಾಡುತ್ತೇವೆ. ಇದಕ್ಕಾಗಿ ನಮಗೆ ಒಂದು ವರ್ಷ ಕಾಲಾವಕಾಶ ಬೇಕು. ಆಗ ಸಪ್ತಸಿಂಧುವಿನ ಯಾವ ರಾಜರಿಗೂ ಇದನ್ನು ತಡೆಯಲು ಸಾಧ್ಯವಾಗದು. ಅಂತೆಯೇ ನಿಮ್ಮ ಸಂದೇಶ ದೇಶದ ಎಲ್ಲ ಜನರಿಗೂ ಏಕಕಾಲಕ್ಕೆ ತಲುಪುತ್ತದೆ' ವಾಸುದೇವ ಪಂಡಿತರು ಹೇಳಿದರು.

ಶಿವನಗೆ ಬೇಕಾಗಿದ್ದೂ ಇದೆ. ಯೋಜನೆ ಆತನಿಗೆ ಸರಿ ಎನಿಸಿತ್ತು.

ಶಿವ ಹೇಳಿದ 'ಪಂಡಿತರೇ! ನಿಮ್ಮ ಯೋಜನೆ ಸರಿಯಾಗಿದೆ. ನೀವು ಮುಂದುವರಿಯಿರಿ. ಹೇಗೂ ನಮಗೂ ಯುದ್ಧಕ್ಕೆ ಅಣಿಯಾಗಲು ಒಂದು ವರ್ಷ ಬೇಕೇ ಬೇಕು. ಅಂದಹಾಗೆ ಆದೇಶ ಜನರಿಗೆ ತಲುಪುವ ವೇಳೆಗೆ ನಾನು ಕಾಶಿ ನಗರಿಯಲ್ಲಿ ಇರಬೇಕು'.

'ಹಾಗೇ ಆಗಲಿ ನೀಲಕಂಠ. ನಮಗೂ ಒಂದಷ್ಟು ಸಮಯ ಬೇಕು'.

'ಅಷ್ಟೇ ಅಲ್ಲ ಈ ಒಂದು ವರ್ಷದಲ್ಲಿ ನನ್ನ ವಿರುದ್ಧ ಸಂಚು ಹೂಡುತ್ತಿರುವ ಆ ಶತ್ರು ಯಾರು ಎಂಬುದನ್ನು ನಾನು ಕಂಡುಹಿಡಿಯಬೇಕು'.

ಕೂಡಲೆ ಗೋಪಾಲ ಪಂಡಿತರು ಆಶ್ಚರ್ಯದಿಂದ ಪ್ರಶ್ನಿಸಿದರು 'ನೀನೇನು ಹೇಳುತ್ತಿರುವೆ ನೀಲಕಂಠ?'.

'ಹೌದು ಪಂಡಿತರೇ! ಚಕ್ರವರ್ತಿಗಳಾದ ದಕ್ಷನಿಗಾಗಲಿ ಅಥವಾ ದಿಲೀಪನಿಗಾಗಲಿ ನನ್ನ ವಿರುದ್ಧ ಈ ಮಟ್ಟದ ಸಂಚು ರೂಪಿಸುವುದು ಅಸಾಧ್ಯ. ಅವರ ಹಿಂದೆ ಯಾರೋ ಸೂತ್ರದಾರಿ ಇದ್ದೇ ಇರಬೇಕು. ಆತನೇ ನನ್ನ ನಿಜವಾದ ಶತ್ರು. ಆತ ಯಾರು ಎಂಬುದನ್ನು ತಕ್ಷಣವೇ ಕಂಡುಹಿಡಿಯಬೇಕಾಗಿದೆ'.

'ನಿನ್ನ ನಿಜವಾದ ಶತ್ರು ಯಾರೆಂದು ನಿನಗೆ ತಿಳಿದಿರುತ್ತದೆ ಎಂದೇ ನಾನು ಭಾವಿಸಿದ್ದೆ'.

'ಅಂದರೆ ಆ ಶತ್ರು ಯಾರು ಎಂಬುದು ನಿಮಗೆ ತಿಳಿದಿದೆಯೇ?'.

'ಹೌದು! ಅದು ನಮಗೆ ತಿಳಿದಿದೆ. ಆತ ನಿಜಕ್ಕೂ ಮಹಾ ಅಪಾಯಕಾರಿ'.

'ಆತ ಅಷ್ಟೊಂದು ಶಕ್ತಿವಂತನೇ ಪಂಡಿತರೇ?'.

'ಜಗತ್ತಿನಲ್ಲಿ ಶಕ್ತಿಶಾಲಿ ಜನಗಳು ಬಹಳಷ್ಟು ಮಂದಿ ಇದ್ದಾರೆ ನೀಲಕಂಠ. ಅಂತಹ ಶಕ್ತಿಶಾಲಿಗಳ ಪೈಕಿ ಯಾರು ಅದಮ್ಯ ಆತ್ಮವಿಶ್ವಾಸಿಗಳಾಗಿರುತ್ತಾರೆ ಅವರು ನಿಜಕ್ಕೂ ಅಪಾಯಕಾರಿಯಾಗಿರುತ್ತಾರೆ. ಅನ್ಯಾಯ, ಅಕ್ರಮ ಮತ್ತು ದುಷ್ಟಶಕ್ತಿಯ ಪರವಾಗಿ ಹೋರಾಟಕ್ಕಿಳಿದರೆ ಮನಸ್ಸಿನ ಯಾವುದೋ ಮೂಲೆಯಲ್ಲಿ ಅಳುಕು ಇದ್ದೇ ಇರುತ್ತದೆ. ಅಂಥವರಲ್ಲಿ ಒಂದು ರೀತಿಯ ನೈತಿಕ ಬಲಹೀನತೆ ಇರುತ್ತದೆ. ಆದರೆ ಅನ್ಯಾಯ, ಅಧರ್ಮವನ್ನೇ ಸತ್ಯವೆಂದು ನಂಬಿ ನಡೆಯುವ ಶಕ್ತಿಶಾಲಿಗಳನ್ನು ತಡೆಯುವುದು ನಿಜಕ್ಕೂ ಅಸಾಧ್ಯ. ನಿನಗೆ ಎದುರಾಗಿರುವುದು ಅಂತಹ ಶತ್ರುವೇ'.

ಶಿವ ಹುಬ್ಬೇರಿಸುತ್ತಾ ಹೇಳಿದ 'ಹೌದು! ಅಂತಹ ವ್ಯಕ್ತಿ ಎಂದಿಗೂ ಹೋರಾಟವನ್ನು ನಿಲ್ಲಿಸಲಾರ. ಹಾಗಾದರೆ ಆ ವೈರಿ ಯಾರು ಪಂಡಿತರೇ?'.

'ಅವರೊಬ್ಬ ಮಹರ್ಷಿ. ಜನ ಅವರನ್ನು ಸಪ್ತರ್ಷಿಗಳ ಉತ್ತರಾಧಿಕಾರಿಯೆಂದೇ ಕರೆಯುತ್ತಾರೆ. ಅಂದರೆ ಪೂರ್ವಕಾಲದ ಏಳು ಮಂದಿ ಮಹಾಋಷಿಗಳ ಉತ್ತರಾಧಿಕಾರಿಗಳಲ್ಲಿ ಒಬ್ಬರು. ಆದರೆ ಅವರ ವೈಜ್ಞಾನಿಕ ಪರಿಪಕ್ವತೆ ಮತ್ತು ಪರಮಾತ್ಮನ ಬಗೆಗಿನ ಭಕ್ತಿ ಮತ್ತು ನಿಷ್ಟೆಗೆ ಸರಿಸಾಟಿಯಾಗಿ ನಿಲ್ಲಬಲ್ಲ ಮತ್ತೊಬ್ಬ ವ್ಯಕ್ತಿ ಈ ಜಗತ್ತಿನಲ್ಲಿಲ್ಲ. ಅವರು ಹಿಮಾಲಯದ ಗುಹೆಯೊಂದರಲ್ಲಿ ನಿಸ್ವಾರ್ಥ ಮತ್ತು ನಿರಾಡಂಬರ ಬದುಕು ಸಾಗಿಸುತ್ತಿದ್ದಾರೆ. ಭಾರತದ ಹಿತಾಸಕ್ತಿಗೆ ಧಕ್ಕೆ ಬಂದಿದೆ ಎಂದು ಮನದಟ್ಟಾದಾಗ ಮಾತ್ರ ಅವರು ಹಿಮಾಲಯದಿಂದ ಇಳಿದು ಬರುತ್ತಾರೆ. ಕಳೆದ ಒಂದು ವರ್ಷದಿಂದ ಅವರು ಮೆಲೂಹ ಮತ್ತು ಅಯೋಧ್ಯೆಯಲ್ಲಿ ವಾಸ್ತವ್ಯ ಹೂಡಿದ್ದಾರೆ'.

'ಅಂದರೆ ಅವರು ನಿಜವಾಗಿಯೂ ಸೋಮರಸ ಒಳಿತನ್ನು ಮಾಡುತ್ತಿದೆ ಎಂದು ನಂಬಿದ್ದಾರೆಯೇ?'.

'ಹೌದು! ಅಲ್ಲದೆ ನೀನೊಬ್ಬ ಮೋಸಗಾರ, ವಂಚಕ ಎಂಬುದು ಅವರ ನಂಬಿಕೆ. ನಿನ್ನನ್ನು ನೀಲಕಂಠನಾಗಿ ಆಯ್ಕೆ ಮಾಡಿರುವವರು ವಾಯುಪುತ್ರರಲ್ಲ ಎಂಬ

ಸತ್ಯ ಅವರಿಗೆ ತಿಳಿದಿದೆ. ಅಲ್ಲದೆ ವಾಯುಪುತ್ರರು ತನ್ನ ಬೆಂಬಲಕ್ಕೆ ಇದ್ದಾರೆ ಎಂದೇ ಅವರು ಭಾವಿಸಿದ್ದಾರೆ. ಆ ಭರವಸೆಯಿಂದಲೇ ಅವರು ಪಂಚವಟಿಯಲ್ಲಿ ನಮ್ಮ ಮೇಲೆ ದೈವೀಅಸ್ತ್ರವನ್ನು ಪ್ರಯೋಗಿಸಿದರು'.

'ದೈವೀಅಸ್ತ್ರವನ್ನು ಆತನೇ ತಯಾರಿಸಿರಬೇಕು ಅಲ್ಲವೇ ಪಂಡಿತರೇ?'.

'ಅದು ಅಸಾಧ್ಯ ನೀಲಕಂಠ. ದೈವೀಅಸ್ತ್ರವನ್ನು ತಯಾರಿಸುವುದು ಹೇಗೆ ಎಂಬುದು ವಾಯುಪುತ್ರರನ್ನು ಬಿಟ್ಟು ಮತ್ತಾರಿಗೂ ತಿಳಿದಿಲ್ಲ. ನಮಗೂ ಅದನ್ನು ತಯಾರಿಸುವ ಜ್ಞಾನವಿಲ್ಲ'.

ಶಿವ ಆಶ್ಚರ್ಯದಿಂದ ಪಂಡಿತರನ್ನೇ ದಿಟ್ಟಿಸಿನೋಡಿ ನಂತರ ಹೇಳಿದ 'ವಾಯುಪುತ್ರರು ನನಗೆ ಸಹಾಯ ಮಾಡುತ್ತಾರೆ ಎಂಬ ಭ್ರಮೆ ನನಗಿಲ್ಲ. ಕಾರಣ ನಾನು ಅವರಿಗೆ ಅಪರಿಚಿತ. ಆದರೆ ಅವರು ಅನ್ಯಾಯ, ಅಕ್ರಮವನ್ನು ಬೆಂಬಲಿಸದೆ ತಟಸ್ಥರಾಗಿರುತ್ತಾರೆ ಎಂದು ನಾನು ಭಾವಿಸಿದ್ದೇನೆ'.

'ಇಲ್ಲ ನೀಲಕಂಠ! ನಾವು ಹಾಗೆ ಭಾವಿಸುವಂತಿಲ್ಲ. ವಾಯುಪುತ್ರರು ಸೋಮರಸ ಜನರಿಗೆ ಒಳಿತನ್ನೇ ಮಾಡುತ್ತಿದೆ ಎಂದು ತಪ್ಪಾಗಿ ಭಾವಿಸಿ ಶತ್ರುಗಳಿಗೆ ಸಹಾಯ ಮಾಡಿದರೂ ನಾವು ಆಶ್ಚರ್ಯ ಪಡುವಂತಿಲ್ಲ'.

ಶಿವ ದೀರ್ಘ ನಿಟ್ಟುಸಿರುಬಿಡುತ್ತಾ ಸಣ್ಣ ದನಿಯಲ್ಲಿ ಪ್ರಶ್ನಿಸಿದ 'ಯಾರು ನನ್ನ ಆ ಪರಮ ವೈರಿ?'.

'ಮಹರ್ಷಿ ಬೃಗು'.

ದಕ್ಷನ ಅರಮನೆಯಲ್ಲಿ ಮೆಲೂಹದ ಸೈನಿಕರು ಯುದ್ಧ ಕಲೆಯನ್ನು ಅಭ್ಯಾಸ ಮಾಡುತ್ತಿದ್ದರು. ಬೃಗು ಅವರತ್ತಲೇ ತೀಕ್ಷ್ಣ ನೋಟಬೀರುತ್ತಿದ್ದ. ಪಕ್ಕದಲ್ಲಿ ದಕ್ಷ. ತುಸುದೂರದಲ್ಲಿ ಪರ್ವತೇಶ್ವರನ ಗೈರು ಹಾಜರಿಯಲ್ಲಿ ಆತನ ಸ್ಥಾನವನ್ನು ಅಲಂಕರಿಸಿದ್ದ ಮೆಲೂಹದ ದಂಡನಾಯಕ ಮಾಯಾಶ್ರೇಣಿಕ.

ಬೃಗು ದಕ್ಷನ ಕಡೆ ನೋಡದೆ ಬೇರೆಲ್ಲೋ ನೋಡುತ್ತಾ ಮೆಲ್ಲನೆ ಹೇಳಿದ 'ನಿನ್ನ ಸೈನಿಕರು ಅಸಾಧಾರಣ ಸಾಹಸಿಗಳು ಮಹಾರಾಜ'.

ದಕ್ಷ ಅದಕ್ಕೆ ಯಾವ ಪ್ರತಿಕ್ರಿಯೆಯನ್ನು ನೀಡಲಿಲ್ಲ. ಸೈನಿಕರತ್ತಲೇ ನೋಡುತ್ತಿದ್ದ.

ಈ ಬಾರಿ ಬೃಗು ತಲೆಯತ್ತಿ ಏರುದನಿಯಲ್ಲಿ ಹೇಳಿದ 'ಮಹಾರಾಜ! ನಾನು ನಿನ್ನ ಸೈನಿಕರ ಶೌರ್ಯದ ಬಗ್ಗೆ ಹೇಳುತ್ತಿದ್ದೇನೆ. ಕೇಳಿಸಲಿಲ್ಲವೇ?'.

ದಕ್ಷ ಬೃಗುವಿನತ್ತ ತಿರುಗಿ ಹೆಮ್ಮೆಯಿಂದ ಹೇಳಿದ 'ಹೌದು ಮಹರ್ಷಿಗಳೇ! ನಾನು ತಮಗೆ ಮೊದಲೇ ಹೇಳಿದಂತೆ ನಾವು ಚಿಂತೆಮಾಡುವ ಅಗತ್ಯವಿಲ್ಲ. ನನಗೇನು

ಯುದ್ಧ ಸಂಭವಿಸುತ್ತದೆ ಎಂದೆನಿಸುತ್ತಿಲ್ಲ. ಹಾಗೇನಾದರೂ ಯುದ್ಧವಾದರೆ ಮೆಲೂಹ ಮತ್ತು ಅಯೋಧ್ಯೆಯ ಸೈನ್ಯ ಶತ್ರುಪಡೆಯನ್ನು ಧ್ವಂಸ ಮಾಡುವುದರಲ್ಲಿ ಯಾವ ಸಂದೇಹವೂ ಇಲ್ಲ. ಇಡೀ ಸೈನ್ಯ ಸರ್ವಸನ್ನದ್ಧವಾಗಿ ನನ್ನ ಆದೇಶಕ್ಕಾಗಿ.........'.

ಕೂಡಲೆ ಬೃಗು ದಕ್ಷನ ಮಾತನ್ನು ಅರ್ಧಕ್ಕೆ ನಿಲ್ಲಿಸಿ ಹೇಳಿದ 'ನಿನ್ನ ಸೈನಿಕರೇನೋ ಒಳ್ಳೆಯ ತರಬೇತಿ ಪಡೆದಿದ್ದಾರೆ. ಆದರೆ ಅವರನ್ನು ಮುನ್ನಡೆಸಬಲ್ಲ ನಾಯಕನೇ ಇಲ್ಲವಲ್ಲ ಮಹಾರಾಜ!'.

'ಮಾಯಾಶ್ರೇಣಿಕ ಇದ್ದಾನಲ್ಲ ಮಹರ್ಷಿಗಳೇ.......'.

'ಮಾಯಾಶ್ರೇಣಿಕ ನಾಯಕನಲ್ಲ. ನಾಯಕ ನೀಡುವ ಆದೇಶವನ್ನು ಅದ್ಭುತವಾಗಿ ಪಾಲಿಸಿ ಹೋರಾಡುವ ಶಕ್ತಿ ಆತನಿಗಿದೆ. ಆದರೆ ಆತ ಏಕಾಂಗಿಯಾಗಿ ಸೈನ್ಯವನ್ನು ಮುನ್ನಡೆಸಲಾರ'.

'ಆದರೆ.........'.

'ಇದೀಗ ನಮಗೆ ಬೇಕಾಗಿರುವುದು ಅಸಾಧಾರಣ ಸಾಮರ್ಥ್ಯವುಳ್ಳ, ಯುದ್ಧ ತಂತ್ರ ಪ್ರಾವೀಣ್ಯತೆಯುಳ್ಳ ಮತ್ತು ದೇಶದ ಒಳಿತಿಗಾಗಿ ಯಾವ ತ್ಯಾಗಕ್ಕೂ ಸಿದ್ಧನಾಗಬಲ್ಲ ಮಹಾನ್ ನಾಯಕ'.

'ನಾನೂ ಅಂತಹ ಒಬ್ಬ ನಾಯಕನಲ್ಲವೇ ಗುರುಗಳೇ'.

ಬೃಗು ದಕ್ಷನೆಡೆಗೆ ತಿರಸ್ಕಾರದ ನಗೆ ಬೀರುತ್ತಾ ಹೇಳಿದ 'ನೀನು ನಾಯಕನಲ್ಲ ಮಹಾರಾಜ! ನನ್ನ ಪ್ರಕಾರ ನಿಜವಾದ ನಾಯಕತ್ವದ ಗುಣವಿರುವುದು ಪರ್ವತೇಶ್ವರನಲ್ಲಿ ಮಾತ್ರ. ಆದರೆ ನೀನು ಆತನನ್ನು ಮೋಸಗಾರ ನೀಲಕಂಠನ ಬಳಿಗೆ ಕಳುಹಿಸಿರುವೆ. ಆತ ಬದುಕಿದ್ದಾನೋ ಇಲ್ಲವೋ ತಿಳಿಯದು. ಅಥವಾ ಆತ ಟಿಬೆಟ್ಟಿನ ಆ ಪರದೇಶಿಯ ಕಡೆಗೆ ಸೇರಿಕೊಂಡಿದ್ದಾನೋ ಅದೂ ತಿಳಿಯದು'.

ಬೃಗುವಿನ ತೀಕ್ಷ್ಣ ತಿರಸ್ಕಾರದ ಪ್ರತಿಕ್ರಿಯೆಯಿಂದ ದಕ್ಷನಿಗೆ ಇನ್ನಿಲ್ಲದ ಅವಮಾನವಾಗಿತ್ತು.

ಆದರೂ ಆತ ಅದನ್ನು ತೋರಿಸಿಕೊಳ್ಳದೇ ಹೇಳಿದ 'ಮೆಲೂಹದಲ್ಲಿ ಪರ್ವತೇಶ್ವರನೊಬ್ಬನೇ ನಾಯಕನಲ್ಲ ಗುರುಗಳೇ. ಅವನಷ್ಟೇ ಸಾಮರ್ಥ್ಯವುಳ್ಳವನು ವಿದ್ಯುನ್ಮಾಲಿ. ಆತನೂ ಯುದ್ಧ ಪ್ರವೀಣ. ರಣತಂತ್ರಗಳನ್ನು ಹೆಣೆಯುವ ಸಾಮರ್ಥ್ಯ ಆತನಲ್ಲೂ ಇದೆ'.

'ವಿದ್ಯುನ್ಮಾಲಿಯನ್ನು ನಾನು ನಂಬುವುದಿಲ್ಲ. ಯಾವ ಕ್ಷಣದಲ್ಲಾದರೂ ಆತ ತನ್ನ ನಿಷ್ಠೆಯನ್ನು ಬದಲಿಸಬಹುದು'.

ದಕ್ಷ ಮರುಮಾತನಾಡದೇ ಮೌನಕ್ಕೆ ಜಾರಿದ. ಬೃಗು ದೀರ್ಘ ನಿಟ್ಟುಸಿರುಬಿಟ್ಟ. ಈ ವಿಚಾರವಾಗಿ ದಕ್ಷನೊಂದಿಗೆ ಮಾತನಾಡುವುದರಿಂದ ಯಾವ ಪ್ರಯೋಜನವೂ

ಇಲ್ಲ ಎಂಬುದು ಆತನಿಗೆ ಖಾತರಿಯಾಗಿತ್ತು.

ಹಾಗಾಗಿ ಆತ ಹೇಳಿದ 'ಮಹಾರಾಜ! ನಾನು ಈ ಕೂಡಲೆ ಅಯೋಧ್ಯೆಗೆ ತೆರಳಬೇಕು. ಪ್ರಯಾಣಕ್ಕೆ ಬೇಕಾದ ಸಿದ್ಧತೆಯನ್ನು ಮಾಡು'.

'ಹಾಗೇ ಆಗಲಿ ಮಹರ್ಷಿಗಳೇ' ದಕ್ಷ ಬೃಗುವಿನ ಆದೇಶ ಪಾಲಿಸಲು ಮುಂದಾದ.

ಅತ್ತ ಭಗೀರಥ ಮತ್ತು ಆನಂದಮಯಿ ದಂಡಕಾರಣ್ಯವನ್ನು ದಾಟಿ ಬ್ರಂಗಾ ನಾಡಿನತ್ತ ಹೊರಟಿದ್ದರು. ಮುಂದಿನ ಎರಡು ತಿಂಗಳಲ್ಲಿ ಬ್ರಂಗಾ ತಲುಪಿ ಅಲ್ಲಿಂದ ಕಾಶಿ ನಗರವನ್ನು ತಲುಪುವುದು ಅವರ ಯೋಜನೆಯಾಗಿತ್ತು. ಇಬ್ಬರೂ ಹಾಗೇ ತಾವು ಸಾಗುತ್ತಿದ್ದ ಹಡಗಿನ ಮತ್ತೊಂದು ಬದಿಗೆ ಕಣ್ಣು ಹಾಯಿಸಿದರು. ಅಲ್ಲಿ ಆಯುರ್ವತಿ ಮತ್ತು ಪರ್ವತೇಶ್ವರ ಗಹನವಾದ ಚರ್ಚೆಯೊಂದರಲ್ಲಿ ಮುಳುಗಿದ್ದರು.

ಅದನ್ನು ನೋಡಿ ಭಗೀರಥ ಆನಂದಮಯಿಯನ್ನು ಪ್ರಶ್ನಿಸಿದ 'ಅಷ್ಟು ಹೊತ್ತಿನಿಂದ ಇಬ್ಬರೂ ಏನು ಮಾತನಾಡುತ್ತಿರಬಹುದು ಆನಂದಮಯಿ?'.

ಆನಂದಮಯಿ ತಲೆಯಾಡಿಸುತ್ತ ಸಹೋದರನ ಮಾತಿಗೆ ಉತ್ತರಿಸಿದಳು 'ನನಗೇನೂ ಅತಿಮಾನುಷ ಶಕ್ತಿ ಇಲ್ಲ ಭಗೀರಥ. ಅವರೇನು ಮಾತನಾಡುತ್ತಿದ್ದಾರೆ ಎಂಬುದನ್ನು ನಾನು ಇಲ್ಲಿಂದ ಕೇಳಿಸಿಕೊಳ್ಳಲು ಹೇಗೆ ಸಾಧ್ಯ? ಆದರೆ ಅವರೇನು ಮಾತನಾಡುತ್ತಿರಬಹುದು ಎಂಬುದನ್ನು ಊಹಿಸಬಲ್ಲೆ. ಬಹುಶಃ ಆಯುರ್ವತಿ ತನ್ನ ಪ್ರಯತ್ನದಲ್ಲಿ ಯಶಸ್ವಿಯಾಗಬಹುದು'.

'ಹೌದು! ಆಯುರ್ವತಿ ಈಗಾಗಲೇ ಮಹಾದೇವನ ಪರವಾಗಿ ನಿಲ್ಲುವ ನಿರ್ಧಾರ ಮಾಡಿದ್ದಾಳೆ. ಆದರೆ ಪರ್ವತೇಶ್ವರ ಮೆಲೂಹದ ಪರವಾಗಿ ನಿಂತಿದ್ದಾನೆ. ಹಾಗಾಗಿ ಇದೀಗ ಪರ್ವತೇಶ್ವರನನ್ನು ತನ್ನೊಂದಿಗೆ ಬರುವಂತೆ ಆಯುರ್ವತಿ ಮನವೊಲಿಸುತ್ತಿರಬಹುದು'.

ಆನಂದಮಯಿಗೆ ಸಹೋದರ ಹೇಳುತ್ತಿರುವುದು ಸರಿ ಎನಿಸಿತು.

ಆದರೂ ಗಂಡನ ಮೇಲಿನ ಅದಮ್ಯ ಪ್ರೀತಿಯಿಂದ ಹೀಗೆ ಹೇಳಿದಳು 'ಭಗೀರಥ! ಸುಮ್ಮನೆ ಏನೇನೋ ಊಹಿಸಿಕೊಳ್ಳಬೇಡ. ಪರ್ವತೇಶ್ವರ ಇನ್ನೂ ಯಾವ ನಿರ್ಧಾರವನ್ನೂ ತೆಗೆದುಕೊಂಡಿಲ್ಲ. ಖಂಡಿತವಾಗಿಯೂ ಆತ ಮಹಾದೇವನಿಗೆ ಬೆಂಬಲವಾಗಿ ನಿಲ್ಲುತ್ತಾನೆ'.

'ನನ್ನನ್ನು ನಂಬು ಆನಂದಮಯಿ. ಮುಂಬರುವ ಮಹಾಸಂಗ್ರಾಮದಲ್ಲಿ ಮಹಾದೇವ ಮತ್ತು ಮೆಲೂಹ ಈ ಎರಡರಲ್ಲಿ ಒಂದನ್ನು ಆಯ್ದುಕೊಳ್ಳಬೇಕಾದ ಸಂದರ್ಭ ಎದುರಾದರೆ ಆತ ನಿಲ್ಲುವುದು ಮೆಲೂಹದ ಪರವಾಗಿ'.

'ಭಗೀರಥ......ನೀನು ಬಾಯಿಗೆ ಬಂದಂತೆ ಮಾತನಾಡಬೇಡ' ಆನಂದಮಯಿ ಕೋಪದಿಂದ ನುಡಿದಳು.

'ನಾನು ಸತ್ಯ ಹೇಳುತ್ತಿದ್ದೇನೆ ಆನಂದಮಯಿ'.

'ಅದು ಸತ್ಯವಲ್ಲ, ನಿನ್ನ ವೈಯಕ್ತಿಕ ಅಭಿಪ್ರಾಯವಷ್ಟೆ'.

'ನಾನು ಅಯೋಧ್ಯೆಯ ರಾಜಕುಮಾರ. ನನ್ನ ಅಭಿಪ್ರಾಯ ಯಾವಾಗಲೂ ಸತ್ಯವಾಗಿರುತ್ತದೆ ಎಂಬುದು ಪ್ರಜೆಗಳ ಅಭಿಪ್ರಾಯ'.

ಆನಂದಮಯಿ ತಮ್ಮನ ತಲೆಯ ಮೇಲೆ ಮೊಟಕಿ ಹೇಳಿದಳು 'ನಾನು ಅಯೋಧ್ಯೆಯ ರಾಜಕುಮಾರನ ಅಕ್ಕ. ನಿನ್ನ ಬಾಯಿ ಮುಚ್ಚಿಸುವ ಅಧಿಕಾರ ನನಗಿದೆ. ಅಲ್ಲವೇ ರಾಜಕುಮಾರ?'.

— ⅄ⵙ⋓↑⊛ —

'ಪರ್ವತೇಶ್ವರ! ನೀನು ಈ ಬಗ್ಗೆ ಸರಿಯಾಗಿ ಯೋಚಿಸಿ ನಿರ್ಧಾರ ತೆಗೆದುಕೊಂಡಿಲ್ಲ ಎಂಬುದು ನನ್ನ ಅಭಿಪ್ರಾಯ' ಆಯುರ್ವತಿ ಹೇಳಿದಳು.

ಪರ್ವತೇಶ್ವರ ಪೇಲವ ಮುಖಹೊತ್ತು ಹೇಳಿದ 'ಹೌದು! ಆಯುರ್ವತಿ ನೀನು ಹೇಳಿದಂತೆ ಕಳೆದೆರಡು ತಿಂಗಳಿನಿಂದ ನಾನೇನೂ ಈ ಬಗ್ಗೆ ಹೆಚ್ಚು ಯೋಚಿಸಿಲ್ಲ. ಕಾರಣ ನಾನು ಸಾಗಬೇಕಾದ ಹಾದಿ ಯಾವುದು ಎಂದು ನನಗೆ ಚೆನ್ನಾಗಿ ತಿಳಿದಿದೆ'.

'ಯುದ್ಧಕ್ಕೆ ನಿಂತಿರುವುದು ನೀನು ಪೂಜಿಸುವ ನಡೆದಾಡುವ ದೇವರ ವಿರುದ್ಧ ಎನ್ನುವುದು ನಿನಗೆ ಗೊತ್ತೇ?'.

'ಹೌದು ಆಯುರ್ವತಿ! ಅದು ನನಗೆ ಚೆನ್ನಾಗಿ ತಿಳಿದಿದೆ. ಆದರೆ ನಾನು ಹಾಗೆ ಮಾಡಲೇಬೇಕು ಬೇರೆ ದಾರಿಯೇ ಇಲ್ಲ'.

'ಆದರೆ ಶ್ರೀರಾಮನೇ ಹೇಳಿರುವಂತೆ ನಮ್ಮ ನಂಬಿಕೆಯನ್ನು ಉಳಿಸಿಕೊಳ್ಳಬೇಕಾಗಿರುವುದು ಮತ್ತು ರಕ್ಷಿಸಿಕೊಳ್ಳಬೇಕಾಗಿರುವುದು ನಮ್ಮ ಕರ್ತವ್ಯವಲ್ಲವೇ ಪರ್ವತೇಶ್ವರ? ಮಹಾದೇವ ಮತ್ತು ಮಹಾವಿಷ್ಣು ನಮಗೆ ಜೀವಂತ ದೇವರುಗಳು. ಅಂತಹ ನಡೆದಾಡುವ ದೇವರುಗಳ ಪರವಾಗಿ ನಿಂತು ಹೋರಾಡದಿದ್ದರೆ ನಮ್ಮ ಧರ್ಮವನ್ನು ರಕ್ಷಿಸಿಕೊಳ್ಳುವುದಾದರೂ ಹೇಗೆ?'.

'ನೀನು ಧರ್ಮ ಮತ್ತು ನಿಷ್ಠೆಯ ಬಗ್ಗೆ ತಪ್ಪಾಗಿ ತಿಳಿದಿರುವೆ ಆಯುರ್ವತಿ. ಈ ಎರಡೂ ಭಿನ್ನವಾದವು'.

'ಇಲ್ಲ! ಎರಡೂ ಒಂದಕ್ಕೊಂದು ಪೂರಕವಾದವು ಪರ್ವತೇಶ್ವರ'.

'ಇರಬಹುದು, ಆದರೆ ನನಗೆ ಸನಾತನ ಧರ್ಮವೇ ಧರ್ಮ. ಆದರೆ ಅದು ನನ್ನ ನಿಷ್ಠೆಯಲ್ಲ. ನನ್ನ ನಿಷ್ಠೆಯೆಂದರೆ ಅದು ನನ್ನ ದೇಶ ಮೆಲೂಹ ಮತ್ತು ಮೆಲೂಹ ಮಾತ್ರ'. ಆಯುರ್ವತಿ ವಿಶಾದದಿಂದ ಆಗಸದೆಡೆಗೆ ನೋಡುತ್ತಾ ತಲೆಯಾಡಿಸಿದಳು.

ನಂತರ ಪರ್ವತೇಶ್ವರನತ್ತ ತಿರುಗಿ ಹೇಳಿದಳು 'ನೀಲಕಂಠನ ಬಗ್ಗೆ ನಿನಗಿರುವ ಭಕ್ತಿ ಗೌರವ ಎಷ್ಟು ಎಂಬುದನ್ನು ನಾನು ಬಲ್ಲೆ. ಆದರೆ ಹೇಳು ಪರ್ವತೇಶ್ವರ, ನಿಜಕ್ಕೂ ನೀನು ನಿನ್ನ ದೇವರ ವಿರುದ್ಧ ಯುದ್ಧ ಮಾಡಬಲ್ಲೆಯಾ? ನಿನ್ನ ದೇವರಿಗೆ ಘಾಸಿಮಾಡಲು ನಿನ್ನಿಂದ ಸಾಧ್ಯವೇ? ಅದಕ್ಕೆ ನಿನ್ನ ಆತ್ಮಸಾಕ್ಷಿ ಒಪ್ಪುತ್ತದೆಯೇ?'.

ಪರ್ವತೇಶ್ವರ ದೀರ್ಘ ನಿಟ್ಟಿಸಿರು ಬಿಟ್ಟ. ಆತನ ಕಣ್ಣುಗಳಲ್ಲಿ ನೀರು ತುಂಬಿಕೊಂಡಿತು.

'ಮೆಲೂಹವನ್ನು ರಕ್ಷಿಸಲು ನಾನು ಯಾರ ವಿರುದ್ಧವಾದರೂ ಹೋರಾಡಲು ಸಿದ್ಧ. ಯಾರಾದರೂ ಮೆಲೂಹವನ್ನು ಆಕ್ರಮಿಸಿಕೊಳ್ಳಲು ಹೊರಟರೆ ಅವರು ನನ್ನ ಹೆಣವನ್ನು ದಾಟಿ ಹೋಗಬೇಕು ಅಷ್ಟೇ'.

'ಹೇಳು ಪರ್ವತೇಶ್ವರ! ನಿಜಕ್ಕೂ ಸೋಮರಸ ಈ ದೇಶದ ಜನರಿಗೆ ಒಳಿತನ್ನು ಮಾಡುತಿದೆ ಎಂದು ನಿನ್ನ ಅಭಿಪ್ರಾಯವೇ? ಸೋಮರಸವನ್ನು ಶಾಶ್ವತವಾಗಿ ನಿಷೇಧಿಸಬೇಕು ಎಂದು ನಿನಗನ್ನಿಸುತ್ತಿಲ್ಲವೇ?'.

'ಆಯುರ್ವತಿ! ಸೋಮರಸ ಕೆಡಕನ್ನು ಮಾಡುತ್ತಿದೆ ಹಾಗಾಗಿ ಅದನ್ನು ನಿಷೇಧಿಸಬೇಕು ಎಂಬುದು ನನಗೆ ಚೆನ್ನಾಗಿ ಗೊತ್ತು. ಆದ್ದರಿಂದಲೇ ನಾನು ಬಹಳ ದಿನಗಳ ಹಿಂದೆಯೇ ಸೋಮರಸ ಸೇವಿಸುವುದನ್ನು ನಿಲ್ಲಿಸಿಬಿಟ್ಟಿದ್ದೇನೆ. ಬೃಹಸ್ಪತಿ ಸೋಮರಸ ತಂದೊಡ್ಡುತ್ತಿರುವ ದುಷ್ಪರಿಣಾಮಗಳ ಬಗ್ಗೆ ತಿಳಿಹೇಳುತ್ತಿದಂತೆ ನಾನು ಈ ನಿರ್ಧಾರ ಕೈಗೊಂಡೆ'.

'ಹಾಗಾದರೆ ಆ ಹಾಲಾಹಲವನ್ನು ರಕ್ಷಿಸಲು ನೀನೇಕೆ ಟೊಂಕಕಟ್ಟಿ ನಿಂತಿರುವೆ?'.

'ನಾನು ಸೋಮರಸವನ್ನು ರಕ್ಷಿಸಲು ಹೊರಟಿಲ್ಲ ಆಯುರ್ವತಿ. ನಾನು ಹೊರಟಿರುವುದು ಮೆಲೂಹವನ್ನು ರಕ್ಷಿಸುವುದಕ್ಕಾಗಿ'.

'ಆದರೆ ಇವೆರಡೂ ಒಂದೇ ಕಡೆ ಸೇರಿಕೊಂಡಿದೆ. ಇದು ನಿನಗೆ ತಿಳಿದಿದೆಯಲ್ಲವೇ?'.

'ಅದೇ ನನ್ನ ದುರಾದೃಷ್ಟ ಆಯುರ್ವತಿ. ಆದರೆ ಮೆಲೂಹವನ್ನು ರಕ್ಷಿಸುವುದು ನನ್ನ ಜೀವನದ ಪರಮೋಚ್ಚ ಗುರಿ, ಬದುಕಿನ ಧ್ಯೇಯ. ನಾನು ಹುಟ್ಟಿರುವುದೇ ಮೆಲೂಹವನ್ನು ರಕ್ಷಿಸುವುದಕ್ಕಾಗಿ'.

'ಪರ್ವತೇಶ್ವರ ಈಗಿನ ಮೆಲೂಹ ಹಿಂದಿನಂತಿಲ್ಲ. ದಕ್ಷ ಮಹಾರಾಜ ಶ್ರೀರಾಮನಂತೆ ಧರ್ಮ, ನ್ಯಾಯ, ನಿಷ್ಠೆಯಿಂದ ರಾಜ್ಯಭಾರ ಮಾಡುತ್ತಿಲ್ಲ. ಈ ವಿಚಾರ ನಿನಗೂ ತಿಳಿದಿದೆ. ಹಾಗಾಗಿ ನೀನು ಯಾವ ಆದರ್ಶಗಳಿಗಾಗಿ ಹೋರಾಡಲು ಹೊರಟಿರುವೆಯೋ ಅದು ಇಂದು ಆದರ್ಶವಾಗಿ ಉಳಿದಿಲ್ಲ. ಮೆಲೂಹ ಸಾಮ್ರಾಜ್ಯದ ವೈಭವ, ಭವ್ಯತೆ, ಶ್ರೇಷ್ಠತೆ ಮತ್ತು ಪಾವಿತ್ರ್ಯತೆ ಈಗ ಕೇವಲ ನೆನಪಾಗಿ ಉಳಿದಿದೆ. ಜನ ಈ ಸಾಮ್ರಾಜ್ಯದ ಮೇಲೆ ಇಟ್ಟಿದ್ದ ನಂಬಿಕೆ ಮತ್ತು ಗೌರವ ಮಣ್ಣುಪಾಲಾಗಿದೆ. ಅಂತಹ ಸಾಮ್ರಾಜ್ಯದ ಪರವಾಗಿ ನಿಂತು ಹೋರಾಡಲು ನೀನು ಸಿದ್ಧನಾಗಿರುವೆಯಲ್ಲ ಪರ್ವತೇಶ್ವರ'.

'ಇರಬಹುದು ಆಯುರ್ವತಿ, ಆದರೆ ನಾಡಿಗೆ ಹೋರಾಡಬೇಕಾಗಿರುವುದು ನನ್ನ ಕರ್ತವ್ಯ ಹಾಗೂ ಬದುಕಿನ ಧ್ಯೇಯ. ಹಾಗಾಗಿ ನಾನು ತಾಯ್ನಾಡಿಗಾಗಿ ಹೋರಾಡುತ್ತೇನೆ ಮತ್ತು ತಾಯ್ನಾಡಿಗಾಗಿ ಮಡಿಯುತ್ತೇನೆ. ಅದರಲ್ಲೇ ನನ್ನ ಬದುಕಿನ ಸಾರ್ಥಕತೆ ಅಡಗಿದೆ'.

ಆಯುರ್ವತಿಯ ಸಹನೆಯ ಕಟ್ಟೆ ಒಡೆದಿತ್ತು. ಆದರೂ ಅದನ್ನು ವ್ಯಕ್ತಪಡಿಸದೆ ಶಾಂತರೀತಿಯಲ್ಲಿ ಪರ್ವತೇಶ್ವರನನ್ನು ಮತ್ತೊಮ್ಮೆ ಎಚ್ಚರಿಸಿದಳು.

'ಪರ್ವತೇಶ್ವರ ನೀನು ಮಾಡುತ್ತಿರುವ ಕೆಲಸ ಸರಿಯಲ್ಲ. ನಡೆದಾಡುವ ದೇವರ ವಿರುದ್ಧ ನಿಂತು ನಿನ್ನ ಗೋರಿಯನ್ನು ನೀನೇ ತೋಡಿಕೊಳ್ಳುತ್ತಿರುವೆ. ಸೋಮರಸ ವಿನಾಶ ತಂದೊಡ್ಡುತ್ತದೆ ಎಂದು ತಿಳಿದಿದ್ದರೂ ಅದನ್ನು ಬಳಸುವವರ ಪರವಾಗಿರುವೆ. ಅದೇ ಜೀವನದ ಧ್ಯೇಯ ಎಂದು ಹೇಳುತ್ತಿರುವೆ. ನೀನು ಮಾಡುತ್ತಿರುವುದು ತಪ್ಪು ಎಂದು ತಿಳಿದಿದ್ದರೂ ಮೆಲೂಹವನ್ನು ರಕ್ಷಿಸುವ ಸಲುವಾಗಿ ಆ ತಪ್ಪುಗಳನ್ನೆಲ್ಲಾ ಸಮರ್ಥಿಸಿಕೊಳ್ಳುತ್ತಿರುವೆ. ಎಂತಹ ವಿಪರ್ಯಾಸ!'.

ಪರ್ವತೇಶ್ವರ ನಿಧಾನವಾಗಿ ಶ್ಲೋಕವೊಂದನ್ನು ಪಠಿಸಿದ 'ಶ್ರೇಯಾನ್ ಸ್ವಧರ್ಮೋ ವಿಗುಣಹಃ ಪರಧರ್ಮಾತ್ ಸ್ವಾನುಷ್ಠಿತತ್'.

ಆಯುರ್ವತಿ ನಸುನಗುತ್ತಾ ಶ್ರೀಹರಿಗೆ ಸಮರ್ಪಿತವಾಗಿದ್ದ ಈ ಶ್ಲೋಕದ ಅರ್ಥವನ್ನು ಹಾಗೇ ನೆನಪಿಸಿಕೊಂಡಳು. ಅದರ ಅರ್ಥ ಇಷ್ಟೆ. ಅಂತರಾತ್ಮ ಯಾವ ದಾರಿಯಲ್ಲಿ ಸಾಗು ಎಂದು ಹೇಳುತ್ತದೆಯೋ ಆ ದಾರಿಯಲ್ಲಿ ಸಾಗದೇ ಪರಿಪೂರ್ಣ ಬದುಕು ಸಾಗಿಸುವುದಕ್ಕಾಗಿ ಆತ್ಮಸಾಕ್ಷಿಗೆ ವಿರುದ್ಧವಾಗಿ ನಡೆದುಕೊಂಡರೆ ಆ ಬದುಕು ಬದುಕಲ್ಲ. ಸ್ವಧರ್ಮದಲ್ಲಿ ಏನೇ ಲೋಪ ದೋಷಗಳಿದ್ದರೂ ಅದರ ಪಾಲನೆಯೇ ಪರಮಶ್ರೇಷ್ಠವಾದದ್ದು. ಹಾಗಾಗಿ ಸ್ವಧರ್ಮ ಪರಿಪಾಲನೆಗೆ ಈ ಬದುಕು ಮುಡಿಪು ಎಂದು.

ಆಯುರ್ವತಿ ತಲೆಯಾಡಿಸುತ್ತಾ ಹೇಳಿದಳು 'ನಿನ್ನ ಕರ್ತವ್ಯವೇನು ಎಂಬುದನ್ನು ಹೇಗೆ ಅಷ್ಟು ನಿಖರವಾಗಿ ನಿರ್ಧರಿಸಬಲ್ಲೆ ಪರ್ವತೇಶ್ವರ? ಸಮಾಜ ಅಥವಾ ದೇಶ ಯಾವುದನ್ನು ಮಾಡು ಎಂದು ಹೇಳುತ್ತದೆಯೋ ಅದನ್ನಷ್ಟೇ ನೀನು ಮಾಡಲು ಹೊರಟಿರುವೆ ಅಲ್ಲವೇ?'.

'ಶ್ರೀಹರಿಯೇ ಹೇಳಿರುವಂತೆ ಯಾರು ತನ್ನ ಕರ್ತವ್ಯದಿಂದ ವಿಮುಖನಾಗುವನೋ ಅಂತಹವನು ಸಾರ್ಥಕ ಬದುಕನ್ನು ಕಾಣಲಾರ. ತನ್ನ ಕರ್ತವ್ಯವನ್ನು ಮಾಡುವ ಹಾದಿಯಲ್ಲಿ ಇತರರ ಪ್ರಭಾವಕ್ಕೆ ಒಳಗಾಗಿ ಅದರಿಂದ ವಿಮುಖನಾಗುತ್ತಾನೋ ಅಂತಹವನ ಬದುಕೂ ವ್ಯರ್ಥ'.

'ನೀನು ಸಹ ಯಾರದೋ ಒತ್ತಡಕ್ಕೆ ಮಣಿದು ಕರ್ತವ್ಯದಿಂದ ವಿಮುಖನಾಗುತ್ತಿರುವೆ ಪರ್ವತೇಶ್ವರ'.

'ಇಲ್ಲ! ಖಂಡಿತಾ ಇಲ್ಲ!'.

'ಹಾಗಾದರೆ ನಿನ್ನ ಹೃದಯದಲ್ಲಿ ನೀಲಕಂಠನಿಗೆ ಅತ್ಯಂತ ಉನ್ನತ ಸ್ಥಾನ ನೀಡಿರುವೆ ಎಂಬುದನ್ನು ನಿರಾಕರಿಸುವೆಯಾ?'.

'ಇಲ್ಲ! ನನ್ನ ಹೃದಯ ಸಿಂಹಾಸನದಲ್ಲಿ ನೀಲಕಂಠ ಸದಾ ವಿರಾಜಮಾನವಾಗಿ ಕುಳಿತಿರುತ್ತಾನೆ'.

'ಹಾಗಾದರೆ ಮೆಲೂಹದ ರಕ್ಷಣೆ ನಿನ್ನ ಕರ್ತವ್ಯವೆಂದು ಹೇಗೆ ಭಾವಿಸಿರುವೆ?'.

'ಕಾರಣ ಅದು ಕರ್ತವ್ಯ ಎಂದು ಅಂತರಾತ್ಮ ಸ್ಪಷ್ಟವಾಗಿ ಹೇಳುತ್ತಿದೆ. ನನ್ನ ಕರ್ತವ್ಯವೇನು ಎಂಬುದನ್ನು ಆತ್ಮವೊಂದನ್ನು ಬಿಟ್ಟು ಆ ದೇವರೂ ಹೇಳಲು ಅಸಾಧ್ಯ. ಹಾಗಾಗಿ ನಾವು ಎಲ್ಲವನ್ನೂ ಬಿಟ್ಟು ನಿಶ್ಚಿಂತೆಯಿಂದ ಶಾಂತವಾಗಿ ಅಂತರಂಗದ ಒಳಮಾತನ್ನು ಆಲಿಸಬೇಕು. ಇದೀಗ ನನ್ನ ಆತ್ಮ ಸ್ಪಷ್ಟವಾಗಿ ಪಿಸುಗುಟ್ಟುತ್ತಿದೆ. ಮೆಲೂಹಕ್ಕೆ ನಿನ್ನ ನಿಷ್ಠೆ ಇರಲಿ. ಮಾತೃಭೂಮಿಯ ರಕ್ಷಣೆಯೇ ನಿನ್ನ ಕರ್ತವ್ಯ ಎಂದು ಅದು ನಿಖರವಾಗಿ ಹೇಳುತ್ತಿದೆ'.

ಆ ಮಾತುಗಳನ್ನು ಕೇಳುತ್ತಲೆ ಒಮ್ಮೆ ಆಯುರ್ವತಿ ತನ್ನ ಬೊಕ್ಕ ತಲೆಯನ್ನು ಸವರಿಕೊಂಡು ನಂತರ ಜುಟ್ಟನ್ನು ಮುಟ್ಟಿಕೊಂಡು ಭಗವಂತನನ್ನೊಮ್ಮೆ ಪ್ರಾರ್ಥಿಸಿದಳು. ಕಟ್ಟಕಡೆಯದಾಗಿ ಆಕೆ ಪರ್ವತೇಶ್ವನಿಗೆ ಒಂದೆರಡು ಮಾತುಗಳನ್ನು ಹೇಳುವುದು ಉಳಿದಿತ್ತು.

'ಪರ್ವತೇಶ್ವರ! ನಿನ್ನ ಸೋಲು ಬಹುತೇಕ ಖಚಿತ'.

'ಅದು ನನಗೆ ಗೊತ್ತು ಆಯುರ್ವತಿ'.

'ಈ ಯುದ್ಧದಲ್ಲಿ ನೀನು ಹತನಾಗುವುದೂ ಖಚಿತ ಪರ್ವತೇಶ್ವರ'.

'ಅದೂ ನನಗೆ ಗೊತ್ತು. ಮೆಲೂಹಕ್ಕೆ ಪ್ರಾಣಕೊಡುವುದೇ ನನ್ನ ಜೀವನದ ಧ್ಯೇಯವಾಗಿರುವಾಗ ಹಾಗೇ ಆಗಲಿ ಬಿಡು. ಈ ಜೀವ ಈ ನಾಡಿಗೆ ತಾನೆ ಮೀಸಲು'.

ಆಯುರ್ವತಿ ಅತ್ಯಂತ ದುಃಖಿತಳಾಗಿ ಪರ್ವತೇಶ್ವರನ ಭುಜವನ್ನೊಮ್ಮೆ ಮೆಲ್ಲನೆ ತಟ್ಟಿದಳು. ಆಕೆಯ ಕಣ್ಣುಗಳಿಂದ ಕಂಬನಿ ಕಪಾಲಕ್ಕೆ ಇಳಿದಿತ್ತು. ಹಾಗೇ ಬಿಕ್ಕಳಿಸಲಾರಂಭಿಸಿದಳು.

ಪರ್ವತೇಶ್ವರ ಮೆಲ್ಲನೆ ನಸುನಗುತ್ತಾ ಹೇಳಿದ 'ಚಿಂತಿಸಬೇಡ ಆಯುರ್ವತಿ, ನನಗೆ ಎದುರಾಗುತ್ತಿರುವುದು ವಿರೋಚಿತ ಮರಣ. ನೀಲಕಂಠನ ಕೈಯಿಂದ ಮರಣ ಹೊಂದುವುದರಲ್ಲಿ ನನಗೆ ಪರಮ ಸಂತೋಷವಿದೆ.

ಅಧ್ಯಾಯ – 10

ಆತನ ಹೆಸರೇ ನಡುಕ ಹುಟ್ಟಿಸುತ್ತದೆ

ಶಿವ ಆರಾಮ ಕುರ್ಚಿಯಲ್ಲಿ ಕಾಲುಚಾಚಿ ಕುಳಿತಿದ್ದ. ಪಕ್ಕದಲ್ಲಿ ಸತಿ. ತುಸುದೂರದಲ್ಲಿ ಗಣೇಶ ಮತ್ತು ಕಾರ್ತಿಕ ನಿಂತಿದ್ದರು. ಶಿವ ಆಗಷ್ಟೇ ತಾನು ವಾಸುದೇವ ಪಂಡಿತರೊಂದಿಗೆ ನಡೆಸಿದ ಸಂಭಾಷಣೆಯ ಸಾರಾಂಶವನ್ನು ತನ್ನ ಕುಟುಂಬಕ್ಕೆ ವಿವರಿಸಿದ್ದ. ಹಾಗೇ ತನ್ನ ನಿಜವಾದ ಶತ್ರು ಯಾರು ಎನ್ನುವುದನ್ನು ಬಹಿರಂಗಪಡಿಸಿದ್ದ. ಕೆಲಹೊತ್ತು ಎಲ್ಲರೂ ಮೌನವಾಗಿ ಕುಳಿತಿದ್ದರು.

ಮೌನ ಮುರಿಯುವ ಉದ್ದೇಶದಿಂದ ಶಿವ ಸತಿಗೆ ಹೇಳಿದ 'ಏನಾದರೂ ಮಾತನಾಡು'.

'ಏನು ಮಾತನಾಡುವುದು ಶಿವ. ಬೃಗು ಮಹರ್ಷಿಗಳೇ ನಮ್ಮ ವಿರುದ್ಧ ನಿಂತಿದ್ದಾರೆ ಎಂದರೆ!........ ಶ್ರೀ ರಾಮನೇ ನಮ್ಮನ್ನೆಲ್ಲ ಕಾಪಾಡಬೇಕು'.

'ಬೃಗು ಅಂತಹ ಶಕ್ತಿಶಾಲಿ ಎಂದೇನೂ ನನಗನಿಸುತ್ತಿಲ್ಲ'.

ಸತಿ ಶಿವನತ್ತ ತಿರುಗಿ ಹೇಳಿದಳು 'ಅವರು ಸಪ್ತರ್ಷಿ ಉತ್ತರಾಧಿಕಾರಿಗಳಲ್ಲಿ ಒಬ್ಬರು. ಅವರ ಆಧ್ಯಾತ್ಮಿಕ ಜ್ಞಾನ ಮತ್ತು ವೈಜ್ಞಾನಿಕ ಚಿಂತನೆ ಅಸಾಧಾರಣ. ಅವರು ಮಹಾ ಶಕ್ತಿಶಾಲಿಗಳು, ನಿಸ್ವಾರ್ಥಿಗಳು, ಮೌಲ್ಯ ಹಾಗೂ ಸಿದ್ಧಾಂತಗಳಿಗೆ ಒತ್ತು ನೀಡುವವರು ಮತ್ತು ಸದಾ ನೈತಿಕತೆಯನ್ನು ಎತ್ತಿಹಿಡಿಯುವ ಮಹರ್ಷಿಗಳು. ಅಂಥವರು ನಮ್ಮ ವಿರುದ್ಧ ಏಕೆ ನಿಂತರು ಎಂಬುದೇ ನನಗೆ ತಿಳಿಯುತ್ತಿಲ್ಲ'.

'ಇಷ್ಟಾದರೂ ಅವರು ನಮ್ಮ ಐದು ಹಡಗುಗಳ ಮೇಲೆ ಆಕ್ರಮಣ ಮಾಡಿಸಿ ನಮ್ಮನ್ನು ನಾಶಮಾಡಲು ಹೊರಟಿದ್ದರಲ್ಲವೆ?. ಇದೆಂತಹ ನೈತಿಕತೆ ಸತಿ?'.

'ಇರಬಹುದು ಶಿವ. ಆದರೆ ಸೋಮರಸ ಮನುಕುಲಕ್ಕೆ ಒಳಿತನ್ನು ಮಾಡುತ್ತಿದೆ ಎಂದೇ ಅವರು ಭಾವಿಸಿದ್ದಾರೆ. ಆದರೆ ಸೋಮರಸ ಸರ್ವನಾಶಕ್ಕೆ ನಾಂದಿ ಎಂದು ನಾವು ತಿಳಿದಿದ್ದೇವೆ. ಹಾಗಾಗಿ ಸೋಮರಸದ ರಕ್ಷಣೆಗಾಗಿ ಅವರು ನಮ್ಮ ವಿರುದ್ಧ ತಿರುಗಿ ಬಿದ್ದಿದ್ದಾರೆ'.

ಅಷ್ಟರಲ್ಲಿ ಕಾರ್ತಿಕ ಏನೋ ಹೇಳಲು ಹೊರಟ. ಶಿವ ಸುಮ್ಮನಿರುವಂತೆ ಸನ್ನೆಮಾಡಿ ಹೇಳಿದ.

'ಇಲ್ಲ ಯಾರು ಏನೇ ಹೇಳಿದರೂ ಸೋಮರಸ ವಿನಾಶಕ್ಕೆ ಕಾರಣವಾಗುತ್ತಿದೆ ಎಂಬುದು ನನ್ನ ನಿಲುವು. ಹಾಗಾಗಿ ನಾವು ಅದನ್ನು ನಾಶ ಮಾಡಲೇಬೇಕು. ಈ ನಿರ್ಧಾರದಿಂದ ಹಿಂದೆ ಸರಿಯುವ ಪ್ರಶ್ನೆಯೇ ಇಲ್ಲ'.

'ಆದರೆ ಬೃಗು ಮಹರ್ಷಿ.......?'.

'ಅವರಿಗೆ ಅಂತಹ ಮೇರು ವ್ಯಕ್ತಿತ್ವವಿದ್ದರೆ ರುದ್ರದೇವನೇ ನಿಷೇಧಿಸಿರುವ ದೈವೀಅಸ್ತ್ರವನ್ನು ನಮ್ಮ ಮೇಲೇಕೆ ಪ್ರಯೋಗಿಸಿದರು ಸತಿ?'

ಸತಿ ಮಾತನಾಡಲಿಲ್ಲ.

ಶಿವ ಮಾತು ಮುಂದುವರಿಸಿದ 'ಬೃಗುವಿಗೆ ಸೋಮರಸದ ಮೇಲೆ ಅತಿಯಾದ ವ್ಯಾಮೋಹ. ಜತೆಗೆ ತಾನೇನೋ ಜಗತ್ತಿಗೆ ಒಳಿತು ಮಾಡುತ್ತಿದ್ದೇನೆ ಎಂಬ ಭ್ರಮೆ. ಯಾವಾಗ ವ್ಯಕ್ತಿ ವ್ಯಾಮೋಹಕ್ಕೆ ಒಳಗಾಗುತ್ತಾನೋ ಆಗ ಆತ ನೈತಿಕವಾಗಿ ಅಧಃಪಥನಗೊಳ್ಳುತ್ತಾನೆ. ಬೃಗು ಮಹರ್ಷಿಗಳೂ ಈಗ ನೈತಿಕವಾಗಿ ತೀರಾ ಕೆಳಮಟ್ಟಕ್ಕೆ ಇಳಿದಿದ್ದಾರೆ'.

ಕಾರ್ತಿಕ ಹೇಳಿದ 'ಬಾಬಾ ಹೇಳುತ್ತಿರುವುದು ಸರಿಯಾಗಿದೆ. ಸೋಮರಸ ಬೃಗುವಿನಂತಹ ವ್ಯಕ್ತಿತ್ವವುಳ್ಳವರನ್ನು ಈ ಮಟ್ಟಕ್ಕೆ ಇಳಿಸಿದೆ ಎಂದ ಮೇಲೆ ಜನಸಾಮಾನ್ಯರ ಪಾಡೇನು? ಅದು ಸಾಮಾನ್ಯ ಜನಗಳ ಮೇಲೆ ಎಷ್ಟರ ಮಟ್ಟಿಗೆ ಪರಿಣಾಮ ಬೀರುತ್ತಿರಬಹುದು?'.

ಶಿವ ತಲೆಯಾಡಿಸುತ್ತಾ ಸತಿಗೆ ಹೇಳಿದ 'ನಾವು ಮಾಡುತ್ತಿರುವ ಕೆಲಸ ಸರಿಯಾಗಿದೆ. ಏನೇ ಆಗಲಿ ಸೋಮರಸವನ್ನು ನಿಷೇಧಿಸಲೇಬೇಕು. ಆ ನಂತರ ಮುಂದೆ ಎದುರಾಗುವ ಯುದ್ಧಕ್ಕೆ ಮಾನಸಿಕವಾಗಿ ಸಿದ್ಧರಾಗಬೇಕು. ಅವರ ಬಳಿ ಮೆಲೂಹ ಮತ್ತು ಅಯೋಧ್ಯೆಯ ಸೈನ್ಯವಿದೆ. ಬೃಗುವಿನಂತಹ ಶಕ್ತಿಶಾಲಿ ನಾಯಕರಿದ್ದಾರೆ. ಎಲ್ಲರೂ ಒಟ್ಟಾಗಿ ಸೇರಿ ನಮ್ಮ ಮೇಲೆ ಆಕ್ರಮಣ ಮಾಡುತ್ತಾರೆ. ಅಂತಹವರನ್ನು ಎದುರಿಸುವುದು ಹೇಗೆ ಎಂಬುದನ್ನು ನಾವು ಯೋಚಿಸಬೇಕಾಗಿದೆ'.

ಥಟ್ಟನೆ ಕಾರ್ತಿಕ ಪ್ರತಿಕ್ರಿಯಿಸಿದ 'ಅವರ ಸಾಮರ್ಥ್ಯವನ್ನು ಕುಗ್ಗಿಸುವುದು ನಮ್ಮ ಮೊದಲ ತಂತ್ರವಾಗಬೇಕು?'.

'ಅಂದರೆ.........'.

ಕೂಡಲೆ ಕಾರ್ತಿಕ ತನ್ನ ಕೊಠಡಿಗೆ ತೆರಳಿ ಅಲ್ಲಿಂದ ಭೂಪಟವೊಂದನ್ನು ತಂದು ತಂದೆಯ ಮುಂದೆ ಹರಡಿ ನಂತರ ಹೇಳಿದ 'ನಿಜ! ಮೆಲೂಹದ ಸೈನ್ಯ ಬಳಸುವ ಅತ್ಯಾಧುನಿಕ ತಂತ್ರಜ್ಞಾನ ಮತ್ತು ಅಯೋಧ್ಯೆಯ ಅಪಾರವಾದ ಸೈನ್ಯ ಈ ಎರಡೂ ಸೇರಿಕೊಂಡರೆ ಅವರು ನಮಗೆ ಪ್ರಬಲ ಪ್ರತಿರೋಧ ಒಡ್ಡುವುದು ನಿಶ್ಚಿತ. ಹಾಗಾಗಿ ನಾವು ಅವರ ಆ ಸಾಮರ್ಥ್ಯವನ್ನು ಅರ್ಥಮಾಡಿಕೊಂಡು ರಣತಂತ್ರವನ್ನು ಹೆಣೆಯಬೇಕು'.

'ಅಯೋಧ್ಯೆ ಮತ್ತು ಮೆಲೂಹದ ಸಾಮ್ರಾಟರು ಒಟ್ಟಾಗಿ ಕೈಜೋಡಿಸಿ ಪಂಚವಟಿಯಲ್ಲಿ ನನ್ನ ಹತ್ಯೆಗೆ ಪ್ರಯತ್ನಿಸಿದ್ದರು. ಅದರಲ್ಲಿ ಬೃಗು ತನ್ನ ದಾಳವನ್ನು ಉರುಳಿಸಿದ್ದ. ಈಗ ನಾನೇನಾದರೂ ಆ ಆಕ್ರಮಣದಿಂದ ಪಾರಾಗಿ ಬದುಕುಳಿದೆ ಎಂಬ ಸತ್ಯ ಅವರಿಗೆ ತಿಳಿದರೆ ನಾನು ಅವರಿಬ್ಬರಿಗೂ ಪರಮ ಶತ್ರುವಾಗಿಬಿಡುತ್ತೇನೆ. ಮೆಲೂಹ ಮತ್ತು ಅಯೋಧ್ಯೆಯ ನಡುವೆ ಶತ್ರುತ್ವ ಇದ್ದರೂ ನನ್ನನ್ನು ಎದುರಿಸಲು ಅವರಿಬ್ಬರೂ ಒಂದಾಗುತ್ತಾರೆ. ಅಷ್ಟಕ್ಕೂ ಶತ್ರುವಿನ ಶತ್ರು ಮಿತ್ರನಲ್ಲವೇ?'

'ಆದರೆ ಅವರಿಬ್ಬರನ್ನು ಬೇರ್ಪಡಿಸುವ ಬಗ್ಗೆ ನಾನು ಮಾತನಾಡುತ್ತಿಲ್ಲ ಬಾಬಾ. ಅವರ ಸಾಮರ್ಥ್ಯವನ್ನು ಕಡಿಮೆ ಮಾಡುವುದರ ಬಗ್ಗೆ ಹೇಳುತ್ತಿದ್ದೇನೆ. ಸತಿ ಭೂಪಟವನ್ನೇ ನೋಡುತ್ತಿದ್ದಳು. ಥಟ್ಟನೆ ಆಕೆಗೆ ಆಲೋಚನೆಯೊಂದು ಹೊಳೆಯಿತು.

'ಮಗಧ.........' ಸತಿ ಉದ್ಗರಿಸಿದಳು.

'ಹೌದು! ಮಗಧ..........' ಕಾರ್ತಿಕ ಭೂಪಟದಲ್ಲಿ ಮಗಧ ರಾಜ್ಯದತ್ತ ಬೆರಳು ತೋರಿಸುತ್ತಾ ಹೇಳಿದ.

'ಬಾಬಾ ಸ್ವದ್ವೀಪದಿಂದ ಮೆಲೂಹಕ್ಕೆ ಹೋಗಲು ಸರಿಯಾದ ಭೂಮಾರ್ಗವಿಲ್ಲ. ಇರುವ ಕಾಡುದಾರಿಯಂತೂ ದುರ್ಗಮ. ಅಯೋಧ್ಯೆಯಿಂದ ಹೊರಟು ಸೈನ್ಯ ದಟ್ಟ ಕಾನನದಲ್ಲಿ ಸಂಚರಿಸಿ ಮೆಲೂಹವನ್ನು ಸೇರುವುದು ಅಸಾಧ್ಯ. ಹಾಗಾಗಿಯೇ ಬೃಹತ್ ಸೈನ್ಯ ನದಿಯ ಮಾರ್ಗದಲ್ಲಿ ಸಂಚರಿಸುತ್ತವೆ. ಅಯೋಧ್ಯೆಯ ಸೈನ್ಯ ಮೆಲೂಹಕ್ಕೆ ತಲುಪಬೇಕಾದರೆ ಅದು ಹಡಗಿನಲ್ಲಿ ಸರಯೂ ನದಿಯ ಮೇಲೆ ಹೊರಟು ನಂತರ ಗಂಗಾನದಿಯನ್ನು ದಾಟಿ ಮೆಲೂಹ ನಿರ್ಮಿಸಿರುವ ಹೊಸ ಮಾರ್ಗದಿಂದ ದೇವಗಿರಿಯನ್ನು ತಲುಪಬೇಕು'.

ಶಿವನಿಗೆ ಕಾರ್ತಿಕ ಏನು ಹೇಳಲು ಹೊರಟಿದ್ದಾನೆ ಎನ್ನುವುದು ಸ್ಪಷ್ಟವಾಯಿತು.

ಶಿವ ಹೇಳಿದ 'ಅಂದರೆ ಸರಯೂ ಮತ್ತು ಗಂಗಾನದಿ ಬಂದು ಸೇರುವ ಮಗಧ ರಾಜ್ಯದ ಮೂಲಕವೇ ಅಯೋಧ್ಯೆಯ ಎಲ್ಲ ಹಡಗುಗಳು ಸಾಗಬೇಕು. ನಾವು

ಮಗಧ ರಾಜ್ಯದಲ್ಲಿ ಆ ಹಡಗುಗಳಿಗೆ ತಡೆಯೊಡ್ಡಿದರೆ ಅಲ್ಲಿಂದ ಯಾವ ಹಡಗುಗಳೂ ಮುಂದೆ ಸಾಗುವುದು ಅಸಾಧ್ಯ. ಹೀಗೆ ಮಾಡಲು ಹೆಚ್ಚಿನ ಸೈನ್ಯದ ಅಗತ್ಯವಿಲ್ಲ. ಕೇವಲ ಸಣ್ಣ ನೌಕಾಪಡೆ ಸಾಕು. ಅದು ಎಂತಹ ಸೈನ್ಯವನ್ನಾದರೂ ಹಿಮ್ಮೆಟ್ಟಿಸಬಲ್ಲದು ಅಲ್ಲವೇ ಕಾರ್ತಿಕ?'.

'ಸರಿಯಾಗಿ ಹೇಳಿದಿರಿ ಬಾಬಾ'.

ಶಿವ ಮಗನ ಜಾಣ್ಮೆಯನ್ನು ಮೆಚ್ಚಿ ಬೆನ್ನುತಟ್ಟುತ್ತಾ 'ನಿನ್ನ ಬಗ್ಗೆ ನನಗೆ ಹೆಮ್ಮೆ ಇದೆ ಮಗನೆ' ಎಂದ.

ಕಾರ್ತಿಕ ತಂದೆಯೆಡೆಗೆ ಮುಗುಳ್ನಗೆ ಬೀರಿದ.

ಸತಿ ಶಿವನೆಡೆಗೆ ನೋಡುತ್ತಾ ಹೇಳಿದಳು 'ಭಗೀರಥ ಹೇಳಿದಂತೆ ಮಗಧ ಸಾಮ್ರಾಜ್ಯದಲ್ಲಿ ಮುಖ್ಯವಾದ ನಿರ್ಧಾರಗಳನ್ನು ತೆಗೆದುಕೊಳ್ಳುವವನು ಮಹಾರಾಜ ಮಹೇಂದ್ರನಲ್ಲ, ಅವನ ಮಗ ಸುರಪದ್ಮ. ಹಾಗಾಗಿ ಮೊದಲು ನಾವು ಸುರಪದ್ಮನನ್ನು ನಮ್ಮೆಡೆಗೆ ಸೆಳೆದುಕೊಳ್ಳಬೇಕು'.

ಅಷ್ಟು ಹೇಳಿ ಸತಿ ಗಣೇಶನೆಡೆಗೆ ತಿರುಗಿದಳು. ಆತನ ಮುಖದಲ್ಲಿ ಅದೇನೋ ಒಂದು ರೀತಿಯ ಆತಂಕ ಮತ್ತು ಮುಜುಗರ.

ಶಿವ, ಸತಿ, ಗಣೇಶ, ಕಾರ್ತಿಕ ಮತ್ತು ಗೋಪಾಲ ಪಂಡಿತರು ವಿಷ್ಣುಮಂದಿರದಲ್ಲಿ ಕುಳಿತು ಸಮಾಲೋಚನೆ ನಡೆಸುತ್ತಿದ್ದರು.

'ಮಗಧ ರಾಜ್ಯವನ್ನು ಒಲಿಸಿಕೊಳ್ಳುವುದು ಕಷ್ಟವೇನಲ್ಲ. ಕಾರಣ ಅಲ್ಲಿನ ರಾಜ ಮಹೇಂದ್ರನಿಗೆ ವಯಸ್ಸಾಗಿದೆ. ಆದರೆ ಆತನ ಮಗ ಸುರಪದ್ಮ ಹುಟ್ಟು ಹೋರಾಟಗಾರ, ಮಹಾ ಸಾಹಸಿ, ಚಾಣಾಕ್ಷ. ಅಷ್ಟೇ ಅಲ್ಲದೆ ಮಹತ್ವಾಕಾಂಕ್ಷೆಯುಳ್ಳವ. ಎಲ್ಲ ವ್ಯವಹಾರದಲ್ಲೂ ಲೆಕ್ಕಾಚಾರ' ಗೋಪಾಲ ಪಂಡಿತರು ಹೇಳಿದರು.

'ಆತನ ಮಹತ್ವಾಕಾಂಕ್ಷೆ ಮುಂದಿನ ಯುದ್ಧದಲ್ಲಿ ನೆರವೇರುತ್ತದೆ ಎಂದಾದರೆ ಆತ ಖಂಡಿತ ನಮ್ಮ ಪರವಾಗಿ ನಿಲ್ಲುತ್ತಾನೆ. ನನಗೆ ತಿಳಿದಂತೆ ಅಯೋಧ್ಯೆಯ ವಶದಿಂದ ಬಿಡಿಸಿಕೊಂಡು ಸ್ವತಂತ್ರವಾಗಿ ತನ್ನ ರಾಜ್ಯವನ್ನು ಆಳುವುದು ಆತನ ಆಕಾಂಕ್ಷೆ' ಶಿವ ಹೇಳಿದ.

'ಹೌದು ಶಿವ! ನೀವು ಹೇಳುತ್ತಿರುವುದು ಸರಿಯಾಗಿದೆ. ಒಟ್ಟಾರೆ ಮಗಧ ನಮ್ಮ ಜತೆ ಕೈಜೋಡಿಸಿದರೆ ಅದು ಮುಂಬರುವ ಯುದ್ಧವನ್ನು ಗೆಲ್ಲಲು ನಮಗೆ ಸಹಾಯವಾಗುತ್ತದೆ' ಸತಿ ಹೇಳಿದಳು.

ಅಷ್ಟರಲ್ಲಿ ಗೋಪಾಲ ಪಂಡಿತರು ಗಣೇಶನ ಮುಖದಲ್ಲಿ ಆಗುತ್ತಿದ್ದ ಬದಲಾವಣೆಯನ್ನು ಗಮನಿಸಿದರು.

ನಂತರ ಹೇಳಿದರು 'ಗಣೇಶ! ನಮ್ಮ ಈ ಯೋಜನೆಯಿಂದ ನಿನಗೇನಾದರೂ ತೊಂದರೆ ಆಗುತ್ತದೆಯೇ?'.

'ಹಾಗೇನೂ ಇಲ್ಲ ಪಂಡಿತರೆ. ಈ ಹಂತದಲ್ಲಿ ನಾನೇನೂ ಹೇಳಲಾರೆ. ಎಲ್ಲ ವಿಚಾರವನ್ನೂ ಅಪ್ಪನಿಗೆ ತಿಳಿಸಿದ್ದೇನೆ' ಗಣೇಶ ಹೇಳಿದ.

ವಾಸ್ತವದಲ್ಲಿ ಮಗಧ ರಾಜ್ಯದ ಜತೆ ಸ್ನೇಹ ಸಂಪಾದನೆ ಮಾಡುವಾಗ ತನ್ನಿಂದ ಏನಾದರೂ ತೊಂದರೆ ಆಗುವುದೇನೋ ಎಂಬ ಆತಂಕ ಗಣೇಶನನ್ನು ಕಾಡಿತ್ತು. ಕಾರಣ ಇತ್ತೀಚೆಗಷ್ಟೇ ಅಮಾಯಕ ಮಗುವೊಂದನ್ನು ರಕ್ಷಿಸುವ ಸಲುವಾಗಿ ಗಣೇಶ ಸುರಪದ್ಮನ ಅಣ್ಣ ಮಗಧ ರಾಜಕುಮಾರ ಉಗ್ರಸೇನನನ್ನು ಕೊಂದಿದ್ದ. ಸುರಪದ್ಮ ತನ್ನ ಚಹರೆಯನ್ನು ಗುರುತಿಸಲಾರ ಎಂಬ ಖಾತರಿ ಗಣೇಶನಿಗಿತ್ತು. ಆದರೂ ಮನಸ್ಸಿನ ಮೂಲೆಯಲ್ಲಿ ಒಂದು ಸಣ್ಣ ಅಳುಕಿತ್ತು.

ಗಣೇಶ ಮಾತು ಮುಂದುವರೆಸಿದ 'ಒಂದು ವೇಳೆ ಮಗಧ ನಮ್ಮೊಂದಿಗೆ ಸಂಧಾನಕ್ಕೆ ಬಾರದಿದ್ದರೆ ನಾವು ಅವರ ಮೇಲೆ ಆಕ್ರಮಣ ಮಾಡಿಯಾದರೂ ಮಗಧ ರಾಜ್ಯವನ್ನು ವಶಪಡಿಸಿಕೊಳ್ಳಲು ಸಿದ್ಧರಾಗಿರಬೇಕು'.

'ಬಹುಶಃ ಅಂತಹ ಪರಿಸ್ಥಿತಿ ಉದ್ಭವಿಸಲಾರದು ಗಣೇಶ. ಆದರೂ ನೀನು ಹೇಳಿದಂತೆ ಮಗಧ ರಾಜ್ಯವನ್ನು ವಶಪಡಿಸಿಕೊಳ್ಳಲು ಬೇಕಾದ ಯೋಜನೆ ರೂಪಿಸಿಕೊಂಡು ನಾವು ಸಿದ್ಧರಿರಬೇಕು'.

'ಹಾಗಾದರೆ ನಾನು ಈ ಕೂಡಲೆ ಮಗಧ ರಾಜ್ಯಕ್ಕೆ ತೆರಳಿ ಯೋಜನೆ ಸಿದ್ಧಪಡಿಸಲೇ?' ಗೋಪಾಲ ಪಂಡಿತರು ಕೇಳಿದರು.

ಶಿವನಿಗೆ ಅಚ್ಚರಿಯಾಯಿತು.

ಆತ ಹೇಳಿದ 'ಏನು! ನೀವು ನಮ್ಮೊಂದಿಗೆ ಬರುವಿರಾ ಪಂಡಿತರೇ? ನೀವು ನಮ್ಮ ಜತೆಗೂಡಿರುವ ವಿಚಾರ ಬಯಲಾದರೆ.........?'.

'ಈ ಹಿಂದೆ ನಮ್ಮ ಇರುವಿಕೆಯನ್ನು ಬಚ್ಚಿಡಬೇಕಾದ ಅವಶ್ಯಕತೆ ಇತ್ತು. ಆದರೆ ಈಗ ಅಂತಹ ಅಗತ್ಯತೆ ಏನೂ ಇಲ್ಲ ನೀಲಕಂಠ. ನಾವು ನೇರವಾಗಿ ನಿನ್ನ ಬೆಂಬಲಕ್ಕೆ ನಿಲ್ಲಬಹುದು. ಕಾರಣ ದುಷ್ಟಸಂಹಾರಕ್ಕೆ ನಾವು ಕೈಜೋಡಿಸಬೇಕಾದ ಸಮಯ ಇದೀಗ ಎದುರಾಗಿದೆ. ಈ ಪವಿತ್ರ ಯುದ್ಧದಲ್ಲಿ ಪಾಲ್ಗೊಳ್ಳುವ ಸದವಕಾಶ ನಮಗೆ ದೊರೆತಿದೆ. ಅದಕ್ಕಾಗಿ ನಾವು ನಿನ್ನನ್ನು ಬೆಂಬಲಿಸುತ್ತೇವೆ'.

— ⅄Ⓞⴷⴸ⊛ —

ಪರ್ವತೇಶ್ವರ ಮತ್ತು ಆನಂದಮಯಿ ತಮ್ಮ ನಚ್ಚಿನ ಕುದುರೆಯನ್ನೇರಿ ಪ್ರಯಾಣ ಮಾಡುತ್ತಿದ್ದರು. ಆಗಾಗ ಪಿಸುಮಾತುಗಳನ್ನಾಡುತ್ತಿದ್ದರು. ಪರ್ವತೇಶ್ವರ ಒಂದು ಕೈಯಲ್ಲಿ ಲಗಾಮು ಹಿಡಿದು ಮತ್ತೊಂದು ಕೈಯಿಂದ ಆನಂದಮಯಿಯನ್ನು ತಬ್ಬಿ ಹಿಡಿದಿದ್ದ. ಅದಾಗಲೇ ಒಂದೊಮ್ಮೆ ಯುದ್ಧ ಸಂಭವಿಸಿದರೆ ತಾನು ಮೆಲೂಹದ ಪರವಾಗಿ ನಿಂತು ಹೋರಾಡುವ ತನ್ನ ನಿರ್ಧಾರವನ್ನು ಆಕೆಗೆ ತಿಳಿಸಿದ್ದ. ಆನಂದಮಯಿ ಸಹ ತಾನು ನೀಲಕಂಠನ ಪರವಾಗಿ ನಿಲ್ಲುತ್ತೇನೆಂದು ಪರ್ವತೇಶ್ವರನಿಗೆ ತಿಳಿಸಿದ್ದಳು.

'ನಾನೇಕೆ ನೀಲಕಂಠನ ಪರವಾಗಿ ನಿಂತು ಹೋರಾಟ ಮಾಡುತ್ತೇನೆ ಎಂದು ನೀನು ಕೇಳಲೇ ಇಲ್ಲವಲ್ಲ ಪರ್ವತೇಶ್ವರ?' ಆನಂದಮಯಿ ಕೇಳಿದಳು.

ಪರ್ವತೇಶ್ವರ ತಲೆಯಾಡಿಸುತ್ತಾ ಹೇಳಿದ 'ಹಾಗೆ ಕೇಳುವ ಅವಶ್ಯಕತೆ ಇಲ್ಲ. ಕಾರಣ ನೀನು ಯಾವ ರೀತಿ ಯೋಚಿಸುವೆ ಎಂದು ನನಗೆ ತಿಳಿದಿದೆ'.

ಆನಂದಮಯಿ ಗಂಡನ ಕೈಯನ್ನು ಭದ್ರವಾಗಿ ಹಿಡಿದುಕೊಂಡಳು. ಆಕೆಯ ಕಣ್ಣಲ್ಲಿ ಕಂಬನಿ ಜಾರಿತು.

'ನಾನು ಹೇಗೆ ಯೋಚಿಸುತ್ತೇನೆ ಎನ್ನುವುದು ನಿನಗೆ ತಿಳಿದಿದೆಯಲ್ಲವೇ ಆನಂದಮಯಿ?' ಪರ್ವತೇಶ್ವರ ಹೇಳಿದ.

ಆನಂದಮಯಿ ಸುಮ್ಮನೆ ನಸುನಕ್ಕಳು.

'ಈಗೇನು ಮಾಡುವುದು ಆನಂದಮಯಿ?'.

'ಮಾಡುವುದಕ್ಕೇನಿದೆ ಪರ್ವತೇಶ್ವರ! ಸುಮ್ಮನೆ ನಮ್ಮ ಪಯಣ ಮುಂದುವರಿಸಬೇಕು ಅಷ್ಟೇ'.

'ಹೌದು ಆನಂದಮಯಿ! ಎಲ್ಲಿಯವರೆಗೆ ಬದುಕು ನಮ್ಮನ್ನು ಒಟ್ಟಾಗಿ ಸಾಗಲು ಬಿಡುತ್ತದೆಯೋ ಅಲ್ಲಿಯವರೆಗೂ ಒಂದಾಗಿ ಸಾಗೋಣ'.

— ⅄Ⓞⴷⴸ⊛ —

ಶಿವನ ಹೊತ್ತ ಹಡಗು ಚಂಬಲ್ ನದಿಯನ್ನು ದಾಟಿ ಮುಂದೆ ಸಾಗುತ್ತಿತ್ತು. ಸುತ್ತಲೂ ದಟ್ಟ ಕಾನನ. ಮೈಲಿಗಟ್ಟಲೆ ಸಾಗಿದರೂ ನಿರ್ಜನ ಪ್ರದೇಶ. ಶಿವ ತಿರುಗಿ ನೋಡಿದ. ವಾಸುದೇವ ಸೈನಿಕರ ಐದು ಹಡಗುಗಳು ತನ್ನ ರಕ್ಷಣೆಗಾಗಿ ಹಿಂದೆ ಬರುತ್ತಿತ್ತು. ಅದೇಕೋ ಏನೋ ಶಿವ ಚಿಂತಾಮಗ್ನನಾಗಿ ಕುಳಿತಿದ್ದ. ವಾಸುದೇವ ಪಂಡಿತರು ಆತನನ್ನು ಎಚ್ಚರಿಸಿದರು.

'ಏನು ಯೋಚಿಸುತ್ತಿರುವೆ ಗೆಳೆಯಾ?' ಗೋಪಾಲರು ಕೇಳಿದರು.

'ಜಗತ್ತಿನ ಎಲ್ಲ ವಿನಾಶಗಳಿಗೂ ಮೂಲಕಾರಣ ಮನುಷ್ಯನ ದುರಾಸೆ. ಒಳ್ಳೆಯದೆಲ್ಲವೂ ತನಗೇ ಬೇಕೆಂಬ ಅತಿ ಆಸೆ. ಮನುಷ್ಯ ತನ್ನ ಆಸೆ, ಆಕಾಂಕ್ಷೆಗಳಿಗೆ ಕಡಿವಾಣಹಾಕಬಾರದೇಕೆ? ನಮ್ಮಲ್ಲಿ ಎಷ್ಟು ಜನ ಇನ್ನೂರು ವರ್ಷಗಳ ಕಾಲ ಬದುಕುವ ಆಸೆಯನ್ನು ಬಿಟ್ಟುಬಿಡುತ್ತೇವೆ ಹೇಳಿ? ಜಗತ್ತು ಇರುವವರೆಗೂ ಬದುಕಬೇಕೆಂಬ ದುರಾಸೆ ನಮ್ಮದು. ನಿಜ! ಸೋಮರಸ ಸಾವಿರಾರು ವರ್ಷಗಳ ಕಾಲ ಮನುಕುಲಕ್ಕೆ ಒಳಿತನ್ನು ಮಾಡಿದೆ. ಆದರೆ ಅದು ಅಷ್ಟೇ ವಿನಾಶವನ್ನೂ ತಂದೊಡ್ಡಿದೆಯಲ್ಲವೆ?. ಹಾಗಾಗಿ ಸೋಮರಸವನ್ನು ಕಂಡುಹಿಡಿಯದೇ ಇದ್ದಿದ್ದರೆ ಒಳಿತಾಗುತ್ತಿತ್ತೇನೋ ಅಲ್ಲವೇ? ಒಂದು ಪಯಣದ ಆರಂಭ ಮತ್ತು ಅಂತ್ಯ ಒಂದೇ ತೆರನಾಗಿದ್ದರೆ ಅಂತಹ ಪಯಣದಿಂದ ಪ್ರಯೋಜನವಾದರೂ ಏನು ಪಂಡಿತರೇ?'.

'ಅಂದರೆ ಜಗತ್ತಿನಲ್ಲಿ ಅಂತಹ ಉದಾಹರಣೆ ಯಾವುದೂ ಇಲ್ಲ ಎಂಬುದೇ ನಿನ್ನ ಅಭಿಪ್ರಾಯ?'.

'ಹಾಗೇನೂ ಇಲ್ಲ. ಅಂತಹ ಉದಾಹರಣೆಗಳು ಸಾಕಷ್ಟಿವೆ'.

ಗೋಪಾಲರು ತಲೆಯಾಡಿಸುತ್ತಾ ವಿಚಾರದ ಬಗ್ಗೆ ಚಿಂತಿಸತೊಡಗಿದರು.

'ಒಂದು ಕಡೆಯಿಂದ ಪಯಣ ಆರಂಭಿಸುವ ನಾವು ಮತ್ತೆ ಅಲ್ಲಿಗೇ ಬಂದು ತಲುಪದಿದ್ದರೆ ಪಯಣ ಪೂರ್ಣಗೊಂಡಿಲ್ಲ ಎಂದೇ ಅರ್ಥ. ಇಡೀ ಜೀವನವೇ ಅಂತಹ ಒಂದು ಪಯಣ. ಕೆಲವೊಮ್ಮೆ ಅಂತಹ ಪಯಣಕ್ಕೆ ಒಂದು ಜೀವನ ಸಾಲದೆಯೂ ಹೋಗಬಹುದು. ಇದೇ ಪ್ರಕೃತಿಯ ನಿಯಮ. ಅಷ್ಟೇ ಏಕೆ ಈ ಬ್ರಹ್ಮಾಂಡವೂ ತನ್ನ ಪಯಣವನ್ನು ಒಂದು ಕಾಲಕ್ಕೆ ಆರಂಭಿಸಿ ಮತ್ತೊಂದು ಕಾಲಕ್ಕೆ ಮುಗಿಸಲೇಬೇಕು. ಅದೇ ಸೃಷ್ಟಿಯ ಆದಿ ಮತ್ತು ಅಂತ್ಯ. ಅಂತಹ ಪಯಣದ ಉದ್ದೇಶ ಕೇವಲ ಗುರಿಮುಟ್ಟುವುದಷ್ಟೇ ಅಲ್ಲ. ಅದು ಮುಂದೆ ಸಾಗುವುದೂ ಆಗಿರುತ್ತದೆ. ಈ ಸರಳ ಸತ್ಯವನ್ನು ಯಾರು ಅರ್ಥಮಾಡಿಕೊಳ್ಳುತ್ತಾರೆ ಅವರು ಸುಖಿಯಾಗಿರುತ್ತಾರೆ'.

'ಅಂದರೆ ಗುರಿ ಮುಟ್ಟುವುದಕ್ಕಿಂತಲೂ ಪಯಣ ಮುಂದುವರೆಸುವುದೇ ಮುಖ್ಯ ಎಂಬುದೇ ನಿಮ್ಮ ಅಭಿಪ್ರಾಯ?'.

'ಹೌದು! ಇದನ್ನು ಇನ್ನೂ ಸರಳವಾಗಿ ಹೇಳುತ್ತೇನೆ ಕೇಳು. ನಿನಗೆ ಮಳೆ ಹೇಗೆ ಬರುತ್ತದೆ ಎನ್ನುವುದು ತಿಳಿದಿದೆಯಲ್ಲವೇ?'.

'ಹೌದು! ನಿಮ್ಮ ವಿಜ್ಞಾನಿಯೊಬ್ಬರು ಇದನ್ನು ನನಗೆ ವಿವರಿಸಿದ್ದಾರೆ. ಸಮುದ್ರದ ನೀರು ಸೂರ್ಯನ ಶಾಖಕ್ಕೆ ಆವಿಯಾಗಿ ಹೋಗುತ್ತದೆ. ಅದು ಹೆಪ್ಪುಗಟ್ಟಿ ಮೋಡವಾಗಿ ಪರಿವರ್ತನೆಗೊಳ್ಳುತ್ತದೆ. ಒಮ್ಮೆ ಜೋರಾಗಿ ಗಾಳಿ ಬೀಸಿದರೆ ಅದೇ ಮೋಡ ಕರಗಿ ಮಳೆಯ ರೂಪ ತಾಳಿ ಭೂಮಿಯನ್ನು ಸೇರುತ್ತದೆ'.

'ಹಾಂ! ಪಯಣದ ಅರ್ಧಭಾಗವನ್ನು ಮಾತ್ರ ನೀನು ಹೇಳಿದೆ. ಮಳೆ ಧರೆಯನ್ನು ಸೇರಿದ ನಂತರ ಏನಾಗುತ್ತದೆ ತಿಳಿದಿದೆಯೇ?.'

ಶಿವ ಸುಮ್ಮನೆ ನಸುನಕ್ಕ. ಪಂಡಿತರು ಮಾತು ಮುಂದುವರಿಸಿದರು.

'ಭೂಮಿಯನ್ನು ಸೇರುವ ನೀರು ಮತ್ತೆ ಹರಿದು ನದಿಯನ್ನು ಸೇರುತ್ತದೆ. ನದಿ ಸಮುದ್ರವನ್ನು ಸೇರುತ್ತದೆ. ಅಂತಹ ನೀರಿನ ಸ್ವಲ್ಪ ಭಾಗವನ್ನು ಮನುಷ್ಯ, ಪ್ರಾಣಿ ಮತ್ತು ಗಿಡಮರಗಳು ಬಳಸಿಕೊಳ್ಳುತ್ತವೆ. ಉಳಿದ ಭಾಗ ಮತ್ತೆ ನದಿಯನ್ನೇ ಸೇರುತ್ತದೆ. ಅಂದರೆ ಈ ಪಯಣದ ಉದ್ದೇಶ ಈಡೇರಿಲ್ಲ ಎಂದು ಹೇಳಲು ಸಾಧ್ಯವೇ? ಹೇಗಿದ್ದರೂ ನಾನು ಹೊರಟಲ್ಲಿಗೇ ಬಂದು ಸೇರುತ್ತೇನೆ. ಅದರಿಂದ ಯಾವ ಪ್ರಯೋಜನವೂ ಇಲ್ಲ ಎಂದು ಸಮುದ್ರ ಭಾವಿಸಿದರೆ ಜಗತ್ತಿನ ಜೀವಿಗಳ ಗತಿಯೇನು?'.

'ಹೌದು! ಹಾಗೇನಾದರೂ ಆದಲ್ಲಿ ನಾವು ಬದುಕುಳಿಯಲು ಸಾಧ್ಯವೇ ಇಲ್ಲ'.

'ನೀರಿನ ಈ ಮಹಾಯಾನದಲ್ಲಿ ನಮಗೆ ಒಳಿತೂ ಆಗಿದೆ. ಹಾಗೇ ಕೆಡಕೂ ಆಗಿದೆ'.

'ಅದು ಹೇಗೆ?' ಶಿವ ಆಶ್ಚರ್ಯದಿಂದ ಕೇಳಿದ.

'ಮತ್ತಿನ್ನೇನು ನೀಲಕಂಠ! ಅತಿಯಾದ ಮಳೆಬಿದ್ದಾಗ ಪ್ರವಾಹ ಉದ್ಭವಿಸುವುದಿಲ್ಲವೇ? ನೀರು ಮೇಲಿನಿಂದ ಇಳಿದು ಬರುವಾಗ ನಾಲ್ಕಾರು ರೀತಿಯ ರೋಗ-ರುಜಿನಗಳೂ ಬರುವ ಸಾಧ್ಯತೆಗಳಿವೆಯಲ್ಲವೇ? ಹಾಗೆ ಅತಿವೃಷ್ಟಿಯಿಂದ ತೊಂದರೆಗೀಡಾಗುವ ಜನ ಮಳೆ ಎಂತಹ ಘೋರ ಎಂದು ಉದ್ಗರಿಸುತ್ತಾರಲ್ಲವೇ? ಅವರ ಪ್ರಕಾರ ಮಳೆ ವಿನಾಶವನ್ನು ತಂದೊಡ್ಡುವ ಪ್ರಕೃತಿಯ ಪ್ರಕ್ರಿಯೆ'.

'ಹೌದು! ಅತಿವೃಷ್ಟಿ ಖಂಡಿತ ವಿನಾಶಕ್ಕೆ ಕಾರಣವಾಗುತ್ತದೆ'.

ಗೋಪಾಲ ಪಂಡಿತರು ನಸುನಕ್ಕು ಹೇಳಿದರು 'ಅಂದರೆ ನೀರಿನ ನಿಜವಾದ ಪಯಣದಲ್ಲಿ ಅದು ತನ್ನ ಉದ್ದೇಶವನ್ನು ಖಂಡಿತ ಈಡೇರಿಸಿಕೊಂಡಿರುತ್ತದೆ. ಅದು

ಎಷ್ಟೇ ದೂರ ಹರಿದರೂ ಎಲ್ಲಿಗೇ ಹೋಗಿ ಸೇರಿದರೂ ಅದಕ್ಕೆ ಪಯಣವಷ್ಟೇ ಮುಖ್ಯ. ಹಾಗೇ ಸೋಮರಸ ಸಹ ಇದುವರೆಗೂ ಅನೇಕರಿಗೆ ಉಪಕಾರಿಯಾಗಿತ್ತು. ಈಗ ಅನಾಹುತಕಾರಿಯಾಗಿದೆ. ಹಾಗಾಗಿ ಅದರ ಪಯಣ ಈಗ ಅಂತ್ಯಗೊಳ್ಳಲೇಬೇಕು'.

ಶಿವ ನಸುನಗುತ್ತಾ 'ಹೌದು! ಪಂಡಿತರೇ' ಎಂದ.

'ಪ್ರತಿಯೊಬ್ಬರ ಬದುಕಿಗೂ ಒಂದು ಉದ್ದೇಶವಿರುತ್ತದೆ ನೀಲಕಂಠ. ನಾನು ಮತ್ತು ನೀನೂ ಅದಕ್ಕೆ ಹೊರತಲ್ಲ. ನಮ್ಮೆಲ್ಲರ ಬದುಕನ್ನು ಪಾವನಗೊಳಿಸುವುದು ನಿನ್ನ ಬದುಕಿನ ಉದ್ದೇಶ. ಹಾಗೇ ವಾಸುದೇವರ ಮುಖ್ಯಸ್ಥನಾಗಿ ಭವಿಷ್ಯದ ಮಹಾದೇವನಗೆ ಬೆಂಬಲವಾಗಿ ನಿಲ್ಲುವುದು ನನ್ನ ಬದುಕಿನ ಉದ್ದೇಶ. ಒಟ್ಟಾರೆ ಗುರಿ ಮುಟ್ಟುವುದಕ್ಕಿಂತಲೂ ಪಯಣ ಮುಂದುವರೆಸುತ್ತಾ ಹೋದಂತೆ ನಮ್ಮ ಬದುಕಿಗೆ ಸಾರ್ಥಕತೆ ದೊರೆಯುತ್ತದೆ. ನಿರಂತರವಾಗಿ ಬದುಕಿನ ಹಾದಿಯಲ್ಲಿ ಪಯಣ ಮುಂದುವರಿಸಬೇಕಾಗಿರುವುದು ಪ್ರತಿಯೊಬ್ಬರ ಧರ್ಮ. ಆ ಹಾದಿಯಲ್ಲಿ ನಮಗೆ ಒಳಿತಾದರೂ ಆಗಬಹುದು, ಕೆಡುಕಾದರೂ ಆಗಬಹುದು'.

'ಹಾಗೆ ನೋಡಿದರೆ ನನ್ನ ಬದುಕಿನ ಪಯಣ ಭಾರತದ ಭವಿಷ್ಯದ ಮೇಲೆ ಧನಾತ್ಮಕ ಪರಿಣಾಮ ಬೀರಬಹುದು. ಆದರೆ ಸೋಮರಸಕ್ಕೆ ಜೋತು ಬಿದ್ದಿರುವವರ ಮೇಲೆ ಅದು ಋಣಾತ್ಮಕ ಪರಿಣಾಮ ಬೀರಬಹುದು. ಒಟ್ಟಾರೆ ನನ್ನ ಜೀವನಕ್ಕೊಂದು ಗುರಿ ಎನ್ನುವುದಿದೆ ಎಂದಾಯಿತು ಅಲ್ಲವೇ ಪಂಡಿತರೇ?'.

'ಸರಿಯಾಗಿ ಹೇಳಿದೆ ಮಹಾದೇವ. ಪ್ರತಿಯೊಬ್ಬರ ಬದುಕಿಗೂ ಒಂದು ಉದ್ದೇಶ ಇದ್ದೇ ಇರುತ್ತದೆ. ಭಗವಂತ ನಮಗೆ ಈ ಜಗತ್ತಿನಲ್ಲಿ ಜೀವಿಸುವ ಅವಕಾಶ ಕಲ್ಪಿಸಿಕೊಟ್ಟಿದ್ದಾನೆ. ಉಸಿರಾಡಲು ಅನುವು ಮಾಡಿಕೊಟ್ಟಿದ್ದಾನೆ. ಕಾರಣ ಬದುಕಿನ ಉದ್ದೇಶ ಈಡೇರಿಸಿಕೊಳ್ಳುವುದಕ್ಕೆ. ಒಮ್ಮೆ ನಮ್ಮ ಉಸಿರು ನಿಂತಿತು ಎಂದರೆ ಅಲ್ಲಿಗೆ ನಮ್ಮ ಬದುಕಿನ ಉದ್ದೇಶ ಪೂರ್ಣಗೊಂಡಿದೆ ಎಂದರ್ಥ. ಆಗ ನಮ್ಮ ಅಸ್ತಿತ್ವವೇ ಇಲ್ಲವಾಗುತ್ತದೆ. ಮನುಷ್ಯನ ದೇಹ ಪಂಚಭೂತಗಳಲ್ಲಿ ಲೀನವಾಗಿ ಹೊಸ ರೂಪವಾಗಿ ಮಾರ್ಪಾಟಾಗುತ್ತದೆ. ಆಗ ಭಗವಂತ ನಮಗೆ ಯಾವುದೋ ಮತ್ತೊಂದು ಉದ್ದೇಶ ಈಡೇರಿಸುವಂತೆ ಆದೇಶ ನೀಡಿರುತ್ತಾನೆ. ಇದೇ ದೈವಲೀಲೆ'.

ಬದುಕಿನ ವಿಸ್ಮಯವನ್ನು ಅರಿತು ಶಿವ ನಸುನಕ್ಕ.

ಅಧ್ಯಾಯ – 11

ಬ್ರಂಗಾ ಸಹಯೋಗ

ಪರ್ವತೇಶ್ವರನ ಪುಟ್ಟ ಸೈನ್ಯ ಬ್ರಂಗಾ ರಾಜಧಾನಿ ಬ್ರಂಗಾದ್ರಿಯ ಬಳಿ ವಾಸ್ತವ್ಯ ಹೂಡಿತು. ಅಲ್ಲಿ ಎಲ್ಲರೂ ಭಗೀರಥನ ಆಗಮನವನ್ನು ನಿರೀಕ್ಷಿಸುತ್ತಿದ್ದರು. ಅದರಂತೆ ಒಂದು ವಾರದ ಬಳಿಕ ಭಗೀರಥ ಬ್ರಂಗಾದ್ರಿಯನ್ನು ಬಂದು ಸೇರಿದ. ಬ್ರಂಗಾದ ರಾಜ ಚಂದ್ರಕೇತುವಿಗೆ ಭಗೀರಥನ ಆಗಮನದ ವಿಚಾರ ಮೊದಲೇ ತಿಳಿದಿತ್ತು. ಸ್ವದ್ವೀಪದ ರಾಜಕುಮಾರನಿಗೆ ಗೌರವ ಸಲ್ಲಿಸುವ ಸಲುವಾಗಿ ಆತನನ್ನು ನೇರವಾಗಿ ಖಾಸಗಿ ಅರಮನೆಗೆ ಕರೆತರುವಂತೆ ಸೈನ್ಯಾಧಿಕಾರಿಗಳಿಗೆ ಚಂದ್ರಕೇತು ತಿಳಿಸಿದ್ದ. ಭಗೀರಥ ಅರಮನೆಯನ್ನು ಪ್ರವೇಶಿಸುತ್ತಿದ್ದಂತೆ ಚಂದ್ರಕೇತುವಿನಿಂದ ಭವ್ಯ ಸ್ವಾಗತ ದೊರೆಯಿತು. ಭಗೀರಥನನ್ನು ಎದುರುಗೊಳ್ಳಲು ಚಂದ್ರಕೇತು ಕುಟುಂಬ ಸಮೇತನಾಗಿ ಬಂದಿದ್ದ. ಭಗೀರಥನನ್ನು ನೋಡುತ್ತಲೇ ಚಂದ್ರಕೇತು ಕೈ ಮುಗಿದು ನಮಸ್ಕರಿಸುತ್ತಾ ಕುಶಲೋಪರಿ ವಿಚಾರಿಸಿದ.

'ಕ್ಷೇಮವೇ ರಾಜಕುಮಾರ?'.

'ಭಗವಂತನ ಕೃಪೆಯಿಂದ ಎಲ್ಲರೂ ಕ್ಷೇಮ'.

'ಈಕೆ ನನ್ನ ಅರ್ಧಾಂಗಿ ರಾಜಕುಮಾರಿ ಸ್ನೇಹ' ಚಂದ್ರಕೇತು ಪತ್ನಿಯನ್ನು ಭಗೀರಥನಿಗೆ ಪರಿಚಯಿಸಿದ.

ತುಸು ದೂರದಲ್ಲಿ ಪುಟ್ಟ ಪೋರಿಯೊಬ್ಬಳು ಪಿಳಿಪಿಳಿ ಕಣ್ಣುಬಿಡುತ್ತಾ ನಿಂತಿದ್ದಳು.

ಭಗೀರಥ ನೇರವಾಗಿ ಆ ಮಗುವಿನ ಬಳಿ ಹೋಗಿ ಮಂಡಿಯೂರಿ ಕುಳಿತು ಕೇಳಿದ 'ಯಾರು ಈ ಪುಟ್ಟ ಬಾಲೆ?'.

ಚಂದ್ರಕೇತು ನಮಸ್ಕರಿಸಿ ಹೇಳಿದ 'ಈಕೆ ನನ್ನ ಮಗಳು ಕುಮಾರಿ ನವ್ಯ'.

ಭಗೀರಥ ಆ ಪುಟ್ಟ ಮಗುವಿಗೂ ನಮಸ್ಕರಿಸಿದ. ಕೂಡಲೇ ನವ್ಯ ಅಮ್ಮನ ಸೆರಗಿನ ಹಿಂದೆ ಬಚ್ಚಿಟ್ಟುಕೊಂಡಳು.

ಭಗೀರಥ ತುಸು ಏರುದನಿಯಲ್ಲಿ ಹೇಳಿದ 'ಹೆದರಬೇಡ ಮಗು. ನಾನು ನಿನ್ನ ತಂದೆಯ ಸ್ನೇಹಿತ'.

'ನಿಮ್ಮಿಂದ ಏನೋ ಕೆಟ್ಟವಾಸನೆ ಬರುತ್ತಿದೆ' ನವ್ಯ ಬಚ್ಚಿಟ್ಟುಕೊಂಡೇ ಮೆಲ್ಲನೆ ಪಿಸುಗುಟ್ಟಿದಳು.

ಆಕೆಯ ಮಾತುಗಳನ್ನು ಆಲಿಸಿದ ಭಗೀರಥ ನಗಲಾರಂಭಿಸಿದ.

ಅದರಿಂದ ಗಲಿಬಿಲಿಗೊಂಡ ಚಂದ್ರಕೇತು ಹೇಳಿದ 'ಕ್ಷಮಿಸು ಭಗೀರಥ! ಆಕೆ ಕೆಲವೊಮ್ಮೆ ಹಿಂದೆ ಮುಂದೆ ನೋಡದೆ ಮಾತನಾಡಿಬಿಡುತ್ತಾಳೆ'.

'ಇಲ್ಲ ಚಂದ್ರಕೇತು. ಆಕೆ ಸತ್ಯವನ್ನೇ ಹೇಳುತ್ತಿದ್ದಾಳೆ'.

ನವ್ಯ ಮತ್ತೆ ಹೇಳಿದಳು 'ಸದಾ ಸತ್ಯವನ್ನೇ ಹೇಳಬೇಕು ಎಂದು ಶ್ರೀರಾಮನೇ ಹೇಳಿಲ್ಲವೇ?'.

ಭಗೀರಥ ಹುಬ್ಬೇರಿಸುತ್ತಾ ಆಶ್ಚರ್ಯದಿಂದ ಹೇಳಿದ 'ಆಹಾ! ಇಷ್ಟು ಸಣ್ಣ ವಯಸ್ಸಿನಲ್ಲೇ ಶ್ರೀರಾಮನ ಹೆಸರು ಹೇಳುತ್ತಿದ್ದಾಳಲ್ಲ ಈ ಬಾಲೆ. ನಿಜಕ್ಕೂ ಈಕೆ ಬಲು ಜಾಣೆ'.

'ಹೌದು ಭಗೀರಥ, ಆಕೆ ನಿಜಕ್ಕೂ ಬುದ್ಧಿವಂತೆ' ಚಂದ್ರಕೇತು ಹೆಮ್ಮೆಯಿಂದ ಹೇಳಿದ.

ಭಗೀರಥ ಮತ್ತೆ ನವ್ಯನೆಡೆಗೆ ಕೈಮುಗಿದು ಹೇಳಿದ 'ನೀನು ಹೇಳಿದ ಮಾತು ಸರಿಯಾಗಿದೆ ಮಗು. ನನ್ನನ್ನು ಕ್ಷಮಿಸು. ನಾನು ಈಗ ತಾನೆ ದೀರ್ಘ ಪಯಣ ಮುಗಿಸಿ ಬರುತ್ತಿದ್ದೇನೆ. ಹಾಗಾಗಿ ದೇಹದಿಂದ ವಾಸನೆ ಬರುತ್ತಿದೆ. ಮುಂದಿನ ಬಾರಿ ನಿನ್ನನ್ನು ಭೇಟಿಯಾಗುವಾಗ ಸ್ನಾನ ಮಾಡಿ ಸ್ವಚ್ಛವಾಗಿ ಬರುತ್ತೇನೆ. ಆಗಬಹುದೇ?'.

ಚಂದ್ರಕೇತು ನಸುನಕ್ಕು ಹೇಳಿದ 'ಎಚ್ಚರ ರಾಜಕುಮಾರ! ಕೊಟ್ಟ ಮಾತಿಗೆ ತಪ್ಪಿದರೆ ನವ್ಯ ಸುಮ್ಮನಿರುವವಳಲ್ಲ'.

ನವ್ಯ ಸಹ ನಗುನಗುತ್ತಾ 'ಇವರು ಒಳ್ಳೆಯವರಂತೆ ಕಾಣುತ್ತಿದ್ದಾರೆ. ಅಮ್ಮ.........ಅಯೋಧ್ಯೆಯಲ್ಲಿ ಎಲ್ಲರೂ ಕೆಟ್ಟವರಿರುವುದಿಲ್ಲ ಅಲ್ಲವೇ?'.

ಮಗುವಿನ ಮಾತಿಗೆ ಎಲ್ಲರೂ ಜೋರಾಗಿ ನಕ್ಕರು. ನಂತರ ಚಂದ್ರಕೇತು ಅತ್ಯಂತ ಗೌರವದಿಂದ ಭಗೀರಥನನ್ನು ವಿಶೇಷ ಅತಿಥಿಗೃಹಕ್ಕೆ ಕರೆದುಕೊಂಡು ಹೋದ.

'ಬಾಬಾ........' ಗಣೇಶ ಮೆಲ್ಲನೆ ಪಿಸುಗುಟ್ಟಿದ.

ಆಗಷ್ಟೆ ಆತ ಶಿವನ ಖಾಸಗಿ ಕೊಠಡಿಯನ್ನು ಪ್ರವೇಶಿಸಿದ್ದ.

'ಏನು ಸಮಾಚಾರ ಗಣೇಶ?' ಶಿವ ಕೇಳಿದ.

'ನಾನು ನಿಮ್ಮೊಂದಿಗೆ ಸ್ವಲ್ಪ ಮಾತನಾಡಬೇಕು ಬಾಬಾ' ಅಳುಕುತ್ತಲೇ ಗಣೇಶ ಹೇಳಿದ.

ಶಿವ ಗಣೇಶನನ್ನು ಪಕ್ಕದಲ್ಲಿದ್ದ ಕುರ್ಚಿಯಲ್ಲಿ ಕುಳಿತುಕೊಳ್ಳುವಂತೆ ಸನ್ನೆ ಮಾಡಿದ.

'ಬಾಬಾ.......ಮಗಧ ರಾಜ್ಯಕ್ಕೆ ಸಂಬಂಧಿಸಿದ ಸಮಸ್ಯೆಯೊಂದು ತೀರಾ ಜಟಿಲವಾಗಿದೆ'.

'ಹಾಂ! ಅದು ನನಗೆ ತಿಳಿದಿದೆ. ಉಗ್ರಸೇನನನ್ನು ನಾಗಾನೊಬ್ಬ ಹತ್ಯೆ ಮಾಡಿರುವ ವಿಚಾರ ತಾನೇ. ಅದು ನಿಜಕ್ಕೂ ಪರಿಸ್ಥಿತಿಯನ್ನು ಸಂಕೀರ್ಣಗೊಳಿಸಿದೆ'.

'ಹೌದು'.

'ಅಂದಹಾಗೆ ಉಗ್ರಸೇನನನ್ನು ಕೊಂದವರು ಯಾರು ಎನ್ನುವುದು ನಿನಗೆ ಗೊತ್ತೇ ಗಣೇಶ? ಉಗ್ರಸೇನನ ವಿಚಾರದಲ್ಲಿ ನಾಗಾಗಳು ಅಪರಾಧ ಮಾಡಿದ್ದಾರೆ ಎಂದು ನನಗನಿಸುತ್ತಿದೆ. ನಾವು ಖಂಡಿತಾ ಸುರಪದ್ಮನಿಗೆ ನ್ಯಾಯ ದೊರಕಿಸಿ ಕೊಡಬೇಕಾಗುತ್ತದೆ. ಆಗ ಪರಿಸ್ಥಿತಿ ತಿಳಿಗೊಳ್ಳುತ್ತದೆ. ಮುಂಬರುವ ಯುದ್ಧದಲ್ಲಿ ಮಗಧ ನಮ್ಮ ಪರವಾಗಿ ನಿಲ್ಲುತ್ತದೆ'.

'ಬಾಬಾ.......ಉಗ್ರಸೇನನನ್ನು ಕೊಂದವನು ನಾನೇ'.

ಶಿವನ ಕಣ್ಣು ಅರಳಿತು.

'ಹಾಗಾದರೆ ನಿಜಕ್ಕೂ ಸಮಸ್ಯೆ ಜಟಿಲವಾಗುತ್ತದೆ'.

ಗಣೇಶ ಮರುಮಾತನಾಡಲಿಲ್ಲ.

'ಆತನನ್ನು ಕೊಲ್ಲಲು ಏನಾದರೂ ಕಾರಣವಿತ್ತೇ ಗಣೇಶ?'.

'ಹೌದು ಬಾಬಾ. ಚಂದ್ರವಂಶಿ ರಾಜರುಗಳಿಗೆ ಗೂಳಿ ಓಟ ಮತ್ತು ಕಾಳಗ ಒಂದು ಮೋಜು. ಅವರು ಗೂಳಿಯ ಮೇಲೆ ಹಗುರವಾದ ವ್ಯಕ್ತಿಯೊಬ್ಬನನ್ನು ಕೂರಿಸಿ ಅವುಗಳಿಗೆ ಕಿಚ್ಚು ಹತ್ತಿಸುತ್ತಾರೆ. ಅದಕ್ಕಾಗಿ ಅವರು ಅಮಾಯಕ ಮಕ್ಕಳನ್ನು ಬಳಸಿಕೊಳ್ಳುತ್ತಾರೆ. ಅಲ್ಲಿನ ಅನೇಕ ಕ್ರೂರ ರಾಜರು ಎಂತಹ ಕೀಳು ಮಟ್ಟಕ್ಕೆ ಇಳಿದಿದ್ದಾರೆಂದರೆ ತಮ್ಮ ಮೋಜು-ಮಸ್ತಿಗಾಗಿ ಎಳೆಯ ಮಕ್ಕಳನ್ನು ಅಪಹರಿಸಿ ತರುತ್ತಾರೆ. ಮದವೇರಿದ ಗೂಳಿಗಳ ಮೇಲೆ ಆ ಮಕ್ಕಳನ್ನು ಕೂರಿಸಿ ಆನಂದಪಡುತ್ತಾರೆ. ಅನೇಕ ಬಾರಿ ಗೂಳಿಗಳು ತಮ್ಮ ಮೇಲೆ ಕುಳಿತ ಮಕ್ಕಳನ್ನು ಕೆಳಕ್ಕೆ ಕೆಡವಿ ತುಳಿದು ಹಾಕಿ ಬಿಡುತ್ತವೆ. ಮಕ್ಕಳು ರಕ್ತಕಾರಿ ನೋವಿನಿಂದ ಚೀರುತ್ತಾ ಪ್ರಾಣಬಿಡುತ್ತವೆ'.

ಶಿವ ಆಶ್ಚರ್ಯದಿಂದ ಹೇಳಿದ 'ಅಯ್ಯೋ.........ಎಳೆಯ ಮಕ್ಕಳನ್ನು ಕೊಲ್ಲುವ ಅವರೆಂತಹ ಕ್ರೂರಿಗಳು?'.

'ಅದೊಂದು ದಿನ ಕಾಡೊಂದರಲ್ಲಿ ಉಗ್ರಸೇನ ಇದೇ ಕಾರ್ಯಕ್ಕೆ ಮಗುವೊಂದನ್ನು ಅಪಹರಿಸಲು ಮುಂದಾಗಿದ್ದ. ಮಗುವಿನ ತಾಯಿ ಕರುಳ ಕುಡಿಯನ್ನು

ಆತನಿಗೆ ನೀಡಲು ನಿರಾಕರಿಸಿದಳು. ಆಗ ಉಗ್ರಸೇನ ತಾಯಿಯನ್ನು ಕೊಂದು ಮಗುವನ್ನು ಆಕೆಯಿಂದ ಕಿತ್ತುಕೊಳ್ಳಲು ಮುಂದಾದ. ಆಕಸ್ಮಿಕವಾಗಿ ನಾನು ಅದೇ ದಾರಿಯಲ್ಲಿ ಹೋಗುತ್ತಿದ್ದೆ. ಉಗ್ರಸೇನನಿಗೆ ಎಷ್ಟು ಹೇಳಿದರೂ ಆತ ಮಗುವನ್ನು ಬಿಡಲು ಒಪ್ಪಲಿಲ್ಲ. ಹಾಗಾಗಿ ಆ ಸಂದರ್ಭದಲ್ಲಿ ತಾಯಿ-ಮಗುವನ್ನು ಉಳಿಸಲು ಬೇರೆ ದಾರಿಯೇ ಇಲ್ಲದೆ ಉಗ್ರಸೇನನನ್ನು ಕೊಲ್ಲಲೇ ಬೇಕಾಯಿತು ಬಾಬಾ........'.

ಹಿಂದೊಮ್ಮೆ ಕಾಳಿ ಈ ವಿಚಾರವನ್ನು ಶಿವನ ಬಳಿ ಪ್ರಸ್ತಾಪ ಮಾಡಿದ್ದಳು.

ಹಾಗಾಗಿ ಶಿವ ಕೇಳಿದ 'ಇದೇ ಸಮಯದಲ್ಲಿ ತಾನೇ ನೀನು ತೀವ್ರವಾಗಿ ಗಾಯಗೊಂಡಿದ್ದು'.

'ಹೌದು ಬಾಬಾ......'.

ಶಿವ ಒಮ್ಮೆ ದೀರ್ಘ ನಿಟ್ಟಿಸಿರುಬಿಟ್ಟ. ಅಮಾಯಕರನ್ನು ರಕ್ಷಿಸಲು ಪ್ರಾಣದ ಹಂಗನ್ನು ಬಿಟ್ಟು ವೀರಾಗ್ರಣಿಯಂತೆ ಹೋರಾಡಿದ ಮಗನ ಬಗ್ಗೆ ಹೆಮ್ಮೆಯೆನಸಿತು.

ಶಿವ ಹೇಳಿದ 'ಅಂದು ನೀನು ಸರಿಯಾದ ಕೆಲಸವನ್ನೇ ಮಾಡಿದೆ ಗಣೇಶ'.

'ಆದರೂ ಈಗ ಅದೇ ಕಾರಣಕ್ಕೆ ಪರಿಸ್ಥಿತಿ ಸಂಕೀರ್ಣಗೊಂಡಿದೆ. ಅದಕ್ಕಾಗಿ ಕ್ಷಮೆ ಇರಲಿ ಬಾಬಾ'.

ಶಿವ ನಸುನಕ್ಕು ತಲೆಯಾಡಿಸುತ್ತಾ ಹೇಳಿದ 'ಈ ಜಗತ್ತೇ ವಿಚಿತ್ರ. ಕ್ರೂರ ರಾಜಕುಮಾರನಿಂದ ನೀನು ಮುಗ್ಧ ಮಗು ಮತ್ತು ಅಮಾಯಕ ತಾಯಿಯನ್ನು ರಕ್ಷಿಸಿದೆ. ಆದರೆ ಅಲ್ಲಿನ ಜನ ಉಗ್ರಸೇನ ನಾಗಾ ಉಗ್ರರಿಂದ ಮಗಧವನ್ನು ರಕ್ಷಿಸುವುದಕ್ಕಾಗಿ ಅವರೊಂದಿಗೆ ಹೋರಾಟ ಮಾಡುತ್ತಾ ಪ್ರಾಣಬಿಟ್ಟ ಎಂದು ನಂಬಿದ್ದಾರೆ. ಅನೇಕ ಬಾರಿ ಜನ ಸುಳ್ಳನ್ನೇ ಸತ್ಯವೆಂದು ನಂಬುತ್ತಾರೆ. ಎಂತಹ ವಿಪರ್ಯಾಸ'.

'ನಾಗಾಗಳು ಮೊದಲಿನಿಂದಲೂ ಈ ರೀತಿಯ ನೋವು ಮತ್ತು ಅವಮಾನಗಳನ್ನು ಅನುಭವಿಸುತ್ತಲೇ ಬಂದಿದ್ದಾರೆ. ನಮ್ಮ ಮೇಲಿನ ಆರೋಪಗಳ ಸರಮಾಲೆ ಎಂದಿಗೆ ನಿಲ್ಲುತ್ತದೆಯೋ?'.

ಶಿವ ಹಾಗೇ ತಲೆಯೆತ್ತಿ ಆಗಸದತ್ತ ನೋಡಿದ.

'ಈಗೇನು ಮಾಡುವುದು ಬಾಬಾ.......' ಗಣೇಶ ಕೇಳಿದ.

'ಮಾಡುವುದೇನೂ ಇಲ್ಲ. ಎಲ್ಲವೂ ನಮ್ಮ ಯೋಜನೆಯಂತೆಯೇ ನಡೆಯಲಿದೆ. ಸುರಪದ್ಮ ಮಗಧ ರಾಜ್ಯದ ಹಿತಾಸಕ್ತಿಯನ್ನು ಗಮನದಲ್ಲಿಟ್ಟುಕೊಂಡು ನಮ್ಮೊಂದಿಗೆ ಕೈಜೋಡಿಸುತ್ತಾನೆ ಎನ್ನುವುದು ನನ್ನ ನಂಬಿಕೆ'.

ಗಣೇಶ ತಲೆಯಾಡಿಸಿದ.

'ಗಣೇಶ ನೀನು ಕಾಶಿಯಲ್ಲೇ ಇರು. ಮಗಧ ರಾಜ್ಯಕ್ಕೆ ನೀನು ಬರುವುದು ಬೇಡ' ಶಿವ ಹೇಳಿದ.

'ಹಾಗೇ ಆಗಲಿ ಬಾಬಾ'.

ಒಳಗೆ ಹೊತ್ತಿ ಉರಿಯುತ್ತಿದ್ದ ಕ್ರೋಧಾಗ್ನಿಯನ್ನು ಹಿಡಿದಿಟ್ಟುಕೊಂಡು ಚಂದ್ರಕೇತು ಚಡಪಡಿಸುತ್ತಿದ್ದ. ಆಗ ತಾನೇ ಭಗೀರಥ ಸೋಮರಸದ ತ್ಯಾಜ್ಯ ಬ್ರಂಗಾ ರಾಜ್ಯದಲ್ಲಿ ಪ್ಲೇಗ್ ರೋಗಕ್ಕೆ ಕಾರಣವಾಗಿರುವ ವಿಚಾರವನ್ನು ವಿವರಿಸಿದ್ದ.

'ಅಯ್ಯೋ! ದಶಕಗಳಿಂದ ನನ್ನ ಜನ ಸಾವನ್ನಪ್ಪುತ್ತಿದ್ದಾರೆ. ಭಯಾನಕ ರೋಗಕ್ಕೆ ಎಳೆಯ ಕಂದಮ್ಮಗಳು ತುತ್ತಾಗುತ್ತಿವೆ. ಯೌವ್ವನದಲ್ಲೂ ಅದೆಷ್ಟೋ ಮಂದಿ ಸಹಿಸಲಾರದ ನೋವನ್ನು ಅನುಭವಿಸುತ್ತಿದ್ದಾರೆ. ಒಟ್ಟಾರೆ ನನ್ನ ಜನ ಹತ್ತಾರು ವರ್ಷಗಳಿಂದ ನೊಂದು ಬೆಂದು ಬಸವಳಿಯುತ್ತಿದ್ದಾರೆ. ಆದರೆ ಮೆಲೂಹನ್ನರು ಮಾತ್ರ ಇನ್ನೂರು ವರ್ಷಗಳ ಆಯುಷ್ಯವನ್ನು ಅನುಭವಿಸುತ್ತಿದ್ದಾರೆ. ಛೆ......ಇದೆಂತಹ ಅನ್ಯಾಯ'.

ಚಂದ್ರಕೇತುವಿನ ಕೋಪ, ಆಕ್ರೋಶ ಸ್ಫೋಟಗೊಳ್ಳಲಿ ಎಂದು ಭಗೀರಥ ಸುಮ್ಮನಿದ್ದ.

'ಈ ಬಗ್ಗೆ ನೀಲಕಂಠ ಏನು ಹೇಳುತ್ತಾರೆ ಭಗೀರಥ? ನಾವು ಮೆಲೂಹದ ಮೇಲೆ ಆಕ್ರಮಣ ಮಾಡುವುದು ಯಾವಾಗ?'.

'ಆದಷ್ಟು ಬೇಗ. ಅಂದರೆ ಮುಂದಿನ ಕೆಲವೇ ತಿಂಗಳಲ್ಲಿ ಆ ಕೆಲಸ ನಡೆಯುತ್ತದೆ. ಆದ್ದರಿಂದ ಮುಂಬರುವ ಮಹಾಸಂಗ್ರಾಮಕ್ಕಾಗಿ ನಿನ್ನ ಸೈನ್ಯವನ್ನು ಸಜ್ಜುಗೊಳಿಸು'.

'ಸೈನ್ಯವನ್ನು ಸಜ್ಜುಗೊಳಿಸುವುದಷ್ಟೆ ಅಲ್ಲ ಭಗೀರಥ, ಬ್ರಂಗಾ ನಾಡಿನ ಪ್ರತಿಯೊಬ್ಬರೂ ಹೋರಾಟಕ್ಕೆ ಸಿದ್ಧ. ನಮಗೆ ಇದು ಕೇವಲ ಸಂಗ್ರಾಮವಷ್ಟೆ ಅಲ್ಲ. ಸೇಡು ಮತ್ತು ಪ್ರತೀಕಾರವೂ ಹೌದು'.

'ನಮ್ಮ ಹಡಗಿನ ಸಿಬ್ಬಂದಿಗಳು ಬ್ರಂಗಾದ್ರಿಯ ಬಂದರಿನಲ್ಲಿ ಪರಶುರಾಮ ಮತ್ತು ನಾಗಾಗಳು ನಿಮಗೆ ನೀಡಿರುವ ಉಡುಗೊರೆಯನ್ನು ಇಳಿಸುತ್ತಿದ್ದಾರೆ. ನೀಲಕಂಠ ಈ ಹಿಂದೆ ನೀಡಿದ್ದ ವಚನದಂತೆ ನಾಗಾ ಔಷಧವನ್ನು ತಯಾರಿಸಲು ಬೇಕಾದ ಎಲ್ಲ ಕಚ್ಚಾವಸ್ತುಗಳನ್ನು ಅವರು ನಿಮಗೆ ನೀಡಿದ್ದಾರೆ. ಆ ಕಚ್ಚಾವಸ್ತುಗಳಿಂದ ಔಷಧಿಯನ್ನು ಹೇಗೆ ತಯಾರು ಮಾಡಬೇಕು ಎಂಬುದನ್ನು ನಮಗೆ ತಿಳಿಸಿಕೊಡಲು ಒಬ್ಬ ನಾಗಾ ವಿಜ್ಞಾನಿಯನ್ನೂ ನಿಯೋಜಿಸಲಾಗಿದೆ. ಆ ವಸ್ತುಗಳನ್ನು ನಿಮ್ಮ ರಾಜ್ಯದಲ್ಲಿ ಈಗಾಗಲೇ ಲಭ್ಯವಿರುವ ಕೆಲವು ಗಿಡಮೂಲಿಕೆಯೊಂದಿಗೆ ಬೆರೆಸಿ ಔಷಧ ತಯಾರಿಸಿದರೆ ಮುಂದಿನ ಮೂರು ವರ್ಷಗಳ ಕಾಲ ನೀವು ನಿರಾತಂಕವಾಗಿರಬಹುದು'.

ಚಂದ್ರಕೇತು ಆನಂದದಿಂದ ನಸುನಕ್ಕು ಹೇಳಿದ 'ನೀಲಕಂಠ ಮಹಾಪ್ರಭುಗಳು ಕೊಟ್ಟ ಮಾತನ್ನು ಉಳಿಸಿಕೊಂಡರು. ಅವರು ನಿಜಕ್ಕೂ ರುದ್ರದೇವನ ಉತ್ತರಾಧಿಕಾರಿಗಳು'.

'ಹೌದು!'.

'ಆದರೆ ನಿಮಗೆ ಇಷ್ಟು ಪ್ರಮಾಣದ ಔಷಧದ ಅಗತ್ಯವಿಲ್ಲ ಎಂಬುದು ನನ್ನ ಭಾವನೆ. ನೀವು ಅದನ್ನು ಅಯೋಧ್ಯೆಗೂ ಸ್ವಲ್ಪ ನೀಡಬಹುದು. ಬ್ರಂಗಾ ಮತ್ತು ಅಯೋಧ್ಯೆ ಒಟ್ಟಾಗಿ ನಮ್ಮೊಂದಿಗೆ ಕೈಜೋಡಿಸಿದರೆ ಮೆಲೂಹವನ್ನು ಮಣಿಸುವುದು ಬಲು ಸುಲಭ. ಏನೇ ಆಗಲಿ ಹಿಮಾಲಯದ ಬಳಿ ತಲೆಯೆತ್ತಿರುವ ಸೋಮರಸ ತಯಾರಿಕಾ ಕೇಂದ್ರವನ್ನು ನಾವು ಧ್ವಂಸ ಮಾಡಲೇಬೇಕು. ಸೋಮರಸದ ತ್ಯಾಜ್ಯ ಬ್ರಹ್ಮಪುತ್ರಾ ನದಿಗೆ ಸೇರುವುದನ್ನು ತಡೆಗಟ್ಟಿದರೆ ನಮಗೆ ಈ ಔಷಧಿಯ ಅವಶ್ಯಕತೆಯೇ ಇರುವುದಿಲ್ಲ'.

ಭಗೀರಥ ಹುಬ್ಬು ಗಂಟಿಕ್ಕುತ್ತಾ ಮುಜುಗರದಿಂದಲೇ ಹೇಳಿದ 'ರಾಜಕುಮಾರ....... ಬಹುಶಃ ಅಯೋಧ್ಯೆ ನಮ್ಮ ಪರವಾಗಿ ನಿಲ್ಲಲಾರದು. ಅವರ ಬೆಂಬಲ ಮೆಲೂಹಕ್ಕೆ'.

'ಏನು ಹೇಳುತ್ತಿರುವೆ ಭಗೀರಥ!'.

'ಹೌದು! ಅವರು ಈಗಾಗಲೇ ಮೆಲೂಹಕ್ಕೆ ತಮ್ಮ ನಿಷ್ಠೆಯನ್ನು ತೋರಿಸಿದ್ದಾರೆ'.

'ಹಾಗಾದರೆ ನೀನು ನಿನ್ನ ತಂದೆಯ ವಿರುದ್ಧ ಮತ್ತು ನನ್ನ ಸಾಮ್ರಾಜ್ಯದ ವಿರುದ್ಧವೇ ನಿಂತು ಹೋರಾಡುವೆಯಾ?'.

'ಹೌದು! ನಾನು ನೀಲಕಂಠನ ಅನುಯಾಯಿ. ಕಾರಣ ಆತ ಸತ್ಯದ ದಾರಿಯಲ್ಲಿ ಸಾಗುತ್ತಿದ್ದಾನೆ. ನನ್ನ ಸಾಮ್ರಾಜ್ಯ ಅಧರ್ಮದ ಹಾದಿಯಲ್ಲಿ ಸಾಗುತ್ತಿದೆ. ಹಾಗಾಗಿ ನಾನು ಅಧರ್ಮದ ವಿರುದ್ಧ ನಿಲ್ಲುತ್ತೇನೆ. ಅಂದರೆ ನೀಲಕಂಠನ ಜತೆ ಸತ್ಯಕ್ಕಾಗಿ ಹೋರಾಡುತ್ತೇನೆ'.

ಭಗೀರಥನ ಮಾತುಗಳನ್ನು ಕೇಳುತ್ತಲೇ ಚಂದ್ರಕೇತು ಥಟ್ಟನೆ ಎದ್ದು ತಲೆಬಾಗಿ ನಿಂತ.

ನಂತರ ಜೋರುದನಿಯಲ್ಲಿ ಹೇಳಿದ 'ನ್ಯಾಯದ ಸಿದ್ಧಾಂತಕ್ಕಾಗಿ ತಾಯ್ನಾಡಿನ ವಿರುದ್ಧವೇ ಹೋರಾಡುವುದು ಸಾಮಾನ್ಯ ಸಂಗತಿಯಲ್ಲ ಭಗೀರಥ. ಅದು ನಿನ್ನಂತಹ ವೀರನಿಂದ ಮಾತ್ರ ಸಾಧ್ಯ. ಅಷ್ಟೇ ಅಲ್ಲ ನೀನು ಬ್ರಂಗಾ ರಾಜ್ಯಕ್ಕೆ ನ್ಯಾಯ ದೊರಕಿಸಿಕೊಡಲು ಸಿದ್ಧನಾಗಿರುವೆ. ಅದಕ್ಕೆ ನಾನು ಋಣಿಯಾಗಿರಲೇಬೇಕು. ಹಾಗಾಗಿ ನನ್ನ ಬೆಂಬಲ ನೀಲಕಂಠನಿಗೆ ಮೀಸಲು. ನನ್ನ ಬೆಂಬಲ ಗೆಳೆಯನಾದ ನಿನಗೇ ಮೀಸಲು'.

ಚಂದ್ರಕೇತುವಿನ ಮಾತುಗಳನ್ನು ಕೇಳಿ ಭಗೀರಥನಿಗೆ ಆನಂದವಾಯಿತು. ಅಷ್ಟರಲ್ಲಾಗಲೇ ತಾನು ಬ್ರಂಗಾಗೆ ಬಂದ ಉದ್ದೇಶ ಈಡೇರಿತು ಎನ್ನುವುದು ಖಾತರಿಯಾಯಿತು. ಶಿವ ವಹಿಸಿದ್ದ ಕೆಲಸವನ್ನು ಭಗೀರಥ ಅಚ್ಚುಕಟ್ಟಾಗಿ ಮಾಡಿಮುಗಿಸಿದ್ದ. ಬ್ರಂಗಾ ಜತೆಗಿನ ಈ ಸಂಬಂಧ ಅಯೋಧ್ಯೆಯನ್ನು ಬಗ್ಗು ಬಡಿದು ಚಕ್ರಾಧಿಪತ್ಯ ಸಾಧಿಸಲು ಅತ್ಯಂತ ಸಹಕಾರಿಯಾಗಿತ್ತು. ಚಂದ್ರಕೇತುವಿನ ಭಾವನಾತ್ಮಕ ಮೃದು ಸ್ವಭಾವವನ್ನು ಅರಿತಿದ್ದ ಭಗೀರಥ ಸಂಬಂಧವನ್ನು ಗಟ್ಟಿಗೊಳಿಸಲು ತನ್ನ ರಕ್ತ ಚೆಲ್ಲಲು

ಮುಂದಾದ. ಭಗೀರಥ ಸೊಂಟದಲ್ಲಿದ್ದ ಚೂರಿಯನ್ನು ತೆಗೆದು ಹಸ್ತದ ಮೇಲೆ ಗೀರಿದ. ರಕ್ತ ಕಾರಂಜಿಯಂತೆ ಚಿಮ್ಮಿತು.

ಕೂಡಲೆ ಭಗೀರಥ 'ನನ್ನ ದೇಹದ ರಕ್ತ ನಿನ್ನ ನರನಾಡಿಗಳನ್ನು ಸೇರಲಿ ಸಹೋದರ' ಎಂದ.

ಚಂದ್ರಕೇತುವಿನ ಕಣ್ಣಲ್ಲಿ ಆನಂದ ಭಾಷ್ಪ ಉಕ್ಕಿಬಂತು.

ಆತನೂ ಚೂರಿಯನ್ನು ಹೊರಗೆಳೆದು ತನ್ನ ಹಸ್ತವನ್ನು ಗೀರಿಕೊಂಡು ಭಗೀರಥನ ಹಸ್ತದ ಮೇಲೆ ಹಿಡಿದು ಹೇಳಿದ 'ನನ್ನ ರಕ್ತವೂ ನಿನ್ನಲ್ಲಿ ಹರಿಯಲಿ'.

ಒಂದೆರಡು ಕ್ಷಣಗಳಲ್ಲಿ ಇಬ್ಬರು ವೀರಾಗ್ರಣಿಗಳ ರಕ್ತ ಒಂದಕ್ಕೊಂದು ಬೆರೆತು ಹೋಯಿತು. ಇಬ್ಬರ ಸಂಬಂಧ ಗಟ್ಟಿಗೊಂಡಿತು.

ಬೃಹಸ್ಪತಿ, ನಂದಿ ಮತ್ತು ಪರಶುರಾಮ ವಾಸುದೇವರ ಮುಖ್ಯ ಹಡಗಿನ ಉಪ್ಪರಿಗೆಯ ಮೇಲೆ ಕುಳಿತು ಮಾತನಾಡುತ್ತಿದ್ದರು. ಗಣೇಶ ಮತ್ತು ಕಾರ್ತಿಕ ಕತ್ತಿವರಸೆಯಲ್ಲಿ ನಿರತರಾಗಿದ್ದರು. ಶಿವ ಮತ್ತು ಸತಿ ಉಪ್ಪರಿಗೆಯ ಮತ್ತೊಂದು ಭಾಗದಲ್ಲಿ ಕುಳಿತಿದ್ದರು. ಅಂದು ಅದೇಕೋ ಏನೋ ಬೃಹಸ್ಪತಿ ತೀರಾ ಖಿನ್ನನಾಗಿದ್ದ. ಅದೇನೋ ನೋವು, ಬೇಸರ.

ಅದನ್ನು ಗಮನಿಸಿದ ನಂದಿ ಬೃಹಸ್ಪತಿಯನ್ನು ಕೇಳಿದ 'ಏನಾಯಿತು ಬೃಹಸ್ಪತಿ?'.

ಬೃಹಸ್ಪತಿ ತೀರಾ ನಿರಾಸೆ ಮತ್ತು ಭಾವೋದ್ವೇಗದಿಂದ ಹೇಳಿದ 'ನನ್ನ ಮಹತ್ವಾಕಾಂಕ್ಷೆಯ ಯೋಜನೆಯಿಂದ ಅದ್ಭುತ ನಾಯಕನೊಬ್ಬನನ್ನು ಪಡೆದೆ. ಆದರೆ ಒಬ್ಬ ಒಳ್ಳೆಯ ಸ್ನೇಹಿತನನ್ನು ಕಳೆದುಕೊಂಡೆ'.

'ಇಲ್ಲ ಬೃಹಸ್ಪತಿ! ನೀಲಕಂಠ ನಿನ್ನನ್ನು ಬಹುವಾಗಿ ಪ್ರೀತಿಸುತ್ತಾನೆ ಮತ್ತು ಗೌರವಿಸುತ್ತಾನೆ. ನೀನು ಮರಣಹೊಂದಿದೆ ಎಂದು ತಿಳಿದಾಗ ನೀಲಕಂಠ ಅದೆಷ್ಟು ನೋವು, ಸಂಕಟ ಅನುಭವಿಸಿದ ಎಂದು ನಿನಗೆ ಗೊತ್ತೇ? ನೀನು ಸದಾ ಆತನ ಮನಸ್ಸಿನಲ್ಲಿ ನೆಲೆಗೊಂಡಿರುವೆ ಬೃಹಸ್ಪತಿ'.

'ಆದರೆ ಆತನನ್ನು ಬಿಟ್ಟು ನಾನೇಕೆ ದೂರ ಹೋದೆ ಎಂಬುದನ್ನು ಆತ ಇನ್ನೂ ಸರಿಯಾಗಿ ಅರ್ಥಮಾಡಿಕೊಂಡಿಲ್ಲವಲ್ಲ ಎಂಬುದೇ ನನ್ನ ನೋವು'.

'ನಿಜ! ಪ್ರಾಮಾಣಿಕವಾಗಿ ಹೇಳಬೇಕೆಂದರೆ ನನಗೂ ಅದು ಸರಿಯಾಗಿ ಅರ್ಥವಾಗಿಲ್ಲ ಬೃಹಸ್ಪತಿ. ನೀನು ಭೂಗತನಾಗುವ ವಿಚಾರ ನೀಲಕಂಠನಿಗೆ ತಿಳಿಸಬೇಕಿತ್ತು'.

'ಇಲ್ಲ ನಂದಿ, ಹಾಗೆ ಮಾಡುವುದು ಸಾಧ್ಯವಿರಲಿಲ್ಲ. ಕಾರಣ ಶಿವ ದಕ್ಷನ ಪ್ರೀತಿಯ ಅಳಿಯ. ಆದರೆ ಅದೇ ದಕ್ಷ ನನ್ನ ಕಡುವೈರಿ. ಹಾಗೇ ನಾನು ಬದುಕಿರುವ ವಿಚಾರ ದಕ್ಷನಗೆ ತಿಳಿದಿದ್ದರೆ ಖಂಡಿತ ಆತ ನನ್ನ ಹತ್ಯೆ ಮಾಡಿಸುತ್ತಿದ್ದ. ಆಗ ನಾನು ಮಾಡಲು ಹೊರಟಿದ್ದ ಎಲ್ಲಾ ಪ್ರಯೋಗಗಳು ಮಣ್ಣುಪಾಲಾಗುತ್ತಿತ್ತು. ಹಾಗಾಗಿ ಶಿವ ಮತ್ತು ದಕ್ಷ ಇಬ್ಬರಿಂದಲೂ ನನ್ನ ಅಸ್ತಿತ್ವವನ್ನು ಬಚ್ಚಿಡಲೇಬೇಕಾಗಿತ್ತು. ನನಗೆ ಬೇರೆ ದಾರಿಯೇ ಇರಲಿಲ್ಲ'.

'ಆದರೂ ನೀಲಕಂಠ ನಿನ್ನನ್ನು ಕ್ಷಮಿಸಿದ್ದಾನೆ ಬೃಹಸ್ಪತಿ. ನನ್ನನ್ನು ನಂಬು' ಪರಶುರಾಮ ಹೇಳಿದ.

'ನೀಲಕಂಠ ನನ್ನನ್ನು ಕ್ಷಮಿಸಿರಬಹುದು. ಆದರೆ ಆತ ನನ್ನನ್ನು ಸಂಪೂರ್ಣ ಅರ್ಥಮಾಡಿಕೊಂಡಿದ್ದಾನೆ ಎಂದು ನನಗನಿಸುತ್ತಿಲ್ಲ. ಬಹುಶಃ ಮುಂದೊಂದು ದಿನ ಆತನಗೆ ನಾನೇನು ಎನ್ನುವುದು ಅರ್ಥವಾಗಬಹುದು'.

'ಖಂಡಿತ ಬೃಹಸ್ಪತಿ, ಒಮ್ಮೆ ಸೋಮರಸ ಸಂಪೂರ್ಣ ನಾಶವಾದರೆ ನಾವೆಲ್ಲರೂ ಒಟ್ಟಾಗಿ ಕೈಲಾಸ ಪರ್ವತಕ್ಕೆ ಹೋಗಿ ನೆಲೆಸಬಹುದು. ಅಲ್ಲಿ ಸುಖ ಜೀವನ ನಡೆಸಬಹುದು' ಪರಶುರಾಮ ಹೇಳಿದ.

'ಕೈಲಾಸ ಪರ್ವತ ನೀನು ಕಲ್ಪಿಸಿಕೊಂಡಿರುವಷ್ಟು ಐಶಾರಾಮಿಯಾಗಿಲ್ಲ ಪರಶುರಾಮ. ಅದರ ಬಗ್ಗೆ ನನಗೆ ಚೆನ್ನಾಗಿ ತಿಳಿದಿದೆ' ನಂದಿ ಹೇಳಿದ.

'ಶಿವನ ಪಾದದಡಿಯಲ್ಲಿದ್ದರೆ ಯಾವ ಸ್ಥಳವಾದರೂ ಸರಿ ನನಗೆ ಅದೇ ಸ್ವರ್ಗ' ಪರಶುರಾಮ ಹೃದಯತುಂಬಿ ಹೇಳಿದ.

'ಸತಿ ನೀನು ಕಣ್ಣಿಗೆ ಕಾಡಿಗೆ ಹಚ್ಚುತ್ತೀಯೇನು?' ಶಿವ ಆಶ್ಚರ್ಯದಿಂದ ಕೇಳಿದ.

ಶಿವ ಮಕ್ಕಳಿಬ್ಬರು ಕತ್ತಿವರಸೆ ಆಡುತ್ತಿರುವುದನ್ನು ವೀಕ್ಷಿಸುತ್ತಿದ್ದ. ಜತೆಗೆ ಸತಿಯ ಸೌಂದರ್ಯವನ್ನೂ ಆಸ್ವಾದಿಸುತ್ತಿದ್ದ. ಸಾಮಾನ್ಯವಾಗಿ ಸತಿ ಸೌಂದರ್ಯವರ್ಧಕಗಳನ್ನು ಬಳಸಿದ್ದನ್ನು ಶಿವ ನೋಡಿಯೇ ಇರಲಿಲ್ಲ. ಆಕೆಗೆ ಅದರ ಅವಶ್ಯಕತೆಯೇ ಇರಲಿಲ್ಲ. ಸಹಜವಾಗಿಯೇ ಆಕೆ ಸೌಂದರ್ಯವತಿಯಾಗಿದ್ದಳು.

ಶಿವನ ಮಾತು ಕೇಳಿ ಸತಿ ನಾಚಿಕೆಯಿಂದ ಆತನತ್ತ ದೃಷ್ಟಿಹಾಯಿಸಿದಳು. ಅಪ್ಪಟ ಸೂರ್ಯವಂಶಿಯಾಗಿದ್ದ ಸತಿ ಆನಂದಮಯಿಯಂತಹ ಚಂದ್ರವಂಶಿಯಿಂದ ಪ್ರಭಾವಿತಳಾಗಿದ್ದಳೋ ಏನೋ ತಾನು ಅತಿಯಾಗಿ ಪ್ರೀತಿಸುವ ಪತಿಯ ಕಣ್ಣಿಗೆ ಚೆನ್ನಾಗಿ ಕಾಣಲಿ ಎಂಬ ಉದ್ದೇಶದಿಂದ ಕಣ್ಣಿಗೆ ಕಾಡಿಗೆ ಹಚ್ಚುತ್ತಿದ್ದಳು.

ಶಿವನ ಮಾತಿಗೆ ಸತಿ ಉತ್ತರಿಸಿದಳು 'ಹೌದು! ನೀವು ಅದನ್ನು ಗಮನಸುವುದಿಲ್ಲ ಎಂದು ಭಾವಿಸಿದ್ದೆ'.

ಬಾದಾಮಿಯಾಕಾರದ ಕಣ್ಣು, ಕಣ್ಣಿಗೆ ಕಾಡಿಗೆ ಮತ್ತು ಕೆನ್ನೆಯಲ್ಲಿ ಕುಳಿಬಿದ್ದ ಮುಗುಳ್ನಗೆ ಸತಿಯ ಸೌಂದರ್ಯಕ್ಕೆ ಕನ್ನಡಿ ಹಿಡಿದಂತಿತ್ತು. ಶಿವ ಮತ್ತೊಮ್ಮೆ ಆಕೆಯ ಸೌಂದರ್ಯಕ್ಕೆ ಮೆಚ್ಚುಗೆ ಸೂಚಿಸಿದ.

'ನೀನು ತುಂಬಾ ಸುಂದರವಾಗಿ ಕಾಣುತ್ತಿರುವೆ ಸತಿ'.

ಸತಿ ಮುಖವನ್ನು ಶಿವನ ಕೆನ್ನೆಯ ಬಳಿಗೆ ತಂದು ಪ್ರೀತಿಯ ಮುತ್ತನ್ನಿಟ್ಟಳು. ಈ ನಡುವೆ ಕಾರ್ತಿಕ ಮತ್ತು ಗಣೇಶ ಭೀಕರ ಕಾಳಗದಲ್ಲಿ ತೊಡಗಿದ್ದರು. ಇತ್ತೀಚೆಗೆ ಇಬ್ಬರೂ ಮರದ ಖಡ್ಗವನ್ನು ಬಳಸುವುದನ್ನು ಬಿಟ್ಟು ನಿಜವಾದ ಖಡ್ಗವನ್ನೇ ಬಳಸಲು ಪ್ರಾರಂಭಿಸಿದ್ದರು. ಇನ್ನೇನು ಎದುರಾಳಿಗೆ ಏಟು ನೀಡಬೇಕು ಎನ್ನುವ ಹಂತದಲ್ಲಿ ಕಾಳಗವನ್ನು ಮುಕ್ತಾಯಗೊಳಿಸುತ್ತಿದ್ದರು. ಅಭ್ಯಾಸದ ಮಧ್ಯದಲ್ಲಿ ಕಾರ್ತಿಕ ಹೋರಾಟದ ಅನೇಕ ಕೌಶಲ್ಯಗಳನ್ನು ತೋರಿಸುತ್ತಿದ್ದ. ಎರಡೂ ಕೈಗಳಲ್ಲಿ ಖಡ್ಗಹಿಡಿದು ಮಿಂಚಿನ ವೇಗದಲ್ಲಿ ಎದುರಾಳಿಯ ಮೇಲೆ ಆಕ್ರಮಣ ಮಾಡುವ ಕಾರ್ತಿಕನ ಯುದ್ಧ ಕಲೆಯನ್ನು ಕಂಡು ಗಣೇಶ ಬೆರಗಾಗಿದ್ದ. ತಮ್ಮನನ್ನು ಮನಸಾರೆ ಅಭಿನಂದಿಸುತ್ತಿದ್ದ. ಶಿವ ಮತ್ತು ಸತಿ ಸಹ ದೂರದಿಂದಲೇ ಮಗನ ಯುದ್ಧ ಕೌಶಲ್ಯವನ್ನು ಗಮನಸುತ್ತಿದ್ದರು.

ಒಂದು ಹಂತದಲ್ಲಿ ಆ ಹೋರಾಟವನ್ನು ಕಂಡು ಪುಳಕಿತಗೊಂಡ ಶಿವ ಸತಿಯಿಂದ ದೂರಸರಿದು ಕೂಗಿ ಹೇಳಿದ 'ನೀನು ಮಹಾವೀರ ಕಾರ್ತಿಕ'.

ಇದಕ್ಕಿದ್ದಂತೆ ತನ್ನಿಂದ ದೂರ ಸರಿದ ಶಿವನತ್ತ ಸತಿ ಸ್ವಲ್ಪ ಮುನಿಸಿಕೊಂಡಳು. ಶಿವ ಥಟ್ಟನೆ ಸತಿಯತ್ತ ತಿರುಗಿದ. ಸತಿ ಉಸಿರು ಬಿಗಿಹಿಡಿದುಕೊಂಡಳು. ಆಕೆಯ ತುಟಿ ನಡುಗುತ್ತಿತ್ತು.

'ಕ್ಷಮಿಸು.......ಕ್ಷಮಿಸು ಸತಿ' ಎನ್ನುತ್ತಾ ಮತ್ತೊಮ್ಮೆ ಆಕೆಯನ್ನು ತಬ್ಬಿಹಿಡಿದು ಚುಂಬಿಸಿದ.

ಒಂದೆರಡು ಕ್ಷಣಗಳಲ್ಲಿ ಆ ಪ್ರೀತಿಯ ಮುನಿಸು ಮಂಜಿನಂತೆ ಕರಗಿ ನೀರಾಯಿತು. ಇಬ್ಬರೂ ಒಬ್ಬರನ್ನೊಬ್ಬರು ನೋಡುತ್ತಾ ಮೈಮರೆತರು.

ಅಧ್ಯಾಯ – 12

ದೂರದ ಪಯಣ

ಮೆಲೂಹದ ದಂಡನಾಯಕ ಪರ್ವತೇಶ್ವರ ಬ್ರಂಗಾ ಮತ್ತು ಪದ್ಮ ನದಿಗಳು ಸೇರುವ ಸಂಗಮದ ಬಳಿ ಹಡಗಿನಲ್ಲಿ ಕುಳಿತಿದ್ದ. ಆತನ ಸೈನಿಕರು ಹಡಗಿಗೆ ಲಂಗರು ಹಾಕುತ್ತಿದ್ದರು. ಸ್ವಲ್ಪ ಸಮಯ ಅಲ್ಲಿದ್ದು ನಂತರ ಪ್ರಯಾಣ ಮುಂದುವರೆಸುವುದು ಆತನ ಆಲೋಚನೆಯಾಗಿತ್ತು. ಅಷ್ಟರಲ್ಲಿ ಭಗೀರಥ ಅಲ್ಲಿಗೆ ಬಂದ. ಆಯುರ್ವತಿ ಮತ್ತು ಆನಂದಮಯಿ ಇಬ್ಬರೂ ಅಲ್ಲಿದ್ದರು.

'ಹೋದ ಕೆಲಸ ಏನಾಯಿತು ಭಗೀರಥ?' ಆನಂದಮಯಿ ಸಹೋದರನನ್ನು ಪ್ರಶ್ನಿಸಿದಳು.

'ನೀನು ಚಂದ್ರಕೇತುವಿಗೆ ಎಲ್ಲ ವಿಚಾರಗಳನ್ನು ತಿಳಿಸಿದೆ ಅಲ್ಲವೇ?' ಆಯುರ್ವತಿ ಕೇಳಿದಳು.

'ಹೌದು! ನೀಲಕಂಠ ವಹಿಸಿದ್ದ ಕೆಲಸವನ್ನು ಮಾಡಿ ಮುಗಿಸಿದ್ದೇನೆ' ಭಗೀರಥ ಹೇಳಿದ.

ಪರ್ವತೇಶ್ವರ ಈ ಸಂಭಾಷಣೆಯನ್ನು ಕೇಳಿಸಿಕೊಂಡು ದೀರ್ಘ ನಿಟ್ಟುಸಿರು ಬಿಟ್ಟು ಅಲ್ಲಿಂದ ಎದ್ದು ತುಸು ದೂರ ಹೋಗಿ ನಿಂತ.

'ಬ್ರಂಗಾ ರಾಜರು ಏನು ಹೇಳಿದರು ಭಗೀರಥ' ಆನಂದಮಯಿ ಕೇಳಿದಳು.

'ಚಂದ್ರಕೇತು ತನ್ನ ಪ್ರಜೆಗಳನ್ನು ಅತಿಯಾಗಿ ಪ್ರೀತಿಸುತ್ತಾನೆ. ತನ್ನವರು ಪ್ಲೇಗ್ ರೋಗಕ್ಕೆ ಬಲಿಯಾಗುತ್ತಿರುವುದು ಆತನಿಗೆ ಅತೀವ ನೋವು ತಂದಿದೆ. ಅದಕ್ಕೆ ಕಾರಣವಾದ ಸೋಮರಸದ ಬಗ್ಗೆ ಅಷ್ಟೇ ಆಕ್ರೋಶವಿದೆ. ನಾನು ಸೋಮರಸದ ದುಷ್ಪರಿಣಾಮಗಳ ಬಗ್ಗೆ ಹೇಳಿದ ಮೇಲಂತೂ ಚಂದ್ರಕೇತು ಕೆಂಡಾಮಂಡಲನಾದ'.

ಆನಂದಮಯಿ ತುಸು ಕೋಪದಿಂದಲೇ ಕೇಳಿದಳು 'ಅದೆಲ್ಲ ಇರಲಿ ಭಗೀರಥ, ಕೊನೆಗೆ ಬ್ರಂಗಾಗಳು ನಮಗೆ ಸಹಾಯ ಮಾಡುತ್ತಾರೋ ಇಲ್ಲವೋ ಅದನ್ನು ಹೇಳು'.

'ಈಗ ಚಂದ್ರಕೇತುವಿಗೆ ಬೇಕಾಗಿರುವುದು ತನ್ನ ಜನರ ಪ್ರಾಣ ಉಳಿಸುವ ಅಮೂಲ್ಯ ಔಷಧ. ಈಗಾಗಲೇ ನಾವು ಅದನ್ನು ಆತನಿಗೆ ನೀಡಿದ್ದೇವೆ. ನಮ್ಮ ಈ

ಸೌಜನ್ಯ ಮತ್ತು ನೀಲಕಂಠನ ಮೇಲಿರುವ ಭಕ್ತಿ, ಗೌರವದಿಂದ ಆತ ನಮಗೆ ಸಹಾಯ ಮಾಡಲು ಒಪ್ಪಿಕೊಂಡಿದ್ದಾನೆ. ಈಗಾಗಲೇ ಆತ ಮುಂಬರುವ ಯುದ್ಧಕ್ಕೆ ತನ್ನ ಸೈನ್ಯವನ್ನು ಸಜ್ಜುಗೊಳಿಸುತ್ತಿದ್ದಾನೆ. ಮುಂದಿನ ಮೂರು ತಿಂಗಳಲ್ಲಿ ಆತ ಸರ್ವಸನ್ನದ್ಧನಾಗುತ್ತಾನೆ'.

ಆಯುರ್ವತಿಗೆ ಒಂದೆಡೆ ಸಂತೋಷ ಮತ್ತೊಂದೆಡೆ ಇಂತಹ ಮಹಾಸಂಗ್ರಾಮದಲ್ಲಿ ಪರ್ವತೇಶ್ವರ ನಮ್ಮಿಂದ ದೂರ ಸರಿಯುತ್ತಿದ್ದಾನಲ್ಲ ಎಂಬ ಬೇಸರ. ಆಕೆ ದೂರದಲ್ಲಿ ನಿಂತಿದ್ದ ಪರ್ವತೇಶ್ವರನತ್ತ ನೋಟಬೀರಿದಳು. ಕಣ್ಣಲ್ಲಿ ನೀರು ತುಂಬಿ ಹೃದಯ ಭಾರವಾಗಿತ್ತು.

ದಿಲೀಪ ಅರಮನೆಯಲ್ಲಿ ಕುಳಿತಿದ್ದ.

ಕೂಡಲೆ ಅಯೋಧ್ಯೆಯ ಪ್ರಧಾನಮಂತ್ರಿ ಸಯಾಮಾಂತಹ ಆತುರಾತುರವಾಗಿ ಒಳಗೆ ಬಂದು ಹೇಳಿದ 'ಮಹಾಸ್ವಾಮಿ! ಬೃಗು ಮಹರ್ಷಿಗಳು ಬರುತ್ತಿದ್ದಾರೆ ಎಂಬ ಸುದ್ದಿ ಬಂದಿದೆ'. ಆತನ ಮಾತಿನಲ್ಲಿ ಆತಂಕವಿತ್ತು.

'ಏನು! ಬೃಗುಮಹರ್ಷಿಗಳು ಇಲ್ಲಿಗೆ ಬರುತ್ತಿದ್ದಾರೆಯೇ?' ದಿಲೀಪ ಗಾಬರಿಯಿಂದ ಕೇಳಿದ.

'ಹೌದು ಮಹಾಸ್ವಾಮಿ! ಅವರ ಮೊದಲ ರಕ್ಷಣಾ ಹಡಗು ಈಗಾಗಲೇ ನಮ್ಮ ಬಂದರನ್ನು ತಲುಪಿದೆ. ನಾಳೆ ಮಹರ್ಷಿಗಳು ಬಂದಿಳಿಯುತ್ತಿದ್ದಾರೆ'.

'ಅವರು ಬರುವ ವಿಚಾರವನ್ನು ಅವರೇಕೆ ಮುಂಚಿತವಾಗಿ ನಮಗೆ ತಿಳಿಸಲಿಲ್ಲ'.

'ಅದು ನನಗೆ ತಿಳಿಯದು ಮಹಾಸ್ವಾಮಿ'.

'ಮೆಲೂಹದ ಸಾಮ್ರಾಟರು ಹೀಗೇಕೆ ಮಾಡುತ್ತಿದ್ದಾರೆ? ಬೃಗು ಮಹರ್ಷಿಗಳು ಆಗಮಿಸುತ್ತಿರುವ ವಿಚಾರವನ್ನು ಅವರು ಮೊದಲೇ ನಮಗೆ ತಿಳಿಸಬೇಕಿತ್ತು ಅಲ್ಲವೇ?'.

'ಮೆಲೂಹನ್ನರ ಬಗ್ಗೆ ಏನು ಹೇಳುವುದು ಮಹಾಸ್ವಾಮಿ. ಅವರೊಂದು ರೀತಿಯಲ್ಲಿ ಅಸಡ್ಡೆಯ ಜನ'.

ತೀವ್ರ ಗೊಂದಲಕ್ಕೆ ಬಿದ್ದ ದಿಲೀಪ ಕೈಯಿಂದ ಮುಖವನ್ನು ಉಜ್ಜಿಕೊಳ್ಳುತ್ತಾ ಕೇಳಿದ 'ಹಡಗು ನಿರ್ಮಾಣ ಕೇಂದ್ರದಿಂದ ಏನಾದರೂ ಸುದ್ದಿ ಬಂದಿದೆಯೇ? ನಮ್ಮ ಹಡಗುಗಳು ತಯಾರಾಗಿ ನೌಕಾಂಗಣದಿಂದ ಹೊರಬರಲು ಇನ್ನು ಎಷ್ಟು ಸಮಯ ಬೇಕಾಗಬಹುದು?'.

‘ಇದುವರೆಗೆ ನೌಕಾಂಗಣದಿಂದ ಯಾವ ಸುದ್ದಿಯೂ ಬಂದಿಲ್ಲ ಮಹಾಸ್ವಾಮಿ. ನೀವು ರಸ್ತೆಬದಿಯ ವ್ಯಾಪಾರಿಗಳ ಸಮಸ್ಯೆ ಕಡೆಗೆ ಗಮನ ಹರಿಸುವಂತೆ ಹೇಳಿದ್ದಿರಲ್ಲ. ಹಾಗಾಗಿ........’.

‘ಅದು ನನಗೆ ಗೊತ್ತು. ನನ್ನ ಪ್ರಶ್ನೆಗೆ ನೇರವಾಗಿ ಉತ್ತರಿಸು. ಹಡಗುಗಳು ಸಿದ್ಧವಾಗಿವೆಯೋ ಇಲ್ಲವೋ?’.

‘ಕ್ಷಮಿಸಿ ಮಹಾಪ್ರಭು! ಹಡಗುಗಳು ಸಿದ್ಧವಾಗಿಲ್ಲ. ಸಧ್ಯಕ್ಕೆ ಸಿದ್ಧವಾಗುವ ಲಕ್ಷಣಗಳೂ ಕಾಣಿಸುತ್ತಿಲ್ಲ’.

‘ಹಾಗಾದರೆ ಕೆಲಸ ಯಾವಾಗ ಮುಗಿಯಬಹುದು?’.

‘ಉಳಿದ ಕೆಲಸಗಳನ್ನು ಬದಿಗೊತ್ತಿ ನಮ್ಮ ಕೆಲಸಗಾರರು ಹಡಗು ಕಟ್ಟುವ ಕೆಲಸಕ್ಕೇ ನಿಂತರೆ ಮುಂದಿನ ಒಂಬತ್ತು ತಿಂಗಳಲ್ಲಿ ಹಡಗುಗಳು ಸಿದ್ಧವಾಗಬಹುದು’.

‘ಒಂಬತ್ತು ತಿಂಗಳು! ಅಷ್ಟು ಸುದೀರ್ಘ ಸಮಯ ಬೇಕೇ ಸಯಾಮಾಂತಕ? ಹಡಗುಗಳು ಆದಷ್ಟು ಬೇಗ ತಯಾರಾಗಲು ಏನಾದರೂ ಮಾಡು’.

‘ಹಾಗೇ ಆಗಲಿ ಮಹಾಸ್ವಾಮಿ’.

ಮಾರನೆಯ ದಿನ ಬೃಗು ನೇರವಾಗಿ ಅಯೋಧ್ಯೆಗೆ ಬಂದಿಳಿದ. ದಿಲೀಪ ಸಾಮ್ರಾಟ ಮತ್ತು ಮಹರ್ಷಿ ಬೃಗು ದೀರ್ಘ ಸಮಾಲೋಚನೆಯಲ್ಲಿ ಮುಳುಗಿದ್ದರು. ಮೆಲೂಹದ ಮಹಾದಂಡನಾಯಕ ಪ್ರಸನ್ನಜಿತ್ ಇವರಿಬ್ಬರಿಂದ ತುಸು ದೂರದಲ್ಲಿ ನಿಂತಿದ್ದ. ದಿಲೀಪ ಬೃಗುವಿಗೆ ಭವ್ಯ ಸ್ವಾಗತ ಕೋರಲು ಎಲ್ಲ ತಯಾರಿ ನಡೆಸಿದ್ದ. ಆದರೆ ಬೃಗು ಅದೆಲ್ಲವನ್ನು ಧಿಕ್ಕರಿಸಿ ನೇರವಾಗಿ ಹಡಗು ನಿರ್ಮಾಣ ಕೇಂದ್ರದತ್ತ ನಡೆದ. ದಿಲೀಪ ಮರುಮಾತನಾಡದೆ ಬೃಗುವನ್ನು ಹಿಂಬಾಲಿಸಿದ. ಸಯಾಮಾಂತಕ ತನ್ನ ತಂಡದೊಂದಿಗೆ ಬೃಗುವಿನಿಂದ ದೂರದಲ್ಲಿ ನಿಂತು ಮುಂದಿನ ಆದೇಶಕ್ಕಾಗಿ ಕಾಯುತ್ತಿದ್ದ. ಬೃಗು ಕೋಪಗೊಂಡಿದ್ದಾನೆ ಎಂಬುದು ಆತನಿಗೆ ಚೆನ್ನಾಗಿ ತಿಳಿದಿತ್ತು. ಹಾಗಾಗಿ ಸಾಕಷ್ಟು ಎಚ್ಚರವಹಿಸಿದ್ದ.

ಬೃಗು ಕೋಪವನ್ನು ತಡೆಹಿಡಿದು ದಿಲೀಪನಗೆ ಹೇಳಿದ ‘ಮಹಾರಾಜ! ನಿನಗೆ ನೆನಪಿದೆಯೇ? ಈ ಸಮಯಕ್ಕೆ ಸರಿಯಾಗಿ ಹಡಗುಗಳು ಸಿದ್ಧವಾಗುತ್ತವೆ ಎಂದು ನೀನು ನನಗೆ ಆಶ್ವಾಸನೆ ನೀಡಿದ್ದೆ’.

‘ಹೌದು ಮಹರ್ಷಿಗಳೇ, ಅದು ನನಗೆ ನೆನಪಿದೆ. ತಡವಾಗಿರುವುದಕ್ಕೆ ನಿಮ್ಮಲ್ಲಿ ಕ್ಷಮೆ ಬೇಡುತ್ತೇನೆ. ಆದರೆ ಪ್ರಾಮಾಣಿಕವಾಗಿ ಹೇಳಬೇಕೆಂದರೆ ನಾವು ಪಂಚವಟಿಯ ಮೇಲೆ ದಾಳಿಮಾಡಿ ಹಲವು ತಿಂಗಳುಗಳೇ ಕಳೆದಿವೆ. ಆದರೆ ಈವರೆಗೆ ಅಲ್ಲಿಂದ ಯಾವ ಸುದ್ದಿಯೂ ಬಂದಿಲ್ಲ. ನೀಲಕಂಠನ ಬಗ್ಗೆಯೂ ಯಾವುದೇ ಮಾಹಿತಿ ಇಲ್ಲ.

ಅಂದರೆ ಪಂಚವಟಿಯಲ್ಲಿ ನಮ್ಮ ಕಾರ್ಯಚರಣೆ ಯಶಸ್ವಿಯಾಗಿದೆ ಎಂಬುದು ನನ್ನ ನಂಬಿಕೆ. ಹಾಗಾಗಿ ನಾವು ಆತಂಕಪಡುವ ಅಗತ್ಯವಿಲ್ಲ. ಮುಂದೆ ಯುದ್ಧ ನಡೆಯುವ ಸಾಧ್ಯತೆಯೂ ತೀರಾ ಕಡಿಮೆ. ಹಾಗಾಗಿ ಹಡಗು ತಯಾರಾಗುವುದು ಕೆಲವು ತಿಂಗಳು ತಡವಾದರೂ ನಾವು ಚಿಂತಿಸಬೇಕಿಲ್ಲ'.

ಥಟ್ಟನೆ ಬೃಗು ದಿಲೀಪನೆಡೆಗೆ ತಿರುಗಿ ಹೇಳಿದ 'ಮಹಾರಾಜ ಆ ಬಗ್ಗೆ ನೀನು ಯೋಚಿಸುವುದು ಬೇಡ. ಅದನ್ನು ನನಗೆ ಬಿಡು'.

ದಿಲೀಪ ಸುಮ್ಮನಾದ.

'ವ್ಯಾಪಾರಿ ಹಡಗುಗಳನ್ನು ಯುದ್ಧ ಹಡಗುಗಳನ್ನಾಗಿ ಪರಿವರ್ತಿಸೋಣ ಎಂಬ ಸಲಹೆಯನ್ನು ನೀಡಿದವನು ನೀನೇ ಅಲ್ಲವೇ ಮಹಾರಾಜ?'.

'ಹೌದು ಮಹಾಸ್ವಾಮಿ'.

'ನಾವೇನು ಗಂಗಾ ನದಿಯಲ್ಲಿ ನೌಕಾಹಡಗುಗಳೊಂದಿಗೆ ಯುದ್ಧ ಮಾಡಬೇಕಾಗಿರಲಿಲ್ಲ. ನಮಗೆ ಅವಶ್ಯಕವಿದ್ದದ್ದು ಸರಕು ಸಾಗಣೆ ಹಡಗುಗಳು. ಅದಕ್ಕೆ ನನ್ನಲ್ಲಿದ್ದ ವಾಣಿಜ್ಯ ಹಡಗುಗಳು ಸಾಕಾಗಿತ್ತು. ಆದರೂ ನೀನೇ ಎಲ್ಲ ಹಡಗುಗಳನ್ನು ಯುದ್ಧ ನೌಕೆಗಳನ್ನಾಗಿ ಪರಿವರ್ತಿಸುವ ನಿರ್ಧಾರ ಕೈಗೊಂಡೆ. ಅಂತಹ ಹಡಗುಗಳು ಆರು ತಿಂಗಳಿನಲ್ಲಿ ನಿರ್ಮಾಣವಾಗುವುದಾದರೆ ಮಾತ್ರ ಅದಕ್ಕೆ ನನ್ನ ಅನುಮತಿ ಇದೆ ಎಂದು ನಾನು ಹೇಳಿದ್ದೆ. ಆದರೆ ಈಗಾಗಲೇ ಏಳು ತಿಂಗಳು ಕಳೆದಿದೆ. ಇನ್ನೂ ಹಡಗುಗಳು ನಿರ್ಮಾಣವಾಗಿಲ್ಲ. ಈಗ ನಮ್ಮ ಬಳಿ ವ್ಯಾಪಾರಿ ಹಡಗೂ ಇಲ್ಲ. ಯುದ್ಧ ಹಡಗೂ ಇಲ್ಲ. ಎಲ್ಲವೂ ಬಿಡಿ ಬಿಡಿ ಭಾಗಗಳಾಗಿ ಬಿದ್ದಿವೆ. ಇದೇನು ಬುದ್ಧಿವಂತರು ಮಾಡುವ ಕೆಲಸವೇ ದಿಲೀಪ?'.

ದಿಲೀಪ ಸಮಸ್ಯೆಯನ್ನು ಬೃಗುವಿಗೆ ವಿವರವಾಗಿ ತಿಳಿಸಲು ಮುಂದಾದ 'ಮಹರ್ಷಿಗಳೇ! ನನ್ನ ಪ್ರಜೆಗಳ ಹಿತಕಾಯುವ ಉದ್ದೇಶದಿಂದ ನಾಡಿನ ಪ್ರತಿಯೊಬ್ಬರಿಗೂ ಸೂರು ಕಲ್ಪಿಸುವ ಮಹತ್ತರ ಯೋಜನೆಯೊಂದಕ್ಕೆ ಕೆಲವು ವರ್ಷಗಳ ಹಿಂದೆ ನಾನು ಚಾಲನೆ ನೀಡಿದೆ. ಹಾಗೆ ಮಾಡುವುದು ದೈವ ಸಂಕಲ್ಪವೂ ಆಗಿತ್ತು. ಅಂತೆಯೇ ಈ ಮಹತ್ವಾಕಾಂಕ್ಷೆಯ ಯೋಜನೆಯನ್ನು ಜಾರಿಗೊಳಿಸುವ ಜವಾಬ್ದಾರಿಯನ್ನು ಆಂತರಿಕ ವ್ಯವಹಾರಗಳನ್ನು ನೋಡಿಕೊಳ್ಳುವ ರಾಜಮಂಡಳಿಗೆ ಒಪ್ಪಿಸಿದ್ದೆ. ಬಡವರು ಮತ್ತು ನಿರ್ಗತಿಕರಿಗೆ ಸೂರುಕಲ್ಪಿಸುವ ಮತ್ತು ಹೊಸ ಹಡಗುಗಳನ್ನು ನಿರ್ಮಿಸುವ ಎರಡೂ ಜವಾಬ್ದಾರಿ ಏಕಕಾಲಕ್ಕೆ ರಾಜಮಂಡಳಿಯ ಮೇಲೆ ಬಿತ್ತು. ಮಂಡಳಿ ಕಳೆದ ಮೂರು ವರ್ಷಗಳಿಂದ ಸೂರು ನಿರ್ಮಿಸುವ ಯೋಜನೆಯ ಕಡೆ ಗಮನ ಹರಿಸುತ್ತಿತ್ತು. ಆದರೆ

ಕಳೆದ ಬಾರಿ ತಾವು ನಿರ್ದೇಶನ ನೀಡಿದಂತೆ ಸೂರು ನಿರ್ಮಿಸುವ ಕಾರ್ಯವನ್ನು ಸ್ಥಗಿತಗೊಳಿಸಿ ಹಡಗು ಕಟ್ಟುವ ಕಾರ್ಯ ಕೈಗೊಳ್ಳುವಂತೆ ನಾನು ರಾಜಮಂಡಳಿಗೆ ತಿಳಿಸಿದೆ. ಅದರಂತೆ ಮಂಡಳಿ ಸಹ ಹಡಗು ಕಟ್ಟುವ ಕಾರ್ಯದ ಬಗ್ಗೆ ಚರ್ಚೆ ನಡೆಸಲು ಪ್ರಾರಂಭಿಸಿತು. ಈ ವಿಚಾರ ಬಹಿರಂಗವಾಗುತ್ತಿದ್ದಂತೆ ರಸ್ತೆ ಬದಿಯ ಸಾವಿರಾರು ವ್ಯಾಪಾರಿಗಳು ಕೋಪಗೊಂಡು ಅನಿರ್ದಿಷ್ಟ ಅವಧಿಯ ಧರಣಿ ಪ್ರಾರಂಭಿಸಿಬಿಟ್ಟರು. ಅವರ ಆಕ್ರೋಶ ಹೆಚ್ಚಾಗುತ್ತಿದ್ದಂತೆ ದೇಶದಲ್ಲಿ ಅಲ್ಲಲ್ಲಿ ದಂಗೆ ಏಳಲಾರಂಭಿಸಿತು. ಅದನ್ನು ದಮನ ಮಾಡುವ ಉದ್ದೇಶದಿಂದ ನಾನು ಮಧ್ಯೆ ಪ್ರವೇಶಿಸಿ ರಾಜಮಂಡಳಿಗೆ ಸೂರು ನಿರ್ಮಿಸುವತ್ತ ಗಮನ ಹರಿಸುವಂತೆ ಮರುನಿರ್ದೇಶನ ನೀಡಿದೆ. ಈ ಕಾರ್ಯ ಇದೀಗ ಅಂತಿಮ ಹಂತಕ್ಕೆ ಬಂದಿದೆ. ಒಮ್ಮೆ ಅದು ಮುಗಿದು ಹೋದರೆ ನಂತರ ರಾಜಮಂಡಳಿ ಹಡಗು ಕಟ್ಟುವ ಕಾರ್ಯದ ಬಗ್ಗೆ ಚರ್ಚೆ ಪ್ರಾರಂಭಿಸುತ್ತದೆ'.

'ದಿಲೀಪ! ಭಾರತದ ಭವಿಷ್ಯವೇ ಆಪತ್ತಿನಲ್ಲಿ ಸಿಲುಕಿದೆ. ಹೀಗಿರುವಾಗ ನಿಮ್ಮ ರಾಜಮಂಡಳಿ ಚರ್ಚೆಯಲ್ಲಿ ಮುಳುಗಿದೆ ಎಂದರೆ ಏನರ್ಥ?'.

'ಮಹಾಸ್ವಾಮಿ! ಕ್ಷಮಿಸಿ, ನನ್ನಿಂದ ತಡವಾಗಿದೆ. ಆದರೆ ಸೂಕ್ತ ಚರ್ಚೆಯಾಗುವುದು ಮುಖ್ಯವಲ್ಲವೇ? ಚರ್ಚೆಯಾಗದಿದ್ದರೆ ಯೋಜನೆಗಳು ನೆನೆಗುದಿಗೆ ಬೀಳುವ ಸಾಧ್ಯತೆ ಇರುತ್ತದೆ ಅಲ್ಲವೇ?'.

'ಶ್ರೀರಾಮನ ಕೃಪೆಯಿಂದ ನೀನು ಈ ಸಾಮ್ರಾಜ್ಯದ ರಾಜನಾಗಿರುವೆ. ನಿನ್ನ ಪ್ರಜೆಗಳ ಬಗ್ಗೆ ಯಾವ ಸಮಯದಲ್ಲಾದರೂ ಯಾವ ನಿರ್ಧಾರವನ್ನಾದರೂ ನೀನು ತೆಗೆದುಕೊಳ್ಳಬಹುದು. ಆ ಅಧಿಕಾರ ನಿನಗಿದೆ ಅಲ್ಲವೇ?'.

ದಿಲೀಪ ಮರುಮಾತನಾಡಲಿಲ್ಲ. ಬೃಗು ಸಹ ಒಂದೆರಡು ನಿಮಿಷ ಮೌನಕ್ಕೆ ಜಾರಿದ. ಕೋಪ ಉಕ್ಕೇರುತ್ತಿತ್ತು.

ನಂತರ ಮೆಲುದನಿಯಲ್ಲಿ ಹೇಳಿದ 'ಮಹಾರಾಜ! ನಿನ್ನ ಸಾಮ್ರಾಜ್ಯದಲ್ಲಿ ಯಾವ ಸಮಸ್ಯೆಗಳಿವೆಯೋ ಅದನ್ನು ಹೇಗೆ ಪರಿಹರಿಸಿಕೊಳ್ಳುವೆಯೋ ಅದು ನಿನಗೆ ಬಿಟ್ಟಿದ್ದು. ಅದಕ್ಕೂ ನನಗೂ ಸಂಬಂಧವಿಲ್ಲ. ನೀನೇನು ಮಾಡುವೆಯೋ ಗೊತ್ತಿಲ್ಲ. ಆದರೆ ಹಡಗು ಕಟ್ಟುವ ಕೆಲಸ ಇಂದಿನಿಂದಲೇ ಪ್ರಾರಂಭವಾಗಬೇಕು'.

'ಹಾಗೇ ಆಗಲಿ ಮಹರ್ಷಿಗಳೇ?'.

'ಹಾಗಾದರೆ ಹಡಗುಗಳು ಯಾವಾಗ ಸಿದ್ಧವಾಗುತ್ತದೆ?'.

'ನನ್ನ ಕೆಲಸಗಾರರು ಪ್ರತಿದಿನ ಕೆಲಸ ಮಾಡಿದರೆ ಮುಂದಿನ ಆರು ತಿಂಗಳಲ್ಲಿ ಸಿದ್ಧವಾಗಬಹುದು'.

'ನಿನ್ನ ಕೆಲಸಗಾರರಿಗೆ ಹಗಲು-ರಾತ್ರಿ ಕೆಲಸ ಮಾಡುವಂತೆ ಹೇಳು. ಮುಂದಿನ ಮೂರು ತಿಂಗಳಲ್ಲಿ ಹಡಗು ನಿರ್ಮಾಣ ಕಾರ್ಯ ಪೂರ್ಣಗೊಳ್ಳಬೇಕು ಅಷ್ಟೇ. ತಿಳಿಯಿತೇ?'.

'ಆಗಲಿ ಮಹರ್ಷಿಗಳೇ'.

'ಹಾಂ! ಮತ್ತೊಂದು ವಿಚಾರ. ಈ ಕೂಡಲೆ ನಿಮ್ಮ ನಕ್ಷೆಕಾರನನ್ನು ಕರೆಸಿ ಅಯೋಧ್ಯೆಯಿಂದ ಗಂಗಾ ಮೇಲ್ದಂಡೆಯ ಅರಣ್ಯ ಮಾರ್ಗದ ದಾರಿಯ ನಕ್ಷೆಯನ್ನು ಸಿದ್ದಪಡಿಸು'.

'ಆದರೆ ಅರಣ್ಯ ಮಾರ್ಗವೇಕೆ ಗುರುಗಳೇ?'.

ಬೃಗು ಕೋಪದಿಂದ ಏರುದನಿಯಲ್ಲಿ ಹೇಳಿದ 'ಮಹಾರಾಜ! ಮೆಲೂಹವೇ ಮುಂಬರುವ ಮಹಾಯುದ್ಧದ ರಣಭೂಮಿಯಾಗಲಿದೆ ಎಂಬುದು ನನ್ನ ಅಂಬೋಣ. ಹಾಗಾಗಿ ನಿನ್ನ ಅಯೋಧ್ಯೆಗೆ ಯಾವ ಅಪಾಯವೂ ಎದುರಾಗುವುದಿಲ್ಲ. ಅವಶ್ಯಕತೆ ಬಿದ್ದರೆ ಕೆಲವೇ ಸಮಯದಲ್ಲಿ ನಿನ್ನ ಸೈನ್ಯ ಮೆಲೂಹವನ್ನು ತಲುಪಬೇಕಾಗುತ್ತದೆ. ಅದಕ್ಕಾಗಿ ಹಡಗುಗಳು ಬೇಕು. ಆದರೆ ನಮ್ಮ ಸೈನಿಕರನ್ನು ಹೊತ್ತೊಯ್ಯಲು ಬೇಕಾದ ಹಡಗುಗಳು ತಯಾರಾಗಲು ಇನ್ನೂ ಸಾಕಷ್ಟು ಸಮಯಬೇಕು. ಅಷ್ಟರೊಳಗೆ ಯುದ್ಧ ಘೋಷಣೆಯಾಗಿಬಿಟ್ಟರೆ ನಿನ್ನ ಸೈನ್ಯ ಮೆಲೂಹವನ್ನು ತಲುಪುವುದಾದರೂ ಹೇಗೆ? ಆಗ ನಮಗಿರುವ ಏಕೈಕ ಮಾರ್ಗವೆಂದರೆ ದಟ್ಟ ಅರಣ್ಯದೊಳಗಿಂದ ಧರ್ಮಕೇತುವಿನ ಬಳಿ ಇರುವ ಗಂಗಾ ಮೇಲ್ದಂಡೆಯನ್ನು ಸೇರುವುದು. ಅಲ್ಲಿಂದ ಮೆಲೂಹನ್ನರು ದೇವಗಿರಿಗೆ ತಲುಪಲು ಹೊಸ ರಸ್ತೆಮಾರ್ಗವನ್ನು ನಿರ್ಮಿಸಿದ್ದಾರೆ. ಆ ಮೂಲಕ ಸೈನ್ಯ ಸುಲಭವಾಗಿ ದೇವಗಿರಿಯನ್ನು ತಲುಪಬಹುದು. ಆದರೆ ನಮ್ಮ ಸೈನ್ಯ ಆ ದಟ್ಟ ಅರಣ್ಯದಲ್ಲಿ ಸಂಚರಿಸುವುದು ಕಷ್ಟದ ಕೆಲಸ. ವೇಗವಾಗಿ ಪ್ರಯಾಣ ಬೆಳೆಸುವುದಂತೂ ಅಸಾಧ್ಯ. ಸೈನ್ಯ ಗಂಗಾ ಮೇಲ್ದಂಡೆಯನ್ನು ತಲುಪಲು ತಿಂಗಳುಗಳೇ ಬೇಕಾಗುತ್ತದೆ. ಹಾಗಾಗಿ ಈಗಲೇ ನಕಾಶೆಕಾರರನ್ನು ಕರೆಸಿ ಕಾಡು ದಾರಿಯ ಬಗ್ಗೆ ಸಂಪೂರ್ಣ ವಿವರ ಕಲೆಹಾಕುವುದು ಒಳ್ಳೆಯದು. ಹಾಗಾದಾಗ ದಟ್ಟ ಅರಣ್ಯದ ಮಧ್ಯದಲ್ಲಿ ಸೈನ್ಯ ದಿಕ್ಕು ತಪ್ಪುವುದಿಲ್ಲ. ಸಕಾಲಕ್ಕೆ ಮೆಲೂಹವನ್ನು ತಲುಪುತ್ತದೆ'.

ದಿಲೀಪ ತಲೆಯಾಡಿಸಿದ.

'ಅಲ್ಲದೆ ಶತ್ರುಗಳು ಅಯೋಧ್ಯೆಯ ಮೇಲೆ ಆಕ್ರಮಣ ಮಾಡುವ ಸಾಧ್ಯತೆಗಳು ತೀರಾ ಕಡಿಮೆ'.

'ಹೌದು ಮಹರ್ಷಿಗಳೇ, ನಾವು ಯಾರೊಂದಿಗೂ ಶತ್ರುತ್ವವನ್ನು ಬೆಳೆಸಿ ಕೊಂಡಿಲ್ಲ. ಹಾಗಿರುವಾಗ ನಮ್ಮ ಮೇಲೆ ಯಾರಾದರೂ ಏಕೆ ಆಕ್ರಮಣ ಮಾಡುತ್ತಾರೆ? ದಿಲೀಪ ಕೇಳಿದ.

ಆದರೆ ವಾಸ್ತವದಲ್ಲಿ ಅಯೋಧ್ಯೆಯ ಮೇಲೆ ಶತ್ರುಗಳು ಆಕ್ರಮಣ ಮಾಡುವುದಿಲ್ಲ ಎಂಬ ಖಾತರಿ ಬೃಗುವಿಗೆ ಇರಲಿಲ್ಲ. ಹಾಗೇನಾದರೂ ಅಯೋಧ್ಯೆ ಆಕ್ರಮಣಕ್ಕೆ ಒಳಗಾದರೆ ಬೃಗು ಆ ಬಗ್ಗೆ ಹೆಚ್ಚು ತಲೆಕೆಡಿಸಿಕೊಳ್ಳುತ್ತಲೂ ಇರಲಿಲ್ಲ. ಆತನ ಗಮನವೆಲ್ಲ ಸೋಮರಸದೆಡೆಗೆ ಕೇಂದ್ರೀಕೃತವಾಗಿತ್ತು. ಸೋಮರಸವನ್ನು ರಕ್ಷಿಸುವ ಸಲುವಾಗಿ ಮೆಲೂಹವನ್ನು ರಕ್ಷಿಸುವುದಷ್ಟೇ ಆತನ ಪ್ರಮುಖ ಆದ್ಯತೆಯಾಗಿತ್ತು. ಅದಕ್ಕಾಗಿ ಅಯೋಧ್ಯೆಯಲ್ಲಿರುವ ಅಷ್ಟೂ ಸೈನ್ಯವನ್ನು ದೇವಗಿರಿಗೆ ಕಳುಹಿಸಲು ಆದೇಶ ನೀಡುವುದಕ್ಕೂ ಬೃಗು ಹಿಂದು ಮುಂದು ನೋಡುತ್ತಿರಲಿಲ್ಲ.

'ನಾನು ಈ ಕೂಡಲೆ ನಕಾಶೆಕಾರನನ್ನು ಕರೆಸುತ್ತೇನೆ ಮಹರ್ಷಿಗಳೇ. ಆತ ಅರಣ್ಯದಲ್ಲಿ ನಾವು ಸಂಚರಿಸಬೇಕಾದ ಮಾರ್ಗವನ್ನು ತಿಳಿಸುತ್ತಾನೆ'.

'ಹಾಗೇ ಮಾಡು ಮಹಾರಾಜ! ಹಾಂ! ಅಂದಹಾಗೆ ನಿನ್ನ ಮುಖದಲ್ಲಿ ಮೂಡಿದ್ದ ಸುಕ್ಕುಗಳು ಈಗ ಮಾಯವಾಗಿದೆ ಅಲ್ಲವೇ? ಕೆಮ್ಮಿದಾಗ ರಕ್ತ ಹೊರಬರುತ್ತಿತ್ತಲ್ಲ ಅದು ಕಡಿಮೆಯಾಗಿದೆಯೇ?'.

'ಈಗ ಅದ್ಯಾವ ಸಮಸ್ಯೆಯೂ ಇಲ್ಲ ಮಹರ್ಷಿಗಳೇ. ನೀವು ನೀಡಿದ ಔಷಧಿ ಮಾಂತ್ರಿಕ ಪರಿಣಾಮ ಬೀರಿದೆ'.

'ಯಾವುದೇ ಔಷಧಿಗಾಗಲಿ ರೋಗಿ ಸೂಕ್ತ ರೀತಿಯಲ್ಲಿ ಸ್ಪಂದಿಸಿದರೆ ಮಾತ್ರ ಅದು ಕೆಲಸ ಮಾಡುತ್ತದೆ. ಹಾಗಾಗಿ ನಿನ್ನ ಆರೋಗ್ಯ ವೃದ್ಧಿಸಿರುವುದಕ್ಕೆ ನಿನ್ನ ಆತ್ಮಸ್ಥೈರ್ಯವೇ ಕಾರಣ ಮಹಾರಾಜ'.

'ನೀವು ಮಹಾ ಕರುಣಾಳು ಗುರುಗಳೇ. ನಿಮ್ಮ ಔಷಧ ನನ್ನ ದೇಹದಲ್ಲಿ ನಂಬಲಾರದಷ್ಟು ಬದಲಾವಣೆಯನ್ನು ತಂದಿದೆ. ಸಂಜೀವಿನಿಯಂತೆ ಕೆಲಸ ಮಾಡಿದೆ. ಆದರೂ ಮಂಡಿನೋವು ಇನ್ನೂ ಕಡಿಮೆಯಾಗಿಲ್ಲ. ಅದು ಇನ್ನಿಲ್ಲದ ತೊಂದರೆ ಕೊಡುತ್ತಿದೆ'.

'ಚಿಂತಿಸಬೇಡ ಮಹಾರಾಜ! ಆ ವಿಚಾರವನ್ನು ನನಗೆ ಬಿಡು. ಅದನ್ನು ನಾನು ಗುಣಪಡಿಸುತ್ತೇನೆ'.

'ಧನ್ಯೋಸ್ಮಿ ಗುರುಗಳೇ'.

'ಮಹಾರಾಜ! ಮತ್ತೊಂದು ವಿಚಾರ. ನನ್ನೊಂದಿಗೆ ಮೆಲೂಹದ ದಂಡನಾಯಕ ಪ್ರಸನ್ನಜಿತನನ್ನು ಕರೆದುಕೊಂಡು ಬಂದಿದ್ದೇನೆ. ಆತ ನಿನ್ನ ಸೈನಿಕರಿಗೆ ಆಧುನಿಕ ಯುದ್ಧಕಲೆಗಳನ್ನು ಕಲಿಸುತ್ತಾನೆ'.

'ಆದರೆ......'.

'ನಿನ್ನ ಸೈನಿಕರಿಗೆ ಆತನ ಆದೇಶವನ್ನು ಕಟ್ಟುನಿಟ್ಟಾಗಿ ಪಾಲಿಸುವಂತೆ ತಿಳಿಸಬೇಕು'.

'ಆಗಲಿ ಮಹರ್ಷಿಗಳೇ......'.

ಪರ್ವತೇಶ್ವರ ಮತ್ತು ಆತನ ತಂಡವನ್ನು ಹೊತ್ತ ಎರಡು ಹಡಗುಗಳು ವೈಶಾಲಿ ನಗರದ ನದಿಯ ದಂಡೆಯ ಬಂದರಿನಲ್ಲಿ ಬಂದು ನಂತಿತ್ತು. ವೈಶಾಲಿ ಬ್ರಂಗಾದ ನೆರೆಯಲ್ಲಿರುವ ನಗರ. ಶಿವ ವೈಶಾಲಿ ಮತ್ತು ಮಾತಳಿ ರಾಜ್ಯದ ರಾಜರೊಂದಿಗೆ ಚರ್ಚಿಸಿ ಮುಂಬರುವ ಯುದ್ಧದಲ್ಲಿ ಅವರ ಸಹಾಯ ಪಡೆದುಕೊಳ್ಳುವಂತೆ ಪರ್ವತೇಶ್ವರನಿಗೆ ಆದೇಶ ನೀಡಿದ್ದ. ಆದರೆ ಅದಾಗಲೇ ಪರ್ವತೇಶ್ವರ ಶಿವನಿಗೆ ವಿರುದ್ಧವಾಗಿ ನಿಂತು ಮೆಲೂಹವನ್ನು ರಕ್ಷಿಸುವ ನಿರ್ಧಾರಕ್ಕೆ ಬಂದಿದ್ದ. ಹಾಗಾಗಿ ತಾನು ವೈಶಾಲಿ ರಾಜನ ಬಳಿ ಹೋಗಿ ಶಿವನಿಗೆ ಸಹಾಯಮಾಡುವಂತೆ ಕೇಳುವುದು ನ್ಯಾಯ ಸಮ್ಮತವಲ್ಲ ಮತ್ತು ಅದು ತನ್ನ ಆತ್ಮಸಾಕ್ಷಿಗೆ ವಿರುದ್ಧವಾದದ್ದು ಎಂಬುದು ಪರ್ವತೇಶ್ವರನಗೆ ಚೆನ್ನಾಗಿ ತಿಳಿದಿತ್ತು. ಹಾಗಾಗಿ ಆ ಕೆಲಸವನ್ನು ಆನಂದಮಯಿಗೆ ಒಪ್ಪಿಸಿದ. ತಾನು ಹಡಗಿನ ಉಪ್ಪರಿಗೆಯಲ್ಲಿ ಉತ್ತನಕನೊಂದಿಗೆ ಕತ್ತಿವರಸೆ ಅಭ್ಯಾಸ ಮಾಡತೊಡಗಿದ್ದ. ಭಗೀರಥ, ಆನಂದಮಯಿ ಮತ್ತು ಆಯುರ್ವತಿ ತದೇಕ ಚಿತ್ತದಿಂದ ಪರ್ವತೇಶ್ವರನನ್ನೇ ನೋಡುತ್ತಿದ್ದರು. ಕೆಲಹೊತ್ತಿನ ನಂತರ ಮೂವರು ದೂರದಲ್ಲಿ ಕಾಣುತ್ತಿದ್ದ ವಿಷ್ಣುವಿನ ಮೊದಲನೆ ಅವತಾರವಾದ ಮತ್ಸ್ಯ ದೇವನ ದೇಗುಲದತ್ತ ನೋಡಿ ನಮಸ್ಕರಿಸಿದರು.

'ಕ್ಷಮಿಸು ಆನಂದಮಯಿ' ಭಗೀರಥ ಹೇಳಿದ.

'ಈಗ ನೀನು ಅಯೋಧ್ಯೆಯತ್ತ ಹೊರಟಿರುವೆಯೇನು?' ಆನಂದಮಯಿ ಪ್ರಶ್ನಿಸಿದಳು.

'ಹೌದು! ಇನ್ನು ತಡಮಾಡುವುದರಲ್ಲಿ ಅರ್ಥವಿಲ್ಲ. ಈಗಾಗಲೇ ವೈಶಾಲಿಯ ರಾಜ ನೀಲಕಂಠನಿಗೆ ಬೆಂಬಲ ಸೂಚಿಸಿದ್ದಾನೆ. ಆತನಿಗೆ ನೀಲಕಂಠನನ್ನು ಕಂಡರೆ ಭಕ್ತಿ ಮತ್ತು ಗೌರವ. ಈಗ ನೀನು ಹೋಗಿ ಆತನನ್ನು ಭೇಟಿಮಾಡು. ಅದು ಕೇವಲ ಔಪಚಾರಿಕ ಭೇಟಿಯಾಗಿರಲಿ ಅಷ್ಟೇ. ನನಗೆ ಅದಕ್ಕಿಂತಲೂ ಬಹುಮುಖ್ಯವಾದ ಒಂದಷ್ಟು ಕೆಲಸಗಳಿವೆ. ಅದನ್ನು ಮಾಡಿ ಮುಗಿಸುತ್ತೇನೆ. ನಂತರ ನೀಲಕಂಠನಿಗೆ ವಿಚಾರ ತಿಳಿಸೋಣ'.

'ಹಾಗೇ ಆಗಲಿ' ಆನಂದಮಯಿ ಹೇಳಿದಳು.

'ಶ್ರೀರಾಮನ ಆಶೀರ್ವಾದದೊಂದಿಗೆ ಮುನ್ನಡೆ ಭಗೀರಥ. ನಿನಗೆ ಶುಭವಾಗಲಿ' ಆಯುರ್ವತಿ ಹೇಳಿದಳು.

'ನಿನಗೂ ಒಳ್ಳೆಯದಾಗಲಿ ಆಯುರ್ವತಿ' ಭಗೀರಥ ಆಕೆಯನ್ನೂ ಆಶೀರ್ವದಿಸಿದ.

ಇತ್ತ ಶಿವ ನೇರವಾಗಿ ಕಾಶಿಯ ಅಸ್ಸಿ ಘಟಕ್ಕೆ ಬಂದಿಳಿದ. ಅಲ್ಲಿ ಅತಿಥಿಗ್ವ ಸ್ವತಃ ಶಿವನನ್ನು ಸ್ವಾಗತಿಸಲು ಬಂದರಿಗೆ ಬಂದಿದ್ದ. ಶಿವ ಹಡಗಿನಿಂದ ಕೆಳಗೆ ಇಳಿಯುತ್ತಿದ್ದಂತೆ ಸುಮಂಗಲಿಯರು ಆರತಿ ಎತ್ತಿ ಹಣೆಗೆ ತಿಲಕವಿಟ್ಟು ಬರಮಾಡಿಕೊಂಡರು. ಅತಿಥಿಗ್ವ ಭಕ್ತಿಯಿಂದ ಶಿವನ ಪಾದವನ್ನು ಮುಟ್ಟಿ ನಮಸ್ಕರಿಸಿದ.

ಶಿವ 'ಆಯುಷ್ಮಾನ್ ಭವಃ' ಎಂದು ಆಶೀರ್ವದಿಸಿದ.

'ದೀರ್ಘ ಆಯುಷ್ಯಕ್ಕಿಂತಲೂ ನಿಮ್ಮ ಘನ ಉಪಸ್ಥಿತಿಯೇ ನನಗೆ ಹೆಚ್ಚಿನ ಸಂತೋಷ ನೀಡುತ್ತದೆ ಮಹಾಪ್ರಭು'.

ಶಿವ ಸ್ವಲ್ಪ ಮುಜುಗರಗೊಂಡ.

ನಂತರ ವಿಷಯಾಂತರ ಮಾಡಿ ಅತಿಥಿಗ್ವನನ್ನು ಪ್ರಶ್ನಿಸಿದ 'ಕ್ಷೇಮವೇ ಮಹಾರಾಜ! ಹೇಗೆ ನಡೆಯುತ್ತಿದೆ ನಿನ್ನ ರಾಜ್ಯಭಾರ?'.

'ಇಲ್ಲಿ ಎಲ್ಲರೂ ಕ್ಷೇಮ. ಸಕಾಲಕ್ಕೆ ಮಳೆ–ಬೆಳೆಯಾಗುತ್ತಿದೆ. ವ್ಯಾಪಾರ ವಹಿವಾಟು ಭರದಿಂದ ಸಾಗಿದೆ. ಆದರೆ......ನೀಲಕಂಠ ಸಧ್ಯದಲ್ಲೇ ಯಾವುದೋ ಮಹತ್ತರ ವಿಚಾರವೊಂದನ್ನು ಬಹಿರಂಗಪಡಿಸುತ್ತಾನೆ ಎಂಬ ಗಾಳಿಮಾತು ನಗರದಾದ್ಯಂತ ಕೇಳಿಬರುತ್ತಿದೆ ಮಹಾಸ್ವಾಮಿ'.

'ಹಾಂ! ಮೊದಲು ನಿನ್ನ ಅರಮನೆಗೆ ಹೋಗೋಣ' ಶಿವ ಹೇಳಿದ.

'ಖಂಡಿತ ಮಹಾಸ್ವಾಮಿ! ಕಾಳಿ ಕಾಶಿಗೆ ಸಮೀಪದಲ್ಲಿದ್ದಾಳೆ ಎಂಬ ಮಾಹಿತಿ ಬಂದಿದೆ. ಒಂದೆರಡು ದಿನಗಳಲ್ಲಿ ಆಕೆ ಇಲ್ಲಿಗೆ ಬಂದಿಳಿಯುತ್ತಾಳೆ' ಅತಿಥಿಗ್ವ ಹೇಳಿದ.

ಶಿವ ಹುಬ್ಬೇರಿಸುತ್ತಾ ಹೇಳಿದ 'ಆಕೆಯನ್ನು ಭೇಟಿ ಮಾಡಿ ಬಹಳ ದಿನಗಳಾಗಿವೆ. ಆಕೆ ಬಂದ ನಂತರ ಮುಂದಿನ ಯೋಜನೆಗಳ ಬಗ್ಗೆ ಚರ್ಚಿಸೋಣ'.

ಅಧ್ಯಾಯ – 13

ಶಿವನ ಪರಿವಾರದ ರಕ್ಷಣೆ

ಶಿವ ಅತ್ಯಂತ ಪುಳಕಗೊಂಡು ವೀರಭದ್ರನನ್ನು ಆಲಂಗಿಸಿದ. ಸತಿ ಕೃತಿಕಾಳನ್ನು ಅಪ್ಪಿಕೊಂಡಳು. ಕೃತಿಕಾ ಮತ್ತು ವೀರಭದ್ರ ಆಗಷ್ಟೇ ಮೆಲೂಹದಿಂದ ಗುಣಸೈನ್ಯದೊಡನೆ ಕಾಶಿಗೆ ಬಂದಿಳಿದಿದ್ದರು. ದೇವಗಿರಿಯ ಹೊರವಲಯದಲ್ಲಿ ಬೀಡು ಬಿಟ್ಟಿದ್ದ ಶಿವನ ಗುಣಪರಿವಾರವನ್ನು ರಕ್ಷಿಸಿ ಕರೆತರಲು ಹೋಗಿದ್ದ ವೀರಭದ್ರ ಮತ್ತು ಕೃತಿಕಾಳಿಗೆ ಅಲ್ಲಿ ಅಚ್ಚರಿಯೊಂದು ಕಾದಿತ್ತು. ಕಾರಣ ಗುಣಸೈನ್ಯವನ್ನು ಕಾಯಲು ಅಲ್ಲಿ ಯಾವ ಕಾವಲುಗಾರರಾಗಲೀ ಎಚ್ಚರಿಕೆಯ ಗಂಟೆಯಾಗಲೀ ಇರಲಿಲ್ಲ. ಅಂದರೆ ಶಿವನ ಗುಣಪರಿವಾರಕ್ಕೆ ವಿಶೇಷವಾದ ಯಾವ ರಕ್ಷಣೆಯನ್ನು ನೀಡಿರಲಿಲ್ಲ. ಕಾರಣ ಮೆಲೂಹದಲ್ಲಿ ಎಲ್ಲ ಜನರನ್ನು ಒಂದೇ ತೆರನಾಗಿ ಕಾಣಲಾಗುತ್ತಿತ್ತು. ವಿಶೇಷ ಸೌಲಭ್ಯ ನೀಡುವುದರಲ್ಲಾಗಲಿ ಅಥವಾ ರಕ್ಷಣಾವ್ಯವಸ್ಥೆಯಲ್ಲಾಗಲಿ ತಾರತಮ್ಯವನ್ನೂ ತೋರುತ್ತಿರಲಿಲ್ಲ. ಹಾಗಾಗಿ ವೀರಭದ್ರನಿಗೆ ಗುಣಸೈನ್ಯವನ್ನು ದೇವಗಿರಿಯಿಂದ ಕಾಶಿಗೆ ಕರೆತರುವುದು ಸುಲಭವಾಯಿತು.

'ದೇವಗಿರಿಯಲ್ಲಿ ನನಗೇನಾದರೂ ತೊಂದರೆಯಾಯಿತೇ ವೀರಭದ್ರ?' ಶಿವ ಪ್ರಶ್ನಿಸಿದ.

'ಇಲ್ಲ! ಗುಣಸಮೂಹ ಸಾಮಾನ್ಯ ನಾಗರಿಕರಂತೆ ಬದುಕುತ್ತಿದ್ದರು. ಅಲ್ಲಿ ಅವರಿಗೆ ಯಾವ ಪಹರೆಯನ್ನೂ ಹಾಕಿರಲಿಲ್ಲ. ಹಾಗಾಗಿ ಕೂಡಲೆ ಅವರು ಎಲ್ಲ ಸಾಮಾನುಗಳನ್ನು ಕಟ್ಟಿಕೊಂಡು ವೇಗವಾಗಿ ಹೊರಟು ಕಾಶಿಯನ್ನು ತಲುಪಿದೆವು' ವೀರಭದ್ರ ಹೇಳಿದ.

'ಅಂದರೆ ಗೋಧಾವರಿ ನದಿಯಲ್ಲಿ ನಡೆದ ದಾಳಿಯಿಂದ ನಾನು ತಪ್ಪಿಸಿಕೊಂಡಿದ್ದೇನೆ ಎಂಬ ವಿಚಾರ ಅವರಿಗೆ ತಿಳಿದಿಲ್ಲ ಎಂದಾಯಿತು. ಹಾಗೇನಾದರೂ ಅವರಿಗೆ ತಿಳಿದಿದ್ದರೆ ಗುಣಸೈನ್ಯವನ್ನು ಅವರು ಖಂಡಿತಾ ದೇವಗಿರಿಯಿಂದ ಹೊರಹೋಗಲು ಬಿಡುತ್ತಿರಲಿಲ್ಲ'.

'ಇರಬಹುದು ಮಹಾಪ್ರಭು'.

ಮತ್ತೊಂದು ದೃಷ್ಟಿಕೋನದಿಂದ ನೋಡಿದರೆ ಗುಣಸೈನ್ಯ ದೇವಗಿರಿಯಿಂದ ಪರಾರಿಯಾಗಿರುವುದು ಅವರ ಗಮನಕ್ಕೂ ಬಂದ ಕೂಡಲೆ ನಾನು ಬದುಕಿರಬಹುದು

ಮತ್ತು ಅವರ ವಿರುದ್ಧ ಯುದ್ಧಕ್ಕೆ ಸನ್ನದ್ಧನಾಗುತ್ತಿರಬಹುದು ಎಂಬ ವಿಚಾರ ಅವರಿಗೆ ಖಾತರಿಯಾಗುತ್ತದೆ'.

'ಆದರೆ ಈ ವಿಚಾರದಲ್ಲಿ ನಾವೇನೂ ಮಡುವಂತಿಲ್ಲ ಅಲ್ಲವೇ?'.

'ಹೌದು! ನಾವೇನೂ ಮಾಡುವಂತಿಲ್ಲ. ನಮ್ಮ ಯೋಜನೆಯಂತೆ ಮುಂದುವರಿಯಬೇಕು ಅಷ್ಟೆ' ಶಿವ ಹೇಳಿದ.

'ಕಾಳಿ! ಕ್ಷೇಮವೇ?' ಸತಿ ಕಾಳಿಯನ್ನು ಆಲಂಗಿಸುತ್ತಾ ಕೇಳಿದಳು.

'ನಾನು ಕ್ಷೇಮ ಸತಿ. ನಿಮ್ಮನ್ನು ಸೇರುವ ಧಾವಂತದಲ್ಲಿ ಚಂಬಲ್ ಮತ್ತು ಗಂಗಾ ನದಿಯ ಮೇಲೆ ಬಿಡುವಿಲ್ಲದೆ ಪ್ರಯಾಣ ಮಾಡಿದ್ದರಿಂದ ತುಸು ಆಯಾಸವಾಗಿದೆ ಅಷ್ಟೇ' ಕಾಳಿ ಉತ್ತರಿಸಿದಳು.

'ಬಹು ದಿನಗಳ ನಂತರ ನಿನ್ನನ್ನು ಭೇಟಿಯಾಗುತ್ತಿರುವುದು ನಿಜಕ್ಕೂ ನನಗೆ ಸಂತೋಷವಾಗುತ್ತಿದೆ ಕಾಳಿ' ಶಿವ ಹೇಳಿದ.

'ನನಗೂ ಅಷ್ಟೇ ಸಂತೋಷವಾಗುತ್ತಿದೆ ನೀಲಕಂಠ. ಅಂದಹಾಗೆ ನಮ್ಮ ಉಜ್ಜೈಯನಿಯ ಪ್ರವಾಸ ಹೇಗಿತ್ತು?'.

'ಅದ್ಭುತ! ಒಂದು ನಗರ ಹೇಗಿರಬೇಕು ಎಂದು ಶ್ರೀರಾಮ ನಿರೀಕ್ಷಿಸಿದ್ದನೋ ಉಜ್ಜೈಯನಿ ಅಕ್ಷರಶಃ ಅದರಂತೆಯೇ ಇದೆ'.

'ನಿಮ್ಮೊಂದಿಗೆ ಯಾರಾದರೂ ವಾಸುದೇವ ಪಂಡಿತರು ಇಲ್ಲಿಗೆ ಬಂದಿದ್ದಾರೆಯೇ?'.

'ಹೌದು! ವಾಸುದೇವರ ಮುಖ್ಯಸ್ಥರಾದ ಗೋಪಾಲ ಪಂಡಿತರೇ ನನ್ನೊಂದಿಗೆ ಬಂದಿದ್ದಾರೆ'.

'ಕಳೆದ ಕೆಲವು ದಿನಗಳವರೆಗೆ ವಾಸುದೇವ ಪಂಡಿತರಂತಹ ಮಹಾಜ್ಞಾನಿಗಳಿದ್ದಾರೆ ಎಂಬುದೇ ನನಗೆ ತಿಳಿದಿರಲಿಲ್ಲ. ಈಗ ಬಹುಶಃ ಅವರನ್ನು ಭೇಟಿ ಮಾಡುವ ಅವಕಾಶ ನನಗೆ ದೊರೆಯುಬಹುದು. ಯಾರ ಕಣ್ಣಿಗೂ ಬೀಳದೆ ಸದಾ ಜಗದೋದ್ಧಾರಕರಂತೆ ಕೆಲಸ ಮಾಡುವ ಪಂಡಿತರು ಈಗ ನಮ್ಮೊಂದಿಗೆ ಇದ್ದಾರೆ ಎಂದರೆ ಪರಿಸ್ಥಿತಿ ಅತ್ಯಂತ ಗಂಭೀರವಾಗಿರಬಹುದು ಅಲ್ಲವೇ?'.

'ಜಗತ್ತಿನಲ್ಲಿ ಮಹತ್ತರ ಬದಲಾವಣೆ ಅಷ್ಟು ಸುಲಭ ಸಾಧ್ಯವಲ್ಲ. ವಾಸುದೇವ ಪಂಡಿತರು ಹೇಳುವಂತೆ ಈಗಾಗಲೇ ಯುದ್ಧದ ಕಾರ್ಮೋಡ ಕವಿದಿದೆ. ಅದು ಅಧಿಕೃತವಾಗಿ ಘೋಷಣೆಯಾಗಬೇಕು ಅಷ್ಟೇ. ಅದು ಯಾವಾಗ ಆಗುತ್ತದೆ ಎಂಬುದೊಂದೇ ನಮ್ಮ ಮುಂದಿರುವ ಪ್ರಶ್ನೆ'.

'ಓ ಆದ್ದರಿಂದಲೇ ಏನು ನಮ್ಮ ಹಡಗುಗಳು ಅಸ್ಸಿ ನದಿಯಲ್ಲಿ ಬಂದು

ನಿಲ್ಲುವಂತೆ ನೀವು ಆದೇಶ ನೀಡಿರುವುದು? ಆದರೆ ಅಸ್ಸಿ ನದಿ ತೀರಾ ಚಿಕ್ಕದಾಗಿರುವುದರಿಂದ ಹಡಗುಗಳು ಬಂದರಿನಲ್ಲಿ ಬಂದು ನಿಲ್ಲುವುದು ಅಸಾಧ್ಯ ಎಂಬುದು ನನ್ನ ಭಾವನೆ' ಕಾಳಿ ಹೇಳಿದಳು.

'ಇದು ಕಾಶಿ ಬಂದರಿನಲ್ಲಿರುವ ಹಡಗುಗಳನ್ನು ರಕ್ಷಿಸುವ ಸಲುವಾಗಿ ಕಾಶಿಯ ರಾಜ ಅತಿಥಿಗ್ವ ನೀಡಿರುವ ಅಮೂಲ್ಯವಾದ ಸಲಹೆ. ನಿನಗೆ ತಿಳಿದಂತೆ ಕಾಶಿ ನಗರಕ್ಕಾಗಲಿ ಕಾಶಿಯ ಬಂದರಿಗಾಗಲಿ ಯಾವುದೇ ರೀತಿಯ ರಕ್ಷಣಾ ಗೋಡೆಗಳಿಲ್ಲ. ಸ್ವತಃ ರುದ್ರದೇವನೇ ಪವಿತ್ರ ಕಾಶಿಯ ರಕ್ಷಣೆಗೆ ನಿಂತಿದ್ದಾನೆ ಎನ್ನುವ ನಂಬಿಕೆ ಜನರಲ್ಲಿರುವುದರಿಂದ ಶತ್ರುಗಳು ಕಾಶಿಯ ಮೇಲೆ ಆಕ್ರಮಣ ಮಾಡಲಾರರು. ಆದರೂ ಗಂಗಾ ನದಿಯಲ್ಲಿ ಶತ್ರುಗಳ ಹಡಗು ಸಾಗಿ ಬಂದು ಆಕ್ರಮಣಕ್ಕೆ ಮುಂದಾದರೆ ಅವರನ್ನು ಎದುರಿಸುವುದು ನಮಗೆ ಕಷ್ಟವಾಗುತ್ತದೆ'.

'ಹಾಗಾಗಿ ಹಡಗುಗಳು ಅಸ್ಸಿ ನದಿಯಲ್ಲಿ ಇರಬೇಕು ಅಲ್ಲವೇ? ಸತಿ ಕೇಳಿದಳು.

'ಅಸ್ಸಿ ನದಿ ಸಣ್ಣ ಕಡಲ್ಗಾಲುವೆಯಂತೆ ಹರಿದು ಗಂಗಾ ನದಿಯನ್ನು ಸೇರುತ್ತದೆ. ಈ ಜಲಸಂಧಿಯಲ್ಲಿ ಒಮ್ಮೆಗೆ ಒಂದು ಹಡಗು ಮಾತ್ರ ಸಂಚರಿಸಲು ಸಾಧ್ಯ. ನಮ್ಮ ಹಡಗುಗಳು ಅಸ್ಸಿ ನದಿಯಲ್ಲಿದ್ದರೆ ಶತ್ರು ಹಡಗುಗಳು ಕಾಶಿ ನಗರದ ಬಂದರು ಪ್ರವೇಶಿಸುವುದನ್ನು ತಡೆಯಬಹುದು. ಇದರ ಜತೆ ಕಾಶಿ ನಗರದ ಬಗ್ಗೆ ಚಂದ್ರವಂಶಿಗಳಿರುವ ನಂಬಿಕೆಯೂ ನಮಗೆ ಅನುಕೂಲವಾಗಲಿದೆ' ಕಾಳಿ ಹೇಳಿದಳು.

ಶಿವನ ಮಾತು ಕೇಳಿ ಕಾಳಿ ಹುಬ್ಬೇರಿಸಿದಳು.

'ಶತ್ರುವಿನ ನಂಬಿಕೆಯೇ ನಮ್ಮ ಶಕ್ತಿಯಾಗಿ ಪರಿವರ್ತನೆಯಾಗುತ್ತದೆಯೇ.........?' ಕಾಳಿ ಉದ್ಘರಿಸಿದಳು.

'ಹೌದು! ಕೆಲವೊಮ್ಮೆ ಕೆಲವು ಯುದ್ಧ ಕೌಶಲಗಳು ಖಡ್ಗ ಹಿಡಿದು ಹೊಡೆದಾಡುವುದಕ್ಕಿಂತಲೂ ಹೆಚ್ಚಿನ ಫಲಿತಾಂಶವನ್ನು ನೀಡುತ್ತವೆ' ಶಿವ ಹೇಳಿದ.

'ನನ್ನ ಖಡ್ಗದ ಹರಿತ ನಿಮಗೆ ತಿಳಿದಿಲ್ಲವಾದ್ದರಿಂದ ನೀವು ಹೀಗೆ ಹೇಳುತ್ತಿರುವಿರಿ ಅಲ್ಲವೇ ನೀಲಕಂಠ?' ಕಾಳಿ ಶಿವನನ್ನು ಕೆಣಕುವ ಧಾಟಿಯಲ್ಲಿ ತಮಾಷೆಯಿಂದ ಹೇಳಿದಳು. ಶಿವ, ಸತಿ ಇಬ್ಬರೂ ಕಾಳಿಯ ಮಾತಿಗೆ ನಸುನಕ್ಕು ಮೆಚ್ಚುಗೆ ವ್ಯಕ್ತಪಡಿಸಿದರು.

ಶಿವನ ತಂಡ ಕಾಶಿ ವಿಶ್ವನಾಥ ಮಂದಿರದ ವಿಶಾಲ ಅಂಗಳದಲ್ಲಿ ನಿಂತು ಗಹನವಾದ ಚರ್ಚೆಯಲ್ಲಿ ಮುಳುಗಿತ್ತು. ಅಷ್ಟರಲ್ಲಿ ಕಾಶಿಯ ರಾಜ ಅತಿಥಿಗ್ವ ವಾಸುದೇವ ಪಂಡಿತರೊಂದಿಗೆ ಬಂದು ವಿಶ್ವನಾಥನ ಪ್ರಸಾದವನ್ನು ಶಿವನಿಗೆ ನೀಡಿದ. ಶಿವ ಎರಡೂ

ಕೈಗಳನ್ನು ಚಾಚಿ ಭಕ್ತಿಯಿಂದ ಅದನ್ನು ಸ್ವೀಕರಿಸಿ ತನ್ನ ತಲೆಯನ್ನು ಮುಟ್ಟಿಕೊಂಡು ರುದ್ರದೇವ ಮತ್ತು ಮೋಹಿನಿಗೆ ನಮಸ್ಕರಿಸಿದ. ನಂತರ ಪಂಡಿತರು ಅಲ್ಲಿದ್ದ ಎಲ್ಲರಿಗೂ ಪ್ರಸಾದ ವಿನಿಯೋಗ ಮಾಡಿದರು.

'ರುದ್ರದೇವ ಮತ್ತು ಮೋಹಿನಿ ನಮ್ಮ ಮುಂದಿನ ಕಾರ್ಯ ಸುಸೂತ್ರವಾಗಿ ನಡೆಯುವಂತೆ ಆಶೀರ್ವದಿಸಲಿ' ಅತಿಥಿಗ್ವ ಹೇಳಿದ.

ನಂತರ ಎಲ್ಲರೂ ಮುಂಬರುವ ಮಹಾಸಂಗ್ರಾಮದ ರಣತಂತ್ರಗಳ ಬಗ್ಗೆ ಚರ್ಚಿಸಲು ರಹಸ್ಯ ಕೋಣೆಯೊಂದರಲ್ಲಿ ಸೇರಿದರು. ಕಾಶಿ ಅರಮನೆಯ ಅಂಗರಕ್ಷಕ ಕೋಣೆಯ ಬಾಗಿಲನ್ನು ಮುಚ್ಚಿದ. ರಹಸ್ಯ ಸಭೆ ಮುಗಿಯುವವರೆಗೂ ಯಾರನ್ನೂ ಕೋಣೆಯ ಒಳಗೆ ಬಿಡದಂತೆ ಅತಿಥಿಗ್ವ ಅಂಗರಕ್ಷಕನಿಗೆ ಆದೇಶ ನೀಡಿದ.

'ಮಹಾಸ್ವಾಮಿ! ಆತ್ಮರಕ್ಷಣೆ ಮಾಡಿಕೊಳ್ಳುವ ಸಂದರ್ಭವನ್ನು ಹೊರತುಪಡಿಸಿ ಮತ್ತಾವ ಸಂದರ್ಭದಲ್ಲೂ ಕಾಶಿಯ ನನ್ನ ಜನ ಹಿಂಸೆಗೆ ಇಳಿಯುವಂತಿಲ್ಲ. ಯುದ್ಧ ಮಾಡುವಂತಿಲ್ಲ. ಕ್ರೌರ್ಯಕ್ಕೆ ನಮ್ಮಲ್ಲಿ ಆಸ್ಪದವೇ ಇಲ್ಲ. ಹಾಗಾಗಿ ನೇರವಾಗಿ ಮುಂಬರುವ ಯುದ್ಧದಲ್ಲಿ ನಿಮ್ಮ ಜತೆ ಕೈಜೋಡಿಸುವುದು ನಮ್ಮಿಂದ ಅಸಾಧ್ಯ. ಆದರೆ ನನ್ನ ಸಾಮ್ರಾಜ್ಯದ ಯಾವುದೇ ಸಂಪನ್ಮೂಲವನ್ನು ನೀವು ಯಾವ ಸಮಯದಲ್ಲಾದರೂ ಬಳಸಿಕೊಳ್ಳ ಬಹುದು' ಅತಿಥಿಗ್ವ ಹೇಳಿದ.

ಶಿವ ನಸುನಕ್ಕ. ಕಾಶಿಯ ಶಾಂತಿಪ್ರಿಯ ಜನ ಎಂದಿಗೂ ರಣರಂಗದಲ್ಲಿ ಹೋರಾಡಲಾರರು ಎಂಬ ಸತ್ಯ ಆತನಿಗೆ ತಿಳಿದಿತ್ತು. ಅಲ್ಲದೆ ಯುದ್ಧದಲ್ಲಿ ಕಾಶಿ ಸೈನ್ಯವನ್ನು ಬಳಸಿಕೊಳ್ಳುವ ಉದ್ದೇಶವೂ ಶಿವನಿಗಿರಲಿಲ್ಲ.

ಹಾಗಾಗಿ ಆತ ಹೇಳಿದ 'ಅದು ನನಗೆ ತಿಳಿದಿದೆ ಅತಿಥಿಗ್ವ. ನಿಮ್ಮ ಜನಗಳು ಅವರ ನಂಬಿಕೆ, ಗೌರವ ಮತ್ತು ಪ್ರತಿಷ್ಠೆಗೆ ದಕ್ಕೆಯಾಗುವಂತಹ ಯಾವುದೇ ಕೆಲಸವನ್ನು ಮಾಡುವುದು ಬೇಡ. ಆದರೆ ಯುದ್ಧದ ಸಂದರ್ಭದಲ್ಲಿ ಶತ್ರುಗಳು ಕಾಶಿ ನಗರವನ್ನು ಆಕ್ರಮಿಸಿಕೊಳ್ಳಲು ಮುಂದಾದರೆ ಕಾಶಿ ಸೈನ್ಯ ಈ ಪವಿತ್ರ ನಗರಿಯನ್ನು ರಕ್ಷಿಸಿಕೊಳ್ಳುವಂತಿರಬೇಕು. ಆದ್ದರಿಂದ ಯುದ್ಧಕ್ಕೆ ಬೇಕಾದ ಕೆಲವು ಸಂಪನ್ಮೂಲಗಳನ್ನು ಕಾಶಿಯಲ್ಲಿ ಇಟ್ಟಿರುತ್ತೇವೆ' ಶಿವ ಹೇಳಿದ.

ಆ ಬಗ್ಗೆ ನೀವು ಚಿಂತಿಸುವ ಅಗತ್ಯವಿಲ್ಲ ಪ್ರಭು. ಕಾಶಿಯ ಜನ ತಮ್ಮ ಕೊನೆಯ ಉಸಿರಿರುವವರೆಗೂ ಹೋರಾಡಿ ಕಾಶಿಯನ್ನು ಉಳಿಸಿಕೊಳ್ಳುತ್ತಾರೆ' ಅತಿಥಿಗ್ವ ಹೇಳಿದ.

ಶಿವ ತಲೆಯಾಡಿಸಿದ. ಚಂದ್ರವಂಶಿಗಳು ಯಾವುದೇ ಕಾರಣಕ್ಕೂ ಕಾಶಿ ನಗರದ ಮೇಲೆ ಆಕ್ರಮಣ ಮಾಡಲಾರರು ಎಂಬುದು ಶಿವನ ಬಲವಾದ ನಂಬಿಕೆಯಾಗಿತ್ತು.

ಶಿವ ಗೋಪಾಲ ಪಂಡಿತರತ್ತ ತಿರುಗಿ ಹೇಳಿದ 'ಪಂಡಿತರೇ! ಮುಂಬರುವ ಯುದ್ಧಕ್ಕೆ ಸಂಬಂಧಿಸಿದಂತೆ ನಾವು ಸಾಕಷ್ಟು ವಿಚಾರಗಳ ಬಗ್ಗೆ ಚರ್ಚಿಸಬೇಕಾಗಿದೆ. ಮೊದಲಿಗೆ ಮೆಲೂಹದಲ್ಲಿ ನಡೆಯುವ ಯುದ್ಧದಿಂದ ಚಂದ್ರವಂಶಿಗಳನ್ನು ದೂರ ಇಡುವುದು ಹೇಗೆ ಎಂದು ಯೋಚಿಸಬೇಕು. ನಂತರ ಮೆಲೂಹದ ಮೇಲೆ ಯುದ್ಧ ಮಾಡುವಾಗ ಯಾವ ರಣತಂತ್ರವನ್ನು ಬಳಸಬೇಕು ಎಂಬುದನ್ನು ನಾವು ನಿರ್ಧರಿಸಬೇಕು'.

'ಮಗಧವನ್ನು ನಮ್ಮೆಡೆಗೆ ಸೆಳೆದುಕೊಳ್ಳಲು ಗಣೇಶ ಮತ್ತು ಕಾರ್ತಿಕ ನೀಡಿರುವ ಸಲಹೆ ಸರಿಯಾಗಿದೆ ಮಹಾಸ್ವಾಮಿ. ಮೊದಲು ಅದನ್ನು ನಾವು ಬಳಸಿಕೊಳ್ಳಬೇಕು' ಪಂಡಿತರು ಹೇಳಿದರು.

'ಹೇಳುವುದು ಸುಲಭ. ಆದರೆ ಮಾಡುವುದು ಕಷ್ಟ ಸುರಪದ್ಮ ತನ್ನ ತಂದೆಯನ್ನು ಸಂತೃಪ್ತಿಪಡಿಸುವುದಕ್ಕೆ ಮೂರ್ಖ ಉಗ್ರಸೇನನನ್ನು ಕೊಂದವರ ವಿರುದ್ಧ ಸೇಡು ತೀರಿಸಿಕೊಳ್ಳಲು ಹೊರಟಿದ್ದಾನೆ. ಈ ಬಗ್ಗೆ ವಿಚಾರಣೆ ನಡೆಸುವುದಕ್ಕೆ ಗಣೇಶನನ್ನು ಅವರಿಗೆ ಒಪ್ಪಿಸುವುದು ಅಸಾಧ್ಯ. ಆ ಕೆಲಸವನ್ನು ನಾನೆಂದೂ ಮಾಡಲಾರೆ' ಕಾಳಿ ಹೇಳಿದಳು.

'ಈ ಬಗ್ಗೆ ನಿನ್ನ ಸಲಹೆ ಏನು ಕಾಳಿ?' ಸತಿ ಪ್ರಶ್ನಿಸಿದಳು.

'ನನ್ನ ಸಲಹೆ ಇಷ್ಟೇ, ಒಂದು ನೇರವಾಗಿ ಮಗಧ ರಾಜ್ಯದ ಮೇಲೆ ಯುದ್ಧ ಮಾಡಿ ಅದನ್ನು ನಮ್ಮ ವಶಕ್ಕೆ ಪಡೆಯೋಣ. ಇಲ್ಲವೇ ಉಗ್ರಸೇನನನ್ನು ಕೊಂದ ನಾಗಾನನ್ನು ಹುಡುಕಿ ವಿಚಾರಣೆ ನಡೆಸಿ ನಿಮ್ಮ ಮುಂದೆ ತಂದು ನಿಲ್ಲಿಸುತ್ತೇವೆ. ಅದಕ್ಕೂ ಮುಂಚೆ ನೀವು ನಮ್ಮ ಪರವಾಗಿ ನಿಲ್ಲಿ ಎಂದು ಸುರಪದ್ಮನಿಗೆ ಮನವಿ ಮಾಡೋಣ'.

ಕೂಡಲೆ ಸತಿ ಗಣೇಶನ ಕೈಹಿಡಿದುಕೊಂಡಳು.

ಕಾಳಿ ಮೆಲ್ಲನೆ ನಸುನಗುತ್ತಾ ಹೇಳಿದಳು 'ಸತಿ! ನಾನು ಹೇಳಿದ್ದು ಗಣೇಶನನ್ನು ಅವರಿಗೆ ಒಪ್ಪಿಸು ಎಂದಲ್ಲ. ಗಣೇಶನನ್ನು ನಾವು ಅವರಿಗೆ ಒಪ್ಪಿಸುತ್ತೇವೆ ಎಂಬ ಭರವಸೆ ಅವರಲ್ಲಿ ಮೂಡುವಂತೆ ಮಾಡೋಣ. ಆ ಮೂಲಕ ನಮಗೆ ಒಂದಿಷ್ಟು ಸಮಯ ದೊರೆಯುತ್ತದೆ. ಆ ಸಮಯದಲ್ಲಿ ನಾವು ಅಯೋಧ್ಯೆಯನ್ನು ಮಣಿಸಬಹುದು'.

'ಅಂದರೆ ಮಗಧ ಸಾಮ್ರಾಟರಿಗೆ ನಾವು ಸುಳ್ಳು ಹೇಳೋಣ' ಎಂಬುದೇ ನಿಮ್ಮ ಮಾತಿನ ಅರ್ಥ?' ಗೋಪಾಲರು ಕೇಳಿದರು.

'ವಾಸುದೇವ ಪಂಡಿತರೇ! ಇಂದು ಈ ದೇಶದ ಭವಿಷ್ಯಕ್ಕೆ ದೊಡ್ಡ ಕಂಟಕವೊಂದು ಎದುರಾಗಿದೆ. ಅನೇಕ ಶತ್ರುಗಳು ನಮ್ಮ ಮೇಲೆ ಆಕ್ರಮಣ ಮಾಡಲು ಹೊಂಚು ಹಾಕುತ್ತಿದ್ದಾರೆ. ನಮ್ಮ ಆತ್ಮಕ್ಕೆ ಪಾಪದ ಸಣ್ಣ ಸೋಂಕೊಂದು ತಗುಲುವುದರಿಂದ ಮಹತ್ಕಾರ್ಯವೊಂದು ಕೈಗೂಡುತ್ತದೆ ಎಂದಾದರೆ ಹಾಗೇ ಆಗಲಿ ಬಿಡಿ' ಕಾಳಿ ಹೇಳಿದಳು.

'ನಾನೆಂದಿಗೂ ಸುಳ್ಳು ಹೇಳಲಾರೆ. ನಾವು ಈವರೆಗೂ ಧರ್ಮವನ್ನು ಪರಿಪಾಲಿಸಿದ್ದೇವೆ. ಅನ್ಯಾಯ ಮತ್ತು ಅಧರ್ಮದ ವಿರುದ್ಧ ಯುದ್ಧ ಮಾಡುತ್ತಿದ್ದೇವೆ. ಹಾಗಾಗಿ ನಮ್ಮ ಹೋರಾಟವೂ ನ್ಯಾಯಸಮ್ಮತವಾಗಿರಬೇಕು' ಶಿವ ಏರುದನಿಯಲ್ಲಿ ಹೇಳಿದ.

'ಬಾಬಾ, ಸಾಮಾನ್ಯ ಸನ್ನಿವೇಶವಾಗಿದ್ದರೆ ನಿಮ್ಮ ಮಾತನ್ನು ಒಪ್ಪುತ್ತಿದ್ದೆ. ಆದರೆ ನಮ್ಮ ವೈರಿಗಳು ಮಾಡುತ್ತಿರುವುದಾದರೂ ಏನು? ಅವರೇನು ಧರ್ಮಯುದ್ಧ ಮಾಡುತ್ತಿದ್ದಾರೆಯೇ? ಪಂಚವಟಿಯಲ್ಲಿ ನಿಶಸ್ತ್ರಧಾರಿಗಳಾದ ನಮ್ಮ ಮೇಲೆ ಆಕ್ರಮಣ ಮಾಡಿದ್ದು ಮೋಸ, ವಂಚನೆ, ಅನ್ಯಾಯ, ಅಕ್ರಮ ಮತ್ತು ಕುತಂತ್ರವಲ್ಲವೇ?' ಗಣೇಶ ಪ್ರಶ್ನಿಸಿದ.

'ನಿಶಸ್ತ್ರಧಾರಿಗಳ ಮೇಲೆ ಆಕ್ರಮಣ ಮಾಡುವುದು ತಪ್ಪು ಎಂದು ನನಗೇನೂ ಅನ್ನಿಸುತ್ತಿಲ್ಲ ಗಣೇಶ. ಆದರೆ ಅವರು ದೈವೀ ಅಸ್ತ್ರವನ್ನು ಬಳಸಿದ್ದು ಸರಿಯಲ್ಲ. ಏನೇ ಆದರೂ ನಾಲ್ಕಾರು ತಪ್ಪುಗಳು ಸೇರಿ ಒಂದು ಸರಿಯಾಗಲು ಸಾಧ್ಯವಿಲ್ಲ. ಅವರು ವಂಚನೆ ಮಾಡಿದರು ಎಂಬ ಕಾರಣಕ್ಕೆ ನಾವೂ ವಂಚನೆಗೆ ಇಳಿಯುವುದು ನ್ಯಾಯಸಮ್ಮತವೇ? ಹಾಗಾಗಿ ಸುಳ್ಳು ಹೇಳಿ ಯುದ್ಧವನ್ನು ಗೆಲ್ಲುವ ಅವಶ್ಯಕತೆ ನನಗಿಲ್ಲ ನಾನು ಸತ್ಯದ ಪರವಾಗಿಯೇ ನಿಂತು ಹೋರಾಡುತ್ತೇನೆ' ಶಿವ ಹೇಳಿದ.

ಗೋಪಾಲರು ಹೇಳಿದರು 'ಸತ್ಯಂ ವದ, ಅಸತ್ಯಂ ಮವದ'.

'ಹಾಗೆಂದರೇನು?' ಶಿವ ಕೇಳಿದ.

'ಇದೊಂದು ಸಂಸ್ಕೃತ ಶ್ಲೋಕ. ಸದಾ ಸತ್ಯವನ್ನೇ ಹೇಳು. ಅಸತ್ಯವನ್ನು ಎಂದಿಗೂ ಹೇಳಬೇಡ ಎಂಬುದು ಇದರ ಅರ್ಥ ಮಹಾಸ್ವಾಮಿ' ಕಾಳಿ ಹೇಳಿದಳು.

ಸತಿ ನಸುನಗುತ್ತಾ ಹೇಳಿದಳು 'ಹೌದು, ನಾನು ಈ ಮಾತನ್ನು ಒಪ್ಪುತ್ತೇನೆ'.

ನನಗೆ ಮತ್ತೊಂದು ಹಳೇ ಸಂಸ್ಕೃತ ಶ್ಲೋಕ ನೆನಪಿಗೆ ಬರುತ್ತಿದೆ 'ಸತ್ಯಂ ಬ್ರೂಯತ್ ಪ್ರಿಯಂ ನಬ್ರೂಯತ್ ಸತ್ಯಂ ಅಪ್ರಿಯ'.

'ನೀನು ಹೇಳುತ್ತಿರುವುದರ ಅರ್ಥ ನನಗೆ ತಿಳಿಯುತ್ತಿಲ್ಲ ಕಾಳಿ' ಶಿವ ಹೇಳಿದ.

ಗೋಪಾಲರು ಕಾಳಿಯ ಮಾತನ್ನು ಸರಳವಾಗಿ ಶಿವನಿಗೆ ವಿವರಿಸಿದರು.

'ಸತ್ಯವನ್ನು ಪ್ರಿಯವಾಗಿ ಹೇಳು. ಮತ್ತೊಬ್ಬರ ಮನಸ್ಸಿಗೆ ಅದು ಘಾಸಿಯಾಗುತ್ತದೆ ಎಂದರೆ ಅಂತಹ ಸತ್ಯವನ್ನು ಹೇಳಲೇಬೇಡ. ಇದು ಕಾಳಿಯ ಮಾತಿನ ಅರ್ಥ ಮಹಾಸ್ವಾಮಿ'.

‘ಇದು ನಾನು ಹೇಳಿದ್ದಲ್ಲ ಮಹಾಸ್ವಾಮಿ. ನಮ್ಮ ಪುರಾಣದ ಮಹಾಮುನಿಗಳು ಹೇಳಿರುವ ಮಾತು. ಅದು ಈಗ ಪ್ರಸ್ತುತ ಎಂಬುದು ನನ್ನ ಭಾವನೆ. ಅವನ ತಮ್ಮನನ್ನು ಕೊಂದವರು ಯಾರು ಎಂಬುದನ್ನು ಸುರಪದ್ಮನಿಗೆ ನಾವು ತಿಳಿಸಬೇಕಿಲ್ಲ. ನಾವು ಅಯೋಧ್ಯೆಯ ಮೇಲೆ ಆಕ್ರಮಣ ಮಾಡಿ ಅದನ್ನು ವಶಪಡಿಸಿಕೊಳ್ಳುವವರೆಗೆ ಸುರಪದ್ಮ ಯಾರಿಗೂ ಸಹಾಯ ಮಾಡದೆ ತಟಸ್ಥನಾಗಿದ್ದು ಬಿಟ್ಟರೆ ನಮಗೆ ಅಷ್ಟೇ ಸಾಕು’.

‘ಅಯೋಧ್ಯೆಯ ಸುತ್ತ ಅಭೇದ್ಯ ಕೋಟೆ ಇದೆ. ಅದನ್ನು ಭೇದಿಸುವುದು ಅಷ್ಟು ಸುಲಭವಲ್ಲ’ ಗೋಪಾಲ ಪಂಡಿತರು ಮತ್ತೊಂದು ಸಮಸ್ಯೆಯನ್ನು ಸಭೆಯ ಮುಂದಿಟ್ಟರು.

ಕೂಡಲೇ ಗಣೇಶ ಹೇಳಿದ ‘ಹೌದು! ಅದು ನನಗೆ ತಿಳಿದಿದೆ. ಆದರೆ ನಮ್ಮ ಉದ್ದೇಶ ಅಯೋಧ್ಯೆಯನ್ನು ನಾಶಮಾಡುವುದಲ್ಲ. ಅಯೋಧ್ಯೆಯ ಯುದ್ಧ ಹಡಗುಗಳು ಮೆಲೂಹಕ್ಕೆ ಬಾರದಂತೆ ತಡೆಯಬೇಕು ಅಷ್ಟೇ. ನಮ್ಮ ರಣಭೂಮಿ ಇರುವುದು ಮೆಲೂಹದಲ್ಲಿ’.

‘ಆದರೆ ನಾವು ಅಯೋಧ್ಯೆಗೆ ಮುತ್ತಿಗೆ ಹಾಕಲು ಹೊರಟಾಗ ಹಿಂದಿನಿಂದ ಸುರಪದ್ಮ ನಮ್ಮ ಮೇಲೆ ಆಕ್ರಮಣ ಮಾಡಿದರೆ ಏನು ಮಾಡುವುದು? ಅಯೋಧ್ಯೆ ಮತ್ತು ಸುರಪದ್ಮನ ಸೈನ್ಯದ ಮಧ್ಯೆ ಸಿಕ್ಕ ನಮ್ಮ ಸೈನ್ಯ ನುಜ್ಜು ಗುಜ್ಜಾಗುವುದಿಲ್ಲವೇ?’ ಗೋಪಾಲರು ಕೇಳಿದರು.

‘ಇಲ್ಲ! ಹಾಗಾಗುವ ಸಾಧ್ಯತೆಗಳಿಲ್ಲ. ಕಾರಣ ಸುರಪದ್ಮ ಮಗಧ ರಾಜ್ಯದಿಂದ ಸೈನ್ಯವನ್ನು ಹೊರಡಿಸಿದ ಮೇಲಷ್ಟೇ ನಮ್ಮ ಸೈನ್ಯ ಪ್ರಯಾಣವನ್ನು ಪ್ರಾರಂಭಿಸುತ್ತದೆ. ಹಾಗಾಗಿ ಇಬ್ಬರು ವೈರಿಗಳ ಮಧ್ಯೆ ಸಿಕ್ಕಿಹಾಕಿಕೊಳ್ಳುವ ಪ್ರಮೆಯವೇ ಬರಲಾರದು’ ಗಣೇಶ ರಣತಂತ್ರವನ್ನು ಬಿಡಿಸಿ ಹೇಳಿದ.

ಶಿವ, ಕಾರ್ತಿಕ ಮತ್ತು ಸತಿ ಗಣೇಶನ ಮಾತಿಗೆ ನಸುನಕ್ಕರು. ಆತನ ಯೋಜನೆ ಏನು ಎನ್ನುವುದು ಅವರಿಗೆ ಅರ್ಥವಾಯಿತು.

‘ಅದ್ಭುತ.......’ ಪರಶುರಾಮ ಉದ್ಗರಿಸಿದ.

ಅಲ್ಲಿದ್ದ ಎಲ್ಲರೂ ಗಣೇಶನ ರಣತಂತ್ರವನ್ನು ತಮ್ಮದೇ ಧಾಟಿಯಲ್ಲಿ ವಿಶ್ಲೇಷಿಸಿದರು.

ನಂತರ ಕಾಳಿ ಶಿವನಗೆ ಹೇಳಿದಳು ‘ಶಿವ! ನೀವೇನು ಸುಳ್ಳು ಹೇಳಬೇಕಾಗಿಲ್ಲ. ಆದರೆ ಇಡೀ ಸತ್ಯವನ್ನು ಆತನ ಮುಂದೆ ಬಿಚ್ಚಿಡುವ ಅವಶ್ಯಕತೆಯೂ ಇಲ್ಲ. ಆತನನ್ನು ಸಂತೋಷಪಡಿಸುವುದಕ್ಕೆ ಎಷ್ಟುಬೇಕೋ ಅಷ್ಟು ಸತ್ಯವನ್ನು ಮಾತ್ರ ಅವನಿಗೆ ಹೇಳೋಣ. ಮುಂದೆ ಆತನ ಮಹತ್ವಾಕಾಂಕ್ಷೆ ಕೆಲಸ ಮಾಡಲಿ. ಸರಯೂ ಮತ್ತು ಗಂಗಾನದಿ

ಸಂಗಮವಾಗುವ ಬಳಿ ನಮ್ಮ ಹಡಗುಗಳು ಸರಾಗವಾಗಿ ಸಂಚರಿಸಲು ಆತ ನಮಗೆ ಅನುಮತಿ ನೀಡಬೇಕು. ಆಗ ನಮ್ಮ ಹಡಗುಗಳು ಅಯೋಧ್ಯೆಯತ್ತ ನಿರಾತಂಕವಾಗಿ ಸಾಗುತ್ತವೆ. ಆಗ ನಾವು ಅಯೋಧ್ಯೆಯ ಸೈನ್ಯ ಮೆಲೂಹದತ್ತ ಸಾಗುವುದನ್ನು ತಡೆಯಬಹುದು'.

ಶಿವ ಹಾಗೆ ತಲೆಯಾಡಿಸಿ ನಂತರ ಹೇಳಿದ 'ಮೆಲೂಹದ ಕತೆ ಏನು? ನಮಗೆ ಎರಡು ಆಯ್ಕೆಗಳಿವೆ. ಒಂದು ನಮ್ಮ ಅಷ್ಟೂ ಸೈನ್ಯದೊಂದಿಗೆ ಏಕಕಾಲಕ್ಕೆ ಮೆಲೂಹದ ಮೇಲೆ ಆಕ್ರಮಣ ಮಾಡಿ ಯುದ್ಧ ಗೆಲ್ಲುವುದು. ಮತ್ತೊಂದು ನಮ್ಮ ಸೈನ್ಯದ ಒಂದು ತುಕಡಿ ಮಾತ್ರ ಆಕ್ರಮಣ ಮಾಡಿ ಶತ್ರುಗಳ ಗಮನವನ್ನು ಬೇರೆಡೆಗೆ ಸೆಳೆದು ಉಳಿದ ಸೈನ್ಯವನ್ನು ಸೋಮರಸದ ತಯಾರಿಕಾ ಕೇಂದ್ರಗಳನ್ನು ಹುಡುಕಿ ನಾಶಮಾಡಲು ನಿಯೋಜಿಸುವುದು? ಇವೆರಡರಲ್ಲಿ ಯಾವುದು ಸೂಕ್ತ ಎಂಬುದನ್ನು ನಾವು ನಿರ್ಧರಿಸಬೇಕು'.

'ನಮ್ಮ ಬ್ರಂಗಾ ಮತ್ತು ವೈಶಾಲಿ ಸೈನ್ಯ ಮಗಧ ಮತ್ತು ಅಯೋಧ್ಯೆಗೆ ಮುತ್ತಿಗೆ ಹಾಕಲಿ. ಅಲ್ಲಿ ಅವರನ್ನು ನಿಯಂತ್ರಿಸುವ ಕೆಲಸ ಈ ಸೈನ್ಯಗಳದ್ದು. ವಾಸುದೇವ ಮತ್ತು ನಾಗಾ ಸೈನ್ಯದೊಂದಿಗೆ ನಾವು ಮೆಲೂಹದ ಮೇಲೆ ಆಕ್ರಮಣ ಮಾಡೋಣ. ಸೈನ್ಯ ಚಿಕ್ಕದಾದರೂ ನಮ್ಮ ಸೈನಿಕರು ಅಸಾಧಾರಣ ಸಾಹಸಿಗಳು. ಅವರು ಅತ್ಯುತ್ತಮ ತರಬೇತಿ ಪಡೆದಿದ್ದಾರೆ. ನಮ್ಮಲ್ಲಿ ಅತ್ಯಾಧುನಿಕ ಯುದ್ಧ ತಂತ್ರಜ್ಞಾನವಿದೆ. ಇತ್ತೀಚೆಗೆ ವಾಸುದೇವ ಪಂಡಿತರು ಕಂಡುಹಿಡಿದಿರುವ ಅಗ್ನಿ ಬಾಣಗಳೇ ಇದಕ್ಕೆ ಸಾಕ್ಷಿ. ಆನೆಯ ಮೇಲೆ ಕುಳಿತು ವಾಸುದೇವ ಸೈನಿಕರು ಬಿಡುವ ಅಗ್ನಿಬಾಣಗಳಿಗೆ ಶತ್ರುಪಡೆ ತತ್ತರಿಸಿ ಹೋಗುವುದರಲ್ಲಿ ಸಂದೇಹವಿಲ್ಲ. ಹಾಗೆಂದು ಹೇಳಿ ಶತ್ರುಸೈನ್ಯವನ್ನು ನಾವು ಲಘುವಾಗಿ ಪರಿಗಣಿಸುವಂತೆಯೂ ಇಲ್ಲ. ಕಾರಣ ಅವರ ಬಳಿಯೂ ಅತ್ಯಾಧುನಿಕ ತಂತ್ರಜ್ಞಾನವಿದೆ. ಅವರೂ ನಮ್ಮಷ್ಟೇ ಶಕ್ತಿಶಾಲಿ ಅಸ್ತ್ರಗಳನ್ನು ಹೊಂದಿದ್ದಾರೆ' ಸತಿ ಹೇಳಿದಳು.

'ಅಂದರೆ ಮೆಲೂಹದ ವಿರುದ್ಧ ನೇರ ಯುದ್ಧ ಮಾಡುವುದು ಬೇಡ ಎಂಬುದೇ ನಿನ್ನ ಸಲಹೆ ಸತಿ?' ಶಿವ ಪ್ರಶ್ನಿಸಿದ.

'ಹೌದು! ನಮ್ಮ ಮುಖ್ಯ ಉದ್ದೇಶ ಸೋಮರಸ ತಯಾರಿಕಾ ಕೇಂದ್ರಗಳನ್ನು ನಾಶ ಮಾಡುವುದು. ಒಮ್ಮೆ ಅವು ನಾಶಗೊಂಡರೆ ಮತ್ತೆ ಅಂತಹ ಕೇಂದ್ರವನ್ನು ನಿರ್ಮಿಸಲು ಮೆಲೂಹನ್ನರಿಗೆ ವರ್ಷಗಳೇ ಬೇಕಾಗುತ್ತದೆ. ಆ ಸಮಯದಲ್ಲಿ ಸೋಮರಸವನ್ನು ನಾಶಮಾಡಬೇಕೆನ್ನುವ ಹಿಂದಿನ ಉದ್ದೇಶ ಮೆಲೂಹದ ಜನಗಳಿಗೆ ತಲುಪಿರುತ್ತದೆ. ಈಗಾಗಲೇ ಮೆಲೂಹನ್ನರಿಗೆ ನಿಮ್ಮ ಮೇಲೆ ಭಕ್ತಿ, ಗೌರವ ತುಂಬಿ ತುಳುಕುತ್ತಿದೆ. ಅವರೆಲ್ಲರೂ ನಿಮ್ಮ ಮಾತಿನ ಮೇಲೆ ಅಪಾರ ನಂಬಿಕೆ ಇಟ್ಟಿದ್ದಾರೆ. ಹಾಗಾಗಿ ಸಹಜವಾಗಿ ಸೋಮರಸ ತನ್ನ ಅಂತ್ಯವನ್ನು ಕಾಣುತ್ತದೆ. ಆದರೆ ನಾವು ನೇರವಾಗಿ ಮೆಲೂಹದ ಮೇಲೆ ದಾಳಿ ಮಾಡಿದರೆ ಯುದ್ಧ ಅನೇಕ ದಿನಗಳವರೆಗೆ

ಮುಂದುವರೆಯುತ್ತದೆ. ಅದು ಹೆಚ್ಚುದಿನ ನಡೆದಷ್ಟು ಹೆಚ್ಚು ಮುಗ್ದ ಜನ ಬಲಿಯಾಗುತ್ತಾರೆ. ಅಮಾಯಕರ ಮಾರಣಹೋಮವಾಗುತ್ತದೆ. ಆಗ ಜನ ಸೋಮರಸವನ್ನು ನಾಶಮಾಡುವ ಬದಲು ನಾವು ಮೆಲೂಹವನ್ನೇ ನಾಶಮಾಡುತ್ತಿದ್ದೇವೆ ಎಂದು ಭಾವಿಸುತ್ತಾರೆ. ನನಗೆ ತಿಳಿದಂತೆ ಬಹುತೇಕ ಮೆಲೂಹನ್ನರು ಸೋಮರಸದ ವಿರುದ್ಧ ನಿಲ್ಲುತ್ತಾರೆ. ಅದನ್ನು ನಾಶಮಾಡುವ ಕೆಲಸದಲ್ಲಿ ನಮ್ಮೊಂದಿಗೆ ಕೈಜೋಡಿಸುತ್ತಾರೆ. ಆದರೆ ನಾವೇನಾದರೂ ಅವರಿಗಿರುವ ದೇಶಭಕ್ತಿಯನ್ನು ಕೆಣಕಿದರೆ ಇಡೀ ಮೆಲೂಹದ ಜನ ಏಕಕಾಲಕ್ಕೆ ಎದ್ದು ನಿಲ್ಲುತ್ತಾರೆ. ಆಗ ನಮಗೆ ಗೆಲುವು ಅಸಾಧ್ಯ' ಸತಿ ಹೇಳಿದಳು.

ಅದಕ್ಕೆ ಕಾಳಿ ನಸುನಗುತ್ತಾ 'ಏನು ಸತಿ! ಇದುವರೆಗೂ ನಮ್ಮ ಮೆಲೂಹ ಎನ್ನುತ್ತಿದ್ದವಳು ಈಗ ಅವರ ಮೆಲೂಹ ಎನ್ನುತ್ತಿರುವೆಯಲ್ಲ'.

ಸತಿ ಸ್ವಲ್ಪ ಗೊಂದಲಕ್ಕೆ ಬಿದ್ದಳು. ಮೆಲೂಹದ ವಿರುದ್ಧ ಯುದ್ಧ ಮಾಡುತ್ತಿದ್ದರೂ ಅದು ತನ್ನ ತಾಯ್ನಾಡು ಎಂಬ ಅದಮ್ಯ ಪ್ರೀತಿ ಆಕೆಯಲ್ಲಿತ್ತು.

'ಅದು ಈಗ ಅಪ್ರಸ್ತುತ ಕಾಳಿ. ಆ ವಿಚಾರ ಬಿಡು.........ಈಗಲೂ ಅದು ನನ್ನ ದೇಶವೇ' ಸತಿ ಹೇಳಿದಳು.

'ನಿನ್ನ ಮಾತು ಸತ್ಯ ಸತಿ' ಕಾಳಿ ಹೇಳಿದಳು.

ಗೋಪಾಲ ಪಂಡಿತರು ಈ ಸಂಭಾಷಣೆಯನ್ನು ಮೊಟಕುಗೊಳಿಸಿ 'ಒಂದು ವೇಳೆ ನಮಗೂ ಮೆಲೂಹಕ್ಕೂ ನೇರ ಯುದ್ಧ ಸಂಭವಿಸಿದರೆ ಏನಾಗಬಹುದು?' ಎಂದು ಕೇಳಿದರು.

'ಅದನ್ನೇ ನಾವು ತಡೆಯಬೇಕಾಗಿರುವುದು ಪಂಡಿತರೇ. ಸತಿ ಹೇಳಿದ ಮಾತಿನಲ್ಲಿ ಸತ್ಯವಿದೆ ಎಂದು ನನಗನಿಸುತ್ತಿದೆ' ಶಿವ ಹೇಳಿದ.

'ಆದರೆ ಬೃಗು ಮತ್ತು ದಕ್ಷ ಭಿನ್ನ ರೀತಿಯಲ್ಲಿ ಯುದ್ಧತಂತ್ರವನ್ನು ಹೆಣೆಯಬಹುದು. ನಿಜ! ನಮ್ಮ ಉದ್ದೇಶ ಯುದ್ಧವನ್ನು ತಡೆಯುವುದು. ಆದರೆ ಅವರು ಯುದ್ಧಕ್ಕೆ ಪ್ರಚೋದಿಸಿದರೆ ಏನು ಮಾಡುವುದು? ಮೆಲೂಹದಲ್ಲಿ ಭಯದ ವಾತಾವರಣ ನಿರ್ಮಿಸಿ ಜನರನ್ನು ಗಲಿಬಿಲಿಗೊಳಿಸುವುದು ಅವರ ಉದ್ದೇಶ. ಹಾಗಾದರೆ ಮೆಲೂಹದ ಜನ ನೀಲಕಂಠ ತಮಗೆ ದ್ರೋಹ ಬಗೆಯುತ್ತಿದ್ದಾನೆ ಎಂದು ನಂಬುತ್ತಾರೆ. ಸತಿ ಹೇಳಿದಂತೆ ಅಲ್ಲಿನ ಜನ ನಮ್ಮ ವಿರುದ್ಧ ತಿರುಗಿ ಬೀಳುತ್ತಾರೆ. ನೀಲಕಂಠನಲ್ಲಿ ನಂಬಿಕೆ ಕಳೆದುಕೊಳ್ಳುತ್ತಾರೆ'.

'ನನಿಜ! ಬೃಗು ಪರಿಸ್ಥಿತಿಯ ಲಾಭ ಪಡೆಯಲು ಹವಣಿಸುತ್ತಿರಬಹುದು ಎಂದು ನನ್ನ ಅನುಮಾನ. ಆದರೆ ಒಂದೇ ಬಾರಿಗೆ ಜನರಲ್ಲಿ ಅಂತಹ ವಿಷಬೀಜ ಬಿತ್ತುವುದು ಆತನಿಂದ ಹೇಗೆ ಸಾಧ್ಯ ಎಂಬುದೇ ನನಗೆ ತಿಳಿಯುತ್ತಿಲ್ಲ. ಅದರಲ್ಲೂ

ಮೆಲೂಹ ಸೈನ್ಯವನ್ನು ಈ ರೀತಿ ಹೇಳಿ ನಂಬಿಸುವುದು ಸಾಧ್ಯವೇ? ನಾನು ಮೆಲೂಹ ಸೈನ್ಯವನ್ನು ಅತ್ಯಂತ ಹತ್ತಿರದಿಂದ ನೋಡಿದ್ದೇನೆ. ಅದೊಂದು ನಿಷ್ಠಾವಂತ, ನುರಿತ, ಕೇಂದ್ರೀಕೃತ ಸೈನ್ಯ. ಅದು ಯಾರದೋ ಮಾತನ್ನು ಕೇಳಿ ಮುನ್ನಡೆಯುವ ಸೈನ್ಯವಲ್ಲ. ಮೇಲಾಗಿ ಆ ಇಡೀ ಸೈನ್ಯ ಅಲ್ಲಿನ ಸೇನಾಧಿಪತಿಯ ಮಾತಿಗೆ ಮನ್ನಣೆ ನೀಡುತ್ತದೆ. ಆತ ಹೇಳಿದ್ದನ್ನು ಮಾತ್ರ ನಂಬುತ್ತದೆ. ಆದರೆ ಇದೀಗ ಮೆಲೂಹ ಸೈನ್ಯದಲ್ಲಿ ಯಾವ ದಂಡನಾಯಕನೂ ಇಲ್ಲ. ಪರ್ವತೇಶ್ವರ ನಮ್ಮೊಂದಿಗಿದ್ದಾನೆ. ಪರ್ವತೇಶ್ವರನಂತಹ ಮತ್ತೊಬ್ಬ ಮಹಾದಂಡನಾಯಕ ಮೆಲೂಹ ಸೈನ್ಯದಲ್ಲಿ ಇಲ್ಲ. ಮಹಾ ಬುದ್ಧಿವಂತನಾದ ಬೃಗುವಿಗೆ ಈ ವಿಚಾರ ಖಂಡಿತ ತಿಳಿದಿರುತ್ತದೆ' ಶಿವ ಹೇಳಿದ.

ಗಣೇಶ ಮತ್ತು ಕಾರ್ತಿಕ ಒಬ್ಬರಿಗೊಬ್ಬರು ಮುಖ ನೋಡಿಕೊಂಡರು. ಶಿವ ಮಕ್ಕಳ ಮುಖದಲ್ಲಿದ್ದ ಆತಂಕವನ್ನು ಸೂಕ್ಷ್ಮವಾಗಿ ಗಮನಿಸಿದ.

'ಆದರೆ ಬಾಬಾ, ಪರ್ವತೇಶ್ವರ..........?' ಕಾರ್ತಿಕ ಆತಂಕದಿಂದಲೇ ಕೇಳಿದ.

'ಛೇ.........ಛೇ ನೀನು ಪರ್ವತೇಶ್ವರನ ನಿಷ್ಠೆಯನ್ನು ಅನುಮಾನಿಸಬೇಡ ಕಾರ್ತಿಕ. ಆತನ ಬಗ್ಗೆ ನನಗೆ ನಂಬಿಕೆ ಇದೆ, ತಿಳಿಯಿತೇ?'.

ಗಣೇಶ ಮತ್ತು ಕಾರ್ತಿಕ ಸುಮ್ಮನೆ ತಲೆತಗ್ಗಿಸಿ ನಿಂತುಬಿಟ್ಟರು. ಕಾಳಿ ಸಹ ಏನೋ ಮಾತನಾಡಲು ಹೊರಟು ಸುಮ್ಮನಾದಳು.

ಶಿವ ಗೋಪಾಲರತ್ತ ತಿರುಗಿ ಹೇಳಿದ 'ನಾವು ಎದುರಾಳಿಗಳನ್ನು ಪ್ರಚೋದಿಸುವುದು ಬೇಡ. ಆದರೆ ಶತ್ರುಗಳು ನಮ್ಮ ವಿರುದ್ಧ ನೇರ ಹಣಾಹಣಿಗೆ ಇಳಿಯದಂತೆ ನಮ್ಮ ಸೈನ್ಯವನ್ನು ನೋಡಿಕೊಳ್ಳಬೇಕು. ನಾವು ರಕ್ಷಣಾತ್ಮಕವಾಗಿ ಸೈನ್ಯವನ್ನು ನಿಲ್ಲಿಸಬೇಕು. ನಮ್ಮ ಉದ್ದೇಶ ಅವರ ಗಮನವನ್ನು ಬೇರೆಡೆಗೆ ಸೆಳೆಯುವುದು ಮತ್ತು ಅವರಲ್ಲಿ ಗೊಂದಲ ಮೂಡಿಸುವುದು. ಹೀಗಾದಾಗ ನಮ್ಮ ಸಣ್ಣ ಸಣ್ಣ ತುಕಡಿಗಳು ಸೋಮರಸ ಕೇಂದ್ರವನ್ನು ಹುಡುಕಿ ನಾಶ ಮಾಡುತ್ತವೆ. ಸರಸ್ವತಿ ನದಿ ಎಲ್ಲಿ ಹರಿಯುತ್ತದೆ ಎಂಬುದು ಒಮ್ಮೆ ನಮ್ಮ ಸೈನ್ಯಕ್ಕೆ ತಿಳಿದರೆ ಸಾಕು. ಸೋಮರಸ ಕೇಂದ್ರ ಅದರ ಆಸು-ಪಾಸಿನಲ್ಲೇ ಇರುತ್ತದೆ. ಆಗ ಅದನ್ನು ನಾಶಮಾಡುವುದು ಸುಲಭ. ಒಮ್ಮೆ ಸೋಮರಸ ತಯಾರಿಕಾ ಕೇಂದ್ರಗಳೆಲ್ಲಾ ನಾಶವಾದರೆ ನಾವು ಈ ಯುದ್ಧವನ್ನು ಗೆದ್ದಂತೆಯೇ'.

'ನಂದಿ........' ಸತಿ ನಂದಿಯತ್ತ ತಿರುಗಿ ಏನೋ ಸನ್ನೆ ಮಾಡಿದಳು.

ಕೂಡಲೆ ನಂದಿ ದೊಡ್ಡ ಭೂಪಟವೊಂದನ್ನು ತಂದು ಎಲ್ಲರ ಮುಂದೆ ಹರಡಿದ. ಎಲ್ಲರೂ ಭೂಪಟದತ್ತ ನೋಡಲಾರಂಭಿಸಿದರು.

ಸತಿ ನಕಾಶೆಯನ್ನು ತೋರಿಸಿ ಹೇಳಿದಳು 'ಎಲ್ಲರೂ ಇಲ್ಲಿ ನೋಡಿ. ಸರಸ್ವತಿ ನದಿ ಡೆಲ್ಟಾ ಒಳನಾಡು ಪ್ರದೇಶದಲ್ಲಿ ಕೊನೆಗೊಳ್ಳುತ್ತದೆ. ಮೆಲೂಹನ್ನರು ಕರಾಚಪದಿಂದ

ಭಾರಿ ಹಡಗುಗಳನ್ನು ಸರಸ್ವತಿ ನದಿಗೆ ತಂದು ಬಿಡುವುದು ಅಸಾಧ್ಯ. ಕಾರಣ ಅವರಿಗೆ ಎರಡು ರೀತಿಯ ಅಪಾಯವಿದೆ. ಮೊದಲನೆಯದು ಸಿಂಧೂ ನದಿಯ ಕಡೆಯಿಂದ ನೌಕಾ ಆಕ್ರಮಣ ಮಾಡಿದರೆ ಅವರ ಕಥೆ ಮುಗಿದಂತೆ. ಎರಡನೆಯದು ಪೂರ್ವದಿಕ್ಕಿನಿಂದ ಸೇನಾಪಡೆ ನುಗ್ಗಿದರೂ ಅವರಿಗೆ ಸೋಲು ಖಚಿತ. ಹಾಗಾಗಿ ಅವರು ಸರಸ್ವತಿ ನದಿಯ ಮೂಲಕ ಸಾಗುವ ದುಸ್ಸಾಹಸ ಮಾಡಲಾರರು'.

ಶಿವನಗೆ ಸತಿ ಏನು ಹೇಳುತ್ತಿದ್ದಾಳೆ ಎನ್ನುವುದು ಅರ್ಥವಾಯಿತು. ಆತ ಹೇಳಿದ 'ಅಂದರೆ ಸರಸ್ವತಿ ನದಿಯ ಮೇಲೆ ನೌಕಾಸಮರಕ್ಕೆ ಮೆಲೂಹನ್ನರು ಸಿದ್ಧರಾಗಿರುವುದಿಲ್ಲ ಎಂದಾಯಿತು'.

'ಹೌದು! ಸರಸ್ವತಿ ನದಿ ಸಮುದ್ರವನ್ನು ಸೇರುವುದಿಲ್ಲ. ಹಾಗಾಗಿ ಯಾವ ಶತ್ರು ಹಡಗೂ ಸರಸ್ವತಿ ನದಿಯಲ್ಲಿ ಸಾಗಿ ಬರಲಾರದು ಎಂದೇ ಅವರು ಭಾವಿಸಿರುತ್ತಾರೆ'.

'ಇದು ನಮಗೂ ಸಮಸ್ಯೆಯಲ್ಲವೇ? ನಮ್ಮ ಹಡಗುಗಳು ಸರಸ್ವತಿ ನದಿಯಲ್ಲಿ ಹೇಗೆ ಸಾಗುತ್ತವೆ?' ಅತಿಥಿಗ್ವ ಕೇಳಿದ.

'ನಮ್ಮ ಹಡಗುಗಳು ಸರಸ್ವತಿ ನದಿಯಲ್ಲಿ ಸಾಗುವುದಿಲ್ಲ. ಬದಲಾಗಿ ನಾವು ಮೆಲೂಹನ್ನರ ಹಡಗುಗಳ ಮೇಲೆ ಆಕ್ರಮಣ ಮಾಡಿ ಅವುಗಳನ್ನು ವಶಕ್ಕೆ ತೆಗೆದುಕೊಳ್ಳುತ್ತೇವೆ'.

ಕಾಳಿ ತಲೆಯಾಡಿಸುತ್ತಾ ಹೇಳಿದಳು 'ಖಂಡಿತಾ ಅವರು ಇದನ್ನು ನಿರೀಕ್ಷಿಸಿರುವುದಿಲ್ಲ. ಹಾಗಾಗಿ ನಮ್ಮ ಯೋಜನೆ ಯಶಸ್ವಿಯಾಗುತ್ತದೆ'.

'ಹೌದು! ಮೊದಲು ನಾವು ಮೃತಿಕಾವತಿಗೆ ಮುತ್ತಿಗೆ ಹಾಕಿ ಅದನ್ನು ನಮ್ಮ ವಶಕ್ಕೆ ತೆಗೆದುಕೊಳ್ಳಬೇಕು. ಮೆಲೂಹದ ಎಲ್ಲ ಹಡಗುಗಳಿಗೂ ಅಲ್ಲಿ ಲಂಗರು ಹಾಕಿ ನಿಲ್ಲಿಸಲಾಗಿರುತ್ತದೆ. ಒಮ್ಮೆ ಹಡಗುಗಳು ನಮ್ಮ ಕೈವಶವಾದರೆ ಇಡೀ ಸರಸ್ವತಿ ನದಿಯ ಮೇಲೆ ನಾವು ನಿಯಂತ್ರಣ ಸಾಧಿಸಬಹುದು. ಆಗ ಅದೇ ಹಡಗುಗಳೊಂದಿಗೆ ಸಾಗಿ ಮೆಲೂಹದ ಸೋಮರಸ ಕೇಂದ್ರಗಳನ್ನು ಧ್ವಂಸ ಮಾಡಬಹುದು' ಸತಿ ಹೇಳಿದಳು.

'ಮೆಲೂಹದ ಎಲ್ಲ ಸೋಮರಸ ಕೇಂದ್ರಗಳಿರುವುದು ಸರಸ್ವತಿ ನದಿಯ ದಂಡೆಯ ಮೇಲೆಯೇ. ಅವು ಮತ್ತೆಲ್ಲೂ ಇರಲು ಸಾಧ್ಯವೇ ಇಲ್ಲ' ಬೃಹಸ್ಪತಿ ಹೇಳಿದ.

'ಈ ಯೋಜನೆ ಸರಿಯಾಗಿದೆ. ಆದರೆ ಮೆಲೂಹನ್ನರ ಹಡಗುಗಳ ಮೇಲೆ ಆಕ್ರಮಣ ಮಾಡುವುದು ಹೇಗೆ? ಮೆಲೂಹನ್ನರ ಹಿಡಿತವಿರುವ ಪ್ರದೇಶಕ್ಕೆ ನುಗ್ಗುವುದು ಹೇಗೆ? ಮೃತಿಕಾವತಿ ಮೆಲೂಹದ ಗಡಿಭಾಗವಲ್ಲ. ಹಾಗಾಗಿ ನಾವು ಮೆಲೂಹವನ್ನು ಪ್ರವೇಶಿಸುತ್ತಿದ್ದಂತೆ ಪ್ರತಿರೋಧ ಎದುರಾಗುವುದು ಖಚಿತ' ಗೋಪಾಲರು ಹೇಳಿದರು.

'ಲೋಥಲ್' ಥಟ್ಟನೆ ಕಾಳಿ ಉದ್ಘರಿಸಿದಳು.

'ಲೋಥಲ್!' ಕಾರ್ತಿಕ ಆಶ್ಚರ್ಯದಿಂದ ಕೇಳಿದ.

'ಲೋಥಲ್ ಮೈಕಾ ನಗರದ ಬಂದರು. ವಾಸ್ತವದಲ್ಲಿ ಇವೆರಡೂ ಅವಳಿ ನಗರಗಳು. ಮೆಲೂಹದ ಮಕ್ಕಳು ಹುಟ್ಟಿ, ಬೆಳೆದು, ದೊಡ್ಡವರಾಗುವುದು ಇದೇ ಮೈಕಾದಲ್ಲಿ. ಆದರೆ ಲೋಥಲ್‌ನಲ್ಲಿ ಮೆಲೂಹ ಸೈನ್ಯದ ಒಂದು ತುಕಡಿ ಸದಾ ಬೀಡುಬಿಟ್ಟಿರುತ್ತದೆ' ಪಂಡಿತರು ಹೇಳಿದರು.

'ಲೋಥಲ್ ಮತ್ತು ಮೈಕಾ ಬಗ್ಗೆ ಹೆಚ್ಚು ಯೋಚಿಸುವ ಅಗತ್ಯವಿಲ್ಲ. ಅಲ್ಲಿನ ಆಡಳಿತ ನಮ್ಮ ಪರವಾಗಿದೆ' ಕಾಳಿ ಹೇಳಿದಳು.

ಶಿವ, ಸತಿ ಮತ್ತು ಗೋಪಾಲರು ಆಶ್ಚರ್ಯದಿಂದ ಕಾಳಿಯ ಮಾತನ್ನೇ ಆಲಿಸುತ್ತಿದ್ದರು. ಕಾಳಿ ಮಾತು ಮುಂದುವರಿಸಿದಳು.

'ನಮ್ಮ ಬಗ್ಗೆ ಯಾರಾದರೂ ಮೆಲೂಹನ್ನರು ಒಂದಷ್ಟು ಕಾಳಜಿ ಮತ್ತು ಕನಿಕರ ಹೊಂದಿದ್ದಾರೆ ಎಂದರೆ ಅದು ಮೈಕಾ ಜನಗಳು ಮಾತ್ರ. ಅವರು ನಮ್ಮ ಕಷ್ಟಗಳನ್ನು ಕಣ್ಣಾರೆ ಕಂಡಿದ್ದಾರೆ. ಅನೇಕ ಸಂದರ್ಭಗಳಲ್ಲಿ ತಮ್ಮ ನೆಲದ ಕಾನೂನು ಕಟ್ಟಳೆಗಳನ್ನು ಮೀರಿ ನಮಗೆ ಸಹಾಯ ಮಾಡಿದ್ದಾರೆ. ಮೈಕಾದ ರಾಜ್ಯಪಾಲ ಚೆನಾರಧ್ವಜ ಲೋಥಲ್‌ನ ಆಡಳಿತಾಧಿಕಾರಿಯೂ ಹೌದು. ಆತ ಕೆಲವೇ ವರ್ಷಗಳ ಹಿಂದೆ ಕಾಶ್ಮೀರದಿಂದ ವರ್ಗಾವಣೆಗೊಂಡು ಇಲ್ಲಿಗೆ ಬಂದಿದ್ದಾನೆ. ನೀಲಕಂಠನ ಮೇಲೆ ಆತನಿಗೆ ಅಪಾರವಾದ ಭಕ್ತಿ ಮತ್ತು ನಿಷ್ಠೆ. ಮೇಲಾಗಿ ಹಿಂದೆ ನಾನೊಮ್ಮೆ ಆತನ ಪ್ರಾಣವನ್ನೂ ಉಳಿಸಿದ್ದೆ. ಹಾಗಾಗಿ ಒಂದು ವೇಳೆ ಯುದ್ಧ ಘೋಷಣೆಯಾದರೆ ಮೈಕಾ ಮತ್ತು ಲೋಥಲ್ ಖಂಡಿತವಾಗಿ ನಮ್ಮ ಪರವಾಗಿ ನಿಲ್ಲುತ್ತವೆ'.

'ಹಾಂ! ಚೆನಾರಧ್ವಜನ ಬಗ್ಗೆ ಎಲ್ಲೋ ಕೇಳಿದ ನೆನಪು. ಹಾಗಾದರೆ ಲೋಥಲ್‌ನ ಸಹಾಯ ಪಡೆದು ಮೃತಿಕಾವತಿಯನ್ನು ನಮ್ಮ ವಶಕ್ಕೆ ತೆಗೆದುಕೊಳ್ಳೋಣ. ನಂತರ ಅವರ ಹಡುಗುಗಳ ಸಹಾಯದಿಂದ ಸರಸ್ವತಿ ನದಿಯ ದಡದಲ್ಲಿರುವ ಸೋಮರಸ ಕೇಂದ್ರಗಳನ್ನು ಹುಡುಕೋಣ. ಆದರೆ ನೆನಪಿರಲಿ, ನಾವು ಆದಷ್ಟೂ ಎದುರು ನಿಂತು ಯುದ್ಧ ಮಾಡುವುದು ಬೇಡ' ಶಿವ ಹೇಳಿದ.

ಅಧ್ಯಾಯ – 14

ಮುಖಭಾವದಿಂದಲೇ ಎಲ್ಲವನ್ನೂ ಅರಿಯಬಲ್ಲ ಯೋಗಿ

ಶಿವ ಮತ್ತು ಸತಿ ಕೋಣೆಯಲ್ಲಿ ವಿಶ್ರಾಂತಿ ಪಡೆಯುತ್ತಿದ್ದರು. ಇಬ್ಬರೂ ಮಗಧ ರಾಜ್ಯಕ್ಕೆ ಪ್ರಯಾಣ ಬೆಳೆಸಲು ಸಿದ್ಧತೆ ನಡೆಸಿದ್ದರು. ಅಷ್ಟರಲ್ಲಿ ಗೋಪಾಲ ಪಂಡಿತರು ಅಲ್ಲಿಗೆ ಬಂದರು. ಅವರೊಂದಿಗೆ ಗಣೇಶ ಮತ್ತು ಕಾರ್ತಿಕ ಸಹ ತಂದೆ-ತಾಯಿಯನ್ನು ಬೀಳ್ಕೊಡಲು ಅಲ್ಲಿಗೆ ಬಂದರು.

'ಮಗಧ ರಾಜನನ್ನು ನಮ್ಮೊಂದಿಗೆ ನಿಲ್ಲುವಂತೆ ಒಪ್ಪಿಸಬಹುದು ಅಲ್ಲವೇ ಪಂಡಿತರೇ? ಶಿವ ಕೇಳಿದ.

'ಮಗಧ ರಾಜ ಸುರಪದ್ಮನನ್ನು ಒಪ್ಪಿಸುವುದು ಸುಲಭ. ಆದರೆ ನಾವ್ಯಾರು ಬೃಗುವಿನ ಕಣ್ಣಿಗೆ ಬೀಳಬಾರದು ಅಷ್ಟೇ' ಪಂಡಿತರು ಹೇಳಿದರು.

'ಬೃಗು ಎಂದರೆ ನೀವೇಕೆ ಬೆಚ್ಚಿಬೀಳುತ್ತೀರಿ ಪಂಡಿತರೇ. ಆತನೂ ನಮ್ಮಂತೆ ಮನುಷ್ಯನಲ್ಲವೇ? ಅಥವಾ ಆತನಲ್ಲೇನಾದರೂ ವಿಶೇಷತೆ ಇದೆಯೇ?'.

'ಶಿವ! ಬೃಗು ಕೇವಲ ಮಹರ್ಷಿಯಷ್ಟೇ ಅಲ್ಲ. ಆತ ಸಪ್ತರ್ಷಿಗಳ ಉತ್ತರಾಧಿಕಾರಿಯೂ ಹೌದು'.

'ಇರಬಹುದು, ಆದರೆ ನಾವು ಯಾವಾಗಲೂ ವ್ಯಕ್ತಿಗೆ ಗೌರವ ನೀಡಬೇಕು, ಆತನ ಹುದ್ದೆಗಲ್ಲ. ಆದರೂ ನೀವೆಲ್ಲ ಬೃಗುವಿಗೆ ಇಷ್ಟು ಹೆದರುತ್ತಿರುವುದನ್ನು ನೋಡಿದರೆ ನನಗೆ ಆಶ್ಚರ್ಯವಾಗುತ್ತಿದೆ'.

'ಶಿವ! ಬೃಗು ಸಾಮಾನ್ಯನಲ್ಲ. ಆತ ನಮ್ಮ ಆಲೋಚನೆಗಳನ್ನು ಸುಲಭವಾಗಿ ಗ್ರಹಿಸಬಲ್ಲ'.

'ಆದರೇನಂತೆ! ನಾನು, ನೀವು, ಎಲ್ಲ ವಾಸುದೇವರೂ ಮತ್ತೊಬ್ಬರ ಆಲೋಚನೆಗಳನ್ನು ಗ್ರಹಿಸಬಲ್ಲೆವು ಅಲ್ಲವೇ ಪಂಡಿತರೇ!'.

'ನಿಜ! ಆದರೆ ನಾವು ವಾಸುದೇವ ಮಂದಿರದಲ್ಲಿ ಇದ್ದಾಗ ಮಾತ್ರ ಹಾಗೆ ಮಾಡಬಹುದು. ಆದರೆ ಬೃಗು ಎಲ್ಲೇ ಇರಲಿ ಆತನ ಸುತ್ತಲಿರುವ ಜನಗಳು ಏನು ಯೋಚಿಸುತ್ತಿದ್ದಾರೆ ಎಂದು ಕ್ಷಣಮಾತ್ರದಲ್ಲಿ ಗ್ರಹಿಸಿಬಿಡುತ್ತಾನೆ'.

ಗಣೇಶ ಆಶ್ಚರ್ಯದಿಂದ ಕೇಳಿದ 'ಅದು ಹೇಗೆ?'.

'ನಾವು ಯಾವುದೇ ಆಲೋಚನೆ ಮಾಡುವಾಗ ನಮ್ಮ ಮೆದುಳು ರೇಡಿಯೋ ತರಂಗಗಳನ್ನು ರವಾನಿಸುತ್ತದೆ. ಕೆಲವು ಅಸಾಧಾರಣ ವ್ಯಕ್ತಿಗಳು ಸಾಕಷ್ಟು ತರಬೇತಿ ಪಡೆದಿದ್ದರೆ ಮತ್ತು ಅಂತಹ ವ್ಯಕ್ತಿಗಳು ಶಕ್ತಿಶಾಲಿ ಸಂವಾಹಕ ಯಂತ್ರಗಳ ಪರಧಿಯೊಳಗಿದ್ದರೆ ಮತ್ತೊಬ್ಬರ ಆಲೋಚನೆಗಳನ್ನು ಸುಲಭವಾಗಿ ಗ್ರಹಿಸಿಬಿಡುತ್ತಾರೆ. ಆದರೆ ಬೃಗು ಇನ್ನೂ ಮುಂದೆ ಹೋಗಿ ಅಂತಹ ತರಂಗಗಳನ್ನು ಹಿಡಿದಿಡಬಲ್ಲ. ನಮ್ಮ ಆಲೋಚನೆಗಳು ರೇಡಿಯೋ ತರಂಗಗಳಾಗಿ ಪರಿವರ್ತನೆಗೊಳ್ಳುವ ಮುನ್ನವೇ ಅದನ್ನು ಗ್ರಹಿಸುವ ಮಹಾಶಕ್ತಿ ಅವನಲ್ಲಿದೆ'.

'ಅದು ಹೇಗೆ ಸಾಧ್ಯ ಪಂಡಿತರೇ?'.

'ನಮ್ಮ ಮೆದುಳಿನಲ್ಲಿ ಮೂಡುವ ಆಲೋಚನೆಗಳು ಒಂದು ರೀತಿಯಲ್ಲಿ ಅಂತಃ ಪ್ರಚೋದನೆ ಇದ್ದಂತೆ. ಅವು ವಿದ್ಯುತ್ ಶಕ್ತಿಯ ಆವೇಗಗಳು. ಆ ಆವೇಗಗಳು ಪ್ರಚೋದನೆಗೊಂಡ ಕೂಡಲೆ ಅವು ಕಣ್ಣಿನ ಪಾಪೆಗಳು ಚಲಿಸುವಂತೆ ಮಾಡುತ್ತವೆ. ಬೃಗು ಆ ಕಣ್ಣಿನ ಚಲನೆಯನ್ನು ನೋಡಿ ಆತ ಏನು ಯೋಚಿಸುತ್ತಿದ್ದಾನೆ ಎಂದು ತಿಳಿದುಕೊಳ್ಳುತ್ತಾನೆ'.

'ಶ್ರೀರಾಮ ನಮ್ಮನ್ನು ಕಾಪಾಡು!' ಕಾರ್ತಿಕ ಮೆಲ್ಲನೆ ಉಸುರಿದ.

'ನನಗೆ ಇನ್ನೂ ಆತ ಅದನ್ನು ಹೇಗೆ ಗ್ರಹಿಸುತ್ತಾನೆ ಎಂದು ತಿಳಿಯುತ್ತಿಲ್ಲ. ನಮ್ಮ ಎಲ್ಲ ಭಾವನೆಗಳೂ ಕಣ್ಣಿನಿಂದಲೇ ವ್ಯಕ್ತಗೊಳ್ಳುತ್ತವೆ ಎಂಬುದೇ ನಿಮ್ಮ ಮಾತಿನ ಅರ್ಥ?'.

'ಶಿವ! ಸಂವಹನಕ್ಕೆ ನಾವು ಬಳಸುವ ಭಾಷೆಗೂ ಮತ್ತು ಮೆದುಳಿನ ಆಂತರಿಕ ಭಾಷೆಗೂ ವ್ಯತ್ಯಾಸವಿದೆ. ಉದಾಹರಣೆ ನಾವು ಮತ್ತೊಬ್ಬರೊಂದಿಗೆ ಮಾತನಾಡಲು ಸಂಸ್ಕೃತ ಭಾಷೆ ಬಳಸುತ್ತೇವೆ. ಆದರೆ ನಾವು ನಮ್ಮ ಮೆದುಳಿನೊಂದಿಗೆ ಸಂವಹನ ಮಾಡುವಾಗ ಬೇರೆಯದೇ ರೀತಿಯ ಭಾಷೆ ಬಳಸುತ್ತೇವೆ. ಜಗತ್ತಿನ ಎಲ್ಲ ಜೀವಿಗಳ ಮೆದುಳೂ ಇದೇ ಭಾಷೆಯನ್ನು ಬಳಸುತ್ತವೆ. ಆ ಭಾಷೆಗೆ ಇರುವುದು ಎರಡೇ ಸಂಕೇತಗಳು. ಅದು ಏರು ಮತ್ತು ಇಳಿತ (1 ಅಥವಾ 0).

ನಮ್ಮ ಮೆದುಳಿನಲ್ಲಿ ಸಾವಿರಾರು ಆಲೋಚನೆಗಳು ಮೂಡುತ್ತಲೇ ಇರುತ್ತದೆ. ಆದರೆ ಅವುಗಳಲ್ಲಿ ಯಾವುದೋ ನಿರ್ದಿಷ್ಟ ಸಮಯದಲ್ಲಿ ಒಂದು ಆಲೋಚನೆ ನಮ್ಮ

ಗಮನವನ್ನು ಸೆಳೆದು ಬಿಡುತ್ತವೆ. ಆ ಆಲೋಚನೆ ಮೆದುಳಿನ ಭಾಷೆಯ ಮೂಲಕ ಸಂವಹನಗೊಂಡು ಕಣ್ಣಿನಲ್ಲಿ ಪ್ರತಿಫಲಿಸುತ್ತದೆ. ಆದ್ದರಿಂದಲೇ ಮಹರ್ಷಿ ಬೃಗುವಿನ ಬಳಿ ಮಾತನಾಡುವಾಗ ನಾವು ಅತ್ಯಂತ ಎಚ್ಚರಿಕೆಯಿಂದ ಇರಬೇಕು'.

'ಅಂದರೆ ಕಣ್ಣುಗಳು ನಮ್ಮ ಮೆದುಳಿನ ಕನ್ನಡಿ ಎಂದಾಯಿತು ಅಲ್ಲವೇ?' ಗಣೇಶ ಕೇಳಿದ.

'ಹೌದು' ಗೋಪಾಲರು ನಸುನಗುತ್ತಾ ಹೇಳಿದರು.

'ಹಾಗಾದರೆ ನಾನು ಬೃಗುವಿನ ಬಳಿ ಮಾತನಾಡುವಾಗ ಕಣ್ಣು ಮುಚ್ಚಿಕೊಂಡೇ ಮಾತನಾಡುತ್ತೇನೆ' ಶಿವ ಹೇಳಿದ.

ಶಿವನ ಮಾತಿಗೆ ಸತಿ ಮತ್ತು ಗೋಪಾಲರು ನಸುನಕ್ಕರು.

'ಏನೇ ಆಗಲಿ ಮುಂಬರುವ ಯುದ್ಧದಲ್ಲಿ ಗೆಲುವು ನಮ್ಮದೇ' ಪಂಡಿತರು ಹೇಳಿದರು.

'ಹೌದು! ನಾವು ಸತ್ಯ, ನ್ಯಾಯ ಮತ್ತು ಧರ್ಮದ ಪರವಾಗಿದ್ದೇವೆ' ಗಣೇಶ ಹೇಳಿದ.

'ಅದರಲ್ಲಿ ಯಾವ ಅನುಮಾನವೂ ಬೇಡ. ನಿಮ್ಮ ತಂದೆ ನಮ್ಮೊಂದಿಗಿರುವಾಗ ಸೋಲು ಎನ್ನುವುದಕ್ಕೆ ಆಸ್ಪದವೇ ಇಲ್ಲ'.

'ಇಲ್ಲ ಪಂಡಿತರೇ! ಗೆಲುವು ನನ್ನೊಬ್ಬನಿಂದ ಸಾಧ್ಯವಿಲ್ಲ. ನಾವೆಲ್ಲರೂ ಒಟ್ಟಾಗಿ ಸೇರಿ ಹೋರಾಟ ಮಾಡಿದರೆ ಮಾತ್ರ ಅದು ಸಾಧ್ಯ' ಶಿವ ಹೇಳಿದ.

'ನಮ್ಮೆಲ್ಲರನ್ನು ಒಗ್ಗೂಡಿಸಿರುವವನು ನೀನೇ ನೀಲಕಂಠ. ಬೃಗು ಮಹರ್ಷಿ ನಿನ್ನಷ್ಟೇ ಶಕ್ತಿಶಾಲಿಯಾಗಿರಬಹುದು ಅಥವಾ ನಿನಗಿಂತಲೂ ಬುದ್ಧಿವಂತನಾಗಿರಬಹುದು. ಆದರೆ ಆತ ನಿನ್ನಂತೆ ಜನನಾಯಕನಲ್ಲ. ಆತ ತನ್ನ ಬುದ್ಧಿಶಕ್ತಿಯನ್ನು ದುರುಪಯೋಗ ಪಡಿಸಿಕೊಳ್ಳುತ್ತಿದ್ದಾನೆ. ಆತನನ್ನು ಆದರ್ಶ ವ್ಯಕ್ತಿ ಎಂದು ಮೆಲೂಹದವರಾಗಲೀ ಸ್ವದ್ವೀಪದವರಾಗಲೀ ಪರಿಗಣಿಸಿಲ್ಲ. ಆತನ ಅನುಯಾಯಿಗಳು ಆತನ ಮಾತನ್ನು ಕೇಳುವುದು ಗೌರವದಿಂದಲ್ಲ ಭಯದಿಂದ. ಆದರೆ ನೀನು ಅದಕ್ಕೆ ವಿರುದ್ಧ. ಜನಗಳನ್ನು ಪ್ರೀತಿಯಿಂದ ನಿನ್ನೊಂದಿಗೆ ಕರೆದುಕೊಂಡು ಹೋಗುವ ಔದಾರ್ಯತೆ ನಿನ್ನಲ್ಲಿದೆ. ಕಳೆದ ಕೆಲವು ದಿನಗಳಿಂದ ನಿನ್ನ ಬೆಂಬಲಿಗರೊಂದಿಗೆ ನೀನು ಹೇಗೆ ವರ್ತಿಸುತ್ತಿರುವೆ ಎಂಬುದನ್ನು ನಾನು ಸೂಕ್ಷ್ಮವಾಗಿ ಗಮನಿಸುತ್ತಿದ್ದೇನೆ. ಸೋಮರಸವನ್ನು ನಿರ್ನಾಮ ಮಾಡುವ ಸಲುವಾಗಿ ಯುದ್ಧ ಮಾಡುವ ನಿರ್ಧಾರವಾಗಿದೆ. ಆದರೆ ಅದು ಕೇವಲ ನೀನೊಬ್ಬನೇ ಏಕಪಕ್ಷೀಯವಾಗಿ ತೆಗೆದುಕೊಂಡ ನಿರ್ಧಾರವಲ್ಲ. ಆ ನಿರ್ಧಾರ

ತೆಗೆದುಕೊಳ್ಳುವ ಮುನ್ನ ನೀನು ಸಾಕಷ್ಟು ಜನರೊಂದಿಗೆ ಚರ್ಚೆ ನಡೆಸಿದೆ. ಅವರೆಲ್ಲರ ಅಭಿಪ್ರಾಯಗಳನ್ನು ಕೇಳಿದೆ. ಸಾಧಕ-ಬಾಧಕಗಳ ಬಗ್ಗೆ ನಿನ್ನ ತಂಡದೊಂದಿಗೆ ಚರ್ಚಿಸಿ ಅಂತಿಮವಾಗಿ ನಿರ್ಧಾರ ತೆಗೆದುಕೊಂಡೆ. ಹಾಗಾಗಿ ಅದು ನಾವೆಲ್ಲರೂ ಸೇರಿ ತೆಗೆದುಕೊಂಡ ನಿರ್ಧಾರ ಎಂಬ ಭಾವನೆ ನಮ್ಮೆಲ್ಲರಲ್ಲೂ ಮೂಡಿದೆ. ಇದು ನಿಜವಾದ ನಾಯಕತ್ವದ ಗುಣ. ಬೃಗುವಿನ ಬಳಿ ಭಾರಿ ಪ್ರಮಾಣದ ಸೈನ್ಯವಿರಬಹುದು. ಆದರೆ ಆತ ಏಕಾಂಗಿಯಾಗಿ ಹೋರಾಡಬೇಕಾಗುತ್ತದೆ. ನಮ್ಮಲ್ಲಿ ಇಡೀ ಸೈನ್ಯ ಒಗ್ಗಟ್ಟಾಗಿ ನಿನ್ನ ನೇತೃತ್ವದಲ್ಲಿ ಹೋರಾಡುತ್ತದೆ. ಹಾಗಾಗಿ ಗೆಲುವು ನಮ್ಮದೇ' ಪಂಡಿತರು ಹೇಳಿದರು.

ಗೋಪಾಲ ಪಂಡಿತರ ಹೊಗಳಿಕೆಯಿಂದ ಶಿವ ತುಸು ಮುಜುಗರಕ್ಕೆ ಒಳಗಾದ.

ನಂತರ ಹೇಳಿದ 'ಪಂಡಿತರೇ! ನೀವು ನಿಜಕ್ಕೂ ದಯಾಳುಗಳು. ನನ್ನ ಬಗ್ಗೆ ಅತಿಯಾದ ಪ್ರೀತಿ ಮತ್ತು ಅಭಿಮಾನ ಇಟ್ಟುಕೊಂಡಿದ್ದೀರಿ. ಅದಕ್ಕೆ ನಾನು ಋಣಿ. ಈಗ ನಾವು ಮಗಧಕ್ಕೆ ಪ್ರಯಾಣ ಬೆಳೆಸೋಣವೇ?'.

'ಏನು ಭಗೀರಥ ಬಂದಿದ್ದಾನೆಯೇ?' ದಿಲೀಪ ಆಶ್ಚರ್ಯದಿಂದ ಕೇಳಿದ.

'ಹೌದು ಮಹಾಸ್ವಾಮಿ!' ಸಯಾಮಾಂತಕ ತಲೆಯಾಡಿಸುತ್ತಾ ಹೇಳಿದ

'ಆದರೆ ಆತ ಇಲ್ಲಿಗೆ ಹೇಗೆ.......'.

ಥಟ್ಟನೆ ದಿಲೀಪನ ಮಾತಿನ ಮಧ್ಯೆ ಬೃಗು ಹೇಳಿದ 'ಪ್ರಧಾನಮಂತ್ರಿ ಸಯಾಮಾಂತಕರೇ! ನಾನು ಈ ಕೂಡಲೇ ಭಗೀರಥನನ್ನು ಭೇಟಿ ಮಾಡಬೇಕು. ಆತನೊಂದಿಗೆ ರಾಜಕುಮಾರಿ ಆನಂದಮಯಿ ಮತ್ತು ಪರ್ವತೇಶ್ವರ ಸಹ ಬಂದಿದ್ದಾರೆಯೇ?'.

'ಇಲ್ಲ ಮಹರ್ಷಿಗಳೇ, ಅವರು ಒಬ್ಬರೇ ಬಂದಿದ್ದಾರೆ'.

'ಇರಲಿ ಭಗೀರಥನನ್ನು ಅತ್ಯಂತ ಗೌರವಾದರಗಳಿಂದ ಇಲ್ಲಿಗೆ ಕರೆತನ್ನ'.

'ಹಾಗೇ ಆಗಲಿ ಗುರುಗಳೇ' ಸಯಾಮಾಂತಕ ಅಲ್ಲಿಂದ ತೆರಳಿದ.

ಆತ ಹೊರಹೋಗುತ್ತಿದ್ದಂತೆ ಬೃಗು ದಿಲೀಪನತ್ತ ತಿರುಗಿ ಹೇಳಿದ 'ಮಹಾರಾಜ! ನೀನು ಇನ್ನೂ ಸಹನೆಯಿಂದ ಇರುವುದನ್ನು ಕಲಿತಿಲ್ಲ. ಗೋಧಾವರಿಯಲ್ಲಿ ನಮ್ಮವರು ಶಿವನ ಮೇಲೆ ಮಾಡಿದ ಆಕ್ರಮಣದ ವಿಚಾರ ಸಯಾಮಾಂತಕನಿಗೆ ತಿಳಿದಿಲ್ಲ'.

'ಓ! ಕ್ಷಮಿಸಿ ಮಹರ್ಷಿಗಳೇ, ಭಗೀರಥ ಬಂದನಲ್ಲ ಎಂಬ ಆಶ್ಚರ್ಯ ಮತ್ತು ಗಾಬರಿಯಲ್ಲಿ ನಾನು..........'.

'ಆತ ಬಂದಿರುವುದು ನನಗೇನೂ ಆಶ್ಚರ್ಯವಾಗಿಲ್ಲ ಮಹಾರಾಜ'.

'ಏಕೆ ಗುರುಗಳೇ! ನೀವು ಆತನ ಆಗಮನವನ್ನು ನಿರೀಕ್ಷಿಸಿದ್ದಿರಾ?'.

'ನಾನೇನೂ ಹಾಗೆ ನಿರೀಕ್ಷಿಸಿರಲಿಲ್ಲ. ಆದರೆ ಗೋಧಾವರಿಯಲ್ಲಿ ನಾವು ಮಾಡಿದ ಆಕ್ರಮಣ ವಿಫಲವಾಗಿದೆ ಎಂಬ ಬಲವಾದ ಅನುಮಾನ ನನ್ನಲ್ಲಿತ್ತು. ಆದರೆ ಅದನ್ನು ಹೇಗೆ ಖಾತರಿ ಮಾಡಿಕೊಳ್ಳುವುದು ಎಂದಷ್ಟೇ ನಾನು ಯೋಚಿಸುತ್ತಿದ್ದೆ'.

'ಅದು ಹೇಗೆ ಸಾಧ್ಯ ಗುರುಗಳೇ? ನಮ್ಮ ಹಡಗುಗಳು ಬೇರೆಲ್ಲಿಯೋ ನಾಶವಾಗಿರಬಹುದು ಅಲ್ಲವೇ?'.

'ಕೇವಲ ನಮ್ಮ ಹಡಗುಗಳಷ್ಟೇ ನಾಶವಾಗಿದ್ದರೆ ನಾನು ಇಷ್ಟೊಂದು ಯೋಚಿಸುತ್ತಿರಲಿಲ್ಲ. ಅಲ್ಲಿ ಬೇರೇನೋ ನಡೆದಿದೆ. ಅದು ಏನು ಎನ್ನುವುದು ನನಗೆ ತಿಳಿಯುತ್ತಿಲ್ಲ. ಈ ಮಧ್ಯೆ ಗುಣ ಸೈನ್ಯ ಎಲ್ಲಿದೆ ಎಂದು ತಿಳಿದುಕೊಳ್ಳುವಂತೆ ಮೆಲೂಹದ ಪ್ರಧಾನಿ ಕನಖಲಳಿಗೆ ಹೇಳಿದ್ದೆ'.

'ಗುಣಸೈನ್ಯ ಎಂದರೆ ಯಾವುದು?'.

'ಗುಣಸೈನ್ಯವೆಂದರೆ ಅದು ವಂಚಕ ನೀಲಕಂಠನ ಪರಿವಾರ. ಆತನೊಂದಿಗೆ ಮೆಲೂಹಕ್ಕೆ ವಲಸೆ ಬಂದವರು. ಮೆಲೂಹದ ರಾಜತಾಂತ್ರಿಕ ನಿಯಮದ ಪ್ರಕಾರ ದೇಶಕ್ಕೆ ವಲಸೆ ಬಂದವರ ಮಾಹಿತಿಯನ್ನು ಅತ್ಯಂತ ಗೌಪ್ಯವಾಗಿಡಲಾಗುತ್ತದೆ. ಅಲ್ಲಿ ಎಲ್ಲರೂ ಸಮಾನರು. ಹಾಗಾಗಿ ಮೆಲೂಹದ ಮಾಹಿತಿ ಸಂಗ್ರಹ ಅಧಿಕಾರಿಗಳು ಸ್ವತಃ ಪ್ರಧಾನಮಂತ್ರಿಗಳು ಕೇಳಿದರೂ ಅಲ್ಲಿನ ವಲಸಿಗರ ಮಾಹಿತಿ ನೀಡುವುದಿಲ್ಲ'.

'ಮಾಹಿತಿ ಸಂಗ್ರಹ ಅಧಿಕಾರಿಗಳು ಹಾಗೆ ಮಾಡಲು ಹೇಗೆ ಸಾಧ್ಯ? ಪ್ರಧಾನಿಗಳಿಗೆ ದೇಶದಲ್ಲಿ ಪರಮೋಚ್ಛ ಅಧಿಕಾರ ಇದೆಯಲ್ಲವೇ. ಅವರ ಮಾತುಗಳೇ ಶಾಸನಗಳಲ್ಲವೇ?'.

'ಮೆಲೂಹ ನಿನ್ನ ಸಾಮ್ರಾಜ್ಯದಂತಲ್ಲ ದಿಲೀಪ. ಅವರು ಸದಾ ನೆಲದ ನೀತಿ–ನಿಯಮಗಳಿಗೆ ತಲೆಬಾಗುವವರು. ಅದನ್ನು ಬಿಟ್ಟು ಒಂದಿಷ್ಟು ಅತ್ತಿತ್ತ ಸರಿಯುವುದಿಲ್ಲ'.

'ಸರಿ! ಮುಂದೇನಾಯಿತು ಗುರುಗಳೇ? ಗುಣಪರಿವಾರವನ್ನು ನೀವು ಪತ್ತೆಹಚ್ಚಿದಿರಾ?'.

'ಮೊದಲಿಗೆ ಪ್ರಧಾನಮಂತ್ರಿ ಕನಖಲ ಗುಣಪರಿವಾರ ದೇವಗಿರಿಯಲ್ಲಿದೆ ಎಂದೇ ಭಾವಿಸಿದ್ದಳು. ಆದರೆ ದೇವಗಿರಿಯಲ್ಲಿ ಹುಡುಕಾಟ ನಡೆಸಿದ ನಂತರ ಅವರು

ಅಲ್ಲಿ ಇಲ್ಲ ಎಂದು ಖಾತರಿಯಾಯಿತು. ಹಾಗಾಗಿ ಆಕೆ ರಾಜ್ಯಸಭೆಯ ಮೂಲಕ ವಿಶೇಷ ಆದೇಶವೊಂದನ್ನು ಹೊರಡಿಸಿದಳು. ಅದರಲ್ಲಿ ಗುಣಸೈನ್ಯದ ಬಗ್ಗೆ ಪೂರ್ಣ ಮಾಹಿತಿಯನ್ನು ನೀಡುವಂತೆ ಮೆಲೂಹದ ಮಾಹಿತಿ ಸಂಗ್ರಹಕಾರರಿಗೆ ಸೂಚಿಸಲಾಗಿತ್ತು. ಅದರಂತೆ ಅವರು ಇರುವ ಹಳ್ಳಿಯ ಬಗ್ಗೆ ಮಾಹಿತಿಯನ್ನು ಪಡೆಯಲಾಯಿತು. ಆದರೆ ಆ ಹಳ್ಳಿಗೆ ಹೋಗಿ ನೋಡಿದಾಗ ಗುಣ ಪರಿವಾರ ಅಲ್ಲಿಂದ ಪಲಾಯನ ಮಾಡಿತ್ತು'.

'ಗುಣಪರಿವಾರ ಎಲ್ಲಿಗೆ ಹೋಯಿತು ಗುರುಗಳೇ?'.

'ಆ ಬಗ್ಗೆ ಯಾವ ಮಾಹಿತಿಯೂ ಇಲ್ಲ. ಅನೇಕ ಬಾರಿ ಹೀಗೆ ಮೆಲೂಹಕ್ಕೆ ಬರುವ ವಲಸಿಗರು ಅಲ್ಲಿನ ಕಟ್ಟುನಿಟ್ಟಾದ ನಿಯಮವನ್ನು ಪಾಲಿಸಲಾಗದೆ ಮರಳಿ ತಾಯ್ನಾಡಿನತ್ತ ಪ್ರಯಾಣ ಬೆಳೆಸುತ್ತಾರೆ. ಗುಣ ಸಮೂಹವೂ ಹೀಗೆ ತಮ್ಮ ತಾಯ್ನಾಡಾದ ಹಿಮಾಲಯಕ್ಕೆ ಹೋಗಿರಬಹುದು ಎಂದು ಮೆಲೂಹದ ಅಧಿಕಾರಿಗಳು ಹೇಳಿದ್ದಾರೆ'.

'ಆದರೆ ಅದನ್ನು ನೀವೂ ನಂಬಿದಿರಾ ಗುರುಗಳೇ?'

'ಖಂಡಿತಾ ನಾನು ಅದನ್ನು ನಂಬಲಿಲ್ಲ. ನನ್ನ ಊಹೆಯಂತೆ ಯುದ್ಧ ಘೋಷಣೆಯಾಗುವುದಕ್ಕೆ ಮುನ್ನವೇ ದ್ರೋಹಿ ನೀಲಕಂಠ ಅವರೆಲ್ಲರನ್ನು ಅಲ್ಲಿಂದ ಕರೆದುಕೊಂಡು ಹೋಗಿರಬಹುದು. ಆದರೆ ಅವರೆಲ್ಲರೂ ಈಗ ಎಲ್ಲಿದ್ದಾರೆ ಎನ್ನುವುದು ತಿಳಿಯುತ್ತಿಲ್ಲ'.

'ಆದರೆ ಭಗೀರಥ ಇಲ್ಲಿಗೇಕೆ ಬಂದಿದ್ದಾನೆ? ಅಷ್ಟು ಸುಲಭವಾಗಿ ನೀಲಕಂಠ ತನ್ನ ಬಗೆಗಿನ ಮಾಹಿತಿಯನ್ನು ಭಗೀರಥನ ಮೂಲಕ ಬಿಟ್ಟುಕೊಡುತ್ತಾನೆಯೇ?'.

'ದ್ರೋಹಿ, ವಂಚಕ ನೀಲಕಂಠ ಎಂದು ಹೇಳು ಮಹಾರಾಜ'.

'ಕ್ಷಮಿಸಿ ಮಹರ್ಷಿಗಳೇ'.

ನಂತರ ಭೃಗು ತಲೆಯೆತ್ತಿ ಮೇಲೆ ನೋಡುತ್ತಾ ಹೇಳಿದ 'ನಿಜ! ಶಿವ ಭಗೀರಥನನ್ನೇಕೆ ಇಲ್ಲಿಗೆ ಕಳುಹಿಸಿದ?'.

'ಅಯ್ಯೋ ದೇವರೇ! ಆತ ನನ್ನನ್ನೇನಾದರೂ ಹತ್ಯೆ ಮಾಡಲು ಇಲ್ಲಿಗೆ ಬಂದಿದ್ದಾನೆಯೇ?' ದಿಲೀಪ ಗಾಬರಿಯಿಂದ ಕೇಳಿದ.

ಅದಕ್ಕೆ ಬೃಗು ತಲೆಯಾಡಿಸುತ್ತಾ 'ಅದು ಅಸಂಭವ. ನಿನ್ನನ್ನು ಹತ್ಯೆ ಮಾಡಿ ಆತ ಮಹತ್ಕಾರ್ಯ ಸಾಧಿಸುವುದೇನೂ ಇಲ್ಲ' ಎಂದ.

ನಂತರ ಬೃಗು ದಿಲೀಪನೆಡೆಗೆ ತೀಕ್ಷ್ಣದೃಷ್ಟಿ ಬೀರುತ್ತಾ ಹೇಳಿದ 'ಭಗೀರಥ ಇಲ್ಲಿಗೇಕೆ ಬಂದಿದ್ದಾನೆ ಎಂಬುದನ್ನು ತಿಳಿದುಕೊಳ್ಳಲೇಬೇಕು. ಆತನನ್ನು ಮುಖತಃ ಭೇಟಿ ಮಾಡಿದರೆ ನೈಜ ವಿಚಾರ ಖಂಡಿತಾ ತಿಳಿಯುತ್ತದೆ'.

'ಅಪ್ಪ ಹೇಗಿದ್ದೀರಿ? ಎಲ್ಲವೂ ಕ್ಷೇಮವೇ?' ಭಗೀರಥ ಕಣ್ಣುಗಳನ್ನು ಅರಳಿಸುತ್ತಾ ದಿಲೀಪನ ಕೋಣೆಯನ್ನು ಪ್ರವೇಶಿಸಿದ.

ದಿಲೀಪನಿಗೆ ಮಗನ ಮೇಲೆ ಅಷ್ಟೇನೂ ಪ್ರೀತಿ, ವಿಶ್ವಾಸವಿರಲಿಲ್ಲ. ಆದರೂ ನಗುನಗುತ್ತಲೇ ಆತನನ್ನು ಬರಮಾಡಿಕೊಂಡ.

'ಹೇಗಿದ್ದೀಯ ಭಗೀರಥ? ನಿನ್ನ ಪಂಚವಟಿ ಯಾತ್ರೆ ಹೇಗಿತ್ತು?'.

ಅಷ್ಟರಲ್ಲಿ ಭಗೀರಥ ತಂದೆಯ ಪಕ್ಕದಲ್ಲಿದ್ದ ಬ್ರಾಹ್ಮಣನತ್ತ ನೋಟ ಬೀರಿ ನಂತರ ಹೇಳಿದ 'ಅದೊಂದು ಅದ್ಭುತವಾದ ಯಾನ. ಬಹುಶಃ ನಾಗಾಗಳು ನಾವು ತಿಳಿದಿರುವಷ್ಟು ಕ್ರೂರಿಗಳಲ್ಲ. ಅವರು ನಮ್ಮೊಂದಿಗೆ ತೀರಾ ಸೌಜನ್ಯದಿಂದ ವರ್ತಿಸಿದರು. ನಮ್ಮಲ್ಲಿ ಕೆಲವರು ಮಾತ್ರ ಅಲ್ಲಿಂದ ಹಿಂತಿರುಗಿ ಬಂದಿದ್ದೇವೆ. ನೀಲಕಂಠ ಕೆಲವೇ ದಿನಗಳಲ್ಲಿ ನಮ್ಮನ್ನು ಬಂದು ಸೇರುತ್ತಾನೆ'.

ದಿಲೀಪ ಆಶ್ಚರ್ಯದಿಂದ ಬೃಗುವಿನೆಡೆಗೆ ನೋಡಿದ.

ಅಷ್ಟರಲ್ಲಿ ಭಗೀರಥ ಬೃಗುವಿನೆಡೆಗೆ ತಿರುಗಿ ನಮಸ್ಕರಿಸುತ್ತಾ ಹೇಳಿದ 'ಕ್ಷಮಿಸಿ ಬ್ರಾಹ್ಮಣೋತ್ತಮರೇ. ಬಹುದಿನಗಳ ನಂತರ ತಂದೆಯನ್ನು ಕಂಡ ಆನಂದದಲ್ಲಿ ತಮ್ಮನ್ನು ಮಾತನಾಡಿಸಲಿಲ್ಲ'.

ಬೃಗು ಭಗೀರಥನ ಕಣ್ಣುಗಳನ್ನೇ ದಿಟ್ಟಿಸಿ ನೋಡಲಾರಂಭಿಸಿದ. ಭಗೀರಥ ಮನಸ್ಸಿನಲ್ಲಿ ಯೋಚಿಸುತ್ತಿದ್ದ ವಿಚಾರ ಬೃಗುವಿಗೆ ಸ್ಪಷ್ಟವಾಗಿ ತಿಳಿಯುತ್ತಿತ್ತು.

'ಭಗೀರಥ ನಾನು ಯಾರಿರಬಹುದು ಎಂಬ ಗೊಂದಲದಲ್ಲಿದ್ದಾನೆ. ಕೂಡಲೆ ನಾನು ಯಾರೆಂದು ಆತನಿಗೆ ಹೇಳಿಬಿಟ್ಟರೆ ಆತನ ಗೊಂದಲ ನಿವಾರಣೆಯಾಗಿ ಇತರ ವಿಚಾರಗಳ ಬಗ್ಗೆ ಯೋಚಿಸಬಹುದು'.

ಬೃಗು ಹೇಳಿದ 'ಬಹುಶಃ ನಾನು ನಿನ್ನನ್ನು ಕ್ಷಮೆ ಕೇಳಬೇಕು ರಾಜಕುಮಾರ. ನನ್ನ ಪರಿಚಯವನ್ನೇ ಮಾಡಿಕೊಳ್ಳಲಿಲ್ಲ. ನಾನೊಬ್ಬ ಸಾಧಾರಣ ಯೋಗಿ. ಹಿಮಾಲಯ ನನ್ನ ಕರ್ಮಭೂಮಿ. ಹೆಸರು ಬೃಗು'.

ಭಗೀರಥ ಆಶ್ಚರ್ಯದಿಂದ ಬೃಗುವಿನತ್ತ ನೋಡಿದ. ಆತ ಈ ಹಿಂದೆ ಬೃಗುವನ್ನು ಭೇಟಿ ಮಾಡಿಲ್ಲದಿದ್ದರೂ ಆತನ ಬಗ್ಗೆ ಸಾಕಷ್ಟು ಕೇಳಿ ತಿಳಿದುಕೊಂಡಿದ್ದ. ಕೂಡಲೆ ಭಗೀರಥ ಎರಡು ಹೆಜ್ಜೆ ಮುಂದೆ ಬಂದು ಬೃಗುವಿನ ಪಾದಕ್ಕೆರಗಿದ.

'ಬೃಗು ಮಹರ್ಷಿಗಳೇ, ನಿಮ್ಮನ್ನು ಹೀಗೆ ಭೇಟಿ ಮಾಡುತ್ತಿರುವುದು ನನ್ನ ಸೌಭಾಗ್ಯ. ನಿಮ್ಮ ಆಶೀರ್ವಾದ ಪಡೆದುಕೊಳ್ಳುವ ಅವಕಾಶ ಸಿಕ್ಕಿರುವ ನಾನೇ ಧನ್ಯ'.

ಬೃಗು ಭಗೀರಥನ ಭುಜ ಹಿಡಿದು ಎತ್ತುತ್ತಾ 'ಆಯುಷ್ಮಾನ್ ಭವ' ಎಂದು ಹರಸಿದ. ನಂತರ ಮತ್ತೇನಾದರೂ ಸಂದೇಶ ಸಿಗಬಹುದೇನೋ ಎನ್ನುತ್ತಾ ಆತನ ಕಣ್ಣುಗಳನ್ನೇ ನೋಡಲಾರಂಭಿಸಿದ. ಹಾಗೇ ಮನಸ್ಸಿನಲ್ಲೇ 'ಭಗೀರಥ ದುರ್ಬಲ ಮನಸ್ಸಿನ ತನ್ನ ತಂದೆ ಸಮರ್ಥ ನಾಯಕನಲ್ಲ ಎಂದು ಯೋಚಿಸುತ್ತಿದ್ದಾನೆ. ಆತ ಮತ್ತೇನಾದರೂ ಯೋಚಿಸುವಂತೆ ಆತನನ್ನು ಪ್ರಚೋದಿಸಬೇಕು' ಎಂದುಕೊಂಡ.

'ನೀಲಕಂಠ ಹೇಗಿದ್ದಾನೆ ಭಗೀರಥ? ಜಗತ್ತಿನ ರಕ್ಷಕ ಎಂದೇ ಖ್ಯಾತನಾಗಿರುವ ನೀಲಕಂಠನನ್ನು ಭೇಟಿ ಮಾಡುವ ಅವಕಾಶ ನನಗೆ ಇನ್ನೂ ದೊರಕಿಲ್ಲ' ಬೃಗು ಹೇಳಿದ.

'ನೀಲಕಂಠ ಚೆನ್ನಾಗಿದ್ದಾನೆ ಗುರುಗಳೇ. ಆತ ಹೆಸರಿಗೆ ತಕ್ಕಂತೆ ಇದ್ದಾನೆ. ಅನೇಕರು ಆತನಿಗೆ ಮಹಾದೇವನ ಸ್ಥಾನ ನೀಡಿದ್ದಾರೆ. ಮಹಾದೇವನಾಗಲು ಆತ ಅರ್ಹ'.

'ಭಗೀರಥ ತನ್ನ ನಾಯಕನನ್ನು ಪ್ರಶಂಸಿಸುತ್ತಿದ್ದಾನೆ. ಬಲು ಸ್ವಾರಸ್ಯಕರವಾಗಿದೆ. ಮೂರ್ಖ ದಿಲೀಪನೇ ಟಿಬೆಟ್ಟಿನ ಆ ಪರದೇಶಿಗೆ ಮಹಾದೇವನ ಸ್ಥಾನ ನೀಡಿದ್ದಾನೆ. ಆದರೆ ಆ ಶಿವ ಇವರಿಗೆಲ್ಲ ಅದೇನು ಮಂಕುಬೂದಿ ಎರಚಿದ್ದಾನೋ. ಒಟ್ಟಿನಲ್ಲಿ ಆತ ಚಾಣಾಕ್ಷ'.

'ಹೌದು! ನೀಲಕಂಠ ಕರ್ತವ್ಯವೇ ದೇವರು ಎಂದು ನಂಬಿರುವವನು ಎಂದು ಅನೇಕರು ಹೇಳುವುದನ್ನು ನಾನು ಕೇಳಿದ್ದೇನೆ. ಪ್ರತಿಯೊಬ್ಬರು ನಿಸ್ವಾರ್ಥ ಮತ್ತು ಪ್ರಾಮಾಣಿಕತೆಯಿಂದ ತಮ್ಮ ಕರ್ತವ್ಯ ನಿರ್ವಹಿಸಬೇಕು. ನೀಲಕಂಠ ಅದಕ್ಕೊಂದು ಉದಾಹರಣೆ. ಬಹುಶಃ ವಾಸುದೇವರು ಹೇಳಿರುವ 'ಕರ್ಮಣ್ಯೇ ವಾದಿಕಾರಸ್ಥೇ ಮಾಫಲೇಶು ಕದಾಚನಃ' ಎಂಬ ಘೋಷವಾಕ್ಯ ನೀಲಕಂಠನಿಗೂ ಚೆನ್ನಾಗಿ ತಿಳಿದಿರಬಹುದು ಅಲ್ಲವೇ?'.

'ಆದರೂ ನೀಲಕಂಠ ಎಂದೂ ಎಲ್ಲೂ ತನ್ನನ್ನು ಮಹಾದೇವ ಎಂದು ಹೇಳಿಕೊಂಡಿಲ್ಲ. ಅದು ಆತನಿಗೆ ಇಷ್ಟವಾಗುವುದೂ ಇಲ್ಲ. ನಾವಷ್ಟೇ ಆತನನ್ನು ಮಹಾದೇವನೆಂದು ಕರೆಯುತ್ತೇವೆ'.

ಬೃಗು ನಸುನಕ್ಕು ಹೇಳಿದ 'ನಿಮ್ಮ ನೀಲಕಂಠ ನಿಜಕ್ಕೂ ಪ್ರಾಮಾಣಿಕತೆ, ನಿಷ್ಠೆ ಮತ್ತು ಶೌರ್ಯಕ್ಕೆ ಮತ್ತೊಂದು ಹೆಸರಾಗಿದ್ದಾನೆ. ಅಂದಹಾಗೆ ನಿನ್ನ ಪಂಚವಟಿಯ ಭೇಟಿ ಹೇಗಿತ್ತು ಭಗೀರಥ? ಈವರೆಗೆ ನಾನೆಂದೂ ನಾಗಾಗಳ ಆ ನಾಡಿಗೆ ಭೇಟಿ ನೀಡಿಲ್ಲ' ಬೃಗು ಕೇಳಿದ.

'ಅದೊಂದು ಸುಂದರ ನಗರ ಮಹರ್ಷಿಗಳೇ'.

ಭಗೀರಥ ಹಾಗೇ ಮನಸ್ಸಿನಲ್ಲೇ ಹಿಂದೆ ಪಂಚವಟಿಯಲ್ಲಿ ನಡೆದ ಘಟನೆಗಳನ್ನು ಮನಸ್ಸಿಗೆ ತಂದುಕೊಂಡ. ನೀಲಕಂಠ ಪಂಚವಟಿಗೆ ಬಂದದ್ದು, ಪಂಚವಟಿಯ ಹೊರವಲಯದಲ್ಲಿ ನಡೆದ ರಾತ್ರಿ ದಾಳಿ ಎಲ್ಲವೂ ಹಾಗೇ ಭಗೀರಥನ ಮನಸ್ಸಿನಲ್ಲಿ

ಹಾದು ಹೋಯಿತು. ಥಟ್ಟನೆ ಭಗೀರಥ ಏನು ಯೋಚಿಸುತ್ತಿದ್ದಾನೆ ಎನ್ನುವುದು ಬೃಗುವಿಗೆ ಅರ್ಥವಾಯಿತು. ಆತ ಮನಸ್ಸಿನಲ್ಲೇ ಅಂದುಕೊಂಡ.

'ಅಂದರೆ ನಾಗಾಸೈನ್ಯ ಪಂಚವಟಿಯ ಹೊರವಲಯದಲ್ಲೇ ನಮ್ಮ ಹಡುಗುಗಳ ಮೇಲೆ ಆಕ್ರಮಣ ಮಾಡಿದ್ದಾರೆ. ನಮ್ಮ ಹಡಗುಗಳು ಪಂಚವಟಿಯನ್ನು ತಲುಪುವ ಮುನ್ನವೇ ಶತ್ರು ದಾಳಿಗೆ ಸಿಕ್ಕಿ ಧ್ವಂಸಗೊಂಡಿವೆ. ಹಾಗಾದರೆ ನಮ್ಮ ಹಡಗುಗಳು ಪಂಚವಟಿಯ ಬಳಿ ಹೋಗಿದೆ ಎಂಬ ನನ್ನ ಊಹೆ ನಿಜವಾಯಿತು'.

'ಶ್ರೀರಾಮನ ಅನುಗ್ರಹವಿದ್ದರೆ ಮುಂದೆ ಎಂದಾದರೂ ಒಂದು ದಿನ ನಾನು ಪಂಚವಟಿಗೆ ಭೇಟಿ ನೀಡುತ್ತೇನೆ' ಬೃಗು ಹೇಳಿದ.

'ಹಾಗೇನಾದರೂ ತಾವು ಪಂಚವಟಿಗೆ ಭೇಟಿ ನೀಡಿದರೆ ಅದರಿಂದ ನಾಗಾರಾಣಿ ಕಾಳಿ ಸಂತೋಷಗೊಳ್ಳುತ್ತಾಳೆ. ಅವಳ ಆನಂದಕ್ಕೆ ಪಾರವೇ ಇಲ್ಲದಂತಾಗುತ್ತದೆ ಮಹರ್ಷಿಗಳೇ'. ಬೃಗು ನಸುನಕ್ಕ.

'ನಾನೇನಾದರೂ ಪಂಚವಟಿಗೆ ಹೋದರೆ ಕಾಳಿ ನನ್ನನ್ನು ಖಂಡಿತಾ ಕೊಂದುಬಿಡುತ್ತಾಳೆ. ಆಕೆಯ ಕೋಪ ಸ್ವತಃ ರುದ್ರದೇವನ ಕೋಪಕ್ಕಿಂತಲೂ ಉಗ್ರ ಮತ್ತು ಘನಘೋರ'.

'ಆದರೆ ನಿನ್ನ ಬಗ್ಗೆ ಒಂದು ವಿಚಾರದಲ್ಲಿ ನನಗೆ ತೀವ್ರ ಅಸಮಾಧಾನವಿದೆ ರಾಜಕುಮಾರ' ಬೃಗು ಗಂಭೀರವಾಗಿ ಹೇಳಿದ.

ಆ ಮಾತು ಕೇಳುತ್ತಲೇ ಭಗೀರಥ ಗಾಬರಿಗೊಂಡ. ತಾನೇನಾದರೂ ತಪ್ಪು ಮಾತನಾಡಿ ಬಿಟ್ಟೆನೇನೋ ಎಂಬ ಅನುಮಾನ.

ಕೂಡಲೆ ಆತ ಎರಡೂ ಕೈಗಳನ್ನು ಮುಗಿದು ನಮಸ್ಕಾರ ಮಾಡುತ್ತಾ ಬೃಗುವಿಗೆ ಹೇಳಿದ 'ನನ್ನ ಮಾತುಗಳಿಂದ ನಿಮಗೆ ನೋವಾಗಿದ್ದರೆ ದಯಮಾಡಿ ಕ್ಷಮಿಸಿ ಮಹರ್ಷಿಗಳೇ. ನನ್ನ ತಪ್ಪು ಏನು ಎಂದು ತಿಳಿಸಿ. ಖಂಡಿತಾ ತಿದ್ದಿಕೊಳ್ಳುತ್ತೇನೆ'.

'ಇದು ಅತ್ಯಂತ ಸರಳವಾದ ವಿಚಾರ ಭಗೀರಥ. ನಿಜಕ್ಕೂ ನಾನು ರಾಜಕುಮಾರಿ ಆನಂದಮಯಿ ಮತ್ತು ಆಕೆಯ ಪತಿಯನ್ನು ಭೇಟಿ ಮಾಡಲು ಇಲ್ಲಿಗೆ ಬಂದೆ. ನವದಂಪತಿಗಳನ್ನು ಕಂಡು ಆಶೀರ್ವಾದ ಮಾಡಿಹೋಗಬೇಕೆಂಬ ಹಂಬಲ ನನ್ನದಾಗಿತ್ತು. ಆದರೆ ನೀನು ರಾಜಕುಮಾರಿ ಆನಂದಮಯಿಯನ್ನು ಕರೆತರದೇ ಹಾಗೇ ಬಂದಿರುವೆಯಲ್ಲ ಭಗೀರಥ'.

'ನನ್ನ ಅಚಾತುರ್ಯಕ್ಕೆ ಕ್ಷಮೆ ಇರಲಿ ಮಹರ್ಷಿಗಳೇ. ಬಹಳ ದಿನಗಳಿಂದ ನಾನು ಪೂಜ್ಯ ತಂದೆಯವರನ್ನು ಭೇಟಿಯಾಗಿರಲಿಲ್ಲ. ಹಾಗಾಗಿ ಆದಷ್ಟು ಬೇಗ ಅವರನ್ನು ಕಾಣುವ ಧಾವಂತದಲ್ಲಿ ಒಬ್ಬನೇ ಬಂದೆ. ಅಲ್ಲದೇ ಆನಂದಮಯಿ ಮತ್ತು

ಪರ್ವತೇಶ್ವರ ಕಾಶಿ ನಗರಕ್ಕೆ ಭೇಟಿನೀಡಿ ಆ ನಂತರ ಇಲ್ಲಿಗೆ ಬರುವುದಾಗಿ ತಿಳಿಸಿರುವರು' ಭಗೀರಥ ಹೇಳಿದ.

ಥಟ್ಟನೆ ಬೃಗು ಉಸಿರು ಹಿಡಿದ. ಭಗೀರಥನ ಮನಸ್ಸಿನಲ್ಲಿದ್ದ ಆಲೋಚನೆಗಳು ಆತನಿಗೆ ಅರ್ಥವಾಗಿ ಹೋಯಿತು.

'ಪರ್ವತೇಶ್ವರ ಕಾಶಿಗೆ ಏಕೆ ಹೋದ. ಆತನಿಗೆ ಪಕ್ಷಾಂತರ ಮಾಡುವ ಉದ್ದೇಶವಿದೆಯೇ ಅಥವಾ ಆತ ಮೆಲೂಹಕ್ಕೆ ಹಿಂದಿರುಗುತ್ತಾನೆಯೇ?'.

'ಭಗವಂತನ ಇಚ್ಛೆ ಇದ್ದರೆ ನಾನು ಆನಂದಮಯಿ ಮತ್ತು ಪರ್ವತೇಶ್ವರನನ್ನು ಭೇಟಿಯಾಗುತ್ತೇನೆ'.

'ಆ ದಿನ ಆದಷ್ಟು ಬೇಗ ಬರಲಿ ಎಂದು ಪ್ರಾಥಿಸುತ್ತೇನೆ. ತಾವು ಅನುಮತಿ ನೀಡಿದರೆ ನಾನಿನ್ನು ಹೊರಡುತ್ತೇನೆ ಮಹರ್ಷಿಗಳೇ. ಇಲ್ಲಿ ನಾನು ಇನ್ನೂ ಅನೇಕ ಜನರನ್ನು ಭೇಟಿ ಮಾಡಬೇಕಾಗಿದೆ. ನಂತರ ಕಾಶಿಗೆ ಪ್ರಯಾಣ ಬೆಳೆಸಬೇಕು. ಅಲ್ಲಿ ಕೆಲವು ಬಹುಮುಖ್ಯವಾದ ಕೆಲಸಗಳಿವೆ'.

ಅಷ್ಟರಲ್ಲಿ ದಿಲೀಪ ಏನೋ ಹೇಳಲು ಹೊರಟ. ಆದರೆ ಬೃಗು ದಿಲೀಪನನ್ನು ತಡೆದ.

ನಂತರ ಕೈಯನ್ನು ಭಗೀರಥನ ತಲೆಯ ಮೇಲಿಟ್ಟು ಆಶೀರ್ವದಿಸಿದ 'ಹೋಗಿ ಬಾ ಮಹಾವೀರ. ಶ್ರೀರಾಮನ ಹಾದಿಯಲ್ಲಿ ಮುನ್ನಡೆ. ನಿನಗೆ ಶುಭವಾಗಲಿ'.

ಬೃಗುವಿನಿಂದ ಆಶೀರ್ವಾದ ಪಡೆದ ಭಗೀರಥ ಹೊರನಡೆದ.

ಭಗೀರಥ ಹೊರಗೆ ಹೋಗುತ್ತಿದ್ದಂತೆ ಇತ್ತ ದಿಲೀಪ ಬೃಗುವಿಗೆ ಹೇಳಿದ 'ಅವನನ್ನು ಹೊರಗೆ ಹೋಗಲು ಏಕೆ ಬಿಟ್ಟಿರಿ ಮಹರ್ಷಿಗಳೇ? ಆತನನ್ನು ಬಂಧಿಸಬೇಕಾಗಿತ್ತು. ಬಂಧಿಸಿ ವಿಚಾರಣೆ ನಡೆಸಿದ್ದರೆ ಪಂಚವಟಿಯಲ್ಲಿ ಏನಾಯಿತು ಎಂಬ ವಿಚಾರ ತಿಳಿಯುತ್ತಿತ್ತು'.

'ಅಲ್ಲಿ ಏನಾಯಿತು ಎಂಬ ವಿಚಾರ ನನಗೆ ತಿಳಿಯಿತು ಮಹಾರಾಜ. ವಾಸ್ತವದಲ್ಲಿ ನಮ್ಮ ಹಡಗುಗಳು ಪಂಚವಟಿಯನ್ನು ತಲುಪಿತ್ತು. ಅಲ್ಲಿ ನಡೆದ ಘನಘೋರ ಕಾಳಗದಲ್ಲಿ ನಮ್ಮವರು ಶತ್ರು ಪಡೆಯ ಅನೇಕರನ್ನು ಕೊಂದುಹಾಕಿದ್ದಾರೆ. ಆದರೆ ನಮ್ಮವರ್ಯಾರೂ ಉಳಿದಿಲ್ಲ. ಶಿವ ಸಹ ದಾಳಿಯಿಂದ ತಪ್ಪಿಸಿಕೊಂಡು ಜೀವಂತವಾಗಿದ್ದಾನೆ. ಕಾದಾಟದಲ್ಲಿ ನಮ್ಮ ಎಲ್ಲ ಹಡಗುಗಳು ಸಂಪೂರ್ಣವಾಗಿ ಧ್ವಂಸಗೊಂಡಿವೆ'.

ಆದರೂ ನಾವು ಭಗೀರಥನನ್ನು ಹೊರಹೋಗಲು ಬಿಡಬಾರದಿತ್ತು ಗುರುಗಳೇ. ಶತ್ರು ನಮ್ಮಲ್ಲಿಗೇ ಬಂದಾಗ ಏನೂ ಮಾಡದೆ ಹಾಗೇ ಆತನನ್ನು ಕಳುಹಿಸಿದ್ದು ನನಗೇನೋ ಸರಿಕಾಣಲಿಲ್ಲ'.

'ನಾನು ಆತನಿಗೆ ದೀರ್ಘಾಯುಷ್ಯವಂತನಾಗಿರು ಎಂದು ಹರಿಸಿದೆ. ಅದು ನಿನಗೆ ಆಶ್ಚರ್ಯವಾಗಿರಬೇಕು ಅಲ್ಲವೇ ಮಹಾರಾಜ!'.

'ಹೌದು! ನೀವು ಹಾಗೆ ಹರಸಬಾರದಿತ್ತು'.

ಬೃಗು ದಿಲೀಪನಡೆಗೆ ನೋಡಿ ನಸುನಕ್ಕು ಹೇಳಿದ 'ನಿನಗೆ ಚದುರಂಗದಾಟ ತಿಳಿದಿದೆಯಲ್ಲವೇ? ಅದರಲ್ಲಿ ಕೆಲವು ವೇಳೆ ಸಣ್ಣ ಪುಟ್ಟ ಕಾಯಿಗಳನ್ನು ತ್ಯಾಗ ಮಾಡಿ ಬಹುಮುಖ್ಯವಾದ ಕಾಯಿಗಳನ್ನು ಹೊಡೆದು ಹಾಕುತ್ತೇವೆ'.

ದಿಲೀಪ ಸುಮ್ಮನೆ ತಲೆಯಾಡಿಸಿದ.

ಬೃಗು ಮಾತು ಮುಂದುವರಿಸುತ್ತಾ ಹೇಳಿದ 'ಭಗೀರಥನಿಗೆ ಅಯೋಧ್ಯೆಯಲ್ಲಿ ಯಾವ ತೊಂದರೆಯೂ ಆಗಬಾರದು. ಆತ ಸುರಕ್ಷಿತವಾಗಿ ನಗರದಿಂದ ಹೊರಗೆ ಹೋಗಬೇಕು. ಭಗೀರಥನ ಭೇಟಿಯಿಂದ ನಮಗೆ ಯಾವ ಪ್ರಯೋಜನವೂ ಆಗಿಲ್ಲ ಎಂದು ನಮ್ಮ ಶತ್ರುಗಳು ನಂಬುವಂತಾಗಬೇಕು. ತಮ್ಮ ಬಗ್ಗೆ ನಮಗೇನೂ ತಿಳಿದಿಲ್ಲ ಎಂದು ನೀಲಕಂಠ ಭಾವಿಸಬೇಕು. ಅದರಿಂದ ಮುಂದೆ ನಮಗೆ ಉಪಯೋಗವಾಗ ಬಹುದು'.

'ಆಗಲಿ ಮಹಾಸ್ವಾಮಿ'.

'ನನ್ನ ಹಡಗನ್ನು ಸಿದ್ಧಗೊಳಿಸು. ನಾನು ಈ ಕೂಡಲೆ ಕಾಶಿಗೆ ಹೊರಡಬೇಕು'.

'ಹಾಗೇ ಆಗಲಿ ಮಹಾಪ್ರಭು'.

'ಹಾಂ! ಅಂದಹಾಗೆ ನಿನ್ನ ಪ್ರಕಟಣೆಯಲ್ಲಿ ನಾನು ಯಾವುದೋ ಪ್ರಯೋಗ ಮಾಡುವುದಕ್ಕೆ ಹೋಗುತ್ತಿದ್ದೇನೆ ಎಂದು ತಿಳಿಸಿಬಿಡು. ಅಯೋಧ್ಯೆಯಲ್ಲಿ ಭಗೀರಥನಿಗೆ ಸಾಕಷ್ಟು ಜನ ಸ್ನೇಹಿತರಿದ್ದಾರೆ. ನಾನು ಕಾಶಿಗೆ ಹೋಗುತ್ತಿರುವ ವಿಚಾರ ಅವರ್‍ಯಾರಿಗೂ ತಿಳಿಯುವುದು ಬೇಡ. ಅರ್ಥವಾಯಿತೇ?'.

'ಖಂಡಿತ ಗುರುಗಳೇ! ಸಯಾಮಾಂತಕನಿಗೆ ಹೇಳಿ ನಿಮ್ಮ ಪ್ರಯಾಣಕ್ಕೆ ಬೇಕಾದ ಸಿದ್ಧತೆಯನ್ನು ಈ ಕೂಡಲೆ ಮಾಡಿಸುತ್ತೇನೆ' ದಿಲೀಪ ಹೇಳಿದ.

ಅಧ್ಯಾಯ–15

ಮಗಧ ಸಮಸ್ಯೆ

ಶಿವ, ಸತಿ ಮತ್ತು ಗೋಪಾಲ ಪಂಡಿತರನ್ನು ಮಗಧ ರಾಜ್ಯದ ಬಂದರು ಸಚಿವ ಅಂಧಕ ಸುರಪದ್ಮನ ಖಾಸಗಿ ಅತಿಥಿ ಗೃಹಕ್ಕೆ ಕರೆತಂದ.

ಆತ ಅಲ್ಲಿಂದ ಹೊರಹೋದ ನಂತರ ಪಂಡಿತರು ಶಿವನಿಗೆ ಹೇಳಿದರು 'ನಮ್ಮನ್ನು ಮಹೇಂದ್ರನ ಅರಮನೆಗೆ ಆಹ್ವಾನಿಸದೆ ಸುರಪದ್ಮನ ಖಾಸಗಿ ಅರಮನೆಗೆ ಕರೆತಂದಿರುವುದು ನನಗೆ ಆಶ್ಚರ್ಯವನ್ನುಂಟು ಮಾಡಿದೆ'.

'ಸುರಪದ್ಮನಗೆ ನಮ್ಮನ್ನು ವಿರೋಧ ಕಟ್ಟಿಕೊಳ್ಳುವುದಕ್ಕೆ ಇಷ್ಟವಿಲ್ಲ. ಅದೇ ವೇಳೆ ತನ್ನ ತಂದೆಯ ವಿರುದ್ಧವೂ ಹೋಗಲಾರದ ಪರಿಸ್ಥಿತಿ' ಸತಿ ಹೇಳಿದಳು.

'ಹೌದು, ನಾನೂ ಈ ಬಗ್ಗೆ ಆಶಾವಾದಿಯಾಗಿದ್ದೇನೆ. ಮಹೇಂದ್ರ ಮಗಧಕ್ಕೆ ರಾಜನಾಗಿದ್ದರೂ ಆಡಳಿತದ ನಿಯಂತ್ರಣವಿರುವುದು ಸುರಪದ್ಮನ ಕೈಯಲ್ಲಿ. ಸಧ್ಯಕ್ಕೆ ಉಗ್ರಸೇನ ಹತ್ಯೆಯಾಗಿರುವುದರಿಂದ ಮಹೇಂದ್ರ ಕೆರಳಿದ್ದಾನೆ. ನಾಗಾಗಳ ಮೇಲೆ ಸೇಡು ತೀರಿಸಿಕೊಳ್ಳುವಂತೆ ಸುರಪದ್ಮನ ಮೇಲೆ ಒತ್ತಡ ಹೇರುತ್ತಿದ್ದಾನೆ. ಸುರಪದ್ಮನಿಗೂ ತಂದೆಯ ಮಾತಿಗೆ ಮನ್ನಣೆ ನೀಡಬೇಕಾದ ಅನಿವಾರ್ಯತೆಯಿದೆ' ಶಿವ ಹೇಳಿದ.

'ಬಹುಶಃ ಇದೇ ಕಾರಣಕ್ಕೆ ಅಂಧಕ ನಮ್ಮನ್ನು ಇಲ್ಲಿಗೆ ಕರೆತಂದಿರಬಹುದು' ಪಂಡಿತರು ಹೇಳಿದರು.

'ಹೌದು, ಅಂಧಕ ಸುರಪದ್ಮ ಆತ್ಮೀಯ ಬಂಟ ಎಂಬುದು ನನ್ನ ಅಭಿಪ್ರಾಯ' ಶಿವ ಹೇಳಿದ.

'ಮುಂದೇನಾಗುವುದೋ ನೋಡೋಣ' ಸತಿ ಹೇಳಿದಳು.

ಶಿವ, ಸತಿ ಮತ್ತು ಗೋಪಾಲರು ಸುರಪದ್ಮನ ಆಸ್ಥಾನವನ್ನು ಪ್ರವೇಶಿಸಿದರು. ಕೂಡಲೆ ಸುರಪದ್ಮ ಕುಳಿತಲ್ಲಿಂದ ನೇರವಾಗಿ ಶಿವನ ಬಳಿಗೆ ಬಂದು ಮಂಡಿಯೂರಿ ಕುಳಿತು ಭಕ್ತಿಯಿಂದ ನಮಸ್ಕರಿಸಿ 'ನನ್ನನ್ನು ಹರಸು ನೀಲಕಂಠ' ಎಂದ.

'ಸುಖೀಭವ' ಶಿವ ಸುರಪದ್ಮನ ತಲೆಯ ಮೇಲೆ ಕೈಯಿಟ್ಟು ಆಶೀರ್ವದಿಸಿದ.

'ಸುಖದ ಜತೆ ವಿಜಯವೂ ನನ್ನದಾಗಲೆಂದು ಹಾರೈಸು ನೀಲಕಂಠ'.

ಶಿವ ನಸುನಗುತ್ತಾ ಆತನ ಭುಜವನ್ನು ಹಿಡಿದು ಮೇಲೆತ್ತಿ ಹೇಳಿದ 'ನಾನೀಗ ನನ್ನ ಪರಿವಾರವನ್ನು ನಿನಗೆ ಪರಿಚಯಿಸುತ್ತೇನೆ ರಾಜಕುಮಾರ. ಈಕೆ ನನ್ನ ಮಡದಿ ಸತಿ'.

ಸುರಪದ್ಮ ಸತಿಗೆ ತಲೆಬಾಗಿ ನಮಸ್ಕರಿಸಿದ. ಸತಿ ಸಹ ಅಷ್ಟೇ ಗೌರವದಿಂದ ಪ್ರತಿ ನಮಸ್ಕರಿಸಿದಳು.

'ಇವರು ನನ್ನ ಆತ್ಮೀಯ ಗೆಳೆಯರೂ ವಾಸುದೇವರ ಮುಖ್ಯಸ್ಥರೂ ಆದ ಗೋಪಾಲ ಪಂಡಿತರು'.

ಸುರಪದ್ಮ ಪಂಡಿತರಿಗೆ ನಮಸ್ಕರಿಸಿದ. ಆತನ ಕಣ್ಣುಗಳು ಆಶ್ಚರ್ಯದಿಂದ ಅರಳಿತು.

ಸುರಪದ್ಮ ಮುಗುಳ್ನಗುತ್ತಾ ಹೇಳಿದ 'ಕ್ಷಮಿಸಿ ಪಂಡಿತರೇ, ಐತಿಹಾಸಿಕ ಪುರುಷರಾದ ವಾಸುದೇವರು ಅಸ್ತಿತ್ವದಲ್ಲಿದ್ದಾರೆ ಎಂದು ನನ್ನ ಮಾಹಿತಿದಾರರು ತಿಳಿಸಿದ್ದರು. ಆದರೆ ದೇಶಕ್ಕೆ ಸಂದಿಗ್ಧ ಸನ್ನಿವೇಶ ಎದುರಾಗದ ಹೊರತು ವಾಸುದೇವರು ದೈನಂದಿನ ವ್ಯವಹಾರಗಳಲ್ಲಿ ಭಾಗಿಯಾಗುವುದಿಲ್ಲ ಮತ್ತು ಸಾಮಾನ್ಯ ವಿಚಾರಗಳಲ್ಲಿ ತಲೆ ಹಾಕುವುದಿಲ್ಲ ಎಂಬುದು ನನ್ನ ಅನ್ನಿಸಿಕೆಯಾಗಿತ್ತು'.

'ಈಗ ಅಂತಹ ಪರಿಸ್ಥಿತಿ ಎದುರಾಗಿದೆ ಸುರಪದ್ಮ. ಹಾಗಾಗಿ ಶ್ರೀರಾಮನ ನಿಜವಾದ ಅನುಯಾಯಿಗಳೆಲ್ಲ ಒಂದುಗೂಡಿ ನೀಲಕಂಠನ ಕೈ ಬಲಪಡಿಸಬೇಕಾಗಿದೆ' ಗೋಪಾಲರು ಹೇಳಿದರು.

ಸುರಪದ್ಮ ಮೌನವಾಗಿದ್ದ. ಸ್ವಲ್ಪ ಸಮಯದ ನಂತರ ಎಲ್ಲರನ್ನೂ ಮುಖ್ಯ ಸಭೆ ಆಯೋಜನೆಗೊಂಡಿದ್ದ ಕೊಠಡಿಗೆ ಕರೆದುಕೊಂಡು ಹೋದ. ಅಲ್ಲಿ ಉತ್ಸವಾಚರಣೆಗಳಲ್ಲಿ ಬಳಸುವ ವಿಶೇಷ ಆಸನಗಳನ್ನು ವೃತ್ತಾಕಾರದಲ್ಲಿ ಹಾಕಲಾಗಿತ್ತು. ಮಗಧ ರಾಜ್ಯದಿಂದ ಅಂಧಕನನ್ನು ಬಿಟ್ಟು ರಾಜ ಪ್ರತಿನಿಧಿಯಾಗಿ ಬೇರೆ ಯಾರೂ ಬಂದಿರಲಿಲ್ಲ. ಪಂಡಿತರು ಅದನ್ನು ಗಮನಿಸಿದರು. ಹಾಗಾಗಿ ಅದು ಅಂಧಕ ಸಧ್ಯದಲ್ಲೇ ಮಗಧ ಸೈನ್ಯದ ಸೈನ್ಯಾಧಿಕಾರಿಯಾಗಿ ನೇಮಕಗೊಳ್ಳುತ್ತಾನೆ ಎಂಬ ವದಂತಿಗೆ ಪುಷ್ಟಿ ನೀಡಿತ್ತು. ಅಲ್ಲದೆ ಮಗಧ ಸಾಮ್ರಾಜ್ಯದ ಇತರೆ ಅಧಿಕಾರಿಗಳು ನೀಲಕಂಠನ ಪರವಾಗಿ ನಿಂತಿಲ್ಲ ಎಂಬುದನ್ನು ಇದು ಎತ್ತಿ ತೋರಿಸುತ್ತಿತ್ತು. ಮೊದಲಿನಿಂದಲೂ ಅಯೋಧ್ಯೆ ಮತ್ತು ಮಗಧ ರಾಜ್ಯದ ರಾಜರುಗಳ ನಡುವೆ ಬದ್ಧ ದ್ವೇಷವಿತ್ತು. ಹಾಗಾಗಿ ಅಯೋಧ್ಯೆಯನ್ನು ಬಗ್ಗು ಬಡಿಯಲು ಮಗಧ ನೀಲಕಂಠನ ಪರವಾಗಿ ನಿಲ್ಲಬಹುದು ಎಂಬುದೂ ಕೆಲವರ ನಿರೀಕ್ಷೆಯಾಗಿತ್ತು. ಆದರೆ ಉಗ್ರಸೇನ ಹತ್ಯೆಯಾಗಿದ್ದು ಇದೆಲ್ಲದಕ್ಕೂ ಅಡ್ಡಿಯಾಗಿತ್ತು.

'ತಮ್ಮ ಆಜ್ಞೆ ಏನು ಮಹಾಸ್ವಾಮಿ!' ಸುರಪದ್ಮ ಶಿವನನ್ನು ಪ್ರಶ್ನಿಸಿದ.

'ನೇರವಾಗಿ ವಿಚಾರಕ್ಕೆ ಬರುತ್ತೇನೆ ಸುರಪದ್ಮ. ಬಹುಶಃ ಈಗಾಗಲೇ ನಿನ್ನ ಚಾಣಾಕ್ಷ ಬೇಹುಗಾರಿಕಾ ಅಧಿಕಾರಿಗಳು ಸಂಭವನೀಯ ಯುದ್ಧದ ಬಗ್ಗೆ ನಿನಗೆ ಮಾಹಿತಿ ನೀಡಿರಬಹುದು'.

ಸುರಪದ್ಮ ತಲೆಯಾಡಿಸಿದ.

'ಅಲ್ಲದೆ ಅಯೋಧ್ಯೆ ಸಹ ಈ ವಿಚಾರದಲ್ಲಿ ಸರಿಯಾದ ನಿರ್ಧಾರ ತೆಗೆದುಕೊಂಡಿಲ್ಲ ಎಂಬುದೂ ನಿನಗೆ ತಿಳಿದಿರಬಹುದು' ಪಂಡಿತರು ಹೇಳಿದರು.

'ಹೌದು! ಅದು ನನಗೆ ತಿಳಿದಿದೆ. ಅಯೋಧ್ಯೆಯ ರಾಜರದು ಅಸ್ಥಿರ ಮನಸ್ಥಿತಿ ಮತ್ತು ಗೊಂದಲದ ಮನೋಭಾವ. ಹಾಗಾಗಿ ಅವರು ಯಾರ ಪರವಾಗಿ ನಿಲ್ಲುತ್ತಾರೆ ಎನ್ನುವುದನ್ನು ಊಹಿಸುವುದು ಕಷ್ಟ' ಸುರಪದ್ಮ ನಸುನಗುತ್ತಾ ಹೇಳಿದ.

'ಈ ವಿಚಾರದಲ್ಲಿ ನಿಮ್ಮ ನಿರ್ಧಾರವೇನು ವೀರ ರಾಜಕುಮಾರ' ಸತಿ ಕೇಳಿದಳು.

'ರಾಜಕುಮಾರಿ ನನಗೆ ನೀಲಕಂಠನ ಮೇಲೆ ಅಪಾರವಾದ ನಂಬಿಕೆಯಿದೆ. ಮಹಾಸ್ವಾಮಿಗಳು ಅಕ್ಷರಶಃ ರುದ್ರದೇವನ ಉತ್ತರಾಧಿಕಾರಿಗಳು ಎನ್ನುವುದರಲ್ಲಿ ನನಗೆ ಎಳ್ಳಷ್ಟು ಸಂಶಯವಿಲ್ಲ'.

ಶಿವನಿಗೆ ಸುರಪದ್ಮ ತನ್ನನ್ನು ರುದ್ರನಿಗೆ ಹೋಲಿಕೆ ಮಾಡಿದ್ದರಿಂದ ಸ್ವಲ್ಪ ಮುಜುಗರವಾಯಿತು.

'ಅಷ್ಟೇ ಅಲ್ಲ, ಅಯೋಧ್ಯೆಯ ರಾಜರು ಸ್ವದ್ವೀಪದ ಮೇಲೆ ಅಧಿಪತ್ಯ ಸಾಧಿಸಲು ಹೊರಟಿದ್ದಾರೆ. ದುರಹಂಕಾರದಿಂದ ವರ್ತಿಸುತ್ತಿದ್ದಾರೆ. ಅದಕ್ಕೆ ಕಡಿವಾಣ ಹಾಕಲೇಬೇಕು. ಅದು ಮಗಧ ರಾಜ್ಯದಿಂದ ಮಾತ್ರ ಸಾಧ್ಯ. ಮಗಧಕ್ಕೆ ಆ ಸಾಮರ್ಥ್ಯವಿದೆ'.

'ಹೌದು! ಅಯೋಧ್ಯೆಯನ್ನು ಮಣಿಸುವಷ್ಟು ಶಕ್ತಿ ಮತ್ತು ಸಾಮರ್ಥ್ಯ ಮಗಧಕ್ಕಿದೆ' ಸತಿ ಹೇಳಿದಳು.

'ಹಾಗಾಗಿಯೇ ನಾನು ನೀಲಕಂಠನ ಪರವಾಗಿ ನಿಲ್ಲುವುದಕ್ಕೆ ಎರಡು ಕಾರಣಗಳನ್ನು ನೀಡಿದೆ'.

ಶಿವ, ಸತಿ ಮತ್ತು ಗೋಪಾಲರು ಸುರಪದ್ಮನನ್ನೇ ನೋಡುತ್ತಿದ್ದರು.

ಸುರಪದ್ಮ ಮಾತು ಮುಂದುವರಿಸಿದ.

'ಆದರೆ.........ಇಲ್ಲಿನ ಪರಿಸ್ಥಿತಿ ತೀರಾ ಸಂಕೀರ್ಣವಾಗಿದೆ ಮಹಾಸ್ವಾಮಿ! ನನ್ನಲ್ಲಿರುವ ಗೊಂದಲವೇನು ಎನ್ನುವುದು ನಿಮಗೇ ತಿಳಿದಿದೆ. ನನ್ನ ತಮ್ಮ ಉಗ್ರಸೇನನ ಮೇಲೆ ನಾಗಾಗಳು ದಾಳಿಮಾಡಿ ಆತನನ್ನು ಕೊಂದಿದ್ದಾರೆ. ಇದರಿಂದ ತಂದೆಯವರು

ವ್ಯಗ್ರರಾಗಿದ್ದಾರೆ. ನಾಗಾಗಳ ಮೇಲೆ ಸೇಡು ತೀರಿಸಿಕೊಳ್ಳುವಂತೆ ನನ್ನ ಮೇಲೆ ಒತ್ತಡ ಹೇರುತ್ತಿದ್ದಾರೆ'.

'ನಾಗಾಗಳು ಉಗ್ರಸೇನನನ್ನು ಕೊಂದ ಕಾರಣ..........'.

'ಕ್ಷಮಿಸಿ ಮಹಾಪ್ರಭು, ಮಾತಿನ ಮಧ್ಯೆ ಬಾಯಿಹಾಕುತ್ತಿರುವುದಕ್ಕೆ ಕ್ಷಮೆಯಿರಲಿ. ಸತ್ಯ ಏನು ಎನ್ನುವುದು ನನಗೆ ತಿಳಿದಿದೆ.'

'ಇಲ್ಲ ಸುರಪದ್ಮ, ಈ ವಿಚಾರದಲ್ಲಿ ನಿನಗೆ ಹೆಚ್ಚಿನ ಮಾಹಿತಿ ದೊರೆತಿಲ್ಲ ಎನ್ನುವುದು ನನ್ನ ಭಾವನೆ. ಹಾಗೆ ತಿಳಿದಿದ್ದರೆ ನಿನ್ನ ಪ್ರತಿಕ್ರಿಯೆ ಬೇರೆಯೇ ತೆರನಾಗಿರುತ್ತಿತ್ತು'.

ಸುರಪದ್ಮ ನಸುನಗುತ್ತಾ ಅಂಧಕನತ್ತ ತಿರುಗಿ ನಂತರ ಮಾತು ಮುಂದುವರಿಸಿದ.

'ಮಹಾಸ್ವಾಮಿ, ನಾನು ಮತ್ತು ಅಂಧಕ ಈ ಘಟನೆಯನ್ನು ಗಂಭೀರವಾಗಿ ಪರಿಗಣಿಸಿ ಸಂಪೂರ್ಣ ತನಿಖೆ ನಡೆಸಿದೆವು. ನಾವಿಬ್ಬರೂ ನನ್ನ ತಮ್ಮ ಮತ್ತು ಆತನ ಸಹಚರರು ಹತ್ಯೆಯಾಗಿದ್ದ ಸ್ಥಳಕ್ಕೆ ಭೇಟಿ ನೀಡಿ ಪರಿಶೀಲಿಸಿದೆವು. ಹಾಗಾಗಿ ನಮಗೆ ಇಡೀ ಘಟನೆ ಮತ್ತು ಅದರ ಹಿನ್ನೆಲೆ ಚೆನ್ನಾಗಿ ತಿಳಿದಿದೆ'.

'ಆದರೂ ನೀವೇಕೆ...........' ಸತಿ ಕೇಳಿದಳು.

'ನಾನೇನು ತಾನೆ ಮಾಡಲು ಸಾಧ್ಯ ರಾಜಕುಮಾರಿ? ತಂದೆಯವರಿಗೆ ವಯಸ್ಸಾಗಿದೆ. ತನ್ನ ಪ್ರೀತಿಯ ಮಗ ಅಪ್ರತಿಮ ವೀರ ತಾಯ್ನಾಡನ್ನು ರಕ್ಷಿಸುವ ಸಲುವಾಗಿ ನಾಗಾಗಳೊಂದಿಗೆ ವೀರೋಚಿತ ಹೋರಾಟ ನಡೆಸಿದ ಮತ್ತು ಆ ಹೋರಾಟದಲ್ಲಿ ದ್ರೋಹಿ ನಾಗಾಗಳು ಆತನನ್ನು ಕೊಂದುಬಿಟ್ಟರು ಎಂದೇ ಅವರು ಭಾವಿಸಿದ್ದಾರೆ. ಪರಿಸ್ಥಿತಿ ಹೀಗಿರುವಾಗ ಅವರಿಗೆ ನಾನು ಸತ್ಯವನ್ನು ಹೇಗೆ ತಿಳಿಸಲಿ?'. ಉಗ್ರಸೇನ ಒಬ್ಬ ಜೂಜುಕೋರ. ಜೂಜಿನಲ್ಲಿ ಹಣಗಳಿಸುವ ಸಲುವಾಗಿ ಮುಗ್ಧ ಬಾಲಕರನ್ನು ಅಪಹರಿಸುತ್ತಿದ್ದ ಎಂದು ಹೇಳಲು ಸಾಧ್ಯವೇ? ಅಥವಾ ಕರುಳ ಕುಡಿಯೊಂದನ್ನು ರಕ್ಷಿಸಿಕೊಳ್ಳುವ ಸಲುವಾಗಿ ಹೋರಾಡುತ್ತಿದ್ದ ತಾಯಿಯೊಬ್ಬಳನ್ನು ಉಗ್ರಸೇನ ಹತ್ಯೆ ಮಾಡುವುದಕ್ಕೆ ಮುಂದಾಗಿದ್ದ. ಆ ಸಮಯದಲ್ಲಿ ನಾಗಾಗಳು ಉಗ್ರಸೇನನನ್ನು ಕೊಂದು ಆಕೆಯನ್ನು ರಕ್ಷಿಸಿದರು ಮತ್ತು ಆ ಮೂಲಕ ನಮ್ಮ ರಾಜ್ಯದ ಗೌರವವನ್ನು ಕಾಪಾಡಿದರು ಎಂದು ತಿಳಿಸಲು ಸಾಧ್ಯವೇ? ಹಾಗೆ ಹೇಳಿದರೂ ಅವರು ಅದನ್ನು ನಂಬುತ್ತಾರೆಯೇ?'.

'ಸತ್ಯಕ್ಕೆ ಎಂದಿಗೂ ಜಯ ಲಭಿಸುತ್ತದೆ. ಕೆಲವೊಮ್ಮೆ ಕಟು ಸತ್ಯ ನಮಗೆ ನೋವನ್ನುಂಟು ಮಾಡುತ್ತದೆ. ಆದರೆ ಅದು ಅತ್ಯಂತ ಪವಿತ್ರವಾದದ್ದು' ಸತಿ ಹೇಳಿದಳು.

ಸುರಪದ್ಮ ವ್ಯಂಗ್ಯದಿಂದ ನಗುತ್ತಾ ಹೇಳಿದ 'ಇದು ಮೆಲೂಹವಲ್ಲ ರಾಜಕುಮಾರಿ. ಸತ್ಯವನ್ನು ಮೆಲೂಹನ್ನರು ನೋಡುವ ರೀತಿಗೂ ನಮ್ಮ ಜನ ನೋಡುವ ರೀತಿಗೂ

ಅಜಗಜಾಂತರ ವ್ಯತ್ಯಾಸವಿದೆ. ತಾವು ನಂಬಿದ್ದೇ ಸತ್ಯ ಎನ್ನುವುದು ಇಲ್ಲಿನ ಜನರ ಸಿದ್ಧಾಂತ. ಹಾಗಾಗಿ ಇಲ್ಲಿನ ಜನ ಸತ್ಯವನ್ನು ನಾನಾ ರೂಪಗಳಲ್ಲಿ ನೋಡುತ್ತಾರೆ'.

ಸತಿ ಮರುಮಾನಾಡಲಿಲ್ಲ.

ಸುರಪದ್ಮ ಶಿವನೆಡೆಗೆ ತಿರುಗಿ ಹೇಳಿದ 'ಮಹಾಸ್ವಾಮಿ, ನನ್ನ ತಂದೆಯವರು ನಾನೊಬ್ಬ ಮಹಾತ್ವಾಕಾಂಕ್ಷೆಯುಳ್ಳ ವ್ಯಕ್ತಿ ಮತ್ತು ಅಧಿಕಾರದಾಹಿ ಎಂದೇ ಭಾವಿಸಿದ್ದಾರೆ. ನನಗೆ ಸಹನೆ, ತಾಳ್ಮೆ ಕಡಿಮೆ ಎನ್ನುವುದು ಅವರ ಅಭಿಪ್ರಾಯ. ಹಾಗಾಗಿ ಅವರು ನನ್ನ ಅಣ್ಣನನ್ನು ತನ್ನ ಉತ್ತರಾಧಿಕಾರಿಯನ್ನಾಗಿ ಮಾಡಲು ಪ್ರಯತ್ನಿಸುತ್ತಿದ್ದಾರೆ. ಅಣ್ಣನ ಸಿದ್ಧಾಂತ ಮತ್ತು ತಂದೆಯವರ ಸಿದ್ಧಾಂತ ಎರಡೂ ಒಂದೇ ರೀತಿಯಲ್ಲಿವೆ. ಅಲ್ಲದೆ ಉಗ್ರಸೇನನ ಸಾವಿನ ಹಿಂದೆ ನನ್ನ ಕೈವಾಡವಿದೆ ಮತ್ತು ಆತನ ಸಾವಿನಿಂದ ನಾನು ನನ್ನ ಮಹತ್ವಾಕಾಂಕ್ಷೆಯನ್ನು ಈಡೇರಿಸಿಕೊಳ್ಳುತ್ತಿದ್ದೇನೆ ಎನ್ನುವುದು ಅವರ ಅನುಮಾನ'.

'ಅದು ಸರಿಯಲ್ಲ ಸುರಪದ್ಮ. ನಿಮ್ಮ ತಂದೆ ಹಾಗೆ ಯೋಚಿಸಬಾರದು. ನೀನೊಬ್ಬ ಮಹಾವೀರ' ಸತಿ ಹೇಳಿದಳು.

'ಪರಿಶುದ್ಧ ಆತ್ಮಸಾಕ್ಷಿ ಇರುವ ವ್ಯಕ್ತಿಗಳು ಮಾತ್ರ ಮತ್ತೊಬ್ಬರನ್ನು ಪ್ರಶಂಸಿಸುತ್ತಾರೆ ರಾಜಕುಮಾರಿ. ನಿಜ! ಒಂದರ್ಥದಲ್ಲಿ ನಾಗಾಗಳು ದುಷ್ಟನಾದ ನನ್ನ ತಮ್ಮನನ್ನು ಕೊಂದು ನನಗೆ ಸಹಾಯವನ್ನೇ ಮಾಡಿದ್ದಾರೆ. ಸಿಂಹಾಸನವನ್ನೇರಲು ಇದ್ದ ಅಡೆ–ತಡೆಯನ್ನು ದೂರವಾಡಿದ್ದಾರೆ. ಆದರೆ ಅದಕ್ಕಾಗಿ ನಾನು ನನ್ನ ತಂದೆ ಕಾಲವಾಗುವವರೆಗೂ ಕಾಯಬೇಕು. ಅವರ ಕಾಲಾನಂತರ ಸಿಂಹಾಸನವನ್ನೇರಬೇಕು. ಇಳಿವಯಸ್ಸಿನಲ್ಲಿ ಅವರ ಮನಸ್ಸಿಗೆ ಬೇಸರವಾಗುವ ಕೆಲಸವನ್ನು ಮಾಡುವುದು ನನ್ನಿಂದ ಸಾಧ್ಯವಿಲ್ಲ. ಹಾಗೇನಾದರೂ ನಾನು ಅವರ ನಂಬಿಕೆ–ಸಿದ್ಧಾಂತಕ್ಕೆ ವಿರುದ್ಧವಾಗಿ ನಡೆದುಕೊಂಡರೆ ಅವರು ಅಣ್ಣನನ್ನೋ ಅಥವಾ ನನ್ನ ಸಂಬಂಧಿಕರನ್ನೋ ತನ್ನ ಉತ್ತರಾಧಿಕಾರಿಯನ್ನಾಗಿ ನೇಮಿಸುತ್ತಾರೆ. ಅಲ್ಲದೆ ಈಗ ನಾನೇನಾದರೂ ನಾಗಾಗಳು ಉಗ್ರಸೇನನನ್ನು ಕೊಂದಿದ್ದು ಸರಿ ಎಂದು ಅವರ ಮುಂದೆ ಸಮರ್ಥಿಸಿಕೊಂಡರೆ ರಾಜಕುಟುಂಬದವರಲ್ಲಿ ನಾನೊಬ್ಬ ಕಡುಮೂರ್ಖ ಎಂಬ ಹಣೆಪಟ್ಟಿ ಕಟ್ಟಿಕೊಂಡು ಇತಿಹಾಸದಲ್ಲಿ ಹುದುಗಿ ಹೋಗುತ್ತೇನೆ'.

ಗೋಪಾಲರು ನಸುನಗುತ್ತಾ 'ಹಾಗಾದರೆ ಈಗೇನು ಮಾಡುವುದು ಸುರಪದ್ಮ?' ಎಂದು ಕೇಳಿದರು.

ಸುರಪದ್ಮ ಶಿವನೆಡೆಗೆ ತೀಕ್ಷ್ಣ ದೃಷ್ಟಿ ಬೀರುತ್ತಾ 'ನನಗೊಬ್ಬ ನಾಗಾನನ್ನು ಒಪ್ಪಿಸಿ' ಎಂದ.

ಥಟ್ಟನೆ ಶಿವ ಉತ್ತರಿಸಿದ 'ಅದು ನನ್ನಿಂದ ಸಾಧ್ಯವಿಲ್ಲ'.

'ನಾನು ಉಗ್ರಸೇನನ್ನು ಕೊಂದ ನಾಗಾನನ್ನು ಒಪ್ಪಿಸಿ ಎಂದು ಕೇಳುತ್ತಿಲ್ಲ ಮಹಾಸ್ವಾಮಿ. ಆತ ಬಹಳ ಮುಖ್ಯವಾದ ವ್ಯಕ್ತಿ ಎಂಬುದು ನನಗೆ ಗೊತ್ತು. ಆತನ

ಬದಲಾಗಿ ಬೇರೊಬ್ಬ ನಾಗಾನನ್ನು ಒಪ್ಪಿಸಿ. ಉಗ್ರಸೇನನನ್ನು ಕೊಂದವನು ಎಂದು ಹೇಳಿ ಆತನನ್ನು ತಂದೆಯವರ ಬಳಿ ಹಾಜರುಪಡಿಸುತ್ತೇನೆ. ಅವರ ಮುಂದೆಯೇ ಆ ನಾಗಾನನ್ನು ಮರಣದಂಡನೆಗೆ ಗುರಿಪಡಿಸುತ್ತೇನೆ. ಆಗ ತಂದೆಯವರು ಸಂತೃಪ್ತನಾಗಿ ಇಡೀ ರಾಜ್ಯವನ್ನು ನನಗೆ ಬಿಟ್ಟುಕೊಟ್ಟು ಸನ್ಯಾಸ ದೀಕ್ಷೆ ತೊಡುತ್ತಾರೆ. ಮಗನ ಆತ್ಮಕ್ಕೆ ಶಾಂತಿ ದೊರಕಿತು ಎಂಬ ಸಮಾಧಾನ ಅವರಲ್ಲಿರುತ್ತದೆ. ಆಗ ಮಗಧ ರಾಜ್ಯದಲ್ಲಿರುವ ಸೈನ್ಯವೆಲ್ಲವೂ ನಿಮ್ಮ ಬೆಂಬಲಕ್ಕಿರುತ್ತದೆ. ಈಗಾಗಲೇ ಬ್ರಂಗಾಗಳು ನಿಮ್ಮ ಪರವಾಗಿದ್ದಾರೆ ಎಂಬುದು ನನಗೆ ಗೊತ್ತು. ಅವರೊಂದಿಗೆ ಮಗಧ ಸೈನ್ಯ ಸಹ ಕೈಜೋಡಿಸಿದರೆ ನಿಮ್ಮ ಗೆಲುವು ನಿಶ್ಚಿತ. ಆಗ ದುಷ್ಟಶಕ್ತಿ ಸಂಪೂರ್ಣ ನಾಶವಾಗುತ್ತದೆ. ಅದಕ್ಕಾಗಿ ನೀವು ಯಾರಾದರೂ ಒಬ್ಬ ನಾಗಾನನ್ನು ತ್ಯಾಗಮಾಡಬೇಕು ಅಷ್ಟೇ. ಅತಿ ಹೆಚ್ಚು ಪಾಪ ಮಾಡಿದ ನಾಗಾನೊಬ್ಬನನ್ನು ನನಗೆ ಒಪ್ಪಿಸಿದರೂ ಸಾಕು. ಆತನ ಕರ್ಮ ಪೂರೈಸಲು ನಾವು ಆತನಗೆ ಸಹಾಯ ಮಾಡುತ್ತೇವೆ. ಆಗಬಹುದೇ ಮಹಾಸ್ವಾಮಿ?'.

'ನಾನು ಈ ಕೆಲಸ ಮಾಡಲಾರೆ ಸುರಪದ್ಮ' ಶಿವನ ಮಾತಿನಲ್ಲಿ ಒಂದಿಷ್ಟು ಅಳುಕಾಗಲಿ, ಹಿಂಜರಿಕೆಯಾಗಲಿ ಇರಲಿಲ್ಲ.

'ಮಹಾಸ್ವಾಮಿ.........'.

'ಅದು ನನ್ನಿಂದ ಸಾಧ್ಯವಿಲ್ಲ.............'.

'ಆದರೆ...............'.

'ಖಂಡಿತಾ ಇಲ್ಲ'.

ಸುರಪದ್ಮ ಕುಳಿತಿದ್ದ ಕುರ್ಚಿಯಲ್ಲಿ ಹಾಗೇ ಹಿಂದಕ್ಕೆ ಒರಗಿದ.

'ನಾನೀಗ ಅತ್ಯಂತ ಬಿಕ್ಕಟ್ಟಿನ ಪರಿಸ್ಥಿತಿಯಲ್ಲಿದ್ದೇನೆ ಪಂಡಿತರೇ. ನಾಗಾಗಳ ಮೇಲೆ ಪ್ರತಿಕಾರ ತೀರಿಸಿಕೊಳ್ಳುವವರೆಗೂ ನಾನು ಅದೇ ನಾಗಾಗಳಿರುವ ಸೈನ್ಯದ ಪರವಾಗಿ ನಿಂತು ಯುದ್ಧ ಮಾಡಲು ನನ್ನ ತಂದೆಯವರು ಅನುಮತಿ ನೀಡಲಾರರು'.

ಗೋಪಾಲರು ಪ್ರತಿಕ್ರಿಯಿಸುವ ಮುನ್ನವೇ ಶಿವ ಕೇಳಿದ 'ನೀನು ಯಾರ ಪರವಾಗಿಯೂ ಯುದ್ಧ ಮಾಡದೆ ತಟಸ್ಥನಾಗಿ ಉಳಿಯುವುದಕ್ಕೆ ಸಾಧ್ಯವೇ ಸುರಪದ್ಮ?'.

ಸುರಪದ್ಮ ಕುತೂಹಲದಿಂದ ಶಿವನ ಸಲಹೆಯನ್ನು ಆಲಿಸುತ್ತಿದ್ದ.

'ಮಗಧ ಸೈನ್ಯ ತಟಸ್ಥವಾಗಿರುತ್ತದೆ ಎಂದು ಹೇಳಿ ತಂದೆಯವರನ್ನು ಒಪ್ಪಿಸು. ನಮ್ಮ ಹಡಗುಗಳು ಅಯೋಧ್ಯೆಯತ್ತ ತೆರಳುವಾಗ ಅದನ್ನು ತಡೆಯಬೇಡಿ. ನಾವು ಹಾಗೆ ಮುಂದೆ ಸಾಗಿ ಅಯೋಧ್ಯೆಗೆ ಮುತ್ತಿಗೆ ಹಾಕಿ ಅಲ್ಲಿನ ರಾಜನನ್ನು ಮಣಿಸಿದರೆ ನಿಮ್ಮ ಶಕ್ತಿಶಾಲಿ ವೈರಿಯೊಬ್ಬರು ನಾಶವಾದಂತಾಗುತ್ತದೆ. ಒಂದು ವೇಳೆ ಅಯೋಧ್ಯೆಯ ಸೈನ್ಯ ನಮ್ಮ ಮತ್ತು ನಾಗಾಪಡೆಯನ್ನು ಸೋಲಿಸಿದರೆ ಆಗಲೂ ನಿಮ್ಮ ತಂದೆಯವರಿಗೆ

ಸಂತೋಷವಾಗುತ್ತದೆ. ಆಗಲೂ ನಿನ್ನ ಮಹತ್ವಾಕಾಂಕ್ಷೆ ಸುಲಭವಾಗಿ ಈಡೇರುತ್ತದೆ. ಹಾಗಾಗಿ ನೀನು ತಟಸ್ಥನಾಗಿದ್ದರೆ ಅದರಿಂದ ಇಬ್ಬರಿಗೂ ಲಾಭವಾಗುತ್ತದೆ.

ಸುರಪದ್ಮ ಮಂದಹಾಸ ಬೀರುತ್ತಾ ಹೇಳಿದ 'ಹೌದು, ನಿಮ್ಮ ಮಾತು ಸರಿಯಾಗಿದೆ. ನಾವು ಹಾಗೇ ಮಾಡಬಹುದು'.

— ⅄◎Ʊ↑⊛ —

ಪರ್ವತೇಶ್ವರ ಮತ್ತು ಆನಂದಮಯಿ ಆಗಷ್ಟೇ ಕಾಶಿ ನಗರಕ್ಕೆ ಬಂದಿಳಿದಿದ್ದರು. ಕಾಶಿಯ ಅರಮನೆಯಲ್ಲಿ ಅವರಿಗೆ ವಿಶೇಷವಾದ ವಸತಿ ಸೌಲಭ್ಯವನ್ನು ಒದಗಿಸಲಾಗಿತ್ತು. ಅಂದು ಸಂಜೆ ಆನಂದಮಯಿ ಮತ್ತು ಆಯುರ್ವತಿ ಇಬ್ಬರೂ ವೀರಭದ್ರ ಮತ್ತು ಗುಣ ಸೈನ್ಯವನ್ನು ಭೇಟಿಮಾಡಲು ಹೊರಗೆ ಹೋಗಿದ್ದರು. ಮೆಲೂಹದ ದಂಡನಾಯಕ ಬಾಲ್ಕನಿಯಲ್ಲಿ ಕುಳಿತು ಹೊರಗೆ ಕಣ್ಣಾಡಿಸುತ್ತಿದ್ದ. ದೂರದಲ್ಲಿ ಗಂಗಾನದಿ ಸ್ವಚ್ಛಂದವಾಗಿ ಹರಿಯುತ್ತಿತ್ತು.

'ಮಹಾಸ್ವಾಮಿ' ದ್ವಾರಪಾಲಕ ಕೂಗಿದ.

'ಹಾಂ! ಹೇಳು, ಏನು ಸಮಾಚಾರ?' ಪರ್ವತೇಶ್ವರ ಆತನತ್ತ ತಿರುಗಿ ಕೇಳಿದ.

'ನಮ್ಮ ದೂತನೊಬ್ಬ ತಮಗೆ ಪತ್ರವೊಂದನ್ನು ನೀಡಿದ್ದಾನೆ' ದ್ವಾರಪಾಲಕ ಪರ್ವತೇಶ್ವರನ ಬಳಿಗೆ ಬಂದು ಪತ್ರವನ್ನು ಕೈಗಿತ್ತ.

'ಈ ಸಂದೇಶ ಪತ್ರವನ್ನು ತಂದವರು ಯಾರು?'.

'ಅರಮನೆಯ ಮುಖ್ಯ ದ್ವಾರಪಾಲಕ ಇದನ್ನು ನಮಗೆ ನೀಡಿದ್ದಾನೆ ಪ್ರಭು'.

ಪರ್ವತೇಶ್ವರ ಹುಬ್ಬೇರಿಸುತ್ತಾ ಕೇಳಿದ 'ಈ ಪತ್ರ ಹೊರಗಿನಿಂದ ಬಂದಿದೆ ತಾನೆ? ಹೊರಗಿನವರು ಅನುಮತಿ ಇಲ್ಲದೆ ಒಳಗೆ ಬರುವುದು ಅಸಾಧ್ಯ. ಹಾಗಾಗಿ ನಮ್ಮ ಅರಮನೆಯ ಮುಖ್ಯ ದ್ವಾರಪಾಲಕನಿಗೆ ಈ ಪತ್ರವನ್ನು ಕೊಟ್ಟವರು ಯಾರು?'.

'ಅದು ನನಗೆ ತಿಳಿಯದು ಮಹಾಸ್ವಾಮಿ'.

ಪರ್ವತೇಶ್ವರ ಮನಸ್ಸಿನಲ್ಲೇ ಗೊಣಗಿಕೊಂಡ 'ಈ ಸ್ವದ್ವೀಪನ್ನರಿಗೆ ವ್ಯವಸ್ಥೆಯನ್ನು ಹೇಗೆ ಇಟ್ಟುಕೊಳ್ಳಬೇಕೆಂಬುದೇ ತಿಳಿದಿಲ್ಲ. ಎಲ್ಲೆಲ್ಲೂ ಅವ್ಯವಸ್ಥೆ. ನಗರದಲ್ಲಿರುವ ಪ್ರಮುಖ ನೆಲೆ ಮತ್ತು ಕೇಂದ್ರಗಳ ಬಳಿ ಶತ್ರುಗಳು ಅಡ್ಡಾಡಿ ಹೋದರೂ ಇವರಿಗೆ ತಿಳಿಯುವುದಿಲ್ಲ'.

ಪರ್ವತೇಶ್ವರ ಮುಚ್ಚಿದ ತಾಳೆಗರಿಯ ಲಕೋಟೆಯನ್ನು ಸೇವಕನಿಂದ ಪಡೆದು ಆತನಿಗೆ ಹೊರ ಹೋಗುವಂತೆ ಆದೇಶ ನೀಡಿದ. ಲಕೋಟೆಯ ಮೇಲೆ ಮೊಹರೊಂದನ್ನು ಹಾಕಲಾಗಿತ್ತು. ಅದು ಯಾವ ಮೊಹರು ಎಂಬುದು ಪರ್ವತೇಶ್ವರನಿಗೆ ತಿಳಿಯಲಿಲ್ಲ. ಮೊಹರಿನಲ್ಲಿ ನಕ್ಷತ್ರಾಕಾರದ ಚಿಹ್ನೆಯಿತ್ತು. ಸಾಮಾನ್ಯವಾಗಿ ಆ ಚಿಹ್ನೆಯನ್ನು ಪುರಾತನ ಜ್ಯೋತಿಷ್ಯ ಶಾಸ್ತ್ರದ ರೇಖಾಪಟ್ಟಿಗಳಲ್ಲಿ ಬಳಸಲಾಗುತ್ತಿತ್ತು. ಪರ್ವತೇಶ್ವರ ನಿಧಾನವಾಗಿ ಲಕೋಟೆಯ ಮೊಹರನ್ನು ತೆಗೆದ. ಒಳಗಿದ್ದ ಪತ್ರದ ಲಿಪಿಯನ್ನು ಕಂಡು ಆತನಿಗೆ ಆಶ್ಚರ್ಯವಾಯಿತು. ಅದು ಮೆಲೂಹದ ಸೈನ್ಯಾಧಿಕಾರಿಗಳು ಬಳಸುತ್ತಿದ್ದ ಸೂಕ್ಷ್ಮ ಸಂಕೇತ. ಸಾಮಾನ್ಯವಾಗಿ ಈ ರೀತಿಯ ಲಿಪಿಗಳನ್ನು ಸೈನ್ಯದ ಉನ್ನತಾಧಿಕಾರಿಗಳು ಯುದ್ಧದ ಸಮಯದಲ್ಲಿ ಅತ್ಯಂತ ರಹಸ್ಯವಾದ ವಿಚಾರಗಳನ್ನು ವಿನಿಮಯ ಮಾಡಿಕೊಳ್ಳಲು ಬಳಸುತ್ತಿದ್ದರು. ಪತ್ರದಲ್ಲಿದ್ದ ಅಕ್ಷರಗಳು ಗೋಜಲು ಗೋಜಲಾಗಿತ್ತು.

'ಮಹಾದಂಡನಾಯಕನಾದ ಪರ್ವತೇಶ್ವರ, ಮೆಲೂಹ ಸಾಮ್ರಾಜ್ಯಕ್ಕೆ ನಿನ್ನ ನಿಷ್ಠೆಯನ್ನು ತೋರಿಸಬೇಕಾದ ಸಮಯ ಇದೀಗ ಬಂದಿದೆ. ಈ ಬಗ್ಗೆ ಮಾತನಾಡಲು ಇಂದು ರಾತ್ರಿ ನಗರದ ಸಂಕಟಮೋಚನ ಮಂದಿರದ ಹಿಂದಿರುವ ಉದ್ಯಾನವನಕ್ಕೆ ಏಕಾಂಗಿಯಾಗಿ ಬಾ'.

ಪರ್ವತೇಶ್ವರ ಉಸಿರು ಬಿಗಿಹಿಡಿದು ಪತ್ರದ ಒಕ್ಕಣೆಯನ್ನು ಓದಿಕೊಂಡ. ಅದೇನೋ ಆತಂಕ. ಹಾಗೇ ಬಾಗಿಲ ಕಡೆ ತಿರುಗಿ ನೋಡಿದ. ಅಲ್ಲಿ ಯಾರೂ ಇರಲಿಲ್ಲ. ನಂತರ ಪತ್ರವನ್ನು ಸುರುಳಿ ಸುತ್ತಿ ಅದಕ್ಕೆ ನಡುಪಟ್ಟಿ ಕಟ್ಟಿ ಅದನ್ನು ಗುಪ್ತ ಸ್ಥಳವೊಂದರಲ್ಲಿಟ್ಟ. ಮುಂದೇನು ಮಾಡಬೇಕು ಎನ್ನುವುದು ಆತನಿಗೆ ಸ್ಪಷ್ಟವಾಗಿ ತಿಳಿದಿತ್ತು.

ಸಂಕಟಮೋಚನ ಮಂದಿರದಲ್ಲಿ ಬೆಳಗಿನಿಂದಲೂ ಘಂಟಾನಾದ. ಡೋಲು ಮತ್ತು ತಮಟೆಗಳ ಸದ್ದು. ನಿರಂತರ ಪ್ರಾರ್ಥನೆ, ಪೂಜೆ, ಪುನಸ್ಕಾರಗಳು. ಭಕ್ತರು ಎಡೆಬಿಡದೆ ರಾಮನ ಭಜನೆ ಮತ್ತು ಹನುಮನ ಭಜನೆಯನ್ನು ಮಾಡುತ್ತಿದ್ದರು. ಸೂರ್ಯ ಮುಳುಗುತ್ತಿದ್ದಂತೆ ವಿಶೇಷ ಪೂಜೆ. ಮಂಗಳ ಮೂರ್ತಿಗಳಿಗೆ ಆರತಿ. ಕೊನೆಗೆ ವಿಷ್ಣುವಿನ ಏಳನೇ ಅವತಾರವಾದ ಶ್ರೀರಾಮನಿಗೆ ಶಯನೋತ್ಸವ ಮಾಡಿ ಆತನನ್ನು ಮಲಗಿಸ ಲಾಯಿತು. ಎಲ್ಲ ಮುಗಿದ ಮೇಲೆ ಭಕ್ತರು ತಮ್ಮ ತಮ್ಮ ಮನೆಗಳಿಗೆ ತೆರಳಿದರು. ಕೆಲವೇ ನಿಮಿಷಗಳಲ್ಲಿ ಮಂದಿರದ ಸುತ್ತ ನೀರವ ಮೌನ ಆವರಿಸಿತು. ಮತ್ತೆ ಬೆಳಗಾಗುವವರೆಗೂ ಯಾರೂ ಅತ್ತ ಸುಳಿಯುತ್ತಿರಲಿಲ್ಲ. ಪರ್ವತೇಶ್ವರ ಅದೇ ಸಮಯಕ್ಕೆ

ಕುದುರೆಯನ್ನೇರಿ ಮಂದಿರದ ಒಳಗೆ ಬಂದ. ನಂತರ ಒಮ್ಮೆ ಹಿಂತಿರುಗಿ ನೋಡಿದ. ಯಾರೂ ತನ್ನನ್ನು ಗಮನಿಸಿಲ್ಲ ಎನ್ನುವುದು ಖಾತರಿಯಾಯಿತು. ಕುದುರೆಯಿಂದ ಇಳಿದು ನೇರವಾಗಿ ಮಂದಿರದ ಉದ್ಯಾನವನದತ್ತ ಹೆಜ್ಜೆಹಾಕಿದ. ಇಡೀ ಪ್ರದೇಶದಲ್ಲಿ ಯಾವ ಸದ್ದು-ಗದ್ದಲವೂ ಇರಲಿಲ್ಲ. ಉದ್ಯಾನವನದಲ್ಲಿದ್ದ ಮರವೊಂದನ್ನು ಒರಗಿ ಕುಳಿತುಕೊಂಡ.

ಒಂದೆರಡು ನಿಮಿಷಗಳ ನಂತರ ಮೃದುವಾದ ಮೆಲುದನಿಯೊಂದು ಹತ್ತಿರದಿಂದ ಕೇಳಿಬಂತು 'ಕ್ಷೇಮವೇ ದಂಡನಾಯಕ?'.

ಪರ್ವತೇಶ್ವರ ಸುತ್ತಲೂ ನೋಡಿ ಹೇಳಿದ 'ಮರೆಯಲ್ಲಿರುವ ನೀವು ಎದುರಿಗೆ ಬಂದರೆ ನಿಮ್ಮ ಪ್ರಶ್ನೆಗೆ ಉತ್ತರಿಸಬಹುದು'.

'ನೀನು ಏಕಾಂಗಿಯಾಗಿ ಬಂದಿರುವೆ ತಾನೇ?'.

'ಹಾಗಿಲ್ಲದಿದ್ದರೆ ನಾನು ಇಲ್ಲಿಗೆ ಬರುತ್ತಲೇ ಇರಲಿಲ್ಲ'.

ಒಂದೆರಡು ಕ್ಷಣ ಮೌನ ಆವರಿಸಿತು.

ಮತ್ತೆ ಪರ್ವತೇಶ್ವರ ಹೇಳಿದ 'ನಿಜವಾದ ಮೆಲೂಹನ್ನರಿಗೆ ಶ್ರೀರಾಮನ ಅನುಯಾಯಿಗಳಾದ ನಾವು ಸುಳ್ಳು ಹೇಳುವುದಿಲ್ಲ ಎನ್ನುವುದು ತಿಳಿದಿರುತ್ತದೆ'.

'ಹಾಗಾದರೆ ಸ್ವಲ್ಪ ನಿಧಾನಿಸು ಪರ್ವತೇಶ್ವರ' ಅಷ್ಟು ಹೇಳಿ ಬೃಗು ಮರವೊಂದರ ಹಿಂದಿನಿಂದ ನಿಧಾನವಾಗಿ ಪರ್ವತೇಶ್ವರನತ್ತ ನಡೆದು ಬಂದ.

ಬೃಗುವನ್ನು ನೋಡುತ್ತಲೇ ಪರ್ವತೇಶ್ವರ ಒಂದು ಕ್ಷಣ ದಿಗ್ಭ್ರಾಂತನಾದ. ಥಟ್ಟನೆ ಆತ ಸಪ್ತರ್ಷಿಗಳ ಉತ್ತರಾಧಿಕಾರಿ ಬೃಗು ಎಂದು ತಿಳಿದುಹೋಯಿತು. ಹಿಂದೆಂದೂ ಮೆಲೂಹದ ಕೆಲಸ ಕಾರ್ಯಗಳಲ್ಲಿ ಬೃಗು ಭಾಗಿಯಾಗಿಲ್ಲ ಮತ್ತು ಪ್ರಭಾವ ಬೀರಿಲ್ಲ ಎನ್ನುವುದು ಪರ್ವತೇಶ್ವರನಿಗೆ ಚೆನ್ನಾಗಿ ತಿಳಿದಿತ್ತು. ಆದರೆ ಇದಕ್ಕಿದ್ದಂತೆ ಈತನೇಕೆ ಲೌಖಿಕ ಪ್ರಪಂಚದ ವ್ಯವಹಾರದಲ್ಲಿ ತಲೆ ಹಾಕುತ್ತಿದ್ದಾನೆ ಎಂಬ ಅನುಮಾನ ಪರ್ವತೇಶ್ವರನಿಗೆ.

'ನಿನ್ನನ್ನು ಮುಖತಃ ಭೇಟಿಯಾಗುವುದರ ಮೂಲಕ ನಾನೊಂದು ದೊಡ್ಡ ಅಪಾಯವನ್ನು ಮೈಮೇಲೆ ಎಳೆದುಕೊಳ್ಳುತ್ತಿದ್ದೇನೆ. ಹಾಗಾಗಿ ನೀನು ಒಂಟಿಯಾಗಿ ಬಂದಿರುವುದನ್ನು ಖಾತರಿಪಡಿಸಿಕೊಂಡೆ'.

'ನೀವು ಇಲ್ಲೇನು ಮಾಡುತ್ತಿರುವಿರಿ ಮಹರ್ಷಿಗಳೇ?' ಪರ್ವತೇಶ್ವರ ಬೃಗು ಮಹರ್ಷಿಗೆ ನಮಸ್ಕರಿಸುತ್ತಾ ಕೇಳಿದ.

'ನೀನು ಹೇಗೆ ನಿನ್ನ ಕರ್ತವ್ಯವನ್ನು ನಿರ್ವಹಿಸುತ್ತಿರುವೆಯೋ ಅದೇ ರೀತಿ ಇಲ್ಲಿ ನಾನೂ ನನ್ನ ಕರ್ತವ್ಯವನ್ನು ನಿರ್ವಹಿಸಲು ಬಂದಿದ್ದೇನೆ'.

'ಆದರೆ ಪ್ರಾಪಂಚಿಕ ವಿಚಾರ ಮತ್ತು ವ್ಯವಹಾರಗಳಲ್ಲಿ ನೀವು ಭಾಗಿಯಾಗುವುದಿಲ್ಲ ಅಲ್ಲವೇ ಮಹರ್ಷಿಗಳೇ?'.

'ವಿಶೇಷ ಸಂದರ್ಭಗಳಲ್ಲಿ ಮಾತ್ರ ನಾನು ಹಾಗೆ ಭಾಗಿಯಾಗುತ್ತೇನೆ. ಅಂತಹ ಸಂದರ್ಭವೊಂದು ಇದೀಗ ಒದಗಿದೆ'.

ಪರ್ವತೇಶ್ವರ ಮೌನವಾಗಿದ್ದ. ಬೃಗು ಒಬ್ಬ ಮಹಾನ್ ನಾಯಕ. ಪಂಚವಟಿಯ ಹೊರವಲಯದಲ್ಲಿ ರಹಸ್ಯವಾಗಿ ಶಿವನ ಬೆಂಗಾವಲು ಪಡೆಯ ಮೇಲೆ ಆಕ್ರಮಣ ಮಾಡುವ ಯೋಜನೆ ರೂಪಿಸಿದ್ದವನು ಇದೇ ಬೃಗು. ಅದಕ್ಕಾಗಿ ಆತ ಮೆಲೂಹ ಮತ್ತು ಅಯೋಧ್ಯೆಗೆ ಸೇರಿದ್ದ ಮೂರು ಹಡಗುಗಳನ್ನು ಕಳುಹಿಸಿದ್ದ. ಈ ವಿಚಾರ ತಿಳಿದ ದಿನದಿಂದ ಪರ್ವತೇಶ್ವರನಿಗೆ ಬೃಗುವಿನ ಮೇಲಿದ್ದ ಗೌರವ ಗಣನೀಯವಾಗಿ ಕಡಿಮೆಯಾಗಿತ್ತು. ಅಷ್ಟಕ್ಕೂ ಆತ ಯೋಗಿಯಾಗಿದ್ದರೇನಂತೆ ಆತನೂ ಮನುಷ್ಯನಲ್ಲವೇ? ಎನ್ನುವುದು ಪರ್ವತೇಶ್ವರನ ಅನ್ನಿಸಿಕೆಯಾಗಿತ್ತು.

'ಈಗ ನೀನೇನು ಮಾಡಬೇಕು ಎನ್ನುವುದು ತಿಳಿದಿದೆ ಅಲ್ಲವೇ ಪರ್ವತೇಶ್ವರ?. ಆ ಕಪಟಿ, ದ್ರೋಹಿ ನೀಲಕಂಠ ನಿನ್ನ ತಾಯ್ನಾಡಿನ ಮೇಲೆ ಆಕ್ರಮಣ ಮಾಡಲು ಹೊರಟಿದ್ದಾನೆ. ಹಾಗಾಗಿ ನೀನು ಆತನನ್ನು ಬೆಂಬಲಿಸುವುದಿಲ್ಲ ಎಂದು ನಾನು ಭಾವಿಸಿದ್ದೇನೆ' ಬೃಗು ಹೇಳಿದ.

ಪರ್ವತೇಶ್ವರ ಕೋಪದಿಂದ ಅಬ್ಬರಿಸಿದ 'ಶಿವ ದ್ರೋಹಿಯಲ್ಲ. ಆತ ಶ್ರೀರಾಮನ ನಂತರ ಈ ಜಗತ್ತಿನಲ್ಲಿ ಅವತರಿಸಿರುವ ಮಹಾಪುರುಷ'.

ಬೃಗು ಒಂದು ಕ್ಷಣ ದಂಗಾದ. ನಂತರ ಹೇಳಿದ 'ಕ್ಷಮಿಸು ಪರ್ವತೇಶ್ವರ, ನಾನು ನಿನ್ನನ್ನು ತಪ್ಪಾಗಿ ತಿಳಿದಿದ್ದೆ. ನಾನು ನಿರೀಕ್ಷಿಸಿದ್ದಕ್ಕಿಂತಲೂ ಮಿಗಿಲಾಗಿ ನೀನು ಮೆಲೂಹವನ್ನು ಪ್ರೀತಿಸುತ್ತಿರುವೆ'.

'ಬೃಗು ಮಹರ್ಷಿಗಳೇ, ನಾನು ಮೆಲೂಹಕ್ಕಾಗಿ ಪ್ರಾಣ ಕೊಡಲು ಸಿದ್ಧ. ಅದು ನನ್ನ ಕರ್ತವ್ಯ. ಹಾಗೆಂದ ಮಾತ್ರಕ್ಕೆ ನೀಲಕಂಠನ ಬಗ್ಗೆ ಗೌರವವಿಲ್ಲ ಮತ್ತು ಆತನನ್ನು ತಿರಸ್ಕಾರದಿಂದ ನೋಡುತ್ತೇನೆ ಎಂದು ತಪ್ಪಾಗಿ ಭಾವಿಸಬೇಡಿ. ನನ್ನ ಪಾಲಿಗೆ ನೀಲಕಂಠ ಜೀವಂತ ದೇವರು'.

ಆ ಮಾತುಗಳನ್ನು ಕೇಳಿ ಬೃಗುವಿಗೆ ಮತ್ತಷ್ಟು ಆಶ್ಚರ್ಯವಾಯಿತು. ಆತ ಪರ್ವತೇಶ್ವರನ ಕಣ್ಣುಗಳನ್ನೇ ಗಮನಿಸುತ್ತಿದ್ದ. ಹಾಗೇ ನಿಧಾನವಾಗಿ ಆತನ ಬಾಯಿ ತೆರೆದುಕೊಂಡಿತು.

'ತಾನೇನು ಯೋಚಿಸುತ್ತಾನೋ ಅದನ್ನು ಒಂದಿಷ್ಟೂ ಮುಚ್ಚು-ಮರೆಯಿಲ್ಲದೆ ಹೇಳಿಬಿಡುವ ಅಪರೂಪದ ವ್ಯಕ್ತಿತ್ವ ಈತನದು' ಬೃಗು ಮನಸ್ಸಿನಲ್ಲೇ ಅಂದುಕೊಂಡ.

ಆ ಕ್ಷಣದಿಂದ ಬೃಗುವಿಗೆ ಪರ್ವತೇಶ್ವರನ ಮೇಲಿದ್ದ ಗೌರವ ಮತ್ತಷ್ಟು ಹೆಚ್ಚಾಯಿತು.

'ಕ್ಷಮಿಸು ದಂಡನಾಯಕ, ಈ ಮಹೋನ್ನತ ಗುಣವೇ ನಿನ್ನನ್ನು ಪ್ರಖ್ಯಾತನನ್ನಾಗಿ ಮಾಡಿದೆ. ನಾನು ನಿನ್ನನ್ನು ತಪ್ಪಾಗಿ ಅರ್ಥಮಾಡಿಕೊಂಡಿದ್ದೆ. ಜಗತ್ತಿನಲ್ಲಿ ಆಷಾಢಭೂತಿತನ ಮತ್ತು ಬೂಟಾಟಿಕೆಯ ಜನಗಳೇ ಗಣನೀಯವಾಗಿರುವುದನ್ನು ನೋಡಿ ಪ್ರಾಮಾಣಿಕ ವ್ಯಕ್ತಿಗಳನ್ನೂ ಅವರಂತೆಯೇ ನೋಡುವಂತಾಗಿದೆ'.

ಪರ್ವತೇಶ್ವರ ಮಾತನಾಡಲಿಲ್ಲ.

'ನೀನು ಮೆಲೂಹದ ಪರವಾಗಿ ನಿಂತು ಹೋರಾಡುವೆಯಾ ಪರ್ವತೇಶ್ವರ?' ಬೃಗು ಕೇಳಿದ.

'ಕಟ್ಟಕಡೆಯ ಉಸಿರಿರುವವರೆಗೂ ಮೆಲೂಹಕ್ಕಾಗಿ ಹೋರಾಡುತ್ತೇನೆ. ಆದರೆ ನನ್ನ ಹೋರಾಟವೇನಿದ್ದರೂ ಅದು ಶ್ರೀರಾಮನ ನಿಯಮದ ಪ್ರಕಾರ'.

'ಖಂಡಿತಾ'.

'ನಾನು ಯುದ್ಧದ ನೀತಿ-ನಿಯಮಗಳನ್ನು ಎಂದಿಗೂ ಮೀರುವುದಿಲ್ಲ'.

ಬೃಗು ಮೌನವಾಗಿ ತಲೆಯಾಡಿಸಿದ.

'ಬೃಗು ಮಹರ್ಷಿಗಳೇ, ತಕ್ಷಣವೇ ನೀವು ಇಲ್ಲಿಂದ ಹೊರಡಿ. ಮುಂದಿನ ಕೆಲವು ವಾರಗಳ ಬಳಿಕ ನಿಮ್ಮನ್ನು ಬಂದು ಸೇರುತ್ತೇನೆ'.

'ಆದರೆ ಈ ಸಮಯದಲ್ಲಿ ನೀನು ಇಲ್ಲಿರುವುದು ಕ್ಷೇಮವಲ್ಲ. ಅಪ್ಪಿ-ತಪ್ಪಿ ನಿನಗೇನಾದರೂ ಆದರೆ ಮೆಲೂಹಕ್ಕೆ ಅಪಾಯ ತಪ್ಪಿದ್ದಲ್ಲ. ಈಗ ನಿನ್ನ ರಕ್ಷಣೆ ಬಹುಮುಖ್ಯ. ಮೆಲೂಹಕ್ಕೆ ನಿನ್ನಂತಹ ವೀರ ದಂಡನಾಯಕನ ಅವಶ್ಯಕತೆ ಇದೆ'.

'ನಾನು ಒಡೆಯನ ಅನುಮತಿ ಪಡೆಯದೇ ಮೆಲೂಹಕ್ಕೆ ಬರುವುದು ಅಸಾಧ್ಯ'.

'ಏನು! ನೀನು ಇಲ್ಲಿಂದ ಹೊರಡುವ ಮುನ್ನ ನೀಲಕಂಠನ ಅನುಮತಿ ಪಡೆಯಬೇಕೆಂದಿರುವೆಯಾ?'.

ಈ ಬಾರಿ ಬೃಗು ನೀಲಕಂಠನನ್ನು 'ದ್ರೋಹಿ' ಎನ್ನುವ ಗೋಜಿಗೆ ಹೋಗಲಿಲ್ಲ.

'ಹೌದು' ಪರ್ವತೇಶ್ವರ ಹೇಳಿದ.

'ನೀಲಕಂಠ ನಿನ್ನನ್ನು ಇಲ್ಲಿಂದ ಹೊರಹೋಗಲು ಬಿಡುತ್ತಾನೆಯೇ ಪರ್ವತೇಶ್ವರ?'.

'ಅದು ನನಗೆ ತಿಳಿಯದು ಮಹರ್ಷಿಗಳೇ. ಆದರೆ ಆತನ ಅನುಮತಿ ಇಲ್ಲದೆ ನಾನು ಇಲ್ಲಿಂದ ತೆರಳುವುದು ಸಾಧ್ಯವಿಲ್ಲ'.

ಬೃಗು ಮೆಲುದನಿಯಲ್ಲಿ ಹೇಳಿದ 'ಪರ್ವತೇಶ್ವರ, ನಿನಗೆ ಪರಿಸ್ಥಿತಿಯ ಗಂಭೀರತೆ ತಿಳಿದಿಲ್ಲವೆಂದೆನಿಸುತ್ತಿದೆ. ನೀನು ನೀಲಕಂಠನ ಶತ್ರುಗಳ ಸೈನ್ಯವನ್ನು ಮುನ್ನಡೆಸಲು ಹೋಗುತ್ತಿರುವೆ ಎಂದು ತಿಳಿದರೆ ನೀಲಕಂಠ ನಿನ್ನನ್ನು ಸುಮ್ಮನೆ ಬಿಡುತ್ತಾನೆಯೇ? ಖಂಡಿತಾ ಇಲ್ಲ. ಆತ ನಿನ್ನನ್ನು ಕೊಂದುಬಿಡುತ್ತಾನೆ'.

'ಇಲ್ಲ! ನೀಲಕಂಠ ಹಾಗೆ ಮಾಡಲಾರ. ಒಂದು ವೇಳೆ ಆತ ನನ್ನನ್ನು ಕೊಲ್ಲಲು ಮುಂದಾದರೆ ಅದು ನನ್ನ ಕರ್ಮ'.

'ಕ್ಷಮಿಸು ಪರ್ವತೇಶ್ವರ, ನನ್ನ ಮಾತುಗಳು ನಿನಗೆ ಕಠೋರ ಎನಿಸಬಹುದು. ಆದರೆ ನೀನು ಈಗ ಮಾಡಲು ಹೊರಟಿರುವುದು ಹುಚ್ಚು ಸಾಹಸ ಮತ್ತು ಅವಿವೇಕಶೂರತ್ವ'.

'ಇಲ್ಲ ಗುರುಗಳೇ, ಇದೇ ಪ್ರತಿಯೊಬ್ಬ ಭಕ್ತನೂ ತನ್ನ ಆರಾಧ್ಯ ದೈವವನ್ನು ಬಿಟ್ಟು ಹೋಗಬೇಕಾದಾಗ ಮಾಡಬೇಕಾದ ಕರ್ತವ್ಯ'.

'ಆದರೆ.........'.

'ಬೃಗು ಮಹರ್ಷಿಗಳೇ, ನಿಮಗೆ ನನ್ನ ವರ್ತನೆ ವಿಚಿತ್ರ ಎನಿಸಬಹುದು. ಆದರೆ ನೀವು ನೀಲಕಂಠನನ್ನು ಭೇಟಿ ಮಾಡಿಲ್ಲ. ಹಾಗಾಗಿ ನಿಮಗೆ ಆತನ ಬಗ್ಗೆ ತಿಳಿದಿಲ್ಲ. ಆತನ ಹಿಂಬಾಲಕರಾದ ನಾವ್ಯಾರೂ ಭಯದಿಂದ ಆತನನ್ನು ಅನುಸರಿಸುತ್ತಿಲ್ಲ. ಬದಲಾಗಿ ಆತನ ಮೇಲಿನ ಗೌರವದಿಂದ ಆತನನ್ನು ಅನುಸರಿಸುತ್ತಿದ್ದೇವೆ. ತನ್ನ ಸುತ್ತ–ಮುತ್ತಲಿರುವ ಎಲ್ಲರಲ್ಲೂ ಸ್ಫೂರ್ತಿ ತುಂಬಬಲ್ಲ ಮತ್ತು ಅವರೆಲ್ಲರ ಬದುಕನ್ನು ಹಸನುಗೊಳಿಸಬಲ್ಲ ವ್ಯಕ್ತಿತ್ವ ನೀಲಕಂಠನದು. ಆದರೆ ನನ್ನ ದುರಾದೃಷ್ಟಕ್ಕೆ ಆತನ ವಿರುದ್ಧವೇ ನಿಂತು ಹೋರಾಡಬೇಕಾಗಿದೆ. ಇದೇ ಕಾರಣಕ್ಕೆ ನನ್ನ ಹೃದಯ ಒಡೆದು ಚೂರಾಗಿದೆ. ಮುಂದೆ ನಾನೇನು ಮಾಡಬೇಕು ಎಂದುಕೊಂಡಿರುವೆನೋ ಅದನ್ನು ಮಾಡುವುದಕ್ಕೆ ಶಕ್ತಿ ನೀಡು ಎಂದು ನಾನು ಆತನಲ್ಲಿ ಕೇಳಿಕೊಳ್ಳಬೇಕು. ನನಗೆ ನನ್ನ ದೈವದ ಆಶೀರ್ವಾದವೂ ಬೇಕು ಮತ್ತು ಅನುಮತಿಯೂ ಬೇಕು'.

ಬೃಗು ಅತ್ಯಂತ ಗೌರವದಿಂದ ತಲೆಯಾಡಿಸಿದ.

'ನಿನ್ನಂತಹ ಸ್ವಾಮಿನಿಷ್ಠೆ ಮತ್ತು ದೇಶಭಕ್ತನನ್ನು ಈ ಮಟ್ಟಿಗೆ ಪ್ರೇರೇಪಿಸಿದ್ದಾನೆ ಎಂದರೆ ಆ ನೀಲಕಂಠ ಅಸಾಧಾರಣ ವ್ಯಕ್ತಿತ್ವ ಉಳ್ಳವನೇ ಇರಬೇಕು. ಅದರಲ್ಲಿ ಯಾವ ಅನುಮಾನವೂ ಇಲ್ಲ'.

'ಆತ ಕೇವಲ ಅಸಾಧಾರಣ ವ್ಯಕ್ತಿಯಷ್ಟೇ ಅಲ್ಲ ಮಹರ್ಷಿಗಳೇ. ನಡೆದಾಡುವ ದೇವರು. ನನ್ನ ನೆಚ್ಚಿನ ಆರಾಧ್ಯ ದೈವ'.

ಅಧ್ಯಾಯ – 16

ಬಯಲಾದ ನಿಗೂಢ ರಹಸ್ಯ

'ನಾವು ಬಂದ ಕಾರ್ಯ ಸಫಲವಾಯಿತು ಅಲ್ಲವೇ?' ಸತಿ ಕೇಳಿದಳು.

ಸತಿ ಗೋಪಾಲ ಪಂಡಿತರು ಮತ್ತು ಶಿವ ಸುರಪದ್ಮನ ಖಾಸಗಿ ಅರಮನೆಯಲ್ಲಿ ಕುಳಿತು ಮಾತನಾಡುತ್ತಿದ್ದರು. ಸುರಪದ್ಮ ಶಿವನ ಕುಟುಂಬವನ್ನು ಕೆಲವು ದಿನ ತನ್ನ ಅರಮನೆಯಲ್ಲೇ ಉಳಿದುಕೊಳ್ಳುವಂತೆ ಕೋರಿಕೊಂಡಿದ್ದ. ಹಾಗಾಗಿ ಇಡೀ ಕುಟುಂಬ ಅರಮನೆಯಲ್ಲಿ ಬೀಡು ಬಿಟ್ಟಿತ್ತು.

'ಹೌದು! ನಮ್ಮ ಕಾರ್ಯ ಯಶಸ್ವಿಯಾಯಿತು' ಗೋಪಾಲ ಪಂಡಿತರು ಹೇಳಿದರು.

ಸುರಪದ್ಮ ಸ್ನೇಹದ ಸಂಕೇತವಾಗಿ ಶಿವನಿಗೆ ಕೆಲವು ಅಪರೂಪದ ಆಯುಧಗಳನ್ನು ನೀಡಿದ್ದ.

'ಆದರೆ ಮಗಧ ರಾಜಸಭೆಯ ಯಾವೊಬ್ಬ ಸದಸ್ಯನೂ ನಮ್ಮನ್ನು ಭೇಟಿ ಮಾಡಲು ಬರಲೇ ಇಲ್ಲವಲ್ಲ. ರಾಜ ಮಹೇಂದ್ರ ನಮ್ಮ ಪರವಾಗಿ ಇದ್ದಾನೆಯೋ ಇಲ್ಲವೋ ಎನ್ನುವುದೇ ತಿಳಿಯುತ್ತಿಲ್ಲವಲ್ಲ' ಶಿವ ಆತಂಕ ವ್ಯಕ್ತಪಡಿಸಿದ.

'ಅಂದರೆ ಇಲ್ಲಿನ ರಾಜ ನಮ್ಮ ಹಡುಗುಗಳು ಅಯೋಧ್ಯೆಯ ಮೂಲಕ ಹಾದು ಹೋಗುವುದನ್ನು ತಡೆಯುತ್ತಾನೆ ಎಂಬುದೇ ನಿನ್ನ ಅನುಮಾನ' ಗೋಪಾಲ ಪಂಡಿತರು ಕೇಳಿದರು.

'ಹಾಗೇನೂ ಇಲ್ಲ, ಬಹುಶಃ ಅವರು ನಮಗೆ ಸಹಾಯ ಮಾಡಬಹುದು. ಆದರೆ ಆ ಸಮಯದಲ್ಲಿ ಮಹೇಂದ್ರ ಯಾವ ನಿಲುವು ತಳೆಯುತ್ತಾನೆ ಎನ್ನುವುದೂ ಮುಖ್ಯವಾಗುತ್ತದೆ' ಶಿವ ಹೇಳಿದ.

'ಎಲ್ಲವೂ ಒಳ್ಳೆಯದೇ ಆಗುತ್ತದೆ. ಈ ಬಗ್ಗೆ ನಾವು ಹೆಚ್ಚು ಚಿಂತಿಸುವುದು ಬೇಡ ಶಿವ' ಸತಿ ಶಿವನನ್ನು ಸಂತೈಸಿದಳು.

'ಅಂದಹಾಗೆ ಸೋಮರಸದ ಬಗ್ಗೆ ನಾನು ನೀಡಿದ್ದ ಪ್ರಕಟಣೆ ಹೊರಬಿತ್ತೇ ಪಂಡಿತರೇ?' ಶಿವ ಪಂಡಿತರನ್ನು ಪ್ರಶ್ನಿಸಿದ.

'ಅದು ಮುಂದಿನ ವಾರ ಹೊರಬೀಳಲಿದೆ. ಆ ನಂತರ ನಮ್ಮ ವಾಸುದೇವ ಪಂಡಿತರು ದೇಶದ ಮೂಲೆ ಮೂಲೆಗಳಿಂದ ಜನರ ಪ್ರತಿಕ್ರಿಯೆಯನ್ನು ಪಡೆದುಕೊಳ್ಳುತ್ತಾರೆ'.

'ಆಗ ವಾಸುದೇವ ಪಂಡಿತರ ಅಸ್ತಿತ್ವ ಮತ್ತು ಅವರ ಚಟುವಟಿಕೆಗಳು ಹೊರಗಿನವರಿಗೆ ತಿಳಿಯುತ್ತದೆ ಅಲ್ಲವೇ?'.

'ಇಲ್ಲ! ಆಯಾ ರಾಜ್ಯದ ರಾಜರುಗಳಿಗೆ ವಾಸುದೇವರು ನೀಲಕಂಠನೊಂದಿಗೆ ಇರುವ ವಿಚಾರ ತಿಳಿಯುತ್ತದೆ. ಆದರೆ ವಾಸುದೇವ ಪಂಡಿತರನ್ನು ಗುರುತಿಸುವುದು ಅವರಿಗೆ ಅಸಾಧ್ಯ'.

ಶಿವ ದೀರ್ಘ ನಿಟ್ಟುಸಿರು ಬಿಟ್ಟು ಹೇಳಿದ 'ಹಾಗಾದರೆ ನಾವು ನಮ್ಮ ಕಾರ್ಯವನ್ನು ಮುಂದುವರಿಸಬಹುದು ಎಂದಾಯಿತು!'.

— ⚹ —

ಭಗೀರಥ ನೇರವಾಗಿ ಕಾಶಿಯ ಅರಮನೆಗೆ ಬಂದ. ಆಗಷ್ಟೇ ಆತನಿಗೆ ಶಿವ ಮಗಧಕ್ಕೆ ತೆರಳಿರುವ ವಿಚಾರ ತಿಳಿದಿತ್ತು. ಭಗೀರಥ, ಗಣೇಶ ಮತ್ತು ಕಾರ್ತಿಕ ಅಲ್ಲಿಯವರೆಗೂ ನಡೆದ ಎಲ್ಲ ವಿದ್ಯಮಾನಗಳ ಬಗ್ಗೆ ಮಾತನಾಡುತ್ತ ಕುಳಿತಿದ್ದರು.

'ಅಯೋಧ್ಯೆಯ ರಾಜರು ನಮ್ಮ ತಂತ್ರಕ್ಕೆ ಪ್ರತಿತಂತ್ರ ಹೂಡಿದ್ದಾರೆ. ಬಹುಶಃ ಅವರಿಗೆ ಮಗಧ ರಾಜ ಗಂಗಾ ನದಿಯ ಮೂಲಕ ಮೆಲೂಹವನ್ನು ತಲುಪುವ ಹಡಗುಗಳನ್ನು ತಡೆಯುತ್ತಾನೆ ಎಂಬುದು ಅರಿವಾಗಿದೆ. ಹಾಗಾಗಿ ಅವರು ದಟ್ಟ ಅರಣ್ಯವನ್ನು ಕಡಿದು ಧರ್ಮಕೇತುವಿಗೆ ದಾರಿ ನಿರ್ಮಿಸುತ್ತಿದ್ದಾರೆ. ಒಮ್ಮೆ ಅಯೋಧ್ಯೆಯ ಸೈನ್ಯ ಧರ್ಮಕೇತುವಿಗೆ ಬಂದರೆ ಅಲ್ಲಿಂದ ಗಂಗಾನದಿಯ ಮೂಲಕ ಮೆಲೂಹವನ್ನು ತಲುಪುವುದು ಅವರಿಗೆ ಕಷ್ಟವಾಗಲಾರದು' ಭಗೀರಥ ವಾಸ್ತವ ಪರಿಸ್ಥಿತಿಯನ್ನು ವಿವರಿಸಿದ.

'ಹೌದು! ಶತ್ರುಪಡೆಯ ಯೋಜನೆ ಆತಂಕಕಾರಿಯಾಗಿದೆ. ಆದರೆ ಅವರು ಅರಣ್ಯದ ಮಾರ್ಗದಲ್ಲಿ ಸಾಗಿ ಬರುವುದು ನಿಧಾನವಾಗಬಹುದು. ಆ ಗೊಂಡಾರಣ್ಯವನ್ನು ದಾಟಿ ಮೆಲೂಹವನ್ನು ತಲುಪಲು ತಿಂಗಳುಗಳೇ ಬೇಕಾಗುತ್ತದೆ. ಅಷ್ಟರಲ್ಲಿ ಯುದ್ಧವೇ ಮುಗಿದು ಹೋಗಿರುತ್ತದೆ' ಗಣೇಶ ಹೇಳಿದ.

'ಅದು ನಿಜ!' ಗಣೇಶನ ಮಾತಿಗೆ ಭಗೀರಥ ಸಮ್ಮತಿಸಿದ.

'ಆದರೆ ನನಗೆ ಇನ್ನೂ ಒಂದು ವಿಚಾರದಲ್ಲಿ ಆತಂಕವಿದೆ' ಗಣೇಶ ಮುಂದಕ್ಕೆ ಬಾಗಿ ಹೇಳಿದ.

'ನಿನ್ನ ಆತಂಕವಿರುವುದು ಶತ್ರು ಸೈನ್ಯವನ್ನು ಮುನ್ನಡೆಸುತ್ತಿರುವ ವ್ಯಕ್ತಿಯ ಬಗ್ಗೆ ಅಲ್ಲವೇ' ಭಗೀರಥ ಕೇಳಿದ.

'ಹೌದು' ಗಣೇಶ ಉತ್ತರಿಸಿದ.

'ಮಹರ್ಷಿ ಬೃಗು' ಥಟ್ಟನೆ ಕಾರ್ತಿಕ ಹೇಳಿದ.

'ಅದು ನಿನಗೆ ಹೇಗೆ ತಿಳಿಯಿತು ಕಾರ್ತಿಕ? ಭಗೀರಥ ಆಶ್ಚರ್ಯದಿಂದ ಪ್ರಶ್ನಿಸಿದ.

'ಈ ವಿಚಾರ ವಾಸುದೇವ ಪಂಡಿತರಿಂದ ಬಾಬಾಗೆ ತಿಳಿಯಿತು. ಬಾಬಾ ಅದನ್ನು ನನಗೆ ತಿಳಿಸಿದರು' ಗಣೇಶ ಹೇಳಿದ.

ಭಗೀರಥ ವಾಸುದೇವ ಪಂಡಿತರ ಬಗ್ಗೆ ಜನ ಮಾತನಾಡಿಕೊಳ್ಳುವುದನ್ನು ಕೇಳಿದ್ದ. ಹಾಗಾಗಿ ಆತ ಆಶ್ಚರ್ಯದಿಂದ ಕೇಳಿದ 'ಏನು! ವಾಸುದೇವ ಪಂಡಿತರು ನಿಜಕ್ಕೂ ನಮ್ಮ ನಡುವೆ ಇದ್ದಾರೆಯೇ?'.

'ಹೌದು! ವೀರ ಭಗೀರಥ. ನೀಲಕಂಠನಿಗೆ ವಾಸುದೇವ ಪಂಡಿತರಂತಹ ಸ್ನೇಹಿತರಿರುವಾಗ ನಮಗೆ ಚಿಂತೆಯೇ ಇಲ್ಲ' ಕಾರ್ತಿಕ ಹೇಳಿದ.

ಗಣೇಶ ನಸುನಕ್ಕು ನಂತರ ಹೇಳಿದ 'ಅದೇನೇ ಇರಲಿ ಅಯೋಧ್ಯೆಯ ಸೈನ್ಯ ಮೆಲೂಹಕ್ಕೆ ಬರಲು ಹೊಸ ಮಾರ್ಗವನ್ನು ನಿರ್ಮಿಸುತ್ತಿರುವ ವಿಚಾರ ನಮಗೆ ತಿಳಿದಿದ್ದು ಒಳ್ಳೆಯದೇ ಆಯಿತು. ಅದಕ್ಕೆ ನಾವು ಪ್ರತಿತಂತ್ರವನ್ನು ರೂಪಿಸಬಹುದು'.

ಅಷ್ಟರಲ್ಲಿ ಕಾರ್ತಿಕ ಇದ್ದಕ್ಕಿದಂತೆ ಏನೋ ನೆನಪಿಸಿಕೊಂಡು ಗಾಬರಿಯಿಂದ ಎದ್ದು ನಿಂತು ಕೇಳಿದ 'ರಾಜಕುಮಾರ ಭಗೀರಥ! ನೀನು ಅಯೋಧ್ಯೆಯಲ್ಲಿ ಬೃಗು ಮಹರ್ಷಿಯನ್ನು ಭೇಟಿ ಮಾಡಿದೆಯಾ?'.

'ಹೌದು! ಏನು ವಿಚಾರ ಕಾರ್ತಿಕ' ಭಗೀರಥ ಆತಂಕದಿಂದ ಕೇಳಿದ.

'ಅಲ್ಲಿ ನೀನು ಮಾತನಾಡುತ್ತಿರುವಾಗ ಬೃಗು ನಿನ್ನ ಕಣ್ಣುಗಳನ್ನೇ ನೋಡುತ್ತಿದ್ದರೇ?'.

'ಇದೆಂಥಹ ಪ್ರಶ್ನೆ ಕಾರ್ತಿಕ. ನಾನು ಮಾತನಾಡುವಾಗ ಅವರು ನನ್ನ ಕಣ್ಣುಗಳನ್ನು ನೋಡದೆ ಮತ್ತೇನನ್ನು ನೋಡುತ್ತಾರೆ?'.

'ಅಯ್ಯೋ ಶ್ರೀರಾಮ! ನಮ್ಮನ್ನು ನೀನೇ ಕಾಪಾಡಬೇಕು'.

'ಏನಾಯಿತು ಕಾರ್ತಿಕ?' ಭಗೀರಥ ಗಲಿಬಿಲಿಗೊಂಡು ಕೇಳಿದ.

'ನಿನಗೆ ಗೊತ್ತಿಲ್ಲ ಭಗೀರಥ. ಬೃಗು ಮಹರ್ಷಿಗಳು ನಿನ್ನ ಕಣ್ಣುಗಳನ್ನು ನೋಡಿ ಮನಸ್ಸಿನಲ್ಲಿ ನೀನೇನು ಯೋಚಿಸುತ್ತಿರುವೆ ಎಂಬುದನ್ನು ಗ್ರಹಿಸಿಬಿಡುತ್ತಾರೆ. ಅಂತಹ ಅದ್ಭುತ ಶಕ್ತಿ ಅವರಲ್ಲಿದೆ'.

'ಅದು ಅಸಾಧ್ಯ ಕಾರ್ತಿಕ'.

ಥಟ್ಟನೆ ಗಣೇಶ ಹೇಳಿದ 'ಕಾರ್ತಿಕ ಹೇಳುತ್ತಿರುವ ಮಾತುಗಳು ಸತ್ಯ ಭಗೀರಥ. ಬೃಗು ಸಪ್ತರ್ಷಿಗಳ ಉತ್ತರಾಧಿಕಾರಿ. ಅವರಿಗೆ ಅಸಾಧ್ಯವಾದ ಕೆಲಸ ಯಾವುದೂ ಇಲ್ಲ. ಎದುರಿಗೆ ನಿಂತವರ ಕಣ್ಣುಗಳನ್ನು ನೋಡುತ್ತಿದ್ದಂತೆ ಅವರು ಏನು ಯೋಚಿಸುತ್ತಿದ್ದಾರೆ ಎನ್ನುವುದನ್ನು ಅವರು ಗ್ರಹಿಸಿಬಿಡುತ್ತಾರೆ. ಎದುರು ನಿಂತವರ ಎಲ್ಲ ಯೋಜನೆಗಳ ಅರಿವಾಗುತ್ತದೆ. ಈಗ ನಮ್ಮ ಯೋಜನೆಯೂ ಬೃಗುವಿಗೆ ತಿಳಿದಿರಬಹುದು'.

'ಅಯ್ಯೋ ದೇವರೆ!' ಭಗೀರಥ ಆಶ್ಚರ್ಯದಿಂದ ಉದ್ಗರಿಸಿದ.

'ಸರಿಯಾಗಿ ನೆನಪು ಮಾಡಿಕೊಂಡು ಹೇಳು ಭಗೀರಥ, ಬೃಗು ನಿನ್ನನ್ನು ದೃಷ್ಟಿಸುತ್ತಿದ್ದಾಗ ನೀನು ಯಾವ ವಿಚಾರಗಳ ಬಗ್ಗೆ ಯೋಚಿಸುತ್ತಿದ್ದೆ?' ಗಣೇಶ ಪ್ರಶ್ನಿಸಿದ.

'ನಾನು ಅವರೊಂದಿಗೆ ಮಾತನಾಡಿದ್ದು...............'.

'ನೀನು ಏನು ಮಾತನಾಡಿದೆ ಎನ್ನುವುದು ಮುಖ್ಯವಲ್ಲ. ಆ ಸಮಯದಲ್ಲಿ ನೀನು ಏನು ಯೋಚಿಸುತ್ತಿದ್ದೆ ಎನ್ನುವುದು ಬಹುಮುಖ್ಯ. ಅದನ್ನು ಹೇಳು'.

ಭಗೀರಥ ಕಣ್ಮುಚ್ಚಿ ನಡೆದ ಸಂಭಾಷಣೆಯನ್ನು ನೆನೆಪಿಸಿಕೊಳ್ಳುತ್ತಾ ಹೇಳಿದ 'ನಮ್ಮ ತಂದೆ ಬಲಹೀನ ರಾಜ ಮತ್ತು ಆತ ನನ್ನ ಮೇಲೆ ಹೂಡಿರುವ ಸಂಚಿನ ಬಗ್ಗೆ ಯೋಚಿಸುತ್ತಿದ್ದೆ'.

'ಅದರಲ್ಲೇನೂ ರಹಸ್ಯವಿಲ್ಲ. ಅದು ಬೃಗುವಿಗೂ ತಿಳಿದಿದೆ. ಮತ್ಯಾವ ವಿಚಾರದ ಬಗ್ಗೆ ಯೋಚಿಸುತ್ತಿದ್ದೆ?'.

'ಬೃಗು ನಿಜವಾದ ಶಕ್ತಿಶಾಲಿ ನಾಯಕನಿರಬಹುದು ಎಂದು ಯೋಚಿಸುತ್ತಿದ್ದೆ'.

'ಅದರಿಂದಲೂ ನಮಗೆ ಏನೂ ಅಪಾಯವಿಲ್ಲ. ಅದಕ್ಕಾಗಿ ನಾವೇನೂ ಭಯಪಡಬೇಕಾಗಿಲ್ಲ. ಮುಂದೆ.........?'.

'ದಕ್ಷನ ಹಿಂದೆ ಇರುವ ನಿಜವಾದ ನಾಯಕ ಯಾರು ಎನ್ನುವುದನ್ನು ತಿಳಿದುಕೊಳ್ಳಲು ಶಿವ ನನ್ನನ್ನು ಅಯೋಧ್ಯೆಗೆ ಕಳುಹಿಸಿರುವ ವಿಚಾರ ಯೋಚಿಸುತ್ತಿದ್ದೆ'.

'ಅದೂ ನಮಗೆ ಹೆಚ್ಚಿನ ಅಪಾಯ ತರಲಾರದು'.

ಭಗೀರಥ ಮಾತು ಮುಂದುವರಿಸುತ್ತಾ ಹೇಳಿದ 'ಮೆಲೂಹ ಮತ್ತು ಅಯೋಧ್ಯೆಯ ಹಡಗುಗಳು ಪಂಚವಟಿಯಲ್ಲಿ ನಮ್ಮ ಮೇಲೆ ದಾಳಿ ಮಾಡಿದ ವಿಚಾರ ಮೆಲುಕು ಹಾಕುತ್ತಿದ್ದೆ'.

ಗಣೇಶ ಉಸಿರು ಬಿಗಿಹಿಡಿದು ಹೇಳಿದ 'ಹಾಂ! ಅಂದರೆ ಪಂಚವಟಿಯಲ್ಲಿ ನಡೆದ ಎಲ್ಲ ವಿಚಾರಗಳು ಬೃಗುವಿಗೆ ತಿಳಿದುಹೋಗಿದೆ ಎಂದಾಯಿತು'.

'ಕ್ಷಮಿಸು ಗಣೇಶ! ಈ ವಿಚಾರ ನನಗೆ ತಿಳಿದಿರಲಿಲ್ಲ'.

'ಹೋಗಲಿ ಬಿಡು! ನೀನೇನೂ ಉದ್ದೇಶಪೂರ್ವಕವಾಗಿ ಮಾಡಿದ್ದಲ್ಲವಲ್ಲ. ಈ ವಿಚಾರವನ್ನು ಬಿಟ್ಟು ಬೇರೇನೂ ಯೋಚಿಸಿಲ್ಲ ತಾನೆ?' ಗಣೇಶ ಪ್ರಶ್ನಿಸಿದ.

ಒಂದೆರಡು ನಿಮಿಷ ಮೌನವಾಗಿದ್ದ ಭಗೀರಥ ಇದ್ದಕ್ಕಿದ್ದಂತೆ ಮೆಲ್ಲನೆ ಪಿಸುಗುಟ್ಟಿದ.

'ಓ! ರುದ್ರದೇವ!'.

ಗಣೇಶನ ಕಣ್ಣುಗಳು ಅರಳಿದವು.

'ಏನಾಯಿತು ರಾಜಕುಮಾರ?'.

'ಛೆ! ನಾನೆಂಥ ಕೆಲಸ ಮಾಡಿಬಿಟ್ಟೆ.........ಬೃಗುವಿನ ಮುಂದೆ ನಿಂತಾಗ ಪರ್ವತೇಶ್ವರ ಮೆಲೂಹ ಸೈನ್ಯದ ಪರವಾಗಿ ನಿಲ್ಲುವ ನಿಲುವು ತೆಗೆದುಕೊಂಡಿರುವ ವಿಚಾರವನ್ನೂ ಯೋಚಿಸಿಬಿಟ್ಟೆನಲ್ಲಾ'.

ಕೂಡಲೆ ಕಾರ್ತಿಕ ಮತ್ತು ಗಣೇಶ ಇಬ್ಬರು ಗಾಬರಿಗೊಂಡರು.

'ಈಗೇನು ಮಾಡುವುದು ಅಣ್ಣಾ?' ಕಾರ್ತಿಕ ಅಣ್ಣನನ್ನು ಕೇಳಿದ.

'ಕೂಡಲೇ ಚಿಕ್ಕಮ್ಮನನ್ನು ಇಲ್ಲಿಗೆ ಕರೆದುಕೊಂಡು ಬಾ ಗಣೇಶ. ಪರ್ವತೇಶ್ವರನನ್ನು ಏನು ಮಾಡಬೇಕು ಎನ್ನುವುದು ನನಗೆ ಚೆನ್ನಾಗಿ ಗೊತ್ತು. ನನ್ನ ನಿರ್ಧಾರದಿಂದ ಬಾಬಾನಿಗೆ ಬೇಸರವಾಗಬಹುದು. ಆದರೆ ಅವರನ್ನು ಸಂತೈಸುವ ಕೆಲಸವನ್ನು ಚಿಕ್ಕಮ್ಮ ಮಾಡಲಿ. ಮೊದಲು ಆಕೆಯ ಅನುಮತಿ ಪಡೆಯೋಣ' ಗಣೇಶ ಹೇಳಿದ.

ಕೂಡಲೆ ಕಾರ್ತಿಕ ಕಾಳಿಯನ್ನು ಕರೆತರಲು ಅಲ್ಲಿಂದ ತೆರಳಿದ.

ಭಗೀರಥ ಗಾಬರಿಯಿಂದ ಕೇಳಿದ 'ನೀನೇನು ಮಾಡುತ್ತಿರುವೆ ಗಣೇಶ?'.

'ನಮಗೆ ಬೇರೆ ದಾರಿಯೇ ಇಲ್ಲ ಭಗೀರಥ. ಈಗಾಗಲೇ ಬೃಗು ಮಹರ್ಷಿಗಳು ಪರ್ವತೇಶ್ವರನನ್ನು ಸಂಪರ್ಕಿಸುವ ಪ್ರಯತ್ನ ಮಾಡಿರುತ್ತಾರೆ. ನಾವೇನಾದರೂ ತಡಮಾಡಿದರೆ ಅವರು ಪರ್ವತೇಶ್ವರನನ್ನು ಮೆಲೂಹಕ್ಕೆ ಕರೆದುಕೊಂಡು ಹೋಗುತ್ತಾರೆ'.

'ಗಣೇಶ! ಪರ್ವತೇಶ್ವರ ನನ್ನ ತಂಗಿಯ ಗಂಡ. ಆತನನ್ನು ಕೊಲ್ಲುವುದು ಅಸಾಧ್ಯ'.

ಗಣೇಶ ಕೈಗಳನ್ನು ಎತ್ತಿ ಹೇಳಿದ 'ಛೆ! ಛೆ! ನಾನು ಪರ್ವತೇಶ್ವರನನ್ನು ಕೊಲ್ಲುತ್ತೇನೆ ಎಂದು ಭಾವಿಸಿರುವೆಯಾ ಭಗೀರಥ. ಖಂಡಿತಾ ಇಲ್ಲ. ನಾನು ಕೇವಲ ಆತನನ್ನು ಬಂಧಿಸುತ್ತೇನೆ ಅಷ್ಟೇ. ಇಲ್ಲದಿದ್ದರೆ ಆತ ಇಲ್ಲಿಂದ ಪರಾರಿಯಾಗಬಹುದು'.

ಭಗೀರಥ ಏನೋ ಹೇಳಲು ಹೊರಟ.

ಕೂಡಲೆ ಗಣೇಶ ಆತನನ್ನು ತಡೆದು 'ಈಗ ನಾವು ಪರ್ವತೇಶ್ವರನನ್ನು ಬಂಧಿಸಲೇಬೇಕು. ಆತನೇನಾದರು ಶತ್ರು ಪಾಳಯ ಸೇರಿದರೆ ನಮ್ಮ ಸೋಲು ಖಚಿತ. ಆತ ಮಹಾಪರಾಕ್ರಮಿ. ಅದ್ಭುತ ರಣತಂತ್ರವನ್ನು ಹೆಣೆಯಬಲ್ಲ ಚಾಣಾಕ್ಷ. ಆತನನ್ನು ಎದುರಿಸುವುದು ಅಷ್ಟು ಸುಲಭವಲ್ಲ'.

'ನಾನು ನಿನ್ನ ಮಾತುಗಳನ್ನು ಒಪ್ಪುತ್ತೇನೆ ಗಣೇಶ. ನಾವು ಕೂಡಲೇ ಪರ್ವತೇಶ್ವರನನ್ನು ಬಂಧಿಸಬೇಕು. ಆದರೆ ಕೊಲ್ಲಬಾರದು ಅಷ್ಟೇ. ಹಾಗೇನಾದರೂ ಆದರೆ ನನ್ನ ತಂಗಿ ವಿಧವೆಯಾಗುತ್ತಾಳೆ. ಅದನ್ನು ನೋಡುವುದು ನನ್ನಿಂದ ಅಸಾಧ್ಯ'.

'ನೀನು ಕನಸಿನಲ್ಲೂ ಈ ರೀತಿ ಚಿಂತಿಸಬೇಡ ಭಗೀರಥ. ಬೃಗು ಭಗೀರಥನನ್ನು ಭೇಟಿಮಾಡುವ ಮುನ್ನ ಆತನನ್ನು ಬಂಧಿಸಬೇಕು'.

ಅದೊಂದು ಅಮಾವಾಸ್ಯೆಯ ರಾತ್ರಿ. ಎಲ್ಲೆಲ್ಲೂ ಕಗ್ಗತ್ತಲು. ಅಸ್ಸಿ ಘಟ್ಟದಲ್ಲಿ ನೀರವ ಮೌನ. ಸಾಮಾನ್ಯವಾಗಿ ಬೆಳದಿಂಗಳು ಇದ್ದಾಗ ಕೆಲವು ಹಡಗುಗಳು ದಡದಲ್ಲಿ ಓಡಾಡುತ್ತಿರುತ್ತವೆ. ಆದರೆ ಅಂದಿನ ಕಗ್ಗತ್ತಲು ಹಡಗುಗಳು ಹತ್ತಿರಕ್ಕೆ ಬರದಂತೆ ತಡೆಯೊಡ್ಡಿತ್ತು. ಆ ಕತ್ತಲಿನಲ್ಲಿ ಪರ್ವತೇಶ್ವರ ನಿಧಾನವಾಗಿ ನಡೆದು ಬರುತ್ತಿದ್ದ. ಆಗಷ್ಟೇ ಆತ ಬೃಗುವನ್ನು ಪುಟ್ಟ ದೋಣಿಯ ಸಹಾಯದಿಂದ ನದಿಯ ಮಧ್ಯದಲ್ಲಿ ಆತನ ಹಡಗಿನತ್ತ ಬಿಟ್ಟುಬಂದಿದ್ದ. ಬೃಗು ಪ್ರಯಾಗದಲ್ಲಿ ಕೆಲವು ದಿನ ಉಳಿದು ನಂತರ ಮೆಲೂಹವನ್ನು ತಲುಪುವವನದ್ದ.

ಇತ್ತ ಪರ್ವತೇಶ್ವರ ಒಂದೊಂದೇ ಹೆಜ್ಜೆ ಇಡುತ್ತಿದ್ದಾಗ ಮೆಲ್ಲನೆ ಹೆಣ್ಣು ಧ್ವನಿಯೊಂದು ಕೇಳಿಬಂತು.

'ಪರ್ವತೇಶ್ವರ'.

ಪರ್ವತೇಶ್ವರ ತಿರುಗಿ ನೋಡಿದ. ಅಲ್ಲಿ ಕಾಳಿ ನಿಂತಿದ್ದಳು. ಆಕೆಯ ಅಕ್ಕ-ಪಕ್ಕ ಗಣೇಶ ಮತ್ತು ಕಾರ್ತಿಕ. ಹಿಂದೆ ಐವತ್ತು ಜನರ ಪುಟ್ಟ ಸೈನ್ಯ. ಕಾಳಿಯನ್ನು ನೋಡುತ್ತಲೇ ಪರ್ವತೇಶ್ವರ ನಸುನಕ್ಕ. ಅಷ್ಟು ಹೊತ್ತಿನಲ್ಲಿ ಕಾಳಿ ಏಕೆ ಬಂದಿದ್ದಾಳೆ ಎನ್ನುವುದು ಆತನಿಗೆ ಸ್ಪಷ್ಟವಾಯಿತು.

ಆತ ಹೇಳಿದ 'ನನ್ನನ್ನು ಬಂಧಿಸಲು ಐವತ್ತು ಜನರನ್ನು ಕರೆತಂದಿರುವೆಯಾ ಕಾಳಿ? ನನ್ನ ಶೌರ್ಯದ ಬಗ್ಗೆ ನಿನಗಿರುವ ನಂಬಿಕೆ ತಿಳಿದು ನಿಜಕ್ಕೂ ನನಗೆ ಸಂತೋಷವಾಗುತ್ತಿದೆ'.

'ಇಲ್ಲಿಂದ ತಪ್ಪಿಸಿಕೊಂಡು ಹೋಗಲು ಹೊಂಚು ಹಾಕುತ್ತಿರುವೆಯಾ ಮಹಾದಂಡನಾಯಕ?' ಕಾಳಿ ಕೇಳಿದಳು.

ಪರ್ವತೇಶ್ವರ ಕಾಳಿಯ ಪ್ರಶ್ನೆಗೆ ಉತ್ತರಿಸಲು ಮುಂದಾದ. ಅಷ್ಟರಲ್ಲಿ ಕಾಳಿಯ ಹಿಂದೆ ಅಸ್ಪಷ್ಟ ಆಕೃತಿಯೊಂದು ಮಸುಕು ಮಸುಕಾಗಿ ಕಂಡಿತು. ಪರ್ವತೇಶ್ವರ ಗಮನವಿಟ್ಟು ನೋಡಿದ.

'ಭಗೀರಥ.... ನೀನು.....'.

'ಹೌದು ಪರ್ವತೇಶ್ವರ! ನನ್ನ ಪಾಲಿಗೆ ಇದೊಂದು ಕರಾಳ ದಿನ'.

'ನನಗೂ ಇದು ದುಃಖದ ದಿನ ಭಗೀರಥ' ಪರ್ವತೇಶ್ವರ ಹೇಳಿದ.

ನಂತರ ಕಾಳಿಯತ್ತ ತಿರುಗಿ ಹಾಗಾದರೆ 'ಈಗ ನಿನ್ನ ಯೋಜನೆ ಏನು ಕಾಳಿ? ನನ್ನನ್ನು ಈಗಲೇ ಕೊಲ್ಲಬೇಕೆಂದಿರುವೆಯೋ ಅಥವಾ ನೀಲಕಂಠ ಹಿಂತಿರುಗಿ ಬರುವವರೆಗೂ ಕಾಯುವೆಯೋ?'.

'ಅಂದರೆ ನೀನೊಬ್ಬ ದ್ರೋಹಿ ಎಂದು ನೀನೇ ಒಪ್ಪಿಕೊಳ್ಳುತ್ತಿರುವೆ ಅಲ್ಲವೇ ಪರ್ವತೇಶ್ವರ? ಕಾಳಿ ಕೇಳಿದಳು.

'ನೀನು ನನ್ನನ್ನು ಏನೂ ಕೇಳಿಲ್ಲ. ಯಾವ ವಿಚಾರಣೆಯನ್ನು ನಡೆಸಿಲ್ಲ. ಹಾಗಾಗಿ ನಾನೂ ಏನನ್ನೂ ಒಪ್ಪಿಕೊಳ್ಳುತ್ತಿಲ್ಲ'.

'ನೀನು ಇಲ್ಲಿಂದ ತಪ್ಪಿಸಿಕೊಳ್ಳುವ ಪ್ರಯತ್ನ ಮಾಡುತ್ತಿರುವೆಯಾ ಎಂದು ಆಗಲೇ ಕೇಳಿದೆನಲ್ಲ ಪರ್ವತೇಶ್ವರ?'.

'ನಾನು ಇಲ್ಲಿಂದ ತಪ್ಪಿಸಿಕೊಳ್ಳಬೇಕು ಎಂದು ಮನಸ್ಸು ಮಾಡಿದ್ದರೆ ಅಸ್ಸಿ ಘಟ್ಟದಿಂದ ನಡೆದುಕೊಂಡು ಬರುತ್ತಿರಲಿಲ್ಲ ಕಾಳಿ. ಇಲ್ಲಿಂದ ಹೊರಗೆ ಹೋಗಲು ಹತ್ತಾರು ದೋಣಿಗಳು ಸಿದ್ಧವಾಗಿದ್ದವು'.

' ದಂಡನಾಯಕರೇ, ನೀವೇನಾದರೂ ಬೃಗು ಮಹರ್ಷಿಗಳನ್ನು ಭೇಟಿಯಾಗಿದ್ದಿರಾ?' ಗಣೇಶ ಕೇಳಿದ.

'ಹೌದು'.

ಪರ್ವತೇಶ್ವರ ಎಂದೂ ಯಾರಿಗೂ ಸುಳ್ಳು ಹೇಳಿದವನಲ್ಲ. ಹಾಗಾಗಿ ಅಂದೂ ಆತ ಸತ್ಯವನ್ನೇ ಹೇಳಿದ್ದ. ಕೂಡಲೆ ಕಾಳಿ ಕೋಪದಿಂದ ಖಡ್ಗವನ್ನು ಹೊರತೆಗೆಯಲು ಮುಂದಾದಳು.

'ಚಿಕ್ಕಮ್ಮ ಬೇಡ.......' ಗಣೇಶ ಕಾಳಿಯ ಕೋಪ ತಗ್ಗಿಸಲು ಮುಂದಾದ.

ನಂತರ 'ಬೃಗು ಮಹರ್ಷಿಗಳು ಎಲ್ಲಿದ್ದಾರೆ ಪರ್ವತೇಶ್ವರ?' ಎಂದು ಪ್ರಶ್ನಿಸಿದ.

'ಅವರು ದೋಣಿಯಲ್ಲಿ ಹೊರಟು ಬಹಳ ಸಮಯವಾಯಿತು. ಈಗ ಅವರು ಮೆಲೂಹದತ್ತ ಪ್ರಯಾಣ ಬೆಳೆಸುತ್ತಿದ್ದಾರೆ'.

'ಇದರ ಮುಂದಿನ ಪರಿಣಾಮ ಏನು ಎಂದು ನಿನಗೆ ತಿಳಿದಿದೆಯೇ ಪರ್ವತೇಶ್ವರ?' ಕಾಳಿ ಕೇಳಿದಳು.

'ಸಾಮಾನ್ಯ ಸೈನಿಕರಿಗೆ ದೊರೆಯುವ ವೀರ ಮರಣ ನನಗೆ ದೊರೆಯಬಹುದು ಅಲ್ಲವೇ ಕಾಳಿ. ಈಗ ನಿಮ್ಮ ಯೋಜನೆಯಾದರೂ ಏನು? ನನ್ನ ಮೇಲೆ ಒಬ್ಬೊಬ್ಬರಾಗಿ ಆಕ್ರಮಣ ಮಾಡುವಿರೋ ಅಥವಾ ಹೇಡಿಗಳಂತೆ ಎಲ್ಲರೂ ಏಕಾಏಕಿ ಮುಗಿಬೀಳು ವಿರೋ? ನಾನು ಎರಡಕ್ಕೂ ಸಿದ್ಧ'

'ನಾವು ಏಕಾಏಕಿ ಯಾರನ್ನು ಕೊಲ್ಲುವುದಿಲ್ಲ ದಂಡನಾಯಕರೇ. ಪ್ರತಿಯೊಬ್ಬರಿಗೂ ನ್ಯಾಯ ದೊರಕಿಸಿಕೊಡುವ ವ್ಯವಸ್ಥೆ ನಾಗಾಗಳಾದ ನಮ್ಮಲ್ಲಿದೆ. ನೀವು ಮಾಡಿರುವ ದ್ರೋಹ ನಮ್ಮ ನ್ಯಾಯಾಲಯದಲ್ಲಿ ಸಾಬೀತಾದರೆ ಅದಕ್ಕೆ ತಕ್ಕ ಶಿಕ್ಷೆಯನ್ನು ವಿಧಿಸುತ್ತೇವೆ'.

'ಯಾವ ನಾಗಾಗಳೂ ನನಗೆ ನ್ಯಾಯ ಕೊಡಿಸುವ ಅಗತ್ಯವಿಲ್ಲ. ನನಗೆ ನಂಬಿಕೆ ಮತ್ತು ಗೌರವವಿರುವುದು ಎರಡು ನ್ಯಾಯಾಲಯದಲ್ಲಿ ಮಾತ್ರ. ಮೊದಲನೆಯದು ನನ್ನ ತಾಯ್ನಾಡಾದ ಮೆಲೂಹದ ನ್ಯಾಯಾಲಯ. ಎರಡನೆಯದು ನೀಲಕಂಠನ ನ್ಯಾಯಾಲಯ'.

'ಹಾಗಾದರೆ ನೀಲಕಂಠ ಇಲ್ಲಿಗೆ ಬಂದ ನಂತರ ಆತನ ನ್ಯಾಯಾಲಯದಲ್ಲೇ ನಿನ್ನ ವಿಚಾರಣೆ ನಡೆಯಲಿ' ಎಂದಳು. ನಂತರ ಸೈನಿಕರತ್ತ ತಿರುಗಿ 'ಮೆಲೂಹದ ಮಹಾದಂಡನಾಯಕನ್ನು ಬಂಧಿಸಿ' ಎಂಬ ಆದೇಶ ನೀಡಿ ಅಲ್ಲಿಂದ ಹೊರಟಳು.

ಪರ್ವತೇಶ್ವರ ವಾದ ಮಾಡಲಿಲ್ಲ. ಸುಮ್ಮನೆ ಎರಡೂ ಕೈಗಳನ್ನು ಮುಂದೆ ಚಾಚಿದ. ಕೂಡಲೆ ಸೈನಿಕನೊಬ್ಬ ಮುಂದೆ ಬಂದ. ಆತ ಮತ್ತಾರೂ ಅಲ್ಲ ನಂದಿ. ಪರ್ವತೇಶ್ವರ ಮುಗುಳ್ನಗುತ್ತಾ ಆತನೊಂದಿಗೆ ಸೆರೆಮನೆಯತ್ತ ನಡೆದ.

ಸತಿ, ಶಿವ ಮತ್ತು ಗೋಪಾಲ ಪಂಡಿತರು ಮಗಧ ರಾಜ್ಯದ ಶಿವನ ಖಾಸಗಿ ಕೋಣೆಯಲ್ಲಿ ಕುಳಿತು ಮಾತನಾಡುತ್ತಿದ್ದರು.

'ನಮ್ಮ ಹಡಗಿನ ಚಾಲಕ ಇಂದು ಸಂಜೆಯಷ್ಟೇ ಇಲ್ಲಿಗೆ ಬಂದಿದ್ದ. ಮಗಧ ರಾಜರು ನೀಡಿದ ಎಲ್ಲ ಆಯುಧಗಳನ್ನು ಹಡಗಿಗೆ ತುಂಬಲಾಗಿದೆ. ನಾವು ನಾಳೆ ಬೆಳಗ್ಗೆಯೇ ಇಲ್ಲಿಂದ ಹೊರಡಬಹುದು' ಸತಿ ಹೇಳಿದಳು.

'ಹೂಂ! ಮುಂದಿನ ಕೆಲವೇ ವಾರಗಳಲ್ಲಿ ಯುದ್ಧ ಘೋಷಣೆಯಾಗಬೇಕು. ನಾವೇಕೆ ಯುದ್ಧ ಮಾಡುತ್ತಿದ್ದೇವೆ ಎನ್ನುವ ವಿಚಾರವನ್ನು ಜನರಿಗೆ ತಿಳಿಸಬೇಕು' ಶಿವ ಹೇಳಿದ.

ಗೋಪಾಲ ಪಂಡಿತರು ಇದನ್ನು ಮೊದಲೇ ನಿರೀಕ್ಷಿಸಿದ್ದರು. ಹಾಗಾಗಿ ಅವರು ಶಿವನ ಮಾತಿಗೆ ದನಿಗೂಡಿಸಿದರು.

'ನಾನು ಈಗಾಗಲೇ ಮಗಧ ರಾಜ್ಯದಲ್ಲಿರುವ ನರಸಿಂಹ ದೇವಾಲಯದ ಪಂಡಿತರಿಗೆ ಸಂದೇಶ ಕಳುಹಿಸಿದ್ದೇನೆ. ಅವರು ಚಂದ್ರಕೇತು ಮಹಾರಾಜರಿಗೆ ಎಲ್ಲ ವಿಚಾರವನ್ನು ತಿಳಿಸುತ್ತಾರೆ. ಮಹಾರಾಜರು ತಮ್ಮ ಸೈನ್ಯದೊಂದಿಗೆ ವೈಶಾಲಿ ಬಂದರಿನಲ್ಲಿ ಬೀಡು ಬಿಟ್ಟು ನಮ್ಮ ಆದೇಶಕ್ಕಾಗಿ ಕಾಯುತ್ತಾರೆ'.

'ಭಗೀರಥ, ಗಣೇಶ ಮತ್ತು ಕಾರ್ತಿಕ ಅಯೋಧ್ಯೆಗೆ ಮುತ್ತಿಗೆ ಹಾಕಲಿ. ಗಣೇಶ ಪೂರ್ವ ಭಾಗದಿಂದ ಆಕ್ರಮಣ ಮಾಡಲಿ. ಪಡುವಣದ ಸೈನ್ಯವನ್ನು ನಾಗಾಗಳು ಮತ್ತು ವಾಸುದೇವರು ಮುನ್ನಡೆಸಲಿ. ಜತೆಗೆ ಬ್ರಂಗಾ ಸೈನಿಕರೂ ನಿಮ್ಮ ಬೆಂಬಲಕ್ಕೆ ನಿಂತಿರುತ್ತಾರೆ. ನಾವೆಲ್ಲರೂ ಒಟ್ಟಾಗಿ ಮೆಲೂಹದ ಮೇಲೆ ದಾಳಿ ಮಾಡೋಣ. ಮುಂದಿನ ಒಂದು ವಾರದಲ್ಲಿ ನಾವು ಕಾಶಿಯನ್ನು ತಲುಪಬೇಕು. ಅಲ್ಲಿ ಕಾಳಿ ಮತ್ತು ಪರ್ವತೇಶ್ವರರಿಬ್ಬರೂ ನಮ್ಮನ್ನು ಸೇರಿಕೊಳ್ಳುತ್ತಾರೆ'.

'ಹಾಗೇ ಆಗಲಿ ನೀಲಕಂಠ. ನಾನು ಈಗಾಗಲೇ ಉಜ್ಜೆಯನಿಗೆ ಸಂದೇಶ ರವಾನಿಸಿದ್ದೇನೆ. ವಾಸುದೇವ ಸೈನ್ಯ ಬೃಹತ್ ಹಡಗುಗಳೊಂದಿಗೆ ಪಶ್ಚಿಮ ಸಮುದ್ರದ ಮೂಲಕ ಲೋಥಲ್ ತಲುಪಲಿದೆ'.

'ನಿಮ್ಮ ಸಮರ ಆನೆಗಳನ್ನು ಬಳಸಿಕೊಳ್ಳುವುದು ಹೇಗೆ ಪಂಡಿತರೇ? ಸತಿ ಕೇಳಿದಳು.

'ನಮ್ಮ ಆನೆಗಳೂ ಈಗಾಗಲೇ ಉಜ್ಜೆಯನಿಯನ್ನು ಬಿಟ್ಟಿವೆ. ಕಡಿದಾದ ಕಾಡುಗಳ ನಡುವೆ ಸಂಚರಿಸಿ ಲೋಥಲ್ ತಲುಪುತ್ತವೆ' ಪಂಡಿತರು ಉತ್ತರಿಸಿದರು.

'ಪಂಡಿತರೇ! ನರಸಿಂಹ ದೇವಾಲಯದ ವಾಸುದೇವರಿಗೆ ಪಂಚವಟಿಯಲ್ಲಿರುವ ಸುಪರ್ಣನಿಗೂ ಈ ವಿಚಾರ ತಿಳಿಸುವಂತೆ ಮಾಡಿ. ಈಗ ಅಲ್ಲಿ ಕಾಳಿ ಇಲ್ಲದಿರುವುದರಿಂದ ಇಡೀ ಸೈನ್ಯವನ್ನು ಸುಪರ್ಣನೇ ಮುನ್ನಡೆಸಬೇಕಾಗುತ್ತದೆ. ನಾಗಾ ಸೈನ್ಯವೂ ಪಂಚವಟಿಯಿಂದ ನೇರವಾಗಿ ನರ್ಮದಾ ನದಿಯ ಬಳಿ ನಮ್ಮನ್ನು ಜತೆಗೂಡಲಿ' ಶಿವ ಹೇಳಿದ.

'ಹಾಗೇ ಆಗಲಿ ನೀಲಕಂಠ' ಗೋಪಾಲರು ಶಿವನ ಆದೇಶವನ್ನು ಪಾಲಿಸಲು ಮುಂದಾದರು.

ಅಧ್ಯಾಯ – 17

ವೈರಿಯನ್ನು ಗೌರವಿಸುವ ಬಗೆ

ಅರಮನೆಯ ನೆಲಮಾಳಿಗೆಯಲ್ಲೊಂದು ಗುಪ್ತ ಕೊಠಡಿ. ಅದನ್ನೇ ಸೆರೆಮನೆಯನ್ನಾಗಿ ಪರಿವರ್ತಿಸಲಾಗಿತ್ತು. ಪರ್ವತೇಶ್ವರ ಅಲ್ಲಿ ಬಂಧಿಯಾಗಿದ್ದ. ಕಾಶಿಯ ಸೆರೆಮನೆಗಳು ಶಾಂತವಾಗಿತ್ತು. ಅಲ್ಲಿ ಗಲಾಟೆ ಗದ್ದಲಗಳಿರಲಿಲ್ಲ. ಆದರೂ ಪರ್ವತೇಶ್ವರನಂತ ಅಸಮಾನ್ಯ ವ್ಯಕ್ತಿತ್ವವುಳ್ಳವನನ್ನು ಸಾಮಾನ್ಯ ಖೈದಿಗಳನ್ನಿಡುವ ಸೆರೆಮನೆಯಲ್ಲಿ ಬಂಧಿಸಿಡುವುದು ಸರಿಯಲ್ಲ ಎಂಬ ಕಾರಣಕ್ಕೆ ಆತನನ್ನು ನೆಲಮಾಳಿಗೆಯಲ್ಲಿ ಇಡಲಾಗಿತ್ತು. ಅದೊಂದು ಬಾಗಿಲು ಕಿಟಕಿಗಳಿಲ್ಲದ ಭದ್ರಕೋಣೆ. ಭದ್ರತೆಯ ದೃಷ್ಟಿಯಿಂದ ಪರ್ವತೇಶ್ವರನ ಕೈ ಕಾಲುಗಳನ್ನು ಕಬ್ಬಿಣದ ಸರಪಳಿಯಿಂದ ಬಂಧಿಸಲಾಗಿತ್ತು. ನಾಗಾಗಳ ಸೈನಿಕ ಪಡೆ ಆತನ ಕಾವಲಿಗಿತ್ತು. ನಂದಿ ಮತ್ತು ಪರಶುರಾಮ ಭದ್ರತೆಯ ಉಸ್ತುವಾರಿ ವಹಿಸಿಕೊಂಡಿದ್ದರು. ಇವರ ಜತೆ ಮತ್ತಿಬ್ಬರು ಹಿರಿಯ ಅಧಿಕಾರಿಗಳೂ ಇದ್ದರು.

ಪರ್ವತೇಶ್ವರನನ್ನು ನೋಡಿ ಪರಶುರಾಮ ಹೇಳಿದ 'ಕ್ಷಮಿಸಿ ದಂಡನಾಯಕರೇ! ನಿಮ್ಮನ್ನು ಈ ರೀತಿ ಬಂಧಿಸಿ ಇಟ್ಟಿರುವುದಕ್ಕೆ ದಯವಿಟ್ಟು ಕ್ಷಮಿಸಿ'.

ಪರ್ವತೇಶ್ವರ ನಸುನಕ್ಕು ಹೇಳಿದ 'ಅದಕ್ಕೆ ಕ್ಷಮೆ ಕೇಳುವ ಅಗತ್ಯವಿಲ್ಲ ಪರಶುರಾಮ. ನೀನು ಮೇಲಿನ ಆದೇಶವನ್ನು ಪಾಲಿಸುತ್ತಿರುವೆ ಅಷ್ಟೇ. ಅದು ನಿನ್ನ ಕರ್ತವ್ಯವೂ ಹೌದು'.

ನಂದಿ ಸಹ ಪೇಲವ ಮುಖ ಹೊತ್ತು ಪರ್ವತೇಶ್ವರನ ಮುಂದೆ ಕುಳಿತಿದ್ದ.

ಆತನನ್ನು ನೋಡಿ ಪರ್ವತೇಶ್ವರ ಪ್ರಶ್ನಿಸಿದ 'ನನ್ನ ಮೇಲೆ ನಿನಗೆ ಕೋಪವೇ ನಂದಿ?'.

'ನಿಮ್ಮ ಮೇಲೆ ಕೋಪಿಸಿಕೊಳ್ಳುವ ಹಕ್ಕು ನನಗಾದರೂ ಎಲ್ಲಿದೆ ಪರ್ವತೇಶ್ವರ?'.

'ನನ್ನಿಂದ ನನ್ನ ಮನಸ್ಸಿಗೆ ಬೇಸರವಾಗಿದೆ ಎಂದ ಮೇಲೆ ಮುನಿಸಿಕೊಳ್ಳುವ ಹಕ್ಕು ನಿನಗಿದೆಯಲ್ಲವೇ? ಆದರೆ ನಾನೇನು ಮಾಡಲಿ ನಂದಿ, ನಮ್ಮ ಆತ್ಮಸಾಕ್ಷಿಗೆ ಅನುಗುಣವಾಗಿ ನಡೆದುಕೊಳ್ಳಬೇಕು ಎಂದು ಶ್ರೀರಾಮನೇ ಆದೇಶ ನೀಡಿದ್ದಾನಲ್ಲವೇ?'.

ನಂದಿ ಮರುಮಾತನಾಡಲಿಲ್ಲ. ಪರ್ವತೇಶ್ವರ ಸಹ ಮೌನವಾಗಿಯೇ ಇದ್ದ.

ಸ್ವಲ್ಪ ಸಮಯದ ನಂತರ ನಂದಿ ಮಾತು ಮುಂದುವರೆಸಿದ 'ನಿಜಕ್ಕೂ ನೀವು ನಿಮ್ಮ ಆತ್ಮಸಾಕ್ಷಿ ಹೇಳಿದಂತೆ ನಡೆದುಕೊಳ್ಳುತ್ತಿರುವಿರಾ ದಂಡನಾಯಕರೇ?'.

'ಹೌದು! ನಾನು ಹಾಗೆ ನಡೆದುಕೊಳ್ಳುತ್ತಿರುವೆ'.

'ಕ್ಷಮಿಸಿ! ನೀವು ನಿಮ್ಮ ಆತ್ಮಸಾಕ್ಷಿಗೆ ವಿರುದ್ಧವಾಗಿ ನಡೆದುಕೊಳ್ಳುತ್ತಿರುವಿರಿ ಪರ್ವತೇಶ್ವರ. ನೀವು ಹೇಳಿದ ಮಾತು ಸತ್ಯವೇ ಆಗಿದ್ದರೆ ನಿಮ್ಮ ಆರಾಧ್ಯ ದೈವಕ್ಕೆ ದ್ರೋಹ ಬಗೆಯುತ್ತಿದ್ದಿರಾ?'.

'ಸ್ವಧರ್ಮ ಮತ್ತು ನಡೆದಾಡುವ ಆರಾಧ್ಯ ದೈವ ಇವೆರಡರಲ್ಲಿ ಒಂದನ್ನು ಆಯ್ದುಕೊಳ್ಳಬೇಕಾದ ಪರಿಸ್ಥಿತಿ ಬಂದಿರುವುದು ನನ್ನ ದುರ್ದೈವ'.

'ಅಂದರೆ ಸ್ವಧರ್ಮ ನಿಮ್ಮನ್ನು ಆರಾಧ್ಯ ದೈವದಿಂದ ದೂರ ಸರಿಯುವಂತೆ ಮಾಡುತ್ತಿದೆಯೇ?'.

'ಹಾಗಲ್ಲ ನಂದಿ! ಮೆಲೂಹದ ರಕ್ಷಣೆಯೇ ನನ್ನ ಕರ್ತವ್ಯ. ಅದು ನನಗೆ ಎಲ್ಲಕ್ಕಿಂತ ಮುಖ್ಯ'.

'ಆದರೆ ನೀವು ನಂಬಿರುವ ದೇವರ ವಿರುದ್ಧ ದಂಗೆ ಏಳುವುದು ನಂಬಿಕೆದ್ರೋಹ ಮತ್ತು ವಿಶ್ವಾಸಘಾತುಕತನ'.

'ನನ್ನ ಪ್ರಕಾರ ತಾಯ್ನಾಡಿನ ವಿರುದ್ಧ ನಿಲ್ಲುವುದು ನಿಜವಾದ ನಂಬಿಕೆದ್ರೋಹ'.

'ಅದನ್ನು ನಾನು ಒಪ್ಪುವುದಿಲ್ಲ ಪರ್ವತೇಶ್ವರ. ನಿಜ! ಮೆಲೂಹ ನನಗೂ ಅತ್ಯಂತ ಪ್ರಿಯವಾದದ್ದು. ಆದರೆ ಮೆಲೂಹಕ್ಕಾಗಿ ನಾನು ನಂಬಿರುವ ದೈವದ ವಿರುದ್ಧ ನಿಂತು ಹೋರಾಡಲಾರೆ. ಅದು ಸರಿಯಾದ ಕ್ರಮವಲ್ಲ'.

'ನೀನು ನೀಲಕಂಠನ ಪರವಾಗಿ ನಿಂತಿರುವುದು ತಪ್ಪು ಎಂದು ನಾನು ಹೇಳುತ್ತಿಲ್ಲ ನಂದಿ'.

ಅಂದರೆ ನೀವು ಹಾಗೆ ಮಾಡುತ್ತಿರುವುದು ತಪ್ಪು ಎಂದು ಹೇಳುತ್ತಿರುವಿರಾ?'.

'ಇಲ್ಲ! ನಾನು ಅದನ್ನೂ ಹೇಳುತ್ತಿಲ್ಲ'.

'ಅದು ಹೇಗೆ ಸಾಧ್ಯ ಪರ್ವತೇಶ್ವರ? ನಾವು ಎರಡು ಪರಸ್ಪರ ವಿರುದ್ಧ ಧ್ರುವಗಳ ಬಗ್ಗೆ ಮಾತನಾಡುತ್ತಿದ್ದೇವೆ. ನಮ್ಮಿಬ್ಬರಲ್ಲಿ ಒಬ್ಬರ ನಿಲುವು ತಪ್ಪಾಗಿರಲೇಬೇಕಲ್ಲವೇ?'.

'ಅದು ಸೂರ್ಯವಂಶಿಗಳ ನಂಬಿಕೆಯಷ್ಟೇ ನಂದಿ. ಆದರೆ ಆನಂದಮಯಿ ನನಗೆ ಅತ್ಯಂತ ಮುಖ್ಯವಾದ ವಿಚಾರವೊಂದನ್ನು ತಿಳಿಸಿಕೊಟ್ಟಿದ್ದಾಳೆ. ಆಕೆಯ ಪ್ರಕಾರ ನಾನು ನಂಬಿರುವ ಒಂದು ಸತ್ಯವಿರುತ್ತದೆ. ಹಾಗೆ ನೀನು ನಂಬಿರುವ ಸತ್ಯವೂ ಇರುತ್ತದೆ. ಆದರೆ ಜಗತ್ತು ನಂಬಿರುವ ಸತ್ಯ ಅಸ್ತಿತ್ವದಲ್ಲಿರುವುದಿಲ್ಲ'.

'ನಿಜ ಪರ್ವತೇಶ್ವರ, ಜಗತ್ತು ನಂಬಿರುವ ಸತ್ಯ ಕೆಲವೊಮ್ಮೆ ನಿಗೂಢವಾಗಿಯೇ ಉಳಿದು ಬಿಡುತ್ತದೆ. ಆ ಒಗಟು ನಾವು ಬದುಕಿರುವವರೆಗೂ ಒಗಟಾಗಿಯೇ ಉಳಿರುತ್ತದೆ' ಪರಶುರಾಮ ಹೇಳಿದ.

ಆತನ ಮಾತಿನಲ್ಲಿ ವಿಷಾದವಿತ್ತು.

ಇತ್ತ ಪರ್ವತೇಶ್ವರ ಬಂಧಿಯಾಗಿರುವ ವಿಚಾರ ಆನಂದಮಯಿಗೆ ತಿಳಿಯಿತು. ಕೂಡಲೆ ಆಕೆ ಬಿರುಗಾಳಿಯಂತೆ ಕಾಶಿಯ ಅರಮನೆಯತ್ತ ನುಗ್ಗಿದಳು. ಬಾಗಿಲಿನಲ್ಲಿದ್ದ ಕಾವಲು ಪಡೆಯನ್ನು ಪಕ್ಕಕ್ಕೆ ತಳ್ಳುತ್ತಾ ಭಗೀರಥನ ಕೊಠಡಿಯನ್ನು ಪ್ರವೇಶಿಸಿದಳು.

'ಏನು ಅನಾಹುತ ಮಾಡಿರುವೆ ಭಗೀರಥ?' ಆನಂದಮಯಿ ಜೋರಾಗಿ ಕೂಗಿದಳು.

ಕೂಡಲೆ ಭಗೀರಥ ಕುಳಿತಲ್ಲಿಂದ ಎದ್ದು ತಂಗಿಯ ಕಡೆ ಧಾವಿಸಿದ.

'ಆನಂದಮಯಿ......... ನಮಗೆ ಬೇರೆ ದಾರಿಯೇ ಇರಲಿಲ್ಲ'.

'ಸಾಕು ಸುಮ್ಮನಿರು! ಆತ ನನ್ನ ಪತಿ. ಆತನನ್ನು ಬಂಧಿಸಲು ನಿನಗೆಷ್ಟು ಧೈರ್ಯ'.

'ಆನಂದಮಯಿ ನಮ್ಮ ಮುಂದಿನ ಯೋಜನೆ ಏನು ಎನ್ನುವುದನ್ನು ಹೇಳುತ್ತೇನೆ. ಸ್ವಲ್ಪ ಸಮಾಧಾನದಿಂದ ಕೇಳು'.

'ಪರ್ವತೇಶ್ವರನ ಬಗ್ಗೆ ನಿನಗೆ ತಿಳಿದಿಲ್ಲವೇನು? ಆತ ಎಂದಾದರೂ ಅನ್ಯಾಯ, ಅಕ್ರಮ ಮಾಡಿರುವುದು ನೀನೀನು ಕಂಡಿರುವೆಯಾ? ಈಗ ಆತ ದ್ರೋಹ ಮಾಡಿದ್ದಾನೆ ಎಂದು ನೀನು ಹೇಗೆ ನಿರ್ಧರಿಸಿಬಿಟ್ಟೆ ಭಗೀರಥ?. ನೀಲಕಂಠ ಹೂಡುತ್ತಿದ್ದ ರಣತಂತ್ರದ ಬಗ್ಗೆ ನೀನು ಮಾತನಾಡಿದಾಗಲೆಲ್ಲಾ ತಾನಾಗಿಯೇ ನಮ್ಮಿಂದ ದೂರ ಹೋಗುತ್ತಿದ್ದವನು

ಪರ್ವತೇಶ್ವರ. ನಮ್ಮ ಸೈನ್ಯದ ಯಾವ ಯೋಜನೆಯೂ ಆತನಿಗೆ ತಿಳಿದಿಲ್ಲ. ಆದರೂ ನೀವು ಆತನನ್ನು ಬಂಧಿಸಿದ್ದೀರಿ'.

'ನನ್ನನ್ನು ಕ್ಷಮಿಸು ಆನಂದಮಯಿ ನೀನು ಹೇಳುತ್ತಿರುವುದು ಸತ್ಯ'.

'ಹಾಗಾದರೆ ಆತನನ್ನೇಕೆ ನೀವು ಬಂಧಿಸಿದ್ದೀರಿ?'.

'ಆನಂದಮಯಿ! ಇದು ನನ್ನ ನಿರ್ಧಾರವಲ್ಲ..........'.

'ಯಾರ ನಿರ್ಧಾರವೋ ನನಗೆ ತಿಳಿಯದು. ಆದರೆ ಪರ್ವತೇಶ್ವರನನ್ನೇಕೆ ಬಂಧಿಸಿದ್ದೀರಿ ಅಷ್ಟು ಹೇಳು?'.

'ನಾವು ಆತನನ್ನು ಬಂಧಿಸದಿದ್ದರೆ ಆತ ಇಲ್ಲಿಂದ ತಪ್ಪಿಸಿಕೊಂಡು.............'.

'ಸಾಕುಮಾಡು ನಿನ್ನ ಅಸಂಬದ್ಧ ಮಾತುಗಳನ್ನು ಭಗೀರಥ. ಪರ್ವತೇಶ್ವರ ಇಲ್ಲಿಂದ ತಪ್ಪಿಸಿಕೊಂಡು ಹೋಗಬೇಕೆಂದಿದ್ದರೆ ಅದೇನು ಆತನಿಗೆ ಕಷ್ಟದ ಕೆಲಸವಾಗಿತ್ತೇ? ಆತ ನೀಲಕಂಠನನ್ನು ಭೇಟಿ ಮಾಡುವ ಸಲುವಾಗಿ ಇಲ್ಲಿ ಉಳಿದುಕೊಂಡಿದ್ದಾನೆ. ಆ ನಂತರವೇ ಆತ ಮೆಲೂಹಕ್ಕೆ ಪ್ರಯಾಣ ಬೆಳೆಸುವುದು'.

'ಹೌದು! ಆತನೂ ಇದೇ ಮಾತನ್ನು ಹೇಳಿದ. ಆದರೆ.........'.

'ಆದರೇನು ಭಗೀರಥ? ಪರ್ವತೇಶ್ವರ ಸುಳ್ಳು ಹೇಳುತ್ತಿದ್ದಾನೆ ಎಂಬುದೇ ನಿನ್ನ ಅನುಮಾನ. ಆತ ಸುಳ್ಳು ಹೇಳಬಲ್ಲ ಎಂದು ನನಗೆ ಅನಿಸುತ್ತದೆಯೇ?'.

'ಇಲ್ಲ'.

'ಆತ ನೀಲಕಂಠ ಬರುವವರೆಗೂ ಇಲ್ಲೇ ಇರುತ್ತೇನೆ ಎಂದು ಹೇಳಿದ ಮೇಲೆ ಖಂಡಿತಾ ಎಲ್ಲೂ ಹೋಗುವುದಿಲ್ಲ'.

ಭಗೀರಥ ಮರುಮಾತನಾಡಲಿಲ್ಲ.

ಆನಂದಮಯಿ ಒಂದೆರಡು ಹೆಜ್ಜೆ ಮುಂದೆ ಬಂದು ಗಂಭೀರ ದನಿಯಲ್ಲಿ ಹೇಳಿದಳು 'ನೀನೇನಾದರೂ........ಪರ್ವತೇಶ್ವರನ ಹತ್ಯೆಗೆ ಯೋಜನೆ ರೂಪಿಸಿರುವೆಯಾ ಭಗೀರಥ?'.

'ಇಲ್ಲ ಆನಂದಮಯಿ, ಸ್ವಂತ ತಂಗಿಯ ಗಂಡನನ್ನೇ ಕೊಲ್ಲುವಷ್ಟು ಕ್ರೂರಿಯಲ್ಲ ನಾನು'.

ಭಗೀರಥನ ಕಣ್ಣಲ್ಲಿ ನೀರು ಹರಿಯಲಾರಂಭಿಸಿತು.

'ಅಪ್ಪಿ-ತಪ್ಪಿ ನನ್ನ ಗಂಡನಿಗೆ ಏನಾದರೂ ಅನಾಹುತವಾದರೆ ನೀಲಕಂಠ ನಿಮ್ಮಲ್ಲಿ ಯಾರನ್ನೂ ಸುಮ್ಮನೆ ಬಿಡುವುದಿಲ್ಲ. ಅವನ ಆಕ್ರೋಷಕ್ಕೆ ನೀವೆಲ್ಲರೂ ಉರಿದು ಬೂದಿಯಾಗಿಬಿಡುವಿರಿ. ಎಚ್ಚರ! ಮೂರ್ಖತನದ ಕೆಲಸ ಮಾಡಿದರೆ ನಿಮ್ಮ ಸರ್ವನಾಶ ಖಚಿತ'.

'ಇಲ್ಲ ಆನಂದಮಯಿ, ನಾನೆಂದೂ ಅಂತಹ ಕೆಲಸ ಮಾಡಲಾರೆ'.

'ಮುಂದಿನ ವಾರ ನೀಲಕಂಠ ಹಿಂದಿರುಗುತ್ತಾನೆ. ಅಲ್ಲಿಯವರೆಗೂ ನಾನು ಹದ್ದಿನ ಕಣ್ಣಿಟ್ಟು ನನ್ನ ಗಂಡನನ್ನು ಕಾಯುತ್ತೇನೆ. ಯಾರಾದರೂ ಆತನಿಗೆ ತೊಂದರೆ ನೀಡಲು ಮುಂದಾದರೆ ಅಂಥವರು ನನ್ನ ಖಡ್ಗದ ರುಚಿ ನೋಡಬೇಕಾಗುತ್ತದೆ' ಆನಂದಮಯಿ ಹೂಂಕರಿಸಿದಳು.

'ಪರ್ವತೇಶ್ವರನಿಗೆ ಯಾರೂ ಯಾವ ಹಾನಿಯನ್ನು ಮಾಡುವುದಿಲ್ಲ ಆನಂದಮಯಿ'.

ಕೂಡಲೇ ಆನಂದಮಯಿ ಬಂದಷ್ಟೇ ವೇಗದಲ್ಲಿ ಅಲ್ಲಿಂದ ಹೊರನಡೆದಳು. ಆಕೆ ತಳ್ಳಿದ ವೇಗಕ್ಕೆ ಹತ್ತಿರವಿದ್ದ ಅಂಗರಕ್ಷಕರಿಬ್ಬರು ನೆಲಕ್ಕೆ ಬಿದ್ದರು.

ಅಂದು ರಾತ್ರಿ ಆನಂದಮಯಿ ಮತ್ತೆ ಪರ್ವತೇಶ್ವರ ಬಂಧಿಯಾಗಿದ್ದ ಸೆರೆಮನೆಯ ಮುಂದೆ ಬಂದು ನಿಂತಳು. ಪಕ್ಕದಲ್ಲಿ ಆಯುರ್ವತಿ ಆಕೆಯನ್ನು ಸಮಾಧಾನ ಮಾಡುತ್ತಿದ್ದಳು.

'ಆನಂದಮಯಿ! ನೀನು ಕೋಣೆಗೆ ಹಿಂದಿರುಗಿ ವಿಶ್ರಾಂತಿ ತೆಗೆದುಕೋ. ಎಷ್ಟು ಹೊತ್ತು ಹೀಗೆ ನಿಂತಿರುವುದಕ್ಕೆ ಸಾಧ್ಯ?'.

ಆನಂದಮಯಿ ಸುಮ್ಮನೆ ತಲೆಯಾಡಿಸಿದಳು. ನಿಂತ ಜಾಗದಿಂದ ಕದಲಲಿಲ್ಲ. ಆ ಸಮಯದಲ್ಲಿ ಎಂತಹ ಶಕ್ತಿಶಾಲಿ ಕುದುರೆಗಳಿಗೂ ಆಕೆಯನ್ನು ಅಲ್ಲಿಂದ ಕದಲಿಸುವುದು ಅಸಾಧ್ಯವಾಗಿತ್ತು.

'ಆನಂದಮಯಿ......'.

'ಅವರು ಪರ್ವತೇಶ್ವರನ ಜತೆ ಮಾತನಾಡುವುದಕ್ಕೂ ಅವಕಾಶ ನೀಡುತ್ತಿಲ್ಲ ಆಯುರ್ವತಿ'.

'ಅದು ನನಗೆ ತಿಳಿದಿದೆ ಆನಂದಮಯಿ'.

'ನನ್ನ ಗಂಡ ಅಪರಾಧಿಯಲ್ಲ' ಆನಂದಮಯಿ ಬಾಗಿಲನ್ನು ಕಾಯುತ್ತಿದ್ದ ನಾಗಾ ಸೈನಿಕರತ್ತ ಬೊಟ್ಟುಮಾಡಿ ಹೇಳಿದಳು.

'ಸಮಾಧಾನ ತಂದುಕೋ........ಈ ಸೈನಿಕರು ಕೇವಲ ಆದೇಶವನ್ನು ಪಾಲಿಸುತ್ತಿದ್ದಾರೆ ಅಷ್ಟೇ'.

'ಅವರು ಅಪರಾಧಿಯಲ್ಲ..........ಅವರು ತುಂಬಾ ಒಳ್ಳೆಯ ಮನುಷ್ಯ ಆಯುರ್ವತಿ..........' ಆನಂದಮಯಿ ಗೋಳಿಟ್ಟಳು.

'ಅದು ನನಗೆ ಗೊತ್ತು'.

ಆನಂದಮಯಿ ಆಯುರ್ವತಿಯ ಭುಜದ ಮೇಲೆ ತಲೆಯಿಟ್ಟು ಗಳಗಳನೆ ಅಳಲಾರಂಭಿಸಿದಳು.

'ಸಮಾಧಾನದಿಂದಿರು.........ನೀಲಕಂಠನ ಮೇಲೆ ನಂಬಿಕೆಯಿಡು. ಈ ನೆಲದ ಕಾನೂನಿನ ಬಗ್ಗೆ ವಿಶ್ವಾಸವಿರಲಿ. ಆತ ಕಾಶಿಗೆ ಬಂದ ಕೂಡಲೆ ಆತನೊಂದಿಗೆ ಮಾತನಾಡು. ಎಲ್ಲವೂ ಸರಿಹೋಗುತ್ತದೆ'.

— ⅄ΦΨ↑⊛ —

ಶಿವನ ಹಡಗು ಅಸ್ಸಿ ಘಟ್ಟದ ಬಳಿಗೆ ಬಂದಿತು. ಅದಾಗಲೇ ಸೂರ್ಯ ನೆತ್ತಿಯ ಮೇಲೆ ಬಂದಿದ್ದ. ಸತಿ, ಶಿವ ಮತ್ತು ಗೋಪಾಲರು ಹಡಗಿನ ತುದಿಮಾಳಿಗೆಯಲ್ಲಿ ನಿಂತಿದ್ದರು. ನೀಲಕಂಠನ ಸ್ವಾಗತಕ್ಕೆ ಕಾಶಿಯ ರಾಜ ಇಡೀ ನಗರವನ್ನು ಸಜ್ಜುಗೊಳಿಸಿದ್ದ.

'ನಾವು ಇಲ್ಲಿಗೆ ಬಂದಾಗಲೆಲ್ಲಾ ಅತಿಥಿಗ್ವ ಅದ್ದೂರಿ ಸ್ವಾಗತ ನೀಡುತ್ತಾನೆ. ಅದರ ಅವಶ್ಯಕತೆ ಇಲ್ಲ ಅಲ್ಲವೇ ಪಂಡಿತರೇ?' ಶಿವ ಕೇಳಿದ.

'ಅತಿಥಿಗ್ವ ಕಾಶಿಯ ಜನರನ್ನು ಇಲ್ಲಿಗೆ ಬರುವಂತೆ ಆದೇಶ ನೀಡಿರಲಾರ. ಜನ ಸ್ವಯಂಪ್ರೇರಣೆಯಿಂದ ನಿಮ್ಮನ್ನು ಸ್ವಾಗತಿಸಲು ಬಂದಿದ್ದಾರೆ. ಹಾಗಾಗಿ ಅದು ನೀಲಕಂಠನ ಮೇಲೆ ಅವರಿಗಿರುವ ಭಕ್ತಿ ಮತ್ತು ಪ್ರೀತಿಯ ಸಂಕೇತವಷ್ಟೇ' ಗೋಪಾಲರು ಹೇಳಿದರು.

'ಆದರೂ ಜನ ತಮ್ಮ ಕೆಲಸ ಕಾರ್ಯಗಳನ್ನು ಬಿಟ್ಟು ನನ್ನನ್ನು ಸ್ವಾಗತಿಸುವುದಕ್ಕೆ ಬರುವುದು ಸರಿಯಲ್ಲ. ನಿಜಕ್ಕೂ ಅವರು ನನ್ನನ್ನು ಗೌರವಿಸಬೇಕೆಂದರೆ ಮತ್ತಷ್ಟು ಕಷ್ಟಪಟ್ಟು ಕೆಲಸ ಮಾಡಲಿ'.

ಗೋಪಾಲರು ನಸುನಗುತ್ತಾ ಹೇಳಿದರು 'ಜನ ತಮಗೇನು ಬೇಕೋ ಅದನ್ನೇ ಮಾಡುತ್ತಾರೆ. ಅವರು ಯಾರ ಮಾತನ್ನೂ ಕೇಳುವುದಿಲ್ಲ'.

ಅಷ್ಟರಲ್ಲಿ ಹಡಗು ಜನರ ಹತ್ತಿರಕ್ಕೆ ಬಂತು. ಎಲ್ಲರ ಮುಖದಲ್ಲೂ ಅದೇನೋ ದುಗುಡ ಮತ್ತು ಆತಂಕ.

ಅದನ್ನು ಗಮನಿಸಿದ ಸತಿ ಹೇಳಿದಳು 'ಕಾಶಿಯ ಜನರಲ್ಲಿ ಏನೋ ಒಂದು ರೀತಿಯ ಬದಲಾವಣೆ ಕಾಣುತ್ತಿದೆಯಲ್ಲ'.

'ಹೌದು! ಇಲ್ಲಿನ ಜನರಲ್ಲಿ ಏನೋ ಒಂದು ರೀತಿಯ ಆತಂಕ ಮಡುಗಟ್ಟಿದೆ' ಪಂಡಿತರು ಹೇಳಿದರು.

ಈಗ ಶಿವ ಸಹ ಇಡೀ ಜನಸಮೂಹವನ್ನು ನೋಡಿ ಹೇಳಿದ 'ನೀವು ಹೇಳುತ್ತಿರುವುದು ಸರಿ. ಎಲ್ಲೋ ಏನೋ ತೊಂದರೆಯಾಗಿದೆ'.

'ಅತಿಥಿಗ್ವ ಸಹ ಗೊಂದಲಕ್ಕೆ ಬಿದ್ದರುವಂತಿದೆ' ಸತಿ ಆತನ ಮುಖದ ಮೇಲಿದ್ದ ಆತಂಕವನ್ನು ಗಮನಿಸಿ ಹೇಳಿದಳು.

ದೂರದಲ್ಲಿ ಕಾಳಿ, ಗಣೇಶ, ಕಾರ್ತಿಕ ಮತ್ತು ಭಗೀರಥ ಏನೋ ಗಹನವಾದ ಚರ್ಚೆಯಲ್ಲಿ ಮುಳುಗಿದ್ದರು.

'ಇವರನ್ನು ಕಾಡುತ್ತಿರುವ ಸಮಸ್ಯೆಯಾದರೂ ಏನು?' ಶಿವ ಮೆಲ್ಲನೆ ಪಿಸುಗುಟ್ಟಿದ.

'ಶಿವ, ಅಲ್ಲಿ ಆನಂದಮಯಿಯನ್ನು ನೋಡಿ' ಸತಿ ಶಿವನ ಭುಜವನ್ನು ತಟ್ಟಿ ಹೇಳಿದಳು.

ಸತಿ ಬೊಟ್ಟುಮಾಡಿ ತೋರಿಸಿದ ಕಡೆ ಶಿವ ದೃಷ್ಟಿ ಹಾಯಿಸಿದ.

ದೂರದಲ್ಲಿ ಆನಂದಮಯಿ ಶಿವನ ಆಗಮನಕ್ಕಾಗಿ ಕಾತುರದಿಂದ ಕಾಯುತ್ತಿದ್ದಳು. ಅವಳ ಕಣ್ಣಲ್ಲಿ ನೀರು ಜಿನುಗುತ್ತಿತ್ತು. ಮುಖದಲ್ಲಿ ಆತಂಕ ಮಡುಗಟ್ಟಿತ್ತು.

'ಆನಂದಮಯಿ ತೀರಾ ಬೇಸರದಲ್ಲಿರುವಂತೆ ಕಾಣುತ್ತಿದೆ. ಬಹುಶಃ ಆಕೆ ನಿಮ್ಮೊಂದಿಗೆ ಮಾತನಾಡಲು ಕಾಯುತ್ತಿದ್ದಾಳೆ ಎಂದು ನನಗನಿಸುತ್ತಿದೆ' ಸತಿ ಹೇಳಿದಳು.

ಶಿವ ಜನರ ಗುಂಪಿನತ್ತ ಒಮ್ಮೆ ಕಣ್ಣು ಹಾಯಿಸಿದ. ಅವರ ಮಧ್ಯದಲ್ಲೆಲ್ಲೂ ಪರ್ವತೇಶ್ವರ ಕಾಣಲಿಲ್ಲ.

ಕೂಡಲೇ ಆತ ಹೇಳಿದ 'ಎಲ್ಲಿ ಪರ್ವತೇಶ್ವರ ಕಾಣಿಸುತ್ತಲೇ ಇಲ್ಲವಲ್ಲ'.

ಕಾಶಿಗೆ ಬಂದಿಳಿದ ನೀಲಕಂಠನಿಗೆ ಪರ್ವತೇಶ್ವರ ಬಂಧಿಯಾಗಿರುವ ವಿಚಾರ ತಿಳಿಯಿತು. ಕೂಡಲೆ ನೇರವಾಗಿ ಆತ ಪರ್ವತೇಶ್ವರನನ್ನು ಬಂಧಿಸಿದ್ದ ಸೆರೆಮನೆಗೆ ಬಂದ. ತನ್ನ ದಂಡನಾಯಕನನ್ನು ನೋಡಿ ಒಂದು ಕ್ಷಣ ಶಿವನಿಗೆ ಬೇಸರವಾಯಿತು. ಕಾರಣ ಇಂಥಹ ಮಹಾವೀರನನ್ನು ನಮ್ಮವರು ಬಂಧಿಸಿದ್ದಾರಲ್ಲ ಎನ್ನುವುದು. ಶಿವನ ಜತೆಯಲ್ಲಿ ಸತಿ, ಗೋಪಾಲ ಪಂಡಿತರು, ಆನಂದಮಯಿ ಮತ್ತು ಕಾಳಿ ಸಹ ಇದ್ದರು. ಹತ್ತಿರದಲ್ಲೇ ನಂದಿ, ವೀರಭದ್ರ ಮತ್ತು ಪರಶುರಾಮ ಪರಸ್ಪರ ಸಂಭಾಷಣೆಯಲ್ಲಿ ತೊಡಗಿದ್ದರು.

'ಇಂತಹ ಪರಾಕ್ರಮಿಯನ್ನು ಈ ರೀತಿ ಬಂಧಿಸಿದ್ದೀರಿ ಎಂದರೆ ಏನರ್ಥ?' ಶಿವ ಆರ್ಭಟಿಸಿದ.

ಶಿವನ ಮಾತುಗಳನ್ನು ಕೇಳುತ್ತಲೇ ಪರ್ವತೇಶ್ವರ ಎದ್ದುನಿಂತು ಒಡೆಯನಿಗೆ ಗೌರವ ಸೂಚಿಸಿದ.

'ಮಹಾಸ್ವಾಮಿ.......'.

ಶಿವ ಥಟ್ಟನೆ ನಂದಿ, ವೀರಭದ್ರ ಮತ್ತು ಪರಶುರಾಮನಿಗೆ ಆದೇಶ ನೀಡಿದ 'ಪರ್ವತೇಶ್ವರನ ಕೈ ಕಾಲುಗಳಿಗೆ ಕಟ್ಟಿರುವ ಸರಪಳಿಯನ್ನು ಬಿಚ್ಚಿ'.

'ಶಿವ! ಹಾಗೆ ಮಾಡುವುದು ಬೇಡ' ಕಾಳಿ ಶಿವನಿಗೆ ಏನೋ ಹೇಳಲು ಹೊರಟಳು.

ಶಿವ ಆಕೆಯನ್ನು ತಡೆದು ಹೇಳಿದ 'ಹೂಂ! ಸರಪಳಿಯನ್ನು ಈ ಕೂಡಲೇ ಬಿಚ್ಚಿ'.

ನಂದಿ ಮತ್ತು ಪರಶುರಾಮ ಪರ್ವತೇಶ್ವರನ ಕೈ ಕಾಲುಗಳಿಗೆ ಕಟ್ಟಿದ್ದ ಸರಪಳಿಯನ್ನು ಬಿಚ್ಚಿದರು.

ನಂತರ ಶಿವ ಜೋರುದನಿಯಲ್ಲಿ ಹೇಳಿದ 'ನನ್ನನ್ನು ಬಿಟ್ಟು ಮತ್ತೆಲ್ಲರೂ ಇಲ್ಲಿಂದ ಹೊರ ಹೋಗಿ. ನಾನು ಪರ್ವತೇಶ್ವರನೊಂದಿಗೆ ಏಕಾಂತದಲ್ಲಿ ಮಾತನಾಡಬೇಕು'.

'ಶಿವ.......' ವೀರಭದ್ರ ಮುಂದೆ ಬಂದ.

'ನಾನು ಹೇಳಿದ ಮಾತು ನಿನಗೆ ಅರ್ಥವಾಯಿತೇ ಭದ್ರ? ಎಲ್ಲರೂ ಈ ಕೂಡಲೆ ಇಲ್ಲಿಂದ ಹೊರಹೋಗಿ' ಶಿವ ಕೋಪದಿಂದ ಕೆರಳಿ ಹೇಳಿದ.

ಕಾಳಿ ಶಿವನ ಮಾತಿಗೆ ತಲೆಯಾಡಿಸುತ್ತಾ ಸಮ್ಮತಿ ವ್ಯಕ್ತಪಡಿಸಿಳು. ಉಳಿದೆಲ್ಲರೂ ಯಾವ ಪ್ರತಿರೋಧವನ್ನೂ ತೋರದೆ ಶಿವನ ಮೇಲಿನ ಗೌರವದಿಂದ ಅಲ್ಲಿಂದ ಹೊರನಡೆದರು. ಶಿವ ಪರ್ವತೇಶ್ವರನತ್ತ ತಿರುಗಿದ. ಆತನ ಕಣ್ಣುಗಳು ಕೋಪದಿಂದ ಕೆರಳಿದ್ದವು. ಒಂದೆಡೆ ತನ್ನ ಭಂಟನನ್ನು ಈ ರೀತಿ ಬಂಧಿಸಿದ್ದಾರಲ್ಲ ಎಂಬ ನೋವು. ಮತ್ತೊಂದೆಡೆ ಅದೇ ಭಂಟ ತನ್ನನ್ನು ಬಿಟ್ಟು ವಿರೋಧಿ ಪಾಳಯಕ್ಕೆ ಹೋಗುತ್ತಿದ್ದಾನಲ್ಲ ಎಂಬ ಆಕ್ರೋಶ.

ಶಿವನ ನೋಟದಲ್ಲಿದ್ದ ಆಕ್ರೋಶವನ್ನು ಗಮನಿಸಿದ ಪರ್ವತೇಶ್ವರ 'ಮಹಾಸ್ವಾಮಿ..........' ಎಂದ.

ಶಿವ ಕೈಯನ್ನು ಮೇಲಕ್ಕೆತ್ತಿ ಯಾವ ಮಾತನ್ನು ಆಡದಂತೆ ಸನ್ನೆ ಮಾಡಿದ. ಪರ್ವತೇಶ್ವರ ಸುಮ್ಮನಾದ. ಶಿವ ಒಂದೆರಡು ನಿಮಿಷ ಅತ್ತಿಂದಿತ್ತ ಓಡಾಡುತ್ತಿದ್ದ. ಜತೆಗೆ ಆಳವಾದ ಆಲೋಚನೆಯಲ್ಲಿ ಮುಳುಗಿದ್ದ. ನಂತರ ದೀರ್ಘ ನಿಟ್ಟುಸಿರು ಬಿಟ್ಟು ಸಹನೆ

ತಂದುಕೊಳ್ಳುವ ಪ್ರಯತ್ನಕ್ಕೆ ಮುಂದಾದ. ಆ ಕ್ಷಣದಲ್ಲಿ ಈ ಹಿಂದೆ ತನ್ನ ಚಿಕ್ಕಪ್ಪ ಹೇಳಿದ್ದ ಮಾತೊಂದು ನೆನಪಾಯಿತು. ಮನೋಭು ಶಿವನಗೆ 'ನಿನಗೆ ವಿಪರೀತ ಕೋಪವಿದೆ. ಅದನ್ನು ನಿಯಂತ್ರಿಸು. ಕೋಪ ಮತ್ತು ಆಕ್ರೋಶವೇ ನಿನ್ನ ಶತ್ರುಗಳು' ಎಂದು ಹೇಳಿದ್ದ. ಆದರೂ ಶಿವನ ಆಕ್ರೋಶ ಜ್ವಾಲಾಮುಖಿಯಂತೆ ಉಕ್ಕಿ ಬರುತ್ತಿತ್ತು. ಹೆಡೆಯೆತ್ತಿದ ಹಾವು ಇನ್ನೇನು ಬಡಿಯುತ್ತದೆ ಎನ್ನುವಂತಹ ಪರಿಸ್ಥಿತಿಯಲ್ಲಿದ್ದ ನೀಲಕಂಠ.

ಮತ್ತೊಮ್ಮೆ ನಿಟ್ಟುಸಿರುಬಿಟ್ಟು ಶಿವ ಪರ್ವತೇಶ್ವರನನ್ನು ಪ್ರಶ್ನಿಸಿದ 'ಹೇಳು ಪರ್ವತೇಶ್ವರ, ನೀನು ನನ್ನವರಿಗೆ ಹೇಳಿರುವ ಮಾತುಗಳೆಲ್ಲವೂ ಸುಳ್ಳು ಎಂದು ಹೇಳು. ಯಾರು ಏನೇ ಹೇಳಿದರೂ ನಾನು ನಿನ್ನನ್ನು ನಂಬುತ್ತೇನೆ. ನನ್ನ ನೆಚ್ಚಿನ ಬಂಟ ನೀನು'.

'ಮಹಾಸ್ವಾಮಿ! ನಾನು ತೆಗೆದುಕೊಂಡಿರುವ ನಿರ್ಧಾರ ನನ್ನ ಬದುಕಿನ ಅತ್ಯಂತ ಕಠಿಣ ಮತ್ತು ಕಠೋರ ನಿರ್ಧಾರಗಳಲ್ಲಿ ಒಂದು'.

'ಅಂದರೆ ನೀನು ನನ್ನ ವಿರುದ್ಧ ನಿಂತು ಹೋರಾಡಬೇಕೆಂದು ನಿರ್ಧರಿಸಿರುವೆಯಾ ಪರ್ವತೇಶ್ವರ?'.

'ಇಲ್ಲ ಮಹಾಸ್ವಾಮಿ! ಮೆಲೂಹವನ್ನು ರಕ್ಷಿಸುವುದು ನನ್ನ ಪರಮ ಕರ್ತವ್ಯ. ನೀವು ಮತ್ತು ಮೆಲೂಹ ಎದುರಾಳಿಯಾಗದಂತಹ ಮಾಂತ್ರಿಕ ಪರಿಸ್ಥಿತಿಯೊಂದು ನಿರ್ಮಾಣವಾಗಲಿ ಎನ್ನುವುದೇ ನನ್ನ ಆಸೆ'.

'ಏನು! ಮಾಂತ್ರಿಕ ಪರಿಸ್ಥಿತಿಯೇ! ಚಿಕ್ಕ ಮಕ್ಕಳಂತೆ ಮಾತನಾಡುತ್ತಿರುವೆಯಲ್ಲ ಪರ್ವತೇಶ್ವರ. ಸೋಮರಸ ಇಡೀ ದೇಶವನ್ನೇ ನಾಶಮಾಡುತ್ತಿರುವ ಈ ಸಂದರ್ಭದಲ್ಲಿ ನಾನು ಮೆಲೂಹದೊಂದಿಗೆ ರಾಜಿಮಾಡಿಕೊಳ್ಳುತ್ತೇನೆ ಎಂದು ನಿನಗನಿಸುತ್ತಿದೆಯೇ?'.

'ಇಲ್ಲ ಮಹಾಸ್ವಾಮಿ'.

'ಅಂದರೆ ಸೋಮರಸ ಕೆಟ್ಟದಲ್ಲ ಎಂಬುದೇ ನಿನ್ನ ಭಾವನೆ?'

'ಇಲ್ಲ ಮಹಾಸ್ವಾಮಿ! ಸೋಮರಸ ಜನರನ್ನು ವಿನಾಶದ ಕೂಪಕ್ಕೆ ತಳ್ಳುತ್ತಿದೆ. ಆದ್ದರಿಂದಲೇ ನಾನು ಸೋಮರಸ ಸೇವಿಸುವುದನ್ನೇ ಬಿಟ್ಟುಬಿಟ್ಟಿದ್ದೇನೆ'.

'ಹಾಗಾದರೆ ಸೋಮರಸವನ್ನು ರಕ್ಷಿಸಲು ನೀನೇಕೆ ಹೋರಾಡುತ್ತಿರುವೆ ಪರ್ವತೇಶ್ವರ?'.

'ಮಹಾಸ್ವಾಮಿ ಸೋಮರಸವನ್ನು ರಕ್ಷಿಸಲು ನಾನು ಹೋರಾಡುತ್ತಿಲ್ಲ. ನನ್ನ ಹೋರಾಟ ಮೆಲೂಹವನ್ನು ರಕ್ಷಿಸುವುದಕ್ಕಾಗಿ'.

'ಆದರೆ ಮೆಲೂಹ ಮತ್ತು ಸೋಮರಸ ಈ ಎರಡೂ ಒಂದೆಡೆ ಇದೆಯಲ್ಲ'.

'ಅದು ನನ್ನ ದುರಾದೃಷ್ಟ ಮಹಾಪ್ರಭು'.

'ನೀನು ಯುಕ್ತವಾದ ಮಾತಿಗೆ ಕಿವಿಗೊಡದೆ ಹಠಮಾರಿತನ ಪ್ರದರ್ಶಿಸುತ್ತಿರುವೆ ಪರ್ವತೇಶ್ವರ' ಶಿವ ಏರುದನಿಯಲ್ಲಿ ಹೇಳಿದ.

ಪರ್ವತೇಶ್ವರ ಮರುಮಾತನಾಡಲಿಲ್ಲ. ಶಿವನ ಆಕ್ರೋಶ ಸಹಜವಾದದ್ದು ಎಂದು ಆತ ಭಾವಿಸಿದ್ದ.

ಶಿವ ಮಾತು ಮುಂದುವರೆಸಿದ 'ನಿನ್ನ ಈ ನಿರ್ಧಾರದ ಹಿಂದೆ ಬೃಗು ಮಹರ್ಷಿಯ ಒತ್ತಡವಿದೆಯೇ? ಅಥವಾ ನಿನಗೆ ಆತ್ಮೀಯರಾದ ಯಾರನ್ನಾದರೂ ಆತ ಅಪಹರಿಸಿದ್ದಾನೆಯೇ? ಅದನ್ನು ನಾನು ನೋಡಿಕೊಳ್ಳುತ್ತೇನೆ. ನಾನು ಬದುಕಿರುವವರೆಗೂ ನಿನ್ನ ಹಾಗೂ ನಿನ್ನನ್ನು ನಂಬಿರುವ ಯಾರಿಗೂ ತೊಂದರೆ ಯಾಗದಂತೆ ನೋಡಿಕೊಳ್ಳುವ ಜವಾಬ್ದಾರಿ ನನ್ನದು. ಆ ಬಗ್ಗೆ ಚಿಂತೆ ಬೇಡ'.

'ಬೃಗು ಮಹರ್ಷಿ ನನ್ನ ಮೇಲೆ ಯಾವುದೇ ರೀತಿಯ ಒತ್ತಡವನ್ನು ಹೇರಿಲ್ಲ ಪ್ರಭು'.

'ಹಾಗಾದರೆ ರುದ್ರದೇವನ ಹೆಸರಿನಲ್ಲಿ ನಿನ್ನ ಮೇಲೆ ಪ್ರಭಾವ ಬೀರುತ್ತಿರುವವರು ಯಾರು. ನಿನ್ನ ಮನಸ್ಸನ್ನು ಕೆಡಿಸಿ ಈ ರೀತಿಯ ನಿರ್ಧಾರ ತೆಗೆದುಕೊಳ್ಳುವಂತೆ ಮಾಡುತ್ತಿರುವವರು ಯಾರು?'.

'ಅದು ನನ್ನ ಆತ್ಮಸಾಕ್ಷಿ ಮಹಾಸ್ವಾಮಿ. ನನಗೆ ಬೇರೆ ದಾರಿಯೇ ಇಲ್ಲ. ಆತ್ಮಸಾಕ್ಷಿ ಹೇಳಿದ್ದನ್ನು ನಾನು ಮಾಡಲೇಬೇಕು'.

'ನಿನ್ನ ಮಾತಿನಲ್ಲಿ ಅರ್ಥವೇ ಇಲ್ಲ ಪರ್ವತೇಶ್ವರ. ಅಷ್ಟಕ್ಕೂ ದುಷ್ಟರನ್ನು ಸಂಹಾರ ಮಾಡು ಮತ್ತು ಅವರ ವಿರುದ್ಧ ನಿಂತು ಹೋರಾಡು ಎಂದು ನಿನ್ನ ಆತ್ಮಸಾಕ್ಷಿ ಹೇಳುತ್ತಿಲ್ಲವೇ?'.

'ನನ್ನ ಆತ್ಮಸಾಕ್ಷಿ ತಾಯ್ನಾಡಿನ ಪರವಾಗಿ ನಿಂತು ಹೋರಾಡು ಎಂದಷ್ಟೇ ಹೇಳುತ್ತಿದೆ. ಅದಕ್ಕೆ ವಿರುದ್ಧವಾಗಿ ನಡೆದುಕೊಳ್ಳುವುದು ನನ್ನಿಂದ ಅಸಾಧ್ಯ. ಮೆಲೂಹಕ್ಕಾಗಿ ಹೋರಾಡುವುದು ನನ್ನ ಧರ್ಮ ಮತ್ತು ಕರ್ತವ್ಯ'.

'ನಿನ್ನ ಆತ್ಮಸಾಕ್ಷಿ ನಿನ್ನನ್ನು ಅಪಾಯದ ಅಂಚಿಗೆ ತಳ್ಳುತ್ತಿದೆ ಪರ್ವತೇಶ್ವರ'.

'ಆತ್ಮಸಾಕ್ಷಿ ಹೇಳಿದ ದಾರಿಯಲ್ಲಿ ಸಾಗುವಾಗ ಯಾವ ಅಪಾಯಗಳಿಗೂ ಅಂಜಬಾರದು ಅಲ್ಲವೇ ಮಹಾಪ್ರಭು. ಹಾಗೇನಾದರೂ ಅಪಾಯ ಸಂಭವಿಸಿದರೆ ನಾನು ಅದಕ್ಕೆ ಚಿಂತಿಸುವುದೂ ಇಲ್ಲ'.

'ಇದು ಮೂರ್ಖತನದ ಪರಮಾವಧಿ. ಅಷ್ಟಕ್ಕೂ ಬೃಗು ಮಹರ್ಷಿ ನಿನ್ನ ಬಗ್ಗೆ ಪ್ರೀತಿ-ವಿಶ್ವಾಸ ಹೊಂದಿದ್ದಾನೆ ಎಂದು ಭಾವಿಸಿರುವೆಯಾ? ಖಂಡಿತಾ ಇಲ್ಲ. ಆತನಗೆ ಬೇಕಾಗಿರುವುದು ಸೋಮರಸ ಮತ್ತು ಅದರ ರಕ್ಷಣೆ. ಒಮ್ಮೆ ಆತನ ಕೆಲಸ ಕೈಗೂಡಿದರೆ ನಂತರ ಆತ ನಿನ್ನನ್ನೂ ಬಿಡುವುದಿಲ್ಲ, ಕೊಂದುಹಾಕುತ್ತಾನೆ'.

'ನಮ್ಮ ಕರ್ತವ್ಯಗಳು ಮುಗಿದ ನಂತರ ಎಲ್ಲರೂ ಸಾಯಲೇಬೇಕು. ಅದೇ ಸೃಷ್ಟಿಯ ನಿಯಮವಲ್ಲವೇ ಪ್ರಭು'.

ಶಿವ ಅಸಹನೆಯಿಂದ ತನ್ನ ಮುಖ ಮುಚ್ಚಿಕೊಂಡ.

'ಮಹಾಪ್ರಭು! ನಿಮಗೆ ನನ್ನ ಮೇಲೆ ಅತಿಯಾದ ಕೋಪವಿದೆ ಎಂಬುದನ್ನು ಬಲ್ಲೆ. ಆದರೆ ದುಷ್ಟರ ವಿರುದ್ಧ ಹೋರಾಡುವುದು ನಿಮ್ಮ ಕರ್ತವ್ಯ. ಅದನ್ನು ನೀವು ನಿರಾತಂಕವಾಗಿ ಮಾಡಿ. ಅದೇ ರೀತಿ ನನಗೂ ಒಂದು ಕರ್ತವ್ಯವಿದೆ. ಅದು ಮಾತೃಭೂಮಿಯ ರಕ್ಷಣೆ. ಆ ಕರ್ತವ್ಯವನ್ನು ನಾನು ನಿಸ್ಪೃಹತೆಯಿಂದ ಮಾಡಲೇಬೇಕು. ದುಷ್ಟಸಂಹಾರವಾಗುವವರೆಗೂ ವಿರಮಿಸುವುದಕ್ಕೆ ನಿಮ್ಮ ಆತ್ಮಸಾಕ್ಷಿ ಒಪ್ಪುವುದಿಲ್ಲ. ಅದೇ ರೀತಿ ನನ್ನ ಆತ್ಮಸಾಕ್ಷಿಯೂ ಮೆಲೂಹದ ರಕ್ಷಣೆಗೆ ವಿರಮಿಸದೇ ಹೋರಾಡು ಎನ್ನುತ್ತಿದೆ ಮಹಾಸ್ವಾಮಿ. ದಯಮಾಡಿ ಈ ಸತ್ಯವನ್ನು ಅರ್ಥಮಾಡಿಕೊಳ್ಳಿ'.

'ಅಂದರೆ ನಾನು ಮಾಡುತ್ತಿರುವ ಕೆಲಸ ತಪ್ಪು ಎನ್ನುವುದೇ ನಿನ್ನ ಅಭಿಪ್ರಾಯ ಪರ್ವತೇಶ್ವರ?' ಶಿವ ಕೈಯಿಂದ ಮುಖವನ್ನು ಒರೆಸಿಕೊಳ್ಳುತ್ತಾ ಕೇಳಿದ.

'ಛೆ.....ಛೆ.....! ಎಂತಹ ಮಾತು ಹೇಳಿದಿರಿ ಮಹಾಸ್ವಾಮಿ. ನನ್ನ ಒಡೆಯ ಎಂದಾದರೂ ತಪ್ಪು ಮಾಡುವುದಕ್ಕೆ ಸಾಧ್ಯವೇ? ಖಂಡಿತಾ ಇಲ್ಲ ಮಹಾಪ್ರಭು'.

'ಹಾಗಾದರೆ ನಿನ್ನ ಮನಸ್ಸಿನ ಆಲೋಚನೆ ಏನು ಎನ್ನುವುದೇ ನನಗೆ ಅರ್ಥವಾಗುತ್ತಿಲ್ಲ. ನಾನು ಸತ್ಯದ ದಾರಿಯಲ್ಲಿ ನಡೆಯುತ್ತಿದ್ದೇನೆ ಎಂದರೂ ನೀನು ನನ್ನೊಂದಿಗೆ ಬರುತ್ತಿಲ್ಲ. ಬದಲಾಗಿ ಆತ್ಮಸಾಕ್ಷಿಯ ಹೆಸರಿನಲ್ಲಿ ಸಾವಿನ ಹಾದಿಯನ್ನು ಆಯ್ದುಕೊಳ್ಳುತ್ತಿರುವೆ. ಏತಕ್ಕಾಗಿ ಈ ಹಠ ಪರ್ವತೇಶ್ವರ?'.

'"ಸ್ವಧರ್ಮೆ ನಿಧನಂ ಶ್ರೇಯಾಹಃ ಪರಧರ್ಮೊ ಭಯಾವಹಃ" ಎಂಬಂತೆ ಆತ್ಮ ಸಾಕ್ಷಿಗೆ ವಿರುದ್ಧ ದಿಕ್ಕಿನಲ್ಲಿ ಸಾಗುವುದು ಎಂದಿಗೂ ಅಪಾಯಕಾರಿ. ಅದರ ಬದಲು ಅಂತರಾತ್ಮ ಹೇಳಿದ ದಾರಿಯಲ್ಲಿ ಸಾಗಿ ಅಳಿದು ಹೋಗುವುದು ಎಷ್ಟೋ ಮೇಲು ಅಲ್ಲವೇ ಮಹಾಪ್ರಭು?'.

ಶಿವ ಒಂದು ಕ್ಷಣ ಪರ್ವತೇಶ್ವರನನ್ನೇ ದಿಟ್ಟಿಸಿ ನೋಡಿದ. ಆತನ ದೃಢ ನಿರ್ಧಾರ ಶಿವನಿಗೆ ಸ್ಪಷ್ಟವಾಗಿ ಅರ್ಥವಾಯಿತು. ಕೂಡಲೆ ಜೋರು ದನಿಯಲ್ಲಿ ನಂದಿ, ಭದ್ರ ಮತ್ತು ಪರಶುರಾಮನನ್ನು ಕೂಗಿ ಕರೆದ. ಮೂವರೂ ಒಳಗೆ ಬಂದರು.

'ಪರ್ವತೇಶ್ವರ ಸಧ್ಯಕ್ಕೆ ಇದೇ ಸೆರೆಮನೆಯಲ್ಲಿರಲಿ' ಶಿವ ಆದೇಶ ನೀಡಿದ.

'ಹಾಗೇ ಆಗಲಿ ಮಹಾಸ್ವಾಮಿ' ನಂದಿ ಶಿವನಿಗೆ ನಮಸ್ಕರಿಸಿದ.

'ಹಾಂ! ಪರ್ವತೇಶ್ವರನನ್ನು ಸರಪಳಿಗಳಿಂದ ಬಂಧಿಸಬೇಡಿ, ಅರ್ಥವಾಯಿತೇ?' ಅಷ್ಟು ಹೇಳಿ ಶಿವ ಅಲ್ಲಿಂದ ಹೊರನಡೆದ.

ಅಧ್ಯಾಯ – 18
ಗೌರವದ ಬೀಳ್ಕೊಡುಗೆ

ಶಿವ ಕಾಶಿಯ ಅರಮನೆಯಲ್ಲಿ ಗೋಪಾಲ ಪಂಡಿತರೊಂದಿಗೆ ಗಹನವಾದ ಸಮಾಲೋಚನೆಯಲ್ಲಿ ತೊಡಗಿದ್ದ. ಜತೆಯಲ್ಲಿ ಶಿವನ ಪರಿವಾರವೂ ಇತ್ತು. ಅಷ್ಟರಲ್ಲಿ ಕಾಳಿ ಮುಂದೇನು ಮಾಡಬೇಕು ಎನ್ನುವ ವಿಚಾರದಲ್ಲಿ ತನ್ನ ನಿಲುವನ್ನು ಸ್ಪಷ್ಟಪಡಿಸಿದಳು.

'ಈಗ ನಮ್ಮ ಮುಂದೆ ಹೆಚ್ಚಿನ ಆಯ್ಕೆಗಳಿಲ್ಲ. ನಿಜ! ಪರ್ವತೇಶ್ವರನಂತಹ ಮಹಾವೀರನನ್ನು ಕೊಲ್ಲುವುದು ಸರಿಯಲ್ಲ. ಬದಲಾಗಿ ಯುದ್ಧ ಮುಗಿಯುವವರೆಗೂ ಆತ ಇಲ್ಲಿಯೇ ಇರುವಂತೆ ನೋಡಿಕೊಳ್ಳೋಣ'.

'ಚಿಕ್ಕಮ್ಮ ಹೇಳುತ್ತಿರುವುದು ಸರಿಯಾಗಿದೆ ಬಾಬಾ. ಇದೊಂದು ಕಠಿಣ ನಿರ್ಧಾರ ಎನ್ನುವುದರಲ್ಲಿ ಎರಡು ಮಾತಿಲ್ಲ. ಇದುವರೆಗೂ ಪರ್ವತೇಶ್ವರ ಅತ್ಯಂತ ಗೌರವ ಮತ್ತು ಪ್ರಾಮಾಣಿಕತೆಯಿಂದ ನಡೆದುಕೊಂಡಿದ್ದಾನೆ. ನಮ್ಮ ಯುದ್ಧ ತಂತ್ರಗಳನ್ನು ಅಪ್ಪಿ ತಪ್ಪಿಯೂ ತಿಳಿದುಕೊಳ್ಳುವ ಪ್ರಯತ್ನ ಮಾಡಿಲ್ಲ. ಆತ ಮನಸ್ಸು ಮಾಡಿದ್ದರೆ ಎಂದೋ ಇಲ್ಲಿಂದ ತಪ್ಪಿಸಿಕೊಳ್ಳಬಹುದಿತ್ತು. ಆದರೆ ಆತ ನಮ್ಮ ಬರುವಿಕೆಗಾಗಿ ಕಾದುಕುಳಿತಿದ್ದ. ನೀವು ಬಂದ ನಂತರ ನಿಮ್ಮ ಅನುಮತಿ ಪಡೆದೇ ಮೆಲೂಹಕ್ಕೆ ತೆರಳುವುದು ಆತನ ಉದ್ದೇಶವಾಗಿತ್ತು. ಏಷ್ಟಾದರೂ ನೀವು ನೀಲಕಂಠ. ಭರತಖಂಡವನ್ನು ರಕ್ಷಿಸುವ ಮಹತ್ತರ ಜವಾಬ್ದಾರಿ ನಿಮ್ಮ ಮೇಲಿದೆ. ಲಕ್ಷಾಂತರ ಜನರಿಗೆ ಒಳಿತನ್ನು ಮಾಡಬೇಕಾದರೆ ಅವರನ್ನು ದುಷ್ಟರಿಂದ ರಕ್ಷಿಸಬೇಕಾದರೆ ಕೆಲವೊಮ್ಮೆ ಹೊರನೋಟಕ್ಕೆ ತಪ್ಪು ಎಂದು ಗೋಚರಿಸಿದರೂ ಅದನ್ನೇ ಮಾಡಬೇಕಾಗುತ್ತದೆ. ಅಂಥಹ ಸಂದರ್ಭಗಳಲ್ಲಿ ಬರುವ ಅಂತಿಮ ಫಲಿತಾಂಶ ನಮ್ಮ ನಿಲುವನ್ನು ಸಮರ್ಥಿಸುತ್ತದೆ' ಕಾರ್ತಿಕ ಹೇಳಿದ.

ಸತಿ ಮಗನತ್ತ ನೋಡಿ ಹೇಳಿದಳು 'ಒಳ್ಳೆಯ ಫಲಿತಾಂಶ ಬರುತ್ತದೆ ಎಂದ ಮಾತ್ರಕ್ಕೆ ನಾವು ತೆಗೆದುಕೊಳ್ಳುವ ಪ್ರಶ್ನಾರ್ಹ ನಿರ್ಧಾರ ಸರಿ ಎಂದು ಹೇಗೆ ಹೇಳುವೆ ಕಾರ್ತಿಕ'. 'ಹಾಗಾದರೆ ಸೋಮರಸ ನಮ್ಮೆಲ್ಲರನ್ನು ನಾಶಮಾಡುತ್ತಿದೆ ಎಂದು ತಿಳಿದೂ ಸುಮ್ಮನಿರಬೇಕೆ ಅಮ್ಮ'.

'ಖಂಡಿತಾ ಇಲ್ಲ! ಆದರೆ ಮುಂಬರುವ ಯುದ್ಧ ಕೇವಲ ಸೋಮರಸಕ್ಕಾಗಿ ಮಾತ್ರ ಎಂದು ಭಾವಿಸಿರುವೆಯಾ ಕಂದ?'.

ಗಣೇಶ ಎದ್ದು ನಂತು ಹೇಳಿದ 'ಹೌದು ಅಮ್ಮ'.

'ಇಲ್ಲ ಮಗು! ಕೇವಲ ಸೋಮರಸಕ್ಕಾಗಿ ಮಾತ್ರ ಈ ಯುದ್ಧ ನಡೆಯುತ್ತಿಲ್ಲ. ಇದೊಂದು ಧರ್ಮಯುದ್ಧ. ಈ ಯುದ್ಧದಲ್ಲಿ ಶಿವನ ಒಂದೊಂದು ನಡೆಯನ್ನು ಜಗತ್ತಿನ ಜನ ಗಮನಿಸುತ್ತಾರೆ. ಆತನ ಬದುಕಿನ ಒಂದೊಂದು ಆಯಾಮವನ್ನೂ ಪರಿಶೀಲಿಸುತ್ತಾರೆ. ಅದರಿಂದ ಸ್ಫೂರ್ತಿ ಪಡೆಯುತ್ತಾರೆ. ಪಾಠ ಕಲಿಯುತ್ತಾರೆ. ನಾವು ಶಿವನಂತೆಯೇ ಬದುಕಬೇಕು ಎನ್ನುವ ನಿರ್ಧಾರ ತೆಗೆದುಕೊಳ್ಳುತ್ತಾರೆ. ಶತಶತಮಾನಗಳು ಕಳೆದರೂ ಜನ ಶಿವ ಬಿಟ್ಟು ಹೋಗುವ ಆದರ್ಶಗಳನ್ನು ನೆನೆಪಿಸಿಕೊಳ್ಳುತ್ತಾರೆ. ಹಾಗಾಗಿ ನಾವು ಯುದ್ಧವನ್ನು ನ್ಯಾಯ ಮತ್ತು ಧರ್ಮದಿಂದ ಗೆಲ್ಲಬೇಕು. ಬೃಗು ಮಹರ್ಷಿ ಪಂಚವಟಿಯಲ್ಲಿ ನಮ್ಮ ಮೇಲೆ ದೈವೀ ಅಸ್ತ್ರವನ್ನು ಬಳಸಿದಾಗ ನಾವು ಆತನನ್ನು ನಂದಿಸಿದೆವು. ಬೃಗು ಮಹರ್ಷಿ ತಾನು ಮಾಡಿದ ಕಾರ್ಯವನ್ನು ಸಮರ್ಥಿಸಿ ಕೊಳ್ಳಬಹುದು. ಆದರೆ ಆತ ಮಾಡಿದ್ದು ತಪ್ಪು ಮತ್ತು ಅದು ಅಧರ್ಮ ಎಂದು ಇತಿಹಾಸದ ಪುಟಗಳಲ್ಲಿ ದಾಖಲಾಯಿತು ಅಲ್ಲವೇ?. ಈಗ ನಾವೂ ಅದೇ ರೀತಿ ವರ್ತಿಸಿದರೆ ನಮಗೂ ಆತನಿಗೂ ಏನು ವ್ಯತ್ಯಾಸವಿರುತ್ತದೆ ಹೇಳು. ನಾವು ಆತನಿಗಿಂತ ಭಿನ್ನವಾಗಿ ನಿಲ್ಲಲು ಸಾಧ್ಯವೇ?' ಸತಿ ಕೇಳಿದಳು.

'ಆದರೆ ಯುದ್ಧದಲ್ಲಿ ಯಾರು ಜಯಶೀಲರಾಗುವರೋ ಅವರನ್ನು ಮಾತ್ರ ಜನ ನೆನಪಿನಲ್ಲಿ ಇಟ್ಟುಕೊಳ್ಳುತ್ತಾರೆ. ಗೆಲ್ಲುವವರು ಮಾತ್ರ ಇತಿಹಾಸವನ್ನು ಬರೆಯಬಲ್ಲರು. ಅವರು ಹೇಗೆ ಬೇಕಾದರೂ ತಮ್ಮ ಗೆಲುವನ್ನು ದಾಖಲಿಸಬಹುದು. ಸೋತವರು ಜನರ ನೆನಪಿಗೂ ಬಾರದಂತೆ ಅಳಿಸಿಹೋಗುತ್ತಾರೆ. ಹಾಗಾಗಿ ಈಗ ನಮಗೆ ಗೆಲುವಷ್ಟೇ ಮುಖ್ಯ' ಕಾಳಿ ಹೇಳಿದಳು.

'ನಿನ್ನ ಮಾತನ್ನು ನಾನು ಒಪ್ಪುವುದಿಲ್ಲ ಕಾಳಿ. ಜಯಶಾಲಿಗಳು ಮಾತ್ರ ಇತಿಹಾಸ ನಿರ್ಮಿಸುತ್ತಾರೆ ಎಂಬ ವಾದ ಸರಿಯಲ್ಲ' ಪಂಡಿತರು ಹೇಳಿದರು.

'ಇಲ್ಲ ಪಂಡಿತರೇ ಇತಿಹಾಸ ಬರೆಯುವವರು ಜಯಶಾಲಿಗಳೇ. ದೇವ–ದಾನವರಲ್ಲಿ ನಾವು ನೆನಪಿನಲ್ಲಿಟ್ಟುಕೊಂಡಿರುವುದು ಮತ್ತು ವೈಭವೀಕರಿಸಿರುವುದು ದೇವತೆಗಳನ್ನು ಮಾತ್ರ ತಾನೇ'.

'ನಿಜ! ಭಾರತ ದೇಶದಲ್ಲಿ ನಾವು ದೇವತೆಗಳನ್ನು ನೆನೆಯುತ್ತೇವೆ. ಆದರೆ ದೇಶದ ಹೊರಗೆ ದಾನವರನ್ನು ಜನ ನೆನೆಯುತ್ತಾರೆ' ಪಂಡಿತರು ಹೇಳಿದರು.

'ಆದರೆ ನಾವು ಇರುವುದು ಈ ದೇಶದಲ್ಲಿ ಅಲ್ಲವೇ? ಎಲ್ಲೋ ಇರುವವರ ಬಗ್ಗೆ ನಾವೇಕೆ ಚಿಂತಿಸಬೇಕು?' ಕಾಳಿ ಕೇಳಿದಳು.

'ಇಲ್ಲಿ ಕೇವಲ ಸ್ಥಳವಷ್ಟೇ ಮುಖ್ಯವಲ್ಲ. ಕಾಲವೂ ಬಹುಮುಖ್ಯ. ಶಕ್ತಿಶಾಲಿಯಾಗಿ ಹೊರಹೊಮ್ಮಿದ ಎಷ್ಟೋ ರಾಜಮಹಾರಾಜರು ಕಾಲಚಕ್ರ ಉರುಳಿದಂತೆ ಬಲಹೀನರಾಗಿ ಇತಿಹಾಸದ ಪುಟಗಳನ್ನು ಸೇರಿದ್ದಾರೆ. ಬಲಹೀನರು ಮೇಲೆದ್ದು ಬಂದು ರಾಜ್ಯಭಾರ ಮಾಡಿ ಹೆಸರು ಮತ್ತು ಕೀರ್ತಿಯನ್ನು ಪಡೆದಿದ್ದಾರೆ. ಆಗ ಅವರ ಹೆಸರೂ ಇತಿಹಾಸದ ಪುಟಗಳಲ್ಲಿ ಅಚ್ಚಳಿಯದಂತೆ ದಾಖಲಾಗಿದೆ'.

'ನಾನು ನಿಮ್ಮ ವಾದವನ್ನು ಒಪ್ಪುವುದಿಲ್ಲ ಪಂಡಿತರೇ' ಕಾಳಿ ಹೇಳಿದಳು.

'ಕಾಳಿ! ಇನ್ನೂ ಸರಳವಾಗಿ ಹೇಳುತ್ತೇನೆ ಕೇಳು. ಉದಾಹರಣೆಗೆ ನೂರಾರು ವರ್ಷಗಳ ಹಿಂದೆ ಎಲ್ಲರಿಂದಲೂ ಮೆಚ್ಚುಗೆ ಗಳಿಸಿಕೊಂಡಿದ್ದ ನಾಗಾಗಳು ಕಾಲಚಕ್ರ ಉರುಳಿದಂತೆ ಶಾಪಗ್ರಸ್ಥರಾಗಿ ಸಮಾಜದ ಮುಖ್ಯವಾಹಿನಯಿಂದ ದೂರವೇ ಉಳಿದುಬಿಟ್ಟಿದ್ದರು'.

ಈಗ ಕಾಳಿ ಮರುಮಾತನಾಡಲಿಲ್ಲ. ಪಂಡಿತರು ಮಾತು ಮುಂದುವರಿಸಿದರು.

'ಆದ್ದರಿಂದಲೇ ಶತ್ರುಗಳೊಂದಿಗೆ ನಾವು ಧರ್ಮದಿಂದ ವರ್ತಿಸಬೇಕು. ಅವರೊಂದಿಗೆ ಗೌರವದಿಂದ ನಡೆದುಕೊಳ್ಳಬೇಕು. ಅವರಿಗೆ ವೀರಸ್ವರ್ಗ ದೊರೆಯುವಂತೆ ಮಾಡಬೇಕು'.

'ನಮ್ಮ ಶತ್ರುಗಳು ಎದೆಯಲ್ಲಿ ಹಾಲಾಹಲವನ್ನು ತುಂಬಿಕೊಂಡಿದ್ದಾರೆ. ಅಂಥವರ ಮೇಲೆ ಕರುಣೆ, ಮಮತೆ ತೋರಬೇಕೇ?' ಕಾಳಿ ವ್ಯಂಗ್ಯದಿಂದ ಕೇಳಿದಳು.

'ಕಾಳಿ! ನೀನು ಮೆಲೂಹನ್ನರನ್ನು ದ್ವೇಷಿಸುವೆ ಅಲ್ಲವೇ?'.

'ಹೌದು! ನಿಸ್ಸಂದೇಹವಾಗಿ'.

'ನನಗೆ ಅದೇ ದ್ವೇಷ ಮತ್ತು ಆಕ್ರೋಷ ಮೆಲೂಹದ ನಿರ್ಮಾತೃ ಶ್ರೀರಾಮನ ಮೇಲೂ ಇದೆಯೇ?'.

ಕಾಳಿ ಮಾತನಾಡಲಿಲ್ಲ. ಕಾರಣ ಶ್ರೀರಾಮನನ್ನು ಕಂಡರೆ ಆಕೆಗೆ ಅತೀವ ಭಕ್ತಿ ಮತ್ತು ಗೌರವ.

'ಹೌದು ಕಾಳಿ! ನೀನು ಶ್ರೀರಾಮನನ್ನು ಗೌರವಿಸಲು ಕಾರಣ ಆತ ಶತ್ರುಗಳನ್ನು ಗೌರವಿಸುತ್ತಿದ್ದ ಎಂದು' ಸತಿ ಕೇಳಿದಳು.

ಸತಿಯ ಮಾತಿಗೆ ಶಿವ ಸುಮ್ಮನೆ ತಲೆಯಾಡಿಸಿದ.

'ಮನುಷ್ಯ ವೈರಿಯ ಸೋಲು ಗೆಲುವಿನ ಆಚೆಗೆ ಯೋಚಿಸಿದಾಗ ಮಾತ್ರ ದೈವತ್ವಕ್ಕೆ ಏರಲು ಸಾಧ್ಯ. ಶಿವನಲ್ಲಿ ಅಂತಹ ವ್ಯಕ್ತಿತ್ವವಿದೆ. ಶತ್ರುಗಳೊಂದಿಗೆ ಗೌರವದಿಂದ ನಡೆದುಕೊಳ್ಳುವ ಶಿವನ ಗುಣ ಮುಂದಿನ ಪೀಳಿಗೆಗೆ ಸಂದೇಶವೊಂದನ್ನು ರವಾನಿಸಲಿದೆ. ಶತ್ರುಗಳೊಂದಿಗೆ ಹೇಗೆ ನಡೆದುಕೊಳ್ಳಬೇಕು ಎನ್ನುವುದು ಶಿವನ ಬದುಕಿನ ಮೂಲಕ

ಅಭಿವ್ಯಕ್ತಿಗೊಳ್ಳಲಿದೆ. ಶತ್ರುಗಳೂ ಶಿವನನ್ನು ಗೌರವಾದರಗಳಿಂದ ನೋಡುತ್ತಾರೆ ಎನ್ನುವ ಸತ್ಯ ಜಗತ್ತಿಗೆ ತಿಳಿಯಲಿದೆ'.

'ಹೌದು ಕಾಳಿ! ಶತ್ರುಗಳು ನಮ್ಮನ್ನು ಗೌರವಿಸುವಾಗ ನಾವೂ ಅವರನ್ನು ಗೌರವಿಸಬೇಕು. ಅದೇ ನಿಜವಾದ ಧರ್ಮ' ಪಂಡಿತರು ಸತಿಯ ಮಾತಿಗೆ ದನಿಗೂಡಿಸಿದರು.

ಸತಿ, ಕಾಳಿ ಮತ್ತು ಪಂಡಿತರು ಇಷ್ಟೆಲ್ಲಾ ಮಾತನಾಡುತ್ತಿದ್ದರೂ ಶಿವ ಒಂದು ಮಾತನ್ನೂ ಆಡಲಿಲ್ಲ. ನೇರವಾಗಿ ಉಪ್ಪರಿಗೆಯ ಮೇಲೆ ಬಂದು ಅಲ್ಲಿಂದ ಹೊರಗೆ ದೃಷ್ಟಿಹಾಯಿಸಿದ. ನಂತರ ಕಾಶಿ ವಿಶ್ವನಾಥನ ಮಂದಿರವನ್ನೇ ದಿಟ್ಟಿಸಿ ನೋಡಲಾರಂಭಿಸಿದ. ಹತ್ತಿರದಲ್ಲಿ ಗಂಗಾ ನದಿ ವಿಶಾಲವಾಗಿ ಹರಿಯುತ್ತಿತ್ತು. ಎಲ್ಲರೂ ಶಿವನ ನಿರ್ಧಾರದ ಬಗ್ಗೆ ಕಾತುರರಾಗಿದ್ದರು.

ಶಿವ ಮೆಲ್ಲನೆ ಉಸುರಿದ 'ನಾನು ಈ ಬಗ್ಗೆ ಯೋಚಿಸುತ್ತೇನೆ. ನನಗೆ ಸ್ವಲ್ಪ ಕಾಲಾವಕಾಶ ಬೇಕು. ನಾಳೆ ಮತ್ತೆ ಭೇಟಿಯಾಗೋಣ'.

ಸತಿ ಹಾಗೇ ತುಸು ದೂರಕ್ಕೆ ದೃಷ್ಟಿ ಹಾಯಿಸಿದಳು. ಅದೊಂದು ತಿಳಿ ನೀರಿನ ಶುಭ್ರ ಸರೋವರ. ಮೀನುಗಳು ನೀರಿನ ಮೇಲೆ ನೆಗೆದಾಡುತ್ತಿದ್ದವು. ಸರೋವರದ ಹಿಂದೆ ಕಪ್ಪನೆಯ ಪರ್ವತ ಸಾಲು. ಅದಕ್ಕೆ ಟೋಪಿ ಹಾಕಿವೆಯೇನೋ ಎನ್ನುವಂತೆ ಅಲ್ಲಲ್ಲಿ ಹಿಮಗೆಡ್ಡೆಗಳು. ಸತಿ ನಿಧಾನವಾಗಿ ಸರೋವರದ ದಂಡೆಯತ್ತ ನಡೆದು ಬರುತ್ತಿದ್ದಳು. ದಂಡೆಯ ಮೇಲೆ ಯೋಗಿಯೊಬ್ಬ ಧ್ಯಾನಾಸಕ್ತನಾಗಿ ಕುಳಿತಿದ್ದ. ಮೈಮೇಲೆ ಹುಲಿಯ ಚರ್ಮ ಹೊದ್ದಿದ್ದ. ಬೆನ್ನ ಮೇಲೆ ಇಳಿಬಿಟ್ಟಿದ್ದ ಉದ್ದವಾದ ಜಡೆ. ನೆತ್ತಿಯ ಮೇಲೊಂದು ಗಂಟು, ಕಟ್ಟುಮಸ್ತಾದ ದೇಹ, ದೇಹದ ಮೇಲೆಲ್ಲಾ ಗಾಯದ ಗುರುತು. ತಲೆಯ ಮೇಲಿದ್ದ ಹೇರಳ ಗಂಟಿನ ಮಧ್ಯೆ ಅರ್ಧ ಚಂದ್ರ. ಕೊರಳಲ್ಲಿ ಹಾರದಂತೆ ಸುತ್ತಿಕೊಂಡಿದ್ದ ಸರ್ಪ. ಆತ ಕುಳಿತ್ತಿದ್ದ ಜಾಗದಲ್ಲಿ ಬೃಹತ್ ತ್ರಿಶೂಲವೊಂದು ಅರ್ಧದಷ್ಟು ಭೂಮಿಯ ಒಳಗೆ ನಾಟಿತ್ತು. ಮೊದಲಿಗೆ ಆ ಯೋಗಿಯ ಮುಖ ಸತಿಗೆ ಮಸಕು ಮಸುಕಾಗಿ ಕಂಡಿತು. ಹತ್ತಿರ ಬರುತ್ತಿದ್ದಂತೆ ಆತನ ಮುಖ ಸ್ಪಷ್ಟವಾಗಿ ಗೋಚರಿಸಿತು.

'ಶಿವ' ಸತಿ ಚೀರಿದಳು.

ಶಿವ ಆಕೆಯತ್ತ ಮುಗುಳ್ನಗೆ ಬೀರಿದ.

'ಈ ಕೈಲಾಸ ಪರ್ವತ ನಿನ್ನ ಮನೆಯಲ್ಲವೇ?'.

ಶಿವ ಆಕೆಯ ಕಣ್ಣುಗಳನ್ನೇ ನೋಡುತ್ತಾ 'ಹೌದು' ಎಂದು ತಲೆಯಾಡಿಸಿದ.

'ಮುಂದೊಂದು ದಿನ ನಾವು ಇಲ್ಲಿಗೆ ಬಂದು ಈ ಸುಂದರ ನಾಡಿನಲ್ಲಿ ನೆಲೆಸುತ್ತೇವೆ' ಶಿವ ಹೇಳಿದ.

'ಗಣೇಶ ಮತ್ತು ಕಾರ್ತಿಕ ಎಲ್ಲಿ?' ಸತಿ ಕೇಳಿದಳು.

ಶಿವ ಉತ್ತರಿಸಲಿಲ್ಲ.

'ಶಿವ! ನಮ್ಮ ಮಕ್ಕಳೆಲ್ಲಿ?' ಸತಿ ಶಿವನನ್ನೇ ದಿಟ್ಟಿಸಿ ನೋಡುತ್ತಿದ್ದಳು.

ಆಶ್ಚರ್ಯವೆಂಬಂತೆ ಶಿವ ಇದ್ದಕ್ಕಿದಂತೆ ವಯೋವೃದ್ಧನಂತೆ ಕಾಣತೊಡಗಿದ. ಸುಂದರವಾದ ಮುಖದಲ್ಲಿ ಸುಕ್ಕುಗಳು. ಕಪ್ಪು ಕೂದಲು ಬಿಳಿಯ ಬಣ್ಣಕ್ಕೆ ತಿರುಗಿತು. ಕಟ್ಟು ಮಸ್ತಾದ ದೇಹ ಕೃಶವಾಗಿತ್ತು. ಸತಿಗೆ ತನ್ನ ಕಣ್ಣುಗಳನ್ನೇ ನಂಬಲಾಗಲಿಲ್ಲ.

'ಶಿವ! ನಾವಿಬ್ಬರೂ ವೃದ್ಧಾಪ್ಯವನ್ನು ತಲುಪಿಬಿಟ್ಟಿದ್ದೇವೆ' ಸತಿ ಹೇಳಿದಳು.

ಶಿವನ ಕಣ್ಣುಗಳು ಅರಳಿದವು. ಸತಿ ಸರೋವರದ ತಿಳಿನೀರಿನಲ್ಲಿ ತನ್ನ ಪ್ರತಿಬಿಂಬವನ್ನು ಕಂಡಳು. ಪರಮಾಶ್ಚರ್ಯ! ಆಕೆ ಮುಂಚೆ ಹೇಗಿದ್ದಳೋ ಹಾಗೇ ಇದ್ದಳು. ಆಕೆಯ ದೇಹದಲ್ಲಿ ಯಾವ ಬದಲಾವಣೆಯೂ ಆಗಿರಲಿಲ್ಲ. ತಾರುಣ್ಯ ಹಾಗೇ ಇತ್ತು.

ಆಕೆ ಗಂಡನತ್ತ ತಿರುಗಿ ಹೇಳಿದಳು 'ನಾವು ಸೋಮರಸ ಸೇವಿಸುವುದನ್ನು ನಿಲ್ಲಿಸಿದ್ದೇವೆ. ಇದು ಅದೆರ ಪರಿಣಾಮ'.

ಶಿವನ ಮುಖದಲ್ಲಿ ಈಗ ಗಾಬರಿಯಿತ್ತು. ಕಣ್ಣುಗಳಿಂದ ನೀರು ಜಾರಿ ಸುಕ್ಕಾದ ಕೆನ್ನೆಯ ಮೇಲೆ ಹರಿಯುತ್ತಿತ್ತು.

ಆತ ಕೈಗಳನ್ನು ಚಾಚುತ್ತಾ ಜೋರಾಗಿ ಚೀರಿದ 'ಸತಿ.......'.

ಸತಿ ತಿರುಗಿ ನೋಡಿದಳು. ತಕ್ಷಣ ಆಕೆಯ ದೇಹಕ್ಕೆ ಬೆಂಕಿ ಹೊತ್ತಿಕೊಂಡಿತು. ದೇಹ ಧಗಧಗನೆ ಉರಿಯತೊಡಗಿತು.

'ಸತಿ.......ನನ್ನನ್ನು ಬಿಟ್ಟುಹೋಗಬೇಡ' ಶಿವ ಕೂಗುತ್ತಾ ಸರೋವರದ ದಂಡೆಯಲ್ಲಿ ಸತಿಯ ಹಿಂದೆ ಓಡತೊಡಗಿದ. ನೋಡು ನೋಡುತ್ತಿದ್ದಂತೆ ಆಕೆ ಆಗಸದಲ್ಲಿ ಹಾರತೊಡಗಿದಳು. ಬೀಸುತ್ತಿದ್ದ ಗಾಳಿಯ ರಭಸಕ್ಕೆ ಉರಿಯುತ್ತಿದ್ದ ಬೆಂಕಿಯ ಜ್ವಾಲೆ ಹೆಚ್ಚಾಗತೊಡಗಿತು.

'ಸತಿ............'.

ಅಷ್ಟರಲ್ಲಿ ಥಟ್ಟನೆ ಸತಿ ನಿದ್ದೆಯಿಂದ ಎದ್ದು ಕುಳಿತಳು. ಅಲ್ಲಿಯವರೆಗೂ ತಾನು ಕಂಡದ್ದು ಕನಸು ಎಂದು ಮನವರಿಕೆಯಾಯಿತು. ಹಾಗೇ ಪಕ್ಕಕ್ಕೆ ಹೊರಳಿದಳು. ಅಲ್ಲಿ ಶಿವ ಇರಲಿಲ್ಲ.

'ಶಿವ..... ಎಲ್ಲಿರುವಿರಿ' ಜೋರಾಗಿ ಕೂಗಿದಳು.

ಶಿವ ಮರು ಉತ್ತರ ನೀಡಿದ 'ಸತಿ! ನಾನಿಲ್ಲೇ ಇದ್ದೇನೆ ಬಾ.........'.

ಶಿವ ಅರಮನೆಯ ಉಪ್ಪರಿಗೆಯಲ್ಲಿ ವಿಶ್ವನಾಥನ ದೇವಾಲಯವನ್ನು ನೋಡುತ್ತಾ ಆರಾಮ ಕುರ್ಚಿಯ ಮೇಲೆ ಕುಳಿತಿದ್ದ. ಅದೊಂದು ಹಾಲ ಬೆಳದಿಂಗಳ ರಾತ್ರಿ. ಸತಿ ಓಡೋಡಿ ಬಂದು ಶಿವನನ್ನು ತಬ್ಬಿಕೊಂಡಳು. ಶಿವ ಆಕೆಯನ್ನು ತೋಳಿನಿಂದ ಬಂಧಿಸಿದ.

ನಂತರ ಆಕೆಯ ಮುಖದ ಮೇಲಿದ್ದ ಗಾಬರಿಯನ್ನು ಕಂಡು 'ಏನು ಸಮಾಚಾರ ಸತಿ? ಏನಾಯಿತು?' ಎಂದು ಕೇಳಿದ.

ಸತಿ ತಲೆಯಾಡಿಸುತ್ತಾ 'ಏನೂ ಇಲ್ಲ' ಎಂದಳು.

'ನೀನು ಯಾವುದೋ ಗೊಂದಲದಲ್ಲಿರುವಂತಿದೆ?'.

'ಈಗಷ್ಟೇ ನಾನೊಂದು ವಿಚಿತ್ರ ಕನಸು ಕಂಡೆ ಶಿವ'.

'ಏನದು?'.

'ಕನಸಿನಲ್ಲಿ ನಾವಿಬ್ಬರೂ ಬೇರೆಯಾಗಿಬಿಟ್ಟಿದ್ದೆವು'.

ಶಿವ ನಸುನಗುತ್ತಾ ಆಕೆಯನ್ನು ಮತ್ತಷ್ಟು ಹತ್ತಿರಕ್ಕೆ ಎಳೆದುಕೊಂಡು 'ನೀನು ಏನು ಬೇಕಾದರೂ ಕನಸು ಕಾಣು. ಆದರೆ ನೀನೆಂದೂ ನನ್ನಿಂದ ದೂರವಾಗಲಾರೆ'.

'ನನಗೂ ಅದು ಇಷ್ಟವಿಲ್ಲ ಶಿವ' ಸತಿ ನಸುನಗುತ್ತಾ ಹೇಳಿದಳು.

'ನೀವೇನು ಯೋಚಿಸುತ್ತಿರುವಿರಿ?' ಸತಿ ಕೇಳಿದಳು.

'ನಿನ್ನನ್ನು ಮದುವೆಯಾದದ್ದು ಬದುಕಿನಲ್ಲಿ ನಾನು ಮಾಡಿದ ಅತ್ಯಂತ ಒಳ್ಳೆಯ ಕೆಲಸ ಎಂದು ಯೋಚಿಸುತ್ತಿದ್ದೆ'.

'ಅದು ನನಗೆ ಚೆನ್ನಾಗಿ ತಿಳಿದಿದೆ. ಆದರೆ ಈ ಕ್ಷಣದಲ್ಲಿ ನಿಮ್ಮನ್ನು ಕಾಡುತ್ತಿರುವ ವಿಚಾರದ ಬಗ್ಗೆ ಹೇಳಿ'.

ಶಿವ ಸತಿಯ ಮುಖವನ್ನು ನೇವರಿಸುತ್ತಾ ಹೇಳಿದ 'ಸತಿ! ನೀನು ನನ್ನೊಂದಿಗಿರುವವರೆಗೂ ನಾನು ಸರಿಯಾದ ದಾರಿಯಲ್ಲಿ ಸಾಗುತ್ತೇನೆ. ಆ ರೀತಿ ನಡೆಯುವುದಕ್ಕೆ ನೀನು ನನ್ನನ್ನು ಪ್ರೇರೇಪಿಸುವೆ'.

'ಅಂದರೆ ನಿನ್ನ ಮುಂದಿನ ದಾರಿ ಯಾವುದು ಎಂದು ನಿರ್ಧರಿಸಿಬಿಟ್ಟಿರಾ?'.

'ಹೌದು!'.

'ಏನೇ ಆಗಲಿ ನಾವು ಗೆದ್ದೇ ಗೆಲ್ಲುತ್ತೇವೆ'.

'ಹೌದು ಸತಿ! ನಾವು ಗೆಲ್ಲುತ್ತೇವೆ. ಅದು ನ್ಯಾಯದ ಮಾರ್ಗದಲ್ಲಿ. ಅನ್ಯಾಯದ ಗೆಲುವು ನಮಗೆ ಬೇಡ'.

'ನಿಮ್ಮ ಮಾತು ಸತ್ಯ. ಶ್ರೀರಾಮನೇ ಹೇಳಿರುವಂತೆ ಸತ್ಯದ ಮಾರ್ಗದಲ್ಲಿ ನಡೆಯುವಾಗ ನ್ಯಾಯ ಸಮ್ಮತವಾಗಿ ನಡೆದುಕೊಳ್ಳಬೇಕು ಅಲ್ಲವೇ'.

ಅದು ಕಾಶಿ ನಗರದ ನ್ಯಾಯಾಲಯ. ಅಲ್ಲಿ ಆಯ್ದ ಕೆಲವೇ ಮಂದಿ ಉಪಸ್ಥಿತರಿದ್ದರು. ಕಾಶಿಯ ರಾಜ ಅತಿಥಿಗ್ವ ವಿಚಾರಣೆಯ ಉಸ್ತುವಾರಿ ವಹಿಸಿದ್ದ. ಮುಂದಿನ ಕೆಲವೇ ನಿಮಿಷಗಳಲ್ಲಿ ಪರ್ವತೇಶ್ವರನನ್ನು ವಿಚಾರಣೆಗಾಗಿ ಅಲ್ಲಿಗೆ ಕರೆತರುವವರಿದ್ದರು. ಶಿವ ಗಂಭೀರವಾಗಿ ಆಸೀನನಾಗಿದ್ದ. ಅವನ ಸುತ್ತ ಗೋಪಾಲ ಪಂಡಿತರು, ಸತಿ, ಕಾಳಿ, ಗಣೇಶ ಮತ್ತು ಕಾರ್ತಿಕ. ಭಗೀರಥ ಮತ್ತು ಆಯುರ್ವತಿ ತುಸು ದೂರದಲ್ಲಿ ನಿಂತಿದ್ದರು. ಆನಂದಮಯಿಯ ಗೈರು ಹಾಜರಿ ಎದ್ದು ಕಾಣುತ್ತಿತ್ತು. ಅಷ್ಟರಲ್ಲಿ ಶಿವ ಸನ್ನೆ ಮಾಡಿ ಅತಿಥಿಗ್ವನಿಗೆ ಸಂದೇಶವೊಂದನ್ನು ರವಾನಿಸಿದ.

ಅತಿಥಿಗ್ವ ಜೋರು ದನಿಯಲ್ಲಿ ಅಂಗರಕ್ಷಕನಗೆ ಹೇಳಿದ 'ಮೆಲೂಹದ ದಂಡನಾಯಕನನ್ನು ಕರೆತನ್ನಿ'.

ಕೂಡಲೆ ಪರಶುರಾಮ, ವೀರಭದ್ರ ಮತ್ತು ನಂದಿ ಒಳಗೆ ಬಂದರು. ಅವರ ಮಧ್ಯದಲ್ಲಿ ಪರ್ವತೇಶ್ವರ. ಶಿವನ ಆದೇಶದಂತೆ ಆತನ ಕೈಕಾಲುಗಳಿಗೆ ಸರಪಳಿ ಹಾಕಿರಲಿಲ್ಲ. ಪರ್ವತೇಶ್ವರ ಶಿವನತ್ತ ನೋಡುವ ಮುನ್ನ ಒಮ್ಮೆ ಸತಿಯಡೆಗೆ ದೃಷ್ಟಿ ಹಾಯಿಸಿದ. ಶಿವ ಮುಖ ಗಂಟಿಕ್ಕಿಕೊಂಡಿದ್ದ. ಆತನ ಮನಸ್ಸಿನಲ್ಲಿ ಏನಿದೆ ಎನ್ನುವುದು ಎಲ್ಲರಿಗೂ ನಿಗೂಢವಾಗಿತ್ತು. ಆತನಿಂದ ಯಾವ ತೀರ್ಪು ಹೊರಬೀಳುವುದೋ ಎಂಬ ಕುತೂಹಲ ಎಲ್ಲರನ್ನೂ ಕಾಡಿತ್ತು. ಇತ್ತ ಪರ್ವತೇಶ್ವರನಂತೂ ನೀಲಕಂಠ ತನಗೆ ಮರಣದಂಡನೆ ನೀಡುವುದು ಖಚಿತ ಎಂದೇ ಭಾವಿಸಿದ್ದ. ವೈಯಕ್ತಿಕವಾಗಿ ಮರಣದಂಡನೆ ನೀಡುವುದು ಇಷ್ಟವಿಲ್ಲದಿದ್ದರೂ ಆತನ ಸುತ್ತಲಿರುವವರು ತನ್ನನ್ನು ಕೊಲ್ಲುವ ಅನಿವಾರ್ಯತೆಯನ್ನು ಶಿವನಗೆ ಮನದಟ್ಟು ಮಾಡಿಸಿರುತ್ತಾರೆ ಎಂದು ಪರ್ವತೇಶ್ವರ ಭಾವಿಸಿದ್ದ. ಜತೆಗೆ ನೀಲಕಂಠ ತನಗೆ ಯಾವ ಶಿಕ್ಷೆಯನ್ನು ನೀಡಿದರೂ ಅದನ್ನು ಗೌರವಯುತವಾಗಿ ಸ್ವೀಕರಿಸಲು ಪರ್ವತೇಶ್ವರ ನಿರ್ಧರಿಸಿದ್ದ. ಅದರಿಂದ ಆತನಿಗೆ ಶಿವನ ಮೇಲಿದ್ದ ಗೌರವ ಒಂದಿಷ್ಟೂ ಕಡಿಮೆಯಾಗಿರಲಿಲ್ಲ. ಕಾರಣ ತನ್ನನ್ನು ದಂಡಿಸುವ ಹಕ್ಕು ನೀಲಕಂಠನಿಗಿದೆ ಎಂದೇ ಪರ್ವತೇಶ್ವರ ತಿಳಿದಿದ್ದ. ಶಿವನ ಮುಂದೆ ಬಂದು ನಿಲ್ಲುತ್ತಿದ್ದಂತೆ ಪರ್ವತೇಶ್ವರ ತನ್ನ ಕಾಲುಗಳನ್ನು ಜೋಡಿಸಿ ಬಲಗೈ ಮುಷ್ಠಿಯನ್ನು ಎದೆಯ ಮೇಲಿಟ್ಟು ಮೆಲೂಹನ್ನರ ಶೈಲಿಯಲ್ಲಿ ಶಿವನಿಗೆ ಶಿರಬಾಗಿ ನಮಿಸಿದ. ಪರ್ವತೇಶ್ವರನಿಗೆ ಸುತ್ತಮುತ್ತ ಯಾರಿದ್ದಾರೆ ಎನ್ನುವ ಪರಿವೇ ಇರಲಿಲ್ಲ.

'ಪರ್ವತೇಶ್ವರ........' ಶಿವ ಗಂಭೀರ ಧ್ವನಿಯಲ್ಲಿ ಕೂಗಿದ.

ಥಟ್ಟನೆ ಪರ್ವತೇಶ್ವರ ಶಿವನ ಕಣ್ಣುಗಳನ್ನೇ ನೋಡಲಾರಂಭಿಸಿದ.

'ನಿನ್ನ ವಿಚಾರವಾಗಿ ಹೆಚ್ಚು ಕಾಲಹರಣ ಮಾಡುವುದು ನನಗೆ ಇಷ್ಟವಿಲ್ಲ. ಒಡೆಯನ ವಿರುದ್ಧ ನೀನು ದಂಗೆಯೆದ್ದಿರುವುದನ್ನು ಕಂಡು ನನಗೆ ಆಶ್ಚರ್ಯವಾಗುತ್ತಿದೆ. ಅಷ್ಟೇ ಅಲ್ಲದೆ ದುಷ್ಟಸಂಹಾರಕ್ಕೆ ಪಣತೊಟ್ಟಿರುವ ನನಗೆ ಇದು ಹೆಚ್ಚಿನ ಉತ್ಸಾಹವನ್ನೂ ತುಂಬುತ್ತಿದೆ. ನನ್ನ ಆತ್ಮ ಬಲವನ್ನು ಹೆಚ್ಚಿಸಿದೆ. ನಮ್ಮಿಬ್ಬರಿಗೂ ಇದು ಸುಲಭದ ಕೆಲಸವಲ್ಲ. ನನ್ನ ಧ್ಯೇಯ ದುಷ್ಟಸಂಹಾರ. ನಿನ್ನದು ತಾಯ್ನಾಡಿನ ರಕ್ಷಣೆ. ನಮ್ಮಿಬ್ಬರಲ್ಲಿ ಯಾರು ಸರಿಯಾದ ಮಾರ್ಗದಲ್ಲಿ ಸಾಗುತ್ತಿದ್ದೇವೆ ಎನ್ನುವುದನ್ನು ಕಾಲವೇ ನಿರ್ಧರಿಸಲಿದೆ'.

ಪರ್ವತೇಶ್ವರ ಅಂತಿಮವಾಗಿ ಶಿವ ಏನು ಹೇಳುತ್ತಾನೆ ಎನ್ನುವುದನ್ನೇ ಕಾಯುತ್ತಿದ್ದ.

ಶಿವ ಮಾತು ಮುಂದುವರಿಸಿದ. 'ಒಂದಂತೂ ಸತ್ಯ. ದುಷ್ಟಸಂಹಾರಕ್ಕಾಗಿ ಹೋರಾಡುವಾಗ ನಾವು ನ್ಯಾಯ ಮಾರ್ಗದಲ್ಲಿ ನಡೆಯಬೇಕು. ಅಧರ್ಮದ ಹಾದಿ ಹಿಡಿಯಬಾರದು. ನಿರ್ಮಲ ಮನಸ್ಸಿರಬೇಕು. ಹೃದಯಾಂತರಾಳದಲ್ಲಿ ಶತ್ರುವನ್ನೂ ಗೌರವದಿಂದ ಕಾಣಬೇಕು ಎನ್ನುವುದು ನನ್ನ ನಿಲುವು. ಹಾಗಾಗಿ ನಿನ್ನ ನಿರ್ಧಾರವನ್ನು ನಾನು ಗೌರವಿಸುತ್ತೇನೆ. ನೀನು ಸುರಕ್ಷಿತವಾಗಿ ಮೆಲೂಹಕ್ಕೆ ಹೋಗಬಹುದು. ನಿನ್ನನ್ನು ಈ ಕೂಡಲೇ ಬಂಧನದಿಂದ ಬಿಡುಗಡೆ ಮಾಡುತ್ತಿದ್ದೇನೆ. ಇದು ನನ್ನ ನಿರ್ಧಾರ'.

ಶಿವನ ಮಾತುಗಳನ್ನು ಕೇಳುತ್ತಲೇ ಪರ್ವತೇಶ್ವರ ಆಶ್ಚರ್ಯಗೊಂಡ. ಬಾಯಿಂದ ಮಾತುಗಳೇ ಹೊರಡದಾಯಿತು.

'ಪರ್ವತೇಶ್ವರ! ನೀನಿನ್ನು ಇಲ್ಲಿಂದ ಹೊರಡಬಹುದು' ಶಿವ ಹೇಳಿದ.

ತಾನು ಶತ್ರುಪಾಳೆಯಕ್ಕೆ ಹೋಗಿ ಸೇರಿಕೊಳ್ಳುತ್ತೇನೆ ಎಂದು ತಿಳಿದೂ ತನ್ನನ್ನು ಬಂಧಮುಕ್ತಗೊಳಿಸಿದ ನೀಲಕಂಠನ ಸೌಜನ್ಯ ಮತ್ತು ಔದಾರ್ಯತೆಯನ್ನು ಕಂಡು ಪರ್ವತೇಶ್ವರನ ಕಣ್ಣುಗಳು ತೇವಗೊಂಡಿತು.

ಶಿವ ಮತ್ತೆ ಸಣ್ಣದನಿಯಲ್ಲಿ ಹೇಳಿದ 'ನನ್ನ ಮಾತುಗಳನ್ನು ಗಮನವಿಟ್ಟು ಕೇಳಿಸಿಕೋ ಪರ್ವತೇಶ್ವರ. ನನ್ನ ಮತ್ತು ನಿನ್ನ ಮುಂದಿನ ಭೇಟಿ ಯುದ್ಧ ಭೂಮಿಯಲ್ಲಿ. ಆ ದಿನ ನಾನು ನಿನ್ನನ್ನು ಕೊಲ್ಲುತ್ತೇನೆ'.

ಪರ್ವತೇಶ್ವರ ಗಳಗಳನೆ ಅಳುತ್ತಾ ತಲೆಬಾಗಿ ಹೇಳಿದ 'ಅದು ನನಗೂ ಅತ್ಯಂತ ಪವಿತ್ರವಾದ ದಿನ ಮಹಾಪ್ರಭು. ಈ ಲೋಕದಿಂದ ಬಿಡುಗಡೆ ಹೊಂದುವ ಆ ದಿನ ಆದಷ್ಟು ಬೇಗ ಬರಲಿ ಒಡೆಯ'.

ಶಿವ ಸಂಯಮದಿಂದಲೇ ಇದ್ದ.

ಪರ್ವತೇಶ್ವರ ಶಿವನ ಮುಖವನ್ನೇ ನೋಡುತ್ತಾ ಹೇಳಿದ 'ಆದರೆ ನನ್ನ ಕೊನೆ ಉಸಿರಿರುವವರೆಗೂ ಮೆಲೂಹಕ್ಕಾಗಿ ಹೋರಾಡುತ್ತೇನೆ ಪ್ರಭು'.

'ನೀನಿನ್ನು ಹೊರಡಬಹುದು' ಶಿವ ಗಂಭೀರವಾಗಿ ಹೇಳಿದ.

ಪರ್ವತೇಶ್ವರ ಸತಿಯತ್ತ ತಿರುಗಿ ಮುಗುಳ್ನಕ್ಕ. ಆತನಿಗೆ ಸತಿಯನ್ನು ಕಂಡರೆ ಇನ್ನಿಲ್ಲದ ಮಮತೆ, ವಾತ್ಸಲ್ಯ. ಆತ ಸತಿಯನ್ನು ಭಗವಂತ ತನಗೆ ನೀಡಿರುವ ಕೊಡುಗೆಯೆಂದೇ ಭಾವಿಸಿದ್ದ. ಪರ್ವತೇಶ್ವರ ಹಾಗೆ ನೋಡುತ್ತಿದ್ದಂತೆ ಸತಿ ಕೈ ಜೋಡಿಸಿ ಆತನಗೆ ನಮಸ್ಕರಿಸಿದಳು.

ಅದಕ್ಕೆ ಪ್ರತಿಯಾಗಿ ಪರ್ವತೇಶ್ವರ 'ವಿಜಯೀಭವ' ಎಂದು ಹರಸಿದ. ನಂತರ ಅಲ್ಲಿಂದ ಹೊರಡಲು ಸಿದ್ಧನಾದ. ಬಾಗಿಲ ಬಳಿಯಲ್ಲಿ ಭಗೀರಥ ಮತ್ತು ಆಯುರ್ವತಿ ನಿಂತಿದ್ದರು. ನೇರವಾಗಿ ಅವರ ಬಳಿ ಬಂದ.

ಕೂಡಲೆ ಭಗೀರಥ ಹೇಳಿದ 'ನನ್ನನ್ನು ಕ್ಷಮಿಸು ಪರ್ವತೇಶ್ವರ. ನನಗೆ ನಿನ್ನ ಪರಿಸ್ಥಿತಿ ಅರ್ಥವಾಗುತ್ತದೆ'.

'ಭಗೀರಥ ಚಿಂತಿಸಬೇಡ'.

ನಂತರ ಪರ್ವತೇಶ್ವರ ಆಯುರ್ವತಿಯತ್ತ ನೋಡಿದ.

ಆಯುರ್ವತಿ ತಲೆಯಾಡಿಸುತ್ತಾ ಹೇಳಿದಳು 'ಈ ಜಗತ್ತಿನಲ್ಲಿ ಹುಟ್ಟಿರುವ ಅತ್ಯಂತ ಶ್ರೇಷ್ಠ ವ್ಯಕ್ತಿಯೊಬ್ಬನನ್ನು ಬಿಟ್ಟು ಹೋಗುತ್ತಿರುವೆ ಎನ್ನುವುದು ನಿನಗೆ ತಿಳಿದಿದೆಯೇ ಪರ್ವತೇಶ್ವರ?'.

'ಅದನ್ನು ನಾನು ಬಲ್ಲೆ ಆಯುರ್ವತಿ. ಆದರೆ ಅಂತಹ ಶ್ರೇಷ್ಠ ವ್ಯಕ್ತಿಯ ಕೈಯಿಂದಲೇ ಹತನಾಗುವ ಸೌಭಾಗ್ಯ ನನ್ನದು'.

ಆಯುರ್ವತಿ ಪರ್ವತೇಶ್ವರನ ಭುಜದ ಮೇಲೆ ಕೈಯಿಟ್ಟು ದೀರ್ಘ ನಿಟ್ಟುಸಿರು ಬಿಡುತ್ತಾ ಹೇಳಿದಳು 'ನಿನ್ನನ್ನು ಕಳೆದುಕೊಳ್ಳುತ್ತಿದ್ದೇವೆ ಎಂದು ಬೇಸರವಾಗುತ್ತಿದೆ. ನೀನಿಲ್ಲದ ಲೋಕವನ್ನು ಊಹಿಸಿಕೊಳ್ಳುವುದಾದರೂ ಹೇಗೆ ಗೆಳೆಯಾ?'.

'ನನಗೂ ನಿಮ್ಮನ್ನೆಲ್ಲಾ ಬಿಟ್ಟು ಹೋಗುತ್ತಿರುವುದು ಬೇಸರ ತಂದಿದೆ ಆಯುರ್ವತಿ'.

ಅಷ್ಟು ಹೇಳಿ ಪರ್ವತೇಶ್ವರ ಕೊಠಡಿಯ ತುಂಬಾ ಒಮ್ಮೆ ಕಣ್ಣಾಡಿಸಿ ನಂತರ ಕೇಳಿದ 'ಆನಂದಮಯಿ ಎಲ್ಲಿ?'.

'ಕಾಶಿ ನಗರದ ಬಂದರಿನಲ್ಲಿ ನಿನ್ನನ್ನು ಮೆಲೂಹಕ್ಕೆ ಕರೆದೊಯ್ಯಲು ಹಡಗೊಂದು ಸಿದ್ಧವಾಗಿದೆ. ಆಕೆ ಹಡಗಿನ ಬಳಿ ನಿನಗಾಗಿ ಕಾಯುತ್ತಿದ್ದಾಳೆ' ಭಗೀರಥ ಹೇಳಿದ.

ಪರ್ವತೇಶ್ವರ ಕಡೆಯ ಬಾರಿ ಶಿವನತ್ತ ತಿರುಗಿ ನಂತರ ನಿರ್ಗಮಿಸಿದ. ಆತನ ಕಣ್ಣುಗಳಲ್ಲಿ ನೀರು ಧಾರಾಕಾರವಾಗಿ ಸುರಿಯುತ್ತಿತ್ತು.

ಬಂದರಿನ ಅಧಿಕಾರಿ ನೇರವಾಗಿ ಪರ್ವತೇಶ್ವರನ ಬಳಿಗೆ ಬಂದು ಹೇಳಿದ 'ದಂಡನಾಯಕರೇ, ನಿಮ್ಮ ಹಡಗು ಸಿದ್ಧವಾಗಿದೆ'.

ಪರ್ವತೇಶ್ವರ ಅಧಿಕಾರಿ ತೋರಿಸಿದ ಹಡಗಿನತ್ತ ಹೆಜ್ಜೆಹಾಕಿದ. ನಡೆದು ಬರುವಾಗ ದಾರಿಯಲ್ಲಿ ಲಂಗರು ಹಾಕಿದ್ದ ಪುಟ್ಟ ವ್ಯಾಪಾರಿ ದೋಣಿಯ ಉಪ್ಪರಿಗೆಯಲ್ಲಿ ಆನಂದಮಯಿ ನಿಂತಿದ್ದಳು.

ಆಕೆಯನ್ನು ನೋಡಿ ಪರ್ವತೇಶ್ವರ ಹೇಳಿದ 'ಆನಂದಮಯಿ! ನನಗೆ ಗೌರವದಿಂದ ಹೊರಗೆ ಹೋಗಲು ಅವಕಾಶ ದೊರೆಯಿತು. ಈ ವಿಚಾರ ನಿನಗೆ ತಿಳಿಯಿತೇ?'.

'ಹೌದು! ಇಂದು ಬೆಳಗ್ಗೆ ಶಿವ ಗಂಗಾನದಿಯಲ್ಲಿ ಪ್ರಯಾಣ ಮಾಡಲು ಹಡಗೊಂದನ್ನು ಸಿದ್ಧಪಡಿಸುವಂತೆ ಹೇಳಿದಾಗಲೇ ನಾನು ಇದನ್ನು ಊಹಿಸಿದೆ. ಮಹಾದೇವನ ಔದಾರ್ಯತೆ ನನಗೆ ತಿಳಿದೇ ಇದೆ. ಹಡಗಿನಲ್ಲಿ ನಿನ್ನ ಮೃತದೇಹವನ್ನು ಇಟ್ಟು ಅದನ್ನು ಸೂರ್ಯವಂಶಿಗಳಿಗೆ ಕಳುಹಿಸಿಕೊಡುವಷ್ಟು ಸಣ್ಣತನ ಆತನಲ್ಲಿಲ್ಲ. ಹಾಗಾಗಿ ನಾನೆಂದೂ ಆತನ ಮೇಲೆ ನಂಬಿಕೆ ಕಳೆದುಕೊಂಡಿರಲಿಲ್ಲ'.

'ಹೌದು! ಆನಂದಮಯಿ, ಶ್ರೀರಾಮನ ನಂತರ ನಾನು ಕಂಡ ಮಹಾಪುರುಷರಲ್ಲಿ ಶಿವ ಒಬ್ಬ'.

ಆನಂದಮಯಿ ಹಡಗಿನತ್ತ ನೋಡಿದಳು. ಪರ್ವತೇಶ್ವರ ಆಕೆಯ ಹತ್ತಿರಕ್ಕೆ ಬಂದು ಒಮ್ಮೆ ಆಲಂಗಿಸಿದ. ಆನಂದಮಯಿಗೆ ಅಚ್ಚರಿ. ಕಾರಣ ಅಲ್ಲಿಯವರಗೆ ಪರ್ವತೇಶ್ವರ ಸಾರ್ವಜನಿಕವಾಗಿ ತನ್ನ ಪ್ರೀತಿಯನ್ನು ವ್ಯಕ್ತಪಡಿಸಿದ್ದೇ ಇಲ್ಲ. ಹಾಗೆ ಮಾಡಲು ಆತ ಮುಜುಗರ ಪಟ್ಟುಕೊಳ್ಳುತ್ತಿದ್ದ.

ಆನಂದಮಯಿ ನಸುನಗುತ್ತಾ ಪರ್ವತೇಶ್ವರನ ಬೆನ್ನು ತಟ್ಟಿ ಹೇಳಿದಳು 'ಇಲ್ಲಿಗೆ ಎಲ್ಲವೂ ಮುಗಿದಂತೆ ಅಲ್ಲವೇ ಪರ್ವತೇಶ್ವರ?'.

ಪರ್ವತೇಶ್ವರ ಆಕೆಯನ್ನು ಮತ್ತಷ್ಟು ಜೋರಾಗಿ ಆಲಂಗಿಸುತ್ತಾ 'ನಿನ್ನನ್ನು ಬಿಟ್ಟು ಹೋಗಲು ನಿಜಕ್ಕೂ ದುಃಖವಾಗುತ್ತಿದೆ ಆನಂದಮಯಿ' ಎಂದ.

'ಏನು ನೀನು ನನ್ನನ್ನು ಬಿಟ್ಟುಹೋಗುತ್ತಿರುವೆಯಾ?'.

'ಹೌದು ಆನಂದಮಯಿ, ಬದುಕಿನಲ್ಲಿ ನನಗೆ ದೊರೆತ ಅಮೂಲ್ಯ ಉಡುಗೊರೆಯೆಂದರೆ ಅದು ನೀನು. ನಿನ್ನೊಂದಿಗೆ ಕಳೆದ ಒಂದೊಂದು ಕ್ಷಣಗಳೂ ನನಗೆ ಅಮೃತ ಘಳಿಗೆಗಳು. ಆ ಕ್ಷಣಗಳು ದೂರವಾಗುತ್ತಿದೆಯಲ್ಲ ಎಂಬ ನೋವು ನನ್ನನ್ನು ಕಾಡುತ್ತಿದೆ'.

'ಆ ಅಪೂರ್ವ ಕ್ಷಣಗಳು ಇನ್ನೂ ಮುಂದುವರಿಯುತ್ತವೆ ಪರ್ವತೇಶ್ವರ. ಚಿಂತಿಸಬೇಡಿ ನಡೆಯಿರಿ ಹೋಗೋಣ'.

'ಹೋಗೋಣ! ಎಲ್ಲಿಗೆ?'.

'ಎಲ್ಲಿಗೆ ಎಂದರೆ! ಮೆಲೂಹಕ್ಕೆ'.

'ಏನು! ಮೆಲೂಹಕ್ಕೆ ನೀನೂ ನನ್ನೊಂದಿಗೆ ಬರುವೆಯಾ?'

'ಹೌದು'.

ಪರ್ವತೇಶ್ವರ ಒಂದು ಕ್ಷಣ ದಂಗಾಗಿ ನಂತರ ಹೇಳಿದ 'ಬೇಡ ಆನಂದಮಯಿ, ನಾನೀಗ ಸಾಗುತ್ತಿರುವ ದಾರಿ ಮಹಾ ಅಪಾಯಕಾರಿಯಾದದ್ದು. ಪ್ರಾಮಾಣಿಕವಾಗಿ ಹೇಳಬೇಕೆಂದರೆ ಮುಂಬರುವ ಯುದ್ಧದಲ್ಲಿ ಮೆಲೂಹ ಗೆಲ್ಲುವುದು ಅಸಾಧ್ಯ'.

'ಅದಕ್ಕೆ.......?'.

'ಅದಕ್ಕೆ ನಾನು ಖಂಡಿತಾ ನಿನ್ನನ್ನು ಅಪಾಯಕ್ಕೆ ತಳ್ಳಲಾರೆ. ನೀನು ನನ್ನೊಂದಿಗೆ ಬರುವುದು ಬೇಡ. ಅದಕ್ಕೆ ನಾನು ಅನುಮತಿ ನೀಡುವುದಿಲ್ಲ'.

ನಿಮ್ಮ ಅನುಮತಿಯನ್ನು ನಾನು ಕೇಳುತ್ತಲೇ ಇಲ್ಲವಲ್ಲ ಪರ್ವತೇಶ್ವರ. ಪತಿಯೊಂದಿಗೆ ಸಾಗಬೇಕಾಗಿರುವುದು ಸತಿಯ ಧರ್ಮ. ನಾನು ಆ ಧರ್ಮವನ್ನು ಪಾಲಿಸುತ್ತಿದ್ದೇನೆ ಅಷ್ಟೇ'.

'ಆನಂದಮಯಿ.........ನನ್ನ ಮಾತನ್ನು ಕೇಳು'.

ಪರ್ವತೇಶ್ವರ ಎಷ್ಟು ಹೇಳಿದರೂ ಆನಂದಮಯಿ ಗಂಡನನ್ನು ಬಿಟ್ಟಿರಲು ಒಪ್ಪಲಿಲ್ಲ. ಕೊನೆಗೆ ಬೇರೆ ದಾರಿಯೇ ಇಲ್ಲದೆ ಪರ್ವತೇಶ್ವರ ಆಕೆಯ ಕೈಹಿಡಿದು ನಿಧಾನವಾಗಿ ಹಡಗಿನೆಡೆಗೆ ನಡೆಯತೊಡಗಿದ. ಇಬ್ಬರ ಮುಖದಲ್ಲೂ ಸಣ್ಣ ನಗೆಯೊಂದು ಮೂಡಿತ್ತು. ಕಣ್ಣಲ್ಲಿ ನೀರು ಧಾರೆಯಾಗಿ ಕೆನ್ನೆಗೆ ಇಳಿಯುತ್ತಿತ್ತು.

ಅಧ್ಯಾಯ – 19

ನೀಲಕಂಠನ ಘೋಷಣೆ

ಅದು ದೇವಗಿರಿಯ ಅರಮನೆ. ದಕ್ಷ ಮಹಾರಾಜ ಮತ್ತು ವೀರಣಿ ಮಾತನಾಡುತ್ತಾ ಕುಳಿತಿದ್ದರು. ವೀರಿಣಿ ರೊಟ್ಟಿ ತಯಾರಿಸಿ ಒಂದಷ್ಟು ಬೆಂದ ತರಕಾರಿಯ ಸಹಿತ ದಕ್ಷನ ಮುಂದೆ ಇಟ್ಟಿದ್ದಳು.

ದಕ್ಷ ಹೇಳಿದ 'ಹಾಂ! ನನಗೊಂದು ಅದ್ಭುತವಾದ ಆಲೋಚನೆ ಹೊಳೆದಿದೆ'.

'ಏನು ಆ ಯೋಚನೆ?' ವೀರಿಣಿ ಕೇಳಿದಳು.

'ಹೌದು ವೀರಿಣಿ, ಆ ಯೋಜನೆಯನ್ನು ಕಾರ್ಯಗತಗೊಳಿಸಿದರೆ ಯುದ್ಧ ಪ್ರಾರಂಭವಾಗುವ ಮುನ್ನವೇ ಗೆಲುವು ನಮ್ಮದಾಗುತ್ತದೆ'.

'ಆದರೆ ಬೃಗು ಮಹರ್ಷಿಗಳು..........'.

'ನನ್ನ ಈ ಯೋಜನೆಯ ಬಗ್ಗೆ ತಿಳಿದರೆ ಬೃಗು ಮಹರ್ಷಿಗಳೂ ಮೆಚ್ಚುಗೆ ಸೂಚಿಸುತ್ತಾರೆ. ನೀಲಕಂಠನ ಸಮಸ್ಯೆಯನ್ನು ಏಕಾಏಕಿ ಪರಿಹಾರ ಮಾಡಿಬಿಡುತ್ತೇನೆ. ಅವನನ್ನು ಒಂದೇ ಬಾರಿಗೆ ಇನ್ನಿಲ್ಲದಂತೆ ಮಾಡಿಬಿಡುತ್ತೇನೆ'.

'ಕೆಲವು ವರ್ಷಗಳ ಹಿಂದೆ ನೀಲಕಂಠನೂ ಅಂಥದ್ದೇ ಪ್ರಯತ್ನಕ್ಕೆ ಮುಂದಾಗಿದ್ದ ಅಲ್ಲವೇ?' ವೀರಿಣಿಯ ಮಾತಿನಲ್ಲಿ ವ್ಯಂಗ್ಯವಿತ್ತು.

ವೀರಿಣಿಯ ಮಾತಿನಿಂದ ತುಸು ಕೋಪಗೊಂಡ ದಕ್ಷ 'ಪರಿಸ್ಥಿತಿ ನಿನಗೆ ಅರ್ಥವಾಗುವುದಿಲ್ಲವೇ? ಮುಂದಿನ ಕೆಲವೇ ದಿನಗಳಲ್ಲಿ ಯುದ್ಧ ಘೋಷಣೆಯಾಗಲಿದೆ. ನಮ್ಮ ಸೈನಿಕರು ನಿರಂತರವಾಗಿ ಸಮರಾಭ್ಯಾಸದಲ್ಲಿ ತೊಡಗಿದ್ದಾರೆ. ನಾನು ಯುದ್ಧ ಗೆಲ್ಲುವ ತಂತ್ರಗಳ ಬಗ್ಗೆ ಯೋಚಿಸುತ್ತಿದ್ದರೆ ನೀನು ಕುಹಕದ ಮಾತುಗಳನ್ನು ಆಡುತ್ತಿರುವೆಯಲ್ಲ?'.

'ನನಗೆ ಅದು ತಿಳಿದಿದೆ. ಆದ್ದರಿಂದಲೇ ಯುದ್ಧ ತಂತ್ರಗಳನ್ನು ಹೆಣೆಯುವ ಕೆಲಸವನ್ನು ಬೃಗು ಮಹರ್ಷಿಗಳಿಗೆ ಬಿಟ್ಟುಬಿಡಿ ಎಂದೆ'.

'ಬೃಗು ಯಾರು? ಅವನೇನು ಭಾರತ ದೇಶದ ಸಾರ್ವಭೌಮನೇ? ಭರತ ಖಂಡದ ಚಕ್ರವರ್ತಿ ನಾನು ವೀರಿಣಿ'.

'ಅದು ಸರಿ, ಆದರೆ ನಮ್ಮ ಯೋಜನೆಯನ್ನು ಬೃಗು ಮಹರ್ಷಿಗೆ ತಿಳಿಸಿದ್ದೀರಾ?'.

'ಸುಮ್ಮನೆ ಕಿರಿಕಿರಿ ಮಾಡಬೇಡ ವೀರಿಣಿ. ನಿನಗೆ ನನ್ನ ಮಾತು ಇಷ್ಟವಾಗದಿದ್ದರೆ ಸುಮ್ಮನಿದ್ದುಬಿಡು. ಕುಹಕ ಮತ್ತು ವ್ಯಂಗ್ಯದ ಮಾತುಗಳನ್ನಾಡಬೇಡ'.

'ಕ್ಷಮಿಸಿ! ಯುದ್ಧದ ಕುರಿತು ಮಹತ್ವದ ನಿರ್ಧಾರಗಳನ್ನು ಕೈಗೊಳ್ಳುವ ಅಧಿಕಾರವನ್ನು ಬೃಗು ಮಹರ್ಷಿಗಳಿಗೆ ಬಿಟ್ಟುಬಿಡಿ. ನೀವು ಇತರೆ ವಿಚಾರಗಳ ಕಡೆ ಗಮನಹರಿಸಿ. ಸಂಸಾರದ ಕಡೆಯೂ ಸ್ವಲ್ಪ ನೋಡಿ ಎನ್ನುವುದು ನನ್ನ ಸಲಹೆ ಅಷ್ಟೇ'.

'ಯಾವಾಗ ನೋಡಿದರೂ ನಿನಗೆ ಅದೇ ಧ್ಯಾನ ಸಂಸಾರ....... ಸಂಸಾರ....... ಸಂಸಾರ. ಜಗತ್ತು ನನ್ನನ್ನು ಹೇಗೆ ನೋಡುತ್ತಿದೆ ಎನ್ನುವುದು ನಿನಗೆ ತಿಳಿದಿದೆಯೇ ವೀರಿಣಿ? ಇತಿಹಾಸ ನನ್ನನ್ನು ಹೇಗೆ ನೆನಪಿಸಿಕೊಳ್ಳಬೇಕು ಎಂಬುದರ ಬಗ್ಗೆ ಒಂದಿಷ್ಟೂ ಚಿಂತೆ ನಿನಗಿಲ್ಲ'.

'ಎಂತಹ ಮಹಾಪುರುಷನೂ ಇತಿಹಾಸ ತನ್ನನ್ನು ಹೀಗೇ ನೆನಪಿಸಿಕೊಳ್ಳುತ್ತದೆ ಎಂದು ಊಹಿಸಲಾರ'.

ದಕ್ಷ ತನ್ನ ಮುಂದಿದ್ದ ತಟ್ಟೆಯನ್ನು ಜೋರಾಗಿ ತಳ್ಳಿ ಏರು ದನಿಯಲ್ಲಿ ಕೂಗಾಡಲಾರಂಭಿಸಿದ.

'ನನ್ನ ಎಲ್ಲ ಸಮಸ್ಯೆಗಳಿಗೂ ನೀನೇ ಮೂಲ ಕಾರಣ. ನಾನು ಏನೆಲ್ಲಾ ಸಾಧಿಸಿದ್ದೇನೆಯೋ ಅದನ್ನು ನೀನು ಸಾಧಿಸಲಾಗಲಿಲ್ಲ ಎಂಬ ಅಸೂಯೆ ನಿನಗೆ'.

ವೀರಿಣಿ ಸುತ್ತಲೂ ಒಮ್ಮೆ ನೋಡಿ ಗಂಡನತ್ತ ತಿರುಗಿ ಹೇಳಿದಳು 'ಸ್ವಲ್ಪ ಮೆಲ್ಲಗೆ ಮಾತನಾಡಿ. ನನ್ನ ಮತ್ತು ನಮ್ಮ ದಾಂಪತ್ಯದ ಬಗ್ಗೆ ಅಷ್ಟು ಕೀಳಾಗಿ ಮಾತನಾಡಬೇಡಿ'.

'ನಿನ್ನನ್ನು ಮದುವೆಯಾದ ಕ್ಷಣದಿಂದಲೇ ಎಲ್ಲ ಸಮಸ್ಯೆಗಳು ಪ್ರಾರಂಭವಾಯಿತು. ಅದರಿಂದಲೇ ನಾನು ಅಪಹಾಸ್ಯಕ್ಕೀಡಾಗಿರುವೆ. ನಿನ್ನನ್ನು ಬಿಟ್ಟು ಬೇರೆ ಯಾರನ್ನಾದರೂ ವರಿಸಿದ್ದರೆ ನನ್ನ ಪರಿಸ್ಥಿತಿ ಭಿನ್ನವಾಗಿರುತ್ತಿತ್ತು. ನನಗೆ ಇನ್ನೂ ಹೆಚ್ಚಿನ ಬಲ ಬರುತ್ತಿತ್ತು. ಹಾಗಾಗಿದ್ದರೆ ಬಹುಶಃ ಈ ವೇಳೆಗೆ ನಾನು ಜಗತ್ತನ್ನೇ ಗೆಲ್ಲುತ್ತಿದ್ದೆ. ಎಲ್ಲಾ ನನ್ನ ಕರ್ಮ' ಎನ್ನುತ್ತಾ ದಕ್ಷ ಧಡಧಡನೆ ಅಲ್ಲಿಂದ ಹೊರನಡೆದ.

'ಇದೊಂದು ತಪ್ಪು ನಿರ್ಧಾರ. ಧರ್ಮ ಮಾರ್ಗದ ಹೆಸರಿನಲ್ಲಿ ಶಿವ ಇಟ್ಟಿರುವ ಈ ಹೆಜ್ಜೆಯಿಂದ ಮುಂಬರುವ ಯುದ್ಧದಲ್ಲಿ ನಮಗೆ ಸೋಲಾದರೂ ಆಶ್ಚರ್ಯವಿಲ್ಲ' ಕಾಳಿ ಹೇಳಿದಳು.

ಗಣೇಶ, ಕಾರ್ತಿಕ ಮತ್ತು ಕಾಳಿ ಅರಮನೆಯಲ್ಲಿ ಕುಳಿತು ಮಾಡನಾಡುತ್ತಿದ್ದರು.

'ನಾನು ಇದನ್ನು ಒಪ್ಪುವುದಿಲ್ಲ ಚಿಕ್ಕಮ್ಮ. ಬಾಬಾ ಸರಿಯಾಗಿ ಯೋಚಿಸಿ ನಿರ್ಧಾರ ತೆಗೆದುಕೊಂಡಿರುತ್ತಾರೆ. ಹಾಗಾಗಿ ನಾವು ಗೆದ್ದೇ ಗೆಲ್ಲುತ್ತೇವೆ. ಅದೂ ಧರ್ಮ ಮಾರ್ಗದಲ್ಲಿ' ಕಾರ್ತಿಕ ಹೇಳಿದ.

'ಹೌದು ಚಿಕ್ಕಮ್ಮ, ಕಾರ್ತಿಕ ಹೇಳುತ್ತಿರುವುದು ಸರಿಯಾಗಿದೆ. ಅಷ್ಟಕ್ಕೂ ಈಗ ಆಗಿಹೋಗಿರುವ ವಿಚಾರದ ಬಗ್ಗೆ ಚಿಂತಿಸುವುದರಲ್ಲಿ ಅರ್ಥವಿಲ್ಲ. ಬದಲಾಗಿ ಮುಂಬರುವ ಯುದ್ಧದ ಬಗ್ಗೆ ಗಮನ ಹರಿಸುವುದು ಒಳ್ಳೆಯದು' ಸಹೋದರನ ಮಾತಿಗೆ ಗಣೇಶ ದನಿಗೂಡಿಸಿದ.

'ಹಾಂ! ಅಷ್ಟಕ್ಕೂ ನಮಗೆ ಆಯ್ಕೆಯಾದರೂ ಎಲ್ಲಿದೆ?'

'ಅಂದ ಹಾಗೆ ಅಯೋಧ್ಯೆಯಲ್ಲಿ ನಡೆಯುವ ಯುದ್ಧದ ಮುಂದಾಳತ್ವವನ್ನು ವಹಿಸಿಕೊಳ್ಳುವಂತೆ ಬಾಬಾ ನನಗೆ ತಿಳಿಸಿದ್ದಾರೆ ಕಾರ್ತಿಕ. ನೀನು ನನ್ನೊಂದಿಗಿರುವೆ ತಿಳಿಯಿತೇ?'.

'ನಾವಿಬ್ಬರೂ ಸೇರಿ ವೈರಿಪಡೆಯನ್ನು ಧ್ವಂಸ ಮಾಡೋಣ' ಕಾರ್ತಿಕ ಮುಷ್ಠಿ ಬಿಗಿಹಿಡಿದು ಕೈ ಮೇಲೆತ್ತಿ ಆರ್ಭಟಿಸಿದ.

'ಅದರಲ್ಲಿ ಯಾವ ಅನುಮಾನವೂ ಇಲ್ಲ ಕಾರ್ತಿಕ. ಅಂದಹಾಗೆ ಲೋಥಲ್ ಮತ್ತು ಮೈಕಾದ ಸಹಾಯ ನಮಗೆ ದೊರೆಯುವುದು ಖಚಿತವಾಯಿತೇ ಚಿಕ್ಕಮ್ಮ' ಗಣೇಶ ಕೇಳಿದ.

'ಹೌದು! ಅಲ್ಲಿನ ರಾಜರು ನಮ್ಮ ಸ್ನೇಹಿತರು. ನಾನು ಈಗಾಗಲೇ ಚೆನಾರಧ್ವಜನ ಬಳಿಗೆ ದೂತರನ್ನು ಕಳುಹಿಸುವಂತೆ ಸುಪರ್ಣನಿಗೆ ಹೇಳಿದ್ದೇನೆ' ಕಾಳಿ ಹೇಳಿದಳು.

ಕಾರ್ತಿಕ ಯುದ್ಧಕ್ಕೆ ಸಿದ್ಧನಾಗಿ ಬಂದು ತಾಯಿಯ ಕಾಲು ಮುಟ್ಟಿ ನಮಸ್ಕರಿಸಿದ.

'ವಿಜಯೀಭವ ಮಗು' ಸತಿ ಕೆಂಪು ತಿಲಕವನ್ನು ಮಗನ ಹಣೆಗಿಟ್ಟು ಹರಸಿದಳು.

ಸತಿ, ಗಣೇಶ ಮತ್ತು ಕಾರ್ತಿಕ ನೀಲಕಂಠನ ಖಾಸಗಿ ಗೃಹದಲ್ಲಿದ್ದರು. ಗಣೇಶನ ಹಣೆಯಲ್ಲಿ ಅದಾಗಲೇ ಕೆಂಪು ತಿಲಕವಿತ್ತು. ಆತ ಹೆಮ್ಮೆಯಿಂದ ಸಹೋದರ ಕಾರ್ತಿಕನತ್ತ ನೋಡುತ್ತಿದ್ದ. ಕಾರ್ತಿಕ ಇನ್ನು ಎಳೆಯ ಹುಡುಗನಂತಿದ್ದ. ಆದರೂ ಜಗತ್ತೇ ಮೆಚ್ಚುವಂತೆ ವೀರನಾಗಿ ಶೂರನಾಗಿ ರೂಪುಗೊಂಡಿದ್ದ. ಅಂತೂ ಶಿವನ ಇಬ್ಬರು ಮಕ್ಕಳು ಗಂಗಾನದಿಯಲ್ಲಿ ಸಾಗಿ ವೈಶಾಲಿಯಲ್ಲಿ ತಮ್ಮ ಮಿತ್ರರಾಜರನ್ನು ಕೂಡಿಕೊಳ್ಳುವವರಿದ್ದರು. ಅಲ್ಲಿಂದ ಮುಂದೆ ಸರಯೂ ನದಿಯನ್ನು ದಾಟಿ ಅಯೋಧ್ಯೆಯ

ಮೇಲೆ ಆಕ್ರಮಣ ಮಾಡುವುದು ಅವರ ಉದ್ದೇಶವಾಗಿತ್ತು. ಯುದ್ಧಕ್ಕೆ ಹೊರಡುವ ಮುನ್ನ ಗಣೇಶ ತಂದೆಯ ಪಾದವನ್ನು ಮುಟ್ಟಿ ನಮಸ್ಕರಿಸಿದ.

ಶಿವ ನಸುನಗುತ್ತಾ ಮಗನನ್ನು ಆಲಂಗಿಸಿಕೊಂಡು ಹೇಳಿದ 'ನನ್ನ ಆಶೀರ್ವಾದ ನಿನ್ನ ತಾಯಿಯ ಆಶೀರ್ವಾದದಷ್ಟು ಶಕ್ತಿಶಾಲಿಯಲ್ಲ ಮಗು. ಆದರೆ ನಮ್ಮಿಬ್ಬರಿಗೂ ನೀನು ಕೀರ್ತಿ ತರುವೆ ಎಂಬ ವಿಶ್ವಾಸ ನನಗಿದೆ. ನಿನ್ನ ಬಗ್ಗೆ ನಮಗೆ ಹೆಮ್ಮೆಯಿದೆ. ಹೋಗಿ ಬಾ ಮಗು. ಜಯಶಾಲಿಯಾಗಿ ಬಾ'.

'ನನ್ನ ಶಕ್ತಿಮೀರಿ ಯುದ್ಧದಲ್ಲಿ ಜಯ ಸಾಧಿಸಲು ಪ್ರಯತ್ನ ಮಾಡುತ್ತೇನೆ ಬಾಬಾ'.

ನಂತರ ಕಾರ್ತಿಕ ತಂದೆಗೆ ನಮಸ್ಕರಿಸಿದ. ಶಿವ ಆತನನ್ನೂ ಬಿಗಿದಪ್ಪಿಕೊಂಡು 'ಶತ್ರುಗಳಿಗೆ ನರಕದ ದರ್ಶನ ಮಾಡಿಸು' ಎಂದು ಆದೇಶಿಸಿದ.

'ಖಂಡಿತ ಬಾಬಾ' ಕಾರ್ತಿಕನ ಮಾತಿನಲ್ಲಿ ಅದಮ್ಯ ವಿಶ್ವಾಸವಿತ್ತು.

'ನೀನು ಸದಾ ನಗುನಗುತ್ತಿರಬೇಕು ಕಾರ್ತಿಕ. ನಕ್ಕಾಗ ನೀನು ಬಹು ಸುಂದರವಾಗಿ ಕಾಣುವೆ' ಸತಿ ಹೇಳಿದಳು.

'ನನ್ನ ಸೈನ್ಯ ಅಯೋಧ್ಯೆಯ ಮೇಲೆ ಗೆಲುವು ಸಾಧಿಸಿ ಬಂದ ಮೇಲೆ ಇನ್ನೂ ಜೋರಾಗಿ ನಗುತ್ತೇನೆ ಅಮ್ಮ'.

ಶಿವ ಮಗನ ಬೆನ್ನುತಟ್ಟಿ ಹೇಳಿದ 'ನನ್ನ ಆದೇಶವನ್ನು ನೋಡಿ ಅಯೋಧ್ಯೆಯ ರಾಜ ಮೆಲೂಹದೊಂದಿಗೆ ಸಂಪರ್ಕ ಕಡಿದುಕೊಳ್ಳಬಹುದು. ಹಾಗೇನಾದರೂ ಆದರೆ ಅಯೋಧ್ಯೆಯ ಮೇಲೆ ಆಕ್ರಮಣ ಮಾಡುವ ಅಗತ್ಯವಿರುವುದಿಲ್ಲ'.

'ನಿಮ್ಮ ಆದೇಶ ಹೊರಬೀಳುವುದು ಯಾವಾಗ ಅಪ್ಪ'.

'ಮುಂದಿನ ವಾರ. ನೀವಿಬ್ಬರೂ ವೈಶಾಲಿಯಲ್ಲಿರುವ ವಾಸುದೇವ ಪಂಡಿತರೊಂದಿಗೆ ಸಂಪರ್ಕದಲ್ಲಿರಿ. ಅವರು ನನ್ನ ಆದೇಶದ ಬಗ್ಗೆ ಸ್ವದ್ವೀಪದ ಜನರ ಪ್ರತಿಕ್ರಿಯೆ ಏನು ಎನ್ನುವುದನ್ನು ನಿಮಗೆ ತಿಳಿಸುತ್ತಾರೆ. ಆಗ ಅಯೋಧ್ಯೆಯಿಂದ ಏನನ್ನು ನಿರೀಕ್ಷಿಸಬೇಕು ಎಂಬುದು ನಮಗೆ ತಿಳಿಯುತ್ತದೆ'.

'ಹಾಗೇ ಆಗಲಿ ಬಾಬಾ' ಕಾರ್ತಿಕ ಹೇಳಿದ.

ಶಿವ ಗಣೇಶನತ್ತ ತಿರುಗಿ ಕೇಳಿದ 'ನೀನು ದೇವದಾಸ ಮತ್ತು ಕೆಲವು ಬ್ರಂಗಾ ಸೈನಿಕರನ್ನು ಸೇನೆಗೆ ಸೇರಿಸಿಕೊಂಡಿರುವ ವಿಚಾರ ತಿಳಿಯಿತು ಗಣೇಶ'.

'ಹೌದು ಬಾಬಾ! ಇದೀಗ ನಾವು ಐದು ಹಡಗುಗಳಲ್ಲಿ ವೈಶಾಲಿಯಲ್ಲಿ ಬೀಡುಬಿಟ್ಟಿರುವ ಬ್ರಂಗಾ–ವೈಶಾಲಿ ಸೈನ್ಯವನ್ನು ಕೂಡಿಕೊಳ್ಳುತ್ತೇವೆ. ಅವರ ಬಳಿ ಇನ್ನೂರು ಹಡಗುಗಳಿವೆ. ಅವುಗಳಲ್ಲಿ ಐವತ್ತು ಹಡಗುಗಳು ನಿಮ್ಮ ಸಹಾಯಕ್ಕಾಗಿ ಈಗಾಗಲೇ

ಕಾಶಿಯತ್ತ ಹೊರಟಿವೆ. ಉಳಿದ ನೂರೈವತ್ತು ಹಡಗುಗಳಲ್ಲಿರುವ ಒಂದೂವರೆ ಲಕ್ಷ ಸೈನಕರೊಂದಿಗೆ ನಾನು ಅಯೋಧ್ಯೆಯ ಮೇಲೆ ಆಕ್ರಮಣ ಮಾಡುತ್ತೇನೆ'.

'ಆದರೆ ಅಷ್ಟು ಸೈನ್ಯದಿಂದ ಅಯೋಧ್ಯೆಯನ್ನು ಗೆಲ್ಲುವುದು ಅಸಾಧ್ಯ. ಆದರೆ ಅಯೋಧ್ಯೆಯ ಸೈನ್ಯ ಅತ್ತಿತ್ತ ಚದರದಂತೆ ಹಿಡಿದಿಟ್ಟುಕೊಳ್ಳಬಹುದು' ಸತಿ ಹೇಳಿದಳು.

'ಹೌದು ಅಮ್ಮ' ಗಣೇಶ ಹೇಳಿದ.

'ಖಂಡಿತ ನಾವು ಅವರನ್ನು ಎಲ್ಲೂ ಹೋಗದಂತೆ ಬಂಧಿಸಿಡುತ್ತೇವೆ. ಇದು ನನ್ನ ಪ್ರತಿಜ್ಞೆ' ಕಾರ್ತಿಕ ಹೇಳಿದ. ಶಿವ ನಸುನಕ್ಕ.

— ⅄ ◎ ♆ ⇡ ⊛ —

'ಈಗ ಹೇಗಿದ್ದಾಳೆ ಆಕೆ?' ಕಾಶಿಯ ರಾಜ ಅತಿಥಿಗ್ವನೊಂದಿಗೆ ಮಾತನಾಡುತ್ತಾ ಕಾಳಿ ಕೇಳಿದಳು.

ಇಬ್ಬರೂ ಕಾಶಿಯ ಪೂರ್ವದಿಕ್ಕಿನ ಅರಮನೆಯನ್ನು ನೋಡುತ್ತಾ ನಿಂತಿದ್ದರು. ಗಂಗಾನದಿಯ ಪೂರ್ವದಿಕ್ಕಿನಲ್ಲಿ ಯಾರೂ ವಾಸಿಸುತ್ತಿರಲಿಲ್ಲ. ಯಾವ ಕಟ್ಟಡಗಳೂ ಅಲ್ಲಿ ನಿರ್ಮಾಣಗೊಂಡಿರಲಿಲ್ಲ. ಹಾಗೆ ಮಾಡುವುದು ಅಶುಭ ಮತ್ತು ಅಮಂಗಳವೆಂದೇ ಕಾಶಿಯ ಜನ ಭಾವಿಸಿದ್ದರು. ಅಲ್ಲಿ ನಿರ್ಮಾಣಗೊಂಡಿದ್ದ ಒಂದೇ ಕಟ್ಟಡವೆಂದರೆ ಅದು ಅತಿಥಿಗ್ವನ ಅರಮನೆ. ಹಾಗಾಗಿ ಯಾರೂ ಆ ಅರಮನೆಯತ್ತ ತಿರುಗಿಯೂ ನೋಡುತ್ತಿರಲಿಲ್ಲ. ಅಂತಹ ಅರಮನೆಯಲ್ಲಿ ಅತಿಥಿಗ್ವ ತನ್ನ ನಾಗಾ ತಂಗಿ ಮಾಯಾಳನ್ನು ಗುಟ್ಟಾಗಿ ಸಾಕುತ್ತಿದ್ದ. ಗಣೇಶ ಮತ್ತು ಕಾಳಿ ಇಬ್ಬರೂ ಜನರ ಮಧ್ಯೆ ಕಾಣಿಸಿಕೊಳ್ಳಲು ಪ್ರಾರಂಭಿಸಿದ ನಂತರ ಆತನಿಗೂ ಧೈರ್ಯಬಂತು. ತನ್ನ ತಂಗಿಯನ್ನು ಅರಮನೆಯಿಂದ ಆಗಾಗ ಹೊರಗೆ ಕರೆದುಕೊಂಡು ಬರುತ್ತಿದ್ದ.

ಕಾಳಿಯ ಮಾತಿಗೆ ಅತಿಥಿಗ್ವ ಉತ್ತರಿಸಿದ 'ನೀವು ನೀಡಿದ ನಾಗಾ ಔಷಧಿಯಿಂದ ಆಕೆಯ ನೋವು ಕಡಿಮೆಯಾಗಿದೆ ಮಾಹಾರಾಣಿ. ಬಹುಶಃ ನನ್ನ ತಂಗಿಯ ಸಹಾಯಕ್ಕೆಂದು ಪರಮಾತ್ಮನೇ ದೇವದೂತಳಂತೆ ನಿಮ್ಮನ್ನು ಕಳುಹಿಸಿದ್ದಾನೆ ಎಂದೆನಿಸುತ್ತದೆ'.

ಕಾಳಿ ನೋವಿನಿಂದ ನಗೆ ಬೀರಿದಳು. ಮಾಯಾ ಹುಟ್ಟುವಾಗಲೇ ಎರಡು ದೇಹಗಳು ಸೇರಿಕೊಂಡು ನಾಗಾ ಮಗುವಾಗಿ ಹುಟ್ಟಿದ್ದ ಸತ್ಯ ಕಾಳಿಗೆ ತಿಳಿದಿತ್ತು. ಸಾಮಾನ್ಯವಾಗಿ ಅಂತಹ ಮಕ್ಕಳು ಬದುಕುಳಿಯುವುದೇ ಕಷ್ಟ. ಆಶ್ಚರ್ಯವೆಂಬಂತೆ ಆಕೆ ಇಷ್ಟು ವರ್ಷವಾದರೂ ಬದುಕಿದ್ದಳು. ಆದರೆ ಪ್ರತಿಕ್ಷಣವೂ ನೋವಿನಿಂದ ಚಡಪಡಿಸುತ್ತಿದ್ದಳು. ಆಕೆಯ ನೋವಿನ ತೀವ್ರತೆಯನ್ನು ಕಡಿಮೆ ಮಾಡುವ ದೃಷ್ಟಿಯಿಂದ ಕಾಳಿ ಆಗಾಗಾ ನಾಗಾ ಔಷಧಿಯನ್ನು ಆಕೆಗೆ ನೀಡುತ್ತಿದ್ದಳು. ಅದರಂತೆ ಈ ಬಾರಿಯೂ

ಮಾಯಾಳಿಗೆ ಔಷಧಿ ನೀಡುವ ಸಲುವಾಗಿ ಆಕೆ ಅತಿಥಿಗ್ವನನ್ನೇ ಭೇಟಿಮಾಡಲು ಬಂದಿದ್ದಳು.

ಅತಿಥಿಗ್ವನ ಮಾತು ಕೇಳಿ ಕಾಳಿ ಹೇಳಿದಳು 'ನಾನೇನು ದೇವದೂತಳಲ್ಲ ಮಹಾರಾಜ. ನಿಜ ಹೇಳಬೇಕೆಂದರೆ ಆ ಪರಮಾತ್ಮನಿಗೆ ಕರುಣೆ ಇದ್ದಿದ್ದರೆ ಮಾಯಾ ಈ ರೀತಿ ಚಿತ್ರಹಿಂಸೆಪಡುವುದಕ್ಕೆ ಆತ ಬಿಡುತ್ತಿರಲಿಲ್ಲ. ಬದುಕಿನಲ್ಲಿ ಆಕೆಗೆ ಘೋರ ಅನ್ಯಾಯವಾಗಿದೆ. ಆ ಅನ್ಯಾಯವನ್ನು ಸ್ವಲ್ಪ ಮಟ್ಟಿಗಾದರೂ ಸರಿಪಡಿಸುವ ಸಣ್ಣ ಪ್ರಯತ್ನ ನನ್ನದು ಅಷ್ಟೇ'.

ಅತಿಥಿಗ್ವ ಸುಮ್ಮನೆ ತಲೆಯಾಡಿಸಿದ. ನಂತರ ಕಾಳಿ ಕಣ್ಣಳತೆಯ ದೂರದಲ್ಲಿ ಹರಿಯುತ್ತಿದ್ದ ಗಂಗಾ ನದಿಯತ್ತ ದೃಷ್ಟಿ ಹರಿಸಿದಳು. ಅಲ್ಲಿ ಐವತ್ತು ಬ್ರಂಗಾ ಹಡಗುಗಳಿಗೆ ಲಂಗರು ಹಾಕಿ ನಿಲ್ಲಿಸಲಾಗಿತ್ತು. ಎಷ್ಟು ದೂರದವರೆಗೆ ಕಣ್ಣು ಹಾಯಿಸಿದರೂ ಹಡಗುಗಳೇ. ಯುದ್ಧದ ಕಾರ್ಮೋಡ ಅದಾಗಲೇ ಕವಿದಿತ್ತು.

ಕಾಳಿ ಐವತ್ತು ಹಡಗುಗಳೊಂದಿಗೆ ಗಂಗಾನದಿಯಲ್ಲಿ ಪೂರ್ವ ದಿಕ್ಕಿನಲ್ಲಿ ಸಾಗಿ ನರ್ಮದಾ ನದಿಯನ್ನು ಸೇರಬೇಕಾಗಿತ್ತು. ಮುಂದೆ ನರ್ಮದಾ ನದಿಯಿಂದ ಪಶ್ಚಿಮ ಸಮುದ್ರವನ್ನು ಸೇರಿ ಅಲ್ಲಿಂದ ಮೆಲೂಹ ತಲುಪುವುದು ಆಕೆಯ ಯೋಜನೆಯಾಗಿತ್ತು.

'ಸರಿ ಹಾಗಾದರೆ! ನಾನು ಮಾಯಾಳನ್ನು ಒಮ್ಮೆ ಭೇಟಿಮಾಡಿ ಪ್ರಯಾಣವನ್ನು ಮುಂದುವರೆಸುತ್ತೇನೆ'.

ಅಷ್ಟು ಹೇಳಿ ಕಾಳಿ ಮಾಯಾಳಿದ್ದ ಅರಮನೆಯತ್ತ ಹೊರಟಳು.

****

'ಮಹಾಸ್ವಾಮಿ........' ಕನಖಲ ಗಾಬರಿಯಿಂದ ಓಡೋಡಿ ಬಂದು ದಕ್ಷನ ಮುಂದೆ ನಿಂತಳು.

ದಕ್ಷ ತನ್ನ ಕೊಠಡಿಯಲ್ಲಿ ಯಾವುದೋ ದಾಖಲೆಯೊಂದನ್ನು ಓದುತ್ತಾ ಕುಳಿತಿದ್ದ.

ಪ್ರಧಾನಿ ಇಷ್ಟು ಗಾಬರಿಯಾಗಿರುವುದನ್ನು ಗಮನಿಸಿದ ಆತ ಕೇಳಿದ 'ಏನಾಯಿತು ಕನಖಲ. ಎಲ್ಲವೂ ಸರಿಯಿದೆ ತಾನೆ'.

'ಮಹಾಸ್ವಾಮಿ......' ಕ್ಷಣಕ್ಷಣಕ್ಕೂ ಆಕೆಯ ಉದ್ವೇಗ ಹೆಚ್ಚಾಗುತ್ತಿತ್ತು. ಕೈಯಲ್ಲಿ ಯಾವುದೋ ವಸ್ತುವೊಂದಿತ್ತು. ಆಕೆ ಅದನ್ನು ತನ್ನ ಅಂಗವಸ್ತ್ರದಲ್ಲಿ ಮುಚ್ಚಿಕೊಂಡಿದ್ದಳು.

'ಮಹಾಸ್ವಾಮಿ.......ನೀವು ಇದನ್ನು ನೋಡಬೇಕು'.

ಅಷ್ಟು ಹೇಳಿ ಆಕೆ ಅಂಗವಸ್ತ್ರವನ್ನು ಮೆಲ್ಲನೆ ತೆರೆದಳು. ಅದೊಂದು ಕಲ್ಲಿನ ಫಲಕ. ಅದರಲ್ಲಿ ಶಿವ ಮೆಲೂಹದ ಜನರಿಗೆ ನೀಡಿದ್ದ ಸಂದೇಶವನ್ನು ಕೆತ್ತಲಾಗಿತ್ತು.

'ಇದೇನು ಕನಖಲ' ದಕ್ಷ ಕೇಳಿದ.

'ಮಹಾಸ್ವಾಮಿ........ನೀವೇ ಇದನ್ನು ಓದಿ'.

ದಕ್ಷ ಕುಳಿತಿದ್ದ ಸ್ಥಳದಿಂದ ಸ್ವಲ್ಪ ಬಾಗಿ ಫಲಕದ ಒಕ್ಕಣೆಯನ್ನು ಓದಲಾರಂಭಿಸಿದ.

'ಸನಾತನ ಧರ್ಮವನ್ನು ಪಾಲಿಸುತ್ತಿರುವ ಎಲ್ಲ ಮನುವಿನ ಮಕ್ಕಳಿಗೆ ನಮ್ಮ ನೀಲಕಂಠನ ನಮಸ್ಕಾರಗಳು. ನಾನು ಈ ಮಹಾನ್ ದೇಶದ ಮೂಲೆ ಮೂಲೆಗಳಲ್ಲೂ ಸಂಚರಿಸಿ ಬಂದಿದ್ದೇನೆ. ಪ್ರತಿ ಪ್ರಾಂತ್ಯಕ್ಕೂ ಭೇಟಿ ನೀಡಿದ್ದೇನೆ. ಸಮಾಜದ ಎಲ್ಲ ವರ್ಗದ ಜನರೊಂದಿಗೂ ಬೆರೆತು ಮಾತುಕತೆ ನಡೆಸಿದ್ದೇನೆ. ಅವರ ಸಮಸ್ಯೆಗಳನ್ನು ಅರ್ಥಮಾಡಿಕೊಳ್ಳುವ ಪ್ರಯತ್ನ ನಡೆಸಿದ್ದೇನೆ. ದುಷ್ಟತನದ ಬೇರುಗಳನ್ನು ಹುಡುಕುತ್ತಾ ಸಾಗಿದ್ದೇನೆ. ಅದು ನನ್ನ ಕರ್ತ್ಯವ್ಯವೂ ಹೌದು. ನಮ್ಮೆಲ್ಲರ ಪಿತಾಮಹ ಮನು ಹೇಳಿದಂತೆ ದುಷ್ಟಶಕ್ತಿ ಎಂಬುದು ದೂರದಲ್ಲೆಲ್ಲೋ ಇರುವ ರಾಕ್ಷಸನಂತಿರುವುದಿಲ್ಲ. ಅದು ನಮ್ಮ ಹತ್ತಿರದಲ್ಲೇ ಇರುತ್ತದೆ. ನಮ್ಮ ಜತೆ ಜತೆಯಲ್ಲೇ ಸಾಗುತ್ತವೆ. ನಮ್ಮೊಳಗೇ ಪ್ರವಹಿಸಿರುತ್ತದೆ. ಮನುವಿನ ಮಾತು ಅಕ್ಷರಶಃ ಸತ್ಯ. ಅಲ್ಲದೇ ದುಷ್ಟತನ ಎನ್ನುವುದು ಪಾತಾಳದಿಂದ ಎದ್ದು ಬಂದು ನಮ್ಮನ್ನು ನಾಶಮಾಡುವುದಿಲ್ಲ. ಬದಲಾಗಿ ಅನೇಕ ಬಾರಿ ನಮ್ಮನ್ನು ನುಂಗಿಹಾಕಲು ನಾವೇ ಅದಕ್ಕೆ ಸಹಾಯ ಮಾಡುತ್ತೇವೆ. ಮನುವಿನ ಪ್ರಕಾರ ಏಳಿಗೆ ಮತ್ತು ವಿನಾಶ ಒಂದೇ ನಾಣ್ಯದ ಎರಡು ಮುಖಗಳಿದ್ದಂತೆ. ಒಂದಾನೊಂದು ದಿನ ಮಹಾನ್ ಏಳಿಗೆಗೆ ಕಾರಣವಾದ ಅಂಶಗಳೇ ಪರಿವರ್ತನೆಗೊಂಡು ನಮ್ಮನ್ನು ವಿನಾಶದತ್ತ ಕೊಂಡೊಯ್ಯುತ್ತವೆ. ನಮ್ಮ ಏಳಿಗೆಯ ಹಾದಿಯಲ್ಲಿ ಎಲ್ಲವೂ ನನಗೇ ಬೇಕು ಎಂಬ ದುರಾಸೆಯೇ ನಮ್ಮನ್ನು ವಿನಾಶತ್ತ ದೂಡುತ್ತದೆ. ಆಗ ಇನ್ನಿಲ್ಲದ ದುರಂತಗಳು ಸಂಭವಿಸುತ್ತವೆ. ಇದು ದೈವ ನಿಯಮವೂ ಹೌದು. ನಮ್ಮ ದುರಾಸೆ ಮತ್ತು ದುಷ್ಕೃತ್ಯಕ್ಕೆ ಕಡಿವಾಣ ಹಾಕಲು ಪ್ರಕೃತಿಯಲ್ಲೇ ಸಮತೋಲನವನ್ನು ಕಂಡುಕೊಳ್ಳಲು ಭಗವಂತ ಆಡುವ ನಾಟಕ ಇದು. ಅಂತೆಯೇ ನಮ್ಮ ಜೀವಿತಾವಧಿಯ ಬಹುಮುಖ್ಯ ಅನ್ವೇಷಣೆಯಾದ ಸೋಮರಸ ಇಂದು ಇಡೀ ಮನುಕುಲವನ್ನು ವಿನಾಶದತ್ತ ಕೊಂಡೊಯ್ಯುತ್ತದೆ ಎಂಬ ಸತ್ಯ ಈಗಷ್ಟೆ ನನಗೆ ತಿಳಿದಿದೆ. ಇತ್ತೀಚಿನವರೆಗೂ ಸೋಮರಸ ಮನುಕುಲದ ಏಳಿಗೆಗೆ ಸಹಕಾರಿಯಾಗಿತ್ತು. ಆದರೆ ಇಂದು ಅದೇ ಮನುಕುಲದ ವಿನಾಶಕ್ಕೆ ನಾಂದಿ ಹಾಡುತ್ತಿದೆ. ದಶದಿಕ್ಕುಗಳಿಗೂ ತನ್ನ ಕಬಂಧ ಬಾಹುಗಳನ್ನು ಚಾಚಿ ನಮ್ಮನ್ನು ನುಂಗಿ ನೀರು ಕುಡಿಯಲು ಸಿದ್ಧವಾಗಿದೆ. ಹಾಗಾಗಿ ಸೋಮರಸ ನಮ್ಮೆಲ್ಲರನ್ನು ನಾಶಮಾಡುವ ಮುನ್ನವೇ ಅದರ ಶಕ್ತಿಯನ್ನು ಕುಗ್ಗಿಸಬೇಕು. ಮುಂದಾಗುವ ಅನಾಹುತವನ್ನು ತಡೆಯಬೇಕು. ಈಗಾಗಲೇ ಅದು ತನ್ನ ಗರ್ಭದಲ್ಲಿರುವ ಹಾಲಾಹಲವನ್ನು ಉಗುಳುತ್ತಿದೆ.

ಸರಸ್ವತಿ ನದಿ ಅಳಿವಿನ ಅಂಚಿಗೆ ಬಂದು ನಿಂತಿರುವುದು, ಮೆಲೂಹನ್ನರಲ್ಲಿನ ಅಂಗವೈಕಲ್ಯ ಮತ್ತು ಬ್ರಂಗಾದಲ್ಲಿನ ಪ್ಲೇಗ್ ರೋಗ ಈ ಎಲ್ಲದಕ್ಕೂ ಮೂಲಕಾರಣ ಸೋಮರಸ. ಹಾಗಾಗಿ ಇಂತಹ ಅಪಾಯಗಳನ್ನು ತಡೆಗಟ್ಟಬೇಕಾದರೆ ಮತ್ತು ನಮ್ಮ

ಮುಂದಿನ ಪೀಳಿಗೆ ಆರೋಗ್ಯಕರ ಜೀವನ ನಡೆಸಬೇಕಾದರೆ ಈ ಕೂಡಲೆ ನಾವು ಸೋಮರಸ ಬಳಸುವುದನ್ನು ನಿಲ್ಲಿಸಬೇಕು. ಆದ್ದರಿಂದ ಇನ್ನೆಂದೂ ಯಾರೂ ಈ ಸಾಮ್ರಾಜ್ಯದಲ್ಲಿ ಸೋಮರಸವನ್ನು ಬಳಸಬಾರದು. ಅದು ಇಲ್ಲಿ ಸಂಪೂರ್ಣ ನಿಷೇಧಕ್ಕೆ ಒಳಪಟ್ಟಿರುತ್ತದೆ. ಇದು ನನ್ನ ಆದೇಶ. ನಿಮಗೆ ನನ್ನ ಮೇಲೆ ಗೌರವವಿದ್ದರೆ, ನಿಮ್ಮ ನೀಲಕಂಠನ ಮೇಲೆ ಆದರ ಮತ್ತು ಅಭಿಮಾನವಿದ್ದರೆ ನನ್ನ ಮಾತುಗಳನ್ನು ಕೇಳಿ. ನನ್ನ ಆದೇಶವನ್ನು ಪಾಲಿಸಿ. ಕೂಡಲೆ ಸೋಮರಸ ಬಳಸುವುದನ್ನು ನಿಲ್ಲಿಸಿ. ಯಾರು ನನ್ನ ಆದೇಶವನ್ನು ದಿಕ್ಕರಿಸಿ ಸೋಮರಸ ಬಳಸುವುದಕ್ಕೆ ಮುಂದಾಗುತ್ತಾರೆಯೋ ಅವರು ನನ್ನ ಶತ್ರುಗಳಾಗುತ್ತಾರೆ. ಏನೇ ಆಗಲಿ ಈ ನಾಡಿನಲ್ಲಿ ಸೋಮರಸ ಬಳಕೆ ನಿಲ್ಲುವವರೆಗೂ ನಾನು ವಿರಮಿಸುವುದಿಲ್ಲ. ಇದು ನನ್ನ ಪ್ರತಿಜ್ಞೆಯಷ್ಟೇ ಅಲ್ಲ ನಿಮ್ಮ ನೀಲಕಂಠನ ಕಟ್ಟಾಜ್ಞೆಯೂ ಹೌದು'.

ಫಲಕದ ಒಕ್ಕಣೆಯನ್ನು ಓದಿ ದಕ್ಷ ಒಂದು ಕ್ಷಣ ದಂಗಾದ.

'ಏನದು ಅಸಂಬದ್ಧ ಬರೆವಣಿಗೆ. ನನಗಂತೂ ಒಂದೂ ಅರ್ಥವಾಗುತ್ತಿಲ್ಲ'.

'ಮಹಾಪ್ರಭು ಈ ಆದೇಶದಂತೆ ನಾವು ಸೋಮರಸ ಸೇವಿಸುವುದನ್ನು ನಿಲ್ಲಸಬೇಕೇ? ಬೇಡವೇ?'.

ಇದು ನಿನಗೆಲ್ಲಿ ದೊರೆಯಿತು'.

'ಇದನ್ನು ನಗರದ ಇಂದ್ರದೇವನ ಮಂದಿರದ ಬಳಿ ಇರುವ ಸಾರ್ವಜನಕ ಸ್ನಾನಗೃಹದ ಬಳಿ ಹಾಕಲಾಗಿತು ಪ್ರಭು. ನಗರದ ಜನ ಕುತೂಹಲದಿಂದ ವೀಕ್ಷಿಸುತ್ತಾ ಅದರ ಬಗ್ಗೆಯೇ ಚರ್ಚೆ ಮಾಡುತ್ತಿದ್ದುದ್ದನ್ನು ನಾನು ಗಮನಸಿದೆ'.

'ಹೂಂ! ಈಗ ಬೃಗುಮಹರ್ಷಿ ಎಲ್ಲಿದ್ದಾರೆ?'.

'ಮಹಾಪ್ರಭು! ಸೋಮರಸವನ್ನು ಈಗೇನು ಮಾಡುವುದು? ನಾನು......'.

'ಬೃಗುಮಹರ್ಷಿ ಎಲ್ಲಿ?'

'ಮಹಾಸ್ವಾಮಿ! ಸಾಕ್ಷಾತ್ ನೀಲಕಂಠನೇ ಈ ಆಜ್ಞೆ ಹೊರಡಿಸಿರುವಾಗ ನಮಗೆ ಬೇರೆ ಆಯ್ಕೆಯಾದರೂ ಎಲ್ಲಿದೆ?'.

'ಶತಮೂರ್ಖ ಕನಖಲ, ನಾನು ಕೇಳಿದ್ದು ಬೃಗು ಮಹರ್ಷಿ ಎಲ್ಲಿದ್ದಾರೆ ಎಂದು' ದಕ್ಷ ಜೋರುದನಿಯಲ್ಲಿ ಕಿರುಚಿದ.

ಒಂದು ಕ್ಷಣ ಕನಖಲ ಬೆಚ್ಚಿದಳು. ತನ್ನ ಒಡೆಯ ಅಗೌರವದಿಂದ ಈ ರೀತಿಯ ಪದಪ್ರಯೋಗ ಮಾಡಿದ್ದು ಆಕೆಗೆ ಇಷ್ಟವಾಗಲಿಲ್ಲ.

'ಬೃಗು ಒಂದು ತಿಂಗಳ ಹಿಂದೆ ಪ್ರಯಾಗವನ್ನು ಬಿಟ್ಟಿದ್ದಾರೆ ಎಂಬ ಸುದ್ದಿ ಬಂದಿದೆ. ಅವರು ದೇವಗಿರಿಯನ್ನು ತಲುಪಲು ಕನಿಷ್ಠ ಎರಡು ತಿಂಗಳು ಬೇಕು'.

'ಹಾಗಾದರೆ ಬೃಗು ಇಲ್ಲಿಗೆ ಬಂದ ನಂತರ ಮುಂದಿನ ಯೋಜನೆಯನ್ನು ನಿರ್ಧರಿಸೋಣ'.

'ಆದರೆ ನೀಲಕಂಠನ ಆಜ್ಞೆಯನ್ನು ನಾವು ಧಿಕ್ಕರಿಸುವುದಾದರೂ ಹೇಗೆ ಮಹಾಪ್ರಭು'.

'ಯಾರು? ಯಾರು? ಈ ದೇಶದ ಚಕ್ರಾಧಿಪತಿ ಯಾರು ಕನಖಲ?'.

'ನೀವೇ ಮಹಾಸ್ವಾಮಿ'.

'ಅಂದರೆ ನಾನೊಂದು ನಿರ್ಧಾರ ತೆಗೆದುಕೊಂಡರೆ ಅದೇ ಮೆಲೂಹದ ನಿರ್ಧಾರ ಅಲ್ಲವೇ?'.

'ಹೌದು ಮಹಾಸ್ವಾಮಿ, ಆದರೆ ಮೆಲೂಹದ ಜನ ಈಗಾಗಲೇ ನೀಲಕಂಠನ ಆದೇಶವನ್ನು ಓದಿದ್ದಾರೆ'.

'ನೀನು ಈ ಕೂಡಲೆ ಎಲ್ಲೆಲ್ಲಿ ನೀಲಕಂಠನ ಸಂದೇಶವಿರುವ ಫಲಕಗಳಿವೆಯೋ ಅಲ್ಲೆಲ್ಲಾ ಅದನ್ನು ತೆಗೆದು ಹೊಸ ಫಲಕವನ್ನು ಹಾಕಲು ಏರ್ಪಾಡು ಮಾಡು. ಅದರಲ್ಲಿ "ಇದು ನಿಜವಾದ ನೀಲಕಂಠನ ಆದೇಶವಲ್ಲ. ನೀಲಕಂಠನ ಹೆಸರನ್ನು ದುರುಪಯೋಗ ಪಡಿಸಿಕೊಂಡಿರುವ ಕಪಟಿ, ಮೋಸಗಾರನೊಬ್ಬನ ಸಂಚು. ಕಾರಣ ನೀಲಕಂಠ ಎಂದೂ ಜಗತ್ತಿನ ಅತ್ಯಂತ ಶ್ರೇಷ್ಠ ಅನ್ವೇಷಣೆಯಾದ ಸೋಮರಸದ ವಿರುದ್ಧ ನಿಲ್ಲುವವನಲ್ಲ" ಎಂದು ಬರೆಸು.

'ಆದರೆ ಈ ಮಾತು ನಿಜವೇ ಪ್ರಭು?'.

ಕೂಡಲೆ ದಕ್ಷನ ಕಣ್ಣುಗಳು ಕೆಂಪಾದವು. ಕೋಪ ನೆತ್ತಿಗೇರಿತು.

ಏರುದನಿಯಲ್ಲಿ ದಕ್ಷ ಚೀರಿದ 'ಕನಖಲ! ನಾನು ಹೇಳಿದ್ದಷ್ಟನ್ನು ಮಾತ್ರ ಮಾಡು. ಉದ್ಧಟತನದ ಪ್ರಶ್ನೆಗಳು ಬೇಡ. ನೀನು ಈ ರೀತಿಯ ಅಸಂಬದ್ಧ ಪ್ರಶ್ನೆಗಳನ್ನು ಕೇಳಿದರೆ ನಿನ್ನನ್ನು ಪ್ರಧಾನಮಂತ್ರಿ ಸ್ಥಾನದಿಂದ ವಜಾಗೊಳಿಸಿ ಮತ್ತೊಬ್ಬರನ್ನು ನೇಮಿಸುತ್ತೇನೆ'.

ಕನಖಲ ದಕ್ಷನಿಗೆ ಕೈಮುಗಿದು ಅಲ್ಲಿಂದ ಹೊರಡಲು ಸಿದ್ಧಳಾದಳು. ದಕ್ಷನ ಕೊನೆಯ ಮಾತು ಆಕೆಗೆ ತೀವ್ರ ನೋವು ತಂದಿತು.

ಹೊರಡುವ ಮುನ್ನ 'ಹೀಗೆ ಮತ್ತಷ್ಟು ಫಲಕಗಳಿದ್ದರೆ ಏನು ಮಾಡುವುದು ಮಹಾರಾಜ?' ಎಂದು ಕೇಳಿದಳು.

'ಎಲ್ಲವನ್ನು ಕಿತ್ತು ಹಾಕಿ ನನ್ನ ಹೊಸ ಆದೇಶದ ಫಲಕಗಳನ್ನು ಅನಾವರಣಗೊಳಿಸು'.

'ಹಾಗೇ ಆಗಲಿ ಮಹಾಪ್ರಭು' ಅಷ್ಟು ಹೇಳಿ ಕನಖಲ ಅಲ್ಲಿಂದ ನಿರ್ಗಮಿಸಿದಳು.

ಆಕೆ ಹೊರಗೆ ಹೋಗುತ್ತಿದ್ದಂತೆ ದಕ್ಷ ಒಮ್ಮೆ ಕೈಯಿಂದ ತನ್ನ ಮುಂದಿದ್ದ ಮೇಜನ್ನು ಜೋರಾಗಿ ಕುಟ್ಟಿದ.

ನಂತರ ತನಗೆ ತಾನೇ ಹೇಳಿಕೊಂಡ 'ನೀಲಕಂಠನನ್ನು ನಿಯಂತ್ರಿಸುವ ಯೋಜನೆ ಇರುವುದು ನನ್ನ ಬಳಿ ಮಾತ್ರ. ಹಾಗಾಗಿ ಬೃಗು ಮಹರ್ಷಿ ಸಹ ನನ್ನ ಮಾತನ್ನು ಕೇಳಲೇಬೇಕು'.

ಅಧ್ಯಾಯ – 20

ಅಗ್ನಿ ಗೀತೆ

ಕಾಶಿ ನಗರದ ಅರಮನೆಯ ಮೊಗಸಾಲೆಯಲ್ಲಿ ಕುಳಿತು ಶಿವ ಮತ್ತು ಸತಿ ಮಾತನಾಡುತ್ತಿದ್ದರು. ಅಷ್ಟರಲ್ಲಿ ವಾಸುದೇವ ಪಂಡಿತರು ಅಲ್ಲಿಗೆ ಬಂದು ಶಿವನ ಹಿಂದಿದ್ದ ಖಾಲಿ ಕುರ್ಚಿಯಲ್ಲಿ ಆಸೀನರಾದರು.

'ಪಂಡಿತರೇ, ಏನಾದರೂ ಸುದ್ದಿ ಇದೆಯೇ?' ಶಿವ ಕೇಳಿದ.

ಮೆಲೂಹ ಮತ್ತು ಸ್ವದ್ವೀಪದ ಎಲ್ಲ ನಗರಗಳಲ್ಲಿ ಸೋಮರಸವನ್ನು ನಿಷೇಧಿಸುವ ಆದೇಶವನ್ನು ಜನರಿಗೆ ತಿಳಿಸಿ ಅದಾಗಲೇ ಒಂದು ವಾರವಾಗಿತ್ತು. ಜನ ತನ್ನ ಆಜ್ಞೆಯನ್ನು ಪಾಲಿಸುತ್ತಾರೆಂದು ಶಿವ ಬಲವಾಗಿ ನಂಬಿದ್ದ.

'ದೇಶದ ಮೂಲೆ ಮೂಲೆಗಳಿಂದ ನಮ್ಮ ಪಂಡಿತರು ವರದಿಯನ್ನು ಕಳುಹಿಸುತ್ತಿದ್ದಾರೆ'.

'ವರದಿಯ ಸಾರಾಂಶವೇನು ಪಂಡಿತರೇ?'.

'ನಿನ್ನ ಆದೇಶಕ್ಕೆ ಮೆಲೂಹನ್ನರು ಸ್ವದ್ವೀಪನ್ನರಿಗಿಂತ ಭಿನ್ನವಾಗಿ ಪ್ರತಿಕ್ರಿಯಿಸಿದ್ದಾರೆ'.

'ನಾನು ಅದನ್ನು ನಿರೀಕ್ಷಿಸಿದ್ದೆ'.

'ಈಗ ಬಂದಿರುವ ಮಾಹಿತಿಯ ಪ್ರಕಾರ ಸ್ವದ್ವೀಪನ್ನರು ನಿನ್ನ ಆದೇಶವನ್ನು ಶಿರಸಾವಹಿಸಿ ಪಾಲಿಸಲು ಸಿದ್ಧರಿದ್ದಾರೆ. ಕಾರಣ ಮೊದಲಿನಿಂದಲೂ ಸೋಮರಸದ ವಿಚಾರದಲ್ಲಿ ತಮಗೆ ಮೋಸವಾಗಿದೆ ಎನ್ನುವುದು ಅವರ ಅಭಿಪ್ರಾಯ. ಜತೆಗೆ ಮತ್ತೊಮ್ಮೆ ಮೆಲೂಹನ್ನರು ತಮ್ಮ ವಿರುದ್ಧ ಏನೋ ಸಂಚು ಹೂಡುತ್ತಿದ್ದಾರೆ ಎಂಬ ಅನುಮಾನ ಅವರಿಗೆ. ನಿನಗೆ ನೆನಪಿರಲಿ ನೀಲಕಂಠ, ಸ್ವದ್ವೀಪದ ಸಾಮಾನ್ಯ ಜನರಾರೂ ಸೋಮರಸವನ್ನು ಬಳಸುವುದಿಲ್ಲ. ಹಾಗಾಗಿ ಸೋಮರಸವನ್ನು ತ್ಯಜಿಸುವುದು ಅವರಿಗೇನೂ ಅಂತಹ ಕಷ್ಟವೆನಿಸಿಲ್ಲ'.

'ಅಲ್ಲಿನ ರಾಜರು ನೀಲಕಂಠನ ಆಜ್ಞೆಗೆ ಹೇಗೆ ಪ್ರತಿಕ್ರಿಯಿಸಿದ್ದಾರೆ? ಇಡೀ ಸೈನ್ಯವನ್ನು ನಿಯಂತ್ರಿಸುವವರು ರಾಜರುಗಳೇ ಅಲ್ಲವೇ ಪಂಡಿತರೇ?' ಸತಿ ಕೇಳಿದಳು.

'ಇಷ್ಟು ಬೇಗ ಅದನ್ನು ಹೇಳಲು ಸಾಧ್ಯವಿಲ್ಲ ಸತಿ. ಆದರೆ ಸ್ವದ್ವೀಪದ ಎಲ್ಲ ರಾಜರೂ ಸುದೀರ್ಘ ಸಮಾಲೋಚನೆಯಲ್ಲಿ ತೊಡಗಿದ್ದಾರೆ. ತಮ್ಮ ತಮ್ಮ ಆಪ್ತ ಸಲಹೆಗಾರರಿಂದ ಸಲಹೆ–ಸೂಚನೆಗಳನ್ನು ಪಡೆದುಕೊಳ್ಳುತ್ತಿದ್ದಾರೆ' ಪಂಡಿತರು ಹೇಳಿದರು.

'ಅಂದರೆ ಮೆಲೂಹನ್ನರು ನನ್ನ ಆಜ್ಞೆಯನ್ನು ತಿರಸ್ಕರಿಸಿದ್ದಾರೆಯೇ?' ಶಿವ ಕೇಳಿದ.

ಪಂಡಿತರು ದೀರ್ಘ ನಿಟ್ಟುಸಿರು ಬಿಡುತ್ತಾ ಹೇಳಿದರು 'ಇದು ಅಷ್ಟು ಸುಲಭದ ವಿಚಾರವಲ್ಲ ನೀಲಕಂಠ. ನಮ್ಮ ಪಂಡಿತರು ನೀಡಿರುವ ಮಾಹಿತಿಯಂತೆ ಮೆಲೂಹದ ನಾಗರಿಕರು ನಿನ್ನ ಘೋಷಣಾ ಪತ್ರವನ್ನು ಓದಿದ ನಂತರ ತೀವ್ರ ಗೊಂದಲಕ್ಕೀಡಾಗಿದ್ದಾರೆ. ನಗರದ ಪ್ರಮುಖ ವೃತ್ತಗಳಲ್ಲಿ ಜನ ಗಂಭೀರ ಚರ್ಚೆಯಲ್ಲಿ ತೊಡಗಿದ್ದಾರೆ. ಮೊದಮೊದಲು ಅವರಲ್ಲಿ ಬಹುತೇಕ ಮಂದಿ ನಿನ್ನ ಆದೇಶವನ್ನು ಪಾಲಿಸಬೇಕೆಂದು ನಿರ್ಧರಿಸಿದ್ದರು. ಆದರೆ....'.

'ಆದರೆ ಮುಂದೇನಾಯಿತು ಪಂಡಿತರೇ?'.

'ಮೆಲೂಹದ ಆಡಳಿತಕ್ಕೆ ಅಸಾಧಾರಣ ಸಾಮರ್ಥ್ಯವಿದೆ. ಹಾಗಾಗಿ ನಿನ್ನ ಘೋಷಣಾ ಪತ್ರವನ್ನು ಪ್ರಮುಖ ನಗರಗಳಲ್ಲಿ ಹಾಕಿದ ಮೂರೇ ದಿನದಲ್ಲಿ ಅಲ್ಲಿನ ಆಡಳಿತ ಅದೆಲ್ಲವನ್ನೂ ತೆರವುಗೊಳಿಸಿತು. ಅದರ ಬದಲಾಗಿ ಮೆಲೂಹದ ಸಾರ್ವಭೌಮರು ಹೊರಡಿಸಿದ ಮತ್ತೊಂದು ಆದೇಶವನ್ನು ಹಾಕಲಾಯಿತು. ಅದರಲ್ಲಿ ನಿನ್ನನ್ನು ಕಪಟಿ, ದ್ರೋಹಿ ಎಂದು ಬಿಂಬಿಸಿದೆ'.

'ಆದರೆ ಮೆಲೂಹದ ಜನ ಅದನ್ನು ನಂಬಿದರೇ?' ಶಿವ ಕೇಳಿದ.

'ಮೆಲೂಹನ್ನರಿಗೆ ತಮ್ಮ ಸರ್ಕಾರದ ಮೇಲೆ ಅಪಾರ ನಂಬಿಕೆ. ಸರ್ಕಾರದ ಆದೇಶವೇ ಅವರಿಗೆ ವೇದವಾಕ್ಯ. ಸಹಜವಾಗಿ ಜನ ಸರ್ಕಾರದ ಮಾತನ್ನು ನಂಬಿದ್ದಾರೆ' ಸತಿ ಹೇಳಿದಳು.

'ಅಷ್ಟೇ ಅಲ್ಲ ನೀಲಕಂಠ, ನೀನು ಕಳೆದ ಕೆಲವು ವರ್ಷಗಳಿಂದ ಮೆಲೂಹದತ್ತ ಸುಳಿದಿಲ್ಲ. ಹಾಗಾಗಿ ಅಲ್ಲಿನ ಜನ ನೀಲಕಂಠ ಮೆಲೂಹವನ್ನು ಸಂಪೂರ್ಣ ಮರೆತುಬಿಟ್ಟಿದ್ದಾನೆ ಎಂದೇ ಭಾವಿಸಿದ್ದಾರೆ' ಪಂಡಿತರು ಹೇಳಿದರು.

ಶಿವ ತಲೆಯಾಡಿಸುತ್ತಾ ಹೇಳಿದ 'ಅಂದರೆ ಯುದ್ಧ ಅನಿವಾರ್ಯ ಎಂದಾಯಿತು'.

'ಈ ಸಂಚಿನ ಹಿಂದೆ ದಕ್ಷ ಮತ್ತು ಬೃಗು ಮಹರ್ಷಿ ಇದ್ದಾರೆ ನೀಲಕಂಠ. ಅದೇನೇ ಆಗಲಿ ನಿನ್ನ ಸಂದೇಶ ಮೆಲೂಹನ್ನರಿಗೆ ತಲುಪಿರುವುದಂತೂ ಸತ್ಯ. ಬಹುಶಃ ಮುಂದಿನ ದಿನಗಳಲ್ಲಿ ಅವರು ಈ ಬಗ್ಗೆ ಸಾಕಷ್ಟು ಪ್ರಶ್ನೆಗಳನ್ನು ಕೇಳಲು ಪ್ರಾರಂಭಿಸುತ್ತಾರೆ' ಗೋಪಾಲ ಪಂಡಿತರು ಹೇಳಿದರು.

ಶಿವ ದೂರದಲ್ಲಿ ಹರಿಯುತ್ತಿದ್ದ ಗಂಗಾ ನದಿಯತ್ತ ದೃಷ್ಟಿಹಾಯಿಸಿದ. ಅಲ್ಲಿ ಬ್ರಂಗಾಗಳು, ವಾಸುದೇವರು ಮತ್ತು ನಾಗಾಗಳ ನೂರಾರು ಹಡಗುಗಳಿಗೆ ಲಂಗರು ಹಾಕಿ ನಿಲ್ಲಿಸಿದ್ದರು.

ಶಿವ ಮೆಲುದನಿಯಲ್ಲಿ ಹೇಳಿದ 'ಮುಂದಿನ ಎರಡು ದಿನಗಳಲ್ಲಿ ನಮ್ಮ ಪಯಣ ಆರಂಭವಾಗಬೇಕು'.

******

ಬೃಹಸ್ಪತಿ, ವೀರಭದ್ರ, ನಂದಿ, ಪರಶುರಾಮ ಎಲ್ಲರೂ ಶಿವನನ್ನೇ ದಿಟ್ಟಿಸಿ ನೋಡುತ್ತಿದ್ದರು. ಅವರು ಕುಳಿತಿದ್ದ ಅಂಗಳದಲ್ಲಿ ಅಗ್ನಿಕುಂಡವೊಂದನ್ನು ಹಾಕಲಾಗಿತ್ತು. ಅದರ ಬೆಳಕು ಅಲ್ಲಿದ್ದವರ ಮುಖದ ಮೇಲೆ ಬೀಳುತ್ತಿತ್ತು. ಚಂದ್ರ ಆಗಸದಲ್ಲಿ ಮರೆಯಾಗಿದ್ದ. ನದಿಯ ದಂಡೆಯಿಂದ ಶೀತಗಾಳಿ ಬೀಸುತ್ತಿತ್ತು. ಬ್ರಂಗಾ ಹಡಗುಗಳಿಂದ ಬರುತ್ತಿದ್ದ ಬೆಳಕಿನ ಕಿರಣಗಳು ಗಂಗಾ ನದಿಯ ನೀರಿನ ಮೇಲೆ ಬಿದ್ದು ಪ್ರತಿಫಲನಗೊಳ್ಳುತ್ತಿತ್ತು.

ಹಿಂದಿನಿಂದಲೂ ಬಂದ ಸಂಪ್ರದಾಯದಂತೆ ಗುಣ ಸೈನ್ಯ ಯುದ್ಧಕ್ಕೂ ಮುನ್ನ ಪಂಚಭೂತಗಳಿಗೆ ಗೌರವ ಸಲ್ಲಿಸಲು ಅಲ್ಲಿ ನೆರೆದಿತ್ತು. ಅವರೆಲ್ಲರೂ ಸಂಭವನೀಯ ಯುದ್ಧದಲ್ಲಿ ಬರುವ ಅಪಾಯದಿಂದ ತಮ್ಮನ್ನು ರಕ್ಷಿಸುವಂತೆ ಪಂಚಭೂತಗಳ ಮೊರೆ ಹೋಗಿದ್ದರು. ಅಂತಹ ಪವಿತ್ರ ಸಮಾರಂಭಕ್ಕೆ ಶಿವ ಸಹ ಸಾಕ್ಷಿಯಾಗಿದ್ದ. ಅಲ್ಲಿದ್ದ ಎಲ್ಲರೂ ಮಾರನೆಯ ದಿನ ನಸುಕಿನಲ್ಲಿ ಯುದ್ಧಭೂಮಿಯತ್ತ ಪ್ರಯಾಣ ಬೆಳೆಸುವವರಿದ್ದರು.

'ಅದು ಹಾಗಲ್ಲ ವೀರಭದ್ರ, ನಿಜವಾದ ಚಮತ್ಕಾರ ಇರುವುದು ಇಲ್ಲಿ' ಶಿವ ಹೊಟ್ಟೆ ಮತ್ತು ಎದೆಯ ನಡುವೆ ಇರುವ ವಪೆಯ ಮೇಲೆ ಕೈಯಿಟ್ಟು ಹಾಡುವ ಧಾಟಿಯನ್ನು ವೀರಭದ್ರನಿಗೆ ವರ್ಣಿಸುತ್ತಿದ್ದ.

'ಹಾಡು ಕೇವಲ ಕಂಠದಿಂದ ಹೊರಹೊಮ್ಮುತ್ತದೆ ಎಂದೇ ನಾನು ಭಾವಿಸಿದ್ದೆ' ವೀರಭದ್ರ ಕುತ್ತಿಗೆಯ ಮೇಲೆ ಕೈಯಿಟ್ಟು ಹೇಳಿದ.

ಶಿವ ತಲೆಯಾಡಿಸುತ್ತಾ 'ನಮ್ಮ ಗಂಟಲು ಒಂದು ಗಾಳಿ ವಾದ್ಯವಿದ್ದಂತೆ. ಅದನ್ನು ನಿಯಂತ್ರಿಸುವುದು ನಮ್ಮ ಉಸಿರಾಟ. ಉಸಿರಾಟ ಸಾಧ್ಯವಾಗಿರುವುದು ನಮ್ಮ ಶ್ವಾಸಕೋಶದ ಮೂಲಕ. ಅಂದರೆ ನಮ್ಮ ಗಂಟಲನ್ನು ನಿಯಂತ್ರಿಸುವುದು ಶ್ವಾಸಕೋಶಗಳು. ಹಾಗಾಗಿ ಶ್ವಾಸಕೋಶದಿಂದ ಹಾಡಲು ಪ್ರಯತ್ನಿಸು. ಅದ್ಭುತವಾದ ಕಂಠ ನಿನ್ನದಾಗುತ್ತದೆ. ಹಾಡುವುದೂ ಸುಲಭವಾಗುತ್ತದೆ'.

ನಂದಿ ಶಿವ ಹೇಳಿದಂತೆ ಹಾಡಲು ಪ್ರಾರಂಭಿಸಿದ.

ಶಿವ ನಂದಿಯ ಎದೆಯ ಭಾಗವನ್ನು ನೋಡುತ್ತಾ ಹೇಳಿದ 'ನಿನ್ನ ಎದೆ

ಮತ್ತು ವಪೆಯ ಬಳಿ ಒಂದು ಸಣ್ಣ ಒತ್ತಡ ಸೃಷ್ಟಿಯಾಗುತ್ತಿದೆ. ಅಂದರೆ ನೀನು

ಸರಿಯಾಗಿ ಹಾಡುತ್ತಿರುವೆ ಎಂದರ್ಥ. ಹಾಂ! ಮತ್ತೊಂದು ವಿಚಾರ, ಹಾಡುವಾಗ ಉಸಿರಾಟದ ಏರಿಳಿತವನ್ನು ನಿಯಂತ್ರಿಸುವುದು ಬಹುಮುಖ್ಯ. ಆಗ ಸುನಾದ ಹೊರಹೊಮ್ಮುತ್ತದೆ. ಹಾಡು ಕೇಳಲು ಇಂಪಾಗಿರುತ್ತದೆ'.

ಬೃಹಸ್ಪತಿ, ಪರಶುರಾಮ ಮತ್ತು ನಂದಿ ಶಿವನ ಮಾತನ್ನು ಗಮನವಿಟ್ಟು ಕೇಳುತ್ತಿದ್ದರು. ಆದರೆ ವೀರಭದ್ರ ವ್ಯಂಗ್ಯದಿಂದ ತಲೆಯಾಡಿಸುತ್ತಿದ್ದ. ಆತನಿಗೆ ಹಾಡುವುದಷ್ಟೇ ಮುಖ್ಯವಾಗಿತ್ತು. ಆತ ಧ್ವನಿಯ ಇಂಪಿನ ಬಗ್ಗೆ ಅಷ್ಟೇನೂ ತಲೆಕೆಡಿಸಿಕೊಂಡಿರಲಿಲ್ಲ.

ಆತ ಶಿವನಗೆ ಹೇಳಿದ 'ಶಿವ ನೀನು ಈ ವಿಚಾರವನ್ನು ಗಂಭೀರವಾಗಿ ಪರಿಗಣಿಸಿರುವೆ. ಎಲ್ಲಿಯವರೆಗೆ ನಾವು ಹೃದಯದಿಂದ ಹಾಡುತ್ತೇವೆಯೋ ಅಲ್ಲಿಯವರೆಗೆ ಇದೆಲ್ಲವನ್ನು ಪರಿಗಣಿಸುವ ಅಗತ್ಯವಿಲ್ಲ. ಅಷ್ಟಕ್ಕೂ ಇಲ್ಲಿ ನಾನು ಕರ್ಕಶವಾಗಿ ಹಾಡಿದರೂ ಅದಕ್ಕೆ ಆಕ್ಷೇಪಣೆ ಸಲ್ಲಿಸುವವರು ಯಾರೂ ಇಲ್ಲ'.

ಅಷ್ಟರಲ್ಲಿ ಪರಶುರಾಮ ವೀರಭದ್ರನತ್ತ ಕೈತೋರಿಸಿ ಶಿವನತ್ತ ತಿರುಗಿ ಹೇಳಿದ 'ಮಹಾಸ್ವಾಮಿ ಅದ್ಭುತವಾಗಿ ಹಾಡುವುದು ಹೇಗೆ ಎಂದು ತಾವು ಈಗ ಹಾಡಿ ತೋರಿಸಿ'.

ಪರಶುರಾಮನ ಮಾತಿಗೆ ಅಲ್ಲಿದ್ದ ಎಲ್ಲರೂ ದನಿಗೂಡಿಸಿದರು. ಶಿವ ಒಮ್ಮೆ ಆಕಾಶದತ್ತ ನೋಡಿ ತನ್ನ ಕುತ್ತಿಗೆಯನ್ನು ಸವರಿಕೊಂಡ. ಗಂಟಲು ಸರಿಪಡಿಸಿಕೊಂಡ.

ಅದನ್ನು ಗಮನಿಸಿದ ವೀರಭದ್ರ ಹೇಳಿದ 'ಈ ರೀತಿಯ ನಾಟಕ ಸಾಕು ಶಿವ! ಹಾಡಲು ಪ್ರಾರಂಭಿಸು'.

ಶಿವ ಪ್ರೀತಿಯಿಂದ ವೀರಭದ್ರನ ಬೆನ್ನು ತಟ್ಟಿ ಹೇಳಿದ 'ಸರಿ! ಈಗ ನಾನು ಹಾಡಲು ಪ್ರಾರಂಭಿಸುತ್ತೇನೆ'.

ವೀರಭದ್ರ ಶಿವನ ಕಾಲೆಳೆಯುವ ಸಲುವಾಗಿ ಬೆರಳನ್ನು ತುಟಿಯ ಮೇಲಿಟ್ಟು ಎಲ್ಲರೂ ನಿಶ್ಯಬ್ದವಾಗಿರುವಂತೆ ಸೂಚಿಸಿದ. ಕ್ಷಣಾರ್ಧದಲ್ಲಿ ಅಲ್ಲಿ ನೀರಸ ಮೌನ. ಶಿವ ಹಾಗೇ ಕಣ್ಮುಚ್ಚಿ ಮೈಮರೆತ. ಒಂದೆರಡು ನಿಮಿಷದಲ್ಲಿ ಗಂಭೀರ ನಾದವೊಂದು ಅನುರಣಿಸಿತು. ಶಿವ ಹಾಡಲು ಪ್ರಾರಂಭಿಸಿದ. ಇಡೀ ಸಂಭಾಂಗಣದ ಮೂಲೆ ಮೂಲೆಯೂ ನಾದಮಯ. ಅಲ್ಲಿ ಕುಳಿತಿದ್ದವರೆಲ್ಲಾ ಗಾನಲೋಕದಲ್ಲಿ ಹಾಗೇ ತೇಲಿ ಹೋದರು. ಶಿವ ಹಾಡಿದ ಆ ಹಾಡು ಅಗ್ನಿ ದೇವನನ್ನು ಆಹ್ವಾನಿಸುವುದಕ್ಕೆ ಹಾಡುವ ಹಾಡಾಗಿತ್ತು. ಶಿವ ಆ ಹಾಡಿನ ಮೂಲಕ ಅಗ್ನಿದೇವನ ಆಶೀರ್ವಾದ ಕೋರಿದ್ದ. ಅದಕ್ಕೆ ಪ್ರತಿಯಾಗಿ ಅಲ್ಲಿದ್ದ ಎಲ್ಲ ಯೋಧರೂ ಯುದ್ಧದಲ್ಲಿ ಶತ್ರುಗಳನ್ನು ಕೊಂದು ಅಗ್ನಿಕುಂಡಕ್ಕೆ ಹಾಕುವುದಾಗಿ ಶಪಥ ಮಾಡಿದರು. ಶಿವ ಅಗ್ನಿದೇವನ ಅಂಶವೇ ಆಗಿದ್ದರಿಂದ ಗುಣಪಂಗಡ ಶಿವನಿಗೆ ತಮ್ಮ ಗೌರವ ಸಮರ್ಪಿಸಿತು. ಹಾಡು ಚಿಕ್ಕದಾಗಿದ್ದರೂ ಅದು ಇಡೀ ಪ್ರೇಕ್ಷಕ ವೃಂದವನ್ನು ಹಿಡಿದಿಟ್ಟಿತು. ಕೊನೆಯಲ್ಲಿ ಅಲ್ಲಿದ್ದ ಎಲ್ಲರೂ ದೀರ್ಘ ಕರತಾಡನ ಮಾಡಿದರು.

ಪಕ್ಕದಲ್ಲಿದ್ದ ವೀರಭದ್ರ ಶಿವನಿಗೆ ಹೇಳಿದ 'ಶೀತದಿಂದ ಗಂಟಲು ಕಟ್ಟಿದ್ದರೂ ಶೃತಿ, ಸ್ವರಸ್ಥಾನ ಪರಿಪಕ್ವವಾಗಿದೆ. ಹಾಡಿನ ಇಂಪು ಒಂದಿಷ್ಟು ಕಡಿಮೆಯಾಗಿಲ್ಲ'.

ಶಿವ ನಸುನಗುತ್ತಾ ವೀರಭದ್ರನ ಕೈಯಿಂದ ಹುಕ್ಕವನ್ನು ಪಡೆದು ಭಂಗಿ ಎಳೆಯಲಾರಂಭಿಸಿದ. ಅಷ್ಟರಲ್ಲಿ ಯಾರೋ ಮೆಲ್ಲಗೆ ಕೆಮ್ಮಿದಂತಾಯಿತು. ಶಿವ ಹಿಂತಿರುಗಿ ನೋಡಿದ. ಉಪ್ಪರಿಗೆಯಲ್ಲಿ ಸತಿ ನಿಂತಿದ್ದಳು.

ಶಿವ ಹುಕ್ಕವನ್ನು ಕೆಳಗಿಟ್ಟು ಸತಿಯತ್ತ ತಿರುಗಿ ಕೇಳಿದ 'ನಮ್ಮ ಹಾಡು ಮತ್ತು ಕೂಗಾಟದಿಂದ ನಿನ್ನ ನಿದ್ರೆಗೆ ಭಂಗವಾಯಿತೇ?'.

ಸತಿ ನಸುನಗುತ್ತಾ ಶಿವನೆಡೆಗೆ ಧಾವಿಸಿ 'ನಿಮ್ಮ ಧ್ವನಿಯಿಂದ ನಾನಷ್ಟೇ ಅಲ್ಲ, ಇಡೀ ನಗರವೇ ಎಚ್ಚೆತ್ತಿದೆ. ನೀವು ಹಾಡಿದ ಹಾಡು ಕೇಳಿ ನನ್ನ ಮನಸ್ಸು ತುಂಬಿ ಬಂದಿದೆ. ನಾನು ಹೀಗೆ ಎಚ್ಚರಗೊಳ್ಳದಿದ್ದರೆ ನಮ್ಮ ಅದ್ಭುತವಾದ ಹಾಡನ್ನು ಕೇಳಲಾಗುತ್ತಿರಲಿಲ್ಲ'.

ಅಷ್ಟು ಹೇಳಿ ಸತಿ ಶಿವನ ಪಕ್ಕದಲ್ಲಿ ಬಂದು ಕುಳಿತಳು.

ಶಿವ ನಸುನುತಾ 'ಕೈಲಾಸ ಪರ್ವತದಲ್ಲಿ ನಮ್ಮ ಗುಣಪಂಗಡದ ಯೋಧರು ಯುದ್ಧಕ್ಕೆ ಹೊರಡುವ ಮುನ್ನ ಈ ಹಾಡನ್ನು ಹಾಡುತ್ತಾರೆ'.

'ಹಾಡಿಗಿಂತಲೂ ನೀವು ಹಾಡಿದ ಧಾಟಿ ನನಗೆ ಇಷ್ಟವಾಯಿತು'.

'ಹೌದೇ?' ಶಿವ ಬೀಗುತ್ತಾ ಕೇಳಿದ.

ಅಷ್ಟರಲ್ಲಿ ಹತ್ತಿರದಲ್ಲಿದ್ದ ನಂದಿ ಸತಿಯನ್ನು ಕುರಿತು 'ನೀವೇಕೆ ನಮ್ಮೆಲ್ಲರಿಗಾಗಿ ಒಂದು ಹಾಡು ಹಾಡಬಾರದು ಸತಿ?' ಎಂದ.

'ಇಲ್ಲ......ಇಲ್ಲ.....ನನಗೆ ಇಷ್ಟು ಚೆನ್ನಾಗಿ ಹಾಡಲು ಬರುವುದಿಲ್ಲ'.

'ನೀವು ಹಾಡಲೇಬೇಕು ಸತಿ' ವೀರಭದ್ರ ಆಗ್ರಹಿಸಿದ.

'ನೀನು ಹಾಡುವುದನ್ನು ಕೇಳುವ ಆಸೆ ನನಗೂ ಇದೆ ಮಗು, ಹಾಡು' ಬೃಹಸ್ಪತಿ ಭದ್ರನ ಮಾತಿಗೆ ದನಿಗೂಡಿಸಿದ.

ಅಂತಿಮವಾಗಿ ಶಿವ ಸಹ ಸತಿಯನ್ನು ಹಾಡುವಂತೆ ಒತ್ತಾಯಿಸಿದ. ಅದಕ್ಕೆ ಮಣಿದ ಸತಿ ಹಾಡಲು ಒಪ್ಪಿದಳು. ಒಂದೆರಡು ಕ್ಷಣದಲ್ಲಿ ಇಡೀ ಸಭಾಂಗಣದಲ್ಲಿ ಮೌನ ಆವರಿಸಿತು. ಸತಿ ಹಾಡಲು ಪ್ರಾರಂಭಿಸಿದಳು. ಸತಿ ಶಿವ ಹಾಡಿದ್ದ ಹಾಡನ್ನು ಗಮನವಿಟ್ಟು ಕೇಳಿದ್ದಳು. ಹಾಗಾಗಿ ಆಕೆ ಅದೇ ಹಾಡನ್ನು ತನ್ನದೇ ದನಿಯಲ್ಲಿ ಹಾಡಲು ಪ್ರಾರಂಭಿಸಿದಳು. ಆಕೆ ಹಾಡಿದ ಹಾಡು, ಅದರ ಇಂಪು, ಅದು ಸೂಸುತ್ತಿದ್ದ ಕಂಪು, ಅದರ ಸಾಹಿತ್ಯ ಎಲ್ಲವೂ ಅದ್ಭುತವಾಗಿತ್ತು. ಸತಿ ಆಗಾಗ ಕಣ್ಮುಚ್ಚುತ್ತಾ ದೀರ್ಘ ಉಸಿರೆಳೆದುಕೊಳ್ಳುತ್ತಾ ತದೇಕ ಚಿತ್ತದಿಂದ ಹಾಡುತ್ತಿದ್ದಳು. ಹಾಡಿನ ಏರಿಳಿತ ಮತ್ತು ಶೃತಿ, ಸಾಹಿತ್ಯಕ್ಕೆ ತಕ್ಕಂತೆ ಹೊರಬರುತ್ತಿತ್ತು. ಹಾಡಿನ ಏರುದನಿಯ ಆರೋಹಣ. ಹಾಗೆ ಕೊನೆಯಲ್ಲಿ ಅವರೋಹಣ. ಆ ಹಾಡಿಗೆ ಅಕ್ಷರಶಃ ಅಗ್ನಿದೇವನೇ ಪ್ರತ್ಯಕ್ಷನಾಗಿದ್ದಾನೇನೋ ಎಂದೆನಿಸಿತು. ಸತಿ ಹಾಡು ಮುಗಿಸುತ್ತಿದ್ದಂತೆ ಅಲ್ಲಿದ್ದವರೆಲ್ಲಾ ದೀರ್ಘ ಕರತಾಡನ ಮಾಡಿದರು.

ಶಿವ ಆಶ್ಚರ್ಯದಿಂದ ಉದ್ಗರಿಸಿದ 'ಆಹಾ!.......ಎಂತಹ ಅದ್ಭುತವಾದ ಹಾಡು!. ನೀನು ಇಷ್ಟು ಮಾಧುರ್ಯದಿಂದ ಹಾಡುವೆ ಎಂದು ನನಗೆ ತಿಳಿದೇ ಇರಲಿಲ್ಲ ಸತಿ'.

'ಅಷ್ಟೊಂದು ಸುಮಧುರವಾಗಿತ್ತೇ ನನ್ನ ಹಾಡು?'.

'ಅದ್ಭುತ.......ಅದ್ಭುತ........'.

'ಇದುವರೆಗೂ ನಾನು ಶಿವನನ್ನೇ ಜಗತ್ತಿನ ಶ್ರೇಷ್ಠ ಹಾಡುಗಾರ ಎಂದು ಭಾವಿಸಿದ್ದೆ. ನೀವು ಶಿವನಿಗಿಂತಲೂ ಚೆನ್ನಾಗಿ ಹಾಡಿದಿರಿ ಸತಿ' ಭದ್ರ ಹೇಳಿದ.

'ಖಂಡಿತಾ ಇಲ್ಲ.........ಶಿವನನ್ನು ಮೀರಿಸುವವರು ಈ ಜಗತ್ತಿನಲ್ಲಿ ಯಾರಾದರೂ ಇದ್ದಾರೆಯೇ?'.

'ಹೌದು ಸತಿ ನೀನೊಬ್ಬಳು ಮಹಾನ್ ಗಾಯಕಿ. ಹಾಡುವಾಗ ಸ್ವತಃ ಅಗ್ನಿದೇವನೇ ನಿನ್ನ ದೇಹದೊಳಗೆ ಪ್ರವೇಶಿಸಿದ್ದಾನೇನೋ ಎಂದು ನನಗೆ ಭಾಸವಾಗುತ್ತಿತ್ತು' ಶಿವ ಹೇಳಿದ.

'ಮುಂದಿನ ಕೆಲವೇ ದಿನಗಳಲ್ಲಿ ನಮ್ಮ ಸೈನಿಕರು ರಣರಂಗದಲ್ಲಿ ಕಾದಾಡುತ್ತಾರೆ. ಅವರೆಲ್ಲರ ಮೇಲೆ ಅಗ್ನಿದೇವನ ಕೃಪೆ ಇರಲಿ. ಇದಿಷ್ಟೇ ನನ್ನ ಪ್ರಾರ್ಥನೆ' ಸತಿ ವಿನೀತಭಾವದಿಂದ ನುಡಿದಳು.

******

ಇತ್ತ ಗಣೇಶ ಮತ್ತು ಕಾರ್ತಿಕ ವೈಶಾಲಿಯ ರಾಜ ಮಾತಳಿಯ ಅರಮನೆಯಲ್ಲಿ ಕುಳಿತು ಸಮಾಲೋಚನೆಯಲ್ಲಿ ತೊಡಗಿದ್ದರು. ಅವರೊಂದಿಗೆ ಅಯೋಧ್ಯೆಯ ರಾಜಕುಮಾರ ಭಗೀರಥ ಮತ್ತು ಬ್ರಂಗಾ ರಾಜ ಚಂದ್ರಕೇತು ಸಹ ಇದ್ದರು. ಅಯೋಧ್ಯೆಗೆ ಹೋಗುವಾಗ ಶಿವನ ಹಡಗುಗಳು ಮಗಧ ರಾಜ್ಯದ ಬಂದರಿನ ಮೂಲಕವೇ ಸಾಗಬೇಕಾಗಿತ್ತು. ಹಾಗೆ ಸಾಗುವಾಗ ಮಗಧ ರಾಜ್ಯದವರು ಯಾವ ಅಡಚಣೆಯನ್ನೂ ಒಡ್ಡುವುದಿಲ್ಲ ಎಂಬ ಸುದ್ದಿ ಆಗ ತಾನೆ ಬಂದಿತ್ತು. ಆದರೂ ಮಗಧ ರಾಜರು ತಮ್ಮ ಸೈನ್ಯಕ್ಕೆ ವಿಶೇಷ ತರಬೇತಿ ನೀಡುತ್ತಿದ್ದರು. ಸೇನೆಯನ್ನು ಸನ್ನದ್ಧ ಸ್ಥಿತಿಯಲ್ಲಿ ಇಟ್ಟಿದ್ದರು. ಬಹುಶಃ ಅದು ಸುರಪದ್ಮನ ಮುಂಜಾಗರೂಕತೆಯ ಭಾಗವಾಗಿತ್ತೇನೋ ಅಥವಾ ಶಿವನ ಸೈನ್ಯ ಅಯೋಧ್ಯೆಯನ್ನು ವಶಪಡಿಸಿಕೊಂಡ ನಂತರ ತಮ್ಮ ಮೇಲೂ ಯುದ್ಧಕ್ಕೆ ಬರಬಹುದು ಎಂಬ ಭಯದಿಂದಲೂ ಇದ್ದಿರಬಹುದು.

'ಯಾವುದೇ ಕಾರಣಕ್ಕೂ ನಮ್ಮ ಸೈನಿಕರನ್ನಾಗಲಿ ಅಥವಾ ಹಡಗುಗಳನ್ನಾಗಲಿ ಕಳೆದುಕೊಳ್ಳುವಂತಿಲ್ಲ. ನಾವು ಯಾವುದೇ ಪರಿಸ್ಥಿತಿ ಎದುರಿಸಲು ಸಿದ್ಧರಾಗಿರಬೇಕು' ಗಣೇಶ ಹೇಳಿದ.

ಭಗೀರಥ ಮೇಜಿನ ಮೇಲಿದ್ದ ಭೂಪಟವನ್ನು ತೋರಿಸುತಾ ಹೇಳಿದ 'ಮಗಧ ರಾಜ್ಯದ ರಾಜರು ತಮ್ಮ ಎಲ್ಲ ಪಿರಂಗಿಗಳನ್ನು ಸರಯೂ ನದಿಯ ಪಶ್ಚಿಮದ ಕೋಟೆಯ ಬಳಿ ಸಂಗ್ರಹಿಸಿಟ್ಟಿದ್ದಾರೆ. ಅವರ ಸೈನ್ಯದ ಮತ್ತೊಂದು ತುಕಡಿ ಪೂರ್ವದಿಕ್ಕಿನಲ್ಲೂ

ಇದೆ. ಅಲ್ಲಿಂದಲೂ ಅವರು ತುಪಾಕಿಗಳನ್ನು ನಮ್ಮತ್ತ ಹಾರಿಸುವ ಸಾಧ್ಯತೆಗಳಿದೆ. ಆದರೆ ಅಲ್ಲಿರುವುದು ಪುಟ್ಟ ಸೈನ್ಯ ಮಾತ್ರ. ಹಾಗಾಗಿ ನಮ್ಮ ಹಡಗುಗಳು ಸರಯೂ ನದಿಯ ಪೂರ್ವದಿಕ್ಕಿನತ್ತ ಸಾಗಬೇಕು ಎಂಬುದು ನನ್ನ ಅಭಿಪ್ರಾಯ'.

'ಆದರೆ ನಮ್ಮ ಹಡಗುಗಳು ನದಿಯ ತೀರಕ್ಕೆ ಹೋಗುವಂತಿಲ್ಲ' ಚಂದ್ರಕೇತು ಹೇಳಿದ.

'ಹೌದು! ಅವರು ಸಿಡಿಸುವ ಫಿರಂಗಿಗಳಿಂದ ಯಾವುದೇ ಕಾರಣಕ್ಕೂ ನಮ್ಮ ಸೈನಿಕರಿಗೆ ಅಪಾಯವಾಗಬಾರದು' ಭಗೀರಥ ಹೇಳಿದ.

'ನಮ್ಮ ಹಡಗುಗಳಷ್ಟೇ ಅಲ್ಲ, ಸೈನಿಕ ಪಡೆಯೂ ಆಕ್ರಮಣಕ್ಕೆ ಸಿದ್ಧವಾಗಿರಬೇಕು' ವೈಶಾಲಿಯ ರಾಜ ಮಾತಳಿ ಹೇಳಿದ.

'ಆದರೆ ನಮ್ಮ ಸೈನಿಕರು ಯಾವ ದಿಕ್ಕಿನಲ್ಲಿದ್ದರೂ ಆದಷ್ಟು ಬೇಗ ಹಡಗಿನಿಂದ ಇಳಿದು ಸಣ್ಣ ಸಣ್ಣ ದೋಣಿಗಳಲ್ಲಿ ದಡವನ್ನು ಮುಟ್ಟಿ ಆಕ್ರಮಣಕ್ಕೆ ಸಿದ್ಧರಾಗಬೇಕು. ಇಲ್ಲವಾದಲ್ಲಿ ನಮ್ಮ ಹಡಗುಗಳು ಧ್ವಂಸವಾಗುವ ಸಾಧ್ಯತೆಗಳಿರುತ್ತದೆ?' ಗಣೇಶ ಹೇಳಿದ.

ಸಹೋದರನ ಮಾತಿಗೆ ಕಾರ್ತಿಕ ದನಗೂಡಿಸಿದ 'ಹೌದು! ನಮ್ಮ ಹಡಗುಗಳು ಮಗಧ ರಾಜ್ಯದ ನದಿ ತೀರಕ್ಕೆ ಸಮೀಪಿಸುತ್ತಿದ್ದಂತೆ ಹಡಗಿನಲ್ಲಿರುವ ಅರ್ಧದಷ್ಟು ಸೈನಿಕರನ್ನು ಕೆಳಗಿಳಿಸೋಣ. ಅವರು ನಡೆದೇ ಪೂರ್ವ ತೀರವನ್ನು ತಲುಪಲಿ. ಅಷ್ಟು ಜನ ಹಡಗಿನಿಂದ ಕೆಳಗಿಳಿದರೆ ಮುಂದೆ ಹಡಗು ಸಹಾ ವೇಗವಾಗಿ ಸಾಗುತ್ತದೆ. ಜತೆಗೆ ಅಷ್ಟು ಮಂದಿ ಸೈನಿಕರು ಏಕ ಕಾಲದಲ್ಲಿ ಮಗಧ ರಾಜ್ಯದ ಕೋಟೆಯತ್ತ ನುಗ್ಗುತ್ತಿರುವ ವಿಚಾರ ತಿಳಿದರೆ ಅಲ್ಲಿನ ರಾಜರು ಗಾಬರಿಗೊಳ್ಳುತ್ತಾರೆ. ಏಕಾಏಕಿ ನಮ್ಮ ಮೇಲೆ ಆಕ್ರಮಣ ಮಾಡುವುದಕ್ಕೆ ಹಿಂಜರಿಯುತ್ತಾರೆ'.

'ಇದೊಂದು ಅದ್ಭುತ ರಣತಂತ್ರ' ಭಗೀರಥ ಹೇಳಿದ.

'ಆದರೆ ಇದಕ್ಕಿಂತ ಸರಳವಾದ ಉಪಾಯವೊಂದು ನನಗೆ ಹೊಳೆಯುತ್ತಿದೆ' ಚಂದ್ರಕೇತು ಹೇಳಿದ.

ಗಣೇಶ ಭ್ರಂಗಾ ರಾಜನನ್ನೇ ದಿಟ್ಟಿಸಿ ನೋಡತೊಡಗಿದ.

ಚಂದ್ರಕೇತು ಮಾತು ಮುಂದುವರೆಸುತ್ತಾ ಹೇಳಿದ 'ಸ್ವದ್ವೀಪ ಸಾಮ್ರಾಜ್ಯದಲ್ಲಿ ಅತ್ಯಂತ ಕಡು ಬಡವರೆಂದರೆ ಮಗಧ ರಾಜರು. ನಿಜ! ಮಗಧ ರಾಜ್ಯ ಅತ್ಯಂತ ಶಕ್ತಿಶಾಲಿ ರಾಜ್ಯ. ಆದರೆ ಅಲ್ಲಿನ ರಾಜ ಮಹೇಂದ್ರ ತನ್ನೆಲ್ಲ ಐಶ್ವರ್ಯವನ್ನು ಜೂಜಿನಲ್ಲೇ ಕಳೆಯುತ್ತಿದ್ದಾನೆ. ಅಲ್ಲದೇ ಮಹೇಂದ್ರನ ಮಗ ಉಗ್ರಸೇನ ಸಹ ಮೋಜು ಮತ್ತು ಮಸ್ತಿ ಮಾಡಿ ರಾಜ್ಯದ ಬೊಕ್ಕಸವನ್ನು ಖಾಲಿ ಮಾಡಿದ್ದಾನೆ. ಈಗ ಅವರಿಗೆ ಹಣದ ಅವಶ್ಯಕತೆ ಇದೆ'.

'ಅಂದರೆ ಅವರಿಗೆ ಹಣದ ಆಮಿಷ ಒಡ್ಡುವುದು ಸರಿ ಎಂಬುದೇ ನಿಮ್ಮ ಅಭಿಪ್ರಾಯ' ಭಗೀರಥ ಕೇಳಿದ. 'ಏಕೆ ಆಗಬಾರದು?'.

'ಈಗಾಗಲೇ ಯುದ್ಧ ಪ್ರಾರಂಭವಾಗಿದೆ. ಅದಕ್ಕೆ ಸಾಕಷ್ಟು ಹಣ ಖರ್ಚಾಗಲಿದೆ. ಅಷ್ಟೂ ಅಲ್ಲದೆ ಕೇವಲ ಒಂದೆರಡು ಸಾವಿರ ಚಿನ್ನದ ನಾಣ್ಯಗಳನ್ನು ಕೊಟ್ಟು ಮಗಧ ರಾಜರನ್ನು ತೃಪ್ತಿಪಡಿಸುವುದು ಸಾಧ್ಯವಿಲ್ಲ. ಸೇನಾಧಿಕಾರಿಗಳಿಂದ ಹಿಡಿದು ಎಲ್ಲ ಹಂತದವರೆಗೂ ಚಿನ್ನದ ನಾಣ್ಯಗಳನ್ನು ನೀಡಬೇಕಾಗುತ್ತದೆ. ಇದು ನಮ್ಮಿಂದ ಸಾಧ್ಯವೇ?'.

'ಹತ್ತು ಲಕ್ಷ ಚಿನ್ನದ ನಾಣ್ಯಗಳು ಸಾಕಾಗಬಹುದೇ?' ಚಂದ್ರಕೇತು ಕೇಳಿದ.

ಭಗೀರಥ ಗಾಬರಿಯಿಂದ ಚಂದ್ರಕೇತುವಿನತ್ತ ನೋಡುತ್ತಾ 'ಹತ್ತು ಲಕ್ಷ!' ಅಷ್ಟು ದೊಡ್ಡ ಮೊತ್ತದ ಹಣ ನಿನ್ನ ಬಳಿ ಇದೆಯೇ ಚಂದ್ರಕೇತು?' ಎಂದ. .

'ಹೌದು'.

'ರುದ್ರದೇವ! ಇಷ್ಟು ಹಣ ಮಗಧ ರಾಜ್ಯದ ರಾಜರು ಆರು ತಿಂಗಳ ಕಾಲ ತೆರಿಗೆ ಸಂಗ್ರಹಿಸಿದರೂ ಅವರಿಗೆ ದೊರೆಯುವುದಿಲ್ಲ'.

'ಹೌದು, ಹಾಗಾದರೆ ನಾನು ಈಗಲೇ ಇದರ ಅರ್ಧದಷ್ಟು ಹಣವನ್ನು ದೇವದಾಸನ ಬಳಿ ಕೊಟ್ಟು ಕಳುಹಿಸುತ್ತೇನೆ. ಆತ ಮಗಧ ರಾಜನೊಂದಿಗೆ ಸಂಧಾನ ನಡೆಸಲಿ. ಉಳಿದ ಹಣವನ್ನು ನಮ್ಮೆಲ್ಲ ಹಡಗುಗಳು ಮಗಧ ರಾಜ್ಯವನ್ನು ದಾಟಿ ಹೋದ ನಂತರ ನೀಡೋಣ'.

'ಆದರೆ ನಾವು ನೀಡುವ ಹಣದಿಂದ ಅವರು ಆಯುಧ ಮತ್ತು ಯುದ್ಧ ಸಲಕರಣೆಗಳನ್ನು ಖರೀದಿಸಿ ನಮ್ಮ ಮೇಲೇ ಯುದ್ಧಕ್ಕೆ ಬಂದರೆ ಏನು ಮಾಡುವುದು?' ಕಾರ್ತಿಕ ಕೇಳಿದ.

'ಅಷ್ಟು ಕಡಿಮೆ ಅವಧಿಯಲ್ಲಿ ಅವರು ಹಾಗೆ ಮಾಡುವುದು ಅಸಾಧ್ಯ. ಯುದ್ಧದ ನಂತರ ಅವರು ಆ ಹಣವನ್ನು ಏನು ಮಾಡುತ್ತಾರೋ ಅದು ಅವರಿಗೆ ಬಿಟ್ಟದ್ದು' ಚಂದ್ರಕೇತು ಹೇಳಿದ.

'ನಿನಗೆ ಅಷ್ಟು ದೊಡ್ಡ ಮೊತ್ತದ ಚಿನ್ನವನ್ನು ನೀಡುವುದು ಸಾಧ್ಯವೇ ಮಹಾರಾಜ?' ಗಣೇಶ ಕೇಳಿದ.

ಚಂದ್ರಕೇತು ನಸುನಗುತ್ತಾ ಹೇಳಿದ 'ನಮ್ಮ ಬಳಿ ಅಪಾರವಾದ ಹಣವಿದೆ ಗಣೇಶ. ಈಗ ನಾವು ನೀಡುತ್ತಿರುವ ಹತ್ತು ಲಕ್ಷ ಚಿನ್ನದ ನಾಣ್ಯಗಳು ನಮಗೆ ಏನೇನೂ ಅಲ್ಲ. ಸೋಮರಸವನ್ನು ನಾಶಮಾಡಲು ನಮ್ಮಲ್ಲಿರುವ ಸಕಲ ಸಂಪತ್ತನ್ನೂ ಧಾರೆಯೆರೆಯುವುದಕ್ಕೂ ನಾನು ಸಿದ್ಧ'.

'ಸರಿ! ಹಾಗಾದರೆ ನಮ್ಮ ಈ ಯೋಜನೆ ಖಂಡಿತಾ ಯಶಸ್ವಿಯಾಗಲಿದೆ'.

ಅಧ್ಯಾಯ – 21

ಅಯೋಧ್ಯೆಯ ಮೇಲೆ ಆಕ್ರಮಣ

ಉತ್ತರದಿಂದ ಬೀಸುತ್ತಿದ್ದ ತಂಗಾಳಿ ಶಿವನ ಆಯಾಸವನ್ನು ತಣಿಸಿತ್ತು. ಆತ ಹಡಗಿನ ಉಪ್ಪರಿಗೆಯ ಮೇಲೆ ಕುಳಿತಿದ್ದ. ಪಕ್ಕದಲ್ಲಿ ಸತಿ, ಗೋಪಾಲ ಪಂಡಿತರು ಮತ್ತು ಕಾಳಿ. ನೌಕಾಪಡೆಯ ಐವತ್ತಾರು ಹಡಗುಗಳು ನದಿಯ ಮೇಲೆ ಹಾಗೆ ಹಾದು ಹೋಗುತ್ತಿತ್ತು. ಮುಂದಿನ ಕೆಲವೇ ವಾರಗಳಲ್ಲಿ ಶಿವನ ದಂಡು ಚಂಬಲ್ ನದಿ ಉಪನದಿಗಳಾಗಿ ಹರಿದು ಹೋಗುವ ಸ್ಥಳಕ್ಕೆ ತಲುಪಲಿತ್ತು. ಅಲ್ಲಿ ಸೈನಿಕರೆಲ್ಲಾ ಹಡಗಿನಿಂದ ಇಳಿದು ನರ್ಮದಾ ನದಿಯ ದಂಡೆಯತ್ತ ಸಾಗಬೇಕಾಗಿತ್ತು.

'ಪಂಡಿತರೇ, ನರ್ಮದೆಯಲ್ಲಿರುವ ನಿಮ್ಮ ಹಡಗುಗಳಿಗೆ ಹೆಚ್ಚುವರಿಯಾಗಿ ಸೈನಿಕರನ್ನು ತುಂಬಲು ಸಾಧ್ಯವೇ?' ಕಾಳಿ ಪಂಡಿತರನ್ನು ಕೇಳಿದಳು.

'ಹೌದು ಮಹಾರಾಣಿ! ನಮ್ಮ ಹಡಗುಗಳ ವಿನ್ಯಾಸ ಸಂಪೂರ್ಣ ಭಿನ್ನವಾಗಿದೆ. ಅದರಲ್ಲಿ ಐವತ್ತೈದು ಸಾವಿರಕ್ಕೂ ಹೆಚ್ಚು ಸೈನಿಕರನ್ನು ಸುಲಭವಾಗಿ ತುಂಬಬಹುದು. ನಮ್ಮ ಹಡಗು ನಿರ್ಮಾತೃಗಳು ಇದೇ ಕಾರಣಕ್ಕೆ ಹಡಗುಗಳ ಗಾತ್ರದಲ್ಲಿ ರಾಜಿ ಮಾಡಿಕೊಂಡಿಲ್ಲ'.

ಕೂಡಲೆ ಭೂಪಟದ ಮೇಲೆ ಕೈಯಾಡಿಸುತ್ತಾ ಸತಿ ಕೇಳಿದಳು 'ಮುಂದಿನ ಮೂರು ತಿಂಗಳಲ್ಲಿ ನಾವು ಲೋಥಲ್ ನಗರವನ್ನು ತಲುಪಬಹುದು ಅಲ್ಲವೇ ಪಂಡಿತರೇ?'.

'ಹೌದು, ಗಾಳಿ ಸರಿಯಾದ ದಿಕ್ಕಿನಲ್ಲಿ ಬೀಸಿದರೆ ಅದಕ್ಕೂ ಮುನ್ನವೇ ತಲುಪಬಹುದು'.

'ಲೋಥಲ್‌ನ ರಾಜ್ಯಪಾಲರಿಂದ ಯಾವುದಾದರೂ ಸಂದೇಶ ಬಂದಿದೆಯೇ ಕಾಳಿ?' ಶಿವ ಕೇಳಿದ.

'ನಮ್ಮ ದೂತರು ನರ್ಮದಾ ನದಿಯ ತೀರದ ಬಳಿ ಸುದ್ದಿಗಾಗಿ ಕಾಯುತ್ತಿದ್ದಾರೆ. ಲೋಥಲ್ ನಗರವನ್ನು ಪ್ರವೇಶಿಸುವುದು ನಮಗೆ ಕಷ್ಟವಾಗಲಾರದು. ಆದರೆ ಅವರ ಬಳಿ ಹೆಚ್ಚಿನ ಸೈನ್ಯವಿಲ್ಲ. ಹೆಚ್ಚೆಂದರೆ ಎರಡು ಅಥವಾ ಮೂರು ಸಾವಿರ ಜನ ಸೈನಿಕರಿರಬಹುದು'.

'ನಮಗೆ ಸೈನಿಕರ ಅವಶ್ಯಕತೆ ಇಲ್ಲ. ನಮ್ಮಲ್ಲೇ ಸಾಕಷ್ಟು ಮಂದಿ ಸೈನಕರಿದ್ದಾರೆ. ನರ್ಮದಾ ನದಿಯ ಬಳಿ ವಾಸುದೇವರ ಸೈನ್ಯವೂ ಬೀಡುಬಿಟ್ಟಿದೆ. ಜತೆಗೆ ನಾಗಾ ಮತ್ತು ಬ್ರಂಗಾ ಸೈನ್ಯವೂ ನಮ್ಮೊಂದಿಗಿದೆ. ಒಟ್ಟಾರೆ ಎಲ್ಲವೂ ಸೇರಿ ನೂರು ಸಾವಿರ ಮಂದಿ ಸೈನಿಕರಾಗುತ್ತಾರೆ. ಅದು ಮೆಲೂಹ ಸೈನ್ಯಕ್ಕಿಂತಲೂ ಹೆಚ್ಚು' ಶಿವ ಹೇಳಿದ.

'ಅಂದರೆ ನಾವು ಸುಲಭವಾಗಿ ಮೆಲೂಹದ ಮೇಲೆ ಆಕ್ರಮಣ ಮಾಡಬಹುದು' ಕಾಳಿ ಹೇಳಿದಳು.

'ನಮ್ಮ ಉದ್ದೇಶ ಮೆಲೂಹದ ಮೇಲೆ ಆಕ್ರಮಣ ಮಾಡುವುದಲ್ಲ'.

'ಹಾಗಲ್ಲ ಶಿವ ನಾವು ಮೆಲೂಹವನ್ನು ನಾಶ ಮಾಡಲೇಬೇಕು'.

'ಕಾಳಿ ನಮ್ಮ ಉದ್ದೇಶ ಮೆಲೂಹದಲ್ಲಿರುವ ಸೋಮರಸ ತಯಾರಿಕಾ ಘಟಕಗಳನ್ನು ಧ್ವಂಸ ಮಾಡುವುದಷ್ಟೇ'.

'ಆದರೆ ನಮ್ಮ ಬಳಿ ನಾಗಾ ಸೈನ್ಯವಿದೆ ಎಂಬುದನ್ನು ಮರೆಯಬೇಡಿ. ಹಾಗಾಗಿ ಮೆಲೂಹದೊಂದಿಗೆ ನೇರ ಯುದ್ಧಕ್ಕೆ ಹೆದರುವ ಅವಶ್ಯಕತೆಯಿಲ್ಲ'.

'ನಾನು ಯಾವುದಕ್ಕೂ ಹೆದರುವುದಿಲ್ಲ ಕಾಳಿ. ಆದರೆ ಹಾಗೆ ಆಕ್ರಮಣ ಮಾಡಿ ಸಾಧಿಸುವುದಾದರೂ ಏನು? ನಮ್ಮ ಉದ್ದೇಶ ಸೋಮರಸವನ್ನು ನಾಶಮಾಡುವುದೇ ಹೊರತು ಮೆಲೂಹವನ್ನಲ್ಲ?' ಶಿವ ನಸುನಗುತ್ತಾ ಹೇಳಿದ.

ಸರಯೂ ನದಿಯ ಮೇಲೆ ಶಿವನ ಪಯಣ ಸರಾಗವಾಗಿ ಸಾಗುತ್ತಿತ್ತು. ಮಗಧ ರಾಜ್ಯದ ರಾಜರು ಶಿವನ ಯಾವ ಹಡಗುಗಳ ಮೇಲೂ ಆಕ್ರಮಣ ಮಾಡಲಿಲ್ಲ. ಸಾಲು ಸಾಲು ಹಡಗುಗಳು ಮಗಧ ಬಂದರಿನ ಮೂಲಕ ಹಾದು ಹೋದವು. ಅಲ್ಲಿನ ರಕ್ಷಣಾ ಸಿಬ್ಬಂದಿಗಳು ಇಡೀ ದಿನ ಹಡಗುಗಳನ್ನು ಸಾಗಿ ಹೋಗುವುದನ್ನೇ ನೋಡುತ್ತಾ ನಿಂತಿದ್ದರು. ಒಂದೆರಡು ವಾರಗಳ ಬಳಿಕ ಗಣೇಶ ಮತ್ತು ಆತನ ತಂಡ ಸರಯೂ ನದಿಯ ಬಳಿಗೆ ಬಂತು. ಗಣೇಶ ತನ್ನೆಲ್ಲಾ ಹಡಗುಗಳಿಗೆ ಲಂಗರು ಹಾಕುವಂತೆ ನಿರ್ದೇಶಿಸಿದ. ಕಾರ್ತಿಕ, ಭಗೀರಥ, ಚಂದ್ರಕೇತು ಮತ್ತು ಗಣೇಶ ಹಡಗಿನಿಂದ ಇಳಿದು ಸಣ್ಣ ದೋಣಿಗಳಲ್ಲಿ ಕುಳಿತು ದಂಡೆಯತ್ತ ಸಾಗಿದರು. ದಂಡೆಯ ಬಳಿ ಪುಟ್ಟದೊಂದು ಕಾಡಿತ್ತು. ಬ್ರಂಗಾ ನಾಯಕ ದೇವದಾಸ ತನ್ನ ಮೂವತ್ತು ಜನರ ತಂಡದೊಂದಿಗೆ ಅಲ್ಲಿ ಕಾಯುತ್ತಿದ್ದ. ದೋಣಿ ದಂಡೆಯನ್ನು ಸೇರುತ್ತಿದ್ದಂತೆ ಗಣೇಶ ದೋಣಿಯಿಂದ ಜಿಗಿದ. ಮೊಣಕಾಲುದ್ದ ನೀರಿನಲ್ಲಿ ಹೆಜ್ಜೆ ಹಾಕುತ್ತಾ ಬಂದು ಬಾಗಿ ನೆಲವನ್ನು ಮುಟ್ಟಿ ನಮಸ್ಕರಿಸಿದ. ಆ ಜಾಗ ಆತನಿಗೆ ಹೊಸದೇನೂ ಆಗಿರಲಿಲ್ಲ. ಸುತ್ತಲೂ ದಟ್ಟ ಅರಣ್ಯ. ಕೆಲವೇ ದಿನಗಳ ಹಿಂದೆ ಇದೇ ಕಾಡಿನಲ್ಲಿ ಬಚ್ಚಿಟ್ಟುಕೊಂಡು ತನ್ನ ತಾಯಿಯ ಚಲನ–ವಲನಗಳನ್ನು

ಆತ ಗಮನಿಸಿದ್ದ. ಸ್ವಲ್ಪ ಸಮಯದ ನಂತರ ಗಣೇಶ ಕಾರ್ತಿಕನತ್ತ ತಿರುಗಿ ಕೂಗಿ ಹೇಳಿದ. ಕಾರ್ತಿಕ ಇದನ್ನು ಬಲ–ಅತಿಬಲ ಕುಂಡ ಎಂದು ಕರೆಯುತ್ತಾರೆ. ಸಪ್ತಋಷಿ ವಿಶ್ವಾಮಿತ್ರರು ಶ್ರೀರಾಮನಿಗೆ ಬಿಲ್ಲುವಿದ್ಯೆಯನ್ನು ಕಲಿಸಿದ ಸ್ಥಳ ಇದು. ಕಾರ್ತಿಕನ ಕಣ್ಣುಗಳು ಆಶ್ಚರ್ಯದಿಂದ ಅರಳಿತು. ಆತ ತಲೆ ಬಗ್ಗಿಸಿ ಆ ಪುಣ್ಯ ಭೂಮಿಗೆ ನಮಸ್ಕರಿಸುತ್ತಾ 'ಜೈ ಶ್ರೀ ರಾಮ್' ಎಂದು ಮೆಲುದನಿಯಲ್ಲಿ ಹೇಳಿದ.

ಸುತ್ತ–ಮುತ್ತಲಿದ್ದವರೆಲ್ಲರೂ ಕಾರ್ತಿಕ ಹೇಳಿದ ಶ್ರೀರಾಮ ಮಂತ್ರವನ್ನೇ ಪುನರುಚ್ಚರಿಸಿದರು. ಗಣೇಶ ಮಾತು ಮುಂದುವರೆಸಿದ.

'ಕಾರ್ತಿಕ, ನಾವು ನಿಂತಿರುವ ಈ ಪವಿತ್ರ ಭೂಮಿ ವಿಶ್ವಾಮಿತ್ರ ಮತ್ತು ಶ್ರೀರಾಮಚಂದ್ರರು ಮೆಟ್ಟಿದ ನೆಲ ಎಂಬುದನ್ನು ಬಹುತೇಕರು ಮರೆತಿದ್ದಾರೆ. ಆ ವೈಭವವನ್ನು ಇಲ್ಲಿ ರಕ್ತ ಚೆಲ್ಲಾಡುವ ಮೂಲಕ ಮರಳಿ ತರಬೇಕಾಗಿದೆ'.

ಗಣೇಶನ ಮಾತಿನಿಂದ ಕಾರ್ತಿಕ ತುಸು ಗಲಿಬಿಲಿಗೊಂಡ.

'ಅಂದರೆ ಸುರಪದ್ಮ ನಮ್ಮನ್ನು ಹಿಂಬಾಲಿಸಿ ಬರುತ್ತಾನೆ ಎಂಬುದೇ ನನ್ನ ಮಾತಿನ ಅರ್ಥ?' ಕಾರ್ತಿಕ ಕೇಳಿದ.

ಗಣೇಶ ನಸುನಗುತ್ತಾ ಹೇಳಿದ 'ಹೌದು! ಅಂತಹ ಸಾಧ್ಯತೆ ಇದೆ. ಹಾಗೇನಾದರೂ ಆತ ನಮ್ಮ ಮೇಲೆ ಆಕ್ರಮಣ ಮಾಡಿದರೆ ಅಯೋಧ್ಯೆಯನ್ನು ಗೆಲ್ಲುವುದರ ಜತೆಗೆ ಸುರಪದ್ಮನನ್ನು ಮಗಧ ರಾಜ್ಯದಿಂದಲೂ ಹೊರಗಟ್ಟಬೇಕು. ಆಗ ಆತನ ಇಡೀ ಸೈನ್ಯ ಮತ್ತು ಮಗಧ ನಗರ ನಮ್ಮ ನಿಯಂತ್ರಣಕ್ಕೆ ಬರುತ್ತದೆ. ಆಗ ಅಯೋಧ್ಯೆಯ ಯಾವ ಹಡಗುಗಳೂ ಗಂಗಾ ನದಿಯ ಮೇಲೆ ಹಾಯ್ದು ಹೋಗಲು ಸಾಧ್ಯವಾಗುವುದಿಲ್ಲ. ಅಂತೆಯೇ ಮಗಧ ರಾಜ್ಯದ ಭವಿಷ್ಯವನ್ನು ನಿರ್ಧರಿಸುವ ಯುದ್ಧ ನಡೆಯುವುದು ಇಲ್ಲೇ. ನಾನು ಆತನ ಮೇಲೆ ಆಕ್ರಮಣ ಮಾಡಬೇಕೆಂದಿರುವುದೂ ಇಲ್ಲೇ'.

'ಸುರಪದ್ಮ ತನ್ನ ತಂದೆಯ ಮಾತನ್ನು ಮೀರಿ ನಮಗೆ ಸಹಾಯ ಮಾಡುತ್ತಾನೆಂದು ನಾನು ಭಾವಿಸಿದ್ದೆ' ಕಾರ್ತಿಕ ಹೇಳಿದ.

'ಸುರಪದ್ಮ ಚಾಣಾಕ್ಷ ಕಾರ್ತಿಕ. ಅಂತರಂಗದಲ್ಲಿ ಆತನಿಗೆ ನಮ್ಮ ಪರವಾಗಿ ನಿಲ್ಲಬೇಕೆಂಬ ಆಸೆಯಿದೆ. ಆದರೆ ಅದಕ್ಕೆ ಮಗಧ ರಾಜ್ಯದಲ್ಲಿ ತೀವ್ರ ವಿರೋಧವಿದೆ. ಹಾಗಾಗಿ ದೇಶದ ಹಿತಾಸಕ್ತಿಯನ್ನು ಗಮನದಲ್ಲಿಟ್ಟುಕೊಂಡು ಆತ ಈ ನಿರ್ಧಾರ ತೆಗೆದುಕೊಂಡಿದ್ದಾನೆ. ಅಲ್ಲದೆ ಆತನಿಗೆ ತನ್ನ ತಮ್ಮನನ್ನು ಕೊಂದವರ ವಿರುದ್ಧ ಪ್ರತೀಕಾರ ತೀರಿಸಿಕೊಳ್ಳುವ ಮೂಲಕ ತಂದೆ ಮತ್ತು ಮಗಧ ರಾಜ್ಯದ ಪ್ರಜೆಗಳ ವಿಶ್ವಾಸಗಳಿಸುವ

ಅನಿವಾರ್ಯತೆ ಇದೆ. ಆತ ಈಗ ಅಯೋಧ್ಯೆಗೆ ಸಹಾಯ ಮಾಡುತ್ತಿದ್ದೇನೆ ಎಂದು ತೋರಿಸಿಕೊಳ್ಳಬೇಕು. ಆ ಮೂಲಕ ಬೃಗುವಿನ ವಿಶ್ವಾಸ ಗಳಿಸಿಕೊಳ್ಳಬೇಕು. ಆದರೆ ಅದೇ ಅಯೋಧ್ಯೆ ಸೋತು ಬಲಹೀನವಾಗಬೇಕು. ಇದು ಆತನ ಆಕಾಂಕ್ಷೆ. ಒಮ್ಮೆ ಆತ ನಮ್ಮ ಮೇಲೆ ಆಕ್ರಮಣ ಮಾಡಲಿ. ಯಾವಾಗಲೂ ಅಂತರಂಗದ ಮಾತನ್ನು ಮಾತ್ರ ಕೇಳಬೇಕೆಂಬ ಪಾಠವನ್ನು ಅವನಿಗೆ ಕಲಿಸೋಣ' ಗಣೇಶ ಹೇಳಿದ.

ಕಾರ್ತಿಕ ದೀರ್ಘ ನಿಟ್ಟುಸಿರು ಬಿಟ್ಟು ಆಗಸದತ್ತ ನೋಡುತ್ತಾ ಹೇಳಿದ 'ಇಡೀ ನದಿಯಲ್ಲಿ ರಕ್ತದ ಓಕುಳಿ ಹರಿಸಿಬಿಡೋಣ ಅಣ್ಣ'.

ಭಗೀರಥ ಕಾರ್ತಿಕನ ಮುಖದಲ್ಲಿದ್ದ ಆಕ್ರೋಶ ಮತ್ತು ಆವೇಶವನ್ನು ಕಂಡು ಒಂದು ಕ್ಷಣ ಬೆಕ್ಕಸ ಬೆರಗಾದ.

'ಯುದ್ಧಕ್ಕೆ ಇದೇ ಸ್ಥಳವನ್ನೇಕೆ ಆಯ್ದುಕೊಂಡೆ ಗಣೇಶ?' ಚಂದ್ರಕೇತು ಕೇಳಿದ.

'ಮಹಾರಾಜರೇ, ಅದೋ ಅಲ್ಲಿ ನೋಡಿ. ಈ ನದಿಯ ದಂಡೆ ಅತ್ಯಂತ ಕಿರಿದು ಮತ್ತು ಇದು ಬಹು ದೂರದವರೆಗೂ ಹರಡಿಕೊಂಡಿದೆ. ಹಾಗಾಗಿ ಸುರಪದ್ಮ ತನ್ನ ಹಡಗುಗಳನ್ನು ನದಿಯ ಉದ್ದಕ್ಕೂ ನಿಲ್ಲಿಸಲೇಬೇಕು. ಅಲ್ಲದೆ ಕಾಡು ಸಹ ನದಿಗೆ ಹತ್ತಿರದಲ್ಲೇ ಇದೆ. ಅಂದರೆ ನಮ್ಮ ಮುಖ್ಯ ಸೈನ್ಯ ಆ ದಟ್ಟ ಕಾಡಿನಲ್ಲಿ ಅಡಗಿ ಕುಳಿತಿರಬೇಕು. ಸೈನ್ಯದ ಸಣ್ಣ ತುಕಡಿಯನ್ನು ದಂಡೆಯ ಬಳಿಗೆ ಕಳುಹಿಸಬೇಕು'.

ಭಗೀರಥ ಹೇಳಿದ 'ಆ ಸಣ್ಣ ಸೈನ್ಯವನ್ನು ಕಂಡ ಕೂಡಲೆ ಅದರ ಮೇಲೆ ಆಕ್ರಮಣ ಮಾಡಿ ತನ್ನ ಸೈನಿಕರಿಗೆ ಗೆಲುವಿನ ರುಚಿ ತೋರಿಸಲು ಆತ ಮುಂದಾಗುತ್ತಾನೆ'.

'ಆದರೆ ನಮ್ಮ ಮುಖ್ಯ ಯುದ್ಧ ನಡೆಯುವುದು ಇಲ್ಲಲ್ಲ. ಅದು ನದಿಯ ಮೇಲೆ. ಇದು ಸುರಪದ್ಮನ ಸೈನ್ಯವನ್ನು ನದಿಯ ಮೇಲೆ ಸಾಗಿ ಬರುವಂತೆ ಮಾಡುವ ಸಣ್ಣ ಪ್ರಯತ್ನ ಅಷ್ಟೆ' ಗಣೇಶ ಹೇಳಿದ.

'ಅದು ಹೇಗೆ?' ಚಂದ್ರಕೇತು ಕೇಳಿದ.

'ಒಮ್ಮೆ ಸುರಪದ್ಮ ಸೈನ್ಯದೊಂದಿಗೆ ಮಗಧ ರಾಜ್ಯವನ್ನು ಬಿಟ್ಟು ಹೊರಟ ಕೂಡಲೆ ನನ್ನ ಇಡೀ ಸೈನ್ಯ ಮುಂದಿನಿಂದ ಆಕ್ರಮಣ ಮಾಡಲಿದೆ. ಹಿಂಭಾಗದಿಂದ ವೈಶಾಲಿ ಹಡಗುಗಳು ಸುರಪದ್ಮನ ಮೇಲೆ ದಾಳಿ ಮಾಡುತ್ತವೆ. ಈ ನಡುವೆ ಮಾತಳಿಯ ರಾಜರೂ ಮತ್ತೊಂದೆಡೆಯಿಂದ ಸುರಪದ್ಮನ ಮೇಲೆ ಎರಗಿ ಬೀಳುತ್ತಾರೆ. ಆಗ ಸುರಪದ್ಮ ಎಲ್ಲೂ ಹೋಗಲಾರದೆ ಸುಲಭವಾಗಿ ಶರಣಾಗುತ್ತಾನೆ. ಆತನಿಗೆ ಗೆಲ್ಲುವ

ಯಾವ ಅವಕಾಶವೂ ಇರುವುದಿಲ್ಲ. ಇದೆಲ್ಲವೂ ಸರಯೂ ಮತ್ತು ಶಾರದಾ ನದಿಯ ಮೇಲೆ ನಡೆಯುವ ಕಾಳಗ'.

ಗಣೇಶ ಪೂರ್ಣ ಯೋಜನೆಯನ್ನು ಮುಂದಿಟ್ಟ. ಆತನ ಯೋಜನೆ ಎಲ್ಲರಿಗೂ ಸರಿ ಎನಿಸಿತು. ಅಲ್ಲದೆ ಅದಕ್ಕೆ ಎಲ್ಲರಿಂದ ಅನುಮೋದನೆಯೂ ದೊರೆಯಿತು.

ಗಣೇಶ ಮಾತು ಮುಂದುವರಿಸಿದ 'ಮುಂಬರುವ ಯುದ್ಧದ ಸೋಲು-ಗೆಲುವು ಎರಡು ನಿರ್ಣಾಯಕ ವಿಚಾರಗಳ ಮೇಲೆ ಕೇಂದ್ರೀಕೃತವಾಗಿರುತ್ತದೆ. ಮೊದಲನೆಯದಾಗಿ ಸುರಪದ್ಮ ತನ್ನೆಲ್ಲ ಹಡಗುಗಳನ್ನು ಒಂದೇ ಕಡೆ ತಂದು ನಿಲ್ಲಿಸುವಂತೆ ನೋಡಿಕೊಳ್ಳಬೇಕು. ನಂತರ ಸಣ್ಣ ಸಣ್ಣ ದೋಣಿಗಳ ಮೂಲಕ ಆಕ್ರಮಣ ಮಾಡಬೇಕು. ನಮ್ಮ ಹಡಗುಗಳು ತೀರಾ ಹಗುರವಾಗಿವೆ. ಹಾಗಾಗಿ ಅದು ಹೆಚ್ಚು ಜನರನ್ನು ಹೊತ್ತೊಯ್ಯಬಲ್ಲದು. ಆದರೆ ಮಗಧ ಹಡಗುಗಳು ಭಾರಿ ಗಾತ್ರದವು. ಅವುಗಳು ಚಲಿಸುವ ವೇಗವೂ ಕಡಿಮೆ. ಕಾರ್ತಿಕ ಮಗಧ ರಾಜ್ಯದ ಹಡಗುಗಳ ಮೇಲೆ ಸರಿಯಾದ ಸಮಯದಲ್ಲಿ ಆಕ್ರಮಣ ಮಾಡಿ ಯುದ್ಧವನ್ನು ಗೆಲ್ಲಬೇಕು'.

'ಎರಡನೆಯ ವಿಚಾರವೇನು ಗಣೇಶ?' ಭಗೀರಥ ಪ್ರಶ್ನಿಸಿದ.

'ಒಮ್ಮೆ ಯುದ್ಧ ಪ್ರಾರಂಭವಾದರೆ ಸುರಪದ್ಮ ಹಿಂದೆ ಸರಿಯುವ ಸಾಧ್ಯತೆ ಇರುತ್ತದೆ. ಹಾಗಾಗಿ ಯಾವುದೇ ಕಾರಣಕ್ಕೂ ಆತ ಮತ್ತೆ ಮಗಧ ರಾಜ್ಯದತ್ತ ತೆರಳದಂತೆ ಮಾತಳಿಯ ಸೈನ್ಯ ಆತನನ್ನು ತಡೆಯಬೇಕು. ಹೇಗಾದರೂ ಮಾಡಿ ಸುರಪದ್ಮನನ್ನು ನಾವು ತೋಡುವ ಖೆಡ್ಡದೊಳಗೆ ಬೀಳಿಸಲೇಬೇಕು. ಆಗ ಮಾತ್ರ ನಮಗೆ ಗೆಲುವು ಸಾಧ್ಯ'.

ಚಂದ್ರಕೇತುವಿಗೆ ಕಾರ್ತಿಕನ ಶಕ್ತಿ, ಸಾಮರ್ಥ್ಯದ ಮೇಲೆ ಯಾವ ಅನುಮಾನವೂ ಇರಲಿಲ್ಲ. ಕಾರ್ತಿಕನ ಮಾತಿನಲ್ಲಿ ಭರವಸೆ ತುಂಬಿ ತುಳುಕುತ್ತಿತ್ತು.

ಆತ ಕಾರ್ತಿಕನಿಗೆ ಹೇಳಿದ 'ಕಾರ್ತಿಕ ಇನ್ನು ಮುಂದೆ ಎಲ್ಲವೂ ನಿನಗೆ ಬಿಟ್ಟಿದ್ದು. ಸೈನ್ಯವನ್ನು ಹೇಗೆ ಮುನ್ನಡೆಸಬೇಕು ಎಂಬುದನ್ನು ನೀನೇ ನಿರ್ಧರಿಸು'.

ಕಾರ್ತಿಕ ಕಣ್ಣರಳಿಸುತ್ತಾ ಗಂಭೀರ ದನಿಯಲ್ಲಿ ಹೇಳಿದ 'ಶತ್ರುವಿನ ರಕ್ತ ಹೀರಿಬಿಡುತ್ತೇನೆ ಚಂದ್ರಕೇತು ಮಹಾರಾಜ. ಇಡೀ ಮಗಧ ಸೈನ್ಯವನ್ನು ನುಚ್ಚು ನೂರು ಮಾಡಿಬಿಡುತ್ತೇನೆ. ಇದು ನನ್ನ ಪ್ರತಿಜ್ಞೆ'.

ಗಣೇಶ ಸಹೋದರನತ್ತ ಮುಗುಳ್ನಗೆ ಬೀರಿದ.

ನಿರಂತರ ಯುದ್ಧ ತಂತ್ರಗಳನ್ನು ಹೆಣೆದು ಎಲ್ಲರಿಗೂ ದಣಿವಾಗಿತ್ತು. ವಾರದ ನಿದ್ರೆ ಕಣ್ಣೊಳಗೆ ಜಾರಿತ್ತು. ಆದರೂ ಗಣೇಶ ಎರಡೂ ಕಣ್ಣುಗಳನ್ನು ಆಗಾಗ ಉಜ್ಜಿಕೊಳ್ಳುತ್ತಾ ಕೆಲವು ರಹಸ್ಯ ದಾಖಲೆಗಳನ್ನು ನೋಡುತ್ತಿದ್ದ. ಆತ ರಹಸ್ಯ ಕೋಣೆಯೊಂದರಲ್ಲಿ ತನ್ನ ತಂಡದೊಂದಿಗೆ ಸಮಾಲೋಚನೆ ನಡೆಸುತ್ತಿದ್ದ. ಆತನ ಸುತ್ತಲೂ ಹತ್ತಾರು ಪತ್ರಗಳು. ಅವು ಸೈನ್ಯಕ್ಕೆ ಸಂಬಂಧಿಸಿದ ರಹಸ್ಯ ರಾಜ್ಯಲೇಖಗಳು. ರಣರಂಗದಲ್ಲಿ ಏನು ನಡೆಯುತ್ತಿದೆ ಎಂಬುದನ್ನು ತಿಳಿದುಕೊಂಡು ಗೂಢಚಾರರು ಕಳುಹಿಸಿದ್ದ ಹತ್ತಾರು ಪತ್ರಗಳು. ಅವುಗಳ ಪೈಕಿ ಒಂದು ಪತ್ರ ಮಾತ್ರ ಅತ್ಯಂತ ಕುತೂಹಲಕಾರಿಯಾಗಿತ್ತು. ಅದು ಅಯೋಧ್ಯೆಯ ಜನ ಸಂಭವನೀಯ ಯುದ್ಧದ ಬಗ್ಗೆ ಯಾವ ರೀತಿ ಪ್ರತಿಕ್ರಿಯೆ ನೀಡುತ್ತಿದ್ದಾರೆ ಎಂಬ ವಿಚಾರದ ಬಗ್ಗೆ ಇದ್ದ ಪತ್ರ. ಆ ಪತ್ರದ ಸಾರಾಂಶದ ಪ್ರಕಾರ ಅಯೋಧ್ಯೆಯ ಜನಕ್ಕೆ ಯುದ್ಧದ ಬಗ್ಗೆ ಯಾವ ಅಂಜಿಕೆ–ಅಳುಕೂ ಇರಲಿಲ್ಲ. ಎಲ್ಲರೂ ಸಮಾಧಾನ ಚಿತ್ತದಿಂದಿದ್ದರು. ಈ ಸುದ್ದಿ ತಿಳಿದ ನಂತರ ಕಾರ್ತಿಕ ಮತ್ತು ಚಂದ್ರಕೇತು ಭಗೀರಥನ ಆಗಮನಕ್ಕಾಗಿ ಕಾಯುತ್ತಿದ್ದರು. ಆತ ಏನಾದರೂ ಮಹತ್ವದ ಸುದ್ದಿ ತರಬಹುದು ಎಂಬುದು ಅವರ ನಿರೀಕ್ಷೆಯಾಗಿತ್ತು.

ವಾಸ್ತವವಾಗಿ ಅಯೋಧ್ಯೆಯ ಮೇಲೆ ಮುತ್ತಿಗೆ ಹಾಕುವ ಪ್ರಯತ್ನ ಒಂದು ತಿಂಗಳ ಹಿಂದೆಯೇ ಪ್ರಾರಂಭವಾಗಿತ್ತು. ಪುರಾತನ ಯುದ್ಧ ದಾಖಲೆಗಳಲ್ಲಿ ನಮೂದಿಸಿದ ಮಾದರಿಯಲ್ಲೇ ಗಣೇಶನ ಸೈನ್ಯ ಅಯೋಧ್ಯೆಗೆ ಲಗ್ಗೆ ಹಾಕಿತ್ತು. ಸರಯೂ ನದಿಯಲ್ಲಿ ಹಡಗುಗಳಿಗೆ ಲಂಗರು ಹಾಕಿ ನಿಲ್ಲಿಸಲಾಗಿತ್ತು. ಫಿರಂಗಿಗಳಿಗೆ ಮದ್ದು ಗುಂಡುಗಳನ್ನು ತುಂಬಿಸಲಾಗಿತ್ತು. ಸರಯೂ ನದಿಯ ಪೂರ್ವ ದಿಕ್ಕಿನಿಂದ ಸಿಡಿಗುಂಡುಗಳು ಚಿಮ್ಮಲು ಸಿದ್ಧವಾಗಿದ್ದವು. ಎಷ್ಟು ದೂರ ಕಣ್ಣಾಡಿಸಿದರೂ ಹಡಗುಗಳ ಸಾಲು ಸಾಲು. ಜತೆಗೆ ಸಣ್ಣ ಸಣ್ಣ ದೋಣಿಗಳು ಹಡಗಿನ ಬಳಿಯಲ್ಲೇ ಸಿದ್ಧವಾಗಿದ್ದವು. ಪಹರೆ ಬಿಗಿಯಾಗಿತ್ತು. ಅಯೋಧ್ಯೆಯ ಕಡೆಯಿಂದ ಯಾವ ಹಡಗುಗಳು ಬಂದರೂ ಅದನ್ನು ತೈಲ ತುಂಬಿದ ದೋಣಿಗಳು ಸುಟ್ಟು ಬೂದಿ ಮಾಡಲು ಸಿದ್ಧವಾಗಿ ನಿಂತಿದ್ದವು. ಈ ನಡುವೆ ದಂಡೆಯಲ್ಲೂ ಗೊರಿಲ್ಲಾ ಮಾದರಿಯಲ್ಲಿ ಶತ್ರುವಿನ ಮೇಲೆ ಹಠಾತ್ತನೆ ಆಕ್ರಮಣ ಮಾಡುವುದಕ್ಕೂ ದೋಣಿಗಳು ಸಿದ್ಧವಾಗಿ ನಿಂತಿದ್ದವು.

ಒಂದು ಹಡಗು ಮತ್ತೊಂದು ಹಡಗನ್ನು ಮೀರಿಸುವಂತಿತ್ತು. ಅಪ್ಪಿ ತಪ್ಪಿ ಅಯೋಧ್ಯೆಯ ಯಾವುದಾದರೂ ಹಡಗು ತಪ್ಪಿಸಿಕೊಂಡು ಹೋಗುವ ಪ್ರಯತ್ನ ಮಾಡಿದರೆ ಅದನ್ನು ಧ್ವಂಸಮಾಡಲು ಹತ್ತಾರು ದೋಣಿಗಳು ಗಸ್ತು ತಿರುಗುತ್ತಿದ್ದವು. ಅಯೋಧ್ಯೆಯ ಒಂದು ಹಡಗು ಅಲ್ಲಿಂದ ತಪ್ಪಿಸಿಕೊಂಡು ಹೋಗಬೇಕಾದರೆ ಗಣೇಶನ ಇಪ್ಪತ್ತು ಹಡಗು ಮತ್ತು ಐದು ದೋಣಿಗಳನ್ನು ಎದುರಿಸಿ ಮುಂದೆ ಸಾಗಬೇಕಾಗಿತ್ತು. ಆ ರೀತಿ ಯುದ್ಧದ ವ್ಯೂಹ ರಚನೆಯಾಗಿತ್ತು. ಅಲ್ಲದೆ ಅಯೋಧ್ಯೆಯ ಸುತ್ತ–ಮುತ್ತಲಿದ್ದ

ಅರಣ್ಯವನ್ನು ಕಡಿದು ದಾರಿ ಮಾಡಲಾಗಿತ್ತು. ಅದಕ್ಕೆ ಕಾರಣ ಶತ್ರುಗಳು ಎಷ್ಟು ದೂರದಲ್ಲಿದ್ದರೂ ಕಾಣಬೇಕೆಂಬುದು. ಮೊದಲಿಗೆ ಅಯೋಧ್ಯೆಯ ಸುತ್ತಲಿದ್ದ ಕಾಡಿಗೆ ಬೆಂಕಿ ಹಾಕುವುದು ಗಣೇಶನ ಯೋಜನೆಯಾಗಿತ್ತು. ಅದರಿಂದ ತೀವ್ರ ಶಾಖ ಉತ್ಪತ್ತಿಯಾಗಿ ಸುತ್ತ-ಮುತ್ತಲು ರಹಸ್ಯವಾಗಿ ಅಯೋಧ್ಯೆಗೆ ಆಹಾರ ಸರಬರಾಜಾಗುತ್ತಿದ್ದ ಸುರಂಗ ಮಾರ್ಗಗಳು ಮುಚ್ಚಿಹೋಗುತ್ತಿದ್ದವು. ಉಕ್ಕಿನಂತಹ ನಗರಕ್ಕೆ ದಿಗ್ಬಂಧನ ಹಾಕಿ ಆ ಮೂಲಕ ಅಭೇದ್ಯ ನಗರಿ ಎಂದು ಭಾವಿಸಿದ್ದ ಅಲ್ಲಿನ ಜನಗಳ ಮನಸ್ಥಿತಿಯನ್ನು ಬದಲಿಸುವುದು ಗಣೇಶನ ಯೋಜನೆಯಾಗಿತ್ತು.

ಅಯೋಧ್ಯೆ ನಿಜಕ್ಕೂ ಒಂದು ಅಭೇದ್ಯ ನಗರಿ. ಅದರ ಉತ್ತರ ಭಾಗದಲ್ಲಿ ಸರಯೂ ನದಿ. ಅದಕ್ಕೆ ಚಾಚಿಕೊಂಡಂತೆ ಬೃಹದಾಕಾರದ ಕಡಿದಾದ ಬಂಡೆಕಲ್ಲುಗಳು. ಸ್ವಾಭಾವಿಕವಾಗಿ ಈ ಬಂಡೆಕಲ್ಲುಗಳು ಶತ್ರುಗಳ ಯಾವ ಹಡಗುಗಳೂ ಅಯೋಧ್ಯೆಗೆ ಬಾರದಂತೆ ತಡೆಯುತ್ತಿದ್ದವು. ಆ ಕಡಿದಾದ ಬಂಡೆಕಲ್ಲಿನ ಸನಿಹದಲ್ಲೇ ಸುರಂಗವೊಂದು ಕೋಟೆಯ ಮೂಲಕ ಹಡಗು ನಿರ್ಮಾಣ ಸ್ಥಳದ ಅಂಗಳಕ್ಕೆ ಬಂದು ಸೇರುತ್ತಿತ್ತು. ಆ ಸುರಂಗದ ಮೂಲಕ ಅಯೋಧ್ಯೆಗೆ ಅಗತ್ಯ ವಸ್ತುಗಳು ಸರಬರಾಜಾಗುತ್ತಿತ್ತು. ತಕ್ಷಣಕ್ಕೆ ಆ ಸುರಂಗವನ್ನು ಮುಚ್ಚಿ ಹಾಕುವುದು ಗಣೇಶನ ಮೊದಲ ಆದ್ಯತೆಯಾಗಿತ್ತು. ಅದಕ್ಕಾಗಿ ಆತ ಭಾರಿ ಗಾತ್ರದ ಮರದ ದಿಮ್ಮಿಗಳನ್ನು ಬಳಸಲು ನಿರ್ಧರಿಸಿದ್ದ.

ಅಯೋಧ್ಯೆಯ ರಾಜರು ಹಕ್ಕಿಗಳನ್ನು ಬಳಸಿಕೊಂಡು ಅತ್ಯಂತ ಪರಿಣಾಮಕಾರಿಯಾಗಿ ಮೆಲೂಹದೊಂದಿಗೆ ರಹಸ್ಯ ವಿಚಾರಗಳನ್ನು ವಿನಿಮಯ ಮಾಡಿಕೊಳ್ಳುತ್ತಿದ್ದರು. ಈ ವಿಚಾರ ಗಣೇಶನಿಗೆ ಮೊದಲೇ ತಿಳಿದಿತ್ತು. ಹಾಗಾಗಿ ಈ ವ್ಯವಸ್ಥೆಯನ್ನು ವಿಫಲಗೊಳಿಸಲು ಆತ ಆರುನೂರು ಮಂದಿ ನುರಿತ ಬಿಲ್ಲುಗಾರರನ್ನು ಅಯೋಧ್ಯೆಯ ಆಚೆ ಸರಯೂ ನದಿಯ ದಡದಲ್ಲಿ ನಿಲ್ಲಿಸಿದ್ದ. ಅವರೆಲ್ಲರೂ ಎತ್ತರದ ಮರಗಳನ್ನು ಏರಿ ಕುಳಿತಿದ್ದರು. ಅವರಿಗೆ ನೀಡಿದ್ದ ಆದೇಶ ಇಷ್ಟೇ. ಆಗಸದಲ್ಲಿ ಯಾವ ಹಕ್ಕಿಯನ್ನು ಕಂಡರೂ ಅದನ್ನು ಹೊಡೆದು ಹಾಕಿ ಎಂದು. ಈ ಬಿಲ್ಲುಗಾರರು ಪಾಳಿಯಲ್ಲಿ ನಿಂತು ಪಹರೆ ಕಾಯುತ್ತಿದ್ದರು. ಅಯೋಧ್ಯೆ ಮತ್ತು ಮೆಲೂಹದ ನಡುವಿನ ಸಂಪರ್ಕ ಸೇತುವೆಯನ್ನು ಅತ್ಯಂತ ಯಶಸ್ವಿಯಾಗಿ ಕಡಿದು ಹಾಕಿದ್ದರು. ಜತೆಗೆ ಹೊಡೆದುರುಳಿಸಿದ್ದ ಹಕ್ಕಿಗಳನ್ನು ಆಗಾಗ ಬೇಯಿಸಿ ತಿನ್ನುತ್ತಿದ್ದರು.

ನಗರದ ಕೋಟೆಯ ಹೊರಗಿನಿಂದ ಸಿಹಿನೀರಿನ ನಾಲೆಯೊಂದು ಒಳಗೆ ಬರುತ್ತಿತ್ತು. ಅಯೋಧ್ಯೆಯ ಜನಕ್ಕೆ ಸರಯೂ ನದಿಯ ನೀರನ್ನು ಇದೇ ನಾಲೆಯ ಮೂಲಕ ಸರಬರಾಜು ಮಾಡಲಾಗುತ್ತಿತ್ತು. ನಾಲೆ ಕೋಟೆಯನ್ನು ಹಾದು ಹೋಗುವ ಮಾರ್ಗದಲ್ಲಿ ಉಕ್ಕಿನ ಸರಳುಗಳನ್ನು ಅಳವಡಿಸಲಾಗಿತ್ತು. ಆದರೆ ಆ ಸರಳುಗಳ ನಡುವೆ ನೀರು ಹೋಗುತ್ತಿತ್ತೇ ವಿನಹಃ ಮನುಷ್ಯನೊಬ್ಬ ನುಸುಳಿ ಈಜಿ ಕೋಟೆಯನ್ನು

ದಾಟಲು ಅಸಾಧ್ಯವಾಗಿತ್ತು. ಕೂಡಲೆ ಗಣೇಶನಿಗೆ ಹೊಸ ಆಲೋಚನೆಯೊಂದು ಹೊಳೆಯಿತು. ಗಣೇಶನ ಸೈನಿಕರು ಪುಟ್ಟದೊಂದು ಮರದ ಕೊಳವೆಯನ್ನು ತಯಾರಿಸಿದ್ದರು. ಅದರ ತುಂಬ ಇಂಧನ ತುಂಬಿದ ಡಬ್ಬಿಗಳನ್ನು ಇಡಲಾಯಿತು. ಅದಕ್ಕೆ ಸೆಣಬಿನ ತೊಗಟೆಯಿಂದ ಮಾಡಿದ ಬತ್ತಿ ಹಾಕಲಾಗಿತ್ತು. ಒಮ್ಮೆ ಬತ್ತಿಯನ್ನು ಹಚ್ಚಿದರೆ ಇಂಧನ ಉರಿಯುತ್ತಿತ್ತು. ಪರಿಣಾಮ ಟ್ಯಾಂಕ್ ಮತ್ತು ದಿಮ್ಮಿಯ ನಡುವಿನ ನೀರು ಹಾದು ಒತ್ತಡ ಸೃಷ್ಟಿಯಾಗಿ ಒಂದು ಹಂತದಲ್ಲಿ ಅದು ಸಿಡಿದು ಚೂರಾಗುತ್ತಿತ್ತು. ಒಮ್ಮೆ ಹಾಗೆ ಸಿಡಿದರೆ ಆ ಹೊಡೆತಕ್ಕೆ ಉಕ್ಕಿನ ಸರಳುಗಳು ಸಡಿಲಗೊಂಡು ಕೋಟೆಯ ಒಳಗೆ ಹೋಗಲು ಬೇಕಾದಷ್ಟು ಅಗಲವಾದ ಜಾಗ ಸೃಷ್ಟಿಯಾಗುತ್ತಿತ್ತು.

ಅಯೋಧ್ಯೆಯ ಕೋಟೆಯ ಹೊರಗೆ ನಿತ್ಯ ಹತ್ತಾರು ಮಹಿಳೆಯರು ಸರಯೂ ನದಿಯ ನೀರನ್ನು ಕೊಂಡೊಯ್ಯಲು ಬರುತ್ತಿದ್ದರು. ಗಣೇಶ ಅವರನ್ನೇನೂ ಮಾಡುತ್ತಿರಲಿಲ್ಲ. ನಿಧಾನವಾಗಿ ಅಂತಹ ಜನಗಳು ಕೋಟೆಯಿಂದ ಹೊರಬರುವುದನ್ನು ತಡೆಯಿರಿ ಎಂಬ ಆದೇಶವನ್ನು ತನ್ನವರಿಗೆ ನೀಡಿದ್ದ. ಗಣೇಶ ಅಯೋಧ್ಯೆಯ ಕೋಟೆಯಿಂದ ಹೊರಗೆ ನಿಂತು ಕ್ಷಿಪಣಿಗಳನ್ನು ಉಡಾಯಿಸಬಹುದಿತ್ತು. ಆದರೆ ಆತ ಹಾಗೆ ಮಾಡಲಿಲ್ಲ. ಅಯೋಧ್ಯೆಯ ನಾಗರೀಕರು ಮುಗ್ಧರು. ಅಲ್ಲಿನ ಸಾರ್ವಭೌಮ ದಿಲೀಪ ತೆಗೆದುಕೊಳ್ಳುವ ನಿರ್ಧಾರಕ್ಕೂ ಅವರಿಗೂ ಸಂಬಂಧವೇ ಇಲ್ಲ ಎಂಬುದು ಆತನಿಗೆ ತಿಳಿದಿತ್ತು. ಹಾಗಾಗಿ ಅಯೋಧ್ಯೆಯ ಒಳಕ್ಕೂ ಹೊರಕ್ಕೂ ಹೋಗಿ ಬರುತ್ತಿದ್ದ ಜನರಿಗೆ ಗಣೇಶ ಯಾವ ತೊಂದರೆಯನ್ನು ಮಾಡುತ್ತಿರಲಿಲ್ಲ. ಅಲ್ಲದೆ ವಾಸುದೇವ ಪಂಡಿತರೂ ಈ ಜನಗಳಿಂದ ಅಯೋಧ್ಯೆಯ ಪರಿಸ್ಥಿತಿಯ ಬಗ್ಗೆ ಸಾಕಷ್ಟು ವಿಚಾರಗಳನ್ನು ತಿಳಿದುಕೊಂಡು ಅದನ್ನು ಗಣೇಶನಿಗೆ ಮುಟ್ಟಿಸುತ್ತಿದ್ದರು. ಕೆಲವೇ ದಿನಗಳಲ್ಲಿ ಆತ ಅಯೋಧ್ಯೆಯ ಗಣ್ಯವ್ಯಕ್ತಿಗಳನ್ನು ಭೇಟಿ ಮಾಡಲು ಭಗೀರಥನನ್ನು ಕಳುಹಿಸುವವನಿದ್ದ.

ಅಂದು ಎಲ್ಲರೂ ದೀರ್ಘ ಸಮಾಲೋಚನೆಯಲ್ಲಿ ತೊಡಗಿದ್ದರು. ಅಷ್ಟರಲ್ಲಿ ಯಾರೋ ಬಾಗಿಲು ಬಡಿದ ಸದ್ದಾಯಿತು. ಬಂದಿದ್ದವನು ಭಗೀರಥ.

'ಏನು ಸಮಾಚಾರ ಭಗೀರಥ?' ಗಣೇಶ ಮೇಜಿನ ಮೇಲೆ ಹರಡಿದ್ದ ಪತ್ರಗಳನ್ನು ಸರಿಸುತ್ತಾ ಕೇಳಿದ.

'ಸುದ್ದಿ ಆಘಾತಕಾರಿಯಾಗಿದೆ!'

'ಹೌದು! ಆದರೆ ನನಗೆ ತಿಳಿದಿರುವಂತೆ ಅಯೋಧ್ಯೆಯ ಜನ ಯಾವ ಪ್ರತಿರೋಧವನ್ನು ಒಡ್ಡುತ್ತಿಲ್ಲ. ಕಾಳಗ ಮಾಡುವ ಸೂಚನೆಯನ್ನೂ ನೀಡುತ್ತಿಲ್ಲ. ಅಂದರೆ ಅಯೋಧ್ಯೆಯ ಸೈನ್ಯ ನಮ್ಮ ಮೇಲೆ ಆಕ್ರಮಣ ಮಾಡಲು ಮುಂದಾಗುತ್ತಿಲ್ಲ ಎಂದಾಯಿತು' ಚಂದ್ರಕೇತು ಹೇಳಿದ.

ಭಗೀರಥ ತಲೆಯಾಡಿಸುತ್ತಾ ಹೇಳಿದ 'ಅಯೋಧ್ಯೆಯ ಜನಗಳನ್ನು ಅಷ್ಟು ಲಘುವಾಗಿ ಪರಿಗಣಿಸುವಂತಿಲ್ಲ ಚಂದ್ರಕೇತು. ಅವರು ಸುಮ್ಮನಿದ್ದಾರೆ ಎಂದರೆ ಅದು ಹೇಡಿತನದಿಂದಲ್ಲ. ಅಲ್ಲಿನ ಜನ ಯಾವ ನಿರ್ಧಾರವನ್ನು ತೆಗೆದುಕೊಳ್ಳಬೇಕು ಎಂಬ ಗೊಂದಲದಲ್ಲಿದ್ದಾರೆ. ಅದೇ ನಮಗೆ ವರದಾನವಾಗಬಹುದು. ಅಯೋಧ್ಯೆಯ ಸೈನ್ಯ ನೇರವಾಗಿ ನಮ್ಮ ಮೇಲೆ ದಾಳಿ ಮಾಡುವುದು ಸರಿಯಲ್ಲ ಎಂದು ಭಾವಿಸಿದಂತಿದೆ. ಹಾಗೆಂದ ಮಾತ್ರಕ್ಕೆ ಅವರು ಯುದ್ಧಕ್ಕೆ ಸಿದ್ಧರಾಗಿಲ್ಲ ಎಂದೇನಿಲ್ಲ. ಮಹರ್ಷಿ ಭೃಗು ಮೆಲೂಹದ ಮಹಾದಂಡನಾಯಕ ಪ್ರಸನ್ನಜಿತನನ್ನು ಯುದ್ಧದ ಸಿದ್ಧತೆಗಾಗಿ ನಿಯೋಜಿಸಿದ್ದಾನೆ. ಅಲ್ಲಿನ ಜನ ಮತ್ತು ಸೈನ್ಯ ಈ ಗೊಂದಲದಿಂದ ಹೊರಬರುವಷ್ಟರಲ್ಲಿ ಇಡೀ ನಗರವನ್ನು ನಮ್ಮ ನಿಯಂತ್ರಣಕ್ಕೆ ತೆಗೆದುಕೊಳ್ಳಬೇಕು'.

'ಜನ ಗೊಂದಲದಲ್ಲಿರುವುದಕ್ಕೆ ಕಾರಣವೇನು ಭಗೀರಥ?' ಗಣೇಶ ಕೇಳಿದ.

'ಅಯೋಧ್ಯೆಯ ಜನ ನೀಲಕಂಠನ ಕಟ್ಟಾ ಅಭಿಮಾನಿಗಳು ಮತ್ತು ಆರಾಧಕರು. ಯಾವ ಸಂದರ್ಭದಲ್ಲೂ ನೀಲಕಂಠ ತಮಗೆ ಕೆಡುಕನ್ನು ಮಾಡಲಾರ ಎಂದು ನಂಬಿರುವವರು. ಆತ ಅಯೋಧ್ಯೆಯ ಮೇಲೆ ದಾಳಿ ಮಾಡುತ್ತಾನೆ ಎಂಬುದನ್ನು ಅವರು ಕನಸು ಮನಸ್ಸಿನಲ್ಲೂ ಎಣಿಸಲಾರರು. ಈ ಅಂಧಾಭಿಮಾನವೇ ನಮಗೆ ಶ್ರೀರಕ್ಷೆ' ಭಗೀರಥ ಹೇಳಿದ.

'ಆದರೆ ಈಗ ನಾವು ಮಾಡುತ್ತಿರುವ ಈ ಆಕ್ರಮಣದ ಹಿಂದಿನ ಸೂತ್ರಧಾರಿ ಯಾರು ಎಂಬುದರಲ್ಲಿ ಅವರಿಗೇನಾದರೂ ಸಂದೇಹವಿದೆಯೇ?' ಚಂದ್ರಕೇತು ಕೇಳಿದ.

ಕೋಟೆಯ ಹೊರಗಡೆ ನಿಂತಿರುವ ಬ್ರಂಗಾ ಸೈನಿಕರನ್ನು ನೋಡಿ ಭಗೀರಥ ಹೇಳಿದ 'ಈ ದಾಳಿಯ ಸೂತ್ರಧಾರಿ ನೀನೇ ಎಂದು ಇಲ್ಲಿನ ಜನ ಭಾವಿಸಿದ್ದಾರೆ'.

ಚಂದ್ರಕೇತು ಹೇಳಿದ 'ನಾನೇಕೆ ಅಯೋಧ್ಯೆಯ ಮೇಲೆ ಆಕ್ರಮಣ ಮಾಡಲಿ ಭಗೀರಥ?'.

'ಬ್ರಂಗಾಗಳು ಸ್ವದ್ವೀಪದ ಮೇಲೆ ಪ್ರಭುತ್ವ ಸಾಧಿಸಲು ಹೊರಟಿದ್ದಾರೆ ಎಂಬುದು ಅಯೋಧ್ಯೆಯ ಜನರ ವಾದ. ಆದರೆ ನೀಲಕಂಠನ ಅನುಪಸ್ಥಿತಿಯಲ್ಲಿ ಅವರ ಈ ನಂಬಿಕೆಯನ್ನು ತೊಡೆದು ಹಾಕುವುದು ಅಸಾಧ್ಯ. ಅಲ್ಲದೆ ಅನೇಕರು ನೀಲಕಂಠನ ಆದೇಶವನ್ನು ನಂಬಿದ್ದಾರೆ. ಅವರ ವಾದ ಇಷ್ಟೇ. ನಾವು ಸೋಮರಸವನ್ನೇನೂ ಬಳಸುತ್ತಿಲ್ಲ. ಹೀಗಿರುವಾಗ ನೀಲಕಂಠ ನಮ್ಮ ಮೇಲೇಕೆ ಆಕ್ರಮಣ ಮಾಡುತ್ತಾನೆ? ಹಾಗೇನಾದರೂ ಸೋಮರಸವನ್ನು ನಾಶಮಾಡಬೇಕೆಂದರೆ ಆತ ಮೆಲೂಹದ ಮೇಲೆ ಆಕ್ರಮಣ ಮಾಡಬಹುದು. ಅಷ್ಟಕ್ಕೂ ಅಯೋಧ್ಯೆಯಲ್ಲಿ ಕೆಲವೇ ಕೆಲವು ಗಣ್ಯವ್ಯಕ್ತಿಗಳು ಮಾತ್ರ ಸೋಮರಸವನ್ನು ಸೇವಿಸುತ್ತಾರೆ'.

'ನಿಜ! ಅಯೋಧ್ಯೆಯಲ್ಲಿ ಗಣ್ಯ ವ್ಯಕ್ತಿಗಳ ಅಭಿಪ್ರಾಯಗಳಷ್ಟೇ ಮುಖ್ಯವಾಗುತ್ತದೆ. ಕಾರಣ ಅವರು ಮಾತ್ರ ಸರ್ಕಾರದ ಮೇಲೆ ಪ್ರಭಾವ ಬೀರಬಲ್ಲರು. ಸಾಮಾನ್ಯ ಜನರಿಗೆ ಸೈನ್ಯದ ಮೇಲೆ ಯಾವ ನಿಯಂತ್ರಣವೂ ಇರುವುದಿಲ್ಲ. ಹಾಗಾಗಿ ಗಣ್ಯರ ಅಭಿಪ್ರಾಯವಷ್ಟೇ ಮುಖ್ಯವಾಗುತ್ತದೆ. ಆದರೆ ಅಯೋಧ್ಯೆಯ ಗಣ್ಯವರ್ಗ ಭಿನ್ನ ಅಭಿಪ್ರಾಯಗಳನ್ನು ವ್ಯಕ್ತಪಡಿಸುತ್ತಿದೆ. ಅವರಲ್ಲಿ ಕೆಲವರು ನಮ್ಮ ಪರವಾಗಿ ನಿಂತಿದ್ದರೆ, ಮತ್ತೆ ಕೆಲವರು ಅಯೋಧ್ಯೆ ನಮ್ಮ ಮೇಲೆ ಯುದ್ಧ ಮಾಡಿ ಗೆದ್ದು ತನ್ನ ಶಕ್ತಿ, ಸಾಮರ್ಥ್ಯವನ್ನು ತೋರಿಸಲಿ ಎಂದು ಬಯಸುತ್ತಿದ್ದಾರೆ'.

'ಆದರೆ ನನ್ನ ತಂದೆ ಚಾಣಾಕ್ಷ ಉಪಾಯವೊಂದನ್ನು ಮಾಡಿದ್ದಾನೆ. ಆತ ಅಯೋಧ್ಯೆಯ ಎಲ್ಲ ಜನರಿಗೂ ಸೋಮರಸ ನೀಡುವುದಾಗಿ ವಾಗ್ದಾನ ಮಾಡಿದ್ದಾನೆ?' ಭಗೀರಥ ಹೇಳಿದ.

'ಏನು! ಸೋಮರಸವನ್ನು ಎಲ್ಲ ಜನಗಳಿಗೂ ನೀಡುತ್ತಾರೆಯೇ? ಅಷ್ಟು ಪ್ರಮಾಣದ ಸೋಮರಸವನ್ನು ತಯಾರಿಸುವುದಾದರೂ ಹೇಗೆ?'.

'ಹೌದು! ಭೃಗು ಮಹರ್ಷಿಗಳು ಭಾರೀ ಪ್ರಮಾಣದಲ್ಲಿ ಸೋಮರಸವನ್ನು ಅಯೋಧ್ಯೆಗೆ ಕಳುಹಿಸುವುದಾಗಿ ತಂದೆಯವರಿಗೆ ಮಾತು ಕೊಟ್ಟಿದ್ದಾರೆ'.

'ಅಂದರೆ ಮೆಲೂಹದಲ್ಲಿ ಅಷ್ಟು ಪ್ರಮಾಣದ ಸೋಮರಸ ಇದೆ ಎಂದಾಯಿತು'.

'ಅದನ್ನು ನಾಶ ಮಾಡುವುದೇ ನಮ್ಮ ಗುರಿ' ಗಣೇಶ ಆರ್ಭಟಿಸಿದ.

ಅಧ್ಯಾಯ – 22

ಯುದ್ಧಕ್ಕೆ ಸಿದ್ಧವಾದ ಮಗಧ

ನರ್ಮದಾ ನದಿಯ ದಂಡೆಯಲ್ಲಿ ಶಿವ, ಸತಿ, ಕಾಳಿ ಮತ್ತು ಗೋಪಾಲ ಪಂಡಿತರು ನಂತಿದ್ದರು. ನಾಗ ಮತ್ತು ವಾಸುದೇವ ಪಂಡಿತರ ಬೃಹತ್ ಹಡಗುಗಳು ಆಗಷ್ಟೇ ತೀರಕ್ಕೆ ಬಂದಿದ್ದವು. ಆಗಿನ್ನೂ ಸೈನಿಕರು ಒಬ್ಬೊಬ್ಬರಾಗಿ ಹಡಗುಗಳಿಂದ ಪುಟ್ಟ ದೋಣಿಯೊಳಕ್ಕೆ ಇಳಿಯುತ್ತಿದ್ದರು. ಕಣ್ಣು ಹಾಯಿಸುವ ದೂರದವರೆಗೂ ಹಡಗುಗಳ ಸಾಲು. ಅಲ್ಲಿದ್ದ ಒಟ್ಟಾರೆ ಸೈನಿಕರ ಸಂಖ್ಯೆ ಒಂದು ಲಕ್ಷ. ಪ್ರತಿ ಹಡಗಿನಲ್ಲೂ ಸಾವಿರ ಮಂದಿ.

ಅದನ್ನು ನೋಡಿ ಕಾಳಿ ಹೇಳಿದಳು 'ನಾವು ನಾಳೆಯೇ ಇಲ್ಲಿಂದ ಮುಂದೆ ಪ್ರಯಾಣ ಬೆಳೆಸಬೇಕು'.

'ಅಂದಹಾಗೆ ಸುಪರ್ಣ ನಮ್ಮೊಂದಿಗಿದ್ದಾನೆಯೇ?' ಶಿವ ಕೇಳಿದ.

ಸುಪರ್ಣ ನಾಗಾಗಳ ಗರುಡ ಪಂಗಡದ ವೀರ ಸೇನಾನಿ.

'ಆತ ನಮ್ಮ ಹಡಗಿನಲ್ಲಿಲ್ಲ' ಕಾಳಿ ಉತ್ತರಿಸಿದಳು.

'ನಾನು ಆತನನ್ನು ಈ ಕೂಡಲೇ ಭೇಟಿ ಮಾಡಬೇಕು. ಬಹು ಮುಖ್ಯವಾದ ವಿಚಾರವೊಂದನ್ನು ಆತನೊಂದಿಗೆ ಚರ್ಚಿಸಬೇಕು' ಶಿವ ಹೇಳಿದ.

ಕೂಡಲೆ ಕಾಳಿ ಹುಬ್ಬೇರಿಸಿದಳು. ನಾಗಾಗಳ ಅಗ್ರನಾಯಕಿ ನಾನು. ಹೀಗಿರುವಾಗ ನೀಲಕಂಠ ಸುಪರ್ಣನ ಬಗ್ಗೆ ಏಕೆ ವಿಚಾರಿಸುತ್ತಿದ್ದಾನೆ ಎಂಬ ಅನುಮಾನ ಆಕೆಗೆ.

ಥಟ್ಟನೆ ಶಿವ ಕಾಳಿಯ ಮನಸ್ಥಿತಿಯನ್ನು ಅರ್ಥಮಾಡಿಕೊಂಡು ಹೇಳಿದ 'ಕಾಳಿ, ನೀನು ಸದಾ ನನ್ನೊಂದಿಗೆ ಇರುವೆ. ಒಮ್ಮೆ ನಾವು ಮೆಲೂಹದ ಮೇಲೆ ಆಕ್ರಮಣ ಮಾಡಿದರೆ ಕೂಡಲೆ ಅಲ್ಲಿನ ನಗರಗಳಲ್ಲಿರುವ ಸೋಮರಸ ಕೇಂದ್ರಗಳನ್ನು ಪತ್ತೆ ಹಚ್ಚಬೇಕು. ಅವುಗಳನ್ನು ನಾಶ ಮಾಡಬೇಕು. ಈ ಕೆಲಸವನ್ನು ನಾಗಾ ನಾಯಕ ಸುಪರ್ಣನಗೆ ವಹಿಸಬೇಕೆನ್ನುವುದು ನನ್ನ ಆಲೋಚನೆ'.

ಕಾಳಿ ನಸುನಗುತ್ತಾ ಹೇಳಿದಳು 'ಹೌದು, ಮೆಲೂಹದ ಸೋಮರಸ ಕೇಂದ್ರಗಳನ್ನು ಧ್ವಂಸ ಮಾಡುವುದು ನಮ್ಮ ಮೊದಲ ಆದ್ಯತೆ. ಅಂತಹ ಪವಿತ್ರ ಕೆಲಸದಲ್ಲಿ ನಾನು ನಿನ್ನೊಂದಿಗೆ ಭಾಗಿಯಾಗುತ್ತಿರುವುದು ನನ್ನ ಸೌಭಾಗ್ಯ'.

ಅಷ್ಟರಲ್ಲಿ ಶಿವ ಗೋಪಾಲ ಪಂಡಿತರತ್ತ ತಿರುಗಿ ಹೇಳಿದ 'ವಾಸುದೇವರಿಂದ ಏನಾದರೂ ಸಂದೇಶ ಬಂದಿದೆಯೇ ಪಂಡಿತರೇ'.

'ಗಣೇಶ ಅಯೋಧ್ಯೆಯನ್ನು ಸುತ್ತುವರೆದಿದ್ದಾನೆ. ಒಳಗಿನಿಂದ ಯಾವ ಪ್ರತಿರೋಧವೂ ವ್ಯಕ್ತವಾಗುತ್ತಿಲ್ಲ'.

'ಅಂದರೆ ದಿಲೀಪ ತನ್ನ ನಿಲುವನ್ನು ಬದಲಿಸಿದ್ದಾನೆ ಎಂದಾಯಿತು'.

'ಹಾಗೇನೂ ಇಲ್ಲ ನೀಲಕಂಠ. ಏಕಾಏಕಿ ನಗರದ ಮೇಲೆ ದಾಳಿ ಮಾಡಿದರೆ ಮುಗ್ಧ ಜನರು ಬಲಿಯಾಗಬಹುದು ಎಂಬ ಕಾರಣದಿಂದ ಗಣೇಶ ಸಹನೆಯಿಂದಿದ್ದಾನೆ. ಅಲ್ಲಿ ನಾವು ಅತ್ಯಂತ ಸಂಯಮದಿಂದ ಯುದ್ಧವನ್ನು ಗೆಲ್ಲಬೇಕು'.

'ಎಲ್ಲಿಯವರೆಗೆ ಅಯೋಧ್ಯೆ ಮೆಲೂಹದ ರಕ್ಷಣೆಗೆ ನಿಲ್ಲುವುದಿಲ್ಲವೋ ಅಲ್ಲಿಯವರೆಗೆ ನಾವು ಸುರಕ್ಷಿತವಾಗಿದ್ದಂತೆ. ಅಂದ ಹಾಗೆ ಮಗಧ ರಾಜ್ಯದಲ್ಲಿ ಏನಾಗುತ್ತಿದೆ?'.

'ಅಲ್ಲೂ ನಮ್ಮ ಸೇನೆ ಸಮರ ಸನ್ನದ್ಧವಾಗಿದೆ. ಸುರಪದ್ಮ ಇನ್ನೂ ಸೈನ್ಯವನ್ನು ಸಿದ್ಧಪಡಿಸಿಲ್ಲ'. ಶಿವ ಆಶ್ಚರ್ಯದಿಂದ ಹುಬ್ಬೇರಿಸಿದ.

'ಸುರಪದ್ಮ ಇಂತಹ ಅವಕಾಶವನ್ನು ಕಳೆದುಕೊಳ್ಳುತ್ತಿದ್ದಾನೆ ಎಂದರೆ ನಿಜಕ್ಕೂ ಆಶ್ಚರ್ಯ. ಅಲ್ಲದೇ ಆತನ ತಂದೆ ಮಹೇಂದ್ರ ನಮ್ಮ ಮೇಲೆ ಯುದ್ಧ ಸಾರುವಂತೆ ಖಂಡಿತಾ ಸುರಪದ್ಮನ ಮೇಲೆ ಒತ್ತಡ ಹಾಕುತ್ತಾನೆ'.

'ಮೊದಲು ನಮ್ಮ ಸೈನ್ಯ ಅಯೋಧ್ಯೆಯೊಂದಿಗೆ ಹೋರಾಡಲಿ, ನಂತರ ನೋಡೋಣ ಎಂದು ಸುರಪದ್ಮ ಕಾಯುತ್ತಿದ್ದಾನೆ. ಯಾವ ಸೈನ್ಯ ಸೋಲುತ್ತದೆಯೋ ಅದರ ಮೇಲೆ ದಬ್ಬಾಳಿಕೆ ಮಾಡುವುದು ಆತನ ಯೋಜನೆ'.

ಶಿವ ತಲೆಯಾಡಿಸುತ್ತಾ ಹೇಳಿದ 'ಇರಬಹುದು'.

— ⋆ —

'ಇದೋ ಇಲ್ಲಿ ನೋಡಿ ರಾಜಕುಮಾರ' ಗಣೇಶ ಏರುದನಿಯಲ್ಲಿ ಚೀರಿದ.

ಆಗಷ್ಟೇ ಸೈನಿಕನೊಬ್ಬ ಪತ್ರವೊಂದನ್ನು ತಂದು ಗಣೇಶನ ಕೈಗಿತ್ತಿದ್ದ. ಅದು ಮೆಲೂಹದಿಂದ ಬಂದಿದ್ದ ಪತ್ರ. ಸೈನಿಕರು ಹಕ್ಕಿಯೊಂದನ್ನು ಹೊಡೆದು ಹಾಕಿ ಅದರ ಕಾಲಿಗೆ ಕಟ್ಟಿದ್ದ ಪತ್ರವನ್ನು ತಂದು ಗಣೇಶನಿಗೆ ನೀಡಿದ್ದರು. ಅಲ್ಲಿನ ವಿಚಾರ ನಿಗೂಢ ಲಿಪಿಯೊಂದರಲ್ಲಿ ಬರೆಯಲಾಗಿತ್ತು. ಆದರೆ ಆ ಲಿಪಿ ಯಾವುದು ಎಂಬುದು ಭಗೀರಥನಿಗೆ ಚೆನ್ನಾಗಿ ತಿಳಿದಿತ್ತು. ಹಾಗಾಗಿ ಭಗೀರಥ ಪತ್ರದ ಒಕ್ಕಣೆಯನ್ನು ಜೋರಾಗಿ ಓದಲಾರಂಭಿಸಿದ.

'ಪ್ರಧಾನಮಂತ್ರಿ ಸಯಾಮಾಂತಕ, ಬೃಗು ಮಹರ್ಷಿಗಳು ಅಯೋಧ್ಯೆಯನ್ನು ತಲುಪಿದ್ದಾರೆಯೇ? ಅವರು ಒಂದು ತಿಂಗಳ ಹಿಂದೆಯೇ ಪ್ರಯಾಗವನ್ನು ಬಿಟ್ಟಿದ್ದರು. ಆದರೆ ಇನ್ನೂ ಅವರು ಮೆಲೂಹವನ್ನು ತಲುಪಿಲ್ಲ. ಅಲ್ಲದೆ ಈ ಕ್ಷಣದಲ್ಲಿ ಶಿವ ಮತ್ತು ಪರ್ವತೇಶ್ವರ ಎಲ್ಲಿದ್ದಾರೆ ಎಂಬ ವಿಚಾರ ನಿನಗೆ ತಿಳಿದಿದ್ದರೆ ದಯಮಾಡಿ ಅದನ್ನು ನನಗೆ ತಿಳಿಸು?'.

ಗಣೇಶ ಕುತೂಹಲದಿಂದ ಭಗೀರಥನ ಮಾತುಗಳನ್ನೇ ಆಲಿಸುತ್ತಿದ್ದ.

ಭಗೀರಥ ಮಾತು ಮುಂದುವರಿಸುತ್ತಾ ಹೇಳಿದ 'ಈ ಪತ್ರಕ್ಕೆ ಮೆಲೂಹದ ಪ್ರಧಾನಮಂತ್ರಿ ಕನಖಲಾ ಸಹಿ ಮಾಡಿದ್ದಾರೆ. ಎಂತಹ ವಿಚಿತ್ರ!'.

'ಹೌದು! ಇದು ವಿಚಿತ್ರವೇ ಸರಿ. ಅಂದಹಾಗೆ ಈಗ ಬೃಗು ಮಹರ್ಷಿಗಳು ಎಲ್ಲಿದ್ದಾರೆ? ಮೆಲೂಹದ ಪ್ರಧಾನಮಂತ್ರಿ ಪರ್ವತೇಶ್ವರನ ಬಗ್ಗೆ ಏಕೆ ವಿಚಾರಿಸುತ್ತಿದ್ದಾರೆ. ಆತ ಮೆಲೂಹದ ಪರವಾಗಿ ನಿಂತಿರುವುದು ಅವರಿಗೆ ತಿಳಿದಿಲ್ಲವೇ?'.

'ಬೃಗು ಎಲ್ಲಿದ್ದಾರೆ ಎನ್ನುವ ಬಗ್ಗೆ ನಿಮ್ಮ ಅಭಿಪ್ರಾಯವೇನು?' ಭಗೀರಥ ಕೇಳಿದ.

'ಖಂಡಿತಾ ಅವರು ಮೆಲೂಹದಲ್ಲಿ ಇಲ್ಲ ಎಂದಾಯಿತು. ಇದು ಬಾಬಾಗೆ ಅನುಕೂಲವಾಗುತ್ತದೆ'.

'ಅಂದ ಹಾಗೆ ಇಷ್ಟರಲ್ಲಿ ಶಿವ ಮೆಲೂಹವನ್ನು ತಲುಪಿರಬಹುದೇ?'.

'ಬಹುಶಃ ಮುಂದಿನ ಮೂರು ವಾರಗಳಲ್ಲಿ ಶಿವ ಮೆಲೂಹವನ್ನು ತಲುಪಬಹುದು'.

ಅಷ್ಟರಲ್ಲಿ ಕಾರ್ತಿಕ ಗಾಬರಿಯಿಂದ ಓಡೋಡಿ ಬಂದ.

'ಅಣ್ಣಾ! ಮಗಧ ರಾಜ್ಯದ ರಾಜರು ಯುದ್ಧಕ್ಕೆ ಸಿದ್ಧರಾಗುತ್ತಿದ್ದಾರೆ. ಸ್ವತಃ ವಾಸುದೇವ ಪಂಡಿತರೇ ನನಗೆ ಈ ವಿಚಾರವನ್ನು ತಿಳಿಸಿದರು. ಈಗಾಗಲೇ ಅವರು ಎಲ್ಲ ಆಯುಧಗಳನ್ನು ಹಡಗುಗಳಿಗೆ ತುಂಬಿದ್ದಾರೆ. ಸೈನಿಕ ಪಡೆ ಸಿದ್ಧವಾಗಿ ನಿಂತಿದೆ?

ಗಣೇಶ ನಸುನಗುತ್ತಾ ಕೇಳಿದ 'ಅವರ ಬಳಿ ಎಷ್ಟು ಮಂದಿ ಸೈನಿಕರಿದ್ದಾರೆ?'.

'ಎಪ್ಪತ್ತೈದು ಸಾವಿರ'.

'ಏನು ಎಪ್ಪತ್ತೈದು ಸಾವಿರವೇ? ಅಂದರೆ ಸುರಪದ್ಮ ತನ್ನಲ್ಲಿರುವ ಎಲ್ಲ ಸೈನ್ಯವನ್ನು ಕಳುಹಿಸಿದ್ದಾನೆ. ಈಗ ಮಗಧ ರಾಜ್ಯಕ್ಕೆ ರಕ್ಷಣೆಯೇ ಇಲ್ಲ ಎಂದಾಯಿತು. ಹಾಗಾದರೆ ಅವರು ಮಗಧವನ್ನು ಬಿಟ್ಟು ಯಾವಾಗ ಹೊರಡುತ್ತಾರೆ' ಗಣೇಶ ಕೇಳಿದ.

'ಬಹುಶಃ ಮುಂದಿನ ಎರಡು ವಾರಗಳಲ್ಲಿ ಅವರು ಮಗಧವನ್ನು ಬಿಟ್ಟು ತೆರಳಬಹುದು ಎಂದು ವಾಸುದೇವ ಪಂಡಿತರು ತಿಳಿಸಿದ್ದಾರೆ?'.

'ಕಾರ್ತಿಕ! ಮುಂದಿನ ಒಂದೆರಡು ದಿನಗಳಲ್ಲಿ ಒಂದು ಲಕ್ಷ ಜನರ ಸೈನ್ಯದೊಂದಿಗೆ ನೀನು ಇಲ್ಲಿಂದ ಹೊರಡು' ಗಣೇಶ ತಮ್ಮನಿಗೆ ಹೇಳಿದ.

'ಅಷ್ಟೊಂದು ಜನ ನನಗೆ ಬೇಡ. ನನಗೂ ಇಲ್ಲಿ ಒಂದಿಷ್ಟು ಜನ ಸೈನಿಕರ ಅವಶ್ಯಕತೆ ಇದೆಯಲ್ಲವೇ?'.

'ನನಗೆ ಹಡಗಿನಲ್ಲಿ ಕುಳಿತು ಬೆಂಕಿಯ ಬಾಣಗಳನ್ನು ಬಿಡುವುದಕ್ಕೆ ಒಂದಿಷ್ಟು ಜನ ಸೈನಿಕರಿದ್ದರೆ ಸಾಕು. ನೆನಪಿರಲಿ ನೀನು ಬಲ-ಅತಿಬಲ ಕುಂಡದ ಬಳಿ ಸುರಪದ್ಮನ ಸೈನ್ಯವನ್ನು ತಡೆಯಬೇಕು. ಅದರಲ್ಲಿ ನಾವು ಯಶಸ್ವಿಯಾಗದಿದ್ದರೆ ಅವರೆಲ್ಲರೂ ನಮ್ಮತ್ತ ನುಗ್ಗಿಬಂದು ಧೂಳಿಪಟ ಮಾಡಿಬಿಡುತ್ತಾರೆ. ಹಾಗಾಗಿ ನಿನಗೆ ಹೆಚ್ಚಿನ ಸೈನಿಕರ ಅವಶ್ಯಕತೆಯಿದೆ' ಗಣೇಶ ಹೇಳಿದ.

'ಸರಿ! ನಾನು ಈಗಲೇ ಹೊರಡುವುದಕ್ಕೆ ಸಿದ್ಧವಾಗುತ್ತೇನೆ?' ಕಾರ್ತಿಕ ಹೇಳಿದ.

ಕಾರ್ತಿಕನಿಂದ ಪ್ರೇರೇಪಣೆಗೊಂಡ ಒಂದು ಲಕ್ಷ ಸೈನಿಕರು ಬಲ-ಅತಿಬಲ ಕುಂಡದ ಅರಣ್ಯವನ್ನು ತಲುಪಿದರು. ಅದಾಗಲೇ ಸೂರ್ಯ ನೆತ್ತಿಗೇರಿದ್ದ. ಸೈನ್ಯವನ್ನು ಮುನ್ನಡೆಸುತ್ತಿದ್ದವನು ಕಾರ್ತಿಕ. ಆತನಿಗೆ ಬೆಂಗಾವಲಾಗಿ ನಿಂತಿದ್ದವನು ಅಯೋಧ್ಯೆಯ ರಾಜಕುಮಾರ ಭಗೀರಥ. ಚಂದ್ರಕೇತು ಗಣೇಶನೊಂದಿಗೆ ಉಳಿದುಕೊಂಡಿದ್ದ. ಕುಂಡದ ಬಳಿ ಬರುತ್ತಲೇ ಕಾರ್ತಿಕ ಸಣ್ಣ ಸಣ್ಣ ದೋಣಿಗಳನ್ನು ನೀರಿಗೆ ಬಿಟ್ಟ. ಅವೆಲ್ಲವೂ ಶತ್ರುವಿನ ಹಡಗುಗಳಿಗೆ ಬೆಂಕಿ ಹಚ್ಚಿ ಧ್ವಂಸ ಮಾಡಬಲ್ಲ ದೋಣಿಗಳು. ಅಂತಹ ಎಲ್ಲ ದೋಣಿಗಳನ್ನು ಕುಂಡದ ಒಂದು ಬದಿಯಲ್ಲಿ ಬಚ್ಚಿಡಲಾಗಿತ್ತು. ಅರಣ್ಯದ ಮಧ್ಯದಲ್ಲಿದ್ದ ಎತ್ತರದ ಮರಗಳ ಮೇಲೆ ಒಂದಷ್ಟು ವೇದಿಕೆಗಳನ್ನು ನಿರ್ಮಿಸಿ ಅಲ್ಲಿ ಕೆಲವು ಸಂಪರ್ಕ ಸಾಧನಗಳನ್ನು ಇರಿಸಲಾಗಿತ್ತು. ಒಂದು ದಡದಿಂದ ಮತ್ತೊಂದು ದಡಕ್ಕೆ ರಹಸ್ಯ ಸಂದೇಶಗಳನ್ನು ರವಾನಿಸಲು ಈ ಯಂತ್ರಗಳು ಸಹಕಾರಿಯಾಗಿದ್ದವು. ಇದರ ಜತೆಗೆ ಕೆಲವು ಯಂತ್ರಗಳು ಹೊಗೆ ರಹಿತ ಬೆಂಕಿಯನ್ನು ಉಗುಳುವ ಸಾಮರ್ಥ್ಯ ಹೊಂದಿದ್ದವು. ಒಂದು ಗುಂಡಿಯನ್ನು ಒತ್ತಿದರೆ ಸಾಕು ಬೆಂಕಿಯ ಉಂಡೆಗಳು ಶತ್ರುವಿನ ಹಡಗುಗಳ ಮೇಲೆ ಪಟಪಟನೆ ಬಂದು ಬೀಳುತ್ತಿದ್ದವು. ಬಲ-ಅತಿಬಲ ಕುಂಡದ ಬಳಿ ನಿಶ್ಯಬ್ದತೆಯನ್ನು ಸೃಷ್ಟಿಮಾಡುವ ಸಲುವಾಗಿ ಇಡೀ ಸೈನ್ಯ ಅರಣ್ಯದ ಒಳಗೆ ಅವಿತುಕೊಳ್ಳುವಂತೆ ಕಾರ್ತಿಕ ಆದೇಶ ನೀಡಿದ್ದ.

'ನಮ್ಮ ಸೈನ್ಯದ ಒಂದಷ್ಟು ಜನ ದಂಡೆಯ ಬಳಿ ಓಡಾಡುತ್ತಿರಬೇಕು' ಗಣೇಶ ಹೇಳಿದ.

'ಆದರೆ ನೀವು ಎಲ್ಲರನ್ನೂ ಅರಣ್ಯದಲ್ಲಿ ಬಚ್ಚಿಟ್ಟುಕೊಳ್ಳುವಂತೆ ಏಕೆ ಹೇಳಿದಿರಿ?' ಭಗೀರಥ ಕೇಳಿದ.

'ಸುರಪದ್ಮ ಅತ್ಯಂತ ಚಾಣಾಕ್ಷ. ಆತ ನಮ್ಮ ಸಾಮರ್ಥ್ಯವನ್ನು ಚೆನ್ನಾಗಿ ಅಳೆಯಬಲ್ಲ. ದಂಡೆಯ ಬಳಿ ನಮ್ಮ ಸೈನಿಕರು ಓಡಾಡುವುದನ್ನು ಕಂಡ ಕೂಡಲೇ ಅವನು ಎಚ್ಚೆತ್ತುಕೊಂಡು ಬಿಡುತ್ತಾನೆ. ಮಗಧ ಸೈನ್ಯವನ್ನು ಎದುರಿಸಲು ಇಷ್ಟು ಕಡಿಮೆ ಜನ ಬಂದಿದ್ದಾರೆ ಎಂದು ತಪ್ಪಾಗಿ ಅರ್ಥೈಸಿಕೊಳ್ಳುವಷ್ಟು ಮೂರ್ಖನಲ್ಲ ಆತ.'

'ಸರಿ ಹಾಗಾದರೆ ಮುಂದೇನು ಮಾಡುವುದು?'.

'ಸಧ್ಯಕ್ಕೆ ನಾವ್ಯಾರೂ ಸುರಪದ್ಮನ ಕಣ್ಣಿಗೆ ಬೀಳುವುದು ಬೇಡ. ಈಗ ನಾವು ಪಶ್ಚಿಮ ದಂಡೆಯಲ್ಲಿದ್ದೇವೆ. ಮಗಧ ನಮ್ಮಿಂದ ದಕ್ಷಿಣ ದಿಕ್ಕಿನಲ್ಲಿದೆ. ನಮ್ಮ ಒಂದು ಸೈನ್ಯ ಅಯೋಧ್ಯೆಯತ್ತ ಹೊರಟಿದೆ. ಅಯೋಧ್ಯೆಗೆ ಸಹಾಯ ಮಾಡುವ ಸಲುವಾಗಿ ಸುರಪದ್ಮ ತನ್ನ ಇಡೀ ಸೈನ್ಯವನ್ನು ಅಲ್ಲಿಗೆ ಕಳುಹಿಸುತ್ತಾನೆ. ಒಮ್ಮೆ ಆತನ ಸೈನ್ಯ ಮಗಧ ರಾಜ್ಯದಿಂದ ದೂರ ಸರಿದರೆ ರಾಜ್ಯಕ್ಕೆ ರಕ್ಷಣೆಯೇ ಇಲ್ಲದಂತಾಗುತ್ತದೆ. ಆಗ ನಾವು ಮಗಧಕ್ಕೆ ಮುತ್ತಿಗೆ ಹಾಕೋಣ'.

'ಆದರೆ ನಾವು ಮಗಧಕ್ಕೆ ಮುತ್ತಿಗೆ ಹಾಕಿದ ಕೂಡಲೆ ಸುರಪದ್ಮ ಸೈನ್ಯದೊಂದಿಗೆ ಹಿಂತಿರುಗಿ ಬಂದರೆ ಏನು ಮಾಡುವುದು?'.

'ಸರಯೂ ನದಿಯ ಮೇಲೆ ಬೃಹತ್ ಹಡಗುಗಳನ್ನು ತಿರುಗಿಸಿಕೊಂಡು ಬರುವುದು ಅಷ್ಟು ಸುಲಭವಲ್ಲ. ಜತೆಗೆ ಅವರಿಗೆ ದೊರೆಯುವ ಸಮಯವೂ ಅತ್ಯಲ್ಪ. ಅದಾಗಿಯೂ ಆತ ಮಗಧವನ್ನು ಪ್ರವೇಶಿಸಲು ಪ್ರಯತ್ನಿಸಿದರೆ ನಮ್ಮ ಸೈನ್ಯ ನಗರದ ಹೊರವಲಯದಲ್ಲಿ ಪ್ರತಿರೋಧ ಒಡ್ಡುತ್ತದೆ. ಈ ವಿಚಾರ ಸುರಪದ್ಮನಿಗೂ ಚೆನ್ನಾಗಿ ತಿಳಿದಿರುತ್ತದೆ. ಜತೆಗೆ ಮಗಧ ರಾಜ್ಯದ ಜನ ತಮ್ಮ ಸಂಕಷ್ಟದ ದಿನಗಳಲ್ಲಿ ಸುರಪದ್ಮ ತಮ್ಮನ್ನು ಬಿಟ್ಟು ಅಯೋಧ್ಯೆಯ ರಕ್ಷಣೆಗೆ ಹೋಗಿದ್ದಾನೆ ಎಂದೇ ತಿಳಿದುಕೊಳ್ಳುತ್ತಾರೆ. ತಮ್ಮ ರಾಜಕುಮಾರ ಹೇಡಿಯೆಂದೇ ಅಲ್ಲಿನ ಜನ ಭಾವಿಸುತ್ತಾರೆ. ಆಗ ಆತ ಬಲ-ಅತಿಬಲ ಕುಂಡದ ಬಳಿ ನಮ್ಮ ಮೇಲೆ ಯುದ್ಧಕ್ಕೆ ಮುಂದಾಗುತ್ತಾನೆ'.

'ಈ ಯೋಜನೆ ಸರಿಯಾಗಿದೆ. ಅಲ್ಲದೆ ನಮ್ಮ ಸೈನ್ಯ ಒಂದುವರೆ ಮೈಲಿ ದೂರದವರೆಗೂ ನಿಂತಿದೆ. ಸುರಪದ್ಮ ನಮ್ಮ ಬಳಿ ಬರುತ್ತಿದ್ದಂತೆ ಒಂದೆಡೆ ಹಕ್ಕಿಗಳ ಹಿಂಡನ್ನು ಹಾರಿಬಿಟ್ಟು ಮತ್ತೊಂದೆಡೆ ಎತ್ತರದ ಹೊಗೆ ಬರುವಂತೆ ಮಾಡೋಣ. ಆಗ ಸುರಪದ್ಮನಿಗೆ ನಮ್ಮ ಸೈನ್ಯದ ಶಕ್ತಿ ಏನು ಎಂದು ತಿಳಿಯುತ್ತದೆ. ಜತೆಗೆ ನಮ್ಮ ಮೇಲೆ ಯುದ್ಧ ಮಾಡಲೇಬೇಕಾದ ಪರಿಸ್ಥಿತಿ ಉದ್ಭವವಾಗುತ್ತದೆ'.

'ಹೌದು'.

'ಇದರ ಜತೆಯಲ್ಲೇ ಶತ್ರುಪಡೆಯ ದೈತ್ಯ ಹಡಗುಗಳನ್ನು ಧ್ವಂಸ ಮಾಡಬಲ್ಲ ಬೆಂಕಿ ದೋಣಿಗಳನ್ನು ನದಿಯಲ್ಲಿ ತೇಲಿಬಿಡಬೇಕು'.

'ನಮ್ಮ ಎಲ್ಲ ಸೈನಿಕರು ಏಕಾಏಕಿ ಶತ್ರುಪಡೆಯ ಮೇಲೆ ದಾಳಿ ಮಾಡಬೇಕು. ತಪ್ಪಿಸಿಕೊಂಡು ಹೋಗಲು ಅವರಿಗೆ ಯಾವ ಅವಕಾಶವನ್ನೂ ನೀಡಬಾರದು. ನಮ್ಮ ಪ್ರಮುಖ ಯುದ್ಧ ಬಲ-ಅತಿಬಲ ಕುಂಡದಲ್ಲೇ ನಡೆಯಲಿ. ಅದೇ ಸೂಕ್ತವಾದ ಸ್ಥಳ'.

'ಸರಿ ಹಾಗಾದರೆ! ನಮ್ಮ ಸೈನಿಕರಿಗೆ ಸೂಕ್ತ ಆದೇಶ ನೀಡೋಣ'.

ಬಲ-ಅತಿಬಲ ಕುಂಡದಲ್ಲಿ ಕಾರ್ತಿಕ ತನ್ನ ಸೈನ್ಯದೊಂದಿಗೆ ಸಜ್ಜಾಗಿ ನಿಂತಿದ್ದ. ಕೆಲವೇ ನಿಮಿಷಗಳಲ್ಲಿ ಸರಯೂ ನದಿಯಲ್ಲಿ ಭಾರಿ ಸದ್ದಿನೊಂದಿಗೆ ಸುರಪದ್ಮನ ಹಡಗುಗಳು ಒಂದರ ಹಿಂದೊಂದರಂತೆ ಬರತೊಡಗಿತು. ಜತೆಗೆ ನಗಾರಿಯ ಸದ್ದು. ಮುಂದಿನ ಎರಡು ಗಂಟೆಗಳಲ್ಲಿ ಹಡಗುಗಳು ಬಲ-ಅತಿಬಲ ಕುಂಡವನ್ನು ತಲುಪುವುದಿತ್ತು. ಕಾರ್ತಿಕ ಕೂಡಲೆ ಸೈನಿಕರಿಗೆ ಸಿದ್ಧವಾಗುವಂತೆ ಆದೇಶ ನೀಡಿದ. ಎಲ್ಲ ಆಯುಧಗಳನ್ನು ಪರಿಶೀಲಿಸಿ ಹಣಾಹಣಿಗೆ ಸಿದ್ಧತೆ ಮಾಡಿಕೊಳ್ಳಲಾಯಿತು. ಕಾರ್ತಿಕ ಕುಂಡದ ಬಳಿ ನಿಂತು ಪರಿಸ್ಥಿತಿಯನ್ನು ಅವಲೋಕಿಸಿದ. ಆಗಸದಲ್ಲಿ ಚಂದ್ರ ಆಗತಾನೆ ಮೂಡಿದ್ದ. ಪರಿಸ್ಥಿತಿ ಕಾರ್ತಿಕನಿಗೆ ಹೇಳಿ ಮಾಡಿಸಿದಂತಿತ್ತು. ಸುತ್ತಲೂ ದಟ್ಟ ಹಿಮ ಆವರಿಸಿತ್ತು. ಆದರೂ ಸಂಪರ್ಕ ಸಾಧನಗಳು ಕಣ್ಣಿಗೆ ಗೋಚರಿಸುತ್ತಿತ್ತು. ಅಲ್ಲಿಗೆ ಯಾವ ಸಂದೇಶ ರವಾನಿಸಿದರೂ ಅದು ಸೈನ್ಯದ ಒಂದು ಬದಿಯಿಂದ ಮತ್ತೊಂದು ಬದಿಗೆ ಕ್ಷಣಾರ್ಧದಲ್ಲಿ ತಲುಪಬಲ್ಲದು ಎಂಬುದು ಕಾರ್ತಿಕನಿಗೆ ಖಚಿತವಾಯಿತು. ಒಮ್ಮೆ ಆತ ಭಗೀರಥ ಮತ್ತು ಬ್ರಂಗಾ ಸೈನ್ಯದತ್ತ ತಿರುಗಿ ನೋಡಿದ. ನಂತರ ಇಡೀ ಸೈನ್ಯವನ್ನು ಉದ್ದೇಶಿಸಿ ಮಾತನಾಡಲಾರಂಭಿಸಿದ.

'ಗೆಳೆಯರೇ, ನಾನು ನನ್ನ ತಂದೆಯಷ್ಟು ಒಳ್ಳೆಯ ಮಾತುಗಾರನಲ್ಲ. ಹಾಗಾಗಿ ಹೇಳಬೇಕಾದ ವಿಚಾರವನ್ನು ಅತ್ಯಂತ ಸಂಕ್ಷಿಪ್ತವಾಗಿ ಹೇಳಬಯಸುತ್ತೇನೆ. ಮಗಧ ರಾಜ್ಯ ಕೇವಲ ಯುದ್ಧದಾಹದಿಂದ ಮತ್ತು ಅಧಿಕಾರದ ದಾಹದಿಂದ ಯುದ್ಧಕ್ಕೆ ಬರುತ್ತಿದೆ. ಅದನ್ನು ಬಿಟ್ಟು ಅವರಿಗೆ ಬೇರೆ ಯಾವ ಗುರುತರ ಉದ್ದೇಶವೂ ಇಲ್ಲ. ಆದರೆ ನೀವು ಪ್ರತೀಕಾರಕ್ಕಾಗಿ ಹೋರಾಡಲು ಸಿದ್ಧವಾಗಿದ್ದೀರಿ. ನಿಮ್ಮ ಕುಟುಂಬವನ್ನು ರಕ್ಷಿಸಲು ಆತ್ಮಸಾಕ್ಷಿಗೆ ಅನುಗುಣವಾಗಿ ಹೋರಾಟಕ್ಕೆ ನಿಂತಿದ್ದೀರಿ. ನಿಮ್ಮೆಲ್ಲರಿಗೂ ಸೋಮರಸ ಅದೆಷ್ಟು ಕೇಡು ಮಾಡಿದೆ ಎಂಬುದು ನಿಮಗೆ ಚೆನ್ನಾಗಿ ತಿಳಿದಿದೆ. ಅಂತಹ ಸೋಮರಸವನ್ನು ನಾಶ ಮಾಡುವುದು ಇಲ್ಲಿರುವ ಎಲ್ಲರ ಉದ್ದೇಶ. ಸೋಮರಸದಿಂದ ಅದೆಷ್ಟು ಮಕ್ಕಳು ಪ್ರಾಣಬಿಟ್ಟಿವೆಯೋ ಅದೆಷ್ಟು ಮಕ್ಕಳು ಅಂಗವಿಕಲರಾಗಿ ಜೀವನ ಪೂರ್ತಿ ನೋವಿನಿಂದ ನರಳುತ್ತಿವೆಯೋ ಲೆಕ್ಕ ಇಟ್ಟವರಾರು? ಅಂತಹ ಅನ್ಯಾಯಕ್ಕೆ, ನೋವಿಗೆ ಇತಿಶ್ರೀ ಹಾಡಲೇಬೇಕಾದ ಸಮಯ ಇದೀಗ ಒದಗಿ ಬಂದಿದೆ. ಹಾಗಾಗಿ ನೀವೆಲ್ಲರೂ ನಿರ್ಣಾಯಕ

ಹೋರಾಟಕ್ಕೆ ಸನ್ನದ್ಧರಾಗಿ. ನಿಮ್ಮೆದುರು ನಿಲ್ಲುವ ಯಾವ ಶತ್ರುವನ್ನೂ ಬಿಡಬೇಡಿ. ನಿರ್ದಾಕ್ಷಿಣ್ಯವಾಗಿ ಕೊಂದುಹಾಕಿ. ಅವರನ್ನು ಬಂಧಿಸಿ ಯುದ್ಧ ಖೈದಿಯನ್ನಾಗಿಸುವುದು ಬೇಡ. ಅವರಿಗೆ ನರಕ ದರ್ಶನ ಮಾಡಿಸಿ. ದುಷ್ಟಶಕ್ತಿಯ ಪರವಾಗಿ ನಿಲ್ಲುವವರಿಗೆ ಬದುಕುವ ಅರ್ಹತೆ ಇರುವುದಿಲ್ಲ. ಒಮ್ಮೆ ನಿಮ್ಮ ಮಕ್ಕಳನ್ನು ನೆನಪಿಸಿಕೊಳ್ಳಿ. ಅವರ ನೋವು ಮತ್ತು ನರಳುವಿಕೆಗೆ ಕಾರಣರಾದವರಿಗೆ ತಕ್ಕ ಶಾಸ್ತಿ ಮಾಡಲೇಬೇಕಲ್ಲವೇ?'.

ಕಾರ್ತಿಕನ ಮಾತುಗಳನ್ನು ಕೇಳುತ್ತಲೇ ಇಡೀ ಬ್ರಂಗಾ ಸೈನ್ಯ ಆರ್ಭಟಿಸಿತು 'ಶತ್ರುಗಳಿಗೆ ನಾವು ನರಕ ದರ್ಶನ ಮಾಡಿಸುತ್ತೇವೆ'.

'ನಾವು ನಿಂತಿರುವ ಈ ನೆಲ ಶ್ರೀರಾಮ ಮೆಟ್ಟಿದ ನೆಲ. ಇಲ್ಲಿ ಶತ್ರುಗಳ ರಕ್ತದ ಕೋಡಿ ಹರಿಸಿ ಶ್ರೀರಾಮನಿಗೆ ಗೌರವ ಸಲ್ಲಿಸೋಣ'.

'ಜೈ ಶ್ರೀ ರಾಮ್'.

'ಜೈ ಶ್ರೀ ರಾಮ್'.

'ಎಲ್ಲರೂ ಸಿದ್ಧರಾಗಿ' ಕಾರ್ತಿಕ ಆದೇಶ ನೀಡಿದ.

ಬ್ರಂಗಾ ಸೈನಿಕರು ಸರಸರನೆ ತಮ್ಮ ಸ್ಥಳಗಳಲ್ಲಿ ನಿಂತರು.

ತಕ್ಷಣ ಭಗೀರಥ ಕಾರ್ತಿಕನನ್ನು ಕೇಳಿದ 'ಕಾರ್ತಿಕ, ಸೈನಿಕರಿಗೆ ನೀನು ಶತ್ರುಗಳನ್ನು ಬಂಧಿಸಬೇಡಿ ಕೊಂದುಹಾಕಿ ಎಂದು ಹೇಳಿದ ಕಾರಣವೇನು?'.

'ರಾಜಕುಮಾರ, ಇಂದಿನ ಯುದ್ಧದಲ್ಲಿ ನಾವು ಹೆಚ್ಚು ಸೈನಿಕರನ್ನು ಬಂಧಿಸಿ ತಂದರೆ ಅವರನ್ನು ಕಾಯಲು ದೊಡ್ಡ ಸೈನ್ಯವೊಂದನ್ನು ಇಲ್ಲಿ ನಿಯೋಜಿಸಬೇಕಾಗುತ್ತದೆ. ನಮ್ಮ ಮೂಲ ಉದ್ದೇಶ ಹೆಚ್ಚಿನ ಸೈನಿಕರನ್ನು ಮೆಲೂಹಕ್ಕೆ ಕರೆದುಕೊಂಡು ಹೋಗುವುದು. ಹೆಚ್ಚಿನ ಮಗಧ ಸೈನಿಕರು ಹತರಾದರೆ ಹೆಚ್ಚು ಸೈನ್ಯವನ್ನು ಇಲ್ಲಿ ನಿಯೋಜಿಸಬೇಕಾದ ಪರಿಸ್ಥಿತಿ ಉದ್ಭವಿಸುವುದಿಲ್ಲ. ಕೇವಲ ಒಂದೆರಡು ಸಾವಿರ ಜನ ಸೈನಿಕರು ಇಡೀ ನಗರವನ್ನು ನಿಯಂತ್ರಣಕ್ಕೆ ತೆಗೆದುಕೊಳ್ಳಬೇಕು. ಅಲ್ಲದೇ ಮಗಧ ರಾಜ್ಯದಲ್ಲಿ ಹೆಚ್ಚು ಸೈನಿಕರು ಹತರಾದರೆ ಅದು ಅಯೋಧ್ಯೆಗೆ ಎಚ್ಚರಿಕೆಯ ಸಂದೇಶವನ್ನು ರವಾನಿಸಿದಂತಾಗುತ್ತದೆ. ಆಗ ಅಯೋಧ್ಯೆ ಮೆಲೂಹದೊಂದಿಗೆ ಕೈಜೋಡಿಸುವ ವಿಚಾರವನ್ನು ಮರುಪರಿಶೀಲಿಸಬಹುದು'.

ಕಾರ್ತಿಕನ ಈ ಕಠಿಣ ನಿರ್ಧಾರವನ್ನು ಕಂಡು ಭಗೀರಥನಿಗೆ ಅಚ್ಚರಿಯಾಯಿತು.

ಅಧ್ಯಾಯ – 23

ಬಲ–ಅತಿಬಲ ಕುಂಡ ಯುದ್ಧ

ಮಗಧ ರಾಜ್ಯದ ಮುಖ್ಯ ಹಡಗು ನಿಧಾನವಾಗಿ ಬಲ–ಅತಿಬಲ ಕುಂಡದ ಬಳಿ ಬಂತು. ಹಡಗಿನ ಹುಟ್ಟು ನೀರನ್ನು ತಳ್ಳುತ್ತಿದ್ದ ಸಣ್ಣ ಶಬ್ದ ಕಾರ್ತಿಕನಿಗೆ ಸ್ಪಷ್ಟವಾಗಿ ಕೇಳಿಸತೊಡಗಿತು. ನಗಾರಿಯ ಸದ್ದು ಕಿವಿಗೆ ಮುಟ್ಟುತ್ತಿತ್ತು. ಕಾರ್ತಿಕನ ಸೈನ್ಯ ಒಂದು ಮೈಲಿ ದೂರದವರೆಗೂ ಸಿದ್ಧವಾಗಿ ನಿಂತಿತ್ತು. ಒಂದು ಕಡೆಯಲ್ಲಿ ನಿಂತಿದ್ದ ಕಾರ್ತಿಕ ಮತ್ತೊಂದು ಕಡೆಯ ಸೈನಿಕರಿಗೆ ಸಂದೇಶ ನೀಡುವ ಸಲುವಾಗಿ ಹಕ್ಕಿಗಳಿದ್ದ ಬಲೆಯನ್ನು ಕತ್ತರಿಸಿ ಹಾಕುವಂತೆ ಆದೇಶ ನೀಡಿದ. ಸೈನಿಕರು ಆತನ ಆದೇಶದಂತೆ ಬಲೆಯನ್ನು ಕತ್ತರಿಸಿದರು. ಹರಿದ ಬಲೆಯಿಂದ ಸ್ವತಂತ್ರಗೊಂಡ ಹಕ್ಕಿಗಳು ಒಮ್ಮೆಲೇ ಆಗಸಕ್ಕೆ ಹಾರಿದವು. ಮತ್ತೊಂದೆಡೆಯಿಂದ ಸೈನ್ಯಕ್ಕೆ ಶತ್ರುವಿನ ಆಗಮನದ ಸಂದೇಶ ರವಾನೆಯಾಯಿತು.

ಮಗಧ ಹಡಗಿನ ಪಟಸ್ತಂಭದ ತುತ್ತತುದಿಯೆಡೆಗೆ ಕಾರ್ತಿಕ ಸೂಕ್ಷ್ಮ ದೃಷ್ಟಿ ಬೀರಿದ. ಮರುಕ್ಷಣವೇ ನಿರ್ಭಾವುಕ ಸಣ್ಣ ನಗೆಯೊಂದು ಆತನ ಮುಖದ ಮೇಲೆ ಮೂಡಿತು. ಅದು ಶತ್ರುವಿನ ಜಾಣ್ಮೆಯನ್ನು ಅಭಿನಂದಿಸಿದ ಪರಿ. ಕಾರಣ ಮಗಧ ಸೈನ್ಯ ಹಡಗಿನ ಪಟಸ್ತಂಭದ ಮೇಲಿನಿಂದ ಕಾರ್ತಿಕನ ಸೈನ್ಯದ ಚಲನ–ವಲನಗಳನ್ನು ವೀಕ್ಷಿಸುತ್ತಿತ್ತು. ಕೂಡಲೆ ಕಾರ್ತಿಕ ಹಿಂದೆ ನಿಂತಿದ್ದ ದೇವದಾಸನಿಗೆ ಆದೇಶ ನೀಡಿದ.

'ದೇವದಾಸ! ಮರಗಳ ಮೇಲಿರುವ ನಮ್ಮ ಕಾವಲುಗಾರರಿಗೆ ಕೂಡಲೆ ಎಚ್ಚರಿಕೆಯ ಸಂದೇಶವನ್ನು ನೀಡು. ಅವರು ನಮ್ಮನ್ನು ವೀಕ್ಷಿಸುತ್ತಿದ್ದಾರೆ. ನಮ್ಮ ಸೈನಿಕರು ನೆಲಮಟ್ಟದಲ್ಲಿರಲಿ. ಮೇಲೇಳುವುದು ಬೇಡ'.

ಸಾಮಾನ್ಯವಾಗಿ ಸಮುದ್ರದಲ್ಲಿ ಸಂಚರಿಸುವ ಭಾರಿ ಹಡಗುಗಳಲ್ಲಿ ಪಟಸ್ತಂಭಗಳ ಮೇಲೆ ಕಾವಲು ಠಾಣೆ ನಿರ್ಮಿಸಿ ಶತ್ರುವಿನ ಚಲನ–ವಲನವನ್ನು ವೀಕ್ಷಿಸುತ್ತಾರೆ. ಆದರೆ ನದಿಯಲ್ಲಿ ಸಾಗುವ ಪುಟ್ಟ ಹಡಗುಗಳಲ್ಲಿ ಈ ವ್ಯವಸ್ಥೆ ಇರುವುದಿಲ್ಲ. ಆದರೆ ಸುರಪದ್ಮ ಪುಟ್ಟ ಹಡಗುಗಳ ಮೇಲೂ ಇಂತಹ ವ್ಯವಸ್ಥೆಯನ್ನು ನಿರ್ಮಿಸಿದ್ದ.

'ಹಡಗುಗಳು ನಮ್ಮ ಹತ್ತಿರಕ್ಕೆ ಬರುತ್ತಿವೆ?' ಭಗೀರಥ ಹಡಗುಗಳತ್ತ ಬೊಟ್ಟು ಮಾಡಿ ತೋರಿಸುತ್ತಾ ಹೇಳಿದ.

'ಅವರು ನದಿಯ ನೀರಿನ ಹರಿವಿಗೆ ವಿರುದ್ಧ ದಿಕ್ಕಿನಲ್ಲಿ ಬರುತ್ತಿದ್ದಾರೆ. ಹಾಗಾಗಿ ಮಗಧ ಹಡಗುಗಳು ನಿಧಾನವಾಗಿ ನಿಲ್ಲುತ್ತಿವೆ. ಹಡಗನ್ನು ನಿಲ್ಲಿಸುವ ಸಲುವಾಗಿ ಹಡಗಿನ ಪಟವನ್ನು ಅವರು ಸರಿಹೊಂದಿಸುತ್ತಿದ್ದಾರೆ. ಶತ್ರು ಸೈನ್ಯದ ಹಡಗಿನಲ್ಲಿರುವ ಎಲ್ಲ ಸೈನಿಕರು ದಟ್ಟ ಅರಣ್ಯ ಮತ್ತು ನದಿಯ ದಂಡೆಯೆಡೆಗೆ ದೃಷ್ಟಿ ಹಾಯಿಸುತ್ತಿದ್ದಾರೆ' ಭಗೀರಥ ಮಾತು ಮುಂದುವರೆಸುತ್ತಾ ಹೇಳಿದ

'ಈಗ ನಾವು ಸ್ವಲ್ಪ ನಿಧಾನಿಸೋಣ' ಕಾರ್ತಿಕ ಹೇಳಿದ.

— ⅄◎Ⅳ↑⊛ —

ಭಗೀರಥ ಕಾರ್ತಿಕನೆಡೆಗೆ ಬಾಗಿ ಹೇಳಿದ 'ಅವರ ಬೇಹುಗಾರನೊಬ್ಬ ನಮ್ಮಿಂದ ಕೆಲವೇ ಅಡಿಗಳ ದೂರದಲ್ಲಿ ನದಿಯ ಅಂಚಿನಲ್ಲಿ ನಿಂತಿದ್ದಾನೆ?'.

ಇದನ್ನರಿತ ಕಾರ್ತಿಕ ಮಗಧ ಬೇಹುಗಾರನಿಗೆ ಕೇಳಿಸಲಿ ಎಂಬ ಕಾರಣದಿಂದ ದೇವದಾಸನಿಗೆ ಕೂಗಿ ಹೇಳಿದ 'ಅವರ ಹಡಗುಗಳು ಇಲ್ಲಿಂದ ಮುಂದೆ ಸಾಗುತ್ತಿದೆಯೇ ಎಂದು ಪರಿಶೀಲಿಸು'.

ಕಾರ್ತಿಕ ಹಾಗೆ ಹೇಳುತ್ತಿದ್ದಂತೆ ದೇವದಾಸ ನಿಧಾನವಾಗಿ ನದಿಯ ಕಡೆಗೆ ನಡೆದ. ಬೇಹುಗಾರನನ್ನು ಹಿಮ್ಮೆಟ್ಟಿಸುವುದು ಆತನ ಉದ್ದೇಶವಾಗಿತ್ತು. ಒಂದೆರಡು ಕ್ಷಣಗಳಲ್ಲಿ ಹಿಂತಿರುಗಿ ಬಂದು ಹೇಳಿದ 'ಅವರ ಬೇಹುಗಾರ ಈಜುತ್ತಾ ಹಡಗಿನೆಡೆಗೆ ಹೋಗುತ್ತಿದ್ದಾನೆ'.

ಕಾರ್ತಿಕ ಕೂಡಲೇ ಅಲ್ಲಿಂದ ಎದ್ದು ತೆವಳುತ್ತಾ ಕಾಡಿನೆಡೆಗೆ ಬಂದ. ಅಲ್ಲಿ ಮಗಧ ಬೇಹುಗಾರ ಸದ್ದಿಲ್ಲದೆ ಈಜುತ್ತಾ ಹಡಗಿನೆಡೆಗೆ ಸಾಗುತ್ತಿರುವುದು ಕಂಡಿತು.

'ಬಹುಶಃ ಮುಂದಿನ ಕೆಲವೇ ಕ್ಷಣಗಳಲ್ಲಿ ಅವರು ನಮ್ಮ ಮೇಲೆ ಆಕ್ರಮಣ ಮಾಡಬಹುದು. ನಮ್ಮ ಸೈನಿಕರು ಈಗ ಸಿದ್ಧರಾಗಬೇಕು' ಭಗೀರಥ ಹೇಳಿದ.

'ಸ್ವಲ್ಪ ನಿಧಾನಿಸು ಭಗೀರಥ, ಈ ಬೇಹುಗಾರ ಯಾವ ಹಡಗನ್ನು ಏರುತ್ತಾನೆ ನೋಡೋಣ. ಅದೇ ಹಡಗಿನಲ್ಲಿ ಸುರಪದ್ಮ ಅಡಗಿರುತ್ತಾನೆ'.

— ⅄◎Ⅳ↑⊛ —

'ಈಗಾಗಲೇ ಅರ್ಧ ಗಂಟೆ ಕಳೆದಿದೆ. ನಾವು ಯಾವ ಕಾರಣಕ್ಕೆ ಕಾಯುತ್ತಿದ್ದೇವೆ?' ಭಗೀರಥ ಕೇಳಿದ.

ಕಾರ್ತಿಕನ ಸೈನ್ಯ ಕಾಡಿನ ಅಂಚಿನಲ್ಲೇ ನಿಂತು ಕಾಯುತ್ತಿತ್ತು. ಕಾರ್ತಿಕ ಸುರಪದ್ಮನಿಗೆ ಬ್ರಂಗಾ ಸೈನ್ಯ ತಾನಾಗಿಯೇ ಮುಂದೆ ಬಂದು ಆಕ್ರಮಣ ಮಾಡುವುದಿಲ್ಲ ಎಂಬ ಸಂದೇಶವನ್ನು ರವಾನಿಸಬೇಕಾಗಿತ್ತು.

ಅಷ್ಟರಲ್ಲಿ ಕಾರ್ತಿಕ ಗಾಬರಿಯಿಂದ ಚೀರಿದ 'ಛೇ! ಎಂತಹ ಕೆಲಸವಾಯಿತು'.

'ಏನಾಯಿತು ಕಾರ್ತಿಕ?' ದೇವದಾಸ ಕೇಳಿದ.

ಕಾರ್ತಿಕನಿಗೆ ಸುರಪದ್ಮನ ಯೋಜನೆ ಏನು ಎನ್ನುವುದು ಸ್ಪಷ್ಟವಾಗಿ ಅರ್ಥವಾಯಿತು. ಸುರಪದ್ಮ ತನ್ನ ಮುಖ್ಯ ಸೈನ್ಯದ ತುಕಡಿಯನ್ನು ಕಾರ್ತಿಕನ ಮೇಲೆ ಆಕ್ರಮಣ ಮಾಡಲು ಅಣಿಗೊಳಿಸಿದ್ದ. ಜತೆಗೆ ಮತ್ತೊಂದು ದೊಡ್ಡ ಸೈನ್ಯದ ತುಕಡಿಯನ್ನು ದಕ್ಷಿಣ ತುದಿಯಲ್ಲಿದ್ದ ಸೈನ್ಯದ ಮೇಲೂ ಆಕ್ರಮಣ ಮಾಡಲು ನಿಯೋಜಿಸಿದ್ದ. ಹೀಗೆ ಎರಡೂ ಕಡೆಯಿಂದ ಏಕಕಾಲದಲ್ಲಿ ಆಕ್ರಮಣ ಮಾಡಿ ಕಾರ್ತಿಕನ ಸೈನ್ಯವನ್ನು ಹಣಿಯುವುದು ಆತನ ಯೋಜನೆಯಾಗಿತ್ತು. ಕಾರ್ತಿಕ ಈ ವಿಚಾರವನ್ನು ಭಗೀರಥ ಮತ್ತು ದೇವದಾಸನಿಗೆ ತಿಳಿಸಿದ.

'ಈಗೇನು ಮಾಡುವುದು ಕಾರ್ತಿಕ?' ದೇವದಾಸ ಕೇಳಿದ.

'ಭಗೀರಥ, ನೀನು ಇಲ್ಲೇ ಇದ್ದು ಮುಖ್ಯ ಸೈನ್ಯವನ್ನು ಮುನ್ನಡೆಸು. ನಾನು ಸೈನ್ಯದ ಮತ್ತೊಂದು ಬದಿಗೆ ಹೋಗಿ ಅಲ್ಲಿನ ಸೈನ್ಯದೊಂದಿಗೆ ಸೇರಿ ಸುರಪದ್ಮನಿಗೆ ಎದುರೇಟು ನೀಡುತ್ತೇನೆ. ಏನೇ ಆದರೂ ಶತ್ರು ಸೈನ್ಯ ಈ ಬಲ-ಅತಿಬಲ ಕುಂಡವನ್ನು ದಾಟದಂತೆ ನೋಡಿಕೊ. ಈ ಕುಂಡವೇ ಅವರಿಗೆ ಮೃತ್ಯುಕೂಪವಾಗಬೇಕು'.

'ಹಾಗೇ ಆಗಲಿ ಕಾರ್ತಿಕ. ನಾನು ಖಂಡಿತಾ ಸುರಪದ್ಮನಿಗೆ ಸೋಲಿನ ರುಚಿ ತೋರಿಸುತ್ತೇನೆ. ಆದರೆ ನನ್ನ ಬಳಿ ಹೆಚ್ಚು ಸೈನ್ಯವನ್ನು ನಿಯೋಜಿಸುವುದು ಬೇಡ. ಹೆಚ್ಚು ಜನ ಸೈನಿಕರು ನಿನ್ನೊಂದಿಗಿರಲಿ' ಭಗೀರಥ ಹೇಳಿದ.

'ಬೇಡ ಭಗೀರಥ, ನನಗೆ ಹೆಚ್ಚು ಜನರ ಅಗತ್ಯವಿಲ್ಲ. ನನ್ನೊಂದಿಗೆ ಕಾದಾಟಕ್ಕೆ ಬರುತ್ತಿರುವವರು ಕೇವಲ ಕಾಲಾಳುಗಳು. ಅವರ್‍ಯಾರು ಅಶ್ವಾರೋಹಿಗಳಲ್ಲ. ನನ್ನ ಬಳಿ ಅಶ್ವಪಡೆಯಿದೆ'.

ಭಗೀರಥನಗೆ ಕಾರ್ತಿಕನ ಮಾತು ಅರ್ಥವಾಯಿತು. ರಣರಂಗದಲ್ಲಿ ಒಬ್ಬ ಅಶ್ವಾರೋಹಿ ಹತ್ತು ಮಂದಿ ಕಾಲಾಳುಗಳಿಗೆ ಸಮ ಎಂಬುದು ಆತನಿಗೆ ತಿಳಿದಿತ್ತು. ಅಶ್ವದ ಮೇಲೆ ಕುಳಿತು ಕಾಲಾಳುಗಳನ್ನು ಕತ್ತರಿಸಿ ಹಾಕುವುದು ಸುಲಭ.

ಕಾರ್ತಿಕ ಕುದುರೆಯ ಮೇಲೆ ಕುಳಿತು ದೇವದಾಸನಗೆ ಆದೇಶ ನೀಡಿದ 'ಈ ಕೂಡಲೇ ನೀನು ದಕ್ಷಿಣ ದಿಕ್ಕಿನತ್ತ ಹೊರಡು. ಮಗಧ ಸೈನ್ಯ ಯಾವ ಸಮಯದಲ್ಲಾದರೂ ಆಕ್ರಮಣ ಮಾಡಬಹುದು ಎಂಬ ವಿಚಾರವನ್ನು ನಮ್ಮ ಸೈನ್ಯಕ್ಕೆ ತಿಳಿಸು. ಸೈನ್ಯವನ್ನು ಮುನ್ನಡೆಸುವ ಜವಾಬ್ದಾರಿ ನಿನ್ನದು. ನಾನು ಎರಡು ಸಾವಿರ ಅಶ್ವಾರೋಹಿಗಳೊಂದಿಗೆ ಪಶ್ಚಿಮ ದಿಕಿನಿಂದ ಆಕ್ರಮಣ ಮಾಡುತ್ತೇನೆ. ಸುರಪದ್ಮ ನಮ್ಮ ಎರಡು ಸೈನ್ಯದ ತುಕಡಿಗಳ ಮಧ್ಯದಲ್ಲಿ ಸಿಲುಕಿ ನಲುಗಬೇಕು?'.

ದೇವದಾಸ ನಸುನಗುತ್ತಾ ಹೇಳಿದ 'ಹಾಗೇ ಮಾಡೋಣ'.

'ಹರಹರ ಮಹಾದೇವ' ಕಾರ್ತಿಕ ಚೀರಿದ.

ದೇವದಾಸ ಸಹ 'ಹರ ಹರ ಮಹಾದೇವ' ಎಂದು ಉದ್ಗರಿಸಿ ಕುದುರೆಯನ್ನೇರಿ ಅಲ್ಲಿಂದ ಹೊರಡಲು ಸಿದ್ಧನಾದ.

ಆತ ಒಂದೆರಡು ಹೆಜ್ಜೆ ಇಡುತ್ತಿದ್ದಂತೆ ಕಾರ್ತಿಕ ನಸುನಗುತ್ತಾ ಹೇಳಿದ 'ನಾವೆಲ್ಲರೂ ಒಟ್ಟಾಗಿ ವಿಜಯ ಪತಾಕೆಯನ್ನು ಹಾರಿಸುವ ಮೂಲಕ ನಮ್ಮ ತಂದೆಗೆ ಅಪರೂಪದ ಉಡುಗೊರೆ ನೀಡೋಣ'.

ಅಷ್ಟು ಹೇಳಿ ಕಾರ್ತಿಕ ಕುದುರೆಯ ಬಳಿ ಬಂದ. ಕುದುರೆಯ ಕಾಲ ಬಳಿ ಕಟ್ಟಿದ್ದ ಉಕ್ಕಿನ ಬಳೆಯ ಮೇಲೆ ಕಾಲಿಟ್ಟು ಕುದುರೆಯನ್ನೇರಿದ. ಭಗೀರಥ ತದೇಕ ಚಿತ್ತದಿಂದ ಕಾರ್ತಿಕನನ್ನೇ ನೋಡುತ್ತಿದ್ದ. ಕಾರ್ತಿಕ ಪುಟ್ಟ ಹುಡುಗನಾಗಿದ್ದಾಗ ಪ್ರಾಣಿಗಳನ್ನು ಬೇಟೆಯಾಡುತ್ತಿದ್ದ. ಆಗ ಆತನ ಕಣ್ಣುಗಳಲ್ಲಿ ಹೊಳೆಯುತ್ತಿದ್ದ ಮಿಂಚು ಈಗಲೂ ಭಗೀರಥನಿಗೆ ಸ್ಪಷ್ಟವಾಗಿ ಕಂಡಿತು.

ಭಗೀರಥ ಮೆಲ್ಲನೆ ಉಸುರಿದ 'ಸುರಪದ್ಮನನ್ನು ದೇವರೇ ಕಾಪಾಡಬೇಕು'.

ಆ ಮಾತಿಗೆ ಕಾರ್ತಿಕ ಉಲ್ಲಾಸದ ನಗೆ ಬೀರುತ್ತಾ ಮರು ಉತ್ತರ ನೀಡಿದ 'ಸುರಪದ್ಮನ ಮೇಲೆ ಆ ದೇವರು ದಯೆ ತೋರಿದರೂ ನಾನು ಮಾತ್ರ ತೋರಲಾರೆ'.

ಅಷ್ಟು ಹೇಳಿ ನೀಲಕಂಠನ ಸುಪುತ್ರ ನಾಗಾಲೋಟದಲ್ಲಿ ಅಲ್ಲಿಂದ ಮರೆಯಾದ.

ಅದಾಗಲೇ ರಾತ್ರಿಯಾಗಿತ್ತು. ಬಾನಂಗಳದಲ್ಲಿ ಚಂದ್ರ ಆಗಾಗ ಮಲ್ಲನೆ ಇಣುಕಿ ನೋಡುತ್ತಿದ್ದ. ಚದುರಿದ ಮೋಡಗಳು ಚಂದ್ರನನ್ನು ಮರೆಮಾಚುತ್ತಿದ್ದವು. ಮಂದ ಬೆಳಕು ಆಗಸದಲ್ಲಿ ಚೆಲ್ಲಾಡಿತ್ತು. ನದಿಯ ಅಂಚಿನಿಂದ ಒಬ್ಬೊಬ್ಬರೇ ಶತ್ರು ಸೈನಿಕರ ಹೆಜ್ಜೆಯ ಸಪ್ಪಳ ಕೇಳಿಸುತ್ತಿತ್ತು. ಆಗಾಗ ಕರಕರ ಸದ್ದು. ಶತ್ರು ಸೈನಿಕರ ಬೆವರಿನ ವಾಸನೆ ಗಾಳಿಯಲ್ಲಿ ತೇಲಿ ಬರುತ್ತಿತ್ತು. ಜತೆಗೆ ಭಗೀರಥನ ಮುಖದ ಮೇಲೂ ಬೆವರ ಹನಿ ತೊಟ್ಟಿಕ್ಕುತ್ತಿತ್ತು.

'ಹರ ಹರ ಮಹಾದೇವ' 'ಹರ ಹರ ಮಹಾದೇವ' ಕಾರ್ತಿಕನ ಸೈನ್ಯ ಉದ್ಗರಿಸಿತು.

ಅಷ್ಟರಲ್ಲಿ ಸಾವಿರ ಸಿಡಿಲುಗಳ ಆರ್ಭಟ ಏಕಕಾಲದಲ್ಲಿ ಮೂಡಿ ಬಂದಂತೆ ಸುರಪದ್ಮನ ಸೈನಿಕರು ಚೀರಾಡುತ್ತಾ ಪಂಜುಗಳನ್ನು ಹಿಡಿದು ಭಗೀರಥನ ಸೈನ್ಯದತ್ತ ಓಡಿ ಬರಲಾರಂಭಿಸಿದರು. ಒಂದೆರಡು ಕ್ಷಣಗಳಲ್ಲಿ ಶತ್ರು ಸೈನಿಕರು ಬೆಂಕಿಯ ಬಾಣಗಳನ್ನು ಬಿಡಲಾರಂಭಿಸಿದರು.

'ಗುರಾಣಿ ಹಿಡಿಯಿರಿ' ಭಗೀರಥ ಚೀರಿದ.

ಭಗೀರಥನ ಸೈನ್ಯದಲ್ಲಿದ್ದ ಬ್ರಂಗಾಗಳು ಬೆಂಕಿಯ ಬಾಣಗಳ ಸುರಿಮಳೆಯನ್ನು ತಡೆಯಲು ಸಿದ್ಧರಾದರು. ನೋಡು ನೋಡುತ್ತಿದ್ದಂತೆ ಆಗಸವೆಲ್ಲಾ ಬೆಂಕಿಯ ಬಾಣಗಳಿಂದ ತುಂಬಿ ಹೋಯಿತು. ಬಾಣಗಳು ಒಂದೊಂದಾಗಿ ಕಾಡಿನತ್ತ ಬಂದು ಬೀಳುತ್ತಿದ್ದವು. ಆದರೆ ಭಗೀರಥ ಸೈನಿಕರನ್ನು ಸುರಕ್ಷಿತವಾಗಿ ಕಾಡಿನ ಮರಗಳ ನಡುವೆ ನಿಲ್ಲಿಸಿದ್ದ. ಹಾಗಾಗಿ ಅಲ್ಲಿದ್ದ ಬೃಹತ್ ಗಾತ್ರದ ಮರಗಳು ಬೆಂಕಿಯ ಬಾಣಗಳನ್ನು ತಡೆಯುತ್ತಿದ್ದವು. ಮಗಧ ಸೈನಿಕರು ತಾವು ಬಿಡುವ ಬಾಣಗಳಿಂದ ಇಡೀ ಕಾಡು ಹೊತ್ತಿ ಉರಿಯಬಹುದು, ಆಗ ಬ್ರಂಗಾ ಸೈನಿಕರಲ್ಲಿ ಗೊಂದಲ ಉಂಟಾಗಬಹುದು ಎಂದೇ ಭಾವಿಸಿದ್ದರು. ಆದರೆ ಆ ಇಡೀ ಪ್ರದೇಶದಲ್ಲಿ ದಟ್ಟ ಮಂಜು ಆವರಿಸಿದ್ದರಿಂದ ಮಂಜಿನ ಹನಿಗಳು ಮರಗಳು ಹತ್ತಿ ಉರಿಯುವುದನ್ನು ತಡೆದು ಬಿಟ್ಟವು. ಒಂದೆರಡು ನಿಮಿಷಗಳ ನಂತರ ಬೆಂಕಿ ಬಾಣಗಳ ಮಳೆ ನಿಂತು ಹೋಯಿತು.

ಭಗೀರಥ ಸೈನ್ಯ ಆರ್ಭಟಿಸಿತು 'ಹರ ಹರ ಮಹಾದೇವ'.

ಸೈನಿಕರ ಆರ್ಭಟವನ್ನು ಕಂಡ ಶತ್ರು ಪಡೆ ಮತ್ತೆ ಬೆಂಕಿಯ ಸುರಿಮಳೆಗರೆದವು. ಮತ್ತೆ ಬ್ರಂಗಾಗಳು ಗುರಾಣಿ ಹಿಡಿದು ಅದನ್ನು ತಡೆದರು. ಅಷ್ಟರಲ್ಲಿ ತುಸು ದೂರದಲ್ಲಿ ಮತ್ತಷ್ಟು ಮಂದಿ ಶತ್ರು ಸೈನಿಕರು ಹಡಗಿನಿಂದ ದೋಣಿಗಳಿಗೆ ಇಳಿಯುತ್ತಿದ್ದದ್ದು ಭಗೀರಥನಿಗೆ ಕಂಡಿತು. ಮತ್ತೊಂದು ಸುತ್ತಿನ ಆಕ್ರಮಣದ ಸೂಚನೆ ದೊರೆಯಿತು. ಇತ್ತ ಸೈನಿಕರು ಮೇಲಿಂದ ಮೇಲೆ ಅಗ್ನಿ ಬಾಣಗಳನ್ನು ಬಿಡುತ್ತಿದ್ದರು.

ಕೂಡಲೆ ಭಗೀರಥ ಭಂಟನೊಬ್ಬನಿಗೆ ಕೂಗಿ ಹೇಳಿದ 'ಬಿದಿರಿನ ಬುಟ್ಟಿಯ ದೋಣಿಗಳಿಗೆ ಬೆಂಕಿ ಹಚ್ಚಿ ಅದನ್ನು ಹಡಗುಗಳತ್ತ ತೇಲಿಬಿಡಿ'.

ಆ ಭಂಟ ಕೂಡಲೆ ಹತ್ತಾರು ದೋಣಿಗಳನ್ನು ಹಡಗುಗಳತ್ತ ಬಿಡಲಾರಂಭಿಸಿದ.

'ಯಾರೂ ಮುಂದೆ ಹೋಗಬೇಡಿ. ಸ್ವಲ್ಪ ನಿಧಾನಿಸಿ ಶತ್ರು ಸೈನ್ಯ ಮತ್ತಷ್ಟು ಮುಂದೆ ಬರಲಿ'.

ಶತ್ರು ಸೈನಿಕರು ದೋಣಿಯನ್ನು ಬಿಟ್ಟು ದಡದ ಬಳಿಗೆ ಬಂದರೆ ಅತಿ ಹೆಚ್ಚಿನ ಹೊಡೆತ ಕೊಡಬಹುದು ಮತ್ತು ಮೂರು ದಿಕ್ಕುಗಳಿಂದ ಏಕಕಾಲದಲ್ಲಿ ಆಕ್ರಮಣ ಮಾಡಬಹುದು ಎಂಬುದು ಭಗೀರಥನ ಯೋಜನೆಯಾಗಿತ್ತು. ಶತ್ರು ಸೈನ್ಯದ ಬಹುತೇಕ ಸೈನಿಕರು ದಡದ ಬಳಿ ಬರುತ್ತಿದ್ದಂತೆ ಬ್ರಂಗಾಗಳ ಪದಾತಿದಳ ಏಕಾಏಕಿ ಶತ್ರುಗಳ ಮೇಲೆರಗಿತು. ಸೈನಿಕರು ಮಗಧ ವೈರಿಗಳನ್ನು ಒಬ್ಬೊಬ್ಬರನ್ನಾಗಿ ಹತ್ಯೆಗೈಯಲಾರಂಭಿಸಿದರು. ಮತ್ತೆ ಕೆಲವರನ್ನು ನೀರಿಗೆ ತಳ್ಳುತ್ತಿದ್ದರು. ಭೀಕರ ಕಾಳಗ ಪ್ರಾರಂಭವಾಯಿತು. ಭಗೀರಥ ಮಿಂಚಿನ ವೇಗದಲ್ಲಿ ಶತ್ರುಗಳೊಂದಿಗೆ ಕದಾಟಕ್ಕಿಳಿದ.

ಇತ್ತ ಕಾರ್ತಿಕ ಎರಡು ಸಾವಿರ ಅಶ್ವರೋಹಿಗಳೊಂದಿಗೆ ವೇಗವಾಗಿ ಬರುತ್ತಿದ್ದ. ದಟ್ಟ ಕಾನನದಲ್ಲಿ ರೆಂಬೆ ಕೊಂಬೆಗಳನ್ನು ಸರಿಸುತ್ತಾ ಮತ್ತೊಂದು ಬದಿಯಲ್ಲಿದ್ದ ಸೈನ್ಯವನ್ನು ಕೂಡಿಕೊಳ್ಳುವ ಪ್ರಯತ್ನದಲ್ಲಿದ್ದ. ಮಗಧ ಹಡಗುಗಳಿಂದ ಒಂದೇ ಸಮನೆ ಬೆಂಕಿ ಬಾಣದ ಸುರಿಮಳೆಯಾಗುತ್ತಿದ್ದುದು ಆತನಿಗೆ ಸ್ಪಷ್ಟವಾಗಿ ಕಾಣುತ್ತಿತ್ತು. ಮಗಧ ಸೈನ್ಯ ಅದಾಗಲೇ ಕಾಳಗ ಪ್ರಾರಂಭಿಸಿತ್ತು.

'ವೇಗವಾಗಿ ಕುದುರೆಗಳನ್ನು ಓಡಿಸಿ' ಕಾರ್ತಿಕ ಅಶ್ವಾರೋಹಿಗಳಿಗೆ ಆದೇಶ ನೀಡಿದ.

ಅಷ್ಟರಲ್ಲಾಗಲೇ ನದಿಯ ಮಧ್ಯದಲ್ಲಿದ್ದ ಶತ್ರು ಸೈನ್ಯದ ಹಡಗುಗಳು ಬೆಂಕಿಗೆ ಆಹುತಿಯಾಗುತ್ತಿದ್ದವು. ನದಿಯಲ್ಲಿ ತೇಲಿಬಿಟ್ಟಿದ್ದ ಬ್ರಂಗಾ ದೋಣಿಗಳು ಸುರಪದ್ಮನ ಹಡಗುಗಳಿಗೆ ಕೊಳ್ಳಿ ಇಟ್ಟಿದ್ದವು. ಮಗಧ ಸೈನ್ಯಕ್ಕೆ ಭಾರಿ ಹೊಡೆತ ಬೀಳುತ್ತಿತ್ತು. ಮತ್ತೊಂದೆಡೆಯಿಂದ ವೈಶಾಲಿ ಸೈನ್ಯ ಕೂಡ ಮಗಧ ಸೈನ್ಯದ ಮೇಲೆ ಮುಗಿಬಿದ್ದಿತು.

ದಕ್ಷಿಣದಿಂದ ಭಗೀರಥನ ಸೈನ್ಯ, ಹಿಂದಿನಿಂದ ವೈಶಾಲಿ ಸೈನ್ಯ ಮತ್ತು ಮುಂದಿನಿಂದ ಕಾರ್ತಿಕನ ಅಶ್ವಪಡೆ. ಹೀಗೆ ಬಲ–ಅತಿಬಲ ಕುಂಡದಲ್ಲಿ ಮಗಧ ಸೈನ್ಯ ಮೂರೂ ಕಡೆಯಿಂದ ಆಕ್ರಮಣಕ್ಕೆ ಒಳಗಾಯಿತು.

ಕೆಲವೇ ನಿಮಿಷಗಳಲ್ಲಿ ಕಾರ್ತಿಕನಿಗೆ ಜೋರು ಗದ್ದಲ ಕೇಳಿಸಿತು. ಅಲ್ಲಿ ಮಗಧ ಸೈನ್ಯ ಮತ್ತು ದೇವದಾಸನ ನಡುವೆ ಘನಘೋರ ಕದನ ನಡೆಯುತ್ತಿತ್ತು. ಸುರಪದ್ಮನ ಸೈನ್ಯ ದೇವದಾಸನ ಸೈನ್ಯದ ಸುತ್ತಲೂ ಬೆಂಕಿ ಬಾಣಗಳನ್ನು ಬಿಡಲು ಪ್ರಾರಂಭಿಸಿತ್ತು. ಸೈನ್ಯದ ಕೆಲವು ಗುಡಾರಗಳು ಅದಾಗಲೇ ಬೆಂಕಿಯ ಕೆನ್ನಾಲಿಗೆಗೆ ಸಿಕ್ಕಿ ಧಗಧಗನೆ ಉರಿಯುತ್ತಿತ್ತು. ಕಾರ್ತಿಕ ಒಮ್ಮೆ ಜೋರಾಗಿ ಕುದುರೆಯ ಲಗಾಮು ಎಳೆದ. ನಂತರ ಕುದುರೆಯ ಕಾಲ ಬಳಿಯಿದ್ದ ಉಕ್ಕಿನಕೊಂಡಿಯಿಂದ ಕುದುರೆಯನ್ನೊಮ್ಮೆ ಜೋರಾಗಿ ಚುಚ್ಚಿದ. ಕುದುರೆ ಹುಚ್ಚೆದ್ದು ಓಡಲಾರಂಭಿಸಿತು. ಕ್ಷಣಾರ್ಧದಲ್ಲಿ ಕಾರ್ತಿಕನ ಎರಡು ಸಾವಿರ ಅಶ್ವಾರೋಹಿಗಳು ಏಕಾಏಕಿ ಮಗಧ ಸೈನಿಕರ ಮೇಲೆ ಮುಗಿಬಿದ್ದರು. ಮಗಧ ಸೈನ್ಯ ಈ ರೀತಿಯ ಹಠಾತ್ ದಾಳಿಯನ್ನು ಎದುರಿಸಲು ಸಜ್ಜಾಗಿರಲಿಲ್ಲ. ಇದ್ದಕ್ಕಿದ್ದಂತೆ ಅವರೆಲ್ಲರೂ ಗಾಬರಿಗೊಂಡರು. ಹಿಂದೆ, ಮುಂದೆ ಹೀಗೆ ಎಲ್ಲಿ ನೋಡಿದರೂ ಕಾರ್ತಿಕನ ಪಡೆ. ಹಾಗಾಗಿ ಮಗಧ ಸೈನ್ಯಕ್ಕೆ ಇಡೀ ಪ್ರದೇಶ ಮೃತ್ಯುಕೂಪವಾಗಿ ಪರಿಣಮಿಸಿತು.

'ಹರ ಹರ ಮಹಾದೇವ' ಕಾರ್ತಿಕ ಆರ್ಭಟಿಸುತ್ತಾ ಉದ್ದವಾದ ಖಡ್ಗವನ್ನು ಝಳಪಿಸಿದ.

'ಹರ ಹರ ಮಹಾದೇವ' ಅಶ್ವಪಡೆ ಒಕ್ಕೊರಲಿನಿಂದ ಕೂಗಿತು.

ಮೊದಲ ಸಾಲಿನಲ್ಲಿದ್ದ ಮಗಧ ಕಾಲಾಳುಗಳು ವೇಗವಾಗಿ ತಮ್ಮತ್ತ ಬರುತ್ತಿದ್ದ ಅಶ್ವಪಡೆಯನ್ನು ಕಂಡು ದಿಗಿಲುಗೊಂಡರು. ಅವರ್ಯಾರೂ ಅಶ್ವಪಡೆಯನ್ನು ಎದುರಿಸಲು

ಸಿದ್ಧರಾಗಿರಲಿಲ್ಲ. ನೋಡು ನೋಡುತ್ತಿದ್ದಂತೆ ಅಶ್ವಸೈನ್ಯ ಶತ್ರುಪಡೆಯ ಸೈನಿಕರನ್ನು ನಿಷ್ಕರುಣೆಯಿಂದ ಕೊಲ್ಲಲಾರಂಭಿಸಿತು. ಒಂದೆಡೆ ಅಶ್ವರೋಹಿಗಳು ಖಡ್ಗ ಬೀಸುತ್ತಾ ಶತ್ರುಗಳ ರುಂಡ ಮುಂಡಗಳನ್ನು ಚೆಂಡಾಡುತ್ತಿದ್ದರು. ಮತ್ತೊಂದೆಡೆ ವೇಗವಾಗಿ ಬರುತ್ತಿದ್ದ ಕುದುರೆಗಳು ಸೈನಿಕರನ್ನು ತುಳಿದು ಹೊಸಕಿ ಹಾಕುತ್ತಿತ್ತು. ಅಶ್ವಗಳ ದಾರಿಯಲ್ಲಿ ನಿಂತ ನತದೃಷ್ಟ ಸೈನಿಕರು ಒಬ್ಬೊಬ್ಬರಾಗಿ ಹತರಾಗತೊಡಗಿದರು.

ಮೊದಮೊದಲು ರಣರಂಗದಲ್ಲಿ ಭಾರಿ ಗದ್ದಲವಿತ್ತು. ಶತ್ರುಪಡೆಯ ಸೈನ್ಯದ ಸಂಖ್ಯೆ ಹೆಚ್ಚಾಗಿತ್ತು. ಹಾಗಾಗಿ ಸತ್ತು ಬೀಳುತ್ತಿದ್ದವರನ್ನು ಯಾರೂ ಅಷ್ಟಾಗಿ ಗಮನಿಸುತ್ತಿರಲಿಲ್ಲ. ಆದರೆ ಸಮಯ ಕಳೆದಂತೆ ಮಗಧ ಸೈನಿಕರ ಸಂಖ್ಯೆ ಕ್ಷೀಣಿಸತೊಡಗಿತು. ಇಷ್ಟಾಗಿಯೂ ಕೆಲವು ಮಗಧ ಸೈನಿಕರು ಧೈರ್ಯದಿಂದ ನೆಲಮಟ್ಟದಲ್ಲೇ ಕುಳಿತು ಕುದುರೆಯ ಕಾಲಬಳಿ ಇದ್ದ ಉಕ್ಕಿನ ಬಳೆಗಳನ್ನು ಎಳೆದು ಅಶ್ವಾರೋಹಿಗಳನ್ನು ಕೆಳಕ್ಕೆ ಕೆಡವುವ ಪ್ರಯತ್ನಕ್ಕೆ ಮುಂದಾಗುತ್ತಿದ್ದರು. ಮತ್ತೆ ಕೆಲವರು ಕುದುರೆಗೆ ಘಾಸಿ ಮಾಡಲು ಪ್ರಯತ್ನಿಸುತ್ತಿದ್ದರು. ಆದರೆ ಕುದುರೆಯ ಮಿಂಚಿನ ಓಟದಿಂದಾಗಿ ಅವರಿಗೆ ಹಾಗೆ ಮಾಡಲು ಸಾಧ್ಯವಾಗುತ್ತಿರಲಿಲ್ಲ. ಅಶ್ವಪಡೆ ಭದ್ರವಾಗಿ ಲಗಾಮು ಹಿಡಿದು ವೈರಿಗಳನ್ನು ಕೊಚ್ಚಿಹಾಕುವ ಪ್ರಯತ್ನಕ್ಕೆ ಮುಂದಾಗುತ್ತಿತ್ತು. ಇತ್ತ ಕಾರ್ತಿಕ ಸುಳಿಮಿಂಚಿನಂತೆ ಎರಡೂ ಖಡ್ಗವನ್ನು ಝಳಪಿಸುತ್ತಾ ಶತ್ರುಗಳನ್ನು ಚೆಂಡಾಡುತ್ತಿದ್ದ. ಆತನ ಎದುರು ಬಂದ ಸೈನಿಕರ ಕತ್ತು ಕ್ಷಣಾರ್ಧದಲ್ಲಿ ಸೀಳಿ ಹೋಗುತ್ತಿತ್ತು. ಮತ್ತೆ ಕೆಲವು ಸೈನಿಕರ ತಲೆ ಹಾಗೆ ಎರಡು ಹೋಳಾಗುತ್ತಿತ್ತು. ಒಟ್ಟಾರೆ ಸೈನಿಕರ ಅಂಗಾಂಗಳು ಕಾರ್ತಿಕನ ಹೊಡೆತಕ್ಕೆ ಚೆಲ್ಲಾಪಿಲ್ಲಿಯಾಗಿ ಬೀಳುತ್ತಿದ್ದವು. ಆತ ನೀಡುತ್ತಿದ್ದ ಹೊಡೆತವನ್ನು ನೋಡಿಯೇ ಅನೇಕ ಸೈನಿಕರು ಆತನಿಂದ ದೂರ ಸರಿಯಲಾರಂಭಿಸಿದರು. ಕೊನೆಗೆ ಒಬ್ಬೊಬ್ಬರೇ ಈತನನ್ನು ಎದುರಿಸುವುದು ಅಸಾಧ್ಯ ಎಂದು ತಿಳಿದ ಮಗಧ ಪಡೆ ಒಟ್ಟಾಗಿ ಏಕಕಾಲಕ್ಕೆ ಕಾರ್ತಿಕನ ಮೇಲೆ ಎರಗಿ ಬೀಳಲಾರಂಭಿಸಿದವು. ಕಾರ್ತಿಕನಿಗೆ ಶತ್ರುಗಳ ತಂತ್ರ ಅರ್ಥವಾಯಿತು. ಅವರೆಲ್ಲರೂ ಹತ್ತಿರ ಬರಲಿ ಎಂದು ಕಾಯುತ್ತಿದ್ದ. ಕ್ಷಣಾರ್ಧದಲ್ಲಿ ಆರು ಮಂದಿ ಸೈನಿಕರು ವೃತ್ತಾಕಾರದಲ್ಲಿ ಕಾರ್ತಿಕನ ಹಿಂದೆ-ಮುಂದೆ ಬಂದು ನಿಂತುಬಿಟ್ಟರು. ವೇಗವಾಗಿ ಖಡ್ಗವನ್ನು ಬೀಸಲಾರಂಭಿಸಿದರು. ಕಾರ್ತಿಕ ಒಮ್ಮೆ ಬಾಗಿ ಎರಡೂ ಕೈಗಳಲ್ಲಿ ಹಿಡಿದಿದ್ದ ಖಡ್ಗದಿಂದ ಸೈನಿಕರನ್ನು ಕೊಲ್ಲುವ ಪ್ರಯತ್ನಕ್ಕೆ ಮುಂದಾದ. ಸೈನಿಕರ ಕೈ, ಕಾಲು, ತಲೆ, ಎದೆ ಒಂದೊಂದಾಗಿ ಕತ್ತರಿಸಿ ಬೀಳತೊಡಗಿತು. ಆಂತರಿಕ ಅಂಗಾಂಗಗಳು ದೇಹದಿಂದ ಹೊರಬರಲಾರಂಭಿಸಿದವು. ಮಗಧ ಸೈನಿಕರ ತಂಡ ಕಾರ್ತಿಕನ ಹೊಡೆತಕ್ಕೆ ನಲುಗಿ ಹೋಯಿತು. ಸ್ವಲ್ಪ ಸಮಯದ ನಂತರ ಕಾರ್ತಿಕ ಖಡ್ಗಕ್ಕೆ ಅಂಟಿದ್ದ ರಕ್ತವನ್ನು ಕೈಯಿಂದ ಸವರಿ ತೆಗೆದ. ನಂತರ ಮತ್ತಷ್ಟು ಮಗಧ ಸೈನಿಕರತ್ತ ಬಿರುಗಾಳಿಯಂತೆ ನುಗ್ಗಿದ. ಮತ್ತೆ ಹೊಡೆತ, ಮಾರಣಹೋಮ. ಭಗವದ್ಗೀತೆಯಲ್ಲಿ ಹೇಳಿರುವಂತೆ ಕಾರ್ತಿಕ ಶತ್ರು ಸೈನ್ಯಕ್ಕೆ ಅಕ್ಷರಶಃ ಮೃತ್ಯುವಿನ ಒಡೆಯ ಯಮನಾಗಿ ಕಂಡುಬಂದ.

ಈ ಘೋರ ಕಾಳಗ ಸತತ ಅರ್ಧಗಂಟೆ ನಡೆಯಿತು. ಆ ಸಮಯದಲ್ಲಿ ಕಾರ್ತಿಕನ ಪಡೆ ಒಂದು ಕ್ಷಣವನ್ನು ವ್ಯರ್ಥಮಾಡದೆ ಶತ್ರುಗಳಿಗೆ ನರಕ ದರ್ಶನ ಮಾಡಿಸಿತು. ಕೆಲವೇ ನಿಮಿಷಗಳಲ್ಲಿ ಮಗಧ ಸೈನ್ಯದ ಸಂಖ್ಯೆ ಕ್ಷೀಣಿಸತೊಡಗಿತು. ಕಾರ್ತಿಕ ಪಡೆ ಶತ್ರು ಸೈನಿಕರನ್ನು ನಿರ್ದಾಕ್ಷಿಣ್ಯವಾಗಿ ಕೊಂದುಹಾಕುತ್ತಿತ್ತು. ಎಲ್ಲೆಲ್ಲೂ ರಕ್ತದ ಕೋಡಿ, ಹೆಣದ ರಾಶಿ, ನೋವಿನ ಚೀತ್ಕಾರ. ಕ್ರಮೇಣ ಸಾಯುವವರ ಸಂಖ್ಯೆಯೂ ಕಡಿಮೆಯಾಗತೊಡಗಿತು. ಕಾರಣ ಅದಾಗಾಲೇ ಶತ್ರುಸೈನ್ಯದ ಬಹುತೇಕ ಮಂದಿ ಮೃತ್ಯುಕೂಪದಲ್ಲಿ ಬಿದ್ದಿದ್ದರು. ಇಷ್ಟಾದರೂ ಕಾರ್ತಿಕನ ಯುದ್ಧದಾಹ ಇಂಗಿರಲಿಲ್ಲ. ಆತ ಏದುಸಿರು ಬಿಡುತ್ತಾ ರಣರಂಗದಲ್ಲಿ ಆರ್ಭಟಿಸುತ್ತಿದ್ದ. ಅಲ್ಲೊಬ್ಬ ಇಲ್ಲೊಬ್ಬ ಸೈನಿಕ ಸಿಕ್ಕರೆ ಅವರನ್ನೂ ಬಿಡುತ್ತಿರಲಿಲ್ಲ. ಕಾರ್ತಿಕನ ಅಬ್ಬರ, ಆರ್ಭಟ ನಿರಂತರವಾಗಿ ಮುಂದುವರಿದಿತ್ತು. ಅಷ್ಟರಲ್ಲಿ ದೇವದಾಸ ಕಾರ್ತಿಕನತ್ತ ಕುಂಟುತ್ತಾ ಬಂದ. ಆತನ ಕಾಲುಗಳು ಬಲಹೀನವಾಗಿದ್ದವು. ಆತ ಕಾಲನ್ನು ಎಳೆಯುತ್ತಲೇ ಸಾಧಾರಣ ವೇಗದಲ್ಲಿ ಹೆಜ್ಜೆ ಹಾಕುತ್ತಿದ್ದ. ದೇಹದಿಂದ ರಕ್ತ ಸುರಿಯುತ್ತಿತ್ತು. ಮೈಯೆಲ್ಲಾ ಗಾಯ. ಭುಜ ಕತ್ತರಿಸಿ ಹೋಗಿತ್ತು. ಆಗಾಗ ಮುಗ್ಗರಿಸುತ್ತಿದ್ದ.

'ಮಹಾಸ್ವಾಮಿ' ದೇವದಾಸ ಭಾರವಾದ ಧ್ವನಿಯಲ್ಲಿ ಕೂಗಿದ.

ಆದರೆ ಕಾರ್ತಿಕ ಅದನ್ನು ಕೇಳಿಸಿಕೊಳ್ಳುವ ಸ್ಥಿತಿಯಲ್ಲಿರಲಿಲ್ಲ. ಖಡ್ಗ ಬೀಸುವುದರಲ್ಲೇ ನಿರತನಾಗಿದ್ದ. ಆತನ ಗಮನವೆಲ್ಲಾ ಶತ್ರುಗಳನ್ನು ಕೊಲ್ಲುವುದರತ್ತಲೇ ನೆಟ್ಟಿತ್ತು.

'ಮಹಾಸ್ವಾಮಿ! ನಾನು ದೇವದಾಸ'.

ಕಾರ್ತಿಕ ತಕ್ಷಣ ಖಡ್ಗ ಬೀಸುವುದನ್ನು ನಿಲ್ಲಿಸಿ ದೇವದಾಸನತ್ತ ತಿರುಗಿದ. ನಂತರ ಖಡ್ಗವನ್ನು ಕೆಳಕ್ಕಿಳಿಸಿದ. ಆತನ ಕಣ್ಣುಗಳಲ್ಲಿ ಅಗ್ನಿಜ್ವಾಲೆ ಧಗಧಗನೆ ಉರಿಯುತ್ತಿತ್ತು.

'ಮಹಾಸ್ವಾಮಿ! ನೀವು ಈಗಾಗಲೇ ಶತ್ರು ಸೈನ್ಯವನ್ನು ನಾಶ ಮಾಡಿದ್ದೀರಿ. ದಯವಿಟ್ಟು ಯುದ್ಧ ನಿಲ್ಲಿಸಿ'.

ಕಾರ್ತಿಕ ದೇವದಾಸನ ಕೀರಲು ಧ್ವನಿಯಲ್ಲಿದ್ದ ಭಯ ಮತ್ತು ಆತಂಕವನ್ನು ಸುಲಭವಾಗಿ ಗ್ರಹಿಸಿ ನಿಧಾನವಾಗಿ ನಿಟ್ಟುಸಿರು ಬಿಟ್ಟ. ನಂತರ ಇಡೀ ರಣರಂಗದತ್ತ ದೃಷ್ಟಿ ಹಾಯಿಸಿದ. ಮೃತದೇಹಗಳು ಚೆಲ್ಲಾಪಿಲ್ಲಿಯಾಗಿ ಬಿದ್ದಿದ್ದವು. ಮಗಧ ಸೈನ್ಯ ಸಂಪೂರ್ಣ ಸೋತು ಶರಣಾಗಿತ್ತು. ಬಹುತೇಕ ಸೈನಿಕರು ಸತ್ತು ಬಿದ್ದಿದ್ದರು. ಕಾರ್ತಿಕನ ಸೈನ್ಯದ ಸಂಘಟಿತ ಹೋರಾಟದಿಂದ ಬ್ರಂಗಾ ಸೈನ್ಯಕ್ಕೆ ಗೆಲವು ದೊರೆತಿತ್ತು. ಆದರೂ ಕಾರ್ತಿಕನ ನರನಾಡಿಗಳಲ್ಲಿ ರಕ್ತ ಕುದಿಯುತ್ತಿತ್ತು. ಯುದ್ಧ ದಾಹ ಕಡಿಮೆಯಾಗಿರಲಿಲ್ಲ.

ದೇವದಾಸ ಭಯಗೊಂಡೇ ಹೇಳಿದ 'ಹೌದು ಮಹಾಸ್ವಾಮಿ, ನೀವು ಈ ಯುದ್ಧದಲ್ಲಿ ಗೆಲುವು ಸಾಧಿಸಿದ್ದೀರಿ'.

ಕಾರ್ತಿಕ ಎರಡೂ ಖಡ್ಗಗಳನ್ನು ಮೇಲೆತ್ತಿ 'ಹರ ಹರ ಮಹಾದೇವ' ಎಂದ.

ಬ್ರಂಗಾ ಸೈನ್ಯ ಸಹ 'ಹರ ಹರ ಮಹಾದೇವ' ಎಂಬ ರಣಘೋಷ ಮೊಳಗಿಸಿತು.

ನಂತರ ಕಾರ್ತಿಕ ದೇಹದಿಂದ ಬೇರ್ಪಟ್ಟಿದ್ದರೂ ದೇಹಕ್ಕೆ ತಾಗಿಕೊಂಡಿದ್ದ ರುಂಡವೊಂದನ್ನು ಖಡ್ಗದಿಂದ ತಳ್ಳಿ ಕೆಳಗುರುಳಿಸಿ ನಂತರ ದೇವದಾಸನಿಗೆ ಆದೇಶ ನೀಡಿದ.

'ಸುರಪದ್ಮನನ್ನು ಹುಡುಕು. ಆತ ಜೀವಂತವಾಗಿದ್ದರೆ ಕೂಡಲೆ ಆತನನ್ನು ನನ್ನ ಮುಂದೆ ತಂದು ನಿಲ್ಲಿಸು'.

'ಆಗಲಿ ಮಹಾಸ್ವಾಮಿ' ಎಂದು ದೇವದಾಸ ಕಾರ್ತಿಕನ ಆದೇಶ ಪಾಲನೆಗೆ ಮುಂದಾದ.

ನಂತರ ಕಾರ್ತಿಕ ಸತ್ತುಬಿದ್ದಿದ್ದ ಸೈನಿಕನೊಬ್ಬನ ಬಟ್ಟೆಯಿಂದ ತನ್ನ ಖಡ್ಗವನ್ನು ಒರೆಸಿದ. ಬ್ರಂಗಾ ಸೈನಿಕರು ಕಾರ್ತಿಕನ ಆರ್ಭಟವನ್ನು ಕಂಡು ಬೆಚ್ಚಿಬಿದ್ದರು. ಹಾಗಾಗಿ ಎಲ್ಲರೂ ಕಾರ್ತಿಕನಿಂದ ತುಸು ದೂರದಲ್ಲಿಯೇ ನಿಂತಿದ್ದರು. ಆತ ನಿಧಾನವಾಗಿ ನದಿಯ ಬಳಿಗೆ ಬಂದ. ಮುಖದಲ್ಲೆಲ್ಲಾ ರಕ್ತದ ಕಲೆಯಿತ್ತು. ಜತೆಗೆ ಒಂದಷ್ಟು ಹೆಪ್ಪುಗಟ್ಟಿದ್ದ ರಕ್ತ. ಅಲ್ಲಿ ಹರಿಯುತ್ತಿದ್ದ ನದಿಯ ನೀರು ಸೈನಿಕರ ರಕ್ತದಿಂದ ಕೆಂಪು ಬಣ್ಣಕ್ಕೆ ತಿರುಗಿತ್ತು. ಕಾರ್ತಿಕ ಬಾಗಿ ನದಿಯಿಂದ ಬೊಗಸೆ ನೀರನ್ನು ತೆಗೆದುಕೊಂಡು ಮುಖಕ್ಕೆ ಎರಚಿಕೊಂಡ. ಕಣ್ಣುಗಳು ಶುಚಿಕೊಂಡವು. ರಕ್ತದ ಕಲೆ ಹಾಗೆ ಉಳಿಯಿತು.

ದಿನದ ಅಂತ್ಯಕ್ಕೆ ಯುದ್ಧದಲ್ಲಿ ಸತ್ತವರ ಸಂಖ್ಯೆಯನ್ನು ಎಣಿಸಲಾಯಿತು. ಶತ್ರು ಸೈನ್ಯದ ಎಪ್ಪತ್ತು ಸಾವಿರ ಮಂದಿ ಹತರಾಗಿದ್ದರು. ಕಾರ್ತಿಕನ ಸೈನ್ಯ ಐದು ಸಾವಿರ ಯೋಧರನ್ನು ಕಳೆದುಕೊಂಡಿತ್ತು. ಅವರಲ್ಲಿ ಕೆಲವರು ಬೆಂಕಿಯಲ್ಲಿ ಬೆಂದು ಕರಕಲಾಗಿದ್ದರು. ಮತ್ತೆ ಕೆಲವರು ನದಿಯಲ್ಲಿ ಮುಳುಗಿ ಹೋಗಿದ್ದರು.

ಅಂದು ಅಲ್ಲಿ ನಡೆದದ್ದು ಕೇವಲ ಯುದ್ಧವಾಗಿರಲಿಲ್ಲ. ಅಕ್ಷರಶಃ ಅದೊಂದು ಹತ್ಯಾಕಾಂಡವಾಗಿತ್ತು. ಕಾರ್ತಿಕ ಒಮ್ಮೆ ನೀಲಿ ಆಗಸದತ್ತ ನೋಡಿದ. ಸೂರ್ಯನ ಮೊದಲ ಕಿರಣಗಳು ದಿಗಂತದಿಂದ ಹೊರಟು ಭೂಮಿಯ ಮೇಲೆ ಬೀಳಲಾರಂಭಿಸಿತ್ತು. ಮತ್ತೊಂದು ದಿನ ಪ್ರಾರಂಭವಾಗಿತ್ತು. ಅಂದು ಮತ್ತೊಬ್ಬ ಯುಗಪುರುಷ ಜನ್ಮತಾಳಿದ್ದ. ಆತ ಸಾಮಾನ್ಯನಲ್ಲ ರಣ ಭಯಂಕರ, ಉಗ್ರ ಪ್ರತಾಪಿ ಕಾರ್ತಿಕ.

ಅಧ್ಯಾಯ – 24
ಕ್ರೌರ್ಯ ಯುಗ

ಸೂರ್ಯ ಆಗಸದಲ್ಲಿ ಬೆಳ್ಳಿಯ ತಟ್ಟೆಯಂತೆ ಕಂಗೊಳಿಸುತ್ತಿದ್ದ. ತಿಳಿಗಾಳಿ ಲೋಥಲ್ ನಗರದ ಬಂದರನ್ನು ತಂಪುಗೊಳಿಸಿತ್ತು. ಶಿವ ಮತ್ತು ಸತಿ ಹಡಗಿನ ಉಪ್ಪರಿಗೆಯಲ್ಲಿ ನಿಂತು ಉತ್ತರ ದಿಕ್ಕಿನತ್ತ ನೋಡುತ್ತಿದ್ದರು. ಹಡಗು ವೇಗವಾಗಿ ಗುರಿಯನ್ನು ತಲುಪಲಿ ಎಂಬ ಆಶಯ ಅವರದು.

'ಸ್ವದ್ವೀಪದಲ್ಲಿ ಈಗ ಏನಾಗಿರಬಹುದು? ಅಲ್ಲೇನಾದರೂ ಘನಘೋರ ಯುದ್ಧ ನಡೆಯುತ್ತಿರಬಹುದೇ?' ಸತಿ ಕೇಳಿದಳು.

ಶಿವ ನಸುನಗುತ್ತಾ ಹೇಳಿದ 'ಅಲ್ಲಿ ಯುದ್ಧ ಸಂಭವಿಸದೆಯೂ ಇರಬಹುದು. ಗಣೇಶ ರಾಜತಾಂತ್ರಿಕ ಚಾಣಾಕ್ಷತೆಯಿಂದ ಯುದ್ಧವನ್ನು ತಡೆದಿರುವ ಸಾಧ್ಯತೆಯೂ ಉಂಟು'.

'ಹಾಗಾಗಿದ್ದರೆ ಒಳ್ಳೆಯದು. ಆದರೆ......'.

ಶಿವ ಸತಿಯ ಕೈಹಿಡಿದು ಹೇಳಿದ 'ನಮ್ಮ ಮಕ್ಕಳು ವೀರಾಗ್ರಣಿಗಳು. ಅವರು ಏನು ಮಾಡಬೇಕೆಂದು ಸಂಕಲ್ಪ ತೊಡುತ್ತಾರೋ ಅದನ್ನು ಮಾಡಿಯೇ ತೀರುತ್ತಾರೆ. ನಾವು ಅವರ ಬಗ್ಗೆ ಚಿಂತಿಸುವ ಅಗತ್ಯವಿಲ್ಲ'.

'ನಾನು ಗಣೇಶನ ಬಗ್ಗೆ ಯೋಚಿಸುತ್ತಿಲ್ಲ. ಆತನಿಗೆ ರಕ್ತಪಾತವನ್ನು ತಪ್ಪಿಸುವುದು ಹೇಗೆ ಎಂದು ಚೆನ್ನಾಗಿ ಗೊತ್ತು. ಹಾಗೆಂದು ನಾನು ಆತ ಯುದ್ಧಕ್ಕೆ ಹೆದರುತ್ತಾನೆ ಎಂದು ಹೇಳುತ್ತಿಲ್ಲ. ಅನಾವಶ್ಯಕವಾಗಿ ಯುದ್ಧ ಮಾಡುವುದರಿಂದ ಆಗುವ ದುಷ್ಪರಿಣಾಮಗಳ ಬಗ್ಗೆ ಆತನಿಗೆ ಚೆನ್ನಾಗಿ ತಿಳಿದಿದೆ. ಆದರೆ ಕಾರ್ತಿಕ?...........ಕಾರ್ತಿಕನಿಗೆ ಯುದ್ಧ ಮಾಡುವುದೆಂದರೆ ಅದೊಂದು ಮೋಜು. ಆತ ಯಾವ ಅಪಾಯವನ್ನೂ ಲೆಕ್ಕಿಸದೆ ಮುನ್ನುಗ್ಗುತ್ತಾನೆ. ಅದೇ ನನ್ನನ್ನು ಕಾಡುತ್ತಿರುವ ಆತಂಕ'.

'ಅದು ಆತನ ಹುಟ್ಟುಗುಣ. ಒಬ್ಬ ಕ್ಷತ್ರಿಯನಲ್ಲಿ ಇರಬೇಕಾದ ಗುಣ ಇದೇ ಅಲ್ಲವೇ ಸತಿ?'.

'ಒಬ್ಬ ವೀರ ತಾಯ್ನಾಡಿಗೆ ಹೋರಾಡಬೇಕಾದ ಅನಿವಾರ್ಯತೆಯಿಂದ ರಣರಂಗಕ್ಕೆ ಬರುತ್ತಾನೆ. ಆದರೆ ಕಾರ್ತಿಕ ಹಾಗಲ್ಲ. ಯುದ್ಧವೆಂದರೆ ಆತ ಉನ್ಮಾದಗೊಳ್ಳುತ್ತಾನೆ. ಯುದ್ಧ ತನ್ನ ಸ್ವಧರ್ಮ ಎಂದು ತಿಳಿಯುತ್ತಾನೆ. ಮದಗಜದಂತೆ ವೈರಿಗಳತ್ತ ನುಗ್ಗುತ್ತಾನೆ'.

ಶಿವ ಸತಿಯನ್ನು ಚುಂಬಿಸುತ್ತಾ ಸಮಾಧಾನಪಡಿಸಿದ.

'ಎಲ್ಲವೂ ಸುಖಾಂತ್ಯ ಕಾಣುತ್ತದೆ. ಚಿಂತಿಸಬೇಡ ಸತಿ'.

ಶಿವನ ಆಲಿಂಗನ ಮತ್ತು ಚುಂಬನದಿಂದ ಸಮಾಧಾನಗೊಂಡ ಸತಿ ನಿಟ್ಟಿಸಿರು ಬಿಟ್ಟಳು.

ಅಷ್ಟರಲ್ಲಿ ಕೃತಿಕಾ ಮತ್ತು ವೀರಭದ್ರ ಅಲ್ಲಿಗೆ ಬಂದರು.

ಶಿವನನ್ನು ನೋಡಿದ ಭದ್ರ ಹೇಳಿದ 'ಇದು ತೆರೆದ ಉಪ್ಪರಿಗೆ ಶಿವ. ಇದನ್ನೆಲ್ಲಾ ಕೋಣೆಯ ಒಳಗೆ ಇಟ್ಟುಕೊ'.

ಕೂಡಲೆ ಕೃತಿಕಾ ಭದ್ರನ ಹೊಟ್ಟೆಗೆ ಮೆಲ್ಲಗೆ ತಿವಿದು 'ಮುಚ್ಚು ಬಾಯಿ' ಎಂದಳು. ಎಲ್ಲರೂ ನಸುನಕ್ಕರು.

ಶಿವ ಕೃತಿಕಾಳನ್ನು ಪ್ರಶ್ನಿಸಿದ 'ನೀನು ಮೈಕಾ ಅಥವಾ ಲೋಥಲ್ ನಗರವನ್ನು ನೋಡಿರುವೆಯಾ ಕೃತಿಕಾ?'.

'ಮೈಕಾ ನಗರವನ್ನು ಪ್ರವೇಶಿಸುವ ಸಂದರ್ಭ ನನಗಿನ್ನೂ ಒದಗಿ ಬಂದಿಲ್ಲ ಶಿವ. ಆದರೆ ಹಿಂದೊಮ್ಮೆ ಪರಾತನ ಲೋಥಲ್ ನಗರಕ್ಕೆ ಭೇಟಿ ನೀಡಿದ್ದೇನೆ' ಕೃತಿಕಾ ಉತ್ತರಿಸಿದಳು.

'ಪುರಾತನ ಲೋಥಲ್ ಎಂದರೇನು?' ಶಿವ ಕೇಳಿದ.

'ಈ ಬಗ್ಗೆ ನಾನು ನಿಮಗೆ ಹಿಂದೊಮ್ಮೆ ಹೇಳಿದ್ದ ನೆನಪು. ಲೋಥಲ್ ಒಂದು ಬಂದರು ನಗರಿ. ಹಿಂದೆ ಇದು ಸರಸ್ವತಿ ನದಿಯ ದಡದಲ್ಲಿತ್ತು. ಆದರೆ ಸರಸ್ವತಿ ನದಿ ಅವನತಿಯ ಅಂಚಿಗೆ ಹೋದಂತೆ ಲೋಥಲ್ ನಗರ ತನ್ನ ವೈಭವವನ್ನು ಕಳೆದುಕೊಂಡಿತು. ಹಾಗಾಗಿ ಅಲ್ಲಿನ ಜನ ಸಮುದ್ರದ ಬಳಿ ಹೊಸ ನಗರವೊಂದನ್ನು ಕಟ್ಟಿಕೊಂಡರು. ಅದಕ್ಕೆ ನವಲೋಥಲ್ ಎಂದು ಹೆಸರಿಟ್ಟರು' ಸತಿ ಹೇಳಿದಳು.

'ನಿಜಕ್ಕೂ ಈ ವಿಚಾರ ಸ್ವಾರಸ್ಯಕರವಾಗಿದೆ. ಆದರೆ ಹಳೆಯ ಲೋಥಲ್ ನಗರ ಏನಾಯಿತು. ಜನ ಹೊಸ ನಗರಕ್ಕೆ ಮತ್ತೆ ಲೋಥಲ್ ಎಂದು ಏಕೆ ಹೆಸರಿಟ್ಟರು? ಬೇರೆ ಯಾವುದಾದರೂ ಹೆಸರಿಡಬಹುದಿತ್ತು ಅಲ್ಲವೇ?' ಶಿವ ಪ್ರಶ್ನಿಸಿದ.

'ಲೋಥಲ್‌ನ ಜನ ತಮ್ಮ ನಗರದೊಂದಿಗೆ ಅವಿನಾಭಾವ ಸಂಬಂಧ ಹೊಂದಿದ್ದರು. ಲೋಥಲ್ ನಗರ ಇಡೀ ಸಾಮ್ರಾಜ್ಯದಲ್ಲೇ ಹೆಮ್ಮೆಯ ನಗರವಾಗಿತ್ತು. ಅಂತಹ ನಗರದ ಹೆಸರು ಜನರ ಮನಸ್ಸಿನಿಂದ ಮರೆಯಾಗುವುದು ಬೇಡ ಎಂಬ ಕಾರಣಕ್ಕೆ ಹೊಸನಗರಕ್ಕೂ ಲೋಥಲ್ ಎಂದೇ ಹೆಸರಿಟ್ಟರು' ಸತಿ ಹೇಳಿದಳು.

ಶಿವ ಸಮುದ್ರದತ್ತ ದೃಷ್ಟಿಹಾಯಿಸುತ್ತಾ 'ಅಂದರೆ ನಾವು ಲೋಥಲ್ ನಗರದ ಬಳಿ ಬಂದಿದ್ದೇವೆ ಎಂದಾಯಿತು' ಎಂದ.

ಇತ್ತ ಬಲ-ಅತಿಬಲ ಕುಂಡದಲ್ಲಿ ಸೂರ್ಯ ನೆತ್ತಿಗೇರಿದ್ದ. ಯುದ್ಧದಲ್ಲಿ ಹತರಾದ ಮಗಧ ಮತ್ತು ಬ್ರಂಗಾ ಸೈನಿಕರ ಮೃತದೇಹಗಳನ್ನು ವೇದ ಮಂತ್ರ ಪಠಣಗಳೊಂದಿಗೆ ಶಾಸ್ತ್ರೋಕ್ತವಾಗಿ ದಹನ ಮಾಡಲಾಯಿತು. ಅದೊಂದು ದೊಡ್ಡ ಪ್ರಕ್ರಿಯೆ. ಆದರೆ ಈ ವಿಚಾರದಲ್ಲಿ ಕಾರ್ತಿಕನ ನಿಲುವು ಸ್ಪಷ್ಟವಾಗಿತ್ತು. ಪ್ರತಿಯೊಬ್ಬ ವೀರಯೋಧನಿಗೂ ಆತ ಬದುಕಿರುವಾಗ ಮತ್ತು ಸತ್ತ ನಂತರವೂ ಸಲ್ಲಬೇಕಾದ ಗೌರವ ಸಲ್ಲಲೇಬೇಕು ಎಂಬುದು ಆತನ ಅಭಿಪ್ರಾಯವಾಗಿತ್ತು.

'ಸುರಪದ್ಮ ಪತ್ತೆಯಾದನೇ?' ಭಗೀರಥ ಕೇಳಿದ.

ಆತನ ಕಣ್ಣುಗಳು ಕುಂಡದ ಮರಳು ರಾಶಿಯ ಮೇಲೆ ಬಿದ್ದಿತು. ನೆನ್ನೆಯಷ್ಟೇ ಮರಳು ಅಚ್ಚ ಬಿಳುಪಿನಿಂದ ಕೂಡಿತ್ತು. ಈಗ ರಕ್ತದ ಕೋಡಿ ಹರಿದು ಅದು ಕಂದು ಬಣ್ಣಕ್ಕೆ ತಿರುಗಿತ್ತು.

'ಇನ್ನೂ ಆತ ಪತ್ತೆಯಾಗಿಲ್ಲ. ಮೊದಲಿಗೆ ನಾನು ಆತ ದಕ್ಷಿಣ ಗಡಿಯಲ್ಲಿದ್ದಾನೆ ಎಂದು ಭಾವಿಸಿದ್ದೆ. ಆದರೆ ಅಲ್ಲಿ ಆತನ ಸುಳಿವೇ ಸಿಗಲಿಲ್ಲ' ಕಾರ್ತಿಕ ಹೇಳಿದ.

ಯುದ್ಧದಲ್ಲಿ ವೈಶಾಲಿಯ ರಾಜ ಮಾತಳಿ ತನ್ನ ತೀಕ್ಷ್ಣ ಬುದ್ಧಿಯನ್ನು ಉಪಯೋಗಿಸಿ ಮಗಧ ಹಡಗುಗಳನ್ನು ಛಿದ್ರ ಛಿದ್ರಗೊಳಿಸಿದ್ದ. ಅಲ್ಲದೆ ಮಾತಳಿ ಯುದ್ಧದಲ್ಲಿ ಕಾರ್ತಿಕನ ಶೌರ್ಯ ಮತ್ತು ಉಗ್ರ ಸ್ವಭಾವವನ್ನು ಕಂಡು ಬೆರಗಾಗಿದ್ದ. ಕಾರ್ತಿಕ ಕೇವಲ ನೀಲಕಂಠನ ಮಗನಷ್ಟೇ ಅಲ್ಲ. ಆತ ಮಹಾವೀರಾಗ್ರಣಿ ಎಂಬುದೂ ಆತನ ಅರಿವಿಗೆ ಬಂದಿತ್ತು.

ಅಷ್ಟರಲ್ಲಿ ದೇವದಾಸ ಕೂಗಿ ಹೇಳಿದ 'ಮಹಾಸ್ವಾಮಿ'.

ದೇವದಾಸ ದಟ್ಟ ಅರಣ್ಯವನ್ನು ದಾಟಿ ಬಲ-ಅತಿಬಲ ಕುಂಡದ ಬಳಿಗೆ ಬಂದ. ಯುದ್ಧದಿಂದ ಸಾಕಷ್ಟು ಬಸವಳಿದಿದ್ದ. ಅಲ್ಲದೆ ಭುಜದಲ್ಲಿ ತೀವ್ರ ಗಾಯವಾಗಿತ್ತು.

ಆತನೊಂದಿಗೆ ಐವರು ಸೈನಿಕರು. ಎಲ್ಲರೂ ಹಗ್ಗದಿಂದ ಏನನ್ನೋ ಕಟ್ಟಿ ದರದರನೆ ಎಳೆದು ತರುತ್ತಿದ್ದರು. ಅವರು ಎಳೆದು ತರುತ್ತಿರುವುದು ಏನು ಎಂದು ತಿಳಿದುಕೊಳ್ಳಲು ಕಾರ್ತಿಕನಿಗೆ ಸ್ವಲ್ಪ ಸಮಯವೇ ಬೇಕಾಯಿತು. ವಾಸ್ತವದಲ್ಲಿ ಕಟ್ಟು ಮಸ್ತಾದ ದಢೂತಿ ವ್ಯಕ್ತಿಯೊಬ್ಬನನ್ನು ಅವರೆಲ್ಲರೂ ಎಳೆದು ತರುತ್ತಿದ್ದರು. ಆತನ ದೇಹ ರಕ್ತದಿಂದ ತೋಯ್ದುಹೋಗಿತ್ತು. ಮೈಮೇಲೆಲ್ಲಾ ಲೆಕ್ಕವಿಲ್ಲದಷ್ಟು ಗಾಯ. ಅವುಗಳಲ್ಲಿ ಕೆಲವು ರಕ್ತ ಒಣಗಿ ಕಪ್ಪು ಬಣ್ಣಕ್ಕೆ ತಿರುಗಿತ್ತು. ಮತ್ತೆ ಕೆಲವು ಹಸಿಯಾದ ಗಾಯ ಹಾಗೂ ಮಾಂಸಖಂಡ ಎದ್ದು ಕಾಣುತ್ತಿತ್ತು. ಒಡೆದು ಹೋಳಾಗಿದ್ದ ತಲೆ ಆತ ಅದೆಷ್ಟು ಘೋರವಾಗಿ ಮರಣ ಹೊಂದಿದ್ದ ಎಂಬುದನ್ನು ತೋರಿಸುತ್ತಿತ್ತು. ಗಾಯವೆಲ್ಲ ಕೇವಲ ದೇಹದ ಮುಂಭಾಗದಲ್ಲಿ ಮಾತ್ರ ಕಾಣುತ್ತಿತ್ತು. ಅದೊಂದು ವಿರೋಚಿತ ಸಾವು.

'ಸುರಪದ್ಮ' ಭಗೀರಥ ಪಿಸುಗುಟ್ಟಿದ.

'ಈತ ದಕ್ಷಿಣ ಗಡಿಯಲ್ಲಿ ಸಿಕ್ಕಿಬಿದ್ದ ಮಹಾಸ್ವಾಮಿ' ದೇವದಾಸ ಹೇಳಿದ.

ಕೂಡಲೇ ಕಾರ್ತಿಕ ಚೀರಿದ 'ದೇವದಾಸ........ದೇವದಾಸ! ಈತನನ್ನು ನಾವು ಗೌರವದಿಂದ ಕಾಣಬೇಕು?'.

ಅಷ್ಟು ಹೇಳಿ ಕಾರ್ತಿಕ ಚೂರಿಯನ್ನು ತೆಗೆದು ಸುರಪದ್ಮನ ಭುಜಗಳಿಗೆ ಕಟ್ಟಿದ್ದ ಹಗ್ಗವನ್ನು ಕತ್ತರಿಸಿದ. ನಂತರ ನಿಧಾನವಾಗಿ ಆತನನ್ನು ನೆಲದ ಮೇಲೆ ಮಲಗಿಸಿದ. ಸುರಪದ್ಮ ಸತ್ತು ಮಲಗಿದ್ದರೂ ಕೈಯಲ್ಲಿ ಖಡ್ಗವನ್ನು ಹಿಡಿದೇ ಇದ್ದ. ಅದರಲ್ಲಿ ರಕ್ತ ಇನ್ನೂ ಜಿನುಗುತ್ತಿತ್ತು. ಕೂಡಲೇ ದೇವದಾಸ ಸುರಪದ್ಮನ ಬೆರಳುಗಳನ್ನು ಬಿಡಿಸಿ ಖಡ್ಗವನ್ನು ಬೇರ್ಪಡಿಸುವ ಪ್ರಯತ್ನಕ್ಕೆ ಮುಂದಾದ.

'ಸ್ವಲ್ಪ ನಿಲ್ಲು ದೇವದಾಸ. ಸುರಪದ್ಮ ತನ್ನ ಖಡ್ಗವನ್ನು ಸ್ವರ್ಗಕ್ಕೆ ಕೊಂಡೊಯ್ಯಲಿ' ಕಾರ್ತಿಕ ಹೇಳಿದ.

ದೇವದಾಸ ಕೂಡಲೆ ಹಿಂದೆ ಸರಿದ. ಸತ್ತು ಬಿದ್ದಿದ್ದ ಸುರಪದ್ಮನ ಬಾಯಿ ತೆರೆದಿತ್ತು. ಪುರಾತನ ವೇದಗಳ ಪ್ರಕಾರ ಮನುಷ್ಯನ ಆತ್ಮ ಕಡೆಯ ಉಸಿರಿನೊಂದಿಗೆ ದೇಹದಿಂದ ಹೊರಹೋಗುತ್ತದೆ. ಹಾಗಾಗಿ ಸಾಯುವ ಸಂದರ್ಭದಲ್ಲಿ ಬಾಯಿ ತೆರೆದುಕೊಳ್ಳುತ್ತದೆ. ಆದರೆ ನಮ್ಮ ನಂಬಿಕೆಯಂತೆ ಪ್ರಾಣ ಹೋದ ನಂತರ ಬಾಯಿಯನ್ನು ಮುಚ್ಚಬೇಕು. ಇಲ್ಲವಾದಲ್ಲಿ ದುಷ್ಟ ಶಕ್ತಿಗಳು ಆತ್ಮವಿಲ್ಲದ ದೇಹವನ್ನು ಪ್ರವೇಶಿಸಿಬಿಡುತ್ತದೆ. ಹಾಗಾಗಿ ಕಾರ್ತಿಕ ನಿಧಾನವಾಗಿ ಸುರಪದ್ಮನ ಬಾಯಿಯನ್ನು ಮುಚ್ಚಿದ. ನಂತರ ದೇವದಾಸನಿಗೆ ಆದೇಶ ನೀಡಿದ.

'ಈ ಕೂಡಲೇ ಬ್ರಾಹ್ಮಣ ಪಂಡಿತರನ್ನು ಇಲ್ಲಿಗೆ ಬರುವಂತೆ ತಿಳಿಸು. ಸುರಪದ್ಮನ ದೇಹವನ್ನು ಅತ್ಯಂತ ಗೌರವದಿಂದ ದಹನ ಮಾಡಬೇಕು. ಅಷ್ಟರೊಳಗೆ ಅಣ್ಣ ಗಣೇಶ ಸಹ ಇಲ್ಲಿಗೆ ಬರುತ್ತಾನೆ'.

ದೇವದಾಸ ತಲೆಯಾಡಿಸಿದ.

ಗಣೇಶ ಮಗಧ ಕೋಟೆಯ ಉಪ್ಪರಿಗೆಯ ಮೇಲೆ ನಿಂತು ಹೊರಗೆ ಕಣ್ಣಾಡಿಸುತ್ತಿದ್ದ. ಹೊರಗೆ ಸರಯೂ ನದಿ ಗಂಗಾ ನದಿಯೊಂದಿಗೆ ಸಂಗಮಗೊಂಡು ಮುಂದೆ ಸಾಗುತ್ತಿತ್ತು. ಮಗಧ ರಾಜ ಮಹೇಂದ್ರ ಮತ್ತು ಅಲ್ಲಿಯ ನಾಗರಿಕರು ಹಠಾತ್ ಧಾಳಿಯಿಂದ ಬೆಚ್ಚಿ ಬಿದ್ದಿದ್ದರು. ಮಗಧ ಸೈನ್ಯ ಸಂಪೂರ್ಣ ಸೋತು ಶರಣಾಗಿತ್ತು. ಹಾಗಾಗಿ ಗಣೇಶ ನಗರವನ್ನು ಹೊಕ್ಕಾಗ ಆತನಿಗೆ ಅಲ್ಲಿ ಯಾವ ಪ್ರತಿರೋಧವೂ ಎದುರಾಗಲಿಲ್ಲ. ಕಾರಣ ಪ್ರತಿರೋಧ ಒಡ್ಡುವುದಕ್ಕೆ ಮಗಧ ರಾಜ್ಯದಲ್ಲಿ ಸೈನಿಕರ್‍ಯಾರೂ ಉಳಿದಿರಲಿಲ್ಲ. ರಾಜ ಮಹೇಂದ್ರನ ಮೂರ್ಖತನದಿಂದ ನಗರದ ಪ್ರತಿಯೊಂದು ಮನೆಯ ಸದಸ್ಯರೂ ಸಾವನ್ನಪ್ಪಿದ್ದರು. ಗಣೇಶ ನಗರದಲ್ಲಿ ಪುಟ್ಟ ಸೈನ್ಯದ ತುಕಡಿಯೊಂದನ್ನು ಬಿಟ್ಟು ಮೂರನೆಯ ದಿನ ಹೊರಡಲು ಸಿದ್ಧನಾಗುತ್ತಿದ್ದ. ಎಲ್ಲವೂ ಅಂದುಕೊಂಡಂತೆಯೇ ಸಾಗಿತ್ತು. ಈಗ ಅಯೋಧ್ಯೆಯ ಯಾವ ಹಡಗುಗಳೂ ಮಗಧವನ್ನು ದಾಟಿ ಹೋಗುವುದು ಅಸಾಧ್ಯವಾಗಿತ್ತು. ಇಷ್ಟಾದರೂ ಯುದ್ಧದಲ್ಲಾದ ಸಾವು–ನೋವನ್ನು ಕಂಡು ಗಣೇಶನ ಮನಸ್ಸು ನೋವಿನಿಂದ ಮರುಗಿತ್ತು.

ಕಾರ್ತಿಕ ಅಣ್ಣನನ್ನು ಸಮಾಧಾನಪಡಿಸುತ್ತಾ ಹೇಳಿದ 'ಅಣ್ಣಾ! ನಮಗೆ ಬಂದಿರುವ ಮಾಹಿತಿಯ ಪ್ರಕಾರ ಸುರಪದ್ಮನಿಗೆ ಯುದ್ಧ ಮಾಡುವುದು ಇಷ್ಟವಿರಲಿಲ್ಲ. ರಾಜ ಮಹೇಂದ್ರನ ಒತ್ತಡಕ್ಕೆ ಮಣಿದು ಇಂತಹ ಮಾರಣ ಹೋಮಕ್ಕೆ ಕಾರಣನಾದ. ಅಷ್ಟೇ ಅಲ್ಲದೆ ನಮಗಾದರೂ ಬೇರೆ ಆಯ್ಕೆ ಯಾವುದಿತ್ತು?'.

'ಹೌದು ಕಾರ್ತಿಕ, ಇದೊಂದು ಯುಗ ಧರ್ಮ. ನಾವೀಗ ಕ್ಷತ್ರಿಯ ಯುಗದಲ್ಲಿ ಬದುಕುತ್ತಿದ್ದೇವೆ. ಹಾಗಾಗಿ ಕ್ರೌರ್ಯವೇ ಇಲ್ಲಿ ಮೇಲುಗೈ ಸಾಧಿಸುತ್ತಿದೆ'.

'ಕ್ಷತ್ರಿಯ ಯುಗ? ಈ ಬಗ್ಗೆ ನಾನು ಈವರೆಗೆ ಕೇಳಿಯೇ ಇಲ್ಲವಲ್ಲ!'.

'ನೀನು ನಾಲ್ಕು ಯುಗಗಳ ಬಗ್ಗೆ ಕೇಳಿರಬಹುದಲ್ಲವೇ? ಸತ್ಯಯುಗ, ತ್ರೇತಾಯುಗ, ದ್ವಾಪರಯುಗ ಮತ್ತು ಕಲಿಯುಗ'.

'ಹೌದು'.

'ಪ್ರತೀ ಯುಗದಲ್ಲೂ ಒಂದೊಂದು ಜಾತಿ, ಧರ್ಮ ಮತ್ತು ಕಾಯಕಗಳು ಮೇಲುಗೈ ಸಾಧಿಸುತ್ತವೆ. ಅಂತೆಯೇ ಬ್ರಾಹ್ಮಣರು, ಕ್ಷತ್ರಿಯರು, ವೈಶ್ಯರು ಮತ್ತು ಶೂದ್ರರು ಆಯಾ ಯುಗದಲ್ಲಿ ಪ್ರವರ್ಧಮಾನಕ್ಕೆ ಬರುತ್ತಾರೆ. ಉದಾಹರಣೆಗೆ ಯಾವುದೋ ಒಂದು ಯುಗದಲ್ಲಿ ಬ್ರಾಹ್ಮಣರು ಮೇಲುಗೈ ಸಾಧಿಸಿದಾಗ ಅಲ್ಲಿ ಜ್ಞಾನಕ್ಕೆ ಪ್ರಾಮುಖ್ಯತೆ ದೊರೆಯುತ್ತದೆ. ಅಜ್ಞಾನ ದೂರವಾಗುತ್ತದೆ. ಹಾಗೆಯೇ ಕ್ಷತ್ರಿಯ ಯುಗದಲ್ಲಿ ಕ್ರೌರ್ಯ, ವೈಶ್ಯ ಯುಗದಲ್ಲಿ ಹಣ ಮೇಲುಗೈ ಸಾಧಿಸುತ್ತದೆ. ಆದರೆ ಈ ಎಲ್ಲವೂ ಎಲ್ಲ ಯುಗದಲ್ಲೂ ಬೇರೆ ಬೇರೆ ಪ್ರಮಾಣದಲ್ಲಿ ಇದ್ದೇ ಇರುತ್ತದೆ'.

'ಇಂತಹ ಒಂದು ಪ್ರಪಂಚವನ್ನು ಊಹಿಸಿಕೊಳ್ಳುವುದೂ ಬಲು ಕಷ್ಟ'.

'ನನಗೆ ಕ್ರೌರ್ಯದ ಬಗ್ಗೆ ಭಯವಿಲ್ಲ. ಆದರೆ......ಈ ಕ್ರೌರ್ಯ ಸಾವಿರಾರು ಜನರ ಎದೆಯಲ್ಲಿ ನೋವು ಮತ್ತು ಆಕ್ರಂದನದ ಜ್ವಾಲೆಯನ್ನು ಹೊತ್ತಿಸಿಬಿಡುತ್ತದೆ'.

'ನೀನೇ ಹೇಳಿದಂತೆ ಬೇರೊಂದು ಯುಗದಲ್ಲಿ ಹಣ ಮೇಲುಗೈ ಸಾಧಿಸಿದರೆ ಅದೂ ಸಹ ಇಷ್ಟೇ ಪ್ರಮಾಣದಲ್ಲಿ ಜಗತ್ತಿಗೆ ಹಾನಿಯುಂಟು ಮಾಡುತ್ತದೆ ಅಲ್ಲವೇ? ಅಲ್ಲೂ ಸೋಲುವವರು, ಗೆಲ್ಲುವವರು ಇದ್ದೇ ಇರುತ್ತಾರೆ ಅಲ್ಲವೇ? ಆಗಲೂ ದುಃಖ, ನೋವು, ದುಗುಡ, ದುಮ್ಮಾನಗಳು ಇದ್ದೇ ಇರುತ್ತದಲ್ಲವೇ?'.

ಕಾರ್ತಿಕನ ಮಾತಿಗೆ ಗಣೇಶ ಆಶ್ಚರ್ಯದಿಂದ ಹುಬ್ಬೇರಿಸಿದ.

ನಂತರ ತಮ್ಮನ ಬೆನ್ನು ತಟ್ಟಿ ಹೇಳಿದ 'ನಿನ್ನ ಮಾತು ಸತ್ಯ. ಎಲ್ಲ ಕಾಲದಲ್ಲೂ ಸೋಲುವವರೂ ಮತ್ತು ಗೆಲ್ಲುವವರೂ ಇದ್ದೇ ಇರುತ್ತಾರೆ. ಅದು ಜಗದ ನಿಯಮ. ಅದನ್ನು ಬದಲಿಸುವುದು ಯಾರಿಂದಲೂ ಸಾಧ್ಯವಿಲ್ಲ. ಆದರೂ ಸಾವಿರಾರು ಜನ ಈ ಯುದ್ಧದಲ್ಲಿ ನಾನಾ ಕಾರಣಗಳಿಂದ ಮಡಿದರಲ್ಲ ಎಂಬ ನೋವು ನನ್ನನ್ನು ಬಹುವಾಗಿ ಕಾಡುತ್ತಿದೆ'.

ಶಿವ ಲೋಥಲ್‌ನ ರಾಜ್ಯಪಾಲರ ಖಾಸಗಿ ಬಂಗಲೆಯಲ್ಲಿ ವಾಸ್ತವ್ಯ ಹೂಡಿದ್ದ. ಚೆನಾರಧ್ವಜ ಎಲ್ಲ ಸಂಪ್ರದಾಯಗಳನ್ನು ಬದಿಗಿಟ್ಟು ಶಿವನ ಸೈನ್ಯ ನಗರವನ್ನು ಪ್ರವೇಶಿಸಲು ನಗರದ ಮುಖ್ಯ ದ್ವಾರವನ್ನು ತೆರೆಸಿದ್ದ. ಆತನಿಗೆ ಶಿವನ ಮೇಲೆ ಪಾರವಾದ ಭಕ್ತಿ, ನಂಬಿಕೆ. ಅಂದು ಶಿವ, ಸತಿ ಇಬ್ಬರೂ ಲೋಕಾಭಿರಾಮವಾಗಿ ಮಾತನಾಡುತ್ತಾ ಕುಳಿತಿದ್ದರು.

ಶಿವ ಹೇಳಿದ 'ಸತಿ, ಈ ಸ್ಥಳ ಅಕ್ಷರಶಃ ನನ್ನ ಮನೆಯಂತೆ ಭಾಸವಾಗುತ್ತಿದೆ. ನನ್ನ ಬದುಕಿನ ಮಹತ್ವದ ಪಯಣ ಆರಂಭಗೊಂಡದ್ದು ಮೆಲೂಹದಿಂದ. ಹಾಗಾಗಿ ಈ ಪುಣ್ಯಭೂಮಿ ನನಗೆ ವಿಶೇಷವೂ ಹೌದು, ವಿಶಿಷ್ಟವೂ ಹೌದು'.

'ಶಿವ, ಇದು ನಿನ್ನ ಜನ್ಮ ಭೂಮಿಯಲ್ಲ. ಯುದ್ಧ ಮುಗಿದ ನಂತರ ನಾವೆಲ್ಲರೂ ಇಲ್ಲಿಂದ ಹೊರಟು ಕೈಲಾಸ ಪರ್ವತವನ್ನು ಸೇರೋಣ. ಅಲ್ಲಿ ಆರಾಮವಾಗಿ ನಮ್ಮ ಮುಂದಿನ ದಿನಗಳನ್ನು ಕಳೆಯಬಹುದು'.

ಶಿವ ನಸುನಗುತ್ತಾ ಹೇಳಿದ 'ಕೈಲಾಸ ಪರ್ವತದಲ್ಲಿ ಬದುಕು ದೂಡುವುದು ನೀನು ಅಂದುಕೊಂಡಷ್ಟು ಸುಲಭವಲ್ಲ. ಅದೊಂದು ಬಂಜರು ಭೂಮಿ. ಮಂಜುಗೆಡ್ಡೆಯ ಪರ್ವತ. ಹಾಗಾಗಿ ಅಲ್ಲಿ ಬದುಕುವುದು ಕಷ್ಟ'.

'ನಿನಗೆ ಎಂತಹ ಬರಡು ಭೂಮಿಯನ್ನಾದರೂ ಸ್ವರ್ಗವನ್ನಾಗಿ ಪರಿವರ್ತಿಸುವ ಶಕ್ತಿಯಿದೆ. ಹಾಗಾಗಿ ನಾನು ನಿನ್ನೊಂದಿಗೆ ಕೈಲಾಸ ಪರ್ವತಕ್ಕೆ ಬರಲು ಸಿದ್ಧ' ಸತಿ ಹೇಳಿದಳು.

ಶಿವ ಮುಗುಳ್ನಗುತ್ತಾ ಬಾಗಿ ಆಕೆಯನ್ನು ತಬ್ಬಿ ಹಿಡಿದು ಚುಂಬಿಸಿದ.

'ಮೊದಲಿಗೆ ನಾವು ಸೋಮರಸವನ್ನು ರಕ್ಷಿಸುತ್ತಿರುವವರಿಗೆ ತಕ್ಕ ಪಾಠ ಕಲಿಸಬೇಕು' ಸತಿ ಹೇಳಿದಳು.

'ಮಗಧ ರಾಜರಿಗೆ ಮಣ್ಣು ಮುಕ್ಕಿಸುವ ಮೂಲಕ ಈ ಕೆಲಸ ಈಗಾಗಲೇ ಪ್ರಾರಂಭಗೊಂಡಿದೆ'.

'ಹೌದು! ಅದು ಸತ್ಯ. ಈಗ ನಾವು ಸುಲಭವಾಗಿ ಅಯೋಧ್ಯೆಯ ಹಡಗುಗಳನ್ನು ತಡೆಯಬಹುದು. ಮಗಧ ಈಗ ಸಂಪೂರ್ಣ ನಮ್ಮ ನಿಯಂತ್ರಣದಲ್ಲಿದೆ. ಅಂದ ಹಾಗೆ ಗಣೇಶ ಮತ್ತು ಕಾರ್ತಿಕ ಮೆಲೂಹದತ್ತ ತೆರಳುವುದು ಯಾವಾಗ?'.

'ಅವರು ಈಗಾಗಲೇ ಮೆಲೂಹದತ್ತ ಪ್ರಯಾಣ ಬೆಳೆಸಿದ್ದಾರೆ. ನಾವು ಮುಂದಿನ ಕೆಲವೇ ದಿನಗಳಲ್ಲಿ ಮೃತಿಕಾವತಿಯತ್ತ ಪ್ರಯಾಣ ಬೆಳೆಸಬೇಕಾಗಿದೆ'.

'ಮೃತಿಕಾವತಿಯ ರಾಜ ಸಹ ನಮಗೆ ಶರಣಾಗುತ್ತಾನೆ ಎನ್ನುವುದು ನನ್ನ ಬಲವಾದ ನಂಬಿಕೆ?'.

ಸತಿಯ ಮಾತಿಗೆ ಶಿವ ಸಹಮತ ವ್ಯಕ್ತಪಡಿಸುತ್ತಾ ತಲೆಯಾಡಿಸಿದ.

ಅಧ್ಯಾಯ – 25

ದೇಶ ಅಥವಾ ಆರಾಧ್ಯ ದೈವ

'ಎಲ್ಲವೂ ಆ ಬ್ರಹ್ಮದೇವನ ಕೃಪೆ' ಬೃಗು ಹೇಳಿದ.

ಬೃಗು ಆಗಷ್ಟೇ ದೇವಗಿರಿಯನ್ನು ತಲುಪಿದ್ದ. ಸ್ವದ್ವೀಪದ ಧರ್ಮಕೇತು ಮತ್ತು ಮೆಲೂಹದ ದೇವಗಿರಿಯ ನಡುವೆ ಹೊಸದಾಗಿ ನಿರ್ಮಿಸಿದ್ದ ರಸ್ತೆ ಯಮುನಾ ನದಿಯ ಪ್ರವಾಹದಿಂದ ಸಂಪೂರ್ಣ ಮುಚ್ಚಿಹೋಗಿತ್ತು. ಹಾಗಾಗಿ ಬೃಗು ಅಜ್ಞಾತ ಸ್ಥಳವೊಂದರಲ್ಲಿ ಸಾಕಷ್ಟು ದಿನ ಕಳೆಯಬೇಕಾಯಿತು. ಆದರೆ ಅದೃಷ್ಟಕ್ಕೆ ಅದೇ ಸ್ಥಳದಲ್ಲಿ ಪರ್ವತೇಶ್ವರ ಮತ್ತು ಆನಂದಮಯಿ ಇಬ್ಬರೂ ಬೃಗುವನ್ನು ಕೂಡಿಕೊಂಡರು. ಅಲ್ಲಿಂದ ಮೂವರೂ ಒಟ್ಟಾಗಿ ಮೆಲೂಹಕ್ಕೆ ಬಂದಿದ್ದರು. ದಾರಿಯಲ್ಲಿ ಬೃಗುವಿಗೆ ಸಂಭವನೀಯ ಯುದ್ಧದ ರಣತಂತ್ರಗಳ ಬಗ್ಗೆ ಪರ್ವತೇಶ್ವರನೊಂದಿಗೆ ಚರ್ಚಿಸುವ ಅವಕಾಶ ದೊರೆತಿತ್ತು. ಆರು ತಿಂಗಳ ನಂತರ ಎಲ್ಲರೂ ದೇವಗಿರಿಯನ್ನು ತಲುಪಿದರು. ಅಂದು ದೇವಗಿರಿಯ ಅರಮನೆಯಲ್ಲಿ ಬೃಗು, ದಕ್ಷ, ಪರ್ವತೇಶ್ವರ ಮತ್ತು ಕನಖಲ ಸುದೀರ್ಘ ಸಮಾಲೋಚನೆಯಲ್ಲಿ ತೊಡಗಿದ್ದರು. ನೀಲಕಂಠ ಹೊರಡಿಸಿದ್ದ ಆಜ್ಞೆಯ ಫಲಕವನ್ನು ಮುಂದಿಟ್ಟುಕೊಂಡು ಅವರೆಲ್ಲರೂ ರಣತಂತ್ರ ಹೆಣೆಯುತ್ತಿದ್ದರು.

'ನಾನು ಆ ಘೋಷಣಾ ಪತ್ರವನ್ನು ನೋಡಬಹುದೇ ಮಹರ್ಷಿಗಳೇ?' ಪರ್ವತೇಶ್ವರ ಕೇಳಿದ.

ಬೃಗು ನೀಲಕಂಠನ ಸಂದೇಶವಿದ್ದ ಕಲ್ಲಿನ ಫಲಕವನ್ನು ಪರ್ವತೇಶ್ವರನಿಗೆ ನೀಡಿ ನಂತರ ದಕ್ಷ ಮತ್ತು ಕನಖಲನತ್ತ ತಿರುಗಿ ಕೇಳಿದ 'ಈ ಫಲಕವನ್ನು ಮೆಲೂಹದಲ್ಲಿ ಯಾವಾಗ ಹಾಕಲಾಯಿತು?'.

'ಈಗ್ಗೆ ಕೆಲವು ತಿಂಗಳ ಹಿಂದೆಯಷ್ಟೇ ಗುರುಗಳೇ' ದಕ್ಷ ಉತ್ತರಿಸಿದ.

'ಮೆಲೂಹದ ಪ್ರಮುಖ ನಗರಗಳಲ್ಲಿನ ದೇವಾಲಯಗಳಲ್ಲಿ ಇದನ್ನು ಹಾಕಲಾಗಿತ್ತು' ಕನಖಲ ಹೇಳಿದಳು.

'ಅಂದರೆ ಇದೆಲ್ಲವನ್ನು ಒಂದೇ ದಿನ ದೇವಾಲಯಗಳಲ್ಲಿ ಏಕಕಾಲಕ್ಕೆ ಹಾಕಿರಬೇಕು ಅಲ್ಲವೇ?' ಪರ್ವತೇಶ್ವರ ಕೇಳಿದ.

'ಹೌದು ದಂಡನಾಯಕರೇ! ಇದೆಲ್ಲವೂ ನೀಲಕಂಠನ ಯೋಜನೆ ಮತ್ತು ಆತನ ಆದೇಶದ ಮೇರೆಗೇ ಇದನ್ನು ಹಾಕಲಾಗಿದೆ ಎಂದೇ ಎಲ್ಲರೂ ಹೇಳುತ್ತಿದ್ದಾರೆ. ಆದರೆ ನೀಲಕಂಠ ಹೀಗೇಕೆ ಮಾಡಿದ ಎನ್ನುವುದೇ ತಿಳಿಯದಾಗಿದೆ. ಮೆಲೂಹದ ಮೇಲೆ ಆತನಿಗೆ ಅಪಾರವಾದ ಪ್ರೀತಿಯಿದೆ. ನಮ್ಮೆಲ್ಲರಿಗೂ ನೀಲಕಂಠನ ಮೇಲೆ ಗೌರವವಿದೆ. ಹಾಗಾಗಿ ಯಾರೋ ನಮ್ಮ ಮಹಾರಾಜರ ಗೌರವವನ್ನು ಮಣ್ಣುಪಾಲು ಮಾಡುವ ಉದ್ದೇಶದಿಂದ ಪಿತೂರಿ ನಡೆಸಿ ಈ ಕೆಲಸ ಮಾಡಿರಬಹುದು. ಈ ಬಗ್ಗೆ ಇನ್ನೂ ತನಿಖೆ ನಡೆಯುತ್ತಿದೆ. ಸಧ್ಯದಲ್ಲೇ ಆ ಸಂಚುಕೋರ ಯಾರು ಎನ್ನುವುದು ತಿಳಿಯುತ್ತದೆ' ಕನಖಲ ಹೇಳಿದಳು.

'ನನ್ನ ಆಡಳಿತ ಮಂಡಳಿಯಲ್ಲಿ ಯಾರಾದರೂ ದ್ರೋಹಿಗಳು ಇದ್ದಾರೆಯೇ ಮಹಾರಾಜ? ಬೃಗು ಕೇಳಿದ.

ದಕ್ಷನಿಗೆ ಕೋಪ ನೆತ್ತಿಗೇರಿತು. ಆದರೆ ಅದನ್ನು ತೋರಿಸಿಕೊಳ್ಳುವಂತಿರಲಿಲ್ಲ.

ಹಾಗಾಗಿ ಆತ ತುಸು ಗಂಭೀರವಾಗಿ ಉತ್ತರಿಸಿದ 'ಖಂಡಿತಾ ಅಂಥವರು ಯಾರೂ ಇಲ್ಲ. ನನ್ನ ಮೇಲೆ ನೀವು ಇಟ್ಟಿರುವ ನಂಬಿಕೆ ಮತ್ತು ವಿಶ್ವಾಸವನ್ನು ಮೆಲೂಹನ್ನರ ಮೇಲೂ ಇಡಬಹುದು. ಅವರೂ ನನ್ನಷ್ಟೇ ನಂಬಿಕೆ ಮತ್ತು ವಿಶ್ವಾಸಕ್ಕೆ ಅರ್ಹರು'.

ಬೃಗು ವ್ಯಂಗ್ಯದ ನಗೆ ಬೀರುತ್ತಾ ಪರ್ವತೇಶ್ವರನತ್ತ ತಿರುಗಿ ಪ್ರಶ್ನಿಸಿದ 'ಈ ಬಗ್ಗೆ ನಿನ್ನ ಅಭಿಪ್ರಾಯವೇನು ಪರ್ವತೇಶ್ವರ?'.

'ಪ್ರಸ್ತುತ ಸನ್ನಿವೇಶದಲ್ಲಿ ಮೆಲೂಹ ನೀಲಕಂಠನಿಂದ ಏನನ್ನೂ ನಿರೀಕ್ಷಿಸಲು ಸಾಧ್ಯವಿಲ್ಲ ಮಹರ್ಷಿಗಳೇ'.

ಪರ್ವತೇಶ್ವರನ ಮಾತುಗಳನ್ನು ಕೇಳಿ ಕನಖಲ ಒಂದು ಕ್ಷಣ ದಂಗಾದಳು. ಆಕೆಗೆ ಮಾತೇ ಹೊರಡದಾಯಿತು.

'ಆದರೆ ಆತನ ತಂತ್ರಕ್ಕೆ ನಾವು ಅಷ್ಟೇ ಪ್ರಭಾವಶಾಲಿಯಾದ ಪ್ರತಿತಂತ್ರವನ್ನು ಹೂಡಿ ಆತನ ಯೋಜನೆಯನ್ನು ವಿಫಲಗೊಳಿಸಿದ್ದೇವೆ ಗುರುಗಳೇ. ಕೆಲವೇ ದಿನಗಳಲ್ಲಿ ಶಿವ ಹಾಕಿದ್ದ ಫಲಕಗಳನ್ನು ತೆರೆವುಗೊಳಿಸಿ ಹೊಸ ಆದೇಶವಿರುವ ಫಲಕಗಳನ್ನು ಅದೇ ಸ್ಥಳದಲ್ಲಿ ಹಾಕಿಬಿಟ್ಟೆವು. ಅದರಲ್ಲಿ ಹಿಂದಿದ್ದ ಆದೇಶವನ್ನು ಯಾರೋ ವಂಚಕರು ಹಾಕಿದ್ದಾರೆ ಮತ್ತು ಅದನ್ನು ಯಾರೂ ನಂಬಬೇಡಿ ಎನ್ನುವ ಸಂದೇಶವನ್ನು ನೀಡಿದೆವು' ದಕ್ಷ ಹೇಳಿದ.

ಕನಖಲ ಗಾಬರಿಯಿಂದ ಇನ್ನು ಹೊರಬಂದಿರಲಿಲ್ಲ. ದಕ್ಷ ತನ್ನ ಆದೇಶವನ್ನು ಫಲಕಗಳ ಮೂಲಕ ಮೆಲೂಹದ ದೇವಾಲಯಗಳಲ್ಲಿ ಅನಾವರಣಗೊಳಿಸಿದ್ದಾನೆ ಎಂಬ ವಿಚಾರ ತಿಳಿದ ಕೂಡಲೆ ಆಕೆಯ ಮನಸ್ಸಿಗೆ ತೀವ್ರ ಆಘಾತವಾಗಿತ್ತು. ಪಾಪಪ್ರಜ್ಞೆ ಇನ್ನಿಲ್ಲದಂತೆ ಕಾಡಿತು. ಆಕೆ ತನ್ನ ಸ್ಥಾನಕ್ಕೆ ರಾಜಿನಾಮೆ ನೀಡಿ ಹೊರಬರುವ ಚಿಂತನೆ ನಡೆಸಿದಳು. ಆದರೆ ಅದು ಯುದ್ಧದ ಸಮಯವಾಗಿತ್ತು. ಆ ಸಮಯದಲ್ಲಿ ಆಕೆಯ ಕರ್ತವ್ಯ ಆಕೆಯನ್ನು ಕಟ್ಟಿಹಾಕಿತ್ತು. ಯುದ್ಧದ ಸಮಯದಲ್ಲಿ ತಾಯ್ನಾಡಿನ ಪರವಾಗಿ ನಿಲ್ಲುವುದನ್ನು ಬಿಟ್ಟು ರಾಜನ ವಿರುದ್ಧ ದಂಗೆಯೇಳುವುದು ಸರಿಯಲ್ಲ ಎಂದು ಅಂತರಾತ್ಮ ಕೂಗಿ ಹೇಳುತ್ತಿತ್ತು. ಆಕೆಯ ಬದುಕಿನಲ್ಲಿ ಹಿಂದೆಂದೂ ಇಂತಹ ಸಂಕೀರ್ಣ ಪರಿಸ್ಥಿತಿ ಎದುರಾಗಿರಲಿಲ್ಲ. ಕರ್ತವ್ಯ ಮತ್ತು ಸ್ವಧರ್ಮದ ನಡುವೆ ಯಾವುದನ್ನು ಆಯ್ದುಕೊಳ್ಳಬೇಕು ಎಂಬ ಜಿಜ್ಞಾಸೆ ಈವರೆಗೂ ಎದುರಾಗಿರಲಿಲ್ಲ. ಆದರೆ ಈಗ ಅಂತಹ ಪರಿಸ್ಥಿತಿಯೊಂದು ಉದ್ಭವವಾಗಿತ್ತು.

'ಅಂತೂ ನಾವು ಈ ಸಮಸ್ಯೆಯನ್ನು ಬಗೆಹರಿಸಿ ಬಿಟ್ಟೆವು ಗುರುಗಳೇ. ಈಗ ನಾವು ಮುಂಬರುವ ಯುದ್ಧದ ಬಗ್ಗೆ ಯೋಚಿಸಬೇಕಾಗಿದೆ. ನೀಲಕಂಠನನ್ನು ಹೇಗೆ ಎದುರಿಸಬೇಕು ಎಂಬುದಕ್ಕೆ ರಣತಂತ್ರವನ್ನು ಹೆಣೆಯಬೇಕಾಗಿದೆ' ದಕ್ಷ ಹೇಳಿದ.

'ತಕ್ಷಣಕ್ಕೆ ನನಗೇನೂ ಹೊಳೆಯುತ್ತಿಲ್ಲ. ಮೊದಲು ನಾನು ಪರ್ವತೇಶ್ವರನೊಂದಿಗೆ ಕೆಲವು ವಿಚಾರಗಳ ಬಗ್ಗೆ ಚರ್ಚೆ ನಡೆಸಬೇಕು' ಬೃಗು ಹೇಳಿದ.

ಕನಖಲ ದಂಗಾಗಿ ಏನೂ ಮಾತನಾಡದೆ ನಿಂತುಬಿಟ್ಟಿದ್ದಳು.

ಬೃಗು ಮಹರ್ಷಿ ದೇವಗಿರಿಯ ಅರಮನೆಯಲ್ಲಿ ಕಲ್ಲು ಬೆಂಚಿನ ಮೇಲೆ ಕಾಲು ಚಾಚಿ ಮಲಗಿದ್ದರು. ಅವರ ಕಾಲ ಬಳಿ ದಕ್ಷ ವಿನಮ್ರನಾಗಿ ಕುಳಿತಿದ್ದ. ಆಗಷ್ಟೆ ದಕ್ಷ ಯುದ್ಧವನ್ನು ತಡೆಯುವ ಕುಟಿಲ ಯೋಜನೆಯೊಂದನ್ನು ಬೃಗುವಿನ ಮುಂದಿಟ್ಟಿದ್ದ. ಆದರೆ ಬೃಗುವಿಗೆ ಅದು ಸರಿ ಕಾಣಲಿಲ್ಲ.

ಹಾಗಾಗಿ ಬೃಗು ದಕ್ಷನ ಯೋಜನೆಗೆ ತಣ್ಣೀರೆರಚಿ ಹೇಳಿದ 'ಮಹಾರಾಜ! ಇದೊಂದು ಮೂರ್ಖರು ಮಾಡುವ ಕೆಲಸ. ನೀನು ಕನಸು ಕಾಣುವಾಗ ಮತ್ತು ಯೋಜನೆಯನ್ನು ರೂಪಿಸುವಾಗ ಅದರಿಂದ ಭವಿಷ್ಯದಲ್ಲಿ ಎಷ್ಟು ಪ್ರಯೋಜನವಾಗುತ್ತದೆ ಎನ್ನುವುದನ್ನು ಯೋಚಿಸುವುದೇ ಇಲ್ಲ. ಆ ಕ್ಷಣಕ್ಕೆ ಯಾವ ಲಾಭವಾಗುತ್ತದೆ ಎಂದಷ್ಟೇ ಯೋಚಿಸುವೆ. ಇದೇ ನಿನ್ನ ಸಮಸ್ಯೆ. ನಿನಗೆ ನೆನಪಿರಲಿ ನಮ್ಮ ಮುಂದಿನ ಗುರಿ

ನೀಲಕಂಠನನ್ನು ನಾಶ ಮಾಡುವುದಲ್ಲ. ನಾವು ಕೇವಲ ನೀಲಕಂಠನ ವಿರುದ್ಧ ಮಾತ್ರ ಯುದ್ಧ ಮಾಡಿದರೆ ಅದು ನಮಗೇ ಮುಳುವಾಗುತ್ತದೆ. ಮೆಲೂಹದ ಜನರಿಗೆ ಆತನ ಮೇಲೆ ಅಪಾರ ಭಕ್ತಿ ಇದೆ. ಆತ ಇಡೀ ಮೆಲೂಹದ ಜನರನ್ನು ಪ್ರೇರೇಪಿಸಬಲ್ಲ. ನಾವೇನಾದರೂ ನೀಲಕಂಠನನ್ನು ಕೊಂದು ಹುತಾತ್ಮನನ್ನಾಗಿ ಮಾಡಿದರೆ ಇಡೀ ಮೆಲೂಹದ ಜನ ನಮ್ಮ ವಿರುದ್ಧ ತಿರುಗಿ ಬೀಳುತ್ತಾರೆ. ಸೋಮರಸವನ್ನು ದ್ವೇಷಿಸಲು ಪ್ರಾರಂಭಿಸುತ್ತಾರೆ. ಆದರೆ ಹಾಗಾಗಬಾರದು' ಬೃಗು ದಕ್ಷನಿಗೆ ಬುದ್ಧಿಮಾತು ಹೇಳಿದ.

ದಕ್ಷ ತೋರಿಕೆಗಷ್ಟೇ ಬೃಗುವಿನ ಮಾತಿಗೆ ಸಹಮತ ವ್ಯಕ್ತಪಡಿಸುತ್ತಾ ಹೇಳಿದ 'ನಿಮ್ಮ ಮಾತು ಸತ್ಯ ಗುರುಗಳೇ. ನಾವು ಪಂಚವಟಿಯಲ್ಲೇ ಶಿವನನ್ನು ಕೊಂದುಹಾಕಿಬಿಟ್ಟಿದ್ದರೆ ಆ ಅಪವಾದ ನಾಗಾಗಳ ಮೇಲೆ ಬರುತ್ತಿತ್ತು. ದುರಾದೃಷ್ಟವಶಾತ್ ನಮ್ಮ ಯೋಜನೆ ವಿಫಲವಾಯಿತು'.

'ಅಷ್ಟೇ ಅಲ್ಲ ಮಹಾರಾಜ, ಇನ್ನೂ ಒಂದು ವಿಚಾರವನ್ನು ನಿನಗೆ ತಿಳಿಸಬೇಕಿದೆ. ಯುದ್ಧಕ್ಕೆ ತಯಾರಾಗಿರದ ಸೈನ್ಯದ ಮೇಲೆ ಆಕ್ರಮಣ ಮಾಡುವುದು ಅನ್ಯಾಯ, ಅಕ್ರಮ ಎಂದು ನಾನು ಭಾವಿಸುವುದಿಲ್ಲ. ಆದರೆ ಯುದ್ಧದ ಸಮಯದಲ್ಲಿ ಪಾಲಿಸಬೇಕಾದ ಕೆಲವು ನೀತಿ–ನಿಯಮಗಳಿವೆ. ಅದನ್ನು ನಾವೆಂದೂ ಮೀರುವಂತಿಲ್ಲ. ಉದಾಹರಣೆಗೆ ಶಾಂತಿ ಮಾತುಕತೆಗೆ ಬರುವ ಶಾಂತಿದೂತರನ್ನು ಕೊಲ್ಲುವುದು, ನಿಶಸ್ತ್ರಧಾರಿಗಳನ್ನು ದಾರುಣವಾಗಿ ಕೊಲ್ಲುವುದು, ಶರಣಾಗತರಿಗೆ ಚಿತ್ರಹಿಂಸೆ ನೀಡುವುದು ಇವೆಲ್ಲವೂ ಅಧರ್ಮ ಮತ್ತು ಅನೈತಿಕ' ಬೃಗು ಹೇಳಿದ.

'ಹೌದು ಮಹರ್ಷಿಗಳೇ' ದಕ್ಷ ಹೇಳಿದ.

ಆದರೆ ದಕ್ಷ ಮನಸ್ಸಿನಲ್ಲೇ ತನ್ನ ಯೋಜನೆಯನ್ನು ಮುಂದಿನ ಹಂತಕ್ಕೆ ಕೊಂಡೊಯ್ಯುವುದು ಹೇಗೆ ಎಂದು ಆಲೋಚಿಸುತ್ತಿದ್ದ. ಬೃಗುವಿನ ಮಾತನ್ನು ಧಿಕ್ಕರಿಸಿ ಯೋಜನೆಯನ್ನು ಕಾರ್ಯಗತಗೊಳಿಸುವುದು ದಕ್ಷನ ನಿರ್ಧಾರವಾಗಿತ್ತು. ಹಾಗಾಗಿ ಆತನ ಗಮನ ಬೇರೆಲ್ಲೋ ಇತ್ತು.

ಇದನ್ನು ಗಮನಿಸಿದ ಬೃಗು ಜೋರುದನಿಯಲ್ಲಿ ಹೇಳಿದ 'ನಿನಗೆ ನನ್ನ ಮಾತು ಕೇಳಿಸುತ್ತಿದೆಯೇ ಮಹಾರಾಜ?'.

ತಕ್ಷಣ ಎಚ್ಚೆತ್ತ ದಕ್ಷ ಹೇಳಿದ 'ಹಾಂ! ಹೌದು ಮಹರ್ಷಿಗಳೇ. ನಿಮ್ಮ ಮಾತು ಅರ್ಥವಾಯಿತು.'

ಬೃಗು ಕೈಸನ್ನೆ ಮಾಡಿ ದಕ್ಷನನ್ನು ಕೋಣೆಯಿಂದ ಹೊರಗೆ ಹೋಗುವಂತೆ ಆದೇಶಿಸಿದ.

ಪರ್ವತೇಶ್ವರ ಕುದುರೆಯ ಮೇಲೆ ವೇಗವಾಗಿ ಬಂದು ತನ್ನ ಮನೆಯ ಮುಂದೆ ಇಳಿದ. ನಂತರ ಅಷ್ಟೇ ವೇಗದಲ್ಲಿ ಮನೆಯನ್ನು ಪ್ರವೇಶಿಸಿ ಉಪ್ಪರಿಗೆಗೆ ಹೋಗಲು ಒಂದೆರಡು ಮೆಟ್ಟಿಲು ಹತ್ತಿದ. ಕೂಡಲೆ ಥಟ್ಟನೆ ಏನೋ ನೆನಪಾಗಿ ಕೆಳಗಿಳಿದ. ಬಾಗಿಲಲ್ಲಿ ಅಂಗರಕ್ಷಕಿ ನಿಂತಿದ್ದಳು.

'ರಾಠಿ?'

'ಹೇಳಿ ಮಹಾಸ್ವಾಮಿ! ತಮ್ಮ ಆದೇಶವೇನು?'.

'ಇಂದು ಆನಂದಮಯಿ ಹಾಲು ಮತ್ತು ಗುಲಾಬಿಯ ದಳಗಳಿಂದ ಸ್ನಾನ ಮಾಡುತ್ತಾಳೆ ಅಲ್ಲವೇ?'.

'ಹೌದು ಮಹಾಸ್ವಾಮಿ'.

'ಹಾಗಾದರೆ ಅದಕ್ಕೆ ಎಲ್ಲವೂ ಸಿದ್ಧವಾಗಿದೆಯೇ?'.

'ಮುಂದಿನ ಕೆಲವೇ ನಿಮಿಷಗಳಲ್ಲಿ ಎಲ್ಲವೂ ಸಿದ್ಧವಾಗಲಿದೆ ಮಹಾಪ್ರಭು'.

'ಕೂಡಲೇ ಈ ವಿಚಾರವನ್ನು ಮಹಾರಾಣಿಗೆ ತಿಳಿಸಿಬಿಡಿ'.

'ಹಾಗೇ ಆಗಲಿ ಪ್ರಭು'.

ಅಷ್ಟು ಹೇಳಿ ಪರ್ವತೇಶ್ವರ ಸರಸರನೆ ಹೆಜ್ಜೆ ಹಾಕುತ್ತಾ ಮಹಡಿಯ ಮೆಟ್ಟಿಲುಗಳನ್ನು ಏರತೊಡಗಿದ. ತನ್ನ ಖಾಸಗಿ ಕೋಣೆಯನ್ನು ಪ್ರವೇಶಿಸುವುದಕ್ಕೆ ಮುನ್ನವೇ ಉಪ್ಪರಿಗೆಯಲ್ಲಿ ಆನಂದಮಯಿ ಆರಾಮ ಕುರ್ಚಿಯಲ್ಲಿ ಕುಳಿತು ಹೊರಗೆ ನಗರದ ರಸ್ತೆಯತ್ತ ನೋಟ ಬೀರುತ್ತಿದ್ದಳು. ಸಂಜೆಯ ಸೂರ್ಯನ ಕಿರಣಗಳು ಅರಮನೆಯ ಉಪ್ಪರಿಗೆಯ ಮೇಲೆ ಬೀಳುತ್ತಿತ್ತು.

ಪರ್ವತೇಶ್ವರ ವೇಗವಾಗಿ ತನ್ನತ್ತ ಬರುತ್ತಿದ್ದುದನ್ನು ಗಮನಿಸಿದ ಆಕೆ ಕೇಳಿದಳು 'ಏನು ಸಮಾಚಾರ ಪರ್ವತೇಶ್ವರ? ಯಾಕಿಷ್ಟು ಗಾಬರಿಗೊಂಡಿರುವೆ?'.

ಪರ್ವತೇಶ್ವರ ನಸುನಗುತ್ತಾ ಹೇಳಿದ 'ಗಾಬರಿಯೇನೂ ಇಲ್ಲ ಆನಂದಮಯಿ. ನಾನು ನನ್ನ ಬಗ್ಗೆಯೇ ಯೋಚಿಸುತ್ತಿದ್ದೆ. ನೀನು ಕ್ಷೇಮವೇ?'.

ಆನಂದಮಯಿ ನಸುನಕ್ಕಳು. ಮೆಲೂಹದ ದಂಡನಾಯಕ ನಿಧಾನವಾಗಿ ಆಕೆಯ ಬಳಿ ಬಂದು ಕುಳಿತುಕೊಂಡ. ಆನಂದಮಯಿ ತಲೆಯನ್ನು ಗಂಡನ ಎದೆಯ ಮೇಲಿಟ್ಟು ಮತ್ತೆ ಹೊರಗೆ ನೋಟ ಬೀರಿದಳು. ದೇವಗಿರಿಯ ಮಾರುಕಟ್ಟೆ ತೆರೆದಿತ್ತು. ಆದರೂ ಅಲ್ಲಿ ಯಾವ ಗಲಾಟೆ ಗದ್ದಲಗಳೂ ಇರಲಿಲ್ಲ. ದೇವಗಿರಿಯ ಜನ ಸೂರ್ಯವಂಶಿಗಳ ಮೌಲ್ಯವನ್ನು ಎತ್ತಿ ಹಿಡಿಯುತ್ತಾ ಶಾಂತಿ ಮತ್ತು ಸಂಯಮದಿಂದ ವ್ಯವಹರಿಸುತ್ತಿದ್ದರು.

'ನಮ್ಮ ರಾಜಧಾನಿ ವ್ಯವಸ್ಥಿತವಾಗಿದೆ ಅಲ್ಲವೇ ಆನಂದಮಯಿ?' ಪರ್ವತೇಶ್ವರ ಕೇಳಿದ.

ಆನಂದಮಯಿ ಗಂಡನತ್ತ ತಿರುಗಿ ಹೇಳಿದಳು 'ಈಗ ನಿಮ್ಮ ರಾಜಧಾನಿ ನನಗೆ ನಿರ್ಜೀವ ಮತ್ತು ಪೇಲವ ಎನಿಸುತ್ತಿದೆ'.

ಪರ್ವತೇಶ್ವರ ನಸುನಗುತ್ತಾ ಹೇಳಿದ 'ಈ ನಗರಕ್ಕೆ ಜೀವ ಮತ್ತು ಬಣ್ಣ ತುಂಬಲು ನೀನಿರುವೆಯಲ್ಲಾ'.

ಆನಂದಮಯಿ ಪರ್ವತೇಶ್ವರನ್ನು ತಬ್ಬಿ ಹಿಡಿದು ಹೇಳಿದಳು 'ಏನೇ ಆಗಲಿ ನನ್ನ ಅಂತಿಮ ಯಾತ್ರೆ ಪ್ರಾರಂಭವಾಗುವುದು ಈ ನಾಡಿನಿಂದಲೇ ಅಲ್ಲವೇ ಪರ್ವತೇಶ್ವರ'.

ಪರ್ವತೇಶ್ವರ ಆಕೆಯನ್ನು ಸಮಾಧಾನಗೊಳಿಸಿದ.

'ಅಂದ ಹಾಗೇ ನೀಲಕಂಠ ಮೆಲೂಹದ ಗಡಿಯನ್ನು ಪ್ರವೇಶಿಸಿದ್ದಾನೆಯೇ?' ಆನಂದಮಯಿ ಕೇಳಿದಳು.

'ಈ ಬಗ್ಗೆ ಯಾವ ಸುದ್ದಿಯೂ ಬಂದಿಲ್ಲ. ಅಯೋಧ್ಯೆಯಿಂದ ಯಾವ ಹಕ್ಕಿಗಳೂ ಸಂದೇಶವನ್ನು ಹೊತ್ತು ಇತ್ತ ಬಂದಿಲ್ಲ. ನನ್ನನ್ನು ಕಾಡುತ್ತಿರುವ ಚಿಂತೆ ಅದೇ'.

ಆನಂದಮಯಿ ಆತಂಕದಿಂದ ಪ್ರಶ್ನಿಸಿದಳು 'ಶಿವ ಏನಾದರೂ ಅಯೋಧ್ಯೆಯನ್ನು ವಶಪಡಿಸಿಕೊಂಡಿದ್ದಾನೆಯೇ?'.

'ಗೊತ್ತಿಲ್ಲ ಆನಂದಮಯಿ, ನೀಲಕಂಠನ ಬಳಿ ಅಯೋಧ್ಯೆಯನ್ನು ವಶಪಡಿಸಿಕೊಳ್ಳುವಷ್ಟು ಸೈನ್ಯವಿದೆ ಎಂದು ನನಗನಿಸುತ್ತಿಲ್ಲ. ಆದರೆ ಅಯೋಧ್ಯೆಯಲ್ಲೂ ಕೆಲವು ಬಲಹೀನತೆಗಳಿವೆ. ಅಯೋಧ್ಯೆಗೆ ಏಳು ಸುತ್ತಿನ ಕೋಟೆಯ ರಕ್ಷಣೆಯಿದೆ. ಆದರೂ ನಗರದ ವಿನ್ಯಾಸ ಅಷ್ಟೇನೂ ಚೆನ್ನಾಗಿಲ್ಲ. ದಿಗಿಲು ಹುಟ್ಟಿಸುವ ರಕ್ಷಣಾ ವ್ಯವಸ್ಥೆ. ಸರಿಯಾದ ತರಬೇತಿಯನ್ನೇ ಪಡೆಯದ ಸೈನಿಕ ಪಡೆ'.

ಆನಂದಮಯಿ ಹುಬ್ಬು ಗಂಟಿಕ್ಕಿ ಹೇಳಿದಳು 'ನನ್ನ ದೇಶದ ದಂಡನಾಯಕರು ಶತಮೂರ್ಖರು ಪರ್ವತೇಶ್ವರ. ಅವರಿಗೆ ಸೈನ್ಯವನ್ನು ಹೇಗೆ ಮುನ್ನಡೆಸಬೇಕು ಎಂಬುದೇ ತಿಳಿದಿಲ್ಲ. ಆದರೆ ಸೈನಿಕರು ಮಾತ್ರ ಧೀರರು, ಶೂರರು. ತಾಯ್ನಾಡಿಗೆ ರಕ್ತ ಹರಿಸಲು ಸಿದ್ಧರಾಗಿರುವ ಜನ'.

'ಇದೇ ಕಾರಣಕ್ಕೆ ಅಯೋಧ್ಯೆಯನ್ನು ವಶಪಡಿಸಿಕೊಳ್ಳುವುದು ಅಷ್ಟು ಸುಲಭವಲ್ಲ ಎಂದು ನಾನು ಹೇಳಿದ್ದು'.

'ಅಂದರೆ ಅಲ್ಲಿ ಈಗ ಏನಾಗಿರಬಹುದು?'.

'ಬಹುಶಃ ನಿಮ್ಮ ತಂದೆಯವರು ನೀಲಕಂಠನ ಜತೆ ರಾಜಿ ಮಾಡಿಕೊಂಡಿರಬಹುದು. ಮೆಲೂಹನ್ನರಿಗೆ ಅಯೋಧ್ಯೆಯ ಬಗ್ಗೆ ಯಾವ ಕಾಳಜಿಯೂ ಇಲ್ಲ ಎಂಬುದು ನಮ್ಮ ತಂದೆಯವರಿಗೆ ಚೆನ್ನಾಗಿ ತಿಳಿದಿದೆ'.

'ಅದು ಅಸಾಧ್ಯ. ನನ್ನ ತಂದೆಗೆ ಅವರ ಆರೋಗ್ಯದ ಬಗ್ಗೆ ಅಪಾರ ಕಾಳಜಿ ಇದೆ. ಅಲ್ಲದೆ ಅವರು ಬದುಕಿರುವುದೇ ಬೃಗು ಮಹರ್ಷಿ ನೀಡುತ್ತಿರುವ ಔಷಧಿಯಿಂದ. ಹಾಗಾಗಿ ಅವರು ನೀಲಕಂಠನೊಂದಿಗೆ ಕೈ ಜೋಡಿಸುವ ದುಃಸಾಹಸಕ್ಕೆ ಕೈ ಹಾಕಲಾರರು'.

'ಅಯೋಧ್ಯೆಯ ಜನ ನಿಮ್ಮ ತಂದೆಯ ವಿರುದ್ಧವೇ ದಂಗೆಯೆದ್ದು ನೀಲಕಂಠನ ಪರವಾಗಿ ನಂತಿರುವ ಸಾಧ್ಯತೆಯೂ ಇದೆಯಲ್ಲವೇ ಆನಂದಮಯಿ?'

'ಹೂಂ.......ಆ ಸಾಧ್ಯತೆಯೂ ಇದೆ. ನನ್ನ ಪ್ರಜೆಗಳಿಗೆ ತಂದೆಗಿಂತಲೂ ನೀಲಕಂಠನ ಮೇಲೆ ಹೆಚ್ಚು ಭಯ ಮತ್ತು ಭಕ್ತಿ'.

'ಹಾಗೇನಾದರೂ ನೀಲಕಂಠ ಅಯೋಧ್ಯೆಯನ್ನು ನಿಯಂತ್ರಣಕ್ಕೆ ತೆಗೆದು ಕೊಂಡರೆ ಆತನ ಮುಂದಿನ ಗುರಿ ಮೆಲೂಹ'.

'ನೀಲಕಂಠನ ಗುರಿ ಸೋಮರಸವನ್ನು ನಾಶ ಮಾಡುವುದಷ್ಟೇ. ಆತ ಖಂಡಿತವಾಗಿಯೂ ಮೆಲೂಹವನ್ನು ನಾಶ ಮಾಡಲಾರ. ಅಷ್ಟಕ್ಕೂ ಹಾಗೆ ಮಾಡುವುದರಿಂದ ಆತನಿಗಾಗುವ ಲಾಭವಾದರೂ ಏನು? ಮೆಲೂಹಕ್ಕೆ ತೊಂದರೆಯಾದರೆ ಅಲ್ಲಿನ ಜನ ಆತನ ವಿರುದ್ಧವೇ ತಿರುಗಿ ಬೀಳುತ್ತಾರೆ. ಹಾಗಾಗಿ ಆತನ ಗುರಿ ಸೋಮರಸ ತಯಾರಿಕಾ ಕೇಂದ್ರಗಳನ್ನು ಧ್ವಂಸ ಮಾಡುವುದಷ್ಟೇ'.

ಪರ್ವತೇಶ್ವರನ ಕಣ್ಣುಗಳು ಅರಳಿದವು. ಆತ ಹೇಳಿದ 'ಹೌದು! ನೀಲಕಂಠನ ಗುರಿ ಏನಿದ್ದರೂ ಮೆಲೂಹದ ರಹಸ್ಯ ಸೋಮರಸ ತಯಾರಿಕಾ ಘಟಕಗಳು ಮತ್ತು ಅಲ್ಲಿರುವ ವಿಜ್ಞಾನಿಗಳು. ಇವೆರಡನ್ನು ನಾಶ ಮಾಡಿದರೆ ಸೋಮರಸದ ಬಳಕೆಯನ್ನು ತಡೆಯಬಹುದು. ಹಾಗಾಗಿ ಜನ ಅನಿವಾರ್ಯವಾಗಿ ಸೋಮರಸವನ್ನು ತ್ಯಜಿಸುತ್ತಾರೆ ಎಂಬುದು ಆತನ ಆಲೋಚನೆ'.

'ಅಂದ ಹಾಗೆ ಮೆಲೂಹದಲ್ಲಿ ರಹಸ್ಯ ಸೋಮರಸ ತಯಾರಿಕಾ ಘಟಕ ಎಲ್ಲಿದೆ ಪರ್ವತೇಶ್ವರ?'.

'ಅದು ನನಗೆ ತಿಳಿದಿಲ್ಲ. ಆದರೆ ಅದೆಲ್ಲಿದೆ ಎಂಬುದನ್ನು ಖಂಡಿತಾ ಕಂಡುಹಿಡಿಯುತ್ತೇನೆ'.

'ಹೌದು, ಅದನ್ನು ಕಂಡುಹಿಡಿಯಲೇಬೇಕು'.

'ಅದೇನೇ ಇರಲಿ, ಇನ್ನು ಮುಂದೆ ಅಯೋಧ್ಯೆಗೆ ಯಾವ ಸಂದೇಶವನ್ನೂ ಕಳುಹಿಸುವುದು ಬೇಡ ಎಂದು ಕನಖಲಳಿಗೆ ಹೇಳಿದ್ದೇನೆ. ನಮ್ಮ ಸಂದೇಶಗಳು ಶತ್ರುಗಳ ಕೈ ಸೇರಿದರೆ ನಮ್ಮ ರಹಸ್ಯ ಯೋಜನೆಗಳೆಲ್ಲಾ ವಿಫಲವಾಗುತ್ತವೆ'.

'ಈಗಾಗಲೇ ಅಯೋಧ್ಯೆ ಶತ್ರುಗಳ ನಿಯಂತ್ರಣದಲ್ಲಿದ್ದರೆ ಸಧ್ಯದಲ್ಲೇ ಅವರು ಮೆಲೂಹಕ್ಕೆ ಮುತ್ತಿಗೆ ಹಾಕುತ್ತಾರೆ'.

'ಹೌದು, ಮುಂದಿನ ಆರು ತಿಂಗಳಲ್ಲಿ ಅವರು ದೊಡ್ಡ ಸೈನ್ಯದೊಂದಿಗೆ ಇಲ್ಲಿಗೆ ಬರುವ ಎಲ್ಲ ಸಾಧ್ಯತೆಗಳೂ ಇವೆ?'.

'ಹಾಗಾದರೆ ನಿನ್ನ ಸೈನ್ಯವನ್ನು ಸಜ್ಜುಗೊಳಿಸು ಪರ್ವ?'.

'ನಾನು ಈಗಾಗಲೇ ಮೂವತ್ತು ಸಾವಿರ ಸೈನಿಕರೊಂದಿಗೆ ಲೋಥಲ್ ನಗರಕ್ಕೆ ಧಾವಿಸುವಂತೆ ವಿದ್ಯುನ್ಮಾಲಿಗೆ ಆದೇಶ ನೀಡಿದ್ದೇನೆ'.

'ಏನು ಲೋಥಾಲ್ ನಗರಕ್ಕೆ? ಇದೇನಿದು ಪರ್ವತೇಶ್ವರ ಅವರು ಪ್ರತಿ ತಿಂಗಳು ವರದಿಗಳನ್ನು ಕಳುಹಿಸುತ್ತಿಲ್ಲ ಎಂದ ಮಾತ್ರಕ್ಕೆ ಇಷ್ಟು ದೊಡ್ಡ ಸೈನ್ಯವನ್ನು ಅಲ್ಲಿಗೆ ಕಳುಹಿಸುವುದೇ?'

'ನನಗೆ ಅವರ ಬಗ್ಗೆ ಒಳ್ಳೆಯ ಅಭಿಪ್ರಾಯವಿಲ್ಲ ಆನಂದಮಯಿ. ನನ್ನ ಯಾವ ಸಂದೇಶಕ್ಕೂ ಅವರಿಂದ ಮರು ಉತ್ತರ ಬರುವುದೇ ಇಲ್ಲ'.

'ಈ ಕಾರಣಕ್ಕೆ ಮೂವತ್ತು ಸಾವಿರ ಸೈನಿಕರನ್ನು ಅಲ್ಲಿಗೆ ಕಳುಹಿಸುವುದು ಎಷ್ಟು ಸರಿ?'.

'ಲೋಥಲ್ ನಗರ ಇಲ್ಲಿಂದ ಬಹುದೂರವೇನೂ ಇಲ್ಲ. ಅದು ಮೆಲೂಹದ ಗಡಿಯಲ್ಲಿರುವ ನಗರ. ಪಂಚವಟಿಯಿಂದ ಹೊರಟರೆ ಮೆಲೂಹ ಪ್ರಾಂತ್ಯದಲ್ಲಿ ಮೊಟ್ಟ ಮೊದಲು ಎದುರಾಗುವುದೇ ಲೋಥಲ್. ಹಾಗಾಗಿ ಇಲ್ಲಿ ಹೆಚ್ಚು ಸೈನ್ಯವನ್ನು ನಿಯೋಜಿಸುವುದು ಸರಿ. ಅದರಿಂದ ಯಾವ ಹಾನಿಯೂ ಇಲ್ಲ'.

ಅಧ್ಯಾಯ – 26

ಮೃತಿಕಾವತಿ ಯುದ್ಧ

ಶಿವನ ಸೈನ್ಯ ತಾತ್ಕಾಲಿಕ ಗುಡಾರಗಳಲ್ಲಿ ವಿಶ್ರಾಂತಿ ತೆಗೆದುಕೊಳ್ಳುತ್ತಿತ್ತು. ಶಿವ, ಕಾಳಿ, ಸತಿ, ಗೋಪಾಲ ಪಂಡಿತರು ಮತ್ತು ಚೆನಾರಧ್ವಜ ಸಮರ ತಂತ್ರದ ಬಗ್ಗೆ ಚರ್ಚಿಸುತ್ತಿದ್ದರು. ಎಲ್ಲರ ಮುಖದಲ್ಲೂ ಅದೇನೋ ಆತಂಕ. ಅಷ್ಟರಲ್ಲಿ ಸೈನಿಕನೊಬ್ಬ ಸುದ್ದಿಯೊಂದನ್ನು ತಂದು ಶಿವನ ಮುಂದೆ ನಿಂತ.

'ಮಹಾಸ್ವಾಮಿ! ನಮಗೊಂದು ಕಹಿ ಸುದ್ದಿ ಇದೆ'.

ಶಿವ ತನ್ನ ಸೈನ್ಯದೊಂದಿಗೆ ಲೋಥಲ್ ನಗರವನ್ನು ಬಿಟ್ಟು ಮೃತಿಕಾವತಿಯತ್ತ ಹೊರಟಿದ್ದ. ಕೆಲವೇ ದಿನಗಳಲ್ಲಿ ಮೃತಿಕಾವತಿಯನ್ನು ಸೇರುವವನಿದ್ದ.

ಸೈನಿಕನ ಮಾತಿಗೆ ಶಿವ ಥಟ್ಟನೆ ಪ್ರತಿಕ್ರಿಯಿಸಿದ 'ವಿಚಾರವೇನು ಎಂಬುದನ್ನು ತಿಳಿಸು. ನೀನೇ ನಿರ್ಧಾರಕ್ಕೆ ಬರುವುದು ಬೇಡ'.

'ಮಹಾಸ್ವಾಮಿ! ಮೃತಿಕಾವತಿ ಈಗ ಮೊದಲಿಗಿಂತಲೂ ಸುರಕ್ಷಿತವಾಗಿದೆ. ಮೆಲೂಹದ ದಂಡನಾಯಕ ವಿದ್ಯುನ್ಮಾಲಿ ಕೆಲವೇ ದಿನಗಳ ಹಿಂದೆ ತನ್ನ ಸೈನ್ಯದೊಂದಿಗೆ ಇಲ್ಲಿಗೆ ಬಂದಿದ್ದಾನೆ. ಈಗ ಮೃತಿಕಾವತಿ ಗಡಿ ಭದ್ರಗೊಂಡಿದೆ. ಆದರೆ ಲೋಥಲ್ ನಗರದ ಜನ ತಮ್ಮ ನಿಷ್ಠೆಯನ್ನು ನಿಮಗೇ ತೋರಿಸಿದ್ದಾರೆ. ಈ ವಿಚಾರ ದಕ್ಷನಿಗೆ ತಿಳಿದಿಲ್ಲ'.

'ವಿದ್ಯುನ್ಮಾಲಿ ಎಷ್ಟು ಮಂದಿ ಸೈನಿಕರೊಂದಿಗೆ ಬಂದಿದ್ದಾನೆ?' ಚೆನಾರಧ್ವಜ ಕೇಳಿದ.

'ಇಪ್ಪತ್ತು ಸಾವಿರ! ಮೃತಿಕಾವತಿಯಲ್ಲಿರುವ ಐದುಸಾವಿರ ಸೈನಿಕರನ್ನೂ ಸೇರಿಸಿದರೆ ಇಪ್ಪತ್ತೈದು ಸಾವಿರ'.

'ಸಂಖ್ಯಾಬಲದಲ್ಲಿ ನೋಡಿದರೆ ಯುದ್ಧ ಗೆಲ್ಲುವ ಅವಕಾಶವಿರುವುದು ನಮಗೆ ಮಾತ್ರ' ಚೆನಾರಧ್ವಜ ಹೇಳಿದ.

ಶಿವ ತಲೆಯಾಡಿಸುತ್ತಾ ಹೇಳಿದ 'ಇಲ್ಲಿ ಅಂತಹ ಗಹನವಾದ ಸಮಸ್ಯೆಯಿದೆ ಎಂದೇನೂ ನನಗನಿಸುತ್ತಿಲ್ಲ. ಅವರ ಬಳಿ ಎಷ್ಟು ಮಂದಿ ಸೈನಿಕರಿದ್ದರೂ ಚಿಂತೆಯಿಲ್ಲ. ನಾವೇನು ಮೃತಿಕಾವತಿ ನಗರವನ್ನು ವಶಪಡಿಸಿಕೊಳ್ಳಬೇಕಾಗಿಲ್ಲ. ಅವರ ಬಂದರಿನಲ್ಲಿ

ನಿಂತಿರುವ ಹಡಗುಗಳನ್ನು ನಮ್ಮ ನಿಯಂತ್ರಣಕ್ಕೆ ತೆಗೆದುಕೊಂಡರೆ ಸಾಕು. ವಿದ್ಯುನ್ಮಾಲಿ ಇಪ್ಪತ್ತು ಸಾವಿರ ಸೈನಿಕರೊಂದಿಗೆ ಇಲ್ಲಿಗೆ ಬಂದಿದ್ದಾನೆ ಎಂದರೆ ಆತನ ಸಾರಿಗೆ ಹಡಗೂ ಇಲ್ಲಿಯೇ ನಿಂತಿರುತ್ತವೆ. ಹಾಗಾಗಿ ಬಂದರಿನಲ್ಲಿರುವ ಎಲ್ಲ ಹಡಗುಗಳನ್ನೂ ನಾವು ವಶಪಡಿಸಿಕೊಳ್ಳಬೇಕು'.

ಕಾಳಿ ನಸುನಗುತ್ತಾ 'ಹೌದು' ಎಂದಳು.

'ಮೃತಿಕಾವತಿಯತ್ತ ಮುನ್ನುಗಲು ಸಿದ್ಧರಾಗಿ. ಮುಂದಿನ ಎರಡು ದಿನಗಳಲ್ಲಿ ನಾವು ನಗರಕ್ಕೆ ಲಗ್ಗೆ ಹಾಕಬೇಕು' ಶಿವ ಆದೇಶ ನೀಡಿದ.

ಎರಡು ದಿನಗಳ ನಂತರ ಶಿವನ ದಂಡು ಮೃತಿಕಾವತಿ ನಗರದ ಹೊರವಲಯಕ್ಕೆ ಬಂದು ನಿಂತಿತು. ಶಿವ ಹತ್ತಿರದಲ್ಲಿದ ರಕ್ಷಣಾ ಕೋಟೆಯ ದಿಬ್ಬದ ಮೇಲೆ ನಿಂತು ಸುತ್ತಲೂ ಕಣ್ಣಾಡಿಸಿದ. ಅಷ್ಟರಲ್ಲಾಗಲೇ ಶಿವನ ಸೈನ್ಯದ ಅನಿರೀಕ್ಷಿತ ಮುತ್ತಿಗೆಯಿಂದ ಮೃತಿಕಾವತಿಯ ಜನ ಆಘಾತಕ್ಕೆ ಒಳಗಾಗಿದ್ದರು. ಎಲ್ಲೆಲ್ಲೂ ಗಲಾಟೆ, ಗದ್ದಲ. ನಗರದಲ್ಲೆಲ್ಲಾ ಎಚ್ಚರಿಕೆಯ ಶಂಖನಾದ ಮೊಳಗುತ್ತಿತ್ತು. ಇಡೀ ನಗರದ ಜನ ಭಯಭೀತರಾಗಿದ್ದರು.

ಮೃತಿಕಾವತಿ ನಗರ ಮೆಲೂಹದ ಎಲ್ಲ ನಗರಗಳಂತೆ ಒಂದು ಕಿಲೋಮೀಟರ್ ದೂರದ ಬೃಹತ್ ವೇದಿಕೆಯ ಮೇಲೆ ನಿರ್ಮಾಣಗೊಂಡಿತ್ತು. ಹತ್ತಿರದಲ್ಲೇ ಹರಿಯುತ್ತಿದ್ದ ಸರಸ್ವತಿ ನದಿಯ ಪ್ರವಾಹದಿಂದ ನಗರವನ್ನು ರಕ್ಷಿಸಲು ಹೀಗೆ ವೇದಿಕೆಯನ್ನು ನಿರ್ಮಿಸಿ ಅದರ ಮೇಲೆ ನಗರವನ್ನು ಕಟ್ಟಲಾಗಿತ್ತು. ಆದರೆ ಅಲ್ಲಿನ ಬಂದರನ್ನು ಮಾತ್ರ ನದಿಯ ದಡದ ಮೇಲೆ ನಿರ್ಮಿಸಲಾಗಿತ್ತು. ಅದೊಂದು ಎರಡು ಸುತ್ತಿನ ವೃತ್ತಾಕಾರದ ಬಂದರು. ಹಡಗುಗಳು ಬಂದರಿನಿಂದ ಒಳಬರಲು ಮತ್ತು ಹೊರಹೋಗಲು ಇದ್ದದ್ದು ಒಂದೇ ಒಂದು ಸಣ್ಣ ಕೊಲ್ಲಿ. ಹತ್ತಿರದಲ್ಲೇ ಹಡಗು ನವೀಕರಣ ಘಟಕ. ಅದೊಂದು ಅದ್ಭುತ ವಿನ್ಯಾಸ. ಬಂದರಿನಲ್ಲಿ ಏಕಕಾಲಕ್ಕೆ ಐವತ್ತು ಹಡಗುಗಳನ್ನು ಅಕ್ಕಪಕ್ಕ ಲಂಗರು ಹಾಕಿ ನಿಲ್ಲಿಸಬಹುದಾಗಿತ್ತು. ಶತ್ರುದಾಳಿಯಿಂದ ಬಂದರನ್ನು ರಕ್ಷಿಸಲು ಒಂದು ಬೃಹತ್ ಹೆಬ್ಬಾಗಿಲಿತ್ತು.

ಇಡೀ ಬಂದರಿನಲ್ಲಿದ್ದ ರಕ್ಷಣಾ ವ್ಯವಸ್ಥೆಯನ್ನು ಶಿವ ದಿಬ್ಬದ ಮೇಲೆ ನಿಂತು ವೀಕ್ಷಿಸಿ ಹೇಳಿದ 'ಮೆಲೂಹನ್ನರ ರಕ್ಷಣಾ ವ್ಯವಸ್ಥೆ ಅದ್ಭುತ'.

ಕೂಡಲೆ ಪಕ್ಕದಲ್ಲಿ ನಿಂತಿದ್ದ ಕಾಳಿ ಹೇಳಿದಳು 'ಬಂದರಿನಿಂದ ನಗರದ ಕೋಟೆಯನ್ನು ಪ್ರವೇಶಿಸುವ ದಾರಿಯಲ್ಲಿ ರಕ್ಷಣಾ ವೈಫಲ್ಯವಿದೆ'.

'ಸರಿಯಾಗಿ ಹೇಳಿದೆ ಕಾಳಿ. ನಾವು ಅಲ್ಲಿ ಮೊದಲು ಆಕ್ರಮಣ ಮಾಡೋಣ. ಒಮ್ಮೆ ಕೋಟೆಯ ಹಾದಿಯಲ್ಲಿ ದಾಳಿ ಪ್ರಾರಂಭವಾದರೆ ಶತ್ರುಗಳಿಗೆ ಅಭದ್ರತೆ ಕಾಡುತ್ತದೆ. ಆಗ ಖಂಡಿತ ಅವರು ಕೋಟೆಯ ಮುಖ್ಯದ್ವಾರವನ್ನು ಮುಚ್ಚಿಬಿಡುತ್ತಾರೆ. ಕೋಟೆ ಬಂದರಿನಿಂದ ಪ್ರತ್ಯೇಕಗೊಳ್ಳುತ್ತದೆ. ಆಗ ಅನಿವಾರ್ಯವಾಗಿ ಕೋಟೆಯನ್ನು ಉಳಿಸಿಕೊಳ್ಳಲು ಅವರು ಬಂದರನ್ನು ತ್ಯಾಗಮಾಡಲೇ ಬೇಕಾಗುತ್ತದೆ. ನನ್ನ ಊಹೆಯಂತೆ ಅವರು ಕೋಟೆಯನ್ನು ಉಳಿಸಿಕೊಂಡು ಬಂದರನ್ನು ಬಿಟ್ಟುಕೊಡುತ್ತಾರೆ' ಕಾಳಿಯ ಮಾತಿಗೆ ಸತಿ ದನಿಗೂಡಿಸಿದಳು.

ಶಿವ ಸತಿಯತ್ತ ತಿರುಗಿ ಹೇಳಿದ 'ರಣತಂತ್ರಗಳನ್ನು ಹೆಣೆಯುವುದರಲ್ಲಿ ವಿದ್ಯುನ್ಮಾಲಿ ಚಾಣಾಕ್ಷ. ನಮ್ಮ ಗುರಿ ಕೋಟೆಯನ್ನು ವಶಪಡಿಸಿಕೊಳ್ಳುವುದಲ್ಲ, ಬದಲಾಗಿ ಬಂದರನ್ನು ಹಿಡಿತಕ್ಕೆ ತೆಗೆದುಕೊಳ್ಳುವುದು ಎಂಬ ಸೂಕ್ಷ್ಮ ಆತನಿಗೆ ತಿಳಿದುಬಿಟ್ಟರೆ ಆತ ರಣತಂತ್ರವನ್ನು ಬದಲಿಸುತ್ತಾನೆ. ಕೋಟೆಯ ಮುಖ್ಯದ್ವಾರವನ್ನು ಮುಕ್ತಗೊಳಿಸಿ ಸೈನ್ಯವನ್ನು ಹೊರತಂದು ನಮ್ಮ ಮೇಲೆ ಆಕ್ರಮಣ ಮಾಡುತ್ತಾನೆ. ಕೋಟೆಯ ಹಾದಿಯಿಂದ ನಮ್ಮನ್ನು ಓಡಿಸುವ ಪ್ರಯತ್ನಕ್ಕೆ ಮುಂದಾಗುತ್ತಾನೆ. ಆ ಮೂಲಕ ಕೋಟೆ ಮತ್ತು ಬಂದರು ಎರಡನ್ನೂ ಉಳಿಸಿಕೊಳ್ಳುವ ಪ್ರಯತ್ನ ಮಾಡುತ್ತಾನೆ. ಆತ ಹಾಗೆ ಮಾಡಲಿ ಎನ್ನುವುದೇ ನನ್ನ ಆಶಯ'.

ಅಷ್ಟು ಹೇಳಿ ಶಿವ ಕುದುರೆಯನ್ನೇರಿ ಸೈನ್ಯವನ್ನು ಹುರಿದುಂಬಿಸಿಲು ಮುಂದಾದ.

'ಸೈನಿಕರೇ! ಇಲ್ಲಿರುವ ನೀವೆಲ್ಲರೂ ಮಹಾದೇವರುಗಳು. ಈಗ ನನ್ನ ಮಾತನ್ನು ಗಮನವಿಟ್ಟು ಕೇಳಿ'.

ಇಡೀ ರಣಾಂಗಣದಲ್ಲಿ ಮೌನ ಆವರಿಸಿತು. ಶಿವ ಮಾತು ಮುಂದುವರಿಸಿದ.

'ಸಾವಿರ ವರ್ಷಗಳ ಹಿಂದೆ ಮಹಾಪುರುಷನೊಬ್ಬ ಈ ನಾಡಿನಲ್ಲಿ ನಡೆದಾಡಿದ್ದ ಎಂಬ ವಿಚಾರ ನಿಮ್ಮೆಲ್ಲರಿಗೂ ತಿಳಿದಿದೆ. ಆತ ಶ್ರೀರಾಮ. ಮರ್ಯಾದಾ ಪುರುಷೋತ್ತಮ. ಎಲ್ಲರ ಗೌರವಾದರಗಳಿಗೆ ಪಾತ್ರನಾದ ರಾಜ. ಆದರೆ ಆತ ಸಾಮಾನ್ಯ ಮನುಷ್ಯನಾಗಿರಲಿಲ್ಲ. ತನ್ನ ಕರ್ಮಗಳಿಂದ ದೈವತ್ವಕ್ಕೇರಿದ ಮಹಾನ್ ವ್ಯಕ್ತಿಯಾಗಿದ್ದ. ಆದರೆ ಮೆಲೂಹದ ಜನ ಕೇವಲ ಆತನ ಹೆಸರನ್ನು ಮಾತ್ರ ನೆನೆಪಿನಲ್ಲಿಟ್ಟುಕೊಂಡಿದ್ದಾರೆ. ಆದರೆ ಆತನ ಆದರ್ಶಗಳನ್ನು ಮರೆತಿದ್ದಾರೆ. ಶ್ರೀರಾಮ ನಮ್ಮೆಲ್ಲರಿಗೂ ಅದ್ಭುತವಾದ ಮಾತುಗಳನ್ನು ಹೇಳಿದ್ದಾನೆ. ಅದರ ಸಾರಾಂಶ ಇಷ್ಟೇ. ನನ್ನ ಜನ ಮತ್ತು ಧರ್ಮ ಈ ಎರಡರಲ್ಲಿ ಒಂದನ್ನು ಆಯ್ಕೆ ಮಾಡಿಕೊಳ್ಳಬೇಕಾದರೆ ಧರ್ಮವನ್ನು ಆಯ್ದುಕೋ. ನನ್ನ ಕುಟುಂಬ ಮತ್ತು ಧರ್ಮದಲ್ಲಿ ಧರ್ಮವನ್ನು ಆಯ್ದುಕೋ. ಕೊನೆಗೆ ನನ್ನ ಮತ್ತು ಧರ್ಮದ ನಡುವೆ ಒಂದನ್ನು ಆಯ್ದುಕೊಳ್ಳುವ ಸಂದರ್ಭ ಬಂದರೂ ಆಗಲೂ ಧರ್ಮವನ್ನೇ ಆಯ್ದುಕೋ'.

ಇಡೀ ಶಿವ ಸೈನ್ಯ 'ಧರ್ಮ......ಧರ್ಮ' ಎಂದು ಕೂಗಿತು.

'ಮೆಲೂಹನ್ನರು ಅಧರ್ಮವನ್ನು ಆಯ್ದುಕೊಂಡಿದ್ದಾರೆ. ನಾವು ಧರ್ಮವನ್ನು ಆಯ್ದುಕೊಳ್ಳೋಣ'.

'ಧರ್ಮ....ಧರ್ಮ'.

'ಅವರು ಸಾವನ್ನು ಆಯ್ದುಕೊಂಡಿದ್ದಾರೆ. ನಾವು ದಿಗ್ವಿಜಯವನ್ನು ಆಯ್ದುಕೊಳ್ಳೋಣ'.

'ದಿಗ್ವಿಜಯ.....ದಿಗ್ವಿಜಯ'

'ಅವರು ಸೋಮರಸವನ್ನು ಆಯ್ದುಕೊಂಡಿದ್ದಾರೆ. ನಾವು ಶ್ರೀರಾಮನನ್ನು ಆಯ್ದುಕೊಳ್ಳೋಣ'.

'ಜೈ ಶ್ರೀ ರಾಮ' ಸತಿ ಕೂಗಿದಳು.

'ಜೈ ಶ್ರೀ ರಾಮ' ಕಾಳಿ ದನಿಗೂಡಿಸಿದಳು.

'ಜೈ ಶ್ರೀ ರಾಮ' ಇಡೀ ಸೈನ್ಯ ಕೂಗಿತು.

'ಜೈ ಶ್ರೀ ರಾಮ'.

'ಜೈ ಶ್ರೀ ರಾಮ'.

ಶ್ರೀರಾಮ ಮಂತ್ರ ಮೃತಿಕಾವತಿ ಕೋಟೆಯ ಮೂಲೆ ಮೂಲೆಯಲ್ಲೂ ಅಣುರಣಿಸತೊಡಗಿತು. ಪ್ರತಿ ಬಾರಿ ಈ ಕೂಗು ಮೆಲೂಹನ್ನರಿಗೆ ಧೈರ್ಯ, ಶಕ್ತಿ ಮತ್ತು ಭರವಸೆಯನ್ನು ತುಂಬುತ್ತಿತ್ತು. ಆದರೆ ಈ ಬಾರಿ ಶಿವಸೈನ್ಯದ ಅದೇ ಕೂಗು ಮೆಲೂಹನ್ನರ ಎದೆಯಲ್ಲಿ ನಡುಕ ಹುಟ್ಟಿಸಿತು.

ಶಿವ ಕಾಳಿಯತ್ತ ತಿರುಗಿ ತಲೆಯಾಡಿಸಿದ. ಕೂಡಲೆ ಆಕೆ ಖಡ್ಗವನ್ನು ಮೇಲೆತ್ತಿ ಸೈನಕರಿಗೆ ಸಿದ್ಧವಾಗುವಂತೆ ಮೌನ ಆದೇಶ ರವಾನಸಿದಳು.

— ⅄ⓄⓊ↑⊛ —

ನೋಡು ನೋಡುತ್ತಿದ್ದಂತೆ ಶಿವನ ಸೈನ್ಯ ಮೃತಿಕಾವತಿಯ ಬಂದರನ್ನು ಮುತ್ತಿಗೆ ಹಾಕಿತು. ಬಂದರು ಮತ್ತು ಕೋಟೆಯ ನಡುವಿನ ಕಿರಿದಾದ ಹಾದಿಯಲ್ಲಿ ಸೈನಿಕರು ಘನಘೋರ ಕದನದಲ್ಲಿ ನಿರತರಾದರು. ವಾಸುದೇವರ ಪಳಗಿದ ಆನೆಗಳನ್ನು ಮತ್ತು ಶತ್ರುಗಳತ್ತ ಕಲ್ಲು ಗುಂಡುಗಳನ್ನು ಎಸೆಯ ಬಲ್ಲ ಕವಣೆಯಂತ್ರಗಳನ್ನು ಬಳಸಿಕೊಂಡು ಕಾಳಿ ಶತ್ರು ಸೈನ್ಯಕ್ಕೆ ಗರಿಷ್ಠ ಮಟ್ಟದ ಹಾನಿಯುಂಟು ಮಾಡುತ್ತಿದ್ದಳು. ಮೆಲೂಹನ್ನರೂ ಕೋಟೆಯ ಮೇಲಿಂದ ಬಾಣಗಳ ಸುರಿಮಳೆ ಗೈಯುತ್ತಿದ್ದರು.

ಆಗಾಗ ಕಾದ ಎಣ್ಣೆಯನ್ನು ಸುರಿಯುತ್ತಿದ್ದರು. ಆದರೆ ನಾಗಾ ಸೈನಿಕರು ಅದನ್ನು ಸಮರ್ಥವಾಗಿ ಎದುರಿಸುತ್ತಿದ್ದರು. ಕೆಲವೇ ನಿಮಿಷಗಳಲ್ಲಿ ಕೋಟೆಯ ಹಾದಿಯಲ್ಲಿ ಮೆಲೂಹ ಸೈನಿಕರ ಸಂಖ್ಯೆ ಕ್ಷೀಣಿಸುತ್ತಾ ಬಂದಿತು. ಶಿವನ ಸೈನಿಕರು ಇನ್ನೇನು ಕೋಟೆಯನ್ನು ವಶಕ್ಕೆ ತೆಗೆದುಕೊಳ್ಳುವವರಿದ್ದರು. ಅಷ್ಟರಲ್ಲಿ ಶಿವನ ನಿರೀಕ್ಷೆಯಂತೆ ವಿದ್ಯುನ್ಮಾಲಿ ಕೋಟೆಯ ಮುಖ್ಯದ್ವಾರವನ್ನು ತೆರೆಯುವಂತೆ ಆದೇಶ ನೀಡಿದ. ಮೃತಿಕಾವತಿ ಕೋಟೆಯಿಂದ ಸೈನಿಕರು ಆಮೆಯಂತೆ ರಕ್ಷಣಾಗೋಡೆಯನ್ನು ನಿರ್ಮಿಸಿಕೊಂಡು ಶಿವಸೈನ್ಯದತ್ತ ಧಾವಿಸತೊಡಗಿದರು. ಮೆಲೂಹ ಸೈನ್ಯದ ಒಂದೊಂದು ತುಕಡಿಯಲ್ಲಿ ನಾಲ್ಕುನೂರು ಮಂದಿ ಸೈನಿಕರಿದ್ದರು. ಇಪ್ಪತ್ತು ಸೈನಿಕರ ಸರದಿಯ ಸಾಲು ಅದು. ಮುಂಭಾಗದಲ್ಲಿದ್ದ ಸೈನಿಕರು ತಮ್ಮ ದೇಹದ ಅರ್ಧಭಾಗವನ್ನು ಲೋಹದ ಕವಚದಿಂದ ಮುಚ್ಚಿಕೊಂಡಿದ್ದರು. ಹಿಂಭಾಗದಲ್ಲಿದ್ದ ಸೈನಿಕರು ಆ ಕವಚದ ಮಧ್ಯದಿಂದ ಉದ್ದನೆಯ ಭರ್ಜಿಯನ್ನು ತಳ್ಳುತ್ತಿದ್ದರು. ವಾಸ್ತವದಲ್ಲಿ ಮೆಲೂಹನ್ನರು ಈ ರೀತಿ ಆಮೆಯಂತಹ ರಕ್ಷಣಾಗೋಡೆಯನ್ನು ಕಟ್ಟುವ ವಿಧಾನವನ್ನು ಶಿವನಿಂದಲೇ ಕಲಿತಿದ್ದರು. ಆದರೆ ಈ ರಕ್ಷಣಾ ವ್ಯವಸ್ಥೆಯು ಸೃಷ್ಟಿಕರ್ತ ಶಿವನಿಗೆ ಅದರ ಬಲಹೀನತೆಯ ಅರಿವಿತ್ತು. ಆಮೆ ಪಡೆಯನ್ನು ಹಿಂದಿನಿಂದ ಆಕ್ರಮಣ ಮಾಡಿದರೆ ಸುಲಭವಾಗಿ ಧ್ವಂಸ ಮಾಡಬಹುದಾಗಿತ್ತು. ಕಾರಣ ಸೈನಿಕರ ಎಲ್ಲ ಭರ್ಜಿಗಳೂ ಮುಂಭಾಗಕ್ಕೆ ಚಾಚಿಕೊಂಡಿರುತ್ತಿದ್ದವು. ಅದನ್ನು ಹಿಂದಕ್ಕೆ ತೆಗೆದು ಆಕ್ರಮಣ ಮಾಡುವುದು ಅಷ್ಟು ಸುಲಭದ ಕೆಲಸವಾಗಿರಲಿಲ್ಲ. ಅಲ್ಲದೆ ಹಿಂಭಾಗದ ಸೈನಿಕರಿಗೆ ಲೋಹದ ಕವಚಗಳ ರಕ್ಷಣೆ ಇರಲಿಲ್ಲ. ಈ ಎರಡು ಬಲಹೀನತೆಗಳನ್ನು ಮನಸ್ಸಿನಲ್ಲಿಟ್ಟುಕೊಂಡು ಶಿವ ಆಕ್ರಮಣ ಮಾಡಲು ನಿರ್ಧರಿಸಿದ.

ಒಮ್ಮೆ ಮೃತಿಕಾವತಿಯ ಸೈನ್ಯ ಕೋಟೆಯಿಂದ ಹೊರಬರುತ್ತಿದ್ದಂತೆ ಶಿವ ಸತಿಯತ್ತ ತಿರುಗಿ ಹೇಳಿದ 'ವಿದ್ಯುನ್ಮಾಲಿ ನಾವು ನಿರೀಕ್ಷಿಸಿದ ಸಮರತಂತ್ರವನ್ನೇ ಬಳಸುತ್ತಿದ್ದಾನೆ'.

'ಹೌದು! ಆಮೆ ಪಡೆ'.

'ಆಮೆ ಪಡೆ! ಅದನ್ನು ಭೇದಿಸಿ ಛಿದ್ರಗೊಳಿಸುವುದು ಹೇಗೆ ಎನ್ನುವುದು ನನಗೆ ಗೊತ್ತು' ಶಿವ ಹೇಳಿದ.

'ಈಗ ಆಕ್ರಮಣ ನನ್ನದು' ಎಂದು ಹೇಳಿ ಸತಿ ಕುದುರೆಯನ್ನೇರಿ ನೇರವಾಗಿ ಕೋಟೆಯ ಹಾದಿಯ ಬಳಿಗೆ ಬಂದಳು. ಆಮೆ ಪಡೆಯನ್ನು ಮುಂದಿನಿಂದ ಎದುರಿಸುವುದು ಆಕೆಯ ಉದ್ದೇಶವಾಗಿತ್ತು. ಆಕೆಯ ಹಿಂದೆ ಬೃಹತ್ ಪ್ರಮಾಣದ ನಾಗಾಪಡೆ. ಜತೆಗೆ ಕಾಳಿ. ಸತಿಯ ರಣತಂತ್ರ ಸ್ಪಷ್ಟವಾಗಿತ್ತು. ಮೊದಲಿಗೆ ಆಮೆಪಡೆಯ ಮುಂದೆ ಉಗ್ರ ಹೋರಾಟ ನಡೆಸುವುದು. ಕ್ರಮೇಣ ನಿಧಾನವಾಗಿ ಅಲ್ಲಿಂದ ಹಿಂದೆ

ಸರಿಯುವುದು. ಸತಿ ಹಿಂದೆ ಸರಿದಂತೆಲ್ಲಾ ಶತ್ರು ಸೈನ್ಯ ತಮಗೆ ತಾತ್ಕಾಲಿಕ ಗೆಲುವು ದೊರೆಯುತ್ತಿದೆ ಎಂದು ಭಾವಿಸಿ ಇಡೀ ಸೈನ್ಯ ಕೋಟೆಯಿಂದ ಹೊರಬರುತ್ತದೆ. ಆಗ ಶಿವ ತನ್ನ ಸೈನ್ಯದೊಂದಿಗೆ ಆಮೆ ಪಡೆಯನ್ನು ಹಿಂದಿನಿಂದ ಸುತ್ತುವರೆದು ಛಿದ್ರ ಛಿದ್ರಮಾಡಿ ಗೆಲವು ಸಾಧಿಸುತ್ತಾನೆ.

ಈ ನಡುವೆ ಶಿವ ವೇಗವಾಗಿ ಶತ್ರು ಸೈನ್ಯದ ಎಡಭಾಗದಲ್ಲಿದ್ದ ಗಜಪಡೆ ಮತ್ತು ಅಶ್ವಪಡೆಯ ಬಳಿಗೆ ಬಂದ. ನಂತರ ಗಜರೋಹಿಗಳಿಗೆ ಸಿದ್ಧರಾಗುವಂತೆ ಆದೇಶಿಸಿದ. ಜತೆಗೆ ಶತ್ರುಗಳ ಮೇಲೆರಗಲು ಸರಿಯಾದ ಸಮಯಕ್ಕಾಗಿ ಕಾಯುತ್ತಿದ್ದ. ನಿಗದಿತ ಸಮಯಕ್ಕೆ ಮುನ್ನವೇ ಆಕ್ರಮಣ ಮಾಡಿದರೆ ಶತ್ರುಪಡೆ ಹಿಂದೆ ಸರಿದುಬಿಡುವ ಎಲ್ಲ ಸಾಧ್ಯತೆಯಿತ್ತು.

ಇತ್ತ ಆಮೆ ಪಡೆ ಸತಿಯತ್ತ ನುಗ್ಗಿಬರುತ್ತಿತ್ತು.

ಅದನ್ನು ಗಮನಿಸಿದ ವೀರಭದ್ರ ಶಿವನಿಗೆ ಹೇಳಿದ 'ಶಿವ! ಅಲ್ಲಿ ನೋಡು. ಆಮೆ ಪಡೆ ಸತಿಗೆ ತೀವ್ರ ಪ್ರತಿರೋಧ ಒಡ್ಡುತ್ತಿದೆ. ಬಹುಶಃ ಆಕೆಗೆ ಶತ್ರುಗಳನ್ನು ಎದುರಿಸುವುದು ಕಷ್ಟವಾಗುತ್ತಿರಬಹುದು. ಕೂಡಲೆ ನಾವು ಅಲ್ಲಿಗೆ ಹೋಗೋಣ'.

ಶಿವ ಭದ್ರನಿಗೆ ಗಂಭೀರವಾಗಿ ಉತ್ತರಿಸಿದ 'ಸತಿಯ ಚಿಂತೆ ನಿನಗೆ ಬೇಡ. ತನ್ನನ್ನು ಹೇಗೆ ರಕ್ಷಿಸಿಕೊಳ್ಳಬೇಕು ಎನ್ನುವ ಚಾಕಚಕ್ಯತೆ ಆಕೆಗೆ ಚೆನ್ನಾಗಿ ತಿಳಿದಿದೆ'.

ಆಮೆ ಪಡೆ ಸತಿಯ ಸೈನಿಕರ ಮೇಲೆ ದೊಡ್ಡ ಮಟ್ಟದ ಆಕ್ರಮಣಕ್ಕೆ ಮುಂದಾಯಿತು. ಸತಿ ವೀರಾವೇಶದಿಂದ ಹೋರಾಡುತ್ತಿದ್ದಳು. ಆದರೂ ಲೋಹದ ಕವಚವಿದ್ದ ಆಮೆ ಪಡೆ ನಿಧಾನವಾಗಿ ಮುಂದೆ ಮುಂದೆ ಬರುತ್ತಿತ್ತು. ಆಗಾಗ ಕವಚಗಳ ಮಧ್ಯದಿಂದ ಭರ್ಜಿ ತೂರಿ ಬರುತ್ತಿತ್ತು. ಸತಿ ಒಮ್ಮೊಮ್ಮೆ ಕುದುರೆಯನ್ನು ನಿಧಾನವಾಗಿ ಅತ್ತಿತ್ತ ಕೊಂಡೊಯ್ಯುತ್ತಿದ್ದಳು. ಮರುಕ್ಷಣ ಮತ್ತೆ ಅದೇ ಕುದುರೆಯನ್ನು ನಾಗಾಲೋಟದಲ್ಲಿ ಓಡಿಸುತ್ತಿದ್ದಳು. ಒಮ್ಮೆ ಹಾಗೇ ಆಕೆ ಆಮೆ ಪಡೆಯನ್ನು ಸೂಕ್ಷ್ಮವಾಗಿ ಗಮನಿಸುತ್ತಿದ್ದಳು. ಅಷ್ಟರಲ್ಲಿ ಆಮೆ ಪಡೆಯ ಮುಂಭಾಗದಲ್ಲಿ ಸ್ವಲ್ಪ ಬಿರುಕು ಕಂಡಿತು. ಆ ಕಿಂಡಿಯಲ್ಲಿ ಸೈನಿಕನೊಬ್ಬನ ಕುತ್ತಿಗೆ ಸ್ಪಷ್ಟವಾಗಿ ಕಾಣುತ್ತಿತ್ತು. ಕೂಡಲೆ ಸತಿ ಸೊಂಟದಲ್ಲಿದ್ದ ಚೂರಿಯನ್ನು ತೆಗೆದು ಸೈನಿಕನತ್ತ ಎಸೆದಳು. ಆ ಹೊಡೆತಕ್ಕೆ ಕುತ್ತಿಗೆ ಸೀಳಿಹೋಯಿತು. ಹಠಾತ್ತನೆ ಕುಸಿದುಬಿದ್ದ.

ಈಗ ಆಮೆಪಡೆ ಬಹುತೇಕ ಸತಿಯ ಸನಿಹಕ್ಕೆ ಬಂದಿತು. ಕೂಡಲೆ ಸತಿ ಕುದುರೆಯ ಲಗಾಮು ಎಳೆದು ಅಲ್ಲಿಂದ ಹಿಂದೆ ಸರಿಯಲು ತಿರುಗಿದಳು. ಅಷ್ಟರಲ್ಲಿ ಚೂಪಾದ ಭರ್ಜಿಯೊಂದು ಆಕೆಯ ಭುಜವನ್ನು ಹೊಕ್ಕಿತು. ಆಮೆ ಪಡೆಯ ಸೈನಿಕನೊಬ್ಬ

ಭರ್ಜಿಯಿಂದ ಸತಿಯನ್ನು ತಿವಿದಿದ್ದ. ಮತ್ತೊಬ್ಬ ಸೈನಿಕ ಆಕೆಯ ತೊಡೆಗೆ ಭರ್ಜಿ ಹಾಕಿದ. ಸತಿ ಜೋರಾಗಿ ಚೀರಿದಳು. ಆ ನೋವಿನಲ್ಲೂ ಕುದುರೆಯ ಬೆನ್ನನ್ನು ಒತ್ತಿ ವೇಗವಾಗಿ ಹಿಂದೆ ಸರಿಯಲಾರಂಭಿಸಿದಳು. ಒಂದೆರಡು ಕ್ಷಣಗಳ ನಂತರ ಹಿಂದೆ ತಿರುಗಿ ಆ ಹೊಡೆತ ಕೊಟ್ಟ ಸೈನಿಕ ಯಾರು ಎಂದು ನೋಡಿದಳು. ಆಕೆಯ ಮುಖ ಮತ್ತು ಕಣ್ಣುಗಳು ಕೆಂಪು ಬಣ್ಣಕ್ಕೆ ತಿರುಗಿತ್ತು. ಕೋಪ ಉಕ್ಕಿಬಂತು. ತನ್ನ ಖಡ್ಗವನ್ನು ಎಳೆದು ಒಮ್ಮೆ ಹಿಂದಕ್ಕೆ ಬೀಸಿದಳು. ಆ ಹೊಡೆತಕ್ಕೆ ಭುಜಕ್ಕೆ ನೆಟ್ಟಿದ ಭರ್ಜಿ ಎರಡು ಚೂರಾಯಿತು. ಸತಿ ಹಾಗೇ ಹಿಂದೆ ಸರಿದಳು. ಕೆಲವು ನಿಮಿಷಗಳ ನಂತರ ಆಮೆಪಡೆ ಮುಂದೆ ಬರುವುದನ್ನು ನಿಲ್ಲಿಸಿಬಿಟ್ಟಿತು. ವಾಸ್ತವವಾಗಿ ಸತಿಯ ಚೂರಿಯಿಂದ ಸತ್ತ ಸೈನಿಕನ ಬದಲಾಗಿ ಮತ್ತೊಬ್ಬ ಸೈನಿಕ ಆದೇ ಜಾಗದಲ್ಲಿ ಬಂದು ನಿ ಲ್ಲಬೇಕಾಗಿತ್ತು. ಹಾಗಾಗಿ ಆಮೆಪಡೆ ಸ್ವಲ್ಪ ಸಮಯ ಚಲಿಸಲಿಲ್ಲ. ನೋವಿನಿಂದ ಚೀರುತ್ತಿದ್ದರೂ ಸತಿ ಹೋರಾಟವನ್ನು ಮುಂದುವರಿಸಿದ್ದಳು. ಆ ಸಮಯದಲ್ಲಿ ಸೈನ್ಯಕ್ಕೆ ತನ್ನ ಅವಶ್ಯಕತೆ ಎಷ್ಟಿದೆ ಎಂಬುದು ಆಕೆಗೆ ಚೆನ್ನಾಗಿ ತಿಳಿದಿತ್ತು. ತಾನು ಮೆಲೂಹ ಸೈನ್ಯವನ್ನು ಮುಂದೆ ಕರೆದುಕೊಂಡು ಹೋಗದಿದ್ದರೆ ಶಿವ ಹಿಂದಿನಂದ ಆಕ್ರಮಣ ಮಾಡುವುದು ಅಸಾಧ್ಯ ಎಂಬುದು ಆಕೆಗೆ ಸ್ಪಷ್ಟವಾಗಿತ್ತು.

ಶಿವ ಸತಿಯ ಹೋರಾಟವನ್ನು ದೂರದಿಂದ ಗಮನಿಸುತ್ತಿದ್ದ. ಮೆಲೂಹ ಸೈನ್ಯ ಸರಿಯಾದ ಜಾಗಕ್ಕೆ ಬಂದು ನಿಲ್ಲಲಿ ಎಂದು ಕಾಯುತ್ತಿದ್ದ. ಇತ್ತ ಆಮೆಪಡೆಯ ಅಕ್ಕ–ಪಕ್ಕ ಮೆಲೂಹದ ಹತ್ತಾರು ರಥಗಳು ಸಜ್ಜಾಗಿ ನಿಂತಿದ್ದವು. ಆ ಮೂಲಕ ಅವು ಸೈನಿಕರ ಪಡೆಗೆ ಹೆಚ್ಚಿನ ರಕ್ಷಣೆ ನೀಡುತ್ತಿದ್ದವು. ಅಶ್ವಪಡೆಯೂ ಭೀಕರ ಕಾಳಗದಲ್ಲಿ ನಿರತವಾಗಿತ್ತು. ಅಶ್ವಪಡೆಯನ್ನು ಧ್ವಂಸಮಾಡದೇ ಹಿಂದಿನಿಂದ ಆಕ್ರಮಣ ಮಾಡುವುದು ಅಸಾಧ್ಯ ಎಂಬುದು ಶಿವನ ಅರಿವಿಗೆ ಬಂತು.

'ಮಾವುತರೇ! ಆನೆಗಳ ಸಹಾಯದಿಂದ ಶತ್ರು ಸೈನ್ಯದ ರಥಗಳನ್ನು ಧ್ವಂಸಗೊಳಿಸಿ' ಶಿವ ವಾಸುದೇವರ ಗಜಪಡೆಗೆ ಆದೇಶ ನೀಡಿದ.

ವಾಸುದೇವ ಮಾವುತರು ಶಿವನ ಆದೇಶದಂತೆ ಆನೆಗಳನ್ನು ರಥಗಳತ್ತ ಕೊಂಡೊಯ್ದರು. ಕೆಲವೇ ಕ್ಷಣಗಳಲ್ಲಿ ಮದಗಜಗಳು ಗುಡುಗುಟ್ಟುತ್ತಾ ನೆಲವನ್ನು ನಡುಗಿಸುತ್ತಾ ವೇಗವಾಗಿ ಶತ್ರು ಸೈನ್ಯದತ್ತ ನುಗ್ಗಲಾರಂಭಿಸಿದವು. ಇದನ್ನು ಗಮನಿಸಿದ ರಥದಲ್ಲಿದ್ದ ಮೆಲೂಹ ಸೈನಿಕರು ಕೂಡಲೆ ಜೋರಾಗಿ ನಗಾರಿಗಳನ್ನು ಬಾರಿಸಿ ಆನೆಗಳನ್ನು ಹಿಮ್ಮೆಟ್ಟಿಸಲು ಮುಂದಾದರು. ಸಾಮಾನ್ಯವಾಗಿ ಆನೆಗಳು ನಗಾರಿಯ ಸದ್ದಿಗೆ ಹಿಂದೆ ಸರಿಯುತ್ತವೆ. ಹಿಂದೊಮ್ಮೆ ಚಂದ್ರವಂಶಿ ಸೈನ್ಯದ ಆನೆಗಳು ನಗಾರಿಯ ಸದ್ದಿಗೆ ಅವರದೇ ಸೈನ್ಯವನ್ನು ಧ್ವಂಸಗೊಳಿಸಿದ್ದವು. ಅದು ಮೆಲೂಹಕ್ಕೂ ತಿಳಿದಿತ್ತು. ಆದರೆ ವಾಸುದೇವರ

ಆನೆಗಳಿಗೆ ಸಾಕಷ್ಟು ತರಬೇತಿ ನೀಡಲಾಗಿತ್ತು. ಆನೆಗಳು ನಗಾರಿಯ ಸದ್ದಿಗೆ ಒಗ್ಗುವಂತೆ ಮಾಡಿದ್ದರಿಂದ ಆ ಸದ್ದಿಗೆ ಅವು ಜಗ್ಗಲಿಲ್ಲ. ದಾಳಿ ಮುಂದುವರಿಸಿದವು.

ನಗಾರಿ ಬಾರಿಸುವ ತಮ್ಮ ರಣತಂತ್ರ ವಿಫಲವಾದ ಕೂಡಲೆ ಮೆಲೂಹ ಸೈನ್ಯ ಉದ್ದವಾದ ಭರ್ಜಿಗಳಿಂದ ಆನೆಗಳನ್ನು ಹೆದರಿಸಿ ಆಗಾಗ ಅದರ ದಪ್ಪ ಚರ್ಮಕ್ಕೆ ತಿವಿಯುವ ಪ್ರಯತ್ನಕ್ಕೆ ಮುಂದಾಯಿತು. ಆ ಮೂಲಕ ಆನೆಗಳಿಗೆ ಘಾಸಿಗೊಳಿಸಿ ಅವುಗಳನ್ನು ಹಿಮ್ಮೆಟ್ಟಿಸುವುದು ಮೆಲೂಹ ಸೈನ್ಯದ ತಂತ್ರವಾಗಿತ್ತು. ಆದರೆ ವಾಸುದೇವರ ಆನೆಗಳನ್ನು ಶತ್ರು ಸೈನ್ಯವನ್ನು ಧ್ವಂಸ ಮಾಡಲು ಬೇಕಾದ ರೀತಿಯಲ್ಲಿ ಸಜ್ಜುಗೊಳಿಸಲಾಗಿತ್ತು. ವಾಸ್ತವವಾಗಿ ಆನೆಯ ಸೊಂಡಿಲಿಗೆ ಭಾರಿ ಗಾತ್ರದ ಲೋಹದ ಚೆಂಡುಗಳನ್ನು ಕಟ್ಟಲಾಗಿತ್ತು. ಒಮ್ಮೆ ಅವು ಸೊಂಡಿಲನ್ನು ಎತ್ತಿ ಬೀಸಿದರೆ ಲೋಹದ ಚೆಂಡಿನ ಏಟಿಗೆ ಸೈನಕರು ನುಚ್ಚು ನೂರಾಗುತ್ತಿದ್ದರು. ಕೆಲವು ಅದೃಷ್ಟಶಾಲಿ ಸೈನಿಕರು ಆನೆಯ ಹೊಡೆತಕ್ಕೆ ಒಂದೇ ಬಾರಿಗೆ ಅಸುನೀಗುತ್ತಿದ್ದರು. ಮತ್ತೆ ಕೆಲವು ನತದೃಷ್ಟರ ದೇಹದ ಮೂಳೆಗಳು ಆನೆಯ ಹೊಡೆತಕ್ಕೆ ಸಿಲುಕಿ ಪುಡಿಪುಡಿಯಾಗುತ್ತಿದ್ದವು. ಈ ನಡುವೆ ಆನೆಗಳು ನೂರಾರು ಸೈನಕರನ್ನು ತುಳಿದು ಅಪ್ಪಚ್ಚಿ ಮಾಡುತ್ತಿದ್ದವು.

ಅಷ್ಟರಲ್ಲಿ ಮೆಲೂಹನ್ನರಿಗೆ ಮತ್ತೊಂದು ಆಘಾತ ಕಾದಿತ್ತು. ಇದ್ದಕ್ಕಿದಂತೆ ಆನೆಯ ಮೇಲಿದ್ದ ಅಂಬಾರಿಗಳಿಂದ ಬೆಂಕಿ ಬಾಣ ಒಂದೇ ಸಮನೆ ಬರಲಾರಂಭಿಸಿದವು. ವಾಸುದೇವ ಪಂಡಿತರ ಪರಿಣಿತ ತಂತ್ರಜ್ಞರು ಆನೆ ಅಂಬಾರಿಯ ಮೇಲೆ ಅದ್ಭುತವಾದ ಯಂತ್ರಗಳನ್ನು ಇಟ್ಟಿದ್ದರು. ಅಂಬಾರಿಯಲ್ಲಿ ಕುಳಿತ ಇಬ್ಬರು ಸೈನಿಕರು ಸನ್ನೆಯನ್ನು ಚಾಲುಗೊಳಿಸಿದರೆ ಬೆಂಕಿ ಉಂಡೆಗಳು ಪಟಪಟನೆ ಶತ್ರುಗಳ ಮೇಲೆ ಬಂದು ಬೀಳುತ್ತಿದ್ದವು. ಶತ್ರು ಸೈನಿಕರು ಬೆಂಕಿಯ ಕೆನ್ನಾಲಿಗೆಗೆ ಸಿಕ್ಕಿ ಸುಟ್ಟು ಹೋಗುತ್ತಿದ್ದರು. ಆನೆಯ ಮಾವುತರ ಮುಂದೆ ಮೆಲೂಹದ ರಥಗಳ ಆಟ ನಡೆಯಲಿಲ್ಲ.

ಅಷ್ಟರಲ್ಲಿ ಶಿವ ಖಡ್ಗವನ್ನು ಮೇಲೆತ್ತಿ ಅಶ್ವಾರೋಹಿಗಳತ್ತ ಕೂಗಿ ಹೇಳಿದ 'ಆಮೆ ಪಡೆಯ ಮೇಲೆ ಹಿಂಭಾಗದಿಂದ ಆಕ್ರಮಣ ಮಾಡಿ. ಯಾರೊಬ್ಬರನ್ನೂ ಬಿಡದಂತೆ ಎಲ್ಲರನ್ನೂ ಕೊಂದುಹಾಕಿ'.

ಇತ್ತ ಸತಿ ತನ್ನ ಕೆಲಸವನ್ನು ಅಚ್ಚುಕಟ್ಟಾಗಿ ನಿರ್ವಹಿಸುತ್ತಿದ್ದಳು. ಆಕೆಯ ಸೈನ್ಯ ನಿಧಾನವಾಗಿ ಹಿಂದೆ ಸರಿಯಲಾರಂಭಿಸಿತು. ಅದು ಶತ್ರುಗಳ ಮೇಲಿನ ಹೆದರಿಕೆಯಿಂದಲ್ಲ, ಶತ್ರು ಸೈನ್ಯವನ್ನು ಕೋಟೆಯ ಬಾಗಿಲಿನಿಂದ ಹೊರಕ್ಕೆ ಬರುವಂತೆ ಮಾಡುವ ಉದ್ದೇಶದಿಂದ. ಸತಿ ತೀವ್ರವಾಗಿ ಗಾಯಗೊಂಡಿದ್ದರೂ ವೀರಾಗ್ರಣಿಯಂತೆ ಹೋರಾಡುತ್ತಿದ್ದಳು. ಆಕೆಯ ಭುಜ ಮತ್ತು ತೊಡೆಯಿಂದ ರಕ್ತ ಸುರಿಯುತ್ತಿತ್ತು. ಆದರೂ ಆಕೆ ಅಲ್ಲಿಂದ ಹಿಂದೆ ಸರಿಯುವಂತಿರಲಿಲ್ಲ. ಸೋಲುವಂತಿರಲಿಲ್ಲ. ಶಿವನ

ಸೈನ್ಯದ ಯಶಸ್ಸು ಆಕೆಯ ಮೇಲೆ ಸಂಪೂರ್ಣವಾಗಿ ಅವಲಂಬಿತವಾಗಿತ್ತು. ಹಾಗಾಗಿ ಆಕೆ ದಿಟ್ಟ ಹೋರಾಟವನ್ನು ಮುಂದುವರೆಸಿದ್ದಳು.

ಅಷ್ಟರಲ್ಲಿ ಶಿವನ ಅಶ್ವಾರೋಹಿ ದಳ ಅರ್ಧ ವೃತ್ತಾಕಾರದಲ್ಲಿ ಸಜ್ಜುಗೊಂಡಿತು. ಒಂದೆಡೆ ಸತಿ ಶತ್ರು ಸೈನಿಕರಿಗೆ ಯಮದರ್ಶನ ಮಾಡಿಸುತ್ತಿದ್ದಳು. ಮತ್ತೊಂದೆಡೆ ಆನೆಗಳು ಶತ್ರು ಸೈನ್ಯವನ್ನು ಧ್ವಂಸಗೊಳಿಸಿತ್ತು. ಅಕ್ಷರಶಃ ರಥಗಳು ಪುಡಿಪುಡಿಯಾಗಿದ್ದವು. ರಥಗಳಿಗೆ ಶಿವನ ಅಶ್ವಪಡೆಯನ್ನು ಎದುರಿಸುವುದು ಅಸಾಧ್ಯವಾಗಿತ್ತು. ಶಿವ ವೇಗವಾಗಿ ಆಮೆ ಪಡೆಯ ಹಿಂಭಾಗಕ್ಕೆ ಬಂದ. ಹಿಂಭಾಗದಲ್ಲಿ ಸೈನ್ಯಕ್ಕೆ ಯಾವ ರಕ್ಷಣೆಯೂ ಇರಲಿಲ್ಲ.

ಒಮ್ಮೆ 'ಜೈ ಶ್ರೀರಾಮ' ಶಿವ ಉದ್ಗರಿಸಿದ.

'ಹರ ಹರ ಮಹಾದೇವ' ಅಶ್ವಾರೋಹಿಗಳು ಒಮ್ಮೆ ಜೈಕಾರ ಹಾಕಿ ಶರವೇಗದಲ್ಲಿ ಕುದುರೆಗಳನ್ನು ಓಡಿಸಲಾರಂಭಿಸಿದರು. ಮೂರು ಸಾವಿರ ಅಶ್ವಾರೋಹಿ ಸೈನಿಕರ ಪಡೆ ಮೆಲೂಹನ್ನರ ಮೇಲೆ ಮುಗಿಬಿದ್ದಿತು. ಶತ್ರುಗಳಿಗೆ ಅತ್ತಿತ್ತ ಅಲುಗಾಡಲೂ ಅವಕಾಶ ನೀಡಲಿಲ್ಲ. ಹೊಡೆತದ ಮೇಲೆ ಹೊಡೆತ. ಶಿವ ಸೈನಿಕರು ಉದ್ದವಾದ ಖಡ್ಗಗಳಿಂದ ಆಮೆ ಪಡೆಯನ್ನು ಒಡೆದು ಛಿದ್ರ ಛಿದ್ರಗೊಳಿಸಿಬಿಟ್ಟರು. ಅದೊಂದು ಘನ ಘೋರ ಕದನ. ನೋಡು ನೋಡುತ್ತಿದ್ದಂತೆ ಮೆಲೂಹ ಸೈನ್ಯ ನೆಲಕಚ್ಚಿತು. ಸಾವಿರಾರು ಸೈನಿಕರು ಹತರಾದರು. ಮತ್ತೆ ಕೆಲವರು ರಣರಂಗದಿಂದ ಓಡಿಹೋದರು. ಸೈನ್ಯದ ಮುಂಚೂಣಿಯಲ್ಲಿದ್ದ ವಿದ್ಯುನ್ಮಾಲಿಗೆ ತನ್ನ ಸೈನ್ಯ ನೆಲಕಚ್ಚುತ್ತಿರುವುದು ಸ್ಪಷ್ಟವಾಗಿ ತಿಳಿಯಿತು. ಅದಾಗಲೇ ಎಲ್ಲವೂ ಮುಗಿದು ಹೋಗಿತ್ತು. ಮೆಲೂಹನ್ನರು ಸಂಪೂರ್ಣ ಸೋತು ಶರಣಾಗಿದ್ದರು. ಮೃತಿಕಾವತಿ ನಗರ ಮತ್ತು ಬಂದರು ಶಿವ ಸೈನ್ಯದ ಕೈವಶವಾಗಿತ್ತು.

ಅಧ್ಯಾಯ – 27

ನೀಲಕಂಠನ ಮಾತು

ಯುದ್ಧದಲ್ಲಿ ಅಳಿದುಳಿದ ಸೈನಿಕರಿಂದ ಆಯುಧಗಳನ್ನು ವಶಪಡಿಸಿಕೊಳ್ಳಲಾಯಿತು. ಶತ್ರು ಸೈನಿಕರೆಲ್ಲರನ್ನೂ ಸರಪಳಿಗಳಿಂದ ಬಂಧಿಸಲಾಯಿತು. ಸುತ್ತಲೂ ಬಿಗಿಯಾದ ಪಹರೆ. ಅವರ್‍ಯಾರೂ ಅಲ್ಲಿಂದ ತಪ್ಪಿಸಿಕೊಂಡು ಹೋಗುಲು ಅವಕಾಶವೇ ಇರಲಿಲ್ಲ. ನಗರದ ಹೊರಗೆ ಆಯುರ್ವತಿ ತಾತ್ಕಾಲಿಕ ಗುಡಾರವೊಂದನ್ನು ನಿರ್ಮಿಸಿದ್ದಳು. ಗಾಯಗೊಂಡಿದ್ದ ಎರಡೂ ಕಡೆಯ ಸೈನಿಕರಿಗೆ ಸಮಾನ ಚಿಕಿತ್ಸೆ ನೀಡುವಂತೆ ಶಿವ ಆದೇಶಿಸಿದ್ದ. ಸತಿ ಸಹ ಗಾಯಗೊಂಡು ಶಸ್ತ್ರಚಿಕಿತ್ಸೆಗೆ ಒಳಗಾಗಿದ್ದಳು. ಭುಜದ ಗಾಯ ಮಾಸಿತ್ತು. ತೊಡೆಯ ಗಾಯ ಇನ್ನೂ ಹಸಿಯಾಗಿತ್ತು. ಶಿವ ಆಕೆಯ ಪಕ್ಕದಲ್ಲೇ ಕುಳಿತಿದ್ದ. ಕಾಳಿ ಮತ್ತು ಗೋಪಾಲ ಪಂಡಿತರು ಬಳಿಯಲ್ಲೇ ಇದ್ದರು. ಸತಿ ಶಿವನನ್ನು ಗಮನಿಸಿದಳು.

ಕೂಡಲೇ ಆಕೆ 'ಶಿವ! ನಾನು ಆರಾಮವಾಗಿದ್ದೇನೆ. ನೀವು ಈ ಕೂಡಲೆ ಮೃತಿಕಾವತಿಗೆ ಹೋಗಿ ನಗರವನ್ನು ಆದಷ್ಟು ಬೇಗ ನಿಯಂತ್ರಣಕ್ಕೆ ತೆಗೆದುಕೊಳ್ಳಿ. ಅಲ್ಲಿನ ಪ್ರಜೆಗಳು ನಿಮ್ಮ ದರ್ಶನಕ್ಕಾಗಿ ಕಾಯುತ್ತಿದ್ದಾರೆ. ಅವರ ಕೋಪ, ತಾಪ, ಆವೇಶ ಮತ್ತು ಹತಾಶೆಯನ್ನು ಕಡಿಮೆ ಮಾಡುವುದು ನಿಮ್ಮಿಂದ ಮಾತ್ರ ಸಾಧ್ಯ. ಇಲ್ಲವಾದಲ್ಲಿ ಗಲಭೆ ಮತ್ತು ದೊಂಬಿ ಏಳುವ ಸಂಭವವಿದೆ. ನಗರದ ನಾಗರಿಕರು ನಮ್ಮ ಸೈನ್ಯದೊಂದಿಗೆ ಸಂಘರ್ಷಕ್ಕೆ ಇಳಿಯಬಹುದು'.

'ಅದು ನನಗೆ ಗೊತ್ತಿದೆ ಸತಿ. ನಾನೀಗಲೇ ಹೋಗುತ್ತೇನೆ. ನಿನ್ನ ಆರೋಗ್ಯ ವಿಚಾರಿಸಲು ಇಲ್ಲಿಗೆ ಬಂದೆ ಅಷ್ಟೇ'.

ಸತಿ ನಸುನಗುತ್ತಾ ಹೇಳಿದಳು 'ನಾನು ಚೆನ್ನಾಗಿದ್ದೇನೆ. ಅಷ್ಟು ಸುಲಭವಾಗಿ ನಾನು ನಿಮ್ಮನ್ನು ಬಿಟ್ಟು ಹೋಗಲಾರೆ. ನೀವು ತಕ್ಷಣ ಹೊರಡಿ'.

'ಸತಿ ಹೇಳುತ್ತಿರುವುದು ಸರಿಯಾಗಿದೆ ಶಿವ. ನಾವು ಈ ಕೂಡಲೆ ನಗರದಲ್ಲಿ ಸೇನಾ ಪಥಸಂಚಲನ ನಡೆಸಿ ನಾಗರೀಕರಲ್ಲಿ ಭರವಸೆ ಮೂಡಿಸಬೇಕಾಗಿದೆ'.

ಶಿವ ಆಶ್ಚರ್ಯದಿಂದ ಕಾಳಿಯತ್ತ ತಿರುಗಿ ಹೇಳಿದ 'ನಾವು ನಗರಕ್ಕೆ ಸೈನ್ಯವನ್ನು ಕೊಂಡೊಯ್ಯುತ್ತಿಲ್ಲ'.

ಕಾಳಿಗೆ ಆಶ್ಚರ್ಯ.

'ಹಾಗಾದರೆ ನಾವು ನಗರವನ್ನು ವಶಪಡಿಸಿಕೊಂಡ ಉದ್ದೇಶವಾದರೂ ಏನು?'.

'ನಾವು ನಗರವನ್ನೇನೂ ವಶಪಡಿಸಿಕೊಂಡಿಲ್ಲ. ಸೈನ್ಯವನ್ನು ಮಾತ್ರ ಸೋಲಿಸಿದೆವು ಅಷ್ಟೇ. ನಾವೀಗ ಮೃತಿಕಾವತಿಯ ನಾಗರಿಕರನ್ನು ನಮ್ಮತ್ತ ಸೆಳೆದುಕೊಳ್ಳಬೇಕು'.

'ನಮ್ಮತ್ತ ಸೆಳೆದುಕೊಳ್ಳಬೇಕೆ? ಏಕೆ?'

'ಕಾರಣ ಬಂಧಿಯಾಗಿರುವ ಮೆಲೂಹ ಸೈನಿಕರ ಸಂಖ್ಯೆ ಹತ್ತುಸಾವಿರ. ಈಗಿನ ಪರಿಸ್ಥಿತಿಯಲ್ಲಿ ಅಷ್ಟು ಸೈನಿಕರನ್ನು ಕಾವಲು ಕಾಯಲು ನಮ್ಮ ಸೈನ್ಯವನ್ನು ನಿಯೋಜಿಸುವುದು ಸಾಧ್ಯವೇ? ಬದಲಾಗಿ ಮೃತಿಕಾವತಿ ಜನ ನಮ್ಮೊಂದಿಗಿದ್ದರೆ ಅವರೇ ಬಂಧಿತ ಸೈನಿಕರ ರಕ್ಷಣೆಗೆ ನಿಲ್ಲುತ್ತಾರೆ. ನಾವು ನಮ್ಮ ಸೈನ್ಯದೊಂದಿಗೆ ಮುಂದೆ ಸಾಗಬಹುದು'.

'ಮೃತಿಕಾವತಿಯ ಜನ ನಮ್ಮ ಪರವಾಗಿ ನಿಲ್ಲಲಾರರು. ಸಮಯ ಸಿಕ್ಕಿ ನಮ್ಮಲ್ಲಿಯ ಬಲಹೀನತೆ ಅವರಿಗೆ ತಿಳಿದರೆ ಅವರು ನಮ್ಮ ವಿರುದ್ಧ ದಂಗೆ ಏಳುತ್ತಾರೆ'.

'ಅದು ಬಲಹೀನತೆಯಲ್ಲ ಕಾಳಿ. ಅದು ನಮ್ಮ ಔದಾರ್ಯತೆ. ಇಲ್ಲಿನ ಜನರಿಗೆ ಅದು ಖಂಡಿತಾ ಅರ್ಥವಾಗುತ್ತದೆ'.

'ನೀನು ತಮಾಷೆ ಮಾಡುತ್ತಿರುವೆ ಶಿವ. ಸೋಲಿನಿಂದ ಹತಾಶರಾಗಿರುವ ಮೃತಿಕಾವತಿಯ ಜನರಿಗೆ ಔದಾರ್ಯ ತೋರುತ್ತಿದ್ದೇವೆ ಎಂದರೆ ಅವರು ಅದನ್ನು ನಂಬುತ್ತಾರೆಯೇ?'.

'ನಾನು ನಗರದಲ್ಲಿ ಸೈನ್ಯದೊಂದಿಗೆ ಪಥಸಂಚಲನ ನಡೆಸುವುದಿಲ್ಲ. ಬದಲಾಗಿ ಭದ್ರ, ನಂದಿ ಮತ್ತು ಪರಶುರಾಮನೊಂದಿಗೆ ಜನಗಳ ಬಳಿಗೆ ಹೋಗುತ್ತೇನೆ. ಅವರೊಂದಿಗೆ ಮುಕ್ತವಾಗಿ ಮಾತನಾಡುತ್ತೇನೆ'.

'ಅದರಿಂದ ನಮಗಾಗುವ ಪ್ರಯೋಜನವಾದರೂ ಏನು?'.

'ಪ್ರಯೋಜನವಿದೆ'.

'ಈಗಷ್ಟೇ ನಾವು ಇಲ್ಲಿನ ಸೈನ್ಯವನ್ನು ಸಂಪೂರ್ಣ ನಾಶ ಮಾಡಿದ್ದೇವೆ. ಹಾಗಾಗಿ ಜನಗಳಿಗೆ ನಿನ್ನ ಮಾತನ್ನು ಕೇಳುವ ಆಸಕ್ತಿ ಖಂಡಿತಾ ಇರುವುದಿಲ್ಲ'.

'ಇಲ್ಲ ಕಾಳಿ! ಅವರು ಖಂಡಿತಾ ನನ್ನ ಮಾತನ್ನು ಕೇಳುತ್ತಾರೆ. ಅಷ್ಟಕ್ಕೂ ನಾನು ಅವರ ನೀಲಕಂಠನಲ್ಲವೇ?'.

ಕಾಳಿ ಅಸಹನೆಯಿಂದ 'ಸರಿ, ಹಾಗಾದರೆ ನಾನು ಮತ್ತು ನನ್ನ ನಾಗಾ ಸೈನ್ಯವಾದರೂ ನಿಮ್ಮೊಂದಿಗೆ ಬರುತ್ತೇವೆ. ಈಗ ನಿನಗೆ ಹೆಚ್ಚಿನ ರಕ್ಷಣೆಯ ಅಗತ್ಯವಿದೆ.'

'ನನಗೆ ಯಾವ ರಕ್ಷಣೆಯೂ ಬೇಡ. ಪರಿಸ್ಥಿತಿಯನ್ನು ಹೇಗೆ ನಿಭಾಯಿಸಬೇಕು ಎಂಬುದನ್ನು ನಾನು ಬಲ್ಲೆ. ನನ್ನನ್ನು ನಂಬು' ಶಿವ ಹೇಳಿದ.

ನಂತರ ಸತಿಯತ್ತ ತಿರುಗಿ 'ಸತಿ, ನಾನು ಆದಷ್ಟು ಬೇಗ ಬರುತ್ತೇನೆ' ಎಂದ.

ಸತಿ ಮುಗುಳ್ನಗುತ್ತಾ ಶಿವನ ಕೈ ಹಿಡಿದುಕೊಂಡಳು.

'ಹೋಗಿ ಬಾ ನೀಲಕಂಠ. ಶ್ರೀರಾಮನ ಆಶೀರ್ವಾದ ಸದಾ ನಿನ್ನ ಮೇಲಿರಲಿ' ವಾಸುದೇವ ಪಂಡಿತರು ಶಿವನನ್ನು ಹರಸಿ ಕಳುಹಿಸಿಕೊಟ್ಟರು.

ಮೃತಿಕಾವತಿ ನಗರದ ಹೃದಯ ಭಾಗದಲ್ಲಿ ಅಂದು ಸಾವಿರಾರು ಮಂದಿ ಜಮಾಯಿಸಿದ್ದರು. ಎಲ್ಲರಿಗೂ ನೀಲಕಂಠನನ್ನು ನೋಡುವ ತವಕ. ನೀಲಕಂಠ ನಗರಕ್ಕೆ ಬಂದಿದ್ದಾನೆ ಎನ್ನುವ ಸುದ್ದಿ ಅದಾಗಲೇ ಕಾಡ್ಗಿಚ್ಚಿನಂತೆ ನಗರದ ತುಂಬ ಹಬ್ಬಿತ್ತು. ನೀಲಕಂಠ ನಿಜಕ್ಕೂ ನಮ್ಮ ಮೇಲೆ ಆಕ್ರಮಣ ಮಾಡಿದನೇ? ಅದೇಕೆ ಆತ ನಮ್ಮ ಮೇಲೆ ಆಕ್ರಮಣ ಮಾಡಿದ? ನಾವೆಲ್ಲರೂ ಆತನ ಭಕ್ತರಲ್ಲವೇ? ಆತ ನಮ್ಮೆಲ್ಲರಿಗೂ ಆರಾಧ್ಯ ದೈವವಲ್ಲವೇ? ಸೋಮರಸವನ್ನು ಬಹಿಷ್ಕರಿಸಬೇಕೆಂದು ಕರೆ ಕೊಟ್ಟಿರುವುದು ನಿಜವಾದ ನೀಲಕಂಠನೇ? ಅಥವಾ ಮಹಾರಾಜರೇನಾದರೂ ನಮಗೆ ಸುಳ್ಳು ಹೇಳಿರುವರೇ? ಮಹಾರಾಜರು ಹಾಗೆ ಮಾಡಲು ಸಾಧ್ಯವೇ? ಹೀಗೆ ನೂರೆಂಟು ಪ್ರಶ್ನೆಗಳು ಮೃತಿಕಾವತಿ ನಗರದ ಜನರ ಮನಸ್ಸಿನಲ್ಲಿ ಸುಳಿದಾಡುತ್ತಿದ್ದವು. ಅಷ್ಟರಲ್ಲಿ ಅಲ್ಲಿಗೆ ಬಂದ ಶಿವ ದೊಡ್ಡ ವೇದಿಕೆಯೊಂದನ್ನು ಏರಿನಿಂತ. ತನ್ನ ಕತ್ತಿನಲ್ಲಿದ್ದ ಅಂಗವಸ್ತ್ರವನ್ನು ತೆಗೆದು ಹಾಕಿದ. ಅಲ್ಲಿದ್ದ ಎಲ್ಲರಿಗೂ ಆತನ ನೀಲಿಕಂಠ ಸ್ಪಷ್ಟವಾಗಿ ಕಾಣುತ್ತಿತ್ತು. ಶಿವನ ಹಿಂಭಾಗದಲ್ಲಿ ನಂದಿ, ವೀರಭದ್ರ ಮತ್ತು ಪರಶುರಾಮ ನಂತಿದ್ದರು.

'ಮೃತಿಕಾವತಿ ನಗರದ ಮಹಾಜನಗಳೇ, ನಾನು ನಿಮ್ಮ ನೀಲಕಂಠ' ಶಿವನ ಮಾತು ಸಾವಿರ ಸಿಡಿಲುಗಳ ಆರ್ಭಟದಂತೆ ಕೇಳಿ ಬಂತು.

ಕೂಡಲೇ ಜನ ತಮ್ಮ ತಮ್ಮಲ್ಲೇ ಪಿಸುಗುಡಲಾರಂಭಿಸಿದರು.

'ಸದ್ದು!' ನಂದಿ ತನ್ನ ಎರಡೂ ಕೈಗಳನ್ನು ಮೇಲೆತ್ತಿ ನಿಶ್ಯಬ್ದವಾಗಿರುವಂತೆ ಮನವಿ ಮಾಡಿದ.

ಶಿವ ಮಾತು ಮುಂದುವರೆಸುತ್ತಾ ಹೇಳಿದ 'ನಾನು ದೂರದ ಹಿಮಾಲಯ ಪರ್ವತದಿಂದ ಬಂದವನು. ಅಪೂರ್ವ ದಿವ್ಯ ಔಷಧವೊಂದು ನನ್ನ ಬದುಕನ್ನೇ ಬದಲಿಸಿಬಿಟ್ಟಿತು ಎಂದು ಭಾವಿಸಿದ್ದೆ. ಆದರೆ ಅದು ಸರಿಯಲ್ಲ ಎಂಬುದು ನನಗೀಗ ಮನದಟ್ಟಾಗಿದೆ. ನನ್ನ ಕಂಠದಲ್ಲಿ ಮೂಡಿರುವ ನೀಲಿ ಬಣ್ಣ ದೇವರು ನೀಡಿದ ವರವಲ್ಲ. ಅದು ಹಾಲಾಹಲ. ನನ್ನ ಪ್ರೀತಿಯ ಮೆಲೂಹದ ನಾಗರೀಕ ಬಂಧುಗಳೇ, ಇಂತಹ ಹಾಲಾಹಲವನ್ನು ನೀವೂ ಕುಡಿಯುತ್ತಿದ್ದೀರಿ. ಆದರೆ ಅದರ ಪರಿಣಾಮವೇನೆಂದು

ನಿಮಗೆ ತಿಳಿದಿಲ್ಲ. ಸೋಮರಸ ನಿಮಗೆ ದೀರ್ಘ ಆಯುಷ್ಯವನ್ನು ನೀಡುತ್ತಿದೆ. ಅದಕ್ಕೆ ನೀವು ಋಣಿಯಾಗಿದ್ದೀರಿ. ಆದರೆ ನಿಮಗೆ ಗೊತ್ತಿರಲಿ ಅದು ನಿಮ್ಮ ಆತ್ಮವನ್ನೇ ನಾಶಗೊಳಿಸುತ್ತಿದೆ. ಜತಗೆ ನಿಧಾನವಾಗಿ ನಿಮ್ಮನ್ನು ಅದರ ಗರ್ಭದೊಳಕ್ಕೆ ಸೆಳೆದುಕೊಳ್ಳುತ್ತಿದೆ'.

ಒಂದು ಕ್ಷಣ ಎಲ್ಲೆಲ್ಲೂ ನೀರವ ಮೌನ. ಜನ ದಿಗ್ಭ್ರಾಂತರಾಗಿ ಶಿವನ ಮಾತುಗಳನ್ನೇ ಆಲಿಸುತ್ತಿದ್ದರು. ಶಿವ ಮಾತು ಮುಂದುವರೆಸಿದ.

'ಮಹಾ ಜನಗಳೇ, ಸೋಮರಸದ ಪರಿಣಾಮ ಘನಘೋರ. ಸೋಮರಸ ಸಂತಾನ ಹರಣಕ್ಕೆ ಮೂಲ ಕಾರಣವಾಗಿದೆ. ಭಾರತೀಯ ಸಂಸ್ಕೃತಿ, ಪರಂಪರೆ ಮತ್ತು ನಾಗರೀಕತೆಯ ತಾಯಿ ಎಂದೇ ಪರಿಗಣಿಸಲ್ಪಟ್ಟಿರುವ ಸರಸ್ವತಿ ನದಿ ವಿನಾಶದ ಅಂಚಿಗೆ ಬಂದು ನಿಂತಿರುವುದು ಆಕಸ್ಮಿಕವಲ್ಲ. ಅದಕ್ಕೆ ಕಾರಣ ಸೋಮರಸ. ಇದರ ತಯಾರಿಕೆಯಲ್ಲಿ ಸರಸ್ವತಿ ನದಿಯ ನೀರನ್ನು ಹೇರಳವಾಗಿ ಬಳಸಲಾಗುತ್ತಿದೆ. ಹಾಗಾಗಿ ಸರಸ್ವತಿ ನದಿ ಅವನತಿಯತ್ತ ಸಾಗಿದೆ. ಮೈಕಾದಲ್ಲಿ ಹುಟ್ಟುವ ಸಾವಿರಾರು ಮಕ್ಕಳಿಗೆ ಕ್ಯಾನ್ಸರ್ ತಗುಲಿರುವುದು ಸೋಮರಸದಿಂದ. ಲಕ್ಷಾಂತರ ಸ್ವದ್ವೀಪನ್ನರು ನಿತ್ಯ ಕ್ಯಾನ್ಸರ್‌ನಿಂದ ಬಳಲುತ್ತಾ ಜರ್ಜರಿತವಾಗಿರುವುದಕ್ಕೆ ಸೋಮರಸದ ತ್ಯಾಜ್ಯವೇ ಕಾರಣ. ನಿಮ್ಮ ಮಕ್ಕಳ ನೋವು ಮತ್ತು ಆಕ್ರಂದನದಿಂದ ನಿಮ್ಮ ಆತ್ಮ ಮರುಗುತ್ತಿದೆಯಲ್ಲವೇ? ಬೆಂದು ಬಸವಳಿಯುತ್ತಿದೆಯಲ್ಲವೇ? ಇದೆಲ್ಲಕ್ಕೆ ಮೂಲಕಾರಣ ಸೋಮರಸ'.

ಶಿವ ಒಮ್ಮೆ ವೀರಭದ್ರನತ್ತ ಮುಖಮಾಡಿ ನಂತರ ಜನಗಳತ್ತ ತಿರುಗಿದ.

'ಹೊರನೋಟಕ್ಕೆ ನನ್ನ ಕಂಠವನ್ನು ನೀಲಿಬಣ್ಣಕ್ಕೆ ತಿರುಗಿಸಿರುವುದು ಸೋಮರಸ ಎಂದೆನಿಸುತ್ತದೆ. ಆದರೆ ಇದು ಅರ್ಧಸತ್ಯ. ಸೋಮರಸ ನಿಮ್ಮ ಬದುಕನ್ನು ಹಂತ ಹಂತವಾಗಿ ಕಿತ್ತು ತಿನ್ನುತ್ತಿದೆ. ಆದರೆ ಅದು ನಿಮಗೆ ಅರ್ಥವಾಗುತ್ತಿಲ್ಲ. ಅದು ಅರ್ಥವಾಗುವ ವೇಳೆಗೆ ಕಾಲ ಮಿಂಚಿಹೋಗಿರುತ್ತದೆ. ಮೆಲೂಹ ಸಾಮ್ರಾಜ್ಯವಷ್ಟೇ ಏಕೆ ಇಡೀ ಭಾರತ ದೇಶ ನಾಶವಾಗಿಬಿಡುತ್ತದೆ'.

ಮೃತಿಕಾವತಿಯ ಜನ ತದೇಕ ಚಿತ್ತದಿಂದ ಶಿವನ ಮಾತನ್ನೇ ಆಲಿಸುತ್ತಿದ್ದರು.

'ಈ ಹಿನ್ನೆಲೆಯಲ್ಲಿ ಸೋಮರಸ ಸೇವನೆಯನ್ನು ನಿಲ್ಲಿಸುವುದು ನಮ್ಮೆಲ್ಲರ ಹಿತದೃಷ್ಟಿಯಿಂದ ಒಳ್ಳೆಯದು ಎಂದು ನನಗನಿಸಿತು. ಹಾಗಾಗಿ ನಾನು ಮೆಲೂಹ ಸಾಮ್ರಾಜ್ಯದ ಎಲ್ಲ ನಗರಗಳಲ್ಲೂ ಈ ಬಗ್ಗೆ ಮಾಹಿತಿ ಇರುವ ಸೂಚನಾ ಫಲಕಗಳನ್ನು ಹಾಕಿಸಿದ್ದೆ. ಆದರೆ ಮೆಲೂಹದ ಸಾರ್ವಭೌಮ ದಕ್ಷ ಮಹಾರಾಜರು ಅದನ್ನು ತೆರವುಗೊಳಿಸಿ, ಆ ಪ್ರಕಟಣೆಯನ್ನು ನೀಡಿರುವುದು ನಾನಲ್ಲ ಬದಲಾಗಿ ಕಪಟಿ, ದ್ರೋಹಿ ನೀಲಕಂಠ ಎಂದು ನನ್ನ ತೇಜೋವಧೆ ಮಾಡಿ ತಪ್ಪು ಮಾಹಿತಿಯನ್ನು ನೀಡಿದ್ದಾರೆ'.

ನಂದಿ ಇಡೀ ಜನ ಸಮೂಹದ ಪ್ರತಿಕ್ರಿಯೆಯನ್ನು ಸೂಕ್ಷ್ಮವಾಗಿ ಗಮನಿಸುತ್ತಿದ್ದ.

'ನಿಮ್ಮ ಸಾಮ್ರಾಟರು ನಿಮಗೆ ಸುಳ್ಳು ಹೇಳಿದ್ದಾರೆ' ಶಿವ ಆರ್ಭಟಿಸಿದ.

ಇಡೀ ಪ್ರದೇಶದಲ್ಲಿ ನೀರವ ಮೌನ ಆವರಿಸಿತು.

'ನಿಮ್ಮ ದಕ್ಷ ಮಹಾರಾಜರು ಇದೀಗ ಸಾವಿರಾರು ವರ್ಷಗಳ ಹಿಂದೆ ರಾಜ್ಯಭಾರ ಮಾಡಿದ್ದ ಶ್ರೀರಾಮನ ಸ್ಥಾನದಲ್ಲಿ ಕುಳಿತಿದ್ದಾರೆ. ನಿಮ್ಮ ಮಹಾರಾಜರು ವಿಷ್ಣುವಿನ ಆದರ್ಶವನ್ನು ಮುಂದಿನ ಪೀಳಿಗೆಗೆ ಕೊಂಡೊಯ್ಯಬೇಕಾಗಿತ್ತು. ನಿಮ್ಮನ್ನು ಸಂಪೂರ್ಣ ರಕ್ಷಿಸುವ ಜವಾಬ್ದಾರಿ ಅವರ ಮೇಲಿತ್ತು. ಆದರೆ ಅವರು ನಿಮಗೆ ಸುಳ್ಳು ಹೇಳಿದ್ದಾರೆ'.

ಪರಶುರಾಮ ಶಿವನತ್ತಲೇ ನೋಡುತ್ತಿದ್ದ.

'ಅಷ್ಟು ಸಾಲದು ಎನ್ನುವಂತೆ ಮಹಾರಾಜರು ನನ್ನ ಮತ್ತು ನಿಮ್ಮ ನಡುವೆ ಸಂಘರ್ಷ ಹುಟ್ಟುಹಾಕಲು ಮತ್ತು ದ್ವೇಷ ಬೆಳೆಯುವಂತೆ ಮಾಡಲು ಸೈನ್ಯವನ್ನು ಕಳುಹಿಸಿದ್ದಾರೆ. ಆದರೆ ನಮ್ಮಿಬ್ಬರನ್ನು ಬೇರೆ ಮಾಡುವುದು ಯಾರಿಂದಲೂ ಸಾಧ್ಯವಿಲ್ಲ. ನೀವೆಲ್ಲರೂ ನನ್ನ ಮಾತನ್ನು ಕೇಳುತ್ತೀರಿ ಎಂಬ ನಂಬಿಕೆ ನನಗಿದೆ. ಹಾಗೂ ನನ್ನ ಆದೇಶವನ್ನು ಪಾಲಿಸುತ್ತೀರಿ ಎಂಬ ಭರವಸೆ ನನಗಿದೆ. ನನ್ನ ಹೋರಾಟ ಮೆಲೂಹದ ರಕ್ಷಣೆಗಾಗಿ. ನಿಮ್ಮ ಮಕ್ಕಳ ಮುಂದಿನ ಭವಿಷ್ಯವನ್ನು ಉಜ್ವಲಗೊಳಿಸುವ ಸಲುವಾಗಿ ನಾನು ಹೋರಾಡುತ್ತಿದ್ದೇನೆ'.

ಶಿವನ ಮಾತಿಗೆ ಸಹಮತ ವ್ಯಕ್ತವಾಗುತ್ತಿದ್ದ ಸೂಚನೆ ಮೆಲೂಹನ್ನರ ಮುಖಭಾವದಿಂದ ಸ್ಪಷ್ಟವಾಗಿ ಪ್ರಕಟವಾಗುತ್ತಿತ್ತು.

'ನೀವು ಶ್ರೀರಾಮನ ಕಟ್ಟಾ ಅನುಯಾಯಿಗಳಾದ ವಾಸುದೇವರ ಬಗ್ಗೆ ಕೇಳಿರಬಹುದು. ಅವರು ಶ್ರೀರಾಮನ ಆದರ್ಶಗಳನ್ನು ಚಾಚೂ ತಪ್ಪದೇ ಪಾಲಿಸುತ್ತಾ ಅದನ್ನು ಸಮರ್ಥವಾಗಿ ಮುಂದಿನ ಪೀಳಿಗೆಗೆ ಕೊಂಡೊಯ್ಯುತ್ತಿರುವ ಅಪರೂಪದ ದೈವಾಂಶ ಸಂಭೂತರು. ಇದೀಗ ಅವರು ಸೋಮರಸವನ್ನು ನಾಶಮಾಡುವ ಪವಿತ್ರ ಕಾರ್ಯದಲ್ಲಿ ನನ್ನೊಂದಿಗೆ ಕೈಜೋಡಿಸಿದ್ದಾರೆ'.

ಅಲ್ಲಿದ್ದ ಎಲ್ಲ ಮೆಲೂಹನ್ನರಿಗೂ ವಾಸುದೇವರ ಬಗ್ಗೆ ಚೆನ್ನಾಗಿ ತಿಳಿದಿತ್ತು. ಆದರೆ ಅವರ ಅಸ್ತಿತ್ವದ ಬಗ್ಗೆ ಕೆಲವರಿಗೆ ಅನುಮಾನವಿತ್ತು. ಈಗ ಶಿವನ ಮಾತಿನಿಂದ ಅವರ ಅನುಮಾನ ಪರಿಹಾರವಾಯಿತು. ಜತೆಗೆ ರಕ್ತ, ಮಾಂಸದಿಂದ ಕೂಡಿರುವ ವಾಸುದೇವ ಪಂಡಿತರನ್ನು ಸ್ವತಃ ಕಂಡು ಅವರೆಲ್ಲರೂ ಪುನೀತರಾಗಿದ್ದರು.

ಶಿವ ಮತ್ತೊಮ್ಮೆ ಆರ್ಭಟಿಸಿದ 'ನಾನು ಮೆಲೂಹವನ್ನು ರಕ್ಷಿಸುತ್ತೇನೆ. ಸೋಮರಸವನ್ನು ಸಂಪೂರ್ಣ ನಾಶಮಾಡುತ್ತೇನೆ. ಈ ಮಹಾಯಜ್ಞಕ್ಕೆ ನನ್ನೊಂದಿಗೆ ಯಾರು ಬರುತ್ತೀರಿ?'.

'ನಾನು' ಮೊದಲು ನಂದಿ ಚೀರಿದ. ನಂತರ ಮೃತಿಕಾವತಿಯ ಜನ ಒಬ್ಬೊಬ್ಬರಾಗಿ ಕೂಗಲಾರಂಭಿಸಿದರು.

'ನಾನು........ನಾನು..........ನಾನು'.

'ನಾನು ಮೆಲೂಹವನ್ನು ಪ್ರೀತಿಸುತ್ತೇನೆ. ನಿಮ್ಮ ಮಹಾರಾಜರು ಸೋಮರಸವನ್ನು ಪ್ರೀತಿಸುತ್ತಾರೆ. ಹಾಗಾಗಿ ನಾನು ಸೋಮರಸವನ್ನು ನಿಷೇಧಿಸುವ ಫಲಕ ಹಾಕಿದ್ದರೂ ಅವರು ಅದನ್ನು ತೆರವುಗೊಳಿಸಿದರು. ಈಗ ಹೇಳಿ! ನೀವು ಯಾರ ಪರವಾಗಿ ನಿಲ್ಲುವಿರಿ?. ಸೋಮರಸದ ಪರವಾಗಿಯೋ ಅಥವಾ ಮೆಲೂಹದ ಪರವಾಗಿಯೋ?'.

'ಮೆಲೂಹ..........ಮೆಲೂಹ.........ಮೆಲೂಹ'.

'ಹಾಗಾದರೆ ನಮ್ಮ ವಿರುದ್ಧ ಹೋರಾಟಕ್ಕೆ ಬಂದು ಬಂಧಿಯಾಗಿರುವ ಈ ಸೈನಿಕರನ್ನು ಏನು ಮಾಡೋಣ?'.

'ಕೊಂದು ಹಾಕಿ.........ಕೊಂದು ಹಾಕಿ............ಹೌದು ಅವರನ್ನು ಕೊಂದುಬಿಡಿ'.

'ಬೇಡ! ಹಾಗೆ ಮಾಡುವುದು ತರವಲ್ಲ' ಶಿವ ಹೇಳಿದ.

ಎಲ್ಲರೂ ಒಂದು ಕ್ಷಣ ದಂಗಾಗಿ ನಿಂತುಬಿಟ್ಟರು.

ಶಿವ ಮುಂದುವರಿದು ಹೇಳಿದ 'ನಿಮ್ಮ ಸೈನಿಕರು ಅಮಾಯಕರು. ಅವರು ಮಹಾರಾಜರ ಆಜ್ಞೆಯನ್ನಷ್ಟೇ ಪಾಲಿಸಿದ್ದಾರೆ. ಈಗ ಅವರೆಲ್ಲರೂ ಶರಣಾಗಿದ್ದಾರೆ. ಯುದ್ಧ ಖೈದಿಗಳನ್ನು ಕೊಲ್ಲುವುದು ಧರ್ಮವಲ್ಲ ಎಂದು ಶ್ರೀರಾಮನೇ ಹೇಳಿದ್ದಾನೆ. ಆದ್ದರಿಂದ ಇವರನ್ನು ಮತ್ತೇನು ಮಾಡಬೇಕು ಎಂದು ನೀವೇ ಹೇಳಿ?'.

ಶಿವನ ಮಾತಿಗೆ ಯಾರೂ ಮರುಮಾತನಾಡಲಿಲ್ಲ.

'ಇವರೆಲ್ಲರನ್ನು ಮೃತಿಕಾವತಿಯಲ್ಲೇ ಬಂಧಿಸಿ ಇಟ್ಟುಬಿಡೋಣ. ಇವರಲ್ಲಿ ಯಾರೊಬ್ಬರೂ ಇಲ್ಲಿಂದ ತಪ್ಪಿಸಿಕೊಂಡು ಹೋಗದಂತೆ ನೋಡಿಕೊಳ್ಳುವ ಜವಾಬ್ದಾರಿ ನಿಮ್ಮದು. ಹಾಗೇನಾದರೂ ಇವರನ್ನು ತಪ್ಪಿಸಿಕೊಳ್ಳಲು ಬಿಟ್ಟರೆ ಅವರು ಮತ್ತೆ ಮಹಾರಾಜರ ಆದೇಶವನ್ನು ಪಾಲಿಸಬೇಕಾಗುತ್ತದೆ. ಆಗ ಅವರು ಮತ್ತೆ ನನ್ನನ್ನು ಕೊಲ್ಲಲು ಖಂಡಿತಾ ಬರುತ್ತಾರೆ. ಹಾಗಾದರೆ ನೀವೆಲ್ಲರೂ ಇವರನ್ನು ಬಂಧಿಸಿಡುತ್ತೀರಾ?'.

'ಹೌದು....ಹೌದು'.

'ಇವರಲ್ಲಿ ಯಾರನ್ನೂ ಹೊರಹೋಗಲು ಬಿಡುವುದಿಲ್ಲ ಎಂದು ನನಗೆ ವಾಗ್ದಾನ ಮಾಡುವಿರಾ?'.

'ಆಗಲಿ....ಆಗಲಿ'.

ಶಿವ ಮಂದಸ್ಮಿತನಾದ.

'ದೇವರು ನಮ್ಮೆಲ್ಲರ ಹಿಂದೆ ಇದ್ದಾನೆ. ನಮ್ಮೆಲ್ಲರ ಮೂಲಕ ಆತ ಅಧರ್ಮವನ್ನು ತೊಲಗಿಸುವ ಪ್ರಯತ್ನ ಮಾಡುತ್ತಿದ್ದಾನೆ. ದುಷ್ಟಶಕ್ತಿ ತಲೆಯೆತ್ತದಂತೆ ಮಾಡುತ್ತಿದ್ದಾನೆ'. ಅಷ್ಟು ಹೇಳಿ ಶಿವ ಮುಷ್ಟಿ ಹಿಡಿದ ಕೈಯನ್ನು ಮೇಲೆತ್ತಿ 'ಹರ ಹರ ಮಹಾದೇವ' ಎಂದ.

'ಹರ ಹರ ಮಹಾದೇವ' ಎಲ್ಲ ನಾಗರೀಕರು ಒಕ್ಕೊರಲಿನಿಂದ ಉದ್ಗರಿಸಿದರು. ನಂದಿ, ವೀರಭದ್ರ, ಪರಶುರಾಮ ಎಲ್ಲರೂ ಉದ್ಘರಿಸಿದರು.

'ಹರ ಹರ ಮಹಾದೇವ..........ಹರ ಹರ ಮಹದೇವ'.

— ⅄ⵀⵖⴷ⊛ —

ಮೃತಿಕಾವತಿಯ ರಾಜ್ಯಪಾಲರ ಅರಮನೆಯನ್ನು ತಾತ್ಕಾಲಿಕ ಬಂಧಿಖಾನೆಯಾಗಿ ಪರಿವರ್ತಿಸಲಾಗಿತ್ತು. ಶಿವನ ಸೈನಿಕರು ಮೆಲೂಹದ ಯುದ್ಧ ಖೈದಿಗಳನ್ನು ಗುಂಪು ಗುಂಪಾಗಿ ಬಂಧಿಸಿ ತಂದು ಸೆರೆಮನೆಯೊಳಗೆ ಬಿಟ್ಟರು. ಶಿವ, ಕಾಳಿ, ಸತಿ, ಗೋಪಾಲರು ಮತ್ತು ಚೆನಾರಧ್ವಜ ಸೆರೆಮನೆಯ ಬಾಗಿಲ ಬಳಿಯಲ್ಲಿ ನಿಂತಿದ್ದರು. ಅಷ್ಟರಲ್ಲಿ ಸೈನಿಕರು ವಿದ್ಯುನ್ಮಾಲಿಯನ್ನು ಬಂಧಿಸಿ ಕರೆತರುತ್ತಿದ್ದರು. ಶಿವನನ್ನು ನೋಡಿದ ವಿದ್ಯುನ್ಮಾಲಿ ಸೈನಿಕರಿಂದ ಬಿಡಿಸಿಕೊಳ್ಳಲು ಕೊಸರಾಡಿದ. ಸೈನಿಕರು ಆತನಿಗೆ ಬಲವಾದ ಹೊಡೆತವೊಂದನ್ನು ಕೊಟ್ಟರು. ಅದನ್ನು ಗಮನಿಸಿದ ಶಿವ ಹೇಳಿದ.

'ಆತನನ್ನು ನನ್ನ ಬಳಿ ಬರಲು ಬಿಡಿ'.

ವಿದ್ಯುನ್ಮಾಲಿ ಶಿವನ ಬಳಿಗೆ ಬಂದ.

ಕೂಡಲೆ ಶಿವ ಹೇಳಿದ 'ವಿದ್ಯುನ್ಮಾಲಿ, ನೀನು ನಿನ್ನ ಕರ್ತವ್ಯವನ್ನಷ್ಟೇ ನಿರ್ವಹಿಸುತ್ತಿರುವೆ. ಅರ್ಥಾತ್ ನೀನು ಮಹಾರಾಜರ ಆದೇಶವನ್ನು ಪಾಲಿಸುತ್ತಿರುವೆ. ನನಗೆ ನಿನ್ನ ಮೇಲೆ ಯಾವ ದ್ವೇಷವೂ ಇಲ್ಲ. ಆದರೆ ಸೋಮರಸವನ್ನು ನಾಶ ಮಾಡುವತನಕ ನೀನು ಇಲ್ಲಿ ಬಂಧಿಯಾಗಿರಲೇಬೇಕು. ಆ ನಂತರ ಬಿಡುಗಡೆ ಮಾಡುತ್ತೇನೆ. ಆಗ ನೀನು ಎಲ್ಲಾದರೂ ಇರಬಹುದು. ಹೇಗಾದರೂ ಇರಬಹುದು'.

ವಿದ್ಯುನ್ಮಾಲಿ ಕೋಪ ಮತ್ತು ಅವಮಾನದಿಂದ ಜರ್ಜರಿತನಾಗಿದ್ದ.

ಶಿವನ ಮಾತುಗಳನ್ನು ಕೇಳುತ್ತಲೇ ಏರುಧ್ವನಿಯಲ್ಲಿ ಹೇಳಿದ 'ಮೆಲೂಹಕ್ಕೆ ಒಬ್ಬ ಪರದೇಶಿಯಂತೆ ಬಂದವನು ನೀನು. ಈಗಲೂ ನೀನು ಪರದೇಶಿಯೇ. ನಿನ್ನಂತಹ ನೀಚನಿಂದ ಮೆಲೂಹನ್ನರಾದ ನಾವು ಆದೇಶವನ್ನು ಪಡೆದುಕೊಳ್ಳುವುದೂ ಇಲ್ಲ ಪಾಲಿಸುವುದೂ ಇಲ್ಲ'.

ಕೂಡಲೆ ಚೆನಾರಧ್ವಜ ಸೊಂಟದಲ್ಲಿದ್ದ ಖಡ್ಗವನ್ನು ಹೊರತೆಗೆದು 'ನೀಲಕಂಠನ ಬಗ್ಗೆ ಗೌರವದಿಂದ ಮಾತನಾಡು' ಎಂದು ಎಚ್ಚರಿಕೆ ನೀಡಿದ.

ವಿದ್ಯುನ್ಮಾಲಿ ಬುಸುಗುಡುತ್ತಾ 'ನಾನು ದ್ರೋಹಿಯ ಬಗ್ಗೆ ಮಾತನಾಡುವುದೇ ಹೀಗೆ' ಎಂದ.

'ಈಗ ನೀನು ಇನ್ನೊಂದು ಮಾತನಾಡಿದರೆ ಮುಂದೆಂದೂ ಮಾತನಾಡದಂತೆ ಮಾಡುತ್ತೇನೆ' ಕಾಳಿ ಸರಸರನೆ ಚೂರಿಯನ್ನು ಹಿಡಿದು ವಿದ್ಯುನ್ಮಾಲಿಯತ್ತ ಧಾವಿಸಿದಳು.

'ಕಾಳಿ.......' ಶಿವ ಕಾಳಿಯನ್ನು ತಡೆದು ವಿದ್ಯುನ್ಮಾಲಿಯತ್ತ ತಿರುಗಿ ಹೇಳಿದ 'ನನಗೆ ನಿಮ್ಮ ದೇಶದ ಮೇಲೆ ಯಾವ ದ್ವೇಷವೂ ಇಲ್ಲ. ನಾನು ಶಾಂತಿಯಿಂದ ನನ್ನ ಉದ್ದೇಶ ಈಡೇರಿಸಿಕೊಳ್ಳಲು ಪ್ರಯತ್ನ ಮಾಡಿದೆ. ಹಾಗಾಗಿ ಸೋಮರಸವನ್ನು ನಿಷೇಧಿಸುವಂತೆ ನಿಮಗೆ ಸಂದೇಶ ರವಾನಿಸಿದೆ. ಆದರೆ........'

'ನಮ್ಮದು ಸಾರ್ವಭೌಮ ರಾಷ್ಟ್ರ. ಅಲ್ಲಿ ಏನನ್ನು ಬಳಸಬೇಕು ಮತ್ತು ನಿಷೇಧಿಸಬೇಕು ಎಂಬುದನ್ನು ನಾವು ನಿರ್ಧರಿಸುತ್ತೇವೆ'.

'ದೇಶದಲ್ಲಿ ಅಧರ್ಮ, ಅನ್ಯಾಯ ತಲೆಯೆತ್ತಿರುವಾಗ ಅದು ಸಾಧ್ಯವಿಲ್ಲ. ಸೋಮರಸದ ವಿಚಾರಕ್ಕೆ ಬಂದಾಗ ಜನಗಳಿಗೆ ಯಾವುದು ಒಳಿತಾಗುವುದೋ ಅದನ್ನು ಮಾತ್ರ ಮಾಡಬೇಕು. ಮೆಲೂಹದ ಭವಿಷ್ಯದ ದೃಷ್ಟಿಯಿಂದ ಯಾವುದು ಒಳ್ಳೆಯದೋ ಅದನ್ನು ಮಾಡಬೇಕು'.

'ಅದನ್ನು ಹೇಳಲು ನೀನು ಯಾರು?' ವಿದ್ಯುನ್ಮಾಲಿ ಶಿವನನ್ನು ಪ್ರಶ್ನಿಸಿದ.

ಆತನೊಂದಿಗೆ ವಾದ ಮಾಡುವುದರಲ್ಲಿ ಯಾವ ಪ್ರಯೋಜನವೂ ಇಲ್ಲ ಎಂದರಿತ ಶಿವ ಆತನನ್ನು ಕರೆದುಕೊಂಡು ಹೋಗುವಂತೆ ಆದೇಶ ನೀಡಿದ. ನಂದಿ ಮತ್ತು ವೀರಭದ್ರ ಆತನನ್ನು ದರದರನೆ ಸೆರೆಮನೆಗೆ ಎಳೆದುಕೊಂಡು ಹೋದರು.

ದಾರಿಯಲ್ಲಿ ವಿದ್ಯುನ್ಮಾಲಿ ಜೋರಾಗಿ ಕೂಗಿಕೊಳ್ಳಲಾರಂಭಿಸಿದ. 'ವಂಚಕ, ಮೋಸಗಾರ, ನಿನಗೆ ತಕ್ಕ ಶಾಸ್ತಿ ಮಾಡುತ್ತೇನೆ. ಮೆಲೂಹ ಎಂದೂ ನಿನಗೆ ಶರಣಾಗುವುದಿಲ್ಲ'.

'ಶಿವ! ಇಂದು ನಾನೊಬ್ಬ ವಿಶೇಷ ವ್ಯಕ್ತಿಯನ್ನು ಕರೆತಂದಿದ್ದೇನೆ. ನೀನು ಆತನನ್ನು ಭೇಟಿ ಮಾಡಲು ಸಾಧ್ಯವೇ?' ಬೃಹಸ್ಪತಿ ಹೇಳಿದ.

ಆಗಷ್ಟೇ ಬೃಹಸ್ಪತಿ ಬ್ರಾಹ್ಮಣನೊಂದಿಗೆ ಮೃತಿಕಾವತಿಯ ಶಿವನ ಖಾಸಗಿ ಅತಿಥಿಗೃಹಕ್ಕೆ ಬಂದಿದ್ದ. ಅಲ್ಲಿ ಸತಿ, ಗೋಪಾಲ ಪಂಡಿತರು ಮತ್ತು ಕಾಳಿ ಶಿವನೊಂದಿಗಿದ್ದರು. ಬೃಹಸ್ಪತಿಯ ಮಾತನ್ನು ಕೇಳಿ ಎಲ್ಲರೂ ಅತ್ತ ತಿರುಗಿದರು.

'ಶಿವ! ನಿನಗೆ ಪನಿನಿ ಯಾರು ಎಂಬುದು ನೆನಪಿದೆಯಲ್ಲವೇ? ಆತ ಮಂದಾರ ಪರ್ವತದಲ್ಲಿ ನನಗೆ ಸಹಾಯಕನಾಗಿ ಕೆಲಸ ಮಾಡುತ್ತಿದ್ದ'.

'ಖಂಡಿತ ನೆನಪಿದೆ ಬೃಹಸ್ಪತಿ' ಶಿವ ಹೇಳಿದ.

'ಅದೇ ಪನಿನಿ ಈತ'.

ಶಿವ ಪನಿನಿಯತ್ತ ತಿರುಗಿ ಕೇಳಿದ 'ಹೇಗಿದ್ದೀಯಾ ಪನಿನಿ?'.

'ನಾನು ಚೆನ್ನಾಗಿದ್ದೀನಿ ನೀಲಕಂಠ' ಪನಿನಿ ಉತ್ತರಿಸಿದ.

'ಶಿವ! ಈಗ ಕೆಲವೇ ಗಂಟೆಗಳ ಹಿಂದೆ ನಾನು ಪನಿನಿಯನ್ನು ಭೇಟಿ ಮಾಡಿದೆ. ಈಗ ಈತ ವಿಜ್ಞಾನಿಗಳ ತಂಡವೊಂದರ ಮುಖ್ಯಸ್ಥ. ಆ ತಂಡ ಸರಸ್ವತಿ ನದಿಯ ಡೆಲ್ಟಾ ದ್ವೀಪದಲ್ಲಿ ರಹಸ್ಯವಾಗಿ ಸಂಶೋಧನೆಯೊಂದನ್ನು ನಡೆಸುತ್ತಿದೆ. ಸೋಮರಸದ ವಿರುದ್ಧ ನಡೆಯುತ್ತಿರುವ ಸಂಗ್ರಾಮದಲ್ಲಿ ನಮ್ಮೊಂದಿಗೆ ಕೈಜೋಡಿಸಲು ಸಿದ್ಧವಿರುವುದಾಗಿ ಪನಿನಿ ತಿಳಿಸಿದ. ಅದಕ್ಕಾಗಿ ಈತನನ್ನು ನನ್ನ ಬಳಿಗೆ ಕರೆತಂದಿದ್ದೇನೆ' ಬೃಹಸ್ಪತಿ ಹೇಳಿದ.

ಅದಾಗಲೇ ನಡುರಾತ್ರಿಯಾಗಿತ್ತು. ಶಿವನಗೆ ಮೊದಲು ಬೃಹಸ್ಪತಿ ಇಷ್ಟು ಹೊತ್ತಿನಲ್ಲಿ ಏಕೆ ಬಂದಿದ್ದಾನೆ ಎನ್ನುವ ಆತಂಕವಿತ್ತು. ಆದರೆ ಪನಿನಿ ವಿಚಾರ ತಿಳಿದಾಗ ಶಿವನಗೆ ಆಶ್ಚರ್ಯವಾಯಿತು.

ಶಿವ ಹೇಳಿದ 'ಬೃಹಸ್ಪತಿ! ಪನಿನಿ ನನ್ನ ಸಹಾಯಕನಾಗಿದ್ದವನು. ನೀನು ಆತನನ್ನು ಕರೆತಂದಿರುವೆ ಎಂದರೆ ಅದಕ್ಕೆ ಬಲವಾದ ಕಾರಣ ಇದ್ದಿರಲೇಬೇಕು. ನಾನು ನಿನ್ನನ್ನು ಸಂಪೂರ್ಣ ನಂಬುತ್ತೇನೆ. ಹಾಗಾಗಿ ವಿಚಾರ ಹೇಳುವುದಕ್ಕೆ ಹಿಂಜರಿಯುವುದು ಬೇಡ, ಹೇಳು'.

'ಪನಿನಿ ಇಂದು ಹೇಳಲು ಬಂದಿರುವ ವಿಚಾರ ನಮಗೆ ಉಪಯೋಗ ವಾಗಬಹುದು'.

'ಅದೇನು ಹೇಳು ಪನಿನಿ?' ಶಿವ ಕೇಳಿದ.

'ಮಹಾಸ್ವಾಮಿ! ಮಂದಾರ ಪರ್ವತದಲ್ಲಿ ರಹಸ್ಯ ಕೆಲಸವೊಂದನ್ನು ಮಾಡಲು ಬೃಗು ಮಹರ್ಷಿ ನನ್ನನ್ನು ನೇಮಿಸಿದ್ದಾರೆ'.

ಈಗ ಶಿವನ ಕುತೂಹಲ ಇಮ್ಮಡಿಯಾಯಿತು. ಶಿವ ಬಾಗಿ ಹೇಳಿದ 'ಮಂದಾರ ಪರ್ವತದ ಮರುನಿರ್ಮಾಣದ ಕಾರ್ಯ ಇನ್ನೂ ಮುಗಿದಿಲ್ಲ ಅಲ್ಲವೇ ಪನಿನಿ?'.

'ಮಹಾಸ್ವಾಮಿ! ಬೃಗು ಮಹರ್ಷಿಗಳು ನನ್ನನ್ನು ನೇಮಕ ಮಾಡಿರುವುದಕ್ಕೂ ಸೋಮರಸಕ್ಕೂ ಯಾವುದೇ ಸಂಬಂಧವಿಲ್ಲ. ಅವರು ತಮ್ಮ ಆತ್ಮೀಯರ ಒಂದು ಪುಟ್ಟ ತಂಡವನ್ನು ಕಟ್ಟಿ ಅದರ ನಾಯಕತ್ವವನ್ನು ನನಗೆ ವಹಿಸಿದ್ದಾರೆ. ನಮ್ಮ ಕೆಲಸ ಮಹರ್ಷಿಗಳು ನೀಡುವ ಅಪರೂಪದ ವಸ್ತುಗಳಿಂದ ದೈವೀಅಸ್ತ್ರವನ್ನು ತಯಾರಿಸುವುದು. ಇದು ಮಹರ್ಷಿಗಳ ಆದೇಶವೂ ಹೌದು'.

ಸುದ್ದಿಯನ್ನು ಕೇಳಿ ಶಿವ ಒಂದು ಕ್ಷಣ ದಂಗಾದ.

'ಏನು? ಆ ದೈವೀಅಸ್ತ್ರವನ್ನು ತಯಾರಿಸಿದವನು ನೀನೆ?'.

'ಹೌದು! ಮಹಾಪ್ರಭು'.

'ಹಾಗಾದರೆ ವಾಯುಪುತ್ರರು ಇಲ್ಲಿಗೆ ಬಂದು ದೈವೀಅಸ್ತ್ರವನ್ನು ತಯಾರಿಸಲು ನಿನಗೆ ಸಹಾಯ ಮಾಡಿದರೆ?'.

'ಮಹಾಸ್ವಾಮಿ, ನಮ್ಮೆಲ್ಲರಿಗೂ ದೈವೀಅಸ್ತ್ರವನ್ನು ತಯಾರಿಸಲು ತರಬೇತಿ ನೀಡಿದ್ದು ಬೃಗು ಮಹರ್ಷಿಗಳು. ಅಸ್ತ್ರ ತಯಾರಿಸಲು ಬೇಕಾದ ಕಚ್ಚಾವಸ್ತುಗಳನ್ನು ನೀಡಿದವರೂ ಅವರೇ. ನಿಜ! ನನಗೆ ಅದನ್ನು ತಯಾರಿಸುವುದು ಹೇಗೆ ಎನ್ನುವುದು ಸ್ವಲ್ಪ ಮಟ್ಟಿಗೆ ತಿಳಿದಿದೆ. ಆದರೆ ಪೂರ್ಣಪ್ರಮಾಣದಲ್ಲಿ ತಯಾರಿಸುವಷ್ಟು ಜ್ಞಾನವಿಲ್ಲ. ಆದರೆ ನನಗಿರುವ ಅಲ್ಪಜ್ಞಾನ ಅಸ್ತ್ರ ತಯಾರಿಸಲು ನೆರವಾಗಲಿ ಎನ್ನುವ ಉದ್ದೇಶದಿಂದ ಬೃಗು ನನ್ನನ್ನು ಈ ಕೆಲಸಕ್ಕೆ ಆಯ್ಕೆ ಮಾಡಿದ್ದಾರೆ'.

'ನಿಮಗೆ ತರಬೇತಿ ನೀಡುತ್ತಿರುವ ತಂಡದಲ್ಲಿ ವಾಯುಪುತ್ರರು ಯಾರಾದರೂ ಇದ್ದಾರೆಯೇ?'.

'ಅಸ್ತ್ರ ತಯಾರಿಸಲು ಬೃಗು ಮಹರ್ಷಿಗಳು ನಮಗೆ ನೀಡಿರುವ ವಸ್ತುಗಳನ್ನು ವಾಯುಪುತ್ರರು ನೀಡಿದ್ದಾರೆ ಎಂದು ನನಗನ್ನಿಸುತ್ತಿಲ್ಲ'.

ಶಿವ ಆಶ್ಚರ್ಯದಿಂದ ಗೋಪಾಲರ ಕಡೆಗೆ ನೋಡಿ ನಂತರ ಪನಿನಿಯನ್ನು ಕೇಳಿದ 'ನಿನಗೆ ಹಾಗೆ ಅನ್ನಿಸಲು ಕಾರಣವೇನು ಪನಿನಿ?'.

'ಅಸ್ತ್ರ ತಯಾರಿಸಲು ನನಗಿರುವುದು ಅಲ್ಪಜ್ಞಾನ. ಅಲ್ಲದೆ ದೈವೀಅಸ್ತ್ರ ತಯಾರಿಸಲು ಬೃಗು ಹೇಳಿಕೊಡುತ್ತಿದ್ದ ವಿಧಾನಕ್ಕೂ ವಾಯುಪುತ್ರರ ವಿಧಾನಕ್ಕೂ ಅಜಗಜಾಂತರ ವ್ಯತ್ಯಾಸವಿತ್ತು'.

'ಅಂದರೆ ಅಸ್ತ್ರ ತಯಾರಿಸಲು ಬೇಕಾದ ವಸ್ತುಗಳು ಬೃಗುವಿನ ಬಳಿ ಇದೆ ಎಂದಾಯಿತು?'.

'ಇರಬಹುದು ಮಹಾಸ್ವಾಮಿ'.

ಶಿವ ಪನಿನಿ ಹೇಳಿದ ವಿಚಾರ ಪರಿಣಾಮಗಳ ಬಗ್ಗೆ ಚಿಂತಿಸಲಾರಂಭಿಸಿದ. ವಾಯುಪುತ್ರರಂತೂ ಈಗ ಬೃಗುವಿನ ಪರವಾಗಿಲ್ಲ. ಆದರೂ ಆತ ತನ್ನದೇ ವಸ್ತುಗಳನ್ನು ಬಳಸಿಕೊಂಡು ದೈವೀಅಸ್ತ್ರ ತಯಾರಿಸಿದರೆ ಅದರ ಪರಿಣಾಮ ಘೋರ ಎಂಬುದು ಶಿವನಿಗೆ ಮನದಟ್ಟಾಯಿತು.

'ಮಹಾಸ್ವಾಮಿ, ನಾವೊಮ್ಮೆ ಪ್ರಯೋಗ ನಡೆಸುತ್ತಿರುವಾಗ ಆಕಸ್ಮಿಕವಾಗಿ ಅವರು ನೀಡಿದ್ದ ಕಚ್ಚಾವಸ್ತುವೊಂದು ನೆಲಕ್ಕೆ ಚೆಲ್ಲಿ ವ್ಯರ್ಥವಾಯಿತು. ಅದರಿಂದ ಬೃಗು ತೀವ್ರ ಕೋಪಗೊಂಡಿದ್ದರು. ಯಾವುದೇ ಕಾರಣಕ್ಕೂ ಅವುಗಳನ್ನು ಸ್ವಲ್ಪವೂ ವ್ಯಯಮಾಡದಂತೆ ಪ್ರಯೋಗಗಳನ್ನು ಮಾಡಿ ಎಂದು ತಾಕೀತು ಮಾಡಿದ್ದರು'.

ಶಿವ ದೀರ್ಘ ನಿಟ್ಟುಸಿರು ಬಿಡುತ್ತಾ ಗೋಪಾಲ ಪಂಡಿತರೆಡೆಗೆ ತಿರುಗಿ ಹೇಳಿದ 'ಅಂದರೆ ಈಗ ಬೃಗುವಿನ ಬಳಿ ದೈವೀಅಸ್ತ್ರವಿಲ್ಲ ಎಂದಾಯಿತು'

'ಹೌದು ಮಹಾಸ್ವಾಮಿ? ಹಾಗೇ ಅನ್ನಿಸುತ್ತಿದೆ'.

'ವಾಯುಪುತ್ರರೂ ಬೃಗುವಿನ ಪರವಾಗಿ ಇಲ್ಲ'.

'ನಾವು ಹಾಗೆ ಭಾವಿಸಬಹುದು'.

'ಶಿವ! ಅಂದ ಹಾಗೆ ಮತ್ತೊಂದು ಬಹುಮುಖ್ಯ ಮಾಹಿತಿ ಇದೆ' ಬೃಹಸ್ಪತಿ ಹೇಳಿದ.

'ಮಹಾಸ್ವಾಮಿ! ನನಗೆ ತಿಳಿದಂತೆ ದೇವಗಿರಿಯಲ್ಲಿ ಒಂದು ಸೋಮರಸ ತಯಾರಿಕಾ ಘಟಕವಿದೆ' ಪನಿನಿ ಹೇಳಿದ.

'ಅದು ಹೇಗೆ ಅಷ್ಟು ನಿಖರವಾಗಿ ಹೇಳುತ್ತಿರುವೆ ಪನಿನಿ?' ಶಿವ ಕೇಳಿದ.

'ಮಹಾಸ್ವಾಮಿ! ನಿಮಗೆ ತಿಳಿದಿರುವಂತೆ ಸೋಮರಸ ತಯಾರಿಸಲು ಭಾರಿ ಪ್ರಮಾಣದ ಸಂಜೀವಿನಿ ಮರದ ತೊಗಟೆ ಬೇಕು. ಸಂಜೀವಿನಿ ಮರದ ಗುಣಮಟ್ಟವನ್ನು ಪರಿಶೀಲಿಸಲು ಆಗಾಗ ರಾತ್ರಿಯ ವೇಳೆಯಲ್ಲಿ ಕಣ್ಣಿಗೆ ಕಪ್ಪು ಬಟ್ಟೆ ಕಟ್ಟಿ ನನ್ನನ್ನು ದೇವಗಿರಿಗೆ ಕರೆತರುತ್ತಿದ್ದರು'.

'ಆದರೆ ಸಂಜೀವಿನಿ ಮರವನ್ನು ದೇವಗಿರಿಗೆ ತಂದು ಆ ನಂತರ ಅದನ್ನು ಸೋಮರಸ ಕೇಂದ್ರಕ್ಕೆ ಕಳುಹಿಸಬಹುದಲ್ಲವೇ ಪನಿನಿ?'.

'ಅದು ನಿಜ ಮಹಾಸ್ವಾಮಿ, ಆದರೆ ನನಗೆ ಆತ್ಮೀಯರಾದ ಸ್ನೇಹಿತರೊಬ್ಬರು ಮೆಲೂಹ ಬಂದರಿನ ಸುಂಕದ ಕಟ್ಟೆಯಲ್ಲಿ ಅಧಿಕಾರಿಯಾಗಿದ್ದಾರೆ. ಸಂಜೀವಿನಿ ಮರ ದೇವಗಿರಿಯಿಂದ ರಫ್ತಾಗುತ್ತಿದೆಯೇ ಎಂದು ಅವರನ್ನು ವಿಚಾರಿಸಿದೆ. ಅವರ ಹೇಳಿಕೆಯಂತೆ ಆಗಾಗ ಭಾರಿ ಪ್ರಮಾಣದಲ್ಲಿ ಸಂಜೀವಿನಿ ಮರದ ದಿಮ್ಮಿಗಳು ದೇವಗಿರಿಗೆ ಬರುತ್ತವೆ. ಆದರೆ ಒಂದು ಬಾರಿಯೂ ಅವುಗಳನ್ನು ದೇವಗಿರಿಯಿಂದ ಹೊರಕ್ಕೆ ಕಳುಹಿಸಿಲ್ಲ. ಹಾಗಾಗಿ ಎಲ್ಲ ಸಂಜೀವಿನಿ ಮರಗಳೂ ದೇವಗಿರಿಯಲ್ಲೇ ಉಪಯೋಗವಾಗುತ್ತವೆ ಎನ್ನುವುದು ನನಗೆ ಖಾತರಿಯಾಯಿತು'.

ಶಿವ ಕೃತಜ್ಞತಾಭಾವದಿಂದ ಆ ಬ್ರಾಹ್ಮಣನೆಡೆಗೆ ನೋಡಿ ನಂತರ ಹೇಳಿದ 'ಪನಿನಿ! ನಿನಗೆ ಅನಂತಾನಂತ ಧನ್ಯವಾದಗಳು. ನೀನು ನೀಡಿದ ಮಾಹಿತಿ ಅದೆಷ್ಟು ರಹಸ್ಯ ಮತ್ತು ಉಪಯುಕ್ತವಾದದ್ದು ಎಂಬ ಕಲ್ಪನೆ ನಿನಗಿಲ್ಲ. ನಿನ್ನ ಅಭಿಮಾನಕ್ಕೆ ನಾನು ಚಿರಋಣಿ'.

— ⅄ⓄƱ⍋⊛ —

ಅಂದು ಪರ್ವತೇಶ್ವರ ಮೆಲೂಹದ ಪ್ರಧಾನ ಮಂತ್ರಿ ಕನಖಲಳ ಕಚೇರಿಯಲ್ಲಿ ಕುಳಿತು ಗಂಭೀರ ಚರ್ಚೆ ನಡೆಸುತ್ತಿದ್ದ. ಬಹಳ ದಿನಗಳ ನಂತರ ಅಯೋಧ್ಯೆಯಿಂದ ಹಕ್ಕಿಯೊಂದು 'ಮಗಧ ರಾಜ್ಯ ನೀಲಕಂಠನ ವಶವಾಗಿದೆ' ಎಂಬ ಸುದ್ದಿಯನ್ನು ಹೊತ್ತು ತಂದಿತ್ತು.

'ಏನು! ಮಗಧ ನೀಲಕಂಠನ ವಶವಾಯಿತೇ?' ಪರ್ವತೇಶ್ವರ ಕೇಳಿದ.

'ಅಷ್ಟೇ ಅಲ್ಲ, ಮಗಧ ಸೈನ್ಯ ಸೋತು ಶರಣಾಗಿದೆ. ಸುರಪದ್ಮ ಯುದ್ಧದಲ್ಲಿ ಹತನಾಗಿದ್ದಾನೆ. ರಾಜ ಮಹೇಂದ್ರ ಶೋಕಾಚರಣೆಯಲ್ಲಿ ಮುಳುಗಿದ್ದಾನೆ. ಬ್ರಂಗಾ ಸೈನ್ಯ ಇಡೀ ಮಗಧವನ್ನು ನಿಯಂತ್ರಣಕ್ಕೆ ತೆಗೆದುಕೊಂಡಿದೆ'.

ಪರ್ವತೇಶ್ವರ ಮೂಗಿನ ಮೇಲೆ ಬೆರಳಿಟ್ಟು ಹೇಳಿದ 'ಮಗಧ ಅವರ ನಿಯಂತ್ರಣಕ್ಕೆ ಬಂದಿದೆ ಎಂದರೆ ಅವರು ನಮ್ಮ ಯಾವ ಹಡಗುಗಳನ್ನು ಗಂಗಾ ನದಿಯಲ್ಲಿ ಹಾದು ಹೋಗಲು ಬಿಡುವುದಿಲ್ಲ. ಮಗಧ ರಾಜ್ಯದಲ್ಲಿ ಕೆಲವೇ ಮಂದಿ ಸೈನಿಕರನ್ನು ಬಿಟ್ಟು ಅಯೋಧ್ಯೆಯ ಮೇಲೆ ದಂಡೆತ್ತಿ ಬರುತ್ತಾರೆ. ಅಯೋಧ್ಯೆಯ ಹಡಗುಗಳನ್ನು ಛಿದ್ರ ಛಿದ್ರ ಗೊಳಿಸುತ್ತಾರೆ'.

'ಹೌದು! ಈಗ ಅಯೋಧ್ಯೆ ಅಷ್ಟು ಬೇಗ ನಮ್ಮ ಸಹಾಯಕ್ಕೆ ಬರುವುದು ಅನುಮಾನ. ಅಯೋಧ್ಯೆಯ ಸೈನ್ಯ ದಕ್ಷಿಣ ದಿಕ್ಕಿನಲ್ಲಿ ಹೊರಟು ದಟ್ಟ ಅರಣ್ಯದ ಮೂಲಕ ಮೆಲೂಹವನ್ನು ತಲುಪಬೇಕು'.

'ಬಹುಶಃ ಮಗಧವನ್ನು ವಶಪಡಿಸಿಕೊಂಡ ನಂತರ ನೀಲಕಂಠ ಅಲ್ಲಿ ಸೈನ್ಯದ ಸಣ್ಣ ತುಕಡಿಯನ್ನು ಬಿಟ್ಟು ಗಂಗಾನದಿಯಲ್ಲಿ ಸ್ವದ್ವೀಪದ ಮೂಲಕ ಮೆಲೂಹಕ್ಕೆ ಬರುತ್ತಾನೆ. ಮುಂದಿನ ಮೂರು ಅಥವಾ ನಾಲ್ಕು ತಿಂಗಳಲ್ಲಿ ಆತ ನಮ್ಮ ಮೇಲೆ ಆಕ್ರಮಣ ಮಾಡಬಹುದು. ಈ ಕೂಡಲೆ ಅಯೋಧ್ಯೆಯ ಸೈನ್ಯಕ್ಕೆ ಮೆಲೂಹದತ್ತ ಬರುವಂತೆ ತಿಳಿಸಬೇಕು. ನಾನು ಈ ಕೂಡಲೆ ಬೃಗು ಮಹರ್ಷಿಯೊಂದಿಗೆ ಮಾತನಾಡುತ್ತೇನೆ'.

'ವಿಚಾರ ಇನ್ನೂ ಇದೆ ಪರ್ವತೇಶ್ವರ. ಹಕ್ಕಿ ಸಂದೇಶದ ಒಕ್ಕಣೆಯಂತೆ ಮಗಧ ರಾಜ್ಯವನ್ನು ಮುತ್ತಿಗೆ ಹಾಕಿದ ಸೈನ್ಯದ ನೇತೃತ್ವ ವಹಿಸಿದ್ದವರು ಗಣೇಶ, ಕಾರ್ತಿಕ, ಭಗೀರಥ ಮತ್ತು ಚಂದ್ರಕೇತು'.

'ಹಾಗಾದರೆ ನೀಲಕಂಠ ಈಗ ಎಲ್ಲಿದ್ದಾನೆ?'.

'ಹಾಂ! ನನಗೂ ನೀಲಕಂಠ ಎಲ್ಲಿದ್ದಾನೆ ಎನ್ನುವುದು ತಿಳಿದಿಲ್ಲ?'.

ಅಷ್ಟರಲ್ಲಿ ಕನಖಲಳ ಮಾಹಿತಿದಾರನೊಬ್ಬ ಗಾಬರಿಯಿಂದ ಸರಸರನೆ ಬಂದ.

'ಮಹಾಪ್ರಭು ಮತ್ತು ಪ್ರಧಾನ ಮಂತ್ರಿಗಳೇ, ಬೃಗು ಮಹರ್ಷಿಗಳು ಈ ಕೂಡಲೆ ನಿಮ್ಮಿಬ್ಬರನ್ನೂ ಕರೆತರುವಂತೆ ತಿಳಿಸಿದ್ದಾರೆ'.

ಕನಖಲ ಮತ್ತು ಪರ್ವತೇಶ್ವರ ಅವರಸರವಾಗಿ ಅಲ್ಲಿಂದ ಎದ್ದು ಹೊರಟರು. ಅಷ್ಟರಲ್ಲಿ ಮತ್ತೊಬ್ಬ ಮಾಹಿತಿದಾರ ಪರ್ವತೇಶ್ವರನಿಗೆ ಮತ್ತೊಂದು ಲಕೋಟೆಯನ್ನು ನೀಡಿದ. ಪರ್ವತೇಶ್ವರ ವೇಗವಾಗಿ ನಡೆಯುತ್ತಲೇ ರಹಸ್ಯ ಲಕೋಟೆಯನ್ನು ತೆರೆದು ಅದರ ಒಕ್ಕಣೆಯನ್ನು ಓದತೊಡಗಿದ.

ಅಧ್ಯಾಯ – 28

ದಂಗಾದ ಮೆಲೂಹ

'ಪತ್ರದಲ್ಲಿ ಏನದೆ ಪರ್ವತೇಶ್ವರ?' ಕನಖಲ ಕೇಳಿದಳು.

ಅಷ್ಟರಲ್ಲಾಗಲೇ ಕನಖಲ ಮತ್ತು ಪರ್ವತೇಶ್ವರ ದಕ್ಷನ ಅರಮನೆಯ ಹೆಬ್ಬಾಗಿಲ ಮುಂದಿದ್ದರು. ದಕ್ಷ ಅರಮನೆಯ ಸಭಾಂಗಣದಲ್ಲಿ ಆಸೀನನಾಗಿದ್ದ.

ಇಬ್ಬರೂ ಒಳಗೆ ಪ್ರವೇಶಿಸುತ್ತಿದ್ದಂತೆ ದಕ್ಷ ಏರುದನಿಯಲ್ಲಿ ಕೇಳಿದ 'ಇದೇನಿದು ಪರ್ವತೇಶ್ವರ? ಮೆಲೂಹ ಸೈನ್ಯ ನಿನ್ನ ನಿಯಂತ್ರಣದಲ್ಲಿದೆಯೋ ಇಲ್ಲವೋ? ನಿನ್ನನ್ನು ದಂಡನಾಯಕನನ್ನಾಗಿ ನಿಯೋಜಿಸಿರುವ ಉದ್ದೇಶವಾದರೂ ಏನು?'.

ಪರ್ವತೇಶ್ವರನಿಗೆ ದಕ್ಷ ಏಕೆ ಹೀಗೆ ಕೇಳುತ್ತಿದ್ದಾನೆ ಎನ್ನುವುದು ಚೆನ್ನಾಗಿ ತಿಳಿದಿತ್ತು. ಆತನೊಂದಿಗೆ ವಾದ ಮಾಡಿ ಪ್ರಯೋಜನವಿಲ್ಲ ಎಂಬುದೂ ತಿಳಿದಿತ್ತು. ಹಾಗಾಗಿ ಸೈನಿಕ ಗೌರವವಂದನೆ ಸಲ್ಲಿಸಿ ಮೌನವಾಗಿ ನಿಂತ.

'ನಮಗೊಂದು ಬೇಸರದ ಸುದ್ದಿ ಇದೆ ಪರ್ವತೇಶ್ವರ. ಶಿವ ಮೃತಿಕಾವತಿಯನ್ನು ಮುತ್ತಿಗೆ ಹಾಕಿ ಅದನ್ನು ವಶಪಡಿಸಿಕೊಂಡಿದ್ದಾನೆ'.

'ಏನು! ಮೃತಿಕಾವತಿ ಶಿವನ ಪಾಲಾಯಿತೇ? ಲೋಥಲ್ ನಗರದ ಅಭೇದ್ಯ ರಕ್ಷಣೆಯನ್ನು ಭೇದಿಸಿ ಶಿವ ಮೃತಿಕಾವತಿಗೆ ಹೋದದ್ದಾದರು ಹೇಗೆ?' ಕನಖಲ ಕೇಳಿದಳು.

ವಾಸ್ತವದಲ್ಲಿ ಲೋಥಲ್‌ಗೆ ಭಾರಿ ಭದ್ರತೆ ಇತ್ತು. ಅದು ಮೆಲೂಹ ಸಾಮ್ರಾಜ್ಯದ ಹೆಬ್ಬಾಗಿಲಿನಂತಿತ್ತು. ಹಾಗಾಗಿ ಎಲ್ಲರೂ ಗಾಬರಿಗೊಂಡಿದ್ದರು.

ಬೃಗು ಒಂದಷ್ಟು ರಹಸ್ಯ ಪತ್ರಗಳನ್ನು ಎತ್ತಿ ತೋರಿಸುತ್ತಾ ಹೇಳಿದ 'ಇದು ಮೃತಿಕಾವತಿಯ ರಾಜ್ಯಪಾಲನ ಚಿತಾವಣೆ. ಆತ ಶಿವನಿಗೆ ತನ್ನ ನಿಷ್ಠೆಯನ್ನು ತೋರಿದ್ದಾನೆ. ದ್ರೋಹಿ.....'.

'ನೀಚ.......ನಾನು ಆತನನ್ನು ನಂಬಬಾರದಿತ್ತು' ದಕ್ಷ ಹೇಳಿದ.

'ಹಾಗಾದರೆ ಆತನನ್ನೇಕೆ ಲೋಥಲ್ ನಗರದ ರಾಜ್ಯಪಾಲನನ್ನಾಗಿ ನೇಮಕ ಮಾಡಿದೆ ಮಹಾರಾಜ?' ಬೃಗು ಪ್ರಶ್ನಿಸಿದ.

ದಕ್ಷ ಮರು ಮಾತನಾಡದೆ ಮೌನವಾಗಿದ್ದ.

ನಂತರ ಬೃಗು ಪರ್ವತೇಶ್ವರನತ್ತ ತಿರುಗಿ ಹೇಳಿದ 'ಲೋಥಲ್ ಬಗ್ಗೆ ನಿನ್ನ ಅನುಮಾನ ನಿಜವಾಯಿತು. ನಾನು ನಿನ್ನ ಮಾತನ್ನು ಕೇಳಬೇಕಿತ್ತು, ಕ್ಷಮಿಸು. ಬಹುಶಃ ನಾವು ಲೋಥಲ್ ನಗರಕ್ಕೆ ವಿದ್ಯುನ್ಮಾಲಿಯನ್ನು ಕಳುಹಿಸಿದ್ದರೆ ಹೆಚ್ಚಿನ ರಕ್ಷಣೆ ನೀಡಬಹುದಿತ್ತೇನೋ'.

'ಹೋಗಲಿ ಬಿಡಿ, ಮಹರ್ಷಿಗಳೇ. ಮಿಂಚಿ ಹೋದ ಕೆಲಸಕ್ಕೆ ಚಿಂತಿಸಿ ಫಲವಿಲ್ಲ. ಮುಂದೇನು ಮಾಡಬೇಕು ಎಂಬುದನ್ನು ಯೋಚಿಸೋಣ. ಅಂದ ಹಾಗೆ ಈಗ ಕೆಲವೇ ನಿಮಿಷಗಳ ಹಿಂದೆ ವಿದ್ಯುನ್ಮಾಲಿಯಿಂದ ನನಗೊಂದು ಪತ್ರ ಬಂದಿದೆ'.

'ದಳಪತಿ ವಿದ್ಯುನ್ಮಾಲಿ ಏನು ಬರೆದಿದ್ದಾನೆ?'.

'ಮೇಲ್ನೋಟಕ್ಕೆ ಇದು ಭದ್ರತಾ ವೈಫಲ್ಯ ಎಂದು ನನಗನಿಸುತ್ತಿದೆ. ಆತನ ಹೇಳಿಕೆಯ ಪ್ರಕಾರ ಒಂದು ಲಕ್ಷ ಸೈನಿಕರೊಂದಿಗೆ ಶಿವ ಮೃತಿಕಾವತಿಯ ಹೆಬ್ಬಾಗಿಲಿಗೆ ಮುತ್ತಿಗೆ ಹಾಕಿದ್ದಾನೆ. ವಿದ್ಯುನ್ಮಾಲಿ ಸಹ ಅಲ್ಲಿ ಶಿವನಿಗೆ ತೀವ್ರ ಪ್ರತಿರೋಧ ಒಡ್ಡಿ ಸೈನ್ಯವನ್ನು ಹಿಮ್ಮೆಟ್ಟಿಸುವ ಪ್ರಯತ್ನ ಮಾಡಿದ್ದಾನೆ. ಆದರೆ ಅದು ಸಫಲವಾಗದೆ ಕೋಟೆ ಅವರ ವಶವಾಗಿದೆ' ಪರ್ವತೇಶ್ವರ ಹೇಳಿದ.

ಕೂಡಲೆ ಕನಖಲಳಿಗೆ ಮೃತಿಕಾವತಿಯಲ್ಲಿ ಏನಾಗಿದೆ ಎಂಬುದು ಸ್ಪಷ್ಟವಾಯಿತು.

ಆಕೆ ಹೇಳಿದಳು 'ಮೃತಿಕಾವತಿ ಸರಸ್ವತಿ ನದಿಯ ದಡದಲ್ಲಿದೆ. ಬಹುಶಃ ವಿದ್ಯುನ್ಮಾಲಿ ನಮ್ಮ ಯುದ್ಧ ನೌಕೆಗಳನ್ನು ಅಲ್ಲಿಗೆ ತೆಗೆದುಕೊಂಡು ಹೋಗಿದ್ದಾನೆ. ಈಗ ಅದು ನೀಲಕಂಠ ಮಹಾಸ್ವಾಮಿಗಳ ವಶದಲ್ಲಿದೆ. ಅವರು ಇಡೀ ಸರಸ್ವತಿ ನದಿಯನ್ನು ತಮ್ಮ ನಿಯಂತ್ರಣಕ್ಕೆ ತೆಗೆದುಕೊಂಡಿದ್ದಾರೆ'.

ಕನಖಲ ಶಿವನನ್ನು ಮಹಾಸ್ವಾಮಿ ಎಂದ ಕೂಡಲೇ ದಕ್ಷ ರೊಚ್ಚಿಗೆದ್ದ.

'ಶಿವ ನಿನಗೆ ಮಹಾಸ್ವಾಮಿಯೇನು? ಹೀಗೆ ಹೇಳಲು ಎಷ್ಟು ಧೈರ್ಯ? ನಿನ್ನ ನಿಷ್ಠೆ ಯಾರ ಕಡೆಗೆ ಕನಖಲ? ನನ್ನ ಕಡೆಗೋ ಅಥವಾ ಆ ಪರದೇಶಿಯ ಕಡೆಗೋ?'.

'ಶಾಂತವಾಗಿರು ಮಹಾರಾಜ. ಸಾಧ್ಯವಾದರೆ ನೀನು ಈ ಕೂಡಲೆ ಅಂತಃಪುರಕ್ಕೆ ತೆರಳಿ ವಿಶ್ರಾಂತಿ ತೆಗೆದುಕೋ' ಬೃಗು ದಕ್ಷನನ್ನು ಹೊರಗೆ ಕಳುಹಿಸುವ ಪ್ರಯತ್ನಕ್ಕೆ ಮುಂದಾದ.

ದಕ್ಷ ಒಂದು ಕ್ಷಣ ಕಣ್ಮುಚ್ಚಿದ. ತನ್ನ ಕಡುವೈರಿಯನ್ನು 'ಮಹಾಸ್ವಾಮಿ' ಎಂದು ಕನಖಲ ಸಂಬೋಧಿಸಿದ್ದು ಆತನಿಗೆ ಇಷ್ಟವಾಗಲಿಲ್ಲ. ಆತ ಧಡಧಡನೆ ಅಲ್ಲಿಂದ ಹೊರನಡೆದ.

ನಂತರ ಬೃಗು ಏನೂ ಆಗಿಲ್ಲವೇನೋ ಎಂಬಂತೆ ಪರ್ವತೇಶ್ವರನತ್ತ ತಿರುಗಿ ಕೇಳಿದ 'ವಿದ್ಯುನ್ಮಾಲಿ ಮತ್ತೇನು ಹೇಳಿದ್ದಾನೆ?'.

'ಈಗ ಸರಸ್ವತಿ ನದಿ ಶಿವನ ನಿಯಂತ್ರಣದಲ್ಲಿದೆ. ಇದು ನಿಜಕ್ಕೂ ಆತಂಕಕಾರಿ ಬೆಳೆವಣಿಗೆ?'.

'ಹೌದು'.

'ಮೃತಿಕಾವತಿಯ ಜನ ಶಿವನಿಗೆ ತಮ್ಮ ನಿಷ್ಠೆಯನ್ನು ತೋರಿದ್ದಾರೆ. ವಿದ್ಯುನ್ಮಾಲಿಯನ್ನು ಯುದ್ಧ ಖೈದಿಯಾಗಿ ಸೆರೆ ಹಿಡಿಯಲಾಗಿತ್ತು. ಆದರೆ ಆತ ಹೇಗೋ ತಪ್ಪಿಸಿಕೊಂಡು ಬಂದು ಈ ರಹಸ್ಯ ಪತ್ರವನ್ನು ನನಗೆ ತಲುಪಿಸಿದ್ದಾನೆ'.

'ಅಂದರೆ ಶಿವ ಈಗ ಮೃತಿಕಾವತಿಯಲ್ಲಿ ಬೀಡು ಬಿಟ್ಟಿದ್ದಾನೆ ಎಂದಾಯಿತು' ಬೃಗು ಹೇಳಿದ.

ಇತ್ತೀಚೆಗೆ ಬೃಗು ಪರ್ವತೇಶ್ವರನೊಂದಿಗೆ ಮಾತನಾಡುವಾಗ ಸ್ವಲ್ಪ ಎಚ್ಚರಿಕೆಯಿಂದಲೇ ಮಾತನಾಡುತ್ತಿದ್ದ. ಶಿವನ ಬಗ್ಗೆ ಕೆಟ್ಟ ಮಾತುಗಳನ್ನಾಡಿದರೆ ಅದು ಪರ್ವತೇಶ್ವರನಿಗೆ ಇಷ್ಟವಾಗುವುದಿಲ್ಲ ಎಂಬ ವಿಚಾರ ಬೃಗುವಿಗೆ ಚೆನ್ನಾಗಿ ತಿಳಿದಿತ್ತು.

'ಮಹರ್ಷಿಗಳೇ, ತುಂಬಾ ಆತಂಕಕಾರಿ ವಿಚಾರವೆಂದರೆ ನಮ್ಮ ಸೈನ್ಯವನ್ನು ಮೃತಿಕಾವತಿಯ ಜನರೇ ಬಂಧಿಸಿ ಅವರೇ ಪಹರೆಗೆ ನಿಂತಿದ್ದಾರೆ'.

'ಏನು! ಮೃತಿಕಾವತಿಯ ಜನ ನಮ್ಮ ಸೈನ್ಯವನ್ನು ಬಂಧಿಸಿ ಕಾಯುತ್ತಿದ್ದಾರೆಯೇ?'.

'ಹೌದು, ಈಗ ನೀಲಕಂಠ ಮೃತಿಕಾವತಿಯಲ್ಲಿ ಸೈನ್ಯವನ್ನು ಇಟ್ಟಿಲ್ಲ. ತನ್ನ ಅಷ್ಟೂ ಸೈನ್ಯದೊಂದಿಗೆ ಸರಸ್ವತಿ ನದಿಯಲ್ಲಿ ಪ್ರಯಾಣ ಬೆಳೆಸಿದ್ದಾನೆ. ನಾವು ಮಾತನಾಡುತ್ತಿರುವ ಈ ವೇಳೆಯಲ್ಲಿ ಶಿವ ಮೆಲೂಹದತ್ತ ಸಾಗಿ ಬರುತ್ತಿರಬಹುದು. ಆತನ ಬಳಿ ಭಾರಿ ಸಂಖ್ಯೆಯ ಸೈನ್ಯವಿದೆ. ಅಸಾಧಾರಣ ಶಕ್ತಿಯುಳ್ಳ ತರಬೇತಿ ಪಡೆದ ಗಜ ಪಡೆಯಿದೆ. ಹಾಗಾಗಿ ಶಿವನ ಸೈನ್ಯವನ್ನು ಸೋಲಿಸುವುದು ಅಷ್ಟು ಸುಲಭದ ಕೆಲಸವಲ್ಲ'.

'ಶ್ರೀರಾಮ! ನಮ್ಮನ್ನು ಕಾಪಾಡು. ಮಹರ್ಷಿಗಳೇ ನನಗೆ ಒಂದು ವಿಚಾರ ತಿಳಿಯುತ್ತಿಲ್ಲ. ಕೆಲವೇ ತಿಂಗಳುಗಳ ಹಿಂದೆ ಶಿವ ಅಯೋಧ್ಯೆಯತ್ತ ಹೊರಟಿದ್ದಾಗ ಆತನ ಬಳಿ ಐವತ್ತು ಸಾವಿರ ಸೈನಿಕರಿದ್ದರು. ಆದರೆ ಈಗ ಆ ಸಂಖ್ಯೆ ಒಂದು ಲಕ್ಷ ಹೇಗಾಯಿತು? ಅಷ್ಟೊಂದು ಗಜಪಡೆಗಳು ಹೇಗೆ ಬಂದವು?'.

ಬೃಗು ಗಂಭೀರವಾಗಿ ಹೇಳಿದ 'ವಾಸುದೇವರು ಶಿವನೊಂದಿಗೆ ಕೈಜೋಡಿಸಿದ್ದಾರೆ. ಸೂರ್ಯವಂಶಿ ಮತ್ತು ಚಂದ್ರವಂಶಿಗಳನ್ನು ಹೊರತುಪಡಿಸಿ ಶಿವನ ಬಳಿ ಇರುವ ಸೈನ್ಯವೆಂದರೆ ಅದು ವಾಸುದೇವ ಸೈನ್ಯ. ಅವರ ಬಳಿ ತರಬೇತಿ ಪಡೆದ ಅಸಾಧಾರಣ ಗಜಗಳಿವೆ. ಮೃತಿಕಾವತಿಯಲ್ಲಿ ಶಿವ ಬಳಸಿದ್ದು ಅದನ್ನೇ. ವಾಸುದೇವರ ಬಳಿ ಇರುವ ಆನೆಗಳ ಶಕ್ತಿಯ ಬಗ್ಗೆ ನನಗೆ ಚೆನ್ನಾಗಿ ಅರಿವಿದೆ'.

ವಾಸುದೇವರ ಶಕ್ತಿ ಅಡಗಿರುವುದು ಅವರ ಗಜಪಡೆಯಲ್ಲಿ ಎಂದಷ್ಟೇ ಬೃಗುವಿಗೆ ತಿಳಿದಿತ್ತು. ಆದರೆ ವಾಸ್ತವದಲ್ಲಿ ವಾಸುದೇವರ ನಿಜವಾದ ಶಕ್ತಿ ಇದ್ದದ್ದು ಸಪ್ತ ಸಿಂಧುವಿನ ಮಂದಿರಗಳಲ್ಲಿರುವ ವಾಸುದೇವ ಪಂಡಿತರಲ್ಲಿ. ಈ ವಿಚಾರ ಬೃಗುವಿಗೆ ತಿಳಿದಿರಲಿಲ್ಲ. ಅಂತಹ ಪಂಡಿತರು ಅತಿ ಸೂಕ್ಷ್ಮ ವಿಚಾರಗಳನ್ನು ಗ್ರಹಿಸಿ ಕ್ಷಣಾರ್ಧದಲ್ಲಿ ಅದನ್ನು ಶಿವನಗೆ ತಲುಪಿಸಿಬಿಡುತ್ತಿದ್ದರು. ಒಂದರ್ಥದಲ್ಲಿ ಇವರು ಶಿವನಿಗೆ ಕಣ್ಣು, ಕಿವಿಗಳಂತಿದ್ದರು. ಆ ಮೂಲಕ ರಣತಂತ್ರ ಹೆಣೆಯಲು ಬೇಕಾದ ರಹಸ್ಯ ಮಾಹಿತಿಯನ್ನು ರವಾನಿಸುತ್ತಿದ್ದರು.

'ಶಿವ ತನ್ನ ಸೈನ್ಯದೊಂದಿಗೆ ಸಧ್ಯದಲ್ಲೇ ಮೆಲೂಹವನ್ನು ಪ್ರವೇಶಿಸಲಿದ್ದಾನೆ. ಅಯೋಧ್ಯೆಯ ಮೂರು ಲಕ್ಷ ಸೈನಿಕರು ಸಕಾಲಕ್ಕೆ ನಮ್ಮ ಸಹಾಯಕ್ಕೆ ಬರುವುದು ಅನುಮಾನ. ಆತ ನಮ್ಮ ವಿರುದ್ಧ ಅದ್ಭುತ ರಣತಂತ್ರವನ್ನು ಹೆಣೆದಿದ್ದಾನೆ' ಪರ್ವತೇಶ್ವರ ಹೇಳಿದ.

'ನನಗೆ ನಿನ್ನ ಸೈನ್ಯದ ಬಗ್ಗೆ ಸಂಪೂರ್ಣ ಮಾಹಿತಿ ಇಲ್ಲ ಪರ್ವತೇಶ್ವರ. ಆದರೆ ನಾವೀಗ ಅತ್ಯಂತ ಸಂದಿಗ್ಧ ಪರಿಸ್ಥಿತಿಯಲ್ಲಿ ಸಿಲುಕಿದ್ದೇವೆ ಎಂಬುದಷ್ಟೆ ತಿಳಿಯುತ್ತಿದೆ. ಈಗೇನು ಮಾಡುವುದು?' ಬೃಗು ಪರ್ವತೇಶ್ವರನ ಸಲಹೆ ಕೇಳಿದ.

ಪರ್ವತೇಶ್ವರ ಗಡ್ಡವನ್ನು ಸವರಿಕೊಳ್ಳುತ್ತಾ ಬೃಗುವಿನೆಡೆಗೆ ತಿರುಗಿ ಹೇಳಿದ 'ಒಂದು ಕಡೆಯಿಂದ ನೀಲಕಂಠ, ಮತ್ತೊಂದು ಕಡೆಯಿಂದ ಗಣೇಶ ಮೆಲೂಹದ ಮೇಲೆ ಆಕ್ರಮಣ ಮಾಡಿದರೆ ದೇವಗಿರಿಗೆ ರಕ್ಷಣೆ ನೀಡುವುದು ಅಸಾಧ್ಯ. ಇತ್ತೀಚೆಗಷ್ಟೇ ಯಮುನಾ ನದಿಯ ಪ್ರವಾಹದಿಂದ ದೇವಗಿರಿಗೆ ಬಂದು ಸೇರುವ ರಸ್ತೆಯೊಂದು ತೀರಾ ಹದಗೆಟ್ಟಿದೆ. ನಮ್ಮ ಕೆಲಸಗಾರರು ಆ ರಸ್ತೆಯನ್ನು ದುರಸ್ತಿ ಮಾಡುವುದರಲ್ಲಿ ನಿರತರಾಗಿದ್ದಾರೆ. ಗಣೇಶ ಇದೇ ದಾರಿಯಲ್ಲಿ ಮೆಲೂಹದತ್ತ ಬರುತ್ತಿದ್ದಾನೆ ಎಂಬ ಮಾಹಿತಿ ಇದೆ. ಹಾಗಾಗಿ ತಕ್ಷಣ ದುರಸ್ತಿ ಕಾರ್ಯ ನಿಲ್ಲಿಸುವಂತೆ ಕೆಲಸಗಾರರಿಗೆ ಸೂಚಿಸುತ್ತೇನೆ. ಕೆಟ್ಟು ಹದಗೆಟ್ಟಿರುವ ದುರ್ಗಮ ಹಾದಿಯಲ್ಲಿ ಗಣೇಶನ ಲಕ್ಷಾಂತರ ಸೈನಿಕರು ಬರುವುದು ಅಷ್ಟು ಸುಲಭವಲ್ಲ. ಹಾಗಾಗಿ ನಮಗೆ ಶತ್ರುಗಳನ್ನು ಎದುರಿಸಲು ಸಾಕಷ್ಟು ಸಮಯ ದೊರೆಯುತ್ತದೆ'.

'ನಿನ್ನ ಯೋಜನೆ ಸರಿಯಾಗಿದೆ ಪರ್ವತೇಶ್ವರ. ಈಗಾಗಲೇ ಸೈನಿಕರಿಗೆ ಯುದ್ಧ ತರಬೇತಿ ನೀಡುತ್ತಿರುವುದು ನಮಗೆ ವರದಾನವಾಗಲಿದೆ'.

'ಮಹರ್ಷಿಗಳೇ, ಮುಂದಿನ ಕೆಲವೇ ದಿನಗಳಲ್ಲಿ ಶಿವ ಇಲ್ಲಿಗೆ ಬರಬಹುದು. ಶಿವ ಅಷ್ಟು ಸುಲಭವಾಗಿ ಗೆಲುವು ಸಾಧಿಸುವುದಕ್ಕೆ ನಾನು ಬಿಡುವುದಿಲ್ಲ. ಕಠಿಣ ಸವಾಲು ಒಡ್ಡುತ್ತೇನೆ. ಮೆಲೂಹವನ್ನು ರಕ್ಷಿಸಲು ಪ್ರಾಣತ್ಯಾಗಕ್ಕೂ ಸಿದ್ಧ' ಪರ್ವತೇಶ್ವರ ಹೇಳಿದ.

'ನನಗೆ ನನ್ನ ಮೇಲೆ ಸಂಪೂರ್ಣ ವಿಶ್ವಾಸವಿದೆ ಪರ್ವತೇಶ್ವರ. ಆದರೆ ಶಿವನ ಬಳಿ ಇರುವ ಭಾರಿ ಪ್ರಮಾಣದ ಗಜಪಡೆಯನ್ನು ಎದುರಿಸುವುದು ಹೇಗೆ ಎನ್ನುವುದೇ ನನ್ನ ಚಿಂತೆ. ಆನೆಗಳನ್ನು ನಿಯಂತ್ರಿಸದಿದ್ದರೆ ಅವು ನಮ್ಮ ಸೈನಕರನ್ನು ಧ್ವಂಸ ಮಾಡಿಬಿಡುತ್ತವೆ'.

ಗೋಪಾಲ ಪಂಡಿತರು, ಕಾಳಿ, ಸತಿ ಮತ್ತು ಶಿವ ಮೃತಿಕಾವತಿಯ ಅರಮನೆಯಲ್ಲಿ ಕುಳಿತು ಪನಿನಿ ಹೇಳಿದ ವಿಚಾರದ ಬಗ್ಗೆ ಚರ್ಚಿಸುತ್ತಿದ್ದರು. ಕಾಳಿ ಮುಂದೇನು ಮಾಡಬೇಕೆಂದು ವಿವರಿಸುತ್ತಿದ್ದಳು.

'ಶಿವ! ನೀನು ಈ ಕೂಡಲೆ ಮೃತಿಕಾವತಿಯನ್ನು ಬಿಟ್ಟು ಪರಿಹದತ್ತ ಪ್ರಯಾಣ ಬೆಳೆಸು. ಅಲ್ಲಿ ವಾಯುಪುತ್ರರನ್ನು ಭೇಟಿ ಮಾಡು. ಅವರ ಬಳಿ ಇರುವ ದೈವೀಅಸ್ತ್ರ ಅಂದರೆ ಬ್ರಹ್ಮಾಸ್ತ್ರವನ್ನು ಪಡೆದುಕೋ. ಅಲ್ಲಿಗೆ ಎಲ್ಲವೂ ಅಂತ್ಯ ಕಾಣುತ್ತದೆ'.

'ನಾವು ದೈವೀಅಸ್ತ್ರವನ್ನು ಯಾವ ಸಂದರ್ಭದಲ್ಲೂ ಬಳಸುವಂತಿಲ್ಲ. ಅದು ಮಾನವೀಯ ಮೌಲ್ಯಗಳ ಮೇಲೆ ಗಧಾಪ್ರಹಾರ ಮಾಡಿದಂತೆ. ಶತ್ರುಗಳನ್ನು ಹೆದರಿಸಲು ಮಾತ್ರ ಅಂತಹ ಅಸ್ತ್ರಗಳನ್ನು ಉಪಯೋಗಿಸಬಹುದು' ವಾಸುದೇವರು ಹೇಳಿದರು.

'ಹೌದು! ನನಗೂ ಅದು ತಿಳಿದಿದೆ' ಕಾಳಿ ಪಂಡಿತರ ಮಾತಿಗೆ ಸಹಮತ ವ್ಯಕ್ತಪಡಿಸಿದಳು.

'ಇಲ್ಲಿಂದ ಪರಿಹಕ್ಕೆ ಹೋಗಲು ಎಷ್ಟು ದಿನ ಬೇಕಾಗಬಹುದು ಪಂಡಿತರೇ?' ಶಿವ ಕೇಳಿದ.

'ಕನಿಷ್ಠ ಆರು ತಿಂಗಳು. ದಾರಿಯಲ್ಲಿ ವಾತಾವರಣ ಹದಗೆಟ್ಟರೆ ಒಂಬತ್ತರಿಂದ ಹನ್ನೆರಡು ತಿಂಗಳು ತೆಗೆದುಕೊಳ್ಳಬಹುದು' ಪಂಡಿತರು ಹೇಳಿದರು.

'ಹಾಗಾದರೆ ಈ ಹಂತದಲ್ಲಿ ಪರಿಹಕ್ಕೆ ಹೋಗುವುದು ಸೂಕ್ತವಲ್ಲ ಅಲ್ಲವೇ?'.

'ಏಕೆ ಹಾಗೆ ಹೇಳುತ್ತಿರುವೆ ಶಿವ?' ಕಾಳಿ ಕೇಳಿದಳು.

'ಈಗ ನಮ್ಮ ಸೈನಿಕರಲ್ಲಿ ಹುಮ್ಮಸ್ಸಿದೆ. ನಮಗೆ ಸಮಯವೂ ಇದೆ. ಕಾರಣ ಅಯೋಧ್ಯೆಯ ಸೈನ್ಯ ಇಲ್ಲಿಗೆ ಬರುವುದಕ್ಕೆ ಇನ್ನೂ ಕನಿಷ್ಠ ಆರು ತಿಂಗಳು ಬೇಕು.

ಅಷ್ಟರೊಳಗೆ ಗಣೇಶ ಮತ್ತು ಕಾರ್ತಿಕ ಮೆಲೂಹದ ಉತ್ತರದ ಗಡಿಯಿಂದ ದಾಳಿ ಮಾಡಲಿ. ನಾನು ಪೂರ್ವ ದಿಕ್ಕಿನಿಂದ ಆಕ್ರಮಣ ಮಾಡುತ್ತೇನೆ. ನಮ್ಮ ಒಂದೂವರೆ ಲಕ್ಷ ಸೈನಿಕರು ಮೆಲೂಹದ ಎಪ್ಪತ್ತೈದು ಸಾವಿರ ಸೈನಿಕರನ್ನು ಸುಲಭವಾಗಿ ಬಗ್ಗು ಬಡಿಯುತ್ತಾರೆ. ಆದರೆ ಈ ಸಮಯದಲ್ಲಿ ನಾನು ಪರಿಹಕ್ಕೆ ಹೊರಟರೆ ಪರಿಸ್ಥಿತಿ ಮತ್ತೊಂದು ಮಗ್ಗುಲಿಗೆ ತಿರುಗಿಬಿಡುತ್ತದೆ. ಹಾಂ! ಮತ್ತೊಂದು ವಿಚಾರ. ನಿಜ! ವಾಯುಪುತ್ರರು ಭೃಗು ಮಹರ್ಷಿಗೆ ಸಹಾಯ ಮಾಡಲಾರರು. ಹಾಗೆಂದು ಹೇಳಿ ಅವರು ನಮಗೆ ಸಹಾಯ ಮಾಡುತ್ತಾರೆ ಎನ್ನುವ ಖಾತರಿಯೂ ಇಲ್ಲ. ಅವರು ನಮ್ಮ ಪರವಾಗಿಯೂ ನಿಲ್ಲದೆ ತಟಸ್ಥವಾಗಿರಬಹುದು' ಶಿವ ಹೇಳಿದ.

ಅದಕ್ಕೆ ಸತಿ 'ಹೌದು! ಶಿವನ ಮಾತು ಸರಿಯಿದೆ. ದೇವಗಿರಿಗೆ ಮುತ್ತಿಗೆ ಹಾಕಿ ಅಲ್ಲಿರುವ ಸೋಮರಸ ಕೇಂದ್ರಗಳನ್ನು ಧ್ವಂಸ ಮಾಡಿದರೆ ನಮ್ಮ ಉದ್ದೇಶ ಈಡೇರಿದಂತೆ. ಆಗ ವಾಯುಪುತ್ರರು ಯಾವ ನಿಲುವು ತೆಗೆದುಕೊಂಡರೂ ಅದು ನಮ್ಮ ಮೇಲೆ ಪರಿಣಾಮ ಬೀರುವುದಿಲ್ಲ' ಎಂದಳು.

'ಹಾಗಾದರೆ ನಿನ್ನ ಅಂತಿಮ ನಿಲುವೇನು ನೀಲಕಂಠ?' ವಾಸುದೇವರು ಕೇಳಿದರು.

'ನಮ್ಮ ನೌಕಾಪಡೆಯನ್ನು ಎರಡು ಭಾಗವಾಗಿ ವಿಂಗಡಿಸೋಣ. ನಾನು ಇಪ್ಪತ್ತೈದು ಹಡಗುಗಳೊಂದಿಗೆ ಇಲ್ಲಿಂದ ಹೊರಟು ಸರಸ್ವತಿ ನದಿಯ ಮೇಲೆ ಸಾಗಿ ಉತ್ತರದ ಯಮುನಾ ನದಿಯನ್ನು ಸೇರುತ್ತೇನೆ. ಅಲ್ಲಿಂದ ರಸ್ತೆ ಮಾರ್ಗದಲ್ಲಿ ಗಣೇಶ ಮತ್ತು ಕಾರ್ತಿಕನನ್ನು ಕೂಡಿಕೊಳ್ಳುತ್ತೇನೆ. ಅಲ್ಲಿ ಗಣೇಶನ ಸೈನಿಕರನ್ನು ನನ್ನ ಹಡಗಿನಲ್ಲಿ ಕೂರಿಸಿಕೊಂಡು ದೇವಗಿರಿಗೆ ಬರುತ್ತೇನೆ. ಇತ್ತ ಸತಿ ಇಡೀ ಸೈನ್ಯವನ್ನು ಮುನ್ನಡೆಸುತ್ತಾ ಮತ್ತೊಂದು ಕಡೆಯಿಂದ ದೇವಗಿರಿಯನ್ನು ತಲುಪಲಿ. ನಾವು ಇಲ್ಲಿಂದ ಹೊರಟ ಮೂರು ವಾರಗಳ ನಂತರ ಸತಿ ಪ್ರಯಾಣ ಬೆಳೆಸಲಿ. ಆಗ ನಾವೆಲ್ಲರೂ ಏಕಕಾಲಕ್ಕೆ ದೇವಗಿರಿಗೆ ಬರಬಹುದು. ಒಮ್ಮೆ ದೇವಗಿರಿಯ ಹೊರವಲಯದಲ್ಲಿ ನಾವೆಲ್ಲರೂ ಕೂಡಿಕೊಂಡರೆ ಆ ನಂತರ ಎರಡು ಲಕ್ಷದ ಐವತ್ತು ಸಾವಿರ ಸೈನಿಕರೊಂದಿಗೆ ದೇವಗಿರಿಯ ಮೇಲೆ ದಾಳಿ ಮಾಡಬಹುದು. ಆಗ ದೇವಗಿರಿಯನ್ನು ಉಳಿಸಿಕೊಳ್ಳುವುದು ಮೆಲೂಹನ್ನರಿಗೆ ಅಸಾಧ್ಯವಾಗುತ್ತದೆ' ಶಿವ ತನ್ನ ಯೋಜನೆಯನ್ನು ವಿವರಿಸಿದ.

'ಯೋಜನೆಯೇನೋ ಸರಿಯಾಗಿದೆ. ಆದರೆ ನಾವೆಲ್ಲರೂ ಏಕಕಾಲಕ್ಕೆ ದೇವಗಿರಿಯನ್ನು ತಲುಪಬೇಕು. ಅದರಲ್ಲಿ ಸ್ವಲ್ಪ ಏರುಪೇರಾದರೂ ಪರಿಣಾಮ ಬೇರೆಯದೇ ಆಗಿರುತ್ತದೆ. ನಮ್ಮಿಬ್ಬರಲ್ಲಿ ಯಾರಾದರೂ ಒಬ್ಬರು ದೇವಗಿರಿಗೆ ಮುಂಚಿತವಾಗಿ ತಲುಪಿದರೆ ಅಪಾಯ ತಪ್ಪಿದ್ದಲ್ಲ. ಆಗ ಮೆಲೂಹನ್ನರು ನಮ್ಮ ಮೇಲೆ ಏಕಾಏಕಿ ದಾಳಿ ಮಾಡುವ ಸಾಧ್ಯತೆ ಇರುತ್ತದೆ' ಕಾಳಿ ಎಚ್ಚರಿಸಿದಳು.

'ಆದರೆ ನಮ್ಮಲ್ಲಿ ಯಾರಾದರೊಬ್ಬರು ಮುಂಚಿತವಾಗಿ ಬಂದರೆ ದೇವಗಿರಿಯ ಮೇಲೆ ಆಕ್ರಮಣ ಮಾಡುವ ಅಗತ್ಯವಿಲ್ಲ. ಇತರರಿಗಾಗಿ ಕಾಯೋಣ. ನಮ್ಮೆಲ್ಲ ಸೈನ್ಯಗಳು ಒಂದುಗೂಡಿದ ನಂತರವೇ ಆಕ್ರಮಣ ಮಾಡೋಣ' ಸತಿ ಹೇಳಿದಳು.

'ನಿಜ! ಆದರೆ ನಮಗಿಂತಲೂ ಮೊದಲು ಮೆಲೂಹನ್ನರೇ ದಾಳಿ ಮಾಡಿದರೆ ಏನು ಮಾಡುವುದು? ಅದರಲ್ಲೂ ಮೆಲೂಹದ ಸಣ್ಣ ದೋಣಿಗಳು ನಮ್ಮ ಹಡಗುಗಳ ಮೇಲೆ ಆತ್ಮಹತ್ಯಾ ದಾಳಿ ಮಾಡಿದರೆ ಗತಿಯೇನು?' ಕಾಳಿ ಮರುಪ್ರಶ್ನೆ ಹಾಕಿದಳು.

'ಮೆಲೂಹನ್ನರು ತಮ್ಮ ಸುರಕ್ಷಿತ ತಾಣವಾದ ಕೋಟೆಯನ್ನು ಬಿಟ್ಟು ಹೊರಗೆ ಬರಲಾರರು. ನನ್ನ ಒಂದೂವರೆ ಲಕ್ಷ ಸೈನಿಕರು ಈಗಷ್ಟೇ ಮಗಧ ರಾಜ್ಯವನ್ನು ಬಗ್ಗುಬಡಿದಿದ್ದಾರೆ. ಅದು ಮೆಲೂಹನ್ನರಿಗೂ ತಿಳಿದಿದೆ. ಹಾಗಾಗಿ ಅವರ ಬಳಿ ಇರುವ ಎಪ್ಪತ್ತೈದು ಸಾವಿರ ಮಂದಿ ಸೈನಿಕರನ್ನಿಟ್ಟುಕೊಂಡು ಆಕ್ರಮಣ ಮಾಡುವ ದುಸ್ಸಾಹಸಕ್ಕೆ ಅವರು ಕೈಹಾಕಲಾರರು. ಸತಿಯ ಸೈನ್ಯದಲ್ಲಿ ಒಂದು ಲಕ್ಷ ಜನರಿದ್ದಾರೆ ಎಂಬುದನ್ನು ನಾವು ಮರೆಯುವಂತಿಲ್ಲ. ನಮ್ಮ ಬಳಿ ವಾಸುದೇವರ ಗಜ ಪಡೆಯೂ ಇದೆ. ಮೆಲೂಹನ್ನರು ಏನಾದರೂ ಸ್ವಯಂಪ್ರೇರಿತರಾಗಿ ಆಕ್ರಮಣ ಮಾಡಿದರೆ ಅವರಿಗೆ ಸೋಲು ಖಚಿತ. ಇದು ಪರ್ವತೇಶ್ವರನಿಗೂ ತಿಳಿದಿದೆ. ಹಾಗಾಗಿ ಮೆಲೂಹ ಸೈನ್ಯ ಕೋಟೆಯಿಂದ ಹೊರಗೆ ಬರಲಾರದು' ಶಿವ ಹೇಳಿದ.

'ನಿನ್ನ ಆಲೋಚನೆ ಸರಿಯಾಗಿದೆ ಶಿವ. ನಾವೇನಾದರೂ ಮುಂಚಿತವಾಗಿ ದೇವಗಿರಿಯನ್ನು ತಲುಪಿದರೆ ನಗರದಿಂದ ಹತ್ತು ಮೈಲಿ ದೂರದಲ್ಲಿ ಬೀಡುಬಿಡುತ್ತೇವೆ. ನಗರದ ಹೊರವಲಯದಲ್ಲಿ ಒಂದು ಗುಡ್ಡವಿದೆ. ಅದರ ಹಿಂದೆ ನಮ್ಮ ಸೈನ್ಯ ಅಡಗಿಕೊಂಡಿರುತ್ತದೆ. ಅದೊಂದು ಬೃಹದಾಕಾರದ ಗುಡ್ಡವಾದ್ದರಿಂದ ಅಡಗಿರುವ ಸೈನಿಕರು ಯಾರ ಕಣ್ಣಿಗೂ ಬೀಳುವುದಿಲ್ಲ. ಸೈನ್ಯಕ್ಕೆ ಗರಿಷ್ಠ ಮಟ್ಟದ ಪ್ರಾಕೃತಿಕ ಭದ್ರತೆ ಇದೆ. ನಾನು ಅಲ್ಲಿ ಕುಳಿತೇ ನಮ್ಮ ಗಜಪಡೆಯನ್ನು ಬಳಸಿಕೊಂಡು ಚಕ್ರವ್ಯೂಹವನ್ನು ರಚಿಸುತ್ತೇನೆ. ಮೊದಲ ಸಾಲಿನಲ್ಲಿ ಆನೆಗಳು ಅಭೇದ್ಯ ಕೋಟೆಯನ್ನು ನಿರ್ಮಿಸಿಬಿಡುತ್ತವೆ. ಅದನ್ನು ಭೇದಿಸುವುದು ಯಾರಿಂದಲೂ ಸಾಧ್ಯವಿಲ್ಲ' ಕಾಳಿ ಹೇಳಿದಳು.

'ಹಾಂ! ಆ ಗುಡ್ಡ ನನಗೆ ತಿಳಿದಿದೆ. ನಾನೇನಾದರೂ ನಿಮಗಿಂತ ಮೊದಲೇ ದೇವಗಿರಿಗೆ ಬಂದರೆ ನಾನು ಸಹ ಅಲ್ಲಿಯೇ ಇರುತ್ತೇನೆ. ನೀವು ಬಂದ ನಂತರ ಒಟ್ಟಾಗಿ ದಾಳಿ ಮಾಡೋಣ' ಶಿವ ಹೇಳಿದ.

'ಹಾಗೇ ಮಾಡಿ ಶಿವ' ಸತಿ ಸಮ್ಮತಿಸಿದಳು.

ಶಿವ ಮತ್ತು ಪರಶುರಾಮ ಹಡಗಿನ ತುದಿಮಾಳಿಗೆಯಲ್ಲಿ ನಿಂತು ನೀಲಿ ಬಣ್ಣದ ಸರಸ್ವತಿ ನದಿಯತ್ತ ದೃಷ್ಟಿಹಾಯಿಸಿದರು. ಹಡಗು ಯಾವ ಅಡೆ ತಡೆಯೂ

ಇಲ್ಲದೆ ನಿರಾತಂಕವಾಗಿ ಸಾಗುತ್ತಿತ್ತು. ಶಿವನೊಂದಿಗೆ ಎರಡು ಸಾವಿರ ಜನ ಸೈನಿಕರಿದ್ದರು. ಹಾಗಾಗಿ ಯಾರೂ ಆ ಹಡಗನ್ನು ಆಕ್ರಮಣ ಮಾಡುವುದು ಅಸಾಧ್ಯವಾಗಿತ್ತು. ಹಿಂದಿನ ಹಡಗಿನಲ್ಲಿ ಕಾಳಿ ಸಾಗಿ ಬರುತ್ತಿದ್ದಳು.

ಪರಶುರಾಮ ಹೇಳಿದ 'ಎಷ್ಟು ಸುಂದರವಾಗಿದೆ ಈ ನದಿ. ಇದನ್ನು ನಾಶ ಮಾಡುವುದಾದರೂ ಹೇಗೆ?' ಶಿವನಿಗೆ ಒಂದು ಕ್ಷಣ ಆಶ್ಚರ್ಯ.

'ಏನು! ಸರಸ್ವತಿಯನ್ನು ನಾಶ ಮಾಡುವುದೇ? ಏನು ನಿನ್ನ ಮಾತಿನ ಅರ್ಥ ಪರಶುರಾಮ?'.

'ಮಹಾಪ್ರಭು! ಸೋಮರಸದ ಬಗ್ಗೆ ಗೋಪಾಲ ಪಂಡಿತರು ಎಲ್ಲ ವಿಚಾರವನ್ನು ಹೇಳಿದ್ದಾರೆ. ಹಾಗಾಗಿ ನನಗೊಂದು ಯೋಜನೆ ಹೊಳೆದಿದೆ..........'.

'ಏನದು'.

'ಸೋಮರಸ ತಯಾರಿಸಲು ಸರಸ್ವತಿ ನದಿಯ ನೀರು ಬೇಕೇ ಬೇಕು. ನಿಮಗೆ ನೆನಪಿದೆಯೇ! ಹಿಂದೊಮ್ಮೆ ಭೀಕರ ಭೂಕಂಪ ಸಂಭವಿಸಿ ಅದು ಸರಸ್ವತಿ ನದಿ ಹರಿಯುವ ದಿಕ್ಕನ್ನೇ ಬದಲಾಯಿಸಿತ್ತು. ಆಗ ಆಗಿನ ಮಹಾರಾಜ ಬ್ರಹ್ಮನಾಯಕ ಮತ್ತೆ ಸರಸ್ವತಿ ನದಿ ಹರಿಯುವ ದಿಕ್ಕನ್ನು ಬದಲಿಸಿ ಅದು ಯಮುನಾ ನದಿಯೊಂದಿಗೆ ಸೇರುವಂತೆ ಮಾಡಿದ್ದ. ಈಗಲೂ ನಾವು ಸರಸ್ವತಿ ನದಿಯ ಹರಿವನ್ನು ಬೇರೆ ದಿಕ್ಕಿಗೆ ತಿರುಗುವಂತೆ ಮಾಡಿದರೆ ಹೇಗೆ?'.

'ನಾವು ಸರಸ್ವತಿ ನದಿಯನ್ನು ಕೊಲ್ಲುವುದು ಬೇಡ ಪರಶುರಾಮ'.

'ನೂರಾರು ವರ್ಷಗಳ ಹಿಂದೆ ಸೋಮರಸವನ್ನು ತಡೆಯಲು ಪ್ರಕೃತಿಯೇ ಪ್ರಯತ್ನಿಸಿತ್ತು. ಅದರ ಪರಿಣಾಮವೇ ಭೂಕಂಪ ಎಂದು ನಾವೇಕೆ ಭಾವಿಸಬಾರದು?'.

ಶಿವ ಪರಶುರಾಮನ ಮಾತುಗಳನ್ನು ಗಂಭೀರವಾಗಿ ಆಲಿಸಿದ.

'ಮಹಾಪ್ರಭು! ಸರಸ್ವತಿ ನದಿಯ ದಿಕ್ಕನ್ನು ಬದಲಿಸಿದ ಮಾತ್ರಕ್ಕೆ ಅದು ನಾಶವಾಗುತ್ತದೆ ಎಂದು ನಾವು ಭಾವಿಸಬೇಕಾಗಿಲ್ಲ. ಆಕೆ ಯಮುನಾ ಮತ್ತು ಸಟ್ಲೇಜ್ ನದಿಗಳ ರೂಪದಲ್ಲಿ ಜೀವಂತವಾಗಿರುತ್ತಾಳೆ'.

ಶಿವ ಸರಸ್ವತಿ ನದಿಯನ್ನೇ ದಿಟ್ಟಿಸಿ ನೋಡಿದ. ಜತೆಗೆ ಪರಶುರಾಮ ಹೇಳಿದ ವಿಚಾರಗಳೂ ತಲೆಯಲ್ಲಿತ್ತು. ಪರಶುರಾಮನ ಮಾತಿನಲ್ಲಿ ಸತ್ಯವಿತ್ತು. ಆದರೆ ಶಿವನಿಗೆ ಅದು ಸರಿಕಾಣಲಿಲ್ಲ.

ಕೂಡಲೆ ಆತನ ನಿರ್ಧಾರ ಹೊರಬಿತ್ತು 'ಸರಸ್ವತಿ ನದಿಯನ್ನು ಯಾವ ಕಾರಣಕ್ಕೂ ನಾಶಮಾಡುವುದು ಬೇಡ. ಅದು ಸ್ವಚ್ಛಂದವಾಗಿ ಹರಿಯಲಿ'.

ಅಧ್ಯಾಯ – 29

ಪ್ರತಿ ಸೈನ್ಯದಲ್ಲೂ ಒಬ್ಬ ದ್ರೋಹಿ ಇರುತ್ತಾನೆ

ಗಣೇಶ, ಕಾರ್ತಿಕ ಮತ್ತು ಚಂದ್ರಕೇತು ಮುಂಚೂಣಿ ಹಡಗಿನಲ್ಲಿ ಸಾಗುತ್ತಿದ್ದರು. ಹಡಗು ಗಂಗಾ ನದಿಯಲ್ಲಿ ಮೆಲೂಹದ ದಕ್ಷಿಣ ದಿಕ್ಕಿನತ್ತ ಸಾಗುತ್ತಿತ್ತು. ಅಲ್ಲಿಂದ ಮುಂದೆ ಗಂಗಾ–ಯಮುನಾ ರಸ್ತೆ.

ಅಷ್ಟರಲ್ಲಿ ಭಗೀರಥ ಕೇಳಿದ 'ಏನಾದರೂ ಸುದ್ದಿ ಇದೆಯೇ ಗಣೇಶ?'.

'ಬಾಬಾನ ಸೈನ್ಯ ಈಗಷ್ಟೇ ಮೃತಿಕಾವತಿಯನ್ನು ವಶಪಡಿಸಿಕೊಂಡಿದೆ' ಗಣೇಶ ಹೇಳಿದ.

'ಇದು ಸಂತಸದ ಸುದ್ದಿ' ಚಂದ್ರಕೇತು ಖುಷಿಯಿಂದ ಹೇಳಿದ.

'ಅಷ್ಟೇ ಅಲ್ಲ, ಮೃತಿಕಾವತಿಯ ಜನ ಶಿವನ ಪರವಾಗಿದ್ದಾರೆ. ಅವರೆಲ್ಲರೂ ಮೆಲೂಹ ಸೈನ್ಯವನ್ನು ಬಂಧಿಸಿ ಅವರ ಪಹರೆಯ ಜವಾಬ್ದಾರಿ ಹೊತ್ತಿದ್ದಾರೆ'.

'ಅಂದರೆ ಸೋಮರಸ ತಯಾರಿಕಾ ಘಟಕ ಎಲ್ಲಿದೆ ಎಂದು ಪತ್ತೆಯಾಯಿತೇ?' ಭಗೀರಥ ಕೇಳಿದ.

'ಹೌದು ಅದು ದೇವಗಿರಿಯಲ್ಲಿದೆ' ಕಾರ್ತಿಕ ಉತ್ತರಿಸಿದ.

'ಏನು ದೇವಗಿರಿಯಲ್ಲೇ! ಅದು ಹೇಗೆ ಸಾಧ್ಯ? ಅದು ಅವರ ರಾಜಧಾನಿಯಲ್ಲವೇ?. ಸೋಮರಸ ಕೇಂದ್ರ ಸಾಮಾನ್ಯವಾಗಿ ಅತ್ಯಂತ ರಹಸ್ಯ ಮತ್ತು ಸುರಕ್ಷಿತ ತಾಣದಲ್ಲಿರುತ್ತದೆಯಲ್ಲವೇ?'.

'ಮೆಲೂಹನ್ನರಿಗೆ ದೇವಗಿರಿಗಿಂತಲೂ ಸುರಕ್ಷಿತವಾದ ಮತ್ತೊಂದು ತಾಣ ಬೇರೆ ಯಾವುದಿದೆ? ಸೋಮರಸ ಘಟಕ ದೇವಗಿರಿಯಲ್ಲಿದ್ದರೆ ಅದು ಸುರಕ್ಷಿತ ಎಂದು ಮೆಲೂಹನ್ನರು ಭಾವಿಸಿದ್ದಾರೆ'.

'ಹಾಗಾದರೆ ನಮ್ಮ ಮುಂದಿನ ಯೋಜನೆ ಏನು? ಚಂದ್ರಕೇತು ಕೇಳಿದ.

'ಮೆಲೂಹನ್ನರ ಬಳಿ ಈಗ ದೇವಗಿರಿಯಲ್ಲಿ ಎಪ್ಪತ್ತೈದು ಸಾವಿರ ಮಂದಿ ಸೈನಿಕರಿದ್ದಾರೆ. ಹಾಗಾಗಿ ನಾವು ಅತ್ಯಂತ ಎಚ್ಚರಿಕೆಯಿಂದ ದೇವಗಿರಿಯ ಮೇಲೆ

ಆಕ್ರಮಣ ಮಾಡಬೇಕು. ಮೊದಲಿಗೆ ನಾವು ನದಿಯ ಮೇಲೆ ಸಾಗಿ ಗಂಗಾ–ಯಮುನಾ ರಸ್ತೆಯನ್ನು ತಲುಪೋಣ. ಅಲ್ಲಿಂದ ಮೆಲೂಹದತ್ತ ಸಾಗೋಣ. ಅಷ್ಟರೊಳಗೆ ದಾದಾ ಯಮುನಾ ನದಿಯ ಮೂಲಕ ಬಂದು ನಮ್ಮನ್ನು ಸೇರಿಕೊಳ್ಳುತ್ತಾರೆ. ಮತ್ತೊಂದು ಕಡೆಯಿಂದ ಒಂದು ಲಕ್ಷ ಜನ ಸೈನಿಕರೊಂದಿಗೆ ತಾಯಿಯೂ ಬಂದು ಕೂಡಿಕೊಳ್ಳುತ್ತಾರೆ. ಮೂವರೂ ಒಟ್ಟಾಗಿ ಏಕಕಾಲದಲ್ಲಿ ದೇವಗಿರಿಗೆ ಮುತ್ತಿಗೆ ಹಾಕೋಣ'.

'ಅಂದರೆ ನಮ್ಮ ಬಳಿ ಎರಡೂವರೆ ಲಕ್ಷ ಸೈನಿಕರು. ಅವರ ಬಳಿ ಕೇವಲ ಎಪ್ಪತ್ತೈದು ಸಾವಿರ ಮಂದಿ ಸೈನಿಕರು. ಹಾಗಾಗಿ ಗೆಲುವು ನಮ್ಮದೇ' ಭಗೀರಥ ಹೆಮ್ಮೆಯಿಂದ ಬೀಗಿದ.

'ಮೂರ್ಖ, ನಿನಗೆ ಇಷ್ಟವಿದೆಯೋ ಇಲ್ಲವೋ, ನಾನು ಕೇಳಿದ ಪ್ರಶ್ನೆಗೆ ಉತ್ತರ ನೀಡು' ವಿದ್ಯುನ್ಮಾಲಿ ವಾಸುದೇವ ಪಂಡಿತರೊಬ್ಬರನ್ನು ಗದರಿಸುತ್ತಿದ್ದ.

ವಾಸ್ತವದಲ್ಲಿ ಶಿವನ ಸೈನ್ಯದಲ್ಲಿದ್ದ ವಾಸುದೇವ ಪಂಡಿತರೊಬ್ಬರನ್ನು ವಿದ್ಯುನ್ಮಾಲಿ ಸೆರೆಹಿಡಿದಿದ್ದ. ಪಂಡಿತರ ಕೈಗಳನ್ನು ಮರದ ದಿಮ್ಮಿಗಳಿಗೆ ಕಟ್ಟಿದ್ದ. ಅದಾಗಲೇ ವಿದ್ಯುನ್ಮಾಲಿಯ ಥಳಿತದಿಂದ ವಾಸುದೇವರ ಮೈಯಲ್ಲಿ ರಕ್ತ ಜಿನುಗುತ್ತಿತ್ತು. ಆದರೆ ಅವರ ಮುಖದಲ್ಲಿ ಯಾವ ಭಯವೂ ಇರಲಿಲ್ಲ. ವಿದ್ಯುನ್ಮಾಲಿ ಪಂಡಿತರಿಗೆ ಚಿತ್ರ ಹಿಂಸೆ ನೀಡುತ್ತಿದ್ದನ್ನು ಕಂಡು ಮೆಲೂಹ ಸೈನಿಕರು ಗಾಬರಿಗೊಂಡಿದ್ದರು. ಶ್ರೀರಾಮನ ಆದೇಶದಂತೆ ಯುದ್ಧ ಖೈದಿಗಳನ್ನು ಯಾರೂ ಹಿಂಸೆ ಮಾಡುವಂತಿರಲಿಲ್ಲ. ಆದರೆ ವಿದ್ಯುನ್ಮಾಲಿ ರಾಮನ ಆದೇಶವನ್ನು ಮೀರಿ ನಡೆದಿದ್ದ.

ವಿದ್ಯುನ್ಮಾಲಿ ವಾಸುದೇವರತ್ತ ತಿರುಗಿ ಮತ್ತೆ ಮತ್ತೆ ಹೇಳುತ್ತಿದ್ದ 'ಶಿವನ ಸೈನ್ಯದ ಬಗ್ಗೆ ನಿನಗೆ ಗೊತ್ತಿರುವ ಎಲ್ಲ ಸಂಗತಿಗಳನ್ನು ತಿಳಿಸು'.

ಆದರೆ ವಾಸುದೇವ ಪಂಡಿತರು ನೋವಿನಲ್ಲೂ ದೇವರ ನಾಮ ಸ್ಮರಣೆ ಮಾಡುತ್ತಿದ್ದರು.

'ಜೈ ಗುರು ವಿಶ್ವಾಮಿತ್ರ', 'ಜೈ ಗುರು ವಸಿಷ್ಠ'.

ವಿದ್ಯುನ್ಮಾಲಿ ವ್ಯಂಗ್ಯದಿಂದ ನಸುನಗುತ್ತಾ ಹೇಳಿದ 'ಅವರ್‍ಯಾರು ಈಗ ನಿನ್ನ ಸಹಾಯಕ್ಕೆ ಬರುವುದಿಲ್ಲ?'.

ನಂತರ ಸೈನಿಕನೊಬ್ಬನೆಡೆಗೆ ತಿರುಗಿ ಒಂದಷ್ಟು ಉದ್ದನೆಯ ಮೊಳೆಗಳನ್ನೂ ಸುತ್ತಿಗೆಯನ್ನೂ ತರುವಂತೆ ಆದೇಶಿಸಿದ.

ಕೂಡಲೆ ಆತ ನಡುಗುತ್ತಲೇ ಹೇಳಿದ 'ಮಹಾಸ್ವಾಮಿ ನೀವು ಮಾಡುತ್ತಿರುವುದು ಶ್ರೀರಾಮನ ಸಿದ್ಧಾಂತಕ್ಕೆ ವಿರುದ್ಧವಾದದ್ದು. ದಯವಿಟ್ಟು ಹಾಗೆ ಮಾಡಬೇಡಿ'.

'ಇದು ನನ್ನ ಕೆಲಸ. ನಾನು ಹೇಳಿದ್ದಷ್ಟನ್ನು ಮಾಡುವುದು ಮಾತ್ರ ನಿನ್ನ ಕೆಲಸ' ವಿದ್ಯುನ್ಮಾಲಿ ಸೈನಿಕನನ್ನು ಗದರಿದ.

'ಹಾಗೆ ಆಗಲಿ ಮಹಾಸ್ವಾಮಿ' ಸೈನಿಕ ಹೇಳಿದ.

ಒಂದೆರಡು ನಿಮಿಷಗಳ ನಂತರ ಆತ ಮೊಳೆಗಳು ಮತ್ತು ಸುತ್ತಿಗೆಯನ್ನು ಹಿಡಿದು ನೇರವಾಗಿ ವಾಸುದೇವ ಪಂಡಿತರ ಬಳಿಗೆ ಬಂದ. ಮೊಳೆಯನ್ನು ವಾಸುದೇವರ ಅಂಗೈಗೆ ಹಿಡಿದು ಸಿದ್ಧನಾದ.

ವಿದ್ಯುನ್ಮಾಲಿ ವಾಸುದೇವರತ್ತ ತಿರುಗಿ ಹೇಳಿದ 'ಇದೇ ನಿನಗೆ ಸರಿಯಾದ ಶಿಕ್ಷೆ'.

'ಜೈ ಗುರು ವಿಶ್ವಾಮಿತ್ರ' 'ಜೈ ಗುರು ವಸಿಷ್ಠ'.

ವಿದ್ಯುನ್ಮಾಲಿ ಸೈನಿಕನಿಗೆ ಸನ್ನೆ ಮಾಡಿದ. ಸೈನಿಕ ವಾಸುದೇವರ ಕೈಗಳಿಂದ ಮೊದಲುಗೊಂಡು ದೇಹದ ಎಲ್ಲ ಭಾಗಗಳಿಗೆ ಪಟಪಟನೆ ಮೊಳೆಯನ್ನು ಹೊಡೆಯಲಾರಂಭಿಸಿದ.

'ಜೈ ಗುರು ವಿಶ್ವಾಮಿತ್ರ' 'ಜೈ ಗುರು...............'

'ಹಾಂ.......', 'ಜೈ ಗುರು......'.

ವಾಸುದೇವರು ನೋವಿನಿಂದ ಚೀರಿದರು. ದೇಹದಿಂದ ರಕ್ತ ಕಾರಂಜಿಯಂತೆ ಚಿಮ್ಮಲಾರಂಭಿಸಿತು. ಮೃತಿಕಾವತಿಯಲ್ಲಾಗಲಿ ದೇವಗಿರಿಯಲ್ಲಾಗಲಿ ಕಳೆದ ಒಂದು ಶತಮಾನದಿಂದ ಯಾವ ಸೈನಿಕನಿಗೂ ಈ ರೀತಿ ಚಿತ್ರಹಿಂಸೆ ಆಗಿರಲಿಲ್ಲ. ವಾಸುದೇವ ಪಂಡಿತರ ಚೀತ್ಕಾರವನ್ನು ಕೇಳಲು ಸುತ್ತಮುತ್ತ ಯಾರೂ ಇರಲಿಲ್ಲ. ಅಲ್ಲಿ ವಿದ್ಯುನ್ಮಾಲಿಯ ಜತೆಗಿದ್ದವನು ಸೈನಿಕ ಮಾತ್ರ. ಕೆಲವೇ ಕ್ಷಣಗಳ ನಂತರ ಒಡೆಯನ ದುಷ್ಕೃತ್ಯದಿಂದ ಬೇಸರಗೊಂಡ ಸೈನಿಕ ನೇರವಾಗಿ ಕೋಣೆಯೊಂದರ ಒಳಗೆ ಹೊಕ್ಕ. ಅಲ್ಲಿ ತಾನು ಮಾಡಿದ ಪಾಪಕ್ಕಾಗಿ ಶ್ರೀರಾಮನಲ್ಲಿ ಕ್ಷಮೆಯಾಚಿಸುತ್ತಾ ನಿಂತುಬಿಟ್ಟ.

ಇತ್ತ ತೀವ್ರ ನೋವಿನಿಂದ ವಾಸುದೇವರ ಹೃದಯದ ಬಡಿತ ಮತ್ತು ಉಸಿರು ನಿಧಾನವಾಗಿ ಕ್ಷೀಣಿಸುತ್ತಾ ಹೋಯಿತು.

ವಿದ್ಯುನ್ಮಾಲಿ ವಾಸುದೇವರ ಬಳಿಗೆ ಬಂದು ಹೇಳಿದ 'ಈಗಲಾದರೂ ಏನಾದರೂ ಹೇಳು'.

ವಾಸುದೇವರು ವಿದ್ಯುನ್ಮಾಲಿಯತ್ತ ತಿರುಗಿಯೂ ನೋಡಲಿಲ್ಲ. ಸಣ್ಣ ಧ್ವನಿಯಲ್ಲಿ ಮಂತ್ರ ಪಠನೆ ಮಾಡುತ್ತಿದ್ದರು. ನಂತರ ವಿದ್ಯುನ್ಮಾಲಿ ವಾಸುದೇವರ ಮೈಯಿಗೆ ಹೊಡೆದಿದ್ದ

ಮೂಳೆಯೊಂದನ್ನು ಎಳೆದ. ನಂತರ ಬಾಟಲಿಯೊಂದರಲ್ಲಿದ್ದ ದ್ರಾವಣವನ್ನು ಗಾಯದ ಮೇಲೆ ಸುರಿದ. ಕೂಡಲೆ ಇಡೀ ದೇಹ ಬೆಂದು ಬೊಬ್ಬೆಯುಂಟಾಯಿತು. ರಕ್ತ ಹೆಪ್ಪುಗಟ್ಟಿತು.

'ನೀನು ಹೀಗೇ ನರಳಿ ನರಳಿ ಸಾಯಬೇಕು' ವಿದ್ಯುನ್ಮಾಲಿ ಹೇಳಿದ.

ನಂತರ ಆತ ಸೈನಿಕನನ್ನು ಕರೆದು ಮತ್ತೊಂದು ಬಾಟಲಿ ದ್ರಾವಣವನ್ನು ತರುವಂತೆ ಆದೇಶಿಸಿದ.

'ಬೇಡಿ ಮಹಾಪ್ರಭು' ಸೈನಿಕನ ಕಣ್ಣಲ್ಲಿ ನೀರು ಧಾರಾಕಾರವಾಗಿ ಸುರಿಯುತ್ತಿತ್ತು. ತಾನೆಷ್ಟು ಪಾಪ ಮಾಡುತ್ತಿದ್ದೇನೆ. ತನ್ನ ಆತ್ಮ ಅದೆಷ್ಟು ಮರುಗುತ್ತಿದೆ ಮತ್ತು ಕಲುಷಿತಗೊಳ್ಳುತ್ತಿದೆ ಎಂಬುದು ಆತನಗೆ ಚೆನ್ನಾಗಿ ತಿಳಿದಿತ್ತು.

ವಿದ್ಯುನ್ಮಾಲಿ ಸೈನಿಕನತ್ತ ಕೆಕ್ಕರಿಸಿ ನೋಡಿದ. ಸೈನಿಕ ಮತ್ತೆ ಓಡಿ ಹೋಗಿ ಮತ್ತೊಂದು ಬಾಟಲಿ ದ್ರಾವಣವನ್ನು ತಂದು ವಾಸುದೇವರ ಮೈಮೇಲೆ ಸುರಿದ. ವಾಸುದೇವರ ಕಣ್ಣುಗಳು ನಿಧಾನವಾಗಿ ಮುಚ್ಚಿಕೊಂಡವು. ಅವರು ವಿದ್ಯುನ್ಮಾಲಿಯ ಯಾವ ಪ್ರಶ್ನೆಗಳಿಗೂ ಉತ್ತರಿಸಲಿಲ್ಲ. ಶಿವನ ಸೈನ್ಯದ ಯಾವ ರಹಸ್ಯವನ್ನೂ ಬಿಟ್ಟು ಕೊಡಲಿಲ್ಲ.

'ಜೈ..........ಗುರು.........ವಿಶ್ವ...........'

'ಮುಂದೆ ಅಗ್ನಿ ನಿನ್ನನ್ನು ಪವಿತ್ರಗೊಳಿಸುತ್ತದೆ. ಆಗ ನೀನು ಮಾತನಾಡಬೇಕಾಗುತ್ತದೆ' ವಿದ್ಯುನ್ಮಾಲಿ ಮೆಲ್ಲನೆ ಪಿಸುಗುಟ್ಟಿದ.

ಅಷ್ಟರಲ್ಲಿ ವಾಸುದೇವರ ಪ್ರಾಣಪಕ್ಷಿ ಹಾರಿ ಹೋಗಿತ್ತು.

'ನೀನು ಹೇಳುತ್ತಿರುವುದು ನಜವೇ ವಿದ್ಯುನ್ಮಾಲಿ?' ಪರ್ವತೇಶ್ವರ ಕೇಳಿದ.

'ಹೌದು ಮಹಾಸ್ವಾಮಿ'.

ಕೆಲವೇ ದಿನಗಳ ಹಿಂದೆ ಭಾರಿ ಹಡಗೊಂದು ದೇವಗಿರಿಗೆ ತುಸುದೂರದಲ್ಲಿ ಹಾದು ಹೋಗಿತ್ತು. ವಿದ್ಯುನ್ಮಾಲಿ ಬೇಹುಗಾರರ ಸಹಾಯದಿಂದ ಅದು ಶಿವನ ಹಡಗು ಎಂಬ ಮಾಹಿತಿ ಕಲೆಹಾಕಿದ್ದ. ಅದನ್ನು ಕೇಳಿದ ಕೂಡಲೆ ಶಿವ ಮೆಲೂಹದ ಉತ್ತರ ದಿಕ್ಕಿಗೆ ಸಾಗಿ ಅಲ್ಲಿಂದ ಗಣೇಶನ ಸೈನ್ಯವನ್ನು ದೇವಗಿರಿಗೆ ಕರೆದುಕೊಂಡು ಬರುತ್ತಿದ್ದಾನೆ ಎನ್ನುವುದು ಪರ್ವತೇಶ್ವರನಿಗೆ ಖಚಿತವಾಯಿತು. ಆದರೆ ಒಂದು ಲಕ್ಷದ ಐವತ್ತು ಸಾವಿರ ಮಂದಿ ಗಣೇಶನ ಸೈನ್ಯ ಪ್ರವಾಹದಿಂದ ಕೊಚ್ಚಿ ಹೋಗಿದ್ದ ಗಂಗಾ–

ಯಮುನಾ ರಸ್ತೆಯಲ್ಲಿ ಸಾಗಿ ದೇವಗಿರಿಯನ್ನು ತಲುಪಬೇಕಾದರೆ ಕನಿಷ್ಠ ಒಂದು ತಿಂಗಳು ಬೇಕು ಎಂಬ ಲೆಕ್ಕಾಚಾರ ಪರ್ವತೇಶ್ವರನದು. ಜತೆಗೆ ಸತಿ ಸಹ ಮೃತಿಕಾವತಿಯನ್ನು ಬಿಟ್ಟು ಮುಂದಿನ ಒಂದು ವಾರದಲ್ಲಿ ದೇವಗಿರಿಯನ್ನು ತಲುಪುತ್ತಾಳೆ ಎನ್ನುವ ಮಾಹಿತಿಯೂ ತಿಳಿದಿತ್ತು. ಶಿವನ ಸೈನ್ಯ ಸತಿಯ ಸೈನ್ಯದೊಂದಿಗೆ ಕೂಡಿಕೊಂಡರೆ ಅವರನ್ನು ಗೆಲ್ಲುವುದು ಮೆಲೂಹ ಸೈನ್ಯಕ್ಕೆ ಅಸಾಧ್ಯವಾಗಿತ್ತು. ಹಾಗಾಗಿ ಶಿವ ಮತ್ತು ಗಣೇಶನ ಸೈನ್ಯ ದೇವಗಿರಿಗೆ ಬರುವಷ್ಟರಲ್ಲಿ ಸತಿ ಮುಂದಾಳತ್ವದ ಸೈನ್ಯದ ಮೇಲೆ ಆಕ್ರಮಣ ಮಾಡಿ ಗೆಲುವು ಸಾಧಿಸುವುದು ಪರ್ವತೇಶ್ವರನ ಉದ್ದೇಶವಾಗಿತ್ತು. ಆದರೆ ಮೆಲೂಹದ ಸೈನ್ಯಕ್ಕೆ ದೊಡ್ಡ ತಲೆನೋವು ತಂದಿಟ್ಟಿದ್ದು ವಾಸುದೇವ ಸೈನ್ಯದ ಗಜಪಡೆ. ಈಗ ಅದು ಸತಿಯ ನಿಯಂತ್ರಣದಲ್ಲಿತ್ತು. ಶತ್ರುಸೈನ್ಯದ ಆನೆಗಳನ್ನು ಹಿಮ್ಮೆಟ್ಟಿಸುವುದು ಹೇಗೆ ಎಂದು ಪರ್ವತೇಶ್ವರ ಮತ್ತು ವಿದ್ಯುನ್ಮಾಲಿ ಯೋಚಿಸುತ್ತಿದ್ದರು. ಆಗ ಥಟ್ಟನೆ ಪರ್ವತೇಶ್ವರನಗೆ ಆಲೋಚನೆಯೊಂದು ಹೊಳೆಯಿತು.

ಆತ ಹೇಳಿದ 'ಸಗಣಿ ಮತ್ತು ಖಾರದ ಪುಡಿ'.

'ಆನೆಗಳಿಗೆ ಖಾರದ ಪುಡಿಯ ವಾಸನೆಯೆಂದರೆ ಬಲು ಕೋಪ. ಖಾರದ ವಾಸನೆ ಬಡಿದರೆ ಅವು ಹುಚ್ಚೆದ್ದು ಓಡುತ್ತವೆ. ನಾವು ಸಗಣಿ ಮತ್ತು ಖಾರದ ಪುಡಿಯನ್ನು ಮಿಶ್ರಣ ಮಾಡಿ ಭಾರಿ ಗಾತ್ರದ ಬೆರಣಿಗಳನ್ನು ತಯಾರು ಮಾಡೋಣ. ಅದನ್ನು ಪಿರಂಗಿಗಳ ಮೂಲಕ ಆನೆಗಳತ್ತ ಸಿಡಿಸೋಣ. ಆಗ ಅವು ದಿಕ್ಕೆಟ್ಟು ಓಡುತ್ತವೆ ಮತ್ತು ಅವರದೇ ಸೈನ್ಯವನ್ನು ಧ್ವಂಸಗೊಳಿಸುತ್ತವೆ'.

'ಆದರೆ ನಾವು ಆನೆಗಳ ಮೇಲೆ ಈ ರೀತಿಯ ಯಾವ ಪ್ರಯೋಗವನ್ನು ಮಾಡಿಲ್ಲವಲ್ಲ ಮಹಾಸ್ವಾಮಿ. ಅದನ್ನು ನೇರವಾಗಿ ರಣರಂಗದಲ್ಲಿ ಪ್ರಯೋಗ ಮಾಡುವುದೇ? ಅಕಸ್ಮಾತ್ ಪ್ರಯೋಗ ಫಲಕಾರಿಯಾಗದಿದ್ದರೆ ಏನು ಮಾಡುವುದು?' ವಿದ್ಯುನ್ಮಾಲಿ ಪ್ರಶ್ನಿಸಿದ.

'ಇದನ್ನು ಬಿಟ್ಟು ನನಗೆ ಬೇರೆ ಯಾವ ಆಯ್ಕೆಯೂ ಕಾಣುತ್ತಿಲ್ಲ. ಅಲ್ಲದೆ ಈ ಪ್ರಯೋಗವನ್ನು ಮಾಡುವುದರಲ್ಲಿ ನಾವು ಕಳೆದುಕೊಳ್ಳುವುದೇನೂ ಇಲ್ಲವಲ್ಲ'.

ಅಷ್ಟು ಹೇಳಿ ಪರ್ವತೇಶ್ವರ ಸೈನಿಕರತ್ತ ತಿರುಗಿದ. ಸೈನಿಕರು ಸಮರಾಭ್ಯಾಸದಲ್ಲಿ ತೊಡಗಿದ್ದರು. ಥಟ್ಟನೆ ಏನೋ ಹೊಳೆದವರಂತೆ ಪರ್ವತೇಶ್ವರ ವಿದ್ಯುನ್ಮಾಲಿಯನ್ನು ಕೇಳಿದ. 'ದೇವಗಿರಿಯ ಬಂದರಿನ ಬಳಿ ಹಾದು ಹೋದ ಹಡಗಿನಲ್ಲಿ ಶಿವನಿದ್ದ ಎಂದು ನಿನಗೆ ಹೇಗೆ ತಿಳಿಯಿತು?'.

ವಿದ್ಯುನ್ಮಾಲಿ ಮಾತನಾಡಲಿಲ್ಲ. ಪರ್ವತೇಶ್ವರ ಆತನನ್ನೇ ದಿಟ್ಟಿಸಿ ನೋಡುತ್ತಾ ಮತ್ತೆ ಅದೇ ಪ್ರಶ್ನೆಯನ್ನು ಕೇಳಿದ.

'ಹೇಳು ವಿದ್ಯುನ್ಮಾಲಿ, ಅದು ನಿನಗೆ ಹೇಗೆ ತಿಳಿಯಿತು?'.

'ಪ್ರತಿ ಸೈನ್ಯದಲ್ಲೂ ಒಬ್ಬ ದ್ರೋಹಿ ಇದ್ದೇ ಇರುತ್ತಾನೆ ಮಹಾಸ್ವಾಮಿ'.

ವಿದ್ಯುನ್ಮಾಲಿ ವಾಸುದೇವರ ಬಗ್ಗೆ ಹೇಳುತ್ತಿದ್ದಾನೆ ಎನ್ನುವುದು ಪರ್ವತೇಶ್ವರನಿಗೆ ಖಚಿತವಾಯಿತು. ಶಿಸ್ತು, ಶ್ರದ್ಧೆ ಮತ್ತು ಸ್ವಾಮಿನಿಷ್ಠೆಗೆ ಹೆಸರಾದ ವಾಸುದೇವರು ಹೀಗೆ ಮಾಡಲು ಸಾಧ್ಯವೇ ಎಂಬ ಅಚ್ಚರಿ ಆತನಿಗೆ.

'ವಾಸುದೇವರು ದ್ರೋಹಿಗಳು ಎಂಬುದೇ ನಿನ್ನ ಮಾತಿನ ಅರ್ಥ ವಿದ್ಯುನ್ಮಾಲಿ?'.

'ನಾನು ಆಗಲೇ ಹೇಳಲಿಲ್ಲವೇ ಮಹಾಸ್ವಾಮಿ, ಪ್ರತಿ ಸೈನ್ಯದಲ್ಲೂ ದ್ರೋಹಿಗಳಿರುತ್ತಾರೆ ಎಂದು. ಹಾಗಿಲ್ಲದಿದ್ದರೆ ಮೃತಿಕಾವತಿಯಲ್ಲಿ ಶಿವನಿಂದ ಬಂಧಿಯಾಗಿದ್ದ ನಾನು ಇಲ್ಲಿಗೆ ಬರುವುದಕ್ಕೆ ಹೇಗೆ ಸಾಧ್ಯವಾಯಿತು ಹೇಳಿ?'.

ಪರ್ವತೇಶ್ವರ ಮರು ಮಾತನಾಡಲಿಲ್ಲ. ಹಾಗೇ ಸೈನಿಕರತ್ತ ತಿರುಗಿ ಸಗಣಿ ಮತ್ತು ಖಾರದ ಪುಡಿ ಮಿಶ್ರಿತ ಬೆರಣಿಗಳನ್ನು ತಯಾರಿಸುವಂತೆ ಆದೇಶ ನೀಡಿದ.

ಇತ್ತ ದೇವಗಿರಿಯ ಜನರಲ್ಲಿ ಅದೇನೋ ಗೊಂದಲ. ಅಲ್ಲಲ್ಲಿ ಗುಸುಗುಸು-ಪಿಸುಪಿಸು. ಜನ ಮನಬಂದಂತೆ ಮಾತನಾಡಿಕೊಳ್ಳುತ್ತಿದ್ದರು. ನೂರಾರು ವರ್ಷಗಳಿಂದ ನೆಮ್ಮದಿಯ ಬದುಕು ಸಾಗಿಸುತ್ತಿದ್ದ ಮೆಲೂಹನ್ನರಲ್ಲಿ ಈಗ ಆತಂಕದ ಕಾರ್ಮೋಡ ಕವಿದಿತ್ತು. ಜನ ತಮ್ಮತಮ್ಮಲ್ಲೇ ಮಾತನಾಡಿಕೊಳ್ಳುತ್ತಿದ್ದರು. ಕೆಲವರು ಕಳೆದ ವಾರ ಸರಸ್ವತಿ ನದಿಯಲ್ಲಿ ಹಡಗೊಂದು ಹಾದು ಹೋಯಿತಂತೆ, ಅದರಲ್ಲಿ ನೀಲಕಂಠನಿದ್ದನಂತೆ, ಆತ ದೇವಗಿರಿಯ ಮೇಲೆ ಆಕ್ರಮಣ ಮಾಡುತ್ತಾನಂತೆ ಎನ್ನುತ್ತಿದ್ದರು. ಮತ್ತೆ ಕೆಲವರು ಶಿವ ಮೆಲೂಹದ ಪರವಾಗಿದ್ದಾನೆ. ಆತ ನಮ್ಮನ್ನೆಂದೂ ನಾಶ ಮಾಡಲಾರ. ನಮಗೆ ಸುಳ್ಳು ಹೇಳಿದವರು ನಮ್ಮ ಮಹಾರಾಜರು. ಶಿವ ಹಾಕಿದ್ದ ಘೋಷಣಾ ಪತ್ರವನ್ನು ತೆರವುಗೊಳಿಸಿದವರು ನಮ್ಮ ಮಹಾರಾಜರೇ ಎನ್ನುತ್ತಿದ್ದರು. ಮೂರನೇ ವರ್ಗದ ಜನ ಮೆಲೂಹ ಸಾಮ್ರಾಜ್ಯಕ್ಕೆ ನಿಷ್ಠರಾಗಿದ್ದವರು. ತಮ್ಮ ಸರ್ಕಾರ ಅಥವಾ ಮಹಾರಾಜರು ಸುಳ್ಳು ಹೇಳಿದ್ದಾರೆ ಎಂದು ಅವರು ನಂಬಿರಲಿಲ್ಲ. ಬಹುಶಃ ಚಂದ್ರವಂಶಿಗಳು ಮತ್ತು ನಾಗಾಗಳು ನೀಲಕಂಠನ ತಲೆ ಕೆಡಿಸಿ ನಮ್ಮ ವಿರುದ್ಧ ಎತ್ತಿ ಕಟ್ಟಿದ್ದಾರೆ. ನಾಗಾ ರಾಣಿಯೇ ಶಿವನ ಸೈನ್ಯವನ್ನು ಮುನ್ನಡೆಸುತ್ತಿದ್ದಾಳೆ. ಇವರಿಬ್ಬರ ಪಿತೂರಿಯಿಂದ ಶಿವ ಮೆಲೂಹದ ಮೇಲೆ ಆಕ್ರಮಣಕ್ಕೆ ಮುಂದಾಗಿದ್ದಾನೆ. ಹಾಗಾಗಿ ನಾವು ಮೆಲೂಹದ ಪರವಾಗಿ ನಿಲ್ಲುತ್ತೇವೆ. ಮೆಲೂಹಕ್ಕಾಗಿ ಪ್ರಾಣ ಬಿಡುತ್ತೇವೆ ಎನ್ನುತ್ತಿದ್ದರು. ಹೀಗೆ ಗೊಂದಲ ಮುಂದುವರೆದಿತ್ತು. ಜನ ನಗರದಿಂದ ಹೊರಹೋಗಲು ಹಿಂಜರಿಯುತ್ತಿದ್ದರು.

ವ್ಯಾಪಾರಿಗಳು ವಹಿವಾಟುಗಳನ್ನು ಸ್ಥಗಿತಗೊಳಿಸಿ ತಮ್ಮ ವ್ಯಾಪಾರಿ ಹಡಗುಗಳಿಗೆ ಲಂಗರು ಹಾಕಿ ದೇವಗಿರಿಯ ಬಂದರಿನಲ್ಲಿ ನಿಲ್ಲಿಸಿಬಿಟ್ಟಿದ್ದರು.

— ⅄◎♆⍏⊛ —

ಇತ್ತ ದೇವಗಿರಿಯ ಅರಮನೆಯಲ್ಲಿ ಬೃಗು ಮತ್ತು ಪರ್ವತೇಶ್ವರ ದೀರ್ಘ ಸಮಾಲೋಚನೆಯಲ್ಲಿ ತೊಡಗಿದ್ದರು. ಆದಾಗಲೇ ಪರ್ವತೇಶ್ವರ ಮಹತ್ವದ ನಿರ್ಧಾರವೊಂದನ್ನು ತೆಗೆದುಕೊಂಡಿದ್ದ. ಅದನ್ನು ಬೃಗುವಿಗೆ ತಿಳಿಸುವ ಉದ್ದೇಶದಿಂದ ಸಭೆ ನಡೆಯುತ್ತಿತ್ತು.

'ನಿನ್ನ ಯೋಜನೆ ನಿಖರವಾಗಿದೆಯಲ್ಲವೇ ಪರ್ವತೇಶ್ವರ?' ಬೃಗು ಕೇಳಿದ.

'ಹೌದು ಮಹರ್ಷಿಗಳೇ, ನಮಗೆ ಈಗ ಬೇರೆ ದಾರಿಯೇ ಇಲ್ಲ. ನಾವು ಹೆಚ್ಚು ದಿನ ಹೀಗೇ ಕುಳಿತಿದ್ದರೆ ಗಣೇಶನ ಸೈನ್ಯ ದೇವಗಿರಿಯನ್ನು ತಲುಪುತ್ತದೆ. ಸತಿ ಮತ್ತು ಗಣೇಶನ ಸೈನ್ಯ ದೇವಗಿರಿಯ ಹೊರವಲಯದಲ್ಲಿ ಒಂದುಗೂಡಿದರೆ ಅವರನ್ನು ಗೆಲ್ಲುವುದು ಅಸಾಧ್ಯ. ಹಾಗಾಗಿ ಈಗ ನದಿಯ ತೀರದಲ್ಲಿ ಸತಿಯ ಸೈನ್ಯ ಒಂಟಿಯಾಗಿದೆ. ಈಗ ಅವರು ನಮ್ಮ ಮೇಲೆ ಆಕ್ರಮಣ ಮಾಡುವುದೂ ಇಲ್ಲ. ಹಾಗಾಗಿ ನಾನು ಅವರ ಸೈನ್ಯವನ್ನು ನದಿ ತೀರದಿಂದ ಮುಂದೆ ಬರುವಂತೆ ಪ್ರಚೋದಿಸುತ್ತೇನೆ. ಒಮ್ಮೆ ಅವರು ಹಾಗೆ ಹೊರ ಬಂದರೆ ಅವರ ಆನೆಗಳಿಗೆ ಮದವೇರಿಸೋಣ. ಆಗ ಅವು ದಿಕ್ಕಾಪಾಲಾಗಿ ಓಡಿ ಅವರ ಸೈನ್ಯವನ್ನೇ ಧ್ವಂಸಗೊಳಿಸುತ್ತವೆ. ಆನೆಗಳ ಹೊಡೆತಕ್ಕೆ ಸಿಕ್ಕಿ ಸತಿಯ ಸೈನ್ಯ ತತ್ತರಿಸುತ್ತದೆ. ಹಿಂಭಾಗದಲ್ಲಿ ನದಿ ಇರುವುದರಿಂದ ಅವರಿಗೆ ಹಿಂದೆ ಓಡಲೂ ಸಾಧ್ಯವಾಗುವುದಿಲ್ಲ. ಎಲ್ಲವೂ ನಾವೆಂದುಕೊಂಡಂತೆಯೇ ನಡೆದರೆ ಒಂದೆರಡು ದಿನಗಳಲ್ಲಿ ಸತಿಯ ಸೈನ್ಯದ ವಿರುದ್ಧ ಗೆಲುವು ಸಾಧಿಸಬಹುದು'.

'ಆದರೆ ಸತಿ ನಿನ್ನ ಮಾನಸಪುತ್ರಿಯಲ್ಲವೇ ಪರ್ವತೇಶ್ವರ?' ಬೃಗು ಪರ್ವತೇಶ್ವರನ ಕಣ್ಣುಗಳನ್ನೇ ನೋಡುತ್ತಾ ಕೇಳಿದ.

'ಈ ಸಮಯದಲ್ಲಿ ನನಗೆ ಯಾವ ಸಂಬಂಧವೂ ಮುಖ್ಯವಲ್ಲ. ಈಗ ಆಕೆ ಮೆಲೂಹದ ಶತ್ರು. ಅಂದರೆ ನನಗೂ ಶತ್ರು'.

ಬೃಗುವಿಗೆ ಪರ್ವತೇಶ್ವರನ ಮನಸ್ಸಿನಲ್ಲಿ ಏನಾಗುತ್ತಿದೆ ಎನ್ನುವುದು ತಿಳಿಯಿತು.

ಆತ ಹೇಳಿದ 'ಈ ಯೋಜನೆ ನಿನಗೆ ಸರಿಯೆನಿಸಿದರೆ ಹೋಗು ಪರ್ವತೇಶ್ವರ, ಸತಿಯ ಸೈನ್ಯದ ಮೇಲೆ ಆಕ್ರಮಣ ಮಾಡು. ಶ್ರೀರಾಮ ನಿನಗೆ ಗೆಲುವು ತಂದುಕೊಡಲಿ'.

— ⅄◎♆⍏⊛ —

ಸತಿಯ ಹಡಗು ದೇವಗಿರಿಯಿಂದ ಹತ್ತು ಮೈಲಿ ದೂರದಲ್ಲಿ ಬಂದು ಬೀಡುಬಿಟ್ಟಿತು. ಹಡಗುಗಳಿಗೆ ಲಂಗರು ಹಾಕಲಾಯಿತು. ಆದರೂ ಹಡಗುಗಳು ತೀರದಲ್ಲಿದ್ದವರಿಗೆ ಕಾಣುತ್ತಿರಲಿಲ್ಲ. ಯಾವುದೇ ಸಮಯದಲ್ಲಿ ಮೆಲೂಹ ಸೈನ್ಯ ಸತಿಯ ಸೈನ್ಯದ ಮೇಲೆ ಆಕ್ರಮಣ ಮಾಡಿದರೆ ಅದಕ್ಕೆ ಪ್ರತಿರೋಧ ಒಡ್ಡಬಲ್ಲ ದೋಣಿಗಳು ಸಿದ್ಧವಾಗಿದ್ದವು. ಕೆಲವೇ ಗಂಟೆಗಳಲ್ಲಿ ಸತಿಯ ಸೈನ್ಯ ನದಿಯ ತೀರವನ್ನೂ ಸೇರಿತು. ಸತಿ ಅತ್ಯಂತ ಜಾಣ್ಮೆಯಿಂದ ಹತ್ತಿರದಲ್ಲಿದ್ದ ಗುಡ್ಡವೊಂದರ ಬಳಿ ಸೇನೆಯನ್ನು ಜಮಾಯಿಸಿದಳು. ದಟ್ಟ ಮರಗಳು ಮತ್ತು ಗುಡ್ಡದ ಹಿಂದೆ ಸೈನ್ಯ ಅಡಗಿದ್ದರಿಂದ ಸೈನಿಕರ ಚಲನ-ವಲನ ದೇವಗಿರಿಯಲ್ಲಿದ್ದ ಯಾರಿಗೂ ಕಾಣಿಸುತ್ತಿರಲಿಲ್ಲ. ಜತೆಗೆ ಸತಿಯ ಸೈನ್ಯ ಅಷ್ಟು ಎತ್ತರದಲ್ಲಿರುವಾಗ ಮೆಲೂಹ ಸೈನ್ಯ ಆಕ್ರಮಣ ಮಾಡಿದರೆ ಅವರನ್ನು ಹಿಮ್ಮೆಟ್ಟಿಸುವುದು ಸತಿಗೆ ಸುಲಭವಾಗಿತ್ತು. ಹಾಗಾಗಿ ಮೆಲೂಹನ್ನರು ಆಕ್ರಮಣ ಮಾಡುವ ಸಾಧ್ಯತೆ ತೀರಾ ಕಡಿಮೆಯಿತ್ತು.

ಸತಿಯ ಸೈನ್ಯ ಎತ್ತರದ ಆಯಕಟ್ಟಿನ ಸ್ಥಳದಲ್ಲಿ ಬೀಡು ಬಿಟ್ಟಿತ್ತು. ಸತಿಯ ಸೈನಿಕರು ಅದಾಗಲೇ ಯುದ್ಧೋನ್ಮತ್ತರಾಗಿದ್ದರು. ಆದರೆ ಸತಿ ನೇರವಾಗಿ ಮೆಲೂಹದ ಮೇಲೆ ಆಕ್ರಮಣ ಮಾಡುವಂತಿರಲಿಲ್ಲ. ಶಿವ ಮತ್ತು ಗಣೇಶನ ಸೈನ್ಯ ಬಂದ ನಂತರವಷ್ಟೇ ಆಕೆ ದಾಳಿ ಮಾಡಬೇಕಾಗಿತ್ತು. ಅಷ್ಟರಲ್ಲಿ ಆಕೆ ಸೈನ್ಯವನ್ನು ಚಕ್ರವ್ಯೂಹದ ಮಾದರಿಯಲ್ಲಿ ಹೇಗೆ ನಿಲ್ಲಿಸಬೇಕೆಂದು ಯೋಚಿಸಿ ಕಾರ್ಯೋನ್ಮುಖಳಾದಳು.

ಸೈನ್ಯ ಆಮೆಯಾಕಾರದಲ್ಲಿ ಜಮಾವಣೆಯಾಗಿತ್ತು. ಹಿಂದೆ ನದಿಯ ರಕ್ಷಣೆ. ನದಿಯಲ್ಲಿ ರಕ್ಷಣಾದೋಣಿಗಳ ಕಣ್ಗಾವಲು. ಅರ್ಧ ವೃತ್ತಾಕಾರದಲ್ಲಿ ಅಶ್ವಪಡೆ. ಅದರ ಹಿಂದೆ ಗಜಪಡೆ. ಗಜಪಡೆಯ ಹಿಂದೆ ಐವತ್ತು ಸಾವಿರ ಮಂದಿ ಸೈನಿಕರು. ಸೈನಿಕರು ಮತ್ತು ಗಜಪಡೆಯ ನಡುವೆ ಸಾಕಷ್ಟು ಅಂತರವಿತ್ತು. ಎಲ್ಲ ಆನೆಗಳಿಗೂ ಲೋಹದ ತಗಡು ಹಾಕಿ ಸೊಂಡಲಿಗೆ ಗುಂಡುಗಳನ್ನು ಕಟ್ಟಲಾಗಿತ್ತು. ಸೈನಿಕರಿಗೆ ರಕ್ಷಣಾ ಕವಚ ನೀಡಲಾಗಿತ್ತು. ಯಾವ ಕಾರಣಕ್ಕೂ ಶತ್ರುಗಳ ಬಾಣಗಳು ಸೈನಿಕರನ್ನು ಘಾಸಿಗೊಳಿಸದಂತೆ ಅವು ರಕ್ಷಿಸುತ್ತಿದ್ದವು. ಒಟ್ಟಾರೆ ಅದೊಂದು ವ್ಯವಸ್ಥಿತ ಸುರಕ್ಷಿತ ಸೈನ್ಯ. ಇಷ್ಟೆಲ್ಲಾ ಸಿದ್ಧತೆಗಳಾದ ನಂತರ ಸತಿ ಶಿವನ ಆಗಮನಕ್ಕಾಗಿ ಕಾಯುತ್ತಿದ್ದಳು.

ಅಧ್ಯಾಯ – 30

ದೇವಗಿರಿ ಯುದ್ಧ

ಸತಿ ದೇವಗಿರಿಯ ಬಳಿ ಎತ್ತರದ ವೇದಿಕೆಯೊಂದನ್ನು ಏರಿ ಕುಳಿತಿದ್ದಳು. ಅಶ್ವಪಡೆ ಸಿದ್ಧವಾಗಿ ನಿಂತಿತ್ತು. ದೂರದಲ್ಲಿ ದೇವಗಿರಿ ನಗರ ಕಾಣುತ್ತಿತ್ತು. ಸುತ್ತಲೂ ನಯನಮನೋಹರ ದೃಶ್ಯ. ಸತಿ ಒಮ್ಮೆ ದೇವಗಿರಿಯತ್ತ ನೋಡಿದಳು. ಅದು ತನ್ನ ತವರೂರು. ತಾನು ಹುಟ್ಟಿ–ಬೆಳೆದ ನಾಡು. ಅಲ್ಲಿ ವಿಕರ್ಮಿಯಾಗಿ ಅನುಭವಿಸಿದ ನೋವು, ಅವಮಾನ, ಅಗ್ನಿ ದೇವನಿಗೆ ಆಗಾಗ ಸಲ್ಲಿಸುತ್ತಿದ್ದ ಪೂಜೆ ಎಲ್ಲವೂ ಒಂದು ಕ್ಷಣದಲ್ಲಿ ಆಕೆಯ ಸ್ಮೃತಿಪಟಲದ ಮೇಲೆ ಹಾದು ಹೋಯಿತು. ದೇವಗಿರಿ ತಾಯ್ನಾಡಾಗಿದ್ದರೂ ಈಗ ಅದನ್ನು ಪ್ರವೇಶಿಸುವಂತಿರಲಿಲ್ಲ. ತನ್ನ ತಾಯಿಯೊಂದಿಗೆ ಮಾತನಾಡುವಂತಿರಲಿಲ್ಲ. ಸತಿ ಸುಮ್ಮನೆ ತಲೆಯಾಡಿಸಿದಳು. ಇದೆಲ್ಲವನ್ನು ಯೋಚಿಸುತ್ತಾ ಕುಳಿತುಕೊಳ್ಳುವ ಸಮಯ ಅದಾಗಿರಲಿಲ್ಲ. ಆಕೆ ಮುಂಬರುವ ಯುದ್ಧದ ಬಗ್ಗೆ ಗಮನಹರಿಸಬೇಕಾಗಿತ್ತು.

ಸತಿ ತನ್ನ ಕುದುರೆಯನ್ನೊಮ್ಮೆ ಪರಿಶೀಲಿಸಿದಳು. ಅವು ಆಕೆಯನ್ನು ಹೊತ್ತೊಯ್ಯಲು ಸಿದ್ಧವಾಗಿತ್ತು. ನಂದಿ ಮತ್ತು ವೀರಭದ್ರ ಸತಿಯ ಬೆಂಗಾವಲಿಗೆ ನಿಂತಿದ್ದರು. ಶಿವ ಮತ್ತು ಗಣೇಶ ದೇವಗಿರಿಗೆ ಬಂದು ಸೇರುವವರೆಗೆ ಸಮಯ ದೂಡುವುದು ಕಷ್ಟದ ಕೆಲಸ ಎಂಬುದು ಸತಿಗೆ ಚೆನ್ನಾಗಿ ತಿಳಿದಿತ್ತು. ಕಾರಣ ಯುದ್ಧಕ್ಕೆ ಸನ್ನದ್ಧರಾಗಿರುವ ಸೈನಿಕರನ್ನು ಯುದ್ಧ ಮಾಡದಂತೆ ಹೆಚ್ಚು ಸಮಯ ತಡೆಹಿಡಿಯುವುದು ಕಷ್ಟದ ಕೆಲಸ. ಅಂತಹ ಸಮಯದಲ್ಲಿ ಸೈನಿಕರಿಗೆ ಕಿರಿಕಿರಿ ಉಂಟಾಗುತ್ತದೆ.

ಸತಿ ಹಾಗೆ ಹೊರಗೆ ದೃಷ್ಟಿಹಾಯಿಸಿದಳು. ಅಷ್ಟರಲ್ಲಿ ದೂರದಲ್ಲಿ ಏನೋ ಚಲಿಸಿದಂತೆ ಗೋಚರವಾಯಿತು. ಆಕೆ ದೇವಗಿರಿಯತ್ತ ತೀಕ್ಷ್ಣ ನೋಟ ಬೀರಿದಳು. ಅಲ್ಲೊಂದು ಅಚ್ಚರಿ ಕಾದಿತ್ತು. ತನ್ನ ಕಣ್ಣುಗಳನ್ನೇ ನಂಬಲಾಗಲಿಲ್ಲ. ಆಶ್ಚರ್ಯಕ್ಕೆ ದೇವಗಿರಿಯ ತಾಮ್ರ ಮಹಾದ್ವಾರ ನಿಧಾನವಾಗಿ ತೆರೆದುಕೊಳ್ಳುತ್ತಿತ್ತು.

'ಅರೆ! ಮೆಲೂಹದಲ್ಲಿರುವ ಸೈನಿಕರ ಸಂಖ್ಯೆ ತೀರಾ ಕಡಿಮೆ. ಆದರೂ ಕೋಟೆಯ ಹೆಬ್ಬಾಗಿಲನ್ನು ತೆರೆದು ಸೈನಿಕರೇಕೆ ಹೊರಗೆ ಬರುತ್ತಿದ್ದಾರೆ?' ಎಂಬ ಅಚ್ಚರಿ ಸತಿಗೆ.

'ಎಲ್ಲರೂ ಸಿದ್ಧರಾಗಿ. ವೈರಿಪಡೆ ನಮ್ಮತ್ತ ಬರುತ್ತಿದೆ. ಆದರೆ ನಾವೇ ಅವರನ್ನು ಯುದ್ಧಕ್ಕೆ ಆಹ್ವಾನಿಸುವುದು ಬೇಡ' ಸತಿ ಸೈನಿಕರಿಗೆ ಆದೇಶ ನೀಡಿದಳು.

ಕೂಡಲೆ ಸೈನಿಕರು ಸಿದ್ಧರಾದರು. ಸತಿಯ ಬಳಿ ಬೃಹತ್ ಸೈನ್ಯವಿತ್ತು. ಅದರಲ್ಲೂ ಶಕ್ತಿಶಾಲಿ ಗಜಪಡೆಯಂತೂ ಶತ್ರು ಸೈನ್ಯವನ್ನು ನುಚ್ಚುನೂರು ಮಾಡಲು ಸಿದ್ಧವಾಗಿ ನಿಂತಿತ್ತು. ಸತಿ ಚಕ್ರವ್ಯೂಹದ ಮಾದರಿಯಲ್ಲಿ ಸೈನ್ಯವನ್ನು ನಿಲ್ಲಿಸಿದ್ದಳು. ಅಷ್ಟರಲ್ಲಿ ಮೆಲೂಹ ಸೈನ್ಯದ ಸಣ್ಣ ಸೈನಿಕ ತುಕಡಿಯೊಂದು ಕೋಟೆಯಿಂದ ಹೊರಬಂತು. ಕೂಡಲೆ ಕೋಟೆಯ ಬಾಗಿಲು ಮುಚ್ಚಿಕೊಂಡಿತು.

'ಇವರೇನು ಆತ್ಮಹತ್ಯಾ ದಾಳಿ ಮಾಡುವವರೇ? ಇವರೇಕೆ ಕೋಟೆಯಿಂದ ಹೊರಗೆ ಬಂದಿದ್ದಾರೆ?' ಸತಿ ಮನಸ್ಸಿನಲ್ಲೇ ಲೆಕ್ಕಾಚಾರ ಹಾಕಿದಳು.

ಮೆಲೂಹದ ಸೈನಿಕರು ನಿಧಾನವಾಗಿ ಸತಿಯ ಸೈನ್ಯ ಇರುವತ್ತ ಹೆಜ್ಜೆ ಹಾಕತೊಡಗಿದರು. ಸತಿ ಮೆಲೂಹ ಸೈನ್ಯವನ್ನೇ ಗಮನಿಸುತ್ತಿದ್ದಳು. ಸ್ವಲ್ಪ ಸಮಯದ ನಂತರ ಸೈನ್ಯದ ಜತೆ ಸಣ್ಣ ಸಣ್ಣ ಫಿರಂಗಿಗಳು ಮತ್ತು ಒಂದಷ್ಟು ಎತ್ತಿನ ಬಂಡಿಗಳು ಬರುತ್ತಿದ್ದವು. ಎಲ್ಲವೂ ಅಯೋಮಯ.

'ಸಾವಿರ ಸೈನಿಕರು ಏನು ತಾನೆ ಮಾಡಬಲ್ಲರು? ಆ ಎತ್ತಿನ ಗಾಡಿಯಲ್ಲಿ ಏನಿರಬಹುದು?' ಸತಿ ಯೋಚಿಸಿದಳು.

ಮೆಲೂಹದ ಸೈನಿಕರು ಕ್ಷಣ ಕ್ಷಣಕ್ಕೂ ಸತಿಯ ಸೈನ್ಯದ ಸನಿಹಕ್ಕೆ ಬರುತ್ತಿದ್ದರು. ಅವರ ಕೈಯಲ್ಲಿ ಬಿಲ್ಲು ಬಾಣಗಳಿದ್ದವು. ಆಗಾಗ ಅವರು ಬಾಣಗಳನ್ನು ಬಿಡಲಾರಂಭಿಸಿದರು. ಗಾಳಿ ದೇವಗಿರಿಯ ದಿಕ್ಕಿನಿಂದ ಬೀಸುತ್ತಿತ್ತು. ಹಾಗಾಗಿ ಅದು ಅಲ್ಲಿನ ಬಿಲ್ಲುಗಾರರಿಗೆ ಅನುಕೂಲವಾಗಿತ್ತು. ಸೈನ್ಯ ಸುಲಭವಾಗಿ ಸತಿಯಡೆಗೆ ಬಾಣಗಳನ್ನು ಬಿಡುತ್ತಿತ್ತು. ಈ ಸೂಕ್ಷ್ಮವನ್ನು ಅರಿತ ಸತಿ ಕೂಡಲೆ ಸೈನಿಕರಿಗೆ ಆದೇಶ ನೀಡಿದಳು.

'ಬಾಣಗಳನ್ನು ತಡೆಯಲು ರಕ್ಷಣಾ ಕವಚಗಳನ್ನು ಹಿಡಿಯಿರಿ'.

ಆದರೆ ಬಿಲ್ಲುಗಾರರು ಸತಿಯ ಸೈನ್ಯದಿಂದ ದೂರದಲ್ಲಿದ್ದರು. ಆದರೂ ಅವರು ಬಿಡುತ್ತಿದ್ದ ಬಾಣಗಳನ್ನು ಬಲವಾದ ಗಾಳಿ ಸುಲಭವಾಗಿ ಸತಿಯ ಸೈನ್ಯದತ್ತ ತಂದು ಬಿಡುತ್ತಿತ್ತು. ಆದರೆ ಮತ್ತೊಂದು ಕಡೆಯಿಂದ ಸತಿಯ ಸೈನ್ಯ ಬಾಣಬಿಡುವುದು ಅಸಾಧ್ಯವಾಗಿತ್ತು. ಈಗ ಮೆಲೂಹ ಸೈನ್ಯ ಮತ್ತಷ್ಟು ಮುಂದೆ ಬಂದಿತು. ಜತೆಯಲ್ಲಿ ಎತ್ತಿನ ಬಂಡಿಗಳು. ಸತಿ ಇಷ್ಟು ವರ್ಷಗಳಲ್ಲಿ ರಣರಂಗಕ್ಕೆ ಎತ್ತಿನ ಗಾಡಿಗಳು ಬಂದಿದ್ದನ್ನು ಕಂಡಿರಲೇ ಇಲ್ಲ.

'ಶಕ್ತಿಶಾಲಿ ಆನೆಗಳ ಮುಂದೆ ಎತ್ತುಗಳು ಏನು ಮಾಡಬಲ್ಲವು? ಪಿತೃತ್ಯುಲ್ಯನ ರಣತಂತ್ರ ಏನಿರಬಹುದು?' ಸತಿ ಯೋಚಿಸಿದಳು.

ಒಮ್ಮೆ ತನ್ನ ಬಳಿ ಇರುವ ಆನೆಗಳನ್ನು ಬಿಟ್ಟರೆ ಅವು ಮೆಲೂಹದ ಪುಟ್ಟ ಸೈನ್ಯವನ್ನು ಕ್ಷಣಾರ್ಧದಲ್ಲಿ ಧ್ವಂಸಗೊಳಿಸುತ್ತವೆ ಎಂಬುದು ಆಕೆಗೆ ಚೆನ್ನಾಗಿ ತಿಳಿದಿತ್ತು. ಆದರೂ ಆಕೆಗೆ ಯಾವುದೋ ಅಪಾಯವೊಂದರ ಸುಳಿವು ಸಿಕ್ಕಿತು. ಆದರೆ ಅದೇನು ಎನ್ನುವುದು ತಿಳಿಯಲಿಲ್ಲ. ಏನೇ ಆಗಲಿ ಶಿವ ಬಂದು ಸೇರುವವರೆಗೆ ಆಕೆ ಶತ್ರುಗಳ ಯಾವ ಬಲೆಗೂ ಬೀಳುವಂತಿರಲಿಲ್ಲ. ಜತೆಗೆ ಏಕಾಏಕಿ ಮೆಲೂಹದ ಮೇಲೆ ಆಕ್ರಮಣ ನಡೆಸುವಂತೆಯೂ ಇರಲಿಲ್ಲ. ಹಾಗಾಗಿ ಆಕೆ ಇಡೀ ಸೈನ್ಯವನ್ನು ಒಗ್ಗೂಡಿಸಿ ಎತ್ತರದ ಪ್ರದೇಶದಲ್ಲೇ ಬೀಡು ಬಿಟ್ಟಿದ್ದಳು. ಅಷ್ಟರಲ್ಲಿ ಮೆಲೂಹ ಸೈನಿಕರು ಮತ್ತೆ ಬಾಣಗಳ ಸುರಿಮಳೆ ಗೈಯಲಾರಂಭಿಸಿದರು.

'ರಕ್ಷಣಾ ಕವಚವನ್ನು ಒಡ್ಡಿ' ಸತಿ ಆದೇಶಿಸಿದಳು.

ಮೆಲೂಹದ ಬಿಲ್ಲುಗಾರರು ಮತ್ತಷ್ಟು ದೂರ ಮುಂದೆ ಬಂದರು.

'ಮೆಲೂಹನ್ನರೇನಾದರೂ ರಹಸ್ಯ ಆಯುಧಗಳನ್ನು ಎತ್ತಿನ ಗಾಡಿಯಲ್ಲಿ ತರುತ್ತಿದ್ದಾರೆಯೇ? ಯುದ್ಧಕ್ಕೆ ನಮ್ಮನ್ನು ಪ್ರಚೋದಿಸುತ್ತಿರುವ ಅವರ ಉದ್ದೇಶವೇನು?'.

ಶತ್ರುಗಳು ಪ್ರಚೋದನೆಗೆ ಒಳಗಾಗದಿದ್ದರೆ ಯುದ್ಧ ಸಂಭವಿಸದು ಎಂಬುದು ಆಕೆಗೆ ಚೆನ್ನಾಗಿ ತಿಳಿದಿತ್ತು. ಆಕೆಯ ಬಳಿ ಯುದ್ಧಕ್ಕೆ ಸಿದ್ಧವಾಗಿದ್ದ ಆನೆಗಳಿದ್ದವು. ರಕ್ಷಣಾ ಕವಚ ಹೊಂದಿದ್ದ ಸೈನಿಕರಿದ್ದರು. ಎಂತಹುದೇ ಬಾಣಗಳ ಸುರಿಮಳೆ ಆದರೂ ಅದನ್ನು ತಡೆಯುವ ಶಕ್ತಿ ಸೈನ್ಯಕ್ಕಿತ್ತು. ಹಾಗಾಗಿ ತಾನಿದ್ದ ಸ್ಥಳದಿಂದ ಕದಲದಿರಲು ಸತಿ ನಿರ್ಧರಿಸಿದ್ದಳು. ಮೆಲೂಹ ಸೈನ್ಯ ಹತ್ತಿರಕ್ಕೆ ಬರುತ್ತಿದ್ದಂತೆ ಸತಿ ಬಿಲ್ಲುಗಾರರಿಗೆ ನಂತ ಸ್ಥಳದಿಂದಲೇ ಬಾಣ ಬಿಡುವಂತೆ ಆದೇಶಿಸಿದಳು. ಜತೆಗೆ ತನ್ನ ಅಶ್ವಪಡೆಗೆ ಪಕ್ಕದಲ್ಲಿದ್ದ ಮತ್ತೊಂದು ಗುಡ್ಡವನ್ನು ಬಳಸಿಕೊಂಡು ಬಂದು ಹಿಂದಿನಿಂದ ಮೆಲೂಹ ಸೈನ್ಯದ ಮೇಲೆ ಹಠಾತ್ ಆಕ್ರಮಣ ಮಾಡುವಂತೆ ತಿಳಿಸಿದಳು. ಜತೆಗೆ ಸತಿ ಆಗಾಗ ತನ್ನ ಸೈನ್ಯಕ್ಕೆ ಕೂಗಿ ಹೇಳುತ್ತಿದ್ದಳು.

'ನಿಧಾನ, ಎಲ್ಲರೂ ನಿಮ್ಮ ನಿಮ್ಮ ಸ್ಥಳದಲ್ಲಿಯೇ ನಿಲ್ಲಿರಿ. ಅಷ್ಟು ಪುಟ್ಟ ಸೈನ್ಯ ನಮ್ಮನ್ನೇನೂ ಮಾಡಲಾಗದು'.

ಅಷ್ಟರಲ್ಲಿ ಮತ್ತೆ ಬಾಣಗಳ ಸುರಿಮಳೆ. ಮತ್ತೆ ಸೈನಿಕರು ರಕ್ಷಣಾ ಕವಚ ಒಡ್ಡಿದರು. ಮೆಲೂಹನ್ನರ ಬಾಣಗಳು ಸತಿಯ ಸೈನ್ಯದ ಮಧ್ಯೆ ಬಂದು ಬೀಳುತ್ತಿತ್ತು. ಆದರೂ ಬಾಣಗಳು ಯಾವೊಬ್ಬ ಸೈನಿಕನನ್ನೂ ಘಾಸಿಗೊಳಿಸಿರಲಿಲ್ಲ. ಸತಿಯ ಸೈನ್ಯ ಮೆಲೂಹನ್ನರಿಂದ ಪ್ರಚೋದನೆಗೊಳ್ಳಲಿಲ್ಲ.

'ಇಲ್ಲಿ ಏನಾಗುತ್ತಿದೆ, ಮೆಲೂಹದ ಪುಟ್ಟ ಸೈನ್ಯವನ್ನು ನಾವು ಕ್ಷಣಾರ್ಧದಲ್ಲಿ ನಾಶ ಮಾಡಿಬಿಡಬಹುದು. ಆದರೆ ಮಹಾ ದಂಡನಾಯಕಿಯ ಆದೇಶ ನಮ್ಮನ್ನು ಮುನ್ನುಗ್ಗಲು ಬಿಡುತ್ತಿಲ್ಲ' ವಾಸುದೇವ ಗಜಪಡೆಯ ಸೈನಿಕನೊಬ್ಬ ಹೇಳಿದ.

ಅದಕ್ಕೆ ಮತ್ತೊಬ್ಬ ಸೈನಿಕ ಹೇಳಿದ 'ಆಕೆ ವಾಸುದೇವಳಲ್ಲ, ಹಾಗಾಗಿ ಆಕೆಗೆ ಯುದ್ಧ ಕಲೆ ತಿಳಿದಿಲ್ಲ'.

ಮೂರನೇ ಸೈನಿಕ ಹೇಳಿದ 'ಏನೇ ಆಗಲಿ ನಮ್ಮ ದಂಡನಾಯಕಿ ನೀಡಿದ ಆದೇಶವನ್ನು ಪಾಲಿಸುವುದಷ್ಟೇ ನಮ್ಮ ಕರ್ತವ್ಯ'.

ಈ ಮೂವರ ಮಾತುಗಳನ್ನು ಕೇಳಿಸಿಕೊಂಡ ಗಜಪಡೆಯ ಮುಖ್ಯಸ್ಥ ಇವರತ್ತ ತಿರುಗಿ ಹೇಳಿದ 'ನಾನೇನು ನಿಮ್ಮ ಅಭಿಪ್ರಾಯವನ್ನು ಕೇಳಿದೆನೇ? ನನ್ನ ಆದೇಶವನ್ನಷ್ಟೇ ನೀವು ಪಾಲಿಸಿ. ಬೇರೆ ಪ್ರತಿಷ್ಠೆಯ ಮಾತುಗಳು ಬೇಡ'.

ಅಷ್ಟರಲ್ಲಿ ಮತ್ತೊಮ್ಮೆ ಬಾಣಗಳ ಸುರಿಮಳೆಯಾಯಿತು.

'ಏನಿದು ಈ ಅಪ್ರಭುದ್ಧತೆ! ಸಾಕಪ್ಪ ಸಾಕು. ನಾವು ಕ್ಷತ್ರಿಯರು, ಹುಟ್ಟು ಹೋರಾಟಗಾರರು. ಹೀಗೆ ಹೇಡಿಗಳಂತೆ ನಿಲ್ಲುವುದು ಅಸಾಧ್ಯ' ಗಜ ಪಡೆಯ ಮಾವುತನೊಬ್ಬ ಅಷ್ಟು ಹೇಳಿ ಆನೆಗಳನ್ನು ನಿಧಾನವಾಗಿ ಶತ್ರು ಸೈನ್ಯದತ್ತ ಮುನ್ನುಗ್ಗಿಸಿದ.

ಸ್ವಲ್ಪ ಸಮಯದ ಬಳಿಕ ಸತಿ ಅತ್ತ ತಿರುಗಿ ನೋಡಿದಳು. ತನ್ನ ಆದೇಶವನ್ನು ಧಿಕ್ಕರಿಸಿ ಗಜಪಡೆ ಮೆಲೂಹ ಸೈನಿಕರತ್ತ ಹೆಜ್ಜೆ ಹಾಕತೊಡಗಿತ್ತು.

'ಎಲ್ಲರೂ ನಿಂತಲ್ಲೇ ನಿಲ್ಲಿರಿ ಮುಂದೆ ಹೋಗಬೇಡಿ' ಸತಿ ಚೀರಿದಳು.

ಸತಿಯ ಸಂದೇಶ ಮಾವುತರನ್ನು ತಲುಪಿತು. ಒಂದೆರಡು ನಿಮಿಷ ಮಾವುತರು ನಿಂತಲ್ಲೇ ನಿಂತರು.

ಸತಿ ನಂದಿಯತ್ತ ತಿರುಗಿ ಹೇಳಿದಳು 'ನಂದಿ ನೀನು ಈ ಕೂಡಲೆ ಗಜಪಡೆಯ ಬಳಿಗೆ ಹೋಗು. ಆ ಮೂರ್ಖರಿಗೆ ಅಲ್ಲಿಯೇ ನಿಲ್ಲುವಂತೆ ಹೇಳು'.

'ಹಾಗೆ ಆಗಲಿ ಸತಿ' ನಂದಿ ಆಕೆಗೆ ನಮಸ್ಕರಿಸಿ ಹೊರಡಲು ಸಿದ್ಧನಾದ.

'ಸ್ವಲ್ಪ ತಾಳು ನಂದಿ, ಬಾಣಗಳು ಮೇಲಿಂದ ಮೇಲೆ ಬರುತ್ತಿವೆ. ಅವುಗಳ ತೀವ್ರತೆ ಕಡಿಮೆಯಾದ ನಂತರ ನೀನು ಅಲ್ಲಿಗೆ ಹೋಗು' ಅಷ್ಟು ಹೇಳಿ ಸತಿ ತನ್ನ ರಕ್ಷಣಾ ಕವಚವನ್ನು ಕೆಳಗಿಳಿಸಿ ಸೈನ್ಯದತ್ತ ತಿರುಗಿ ನೋಡಿದಳು. ಕೂಡಲೆ ಆಕೆ ದಿಗ್ಭ್ರಾಂತಳಾದಳು. ತುಸು ದೂರದಲ್ಲಿ ಮೊದಲ ಸಾಲಿನಲ್ಲಿ ಸೈನಿಕರಿಗೆ ಗೋಡೆಯಂತೆ ರಕ್ಷಣೆ ನೀಡುತ್ತಿದ್ದ ಆನೆಗಳು ವೇಗವಾಗಿ ಶತ್ರು ಪಡೆಯತ್ತ ನುಗ್ಗುತ್ತಿದ್ದವು. ಹಾಗಾಗಿ ಅಲ್ಲಿದ್ದ ಸೈನಿಕರಿಗೆ ರಕ್ಷಣೆಯೇ ಇಲ್ಲದಾಗಿತ್ತು.

'ಮೂರ್ಖ ಶಿಖಾಮಣಿಗಳೇ?' ಸತಿ ಜೋರಾಗಿ ಚೀರುತ್ತಾ ವೇದಿಕೆಯ ಮೇಲಿನಿಂದ ಛಂಗನೆ ಹಾರಿ ಕುದುರೆಯ ಮೇಲೆ ಕುಳಿತಳು. ನಂತರ ನಾಗಾಲೋಟದಲ್ಲಿ ಕಾಲಾಳುಪಡೆಯತ್ತ ಧಾವಿಸಿದಳು. ಹಾಗೆ ಬರುವಾಗ ಅಶ್ವಪಡೆಗೆ ತನ್ನನ್ನು ಹಿಂಬಾಲಿಸುವಂತೆ ಆದೇಶಿಸಿದಳು. ನಂದಿ, ವೀರಭದ್ರ ಸಹ ಸತಿಯೊಂದಿಗೆ ಬಂದರು. ಕೆಲವೇ ನಿಮಿಷಗಳಲ್ಲಿ ಗಜಪಡೆ ಬಿಟ್ಟುಹೋಗಿದ್ದ ಸೈನಿಕರಿಗೆ ಅಶ್ವಪಡೆ ಬೆಂಗಾವಲಾಗಿ ನಿಂತುಬಿಟ್ಟಿತ್ತು.

'ಇಲ್ಲಿಯೇ ನಿಂತು ಸೈನಿಕರಿಗೆ ರಕ್ಷಣೆ ನೀಡಿ' ಸತಿ ಅಶ್ವಪಡೆಗೆ ಆದೇಶ ನೀಡಿದಳು.

ಅಷ್ಟರಲ್ಲಾಗಲೇ ಗಜಗಳು ಮದವೇರಿದಂತೆ ಘೀಳಿಡುತ್ತಾ ಆರ್ಭಟಿಸುತ್ತಾ ಶತ್ರು ಸೈನ್ಯದತ್ತ ಮುನ್ನುಗ್ಗುತ್ತಿದ್ದವು. ಮಾವುತರು ಸಹ ಆನೆಗಳಿಗೆ ಅಂಕುಶಗಳಿಂದ ತಿವಿದು ರೊಚ್ಚಿಗೆಬ್ಬಿಸುತ್ತಿದ್ದರು. ಮತ್ತೊಂದೆಡೆಯಿಂದ ಮೆಲೂಹದ ಸೈನಿಕರು ಒಂದೇ ಸಮನೆ ಬಾಣಗಳನ್ನು ಬಿಡುತ್ತಿದ್ದರು. ಬಿಲ್ಲುಗಾರರು ಹತ್ತಿರಕ್ಕೆ ಬರುತ್ತಿದ್ದಂತೆ ಮಾವುತರು 'ಜೈ ಶ್ರೀರಾಮ್' ಎಂದು ಆರ್ಭಟಿಸುತ್ತಾ ಅವರತ್ತ ಮುನ್ನುಗ್ಗಿದರು.

ಆನೆಗಳು ಶತ್ರು ಸೈನಿಕರನ್ನು ತುಳಿದುಹಾಕಲಾರಂಭಿಸಿದವು. ಸೊಂಡಿಲಿಗೆ ಕಟ್ಟಿದ್ದ ಲೋಹದ ಗುಂಡಿನಿಂದ ಸೈನಿಕರನ್ನು ಪುಡಿಪುಡಿ ಮಾಡುತ್ತಿದ್ದವು. ನಿಧಾನವಾಗಿ ಮೆಲೂಹದ ಬಿಲ್ಲುಗಾರರು ಹಿಂದೆ ಸರಿಯಲಾರಂಭಿಸಿದರು. ಇಷ್ಟಾದರೂ ಸತಿಗೆ ಏನೋ ಅಪಾಯ ಕಾದಿದೆ ಎಂದೆನಿಸುತ್ತಿತ್ತು. ಆಕೆಯ ಮೈ ಝುಮ್ಮೆನ್ನುತ್ತಿತ್ತು. ಹುಬ್ಬು ಅದುರುತ್ತಿತ್ತು. ಅದು ಯಾವುದೋ ಅಪಶಕುನದ ಮುನ್ಸೂಚನೆಯಾಗಿ ಕಂಡಿತು. ಆಕೆ ಆವೇಶಭರಿತಳಾಗಿ ಚೀರುತ್ತಾ ಮಾವುತರಿಗೆ ಆದೇಶ ನೀಡುತ್ತಿದ್ದಳು.

'ಅಯ್ಯೋ! ಮೂರ್ಖರಾ, ಹಿಂದಕ್ಕೆ ಸರಿಯಿರಿ. ಮುನ್ನುಗ್ಗಬೇಡಿ'.

ಆದರೆ ಮಾವುತರು ಸತಿಯ ಮಾತುಗಳನ್ನು ಕೇಳುವ ಪರಿಸ್ಥಿತಿಯಲ್ಲಿರಲಿಲ್ಲ. ಅವರೆಲ್ಲರೂ ಯುದ್ಧೋನ್ಮತ್ತರಾಗಿದ್ದರು. ಕ್ಷಣಕ್ಷಣಕ್ಕೂ ಆನೆಗಳನ್ನು ತಿವಿದು ರೊಚ್ಚಿಗೆಬ್ಬಿಸುತ್ತಿದ್ದರು. ಶತ್ರು ಸೈನ್ಯದ ಮೇಲೆ ತಮಗೆ ಗೆಲುವು ದೊರೆಯುತ್ತದೆ ಎಂಬ ಭ್ರಮೆಯಲ್ಲಿ ಹಿಂದು-ಮುಂದು ನೋಡದೆ ದಾಳಿ ಮುಂದುವರಿಸಿದ್ದರು. ಶತ್ರುಗಳಿಗೆ ಗರಿಷ್ಠ ಮಟ್ಟದ ಹಾನಿಮಾಡಬೇಕೆಂದು ಬಯಸಿದ್ದರು. ಆನೆಯ ಮೇಲಿನ ಅಂಬಾರಿಯಿಂದ ನಿರಂತರವಾಗಿ ಬೆಂಕಿಯ ಬಾಣಗಳ ಸುರಿಮಳೆಯಾಗುತ್ತಿತ್ತು. ಅಷ್ಟರಲ್ಲಿ ಅನಿರೀಕ್ಷಿತ ಘಟನೆಯೊಂದು ನಡೆದು ಹೋಯಿತು. ಶತ್ರು ಸೈನಿಕರು ಮತ್ತು ಆನೆಗಳತ್ತ ಬಾಣಬಿಡುತ್ತಿದ್ದ ಮೆಲೂಹದ ಬಿಲ್ಲುಗಾರರು ಇದ್ದಕ್ಕಿದ್ದಂತೆ ಬೆಂಕಿಯ ಬಾಣಗಳನ್ನು ತಮ್ಮದೇ ಎತ್ತಿನ ಗಾಡಿಗಳತ್ತ ಬಿಡಲಾರಂಭಿಸಿದರು. ಅದರ ಜತೆಗೆ ಮಾವುತರು ಬಿಡುತ್ತಿದ್ದ ಬೆಂಕಿಯ ಉಂಡೆಗಳೂ ಎತ್ತಿನ ಗಾಡಿಯತ್ತ ಬಂದು ಬೀಳುತ್ತಿತ್ತು.

ನೋಡು ನೋಡುತ್ತಿದ್ದಂತೆ ಎತ್ತಿನ ಗಾಡಿಯಲ್ಲಿದ್ದ ಸಗಣಿ–ಖಾರದ ಪುಡಿ ಮಿಶ್ರಿತ ಒಣಗಿದ ಬೆರಣಿಗೆ ಬೆಂಕಿ ಹೊತ್ತಿಕೊಂಡಿತು. ತಮ್ಮ ಹಿಂದೆ ಬೆಂಕಿ ಹತ್ತಿದೆ ಎಂದು ತಿಳಿದ ಕೂಡಲೆ ಎತ್ತುಗಳು ಭಯದಿಂದ ದಿಕ್ಕಾಪಾಲಾಗಿ ಆನೆಗಳತ್ತಲೇ ಓಡಲಾರಂಭಿಸಿದವು.

ದಟ್ಟ ಹೊಗೆ ಮತ್ತು ಘಾಟು ಇಡೀ ಪ್ರದೇಶವನ್ನು ಆವರಿಸತೊಡಗಿತು. ಅದನ್ನು ಮೊದಲು ಗ್ರಹಿಸಿದವರು ಮುಂದಿನ ಸಾಲಿನಲ್ಲಿದ್ದ ಗಜಗಳ ಮಾವುತರು. ಒಮ್ಮೆ ಘಾಟು ಆನೆಗಳ ಮೂಗಿಗೆ ಬಡಿದರೆ ಅವು ಮುಂದೆ ಹೋಗುವುದಿಲ್ಲ. ಹಿಂತಿರುಗಿ ತಮ್ಮದೇ ಸೈನಿಕರತ್ತ ದಾಳಿ ಮಾಡುತ್ತವೆ ಎನ್ನುವುದು ಮಾವುತರಿಗೆ ಅರಿವಿತ್ತು. ಆದರೂ ಆದಷ್ಟು ಬೇಗ ಶತ್ರುಗಳನ್ನು ನಾಶಮಾಡಿ ಹಿಂತಿರುಗಿಬಿಡೋಣ ಎನ್ನುವುದು ಅವರ ಯೋಜನೆಯಾಗಿತ್ತು.

'ಖಾರದ ಪುಡಿ' ಮಾವುತನೊಬ್ಬ ಉದ್ಗರಿಸಿದ.

'ಕೂಡಲೆ ಹಿಂದೆ ಸರಿಯಿರಿ' ಮತ್ತೊಬ್ಬ ಮಾವುತ ಹೇಳಿದ.

'ಬೇಡ, ಆ ಎತ್ತಿನ ಗಾಡಿಗಳ ಮುಂದೆ ಹೋಗಿ ಅದನ್ನು ಪುಡಿ ಪುಡಿ ಮಾಡೋಣ' ಮತ್ತೊಬ್ಬ ಹೇಳಿದ.

ಆದರೆ ಅಷ್ಟರಲ್ಲಾಗಲೇ ಎಲ್ಲ ಎತ್ತಿನ ಗಾಡಿಗಳೂ ಹೊತ್ತಿ ಉರಿಯತೊಡಗಿದ್ದವು. ಸಹಿಸಲಾರದ ಘಾಟು ಇಡೀ ಪ್ರದೇಶವನ್ನು ಆವರಿಸಿತು. ಆ ದುರ್ನಾತಕ್ಕೆ ಸಹಜವಾಗಿ ಆನೆಗಳು ಬೆದರಿದವು. ಮುಂದೆ ಸಾಗುವುದು ಸುರಕ್ಷಿತವಲ್ಲ ಎಂಬುದು ಅವುಗಳಿಗೆ ಮನವರಿಕೆಯಾಗಿತ್ತು. ಹಾಗಾಗಿ ಅವು ಹಿಂದೆ ತಿರುಗಿ ಸತಿಯ ಸೈನ್ಯದತ್ತ ಘೀಳಿಡುತ್ತಾ ನುಗ್ಗಲಾರಂಭಿಸಿದವು.

ಸತಿ ಈ ಹಠಾತ್ ಬೆಳವಣಿಗೆಯನ್ನು ತುಸು ದೂರದಿಂದಲೇ ಗಾಬರಿಯಿಂದ ಗಮನಿಸುತ್ತಿದ್ದಳು. ಬೆರಣಿಯ ಘಾಟು ಆನೆಗಳ ಮೇಲೆ ಬೀರುತ್ತಿದ್ದ ಪ್ರಭಾವವನ್ನು ಕಂಡು ದಂಗಾದಳು. ಮುಂದಿನ ಕೆಲವೇ ನಿಮಿಷಗಳಲ್ಲಿ ಬೆಂಕಿ ಹೊತ್ತಿದ್ದ ಎತ್ತಿನ ಬಂಡಿಗಳು ಹಿಂದಿನ ಸಾಲಿನಲ್ಲಿದ್ದ ಆನೆಗಳತ್ತ ಬಂದು ಅವುಗಳನ್ನೂ ರೊಚ್ಚಿಗೆಬ್ಬಿಸುವ ಎಲ್ಲ ಸಾಧ್ಯತೆಗಳೂ ಇತ್ತು. ಜತೆಗೆ ದೂರದಲ್ಲಿ ದೇವಗಿರಿಯ ಹೆಬ್ಬಾಗಿಲಿನಿಂದಲೂ ಬೆಂಕಿಯ ಬಾಣಗಳು ಒಂದೇ ಸಮನೆ ಬರಲಾರಂಭಿಸಿದವು. ಕೆಲವೇ ನಿಮಿಷಗಳಲ್ಲಿ ದೇವಗಿರಿಯ ಹೆಬ್ಬಾಗಿಲು ಮತ್ತೆ ತೆರೆದುಕೊಂಡಿತು. ಮೆಲೂಹನ್ನರ ರಣತಂತ್ರ ನಿರೀಕ್ಷೆಯಂತೆ ಕೆಲಸ ಮಾಡಿತ್ತು. ಈ ಬಾರಿ ಮೆಲೂಹದ ನೂರಾರು ಅಶ್ವಾರೋಹಿ ಸೈನಿಕರು ತಾಮ್ರದ್ವಾರದಿಂದ ಹೊರಬರುತ್ತಿದ್ದರು. ಅದನ್ನು ನೋಡುತ್ತಿದ್ದಂತೆ ಸತಿ

ಗಾಬರಿಗೊಂಡಳು. ಆದರೆ ದೇವಗಿರಿಯ ಹೆಬ್ಬಾಗಿಲು ತಾನದ್ದ ಸ್ಥಳದಿಂದ ಹತ್ತು ಕಿಲೋಮೀಟರ್ ದೂರವಿತ್ತು. ಆ ಸೈನಿಕರು ಯುದ್ಧಭೂಮಿಗೆ ತಲುಪಲು ಒಂದಿಷ್ಟು ಸಮಯ ಬೇಕಾಗಿತ್ತು. ಅಷ್ಟರೊಳಗೆ ಸತಿ ಏನಾದರೂ ಮಾಡಿ ಸೈನ್ಯವನ್ನು ಶತ್ರುದಾಳಿಯಿಂದ ಪಾರುಮಾಡಬೇಕಾಗಿತ್ತು. ತಕ್ಷಣದಲ್ಲಿ ಆಕೆ ಮಹತ್ತರ ನಿರ್ಧಾರವೊಂದನ್ನು ತೆಗೆದುಕೊಳ್ಳಲೇಬೇಕಾಗಿತ್ತು.

ಬೆಂಕಿ ಹತ್ತಿದ ಎತ್ತಿನ ಬಂಡಿಗಳು ಹಿಂದಿನ ಸಾಲಿನ ಆನೆಗಳ ಬಳಿ ಬಂದುಬಿಟ್ಟರೆ ಆನೆಗಳು ತನ್ನ ಸೈನಿಕರನ್ನು ಧ್ವಂಸ ಮಾಡಿಬಿಡುತ್ತವೆ ಎಂಬುದು ಆಕೆಗೆ ತಿಳಿದಿತ್ತು. ಕೂಡಲೆ ಆಕೆ ಜೋರಾಗಿ ಕೂಗಿ ಮಾವುತರಿಗೆ ಹೇಳಿದಳು 'ಮಾವುತರೇ! ಉಳಿದ ಆನೆಗಳನ್ನು ದಕ್ಷಿಣ ದಿಕ್ಕಿನತ್ತ ಕೊಂಡೊಯ್ಯಿರಿ. ಆನೆಗಳು ಯುದ್ಧಭೂಮಿಯಿಂದ ದೂರ ಸರಿಯಲಿ'.

ನಂತರ ಸೈನಕರತ್ತ ತಿರುಗಿ ಹೇಳಿದಳು 'ಸೈನಿಕರೇ! ನೀವೆಲ್ಲರೂ ಹಿಂದೆ ಸರಿಯಿರಿ. ದೋಣಿಗಳ ಸಹಾಯದಿಂದ ಹಡಗನ್ನು ಹತ್ತಿ. ಸರಸರನೆ ಹತ್ತಿ. ನಮಗೆ ಸಮಯವಿಲ್ಲ'.

ಸತಿಯ ಆದೇಶದಂತೆ ವಾಸುದೇವ ಮಾವುತರು ಎಲ್ಲ ಆನೆಗಳನ್ನು ದಕ್ಷಿಣ ದಿಕ್ಕಿನತ್ತ ಕೊಂಡೊಯ್ದರು. ಮುಂಚೂಣಿಯಲ್ಲಿದ್ದ ಇಪ್ಪತ್ತು ಆನೆಗಳನ್ನು ಬಿಟ್ಟು ಉಳಿದೆಲ್ಲ ಆನೆಗಳೂ ರಣರಂಗದಿಂದ ದೂರ ಸರಿದವು. ಹಿಂದಿನ ಸಾಲಿನ ಸೈನಿಕರು ವೇಗವಾಗಿ ದೋಣಿಯತ್ತ ನಡೆದರು. ನೂರಾರು ದೋಣಿಗಳು ನದಿಯ ತೀರದಲ್ಲಿ ಸಿದ್ಧವಾಗಿ ನಿಂತಿದ್ದವು. ಸೈನಿಕರೆಲ್ಲರೂ ಒಬ್ಬೊಬ್ಬರಾಗಿ ದೋಣಿಯೇರಿ ಹಡಗಿನತ್ತ ಹೊರಟರು. ಅಲ್ಲಿಗೆ ಸತಿಯ ಸೈನ್ಯದ ಕಾಲಾಳುಗಳೆಲ್ಲ ಸುರಕ್ಷಿತ ಸ್ಥಳ ಸೇರಿಕೊಂಡರು. ಉಳಿದ ಸೈನಕರು, ಗಜಪಡೆ ಮತ್ತು ಅಶ್ವಪಡೆ ಹೋರಾಟ ಮುಂದುವರೆಸಿದವು.

ಈಗ ಸತಿ ಅಶ್ವಪಡೆಗೆ –ಮತ್ತೊಂದು ಆದೇಶ ರವಾನಿಸಿದಳು 'ಆನೆಗಳು ನಮ್ಮ ಸೈನಿಕರತ್ತ ಮುನ್ನುಗ್ಗಿ ಬರುತ್ತಿವೆ. ನಮ್ಮ ಸೈನಿಕರ ಮೇಲೆ ದಾಳಿ ಮಾಡುತ್ತಿವೆ. ಅವುಗಳನ್ನು ತಡೆಯಿರಿ. ಸೈನಿಕರು ಹಿಂದೆ ಸರಿಯಲು ಅವರಿಗೆ ಸಮಯಬೇಕು. ಅಲ್ಲಿಯವರೆಗೆ ಆನೆಗಳು ಹತ್ತಿರಕ್ಕೆ ಬಾರದಂತೆ ತಡೆಯಿರಿ'.

ಕೂಡಲೆ ಅಶ್ವಾರೋಹಿಗಳು ಖಡ್ಗ ಹಿಡಿದು ಆನೆಗಳತ್ತ ನುಗ್ಗಿದರು.

'ಹರ ಹರ ಮಹಾದೇವ'.

'ಹರ ಹರ ಮಹಾದೇವ'.

ಸತಿ ಸಹ ನುಗ್ಗುತ್ತಿದ್ದಳು. ನುರಿತ ಚಾಣಾಕ್ಷ ಅಶ್ವಾರೋಹಿಗಳು ಏಕಕಾಲದಲ್ಲಿ ಆನೆಗಳು ಮತ್ತು ಎತ್ತಿನ ಬಂಡಿಗಳ ಮೇಲೆ ಆಕ್ರಮಣ ಮಾಡಲಾರಂಭಿಸಿದರು. ಎತ್ತಿನ ಬಂಡಿಗಳು ಬರುತ್ತಿದ್ದ ದಿಕ್ಕನ್ನು ಬದಲಿಸಿದರು. ಆದರೆ ಆನೆಗಳು ಮಾತ್ರ ಸತಿಯ ಸೈನ್ಯವನ್ನು ನುಚ್ಚುನೂರು ಮಾಡುತ್ತಿದ್ದವು. ಹುಚ್ಚೆದ್ದ ಆನೆಯ ಅಲುಗಾಟಕ್ಕೆ ಅಂಬಾರಿಯಲ್ಲಿದ್ದ ಮಾವುತರು ಕೆಳಗೆ ಬೀಳುತ್ತಿದ್ದರು. ಕೆಲವರು ಬೆಂಕಿಯ ಕೆನ್ನಾಲಿಗೆಗೆ ಸಿಕ್ಕಿ ಬೆಂದು ಹೋಗುತ್ತಿದ್ದರು.

ಇದನ್ನರಿತ ಅಶ್ವಪಡೆ ಚಾಕಚಕ್ಯತೆಯಿಂದ ಆನೆ ಬೀಸುತ್ತಿದ್ದ ಸೊಂಡಿಲಿನ ಏಟಿನಿಂದ ತಪ್ಪಿಸಿಕೊಳ್ಳುತ್ತಿತ್ತು. ನಂತರ ಹಿಂದಿನಿಂದ ಆನೆಯ ಕಾಲುಗಳಿಗೆ ಬಲವಾದ ಹೊಡೆತ ನೀಡುತ್ತಿತ್ತು. ಆ ಹೊಡೆತದಿಂದ ತತ್ತರಿಸುತ್ತಿದ್ದ ಆನೆಗಳು ನಿಧಾನವಾಗಿ ನೆಲಕ್ಕೆ ಉರುಳಲಾರಂಭಿಸಿದವು. ಸತಿ ಒಮ್ಮೆ ಹಿಂತಿರುಗಿ ನೋಡಿದಳು. ಹಿಂದಿದ್ದ ಎಲ್ಲ ಸೈನಿಕರೂ ಹಡಗನ್ನು ಏರುತ್ತಿದ್ದರು. ಆಕೆಯ ಪೂರ್ವಸಿದ್ಧತೆ ಮತ್ತು ಅಪಾಯವನ್ನರಿಯುವ ಜಾಣ್ಮೆ ಫಲ ನೀಡಿತ್ತು. ಸಾವಿರಾರು ಸೈನಿಕರ ಪ್ರಾಣ ಉಳಿದಿತ್ತು. ಇಷ್ಟಾದರೂ ಅಶ್ವಪಡೆ ಹೋರಾಟವನ್ನು ಮುಂದುವರಿಸಿತು. ಕಟ್ಟ ಕಡೆಯ ಸೈನಿಕ ಹಡಗನ್ನು ಏರುವವರೆಗೂ ಆಕೆ ಯುದ್ಧವನ್ನು ನಿಲ್ಲಿಸುವಂತಿರಲಿಲ್ಲ. ಹಾಗಾಗಿ ಆಕೆ ದಿಟ್ಟ ಹೋರಾಟದಲ್ಲಿ ನಿರತಳಾಗಿದ್ದಳು.

ಹೀಗೆ ಕಾಳಗ ಮುಂದುವರಿದಿತ್ತು. ಸತಿ ಮುಂದಿದ್ದ ಸೈನಿಕನೊಬ್ಬನತ್ತ ಖಡ್ಗ ಬೀಸಿ ನಂತರ ಹಿಂದೆ ತಿರುಗಿದಳು. ಅಷ್ಟರಲ್ಲಿ ಆಕೆಗೆ ಅಚ್ಚರಿಯೊಂದು ಕಾದಿತ್ತು. ತನ್ನ ಸೈನ್ಯದ ಹತ್ತಾರು ಆನೆಗಳು ದಕ್ಷಿಣ ದಿಕ್ಕಿನಿಂದ ಘೀಳಿಡುತ್ತಾ ತನ್ನತ್ತಲೇ ವೇಗವಾಗಿ ಧಾವಿಸುತ್ತಿದ್ದವು.

ಸತಿ ಒಮ್ಮೆಲೆ ಚೀರಿದಳು 'ಶ್ರೀರಾಮ ನಮ್ಮನ್ನು ಕಾಪಾಡು'.

ವಾಸ್ತವದಲ್ಲಿ ಮೊದಲ ಸಾಲಿನಲ್ಲಿದ್ದ ಮಾವುತರು ಸತಿಯ ಆದೇಶವನ್ನು ಧಿಕ್ಕರಿಸಿ ಆನೆಯನ್ನು ರಣಾಂಗಣಕ್ಕೆ ಕೊಂಡೊಯ್ದು ಅಪಾಯವನ್ನು ಮೇಲೆಳೆದುಕೊಂಡಿದ್ದರು. ಹಾಗಾಗಿ ಸತಿ ಎರಡನೇ ಸಾಲಿನಲ್ಲಿದ್ದ ಆನೆಗಳನ್ನು ದಕ್ಷಿಣ ದಿಕ್ಕಿನತ್ತ ಕೊಂಡೊಯ್ಯುವಂತೆ ಆದೇಶ ನೀಡಿದ್ದಳು. ಮಾವುತರು ಆಕೆಯ ಆದೇಶವನ್ನು ಪಾಲಿಸಿದ್ದರು. ಆದರೆ ಆಶ್ಚರ್ಯವೆಂಬಂತೆ ಅದೇ ಆನೆಗಳು ದಕ್ಷಿಣ ದಿಕ್ಕಿನಿಂದ ರಣರಂಗದತ್ತ ಓಡಿ ಬರುತ್ತಿದ್ದವು. ಅದಕ್ಕೆ ಕಾರಣ ಪರ್ವತೇಶ್ವರನ ಚಾಣಾಕ್ಷ ರಣತಂತ್ರ. ಪರ್ವತೇಶ್ವರ ಅತ್ಯಂತ ಮುಂಜಾಗ್ರತೆ ವಹಿಸಿ ಹಿಂದಿನ ರಾತ್ರಿಯೇ ಕೃಷಿ ಸಲಕರಣೆಗಳನ್ನು ಹೊತ್ತೊಯ್ಯುವ ವಾಹನಗಳ ಮೂಲಕ ಸಗಣಿ ಮತ್ತು ಖಾರದ ಪುಡಿ ಮಿಶ್ರಿತ

ಬೆರಣಿಗಳನ್ನು ದೇವಗಿರಿಯ ದಕ್ಷಿಣ ದಿಕ್ಕಿನತ್ತ ಕಳುಹಿಸಿಕೊಟ್ಟಿದ್ದ. ಸತಿಯ ಸೈನ್ಯ ಇದನ್ನು ನಿರೀಕ್ಷಿಸಿರಲಿಲ್ಲ. ಆನೆಗಳು ದಕ್ಷಿಣ ದಿಕ್ಕಿನತ್ತ ಓಡುತ್ತಿದ್ದಂತೆ ಮೆಲೂಹ ಸೈನಿಕರು ಅಲ್ಲಿ ಗಾಡಿಗಳಲ್ಲಿದ್ದ ಬೆರಣಿಗಳಿಗೆ ಬೆಂಕಿ ಹಚ್ಚಿಬಿಟ್ಟರು. ಹಾಗಾಗಿ ಆನೆಗಳು ಮುಂದೆ ಹೋಗಲಾರದೆ ಮತ್ತೆ ರಣರಂಗಕ್ಕೆ ಹಿಂತಿರುಗಿದವು.

ಸತಿಗೆ ಒಂದು ಕ್ಷಣ ಏನು ಮಾಡಬೇಕೆಂಬುದೇ ತೋಚದಾಯಿತು. ತನ್ನ ಅಶ್ವಸೈನ್ಯ ತನ್ನದೇ ಆನೆಗಳೊಂದಿಗೆ ಕಾದಾಟ ಮುಂದುವರೆಸಿದವು.

'ಎಲ್ಲರೂ ಹಿಂತಿರುಗಿ. ಹಡಗನ್ನು ಏರಿ' ಸತಿ ಕೂಗಿ ಹೇಳಿದಳು.

ಕೂಡಲೆ ಅಶ್ವಾರೋಹಿಗಳು ನದಿಯತ್ತ ಕುದುರೆಯನ್ನು ತಿರುಗಿಸಿ ನಾಗಾಲೋಟದಲ್ಲಿ ಮುನ್ನಡೆದರು. ಅಷ್ಟರಲ್ಲಾಗಲೇ ಆನೆಗಳು ತೀರಾ ಹತ್ತಿರಕ್ಕೆ ಬಂದುಬಿಟ್ಟಿದ್ದವು. ಅದೃಷ್ಟಶಾಲಿ ಅಶ್ವಾರೋಹಿಗಳು ಹೇಗೋ ಆನೆಗಳ ದಾಳಿಯಿಂದ ತಪ್ಪಿಸಿಕೊಂಡು ನದಿಯತ್ತ ಬಂದುಬಿಟ್ಟರು. ಮತ್ತೆ ಕೆಲವರು ಆನೆಯ ಹೊಡೆತಕ್ಕೆ ಮತ್ತು ತುಳಿತಕ್ಕೆ ಸಿಕ್ಕಿ ನುಚ್ಚುನೂರಾದರು. ಕೆಲವು ಮಾವುತರು ಆನೆಯ ಮೇಲಿಂದ ನೆಲಕ್ಕೆ ಹಾರಿ ಜೀವ ಉಳಿಸಿಕೊಂಡರು. ಆನೆಗಳ ಆರ್ಭಟಕ್ಕೆ ಸತಿಯ ಸೈನ್ಯವಷ್ಟೇ ಅಲ್ಲ ಮೆಲೂಹದ ಸೈನಿಕರೂ ತತ್ತರಿಸಲಾರಂಭಿಸಿದರು. ಸೈನಿಕರು ಯುದ್ಧ ಮುಂದುವರೆಸು ವುದನ್ನು ಕೈ ಬಿಟ್ಟು ಗೋಡೆಗಳ ಹಿಂದೆ ಅಡಗಿಕೊಳ್ಳಲಾರಂಭಿಸಿದರು. ಸತಿ, ವೀರಭದ್ರ ಮತ್ತು ನಂದಿ ಮೂವರು ದೋಣಿಯನ್ನೇರಿ ಹಡಗಿನತ್ತ ಸಾಗಿದರು.

ಸತಿಯ ಬಹುತೇಕ ಸೈನಿಕರು ಸುರಕ್ಷಿತವಾಗಿ ಹಡಗನ್ನು ಹತ್ತಿದರು. ಗಜಪಡೆ ಮತ್ತು ಅಶ್ವಪಡೆ ಸಂಪೂರ್ಣವಾಗಿ ನಾಶಗೊಂಡಿತು. ಮೃತಿಕಾವತಿಯಲ್ಲಿ ಸುಲಭವಾಗಿ ಯುದ್ಧವನ್ನು ಗೆದ್ದುಕೊಟ್ಟಿದ್ದ ಗಜಗಳು ಇಲ್ಲಿ ತನ್ನದೇ ಸೈನ್ಯವನ್ನು ಸದೆಬಡಿದಿದ್ದವು. ಹಾಗಾಗಿ ಇಂದಿನ ಸೋಲು ಹಿಂದಿನ ಗೆಲುವನ್ನು ಮರೆಸಿತು.

ಹಡಗಿನ ಉಸ್ತುವಾರಿ ವಹಿಸಿದ್ದ ಚೆನಾರಧ್ವಜ ಎಲ್ಲರೂ ಹಡಗು ಏರಿದ್ದನ್ನು ಖಾತರಿಪಡಿಸಿಕೊಂಡು ಹಡಗು ಬಂದರಿನಿಂದ ಹೊರಹೋಗುವುದಕ್ಕೆ ಆದೇಶ ನೀಡಿದ. ಯಾವ ರಕ್ಷಣೆಯೂ ಇಲ್ಲದೆ ಹಡಗು ನಿಧಾನವಾಗಿ ಮುಂದೆ ಸಾಗತೊಡಗಿತು.

ಅಧ್ಯಾಯ – 31

ಬಿಕ್ಕಟ್ಟು

'ಶತ್ರು ಸೈನ್ಯ ಸಂಪೂರ್ಣ ನಾಶವಾಗಿದೆ. ಈಗ ನಾವು ಆ ಮೂರ್ಖರ ದುರ್ಬಲ ಸೈನ್ಯವನ್ನು ಬೆನ್ನಟ್ಟಿ ಅಳಿದುಳಿದವರನ್ನು ಕೊಂದು ಹಾಕಬೇಕು. ನಮ್ಮ ತಾಯ್ನಾಡಿನ ಮೇಲೆ ಮುಂದೆ ಯಾರೂ ಈ ರೀತಿ ಆಕ್ರಮಣ ಮಾಡಬಾರದು. ಅಂತಹ ಪಾಠವನ್ನು ಅವರಿಗೆ ಕಲಿಸೋಣ' ವಿದ್ಯುನ್ಮಾಲಿ ಕೇಕೆ ಹಾಕುತ್ತಾ ಹೇಳಿದ.

ಅಂದು ದಕ್ಷನ ಆಸ್ಥಾನದಲ್ಲಿ ವಿದ್ಯುನ್ಮಾಲಿ, ಬೃಗು, ಪರ್ವತೇಶ್ವರ ಮತ್ತು ಕನಖಲ ಯುದ್ಧದ ನಂತರದ ಪರಿಸ್ಥಿತಿಯನ್ನು ಪರಾಮರ್ಶಿಸುತ್ತಿದ್ದರು. ಸಾಮಾನ್ಯವಾಗಿ ಅಂತಹ ಸಮರತಂತ್ರ ಸಭೆಗೆ ವಿದ್ಯುನ್ಮಾಲಿಯನ್ನು ಆಹ್ವಾನಿಸುತ್ತಿರಲಿಲ್ಲ. ಆದರೆ ಯುದ್ಧಕ್ಕೂ ಮುನ್ನ ವಾಸುದೇವರ ಆನೆಗಳ ಬಗ್ಗೆ ಮಹತ್ವದ ಮಾಹಿತಿ ನೀಡಿ ವಿಶ್ವಾಸನೀಯ ಪಾತ್ರ ನಿರ್ವಹಿಸಿದ ಹಿನ್ನೆಲೆಯಲ್ಲಿ ಸಭೆಗೆ ಆತನನ್ನು ಆಹ್ವಾನಿಸಲಾಗಿತ್ತು.

ಪರ್ವತೇಶ್ವರ ಕೈಯೆತ್ತಿ ವಿದ್ಯುನ್ಮಾಲಿಯನ್ನು ಸುಮ್ಮನಿರುವಂತೆ ಹೇಳಿದ.

'ಮುಂದಾಲೋಚನೆಯಿಲ್ಲದೆ ಯಾವ ನಿರ್ಧಾರವನ್ನೂ ತೆಗೆದುಕೊಳ್ಳುವುದು ಬೇಡ ವಿದ್ಯುನ್ಮಾಲಿ. ಅಂತಹ ಒತ್ತಡದ ಸನ್ನಿವೇಶದಲ್ಲೂ ಸತಿ ಹೇಗೆ ಅಸಾಧಾರಣ ಶೌರ್ಯ ಮೆರೆದಳು ಎಂಬುದು ನೆನಪಿರಲಿ. ಆಕೆ ತನ್ನ ಬಹುತೇಕ ಸೈನ್ಯವನ್ನು ರಕ್ಷಿಸಿದ್ದಾಳೆ. ಈಗ ಅವರನ್ನು ಹಿಂಬಾಲಿಸಿ ಆಕ್ರಮಣ ಮಾಡಿದರೆ ನಮಗೆ ಯಾವ ಪ್ರಯೋಜನವೂ ಆಗುವುದಿಲ್ಲ'.

ತನ್ನ ಮುಂದೆಯೇ ಶತ್ರು ನಾಯಕಿಯನ್ನು ಹೊಗಳಿದ್ದು ವಿದ್ಯುನ್ಮಾಲಿಗೆ ಇಷ್ಟವಾಗಲಿಲ್ಲ. ಆದರೆ ತಿರುಗಿ ಮಾತನಾಡುವಂತಿರಲಿಲ್ಲ. ಹಾಗಾಗಿ ಆತ ನೆಲವನ್ನೇ ನೋಡುತ್ತಾ ಮೌನವಾಗಿ ನಿಂತುಬಿಟ್ಟ. ಅಲ್ಲದೆ ತನಗೆ ತಾನೇ ಗೊಣಗಿಕೊಂಡ.

'ಏನಾಗಿದೆ ಈ ಪರ್ವತೇಶ್ವರನಿಗೆ? ನಿಜ! ಸತಿ ಒಂದು ಕಾಲದಲ್ಲಿ ಮೆಲೂಹದ ರಾಜಕುಮಾರಿಯಾಗಿದ್ದಳು. ಆದರೆ ಈಗ ಆಕೆ ನಮ್ಮ ತಾಯ್ನಾಡಿನ ವಿರುದ್ಧವೇ ಯುದ್ಧ ಸಾರಿದ್ದಾಳೆ. ಈಗ ಆಕೆ ನಮ್ಮ ಶತ್ರು'.

'ಅಂದ ಹಾಗೆ ಉತ್ತರ ದಿಕ್ಕಿನಿಂದ ನೀಲಕಂಠ ಭಾರಿ ಸೈನ್ಯದೊಂದಿಗೆ ಬರುತ್ತಿದ್ದಾನೆ. ನಾವು ಅದನ್ನು ಮರೆಯುವಂತಿಲ್ಲ. ಹಾಗಾಗಿ ನಮ್ಮ ಸೈನ್ಯಕ್ಕೆ ಈಗ ಸುರಕ್ಷಿತ ತಾಣವೆಂದರೆ ಅದು ದೇವಗಿರಿಯ ಭದ್ರಕೋಟೆ' ಕನಖಲ ಹೇಳಿದಳು.

'ನೀಲಕಂಠ! ಅವನು ನೀಲಕಂಠನಲ್ಲ. ನಮ್ಮ ಶತ್ರು. ಅಲ್ಲದೇ ನಾವು ಶತ್ರುಗಳ ಎದುರು ನಿಂತು ಹೋರಾಡಬೇಕೇ ಹೊರತು ಕೋಟೆಯ ಹಿಂದೆ ಅಡಗಿಕೊಳ್ಳುವುದೇ? ಛೇ!.....ಛೇ!?' ವಿದ್ಯುನ್ಮಾಲಿ ಮನಸ್ಸಿನಲ್ಲೇ ಗೊಣಗಿಕೊಂಡ.

ತನ್ನ ಸೈನ್ಯದ ಹಿರಿಯ ಅಧಿಕಾರಿಗಳ ಎದುರು ನಿಂತು ವಾದ ಮಾಡುವುದು ಆತನಗೆ ಅಸಾಧ್ಯವಾಗಿತ್ತು.

ಅಷ್ಟರಲ್ಲಿ ದಕ್ಷ ಹೇಳಿದ 'ಕನಖಲ ಹೇಳುತ್ತಿರುವ ಮಾತು ಸರಿಯಾಗಿದೆ. ಸೈನ್ಯ ಕೋಟೆಯ ಒಳಗಿದ್ದರೇ ಕ್ಷೇಮ. ಒಮ್ಮೆ ದ್ರೋಹಿ ನೀಲಕಂಠನ ಹಡಗುಗಳು ಬಂದರಿಗೆ ಬಂದ ಕೂಡಲೆ ಆಕ್ರಮಣ ಮಾಡೋಣ. ಆ ಹೇಡಿ ಎದುರು ನಿಂತು ಹೋರಾಡಲಾರದೆ ತಾನು ಯಮುನಾ ನದಿಯಲ್ಲಿ ಅಡ್ಡಾಡುತ್ತಾ ನನ್ನ ಮಗಳನ್ನು ಏಕಾಂಗಿಯಾಗಿ ರಣರಂಗಕ್ಕೆ ಕಳುಹಿಸಿದ್ದಾನೆ'.

'ಈಗ ನಾವು ಮೆಲೂಹದ ಬಗ್ಗೆ ಯೋಚನೆ ಮಾಡೋಣ. ರಾಜಕುಮಾರಿ ಸತಿಯ ಬಗ್ಗೆಯಾಗಲೀ ಆಕೆಯ ಗಂಡನ ಜವಾಬ್ದಾರಿಯ ಬಗ್ಗೆಯಾಗಲೀ ಮಾತನಾಡುವುದು ಬೇಡ. ಅದು ಅವರ ಆಂತರಿಕ ವಿಚಾರ. ಅಂದ ಹಾಗೆ ಪರ್ವತೇಶ್ವರನ ಮಾತು ಸರಿಯಾಗಿದೆ. ನಿಜ! ನಮಗೀಗ ಅದ್ಭುತ ವಿಜಯ ದೊರೆತಿದೆ. ಹಾಗಾಗಿ ನಾವು ಅತ್ಯಂತ ಎಚ್ಚರಿಕೆಯಿಂದ ಮುಂದಿನ ಹೆಜ್ಜೆ ಇಡಬೇಕು. ಈ ಬಗ್ಗೆ ನಿನ್ನ ಸಲಹೆ ಏನು ಪರ್ವತೇಶ್ವರ?' ಬೃಗು ಪ್ರಶ್ನಿಸಿದ

'ಮಹಾಸ್ವಾಮಿ! ಈಗಾಗಲೇ ನಾವು ಅವರ ಗಜಪಡೆ ಮತ್ತು ಅಶ್ವಪಡೆಯನ್ನು ಧ್ವಂಸಮಾಡಿದ್ದೇವೆ. ಹಾಗಾಗಿ ಅದಕ್ಕೆ ಪ್ರತ್ಯುತ್ತರವಾಗಿ ನೀಲಕಂಠ ಸುಮ್ಮನಿರುವುದಿಲ್ಲ. ಆದರೆ ತಕ್ಷಣಕ್ಕೆ ಆತ ನಮ್ಮ ಮೇಲೆ ಆಕ್ರಮಣ ಮಾಡಲಾರ'.

'ಹೌದು! ಆತ ಆಕ್ರಮಣ ಮಾಡಲಾರ. ಮೊದಲೇ ಆತ ಹೇಡಿಯಲ್ಲವೇ?' ದಕ್ಷ ಹೇಳಿದ.

'ಮಹಾರಾಜ! ನೀನು ಸ್ವಲ್ಪ ಸುಮ್ಮನಿರು' ಬೃಗು ಕಿರಿಕಿರಿಗೊಂಡು ದಕ್ಷನಗೆ ಹೇಳಿದ. ನಂತರ ಪರ್ವತೇಶ್ವರನತ್ತ ತಿರುಗಿ 'ಹೇಳಿ ದಂಡನಾಯಕರೇ, ನೀಲಕಂಠ ನಮ್ಮ ಮೇಲೆ ದಾಳಿ ಮಾಡುವುದಿಲ್ಲ ಎಂದು ನಿಮಗೇಕೆ ಅನ್ನಿಸಿತು?' ಎಂದು ಪ್ರಶ್ನಿಸಿದ.

'ನನ್ನ ಸೇನಾ ಬೇಹುಗಾರರು ಗಣೇಶನ ಸೈನ್ಯದಲ್ಲಿರುವ ಸೈನಿಕರ ಸಂಖ್ಯೆಯನ್ನು ನಿಖರವಾಗಿ ತಿಳಿಸಿದ್ದಾರೆ. ಅದರಂತೆ ಈಗ ಗಣೇಶನ ಬಳಿ ಇರುವ ಸೈನಿಕರ ಸಂಖ್ಯೆ ಎರಡೂವರೆ ಲಕ್ಷ. ನಿಜ! ಇದೊಂದು ಬೃಹತ್ ಸೈನ್ಯ. ಆದರೆ ನಾವು ಕೋಟೆಯೊಳಗೇ ಇದ್ದರೆ ಇಷ್ಟು ಸೈನ್ಯವನ್ನು ಇಟ್ಟುಕೊಂಡು ನಮ್ಮನ್ನು ಮಣಿಸುವುದು ಅಸಾಧ್ಯ. ಅಲ್ಲದೆ ಈಗ ಸತಿಯ ಸೈನ್ಯವೂ ಗಣೇಶನ ಸಹಾಯಕ್ಕೆ ಬರಲಾರದು. ಆಕೆಯ ಸೈನ್ಯ ಈಗಾಗಲೇ

ದಿಕ್ಕೆಟ್ಟು ಓಡಿದೆ. ಈ ಪರಿಸ್ಥಿತಿಯಲ್ಲಿ ನಾವು ಕೋಟೆಯ ಒಳಗೆ ಇದ್ದುಕೊಂಡೇ ಆಗಾಗ ದಾಳಿ ಮಾಡಿ ಶತ್ರು ಸೈನ್ಯದ ಸಂಖ್ಯೆಯನ್ನು ಕುಗ್ಗಿಸಬೇಕು. ಈ ವಿಚಾರ ನೀಲಕಂಠನಿಗೂ ತಿಳಿದಿರುತ್ತದೆ. ಹಾಗಾಗಿ ಆತ ದೇವಗಿರಿಗೆ ಮುತ್ತಿಗೆ ಹಾಕಲಾರ. ಅಷ್ಟಾಗಿಯೂ ಆತ ಆ ದುಃಸ್ಸಾಹಸಕ್ಕೆ ಕೈಹಾಕಿದರೆ ಆತನಿಗೆ ಅದರಿಂದ ಯಾವ ಪ್ರಯೋಜನವೂ ಆಗಲಾರದು. ಹಾಗಾಗಿ ಸುಮ್ಮನೆ ಆತ ಸೈನಿಕರನ್ನು ಕಳೆದುಕೊಳ್ಳುತ್ತಾನೆ'.

'ಈಗ ಆತ ಏನು ಮಾಡಬಹುದು ದಂಡನಾಯಕರೇ?'.

'ಬಹುಶಃ ಆತ ತನ್ನ ಸೈನ್ಯದೊಂದಿಗೆ ಲೋಥಲ್ ಅಥವಾ ಮೃತಿಕಾವತಿಯಲ್ಲಿ ಸತಿಯ ಸೈನ್ಯವನ್ನು ಕೂಡಿಕೊಳ್ಳಬಹುದು'.

'ಹಾಗಾದರೆ ಈ ಕೂಡಲೆ ನಾವು ಅವರ ಹಡಗುಗಳ ಮೇಲೆ ಆಕ್ರಮಣ ಮಾಡೋಣ' ದಕ್ಷ ಏರು ದನಿಯಲ್ಲಿ ಹೇಳಿದ.

'ಅದು ಕಷ್ಟದ ಕೆಲಸ. ಕಾರಣ ಅವರು ನದಿಯ ಇಳಿಜಾರಿನಲ್ಲಿ ಸಾಗಿ ಬರುತ್ತಿದ್ದಾರೆ. ನಾವು ರಸ್ತೆಯ ಮೂಲಕ ಸಾಗಬೇಕು. ಸಧ್ಯದ ಪರಿಸ್ಥಿತಿಯಲ್ಲಿ ಸರಸ್ವತಿ ನದಿಯ ಮೇಲೆ ನಮಗೆ ನಿಯಂತ್ರಣವಿಲ್ಲ. ಹಾಗಾಗಿ ಅಲ್ಲಿಗೆ ಹೋಗುವುದು ಅಸಾಧ್ಯ. ಅವರು ವೇಗವಾಗಿ ಚಲಿಸಿ ನಿಗದಿತ ಸ್ಥಳವನ್ನು ತಲುಪುತ್ತಾರೆ. ಆಗ ಅವರನ್ನು ಹಿಡಿಯುವುದು ಅಸಾಧ್ಯ'.

'ಹಾಗಾದರೆ ಯಾವ ಸ್ಥಳದಲ್ಲಿ ಅವರ ಮೇಲೆ ಆಕ್ರಮಣ ಮಾಡಬಹುದು ದಂಡನಾಯಕರೇ?' ಬೃಗು ಕೇಳಿದ.

'ನನ್ನ ಅನ್ನಿಸಿಕೆಯಂತೆ ಮೃತಿಕಾವತಿಯಲ್ಲಿ ಅವರ ಮೇಲೆ ದಾಳಿ ಮಾಡಬಹುದು'.

'ಏಕೆ?'.

'ಲೋಥಲ್ ಮೇಲೆ ದಾಳಿ ಮಾಡುವುದು ಒಳ್ಳೆಯ ಯೋಜನೆಯಲ್ಲ. ಅಲ್ಲಿನ ರಕ್ಷಣಾ ವ್ಯವಸ್ಥೆಯನ್ನು ನಿರ್ಮಿಸಿರುವವನು ನಾನೇ. ಪ್ರತಿಷ್ಠೆಯನ್ನು ಬಿಟ್ಟು ಹೇಳುವುದಾದರೆ ರಕ್ಷಣೆಯ ವಿಚಾರದಲ್ಲಿ ಅದೊಂದು ಅಭೇದ್ಯ ನಗರಿ. ಲೋಥಲ್ ಕೋಟೆಯ ಒಳಗಿರುವ ಒಬ್ಬ ಸೈನಿಕನನ್ನು ಎದುರಿಸಬೇಕಾದರೆ ನಮ್ಮ ಹತ್ತು ಮಂದಿ ಸೈನಿಕರನ್ನು ನಿಯೋಜಿಸಿಬೇಕು. ಆಗ ಮಾತ್ರ ಅವರ ವಿರುದ್ಧ ಗೆಲುವು ಸಾಧಿಸಲು ಸಾಧ್ಯ. ಅಷ್ಟು ಸೈನ್ಯ ನಮ್ಮಲ್ಲಿಲ್ಲ. ಎರಡು ಲಕ್ಷಕ್ಕೂ ಹೆಚ್ಚಿರುವ ಗಣೇಶನ ಸೈನ್ಯವನ್ನು ಎದುರಿಸುವುದಕ್ಕೆ ನಾವು ಕೇವಲ ಎಂಬತ್ತು ಸಾವಿರ ಸೈನಿಕರನ್ನು ಮಾತ್ರ ನಿಯೋಜಿಸಲು ಸಾಧ್ಯ. ಆಗ ನಮ್ಮ ಸೈನ್ಯ ಸಂಪೂರ್ಣ ನಿರ್ನಾಮವಾಗಿಬಿಡುತ್ತದೆ. ಹಾಗಾಗಿ ಲೋಥಲ್ ಮೇಲೆ ಆಕ್ರಮಣ ಮಾಡುವುದು ಮಹಾ ಅಪಾಯಕಾರಿ. ಮತ್ತೊಂದೆಡೆ ಮೃತಿಕಾವತಿಯಲ್ಲಿರುವ ರಕ್ಷಣಾ ವ್ಯವಸ್ಥೆ ಅಷ್ಟೇನೂ ಬಲಾಢ್ಯವಾಗಿಲ್ಲ. ಅಲ್ಲಿಗೆ ಮುತ್ತಿಗೆ ಹಾಕಲು ನಮಗೆ ಹೆಚ್ಚಿನ

ಸೈನ್ಯವೇನೂ ಬೇಕಾಗಿಲ್ಲ. ಅಲ್ಲದೆ ನಮ್ಮ ಇಪ್ಪತ್ತು ಸಾವಿರ ಮಂದಿ ಸೈನಿಕರು ಈಗಾಗಲೇ ಮೃತಿಕಾವತಿಯಲ್ಲಿದ್ದಾರೆ. ನಿಜ! ಅಲ್ಲಿನ ನಾಗರಿಕರು ಸೈನಿಕರನ್ನು ಬಂಧಿಸಿಟ್ಟಿದ್ದಾರೆ. ಆದರೆ ಒಮ್ಮೆ ಮೆಲೂಹದ ತಮ್ಮ ಸಹೋದರ ಸೈನಿಕರು ಮೃತಿಕಾವತಿಗೆ ಮುತ್ತಿಗೆ ಹಾಕುತ್ತಿದ್ದಾರೆ ಎಂದು ತಿಳಿದರೆ ಅವರೆಲ್ಲರೂ ಸೆರೆಮನೆಯ ಒಳಗೇ ದಂಗೆ ಏಳುತ್ತಾರೆ. ಸೆರೆಮನೆಯ ಕಂಬಿಗಳನ್ನು ಕಿತ್ತು ಹೊರಬರುವ ಪ್ರಯತ್ನ ಮಾಡುತ್ತಾರೆ. ಆಗ ಅವರನ್ನು ತಡೆಯುವುದು ನೀಲಕಂಠನಿಂದಲೂ ಸಾಧ್ಯವಿಲ್ಲ. ಇದೇ ಕಾರಣಕ್ಕೆ ನೀಲಕಂಠ ಮೃತಿಕಾವತಿಗಿಂತಲೂ ಲೋಥಲ್‌ನಲ್ಲಿ ಬೀಡುಬಿಡುವ ಸಾಧ್ಯತೆ ಹೆಚ್ಚು'.

ಬೃಗುವಿಗೆ ಪರ್ವತೇಶ್ವರನ ಯೋಜನೆ ಸರಿಯೆನಿಸಿತು. ಬೃಗು ತಲೆಯಾಡಿಸಿದ.

'ಅಂದರೆ ಸಧ್ಯಕ್ಕೆ ನಾವು ಶತ್ರುಗಳ ಮೇಲೆ ಆಕ್ರಮಣ ಮಾಡುವುದು ಬೇಡ ಎಂಬ ನನ್ನ ಸಲಹೆಗೆ ನಿಮ್ಮೆಲ್ಲರ ಒಪ್ಪಿಗೆ ಇದೆಯೇ?' ಪರ್ವತೇಶ್ವರ ಕೇಳಿದ.

'ಶತ್ರುಗಳ ಮೇಲೆ ಅಕ್ರಮಣ ಮಾಡುವುದು ಬೇಡ ಎಂದರೆ ಹೇಗೆ? ನಮ್ಮ ಸೈನಿಕರು ಈಗಾಗಲೇ ಗೆಲುವಿನ ರುಚಿ ಕಂಡಿದ್ದಾರೆ ಪರ್ವತೇಶ್ವರ. ಹಾಗಾಗಿ ನಾವು............' ದಕ್ಷ ಹೇಳಿದ.

ದಕ್ಷ ಮಾತು ಮುಗಿಸುವ ಮುನ್ನವೇ ಬೃಗು ಆತನನ್ನು ತಡೆದು ಹೇಳಿದ 'ಮಹಾರಾಜ! ಇಂತಹ ಪರಿಸ್ಥಿತಿಯಲ್ಲಿ ಏನು ಮಾಡಬೇಕು ಎನ್ನುವ ನಿರ್ಧಾರ ತೆಗೆದುಕೊಳ್ಳುವ ಅಧಿಕಾರವನ್ನು ದಂಡನಾಯಕನಾದ ಪರ್ವತೇಶ್ವರನಿಗೆ ಬಿಟ್ಟುಬಿಡೋಣ. ಆತ ರಣತಂತ್ರಗಳನ್ನು ಹೆಣೆಯುವುದರಲ್ಲಿ ಪ್ರವೀಣ'.

ಪರ್ವತೇಶ್ವರ ಮಾತು ಮುಂದುವರೆಸಿದ.

'ನಾನು ಈಗಲೇ ನೀಲಕಂಠನ ಸೈನ್ಯದ ಮೇಲೆ ದಾಳಿ ಮಾಡುವುದು ಬೇಡ ಎಂದು ಹೇಳುತ್ತಿರುವುದಕ್ಕೆ ಕಾರಣವಿದೆ ಮಹಾಸ್ವಾಮಿ. ಮೆಲೂಹ ಸೈನ್ಯ ತನ್ನ ಮೇಲೆ ಆಕ್ರಮಣ ಮಾಡುತ್ತದೆ ಎಂದು ನೀಲಕಂಠ ಈಗಾಗಲೇ ನಿರೀಕ್ಷಿಸಿರುತ್ತಾನೆ. ಆದರೆ ಅಷ್ಟು ಭದ್ರವಾದ ಕೋಟೆಗೆ ಲಗ್ಗೆ ಹಾಕಿ ಗೆಲುವು ಸಾಧಿಸುವುದು ಸುಲಭದ ಕೆಲಸವಲ್ಲ. ಅದಕ್ಕೆ ಭಾರಿ ಸಂಖ್ಯೆಯ ಸೈನ್ಯ ಬೇಕು. ಅದು ನಮ್ಮ ಬಳಿ ಇಲ್ಲ. ಹಾಗಾಗಿ ಅವರ ಮೇಲೆ ಆಕ್ರಮಣ ಮಾಡಿದರೆ ನಮಗೆ ಯಾವುದೇ ರೀತಿಯಲ್ಲೂ ಪ್ರಯೋಜನ ವಾಗುವುದಿಲ್ಲ. ಬದಲಾಗಿ ನಮ್ಮ ಸೈನಿಕರನ್ನು ಕಳೆದುಕೊಳ್ಳಬೇಕಾಗುತ್ತದೆ. ಹಾಗಾಗಿ ನಾವು ದೇವಗಿರಿಯ ಕೋಟೆಯ ಒಳಗೆ ಸುರಕ್ಷಿತವಾಗಿರೋಣ. ಮುಂದಿನ ಆರು ತಿಂಗಳಲ್ಲಿ ಅಯೋಧ್ಯೆಯ ಬೃಹತ್ ಸೈನ್ಯ ನಮ್ಮನ್ನು ಕೂಡಿಕೊಳ್ಳುತ್ತದೆ. ಅಯೋಧ್ಯೆಯ ಒಂದು ಲಕ್ಷ ಸೈನಿಕರು ಬೆಂಬಲಕ್ಕೆ ನಿಂತರೆ ನಮ್ಮ ಸೈನ್ಯದ ಸಂಖ್ಯೆ ಶತ್ರು ಸೈನ್ಯದ ಸಂಖ್ಯೆಗಿಂತ ಹೆಚ್ಚಾಗುತ್ತದೆ. ಆಗ ನಾವು ನೀಲಕಂಠನ ಮೇಲೆ ದಾಳಿಮಾಡಿ ಸುಲಭವಾಗಿ ಗೆಲುವು ಸಾಧಿಸಬಹುದು'.

'ಅಂದರೆ ಈಗ ನಾವು ಹೇಡಿಗಳಂತೆ ಹೆದರಿ ಕೋಟೆಯ ಒಳಗೆ ಅಡಗಿಕೊಳ್ಳಬೇಕು ಎಂಬುದೇ ನಿನ್ನ ಮಾತಿನ ಅರ್ಥ?' ದಕ್ಷ ಬೇಸರದಿಂದ ಕೇಳಿದ.

'ಪರಿಸ್ಥಿತಿ ನಮಗೆ ವಿರುದ್ಧವಾಗಿರುವಾಗ ಆಕ್ರಮಣ ಮಾಡದೆ ತಾಳ್ಮೆಯಿಂದಿರುವುದು ಹೇಡಿತನವಲ್ಲ ಮಹಾರಾಜ. ನಮ್ಮ ಸಹನೆ ದೌರ್ಬಲ್ಯವಲ್ಲ. ಅದು ಶಕ್ತಿಯ ಸಂಕೇತ' ಬೃಗು ದಕ್ಷನಿಗೆ ಹೇಳಿದ. ನಂತರ ಪರ್ವತೇಶ್ವರನತ್ತ ತಿರುಗಿ 'ನೀನು ಮುಂದುವರಿಸು ಪರ್ವತೇಶ್ವರ' ಎಂದ

'ಒಮ್ಮೆ ಅಯೋಧ್ಯೆಯ ಸೈನ್ಯ ದೇವಗಿರಿಯನ್ನು ತಲುಪಿದ ಕೂಡಲೆ ನಾವು ಕರಾಚಪದತ್ತ ಸಾಗೋಣ. ಹೇಗೂ ಸಿಂಧೂ ನದಿಯ ಮೇಲೆ ನಮಗೆ ಸಂಪೂರ್ಣ ನಿಯಂತ್ರಣವಿದೆ. ಮೆಲೂಹ ಮತ್ತು ಅಯೋಧ್ಯೆಯ ಸೈನ್ಯ ಒಂದುಗೂಡಿದರೆ ನಮ್ಮ ಸೈನಿಕರ ಸಂಖ್ಯೆ ಒಟ್ಟು ನಾಲ್ಕು ಲಕ್ಷವಾಗುತ್ತದೆ. ಜತೆಗೆ ಸಿಂಧೂ ನದಿಯಲ್ಲಿರುವ ನೌಕಾಪಡೆ ಸಹ ನಮ್ಮ ಬೆಂಬಲಕ್ಕೆ ನಿಲ್ಲುತ್ತದೆ. ಅಷ್ಟು ದೊಡ್ಡ ಸೈನಿಕ ಪಡೆಯೊಂದಿಗೆ ಲೋಥಲ್‌ಗೆ ಮುತ್ತಿಗೆ ಹಾಕೋಣ. ಆಗ ಶಿವನ ಸೈನ್ಯವನ್ನು ಸುಲಭವಾಗಿ ಮಣಿಸಬಹುದು'.

'ನೀನು ಹೇಳುತ್ತಿರುವ ಮಾತಿನಲ್ಲಿ ಅರ್ಥವಿದೆ ಪರ್ವತೇಶ್ವರ' ಬೃಗು ಹೇಳಿದ.

ನಂತರ ದಕ್ಷನತ್ತ ತಿರುಗಿ 'ನಾವು ಪರ್ವತೇಶ್ವರನ ಸಲಹೆಯಂತೆ ಮುಂದುವರೆಯೋಣ ಮಹಾರಾಜ. ಸೂಕ್ತ ಸಮಯಕ್ಕಾಗಿ ತಾಳ್ಮೆಯಿಂದ ಕಾಯೋಣ' ಎಂದ.

ದಕ್ಷ ಒಲ್ಲದ ಮನಸ್ಸಿನಿಂದಲೇ ತಲೆಯಾಡಿಸುತ್ತಾ ಒಪ್ಪಿಗೆ ಸೂಚಿಸಿದ. ಆದರೆ ವಿದ್ಯುನ್ಮಾಲಿಗೆ ತನ್ನ ಒಡೆಯ ಈ ನಿರ್ಧಾರದಿಂದ ಸಂತೋಷಗೊಂಡಿಲ್ಲ ಎನ್ನುವುದು ಸ್ಪಷ್ಟವಾಯಿತು. ಶತ್ರುಗಳನ್ನು ನಾಶಮಾಡಲು ಇದಕ್ಕಿಂತಲೂ ಉಗ್ರವಾದ ಯೋಜನೆಯೊಂದನ್ನು ರೂಪಿಸುವ ಅವಕಾಶ ತನಗೆ ಸಿಗಬಹುದೇನೋ ಎಂದು ನಿರೀಕ್ಷಿಸುತ್ತಿದ್ದ. ಅದಕ್ಕಾಗಿ ಆತ ದಕ್ಷನನ್ನು ಪ್ರತ್ಯೇಕವಾಗಿ ಭೇಟಿ ಮಾಡಿ ಚರ್ಚಿಸಲು ನಿರ್ಧರಿಸಿದ.

ಇತ್ತ ಗಣೇಶನ ಸೈನ್ಯ ಸರಸ್ವತಿ ನದಿಯಲ್ಲಿ ಸಾಗಿ ದೇವಗಿರಿಯ ದಕ್ಷಿಣ ಭಾಗದಲ್ಲಿದ್ದ ಬೆಟ್ಟ-ಗುಡ್ಡಗಳಿಂದ ಕೂಡಿದ ರಣಭೂಮಿಯ ಬಳಿ ಬಂತು. ರಣಭೂಮಿಯ ಆ ಭೀಕರ ದೃಶ್ಯವನ್ನು ಕಂಡೊಡನೆಯೇ ಇಡೀ ಸೈನ್ಯ ಬೆಚ್ಚಿಬಿದ್ದಿತು. ಗಣೇಶ ಅಕ್ಷರಶಃ ಸ್ತಂಭೀಭೂತನಾಗಿ ನಿಂತುಬಿಟ್ಟ. ಮಿತಿಮೀರಿ ಊದಿಕೊಂಡಿದ್ದ ಆನೆ ಮತ್ತು ಕುದುರೆಗಳ ಮೃತದೇಹಗಳು ಅಲ್ಲಲ್ಲಿ ಚೆಲ್ಲಾಪಿಲ್ಲಿಯಾಗಿ ಬಿದ್ದಿತ್ತು. ಸುತ್ತಲೂ ಕೊಳೆತು ನಾರುತ್ತಿದ್ದ ಮಾಂಸದ ರಾಶಿಯಿದ್ದರೂ ಪ್ರಾಣಿಗಳ ಕರುಳು ಬಗೆದು ತಿನ್ನಲು ಕಾಗೆಗಳು, ರಣಹದ್ದುಗಳು

ಕಚ್ಚಾಡುತ್ತಿದ್ದವು. ಘಟನೆ ನಡೆದ ಸ್ಥಳದಲ್ಲಿ ಕೇಳಿಬರುತ್ತಿದ್ದ ನಾಯಿ, ನರಿ ಮತ್ತು ರಣಹದ್ದುಗಳ ಕರ್ಕಶ, ಕೀರಲು ಧ್ವನಿ ಒಂದೆಡೆ ಮರುಕ ಹುಟ್ಟಿಸುತ್ತಿತ್ತು. ಮತ್ತೊಂದೆಡೆ ಪರಿಸ್ಥಿತಿಯ ಭೀಕರತೆಯನ್ನು ಸಾರುತ್ತಿತ್ತು.

ಆಶ್ಚರ್ಯದ ಸಂಗತಿಯೆಂದರೆ ಇಡೀ ರಣಾಂಗಣದಲ್ಲಿ ಎಲ್ಲೂ ಮೃತ ಸೈನಿಕರ ಕಳೆಬರ ಕಂಡುಬರಲಿಲ್ಲ. ಮೆಲೂಹನ್ನರು ತಮ್ಮ ಉನ್ನತ ಸಂಪ್ರದಾಯದಂತೆ ಶತ್ರು ಸೈನಿಕರ ದೇಹಗಳನ್ನು ಅತ್ಯಂತ ಗೌರವದಿಂದ ಅಂತ್ಯಸಂಸ್ಕಾರ ಮಾಡಿದ್ದರು. ಅಲ್ಲದೆ ಸರಸ್ವತಿ ನದಿಯ ಮೇಲೂ ಹಡಗುಗಳು ಧ್ವಂಸಗೊಂಡಿರುವ ಯಾವ ಕುರುಹೂ ಶಿವನ ಸೈನ್ಯಕ್ಕೆ ದೊರೆಯಲಿಲ್ಲ. ಅಲ್ಲಿಗೆ ಸತಿ ಸೈನ್ಯದೊಂದಿಗೆ ಹಡಗನ್ನೇರಿ ಅಲ್ಲಿಂದ ಸುರಕ್ಷಿತವಾಗಿ ತಪ್ಪಿಸಿಕೊಂಡು ಹೋಗಿದ್ದಾಳೆ ಎನ್ನುವುದು ಶಿವನ ತಂಡಕ್ಕೆ ಖಾತರಿಯಾಯಿತು.

ಮಗ ಮತ್ತು ನಾದಿನಿಯೊಂದಿಗೆ ಶಿವ ಹಡಗಿನ ಉಪ್ಪರಿಗೆಯ ಮೇಲೆ ನಿಂತು ಇಡೀ ರಣರಂಗವನ್ನು ಸೂಕ್ಷ್ಮವಾಗಿ ಗಮನಿಸುತ್ತಿದ್ದ. ಹತ್ತಾರು ಆಲೋಚನೆಗಳು ಮನಸ್ಸಿನಲ್ಲಿ ಸುಳಿದಾಡುತ್ತಿದ್ದವು. ಆ ಸಮಯದಲ್ಲಿ ನೇರವಾಗಿ ದೇವಗಿರಿಯ ಮೇಲೆ ಆಕ್ರಮಣ ಮಾಡುವುದು ಅಸಾಧ್ಯ ಎಂದು ಆತನಿಗೆ ಚೆನ್ನಾಗಿ ತಿಳಿದಿತ್ತು. ಕಾರಣ ಆತನ ಬಳಿ ಸಾಕಷ್ಟು ಸಂಖ್ಯೆಯ ಸೈನಿಕರಿರಲಿಲ್ಲ. ಮೊದಲಿಗೆ ಆತ ಅಲ್ಲಿಂದ ದಕ್ಷಿಣಕ್ಕೆ ಹೊರಟು ಸತಿಯ ಬಳಿ ಇರುವ ಸೈನ್ಯದ ಬಗ್ಗೆ ಮಾಹಿತಿ ಪಡೆಯಬೇಕಾಗಿತ್ತು. ಅದಾಗಲೇ ಆತನ ಗೂಢಚಾರರು ಸತಿಯ ಸೈನ್ಯಕ್ಕೆ ಭಾರಿ ಪ್ರಮಾಣದ ನಷ್ಟ ಉಂಟಾಗಿದೆ ಎಂದು ತಿಳಿಸಿದ್ದರು. ಅಲ್ಲದೆ ಆಕೆಯ ಬಳಿಯಿದ್ದ ಪದಾತಿದಳ ಸುರಕ್ಷಿತವಾಗಿದೆ ಮತ್ತು ಅಕೆಯ ಹಡಗು ಸುರಕ್ಷಿತ ತಾಣವನ್ನು ಹುಡುಕುತ್ತಾ ದಕ್ಷಿಣ ದಿಕ್ಕಿನತ್ತ ಹೊರಟಿದೆ ಎಂಬ ವಿಚಾರವನ್ನೂ ಗೂಢಚಾರರು ತಿಳಿಸಿದ್ದರು. ತನ್ನ ಬಳಿ ಈಗಿರುವ ಸೈನ್ಯದೊಂದಿಗೆ ಸತಿಯ ಸೈನ್ಯ ಕೂಡಿಕೊಂಡರೆ ಶತ್ರುಗಳ ಮೇಲೆ ಗೆಲುವು ಸಾಧಿಸಬಹುದು ಎಂಬ ಭರವಸೆ ಶಿವನಿಗಿತ್ತು. ಆದರೆ ಆತ ಅದಕ್ಕೆ ತಕ್ಕಂತೆ ಯೋಜನೆಯನ್ನು ಮರುರೂಪಿಸ ಬೇಕಾಗಿತ್ತು.

ಅದೆಲ್ಲವೂ ಮುಂದೆ ಮಾಡಬೇಕಾಗಿದ್ದ ಕೆಲಸಗಳು. ಆದರೆ ಅ ಕ್ಷಣದಲ್ಲಿ ಥಟ್ಟನೆ ಶಿವನಿಗೆ ಆಲೋಚನೆಯೊಂದು ಹೊಳೆಯಿತು.

'ಸತಿ ಈಗ ಹೇಗಿದ್ದಾಳೆ? ಆಕೆಗೇನಾದರೂ ಅಪಾಯವಾಗಿದೆಯೇ? ಆಕೆ ಬದುಕಿದ್ದಾಳೆಯೇ?' ಇದೆಲ್ಲವನ್ನೂ ಮನಸ್ಸಿನಲ್ಲಿಯೇ ಯೋಚಿಸುತ್ತಾ ಶಿವ ದುಗುಡಗೊಂಡ.

ಅಷ್ಟರಲ್ಲಿ ಗೋಪಾಲ ಪಂಡಿತರು ಆತುರಾತುರದಿಂದ ಶಿವನ ಬಳಿಗೆ ಬಂದರು. ಸರಸ್ವತಿ ನದಿಯ ದಂಡೆಯಲ್ಲಿ ಅಡಗಿ ಕುಳಿತು ಶಿವನ ಆಗಮನಕ್ಕಾಗಿ ಕಾಯುತ್ತಿದ್ದ ವಾಸುದೇವ ಪಂಡಿತರೊಬ್ಬರು ಸತಿಯ ಬಗ್ಗೆ ಮಹತ್ವದ ಸುದ್ಧಿಯೊಂದನ್ನು ಗೋಪಾಲರಿಗೆ ಮುಟ್ಟಿಸಿದ್ದರು.

'ನೀಲಕಂಠ! ಸತಿ ಇನ್ನೂ ಬದುಕಿದ್ದಾಳೆ. ಆಕೆಯನ್ನು ಹಡಗೊಂದರಲ್ಲಿ ರಕ್ಷಿಸಲಾಗಿದೆ'.

'ಪಂಡಿತರೇ, ಸತಿ ಕ್ಷೇಮವಾಗಿದ್ದಾಳೆ ತಾನೆ' ಶಿವ ಗಾಬರಿಯಿಂದ ಕೇಳಿದ.

'ಸತಿ ತೀವ್ರವಾಗಿ ಗಾಯಗೊಂಡಿದ್ದಾಳೆ. ಆಕೆಯ ಪ್ರಾಣಕ್ಕೆ ಯಾವ ಅಪಾಯವೂ ಇಲ್ಲ. ದಿಕ್ಕೆಟ್ಟು ಓಡುತ್ತಿದ್ದ ಆನೆಗಳಿಂದ ಸೈನಿಕರನ್ನು ರಕ್ಷಿಸಲು ಸ್ವತಃ ಆಕೆಯೇ ರಣರಂಗಕ್ಕೆ ಹೋಗಿದ್ದಾಳೆ. ಅಲ್ಲದೆ ಮೆಲೂಹದ ಅಶ್ವಪಡೆಯೊಂದಿಗೆ ವೀರಾವೇಷದಿಂದ ಹೋರಾಡಿದ್ದಾಳೆ. ಆ ಸಮಯದಲ್ಲಿ ತೀವ್ರವಾಗಿ ಗಾಯಗೊಂಡು ಪ್ರಜ್ಞೆ ತಪ್ಪಿದ್ದಾಳೆ. ನಂದಿ ಆಕೆಯನ್ನು ರಕ್ಷಿಸಿ ಕರೆತಂದಿದ್ದಾನೆ. ಆದರೆ ಅಲ್ಲಿಂದ ಮುಂದೆ ಏನಾಯಿತು ಎಂಬುದರ ಬಗ್ಗೆ ನಮ್ಮ ಗೂಡಾಚಾರರಿಗೆ ಯಾವ ಮಾಹಿತಿಯೂ ದೊರೆತಿಲ್ಲ'.

ಥಟ್ಟನೆ ಶಿವನ ಮನಸ್ಸಿನಲ್ಲಿ ಆಲೋಚನೆಯೊಂದು ಹೊಳೆಯಿತು. ವಾಸ್ತವದಲ್ಲಿ ಆತನ ಬೃಹತ್ ಹಡಗು ನಿಧಾನವಾಗಿ ಚಲಿಸುತ್ತಿತ್ತು. ಹಾಗಾಗಿ ಆತ ತನ್ನ ಹಡಗಿನಿಂದ ಮತ್ತೊಂದು ಪುಟ್ಟ ಹಡಗಿಗೆ ಹೋಗಿ ಅಲ್ಲಿಂದ ಅದಷ್ಟು ಬೇಗ ಸತಿಯನ್ನು ತಲುಪುವ ನಿರ್ಧಾರಕ್ಕೆ ಬಂದ. ಕ್ಷಣಕ್ಷಣಕ್ಕೂ ಸತಿಯ ಬಗೆಗಿನ ಆತಂಕ ಹೆಚ್ಚುತ್ತಿತ್ತು.

'ಗಣೇಶ! ನಾನೀಗ ವೇಗವಾಗಿ ಚಲಿಸಬಲ್ಲ ಪುಟ್ಟ ಹಡಗೊಂದರಲ್ಲಿ ಪ್ರಯಾಣ ಮುಂದುವರೆಸುತ್ತೇನೆ. ಅದಷ್ಟು ಬೇಗ ನಾನು ಸತಿಯನ್ನು ಸೇರಬೇಕು. ಆಕೆಯ ಆರೋಗ್ಯ ವಿಚಾರಿಸಬೇಕು. ಕಾಳಿ, ಕಾರ್ತಿಕನೊಂದಿಗೆ ನೀನು ಇದೇ ಹಡಗಿನಲ್ಲಿ ಮೃತಿಕಾವತಿಯನ್ನು ಸೇರು. ಅಲ್ಲಿ ನಾನು ನಿಮ್ಮನ್ನು ಭೇಟಿಯಾಗುತ್ತೇನೆ'.

ಕಾರ್ತಿಕ ಮತ್ತು ಗಣೇಶ ತಾಯಿಯ ಬಗ್ಗೆ ಆತಂಕಗೊಂಡು ಮೌನವಾಗಿ ನಿಂತುಬಿಟ್ಟರು. ಅವರ ಆತಂಕವನ್ನು ಗಮನಿಸಿದ ಶಿವ ಮಕ್ಕಳಿಗೆ ಸಮಾಧಾನ ಹೇಳಿದ.

'ಆಕೆ ಬದುಕಿದ್ದಾಳೆ. ನಿವ್ಯಾರೂ ಚಿಂತಿಸುವ ಅಗತ್ಯವಿಲ್ಲ. ಆಕೆ ಎಂದಿಗೂ ನನ್ನನ್ನು ಬಿಟ್ಟು ಹೋಗಲಾರಳು'.

ಶಿವ ಪುಟ್ಟ ಹಡಗಿನಲ್ಲಿ ವೇಗವಾಗಿ ಸತಿಯ ಹಡಗಿನ ಬಳಿಗೆ ಬಂದ. ತನ್ನ ಹಡಗಿನಿಂದ ಭಾರಿ ಪ್ರಯಾಸಪಟ್ಟು ಸತಿಯ ಹಡಗಿಗೆ ಇಳಿದ. ಅಲ್ಲಿ ಸತಿ ಪ್ರಾಣಾಪಾಯದಿಂದ ಪಾರಾಗಿ ವಿಶ್ರಾಂತಿ ಪಡೆಯುತ್ತಿದ್ದಳು. ಆದರೂ ಆಕೆ ಹಾಸಿಗೆಯಿಂದ ಮೇಲೇಳುವ ಸ್ಥಿತಿಯಲ್ಲಿರಲಿಲ್ಲ. ಅಷ್ಟರಲ್ಲಿ ವಾಸುದೇವ ಪಂಡಿತರು ಮತ್ತೊಂದು ಆಘಾತಕಾರಿ ಸುದ್ದಿಯನ್ನು ಶಿವನಿಗೆ ತಿಳಿಸಿದರು. ಸುದ್ದಿಯ ಪ್ರಕಾರ ದೇವಗಿರಿಯಲ್ಲಿ ಸತಿಯ ಸೈನ್ಯ ನೆಲಕಚ್ಚಿದ್ದರಿಂದ ಪ್ರೇರೇಪಣೆಗೊಂಡ ಮೆಲೂಹದ ಬಂಧಿತ ಸೈನಿಕರು

ಮೃತಿಕಾವತಿಯ ಸೆರೆಮನೆಯಲ್ಲಿ ದಂಗೆಯೆದ್ದಿದ್ದರು. ಸೆರೆಮನೆಯ ಬಾಗಿಲುಗಳನ್ನು ಮುರಿದು ಹೊರಗೆ ಬಂದು ಇಡೀ ನಗರವನ್ನು ತಮ್ಮ ನಿಯಂತ್ರಣಕ್ಕೆ ತೆಗೆದುಕೊಂಡು ಬಿಟ್ಟಿದ್ದರು. ಆ ದಂಗೆಯಲ್ಲಿ ಶಿವನಿಗೆ ನಿಷ್ಠರಾಗಿದ್ದ ಮೃತಿಕಾವತಿಯ ಮೂರು ಸಾವಿರ ಮಂದಿ ನಾಗರಿಕರು ಹತರಾಗಿದ್ದರು. ಸುದ್ದಿ ಕೇಳಿ ಶಿವ ತುಸು ಆತಂಕಗೊಂಡ. ಈಗ ಆತನಿಗೆ ಮೃತಿಕಾವತಿಗೆ ಹೋಗುವುದು ಅಸಾಧ್ಯವಾಯಿತು. ಅಂತೆಯೇ ಶಿವ ನೇರವಾಗಿ ಲೋಥಲ್ ನಗರದತ್ತ ಪ್ರಯಾಣ ಬೆಳೆಸಿದ. ಈ ವಿಚಾರವನ್ನು ವಾಸುದೇವ ಪಂಡಿತರ ಮೂಲಕ ಗಣೇಶನ ಸೈನ್ಯಕ್ಕೂ ತಿಳಿಸಲಾಯಿತು.

ಇಷ್ಟೆಲ್ಲಾ ಆದ ನಂತರ ಶಿವ ಹಡಗಿನಲ್ಲಿದ್ದ ಸತಿಯ ಕೋಣೆಗೆ ಬಂದ. ಅಲ್ಲಿ ಆಯುರ್ವತಿ ಆಕೆಯ ಪಕ್ಕದಲ್ಲೇ ಕುಳಿತು ಶುಶ್ರೂಷೆ ಮಾಡುತ್ತಿದ್ದಳು. ಆಕೆಯ ಮುಖದಲ್ಲಿದಲ್ಲಾಗಿದ್ದ ಸುಟ್ಟ ಗಾಯಕ್ಕೆ ಕೆಲವು ಗಿಡಮೂಲಿಕೆಗಳನ್ನು ಅರೆದು ಹಚ್ಚಿ ಅದರ ಮೇಲೆ ಬೇವಿನ ಎಲೆಯಿಟ್ಟು ಕಟ್ಟುತ್ತಿದ್ದಳು.

'ಚಿಂತೆ ಮಾಡಬೇಡಿ ಸತಿ, ಈಗ ನಾನು ಹಚ್ಚಿರುವ ಔಷಧಿಯಿಂದ ಯಾವ ತೆರೆನಾದ ಸೋಂಕಾಗಲೀ ಅಥವಾ ನಂಜಾಗಲೀ ಆಗುವುದಿಲ್ಲ. ಗಾಯ ಬೇಗ ವಾಸಿಯಾಗುತ್ತದೆ'.

ಸತಿ ನಸುನಗುತ್ತಾ 'ಧನ್ಯವಾದ ಆಯುರ್ವತಿ' ಎಂದಳು.

ಅಲ್ಲದೆ ಸತಿಗೆ ತನ್ನ ಮುಖದ ಮೇಲಿರುವ ಸುಟ್ಟ ಗಾಯದ ಬಗ್ಗೆ ಆತಂಕವಿರಬಹುದೇನೋ ಎಂದು ಆಯುರ್ವತಿಗೆ ಅನ್ನಿಸಿತ್ತು.

ಹಾಗಾಗಿ ಆಕೆ ಸತಿಗೆ ಹೇಳಿದಳು 'ಸತಿ! ನಿಮ್ಮ ಮುಖದ ಮೇಲಿರುವ ಕಲೆಗಳ ಬಗ್ಗೆ ಚಿಂತೆ ಮಾಡಬೇಡಿ. ನೀವು ಸಂಪೂರ್ಣ ಗುಣಮುಖರಾದ ನಂತರ ನಿಮ್ಮ ಚರ್ಮಕ್ಕೆ ಸೌಂಧರ್ಯವರ್ಧಕ ಶಸ್ತ್ರಚಿಕಿತ್ಸೆ ಮಾಡಿ ಎಲ್ಲ ಕಲೆಗಳೂ ಹೋಗುವಂತೆ ಮಾಡುತ್ತೇನೆ'.

ಸತಿ ತಲೆಯಾಡಿಸಿದಳು. ಆಕೆಯ ತುಟಿಗಳು ಬಿಗಿಗೊಂಡಿತ್ತು. ಅಷ್ಟರಲ್ಲಿ ಶಿವ ಒಳಗೆ ಪ್ರವೇಶಿಸಿದ. ಕೂಡಲೆ ಆಯುರ್ವತಿ ಆತನಿಗೆ ನಮ್ಮಸ್ಕರಿಸಿ ಅಲ್ಲಿಂದ ಹೊರ ನಡೆದಳು. ಕೂಡಲೆ ಶಿವ ಸತಿಯ ಮುಂದೆ ಮಂಡಿಯೂರಿ ಕುಳಿತ. ನಂತರ ಆಕೆಯ ಕೈಯನ್ನು ಹಿಡಿದುಕೊಂಡ.

'ನನ್ನನ್ನು ಕ್ಷಮಿಸಿ ಶಿವ! ನಾನು ಮತ್ತೊಮ್ಮೆ ವಿಫಲಳಾದೆ' ಸತಿ ಬೇಸರದಿಂದ ಹೇಳಿದಳು.

'ಹಾಗೆ ಹೇಳಬೇಡ ಸತಿ. ಖಾರದ ಪುಡಿಯ ಘಾಟಿಗೆ ಹುಚ್ಚೆದ್ದು ಓಡುತ್ತಿದ್ದ ಆನೆಗಳಿಂದ ನೀನು ಪವಾಡ ಸದೃಶ ರೀತಿಯಲ್ಲಿ ನಮ್ಮ ಸೈನಿಕರನ್ನು ರಕ್ಷಿಸಿರುವೆ. ಇದು ನಿನ್ನ ಶೌರ್ಯ ಮತ್ತು ಸಾಹಸಕ್ಕೆ ಹಿಡಿದ ಕನ್ನಡಿ'.

'ನಿಮಗೆ ನನ್ನ ಮೇಲೆ ಅಪಾರವಾದ ಪ್ರೀತಿ ಮತ್ತು ಮಮತೆ. ಆ ಕಾರಣಕ್ಕಾಗಿ ಹೀಗೆ ಹೇಳುತ್ತಿರುವಿರಿ. ನಮ್ಮೆಲ್ಲ ಗಜಪಡೆ ಮತ್ತು ಅಶ್ವಪಡೆ ಸಂಪೂರ್ಣ ನಾಶಗೊಂಡಿದೆ. ಇಡೀ ಯುದ್ಧ ದುರಂತದಲ್ಲಿ ಕೊನೆಗೊಂಡಿದೆ'.

'ಅದಕ್ಕಾಗಿ ಅಷ್ಟು ನೊಂದುಕೊಳ್ಳುವ ಅಗತ್ಯವಿಲ್ಲ ಸತಿ. ದೇವಗಿರಿಯಲ್ಲಾದ ಘಟನೆಗೆ ನೀನು ಯಾವ ರೀತಿಯಲ್ಲೂ ಕಾರಣಳಲ್ಲ. ಒಮ್ಮೆಲೇ ಖಾರದ ಪುಡಿಯ ಘಾಟು ರಣರಂಗದಲ್ಲಿ ಹರಡುತ್ತಿದ್ದಂತೆ ಆನೆಗಳು ಹೆದರಿ ರೊಚ್ಚಿಗೆದ್ದವು. ಹಾಗಾಗಿ ನಾವು ಆನೆಗಳನ್ನು ಕಳೆದುಕೊಂಡುಬಿಟ್ಟೆವು'.

'ಆದರೆ ಅದಕ್ಕೂ ಮುನ್ನವೇ ನಾನು ಅವುಗಳನ್ನು ಹಿಂದಕ್ಕೆ ಕರೆಸಿಕೊಂಡು ಬಿಡಬೇಕಾಗಿತ್ತು'.

'ಆನೆಗಳ ಮೇಲೆ ಖಾರದಪುಡಿಯ ಘಾಟು ಪರಿಣಾಮ ಬೀರುತ್ತದೆ ಎಂದು ತಿಳಿದ ಕೂಡಲೇ ನೀನು ಅವುಗಳನ್ನು ಹಿಂದಕ್ಕೆ ಕರೆಸಿಕೊಳ್ಳುವ ಪ್ರಯತ್ನ ಮಾಡಿದೆಯಲ್ಲವೇ ಸತಿ. ಆ ನಂತರ ಸೈನಿಕರನ್ನು ರಕ್ಷಿಸಲು ಆಶ್ವಪಡೆಯನ್ನು ಕೊಂಡೊಯ್ಯದೆ ನಿನಗೆ ಬೇರೆ ದಾರಿಯೇ ಇರಲಿಲ್ಲ. ನೀನು ಹಾಗೆ ಮಾಡದಿದ್ದರೆ ಅಲ್ಲಿ ನಮ್ಮ ಸೈನಿಕರ ಮಾರಣ ಹೋಮವೇ ನಡೆದು ಹೋಗುತ್ತಿತ್ತು. ಪ್ರಾಯೋಗಿಕವಾಗಿ ನೋಡುವುದಾದರೆ ನಮ್ಮ ಸೈನ್ಯ ಈಗಲೂ ಒಟ್ಟಾಗಿಯೇ ಇದೆ. ಸೈನ್ಯಕ್ಕೆ ಹೆಚ್ಚಿನ ಹಾನಿಯಾಗದಂತೆ ನೋಡಿಕೊಳ್ಳುವ ಮೂಲಕ ನೀನು ಅದ್ಭುತ ಕಾರ್ಯವನ್ನೇ ಸಾಧಿಸಿರುವೆ'.

ಸತಿ ಅಸಂತೋಷದಿಂದ ಶಿವನನ್ನೇ ನೋಡುತ್ತಿದ್ದಳು. ಅದೇನೋ ಒಂದು ರೀತಿಯ ಅಪರಾಧಿ ಪ್ರಜ್ಞೆ ಆಕೆಯನ್ನು ಕಾಡುತ್ತಿತ್ತು.

ಶಿವ ಅಕೆಯ ಹಣೆಯನ್ನು ನೇವರಿಸುತ್ತಾ ಹೇಳಿದ 'ಸತಿ.......ನನ್ನ ಮಾತನ್ನು ಕೇಳು'.

'ಶಿವ, ನನ್ನನ್ನು ಒಂಟಿಯಾಗಿರಲು ಬಿಡಿ'.

'ಸತಿ..........'.

'ಶಿವ ದಯವಿಟ್ಟು ನನ್ನನ್ನು ಏಕಾಂಗಿಯಾಗಿರಲು ಬಿಡಿ'.

ಶಿವ ಸತಿಗೆ ಮುತ್ತಿಟ್ಟು ಹೇಳಿದ 'ಇದರಲ್ಲಿ ನಿನ್ನ ತಪ್ಪೇನೂ ಇಲ್ಲ. ಬದುಕಿನಲ್ಲಿ ನಡೆಯುವ ಕೆಲವು ದುರಂತಗಳಿಗೆ ಕೆಲವೊಮ್ಮೆ ನಾವೇ ನೇರ ಕಾರಣರಾಗಿರುತ್ತೇವೆ. ಅಂತಹ ಸಂದರ್ಭಗಳಲ್ಲಿ ಅದರ ಬಗ್ಗೆ ದುಃಖಿಸುವುದು ಮತ್ತು ಬೇಸರ ವ್ಯಕ್ತಪಡಿಸುವುದು ಸರಿ. ಆದರೆ ಅಂತಹ ದುರಂತಗಳಲ್ಲಿ ನಮ್ಮ ಪಾತ್ರವೇ ಇಲ್ಲದಿರುವಾಗ ಅದರ ಬಗ್ಗೆ ಚಿಂತಿಸುವುದರಲ್ಲಿ ಯಾವ ಅರ್ಥವೂ ಇಲ್ಲ'.

ಸತಿ ಶಿವನತ್ತ ವಿಶಾದದ ನೋಟ ಬೀರುತ್ತಾ ಬೇಸರದಿಂದ ಹೇಳಿದಳು 'ಶಿವ! ಈಗ ನಿಮಗೆ ಸಂಬಂಧಿಸಿದ ಪ್ರಶ್ನೆಯೊಂದನ್ನು ಕೇಳುತ್ತೇನೆ, ಅದಕ್ಕೆ ಉತ್ತರಿಸಿ. ಆರು

ವರ್ಷದ ಪುಟ್ಟ ಬಾಲಕನೊಬ್ಬ ಕೈಲಾಸ ಪರ್ವತದಲ್ಲಿ ದೈತ್ಯ ರಾಕ್ಷಸನಿಂದ ಅಮಾಯಕ ಮಹಿಳೆಯನ್ನು ರಕ್ಷಿಸಬಹುದಿತ್ತು ಎಂದು ನಿಮಗೆ ಅನ್ನಿಸಿತ್ತು ಅಲ್ಲವೇ?'.

ಶಿವ ಮರುಮಾತನಾಡಲಿಲ್ಲ.

'ಪ್ರಾಮಾಣಿಕವಾಗಿ ಹೇಳಬೇಕೆಂದರೆ ಈಗಲೂ ನಿಮಗೆ ಆಕೆಯನ್ನು ರಕ್ಷಿಸಬಹುದಿತ್ತು ಎನಿಸುತ್ತಿದೆ ಅಲ್ಲವೇ? ಅಪರಾಧಿ ಪ್ರಜ್ಞೆ ಇನ್ನೂ ನಿಮ್ಮನ್ನು ಕಾಡುತ್ತಿಲ್ಲವೇ? ಅದಕ್ಕೆ ಕಾರಣವೇನು ಗೊತ್ತೇ? ನೀವು ಇನ್ನೂ ಹೆಚ್ಚಿನದೇನನ್ನೋ ಮಾಡಬಹುದಿತ್ತು ಎಂದು ನಿರೀಕ್ಷೆ ಇಟ್ಟಿಕೊಂಡಿದ್ದಿರಿ'.

ಈಗ ಶಿವನಗೆ ದುಃಖ ತಡೆಯಲಾಗಲಿಲ್ಲ. ಬಾಲ್ಯದ ನೆನಪುಗಳು ಹಾಗೆ ಕಣ್ಮುಂದೆ ಹಾದು ಹೋಯಿತು. ಶಿವ ಚಿಕ್ಕವನದ್ದಾಗ ಆ ಅಸಹಾಯಕ ಮಹಿಳೆ ಆಗಾಗ ಕನಸಿನಲ್ಲಿ ಬರುತ್ತಿದ್ದಳು. ಬ್ರಹ್ಮರಾಕ್ಷಸ ಆಕೆಯನ್ನು ಕೊಲ್ಲುವುದಕ್ಕೆ ಪ್ರಯತ್ನಿಸುತ್ತಿದ್ದ. ಆಗ ಆಕೆ ಸಹಾಯಕ್ಕಾಗಿ ಶಿವನನ್ನು ಕೂಗಿ ಕರೆಯುತ್ತಿದ್ದಳು. ಆದರೆ ಪ್ರತಿಬಾರಿ ಆಕೆ ಹಾಗೆ ಕೂಗಿ ಕರೆದಾಗಲೂ ಬ್ರಹ್ಮರಾಕ್ಷಸನನ್ನು ಕಂಡು ಶಿವ ಹೆದರಿ ಓಡಿಹೋಗುತ್ತಿದ್ದ. ನಂತರ ದೈನ್ಯತೆಯಿಂದ ಆಕೆಯ ಕ್ಷಮೆ ಬೇಡುತ್ತಿದ್ದ.

ಸತಿ ಮಾತು ಮುಂದುವರಿಸಿದಳು.

'ನಾನೂ ಅದೇ ರೀತಿ ನನ್ನಿಂದ ದೊಡ್ಡದೇನನ್ನೋ ನಿರೀಕ್ಷಿಸಿದ್ದೆ. ಇಡೀ ಸೈನ್ಯಕ್ಕೆ ಗೆಲುವು ತಂದುಕೊಡಬೇಕೆಂದು ಕನಸು ಕಂಡಿದ್ದೆ. ಆದರೆ ಅದು ಸಾಧ್ಯವಾಗಲಿಲ್ಲ. ಸತಿಯ ಕಣ್ಣಂಚಿನಿಂದ ನೀರು ಜಿನುಗಿತು. ಶಿವ ಸತಿ ಇಬ್ಬರೂ ಸಮಾಧಾನ ತಂದುಕೊಂಡರು.

— ⅄ⓞ♉✧⊛ —

ಶಿವ ಮತ್ತು ಸತಿಯನ್ನು ಹೊತ್ತ ಹಡಗು ಸರಸ್ವತಿ ನದಿ ಕವಲೊಡೆದು ಸಾಗುವ ಹಾದಿಯಲ್ಲಿನ ಪ್ರಮುಖ ಸ್ಥಳವೊಂದರ ಒಳಗೆ ಬಂದಿತು. ಅಲ್ಲಿಂದ ಮುಂದೆ ನದಿಯ ಆಳ ಮತ್ತು ಅಗಲ ಕಡಿಮೆಯಾಗಿತ್ತು. ಹಾಗಾಗಿ ಹಡಗು ಮುಂದೆ ಸಾಗುವುದು ದುಸ್ತರವಾಯಿತು. ಸರಸ್ವತಿ ನದಿ ಅಲ್ಲಿಂದ ಸ್ವಲ್ಪ ಮುಂದೆ ಹರಿದು ತನ್ನ ಪ್ರಯಾಣವನ್ನು ಅಂತ್ಯಗೊಳಿಸುತ್ತಿತ್ತು. ಶಿವ ಸರಸ್ವತಿ ನದಿ ಕವಲೊಡೆದು ಮೃತಿಕಾವತಿಯತ್ತ ಹರಿಯುತ್ತಿದ್ದ ಮಾರ್ಗದಲ್ಲಿ ಸಂಚರಿಸದೆ ದಕ್ಷಿಣ ಒಳನಾಡಿನ ಮೂಲಕ ಲೋಥಲ್‌ನ ಗಡಿನಾಡನ್ನು ಪ್ರವೇಶಿಸಿದ. ಇಡೀ ಲೋಥಲ್ ನಗರ ಸಂಪೂರ್ಣ ಶಿವನ ನಿಯಂತ್ರಣದಲ್ಲಿತ್ತು. ಆದರೆ ಅಷ್ಟು ದೂರದಿಂದ ತನ್ನ ಇಡೀ ಸೈನ್ಯವನ್ನು ಹೊತ್ತು ತಂದಿದ್ದ ಹಡಗುಗಳನ್ನು ಸರಸ್ವತಿ ನದಿಯಲ್ಲಿ ಹಾಗೇ ಬಿಟ್ಟುಬರುವಂತಿರಲಿಲ್ಲ. ಅದು ಅತ್ಯಂತ ಅಪಾಯಕಾರಿಯಾಗಿ ಪರಿಣಮಿಸುತ್ತಿತ್ತು. ಯಾವ ಕ್ಷಣದಲ್ಲಾದರೂ ಶಿವನ ಸೈನ್ಯವಿರುವ ಸ್ಥಳ ಮೆಲೂಹನ್ನರಿಗೆ

ತಿಳಿಯುವ ಸಾಧ್ಯತೆಯಿತ್ತು. ಹಾಗೇನಾದರೂ ಆದರೆ ಶಿವ ಅಕ್ಷರಶಃ ತನ್ನೆಲ್ಲ ಹಡಗುಗಳನ್ನು ಮೆಲೂಹನ್ನರಿಗೆ ಒಪ್ಪಿಸಬೇಕಾದ ಸಂದರ್ಭ ಎದುರಾಗುತ್ತಿತ್ತು. ಒಮ್ಮೆ ಹಡಗುಗಳು ಮೆಲೂಹನ್ನರ ವಶವಾದರೆ ಅವರು ಇಡೀ ಸರಸ್ವತಿ ನದಿಯನ್ನು ನಿಯಂತ್ರಣಕ್ಕೆ ತೆಗೆದುಕೊಂಡುಬಿಡುತ್ತಿದ್ದರು. ಹಾಗಾಗಿ ಆ ಸಮಯದಲ್ಲಿ ಶಿವನಿಗಿದ್ದ ಏಕೈಕ ದಾರಿಯೆಂದರೆ ಅದು ಎಲ್ಲ ಹಡಗುಗಳನ್ನು ನಾಶ ಮಾಡುವುದು.

ಒಮ್ಮೆ ಎಲ್ಲ ಸೈನಿಕರೂ ಹಡಗಿನಿಂದ ಇಳಿದು ಲೋಥಲ್‌ನತ್ತ ಹೆಜ್ಜೆ ಹಾಕುತ್ತಿದ್ದಂತೆ ಎಲ್ಲ ಹಡಗುಗಳನ್ನು ಸುಟ್ಟುಹಾಕುವಂತೆ ಶಿವ ಆದೇಶ ನೀಡಿದ. ಅದೃಷ್ಟಕ್ಕೆ ಆ ಸಮಯದಲ್ಲಿ ಮಳೆಯಾಗುವ ಸಾಧ್ಯತೆ ಇರಲಿಲ್ಲ. ಹಡಗುಗಳಿಗೆ ಬೆಂಕಿ ಹಚ್ಚಿದ ಕೂಡಲೆ ಅದು ಧಗಧಗನೆ ಉರಿದು ಬೂದಿಯಾಗತೊಡಗಿತು.

'ಅಗ್ನಿದೇವ! ನಮ್ಮ ಹಡಗುಗಳನ್ನು ಸ್ವೀಕರಿಸು' ಗೋಪಾಲರು ಅಗ್ನಿದೇವನಿಗೆ ಭಕ್ತಿಯಿಂದ ನಮಿಸಿದರು.

ಶಿವ ಮತ್ತು ಗೋಪಾಲರು ಹೊತ್ತಿ ಉರಿಯುತ್ತಿದ್ದ ಹಡಗುಗಳನ್ನು ತದೇಕ ಚಿತ್ತದಿಂದ ವೀಕ್ಷಿಸುತ್ತಿದ್ದರು.

'ನಮಗೆ ಬೇರೆ ಆಯ್ಕೆಯಾದರೂ ಏನಿತ್ತು ಪಂಡಿತರೇ?' ಶಿವ ಹೇಳಿದ.

'ಹೌದು! ನಮಗೆ ಆಯ್ಕೆಗಳೇ ಇಲ್ಲ'.

'ಈಗ ಮುಂದೇನು ಮಾಡುವುದು ಪಂಡಿತರೇ?' ಶಿವ ಪ್ರಶ್ನಿಸಿದ.

'ಈಗಾಗಲೇ ಮಳೆಗಾಲ ಪ್ರಾರಂಭವಾಗಿದೆ. ಈ ಸಮಯದಲ್ಲಿ ಸೈನ್ಯವನ್ನು ಒಗ್ಗೂಡಿಸಿ ದೇವಗಿರಿಯ ಮೇಲೆ ಆಕ್ರಮಣ ಮಾಡುವುದು ಅಸಾಧ್ಯ. ಒಂದು ವೇಳೆ ಹಾಗೇನಾದರೂ ಅಶ್ವಪಡೆಯಿಲ್ಲದೆ ನೇರವಾಗಿ ದೇವಗಿರಿಯ ದುರ್ಗಕ್ಕೆ ಲಗ್ಗೆ ಹಾಕಿದರೂ ಅದನ್ನು ವಶಪಡಿಸಿಕೊಳ್ಳುವುದು ಅಷ್ಟು ಸುಲಭವಲ್ಲ. ಅಷ್ಟಕ್ಕೂ ದೇವಗಿರಿ ಸಾಮಾನ್ಯ ಕೋಟೆಯೇನಲ್ಲ. ಯಾವ ಶತ್ರುವಿನ ಆಕ್ರಮಣಕ್ಕೂ ಜಗ್ಗದ ಅಭೇದ್ಯ ಕೋಟೆ ಅದು'.

'ಆದರೆ ಮೆಲೂಹನ್ನರಿಗೂ ಲೋಥಲ್ ಮೇಲೆ ದಾಳಿ ಮಾಡುವುದು ಅಷ್ಟು ಸುಲಭವಲ್ಲ ಪಂಡಿತರೇ. ಲೋಥಲ್ ಕೋಟೆ ದೇವಗಿರಿಯ ಕೋಟೆಗಿಂತಲೂ ರಕ್ಷಣಾತ್ಮಕವಾಗಿಯೂ ಬಲಿಷ್ಠವಾಗಿಯೂ ಇದೆ'.

'ಹೌದು ನೀಲಕಂಠ, ನಾನು ನಿನ್ನ ಮಾತನ್ನು ಒಪ್ಪುತ್ತೇನೆ. ಒಟ್ಟಾರೆ ಇದೊಂದು ಬಗೆಹರಿಯದ ಕಗ್ಗಂಟಾಗಿದೆ. ಆದರೆ ಮೆಲೂಹನ್ನರಿಗೆ ಹೀಗೆ ಸಮಯ ದೂಡುವುದರಿಂದ ಅನುಕೂಲವಿದೆ. ಕಾರಣ ಮುಂದಿನ ಆರು ತಿಂಗಳಲ್ಲಿ ಆಯೋಧ್ಯೆಯ ಸೈನ್ಯ ಅವರ ಜತೆಗೂಡುತ್ತದೆ. ಆಗ ಅವರು ಮತ್ತಷ್ಟು ಬಲಿಷ್ಠರಾಗುತ್ತಾರೆ'.

ಶಿವ ಆವರೆಗೆ ನಡೆದ ಎಲ್ಲ ವಿದ್ಯಮಾನಗಳನ್ನು ಮನಸ್ಸಿನಲ್ಲೇ ಮೆಲುಕು ಹಾಕುತ್ತಾ ಬೇಸರದಿಂದ ಹೊತ್ತಿ ಉರಿಯುತ್ತಿದ್ದ ಹಡಗುಗಳತ್ತ ನೋಡುತ್ತಿದ್ದ.

ಅಷ್ಟರಲ್ಲಿ ಚೆನಾರಧ್ವಜ 'ನನ್ನದೊಂದು ಸಲಹೆಯಿದೆ ಮಹಾಸ್ವಾಮಿ' ಎಂದ.

ಶಿವ ಚೆನಾರಧ್ವಜನತ್ತ ತಿರುಗಿದ.

'ನಮ್ಮ ಸೈನ್ಯ ಮತ್ತು ನಾಗ ಸೈನ್ಯದಿಂದ ಕೆಲವು ಯೋಧರನ್ನು ಆಯ್ಕೆಮಾಡಿಕೊಂಡು ನಾನೊಂದು ಕ್ಷಿಪ್ರದಾಳಿ ಪಡೆಯನ್ನು ಕಟ್ಟುತ್ತೇನೆ. ನಂತರ ನಾವು ಅತ್ಯಂತ ರಹಸ್ಯವಾಗಿ ದೇವಗಿರಿಗೆ ನುಗ್ಗಿ ಅಲ್ಲಿನ ಸೋಮರಸ ಕೇಂದ್ರಗಳ ಮೇಲೆ ದಾಳಿ ಮಾಡಿ ಅವುಗಳನ್ನು ಧ್ವಂಸಗೊಳಿಸುತ್ತೇವೆ. ಇದು ನಮ್ಮ ಪಾಲಿಗೆ ಆತ್ಮಹತ್ಯಾ ದಾಳಿಯಾಗಬಹುದು. ಆದರೆ ನಾವು ಖಂಡಿತ ಸೋಮರಸ ಕೇಂದ್ರಗಳನ್ನು ನಾಶಮಾಡುತ್ತೇವೆ. ಇದಕ್ಕೆ ತಾವು ಅನುಮತಿ ನೀಡಬೇಕು'.

'ಬೇಡ.........' ಶಿವ ಗಂಭೀರವಾಗಿ ಹೇಳಿದ

'ಏಕೆ ಮಹಾಸ್ವಾಮಿ?'.

'ಕಾರಣ ಪರ್ವತೇಶ್ವರ ಇಂತಹ ದಾಳಿಯನ್ನು ಎದುರಿಸಲು ಸೈನ್ಯವನ್ನು ಸಜ್ಜುಗೊಳಿಸಿರುತ್ತಾನೆ. ಆತನೇನೂ ಮೂರ್ಖನಲ್ಲ. ನಿಜ! ಇದು ಆತ್ಮಹತ್ಯಾ ದಾಳಿಯಾಗಬಹುದು. ಆದರೆ ಅದು ಯಶಸ್ವಿಯಾಗುವುದಿಲ್ಲ. ಸುಮ್ಮನೆ ನೀವೆಲ್ಲರೂ ಪ್ರಾಣ ಕಳೆದುಕೊಳ್ಳಬೇಕಾಗುತ್ತದೆ'.

'ಹಾಂ! ಇದಕ್ಕೆ ಮತ್ತೊಂದು ದಾರಿಯಿದೆ' ಪಂಡಿತರು ಹೇಳಿದರು.

ಕಾಕತಾಳೀಯವೋ ಏನೋ ಶಿವ ಸಹ ಪಂಡಿತರು ಯೋಚಿಸಿದ್ದ ವಿಚಾರದ ಬಗ್ಗೆಯೇ ಯೋಚಿಸುತ್ತಿದ್ದ.

ಹಾಗಾಗಿ ಥಟ್ಟನೆ ಹೇಳಿದ 'ವಾಯುಪುತ್ರರು! ಅಲ್ಲವೇ ಪಂಡಿತರೇ?'.

'ಹೌದು! ಸರಿಯಾಗಿ ಹೇಳಿದೆ ನೀಲಕಂಠ'.

ಶಿವ ಮತ್ತೊಮ್ಮೆ ಉರಿಯುತ್ತಿದ್ದ ಹಡಗುಗಳತ್ತ ತಿರುಗಿ ನೋಡಿದ. ಆತನ ಮುಖಭಾವದಲ್ಲಿ ಅದೇನೋ ಒಂದು ರೀತಿಯ ನಿಗೂಢತೆ ತುಂಬಿತ್ತು. ಇಂತಹ ಸಂದಿಗ್ಧ ಸನ್ನಿವೇಶದಲ್ಲಿ ವಾಯುಪುತ್ರರು ತನಗೆ ಆಸರೆಯಾಗಬಹುದು ಎಂದು ಶಿವನ ಅಂತರಂಗ ಹೇಳುತ್ತಿತ್ತು.

ಅಧ್ಯಾಯ – 32

ಅಂತಿಮ ಯತ್ನ

ಎರಡು ಎತ್ತುಗಳು ಡೋಲಿಯಂತಹ ಬಂಡಿಯನ್ನು ಹೊತ್ತು ನಿಧಾನವಾಗಿ ಸಾಗುತ್ತಿತ್ತು. ಒಳಗೆ ಸತಿ ಆರಾಮವಾಗಿ ಮಲಗಿ ನಿದ್ರಿಸುತ್ತಿದ್ದಳು. ಮೇಘರಾಜ ತುಂತುರು ಮಳೆಯನ್ನು ಸಿಂಚಿಸುತ್ತಾ ಧರೆಯನ್ನು ತಂಪುಗೊಳಿಸುತ್ತಿದ್ದ. ಶಿವನ ಇಡೀ ಸೈನ್ಯ ಲೋಥಲ್‌ನತ್ತ ಹೊರಟಿತ್ತು. ಸತಿ ದೇವಗಿರಿಯ ಯುದ್ಧದಲ್ಲಾದ ಗಾಯಗಳಿಂದ ಚೇತರಿಸಿಕೊಂಡಿದ್ದಳು. ಆದರೂ ಆಯುರ್ವತಿ ಸತಿ ಕುದುರೆ ಏರಿ ಬರುವುದು ಬೇಡ, ಡೋಲಿಯಲ್ಲಿ ಬರಲಿ ಎಂದು ಸಲಹೆ ನೀಡಿದಳು. ಇತ್ತ ಶಿವ ಕುದುರೆಯೇರಿ ನಿಧಾನವಾಗಿ ಮುಂದೆ ಸಾಗುತ್ತಿದ್ದ. ದಾರಿಯಲ್ಲಿ ಮಳೆಯ ಹನಗಳು ಶಿವನ ಮುಖದ ಮೇಲೆ ಬೀಳುತ್ತಿತ್ತು.

ಶಿವ ಅಂಗವಸ್ತ್ರದಿಂದ ಮುಖವನ್ನು ಒರೆಸಿಕೊಂಡು ನಂತರ ಹೇಳಿದ 'ಪಂಡಿತರೇ! ವಾಯುಪುತ್ರರ ಬಳಿ ಕೆಲವು ದೈವೀಅಸ್ತ್ರಗಳಿವೆ ಎಂದು ಕಾಳಿ ಹೇಳಿದಳಲ್ಲ ಏನದು?'.

'ಹೌದು! ಅವರ ಬಳಿ ಬ್ರಹ್ಮಾಸ್ತ್ರವಿದೆ'.

'ಹಾಗಾದರೆ ಬ್ರಹ್ಮಾಸ್ತ್ರಕ್ಕೂ ಇತರೆ ದೈವೀಅಸ್ತ್ರಗಳಿಗೂ ಏನು ವ್ಯತ್ಯಾಸ ಪಂಡಿತರೇ?' ಶಿವನ ಕುತೂಹಲ ಇಮ್ಮಡಿಯಾಯಿತು.

'ಒಮ್ಮೆ ಬ್ರಹ್ಮಾಸ್ತ್ರವನ್ನು ಪ್ರಯೋಗಿಸಿದರೆ ಅದರ ಪರಿಣಾಮ ಘನಘೋರ. ಅದರ ವ್ಯಾಪ್ತಿಗೆ ಬರುವ ಪ್ರದೇಶವನ್ನು ಅದು ಸಂಪೂರ್ಣ ನಾಶಮಾಡಿ ಬಿಡುತ್ತದೆ. ನಗರ ನಗರಗಳನ್ನೇ ನಾಮಾವಶೇಷ ಮಾಡಿಬಿಡುತ್ತದೆ. ಸಾವು ನೋವಿನ ಸಂಖ್ಯೆಯಂತೂ ಊಹೆಗೂ ನಿಲುಕದ್ದು. ಬ್ರಹ್ಮಾಸ್ತ್ರ ಪ್ರಯೋಗಿಸಿದ ಕೂಡಲೆ ಕೊಡೆಯ ಆಕಾರದಲ್ಲಿ ಧೂಳು ಮೇಲೇಳುತ್ತದೆ. ಅದು ಇಡೀ ಬಾನಂಗಳವನ್ನು ವ್ಯಾಪಿಸಿಬಿಡುತ್ತದೆ. ಅದರ ತೀವ್ರತೆಗೆ ಸುತ್ತ–ಮುತ್ತಲಿರುವ ಎಲ್ಲವೂ ಘನೀಕರಣಗೊಳ್ಳುತ್ತದೆ. ಅದರ ವ್ಯಾಪ್ತಿಯಿಂದ ಹೊರಗಿರುವ ಅಲ್ಪ ಸ್ವಲ್ಪ ಜನ ಬದುಕುಳಿದರೂ ದಶಕಗಳ ಕಾಲ ನೋವು ಮತ್ತು

ಯಾತನೆಯನ್ನು ಅನುಭವಿಸುತ್ತಾರೆ. ಎಷ್ಟೋ ವರ್ಷಗಳ ಕಾಲ ಅಲ್ಲಿನ ನೀರು ವಿಷಕಾರಿಯಾಗಿರುತ್ತದೆ. ಶತ ಶತಮಾನ ಕಳೆದರೂ ಆ ಸ್ಥಳದಲ್ಲಿ ಹುಲ್ಲುಕಡ್ಡಿಯೂ ಚಿಗುರಲಾರದು. ಈ ಬ್ರಹ್ಮಾಸ್ತ್ರ ಜನರನ್ನು ಒಮ್ಮೆಗೆ ಕೊಲ್ಲುವುದಿಲ್ಲ. ಮತ್ತೆ ಮತ್ತೆ ಕೊಲ್ಲುತ್ತಲೇ ಇರುತ್ತದೆ. ಸಾವಿನ ಸರಣಿ ಶತಮಾನಗಳು ಕಳೆದರೂ ಮುಂದುವರಿಯುತ್ತಲೇ ಇರುತ್ತವೆ'.

ಶಿವ ಗಾಬರಿಯಿಂದ ಪಂಡಿತರನ್ನೇ ನೋಡುತ್ತಿದ್ದ.

'ಆದರೆ ಮನುಕುಲಕ್ಕೆ ವಿನಾಶಕಾರಿಯಾದ ಆ ಅಸ್ತ್ರವನ್ನು ಯಾರೂ ಬಳಸುವಂತಿಲ್ಲ ಎಂಬ ನಿಯಮವಿದೆ ಅಲ್ಲವೇ ಪಂಡಿತರೇ?' ಶಿವ ಪ್ರಶ್ನಿಸಿದ.

'ಸರಿಯಾಗಿ ಹೇಳಿದೆ ಶಿವ. ಈ ಅಸ್ತ್ರವನ್ನು ಯಾರೂ ಬಳಸುವಂತಿಲ್ಲ. ಅಷ್ಟೇ ಏಕೆ ಈ ಅಸ್ತ್ರ ನಮ್ಮ ಬಳಿ ಇದೆ ಎಂಬ ಸುದ್ದಿ ತಿಳಿದ ಕೂಡಲೆ ಶತ್ರುಗಳ ಎದೆಯಲ್ಲಿ ನಡುಕ ಹುಟ್ಟಿಬಿಡುತ್ತದೆ. ಅವರ ಜಂಗಾಬಲವೇ ಕ್ಷಣಾರ್ಧದಲ್ಲಿ ಉಡುಗಿಹೋಗುತ್ತದೆ. ಈ ಅಸ್ತ್ರವನ್ನು ಎದುರಿಸಿ ನಿಲ್ಲುವ ಶಕ್ತಿ ಜಗತ್ತಿನಲ್ಲಿ ಯಾರಿಗೂ ಇಲ್ಲ'.

'ಹಾಗಾದರೆ ಅಂತಹ ಮಹಾಅಸ್ತ್ರವನ್ನು ವಾಯುಪುತ್ರರು ನಮಗೆ ನೀಡುವರೇ ಪಂಡಿತರೇ? ಅಥವಾ ನಾನೇ ಅತಿಯಾದ ಆಸೆ ಮತ್ತು ನಿರೀಕ್ಷೆ ಇಟ್ಟುಕೊಂಡಿದ್ದೇನೆಯೇ? ಅಷ್ಟಕ್ಕೂ ನಾನು ಅವರಿಗೆ ತೀರಾ ಅಪರಿಚಿತ. ನನ್ನನ್ನು ಅವರು ಒಬ್ಬ ಮೋಸಗಾರನೆಂದು ಭಾವಿಸಿರಬಹುದು ಅಲ್ಲವೇ?'.

'ಎರಡು ಕಾರಣಗಳಿಗೆ ವಾಯುಪುತ್ರರು ನಿನಗೆ ಬ್ರಹ್ಮಾಸ್ತ್ರವನ್ನು ನೀಡುವ ಸಾಧ್ಯತೆಯಿದೆ. ಮೊದಲನೆಯದು ವಾಯುಪುತ್ರರಲ್ಲಿ ಅನೇಕರು ನೀನು ಕಪಟಿ, ವಂಚಕ ಎಂದೇ ಭಾವಿಸಿದ್ದಾರೆ. ಹಾಗಾಗಿ ಅವರು ಇದುವರೆಗೆ ನಿನ್ನ ಹತ್ಯೆಗೆ ಪ್ರಯತ್ನಿಸಬಹುದಿತ್ತು. ಆದರೆ ಅವರು ಹಾಗೆ ಮಾಡಿಲ್ಲ. ಕಾರಣ ಅವರಲ್ಲಿರುವ ಕೆಲವು ಪ್ರಮುಖರಿಗೆ ನಿನ್ನ ಬಗ್ಗೆ ಒಳ್ಳೆಯ ಅಭಿಪ್ರಾಯವಿದೆ. ಅಲ್ಲದೆ ಮನೋಭು ನಿನ್ನ ಚಿಕ್ಕಪ್ಪನೆಂದು ಅವರಿಗೆ ತಿಳಿದಿದೆ'.

'ಎರಡನೆಯದು?'.

'ಎರಡನೆಯದು ಬೃಗು ಪಂಚವಟಿಯಲ್ಲಿ ನಮ್ಮ ಮೇಲೆ ದೈವೀ ಅಸ್ತ್ರವನ್ನು ಬಳಸಿದ್ದಾನೆ. ಅದೇನು ಬ್ರಹ್ಮಾಸ್ತ್ರವಲ್ಲ. ಅದು ಖಂಡಿತಾ ದೈವೀಅಸ್ತ್ರವಂತೂ ಹೌದು. ನಿಜ! ಬೃಗು ತಾನೇ ಸಿದ್ಧಪಡಿಸಿದ ಕಚ್ಚಾವಸ್ತುಗಳನ್ನು ಬಳಸಿಕೊಂಡು ದೈವೀ ಅಸ್ತ್ರವನ್ನು ತಯಾರಿಸಿದ್ದಾನೆ. ಆದರೂ ಇದು ಶ್ರೀರಾಮನ ನಿಯಮವನ್ನು ಮುರಿದಂತೆಯೇ ಸರಿ.

ಇದರಿಂದ ವಾಯುಪುತ್ರರಿಗೂ ಬೃಗುವಿನ ಮೇಲೆ ಇನ್ನಿಲ್ಲದ ಕೋಪ ಬಂದಿರುತ್ತದೆ. ಶತ್ರುವಿನ ಶತ್ರು ಮಿತ್ರನಲ್ಲವೇ?'.

'ಆದರೆ ಈಗ ವಾಯುಪುತ್ರರ ನಾಡಿಗೆ ಹೋಗುವುದು ಹೇಗೆ?'.

'ಪರಿಹ, ನಾವಿರುವ ಸ್ಥಳದಿಂದ ದಕ್ಷಿಣ ದಿಕ್ಕಿನಲ್ಲಿದೆ. ನಾಲ್ಕಾರು ಮಹಾ ಪರ್ವತಗಳನ್ನು ದಾಟಿ ಅಲ್ಲಿಗೆ ಹೋಗಬೇಕು. ದಾರಿ ದುರ್ಗಮವಾಗಿದ್ದು ಸಾಕಷ್ಟು ಸಮಯ ತೆಗೆದುಕೊಳ್ಳುತ್ತದೆ. ಮತ್ತೊಂದು ದಾರಿಯೆಂದರೆ ಅದು ಸಮುದ್ರ ಮಾರ್ಗದಲ್ಲಿ ಪ್ರಯಾಣ ಮಾಡುವುದು. ಆದರೆ ಅದಕ್ಕಾಗಿ ನಾವು ಈಶಾನ್ಯ ದಿಕ್ಕಿನಿಂದ ಬೀಸುವ ಗಾಳಿಯ ಮೇಲೆ ಅವಲಂಭಿತವಾಗಬೇಕಾಗುತ್ತದೆ. ಆ ಗಾಳಿ ಮಾತ್ರ ನಮ್ಮನ್ನು ವೇಗವಾಗಿ ಪರಿಹದತ್ತ ಕೊಂಡೊಯ್ಯಬಲ್ಲದು'.

'ಈಶಾನ್ಯ ಮಾರುತಗಳೆಂದರೆ ಅವು ಬೀಸುವುದು ಈಗ ಬೀಳುತ್ತಿರುವ ಮಳೆ ನಿಂತ ಮೇಲೆ ಅಲ್ಲವೇ? ಅಂದರೆ ಅದಕ್ಕಾಗಿ ನಾವು ಮೂರು ತಿಂಗಳು ಕಾಯಬೇಕು ಎಂದಾಯಿತು'.

'ಹೌದು ನೀಲಕಂಠ, ನಾವು ಅಷ್ಟು ಸಮಯ ಕಾಯಲೇಬೇಕು'.

'ಹಾಂ! ನನಗೊಂದು ಆಲೋಚನೆ ಹೊಳೆಯುತ್ತಿದೆ. ನಮ್ಮ ಪ್ರತಿ ಹೆಜ್ಜೆಯ ಜಾಡನ್ನು ಹಿಡಿಯಲು ಈಗಾಗಲೇ ಮೆಲೂಹನ್ನರು ಗೂಡಾಚಾರರನ್ನು ನೀಮಿಸಿರುತ್ತಾರೆ. ಅವರು ಲೋಥಲ್ ನಗರದ ಸುತ್ತಮುತ್ತ ಹದ್ದಿನ ಕಣ್ಣಿಟ್ಟಿದ್ದಾರೆ. ಈಗ ನಾವು ಪರಿಹಕ್ಕಿರುವ ನೇರ ಮಾರ್ಗದಲ್ಲಿ ಹೊರಟರೆ ವಾಯುಪುತ್ರರ ಸಹಾಯ ಪಡೆಯಲು ಹೊರಟಿದ್ದೇವೆಂಬುದು ಬೃಗುವಿಗೆ ಖಚಿತವಾಗುತ್ತದೆ. ಹಾಗಾಗಿ ಆತ ನಮ್ಮನ್ನು ಕೊಲ್ಲಿಸುವ ಪ್ರಯತ್ನ ಮಾಡುತ್ತಾನೆ. ಆದ್ದರಿಂದ ನಾವು ನೇರವಾಗಿ ದಕ್ಷಿಣ ದಿಕ್ಕಿನತ್ತ ಪ್ರಯಾಣ ಬೆಳೆಸೋಣ. ನರ್ಮದಾ ನದಿಯ ಡೆಲ್ಟಾ ದ್ವೀಪದ ಬಳಿ ಬರುತ್ತಿದ್ದಂತೆ ರಹಸ್ಯ ಸ್ಥಳವೊಂದರಲ್ಲಿ ನಮ್ಮ ಹಡಗಿನಿಂದ ವ್ಯಾಪಾರಿ ಹಡಗಿಗೆ ಸ್ಥಳಾಂತರಗೊಳ್ಳೋಣ. ಅಲ್ಲಿಂದ ಮುಂದೆ ವ್ಯಾಪಾರಿ ಹಡಗಿನಲ್ಲಿ ಪರಿಹ ತಲುಪೋಣ. ದಕ್ಷಿಣ ದಿಕ್ಕಿನತ್ತ ಹೊರಟ ಕೂಡಲೆ ನಾವು ಪಂಚವಟಿ ಅಥವಾ ಉಜ್ಜೆಯನಿಗೆ ಹೋಗುತ್ತಿದ್ದೇವೆ ಎಂದು ಬೃಗು ಭಾವಿಸುತ್ತಾನೆ. ಹೀಗೆ ನಾವು ಅವರ ದಿಕ್ಕು ತಪ್ಪಿಸಿ ಬೆಂಗಾವಲು ಪಡೆ ಇಲ್ಲದೆ ವಾಯುಪುತ್ರರ ನಾಡನ್ನು ತಲುಪೋಣ.

'ಅದ್ಭುತವಾದ ಯೋಜನೆ. ಕೂಡಲೆ ಇದನ್ನು ಕಾರ್ಯಗತಗೊಳಿಸೋಣ' ವಾಸುದೇವ ಪಂಡಿತರು ಶಿವನಿಗೆ ಹೇಳಿದರು.

ಲೋಥಲ್ ನಗರದ ಕೋಟೆಯ ಅಂಚಿನಲ್ಲಿ ನಿಂತು ಸತಿ ಇಡೀ ನಗರವನ್ನು ನೋಡುತ್ತಿದ್ದಳು. ಆಕೆಯ ದೃಷ್ಟಿ ಗೋಡೆಯ ಆಚೆಗೂ ನೆಟ್ಟಿತ್ತು. ಅದಾಗಲೇ ಈಶಾನ್ಯ ಮಾರುತ ಧಾರಾಕಾರ ಮಳೆಯನ್ನು ಹೊತ್ತು ತಂದಿತ್ತು. ಇಡೀ ಲೋಥಲ್ ನಗರದಲ್ಲಿ ವರುಣನ ಆರ್ಭಟ. ಶಿವ ಮತ್ತು ಆತನ ಸೈನ್ಯ ಅದಾಗಲೇ ಲೋಥಲ್ ತಲುಪಿತ್ತು. ಗಣೇಶ ಮುಂದಿನ ಮೂರು ವಾರದಲ್ಲಿ ತನ್ನ ಸೈನ್ಯದೊಂದಿಗೆ ನಗರವನ್ನು ತಲುಪುವವನದ್ದ. ಅಷ್ಟರಲ್ಲಿ ಆಯುರ್ವತಿ ಸತಿಯ ಕೋಣೆಗೆ ಬಂದಳು.

'ಇಂದ್ರದೇವ ಮತ್ತು ವರುಣದೇವ ಇಡೀ ವರ್ಷದ ಮಳೆಯನ್ನು ಒಂದೇ ದಿನದಲ್ಲಿ ಇಳೆಗೆ ಇಳಿಸಬೇಕೆಂದು ನಿರ್ಧಾರಿಸಿದ್ದಾನೋ ಏನೋ?' ಆಕೆ ಹೇಳಿದಳು.

ಸತಿ ಆಯುರ್ವತಿಯತ್ತ ತಿರುಗಿ ನಸುನಕ್ಕಳು.

ನಂತರ ಆಯುರ್ವತಿ ಮಾತು ಮುಂದುವರೆಸಿದಳು. 'ಈ ಬಾರಿಯ ಮುಂಗಾರು ಮಳೆಯಿಂದ ಹೆಚ್ಚೇನು ರೋಗಗಳು ಹರಡಿಲ್ಲ'.

'ಇದು ನಿಜಕ್ಕೂ ಸಂತಸದ ವಿಚಾರ ಆಯುರ್ವತಿ'.

'ಹೌದು, ಅಂದ ಹಾಗೆ ನಿಮಗೆ ಶಸ್ತ್ರಚಿಕಿತ್ಸೆ ಮಾಡಲು ಇದು ಸಕಾಲ'.

ದೇವಗಿರಿ ಯುದ್ಧದಲ್ಲಿ ಅಗ್ನಿ ಬಾಣವೊಂದು ತಗುಲಿ ಸತಿಯ ಮುಖ ಭಾಗಶಃ ಬೆಂದು ಕಪ್ಪು ಬಣ್ಣಕ್ಕೆ ತಿರುಗಿತ್ತು. ಆಯುರ್ವತಿ ಸತಿಯ ಮುಖದ ಗಾಯ ನೋಡಿದ ನಂತರ ಶಸ್ತ್ರಚಿಕಿತ್ಸೆಯ ಮೂಲಕ ಮುಖದ ಬಣ್ಣವನ್ನು ಯಥಾಸ್ಥಿತಿಗೆ ತರುವುದಾಗಿ ಆಶ್ವಾಸನೆ ನೀಡಿದ್ದಳು. ಆದರೆ ಆ ವಿಚಾರ ಸತಿಗೆ ಮರೆತು ಹೋಗಿತ್ತು.

ಹಾಗಾಗಿ ಆಕೆ ಆಯುರ್ವತಿಗೆ ಹೇಳಿದಳು 'ಶಸ್ತ್ರಚಿಕಿತ್ಸೆ ಮಾಡುವುದಕ್ಕೆ ನನಗೇನಾಗಿದೆ ಆಯುರ್ವತಿ?'.

'ಖಂಡಿತಾ ನಿಮಗೇನೂ ಆಗಿಲ್ಲ. ನಿಮ್ಮ ಮುಖದ ಮೇಲಿರುವ ಕಪ್ಪು ಕಲೆಯನ್ನು ಹೋಗಿಸಲು ಮಾಡಬೇಕಾದ ಶಸ್ತ್ರಚಿಕಿತ್ಸೆಯ ಬಗ್ಗೆ ನಾನು ಮಾತನಾಡುತ್ತಿದ್ದೇನೆ'.

'ಓಹೋ........ಈಗ ಅದರ ಅವಶ್ಯಕತೆಯಿಲ್ಲ ಆಯುರ್ವತಿ'.

'ಈ ಶಸ್ತ್ರಚಿಕಿತ್ಸೆ ತುಂಬಾ ಸರಳವಾದದ್ದು ಸತಿ. ಕೆಲವೇ ವಾರಗಳಲ್ಲಿ ನೀವು ಮೊದಲಿನಂತಾಗುವಿರಿ. ಈಗಾಗಲೇ ಮುಂಗಾರು ಮಳೆ ಪ್ರಾರಂಭವಾಗಿದೆ. ಅಂದರೆ ಮುಂದಿನ ಕೆಲವು ತಿಂಗಳು ಯಾವ ಯುದ್ಧವೂ ನಡೆಯಲಾರದು. ಹಾಗಾಗಿ ನೀವು ಯುದ್ಧದಿಂದ ಹೊರಗುಳಿಯುವ ಪರಿಸ್ಥಿತಿಯೇ ಉದ್ಭವವಾಗುವುದಿಲ್ಲ.

'ನಾನು ಯುದ್ಧಕ್ಕೆ ಹೋಗದೇ ಇರುವುದಕ್ಕೆ ಯಾವ ಕಾರಣವೂ ಇಲ್ಲ ಆಯುರ್ವತಿ'.

'ಹಾಗಾದರೆ ಏಕೆ ತಡ ಮಾಡುತ್ತಿದ್ದೀರಿ ಸತಿ. ಕೂಡಲೇ ಶಸ್ತ್ರಚಿಕಿತ್ಸೆ ಮಾಡಿಮುಗಿಸಿಬಿಡೋಣ. ಆಗ ನೀಲಕಂಠನಿಗೂ ಸಂತೋಷವಾಗುತ್ತದೆ'.

ಸತಿ ಮುಗುಳ್ನಗುತ್ತಾ ಹೇಳಿದಳು 'ನಿಜ, ನನ್ನ ಮುಖ ವಿಕಾರಗೊಂಡಿದೆ. ಆದರೆ ಮುಖದಲ್ಲಿ ಕಲೆಯಿರಲಿ ಅಥವಾ ಇಲ್ಲದಿರಲಿ ಶಿವ ನನ್ನನ್ನು ಗಾಢವಾಗಿ ಪ್ರೀತಿಸುತ್ತಾನೆ'.

'ಹಾಗಾದರೆ ಶಸ್ತ್ರಚಿಕಿತ್ಸೆ ಬೇಡ ಎಂದು ಏಕೆ ಹೇಳುತ್ತಿರುವಿರಿ'.

'ಮುಖದ ಮೇಲೆ ಆ ಕಲೆಗಳು ಹಾಗೆ ಇರಲಿ'.

'ಏಕೆ ಸತಿ?'.

'ಆಯುರ್ವತಿ, ಮುಖದ ಮೇಲಿರುವ ಕಲೆಗಳು ನಾನು ಅನುಭವಿಸಿದ ಸೋಲನ್ನು ಸದಾ ನೆನಪಿಸುತ್ತವೆ. ದೇವಗಿರಿಯ ಯುದ್ಧದಲ್ಲಿ ನಾನು ಸೋಲು ಅನುಭವಿಸಿದೆ. ಸಾವಿರಾರು ಸೈನಿಕರು ಹತರಾದರು. ಹಾಗಾಗಿ ಮತ್ತೆ ಗೆಲ್ಲುವ ತನಕ ನಾನು ವಿರಮಿಸಲಾರೆ'.

'ದೇವಗಿರಿಯ ಯುದ್ಧದಲ್ಲಿ ನಾವು ಸೋಲುವುದಕ್ಕೆ ನೀನು ಕಾರಣಳಲ್ಲ ಸತಿ'.

'ನನ್ನನ್ನು ಸಮಾಧಾನಪಡಿಸಲು ನೀನು ಹೀಗೆ ಹೇಳುತ್ತಿರುವೆ ಆಯುರ್ವತಿ. ಸೈನ್ಯದ ನೇತೃತ್ವ ವಹಿಸಿದ್ದವಳು ನಾನು. ನನ್ನ ಸೈನ್ಯ ಸೋತಿದೆ. ಹಾಗಾಗಿ ಅದಕ್ಕೆ ನಾನೇ ಹೊಣೆಗಾರ್ತಿ. ಹಾಗಾಗಿ ಮುಖದ ಮೇಲಿನ ಕಲೆಗಳು ಹಾಗೇ ಇರಲಿ. ಪ್ರತೀ ಬಾರಿ ಮುಖದ ಬಿಂಬವನ್ನು ನೋಡಿಕೊಂಡಾಗ ಮತ್ತೆ ಗೆಲ್ಲುವ ಅನಿವಾರ್ಯತೆಯನ್ನು ಅದು ಸಾರಿ ಸಾರಿ ಹೇಳುತ್ತದೆ. ಸಧ್ಯಕ್ಕೆ ಮುಂಬರುವ ಯುದ್ಧದಲ್ಲಿ ನಾನು ಗೆಲುವು ಸಾಧಿಸುತ್ತೇನೆ. ಆ ನಂತರ ಶಸ್ತ್ರಚಿಕಿತ್ಸೆ ಬಗ್ಗೆ ಯೋಚಿಸೋಣ'.

ಎರಡು ವಾರಗಳ ನಂತರ ಗಣೇಶ ಮತ್ತು ಕಾರ್ತಿಕ ಲೋಥಲ್ ನಗರಕ್ಕೆ ಬಂದು ಸೇರಿದರು. ಲೋಥಲ್ ನಗರದ ರಾಜ್ಯಪಾಲ ಚೆನಾರಧ್ವಜ ಇಬ್ಬರನ್ನೂ ಬರಮಾಡಿಕೊಂಡು ನೇರವಾಗಿ ಸತಿಯ ಬಳಿಗೆ ಕರೆದುಕೊಂಡು ಬಂದ. ಇವರಿಬ್ಬರ ಜತೆಗೆ ಅಯೋಧ್ಯೆಯ ರಾಜಕುಮಾರ ಭಗೀರಥ, ಬ್ರಂಗಾ ರಾಜ ಚಂದ್ರಕೇತು ಮತ್ತು ವೈಶಾಲಿಯ ರಾಜ ಮಾತಳಿ ಸಹ ಲೋಥಲ್‌ಗೆ ಬಂದು ಸೇರಿದರು. ಚೆನಾರಧ್ವಜ

ಎಲ್ಲರಿಗೂ ವಸತಿ ವ್ಯವಸ್ಥೆ ಮಾಡಿದ್ದ. ಅಲ್ಲಿನ ವಸತಿ ಗೃಹಗಳು ಅತ್ಯಂತ ಸರಳವಾಗಿತ್ತು. ಅಲ್ಲಿ ಎಲ್ಲ ವ್ಯವಸ್ಥೆಯೂ ಇತ್ತು. ಜತೆಗೆ ಲಕ್ಷಾಂತರ ಜನ ಸೈನಿಕರು ಉಳಿದುಕೊಳ್ಳಲು ಹಲವಾರು ಡೇರೆಗಳನ್ನು ನಿರ್ಮಿಸಲಾಗಿತ್ತು. ಒಟ್ಟಾರೆ ಚೆನಾರಧ್ವಜನ ಆತಿಥ್ಯವನ್ನು ಕಂಡು ಶಿವನ ಸೈನ್ಯ ಅಚ್ಚರಿಗೊಂಡಿತು. ಇತ್ತ ತಾಯಿಯ ಸ್ಥಿತಿಯನ್ನು ನೋಡುತ್ತಲೇ ಗಣೇಶ ಕೆಂಡಾಮಂಡಲನಾದ. ಆತನ ಮುಖ ಕೆಂಪು ಬಣ್ಣಕ್ಕೆ ತಿರುಗಿತು. ಆಕ್ರೋಶ ಉಕ್ಕಿ ಬಂತು. ಆತನ ಉದ್ದನೆಯ ಮೂಗು ಮತ್ತು ಅಗಲವಾದ ಕಿವಿಗಳು ನಿಮಿರಿನಿಂತವು.

ಕಟಕಟನೆ ಹಲ್ಲು ಕಡಿಯುತ್ತಾ ಗಣೇಶ ಹೇಳಿದ 'ಯಾರೊಬ್ಬರನ್ನೂ ನಾನು ಉಳಿಸುವುದಿಲ್ಲ'.

ಕೂಡಲೇ ಸತಿ ಹೇಳಿದಳು 'ಗಣೇಶ ಕೋಪ ಮಾಡಿಕೊಳ್ಳಬೇಡ. ಇದರಲ್ಲಿ ಮೆಲೂಹ ಸೈನಿಕರ ಯಾವ ತಪ್ಪೂ ಇಲ್ಲ. ಅವರು ತಮ್ಮ ರಾಜರ ಆದೇಶವನ್ನಷ್ಟೇ ಪಾಲಿಸಿದ್ದಾರೆ?'.

ಸತಿಯ ಮಾತಿನಂದ ಗಣೇಶನ ಕೋಪ ತಗ್ಗಲಿಲ್ಲ.

'ಗಣೇಶ ಇವೆಲ್ಲವೂ ಯುದ್ಧದಲ್ಲಿ ಸರ್ವೇ ಸಾಮಾನ್ಯ. ಅದು ನಿನಗೂ ತಿಳಿದಿದೆ' ಸತಿ ಮಗನನ್ನು ಮತ್ತೊಮ್ಮೆ ಸಮಾಧಾನಪಡಿಸಿದಳು.

'ಅಣ್ಣ! ಅಮ್ಮ ಹೇಳುತ್ತಿರುವ ಮಾತು ಸರಿಯಾಗಿದೆ' ಕಾರ್ತಿಕ ಹೇಳಿದ.

ಸತಿ ಕುಳಿತಿದ್ದ ಸ್ಥಳದಿಂದ ಎದ್ದು ಗಣೇಶನ ಬಳಿಗೆ ಬಂದು ಆತನನ್ನು ತಬ್ಬಿಕೊಂಡಳು. ನಂತರ ಮಗನ ಹಣೆಗೆ ಮುತ್ತನಿಟ್ಟು 'ಶಾಂತನಾಗಿರು ಮಗು ಎಂದಳು'.

ಗಣೇಶನ ಕಣ್ಣಲ್ಲಿ ನೀರು ಧಾರಾಕಾರವಾಗಿ ಹರಿಯಲಾರಂಭಿಸಿತು.

ಗಳಗಳನೆ ಅಳುತ್ತಲೇ ಹೇಳಿದ 'ಮತ್ತೊಮ್ಮೆ ನಿನ್ನನ್ನು ಯುದ್ಧಭೂಮಿಗೆ ಹೋಗುವುದಕ್ಕೆ ಬಿಡುವುದಿಲ್ಲ. ನಿನ್ನ ಮುಂದೆ ನಂತು ನಾನು ಹೋರಾಟ ಮಾಡುತ್ತೇನೆ. ನಿನಗೆ ರಕ್ಷಣೆ ನೀಡುತ್ತೇನೆ'.

ಸತಿ ಮಗನ ಬೆನ್ನು ತಟ್ಟಿದಳು.

— ⁂ —

ಶಿವ ಲೋಥಲ್‌ನ ರಾಜ್ಯಪಾಲರ ವಿಶೇಷ ಅತಿಥಿಗೃಹಕ್ಕೆ ಬಂದ. ಅದೊಂದು ವಿಶಾಲ ಸಭಾಂಗಣ. ಸತಿ ಅಲ್ಲಿದ್ದ ಕುರ್ಚಿಗಳನ್ನು ಪಕ್ಕಕ್ಕೆ ಸರಿಸಿ ಖಡ್ಗವನ್ನು ತಿರುಗಿಸುತ್ತಾ ಅಭ್ಯಾಸದಲ್ಲಿ ನಿರತಳಾಗಿದ್ದಳು. ಶಿವ ಆಕೆಯ ಯುದ್ಧ ಕೌಶಲವನ್ನು ನೋಡುತ್ತಾ ಹಾಗೆ

ಮೈಮರೆತು ನಿಂತಿದ್ದ. ಸತಿ ಮಿಂಚಿನ ವೇಗದಲ್ಲಿ ಚಿಮ್ಮಿ ಖಡ್ಗವನ್ನು ಝಳಪಿಸುತ್ತಿದ್ದಳು. ಹೀಗೆ ಒಮ್ಮೆ ಸತಿ ಮೇಲಕ್ಕೆ ಜಿಗಿದು ಖಡ್ಗ ಬೀಸುವಾಗ ಶಿವ ಕಣ್ಣಿಗೆ ಬಿದ್ದ.

ಕೂಡಲೆ ಸತಿ ಅಭ್ಯಾಸವನ್ನು ನಿಲ್ಲಿಸಿ ಶಿವನ ಬಳಿಗೆ ಬಂದಳು.

'ನೀವು ಯಾವಾಗ ಬಂದಿರಿ?'.

'ಈಗಷ್ಟೆ ಬಂದೆ ಸತಿ. ದ್ವಂದ್ವಯುದ್ಧದಲ್ಲಿ ನಿನ್ನನ್ನು ಗೆಲ್ಲುವುದು ಯಾರಿಂದಲೂ ಸಾಧ್ಯವಿಲ್ಲ. ನನ್ನಿಂದಲೂ ಕೂಡ'.

ಸತಿ ಮುಗುಳ್ನಕ್ಕಳು. ನಂತರ 'ನಿಮ್ಮ ಪ್ರೀತಿಗೆ ನಾನು ಋಣಿ' ಎಂದಳು.

ನಂತರ ಖಡ್ಗವನ್ನು ಒರೆಗೆ ಹಾಕಿ ಅದನ್ನು ಹತ್ತಿರದಲ್ಲಿದ್ದ ಶಸ್ತ್ರಾಗಾರದಲ್ಲಿ ಇಟ್ಟಳು.

'ಸತಿ! ನಾವಿಬ್ಬರೂ ಒಟ್ಟಾಗಿ ಪರಿಹಕ್ಕೆ ಹೋಗುವುದು ಸಾಧ್ಯವಿಲ್ಲ'.

'ಅದು ನನಗೆ ತಿಳಿದಿದೆ. ಪರಿಹ ಪ್ರವೇಶಿಸಲು ವಾಸುದೇವರಿಗೆ ಮತ್ತು ವಾಯುಪುತ್ರರಿಗೆ ಮಾತ್ರ ಅನುಮತಿ ಇದೆ ಎಂದು ಪಂಡಿತರು ಹೇಳಿದ್ದಾರೆ. ನಾನು ವಾಯುಪುತ್ರಳೂ ಅಲ್ಲ. ವಾಸುದೇವಳೂ ಅಲ್ಲ'.

'ಹಾಗೆ ನೋಡಿದರೆ ನಾನೂ ಈ ಯಾವ ಪಂಗಡಕ್ಕೂ ಸೇರಿದವನಲ್ಲ ಸತಿ'.

ಸತಿ ಅಂಗವಸ್ತ್ರದಿಂದ ಮುಖವನ್ನು ಮುಚ್ಚಿಕೊಳ್ಳುತ್ತಾ ಹೇಳಿದಳು 'ನೀವು ಸಾಕ್ಷಾತ್ ನೀಲಕಂಠ. ಎಲ್ಲಿಗೆ ಬೇಕಾದರೂ ಹೋಗಬಹುದು. ಯಾವ ಕಾನೂನು ಕಟ್ಟಳೆಗಳೂ ನಿಮಗೆ ಅನ್ವಯಿಸುವುದಿಲ್ಲ'.

ಶಿವ ಸತಿಯನ್ನು ಬರಸೆಳೆದು ಅಂಗವಸ್ತ್ರವನ್ನು ಆಕೆಯ ಮುಖದಿಂದ ತೆಗೆಯುವ ಪ್ರಯತ್ನಕ್ಕೆ ಮುಂದಾದ.

'ಶಿವ........' ಸತಿ ಪಿಸುಗುಟ್ಟಿದಳು

ಶಿವ ಆಕೆಯನ್ನು ಮತ್ತಷ್ಟು ಗಟ್ಟಿಯಾಗಿ ಬಿಗಿದಪ್ಪಿ ಹೇಳಿದ 'ಸತಿ, ನೀನು ನೇರವಾಗಿ ನನ್ನ ಕಣ್ಣುಗಳನ್ನು ನೋಡು. ಅದರಲ್ಲಿ ನಿನ್ನ ಸೌಂದರ್ಯದ ಪ್ರತಿಬಿಂಬ ಕಾಣುತ್ತದೆ. ನಾನು ಸದಾ ನಿನ್ನನ್ನು ಪ್ರೀತಿಸುತ್ತೇನೆ. ನಿನ್ನ ಆಂತರಿಕ ಸೌಂದರ್ಯವೇ ನನಗೆ ಸ್ಫೂರ್ತಿ'.

ಸತಿ ಇನ್ನೂ ಶಿವನ ಅಪ್ಪುಗೆಯಲ್ಲಿ ಬಂಧಿಯಾಗಿದ್ದಳು.

'ನಾನೂ ನಿಮ್ಮನ್ನು ಅತಿಯಾಗಿ ಪ್ರೀತಿಸುತ್ತೇನೆ ಶಿವ' ಸತಿ ಮೆಲುದನಿಯಲ್ಲಿ ಹೇಳಿದಳು.

ಅಧ್ಯಾಯ – 33

ಗುರುತರ ಸಂಚು

'ಯೋಜನೆ ಅದ್ಭುತವಾಗಿದೆ ಮಹಾಸ್ವಾಮಿ' ವಿದ್ಯುನ್ಮಾಲಿ ಉದ್ವೇಗದಿಂದ ಹೇಳಿದ.

ದಕ್ಷ ದೇವಗಿರಿ ಅರಮನೆಯ ಖಾಸಗಿ ಕೋಣೆಯಲ್ಲಿ ಆಪ್ತಮಿತ್ರ ವಿದ್ಯುನ್ಮಾಲಿಯೊಂದಿಗೆ ಕುಳಿತು ರಹಸ್ಯ ಸಮಾಲೋಚನೆಯಲ್ಲಿ ತೊಡಗಿದ್ದ. ದೇವಗಿರಿ ಯುದ್ಧವನ್ನು ಗೆದ್ದ ಕೂಡಲೆ ಮತ್ತೆ ಶಿವನ ಸೈನ್ಯದ ಮೇಲೆ ಎರಗಿ ಸಂಪೂರ್ಣವಾಗಿ ನಾಶ ಮಾಡಬೇಕಾಗಿತ್ತು ಎನ್ನುವುದು ವಿದ್ಯುನ್ಮಾಲಿಯ ನಿಲುವಾಗಿತ್ತು. ಆದರೆ ಪರ್ವತೇಶ್ವರ ಕಾದು ನೋಡುವ ತಂತ್ರಕ್ಕೆ ಮೊರೆಹೋಗಿದ್ದ. ಇತ್ತೀಚಿನ ದಿನಗಳಲ್ಲಿ ವಿದ್ಯುನ್ಮಾಲಿ ಹೆಚ್ಚು ಸಮಯವನ್ನು ದಕ್ಷನೊಂದಿಗೆ ಕಳೆಯುತ್ತಿದ್ದ. ದಕ್ಷ ಸಹ ವಿದ್ಯುನ್ಮಾಲಿಯನ್ನು ತನ್ನ ಖಾಸಗಿ ರಕ್ಷಣಾ ತಂಡದ ಮುಖ್ಯಸ್ಥನನ್ನಾಗಿ ನೇಮಿಸಿದ್ದ. ಸಾವಿರ ಮಂದಿ ಸೈನಿಕರೊಂದಿಗೆ ದಕ್ಷ, ಆತನ ಕುಟುಂಬ ಮತ್ತು ಇಡೀ ಅರಮನೆಗೆ ರಕ್ಷಣೆ ನೀಡುವುದು ವಿದ್ಯುನ್ಮಾಲಿಯ ಕರ್ತವ್ಯವಾಗಿತ್ತು. ವಿದ್ಯುನ್ಮಾಲಿ ತನಗೆ ತೀರಾ ಆಪ್ತನಾಗಿದ್ದಾನೆ ಎನ್ನುವುದು ಖಚಿತವಾದ ಕೂಡಲೆ ದಕ್ಷ ತನ್ನ ರಹಸ್ಯ ಯೋಜನೆಯೊಂದರ ಸಾಕಾರಕ್ಕೆ ಆತನನ್ನು ಬಳಸಿಕೊಳ್ಳಲು ನಿರ್ಧರಿಸಿದ. ದಕ್ಷ ತನ್ನ ರಹಸ್ಯ ಯೋಜನೆಯನ್ನು ಬೃಗು ಮತ್ತು ಪರ್ವತೇಶ್ವರನಿಗೂ ತಿಳಿಸಿರಲಿಲ್ಲ. ಅದು ತಿಳಿದಿದ್ದುದು ವಿದ್ಯುನ್ಮಾಲಿಗೆ ಮಾತ್ರ.

'ವಿದ್ಯುನ್ಮಾಲಿ! ಇದೊಂದು ರಹಸ್ಯ ಕಾರ್ಯಾಚರಣೆ. ಇದನ್ನು ಇತರರು ಒಪ್ಪುತ್ತಾರೋ ಇಲ್ಲವೋ ತಿಳಿಯುತ್ತಿಲ್ಲ' ದಕ್ಷ ಹೇಳಿದ.

'ಮಹಾಪ್ರಭು! ನೀವು ಈ ಸಾಮ್ರಾಜ್ಯದ ಸಾರ್ವಭೌಮರು. ನೀವೊಮ್ಮೆ ಒಂದು ನಿರ್ಧಾರ ತೆಗೆದುಕೊಂಡರೆ ಅದು ಮುಗಿದಂತೆ. ಯಾರು ಒಪ್ಪುತ್ತಾರೋ ಬಿಡುತ್ತಾರೋ ಒಟ್ಟಿನಲ್ಲಿ ಅದೇ ಮೆಲೂಹದ ನಿರ್ಧಾರವಾಗುತ್ತದೆ. ಅಲ್ಲವೇ ಪ್ರಭು?'.

'ಈ ಬಗ್ಗೆ ನಿನ್ನ ಅನ್ನಿಸಿಕೆ ಏನು ವಿದ್ಯುನ್ಮಾಲಿ?'.

'ನನ್ನ ಅನ್ನಿಸಿಕೆ ಇಲ್ಲಿ ಮುಖ್ಯವಲ್ಲ ಪ್ರಭು. ನಿಮಗೆ ಸರಿ ಎನಿಸಿದರೆ ಅದನ್ನು ಜಾರಿಗೊಳಿಸೋಣ. ಅದರ ಜವಾಬ್ದಾರಿ ನನ್ನದು'.

'ನನಗಂತೂ ಯೋಜನೆ ಇಷ್ಟವಾಗಿದೆ'.

'ಹಾಗಾದರೆ ಜಾರಿಗೊಳಿಸೋಣ ಮಹಾಪ್ರಭು. ಅದಕ್ಕಾಗಿ ನಾನೇನು ಮಾಡಬೇಕು ಹೇಳಿ. ನಿಮ್ಮ ಆದೇಶದಂತೆ ಮುನ್ನಡೆಯುತ್ತೇನೆ'.

'ನಾನಿನ್ನೂ ಈ ಬಗ್ಗೆ ವಿವರವಾದ ನೀಲನಕ್ಷೆ ತಯಾರಿಸಿಲ್ಲ. ಅದು ಹೇಗೆ ಮಾಡಬೇಕು? ಎಲ್ಲಿ ಮಾಡಬೇಕು? ಯಾವಾಗ ಮಾಡಬೇಕು? ಎಂಬುದನ್ನು ನೀನೇ ಯೋಚಿಸಿ ಹೇಳು. ಸಮಗ್ರ ಚಿತ್ರಣವನ್ನು ನೀಡುವುದಷ್ಟೇ ನನ್ನ ಕೆಲಸ'.

'ಖಂಡಿತ ಮಹಾಪ್ರಭು! ಆದರೆ ಬೃಗು ಮತ್ತು ಪರ್ವತೇಶ್ವರ ದೇವಗಿರಿಯಲ್ಲಿ ಇರುವವರೆಗೂ ನಮ್ಮ ಕೆಲಸ ಕೈಗೂಡುವುದು ಸಾಧ್ಯವಿಲ್ಲ. ನಮ್ಮ ಇಡೀ ಯೋಜನೆಯನ್ನು ಅವರಿಬ್ಬರೂ ಬುಡಮೇಲು ಮಾಡುವ ಸಾಧ್ಯತೆ ಇದೆ'.

'ಸಧ್ಯದಲ್ಲೇ ಅವರಿಬ್ಬರೂ ಕರಾಚಪ ನಗರಕ್ಕೆ ಹೋಗುವವರಿದ್ದಾರೆ. ಮೊದಲಿಗೆ ನಾನು ಅವರು ಅಲ್ಲಿಗೆ ಹೋಗುವುದಕ್ಕೆ ವಿರೋಧ ವ್ಯಕ್ತಪಡಿಸಿದ್ದೆ. ಆದರೆ ಈಗ ತಕ್ಷಣ ಅಲ್ಲಿಗೆ ಹೊರಡುವಂತೆ ಅವರಲ್ಲಿ ಮನವಿ ಮಾಡುತ್ತೇನೆ. ತರಾತುರಿಯಲ್ಲಿ ಅವರನ್ನು ನಗರದಿಂದ ಹೊರಹೋಗುವಂತೆ ಒತ್ತಡ ಹಾಕುತ್ತೇನೆ'.

'ಹಾಂ! ನೀವು ಹಾಗೇ ಮಾಡಿ ಪ್ರಭು. ಆದರೆ ಹತ್ಯೆ ಮಾಡುವುದಕ್ಕಾಗಿ ಸರಿಯಾದ ಜನರನ್ನೇ ನಾವು ಆಯ್ಕೆ ಮಾಡಬೇಕು. ಮೊದಲ ಪ್ರಯತ್ನದಲ್ಲೇ ಯಶಸ್ಸುಗಳಿಸಬೇಕು'.

'ಹೌದು ವಿದ್ಯುನ್ಮಾಲಿ! ಅಂತಹ ಹಂತಕರನ್ನು ಹುಡುಕುವುದು ಹೇಗೆ?'.

'ಅವರು ಹೊರನಾಡಿನವರಾಗಿರಬೇಕು. ಯಾರೂ ಅವರನ್ನು ಗುರುತಿಸುವಂತಿರಬಾರದು. ಅವರು ಮೈಮೇಲೆ ತೊಗಟೆಯನ್ನು ಮತ್ತು ಮುಖಕ್ಕೆ ಮುಸುಕನ್ನು ಹಾಕಿಕೊಂಡಿರಬೇಕು. ಯಾರಾದರೂ ಅಪ್ಪಿ-ತಪ್ಪಿ ನೋಡಿದರೆ ಅವರು ನಾಗಾಗಳಂತೆ ಕಾಣಬೇಕು. ಅಲ್ಲವೇ ಪ್ರಭು?'.

'ಹೌದು'.

'ಅಂತಹ ಕೆಲವು ಮಂದಿ ಹಂತಕರು ನನಗೆ ಪರಿಚಯವಿದ್ದಾರೆ ಮಹಾಪ್ರಭು. ಕೊಲ್ಲುವುದೇ ಅವರ ವ್ಯವಹಾರ. ನಮ್ಮ ಕೆಲಸಕ್ಕೂ ಅವರನ್ನು ಬಳಸಿಕೊಳ್ಳೋಣ'.

'ಅವರು ಎಲ್ಲಿಯವರು ವಿದ್ಯುನ್ಮಾಲಿ?'.

'ಈಜಿಪ್ಟಿನವರು ಮಹಾಪ್ರಭು'.

'ಅಯ್ಯೋ ವರುಣದೇವ! ಈಜಿಪ್ಟ್ ಇಲ್ಲಿಂದ ಬಹುದೂರ ಇದೆ ಅಲ್ಲವೇ ವಿದ್ಯುನ್ಮಾಲಿ?. ಅವರು ಅಷ್ಟು ದೂರದಿಂದ ಬರುವುದಕ್ಕೆ ಸಾಕಷ್ಟು ಸಮಯವಾಗುತ್ತದೆ'.

'ತಾವು ಅನುಮತಿ ನೀಡಿದರೆ ನಾನು ಈ ಕೂಡಲೆ ಅವರನ್ನು ಕರೆಸುತ್ತೇನೆ'.

'ಹೋಗಿ ಬಾ ವಿದ್ಯುನ್ಮಾಲಿ. ಹಿಡಿದ ಕೆಲಸವನ್ನು ಪೂರ್ಣಗೊಳಿಸು. ಶತಶತಮಾನಗಳ ಕಾಲ ಮೆಲೂಹ ನಿನ್ನ ಗೆಲುವಿನ ಗಾನ ಹಾಡುವಂತಾಗಲಿ'.

ದಕ್ಷ ದುಷ್ಕೃತ್ಯವೊಂದನ್ನು ಮಾಡಿಮುಗಿಸಲು ವಿದ್ಯುನ್ಮಾಲಿಯನ್ನು ಹರಸಿ ಬೀಳ್ಕೊಟ್ಟ.

'ಗೋಪಾಲ ಪಂಡಿತರೇ, ಮುಂದಿನ ಒಂದು ವಾರದೊಳಗೆ ನಾವು ಪರಿಹದತ್ತ ಪಯಣ ಬೆಳೆಸಬೇಕು' ಶಿವ ಹೇಳಿದ.

ಚೆನಾರಧ್ವಜನ ಕಚೇರಿಯಲ್ಲಿ ಶಿವ, ಗೋಪಾಲ ಪಂಡಿತರು, ಸತಿ, ಕಾಳಿ, ಗಣೇಶ, ಕಾರ್ತಿಕ, ಭಗೀರಥ, ಚಂದ್ರಕೇತು ಮತ್ತು ಮಾತಳಿ ಮಾತನಾಡುತ್ತಾ ಕುಳಿತಿದ್ದರು. ಮುಂಗಾರು ಮಳೆ ಆಗೊಮ್ಮೆ ಈಗೊಮ್ಮೆ ಬೀಳುತ್ತಾ ತಾನಿನ್ನು ಹೊರಡುತ್ತೇನೆ ಎನ್ನುವ ಸಂದೇಶ ನೀಡುತ್ತಿತ್ತು. ಶಿವ ಮತ್ತು ಗೋಪಾಲರು ಪುಟ್ಟ ನೌಕಾಪಡೆಯೊಂದಿಗೆ ದಕ್ಷಿಣ ದಿಕ್ಕಿನತ್ತ ಹೊರಡಲು ಸಿದ್ಧರಾಗಿದ್ದರು. ನರ್ಮದಾ ನದಿಯ ಡೆಲ್ಟಾ ದ್ವೀಪದಲ್ಲಿ ರಹಸ್ಯವಾಗಿ ವ್ಯಾಪಾರಿ ಹಡಗನ್ನು ಏರಿ ಪರಿಹಕ್ಕೆ ಹೋಗುವುದು ಅವರ ಯೋಜನೆಯಾಗಿತ್ತು. ಈಶಾನ್ಯ ದಿಕ್ಕಿನಿಂದ ಬೀಸುತ್ತಿದ್ದ ಗಾಳಿ ಶಿವನ ಪ್ರಯಾಣಕ್ಕೆ ಹೇಳಿ ಮಾಡಿಸಿದಂತಿತ್ತು.

'ನಾವು ಪರಿಹಕ್ಕೆ ಹೋಗುತ್ತಿರುವ ವಿಚಾರ ರಹಸ್ಯವಾಗಿರಬೇಕು. ನಮ್ಮ ಕೆಲಸದಲ್ಲಿ ಯಶಸ್ಸು ದೊರೆತರೆ ಯುದ್ಧ ಮುಗಿದಂತೆ' ಶಿವ ಹೇಳಿದ.

'ನಮ್ಮ ಯೋಜನೆ ಏನು ಮಹಾಸ್ವಾಮಿ?' ಭಗೀರಥ ಕೇಳಿದ.

'ಆ ವಿಚಾರ ನನಗೆ ಬಿಡು ಭಗೀರಥ. ಆದರೆ ನಾನು ಹಿಂತಿರುಗಿ ಬರುವವರೆಗೆ ಸತಿ ನಮ್ಮ ಸೈನ್ಯವನ್ನು ಮುನ್ನಡೆಸುತ್ತಾಳೆ' ಶಿವನ ಮಾತಿಗೆ ಎಲ್ಲರೂ ಸಮ್ಮತಿಸಿದರು.

ವಾಸ್ತವದಲ್ಲಿ ದೇವಗಿರಿ ಯುದ್ಧದಲ್ಲಿ ಹಿನ್ನಡೆ ಅನುಭವಿಸಿದ ನಂತರ ಸತಿ ಸೈನ್ಯವನ್ನು ಮುನ್ನಡೆಸಲು ನಿರಾಕರಿಸಿದ್ದಳು. ಆದರೆ ಶಿವ ಆಕೆಯನ್ನು ಒತ್ತಾಯ ಪೂರ್ವಕವಾಗಿ ಮತ್ತೆ ಸೈನ್ಯದ ಚುಕ್ಕಾಣಿ ಹಿಡಿಯುವಂತೆ ಮಾಡಿದ್ದ. ಶಿವನಿಗೆ ಸತಿಯ ಶಕ್ತಿ ಮತ್ತು ಸಾಮರ್ಥ್ಯದ ಮೇಲೆ ಅಪಾರ ನಂಬಿಕೆ ಮತ್ತು ಭರವಸೆಯಿತ್ತು.

'ನಮ್ಮ ಈ ಪ್ರಯತ್ನದಲ್ಲಿ ಯಶಸ್ಸು ದೊರೆಯಲಿ ಎಂದು ಎಲ್ಲರೂ ಶ್ರೀರಾಮ ಮತ್ತು ರುದ್ರದೇವನನ್ನು ಬೇಡಿಕೊಳ್ಳಿ' ಗೋಪಾಲ ಪಂಡಿತರು ಹೇಳಿದರು.

ಎಲ್ಲರೂ ಶ್ರೀರಾಮ ಮತ್ತು ರುದ್ರದೇವನಿಗೆ ಪ್ರಾರ್ಥನೆ ಸಲ್ಲಿಸಿದರು.

— ⚲Ⓘ⚶⚴⊛ —

ಶಿವ ಮಾನಸ ಸರೋವರದ ದಡದಲ್ಲಿ ನಿಂತು ದಿಗಂತದತ್ತ ನೋಡುತ್ತಿದ್ದ. ಸೂರ್ಯ ಪಶ್ಚಿಮದ ಮೋಡಗಳ ನಡುವೆ ಅಸ್ತಂಗತನಾಗುತ್ತಿದ್ದ. ಸಂಜೆಯಾದರೂ ಅದೇಕೋ ಏನೋ ತಂಗಾಳಿ ಬೀಸುತ್ತಿರಲಿಲ್ಲ. ಕೆಲವೇ ಕ್ಷಣಗಳಲ್ಲಿ ವಾತಾವರಣ ಬದಲಾಯಿತು. ಮೈಯೆಲ್ಲಾ ನಡುಗಲು ಪ್ರಾರಂಭವಾಯಿತು. ಆತ ಹಾಗೇ ತಿರುಗಿ ನೋಡಿದ. ಸುತ್ತಲೂ ಮಂಡಿ ಎತ್ತರದ ನೀರು. ದಡದಲ್ಲಿದ್ದ ನನ್ನ ಸುತ್ತ ನೀರು ಹೇಗೆ ಬಂತು ಎಂದು ಆಶ್ಚರ್ಯವಾಯಿತು. ಆತ ಹಾಗೇ ಸುತ್ತಲೂ ನೋಡಿ ನೀರಿನಿಂದ ಹೊರಬರಲು ಪ್ರಯತ್ನಿಸಿದ. ಅಷ್ಟರಲ್ಲಿ ದಟ್ಟ ಮಂಜು ಸುತ್ತಲೂ ಆವರಿಸಿಬಿಟ್ಟಿತು. ದೂರದಲ್ಲಿ ಕಾಣುತ್ತಿದ್ದ ತನ್ನ ಹಳ್ಳಿಯೂ ಕಾಣದಂತಾಯಿತು. ಹೇಗೋ ಕಷ್ಟಪಟ್ಟು ನೀರಿನಿಂದ ಹೊರಗೆ ಬಂದ. ಆಶ್ಚರ್ಯಕ್ಕೆ ಮಂಜು ಕರಗಿ ಎಲ್ಲವೂ ಸ್ಪಷ್ಟವಾಗಿ ಕಾಣತೊಡಗಿತು.

'ಸತಿ.......ಶಿವ ಜೋರಾಗಿ ಚೀರಿದ. ದೂರದಲ್ಲಿ ಸತಿ ಮರದ ಕಟ್ಟಿಗೆಯ ಮೇಲೆ ಕುಳಿತಿದ್ದಳು. ಅಕ್ಷರಶಃ ಅದು ಚಿತೆಯಂತೆ ಕಾಣುತ್ತಿತ್ತು. ಆಕೆಯ ದೇಹದ ಮೇಲೆ ರಕ್ಷಣಾ ಕವಚ. ಕೈಯಲ್ಲಿ ದಪ್ಪನೆಯ ಕಡಗ. ಸೊಂಟದಲ್ಲಿ ಕತ್ತಿ ಮತ್ತು ಬೆನ್ನ ಹಿಂದೆ ಗುರಾಣಿಯಿತ್ತು. ಆಕೆ ಯುದ್ಧಕ್ಕೆ ಸಿದ್ಧಳಾಗಿದ್ದಳು. ಆದರೆ ಆಕೆ ಕೇಸರಿ ಬಣ್ಣದ ಅಂಗವಸ್ತ್ರ ಧರಿಸಿದ್ದಳು. ಸಾಮಾನ್ಯವಾಗಿ ಬದುಕಿನ ಅಂತಿಮ ಯಾತ್ರೆಯ ಸಮಯದಲ್ಲಿ ಮಾತ್ರ ಮೆಲೂಹನ್ನರು ಕೇಸರಿ ಅಂಗವಸ್ತ್ರ ಧರಿಸುತ್ತಾರೆ. ಶಿವನಿಗೆ ಗಾಬರಿ'.

'ಸತಿ........' ಶಿವ ಮತ್ತೊಮ್ಮೆ ಕೂಗಿದ.

ಅಷ್ಟರಲ್ಲಿ ಸತಿ ಕಣ್ಣುಗಳನ್ನು ತೆರೆದು ಶಿವನತ್ತ ನೋಡಿ ನಸುನಕ್ಕಳು. ಆಕೆ ಏನೋ ಹೇಳುತ್ತಿರುವಂತೆ ಶಿವನಿಗೆ ಭಾಸವಾಯಿತು. ಆದರೆ ಏನು ಹೇಳುತ್ತಿದ್ದಾಳೆ ಎಂದು ಕೇಳಿಸುತ್ತಿರಲಿಲ್ಲ. ಆದರೂ ಸತಿಯ ಸಣ್ಣ ದನಿಯೊಂದು ಶಿವನ ಕಿವಿಗೆ ಬಿತ್ತು.

'ಶಿವ! ನಾನು ನಿನಗಾಗಿ ಕಾಯುತ್ತಿದ್ದೇನೆ'.

'ಏನು? ನನಗಾಗಿ ಕಾಯುತ್ತಿರುವೆಯಾ? ನೀನೆಲ್ಲಿಗೆ ಹೋಗುತ್ತಿರುವೆ ಸತಿ?'.

ಅಷ್ಟರಲ್ಲಿ ಇದ್ದಕ್ಕಿದ್ದಂತೆ ದೈತ್ಯಾಕಾರದ ಆಕೃತಿಯೊಂದು ಕೈಯಲ್ಲಿ ಉರಿಯುತ್ತಿದ್ದ ಪಂಜನ್ನು ಹಿಡಿದು ಕಟ್ಟಿಗೆಯ ಕುಂಡದ ಬಳಿಗೆ ಬಂತು. ನೋಡು ನೋಡುತ್ತಿದ್ದಂತೆ ಆತ ಕಟ್ಟಿಗೆಗೆ ಬೆಂಕಿ ಹಚ್ಚಿಬಿಟ್ಟ. ಅಲ್ಲೊಂದು ಅಗ್ನಿಕುಂಡ ಸೃಷ್ಟಿಯಾಯಿತು.

'ಸತಿ......' ಶಿವ ಜೋರಾಗಿ ಚೀರುತ್ತಾ ಉರಿಯುತ್ತಿದ್ದ ಅಗ್ನಿಕುಂಡದ ಬಳಿಗೆ ಓಡಿ ಬರಲಾರಂಭಿಸಿದ. ಇಷ್ಟಾದರೂ ಸತಿ ಉರಿಯುತ್ತಿದ್ದ ಅಗ್ನಿಕುಂಡದ ಮೇಲೇ

ಶಾಂತವಾಗಿ ಕುಳಿತಿದ್ದಳು.

'ಸತಿ! ಅಗ್ನಿಕುಂಡದಿಂದ ಹೊರಗೆ ಜಿಗಿ' ಶಿವ ಕೂಗಿದ.

ಆದರೆ ಸತಿ ಅತ್ತಿತ್ತ ಕದಲಲಿಲ್ಲ. ಶಿವ ಆಕೆಯಿಂದ ಕೆಲವೇ ಅಡಿಗಳ ಅಂತರದಲ್ಲಿದ್ದ. ಇನ್ನೇನು ಆಕೆಯ ಬಳಿ ಹೋಗಿ ಆಕೆಯನ್ನು ಅಗ್ನಿ ಜ್ವಾಲೆಯಿಂದ ಹೊರತರಬೇಕು ಎನ್ನುವಷ್ಟರಲ್ಲಿ ಹತ್ತಾರು ಸೈನಿಕರು ಆತನ ದಾರಿಗೆ ಅಡ್ಡಲಾಗಿ ನಿಂತುಬಿಟ್ಟರು. ಒಬ್ಬೊಬ್ಬ ಸೈನಿಕರೂ ರಾಕ್ಷಸನಂತಿದ್ದರು. ಶಿವ ಆ ಆಕೃತಿಯನ್ನು ಕನಸಿನಲ್ಲಿ ಮಾತ್ರ ಕಂಡಿದ್ದ. ಕೂಡಲೆ ಶಿವ ಖಡ್ಗವನ್ನು ಹೊರತೆಗೆದು ಅವರನ್ನು ಪಕ್ಕಕ್ಕೆ ತಳ್ಳಲಾರಂಭಿಸಿದ. ಆದರೆ ದೈತ್ಯ ಸೈನಿಕರೂ ಪ್ರತಿರೋಧ ಒಡ್ಡಲಾರಂಭಿಸಿದರು. ಶಿವ ತೀವ್ರ ಹೋರಾಟಕ್ಕೆ ಮುಂದಾದ. ಈ ನಡುವೆ ಕ್ಷಣ ಕ್ಷಣಕ್ಕೂ ಬೆಂಕಿಯ ಕೆನ್ನಾಲಿಗೆ ಎಲ್ಲೆಡೆ ಹರಡಲಾರಂಭಿಸಿತು. ಬೆಂಕಿ ಸತಿಯನ್ನು ಸಂಪೂರ್ಣ ಆವರಿಸಿಬಿಟ್ಟಿತು. ಹಾಗಾಗಿ ಶಿವ ಆಕೆಯನ್ನು ನೋಡುವುದಕ್ಕೂ ಸಾಧ್ಯವಾಗುತ್ತಿರಲಿಲ್ಲ. ಆದರೂ ಆಕೆ ಅಲ್ಲೇ ಕುಳಿತಿದ್ದಳು. ಬೆಂಕಿಯಿಂದ ಹೊರಬರುವ ಯಾವ ಪ್ರಯತ್ನವನ್ನೂ ಮಾಡಲಿಲ್ಲ.

'ಸತಿ..... ಸತಿ.....' ಶಿವ ಥಟ್ಟನೆ ಎದ್ದು ಕುಳಿತ.

ಆವರೆಗೆ ಕಂಡದ್ದು ಕನಸು ಎಂದು ಮನವರಿಕೆಯಾಯಿತು. ಮೈಯೆಲ್ಲಾ ಬೆವರಿತು. ಕಣ್ಣತ್ತಲು ನಿಧಾನವಾಗಿ ಸರಿಯಿತು. ಮಂದ ಬೆಳಕಿನಲ್ಲಿ ಶಿವ ಸತಿಯತ್ತ ನೋಡಿದ. ಆಕೆ ಶಾಂತಳಾಗಿ ಮಲಗಿದ್ದಳು. ಕೆನ್ನೆಯ ಮೇಲೆ ಸುಟ್ಟ ಗುರುತು ಸ್ಪಷ್ಟವಾಗಿ ಕಾಣುತ್ತಿತ್ತು. ಶಿವ ಕೂಡಲೆ ಮಲಗಿದ್ದ ಸತಿಯನ್ನು ಬಾಚಿ ತಬ್ಬಿಕೊಂಡ. ಇದರಿಂದ ಎಚ್ಚೆತ್ತ ಸತಿ ಕೇಳಿದಳು.

'ಶಿವ....... ಏನಾಯಿತು?'.

ಶಿವ ಮರುಮಾತನಾಡಲಿಲ್ಲ. ಆಕೆಯನ್ನು ಮತ್ತಷ್ಟು ಗಟ್ಟಿಯಾಗಿ ತಬ್ಬಿಕೊಂಡ. ಕಣ್ಣಂಚಿನಿಂದ ನೀರು ಸುರಿಯುತ್ತಿತ್ತು.

'ಶಿವ! ಏನಾಯಿತು ಹೇಳಿ........?'.

ಸತಿ ಶಿವನ ಕೆನ್ನೆಯನ್ನು ಮುಟ್ಟಿ ಎಚ್ಚರಿಸುತ್ತಾ ಕೇಳಿದಳು 'ಶಿವ! ಏನಾದರೂ ದುಃಸ್ವಪ್ನ ಕಂಡಿರಾ?'.

ಕೂಡಲೆ ಶಿವ ಗದ್ಗದಿತನಾಗಿ ಹೇಳಿದ 'ಸತಿ! ನಾನು ಹಿಂತಿರುಗಿ ಬರುವವರೆಗೂ ನೀನು ಯುದ್ಧ ಭೂಮಿಗೆ ಹೋಗಬಾರದು. ಹಾಗೆ ಹೋಗುವುದಿಲ್ಲ ಎಂದು ನನಗೆ ಮಾತುಕೊಡು'.

'ನನ್ನನ್ನು ಸೇನೆಯ ದಂಡನಾಯಕಿಯನ್ನಾಗಿ ಮಾಡಿದವರು ನೀವೇ. ಈಗ ಯುದ್ಧಕ್ಕೆ ಹೋಗಬೇಡ ಎಂದರೆ ಹೇಗೆ? ಸೈನ್ಯವನ್ನು ಮುನ್ನಡೆಸಬೇಕಾದವಳು ನಾನೆ ತಾನೇ?'.

ಶಿವ ಸುಮ್ಮನೆ ತಲೆಯಾಡಿಸಿದ.

'ಅದು ಕನಸು ಅಷ್ಟೇ ಶಿವ. ಅದಕ್ಕೇನೂ ಅರ್ಥವಿರುವುದಿಲ್ಲ. ನಾಳೆ ನೀವು ಮಹಾಪಯಣವೊಂದನ್ನು ಕೈಗೊಳ್ಳಬೇಕಿದೆ. ಅದರತ್ತ ಗಮನ ನೀಡಿ. ವಾಯುಪುತ್ರರ ಜತೆಗಿನ ಸಂಧಾನ ಯಶಸ್ವಿಯಾಗಲೇಬೇಕು. ಯಾವುದೋ ದುಃಸ್ವಪ್ನ ನಿಮ್ಮ ಮನಸ್ಸನ್ನು ಬೇರೆಡೆಗೆ ಸೆಳೆಯುವುದು ಬೇಡ'.

ಶಿವ ಸತಿಯನ್ನೇ ದಿಟ್ಟಿಸಿ ನೋಡುತ್ತಿದ್ದ.

'ಶಿವ! ಈ ದೇಶದ ಭವಿಷ್ಯ ಈಗ ನಿಮ್ಮ ಕೈಯಲ್ಲಿದೆ. ಅದರ ರಕ್ಷಣೆ ನಿಮ್ಮ ಹೊಣೆ. ಹಾಗಾಗಿ ನೀವು ವಿಚಲಿತರಾಗಬೇಡಿ. ಅದು ಕನಸು ಅಷ್ಟೇ'.

'ನೀನಲ್ಲದೆ ನಾನು ಬದುಕಲಾರೆ ಸತಿ'.

'ನೀವು ನನ್ನನ್ನು ಬಿಟ್ಟು ಬದುಕುವ ಪ್ರಮೇಯವೇ ಬರಲಾರದು. ನಾನು ನಿಮ್ಮ ಆಗಮನದ ನಿರೀಕ್ಷೆಯಲ್ಲಿರುತ್ತೇನೆ'.

ಶಿವ ಸತಿಯನ್ನು ಬರಸೆಳೆದು ಬಿಗಿದಪ್ಪಿಕೊಂಡು ಹೇಳಿದ 'ಸತಿ! ನಾನು ಹಿಂತಿರುಗಿ ಬರುವವರೆಗೂ ನೀನು ಬೆಂಕಿಯಿಂದ ದೂರವಿರು'.

'ಏನು! ಬೆಂಕಿಯಿಂದ ದೂರವಿರಬೇಕೆ?'.

'ಹೌದು ಸತಿ! ನೀನು ಹಾಗೆಂದು ನನಗೆ ಭಾಷೆ ನೀಡಬೇಕು'.

'ಹಾಗೆ ಆಗಲಿ ಶಿವ! ನೀವು ನಿಶ್ಚಿಂತೆಯಿಂದ ಹೋಗಿ ಬನ್ನಿ. ನಿಮಗೆ ಶುಭವಾಗಲಿ'.

ಅಧ್ಯಾಯ – 34

ಅಂಬರ್‌ಗಾನ್‌ನಿಂದ ದೊರೆತ ಸಹಾಯ

ಶಿವ ಪರಿಹಕ್ಕೆ ಹೊರಡಲು ಸಿದ್ಧನಾದ. ಹೊರಡುವ ಮುನ್ನ ಸತಿಯೊಂದಿಗೆ ಖಾಸಗಿಯಾಗಿ ಮಾತನಾಡುವ ಆಸೆಯಾಯಿತು. ಹಾಗಾಗಿ ಆತ ಎಲ್ಲರನ್ನೂ ಹೊರಗೆ ಕಳುಹಿಸಿದ. ಸತಿ, ಶಿವ ಏಕಾಂತದಲ್ಲಿ ಕೆಲಹೊತ್ತು ಕಳೆದರು. ಶಿವ ಸತಿಗೊಮ್ಮೆ ಮುತ್ತಿಟ್ಟ. ಸತಿ ಹಿಂದಿನ ದಿನ ಬಿದ್ದಿದ್ದ ಕನಸಿನ ಬಗ್ಗೆ ಹೆಚ್ಚು ತಲೆಕೆಡಿಸಿಕೊಳ್ಳದಂತೆ ಶಿವನಿಗೆ ಹೇಳಿದಳು. ಶಿವ ಪ್ರೀತಿಯ ಅಪ್ಪುಗೆಯನ್ನಿತ್ತು ಅಲ್ಲಿಂದ ಹೊರಟ. ಕೆಲವು ದಿನಗಳ ಪ್ರಯಾಣದ ಬಳಿಕ ಶಿವ ಮತ್ತು ಗೋಪಾಲ ಪಂಡಿತರು ನರ್ಮದಾ ನದಿಯ ಡೆಲ್ಟಾ ದ್ವೀಪದ ರಹಸ್ಯ ತಾಣವೊಂದರ ಬಳಿಗೆ ಬಂದರು. ಅಷ್ಟರಲ್ಲಾಗಲೇ ಒಂದು ಪುಟ್ಟ ವ್ಯಾಪಾರಿ ಹಡಗು ಅಲ್ಲಿ ಬಂದು ನಿಂತಿತ್ತು. ಶಿವ ಮತ್ತು ಗೋಪಾಲರು ಆ ರಹಸ್ಯದ ತಾಣದಲ್ಲೇ ರಾತ್ರಿ ತಂಗಿದರು. ಮೂರನೆಯ ದಿನ ನಸುಕಿನಲ್ಲಿ ವ್ಯಾಪಾರಿ ಹಡಗಿನಲ್ಲಿ ಕುಳಿತು ಪರಿಹದತ್ತ ಹೊರಟರು. ದಕ್ಷನ ಗೂಢಚಾರರು ಶಿವನ ಹಡಗು ಪಂಚವಟಿಯತ್ತ ಹೊರಟಿದ್ದನ್ನು ಕಂಡು ದಿಕ್ಕು ತಪ್ಪಿದರು.

ಇತ್ತ ಶಿವ ವ್ಯಾಪಾರಿ ಹಡಗನ್ನು ನೋಡಿ ಆಶ್ಚರ್ಯದಿಂದ ಕೇಳಿದ 'ಇಷ್ಟು ಅದ್ಭುತವಾದ ಹಡಗು ತಯಾರಾಗಿದ್ದು ಎಲ್ಲಿ ಪಂಡಿತರೇ?'.

'ಅದು ತಯಾರಾಗಿರುವುದು ಅಂಬರ್‌ಗಾನ್ ಎಂಬ ಪುಟ್ಟ ಹಳ್ಳಿಯಲ್ಲಿ'.

'ಅಂಬರ್‌ಗಾನ್ ಎಲ್ಲಿದೆ?'.

'ಅದು ನರ್ಮದಾ ನದಿಯ ಡೆಲ್ಟಾ ದ್ವೀಪದ ದಕ್ಷಿಣಕ್ಕಿದೆ'.

'ಅಂದರೆ ಅದು ಮೆಲೂಹ ಮತ್ತು ಸ್ವದ್ವೀಪ ಎರಡಕ್ಕೂ ಸೇರಿದ್ದಲ್ಲ ಎಂದಾಯಿತು ಅಲ್ಲವೇ?'.

'ಹೌದು! ಹಾಗಾಗಿಯೇ ಅಲ್ಲಿ ಅತ್ಯುತ್ತಮ ಹಡಗುಗಳನ್ನು ನಿರ್ಮಿಸಲು ಸಾಧ್ಯವಾಗಿದೆ. ಅಲ್ಲಿನ ರಾಜನ ಹೆಸರು ಜಾದವ್ ರಾಣ. ಅನೇಕ ಬಾರಿ ನಾಗಾಗಳು ಆತನಿಗೆ ಸಹಾಯ ಮಾಡಿದ್ದಾರೆ. ನಾಗಾಗಳ ಸ್ನೇಹಕ್ಕೆ ಜಾದವ್ ರಾಣ ಹೆಚ್ಚಿನ ಆದ್ಯತೆ ನೀಡುತ್ತಾನೆ. ಮುಖ್ಯವಾಗಿ ಇಲ್ಲಿನ ಜನ ಅದ್ಭುತವಾದ ಹಡಗುಗಳನ್ನು ಕಟ್ಟಬಲ್ಲ

ಸಾಮರ್ಥ್ಯ ಹೊಂದಿದ್ದಾರೆ. ಅಂಥದ್ದೇ ಹಡಗು ಈಗ ನಮ್ಮನ್ನು ಪರಿಹಕ್ಕೆ ಕೊಂಡೊಯ್ಯುತ್ತಿದೆ. ಇದರ ವೇಗಕ್ಕೆ ಸರಿಸಾಟಿಯಾಗಬಲ್ಲ ಮತ್ತೊಂದು ಹಡಗಿಲ್ಲ'.

'ಅದಕ್ಕೆ ನಾವು ಅವರಿಗೆ ಆಭಾರಿಯಾಗಿರಬೇಕು ಪಂಡಿತರೇ!'.

'ಇಲ್ಲ ನೀಲಕಂಠ, ನಿಜ ಹೇಳಬೇಕೆಂದರೆ ಅಂಬರ್‌ಗಾನ್‌ಗೆ ಪರಿಹನ್ನರು ಕೃತಜ್ಞರಾಗಿರಬೇಕು. ಅಂಬರ್‌ಗಾನಿಯರು ನೀಲಕಂಠನನ್ನು ಪರಿಹಕ್ಕೆ ಬರುವಂತೆ ಮಾಡಿದ್ದಾರೆ ಅಲ್ಲವೇ? ನೀಲಕಂಠನೆಂಬ ಅಪರೂಪದ ಉಡುಗೊರೆಯೊಂದನ್ನು ಪರಿಹಕ್ಕೆ ನೀಡುತ್ತಿದ್ದಾರೆ ಅಲ್ಲವೇ?'.

ಶಿವನಿಗೆ ಸ್ವಲ್ಪ ಮುಜುಗರವಾಯಿತು.

ಆತ ಹೇಳಿದ 'ನಾನ್ಯಾವ ಉಡುಗೊರೆ ಪಂಡಿತರೇ?'.

'ಹೌದು ಶಿವ, ನೀನೊಬ್ಬ ಮಹಾಪುರುಷ. ವಾಯುಪುತ್ರರ ಮಹೋನ್ನತ ಉದ್ದೇಶವನ್ನು ಈಡೇರಿಸುವಲ್ಲಿ ನಿನ್ನ ಪಾತ್ರ ಮಹತ್ತರವಾದುದು. ಅಷ್ಟೇ ಅಲ್ಲ, ರುದ್ರದೇವನ ಆಶಯವನ್ನು ಈಡೇರಿಸಲು ಹೊರಟಿರುವವನು ನೀನು. ದುಷ್ಟಸಂಹಾರ ಮಾಡಲು ಹೊರಟಿರುವವನು. ಹಾಗಾಗಿ ಪರಿಹ ಸಹ ಮುಂದೆ ಎಂದಾದರೊಂದು ದಿನ ತನ್ನ ಲ್ಲಿರುವ ಉಡುಗೊರೆಯನ್ನು ಅಂಬರ್‌ಗಾನ್‌ಗೆ ಕಳುಹಿಸಿಕೊಡುತ್ತದೆ ಎನ್ನುವುದು ನನ್ನ ಭಾವನೆ'.

ಶಿವ ಮಾತನಾಡದೇ ಮೌನಕ್ಕೆ ಶರಣಾದ. ಮುಂದೆ ನಿರಂತರ ಸಮುದ್ರಯಾನದಿಂದ ಬಸವಳಿದ. ತಿಂದದ್ದೆಲ್ಲಾ ಆಗಾಗ ವಾಂತಿಯಾಗುತ್ತಿತ್ತು. ಜತೆಗೆ ತೀವ್ರ ಬಳಲಿಕೆ. ಶಿವ ಅಂತಹ ದೀರ್ಘ ಪಯಣವನ್ನು ಎಂದೂ ಕೈಗೊಂಡಿರಲಿಲ್ಲ. ಹಾಗಾಗಿ ಆರೋಗ್ಯದಲ್ಲಿ ಏರುಪೇರಾಗಿತ್ತು. ಇತ್ತ ವಾಸುದೇವ ಪಂಡಿತರು ಆಗಾಗ ಗಿಡಮೂಲಿಕೆಯ ಔಷಧಿಯನ್ನು ನೀಡಿ ಬೇನೆಗೆ ಪರಿಹಾರ ನೀಡುತ್ತಿದ್ದರು. ದಿನಕಳೆದಂತೆ ಶಿವನ ಆರೋಗ್ಯ ಸುಧಾರಿಸಿತು. ಮತ್ತೆ ಹುರುಪಿನಿಂದ ಪಯಣ ಮುಂದುವರಿಸಿದ.

ಬೃಗು ಮತ್ತು ಪರ್ವತೇಶ್ವರ ಬೃಹತ್ ಸೈನ್ಯದೊಂದಿಗೆ ದೇವಗಿರಿಯನ್ನು ಬಿಟ್ಟು ಕರಾಚಪದತ್ತ ಹೊರಟಿದ್ದರು. ಮೆಲೂಹ ಸೈನ್ಯವನ್ನು ದೇವಗಿರಿ ಮತ್ತು ಕರಾಚಪದಲ್ಲಿ ಸಮಪ್ರಮಾಣದಲ್ಲಿ ನಿಯೋಜಿಸುವುದು ಅವರ ಉದ್ದೇಶವಾಗಿತ್ತು.

'ಯುದ್ಧ ಭೂಮಿಯನ್ನು ದೇವಗಿರಿಯಿಂದ ಕರಾಚಪಕ್ಕೆ ಸ್ಥಳಾಂತರಿಸುವುದು ಸರಿಯಾದ ಕ್ರಮ ಪರ್ವತೇಶ್ವರ. ಇದರಿಂದ ದಕ್ಷನ ಹುಚ್ಚು ಆದೇಶಗಳನ್ನು ನೀನು ಪಾಲಿಸುವುದು ತಪ್ಪುತ್ತದೆ' ಬೃಗು ಹೇಳಿದ.

ವಾಸ್ತವದಲ್ಲಿ ಬೃಗು ಪರ್ವತೇಶ್ವರನ ಮುಂದೆ ಮೆಲೂಹದ ಸಾರ್ವಭೌಮನನ್ನು ಅವಮಾನಿಸುತ್ತಿದ್ದ. ಹಾಗಾಗಿ ಬೃಗುವಿನ ಮಾತು ಪರ್ವತೇಶ್ವರನಿಗೆ ಇಷ್ಟವಾಗಲಿಲ್ಲ. ಆತ ಪ್ರತಿಕ್ರಿಯೆ ನೀಡದೆ ಮೌನಕ್ಕೆ ಜಾರಿದ.

ದಂಡನಾಯಕನ ಪ್ರತಿಕ್ರಿಯೆಯನ್ನು ನೋಡಿ ಬೃಗು ಹೇಳಿದ 'ನೀನೊಬ್ಬ ಅಪರೂಪದ ವ್ಯಕ್ತಿತ್ವದವನು ಪರ್ವತೇಶ್ವರ. ಶ್ರೀರಾಮನಿಗೆ ನೀನು ಹೆಮ್ಮೆ ತಂದಿರುವೆ'.

ಇತ್ತ ಶಿವನನ್ನು ಹೊತ್ತ ವ್ಯಾಪಾರಿ ಹಡಗು ವೇಗವಾಗಿ ಪರಿಹದತ್ತ ಸಾಗುತ್ತಿತ್ತು. ಹಡಗಿನಲ್ಲಿ ಶಿವ ಮತ್ತು ಪಂಡಿತರು ಲೋಕಾಭಿರಾಮವಾಗಿ ಮಾತನಾಡುತ್ತಿದ್ದರು.

'ನಾವೀಗ ಪಶ್ಚಿಮ ಸಮುದ್ರವನ್ನು ದಾಟಿಹೋಗುತ್ತಿದ್ದೇವೆ. ಮುಂದೆ ಎದುರಾಗುವುದು ಐವತ್ತು ಕಿಲೋಮೀಟರ್ ದೂರದ ಕಿರಿದಾದ ಜಲಸಂಧಿ' ಪಂಡಿತರು ಹೇಳಿದರು.

'ಜಲಸಂಧಿಯ ಆಚೆಗೆ ಏನದೆ ಪಂಡಿತರೇ?'.

'ಜಮ ರಾಯಿಂಗ್'.

'ಹಾಗೆಂದರೇನು?'.

ಗೋಪಾಲ ಪಂಡಿತರು ನಸುನಗುತ್ತಾ ಹೇಳಿದರು 'ರಾಯಿಂಗ್ ಎಂದರೆ ಸ್ಥಳೀಯ ಭಾಷೆಯಲ್ಲಿ 'ಸಮುದ್ರ' ಎಂದರ್ಥ. ಜಮ ಎಂದರೆ 'ಇಲ್ಲಿಗೆ ಬನ್ನಿ' ಎಂದು. ಒಟ್ಟಾರೆ 'ಜಮ ರಾಯಿಂಗ್' ಎಂದರೆ 'ಈ ಸಮುದ್ರಕ್ಕೆ ಬನ್ನ' ಎನ್ನುವ ಅರ್ಥವಿದೆ. ಅಂದರೆ ಈಲಂ, ಮೆಸಪಟೋಮಿಯಾ ಮತ್ತು ಪರಿಹಕ್ಕೆ ಹೋಗುವವರಿಗೆ ಈ ಸಮುದ್ರವೇ ಹೆಬ್ಬಾಗಿಲು, ಇದರ ಮೂಲಕವೇ ಸಾಗಬೇಕು ಎನ್ನುವ ಅರ್ಥ'.

'ಮೆಸಪಟೋಮಿಯಾ ಎಂದರೆ ಮೆಲೂಹದೊಂದಿಗೆ ವ್ಯಾಪಾರ-ವಹಿವಾಟಿನ ಸಂಬಂಧ ಇಟ್ಟುಕೊಂಡಿರುವ ನಗರವಲ್ಲವೇ?'.

'ಹೌದು! ಅದೊಂದು ಶ್ರೀಮಂತ ಸಾಮ್ರಾಜ್ಯ. ಯೂಪ್ರಟೀಸ್ ಮತ್ತು ಟೈಗ್ರೀಸ್ ನದಿಯ ದಡದಲ್ಲಿರುವ ಮಹಾನ್ ನಗರ'.

'ಅಂದರೆ ಅದು ಮೆಲೂಹ ಮತ್ತು ಸ್ವದ್ವೀಪಕ್ಕಿಂತಲೂ ದೊಡ್ಡದಿದೆಯೇ?' ಶಿವ ಕೇಳಿದ.

'ಅದೇನು ಮೆಲೂಹಕ್ಕಿಂತ ದೊಡ್ಡ ನಗರವಲ್ಲ. ಆದರೆ ಜಗತ್ತಿನಲ್ಲಿ ಮೊಟ್ಟಮೊದಲ ಬಾರಿಗೆ ಮನುಷ್ಯನ ನಾಗರೀಕತೆ ಅರಳಿದ್ದು ಇದೇ ಮೆಸಪಟೋಮಿಯಾದಲ್ಲಿ ಎಂದು ಭಾರತೀಯರು ನಂಬಿದ್ದಾರೆ'.

'ಆದರೆ ಮಾನವನ ನಾಗರೀಕತೆ ಪ್ರಾರಂಭವಾದದ್ದು ಮೆಲೂಹದಲ್ಲಿ ಅಲ್ಲವೇ ಪಂಡಿತರೆ?'.

'ಹೌದು! ಒಂದಷ್ಟು ಜನ ಹಾಗೇ ಭಾವಿಸಿದ್ದಾರೆ. ಆದರೆ ಯಾರು ಸರಿ? ಯಾರು ತಪ್ಪು? ಎನ್ನುವುದು ಅವರವರ ತರ್ಕಕ್ಕೆ ಬಿಟ್ಟದ್ದು. ಆದರೆ ನಾಗರಿಕತೆ ಎಲ್ಲಾದರೂ ಹುಟ್ಟಿರಲಿ ಅದಾದ ಎಷ್ಟೋ ವರ್ಷಗಳ ನಂತರ ಜನ ನಾಗರೀಕತೆಯನ್ನು ಕಲಿತುಕೊಂಡರು'.

ಶಿವ ನಸುನಗುತ್ತಾ ಮುಂದಿನ ಪ್ರಶ್ನೆ ಕೇಳಿದ 'ಈಲಂ ಎಲ್ಲಿದೆ ಪಂಡಿತರೇ? ಅದೇನಾದರೂ ಪರಿಹಕ್ಕೆ ಹತ್ತಿರದಲ್ಲಿದೆಯೇ?'.

'ಈಲಂ ಮೆಸಪಟೋಮಿಯಾದ ಆಗ್ನೇಯ ದಿಕ್ಕಿನಲ್ಲಿರುವ ಪುಟ್ಟ ಸಾಮ್ರಾಜ್ಯ. ಈ ಸಾಮ್ರಾಜ್ಯಕ್ಕೆ ಪರೋಕ್ಷವಾಗಿ ರಕ್ಷಣೆ ನೀಡುತ್ತಿರುವುದು ಪರಿಹ'.

'ಆದರೆ ಪರಿಹನ್ನರು ಸ್ಥಳೀಯ ರಾಜಕಾರಣದಲ್ಲಿ ಭಾಗಿಯಾಗುವುದಿಲ್ಲ ಅಲ್ಲವೇ?'.

'ನಿಜ! ಈ ಭಾಗದಲ್ಲಿರುವ ಅನೇಕರಿಗೆ ವಾಯುಪುತ್ರರು ಯಾರು ಎನ್ನುವುದೇ ತಿಳಿದಿಲ್ಲ. ಹಾಗಾಗಿ ಮೆಸಪಟೋಮಿಯಾದಲ್ಲಿನ ತೋಟಗಾರನೊಬ್ಬ ಆಗಾಗ ಈಲಂ ಮೇಲೆ ದಾಳಿ ಮಾಡುತ್ತಾ ಈಲಂಗೆ ಸೇರಿದ ಭೂಭಾಗವನ್ನು ಕಬಳಿಸಲು ಪ್ರಯತ್ನ ಮಾಡುತ್ತಿದ್ದ'.

'ಏನು ತೋಟಗಾರ ಹೀಗೆ ಮಾಡುತ್ತಿದ್ದನೇ? ಆತ ಹೇಗೆ ಯೋಧನಾಗಲು ಸಾಧ್ಯ? ಅತನೇನು ಸೈನಿಕರಂತೆ ತರಬೇತಿ ಪಡೆದಿದ್ದನೇ?'.

'ನಿಜ! ಆತ ತೋಟಗಾರ. ಆದರೆ ಆತ ಮಹಾ ಚಾಣಾಕ್ಷ. ಬುದ್ಧಿವಂತಿಕೆಯಿಂದ ತನ್ನವರನ್ನು ಒಂದುಗೂಡಿಸಿ ಇಡೀ ಮೆಸಪಟೋಮಿಯಾವನ್ನು ತನ್ನ ಹಿಡಿತಕ್ಕೆ ತೆಗೆದುಕೊಂಡ. ನಂತರ ಈಲಂ ಮೇಲೆ ಸತತ ದಾಳಿ ಮಾಡಲಾರಂಭಿಸಿದ. ಅಷ್ಟೇ ಏಕೆ ಇಡೀ ಭರತ ಖಂಡವನ್ನೇ ತನ್ನ ಹಿಡಿತಕ್ಕೆ ತೆಗೆದುಕೊಳ್ಳುವುದು ಆತನ ಮಹತ್ವಾಕಾಂಕ್ಷೆಯಾಗಿತ್ತು. ಆತ ಈಲಂನ ಗಡಿಗೆ ಬರುತ್ತಿದ್ದಂತೆ ವಾಯುಪುತ್ರರು ಈಲಂ ಬೆಂಬಲಕ್ಕೆ ನಿಂತರು. ವಾಯುಪುತ್ರರ ಸಹಾಯದಿಂದ ಈಲಂ ರಾಜರು ಮೆಸಪಟೋಮಿಯಾದ ತೋಟಗಾರನನ್ನು ಯಶಸ್ವಿಯಾಗಿ ಹಿಮ್ಮೆಟ್ಟಿಸಿದರು'.

'ಅಂದ ಹಾಗೆ ಆ ತೋಟಗಾರನ ಹೆಸರೇನು ಪಂಡಿತರೇ?'.

'ಆತನ ನಿಜನಾಮ ಯಾರಿಗೂ ತಿಳಿದಿಲ್ಲ. ಎಲ್ಲರೂ ಅವನನ್ನು 'ಸರಗಾನ್' ಎನ್ನುತ್ತಾರೆ. ಆತನ ತಂದೆ ಒಬ್ಬ ನೀರು ಸರಬರಾಜುದಾರ. ಹೆಸರು 'ಅಕ್ಕಿ'. ಹಾಗಾಗಿ ಸರಗಾನ್‌ನ ಬೆಂಬಲಿಗರು ತಮ್ಮನ್ನು ಅಕ್ಕಿಗಳು ಎಂದು ಕರೆದುಕೊಂಡರು. ಅವರ ಸಾಮ್ರಾಜ್ಯಕ್ಕೆ ಅಕ್ಕಿ ಸಾಮ್ರಾಜ್ಯ ಎಂದು ಹೆಸರಿಟ್ಟರು'.

'ಆ ಸಾಮ್ರಾಜ್ಯ ಇನ್ನು ಅಸ್ತಿತ್ವದಲ್ಲಿದೆಯೇ?'.

'ಇಲ್ಲ ಅದು ಅವನತಿಯತ್ತ ಸಾಗಿ ಬಹುಕಾಲವೇ ಕಳೆದಿದೆ'.

ಅಷ್ಟು ಹೊತ್ತಿಗಾಗಲೇ ಕತ್ತಲಾಗಿತ್ತು. ಇಬ್ಬರೂ ಮಲಗಲು ತೆರಳಿದರು.

— ⅄⓪Ⴎ↑⊛ —

ಇತ್ತ ಗಣೇಶನ ಸೈನಿಕರು ಕೆಲಸವಿಲ್ಲದೆ ದಿನದಿಂದ ದಿನಕ್ಕೆ ಸೋಮಾರಿಗಳಾಗುತ್ತಿದ್ದರು. ಸಧ್ಯಕ್ಕೆ ಯುದ್ಧ ನಡೆಯುವ ಸಾಧ್ಯತೆ ಇರಲಿಲ್ಲ. ಹಾಗಾಗಿ ಅವರೆಲ್ಲರೂ ಹೆಚ್ಚಿನ ಅಭ್ಯಾಸ ಮಾಡುತ್ತಿರಲಿಲ್ಲ. ನಿತ್ಯ ಕುಡಿತ ಮತ್ತು ಜೂಜಾಟದಲ್ಲಿ ತೊಡಗಿದ್ದರು. ಇದನ್ನು ಗಮನಿಸಿದ ಗಣೇಶ ಮತ್ತು ಕಾಳಿ ಸೈನಿಕರನ್ನು ಹತ್ತಿರದ ಕಾಡಿನಲ್ಲಿ ಪ್ರಾಣಿಗಳನ್ನು ಬೇಟೆಯಾಡುವುದಕ್ಕೆ ನಿಯೋಜಿಸಿದರು. ಆ ಮೂಲಕ ಸೈನಿಕರು ತಮ್ಮನ್ನು ಬೇಟೆಯಲ್ಲಿ ತೊಡಗಿಸಿಕೊಳ್ಳುವಂತೆ ಮಾಡಿದರು. ಅಲ್ಲದೆ ಅವರು ಬೇಟೆಯಾಡಿ ತಂದ ಮಾಂಸದಿಂದ ಪುಷ್ಕಳ ಭೋಜನವೂ ಆಗುತ್ತಿತ್ತು.

*****

ಅದಾಗಲೇ ಒಂದೂವರೆ ತಿಂಗಳ ಪಯಣ ಮುಗಿದಿತ್ತು. ಶಿವನ ಹಡಗಿಗೆ ಜಮ ಸಮುದ್ರದ ದಂಡೆಯಲ್ಲಿ ಲಂಗರು ಹಾಕಲಾಯಿತು. ಅದೊಂದು ಜನನಿಬಿಡ ಪ್ರದೇಶ. ಸುತ್ತ-ಮುತ್ತ ನೀರವ ಮೌನ. ಅಲ್ಲಿ ನಾಗರಿಕತೆಯ ಸೋಂಕೂ ಇಲ್ಲದಂತೆ ಭಾಸವಾಗುತ್ತಿತ್ತು. ಶಿವನಿಗೇನೂ ಆಶ್ಚರ್ಯವಾಗಲಿಲ್ಲ. ಕಾರಣ ವಾಸುದೇವರಂತೆ ವಾಯುಪುತ್ರರೂ ನಮ್ಮ ಇರುವಿಕೆಯನ್ನು ರಹಸ್ಯವಾಗಿಟ್ಟಿದ್ದಾರೆ ಎಂಬ ಸರಳ ಸತ್ಯ ಶಿವನಿಗೆ ತಿಳಿದಿತ್ತು. ಹಾಗಾಗಿ ಆತ ಬಂದರಿನಲ್ಲಿ ಭವ್ಯ ಸ್ವಾಗತವನ್ನೇನೂ ನಿರೀಕ್ಷಿಸಿರಲಿಲ್ಲ. ಶಿವ ಸುತ್ತಲೂ ಕಣ್ಣಾಡಿಸಿದ. ದಂಡೆಯಲ್ಲಿ ಎತ್ತರದ ಪೊದೆಗಳು ಬೆಳೆದಿದ್ದವು. ಅಲ್ಲಲ್ಲಿ ಕೆಂಪು ಕಿತ್ತಳೆ ಬಣ್ಣದ ಹಣ್ಣುಗಳು. ದಟ್ಟ ಹಸಿರು ಮತ್ತು ಕೆಂಪು ಎಲೆಗಳು. ಹೊರನೋಟಕ್ಕೆ ಇಡೀ ಪ್ರದೇಶ ಹೊತ್ತಿ ಉರಿಯುತ್ತಿದೆಯೇನೋ ಎನ್ನುವಂತೆ ಭಾಸವಾಗುತ್ತಿತ್ತು.

ಶಿವ ನೇರವಾಗಿ ಹಡಗಿನ ಉಪ್ಪರಿಗೆಗೆ ಬಂದು ಆ ಪೊದೆಗಳತ್ತ ನೋಡಿದ. ಆಶ್ಚರ್ಯವೆಂದರೆ ಪೊದೆಗಳು, ಹತ್ತಿರದಲ್ಲಿದ್ದ ಬಿಳಿಯ ಮರಳು ರಾಶಿ ಮತ್ತು ಕಪ್ಪನೆಯ

ಬಂಡೆಗಳು ಈ ಎಲ್ಲವೂ ಒಟ್ಟಾಗಿ ಸೇರಿ ಅಲ್ಲಲ್ಲಿ ಅದ್ಭುತವಾದ ಪವಿತ್ರ ಅಗ್ನಿಯ ಆಕೃತಿ ರೂಪಗೊಂಡಿತ್ತು. ಅದುವೆ 'ಪ್ರವಶಿ'. ಸ್ತ್ರೀ ಚೈತನ್ಯ ಸ್ವರೂಪ.

ಶಿವ ಕುತೂಹಲದಿಂದ ಪೊದೆಗಳತ್ತ ನೋಡುತ್ತಿದ್ದುದ್ದನ್ನು ಗಮನಿಸಿದ ಪಂಡಿತರು ಕೇಳಿದರು 'ಅಲ್ಲೇನು ನೋಡುತ್ತಿರುವೆ ನೀಲಕಂಠ?'.

'ಪಂಡಿತರೇ, ಅಲ್ಲಿ ನೋಡಿ. ಅದು ಪವಿತ್ರ ಅಗ್ನಿ ಸ್ವರೂಪ 'ಪ್ರವಶಿ'ಯ ಆಕಾರವಲ್ಲವೇ?'.

ಮೊದಲಿಗೆ ಗೋಪಾಲರಿಗೆ 'ನೀಲಕಂಠನಿಗೆ 'ಪ್ರವಶಿ'ಯ ರೂಪ ಹೇಗೆ ಗೊತ್ತು?' ಎಂಬ ಅಚ್ಚರಿ. ನಂತರ ಅದನ್ನು ಅವರ ಚಿಕ್ಕಪ್ಪ ಮನೋಭು ತಿಳಿಸಿರಬಹುದು ಎಂಬ ವಿಚಾರ ಹೊಳೆಯಿತು.

'ಪ್ರವಶಿಯ ಬಗ್ಗೆ ಮನೋಭು ನಿನಗೆ ತಿಳಿಸಿರಬಹುದು ಅಲ್ಲವೇ ನೀಲಕಂಠ?'.

'ಹೌದು'.

'ಪ್ರವಶಿ ರುದ್ರದೇವನ ಆರಾಧಕರ ನಂಬಿಕೆ. ಅದೊಂದು ಪವಿತ್ರ ಚೈತನ್ಯದ ಸಂಕೇತ. ದೈವತ್ವದ ಪ್ರತಿರೂಪ. ಜಗತ್ತಿನಲ್ಲಿ ಅವು ಸಾವಿರಾರು ಸಂಖ್ಯೆಯಲ್ಲಿವೆ. ಮಾನವನ ಆತ್ಮವನ್ನು ದೇವಲೋಕಕ್ಕೆ ಕೊಂಡೊಯ್ಯುವ ಶಕ್ತಿ ಮತ್ತು ಸಾಮರ್ಥ್ಯ ಪ್ರವಶಿಗಳಿಗಿದೆ ಎಂಬುದು ಅನೇಕರ ನಂಬಿಕೆ. ಇವು ಧರ್ಮ-ಅಧರ್ಮ, ಸತ್ಯ-ಸುಳ್ಳುಗಳ ನಡುವಿನ ಹೋರಾಟದಲ್ಲಿ ಧರ್ಮ ಮತ್ತು ಸತ್ಯದ ಪರವಾಗಿ ನಿಂತು ಸಹಾಯಮಾಡುತ್ತವೆ. ಜಗತ್ತಿನ ಸೃಷ್ಟಿಯಲ್ಲಿ ಭಗವಂತನಗೆ ಸಹಾಯ ಮಾಡಿದ್ದು ಇದೇ ಪ್ರವಶಿ ಎಂದು ಜನ ನಂಬಿದ್ದಾರೆ.

ಶಿವ ತಲೆಯಾಡಿಸುತ್ತಾ ಹೇಳಿದ 'ವಾಸುದೇವರೂ ಪ್ರವಶಿಯನ್ನು ನಂಬುತ್ತಾರೆ ಅಲ್ಲವೇ ಪಂಡಿತರೇ?'.

'ಹೌದು! ನಾವು ಪ್ರವಶಿಯನ್ನು ಗೌರವಿಸುತ್ತೇವೆ. ಆದರೆ ಪ್ರವಶಿ ಪರಿಹನ್ನರ ಸಂಕೇತ'.

'ಹಾಗಾದರೆ ನಿಮ್ಮ ರಾಜ್ಯದ ಮುಖ್ಯದ್ವಾರದ ಬಳಿ ಪ್ರವಶಿಯ ಸಂಕೇತವನ್ನು ಏಕೆ ಬಳಸಿದ್ದೀರಿ ಪಂಡಿತರೇ?'.

'ಏನು ಪ್ರವಶಿಯ ಸಂಕೇತವೇ? ಎಲ್ಲಿ?'.

'ಚಂಬಲ್ ದಾಟಿದ ಕೂಡಲೆ ಚಪ್ಪಾಳೆ ತಟ್ಟಿ ನಿಮ್ಮೊಂದಿಗೆ ಸಂಪರ್ಕ ಸಾಧಿಸಿದೆವಲ್ಲ ಅಲ್ಲಿ ಈ ಸಂಕೇತ ಕಾಣುತ್ತದೆ ಅಲ್ಲವೇ?'.

'ಓ.....ನಿಜ! ಅದು ಸಹ ಪ್ರವಶಿಯಂತೆಯೇ ಕಾಣುತ್ತದೆ. ಆದರೆ ಅದು ಪ್ರವಶಿಯಲ್ಲ. ಅಗ್ನಿಯ ಸಂಕೇತ. ನಾವು ಅಗ್ನಿದೇವನ ಆರಾಧಕರು. ನಮ್ಮ ಎಲ್ಲ ಪವಿತ್ರ ಕಾರ್ಯಗಳಲ್ಲೂ ಅಗ್ನಿದೇವನಿಗೆ ಅಗ್ರಸ್ಥಾನ. ಭಾರತೀಯರಿಗೆ ಅಗ್ನಿದೇವ ಅತ್ಯಂತ

ಪ್ರಿಯನಾದವನು. ಹಾಗಾಗಿ ಋಗ್ವೇದದ ಮೊದಲ ಅಧ್ಯಾಯವನ್ನು ಅಗ್ನಿದೇವನಗೆ ಸಮರ್ಪಿಸಲಾಗಿದೆ. ಜಗತ್ತಿನ ಎಲ್ಲ ಧರ್ಮದವರೂ ಅಗ್ನಿಯನ್ನು ಪೂಜಿಸುತ್ತಾರೆ ಮತ್ತು ಗೌರವಿಸುತ್ತಾರೆ'.

'ಮಾನವನ ನಾಗರೀಕತೆಯ ಉಗಮಕ್ಕೂ ಅಗ್ನಿಯೇ ಕಾರಣ ಅಲ್ಲವೇ ಪಂಡಿತರೇ?'.

'ಹೌದು! ಸಕಲ ಜೀವಿಗಳ ಸೃಷ್ಟಿಗೂ ಅಗ್ನಿಯೇ ಮೂಲ ಕಾರಣ. ಅಗ್ನಿಯೇ ಶಕ್ತಿಯ ಮೂಲ. ನಾವು ನಿತ್ಯ ನೋಡುವ ಸೂರ್ಯನೂ ಸೇರಿದಂತೆ ನಭೋಮಂಡಲದ ಪ್ರತಿಯೊಂದು ನಕ್ಷತ್ರಗಳು ಅಗ್ನಿಯ ಸ್ವರೂಪಗಳೇ'.

ಶಿವ ಪಂಡಿತರ ಮಾತಿಗೆ ತಲೆದೂಗಿದ. ಅಷ್ಟರಲ್ಲಿ ಹಡಗಿನ ಮುಖ್ಯ ಚಾಲಕ ಶಿವನ ಬಳಿಗೆ ಬಂದು ಹೇಳಿದ 'ಮಹಾಸ್ವಾಮಿ! ನಮ್ಮ ಹಡಗು ಸಂಪೂರ್ಣವಾಗಿ ನಿಂತಿದೆ. ಈಗ ನಾವು ಕೆಳಗಿಳಿಯಬಹುದು'.

— ⅄Ⓘ Ⴔ ⇑ ⊛ —

ಶಿವ ಮತ್ತು ಪಂಡಿತರು ಹಡಗಿನಿಂದ ಕೆಳಗೆ ಇಳಿಯುತ್ತಿದ್ದಂತೆ ಹತ್ತಿರದ ಪೊದೆಯಿಂದ ಕಂದು ಬಣ್ಣದ ಮುಸುಕುಧಾರಿಯೊಬ್ಬ ಥಟ್ಟನೆ ಪ್ರತ್ಯಕ್ಷನಾದ. ಆತನ ಕೈಯಲ್ಲಿ ಭರ್ಜಿ ಇತ್ತು. ಆತನನ್ನು ನೋಡುತ್ತಲೇ ಶಿವ ಖಡ್ಗ ಹಿರಿಯಲು ಸಿದ್ಧನಾದ.

ಕೂಡಲೆ ಗೋಪಾಲರು ಶಿವನನ್ನು ತಡೆದರು 'ಬೇಡ ಶಿವ! ಸ್ವಲ್ಪ ನಿಧಾನಿಸು'.

ಶಿವ ಆ ಅಪರಿಚಿತನತ್ತಲೇ ನೋಡುತ್ತಾ ಹೇಳಿದ 'ಆತ ನಮ್ಮ ವೈರಿಯಲ್ಲ ಎಂದು ಖಚಿತವಾಗಿ ನಿಮಗೆ ತಿಳಿದಿದೆಯೇ?'.

'ಹೌದು! ಆತ ಪರಿಹದವನು. ನಮಗೆ ಮಾರ್ಗದರ್ಶನ ನೀಡಲು ಬಂದಿದ್ದಾನೆ'.

ಶಿವ ತುಸು ಸಮಾಧಾನಗೊಂಡ. ಆದರೂ ಆತನ ಕೈ ಖಡ್ಗದ ಮೇಲೇ ಇತ್ತು. ನೋಡು ನೋಡುತ್ತಿದ್ದಂತೆ ಆತ ಪೊದೆಗಳ ನಡುವಿನಿಂದ ಹಗ್ಗವೊಂದನ್ನು ಎಳೆಯುತ್ತಾ ವೇಗದಲ್ಲಿ ಮುಂದೆ ಬರುತ್ತಿದ್ದ. ಕೂಡಲೆ ಶಿವ ಮತ್ತೊಮ್ಮೆ ಎಚ್ಚರಗೊಂಡು ಖಡ್ಗವನ್ನು ಹೊರಗೆ ತೆಗೆಯಲು ಸಿದ್ಧನಾದ. ಅಷ್ಟರಲ್ಲಿ ದಟ್ಟ ಪೊದೆಯಿಂದ ನಾಲ್ಕು ಕುದುರೆಗಳು ಹೊರಬಂದವು. ಅವುಗಳಲ್ಲಿ ಮೂರು ಕುದುರೆಗಳ ಮೇಲೆ ಏನೂ ಇರಲಿಲ್ಲ. ನಾಲ್ಕನೇ ಕುದುರೆಯ ಮೇಲೆ ಒಂದಷ್ಟು ಮೂಟೆಗಳಿದ್ದವು. ಅವು ದವಸ-ಧಾನ್ಯಗಳ ಮೂಟೆ. ಈಗ ಶಿವ ನಿಟ್ಟಿಸಿರು ಬಿಟ್ಟ. ಆತಂಕ ದೂರವಾಯಿತು. ಆ ಅಪರಿಚಿತ ಶತ್ರುವಲ್ಲ, ನಮ್ಮ ಮಿತ್ರ ಎನ್ನುವುದು ಖಚಿತವಾಯಿತು.

— ⅄Ⓘ Ⴔ ⇑ ⊛ —

ಅಧ್ಯಾಯ – 35
ಪರಿಹದ ಯಶಸ್ವೀ ಪಯಣ

ಶಿವನ ಎಲ್ಲ ಸಾಮಾನು ಸರಂಜಾಮುಗಳನ್ನು ಕುದುರೆಯ ಮೇಲೆ ಹೊರಿಸಲಾಯಿತು.

ಗೋಪಾಲರು ಪರಿಹ ಸೈನಿಕನಿಗೆ ಹೇಳಿದರು 'ವಾಯುಪುತ್ರರು ನಮ್ಮನ್ನು ಬರಮಾಡಿಕೊಳ್ಳಲು ನಿಮ್ಮನ್ನು ಕಳುಹಿಸಿರುವುದು ನಿಜಕ್ಕೂ ಸಂತೋಷವಾಗಿದೆ'.

'ವಾಸುದೇವರ ಮುಖ್ಯಸ್ಥರನ್ನು ವಾಯುಪುತ್ರರು ಕಡೆಗಣಿಸಲು ಸಾಧ್ಯವೇ ಪಂಡಿತರೇ? ಅಷ್ಟೇ ಅಲ್ಲದೆ ಲೋಥಲ್‌ನ ವಾಸುದೇವ ಪಂಡಿತರಿಂದ ಮುಂಚಿತವಾಗಿಯೇ ನಿಮ್ಮ ಆಗಮನದ ಮಾಹಿತಿ ನಮಗೆ ದೊರಕಿತ್ತು. ನೀವು ನಮ್ಮ ಆದರಣೀಯ ಅಥಿತಿಗಳು. ಅಂದಹಾಗೆ ನನ್ನ ಹೆಸರು ಕುರುಶ. ನಿಮ್ಮನ್ನು ಪರಿಹ ತಲುಪಿಸುವ ಜವಾಬ್ದಾರಿ ನನ್ನದು.'

ಶಿವ ಕುರುಶನನ್ನೇ ದಿಟ್ಟಿಸಿ ನೋಡಿದ. ಆತನ ಸೊಂಟದಲ್ಲಿ ಖಡ್ಗ. ಅಚ್ಚ ಬಿಳುಪಿನ ಮೈಬಣ್ಣ. ತುಸು ಹೊತ್ತಿನ ಬಳಿಕ ಆತ ಮುಸುಕು ತೆಗೆದ. ಬಿಸಿಲ ಬೇಗೆಯ ನಾಡಿನಲ್ಲಿದ್ದರೂ ಆತನ ಬಣ್ಣವನ್ನು ನೋಡಿ ಶಿವ ಬೆರಗಾದ. ಬೇರೆ ಯಾವ ಸಾಮ್ರಾಜ್ಯದಲ್ಲೂ ಶಿವ ಅಂತಹ ರೂಪದ ವ್ಯಕ್ತಿಯನ್ನು ನೋಡಿರಲಿಲ್ಲ. ಕುರುಶನ ಮೂಗು ಉದ್ದವಾಗಿತ್ತು. ನೀಳವಾದ ಕೂದಲು ಬೆನ್ನಿನ ಮೇಲೆ ಇಳಿದಿತ್ತು. ತಲೆಯ ಮೇಲೆ ಹತ್ತಿಯಿಂದ ಮಾಡಿದ ಬಿಳಿಯ ಟೋಪಿ. ಶಿವನಿಗೆ ಆತನ ಗಡ್ಡವನ್ನು ನೋಡಿ ಮತ್ತೊಮ್ಮೆ ಅಚ್ಚರಿಯಾಯಿತು. ಕಾರಣ ಆತನ ಗಡ್ಡ ಅಕ್ಷರಶಃ ಕಾಶಿಯ ವಿಶ್ವನಾಥನ ಮಂದಿರದಲ್ಲಿದ್ದ ರುದ್ರದೇವನ ಮೂರ್ತಿಯಲ್ಲಿ ಕಂಡಿದ್ದ ಗಡ್ಡದಂತಿತ್ತು.

'ನಮ್ಮನ್ನು ಬರಮಾಡಿಕೊಂಡ ನಿನಗೆ ಧನ್ಯವಾದಗಳು ಕುರುಶ. ಅಂದ ಹಾಗೆ ಇವರು ನಾವು ಬಹುದಿನಗಳಿಂದಲೂ ನಿರೀಕ್ಷಿಸುತ್ತಿದ್ದ ನೀಲಕಂಠ. ರುದ್ರದೇವನ ಪ್ರತಿರೂಪ'.

ಪಂಡಿತರು ಶಿವನನ್ನು ಕುರುಶನಿಗೆ ಪರಿಚಯಿಸಿದರು. ಕುರುಶ ಶಿವನೆಡೆಗೆ ತಿರುಗಿ ತಲೆಯಾಡಿಸಿದ. ವಾಸ್ತವದಲ್ಲಿ ಕುರುಶ ಶಿವನನ್ನು ಮಹಾಪುರುಷ ಎಂದು ಭಾವಿಸಿರಲಿಲ್ಲ. ಶಿವ ವಾಯುಪುತ್ರರಿಂದ ನಿಯೋಜನೆಗೊಂಡಿಲ್ಲದ ಕಾರಣ ಆತ ನೀಲಕಂಠನಾಗಲು ಸಾಧ್ಯವಿಲ್ಲ ಎಂಬುದು ಆತನ ನಿಲುವಾಗಿತ್ತು. ಬಹುಶಃ ವಾಯುಪುತ್ರರ ಮುಖ್ಯಸ್ಥ ಮಿತ್ರನ ನಲುವೂ ಇದೇ ಆಗಿದ್ದರಿಂದ ಶಿವನಗೆ ಸಹಜವಾಗಿ ಕುರುಶನ

ವರ್ತನೆ ಮತ್ತು ಪ್ರತಿಕ್ರಿಯೆ ಅಷ್ಟೇನೂ ಅಚ್ಚರಿ ತರಲಿಲ್ಲ.

ಕೆಲವು ನಿಮಿಷಗಳ ನಂತರ ಶಿವ ಕುದುರೆಯನ್ನೇರಿ ತನ್ನ ಹಡಗಿನ ಮುಖ್ಯಸ್ಥನತ್ತ ಕೈಬೀಸಿದ. ನಂತರ ತಾನು ಅಲ್ಲಿಂದ ಹೊರಟ ಕೂಡಲೆ ಹಡಗನ್ನು ಮರಗಳಿದ್ದ ಹಸಿರು ತೋಪಿನ ಹಿಂದೆ ಬಚ್ಚಿಡುವಂತೆಯೂ ಎರಡು ತಿಂಗಳ ನಂತರ ಮತ್ತೆ ಅದೇ ಸ್ಥಳಕ್ಕೆ ಬರುವಂತೆಯೂ ಆತನಿಗೆ ಆದೇಶ ನೀಡಿದ. ಮುಂದೆ ಕುರುಶ, ಅಕ್ಕ–ಪಕ್ಕ ಶಿವ ಮತ್ತು ಗೋಪಾಲ ಪಂಡಿತರು. ಹಿಂದೆ ಸಾಮಾನು ಹೊತ್ತ ಕುದುರೆ. ಹೀಗೆ ಶಿವನ ಪಯಣ ಆರಂಭವಾಯಿತು.

ದಾರಿಯ ಮಧ್ಯದಲ್ಲಿ ಶಿವ ಗೋಪಾಲರನ್ನು ಕೇಳಿದ 'ಕುರುಶ್! ಈ ಹೆಸರು ಚಿರಪರಿಚಿತ ಹೆಸರಂತಿದೆಯಲ್ಲ ಪಂಡಿತರೇ'.

'ಕುರುಶ್ ಅನ್ನು ಕೆಲವೊಮ್ಮೆ 'ಕುರು' ಎಂದೂ ಕರೆಯಬಹುದು. ಪುರಾತನ ಕಾಲದಲ್ಲಿ ಕುರು ಭರತ ಖಂಡವನ್ನು ಆಳುತ್ತಿದ್ದ ಮಹಾನ್ ದೊರೆ. ಆತನಿಂದ ಪರಿಹ ಪ್ರಭಾವಗೊಂಡಿತೋ ಅಥವಾ ಆತನೇ ಪರಿಹದಿಂದ ಖ್ಯಾತನಾದನೋ ತಿಳಿಯದು. ಆದರೆ ಪರಿಹನ್ನರ ಶ್ರೀಮಂತ ಸಂಸ್ಕೃತಿಯನ್ನು ನಾವು ಅನುಸರಿಸಿದೆವು. ಒಳ್ಳೆಯ ಸಂಸ್ಕಾರ ಮತ್ತು ಸಂಸ್ಕೃತಿ ಎಲ್ಲೇ ಹುಟ್ಟಿರಲಿ, ಅದಕ್ಕೆ ಕಾರಣಕರ್ತರು ಯಾರೇ ಆಗಿರಲಿ ನಮ್ಮ ಅಹಂಕಾರವನ್ನು ಬಿಟ್ಟು ಅದನ್ನು ನಾವು ಸ್ವೀಕರಿಸಬೇಕು ಅಲ್ಲವೇ ನೀಲಕಂಠ?. ನಮ್ಮ ಸಂಸ್ಕೃತಿ ದೊಡ್ಡದು, ಮತ್ತೊಬ್ಬರದು ನೀಚ ಸಂಸ್ಕೃತಿ ಎಂದು ನಿಂದಿಸುತ್ತಾ ನಡೆದರೆ ನಾವೇ ಅಧೋಗತಿಗೆ ಇಳಿದು ಬಿಡುತ್ತೇವೆ. ಒಳ್ಳೆಯ ಸಂಸ್ಕಾರ ಮತ್ತು ಜ್ಞಾನ ಎಲ್ಲಿಂದಲೇ ಬರಲಿ, ಹೇಗೇ ಬರಲಿ ಅದನ್ನು ಒಪ್ಪಿಕೊಂಡು ಅಪ್ಪಿಕೊಳ್ಳುವುದರಲ್ಲಿದೆ ಜೀವನದ ಯಶಸ್ಸು. ಅಷ್ಟಕ್ಕೂ ಕಲಿಕೆ ಎನ್ನುವುದು ಮಹಾಸಾಗರದಂತೆ ಅಲ್ಲವೇ?'.

ಶಿವ ಪಂಡಿತರ ಮಾತಿಗೆ ತಲೆದೂಗಿದ.

ಶಿವ, ಗೋಪಾಲ ಪಂಡಿತರು ಮತ್ತು ಕುರುಶ ಸತತ ಒಂದು ವಾರಗಳ ಕಾಲ ಪ್ರಯಾಣ ಮಾಡಿದರು. ಕುರುಶ ಮಾರ್ಗ ಮಧ್ಯೆ ಅಷ್ಟೇನೂ ಮಾತನಾಡುತ್ತಿರಲಿಲ್ಲ. ಶಿವ ಕೇಳಿದ ಪ್ರಶ್ನೆಗೆ ಚುಟುಕಾಗಿ ಉತ್ತರಿಸಿ ಸುಮ್ಮನಾಗುತ್ತಿದ್ದ. ದಿನ ಕಳೆದಂತೆ ಶಿವ ಸಹ ಆತನೊಂದಿಗೆ ಮಾತನಾಡುವುದನ್ನು ನಿಲ್ಲಿಸಿಬಿಟ್ಟ.

ಅಂದು ಶಿವ ಗೋಪಾಲರಿಗೆ ಹೇಳಿದ 'ರುದ್ರದೇವ ಪರಿಹದಲ್ಲೇ ಹುಟ್ಟಿ ಬೆಳೆದನೇ ಪಂಡಿತರೇ?'.

'ಹೌದು! ರುದ್ರ ಈ ಸುತ್ತಮುತ್ತಲಿನ ಸ್ಥಳದಲ್ಲೇ ಹುಟ್ಟಿ ಭಾರತ ದೇಶಕ್ಕೆ ಬಂದ. ಇನ್ನೂ ನಿಖರವಾಗಿ ಹೇಳಬೇಕೆಂದರೆ ರುದ್ರ ಹುಟ್ಟಿದ್ದು ಪರಿಹದಲ್ಲಿ ಅಲ್ಲ. ಅದಕ್ಕೆ ಹತ್ತಿರವಿರುವ 'ಅನ್‌ಷನ್' ಪ್ರದೇಶದಲ್ಲಿ'.

'ಅನ್‌ಷನ್ ಎಂದರೆ ಭಾರತೀಯ ಭಾಷೆಯಲ್ಲಿ 'ಹಸಿವು' ಎಂದರ್ಥ ಅಲ್ಲವೇ?'.

'ಇಲ್ಲಿಯೂ ಅನ್‌ಷನ್‌ಗೆ ಅದೇ ಅರ್ಥ'.

'ಈ ಪ್ರದೇಶಕ್ಕೆ ಅದೇಕೆ ಹಸಿವು ಎಂದು ಹೆಸರಿಟ್ಟರು ಪಂಡಿತರೇ? ಇಲ್ಲಿನ ಜನರೇನಾದರೂ ಹಸಿವಿನಿಂದ ಬಳಲುತ್ತಿದ್ದಾರೆಯೇ?'.

'ಈ ಪ್ರದೇಶವನ್ನು ಒಮ್ಮೆ ಗಮನಿಸು ನೀಲಕಂಠ. ಎಲ್ಲೆಲ್ಲೂ ಬೆಟ್ಟ-ಗುಡ್ಡಗಳು, ಮರುಭೂಮಿ. ರುದ್ರದೇವನ ಹಿಂಬಾಲಕರಾದ ಅಕ್ಕಿನಗಳು ಈ ಈಲಂನನ್ನು ಕಟ್ಟಿದರು'.

'ಅಂದರೆ ಇಲ್ಲಿನ ಪರಿಸ್ಥಿತಿಯ ಅರಿವಾಗಿ ವಾಯುಪುತ್ರರು ಈಲಂ ಜನರಿಗೆ ಸಹಾಯ ಮಾಡಿದರೇ ಪಂಡಿತರೇ?'.

'ಇದೊಂದೇ ಕಾರಣವಲ್ಲ. ವಾಯುಪುತ್ರರಿಗೆ ಪರಿಹ ಮತ್ತು ಮೆಸಪಟೋಮಿಯಾ ನಡುವಿನ ಒಂದು ನಗರ ಬೇಕಾಗಿತ್ತು. ಅಲ್ಲದೆ ರುದ್ರದೇವ ಸಹ ಈಲಂ ಜನರಿಗೆ ಎರಡು ಆಯ್ಕೆಯನ್ನು ನೀಡಿದ್ದ. ಮೊದಲನೆಯದು ತಮ್ಮ ಎಲ್ಲ ಸುತ್ತ-ಮುತ್ತಲಿನ ಸಂಬಂಧಗಳನ್ನು ಕಡಿದುಕೊಂಡು ವಾಯುಪುತ್ರರ ಜತೆ ಇರುವುದು. ಎರಡನೆಯದು ಸ್ವತಂತ್ರವಾಗಿ ಯಾರ ಹಂಗೂ ಇಲ್ಲದೆ ಈಲಂನಲ್ಲಿರುವುದು. ಅಕ್ಕಿಗಳು ಸ್ವತಂತ್ರವಾಗಿರುವ ನಿರ್ಧಾರ ಕೈಗೊಂಡರು. ಇತ್ತ ವಾಯುಪುತ್ರರು ರುದ್ರನ ಅನುಯಾಯಿಗಳಾಗಿ ಉಳಿದರು'.

'ಅಂದರೆ ಅನ್‌ಷನ್ ಪರಿಹದಲ್ಲಿ ಇಲ್ಲ ಎಂದಾಯಿತು'.

'ಅನ್‌ಷನ್ ಈಲಂ ಸಾಮ್ರಾಜ್ಯದ ರಾಜಧಾನಿ. ಪರಿಹ ಇಲ್ಲಿಂದ ಪೂರ್ವ ದಿಕ್ಕಿನಲ್ಲಿದೆ'.

'ಅಂದರೆ ವಾಯುಪುತ್ರರು ಹೊರಗಿನಿಂದ ಬಂದ ಜನರನ್ನು ಭೇದ-ಭಾವವಿಲ್ಲದೆ ಸ್ವೀಕರಿಸಿದ್ದಾರೆ ಅಲ್ಲವೇ ಪಂಡಿತರೇ? ಅಷ್ಟಕ್ಕೂ ನಮ್ಮ ಚಿಕ್ಕಪ್ಪ ಮನೋಭು ಟಿಬೆಟ್ಟಿನಿಂದ ಬಂದವನು. ಆತನನ್ನು ವಾಯುಪುತ್ರರು ಗೌರವಿಸಿ ಉನ್ನತ ಸ್ಥಾನ ನೀಡಿದ್ದರು'.

'ಹೌದು! ವಾಯುಪುತ್ರರು ಕೇವಲ ಅರ್ಹತೆಯ ಆಧಾರದ ಮೇಲೆ ಜನರನ್ನು ಆಯ್ಕೆ ಮಾಡಿಕೊಳ್ಳುತಾರೆ. ಅವರ ಹುಟ್ಟಿನ ಜಾತಿ, ಸ್ಥಳ ಮತ್ತು ಧರ್ಮದ ಮೇಲೆ ಆಯ್ಕೆ ಮಾಡುವುದಿಲ್ಲ. ಈಲಂನ ಅನೇಕ ಮಂದಿ ವಾಯುಪುತ್ರರಾಗಲು ಪ್ರಯತ್ನಪಟ್ಟರು. ಆದರೆ ಅದು ಸಾಧ್ಯವಾಗಲಿಲ್ಲ. ಆದರೂ ವಾಯುಪುತ್ರರು ಅವರನ್ನು ಪರಿಹಕ್ಕೆ ಕರೆತಂದು ಆಶ್ರಯ ನೀಡಿದರು'.

'ಭಾರತೀಯರೂ ಇಲ್ಲಿಗೆ ಹಾಗೆ ಬಂದಿದ್ದಾರೆಯೇ?'.

'ಹೌದು! ಸ್ವತಃ ರುದ್ರದೇವನೇ ಕೆಲವು ಭಾರತೀಯರಿಗೆ ಇಲ್ಲಿಗೆ ಬಂದು ನೆಲೆಸುವಂತೆ ಆದೇಶ ನೀಡಿದ್ದ'.

'ಆ ಭಾರತೀಯರು ಯಾರು ಪಂಡಿತರೆ?'.

'ಅಸುರರು'.

ಶಿವ ಪ್ರತಿಕ್ರಿಯಿಸುವುದಕ್ಕೆ ಮುನ್ನವೇ ಕುರುಶ ಗೋಪಾಲ ಪಂಡಿತರಿಗೆ ಹೇಳಿದ 'ಮಹಾಸ್ವಾಮಿ! ಈ ಸ್ಥಳದಲ್ಲಿ ನಾವು ಊಟ ಮಾಡಿ ಮುಗಿಸೋಣ. ಮುಂದಿನ ದಾರಿ ದುರ್ಗಮ. ಕಡಿದಾದ ಬೆಟ್ಟ–ಗುಡ್ಡಗಳನ್ನು ದಾಟಿ ಮುಂದೆ ಸಾಗಬೇಕು'.

ಹತ್ತಿರದಲ್ಲಿದ್ದ ಮರದ ಕೆಳಗೆ ಮೂವರು ಕುಳಿತು ಊಟ ಮಾಡಿದರು. ಕುರುಶ ತಾನು ತಂದಿದ್ದ ದ್ರಾಕ್ಷಿ ಮತ್ತು ಗೋಡಂಬಿಯನ್ನು ನೀಡಿದ. ಎಲ್ಲರೂ ಕೆಲಕಾಲ ವಿಶ್ರಾಂತಿ ಪಡೆದು ಅಲ್ಲಿಂದ ಹೊರಟರು. ಶಿವ ಮತ್ತು ಗೋಪಾಲ ಪಂಡಿತರು ಮಾತು ಮುಂದುವರಿಸಿದರು.

'ಅಸುರರು ವಾಯುಪುತ್ರರ ನಾಡಿನಲ್ಲಿ ಆಶ್ರಯ ಪಡೆದರು ಎಂದರೆ ನನಗೆ ಆಶ್ಚರ್ಯವಾಗುತ್ತಿದೆ ಪಂಡಿತರೇ'.

'ಹೌದು! ದೇವ–ದಾನವರ ಯುದ್ಧದ ನಂತರ ಅಳಿದುಳಿದ ಅಸುರರನ್ನು ವಾಯುಪುತ್ರರು ಪರಿಹಕ್ಕೆ ಕರೆದುಕೊಂಡು ಬಂದರು. ಮತ್ತೆ ಕೆಲವು ಅಸುರರು ಪರಿಹವನ್ನು ದಾಟಿ ಹೋದರು. ಮುಂದೆ ಅವರು ಏನಾದರೂ ಎಂದು ಯಾರಿಗೂ ತಿಳಿಯಲಿಲ್ಲ'.

'ಹೀಗೆ ಪರಿಹಕ್ಕೆ ಬಂದ ಅಸುರರು ಮತ್ತೆ ಸುರರ ಮೇಲೆ ಯುದ್ಧ ಮಾಡುವುದಕ್ಕೆ ಪ್ರಯತ್ನಿಸಲಿಲ್ಲವೇ?'.

'ಇಲ್ಲ! ಒಮ್ಮೆ ಅಸುರರು ವಾಯುಪುತ್ರರ ಸ್ನೇಹದ ಸೆಳೆತಕ್ಕೆ ಸಿಕ್ಕಿದ ಕೂಡಲೇ ತಮ್ಮ ದಾನವೀ ಪ್ರವೃತ್ತಿಯನ್ನು ಬಿಟ್ಟುಬಿಟ್ಟರು. ರುದ್ರದೇವ ಹೇಳಿದ ಕೆಲಸಗಳನ್ನು ಮಾಡಲು ಕಟಿಬದ್ಧರಾದರು. ತಮ್ಮ ಸಂಪೂರ್ಣ ನಿಷ್ಠೆಯನ್ನು ರುದ್ರದೇವನಿಗೆ ತೋರಿಸಿದರು. ಜಗತ್ತಿನಲ್ಲಿ ಅಧರ್ಮವನ್ನು ಅಳಿಸಿ ಧರ್ಮ ಸಂಸ್ಥಾಪನೆಗೆ ವಾಯುಪುತ್ರರೊಂದಿಗೆ ಕೈ ಜೋಡಿಸಿದರು'.

ಅಸುರರು ದುಷ್ಟತನವನ್ನು ಬಿಟ್ಟು ರುದ್ರದೇವನ ಕೆಲಸಕ್ಕೆ ಅಣಿಯಾದರಲ್ಲ ಎಂಬ ಅಚ್ಚರಿ ಶಿವನಿಗೆ. ಥಟ್ಟನೆ ಮನಸ್ಸಿನಲ್ಲಿ ಮತ್ತೊಂದು ಪ್ರಶ್ನೆ ಮೂಡಿತು.

ಶಿವ ಕೇಳಿದ 'ಪಂಡಿತರೇ! ಅಸುರರೇನೋ ತಮ್ಮ ಹಳೆಯ ದ್ವೇಷ ಮತ್ತು ಅಸೂಯೆಯನ್ನು ಬಿಟ್ಟು ಪರಿಹನ್ನರ ಸಂಸ್ಕೃತಿಗೆ ಒಗ್ಗಿಕೊಂಡರು. ಆದರೆ ಅದೇ ಅಸುರರ ಪ್ರಭಾವ ಪರಿಹನ್ನರ ಮೇಲೆ ಆಗಲಿಲ್ಲವೇ?'.

'ನೀನು ಹೇಳಿದ ಮಾತು ಸತ್ಯ ನೀಲಕಂಠ. ಅಸುರರೂ ಪರಿಹನ್ನರ ಮೇಲೆ ಪ್ರಭಾವ ಬೀರಿದರು. ಅಸುರರು ಬಳಸುತ್ತಿದ್ದ ಅನೇಕ ಶಬ್ದ ಮತ್ತು ಅದರ ಉಚ್ಚಾರಗಳು ಪರಿಹನ್ನರ ಮೇಲೆ ಗಾಢವಾದ ಪರಿಣಾಮ ಬೀರಿತು'.

ಅಧ್ಯಾಯ – 36

ಯಕ್ಷ ಕಿನ್ನರರ ಲೋಕ

ಶಿವ, ಗೋಪಾಲ ಪಂಡಿತರು ಮತ್ತು ಕುರುಶನ ಪಯಣ ಮುಂದುವರಿದಿತ್ತು. ಸುತ್ತಲು ಕೊರೆಯುವ ಚಳಿ. ಟಿಬೆಟ್ಟಿನ ಹಿಮಪರ್ವತದಲ್ಲಿ ಇಡೀ ಬದುಕನ್ನು ಕಳೆದಿದ್ದ ಶಿವನಿಗೆ ಅದು ಅಭ್ಯಾಸವಾಗಿತ್ತು. ಆದರೆ ಪಂಡಿತರಿಗೆ ಆ ಅನುಭವವಿರಲಿಲ್ಲ.

ಅಷ್ಟರಲ್ಲಿ ಕುರುಶ ಜೋರು ದನಿಯಲ್ಲಿ ಕೂಗಿ ಹೇಳಿದ 'ಸ್ವಲ್ಪ ನಿಲ್ಲಿ! ನಾವು ಸಾಗಬೇಕಾದ ಹಾದಿ ಇಲ್ಲಿದೆ'.

ಅದೊಂದು ಕಿರಿದಾದ ದಾರಿ. ಸುತ್ತಲೂ ಬೆಟ್ಟಗುಡ್ಡಗಳು. ಅಕ್ಕ–ಪಕ್ಕ ಕಣಿವೆ, ಆಳವಾದ ಕಂದಕ. ಸ್ವಲ್ಪ ತಪ್ಪುಹೆಜ್ಜೆ ಇಟ್ಟರೂ ಪಾತಾಳಕ್ಕೆ ಬೀಳುವುದು ಖಚಿತ. ಶಿವ ಕುದುರೆಯಿಂದ ಕೆಳಗಿಳಿದು ವಾಸುದೇವರ ಕುದುರೆಯ ಲಗಾಮು ಹಿಡಿದು ಅವರನ್ನು ಸುರಕ್ಷಿತವಾಗಿ ಕರೆದೊಯ್ಯುವ ಪ್ರಯತ್ನಕ್ಕೆ ಮುಂದಾದ. ಆಗಾಗ ನೀರು ಕೊಟ್ಟು ಪಂಡಿತರ ದಾಹವನ್ನು ತಣಿಸುತ್ತಿದ್ದ. ಸುತ್ತ ನೂರಾರು ಅಡಿ ಉದ್ದಕ್ಕೂ ಚಾಚಿಕೊಂಡಿದ್ದ ಬಂಡೆಗಳು. ಕಣ್ಣಳತೆ ದೂರದವರೆಗೆ ಯಾರೊಬ್ಬರ ಸುಳಿವೂ ಇರಲಿಲ್ಲ. ಅಲ್ಲಿ ಮನುಷ್ಯರಾಗಲಿ ಪ್ರಾಣಿಗಳಾಗಲಿ ಇರುವ ಸಾಧ್ಯತೆಗಳೇ ಇರಲಿಲ್ಲ. ಅಷ್ಟೇ ಏಕೆ ಭೂಮಿಯ ಕೆಳಮಟ್ಟದಲ್ಲಿ ಬೆಳೆಯುವ ಗಿಡ, ಮರಗಳೂ ಅಲ್ಲಿ ಬೆಳೆದಿರಲಿಲ್ಲ. ಶಿವ ಮತ್ತು ಗೋಪಾಲರು ತದೇಕ ಚಿತ್ತದಿಂದ ಕುರುಶನತ್ತಲೇ ನೋಡುತ್ತಿದ್ದರು. ಅಷ್ಟರಲ್ಲಿ ಕುರುಶ ಕಣ್ಮುಚ್ಚಿ ಬಂಡೆಕಲ್ಲುಗಳನ್ನು ಸವರುತ್ತಾ ಅಲ್ಲಿ ಏನನ್ನೋ ಹುಡುಕಲಾರಂಭಿಸಿದ. ಕೆಲಸಮಯದ ನಂತರ ಇದ್ದಕ್ಕಿದ್ದಂತೆ ನಿಂತಲ್ಲೇ ನಿಂತುಬಿಟ್ಟ. ಆತ ಏನು ಹುಡುಕುತ್ತಿದ್ದನೋ ಅದು ಆತನಿಗೆ ಸಿಕ್ಕಿತ್ತು. ಅಷ್ಟರಲ್ಲಿ ಬಂಡೆಗಳ ನಡುವೆ ಮಸುಕು ಮಸುಕಾದ ಆಕೃತಿಯೊಂದು ಶಿವನ ಕಣ್ಣಿಗೆ ಬಿತ್ತು. ಅದು ಅಗ್ನಿಜ್ವಾಲೆಯನ್ನು ಹೋಲುತ್ತಿದ್ದ ಪ್ರವಶಿ ಚಿಹ್ನೆ. ಕುರುಶ ಮಧ್ಯದ ಬೆರಳಿನಲ್ಲಿದ್ದ ಉಂಗುರವನ್ನು ಪ್ರವಶಿಯ ಮೇಲಿಟ್ಟು ಮಂತ್ರವೊಂದನ್ನು ಪಠಿಸಿದ. ಕೂಡಲೆ ಭಾರಿ ಗಾತ್ರದ ಬಂಡೆಯೊಂದು ಬಲಕ್ಕೆ ಜರುಗಿತು. ನಂತರ ಕುರುಶ ಎರಡೂ ಹಸ್ತವನ್ನು ಬಂಡೆಯ ಮೇಲಿಟ್ಟ. ಒಂದು ಹೆಜ್ಜೆ ಹಿಂದೆ ಬಂದು ಬಂಡೆಯನ್ನು ತಳ್ಳಿದ. ಕೂಡಲೆ ಶಿವ ಮತ್ತು ಪಂಡಿತರಿಗೆ ಇಡೀ ಬೆಟ್ಟವೇ ಅಲುಗಾಡುತ್ತಿದೆಯೇನೋ ಎನ್ನುವ ಅನುಭವವಾಯಿತು. ನೋಡು ನೋಡುತ್ತಿದ್ದಂತೆ ಹತ್ತಾರು ಅಡಿ ಅಗಲದ ಬೃಹತ್ ಬಾಗಿಲೊಂದು ತನ್ನಷ್ಟಕ್ಕೆ ತಾನೇ ತೆರೆದುಕೊಂಡಿತು. ಮುಂದೆ ಕಂಡಿದ್ದು ಭಾರಿ

ಸುರಂಗಮಾರ್ಗ. ಅದು ನಾಲ್ಕಾರು ಜನ ಏಕಕಾಲದಲ್ಲಿ ಕುದುರೆಗಳೊಂದಿಗೆ ನಡೆದು ಹೋಗಬಹುದಾದಷ್ಟು ಅಗಲವಾಗಿತ್ತು. ಸುರಂಗದ ಬಾಗಿಲಲ್ಲಿ ನಾಲ್ಕಾರು ಪಂಜುಗಳನ್ನು ಹಚ್ಚಲಾಗಿತ್ತು. ಕುರುಶ ಅದರಲ್ಲಿ ಎರಡನ್ನು ಶಿವ ಮತ್ತು ಪಂಡಿತರಿಗೆ ಕೊಟ್ಟ, ಮತ್ತೊಂದನ್ನು ತಾನು ಹಿಡಿದುಕೊಂಡ. ಎಲ್ಲರೂ ಮಂದ ಬೆಳಕಿನಲ್ಲಿ ಸುರಂಗವನ್ನು ಪ್ರವೇಶಿಸಿದರು. ಎಲ್ಲರೂ ಒಳಗೆ ಬಂದ ನಂತರ ಬಂಡೆ ತಾನಾಗಿ ಮುಚ್ಚಿಕೊಂಡಿತು. ತುಸುದೂರ ಕ್ರಮಿಸಿದ ನಂತರ ದಾರಿ ಎರಡು ಕವಲಾಗಿ ಒಡೆಯಿತು. ಕುರುಶ ಅದರಲ್ಲಿ ಒಂದನ್ನು ಆಯ್ದುಕೊಂಡು ಮುಂದೆ ಸಾಗಿದ. ಶಿವ ನಾಗಾ ನಾಡಿಗೆ ಹೋಗುವಾಗ ದಂಡಕಾರಣ್ಯದಲ್ಲಿ ಇದೇ ರೀತಿಯ ಹತ್ತಾರು ಕವಲುದಾರಿಗಳನ್ನು ನೋಡಿದ್ದ. ಆಕಸ್ಮಿಕವಾಗಿ ಶತ್ರುಗಳು ಅಥವಾ ಅಪರಿಚಿತರು ಸುರಂಗದ ಒಳಗೆ ನುಗ್ಗಿದರೆ ಕವಲು ದಾರಿಗಳಲ್ಲಿ ಕಳೆದುಹೋಗಿಬಿಡುತ್ತಿದ್ದರು. ಸರಿಯಾದ ದಾರಿ ವಾಯುಪುತ್ರರಿಗೆ ಮಾತ್ರ ತಿಳಿದಿತ್ತು. ಹಾಗಾಗಿ ಇದೆಲ್ಲವನ್ನೂ ತಿಳಿದ್ದಿದ್ದ ಶಿವನಗೆ ಕವಲು ದಾರಿಯನ್ನು ಕಂಡಾಗ ಆಶ್ಚರ್ಯವಾಗಲಿಲ್ಲ.

— ⚹ —

ಹೀಗೆ ಅರ್ಧಗಂಟೆಯ ಪಯಣದ ನಂತರ ಎಲ್ಲರೂ ಸುರಂಗದಿಂದ ಹೊರಬಂದರು. ಹೊರಗೆ ಸೂರ್ಯರಶ್ಮಿ ಪ್ರಖರವಾಗಿತ್ತು. ಅಲ್ಲಿ ಮೂವರಿಗೂ ಅದ್ಭುತ ಲೋಕವೊಂದು ಗೋಚರಿಸಿತು. ಶಿವ ಆಶ್ಚರ್ಯದಿಂದ ಕಣ್ಣರಳಿಸಿದ. ಬೆಟ್ಟದ ಮತ್ತೊಂದು ಬದಿ ನಯನಮನೋಹರವಾಗಿತ್ತು. ಉದ್ದಕ್ಕೂ ಅಗಲವಾದ ರಸ್ತೆಗಳು. ಅದನ್ನು ಪರಿಹನ್ನರು ರುದ್ರಮಾರ್ಗ ಎಂದು ಕರೆದಿದ್ದರು. ಇಕ್ಕೆಲಗಳಲ್ಲಿ ಸಣ್ಣ ರಕ್ಷಣಾಗೋಡೆ. ಗೋಡೆಗಳ ಮೇಲೆ ವಿವಿಧ ಕೆತ್ತನೆಗಳು. ಕಣಿವೆಯ ಸುತ್ತಲೂ ಬೆಟ್ಟ-ಗುಡ್ಡಗಳ ಸಾಲು. ಅದೊಂದು ಮಾಯಾಲೋಕ. ಹೊರಗಿನ ಯಾವ ಶತ್ರುವೂ ಈ ಕಡಿದಾದ ಪರ್ವತಗಳಿಗೆ ಬಂದು ಆಕ್ರಮಣ ಮಾಡುವ ಸಾಧ್ಯತೆಗಳಿರಲಿಲ್ಲ.

ಮುಂದೆ ಪರಿಹ ನಗರ. ಇಡೀ ನಗರವನ್ನು ಮೆಲೂಹದ ನಗರಗಳಂತೆ ಇಪ್ಪತ್ತು ಮೀಟರ್ ಎತ್ತರದ ವೇದಿಕೆಯ ಮೇಲೆ ನಿರ್ಮಿಸಲಾಗಿತ್ತು. ಅದು ಶತ್ರುಗಳಿಂದ ರಕ್ಷಣೆ ಪಡೆಯುವ ತಂತ್ರ. ಪರಿಹದ ಸುತ್ತ-ಮುತ್ತ ಯಾವ ನದಿಗಳೂ ಇಲ್ಲದ ಕಾರಣ ಅಲ್ಲಿ ಪ್ರವಾಹ ಸಂಭವಿಸುವ ಸಾಧ್ಯತೆಯೇ ಇರಲಿಲ್ಲ. ಬದಲಾಗಿ ನೀರಿಗಾಗಿ ಪರದಾಡುವ ಪರಿಸ್ಥಿತಿ ಇತ್ತು. ಆದರೆ ಪರಿಹನ್ನರು ಮಹಾಬುದ್ಧಿವಂತರು. ಸುತ್ತಲಿನ ಬೆಟ್ಟಗಳಲ್ಲಿರುವ ಬಂಡೆಗಳ ಸಂದಿಗಳಲ್ಲಿ ಹರಿಯುವ ನೀರನ್ನು ಸಮರ್ಥವಾಗಿ ಬಳಸಿಕೊಂಡು ದಾಹವನ್ನು ತಣಿಸಿಕೊಂಡಿದ್ದರು. ಅಲ್ಲದೆ ಬಳಸಿದ ನೀರನ್ನು ಸಂಸ್ಕರಿಸಿ ಪುನರ್‌ಬಳಕೆ ಮಾಡುತ್ತಿದ್ದರು.

ನಗರದ ಸುತ್ತಲೂ ಎತ್ತರದ ಗೋಡೆ. ನಗರದ ಮುಂಭಾಗದಲ್ಲಿ ಕಲ್ಲಿನ ಹೆಬ್ಬಾಗಿಲು. ಬಾಗಿಲ ಎರಡೂ ಕಡೆ ಬೃಹತ್ ಗಾತ್ರದ ವಿಚಿತ್ರ ಪ್ರಾಣಿಯೊಂದರ

ಚಿತ್ರವನ್ನು ಕಲ್ಲಿನ ಮೇಲೆ ಕೆತ್ತಲಾಗಿತ್ತು. ಅದಕ್ಕೆ ಸಿಂಹದ ದೇಹ, ಮನುಷ್ಯನ ರುಂಡ. ಜತೆಗೆ ಹದ್ದಿನ ರೆಕ್ಕೆಯಿತ್ತು. ಅಷ್ಟರಲ್ಲಿ ಎತ್ತರದ ಕಟ್ಟುಮಸ್ತಾದ ವ್ಯಕ್ತಿಯೊಬ್ಬ ಅಲ್ಲಿಗೆ ಬಂದ. ಆತನದು ಅಗಲವಾದ ಹಣೆ, ಗಡ್ಡ-ಮೀಸೆ, ತಲೆಯ ಮೇಲೊಂದು ಟೋಪಿ, ಬೆನ್ನ ಹಿಂದೆ ಇಳಿಬಿಟ್ಟಿದ್ದ ಕೂದಲು. ಆತ ಹೊರನೋಟಕ್ಕೆ ಗಡಸು ವ್ಯಕ್ತಿಯಂತೆ ಕಂಡರೂ ಮಾತು ಮೃದುವಾಗಿತ್ತು. ಆತ ಕುರುಶನ ಜತೆ ಸಂಭಾಷಣೆಗೆ ಇಳಿದ. ಇಬ್ಬರೂ ಸ್ವಲ್ಪ ಹೊತ್ತು ಮಾತನಾಡಿದರು.

ನಂತರ ಕುರುಶ ಗೋಪಾಲ ಪಂಡಿತರ ಬಳಿ ಬಂದು 'ಮಹಾಸ್ವಾಮಿ! ಈಗ ಎಲ್ಲ ಪ್ರಕ್ರಿಯೆಗಳೂ ಮುಗಿದಿದೆ. ನಿಮ್ಮನ್ನು ಇಷ್ಟು ಹೊತ್ತು ಕಾಯುವಂತೆ ಮಾಡಿದ್ದಕ್ಕೆ ಕ್ಷಮೆ ಇರಲಿ. ಬನ್ನಿ ಹೋಗೋಣ' ಎಂದ.

ಶಿವ ಮತ್ತು ಪಂಡಿತರು ಕುತೂಹಲದಿಂದ ಪರಿಹವನ್ನು ಪ್ರವೇಶಿಸಿದರು.

— ⁂ —

ಒಳಗೆ ಬರುತ್ತಿದ್ದಂತೆ ಅಲ್ಲೊಂದು ದೊಡ್ಡ ಆವರಣ. ಅಲ್ಲಿ ಎಲ್ಲರೂ ತಮ್ಮ ತಮ್ಮ ಕುದುರೆಗಳನ್ನು ಕಟ್ಟಿದರು. ನಂತರ ಹತ್ತಾರು ಮೆಟ್ಟಿಲುಗಳನ್ನು ಹತ್ತಿ ವೇದಿಕೆಯ ಮೇಲೆ ಹೋಗಲು ಸಿದ್ಧರಾದರು. ಮೆಟ್ಟಿಲುಗಳ ಅಕ್ಕ-ಪಕ್ಕದಲ್ಲಿ ಕಲ್ಲಿನ ಕೆತ್ತನೆಗಳು. ಅಲ್ಲಲ್ಲಿ ಹೂದೋಟಗಳು. ನೀರಿನ ಚಿಲುಮೆಗಳು. ಸುಮಧುರ ಸಂಗೀತ. ಇವೆಲ್ಲವೂ ಶಿವನ ಆಯಾಸವನ್ನು ತಣಿಸಿತ್ತು. ವೇದಿಕೆಯ ಮೇಲೆ ಬರುತ್ತಿದ್ದಂತೆ ಒಂದು ಕ್ಷಣ ಶಿವ ದಂಗಾದ. ಸುತ್ತಲೂ ನಯನ ಮನೋಹರ ದೃಶ್ಯ. ಇಡೀ ಆವರಣ ಹಸಿರು ಹುಲ್ಲಿನಿಂದ ಕೂಡಿತ್ತು. ಅಲ್ಲಲ್ಲಿ ಗುಲಾಬಿ, ಮಲ್ಲಿಗೆ, ಕೆಂಡಸಂಪಿಗೆ, ದಾಸವಾಳ ಸೇರಿದಂತೆ ಬಣ್ಣಬಣ್ಣದ ಹೂಗಳು, ನಿಂಬೆ, ಮಾವು, ಹಲಸು ಮತ್ತು ತೆಂಗಿನ ಮರಗಳು. ಶಿವ ಆ ಪ್ರಕೃತಿ ಸೌಂದರ್ಯವನ್ನು ನೋಡಿ ತನ್ಮಯನಾಗಿ ನಿಂತುಬಿಟ್ಟ.

'ಶಿವ! ನಾವು ಮತ್ತೆ ಇಲ್ಲಿಗೆ ಬರೋಣ. ಸಧ್ಯಕ್ಕೆ ನಮ್ಮ ವಸತಿಗೃಹಕ್ಕೆ ಹೋಗಿ ವಿಶ್ರಾಂತಿ ಪಡೆಯೋಣ' ಗೋಪಾಲರು ಶಿವನನ್ನು ಎಚ್ಚರಿಸಿದರು.

— ⁂ —

ಶಿವ ಮತ್ತು ಗೋಪಾಲರು ಅತಿಥಿ ಗೃಹದ ಒಳಗೆ ಬಂದರು. ಅದು ಹೊರಗಿನಿಂದ ಬರುವ ಅತಿಥಿಗಳಿಗೆ ಮೀಸಲಾಗಿದ್ದವು. ಅದೊಂದು ಭವ್ಯ ಬಂಗಲೆ. ಅಲ್ಲೊಂದು ವಿಶಾಲವಾದ ವರಾಂಡ. ಬಂಗಲೆಯ ಒಳಗಿನ ಮೇಲ್ಛಾವಣಿಯಲ್ಲಿ ತೈಲವರ್ಣದಲ್ಲಿ ಗೋವು ಮತ್ತು ಗೂಳಿಯ ಚಿತ್ರಗಳನ್ನು ಬಿಡಿಸಲಾಗಿತ್ತು. ಶಿವನಿಗೆ ಅಚ್ಚರಿ.

ಆತ ಅದನ್ನೇ ನೋಡುತ್ತಾ ಕೇಳಿದ 'ಪರಿಹನ್ನರು ಗೋಡೆಯ ಮೇಲೆ ಗೂಳಿಯ ಚಿತ್ರವನ್ನೇಕೆ ಬಿಡಿಸಿದ್ದಾರೆ ಪಂಡಿತರೆ?'.

'ಗೋವು ಮತ್ತು ಗೂಳಿಗಳನ್ನು ಪರಿಹನ್ನರು ದೇವರೆಂದೇ ಪೂಜಿಸಿ ಆರಾಧಿಸುತ್ತಾರೆ. ಅದು ಅವರ ಶಕ್ತಿ ಮತ್ತು ಶುದ್ಧತೆಯ ಸಂಕೇತ'.

ವರಾಂಡದ ಬಳಿ ಬರುವ ಹೊತ್ತಿಗೆ ಮೂವರು ಪರಿಹನ್ನರು ಟೋಪಿ ಧರಿಸಿ ಶಿವ ಮತ್ತು ಗೋಪಾಲರ ಸೇವೆಗೆ ಸಿದ್ಧರಾಗಿ ನಿಂತಿದ್ದರು. ಅವರಲ್ಲಿ ಒಬ್ಬಳು ಬಿಸಿನೀರಿನಲ್ಲಿ ಅದ್ದಿದ್ದ ಬಿಳಿಯ ಕರವಸ್ತ್ರವನ್ನು ತಟ್ಟೆಯಲ್ಲಿ ತಂದು ಮುಂದೆ ಹಿಡಿದಳು. ಇಬ್ಬರೂ ವಸ್ತ್ರದಿಂದ ಮುಖವನ್ನು ಒರೆಸಿಕೊಂಡರು.

ನಂತರ ಆಕೆ ನಿಧಾನವಾಗಿ ಗೋಪಾಲರ ಬಳಿಗೆ ಬಂದು ಮೆಲುದನಿಯಲ್ಲಿ ಹೇಳಿದಳು 'ವಾಸುದೇವರ ಮುಖ್ಯಸ್ಥರಾದ ಗೋಪಾಲ ಪಂಡಿತರಿಗೆ ಪರಿಹಕ್ಕೆ ಸುಸ್ವಾಗತ. ಶ್ರೀರಾಮನ ಕಟ್ಟಾ ಅನುಯಾಯಿಯಾದ ತಾವು ಇಲ್ಲಿಗೆ ಆಗಮಿಸಿರುವುದು ನಮ್ಮ ಸೌಭಾಗ್ಯ'.

'ನಮಗೆ ಧನ್ಯವಾದಗಳು ನಾರಿಮಣಿ. ಕ್ಷಮಿಸಿ! ನಿಮಗೆ ನನ್ನ ಹೆಸರು ತಿಳಿದಿದೆ. ಆದರೆ ನೀವ್ಯಾರು ಎಂದು ನಮಗೆ ತಿಳಿಯದು'.

'ನನ್ನ ಹೆಸರು ಬಹಮಂಡೋಕ್ತಿ'.

'ಅಂದರೆ ನೀವು ಬಹಮನ್‌ನ ಮಗಳೇ?'.

'ನಿಜ! ಬಹಮಂಡೋಕ್ತಿ ಎಂದರೆ ಬಹಮನ್‌ನ ಮಗಳು ಎಂದರ್ಥ. ಆದರೆ ನನ್ನ ಹೆಸರಿಗೆ ಮತ್ತೊಂದು ಅರ್ಥವೂ ಇದೆ. ಅದು 'ಸದ್ಬುದ್ಧಿ ಇರುವ ಸೇವಕಿ'ಎಂದು'.

ನೀನು ಹೆಸರಿಗೆ ತಕ್ಕಂತೆ ಇರುವೆ ಬಹಮಂಡೋಕ್ತಿ'.

'ಧನ್ಯವಾದಗಳು ಪಂಡಿತರೇ'.

ಅಷ್ಟು ಹೇಳಿ ಆಕೆ ಶಿವನತ್ತ ತಿರುಗಿ ಹೇಳಿದಳು.

'ಪರಿಹಕ್ಕೆ ಸುಸ್ವಾಗತ ಶಿವ! ನಿಮಗೆ ಈವರೆಗೆ ಯಾವ ಅನಾನುಕೂಲವೂ ಆಗಲಿಲ್ಲ ಎಂದು ಭಾವಿಸಿದ್ದೇನೆ?'.

'ಖಂಡಿತಾ ಇಲ್ಲ ಬಹಮಂಡೋಕ್ತಿ'.

'ಶಿವ! ನೀವು ಮಹೋನ್ನತ ಉದ್ದೇಶವೊಂದನ್ನು ಇಟ್ಟುಕೊಂಡು ಇಲ್ಲಿಗೆ ಬಂದಿರುವಿರಿ ಎಂಬುದು ನನಗೆ ಗೊತ್ತು. ಈ ಕಾರ್ಯದಲ್ಲಿ ನೀವು ಯಶಸ್ಸು ಗಳಿಸುವಂತಾಗಲಿ ಎಂದು ವೈಯಕ್ತಿಕವಾಗಿ ಹಾರೈಸುತ್ತೇನೆ. ಭಾರತಕ್ಕೂ ಪರಿಹಕ್ಕೂ ಪುರಾತನ ಕಾಲದಿಂದಲೂ ಅವಿನಾಭಾವ ಸಂಬಂಧ ಬೆಸೆದುಕೊಂಡಿದೆ. ಭಾರತದ

ಹಿತದೃಷ್ಟಿಯಿಂದ ಯಾವುದಾದರೂ ಮಹತ್ತರ ಕೆಲಸವಾಗಬೇಕಾದರೆ ಅದಕ್ಕೆ ಸಹಾಯ ಮಾಡಬೇಕಾಗಿರುವುದು ಪರಿಹನ್ನರ ಕರ್ತವ್ಯ ಎಂದು ನಾನು ಭಾವಿಸಿದ್ದೇನೆ. ಕಾರಣ ಅದು ಸ್ವತಃ ರುದ್ರದೇವನೇ ನಮಗೆ ನೀಡಿರುವ ಆದೇಶ'.

ಆಕೆಯ ಮಾತಿಗೆ ಶಿವ ಕೈಮುಗಿದು ಧನ್ಯವಾದಗಳನ್ನು ಅರ್ಪಿಸಿದ.

'ನಿನ್ನ ಮಾತುಗಳನ್ನು ಕೇಳಿ ನನ್ನೊಳಗಿನ ಚೈತನ್ಯ ಇಮ್ಮಡಿಗೊಂಡಿದೆ ಬಹಮಂಡೋಕ್ತಿ' ಶಿವ ಹೇಳಿದ.

ಹೀಗೆ ಮೂವರೂ ಮಾತನಾಡುತ್ತಿರುವಾಗ ಅವರಿಂದ ತುಸುದೂರದಲ್ಲಿ ತರುಣಿಯೊಬ್ಬಳು ಶಿವನನ್ನೇ ದಿಟ್ಟಿಸಿ ನೋಡುತ್ತಾ ಮೈಮರೆತು ನಿಂತುಬಿಟ್ಟಿದ್ದಳು. ಒಂದು ಕ್ಷಣ ಬಹಮಂಡೋಕ್ತಿಯ ದೃಷ್ಟಿ ಆಕೆಯತ್ತ ನೆಟ್ಟಿತು. ಕೂಡಲೆ ಶಿವ ಸಹ ಆಕೆಯತ್ತ ತಿರುಗಿ ನೋಡಿದ. ಹೊರನೋಟಕ್ಕೆ ಆಕೆ ಪರಿಹದವಳಲ್ಲ ಎನ್ನುವುದು ಸ್ಪಷ್ಟವಾಗಿ ಗೋಚರಿಸುತ್ತಿತ್ತು. ಆದರೂ ಆಕೆ ಪರಿಹನ್ನರ ಸಾಂಸ್ಕೃತಿಕ ಉಡುಗೆ ತೊಟ್ಟಿದ್ದಳು. ಕಂಚಿನ ಬಣ್ಣದ ನೀಳ ದೇಹ, ಉದ್ದನೆಯ ಕೂದಲು, ಅಗಲವಾದ ಕಣ್ಣು.

ಒಂದೆರಡು ಕ್ಷಣಗಳಲ್ಲಿ ಬಹಮಂಡೋಕ್ತಿ ತನ್ನ ದೃಷ್ಟಿಯನ್ನು ಬೇರೆಡೆಗೆ ಹರಿಸಿ ಶಿವನಿಗೆ ಹೇಳಿದಳು 'ನನ್ನ ಸಹಚರರು ಕೆಲವೇ ಕ್ಷಣಗಳಲ್ಲಿ ನಿಮ್ಮನ್ನು ಖಾಸಗಿ ಕೋಣೆಗೆ ಕರೆದುಕೊಂಡು ಹೋಗುತ್ತಾರೆ. ಸಧ್ಯಕ್ಕೆ ನೀವು ವಿಶ್ರಾಂತಿ ತೆಗೆದುಕೊಳ್ಳಿ'.

ಕೂಡಲೆ ಆಕೆಯ ಸಹಾಯಕರು ಶಿವ ಮತ್ತು ಪಂಡಿತರನ್ನು ಅಲ್ಲಿನ ಅತಿಥಿ ಗೃಹವೊಂದಕ್ಕೆ ಕರೆದೊಯ್ಯಲು ಸಿದ್ಧರಾದರು. ಅಷ್ಟರಲ್ಲಿ ಮೂಲೆಯಲ್ಲಿ ನಿಂತಿದ್ದ ತರುಣಿ ಅಲ್ಲಿಂದ ಮರೆಯಾದಳ

ಶಿವ ಮತ್ತು ಪಂಡಿತರು ಉಳಿದುಕೊಂಡಿದ್ದ ಕೋಣೆ ಅದ್ಭುತವಾಗಿತ್ತು. ಅದೊಂದು ಐಶಾರಾಮಿ ಕೊಠಡಿ. ಅಲ್ಲಿ ಪ್ರತ್ಯೇಕ ಹತ್ತಿಯ ಮೆತ್ತನೆಯ ಹಾಸುಗೆಗಳು. ಮಹಡಿ ಮೇಲಿನ ಬಾಗಿಲು ತೆರೆದರೆ ಹೊರಗೆ ನಯನ ಮನೋಹರ ದೃಶ್ಯ. ಕೊಠಡಿಯ ಮೂಲೆಯಲ್ಲೊಂದು ಪುಟ್ಟ ನೀರಿನ ಕಾರಂಜಿ. ಇಡೀ ನೆಲದ ತುಂಬಾ ಕೆಂಪುಹಾಸು. ಓಕ್ ಮರದಿಂದ ಮಾಡಿದ್ದ ಪೀಠೋಪಕರಣಗಳು. ಮತ್ತೊಂದು ಮೂಲೆಯಲ್ಲಿ ಪರಿಹನ್ನರು ಬಳಸುವ ಸಂಗೀತ ಸಾಧನಗಳು. ಚಿನ್ನ ಮತ್ತು ಬೆಳ್ಳಿ ಲೇಪಿತ ಗೋಡೆ ಮತ್ತು ಮೇಲ್ಛಾವಣಿಗಳು. ಮೇಜಿನ ಮೇಲೆ ಬುಟ್ಟಿಯಲ್ಲಿ ಹತ್ತಾರು ಬಗೆಯ ಹಣ್ಣುಗಳು. ಜತೆಗೆ ಅತಿಥಿಗಳಿಗಾಗಿಯೇ ಸಿದ್ಧಪಡಿಸಿದ್ದ ಸಾಂಪ್ರದಾಯಿಕ ಉಡುಗೆಗಳೂ ಅಲ್ಲಿದ್ದವು. ಒಟ್ಟಾರೆ ಅದೊಂದು ವೈಭವೋಪೇತ ಕೋಣೆ. ಶಿವ ಮತ್ತು ಪಂಡಿತರು ಪರಿಹನ್ನರ ಜೀವನ ಶೈಲಿಯನ್ನು ಕಂಡು ಬೆರಗಾದರು.

ಅಧ್ಯಾಯ – 37

ಅನಿರೀಕ್ಷಿತ ಸಹಾಯ

ರಾತ್ರಿ ಪುಷ್ಕಳ ಭೋಜನದ ನಂತರ ಶಿವ ಮತ್ತು ಗೋಪಾಲ ಪಂಡಿತರು ಆರಾಮವಾಗಿ ಕುಳಿತು ಆಯಾಸ ನಿವಾರಿಸಿಕೊಳ್ಳುತ್ತಿದ್ದರು.

ಆ ಸಮಯದಲ್ಲಿ ಶಿವ ಪಂಡಿತರನ್ನು ಕೇಳಿದ 'ಪಂಡಿತರೇ, ನನಗೆ ತಿಳಿದಂತೆ ಪರಿಹವೊಂದು ಗುಡ್ಡಗಾಡು ಪ್ರದೇಶ. ಇಲ್ಲಿ ನೀರಿನ ಮೂಲಗಳೇ ಇಲ್ಲ. ಆಗಾಗ ಮಳೆಯೂ ಬೀಳುವುದಿಲ್ಲ. ಆದರೆ ಇಡೀ ನಗರದಲ್ಲಿ ಸಾಕಷ್ಟು ಕೊಳಗಳು, ಕಾಲುವೆಗಳು ಮತ್ತು ತಿಳಿ ನೀರಿನ ಬುಗ್ಗೆಗಳಿವೆ. ಇಲ್ಲಿನ ಜನ ಉದ್ಯಾನವನಗಳಿಗೆ ಸಾಕಷ್ಟು ನೀರು ಹರಿಸುತ್ತಿದ್ದಾರೆ. ಇದು ಹೇಗೆ ಸಾಧ್ಯ? ಇಲ್ಲಿ ನೀರು ದೊರೆಯುವುದಾದರೂ ಹೇಗೆ?'.

'ಅದು ಇಲ್ಲಿನ ತಂತ್ರಜ್ಞರ ಚಾಣಾಕ್ಷ ಬುದ್ಧಿಶಕ್ತಿಯಿಂದ ಸಾಧ್ಯವಾಗಿದೆ ಶಿವ. ಪರಿಹದ ಉತ್ತರ ದಿಕ್ಕಿನಲ್ಲಿ ಸಾಲು ಸಾಲು ಬೆಟ್ಟಗುಡ್ಡಗಳಿವೆ. ಅಲ್ಲಿನ ಬಂಡೆಕಲ್ಲುಗಳ ನಡುವೆ ಸಾಕಷ್ಟು ನೈಸರ್ಗಿಕ ನೀರಿನ ಚಿಲುಮೆಗಳಿವೆ. ಇಲ್ಲಿನ ಜನ ಅದನ್ನೇ ನೀರಿನ ಮೂಲವನ್ನಾಗಿಸಿಕೊಂಡಿದ್ದಾರೆ. ಅಷ್ಟೇ ಅಲ್ಲದೆ ಪರಿಹನ್ನರು ನೀರನ್ನು ಅಷ್ಟೇ ಮಿತವಾಗಿ ಬಳಸುತ್ತಾರೆ. ಇಲ್ಲಿನ ನೀರಿನ ಕಾರಂಜಿಗಳಲ್ಲಿ ಬರುವ ನೀರು ಪುನರ್‌ಬಳಕೆ ಆಗಿರುತ್ತದೆ. ಆದರೆ ಪುನರ್‌ಬಳಕೆಗೊಳ್ಳುವ ಮುನ್ನ ನೀರನ್ನು ಸಂಪೂರ್ಣ ಶುದ್ಧೀಕರಿಸಲಾಗುತ್ತದೆ. ಅದು ಕುಡಿಯಲೂ ಯೋಗ್ಯವಾಗಿರುತ್ತದೆ'.

ಶಿವ ಆಶ್ಚರ್ಯದಿಂದ ಕೇಳಿದ 'ನೀರಿನ ಬುಗ್ಗೆಗಳು ಇಲ್ಲಿಂದ ಎಷ್ಟು ದೂರದಲ್ಲಿದೆ?'.

'ಅದು ನಗರದಿಂದ ಅರವತ್ತು ಮೈಲಿ ದೂರದಲ್ಲಿದೆ'.

ಶಿವ ಮೆಲುದನಿಯಲ್ಲಿ ಹೇಳಿದ 'ಅಷ್ಟು ದೂರದಿಂದ ನೀರನ್ನು ಹೇಗೆ ಹರಿಸುತ್ತಾರೆ? ನಗರದ ಸುತ್ತ–ಮುತ್ತ ನಾನು ಯಾವ ಕಾಲುವೆಗಳನ್ನೂ ನೊಡಲಿಲ್ಲವಲ್ಲ ಪಂಡಿತರೇ?'.

'ಇಲ್ಲಿರುವ ಕಾಲುವೆಗಳು ಭೂಗರ್ಭದಲ್ಲಿದೆ. 'ಗುರುತ್ವ' ಎಂಬ ಮಹಾಶಕ್ತಿಯನ್ನು ಬಳಸಿಕೊಂಡು ಇಲ್ಲಿನ ತಂತ್ರಜ್ಞರು ಕಾಲುವೆಗಳನ್ನು ತೋಡಿ ಎತ್ತರದ ಪ್ರದೇಶದಿಂದ ನೀರನ್ನು ಹರಿಸುತ್ತಾರೆ. ಹೀಗೆ ಕಾಲುವೆಗಳನ್ನು ತೋಡುವಾಗ ನೀರಿನ ಹರಿವಿನ ಬಗ್ಗೆ ಸಾಕಷ್ಟು ಎಚ್ಚರಿಕೆ ವಹಿಸುತ್ತಾರೆ. ಅದರಲ್ಲಿ ಸ್ವಲ್ಪ ಏರುಪೇರಾದರೂ ಕಾಲುವೆಗಳು

ಒಡೆದು ನೀರು ಪೋಲಾಗುತ್ತವೆ. ಇದು ಇಲ್ಲಿನ ತಂತ್ರಜ್ಞರ ಕೌಶಲ್ಯಕ್ಕೆ ಹಿಡಿದ ಕೈಗನ್ನಡಿ. ಹೀಗೆ ಇಲ್ಲಿನ ಜನ ಬಂಜರು ಭೂಮಿಯನ್ನು ಹಸಿರಿನ ಹಾಸಿಗೆಯನ್ನಾಗಿ ಮಾಡಿದ್ದಾರೆ. ಒಂದಿಷ್ಟೂ ಲೋಪ-ದೋಷಗಳಿಲ್ಲದ ವಿನ್ಯಾಸ. ಒಟ್ಟಾರೆ ಇದೊಂದು ಅದ್ಭುತ'.

ಹೀಗೆ ಶಿವ ಮತ್ತು ಗೋಪಾಲ ಪಂಡಿತರು ಮಾತನಾಡುತ್ತಿರುವಾಗ ಹೊರಗಿನಿಂದ ಯಾರೋ ಬಾಗಿಲು ತಟ್ಟಿದಂತಾಯಿತು.

ಕೂಡಲೇ ಶಿವ ಕೇಳಿದ 'ಪಂಡಿತರೇ ನಾವು ಯಾರನ್ನಾದರೂ ನಿರೀಕ್ಷಿಸುತ್ತಿದ್ದೇವೆಯೇ?'.

ಗೋಪಾಲರೂ ಆಶ್ಚರ್ಯದಿಂದಲೇ ಹೇಳಿದರು 'ಇಲ್ಲ, ನಮ್ಮ ಅಂಗ ರಕ್ಷಕರಲ್ಲಿ ಯಾರಾದರೂ ನಮ್ಮನ್ನು ಭೇಟಿ ಮಾಡುವುದಿದ್ದರೆ ಮುಂಚಿತವಾಗೇ ತಿಳಿಸುತ್ತಿದ್ದರು'.

ಕೂಡಲೆ ಶಿವ ಖಡ್ಗವನ್ನು ಹೊರಗೆ ತೆಗೆದ. ಗೋಪಾಲರನ್ನು ತನ್ನ ಹಿಂದೆ ಬರುವಂತೆ ಹೇಳಿದ. ಅಷ್ಟರಲ್ಲಿ ಮತ್ತೊಮ್ಮೆ ಬಾಗಿಲು ಬಡಿದಂತಾಯಿತು.

ಈಗ ಶಿವ ಮೆಲ್ಲನೆ ಪಂಡಿತರ ಕಿವಿಯಲ್ಲಿ ಪಿಸುಗುಟ್ಟಿದ 'ಬಂದಿರುವವರು ಯಾರೋ ಶತ್ರುಗಳಿರಬೇಕು. ನಾನು ಬಾಗಿಲನ್ನು ತೆಗೆದು ವೇಗವಾಗಿ ಆತನನ್ನು ಒಳಗೆ ಎಳೆದುಕೊಳ್ಳುತ್ತೇನೆ. ನೀವು ಕೂಡಲೆ ಬಾಗಿಲನ್ನು ಭದ್ರಪಡಿಸಿ'.

ಅದರಂತೆ ಶಿವ ಬಾಗಿಲು ತೆರೆದು ಮಿಂಚಿನ ವೇಗದಲ್ಲಿ ಹೊರಗಿದ್ದ ವ್ಯಕ್ತಿಯನ್ನು ಒಳಗೆ ಎಳೆದುಕೊಂಡ. ಕೂಡಲೆ ಆ ವ್ಯಕ್ತಿ ನೆಲಕ್ಕೆ ಉರುಳಿದ. ಗೋಪಾಲರು ಕೂಡಲೆ ಬಾಗಿಲನ್ನು ಭದ್ರಪಡಿಸಿದರು. ಶಿವ ಖಡ್ಗ ಹಿಡಿದು ಮುಂದೆ ನಿಂತ.

'ನಾನು ನಿಮ್ಮ ಸ್ನೇಹಿತೆ' ಸಣ್ಣಗಿನ ಹೆಣ್ಣು ದನಿಯೊಂದು ಕೇಳಿಬಂತು.

ಆಕೆ ಎರಡೂ ಕೈಗಳನ್ನು ಮೇಲೆತ್ತಿದಳು. ಶಿವ ಮತ್ತು ಗೋಪಾಲರು ಆಕೆಯನ್ನೇ ದಿಟ್ಟಿಸಿ ನೋಡಿದರು. ಹಿಡಿದ ಖಡ್ಗವನ್ನು ಶಿವ ಮುಂದೆ ತಂದ.

'ಖಡ್ಗದ ಅವಶ್ಯಕತೆಯಿಲ್ಲ ನೀಲಕಂಠ. ಪರಿಹನ್ನರು ಅತಿಥಿಗಳನ್ನು ಕೊಲ್ಲುವಷ್ಟು ದುಷ್ಟರಲ್ಲ. ರುದ್ರದೇವ ಅದನ್ನು ನಮಗೆ ಹೇಳಿಕೊಟ್ಟಿಲ್ಲ'.

'ಯಾರು ನೀನು?' ಶಿವ ಆರ್ಭಟಿಸಿದ.

'ನೀವು ಈ ಮೊದಲೇ ನನ್ನನ್ನು ನೋಡಿದ್ದೀರಲ್ಲವೇ ನೀಲಕಂಠ'.

ಆಕೆ ಮುಖಕ್ಕೆ ಮುಚ್ಚಿಕೊಂಡಿದ್ದ ಅಂಗವಸ್ತ್ರವನ್ನು ತೆಗೆದಳು. ಥಟ್ಟನೆ ಶಿವನಿಗೆ ಆಕೆಯ ಗುರುತು ಸಿಕ್ಕಿತು. ಬಹಮಂಡೋಕ್ತಿಯೊಂದಿಗೆ ಮಾತನಾಡುತ್ತಿದ್ದಾಗ ದೂರದಲ್ಲಿ ವಿಚಿತ್ರ ನೋಟ ಬೀರುತ್ತಿದ್ದ ಅದೇ ತರುಣಿ.

'ನಾನು ನಿಮಗೆ ಸಹಾಯ ಮಾಡಲು ಬಂದಿದ್ದೇನೆ. ಹಾಗಾಗಿ ಆ ಖಡ್ಗದ ಅವಶ್ಯಕತೆ ಇಲ್ಲ' ಆಕೆ ಶಿವನ ಖಡ್ಗವನ್ನೇ ನೋಡುತ್ತಾ ಹೇಳಿದಳು.

ಶಿವ ಖಡ್ಗವನ್ನು ಒರೆಗೆ ಸೇರಿಸಿ ಆಕೆಯನ್ನು ಕುಳಿತುಕೊಳ್ಳಲು ಹೇಳಿದ.

'ಈಗ ಹೇಳು! ನಿನ್ನ ಹೆಸರೇನು? ನೀನೇಕೆ ನಮಗೆ ಸಹಾಯ ಮಾಡಬೇಕು'.

'ನನ್ನ ಹೆಸರು ಚೆಹೆರಾಡೆ'.

ಪರಿಹದ ಭಾಷೆಯಲ್ಲಿ ಚೆಹೆರಾಡೆ ಎಂದರೆ ಒಂದು ರೀತಿಯ ಗೆಡ್ಡೆ. ಜತೆಗೆ 'ನಗರಗಳಿಗೆ ಸ್ವಾತಂತ್ರ್ಯ ನೀಡಿದ ವ್ಯಕ್ತಿ' ಎಂಬ ಅರ್ಥವೂ ಇದೆ.

ಶಿವ ಕಣ್ಣನ್ನು ಕಿರಿದು ಮಾಡಿಕೊಂಡು ಹೇಳಿದ 'ನೀನು ಸುಳ್ಳು ಹೇಳುತ್ತಿರುವೆ. ಅಲ್ಲದೇ ನೀನು ಈ ನಾಡಿನವಳಲ್ಲ. ನಿನ್ನ ನಿಜವಾದ ಹೆಸರೇನು ಹೇಳು?'.

'ನಾನು ಪರಿಹನ್ನಳು. ಇದೇ ನನ್ನ ನಿಜನಾಮ'.

'ಹೆಸರನ್ನೇ ಸರಿಯಾಗಿ ಹೇಳದ ನಿನ್ನನ್ನು ನಂಬುವುದರಾದರೂ ಹೇಗೆ?'.

'ನೀವು ಇಲ್ಲಿಗೆ ಬಂದಿರುವ ಕಾರಣಕ್ಕೂ ನನ್ನ ಹೆಸರಿಗೂ ಯಾವ ಸಂಬಂಧವೂ ಇಲ್ಲ. ಇಲ್ಲಿ ವಾಯುಪುತ್ರ ಮಂಡಳಿ ನಿಮ್ಮ ಉದ್ದೇಶದ ಬಗ್ಗೆ ಏನು ಹೇಳುತ್ತದೆಯೋ ಅದಷ್ಟೇ ಮುಖ್ಯವಾಗುತ್ತದೆ. ಉಳಿದೆಲ್ಲವೂ ಗೌಣ. ನನ್ನ ಹೆಸರೂ ಸೇರಿದಂತೆ'.

'ಹಾಗಾದರೆ ವಾಯುಪುತ್ರ ಮಂಡಳಿಗೆ ನಮ್ಮ ಬಗ್ಗೆ ಯಾವ ಆಭಿಪ್ರಾಯವಿದೆ ಎಂಬುದನ್ನು ಹೇಳುವೆಯಾ?' ಪಂಡಿತರು ಕೇಳಿದರು.

'ಅದನ್ನು ಹೇಳುವುದಕ್ಕೇ ನಾನು ಇಲ್ಲಿಗೆ ಬಂದಿರುವುದು. ನಿಮ್ಮ ಉದ್ದೇಶವನ್ನು ಈಡೇರಿಸಿಕೊಳ್ಳಲು ನೀವೇನು ಮಾಡಬೇಕು ಎಂಬುದನ್ನು ಹೇಳುತ್ತೇನೆ ಕೇಳಿ'.

— —

ವಾಯುಪುತ್ರರ ಮುಖ್ಯಸ್ಥನನ್ನು 'ಮಿತ್ರ' ಎಂದು ಕರೆಯಲಾಗುತ್ತದೆ. ಮಿತ್ರ ಎಂದರೆ ಗೆಳೆಯ. ಮಿತ್ರ ವಾಯುಪುತ್ರರ ಆರಾಧ್ಯ ದೈವವಾದ ಅಹುರನಿಗೆ ಗೆಳೆಯನೂ ಹೌದು. ಅಹುರ ನಿರಾಕಾರಿ. ಹಿಂದುಗಳು ಪರಮಾತ್ಮನನ್ನು ಹೇಗೆ ಪೂಜಿಸುತ್ತಾರೋ ವಾಯುಪುತ್ರರು ಅಹುರನನ್ನು ಅಷ್ಟೇ ಶ್ರದ್ಧಾಭಕ್ತಿಯಿಂದ ಪೂಜಿಸುತ್ತಾರೆ. ಅಲ್ಲದೇ ವಾಯುಪುತ್ರರ ಮುಖ್ಯಸ್ಥನನ್ನು ಮಿತ್ರ ಎಂದು ಕರೆಯಬೇಕು ಎನ್ನುವುದು ರುದ್ರದೇವನ ಆದೇಶ. ಒಮ್ಮೆ ಮಿತ್ರ ಪದವಿಗೆ ಏರಿದ ಕೂಡಲೆ ಆತ ಎಲ್ಲಾ ಭವ ಬಂಧನಗಳಿಂದ ಮುಕ್ತನಾಗುತ್ತಾನೆ. ಆತನ ನಿಜನಾಮ ಹೋಗಿ 'ಮಿತ್ರ' ಎಂದಷ್ಟೇ ಉಳಿದುಕೊಳ್ಳುತ್ತದೆ.

ಅಂತಹ ಮಿತ್ರ ಅಂದು ತನ್ನ ಕಚೇರಿಯ ಮುಂಗೋಣೆಯಲ್ಲಿ ಕುಳಿತಿದ್ದ. ಅಷ್ಟರಲ್ಲಿ ಪಡಸಾಲೆಯಲ್ಲಿ ಏನೋ ಸದ್ದಾಯಿತು. ಆಗಸದಲ್ಲಿ ಚಂದ್ರ ಮೋಡಗಳ ನಡುವೆ ಇಣುಕಿ ನೋಡುತ್ತಿದ್ದ. ಆ ಮಂದ ಬೆಳಕಿನಲ್ಲಿ ಬರುತ್ತಿರುವುದು ಯಾರು ಎನ್ನುವುದು ಮಿತ್ರನಿಗೆ ಸ್ಪಷ್ಟವಾಗಿ ಗೋಚರಿಸಿತು. ಅದೊಂದು ಹೆಣ್ಣು ಆಕೃತಿ.

ಆಕೆ ಮೆಲುದನಿಯಲ್ಲಿ ಮಿತ್ರನಿಗೆ ಹೇಳಿದಳು 'ಮಹಾಸ್ವಾಮಿ, ನಾನು ಆಕೆಯನ್ನು ಅವರ ಬಳಿಗೆ ಕಳುಹಿಸಿದ್ದೇನೆ'.

'ಧನ್ಯವಾದಗಳು ಬಹಮಂಡೋಕ್ತಿ. ರುದ್ರದೇವನಿಗೆ ನಾವು ನೀಡಿರುವ ವಾಗ್ದಾನವನ್ನು ಉಳಿಸಿಕೊಳ್ಳಲು ನೀನು ಸಹಾಯ ಮಾಡಿರುವೆ. ವಾಯುಪುತ್ರರ ಶಪಥ ಈಡೇರುವುದಕ್ಕೆ ನಮಗೆ ಸಹಾಯ ಮಾಡಿರುವೆ. ಅದಕ್ಕಾಗಿ ವಾಯುಪುತ್ರರು ನಿನಗೆ ಎಂದೆಂದಿಗೂ ಋಣಿಯಾಗಿರುತ್ತಾರೆ'.

ಬಹಮಂಡೋಕ್ತಿ ಅತ್ಯಂತ ಗೌರವದಿಂದ ಮಿತ್ರನಿಗೆ ನಮಸ್ಕರಿಸಿದಳು. ಆಕೆ ಹಿಂದೆ ಇದೇ ಮಿತ್ರನನ್ನು ಬಹುವಾಗಿ ಪ್ರೀತಿಸುತ್ತಿದ್ದಳು. ಆದರೆ ಆತ ಮಿತ್ರ ಪದವಿಗೇರಿದ ಕೂಡಲೆ ಅವರ ಸಂಬಂಧ ಕಡಿದು ಹೋಯಿತು. ಈಗ ಅವರಿಬ್ಬರ ನಡುವೆ ಇದ್ದದ್ದು ಪರಸ್ಪರ ಭಕ್ತಿ ಮತ್ತು ಗೌರವ. ಬಹಮಂಡೋಕ್ತಿ ನಿಧಾನವಾಗಿ ಅಲ್ಲಿಂದ ತೆರಳಿದಳು. ಮಿತ್ರ ಆಕೆಯನ್ನು ಬೀಳ್ಕೊಟ್ಟು ಖಾಸಗಿ ಕೋಣೆಯ ಆರಾಮ ಕುರ್ಚಿಯ ಮೇಲೆ ಒರಗಿ ಕುಳಿತು ಹಾಗೇ ಕಣ್ಣು ಮುಚ್ಚಿದ. ಹಿಂದೆ ನಡೆದ ಕೆಲವು ಘಟನೆಗಳ ನೆನಪಿನ ಸುರುಳಿ ಕಣ್ಮುಂದೆ ಹಾದುಹೋಗತೊಡಗಿತು. ಆ ಎಲ್ಲ ಘಟನೆಗಳೂ ನಿನ್ನೆ–ಮೊನ್ನೆ ನಡೆದಿವೆಯೇನೋ ಎನ್ನುವಂತೆ ಭಾಸವಾಯಿತು. ಇಷ್ಟು ವರ್ಷಗಳಾದರೂ ತನ್ನ ಜೀವದ ಗೆಳೆಯ ಮನೋಭುವಿನೊಂದಿಗೆ ನಡೆಸಿದ ಸಂಭಾಷಣೆ ಮನಸ್ಸಿನಲ್ಲಿ ಅಚ್ಚಳಿಯದೆ ಹಸಿರಾಗಿ ಉಳಿದಿತ್ತು. ಮಿತ್ರ ಮನಸ್ಸಿನಾಳಕ್ಕೆ ಇಳಿದು ಚಿಂತಿಸತೊಡಗಿದ.

'ನೀನೀಗ ಮಾಡಲು ಹೊರಟಿರುವ ಕೆಲಸ ಉತ್ತಮ ಫಲಿತಾಂಶ ನೀಡುತ್ತದೆ ಎನ್ನುವುದು ಖಚಿತವೇ ಮನೋಭು?' ಮಿತ್ರ ತನ್ನ ಗೆಳೆಯ ಮನೋಭುವನ್ನು ಕೇಳಿದ.

ಟಿಬೆಟ್ಟಿನಿಂದ ಬಂದಿದ್ದ ಮನೋಭು ಪರಿಹದ ಗೆಳೆಯನ ಮುಖವನ್ನೇ ದಿಟ್ಟಿಸಿ ನೋಡುತ್ತಾ ಹೇಳಿದ 'ನಿಜ! ನನಗೆ ಯಾರನ್ನೂ ಅಗೌರವದಿಂದ ನೋಡುವ ಉದ್ದೇಶವಿಲ್ಲ. ಅಲ್ಲದೆ ಈಗ ನಾನು ಹೇಳುತ್ತಿರುವುದು ನಿನಗೆ ವಿಚಿತ್ರ ಎನಿಸಬಹುದು'.

ಮನೋಭು ಕುರುಚಲು ಗಡ್ಡವನ್ನು ಸವರಿಕೊಳ್ಳುತ್ತಾ ಮುಗುಳ್ನಗೆ ಬೀರಿದ. ಆತನ ಒರಟು ಕೂದಲನ್ನು ಸಣ್ಣ ಮಣಿಗಳ ಕುಚ್ಚಿನಿಂದ ಕಟ್ಟಲಾಗಿತ್ತು. ಅದು ಪರಿಹನ್ನರ ಶೈಲಿ. ಗುಣ ಪಂಗಡದವರೂ ಕೇಶವನ್ನು ಇದೇ ರೀತಿ ವಿನ್ಯಾಸಗೊಳಿಸಿಕೊಳ್ಳುತ್ತಿದ್ದರು. ಮನೋಭುವಿನ ಮೈಮೇಲೆಲ್ಲಾ ಗಾಯದ ಗುರುತು. ಅವೆಲ್ಲವೂ ಯುದ್ಧಗಳಲ್ಲಾದ ಗಾಯದ ಕಲೆಗಳು. ಹಾಗೇ ಉಳಿದುಬಿಟ್ಟಿದ್ದವು. ಆತನ ಮುಖಚರ್ಯೆ, ಕಟ್ಟುಮಸ್ತಾದ ಮೈಕಟ್ಟು, ಅಜಾನುಬಾಹು, ತೊಟ್ಟಿದ್ದ ಬಟ್ಟೆ, ಬಿಟ್ಟಿದ್ದ ಕೂದಲು ಈ ಎಲ್ಲವನ್ನೂ ನೋಡುತ್ತಿದ್ದರೆ ಆತನೊಬ್ಬ ಮಹಾವೀರ ಎಂಬುದು ಸ್ಪಷ್ಟವಾಗುತ್ತಿತ್ತು. ಆತನ ಕಣ್ಣುಗಳು ಶಾಂತ ಚಿತ್ತತೆಯ ಪ್ರತೀಕವಾಗಿ ಗೋಚರಿಸುತ್ತಿತ್ತು. ಆತನ ಕಣ್ಣುಗಳಲ್ಲಿದ್ದ ಕಾಂತಿ, ಸೆಳೆತ ಪರಿಹದ ಗೆಳೆಯ ಮಿತ್ರನನ್ನು ಮತ್ತಷ್ಟು ಹತ್ತಿರಕ್ಕೆ ಕರೆತಂದಿತಲ್ಲದೇ ಇಬ್ಬರೂ ಆತ್ಮೀಯ ಗೆಳೆಯರಾದರು.

'ನಾನು ಮಾಡಲು ಹೊರಟಿರುವ ಕೆಲಸದ ಬಗ್ಗೆ ನಂಬಿಕೆಯಿಲ್ಲದ್ದಿದ್ದರೆ ನೀನು ನನ್ನೊಂದಿಗೆ ಕೈಜೋಡಿಸುವ ಅಗತ್ಯವಿಲ್ಲ ಗೆಳೆಯ. ಗೆಳೆಯ ಮತ್ತು ಸಂಬಂಧಿ ಎಂದ ಮಾತ್ರಕ್ಕೆ ನೀನು ನನ್ನೊಂದಿಗೆ ಹೆಜ್ಜೆ ಹಾಕಬೇಕಾಗಿಲ್ಲ' ಮನೋಭು ಹೇಳಿದ.

ಪರಿಹ ಗೆಳೆಯ ಮಿತ್ರ ಮನೋಭುವನ್ನೇ ತೀಕ್ಷ್ಣವಾಗಿ ನೋಡುತ್ತಾ ಹೇಳಿದ 'ಸಂಬಂಧಗಳು ಇಲ್ಲಿ ಮುಖ್ಯವಾಗುವುದಿಲ್ಲ. ಅಂತಿಮ ಫಲಿತಾಂಶವಷ್ಟೇ ಮುಖ್ಯ. ನಾವೆಲ್ಲರೂ ರುದ್ರದೇವನ ದೈವಾಜ್ಞೆಯನ್ನು ನೆರವೇರಿಸಬೇಕು ಅಷ್ಟೇ. ಅದನ್ನು ಬಿಟ್ಟು ಉಳಿದೆಲ್ಲವೂ ಗೌಣ'.

'ರುದ್ರ ದೇವನ ಆಜ್ಞೆ ಏನು ಎನ್ನುವುದು ನನಗಿಂತಲೂ ನಿನಗೆ ಚೆನ್ನಾಗಿ ತಿಳಿದಿದೆ. ಅಷ್ಟಕ್ಕೂ ರುದ್ರದೇವನೂ ನಿನ್ನಂತೆ ಪರಿಹನಲ್ಲವೇ?'.

ಮಿತ್ರ ತುಸು ಗಾಬರಿಯಿಂದಲೇ ಕೋಣೆಯ ಮೂಲೆಯತ್ತ ದೃಷ್ಟಿಹಾಯಿಸಿದ. ಅಲ್ಲಿ ವಿಚಿತ್ರ ರೀತಿಯ ಮಿಶ್ರಣವೊಂದು ಬಾಣಲೆಯಲ್ಲಿ ಕೊತ ಕೊತನೆ ಕುದಿಯುತ್ತಿತ್ತು.

ಮನೋಭು ಎರಡು ಹೆಜ್ಜೆ ಮುಂದೆ ಬಂದು ಗೆಳೆಯನ ಹೆಗಲ ಮೇಲೆ ಕೈಯಿಟ್ಟು ಹೇಳಿದ 'ನನ್ನನ್ನು ನಂಬು ಗೆಳೆಯ. ಸೋಮರಸ ವಿನಾಶಕಾರಿಯಾಗಿ ಪರಿವರ್ತನೆಯಾಗುತ್ತಿದೆ. ಅದನ್ನು ನಾಶಮಾಡುವುದು ರುದ್ರನ ನಿರೀಕ್ಷೆಯೂ ಹೌದು. ಆ ಗುರುತರ ಜವಾಬ್ದಾರಿ ನಮ್ಮ ಮೇಲಿದೆ. ವಾಯುಪುತ್ರ ಮಂಡಳಿ ಇದಕ್ಕೆ ಅನುಮತಿ ನೀಡದಿದ್ದರೂ ಚಿಂತೆಯಿಲ್ಲ. ರುದ್ರದೇವ ವಹಿಸಿರುವ ಕೆಲಸವನ್ನು ಮಾಡಿ ಮುಗಿಸೋಣ'.

'ಆದರೆ ನಿನ್ನ ಆ ದೂರದ ಸಂಬಂಧಿ ಈ ಕೆಲಸವನ್ನು ಯಶಸ್ವಿಯಾಗಿ ಮಾಡುತ್ತಾನೆ ಎಂಬ ನಂಬಿಕೆ ನಿನಗಿದೆಯೇ? ಆತ ರುದ್ರದೇವನ ಉತ್ತರಾಧಿಕಾರಿಯಾಗಲು ಯೋಗ್ಯನೇ?'.

'ಆತ ನಿನ್ನ ರಕ್ತ ಸಂಬಂಧಿಯೂ ಹೌದಲ್ಲವೇ? ಆತನ ತಾಯಿ ನಿನ್ನ ತಂಗಿಯಲ್ಲವೇ ಗೆಳೆಯ?'.

'ಹೌದು! ಅದು ನನಗೆ ಗೊತ್ತು. ಆದರೆ ಆ ಹುಡುಗ ಈಗ ನನ್ನೊಂದಿಗಿಲ್ಲ. ಆತನಿರುವುದು ನಿನ್ನೊಂದಿಗೆ. ಅದು ಟಿಬೆಟ್‌ನಲ್ಲಿ. ನಾನು ಒಮ್ಮೆಯೂ ಆತನನ್ನು ಭೇಟಿ ಮಾಡಿಲ್ಲ. ನೀನು ಆತನ ಹೆಸರನ್ನೂ ಹೇಳುತ್ತಿಲ್ಲ. ಹಾಗಾಗಿ ನಾನು ಮತ್ತೆ ಮತ್ತೆ ಅದೇ ಪ್ರಶ್ನೆಯನ್ನು ಕೇಳುತ್ತಿದ್ದೇನೆ. ಆತ ರುದ್ರಪದವಿಯನ್ನು ಅಲಂಕರಿಸಲು ಯೋಗ್ಯನೇ?'.

'ಹೌದು! ಆತನಲ್ಲಿ ಆ ಶಕ್ತಿ ಸಾಮರ್ಥ್ಯವಿದೆ. ಆತ ಬೆಳೆದಂತೆ ಮುಂದೆ ನೀಲಕಂಠನಾಗುತ್ತಾನೆ. ರುದ್ರದೇವ ನಮಗೆ ವಹಿಸಿರುವ ಕೆಲಸವನ್ನು ಪೂರ್ಣಗೊಳಿಸು ತ್ತಾನೆ. ಅಧರ್ಮಕ್ಕೆ ಇತಿಶ್ರೀ ಹಾಡುತ್ತಾನೆ. ಧರ್ಮ ಸಂಸ್ಥಾಪನೆ ಮಾಡುತ್ತಾನೆ'.

ಮನೋಭುವಿನ ಮಾತಿನಲ್ಲಿ ಅಚಲವಾದ ನಂಬಿಕೆಯಿತ್ತು.

'ಆದರೆ ರುದ್ರನಾಗಲು ಆತ ತರಬೇತಿ ಪಡೆಯಬೇಕಲ್ಲವೇ?'.

'ನಾನು ಅವನಗೆ ತರಬೇತಿ ನೀಡುತ್ತೇನೆ'.

'ಆದರೆ ಮುಂದಿನ ನೀಲಕಂಠ ಯಾರಾಗಬೇಕು ಎಂದು ನಿರ್ಧರಿಸುವುದು ವಾಯುಪುತ್ರ ಮಂಡಳಿ. ಅವರು ನಮ್ಮ ಸಂಬಂಧಿಯನ್ನು ನೀಲಕಂಠನನ್ನಾಗಿ ಹೇಗೆ ನಿಯೋಜಿಸುತ್ತಾರೆ?'.

'ಚಿಂತೆಯಿಲ್ಲ! ನಾನು ಸರಿಯಾದ ಸಮಯಕ್ಕೆ ನೀಲಕಂಠನ ಆಗಮನವಾಗುವಂತೆ ಮಾಡುತ್ತೇನೆ'.

'ಅದು ಹೇಗೆ ಮಾಡುವೆ ಗೆಳೆಯ.......?'.

'ಆ ವಿಚಾರ ನನಗೆ ಬಿಡು........ನೀಲಕಂಠನ ಆಗಮನವಾಗಿಲ್ಲ ಎಂದರೆ ದುಷ್ಟ ವಿನಾಶ ಕಾಲ ಇನ್ನು ಬಂದಿಲ್ಲ ಎಂದರ್ಥ. ಆದರೆ ಆತ ಬರುತ್ತಿದ್ದಾನೆ ಎಂದರೆ..........'.

'ದುಷ್ಟ ಸಂಹಾರಕ್ಕೆ ಸಕಾಲ ಎಂದರ್ಥ' ಮಿತ್ರ ಮನೋಭುವಿನ ಮಾತನ್ನು ಪೂರ್ಣಗೊಳಿಸಿದ.

ಮನೋಭು ತಲೆಯಾಡಿಸುತ್ತಾ ಹೇಳಿದ 'ಅಷ್ಟೇ ಅಲ್ಲ ಗೆಳೆಯ, ನೀಲಕಂಠನ ಆಗಮನವಾಗಿದೆ ಎಂದರೆ ಮಹಾಶಕ್ತಿಯೊಂದು ದುಷ್ಟಶಕ್ತಿಯಾಗಿ ಪರಿವರ್ತನೆಗೊಂಡಿದೆ ಎಂದರ್ಥ'.

ಅಷ್ಟರಲ್ಲಿ ಕೋಣೆಯ ಮೂಲೆಯಲ್ಲಿಟ್ಟಿದ್ದ ಬಾಣಲೆಯಲ್ಲಿ ಕುದಿಯುತ್ತಿದ್ದ ಮಿಶ್ರಣ ಅಂತಿಮ ಹಂತಕ್ಕೆ ಬಂದಿತ್ತು. ಅದರ ಮೇಲ್ಭಾಗದಲ್ಲಿ ಸಣ್ಣ ಸಣ್ಣ ಗುಳ್ಳೆಗಳು ಏಳುತ್ತಿದ್ದವು. ಅದರರ್ಥ ದ್ರಾವಣ ಉಪಯೋಗಿಸುವುದಕ್ಕೆ ಅರ್ಹವಾಗಿದೆ ಎಂದು.

'ಕೆಲಸ ಮುಗಿಯಿತು. ದ್ರಾವಣ ಸಿದ್ಧವಾಗಿದೆ. ಸ್ವಲ್ಪ ಶೀತಲೀಕರಿಸಬೇಕು ಅಷ್ಟೇ' ಮನೋಭು ಗೆಳೆಯನತ್ತ ತಿರುಗಿ ಹೇಳಿದ.

'ಇಲ್ಲ ಗೆಳೆಯ ಕೆಲಸ ಈಗಷ್ಟೇ ಪ್ರಾರಂಭವಾಗಿದೆ'.

ಇದಿಷ್ಟೂ ಮಿತ್ರನ ಸ್ಮೃತಿಪಟಲದಲ್ಲಿ ಹಾಗೇ ಹಾದುಹೋಯಿತು. ಮಿತ್ರ ವಾಸ್ತವ ಪ್ರಪಂಚಕ್ಕೆ ಹಿಂತಿರುಗಿದ.

ನಂತರ ತನ್ನಷ್ಟಕ್ಕೆ ತಾನೆ ಮಾತನಾಡಿಕೊಂಡ 'ನಮ್ಮಿಬ್ಬರ ಪ್ರತಿಭಟನೆ ಮತ್ತು ಬಂಡಾಯ ಈ ಮಟ್ಟಿಗೆ ಯಶಸ್ಸು ತರುತ್ತದೆ ಎಂದು ನಾನು ನಂಬಿರಲಿಲ್ಲ ಮನೋಭು'.

ಮಿತ್ರ ಕುಳಿತಲ್ಲಿಂದ ಎದ್ದು ವರಾಂಡದ ಕಿಟಕಿಯಿಂದ ಒಮ್ಮೆ ಆಗಸದತ್ತ ನೋಡಿದ. ವ್ಯಕ್ತಿ ಪ್ರಪಂಚದ ಮೇಲೆ ಭೌತಿಕ ದೇಹವನ್ನು ತ್ಯಜಿಸಿದ ನಂತರ ತಾರೆಯಾಗುತ್ತಾನೆ. ತಾರಾಮಂಡಲದಲ್ಲಿ ಕುಳಿತು ಭೂಮಿಯಲ್ಲಿ ನಡೆಯುವ ಎಲ್ಲವನ್ನೂ ವೀಕ್ಷಿಸುತ್ತಿರುತ್ತಾನೆ. ಇದು ಪರಿಹನ್ನರ ನಂಬಿಕೆ. ಮಿತ್ರ ಸಹ ಇದನ್ನು ಬಲವಾಗಿ ನಂಬಿದ್ದ. ಹಾಗಾಗಿ ನಿಂತಲ್ಲೇ ಆತ ತಾರೆಯಾಗಿದ್ದ ಮನೋಭುವನ್ನು ನೋಡುತ್ತಿದ್ದ.

ನಂತರ ಮುಗುಳ್ನಕ್ಕು 'ಮನೋಭು, ನೀನು ನನ್ನ ಸೋದರಳಿಯನಿಗೆ 'ಶಿವ' ಎಂದು ಹೆಸರಿಟ್ಟು ಒಳ್ಳೆಯ ಕೆಲಸವನ್ನೇ ಮಾಡಿದೆ. ಆ ಹೆಸರಿನಿಂದ ನೀಲಕಂಠನನ್ನು ಗುರುತಿಸಲು ನನಗೆ ಸಾಧ್ಯವಾಯಿತು. ನಿನಗೆ ಅನಂತ ಧನ್ಯವಾದಗಳು'.

'ಶಿವ! ಮೊದಲಿಗೆ ಪರಿಹದಲ್ಲಿರುವ ಬಹುತೇಕ ವಾಯುಪುತ್ರರು ನಮ್ಮ ವಿರುದ್ಧ ಇದ್ದಾರೆ ಎನ್ನುವುದು ನಿಮಗೆ ನೆನಪಿರಲಿ' ಚೆಹರಾಡೆ ಹೇಳಿದಳು.

'ಅದರಲ್ಲೇನೂ ರಹಸ್ಯವಿಲ್ಲ' ಶಿವ ಹೇಳಿದ.

'ಅದಕ್ಕಾಗಿ ನೀವು ವಾಯುಪುತ್ರರನ್ನು ದೂಷಿಸುವಂತಿಲ್ಲ. ಈ ನೆಲದ ಕಾನೂನಿನ ಪ್ರಕಾರ ನಮ್ಮಲ್ಲಿ ಒಬ್ಬನನ್ನು ಮಾತ್ರ ವಾಯುಪುತ್ರ ಮಂಡಳಿ ಮುಂದಿನ ನೀಲಕಂಠನನ್ನಾಗಿ ಆಯ್ಕೆಮಾಡಿ ಅಧಿಕಾರ ನೀಡುತ್ತದೆ. ನೀವು ಎಲ್ಲಿಂದಲೋ ಬಂದವರು. ನಮ್ಮ ಕಾನೂನು ನಿಮಗೆ ಸಹಾಯ ಮಾಡುವುದಕ್ಕೆ ಅವಕಾಶ ನೀಡುವುದಿಲ್ಲ'.

'ಅದು ಗೊತ್ತಿದ್ದೂ ನೀನು ನಮಗೆ ಸಹಾಯ ಮಾಡಲು ಬಂದಿರುವೆಯಾ? ನಾವು ಅಂಗಳದಲ್ಲಿ ಕುಳಿತು ಮಾತನಾಡುತ್ತಿರುವಾಗ ನೀನು ದೂರದಲ್ಲಿ ಅಡಗಿ ನಿಂತು ನಮ್ಮನ್ನು ಗಮನಿಸುತ್ತಿದ್ದೆ. ಆಗಲೇ ನನಗೆ ನೀನು ಪರಿಹಳಲ್ಲ ಎನ್ನುವುದು ಖಚಿತವಾಯಿತು. ಅಲ್ಲದೆ ನಮ್ಮನ್ನು ಭೇಟಿಮಾಡಲು ನೀನಾಗಿಯೇ ಇಲ್ಲಿಗೆ ಬಂದಿಲ್ಲ. ಯಾರೋ ನಿನ್ನನ್ನು ಇಲ್ಲಿಗೆ ಕಳುಹಿಸಿದ್ದಾರೆ. ಇಲ್ಲದಿದ್ದರೆ ನಾವಿರುವಲ್ಲಿಗೆ ಬಂದು ನಮಗೆ ಸಹಾಯ ಮಾಡುವಷ್ಟು ಧೈರ್ಯ ನಿನಗೆ ಬರುತ್ತಿರಲಿಲ್ಲ. ಅತ್ಯಂತ ಪ್ರಭಾವಶಾಲಿಯಾದ ಯಾರೋ ಪರಿಹನೊಬ್ಬ ನಿನ್ನ ಬೆನ್ನ ಹಿಂದಿರಬೇಕು. ಆತನೂ ಈಗ ದುಷ್ಟತನ ಮತ್ತು ಅಧರ್ಮ ತಲೆಯೆತ್ತಿದೆ ಎಂದು ನಂಬಿರಬೇಕು. ಅಲ್ಲವೇ ಚೆಹರಾಡೆ? ನಿಜ ಹೇಳು' ಶಿವ ಕೇಳಿದ.

'ಹೌದು! ನನ್ನ ಈ ಪ್ರಯತ್ನದ ಹಿಂದೆ ಪ್ರಭಾವಶಾಲಿಯಾದ ಒಬ್ಬ ವಾಯುಪುತ್ರನಿದ್ದಾನೆ. ಆತ ನಿಮ್ಮ ಪರವಾಗಿ ನಿಂತಿದ್ದಾನೆ. ಆದರೆ ಆತ ನೇರವಾಗಿ ನಿಮಗೆ ಸಹಾಯ ಮಾಡಲಾರ. ಕಾರಣ ಹಿಂದೆ ಅನೇಕ ಮಂದಿ ತಾವೇ ನೀಲಕಂಠರೆಂದು ಘೋಷಿಸಿಕೊಂಡಿದ್ದಾರೆ. ಆದರೆ ಅವರ್‍ಯಾರೂ ನಿಜವಾದ ನೀಲಕಂಠರಾಗಿರಲಿಲ್ಲ. ಆದರೆ ನಿಮ್ಮ ನೀಲಿಕಂಠ ನಿಜವಾದ ನೀಲಕಂಠ ನೀವೇ ಎಂದು ಸಾರಿ ಹೇಳುತ್ತಿದೆ. ಹಿಂದೆ ಯಾರೋ ಒಬ್ಬ ವಾಯುಪುತ್ರ ನಿಮಗೆ ಸಹಾಯ ಮಾಡಿದ್ದ ಎಂಬುದನ್ನೂ ಸಾರಿ ಹೇಳುತ್ತಿದೆ. ಇದರ ಪರಿಣಾಮ ಏನಾಗಿದೆ ಎಂಬುದು ನಿಮಗೆ ಗೊತ್ತೇ? ವಾಯುಪುತ್ರರ ಮೇಲೆ ಅನೇಕ ಆಪಾದನೆಗಳು ಒಂದರ ಮೇಲೊಂದರಂತೆ ಬರುತ್ತಿವೆ. ಕೆಲವರು ಪರಿಹದಲ್ಲಿ ಯಾರೋ ರುದ್ರದೇವನು ರೂಪಿಸಿದ ನಿಯಮಗಳನ್ನು ಧಿಕ್ಕರಿಸಿದ್ದಾರೆ ಎನ್ನುತ್ತಿದ್ದಾರೆ. ನೀವು ಚಿಕ್ಕವರಿರುವಾಗ ಯಾರೋ ರಹಸ್ಯವಾಗಿ ನಿಮಗೆ ಸಹಾಯ

ಮಾಡಿದ್ದಾರೆ ಎಂದು ಮತ್ತೆ ಕೆಲವರು ದೂಷಿಸುತ್ತಿದ್ದಾರೆ. ಕೊನೆಗೆ ಇಡೀ ಗೊಂದಲವನ್ನು ನಮ್ಮ ಮಿತ್ರರು ಹೇಗೋ ನಿವಾರಿಸಿದ್ದಾರೆ. ವಾಯುಪುತ್ರರ ಪೈಕಿ ತಾನು ಯಾರನ್ನೂ ಅಧಿಕೃತವಾಗಿ ನೀಲಕಂಠ ಎಂದು ನಿಯೋಜಿಸಿಲ್ಲ. ಬದಲಾಗಿ ಹೊರಗಿನವರು ಯಾರೋ ನೀಲಕಂಠನನ್ನು ಆಯ್ಕೆ ಮಾಡಿದ್ದಾರೆ ಎಂದು ಮಿತ್ರ ಘೋಷಿಸಿದ ನಂತರ ಪರಿಸ್ಥಿತಿ ತಿಳಿಯಾಯಿತು'.

'ಅಂದರೆ ಈಗ ಯಾರಾದರೂ ವಾಯುಪುತ್ರರು ನನಗೆ ಸಹಾಯ ಮಾಡಿದರೆ ಅಂತಹವರನ್ನು ದ್ರೋಹಿ ಎಂದು ಪರಿಗಣಿಸಲಾಗುತ್ತದೆ'.

'ಹೌದು! ಅದು ಸತ್ಯ'.

'ಹಾಗಾದರೆ ಮುಂದೆ ನಮಗಿರುವ ದಾರಿ ಯಾವುದು ಚೆಹರಾಡೆ?' ಗೋಪಾಲರು ಕೇಳಿದರು.

'ದಾರಿಯಿದೆ........ಇನ್ನು ಮುಂದೆ ನೀಲಕಂಠನ ಕಾರ್ಯಸಾಧಿಸಲು ನೀವು ಮುಂದಾಳತ್ವ ವಹಿಸಬೇಕು ಪಂಡಿತರೇ. ಶಿವ ಈ ಪ್ರಯತ್ನದಲ್ಲಿ ಹಿಂದೆ ಇರಬೇಕು. ಶಿವ ವಾಯುಪುತ್ರರ ಬಳಿ ಸಹಾಯ ಕೇಳುವುದು ಬೇಡ. ವಾಸುದೇವ ಪಂಗಡದ ಪರವಾಗಿ ಅದರ ಮುಖ್ಯಸ್ಥರಾದ ನೀವು ಅವರ ಬಳಿ ನ್ಯಾಯ ಕೇಳಿ. ವಾಸುದೇವರ ಮುಖ್ಯಸ್ಥರು ನ್ಯಾಯ ಕೇಳುವಾಗ ಅದನ್ನು ಇಲ್ಲ ಎಂದು ಹೇಳುವುದು ಅವರಿಗೆ ಅಸಾಧ್ಯ'.

'ನೀನೇನು ಹೇಳುತ್ತಿರುವೆ ಚೆಹರಾಡೆ? ನನಗೇನೂ ತಿಳಿಯುತ್ತಿಲ್ಲ. ಸ್ವಲ್ಪ ಬಿಡಿಸಿ ಹೇಳು' ಪಂಡಿತರು ಕೇಳಿದರು.

'ನೀಲಕಂಠನಿಗೆ ಬೇಕಾಗಿರುವುದಾದರೂ ಏನು? ಮೆಲೂಹನ್ನರನ್ನು ಹೆದರಿಸಲು ಬ್ರಹ್ಮಾಸ್ತ್ರವಲ್ಲವೇ'.

'ಅದು ನಿನಗೆ ಹೇಗೆ ತಿಳಿಯಿತು.........?'.

'ದಯವಿಟ್ಟು ಅನಗತ್ಯ ಪ್ರಶ್ನೆಗಳನ್ನು ಕೇಳಬೇಡಿ ಪಂಡಿತರೇ. ನಿಮಗೆ ಮತ್ತು ಶಿವನಿಗೆ ಏನು ಬೇಕಿದೆ ಎಂಬುದಷ್ಟೇ ಮುಖ್ಯ. ಅದನ್ನು ಪಡೆದುಕೊಳ್ಳಲು ಬೇಕಾದ ಮಾರ್ಗವನ್ನಷ್ಟೇ ನಾವು ಹುಡುಕಬೇಕು. ನೀವು ದುಷ್ಟ ನಿಗ್ರಹಕ್ಕೆ ನೀಲಕಂಠನಿಗೆ ಬ್ರಹ್ಮಾಸ್ತ್ರ ಬೇಕು ಎಂದು ಕೇಳಿದರೆ ವಾಯುಪುತ್ರರು ಏನು ಹೇಳುತ್ತಾರೆ ಗೊತ್ತೆ? ನೀಲಕಂಠನನ್ನು ನಾವೇನೂ ನಿಯೋಜಿಸಿಲ್ಲ. ಆತನಿಗೆ ನಾವು ತರಬೇತಿಯನ್ನೂ ನೀಡಿಲ್ಲ. ಹೀಗಿರುವಾಗ ಆತನಿಗೆ ದುಷ್ಟಸಂಹಾರ ಮಾಡುವುದಕ್ಕೆ ಯಾವ ಅಧಿಕಾರವಿರುತ್ತದೆ? ಎಂದು ಪ್ರಶ್ನಿಸುತ್ತಾರೆ. ಅದಕ್ಕೆ ಬದಲಾಗಿ ಭಾರತದ ನೆಲದಲ್ಲಿ ಹಿಂದೆ ವಾಯುಪುತ್ರರ ಸಹಾಯ ಪಡೆದ ವ್ಯಕ್ತಿಯೊಬ್ಬ ಮಾಡಿರುವ ಘೋರ ಅಪರಾಧಕ್ಕೆ ಶಿಕ್ಷೆ ನೀಡುವಂತೆ ಆಗ್ರಹಿಸಿ. ಆಗಿರುವ ಅನ್ಯಾಯಕ್ಕೆ ನ್ಯಾಯ ದೊರಕಿಸಿಕೊಡುವಂತೆ ಒತ್ತಾಯ ಮಾಡಿ. ಅಂದಹಾಗೆ ಆ

ಅಪರಾಧವೇನು ಎನ್ನುವುದು ನಿಮಗೆ ತಿಳಿದಿದೆಯಲ್ಲವೇ? ಅದು ರಹಸ್ಯವಾಗಿ ಅನಧೀಕೃತವಾಗಿ ದೈವೀಅಸ್ತ್ರವನ್ನು ಬಳಸಿರುವುದು'.

ಥಟ್ಟನೆ ವಾಸುದೇವರಿಗೆ ಚೆಹರಾಡೆಯ ಮಾತು ಅರ್ಥವಾಯಿತು.

'ಬೃಗು ಮಹರ್ಷಿ............' ಹಿಂದೆ ಬೃಗು ಪಂಚವಟಿಯಲ್ಲಿ ದೈವೀಅಸ್ತ್ರವನ್ನು ಬಳಸಿದ್ದನ್ನು ನೆನಪಿಸಿಕೊಂಡು ಗೋಪಾಲ ಪಂಡಿತರು ಉದ್ಘರಿಸಿದರು.

'ಸರಿಯಾಗಿ ಹೇಳಿದಿರಿ ಪಂಡಿತರೇ, ರುದ್ರದೇವ ರೂಪಿಸಿರುವ ಕಾನೂನಿನ ಪ್ರಕಾರ ಪೂರ್ವಾನುಮತಿ ಇಲ್ಲದೆ ಅನಧೀಕೃತವಾಗಿ ಮೊದಲ ಬಾರಿ ಯಾರಾದರೂ ದೈವೀಅಸ್ತ್ರವನ್ನು ಬಳಸಿದರೆ ಅಂಥವರು ಹದಿನಾಲ್ಕು ವರ್ಷಗಳ ಕಾಲ ವನವಾಸ ಮಾಡಬೇಕಾಗುತ್ತದೆ. ಎರಡನೇ ಬಾರಿ ಬಳಸಿದರೆ ಅವರ ಸಾವು ಖಚಿತ. ವಾಯುಪುತ್ರರ ಮಂಡಳಿಯ ಬಹುತೇಕರು ಹೇಳುವಂತೆ ಬೃಗು ರುದ್ರನ ನಿಯಮವನ್ನು ಲಘುವಾಗಿ ಪರಿಗಣಿಸಿ ದೈವೀಅಸ್ತ್ರವನ್ನು ಬಳಸಿದ್ದಾನೆ'.

'ಅದಕ್ಕಾಗಿ ವಾಸುದೇವರು ಬೃಗುವಿಗೆ ಸರಿಯಾದ ಶಿಕ್ಷೆ ನೀಡಿ ನ್ಯಾಯ ದೊರಕಿಸಿಕೊಡುವಂತೆ ವಾಯುಪುತ್ರರನ್ನು ಆಗ್ರಹಿಸಬೇಕು ಅಲ್ಲವೇ?' ಶಿವ ಕೇಳಿದ.

'ಹೌದು, ರುದ್ರದೇವನ ನಿಯಮವನ್ನು ಬೃಗು, ದಕ್ಷ ಹಾಗೂ ಅಯೋಧ್ಯೆಯ ರಾಜರು ಗಾಳಿಗೆ ತೂರಿ ಅಪರಾಧ ಎಸಗಿದ್ದಾರೆ. ಹಾಗಾಗಿ ಅವರಿಗೆ ಸೂಕ್ತ ಶಿಕ್ಷೆ ಆಗಲೇಬೇಕೆಂಬುದು ನಿಮ್ಮ ಬೇಡಿಕೆಯಾಗಬೇಕು. ಹೀಗೆ ಆಗ್ರಹಿಸಿದರೆ ವಾಯುಪುತ್ರರಿಗೆ ಇಲ್ಲ ಎನ್ನಲು ಸಾಧ್ಯವೇ ಇಲ್ಲ'.

'ಅಲ್ಲದೆ ಅವರ ಬಳಿ ಇನ್ನೂ ಸಾಕಷ್ಟು ದೈವೀಅಸ್ತ್ರಗಳಿವೆ ಮತ್ತು ಮುಂದೆ ಅವರು ಅದನ್ನು ಬಳಸಬಹುದು ಎಂಬ ವಿಚಾರವನ್ನೂ ವಾಯುಪುತ್ರ ಮಂಡಳಿಯ ಗಮನಕ್ಕೆ ತರಬೇಕು ಅಲ್ಲವೇ ಚೆಹರಾಡೆ?' ಶಿವ ಚೆಹರಾಡೆಯ ಮಾತನ್ನು ಪೂರ್ಣಗೊಳಿಸಿದ.

ಚೆಹರಾಡೆ ನಸುನಗುತ್ತಾ ಹೇಳಿದಳು 'ಹೌದು! ಈ ನೆಲದ ಕಾನೂನನ್ನು ನಿಮ್ಮ ಉದ್ದೇಶವನ್ನು ಈಡೇರಿಸಿಕೊಳ್ಳಲು ಬಳಸಿಕೊಳ್ಳಿ. ಮೆಲೂಹದ ರಾಜರನ್ನು ಶಿಕ್ಷಿಸಲು ಬ್ರಹ್ಮಾಸ್ತ್ರವನ್ನು ಕೇಳಿ. ಒಮ್ಮೆ ನಿಮಗೆ ಬ್ರಹ್ಮಾಸ್ತ್ರ ದೊರೆತರೆ ಮೆಲೂಹನ್ನರನ್ನು ಹೆದರಿಸಲು ಅದನ್ನು ಬಳಸಿಕೊಳ್ಳಿ. ಏನೇ ಆದರೂ ದುಷ್ಟಶಕ್ತಿ ಪ್ರಬಲವಾಗಬಾರದು. ಆದರೆ ಯಾವುದೇ ಕಾರಣಕ್ಕೂ ಈ ಅಸ್ತ್ರವನ್ನು.............'.

'ಖಂಡಿತಾ ನಾವು ಪ್ರಯೋಗಿಸುವುದಿಲ್ಲ ಚೆಹರಾಡೆ' ಪಂಡಿತರು ಅಭಯ ನೀಡಿದರು.

'ಬ್ರಹ್ಮಾಸ್ತ್ರವನ್ನು ಬಳಸಿದರೆ ಅದು ರುದ್ರನ ನಿಯುಮವನ್ನಷ್ಟೇ ಧಿಕ್ಕರಿಸಿದಂತಾಗುವುದಿಲ್ಲ, ಜತೆಗೆ ಮನುಕುಲದ ನಿಯಮವನ್ನೇ ಮೀರಿದಂತಾಗುತ್ತದೆ. ಅದರ ಪರಿಣಾಮ ಘನಘೋರ. ಅಂದಹಾಗೆ ನೀವು ವಾಯುಪುತ್ರ ಮಂಡಳಿಯ ಜತೆ ಮಾತನಾಡುವಾಗ ಮಿತ್ರನೊಂದಿಗೆ ಪ್ರತ್ಯೇಕವಾಗಿ ಮಾತನಾಡುವುದಕ್ಕೆ ಸಮಯ

ಪಡೆದುಕೊಳ್ಳಿ. ಬೃಗು ದೈವೀಅಸ್ತ್ರದ ನಿಯಮವನ್ನು ಧಿಕ್ಕರಿಸಿರುವ ವಿಚಾರವನ್ನು ಮಿತ್ರನಿಗೆ ತಿಳಿಸಿ. ತಪ್ಪಿತಸ್ಥರಿಗೆ ತಕ್ಕ ಶಿಕ್ಷೆಯಾಗಬೇಕು ಎಂದು ಆಗ್ರಹಿಸಿ. ವಾಸುದೇವರು ಯಾವ ಕಾರಣಕ್ಕೂ ಸುಮ್ಮನಿರುವುದಿಲ್ಲ ಎಂದು ಹೇಳಿ. ಅಷ್ಟು ಸಾಕು, ನಿಮಗೆ ಬೇಕಾಗಿರುವುದು ಖಂಡಿತಾ ದೊರೆಯುತ್ತದೆ'.

ಚೆಹರಾಡೆಯ ಮಾತುಗಳನ್ನು ಕೇಳುತ್ತಿದ್ದಂತೆ ಶಿವನಿಗೆ ವಾಯುಪುತ್ರರ ಪೈಕಿ ತನಗೆ ಸಹಾಯ ಮಾಡುತ್ತಿರುವುದು ಯಾರು ಎನ್ನುವುದು ಖಚಿತವಾಗಿ ತಿಳಿಯಿತು. ಆದರೂ ಶಿವನಗೆ ಚೆಹರಾಡೆ ಯಾರು ಎಂದು ತಿಳಿದುಕೊಳ್ಳುವ ಕುತೂಹಲ.

ಶಿವ ಆಕೆಯನ್ನು ನೇರವಾಗಿ ಪ್ರಶ್ನಿಸಿದ 'ಚೆಹರಾಡೆ, ನೀನೇಕೆ ನಮಗೆ ಸಹಾಯ ಮಾಡುತ್ತಿರುವೆ?'.

'ಅದಕ್ಕೆ ಕಾರಣ, ಹಾಗೆ ಸಹಾಯ ಮಾಡುವಂತೆ ನನಗೆ ಆದೇಶವಾಗಿದೆ'.

'ಈ ಮಾತನ್ನು ನಾನು ನಂಬುವುದಿಲ್ಲ. ಮತ್ತೇನೋ ಕಾರಣವಿದೆ. ಅದೇನು ಹೇಳು?'.

ಚೆಹರಾಡೆಗೆ ದುಃಖ ಒತ್ತರಿಸಿಕೊಂಡು ಬಂತು. ನಾಲ್ಕು ಹೆಜ್ಜೆ ಪಕ್ಕಕ್ಕೆ ಸರಿದು ಉಪ್ಪರಿಗೆಯಿಂದ ಹೊರಗೆ ನೋಡಲಾರಂಭಿಸಿದಳು. ಹೊರಗೆ ಕಗ್ಗತ್ತಲು. ಕಣ್ಣಂಚಿನಿಂದ ನೀರು ಸುರಿಯುತ್ತಿತ್ತು. ಆಗಾಗ ಕಣ್ಣೊರೆಸಿಕೊಳ್ಳುತ್ತಾ ಚೆಹರಾಡೆ ಬಿಕ್ಕಳಿಸುತ್ತಿದ್ದಳು.

ನಂತರ ಹೇಳಿದಳು 'ಹಲವು ವರ್ಷಗಳ ಹಿಂದೆ ನನಗೊಬ್ಬ ಗೆಳೆಯನಿದ್ದ. ನಾನು ಆತನನ್ನು ಅತಿಯಾಗಿ ಪ್ರೀತಿಸುತ್ತಿದ್ದೆ. ಸೋಮರಸ ವಿನಾಶಕಾರಿಯಾಗುತ್ತಿದೆ ಎಂದು ಆಗಲೇ ಆತ ಹೇಳಿದ್ದ. ಆದರೆ ನಾನು ಆತನ ಮಾತನ್ನು ನಂಬಿರಲಿಲ್ಲ. ಆದರೆ ಈಗ ಅದು ನಿಜವಾಗಿದೆ'.

'ಆ ವ್ಯಕ್ತಿ ಯಾರು?' ಗೋಪಾಲರು ಕೇಳಿದರು.

'ಆತನ ಬಗ್ಗೆ ಹೇಳುವುದರಿಂದ ಯಾವ ಪ್ರಯೋಜನವೂ ಇಲ್ಲ. ಈಗ ಆತ ಬದುಕಿಲ್ಲ. ಸೋಮರಸವನ್ನು ಉಳಿಸಿಕೊಳ್ಳಬೇಕು ಎಂಬ ಉದ್ದೇಶದಿಂದ ಪಾಪಿಗಳ್ಯಾರೋ ಆತನನ್ನು ಕೊಂದುಬಿಟ್ಟರು. ನನಗೆ ಅದೇ ಸಿಟ್ಟು, ಅದೇ ಸೇಡಿನಿಂದ ನಾನು ಬೆಂದುಹೋಗಿದ್ದೇನೆ. ಹೇಗಾದರೂ ಮಾಡಿ ಸೋಮರಸವನ್ನು ನಿರ್ನಾಮ ಮಾಡಬೇಕು ಎನ್ನುವುದೇ ನನ್ನ ಹಠ'.

ಶಿವ ತುಸು ಬಾಗಿ ಆಕೆಯ ಕಣ್ಣುಗಳನ್ನೇ ನೋಡಲಾರಂಭಿಸಿದ. ಥಟ್ಟನೆ ಮನದಾಳದಲ್ಲಿ ಬಿಂದುಗಳು ಒಂದೊಂದೇ ಕೂಡಿಕೊಂಡವು.

ಶಿವ ಮೆಲ್ಲನೆ ಪಿಸುಗುಟ್ಟಿದ 'ತಾರಾ..........'.

ಥಟ್ಟನೆ ಚೆಹರಾಡೆ ಗಾಬರಿಗೊಂಡಳು. ಕಳೆದ ಹಲವು ವರ್ಷಗಳಿಂದ ಯಾರೂ ಆಕೆಯ ನಿಜವಾದ ಹೆಸರನ್ನು ಕೂಗಿ ಕರೆದಿರಲಿಲ್ಲ.

ಶಿವ ಆಕೆಯ ಕಣ್ಣುಗಳನ್ನೇ ದಿಟ್ಟಿಸುತ್ತಾ ಹೇಳಿದ 'ತಾರಾ!.....ನೀನು!.....ಇಲ್ಲಿ!.......ಓ ಪವಿತ್ರ ಮಾನಸ ಸರೋವರವೇ!'.

ಚೆಹರಾಡೆ ಮರುಮಾತನಾಡಲಿಲ್ಲ. ಬೃಹಸ್ಪತಿಯೊಂದಿಗಿನ ಸ್ನೇಹವನ್ನು ಆಕೆ ಯಾರಿಗೂ ಹೇಳಿರಲಿಲ್ಲ. ಪರಿಹದಲ್ಲಿರುವ ಎಲ್ಲರೂ ಸೋಮರಸ ಮನುಕುಲಕ್ಕೆ ಒಳಿತನ್ನೇ ಮಾಡುತ್ತಿದೆ ಎಂದು ಭಾವಿಸಿದ್ದರು. ಜತೆಗೆ ಬೃಹಸ್ಪತಿ ತಪ್ಪಾಗಿ ಯೋಚಿಸುತ್ತಿದ್ದಾನೆ ಮತ್ತು ಆತನನ್ನು ಯಾರೋ ದಿಕ್ಕುತಪ್ಪಿಸುತ್ತಿದ್ದಾರೆ ಎಂದೇ ಇಲ್ಲಿನ ಜನ ಭಾವಿಸಿದ್ದರು. ತಾರಾಗೆ ಪರಿಹದಲ್ಲಿ ಚೆಹರಾಡೆಯಾಗಿರುವ ಅವಶ್ಯಕತೆ ಇರಲಿಲ್ಲ. ಆದರೆ ಆಕೆಯ ಗುರು ಬೃಗು ಮಹರ್ಷಿ ಪರಿಹದಲ್ಲೇ ಇರುವಂತೆ ನಿರ್ದೇಶನ ನೀಡಿದ್ದ. ಜತೆಗೆ ಬೃಹಸ್ಪತಿಯೇ ಸತ್ತು ಹೋದ ಮೇಲೆ ತಾನು ಮೆಲೂಹಕ್ಕೆ ಬಂದು ಮಾಡುವುದಾದರೂ ಏನು ಎಂಬ ಜಿಗುಪ್ಸೆ ಆಕೆಯನ್ನು ಪರಿಪರಿಯಾಗಿ ಕಾಡಿತ್ತು. ಹಾಗಾಗಿ ಆಕೆ ಪರಿಹದಲ್ಲೇ ಉಳಿದುಬಿಟ್ಟಿದ್ದಳು.

ಶಿವ ಮತ್ತೊಂದು ಪ್ರಶ್ನೆ ಕೇಳಿದ 'ತಾರಾ, ನೀನು ಬೃಗುವಿನ ಶಿಷ್ಯೆ. ಆದರೂ ಆತನ ವಿರುದ್ಧವೇ ಕೆಲಸ ಮಾಡುತ್ತಿರುವೆಯಲ್ಲಾ?'.

'ನಾನು ತಾರಾ ಅಲ್ಲ'.

'ನೀನು ತಾರಾ ಎಂಬುದು ನನಗೆ ಗೊತ್ತು. ಹೇಳು ತಾರಾ, ನೀನೇಕೆ ನಿನ್ನ ಗುರುವಿನ ವಿರುದ್ಧ ನಿಂತಿರುವೆ? ಮಂದಾರ ಪರ್ವತದಲ್ಲಿ ಬೃಹಸ್ಪತಿಯನ್ನು ಕೊಂದದ್ದು ಬೃಗು ಎಂಬುದೇ ನಿನ್ನ ಅಭಿಪ್ರಾಯ?'.

ಚೆಹರಾಡೆ ಕೂಡಲೆ ಅಲ್ಲಿಂದ ಎದ್ದು ಹೊರಡಲು ಸಿದ್ಧಳಾದಳು.

ಶಿವ ಸಹ ಮೇಲೆದ್ದು ಆಕೆಯ ಕೈ ಹಿಡಿದು ಹೇಳಿದ 'ತಾರಾ.............ನಿನ್ನ ಬೃಹಸ್ಪತಿ ಸತ್ತಿಲ್ಲ. ಬದುಕಿದ್ದಾನೆ'.

ಶಿವನ ಮಾತನ್ನು ಕೇಳುತ್ತಲೇ ತಾರಾ ಗರಬಡಿದವಳಂತೆ ನಿಂತುಬಿಟ್ಟಳು. ಅದಕ್ಕೆ ಯಾವ ರೀತಿ ಪ್ರತಿಕ್ರಿಯಿಸಬೇಕೆಂದು ಆಕೆಗೆ ತಿಳಿಯದಾಯಿತು.

'ಬೃಹಸ್ಪತಿ ಬದುಕಿದ್ದಾನೆ ತಾರಾ...........ಆತ ನನ್ನ ಜತೆಯಲ್ಲೇ ಇದ್ದಾನೆ'.

ತಾರಾಳ ಕಣ್ಣುಗಳಲ್ಲಿ ಆನಂದಭಾಷ್ಪ ಧಾರೆಯಾಗಿ ದುಮ್ಮಿಕ್ಕಲಾರಂಭಿಸಿತು. ಆಕೆಗೆ ಶಿವನ ಮಾತುಗಳನ್ನೇ ನಂಬಲಾಗಲಿಲ್ಲ.

ಶಿವ ಎರಡು ಹೆಜ್ಜೆ ಮುಂದೆ ಬಂದು ಮತ್ತೆ ಅದೇ ಮಾತನ್ನು ಹೇಳಿದ 'ಹೌದು ತಾರಾ........ಬೃಹಸ್ಪತಿ ನನ್ನೊಂದಿಗಿದ್ದಾನೆ. ನಮ್ಮೊಂದಿಗೆ ಬಾ. ನಾವು ನಿನ್ನನ್ನು ಬೃಹಸ್ಪತಿಯ ಬಳಿ ಕರೆದುಕೊಂಡು ಹೋಗುತ್ತೇವೆ'.

ಆಕೆ ಶಿವನ ಕೈಹಿಡಿದು ಬಿಕ್ಕಿ ಬಿಕ್ಕಿ ಅಳಲಾರಂಭಿಸಿದಳು. ಸಂತೋಷ ತಡೆಯಲಾಗಲಿಲ್ಲ. ಚೆಹರಾಡೆ ಮತ್ತೆ ತಾರಾ ಆದಳು.

ಅಧ್ಯಾಯ – 38

ದೇವರ ಗೆಳೆಯ

ತಾರಾ ನೀಡಿದ ಸಲಹೆ ವಾಯುಪುತ್ರ ಮಂಡಳಿಯಲ್ಲಿ ಮಾಂತ್ರಿಕ ಪರಿಣಾಮ ಬೀರಿತು. ಶಿವನಿಲ್ಲದೆ ಏಕಾಂಗಿಯಾಗಿ ಅಮರ್ತ್ಯರ ರಾಜದರ್ಬಾರಿಗೆ ಗೋಪಾಲ ಪಂಡಿತರು ಪ್ರವೇಶಿಸುತ್ತಿದ್ದಂತೆ ಇಡೀ ವಾಯುಪುತ್ರ ಸಮೂಹ ಆಶ್ಚರ್ಯಗೊಂಡಿತು. ಅಲ್ಲಿ ಪಂಡಿತರು ಬೃಗು ಮಹರ್ಷಿ ದೈವೀಅಸ್ತ್ರವನ್ನು ದುರ್ಬಳಕೆ ಮಾಡಿಕೊಂಡ ವಿಚಾರ ಪ್ರಸ್ತಾಪಿಸಿದಾಗ ಮಂಡಳಿ ಮುಜುಗರಕ್ಕೀಡಾಯಿತು. ಗೋಪಾಲ ಪಂಡಿತರಿಗೆ ಮಿತ್ರರೊಂದಿಗೆ ಪ್ರತ್ಯೇಕವಾಗಿ ಮಾತುಕತೆ ನಡೆಸಲು ಮಂಡಳಿ ಅನುಮತಿ ನೀಡಲೇಬೇಕಾಯಿತು. ಅದು ಮಂಡಳಿಯ ನಿಯಮವಾಗಿತ್ತು.

ಮಾರನೆಯ ದಿನ ಗೋಪಾಲ ಪಂಡಿತರು ಮತ್ತು ಶಿವ ನೇರವಾಗಿ ಮಿತ್ರರ ಕೇಂದ್ರ ಕಚೇರಿಗೆ ಬಂದರು. ವಾಯುಪುತ್ರರ ಮುಖ್ಯಸ್ಥ ಮಿತ್ರನ ಕಚೇರಿ ನಗರದ ಒಂದು ಕೊನೆಯಲ್ಲಿತ್ತು. ಹಿಂಭಾಗದಲ್ಲಿ ಪರ್ವತ ಶ್ರೇಣಿ. ಪರಿಹದಲ್ಲಿದ್ದ ಸಾಂಪ್ರದಾಯಿಕ ಕಟ್ಟಡಗಳಿಗಿಂತ ಮಿತ್ರನ ಕಚೇರಿ ಕಟ್ಟಡ ಭಿನ್ನವಾಗಿತ್ತು. ಅದೊಂದು ಕಲ್ಲಿನ ಕಟ್ಟಡ. ಸುತ್ತಲೂ ಬೆಟ್ಟಗಳಿಂದ ಹರಿದು ಬರುತ್ತಿದ್ದ ನೀರು. ಕಟ್ಟಡದ ಸುತ್ತ ಎತ್ತರದ ಕಲ್ಲಿನ ಕಂಬಗಳು. ಮೇಲೆ ಮರದ ಮೇಲ್ಛಾವಣಿ. ಕಟ್ಟಡಕ್ಕೆ ಮರದ ಬೃಹತ್ ಹೆಬ್ಬಾಗಿಲು. ಒಳಗೆ ಪ್ರವೇಶಿಸುತ್ತಿದ್ದಂತೆ ಅತಿಥಿಗಳ ನಿರೀಕ್ಷಣಾ ಕೊಠಡಿ. ಕೊಠಡಿಯಲ್ಲಿ ಸರಳ ಪೀಠೋಪಕರಣಗಳು ಮತ್ತು ಕೆಂಪು ನೆಲಹಾಸು ಹಾಕಲಾಗಿತ್ತು. ಕಚೇರಿ ಹೊರನೋಟಕ್ಕೆ ಅಕ್ಷರಶಃ ರುದ್ರದೇವನ ಮಂದಿರದಂತೆ ಗೋಚರಿಸುತ್ತಿತ್ತು. ಆಡಂಬರಕ್ಕೆ ಅಲ್ಲಿ ಅವಕಾಶವೇ ಇರಲಿಲ್ಲ. ಎಲ್ಲವೂ ಸರಳ, ಶುಭ್ರ ಮತ್ತು ಮನಮೋಹಕ. ತನ್ನೆಲ್ಲಾ ಪ್ರಜೆಗಳೂ ಐಶಾರಾಮಿ ಜೀವನ ನಡೆಸುತ್ತಿದ್ದರೆ ಮಿತ್ರ ಸರಳತೆಗೆ ಮಾರುಹೋಗಿದ್ದ. ಆದರೆ ಮಿತ್ರನ ಮನೆಯ ಸುತ್ತ ಸುಂದರವಾದ ಉದ್ಯಾನವನವೊಂದಿತ್ತು. ಅದರಲ್ಲಿ ಬಗೆ ಬಗೆಯ ಗಿಡ–ಮರಗಳು, ಬಣ್ಣ ಬಣ್ಣದ ಹೂಗಳು.

ಶಿವ ಮತ್ತು ಗೋಪಾಲರು ನಿರೀಕ್ಷಣಾ ಕೊಠಡಿಯಲ್ಲಿ ಕುಳಿತಿದ್ದರು. ಒಂದೆರಡು ನಿಮಿಷದಲ್ಲಿ ಥಟ್ಟನೆ ಬಾಗಿಲು ತೆರೆಯಿತು. ಮಿತ್ರ ನಿಧಾನವಾಗಿ ಬಳಿಗೆ ಬಂದ. ಕೂಡಲೆ

ಶಿವ ಮತ್ತು ಪಂಡಿತರು ಎದ್ದು ನಿಂತು ಮುಷ್ಟಿಯನ್ನು ಎದೆಯ ಮೇಲಿಟ್ಟು ಪರಿಹನ್ನರ ಶೈಲಿಯಲ್ಲಿ ಮಿತ್ರನಿಗೆ ನಮಸ್ಕರಿಸಿದ. ಮಿತ್ರ ಸಹ ಅದಕ್ಕೆ ಪ್ರತಿಯಾಗಿ ಇಬ್ಬರಿಗೂ ಸಾಂಪ್ರದಾಯಿಕವಾಗಿ ನಮಸ್ಕರಿಸಿದ. ಶಿವ ಮಿತ್ರ ಏನು ಹೇಳುತ್ತಾನೆ ನೋಡೋಣ ಎಂದು ಸುಮ್ಮನೆ ಆತನನ್ನೇ ನೋಡುತ್ತಾ ನಂತ.

ಮಿತ್ರ ಎತ್ತರವಾಗಿದ್ದ. ಕಂದು ಬಣ್ಣದ ಕೂದಲು. ತಲೆಯ ಮೇಲೆ ಬಿಳಿಯ ಟೋಪಿ. ಎಲ್ಲ ಪರಿಹನ್ನರಂತೆ ಸಣ್ಣಗಿನ ಕುರುಚಲು ಗಡ್ಡ. ಮೈಮೇಲೆ ನಿಲುವಂಗಿ ಇದ್ದರೂ ದೇಹವೇನೂ ಕಟ್ಟುಮಸ್ತಾಗಿರಲಿಲ್ಲ. ಹೊರನೋಟಕ್ಕೆ ಯೋಧನಂತೆ ಕಾಣುತ್ತಿರಲಿಲ್ಲ. ಬದಲಾಗಿ ವೈದ್ಯಕೀಯ ತಜ್ಞನಂತೆ ಕಾಣುತ್ತಿದ್ದ. ಆದರೆ ಶಿವ ಆತನ ಮೂಗನ್ನು ಸೂಕ್ಷ್ಮವಾಗಿ ಗಮನಿಸಿದ. ಉದ್ದನೆಯ ಚೂಪಾದ ಮೂಗು. ಅದನ್ನು ನೋಡುತ್ತಿದ್ದಂತೆ ಆತನಗೆ ತಾಯಿಯ ನೆನಪಾಯಿತು.

ಮಿತ್ರ ನೇರವಾಗಿ ಶಿವನ ಬಳಿಗೆ ಬಂದು ಆತನ ಭುಜವನ್ನು ಮುಟ್ಟಿ ಹೇಳಿದ 'ಕೊನೆಗೂ ನಿನ್ನನ್ನು ನೋಡುವ ಅವಕಾಶ ದೊರೆಯಿತಲ್ಲ! ಎಂತಹ ಮಹದಾನಂದ!'.

ಶಿವನಿಗೆ ಅಚ್ಚರಿ. ಕಾರಣ ಮಿತ್ರ ಒಂದು ಕ್ಷಣವೂ ಶಿವನ ನೀಲಿಕಂಠದತ್ತ ದೃಷ್ಟಿಹಾಯಿಸಲಿಲ್ಲ. ಬಹುತೇಕ ಎಲ್ಲರಂತೆ ಆಶ್ಚರ್ಯ ವ್ಯಕ್ತಪಡಿಸಲಿಲ್ಲ. ಆತನ ಗಮನವೆಲ್ಲವೂ ಶಿವನ ಕಣ್ಣುಗಳತ್ತ ಮಾತ್ರವೇ ನೆಟ್ಟಿತ್ತು. ನಂತರ ಮಿತ್ರ ಹೇಳಿದ ಮತ್ತೊಂದು ಮಾತು ಶಿವನನ್ನು ಗಲಿಬಿಲಿಗೊಳ್ಳುವಂತೆ ಮಾಡಿತು.

'ಶಿವ! ನಿನ್ನ ಕಣ್ಣುಗಳು ನಿನ್ನ ತಂದೆಯ ಕಣ್ಣುಗಳನ್ನೇ ಹೋಲುತ್ತಿವೆ. ಮೂಗು ತಾಯಿಯ ಮೂಗನ್ನು ಹೋಲುತ್ತಿದೆ'.

'ನನ್ನ ತಂದೆ-ತಾಯಿಯ ಬಗ್ಗೆ ಇಷ್ಟೊಂದು ವಿಚಾರ ಈ ವ್ಯಕ್ತಿಗೆ ತಿಳಿದಿರುವ ಬಗೆ ಹೇಗೆ? ನಿಜಕ್ಕೂ ಈತ ಯಾರು? ಈತನ ನಿಜವಾದ ಹೆಸರೇನು?' ಶಿವ ಮನಸ್ಸಿನಲ್ಲೇ ಪ್ರಶ್ನಿಸಿಕೊಂಡ.

ಶಿವ ಮರುಪ್ರಶ್ನೆ ಹಾಕುವ ಮುನ್ನವೇ ಮಿತ್ರ ಶಿವನ ಬೆನ್ನುತಟ್ಟಿ ಗೋಪಾಲರೆಡೆಗೆ ಮುಗುಳ್ನಗೆ ಬೀರುತ್ತಾ ಹೇಳಿದ 'ಬನ್ನಿ! ಎಲ್ಲರೂ ಕುಳಿತು ಮಾತನಾಡೋಣ'.

ಎಲ್ಲರೂ ಆಸೀನರಾದ ಬಳಿಕ ಮಿತ್ರ ಶಿವನನ್ನು ಕುರಿತು ಹೇಳಿದ 'ನಿನ್ನ ಮನಸ್ಸಿನಲ್ಲಿ ಮೂಡುತ್ತಿರುವ ಪ್ರಶ್ನೆಗಳೇನು ಎನ್ನುವುದು ನನಗೆ ಚೆನ್ನಾಗಿ ತಿಳಿದಿದೆ. ನಿನ್ನ ತಂದೆ-ತಾಯಿಯ ಬಗ್ಗೆ ನನಗೆ ಹೇಗೆ ತಿಳಿದಿದೆ? ನಾನು ಯಾರು? ನನ್ನ ಹಿಂದಿನ ಹೆಸರೇನು? ಇದೇ ಅಲ್ಲವೇ ನಿನ್ನ ಪ್ರಶ್ನೆಗಳು?'.

'ಕಣ್ಣುಗಳನ್ನು ನೋಡಿ ಮನಸ್ಸಿನಲ್ಲಿ ಏನಾಗುತ್ತಿದೆ ಎಂದು ತಿಳಿದುಕೊಳ್ಳುವ ವಿದ್ಯೆ ನಿಜಕ್ಕೂ ಅಪಾಯಕಾರಿ. ಹಾಗಾದಾಗ ಯಾವ ರಹಸ್ಯವನ್ನೂ ಮನಸ್ಸಿನಲ್ಲಿ ಇಟ್ಟುಕೊಳ್ಳುವುದು ಅಸಾಧ್ಯ'.

'ಅನೇಕ ಬಾರಿ ರಹಸ್ಯವನ್ನು ಮನಸ್ಸಿನಲ್ಲಿ ಇಟ್ಟುಕೊಳ್ಳದಿರುವುದೇ ಲೇಸು. ಅದರಲ್ಲೂ ಮಹತ್ವದ ನಿರ್ಧಾರಗಳನ್ನು ಕೈಗೊಳ್ಳುವಾಗ ಅದನ್ನು ಹೆಚ್ಚು ಕಾಲ ರಹಸ್ಯವಾಗಿಡಬಾರದು'.

'ಮಿತ್ರರೇ! ನನ್ನ ಪ್ರಶ್ನೆಗಳಿಗೆ ಉತ್ತರ ನೀಡುವುದು ನಿಮಗೆ ಇಷ್ಟವಿಲ್ಲದಿದ್ದರೆ ಚಿಂತೆಯಲ್ಲ. ಆ ಪ್ರಶ್ನೆಗಳಿಗೂ ನಾನು ಇಲ್ಲಿಗೆ ಬಂದಿರುವ ಉದ್ದೇಶಕ್ಕೂ ಸಂಬಂಧವಿಲ್ಲ'.

'ನಿನ್ನ ಮಾತು ಸತ್ಯ ನೀಲಕಂಠ. ಆದರೆ ಈ ಪ್ರಶ್ನೆಗಳು ಗೌಣವಾಗಿದ್ದರೂ ಅವು ನಿನ್ನ ಮನಸ್ಸಿನಲ್ಲಿ ಕೋಲಾಹಲವನ್ನು ಎಬ್ಬಿಸುತ್ತಿರುವುದಂತೂ ಸುಳ್ಳಲ್ಲ. ಮನಸ್ಸು ಗೊಂದಲದಲ್ಲಿರುವಾಗ ಅಂದುಕೊಂಡಿರುವ ಮಹತ್ಕಾರ್ಯವನ್ನು ಸಾಧಿಸಲು ಹೇಗೆ ಸಾಧ್ಯ? ಗೊಂದಲದ ಮನಸ್ಸು ಮುಂದಿರುವ ಗುರಿಯನ್ನು ಮರೆಮಾಚುತ್ತದೆ. ಮಹತ್ಕಾರ್ಯ ಸಾಧನೆಗೆ ಅಡ್ಡಿ ಮಾಡುತ್ತದೆ'.

ಶಿವ ಮಿತ್ರ ತನ್ನನ್ನು ನೀಲಕಂಠ ಎಂದು ಸಂಬೋಧಿಸಿದ್ದನ್ನು ಗಮನಿಸಿದ. ಆವರೆಗೆ ಯಾವ ಪರಿಹನ್ನರೂ ಶಿವನನ್ನು ಹಾಗೆ ಕರೆದಿರಲಿಲ್ಲ.

ಮಿತ್ರ ಮಾತು ಮುಂದುವರಿಸಿದ 'ಸಧ್ಯದ ಪರಿಸ್ಥಿತಿಯಲ್ಲಿ ನೀನು ಮಾಡಲು ಹೊರಟಿರುವ ಮಹತ್ಕಾರ್ಯದಲ್ಲಿ ಹಿನ್ನೆಡೆಯಾಗುವುದನ್ನು ಜಗತ್ತು ಸಹಿಸುವುದಿಲ್ಲ. ಈ ಕಾರ್ಯದಲ್ಲಿ ನೀನು ಯಶಸ್ವಿಯಾಗಲೇಬೇಕು. ಅಂದ ಹಾಗೆ ಈಗ ಹೆಸರು ಮುಖ್ಯವಲ್ಲ. ನನಗೆ ಯಾವ ಹೆಸರೂ ಇಲ್ಲ. ನನ್ನ ಅಸ್ಥಿತ್ವವನ್ನು ಗುರುತಿಸುವುದು 'ಮಿತ್ರ' ಪದವಿಯಿಂದ ಮಾತ್ರ'.

ಶಿವ ಸುಮ್ಮನೆ ತಲೆಯಾಡಿಸಿದ.

'ಮುಂದಿನ ಪ್ರಶ್ನೆ ನಿನ್ನ ತಾಯಿಯ ಬಗ್ಗೆ ನನಗೆ ಹೇಗೆ ತಿಳಿದಿದೆ ಎಂದಲ್ಲವೇ? ನಾನು ಬೆಳೆದಿದ್ದು ಆಕೆಯೊಂದಿಗೆ. ನಿನ್ನ ತಾಯಿ ನನ್ನ ಒಡಹುಟ್ಟಿದ ತಂಗಿ'.

ಆ ಮಾತನ್ನು ಕೇಳುತ್ತಿದ್ದಂತೆ ಶಿವನ ಕಣ್ಣುಗಳು ಅರಳಿದವು.

'ಅಂದರೆ ನೀವು ನನ್ನ ಸೋದರ ಮಾವನೇ!'.

'ಮಿತ್ರನಾಗುವುದಕ್ಕೆ ಮುನ್ನ ನಾನು ನಿನ್ನ ಮಾವನಾಗಿದ್ದೆ'.

'ಆದರೆ ನೀವೇಕೆ ಈ ಮೊದಲೇ ನನ್ನನ್ನು ಭೇಟಿ ಮಾಡಲಿಲ್ಲ'.

'ಆ ವಿಚಾರ ಈಗ ಬೇಡ. ನಿನ್ನ ತಂದೆಯ ತಮ್ಮ ಮನೋಭು ಮತ್ತು ನಾನು ಇಬ್ಬರೂ ಆತ್ಮೀಯ ಸ್ನೇಹಿತರು ಎಂಬುದು ನಿನಗೆ ತಿಳಿದರೆ ಸಾಕು. ನಮ್ಮಿಬ್ಬರ ಕುಟುಂಬಗಳ ನಡುವೆ ಗಾಢವಾದ ಸ್ನೇಹವಿತ್ತು. ನನ್ನ ತಂಗಿಯನ್ನು ಮನೋಭುವಿನ ಅಣನಿಗೆ ವಿವಾಹ ಮಾಡುವುದರ ಮೂಲಕ ನಮ್ಮಿಬ್ಬರ ಸಂಬಂಧವನ್ನು

ಗಟ್ಟಿಗೊಳಿಸಿಕೊಂಡೆವು. ಅಲ್ಲಿಂದ ಮುಂದೆ ನಿಮ್ಮ ತಾಯಿ-ತಂದೆ ಟಿಬೆಟ್ಟಿನಲ್ಲಿ ವಾಸಮಾಡಲಾರಂಭಿಸಿದರು. ಅವರಿಬ್ಬರ ಸಮಾಗಮದಿಂದ ಜನಿಸಿದವನೇ ನೀನು'.

'ಆದರೆ ಮನೋಭುವಿಗೆ ಕೆಲವು ಕ್ರಾಂತಿಕಾರಿ ಯೋಜನೆಗಳನ್ನು ಜಾರಿಗೆ ತರಬೇಕು ಎನ್ನುವ ತುಡಿತವಿತ್ತು ಅಲ್ಲವೇ?'.

'ಅವು ಕೇವಲ ಕ್ರಾಂತಿಕಾರಕ ಯೋಜನೆಗಳಷ್ಟೇ ಅಲ್ಲ, ಸ್ಫೂರ್ತಿದಾಯಕ ಯೋಜನೆಗಳೂ ಆಗಿತ್ತು. ಮನೋಭು ದೂರದೃಷ್ಟಿ ಇಟ್ಟುಕೊಂಡು ಕೆಲವು ಸ್ಫೂರ್ತಿದಾಯಕ ಯೋಜನೆಗಳನ್ನು ಕಾರ್ಯಗತಗೊಳಿಸುವುದಕ್ಕೆ ಮುಂದಾಗುತ್ತಿದ್ದ. ಆದರೆ ಅದಕ್ಕೆ ಕಾಲ ಪಕ್ವವಾಗಿರದ ಕಾರಣ ಅವು ಕ್ರಾಂತಿಕಾರಿ ಯೋಜನೆಗಳು ಎನಿಸಿಕೊಳ್ಳುತ್ತಿತ್ತು. ಹಾಗಾಗಿ ಅದು ಅನೇಕರ ಕೆಂಗಣ್ಣಿಗೂ ಗುರಿಯಾಗಿತ್ತು'.

'ಆಗ ವಾಯುಪುತ್ರರು ನಮ್ಮ ಕುಟುಂಬದಿಂದ ದೂರ ಇರುವಂತೆ ನಿಮ್ಮ ಮೇಲೆ ಒತ್ತಡ ಹೇರುತ್ತಿರಲಿಲ್ಲವೇ?'.

'ಹೌದು! ನನಗೆ ಒತ್ತಡ ಬರುತ್ತಿತ್ತು. ಆದರೆ ಅದು ವಾಯುಪುತ್ರರಿಂದಲ್ಲ'.

ಶಿವ ನಸುನಗುತ್ತಾ ಹೇಳಿದ 'ಇದೆಲ್ಲದರ ಜತೆಗೆ ನನ್ನ ಚಿಕ್ಕಪ್ಪ ಮನೋಭು ತೀರಾ ಹಠಮಾರಿಯಾಗಿದ್ದ ಅಲ್ಲವೇ?'.

ಮಿತ್ರ ನಸುನಕ್ಕ. ಶಿವ ಪ್ರಶ್ನೆಗಳ ಸುರಿಮಳೆಯನ್ನು ಮುಂದುವರೆಸಿದ.

'ನಾನು ನಿಮ್ಮ ದೂರದ ಸಂಬಂಧಿ ಎಂದು ನಿಮಗೆ ಯಾವಾಗ ತಿಳಿಯಿತು ಮಿತ್ರರೇ? ನೀವೇನಾದರೂ ನನ್ನ ಹಿಂದೆ ನಿಮ್ಮ ಬೇಹುಗಾರರನ್ನು ಬಿಟ್ಟಿದ್ದಿರಾ?'.

'ನಿನ್ನ ಹೆಸರು ಕಿವಿಗೆ ಬಿದ್ದ ಕೂಡಲೆ ನೀನು ಯಾರು ಎಂದು ನನಗೆ ತಿಳಿದುಹೋಯಿತು'.

'ಅಂದರೆ ಅದಕ್ಕೂ ಮೊದಲು ನಿಮಗೆ ನನ್ನ ಹೆಸರು ತಿಳಿದಿರಲಿಲ್ಲವೇ?'.

'ಇಲ್ಲ! ಮನೋಭು ನಿನ್ನ ಹೆಸರನ್ನು ರಹಸ್ಯವಾಗಿಟ್ಟಿದ್ದ. ನಿನ್ನ ಹೆಸರನ್ನು ಕೇಳಿದ ನಂತರ ನೀನು ಯಾರು ಎಂದು ತಿಳಿದುಕೊಳ್ಳಲಿ ಎಂಬ ಉದ್ದೇಶದಿಂದ ಆತ ನಿನ್ನ ಹೆಸರನ್ನು ಹೇಳಿರಲಿಲ್ಲ. ಅದು ಇತ್ತೀಚೆಗಷ್ಟೇ ನನಗೆ ತಿಳಿಯಿತು'.

'ಅದು ಹೇಗೆ ಸಾಧ್ಯ?' ಶಿವ ಪ್ರಶ್ನಿಸಿದ.

'ಈ ಪ್ರಶ್ನೆಗೆ ಉತ್ತರಿಸುವುದಕ್ಕೂ ಮುನ್ನ ರುದ್ರದೇವನ ಬಗ್ಗೆ ನಿನಗೆ ಒಂದಷ್ಟು ವಿಚಾರಗಳನ್ನು ಹೇಳುತ್ತೇನೆ ಕೇಳು. ರುದ್ರದೇವನ ತಾಯಿ ಮಗನಿಗೆ ವಿಶೇಷವಾದ ಹೆಸರೊಂದನ್ನು ಇಟ್ಟು ನಾಮಕರಣ ಮಾಡಿದ್ದಳು. ಆ ಹೆಸರು 'ಶಿವ' ಎಂದು. ಈ ವಿಚಾರ ವಾಯುಪುತ್ರರಿಗೂ ಸೇರಿದಂತೆ ಯಾರಿಗೂ ತಿಳಿದಿಲ್ಲ'.

'ಹೌದೇ?'

'ಹೌದು ನೀಲಕಂಠ! ರುದ್ರ ಎಂದರೆ ರೌದ್ರರೂಪ ತಾಳುವವನು ಎಂದರ್ಥ. ರುದ್ರ ಹುಟ್ಟಿದ ಕೂಡಲೆ ಆತನ ರೌದ್ರಾವತಾರಕ್ಕೆ ಸೂಲಗಿತ್ತಿ ಬೆದರಿ ಓಡಿಹೋದಳು ಎಂದು ಪುರಾಣಗಳು ಹೇಳುತ್ತವೆ. ಆದರೆ ವಾಸ್ತವ ಸಂಗತಿಯೇ ಬೇರೆ. ಆ ರಹಸ್ಯ ಕೆಲವೇ ಕೆಲವು ವಾಯುಪುತ್ರರನ್ನು ಬಿಟ್ಟು ಮತ್ತಾರಿಗೂ ತಿಳಿದಿಲ್ಲ. ನೀಲಕಂಠ! ನಿನಗೆ ತಿಳಿದಿದೆಯೇ ರುದ್ರದೇವ ತಾಯಿಯ ಗರ್ಭದಲ್ಲಿ ಸತ್ತು ಹುಟ್ಟಿದವನು'.

'ಏನು ಶಿವ ಹುಟ್ಟುವಾಗಲೇ ಸತ್ತು ಹೋಗಿದ್ದನೇ?' ಗೋಪಾಲರು ಆಶ್ಚರ್ಯದಿಂದ ಕೇಳಿದರು.

'ಹೌದು! ರುದ್ರ ತಾಯಿಯ ಗರ್ಭದಲ್ಲೇ ಸತ್ತು ಹುಟ್ಟಿದ. ರುದ್ರನ ತಾಯಿ ಮತ್ತು ಸೂಲಗಿತ್ತಿ ಮಗು ಹೊರಗೆ ಬಂದ ಕೂಡಲೇ ಅದರ ಪರಿಸ್ಥಿತಿಯನ್ನು ಕಂಡು ಗೋಳಿಟ್ಟರು. ಆದರೆ ಸೂಲಗಿತ್ತಿ ಕೊನೆಯ ಪ್ರಯತ್ನವೇನೋ ಎಂಬಂತೆ ಸತ್ತ ಮಗುವಿಗೆ ತನ್ನ ಎದೆಯ ಹಾಲು ಕುಡಿಸಲು ಪ್ರಾರಂಭಿಸಿದಳು. ನೋಡು ನೋಡುತ್ತಿದ್ದಂತೆ ಸತ್ತ ಮಗು ಉಸಿರಾಡಲು ಪ್ರಾರಂಭಿಸಿತು. ಜೋರಾಗಿ ಆರ್ಭಟಿಸತೊಡಗಿತು. ಇದ್ದಕ್ಕಿದ್ದಂತೆ ರೌದ್ರಾವತಾರ ತಾಳಿಬಿಟ್ಟಿತು. ಆದರೆ ಆಶ್ಚರ್ಯವೆಂಬಂತೆ ಮುಂದಿನ ಕೆಲವೇ ನಿಮಿಷಗಳಲ್ಲಿ ಮಗುವನ್ನು ಬದುಕಿಸಿದ ಸೂಲಗಿತ್ತಿ ಅಲ್ಲಿಂದ ಮಾಯವಾದಳು. ಮುಂದೆಂದೂ ಆಕೆ ಎಲ್ಲೂ ಕಾಣಿಸಿಕೊಳ್ಳಲಿಲ್ಲ. ರುದ್ರನ ತಾಯಿ ಶಕ್ತಿದೇವಿಯ ಆರಾಧಕಿ. ಸತ್ತ ಮಗನನ್ನು ಬದುಕಿಸಲು ಶಕ್ತಿದೇವಿಯೇ ಸೂಲಗಿತ್ತಿಯನ್ನು ಕಳುಹಿಸಿದ್ದಳು ಎಂಬುದು ನಂತರ ಆಕೆಗೆ ಅರಿವಾಯಿತು. ತನ್ನ ಮಗ ಜೀವಾತ್ಮವಿಲ್ಲದೆ ಭೂಮಿಗೆ ಬಂದ ಎಂದೇ ನಂಬಿದ್ದಳು. ಜೀವಾತ್ಮವಿಲ್ಲದ ದೇಹವೆಂದರೆ ಅದು ಶವ. ಆ ಶವಕ್ಕೆ ಜೀವ ತುಂಬಿದ್ದು ಶಕ್ತಿದೇವಿ. ಅಂದರೆ ಶಕ್ತಿ ದೇವಿಯೇ ಶವವನ್ನು ಶಿವನನ್ನಾಗಿ ಮಾಡಿದಳು. ಹಾಗಾಗಿ ಅಂದಿನಿಂದ ತಾಯಿ ಮಗನನ್ನು ಶಿವ ಎಂದು ಕರೆಯಲಾರಂಭಿಸಿದಳು. ಆ ಮೂಲಕ ಶಕ್ತಿದೇವಿಗೆ ತನ್ನ ಕೃತಜ್ಞತೆ ಸಲ್ಲಿಸಿದಳು'.

ಶಿವ ತನ್ಮಯನಾಗಿ ಬಿಟ್ಟ ಕಣ್ಣುಗಳಿಂದ ಮಿತ್ರನ ಮಾತುಗಳನ್ನೇ ಆಲಿಸುತ್ತಿದ್ದ.

ಮಿತ್ರ ಮಾತು ಮುಂದುವರಿಸಿದ 'ಹಾಗಾಗಿ ನಿನ್ನ ಹೆಸರು ಕೇಳಿದ ಕೂಡಲೇ ಮನೋಭು ತರಬೇತಿ ನೀಡಿರುವ ವ್ಯಕ್ತಿ ನೀನೇ ಎಂಬುದು ನನ್ನ ಅರಿವಿಗೆ ಬಂತು'.

'ಅಂದರೆ ಮನೋಭುವಿನ ಯೋಜನೆ ನಮಗೆ ತಿಳಿದಿತ್ತು ಎಂದಾಯಿತು'.

'ಹೌದು! ಅದೊಂದು ದಿನ ನಿನ್ನ ಚಿಕ್ಕಪ್ಪ ಮತ್ತು ನಾನು ಇಬ್ಬರೂ ಸೇರಿ ಅಮೂಲ್ಯ ಔಷಧಿಯೊಂದನ್ನು ತಯಾರಿಸಿದ್ದೆವು'.

'ಅಂದರೆ ನನ್ನ ಕಂಠ ನೀಲಿಬಣ್ಣಕ್ಕೆ ತಿರುಗುವಂತೆ ಮಾಡಿದ ಔಷಧಿಯನ್ನು ತಾಯಾರಿಸಿದ್ದು ನೀವೇ?'.

'ಹೌದು'.

'ಆದರೆ ಅದನ್ನು ನನ್ನ ಬದುಕಿನ ನಿರ್ದಿಷ್ಟ ಘಟ್ಟವೊಂದರಲ್ಲಿ ನೀಡಬೇಕಾಗಿತ್ತು ಅಲ್ಲವೇ?'.

'ಮನೋಭು ಅದನ್ನೇ ಮಾಡಿದ್ದಾನೆ'.

'ಆದರೆ ಮಿತ್ರರೇ ನನ್ನದೊಂದು ಅನುಮಾನ. ಒಂದು ವ್ಯವಸ್ಥೆ ನೀವೇನು ಮಾಡುತ್ತೀರೋ ಅದರಂತೆ ನಡೆಯುವುದಿಲ್ಲ ಅಲ್ಲವೇ? ಅಂದರೆ ಯಾವ ವ್ಯವಸ್ಥೆಯೂ ಕಾಕತಾಳೀಯವೆಂಬಂತೆ ನಡೆಯುವುದಿಲ್ಲ. ಒಂದೊಂದು ಘಟನೆಯೂ ಒಂದೊಂದು ನಿರ್ದಿಷ್ಟ ಕಾಲಘಟ್ಟದಲ್ಲಿ ನಡೆಯಬೇಕು. ಒಂದು ವೇಳೆ ನನಗೆ ಸರಿಯಾದ ತರಬೇತಿ ದೊರೆತಿಲ್ಲದಿದ್ದರೆ, ಸರಿಯಾದ ಸಮಯಕ್ಕೆ ಔಷಧಿ ನೀಡಿಲ್ಲದಿದ್ದರೆ, ನಾನು ಮೆಲೂಹಕ್ಕೆ ಬಾರದಿದ್ದಿದ್ದರೆ, ಸೋಮರಸ ದುಷ್ಟಶಕ್ತಿಯಾಗಿ ಪರಿಣಮಿಸುತ್ತಿದೆ ಎಂದು ನನಗೆ ಮನವರಿಕೆಯಾಗಿರದಿದ್ದರೆ ನಿಮ್ಮ ವ್ಯವಸ್ಥೆ ಹೇಗೆ ಕೆಲಸ ಮಾಡುತ್ತಿತ್ತು ಮಿತ್ರರೇ? ಇವೆಲ್ಲವೂ ಕಾಕತಾಳೀಯ ಎಂದು ನಿಮಗನಿಸುತ್ತಿಲ್ಲವೇ?'.

'ನಿನ್ನ ಮಾತು ಸತ್ಯ ನೀಲಕಂಠ. ಆದರೆ ವಾಯುಪುತ್ರರು ರೂಪಿಸಿರುವ ವ್ಯವಸ್ಥೆ ನೀನು ತಿಳಿದುಕೊಂಡಿರುವಂತೆ ಕಾರ್ಯ ನಿರ್ವಹಿಸುವುದಿಲ್ಲ. ಇಡೀ ಬ್ರಹ್ಮಾಂಡದ ವ್ಯವಸ್ಥೆ ಹೇಗಿದೆಯೋ ವಾಯುಪುತ್ರರ ವ್ಯವಸ್ಥೆಯೂ ಹಾಗೆಯೇ ಕೆಲಸ ಮಾಡುತ್ತದೆ. ಮೊದಲಿಗೆ ವಾಯುಪುತ್ರರು ಸೋಮರಸ ದುಷ್ಟಶಕ್ತಿಯಾಗಿ ತಿರುಗಿದೆ ಎಂಬುದನ್ನು ನಂಬಲಿಲ್ಲ. ಆದರೆ ಮನೋಭು ಮತ್ತು ನನಗೆ ಇದು ಖಚಿತವಾಗಿತ್ತು. ಇಂದು ಮನೋಭು ಬದುಕಿದ್ದಿದ್ದರೆ ಪ್ರತಿ ಹಂತದಲ್ಲೂ ನಿನಗೆ ಮಾರ್ಗದರ್ಶನ ಮಾಡುತ್ತಿದ್ದ. ಆದರೆ ಆತ ಹತನಾದ ನಂತರ ಸಾಕ್ಷಾತ್ ಭಗವಂತನೇ ಈ ಕಾರ್ಯವನ್ನು ಮುನ್ನಡೆಸಲಾರಂಭಿಸಿದ. ಅಲ್ಲದೆ ಸೃಷ್ಟಿ ಎನ್ನುವುದು ಸೂಕ್ತ ಸಮಯದಲ್ಲಿ ಸೂಕ್ತ ನಿರ್ಧಾರ ತೆಗೆದುಕೊಳ್ಳುತ್ತದೆ. ಅದರಂತೆ ಘಟನೆಗಳು ಸಂಭವಿಸುತ್ತವೆ. ಈ ವಿಚಾರವನ್ನು ಮನೋಭು ಮತ್ತೆ ಮತ್ತೆ ಒತ್ತಿ ಹೇಳುತ್ತಿದ್ದ. ಹಾಗಾಗಿ ನಾವು ಎಲ್ಲದಕ್ಕೂ ಭಗವಂತನ ಮೇಲೆ ಅವಲಂಭಿತವಾಗಿಬಿಟ್ಟೆವು. ನಾವಿಬ್ಬರೂ ಕೇವಲ ಪಾತ್ರಧಾರಿಗಳಾಗಿ ದಾಳವನ್ನು ಉರುಳಿಸಲಾರಂಭಿಸಿದೆವು. ಸೃಷ್ಟಿಯ ನಿರ್ಧಾರದಂತೆ ದಾಳಗಳು ಉರುಳಿದವು. ಮನೋಭುವಿನ ಯೋಜನೆಗಳು ಒಂದೊಂದಾಗಿ ಕಾರ್ಯಗತಗೊಳ್ಳಲಾರಂಭಿಸಿತು. ಈಗ ಅದು ಅಂತಿಮ ಘಟ್ಟ ತಲುಪಿದೆ. ಹಾಗಾಗಿ ಈಗ ನಾನು ನಿನಗೆ ಸಹಾಯ ಮಾಡಲೇಬೇಕಾಗಿದೆ. ಅದು ನನ್ನ ಕರ್ತವ್ಯವೂ ಹೌದು'.

'ನಾನೇನಾದರೂ ಈ ಪ್ರಯತ್ನದಲ್ಲಿ ವಿಫಲನಾಗಿದ್ದರೆ ಅಥವಾ ನಾನೂ ಸಹ ಸೋಮರಸ ಒಳಿತನ್ನೇ ಮಾಡುತ್ತಿದೆ ಎಂದು ಭಾವಿಸಿದ್ದರೆ ಆಗ ದುಷ್ಟಶಕ್ತಿಯೇ ಮೇಲುಗೈ ಪಡೆಯುತ್ತಿತ್ತು ಅಲ್ಲವೇ?'.

'ನಿಜ! ಕೆಲವೊಮ್ಮೆ ದುಷ್ಟಶಕ್ತಿಗಳೂ ಮೇಲುಗೈ ಸಾಧಿಸುವುದಕ್ಕೆ ಸೃಷ್ಟಿ ಅನುಮತಿ ನೀಡುತ್ತದೆ. ಆದರೆ ಈಗಿರುವುದು ಅಂತಹ ಸಂದರ್ಭವಲ್ಲ'.

ಶಿವ ತಲೆಯಾಡಿಸಿದ. ಸ್ವಲ್ಪ ಸಮಯ ಮೂವರೂ ಮೌನವಾಗಿದ್ದರು.

'ಇನ್ನೂ ನಿನ್ನ ಮನಸ್ಸಿನಲ್ಲಿ ಏನಾದರೂ ಸಂಶಯ ಕಾಡುತ್ತಿದೆಯೇ ನೀಲಕಂಠ?' ಮಿತ್ರ ಕೇಳಿದ.

'ನನ್ನ ಬದುಕಿನಲ್ಲಿ ಏನೆಲ್ಲಾ ಸಾಧಿಸಿದ್ದೇನೆಯೋ ಅದರಲ್ಲಿನ ಸಿಂಹಪಾಲು ಅದೃಷ್ಟಕ್ಕೇ ಸಲ್ಲಬೇಕು ಮಿತ್ರರೇ. ಇದನ್ನು ನಾನು ಅನೇಕ ಬಾರಿ ವಾಸುದೇವ ಪಂಡಿತರ ಬಳಿ ಹೇಳಿದ್ದೇನೆ' ಶಿವ ಹೇಳಿದ.

ಅದಕ್ಕೆ ಮಿತ್ರ ಮೆಲುದನಿಯಲ್ಲಿ ಹೇಳಿದ 'ಬದುಕಿನಲ್ಲಿ ಅನೇಕ ಬಾರಿ ನಮ್ಮ ಅದೃಷ್ಟಕ್ಕೆ ನಾವೇ ಕಾರಣರಾಗುತ್ತೇವೆ ನೀಲಕಂಠ. ನಿನ್ನ ವಿಚಾರದಲ್ಲಿ ಹೇಳುವುದಾದರೆ ನೀನು ಪರಕೀಯನಾಗಿ ಮೆಲೂಹಕ್ಕೆ ಬಂದೆ. ಅಲ್ಲಿನ ಜನ, ಜಾಗ ಎಲ್ಲವೂ ನಿನಗೆ ಹೊಸದು. ಅಲ್ಲಿನ ಜನರಂತೂ ನಿನಗಿಂತಲೂ ಮಹಾಬುದ್ಧಿವಂತರಾಗಿದ್ದರು, ಕುಶಾಗ್ರಮತಿಗಳಾಗಿದ್ದರು. ಆದರೂ ಜನ ನಿನ್ನನ್ನೇ ದೇವರಂತೆ ಕಂಡರು. ಅಪಾರ ಗೌರವಾದರಗಳನ್ನು ತೋರಿ ನಿನ್ನನ್ನು ಸತ್ಕರಿಸಿದರು. ನೀನೊಂದು ಮಹತ್ಕಾರ್ಯ ಮಾಡುವಂತೆ ಪ್ರೇರೇಪಿಸಿದರು. ಆ ಕಾರ್ಯದ ತೀವ್ರತೆ ಮತ್ತು ಅಗಾಧತೆ ಜಗತ್ತಿನಲ್ಲಿ ಯಾರಿಗೂ ತಿಳಿದಿರಲಿಲ್ಲ. ಆ ಸಮಯದಲ್ಲಿ ನಿನಗೂ ಅಂತಹ ಮಹತ್ಕಾರ್ಯದಲ್ಲಿ ಯಶಸ್ಸು ದೊರೆಯಬಹುದು ಎಂಬ ನಂಬಿಕೆ ಇರಲಿಲ್ಲ. ಆದರೂ ನೀನು ಕರ್ತವ್ಯದಿಂದ ವಿಮುಖನಾಗಿ ಪಲಾಯನ ಮಾಡಲಿಲ್ಲ. ಬದಲಾಗಿ ಎದ್ದು ನಿಂತೆ. ಇಡೀ ಜವಾಬ್ದಾರಿಯನ್ನು ಒಬ್ಬನೇ ಹೊತ್ತು ಕಾರ್ಯಸಾಧನೆಗೆ ಮುಂದಾದೆ. ದುಷ್ಟಶಕ್ತಿಯನ್ನು ದಮನ ಮಾಡುವಲ್ಲಿ ಆ ನಿರ್ಧಾರ ಮಹತ್ವದ ತಿರುವಾಯಿತು. ಅದು ನಿನ್ನ ಬದುಕಿನ ದಿಕ್ಕನ್ನೇ ಬದಲಿಸಿತು. ಇದರಲ್ಲಿ ಅದೃಷ್ಟ ಯಾವ ರೀತಿ ಕೆಲಸ ಮಾಡಿದೆ ಹೇಳು?'.

ಶಿವ ಗೋಪಾಲರತ್ತ ತಿರುಗಿದ. ಗೋಪಾಲರು ಮಿತ್ರರ ಮಾತಿಗೆ ಸಮ್ಮತಿ ಸೂಚಿಸಿ ತಲೆಯಾಡಿಸಿದರು.

'ನೀವು ನನಗೆ ಅಗತ್ಯಕ್ಕಿಂತಲೂ ಹೆಚ್ಚಿನ ಗೌರವಾದರವನ್ನು ತೋರಿ ಮಾತನಾಡುತ್ತಿದ್ದೀರಿ ಮಿತ್ರರೇ. ಅದಕ್ಕೆ ನಾನು ಅರ್ಹನಲ್ಲ'.

'ಇಲ್ಲ ನೀಲಕಂಠ! ನಾನೇನೂ ನಿನಗೆ ಹೆಚ್ಚಿನ ಮನ್ನಣೆ ನೀಡುತ್ತಿಲ್ಲ. ಆದರೆ ನೀನು ನನ್ನ ಸಹಾಯವಿಲ್ಲದೆ ಮಹಾತ್ಕಾರ್ಯವೊಂದನ್ನು ಸಾಧಿಸಲು ಹೊರಟಿರುವೆ. ಅದಕ್ಕೆ ನಾನು ಅವಕಾಶ ನೀಡುವುದಿಲ್ಲ. ನನಗೆ ಸಹಾಯ ಮಾಡುವ ಅವಕಾಶವನ್ನು ನೀನು ನನಗೆ ನೀಡಲೇಬೇಕು. ಇಲ್ಲವಾದಲ್ಲಿ ಮುಂದೆ ಅಹುರನನ್ನಾಗಲಿ ಅಥವಾ ರುದ್ರನನ್ನಾಗಲಿ ಭೇಟಿ ಮಾಡಿದಾಗ ಅವರಿಗೆ ನಾನೇನು ಹೇಳಲಿ? ಅವರನ್ನು ಮುಖಾಮುಖಿಯಾಗಿ ಹೇಗೆ ಎದುರಿಸಲಿ?'.

ಶಿವ ನಸುನಕ್ಕ.

ಮಿತ್ರ ಶಿವನ ಕಣ್ಣುಗಳನ್ನೇ ನೋಡುತ್ತಾ ಹೇಳಿದ 'ಆದರೆ.........ನಿನಗೆ ಸಹಾಯ ಮಾಡುವುದಕ್ಕೆ ಮೊದಲು ನನ್ನದೊಂದು ಪ್ರಶ್ನೆಯಿದೆ. ಅದಕ್ಕೆ ನೀನು ಉತ್ತರಿಸಬೇಕು.

ದೈವೀಅಸ್ತ್ರವನ್ನು ಪಡೆದುಕೊಂಡ ನಂತರ ನಿನ್ನ ಯೋಜನೆ ಏನು?'.

'ದೈವೀಅಸ್ತ್ರವನ್ನು ಇಟ್ಟುಕೊಂಡು ವಿರೋಧಿಗಳನ್ನು ಹೆದರಿಸುವುದು ಮತ್ತು ಅವರನ್ನು ಭಯಭೀತರನ್ನಾಗಿ ಮಾಡುವುದು ನನ್ನ ಉದ್ದೇಶ'.

ಶಿವ ಮಾತು ಮುಗಿಸುವುದಕ್ಕೆ ಮುನ್ನವೇ ಮಿತ್ರ ಕೈಯನ್ನು ಮೇಲೆತ್ತಿ ಮಾತು ನಿಲ್ಲಿಸುವಂತೆ ತಿಳಿಸಿದ.

'ಆಲೋಚನೆಗಳು ನಾಲಿಗೆಗಿಂತ ವೇಗವಾಗಿ ಚಲಿಸುತ್ತವೆ ನೀಲಕಂಠ. ಆಡುವುದು ಸುಲಭ ಮಾಡುವುದು ಕಷ್ಟ. ನೀನು ವಿನಾಶಕಾರಿ ಅಸ್ತ್ರವನ್ನು ಪ್ರಯೋಗಿಸುವುದಿಲ್ಲ ಎಂಬುದು ನನಗೆ ತಿಳಿದಿದೆ. ಅಲ್ಲದೆ ವಾಯುಪುತ್ರರು ಇದನ್ನು ಪ್ರಯೋಗ ಮಾಡಬಾರದು ಎಂದು ಹೇಳಿರುವ ಕಾರಣ ನೀನು ಇದನ್ನು ಪ್ರಯೋಗಿಸುವುದಿಲ್ಲ, ಬದಲಾಗಿ ಇದರ ಪ್ರಯೋಗದಿಂದಾಗುವ ಘೋರ ಪರಿಣಾಮ ಕೂಡ ನಿನಗೆ ತಿಳಿದಿದೆ. ಹಾಗಾಗಿ ನೀನು ಅಸ್ತ್ರವನ್ನು ಪ್ರಯೋಗಿಸುವುದಿಲ್ಲ ಎಂಬುದು ನನ್ನ ನಂಬಿಕೆ. ಆದರೂ ನಾನು ನಿನಗೆ ಬ್ರಹ್ಮಾಸ್ತ್ರವನ್ನು ನೀಡುವುದಕ್ಕೆ ಸಾಧ್ಯವಿಲ್ಲ'.

ಮಿತ್ರರ ಈ ಅನರೀಕ್ಷಿತ ಮಾತುಗಳಿಂದ ಶಿವ ಒಂದು ಕ್ಷಣ ದಂಗಾದ. ಅಲ್ಲಿಯವರೆಗೂ ಮಾತುಕತೆ ಫಲಪ್ರದವಾಗಿ ನಡೆದಿತ್ತು. ಆದರೆ ಈಗ ಅದು ಕೈತಪ್ಪುತ್ತಿದೆಯೇನೋ ಎಂಬ ಆತಂಕ ಮೂಡಿತು.

ಮಿತ್ರ ಮಾತು ಮುಂದುವರಿಸಿದ 'ನೀಲಕಂಠ! ನಾನು ನಿನಗೆ ಬ್ರಹ್ಮಾಸ್ತ್ರವನ್ನು ನೀಡಲಾರೆ. ಕಾರಣ ಅದು ನಮ್ಮ ನಿಯಂತ್ರಣಕ್ಕೇ ಸಿಗದ ಅಪಾಯಕಾರಿ ಅಸ್ತ್ರ. ಒಮ್ಮೆ ಅದನ್ನು ಪ್ರಯೋಗಿಸಿದರೆ ಅದರ ಪರಿಣಾಮ ಘೋರ. ಅದು ಒಂದೇ ಬಾರಿಗೆ ಒಳ ಮತ್ತು ಹೊರಗಿನ ಜಗತ್ತನ್ನು ನಾಶಮಾಡುತ್ತದೆ. ಅದರ ವ್ಯಾಪ್ತಿಗೆ ಬರುವ ಎಲ್ಲರನ್ನು ಸುಟ್ಟು ಬೂದಿ ಮಾಡುತ್ತದೆ. ವಸ್ತುಗಳು ಕರಗಿ ಹಾಗೇ ಗಾಳಿಯಲ್ಲಿ ಇಂಗಿ ಹೋಗುತ್ತವೆ. ಎಲ್ಲವೂ ಏಕಕಾಲಕ್ಕೆ ಸರ್ವನಾಶವಾಗಿ ಬಿಡುತ್ತವೆ. ಈ ಅಸ್ತ್ರದ ಅಧಿಕೇಂದ್ರದ ಹೊರಗೂ ಅದರ ಪರಿಣಾಮ ಘನಘೋರ. ಆ ವ್ಯಾಪ್ತಿಯಲ್ಲಿಯ ಜನ ಆ ಕ್ಷಣಕ್ಕೆ ಸಾಯದಿದ್ದರೂ ಶತಶತಮಾನಗಳ ಕಾಲ ನೋವಿನಿಂದ ನರಳಿ ನರಳಿ ಸಾಯುತ್ತಾರೆ. ಆ ಪ್ರದೇಶದಲ್ಲಿ ಶಾಶ್ವತವಾಗಿ ಒಂದು ಹುಲ್ಲುಕಡ್ಡಿಯೂ ಬೆಳೆಯಲಾರದು. ಇಡೀ ಪ್ರದೇಶ ಕ್ಷಣಾರ್ಧದಲ್ಲಿ ಸ್ಮಶಾನವಾಗಿ ಬಿಡುತ್ತದೆ. ಈ ಅಸ್ತ್ರಪ್ರಯೋಗದಿಂದ ಹೊರಬರುವ ವಿಷಕಾರಿ ವಿಕಿರಣಗಳನ್ನು ತಡೆಯುವುದಕ್ಕೆ ಜಗತ್ತಿನ ಯಾವ ಶಕ್ತಿಯಿಂದಲೂ ಅಸಾಧ್ಯ. ಹಾಗಾಗಿ ಬ್ರಹ್ಮಾಸ್ತ್ರ ಪ್ರಯೋಗಿಸಿದರೆ ಮೆಲೂಹ ಮತ್ತು ಬೃಗುವಿಗಷ್ಟೇ ಅಲ್ಲ, ನಿನ್ನ ಸೈನಿಕರೂ ತೀವ್ರ ಸಂಕಷ್ಟಕ್ಕೆ ಸಿಲುಕುತ್ತಾರೆ'.

'ಹಾಗಾದರೆ ಮುಂದೇನು ಮಾಡುವುದು ಮಿತ್ರರೇ?'.

'ನಾನು ನಿನಗೆ ಪಾಶುಪತಾಸ್ತ್ರವನ್ನು ನೀಡುತ್ತೇನೆ. ಈ ಅಸ್ತ್ರವೂ ರುದ್ರದೇವ ನಿಂದಲೇ ಮಾಡಲ್ಪಟ್ಟಿದೆ. ಆದರೆ ಇದರ ತೀವ್ರತೆ ಬ್ರಹ್ಮಾಸ್ತ್ರಕ್ಕಿಂತ ಕಡಿಮೆ. ಈ ಅಸ್ತ್ರವನ್ನು ಸುಲಭವಾಗಿ ನಿಯಂತ್ರಿಸಬಹುದು. ಇದರ ಪರಿಣಾಮ ಒಳಗಿನ ಅಧಿಕೇಂದ್ರಕ್ಕೆ ಮಾತ್ರ ಸೀಮಿತವಾಗಿರುತ್ತದೆ. ಹೊರವಲಯದಲ್ಲಿ ಇದು ಯಾವ ಪರಿಣಾಮವನ್ನೂ ಬೀರುವುದಿಲ್ಲ. ಒಳ ವೃತ್ತದಲ್ಲಿರುವ ಎಲ್ಲವನ್ನೂ ನಾಶಮಾಡುವ ಶಕ್ತಿ ಪಾಶುಪತಾಸ್ತ್ರಕ್ಕಿದೆ. ಒಮ್ಮೆ ನೀನು ಇದನ್ನು ಪಡೆದುಕೊಂಡರೆ ನಿನ್ನವರನ್ನು ಒಂದು ದಿಕ್ಕಿನಲ್ಲಿ ಸುರಕ್ಷಿತವಾಗಿರಿಸಿ ಮತ್ತೊಂದು ದಿಕ್ಕಿನಿಂದ ಮೆಲೂಹ ಸಾಮ್ರಾಜ್ಯವನ್ನು ನಾಶಮಾಡುವುದಾಗಿ ಬೆದರಿಸಬಹುದು. ಬೃಗು ಆ ಬೆದರಿಕೆಗೆ ಬಗ್ಗಲೇ ಬೇಕಾಗುತ್ತದೆ. ಆಗ ನಿನ್ನ ಕಾರ್ಯಸಾಧನೆ ಸುಲಭವಾಗುತ್ತದೆ'.

'ಹೌದು ಮಿತ್ರರೇ! ನಿಮ್ಮ ಮಾತಿನಲ್ಲಿ ಅರ್ಥವಿದೆ' ಶಿವ ಹೇಳಿದ.

'ನೆನಪಿರಲಿ ನೀಲಕಂಠ, ಯಾವುದೇ ಕಾರಣಕ್ಕೂ ನೀನು ಈ ಅಸ್ತ್ರವನ್ನು ಪ್ರಯೋಗ ಮಾಡಬಾರದು. ಹಾಗೇನಾದರೂ ಪ್ರಯೋಗ ಮಾಡಿದರೆ ಶತಮಾನಗಳು ಕಳೆದರೂ ಇದರ ವಿಷಯುಕ್ತ ಅಂಶ ಹೋಗುವುದಿಲ್ಲ. ಅದರ ಪರಿಣಾಮ ಊಹೆಗೂ ನಿಲುಕದ್ದು. ಹಾಗಾಗಿ ಎಚ್ಚರ!'.

'ನಾನು ಖಂಡಿತಾ ಈ ಅಸ್ತ್ರವನ್ನು ಪ್ರಯೋಗಿಸುವುದಿಲ್ಲ ಮಿತ್ರರೇ. ಇದು ನನ್ನ ವಾಗ್ದಾನ'.

ಮಿತ್ರ ನಸುನಕ್ಕು ಹೇಳಿದ 'ಹಾಗಾದರೆ ನಿನಗೆ ಪಾಶುಪತಾಸ್ತ್ರವನ್ನು ನೀಡಲು ನನಗೆ ಯಾವ ಅಭ್ಯಂತರವೂ ಇಲ್ಲ. ಈ ಕೂಡಲೆ ನನ್ನವರಿಗೆ ಆದೇಶ ನೀಡುತ್ತೇನೆ'.

ಶಿವನ ಮುಖದಲ್ಲಿ ಮಂದಹಾಸ ಮೂಡಿತು.

ಆತ ಹೇಳಿದ 'ನನಗೆ ಅಸ್ತ್ರವನ್ನು ನೀಡಬೇಕು ಎಂಬುದನ್ನು ನೀವು ನನ್ನನ್ನು ಭೇಟಿ ಮಾಡುವ ಮೊದಲೇ ನಿರ್ಧರಿಸಿದ್ದಿರಿ ಅಲ್ಲವೇ ಮಿತ್ರರೇ?'.

ಮಿತ್ರ ಮುಗುಳ್ನಗುತ್ತಾ ಹೇಳಿದ 'ನಿನ್ನಿಂದ ಇಷ್ಟು ಸುಲಭವಾಗಿ ದೈವೀಅಸ್ತ್ರ ದೊರೆಯುತ್ತದೆ ಎಂದು ನೀನು ನಿರೀಕ್ಷಿಸಿರಲಿಲ್ಲ ಅಲ್ಲವೇ ನೀಲಕಂಠ?'.

'ಖಂಡಿತಾ ನಾನು ಇದನ್ನು ನಿರೀಕ್ಷಿಸಿರಲಿಲ್ಲ ಮಿತ್ರರೇ'.

'ನಾನು ನಿನ್ನ ಬಗ್ಗೆ ಅನೇಕ ದೃಷ್ಟಾಂತಗಳನ್ನು ಕೇಳಿದ್ದೇನೆ. ವಿಶೇಷವಾಗಿ ನೀನು ರಣರಂಗದಲ್ಲಿ ಹೋರಾಡುವ ರೀತಿ ನಿಜಕ್ಕೂ ನನಗೆ ಮೆಚ್ಚುಗೆ. ಇದುವರೆಗೂ ನೀನು ತೋರಿರುವ ಧೈರ್ಯ, ಶೌರ್ಯ, ಶ್ರದ್ಧೆ ಮತ್ತು ಪ್ರಾಮಾಣಿಕತೆ ಪ್ರಶಂಸನೀಯ. ಅಡ್ಡದಾರಿ ಹಿಡಿದು ನಡೆದರೆ ನಿನಗೇನೋ ಉಪಯೋಗವಾಗಲಿದೆ ಎಂದು ತಿಳಿದಾಗಲೂ ನೀನು ಹಾಗೆ ಮಾಡದೆ ಸರಿದಾರಿಯಲ್ಲೇ ನಡೆದೆ. ಅದಕ್ಕೆ ನೈತಿಕ ಶಕ್ತಿ ಬೇಕು. ಅದು ನಿನ್ನಲ್ಲಿದೆ. ನಿನಗೆ ಧರ್ಮಸಂರಕ್ಷಣೆ ಮಾಡುವ ಶಕ್ತಿ ಮತ್ತು ಬದ್ಧತೆ ಇದೆ. ಹಾಗಾಗಿ ನಾನು ನಿನಗೆ ಸಹಾಯ ಮಾಡಬೇಕೆಂದು ಮೊದಲೇ ನಿರ್ಧರಿಸಿದ್ದೆ. ಆದರೂ ನಿನ್ನನ್ನು

ಭೇಟಿಮಾಡಿದ ನಂತರ ನನ್ನ ನಿರ್ಧಾರ ತಿಳಿಸಬೇಕೆಂದಿದ್ದೆ. ನಿನಗೆ ತಿಳಿದಿರಲಿ ನೀಲಕಂಠ, ಜನ ನಿನ್ನನ್ನು ತಮ್ಮ ಜೀವಿತಾವಧಿಯಲ್ಲಿ ಕಂಡ ಮಹಾಪುರುಷ ಎಂದು ನೆನಪಿಸಿಕೊಳ್ಳುತ್ತಾರೆ. ಶತಶತಮಾನಗಳ ಕಾಲ ಜನ ನಿನ್ನನ್ನು ಅಕ್ಷರಶಃ ದೇವರೆಂದೇ ಪೂಜಿಸಿ ಆರಾಧಿಸುತ್ತಾರೆ. ಅಂತಹ ವ್ಯಕ್ತಿತ್ವ ನಿನ್ನದು. ಹೀಗಿರುವಾಗ ನಾನು ನಿನ್ನನ್ನು ಭೇಟಿ ಮಾಡದೇ ಇರುವುದಕ್ಕೆ ಸಾಧ್ಯವೇ?'.

'ಖಂಡಿತಾ ನಾನು ದೇವರಲ್ಲ ಮಿತ್ರರೇ. ನೀವು ದೇವರಿಗೆ ನನ್ನನ್ನು ಹೋಲಿಸಬೇಡಿ' ಶಿವ ಮುಜುಗರಗೊಂಡ.

ರಣಭೂಮಿಯಲ್ಲಿ ನೀನೇ 'ಹರ ಹರ ಮಹಾದೇವ' ಎಂದು ಹೇಳಲಿಲ್ಲವೇ ನೀಲಕಂಠ'.

ಶಿವ ಜೋರಾಗಿ ನಗುತ್ತಾ ಹೇಳಿದ 'ನೀವು ನನ್ನನ್ನು ಮುಜುಗರಕ್ಕೀಡು ಮಾಡುತ್ತಿರುವಿರಿ ಮಿತ್ರರೇ'.

'ನಮ್ಮನ್ನು ನಾವು ದೇವರು ಎಂದು ಅಂದುಕೊಂಡ ಮಾತ್ರಕ್ಕೆ ದೇವರಾಗುವುದಿಲ್ಲ ಅಲ್ಲವೇ ನೀಲಕಂಠ. ನಮ್ಮ ಸತ್ಕಾರ್ಯಗಳಿಂದ ಮಾತ್ರ ದೈವತ್ವಕ್ಕೇರಲು ಸಾಧ್ಯ. ಬ್ರಹ್ಮಾಂಡದಲ್ಲಿನ ದೈವತ್ವ ನಮ್ಮ ಅಂತರಾಳದಲ್ಲಿ ಅಡಗಿದೆ ಎನ್ನುವ ಸತ್ಯ ಅರಿವಾದಾಗ ನಾವು ದೇವರಾಗುತ್ತೇವೆ. ಈ ಜಗತ್ತಿನಲ್ಲಿ ನಮ್ಮ ಪಾತ್ರವೇನು? ಕರ್ತವ್ಯವೇನು? ಎಂಬುದನ್ನು ಅರಿತು ಅದನ್ನು ಶ್ರದ್ಧೆ, ನಿಷ್ಪೃಹತೆ ಮತ್ತು ಪ್ರಾಮಾಣಿಕತೆಯಿಂದ ನಿರ್ವಹಿಸಿದಾಗ ಮಾತ್ರ ನಾವು ದೈವತ್ವಕ್ಕೇರಲು ಸಾಧ್ಯ. ಈ ನಿಟ್ಟಿನಲ್ಲಿ ನಿನಗಿಂತಲೂ ಹೆಚ್ಚಿನ ಪ್ರಯತ್ನ ಮಾಡುತ್ತಿರುವವರನ್ನು ನಾನು ಕಂಡಿಲ್ಲ. ಆದ್ದರಿಂದಲೇ ನಿನ್ನಲ್ಲಿ ದೈವತ್ವವಿದೆ. ನೆನಪಿರಲಿ ನೀಲಕಂಠ, ದೇವರಾದವನು ಎಂದೂ ಸೋಲಲಾರ. ನೀನೂ ಸೋಲುವಂತಿಲ್ಲ. ನಿನ್ನಿಂದ ದುಷ್ಟಶಕ್ತಿಯು ದಮನವಾಗಬೇಕು. ನೀನು ಸೋಮರಸವನ್ನು ನಾಶಮಾಡಲೇಬೇಕು. ನಿಜ! ಒಂದಾನೊಂದು ಕಾಲದಲ್ಲಿ ಸೋಮರಸ ಮನುಕುಲಕ್ಕೆ ಒಳಿತನ್ನು ಮಾಡಿತು. ಆದರೆ ಅದೇ ಸೋಮರಸ ಈಗ ವಿನಾಶಕ್ಕೆ ನಾಂದಿ ಹಾಡುತ್ತಿದೆ. ಹಾಗಾಗಿ ಅದರ ನಿರ್ನಾಮ ಆಗಲೇಬೇಕು. ಅದು ನಿನ್ನ ಕರ್ತವ್ಯವೂ ಹೌದು. ಆದರೆ ಸೋಮರಸ ತಯಾರಿಸುವ ವಿಧಾನ, ಜ್ಞಾನ ಮತ್ತು ಸೂತ್ರವನ್ನು ನೀನು ರಕ್ಷಿಸಬೇಕು. ಮುಂದೊಮ್ಮೆ ಸೋಮರಸವನ್ನು ಮತ್ತೆ ತಯಾರಿಸುವುದಕ್ಕೆ ನಿನ್ನದೇ ಆದ ಜ್ಞಾನಿಗಳ ತಂಡವೊಂದನ್ನು ಸಜ್ಜುಗೊಳಿಸು. ಇಷ್ಟಾದರೆ ಅಲ್ಲಿಗೆ ನಿನ್ನ ಕರ್ತವ್ಯ ಮುಗಿದಂತೆ. ಕಾರ್ಯಸಾಧನೆಯಾದಂತೆ'.

'ಹಾಗೇ ಆಗಲಿ ಮಿತ್ರರೇ, ನಾನು ಈ ಕಾರ್ಯದಲ್ಲಿ ಪರಾಜಿತನಾಗಲಾರೆ. ಇದು ನನ್ನ ವಾಗ್ದಾನ'.

'ನೀನು ವಿಫಲನಾಗುವುದಿಲ್ಲ ಎಂಬುದು ನನಗೆ ತಿಳಿದಿದೆ ನೀಲಕಂಠ'.

ಈಗ ಮಿತ್ರ ವಾಸುದೇವ ಪಂಡಿತರ ಕಡೆ ತಿರುಗಿ ಹೇಳಿದ 'ಪಂಡಿತರೇ! ಒಮ್ಮೆ ನೀಲಕಂಠ ಸೋಮರಸವನ್ನು ಸಂರಕ್ಷಿಸುವ ತಂಡವೊಂದನ್ನು ಕಟ್ಟಿದರೆ ಅಲ್ಲಿಗೆ ನಮ್ಮ ಕೆಲಸವೂ ಮುಗಿದಂತೆ. ಆ ನಂತರ ವಾಯುಪುತ್ರರು ದುಷ್ಟಸಂಹಾರ ಕಾರ್ಯದಲ್ಲಿ ತೊಡಗಿಸಿಕೊಳ್ಳುವ ಅಗತ್ಯವೇ ಇರುವುದಿಲ್ಲ. ಅದು ನೀಲಕಂಠನ ಅನುಯಾಯಿಗಳ ತಂಡದ ಕರ್ತವ್ಯವಾಗಿರುತ್ತದೆ. ನಮ್ಮ ಮತ್ತು ವಾಸುದೇವ ಪಂಡಿತರ ಸಂಬಂಧ ಕೇವಲ ಸ್ನೇಹ ಸಂಬಂಧವಾಗಿ ಮಾತ್ರ ಉಳಿಯುತ್ತದೆ. ನಾವಿಬ್ಬರೂ ಒಂಟಿಯಾಗಿ ಒಂದೇ ಕಾರ್ಯಕ್ಕಾಗಿ ಹೋರಾಡುವ ಅಗತ್ಯವಿರುವುದಿಲ್ಲ.

'ವಾಯುಪುತ್ರರೊಂದಿಗೆ ನನ್ನ ಮತ್ತು ನನ್ನ ದೇಶದ ಸಂಬಂಧ ಚಿರಂತನವಾಗಿರುತ್ತದೆ ಮಿತ್ರರೇ. ನೀವು ನಮ್ಮ ಸಂಕಷ್ಟ ಮತ್ತು ಸಂದಿಗ್ಧ ಪರಿಸ್ಥಿತಿಯಲ್ಲಿ ನಮಗೆ ಸಹಾಯ ಹಸ್ತ ಚಾಚಿದ್ದೀರಿ. ಅದಕ್ಕೆ ನಾವು ನಿಮಗೆ ಋಣಿ. ನಮ್ಮ ಈ ಋಣವನ್ನು ಮುಂದೊಮ್ಮೆ ಖಂಡಿತಾ ತೀರಿಸುತ್ತೇವೆ. ಪರಿಹಕ್ಕೆ ಸಹಾಯ ಮಾಡಲು ನಾವು ಸದಾ ಸಿದ್ಧರಿರುತ್ತೇವೆ'.

'ಧನ್ಯವಾದಗಳು ಪಂಡಿತರೇ' ಅಷ್ಟು ಹೇಳಿ ಮಿತ್ರರು ನಧಾನವಾಗಿ ಒಳನಡೆದರು.

ಅಧ್ಯಾಯ – 39

ಈತ ನಮ್ಮವನು

ಮಾರನೆಯ ದಿನ ಮಿತ್ರ ತನ್ನೆಲ್ಲ ಜನರನ್ನು ನಗರದ ಹೃದಯಭಾಗಕ್ಕೆ ಬರುವಂತೆ ಆದೇಶಿಸಿದ. ಅಂದು ಬೆಳಗ್ಗೆ ನಿಗದಿತ ಸ್ಥಳದಲ್ಲಿ ಜನ ಕಿಕ್ಕಿರಿದು ತುಂಬಿದ್ದರು. ಮಿತ್ರ ಅವರೆಲ್ಲರನ್ನೂ ಉದ್ದೇಶಿಸಿ ಮಾತನಾಡುವವನಿದ್ದ. ವೇದಿಕೆಯಲ್ಲಿ ಮಿತ್ರ, ಅಕ್ಕ-ಪಕ್ಕ ಶಿವ ಮತ್ತು ವಾಸುದೇವ ಪಂಡಿತರು.

'ನನ್ನ ಪ್ರೀತಿಯ ವಾಯುಪುತ್ರರೇ, ನಿಮ್ಮ ಮನಸ್ಸಿನಲ್ಲಿ ಈ ಕ್ಷಣಕ್ಕೆ ಹತ್ತಾರು ಪ್ರಶ್ನೆಗಳು ಮತ್ತು ಗೊಂದಲಗಳು ಮೂಡುತ್ತಿವೆ ಎಂದು ನನಗೆ ತಿಳಿದಿದೆ. ಆದರೆ ಆ ಎಲ್ಲ ಪ್ರಶ್ನೆಗಳಿಗೂ ಉತ್ತರ ಹುಡುಕುತ್ತಾ ಕೂರುವ ಸಮಯ ಇದಲ್ಲ. ಈಗ ನಾವು ಕೇವಲ ಕಾರ್ಯೋನ್ಮುಖರಾಗಬೇಕು. ನಮ್ಮ ಜತೆ ವ್ಯಕ್ತಿಯೊಬ್ಬನಿದ್ದ. ಆತನನ್ನು ನಾವು ಬಹುವಾಗಿ ನಂಬಿದ್ದೆವು. ಆದರೆ ಅದೇ ವ್ಯಕ್ತಿ ನಮಗೀಗ ದ್ರೋಹವೆಸಗಿದ್ದಾನೆ. ಆತ ಬೃಗು ಮಹರ್ಷಿ. ರುದ್ರದೇವನ ಆದೇಶವನ್ನೂ ಧಿಕ್ಕರಿಸಿ ಆತ ದೈವೀಅಸ್ತ್ರವನ್ನು ಬಳಸಿದ್ದಾನೆ. ಶ್ರೀ ರಾಮನ ಪ್ರತಿನಿಧಿಗಳೂ ವಾಸುದೇವ ಪಂಡಿತರ ಮುಖ್ಯಸ್ಥರೂ ಆದ ಗೋಪಾಲ ಪಂಡಿತರು ಅದಕ್ಕಾಗಿ ನ್ಯಾಯ ಕೇಳಲು ಇಲ್ಲಿಗೆ ಬಂದಿದ್ದಾರೆ. ಈಗ ಬೃಗು ಮಾಡಿದ ತಪ್ಪಿಗೆ, ಅಪರಾಧಕ್ಕೆ ಶಿಕ್ಷೆ ನೀಡುವುದಷ್ಟೇ ಮುಖ್ಯವಲ್ಲ. ಆ ಮೂಲಕ ಭಾರತ ದೇಶ ಮತ್ತು ರುದ್ರದೇವನ ಸಿದ್ಧಾಂತಕ್ಕೆ ನ್ಯಾಯ ಒದಗಿಸುವುದೂ ಅಷ್ಟೇ ಮುಖ್ಯ. ನಾವೆಲ್ಲರೂ ಒಂದು ಮಹೋನ್ನತ ಕಾರ್ಯಸಾಧನೆಗಾಗಿ ಬದುಕುತ್ತಿದ್ದೇವೆ. ರುದ್ರದೇವನ ಸಿದ್ಧಾಂತವನ್ನು ಎತ್ತಿಹಿಡಿಯಬೇಕಾಗಿರುವುದು ನಮ್ಮೆಲ್ಲರ ಕರ್ತವ್ಯ'.

ನಂತರ ಮಿತ್ರ ಶಿವನ ಕಡೆ ಕೈತೋರಿಸುತ್ತಾ ಹೇಳಿದ 'ಇಲ್ಲಿ ನಿಂತಿರುವ ಈ ವ್ಯಕ್ತಿ ವಾಯುಪುತ್ರನಲ್ಲ. ಆದರೂ ನೀಲಿಕಂಠವನ್ನು ಹೊಂದಿದ್ದಾನೆ. ಈತ ಪರಿಹನಲ್ಲ ಆದರೂ ಪರಿಹನ್ನರಂತೆ ಹೋರಾಡುತ್ತಿದ್ದಾನೆ. ಶ್ರೀರಾಮನ ಮೌಲ್ಯಗಳನ್ನು ಎತ್ತಿ ಹಿಡಿಯುತ್ತಿದ್ದಾನೆ. ಶ್ರದ್ಧೆ, ಪ್ರಾಮಾಣಿಕತೆ ಮತ್ತು ಗೌರವದಿಂದ ಬದುಕುತ್ತಿದ್ದಾನೆ. ನಿಜ! ನಾವು ಈತನನ್ನು ಗುರುತಿಸಿಲ್ಲ. ಈತ ನಮ್ಮ ನಡುವೆ ಬಾಳಿ ಬದುಕಿಲ್ಲ. ಆದರೂ ರುದ್ರದೇವನ ಆದೇಶವನ್ನು ಚಾಚೂ ತಪ್ಪದೆ ಪಾಲಿಸುತ್ತಿದ್ದಾನೆ. ರುದ್ರನ ಸಿದ್ಧಾಂತವನ್ನು ಗೌರವಿಸಿ ಅನುಸರಿಸುತ್ತಿದ್ದಾನೆ. ಎಲ್ಲದಕ್ಕಿಂತಲೂ ಮುಖ್ಯವಾಗಿ ರುದ್ರದೇವನಿಗೆ ನಾವು ನೀಡಿರುವ ವಚನವನ್ನು ಉಳಿಸುವುದಕ್ಕೆ ಅವಿರತವಾಗಿ ಹೋರಾಡುತ್ತಿದ್ದಾನೆ'.

ಮಿತ್ರನ ಮಾತುಗಳನ್ನು ವಾಯುಪುತ್ರ ಸಮೂಹ ತದೇಕ ಚಿತ್ತದಿಂದ ಆಲಿಸುತ್ತಿತ್ತು.

'ಹೌದು! ಈತ ವಾಯುಪುತ್ರನಲ್ಲದಿದ್ದರೂ ನಮ್ಮವನು. ಹಾಗಾಗಿ ಅಧರ್ಮದ ವಿರುದ್ಧ ಮುಂದೆ ನಡೆಯುವ ಯುದ್ಧದಲ್ಲಿ ನಾನು ಈತನನ್ನು ಬೆಂಬಲಿಸುತ್ತೇನೆ. ನೀವು ಸಹ ಬೆಂಬಲಿಸುವಿರಿ ಎಂದು ನಂಬಿದ್ದೇನೆ'.

ಮಿತ್ರನ ಮಾತು ಅಲ್ಲಿದ್ದ ಎಲ್ಲ ವಾಯುಪುತ್ರರ ಮೇಲೆ ಗಾಢವಾದ ಪರಿಣಾಮ ಬೀರಿತು. ಭಾರತ ದೇಶದ ಅಖಂಡತೆಗಾಗಿ ತಮ್ಮ ನಾಯಕನೇ ಶಿವನನ್ನು ಬೆಂಬಲಿಸುತ್ತಿರುವಾಗ ಅದಕ್ಕೆ ವಿರುದ್ಧವಾಗಿ ನಿಲ್ಲಲಾದೀತೇ? ಹಾಗಾಗಿ ಎಲ್ಲರೂ ಮಿತ್ರನ ಮಾತಿಗೆ ಸಮ್ಮತಿ ಸೂಚಿಸಿದರು.

ಮಾರನೆಯ ದಿನ ಶಿವ ಮತ್ತು ಗೋಪಾಲರಿಗೆ ಭಾರಿ ಗಾತ್ರದ ಚೌಕಾಕಾರದ ಪೆಟ್ಟಿಗೆಯೊಂದನ್ನು ನೀಡಲಾಯಿತು. ಅದರಲ್ಲಿ ಪಾಶುಪತಾಸ್ತ್ರವಿತ್ತು. ಆ ಭಾರವಾದ ಪೆಟ್ಟಿಗೆಯನ್ನು ಹಡಗಿನವರೆಗೆ ಸಾಗಿಸುವುದಕ್ಕೆ ನೂರು ಮಂದಿ ಸೈನಿಕ ಪಡೆಯನ್ನು ನಿಯೋಜಿಸಲಾಗಿತ್ತು. ಪೆಟ್ಟಿಗೆ ಗಾತ್ರ ದೊಡ್ಡದಿತ್ತು. ಅದನ್ನು ನೋಡಿ ಶಿವ ಪಾಶುಪತಾಸ್ತ್ರದಿಂದ ಇಡೀ ಮೆಲೂಹವನ್ನು ಹೆದರಿಸಬಹುದು ಎಂದು ಭಾವಿಸಿದ. ಆದರೆ ಗೋಪಾಲ ಪಂಡಿತರು ಪಾಶುಪತಾಸ್ತ್ರ ಭಾರಿ ಗಾತ್ರವಿರುವುದಿಲ್ಲ. ಕೇವಲ ಒಂದು ಹಿಡಿಯಷ್ಟು ಚಿಕ್ಕದಿರುತ್ತದೆ ಎಂಬ ವಿಚಾರವನ್ನು ಶಿವನಿಗೆ ತಿಳಿಸಿದರು.

'ಹೌದು ನೀಲಕಂಠ! ಒಂದು ಹಿಡಿಯಷ್ಟಿರುವ ಪಾಶುಪತಾಸ್ತ್ರಕ್ಕೆ ಇಡೀ ನಗರವೊಂದನ್ನು ನಿರ್ನಾಮ ಮಾಡುವ ಶಕ್ತಿ ಇರುತ್ತದೆ. ಪೆಟ್ಟಿಗೆಯ ಒಳಗೆ ಸೀಸ ಮತ್ತು ಜೇಡಿಮಣ್ಣಿನಿಂದ ಮಾಡಿದ ನಿರೋಧಕವಿರುತ್ತದೆ. ಅದರ ಸುತ್ತ ಬಿಲ್ವಪತ್ರೆಗಳನ್ನು ಇಟ್ಟು ಒಳಗೆ ಪಾಶುಪತಾಸ್ತ್ರವನ್ನು ಜತನವಾಗಿ ಇಟ್ಟಿರುತ್ತಾರೆ. ಇವೆಲ್ಲವೂ ಅಸ್ತ್ರ ಹೊರಸೂಸುವ ವಿಕಿರಣಗಳನ್ನು ತಡೆಯುತ್ತವೆ' ಪಂಡಿತರು ಪಾಶುಪತಾಸ್ತ್ರದ ಹಿರಿಮೆಯನ್ನು ವಿವರಿಸಿದರು.

'ಓ! ಪವಿತ್ರ ಮಾನಸ ಸರೋವರವೇ! ನಾನು ಈ ಅಸ್ತ್ರದ ಬಗ್ಗೆ ಹೆಚ್ಚು ಹೆಚ್ಚು ತಿಳಿದುಕೊಂಡಂತೆ ಇದು ದಾನವರು ಬಳಸುವ ಅಸ್ತ್ರ ಎಂಬುದು ಖಚಿತವಾಗುತ್ತಿದೆ'.

'ಹೌದು ಶಿವ! ಇದು ರಾಕ್ಷಸರು ಬಳಸುವ ಅಸ್ತ್ರ ಎನ್ನುವುದರಲ್ಲಿ ಅನುಮಾನವಿಲ್ಲ. ಆದ್ದರಿಂದಲೇ ರುದ್ರದೇವ ಇದನ್ನು ವಿನಾಶಕಾರಿ ಎಂದು ಪರಿಗಣಿಸಿ ಇದರ ಪ್ರಯೋಗವನ್ನು ನಿಷೇಧಿಸಿದ್ದ. ಹಾಗಾಗಿ ನಾವೂ ಈ ಅಸ್ತ್ರವನ್ನು ಬಳಸುವಂತಿಲ್ಲ. ದೇವಗಿರಿಯ ಹೊರವಲಯದಲ್ಲಿ ಇದನ್ನು ಇಟ್ಟು ಶತ್ರುಗಳ ಎದೆಯಲ್ಲಿ ನಡುಕ ಹುಟ್ಟಿಸಬೇಕು'.

'ಆದರೆ ಈ ಅಸ್ತ್ರವನ್ನು ಅಲ್ಲಿ ಇಡುವ ವಿಧಾನವೇನು ಪಂಡಿತರೇ? ಈ ಬಗ್ಗೆ ನಮಗೇನೂ ತಿಳಿದಿಲ್ಲವಲ್ಲ?'.

'ನನಗೂ ಈ ಬಗ್ಗೆ ಏನೂ ತಿಳಿದಿಲ್ಲ. ನಾವಷ್ಟೇ ಅಲ್ಲ ಬಹುತೇಕ ವಾಯುಪುತ್ರರಿಗೂ ಇದನ್ನು ಬಳಸುವ ರೀತಿ ತಿಳಿದಿಲ್ಲ. ಅದು ತಿಳಿದಿರುವುದು ಕೆಲವೇ ಮಂದಿಗೆ ಮಾತ್ರ. ಈ ಅಸ್ತ್ರವನ್ನು ಪ್ರತಿಷ್ಠಾಪಿಸುವ ಮುನ್ನ ಸಾಕಷ್ಟು ಎಚ್ಚರಿಕೆ ವಹಿಸಬೇಕು. ಅಲ್ಲಿ ಅತ್ಯಾಧುನಿಕ ತಂತ್ರಜ್ಞಾನ ಮತ್ತು ಪವಿತ್ರ ಮಂತ್ರಗಳು ಒಂದುಗೂಡಬೇಕು. ಸಾಕಷ್ಟು ಪೂರ್ವಸಿದ್ಧತೆಗಳಾಗಬೇಕು. ಇದೆಲ್ಲವನ್ನೂ ವ್ಯವಸ್ಥಿತವಾಗಿ ಮಾಡಿದಾಗ ಮಾತ್ರ ಬೃಗುವನ್ನು ನಾವು ಎದುರಿಸಬಹುದು. ಅಲ್ಲದೆ ಆತನಲ್ಲಿ ಭಯ ಹುಟ್ಟಿಸಬಹುದು. ಹಾಗಾಗಿ ಮಿತ್ರ ಈ ಕೆಲಸಕ್ಕಾಗಿ ಆತನಿಗೆ ಆತ್ಮೀಯರಾದ ಕೆಲವು ಮಂದಿಯನ್ನು ನಮ್ಮೊಂದಿಗೆ ಕಳುಹಿಸುತ್ತಿದ್ದಾನೆ. ಅವರು ನಮಗೆ ಅಸ್ತ್ರದ ಬಗ್ಗೆ ಮಾಹಿತಿ ಮತ್ತು ತರಬೇತಿ ನೀಡುತ್ತಾರೆ. ತರಬೇತಿ ನಾಳೆಯಿಂದಲೇ ಪ್ರಾರಂಭವಾಗುತ್ತದೆ'.

ಕರಾಚಪದ ರಾಜ್ಯಪಾಲರ ಗೃಹಕಚೇರಿಯಲ್ಲಿ ಪರ್ವತೇಶ್ವರ, ಬೃಗು ಮತ್ತು ದಿಲೀಪ ದೀರ್ಘ ಸಮಾಲೋಚನೆಯಲ್ಲಿ ತೊಡಗಿದ್ದರು. ಪರ್ವತೇಶ್ವರ ಆಗಾಗ ಕಿಟಕಿಯ ಬಳಿ ಹೋಗಿ ಹೊರಗೆ ನೋಡುತ್ತಿದ್ದ. ಅವರೆಲ್ಲರೂ ನಗರದ ದ್ವಿತೀಯ ವೇದಿಕೆಯ ಮೇಲಿದ್ದರು. ಕಿಟಕಿಯಿಂದ ಹೊರಗೆ ನೋಡಿದರೆ ಕಣ್ಣಳತೆ ದೂರದವರೆಗೂ ಪಶ್ಚಿಮ ಸಮುದ್ರದ ಜಲರಾಶಿ. ದೂರದಲ್ಲಿ ಸಮುದ್ರ ದಿಗಂತವನ್ನು ಮುಟ್ಟುತ್ತಿತ್ತು. ಅದಾಗಲೇ ದಿಲೀಪನ ನೇತೃತ್ವದ ಅಯೋಧ್ಯೆಯ ಸೈನ್ಯ ಕರಾಚಪಕ್ಕೆ ಬಂದು ಸೂರ್ಯವಂಶಿ ಸೈನ್ಯವನ್ನು ಸೇರಿಕೊಂಡಿತ್ತು.

ಪರ್ವತೇಶ್ವರ ಹೇಳಿದ 'ಮುಂದೆ ಹೋಗಲು ಈಗ ನಮಗಿರುವ ಏಕೈಕ ದಾರಿಯೆಂದರೆ ಅದು ಈ ಸಮುದ್ರ ಮಾರ್ಗ'.

'ನಾವು ಕರಾಚಪಕ್ಕೆ ಬಂದಿರುವ ಉದ್ದೇಶವೇ ಸಮುದ್ರದ ಮೂಲಕ ಸಾಗಿ ಲೋಥಲ್ ನಗರವನ್ನು ಮುತ್ತಿಗೆ ಹಾಕುವುದಲ್ಲವೇ ಪರ್ವತೇಶ್ವರ? ಇದರಲ್ಲಿರುವ ಗೊಂದಲವಾದರೂ ಏನು?' ದಿಲೀಪ ಕೇಳಿದ.

'ನಾನು ಲೋಥಲ್ ನಗರವನ್ನು ಮುತ್ತಿಗೆ ಹಾಕುವುದರ ಬಗ್ಗೆ ಮಾತನಾಡುತ್ತಿಲ್ಲ ರಾಜಕುಮಾರ'.

ಕರಾಪಚದಲ್ಲಿ ಪರ್ವತೇಶ್ವರನ ಬಳಿ ನಾಲ್ಕು ಲಕ್ಷ ಸೈನಿಕರಿದ್ದರು. ಆದರೆ ಲೋಥಲ್‌ನಲ್ಲಿ ಶಿವನ ಬಳಿ ಇದ್ದ ಸೈನಿಕರ ಸಂಖ್ಯೆ ಎರಡೂವರೆ ಲಕ್ಷ. ಆದರೂ ನಾಲ್ಕು ಲಕ್ಷ ಸೈನಿಕರೊಂದಿಗೆ ಲೋಥಲ್‌ನ ಅಭೇದ್ಯ ಕೋಟೆಯನ್ನು ಭೇದಿಸುವುದು ಪರ್ವತೇಶ್ವರನಿಗೆ ಸುಲಭದ ಕೆಲಸವಾಗಿರಲಿಲ್ಲ. ಹಾಗೆ ಮಾಡಿದರೆ ಮೆಲೂಹ ಸೈನ್ಯ ಪರಾಭವಗೊಳ್ಳುವ ಎಲ್ಲ ಸಾಧ್ಯತೆಗಳೂ ಇತ್ತು. ಇತ್ತ ಸತಿ ಸಹ ಮೆಲೂಹ ಸೈನ್ಯದ

ಯಾವ ತಂತ್ರಗಳಿಗೂ ಮಣಿಯದೆ ಸೈನ್ಯದ ಸಂಖ್ಯೆಯನ್ನು ಕಡಿಮೆ ಮಾಡಿಕೊಳ್ಳದೆ ಲೋಥಲ್‌ನಲ್ಲಿ ಗಟ್ಟಿಯಾಗಿ ಕುಳಿತುಬಿಟ್ಟಿದ್ದಳು. ಪರ್ವತೇಶ್ವರ ಏನು ಮಾಡಿದರೂ ಆಕೆ ಯುದ್ಧ ಭೂಮಿಯತ್ತ ಹೆಜ್ಜೆ ಹಾಕುತ್ತಿರಲಿಲ್ಲ. ಹಾಗಾಗಿ ಪರಿಸ್ಥಿತಿ ಕಗ್ಗಂಟಾಗಿತ್ತು. ಹೇಗಾದರೂ ಮಾಡಿ ಪರ್ವತೇಶ್ವರ ಸತಿಯ ಸೈನ್ಯದ ಶಕ್ತಿಯನ್ನು ಕುಗ್ಗಿಸಬೇಕಾಗಿತ್ತು. ಅದಕ್ಕಾಗಿ ಆತ ರಣತಂತ್ರ ಹೆಣೆಯುತ್ತಿದ್ದ.

'ಪರ್ವತೇಶ್ವರ ನಿನ್ನ ಯುದ್ಧ ತಂತ್ರ ಏನು ಹೇಳು?' ಬೃಗು ಪ್ರಶ್ನಿಸಿದ.

ಮೆಲೂಹ ದಂಡನಾಯಕನ ಬಳಿ ಗೆಲುವಿನ ರಣತಂತ್ರ ಇದ್ದೇ ಇರುತ್ತದೆ ಎನ್ನುವುದು ಬೃಗುವಿಗೆ ಚೆನ್ನಾಗಿ ತಿಳಿದಿತ್ತು. ಅದೇನು ಎಂದು ತಿಳಿದುಕೊಳ್ಳುವ ಕುತೂಹಲ ಆತನಗೆ.

'ಈಗ ನಾವು ನಮ್ಮ ಯುದ್ಧ ಹಡಗುಗಳನ್ನು ನರ್ಮದಾ ನದಿಯತ್ತ ಕಳುಹಿಸಬೇಕು. ನಮ್ಮ ಹಡಗುಗಳ ಚಲನ-ವಲನ ಶತ್ರುಗಳಿಗೆ ಸ್ಪಷ್ಟವಾಗಿ ತಿಳಿಯಬೇಕು'.

'ಅಂದರೆ ಶಿವ ಎಲ್ಲಿಗೆ ಹೊರಟಿದ್ದಾನೆ? ಯಾವ ದಿಕ್ಕಿನತ್ತ ಹೊರಟಿದ್ದಾನೆ? ಎಂಬುದನ್ನು ನಿಮ್ಮ ಗೂಢಾಚಾರರು ಪತ್ತೆ ಹಚ್ಚಿದ್ದಾರೆ ಎಂದಾಯಿತು' ದಿಲೀಪ ಆಶ್ಚರ್ಯದಿಂದ ಹೇಳಿದ.

ವಾಸ್ತವದಲ್ಲಿ ಮೆಲೂಹನ್ನರಿಗೆ ಶಿವ ಮತ್ತು ಗೋಪಾಲ ಪಂಡಿತರು ನರ್ಮದಾ ನದಿಯಲ್ಲಿ ಪ್ರಯಾಣ ಬೆಳೆಸಿದ ಬಗ್ಗೆ ಖಚಿತ ಮಾಹಿತಿ ಇತ್ತು. ಆದರೆ ಅವರಿಬ್ಬರೂ ಅಲ್ಲಿಂದ ಮುಂದೆ ಎಲ್ಲಿಗೆ ಹೋದರು ಎಂಬುದು ತಿಳಿದಿರಲಿಲ್ಲ. ಬಹುಶಃ ಇಬ್ಬರೂ ನರ್ಮದಾ ನದಿಯ ಮೂಲಕ ಉಜ್ಜೆಯನಗೆ ಅಥವಾ ಪಂಚವಟಿಗೆ ಹೋಗಿರಬಹುದು ಎನ್ನುವುದು ಮೆಲೂಹನ್ನರ ಊಹೆಯಾಗಿತ್ತು. ಯಾವ ಕಾರಣಕ್ಕೆ ಅವರು ಅಲ್ಲಿಗೆ ಹೋಗಿದ್ದಾರೆ ಎನ್ನುವುದೂ ಮೆಲೂಹನ್ನರಿಗೆ ತಿಳಿದಿರಲಿಲ್ಲ.

'ಇಲ್ಲ.........ಶಿವ ಎಲ್ಲಿಗೆ ಹೋಗಿದ್ದಾನೆ ಎಂಬುದರ ಬಗ್ಗೆ ನನಗೆ ಮಾಹಿತಿ ಇಲ್ಲ' ಪರ್ವತೇಶ್ವರ ಹೇಳಿದ.

'ಹಾಗಾದರೆ ನರ್ಮದಾ ನದಿಯಲ್ಲಿ ನಮ್ಮ ಹಡಗುಗಳನ್ನು ಕಳುಹಿಸುವುದರಿಂದ ಆಗುವ ಪ್ರಯೋಜನವಾದರೂ ಏನು? ನೀಲಕಂಠನ ಗುಪ್ತಚರರು ನಮ್ಮ ಹಡಗುಗಳನ್ನು ಪತ್ತೆ ಹಚ್ಚಿ ಆತನಿಗೆ ವಿಷಯ ತಿಳಿಸುತ್ತಾರೆ ಅಲ್ಲವೇ?'.

'ನನಗೆ ಬೇಕಾಗಿರುವುದೂ ಅದೇ. ನಾವು ಯಾರಿಗೂ ತಿಳಿಯದಂತೆ ನರ್ಮದಾ ನದಿಯಲ್ಲಿ ಸಾಗಬೇಕಾಗಿಲ್ಲ'.

'ಓ ಬ್ರಹ್ಮದೇವ........ಅಂದರೆ ನೀನು ನರ್ಮದಾ ನದಿಯ ಮೂಲಕ ಪಂಚವಟಿಗೆ ಹೋಗುವ ಮಾರ್ಗವನ್ನು ಕಂಡು ಹಿಡಿದಿರುವೆಯಾ ಪರ್ವತೇಶ್ವರ?' ಬೃಗು ಕೇಳಿದ.

'ಇಲ್ಲ ಗುರುಗಳೇ...........'.

'ಹಾಗಾದರೆ........ಹಾಂ!..........' ಥಟ್ಟನೆ ಬೃಗುವಿಗೆ ಪರ್ವತೇಶ್ವರನ ಚಾಣಾಕ್ಷ ನಡೆ ಅರ್ಥವಾಗಿ ಹೋಯಿತು.

ಪರ್ವತೇಶ್ವರ ತನ್ನ ಯೋಜನೆಯನ್ನು ವಿವರಿಸಲಾರಂಭಿಸಿದ.

'ನರ್ಮದಾ ನದಿಯ ಮೂಲಕ ಪಂಚವಟಿಗೆ ಹೋಗುವ ರಹಸ್ಯ ಮಾರ್ಗ ನನಗೆ ತಿಳಿದಿಲ್ಲ. ಆದರೆ ನೀಲಕಂಠನ ಸೈನ್ಯ ಬರುವ ದಾರಿ ನನಗೆ ತಿಳಿದಿದೆ ಎಂದೇ ಭಾವಿಸಿದೆ. ನಮ್ಮ ಹಡಗುಗಳು ನರ್ಮದಾ ನದಿಯಲ್ಲಿ ಹೊರಟರೆ ಅವರೆಲ್ಲರೂ ಶಿವನ ಜೀವಕ್ಕೆ ಅಪಾಯವಿದೆ ಎಂದೇ ಭಾವಿಸುತ್ತಾರೆ. ಅಲ್ಲದೇ ಲೋಥಲ್‌ನಲ್ಲಿ ನಾಗಾ ಸೈನ್ಯ ಭಾರಿ ಪ್ರಮಾಣದಲ್ಲಿ ಜಮಾವಣೆಗೊಂಡಿದೆ. ನರ್ಮದಾ ನದಿಯಲ್ಲಿ ನಮ್ಮ ಹಡಗುಗಳ ಚಲನ–ವಲನ ಅವರಿಗೆ ತಿಳಿದ ಕೂಡಲೆ ನಾವು ಪಂಚವಟಿಯ ಮೇಲೆ ಆಕ್ರಮಣ ಮಾಡಲು ಹೊರಟಿದ್ದೇವೆ ಎಂದೇ ಭಾವಿಸುತ್ತಾರೆ. ಆಗ ತಮ್ಮ ರಾಜಧಾನಿಯನ್ನು ಉಳಿಸಿಕೊಳ್ಳಲು ಇಡೀ ನಾಗಾ ಸೈನ್ಯ ಪಂಚವಟಿಯತ್ತ ಧಾವಿಸುತ್ತದೆ. ಭೂಮಿದೇವಿ ಕಟ್ಟಿರುವ ನಾಗಾ ನಾಡನ್ನು ಉಳಿಸಿಕೊಳ್ಳಲು ನಾಗಾಪಡೆ ಮುಂದಾಗುತ್ತದೆ. ನಮ್ಮ ಐವತ್ತು ಹಡಗುಗಳು ನರ್ಮದಾ ನದಿಯ ಡೆಲ್ಟಾ ದ್ವೀಪದ ಬಳಿ ಇರುವ ಮರಗಳ ತೋಪಿನ ಹಿಂದೆ ಅಡಗಿಕೊಂಡಿರಲಿ. ಅದಕ್ಕಿಂತಲೂ ಹೆಚ್ಚಿನ ಹಡಗುಗಳೊಂದಿಗೆ ನಾಗಾ ಸೈನಿಕರು ನರ್ಮದಾ ನದಿಯ ಬಳಿ ಬರುತ್ತಾರೆ'.

'ಅವರು ಅಲ್ಲಿಗೆ ಬಂದ ಕೂಡಲೆ ನಮ್ಮ ಸೈನ್ಯ ಅವರ ಮೇಲೆ ಆಕ್ರಮಣ ಮಾಡಬೇಕು' ದಿಲೀಪ ಹೇಳಿದ.

'ಇಲ್ಲ......... ಹಾಗೆ ಮಾಡುವುದು ಬೇಡ'.

'ಏನು! ಹಾಗೆ ಮಾಡುವುದು ಬೇಡವೇ? ಮತ್ತೇನು ಮಾಡಬೇಕು ಪರ್ವತೇಶ್ವರ?'.

'ನಮ್ಮ ಕೆಲವು ರಕ್ಷಣಾ ಹಡಗುಗಳು ಎಲ್ಲ ಹಡಗುಗಳಿಗಿಂತ ಮುಂದಿರುತ್ತವೆ. ಮತ್ತೆ ಕೆಲವು ಮರದ ತೋಪಿನ ಹಿಂದೆ ಅಡಗಿರುತ್ತವೆ. ನಾಗಾ ಹಡಗುಗಳು ನರ್ಮದಾ ನದಿಯಲ್ಲಿ ತುಸುದೂರ ಸಾಗಿದ ನಂತರ ನಮ್ಮ ರಕ್ಷಣಾ ಹಡಗುಗಳು ಮುಂದಿನಿಂದ ಆತ್ಮಹತ್ಯಾ ದೋಣಿಗಳನ್ನು ನಾಗಾ ಹಡಗುಗಳತ್ತ ತೇಲಿಬಿಡುತ್ತವೆ'.

'ಅದ್ಭುತವಾದ ಯೋಜನೆ. ಒಮ್ಮೆ ಮುಂದಿನಿಂದ ಆತ್ಮಹತ್ಯಾ ದೋಣಿಗಳು ಆಕ್ರಮಣ ಮಾಡಿದರೆ ಅವರ ಹಡಗುಗಳು ಬೆಂಕಿಗೆ ಆಹುತಿಯಾಗಿ ಛಿದ್ರಛಿದ್ರಗೊಳ್ಳುತ್ತವೆ. ಅದೇ ಸಮಯಕ್ಕೆ ಮರದ ತೋಪಿನ ಹಿಂದಿರುವ ಹಡಗಿನ ಸೈನಿಕರು ನಾಗಾ ಸೈನಿಕರ ಮೇಲೆ ಎರಗಿ ಇಡೀ ನಾಗಾ ಸೈನ್ಯವನ್ನು ಧ್ವಂಸಮಾಡುತ್ತಾರೆ ಅಲ್ಲವೇ ಪರ್ವತೇಶ್ವರ?' ದಿಲೀಪ ಕೇಳಿದ.

'ಇಲ್ಲ ಮಹಾಸ್ವಾಮಿ! ನಮ್ಮ ಹಡಗಿನಲ್ಲಿರುವ ಸೈನಿಕರು ಯಾವ ಕಾರಣಕ್ಕೂ ಅವರ ಮೇಲೆ ಯುದ್ಧ ಮಾಡುವುದಿಲ್ಲ. ನಮ್ಮ ರಕ್ಷಣಾ ಹಡಗಿನ ಸೈನಿಕರು ನಾಗಾ ಹಡಗುಗಳಿಗೆ ಬೆಂಕಿ ಹಚ್ಚುತ್ತಾರೆ. ಮೊದಲ ಮತ್ತು ಕೊನೆಯ ಹಡಗುಗಳಿಗೆ ಬೆಂಕಿ

ಬಿದ್ದರೆ ಅದರ ಜ್ವಾಲೆ ಇತರ ಹಡಗುಗಳಿಗೂ ಹಬ್ಬಿ ಎಲ್ಲ ಹಡಗುಗಳೂ ಬೆಂಕಿಗೆ ಆಹುತಿಯಾಗುತ್ತವೆ'.

'ಆದರೆ ಹಡಗು ಹೊತ್ತಿ ಉರಿಯುವ ಒಳಗಾಗಿ ನಾಗಾ ಸೈನಿಕರು ಹಡಗಿನಿಂದ ಹಾರಿ ತಪ್ಪಿಸಿಕೊಳ್ಳುತ್ತಾರೆ ಅಲ್ಲವೇ ಪರ್ವತೇಶ್ವರ? ಆಗ ಹಡಗಿನಲ್ಲಿರುವ ಸೈನಿಕರನ್ನು ನಾವು ಕೊಲ್ಲವುದಕ್ಕೆ ಹೇಗೆ ಸಾಧ್ಯ?' ಬೃಗು ಕೇಳಿದ.

'ನಿಮ್ಮ ಮಾತು ಸತ್ಯ ಗುರುಗಳೇ, ಆದರೆ ನಾವು ನಾಗಾ ಸೈನಿಕರನ್ನು ಕೊಲ್ಲುವ ಅಗತ್ಯವಿಲ್ಲ. ಒಮ್ಮೆ ನಾಗಾಗಳ ಹಡಗುಗಳು ಛಿದ್ರಗೊಂಡರೆ ಅಲ್ಲಿನ ಸೈನಿಕರೆಲ್ಲರೂ ನೆಲೆಯಿಲ್ಲದೆ ಅಲೆಮಾರಿಗಳಾಗುತ್ತಾರೆ. ಇನ್ನು ಅಲ್ಲಿಂದ ಲೋಥಲ್ ತಲುಪಲು ಯಾವ ದಾರಿಯೂ ಇಲ್ಲ. ಬಂದರೆ ದಟ್ಟ ಕಾನನದಲ್ಲಿ ಬರಬೇಕು. ಅದಕ್ಕೆ ಕನಿಷ್ಠ ಆರು ತಿಂಗಳಾದರೂ ಬೇಕು. ನಮ್ಮ ಈ ಇಡೀ ಯೋಜನೆಯಿಂದ ಸತಿಯ ಬಳಿಯಿರುವ ನಾಗಾ ಸೈನ್ಯದ ಸಂಖ್ಯೆ ಕಡಿಮೆಯಾಗುತ್ತದೆ. ಆಕೆಯ ಶಕ್ತಿ ಕುಂದುತ್ತದೆ. ಆಗ ಆಕೆಯ ಬಳಿ ಉಳಿದುಕೊಳ್ಳುವುದು ಕೇವಲ ಒಂದು ಲಕ್ಷ ಸೈನಿಕರು ಮಾತ್ರ. ಉಳಿದ ಒಂದು ಲಕ್ಷ ಮಂದಿ ದಟ್ಟ ಅರಣ್ಯದಲ್ಲಿರುತ್ತಾರೆ. ಆಗ ಸತಿಯ ಸೈನ್ಯವನ್ನು ಮಣಿಸುವುದು ಮೆಲೂಹ ಸೈನ್ಯಕ್ಕೆ ಸುಲಭವಾಗುತ್ತದೆ. ನಾವು ಲೋಥಲ್ ಮೇಲೆ ಸುಲಭವಾಗಿ ಆಕ್ರಮಣ ಮಾಡಬಹುದು'.

ದಿಲೀಪನಿಗೆ ಪರ್ವತೇಶ್ವರನ ಯೋಜನೆ ಸ್ಪಷ್ಟವಾಗಿ ಅರ್ಥವಾಗಲಿಲ್ಲ.

ಆತ ಕೇಳಿದ 'ಆದರೆ ಐವತ್ತು ಹಡಗುಗಳಲ್ಲಿರುವ ನಮ್ಮ ಸೈನಿಕರೂ ಅಲ್ಲೇ ಉಳಿದುಬಿಡುತ್ತಾರಲ್ಲ ಪರ್ವತೇಶ್ವರ? ಅವರಿಗಾಗಿ ನಾವು ಕರಾಚಪದಲ್ಲಿ ಕಾಯಬೇಕಾಗುತ್ತದೆ ಅಲ್ಲವೇ?'.

'ಹಾಂ! ಅಂದ ಹಾಗೆ ನಮ್ಮ ಐವತ್ತು ಹಡಗುಗಳಲ್ಲಿ ನಾನು ಸೈನಿಕರನ್ನು ಕಳುಹಿಸುವುದಿಲ್ಲ. ಅಕ್ಷರಶಃ ಅವೆಲ್ಲವೂ ಖಾಲಿ ಹಡಗುಗಳು. ಕನಷ್ಟ ಸಂಖ್ಯೆಯ ಸಿಬ್ಬಂದಿಗಳು ಮಾತ್ರ ಅದರಲ್ಲಿರುತ್ತಾರೆ. ಹೆಚ್ಚೆಂದರೆ ಐದು ಸಾವಿರ ಮಂದಿ ಸೈನಿಕರು. ಶತ್ರು ಹಡಗುಗಳನ್ನು ದಿಕ್ಕು ತಪ್ಪಿಸಲು ಮಾತ್ರ ನಮ್ಮ ಹಡಗುಗಳು ಬಳಕೆಯಾಗುತ್ತವೆ ಅಷ್ಟೇ. ಈ ಯೋಜನೆ ಯಶಸ್ವಿಯಾದರೆ ನಮ್ಮ ಐದು ಸಾವಿರ ಸೈನಿಕರ ಬದಲಾಗಿ ಶತ್ರು ಸೈನ್ಯದ ಒಂದು ಲಕ್ಷ ಸೈನಿಕರು ಅಲೆಮಾರಿಗಳಾಗುತ್ತಾರೆ. ಆರು ತಿಂಗಳು ಅವರ್‍ಯಾರೂ ಲೋಥಲ್‌ನತ್ತ ತಲೆ ಹಾಕುವುದಿಲ್ಲ. ಆಗ ಲೋಥಲ್‌ನ್ನು ಗೆದ್ದುಕೊಳ್ಳುವುದು ಸುಲಭವಾಗುತ್ತದೆ'.

'ನಿನ್ನ ರಣತಂತ್ರ ಅದ್ಭುತವಾಗಿದೆ ಪರ್ವತೇಶ್ವರ. ಹಾಗಾದರೆ ಈ ಕೂಡಲೆ ನಾವು ಹಡಗುಗಳನ್ನು ನರ್ಮದಾ ನದಿಯತ್ತ ಕಳುಹಿಸಿ ಉಳಿದ ಸೈನ್ಯದೊಂದಿಗೆ ಲೋಥಲ್‌ನತ್ತ ಹೆಜ್ಜೆಹಾಕೋಣ' ಬೃಗು ಹೇಳಿದ.

'ಬೇಡ ಗುರುಗಳೇ.......ಕರಾಚಪದ ಸುತ್ತ–ಮುತ್ತ ಸತಿಯ ಬೇಹುಗಾರರು ಸುತ್ತುತ್ತಿರುತ್ತಾರೆ. ಏಕಾಏಕಿ ನಾಲ್ಕು ಲಕ್ಷ ಮೆಲೂಹ ಸೈನಿಕರು ಲೋಥಲ್‌ನತ್ತ ನಡೆದರೆ ಆಕೆಗೆ ನಮ್ಮ ಯೋಜನೆ ಸುಲಭವಾಗಿ ಅರ್ಥವಾಗಿಬಿಡುತ್ತದೆ. ನಮ್ಮ ಸೈನ್ಯ ಕರಾಚಪದ ಕೋಟೆಯ ಹಿಂದೆಯೇ ಅಡಗಿಕೊಂಡಿರಲಿ. ನಮ್ಮ ಹಡಗುಗಳ ಹಿಂದೆ ನಾಗಾ ಹಡಗುಗಳು ನರ್ಮದಾ ನದಿಯಲ್ಲಿ ಸಾಕಷ್ಟು ದೂರ ಸಾಗಲಿ. ಆಗ ಅವರಿಗೂ ನಾವು ಪಂಚವಟಿಯ ಮೇಲೆ ಆಕ್ರಮಣ ಮಾಡುತ್ತಿದ್ದೇವೆ ಎಂಬ ನಂಬಿಕೆ ಬರುತ್ತದೆ. ನಮ್ಮ ಕೆಲಸ ಸುಲಭವಾಗುತ್ತದೆ.

ಅಂದು ಕರಾಚಪ ಬಂದರಿನಲ್ಲಿ ಸುಂಕದ ಅಧಿಕಾರಿಗಳು ವಾಣಿಜ್ಯ ಹಡಗೊಂದರ ಸಾಮಾನು ಸರಂಜಾಮುಗಳ ಪಟ್ಟಿಯನ್ನು ಪರಿಶೀಲಿಸುತ್ತಿದ್ದರು.

ಅಧಿಕಾರಿ ಹಡಗಿನ ಮುಖ್ಯಸ್ಥನನ್ನು ಪ್ರಶ್ನಿಸಿದ 'ಏನು! ಈ ಹಡಗಿನಲ್ಲಿರುವುದು ಈಜಿಪ್ಟಿನಿಂದ ಬಂದಿರುವ ಹತ್ತಿಯೇ? ಮೆಲೂಹನ್ನರು ಈಜಿಪ್ಟಿನಿಂದ ಹತ್ತಿಯನ್ನು ಆಮದು ಮಾಡಿಕೊಳ್ಳುತ್ತಿದ್ದಾರೆಯೇ? ಅದರ ಗುಣಮಟ್ಟಕ್ಕಿಂತ ನಾವು ಬೆಳೆಯುವ ಹತ್ತಿಯೇ ಉತ್ತಮವಾಗಿರುತ್ತದೆಯಲ್ಲ!'.

ಮೆಲೂಹದಲ್ಲಿ ಸುಂಕ ಪದ್ಧತಿ ಕೇವಲ ನಂಬಿಕೆಯ ಮೇಲೆ ನಡೆಯುತ್ತಿತ್ತು. ಸರಿಯಾದ ಸುಂಕ ಕಟ್ಟಿದರೆ ಅಧಿಕಾರಿಗಳು ಸರಕಿನ ಪಟ್ಟಿಯನ್ನು ಪರಿಶೀಲಿಸುತ್ತಿರಲಿಲ್ಲ. ಅಪರೂಪಕ್ಕೊಮ್ಮೆ ಪರಿಶೀಲಿಸುತ್ತಿದ್ದರು. ಅದರಂತೆ ಈ ಹಡಗನ್ನೂ ಅಧಿಕಾರಿಗಳು ಪರೀಕ್ಷೆಗೆ ಒಳಪಡಿಸಿದರು.

ಅಧಿಕಾರಿ ಸಹಾಯಕನನ್ನು ಕರೆದು 'ಈ ಹಡಗಿನಲ್ಲಿ ಏನಿದೆ ಎಂದು ಪರಿಶೀಲಿಸು?' ಎಂದ.

ಕೂಡಲೆ ಹಡಗಿನ ಮುಖ್ಯಸ್ಥ ಗಾಬರಿಗೊಂಡು ಅಧಿಕಾರಿಯತ್ತ ತಿರುಗಿ 'ನಮ್ಮ ಹಡಗನ್ನು ಪರಿಶೀಲಿಸುವ ಅಗತ್ಯವೇನದೆ? ನಾನು ಸುಳ್ಳು ಹೇಳುತ್ತಿದ್ದೇನೆ ಎಂಬುದೇ ನಿಮ್ಮ ಅಭಿಪ್ರಾಯ? ಅಲ್ಲದೆ ಹಡಗಿನಲ್ಲಿ ಎಷ್ಟು ಹತ್ತಿ ಇದೆಯೋ ಅದಕ್ಕೆ ತಕ್ಕಂತೆ ನಾನು ಈಗಾಗಲೇ ಸುಂಕ ಕಟ್ಟಿದ್ದೇನೆ. ಅದಕ್ಕಿಂತಲೂ ಹೆಚ್ಚಿನ ಸುಂಕವನ್ನು ನೀವು ವಿಧಿಸುವಂತಿಲ್ಲ. ಹಾಗಾಗಿ ಹಡಗನ್ನು ಪರಿಶೀಲಿಸುವುದಕ್ಕೆ ಯಾವ ಕಾರಣವೂ ಇಲ್ಲ' ಎಂದ.

ಮೆಲೂಹದ ಸುಂಕದ ಅಧಿಕಾರಿ ಹಡಗಿನ ಮುಖ್ಯಸ್ಥನ ಮುಖವನ್ನೇ ದಿಟ್ಟಿಸಿ ನೋಡತೊಡಗಿದ. ಆತನ ಮುಖದಲ್ಲಿ ಆತಂಕದ ಛಾಯೆ ಮೂಡಿತ್ತು. ಅಧಿಕಾರಿಗೆ ಆತ ಮೋಸ ಮಾಡಿ ಸಿಕ್ಕಿ ಹಾಕಿಕೊಳ್ಳುವ ಭಯದಲ್ಲಿರುವಂತೆ ಭಾಸವಾಯಿತು. ಅಷ್ಟರಲ್ಲಿ ಹಡಗಿನ ಮುಖ್ಯದ್ವಾರ ತೆರೆದುಕೊಂಡಿತು.

ಒಳಗಿನಿಂದ ಕಟ್ಟುಮಸ್ತಾದ ಎತ್ತರದ ವ್ಯಕ್ತಿಯೊಬ್ಬ ಹೊರಬಂದು ಮುಖ್ಯಸ್ಥನನ್ನು ಪ್ರಶ್ನಿಸಿದ 'ಹಡಗು ಹೊರಡಲು ಏಕೆ ತಡವಾಗುತ್ತಿದೆ ಅಧಿಕಾರಿಗಳೇ?'.

ಒಂದು ಕ್ಷಣ ಆ ವ್ಯಕ್ತಿಯನ್ನು ನೋಡಿ ಸುಂಕದ ಅಧಿಕಾರಿ ದಂಗಾಗಿ ಗರಬಡಿದವನಂತೆ ನಿಂತ. ಮರುಕ್ಷಣವೇ ಮೆಲೂಹ ಶೈಲಿಯಲ್ಲಿ ಆತನಿಗೆ ನಮಸ್ಕರಿಸಿದ. ವಾಸ್ತವದಲ್ಲಿ ಹಡಗಿನಿಂದ ಹೊರಬಂದಿದ್ದು ಮತ್ಯಾರೂ ಅಲ್ಲ. ಆತ ವಿದ್ಯುನ್ಮಾಲಿ. ಮೆಲೂಹ ಸೈನ್ಯದ ದಂಡನಾಯಕ.

'ದಂಡನಾಯಕರಾದ ವಿದ್ಯುನ್ಮಾಲಿ! ನೀವು ಈ ಹಡಗಿನಲ್ಲಿರುತ್ತೀರಿ ಎಂದು ನಾನು ನಿರೀಕ್ಷಿಸಿರಲಿಲ್ಲ' ಅಧಿಕಾರಿ ಹೇಳಿದ.

'ಈಗ ತಿಳಿಯಿತೇ?' ವಿದ್ಯುನ್ಮಾಲಿ ಮೈಮುರಿಯುತ್ತಾ ಕೇಳಿದ.

'ಕ್ಷಮಿಸಿ ದಂಡನಾಯಕರೇ' ಅಷ್ಟು ಹೇಳಿ ಅಧಿಕಾರಿ ಸುಂಕದ ಪಟ್ಟಿಗೆ ಮೊಹರು ಹಾಕಿಕೊಡುವಂತೆ ಸಹಾಯಕನಿಗೆ ಹೇಳಿದ.

ಎಲ್ಲವೂ ಒಂದೆರಡು ನಿಮಿಷದಲ್ಲಿ ಪೂರ್ಣಗೊಂಡಿತು. ಅಧಿಕಾರಿ ಅಲ್ಲಿಂದ ಹೊರಡಲು ಸಿದ್ಧನಾದ.

ಹೊರಡುವ ಮುನ್ನ ಆತ ವಿದ್ಯುನ್ಮಾಲಿಯತ್ತ ತಿರುಗಿ ಹೇಳಿದ 'ಮಹಾಸ್ವಾಮಿ! ನೀವು ಈ ಸಾಮ್ರಾಜ್ಯದ ಮಹಾವೀರರಲ್ಲಿ ಒಬ್ಬರು. ಮೆಲೂಹದಲ್ಲಿ ಯುದ್ಧದ ಕಾರ್ಮೋಡ ಕವಿದಿರುವಾಗ ನೀವು ರಣಾಂಗಣದಲ್ಲಿ ಇರುವುದನ್ನು ಬಿಟ್ಟು, ಇಲ್ಲಿ..........!'.

ವಿದ್ಯುನ್ಮಾಲಿ ತುಸು ಗಲಿಬಿಲಿಗೊಂಡ.

ನಂತರ ಹುಸಿನಗೆ ನಗುತ್ತಾ ವಕ್ರದೃಷ್ಟಿ ಬೀರುತ್ತಾ 'ನಾನೀಗ ಯೋಧನಾಗಿ ಬಂದಿಲ್ಲ. ಬದಲಾಗಿ ಅಂಗರಕ್ಷಕನಾಗಿ ಬಂದಿದ್ದೇನೆ. ರಾಜಕುಟುಂಬಕ್ಕೆ ಬೇಕಾಗಿರುವ ವಸ್ತು ಬಂದಿರುವಾಗ ಅದರ ರಕ್ಷಣೆಗೆ ನಿಲ್ಲಬೇಡವೇ'.

ಅಧಿಕಾರಿ ನಸುನಕ್ಕು ಅಲ್ಲಿಂದ ಹೊರಟುಹೋದ. ಹಡಗು ನಿಧಾನವಾಗಿ ಮುಂದೆ ಸಾಗತೊಡಗಿತು. ಇತ್ತ ವಿದ್ಯುನ್ಮಾಲಿ ಹಡಗಿನ ಒಳಗೆ ಬಂದ. ಆ ಹಡಗಿನ ಹೃದಯ ಭಾಗದಲ್ಲೊಂದು ರಹಸ್ಯ ಕೋಣೆ. ಕೋಣೆಯಲ್ಲಿ ಕತ್ತಲು ತುಂಬಿತ್ತು. ಅಲ್ಲಲ್ಲಿ ಕೆಲವು ಪಂಜುಗಳನ್ನು ಹಚ್ಚಿಡಲಾಗಿತ್ತು. ವಿದ್ಯುನ್ಮಾಲಿ ಪಂಜು ಹಿಡಿದು ರಹಸ್ಯ ಕೋಣೆಯನ್ನು ಪ್ರವೇಶಿಸಿದ. ಒಳಗಡೆ ಚೆಲ್ಲಾಪಿಲ್ಲಿಯಾಗಿ ಬಿದ್ದಿದ್ದ ಹತ್ತಿಯ ರಾಶಿಯ ಮಧ್ಯದಲ್ಲಿ ಬೆಕ್ಕಿನ ಕಣ್ಣಿನಂತೆ ಪಿಳಿಪಿಳಿ ಕಣ್ಣು ಬಿಡುತ್ತಾ ಮುನ್ನೂರು ಮಂದಿ ಈಜಿಪ್ಟಿನಿಂದ ಬಂದಿದ್ದ ಹಂತಕರು ಕುಳಿತಿದ್ದರು. ಮಂದ ಬೆಳಕಿನಲ್ಲಿ ಅವರ ಚಲನ-ವಲನ ವಿದ್ಯುನ್ಮಾಲಿಗೆ ಅಸ್ಪಷ್ಟವಾಗಿ ಕಂಡಿತು. ಆ ಹಂತಕರ ಮುಖ್ಯಸ್ಥನ ಹೆಸರು ಸ್ವೂತ್.

ಆತ ಕೇಳಿದ 'ತಡ ಏಕೆ?'.

'ಅಂತಹ ಮುಖ್ಯವಾದ ಸಂಗತಿಯೇನೂ ಇಲ್ಲ. ಮೂರ್ಖ ಸುಂಕದ ಅಧಿಕಾರಿಯೊಬ್ಬ ಹಡಗನ್ನು ಪರಿಶೀಲಿಸಲು ಬಂದಿದ್ದ ಅಷ್ಟೇ. ನಾನು ಎಲ್ಲವನ್ನು ಸರಿ ಮಾಡಿದ್ದೇನೆ. ನಾವಿನ್ನು ಮೆಲೂಹದತ್ತ ಹೊರಡಬಹುದು. ಮತ್ತೆ ಹಿಂತಿರುಗಿ ನೋಡುವ ಪ್ರಮೇಯವೇ ಇಲ್ಲ' ವಿದ್ಯುನ್ಮಾಲಿ ಹೇಳಿದ.

ಸ್ಯೂತ್ ತಲೆಯಾಡಿಸಿದ. ಅಷ್ಟರಲ್ಲಿ ವಿದ್ಯುನ್ಮಾಲಿಯ ಇಬ್ಬರು ಸೈನಿಕರು ಮೂಟೆಯೊಂದನ್ನು ತಂದು ಆತನ ಮುಂದಿಟ್ಟರು.

'ನೀವಿಬ್ಬರೂ ಹೊರಗೆ ಹೋಗಿ' ವಿದ್ಯುನ್ಮಾಲಿ ಆದೇಶಿಸಿದ.

ಇಬ್ಬರು ಸೈನಿಕರೂ ಹೊರನಡೆದರು. ನಂತರ ವಿದ್ಯುನ್ಮಾಲಿ ಈಜಿಪ್ಟ್‌ನ ಹಂತಕರ ಕಡೆ ತಿರುಗಿದ. ಸ್ಯೂತ್ ಈಜಿಪ್ಟ್‌ನಿಂದ ಬಂದಿದ್ದ ಹಂತಕರ ತಂಡದ ಮುಖ್ಯಸ್ಥ. ಎಂತಹ ಶಕ್ತಿಶಾಲಿಗಳನ್ನಾದರೂ ತಮ್ಮ ಕುತಂತ್ರಗಳನ್ನು ಬಳಸಿ ಕ್ಷಣಾರ್ಧದಲ್ಲಿ ಹತ್ಯೆ ಮಾಡಿ ಪರಾರಿಯಾಗುವ ಕಲೆ ಆ ತಂಡಕ್ಕೆ ಕರಗತವಾಗಿತ್ತು. ಹಾಗಾಗಿ ಶಿವನನ್ನು ಕೊಲ್ಲಿಸುವ ಸಲುವಾಗಿ ವಿದ್ಯುನ್ಮಾಲಿ ಈ ತಂಡವನ್ನು ಈಜಿಪ್ಟಿನಿಂದ ಕರೆಸಿಕೊಂಡಿದ್ದ. ತಂಡದಲ್ಲಿದ್ದ ಎಲ್ಲರೂ ತುಂಡು ದಟ್ಟಿ ಉಟ್ಟಿದ್ದರು. ಸ್ಯೂತ್‌ನ ದೇಹದಲ್ಲಿ ಹತ್ತಾರು ಗಾಯದ ಕಲೆಗಳಿತ್ತು. ದೇಹದ ನಾಲ್ಕಾರು ಭಾಗಗಳಲ್ಲಿ ಹಚ್ಚೆಯನ್ನು ಹಾಕಿಸಿಕೊಂಡಿದ್ದ. ಅದರಲ್ಲೂ ಆತನ ಮುಖದ ಮೇಲಿದ್ದ ಹಚ್ಚೆ ಬೆಂಕಿಯ ಜ್ವಾಲೆಯನ್ನು ಹೊರಸೂಸುವಂತಿದ್ದದ್ದು ವಿದ್ಯುನ್ಮಾಲಿಗೆ ಆಶ್ಚರ್ಯ ತಂದಿತು. ಹತ್ಯೆಗೊಳ್ಳುವ ವ್ಯಕ್ತಿ ಇನ್ನೇನು ಸಾವಿನ ಸಮೀಪದಲ್ಲಿದ್ದಾನೆ ಎನ್ನುವಾಗ ಹಂತಕರು ಈ ಹಚ್ಚೆಯನ್ನು ದೌರ್ಭಾಗ್ಯ ಬಲಿಪಶುಗಳಿಗೆ ತೋರಿಸಿ ನಂತರ ಕೊಂದುಬಿಡುತ್ತಾರೆ. ಸ್ಯೂತ್‌ನ ಮುಖದ ಮೇಲಿದ್ದ ಹಚ್ಚೆ ಈಜಿಪ್ಟಿನ ಆರಾಧ್ಯ ದೈವ 'ಏಟನ್' ಅಂದರೆ ಸೂರ್ಯದೇವನ ಸಂಕೇತ. ಇದಲ್ಲದೇ ಸ್ಯೂತ್‌ನ ಮೈಮೇಲೆ ಗುಳ್ಳೆನರಿಯ ಹಚ್ಚೆ ಸಹ ಎದ್ದು ಕಾಣುತ್ತಿತ್ತು. ವಿದ್ಯುನ್ಮಾಲಿ ಹಚ್ಚೆಗಳ ಬಗ್ಗೆ ಸ್ಯೂತ್‌ನನ್ನು ಪ್ರಶ್ನಿಸಲಾರಂಭಿಸಿದ. ಆದರೆ ಸ್ಯೂತ್‌ಗೆ ಈ ಬಗ್ಗೆ ಚರ್ಚೆಮಾಡಲು ಇಷ್ಟವಿರಲಿಲ್ಲ. ಆತ ನುರಿತ ಚಾಣಾಕ್ಷ ಕೊಲೆಗಾರ. ಹತ್ಯೆ ಮಾಡುವುದನ್ನು ಬಿಟ್ಟು ಉಳಿದೆಲ್ಲ ವಿಚಾರಗಳು ಅವನಿಗೆ ಗೌಣವಾಗಿತ್ತು. ಹಾಗಾಗಿ ಆತ ಹಚ್ಚೆಯ ಬಗೆಗಿನ ಚರ್ಚೆಯನ್ನು ಮೊಟಕುಗೊಳಿಸಿದ. ವಿದ್ಯುನ್ಮಾಲಿಗೂ ಆತನ ವೃತಿಪರತೆ ಬಗ್ಗೆ ಅಚ್ಚರಿಯಾಯಿತು.

ಸ್ವಲ್ಪ ಸಮಯದ ನಂತರ ಸ್ಯೂತ್ ಹೇಳಿದ 'ವಿದ್ಯುನ್ಮಾಲಿ! ನಾನೊಬ್ಬ ವೃತ್ತಿಪರ ಕೊಲೆಗಾರ. ನೀನು ನನಗೆ ಸಾಕಷ್ಟು ಹಣ ನೀಡುತ್ತಿರುವೆ. ಅಚ್ಚುಕಟ್ಟಾಗಿ ನಿನ್ನ ಕೆಲಸ ಮಾಡಿಮುಗಿಸುತ್ತೇನೆ. ನಿನ್ನೊಂದಿಗೆ ಇತರೆ ರೀತಿಯ ಸಂಬಂಧ ಬೆಳೆಸಿಕೊಳ್ಳಲು ನನಗಿಷ್ಟವಿಲ್ಲ. ಈಗ ನಾವೇನು ಮಾಡಬೇಕು ಎಂಬುದನ್ನು ಮಾತ್ರ ಹೇಳು.'

ವಿದ್ಯುನ್ಮಾಲಿ ನಸುನಕ್ಕು ಮನಸ್ಸಿನಲ್ಲೇ ಅಂದುಕೊಂಡ 'ಮೃಗೀಯ ವ್ಯಕ್ತಿತ್ವವಿರುವವನು ಕೊಲ್ಲುತ್ತಾನೆ. ಆದರೆ ಈತ ಕೊಲ್ಲುವ ಕೆಲಸದಲ್ಲೂ ಷರತ್ತುಗಳನ್ನು ಹಾಕುತ್ತಿದ್ದಾನಲ್ಲ. ಈತ ನಿಜಕ್ಕೂ ವೃತ್ತಿಪರ ಹಂತಕನೇ ಸರಿ'.

•

ನಂತರ ಸ್ಪೂತ್‌ಗೆ ಹೇಳಿದ 'ಕ್ಷಮಿಸು! ನಾನು ಈಗಲೇ ಇಲ್ಲಿಂದ ಹೊರಡುತ್ತೇನೆ. ನೀವು ತಯಾರಿ ಮುಂದುವರಿಸಿ'.

'ಅದು ಒಳ್ಳೆಯ ಕೆಲಸ. ಹಾಗೇ ಮಾಡು' ಸ್ಪೂತ್ ವ್ಯಂಗ್ಯದಿಂದ ಹೇಳಿದ.

'ಅಂದ ಹಾಗೆ ನಿಮ್ಮನ್ನು ಯಾರೂ ಗುರುತು ಹಿಡಿಯಬಾರದು' ಹೊರಡುವ ಮುನ್ನ ವಿದ್ಯುನ್ಮಾಲಿ ಹೇಳಿದ.

ಸ್ಪೂತ್ ಕಣ್ಣುಗಳನ್ನು ಕಿರಿದು ಮಾಡಿ ಹುಬ್ಬು ಗಂಟಿಕ್ಕಿಕೊಂಡು ಹೇಳಿದ 'ಯಾರೂ ನೋಡದಿರುವಾಗಲೇ ನಾವು ನಮ್ಮ ಕೆಲಸ ಸಾಧಿಸುತ್ತೇವೆ ದಳಪತಿ ವಿದ್ಯುನ್ಮಾಲಿ'.

ವಿದ್ಯುನ್ಮಾಲಿ ತಲೆಯಾಡಿಸುತ್ತಾ ಹೇಳಿದ 'ಅದು ಹಾಗಲ್ಲ ಸ್ಪೂತ್, ನೀನು ಶಿವನನ್ನು ಕೊಲ್ಲುವುದನ್ನು ಜನ ನೋಡಬೇಕು. ಆದರೆ ನೀವು ಯಾರೆಂದು ಅವರು ಗುರುತಿಸಬಾರದು. ಅದಷ್ಟೇ ನನ್ನ ಉದ್ದೇಶ'.

ಅಷ್ಟು ಹೇಳಿ ವಿದ್ಯುನ್ಮಾಲಿ ಹತ್ತಿರದಲ್ಲಿದ್ದ ಮೂಟೆಯಿಂದ ಏನನ್ನೋ ಹೊರತೆಗೆದ. ಅದು ತೋಳಿಲ್ಲದ ದೊಗಲೆ ಜೋಲಂಗಿ ಮತ್ತು ಮುಸುಕು. ಥಟ್ಟನೆ ವಿದ್ಯುನ್ಮಾಲಿ ಏನು ಹೇಳುತ್ತಿದ್ದಾನೆ ಎನ್ನುವುದು ಸ್ಪೂತ್‌ಗೆ ಅರ್ಥವಾಯಿತು. ಆತ ಮುಸುಕನ್ನೇ ದಿಟ್ಟಿಸಿ ನೋಡಿದ. ಕೆಲವೊಮ್ಮೆ ಹೋಳಿ ಆಡುವಾಗ ಈಜಿಪ್ಟಿನವರು ಈ ರೀತಿಯ ಜೋಲಂಗಿಯನ್ನು ಧರಿಸುತ್ತಿದ್ದರು.

ನಂತರ ವಿದ್ಯುನ್ಮಾಲಿಯತ್ತ ತಿರುಗಿ ಹೇಳಿದ 'ಅಂದರೆ ಈ ಹತ್ಯೆಯನ್ನು ನಾಗಾಗಳು ಮಾಡಿದ್ದಾರೆ ಎಂದು ಜನ ತಿಳಿದುಕೊಳ್ಳಬೇಕು ಎಂಬುದಲ್ಲವೇ ನಿನ್ನ ಮಾತಿನ ಅರ್ಥ?'.

ವಿದ್ಯುನ್ಮಾಲಿ 'ಹೌದು' ಎನ್ನುವಂತೆ ತಲೆಯಾಡಿಸಿದ.

'ಈ ಮುಸುಕು ನಮ್ಮ ದೃಷ್ಟಿ ಮತ್ತು ಚಲನೆಯನ್ನು ನಿಯಂತ್ರಿಸುತ್ತದೆ. ಈ ರೀತಿಯ ಪೋಷಾಕುಗಳನ್ನು ಹಾಕಿಕೊಂಡು ಹತ್ಯೆ ಮಾಡುವ ತರಬೇತಿಯನ್ನು ನಾವು ಪಡೆದಿಲ್ಲ'.

'ಅಂದರೆ ಏಟನ್ ವೀರರಿಗೆ ಈ ರೀತಿ ಕೆಲಸ ಮಾಡಲು ಸಾಧ್ಯವಿಲ್ಲವೇ?'.

ಸ್ಪೂತ್ ದೀರ್ಘ ನಿಟ್ಟುಸಿರುಬಿಟ್ಟು ಹೇಳಿದ 'ವಿದ್ಯುನ್ಮಾಲಿ.......ನೀನು ಇಲ್ಲಿಂದ ಹೊರಡು'.

ವಿದ್ಯುನ್ಮಾಲಿ ಸ್ಪೂತ್‌ನನ್ನೇ ದಿಟ್ಟಿಸಿ ನೋಡಿದ. ಆತನ ಒರಟುತನ ಮತ್ತು ಸೊಕ್ಕನ್ನು ಕಂಡು ಆಶ್ಚರ್ಯವಾಯಿತು.

'ವಿದ್ಯುನ್ಮಾಲಿ ನಾವಿನ್ನು ಈ ಷೋಷಾಕುಗಳನ್ನು ಧರಿಸಿ ಹತ್ಯೆ ಮಾಡುವ ಬಗ್ಗೆ ಅಭ್ಯಾಸ ಪ್ರಾರಂಭಿಸುತ್ತೇವೆ. ನೀನಿನ್ನು ಹೊರಡಬಹುದು'.

ವಿದ್ಯುನ್ಮಾಲಿ ಕೈಯಲ್ಲಿ ಹಿಡಿದಿದ್ದ ಪಂಜನ್ನು ಪಂಜಿನ ಡಬ್ಬದಲ್ಲಿ ಇಟ್ಟು ಹಡಗಿನಿಂದ ಹೊರನಡೆದ.

ಅಧ್ಯಾಯ – 40

ನರ್ಮದಾ ನದಿಯಲ್ಲಿ ಆಕ್ರಮಣ

ಕಾಳಿ, ಗಣೇಶ ಮತ್ತು ಕಾರ್ತಿಕ ಆರಾಮವಾಗಿ ಸಮಯ ಕಳೆಯುತ್ತಿದ್ದರು. ಇವರ ಜತೆ ಭಗೀರಥ, ಚೆನಾರಧ್ವಜ, ಮಾತಳಿ, ಬೃಹಸ್ಪತಿ ಮತ್ತು ಚಂದ್ರಕೇತು ಸಹ ಇದ್ದರು. ಕೆಲವು ದಿನಗಳ ಹಿಂದೆಯಷ್ಟೇ ಮೆಲೂಹದ ಐವತ್ತು ಹಡಗುಗಳು ಕರಾಚಪ ನಗರವನ್ನು ಬಿಟ್ಟು ಲೋಥಲ್‌ನತ್ತ ಬರುತ್ತಿವೆ ಎಂಬ ಸುದ್ದಿಯನ್ನು ವಾಸುದೇವ ಪಂಡಿತರೊಬ್ಬರು ತಂದಿದ್ದರು. ಆದರೆ ಇದೀಗ ಮತ್ತೊಬ್ಬ ವಾಸುದೇವರು ತಂದಿದ್ದ ಇತ್ತೀಚಿನ ಮತ್ತೊಂದು ಸುದ್ದಿ ಎಲ್ಲರಲ್ಲೂ ಆತಂಕ ಮೂಡಿಸಿತು.

'ಮೆಲೂಹದ ಹಡಗುಗಳು ಕರಾಚಪದಿಂದ ಲೋಥಲ್ ನಗರದತ್ತ ಬರುತ್ತಿಲ್ಲ, ಬದಲಾಗಿ ನರ್ಮದಾ ನದಿಯತ್ತ ಸಾಗುತ್ತಿವೆ' ಇದು ಸುದ್ಧಿಯ ಸಾರಾಂಶವಾಗಿತ್ತು.

'ಏನು! ಮೆಲೂಹದ ಹಡಗುಗಳು ನರ್ಮದೆಯತ್ತ ಸಾಗುತ್ತಿವೆಯೇ?' ಸುದ್ದಿ ತಿಳಿದ ಕೂಡಲೆ ಸತಿ ಆಶ್ಚರ್ಯಚಕಿತಳಾಗಿ ಕೇಳಿದಳು.

'ಅದು ಹೇಗೆ ಸಾಧ್ಯ?' ಕಾಳಿ ಸಹ ಗಾಬರಿಯಿಂದ ಕೇಳಿದಳು.

ಮೊದಲಿಗೆ ನರ್ಮದಾ ನದಿಯಲ್ಲಿ ಸಾಗಿ ಮೆಲೂಹನ್ನರನ್ನು ದಾರಿತಪ್ಪಿಸಿ ನಂತರ ಪರಿಹಕ್ಕೆ ಹೋಗಬೇಕೆಂದಿದ್ದ ಶಿವನ ತಂತ್ರವನ್ನು ಕಾಳಿ ವಿರೋಧಿಸಿದ್ದಳು. ಅದು ಮೆಲೂಹನ್ನರಿಗೆ ಪಂಚವಟಿಗೆ ಹೋಗುವ ರಹಸ್ಯ ದಾರಿಯನ್ನು ತೋರಿಸಿಕೊಡಬಹುದೆಂದು ಆಕೆಗೆ ಅನುಮಾನವಿತ್ತು. ಆದರೆ ಶಿವ ಕಾಳಿಯ ವಾದವನ್ನು ತಳ್ಳಿಹಾಕಿದ್ದ. ಕಾರಣ ನರ್ಮದಾ ನದಿ ಪೂರ್ವದಿಂದ ಪಶ್ಚಿಮಕ್ಕೆ ಹರಿಯುತ್ತಿತ್ತು. ಆದರೆ ಪಂಚವಟಿಯ ಬಳಿ ನರ್ಮದಾ ಪಶ್ಚಿಮದಿಂದ ಪೂರ್ವಕ್ಕೆ ಹರಿಯುತ್ತಿತ್ತು. ಈ ವಿಚಾರ ಬೃಗುವಿಗೂ ಚೆನ್ನಾಗಿ ತಿಳಿದಿತ್ತು. ಅಲ್ಲದೆ ನರ್ಮದಾ ನದಿಯಲ್ಲಿ ಸಾಗಿ ತಮಗೆ ತಿಳಿದಿರುವ ದಾರಿಯಲ್ಲಿ ಪಂಚವಟಿಯನ್ನು ತಲುಪಬೇಕಾದರೆ ದಟ್ಟಡವಿಯಲ್ಲಿ ಸಾಗಬೇಕು. ಅಲ್ಲಿ ಅವರಿಗೆ ನಾಗಾಗಳ ಮಾರ್ಗದರ್ಶನ ಬೇಕೇಬೇಕು ಎನ್ನುವ ವಿಚಾರ ಮೆಲೂಹನ್ನರಿಗೆ

ಸ್ಪಷ್ಟವಾಗಿ ತಿಳಿದಿತ್ತು. ಇಷ್ಟಾಗಿಯೂ ಮೆಲೂಹನ್ನರ ಹಡಗು ನರ್ಮದಾ ನದಿಯಲ್ಲಿ ಸಾಗುತ್ತಿದೆ ಎಂದರೆ ಪಂಚವಟಿಗೆ ಹೋಗುವ ಮತ್ತೊಂದು ರಹಸ್ಯ ದಾರಿ ಅವರಿಗೆ ತಿಳಿದಿರಬಹುದು ಎಂದು ಕಾಳಿಗೆ ಅನುಮಾನ ಮೂಡಿತು.

'ನರ್ಮದಾ ನದಿಯ ಮೂಲಕ ಪಂಚವಟಿಗೆ ಹೋಗುವ ರಹಸ್ಯ ದಾರಿ ಅವರಿಗೆ ಹೇಗೆ ತಿಳಿಯಿತು?' ಗಣೇಶ ಪ್ರಶ್ನಿಸಿದ.

ಥಟ್ಟನೆ ಕಾಳಿ ಸತಿಯತ್ತ ತಿರುಗಿ ಹೇಳಿದಳು 'ನಾನು ಬೇಡವೆಂದರೂ ಕೇಳದೆ ನಿನ್ನ ಪತಿ ನರ್ಮದಾ ನದಿಯಲ್ಲಿ ಪ್ರಯಾಣ ಮಾಡಿದ. ಈಗ ನೋಡು ಅದರ ಪರಿಣಾಮ ಏನಾಯಿತು?'.

'ಕಾಳಿ, ನಾವು ನರ್ಮದಾ ನದಿಯಲ್ಲಿ ಪ್ರಯಾಣ ಮಾಡುವ ವಿಚಾರ ಅವರಿಗೆ ತಿಳಿದಿರಬಹುದು. ಆದರೆ ಆ ಮೂಲಕ ಪಂಚವಟಿಗೆ ಹೋಗುವ ದಾರಿ ಖಂಡಿತಾ ಅವರಿಗೆ ತಿಳಿದಿರುವುದಿಲ್ಲ. ಶಿವ ಆ ರಹಸ್ಯ ದಾರಿಯನ್ನು ಯಾರಿಗೂ ತೋರಿಸಿರಲಾರ'.

'ಸಾಕು ಸುಮ್ಮನಿರು ಸತಿ! ಇದು ಶಿವನ ಮೂರ್ಖತನವಷ್ಟೇ ಅಲ್ಲ. ನಿನ್ನ ಮೂರ್ಖತನವೂ ಹೌದು. ನಾನು ಅಂದೇ ದ್ರೋಹಿ ಪರ್ವತೇಶ್ವರನನ್ನು ಕೊಂದು ಬಿಡೋಣ ಎಂದೆ. ಆದರೆ ನೀವ್ಯಾರೂ ನನ್ನ ಮಾತನ್ನು ಕೇಳಲಿಲ್ಲ. ಈಗ ನೋಡಿ ನಿಮ್ಮ ಗೌರವ, ಪ್ರತಿಷ್ಠೆ ಇಂದು ನಮ್ಮ ಜನರ ವಿನಾಶಕ್ಕೆ ಕಾರಣವಾಗುತ್ತಿದೆ'.

'ಚಿಕ್ಕಮ್ಮ! ಈ ವಿಚಾರದಲ್ಲಿ ಅಮ್ಮನನ್ನು ದೂಷಿಸುವುದು ಸರಿಯಲ್ಲ. ಬಹುಶಃ ಪರ್ವತೇಶ್ವರನಿಗಿಂತಲೂ ಬೃಗು ಮಹರ್ಷಿ ಪಂಚವಟಿಗೆ ಹೋಗುವ ರಹಸ್ಯ ದಾರಿಯನ್ನು ಕಂಡುಹಿಡಿದಿರಬಹುದು ಎಂದು ನನ್ನ ಭಾವನೆ. ಅಷ್ಟಕ್ಕೂ ಬೃಗುವಿಗೆ ಗೋಧಾವರಿಯ ಮೂಲಕ ಪಂಚವಟಿಯನ್ನು ತಲುಪುವ ಮಾರ್ಗ ತಿಳಿದಿದೆಯಲ್ಲವೇ?' ಗಣೇಶ ತಾಯಿಯ ರಕ್ಷಣೆಗೆ ಮುಂದಾದ.

ಅದಕ್ಕೆ ಕಾಳಿ 'ಹೌದು ಗಣೇಶ! ಇದರಲ್ಲಿ ಪರ್ವತೇಶ್ವರನ ಪಾತ್ರವೇನೂ ಇಲ್ಲ. ನಿಮ್ಮ ತಾಯಿಯ ಪಾತ್ರವೂ ಇಲ್ಲ. ಅಷ್ಟಕ್ಕೂ ಮನುಕುಲದ ಇತಿಹಾಸದಲ್ಲೇ ಕಂಡು ಕೇಳರಿಯದ ಶ್ರೇಷ್ಠ ಪುತ್ರನೊಬ್ಬ ತನ್ನ ತಾಯಿ ತಪ್ಪು ಮಾಡಿದ್ದಾಳೆ ಎಂಬುದನ್ನು ಒಪ್ಪಿಕೊಳ್ಳುತ್ತಾನೆಯೇ?' ಎಂದಳು.

'ಕಾಳಿ........' ಸತಿ ಕಾಳಿಯನ್ನು ಸಮಾಧಾನಪಡಿಸಲು ಮುಂದಾದಳು.

ಕಾಳಿ ಮಗನತ್ತ ಮತ್ತೆ ವಾಗ್ದಾಳಿ ಮುಂದುವರಿಸಿದಳು 'ಗಣೇಶ..........ನೀನೊಬ್ಬ ನಾಗಾ ಎನ್ನುವುದು ಮರೆತು ಹೋಯಿತೇ? ನಾಗಾಗಳ ನಾಯಕನಾಗಿ ಅಧಿಕಾರ

ಸ್ವೀಕರಿಸುವಾಗ ನಿನ್ನ ರಕ್ತದ ಕೊನೆಯ ಹನಿ ಇರುವವರೆಗೂ ನಾಗಾಗಳ ರಕ್ಷಣೆಗೆ ಹೋರಾಡುತ್ತೇನೆ ಎಂದು ಶಪಥ ಮಾಡಿದ್ದನ್ನು ಮರೆತುಬಿಟ್ಟೆಯಾ ಮಗನೇ?'.

ಈ ಬಾರಿ ಪರಿಸ್ಥಿತಿಯನ್ನು ತಿಳಿಗೊಳಿಸಲು ಭಗೀರಥ ಮುಂದಾದ.

'ಕಾಳಿ ಈಗ ಮೆಲೂಹನ್ನರು ಪಂಚವಟಿಯ ರಹಸ್ಯ ದಾರಿಯನ್ನು ಹೇಗೆ ಕಂಡುಹಿಡಿದರು ಎಂದು ಯೋಚಿಸುತ್ತಾ ಕುಳಿತುಕೊಳ್ಳುವುದರಿಂದ ಯಾವ ಪ್ರಯೋಜನವೂ ಇಲ್ಲ. ಮುಂದೇನು ಮಾಡಬೇಕು ಎಂಬುದನ್ನು ಯೋಚಿಸೋಣ. ಪ್ರಸ್ತುತ ಪಂಚವಟಿಯನ್ನು ರಕ್ಷಿಸುವ ಬಗೆ ಹೇಗೆ ಎಂದು ಯೋಚಿಸೋಣ'.

ಥಟ್ಟನೆ ಕಾಳಿ ಭಗೀರಥನತ್ತ ತಿರುಗಿ ಹೇಳಿದಳು 'ಈಗೇನು ಮಾಡಬೇಕು ಎನ್ನುವುದನ್ನು ಯೋಚಿಸುವುದಕ್ಕೆ ನಾವೇನು ಮಹಾಜ್ಞಾನಿಗಳಾಗಿರಬೇಕಾಗಿಲ್ಲ ರಾಜಕುಮಾರ. ನಾಳೆಯೇ ಐವತ್ತು ಹಡಗುಗಳಲ್ಲಿ ನಾಗಾ ಸೈನ್ಯ ಪಂಚವಟಿಯತ್ತ ಸಾಗಲಿದೆ. ನನ್ನ ಜನಗಳ ಮೇಲೆ ಆಕ್ರಮಣ ಮಾಡಿದರೆ ಮೆಲೂಹನ್ನರಿಗೆ ತಕ್ಕ ಶಾಸ್ತಿಯಾಗುವುದರಲ್ಲಿ ಸಂದೇಹವಿಲ್ಲ'.

ಮಾರನೆಯ ದಿನ ಕಾಳಿ, ಗಣೇಶ ಮತು ಕಾರ್ತಿಕ ಲೋಥಲ್‌ನ ಬಂದರಿನ ಬಳಿ ನಿಂತು ಮಾತನಾಡುತ್ತಿದ್ದರು. ಒಂದು ಲಕ್ಷ ಮಂದಿ ಸೈನಿಕರು ಹಡಗನ್ನೇರುತ್ತಿದ್ದರು. ಅವರಲ್ಲಿ ನಾಗಾ ಮತ್ತು ಬ್ರಂಗಾ ಸೈನಿಕರೂ ಸೇರಿದ್ದರು. ಸಮಯ ಅದೆಷ್ಟು ಅಮೂಲ್ಯವಾದದ್ದು ಎಂಬುದು ಅಲ್ಲಿದ್ದ ಎಲ್ಲರಿಗೂ ತಿಳಿದಿತ್ತು. ಒಂದು ಲಕ್ಷ ಸೈನಿಕರು ಲೋಥಲ್‌ನಿಂದ ಹೊರಗೆ ಹೋದಾಗ ಮೆಲೂಹನ್ನರು ನಗರದ ಮೇಲೆ ಆಕ್ರಮಣ ಮಾಡುವ ಸಾಧ್ಯತೆ ಇತ್ತು. ಹಾಗಾಗಿ ಸತಿ ಲೋಥಲ್‌ನಲ್ಲೇ ಇದ್ದು ಉಳಿದ ಸೈನ್ಯವನ್ನು ಮುನ್ನಡೆಸಲು ನಿರ್ಧರಿಸಿದಳು. ಆದರೂ ಸತಿ ತಂಗಿಯನ್ನು ಬೀಳ್ಕೊಡಲು ಬಂದರಿಗೆ ಬಂದಿದ್ದಳು. ಅಂತೆಯೇ ಸತಿ ಕಾಳಿಗೆ ಏನೋ ಹೇಳಲು ಆಕೆಯ ಬಳಿ ಬಂದಳು.

ಆದರೆ ಕಾಳಿ ಸತಿಯತ್ತ ಒಮ್ಮೆ ತೀಕ್ಷ್ಣ ದೃಷ್ಟಿ ಬೀರಿ ನಂತರ ತನ್ನ ಸೈನಿಕರಿಗೆ ಆದೇಶ ನೀಡಿದಳು 'ಎಲ್ಲರೂ ಹಡಗನ್ನು ಏರಿ! ಬೇಗ........ಬೇಗ.......'.

ಅಷ್ಟರಲ್ಲಿ ಗಣೇಶ ಮತ್ತು ಕಾರ್ತಿಕ ಸತಿಯ ಬಳಿಗೆ ಬಂದು ಆಕೆಯ ಕಾಲಿಗೆ ನಮಸ್ಕರಿಸಿ ಆಶೀರ್ವಾದ ಪಡೆದುಕೊಂಡರು.

'ನಾವು ಆದಷ್ಟು ಬೇಗ ಹಿಂತಿರುಗಿ ಬರುತ್ತೇವೆ ಅಮ್ಮ' ಗಣೇಶ ಹೇಳಿದ.

'ನಾನೂ ನಿಮಗಾಗಿ ಕಾದಿರುತ್ತೇನೆ'.

'ಚಿಕ್ಕಮ್ಮನಿಗೆ ಏನಾದರೂ ಹೇಳುವುದಿದೆಯೇ ಅಮ್ಮ' ಕಾರ್ತಿಕ ಪ್ರಶ್ನಿಸಿದ.

'ಆಕೆಯನ್ನು ಚೆನ್ನಾಗಿ ನೋಡಿಕೊಳ್ಳಿ'.

ಸತಿಯ ಮಾತು ಪಕ್ಕದಲ್ಲೇ ನಿಂತಿದ್ದ ಕಾಳಿಯ ಕಿವಿಗೆ ಬಿತ್ತು.

ನಂತರ ಸತಿ ಕಾಳಿಯೆಡೆಗೆ ತಿರುಗಿ ಹೇಳಿದಳು 'ಕಾಳಿ, ಪರ್ವತೇಶ್ವರನ ವಿಚಾರದಲ್ಲಿ ನಾನು ನಿನ್ನಲ್ಲಿ ಕ್ಷಮೆ ಬೇಡುತ್ತೇನೆ. ಆ ಕ್ಷಣದಲ್ಲಿ ನನ್ನ ಆತ್ಮಸಾಕ್ಷಿ ಏನು ಹೇಳಿತೋ ಅದನ್ನಷ್ಟೇ ನಾನು ಮಾಡಿದ್ದೇನೆ'.

'ಅಕ್ಕ, ತನ್ನ ಆದರ್ಶ ಪರಿಪಾಲನೆಗೆ ಮತ್ತೊಬ್ಬರ ಜೀವವನ್ನು ಬಲಿಕೊಡುವವನು ಆದರ್ಶ ವ್ಯಕ್ತಿ ಆಗಲು ಹೇಗೆ ಸಾಧ್ಯ?'.

ಸತಿ ದುಃಖತಪ್ತಳಾಗಿ ಮರುಮಾತನಾಡದೆ ಕಾಳಿಯೆಡೆಗೆ ನೋಡಿದಳು. ಕಾಳಿಯ ಬೆನ್ನ ಹಿಂದಿದ್ದ ಎರಡು ಕೈಗಳು ಜೋರಾಗಿ ಅಲುಗಾಡುತ್ತಿತ್ತು. ಅದು ಆಕೆಯಲ್ಲಿದ್ದ ಆಕ್ರೋಶವನ್ನು ಎತ್ತಿ ತೋರಿಸುತ್ತಿತ್ತು.

ಒಂದೆರಡು ನಿಮಿಷಗಳ ನಂತರ ಕಾಳಿ ಸತಿಗೆ ಹೇಳಿದಳು 'ನಿನ್ನ ಆದರ್ಶಗಳಿಗಾಗಿ ನನ್ನ ಜನರನ್ನು ಬಲಿಕೊಡುವುದಕ್ಕೆ ನಾನು ಸಿದ್ಧಳಿಲ್ಲ ಸತಿ'.

ಅಷ್ಟು ಹೇಳಿ ಕಾಳಿ ಬಿರುಗಾಳಿಯಂತೆ ಅಲ್ಲಿಂದ ನಡೆದು ಹಡಗನ್ನೇರಿದಳು. ಹಡಗು ನಿಧಾನವಾಗಿ ಲೋಥಲ್ ಬಂದರಿನಿಂದ ನರ್ಮದಾ ನದಿಯತ್ತ ಹೊರಟಿತು.

ಇತ್ತ ದಕ್ಷನ ಸಂಧಾನ ಪ್ರಕ್ರಿಯೆ ವಿಚಾರ ತಿಳಿದ ಮೆಲೂಹದ ಪ್ರಧಾನಮಂತ್ರಿ ಕನಖಲಳ ಆನಂದಕ್ಕೆ ಪಾರವೇ ಇಲ್ಲದಾಯಿತು. ಅಂದು ದಕ್ಷ ಆಕೆಯನ್ನು ತನ್ನ ಕಚೇರಿಗೆ ಬರಮಾಡಿಕೊಂಡಿದ್ದ. ಕನಖಲಳಿಗೆ ಕಣ್ಮುಂದೆ ನಡೆಯುತ್ತಿರುವುದು ಕನಸೋ ನನಸೋ ತಿಳಿಯಿದಾಯಿತು.

'ಬಹುದಿನಗಳ ನಂತರ ನಾನು ಇಂಥದ್ದೊಂದು ಸಿಹಿ ಸುದ್ದಿ ಕೇಳುತ್ತಿದ್ದೇನೆ ಮಹಾಪ್ರಭು' ಕನಖಲ ದಕ್ಷನಿಗೆ ಹೇಳಿದಳು.

'ಆದರೆ ಈ ವಿಚಾರ ಅತ್ಯಂತ ರಹಸ್ಯವಾಗಿರಬೇಕು ಕನಖಲ. ನಮ್ಮ ಸಾಮ್ರಾಜ್ಯದಲ್ಲಿರುವ ಅನೇಕರಿಗೆ ಈ ಶಾಂತಿ ಪ್ರಕ್ರಿಯೆ ಬೇಕಾಗಿಲ್ಲ. ಇಂದಿನ ಪರಿಸ್ಥಿತಿ ತಿಳಿಗೊಳ್ಳಬೇಕಾದರೆ ಯುದ್ಧವೇ ಸರಿಯಾದ ಮಾರ್ಗ ಎಂದು ಅವರೆಲ್ಲರೂ ನಂಬಿದ್ದಾರೆ'.

ದಕ್ಷನ ಪಕ್ಕದಲ್ಲಿ ವಿದ್ಯುನ್ಮಾಲಿ ನಿಂತಿರುವುದನ್ನು ಕನಖಲ ಗಮನಿಸಿದಳು. ಮೊದಲಿನಿಂದಲೂ ಆಕೆಗೆ ವಿದ್ಯುನ್ಮಾಲಿಯನ್ನು ಕಂಡರೆ ಅಷ್ಟಕ್ಕಷ್ಟೇ. ಆತ ಮಹಾ ಯುದ್ಧಪಿಪಾಸಿ ಎಂಬುದು ಆಕೆಯ ಅಭಿಪ್ರಾಯ. ಆದರೆ ಈ ಬಾರಿ ಆತ ದಕ್ಷನ ಶಾಂತಿ ಪ್ರಕ್ರಿಯೆಯಲ್ಲಿ ಭಾಗಿಯಾಗಿರುವುದು ಆಕೆಗೆ ಅಚ್ಚರಿ ಮೂಡಿಸಿತು. ವಾಸ್ತವದಲ್ಲಿ ದಕ್ಷ ಮಹಾರಾಜ ಬೃಗುವನ್ನು ಯುದ್ಧಪಿಪಾಸಿ ಎನ್ನುತ್ತಿರಬಹುದು ಎಂದು ಕನಖಲ ಭಾವಿಸಿದಳು. ಕಾರಣ ಬೃಗುವಿಗೆ ನೀಲಕಂಠನೊಂದಿಗೆ ರಾಜಿ ಮಾಡಿಕೊಳ್ಳುವುದು ಇಷ್ಟವಿರಲಿಲ್ಲ.

'ದೇವಗಿರಿಯ ಯುದ್ಧದಲ್ಲಾದ ಸಾವು–ನೋವು ಮತ್ತು ಕಷ್ಟ–ನಷ್ಟವನ್ನು ಕಣ್ಣಾರೆ ಕಂಡಿದ್ದೇವೆ. ಈಗ ಮುಂದೆ ನಡೆಯುವ ರಕ್ತಪಾತವನ್ನು ತಡೆಯುವಲ್ಲಿ ಮಗಳು ಸತಿ ಮಹತ್ತರ ಪಾತ್ರ ನಿರ್ವಹಿಸುತ್ತಿದ್ದಾಳೆ. ಆಕೆಯ ಬುದ್ಧಿವಂತಿಕೆಯಿಂದ ಮೆಲೂಹ ಮತ್ತು ನೀಲಕಂಠನ ನಡುವೆ ಸಂಧಾನ ಪ್ರಕ್ರಿಯೆ ಪ್ರಾರಂಭವಾಗಿದೆ. ಬಹುಶಃ ಆಕೆ ನನ್ನ ಮಗಳು ಎಂಬ ಸ್ವಾರ್ಥವೂ ಇದರಲ್ಲಿ ಅಡಗಿರಬಹುದು. ಯಾವ ಕಾರಣಕ್ಕೂ ಆಕೆಗೆ ತೊಂದರೆಯಾಗಬಾರದು ಎಂದು ಈ ಸಂಧಾನ ಪ್ರಕ್ರಿಯೆಗೆ ಒಪ್ಪಿದೆ' ದಕ್ಷ ಹೇಳಿದ.

ದಕ್ಷ ಹೀಗೆ ಮಾತನಾಡುತ್ತಿದ್ದರೆ ಕನಖಲ ಯಾವುದೋ ಗಾಢ ಆಲೋಚನೆಯಲ್ಲಿ ಮುಳುಗಿದ್ದಳು.

ಅದನ್ನು ಗಮನಿಸಿದ ದಕ್ಷ 'ಏನು ಯೋಚಿಸುತ್ತಿರುವೆ ಕನಖಲ?' ಎಂದ.

'ಏನೂ ಇಲ್ಲ ಮಹಾಪ್ರಭು. ಸಂಧಾನಕ್ಕೆ ನೀವು ಒಪ್ಪಿಗೆ ನೀಡಿದಿರಲ್ಲ ಅದು ನನಗೆ ಸಂತೋಷ ತಂದಿದೆ'.

'ಈಗ ನೀನು ಮುಂದಿನ ಕೆಲಸಕ್ಕೆ ಸಿದ್ಧಳಾಗು. ನಮಗಿರುವ ಸಮಯ ಅತ್ಯಲ್ಪ. ಅಷ್ಟರಲ್ಲಿ ಶಾಂತಿ ಸಭೆಯನ್ನು ಆಯೋಜಿಸಬೇಕು. ನಿನಗೆ ಗೌರವ ಸಲ್ಲಿಸುವ ಸಲುವಾಗಿ ಈ ಶಾಂತಿ ಸಂಧಾನಕ್ಕೆ 'ಕನಖಲ ಯಜ್ಞ' ಎಂದೇ ಹೆಸರಿಟ್ಟಿದ್ದೇನೆ'.

ದಕ್ಷನ ಮಾತಿನಿಂದ ಮುಜುಗರಗೊಂಡ ಕನಖಲ 'ಧನ್ಯವಾದಗಳು ಮಹಾಸ್ವಾಮಿ, ಇಲ್ಲಿ ಹೆಸರು ಮುಖ್ಯವಲ್ಲ. ಸಂಧಾನ ಪ್ರಕ್ರಿಯೆ ಯಶಸ್ವಿಯಾಗಿ ನಡೆಯಬೇಕು ಅಷ್ಟೆ' ಎಂದಳು.

'ಹೌದು, ಶಾಂತಿಯೇ ಇಲ್ಲಿ ಮುಖ್ಯ. ಆದ್ದರಿಂದಲೇ ನೀನು ನನ್ನ ಆದೇಶವನ್ನು ಸರಿಯಾಗಿ ಪಾಲಿಸಬೇಕು. ಸಂಧಾನ ಪ್ರಕ್ರಿಯೆಯ ಸುದ್ದಿ ಯಾವುದೇ ಕಾರಣಕ್ಕೂ ಕರಾಚಪವನ್ನು ತಲುಪಬಾರದು'.

ಕರಾಚಪದಲ್ಲಿರುವ ಪರ್ವತೇಶ್ವರ, ಬೃಗು ಮತ್ತು ದಿಲೀಪನಿಗೆ ತನ್ನ ಯೋಜನೆ ತಿಳಿದರೆ ಅದು ತನಗೇ ತಿರುಗು ಬಾಣವಾಗುತ್ತದೆ ಎನ್ನುವುದು ದಕ್ಷನಿಗೆ ಚೆನ್ನಾಗಿ ತಿಳಿದಿತ್ತು. ಹಾಗಾಗಿ ಆತ ಕನಖಲಳಿಗೆ ಈ ರೀತಿಯ ಆದೇಶ ನೀಡಿದ್ದ.

'ಹಾಗೇ ಆಗಲಿ ಮಹಾಪ್ರಭು' ಕನಖಲ ಅಷ್ಟು ಹೇಳಿ ಸರಸರನೆ ಅಲ್ಲಿಂದ ಹೊರನಡೆದಳು.

ಆಕೆ ಹೊರಹೋಗುತ್ತಿದ್ದಂತೆ ಬಾಗಿಲು ಮುಚ್ಚಿಕೊಂಡಿತು.

ಕೂಡಲೆ ದಕ್ಷ ವಿದ್ಯುನ್ಮಾಲಿಗೆ ಹೇಳಿದ 'ಸ್ವ್ಯಾತ್ ಮತ್ತು ಆತನ ತಂಡ ತಮ್ಮ ಕಾರ್ಯದಲ್ಲಿ ವಿಫಲರಾಗುವುದಿಲ್ಲ ಅಲ್ಲವೇ ವಿದ್ಯುನ್ಮಾಲಿ?'.

'ಖಂಡಿತಾ ಇಲ್ಲ ಮಹಾಸ್ವಾಮಿ. ನನ್ನನ್ನು ನಂಬಿ. ಟಿಬೆಟ್ಟಿನಿಂದ ಬಂದಿರುವ ಆ ಪರದೇಶಿಯ ಕಥೆ ಮುಗಿಯುವುದು ಖಚಿತ. ಆತನ ಹತ್ಯೆಗೆ ಎಲ್ಲರೂ ನಾಗಾಗಳನ್ನು ದೂಷಿಸುತ್ತಾರೆ. ಮೊದಲೇ ನಾಗಾಗಳು ಕ್ರೂರಿಗಳು ಮತ್ತು ರಕ್ತಪಿಪಾಸುಗಳು ಎಂದು ಕುಖ್ಯಾತರಾಗಿದ್ದಾರೆ. ಈ ಹತ್ಯೆಯ ಅಪವಾದ ಅವರ ಮೇಲೆ ಬಂದರೆ ಜನ ಅದನ್ನು ಸುಲಭವಾಗಿ ನಂಬುತ್ತಾರೆ. ಅಲ್ಲಿಗೆ ನಮ್ಮ ಕೆಲಸ ಮುಗಿದಂತೆ'.

'ಹೌದು! ಆಗ ನನ್ನ ಮಗಳು ಮನೆಗೆ ಹಿಂತಿರುಗುತ್ತಾಳೆ. ಅವಳಿಗೆ ಬೇರೆ ಆಯ್ಕೆಯೂ ಇರುವುದಿಲ್ಲ. ನಮ್ಮ ಸಂಸಾರ ಒಂದುಗೂಡುತ್ತದೆ'.

ಇದೇ ಭ್ರಮೆಯಲ್ಲಿ ದಕ್ಷ ಮತ್ತು ವಿದ್ಯುನ್ಮಾಲಿ ಮೈಮರೆತರು.

ಇತ್ತ ಶಿವ, ಗೋಪಾಲರು ಮತ್ತು ತಾರಾಳನ್ನು ಹೊತ್ತ ವ್ಯಾಪಾರಿ ಹಡಗು ಪರಿಹದಿಂದ ಹೊರಟು ವೇಗವಾಗಿ ಲೋಥಲ್‌ನತ್ತ ಸಾಗುತ್ತಿತ್ತು. ಕೆಲವೇ ಸಮಯದ ಹಿಂದೆ ಪರಿಹನ್ನರು ಶಿವನ ತಂಡವನ್ನು ಆತ್ಮೀಯವಾಗಿ ಬೀಳ್ಕೊಟ್ಟಿದ್ದರು.

'ಚೆಹರಾಡೆ! ನಾವು ಇನ್ನೂ ಎಷ್ಟು ದೂರ ಸಾಗಬೇಕು?' ಗೋಪಾಲರು ಕೇಳಿದರು.

'ತಾರಾ ಎನ್ನಿ ಗುರುಗಳೇ' ಆಕೆ ವಾಸುದೇವರಲ್ಲಿ ವಿನಂತಿಸಿದಳು.

'ಕ್ಷಮಿಸು ತಾರಾ'.

'ಈಗ ನನ್ನ ಹೆಸರು ತಾರಾ. ಚೆಹರಾಡೆ ಹೆಸರನ್ನು ನಾನು ಪರಿಹದಲ್ಲೇ ಬಿಟ್ಟುಬಂದಿದ್ದೇನೆ ಗುರುಗಳೇ. ಅಂದ ಹಾಗೆ ನಾವು ಸವೆಸಬೇಕಾಗಿರುವ ದಾರಿ ಇನ್ನೂ ಬಹಳಷ್ಟಿದೆ. ಅಲ್ಲಿಯವರೆಗೆ ನನ್ನ ಕಥೆಯನ್ನು ಹೇಳುತ್ತೇನೆ ಕೇಳಿ. ಈಗ್ಗೆ ಕೆಲವು ವರ್ಷಗಳ ಹಿಂದೆ ಬೃಗು ಮಹರ್ಷಿಗಳು ನನ್ನನ್ನು ಪರಿಹಕ್ಕೆ ಕಳುಹಿಸಿದರು. ಇಲ್ಲಿ ದೈವೀಅಸ್ತ್ರ ತಯಾರಿಸುವ ಬಗ್ಗೆ ಅಧ್ಯಯನ ಮಾಡುವಂತೆ ನನಗೆ ಹೇಳಿದ್ದರು. ಗುರುಗಳು

ಹಿಂತಿರುಗಿ ಬರುವಂತೆ ಹೇಳುವವರೆಗೂ ನಾನು ಪರಿಹದಲ್ಲೇ ಇರುವುದಾಗಿ ಅವರಿಗೆ ವಾಗ್ದಾನ ಮಾಡಿದ್ದೆ. ಅಷ್ಟರಲ್ಲಿ ನಾನು ಬಹುವಾಗಿ ಪ್ರೀತಿಸುತ್ತಿದ್ದ ಬೃಹಸ್ಪತಿಯ ಸಾವಿನ ಸುದ್ದಿ ಬಂತು. ಅನಂತರ ನಾನು ಮೆಲೂಹಕ್ಕೆ ಹೋಗಿ ಮಾಡುವುದು ಏನೂ ಇರಲಿಲ್ಲ. ಹಾಗಾಗಿ ಇಲ್ಲಿಯೇ ಉಳಿದುಬಿಟ್ಟೆ'.

'ಚಿಂತಿಸಬೇಡ ತಾರಾ. ಬೃಹಸ್ಪತಿ ನಿನ್ನಿಂದ ಹೆಚ್ಚು ದೂರದಲ್ಲಿಲ್ಲ. ಜಮ ಸಮುದ್ರವನ್ನು ದಾಟಿ ಕೆಲವು ವಾರಗಳ ಪ್ರಯಾಣದ ನಂತರ ಲೋಥಲ್ ನಗರ. ಬೃಹಸ್ಪತಿ ಅಲ್ಲಿಯೇ ಇದ್ದಾನೆ' ವಾಸುದೇವರು ಹೇಳಿದರು.

ತಾರಾ ಆನಂದದಿಂದ ನಸುನಕ್ಕಳು. ಶಿವ ದಾರಿಯುದ್ದಕ್ಕೂ ನೊಂದು ಬಸವಳಿದಿದ್ದ ತಾರಾಳ ಮನಸ್ಸನ್ನು ಮುದಗೊಳಿಸಲು ಆಗಾಗ ತಮಾಷೆಯ ಮಾತುಗಳನ್ನಾಡುತ್ತಿದ್ದ. ಆಕೆಯೂ ದುಃಖವನ್ನು ಮರೆತು ಬೃಹಸ್ಪತಿಯನ್ನು ಸೇರಲು ಕಾತುರಳಾಗಿದ್ದಳು. ಜಮ ಮತ್ತು ನರಕಾದಿಪತಿ ಯಮನ ಹೆಸರುಗಳು ಒಂದಕ್ಕೊಂದು ಹೋಲಿಕೆಯಾಗುತ್ತಿದ್ದ ಕಾರಣ ಎಲ್ಲರೂ ಈ ಬಗ್ಗೆ ಸಾಕಷ್ಟು ಚರ್ಚೆ ಮಾಡಿದರು. ಒಂದಾನೊಂದು ಕಾಲದಲ್ಲಿ ಆ ಪ್ರದೇಶದಲ್ಲಿ ಒಬ್ಬ ಕುರಿ ಕಾಯುವವನಿದ್ದ. ಅಹುರ ದೇವ ಆತನಿಗೆ ಪ್ರತ್ಯಕ್ಷನಾಗಿ ಶಕ್ತಿ ನೀಡಿ ಆಶೀರ್ವಾದ ಮಾಡಿದ. ಮುಂದೆ ಆತನೇ ಮಹಾರಾಜನಾದ. ತನ್ನ ರಾಜ್ಯವನ್ನು ಸುಭಿಕ್ಷವಾಗಿರಿಸಿಕೊಂಡ. ಎಲ್ಲೆಲ್ಲೂ ಶಾಂತಿ ನೆಮ್ಮದಿ ನೆಲೆಸಿತ್ತು. ಹೀಗಿರುವಾಗ ಇಡೀ ಜಗತ್ತಿನಲ್ಲಿ ಮಹಾ ದುರಂತವೊಂದು ಸಂಭವಿಸಿ ಜಗತ್ತು ನಾಶವಾಗಲಿದೆ ಎಂಬ ಮುನ್ಸೂಚನೆ ದೊರೆಯಿತು. ಕೂಡಲೆ ಆ ರಾಜ ಭೂಮಿಯ ತಳದಲ್ಲಿ ಒಂದು ಭವ್ಯವಾದ ನಗರವನ್ನು ಕಟ್ಟಿ ತನ್ನ ಜನಗಳನ್ನು ಅಲ್ಲಿಗೆ ಸ್ಥಳಾಂತರಿಸಿದ. ಅಲ್ಲಿಂದ ಮುಂದೆ ಜನ ಅದನ್ನು 'ಜಮ್‌ಶೆಡ್' ಎಂದು ಕರೆದರು. ತಾರಾ ಈ ಕಥೆಯನ್ನು ಶಿವ ಮತ್ತು ಗೋಪಾಲರಿಗೆ ಹೇಳಿದಳು.

ಕೂಡಲೆ ಶಿವ ಕೇಳಿದ 'ಜಮ ಎಂದರೆ ತಿಳಿಯಿತು. ಆದರೆ ಶೆಡ್ ಎಂದರೇನು?'

'ಶೆಡ್ ಎಂದರೆ ಪ್ರಭಾವ ಎಂದರ್ಥ. ಒಟ್ಟಾರೆ ಧರ್ಮದ ಪ್ರಭಾವದಿಂದ ಸೃಷ್ಟಿಯಾದ ನಗರ ಇದು'.

ಮೂವರೂ ಹೀಗೆ ಮಾತನಾಡುತ್ತಾ ಪಯಣ ಮುಂದುವರಿಸಿದರು.

ಅಧ್ಯಾಯ – 41

ಸಂಧಾನಕ್ಕೆ ಆಹ್ವಾನ

ಸತಿ, ಭಗೀರಥ, ಚಂದ್ರಕೇತು, ಮಾತಳಿ ಮತ್ತು ಬೃಹಸ್ಪತಿ ಲೋಥಲ್‌ನ ರಾಜ್ಯಪಾಲ ಚೆನಾರಧ್ವಜನ ಖಾಸಗಿ ಕಚೇರಿಯಲ್ಲಿ ಸಭೆ ಸೇರಿದ್ದರು. ಆಗಷ್ಟೇ ದೇವಗಿರಿಯಿಂದ ದೂತನೊಬ್ಬ ಲೋಥಲ್‌ಗೆ ಬಂದಿದ್ದ. ಆತನನ್ನು ಕಳುಹಿಸಿದ್ದವಳು ಮೆಲೂಹದ ಪ್ರಧಾನಮಂತ್ರಿ ಕನಖಲ. ದೂತನ ಬಳಿಯಿದ್ದ ಸಂದೇಶವನ್ನು ನೋಡುತ್ತಿದ್ದಂತೆ ಎಲ್ಲರೂ ಆಶ್ಚರ್ಯಗೊಂಡರು. ಅದು ಶಾಂತಿ ಮಾತುಕತೆಗೆ ಬಂದಿದ್ದ ಆಹ್ವಾನ.

'ಏನು! ಮೆಲೂಹದಿಂದ ಶಾಂತಿ ಸಂಧಾನದ ಪ್ರಸ್ತಾವನೆ ಬಂದಿದೆಯೇ? ಹಾಗಾದರೆ ಅವರೇನೋ ನಮ್ಮ ವಿರುದ್ಧ ಪಿತೂರಿ ನಡೆಸುತ್ತಿದ್ದಾರೆ' ಭಗೀರಥ ಹೇಳಿದ.

'ಭಗೀರಥ, ಇದು ಮೆಲೂಹ. ಇಲ್ಲಿ ಯಾರೂ ಕಾನೂನನ್ನು ಧಿಕ್ಕರಿಸುವುದಿಲ್ಲ. ಶಾಂತಿ ಮಾತುಕತೆಯ ನಿಯಮಗಳು ಅತ್ಯಂತ ಸ್ಪಷ್ಟವಾಗಿವೆ. ಅದನ್ನು ರೂಪಿಸಿರುವವನು ಸಾಕ್ಷಾತ್ ಶ್ರೀರಾಮ. ಹಾಗಾಗಿ ಇಲ್ಲಿ ಮೋಸ, ಪಿತೂರಿ ನಡೆಯುವ ಪ್ರಶ್ನೆಯೇ ಇಲ್ಲ' ಚೆನಾರಧ್ವಜ ಹೇಳಿದ.

'ಹಾಗಾದರೆ ಪಂಚವಟಿಯಲ್ಲಿ ಏನಾಯಿತು ಚೆನಾರಧ್ವಜರೇ? ಮೆಲೂಹನ್ನರು ಪಂಚವಟಿಯ ರಹಸ್ಯ ದಾರಿಯನ್ನು ಕಂಡುಹಿಡಿದು ನಮ್ಮನ್ನು ನಾಶ ಮಾಡಲು ಅವರ ಹಡಗುಗಳನ್ನು ಕಳುಹಿಸಿರಲಿಲ್ಲವೇ? ಕುತಂತ್ರದಿಂದ ನಮ್ಮ ಮೇಲೆ ಹಠಾತ್ ದಾಳಿ ಮಾಡಿರಲಿಲ್ಲವೇ?' ವೈಶಾಲಿಯ ರಾಜ ಮಾತಳಿ ಹೇಳಿದ.

'ಅದು ಹೇಗೆ ಕುತಂತ್ರವಾಗುತ್ತದೆ ಮಾತಳಿ? ಅವರು ನಮ್ಮೊಂದಿಗೆ ಯುದ್ಧಕ್ಕಿಳಿದಿದ್ದರು. ನಮ್ಮ ಬಲಹೀನತೆಯನ್ನು ಅರಿತು ಆಕ್ರಮಣ ಮಾಡಿದರು. ಅದು ಯುದ್ಧದ ಒಂದು ಭಾಗವಷ್ಟೇ' ಚಂದ್ರಕೇತು ಹೇಳಿದ.

'ಮೆಲೂಹನ್ನರು ಎಲ್ಲಾದರೂ ಆಕ್ರಮಣ ಮಾಡಲಿ, ಹೇಗಾದರೂ ಆಕ್ರಮಣ ಮಾಡಲಿ. ಅದು ಅವರ ಆಯ್ಕೆ. ಆದರೆ ಒಂದೆಡೆ ಪಂಚವಟಿಯ ಮೇಲೆ ಆಕ್ರಮಣ ಮಾಡಲು ಹೊರಟು ಮತ್ತೊಂದೆಡೆ ಸಂಧಾನಕ್ಕೆ ಮುಂದಾಗಿದ್ದಾರಲ್ಲ, ಅದೇ ನನಗೆ ಸೋಜಿಗವನ್ನುಂಟುಮಾಡಿದೆ. ಇದರಲ್ಲೇನೋ ಮೋಸ ಅಡಗಿರಬಹುದು ಎನ್ನುವುದು ನನ್ನ ಅನುಮಾನ' ಬ್ರಂಗಾರಾಜ ಚಂದ್ರಕೇತು ಹೇಳಿದ.

'ಹೌದು! ನಮ್ಮನ್ನು ಲೋಥಲ್‌ನ ಅಭೇದ್ಯ ಕೋಟೆಯಿಂದ ಹೊರಬರುವಂತೆ ಮಾಡಿ ನಂತರ ಅವರು ಆಕ್ರಮಣ ಮಾಡುವ ಸಾಧ್ಯತೆ ಇದೆ' ಭಗೀರಥ ಹೇಳಿದ.

'ಆದರೆ ನಮಗೆ ಬಂದಿರುವ ಮಾಹಿತಿಯ ಪ್ರಕಾರ ಮೆಲೂಹ ಸೈನ್ಯ ಕರಾಚಪವನ್ನು ಬಿಟ್ಟು ಹೊರಟಿಲ್ಲ. ಅವರಿಗೆ ಲೋಥಲ್ ಮೇಲೆ ದಾಳಿ ಮಾಡುವ ಉದ್ದೇಶವಿದ್ದರೆ ಸೈನ್ಯವನ್ನೇಕೆ ಜಮಾವಣೆ ಮಾಡುತ್ತಿರಲಿಲ್ಲ?' ಬೃಹಸ್ಪತಿ ಕೇಳಿದ.

'ಎಲ್ಲವೂ ಅಯೋಮಯವಾಗಿದೆ' ಚಂದ್ರಕೇತು ಗಲಿಬಿಲಿಗೊಂಡು ಹೇಳಿದ.

'ಬಹುಶಃ ಮೆಲೂಹದಲ್ಲಿ ಕೆಲವರು ಯುದ್ಧದ ಪರವಾಗಿ, ಮತ್ತೆ ಕೆಲವರು ಶಾಂತಿಯ ಪರವಾಗಿರಬಹುದು. ಹಾಗಾಗಿ ಸೈನ್ಯವೂ ಗೊಂದಲದಲ್ಲಿರಬಹುದು' ಬೃಹಸ್ಪತಿ ಹೇಳಿದ.

ಸತಿ ಸ್ವಲ್ಪ ಹೊತ್ತು ಯೋಚಿಸಿ ಹೇಳಿದಳು 'ಏಕಾಏಕಿ ನಾವು ಅವರ ಶಾಂತಿ ಪ್ರಸ್ತಾಪವನ್ನು ಒಪ್ಪಿಕೊಳ್ಳುವುದು ಅಸಾಧ್ಯ. ಆದರೆ ಪ್ರಸ್ತಾಪವನ್ನು ತಳ್ಳಿಹಾಕುವುದೂ ಬೇಡ. ಶಾಂತಿ ಮಾತುಕತೆಯಿಂದ ರಕ್ತಪಾತವಾಗದೇ ಸೋಮರಸದ ಬಳಕೆ ನಿಷೇಧವಾಗುವುದಾದರೆ ಈ ಅವಕಾಶವನ್ನು ಬಳಸಿಕೊಳ್ಳಬಹುದು'.

'ಆದರೆ ಈ ವಿಚಾರವನ್ನು ನೀಲಕಂಠ ಮಹಾಸ್ವಾಮಿಯವರಿಗೆ ತಿಳಿಸುವುದಾದರೂ ಹೇಗೆ? ಅವರು ಹಿಂತಿರುಗಿ ಬರುವವರೆಗೂ ಕಾಯೋಣವೇ?' ಭಗೀರಥ ಕೇಳಿದ.

ಸತಿ ತಲೆಯಾಡಿಸುತ್ತಾ ಹೇಳಿದಳು 'ಶಿವ ಹಿಂತಿರುಗಿ ಬರುವುದಕ್ಕೆ ತಿಂಗಳುಗಳಾಗುತ್ತದೆ. ಅಲ್ಲದೆ ಶಿವ ವಾಯುಪುತ್ರರನ್ನು ಒಪ್ಪಿಸುವುದರಲ್ಲಿ ಸಫಲನಾಗಿದ್ದಾನೋ ಇಲ್ಲವೋ ನಮಗೆ ತಿಳಿಯದು. ಆತ ಅಲ್ಲಿ ಯಶಸ್ವಿಯಾಗದ್ದರೆ ಏನು ಮಾಡುವುದು? ಆಗ ನಮಗೆ ಮೆಲೂಹನ್ನರನ್ನು ಎದುರಿಸಲೂ ಆಗದೆ ಸಂಧಾನ ನಡೆಸಲೂ ಆಗದ ಪರಿಸ್ಥಿತಿ ಎದುರಾಗುತ್ತದೆ. ಈಗ ಎಲ್ಲವೂ ಸ್ಥಬ್ದವಾಗಿದೆ. ಇಬ್ಬರೂ ಸಮಬಲ ಹೊಂದಿದ್ದೇವೆ. ಇದು ಮೆಲೂಹನ್ನರಿಗೂ ಗೊತ್ತು. ಇಂತಹ ಪರಿಸ್ಥಿತಿಯಲ್ಲಿ ಸಂಧಾನ ಯಶಸ್ವಿಯಾದರೆ ನಮ್ಮ ಕಾರ್ಯ ಸುಲಭವಾಗಿ ಈಡೇರುತ್ತದೆ' ಸತಿ ಸಂಧಾನದ ಪ್ರಾಮುಖ್ಯತೆಯನ್ನು ವಿವರಿಸಿದಳು.

'ಸಂಧಾನದಿಂದ ನಮ್ಮ ಕಾರ್ಯ ಈಡೇರಬಹುದು ಅಥವಾ ನೇರವಾಗಿ ನಾವು ಅವರ ಕುತಂತ್ರಕ್ಕೆ ಬಲಿಯಾಗಿ ನಮ್ಮ ಇಡೀ ಸೈನ್ಯ ನಿರ್ನಾಮವಾಗಲೂಬಹುದು' ಚಂದ್ರಕೇತು ಎಚ್ಚರಿಸಿದ.

ಸತಿಗೆ ಈ ವಿಚಾರದಲ್ಲಿ ನಿರ್ಧಾರ ತೆಗೆದುಕೊಳ್ಳುವುದು ಅಷ್ಟು ಸುಲಭವಾಗಿರಲಿಲ್ಲ. ಜತೆಗೆ ಆತುರದಲ್ಲಿ ನಿರ್ಧಾರ ಕೈಗೊಳ್ಳುವುದು ಆಕೆಗೆ ಇಷ್ಟವಿರಲಿಲ್ಲ.

ಹೀಗಾಗಿ ಆಕೆ 'ನನಗೆ ಈ ಬಗ್ಗೆ ಯೋಚಿಸಲು ಸ್ವಲ್ಪ ಕಾಲಾವಕಾಶ ಬೇಕು' ಎಂದು ಹೇಳಿ ಚರ್ಚೆಯನ್ನು ಕೊನೆಗೊಳಿಸಿದಳು.

— ⅄◎ሀ↑⊛ —

ಅಂದು ಕನಖಲಳ ಶಾಂತಿ ಪ್ರಸ್ತಾವನೆಯನ್ನು ಹೊತ್ತು ದೇವಗಿರಿಯಿಂದ ಲೋಥಲ್‌ಗೆ ಬಂದಿದ್ದ ಶಾಂತಿದೂತ ನಗರವನ್ನು ಪ್ರವೇಶಿಸುತ್ತಿದ್ದಂತೆ ಆತನ ಕಣ್ಣಿಗೆ ಕಪ್ಪುಬಟ್ಟೆ ಕಟ್ಟಿ ನಗರದ ರಾಜ್ಯಪಾಲರ ಕಚೇರಿಗೆ ಕರೆತರಲಾಗಿತ್ತು. ಶಾಂತಿದೂತನ ಸಹಚರರನ್ನು ನಗರದ ಹೊರಗೆ ನಿಲ್ಲಿಸಲಾಗಿತ್ತು. ಯಾವ ಕಾರಣಕ್ಕೂ ನಗರದಲ್ಲಿನ ರಕ್ಷಣಾ ವ್ಯವಸ್ಥೆ ದೂತನಿಗೆ ತಿಳಿಯಬಾರದು ಎಂಬ ಕಾರಣಕ್ಕೆ ಆತನ ಕಣ್ಣಿಗೆ ಬಟ್ಟೆ ಕಟ್ಟಲಾಗಿತ್ತು. ದೂತನೊಂದಿಗೆ ಮಾತುಕತೆ ನಡೆಯುವ ಕೋಣೆಗೆ ಬಿಗಿ ಪಹರೆ ಹಾಕಲಾಗಿತ್ತು. ಸತಿ ನಿಧಾನವಾಗಿ ಕೋಣೆಯನ್ನು ಪ್ರವೇಶಿಸಿದಳು.

'ರಾಜಕುಮಾರಿ...........' ದೂತ ಎದ್ದುನಿಂತು ಸತಿಗೆ ಗೌರವ ಸಲ್ಲಿಸಿದ.

ಸತಿ ಆತನ ಕಣ್ಣಿಗೆ ಇಂದಿಗೂ ಮೆಲೂಹದ ರಾಜಕುಮಾರಿಯಂತೆಯೇ ಕಂಡಿದ್ದಳು.

'ದಳಪತಿ ಮಾಯಾಶ್ರೇಣಿಕ.............!' ಸತಿ ಸಹ ಆತನಿಗೆ ಪ್ರತಿಗೌರವ ಸಮರ್ಪಿಸಿದಳು.

ಸತಿಗೆ ಅರಿಷ್ಟನೇಮಿ ದಳಪತಿ ಮಾಯಾಶ್ರೇಣಿಕನನ್ನು ಕಂಡರೆ ಮೊದಲಿನಿಂದಲೂ ಗೌರವ.

ಮಾಯಾಶ್ರೇಣಿಕ ಬಾಗಿಲಿನತ್ತ ನೋಡಿ 'ನೀಲಕಂಠ ಮಾತುಕತೆಗೆ ಬಂದಿಲ್ಲವೇ?' ಎಂದ.

ಶಿವ ಲೋಥಲ್‌ನಿಂದ ನರ್ಮದಾ ನದಿಯ ಮೂಲಕ ಪಂಚವಟಿಗೆ ಹೋಗಿರಬಹುದು ಎಂಬ ವಿಚಾರವನ್ನು ಬೃಗು ದೇವಗಿರಿಯಲ್ಲಿದ್ದ ದಕ್ಷನಿಗೆ ತಿಳಿಸಿರಲಿಲ್ಲ. ಹಾಗೆ ತಿಳಿಸಿದರೆ ದಕ್ಷ ಪರ್ವತೇಶ್ವರನ ರಣತಂತ್ರಗಳಿಗೆ ಅಡ್ಡಬರಬಹುದು ಎಂಬುದು ಬೃಗುವಿನ ಆಲೋಚನೆಯಾಗಿತ್ತು. ಹಾಗಾಗಿ ಮಾಯಾಶ್ರೇಣಿಕನಿಗೆ ಶಿವ ಲೋಥಲ್‌ನಿಂದ ಹೊರಗಿದ್ದಾನೆ ಎನ್ನುವ ವಿಚಾರ ತಿಳಿದಿರಲಿಲ್ಲ. ಇತ್ತ ಸತಿಗೂ ಮಾಯಾಶ್ರೇಣಿಕನಿಗೆ ಸುಳ್ಳು ಹೇಳಲು ಮನಸ್ಸಾಗಲಿಲ್ಲ. ಆದರೆ ಶಿವನ ಇರುವಿಕೆಯ ಬಗ್ಗೆ ತಿಳಿಸಲೂ ಇಷ್ಟವಾಗಲಿಲ್ಲ. ಕಾರಣ ಅದು ಅಪಾಯಕಾರಿ ಎಂದು ಆಕೆಗೆ ತಿಳಿದಿತ್ತು.

ಸತಿ ಹೇಳಿದಳು 'ಇಲ್ಲ........ಶಿವ ಈ ಸಭೆಗೆ ಬರುವುದಿಲ್ಲ'.

'ಆದರೆ..........'.

'ನೀನು ನನ್ನೊಂದಿಗೆ ಮಾತನಾಡಿದರೆ ಅದು ಶಿವನೊಂದಿಗೆ ಮಾತನಾಡಿದಂತೆ'.

'ಅಂದರೆ ನೀಲಕಂಠನಿಗೆ ನನ್ನೊಂದಿಗೆ ಮಾತನಾಡುವುದು ಇಷ್ಟವಿಲ್ಲವೇ? ಮಹಾಸ್ವಾಮಿಗಳಿಗೆ ಶಾಂತಿ ಬೇಕಾಗಿಲ್ಲವೇ? ಮೆಲೂಹವನ್ನು ನಾಶಮಾಡುವುದೇ ಅವರ ಮುಂದಿರುವ ಏಕೈಕ ಆಯ್ಕೆಯೇ?' ಮಾಯಾಶ್ರೇಣಿಕ ಕೇಳಿದ.

'ಶಿವ ಮೆಲೂಹಕ್ಕೆ ಎಂದೂ ಕೇಡು ಬಯಸಿಲ್ಲ. ಬಯಸುವುದೂ ಇಲ್ಲ. ಮೆಲೂಹವನ್ನು ನಾಶಮಾಡುವುದು ಅವರ ಉದ್ದೇಶವಲ್ಲ. ಸೋಮರಸವನ್ನು ನಾಶಮಾಡುವುದಷ್ಟೆ ಅವರ ಉದ್ದೇಶ'.

'ಹಾಗಾದರೆ ಅವರು ಈ ಸಭೆಗೆ ಬರಬೇಕಾಗಿತ್ತು ಅಲ್ಲವೇ'.

'ಸಮಸ್ಯೆ ಇರುವುದೇ ಅಲ್ಲಿ. ಅಷ್ಟಕ್ಕೂ ಕನಖಲ ಕಳುಹಿಸಿರುವ ಶಾಂತಿ ಪ್ರಸ್ತಾವನೆಯನ್ನು ನಿಜವೆಂದು ನಾವು ನಂಬುವುದಾದರೂ ಹೇಗೆ?'.

'ರಾಜಕುಮಾರಿ! ಶಾಂತಿ ಸಂಧಾನದ ವಿಚಾರದಲ್ಲಿ ಮೆಲೂಹ ಎಂದಿಗೂ ಸುಳ್ಳು ಹೇಳುವುದಿಲ್ಲ. ಹಾಗೆ ಸುಳ್ಳು ಹೇಳಿದರೆ ಶ್ರೀರಾಮ ನಮ್ಮನ್ನು ಕ್ಷಮಿಸುವನೇ? ನಾವು ಆತನ ನೀತಿ-ನಿಯಮವನ್ನು ಧಿಕ್ಕರಿಸಲು ಸಾಧ್ಯವೇ?'.

'ಮೆಲೂಹ ಸದಾಕಾಲ ನೀತಿ-ನಿಯಮವನ್ನು ಪಾಲಿಸುತ್ತದೆ. ಆದರೆ ತಂದೆಯವರು ಅದನ್ನು ಪಾಲಿಸುವುದಿಲ್ಲ'.

'ರಾಜಕುಮಾರಿ........ಮಹಾರಾಜರ ಪ್ರಯತ್ನ ಪ್ರಾಮಾಣಿಕವಾಗಿದೆ'.

'ಅದನ್ನು ನಾನು ನಂಬುವುದು ಹೇಗೆ ದಳಪತಿ?'.

'ಬೃಗು ಮಹರ್ಷಿ ಕರಾಚಪದಲ್ಲಿ ಬೀಡುಬಿಟ್ಟಿರುವ ವಿಚಾರ ನಿಮ್ಮ ಗೂಢಚಾರರು ಈಗಾಗಲೇ ನಿಮಗೆ ತಿಳಿಸಿರಬಹುದು ಅಲ್ಲವೇ?'.

'ಅದಕ್ಕೆ............?'.

'ಸಂಧಾನ ಪ್ರಕ್ರಿಯೆಗೆ ಯಾರಾದರೂ ವಿರೋಧ ವ್ಯಕ್ತಪಡಿಸುತ್ತಾರೆಂದರೆ ಅದು ಬೃಗು ಮಹರ್ಷಿ ಮಾತ್ರ. ಈಗ ಅವರು ಕರಾಚಪದಲ್ಲಿದ್ದಾರೆ. ಈ ಸಮಯವನ್ನು ಬಳಸಿಕೊಂಡು ಶಾಂತಿ ಮಾತುಕತೆ ಮುಗಿಸುವ ಯೋಜನೆ ಮಹಾರಾಜರದು. ನಿಮಗೆ ತಿಳಿದಿರುವಂತೆ ಶಾಂತಿ ಒಪ್ಪಂದಕ್ಕೆ ಒಮ್ಮೆ ಮಹಾರಾಜರ ಮುದ್ರೆ ಬಿದ್ದರೆ ಅದನ್ನು ಅಲ್ಲಗಳೆಯುವುದು ಬೃಗು ಮಹರ್ಷಿಗಳಿಗೂ ಅಸಾಧ್ಯ. ಕಾರಣ ಮೆಲೂಹ ರಾಜ್ಯ ಮಹಾರಾಜರ ಆದೇಶವನ್ನು ಮಾತ್ರ ಸ್ವೀಕರಿಸುತ್ತದೆ ಮತ್ತು ಗೌರವಿಸುತ್ತದೆ. ಬೃಗು ಮಹರ್ಷಿಗಳು ಏನಾದರೂ ಆದೇಶ ನೀಡಬೇಕೆಂದರೆ ಅದು ದಕ್ಷ ಮಹಾರಾಜರ ಮೂಲಕವೇ ನೀಡಬೇಕು'.

'ಅಂದರೆ ನಿಮ್ಮ ಮಹಾರಾಜರು ಇದ್ದಕ್ಕಿದ್ದಂತೆ ಬದಲಾಗಿಬಿಟ್ಟಿದ್ದಾರೆಯೇ?'.

'ರಾಜಕುಮಾರಿ, ಮಹಾರಾಜರ ಬಗ್ಗೆ ಹೀಗೆ ಹೇಳುವುದು ಸರಿಯಲ್ಲ'.

'ಏಕೆ ದಳಪತಿಗಳೇ? ನಿಮ್ಮ ಮಹಾರಾಜರು ನನ್ನ ಮೊದಲನೇ ಪತಿಯನ್ನು ಕೊಲ್ಲಿಸಿದ್ದು ನಿಮಗೆ ಗೊತ್ತಿಲ್ಲವೇ? ನೆಲದ ಕಾನೂನಿನ ಬಗ್ಗೆ ಅವರಿಗೆ ಯಾವ ಗೌರವವೂ ಇಲ್ಲ'.

'ಆದರೆ ಅವರು ನಿಮ್ಮನ್ನು ಬಹುವಾಗಿ ಪ್ರೀತಿಸುತ್ತಾರೆ'.

ಸತಿ ಕಣ್ಣು ಕೆಕ್ಕರಿಸುತ್ತಾ ಹೇಳಿದಳು 'ಸಾಕು ಮಾಡಿ ದಳಪತಿಗಳೇ? ಅವರು ನನ್ನನ್ನು ಪ್ರೀತಿಸುತ್ತಾರೆ ಎಂದರೆ ಅದನ್ನು ನಾನು ನಂಬುತ್ತೇನೆಯೇ?'.

'ಅವರು ನಿಮ್ಮ ಜೀವವನ್ನು ಉಳಿಸಿದ್ದಾರೆ ರಾಜಕುಮಾರಿ'.

'ಮೂರ್ಖತನದ ಮಾತನಾಡುತ್ತಿರುವಿರಿ ದಳಪತಿಗಳೇ! ನೀವು ಅವರ ಮಾತನ್ನು ನಂಬಿಬಿಟ್ಟಿರಾ? ನನ್ನ ನಾಗಾ ಮಗುವನ್ನು ನನ್ನಿಂದ ತೊಂಬತ್ತು ವರ್ಷಗಳ ಕಾಲ ದೂರಮಾಡಿ ನನ್ನ ಜೀವ ಉಳಿಸಿದರು ಎಂದರೆ ಅದು ನಿಜಕ್ಕೂ ಹಾಸ್ಯಾಸ್ಪದ. ಅವರು ಹಾಗೆ ಮಾಡಿದ್ದು ನನ್ನ ಮೇಲಿನ ಪ್ರೀತಿಯಿಂದಲ್ಲ. ತಮ್ಮ ಹೆಸರು, ಗೌರವ, ಕೀರ್ತಿ ಮತ್ತು ಪದವಿಯನ್ನು ಉಳಿಸಿಕೊಳ್ಳಲು. ಜನ ಮಹಾರಾಜರಿಗೆ ನಾಗಾ ಮೊಮ್ಮಗು ಹುಟ್ಟಿದೆ ಎಂದು ಹೇಳಿಕೊಳ್ಳುವುದು ಅವರಿಗೆ ಇಷ್ಟವಿರಲಿಲ್ಲ. ಆ ಕಾರಣಕ್ಕೆ ಅವರು ಮೆಲೂಹದ ಕಾನೂನನ್ನು ಧಿಕ್ಕರಿಸಿ ನನಗೆ ದ್ರೋಹ ಮಾಡಿದರು'.

'ನಾನು ತೊಂಬತ್ತು ವರ್ಷದ ಹಿಂದೆ ನಡೆದ ಘಟನೆಯ ಬಗ್ಗೆ ಮಾತನಾಡುತ್ತಿಲ್ಲ ರಾಜಕುಮಾರಿ. ಕೆಲವೇ ವರ್ಷಗಳ ಹಿಂದೆ ನಡೆದ ಘಟನೆಯ ಬಗ್ಗೆ ಹೇಳುತ್ತಿದ್ದೇನೆ'.

'ನೀವೇನು ಹೇಳುತ್ತಿರುವಿರಿ ದಳಪತಿಗಳೇ'.

'ನೀವು ಪಂಚವಟಿಯಲ್ಲಿದ್ದಾಗ ಅಪಾಯದ ಕರೆಗಂಟೆ ಬಾರಿಸಿದ ಬಗೆ ಹೇಗೆ ಎಂಬುದು ನಿಮಗೆ ಗೊತ್ತೇ?'.

ಸತಿ ಮಾತನಾಡಲಿಲ್ಲ.

'ಸರಿಯಾದ ಸಮಯಕ್ಕೆ ಕರೆಗಂಟೆ ಬಾರಿಸಿದ ಕಾರಣ ನಿಮ್ಮ ಜೀವ ಉಳಿಯಿತು'.

'ಈ ವಿಚಾರ ನಿಮಗೆ ಹೇಗೆ ತಿಳಿಯಿತು?'.

'ಭೃಗು ಮಹರ್ಷಿಗಳು ಪಂಚವಟಿಯನ್ನು ನಾಶ ಮಾಡಲು ಮೂರು ಹಡಗುಗಳನ್ನು ಕಳುಹಿಸಿದ್ದರು. ಆದರೆ ನಿಮ್ಮ ತಂದೆ ಭೃಗುವಿನ ಆ ಯೋಜನೆಯನ್ನು ವಿಫಲಗೊಳಿಸುವುದಕ್ಕೆ ನನ್ನನ್ನು ನಿಯೋಜಿಸಿದರು. ಆ ಅಪಾಯದ ಕರೆಗಂಟೆಯನ್ನು

ಚಾಲನೆಗೊಳಿಸಿ ನಿಮ್ಮನ್ನು ಎಚ್ಚರಿಸಿದವನು ನಾನೇ. ನಾನು ಅವರ ಆದೇಶವನ್ನು ಪಾಲಿಸಿದೆ. ನಿಮ್ಮನ್ನು ಉಳಿಸುವ ಸಲುವಾಗಿ ಮಹಾರಾಜರು ಈ ರೀತಿ ಮಾಡಿದ್ದರು'.

'ನಾನು ಇದನ್ನು ನಂಬುವುದಿಲ್ಲ ದಳಪತಿಗಳೇ'.

'ಇದು ಸತ್ಯ ರಾಜಕುಮಾರಿ. ನಾನು ಸುಳ್ಳು ಹೇಳುವುದಿಲ್ಲ ಎಂದು ನಿಮಗೆ ತಿಳಿದಿದೆ ಅಲ್ಲವೇ?'.

ಸತಿ ದೀರ್ಘ ನಿಟ್ಟುಸಿರು ಬಿಡುತ್ತಾ ಒಮ್ಮೆ ಕಿಟಕಿಯ ಹೊರಗೆ ನೋಡಿದಳು.

'ಈಗಲೂ ಮಹಾರಾಜರು ಮೆಲೂಹದ ಮೇಲಿನ ಪ್ರೀತಿಯಿಂದ ಶಾಂತಿ ಪ್ರಕ್ರಿಯೆಗೆ ಚಾಲನೆ ನೀಡಿಲ್ಲ. ಬದಲಾಗಿ ನಿಮ್ಮ ಮೇಲಿನ ಪ್ರೀತಿಯಿಂದ ಅವರು ಹಾಗೆ ಮಾಡಿದ್ದಾರೆ. ಈಗ ಹೇಳಿ ರಾಜಕುಮಾರಿ, ನಿಮಗೆ ಶಾಂತಿ ಬೇಕೋ ಅಥವಾ ಮೆಲೂಹ ನಾಶವಾಗುವುದು ಬೇಕೋ?'.

ಸತಿ ಮಾಯಾಶ್ರೇಣಿಕನನ್ನೇ ನೋಡುತ್ತಿದ್ದಳು.

ಮಾಯಾಶ್ರೇಣಿಕ ಮಾತು ಮುಂದುವರಿಸಿದ 'ದಯವಿಟ್ಟು ನೀಲಕಂಠನೊಂದಿಗೆ ಮಾತನಾಡಿ ರಾಜಕುಮಾರಿ. ಅವರು ನಿಮ್ಮ ಮಾತನ್ನು ಕೇಳುತ್ತಾರೆ. ಈ ಶಾಂತಿ ಪ್ರಕ್ರಿಯೆಯಲ್ಲಿ ಯಾವ ಮೋಸವೂ ಇಲ್ಲ'.

ಸತಿ ಮರುಮಾತನಾಡಲಿಲ್ಲ.

'ಈಗಲಾದರೂ ನಾನು ಒಮ್ಮೆ ನೀಲಕಂಠ ಮಹಾಸ್ವಾಮಿಗಳೊಂದಿಗೆ ಮಾತನಾಡಬಹುದೇ?' ಸತಿ ಶಾಂತಿ ಮಾತುಕತೆಗೆ ಒಪ್ಪುವಳೋ ಇಲ್ಲವೋ ತಿಳಿಯದೆ ಗೊಂದಲದಲ್ಲಿ ಮಾಯಾಶ್ರೇಣಿಕ ಕೇಳಿದ.

'ಇಲ್ಲ! ಅದು ಸಾಧ್ಯವಿಲ್ಲ. ಸಧ್ಯಕ್ಕೆ ನಮ್ಮ ರಕ್ಷಣಾ ಸಿಬ್ಬಂದಿ ನಿಮ್ಮನ್ನು ನಗರದ ಮುಖ್ಯದ್ವಾರದ ಬಳಿ ಬಿಡುತ್ತಾರೆ. ನೀವು ದೇವಗಿರಿಗೆ ಹೊರಡಿ. ಈ ಬಗ್ಗೆ ದೀರ್ಘವಾಗಿ ಆಲೋಚಿಸಿ ನನ್ನ ನಿರ್ಧಾರ ತಿಳಿಸುತ್ತೇನೆ'.

ಅಷ್ಟು ಹೇಳಿ ಸತಿ ಅಲ್ಲಿಂದ ಹೊರನಡೆದಳು.

'ಶಾಂತಿ ಮಾತುಕತೆಯಲ್ಲಿ ನಾವು ಭಾಗಿಯಾಗುವುದು ಒಳ್ಳೆಯದು' ಸತಿ ಹೇಳಿದಳು.

ಅಂದು ರಾಜ್ಯಪಾಲರ ಕಚೇರಿಯಲ್ಲಿ ಸತಿ, ಬೃಹಸ್ಪತಿ, ಭಗೀರಥ, ಚಂದ್ರಕೇತು, ಚೆನಾರಧ್ವಜ ಮತ್ತು ಮಾತಳಿ ಸಭೆ ಸೇರಿದ್ದರು.

'ಇದು ಒಳ್ಳೆಯ ನಿರ್ಧಾರವಲ್ಲ ರಾಜಕುಮಾರಿ. ನಮಗೆ ಅವರು ಯಾವ ರೀತಿಯ ಕುತಂತ್ರ ಹೂಡಿದ್ದಾರೋ ಶ್ರೀರಾಮನೇ ಬಲ್ಲ' ಭಗೀರಥ ಹೇಳಿದ.

'ಇಲ್ಲ ಭಗೀರಥ, ಇದು ಒಳ್ಳೆಯ ನಿರ್ಧಾರ. ಕರಾಚಪದಲ್ಲಿರುವ ಯಾರಿಗೂ ದೇವಗಿರಿಯಲ್ಲಿ ತಂದೆಯವರು ಏನು ಮಾಡುತ್ತಿದ್ದಾರೆ ಎಂಬ ವಿಚಾರ ತಿಳಿದಿಲ್ಲ'.

'ಇರಬಹುದು, ಆದರೆ ನಿಮ್ಮ ತಂದೆಯವರಿಗೆ ಇಂತಹ ಶಾಂತಿ ಸಭೆಯನ್ನು ನಡೆಸುವ ಸಾಮರ್ಥ್ಯವಿದೆಯೇ?' ಬೃಹಸ್ಪತಿ ಕೇಳಿದ.

'ಅವರಿಗೆ ಸಾಮರ್ಥ್ಯ ಇಲ್ಲದಿರಬಹುದು. ಆದರೆ ಇಡೀ ಸಂಧಾನ ಸಭೆಯ ಉಸ್ತುವಾರಿ ಹೊತ್ತಿರುವವಳು ಪ್ರಧಾನಮಂತ್ರಿ ಕನಖಲ. ಆಕೆಗೆ ಆ ಸಾಮರ್ಥ್ಯವಿದೆ. ಮೇಲಾಗಿ ಆಕೆ ನೀಲಕಂಠನ ಆರಾಧಕಳು. ಅಲ್ಲದೆ ನೀಲಕಂಠನ ಅನುಯಾಯಿ. ಮೆಲೂಹದಲ್ಲಿ ಎಲ್ಲವೂ ಲಿಖಿತ ಆದೇಶದ ಮೇಲೆ ನಡೆಯುತ್ತದೆ. ಒಮ್ಮೆ ಮೆಲೂಹ ಸಾರ್ವಭೌಮ ಆದೇಶ ಹೊರಡಿಸಿದರೆ ಅದಕ್ಕೆ ಎಲ್ಲರೂ ತಲೆಬಾಗುತ್ತಾರೆ. ಅಲ್ಲದೆ ಬೃಗು ಮಹರ್ಷಿ ಸ್ವತಃ ಆದೇಶ ಹೊರಡಿಸುವುದಿಲ್ಲ. ಅದಕ್ಕಾಗಿ ಆತ ತಂದೆಯವರ ಅನುಮತಿ ಕೇಳಲೇಬೇಕು. ಬೃಗು ದೇವಗಿರಿಗೆ ಬರುವುದರೊಳಗೆ ತಂದೆಯವರು ಶಾಂತಿ ಪ್ರಕ್ರಿಯೆಗೆ ಚಾಲನೆ ನೀಡಿ ಆದೇಶ ಹೊರಡಿಸಿಬಿಟ್ಟರೆ ಮೆಲೂಹನ್ನರು ವಿಧಿಯಿಲ್ಲದೆ ಆ ಆದೇಶವನ್ನು ಗೌರವಿಸಲೇಬೇಕಾಗುತ್ತದೆ. ಅಲ್ಲದೆ ಪ್ರಧಾನಿ ಕನಖಲ ಸಹ ತಂದೆಯವರ ಮೇಲೆ ಪ್ರಭಾವ ಬೀರಿ ಸಂಧಾನದ ಆದೇಶ ಹೊರಡಿಸಬಹುದು. ಆ ಸಾಮರ್ಥ್ಯ ಆಕೆಗಿದೆ' ಸತಿ ತನ್ನ ನಿಲುವನ್ನು ಸ್ಪಷ್ಟಪಡಿಸಿದಳು.

'ಯಾವುದೇ ರಕ್ತಪಾತವಿಲ್ಲದೆ ಸೋಮರಸದ ಬಳಕೆಯನ್ನು ಸಂಪೂರ್ಣ ಸ್ಥಗಿತಗೊಳಿಸಿಬಿಟ್ಟರೆ ರುದ್ರದೇವನೂ ನಮ್ಮ ಬಗ್ಗೆ ಹೆಮ್ಮೆಪಡುತ್ತಾನೆ' ಮಾತಲಿ ಹೇಳಿದ.

'ಈ ವಿಚಾರದಲ್ಲಿ ನಾವು ಅತ್ಯಂತ ಎಚ್ಚರಿಕೆಯಿಂದ ಪ್ರತಿಕ್ರಿಯಿಸಬೇಕು. ದಕ್ಷ ಮಹಾರಾಜ ಮತ್ತು ಕನಖಲ ಶಾಂತಿ ಮಾತುಕತೆಗೆ ಆಹ್ವಾನಿಸಿದ್ದಾರೆ ಎಂದು ಹೇಳಿ ನಾವು ಸೈನ್ಯದೊಂದಿಗೆ ಹೊರಡುವುದು ಅಪಾಯಕಾರಿ. ಅಷ್ಟಕ್ಕೂ ಕರಾಚಪ ಇಲ್ಲಿಂದ ಹೆಚ್ಚು ದೂರವೇನೂ ಇಲ್ಲ' ಭಗೀರಥ ಎಚ್ಚರಿಸಿದ.

ಸತಿ ಭಗೀರಥನ ಮಾತಿಗೆ ಸಮ್ಮತಿ ಸೂಚಿಸುತ್ತಾ ಹೇಳಿದಳು 'ಹೌದು! ನಾವು ಸಂಧಾನಕ್ಕೆ ನಮ್ಮ ಸೈನ್ಯದೊಂದಿಗೆ ದೇವಗಿರಿಯತ್ತ ಹೊರಟರೆ ಆ ಸುದ್ದಿ ಪರ್ವತೇಶ್ವರನಿಗೆ ತಿಳಿಯುತ್ತದೆ. ಆತ ನಾವು ದೇವಗಿರಿಗೆ ಮುತ್ತಿಗೆ ಹಾಕಲು ಹೊರಟಿದ್ದೇವೆ ಎಂದೇ ಭಾವಿಸುತ್ತಾನೆ. ಆಗ ಆತ ನಮ್ಮ ಮೇಲೆ ಆಕ್ರಮಣ ಮಾಡುವ ಸಾಧ್ಯತೆಯುಂಟು' ಸತಿ ಹೇಳಿದಳು.

'ಹಾಗಾದರೆ ಈಗೇನು ಮಾಡುವುದು?' ಚೆನಾರಧ್ವಜ ಕೇಳಿದ.

'ನಾನೊಬ್ಬಳೇ ಅಲ್ಲಿಗೆ ಹೋಗುತ್ತೇನೆ. ನೀವೆಲ್ಲರೂ ಸೈನ್ಯದೊಂದಿಗೆ ಲೋಥಲ್ ಕೋಟೆಯ ಒಳಗೆ ಸಜ್ಜಾಗಿರಿ' ಸತಿ ಮನದ ಇಂಗಿತ ವ್ಯಕ್ತಪಡಿಸಿದಳು.

'ಸತಿ! ಇದು ನಿಜಕ್ಕೂ ಮಹಾ ಅಪಾಯಕಾರಿ. ಬುದ್ಧಿವಂತಿಕೆಯ ನಡೆಯಲ್ಲ. ದೇವಗಿರಿಯಲ್ಲಿ ನಮಗೆ ಏನಾದರೂ ತೊಂದರೆಯಾಗಬಹುದು. ನಮ್ಮ ರಕ್ಷಣೆಗೆ ಸೈನ್ಯದ ಅವಶ್ಯಕತೆಯಿದೆ' ಮಾತಳಿ ಆತಂಕ ವ್ಯಕ್ತಪಡಿಸಿದ.

'ಮೆಲೂಹನ್ನರು ನಮ್ಮ ಸೈನ್ಯದ ಮೇಲೆ ದಾಳಿ ಮಾಡಬಹುದು. ಆದರೆ ಒಂಟಿಯಾಗಿ ಹೋದರೆ ನನ್ನ ಮೇಲೆ ಅವರು ಖಂಡಿತ ದಾಳಿ ಮಾಡಲಾರರು. ಅಷ್ಟಕ್ಕೂ ಅದು ನನ್ನ ತವರೂರು'.

'ಕ್ಷಮಿಸಿ ರಾಜಕುಮಾರಿ! ಆದರೆ ನಮ್ಮ ತಂದೆಯವರು ಪ್ರಾಮಾಣಿಕರೆಂದು ಈವರೆಗೂ ಸಾಬೀತಾಗಿಲ್ಲ. ದೇವಗಿರಿಗೆ ರಕ್ಷಣೆ ಇಲ್ಲದೆ ಒಂಟಿಯಾಗಿ ಹೋಗುವುದು ಸರಿಯಲ್ಲ. ನೀವು ಸೇರಿದಂತೆ ನಮ್ಮ ನಾಯಕರು ದೇವಗಿರಿ ತಲುಪಿದ ಕೂಡಲೆ ನಮ್ಮಗಳ ಹತ್ಯೆಗೆ ಅವರು ಪ್ರಯತ್ನಿಸಬಹುದು' ಭಗೀರಥ ತಲೆಯಾಡಿಸುತ್ತಾ ಹೇಳಿದ.

ಆದರೆ ಚೆನಾರಧ್ವಜ ಭಗೀರಥನ ಮಾತನ್ನು ಒಪ್ಪಲಿಲ್ಲ.

ಆತ ಹೇಳಿದ 'ಭಗೀರಥ! ನಾನು ಈಗಾಗಲೇ ಹೇಳಿರುವಂತೆ ಮೆಲೂಹದಲ್ಲಿ ಈ ರೀತಿಯ ಮೋಸ ನಡೆಯುವುದಿಲ್ಲ. ಶಾಂತಿ ಸಭೆ ನಡೆಯುತ್ತಿರುವಾಗ ಯಾವ ಕಾರಣಕ್ಕೂ ಯಾವುದೇ ಸಂದರ್ಭದಲ್ಲೂ ಶಸ್ತ್ರಾಸ್ತ್ರಗಳನ್ನು ಬಳಸುವುದಿಲ್ಲ. ನಮ್ಮ ನಾಯಕರ ಹತ್ಯೆಯನ್ನು ಕನಸು-ಮನಸ್ಸಿನಲ್ಲೂ ಊಹಿಸಿಕೊಳ್ಳುವಂತಿಲ್ಲ. ಇದು ಶ್ರೀರಾಮನೇ ರೂಪಿಸಿರುವ ನಿಯಮ. ವಿಷ್ಣುವಿನ ಏಳನೇ ಅವತಾರವಾದ ಶ್ರೀರಾಮನ ನಿಯಮವನ್ನು ಮೆಲೂಹದಲ್ಲಿ ಯಾರೊಬ್ಬರೂ ಮೀರುವುದಿಲ್ಲ'.

ಕೂಡಲೆ ಸತಿ ಕೈಯೆತ್ತಿ ಎಲ್ಲರೂ ಶಾಂತವಾಗಿರುವಂತೆ ಆದೇಶಿಸಿ ನಂತರ ಭಗೀರಥನತ್ತ ತಿರುಗಿ ಹೇಳಿದಳು 'ರಾಜಕುಮಾರ ಭಗೀರಥ, ನನ್ನನ್ನು ನಂಬು. ತಂದೆಯವರು ನನಗೆ ಖಂಡಿತಾ ತೊಂದರೆ ಮಾಡಲಾರರು. ಅವರು ನನ್ನನ್ನು ಪ್ರೀತಿಸುತ್ತಾರೆ. ಅವರಿಗೆ ನನ್ನ ಬಗ್ಗೆ ಅಪಾರವಾದ ಕಾಳಜಿ ಇದೆ. ಹಾಗಾಗಿ ನಾನು ದೇವಗಿರಿಗೆ ಹೋಗುತ್ತೇನೆ. ಎರಡು ಸೈನ್ಯಗಳ ನಡುವೆ ಶಾಂತಿ ಮೂಡಿಸಲು ನಮಗೆ ಇದೊಂದು ಅಪೂರ್ವ ಅವಕಾಶ. ಅದನ್ನು ಕಳೆದುಕೊಳ್ಳವುದು ಬೇಡ'.

ಸತಿ ಎಷ್ಟು ಹೇಳಿದರೂ ಭಗೀರಥನಗೆ ಸಮಾಧಾನವಾಗಲಿಲ್ಲ.

ಆತ ಹೇಳಿದ 'ರಾಜಕುಮಾರಿ, ನಾನು ಮತ್ತು ನನ್ನ ಅಯೋಧ್ಯೆಯ ಪುಟ್ಟ ಸೈನ್ಯ ನಮ್ಮೊಂದಿಗೆ ಬರುವುದಕ್ಕೆ ಅನುಮತಿ ನೀಡಿ'.

'ನನ್ನ ಸೈನ್ಯ ಇಲ್ಲಿಯೇ ಇದ್ದರೆ ಹೆಚ್ಚು ಉಪಯೋಗವಾಗುತ್ತದೆ. ಅಲ್ಲದೆ ಈಗ ನಾನು ಹೇಳುವ ಮಾತನ್ನು ತಪ್ಪಾಗಿ ತಿಳಿಯಬೇಡ. ನೀವು ಚಂದ್ರವಂಶಿಗಳು. ನಾನು ಸೂರ್ಯವಂಶಿ. ನಾನು ಹೋಗುತ್ತಿರುವುದು ಸೂರ್ಯವಂಶಿಗಳ ರಾಜಧಾನಿಗೆ. ಹಾಗಾಗಿ ನೀನು ಅಲ್ಲಿಗೆ ಬರುವುದು ಬೇಡ. ನನ್ನ ರಕ್ಷಣೆಗೆ ನಂದಿ ಮತ್ತು ಖಾಸಗಿ ಅಂಗ ರಕ್ಷಕರು ಬರುತ್ತಾರೆ'.

‘ಆದರೆ ಮಗು! ನಿನ್ನ ಅಂಗರಕ್ಷಕರ ಸಂಖ್ಯೆ ಕೇವಲ ನೂರು. ಅಷ್ಟು ಮಂದಿ ಸಾಕೇ?’ ಬೃಹಸ್ಪತಿ ಕೇಳಿದ.

‘ನಾನು ಹೋಗುತ್ತಿರುವುದು ಶಾಂತಿ ಸಂಧಾನಕ್ಕೆ ಬೃಹಸ್ಪತಿಗಳೇ, ಯುದ್ಧ ಮಾಡುವುದಕ್ಕಲ್ಲ’.

‘ಆದರೆ ಆಹ್ವಾನವಿರುವುದು ನೀಲಕಂಠನಿಗೆ’ ಚಂದ್ರಕೇತು ಹೇಳಿದ.

‘ನೀಲಕಂಠ ನನ್ನನ್ನು ತನ್ನ ಪ್ರತಿನಿಧಿಯಾಗಿ ನಿಯೋಜಿಸಿದ್ದಾನೆ ಮಹಾರಾಜ. ಆತನ ಸ್ಥಾನದಲ್ಲಿ ನಿಂತು ನಾನು ಮಾತುಕತೆ ನಡೆಸುತ್ತೇನೆ. ಈ ವಿಚಾರದಲ್ಲಿ ನಿರ್ಧಾರ ಮಾಡಿಯಾಗಿದೆ. ನಾನು ದೇವಗಿರಿಗೆ ಹೋಗುವುದು ಖಚಿತ’.

‘ನೀವು ದೇವಗಿರಿಗೆ ಹೋಗುವುದು ಬೇಡ ಸತಿ’ ವೀರಭದ್ರ ಸತಿಯನ್ನು ಬೇಡಿಕೊಂಡ.

ಅಂದು ಸತಿಯನ್ನು ಭೇಟಿ ಮಾಡಲು ವೀರಭದ್ರ, ನಂದಿ ಮತ್ತು ಪರಶುರಾಮ ಬಂದಿದ್ದರು.

‘ಚಿಂತಿಸಬೇಡ ವೀರಭದ್ರ. ನಾನು ಸಂಧಾನ ಮುಗಿಸಿ ಯಶಸ್ವಿಯಾಗಿ ಹಿಂದಿರುಗುತ್ತೇನೆ. ಆಗ ಯುದ್ಧ ಕೊನೆಗೊಳ್ಳುತ್ತದೆ. ಮುಂದೆ ಯಾರೂ ಸೋಮರಸವನ್ನು ಬಳಸುವುದಿಲ್ಲ’.

‘ಆದರೆ ನಾನು ಮತ್ತು ಪರಶುರಾಮ ನಿಮ್ಮೊಂದಿಗೆ ಬರುವುದಕ್ಕೆ ತಾವೇಕೆ ಅನುಮತಿ ನೀಡುತ್ತಿಲ್ಲ. ಕೇವಲ ನಂದಿ ಮಾತ್ರ ನಮ್ಮೊಂದಿಗಿರುವ ಅವಕಾಶ ನೀಡಿರುವುದೇಕೆ?’.

ಸತಿ ನಸುನಗುತ್ತಾ ಹೇಳಿದಳು ‘ನೀವು ನನ್ನೊಂದಿಗೆ ಬರಬೇಕು ಎಂಬ ಇಚ್ಛೆ ನನಗೂ ಇದೆ. ಆದರೆ ಸೂರ್ಯವಂಶಿಯೊಬ್ಬನನ್ನು ದೇವಗಿರಿಗೆ ಕರೆದೊಯ್ಯುವ ಯೋಜನೆ ನನ್ನದು. ಕಾರಣ ಅವರಿಗೆ ಮೆಲೂಹದ ರೀತಿ-ರಿವಾಜುಗಳು ಗೊತ್ತಿರುತ್ತದೆ. ಇದು ಅತ್ಯಂತ ಸೂಕ್ಷ್ಮ ಸಭೆಯಾಗಿರುವುದರಿಂದ ಅದು ಮುಗಿಯುವವರೆಗೂ ಅಲ್ಲಿ ಯಾವುದೇ ತಪ್ಪು ನಡೆಯಬಾರದು’.

‘ಆದರೆ ನಾವು ಸದಾ ಕಾಲ ನಿಮ್ಮನ್ನು ರಕ್ಷಣೆ ಮಾಡುತ್ತೇವೆ ಎಂದು ಶಪಥ ಮಾಡಿದ್ದೇವೆ. ಈಗ ನಮ್ಮಿಬ್ಬರನ್ನೇ ಅಲ್ಲಿಗೆ ಕಳುಹಿಸುವುದು ಹೇಗೆ ಸತಿ’ ಪರಶುರಾಮ ಹೇಳಿದ. ಕೂಡಲೆ ನಂದಿ ‘ಪರಶುರಾಮ ನಾನು ಸತಿಯೊಂದಿಗೆ ಇರುತ್ತೇನೆ. ನೀನು ಚಿಂತೆ ಮಾಡಬೇಡ. ಆಕೆಗೆ ಯಾವ ಅಪಾಯವೂ ಆಗದಂತೆ ರಕ್ಷಿಸುವ ಹೊಣೆ ನನ್ನದು’ ಎಂದ.

'ಅಲ್ಲಿ ಯಾವುದೇ ರೀತಿಯ ಅಹಿತಕರ ಘಟನೆಯೂ ನಡೆಯಲಾರದು ನಂದಿ. ಅದೊಂದು ಸಂಧಾನ ಸಭೆ. ಒಂದು ವೇಳೆ ಅಲ್ಲಿ ಒಮ್ಮತ ಮೂಡದೆ ಸಭೆ ವಿಫಲವಾದರೆ ಮೆಲೂಹನ್ನರು ನನ್ನನ್ನು ಸುರಕ್ಷಿತವಾಗಿ ಹೊರಗೆ ಕಳುಹಿಸುತ್ತಾರೆ. ಇದು ಶ್ರೀರಾಮನೇ ರೂಪಿಸಿರುವ ನಿಯಮ'.

ವೀರಭದ್ರ ಈಗ ಸಮಾಧಾನಗೊಂಡ.

ಸತಿ ವೀರಭದ್ರನ ಹೆಗಲ ಮೇಲೆ ಕೈಯಿಟ್ಟು ಹೇಳಿದಳು 'ನಾವು ಈ ಶಾಂತಿ ಸಂಧಾನ ಪ್ರಕ್ರಿಯೆಯಲ್ಲಿ ಯಶಸ್ಸು ಸಾಧಿಸಬೇಕು. ಆಗ ಸಾವಿರಾರು ಜನರ ಪ್ರಾಣ ಉಳಿಸಬಹುದು. ಹಾಗಾಗಿ ಈಗ ನನಗೆ ಆಯ್ಕೆಯೇ ಇಲ್ಲ. ನಾನು ಅನಿವಾರ್ಯವಾಗಿ ಹೋಗಲೇಬೇಕು'.

'ನಿಮಗೆ ಇನ್ನೂ ಒಂದು ಆಯ್ಕೆ ಇದೆ ಸತಿ. ನೀವು ದೇವಗಿರಿಗೆ ಹೋಗುವ ಬದಲು ನಿಮ್ಮ ಪ್ರತಿನಿಧಿಯಾಗಿ ಯಾರನ್ನಾದರೂ ಕಳುಹಿಸಿ' ಭದ್ರ ಹೇಳಿದ.

'ಇಲ್ಲ! ನಾನೇ ಹೋಗಬೇಕು. ಕಾರಣ ಅದು ನನ್ನಿಂದಾಗಿರುವ ಪ್ರಮಾದ'.

'ಪ್ರಮಾದ! ಹಾಗೆಂದರೇನು ಸತಿ?'.

'ನನ್ನ ತಪ್ಪಿನಿಂದಾಗಿ ದೇವಗಿರಿಯಲ್ಲಿ ನಮ್ಮ ಸಾವಿರಾರು ಸೈನಿಕರು ಹತರಾದರು. ಗಜಪಡೆ ಮತ್ತು ಅಶ್ವಪಡೆ ಸಂಪೂರ್ಣ ನಾಶವಾಯಿತು. ಈಗ ನಾವು ನೇರವಾಗಿ ಯುದ್ಧ ಭೂಮಿಯಲ್ಲಿ ನಿಂತು ಮೆಲೂಹನ್ನರನ್ನು ಎದುರಿಸಲು ಸಾಧ್ಯವಾಗದಿರುವುದಕ್ಕೆ ನಾನೇ ಕಾರಣ. ಅಂದು ಮಾಡಿದ ತಪ್ಪನ್ನು ಸಂಧಾನದ ಮೂಲಕ ಸರಿಪಡಿಸ ಬೇಕಾಗಿರುವುದು ನನ್ನ ಕರ್ತವ್ಯ'.

'ದೇವಗಿರಿಯಲ್ಲಾದ ನಷ್ಟಕ್ಕೆ ನೀವು ಕಾರಣರಲ್ಲ ಸತಿ. ಅಲ್ಲಿ ಪರಿಸ್ಥಿತಿ ನಮಗೆ ವಿರುದ್ಧವಾಗಿತ್ತು. ಅಲ್ಲದೆ ಅಲ್ಲಿ ನಮ್ಮ ಸೈನ್ಯಕ್ಕೆ ಹೆಚ್ಚು ಹಾನಿಯಾಗದಂತೆ ತಡೆದದ್ದು ನೀವೇ ಅಲ್ಲವೇ?'.

ಸತಿ ಗಂಭೀರವಾಗಿ ಹೇಳಿದಳು 'ಸೈನ್ಯವೊಂದಕ್ಕೆ ನಷ್ಟವಾದರೆ ಅದಕ್ಕೆ ಕಾರಣ ಆ ಸೈನ್ಯದ ದಂಡನಾಯಕನ ಕಳಪೆ ಯೋಜನೆ ಮತ್ತು ನಿರ್ವಹಣೆ. ಪರಿಸ್ಥಿತಿಯನ್ನು ದೂಷಿಸುವುದು ಕೇವಲ ಜವಾಬ್ದಾರಿಯಿಂದ ನುಣುಚಿಕೊಂಡಂತೆ. ಹಾಗಾಗಿ ಆಗ ಆದ ತಪ್ಪನ್ನು ಸರಿಪಡಿಸುವುದಕ್ಕೆ ಈಗ ನನಗೆ ಮತ್ತೊಂದು ಅವಕಾಶ ದೊರಕಿದೆ. ಅದನ್ನು ಕಳೆದುಕೊಳ್ಳುವಂತಿಲ್ಲ. ಅದಕ್ಕೆ ನಾನು ಸಿದ್ಧಳೂ ಇಲ್ಲ'.

'ರಾಜಕುಮಾರಿ ನನ್ನ ಮಾತನ್ನು ಕೇಳಿ...........' ವೀರಭದ್ರ ಬೇಡಿಕೊಳ್ಳ ಲಾರಂಭಿಸಿದ.

'ಕ್ಷಮಿಸು ಭದ್ರ.........ನಾನು ದೇವಗಿರಿಗೆ ಹೋಗುತ್ತಿದ್ದೇನೆ ಅಷ್ಟೇ. ಯಾವುದೇ ತೊಂದರೆ ಇಲ್ಲದೆ ಹಿಂತಿರುಗುತ್ತೇನೆ. ದಯವಿಟ್ಟು ಯಾರೂ ನನ್ನನ್ನು ತಡೆಯಬೇಡಿ' ಸತಿ ತನ್ನ ಅಂತಿಮ ನಿರ್ಧಾರವನ್ನು ತಿಳಿಸಿದಳು.

ಅಧ್ಯಾಯ – 42

ಕನಖಲಳ ಆಯ್ಕೆ

ಶಾಂತಿ ಸಂಧಾನದ ಆಹ್ವಾನವನ್ನು ಸ್ವೀಕರಿಸಲಾಯಿತು. ಈ ವಿಚಾರವಾಗಿ ಸತಿ ದೇವಗಿರಿಗೆ ಪತ್ರ ಬರೆದು ಹಕ್ಕಿಯೊಂದರ ಕಾಲಿಗೆ ಕಟ್ಟಿ ಕಳುಹಿಸಿದಳು. ಪತ್ರ ನೇರವಾಗಿ ಕನಖಲಳ ಕೈಸೇರಿತು. ಕೂಡಲೇ ಆಕೆ ಆನಂದದಿಂದ ಪತ್ರವನ್ನು ಕೈಯಲ್ಲಿ ಹಿಡಿದು ವಿಚಾರ ತಿಳಿಸಲು ದಕ್ಷನ ಖಾಸಗಿ ಕೊಠಡಿಯತ್ತ ಧಾವಿಸಿದಳು. ಬಾಗಿಲ ಬಳಿ ಸೈನಿಕನೊಬ್ಬ ಆಕೆಯನ್ನು ತಡೆದು ಒಳಗೆ ಯಾರನ್ನೂ ಬಿಡದಂತೆ ರಾಜಾಜ್ಞೆಯಾಗಿದೆ ಎಂದ. ಕನಖಲ ಆತನನ್ನು ಪಕ್ಕಕ್ಕೆ ಸರಿಸಿ ಆ ಆಜ್ಞೆ ತನಗೆ ಅನ್ವಯಿಸುವುದಿಲ್ಲ. ಈ ಪತ್ರ ಬಂದ ಕೂಡಲೆ ತನ್ನನ್ನು ಭೇಟಿ ಮಾಡುವಂತೆ ಮಹಾರಾಜರೇ ತಿಳಿಸಿದ್ದಾರೆ ಎಂದಳು. ದ್ವಾರಪಾಲಕ ಮೆಲ್ಲನೆ ಬಾಗಿಲು ತೆರೆದ. ಅಲ್ಲಿ ದಕ್ಷ ಮತ್ತು ವಿದ್ಯುನ್ಮಾಲಿ ಮೆಲುದನಿಯಲ್ಲಿ ಮಾತನಾಡುತ್ತಿದ್ದರು. ಅದು ಕನಖಲಳಿಗೆ ಸ್ಪಷ್ಟವಾಗಿ ಕೇಳಿಸುತ್ತಿತ್ತು. ಆಕೆ ಬಾಗಿಲ ಬಳಿ ನಿಂತೇ ಇಬ್ಬರ ಸಂಭಾಷಣೆಯನ್ನು ಆಲಿಸಿದಳು.

'ಅವರು ಸಿದ್ಧರಾಗಿದ್ದಾರೆಯೇ ವಿದ್ಯುನ್ಮಾಲಿ?' ದಕ್ಷ ಕೇಳಿದ.

'ಹೌದು ಮಹಾಸ್ವಾಮಿ! ಸ್ವೂತ್ ಮತ್ತು ಆತನ ತಂಡ ನಾಗಾ ಮಾದರಿಯಲ್ಲಿ ಆಕ್ರಮಣ ಮಾಡುವುದನ್ನು ಅಭ್ಯಾಸ ಮಾಡುತ್ತಿದ್ದಾರೆ. ಆ ಪರದೇಶಿ ನೀಲಕಂಠನಿಗೆ ತನ್ನ ಗತಿ ಏನಾಗುವುದು ಎಂದು ತಿಳಿದಿಲ್ಲ. ಒಮ್ಮೆ ಅವರು ನೀಲಕಂಠನನ್ನು ಹತ್ಯೆ ಮಾಡಿದರೆ ಜನ ಅದನ್ನು ನಾಗಾಗಳೇ ಮಾಡಿದ್ದಾರೆ ಎಂದು ನಂಬುತ್ತಾರೆ'.

ಅಷ್ಟರಲ್ಲಿ ಥಟ್ಟನೆ ದಕ್ಷ ಬಾಗಿಲ ಬಳಿ ಕನಖಲ ದಂಗುಬಡಿದಂತೆ ನಿಂತಿರುವುದನ್ನು ಗಮನಿಸಿದ. ಸುದ್ದಿ ತಿಳಿದು ಆಕೆ ಗರಬಡಿದವಳಂತೆ ನಿಂತಿದ್ದಳು. ಕೂಡಲೆ ವಿದ್ಯುನ್ಮಾಲಿ ಖಡ್ಗವನ್ನು ಹೊರತೆಗೆದ.

ದಕ್ಷ ಆತನನ್ನು ತಡೆದು ಹೇಳಿದ 'ವಿದ್ಯುನ್ಮಾಲಿ ಬೇಡ.......ಪ್ರಧಾನಮಂತ್ರಿ ಕನಖಲಳಿಗೆ ತನ್ನ ನಿಷ್ಠೆ ಯಾರ ಕಡೆಗಿದೆ ಎಂಬುದು ತಿಳಿದಿದೆ'.

ಕನಖಲ ಗಾಬರಿಯಿಂದ ತೊದಲುತ್ತಾ ಹೇಳಿದಳು 'ಮಹಾಸ್ವಾಮಿ!..... ನೀವೇನು ಮಾಡುತ್ತಿರುವಿರಿ.......'.

ದಕ್ಷ ನಿಧಾನವಾಗಿ ಆಕೆಯ ಬಳಿಗೆ ಬಂದು ಭುಜದ ಮೇಲೆ ಕೈಯಿಟ್ಟು ಹೇಳಿದ 'ಕೆಲವೊಮ್ಮೆ ರಾಜ ಏನು ಮಾಡಬೇಕು ಅಂದುಕೊಳ್ಳುತ್ತಾನೋ ಅದನ್ನೇ ಮಾಡಬೇಕಾಗುತ್ತದೆ'.

'ಆದರೆ......ನಾವು ಶ್ರೀರಾಮನ ನಿಯಮಗಳನ್ನು ಮುರಿಯುವಂತಿಲ್ಲ'.

ಕನಖಲಳ ದೇಹ ಭಯದಿಂದ ಕಂಪಿಸುತ್ತಿತ್ತು. ಕಣ್ಣುಗಳು ಕೆಂಪಾಗಿತ್ತು. ಮುಖದಲ್ಲಿ ಆತಂಕ ಮನೆಮಾಡಿತ್ತು.

'ಶ್ರೀರಾಮನ ಶಾಂತಿ ಸಭೆಯ ನೀತಿ–ನಿಯಮಗಳು ಕೇವಲ ರಾಜನಗೆ ಮಾತ್ರ ಅನ್ವಯವಾಗುತ್ತದೆ. ಪ್ರಧಾನಮಂತ್ರಿಗಳಿಗಲ್ಲ ಕನಖಲ'.

'ಅಂದರೆ...........?'.

'ಅದೇನೂ ಇಲ್ಲ...........ಪ್ರಧಾನಿಯಾಗುವಾಗ ನೀನು ಮಾಡಿದ್ದ ಪ್ರತಿಜ್ಞೆಯನ್ನು ನೆನಪಿಸಿಕೋ. ಇದು ಯುದ್ಧದ ಸಮಯ. ರಾಜ ಏನು ಹೇಳುತ್ತಾನೆಯೋ ನೀನು ಅದನ್ನು ಮಾಡಬೇಕು ಅಷ್ಟೇ. ಈ ರಹಸ್ಯವನ್ನು ಯಾರಿಗಾದರೂ ಹೇಳಿದರೆ ಸಾವೇ ನಿನಗೆ ಶಿಕ್ಷೆ'.

'ಆದರೆ.........ನೀವು ಮಾಡುತ್ತಿರುವುದು ಮಹಾಪರಾಧ ಮಹಾಸ್ವಾಮಿ'.

'ಸಧ್ಯಕ್ಕೆ ನೀನು ಮಾಡಿರುವ ಪ್ರತಿಜ್ಞೆಯನ್ನು ಧಿಕ್ಕರಿಸುವುದು ಮಹಾಪರಾಧ ವಾಗುತ್ತದೆ ನೆನಪಿರಲಿ'.

'ಮಹಾಸ್ವಾಮಿ............ಈಕೆ ನಿಜಕ್ಕೂ ಅಪಾಯಕಾರಿಯಾಗುತ್ತಾಳೆ. ಕೂಡಲೆ ಈಕೆಯನ್ನು ....' ವಿದ್ಯುನ್ಮಾಲಿ ಹೇಳಿದ.

'ಬೇಡ ವಿದ್ಯುನ್ಮಾಲಿ, ಹಾಗೆ ಮಾಡುವುದು ಬೇಡ. ಈ ಶಾಂತಿ ಮಾತುಕತೆಯ ವೇಳೆ ಕನಖಲ ಇಲ್ಲದಿದ್ದರೆ ಶಿವ ಮತ್ತು ಆತನ ತಂಡಕ್ಕೆ ನಮ್ಮ ಮೇಲೆ ಅನುಮಾನ ಮೂಡುತ್ತದೆ. ಅವರು ಸಭೆಗೆ ಗೈರುಹಾಜರಾಗುವ ಸಾಧ್ಯತೆಯೂ ಇರುತ್ತದೆ. ಅಷ್ಟಕ್ಕೂ ಇದು 'ಕನಖಲಳ ಶಾಂತಿ ಸಭೆ' ಯಲ್ಲವೇ?'.

ಕನಖಲ ಭಯದಿಂದ ತತ್ತರಿಸುತ್ತಿದ್ದಳು.

'ಕನಖಲ ದಶಕಗಳಿಂದ ನೀನು ನನಗೆ ನಿಷ್ಠೆಯನ್ನು ತೋರಿಸುತ್ತಿರುವೆ. ನಿನ್ನ ಪ್ರತಿಜ್ಞೆಯನ್ನು ನೆನಪಿಸಿಕೋ ಮತ್ತು ಅದರಂತೆ ನಡೆದುಕೋ. ಆಗ ನಿನ್ನ ಜೀವಕ್ಕೂ ಅಪಾಯವಿರುವುದಿಲ್ಲ. ನೀನು ಪ್ರಧಾನಮಂತ್ರಿಯಾಗಿ ಮುಂದುವರಿಯಬಹುದು. ಆದರೆ ನೀನೇನಾದರೂ ಪ್ರತಿಜ್ಞೆಯನ್ನು ಮುರಿದರೆ ನಿನಗೆ ಸಾವಷ್ಟೇ ಶಿಕ್ಷೆಯಲ್ಲ, ಪರಮಾತ್ಮನ ದೃಷ್ಟಿಯಲ್ಲೂ ನೀನು ಕಳಂಕಿತಳಾಗುವೆ'.

ಕನಖಲ ಮರುಮಾತನಾಡಲಿಲ್ಲ. ಪ್ರಧಾನಿಯಾಗುವಾಗ ಆಕೆ ಮಾಡಿದ್ದ ಪ್ರತಿಜ್ಞೆ ಏನು ಎನ್ನುವುದು ಆಕೆಗೆ ಚೆನ್ನಾಗಿ ತಿಳಿದಿತ್ತು. ಆಕೆ ಏನಾದರೂ ಸ್ವಾಮಿನಿಷ್ಠೆಗೆ ದ್ರೋಹ ಬಗೆದರೆ ಸತ್ತ ನಂತರ ಆಕೆಯ ಉತ್ತರಾದಿಕ್ರಿಯೆಗಳನ್ನು ಯಾರೂ ಮಾಡುವಂತಿರಲಿಲ್ಲ. ಪುರಾತನ ಸಂಪ್ರದಾಯದ ಪ್ರಕಾರ ಅದು ಸಾವಿಗಿಂತಲೂ ಘೋರ. ಹಾಗೇನಾದರೂ ಉತ್ತರಾದಿಕ್ರಿಯೆ ನಡೆಯದಿದ್ದರೆ ಆಕೆಯ ಆತ್ಮ ವೈತರಣಿ ನದಿಯನ್ನು ದಾಟಿ ಪಿತೃಲೋಕವನ್ನು ತಲುಪುವುದು ಅಸಾಧ್ಯವಾಗುತ್ತದೆ. ಅದು ಮುಕ್ತಿಯನ್ನೂ ಪಡೆಯದೆ ಭೂಲೋಕದಲ್ಲಿ ಮತ್ತೊಂದು ದೇಹವನ್ನೂ ಪ್ರವೇಶಿಸಲಾಗದೆ ಮಧ್ಯದಲ್ಲಿ ಅಂತರ್ ಪಿಶಾಚಿಯಾಗಿ ಅಲೆದಾಡುವಂತಾಗುತ್ತದೆ. ಹಾಗಾಗಿ ಕನಖಲ ಚಿಂತಾಕ್ರಾಂತಳಾದಳು.

'ಕನಖಲ ನಿನ್ನ ಪ್ರತಿಜ್ಞೆಯನ್ನು ನೆನಪಿಸಿಕೊಂಡು ಸುಮ್ಮನೆ ನಿನ್ನ ಕರ್ತವ್ಯವನ್ನು ಮುಂದುವರೆಸು. ಶಾಂತಿ ಸಭೆಯತ್ತ ಗಮನ ಹರಿಸು' ಎಂದು ಹೇಳಿ ದಕ್ಷ ಆಕೆಯನ್ನು ಹೊರಗೆ ಕಳುಹಿಸಿದ.

ಅಂದು ಕನಖಲ ತನ್ನ ಕಚೇರಿಯ ತುದಿಮಾಳಿಗೆಯಲ್ಲಿ ನಂತು ಗಾಢವಾದ ಆಲೋಚನೆಯಲ್ಲಿ ಮಗ್ನಳಾಗಿದ್ದಳು. ಹೊರಗಡೆ ಕಾರಂಜಿಯೊಂದರಿಂದ ಚಿಮ್ಮುತ್ತಿದ್ದ ನೀರಿನ ಸದ್ದು ಕೇಳಿಸುತ್ತಿತ್ತು. ಮುಂದೇನು ಮಾಡಬೇಕು ಎಂದು ಶಾಂತ ಚಿತ್ತದಿಂದ ಆಲೋಚಿಸುತ್ತಿದ್ದಳು. ಒಮ್ಮೆ ಹಾಗೇ ದಿಗಂತದೆಡೆಗೆ ದೃಷ್ಟಿ ಹಾಯಿಸಿದಳು. ಸೂರ್ಯ ನಿಧಾನವಾಗಿ ಮರೆಯಾಗುತ್ತಿದ್ದ. ಕನಖಲ ದೀರ್ಘ ನಿಟ್ಟುಸಿರು ಬಿಡುತ್ತಾ ದೂರದ ರಸ್ತೆಯೆಡೆಗೆ ದೃಷ್ಟಿ ಹಾಯಿಸಿದಳು. ಅಲ್ಲಿ ಮೆಲೂಹದ ಸೈನಿಕರು ಮನೆಯ ಸುತ್ತ ಪಹರೆ ಕಾಯುತ್ತಿದ್ದರು. ಆ ಸೈನಿಕರನ್ನು ಕಂಡಾಗ ಆಕೆಗೇನು ಕೋಪ ಬರಲಿಲ್ಲ. ಅವರೆಲ್ಲರೂ ಒಳ್ಳೆಯ ಸೈನಿಕರೇ. ಕೇವಲ ತಮ್ಮ ಅಧಿಕಾರಿಗಳ ಆದೇಶವನ್ನಷ್ಟೇ ಅವರು ಪಾಲಿಸುತ್ತಿದ್ದರು. ದಕ್ಷ ರೂಪಿಸಿರುವ ಸಂಚಿನ ಬಗ್ಗೆ ಲೋಥಲ್‌ಗೆ ಸಂದೇಶ ಕಳಿಸಿ ನೀಲಕಂಠನನ್ನು ಎಚ್ಚರಿಸುವುದು ಅಸಾಧ್ಯ ಎಂಬುದು ಕನಖಲಳಿಗೆ ಚೆನ್ನಾಗಿ ತಿಳಿದಿತ್ತು. ಹಕ್ಕಿಗಳ ಕಾಲಿಗೆ ಸಂದೇಶ ಪತ್ರ ಕಟ್ಟಿ ಹಾರಿ ಬಿಟ್ಟರೆ ವಿದ್ಯುನ್ಮಾಲಿಯ ನುರಿತ ಬಿಲ್ಲುಗಾರರು ಸುಲಭವಾಗಿ ಅದನ್ನು ಹೊಡೆದು ಹಾಕುತ್ತಾರೆ ಎಂಬುದು ಆಕೆಗೆ ಖಚಿತವಾಗಿತ್ತು. ಅಲ್ಲದೆ ಅದಾಗಲೇ ನೀಲಕಂಠನ ಸೈನ್ಯ ಲೋಥಲ್ ಅನ್ನು ಬಿಟ್ಟು ಹೊರಟಿರುವ ಸಾಧ್ಯತೆ ಇತ್ತು. ಹಾಗಾಗಿ ಆಕೆಗಿದ್ದ ಏಕೈಕ ಭರವಸೆಯೆಂದರೆ ಅದು ಪರ್ವತೇಶ್ವರ. ಬೃಗು ಮತ್ತು ಪರ್ವತೇಶ್ವರ ಸರಿಯಾದ ಸಮಯಕ್ಕೆ ದೇವಗಿರಿಯನ್ನು ತಲುಪಿದರೆ ದಕ್ಷ ಮತ್ತು ವಿದ್ಯುನ್ಮಾಲಿ ನಡೆಸಲು ಯೋಜಿಸಿರುವ ಹೇಯ ಕೃತ್ಯವನ್ನು ತಡೆಯಬಹುದು ಎಂದು ಆಕೆ ಮನಸ್ಸಿನಲ್ಲೇ ಲೆಕ್ಕಾಚಾರ ಹಾಕುತ್ತಿದ್ದಳು.

ಇಷ್ಟಾದರೂ ಕನಖಲ ಸಣ್ಣ ಸಂದೇಶವೊಂದನ್ನು ಬರೆದು ಅದನ್ನು ಕೈಯಲ್ಲಿ ಹಿಡಿದುಕೊಂಡಿದ್ದಳು. ಅದು ನೀಲಕಂಠನಗೆ ಬರೆದಿದ್ದ ರಹಸ್ಯ ಪತ್ರ. ಪತ್ರವನ್ನು ಸುರುಳಿ ಸುತ್ತಿ ಸಣ್ಣ ಲೋಹದ ಡಬ್ಬಿಯಲ್ಲಿಟ್ಟು ಅದನ್ನು ಹಕ್ಕಿಯೊಂದರ ಕಾಲಿಗೆ ಕಟ್ಟಿದ್ದಳು. ನಂತರ ಕಣ್ಮುಚ್ಚಿ ಮೆಲ್ಲನೆ ಪಿಸುಗುಟ್ಟಿದಳು.

'ಓ ಹಕ್ಕಿಯೇ ನನ್ನನ್ನು ಕ್ಷಮಿಸು. ನನ್ನ ಬಲಿದಾನ ಮಹಾನ್ ಕಾರ್ಯವೊಂದಕ್ಕೆ ನಾಂದಿಯಾಗಲಿ. ಓಂ ಬ್ರಹ್ಮಾಯೇ ನಮಃ'.

ಅಷ್ಟು ಹೇಳಿ ಹಕ್ಕಿಯನ್ನು ಗಾಳಿಯಲ್ಲಿ ಮೇಲಕ್ಕೆ ಹಾರಲು ಬಿಟ್ಟಳು. ಕೆಲವೇ ಕ್ಷಣಗಳಲ್ಲಿ ಕೆಳಗಿದ್ದ ಸೈನಕರು ಚಡಪಡಿಸಲಾರಂಭಿಸಿದರು. ನುರಿತ ಬಿಲ್ಲುಗಾರನೊಬ್ಬ ಹತ್ತಿರದ ಮಹಡಿಯಿಂದ ಹೊರಬಂದ. ಬಿಲ್ಲಿಗೆ ಬಾಣವನ್ನು ಹೂಡಿ ಹಕ್ಕಿಯತ್ತ ಬಿಟ್ಟ. ಗುರಿ ನಿಖರವಾಗಿತ್ತು. ಬಾಣ ನೇರವಾಗಿ ಹಕ್ಕಿಯ ದೇಹವನ್ನು ಹೊಕ್ಕಿತು. ಹಕ್ಕಿ ದುಪ್ಪನೆ ಕೆಳಗೆ ಬಿತ್ತು. ಸೈನಕರು ಕೆಳಗೆ ಬಿದ್ದ ಹಕ್ಕಿಯನ್ನು ಹುಡುಕಿ ತಂದರು. ಅದರ ಕಾಲಿಗೆ ಕಟ್ಟಿದ್ದ ಸಂದೇಶ ಪತ್ರ ನೇರವಾಗಿ ವಿದ್ಯುನ್ಮಾಲಿಯ ಕೈ ಸೇರಿತು. ವಿದ್ಯುನ್ಮಾಲಿ ಅದನ್ನು ತೆಗೆದು ನೋಡಿದ. ಪತ್ರದಲ್ಲಿ ಕನಖಲಳ ಸಹಿ ಇತ್ತು. ಈ ಎಲ್ಲವನ್ನು ಕನಖಲ ಉಪ್ಪರಿಗೆಯ ಮೇಲೆ ನಂತು ನೋಡುತ್ತಿದ್ದಳು. ಸೈನಿಕನೊಬ್ಬ ಗಾಯಗೊಂಡಿದ್ದ ಹಕ್ಕಿಯನ್ನು ನಗರದ ಕೋಟೆಯ ಬಳಿಯಿದ್ದ ಹಕ್ಕಿ ಸಾಕಾಣಿಕಾ ಕೇಂದ್ರಕ್ಕೆ ತೆಗೆದುಕೊಂಡು ಹೋದ. ಇತ್ತ ಕನಖಲ ಭೃಗು ಮತ್ತು ಪರ್ವತೇಶ್ವರ ಆದಷ್ಟು ಬೇಗ ದೇವಗಿರಿಗೆ ಬರಲಿ ಎಂದು ದೇವರಲ್ಲಿ ಪ್ರಾರ್ಥಿಸುತ್ತಿದ್ದಳು. ಅವರಿಬ್ಬರೂ ದೇವಗಿರಿಗೆ ಬಂದರೆ ಶ್ರೀರಾಮನ ನಿಯಮವನ್ನೇ ಬುಡಮೇಲೆ ಮಾಡಲು ಹೊರಟಿರುವ ದಕ್ಷನ ಹುಚ್ಚುತನವನ್ನು ತಡೆಯುತ್ತಾರೆ ಎಂಬುದು ಆಕೆಯ ಬಲವಾದ ನಂಬಿಕೆಯಾಗಿತ್ತು. ಇಷ್ಟಲ್ಲದೆ ಕನಖಲ ಆಪ್ತ ಸಹಾಕನೊಬ್ಬನನ್ನು ಲೋಥಲ್ ನಗರದ ಕಡೆ ಹೋಗುವಂತೆಯೂ ದಾರಿಯಲ್ಲಿ ನೀಲಕಂಠನನ್ನು ಭೇಟಿ ಮಾಡಿ ವಿಚಾರ ತಿಳಿಸುವಂತೆಯೂ ಹೇಳಿದ್ದಳು. ಒಟ್ಟಾರೆ ಈ ದುಷ್ಟ ಕೃತ್ಯವನ್ನು ನಿಲ್ಲಿಸಲು ಏನೆಲ್ಲಾ ಪ್ರಯತ್ನ ಮಾಡಬಹುದೋ ಅದಷ್ಟನ್ನೂ ಮಾಡಿಮುಗಿಸಿದ್ದಳು. ಆದರೂ ತನ್ನ ಪ್ರಯತ್ನದಲ್ಲಿ ಯಶಸ್ವಿಯಾಗುವ ಭರವಸೆ ಆಕೆಗಿರಲಿಲ್ಲ.

ಸ್ವಲ್ಪ ಸಮಯದ ನಂತರ ಕನಖಲ ದೀರ್ಘ ನಿಟ್ಟುಸಿರು ಬಿಟ್ಟಳು. ಅಂದು ಆಕೆ ತನ್ನ ಸಾಮ್ರಾಟನಿಗೆ ನೀಡಿದ್ದ ವಚನವನ್ನು ಮುರಿದಿದ್ದಳು. ಜತೆಗೆ ತಾನು ಮಾಡಿದ ಪಾಪಕ್ಕೆ ಪರಿಹಾರವೇನು ಎಂಬುದನ್ನು ಪುರಾಣದ ಗ್ರಂಥಗಳಿಂದ ಓದಿ ತಿಳಿದುಕೊಂಡಿದ್ದಳು. ನಿಜವಾದ ಧರ್ಮ ಯಾವುದು ಎಂಬುದನ್ನು ಮನಸ್ಸು ಮತ್ತು ಆತ್ಮಸಾಕ್ಷಿ ಸ್ಪಷ್ಟವಾಗಿ ಹೇಳುತ್ತದೆ. ಧರ್ಮದ ವಿಚಾರದಲ್ಲಿ ಯಾವುದು ಸರಿ ಮತ್ತು ಯಾವುದು ತಪ್ಪು ಎನ್ನುವುದನ್ನು ನಮ್ಮ ಅಂತರಾತ್ಮ ಹೇಳುತ್ತದೆ. ಕನಖಲಳ ವಿಚಾರದಲ್ಲಿ ಆಕೆ ದಕ್ಷನಿಗೆ ನೀಡಿದ್ದ ವಚನವನ್ನು ಮುರಿಯುವುದು ಅವಶ್ಯವಾಗಿತ್ತು. ವಚನ ಭ್ರಷ್ಟನಾಗುವುದು ಘೋರ ಅಪರಾಧವನ್ನು ಮಾಡುವುದಕ್ಕಿಂತ ಲೇಸು. ಹಾಗಾಗಿ ಮುಂದಾಗುವ ಅನಾಹುತವನ್ನು ತಪ್ಪಿಸುವುದಕ್ಕೆ ವಚನ ಭ್ರಷ್ಟನಾಗು ಎಂದು ಆಕೆಯ

ಆತ್ಮಸಾಕ್ಷಿ ಹೇಳುತ್ತಿತ್ತು. ಆದರೆ ಈ ಅಪರಾಧಕ್ಕೆ ತನಗಾಗಬಹುದಾದ ಶಿಕ್ಷೆ ಏನು ಎಂಬುದೂ ಆಕೆಗೆ ತಿಳಿದಿತ್ತು. ದಕ್ಷನಿಂದ ಅಂತಹ ಶಿಕ್ಷೆಯನ್ನು ಪಡೆದುಕೊಳ್ಳಲು ಆಕೆಯ ಮನಸ್ಸು ಒಪ್ಪಲಿಲ್ಲ. ಕನಖಲ ಅತೀವ ದುಃಖದಿಂದ ನಿಧಾನವಾಗಿ ಕಚೇರಿಯಲ್ಲಿ ತಾನು ನಿತ್ಯ ಬರೆಯುತ್ತಿದ್ದ ಮೇಜಿನ ಬಳಿಗೆ ಬಂದಳು. ಮೇಜಿನ ಮೇಲೆ ಬಟ್ಟಲೊಂದಿತ್ತು. ಅದರಲ್ಲಿ ಶುದ್ಧ ಹಸಿರು ಬಣ್ಣದ ಔಷಧಿಯೊಂದಿತ್ತು. ವಾಸ್ತವದಲ್ಲಿ ಅದು ಕಾರ್ಕೋಟಕ ವಿಷ. ಆಕೆ ಆಗಷ್ಟೇ ಅದನ್ನು ತಯಾರಿಸಿದ್ದಳು. ನಂತರ ಕಣ್ಮುಚ್ಚಿ ಬಟ್ಟಲಿನಲ್ಲಿದ್ದ ವಿಷವನ್ನು ಹಾಗೇ ಗಟಗಟನೆ ಕುಡಿದು ಬಿಟ್ಟಳು. ಕ್ಷಣಾರ್ಧದಲ್ಲಿ ವಿಷ ದೇಹವನ್ನು ಆವರಿಸಿತು. ಸಂವೇದನೆಯೇ ಇಲ್ಲದಂತಾಯಿತು. ನೋವು ತೀವ್ರವಾಯಿತು. ಆಕೆ ನಿಧಾನವಾಗಿ ನಿದ್ರಾವಸ್ಥೆಗೆ ಜಾರತೊಡಗಿದಳು. ಆಕೆಗೂ ಅದೇ ಬೇಕಾಗಿತ್ತು. ಕೆಲ ಕ್ಷಣಗಳ ಬಳಿಕ ತೀರಾ ಸಂಕಟಪಡುತ್ತಾ ತೆವಳುತ್ತಾ ತನ್ನ ಕಚೇರಿಯ ಮುಂದಿದ್ದ ನೀರಿನ ಚಿಲುಮೆಯತ್ತ ಬಂದಳು. ಅಲ್ಲೊಂದು ಸಣ್ಣ ಕೊಳ. ಸಾಕಷ್ಟು ನೀರು ತುಂಬಿತ್ತು. ಆಕೆ ಕೈಯನ್ನು ಒಮ್ಮೆ ಕೊಳದೊಳಕ್ಕೆ ಹಾಕಿ ನೋಡಿದಳು. ಗಾಯಗೊಂಡ ಕೈಯನ್ನು ನೀರಿನೊಳಗಿದ್ದರೆ ರಕ್ತ ಹೆಪ್ಪುಗಟ್ಟುವುದಿಲ್ಲ ಎಂಬುದು ಆಕೆಗೆ ತಿಳಿದಿತ್ತು. ನಂತರ ಸೊಂಟದಿಂದ ಹರಿತವಾದ ಚೂರಿಯೊಂದನ್ನು ತೆಗೆದಳು. ಒಂದು ಕ್ಷಣ ತಟ್ಟನೆ ಆಲೋಚನೆಯೊಂದು ಆಕೆಯ ಮನಸ್ಸಿನಲ್ಲಿ ಹಾಗೇ ಹಾದು ಹೋಯಿತು. ಸಂಪ್ರದಾಯದ ಪ್ರಕಾರ ತನ್ನ ಅಂತ್ಯಸಂಸ್ಕಾರವಾಗದಿದ್ದರೆ ತಾನು ಅಂತರ್ ಪಿಶಾಚಿಯಂತೆ ಅಲೆದಾಡಬಹುದೇ ಎಂದು ಯೋಚಿಸಿದಳು. ಆದರೆ ತಾನು ದೇಹ ತ್ಯಾಗ ಮಾಡುತ್ತಿರುವುದು ಈ ದೇಶದ ಒಳಿತಿಗಾಗಿ ಎಂದು ಮನಸ್ಸು ಹೇಳಿತು. ಆತಂಕ ದೂರವಾಯಿತು. 'ಧರ್ಮೋ ರಕ್ಷತಿ ರಕ್ಷಿತಃ', ಧರ್ಮವನ್ನು ಯಾರು ರಕ್ಷಿಸುತ್ತಾರೋ ಧರ್ಮ ಅವರನ್ನು ರಕ್ಷಿಸುತ್ತದೆ ಎಂಬುದು ಆಕೆಯ ಅರಿವಿಗೆ ಬಂತು. ಮರುಕ್ಷಣವೇ ಕಣ್ಮುಚ್ಚಿ ಬಿಗಿ ಮುಷ್ಟಿ ಹಿಡಿದು ಕೈಯನ್ನು ನೀರೊಳಕ್ಕೆ ಅದ್ದಿದ್ದಳು. ದೀರ್ಘ ನಿಟ್ಟುಸಿರು ಬಿಡುತ್ತಾ 'ಜೈ ಶ್ರೀರಾಮ್' ಎಂದಳು. ನಂತರ ಚೂರಿಯಿಂದ ಮುಂಗೈಯ ನರವನ್ನು ಕತ್ತರಿಸಿಕೊಂಡಳು. ನೋಡು ನೋಡುತ್ತಿದ್ದಂತೆ ಕೈಯಿಂದ ರಕ್ತ ಪ್ರವಾಹದಂತೆ ಹರಿದು ನೀರಿನೊಂದಿಗೆ ಬೆರೆಯ ತೊಡಗಿತು. ಇಡೀ ಕೊಳ ಕೆಂಪು ಬಣ್ಣಕ್ಕೆ ತಿರುಗಿತು. ಕನಖಲ ತಲೆಯನ್ನು ಕೊಳದೊಳಗೆ ಇಟ್ಟು ಮೃತ್ಯುವನ್ನು ಆಹ್ವಾನಿಸಿದಳು. ಕೆಲವೇ ಕ್ಷಣಗಳಲ್ಲಿ ಆಕೆಯ ಪ್ರಾಣ ಪಕ್ಷಿ ಹಾರಿ ಹೋಯಿತು.

ಇತ್ತ ಕನಕಲಳ ಆತ್ಮಹತ್ಯೆಯ ಸುದ್ದಿ ದಕ್ಷನ ಕಿವಿಗೆ ಬಿತ್ತು. ಒಂದು ಕ್ಷಣ ಆತ ದಿಭ್ರಾಂತನಾದ. ವಿದ್ಯುನ್ಮಾಲಿ ಆತನನ್ನು ಸಮಾಧಾನಪಡಿಸಲಾರಂಭಿಸಿದ.

'ನಮ್ಮ ಯೋಜನೆಯಲ್ಲಿ ಯಾವುದೇ ಬದಲಾವಣೆಯನ್ನು ಮಾಡುವುದು ಬೇಡ ಮಹಾಸ್ವಾಮಿ' ವಿದ್ಯುನ್ಮಾಲಿ ಹೇಳಿದ.

ದಕ್ಷ ಮರು ಮಾತನಾಡಲಿಲ್ಲ. ಆತಂಕ ಮತ್ತು ಭಯದಿಂದ ದೇಹ ಕಂಪಿಸುತ್ತಿತ್ತು.

'ಮಹಾಸ್ವಾಮಿ' ವಿದ್ಯುನ್ಮಾಲಿ ದಕ್ಷನನ್ನು ಎಚ್ಚರಿಸಿದ.

'ಹಾಂ.....'.

'ಮಹಾಸ್ವಾಮಿ, ನನ್ನ ಮಾತನ್ನು ಕೇಳಿ. ನಮ್ಮ ರಹಸ್ಯ ಕಾರ್ಯಚರಣೆಯನ್ನು ಮುಂದುವರೆಸೋಣ. ಸ್ವಾತ್ ಮತ್ತು ಆತನ ಸಹಚರರು ಸಿದ್ಧರಾಗಿದ್ದಾರೆ. ಎಲ್ಲರಿಗೂ ಕನಖಲ ಅಪಘಾತವೊಂದರಲ್ಲಿ ದುರ್ಮರಣ ಹೊಂದಿದಳು ಎಂದು ಹೇಳಿ ಬಿಡೋಣ. ಶಾಂತಿ ಸಭೆ ಆಕೆಯ ಸ್ಮರಣಾರ್ಥ ನಡೆಯಲಿ'.

'ಹಾಂ........ಹಾಗೇ ಆಗಲಿ' ದಕ್ಷ ಇನ್ನೂ ಆಘಾತದಿಂದ ಹೊರಬಂದಿರಲಿಲ್ಲ.

'ಮಹಾಸ್ವಾಮಿ ನಾನೀಗ ಹೊರಡಬೇಕು'.

'ಏನು?'.

'ಮಹಾಸ್ವಾಮಿ, ನಮ್ಮ ಗೂಢಚಾರರ ವರದಿಯಂತೆ ಕನಖಲಳ ಆಪ್ತ ಸಹಾಯಕನೊಬ್ಬ ಕಾಣೆಯಾಗಿದ್ದಾನೆ. ಬಹುಶಃ ಆತ ನೀಲಕಂಠನನ್ನು ಭೇಟಿ ಮಾಡಲು ಹೋಗುತ್ತಿರಬಹುದು. ಕೂಡಲೆ ಅವನನ್ನು ತಡೆಯಬೇಕು. ಹಾಗಾಗಿ ನಾನೀಗ ನನ್ನ ತಂಡದೊಂದಿಗೆ ದಕ್ಷಿಣ ದಿಕ್ಕಿನತ್ತ ಹೊರಟಿದ್ದೇನೆ'.

'ಇಲ್ಲಿ ಎಲ್ಲವನ್ನೂ ನಾನು ಹೇಗೆ ನಿರ್ವಹಿಸಲಿ ವಿದ್ಯುನ್ಮಾಲಿ?'.

'ನೀವೇನೂ ಚಿಂತಿಸದಿರಿ ಮಹಾಪ್ರಭು. ಎಲ್ಲವೂ ನಮ್ಮ ನಿಯಂತ್ರಣದಲ್ಲಿದೆ. ನನ್ನ ಸೈನಿಕರು ಸತಿಯನ್ನು ಸುರಕ್ಷಿತವಾಗಿ ಇಲ್ಲಿಗೆ ಕರೆತರುತ್ತಾರೆ. ಆಕೆಯ ಜತೆ ಬರುವ ಯಾರಿಗೂ ಅರಮನೆಗೆ ಪ್ರವೇಶ ನೀಡುವುದಿಲ್ಲ. ಒಮ್ಮೆ ಸತಿ ಬಳಿಗೆ ಬರುತ್ತಿದ್ದಂತೆ ಕಿಟಕಿಯ ಹೊರಗೆ ನಮ್ಮ ಸೈನಿಕನೊಬ್ಬ ನಿಂತಿರುತ್ತಾನೆ. ಆತನಗೆ ನೀವು ಸಂದೇಶ ನೀಡಿ. ಆತ ಗಾಳಿಯಲ್ಲಿ ಬೆಂಕಿಯ ಬಾಣವೊಂದನ್ನು ಬಿಡುತ್ತಾನೆ. ಅದೇ ಸ್ವಾತ್ ಮತ್ತು ಸಹಚರರಿಗೆ ನಾವು ನೀಡುವ ಸಂದೇಶ. ಕೂಡಲೆ ಅವರು ಅಂತಿಮ ಕಾರ್ಯಾಚರಣೆಗೆ ಸಿದ್ಧರಾಗುತ್ತಾರೆ. ಕ್ಷಣಾರ್ಧದಲ್ಲಿ ನೀಲಕಂಠನ ಮೇಲೆ ಆಕ್ರಮಣ ಮಾಡಿ ಆತನನ್ನು ಕೊಂದುಬಿಡುತ್ತಾರೆ. ನಂತರ ಸ್ವಾತ್ ಮತ್ತು ತಂಡ ಬೇಕಂತಲೇ ಶಿವನ ಪಡೆಯ ಕೆಲವು ಮಂದಿಯನ್ನು ಹತ್ಯೆ ಮಾಡದೇ ಹಾಗೇ ಬಿಟ್ಟುಬಿಡುತ್ತಾರೆ. ಅವರೆಲ್ಲರೂ ಶಿವನನ್ನು ಕೊಂದದ್ದು ನಾಗಾಗಳು ಎಂದು ಎಲ್ಲರಿಗೂ ತಿಳಿಸುತ್ತಾರೆ. ಅಲ್ಲಿಗೆ ನಮ್ಮ ಕೆಲಸ ಮುಗಿದಂತೆ'.

ದಕ್ಷ ಇನ್ನೂ ದಂಗಾಗಿಯೇ ನಿಂತಿದ್ದ. ವಿದ್ಯುನ್ಮಾಲಿ ಒಂದೆರಡು ಹೆಜ್ಜೆ ಮುಂದೆ ಬಂದು ಮತ್ತೆ ದಕ್ಷನನ್ನು ಸಮಾಧಾನಪಡಿಸಲು ಮುಂದಾದ.

'ನೀವು ಚಿಂತೆ ಮಾಡಬೇಡಿ ಮಹಾಪ್ರಭು. ಇಡೀ ಕಾರ್ಯಾಚರಣೆಯಲ್ಲಿ ಒಂದು ಸಣ್ಣ ತಪ್ಪೂ ಆಗದಂತೆ ನಾನು ಪ್ರತಿಯೊಂದನ್ನೂ ನೋಡಿಕೊಳ್ಳುತ್ತೇನೆ. ಸತಿ ಒಳಗೆ ಬಂದ ಕೂಡಲೆ ನೀವು ನಮ್ಮವರಿಗೆ ಸುಮ್ಮನೆ ಸನ್ನೆ ಮಾಡಿದರೆ ಸಾಕು, ಕೆಲಸ ಮುಗಿದಂತೆ'.

'ಹೌದೇ!'

'ಹೌದು ಮಹಾಸ್ವಾಮಿ! ನಾನೀಗ ಹೊರಡಬೇಕು. ಅಪ್ಪಿತಪ್ಪಿ ಕನಖಲಳ ಸೇವಕ ನೀಲಕಂಠನನ್ನು ಭೇಟಿ ಮಾಡಿಬಿಟ್ಟರೆ ನಮ್ಮ ಇಡೀ ಯೋಜನೆ ತಲೆಕೆಳಕಾಗುತ್ತದೆ'.

'ಹಾಗಾದರೆ ಹೋಗಿ ಬಾ' ದಕ್ಷ ವಿದ್ಯುನ್ಮಾಲಿಯನ್ನು ಬೀಳ್ಕೊಟ್ಟ.

— ⋏◎⊍⍋⊛ —

'ಛೇ! ನಿಜಕ್ಕೂ ಇವರು ಕುನ್ನಿಗಳು' ಕಾಳಿ ಆಕ್ರೋಷದಿಂದ ಹೇಳಿದಳು.

ಅಂಬರ್‌ಗಾನ್‌ನ ರಾಜ ಜಾದವ್ ರಾಣಾ ವೇಗವಾಗಿ ದೋಣಿಯನ್ನು ನಡೆಸಿಕೊಂಡು ಬಂದು ಕಾಳಿಗೆ ಮಹತ್ವದ ಸುದ್ದಿಯೊಂದನ್ನು ತಿಳಿಸಿದ್ದ. ಅಂಬರ್‌ಗಾನ್ ನರ್ಮದಾ ನದಿಯ ದಕ್ಷಿಣದಲ್ಲಿರುವ ಒಂದು ಪುಟ್ಟ ಸಾಮ್ರಾಜ್ಯ. ನಾಗಾಗಳು ಅನೇಕ ಸಂದರ್ಭಗಳಲ್ಲಿ ಜಾದವ್ ರಾಣಾಗೆ ಸಹಾಯ ಮಾಡಿದ್ದರು. ಹಾಗಾಗಿ ಆತನಗೆ ನಾಗಾಗಳ ಮೇಲೆ ಅನನ್ಯ ನಿಷ್ಠೆ. ವಾಸ್ತವವಾಗಿ ನರ್ಮದಾ ನದಿಯ ತಗ್ಗಾದ ಮರಳು ದಂಡೆಯ ಹಿಂದಿನ ತೋಪಿನ ಬಳಿ ಮೆಲೂಹದ ಹತ್ತಾರು ಹಡಗುಗಳು ಬೀಡುಬಿಟ್ಟಿರುವುದನ್ನು ಅಂಬರ್‌ಗಾನ್‌ನ ಮೀನುಗಾರರು ಕಂಡು ವಿಚಾರವನ್ನು ಜಾದವ್ ರಾಣಾನಿಗೆ ತಿಳಿಸಿದ್ದರು. ಮೀನುಗಾರರು ನೀಡಿದ ಸುದ್ದಿಯನ್ನು ಖಚಿತಪಡಿಸಿಕೊಳ್ಳಲು ಸ್ವತಃ ರಾಣಾ ಅಲ್ಲಿಗೆ ಹೋಗಿ ಪರಿಶೀಲಿಸಿದ್ದ. ಯುದ್ಧದ ಸಮಯವಾದ್ದರಿಂದ ಆತನಗೆ ಮೆಲೂಹನ್ನರು ಶಿವನ ಸೈನ್ಯದ ವಿರುದ್ಧ ಏನಾದರೂ ಪಿತೂರಿ ಮಾಡುತ್ತಿರಬಹುದೇ ಎಂಬ ಅನುಮಾನ ಕಾಡಿತ್ತು. ಅಷ್ಟೇ ಅಲ್ಲದೆ ನಾಗಾಗಳ ಹಡಗುಗಳು ಅದೇ ದಿಕ್ಕಿನತ್ತ ಬರುತ್ತಿವೆ ಎಂಬ ವಿಚಾರವೂ ತಿಳಿಯಿತು. ಒಂದು ವೇಳೆ ನಾಗಾಗಳು ನರ್ಮದಾ ನದಿಯ ಪಶ್ಚಿಮ ತೀರದ ಹತ್ತಿರ ಬಂದರೆ ಮೆಲೂಹದ ಹಡಗಿನಲ್ಲಿರುವ ಸೈನಿಕರು ನಾಗಾಗಳನ್ನು ಎರಡು ದಿಕ್ಕಿನಿಂದ ಏಕಕಾಲಕ್ಕೆ ಆಕ್ರಮಣ ಮಾಡಿಬಿಡುತ್ತಾರೆ ಎನ್ನುವುದು ಖಚಿತವಾಯಿತು. ಹಾಗಾಗಿ ಏನಾದರೂ ಮಾಡಿ ಈ ಅನಾಹುತವನ್ನು ತಪ್ಪಿಸಬೇಕು ಎಂದು ನಿರ್ಧರಿಸಿ ದೋಣಿಯೊಂದರಲ್ಲಿ ವೇಗವಾಗಿ ನಾಗಾ ಹಡಗುಗಳತ್ತ ಧಾವಿಸಿದ.

ಏದುಸಿರು ಬಿಡುತ್ತಾ ರಾಣಾ ಕಾರ್ತಿಕನಿಗೆ ಹೇಳಿದ 'ಮಹಾಸ್ವಾಮಿ! ನೀವು ನರ್ಮದಾ ನದಿಯ ಮಧ್ಯ ಭಾಗಕ್ಕೆ ಬಂದ ಕೂಡಲೆ ಹಿಂದು ಮುಂದಿನಿಂದ ಆಕ್ರಮಣ

ಮಾಡುವ ಉದ್ದೇಶ ಮೆಲೂಹನ್ನರದು. ಅಲ್ಲಿ ಏನಾಗುತ್ತಿದೆ ಎಂದು ತಿಳಿಯುವ ಮುನ್ನವೇ ಅವರು ನಿಮ್ಮೆಲ್ಲ ಹಡಗುಗಳನ್ನೂ ಧ್ವಂಸ ಮಾಡಿಬಿಡುತ್ತಾರೆ'.

'ಛೇ! ನಿಜಕ್ಕೂ ಇವರು ಹೇಡಿಗಳು. ಹಾಗಾದರೆ ನಾವು ಮರಳು ದಂಡೆಯ ಹಿಂದೆ ಅಡಗಿರುವ ಮೆಲೂಹ ಹಡಗುಗಳ ಮೇಲೆ ನೇರ ಆಕ್ರಮಣ ಮಾಡೋಣ. ಒಬ್ಬೊಬ್ಬರನ್ನೂ ಕೊಂದು ಅವರ ಕೊಳೆತ ಹೆಣವನ್ನು ನದೀ ತೀರದ ಮರಗಳ ಮೇಲೆ ನೇತು ಹಾಕೋಣ' ಕಾಳಿ ಆಕ್ರೋಶದಿಂದ ನುಡಿದಳು.

ಆದರೆ ಗಣೇಶ ಉದ್ವೇಗಕ್ಕೆ ಒಳಗಾಗದೆ ಗಂಭೀರವಾಗಿ ಆಲೋಚಿಸುತ್ತಿದ್ದ. ಸಣ್ಣ ಸಂದೇಹವೊಂದು ಆತನ ಮನಸ್ಸಿನಲ್ಲಿ ಸುಳಿದಾಡಿತು. ಮೆಲೂಹ ಸೈನ್ಯ ದಂಡೆಯ ಹಿಂದೇಕೆ ಅಡಗಿ ಕುಳಿತಿದೆ? ಅವರು ನಿಜಕ್ಕೂ ನಮ್ಮ ಮೇಲೆ ಆಕ್ರಮಣ ಮಾಡುತ್ತಾರೆಯೇ? ಅಥವಾ ಬೇರೆ ಯಾವುದಾದರೂ ತಂತ್ರವನ್ನು ಹೆಣೆಯುತ್ತಿದ್ದಾರೆಯೇ? ಹೀಗೆ ಹತ್ತಾರು ಪ್ರಶ್ನೆಗಳು ಮನಸ್ಸಿನಲ್ಲಿ ಮೂಡಿತು.

ಒಂದೆರಡು ನಿಮಿಷದ ನಂತರ ಗಣೇಶ ರಾಣಾನನ್ನು ಪ್ರಶ್ನಿಸಿದ 'ಮರಳು ದಂಡೆಯ ಹಿಂದೆ ಎಷ್ಟು ಮಂದಿ ಮೆಲೂಹನ್ನರಿದ್ದಾರೆ?'.

'ಅಲ್ಲಿ ಐವತ್ತು ಹಡಗುಗಳು ಬೀಡುಬಿಟ್ಟಿವೆ. ಆದರೆ ನಿಮ್ಮ ಬಳಿ ಅದಕ್ಕಿಂತಲೂ ಹೆಚ್ಚಿನ ಸಂಖ್ಯೆಯ ಹಡಗುಗಳಿರಬಹುದು ಅಲ್ಲವೇ?' ರಾಣಾ ಪ್ರಶ್ನಿಸಿದ.

'ನಾನು ಹಡಗುಗಳ ವಿಚಾರ ಕೇಳಲಿಲ್ಲ ರಾಣಾ. ಅಲ್ಲಿ ಎಷ್ಟು ಮಂದಿ ಸೈನಿಕರಿದ್ದಾರೆ ಎಂದು ಕೇಳಿದೆ'.

'ಅದು ನನಗೆ ತಿಳಿಯದು ಮಹಾಸ್ವಾಮಿ'.

ನಂತರ ರಾಣಾ ತನ್ನ ಸಹಚರರತ್ತ ತಿರುಗಿ ಕೇಳಿದ 'ನಿಮಗೇನಾದರೂ ಅಲ್ಲಿ ಎಷ್ಟು ಮಂದಿ ಇದ್ದಾರೆ ಎಂದು ತಿಳಿದಿದೆಯೇ?'.

ರಾಣಾನ ಸಹಚರರಲ್ಲಿ ಒಬ್ಬ ಹೇಳಿದ 'ಮಹಾಸ್ವಾಮಿ ಅವೆಲ್ಲವೂ ಬೃಹತ್ ಹಡಗುಗಳು. ಒಳಗೆ ಎಷ್ಟು ಮಂದಿ ಸೈನಿಕರಿದ್ದಾರೆ ಎಂದು ನಿಖರವಾಗಿ ಹೇಳಲಾಗದು. ಆದರೆ ಅವರು ತಂದಿರುವ ಆಹಾರ ಸಾಮಗ್ರಿಗಳನ್ನು ನೋಡಿದರೆ ಐದು ಸಾವಿರಕ್ಕಿಂತ ಹೆಚ್ಚು ಮಂದಿ ಇರಲಾರರು ಎಂಬುದು ನನ್ನ ಊಹೆ. ಆದರೆ ನಿಮ್ಮ ಬಳಿ ಹೆಚ್ಚು ಸೈನಿಕರಿದ್ದಾರೆ ಮಹಾಸ್ವಾಮಿ. ಅವರನ್ನು ಬಗ್ಗು ಬಡಿಯುವುದು ನಿಮಗೆ ಸುಲಭ'.

ಆತನ ಮಾತುಗಳನ್ನು ಕೇಳುತ್ತಲೆ ಥಟ್ಟನೆ ಗಣೇಶ ಮತ್ತು ಕಾಳಿಗೆ ಮೆಲೂಹನ್ನರ ರಣತಂತ್ರ ಅರ್ಥವಾಗಿ ಹೋಯಿತು.

'ಭೂಮಿದೇವಿ.......ನಮ್ಮನ್ನು ಕಾಪಾಡು' ಗಣೇಶ ಗಾಬರಿಯಿಂದ ಹೇಳಿದ.

ಕಾಳಿ ಸಹ ಅಷ್ಟೇ ಆತಂಕದಿಂದ ಕೇಳಿದಳು 'ಮೆಲೂಹದ ಹಡಗುಗಳಲ್ಲಿ ಕೇವಲ ಐದು ಸಾವಿರ ಮಂದಿ ಸೈನಿಕರಿದ್ದಾರೆ ಎನ್ನುವುದು ಖಚಿತವೇ?'.

'ಮಹಾರಾಣಿ! ನಮ್ಮ ಸೈನಿಕರು ನೌಕಾ ಸಮರದಲ್ಲಿ ಅನುಭವ ಹೊಂದಿರುವವರು. ಸಮುದ್ರದ ಮೇಲಿನ ಆಗು–ಹೋಗುಗಳ ಬಗ್ಗೆ ಅವರಿಗೆ ಅರಿವಿದೆ. ಅವರು ಹಡಗುಗಳಲ್ಲಿರುವವರ ಸಂಖ್ಯೆ ಐದು ಸಾವಿರ ಎಂದರೆ ಅದು ನಿಖರವಾಗಿರುತ್ತದೆ. ಅದರಲ್ಲಿ ಅನುಮಾನವೇ ಇಲ್ಲ' ಜಾದವ್ ರಾಣಾ ಹೇಳಿದ.

ಶತ್ರು ಸೈನ್ಯದ ಸಂಖ್ಯೆ ಕಡಿಮೆ ಇದೆ ಎಂದರೆ ನಾಗಾಗಳು ಸಂಭ್ರಮಪಡಬೇಕು. ಆದರೆ ಇವರೆಲ್ಲರೂ ಆತಂಕ ಮತ್ತು ಉದ್ವೇಗಕ್ಕೆ ಒಳಗಾಗಿದ್ದಾರಲ್ಲ ಎಂದು ರಾಣನಿಗೆ ಆಶ್ಚರ್ಯ.

ಕೂಡಲೆ ಗಣೇಶ ಜೋರುದನಿಯಲ್ಲಿ ಹೇಳಿದ 'ಮೆಲೂಹನ್ನರು ಪಂಚವಟಿಯ ಮೇಲೆ ಆಕ್ರಮಣ ಮಾಡಲು ಹೊರಟಿಲ್ಲ. ಬದಲಾಗಿ ನಮ್ಮ ಸೈನ್ಯವನ್ನು ಒಡೆಯುವ ಪ್ರಯತ್ನ ಮಾಡಿ ಅದರಲ್ಲಿ ಯಶಸ್ವಿಯಾಗಿದ್ದಾರೆ. ನಮ್ಮನ್ನು ದಿಕ್ಕು ತಪ್ಪಿಸಿದ್ದಾರೆ'.

ಚಿಂತಾಕ್ರಾಂತನಾದ ಕಾರ್ತಿಕ ಅಣ್ಣನ ಮುಖವನ್ನೇ ನೋಡುತ್ತಾ 'ಬಹುಶಃ ಈ ಸಮಯದಲ್ಲಿ ಅತ್ತ ಮೆಲೂಹನ್ನರು ಲೋಥಲ್ ಮೇಲೆ ದಾಳಿ ಮಾಡುತ್ತಿರಬಹುದು'.

'ಅಯ್ಯೋ! ನಾವು ಅಲ್ಲಿಂದ ಒಂದು ಲಕ್ಷ ಮಂದಿ ಸೈನಿಕರನ್ನು ಕರೆದುಕೊಂಡು ಬಂದುಬಿಟ್ಟೆವಲ್ಲ' ಗಣೇಶ ತಲ್ಲಣಗೊಂಡು ಹೇಳಿದ.

ಕೂಡಲೆ ಕಾಳಿ 'ಕಾರ್ಕೋಟಕ, ಈ ಕೂಡಲೆ ನಾವು ಲೋಥಲ್‌ಗೆ ಹಿಂತಿರುಗಬೇಕು. ಬಂದ ವೇಗಕ್ಕಿಂತ ಎರಡರಷ್ಟು ವೇಗದಲ್ಲಿ ಹಡಗನ್ನು ನಡೆಸುವಂತೆ ಹಡಗಿನ ನಾವಿಕರಿಗೆ ಹೇಳು' ಎಂದು ತನ್ನ ಪ್ರಧಾನ ಮಂತ್ರಿ ಕಾರ್ಕೋಟಕನಿಗೆ ಆದೇಶ ನೀಡಿದಳು .

ಅಧ್ಯಾಯ – 43

ಪ್ರಜೆಗಳ ಪ್ರತಿಭಟನೆ

ಭಗೀರಥ ಮತ್ತು ಬೃಹಸ್ಪತಿ ಲೋಥಲ್ ಬಂದರಿನ ಎತ್ತರದ ವೇದಿಕೆಯೊಂದರಲ್ಲಿ ನಿಂತು ಸಮುದ್ರದತ್ತ ದೃಷ್ಟಿ ಹಾಯಿಸುತ್ತಿದ್ದರು. ಅದಾಗಲೇ ಮುಂಚೂಣಿ ದೋಣಿಯೊಂದು ಶಿವನ ಆಗಮನದ ಸುದ್ದಿಯನ್ನು ಮುಟ್ಟಿಸಿತ್ತು. ಕೆಲವೇ ನಿಮಿಷಗಳಲ್ಲಿ ಪೂರ್ವ ದಿಕ್ಕಿನಿಂದ ನೀಲಕಂಠನನ್ನು ಹೊತ್ತ ಹಡಗು ನಿಧಾನವಾಗಿ ಲೋಥಲ್ ಬಂದರಿನತ್ತ ಬರುತ್ತಿರುವುದು ಕಂಡಿತು. ಅದೇ ವೇಳೆಗೆ ದಕ್ಷಿಣದಿಂದ ಮತ್ತೊಂದು ಹಡಗು ಭೋರ್ಗರೆಯುತ್ತಾ ಬರುತ್ತಿತ್ತು. ಅದರಲ್ಲಿದ್ದವರು ಕಾಳಿ, ಗಣೇಶ ಮತ್ತು ಕಾರ್ತಿಕ. ಎರಡೂ ಹಡಗುಗಳು ಏಕಕಾಲಕ್ಕೆ ಬಂದರನ್ನು ತಲುಪುತ್ತಿದ್ದವು. ಶಿವನ ಹಡಗು ಹತ್ತಿರಕ್ಕೆ ಬರುತ್ತಿದ್ದಂತೆ ಆತನ ಪಕ್ಕದಲ್ಲಿ ಯುವತಿಯೊಬ್ಬಳು ನಿಂತಿರುವುದನ್ನು ಬೃಹಸ್ಪತಿ ಗಮನಿಸಿದ. ಕೆಲವೇ ಕ್ಷಣಗಳಲ್ಲಿ ಆತನ ಮುಖಚರ್ಯೆಯೇ ಬದಲಾಯಿತು. ಅದೇನೋ ಆನಂದ, ಉದ್ವೇಗ. ಬೃಹಸ್ಪತಿ ಒಂದೇ ಸಮನೆ ಚಡಪಡಿಸಲಾರಂಭಿಸಿದ. ಭಗೀರಥನಿಗೆ ಶಿವನ ಪಕ್ಕದಲ್ಲಿ ನಿಂತಿದ್ದ ತರುಣಿ ಯಾರು ಎನ್ನುವುದು ತಿಳಿಯಲಿಲ್ಲ. ಆಕೆ ಅಪ್ಪಟ ಭಾರತೀಯ ನಾರಿಯಂತೆ ಕಾಣುತ್ತಿದ್ದಳು. ಆದರೆ ಅಷ್ಟರಲ್ಲಾಗಲೇ ಬೃಹಸ್ಪತಿಗೆ ಆಕೆ ತನ್ನ ಪ್ರೀತಿಯ ತಾರಾ ಎನ್ನುವುದು ತಿಳಿದಿತ್ತು.

'ಆಕೆ ಯಾರು ಬೃಹಸ್ಪತಿ' ಭಗೀರಥ ಕೇಳಿದ.

'ಓ ಬ್ರಹ್ಮದೇವ.........ಓ ಬ್ರಹ್ಮದೇವ'.

'ಆಕೆ ಯಾರು?' ಭಗೀರಥ ಮತ್ತೆ ಕೇಳಿದ.

ಬೃಹಸ್ಪತಿ ಭಾವೋದ್ವೇಗಗೊಂಡಿದ್ದ. ಕಣ್ಣೀರು ಧಾರಾಕಾರವಾಗಿ ಸುರಿಯುತ್ತಿತ್ತು. ಅದು ಆನಂದಭಾಷ್ಪ. ಬೃಹಸ್ಪತಿ ವೇದಿಕೆಯಿಂದ ಧಡಧಡನೆ ಇಳಿದು ಹಡಗಿನತ್ತ ಓಡಿದ.

ಕೂಡಲೆ ಶಿವ 'ಹೋಗು ತಾರಾ..........ಬೃಹಸ್ಪತಿ ನಿನಗಾಗಿ ಕಾಯುತ್ತಿದ್ದಾನೆ' ಎಂದು ಹೇಳಿ ಆಕೆಯನ್ನು ಬೀಳ್ಕೊಟ್ಟ.

'ಅದು ಶಿವನ ಹಡಗಲ್ಲವೇ?' ಕಾಳಿ ಕೇಳಿದಳು.

ಕಾಳಿ, ಗಣೇಶ ಮತ್ತು ಕಾರ್ತಿಕ ವೇಗವಾಗಿ ಲೋಥಲ್‌ನತ್ತ ಬರುತ್ತಿದ್ದರು. ಆಶ್ಚರ್ಯಕ್ಕೆ ಮೆಲೂಹನ್ನರು ನಗರಕ್ಕೆ ಮುತ್ತಿಗೆ ಹಾಕಿರಲಿಲ್ಲ. ಕಾಳಿಯ ಹಡಗಿನ ಮುಂದೆ ಆಗಷ್ಟೇ ಬಂದಿದ್ದ ಮತ್ತೊಂದು ಹಡಗಿಗೆ ಲಂಗರು ಹಾಕಲಾಗಿತ್ತು. ಅದುವೇ ಶಿವನ ಹಡಗು. ಹಡಗು ಬಂದರಿಗೆ ಬಂದು ನಿಂತ ಕೂಡಲೆ ಕಾಳಿ ಬಿರುಗಾಳಿಯಂತೆ ಶಿವನತ್ತ ಓಡಿ ಬಂದಳು. ಒಂದೆಡೆ ಭಗೀರಥ ನೀಲಕಂಠನನ್ನು ಸ್ವಾಗತಿಸಲು ಸಜ್ಜಾಗಿ ನಿಂತಿದ್ದ. ಮತ್ತೊಂದೆಡೆ ಬೃಹಸ್ಪತಿ ತಾರಾಳನ್ನು ತಬ್ಬಿ ಹಿಡಿದು ಗಳಗಳನೆ ಅಳುತ್ತಿದ್ದ.

'ಶಿವ........' ಕಾಳಿ ಚೀರುತ್ತಾ ಶಿವನೆಡೆಗೆ ಓಡಿದಳು.

ಶಿವ ಕಾಳಿಯತ್ತ ತಿರುಗಿ ನಸುನಗುತ್ತಾ ಕೇಳಿದ 'ನಮ್ಮ ಹಿಂದೆ ಬರುತ್ತಿದ್ದ ನಾಗಾ ಹಡಗನ್ನು ನಾನು ಗಮನಿಸಿದೆ. ನೀನೆಲ್ಲಿಗೆ ಹೋಗಿದ್ದೆ ಕಾಳಿ?'.

'ಆ ಕೆಟ್ಟ ಹುಳುಗಳು ನಮ್ಮನ್ನು ದಿಕ್ಕು ತಪ್ಪಿಸಿದ್ದವು. ಮೆಲೂಹನ್ನರು ಪಂಚವಟಿಯ ಮೇಲೆ ಆಕ್ರಮಣ ಮಾಡುತ್ತಿದ್ದಾರೆ ಎಂದು ನಾವು ನಂಬುವಂತೆ ಮಾಡಿದ್ದರು'.

'ಅಂದರೆ ಮೆಲೂಹದ ಹಡಗುಗಳು ನಿಮ್ಮನ್ನು ದಾರಿ ತಪ್ಪಿಸುವುದಕ್ಕಾಗಿ ಬಂದಿದ್ದವು ಎಂದಾಯಿತು?' ಭಗೀರಥ ಕೇಳಿದ.

'ಹೌದು ಭಗೀರಥ, ಆ ಹಡಗುಗಳಲ್ಲಿದ್ದ ಸೈನಿಕರ ಸಂಖ್ಯೆ ಕೇವಲ ಐದು ಸಾವಿರ. ಅವರಿಗೆ ಪಂಚವಟಿಯ ಮೇಲೆ ಆಕ್ರಮಣ ಮಾಡುವ ಉದ್ದೇಶವಿರಲಿಲ್ಲ'.

'ಇದು ನಿಜಕ್ಕೂ ಒಳ್ಳೆಯ ಸುದ್ದಿ' ಭಗೀರಥ ಹೇಳಿದ.

ಒಂದೆರಡು ನಿಮಿಷಗಳ ನಂತರ ಶಿವ ಸುತ್ತಲೂ ನೋಡಿ ಕೇಳಿದ 'ಸತಿ ಎಲ್ಲಿ?'.

'ಆಕೆಯ ವಿಚಾರದಲ್ಲಿ ಒಂದಷ್ಟು ಶುಭ ಸುದ್ದಿಗಳಿವೆ' ಭಗೀರಥ ಹೇಳಿದ.

'ಏನು ಶುಭ ಸುದ್ದಿಯೇ?'.

'ಹೌದು, ನಾವೀಗ ಯುದ್ಧವನ್ನು ಕೊನೆಗಾಣಿಸಲು ಮಾರ್ಗವೊಂದನ್ನು ಕಂಡುಹಿಡಿದಿದ್ದೇವೆ' ಭಗೀರಥ ಹೇಳಿದ.

'ನಾವು ಸಹಾ ಯುದ್ಧಕ್ಕೆ ಮಂಗಳ ಹಾಡಲು ದಾರಿಯೊಂದನ್ನು ಕಂಡುಕೊಂಡಿದ್ದೇವೆ' ಗೋಪಾಲ ಪಂಡಿತರು ಪಾಶುಪತಾಸ್ತ್ರವಿದ್ದ ಡಬ್ಬದೆಡೆಗೆ ನೋಡುತ್ತಾ ಹೇಳಿದರು.

ಅಸ್ತ್ರವಿದ್ದ ಆ ಭಾರೀ ಗಾತ್ರದ ಡಬ್ಬವನ್ನು ಸೈನಿಕರು ಆಗಷ್ಟೇ ಹಡಗಿನಿಂದ ಕೆಳಗೆ ಇಳಿಸುತ್ತಿದ್ದರು. ಶಿವ ಮುಗುಳ್ನಗುತ್ತಾ ತಾರಾ ಮತ್ತು ಬೃಹಸ್ಪತಿಯೆಡೆಗೆ ದೃಷ್ಟಿ ಹಾಯಿಸಿದ. ಇಬ್ಬರೂ ಗಳಗಳನೆ ಅಳುತ್ತಿದ್ದರು. ತಾರಾ ತಲೆಯನ್ನು ಬೃಹಸ್ಪತಿಯ

ಎದೆಯ ಮೇಲಿಟ್ಟು ಆತನನ್ನು ಆಲಂಗಿಸಿಕೊಂಡಿದ್ದಳು. ಶಿವನಿಗೆ ಅದು ಹದಿಹರೆಯದ ಪ್ರೇಮಿಗಳು ಪ್ರೇಮ ಬಂಧನದಲ್ಲಿರುವಂತೆ ಭಾಸವಾಯಿತು.

ಶಿವ ನಸುನಗುತ್ತಾ ಹೇಳಿದ 'ಎಲ್ಲೆಡೆಯಿಂದ ಶುಭ ಸುದ್ದಿಗಳೇ ಬರುತ್ತಿವೆ'.

— ✡ —

ಭಗೀರಥ ಲೋಥಲ್ ಮತ್ತು ದೇವಗಿರಿಯಲ್ಲಿ ಕಳೆದ ಕೆಲವು ತಿಂಗಳುಗಳಿಂದ ನಡೆದ ಎಲ್ಲ ವಿದ್ಯಮಾನಗಳನ್ನೂ ಶಿವನಿಗೆ ವಿವರಿಸಿದ.

ಕೂಡಲೆ ಶಿವ ಕೇಳಿದ 'ಸತಿ ದೇವಗಿರಿಗೆ ಹೋಗಿರುವುದು ಶುಭ ಸುದ್ಧಿ ಹೇಗಾಗುತ್ತದೆ ಭಗೀರಥ?'.

ಶಿವನ ಪ್ರಶ್ನೆಗೆ ಭಗೀರಥನಗೆ ಉತ್ತರಿಸಲಾಗಲಿಲ್ಲ.

ಕೂಡಲೆ ಚಂದ್ರಕೇತು ಹೇಳಿದ 'ಮಹಾಪ್ರಭು, ನಿಮ್ಮ ಮತ್ತು ಮೆಲೂಹದ ನಡುವೆ ಶಾಂತಿ ಮತ್ತು ಸೌಹಾರ್ದತೆ ಮೂಡಿಸಲು ಸತಿ ಅವಿರತವಾಗಿ ಪ್ರಯತ್ನಿಸುತ್ತಿದ್ದಾರೆ. ಅತ್ತ ದಕ್ಷ ಮಹಾರಾಜರೂ ಶಾಂತಿಯನ್ನು ಬಯಸಿದ್ದಾರೆ. ಈಗ ಅವರೇನಾದರೂ ಈ ಶಾಂತಿ ಒಪ್ಪಂದಕ್ಕೆ ಸಹಿ ಹಾಕಿದರೆ ಯುದ್ಧ ಕೊನೆಗೊಂಡಂತೆ. ನಮಗೂ ಮೆಲೂಹವನ್ನು ನಾಶ ಮಾಡುವುದು ಬೇಕಾಗಿಲ್ಲ ಅಲ್ಲವೇ ಪ್ರಭು?. ನಮ್ಮ ಉದ್ದೇಶ ಸೋಮರಸವನ್ನು ನಾಶ ಮಾಡುವುದು ಅಷ್ಟೆ'.

'ಆ ಮೇಕೆ ಮನುಷ್ಯನನ್ನು ನಾನು ನಂಬುವುದಿಲ್ಲ. ಆತನೇನಾದರೂ ನನ್ನ ಸಹೋದರಿಗೆ ಹಿಂಸೆ ನೀಡಿದರೆ ಇಡೀ ನಗರವನ್ನು ಸುಟ್ಟು ಬೂದಿ ಮಾಡಿಬಿಡುತ್ತೇನೆ' ಕಾಳಿ ಆಕ್ರೋಶದಿಂದ ನುಡಿದಳು.

'ಆತ ಸತಿಯನ್ನೇನೂ ಮಾಡುವುದಿಲ್ಲ ಕಾಳಿ. ಆದರೆ ದಕ್ಷ ಸತಿಯನ್ನು ಬಂಧಿಯಾಗಿರಿಸಿಕೊಂಡು ತನಗೆ ಏನು ಬೇಕೋ ಅದನ್ನು ನಮ್ಮ ಬಳಿ ಕೇಳಬಹುದು. ಅದೇ ನನಗಿರುವ ಭಯ' ಶಿವ ಹೇಳಿದ.

'ಆದರೆ ಅದು ಅಸಾಧ್ಯ ಮಹಾಪ್ರಭು. ಶಾಂತಿ ಸಭೆಯ ನೀತಿ-ನಿಯಮಗಳು ಸ್ಪಷ್ಟವಾಗಿವೆ. ಮಾತುಕತೆಯಲ್ಲಿ ಒಮ್ಮತ ಉಂಟಾಗದೆ ಸಭೆ ವಿಫಲವಾದರೆ ಸತಿ ಯಾವುದೇ ತೊಂದರೆಯಿಲ್ಲದೆ ಹಿಂದಿರುಗಬಹುದು' ಚಂದ್ರಕೇತು ಹೇಳಿದ.

'ನಮ್ಮ ತಾತ ಯಾವ ಸಮಯದಲ್ಲಾದರೂ ಕಾನೂನನ್ನು ಧಿಕ್ಕರಿಸಬಹುದು. ಹಿಂದೆಯೂ ಆತ ಅನೇಕ ಬಾರಿ ಹೀಗೆ ಮಾಡಿದ್ದಾನೆ' ಗಣೇಶ ಹೇಳಿದ.

ಅಷ್ಟರಲ್ಲಿ ವಾಸುದೇವ ಪಂಡಿತರೊಬ್ಬರು ಗಾಬರಿಯಿಂದ ಓಡೋಡಿ ಬಂದರು.

ಸಭೆಯಲ್ಲಿ ಕುಳಿತಿದ್ದ ಗೋಪಾಲ ಪಂಡಿತರ ಬಳಿ ಬಂದು ಹೇಳಿದರು 'ಮಹಾಸ್ವಾಮಿ ನಾನೊಂದು ತುರ್ತು ಸುದ್ಧಿಯನ್ನು ತಂದಿದ್ದೇನೆ'.

'ನಾವೀಗ ಗಂಭೀರ ಚರ್ಚೆಯಲ್ಲಿ ತೊಡಗಿದ್ದೇವೆ. ಸ್ವಲ್ಪ ಸಮಯದ ನಂತರ ಮಾತನಾಡಬಹುದೇ ಪಂಡಿತರೇ?' ಗೋಪಾಲರು ಬಂದಿದ್ದ ವಾಸುದೇವ ಪಂಡಿತರಿಗೆ ಹೇಳಿದರು.

'ಇಲ್ಲ ಪಂಡಿತರೇ, ನಾನು ತುರ್ತಾಗಿ ತಮ್ಮ ಬಳಿ ಮಾತನಾಡಬೇಕು'.

ಲೋಥಲ್ ದೇವಾಲಯದ ಪಂಡಿತರ ಮುಖದಲ್ಲಿ ಉದ್ವೇಗವಿತ್ತು. ವಾಸುದೇವ ಪಂಡಿತರು ಸದಾ ಶಾಂತಚಿತ್ತರಾಗಿರುತ್ತಾರೆ. ಹಾಗಿದ್ದು ಅಂತಹ ಪಂಡಿತರೊಬ್ಬರು ಗಾಬರಿಗೊಂಡಿದ್ದಾರೆ ಎಂದರೆ ವಿಚಾರ ಅತ್ಯಂತ ಗಂಭೀರವಾಗಿರಬೇಕು ಎಂಬುದು ಗೋಪಾಲರಿಗೆ ಅರ್ಥವಾಯಿತು. ಕೂಡಲೆ ಅವರು ಕುಳಿತಲ್ಲಿಂದ ಎದ್ದು ಪಕ್ಕಕ್ಕೆ ಬಂದರು. ಇತ್ತ ಚೆನಾರಧ್ವಜ ಮತ್ತು ಗಣೇಶ ಮಾತುಕತೆ ಮುಂದುವರೆಸಿದರು.

ಚೆನಾರಧ್ವಜ ಹೇಳಿದ 'ಶಾಂತಿ ಸಭೆಯ ನೀತಿ–ನಿಯಮಗಳನ್ನು ರೂಪಿಸಿರುವವನು ಸಾಕ್ಷಾತ್ ಶ್ರೀರಾಮಚಂದ್ರ. ಆ ನಿಯಮಗಳು ಈ ನಾಡಿನ ಮೂಲಭೂತ ನಿಯಮಗಳೂ ಹೌದು. ಯಾವ ಕಾರಣಕ್ಕೂ ಅದನ್ನು ಯಾರೂ ಬದಲಾಯಿಸುವಂತಿಲ್ಲ. ಪ್ರತಿಯೊಬ್ಬರೂ ಅದನ್ನು ಪಾಲಿಸಲೇಬೇಕು. ಅದನ್ನು ಧಿಕ್ಕರಿಸಿದವರಿಗೆ ಮರಣದಂಡನೆಯೇ ಶಿಕ್ಷೆ. ದಕ್ಷ ಮಹಾರಾಜನೂ ಇದಕ್ಕೆ ಹೊರತಲ್ಲ. ಹಾಗಾಗಿ ಆತ ಶಾಂತಿ ನಿಯಮವನ್ನು ಧಿಕ್ಕರಿಸಲಾರ'.

'ನಿನ್ನ ಮಾತು ನಿಜವಾಗಲಿ ಎಂದು ಪರಮಾತ್ಮನಲ್ಲಿ ಬೇಡಿಕೊಳ್ಳುತ್ತೇನೆ ಚೆನಾರಧ್ವಜ' ಕಾಳಿ ಹೇಳಿದಳು.

'ಅನುಮಾನವೇ ಬೇಡ. ಒಂದು ವೇಳೆ ಶಾಂತಿ ಮಾತುಕತೆ ಸಫಲವಾಗದಿದ್ದರೆ ಸತಿ ಸುರಕ್ಷಿತವಾಗಿ ಹಿಂತಿರುಗುತ್ತಾರೆ' ಚೆನಾರಧ್ವಜ ಭರವಸೆಯಿಂದ ಹೇಳಿದ.

ಅಷ್ಟರಲ್ಲಿ ಗೋಪಾಲ ಪಂಡಿತರು 'ಶ್ರೀರಾಮ..........ನಮ್ಮನ್ನು ಕಾಪಾಡು' ಎಂದು ಜೋರಾಗಿ ಚೀರಿದರು.

ಎಲ್ಲರೂ ಗೋಪಾಲರತ್ತ ತಿರುಗಿದರು.

'ಏನಾಯಿತು ಪಂಡಿತರೇ?'.

ಪಂಡಿತರ ಮುಖ ಬಿಳಿಚಿಕೊಂಡಿತ್ತು. ಆತಂಕ ಮನೆ ಮಾಡಿತ್ತು.

'ಶಿವ! ಇಲ್ಲೊಂದು ಆಘಾತಕಾರಿ ಸುದ್ದಿ ಇದೆ'.

'ಏನದು?'.

'ಮೂರು ದಿನಗಳ ಹಿಂದೆಯಷ್ಟೇ ತನ್ನ ಸೈನ್ಯದೊಂದಿಗೆ ಪರ್ವತೇಶ್ವರ ಕರಾಚಪವನ್ನು ಬಿಟ್ಟಿದ್ದಾನೆ'.

ಕೂಡಲೇ ಸಭೆಯಲ್ಲಿ ಗುಸುಗುಸು ಪ್ರಾರಂಭವಾಯಿತು. ಶಿವನ ಸೈನ್ಯ ಯುದ್ಧಕ್ಕೆ ಸಿದ್ಧವಾಗಬೇಕಾಗಿತ್ತು.

'ಎಲ್ಲರೂ ಒಂದು ನಿಮಿಷ ಶಾಂತವಾಗಿರಿ. ಮತ್ತೇನು ಸುದ್ದಿ ಇದೆ ಪಂಡಿತರೇ?' ಶಿವ ಪ್ರಶ್ನಿಸಿದ.

'ಆಶ್ಚರ್ಯವೆಂದರೆ ಪರ್ವತೇಶ್ವರ ಕರಾಚಪದಿಂದ ಹೊರಟ ಕೆಲವೇ ಗಂಟೆಗಳಲ್ಲಿ ಸೈನ್ಯವನ್ನು ಮತ್ತೆ ಹಿಂದಕ್ಕೆ ಕಳುಹಿಸಿದ್ದಾನೆ. ತಾನು ಮಾತ್ರ ಬೃಗು ಮತ್ತು ಅಂಗರಕ್ಷಕರೊಂದಿಗೆ ಸಣ್ಣ ದೋಣಿಯಲ್ಲಿ ಸಿಂಧೂ ನದಿಯ ಮೇಲೆ ಹೊರಟಿದ್ದಾನೆ'.

'ಅವರೆಲ್ಲಿಗೆ ಹೋಗುತ್ತಿದ್ದಾರೆ? ಸೈನ್ಯವನ್ನೇಕೆ ಹಿಂದಕ್ಕೆ ಕಳುಹಿಸಿದರು?' ಶಿವ ಆಶ್ಚರ್ಯದಿಂದ ಕೇಳಿದ.

'ನಮ್ಮ ಪಂಡಿತರಿಂದ ಬಂದಿರುವ ಮಾಹಿತಿಯ ಪ್ರಕಾರ ಅವರು ದೇವಗಿರಿಗೆ ಹೊರಟಿದ್ದಾರೆ. ಕರಾಚಪದಿಂದ ಅನೇಕ ಹಕ್ಕಿಗಳು ಸಂದೇಶ ಹೊತ್ತು ದೇವಗಿರಿಗೆ ಹೋಗುತ್ತಿವೆ. ಆ ಸಂದೇಶದ ಸಾರಾಂಶವೇನು ಎನ್ನುವುದು ನಮ್ಮವರಿಗೆ ತಿಳಿದಿಲ್ಲ. ಆದರೆ ಪಂಡಿತರು ಹೇಳುವ ಪ್ರಕಾರ ಹಿಂದೆಂದೂ ಇಷ್ಟೊಂದು ಸಂದೇಶಗಳು ಕರಾಚಪ ಮತ್ತು ದೇವಗಿರಿಯ ನಡುವೆ ಹರಿದಾಡಿರಲಿಲ್ಲ'.

ಒಂದು ಕ್ಷಣ ಇಡೀ ಸಭೆಯಲ್ಲಿ ಮೌನ ಆವರಿಸಿತು. ಅಲ್ಲಿದ್ದ ಎಲ್ಲರಿಗೂ ಪರ್ವತೇಶ್ವರನ ಮೇರು ವ್ಯಕ್ತಿತ್ವ ಮತ್ತು ಮೆಲೂಹದ ಮೇಲೆ ಆತನಗಿದ್ದ ಅನನ್ಯ ಭಕ್ತಿಯ ಅರಿವಿತ್ತು. ಸೈನ್ಯವಿಲ್ಲದೆ ಏಕಾಂಗಿಯಾಗಿ ಆತುರಾತುರವಾಗಿ ಆತ ದೇವಗಿರಿಗೆ ಬರುತ್ತಿದ್ದಾನೆ ಎಂದರೆ ದೇವಗಿರಿಯಲ್ಲಿ ಏನೋ ಅನಾಹುತ ಸಂಭವಿಸುತ್ತಿದೆ ಎಂದೇ ಅರ್ಥ. ಆ ಅನರ್ಥವನ್ನು ತಡೆಯಲು ಆತ ದೇವಗಿರಿಗೆ ಬರುತ್ತಿದ್ದಾನೆ ಎನ್ನುವುದು ಸ್ಪಷ್ಟ.

ಥಟ್ಟನೆ ಶಿವನಿಗೆ ಪರಿಸ್ಥಿತಿಯ ತೀವ್ರತೆ ಅರ್ಥವಾಯಿತು. ಮುಂದಾಗಬಹುದಾದ ಅನಾಹುತದ ಸಣ್ಣ ಸುಳಿವು ಸಿಕ್ಕಿತು.

ಕೂಡಲೆ ಆತ ಕೂಗಿ ಹೇಳಿದ 'ಭಗೀರಥ! ಈ ಕ್ಷಣವೇ ಸೈನ್ಯವನ್ನು ಸಜ್ಜುಗೊಳಿಸು. ಮುಂದಿನ ಒಂದು ಗಂಟೆಯಲ್ಲಿ ನಾವು ಲೋಥಲ್‌ಅನ್ನು ಬಿಟ್ಟು ಹೊರಡಬೇಕು'.

ಚಂದ್ರಕೇತು, ಚೆನಾರಧ್ವಜ, ಮಾತಲಿ ಗಣೇಶ ಮತ್ತು ಕಾರ್ತಿಕ ಶಿವನ ಆದೇಶವನ್ನು ಪಾಲಿಸಲು ಮುಂದಾದರು.

'ಅಮ್ಮನಿಗೇನೂ ಆಗುವುದಿಲ್ಲ ಅಣ್ಣ! ನೀನು ಸಮಾಧಾನದಿಂದಿರು' ಕಾರ್ತಿಕ ಗಣೇಶನನ್ನು ಸಮಾಧಾನಪಡಿಸುತ್ತಿದ್ದ.

ಶಿವನ ದಂಡು ಲೋಥಲ್ ಬಿಟ್ಟು ಹೊರಟಿತು. ಹೊರಡುವುದಕ್ಕೆ ಮುನ್ನ ಎಲ್ಲರೂ ಊಟ ಮಾಡಿ ಮುಗಿಸಿದರು. ಎಲ್ಲರೂ ಭಗವಂತನಲ್ಲಿ ಮೊರೆಯಿಡುತ್ತಿದ್ದುದು ಒಂದೇ. ಅದು ಸತಿ ಸುರಕ್ಷಿತವಾಗಿ ಹಿಂತಿರುಗಿ ಬರಲಿ ಎಂದು. ಎಲ್ಲರೂ ಒಬ್ಬರಿಗೊಬ್ಬರು

ಸಮಾಧಾನ ಹೇಳುತ್ತಿದ್ದರು. ಕಳೆದ ಬಾರಿ ತಾನು ಸತಿಯೊಂದಿಗೆ ಅಷ್ಟು ಒರಟಾಗಿ ನಡೆದುಕೊಂಡುಬಿಟ್ಟೆನಲ್ಲಾ ಎಂಬ ನೋವು ಕಾಳಿಯನ್ನು ಬಹುವಾಗಿ ಕಾಡುತ್ತಿತ್ತು.

'ಆತ ಸತಿಗೆ ಏನೂ ಮಾಡುವುದಿಲ್ಲ. ಅಲ್ಲದೆ ಆಕೆಗೆ ಹಿಂಸೆ ನೀಡುವುದು ಅಸಾಧ್ಯ. ಜಗತ್ತಿನಲ್ಲಿ ದಕ್ಷ ಅತಿಯಾಗಿ ಪ್ರೀತಿಸುವ ಏಕೈಕ ವ್ಯಕ್ತಿಯೆಂದರೆ ಅದು ಸತಿ. ಹಾಗಾಗಿ ಆತ ಆಕೆಗೇನೂ ಮಾಡಲಾರ' ಶಿವ ಮನಸ್ಸಿನಲ್ಲೇ ತನಗೆ ತಾನೇ ಸಮಾಧಾನ ತಂದುಕೊಂಡ.

— ⚹ —

ಪರ್ವತೇಶ್ವರ ಮತ್ತು ಬೃಗು ಶರವೇಗದಲ್ಲಿ ದೇವಗಿರಿಯತ್ತ ಧಾವಿಸುತ್ತಿದ್ದರು. ಇತ್ತ ಮೊಹೆಂಜೋದಾರೋ ನಗರದಲ್ಲಿ ಸಾಕಷ್ಟು ಮಂದಿ ಮೆಲೂಹದ ಸೈನಿಕರಿದ್ದರು. ಅವರನ್ನೆಲ್ಲ ಒಂದುಗೂಡಿಸಿ ದೇವಗಿರಿಗೆ ಕರೆತರುವಂತೆ ಪರ್ವತೇಶ್ವರ ದಳಪತಿ ವ್ರಕನಿಗೆ ಆದೇಶ ನೀಡಿದ್ದ. ಅದರಂತೆ ವ್ರಕ ಸೈನ್ಯದೊಂದಿಗೆ ಸಿದ್ಧನಾದ. ಸೈನಿಕರೆಲ್ಲರೂ ಹಡಗನ್ನೇರಿದರು. ಅಷ್ಟರಲ್ಲಿ ನಗರದ ನಾಗರಿಕರ ಭಾರಿ ದಂಡು ತೀವ್ರ ಪ್ರತಿಭಟನೆಗೆ ಮುಂದಾಯಿತು. ವಾಸ್ತವದಲ್ಲಿ ನಗರದ ರಾಜ್ಯಪಾಲ ದಕ್ಷ ಮಹಾರಾಜನಿಗೆ ನಿಷ್ಠೆಯನ್ನು ತೋರಿದ್ದ. ಆದರೆ ಅಲ್ಲಿನ ಜನ ಮಾತ್ರ ನೀಲಕಂಠನನ್ನು ಪೂಜಿಸಿ ಆರಾಧಿಸುತ್ತಿದ್ದರು. ನಗರದಲ್ಲಿರುವ ಸೈನ್ಯ ಸಿಂಧೂ ನದಿಯ ಮೂಲಕ ಸಾಗಿ ತಮ್ಮ ದೈವ ನೀಲಕಂಠನ ವಿರುದ್ಧ ಹೋರಾಡಲಿದೆ ಎಂಬ ಸುದ್ದಿ ತಿಳಿದ ಕೂಡಲೆ ಅವರೆಲ್ಲರೂ ವ್ಯಗ್ರರಾಗಿದ್ದರು. ಹಾಗಾಗಿ ನಗರದ ಎಲ್ಲ ನಾಗರಿಕರು ಸಣ್ಣ ಸಣ್ಣ ದೋಣಿಗಳನ್ನು ಏರಿ ಹಡಗುಗಳಿಗೆ ಅಡ್ಡಲಾಗಿ ನಿಂತುಬಿಟ್ಟರು. ಕಣ್ಣಳತೆಯ ದೂರದವರೆಗೂ ಸಾಲು ಸಾಲು ದೋಣಿಗಳು. ಏನೇ ಆದರೂ ನಮ್ಮ ಸೈನ್ಯವನ್ನು ನೀಲಕಂಠನ ವಿರುದ್ಧ ಯುದ್ಧ ಮಾಡಲು ಬಿಡುವುದಿಲ್ಲ ಎನ್ನುವುದು ಅವರೆಲ್ಲರ ಶಪಥವಾಗಿತ್ತು. ಹಾಗಾಗಿ ವ್ರಕನಿಗೆ ಹಡಗನ್ನು ಬಂದರಿನಿಂದ ಹೊರಗೆ ತರುವುದು ಅಸಾಧ್ಯವಾಗಿತ್ತು. ಆತ ಪ್ರತಿಭಟನಾಕಾರರ ವಿರುದ್ಧ ಕೆಂಡಕಾರುತ್ತಿದ್ದ. ಆಗಾಗ ಮಾತಿನ ಚಕಮಕಿ ನಡೆಯುತ್ತಿತ್ತು.

'ನೀವೆಲ್ಲರೂ ದೇಶದ್ರೋಹಿಗಳು' ವ್ರಕ ಕೂಗಿ ಹೇಳಿದ.

'ಹೌದು! ನಾವು ದಕ್ಷ ಮಹಾರಾಜರಿಗೆ ದ್ರೋಹ ಬಗೆಯಲು ಸಿದ್ಧ. ಆದರೆ ನೀಲಕಂಠನಿಗೆ ದ್ರೋಹ ಬಗೆಯುವುದಿಲ್ಲ' ಅವರಲ್ಲೊಬ್ಬ ಹೇಳಿದ.

'ಈಗ ನೀವು ಇಲ್ಲಿಂದ ಹೋಗದಿದ್ದರೆ ಒಬ್ಬೊಬ್ಬರನ್ನಾಗಿ ಕೊಂದು ಹಾಕುತ್ತೇನೆ' ವ್ರಕ ಖಡ್ಗವನ್ನು ಜಳಪಿಸುತ್ತಾ ಹೇಳಿದ.

'ಹಾಗೇ ಮಾಡಿ! ನಾವೆಲ್ಲರೂ ಸಾಯುವುದಕ್ಕೆ ಸಿದ್ಧ. ನಾವು ನಿಮ್ಮ ಮೇಲೆ ಕೈ ಮಾಡುವುದಿಲ್ಲ. ನಮ್ಮದೇ ಸೈನ್ಯದ ವಿರುದ್ಧ ಹೋರಾಡುವುದು ನಮಗೂ ಇಷ್ಟವಿಲ್ಲ. ಆದರೆ ಶ್ರೀರಾಮನ ಮೇಲಾಣೆ ನಾವು ಈ ಸ್ಥಳವನ್ನು ಬಿಟ್ಟು ಒಂದಿಂಚೂ ಕದಲುವುದಿಲ್ಲ'.

ವ್ರಕ ಕೋಪದಿಂದ ಹೂಂಕರಿಸಿದ. ನಾಗರೀಕರು ವ್ರಕನ ಸೈನ್ಯ ತಮ್ಮ ವಿರುದ್ಧ ಕ್ರಮ ಕೈಗೊಳ್ಳುವ ಯಾವ ಅವಕಾಶವನ್ನೂ ಆತನಿಗೆ ನೀಡಿರಲಿಲ್ಲ. ವ್ರಕ ಸೈನ್ಯವನ್ನೂ ತೆಗೆಯಲಾಗದೆ ನಾಗರೀಕರನ್ನೂ ದಂಡಿಸಲಾಗದೆ ಸಂಕಷ್ಟ ಪರಿಸ್ಥಿತಿಯಲ್ಲಿ ಸಿಲುಕಿದ್ದ.

ಇತ್ತ ವಿದ್ಯುನ್ಮಾಲಿಗೆ ಆಗಷ್ಟೇ ಪ್ರಜ್ಞೆ ಬಂದಿತ್ತು. ನದಿಯ ದಂಡೆಯಲ್ಲಿ ಆತನನ್ನು ಹತ್ತಾರು ಮಂದಿ ಸೈನಿಕರು ಕುದುರೆ ಗಾಡಿಯೊಂದರಲ್ಲಿ ಮಲಗಿಸಿಕೊಂಡು ಕರೆಯೊಯ್ಯುತ್ತಿದ್ದರು. ವಿದ್ಯುನ್ಮಾಲಿ ನಿಧಾನವಾಗಿ ಕಣ್ಬಿಟ್ಟು ತಲೆಯೆತ್ತಿ ನೋಡಿದ. ಆತನ ಹೊಟ್ಟೆಗೆ ತೀವ್ರ ಗಾಯವಾಗಿತ್ತು. ವೈದ್ಯರು ಸಾಕಷ್ಟು ಹೊಲಿಗೆ ಹಾಕಿದ್ದರು. ವಿದ್ಯುನ್ಮಾಲಿ ಮತ್ತು ಆತನ ತಂಡ ಶಿವನಿಗೆ ಸುದ್ದಿ ಮುಟ್ಟಿಸಲು ಹೊರಟಿದ್ದ ಕನಖಲಳ ಭಂಟನನ್ನು ಬೆನ್ನತ್ತಿ ಬಂದಿತ್ತು. ನದಿಯ ದಂಡೆಯಲ್ಲಿ ಆತ ವಿದ್ಯುನ್ಮಾಲಿಗೆ ಸಿಕ್ಕಿಬಿದ್ದ. ಅಲ್ಲಿ ಇಬ್ಬರ ನಡುವೆ ಭೀಕರ ಕಾಳಗ ನಡೆದು ಅಂತಿಮವಾಗಿ ವಿದ್ಯುನ್ಮಾಲಿ ಆತನನ್ನು ಕೊಂದುಹಾಕಿದ. ಆದರೆ ಸಾಯುವುದಕ್ಕೂ ಮುನ್ನ ಸೈನಿಕ ಚೂರಿಯಿಂದ ವಿದ್ಯುನ್ಮಾಲಿಯ ಹೊಟ್ಟೆಗೆ ಬಲವಾಗಿ ಇರಿದಿದ್ದ. ಆ ಇರಿತಕ್ಕೆ ವಿದ್ಯುನ್ಮಾಲಿಯೂ ತತ್ತರಿಸಿ ಪ್ರಜ್ಞೆ ಕಳೆದುಕೊಂಡಿದ್ದ. ಆಗಷ್ಟೆ ಆತನಿಗೆ ಪ್ರಜ್ಞೆ ಬಂದಿತ್ತು.

ಕೂಡಲೆ ಆತ ಕೋಪದಿಂದ ತನ್ನ ಸಹಚರರನ್ನು ಪ್ರಶ್ನಿಸಿದ 'ಎಲ್ಲಿ ಆ ದ್ರೋಹಿ? ಆತ ಹತನಾದ ತಾನೇ?'.

'ಹೌದು ಸ್ವಾಮಿ! ಆತ ಮರಣ ಹೊಂದಿದ. ನೀವು ಮಲಗಿ ವಿಶ್ರಾಂತಿ ತೆಗೆದುಕೊಳ್ಳಿ'.

'ದೇವಗಿರಿ ಇನ್ನು ಎಷ್ಟು ದೂರವಿದೆ?'.

'ನಾವು ಇನ್ನೂ ಬಹಳ ದೂರ ಸಾಗಬೇಕು ಪ್ರಭು. ನಾವೀಗ ಹೊರಟಿರುವ ವೇಗದಲ್ಲಿ ಸಾಗಿದರೆ ಮುಂದಿನ ಐದು ದಿನದಲ್ಲಿ ದೇವಗಿರಿಯನ್ನು ಸೇರಬಹುದು'.

'ನಾವು ಆದಷ್ಟು ಬೇಗ ದೇವಗಿರಿಯನ್ನು ಸೇರಬೇಕು. ಎಲ್ಲಿ ನನ್ನ ಕುದುರೆ?'.

'ಆದರೆ........ಈ ಪರಿಸ್ಥಿತಿಯಲ್ಲಿ ನೀವು ಕುದುರೆಯ ಮೇಲೆ ಕುಳಿತು ಪ್ರಯಾಣಿಸುವುದು ಅಸಾಧ್ಯ ಪ್ರಭು. ಹಾಗೇನಾದರೂ ಪ್ರಯತ್ನಿಸಿದರೆ ಅದು ನಿಮ್ಮ ಜೀವಕ್ಕೆ ಅಪಾಯ ಸಂಭವಿಸಬಹುದು'.

ವಿದ್ಯುನ್ಮಾಲಿ ಬೇಸರದಿಂದ ನಿಟ್ಟುಸಿರು ಬಿಟ್ಟ.

ಅಧ್ಯಾಯ – 44

ತವರಿಗೆ ಬಂದ ರಾಜಕುಮಾರಿ

ಸತಿ ಮತ್ತು ಆಕೆಯ ಸಹಚರರು ದೇವಗಿರಿಯ ಬಂದರಿನಲ್ಲಿ ಹಡಗಿನ ಉಪ್ಪರಿಗೆಯ ಮೇಲೆ ನಿಂತು ಇಡೀ ನಗರವನ್ನು ವೀಕ್ಷಿಸುತ್ತಿದ್ದರು. ಶಾಂತಿ ಮಾತುಕತೆಗಾಗಿ ಆಕೆ ದೇವಗಿರಿಗೆ ಬಂದಿದ್ದಳು.

ಅಷ್ಟರಲ್ಲಿ ನಂದಿ ಆಗಸದಲ್ಲಿ ಹಾರಿ ಹೋಗುತ್ತಿದ್ದ ಪರಿವಾಳವೊಂದನ್ನು ತೋರಿಸಿ ಹೇಳಿದ. 'ಅದೋ ಅಲ್ಲಿ ನೋಡಿ..........ಮತ್ತೊಂದು ಹಕ್ಕಿ ಸಂದೇಶವನ್ನು ಹೊತ್ತೊಯ್ಯುತ್ತಿದೆ'.

ದೇವಗಿರಿಗೆ ಬರುವ ದಾರಿಯಲ್ಲಿ ಸತಿಯ ತಂಡ ಅಂತಹ ಅನೇಕ ಪಕ್ಷಿಗಳು ಹಾರಿಹೋಗುತ್ತಿದ್ದುದ್ದನ್ನು ಗಮನಿಸಿತ್ತು. ಅಂತಹ ಹಕ್ಕಿಗಳನ್ನು ಹೊಡೆದುರುಳಿಸಿ ಅದರ ಬಳಿ ಇರುವ ಪತ್ರವನ್ನು ಹೆಕ್ಕಿದರೆ ಶತ್ರುವಿನ ಬಗ್ಗೆ ಕೆಲವು ಉಪಯುಕ್ತ ಮಾಹಿತಿಗಳು ದೊರೆಯುತ್ತಿತ್ತು. ಶತ್ರುಗಳ ರಣತಂತ್ರ ತಿಳಿಯುತ್ತಿತ್ತು. ಹಾಗಾಗಿ ಅಂತಹ ಹಕ್ಕಿಯನ್ನು ಹೊಡೆದು ಹಾಕುವುದಕ್ಕೆ ನಂದಿ ಸತಿಯ ಅನುಮತಿ ಕೇಳಿದ.

ಸತಿ ತಲೆಯಾಡಿಸುತ್ತಾ ಹೇಳಿದಳು 'ಬೇಡ ನಂದಿ, ಶ್ರೀರಾಮ ನಮಗಾಗಿ ರೂಪಿಸಿರುವ ನಿಯಮಗಳನ್ನು ಶ್ರದ್ಧೆಯಿಂದ ಪಾಲಿಸೋಣ. ಶಾಂತಿ ಸಭೆಗೂ ಮುನ್ನ ಕೆಲವು ಕುಟಿಲ ತಂತ್ರಗಳನ್ನು ಬಳಸಿ ಎದುರಾಳಿಯ ನಡೆಗಳನ್ನು ತಿಳಿದುಕೊಳ್ಳಬಹುದು. ಅದರಿಂದ ತಾತ್ಕಾಲಿಕವಾಗಿ ನಮಗೆ ಉಪಯೋಗವಾಗಬಹುದು. ಆದರೆ ಅದು ಶ್ರೀರಾಮನ ಆದರ್ಶಕ್ಕೆ ವಿರುದ್ಧವಾದುದು. ಹಾಗೆ ಮಾಡಿದರೆ ಅದು ನಾವು ಆತನಿಗೆ ಅಗೌರವ ತೋರಿದಂತಾಗುತ್ತದೆ'.

ನಂದಿ ತಲೆಬಾಗುತ್ತಾ ಹೇಳಿದ 'ಕ್ಷಮಿಸಿ ರಾಜಕುಮಾರಿ'.

ಸತಿ ದೇವಗಿರಿಯತ್ತ ತಿರುಗಿದಳು. ಅಷ್ಟರಲ್ಲಿ ಮತ್ತೊಂದು ಹಕ್ಕಿಗಳ ದಂಡು ಹಾರಿಹೋಯಿತು. ಕೆಲಹೊತ್ತಿನ ನಂತರ ಬಂದರಿನಲ್ಲಿ ಸತಿಯ ಹಡಗಿಗೆ ಲಂಗರು ಹಾಕಿ ನಿಲ್ಲಿಸಲಾಯಿತು. ಇಡೀ ಬಂದರು ಭಣಗುಡುತ್ತಿತ್ತು. ಅಲ್ಲಿ ಎಲ್ಲ ವ್ಯಾಪಾರ, ವಹಿವಾಟನ್ನು ಸ್ಥಗಿತಗೊಳಿಸಲಾಗಿತ್ತು. ಬಂದರಿನಿಂದ ದೇವಗಿರಿಯ ಕೋಟೆ ಗೋಡೆ

ಸ್ಪಷ್ಟವಾಗಿ ಕಾಣುತ್ತಿತ್ತು. ಇಡೀ ನಗರವನ್ನು ಸ್ವರ್ಣ, ರಜತ ಮತ್ತು ತಾಮ್ರದ ವೇದಿಕೆಯಿಂದ ನಿರ್ಮಿಸಿದ್ದ ಕಾರಣ ಅನೇಕರು ದೇವಗಿರಿಯನ್ನು 'ತ್ರಿಪುರ' ಎಂದೂ ಕರೆಯುತ್ತಿದ್ದರು. ಆದರೆ 'ದೇವಗಿರಿ'ಯ ಹೆಸರನ್ನು ಶ್ರೀರಾಮನೇ ನೀಡಿದ್ದ ಕಾರಣ ಅದನ್ನು ಬೇರೆ ಹೆಸರಿನಿಂದ ಕರೆಯಲು ಅಲ್ಲಿನ ನಾಗರೀಕರು ಒಪ್ಪಿರಲಿಲ್ಲ. ಸತಿಗೆ ಅದೆಲ್ಲವೂ ನೆನಪಾಯಿತು. ಅಷ್ಟರಲ್ಲಿ ಹಡಗಿನ ಮುಖ್ಯಸ್ಥ ಎಲ್ಲರಿಗೂ ಕೆಳಗಿಳಿಯಲು ಹಸಿರು ನಿಶಾನೆ ತೋರಿದ.

'ಬನ್ನಿ ಹೊರಡೋಣ' ಸತಿ ಎಲ್ಲರೊಂದಿಗೆ ಹಡಗಿನಿಂದ ಕೆಳಗಿಳಿದಳು.

ತುಸುದೂರ ಬರುತ್ತಿದ್ದಂತೆ ಮೆಲೂಹದ ರಾಜತಾಂತ್ರಿಕ ಅಧಿಕಾರಿಯೊಬ್ಬ ಬಳಿ ಬಂದು ನಸುನಕ್ಕು ಸತಿಗೆ ನಮಸ್ಕರಿಸಿದ.

ಆತ 'ನಿಮ್ಮನ್ನು ಮತ್ತೊಮ್ಮೆ ಭೇಟಿಯಾಗುತ್ತಿರುವುದು ನಿಜಕ್ಕೂ ನನಗೆ ಸಂತೋಷವಾಗುತ್ತಿದೆ ರಾಜಕುಮಾರಿ' ಎಂದ.

'ದೇವಗಿರಿಗೆ ಬಂದಿರುವುದಕ್ಕೆ ನನಗೂ ಸಂತಸವಾಗಿದೆ'.

'ನಾಳಿನ ಶಾಂತಿ ಸಭೆ ಯಶಸ್ವಿಯಾಗಲಿದೆ ಎಂಬುದು ನನ್ನ ನಂಬಿಕೆ. ಮೆಲೂಹ ಸಾಮ್ರಾಜ್ಯದ ಪ್ರಜೆಗಳಾದ ನಾವು ನಡೆದಾಡುವ ದೇವರ ಮೇಲೆ ಯುದ್ಧ ಮಾಡಬೇಕಾದ ಪರಿಸ್ಥಿತಿಯನ್ನು ನೆನೆದು ಅದೆಷ್ಟು ಮರುಗುತ್ತಿದ್ದೇವೆ ಎಂದು ನೀವು ಊಹಿಸಿಕೊಳ್ಳಲೂ ಅಸಾಧ್ಯ ರಾಜಕುಮಾರಿ'.

'ಶ್ರೀರಾಮನ ದಯೆಯಿಂದ ಯುದ್ಧದ ಕಾರ್ಮೋಡ ಚದುರಿ ಶಾಂತಿ ನೆಲೆಸಲಿದೆ. ಈ ಬಗ್ಗೆ ನೀವು ಚಿಂತಿಸಬೇಡಿ' ಸತಿ ಸಮಾಧಾನದ ಮಾತನ್ನಾಡಿದಳು.

ಅಧಿಕಾರಿ ಆಗಸದತ್ತ ಕೈಮುಗಿದು ದೇವರಲ್ಲಿ ಪ್ರಾರ್ಥಿಸಿದ. ಸತಿ ಬಂದರಿನಿಂದ ಹೊರಗೆ ಬಂದಳು. ಅಲ್ಲೊಂದು ವೃತ್ತಾಕಾರದ ಬೃಹತ್ ಕಟ್ಟಡ. ಶಾಂತಿ ಸಭೆಗೆಂದೇ ತಾತ್ಕಾಲಿಕವಾಗಿ ನಿರ್ಮಿಸಿದ್ದ ಭವನ ಅದು. ಬಂದರಿಗೆ ಹೊಂದಿಕೊಂಡಂತೆ ದೇವಗಿರಿ ಕೋಟೆಯಿಂದ ತುಸು ದೂರದಲ್ಲಿತ್ತು. ಆರು ಅಡಿ ಎತ್ತರದ ಚೌಕಾಕಾರದ ವೇದಿಕೆಯ ಮೇಲೆ ಆ ಭವನವನ್ನು ನಿರ್ಮಿಸಲಾಗಿತ್ತು. ಒಳಗೆ ಎತ್ತರದ ಮರದ ಕಂಬಗಳು. ಬಿದಿರಿನ ಮೇಲ್ಛಾವಣಿ. ಸರಳವಾಗಿದ್ದರೂ ಸುಂದರವಾಗಿತ್ತು.

ಸತಿ ಭವನವನ್ನು ನೋಡುತ್ತಾ ಹಾಗೇ ಒಳಹೊಕ್ಕಳು. ಅಲ್ಲಿನ ಧ್ವನಿ ತರಂಗಗಳನ್ನು ಪರಿಶೀಲಿಸಲು ಜೋರು ದನಿಯಲ್ಲಿ 'ಅದ್ಭುತ ವಿನ್ಯಾಸ' ಎಂದಳು. ಧ್ವನಿ ಮತ್ತೆ ಪ್ರತಿಧ್ವನಿಸಲಿಲ್ಲ. ಸತಿ ಮೆಲೂಹದ ತಂತ್ರಜ್ಞರ ಜಾಣ್ಮೆಗೆ ಮನದಲ್ಲೇ ಮೆಚ್ಚುಗೆ ವ್ಯಕ್ತಪಡಿಸಿದಳು. ಮಂದಿರದ ಮುಖ್ಯದ್ವಾರದ ಬಳಿ ಶ್ರೀರಾಮ ಮತ್ತು ಸೀತಾದೇವಿಯ ಸುಂದರವಾದ ಮೂರ್ತಿಯನ್ನು ಪ್ರತಿಷ್ಠಾಪಿಸಲಾಗಿತ್ತು. ಮೂರ್ತಿಯ ಮುಂದೆ ಹೂವು, ಹಣ್ಣು, ಕಾಯಿ ಮತ್ತು ನೈವೇದ್ಯವನ್ನು ಇಡಲಾಗಿತ್ತು. ದೇವಗಿರಿಯ ಅರ್ಚಕರು ಆಗಷ್ಟೇ ಪ್ರಾಣ ಪ್ರತಿಷ್ಠಾಪನೆ

ಮಾಡಿಹೋಗಿದ್ದಾರೆ ಎನ್ನುವುದು ಸತಿಗೆ ತಿಳಿಯಿತು. ಪ್ರಾಣಪ್ರತಿಷ್ಠಾಪನೆಯೆಂದರೆ ಭಗವಂತನನ್ನು ಆವಾಹಿಸಿ ಮೂರ್ತಿಯಲ್ಲಿ ಸಾಕಾರಗೊಳ್ಳುವಂತೆ ಬೇಡಿಕೊಳ್ಳುವ ಪ್ರಕ್ರಿಯೆ. ಮೂರ್ತಿಗೆ ಜೀವ ತುಂಬುವ ವಿಧಾನ. ಮೆಲೂಹ ಸಂಪ್ರದಾಯದ ಪ್ರಕಾರ ಪ್ರಾಣಪ್ರತಿಷ್ಠಾಪನೆಯ ನಂತರ ಸಾಕ್ಷಾತ್ ಶ್ರೀರಾಮನೇ ಮೂರ್ತಿಯೊಳಗೆ ಕುಳಿತು ಇಡೀ ಶಾಂತಿ ಪ್ರಕ್ರಿಯೆಯನ್ನು ವೀಕ್ಷಿಸುತ್ತಾನೆ. ಅಲ್ಲದೆ ಆತನ ಸಮ್ಮುಖದಲ್ಲೇ ಶಾಂತಿ ಮಾತುಕತೆ ನಡೆಯಬೇಕು. ಆತನ ಮುಂದೆ ಯಾರೂ ಶಾಂತಿ ನಿಯಮವನ್ನು ಮೀರುವಂತಿರಲಿಲ್ಲ. ಭವನದ ಒಂದು ಕಡೆ ಎರಡು ಪ್ರತ್ಯೇಕ ಕೋಣೆಗಳನ್ನು ನಿರ್ಮಿಸಲಾಗಿತ್ತು. ಮಧ್ಯದಲ್ಲಿ ಗೋಡೆ. ಒಂದು ಕೋಣೆಯಿಂದ ಎಷ್ಟು ಜೋರಾಗಿ ಮಾತನಾಡಿದರೂ ಮತ್ತೊಂದು ಕೋಣೆಗೆ ಕೇಳಿಸುತ್ತಿರಲಿಲ್ಲ. ಶಾಂತಿ ಸಭೆ ನಡೆಯುವಾಗ ಭವನದಲ್ಲಿರುವವರನ್ನು ಬಿಟ್ಟು ಬೇರಾರಿಗೂ ಮಾತುಕತೆಯ ವಿವರ ತಿಳಿಯಬಾರದು ಎಂಬ ಉದ್ದೇಶದಿಂದ ಈ ರೀತಿಯ ವ್ಯವಸ್ಥೆ ಮಾಡಲಾಗಿತ್ತು.

ಸತಿ ತಲೆದೂಗುತ್ತಾ ಹೇಳಿದಳು 'ಪುರಾತನ ಕಾಲದ ನಿಯಮಗಳನ್ನು ಅನುಸರಿಸಿ ಎಲ್ಲ ವ್ಯವಸ್ಥೆಯನ್ನೂ ಮಾಡಲಾಗಿದೆ'.

'ಧನ್ಯವಾದಗಳು ರಾಜಕುಮಾರಿ!' ಸತಿಯೊಂದಿಗಿದ್ದ ಮೆಲೂಹ ಸೈನ್ಯಾಧಿಕಾರಿ ಹೇಳಿದ.

'ಈಗ ನಾನು ಶಸ್ತ್ರಾಗಾರವನ್ನು ನೋಡಬೇಕು' ಸತಿ ಅಧಿಕಾರಿಯನ್ನು ಕೇಳಿದಳು.

'ಅಗತ್ಯವಾಗಿ ರಾಜಕುಮಾರಿ. ನಾವೀಗ ಅಲ್ಲಿಗೇ ಹೋಗೋಣ'.

ಸತಿ ಸಭಾಭವನದಿಂದ ಹೊರಬಂದಳು. ಹೊರಗೆ ಆಕೆಯ ಕುದುರೆಯನ್ನು ಕಟ್ಟಲಾಗಿತ್ತು. ಅಲ್ಲದೆ ಆಕೆಯ ಎಲ್ಲ ಅಂಗರಕ್ಷಕರ ಕುದುರೆಗಳನ್ನೂ ಅಲ್ಲಿ ಕಟ್ಟಿಹಾಕಲಾಗಿತ್ತು. ಕುದುರೆಗಳನ್ನು ಆಗಷ್ಟೇ ಹಡಗಿನಿಂದ ಇಳಿಸಿ ಶಾಂತಿ ಸಭಾ ಭವನದ ಬಳಿಗೆ ಕರೆತಂದಿದ್ದರು.

'ರಾಜಕುಮಾರಿ, ನಮಗೆ ತಿಳಿದಂತೆ ಶಾಂತಿ ಮಾತುಕತೆ ನಿಯಮದ ಪ್ರಕಾರ ಎಲ್ಲ ಕುದುರೆಗಳನ್ನು ಶಸ್ತ್ರಾಗಾರದ ಪಕ್ಕದಲ್ಲಿರುವ ಪ್ರಾಣಿ ಸಾಕಾಣಿಕಾ ಕೇಂದ್ರದಲ್ಲಿ ಕೂಡಿಹಾಕಬೇಕಾಗುತ್ತದೆ. ಹಾಗಾಗಿ ನಾವು ನಿಮ್ಮ ಎಲ್ಲ ಕುದುರೆಗಳನ್ನು ಒಯ್ಯುತ್ತೇವೆ'.

'ಹಾಂ! ನನ್ನ ಕುದುರೆಯೊಂದನ್ನು ಬಿಟ್ಟು'.

ಸತಿಗೆ ಶಾಂತಿ ಪ್ರಕ್ರಿಯೆಯ ಎಲ್ಲ ನಿಯಮಗಳೂ ಚೆನ್ನಾಗಿ ತಿಳಿದಿತ್ತು. ಅದರಂತೆ ಸಭೆಯಲ್ಲಿ ಭಾಗವಹಿಸುವ ನಾಯಕರು ಕುದುರೆಗಳನ್ನು ತಮ್ಮ ಬಳಿಯಲ್ಲೇ ಉಳಿಸಿಕೊಳ್ಳಬಹುದಾಗಿತ್ತು.

'ನನ್ನ ಸಹಚರರ ಕುದುರೆಗಳನ್ನು ಮಾತುಕತೆ ಪ್ರಕ್ರಿಯೆ ಮುಗಿದ ನಂತರ ಹಿಂತಿರುಗಿಸುತ್ತೀರಾ ಅಲ್ಲವೇ?'.

'ಹೌದು! ಅದೇ ನಿಯಮ'.

'ದೇವಗಿರಿಯಲ್ಲಿರುವ ಇತರೆ ಎಲ್ಲ ಪ್ರಾಣಿಗಳನ್ನೂ ಕೂಡಿಹಾಕುವಿರಿ ತಾನೇ?'.

'ಹೌದು! ನಾವು ಈಗಾಗಲೇ ಆ ಕೆಲಸವನ್ನು ಮಾಡಿದ್ದೇವೆ'.

'ಸರಿ, ಬನ್ನಿ ಹೋಗೋಣ'.

ನಗರದ ಕೋಟೆಯ ಹೊರಗೆ ಸ್ವರ್ಣ ಮತ್ತು ತಾಮ್ರ ವೇದಿಕೆಯನ್ನು ಒಂದುಗೂಡಿಸುವ ಸೇತುವೆಯ ಕೆಳಗೆ ತಾತ್ಕಾಲಿಕ ಶಸ್ತ್ರಾಗಾರವೊಂದನ್ನು ನಿರ್ಮಿಸಲಾಗಿತ್ತು. ಆ ಶಸ್ತ್ರಾಗಾರಕ್ಕೊಂದು ಬೃಹತ್ ಬಾಗಿಲು. ಅಕ್ಷರಶಃ ಅದು ಕೋಟೆಯ ಬಾಗಿಲಿನಂತಿತ್ತು. ಅದಕ್ಕೆ ಎರಡು ಕೀಲಿ ಕೈಗಳು. ಅದರಲ್ಲಿ ಒಂದನ್ನು ಸತಿಗೆ ನೀಡಲಾಯಿತು. ಸತಿ ಕೀಲಿಕೈಯನ್ನು ಪಡೆದುಕೊಂಡು ಬಾಗಿಲನ್ನು ಭದ್ರಪಡಿಸಿಕೊಂಡಳು. ನಂತರ ಕೀಲಿಕೈಯನ್ನು ನಂದಿಯ ಕೈಗಿತ್ತು ಅದನ್ನು ಜೋಪಾನವಾಗಿ ಇಟ್ಟುಕೊಂಡಿರುವಂತೆ ಹೇಳಿದಳು. ಮೆಲೂಹ ಅಧಿಕಾರಿಯೂ ತನ್ನ ಬಳಿ ಇದ್ದ ಮತ್ತೊಂದು ಕೀಲಿ ಕೈಯಿಂದ ಬಾಗಿಲನ್ನು ಭದ್ರಪಡಿಸಿದ. ಆ ನಂತರ ಶಸ್ತ್ರಾಗಾರದ ಬಾಗಿಲ ಬೀಗಕ್ಕೆ ಮುದ್ರೆ ಹಾಕಲಾಯಿತು. ದೇವಗಿರಿಯ ಎಲ್ಲ ಶಸ್ತ್ರಾಸ್ತ್ರಗಳೂ ಶಸ್ತ್ರಾಗಾರವನ್ನು ಸೇರಿದ್ದವು. ಎಲ್ಲರೂ ಇನ್ನೇನು ಅಲ್ಲಿಂದ ಹೊರಡುವವರಿದ್ದರು. ಅಷ್ಟರಲ್ಲಿ ಅಧಿಕಾರಿ ಏನೋ ನೆನಪುಮಾಡಿಕೊಂಡು ಸತಿಯ ಬಳಿಗೆ ಬಂದ. ಹೇಳಬೇಕಾಗಿದ್ದನ್ನು ಹೇಳಲು ಆತನಿಗೆ ಅದೇನೋ ಹಿಂಜರಿಕೆ.

'ರಾಜಕುಮಾರಿ......ನಿಮ್ಮ ಬಳಿ ಇರುವ ಆಯುಧಗಳು? ಅದನ್ನೂ ಶಸ್ತ್ರಾಗಾರದಲ್ಲಿ ಇಡಬೇಕು ಅಲ್ಲವೇ?'.

'ಇಲ್ಲ'.

'ಆದರೆ ನಿಯಮದ ಪ್ರಕಾರ.........'.

'ಹಾಂ! ನಿಯಮದ ಪ್ರಕಾರ ಸೈನಿಕರು ಬಳಸುವ ಎಲ್ಲ ಆಯುಧಗಳನ್ನೂ ಶಸ್ತ್ರಾಗಾರದಲ್ಲಿಡಬೇಕು. ಆದರೆ ಶಾಂತಿ ಸಭೆಗೆ ಬರುವ ನಾಯಕರು ಮತ್ತು ಅವರ ಅಂಗರಕ್ಷಕರು ಆಯುಧಗಳನ್ನು ಇಟ್ಟುಕೊಳ್ಳಬಹುದು. ನನ್ನ ತಂದೆ ಮತ್ತು ಅವರ ಅಂಗರಕ್ಷಕರೇನೂ ನಿಶಸ್ತ್ರಧಾರಿಗಳಾಗಿರುವುದಿಲ್ಲ ಅಲ್ಲವೇ?'.

'ಹೌದು ರಾಜಕುಮಾರಿ, ಮಹಾರಾಜರ ಅಂಗರಕ್ಷಕರು ಶಸ್ತ್ರಗಳನ್ನು ಹೊಂದಿದ್ದಾರೆ'.

'ಹಾಗೇ ನನ್ನ ಅಂಗರಕ್ಷಕರೂ ಶಸ್ತ್ರಗಳನ್ನು ತಮ್ಮ ಬಳಿ ಇಟ್ಟುಕೊಂಡಿದ್ದಾರೆ' ನಂದಿ ಮತ್ತು ತನ್ನ ಅಂಗರಕ್ಷಕರತ್ತ ಕೈತೋರಿಸುತ್ತಾ ಸತಿ ಹೇಳಿದಳು.

'ಆದರೆ...........'.

'ಅಧಿಕಾರಿಗಳೇ ಈ ವಿಚಾರವಾಗಿ ನೀವು ಒಮ್ಮೆ ಕನಖಲಳನ್ನು ಕೇಳಿ ನೋಡಿ. ಆಕೆಗೆ ಖಂಡಿತ ಶಾಂತಿ ಸಭೆಯ ನಿಯಮಗಳು ಚೆನ್ನಾಗಿ ತಿಳಿದಿರುತ್ತದೆ'.

ಮೆಲೂಹದ ಅಧಿಕಾರಿ ಮುಂದೆ ಹೆಚ್ಚೇನೂ ಮಾತನಾಡಲಿಲ್ಲ. ಸಧ್ಯದ ಪರಿಸ್ಥಿತಿಯಲ್ಲಿ ಮೆಲೂಹದ ಪ್ರಧಾನ ಮಂತ್ರಿಯ ಬಳಿ ಈ ವಿಚಾರದ ಬಗ್ಗೆ ಸ್ಪಷ್ಟನೆ ಕೇಳುವುದು ಅಸಾಧ್ಯ ಎಂಬುದು ಆತನಿಗೆ ತಿಳಿದಿತ್ತು. ಈ ನಡುವೆ ಸತಿ ಬೃಹದಾಕಾರದ ಪ್ರಾಣಿ ಸಾಕಾಣಿಕಾ ಕೇಂದ್ರದತ್ತಲೇ ನೋಡುತ್ತಿದ್ದಳು. ತನ್ನ ಅಂಗರಕ್ಷಕರ ಎಲ್ಲ ಕುದುರೆಗಳನ್ನು ಅಲ್ಲಿ ಪ್ರತ್ಯೇಕವಾಗಿ ಕಟ್ಟಿಹಾಕಲಾಗಿತ್ತು.

ಒಂದೆರಡು ನಿಮಿಷಗಳ ನಂತರ ಅಧಿಕಾರಿ ಸತಿಯನ್ನು ಕುರಿತು ಹೇಳಿದ 'ರಾಜಕುಮಾರಿ...........ದಕ್ಷ ಮಹಾರಾಜರು ಇಂದು ಮಧ್ಯಾಹ್ನದ ಊಟಕ್ಕೆ ಅರಮನೆಗೆ ಬರುವಂತೆ ತಮಗೆ ಆಹ್ವಾನ ನೀಡಿದ್ದಾರೆ'.

ಕೂಡಲೆ ಸತಿ 'ಸರಿ..........ಬರುತ್ತೇನೆ' ಎಂದಳು.

ನಂತರ ನಂದಿಯೆಡೆಗೆ ತಿರುಗಿ 'ನಂದಿ! ನಾನು ಮುಂದೆ ಹೋಗಿರುತ್ತೇನೆ. ಕುದುರೆಗಳ ಭದ್ರತೆಯನ್ನೊಮ್ಮೆ ಪರಿಶೀಲಿಸಿ ಆ ನಂತರ ಎಲ್ಲರನ್ನೂ ಕರೆದುಕೊಂಡು ಅರಮನೆಗೆ ಬಾ' ಎಂದಳು.

'ಕ್ಷಮಿಸಿ ರಾಜಕುಮಾರಿ, ಅರಮನೆಗೆ ನಿಮ್ಮನ್ನು ಮಾತ್ರ ಕರೆದುಕೊಂಡು ಬರುವಂತೆ ಮಹಾರಾಜರು ಆದೇಶಿಸಿದ್ದಾರೆ'.

ಸತಿಗೆ ಇದು ತೀರಾ ಅಸಂಬದ್ಧ ಮತ್ತು ಅಸಂಪ್ರದಾಯಿಕ ಎನಿಸಿತು. ಆಕೆ ದಕ್ಷನ ಕೋರಿಕೆಯನ್ನು ಇನ್ನೇನು ತಿರಸ್ಕರಿಸುವವಳಿದ್ದಳು.

ಅಷ್ಟರಲ್ಲಿ ಅಧಿಕಾರಿ ಹೇಳಿದ 'ರಾಜಕುಮಾರಿ.........ಮಹಾರಾಜರ ಈ ಆಹ್ವಾನಕ್ಕೂ ಶಾಂತಿ ಸಭೆಗೂ ಸಂಬಂಧವಿಲ್ಲ. ನೀವು ಮಹಾರಾಜರ ಪ್ರೀತಿಪಾತ್ರಳಾದ ಮಗಳು. ತಂದೆಯೊಬ್ಬ ಮಗಳೊಂದಿಗೆ ಊಟ ಮಾಡಲು ಹಂಬಲಿಸುವುದು ಸಹಜ ಅಲ್ಲವೇ?'.

ಸತಿ ದೀರ್ಘ ನಿಟ್ಟುಸಿರು ಬಿಟ್ಟಳು. ಆಕೆಗೇನೂ ಅರಮನೆಯಲ್ಲಿ ತಂದೆಯೊಂದಿಗೆ ಕುಳಿತು ಊಟಮಾಡುವ ಆಸೆ ಇರಲಿಲ್ಲ. ಆದರೆ ತಾಯಿಯನ್ನು ಭೇಟಿಮಾಡಿ ಆಕೆಯೊಂದಿಗೆ ಮಾತನಾಡುವ ಆಸೆಯಾಯಿತು. ಅಲ್ಲದೆ ಶಾಂತಿ ಸಂಧಾನ ಸಭೆ ಮರುದಿನ ನಿಗದಿಯಾಗಿತ್ತು. ಹಿಂದಿನ ದಿನ ಮಾಡಬೇಕಾದ ಕೆಲಸವೇನು ಇರಲಿಲ್ಲ. ಹಾಗಾಗಿ ಆಕೆ ಅರಮನೆಗೆ ಬರಲು ಒಪ್ಪಿದಳು.

ಸತಿ ನಂದಿಯನ್ನು ಕುರಿತು 'ನಂದಿ! ನಿನ್ನ ಕೆಲಸ ಮುಗಿದ ಮೇಲೆ ಶಾಂತಿ ಸಭೆ ನಡೆಯುವ ಭವನದ ಬಳಿ ಇರು. ನಾನು ಆದಷ್ಟು ಬೇಗ ಅಲ್ಲಿಗೆ ಬರುತ್ತೇನೆ' ಎಂದಳು.

'ಹಾಗೇ ಆಗಲಿ, ಆದರೆ ಅದಕ್ಕೂ ಮುನ್ನ ನಿಮಗೆ ಪ್ರತ್ಯೇಕವಾಗಿ ಒಂದೆರಡು ಮಾತುಗಳನ್ನು ಹೇಳಬೇಕಾಗಿದೆ ಸತಿ'.

'ಅದೇನು ಹೇಳು ನಂದಿ'.

ಇಬ್ಬರೂ ಅಲ್ಲಿಂದ ತುಸು ದೂರ ಬಂದು ನಂತರು.

ಅಲ್ಲಿ ನಂದಿ ಮೆಲುದನಿಯಲ್ಲಿ ಹೇಳಿದ 'ಸತಿ, ನೀವು ತಪ್ಪು ತಿಳಿಯುವುದಿಲ್ಲ ಎಂದರೆ ನನ್ನದೊಂದು ಸಲಹೆ. ನೀವೀಗ ನಮ್ಮ ತಂದೆಯವರನ್ನು ಭೇಟಿ ಮಾಡಲು ಮಾತ್ರ ಹೋಗುತ್ತಿದ್ದೀರಿ ಎಂದು ಭಾವಿಸಬೇಡಿ. ಬದಲಾಗಿ ನಿಮ್ಮೊಂದಿಗೆ ಸಂಧಾನಕ್ಕೆ ಸಿದ್ಧವಾಗಿರುವ ಸಾಮ್ರಾಟನೊಬ್ಬನನ್ನು ಭೇಟಿಯಾಗುತ್ತಿದ್ದೇನೆ ಎಂದು ಭಾವಿಸಿ. ನಾಳಿನ ಶಾಂತಿ ಮಾತುಕತೆಗೆ ಸೂಕ್ತ ವಾತಾವರಣವನ್ನು ನಿರ್ಮಿಸಿಕೊಳ್ಳುವುದಕ್ಕೆ ಈ ಅವಕಾಶವನ್ನು ಬಳಸಿಕೊಳ್ಳಿ'.

'ನಿನ್ನ ಮಾತು ಸರಿಯಾಗಿದೆ ನಂದಿ. ನಾನು ಹಾಗೇ ಮಾಡುತ್ತೇನೆ'.

ಸ್ವಲ್ಪ ಸಮಯದ ನಂತರ ಸತಿ ಕುದುರೆಯನ್ನೇರಿ ಅರಮನೆಯತ್ತ ಹೊರಟಳು. ಅರಮನೆಯ ಹೆಬ್ಬಾಗಿಲು ಸಮೀಪಿಸುತ್ತಿದ್ದಂತೆ ಕುದುರೆಯಿಂದ ಇಳಿದು ಅದನ್ನು ಅಲ್ಲೇ ಕಟ್ಟಿಹಾಕಿದಳು. ಮರುದಿನ ಶಾಂತಿ ಸಭೆ ನಿಗದಿಯಾಗಿದ್ದರಿಂದ ದೇವಗಿರಿಯ ಅರಮನೆಯ ಅಂಗಳದಲ್ಲಿ ಸತಿಯ ಕುದುರೆಯನ್ನು ಬಿಟ್ಟು ಬೇರಾವ ಕುದುರೆಗಳೂ ಇರಲಿಲ್ಲ. ಸತಿ ಅರಮನೆಯ ಮೆಟ್ಟಿಲಿನ ಬಳಿ ಬರುತ್ತಿದ್ದಂತೆ ಸೈನಿಕನೊಬ್ಬ ಸತಿಗೆ ಮೆಲೂಹದ ಮಾದರಿಯಲ್ಲಿ ಸಾಂಪ್ರದಾಯಿಕ ಗೌರವರಕ್ಷೆ ನೀಡಿದ. ಅದಕ್ಕೆ ಪ್ರತಿ ನಮಸ್ಕರಿಸಿ ಸತಿ ಮುಂದೆ ನಡೆದಳು.

ಸತಿ ಹತ್ತಾರು ವರ್ಷಗಳ ಕಾಲ ಅದೇ ಅರಮನೆಯಲ್ಲಿ ಆಡಿ ಬೆಳೆದಿದ್ದಳು. ಅದು ಆಕೆಯ ತವರುಮನೆ. ಅಲ್ಲಿನ ವರಾಂಡ, ಉದ್ಯಾನವನ, ಹತ್ತಾರು ಕೊಠಡಿಗಳು ಹೀಗೆ ಎಲ್ಲವೂ ಆಕೆಗೆ ಚೆನ್ನಾಗಿ ತಿಳಿದಿತ್ತು. ಆದರೂ ಅಂದು ಆಕೆಗೆ ಅವೆಲ್ಲವೂ ತನ್ನದಲ್ಲ ಎನಿಸುತ್ತಿತ್ತು. ಬಹುಶಃ ಆಕೆ ಅರಮನೆಯಿಂದ ಬಹಳ ವರ್ಷಗಳ ಕಾಲ ದೂರವಿದ್ದ ಕಾರಣಕ್ಕೋ ಅಥವಾ ದಕ್ಷನೊಂದಿಗೆ ಬಾಂಧವ್ಯ ಮತ್ತು ರಕ್ತ ಸಂಬಂಧ ಕಡಿದುಕೊಂಡಿದ್ದ ಕಾರಣಕ್ಕೋ ಆ ಕ್ಷಣಕ್ಕೆ ತಾನಿಲ್ಲಿ ಪರಕೀಯಳು ಎಂಬ ಭಾವನೆ ಮೂಡಿತ್ತು. ಸತಿ ಯಾವ ಸೈನಿಕನ ಸಹಾಯವನ್ನೂ ಬಯಸದೆ ನೇರವಾಗಿ ತಂದೆಯ

ಖಾಸಗಿ ಕೋಣೆಯತ್ತ ಹೆಜ್ಜೆ ಹಾಕಿದಳು. ದಾರಿಯಲ್ಲಿ ಸೈನಿಕರು ಆಕೆಗೆ ನಮಸ್ಕರಿಸುತ್ತಿದ್ದರು. ಆದರೆ ಹಾಗೆ ನಮಸ್ಕರಿಸುತ್ತಿದ್ದ ಬಹುತೇಕ ಸೈನಿಕರ ಪರಿಚಯ ಆಕೆಗಿರಲಿಲ್ಲ. ಎಲ್ಲರೂ ಹೊಸಬರು. ಸತಿಗೆ ಒಂದು ಕ್ಷಣ ಆಶ್ಚರ್ಯವಾಯಿತು. ವಾಸ್ತವದಲ್ಲಿ ವಿದ್ಯುನ್ಮಾಲಿ ಅರಮನೆ ಮತ್ತು ರಾಜಕುಟುಂಬದ ರಕ್ಷಣೆಯ ಜವಬ್ದಾರಿ ಹೊತ್ತ ನಂತರ ಹಿಂದಿದ್ದ ಎಲ್ಲ ಸೈನಿಕರನ್ನು ಬದಲಿಸಿ ಹೊಸಬರನ್ನು ನೇಮಿಸಿಕೊಂಡಿದ್ದ. ಆದರೂ ಆಕೆ ಅವರೆಲ್ಲರಿಗೂ ನಮಸ್ಕರಿಸುತ್ತಾ ನೇರವಾಗಿ ದಕ್ಷನ ಕೊಠಡಿಯನ್ನು ಪ್ರವೇಶಿದಳು.

ಕೂಡಲೆ ದ್ವಾರಪಾಲಕ 'ರಾಜಕುಮಾರಿ ಸತಿ ಆಗಮಿಸುತ್ತಿದ್ದಾರೆ' ಎಂದು ಜೋರುದನಯಲ್ಲಿ ಕೂಗಿ ಹೇಳಿದ.

ಮತ್ತೊಬ್ಬ ದ್ವಾರಪಾಲಕ ದಕ್ಷನ ಕೋಣೆಯ ಬಾಗಿಲು ತೆರೆದ. ಸತಿ ಒಳಗೆ ಬರುತ್ತಿದ್ದಂತೆ ಅಲ್ಲಿ ದಕ್ಷ ಮತ್ತು ವೀರಿಣಿ ಕುಳಿತಿದ್ದರು. ದಕ್ಷನಿಂದ ತುಸು ದೂರದಲ್ಲಿ ಮತ್ತೊಬ್ಬ ವ್ಯಕ್ತಿ ನಿಂತಿದ್ದ. ಸತಿಗೆ ಆತನ ಗುರುತು ಸಿಗಲಿಲ್ಲ. ಆದರೆ ಆತ ಧರಿಸಿದ್ದ ಕಡಗವನ್ನು ನೋಡಿ ಆತ ಮೆಲೂಹದ ಸೈನ್ಯಾಧಿಕಾರಿ ಎಂದು ತಿಳಿಯಿತು. ಸತಿ ತಾಯಿಯ ಕಡೆ ತಿರುಗಿದ ಕೂಡಲೆ ಆ ಅಧಿಕಾರಿ ಕಿಟಕಿಯಿಂದ ಹೊರಗೆ ನೋಡಿ ತಲೆಯಾಡಿಸುತ್ತಾ ಹೊರಗಿದ್ದವರಿಗೆ ಯಾವುದೋ ರಹಸ್ಯ ಸಂದೇಶವೊಂದನ್ನು ರವಾನಿಸಿದ. ಸತಿ ಅದನ್ನು ಸೂಕ್ಷ್ಮವಾಗಿ ಗಮನಿಸಿದಳು.

ಅಷ್ಟರಲ್ಲಿ ದಕ್ಷ ಗಾಬರಿಯಿಂದ ಕೇಳಿದ 'ಅಯ್ಯೋ ಶ್ರೀರಾಮ.........ನಿನ್ನ ಮುಖವೇಕೆ ಹೀಗಾಗಿದೆ ಸತಿ?'.

ಸತಿ ತಂದೆಗೆ ಗೌರವದಿಂದ ನಮಸ್ಕರಿಸಿ 'ಅದು ಯುದ್ಧದಲ್ಲಾದ ಗಾಯದ ಕಲೆ ಅಷ್ಟೇ. ಆತಂಕ ಪಡುವ ಅಗತ್ಯವಿಲ್ಲ' ಎಂದಳು.

'ದೇಹದ ಮೇಲೆ ಗಾಯದ ಕಲೆಗಳಿದ್ದರೆ ಅದು ವೀರಯೋಧನಿಗೆ ಶೋಭೆ' ಅಧಿಕಾರಿ ಒಂದೆರಡು ಹೆಜ್ಜೆ ಮುಂದೆ ಬಂದು ಸತಿಗೆ ನಮಸ್ಕರಿಸುತ್ತಾ ಹೇಳಿದ.

ಸತಿ ಆತನತ್ತ ವಿಚಿತ್ರ ನೋಟ ಬೀರುತ್ತಾ 'ನನಗೆ ನಿಮ್ಮ ಪರಿಚಯ ಇಲ್ಲವಲ್ಲ!' ಎಂದಳು.

'ನಾನು ಇತ್ತೀಚೆಗಷ್ಟೇ ಮಹಾರಾಜರ ರಕ್ಷಣೆಯ ಜವಾಬ್ದಾರಿಯನ್ನು ಹೊತ್ತಿದ್ದೇನೆ. ಮೆಲೂಹದ ದಂಡನಾಯಕ ವಿದ್ಯುನ್ಮಾಲಿಯ ನಂತರದ ಸ್ಥಾನ ನನ್ನದು. ಹೆಸರು ಕಮಲಾಕ್ಷ'. ಸತಿಗೆ ವಿದ್ಯುನ್ಮಾಲಿಯ ಬಗ್ಗೆ ಮೊದಲಿನಿಂದಲೂ ಒಳ್ಳೆಯ ಅಭಿಪ್ರಾಯವಿರಲಿಲ್ಲ. ಹಾಗೆಂದ ಮಾತ್ರಕ್ಕೆ ಕಮಲಾಕ್ಷನ ಬಗ್ಗೆಯೂ ಅದೇ ರೀತಿ ಯೋಚಿಸುವುದು ಸರಿಯಲ್ಲ ಎಂದು ಆಕೆಗೆ ತಿಳಿದಿತ್ತು.

ಸತಿ ಆತನಿಗೆ ನಮಸ್ಕರಿಸಿ ತಾಯಿಯ ಕಡೆ ತಿರುಗಿ ಕೇಳಿದಳು 'ನೀನು ಹೇಗಿರುವೆ ಅಮ್ಮ?'.

ವೀರಿಣಿ ಕುಳಿತಲ್ಲಿಂದ ಎದ್ದುಬಂದು ಸತಿಯನ್ನು ಆಲಂಗಿಸಿದಳು.

'ಮಗು! ಇಷ್ಟು ದಿನ ನೀನಿಲ್ಲದೆ ನಾನೆಷ್ಟು ಬೇಸರಗೊಂಡಿದ್ದೆ ಗೊತ್ತೇ?'.

'ನನಗೂ ನೀನಿಲ್ಲದೆ ಅಷ್ಟೇ ಬೇಸರವಾಗಿತ್ತು ಅಮ್ಮ' ಸತಿಯ ಕಣ್ಣಂಚಿನಲ್ಲಿ ನೀರು ಜಿನುಗಿತ್ತು.

ವೀರಿಣಿ ಸತಿಯ ಮುಖದ ಮೇಲಿನ ಗಾಯದ ಕಲೆಗಳನ್ನು ನೇವರಿಸುತ್ತಾ ಆಕೆಯ ಹಣೆಗೆ ಮುತ್ತಿಟ್ಟಳು.

'ಆಯುರ್ವತಿಗೆ ಹೇಳಿ ಈ ಕಲೆಗಳಿಗೆ ಏನಾದರೂ ಪರಿಹಾರ ಕಂಡುಕೊಳ್ಳ ಬಾರದಿತ್ತೇ ಸತಿ?'.

'ಹಾಗೇ ಮಾಡುತ್ತೇನೆ ಅಮ್ಮ. ಆದರೆ ಸಧ್ಯದ ಪರಿಸ್ಥಿತಿಯಲ್ಲಿ ನನ್ನ ಮುಖದ ಸೌಂದರ್ಯ ಮುಖ್ಯವಲ್ಲ. ನಮ್ಮ ನಡುವೆ ಶಾಂತಿ ಮತ್ತು ಸೌಹಾರ್ದತೆ ಮೂಡಬೇಕು ಅಷ್ಟೇ'.

'ಶ್ರೀರಾಮ ನಮ್ಮ ತಂದೆಗೆ ಮತ್ತು ನೀಲಕಂಠನಗೆ ಪ್ರೇರಣೆ ನೀಡಲಿ'.

ದಕ್ಷ ಮುಗುಳ್ನಗುತ್ತಾ ಹೇಳಿದ 'ನಾನು ಅದಕ್ಕೊಂದು ಪರಿಹಾರ ಕಂಡುಹಿಡಿದಿದ್ದೇನೆ ಸತಿ. ಇನ್ನು ಮುಂದೆ ನಾವೆಲ್ಲರೂ ಹಿಂದೆ ಇದ್ದ ರೀತಿಯಲ್ಲಿ ಒಟ್ಟಾಗಿ ಸಂತೋಷದಿಂದ ಬದುಕಬಹುದು. ಅಂದ ಹಾಗೆ ನೀಲಕಂಠ ಹೊರಗೆ ನಿಂತಿರುವುದಕ್ಕೇನೂ ಬೇಸರ ಮಾಡಿಕೊಂಡಿಲ್ಲ ತಾನೇ? ಶಾಂತಿ ಮಾತುಕತೆಗೂ ಮುನ್ನ ನಾನು ಆತನನ್ನು ಭೇಟಿ ಮಾಡುವುದು ಸರಿಯಲ್ಲ. ಅದು ಶುಭಶಕುನವೂ ಅಲ್ಲ'.

ಸತಿಗೆ ದಕ್ಷನ ಮಾತು ವಿಚಿತ್ರವಾಗಿದೆಯಲ್ಲ ಎಂದೆನಸಿತು. ಶಿವ ದೇವಗಿರಿಗೆ ಬಂದಿಲ್ಲ ಎಂಬ ಸ್ಪಷ್ಟನೆ ನೀಡುವುದಕ್ಕೆ ಆಕೆ ಮುಂದಾದಳು.

ಅಷ್ಟರಲ್ಲಿ ದಕ್ಷ ಅಂಗರಕ್ಷಕನೊಬ್ಬನತ್ತ ತಿರುಗಿ ಹೇಳಿದ 'ತೀರಾ ಹಸಿವಾಗಿದೆ. ಮೃಷ್ಟಾನ್ನ ಭೋಜನವನ್ನು ತಂದು ಬಡಿಸುವಂತೆ ಬಾಣಸಿಗನಗೆ ಹೇಳು'.

'ಹಾಗೇ ಆಗಲಿ ಮಹಾಸ್ವಾಮಿ' ಅಂಗರಕ್ಷಕ ಹೇಳಿದ.

ವೀರಿಣಿ ಸತಿಯನ್ನು ತಬ್ಬಿ ಹಿಡಿದುಕೊಂಡೇ ಹೇಳಿದಳು 'ಕಳೆದ ವಾರ ಆಯುರ್ವತಿ ದೇವಗಿರಿಯಲ್ಲಿ ಇರಬೇಕಾಗಿತ್ತು'.

ಸತಿ ಥಟ್ಟನೆ ಕೇಳಿದಳು 'ಏಕೆ ಅಮ್ಮ?'.

'ಆಕೆ ಇಲ್ಲಿ ಇದ್ದಿದ್ದರೆ ಖಂಡಿತಾ ಕನಖಲಳನ್ನು ಉಳಿಸುತ್ತಿದ್ದಳು. ಆಕೆಗೆ ಇರುವಷ್ಟು ವೈದ್ಯಕೀಯ ಜ್ಞಾನ ಇಲ್ಲಿ ಮತ್ತಾರಿಗೂ ಇರಲಿಲ್ಲ ಎಂಬುದೇ ದುಃಖದ ಸಂಗತಿ'.

ಆ ಮಾತುಗಳನ್ನು ಕೇಳುತ್ತಿದ್ದಂತೆ ಸತಿಯ ಮುಖಚರ್ಯೆ ಬದಲಾಯಿತು. ಇತ್ತ ವೀರಿಣಿ ಹಾಗೆ ಹೇಳಿದ ತಕ್ಷಣ ದಕ್ಷನ ದೇಹವೂ ಸ್ವಲ್ಪ ಬಿಗಿಯಾಯಿತು. ಸತಿ ಅದೆನ್ನು ಓರೆಗಣ್ಣಿನಿಂದ ಗಮನಿಸಿದಳು.

ಕೂಡಲೆ ದಕ್ಷ ಹೇಳಿದ 'ವೀರಿಣಿ, ನೀನು ಅತಿಯಾಗಿ ಮಾತನಾಡುತ್ತಿರುವೆ. ನಾವೀಗ ಊಟ ಮಾಡೋಣ'.

'ಒಂದು ನಿಮಿಷ ನಿಲ್ಲಿ ಅಪ್ಪ' ನಂತರ ಸತಿ ವೀರಿಣಿಯತ್ತ ತಿರುಗಿ 'ಕನಖಲಳಿಗೆ ಏನಾಯಿತು ಅಮ್ಮ?' ಎಂದು ಪ್ರಶ್ನಿಸಿದಳು.

'ಏಕೆ ಮಗು, ವಿಚಾರ ನಿನಗೆ ಗೊತ್ತಿಲ್ಲವೇ? ಮನೆಯಲ್ಲಾದ ಆಕಸ್ಮಿಕ ಅಪಘಾತವೊಂದರಲ್ಲಿ ಆಕೆ ಅಸುನೀಗಿದಳು' ವೀರಿಣಿ ಬೇಸರದಿಂದ ಹೇಳಿದಳು.

'ಏನು ಅಪಘಾತವೇ?'.

ಏಕಕಾಲಕ್ಕೆ ಸತಿಯ ಮನಸ್ಸಿನಲ್ಲಿ ಗೊಂದಲ ಮತ್ತು ಅನುಮಾನ.

'ಕನಖಲಳಿಗೆ ಏನಾಯಿತು ಅಪ್ಪ?' ಸತಿ ದಕ್ಷನನ್ನು ಪ್ರಶ್ನಿಸಿದಳು.

'ಅದೊಂದು ಅಪಘಾತ. ಅಷ್ಟು ಸಣ್ಣ ವಿಚಾರವನ್ನು ದೊಡ್ಡದು ಮಾಡುವ ಅಗತ್ಯವಿಲ್ಲ........ಆ ವಿಚಾರ ಬಿಡು.......' ದಕ್ಷ ಹೇಳಿದ.

ದಕ್ಷನ ಹಾರಿಕೆಯ ಉತ್ತರವನ್ನು ಕೇಳುತ್ತಲೇ ಸತಿ ಮತ್ತು ವೀರಿಣಿ ಇಬ್ಬರಿಗೂ ಅನುಮಾನ ಮೂಡಿತು.

ವೀರಿಣಿ ಕೇಳಿದಳು 'ಇಲ್ಲಿ ಏನಾಗುತ್ತಿದೆ ದಕ್ಷ?'.

'ನೀವಿಬ್ಬರೂ ಸ್ವಲ್ಪ ಸುಮ್ಮನಿರುವಿರಾ? ನಾವೆಲ್ಲರೂ ಬಹಳ ದಿನಗಳ ನಂತರ ಇಲ್ಲಿ ಸೇರಿದ್ದೇವೆ. ಈ ಕ್ಷಣದ ಆನಂದವನ್ನು ಅನುಭವಿಸೋಣ. ಕ್ಷುಲ್ಲಕ ವಿಚಾರಗಳ ಬಗ್ಗೆ ಚರ್ಚೆ ಮಾಡುವುದು ಬೇಡ' ದಕ್ಷ ಹೇಳಿದ.

ಅಷ್ಟರಲ್ಲಿ ಸತಿಯ ಪಕ್ಕದಲ್ಲೆ ನಿಂತಿದ್ದ ಕಮಲಾಕ್ಷ ಮೆಲುದನಿಯಲ್ಲಿ 'ಸಧ್ಯದಲ್ಲೇ ಎಲ್ಲವೂ ಸರಿಹೋಗುತ್ತದೆ ರಾಜಕುಮಾರಿ' ಎಂದ.

ಸತಿ ಆತನತ್ತ ತಿರುಗಿ ನೋಡಲಿಲ್ಲ. ಅನುಮಾನ ದಟ್ಟವಾಯಿತು. ಅಲ್ಲೇನೋ ಒಂದು ಸಂಚು ನಡೆದಿದೆ ಎಂದು ಅಂತರಾತ್ಮ ಸ್ಪಷ್ಟವಾಗಿ ಹೇಳುತ್ತಿತ್ತು. ಮೈ ಝುಮ್ಮೆಂದಿತು.

'ಅಪ್ಪ! ನನ್ನಿಂದ ನೀನೇನೋ ಮುಚ್ಚಿಡುತ್ತಿರುವೆ. ಅದೇನು ಹೇಳು'.

'ಅಯ್ಯೋ ಶ್ರೀರಾಮ! ಸತಿ ನೀನು ಹೊರಗೆ ನಿಂತಿರುವ ನಿನ್ನ ಗಂಡನ ಬಗ್ಗೆ ಯೋಚಿಸುವ ಅಗತ್ಯವಿಲ್ಲ. ಆತನಿಗೆ ವಿಶೇಷವಾದ ಭೋಜನವನ್ನು ಕಳುಹಿಸಿದ್ದೇನೆ'.

'ನಾನು ಶಿವನ ಬಗ್ಗೆ ಕೇಳುತ್ತಿಲ್ಲ ಅಪ್ಪ. ನೀನು ನನ್ನ ಪ್ರಶ್ನೆಗೆ ಸರಿಯಾದ ಉತ್ತರ ನೀಡುತ್ತಿಲ್ಲ. ಕನಖಲಳಿಗೆ ಏನಾಯಿತು ಹೇಳು?'.

ದಕ್ಷ ಬೇಸರದಿಂದ ತನ್ನನ್ನು ತಾನೇ ಶಪಿಸಿಕೊಂಡ.

ಮುಷ್ಠಿಯಿಂದ ಮುಂದಿದ್ದ ಮೇಜನ್ನು ಜೋರಾಗಿ ಕುಟ್ಟಿ ಹೇಳಿದ 'ನೀನು ಅಪ್ಪನ ಮಾತನ್ನು ಒಮ್ಮೆಯಾದರೂ ನಂಬುವೆಯಾ ಸತಿ? ನಿನ್ನ ದೇಹದ ಧಮನಿಯಲ್ಲಿ ಹರಿಯುತ್ತಿರುವುದು ನನ್ನ ರಕ್ತ. ನಾನು ಮಾಡುವ ಪ್ರತಿಯೊಂದು ಕೆಲಸವೂ ನಿನ್ನ ಒಳಿತಿಗಾಗಿ. ಕನಖಲ ಅಪಘಾತದಲ್ಲಿ ಸತ್ತು ಹೋದಳು ಎಂದು ಹೇಳಿದರೆ ಸತ್ತುಹೋದಳು ಎಂದು ಅರ್ಥ ಅಷ್ಟೇ'.

ಸತಿ ದಕ್ಷನ ಕಣ್ಣುಗಳನ್ನೇ ನೋಡುತ್ತಾ ಹೇಳಿದಳು 'ಅಪ್ಪಾ! ನೀನು ಸುಳ್ಳು ಹೇಳುತ್ತಿರುವೆ!'

'ಕನಖಲ ತಾನು ಮಾಡಿದ ಅಪರಾಧಕ್ಕೆ ತಕ್ಕ ಪ್ರತಿಫಲ ಪಡೆದಳು. ಯಾರು ಮೆಲೂಹ ಸಾಮ್ರಾಟರನ್ನು ವಿರೋಧಿಸುತ್ತಾರೋ ಅವರೆಲ್ಲರಿಗೂ ಇದೇ ಶಿಕ್ಷೆ. ಆದರೆ ಈ ಬಗ್ಗೆ ನೀವು ಚಿಂತಿಸುವ ಅಗತ್ಯವಿಲ್ಲ ರಾಜಕುಮಾರಿ. ನಿಮ್ಮ ತಂದೆಯವರು ನಿಮ್ಮನ್ನು ಬಹುವಾಗಿ ಪ್ರೀತಿಸುತ್ತಾರೆ. ಹಾಗಾಗಿ ನೀವು ಸುರಕ್ಷಿತ' ಕಮಲಾಕ್ಷ ಸತಿಯ ಹಿಂದೆ ನಂತು ಹೇಳಿದ. ಸತಿ ಒಂದು ಕ್ಷಣ ದಿಗ್ಭ್ರಾಂತಳಾದಳು. ಓರೆನೋಟದಲ್ಲೇ ಕೋಪದಿಂದ ಕಮಲಾಕ್ಷನನ್ನು ನೋಡಿದಳು. ಇತ್ತ ದಕ್ಷನ ಕಣ್ಣೂ ತೇವಗೊಂಡಿತ್ತು.

ಆದರೂ ನಸುನಗುತ್ತಾ ಹೇಳಿದ 'ನಾನು ನಿನ್ನನ್ನು ಬಹುವಾಗಿ ಪ್ರೀತಿಸುತ್ತೇನೆ ಮಗು. ನನ್ನ ಮಾತನ್ನು ನಂಬು. ನಾನು ಎಲ್ಲವನ್ನೂ ಸರಿಪಡಿಸುತ್ತೇನೆ'.

ತನಗರಿವಿಲ್ಲದಂತೆ ಸತಿಯ ದೇಹದ ನರನಾಡಿಗಳು ಎದ್ದು ನಿಂತವು. ಆಕ್ರೋಶ ಉಕ್ಕಿ ಬಂತ್ತು. ಕಮಲಾಕ್ಷನ ಮಾತುಗಳು ಎದೆಯನ್ನು ಇರಿದಂತಾಯಿತು. ಆಕೆ ಬಿಗಿಯಾಗಿ ಮುಷ್ಠಿ ಹಿಡಿದು ಮೊಣಕೈಯಿಂದ ಹಿಂದೆ ನಿಂತಿದ್ದ ಕಮಲಾಕ್ಷನ ಕೆಳಹೊಟ್ಟೆಗೆ ಒಮ್ಮೆ ಬಲವಾಗಿ ಗುದ್ದಿದಳು. ಕೂಡಲೆ ಆತ ಹಿಂದಕ್ಕೆ ಜಗ್ಗಿ ನೋವಿನಿಂದ ಮತ್ತೊಮ್ಮೆ ಮುಂದಕ್ಕೆ ಬಾಗಿದ. ಆತನ ತಲೆ ಸತಿಯಿಂದ ಕೆಲವೇ ಇಂಚುಗಳ ಅಂತರದಲ್ಲಿತ್ತು. ಸತಿ ಹೆಚ್ಚು ಸಮಯ ತೆಗೆದುಕೊಳ್ಳದೆ ಎಡಗಾಲನ್ನು ಊರಿ ಸ್ವಲ್ಪ ಪಕ್ಕಕ್ಕೆ ಸರಿದಳು. ನಂತರ ಬಲ ಮಂಡಿಯಿಂದ ತಲೆ ಮತ್ತು ಕಿವಿಯ ಭಾಗಕ್ಕೆ ಮತ್ತೊಮ್ಮೆ ಭಾರಿ ಹೊಡೆತವೊಂದನ್ನು ಕೊಟ್ಟಳು. ಅದೊಂದು ಮರ್ಮಾಘಾತ. ಅಕ್ಷರಶಃ ನಾಗಾಗಳು ನೀಡುವ ಹೊಡೆತದಂತಿತ್ತು. ಈ ರೀತಿಯ ಕೈಚಳಕವನ್ನು ಆಕೆ ಅದನ್ನು ನಾಗಾಗಳಿಂದಲೇ ಕಲಿತಿದ್ದಳು. ಸತಿಯ ಹೊಡೆತಕ್ಕೆ ಕಮಲಾಕ್ಷನ ಕಿವಿತಮಟೆ ಒಡೆದಿತ್ತು. ನೋವು ತಾಳಲಾರದೆ ದೈತ್ಯದೇಹಿ ಹಾಗೇ ನೆಲಕ್ಕೆ ಕುಸಿದು ಬಿದ್ದ. ಸತಿ ಮತ್ತೊಮ್ಮೆ ಗಾಳಿಯಲ್ಲಿ ಚಿಮ್ಮಿ ಖಡ್ಗವನ್ನು ಹೊರತೆಗೆದು ದಕ್ಷನ ಮುಂದೆ ಬಂದು ನಿಂತಳು. ಈ ಎಲ್ಲವೂ ಮಿಂಚಿನ ವೇಗದಲ್ಲಿ ನಡೆದುಹೋಯಿತು. ಒಂದು ಕ್ಷಣ ಅಲ್ಲೇನಾಗುತ್ತಿದೆ ಎಂದು ದಕ್ಷನಿಗೆ ತಿಳಿಯಲಿಲ್ಲ. ಹಾಗಾಗಿ ತಕ್ಷಣ ಪ್ರತಿಕ್ರಿಯಿಸುವುದು ಆತನಿಗೆ ಅಸಾಧ್ಯವಾಯಿತು.

'ಅಪ್ಪ......... ನೀನೇನು ಮಾಡಿದೆ' ಸತಿಯ ಕೋಪ ಕುದಿಯುವ ಬಿಂದುವನ್ನೂ ದಾಟಿತ್ತು.

'ನಾನು ಮಾಡುತ್ತಿರುವುದೆಲ್ಲವೂ ನಿನ್ನ ಒಳಿತಿಗಾಗಿ ಸತಿ. ಇನ್ನು ಮುಂದೆ ನಿನ್ನ ಗಂಡನಿಂದ ನಮಗ್ಯಾರಿಗೂ ತೊಂದರೆ ಆಗುವುದಿಲ್ಲ' ದಕ್ಷ ಜೋರು ದನಿಯಲ್ಲಿ ಕೂಗಿದ.

ಈಗ ಸತಿಗೆ ಎಲ್ಲವೂ ಅರ್ಥವಾಯಿತು. ತಂದೆಯ ಕುಟಿಲ ತಂತ್ರದ ಪೂರ್ಣ ಚಿತ್ರಣದ ಅರಿವಾಯಿತು.

ಸತಿ ಕೂಗಿದಳು 'ಓ ಶ್ರೀರಾಮ.........ನಮ್ಮನ್ನು ಕಾಪಾಡು.........ನಂದಿ ಮತ್ತು ಸೈನಿಕರೇ............'.

ವೀರಿಣಿ ದಕ್ಷನ ಬಳಿಗೆ ಬಂದು 'ಅಯ್ಯೋ ದೇವರೇ...........ನೀನೆಂತಹ ಹೇಯ ಕೃತ್ಯ ಮಾಡಿಬಿಟ್ಟೆ ದಕ್ಷ..........' ಎಂದಳು.

'ಮುಚ್ಚು ಬಾಯಿ ವೀರಿಣಿ!' ದಕ್ಷ ಆಕೆಯನ್ನು ಬಲವಂತವಾಗಿ ಪಕ್ಕಕ್ಕೆ ತಳ್ಳಿ ಸತಿಯತ್ತ ನುಗ್ಗಿದ.

ವೀರಿಣಿ ಆಘಾತಗೊಂಡು 'ಶಾಂತಿ ಮಾತುಕತೆಯ ನಿಯಮಗಳನ್ನು ಈ ರೀತಿ ಧಿಕ್ಕರಿಸಲು ಹೇಗೆ ಸಾಧ್ಯ ದಕ್ಷ? ನಿನ್ನ ಆತ್ಮಕ್ಕೆ ಶಾಶ್ವತವಾದ ಕಳಂಕವನ್ನು ತಂದುಕೊಂಡು ಬಿಟ್ಟೆಯಲ್ಲಾ.........' ಎಂದಳು.

ದಕ್ಷ ಸತಿಯನ್ನು ಬಂಧಿಯಾಗಿರಿಸಿಕೊಳ್ಳುವ ಪ್ರಯತ್ನಕ್ಕೆ ಮುಂದಾದ.

'ಸತಿ ನೀನು ಇಲ್ಲಿಂದ ಹೊರಹೋಗುವುದಕ್ಕೆ ನಾನು ಅವಕಾಶ ನೀಡುವುದಿಲ್ಲ'.

ಸತಿ ದಕ್ಷನನ್ನೊಮ್ಮೆ ಜೋರಾಗಿ ತಳ್ಳಿದಳು. ದಕ್ಷ ನೆಲದ ಮೇಲೆ ಬಿದ್ದ. ಕೂಡಲೆ ಸತಿ ವೇಗವಾಗಿ ಬಾಗಿಲ ಬಳಿಗೆ ಬಂದಳು. ಖಡ್ಗ ಹಿರಿದು ಯುದ್ಧಕ್ಕೆ ಸಿದ್ಧಳಾದಳು.

'ಅಂಗರಕ್ಷಕರೇ ಆಕೆಯನ್ನು ತಡೆಯಿರಿ' ದಕ್ಷ ಕೂಗಿದ.

ದ್ವಾರಪಾಲಕ ಬಾಗಿಲು ತೆಗೆದ. ಅಷ್ಟರಲ್ಲಿ ಸತಿ ಚಿಮ್ಮುತ್ತಾ ಬಿರುಸಿನಿಂದ ಆತನತ್ತ ಬರುತ್ತಿದ್ದಳು. ಬಾಗಿಲ ಬಳಿ ಇದ್ದ ಸೈನಿಕರು ಸತಿಯ ಮಿಂಚಿನ ಓಟವನ್ನು ಕಂಡು ನಿಬ್ಬೆರಗಾಗಿ ನಿಂತುಬಿಟ್ಟರು. ಅವರೆಲ್ಲರೂ ಆಘಾತದಿಂದ ಚೇತರಿಸಿಕೊಂಡು ಪ್ರತಿಕ್ರಿಯಿಸುವ ಮುನ್ನವೇ ಸತಿ ಅವರನ್ನು ತಳ್ಳಿಕೊಂಡು ದಕ್ಷನ ಕೋಣೆಯಿಂದ ಹೊರನಡೆದಳು. ಒಳಗೆ ದಕ್ಷ ತನ್ನನ್ನು ಬಂಧಿಸುವಂತೆ ಸೈನಿಕರಿಗೆ ಕೂಗಿ ಹೇಳುತ್ತಿದ್ದುದು ಆಕೆಯ ಕಿವಿಗೆ ಬಿತ್ತು. ಮುಂದಿನ ಕೆಲವೇ ನಿಮಿಷಗಳಲ್ಲಿ ಅರಮನೆಯ ಹೊರಗೆ ಕಟ್ಟಿದ್ದ ಕುದುರೆಯನ್ನೇರಿ ದೇವಗಿರಿ ಕೋಟೆಯಿಂದ ಹೊರಗೆ ಹೋಗುವುದು ಸತಿಯ ಯೋಜನೆಯಾಗಿತ್ತು. ಹಾಗಾಗಿ ಆಕೆ ಅರಮನೆಯ ಆವರಣದಲ್ಲಿ ವೇಗವಾಗಿ ಓಡಲಾರಂಭಿಸಿದಳು.

'ರಾಜಕುಮಾರಿಯನ್ನು ಹಿಡಿಯಿರಿ' ಸೈನಿಕರು ಆಕೆಯ ಹಿಂದೆ ಓಡಿಬರುತ್ತಿದ್ದರು.

ಇದರಿಂದ ಜಾಗ್ರತರಾದ ಮತ್ತಷ್ಟು ಮಂದಿ ಸೈನಿಕರು ಮುಂದಿನಿಂದ ಸತಿಯನ್ನು ಹಿಡಿಯಲು ಬಂದರು. ಅವರೆಲ್ಲರೂ ಭರ್ಜಿ ಹಿಡಿದು ಸತಿ ಮುಂದೆ ಹೋಗದಂತೆ ತಡೆದರು. ಸತಿ ಎರಡೂ ಕಡೆಯಿಂದ ಬಂದ ಕಾವಲುಗಾರರ ಮಧ್ಯೆ ಸಿಕ್ಕಿಬಿದ್ದಳು. ನಂತರ ಒಮ್ಮೆ ಹಿಂತಿರುಗಿ ನೋಡಿದಳು. ಎಲ್ಲಡೆ ಸೈನಿಕರು ಸುತ್ತುವರಿದಿದ್ದರು. ಸತಿ ತನಗೆ ಅಲ್ಲಿಂದ ತಪ್ಪಿಸಿಕೊಳ್ಳುವುದಕ್ಕೆ ಶಕ್ತಿ ನೀಡುವಂತೆ ಮನಸ್ಸಿನಲ್ಲೇ ಶ್ರೀರಾಮನನ್ನು ಪ್ರಾರ್ಥಿಸಿದಳು.

'ಆಕೆಗೆ ಯಾವ ತೊಂದರೆಯನ್ನೂ ಮಾಡಬೇಡಿ' ದೂರದಿಂದ ದಕ್ಷನ ಧ್ವನಿ ಕೇಳಿಬರುತ್ತಿತ್ತು.

ಸತಿ ಒಂದು ಕ್ಷಣ ಕೈಯನ್ನು ಮೇಲೆತ್ತಿ ಸೈನಿಕರ ಮಧ್ಯೆ ಹಾಗೇ ನಿಂತುಬಿಟ್ಟಳು. ಸೈನಿಕರು ಸತಿ ಇನ್ನೇನು ಬಂಧಿಯಾದಳು ಎಂದು ನಿಟ್ಟುಸಿರು ಬಿಡಲಾರಂಭಿಸಿದರು. ಆಕೆ ನಿಂತಿದ್ದ ಸ್ಥಳದ ಪಕ್ಕದಲ್ಲೊಂದು ಕಿಟಕಿ. ಅದು ಮೂರನೇ ಮಹಡಿ. ಕಿಟಕಿ ತೆರೆದಿತ್ತು. ಅಲ್ಲಿಂದ ಒಮ್ಮೆಲೆ ಜಿಗಿಯುವುದು ಮೂರ್ಖತನವಾಗುತ್ತಿತ್ತು. ಆದರೆ ಸತಿಗೆ ಅರಮನೆಯ ಇಂಚಿಂಚೂ ಚೆನ್ನಾಗಿ ತಿಳಿದಿತ್ತು. ಕಾರಣ ಆಕೆಗೆ ಅದು ತವರುಮನೆ. ಆ ಕಿಟಕಿಯ ಹೊರಗೆ ಚಾಚಿಕೊಂಡಿದ್ದ ತೆಳುವಾದ ಗೋಡೆಯನ್ನು ಸತಿ ಹಿಂದೆ ನೋಡಿದ್ದಳು. ಆ ಗೋಡೆಯಿಂದ ಮತ್ತೊಮ್ಮೆ ಜಿಗಿದರೆ ಅರಮನೆಯ ಮೇಲ್ಛಾವಣಿ. ಅಲ್ಲಿಂದ ಅರಮನೆಯ ಪಕ್ಕದ ದ್ವಾರದ ಮೂಲಕ ಹೊರಗೆ ಹೋಗಬಹುದಾಗಿತ್ತು. ಸತಿ ಖಡ್ಗವನ್ನು ಒರೆಗೆ ಹಾಕಿ ಕೈಮೇಲೆತ್ತಿ ಸೈನಿಕರಿಗೆ ತಾನು ಬಂಧಿಯಾಗುತ್ತಿದ್ದೇನೆ ಎನ್ನುವ ಭ್ರಮೆ ಮೂಡಿಸಿದಳು. ಅವರೆಲ್ಲರೂ ಒಂದೊಂದೇ ಹೆಜ್ಜೆ ಇಡುತ್ತಾ ನಿಧಾನವಾಗಿ ಸತಿಯ ಬಳಿಗೆ ಬರಲಾರಂಭಿಸಿದರು. ಅಷ್ಟರಲ್ಲಿ ಇದ್ದಕ್ಕಿದ್ದಂತೆ ಸತಿ ಪಕ್ಕಕ್ಕೆ ಸರಿದು ಮಿಂಚಿನಂತೆ ಕಿಟಕಿಯಿಂದ ಹೊರಕ್ಕೆ ಜಿಗಿದಳು. ಸೈನಿಕರು ಗಾಬರಿಯಿಂದ ಏದುಸಿರು ಬಿಟ್ಟರು. ಅವರೆಲ್ಲರೂ ರಾಜಕುಮಾರಿ ಮೇಲಿನಿಂದ ಅರಮನೆ ಅಂಗಳದಲ್ಲಿ ಬಿದ್ದು ಸಾವನ್ನಪ್ಪಿರುತ್ತಾಳೆ ಎಂದೇ ಭಾವಿಸಿದರು. ಆದರೆ ಸತಿ ಕಿಟಕಿಯಿಂದ ಹೊರಗೆ ಬಂದು ತಕ್ಷಣ ಏಕಕಾಲಕ್ಕೆ ತನ್ನ ಎರಡೂ ಕೈಗಳನ್ನು ಮುಂದಕ್ಕೆ ಚಾಚಿ ತೆಳುಗೋಡೆಯನ್ನು ಹಿಡಿದುಕೊಂಡು ಹಿಂದಕ್ಕೆ ಜಗ್ಗಿದಳು. ಒಂದೆರಡು ಕ್ಷಣಗಳಲ್ಲಿ ಸತಿ ಅರಮನೆಯ ಮೇಲ್ಛಾವಣಿಯಲ್ಲಿದ್ದಳು. ಅಷ್ಟರಲ್ಲಿ ಅದನ್ನು ಕಂಡ ಸೈನಿಕನೊಬ್ಬ ಜೋರಾಗಿ ಚೀರಿದ.

'ರಾಜಕುಮಾರಿ ಅರಮನೆಯ ಮೇಲೆ ಇದ್ದಾರೆ'.

ಸತಿಗೆ ಸೈನಿಕರು ಯಾವ ದಾರಿಯ ಮೂಲಕ ಅರಮನೆಯ ಮೇಲ್ಭಾಗಕ್ಕೆ ಬರುತ್ತಾರೆ ಎನ್ನುವುದು ತಿಳಿದಿತ್ತು. ಹಾಗಾಗಿ ಆಕೆ ಮೇಲ್ಛಾವಣಿಯ ಮತ್ತೊಂದು ಭಾಗಕ್ಕೆ ಬಂದು ಅಲ್ಲಿಂದ ಮುಂದೆ ಚಾಚಿಕೊಂಡಿದ್ದ ವೇದಿಕೆಗೆ ಹಾರಿದಳು. ನಂತರ ನಧಾನವಾಗಿ ತೆವಳುತ್ತಾ ಅರಮನೆಯ ಮೆಟ್ಟಿಲಿನ ಬಳಿಗೆ ಬಂದಳು. ಅಲ್ಲಿ ಒಂದು ಬಾರಿಗೆ ಮೂರು ಮೆಟ್ಟಿಲುಗಳನ್ನು ಜಿಗಿಯುತ್ತಾ ಮೊದಲನೆಯ ಮಹಡಿಯನ್ನು

ಸೇರಿದಳು. ಅಲ್ಲಿಂದ ಮುಂದಿನ ದಾರಿ ನೇರವಾಗಿ ಅರಮನೆಯ ಎಡಭಾಗದ ದ್ವಾರಕ್ಕೆ ಬಂದು ಸೇರುತ್ತಿತ್ತು. ಸಾಮಾನ್ಯವಾಗಿ ಆ ದ್ವಾರದಲ್ಲಿ ಹೆಚ್ಚು ಮಂದಿ ಸೈನಿಕರು ಇರುತ್ತಿರಲಿಲ್ಲ. ಆದರೂ ಅಪಾಯ ತಂದುಕೊಳ್ಳುವುದು ಬೇಡ ಎಂದು ಸತಿ ನಿರ್ಧರಿಸಿದಳು. ಹಾಗಾಗಿ ಆಕೆ ಮೊದಲ ಮಹಡಿಯ ಉಪ್ಪರಿಗೆಯ ಬಳಿಗೆ ಬಂದಳು. ಉಪ್ಪರಿಗೆಯ ಹೊರಗೊಂದು ಗೋಡೆ. ಗೋಡೆಗೆ ಹೊಂದಿಕೊಂಡಂತೆ ಒಂದು ಎತ್ತರದ ಮರ. ಸತಿ ಉಪ್ಪರಿಗೆಯಿಂದ ಗೋಡೆಗೆ ಜಿಗಿದಳು. ಅಲ್ಲಿಂದ ಮರದ ಕೊಂಬೆಯನ್ನೇರಿದಳು. ಅಲ್ಲಿಂದ ಏಕಾಏಕಿ ಛಂಗನೆ ಕೆಳಕ್ಕೆ ಹಾರಿದಳು. ಮುಂದಿನ ಒಂದೆರಡು ಕ್ಷಣದಲ್ಲಿ ಆಕೆ ಕುದುರೆಯ ಬಳಿ ಇದ್ದಳು. ಸತಿ ತಡ ಮಾಡಲಿಲ್ಲ. ಒಂದೊಂದು ಕ್ಷಣವೂ ಅದೆಷ್ಟು ಅಮೂಲ್ಯವಾದದು ಎಂಬುದು ಆಕೆಗೆ ತಿಳಿದಿತ್ತು. ಕೂಡಲೆ ಆಕೆ ಜೀನು ಹಿಡಿದು ಛಂಗನೆ ಕುದುರೆ ಏರಿ ಕುಳಿತಳು. ಕುದುರೆಗೆ ಕಟ್ಟಿದ್ದ ಹಗ್ಗವನ್ನು ಬಿಚ್ಚಿ ಒಮ್ಮೆಲೆ ವೇಗವಾಗಿ ಕುದುರೆಯನ್ನು ಓಡಿಸತೊಡಗಿದಳು.

'ಅಲ್ಲಿ ರಾಜಕುಮಾರಿ' ಸೈನಿಕರು ಸತಿಯತ್ತ ಓಡಿ ಬರಲಾರಂಭಿಸಿದರು.

ಆದರೆ ಸತಿ ಕುದುರೆಯ ಓಟದ ವೇಗವನ್ನು ಮತ್ತಷ್ಟು ಹೆಚ್ಚಿಸಿ ಸೈನಿಕರನ್ನು ಪಕ್ಕಕ್ಕೆ ತಳ್ಳಿ ನಾಗಾಲೋಟದಲ್ಲಿ ಮುಂದೆ ಸಾಗಿದಳು. ಕೆಲವೇ ಕ್ಷಣಗಳಲ್ಲಿ ಅರಮನೆಯ ಆವರಣವನ್ನು ದಾಟಿ ಹೊರಗೆ ಬಂದಳು. ದೂರದಲ್ಲಿ ಸೈನಿಕರು ಚೀರಾಡುತ್ತಿದ್ದರು. ಕೆಲವರು ಆಕೆಯನ್ನು ಹಿಂಬಾಲಿಸುತ್ತಿದ್ದರು.

ಸೈನಿಕರು 'ಹಿಡಿಯಿರಿ ಆಕೆಯನ್ನು', 'ರಾಜಕುಮಾರಿಯನ್ನು ಬಂಧಿಸಿ' ಎನ್ನುತ್ತಿದ್ದರು.

ಆದರೆ ಸತಿ ಇದಾವುದನ್ನೂ ಲೆಕ್ಕಿಸಲಿಲ್ಲ. ಹತ್ತಿರಕ್ಕೆ ಬರುತ್ತಿದ್ದ ಸೈನಿಕರನ್ನು ಕುದುರೆಯ ಮೇಲೆ ಕುಳಿತೇ ಉಕ್ಕಿನ ಕೊಂಡಿಯ ಸರಪಳಿಯನ್ನು ಬೀಸಿ ಘಾಸಿಗೊಳಿಸುತ್ತಾ ಬಿರುಗಾಳಿಯಂತೆ ಮುನ್ನುಗ್ಗುತ್ತಿದ್ದಳು. ಆಕೆಯ ಆರ್ಭಟಕ್ಕೆ ಮೆಲೂಹ ಸೈನಿಕರು ಬೆಚ್ಚಿಬಿದ್ದಿದ್ದರು. ಒಂದೆಡೆ ಕುದುರೆಯ ಒದೆತ ಮತ್ತೊಂದೆಡೆ ಸತಿಯ ಹೊಡೆತ. ಈ ನಡುವೆ ನಗರದಲ್ಲಿ ಜನ ಅಲ್ಲಲ್ಲಿ ಗುಂಪು ಗುಂಪಾಗಿ ನಿಂತಿದ್ದರು. ಸತಿ ಮುಖ್ಯ ರಸ್ತೆಯಲ್ಲಿ ಸಾಗದೆ ಕಿರಿದಾದ ದಾರಿಯಲ್ಲಿ ಕುದುರೆಯನ್ನು ಶರ ವೇಗದಲ್ಲಿ ಓಡಿಸುತ್ತಾ ಕೆಲವೇ ನಿಮಿಷಗಳಲ್ಲಿ ನಗರದ ಉಕ್ಕಿನ ಮುಖ್ಯದ್ವಾರವನ್ನು ದಾಟಿ ಹೊರಹೋದಳು.

ಆಕೆಯ ಮುಂದಿನ ಗುರಿ ಶಾಂತಿ ಸಭಾಭವನದ ಬಳಿ ಬೀಡುಬಿಟ್ಟಿದ್ದ ನಂದಿ ಮತ್ತು ಇತರೆ ಅಂಗರಕ್ಷಕರೊಂದಿಗೆ ದೇವಗಿರಿಯ ಬಂದರಿನತ್ತ ಸಾಗುವುದಾಗಿತ್ತು. ಹಾಗಾಗಿ ಆಕೆ ಕುದುರೆಯನ್ನು ಭವನದತ್ತ ಕೊಂಡೊಯ್ಯುತ್ತಿದ್ದಳು. ನಗರದ ಮುಖ್ಯದ್ವಾರದಿಂದ ವೇಗವಾಗಿ ಸಾಗುತ್ತಿದ್ದ ಕುದುರೆ ಸ್ವಲ್ಪದೂರ ಕ್ರಮಿಸುತ್ತಿದ್ದಂತೆ ಇದ್ದಕ್ಕಿದ್ದಂತೆ ವೇಗವನ್ನು ಕಡಿಮೆ ಮಾಡಿ ಹಾಗೇ ನಿಂತುಬಿಟ್ಟಿತು. ಕಾರಣ ಮುಂದೆ

ಏನೋ ಗಲಭೆಯಾಗುತ್ತಿತ್ತು. ಜೋರಾದ ಚೀರಾಟ ಕೇಳಿಬರುತ್ತಿತ್ತು. ಸತಿಗೆ ಆಶ್ಚರ್ಯ. ಅದೊಂದು ಎತ್ತರದ ಪ್ರದೇಶ. ಸತಿ ಕುಳಿತಲ್ಲಿಂದಲೇ ಮುಂದೆ ದೃಷ್ಟಿಹಾಯಿಸಿದಳು. ಸರಸ್ವತಿ ನದಿಯ ದಡದ ಬಳಿ ಶಾಂತಿ ಸಭಾಭವನ ಸ್ಪಷ್ಟವಾಗಿ ಕಾಣುತ್ತಿತ್ತು. ಆದರೆ ದುರಾದೃಷ್ಟಕ್ಕೆ ಭವನದ ಬಳಿ ಆಕೆಯ ಇಡೀ ಅಂಗರಕ್ಷಕ ಪಡೆ ಒಂದಷ್ಟು ಮಂದಿ ದೊಗಲೆ ಅಂಗಿ ಧರಿಸಿದ್ದ ಕಪ್ಪು ಮುಸುಕುಧಾರಿಗಳ ದಾಳಿಗೆ ಒಳಗಾಗಿತ್ತು. ಅಂತಹ ನೂರಾರು ಮಂದಿ ಸತಿಯ ಅಂಗರಕ್ಷಕ ಪಡೆಗೆ ಮರ್ಮಾಘಾತ ನೀಡುತ್ತಿದ್ದರು. ನೋಡು ನೋಡುತ್ತಿದ್ದಂತೆ ಆಕೆಯ ಅಂಗರಕ್ಷಕರ ಸಂಖ್ಯೆ ಕ್ಷೀಣಿಸತೊಡಗಿತು. ಬಹುತೇಕರು ಹೊಡೆತ ತಿಂದು ನೆಲಕ್ಕುರುಳುತ್ತಿದ್ದರು. ಅಷ್ಟಾದರೂ ನಂದಿ ಮಾತ್ರ ಅವರ ವಿರುದ್ಧ ವೀರಾವೇಷದಿಂದ ಹೋರಾಡುತ್ತಿದ್ದ. ಆ ದೃಶ್ಯವನ್ನು ಕಂಡು ಸತಿ ಗಾಬರಿಗೊಂಡಳು. ಆದರೆ ಯೋಚಿಸಲು ಹೆಚ್ಚು ಸಮಯವಿರಲಿಲ್ಲ. ಒಮ್ಮೆಲೆ ಲಗಾಮನ್ನು ಹಿಡಿದು ಎಳೆದು ಕುದುರೆಯನ್ನು ವೇಗವಾಗಿ ಓಡಿಸುತ್ತಾ ನೇರವಾಗಿ ಮುಸುಕುಧಾರಿಗಳತ್ತ ನುಗ್ಗಿದಳು. ನೀಲಕಂಠ ಹೇಳಿಕೊಟ್ಟಿದ್ದ ಯುದ್ಧ ಘೋಷವನ್ನು ಮೊಳಗಿಸಿದಳು.

'ಹರ ಹರ ಮಹಾದೇವ'.

'ಹರ ಹರ ಮಹಾದೇವ'.

ಅಧ್ಯಾಯ – 45

ಮರಣಂ ಜಾತಕ ಧೃವಂ

ಶಾಂತಿ ಸಭಾ ಭವನದ ಬಳಿ ಸುಮಾರು ಮುನ್ನೂರು ಮಂದಿ ಮುಸುಕು ಧಾರಿಗಳು ನಂದಿಯ ತಂಡದೊಂದಿಗೆ ಕಾಳಗಕ್ಕಿಳಿದಿದ್ದರು. ಸತಿ ನೇರವಾಗಿ ರಣಾಂಗಣಕ್ಕೆ ಬಂದಳು. ಮುಸುಕುಧಾರಿಗಳ ಯುದ್ಧ ಶೈಲಿ ನಾಗಾಗಳಂತಿರಲಿಲ್ಲ. ಆದರೆ ಅವರೆಲ್ಲರೂ ನಾಗಾಗಳಂತೆ ಯುದ್ಧ ಮಾಡಲು ಪ್ರಯತ್ನಿಸುತ್ತಿದ್ದರು. ಸತಿಯ ಅಂಗರರಕ್ಷಕರ ಪೈಕಿ ಅರ್ಧದಷ್ಟು ಮಂದಿ ಅದಾಗಲೇ ನೆಲಕ್ಕುರುಳಿದ್ದರು. ಕೆಲವರು ಸಾವನ್ನಪ್ಪಿದ್ದರು. ಮತ್ತೆ ಕೆಲವರು ತೀವ್ರವಾದ ನೋವಿನಿಂದ ಚೀತ್ಕರಿಸುತ್ತಿದ್ದರು.

ಮುಸುಕುಧಾರಿಗಳು ಅಲ್ಲಲ್ಲಿ ಚದುರಿಹೋಗಿದ್ದರಿಂದ ಸತಿ ಮುಖಾಮುಖಿ ಯಾಗಿ ಅವರೊಂದಿಗೆ ಹೋರಾಡಬೇಕಾಗಿತ್ತು. ಒಂದೆಡೆ ನಂದಿ ಮೂವರು ಹಂತಕರೊಂದಿಗೆ ಏಕಕಾಲದಲ್ಲಿ ಹೋರಾಟ ಮಾಡುತ್ತಿದ್ದ. ಸತಿ ನೇರವಾಗಿ ಅಲ್ಲಿಗೆ ಧಾವಿಸಿದಳು. ನಂದಿ ವೈರಿಯೊಬ್ಬನ ಎದೆಗೆ ಖಡ್ಗದಿಂದ ಇರಿದು ಆರ್ಭಟಿಸಿದ. ನಂತರ ನೆಲದ ಮೇಲೆ ಬಿದ್ದಿದ್ದ ನಿರ್ಜೀವ ಸೈನಿಕನ ತುಂಡು ದೇಹವನ್ನು ಖಡ್ಗದಿಂದ ದಸಿಯೇರಿಸಿ ಅದನ್ನು ಮತ್ತೊಬ್ಬ ಸೈನಿಕನತ್ತ ಎಸೆದ. ಅಷ್ಟರಲ್ಲಿ ಮೂರನೆಯ ಹಂತಕ ನಂದಿಗೆ ಘಾಸಿ ಮಾಡಲು ಹಿಂದಿನಿಂದ ಬರುತ್ತಿದ್ದ. ಸತಿ ಛಂಗನೆ ಕುದುರೆಯಿಂದ ಕೆಳಕ್ಕೆ ಜಿಗಿದು ಸೈನಿಕನತ್ತ ಖಡ್ಗ ಬೀಸಿದಳು. ಆ ಹೊಡೆತಕ್ಕೆ ಸೈನಿಕನ ತಲೆ ಕತ್ತರಿಸಿಹೋಯಿತು. ಕ್ಷಣಾರ್ಧದಲ್ಲಿ ಕೆಳಗೆ ಬಿದ್ದ. ಈಗ ಸತಿ ನೇರವಾಗಿ ನಂದಿಯ ಬೆನ್ನ ಹಿಂದೆ ಬಂದು ನಿಂತಳು. ನಂದಿ ಮತ್ತೊಬ್ಬ ಮುಸುಕುಧಾರಿಯ ರುಂಡ–ಮುಂಡ ಬೇರ್ಪಡಿಸಿದ. ಮುಸುಕುಧಾರಿಯ ದೇಹ ಕಂಪಿಸುತ್ತಾ ನೆಲಕ್ಕುರುಳಿತು. ಜೀವ ರಕ್ಷಕ ರಕ್ತ ದೇಹದಿಂದ ಹರಿಯತೊಡಗಿತು.

'ರಾಜಕುಮಾರಿ! ನೀವು ಇಲ್ಲಿಂದ ಕೂಡಲೆ ಓಡಿಹೋಗಿ' ನಂದಿ ಮತ್ತೊಬ್ಬ ಹಂತಕನತ್ತ ಖಡ್ಗ ಬೀಸುತ್ತಾ ಆರ್ಭಟಿಸುತ್ತಾ ಸತಿಗೆ ಹೇಳಿದ.

ಸತಿ ಯಾವ ದಿಕ್ಕಿನಿಂದ ವೈರಿ ಎದುರಾದರೂ ಆತನನ್ನು ಎದುರಿಸಲು ನಂದಿಯ ಹಿಂದೆ ಸಜ್ಜಾಗಿ ನಿಂತಿದ್ದಳು. ಆಕೆಯ ನಿರ್ಧಾರ ಅಚಲವಾಗಿತ್ತು.

ಆಕೆ ನಂದಿಗೆ ಹೇಳಿದಳು 'ಇಲ್ಲ ನಂದಿ! ನಿಮ್ಮೆಲ್ಲರನ್ನು ಬಿಟ್ಟು ನಾನು ಇಲ್ಲಿಂದ ಹೋಗಲಾರೆ'.

ಈ ಬಾರಿ ಮತ್ತೊಬ್ಬ ಹಂತಕ ಜಿಗಿಯುತ್ತಾ ಸತಿಯ ಪಕ್ಕಕ್ಕೆ ಬಂದು ನಿಂತ. ಕೂಡಲೆ ಸತಿ ತನ್ನ ಗುರಾಣಿಯನ್ನು ಅಡ್ಡ ಹಿಡಿದು ಆತನನ್ನು ಕೊಲ್ಲಲು ಸಿದ್ಧಳಾದಳು. ಅಷ್ಟರಲ್ಲಿ ಆತ ತನ್ನ ನಿಲುವಂಗಿಯಿಂದ ಏನೋ ಹೊರತೆಗೆದು ಅದನ್ನು ಸತಿಯತ್ತ ವೇಗವಾಗಿ ಎಸೆದ. ಕೂಡಲೆ ಸತಿ ಗುರಾಣಿಯನ್ನು ಮುಂದಕ್ಕೆ ಒಡ್ಡಿ ಅದನ್ನು ತಡೆದಳು. ಹಂತಕ ಅದನ್ನು ಸತಿಯ ಕಣ್ಣಿಗೆ ಗುರಿಯಿಟ್ಟು ಎಸೆದಿದ್ದ. ವಾಸ್ತವದಲ್ಲಿ ಅದು ಮೊಟ್ಟೆ. ಮೊಟ್ಟೆ ಗುರಾಣಿಯನ್ನು ಸ್ಪರ್ಶಿಸಿದ ತಕ್ಷಣ ಸಿಡಿಯಿತು. ಅದರಿಂದ ಸಣ್ಣ ಸಣ್ಣ ಚೂಪಾದ ಲೋಹದ ಚೂರುಗಳು ಚಿಮ್ಮಿದವು. ಅದರಲ್ಲಿ ಕೆಲವು ಚೂರುಗಳು ಸತಿಯ ಎಡತೋಳಿಗೆ ಚುಚ್ಚಿ ಗಾಯಗೊಳಿಸಿದವು.

ಈ ರೀತಿಯ ಕುಟಿಲ ತಂತ್ರಗಳನ್ನು ಈಜಿಪ್ಟಿನ ಸೈನಿಕರು ಮಾಡುತ್ತಾರೆ ಎಂಬುದನ್ನು ಸತಿ ಕೇಳಿದ್ದಳು. ಸಾಮಾನ್ಯವಾಗಿ ಮೊಟ್ಟೆಗೆ ಸಣ್ಣ ತೂತು ಮಾಡಿ ಲೋಳೆಯನ್ನು ಹೊರತೆಗೆದು ಲೋಹದ ಚೂರುಗಳನ್ನು ಅದಕ್ಕೆ ತುಂಬುತ್ತಾರೆ. ಯುದ್ಧ ನಿರ್ಣಾಯಕ ಹಂತದಲ್ಲಿರುವಾಗ ಶತ್ರುವನ್ನು ಘಾಸಿಗೊಳಿಸಲು ಅದನ್ನು ಶತ್ರುವಿನ ಕಣ್ಣಿಗೆ ಗುರಿಯಿಟ್ಟು ಹೊಡೆಯುತ್ತಾರೆ. ಮೊಟ್ಟೆ ಸಿಡಿದ ಕೂಡಲೆ ಶತ್ರುವಿಗೆ ಕಣ್ಣು ಕಾಣದಂತಾಗುತ್ತದೆ. ಆಗ ಸುಲಭವಾಗಿ ಶತ್ರುವನ್ನು ಕೊಲ್ಲುತ್ತಾರೆ. ಆದರೆ ಸತಿ ಜಾಣ್ಮೆಯಿಂದ ಮೊಟ್ಟೆ ಹೊಡೆತದಿಂದ ಪಾರಾಗಿದ್ದಳು. ಮೊಟ್ಟೆ ಎಸೆದ ನಂತರ ಶತ್ರು ಕೆಳಭಾಗದಿಂದ ಖಡ್ಗ ಬೀಸುತ್ತಾನೆ ಎನ್ನುವುದು ಸತಿಗೆ ತಿಳಿದಿತ್ತು. ಕ್ಷಣಾರ್ಧದಲ್ಲಿ ಆಕೆ ದಿಕ್ಕುಬದಲಿಸಿ ಮತ್ತೊಂದು ಪಕ್ಕಕ್ಕೆ ಜಿಗಿದು ನಿಂತಳು. ನಂತರ ಗುರಾಣಿಯಲ್ಲಿದ್ದ ಸನ್ನೆಯೊಂದನ್ನು ಕೈಯಿಂದ ಒತ್ತಿದಳು. ಕೂಡಲೆ ಗುರಾಣಿಯಿಂದ ಹತ್ತಾರು ಚೂಪಾದ ಉದ್ದನೆಯ ಚೂರಿಗಳು ಹೊರಚಾಚಿಕೊಂಡವು. ನಂತರ ಗುರಾಣಿಯನ್ನು ಒಮ್ಮೆ ಸೈನಿಕನತ್ತ ತಳ್ಳಿದಳು. ಚೂರಿಗಳು ಶತ್ರುವಿನ ಗಂಟಲು ಮತ್ತು ಎದೆಯ ಭಾಗಕ್ಕೆ ನಾಟಿದವು. ಮರುಕ್ಷಣವೇ ಆಕೆ ಗುರಾಣಿಯನ್ನು ಹಿಂದಕ್ಕೆ ಎಳೆದುಕೊಂಡು ಕತ್ತಿಯಿಂದ ಸೈನಿಕನ ಎದೆಗೆ ಇರಿದು ಕೊಂದಳು.

ಇತ್ತ ನಂದಿ ಮುಸುಕುಧಾರಿಗಳೊಂದಿಗೆ ವೀರಾವೇಷದಿಂದ ಹೋರಾಡುತ್ತಿದ್ದ. ಎದುರಿಗೆ ಬಂದವರನ್ನು ನಿರ್ದಾಕ್ಷಿಣ್ಯವಾಗಿ ಕೊಲ್ಲುತ್ತಿದ್ದ. ಆತನದು ಎತ್ತರದ ದೈತ್ಯ ದೇಹ. ಈಜಿಪ್ಟಿನ ಹಂತಕರು ಕುಬ್ಜ ದೇಹಿಗಳು. ಹಾಗಾಗಿ ವೈರಿಗಳು ಯಾರೇ ಬಂದರೂ ನಂದಿಯ ಸಮಕ್ಕೆ ನಿಲ್ಲಲಾಗುತ್ತಿರಲಿಲ್ಲ. ಅದು ಹಂತಕರಿಗೂ ತಿಳಿದಿತ್ತು. ಹಾಗಾಗಿ ಅವರು ದೂರದಿಂದಲೇ ಚೂರಿಗಳನ್ನು ನಂದಿಯತ್ತ ಎಸೆಯುತ್ತಿದ್ದರು.

ಜತೆಗೆ ಮೊಟ್ಟೆಗಳ ಹೊಡೆತ. ಒಮ್ಮೆ ಸೈನಿಕನೊಬ್ಬ ಎಸೆದ ಚೂರಿ ನಂದಿಯ ತೋಳನ್ನು ಗಾಯಗೊಳಿಸಿತ್ತು. ದೇಹದ ಮೇಲೆಲ್ಲಾ ಲೋಹದ ಚೂರುಗಳು ನಾಟಿಕೊಂಡಿತ್ತು. ದೇಹದಿಂದ ಒಂದೇ ಸಮನೆ ರಕ್ತ ಸುರಿಯುತ್ತಿತ್ತು. ಆದರೆ ನಂದಿ ಅದಾವುದನ್ನೂ ಲೆಕ್ಕಿಸಲಿಲ್ಲ. ಆತನ ಗಮನವೆಲ್ಲಾ ಶತ್ರುಗಳನ್ನು ಕೊಲ್ಲುವುದರೆಡೆಗಿತ್ತು. ನಂದಿ ಮತ್ತು ಸತಿ ತಮ್ಮ ಸೈನಿಕರು ಒಬ್ಬೊಬ್ಬರಾಗಿ ಹತರಾಗುತ್ತಿದ್ದುದನ್ನು ಸೂಕ್ಷ್ಮವಾಗಿ ಗಮನಿಸುತ್ತಿದ್ದರು. ನಾಲ್ಕಾರು ಮುಸುಕುಧಾರಿಗಳು ಏಕಕಾಲದಲ್ಲಿ ಹಠಾತ್ ದಾಳಿಮಾಡಿ ಸೈನಿಕರನ್ನು ಕೊಂದುಹಾಕುತ್ತಿದ್ದರು. ನೂರಾರು ಮುಸುಕುಧಾರಿಗಳು ನಂದಿ ಮತ್ತು ಸತಿಯನ್ನು ಸುತ್ತುವರಿದಿದ್ದರು. ಹಾಗಾಗಿ ಇಬ್ಬರೂ ಅಲ್ಲಿಂದ ಪಾರಾಗಿ ಹೋಗುವ ಯಾವ ಸಾಧ್ಯತೆಗಳೂ ಇರಲಿಲ್ಲ. ಅವರಿಗಿದ್ದ ಏಕೈಕ ಭರವಸೆಯೆಂದರೆ ದೇವಗಿರಿಯಲ್ಲಿದ್ದ ಸೂರ್ಯವಂಶಿಗಳು. ದಕ್ಷನ ಕುಟಿಲ ತಂತ್ರದ ಭಾಗವಾಗಿರದ ಸೂರ್ಯವಂಶಿಗಳು ತಮ್ಮ ಸಹಾಯಕ್ಕೆ ಬರಬಹುದು ಎಂಬುದು ನಂದಿ ಮತ್ತು ಸತಿಯ ನಿರೀಕ್ಷೆಯಾಗಿತ್ತು.

ಅಷ್ಟರಲ್ಲಿ ಮತ್ತೊಬ್ಬ ಹಂತಕ ಖಡ್ಗವನ್ನು ಮೇಲೆತ್ತಿ ಬಲಭಾಗದಿಂದ ಸತಿಯ ಮೇಲೆ ಆಕ್ರಮಣಕ್ಕೆ ಮುಂದಾದ. ಸತಿ ಎರಡು ಹೆಜ್ಜೆ ಹಿಂದೆ ಸರಿದು ಆತನ ಹೊಡೆತದಿಂದ ಪಾರಾದಳು. ಮರುಕ್ಷಣವೇ ಆತ ಮತ್ತೆ ಎಡಭಾಗಕ್ಕೆ ಚಿಮ್ಮಿ ಸತಿಯನ್ನು ತಳ್ಳುವ ಪ್ರಯತ್ನ ಮಾಡಿದ. ಆಕೆ ವೀರಾವೇಶದಿಂದ ಮರು ಹೊಡೆತ ನೀಡಿದಳು. ಆ ನಂತರ ಇದ್ದಕ್ಕಿದ್ದಂತೆ ಖಡ್ಗವನ್ನು ಕೆಳಮಟ್ಟದಲ್ಲಿ ಬೀಸಿ ಸತಿಯನ್ನು ಘಾಸಿಗೊಳಿಸುವುದು ಶತ್ರುವಿನ ಉದ್ದೇಶವಾಗಿತ್ತು. ಆದರೆ ಸತಿ ಈ ರೀತಿಯ ವಿದ್ಯೆಯಲ್ಲಿ ಪ್ರವೀಣಳಾಗಿದ್ದಳು. ಸಾಮಾನ್ಯವಾಗಿ ಯುದ್ಧವೀರರು ಖಡ್ಗವನ್ನು ದೇಹದಿಂದ ದೂರ ಇಟ್ಟುಕೊಂಡು ಯುದ್ಧ ಮಾಡುತ್ತಾರೆ. ಆದರೆ ಸತಿ ಖಡ್ಗವನ್ನು ದೇಹಕ್ಕೆ ತೀರಾ ಹತ್ತಿರ ಇಟ್ಟುಕೊಂಡು ಶತ್ರುವಿನ ಮೇಲೆರುಗುವ ಅಪರೂಪದ ಯುದ್ಧಕಲೆಯನ್ನು ಕಲಿತಿದ್ದಳು. ಹಾಗಾಗಿ ಖಡ್ಗ ದೂರದಲ್ಲಿದೆ ಎಂಬ ಭ್ರಮೆಯಿಂದ ಪಕ್ಕಕ್ಕೆ ಬಂದ ಹಂತಕನೊಬ್ಬನನ್ನು ಏಕಾಏಕಿ ಹತ್ತಿರಕ್ಕೆ ಎಳೆದುಕೊಂಡು ಒಮ್ಮೆಲೆ ಇರಿದಳು. ಹಂತಕ ಖಡ್ಗ ಎಲ್ಲಿದೆ ಎಂದು ನೋಡುವಷ್ಟರಲ್ಲಿ ಅದು ಆತನ ಎದೆಯನ್ನು ಹೊಕ್ಕಿತ್ತು. ಈಜಿಪ್ಟಿನ ಹಂತಕ ರಕ್ತ ಕಾರುತ್ತಾ ನೆಲಕ್ಕುರುಳಿದ. ಕತ್ತು ದೇಹದಿಂದ ಬೇರ್ಪಟ್ಟು ನೇತಾಡುತ್ತಿತ್ತು. ಸತಿಯ ಕಣ್ಣುಗಳು ಅತ್ತಿತ್ತ ನೋಡುತ್ತಿದ್ದವು.

ಮರುಕ್ಷಣವೇ ಆಕೆಯ ಪಕ್ಕದಲ್ಲಿ ಏನೋ ಸರಿದಂತಾಯಿತು. ಅದೇನು ಎಂದು ತಿರುಗಿ ನೋಡುವಷ್ಟರಲ್ಲಿ ಹಂತಕನೊಬ್ಬ ಬಲವಾಗಿ ಕತ್ತಿ ಬೀಸಿದ. ಆ ಹೊಡೆತದಿಂದ ತಪ್ಪಿಸಿಕೊಳ್ಳಲು ಸತಿ ಖಡ್ಗವನ್ನು ಅಡ್ಡ ಹಿಡಿದಳು. ಶತ್ರುವಿನ ಖಡ್ಗ

ಸತಿಯ ಖಡ್ಗಕ್ಕೆ ತಾಗಿ ಎಡ ಕೆನ್ನೆ, ಕಣ್ಣು ಮತ್ತು ತಲೆಯ ಭಾಗವನ್ನು ಸವರಿಕೊಂಡು ಹೋಯಿತು. ಎಡಕಣ್ಣಿನ ಬಳಿ ಗಾಯವಾಗಿ ಕುಳಿಯೊಂದು ಸೃಷ್ಟಿಯಾಯಿತು. ರಕ್ತ ಸುರಿಯಲಾರಂಭಿಸಿತು. ಎಡಗಣ್ಣು ಮಸುಕಾಗಿ ಕಾಣದಾಯಿತು. ಆದರೂ ಸತಿ ರಕ್ಷಣಾತ್ಮಕ ಹೋರಾಟ ಮುಂದುವರಿಸಿದಳು. ಸ್ವಲ್ಪ ಸಮಯದ ನಂತರ ಯಾವುದೋ ಹೆಣ್ಣು ದನಿಯೊಂದು ಏದುಸಿರು ಬಿಡುತ್ತಾ ಗದ್ಗದಿಸುತ್ತಿತ್ತು. ಕ್ಷಣಾರ್ದದಲ್ಲಿ ಸತಿಗೆ ಅದು ತನ್ನದೇ ಎದೆಯ ಬಡಿತ ಎಂಬುದು ಮನದಟ್ಟಾಯಿತು. ಕೂಡಲೆ ಮತ್ತೊಬ್ಬ ತೊಗಲುಧಾರಿಯ ಮೇಲೆ ಎರಗಿ ಬೀಳಲು ಮುಂದಾದಳು.

ಯುದ್ಧ ಮುಂದುವರಿದಂತೆ ಸತಿ ಒಮ್ಮೆ ಬಲಕ್ಕೆ ತಿರುಗಿದಳು. ಬಲಭಾಗದಲ್ಲಿ ದೈತ್ಯ ದೇಹಿ ನಂದಿ ವೈರಿಯೊಬ್ಬನನ್ನು ತಿವಿದು ನೆಲಕ್ಕುರುಳಿಸುತ್ತಿದ್ದ. ಸತಿಯನ್ನು ಕಂಡ ನಂದಿ ಮತ್ತೊಮ್ಮೆ ಜೋರಾಗಿ ಚೀರಿದ.

'ರಾಜಕುಮಾರಿ, ಇಲ್ಲಿಂದ ತಪ್ಪಿಸಿಕೊಳ್ಳಿ'.

ಆದರೆ ಅದಾಗಲೇ ಸತಿಯ ಕಣ್ಣು ಮಂಜಾಗತೊಡಗಿತ್ತು. ನಂದಿಯ ಮಾತುಗಳು ದೂರದಿಂದೆಲ್ಲೋ ಕೇಳಿ ಬರುತ್ತಿದೆ ಎಂಬಂತೆ ಭಾಸವಾಯಿತು. ಎದೆ ಬಡಿತ ನಿಧಾನವಾಗಿ ಕ್ಷೀಣಿಸುತ್ತಿತ್ತು. ಆಕೆ ನಡೆದಿದ್ದ ಹತ್ಯಾಕಾಂಡವನ್ನು ಒಮ್ಮೆ ಸೂಕ್ಷ್ಮವಾಗಿ ಗಮನಿಸಿದಳು. ಆಕೆಯ ಅಂಗರಕ್ಷಕರ ದೇಹಗಳು ಚೆಲ್ಲಾಪಿಲ್ಲಿಯಾಗಿ ಬಿದ್ದಿದ್ದವು. ಕೆಲವರು ನೋವಿನಿಂದ ರೋಧಿಸುತ್ತಿದ್ದರು. ಮತ್ತೆ ಕೆಲವರು ಕೆಳಗೆ ಬಿದ್ದಿದ್ದರೂ ಶತ್ರುಗಳ ಕಾಲು ಹಿಡಿದೆಳೆದು ಕೆಳಕ್ಕೆ ಕೆಡವಿ ಹಾಕುವ ಹತಾಷೆಯ ಪ್ರಯತ್ನ ಮಾಡುತ್ತಿದ್ದರು. ಈಜಿಪ್ಟಿನ ಹಂತಕರು ಅಂತಹ ಸೈನಕರನ್ನು ತುಚ್ಛವಾಗಿ ಕಾಲಿನಿಂದ ಒದ್ದು ಮುಂದೆ ಹೋಗುತ್ತಿದ್ದರು.

ಸತಿ ಆಗಾಗ ಏದುಸಿರು ಬಿಡುತ್ತಿದ್ದಳು. ತಾನು ಮತ್ತೊಮ್ಮೆ ವಿಫಲಗಳಾಗುತ್ತಿದ್ದೇನೆ ಎಂಬ ಚಿಂತೆ ಆಕೆಯನ್ನು ಕಾಡಲಾರಂಭಿಸಿತು. ತಲೆ ಮತ್ತು ಕಣ್ಣಿಗೆ ಬಲವಾದ ಪೆಟ್ಟುಬಿದ್ದಿತ್ತು. ಅಲ್ಲಿಂದ ಮುಖಕ್ಕೆ ಇಳಿಯುತ್ತಿದ್ದ ರಕ್ತವನ್ನು ಆಗಾಗ ಒರೆಸಿಕೊಳ್ಳುತ್ತಿದ್ದಳು. ಹೀಗೆ ಒಮ್ಮೆ ಮುಂದೆ ಬಂದ ಮತ್ತೊಬ್ಬ ಹಂತಕನ ಹೊಡೆತದಿಂದ ಪಾರಾಗಲು ಸತಿ ಹಿಂದೆ ಸರಿದಳು. ನಂತರ ಅಷ್ಟೇ ವೇಗವಾಗಿ ಸೈನಿಕನತ್ತ ಕತ್ತಿ ಬೀಸಿದಳು. ಆ ಹೊಡೆತಕ್ಕೆ ಸೈನಿಕನ ಕೈ ತುಂಡಾಯಿತು. ಹಂತಕ ನೋವಿನಿಂದ ಚೀತ್ಕರಿಸಿದ. ಸತಿ ಗುರಾಣಿಯಿಂದ ಆತನ ತಲೆಯನ್ನೊಮ್ಮೆ ಜೋರಾಗಿ ಕುಟ್ಟಿದಳು. ನಂತರ ಕತ್ತಿಯಿಂದ ಆತನ ಮುಖಕ್ಕೆ ತಿವಿದಳು. ವೈರಿ ಕೆಳಗೆ ಬಿದ್ದ. ಸತಿ ಖಡ್ಗವನ್ನು ಎಳೆದುಕೊಂಡು ಮತ್ತೊಬ್ಬನನ್ನು ಎದುರಿಸಲು ಸಜ್ಜಾದಳು.

ಅಷ್ಟರಲ್ಲಿ ದೂರದಲ್ಲಿದ್ದ ಹಂತಕನೊಬ್ಬ ಸತಿಯತ್ತ ಹರಿತವಾದ ಚೂರಿಯೊಂದನ್ನು ರಭಸದಿಂದ ಎಸೆದ. ಚೂರಿ ನೇರವಾಗಿ ಸತಿಯ ಎಡ ತೋಳಿಗೆ ನಾಟಿಕೊಂಡಿತು. ರಕ್ಷಣಾತ್ಮಕವಾಗಿದ್ದ ಎಡಗೈ ಬಹುತೇಕ ನಿಷ್ಕ್ರಿಯಗೊಂಡಂತಾಯಿತು.

ಸತಿ ನೋವು ಮತ್ತು ಆಕ್ರೋಶದಿಂದ ಆರ್ಭಟಿಸುತ್ತಾ ಆತನತ್ತ ಖಡ್ಗ ಬೀಸಿದಳು. ಆ ಏಟು ಆತನ ಎದೆಯನ್ನು ಸೀಳಿತು. ಆಕೆ ಮತ್ತೊಮ್ಮೆ ಕತ್ತಿಯಿಂದ ನಿರ್ದಾಕ್ಷಿಣ್ಯವಾಗಿ ಆತನ ಎದೆಗೆ ಚುಚ್ಚಿದಳು. ಶತ್ರು ಸತ್ತು ಬಿದ್ದ. ಸತಿಯ ಎಡಗೈ ನಿಷ್ಕ್ರಿಯಗೊಂಡಿರುವುದನ್ನು ಗಮನಿಸಿದ ಮತ್ತೊಬ್ಬ ಸೈನಿಕ ಎಡಭಾಗದಿಂದ ಆಕ್ರಮಣಕ್ಕೆ ಮುಂದಾದ. ಸತಿ ರಕ್ತ ಸಿಕ್ತ ಖಡ್ಗವನ್ನು ಮೇಲೆತ್ತಿ ಪ್ರಹಾರ ನೀಡುವುದಕ್ಕೆ ಮುಂದಾದಳು.

ಸತಿಯ ಈ ವೀರೋಚಿತ ಹೋರಾಟವನ್ನು ಈಜಿಪ್ಟಿನ ಹಂತಕರ ಮುಖ್ಯಸ್ಥ ಸ್ವ್ಯಾತ್ ದೂರದಿಂದಲೇ ಗಮನಿಸುತ್ತಿದ್ದ. ವಾಸ್ತವವಾಗಿ ನೀಲಕಂಠನನ್ನು ಕೊಲ್ಲುವುದಷ್ಟೇ ಹಂತಕರ ಉದ್ದೇಶವಾಗಿತ್ತು. ಸ್ವ್ಯಾತ್ ಎತ್ತರದ ವ್ಯಕ್ತಿ. ಮಹಾನ್ ಹೋರಾಟಗಾರ. ಅಲ್ಲದೆ ಚಾಣಾಕ್ಷ. ಎದುರಾಳಿಯನ್ನು ಸುಲಭವಾಗಿ ಮಣಿಸುವ ಶಕ್ತಿ ಮತ್ತು ಸಾಮರ್ಥ್ಯ ಆತನಲ್ಲಿತ್ತು. ಹಾಗಾಗಿ ಆತ ಈಗ ಕಣಕ್ಕಿಳಿದ. ನೇರವಾಗಿ ನಂದಿಯತ್ತ ಧಾವಿಸಿದ. ನಂದಿ ಸ್ವ್ಯಾತ್‌ನನ್ನು ಕಂಡು ಹೊಸವೈರಿ ಎದುರಾದನೆಂದು ತಿಳಿದು ಹೋರಾಟಕ್ಕೆ ಸಜ್ಜಾದ. ಖಡ್ಗವನ್ನು ಅತ್ತಿತ್ತ ತಿರುಗಿಸುತ್ತಾ ಸ್ವ್ಯಾತ್‌ನತ್ತ ಧಾವಿಸಿ ಮೊದಲ ಹೊಡೆತ ಕೊಟ್ಟ. ಆ ಹೊಡೆತಕ್ಕೆ ಸ್ವ್ಯಾತ್‌ನ ಕೈಯಲ್ಲಿದ್ದ ಖಡ್ಗ ಕೆಳಗೆ ಬಿತ್ತು. ಒಂದು ಕ್ಷಣ ಆತ ದಂಗಾದ. ಮರುಕ್ಷಣವೇ ಸೊಂಟದಲ್ಲಿದ್ದ ಎರಡು ಗಿಡ್ಡವಾದ ಖಡ್ಗಗಳನ್ನು ಹೊರತೆಗೆದ. ಅವು ಎರಡು ಅಲುಗಿನ ಖಡ್ಗಗಳು. ತೀರಾ ವಿಶೇಷವಾದ ಕಾಳಗದಲ್ಲಿ ಮಾತ್ರ ಅದನ್ನು ಬಳಸಲಾಗುತ್ತಿತ್ತು. ಅದರ ತುದಿಯಲ್ಲಿ ಕೊಂಡಿಯಿತ್ತು. ಅದಕ್ಕೆ ಲೋಹದ ಹಿಡಿ. ಆ ಖಡ್ಗವನ್ನು ಬಳಸಬೇಕಾದರೆ ಆತ ಯುದ್ಧ ಪ್ರವೀಣನೇ ಆಗಿರಬೇಕಿತ್ತು. ಸ್ವ್ಯಾತ್‌ನಲ್ಲಿ ಅಂತಹ ಸಾಮರ್ಥ್ಯವಿತ್ತು. ಆತ ಖಡ್ಗಗಳನ್ನು ಹಿಡಿದು ಸರಿಯಾದ ಹೊಡೆತ ನೀಡಲು ಹೊಂಚು ಹಾಕುತ್ತಿದ್ದ. ಸತಿ ನಂದಿಯತ್ತ ನೋಡಿದಳು. ಆಕೆಗೆ ನಂದಿ ಎದುರಾಳಿಯನ್ನು ಸುಲಭವಾಗಿ ಎದುರಿಸಿ ಕೊಲ್ಲಬಲ್ಲ ಎಂಬ ಭರವಸೆ ಮೂಡಿತು. ಹಾಗಾಗಿ ತನ್ನ ಗಮನವನ್ನು ಮತ್ತೊಬ್ಬ ಹಂತಕನತ್ತ ಹರಿಸಿದಳು. ಇನ್ನೇನು ನಂದಿ ಮತ್ತು ಸ್ವ್ಯಾತ್ ನಡುವೆ ಕಾಳಗ ಪ್ರಾರಂಭವಾಗಬೇಕಿತ್ತು. ಸ್ವ್ಯಾತ್ ಕೊಲ್ಲುವುದನ್ನೇ ಕಸುಬಾಗಿಟ್ಟು ಕೊಂಡಿದ್ದವನು. ಹಾಗಾಗಿ ಆತ ಎರಡೂ ಖಡ್ಗವನ್ನು ವೃತ್ತಾಕಾರದಲ್ಲಿ ತಿರುಗಿಸುತ್ತಾ ನಂದಿಗೆ ಭಯ ಹುಟ್ಟಿಸುವುದಕ್ಕೆ ಮುಂದಾದ. ನಂದಿ ಆ ರೀತಿಯಲ್ಲಿ ಯುದ್ಧ ಮಾಡುತ್ತಿದ್ದ ವೈರಿಯನ್ನು ಅದುವರೆಗೆ ಕಂಡೇ ಇರಲಿಲ್ಲ. ಆತನಿಗೆ ಆಶ್ಚರ್ಯ. ಜತೆಗೆ ಸ್ವ್ಯಾತ್‌ನಿಂದ ಅಪಾಯವಿದೆ ಎಂಬುದನ್ನು ಅರಿತಿದ್ದ. ಹಾಗಾಗಿ ನಂದಿ ವೈರಿಯಿಂದ ಸಾಕಷ್ಟು ಅಂತರವನ್ನು ಕಾಯ್ದುಕೊಂಡು ಎಚ್ಚರಿಕೆಯ ಹೆಜ್ಜೆ ಹಾಕುತ್ತಿದ್ದ. ಅಷ್ಟರಲ್ಲಿ ಮತ್ತೊಬ್ಬ ಹಂತಕ ಹಿಂದಿನಿಂದ ಬಂದು ನಂದಿಯ ಬನ್ನಿಗೆ ಜೋರಾಗಿ ಇರಿದ. ಏಟು ಬಲವಾಗಿತ್ತು. ಆ ಏಟಿಗೆ ನಂದಿ ನರಕ ಯಾತನೆಯಿಂದ ತತ್ತರಿಸಿ ಮುಂದಕ್ಕೆ ಮುಗ್ಗರಿಸಿದ.

ಇದೇ ಸಮಯಕ್ಕಾಗಿ ಕಾಯುತ್ತಿದ್ದ ಸ್ವ್ಯಾತ್ ಹಠಾತ್ತನೆ ಖಡ್ಗವನ್ನು ಮುಂದೆ ಚಾಚಿದ. ನಂದಿಯ ಗುರಾಣಿ ಸ್ವಲ್ಪ ಕೆಳಮುಟ್ಟದಲ್ಲಿತ್ತು. ನಂದಿ ನೋವಿನಿಂದ ಚೀತ್ಕರಿಸುತ್ತಿದ್ದ. ಕೂಡಲೆ ಸ್ವ್ಯಾತ್ ಎರಡೂ ಕತ್ತಿಗಳಿಂದ ಏಕಕಾಲಕ್ಕೆ ಬಲವಾದ ಹೊಡೆತ ಕೊಟ್ಟ. ಖಡ್ಗ ನೇರವಾಗಿ ನಂದಿಯ ಎಡ–ಬಲ ತೋಳಿಗೆ ತಾಗಿತು. ಸೂರ್ಯವಂಶಿ ಹಠಾತ್ತನೆ

ಕುಸಿದು ಬಿದ್ದ. ತೋಳುಗಳಿಂದ ರಕ್ತ ಕಾರಂಜಿಯಂತೆ ಚಿಮ್ಮಿತು. ಸ್ಯೂತ್ ಅಹಂಕಾರದಿಂದ ನೆಲಕ್ಕೆ ಉಗಿದ. ನಂತರ ನಂದಿಯ ಎರಡೂ ತೋಳುಗಳಿಗೂ ಜೋರಾಗಿ ಒದ್ದ. ಆತ ಉಗಿದ ಕೂಡಲೆ ಅದು ಆತನ ಮುಖಕ್ಕೇ ಬಿತ್ತು. ಸ್ಯೂತ್ ಅದನ್ನು ಒರೆಸಿಕೊಳ್ಳುತ್ತಾ 'ಛೇ' ಎಂದು ಹೂಂಕರಿಸಿದ. ನಂತರ ಎಚ್ಚರಿಕೆಯಿಂದ ಸಂಸ್ಕೃತದಲ್ಲೇ ಹಿಡಿಶಾಪ ಹಾಕಿದ. ಅಪ್ಪಿ-ತಪ್ಪಿಯೂ ಈಜಿಪ್ಟಿನ ಭಾಷೆಯಲ್ಲಿ ಮಾತನಾಡಬೇಡಿ ಎಂಬ ಆದೇಶವನ್ನು ಸ್ಯೂತ್ ತನ್ನವರಿಗೆ ನೀಡಿದ್ದ. ಹಾಗಾಗಿ ನಂದಿಯನ್ನು ಶಪಿಸಲು ಆತ ಬಳಸಿದ ಭಾಷೆ ಸಂಸ್ಕೃತ. ಸ್ಯೂತ್ ಯಾವ ಸಮಯದಲ್ಲೂ ತಮ್ಮ ಕುರುಹನ್ನು ಬಿಟ್ಟುಕೊಡದಂತೆ ಎಚ್ಚರವಹಿಸಿದ್ದ.

ಆ ದೃಶ್ಯವನ್ನು ನೋಡಿ ಸತಿ ದಂಗಾದಳು. ಕೂಡಲೆ ಆಕೆ 'ನಂದಿ.......' ಎಂದು ಆರ್ಭಟಿಸುತ್ತಾ ಸ್ಯೂತ್‌ನ ಬಳಿಗೆ ಓಡಿ ಬಂದಳು. ನಂತರ ವೈರಿಯತ್ತ ಜೋರಾಗಿ ಖಡ್ಗ ಬೀಸಿದಳು. ಸ್ಯೂತ್ ಒಂದೆರಡು ಹೆಜ್ಜೆ ಹಿಂದೆ ಸರಿದು ಹೊಡೆತದಿಂದ ತಪ್ಪಿಸಿಕೊಂಡ. ಅಷ್ಟರಲ್ಲಿ ಮತ್ತೊಬ್ಬ ಹಂತಕ ಹಿಂದಿನಿಂದ ಖಡ್ಗ ಬೀಸಿದ. ಅದು ಸತಿಯ ಬೆನ್ನು ಮತ್ತು ಎಡ ತೋಳನ್ನು ಗಾಯಗೊಳಿಸಿತು. ಈ ನಡುವೆ ಮತ್ತಿಬ್ಬರು ಸೈನಿಕರು ಏಕಕಾಲದಲ್ಲಿ ಸತಿಯ ಎದೆಗೆ ಇರಿಲು ಸಜ್ಜಾಗಿ ನಿಂತುಬಿಟ್ಟರು.

ಅಷ್ಟರಲ್ಲಿ ಸ್ಯೂತ್ ಕೂಗಿ ಹೇಳಿದ 'ನಿಲ್ಲಿ.........'.

ತಕ್ಷಣ ಇಬ್ಬರು ಹಂತಕರು ಸತಿಯ ತೋಳುಗಳನ್ನು ಹಿಡಿದು ನಾಯಕನ ಆದೇಶಕ್ಕಾಗಿ ಕಾಯತೊಡಗಿದರು. ಸ್ಯೂತ್ ಒಬ್ಬ ಸ್ತ್ರೀದ್ವೇಶಿ. ಸತಿಯೊಂದಿಗೆ ಮಾತನಾಡಿದರೆ ಕಳಂಕ ಎನ್ನುವುದು ಆತನ ಅಭಿಪ್ರಾಯ. ಆತನಿಗೆ ಸ್ತ್ರೀ ಪುರುಷರಿಗಿಂತ ಕೀಳು ಮತ್ತು ಪ್ರಾಣಿಗಳಿಗಿಂತ ತುಸು ಮೇಲು ಎನ್ನುವ ಭಾವನೆ. ಹಾಗಾಗಿ ಆತ ನೇರವಾಗಿ ಸತಿಯೊಂದಿಗೆ ಮಾತನಾಡದೆ ಸಹಚರರಿಗೆ 'ನೀಲಿಕಂಠದ ವ್ಯಕ್ತಿ ಯಾರು? ಎಂದು ಆಕೆಯನ್ನು ಕೇಳು' ಎಂದ.

ಅಲ್ಲಿದ್ದ ಮತ್ತೊಬ್ಬ ಹಂತಕ ಸ್ಯೂತ್ ಕೇಳಿದ ಪ್ರಶ್ನೆಯನ್ನು ಸತಿಗೆ ಕೇಳಿದ. ಸತಿ ಅದಾಗಲೇ ಗಾಬರಿಗೊಂಡಿದ್ದಳು. ಸೈನಿಕನ ಮಾತನ್ನು ಆಕೆ ಕೇಳಿಸಿಕೊಳ್ಳಲೇ ಇಲ್ಲ. ಆಕೆಯ ಗಮನವೆಲ್ಲಾ ಬೋರಲಾಗಿ ಬಿದ್ದು ನೋವಿನಿಂದ ಚೀತ್ಕರಿಸುತ್ತಿದ್ದ ನಂದಿಯತ್ತಲೇ ನೆಟ್ಟಿತ್ತು. ನಂದಿಯ ದೇಹದಿಂದ ಬೇರ್ಪಟ್ಟಿದ್ದ ತೋಳುಗಳು ಮತ್ತು ಧಾರಾಕಾರವಾಗಿ ಸುರಿಯುತ್ತಿದ್ದ ರಕ್ತವನ್ನು ಕಂಡು ಆಕೆಯ ಕರುಳು ಹಿಂಡಿದಂತಾಯಿತು. ಆತನ ತೋಳುಗಳಿಗೆ ಗಾಯವಾಗಿರುವುದರಿಂದ ಕೂಡಲೇ ನಂದಿ ಸಾಯಲಾರ ಎಂಬುದು ಆಕೆಗೆ ತಿಳಿದಿತ್ತು. ಹೇಗಾದರೂ ಮಾಡಿ ಮುಂದಿನ ಕೆಲವು ನಿಮಿಷ ಆತ ಅದೇ ಸ್ಥಿತಿಯಲ್ಲಿದ್ದರೆ ಯಾರಾದರೂ ಸಹಾಯಕ್ಕೆ ಬಂದು ವೈದ್ಯಕೀಯ ಚಿಕಿತ್ಸೆ ನೀಡಿ ಆತನನ್ನು ಬದುಕಿಸಬಹುದು ಎನ್ನುವುದು ಸತಿಯ ನಿರೀಕ್ಷೆಯಾಗಿತ್ತು.

'ಈತನೇ ಏನು ಆ ನೀಲಿಕಂಠದ ವ್ಯಕ್ತಿ' ಸ್ಯೂತ್ ನಂದಿಯತ್ತ ಖಡ್ಗ ತೋರಿಸುತ್ತಾ ಕೇಳಿದ.

ಮತ್ತೆ ಸೈನಿಕನೊಬ್ಬ ಸ್ಯೂತ್ ಕೇಳಿದ ಪ್ರಶ್ನೆಯನ್ನು ಸತಿಗೆ ಕೇಳಿದ. ಆದರೆ ಸತಿ ಓರೆಗಣ್ಣಿನಿಂದ ದೇವಗಿರಿಯ ಹೆಬ್ಬಾಗಿಲಿನತ್ತ ಒಮ್ಮೆ ದೃಷ್ಟಿಹಾಯಿಸಿದಳು. ದೂರದಲ್ಲಿ ವೇದಿಕೆಯ ಮೇಲಿನಿಂದ ನೂರಾರು ಮಂದಿ ಸೂರ್ಯವಂಶಿಗಳು ಕೂಗುತ್ತಾ ಓಡಿಬರುತ್ತಿದ್ದುದು ಕಣ್ಣಿಗೆ ಬಿತ್ತು. ಅವರೆಲ್ಲರೂ ಮುಂದಿನ ಹತ್ತು ಹದಿನೈದು ನಿಮಿಷದಲ್ಲಿ ಅಲ್ಲಿಗೆ ಬಂದು ಸೇರುತ್ತಿದ್ದರು. ಹಾಗಾಗಿ ಅಷ್ಟು ಹೊತ್ತು ಆಕೆ ನಂದಿಯನ್ನು ಜೀವಂತವಾಗಿರುವಂತೆ ನೋಡಿಕೊಳ್ಳಬೇಕಾಗಿತ್ತು.

ಸತಿಯಿಂದ ಯಾವ ಪ್ರತಿಕ್ರಿಯೆಯೂ ಬಾರದೇ ಇದ್ದ ಕಾರಣ ಸ್ಯೂತ್ ರೊಚ್ಚಿಗೆದ್ದ.

ಒಂದು ಕ್ಷಣ ಮೈಮರೆತು ಜೋರಾಗಿ ಕೂಗಿ ಹೇಳಿದ 'ಮಕ್ಕಳನ್ನು ಹೆರುವ ಈ ಯಂತ್ರಕ್ಕೆ ಏಟನ್ ಹಿಡಿಶಾಪ ಹಾಕಲಿ'.

ಆ ಮಾತು ಕಿವಿಗೆ ಬೀಳುತ್ತಲೇ ಸತಿ ಥಟ್ಟನೆ ಆತನತ್ತ ತಿರುಗಿದಳು. ಏಟನ್ ಈಜಿಪ್ಟಿನ ಜನ ಪೂಜಿಸುವ ದೇವರು. ಹಾಗಾಗಿ ಆಕೆಗೆ ಈ ಹಂತಕ ಈಜಿಪ್ಟಿನವನು ಮತ್ತು ಏಟನ್‌ನ ಆರಾಧಕ ಎಂಬುದು ಸ್ಪಷ್ಟವಾಯಿತು. ಕೂಡಲೆ ಆಕೆಗೆ ಮುಂದೇನು ಮಾಡಬೇಕು ಎನ್ನುವುದು ತಿಳಿಯಿತು.

ಸ್ಯೂತ್ ನಂದಿಯತ್ತ ಖಡ್ಗ ಹಿಡಿದು ಸಹಚರರಿಗೆ ಹೇಳಿದ 'ಈ ದೈತ್ಯ ರಾಕ್ಷಸನ ತಲೆಯನ್ನು ಕತ್ತರಿಸಿ ಹಾಕಿ. ನೀಲಿಕಂಠದ ವ್ಯಕ್ತಿ ಈತನೇ ಇರಬಹುದು. ಕೆಲಸ ಮುಗಿಸಿ ಉಳಿದವರನ್ನು ಇಲ್ಲೇ ಬಿಟ್ಟು ಹೊರಡಿ. ನಮ್ಮನ್ನು ನೋಡಿದವರು ನಾಗಾಗಳೆಂದೇ ಭಾವಿಸಿ ಇತರರಿಗೂ ಹೇಳಲಿ. ಸತ್ತಿರುವ ನಮ್ಮವರ ದೇಹವನ್ನು ಹೊತ್ತು ತಕ್ಷಣ ಇಲ್ಲಿಂದ ಹೊರಡಿ'.

'ಈಜಿಪ್ಟಿನ ಮೂರ್ಖ! ಆತನ ಕಂಠವನ್ನೊಮ್ಮೆ ನೋಡು. ಆತ ನೀಲಕಂಠನಲ್ಲ' ಸತಿ ಆರ್ಭಟಿಸಿದಳು.

ಕೂಡಲೆ ಸ್ಯೂತ್ ಕೋಪದಿಂದ ಸತಿಯ ಮುಖಕ್ಕೆ ಒಮ್ಮೆ ಜೋರಾಗಿ ಗುದ್ದಿದ. ಸತಿ ಅತ್ತಿತ್ತ ಅಲುಗಲಿಲ್ಲ.

ನಂತರ ಸ್ಯೂತ್ ಕುಚೋದ್ಯದ ನಗೆ ಬೀರುತ್ತಾ ಆತನ ಸಹಚರ ಕ್ವಾಗೆ ಹೇಳಿದ 'ಆ ರಾಕ್ಷಸನನ್ನು ಬಿಟ್ಟುಬಿಡು. ಆತನ ಬದಲಾಗಿ ಈ ಹೆಣ್ಣು ದೆವ್ವವನ್ನು ಕೊಂದುಹಾಕು. ಹಾಂ......ಕೊಲ್ಲುವುದಕ್ಕೆ ಮುನ್ನ ಆಕೆಗೆ ಚಿತ್ರಹಿಂಸೆ ನೀಡು'.

'ಹಾಗೆ ಆಗಲಿ ಪ್ರಭು' ಕ್ವಾ ಹೇಳಿದ.

ಆದರೆ ಕ್ವಾ ನುರಿತ ಹಂತಕನಾಗಿರಲಿಲ್ಲ. ಹಿಂಸೆ ನೀಡುವುದರಲ್ಲಿ ಪ್ರವೀಣನಾಗಿದ್ದ.

ಸ್ಯೂತ್ ಇತರೆ ಸಹಚರರತ್ತ ತಿರುಗಿ ಹೇಳಿದ 'ಒಂಟೆಯ ಲದ್ದಿಗಳೇ! ನಿಮಗೆಷ್ಟು ಬಾರಿ ಹೇಳಬೇಕು. ಸತ್ತಿರುವ ನಮ್ಮವರನ್ನು ಎತ್ತುಕೊಂಡು ಕೂಡಲೆ ಇಲ್ಲಿಂದ ಹೊರಡಿ'.

ಸೈನಿಕರು ನಾಯಕನ ಆದೇಶ ಪಾಲನೆಗೆ ಮುಂದಾದರು. ಕ್ವಾ ರಕ್ತಸಿಕ್ತ ಖಡ್ಗವನ್ನು ಒರೆಗಿಟ್ಟು ಸೊಂಟದಿಂದ ಚೂರಿಯೊಂದನ್ನು ತೆಗೆಯುತ್ತಾ ನಿಧಾನವಾಗಿ ಸತಿಯ ಬಳಿಗೆ ಬಂದ. ಶತ್ರುಗಳನ್ನು ಚೂರಿಯಿಂದ ಇರಿದು ಚಿತ್ರಹಿಂಸೆ ನೀಡುವುದು ಆತನಿಗೆ ಅಭ್ಯಾಸವಾಗಿಬಿಟ್ಟಿತ್ತು.

ಕೂಡಲೇ ಸತಿ ಹೂಂಕರಿಸಿದಳು 'ಮೂರ್ಖ! ನೀನು ನಿಜವಾದ ವೀರನೇ ಆಗಿದ್ದರೆ, ನಿನಗೆ ನಿನ್ನ ಆರಾಧ್ಯ ದೈವ ಏಟನ್ ಮೇಲೆ ಗೌರವವಿದ್ದರೆ ನನ್ನೊಂದಿಗೆ ದ್ವಂದ್ವ ಯುದ್ಧಕ್ಕೆ ನಿಲ್ಲು'.

ತಕ್ಷಣ ಕ್ವಾ ದಂಗಾಗಿ ಹಾಗೇ ನಿಂತುಬಿಟ್ಟ. ಸ್ಯೂತ್ ಆಶ್ಚರ್ಯದಿಂದ ಸತಿಯನ್ನೇ ದಿಟ್ಟಿಸಿ ನೋಡಿದ. ಈಜಿಪ್ಟಿನ ಯುದ್ಧದ ನಿಯಮದಂತೆ ವೀರನೊಬ್ಬ ಯಾವುದೇ ಸಮಯದಲ್ಲೂ ಎದುರಾಳಿಯನ್ನು ದ್ವಂದ್ವ ಯುದ್ಧಕ್ಕೆ ಆಹ್ವಾನಿಸಬಹುದು. ಆಗ ಎದುರಾಳಿಯ ಮೇಲೆ ಒಮ್ಮೆಲೆ ನಾಲ್ಕಾರು ಸೈನಿಕರು ಆಕ್ರಮಣ ಮಾಡುವಂತಿಲ್ಲ. ಒಬ್ಬ ಮಾತ್ರ ಎದುರಾಳಿಯ ವಿರುದ್ಧ ಏಕಾಂಗಿಯಾಗಿ ಹೋರಾಡಬೇಕು. ಹಾಗೇನಾದರೂ ಒಬ್ಬರಿಗಿಂತ ಹೆಚ್ಚು ಮಂದಿ ಎದುರಾಳಿಯ ಮೇಲೆ ಆಕ್ರಮಣ ಮಾಡಿದರೆ ಅವರೆಲ್ಲರನ್ನೂ ಏಟನ್‌ನ ದೇವತೆ ಶಪಿಸಿಬಿಡುತ್ತಾಳೆ ಮತ್ತು ಆಗ ಅವರಿಗೆ ನರಕವೇ ಗತಿ ಎಂಬುದು ಈಜಿಪ್ಟಿನ ಜನಗಳ ಬಲವಾದ ನಂಬಿಕೆ. ಕ್ವಾಗೆ ಏನು ಮಾಡಬೇಕು ಎಂದು ತಿಳಿಯದೇ ಸ್ಯೂತ್‌ನತ್ತ ನೋಡಿದ.

ಕೂಡಲೆ ಸ್ಯೂತ್ ಹೇಳಿದ 'ಕ್ವಾ! ನಿನಗೆ ನಿಯಮ ತಿಳಿದಿದೆ ಅಲ್ಲವೇ?'.

ಕ್ವಾ ತಲೆಯಾಡಿಸುತ್ತಾ ಚೂರಿಯನ್ನು ಕೆಳಕ್ಕೆ ಬಿಸಾಡಿದ. ನಂತರ ಕತ್ತಿ ಗುರಾಣಿಯನ್ನು ಕೈಗೆತ್ತಿಕೊಂಡ. ಸತಿ ಅತ್ತಿತ್ತ ಜೋರಾಗಿ ಕೊಸರಾಡಿ ತನ್ನನ್ನು ಹಿಡಿದುಕೊಂಡಿದ್ದ ಸೈನಿಕರಿಂದ ಬಿಡಿಸಿಕೊಂಡಳು. ನಂತರ ಸ್ವಲ್ಪ ಬಾಗಿ ಕೆಳಗೆ ಸತ್ತು ಬಿದ್ದಿದ್ದ ಸೈನಿಕನ ಮುಸುಕನ್ನು ಎಳೆದುಕೊಂಡು ಆ ಬಟ್ಟೆಯಿಂದ ಗಾಯಗೊಂಡಿದ್ದ ಕಣ್ಣನ್ನು ಕಟ್ಟಿಕೊಂಡಳು. ಆ ಮೂಲಕ ಎಡ ಕಣ್ಣಿನಿಂದ ಸೋರುತ್ತಿದ್ದ ರಕ್ತವನ್ನು ತಡೆದು ಬಲಗಣ್ಣಿನ ದೃಷ್ಟಿಯನ್ನು ಸರಿಪಡಿಸಿಕೊಳ್ಳುವುದು ಆಕೆಯ ಉದ್ದೇಶವಾಗಿತ್ತು. ಸತಿ ತನ್ನ ತೋಳಿನಲ್ಲಿ ನಾಟಿದ್ದ ಚೂರಿಯನ್ನು ಹೊರತೆಗೆದು ಗಾಯಕ್ಕೆ ಬಟ್ಟೆಯೊಂದನ್ನು ಕಟ್ಟಿ ಹಲ್ಲಿನಿಂದ ಕಚ್ಚಿ ಅದನ್ನು ಬಿಗಿಗೊಳಿಸಿದಳು. ನಂತರ ಖಡ್ಗವನ್ನು ಹೊರತೆಗೆದು ಗುರಾಣಿ ಹಿಡಿದು ಮುಂದಿನ ಹೋರಾಟಕ್ಕೆ ಸಿದ್ಧಳಾದಳು. ಅಷ್ಟರಲ್ಲಿ ಕ್ವಾ ಇದ್ದಕ್ಕಿದಂತೆ ಗುರಾಣಿಯನ್ನು ನೆಲಕ್ಕೆ ಬಿಸಾಡಿದ. ಆತನ ಸುತ್ತಲಿದ್ದ ಹತ್ತಾರು ಹಂತಕರು ಚಪ್ಪಾಳೆ ತಟ್ಟುತ್ತಾ ಗಹಗಹಿಸಿ ನಗಲಾರಂಭಿಸಿದರು. ನಿನ್ನಂತಹ ಮೂರ್ಖ ಕ್ಷುಲ್ಲಕ ಹೆಂಗಸಿನ ವಿರುದ್ಧ ಹೋರಾಡುವಾಗ ನನಗೆ ಗುರಾಣಿಯ ಅವಶ್ಯಕತೆ ಇಲ್ಲ ಎಂಬುದನ್ನು ಕ್ವಾ ಪರೋಕ್ಷವಾಗಿ ಚುಚ್ಚಿ ಹೇಳುತ್ತಿದ್ದ. ಆದರೆ ಆಶ್ಚರ್ಯವೆಂಬಂತೆ ಸತಿ ಸಹ ಗುರಾಣಿಯನ್ನು ಬಿಸಾಡಿದಳು. ಕ್ವಾ ಅಬ್ಬರಿಸುತ್ತಾ ಮಿಂಚಿನ ವೇಗದಲ್ಲಿ ಖಡ್ಗ ತಿರುಗಿಸುತ್ತಾ ಸತಿಯ ಮೇಲೆ ದಾಳಿ ಮಾಡಲಾರಂಭಿಸಿದ. ಸತಿ ಚಾಕಚಕ್ಯತೆಯಿಂದ ತಪ್ಪಿಸಿಕೊಳ್ಳುತ್ತಿದ್ದಳು. ಕ್ವಾ ಒಮ್ಮೆ ಮೇಲಿನಿಂದ ಮತ್ತೊಮ್ಮೆ ಕೆಳಮಟ್ಟದಿಂದ ಖಡ್ಗ ಬೀಸುತ್ತಿದ್ದ. ಹೀಗೆ ಒಮ್ಮೆ ಆತ

ನೀಡಿದ ಹೊಡೆತಕ್ಕೆ ಸತಿಯ ಎಡಗೈನ ನಾಲ್ಕು ಬೆರಳುಗಳು ಕತ್ತರಿಸಿ ಬಿದ್ದವು. ಆದರೂ ಸತಿ ಹೋರಾಟದಿಂದ ಹಿಂದೆ ಸರಿಯಲಿಲ್ಲ. ಕತ್ತಿಯನ್ನು ಮೇಲೆತ್ತಿ ಕ್ವಾನನ್ನು ಘಾಸಿಗೊಳಿಸಲು ಮುಂದಾದಳು. ಆತ ಅತ್ತಿತ್ತ ಹೊರಳುತ್ತಾ ಸತಿಯ ಹೊಡೆತದಿಂದ ಪಾರಾಗುತ್ತಿದ್ದ. ಈ ನಡುವೆ ಸತಿಗೆ ಕ್ವಾನ ಸಹಜ ಹೋರಾಟದ ಶೈಲಿ ಅರ್ಥವಾಯಿತು. ಒಬ್ಬರು ಖಡ್ಗ ಬೀಸುವುದು ಮತ್ತೊಬ್ಬರು ಅದನ್ನು ತಡೆಯುವುದು. ಏಟು! ಏಟಿಗೆ ಪ್ರತಿಯೇಟು. ಮೇಲೆ-ಕೆಳಗೆ, ಅಕ್ಕ-ಪಕ್ಕ ಹೀಗೆ ಎಲ್ಲಿಂದ ಹೊಡೆತ ಬಿದ್ದರೂ ಇಬ್ಬರೂ ಅದನ್ನು ತಡೆದು ಪ್ರತಿಹೊಡೆತ ನೀಡುತ್ತಿದ್ದರು. ಹೀಗೆ ಕಾಳಗ ಮುಂದುವರೆದಿತ್ತು. ಆ ಹಂತದಲ್ಲಿ ನಿಂತು ಹೋರಾಡುತ್ತಿದ್ದ ಸತಿ ಇದ್ದಕ್ಕಿದ್ದಂತೆ ಮಂಡಿಯೂರಿ ಕೆಳಗೆ ಕುಳಿತು ಒಮ್ಮೆ ಬಲವಾಗಿ ಕತ್ತಿ ಬೀಸಿದಳು. ಏಟು ಜೋರಾಗಿತ್ತು. ಆ ಹೊಡೆತ ಕ್ವಾನ ಹೊಟ್ಟೆಯನ್ನು ಕತ್ತರಿಸಿ ಹಾಕಿತು. ಕರುಳು ಕಿತ್ತು ಬಂದಿತು. ಆತ ಹಾಗೆ ನೆಲಕ್ಕೆ ಕುಸಿದು ಬಿದ್ದ. ನೋವಿನಿಂದ ಚೀತ್ಕರಿಸಿಲಾರಂಭಿಸಿದ. ಮೇಲೆದ್ದು ನಿಂತು ಮತ್ತೊಮ್ಮೆ ಕುತ್ತಿಗೆಯ ಭಾಗಕ್ಕೆ ಇರಿದಳು. ಮರುಕ್ಷಣವೇ ಕ್ವಾನ ಪ್ರಾಣಪಕ್ಷಿ ಹಾರಿಹೋಯಿತು.

ಸ್ಯೂತ್ ಕಣ್ಮುಂದೆ ನಡೆಯುತ್ತಿದ್ದ ಕಾಳಗವನ್ನು ದಿಗ್ಭ್ರಾಂತನಾಗಿ ನೋಡುತ್ತಿದ್ದ. ಕ್ವಾಗೆ ಸತಿ ಕೊಟ್ಟ ಹೊಡೆತವನ್ನು ಕಂಡು ಬೆಚ್ಚಿಬಿದ್ದ. ಅಂತಹ ಮಾರಣಾಂತಿಕ ಹೊಡೆತ ಅದು. ಸತಿ ಕ್ವಾನ ಕತ್ತನ್ನು ಕ್ಷಣಾರ್ಧದಲ್ಲಿ ಕತ್ತರಿಸಿ ಹಾಕಿಬಿಡಬಹುದಿತ್ತು. ಆದರೆ ಆಕೆ ಹಾಗೆ ಮಾಡಲಿಲ್ಲ. ಬದಲಾಗಿ ಸೈನಿಕನಿಗೆ ದೊರೆಯಬೇಕಾದ ಗೌರವಯುತ ಸಾವನ್ನು ನೀಡಿದಳು. ಆಕೆ ಏಟನ್‌ನ ದ್ವಂದ್ವ ಯುದ್ಧದ ನಿಯಮವನ್ನು ಚಾಚೂ ತಪ್ಪದೆ ಪಾಲಿಸಿದ್ದಳು. ಈ ಬಾರಿ ಸತಿ ಮತ್ತೊಮ್ಮೆ ಕೆಳಗೆ ಬಿದ್ದಿದ್ದ ಸೈನಿಕನ ಅಂಗವಸ್ತ್ರವನ್ನು ತೆಗೆದುಕೊಂಡು ಕತ್ತರಿಸಿ ಹೋಗಿದ್ದ ಬೆರಳುಗಳ ಭಾಗಕ್ಕೆ ಬಿಗಿಯಾಗಿ ಕಟ್ಟಿಕೊಂಡಳು. ಊನಗೊಂಡಿದ್ದ ಬೆರಳಿನ ಭಾಗ ಪೂರ್ತಿ ಮುಚ್ಚಿತು. ಆಕೆ ಹಾಗೇ ಎದ್ದು ತಲೆ ಎತ್ತಿ ನಿಂತಳು. ಖಡ್ಗವನ್ನು ಆಗಸದತ್ತ ತೋರಿಸುತ್ತಾ ಮುಂದಿನ ಬಲಿಗಾಗಿ ಕಾದು ನಿಂತಳು.

'ಹೂಂ! ಮುಂದಿನ ಸರದಿ ಯಾರದು? ಬನ್ನಿ!'.

ಈ ಬಾರಿ ಮತ್ತೊಬ್ಬ ಹಂತಕ ಮುಂದೆ ಬಂದ. ಖಡ್ಗವನ್ನು ಹೊರತೆಗೆಯಲು ಮುಂದಾದ. ಮರುಕ್ಷಣ ಹಾಗೆ ಗರಬಡಿದವನಂತೆ ಖಡ್ಗ ಹಿರಿಯಲು ಹಿಂಜರಿದ. ಸತಿಯ ಶಕ್ತಿ ಏನು ಎನ್ನುವುದು ಆತನಿಗೆ ಚೆನ್ನಾಗಿ ತಿಳಿದಿತ್ತು. ತನ್ನದೇ ಸೈನ್ಯದ ಮತ್ತೊಬ್ಬ ಹಂತಕ ಸತಿಯ ಎರಡು ಅಲುಗಿನ ಖಡ್ಗದ ರುಚಿ ತಿಂದಿದ್ದನ್ನು ಆತ ಕಣ್ಣಾರೆ ಕಂಡಿದ್ದ. ಹಾಗಾಗಿ ಖಡ್ಗವನ್ನು ಬಿಟ್ಟು ಚೂರಿಯನ್ನು ಹೊರತೆಗೆದ.

'ನನ್ನ ಬಳಿ ಚೂರಿ ಇಲ್ಲ!' ಸತಿ ಖಡ್ಗವನ್ನು ಒರೆಗೆ ಹಾಕುತ್ತಾ ಹೇಳಿದಳು.

ಕೂಡಲೆ ಸ್ಯೂತ್ ತನ್ನ ಬಳಿಯದ್ದ ಚೂರಿಯನ್ನು ಸತಿಯತ್ತ ವೇಗವಾಗಿ ಎಸೆದ. ಸತಿ ಸಹ ಅಷ್ಟೇ ವೇಗವಾಗಿ ಕೈಚಾಚಿ ಅದನ್ನು ಹಿಡಿದುಕೊಂಡು ಹೋರಾಟಕ್ಕೆ ಅಣಿಯಾದಳು. ಸತಿಗೆ ಚೂರಿಯನ್ನು ಬೆನ್ನ ಹಿಂದೆ ಹಿಡಿದು ಒಂದು ಕೈಯಿಂದ

ಮತ್ತೊಂದು ಕೈಗೆ ಬದಲಿಸುತ್ತಾ ಎದುರಾಳಿಯ ಗಮನವನ್ನು ಬೇರೆಡೆಗೆ ತಿರುಗಿಸಿ ನಂತರ ಹೊಡೆತ ನೀಡುವ ಯುದ್ಧ ಕಲೆ ಚೆನ್ನಾಗಿ ತಿಳಿದಿತ್ತು. ಈ ಹಿಂದೆ ಆಕೆ ಕರಾಚಪದಲ್ಲಿ ಇಂಥದೇ ತಂತ್ರ ಬಳಸಿ ತರಕನನ್ನು ಕೊಂದಿದ್ದಳು. ಆದರೆ ಈ ಬಾರಿ ತನ್ನ ಎಡಗೈನ ಬೆರಳುಗಳು ಕತ್ತರಿಸಿ ಹೋಗಿದ್ದರಿಂದ ಆ ರೀತಿಯ ತಂತ್ರ ಬಳಸುವುದು ಸಾಧ್ಯವಾಗಲಿಲ್ಲ. ಹಾಗಾಗಿ ಆಕೆ ಚೂರಿಯನ್ನು ಬಲಗೈನಲ್ಲಿ ಹಿಡಿದಳು. ಆದರೆ ಆಶ್ಚರ್ಯಕ್ಕೆ ಚೂರಿಯ ತುದಿ ತನ್ನತ್ತ ಮತ್ತು ಹಿಡಿ ವೈರಿಯತ್ತ ಇರುವಂತೆ ನೋಡಿಕೊಂಡಿದ್ದಳು. ಈಜಿಪ್ಟಿನ ಹಂತಕನಿಗೆ ಅಚ್ಚರಿ. ಸತಿ ಹೀಗೇಕೆ ಚೂರಿ ಹಿಡಿದಿದ್ದಾಳೆ ಎಂಬ ಗೊಂದಲ. ಆದರೂ ತನ್ನದೇ ಹೋರಾಟದ ಶೈಲಿಯಲ್ಲಿ ಸತಿಯತ್ತ ಚೂರಿ ಹಿಡಿದು ಮುಂದೆ ಬಂದು ಒಮ್ಮೆ ಜೋರಾಗಿ ಬೀಸಿದ. ಸತಿ ಪಕ್ಕಕ್ಕೆ ಜಿಗಿದು ಆ ಹೊಡೆತದಿಂದ ಪಾರಾಗಲು ಪ್ರಯತ್ನಿಸಿದಳು. ಅಷ್ಟರಲ್ಲಿ ಚೂರಿ ಆಕೆಯ ಭುಜಕ್ಕೆ ತಾಗಿತು. ರಕ್ತ ಚಿಮ್ಮಿ ಬಂತು. ಆದರೆ ಸತಿ ಜಗ್ಗಲಿಲ್ಲ. ಸತಿ ತಿಂದ ಆ ಏಟು ಹಂತಕನನ್ನು ಹುರಿದುಂಬಿಸಿತು. ಆತ ಆಕೆಯ ಮೇಲೆ ಪ್ರಹಾರ ಮುಂದುವರಿಸಿದ. ಸತಿ ಒಂದೊಂದೇ ಹೆಜ್ಜೆ ಹಿಂದಿಡುತ್ತಾ ಹೊಡೆತದಿಂದ ತಪ್ಪಿಸಿಕೊಳ್ಳುತ್ತಿದ್ದಳು. ಅಲ್ಲದೆ ಎದುರಾಳಿಯನ್ನು ಸರಿಯಾದ ಜಾಗಕ್ಕೆ ಕರೆತಂದು ಆನಂತರ ಆಕ್ರಮಣ ಮಾಡುವುದು ಆಕೆಯ ಉದ್ದೇಶವಾಗಿತ್ತು. ಆದರೆ ಒಂದು ಹಂತದಲ್ಲಿ ಮಾತ್ರ ಆಕೆ ವೈರಿಯಿಂದ ಸರಿಯಾದ ಅಂತರ ಕಾಯ್ದುಕೊಂಡಿರಲಿಲ್ಲ. ಹಂತಕ ಅದೇ ಸಮಯಕ್ಕಾಗಿ ಕಾಯುತ್ತಿದ್ದ. ತಕ್ಷಣ ಆತ ಬಲವಾಗಿ ಚೂರಿಯಿಂದ ಇರಿದ. ಸತಿ ಆತನಿಂದ ಹತ್ತಿರವಿದ್ದ ಕಾರಣ ಅದು ಆಕೆಯ ಹೊಟ್ಟೆಯನ್ನು ಸೀಳಿತು. ಕೆಳಹೊಟ್ಟೆಯಲ್ಲಿ ಆಳವಾದ ಗಾಯವಾಯಿತು. ಹಂತಕ ಸತಿ ಗಾಯಗೊಂಡಳಲ್ಲ ಎಂಬ ಸಂತಸದಲ್ಲಿ ಮೈಮರೆತು ಹಾಗೆ ನಿಂತಿದ್ದ. ಆದರೆ ಸತಿ ಹೊಟ್ಟೆಗೆ ಬಿದ್ದ ಏಟನ್ನೂ ಲೆಕ್ಕಿಸದೆ ಏಕಾಏಕಿ ಚೂರಿಯನ್ನು ಆತನ ಕತ್ತಿನತ್ತ ಬೀಸಿದಳು. ಚೂರಿ ಕತ್ತನ್ನು ಸೀಳಿ ಹಾಕಿತು. ಈಜಿಪ್ಟಿನ ದೌರ್ಭಾಗ್ಯ ಹಂತಕನ ಬಾಯಿ ಮತ್ತು ಗಂಟಲಿನಿಂದ ರಕ್ತ ಒಂದೇ ಸಮನೆ ಸುರಿಯಲಾರಂಭಿಸಿತು. ಆತ ಹಾಗೆ ಹಿಂದಕ್ಕೆ ಸರಿದು ರಕ್ತದ ಮಡುವಿನಲ್ಲಿ ಬಿದ್ದ.

ಸ್ಯೂತ್ ಸತಿಯ ಪರಾಕ್ರಮವನ್ನು ಬಿಟ್ಟ ಕಣ್ಣಿನಿಂದ ನೋಡುತ್ತಿದ್ದ. ಆತನ ಮುಖದಲ್ಲಿ ಮೊದಲಿದ್ದ ಅಪಹಾಸ್ಯ ಮತ್ತು ತಿರಸ್ಕಾರ ಭಾವ ಮಾಯವಾಗಿತ್ತು. ಕಾರಣ ಸತಿ ಅದಾಗಲೇ ತನ್ನ ಇಬ್ಬರು ಶಕ್ತಿಶಾಲಿ ಸೈನಿಕರನ್ನು ನ್ಯಾಯ ಸಮ್ಮತವಾಗಿ ದ್ವಂದ್ವಯುದ್ಧದಲ್ಲಿ ಕೊಂದಿದ್ದಳು. ದೇಹದಲ್ಲಾದ ಗಾಯದಿಂದ ರಕ್ತ ಚಿಮ್ಮುತ್ತಿದ್ದರೂ ವೀರಶಿರೋಮಣಿಯಂತೆ ಹೆಮ್ಮೆಯಿಂದ ತಲೆಯೆತ್ತಿ ನಿಂತಿದ್ದಳು.

ಆ ಹಂತದಲ್ಲಿ ಸತಿ ನಿಧಾನವಾಗಿ ಉಸಿರಾಡುತ್ತಿದ್ದಳು. ಹೃದಯದ ಬಡಿತವನ್ನು ಕಡಿಮೆ ಮಾಡಿಕೊಳ್ಳುತ್ತಾ ಹೆಚ್ಚು ಹೊತ್ತು ಜೀವ ಹಿಡಿದುಕೊಂಡಿರುವ ಪ್ರಯತ್ನ ಮಾಡುತ್ತಿದ್ದಳು. ಆದರೆ ಆಕೆಯ ಹೃದಯ ಹೆಚ್ಚು ಹೆಚ್ಚು ರಕ್ತವನ್ನು ದೇಹದಿಂದ ಹೊರಹಾಕುತ್ತಿತ್ತು. ಆಕೆ ಶಕ್ತಿಯನ್ನು ಕ್ರೋಢೀಕರಿಸಿಕೊಂಡು ಮುಂದಿನ ದ್ವಂದ್ವ ಯುದ್ಧಕ್ಕೆ

ಅಣಿಯಾಗಲು ಹರಸಾಹಸಪಡುತ್ತಿದ್ದಳು. ದೇಹದ ಹತ್ತಾರು ಕಡೆ ಗಾಯವಾಗಿತ್ತು. ನೋವು ತೀವ್ರವಾಗಿತ್ತು. ದೇಹದ ಪ್ರಮುಖ ಅಂಗಾಗಳು ಕಿತ್ತು ಬಂದಿತ್ತು. ಸತಿ ಹೊಟ್ಟೆಯಲ್ಲಿ ನಾಟಿದ್ದ ಚೂರಿಯನ್ನು ಹೊರತೆಗೆದಳು. ಚೂರಿ ಆಳವಾಗಿ ನಾಟಿತ್ತು. ಆದರೂ ಆಕೆ ಹಿಂಜರಿಯಲಿಲ್ಲ. ಧೃತಿಗೆಡಲಿಲ್ಲ. ಚೂರಿಯನ್ನು ತೆಗೆಯುವಾಗ ಒಂದಿಷ್ಟೂ ಚೀರಾಡಲಿಲ್ಲ. ಚೂರಿ ಹೊರ ಬಂದ ನಂತರ ಬಟ್ಟೆಯಿಂದ ಹೊಟ್ಟೆಯನ್ನು ಬಿಗಿಯಾಗಿ ಕಟ್ಟಿಕೊಂಡಳು. ಹೆಚ್ಚಿನ ರಕ್ತಸ್ರಾವವನ್ನು ತಡೆಯುವುದು ಆಕೆಯ ಉದ್ದೇಶವಾಗಿತ್ತು. ನಂತರ ಓರೆಗಣ್ಣಿನಿಂದ ಮೆಲೂಹನ್ನರು ತನ್ನತ್ತ ಬರುತ್ತಿರುವುದನ್ನು ಗಮನಿಸಿದಳು. ಅವರೆಲ್ಲರೂ ಹತ್ತಿರಕ್ಕೆ ಬರುವವರೆಗೂ ಆಕೆ ಹೋರಾಟವನ್ನು ಮುಂದುವರಿಸಬೇಕಾಗಿತ್ತು. ಸ್ವಲ್ಪ ಎಚ್ಚರ ತಪ್ಪಿದರೂ ಹಂತಕರು ತನ್ನನ್ನು ಕೊಲ್ಲುತ್ತಾರೆ ಎಂಬುದು ಆಕೆಗೆ ತಿಳಿದಿತ್ತು.

'ಯಾರು ಈ ವೀರವನಿತೆ?' ಸ್ವ್ಯಾತ್ ಆಶ್ಚರ್ಯದಿಂದ ಉದ್ಗರಿಸಿದ.

'ಮುಂದಿನ ಸ್ಪರ್ಧಿ ಯಾರು?' ಸತಿ ಹೂಂಕರಿಸಿದಳು.

ಮತ್ತೊಬ್ಬ ಹಂತಕ ಮುಂದೆ ಬಂದ.

ಕೂಡಲೆ ಸ್ವ್ಯಾತ್ ಆತನನ್ನು ತಡೆದು ಹೇಳಿದ 'ಬೇಡ! ಈಕೆಯೊಂದಿಗೆ ನಾನು ಹೋರಾಡಬೇಕು'.

ಸ್ವ್ಯಾತ್ ಖಡ್ಗ ಹೊರತೆಗೆದ. ಸಾಮಾನ್ಯವಾಗಿ ಆತ ಎರಡೂ ಕೈಯಲ್ಲಿ ಖಡ್ಗ ಹಿಡಿದು ಯುದ್ಧ ಮಾಡುತ್ತಿದ್ದ. ಆದರೆ ಪ್ರಸ್ತುತ ಯುದ್ಧ ಮಾಡಲು ಒಂದೇ ಖಡ್ಗ ಹಿಡಿದು ಬಂದ. ಖಡ್ಗವನ್ನು ವೃತ್ತಾಕಾರದಲ್ಲಿ ತಿರುಗಿಸುತ್ತಾ ಒಂದೊಂದೇ ಹೆಜ್ಜೆ ಮುಂದೆ ಇಡುತ್ತಾ ಸತಿಯನ್ನು ಹಿಮ್ಮೆಟ್ಟಿಸುತ್ತಿದ್ದ. ಹಾಗೆ ಹಿಂದೆ ಸರಿಯುತ್ತಿದ್ದ ಸತಿ ಒಮ್ಮೆಲೆ ಮುಂದೆ ಬಂದು ಸ್ವ್ಯಾತ್‌ನತ್ತ ಕತ್ತಿ ಬೀಸಿದಳು. ಖಡ್ಗ ಆತನ ತೋಳನ್ನು ಸೀಳಿತು. ಮರುಕ್ಷಣವೇ ಖಡ್ಗವನ್ನು ಹಿಂದಕ್ಕೆ ತೆಗೆದುಕೊಂಡಳು. ಸ್ವ್ಯಾತ್ ಪ್ರತಿಕ್ರಿಯಿಸುವುದಕ್ಕೆ ಮುನ್ನವೇ ಮತ್ತೊಂದು ಹೊಡೆತ ನೀಡಲು ಸಿದ್ಧಳಾಗಿ ನಿಂತಳು. ಸತಿಯ ಏಟಿಗೆ ತತ್ತರಿಸಿ ಸ್ವ್ಯಾತ್ ತುಸು ಹಿಂದೆ ಸರಿದ. ಅಲ್ಲಿಯವರೆಗೂ ಆತ ಒಬ್ಬ ಸ್ತ್ರೀಯಿಂದ ಅಂತಹ ಹೊಡೆತ ತಿಂದಿರಲಿಲ್ಲ.

'ಈಕೆ ಅಪರಿಮಿತ ಪರಾಕ್ರಮಿ' ಸ್ವ್ಯಾತ್ ಮನಸ್ಸಿನಲ್ಲೇ ಅಂದುಕೊಂಡ.

ಸ್ವ್ಯಾತ್ ಸಾಂಪ್ರದಾಯಿಕ ಶೈಲಿಯಲ್ಲಿ ಹೋರಾಟ ಮುಂದುವರೆಸಿದ. ಒಂದು ಹೆಜ್ಜೆ ಮುಂದೆ ಬಂದು ಬಲಕ್ಕೆ ಜಿಗಿದ. ಸತಿ ಸಹ ಕೆಳಗೆ ಬಗ್ಗಿ ಆತನ ಹೊಡೆತ ತಪ್ಪಿಸಿಕೊಂಡು ಸ್ವ್ಯಾತನ ತೋಳಿನತ್ತ ಕತ್ತಿ ಬೀಸಿದಳು. ಸ್ವ್ಯಾತ್‌ನ ತೋಳಿನಲ್ಲಿ ಸಣ್ಣ ಗಾಯವಾಯಿತು. ಕೂಡಲೆ ಆತ ವಿರುದ್ಧ ದಿಕ್ಕಿನಲ್ಲಿ ಕತ್ತಿಯಿಂದ ಸತಿಯ ತೋಳಿಗೆ ಹೊಡೆದ. ಸತಿ ಹಿಂದಕ್ಕೆ ಜಿಗಿದಳು. ಹೀಗೆ ಕಾಳಗ ಒಂದೇ ಸಮನೆ ಮುಂದುವರೆದಿತ್ತು. ಇಬ್ಬರಿಗೂ ಸಣ್ಣ ಪುಟ್ಟ ಗಾಯಗಳಾಗುತ್ತಿತ್ತು. ಸತಿ ಸಹ ವೇಗವಾಗಿ ಅತ್ತಿತ್ತ ಸರಿಯುತ್ತಿರಲಿಲ್ಲ. ಕಾರಣ ರಕ್ತ ದೇಹದಿಂದ ಮತ್ತಷ್ಟು ಹೊರಬಂದರೆ ಆಕೆ ಕುಸಿದು

ಬೀಳುವ ಸಾಧ್ಯತೆ ಇತ್ತು. ಹಾಗಾಗಿ ತನ್ನ ಶಕ್ತಿಮೀರಿ ವಿಳಂಬ ಮಾಡಿ ಹೋರಾಡುವ ಪ್ರಯತ್ನದಲ್ಲಿದ್ದಳು.

ಆಗ ಇದ್ದಕ್ಕಿದ್ದಂತೆ ಸ್ಯೂತನಿಗೆ ಹೊಸ ತಂತ್ರವೊಂದು ಹೊಳೆಯಿತು. ಸತಿಯ ದೇಹದ ಎಡಭಾಗದಲ್ಲಿ ತೀವ್ರ ಗಾಯವಾಗಿತ್ತು. ಹಾಗಾಗಿ ಎಡಕ್ಕೆ ಬಾಗುವುದು ಆಕೆಗೆ ಕಷ್ಟವಾಗುತ್ತಿತ್ತು. ಹಾಗಾಗಿ ಆತ ಮುಂದೆ ಬಂದು ತನ್ನ ಬಲಭಾಗದಿಂದ ಆಕೆಯನ್ನು ಘಾಸಿಗೊಳಿಸಲು ಮುಂದಾದ. ಸತಿ ಎಡಕ್ಕೆ ಜಗ್ಗುತ್ತಾ ಹೊಡೆತಕ್ಕೆ ಮರುಹೊಡೆತ ನೀಡಲಾರಂಭಿಸಿದಳು. ಕೆಲವೇ ಕ್ಷಣಗಳಲ್ಲಿ ರಕ್ತಸ್ರಾವ ಹೆಚ್ಚಾಗತೊಡಗಿತು. ಸತಿ ಸಾಕಷ್ಟು ದಣಿದಿದ್ದಳು. ಅಂತೆಯೇ ಹೋರಾಟದ ಭಾಗವಾಗಿ ಆಕೆ ಮತ್ತೆ ಮತ್ತೆ ಎಡಕ್ಕೆ ಬಾಗುತ್ತಿದ್ದಳು. ಒಂದೆರಡು ನಿಮಿಷದ ನಂತರ ಸ್ಯೂತ್ ಸತಿಯ ಚಲನೆಯ ದಿಕ್ಕನ್ನು ಖಚಿತವಾಗಿ ಗ್ರಹಿಸಿ ಅದಕ್ಕೆ ವಿರುದ್ಧ ದಿಕ್ಕಿನಲ್ಲಿ ಕೆಳಮಟ್ಟದಲ್ಲಿ ಬಲವಾಗಿ ಖಡ್ಗ ಇರಿದ. ಸತಿಗೆ ಆ ಕ್ಷಣಕ್ಕೆ ಹೊರಳಿ ಹೊಡೆತ ತಪ್ಪಿಸಿಕೊಳ್ಳಲಾಗಲಿಲ್ಲ. ಸ್ಯೂತ್ ನೀಡಿದ ಖಡ್ಗದೇಟು ಸತಿಯ ಕಿಬ್ಬೊಟ್ಟೆಯನ್ನು ಸೀಳಿತು. ಆ ಹೊಡೆತದಿಂದ ಸತಿಯ ಕರುಳು, ಪಿತ್ತಕೋಶ, ಮೂತ್ರಪಿಂಡ ಸೇರಿದಂತೆ ದೇಹದ ಆಂತರಿಕ ಅಂಗಗಳೆಲ್ಲಾ ಛಿದ್ರಛಿದ್ರಗೊಂಡಿತು. ಒಂದು ಕ್ಷಣ ಸತಿಗೆ ಕಣ್ಣು ಮಂಜಾಯಿತು. ಹಿಡಿದಿದ್ದ ಖಡ್ಗ ಕೈಯಿಂದ ಜಾರಿ ಕೆಳಗೆ ಬಿತ್ತು. ಸಹಿಸಲಾರದ ನೋವು. ಸ್ಯೂತ್ ಸತಿಯ ಹೊಟ್ಟೆಗೆ ಹೊಕ್ಕಿದ್ದ ಖಡ್ಗವನ್ನು ಇನ್ನಷ್ಟು ಆಳಕ್ಕೆ ತಳ್ಳಿದ. ಅದು ಹೊಟ್ಟೆಯ ಆಚೆಬದಿಯಿಂದ ಹೊರಬಂತು. ನಂತರ ಒಮ್ಮೆ ಖಡ್ಗವನ್ನು ತಿರುಚಿ ಹೊರತೆಗೆದ. ಸತಿ ಜೋರಾಗಿ ಚೀರಿದಳು. ಮರುಕ್ಷಣವೇ ನೆಲದ ಮೇಲೆ ಕುಸಿದು ಬಿದ್ದಳು. ದೇಹ ಕಂಪಿಸಲಾರಂಭಿಸಿತು. ರಕ್ತ ಧಾರಾಕಾರವಾಗಿ ಸುರಿಯತೊಡಗಿತು. ದೇಹದ ಆಂತರಿಕ ಅಂಗಾಂಗಳು ಸರಿಪಡಿಸಲಾರದಷ್ಟು ಘಾಸಿಗೊಂಡಿದ್ದವು. ರಕ್ತನಾಳಗಳು ಕತ್ತರಿಸಿ ಹೋಗಿದ್ದವು. ಆ ಕ್ಷಣದಲ್ಲಿ ಸತಿಗೆ ಸಾವು ಸಮೀಪಿಸುತ್ತಿದೆ ಎನ್ನವುದು ಖಚಿತವಾಯಿತು. ಆದರೆ ಆ ನೆಲದಲ್ಲಿ ರಕ್ತ ಕಾರುತ್ತಾ ಪ್ರಾಣಬಿಡುವುದು ಆಕೆಗೆ ಇಷ್ಟವಿರಲಿಲ್ಲ. ಅಕ್ಷರಶಃ ಮೆಲೂಹದ ವೀರವನಿತೆಯಂತೆ ಹೆಮ್ಮೆಯಿಂದ ತಲೆಯೆತ್ತಿ ಪ್ರಾಣಬಿಡುವುದು ಆಕೆಯ ಕೊನೆಯ ಆಸೆಯಾಗಿತ್ತು.

ಅಷ್ಟಾದರೂ ಸತಿ ನಡುಗುತ್ತಿದ್ದ ಕೈಯಿಂದ ಕೆಳಗೆ ಬಿದ್ದಿದ್ದ ಖಡ್ಗವನ್ನು ಕಷ್ಟಪಟ್ಟು ತೆಗೆದುಕೊಂಡಳು. ಸ್ಯೂತ್ ಆಕೆ ಖಡ್ಗವನ್ನು ಕೈಗೆತ್ತಿಕೊಳ್ಳಲು ಪಟ್ಟ ಹರಸಾಹಸವನ್ನು ಕಂಡು ದಿಗ್ಭ್ರಾಂತನಾದ. ಮುಂದಿನ ಕೆಲವೇ ಕ್ಷಣದಲ್ಲಿ ತಾನು ಸಾವನ್ನಪ್ಪುತ್ತೇನೆ ಎಂದು ತಿಳಿದಿದ್ದರೂ ಆಕೆಯ ಜೀವನ ಪ್ರೀತಿ, ಸ್ಫೂರ್ತಿ ಮತ್ತು ಭರವಸೆ ಒಂದಿಷ್ಟು ಕಡಿಮೆಯಾಗಿರಲಿಲ್ಲ. ಥಟ್ಟನೆ ಸ್ಯೂತ್ ಯೋಚಿಸಿದ.

'ನಾನು ಕೊಲ್ಲುವ ಕಟ್ಟಕಡೆಯ ವ್ಯಕ್ತಿ ಇವಳೇ ಇರಬಹುದೇ?'.

ಏಟನ್‌ನ ಪದ್ಧತಿಯಂತೆ ಪ್ರತಿಯೊಬ್ಬ ಹಂತಕನೂ ತನ್ನ ಬದುಕಿನಲ್ಲಿ ಎಂದಾದರೊಮ್ಮೆ ಅತ್ಯುತ್ಕೃಷ್ಟ ಮತ್ತು ಘನವಾದ ಬಲಿಯನ್ನು ಭೇಟಿಮಾಡುತ್ತಾನೆ. ಆಗ ಅಂತಹ ಬಲಿಗೆ ಹಂತಕ ಗೌರವಾರ್ಹ ರೀತಿಯಲ್ಲಿ ಸಾವನ್ನು ನೀಡಬೇಕು. ಆ ಬಳಿಕ

ಹಂತಕ ಕೊಲ್ಲುವ ವೃತ್ತಿಯನ್ನು ಬಿಟ್ಟು ಇಡೀ ಜೀವನವನ್ನು ಕಡೆಯ ಬಲಿಯನ್ನು ಆರಾಧಿಸುತ್ತಾ ಕಳೆಯಬೇಕು. ಸತಿ ಕೈಯನ್ನು ಬಡಿಯುತ್ತಾ ನೆಲದ ಮೇಲೆ ಬಿದ್ದಿದ್ದ ಖಡ್ಗವನ್ನು ಎತ್ತಿಕೊಳ್ಳುವ ಪ್ರಯತ್ನ ಮಾಡಿದಳು. ಪ್ರಯತ್ನ ವಿಫಲವಾಯಿತು. ಮತ್ತೆ ಮತ್ತೆ ಅದೇ ಪ್ರಯತ್ನ ಮಾಡುತ್ತಿದ್ದಳು. ಸ್ಯೂತ್ ಆಶ್ಚರ್ಯದಿಂದ ತಲೆಯಾಡಿಸುತ್ತಾ ಸತಿಯನ್ನೇ ನೋಡುತ್ತಿದ್ದ.

'ಇದೇ ನನ್ನ ಅಂತಿಮ ಬಲಿಯೇ? ಸ್ತ್ರೀಯೊಬ್ಬಳನ್ನು ಅಂತಿಮ ಬಲಿಯಾಗಿ ಸ್ವೀಕರಿಸಬೇಕೇ? ಛೇ...ಛೇ....ಹಾಗಾಗಬಾರದು' ಸ್ಯೂತ್ ಮನಸ್ಸಿನಲ್ಲೇ ಅಂದುಕೊಂಡ. ಅಷ್ಟರಲ್ಲಿ ನೂರಾರು ಮೆಲೂಹನ್ನರು ತನ್ನತ್ತ ಓಡಿ ಬರುತ್ತಿರುವುದನ್ನು ಸ್ಯೂತ್ ಗಮನಿಸಿದ.

ಕೂಡಲೆ ಆತ ತನ್ನ ಸೈನಿಕರಿಗೆ ಕೂಗಿ ಹೇಳಿದ 'ಏ! ಕೊಳಕು ಜಿರಳೆಗಳೇ! ತಕ್ಷಣ ಇಲ್ಲಿಂದ ಹೊರಡಿ. ಬೇಗ.......ಬೇಗ........'.

ಪಕ್ಕದಲ್ಲಿ ನಿಂತಿದ್ದ ಸ್ಯೂತ್‌ನ ಸಹಾಯಕ ಆ ಮಾತುಗಳನ್ನು ಕೇಳಿಸಿಕೊಳ್ಳಲೇ ಇಲ್ಲ. ಆತ ಗರಬಡಿದವನಂತೆ ಸ್ಯೂತ್ ಮತ್ತು ಸತಿಯನ್ನೇ ನೋಡುತ್ತಾ ನಿಂತಿದ್ದ. ಇತ್ತ ಸ್ಯೂತಗೂ ಅಚ್ಚರಿ. ಸತಿ ನಿಧಾನವಾಗಿ ಏದುಸಿರು ಬಿಡುತ್ತಾ ಮಂಡಿಯೂರಿ ನಿಂತಳು. ಆದಷ್ಟು ಹೆಚ್ಚಿನ ಶಕ್ತಿಯನ್ನು ಬಳಸಿಕೊಂಡು ಖಡ್ಗವನ್ನು ನೆಲಕ್ಕೆ ಚುಚ್ಚಿದಳು. ನಂತರ ಅದೇ ಖಡ್ಗದ ಹಿಡಿಯನ್ನು ಒತ್ತಿ ಹಿಡಿದು ಮೇಲೇಳಲು ಪ್ರಯತ್ನಿಸಿದಳು. ಆದರೆ ಸಾಧ್ಯವಾಗಲಿಲ್ಲ. ಮತ್ತೊಮ್ಮೆ ಇಡೀ ದೇಹದ ತೂಕವನ್ನು ಖಡ್ಗದ ಮೇಲೆ ಹಾಕಿ ಎದ್ದು ನಿಲ್ಲಲು ಮುಂದಾದಳು. ಈ ಬಾರಿಯೂ ಅದು ಸಾಧ್ಯವಾಗಲಿಲ್ಲ. ಆಕೆಯ ಕಣ್ಣುಗಳು ಮಂಜಾಗತೊಡಗಿದವು. ಆ ಮಂದ ದೃಷ್ಟಿಯಲ್ಲೇ ವೈರಿಯತ್ತ ನೋಡಿದಳು. ಮೈಯೆಲ್ಲಾ ಗಾಯವಾಗಿತ್ತು. ರಕ್ತ ಸೋರುತ್ತಿತ್ತು. ಮೈ ಕೈಯೆಲ್ಲಾ ತೀವ್ರವಾದ ನೋವಿನಿಂದ ಅದುರುತ್ತಿದ್ದವು. ಮುಂದಿನ ಕೆಲವೇ ನಿಮಿಷಗಳಲ್ಲಿ ಸಾವು ಸಂಭವಿಸಲಿದೆ ಎಂದು ಆಕೆಯ ಅಂತರಾತ್ಮ ಕೂಗಿ ಹೇಳುತ್ತಿತ್ತು. ಆದರೂ ಆಕೆ ಒಂದಿಷ್ಟೂ ವಿಚಲಿತಳಾಗಿರಲಿಲ್ಲ. ಆಕೆಯ ಕಣ್ಣುಗಳಲ್ಲಿ ಭಯದ ಸಣ್ಣ ಸುಳಿವೂ ಕಾಣಿಸುತ್ತಿರಲಿಲ್ಲ. ಸತಿ ಸ್ಯೂತ್‌ನತ್ತ ಒಮ್ಮೆ ದೃಷ್ಟಿ ಹಾಯಿಸಿದಳು. ಅದೊಂದು ಪರಿಶುದ್ಧ ನೋಟ. ಈ ಕ್ಷಣವೂ ಕಾಳಗಕ್ಕೆ ಸಿದ್ಧ ಎಂಬ ಸಂದೇಶ ಸಾರುತ್ತಿದ್ದ ನೋಟ ಅದಾಗಿತ್ತು.

ಆ ದೃಶ್ಯವನ್ನು ನೋಡುತ್ತಿದ್ದಂತೆ ಸ್ಯೂತ್‌ನ ಕಣ್ಣುಗಳು ತೇವಗೊಂಡಿತು. ಹೃದಯ ಭಾರವಾಯಿತು. ಆತ್ಮಸಾಕ್ಷಿ ಏನು ಹೇಳುತ್ತಿದೆ ಎನ್ನುವುದನ್ನು ಮನಸ್ಸು ಸ್ಪಷ್ಟವಾಗಿ ಗ್ರಹಿಸಿಬಿಟ್ಟಿತು.

'ಇದೇ ನಿನ್ನ ಬದುಕಿನ ಅಂತಿಮ ಬಲಿ. ಇನ್ನು ಮುಂದೆ ನೀನು ಮತ್ಯಾರನ್ನೂ ಕೊಲ್ಲುವಂತಿಲ್ಲ' ಎಂಬ ಸ್ಪಷ್ಟ ಸಂದೇಶವನ್ನು ಸ್ಯೂತನ ಆತ್ಮಸಾಕ್ಷಿ ಸಾರಿ ಸಾರಿ ಹೇಳುತ್ತಿತ್ತು. ಹಾಗಾಗಿ ಆತನಿಗೆ ಮುಂದೇನು ಮಾಡಬೇಕು ಎನ್ನುವುದು ಚೆನ್ನಾಗಿ ತಿಳಿದಿತ್ತು. ಆತ ಎರಡೂ ಖಡ್ಗಗಳನ್ನು ಒರೆಯಿಂದ ಏಕಕಾಲಕ್ಕೆ ಹೊರತೆಗೆದ. ನಂತರ ಅದನ್ನು

ಸತಿಯ ಮುಂದೆ ನೆಲದ ಮೇಲೆ ಜೋರಾಗಿ ಚುಚ್ಚಿದ. ಖಡ್ಗ ಆಳವಾಗಿ ಭೂಮಿಯ ಒಳಕ್ಕೆ ಇಳಿಯಿತು. ಸ್ಯೂತ್ ಕಟ್ಟ ಕಡೆಯ ಬಾರಿ ಅರ್ಧ ಹೂತುಹೋಗಿದ್ದ ಖಡ್ಗದತ್ತ ನೋಟ ಬೀರಿದ. ಆ ರಕ್ತಸಿಕ್ತ ಖಡ್ಗಗಳು ಅದೆಷ್ಟೋ ಜನರ ಪ್ರಾಣ ತೆಗೆಯಲು ಆತನಿಗೆ ಸಹಾಯ ಮಾಡಿದ್ದವು. ಆದರೆ ಸ್ಯೂತ್ ಮುಂದೆಂದೂ ಇವುಗಳನ್ನು ಬಳಸುವಂತಿರಲಿಲ್ಲ. ಆತ ಖಡ್ಗಗಳ ಮುಂದೆ ಮಂಡಿಯೂರಿ ಕುಳಿತು ಅವುಗಳನ್ನು ಮುಟ್ಟಿ ಮತ್ತೊಮ್ಮೆ ಗೌರವ ಸಲ್ಲಿಸಿದ. ನಂತರ ಎದ್ದುನಿಂತು ತಾನು ಹೊದ್ದಿದ್ದ ಮುಸುಕನ್ನು ತೆಗೆದು ಹಾಕಿದ. ಈಗ ಆತನ ಮೂಗಿನ ಮೇಲೆ ಪ್ರಖರ ಸೂರ್ಯನ ಗುರುತಿದ್ದ ಹಚ್ಚೆ ಸ್ಪಷ್ಟವಾಗಿ ಸತಿಗೆ ಕಂಡಿತು. ಸ್ಯೂತ್ ಸೊಂಟದ ಹಿಂಭಾಗದಿಂದ ಮತ್ತೊಂದು ಖಡ್ಗವನ್ನು ಹೊರತೆಗೆದ. ಅದೊಂದು ಏಟನ್‌ನ ದೈವೀ ಖಡ್ಗ. ಅದರ ಒಂದು ಬದಿಯಲ್ಲಿ ಏಟನ್‌ನ ಭಕ್ತ ಸ್ಯೂತ್‌ನ ಹೆಸರು ಬರೆದಿತ್ತು. ಮತ್ತೊಂದು ಅಲಗಿನಲ್ಲಿ ಏಟನ್ ದೈವದ ಹೆಸರನ್ನು ಕೆತ್ತಲಾಗಿತ್ತು. ಆ ಖಡ್ಗವನ್ನು ಸ್ಯೂತ್ ಹಿಂದೆಂದೂ ಬಳಸಿರಲಿಲ್ಲ. ಅಂತಿಮ ಬಲಿಯ ರಕ್ತದ ರುಚಿ ಹೀರುವುದಕ್ಕಾಗಿಯೇ ಇದ್ದ ಖಡ್ಗವದು. ಅಂತಿಮ ಬಲಿ ನೆರವೇರಿದ ನಂತರ ಮುಂದೆಂದೂ ಅದನ್ನು ಬಳಸುವಂತಿರಲಿಲ್ಲ. ಸ್ಯೂತ್ ಮತ್ತು ಆತನ ಮುಂದಿನ ಪೀಳಿಗೆ ಅದನ್ನು ಭಕ್ತಿಯಿಂದ ಪೂಜಿಸಬೇಕಾಗಿತ್ತು. ಸ್ಯೂತ್ ಸತಿಯ ಮುಂದೆ ತಲೆಬಾಗಿ ನಿಂತ.

ನಂತರ ಹಣೆಯಲ್ಲಿದ್ದ ಸೂರ್ಯನ ಹಚ್ಚೆಯನ್ನು ಮುಟ್ಟಿ ಹೇಳಿದ 'ಮೆಲೂಹದ ವೀರನಾರಿ! ಏಟನ್‌ನ ಪವಿತ್ರ ಅಗ್ನಿ ನಿನ್ನನ್ನು ಆವಾಹನೆ ತೆಗೆದುಕೊಳ್ಳಲಿ. ಅದೇ ಅಗ್ನಿ ನನ್ನ ಆತ್ಮವನ್ನೂ ಶುದ್ಧೀಕರಿಸಲಿ'.

ಸತಿ ಅತ್ತಿತ್ತ ಅಲುಗಾಡಲಿಲ್ಲ. ಒಂದಿಷ್ಟೂ ಅಂಜಲಿಲ್ಲ. ಅಳುಕಲಿಲ್ಲ. ಆಕೆ ಶಾಂತ ಚಿತ್ತದಿಂದ ಸ್ಯೂತ್‌ನನ್ನೇ ದಿಟ್ಟಿಸಿ ನೋಡುತ್ತಿದ್ದಳು. ಸ್ಯೂತ್ ಮಂಡಿಯೂರಿ ಸತಿಯ ಮುಂದೆ ಕುಳಿತ. ಸತಿಗೆ ಆತ ಗೌರವಯುತವಾದ ಸಾವು ನೀಡಬೇಕಾಗಿತ್ತು. ಆಕೆಯ ತಲೆಯನ್ನು ಕತ್ತರಿಸುವುದು ಆತನಿಂದ ಸಾಧ್ಯವಾಗುತ್ತಿರಲಿಲ್ಲ. ಆತ ಸತಿಯ ಎದೆಯ ಮುಂದೆ ಖಡ್ಗದ ತುದಿಯಿಟ್ಟು ಅಲುಗನ್ನು ಹಿಡಿದು ಇರಿಯಲು ಸಿದ್ಧನಾದ.

ಸ್ಯೂತ್ ಅಂತಿಮವಾಗಿ ಒಮ್ಮೆ ಸತಿಯನ್ನು ನೋಡಿ ಮೆಲ್ಲನೆ ಪಿಸುಗಿಟ್ಟಿದ 'ನಿನ್ನನ್ನು ಕೊಲ್ಲುವುದು ನನ್ನ ಬದುಕಿನ ಸರ್ವಶ್ರೇಷ್ಠ ಗೌರವ'.

ಸತಿ ವಿಚಲಿತಳಾಗಲಿಲ್ಲ. ಸಾವಿಗೆ ಸಿದ್ಧಳಾಗಿ ನಿಂತಿದ್ದಳು. ಸ್ಯೂತ್ ಇನ್ನೇನು ಆಕೆಯ ಎದೆಗೆ ಇರಿಯಬೇಕು ಎನ್ನುವಷ್ಟರಲ್ಲಿ ಜೋರಾದ ಚೀರಾಟ ಕೇಳಿಬಂತು.

'ಇಲ್ಲ..........ರಾಜಕುಮಾರಿಯನ್ನು ಬಿಟ್ಟುಬಿಡಿ'.

ಮರುಕ್ಷಣದಲ್ಲಿ ಬಲವಾದ ಬಾಣವೊಂದು ನೇರವಾಗಿ ಸ್ಯೂತ್‌ನ ಕೈಗೆ ನಾಟಿತು. ಕೈಯಲ್ಲಿದ್ದ ಕತ್ತಿ ಕೆಳಗೆ ಬಿತ್ತು. ಗಾಬರಿಯಿಂದ ಬಾಣ ಬಂದ ದಿಕ್ಕಿನತ್ತ ತಿರುಗಿದ.

ಆಶ್ಚರ್ಯಕ್ಕೆ ಅದೇ ದಿಕ್ಕಿನಿಂದ ಬಂದ ಮತ್ತೊಂದು ಬಾಣ ಆತನ ಬಲಭುಜಕ್ಕೆ ನಾಟಿತು. ಕೂಡಲೆ ಆತ ನೋವಿನಿಂದ ಚೀರಿದ.

'ಎಲ್ಲರೂ ಓಡಿ' ಹಂತಕರಲ್ಲೊಬ್ಬ ಕೂಗಿ ಇತರರನ್ನು ಎಚ್ಚರಿಸಿದ.

ಮತ್ತೊಬ್ಬ ನೋವಿನಿಂದ ನರಳುತ್ತಿದ್ದ ಸ್ಯೂತ್‌ನನ್ನು ದರದರನೆ ಎಳೆದುಕೊಂಡು ಓಡಲಾರಂಭಿಸಿದ. ಇತರ ಹಂತಕರೂ ಆತನ ಜತೆಗೂಡಿದರು.

'ಇಲ್ಲ.........ಬಿಡಿ ನನ್ನನ್ನು' ಸ್ಯೂತ್ ಕೂಗಾಡುತ್ತಿದ್ದ.

ಅಂತಿಮ ಬಲಿಯನ್ನು ಗುರುತಿಸಿದ ನಂತರವೂ ಕೊಲ್ಲದೇ ಹಾಗೆ ಬಿಟ್ಟುಬಿಡುವುದು ಏಟನ್‌ನ ಅನುಯಾಯಿಗಳು ಮಾಡಬಹುದಾದ ಘೋರ ಪಾಪ. ಅಂತಹ ಪಾಪ ಮಾಡುವುದಕ್ಕೆ ಸ್ಯೂತ್ ಸಿದ್ಧನಿರಲಿಲ್ಲ. ಆದರೆ ಆತನ ಹಿಂಬಾಲಕರು ಮುಂದಿನ ಅಪಾಯವನ್ನು ಗ್ರಹಿಸಿ ಬಲವಂತವಾಗಿ ಆತನನ್ನು ಅಲ್ಲಿಂದ ಕರೆದುಕೊಂಡು ಹೋದರು. ಅಷ್ಟರಲ್ಲಿ ಒಂದು ಸಾವಿರ ಮಂದಿ ಮೆಲೂಹನ್ನರು ಸತಿಯ ಬಳಿಗೆ ಬಂದರು. ಮುಂಚೂಣಿಯಲ್ಲಿ ದಕ್ಷ ಮತ್ತು ವೀರಿಣಿ.

'ಸ........ತೀ........' ದಕ್ಷ ಮಗಳ ಸ್ಥಿತಿಯನ್ನು ಕಂಡು ಚೀರಿದ.

'ನನ್ನನ್ನು ಮುಟ್ಟಬೇಡಿ ಅಪ್ಪ' ಸತಿ ಸಣ್ಣದನಿಯಲ್ಲಿ ಕೂಗಿ ಹೇಳಿದಳು.

'ಸತಿ.......' ವೀರಿಣಿ ಸತಿಯನ್ನು ತೋಳಿನಲ್ಲಿ ಹಿಡಿದು ರೋಧಿಸ ಲಾರಂಭಿಸಿದಳು.

'ಅಮ್ಮಾ..........'.

'ಮಾತನಾಡಬೇಡ ಕಂದಾ.........ಸ್ವಲ್ಪ ಹಾಗೇ ಇರು.......ತಕ್ಷಣ ವೈದ್ಯರನ್ನು ಕರೆತನ್ನಿ. ಬೇಗ........ಬೇಗ..........' ವೀರಿಣಿ ಆದೇಶ ನೀಡಿದಳು.

'ಅಮ್ಮಾ...........'.

'ಮಾತನಾಡಬೇಡ.........ಸತಿ...........'.

'ಅಮ್ಮ.........ನಾನು ಹೊರಡುವ ಸಮಯ ಬಂದಾಯಿತು'.

'ಇಲ್ಲ! ಇಲ್ಲ! ನಿನ್ನನ್ನು ನಾವು ಬದುಕಿಸಿಕೊಳ್ಳುತ್ತೇವೆ ಕಂದಾ.........'.

'ಇಲ್ಲ ಅಮ್ಮ...... ನಾನು ಹೇಳುವುದನ್ನು ಕೇಳು'.

'ಮಗು...........ಸತಿ..........'.

'ಅಮ್ಮಾ...........ನನ್ನ ಮರಣದ ಬಳಿಕ...........ದೇಹವನ್ನು ನನ್ನ ಶಿವನಿಗೆ ಕೊಟ್ಟುಬಿಡಿ..........'.

'ಹಾಗೆಲ್ಲಾ............ಮಾತನಾಡಬೇಡ ಕಂದಾ............ ನಿನಗೇನೂ ಆಗುವುದಿಲ್ಲ............ಹೇಗಾದರೂ ಮಾಡಿ ನಿನ್ನನ್ನು ಬದುಕಿಸಿಕೊಳ್ಳುತ್ತೇನೆ.......... ಶಾಂತವಾಗಿರು............ಯಾರಾದರೂ ಬೇಗ ವೈದ್ಯರನ್ನು ಕರೆತನ್ನಿ'.

ಸತಿ ವೀರಿಣಿಯ ಮುಖವನ್ನು ಹಿಡಿದುಕೊಂಡು ಒಂದಷ್ಟು ಶಕ್ತಿಯನ್ನು ಕ್ರೋಢೀಕರಿಸಿಕೊಂಡು ಹೇಳಿದಳು 'ಅಮ್ಮ.........ನನಗೆ ಮಾತುಕೊಡು.........ನನ್ನ ದೇಹವನ್ನು ಶಿವನಿಗೇ ನೀಡಬೇಕು.........'.

'ಸತಿ.........'.

'ಭಾಷೆ ಕೊಡು ಅಮ್ಮ.............'.

'ಖಂಡಿತಾ ಮಗು.............ಇದು ನನ್ನ ವಾಗ್ದಾನ'.

'ಗಣೇಶ ಮತ್ತು ಕಾರ್ತಿಕ ಇಬ್ಬರೂ ನನ್ನ ಚಿತೆಗೆ ಅಗ್ನಿಸ್ಪರ್ಶ ಮಾಡಬೇಕು.............'.

'ಅಯ್ಯೋ.........ವಿಧಿಯೇ.........ಕಂದಾ...........ನೀನು ಸಾಯುವುದಿಲ್ಲ ಸುಮ್ಮನಿರು............'.

'ಗಣೇಶ ಮತ್ತು ಕಾರ್ತಿಕ ಇಬ್ಬರೂ ನನಗೆ.............ಅಗ್ನಿಸ್ಪರ್ಶ ಮಾಡಬೇಕು...........ಮಾತು ಕೊಡು'.

'ಆಗಲಿ ಕಂದಾ...........'.

ಸತಿಯ ಹೃದಯದ ಬಡಿತ ನಿಧಾನವಾಗಿ ಕ್ಷೀಣಿಸತೊಡಗಿತು. ಉಸಿರಿನ ವೇಗ ಕಡಿಮೆಯಾಗತೊಡಗಿತು. ತನಗೇನು ಬೇಕಿತ್ತೋ ಅದನ್ನು ಸತಿ ಅಮ್ಮನ ಬಾಯಿಂದ ಕೇಳಿಸಿಕೊಂಡಳು. ಸುತ್ತಲೂ ನೂರಾರು ಮಂದಿ ರೋಧಿಸುತ್ತಿರುವುದು ಸತಿಗೆ ಕೇಳಿಸಿತು. ವೀರಿಣಿ ಸತಿಯನ್ನು ತೊಡೆಯ ಮೇಲೆ ಮಲಗಿಸಿಕೊಂಡಳು. ಅಂತಿಮವಾಗಿ ಸತಿ ಒಮ್ಮೆ ಶಾಂತಿ ಸಭೆ ನಡೆಯಬೇಕಿದ್ದ ಭವ್ಯ ಮಂದಿರತ್ತ ನೋಡಿದಳು. ಮಂದಿರದ ಬಾಗಿಲು ತೆರೆದೇ ಇತ್ತು. ಶ್ರೀರಾಮ ಮತ್ತು ಸೀತಾದೇವಿಯ ವಿಗ್ರಹ ಸ್ಪಷ್ಟವಾಗಿ ಕಾಣುತ್ತಿತ್ತು. ಸ್ವತಃ ಶ್ರೀರಾಮ ಮತ್ತು ಸೀತಾದೇವಿ ತನ್ನನ್ನು ಅವರ ಬಳಿಗೆ ಬರುವಂತೆ ಕರೆ ನೀಡುತ್ತಿದ್ದಾರೇನೋ ಎಂಬಂತೆ ಸತಿಗೆ ಭಾಸವಾಯಿತು.

ಅಷ್ಟರಲ್ಲಿ ಆಕೆಯ ಸುತ್ತ ಇದ್ದಕ್ಕಿದ್ದಂತೆ ಜೋರಾದ ಬಿರುಗಾಳಿ ಬೀಸಲಾರಂಭಿಸಿತು. ಧೂಳು ಆಗಸದೆತ್ತರಕ್ಕೆ ಏರಿತು. ತರಗೆಲೆಗಳು ಗಾಳಿಯಲ್ಲಿ ಹಾರಾಡತೊಡಗಿದವು. ಸತಿ ಸುಳಿಗಾಳಿಯನ್ನೇ ದಿಟ್ಟಿಸಿ ನೋಡುತ್ತಿದ್ದಳು. ನೋಡು ನೋಡುತ್ತಿದ್ದಂತೆ ಆ ಧೂಳಿನ ಕಣಗಳೆಲ್ಲವೂ ಒಂದಕ್ಕೊಂದು ಕೂಡಿಕೊಂಡು ಆಕೃತಿಯೊಂದನ್ನು ರಚಿಸಿದವು. ಅದುವೆ ಆಕೆಯ ಪ್ರೀತಿಯ ಪತಿ ಶಿವನ ಆಕೃತಿ. ಶಿವ ಹಿಂತಿರುಗಿ ಬಂದ ಕೂಡಲೆ ಭೇಟಿ

ಮಾಡುತ್ತೇನೆ ಎಂದು ಸತಿ ಶಿವನಿಗೆ ಮಾತು ಕೊಟ್ಟಿದ್ದಳು. ಅದರಂತೆ ಆಕೆಗೆ ಪತಿಯ ದರ್ಶನವಾಯಿತು.

'ಕ್ಷಮಿಸಿ ಶಿವ.........ನಾನು ನಿಮ್ಮನ್ನು ಬಿಟ್ಟುಹೋಗುತ್ತಿದ್ದೇನೆ' ಸತಿಯ ಅಂತರಾಳ ಹೇಳಿತು.

ಅಷ್ಟರಲ್ಲಿ ಬಿರುಗಾಳಿ ನಿಂತಿತು. ಶಿವನ ಆಕೃತಿ ಸತಿಯ ಸ್ಮೃತಿಪಟಲದಿಂದ ನಿಧಾನವಾಗಿ ಸರಿದು ಹೋಯಿತು. ಕಣ್ಣುಗಳು ಮಂಜಾಗತೊಡಗಿತು. ಸುತ್ತಲೂ ಕಗ್ಗತ್ತಲು ಆವರಿಸಿತು. ಎಲ್ಲೆಲ್ಲೂ ಕಪ್ಪನೆಯ ಸುರುಳಿ. ಅದಾಗಲೇ ಸತಿಗೆ ಪತಿಯ ದರ್ಶನ ಮತ್ತು ಪ್ರೀತಿಯ ಬೀಳ್ಕೊಡುಗೆ ದೊರೆತಿತ್ತು.

'ನಾನು ಮತ್ತೊಂದು ಲೋಕದಲ್ಲಿ ನಿನಗಾಗಿ ಕಾಯುತ್ತಿರುತ್ತೇನೆ' ಸತಿ ಮನಸ್ಸಿನಲ್ಲೇ ಅಂದುಕೊಂಡಳು.

ಶಿವನನ್ನು ನೆನಪಿಸಿಕೊಳ್ಳುತ್ತಾ ಸತಿ ಕಣ್ಮುಚ್ಚಿದಳು. ಮರುಕ್ಷಣವೇ ಆಕೆಯ ಪ್ರಾಣಪಕ್ಷಿ ಇಹಲೋಕವನ್ನು ತ್ಯಜಿಸಿತು. ಮೆಲೂಹದ ರಾಜಕುಮಾರಿ ನೆನಪಾಗಿ ಹೋದಳು.

ಅಧ್ಯಾಯ – 46

ನೀಲಕಂಠನ ರೋಧನ

ಒಂದು ವಾರದ ನಂತರ ಶಿವನ ಹಡಗು ನೇರವಾಗಿ ದೇವಗಿರಿಯ ಬಂದರನ್ನು ತಲುಪಿತು. ಬಂದರಿನ ಹತ್ತಿರದಲ್ಲಿ ಮತ್ತೊಂದು ವ್ಯಾಪಾರಿ ಹಡಗು ನಿಂತಿತ್ತು. ಅದು ಸತಿ ಬಂದಿದ್ದ ಹಡಗು.

ಶಿವ ಅದರತ್ತ ಬೊಟ್ಟು ಮಾಡಿ ಹೇಳಿದ 'ಅದು ಸತಿಯ ಹಡಗಿರಬೇಕು ಅಲ್ಲವೇ?'.

'ಅಂದರೆ ಅಮ್ಮ ಇನ್ನೂ ದೇವಗಿರಿಯಲ್ಲೇ ಇದ್ದಾಳೆ ಎಂದಾಯಿತು. ಭೂಮಿದೇವೀ! ಎಲ್ಲವೂ ನಿನ್ನ ಕೃಪೆ' ಗಣೇಶ ಹೇಳಿದ.

'ಅವರೇನಾದರೂ ಸತಿಯನ್ನು ಬಂಧಿಯಾಗಿರಿಸಿಕೊಂಡು ಮಾತುಕತೆಗೆ ಮುಂದಾದರೆ ಇಡೀ ನಗರವನ್ನು ಸುಟ್ಟು ಭಸ್ಮಮಾಡಿಬಿಡುತ್ತೇನೆ' ಕಾಳಿ ಅಬ್ಬರಿಸಿದಳು.

'ಅಂತಹ ಪರಿಸ್ಥಿತಿ ಇರಲಾರದು ಕಾಳಿ. ದಕ್ಷ ಮಹಾರಾಜ ಏನೇ ಆದರೂ ಮಗಳಿಗೆ ಯಾವ ರೀತಿಯಲ್ಲೂ ತೊಂದರೆ ಕೊಡಲಾರ' ಶಿವ ಕಾಳಿಯನ್ನು ಸಮಾಧಾನಪಡಿಸಿದ.

'ಹೌದು! ಬಾಬಾನ ಮಾತು ಸತ್ಯ' ಕಾರ್ತಿಕ ಹೇಳಿದ.

'ಅಂದ ಹಾಗೆ ನಮ್ಮ ಬಳಿ ಭಯಾನಕ ಪಾಶುಪತಾಸ್ತ್ರವಿದೆ ಎಂಬುದನ್ನು ಮರೆಯಬೇಡ ಕಾಳಿ! ಆ ದೈವೀಅಸ್ತ್ರದ ಎದುರು ನಿಲ್ಲುವ ಶಕ್ತಿ ಯಾರಿಗೂ ಇಲ್ಲ. ನಮ್ಮ ಉದ್ದೇಶ ಈಡೇರಿಸಿಕೊಳ್ಳಲು ಈ ಅಸ್ತ್ರ ಒಂದೇ ಸಾಕು' ಗೋಪಾಲ ಪಂಡಿತರು ಹೇಳಿದರು.

ಹಡಗು ನಿಧಾನವಾಗಿ ಮರದ ನಡೆಹಲಗೆಗೆ ತಾಗಿ ನಿಂತಿತು.

ಹಡಗಿನಿಂದ ಕೆಳಗಿಳಿದು ಶಿವ ಕೇಳಿದ 'ಇಲ್ಲಿ ಯಾರೂ ಕಾಣುತ್ತಿಲ್ಲವಲ್ಲ? ಎಲ್ಲರೂ ಎಲ್ಲಿ ಹೋದರು?'.

'ಹೌದು! ಇಡೀ ಬಂದರಿನಲ್ಲಿ ಯಾವ ಕಾವಲುಗಾರರೂ ಇಲ್ಲ!' ಆಯುರ್ವತಿ ಆಶ್ಚರ್ಯದಿಂದ ನುಡಿದಳು.

ಆಕೆ ಮೆಲೂಹದಲ್ಲಿ ಇದ್ದಷ್ಟು ದಿನ ಎಂದೂ ಅಲ್ಲಿನ ಬಂದರು ಈ ರೀತಿ ಭಣಗುಟ್ಟಿದ್ದನ್ನು ನೋಡಿರಲಿಲ್ಲ.

'ಬನ್ನಿ ಹೋಗೋಣ'. ಶಿವನ ಮನಸ್ಸಿನ ಮೂಲೆಯಲ್ಲಿ ಅದೇನೋ ಅಳುಕು.

ಶಿವನ ದಂಡು ನಿಧಾನವಾಗಿ ಬಂದರಿನಿಂದ ಹೊರಗೆ ಬಂದಿತು. ನಂತರ ಅವರಿಗೆ ಕಂಡದ್ದು ಶಾಂತಿಮಾತುಕತೆ ನಡೆಯಬೇಕಿದ್ದ ಭವ್ಯ ಮಂದಿರ. ಎಲ್ಲರೂ ಆ ಭವನವನ್ನೇ ಕುತೂಹಲದಿಂದ ವೀಕ್ಷಿಸಿದರು. ಭವನದ ಹೊರಗೆ ನಾಲ್ಕಾರು ತಾತ್ಕಾಲಿಕ ಗುಡಾರಗಳನ್ನು ನಿರ್ಮಿಸಲಾಗಿತ್ತು.

'ಇಡೀ ಪ್ರದೇಶವನ್ನು ಇಷ್ಟು ಅಚ್ಚುಕಟ್ಟಾಗಿ ಇಟ್ಟುಕೊಂಡಿದ್ದಾರಲ್ಲ! ಹುಲ್ಲುಗಳನ್ನೂ ಕಿತ್ತು ಪ್ರದೇಶವನ್ನು ಶುಚಿಗೊಳಿಸಿದ್ದಾರೆ' ಗೋಪಾಲರು ಹೇಳಿದರು.

'ಹೌದು! ಶಾಂತಿ ಸಭೆ ನಡೆಯುವ ಸ್ಥಳ ಶುಭ್ರವಾಗಿಯೂ ಪವಿತ್ರವಾಗಿಯೂ ಇರಬೇಕಲ್ಲವೇ ಪಂಡಿತರೇ?' ಶಿವ ಹೇಳಿದ.

ಶಾಂತಿ ಭವನದ ಮುಖ್ಯ ದ್ವಾರ ಮುಚ್ಚಿತ್ತು. ಅದರ ಮುಂದೆ ಬ್ರಾಹ್ಮಣ ಪಂಡಿತರ ಒಂದು ತಂಡ ಪೂಜೆಯನ್ನು ನೆರವೇರಿಸುತ್ತಿತ್ತು.

'ಏತಕ್ಕಾಗಿ ಅವರು ಪೂಜೆ ಮಾಡುತ್ತಿದ್ದಾರೆ ಪಂಡಿತರೇ?' ಶಿವ ಕೇಳಿದ.

'ಅವರು ಶಾಂತಿಗಾಗಿ ದೇವರಲ್ಲಿ ಮೊರೆಹೋಗುತ್ತಿದ್ದಾರೆ' ಪಂಡಿತರು ಹೇಳಿದರು.

ಶಿವನಿಗೆ ಅದರಲ್ಲೇನೂ ವಿಶೇಷ ಕಾಣಲಿಲ್ಲ. ಆದರೆ ಒಂದೆರಡು ನಿಮಿಷಗಳ ಬಳಿಕ ಗೋಪಾಲ ಪಂಡಿತರಿಗೇ ಆಶ್ಚರ್ಯವಾಯಿತು.

ಕೂಡಲೆ ಪಂಡಿತರು ಅನುಮಾನದಿಂದ ಹೇಳಿದರು 'ಆದರೆ.........ಇವರೆಲ್ಲರೂ ಸತ್ತ ಆತ್ಮಗಳಿಗೆ ಶಾಂತಿ ಮತ್ತು ಮುಕ್ತಿ ದೊರಕಿಸಲು ಪ್ರಾರ್ಥಿಸುತ್ತಿದ್ದಾರಲ್ಲ!'.

ಥಟ್ಟನೆ ಶಿವ ಸೊಂಟದಲ್ಲಿದ್ದ ಖಡ್ಗವನ್ನು ಹೊರಗೆ ತೆಗೆದ. ತಕ್ಷಣ ಇಡೀ ಸೈನ್ಯ ಖಡ್ಗ ಹಿರಿದು ನಿಂತುಬಿಟ್ಟಿತು. ಅವರೆಲ್ಲರೂ ನಾಲ್ಕು ಹೆಜ್ಜೆ ಮುಂದೆ ಬರುತ್ತಿದ್ದಂತೆ ಅಲ್ಲಿದ್ದ ಗುಡಾರವೊಂದರಿಂದ ಪರ್ವತೇಶ್ವರ ಮತ್ತು ಆನಂದಮಯಿ ಹೊರಗೆ ಬಂದರು. ಅವರ ಹಿಂದೆ ಬಿಳಿಯ ಧೋತಿ ಮತ್ತು ಅಂಗವಸ್ತ್ರ ಧರಿಸಿದ್ದ ಕುಳ್ಳಗಿನ ವ್ಯಕ್ತಿಯೊಬ್ಬ ಸಹ ಹೊರಬಂದ. ಆತನ ತಲೆ ಬೋಳಿಸಿತ್ತು. ತಲೆಯ ಹಿಂದೊಂದು ಜುಟ್ಟು. ಉದ್ದನೆಯ ಬಿಳಿಗಡ್ಡ. ಹೊರನೋಟಕ್ಕೆ ಅಪ್ಪಟ ಬ್ರಾಹ್ಮಣ ಎನ್ನುವುದು ಎದ್ದು ಕಾಣುತ್ತಿತ್ತು.

'ಬೃಗು ಮಹರ್ಷಿ!' ಗೋಪಾಲ ಪಂಡಿತರು ಎರಡೂ ಕೈಗಳಿಂದ ನಮಸ್ಕರಿಸುತ್ತಾ ಮೆಲ್ಲನೆ ಪಿಸುಗುಟ್ಟಿದ್ದರು.

'ನಮಸ್ಕಾರ ವಾಸುದೇವರೇ' ಬೃಗು ನಿಧಾನವಾಗಿ ಗೋಪಾಲರ ಬಳಿಗೆ ಬಂದ.

ಶಿವ ಬಿಗಿ ಉಸಿರು ಹಿಡಿದು ತನ್ನ ವೈರಿಯತ್ತ ದೃಷ್ಟಿ ಬೀರಿದ. ಆತ ಮೊದಲ ಬಾರಿಗೆ ಬೃಗುವನ್ನು ಭೇಟಿ ಮಾಡುತ್ತಿದ್ದ.

ಶಿವನನ್ನು ಕಂಡೊಡನೆಯೇ ಬೃಗು 'ನೀಲಕಂಠ...........' ಎಂದು ಉದ್ಗರಿಸಿದ.

'ಬೃಗು ಮಹರ್ಷಿ' ಶಿವ ಖಡ್ಗದ ಮೇಲೆ ಕೈಯಿಟ್ಟು ಹೇಳಿದ.

ಅಷ್ಟರಲ್ಲಿ ಬೃಗು ಶಿವನಿಗೆ ಏನೋ ಹೇಳಲು ಮುಂದೆ ಬಂದ. ಆದರೆ ಮನಸ್ಸಾಗಲಿಲ್ಲ. ಸುಮ್ಮನೆ ಪರ್ವತೇಶ್ವರನತ್ತ ನೋಡಿದ. ಪರ್ವತೇಶ್ವರ ಪಕ್ಕದಲ್ಲಿ ಗಂಭೀರವಾಗಿ ನಡೆದು ಬರುತ್ತಿದ್ದ. ಶಿವನ ಹತ್ತಿರ ಬರುತ್ತಲೇ ಪರ್ವತೇಶ್ವರ ಮತ್ತು ಆನಂದಮಯಿ ತಮ್ಮ ಜೀವಂತ ಆರಾಧ್ಯ ದೈವನಿಗೆ ನಮಸ್ಕರಿಸಿದರು. ಶಿವನಿಗೆ ಒಂದು ಕಾಲದಲ್ಲಿ ತನ್ನ ಭಂಟನಾಗಿದ್ದವನು ಇದೀಗ ವೈರಿಯಾಗಿ ಮುಂದೆ ನಿಂತಿರುವುದನ್ನು ನೋಡಿ ಅಚ್ಚರಿಯಾಯಿತು. ಕಾರಣ ಪರ್ವತೇಶ್ವರನ ಕಣ್ಣುಗಳು ಊದಿಕೊಂಡಿತ್ತು. ಅಲ್ಲದೆ ಅದು ಕೆಂಪು ಬಣ್ಣಕ್ಕೆ ತಿರುಗಿತ್ತು. ವಾರದ ನಿದ್ದೆ ಕಣ್ಣೊಳಗೆ ಇಳಿದಿತ್ತು.

'ಏಕೆ ಪರ್ವತೇಶ್ವರ! ನಿಮ್ಮ ಮಹಾರಾಜ ನಗರದ ಒಳಗೆ ಹೋಗಲು ನಿನಗೆ ಅನುಮತಿ ನೀಡಿಲ್ಲವೇ?' ಶಿವ ಪ್ರಶ್ನಿಸಿದ.

'ನಾವು ಒಳಗೆ ಹೋಗುವುದು ಬೇಡ ಎಂದು ನಿರ್ಧರಿಸಿದ್ದೇವೆ ಪ್ರಭು'.

'ಏಕೆ?'.

'ಈಗ ಅವರು ನಮ್ಮ ಮಹಾರಾಜರಾಗಿ ಉಳಿದಿಲ್ಲ ಮಹಾಪ್ರಭು'.

'ಅಂದರೆ ಶಾಂತಿ ಮಾತುಕತೆಯ ಷರತ್ತುಗಳು ನಿಮಗೆ ಒಪ್ಪಿಗೆಯಾಗಿಲ್ಲವೇ? ಅದಕ್ಕೆ ತಾನೇ ನೀವು ನಗರದಿಂದ ಹೊರಗೆ ಬಂದಿರುವುದು?'.

ಪರ್ವತೇಶ್ವರ ಮರು ಮಾತನಾಡಲಿಲ್ಲ.

'ಅದಕ್ಕೆ ಚಿಂತೆ ಏಕೆ ಪರ್ವತೇಶ್ವರ? ನಿಮಗೆ ಯುದ್ಧ ಮಾಡುವುದು ಸರಿ ಎನಿಸಿದರೆ ಅದಕ್ಕೆ ನಾವು ಸಿದ್ಧ. ರಣರಂಗದಲ್ಲಿ ಹೋರಾಡೋಣ'.

'ಯುದ್ಧ ಈಗಾಗಲೇ ಮುಗಿದು ಹೋಗಿದೆ ಮಹಾಪ್ರಭು'.

'ಹೌದು! ಇಡೀ ಯುದ್ಧ ಮುಗಿದಿದೆ ನೀಲಕಂಠ' ಬೃಗು ಹೇಳಿದ.

ಶಿವ ನಿಬ್ಬೆರಗಾಗಿ ಹುಬ್ಬುಗಂಟಿಕ್ಕಿ ಗೋಪಾಲ ಪಂಡಿತರತ್ತ ತಿರುಗಿದ.

'ಸತಿ ದಕ್ಷ ಮಹಾರಾಜರನ್ನು ಯುದ್ಧ ನಿಲ್ಲಿಸುವಂತೆ ಒಪ್ಪಿಸಿದಳೇ? ನಮಗೆ ಸೋಮರಸದ ಬಳಕೆ ನಿಲ್ಲಬೇಕು ಅಷ್ಟೇ. ನೀಲಕಂಠನ ಷರತ್ತಿಗೆ ಮೆಲೂಹ ಒಪ್ಪಿಕೊಂಡರೆ ನಾವೂ ಯುದ್ಧಕ್ಕೆ ಮಂಗಳ ಹಾಡುತ್ತೇವೆ' ಗೋಪಾಲರು ಹೇಳಿದರು.

'ಮಹಾಸ್ವಾಮಿ..........' ಪರ್ವತೇಶ್ವರ ಶಿವನ ಮೊಣಕೈ ಮುಟ್ಟಿ ಹೇಳಿದ. ಆತನ ಕಣ್ಣುಗಳಲ್ಲಿ ನೀರು ತುಂಬಿಕೊಂಡಿತ್ತು.

'ನನ್ನೊಂದಿಗೆ ಬನ್ನಿ ಮಹಾಸ್ವಾಮಿ'.

'ಎಲ್ಲಿಗೆ?'.

ಪರ್ವತೇಶ್ವರ ಶಿವನನ್ನೇ ದಿಟ್ಟಿಸಿ ನೋಡಿದ. ನಂತರ ನೆಲವನ್ನೇ ನೋಡುತ್ತಾ 'ಬನ್ನಿ ಮಹಾಸ್ವಾಮಿ' ಎಂದ.

ಶಿವ ಖಡ್ಗವನ್ನು ಒರೆಗೆ ಇಟ್ಟು ಪರ್ವತೇಶ್ವರನನ್ನು ಹಿಂಬಾಲಿಸಿದ. ಇಬ್ಬರೂ ಶಾಂತಿ ಸಭಾಂಗಣದತ್ತ ಹೆಜ್ಜೆ ಹಾಕಿದರು. ಅವರ ಹಿಂದೆ ಬೃಗು, ಕಾಳಿ, ಗಣೇಶ, ಕಾರ್ತಿಕ, ಗೋಪಾಲರು, ವೀರಭದ್ರ, ಕೃತಿಕಾ, ಬೃಹಸ್ಪತಿ ಮತ್ತು ತಾರಾ. ಆನಂದಮಯಿ ಮಾತ್ರ ಗುಡಾರದ ಹೊರಗೇ ನಿಂತಳು. ಮುಂದೆ ನಡೆಯಬಹುದಾದ ವಿದ್ಯಮಾನ ಆಕೆಗೆ ತಿಳಿದಿತ್ತು. ಅದನ್ನು ಸಾಕ್ಷಿಕರಿಸುವುದು ಬೇಡ ಎಂಬುದು ಆಕೆಯ ನಿರ್ಧಾರವಾಗಿತ್ತು. ಭವನದ ಮುಂದೆ ಬ್ರಾಹ್ಮಣರು ಏಕತಾನದಲ್ಲಿ ಸಂಸ್ಕೃತ ಮಂತ್ರಗಳನ್ನು ಪಠಿಸುತ್ತಿದ್ದರು. ಪರ್ವತೇಶ್ವರ ಭವನದ ಹೆಬ್ಬಾಗಿಲಿಗೆ ಬಂದು ಒಮ್ಮೆ ದೀರ್ಘ ನಿಟ್ಟುಸಿರು ಬಿಟ್ಟು ಬಾಗಿಲನ್ನು ತಳ್ಳಿದ. ಶಿವ ಒಳಗೆ ಪ್ರವೇಶಿಸುತ್ತಿದ್ದಂತೆ ಅಲ್ಲಿನ ದೃಶ್ಯವನ್ನು ಕಂಡು ದಿಗ್ಭ್ರಾಂತನಾದ. ಅದೊಂದು ವಿಶಾಲ ಕೋಣೆ. ಅಲ್ಲಿ ಇಪ್ಪತ್ತು ಹಾಸಿಗೆಗಳಿದ್ದವು. ಪ್ರತಿಯೊಂದರಲ್ಲೂ ಗಾಯಗೊಂಡು ನರಳುತ್ತಾ ಮಲಗಿದ್ದ ಸೈನಿಕರು. ಅವರ ಶುಶ್ರೂಷೆಗೆಂದು ಒಂದಷ್ಟು ಮಂದಿ ಬ್ರಾಹ್ಮಣ ವೈದ್ಯರು. ಕೋಣೆಯ ಒಳಗೆ ಮೊದಲ ಹಾಸಿಗೆಯಲ್ಲಿ ಮಲಗಿದ್ದವನು ಶಿವನ ಭಂಟ ನಂದಿ.

ಆತನನ್ನು ನೋಡುತ್ತಲೇ ಶಿವ 'ನಂದಿ.........' ಎಂದು ಚೀರುತ್ತಾ ಆತನೆಡೆಗೆ ಹೆಜ್ಜೆ ಹಾಕುತ್ತಾ ಒಳಗೆ ಹೋದ.

ನಂದಿಯ ಬಳಿ ಮಂಡಿಯೂರಿ ಕುಳಿತು ಆತನ ಮುಖವನ್ನು ನೇವರಿಸತೊಡಗಿದ. ಆತನಿಗೆ ಇನ್ನೂ ಪ್ರಜ್ಞೆ ಬಂದಿರಲಿಲ್ಲ. ಆತನ ಎರಡೂ ಕೈಗಳು ಕತ್ತರಿಸಿಹೋಗಿತ್ತು. ಎಡಗೈಯಿಂದ ಹಸ್ತ ಮತ್ತು ಬಲಗೈನಿಂದ ತೋಳು ಬೇರ್ಪಟ್ಟಿತ್ತು. ದೇಹದಲ್ಲೆಲ್ಲಾ ಹತ್ತಾರು ಗಾಯಗಳು. ಕ್ಷಿಪಣಿಯೊಂದು ಸಿಡಿದಾಗ ಆಗುವಂತಹ ಗಾಯಗಳು ಮೈಮೇಲಿದ್ದವು. ಮುಖದ ಮೇಲೆಲ್ಲಾ ಗಾಯದ ಬೊಬ್ಬೆಗಳು. ನಂದಿ ಮಲಗಿದ್ದ ಹಾಸಿಗೆಯ ಹಿಂದೆ ಮೃದುವಾದ ಪದರವೊಂದಿತ್ತು. ವಾಸ್ತವದಲ್ಲಿ ನಂದಿಯ ಬೆನ್ನಿನಲ್ಲಿ ತೀವ್ರವಾದ ಗಾಯಗಳಾಗಿತ್ತು. ಅದಕ್ಕೆ ಸೂಕ್ತ ಚಿಕಿತ್ಸೆ ನೀಡಿ ಹಾಸಿಗೆಯನ್ನು ಮತ್ತಷ್ಟು ಮೃದುಗೊಳಿಸಲಾಗಿತ್ತು. ನಂದಿಯ ದೇಹದಲ್ಲಿ ಗಾಯಗಳಿದ್ದರೂ ಅದು ಮಾಸುತ್ತಿದ್ದುದ್ದನ್ನು ಶಿವ ಗಮನಿಸಿದ. ಆದರೂ ಅವೆಲ್ಲವೂ ವಾಸಿಯಾಗಲು ಇನ್ನು ಸಾಕಷ್ಟು ಸಮಯ ಬೇಕಾಗಿತ್ತು.

'ಗಾಯಗಳಿಗೆ ಗಾಳಿಯಾಡಲಿ ಎಂದು ಹಾಗೇ ಬಿಟ್ಟಿದ್ದೇವೆ ಪ್ರಭು. ಇನ್ನು ಸ್ವಲ್ಪ ಹೊತ್ತಿನಲ್ಲಿ ಗಾಯಗಳನ್ನು ಶುಚಿಗೊಳಿಸಿ ಮುಲಾಮು ಹಚ್ಚಿ ಹತ್ತಿ ಕಟ್ಟುತ್ತೇವೆ. ನಂದಿ ಸೇರಿದಂತೆ ಎಲ್ಲ ಸೈನಿಕರು ಶೀಘ್ರದಲ್ಲೇ ಗುಣಮುಖರಾಗುತ್ತಾರೆ' ಅಲ್ಲಿದ್ದ ವೈದ್ಯರೊಬ್ಬರು ಶಿವನಿಗೆ ಹೇಳಿದರು.

ಶಿವ ನಂದಿಯನ್ನೇ ನೋಡುತ್ತಿದ್ದ. ಕ್ಷಣ ಕ್ಷಣಕ್ಕೂ ಆತನ ಕೋಪ ನೆತ್ತಿಗೇರುತ್ತಿತ್ತು.

ಇದ್ದಕ್ಕಿದಂತೆ ಶಿವ ಖಡ್ಗವನ್ನು ಪರ್ವತೇಶ್ವರನ ಕುತ್ತಿಗೆಗೆ ಹಿಡಿದು ಆರ್ಭಟಿಸಿದ 'ನಿಮ್ಮ ಮಹಾರಾಜನನ್ನು ಕೊಂದುಬಿಡುತ್ತೇನೆ'.

ಪರ್ವತೇಶ್ವರ ಯಾವ ಪ್ರತಿಕ್ರಿಯೆಯನ್ನು ನೀಡದೆ ಸ್ಥಂಭೀಭೂತನಾಗಿ ನೆಲವನ್ನೇ ನೋಡುತ್ತಾ ನಿಂತಿದ್ದ.

'ನನ್ನ ಜನಗಳಿಗೆ ಈ ರೀತಿ ಚಿತ್ರಹಿಂಸೆ ನೀಡಿ ಸತಿಯನ್ನು ಅಪಹರಿಸುವ ಮೂಲಕ ನನ್ನನ್ನು ಕೆರಳಿಸಿದರೆ ಪರಿಣಾಮ ನೆಟ್ಟಗಿರುವುದಿಲ್ಲ. ಬಹುಶಃ ನಮ್ಮ ಮಹಾರಾಜ ಮೂರ್ಖರ ಲೋಕದಲ್ಲಿರಬೇಕು'.

'ನೀವು ನಮ್ಮವರಿಗೆ ಈ ರೀತಿ ಹಿಂಸೆ ನೀಡಿರುವ ವಿಚಾರ ಅಕ್ಕನಿಗೇನಾದರೂ ತಿಳಿದರೆ ಆಕೆ ತಾನಿರುವಲ್ಲಿಂದ ತಪ್ಪಿಸಿಕೊಂಡು ಬರುತ್ತಾಳೆ. ಆಗ ನಮ್ಮನ್ನು ತಡೆಯುವುದು ಯಾರಿಂದಲೂ ಸಾಧ್ಯವಿಲ್ಲ. ನಿಮ್ಮ ಸಾಮ್ರಾಜ್ಯವನ್ನು ಆಳುತ್ತಿರುವ ಆ ಕುರಿಗೆ ತಕ್ಷಣ ಸತಿಯನ್ನು ಬಿಟ್ಟುಬಿಡುವಂತೆ ಹೇಳು' ಕಾಳಿ ಘರ್ಜಿಸುತ್ತಾ ಪರ್ವತೇಶ್ವರನಿಗೆ ಹೇಳಿದಳು.

ಆದರೂ ಪರ್ವತೇಶ್ವರ ಸುಮ್ಮನೆ ತಲೆಯಾಡಿಸುತ್ತಾ ಬೇಸರ ವ್ಯಕ್ತಪಡಿಸುತ್ತಿದ್ದ.

'ಮಹಾದಂಡನಾಯಕರೇ! ನಾವು ಕ್ರೌರ್ಯವನ್ನು ಪ್ರದರ್ಶಿಸುವುದಕ್ಕೆ ಅವಕಾಶ ಮಾಡಿಕೊಡಬೇಡಿ. ಸತಿಯನ್ನು ಈ ಕೂಡಲೆ ಕಳುಹಿಸಿಕೊಡಿ' ಗೋಪಾಲರು ಮನವಿ ಮಾಡಿದರು.

ಅಷ್ಟರಲ್ಲಿ ಬೃಗು ಏನೋ ಹೇಳಲು ಹೊರಟ. ಆದರೆ ಅದನ್ನು ಹೇಳಲು ಧೈರ್ಯವಿರಲಿಲ್ಲ.

ಗೋಪಾಲ ಪಂಡಿತರು ಬೃಗುವಿನತ್ತ ತಿರುಗಿ ಮೆಲುದನಿಯಲ್ಲಿ ಹೇಳಿದರು 'ಬೃಗು ಮಹರ್ಷಿಗಳೆ! ನಮ್ಮ ಬಳಿ ಪಾಶುಪತಾಸ್ತ್ರವಿದೆ. ನಮ್ಮ ಬೇಡಿಕೆಗಳು ಇಡೇರದಿದ್ದರೆ ಅದನ್ನು ಪ್ರಯೋಗಿಸುವುದಕ್ಕೆ ನಾವು ಹಿಂಜರಿಯುವುದಿಲ್ಲ. ಸತಿಯನ್ನು ತಕ್ಷಣ ಬಿಡುಗಡೆ ಮಾಡಿ. ಸೋಮರಸ ಉತ್ಪಾದನಾ ಘಟಕಗಳನ್ನು ನಾಶಮಾಡಿ. ನಾವೆಲ್ಲರೂ ಇಲ್ಲಿಂದ ಹೊರಟು ಹೋಗುತ್ತೇವೆ'.

ಪಾಶುಪತಾಸ್ತ್ರದ ಸುದ್ದಿ ಕೇಳಿದ ಕೂಡಲೆ ಬೃಗು ಸ್ತಂಭೀಭೂತವಾದ. ನಂತರ ಪರ್ವತೇಶ್ವರನತ್ತ ನೋಡಿದ. ಆದರೆ ಪರ್ವತೇಶ್ವರ ನಿಶ್ಚಲನಾಗಿದ್ದ. ದೈವೀಅಸ್ತ್ರದಿಂದ ಆಗಬಹುದಾದ ಅಪಾಯ ಮತ್ತು ಅನಾಹುತದ ಬಗ್ಗೆ ಆತನಲ್ಲಿ ಒಂದಿಷ್ಟು ಅಂಜಿಕೆಯಿರಲಿಲ್ಲ. ಅಳುಕಿರಲಿಲ್ಲ. ಆತನ ದೇಹ ಒಂದೇ ಸಮನೆ ಕಂಪಿಸುತ್ತಿತ್ತು.

ದುಃಖ ಉಕ್ಕಿ ಬರುತ್ತಿತ್ತು. ಕಣ್ಣಲ್ಲಿ ನೀರು ಧಾರಾಕಾರವಾಗಿ ಸುರಿಯುತ್ತಿತ್ತು. ಶಿವ ಸಿಟ್ಟಿನಿಂದ ಖಡ್ಗವನ್ನು ಝಳಪಿಸುತ್ತಾ ಮತ್ತಷ್ಟು ಹತ್ತಿರಕ್ಕೆ ತಂದು ಹೂಂಕರಿಸಿದ.

'ಪರ್ವತೇಶ್ವರ! ನನ್ನ ಸಹನೆಯನ್ನು ಪರೀಕ್ಷಿಸಬೇಡ. ಹೇಳು ಎಲ್ಲಿ ಸತಿ?' ಪರ್ವತೇಶ್ವರ ಕೊನೆಗೆ ಗಳಗಳನೆ ಅಳುತ್ತಾ ತಲೆಯೆತ್ತಿ ಶಿವನ ಮುಖವನ್ನು ನೋಡಿದ.

ಪರ್ವತೇಶ್ವರ ಆ ರೀತಿ ಅಳುತ್ತಿದ್ದುದ್ದನ್ನು ನೋಡಿ ಶಿವ ಒಂದು ಕ್ಷಣ ಬೆಚ್ಚಿಬಿದ್ದ. ಯಾವುದೋ ಕೆಡುಕಿನ ಮುನ್ಸೂಚನೆಯೊಂದು ಇದ್ದಕ್ಕಿದ್ದಂತೆ ಆತನ ಹೃದಯವನ್ನು ಹೊಕ್ಕಿದಂತಾಯಿತು. ಶಿವ ಭಯದಿಂದ ಕಂಪಿಸಲಾರಂಭಿಸಿದ. ಎರಡು ಹುಬ್ಬುಗಳ ನಡುವೆ ಕಂಪನದ ತೀವ್ರತೆ ಎಲ್ಲೆಯನ್ನು ದಾಟಿತು.

'ಮಹಾಸ್ವಾಮಿ.........ನನ್ನನ್ನು ಕ್ಷಮಿಸಿಬಿಡಿ' ಪರ್ವತೇಶ್ವರ ಗದ್ಗದಿತನಾಗಿ ಹೇಳಿದ.

ಶಿವನ ಕೈ ನಡುಗುತ್ತಿತ್ತು. ಹಿಡಿದಿದ್ದ ಖಡ್ಗ ಜಾರಿ ಕೆಳಗೆ ಬಿತ್ತು. ಕಡುವೇದನೆಯೊಂದು ಮನಸ್ಸನ್ನು ಹೊಕ್ಕಿತ್ತು. ಅದೇನೋ ಒಂದು ರೀತಿಯ ಯಾತನೆ, ಭಯ. ಕಣ್ಣುಗಳು ಬೆಂಕಿಯುಂಡೆಯಾಯಿತು.

ಶಿವ ಒಂದೆರಡು ಹೆಜ್ಜೆ ಮುಂದೆ ಬಂದು ಕೇಳಿದ 'ಪರ್ವತೇಶ್ವರ! ಎಲ್ಲಿ ನನ್ನ ಸತಿ?'.

'ಮಹಾಪ್ರಭು.........ನಾನು ಸರಿಯಾದ ಸಮಯಕ್ಕೆ ಬರಲಾಗಲಿಲ್ಲ'.

ಈ ಬಾರಿ ಶಿವನ ಸಹನೆಯ ಕಟ್ಟೆ ಒಡೆಯಿತು. ಕ್ರೋಧಾಗ್ನಿ ಉಕ್ಕುತ್ತಿತ್ತು.

ಶಿವ ಪರ್ವತೇಶ್ವರನ ಅಂಗವಸ್ತ್ರವನ್ನು ಎಳೆದು ಅದನ್ನು ಆತನ ಕುತ್ತಿಗೆಗೆ ಸುತ್ತಿ ಕೂಗಿದ 'ಪರ್ವತೇಶ್ವರ.........! ಎಲ್ಲಿ ಸತಿ?'.

ಪರ್ವತೇಶ್ವರ ಮಾತನಾಡುವ ಸ್ಥಿತಿಯಲ್ಲಿರಲಿಲ್ಲ. ಹತಾಶನಾಗಿ ಬಿಕ್ಕಿ ಬಿಕ್ಕಿ ಅಳುತ್ತಿದ್ದ. ಅಷ್ಟರಲ್ಲಿ ಬೃಗು ಪರ್ವತೇಶ್ವರನ ಹಿಂದಿದ್ದ ಕೋಣೆಯತ್ತ ದೃಷ್ಟಿ ಬೀರಿದ. ಶಿವ ಸೂಕ್ಷ್ಮವಾಗಿ ಅದನ್ನು ಗಮನಿಸಿದ. ಬೃಗುವಿನ ಸೂಚನೆ ಶಿವನಿಗೆ ಅರ್ಥವಾಯಿತು. ಹಿಡಿದಿದ್ದ ಅಂಗವಸ್ತ್ರವನ್ನು ಬಿಟ್ಟು ಪರ್ವತೇಶ್ವರನನ್ನು ಪಕ್ಕಕ್ಕೆ ಸರಿಸಿ ಮೂಲೆಯಲ್ಲಿದ್ದ ಕೋಣೆಯತ್ತ ನೋಡಿದ.

ಮರುಕ್ಷಣವೇ 'ಸ.........ತೀ............' ಎಂದು ಚೀರುತ್ತಾ ಕೋಣೆಯೆಡೆಗೆ ಧಾವಿಸಿದ.

ಶಿವನ ಆ ರಭಸದ ಓಟಕ್ಕೆ ಮಂತ್ರ ಪಠಿಸುತ್ತಿದ್ದ ಬ್ರಾಹ್ಮಣರು ಅತ್ತಿತ್ತ ಸರಿದರು. ಶಿವ ಕೋಣೆಯ ಮರದ ಬಾಗಿಲನ್ನು ಜೋರಾಗಿ ತಳ್ಳಿದ. ಬಾಗಿಲನ್ನು ಭದ್ರವಾಗಿ ಹಾಕಲಾಗಿತ್ತು. ಶಿವ ನಾಲ್ಕು ಹೆಜ್ಜೆ ಹಿಂದಕ್ಕೆ ಬಂದು ಮತ್ತೊಮ್ಮೆ ತೋಳಿನಿಂದ ಬಾಗಿಲನ್ನು ಬಲವಾಗಿ ತಳ್ಳಿದ. ಕೂಡಲೆ ಬಾಗಿಲಲ್ಲಿ ಕಿಂಡಿಯೊಂದು ಬಿಟ್ಟುಕೊಂಡಿತು. ಬಾಗಿಲನ್ನು ಪೂರ್ಣ ತೆರೆಯುವ ಮುನ್ನ ಸಣ್ಣ ಬಿರುಕಿನ ಮೂಲಕ ಶಿವ ಕಣ್ಣಾಡಿಸಿದ. ಕೋಣೆಯ

ಮಧ್ಯದಲ್ಲೊಂದು ಮಂಜುಗಡ್ಡೆಯ ಗೋಪುರ. ಶಿವನ ಹುಬ್ಬುಗಳ ನಡುವೆ ಬೆಂಕಿಯ ಆವಾಹನೆಯಾಗುತ್ತಿತ್ತು. ಸಹಿಸಲಾರದ ನೋವು, ವೇದನೆ. ಅಷ್ಟರಲ್ಲಿ ಮೆಲೂಹದ ಸೈನಿಕನೊಬ್ಬ ಕೋಣೆಯ ಕೀಲಿಕೈ ತರಲು ಓಡಿದ.

'ಸತಿ........' ಶಿವ ಆರ್ಭಟಿಸುತ್ತಾ ನಾಲ್ಕಾರು ಹೆಜ್ಜೆ ಹಿಂದೆ ಬಂದು ತನ್ನ ಬಲವನ್ನೆಲ್ಲಾ ಬಿಟ್ಟು ಬಾಗಿಲನ್ನು ಮತ್ತೊಮ್ಮೆ ತೋಳಿನಿಂದ ತಳ್ಳಿದ. ಮರದ ಬಾಗಿಲು ಸಿಡಿಲಿನ ಆರ್ಭಟದಂತೆ ಒಡೆದು ಚೂರು ಚೂರಾಯಿತು. ಬಾಗಿಲಿನ ಮರದ ಚಕ್ಕೆಯೊಂದು ಶಿವನ ತೋಳಿಗೆ ಚುಚ್ಚಿ ರಕ್ತ ಸೋರಲಾರಂಭಿಸಿತು. ಶಿವ ಒಡೆದು ಹೋಗಿದ್ದ ಬಾಗಿಲನ್ನು ಮತ್ತೊಮ್ಮೆ ಒದ್ದು ಒಳಗೆ ಪ್ರವೇಶಿಸಿದ. ಒಂದು ಕ್ಷಣ ಆತನ ಉಸಿರೇ ನಿಂತಂತಾಯಿತು. ಕೋಣೆಯ ಮಧ್ಯಭಾಗದಲ್ಲಿ ಮಂಜುಗಡ್ಡೆಯ ಪೆಟ್ಟಿಗೆಯ ಒಳಗೆ ಶಿವನ ಪ್ರೀತಿಯ ಮಡದಿ ಸತಿಯ ಅಂಗಭಂಜಕಗೊಂಡಿದ್ದ ದೇಹವನ್ನು ಮಲಗಿಸಲಾಗಿತ್ತು.

'ಸತಿ...........' ಶಿವ ಗುಡುಗಿದ.

ಸಾವಿರ ಸಿಡಿಲುಗಳ ಆರ್ಭಟ ಏಕಕಾಲದಲ್ಲಿ ಮೂಡಿದಂತಾಯಿತು. ಆತನ ಹುಬ್ಬಿನ ನಡುವೆ ಏನೋ ಆಸ್ಫೋಟಗೊಂಡಂತಾಯಿತು. ಶಿವ ಮುಷ್ಟಿ ಹಿಡಿದು ಸತಿಯ ದೇಹದ ಮೇಲೆ ಮುಚ್ಚಿದ್ದ ಮಂಜಿನ ಚಪ್ಪಡಿಯನ್ನು ಜೋರಾಗಿ ಕುಟ್ಟಿ ಪಕ್ಕಕ್ಕೆ ತಳ್ಳಲಾರಂಭಿಸಿದ. ಆ ಹೊಡೆತಕ್ಕೆ ಅಂಗೈಯಿಂದ ರಕ್ತ ಚಿಮ್ಮಿತ್ತು. ಶಿವ ಒಂದೇ ಸಮನೆ ಕೈಯನ್ನು ಬಡಿಯುತಾ ಮಂಜುಗಡ್ಡೆಯನ್ನು ನೂಕುತ್ತಿದ್ದ. ಮಂಜುಗಡ್ಡೆ ಪುಡಿಪುಡಿಯಾಗುತ್ತಿತ್ತು. ಕೈಯಿಂದ ಹೊರಬರುತ್ತಿದ್ದ ರಕ್ತ ಸುತ್ತ-ಮುತ್ತ ಚಿಮ್ಮುತ್ತಿತ್ತು.

'ಸತಿ..........'.

ಅಷ್ಟರಲ್ಲಿ ನಾಲ್ಕು ಮಂದಿ ಮೆಲೂಹ ಸೈನಿಕರು ಕೊಕ್ಕೆಯಿದ್ದ ಸನ್ನೆಯೊಂದನ್ನು ತಂದು ಭಾರೀ ಸಾಹಸದಿಂದ ಮಂಜುಗಡ್ಡೆಯ ಚಪ್ಪಡಿಯನ್ನು ನಿಧಾನವಾಗಿ ಪಕ್ಕಕ್ಕೆ ಸರಿಸಿದರು. ಮಂಜುಗಡ್ಡೆಯಿಂದ ಮುಚ್ಚಿದ್ದ ಶವಪೆಟ್ಟಿಗೆಯ ಒಳಗೆ ಸತಿಯ ಮೃತದೇಹವಿತ್ತು. ಆಕೆಯ ಎರಡೂ ಕೈಗಳು ಎದೆಗೆ ತಾಗಿದ್ದವು. ಶಿವ ಪೆಟ್ಟಿಗೆಯ ಒಳಗೆ ಕೈಹಾಕಿ ಆಕೆಯ ಮೃತದೇಹವನ್ನು ಹೊರತೆಗೆದು ತೋಳುಗಳಿಂದ ಬಾಚಿ ತಬ್ಬಿ ಹಿಡಿದು ರೋಧಿಸಲಾರಂಭಿಸಿದ. ಸತಿಯ ದೇಹ ಮರಗಟ್ಟಿತ್ತು. ಚರ್ಮ ನೀಲಿ ಬಣ್ಣಕ್ಕೆ ತಿರುಗಿತ್ತು. ಮುಖದ ಮೇಲೆ ಗೀರಿದ ಗಾಯ, ಕುಳಿ ಬಿದ್ದಿದ್ದ ಎಡಗಣ್ಣು. ಎಡಗೈ ಬಹುತೇಕ ಕತ್ತರಿಸಿಹೋಗಿತ್ತು. ಹೊಟ್ಟೆಯಲ್ಲಿ ಎರಡು ದೊಡ್ಡ ರಂಧ್ರಗಳು. ರಕ್ತ ಹೆಪ್ಪುಗಟ್ಟಿದ್ದರೂ ಅಲ್ಲಲ್ಲಿ ಜಿನುಗುತ್ತಿತ್ತು. ಒಟ್ಟಾರೆ ಆಕೆಯ ಇಡೀ ದೇಹ ಛಿದ್ರಛಿದ್ರಗೊಂಡಿತ್ತು. ಶಿವ ಅಪಸ್ವರದಲ್ಲಿ ರೋಧಿಸಲಾರಂಭಿಸಿದ. ಆತನ ಹೃದಯ ಒಡೆದು ಚೂರಾಗಿತ್ತು. ಆತ್ಮ ಝುರ್ಜರಿತವಾಗಿತ್ತು. ಶಿವ ದುಃಖದ ಪ್ರವಾಹದಲ್ಲಿ ಸಿಲುಕಿ ವಿಲವಿಲನೆ ಒದ್ದಾಡುತ್ತಿದ್ದ. ಸತಿಯ ಬರ್ಬರ ಹತ್ಯೆಯನ್ನು ಕಂಡು ಮನಸ್ಸು ಇನ್ನಿಲ್ಲದಂತೆ ಘಾಸಿಗೊಂಡಿತು.

'ಸತಿ..........'.

ಅದು ಇಡೀ ಶತಮಾನದಲ್ಲಿ ಎಂದೂ ಯಾರೂ ಕಂಡು ಕೇಳರಿಯದ ರೋಧನೆ. ಹೃದಯವಿದ್ರಾವಕ ಪ್ರಲಾಪ.

ಅಧ್ಯಾಯ – 47

ಮಾತೃ ಹೃದಯ

ಪಶ್ಚಿಮ ದಿಗಂತದಲ್ಲಿ ಸೂರ್ಯ ಮುಳುಗುತ್ತಿದ್ದ. ನಿತ್ಯ ಸಂಜೆ ಅಪರಿಮಿತ ಬಣ್ಣಗಳನ್ನು ಆಗಸದಲ್ಲಿ ಎರಕ ಹೊಯ್ಯುತ್ತಿದ್ದ ಸೂರ್ಯ ಅಂದು ಮಂಕಾಗಿದ್ದ. ಬಹುಶಃ ಸತಿಯ ಸಾವು ಆತನಿಗೂ ದುಃಖವನ್ನು ತಂದಿತ್ತೋ ಏನೋ, ಕೇವಲ ಮಂದ ಬೆಳಕನ್ನಷ್ಟೇ ಶಾಂತಿ ಭವನದ ಮೇಲೆ ಚೆಲ್ಲಿದ್ದ. ತಾಯಿಯ ಮರಣದಿಂದ ಆಕ್ರೋಶಗೊಂಡಿದ್ದ ಕಾರ್ತಿಕ ದೇವಗಿರಿಯಲ್ಲಿರುವ ಪ್ರತಿಯೊಬ್ಬರನ್ನು ಕೊಲ್ಲುವುದಾಗಿ ಕೂಗಿ ಹೇಳಿದ್ದ. ಶಿವನ ಪರಿವಾರದ ಆಕ್ರೋಶದ ಜ್ವಾಲೆ ಯಾವ ಕ್ಷಣದಲ್ಲಾದರೂ ಸ್ಫೋಟಗೊಳ್ಳುವ ಸಾಧ್ಯತೆ ಇತ್ತು. ಇದನ್ನರಿತ ಬೃಗು ಒತ್ತಾಯಪೂರ್ವಕವಾಗಿ ಪರ್ವತೇಶ್ವರ ಮತ್ತು ಆನಂದಮಯಿಯನ್ನು ದೇವಗಿರಿಗೆ ಕಳುಹಿಸಿದ್ದ.

ಗೋಪಾಲ ಪಂಡಿತರು ಶಾಂತಿ ಭವನದ ಹೊರಗೆ ಶಿವನ ಪರಿವಾರಕ್ಕಾಗಿ ನಿರ್ಮಿಸಿದ್ದ ತಾತ್ಕಾಲಿಕ ಗುಡಾರದಲ್ಲಿ ಕುಳಿತಿದ್ದರು. ಅಲ್ಲಿ ಅವರು ಶಿವ ಸೈನ್ಯದ ಸೇನಾಧಿಕಾರಿಗಳೊಂದಿಗೆ ಮುಂದೇನು ಮಾಡಬೇಕೆಂದು ಚರ್ಚಿಸುತ್ತಿದ್ದರು. ಎಲ್ಲರ ಮನಸ್ಸಿನಲ್ಲಿದ್ದ ಯೋಚನೆ ಒಂದೇ. ಅದು ಮೆಲೂಹದ ಮೇಲೆ ಪ್ರತೀಕಾರ ತೀರಿಸಿಕೊಳ್ಳಬೇಕು ಎನ್ನುವುದು. ಆದರೆ ಏಕಾಏಕಿ ಮೆಲೂಹದ ಮೇಲೆ ಆಕ್ರಮಣ ಮಾಡುವುದು ಅಸಾಧ್ಯವಾಗಿತ್ತು. ಮೆಲೂಹನ್ನರ ಬೃಹತ್ ಸೈನ್ಯದ ತುಕಡಿಯೇನೋ ಮೊಹೆಂಜೋದಾರೊ ಬಳಿ ಇತ್ತು. ಆದರೂ ದೇವಗಿರಿಯನ್ನು ರಕ್ಷಿಸಿಕೊಳ್ಳುವುದಕ್ಕೆ ಬೇಕಾದ ಸೈನ್ಯ ನಗರದ ಒಳಗಿತ್ತು. ಕೆಲವರು ಮೆಲೂಹದ ಮೇಲೆ ಪಾಶುಪತಾಸ್ತ್ರವನ್ನು ಬಳಸುವುದು ಸರಿ ಎನ್ನುತ್ತಿದ್ದರು. ಆದರೆ ವಾಯುಪುತ್ರರಿಗೆ ಗೋಪಾಲರು ಮತ್ತು ಶಿವ ಬ್ರಹ್ಮಾಸ್ತ್ರವನ್ನು ಬಳಸುವುದಿಲ್ಲ ಎಂದು ಮಾತುಕೊಟ್ಟಿದ್ದರು. ಹಾಗಾಗಿ ಅದನ್ನು ಬಳಸಲು ಗೋಪಾಲ ಪಂಡಿತರು ಸ್ಪಷ್ಟವಾಗಿ ನಿರಾಕರಿಸಿಬಿಟ್ಟರು. ಇತ್ತ ಆಯುರ್ವತಿ ಸತಿಯ ಮೃತದೇಹವಿದ್ದ ಕೋಣೆಯತ್ತ ಮತ್ತೆ ಮತ್ತೆ ನೋಡುತ್ತಾ ಕಣ್ಣೀರು ಒರೆಸಿಕೊಳ್ಳುತ್ತಾ ಗಾಯಗೊಂಡಿದ್ದ ಸತಿಯ ಅಂಗರಕ್ಷಕರ ಶುಶ್ರೂಷೆಯಲ್ಲಿ ತೊಡಗಿದ್ದಳು.

ಸತಿಯ ಮೃತದೇಹ ಇಟ್ಟಿದ್ದ ಕೋಣೆಯನ್ನು ಮೆಲೂಹದ ಅತ್ಯಾಧುನಿಕ ತಂತ್ರಜ್ಞಾನವನ್ನು ಬಳಸಿ ನಿರ್ಮಿಸಲಾಗಿತ್ತು. ಕೋಣೆಯ ಒಳಗಿದ್ದ ಗಾಳಿಯ ಉಪಕರಣಗಳು ಆಗಾಗ ಒಳಗಿನ ಗಾಳಿಯನ್ನು ಹೊರಗೆ ಹಾಕುತ್ತಿದ್ದವು. ಆ ಮೂಲಕ ಒಳಗಿನ ಹವೆ ಮತ್ತು ಶೈತ್ಯವನ್ನು ನಿಯಂತ್ರಿಸುತ್ತಿದ್ದವು. ಒಳಗಿದ್ದ ಮಂಜು ಕರಗದಂತೆ ನೋಡಿಕೊಳ್ಳುತ್ತಿದ್ದವು. ಅಷ್ಟಾದರೂ ಮಂಜಿನ ನೀರ್ಗಲ್ಲು ಆಗಾಗ ಕರಗಿ ನೀರಾಗಿ ಸತಿಯ ದೇಹದ ಗಾಯಗಳೊಂದಿಗೆ ಸೇರಿ ಮತ್ತೆ ಹೆಪ್ಪುಗಟ್ಟುತ್ತಿತ್ತು. ರಕ್ತದೊಂದಿಗೆ ಬೆರೆತು ಹರಿಯುತ್ತಿತ್ತು. ಅದಕ್ಕೆ ಕಾರಣ ಅಲ್ಲಿ ಕುಳಿತಿದ್ದ ಶಿವನ ದೇಹದಿಂದ ಹೊರ ಬರುತ್ತಿದ್ದ ಶಾಖ ಮತ್ತು ಬಿಸಿಯುಸಿರು. ಶಿವ ಅತ್ತಿತ್ತ ಅಲುಗಾಡದೆ ಸತಿಯ ದೇಹವನ್ನು ಹಿಡಿದು ರೋಧಿಸುತ್ತಿದ್ದ. ಚಳಿಗೆ ಮೈ ನಡುಗುತ್ತಿತ್ತು. ದುಃಖ ಮಡುಗಟ್ಟಿತ್ತು. ಶೂನ್ಯತೆ ಆವರಿಸಿತ್ತು. ಸುತ್ತಲೂ ನೀರವ ಮೌನ. ಚಳಿಯಲ್ಲಿ ಕುಳಿತಿದ್ದರೂ ಹುಬ್ಬಿನ ನಡುವಿದ್ದ ಕಪ್ಪು-ಕೆಂಪು ಮಿಶ್ರಿತ ಬೊಬ್ಬೆ ಬೆಂಕಿಯನ್ನು ಉಗುಳುತ್ತಿತ್ತು. ಶಿವ ಅದೇ ಸ್ಥಿತಿಯಲ್ಲಿ ಕಳೆದ ಹಲವು ಗಂಟೆಗಳಿಂದ ಕುಳಿತಿದ್ದ. ಅನ್ನಾಹಾರವಲ್ಲದೆ ಒಂದು ತೊಟ್ಟು ನೀರನ್ನೂ ಕುಡಿದಿರಲಿಲ್ಲ. ಅತ್ತು ಅತ್ತು ಕಣ್ಣೀರು ಇಂಗಿಹೋಗಿತ್ತು. ಶಿವ ಅಕ್ಷರಶಃ ನಿರ್ಜೀವ ವಸ್ತುವಿನಂತಾಗಿದ್ದ.

ಕಾಳಿ ಬಾಗಿಲ ಬಳಿ ಕುಳಿತು ಬಿಕ್ಕಿ ಬಿಕ್ಕಿ ಅಳುತ್ತಿದ್ದಳು. ಕೊನೆಯ ಬಾರಿ ಸತಿಯನ್ನು ಭೇಟಿಯಾದಾಗ ಆಕೆಯೊಂದಿಗೆ ಅಷ್ಟೊಂದು ಕಠೋರವಾಗಿ ವರ್ತಿಸಿದೆನಲ್ಲಾ ಎಂದು ತನ್ನನ್ನು ತಾನೇ ಶಪಿಸಿಕೊಳ್ಳುತ್ತಿದ್ದಳು. ಆಕೆಯಲ್ಲಿ ಕೋಪ ಮತ್ತು ಆಕ್ರೋಶ ನಿಧಾನವಾಗಿ ಬುಗಿಲೇಳುತ್ತಿತ್ತು. ಕೃತಿಕಾ ಮಂಜಿನ ಗೋಪುರದ ಪಕ್ಕದಲ್ಲೇ ನಡುಗುತ್ತಾ ಕುಳಿತು ಅಳುತ್ತಿದ್ದಳು. ಆಗಾಗ ಸತಿಯ ದೇಹವನ್ನು ಇಟ್ಟಿದ್ದ ಗೋಪುರವನ್ನು ಮುಟ್ಟುತ್ತಿದ್ದಳು. ಆಕೆಯ ಪತಿ ವೀರಭದ್ರನ ಕಣ್ಣುಗಳೂ ಕೆಂಪಾಗಿದ್ದವು. ಭದ್ರ ಒಂದೆಡೆ ಕೃತಿಕಾಳನ್ನು ಸಮಾಧಾನಪಡಿಸುತ್ತಾ ಮತ್ತೊಂದೆಡೆ ಬಿಗಿಮುಷ್ಟಿ ಹಿಡಿದು ನೆಲವನ್ನು ಗುದ್ದುತ್ತಾ ಕೋಪ ಮತ್ತು ಆಕ್ರೋಶವನ್ನು ಹೊರಹಾಕುತ್ತಿದ್ದ. ಸೇಡಿಗಾಗಿ ಹಾತೊರೆಯುತ್ತಿದ್ದ. ಸತಿಯ ಸಾವಿಗೆ ಕಾರಣರಾದ ಪ್ರತಿಯೊಬ್ಬರಿಗೂ ಚಿತ್ರಹಿಂಸೆ ನೀಡಿ ಕೊಲ್ಲಬೇಕೆಂದು ನಿರ್ಧರಿಸಿದ. ಆ ಮೂಲಕ ತನ್ನ ಗೆಳೆಯನ ಕೋಪವನ್ನು ತಣಿಸುವುದು ಆತನ ಆಲೋಚನೆಯಾಗಿತ್ತು.

ಇತ್ತ ಕೋಣೆಯ ಮತ್ತೊಂದು ಮೂಲೆಯಲ್ಲಿ ಬೃಹಸ್ಪತಿ ಮತ್ತು ತಾರಾ ಕುಳಿತಿದ್ದರು. ಮೆಲೂಹದ ಮಹಾನ್ ವಿಜ್ಞಾನಿಯ ಮುಖವೆಲ್ಲಾ ಕಣ್ಣೀರಿನಿಂದ ತೋಯ್ದು ಹೋಗಿತ್ತು. ಬೃಹಸ್ಪತಿ ಸತಿಯನ್ನು ಮೆಲೂಹ ಜೀವನ ಶೈಲಿಯ ಪ್ರತೀಕ ಎಂದೇ ಪರಿಗಣಿಸಿ ಗೌರವಿಸುತ್ತಿದ್ದ. ಅಲ್ಲದೆ ಶಿವ ಮುಂದೆ ಇನ್ನೆಂದೂ ಹಿಂದಿನಂತಾಗಲಾರ

ಎಂಬುದು ಆತನಿಗೆ ಚೆನ್ನಾಗಿ ತಿಳಿದಿತ್ತು. ತಾರಾ ಸಹ ದುಃಖಿತಪ್ತಳಾಗಿ ಶಿವನನ್ನೇ ನೋಡುತ್ತಾ ಮಮ್ಮಲಮರುಗುತ್ತಿದ್ದಳು. ಆಕೆ ಪರಿಹದಲ್ಲಿ ಶಿವನ ಮೌಲ್ಯಾಧಾರಿತ ವ್ಯಕ್ತಿತ್ವವನ್ನು ಕಣ್ಣಾರೆ ಕಂಡಿದ್ದಳು. ಅಂತಹ ಮೇರು ವ್ಯಕ್ತಿತ್ವದ ನೀಲಕಂಠನಿಗೆ ಇಂತಹ ಪರಿಸ್ಥಿತಿ ಬಂತಲ್ಲ ಎಂದು ಪರಿತಪಿಸುತ್ತಿದ್ದಳು.

ಮತ್ತೊಂದೆಡೆ ಮಂಜಿನ ನೆಲದ ಮೇಲೆ ಗೋಡೆಗೆ ಒರಗಿಕೊಂಡು ಗಣೇಶ ಮತ್ತು ಕಾರ್ತಿಕ ಅಕ್ಕ-ಪಕ್ಕದಲ್ಲಿ ಕೈಹಿಡಿದುಕೊಂಡು ಕುಳಿತಿದ್ದರು. ಅವರ ಕಣ್ಣುಗಳು ಮಂಜಿನ ಗೋಪುರ, ಸತಿಯ ಮೃತದೇಹ ಮತ್ತು ಜೀವಂತ ಶವದಂತೆ ಕುಳಿತಿದ್ದ ತಂದೆಯನ್ನೇ ನೋಡುತ್ತಿದ್ದವು. ಆಗಾಗ ಸುರಿಯುತ್ತಿದ್ದ ಕಣ್ಣೀರು ದೃಷ್ಟಿ ಮಂಜಾಗುವಂತೆ ಮಾಡುತ್ತಿತ್ತು. ಹೃದಯದಲ್ಲಿ ದುಃಖದ ಮಹಾಪೂರವೇ ಉಕ್ಕಿ ಹರಿಯುತ್ತಿತ್ತು. ಇಬ್ಬರೂ ಸತಿಯ ಸಾವಿಗೆ ಕಾರಣವೇನಿರಬಹುದು ಎಂಬುದನ್ನು ಯೋಚಿಸುತ್ತಿದ್ದರು. ಅಷ್ಟರಲ್ಲಿ ಗಣೇಶನಿಗೆ ಇದ್ದಕ್ಕಿದ್ದಂತೆ ಸತಿಯ ದೇಹವನ್ನು ಮಲಗಿಸಿದ್ದ ಗೋಪುರದ ಮೇಲೆ ಏನೋ ಚಲಿಸಿದಂತೆ ಕಂಡಿತು. ಆತ ದಿಗ್ಭ್ರಾಂತನಾಗಿ ನೋಡುತ್ತಿದ್ದ. ಒಂದೆರಡು ಕ್ಷಣಗಳ ಬಳಿಕ ಸತಿಯ ಭೌತಿಕವಲ್ಲದ ಮತ್ತೊಂದು ಆಕೃತಿ ಮೃತ ದೇಹದಿಂದ ಮೇಲೆದ್ದು ಗಾಳಿಯಲ್ಲಿ ತೇಲಾಡುತ್ತಿತ್ತು. ಅದನ್ನು ಗಮನಿಸಿದ ಗಣೇಶ ಥಟ್ಟನೆ ತಂದೆಯತ್ತ ತಿರುಗಿದ. ಶಿವ ಸತಿಯ ದೇಹವನ್ನು ತೋಳಿನಿಂದ ಬಳಸಿ ಹಿಡಿದುಕೊಂಡಿದ್ದ. ಗಣೇಶ ಮತ್ತೊಮ್ಮೆ ತಾಯಿಯ ಅತಿಮಾನುಷ ಆಕೃತಿಯನ್ನೇ ಆಶ್ಚರ್ಯದಿಂದ ನೋಡಿದ. ಈಗ ಅದೇ ಆಕೃತಿ ಗಾಳಿಯಲ್ಲಿ ಮತ್ತೊಮ್ಮೆ ತೇಲಾಡಿ ಗಣೇಶನ ಮುಂದೆ ಬಂದು ನಿಂತಿತು. ಸತಿಯ ಕಾಲುಗಳು ಪುರಾಣದ ದೇವತೆಗಳಂತೆ ಭೂಮಿಯಿಂದ ಒಂದೆರಡು ಅಡಿ ಮೇಲಿತ್ತು. ಕೊರಳಲ್ಲಿ ಹೂಮಾಲೆಯಿತ್ತು. ಆದರೆ ಆಕೆಯ ದೇಹದಿಂದ ರಕ್ತ ಜಿನುಗುತ್ತಿತ್ತು. ಎಡತೋಳು ಮತ್ತು ಎಡಗಣ್ಣು ಕತ್ತರಿಸಿ ಹೋಗಿತ್ತು. ಮುಖದಲ್ಲಿ ಸುಟ್ಟ ಗಾಯದ ಗುರುತಿತ್ತು. ಎಡಗೈನಲ್ಲಿ ಬೆರಳುಗಳೇ ಇರಲಿಲ್ಲ. ಹೊಟ್ಟೆಯಲ್ಲಿ ಎರಡು ದೊಡ್ಡ ಗಾಯವಾಗಿತ್ತು. ಪರ್ವತಗಳಲ್ಲಿ ಭೋರ್ಗರೆಯುತ್ತಾ ರಭಸದಿಂದ ಹರಿಯುವ ನದಿಯ ನೀರಿನಂತೆ ಆಕೆಯ ದೇಹದಿಂದ ರಕ್ತ ಹೊರಬರುತ್ತಿತ್ತು. ಮೈತುಂಬಾ ಗಾಯ. ಸತಿ ಮುಷ್ಟಿ ಹಿಡಿದಿದ್ದಳು. ದೇಹ ಕಂಪಿಸುತ್ತಿತ್ತು. ಕಣ್ಣುಗಳು ಗಣೇಶನನ್ನೇ ನೋಡುತ್ತಿತ್ತು. ಒಟ್ಟಾರೆ ಅದೊಂದು ಭಯಾನಕ ದೃಶ್ಯ.

'ಅಮ್ಮಾ..........'.

'ಅಮ್ಮಾ..........' ಗಣೇಶ ಚೀರಿದ.

'ನನ್ನ ಸಾವಿಗೆ ಸೇಡು ತೀರಿಸಿಕೋ' ಸತಿಯ ಆಕೃತಿ ಹೇಳಿತು.

'ಅಮ್ಮಾ..........'.

'ಪ್ರತೀಕಾರ ತೀರಿಸಿಕೋ ಮಗು..........'.

ಗಣೇಶ ಕಾರ್ತಿಕನಿಂದ ಕೈ ಬಿಡಿಸಿಕೊಂಡು ಬಿಗಿಯಾಗಿ ಮುಷ್ಟಿ ಹಿಡಿದು ಹಲ್ಲನ್ನು ಕಟಕಟನೆ ಕಡಿಯಲಾರಂಬಿಸಿದ.

'ಖಂಡಿತಾ ಪ್ರತಿಕಾರ ತೀರಿಸಿಕೊಳ್ಳುತ್ತೇನೆ'.

'ನಾನು ಹೇಗೆ ಸಾವನ್ನಪ್ಪಿದೆ ಎಂಬುದನ್ನು ನೆನೆಪಿಸಿಕೋ'.

'ನನಗೆ ನೆನಪಿದೆ ಅಮ್ಮ............ಪ್ರತೀಕಾರಕ್ಕೆ ನಾನು ಸಿದ್ಧ'.

'ನನಗೆ ಮಾತುಕೊಡು...........'.

'ನಿನ್ನ ಸಾವಿಗೆ ಪ್ರತೀಕಾರ ತೀರಿಸಿಕೊಳ್ಳುತ್ತೇನೆ ಅಮ್ಮ.............ಇದು ನನ್ನ ವಾಗ್ದಾನ'.

ಥಟ್ಟನೆ ಸತಿಯ ಆಕೃತಿ ಮಾಯವಾಯಿತು.

ಗಣೇಶ 'ಅಮ್ಮಾ.........ಅಮ್ಮಾ........' ಎಂದು ರೋಧಿಸಿದ.

ಆಶ್ಚರ್ಯಕ್ಕೆ ಅದೇ ಸಮಯಕ್ಕೆ ಕಾರ್ತಿಕನ ಕಣ್ಮುಂದೆಯೂ ಸತಿಯ ಅಂಥದ್ದೇ ಮತ್ತೊಂದು ಆಕೃತಿ ಪ್ರತ್ಯಕ್ಷವಾಯಿತು. ಸತಿಯ ಆತ್ಮ ದೇಹದಿಂದ ಬೇರೆಯಾಗಿ ಕಾರ್ತಿಕನ ಮುಂದೆ ಬಂದು ನಿಂತಿತ್ತು. ಅದೇ ಆಕಾರ. ಎತ್ತರದ ದೇಹ. ಕಂಚಿನ ಬಣ್ಣದ ಮೈ ಚರ್ಮ. ಎರಡೂ ಕೆನ್ನೆಯ ಮೇಲೆ ಕುಳಿ. ಹೊಳೆಯುತ್ತಿದ್ದ ನೀಲಿ ಕಣ್ಣುಗಳು. ಮುಡಿಗೇರಿದ್ದ ಕೇಶ. ಶಾಂತ ಮುಖಭಾವ. ಕೊರಳಲ್ಲಿ ಹೂಮಾಲೆ. ಸತಿ ನೆಲದಿಂದ ಮೇಲೆ ನಿಂತಿದ್ದಳು. ಆದರೆ ಆಕೆಯ ದೇಹದಲ್ಲಿ ಯಾವ ಗಾಯಗಳೂ ಇರಲಿಲ್ಲ. ಕಾರ್ತಿಕ ಸತಿ ಬದುಕಿದಾಗ ಕಡೆಯ ಬಾರಿ ನೋಡಿದ್ದ ಪ್ರತಿರೂಪವೇ ಈಗ ಕಣ್ಮುಂದೆ ನಿಂತಿತ್ತು. ಸತಿ ಅಕ್ಷರಶಃ ಮೆಲೂಹದ ನ್ಯಾಯ ಪರಿಪಾಲಕಿಯಾಗಿ ಮತ್ತೊಬ್ಬರ ನೋವು ನಲಿವುಗಳಿಗೆ ಸ್ಪಂದಿಸುತ್ತಿದ್ದ ಮಾನವೀಯತೆಯ ಮೂರ್ತಿಯಂತೆ ಕಂಗೊಳಿಸುತ್ತಿದ್ದಳು.

ಆಕೆಯನ್ನು ನೋಡಿದ ಕೂಡಲೆ ಕಾರ್ತಿಕ ಗಳಗಳನೆ ಅಳಲಾರಂಭಿಸಿದ.

'ಅಮ್ಮಾ..........'.

'ಮಗು.......ಕಂದಾ..........' ಸತಿ ಪಿಸುಗುಟ್ಟಿದಳು.

'ಅಮ್ಮ.........ನಿನ್ನನ್ನು ಈ ಸ್ಥಿತಿಗೆ ತಂದವರನ್ನು ನಾನು ಸುಮ್ಮನೆ ಬಿಡುವುದಿಲ್ಲ. ಒಬ್ಬೊಬ್ಬರನ್ನೂ ಕೊಂದು ಹಾಕುತ್ತೇನೆ. ಅವರ ಗುಂಡಿಗೆ ಬಗೆದು ರಕ್ತ ಹೀರುತ್ತೇನೆ. ಇಡೀ ನಗರವನ್ನು ಸುಟ್ಟು ಬೂದಿ ಮಾಡುತ್ತೇನೆ. ನಿನ್ನ ಸಾವಿಗೆ ಪ್ರತೀಕಾರ ತೀರಿಸಿಕೊಳ್ಳುತ್ತೇನೆ ಅಮ್ಮ'.

'ಬೇಡ ಮಗು' ಸತಿ ಮೆಲ್ಲನೆ ಹೇಳಿದಳು.

ಕಾರ್ತಿಕ ದಂಗು ಬಡಿದವನಂತೆ ಆಕೆಯನ್ನೇ ನೋಡುತ್ತಿದ್ದ.

'ನಾನು ಈ ಹಿಂದೆ ನಿನಗೆ ಹೇಳಿದ್ದ ಮಾತುಗಳು ನೆನಪಿಲ್ಲವೇ ಕಂದ'.

ಕಾರ್ತಿಕ ಮರುಮಾತನಾಡಲಿಲ್ಲ.

ಸತಿ ಮಾತು ಮುಂದುವರಿಸಿದಳು 'ಪ್ರತೀಕಾರದಿಂದ ಯಾವ ಪ್ರಯೋಜನವೂ ಇಲ್ಲ. ಸುಮ್ಮನೆ ಸಮಯ ಹಾಳು ಅಷ್ಟೇ. ಈಗ ನಾನು ಮುಖ್ಯವಲ್ಲ. ಧರ್ಮವನ್ನು ಉಳಿಸುವುದಷ್ಟೇ ಮುಖ್ಯ. ನಿನಗೆ ನನ್ನ ಮೇಲೆ ಪ್ರೀತಿಯಿದ್ದರೆ ನೀನು ನನ್ನ ಮಾತನ್ನು ಕೇಳುವುದೇ ಆದರೆ ಬುದ್ಧಿಯನ್ನು ಕೋಪದ ಕೈಗೆ ಕೊಡಬೇಡ. ಧರ್ಮದ ಕೈಗೆ ನೀಡು. ಧರ್ಮವನ್ನು ಉಳಿಸು. ಧರ್ಮಕ್ಕೆ ಶರಣಾಗು'.

'ಅಮ್ಮ........'.

'ನಾನು ಹೇಗೆ ಸತ್ತೆ ಎಂಬುದನ್ನು ಮರೆತುಬಿಡು ಮಗು. ಹೇಗೆ ಬದುಕಿದ್ದೆ ಎಂಬುದನ್ನು ಸದಾ ನೆನಪಿನಲ್ಲಿಟ್ಟುಕೋ'.

'ಅಮ್ಮ........'.

'ನನ್ನ ಬದುಕಿನ ಆದರ್ಶ ಮತ್ತು ಮೌಲ್ಯವನ್ನು ಎತ್ತಿ ಹಿಡಿಯುತ್ತೇನೆ ಎಂದು ನನಗೆ ಮಾತು ಕೊಡು ಕಂದಾ......'.

'ಹಾಗೇ ಆಗಲಿ ಅಮ್ಮ.......ನಾನೆಂದೂ ಧರ್ಮವನ್ನು ಬಿಡುವುದಿಲ್ಲ........... ನಿನ್ನ ಆದೇಶವನ್ನು ಶಿರಸಾವಹಿಸಿ ಪಾಲಿಸುತ್ತೇನೆ'.

ಅಧ್ಯಾಯ – 48

ಮಹತ್ವದ ಚರ್ಚೆ

ಮೆಲೂಹದ ವಿರುದ್ಧ ಪ್ರತೀಕಾರ ತೀರಿಸಿಕೊಳ್ಳಲು ಹಾತೊರೆಯುತ್ತಿದ್ದವರಿಗೆ ಮರುದಿನ ಅದ್ಭುತ ಅವಕಾಶವೊಂದು ದೊರೆಯಿತು. ಶಿವನ ಸೈನ್ಯದ ಮುಂಚೂಣಿಯಲ್ಲಿದ್ದ ದಂಡನಾಯಕ ಭಗೀರಥ ಎರಡುವರೆ ಲಕ್ಷ ಸೈನಿಕರೊಂದಿಗೆ ಲೋಥಲ್‌ನಿಂದ ಹೊರಟು ದೇವಗಿರಿಗೆ ಬಂದಿಳಿದಿದ್ದ. ಅಯೋಧ್ಯೆಯ ರಾಜಕುಮಾರನಿಗೆ ಮೆಲೂಹನ್ನರು ಏನಾದರೂ ಕುತಂತ್ರ ಮಾಡಿ ನೀಲಕಂಠನ ಮೇಲೆ ಎರಗಿ ಬಿದ್ದರೆ ಗತಿಯೇನು ಎಂಬ ಚಿಂತೆ ಕಾಡಿತ್ತು. ಹಾಗಾಗಿ ಇಡೀ ಸೈನ್ಯದೊಂದಿಗೆ ಸರಸ್ವತಿ ನದಿಯ ಮೇಲೆ ಪ್ರಯಾಣಿಸಿ ದೇವಗಿರಿಗೆ ಬಂದಿಳಿದ. ದಾರಿಯಲ್ಲಿ ಗೋಪಾಲ ಪಂಡಿತರು ಸತಿಯ ಬರ್ಬರ ಹತ್ಯೆಯ ವಿಚಾರವನ್ನು ಭಗೀರಥನಿಗೆ ತಿಳಿಸಿದರು.

ಭಗೀರಥ ದಿಗ್ಭ್ರಾಂತನಾಗಿ ಮೆಲ್ಲನೆ ಉಸುರಿದ 'ಅಯ್ಯೋ ಶ್ರೀರಾಮ.......'.

'ಸತಿಯ ಮೃತದೇಹ ಈಗ ಎಲ್ಲಿದೆ?' ಭಗೀರಥನೊಂದಿಗೆ ಬಂದಿದ್ದ ಚೆನಾರಧ್ವಜ ಕೇಳಿದ.

'ಅದು ಶಾಂತಿ ಸಭೆಗೆಂದು ನಿಗದಿಯಾಗಿದ್ದ ಭವನದಲ್ಲಿದೆ. ಅಲ್ಲಿ ನೀಲಕಂಠನಿದ್ದಾನೆ. ಕಳೆದ ಇಪ್ಪತ್ನಾಲ್ಕು ಗಂಟೆಗಳಿಂದ ಆತ ಅತ್ತಿತ್ತ ಅಲುಗಾಡಿಲ್ಲ. ಆಹಾರ ಸೇವಿಸಿಲ್ಲ. ಯಾರೊಂದಿಗೂ ಮಾತನಾಡಿಲ್ಲ. ಸತಿಯ ದೇಹವನ್ನು ಹಿಡಿದು ರೋಧಿಸುತ್ತಿದ್ದಾನೆ' ಚಂದ್ರಕೇತು ಆಗಸದತ್ತ ನೋಡಿ ಕಣ್ಣೀರು ಒರೆಸಿಕೊಂಡು ಹೇಳಿದ.

ಆ ಮಾತುಕೇಳಿ ಭಗೀರಥ ಸಹ ಕೆಂಡಾಮಂಡಲನಾದ.

'ಮೆಲೂಹದಲ್ಲಿರುವ ಎಲ್ಲರನ್ನೂ ಕೊಂದು ಹಾಕೋಣ. ದೇವಗಿರಿ ನಗರದ ಕುರುಹೇ ಇಲ್ಲದಂತೆ ಎಲ್ಲವನ್ನೂ ನಾಶ ಮಾಡಿಬಿಡೋಣ. ನಮ್ಮ ಜೀವಂತ ಆರಾಧ್ಯ ದೈವಕ್ಕೆ ಘಾಸಿ ಮಾಡಿರುವ ಅವರಿಗೆ ಅದೇ ಸರಿಯಾದ ಶಿಕ್ಷೆ' ಭಗೀರಥ ಮುಷ್ಟಿಹಿಡಿದು ಕೈ ಹಿಸುಕಿಕೊಳ್ಳುತ್ತಾ ಅಬ್ಬರಿಸಿದ.

'ಭಗೀರಥ! ಇಡೀ ನಗರದಲ್ಲಿರುವ ಎಲ್ಲರನ್ನೂ ಶಿಕ್ಷಿಸುವುದು ಸರಿಯಲ್ಲ. ಸ್ವಲ್ಪ ಯೋಚಿಸು. ಯಾರು ಸತಿಯ ಹತ್ಯೆಯಲ್ಲಿ ಭಾಗಿಯಾಗಿದ್ದಾರೋ ಅದಕ್ಕೆ ಕಾರಣಕರ್ತರಾಗಿದ್ದಾರೋ ಅವರನ್ನು ಶಿಕ್ಷಿಸೋಣ. ಸೋಮರಸ ಕಾರ್ಖಾನೆಗಳನ್ನು

ಧ್ವಂಸ ಮಾಡೋಣ. ಉಳಿದವರನ್ನು ಹಾಗೇ ಬಿಟ್ಟುಬಿಡೋಣ. ಅದೇ ಸರಿಯಾದ ಕ್ರಮ' ಗೋಪಾಲರು ಹೇಳಿದರು.

'ಕ್ಷಮಿಸಿ ಪಂಡಿತರೇ! ಕೆಲವೊಂದು ಅಪರಾಧಗಳಿಗೆ ನಾವು ಇಡೀ ಸಮುದಾಯವನ್ನೇ ಶಿಕ್ಷಿಸಬೇಕಾಗುತ್ತದೆ. ಮೆಲೂಹನ್ನರು ಮಾಡಿರುವುದು ಸಾಮಾನ್ಯ ಪಾಪವಲ್ಲ. ಅವರು ಸತಿಯನ್ನು ಅತ್ಯಂತ ಬರ್ಬರವಾಗಿ ಕೊಂದುಹಾಕಿದ್ದಾರೆ' ಚಂದ್ರಕೇತು ಹೇಳಿದ.

'ಆದರೆ ಮೆಲೂಹದಲ್ಲಿರುವ ಎಲ್ಲರೂ ಸತಿಯ ಹತ್ಯೆಯಲ್ಲಿ ಭಾಗಿಯಾಗಿಲ್ಲ. ಅನೇಕರಿಗೆ ದಕ್ಷ ಮಹಾರಾಜ ಮಾಡಿರುವ ಮೋಸ ಮತ್ತು ಕುತಂತ್ರ ಇನ್ನೂ ಅರ್ಥವಾಗಿಲ್ಲ. ಈ ಬಗ್ಗೆ ಅವರಿಗೆ ಏನೂ ತಿಳಿದಿಲ್ಲ' ಗೋಪಾಲರು ಹೇಳಿದರು.

'ಸತಿಯ ಹತ್ಯೆಯಾಗುತ್ತಿದ್ದಾಗ ಮೆಲೂಹನ್ನರು ಅದನ್ನು ತಡೆಯಬಹುದಿತ್ತಲ್ಲವೇ ಪಂಡಿತರೇ? ಯಾರೋ ಒಬ್ಬರು ಪಾಪಕೃತ್ಯ ಎಸಗುತ್ತಿದ್ದಾಗ ಅದನ್ನು ತಡೆಯುವುದನ್ನು ಬಿಟ್ಟು ಮೂಕ ಪ್ರೇಕ್ಷಕರಂತೆ ನಿಂತು ನೋಡುವುದೂ ಅಪರಾಧವಲ್ಲವೇ? ಅದೂ ಪಾಪ ಕಾರ್ಯವಲ್ಲವೇ' ಚಂದ್ರಕೇತು ಕೇಳಿದ.

'ಇಲ್ಲಿ ವಿಚಾರವೇ ಬೇರೆಯಿದೆ ಚಂದ್ರಕೇತು'.

'ಇಲ್ಲ ಪಂಡಿತರೇ! ನಾನು ನಿಮ್ಮ ಮಾತನ್ನು ಒಪ್ಪುವುದಿಲ್ಲ. ದೇವಗಿರಿ ತಾನು ಮಾಡಿದ ತಪ್ಪಿಗೆ ಶಿಕ್ಷೆ ಅನುಭವಿಸಲೇಬೇಕು' ವೈಶಾಲಿಯ ರಾಜ ಮಾತಳಿ ಹೇಳಿದ.

'ಗೋಪಾಲರು ಹೇಳುತ್ತಿರುವ ಮಾತಿನಲ್ಲಿ ಅರ್ಥವಿದೆ ಮಾತಳಿ. ಕೆಲವೇ ಮಂದಿ ಮಾಡಿರುವ ಪಾಪ ಕಾರ್ಯಕ್ಕೆ ಎಲ್ಲರನ್ನು ಶಿಕ್ಷಿಸುವುದು ಸರಿಯಲ್ಲ' ಲೋಥಲ್‌ನ ರಾಜ್ಯಪಾಲ ಚೆನಾರಧ್ವಜ ಹೇಳಿದ.

'ನಮ್ಮ ನಿಜವಾದ ಶತ್ರು ದೇವಗಿರಿ. ಅಲ್ಲಿಯವರೇ ಸತಿಯನ್ನು ಕೊಂದಿರುವುದು. ಹಾಗಾಗಿ ಪಾಶುಪತಾಸ್ತ್ರವನ್ನು ಬಳಸಿ ಅವರೆಲ್ಲರನ್ನೂ ಸಂಹಾರ ಮಾಡಬೇಕು' ಭಗೀರಥ ಹೇಳಿದ.

ಕೂಡಲೆ ಗೋಪಾಲ ಪಂಡಿತರು ಕೋಪದಿಂದ ನುಡಿದರು 'ಸರಿಯಾಗಿ ಯೋಚಿಸದೆ ಪಾಶುಪತಾಸ್ತ್ರವನ್ನು ಪ್ರಯೋಗಿಸುವುದಕ್ಕೆ ಅದೇನು ಸಾಮಾನ್ಯ ಅಸ್ತ್ರವಲ್ಲ. ಅದು ಎಲ್ಲವನ್ನೂ ಎಲ್ಲರನ್ನೂ ಸರ್ವನಾಶ ಮಾಡಿಬಿಡುತ್ತದೆ. ಶತಮಾನಗಳ ಕಾಲ ನಾವು ಅದರ ಪರಿಣಾಮವನ್ನು ಎದುರಿಸಬೇಕಾಗುತ್ತದೆ'.

'ಹಾಗಾದರೆ ಅದನ್ನು ದೇವಗಿರಿಯನ್ನು ನಾಶಮಾಡಲು ಬಳಸುವುದು ಸರಿ' ಚಂದ್ರಕೇತು ಹೇಳಿದ.

'ಇಲ್ಲ ಚಂದ್ರಕೇತು, ಇಬ್ಬರು ವ್ಯಕ್ತಿಗಳ ನಡುವೆ ನಡೆಯುವ ವ್ಯಾಜ್ಯವನ್ನು ಪರಿಹರಿಸಿಕೊಳ್ಳಲು ಪಾಶುಪತಾಸ್ತ್ರವನ್ನು ಬಳಸುವುದು ಯುಕ್ತವೇ?'.

'ಶಿವ ಸಾಮಾನ್ಯ ವ್ಯಕ್ತಿಯಲ್ಲ. ಆತ ಜೀವಂತ ದೇವರು. ದೈವಾಂಶ ಸಂಭೂತ. ಹಾಗಾಗಿ ಆತ ದೈವೀಅಸ್ತ್ರವನ್ನು ಬಳಸಬಹುದು' ಭಗೀರಥ ಹೇಳಿದ.

'ಇಲ್ಲ, ನಾವು ಪಾಶುಪತಾಸ್ತ್ರವನ್ನು ಬಳಸುವಂತಿಲ್ಲ ಅಷ್ಟೇ' ಪಂಡಿತರು ಖಡಾಖಂಡಿತವಾಗಿ ಹೇಳಿದರು

'ಪಂಡಿತರೇ! ಸತಿ ಈ ದೇಶ ಕಂಡ ವೀರ ಶಿರೋಮಣಿ. ಮಹಾನ್ ನಾಯಕಿ. ಅಪ್ರತಿಮ ಹೋರಾಟಗಾರ್ತಿ. ನ್ಯಾಯ, ನೀತಿ ಮತ್ತು ಧರ್ಮದ ಪ್ರತಿರೂಪ. ಶಿವ ಜಗತ್ತಿನಲ್ಲಿ ಯಾರೂ ಪ್ರೀತಿಸಲಾರದಷ್ಟು ಗಾಢವಾಗಿ ಸತಿಯನ್ನು ಪ್ರೀತಿಸುತ್ತಿದ್ದ. ಆಕೆಯನ್ನು ಕೊಂದ ಹಂತಕರ ವಿರುದ್ಧ ನಾವು ಪ್ರತೀಕಾರ ತೀರಿಸಿಕೊಳ್ಳಬೇಡವೇ? ಶಿವನಾದರೂ ಅಂತಹ ಹಂತಕರನ್ನು ಸುಮ್ಮನೆ ಬಿಡುತ್ತಾನೆಯೇ?' ಚಂದ್ರಕೇತು ಕೇಳಿದ.

'ಚಂದ್ರಕೇತು! ಈಗ ನಮಗೆ ಬೇಕಾಗಿರುವುದು ಪ್ರತೀಕಾರವಲ್ಲ. ನ್ಯಾಯ ಅಷ್ಟೇ. ಸತಿಯ ಸಾವಿಗೆ ಯಾರು ಕಾರಣರಾಗಿದ್ದಾರೋ ಅವರಿಗೆ ಶಿಕ್ಷೆ ಆಗಲೇಬೇಕು. ಆದರೆ ಆ ಕಾರಣಕ್ಕೆ ಮೆಲೂಹದ ಮುಗ್ಧ ಜನರನ್ನು ಹಿಂಸಿಸುವುದಾಗಲಿ ಕೊಲ್ಲುವುದಾಗಲಿ ನ್ಯಾಯ ಸಮ್ಮತವಲ್ಲ. ಹಾಗೇನಾದರೂ ನಡೆದುಕೊಂಡರೆ ಈಗ ಆಗಿರುವುದಕ್ಕಿಂತಲೂ ಘೋರ ಅನ್ಯಾಯವನ್ನು ಎಸಗಿದಂತಾಗುತ್ತದೆ' ಪಂಡಿತರು ಹೇಳಿದರು.

'ಇದು ಕಾರಣಗಳನ್ನು ಕೇಳುತ್ತಾ ಹುಡುಕುತ್ತಾ ಕೂರುವ ಸಮಯವಲ್ಲ. ಇದು ಪ್ರತೀಕಾರ ತೀರಿಸಿಕೊಳ್ಳಬೇಕಾಗಿರುವ ಸಮಯ' ಮೊತಳಿ ಹೇಳಿದ.

'ತನಗೆ ಎಷ್ಟೇ ದುಃಖ, ನೋವು, ಕೋಪ, ತಾಪಗಳಿದ್ದರೂ ನೀಲಕಂಠ ಆತುರದಿಂದ ಯಾವುದೇ ನಿರ್ಧಾರ ತೆಗೆದುಕೊಳ್ಳಲಾರ ಎಂಬುದು ನನ್ನ ಭಾವನೆ' ಪಂಡಿತರು ಹೇಳಿದರು.

'ಹಾಗಾದರೆ ಮುಂದೇನು ಮಾಡಬೇಕು ಎನ್ನುವುದನ್ನು ನೀಲಕಂಠನನ್ನೇ ಕೇಳೋಣ. ಆತನೇ ನಿರ್ಧರಿಸಲಿ'.

ಅಷ್ಟು ಹೇಳಿ ಭಗೀರಥ ಚರ್ಚೆಯನ್ನು ಮುಕ್ತಾಯಗೊಳಿಸಿದ.

'ಎಲ್ಲರನ್ನೂ ಕೊಂದು ಹಾಕಿ. ಎಲ್ಲ ನಾಗರೀಕರೂ ಸೇರಿದಂತೆ ಇಡೀ ನಗರವನ್ನು ಸುಟ್ಟು ಭಸ್ಮ ಮಾಡಿಬಿಡಿ' ಕಾಳಿ ಆರ್ಭಟಿಸಿದಳು.

ಶಿವನ ಸೈನ್ಯದ ಪ್ರಮುಖರೆಲ್ಲರೂ ಶಾಂತಿಭವನದ ಹೊರಗೆ ಸಭೆ ಸೇರಿದ್ದರು. ಅವರೆಲ್ಲರೂ ಕುಳಿತಿದ್ದ ವೇದಿಕೆಯ ಸುತ್ತ ಸೈನಿಕರ ಬಿಗಿ ಪಹರೆ ಹಾಕಲಾಗಿತ್ತು. ಯಾವ ಕಾರಣಕ್ಕೂ ಅಲ್ಲಿ ನಡೆಯುವ ಚರ್ಚೆ ಹೊರಗಿನವರಿಗೆ ತಿಳಿಯಬಾರದು ಎಂಬ ಕಾರಣಕ್ಕೆ ಸೈನಿಕರು ಬೆಂಗಾವಲಾಗಿದ್ದರು. ಬೃಹಸ್ಪತಿ ಮತ್ತು ತಾರಾ ಒಂದು

ಮಾತನ್ನೂ ಆಡದೆ ಸುಮ್ಮನೆ ಕುಳಿತಿದ್ದರು. ಬೃಹಸ್ಪತಿ ಆ ಸಭೆಗೆ ನೀಲಕಂಠನನ್ನು ಆಹ್ವಾನಿಸಿದ್ದ. ಆದರೆ ನೀಲಕಂಠ ಬೃಹಸ್ಪತಿಯ ಮನವಿಯನ್ನು ತಿರಸ್ಕರಿಸಿ ಸಭೆಗೆ ಗೈರುಹಾಜರಾಗಿದ್ದ. ಒಬ್ಬೊಂಟಿಯಾಗಿ ಶೀತ ಕೋಣೆಯೊಳಗಿದ್ದ ಸತಿಯ ದೇಹದ ಮುಂದೆ ರೋಧಿಸುತ್ತಾ ಕುಳಿತಿದ್ದ.

ಕಾಳಿಯನ್ನು ಸಮಾಧಾನಪಡಿಸುವ ಸಲುವಾಗಿ ಗೋಪಾಲರು ಹೇಳಿದರು 'ಮಹಾರಾಣಿ ಕಾಳಿ! ಕ್ಷಮಿಸು. ನಿನ್ನ ಮಾತಿಗೆ ನನ್ನ ಸಹಮತವಿಲ್ಲ. ನಾವು ಹಾಗೆ ಮಾಡುವಂತಿಲ್ಲ. ಅದು ನೈತಿಕವಾಗಿ ತಪ್ಪಾಗುತ್ತದೆ'.

'ಶಾಂತಿ ಮಾತುಕತೆಯ ಹೆಸರಿನಲ್ಲಿ ಮೆಲೂಹನ್ನರು ಮಾಡಿದ್ದೇನು? ಶಾಂತಿಸಭೆ ನಡೆಯುತ್ತಿರುವಾಗ ಶಸ್ತ್ರಾಸ್ತ್ರಗಳನ್ನು ಬಳಸುವಂತಿಲ್ಲ ಎಂಬ ನಿಯಮವನ್ನು ಅವರು ಧಿಕ್ಕರಿಸಲಿಲ್ಲವೇ? ಅವರು ಮಾಡಿದ ಮೋಸಕ್ಕೆ ತಕ್ಕ ಶಿಕ್ಷೆಯಾಗಲೇಬೇಕಲ್ಲವೇ?'.

'ಮಹಾರಾಣಿ ಕಾಳಿ! ನಾನು ನಿಮ್ಮನ್ನು ಅತಿಯಾಗಿ ಗೌರವಿಸುತ್ತೇನೆ. ನೀವೊಬ್ಬ ಆದರ್ಶ ಮಹಿಳೆ. ಸದಾ ನ್ಯಾಯಕ್ಕಾಗಿ ಹೋರಾಡುವವರು ನೀವು. ಆದರೆ ಯಾರೋ ಕೆಲವರು ಮಾಡಿರುವ ಅಪರಾಧಕ್ಕೆ ದೇವಗಿರಿಯಲ್ಲಿರುವ ಎಲ್ಲರನ್ನೂ ಶಿಕ್ಷಿಸಬೇಕೇ? ಅದು ನ್ಯಾಯ ಸಮ್ಮತವೇ?' ಚೆನಾರಧ್ವಜ ಕಾಳಿಯನ್ನು ಪ್ರಶ್ನಿಸಿದ.

ಕಾಳಿ ಆತನತ್ತ ತೀಕ್ಷ್ಣ ನೋಟ ಬೀರುತ್ತಾ 'ನಾನೊಮ್ಮೆ ನಿನ್ನ ಜೀವ ಉಳಿಸಿದ್ದೇನೆ ಚೆನಾರಧ್ವಜ' ಎಂದಳು.

'ಅದು ನನಗೆ ಗೊತ್ತು ಮಹಾರಾಣಿ. ನಾನು ಅದನ್ನು ಹೇಗೆ ತಾನೇ ಮರೆಯಲಿ. ಅದೇ ಕಾರಣಕ್ಕೆ..........'.

'ನಾನು ಹೇಳಿದಂತೆ ಮಾಡಬೇಕು ಅಷ್ಟೆ. ಸಹೋದರಿಯ ಹತ್ಯೆಗೆ ಪ್ರತೀಕಾರ ತೀರಿಸಿಕೊಳ್ಳಲೇಬೇಕು'.

'ಆದರೆ.......'.

'ಸಹೋದರಿಯ ಹತ್ಯೆಗೆ ಪ್ರತೀಕಾರವಾಗಲೇಬೇಕು'.

ಚೆನಾರಧ್ವಜ ಮರುಮಾತನಾಡಲಿಲ್ಲ. ಭಗೀರಥನಿಗೆ ಥಟ್ಟನೆ ದೇವಗಿರಿಯಲ್ಲಿರುವ ತಂಗಿ ಆನಂದಮಯಿಯು ನೆನಪಾಯಿತು. ಹೇಗಾದರೂ ಮಾಡಿ ಆತ ಆನಂದಮಯಿಯನ್ನು ರಕ್ಷಿಸಲೇಬೇಕಾಗಿತ್ತು.

'ಕಾಳಿಯ ಮಾತಿಗೆ ನನ್ನ ಸಹಮತವಿದೆ. ನಾವು ದೇವಗಿರಿಯನ್ನು ನಾಶಮಾಡಬೇಕು. ಅದಕ್ಕಾಗಿ ದೈವೀಅಸ್ತ್ರವನ್ನು ಬಳಸಬೇಕು' ಚಂದ್ರಕೇತು ಹೇಳಿದ.

ದೈವೀಅಸ್ತ್ರದ ಹೆಸರು ಹೇಳುತ್ತಿದ್ದಂತೆ ಕಾರ್ತಿಕ ಹೇಳಿದ 'ದೈವೀಅಸ್ತ್ರವನ್ನು ಬಳಸುವುದು ಬೇಡ'.

ತಕ್ಷಣ ಗೋಪಾಲರು ಕಾರ್ತಿಕನತ್ತ ಕೃತಜ್ಞತಾಪೂರ್ವಕ ನೋಟ ಬೀರಿದರು.

ಕನಿಷ್ಠ ಪಕ್ಷ ಶಿವನ ಪರಿವಾರದ ಸದಸ್ಯನೊಬ್ಬನಾದರೂ ತನ್ನ ಮಾತಿಗೆ ಸಹಮತ ವ್ಯಕ್ತಪಡಿಸಿದನಲ್ಲಾ ಎಂಬ ಸಮಾಧಾನ ಅವರಿಗೆ.

'ತಪ್ಪಿತಸ್ಥರಿಗೆ ಶಿಕ್ಷೆಯಾಗಲೇಬೇಕು. ಅಮ್ಮನ ಸಾವಿಗೆ ಪ್ರತೀಕಾರ ತೀರಿಸಿಕೊಳ್ಳಲೇಬೇಕು. ಆದರೆ ಅದಕ್ಕಾಗಿ ಪಾಶುಪತಾಸ್ತ್ರವನ್ನು ಬಳಸುವುದು ಸರಿಯಲ್ಲ' ಕಾರ್ತಿಕ ಹೇಳಿದ.

'ಹೌದು! ಯಾವ ಸಂದರ್ಭದಲ್ಲೂ ಪಾಶುಪತಾಸ್ತ್ರವನ್ನು ಬಳಸುವುದಿಲ್ಲ ಎಂದು ನೀಲಕಂಠ ವಾಯುಪುತ್ರರಿಗೆ ಮಾತು ಕೊಟ್ಟಿದ್ದಾನೆ' ಗೋಪಾಲ ಪಂಡಿತರು ಹೇಳಿದರು.

'ಸರಿ, ಹಾಗಾದರೆ ಪಾಶುಪತಾಸ್ತ್ರವನ್ನು ಬಳಸುವುದು ಬೇಡ' ಭಗೀರಥ ಹೇಳಿದ.

ಗೋಪಾಲರು ನಿಟ್ಟುಸಿರು ಬಿಟ್ಟು ನಂತರ ಹೇಳಿದರು 'ಈಗ ನಮ್ಮ ಮುಂದಿರುವ ಪ್ರಶ್ನೆ ಸತಿಯ ಸಾವಿಗೆ ನ್ಯಾಯ ದೊರಕಿಸಿಕೊಡುವುದು ಹೇಗೆ ಎನ್ನುವುದು'.

'ಅದು ಎಲ್ಲರನ್ನೂ ಕೊಲ್ಲುವ ಮೂಲಕ' ಕಾಳಿ ಘರ್ಜಿಸಿದಳು.

'ಆದರೆ ನಗರದ ಒಳಗಿರುವ ಅಮಾಯಕ ಮಕ್ಕಳನ್ನು ಕೊಲ್ಲುವುದು ನ್ಯಾಯವೇ? ಸತಿಯ ಸಾವಿಗೆ ಅವರು ಹೇಗೆ ತಾನೇ ಕಾರಣರಾಗುತ್ತಾರೆ' ಭಗೀರಥ ಕೇಳಿದ.

'ಮೆಲೂಹನ್ನರಿಗೆ ಮಕ್ಕಳ ಮೇಲೆ ಒಂದಿಷ್ಟಾದರೂ ಪ್ರೀತಿ ಮತ್ತು ಕಾಳಜಿ ಇದೆ ಎಂದು ನೀನು ನಂಬುವೆಯಾ ಭಗೀರಥ?'.

'ಮಹಾರಾಣಿ, ಹಾಗಾದರೆ ಅಪರಾಧವನ್ನೇ ಮಾಡದ ಮುಗ್ಧ ಅಮಾಯಕ ಮಕ್ಕಳನ್ನು ಕೊಲ್ಲುವುದು ಯಾವ ನ್ಯಾಯ?' ಭಗೀರಥ ಪ್ರಶ್ನಿಸಿದ.

'ಸರಿ! ಹಾಗಾದರೆ ಮಕ್ಕಳನ್ನು ದೇವಗಿರಿಯಿಂದ ಹೊರಗೆ ಕಳುಹಿಸಿ'.

'ನಿಶ್ಶಸ್ತ್ರಧಾರಿಗಳಾದ ಸಾಮಾನ್ಯ ನಾಗರಿಕರನ್ನೂ ನಗರದಿಂದ ಹೊರಗೆ ಕಳಿಸೋಣ' ಕಾರ್ತಿಕ ಹೇಳಿದ.

'ಹೌದು, ವಿಶೇಷವಾಗಿ ಮಹಿಳೆಯರನ್ನು ಹೊರಗೆ ಕಳುಹಿಸಬೇಕು. ಒಮ್ಮೆ ಅವರೆಲ್ಲರೂ ನಗರದಿಂದ ಹೊರಬಂದ ನಂತರ ಇಡೀ ದೇವಗಿರಿಯನ್ನು ನಾಶಮಾಡಿಬಿಡೋಣ' ಭಗೀರಥ ಹೇಳಿದ.

'ಅಲ್ಲಿ ಮತ್ಯಾರನ್ನಾದರೂ ನೀನು ರಕ್ಷಿಸಬೇಕೇ ಭಗೀರಥ? ದೇವಗಿರಿಯ ನಾಯಿಗಳು? ಜಿರಳೆಗಳು? ಅವುಗಳನ್ನೂ ರಕ್ಷಿಸಬೇಕು ಅಲ್ಲವೇ?' ಕಾಳಿ ವ್ಯಂಗ್ಯದಿಂದ ಕೇಳಿದಳು.

ಭಗೀರಥ ಮಾತನಾಡಲಿಲ್ಲ. ಕಾಳಿಯ ಕೋಪದ ಬೆಂಕಿಗೆ ತುಪ್ಪ ಸುರಿದು ಆಕೆಯನ್ನು ಮತ್ತಷ್ಟು ಕೆರಳಿಸುವುದು ಆತನಿಗೆ ಇಷ್ಟವಿರಲಿಲ್ಲ.

ಕಾಳಿ ಹಿಡಿ ಶಾಪ ಹಾಕುತ್ತಾ ಹೇಳಿದಳು 'ಸರಿ ಮಕ್ಕಳು ಮತ್ತು ನಿಶ್ಯಸ್ತ್ರಧಾರಿಗಳನ್ನು ನಗರದಿಂದ ಹೊರಗೆ ಕಳಿಸಿ. ಉಳಿದೆಲ್ಲರನ್ನೂ ಬಂಧಿಸಿ, ನಂತರ ಕೊಂದುಬಿಡಿ'.

'ಹಾಗೇ ಮಾಡೋಣ. ಆಗ ಸತಿಯ ಸಾವಿಗೆ ನ್ಯಾಯ ದೊರೆತಂತಾಗುತ್ತದೆ' ಭಗೀರಥ ಹೇಳಿದ.

'ಅಷ್ಟೇ ಅಲ್ಲ ಭಗೀರಥ, ನಗರದ ಒಳಗಿರುವ ಎಲ್ಲ ಸೋಮರಸ ತಯಾರಿಕಾ ಕೇಂದ್ರಗಳನ್ನು ನಾವು ಧ್ವಂಸಗೊಳಿಸಬೇಕು. ಬಾಬಾ ಇದನ್ನು ಸ್ಪಷ್ಟವಾಗಿ ಹೇಳಿದ್ದಾರೆ. ಆದರೆ ಸೋಮರಸ ತಯಾರಿಸುವ ಬಗೆಗಿನ ಜ್ಞಾನವನ್ನು ರಕ್ಷಿಸಬೇಕು. ಅಂದರೆ ಸೋಮರಸದ ಬಗ್ಗೆ ಅಗಾಧ ಜ್ಞಾನವಿರುವ ವಿಜ್ಞಾನಿಗಳನ್ನು ರಹಸ್ಯ ಸ್ಥಳಕ್ಕೆ ಕೊಂಡೊಯ್ಯಬೇಕು. ಅವರೆಲ್ಲರೂ ಮುಂದೆ ತಂದೆಯವರ ತಂಡದಲ್ಲಿರುತ್ತಾರೆ. ಸೋಮರಸದ ಜ್ಞಾನವನ್ನು ಜೀವಂತವಾಗಿರಿಸುತ್ತಾರೆ. ಇಂದು ಸೋಮರಸ ದುಷ್ಟ ಶಕ್ತಿಯಾಗಿ ಪರಿವರ್ತನೆಗೊಂಡಿರಬಹುದು. ಆದರೆ ಮುಂದೆ ಎಂದಾದರೊಂದು ದಿನ ಅದೇ ಔನ್ನತ್ಯಕ್ಕೂ ಕಾರಣವಾಗಬಹುದು. ಹಾಗಾಗಿ ಆ ಜ್ಞಾನವನ್ನು ನಾವು ರಕ್ಷಿಸಿಡಲೇಬೇಕು' ಕಾರ್ತಿಕ ಹೇಳಿದ.

ಗೋಪಾಲರು ತಲೆಯಾಡಿಸುತ್ತಾ 'ಕಾರ್ತಿಕ ಉತ್ತಮ ಸಲಹೆಯನ್ನೇ ನೀಡಿದ್ದಾನೆ' ಎಂದರು.

'ಅಂದರೆ ಈ ವಿಜ್ಞಾನಿಗಳು ನನ್ನ ತಾಯಿಯ ಹತ್ಯೆಯ ಸಂಚಿನ ಭಾಗವಾಗಿದ್ದರೂ ನಮ್ಮ ಮನಸಿನಲ್ಲಿರುವ ನೋವನ್ನು ಮರೆತು ಅವರನ್ನು ರಕ್ಷಿಸಬೇಕು. ಭವ್ಯ ಭಾರತದ ಉಜ್ವಲ ಭವಿಷ್ಯಕ್ಕಾಗಿ ವಿಜ್ಞಾನಿಗಳನ್ನು ಉಳಿಸಿಕೊಳ್ಳಬೇಕು' ಕಾರ್ತಿಕ ಹೇಳಿದ.

ಕಾರ್ತಿಕನ ಮಾತು ಕೇಳುತ್ತಲೇ ಗಣೇಶ ಕೆಂಡಾಮಂಡಲನಾದ.

ಸಹೋದರನತ್ತ ದುರುಗುಟ್ಟಿ ನೋಡುತ್ತಾ ಹೇಳಿದ 'ಅಂದರೆ ನಾನು ಅಮ್ಮನ ಸಾವಿನ ನೋವನ್ನು ಮರೆಯಬೇಕೇ?'.

ಕಾರ್ತಿಕ ಮೌನವಾಗಿದ್ದ.

ಗಣೇಶ ದುಃಖವನ್ನು ತಡೆಯಲಾಗದೇ ಏದುಸಿರು ಬಿಡುತ್ತಾ ಹೇಳಿದ 'ಅಮ್ಮನ ಸಾವಿನ ಬಗ್ಗೆ ನಿನ್ನಲ್ಲಿ ಕೋಪ, ಆಕ್ರೋಶ ಮತ್ತು ಸೇಡು ಮೂಡುತ್ತಿಲ್ಲವೇ ಕಾರ್ತಿಕ?'.

'ದಾದಾ.........ನಾನು ಹೇಳುವುದನ್ನು ಸ್ವಲ್ಪ ಅರ್ಥಮಾಡಿಕೋ'.

'ನಿನಗೆ ಹುಟ್ಟಿದಾಗಿನಿಂದಲೂ ಅಮ್ಮನ ಪ್ರೀತಿ, ಮಮತೆ ಸಿಕ್ಕಿದೆ. ಅದಕ್ಕೆ ಹೀಗೆ ಮಾತನಾಡುತ್ತಿರುವೆ. ಆದರೆ ಅಮ್ಮನಿಗಾಗಿ ನಾನೆಷ್ಟು ಹಂಬಲಿಸಿದ್ದೆ ಎಂಬುದು ನಿನಗೆ ತಿಳಿದಿಲ್ಲ. ಅಮ್ಮನ ಪ್ರೀತಿಯ ಬೆಲೆಯೇನು ಎಂದು ನನ್ನನ್ನು ಕೇಳು ಹೇಳುತ್ತೇನೆ'.

'ದಾದಾ........ನಾನು ಅಮ್ಮನನ್ನು ಬಹುವಾಗಿ ಪ್ರೀತಿಸುತ್ತೇನೆ. ಆದರೆ.........'.

'ನೀನು ಆಕೆಯ ಮೃತದೇಹವನ್ನು ನೋಡಿದೆಯಾ ಕಾರ್ತಿಕ?'.

'ದಾದಾ..........'.

'ಹೇಳು! ಆಕೆಯ ದೇಹವನ್ನು ನೀನು ನೋಡಿದೆಯಾ?'.

'ಖಂಡಿತಾ ನೋಡಿದ್ದೇನೆ ದಾದಾ........'.

'ಆಕೆಯ ದೇಹದಲ್ಲಿ ಐವತ್ತೊಂದು ಗಾಯಗಳಾಗಿವೆ. ನಾನು ಅದನ್ನು ಎಣಿಸಿದ್ದೇನೆ. ಐವತ್ತೊಂದು............'.

'ಹೌದು, ದಾದ.........ಅದು ನನಗೆ ಗೊತ್ತು' ಗಣೇಶನ ಕಣ್ಣುಗಳಲ್ಲಿ ನೀರು ಸುರಿಯುತ್ತಿತ್ತು.

'ಆ ದುಷ್ಟರು ಅಮ್ಮನ ದೇಹವನ್ನು ನಿರ್ದಯವಾಗಿ ಕತ್ತರಿಸಿ ಹಾಕಿದ್ದಾರೆ'.

'ದಾದ.......ನನ್ನ ಮಾತನ್ನು ಕೇಳು'.

ಗಣೇಶ ಈಗ ಆಕ್ರೋಶದಿಂದ ಅಬ್ಬರಿಸಿದ. ಆತನ ದೇಹ ಕಂಪಿಸುತ್ತಿತ್ತು.

'ಅಂತಹ ಅಮ್ಮನ ಛಿದ್ರಛಿದ್ರಗೊಂಡ ದೇಹವನ್ನು ನೋಡಿದ ನಂತರವೂ ನಿನ್ನಲ್ಲಿ ಆಕ್ರೋಶ ಮೂಡುತ್ತಿಲ್ಲವೇ?'.

'ನನ್ನಲ್ಲೂ ಆಕ್ರೋಶ ಇನ್ನಿಲ್ಲದಂತೆ ಮಡುಗಟ್ಟಿದೆ ದಾದಾ. ಆದರೆ............!'.

'ಆದರೆ ಏನು? ಸೋಮರಸಕ್ಕಾಗಿ ಹಪಹಪಿಸುತ್ತಿದ್ದ ಹತ್ತಾರು ರಾಕ್ಷಸರು ಏಕಕಾಲದಲ್ಲಿ ಆಕೆಯ ಮೇಲೆ ದಾಳಿಮಾಡಿ ಕೊಂದಿದ್ದಾರೆ. ಆಕೆಯ ಸಾವಿಗೆ ಪ್ರತೀಕಾರ ತೀರಿಸಿಕೊಳ್ಳಬೇಕಾಗಿರುವುದು ನಮ್ಮ ಕರ್ತವ್ಯ. ಜಗತ್ತಿನ ಶ್ರೇಷ್ಠ ತಾಯಿಗೆ ನಾವು ಸಲ್ಲಿಸುವ ಕನಿಷ್ಠ ಗೌರವ ಅದು'.

'ದಾದಾ........ನಿಜ.......ಆಕೆ ಜಗತ್ತಿನ ಶ್ರೇಷ್ಠ ತಾಯಿ. ಆದರೆ ಆಕೆ ನಮ್ಮೆಲ್ಲರಿಗೂ ಹೇಳಿಕೊಟ್ಟಿರುವ ಪಾಠವೊಂದನ್ನು ನಾವು ಮರೆಯುವಂತಿಲ್ಲ. ಅದು ಧರ್ಮವನ್ನು ಸಂರಕ್ಷಿಸುವುದು. ಲೋಕ ಕಲ್ಯಾಣವನ್ನು ಬಯಸುವುದು'.

ಗಣೇಶ ಮಾತನಾಡಲಿಲ್ಲ. ಆತನ ದೇಹದ ಅಂಗಾಂಗಗಳು ಸೆಟೆದುಕೊಂಡಿದ್ದವು. ಆಕ್ರೋಶದ ಜ್ವಾಲೆ ಹೊತ್ತಿ ಉರಿಯುತ್ತಿತ್ತು.

ಕಾರ್ತಿಕ ಮೆಲುದನಿಯಲ್ಲಿ ಹೇಳಿದ 'ದಾದಾ! ನಾವು ಬೇರೆ ಯಾವುದೋ ಕುಟುಂಬಕ್ಕೆ ಸೇರಿದವರಾಗಿದ್ದರೆ ಸೇಡು ಮತ್ತು ಪ್ರತೀಕಾರ ತೀರಿಸಿಕೊಳ್ಳಬಹುದಿತ್ತು. ಆದರೆ ನಾವು ನೀಲಕಂಠನ ಕುಟುಂಬದವರು. ಇಡೀ ಜಗತ್ತಿಗೆ ಜವಾಬ್ದಾರರು. ಜಗತ್ತಿನ ಒಳಿತಿಗೇ ಚಿಂತಿಸಬೇಕಾದವರು'.

'ಏನು! ನಾವು ಜಗತ್ತಿಗೇ ಜವಾಬ್ದಾರರೇ? ನನಗೆ ತಂದೆ-ತಾಯಿಯರೇ ಜಗತ್ತು. ಹಾಗಾಗಿ ಸೋಮರಸವನ್ನು ಪೂಜಿಸುತ್ತಿರುವ ಯಾರನ್ನೂ ನಾನು ಉಳಿಸುವುದಿಲ್ಲ. ಎಲ್ಲರನ್ನೂ ಸರ್ವನಾಶಮಾಡುತ್ತೇನೆ' ಗಣೇಶ ಕಾರ್ತಿಕನತ್ತ ಬೊಟ್ಟು ಮಾಡುತ್ತಾ ಘರ್ಜಿಸಿದ.

ಗಣೇಶನ ಆರ್ಭಟಕ್ಕೆ ಹೆದರಿ ಎಲ್ಲರೂ ಸುಮ್ಮನಾದರು. ಗೋಪಾಲರು ಕಾಳಿಯತ್ತ ನೋಡಿದರು. ಆಕೆಯೂ ಕೋಪೋದ್ರಿಕ್ತಳಾಗಿದ್ದಳು. ಆದರೆ ಪಂಡಿತರಲ್ಲಿ ಪಾಶುಪತಾಸ್ತ್ರವನ್ನು ಬಳಸದಂತೆ ಎಲ್ಲರ ಮನವೊಲಿಸಿದ ಸಮಾಧಾನವಿತ್ತು. ಮುಂದಿನ ನಾಲ್ಕಾರು ಗಂಟೆಗಳಲ್ಲಿ ಪರಿಸ್ಥಿತಿ ತಿಳಿಗೊಳ್ಳಬಹುದು ಎಂಬ ಆಶಾಭಾವನೆಯೂ ಗೋಪಾಲರಲ್ಲಿ ಮೂಡಿತು.

ಶಿವ ಸತಿಯ ದೇಹವನ್ನು ಹಿಡಿದು ಮಂಜುಗಡ್ಡೆಯ ಮೇಲೆ ಅಚಲಿತನಾಗಿ ಕುಳಿತಿದ್ದ. ಆತನ ಕಣ್ಣುಗಳು ಕುಳಿಬಿದ್ದಿದ್ದವು. ಮುಖ ಭಾವನಾಶೂನ್ಯವಾಗಿತ್ತು. ಸಣ್ಣ ಭರವಸೆಯೂ ಉಳಿದಿರಲಿಲ್ಲ. ಆತನಿಗೆ ಸತಿಯಿಲ್ಲದೇ ಬದುಕೇ ಶೂನ್ಯ ಎನಿಸಿಬಿಟ್ಟಿತ್ತು. ಶಿವನ ಹಣೆಯಲ್ಲಿದ್ದ ಮೂರನೆಯ ಕಣ್ಣು ಧಗಧಗನೆ ಉರಿಯುತ್ತಿತ್ತು. ಹೊರನೋಟಕ್ಕೆ ಅದು ಕೆಂಪು ಹೊಪ್ಪೆಯಂತಿತ್ತು. ಇತ್ತ ಸತಿಯ ಮುಖದ ಮೇಲೆ ಮಂಜು ಕರಗಿ ನೀರಾಗಿ ಹರಿಯುತ್ತಿತ್ತು. ಶಿವನಿಗೆ ಅದು ಅಕ್ಷರಶಃ ಸತಿಯ ಕಣ್ಣೀರಿನಂತೆ ಕಂಡಿತು. ಇಡೀ ಕೋಣೆಯಲ್ಲಿ ನೀರವ ಮೌನ. ಗಾಳಿ ಹೊರಗೆ ಹೋಗಿ ಒಳಬರುತ್ತಿದ್ದ ಸಣ್ಣ ಶಬ್ದವನ್ನು ಬಿಟ್ಟರೆ ಅಲ್ಲಿ ಮತ್ತೇನೂ ಕೇಳಿಸುತ್ತಿರಲಿಲ್ಲ. ಅಷ್ಟರಲ್ಲಿ ಕೋಣೆಯ ಒಳಗೆ ಜೋರಾಗಿ ಸದ್ದಾಯಿತು. ಶಿವ ಒಂದು ಕ್ಷಣ ಬೆಚ್ಚಿದ. ಅದು ಮೆಲೂಹದ ಶೀತಲೀಕರಣ ವ್ಯವಸ್ಥೆ ಕೋಣೆಯಿಂದ ಗಾಳಿಯನ್ನು ಹೊರತೆಗೆಯುವಾಗ ಬಂದಿದ್ದ ಶಬ್ದ.

ಶಿವ ನಿರ್ಭಾವುಕತೆಯಿಂದ ಅತ್ತಿತ್ತ ನೋಡಿದ. ಅಲ್ಲಿ ಸತಿಯ ನಿರ್ಜೀವ ದೇಹವನ್ನು ಬಿಟ್ಟು ಬೇರಾರೂ ಇರಲಿಲ್ಲ. ಆತ ಸತಿಯ ದೇಹವನ್ನು ಮತ್ತಷ್ಟು ಹತ್ತಿರಕ್ಕೆ ಎಳೆದುಕೊಂಡು ಆಕೆಯ ಹಣೆಗೆ ಪ್ರೀತಿಯಿಂದ ಮುತ್ತನಿಟ್ಟ. ನಂತರ ನಿಧಾನವಾಗಿ ಶವವನ್ನು ಮಂಜಿನ ಪೆಟ್ಟಿಗೆಯಲ್ಲಿ ಮಲಗಿಸಿದ.

ಸತಿಯ ಮುಖವನ್ನೊಮ್ಮೆ ನೇವರಿಸಿ 'ಇಲ್ಲೇ ಇರು ಸತಿ........ನಾನು ಕೆಲವೇ ನಿಮಿಷಗಳಲ್ಲಿ ಹಿಂತಿರುಗಿ ಬರುತ್ತೇನೆ' ಎಂದು ಹೇಳಿ ವೇಗವಾಗಿ ಹೊರಬಂದು ಜೋರಾಗಿ ಬಾಗಿಲನ್ನು ತಳ್ಳಿದ.

ಆ ಸದ್ದಿಗೆ ಹೊರಗಿದ್ದ ಆಯುರ್ವತಿ ಬೆಚ್ಚಿದಳು. ಆಕೆ ನಂದಿ ಮತ್ತು ಇತರ ಸೈನಿಕರಿಗೆ ಔಷಧೋಪಚಾರ ಮಾಡುತ್ತಿದ್ದಳು. ಕಳೆದ ಇಪ್ಪತ್ನಾಲ್ಕು ಗಂಟೆಗಳಿಂದ ಸತತವಾಗಿ ತನ್ನ ಕೆಲಸದಲ್ಲಿ ನಿರತಳಾಗಿದ್ದಳು. ಅತ್ತು ಅತ್ತು ಕಣ್ಣು ಕೆಂಪಾಗಿತ್ತು. ಶಿವನನ್ನು ಕಂಡ ಆಯುರ್ವತಿ ಏನಾದರೂ ಆದೇಶ ದೊರೆಯಬಹುದೇನೋ ಎಂದು ಕಾತರದಿಂದ ಕಾಯುತ್ತಿದ್ದಳು. ಶಿವನ ಮುಖದಲ್ಲಿ ಆಕ್ರೋಶ ಮಡುಗಟ್ಟಿತ್ತು. ವೈರಿಗಳೆಡೆಗೆ ನಿಷ್ಕರುಣೆ ತುಂಬಿತ್ತು. ದುಃಖೋನ್ಮಾದ ತುಂಬಿ ತುಳುಕುತ್ತಿತ್ತು. ಶಿವ ಆಯುರ್ವತಿಯೆಡೆಗೆ ತಿರುಗಿ

ನೋಡಿದ. ಆದರೆ ಮಾತನಾಡಲಿಲ್ಲ. ನೇರವಾಗಿ ಶಾಂತಿ ಸಭಾಭವನದ ಮುಖ್ಯದ್ವಾರದ ಬಳಿಗೆ ಬಂದ. ಅಲ್ಲಿ ತಾರಾ ನಿಂತಿದ್ದಳು.

ಶಿವ ಒಂದೆರಡು ಕ್ಷಣ ತಾರಾಳತ್ತ ತೀಕ್ಷ್ಣ ನೋಟಬೀರುತ್ತಾ ಹೇಳಿದ 'ತಾರಾ.........ಪಾಶುಪತಾಸ್ತ್ರದ ಪೆಟ್ಟಿಗೆ ನನ್ನ ಹಡಗಿನಲ್ಲಿದೆ. ಕೂಡಲೆ ಅದನ್ನು ತೆಗೆದುಕೊಂಡು ಬಾ'.

ಶಿವನ ಮಾತು ಕೇಳಿ ಗೋಪಾಲರು ಬೆಚ್ಚಿಬಿದ್ದರು. ಶಿವನ ಪರಿಸ್ಥಿತಿ ಅವರಿಗೆ ಚೆನ್ನಾಗಿ ತಿಳಿದಿತ್ತು. ತೀವ್ರ ದುಃಖದಿಂದ ಬುದ್ಧಿಭ್ರಮಣೆಯಾಗಿ ಈ ರೀತಿ ಮಾತನಾಡುತ್ತಿರಬಹುದು ಎಂದು ಯೋಚಿಸಿ ನೇರವಾಗಿ ಆತನ ಬಳಿಗೆ ಬಂದರು.

'ಗೆಳೆಯಾ..........ನನ್ನ ಮಾತನ್ನು ಕೇಳು. ಆತುರದಲ್ಲಿ ಇಂತಹ ನಿರ್ಧಾರ ತೆಗೆದುಕೊಳ್ಳಬೇಡ. ನೀನೆಷ್ಟು ಕೋಪಗೊಂಡಿರುವೆ ಎಂಬುದನ್ನು ನಾನು ಅರ್ಥಮಾಡಿಕೊಳ್ಳಬಲ್ಲೆ. ಅಲ್ಲದೆ ನಿನ್ನ ಹೃದಯ ವೈಶಾಲ್ಯತೆ ಎಷ್ಟು ಎಂಬುದೂ ನನಗೆ ತಿಳಿದಿದೆ. ಆದರೆ ಈಗ ಪಾಶುಪತಾಸ್ತ್ರವನ್ನು ಬಳಸವುದು ಬೇಡ. ಮುಂದೆ ನಾವು ಈ ಬಗ್ಗೆ ಪಶ್ಚಾತ್ತಾಪ ಪಡಬೇಕಾಗುತ್ತದೆ'.

ಶಿವ ಗೋಪಾಲರತ್ತ ತೀಕ್ಷ್ಣ ನೋಟ ಬೀರಿ ನಂತರ ರಭಸದಲ್ಲಿ ಮಂಜಿನ ಕೋಣೆಯತ್ತ ಹೆಜ್ಜೆ ಹಾಕಲಾರಂಭಿಸಿದ. ಗೋಪಾಲರು ಓಡಿ ಬಂದು ಶಿವನ ತೋಳನ್ನು ಹಿಡಿದು ಬೇಡಿಕೊಳ್ಳತೊಡಗಿದರು.

'ಶಿವ! ಪಾಶುಪತಾಸ್ತ್ರದ ಶಕ್ತಿ ಅಗಾಧ. ಅದೊಂದು ಭಯಾನಕ ಅಸ್ತ್ರ. ಅದು ಬೀರುವ ಪರಿಣಾಮವನ್ನು ಊಹಿಸುವುದೂ ಕಷ್ಟ. ಅದು ಕೇವಲ ಆಂತರಿಕ ವೃತ್ತದಲ್ಲಿರುವವರನ್ನು ಮಾತ್ರ ನಾಶಮಾಡುವುದಿಲ್ಲ. ಅದರ ಹೊರಗೂ ಅಪಾಯ ತಪ್ಪಿದ್ದಲ್ಲ. ಅದು ದೇವಗಿರಿಯ ವೇದಿಕೆಗಳನ್ನಷ್ಟೇ ಅಲ್ಲ ಅದರಿಂದ ಹೊರಗೆ ನಿಂತಿರುವ ನಮ್ಮೆಲ್ಲರನ್ನು ನಾಶಮಾಡಿ ಬಿಡುತ್ತದೆ. ನಿನ್ನ ಕುಟುಂಬ, ಗೆಳೆಯರು ಮತ್ತು ಸೈನ್ಯವೆಲ್ಲ ನಾಶವಾಗುತ್ತವೆ. ಅದು ನಿನಗೆ ಇಷ್ಟವೇ ನೀಲಕಂಠ? ಸ್ವಲ್ಪ ಯೋಚಿಸು'.

ಏನಾದರೂ ಮಾಡಿ ಮುಂದಿನ ಅನಾಹುತವನ್ನು ತಪ್ಪಿಸುವ ಪ್ರಯತ್ನ ಗೋಪಾಲರದು.

'ನಮ್ಮವರಿಗೆಲ್ಲಾ ಇಲ್ಲಿಂದ ದೂರ ಹೋಗುವಂತೆ ಹೇಳಿ' ಶಿವ ಗಂಭೀರವಾಗಿ ಹೇಳಿದ.

ಆತ ಯಾರನ್ನೂ ನೋಡುತ್ತಿರಲಿಲ್ಲ. ಆಗಾಗ ಆಗಸದತ್ತ ಮಾತ್ರ ನೋಡುತ್ತಿದ್ದ.

ಒಂದೆರಡು ನಿಮಿಷಗಳ ನಂತರ ಪಂಡಿತರು ಕೇಳಿದರು 'ಹಾಗಾದರೆ ದೇವಗಿರಿಯಲ್ಲಿರುವ ಎಲ್ಲರನ್ನೂ ಹೊರಗೆ ಹೋಗುವಂತೆ ಹೇಳೋಣವೇ?'.

ಶಿವ ಥಟ್ಟನೆ ನಿಂತ. ಆತನ ಮುಖದಲ್ಲಿ ಯಾವ ಭಾವನೆಗಳೂ ವ್ಯಕ್ತವಾಗುತ್ತಿರಲಿಲ್ಲ.

'ಇಲ್ಲ, ನಗರದಲ್ಲಿರುವ ನಾಗರಿಕರಿಗೆ ಮಾತ್ರ ಹೊರಗೆ ಹೋಗುವಂತೆ ಹೇಳಿ. ಸೋಮರಸವನ್ನು ರಕ್ಷಿಸುತ್ತಿರುವವರು ಮತ್ತು ಸತಿಯ ಸಾವಿಗೆ ನೇರವಾಗಿ ಕಾರಣರಾದವರನ್ನು ಹೊರಗೆ ಹೋಗಲು ಬಿಡಬೇಡಿ. ನನ್ನ ಕೆಲಸ ಮುಗಿದ ಮೇಲೆ ದೇವಗಿರಿಯಲ್ಲಿ ದಕ್ಷನಿರುವುದಿಲ್ಲ. ಅಷ್ಟೇ ಏಕೆ ಸೋಮರಸವೂ ಸೇರಿದಂತೆ ಯಾವ ದುಷ್ಟಶಕ್ತಿಗಳೂ ಇರುವುದಿಲ್ಲ. ಶತ ಶತಮಾನಗಳ ಕಾಲ ಇಲ್ಲಿ ಒಂದು ಹುಲ್ಲು ಕಡ್ಡಿಯೂ ಬೆಳೆಯುವುದಿಲ್ಲ. ದೇವಗಿರಿಯ ಅಸ್ಥಿತ್ವದ ಕುರುಹಾಗಿ ಒಂದು ಕಲ್ಲೂ ನಿಲ್ಲದಂತೆ ಎಲ್ಲವೂ ಸರ್ವನಾಶವಾಗಲಿದೆ'. ಗೋಪಾಲರಿಗೆ ದೇವಗಿರಿಯ ನಾಗರೀಕರನ್ನು ರಕ್ಷಿಸುವುದಕ್ಕೆ ಶಿವ ಅನುಮತಿ ನೀಡಿದನಲ್ಲಾ ಎಂಬ ಸಮಾಧಾನ. ಆದರೆ ದೈವೀಅಸ್ತ್ರವನ್ನು ಬಳಸಬಾರದು ಎಂದು ರುದ್ರದೇವನ ಆದೇಶವನ್ನು ಶಿವ ಧಿಕ್ಕರಿಸುತ್ತಿದ್ದಾನಲ್ಲಾ ಎಂಬ ಆತಂಕ ಮತ್ತು ಬೇಸರ. ಗೋಪಾಲರಿಗೆ ಶಿವನ ಮುಖಭಾವದಿಂದ ಸಂಭವನೀಯ ವಿನಾಶದ ಮುನ್ಸೂಚನೆ ದೊರೆಯಿತು.

'ಶಿವ........ ಪಾಶುಪತಾಸ್ತ್ರ?' ಗೋಪಾಲರು ಪಿಸುಗುಟ್ಟಿದರು.

ಶಿವ ವಿಚಿತ್ರವಾಗಿ ಗೋಪಾಲರನ್ನು ನೋಡುತ್ತಾ ಹೇಳಿದ 'ನಾನು ಈ ಜಗತ್ತನ್ನೇ ಸುಟ್ಟುಬಿಡುತ್ತೇನೆ'.

ಅಷ್ಟು ಹೇಳಿ ಶಿವ ಸರಸರನೆ ನಡೆದು ಹೋದ. ಶಿವ ಅತ್ತ ಹೋದಂತೆ ಆತನ ಆದೇಶ ಪಾಲನೆಗೆ ತಾರಾ ಸಿದ್ಧಳಾದಳು.

'ತಾರಾ.........ನೀನೆಲ್ಲಿಗೆ ಹೊರಟಿರುವೆ?' ಪಕ್ಕದಲ್ಲಿ ನಿಂತಿದ್ದ ಬೃಹಸ್ಪತಿ ಕೇಳಿದ.

'ಪಾಶುಪತಾಸ್ತ್ರ ತರುವುದಕ್ಕೆ ಹೊರಟಿರುವೆ ಬೃಹಸ್ಪತಿ'.

'ಹಾಗೆ ಮಾಡುವಂತಿಲ್ಲ ತಾರಾ...........ಅದು ನಮ್ಮನ್ನೆಲ್ಲಾ ನಾಶ ಮಾಡಿಬಿಡುತ್ತದೆ'.

'ಇಲ್ಲ...........ಹಾಗಾಗುವುದಿಲ್ಲ. ಪಾಶುಪತಾಸ್ತದ ಪರಿಣಾಮ ಆಂತರಿಕ ವೃತ್ತಕ್ಕೆ ಮಾತ್ರ ಸೀಮಿತವಾಗುವಂತೆ ನೋಡಿಕೊಳ್ಳೋಣ. ಅದರ ವ್ಯಾಪ್ತಿ ಆರು ಮೈಲಿಗಳು. ಅದರಾಚೆಗೆ ಯಾವ ಪರಿಣಾಮವೂ ಉಂಟಾಗದು.'

ತಾರಾ ಸರಸರನೆ ನಡೆದು ಹೋಗುತ್ತಿದ್ದಳು.

ಬೃಹಸ್ಪತಿ ಆಕೆಯನ್ನು ತಡೆದು ನಿಲ್ಲಿಸಿ ಪಿಸುಗುಟ್ಟಿದ 'ತಾರಾ.......ನೀನು ಮಾಡುತ್ತಿರುವುದು ಸರಿಯಲ್ಲ. ಶಿವನ ಬಗ್ಗೆ ನನಗೆ ಕನಿಕರವಿದೆ. ಆದರೆ ಪಾಶುಪತಾಸ್ತ್ರ........'.

ತಾರಾ ಬೃಹಸ್ಪತಿಯನ್ನೇ ದಿಟ್ಟಿಸಿ ನೋಡಿ ಹೇಳಿದಳು 'ನಮ್ಮ ವೈರಿಗಳು ಶ್ರೀರಾಮನ ನಿಯಮವನ್ನು ಒಂದಿಷ್ಟು ಅಂಜಿಕೆ, ಅಳುಕಿಲ್ಲದೆ ಧಿಕ್ಕರಿಸಿದ್ದಾರೆ. ಹಾಗಾಗಿ ಶಿವ ಅವರ ಮೇಲೆ ಪ್ರತಿಕಾರ ತೀರಿಸಿಕೊಳ್ಳಲೇಬೇಕು'.

'ನಿಜ ತಾರಾ.........ಸತಿಯನ್ನು ಕೊಂದವರ ಮೇಲೆ ಶಿವ ಪ್ರತೀಕಾರ ತೀರಿಸಿಕೊಳ್ಳಬೇಕು ಎನ್ನುವುದರಲ್ಲಿ ಎರಡು ಮಾತಿಲ್ಲ. ಆದರೆ ಪಾಶುಪತಾಸ್ತ್ರವನ್ನು ಬಳಸಿ ಪ್ರತೀಕಾರ ತೀರಿಸಿಕೊಳ್ಳುವುದು ಸರಿಯಲ್ಲ'.

'ಶಿವನ ದುಗುಡ ನಿನಗೆ ಅರ್ಥವಾಗುತ್ತಿಲ್ಲವೇ ಬೃಹಸ್ಪತಿ? ಹಾಗಾದರೆ ನೀಲಕಂಠನಗೆ ನೀನೆಂತಹ ಸ್ನೇಹಿತ?'.

'ತಾರಾ...........ನನಗಿನ್ನೂ ನೆನಪಿದೆ. ಹಿಂದೊಮ್ಮೆ ನಾನು ಮಹಾಪರಾಧವೊಂದನ್ನು ಮಾಡಲು ಹೊರಟಿದ್ದೆ. ಸತಿಯೊಂದಿಗೆ ದ್ವಂದ್ವ ಯುದ್ಧ ಮಾಡಲು ಅಣಿಯಾಗುತ್ತಿದ್ದ ಹಂತಕನೊಬ್ಬನನ್ನು ಕೊಲ್ಲಲು ಮುಂದಾಗಿದ್ದೆ. ಆಗ ನನ್ನ ಆತ್ಮ ಕಲುಷಿತಗೊಳ್ಳುವುದನ್ನು ತಡೆದವನು ಇದೇ ನೀಲಕಂಠ. ಈಗ ಆತನೇ ಎಲ್ಲವನ್ನೂ ನಾಶಮಾಡಲು ಹೊರಟಿದ್ದಾನೆ. ನಾನು ಆತನನ್ನು ತಡೆಯಬೇಕಲ್ಲವೇ? ನಾನು ಹಾಗೆ ಮಾಡದಿದ್ದರೆ ಆತನ ಆತ್ಮವೂ ಕಲುಷಿತಗೊಳ್ಳುತ್ತದೆ. ಆದ್ದರಿಂದ ಪಾಶುಪತಾಸ್ತ್ರವನ್ನು ಬಳಸುವುದು ಬೇಡ ಎಂದು ನಾನು ಬೇಡಿಕೊಳ್ಳುತ್ತಿದ್ದೇನೆ'.

'ಬೃಹಸ್ಪತಿ! ಶಿವನ ಆತ್ಮ ಈಗಾಗಲೇ ಸತ್ತು ಹೋಗಿದೆ. ಅದು ಸತಿ ಮಲಗಿರುವ ಮಂಜಿನ ಗೋಪುರದ ಮೇಲೆ ಮಲಗಿದೆ'.

'ಅದು ನನಗೆ ಗೊತ್ತು ತಾರಾ..........ಆದರೆ...........'.

ಬೃಹಸ್ಪತಿ ತಾರಾಳ ಕೈಹಿಡಿದು ಬೇಡಿಕೊಳ್ಳಲಾರಂಭಿಸಿದ.

ಆದರೆ ತಾರಾ ಬೃಹಸ್ಪತಿಯ ಕೈಗಳಿಂದ ಬಿಡಿಸಿಕೊಂಡು ಹೇಳಿದಳು 'ನಮ್ಮ ವೈರಿಗಳು ಯುದ್ಧದ ಎಲ್ಲ ನೀತಿ–ನಿಯಮಗಳನ್ನು ಗಾಳಿಗೆ ತೂರಿ ಅಟ್ಟಹಾಸದಿಂದ ಮೆರೆಯುತ್ತಿರುವಾಗ ಶಿವ ಯುದ್ಧದ ನಿಯಮವನ್ನು ಪಾಲಿಸಲಿ ಎಂದು ನೀನು ನಿರೀಕ್ಷಿಸುವೆಯಾ ಬೃಹಸ್ಪತಿ? ಆ ಪಾಪಿಗಳು ಶಿವನಿಂದ ಎಲ್ಲವನ್ನೂ ಕಿತ್ತುಕೊಂಡಿದ್ದಾರೆ. ಆತನ ಬದುಕು, ಆತ್ಮ ಹೀಗೆ ಎಲ್ಲವೂ ನಾಶವಾಗಿದೆ. ಅದಕ್ಕೆ ಪ್ರತೀಕಾರ ತೀರಿಸಿಕೊಳ್ಳಲೇಬೇಕು'.

ಅಧ್ಯಾಯ 49

ನೀಲಕಂಠನ ಸಾಲ

ಶಿವನ ಸೈನ್ಯವನ್ನು ಮೂರು ತುಕಡಿಗಳನ್ನಾಗಿ ವಿಂಗಡಿಸಲಾಯಿತು. ಇವನ್ನು ಭಗೀರಥ, ಚಂದ್ರಕೇತು ಮತ್ತು ಮಾತಳಿ ಮುನ್ನಡೆಸುತ್ತಿದ್ದರು. ಮಾತಳಿ ಸ್ವರ್ಣ ವೇದಿಕೆಯನ್ನು ಪೂರ್ಣ ನಿಯಂತ್ರಣಕ್ಕೆ ತೆಗೆದುಕೊಂಡಿದ್ದ. ರಜತ ವೇದಿಕೆಯ ಬಳಿ ಚಂದ್ರಕೇತು ಮತ್ತು ತಾಮ್ರ ವೇದಿಕೆಯ ಬಳಿ ಭಗೀರಥ ಸೈನ್ಯದೊಂದಿಗೆ ಸಜ್ಜಾಗಿ ನಿಂತಿದ್ದರು. ಶಿವನ ಆದೇಶವನ್ನು ಚಾಚೂ ತಪ್ಪದೆ ಪಾಲಿಸಲಾಗಿತ್ತು. ಕಾಳಿಯ ವಿರೋಧದ ನಡುವೆಯೂ ಶಿವ ಸೈನ್ಯ ಮೆಲೂಹದ ನಾಗರೀಕರನ್ನು ನಗರದಿಂದ ಹೊರತರಲು ಮುಂದಾಗಿತ್ತು. ಅವರೆಲ್ಲರಿಗೂ ಶಿವನಿಂದ ಕ್ಷಮಾದಾನ ದೊರೆತಿತ್ತು. ಆದರೆ ಸೋಮರಸವನ್ನು ತಯಾರಿಸುತ್ತಿದ್ದ ಬ್ರಾಹ್ಮಣರು, ಅದನ್ನು ರಕ್ಷಿಸುತ್ತಿದ್ದ ಕ್ಷತ್ರಿಯರು, ದಕ್ಷ, ಆತನ ಬಂಟ ವಿದ್ಯುನ್ಮಾಲಿ ಮತ್ತು ಅಂಗರಕ್ಷಕರು ಇವರ್‍ಯಾರಿಗೂ ಶಿವ ಕ್ಷಮಾದಾನ ನೀಡಿರಲಿಲ್ಲ. ಅಂತೂ ಮೆಲೂಹನ್ನರನ್ನು ಸ್ಥಳಾಂತರಿಸುವ ಕಾರ್ಯ ಪ್ರಾರಂಭವಾಯಿತು. ಚಂದ್ರವಂಶಿಗಳಿಗೆ ಅತ್ಯಂತ ಆಶ್ಚರ್ಯವನ್ನು ಉಂಟುಮಾಡಿದ ಸಂಗತಿಯೆಂದರೆ ಅಸಂಖ್ಯಾತ ಮೆಲೂಹನ್ನರು ದೇವಗಿರಿಗೆ ಪ್ರಾಣವನ್ನು ಅರ್ಪಿಸಲು ಸ್ವಪ್ರೇರಣೆಯಿಂದ ಸಿದ್ಧರಾಗಿದ್ದರು.

ಸಾವಿರಾರು ಮಂದಿ ಅತ್ಯಂತ ಶಿಸಿನಿಂದ ದೇವಗಿರಿಯ ಹೆಬ್ಬಾಗಿಲಿನವರೆಗೆ ಬಂದು ಬಂಧುಗಳಿಗೆ ವಿದಾಯ ಹೇಳಿ ಶಾಂತ ರೀತಿಯಲ್ಲಿ ಮನೆಗೆ ಮರಳುತ್ತಿದ್ದರು. ಅದು ಭಾವಾತಿರೇಕದ ಬೀಳ್ಕೊಡುಗೆಯಾಗಿರಲಿಲ್ಲ. ಅವರ್‍ಯಾರೂ ಉಗ್ರತೆಯನ್ನು ಪ್ರದರ್ಶಿಸುತ್ತಿರಲಿಲ್ಲ. ತಮ್ಮ ನಗರವನ್ನು ರಕ್ಷಿಸಿಕೊಳ್ಳಲು ಹೋರಾಟಕ್ಕೆ ಅಣಿಯಾಗುತ್ತಿರಲಿಲ್ಲ. ಶಾಂತಚಿತ್ತದಿಂದ ಸಾವಿಗೆ ಸಿದ್ಧರಾಗುತ್ತಿದ್ದರು. ಕಾರ್ತಿಕ ಮತ್ತು ಗೋಪಾಲ ಪಂಡಿತರು ತಾಮ್ರ ವೇದಿಕೆಯ ಬಳಿ ನಿಂತಿದ್ದರು. ಜತೆಯಲ್ಲಿ ಭಗೀರಥನ ಸೈನ್ಯ. ಸೈನ್ಯದಲ್ಲಿದ್ದ ಬಹುತೇಕರು ಬ್ರಂಗಾಗಳು. ಭಗೀರಥನಗೆ ತೀರಾ ಆಯಾಸವಾಗಿತ್ತು. ಹಾಗೇ ಆತ ಮುಖ್ಯದ್ವಾರದ ಕಡೆಗೆ ಕಣ್ಣುಹಾಯಿಸಿದ. ಅಲ್ಲಿ ಅರ್ಧದಷ್ಟು ಜನ ತಮ್ಮ ಬಂಧು ಬಾಂಧವರನ್ನು ನಗರದಿಂದ ಹೊರಗೆ ಕಳುಹಿಸಿಕೊಟ್ಟು ತಾವು ಮಾತ್ರ ಒಳಗೆ ಬರುತ್ತಿದ್ದರು.

ಭಗೀರಥನಿಗೆ ಆಶ್ಚರ್ಯ.

'ಇಲ್ಲೇನು ನಡೆಯುತ್ತಿದೆ ಪಂಡಿತರೇ?'.

ಕಾರ್ತಿಕ ಆಶ್ಚರ್ಯದಿಂದ ನೋಡುತ್ತಿದ್ದ. ಪಂಡಿತರ ಕಣ್ಣಂಚಿನಿಂದ ನೀರು ಜಿನುಗುತ್ತಿತ್ತು.

'ಮೆಲೂಹದಲ್ಲಿ ಇದೊಂದು ಆಂದೋಲನವಾಗಿ ಪರಿವರ್ತನೆಗೊಂಡಿದೆ. ನಾಡಿಗಾಗಿ ಪ್ರಾಣಬಿಡುವುದು ಅವರಿಗೆ ಗೌರವದ ವಿಚಾರವಾಗಿದೆ. ಇಂದಿನ ಪರಿಸ್ಥಿತಿ ಅವರ ಸಾವಿಗೊಂದು ಕಾರಣವಾಗಿದೆ. ನೀಲಕಂಠನ ಆಕ್ರೋಶಕ್ಕೆ ಬಲಿಯಾಗಿ ಪ್ರಾಣ ಬಿಡುವುದಕ್ಕೆ ಇವರ್‍ಯಾರೂ ಕಿಂಚಿತ್ತೂ ಹಿಂಜರಿಯುತ್ತಿಲ್ಲ. ಮೆಲೂಹಕ್ಕಾಗಿ ಪ್ರಾಣಬಿಡಲು ಇವರೆಲ್ಲರೂ ಮಾನಸಿಕವಾಗಿ ಸಿದ್ಧರಾಗಿದ್ದಾರೆ'.

ಭಗೀರಥ ಹುಬ್ಬೇರಿಸುತ್ತಾ ಕೇಳಿದ 'ಹಾಗೆಂದರೇನು ಪಂಡಿತರೇ?'.

ಗೋಪಾಲರು ಬಂದಿದ್ದ ಜನರತ್ತ ತಿರುಗಿದರು. ಅಷ್ಟರಲ್ಲಿ ಮೆಲೂಹದ ಮಹಿಳೆಯೊಬ್ಬಳು ತನ್ನವರಿಗೆ ವಿದಾಯ ಹೇಳಿ ನಿಧಾನವಾಗಿ ಒಳಗೆ ಬರುತ್ತಿದ್ದಳು.

ಗೋಪಾಲರು 'ಭಗೀರಥ! ಈಗ ನೀನೇ ಹೋಗಿ ನೋಡು' ಎಂದರು.

ಭಗೀರಥ ನೇರವಾಗಿ ಆಕೆಯ ಬಳಿಗೆ ಬಂದು ಪ್ರಶ್ನಿಸಿದ 'ಕ್ಷಮಿಸಿ ತಾಯಿ! ನೀವೇಕೆ ನಗರಕ್ಕೆ ಹಿಂತಿರುಗುತ್ತಿರುವಿರಿ? ನೀವೂ ನಿಮ್ಮವರೊಂದಿಗೆ ಹೊರಗೆ ಹೋಗಬಾರದಿತ್ತೇ?'.

ಥಟ್ಟನೆ ಆಕೆ ಭಗೀರಥನತ್ತ ತಿರುಗಿದಳು. ಆಕೆ ತಲೆಯ ಮೇಲೆ ಅಂಗವಸ್ತ್ರವನ್ನು ಹೊದ್ದುಕೊಂಡಿದ್ದಳು. ಮುಖದಲ್ಲಿ ಶಾಂತಭಾವ ಎದ್ದುಕಾಣುತ್ತಿತ್ತು.

ಮೆಲುದನಿಯಲ್ಲಿ ಆಕೆ ಭಗೀರಥನಿಗೆ ಹೇಳಿದಳು 'ನಾನೊಬ್ಬ ಮೆಲೂಹದ ಪ್ರಜೆ. ನಾವು ಕೇವಲ ಮೆಲೂಹದಲ್ಲಿ ಬದುಕುತ್ತಿದ್ದೇವೆ ಎಂದ ಮಾತ್ರಕ್ಕೆ ಮೆಲೂಹನ್ನರಾಗುವುದಿಲ್ಲ. ಇಲ್ಲಿ ನಾವು ಹೇಗೆ ಬದುಕುತ್ತಿದ್ದೇವೆ? ನಮ್ಮ ನಂಬಿಕೆ, ತತ್ವ, ಸಿದ್ಧಾಂತಗಳೇನು ಎನ್ನುವುದು ಬಹುಮುಖ್ಯ. ನಮ್ಮ ಸುದೀರ್ಘ ಬದುಕಿನಲ್ಲಿ ಔನ್ನತ್ಯ ಸಾಧಿಸಿ ಸಾರ್ಥಕತೆ ಕಂಡುಕೊಳ್ಳದಿದ್ದರೆ ಅಷ್ಟು ವರ್ಷ ಬದುಕಿ ಪ್ರಯೋಜನವೇನು? ಇದೀಗ ಮೆಲೂಹದಲ್ಲಿ ಶ್ರೀರಾಮನ ಪವಿತ್ರ ನಿಯಮವನ್ನು ಧಿಕ್ಕರಿಸಲಾಗಿದೆ. ಹಾಗಾಗಿ ನಾವೀಗ ಅತ್ಯಂತ ಕೆಳಮಟ್ಟಕ್ಕೆ ಇಳಿದುಬಿಟ್ಟಿದ್ದೇವೆ. ನೈತಿಕವಾಗಿ ಸರ್ವನಾಶವಾಗಿದ್ದೇವೆ. ಇನ್ನು ಬದುಕಿ ಸಾಧಿಸುವುದಾದರೂ ಏನು? ಅಷ್ಟಕ್ಕೂ ಇದು ನಾವು ಮಾಡಿದ ಕರ್ಮ ಎಂದ ಮೇಲೆ ನಮ್ಮ ಬದುಕಿಗೆ ಯಾವ ಅರ್ಥವಿದೆ?'.

ಭಗೀರಥನಗೆ ತನ್ನ ಕಿವಿಗಳನ್ನೇ ನಂಬಲಾಗಲಿಲ್ಲ.

ಆಕೆ ಮಾತು ಮುಂದುವರಿಸಿದಳು 'ನಾನು ನೀಲಕಂಠನ ಮೇಲೆ ನಂಬಿಕೆಯಿಟ್ಟಿದ್ದೆ. ಸದಾ ಆತನನ್ನು ಪೂಜಿಸಿ ಆರಾಧಿಸುತ್ತಿದ್ದೆ. ಆತನ ಬರುವಿಕೆಗಾಗಿ ಹಲವು ವರ್ಷಗಳಿಂದ ಜಾತಕ ಪಕ್ಷಿಯಂತೆ ಕಾಯುತ್ತಿದ್ದೆ. ಕೊನೆಗೂ ನಾನು ನಂಬಿದ್ದ

ನೀಲಕಂಠ ಬಂದ. ಮೆಲೂಹಕ್ಕೆ ಏನೆಲ್ಲಾ ಮಾಡಿದ. ಆದರೆ ನಾವು ಆತನಗೆ ನೀಡಿದ್ದಾದರೂ ಏನು? ಶ್ರೀರಾಮನ ಆದರ್ಶವನ್ನು ಚಾಚೂ ತಪ್ಪದೇ ಪಾಲಿಸುತ್ತಿದ್ದ ರಾಜಕುಮಾರಿ ನೀಲಕಂಠನ ಸರ್ವಸ್ವವಾಗಿದ್ದ ಸತಿಯನ್ನೇ ಕೊಂದುಬಿಟ್ಟೆವು. ಶ್ರೀರಾಮನ ನಿಯಮವನ್ನು ಧಿಕ್ಕರಿಸಿದೆವು'.

ಆಕೆ ಒಂದುಕ್ಷಣ ಮೌನಕ್ಕೆ ಜಾರಿದಳು.

ನಂತರ ಹೇಳಿದಳು 'ನಿಜ! ಅನೇಕ ಬಾರಿ ನಾನು ಸೋಮರಸವನ್ನು ಸೇವಿಸಿದ್ದೇನೆ. ಹಾಗಾಗಿ ನನ್ನಲ್ಲಿ ಪಾಪಪ್ರಜ್ಞೆ ಕಾಡುತ್ತಿದೆ. ಅಲ್ಲದೆ ನಾನು ನಮ್ಮ ಮಹಾರಾಜರನ್ನು ಬೆಂಬಲಿಸಿದೆ. ಆದರೆ ಅವರು ನಮ್ಮ ರಾಜಕುಮಾರಿಯ ವಿರುದ್ಧವೇ ಸಂಚು ಹೂಡಿ ಅವರನ್ನೇ ಕೊಂದರು. ಆದ್ದರಿಂದ ಈಗ ಮೆಲೂಹ ಕಳಂಕಗೊಂಡಿದೆ. ಅಂದಮೇಲೆ ನಾನೂ ಕಳಂಕಿತಳಲ್ಲವೇ? ಅದು ನನ್ನ ಕರ್ಮ. ಅದೇನೇ ಇರಲಿ ನೀಲಕಂಠ ಮಾಡಿದ ಉಪಕಾರಕ್ಕೆ ಪ್ರತಿಯಾಗಿ ನಾವು ಆತನ ಋಣ ತೀರಿಸಲೇಬೇಕು. ಆತನ ಸಾಲವನ್ನು ತೀರಿಸಲೇಬೇಕು. ಹಾಗಾಗಿ ನಾವು ಪ್ರಾಣತ್ಯಾಗ ಮಾಡಲೇಬೇಕು. ಈ ಜನ್ಮಕ್ಕೆ ಇಷ್ಟು ಸಾಕು'.

ಭಗೀರಥ ಗರಬಡಿದವನಂತೆ ನಿಂತುಬಿಟ್ಟ. ಅಷ್ಟು ಹೇಳಿ ಆಕೆ ತಲೆತಗ್ಗಿಸಿ ನಿಧಾನವಾಗಿ ನಗರದ ಕಡೆ ನಡೆದಳು.

ವಾಸುದೇವ ಪಂಡಿತರು ಹಿಂದಿನಿಂದ ಮೆಲುದನಿಯಲ್ಲಿ ಹೇಳಿದರು 'ನನಗೆ ಗೊತ್ತು ಭಗೀರಥ. ಮೆಲೂಹದ ಬಹುತೇಕ ಮಂದಿ ಇದೇ ಮಾತನ್ನೇ ಹೇಳುತ್ತಿದ್ದಾರೆ. ಅವರ ವಾದ ಇಷ್ಟೇ. ನಾನು ಮೆಲೂಹದವನು. ಮೆಲೂಹದಲ್ಲಿ ಶ್ರೀರಾಮನ ನಿಯಮವನ್ನು ಕಡೆಗಣಿಸಲಾಗಿದೆ. ಹಾಗಾಗಿ ನಾವು ಕಳಂಕಿತರು. ಅದು ನಾವು ಮಾಡಿದ ಕರ್ಮ'.

ಎಲ್ಲರೂ ಎದ್ದುನಿಂತು ಆಕೆ ನಗರದತ್ತ ಹೋಗುತ್ತಿರುವುದನ್ನೇ ನೋಡುತ್ತಿದ್ದರು.

'ಭಗೀರಥ!' ಕಾರ್ತಿಕ ಏನೋ ಹೇಳಲು ಹೊರಟ.

'ಹೇಳು ಕಾರ್ತಿಕ'.

'ಮೆಲೂಹದ ದಂಡನಾಯಕ ಪರ್ವತೇಶ್ವರನನ್ನು ಈ ಕೂಡಲೆ ಇಲ್ಲಿಗೆ ಬರುವಂತೆ ತಿಳಿಸು'.

'ನಾನು ಈಗಾಗಲೇ ಪರ್ವತೇಶ್ವರ ಮತ್ತು ಆನಂದಮಯಿಗೆ ಇಲ್ಲಿಗೆ ಬರುವಂತೆ ಹೇಳಿಕಳುಹಿಸಿದ್ದೇನೆ. ಆದರೆ ಅವರಿಬ್ಬರೂ ದೇವಗಿರಿಯನ್ನು ಬಿಟ್ಟು ಬರಲು ಒಪ್ಪುತ್ತಿಲ್ಲ. ನಾನು ಅವರನ್ನು ಸಮಾಧಾನಪಡಿಸಿ ಕರೆತರುವ ಪ್ರಯತ್ನದಲ್ಲಿದ್ದೇನೆ'.

'ಪರ್ವತೇಶ್ವರನಿಗೆ ನಾನು ಕರೆ ಕಳುಹಿಸಿದ್ದೇನೆ ಎಂದು ಹೇಳು. ಆತನೊಂದಿಗೆ ಭಾರತ ದೇಶದ ಭವಿಷ್ಯಕ್ಕೆ ಸಂಬಂಧಿಸಿದಂತೆ ಬಹು ಮುಖ್ಯವಾದ ಸಂಗತಿಯೊಂದನ್ನು ಚರ್ಚಿಸಬೇಕಾಗಿದೆ'.

ಭಗೀರಥನಿಗೆ ಕಾರ್ತಿಕ ಏನು ಹೇಳುತ್ತಿದ್ದಾನೆ ಎನ್ನುವುದು ಅರ್ಥವಾಯಿತು.

ಈ ಪ್ರಯತ್ನದಲ್ಲಿ ಪರ್ವತೇಶ್ವರ ಮತ್ತು ಆನಂದಮಯಿ ನಗರದಿಂದ ಹೊರಗೆ ಬಂದರೆ ಸಾಕು ಎಂದು ಮನಸ್ಸಿನಲ್ಲೇ ಅಂದುಕೊಂಡು ನಂತರ ಹೇಳಿದ 'ಪರ್ವತೇಶ್ವರನನ್ನು ಕರೆದುಕೊಂಡುಬರಲು ಸ್ವತಃ ನಾನೇ ನಗರದೊಳಕ್ಕೆ ಹೋಗುತ್ತೇನೆ.'

'ಬೇಡ, ಭಗೀರಥ.........' ಗೋಪಾಲರು ಗಾಬರಿಯಿಂದ ಹೇಳಿದರು.

'ನಿಮ್ಮ ಆತಂಕ ನನಗೆ ಅರ್ಥವಾಗುತ್ತಿದೆ ಪಂಡಿತರೇ. ನಾನು ಈ ವಿಚಾರವನ್ನು ಯಾರೊಂದಿಗೂ ಚರ್ಚಿಸುವುದಿಲ್ಲ'.

ಎಲ್ಲರೂ ಎದ್ದು ನಿಂತು ನಾಳೆ ಸರ್ವನಾಶವಾಗಲಿದ್ದ ದೇವಗಿರಿಯತ್ತ ನೋಡುತ್ತಿದ್ದರು. ಅಷ್ಟರಲ್ಲಿ ಹಿಂದಿನಿಂದ ಧ್ವನಿಯೊಂದು ಕೇಳಿಬಂತು.

'ಮಹಾಸ್ವಾಮಿ! ನಮ್ಮದೊಂದು ಬೇಡಿಕೆಯಿದೆ'.

ಎಲ್ಲರೂ ಹಿಂತಿರುಗಿ ನೋಡಿದರು. ಅಲ್ಲಿ ಪುಟ್ಟ ಗುಂಪೊಂದು ನಂತಿತ್ತು.

'ಹಾಂ! ಏನು ಹೇಳಿ' ಕಾರ್ತಿಕ ಕೇಳಿದ.

'ಮಹಾಸ್ವಾಮಿ! ನಾವೆಲ್ಲರೂ ಇಂದು ಬೆಳಿಗ್ಗೆ ನಗರದಿಂದ ಹೊರಗೆ ಬಂದುಬಿಟ್ಟೆವು. ಆದರೆ ಇದೀಗ ಮತ್ತೆ ನಗರಕ್ಕೆ ಹೋಗುವಂತೆ ಆತ್ಮಸಾಕ್ಷಿ ಹೇಳುತ್ತಿದೆ. ಹಾಗಾಗಿ ನಮಗೆಲ್ಲರಿಗೂ ಮತ್ತೆ ದೇವಗಿರಿಯನ್ನು ಪ್ರವೇಶಿಸಲು ಅನುಮತಿ ನೀಡಿ'.

ಭಗೀರಥ ಮತ್ತು ಗೋಪಾಲರು ನಿಬ್ಬೆರಗಾದರು. ಸಾಮಾನ್ಯ ಜನರೇ ಹೀಗೆ ಪ್ರತಿಕ್ರಿಯಿಸುತ್ತಿರುವಾಗ ಆನಂದಮಯಿಯನ್ನು ನಗರದಿಂದ ಹೊರಗೆ ಕರೆತರುವುದಾದರೂ ಹೇಗೆ ಎಂದು ಭಗೀರಥ ಚಿಂತಿಸತೊಡಗಿದ.

ಅದಾಗಲೇ ಸೂರ್ಯ ಮುಳುಗುತಿದ್ದ. ಬಹುಶಃ ದೇವಗಿರಿಯ ಜನ ಮುಂದೆ ಇನ್ನೆಂದೂ ಮುಳುಗುವ ಸೂರ್ಯನನ್ನು ನೋಡುವುದು ಅಸಾಧ್ಯವಾಗಿತ್ತು. ವೀರಿಣಿ ಒಮ್ಮೆ ಆಗಸದೆಡೆ ಮುಖಮಾಡಿ ದೇವಗಿರಿಯ ಅರಮನೆಯಿಂದ ಸರಸರನೆ ಹೊರಗೆ ಬಂದಳು.

'ಮಹಾರಾಣಿಯವರೇ..........' ಅಲ್ಲಿದ್ದ ಸೇವಕನೊಬ್ಬ ವೀರಿಣಿಗೆ ನಮಸ್ಕರಿಸಿದ.

ವೀರಿಣಿ ಆತನೆಡೆಗೆ ಕೃತಜ್ಞತಾಪೂರ್ವಕ ನಗೆ ಬೀರುತ್ತಾ ಮುಖ್ಯದ್ವಾರದೆಡೆಗೆ ನಡೆದಳು.

'ಮಹಾರಾಣಿಯವರೇ............... ನೀವು ದೇವಗಿರಿಯನ್ನು ಬಿಟ್ಟುಹೋಗು ತ್ತಿದ್ದೀರಾ?' ಸೇವಕ ಗಾಬರಿಯಿಂದ ಕೇಳಿದ.

ಮೆಲೂಹದ ಮಹಾರಾಣಿ ನೀಲಕಂಠನ ಕ್ಷಮಾದಾನವನ್ನು ಸ್ವೀಕರಿಸಿ ತಮ್ಮನ್ನೆಲ್ಲಾ ತೊರೆದು ಹೋಗುತ್ತಿದ್ದಾಳಲ್ಲ ಎಂಬ ಅಚ್ಚರಿ ಆತನಿಗೆ. ವೀರಿಣಿ ಆತನ ಮಾತಿಗೆ ಪ್ರತಿಕ್ರಿಯೆ ನೀಡಲಿಲ್ಲ. ನೇರವಾಗಿ ಸ್ವರ್ಣ ವೇದಿಕೆಯತ್ತ ಹೆಜ್ಜೆ ಹಾಕಿದಳು.

‘ಏನು! ಹೀಗೆ ಮಾಡಿ ಎಂದು ನೀಲಕಂಠನೇ ಹೇಳಿರುವನೇ?’ ಆನಂದಮಯಿ ಕೇಳಿದಳು.

ಪರ್ವತೇಶ್ವರ, ಆನಂದಮಯಿ, ಗೋಪಾಲರು, ಕಾರ್ತಿಕ ಮತ್ತು ಭಗೀರಥ ತಾಮ್ರ ವೇದಿಕೆಯ ರಹಸ್ಯ ಸ್ಥಳವೊಂದರಲ್ಲಿ ಗುಪ್ತ ಸಮಾಲೋಚನೆ ನಡೆಸುತ್ತಿದ್ದರು.

‘ನೀಲಕಂಠನಿಗೆ ಬೇಕಾಗಿರುವುದು ಇದೇ. ಆದರೆ ಈ ಸಮಯದಲ್ಲಿ ನಮ್ಮ ಪ್ರಯತ್ನದ ಬಗ್ಗೆ ಆತನಿಗೇನೂ ತಿಳಿದಿಲ್ಲ’ ಗೋಪಾಲ ಪಂಡಿತರು ಹೇಳಿದರು.

‘ನೀಲಕಂಠ ಬೇಡ ಎಂದರೆ ಅಂತಹ ಕೆಲಸ ಮಾಡುವುದು ಬೇಡ’ ಪರ್ವತೇಶ್ವರ ಹೇಳಿದ.

‘ದಂಡನಾಯಕರೇ! ನೀಲಕಂಠನ ಮೇಲೆ ನಿಮಗಿರುವ ಅನನ್ಯ ಭಕ್ತಿ ಮತ್ತು ನಿಷ್ಠೆ ದೊಡ್ಡದು. ಆದರೆ ಈ ವಿಚಾರವನ್ನು ವಿಶಾಲ ದೃಷ್ಟಿಕೋನದಲ್ಲಿ ಅವಲೋಕಿಸಿ. ನಿಜ! ಸೋಮರಸ ಇಂದು ದುಷ್ಟಶಕ್ತಿಯಾಗಿ ಬದಲಾಗಿದೆ. ಹಾಗೆಂದು ಹೇಳಿ ಸೋಮರಸವನ್ನು ಸಂಪೂರ್ಣವಾಗಿ ನಿರ್ನಾಮ ಮಾಡುವುದು ಸರಿಯಲ್ಲ. ಸಧ್ಯಕ್ಕೆ ನಾವು ಸೋಮರಸ ಕೇಂದ್ರಗಳನ್ನಷ್ಟೇ ನಾಶಮಾಡಬೇಕು. ಅದನ್ನು ತಯಾರಿಸಲು ಬೇಕಾದ ಜ್ಞಾನವನ್ನು ಹಾಗೆ ಕಾಪಾಡಿಕೊಳ್ಳಬೇಕು. ಮುಂದೊಂದು ದಿನ ಸೋಮರಸ ಮತ್ತೊಮ್ಮೆ ಅದ್ಭುತ ಶಕ್ತಿಯಾಗಿ ಹೊರಹೊಮ್ಮುವ ಸಾಧ್ಯತೆಯಿದೆ. ಹಾಗಾಗಿ ಭಾರತ ದೇಶದ ಭವಿಷ್ಯದ ದೃಷ್ಟಿಯಿಂದ ಸೋಮರಸದ ಜ್ಞಾನವನ್ನು ಉಳಿಸಿಕೊಳ್ಳಲೇಬೇಕು’ ಗೋಪಾಲರು ಹೇಳಿದರು.

‘ಅಂದರೆ ನೀಲಕಂಠ ಈ ದೇಶದ ಭವಿಷ್ಯದ ಬಗ್ಗೆ ಚಿಂತಿಸಿಲ್ಲ ಎಂಬುದು ನಮ್ಮ ಅಭಿಪ್ರಾಯವೇ ಪಂಡಿತರೇ?’ ಪರ್ವತೇಶ್ವರ ಕೇಳಿದ.

‘ನಾನು ಹಾಗೆ ಹೇಳುತ್ತಿಲ್ಲ ಪರ್ವತೇಶ್ವರ, ಆದರೆ.........’.

ಅಷ್ಟರಲ್ಲಿ ಕಾರ್ತಿಕ ಒಂದೆರಡು ಹೆಜ್ಜೆ ಮುಂದೆ ಬಂದು ಹೇಳಿದ ‘ತಂದೆಯವರ ಮೇಲಿನ ನಿಮ್ಮ ನಿಷ್ಠೆಯನ್ನು ಕಂಡು ನನಗೆ ಸಂತೋಷವಾಗುತ್ತಿದೆ ದಂಡನಾಯಕರೇ. ಆದರೆ ಈಗ ಅವರು ಕಡುವೇದನೆಯಿಂದ ಬಳಲುತ್ತಿದ್ದಾರೆ. ಅವರಿಗೆ ನನ್ನ ತಾಯಿಯ ಮೇಲಿರುವ ಅಪಾರ ಪ್ರೀತಿ ತಮಗೂ ತಿಳಿದಿದೆ. ಮಡದಿಯ ಸಾವಿನ ದುಃಖ ಅವರ ಮನಸ್ಸನ್ನು ಸಂಪೂರ್ಣ ಆವರಿಸಿಬಿಟ್ಟಿದೆ. ಅವರಲ್ಲೀಗ ಕ್ರೋಧಾಗ್ನಿ ಕುದಿಯುತ್ತಿದೆ. ಆದರೆ ಅವರ ಹೃದಯ ಅಷ್ಟೇ ಪರಿಶುದ್ಧವಾಗಿದೆ. ಧರ್ಮಕ್ಕೆ ವಿರುದ್ಧವಾದ ಯಾವ

ಕೆಲಸವನ್ನು ಅವರು ಮಾಡಿಲ್ಲ. ಮುಂದೆ ಮಾಡುವುದೂ ಇಲ್ಲ. ಅವರ ಕೋಪ ಶಮನವಾಗುವವರೆಗೆ ಸೋಮರಸ ತಯಾರಿಕೆಯ ತಂತ್ರಜ್ಞಾನವನ್ನು ಜೀವಂತವಾಗಿಡುವುದು ಸರಿ ಎಂಬುದು ನನ್ನ ಅಭಿಪ್ರಾಯ. ಒಮ್ಮೆ ಅವರು ಸಹಜ ಸ್ಥಿತಿಗೆ ಮರಳಿದ ನಂತರ ಸೋಮರಸದ ಭವಿಷ್ಯವನ್ನು ಅವರೇ ನಿರ್ಧರಿಸಲಿ. ಅವರೇನಾದರೂ ಅದನ್ನು ಸಂಪೂರ್ಣ ನಾಶಗೊಳಿಸಬೇಕೆಂದು ಅಭಿಪ್ರಾಯಪಟ್ಟರೆ ನಾನು ಹಾಗೆ ಮಾಡುವುದಕ್ಕೂ ಸಿದ್ಧ'.

ಪರ್ವತೇಶ್ವರ ಒಮ್ಮೆ ಆಗಸದತ್ತ ನೋಡಿದ. ಆತನ ಕಣ್ಣು ಕೆಂಪಾಗಿತ್ತು.

ನಂತರ ಹೇಳಿದ 'ಸೋಮರಸದ ತಂತ್ರಜ್ಞಾನವನ್ನು ಉಳಿಸಿಕೊಳ್ಳಬೇಕಾದರೆ ಅದರ ಬಗ್ಗೆ ಬೃಹತ್ ಗ್ರಂಥಗಳನ್ನು ರಚಿಸಿ ಅಪಾರವಾದ ಜ್ಞಾನವನ್ನು ಸಂಪಾದಿಸಿರುವ ಬ್ರಾಹ್ಮಣರನ್ನು ರಕ್ಷಿಸಬೇಕು. ಅವರ ಬಳಿ ಸೋಮರಸದ ಜ್ಞಾನಭಂಡಾರವೇ ಇದೆ. ಸೋಮರಸವನ್ನು ಆರಾಧಿಸುವ ಅನೇಕ ಬ್ರಾಹ್ಮಣರು ಈಗಾಗಲೇ ನೀಲಕಂಠನ ಕ್ಷಮಾದಾನವನ್ನು ಸ್ವೀಕರಿಸಿ ನಗರದಿಂದ ಹೊರಗೆ ಬರುತ್ತಿದ್ದಾರೆ. ಆದರೆ ಮತ್ತೆ ಕೆಲವರು ಗೌರವದ ಸಾವು ಬೇಕೆಂದು ಹಂಬಲಿಸುತ್ತಿದ್ದಾರೆ. ಆತ್ಮಗೌರವಕ್ಕಾಗಿ ಪ್ರಾಣತ್ಯಾಗ ಮಾಡಲು ಸಿದ್ಧರಿರುವವರನ್ನು ಬಲವಂತವಾಗಿ ನಗರದಿಂದ ಹೊರಕ್ಕೆ ಕರೆದುಕೊಂಡು ಬರುವುದು ಅಸಾಧ್ಯ. ಅವರಲ್ಲಿ ಬಹುತೇಕರು ಸೋಮರಸವನ್ನು ತ್ಯಜಿಸಿದ್ದಾರೆ. ಅವರು ಆತ್ಮಗೌರವವನ್ನು ಬಲಿಕೊಡಲು ಸಿದ್ಧರಿಲ್ಲ. ಆದರೆ ನೀಲಕಂಠನಿಂದ ಸಾವು ಸ್ವೀಕರಿಸಲು ಸಿದ್ಧರಿದ್ದಾರೆ'.

ಕೂಡಲೆ ಕಾರ್ತಿಕ ಪರ್ವತೇಶ್ವರನ ಕೈ ಹಿಡಿದು ಹೇಳಿದ 'ದಂಡನಾಯಕರೇ! ಈಗಷ್ಟೇ ನನ್ನ ತಾಯಿ ಕನಸಿನಲ್ಲಿ ಬಂದು ಹೋದಳು. ಆಕೆ ತಾನು ಹೇಗೆ ಸತ್ತೆ ಎನ್ನುವುದಕ್ಕಿಂತಲೂ ಹೇಗೆ ಬಾಳಿ ಬದುಕಿದೆ ಎಂದು ನೆನಪು ಮಾಡಿಕೊಳ್ಳುವಂತೆ ನನಗೆ ಹೇಳಿದ್ದಾಳೆ. ಸದಾ ಧರ್ಮವನ್ನು ಪಾಲಿಸುವಂತೆಯೂ ಭಾರತದ ಭವಿಷ್ಯದ ಒಳಿತಿಗೆ ಬೇಕಾದುದೆಲ್ಲವನ್ನೂ ಮಾಡುವಂತೆ ಆದೇಶ ನೀಡಿದ್ದಾಳೆ. ಬಹುಶಃ ಆಕೆ ಇಂದು ಬದುಕಿದ್ದರೆ ನಾನು ಈಗ ತೆಗೆದುಕೊಳ್ಳುತ್ತಿರುವ ನಿರ್ಧಾರವನ್ನೇ ಆಕೆಯೂ ತೆಗೆದುಕೊಳ್ಳುತ್ತಿದ್ದಳು'.

ಪರ್ವತೇಶ್ವರ ಕಣ್ಣೀರು ಒರೆಸಿಕೊಂಡು ಒಂದೆರಡು ನಿಮಿಷ ಮೌನವಾಗಿದ್ದು ನಂತರ ಹೇಳಿದ 'ನಾನು ಅವರೆಲ್ಲರನ್ನೂ ಹೊರಗೆ ಕರೆದುಕೊಂಡು ಬರುತ್ತೇನೆ. ಎಲ್ಲಿ ಸಾಧ್ಯವೋ ಅಲ್ಲೆಲ್ಲಾ ಬ್ರಾಹ್ಮಣರೊಂದಿಗೆ ಮಾತನಾಡುತ್ತೇನೆ. ಅವರನ್ನು ಒಪ್ಪಿಸುವ ಕೆಲಸ ಮಾಡುತ್ತೇನೆ. ಆದರೆ ತೀರಾ ಒತ್ತಾಯಮಾಡಿ ಅವರನ್ನು ಹೊರಗೆ ಕರೆತರುವುದು ನನ್ನಿಂದ ಅಸಾಧ್ಯ. ಆದರೆ ಒಮ್ಮೆ ಅವರು ಹೊರಗೆ ಬಂದರೆ ಅವರನ್ನು ರಕ್ಷಿಸುವ ಜವಾಬ್ದಾರಿ ನಿನ್ನದು. ಅಂಥವರು ದುಷ್ಟಶಕ್ತಿಯನ್ನು ಹೊರಗೆ ಹಾಕುವುದಕ್ಕೆ ಬಿಡಬಾರದು. ನೀಲಕಂಠ ಮಾತ್ರ ಅವರ ಭವಿಷ್ಯವನ್ನು ನಿರ್ಧರಿಸಬೇಕು. ನೀನಾಗಲೀ, ಗೋಪಾಲರಾಗಲೀ ಅಥವಾ ಮತ್ತಾರೋ ಅವರ ಭವಿಷ್ಯವನ್ನು ನಿರ್ಧರಿಸುವಂತಿಲ್ಲ'.

ಇತ್ತ ವೀರಿಣಿ ಸ್ವರ್ಣ ವೇದಿಕೆಯ ಬಳಿ ಬಂದಳು. ಅಲ್ಲಿ ಮಾತಳಿಯ ಸೈನ್ಯ ನಗರದಿಂದ ಹೊರಹೋಗುವವರ ಪತ್ರಗಳು ಮತ್ತು ಪೂರ್ವಚರಿತ್ರೆಯನ್ನು ಪರಿಶೀಲಿಸುತ್ತಿತ್ತು. ವೀರಿಣಿಯನ್ನು ಕಂಡ ಸೈನಿಕರು ಆಕೆಗೆ ನಮಸ್ಕರಿಸಿದರು. ಆಕೆ ಅವರೆಲ್ಲರಿಗೂ ನಮಸ್ಕರಿಸಿ ದೂರದಲ್ಲಿ ಮರದ ವೇದಿಕೆಯೊಂದನ್ನು ನಿರ್ಮಿಸುತ್ತಿದ್ದ ಸ್ಥಳದತ್ತ ಹೆಜ್ಜೆ ಹಾಕಿದಳು. ಪಾಶುಪತಾಸ್ತ್ರವೆಂಬ ಮಹಾಕ್ಷಿಪಣಿಯನ್ನು ಸಿಡಿಸಲು ನಿರ್ಮಿಸಲಾಗುತ್ತಿದ್ದ ವೇದಿಕೆ ಅದು. ಆಕೆ ಹತ್ತಿರಕ್ಕೆ ಬರುತ್ತಿದ್ದಂತೆ ಅಲ್ಲಿ ಶಿವ ಸೈನಕರಿಗೆ ಆದೇಶವನ್ನು ನೀಡುತ್ತಿದ್ದ. ಥಟ್ಟನೆ ವೀರಿಣಿ ಅಲ್ಲಿದ್ದ ಸ್ತ್ರೀಯೊಬ್ಬಳ ಕಡೆ ನೋಡಿದಳು. ಆಕೆ ತಾರಾ. ಬೃಹಸ್ಪತಿಯ ಪ್ರೇಯಸಿ. ಗಣೇಶ ತಾರಾಳೊಂದಿಗೆ ವಿಚಾರ ವಿನಿಮಯ ಮಾಡಿಕೊಳ್ಳುತ್ತಾ ಅದ್ಭುತ ತಂತ್ರಜ್ಞಾನವನ್ನು ಬಳಸಿ ವೇದಿಕೆಯನ್ನು ನಿರ್ಮಿಸುತ್ತಿದ್ದ.

ತುಸು ದೂರದಿಂದಲೇ ವೀರಿಣಿಯನ್ನು ನೋಡಿದ ಕಾಳಿ 'ಅಮ್ಮಾ........' ಎಂದು ಜೋರಾಗಿ ಕೂಗಿದಳು.

ವೀರಿಣಿ ನೇರವಾಗಿ ಶಿವನ ಬಳಿಗೆ ಬಂದಳು. ಕಾಳಿ ಮತ್ತು ಗಣೇಶ ಆಕೆಯನ್ನು ಹಿಂಬಾಲಿಸಿದರು. ಶಿವ ನಿಸ್ತೇಜ ಕಣ್ಣುಗಳಲ್ಲಿ ವೀರಿಣಿಯನ್ನು ನೋಡಿದ. ಶಿವನ ಕಾಂತಿಯುತ ಕಣ್ಣುಗಳಲ್ಲಿದ್ದ ತೇಜಸ್ಸು ವೀರಿಣಿಗೆ ಸದಾ ಆನಂದ ಮತ್ತು ಉಲ್ಲಾಸವನ್ನು ನೀಡುತ್ತಿತ್ತು. ಆದರೆ ಅಂದು ಅದೇ ಶಿವ ಪೇಲವ ಮುಖ ಹೊತ್ತಿದ್ದ. ಹುಬ್ಬಿನ ನಡುವಿನ ಹೊಪ್ಪೆ ಬೆಂಕಿಯಂತೆ ಉರಿಯುತ್ತಿತ್ತು. ಆತನ ಮನಸ್ಸು ಮತ್ತು ಆತ್ಮ ನೊಂದು, ಬೆಂದು ಬಸವಳಿದಿತ್ತು.

ವೀರಿಣಿಯನ್ನು ನೋಡಿದ ಶಿವನಿಗೆ ಒಂದು ಕ್ಷಣವೂ ಆಕೆ ಸತಿಯ ಹತ್ಯೆಯಲ್ಲಿ ಭಾಗಿಯಾಗಿರಬಹುದು ಎಂದೆನಿಸಲಿಲ್ಲ. ಆತ ತಲೆಬಾಗಿ ನಮಸ್ಕರಿಸಿದ. ವೀರಿಣಿ ಶಿವನ ಕೈ ಹಿಡಿದುಕೊಂಡಳು. ಆಕೆಯ ಕಣ್ಣುಗಳು ಉರಿಯುತ್ತಿದ್ದ ಶಿವನ ಹಣೆಯನ್ನೇ ನೋಡುತ್ತಿತ್ತು.

'ಮಗನೇ.........ನಿನ್ನ ಅಂತರಂಗದಲ್ಲಿ ಉಂಟಾಗಿರುವ ದುಃಖ ಮತ್ತು ನೋವಿನ ಅಗಾಧತೆಯನ್ನು ಊಹಿಸುವುದು ನನ್ನಿಂದ ಅಸಾಧ್ಯ'.

ಶಿವ ಮಾತನಾಡಲಿಲ್ಲ. ದುಃಖ ಉಕ್ಕಿ ಬಂತು.

'ಸತಿ ಪ್ರಾಣಬಿಡುವ ಮುನ್ನ ಬೇಡಿಕೆಯೊಂದನ್ನು ಇಟ್ಟಿದ್ದಾಳೆ. ಅದನ್ನು ಈಡೇರಿಸುವ ಸಲುವಾಗಿ ನಾನಿಲ್ಲಿಗೆ ಬಂದಿದ್ದೇನೆ'.

ಕೂಡಲೆ ಶಿವನ ಕಣ್ಣುಗಳು ಅರಳಿದವು. ಆತ ವೀರಿಣಿಯತ್ತ ನೋಡಿದ.

'ತನ್ನ ಇಬ್ಬರೂ ಮಕ್ಕಳು ಆಕೆಯ ಅಂತ್ಯಸಂಸ್ಕಾರದ ವಿಧಿ-ವಿಧಾನಗಳನ್ನು ಪೂರೈಸಬೇಕು ಎನ್ನುವುದು ಆಕೆಯ ಕಡೆಯ ಆಸೆ'.

ಪಕ್ಕದಲ್ಲಿ ನಿಂತಿದ್ದ ಗಣೇಶನಗೆ ದುಃಖ ತಡೆದುಕೊಳ್ಳಲಾಗಲಿಲ್ಲ. ಬಿಕ್ಕಿ ಬಿಕ್ಕಿ ಅಳಲಾರಂಭಿಸಿದ. ಮೆಲೂಹ ಸಂಪ್ರದಾಯದಂತೆ ತಂದೆಯ ಅಂತ್ಯ ಸಂಸ್ಕಾರವನ್ನು ಹಿರಿಯ ಮಗನೂ ತಾಯಿಯದನ್ನು ಕಿರಿಯ ಮಗನೂ ಮಾಡಬೇಕಾಗಿತ್ತು. ಅಲ್ಲದೇ ನಾಗಾಗಳು ಅಂತ್ಯಕ್ರಿಯಾ ಕರ್ಮಗಳನ್ನು ಮಾಡುವುದು ಅಮಂಗಳ ಎಂಬ ನಂಬಿಕೆ ಜನರಲ್ಲಿತ್ತು.

ಹಾಗಾಗಿ ಗಣೇಶ ತಾಯಿಯ ಅಂತ್ಯಕ್ರಿಯೆಯಲ್ಲಿ ತಾನೂ ಭಾಗಿಯಾಗಿ ಆಕೆಯ ಚಿತೆಗೆ ಅಗ್ನಿ ಸ್ಪರ್ಶ ಮಾಡುವುದು ಅಸಾಧ್ಯ ಎಂದೇ ಭಾವಿಸಿದ್ದ. ಆದರೆ ಸತಿಯ ಆಸೆಯೇ ಬೇರೆಯಾಗಿತ್ತು. ಕಾಳಿ ಗಣೇಶನ ಕೈಹಿಡಿದುಕೊಂಡಳು.

ವೀರಿಣಿ ಮಾತು ಮುಂದುವರಿಸಿದಳು 'ಆದರೆ ಕಿರಿಯ ಮಗ ಮಾತ್ರ ತಾಯಿಯ ಅಂತ್ಯಕ್ರಿಯೆಗಳನ್ನು ಮಾಡುವುದು ಸಂಪ್ರದಾಯ. ಆ ಸಂಪ್ರದಾಯವನ್ನು ಯಾರಾದರೂ ಪ್ರಶ್ನಿಸುವುದಾದರೆ ಅದು ನೀನು ಮಾತ್ರ'.

'ನಾನು ಯಾವ ಸಂಪ್ರದಾಯವನ್ನು ಲೆಕ್ಕಿಸುವುದಿಲ್ಲ. ಸತಿ ಹಾಗೆ ಮಾಡಬೇಕೆಂದು ಅಪೇಕ್ಷಿಸಿದ್ದರೆ ಖಂಡಿತಾ ಅದನ್ನೇ ಮಾಡೋಣ'.

'ಹಾಗಾದರೆ ನಾನು ಈ ವಿಚಾರವನ್ನು ಕಾರ್ತಿಕನಿಗೂ ತಿಳಿಸುತ್ತೇನೆ'.

ಶಿವ ತಲೆಯಾಡಿಸುತ್ತಾ ಸಮ್ಮತಿ ನೀಡಿದ. ನಂತರ ಸತಿಯ ದೇಹವನ್ನಟ್ಟಿದ್ದ ಭವನದತ್ತ ದೃಷ್ಟಿ ಹಾಯಿಸಿದ. ವೀರಿಣಿ ಒಂದೆರಡು ಹೆಜ್ಜೆ ಮುಂದೆ ಬಂದು ಶಿವನನ್ನು ಬಿಗಿದಪ್ಪಿದಳು. ಶಿವ ಸಹ ಆಕೆಯನ್ನು ಅಪ್ಪಿಕೊಂಡು ತನ್ನ ದುಃಖವನ್ನು ಹೊರಹಾಕಿದ.

'ಶಿವ........ಹೇಗಾದರೂ ಮಾಡಿ ಶಾಂತಿ–ನೆಮ್ಮದಿ ತಂದುಕೊ. ಸತಿ ಸಹ ಅದನ್ನೇ ಬಯಸುತ್ತಿದ್ದಳು'.

'ನೀವು ಶಾಂತಿ, ನೆಮ್ಮದಿಯನ್ನು ಕಂಡುಕೊಂಡಿದ್ದೀರಾ?' ಶಿವ ಪ್ರಶ್ನಿಸಿದ.

ಶಿವನ ಪ್ರಶ್ನೆಗೆ ಮೌನವೇ ವೀರಿಣಿಯ ಉತ್ತರವಾಗಿತ್ತು.

'ನನಗೆ ಶಾಂತಿ, ನೆಮ್ಮದಿ ದೊರೆಯುವುದು ನಾನು ಮತ್ತೊಮ್ಮೆ ಆಕೆಯನ್ನು ಭೇಟಿಮಾಡಿದಾಗ ಮಾತ್ರ'.

ವೀರಿಣಿ ಮಾತನಾಡಲಿಲ್ಲ. ಶಿವನ ಕಣ್ಣಂಚಿನಿಂದ ಅಶ್ರು ಬಿಂದುಗಳು ಜಾರಿ ಕೆನ್ನಿಯ ಮೇಲೆ ಹರಿಯಿತು.

'ನಾನು ಸತಿಯ ಬಗ್ಗೆ ಒಂದು ವಿಚಾರವನ್ನು ನಿನಗೆ ಹೇಳಲೇಬೇಕು. ಅವಳ ಸಾವಿನ ಸಂಚು ನಡೆಯುತ್ತಿದ್ದಾಗ ಸತಿ ದೇವಗಿರಿಯ ಅರಮನೆಯಲ್ಲೇ ಇದ್ದಳು. ಅದು ತಿಳಿದ ಕೂಡಲೆ ಆಕೆ ಅದರಿಂದ ಪಾರಾಗಬಹುದಿತ್ತು. ಆದರೆ ಆಕೆ ಹಾಗೆ ಮಾಡಲಿಲ್ಲ. ತನಗೆ ಎದುರಾಗುವ ಅಪಾಯವನ್ನೂ ಲೆಕ್ಕಿಸದೆ ನಗರದ ಹೊರಗಿದ್ದ ನಂದಿ ಮತ್ತು ಇತರೆ ಅಂಗರಕ್ಷಕರನ್ನು ರಕ್ಷಿಸಲು ಧಾವಿಸಿದಳು. ಅನೇಕರನ್ನು ಅಪಾಯದಿಂದ ಪಾರು

ಮಾಡಿದಳು. ಕಟ್ಟಕಡೆಯ ಉಸಿರಿರುವವರೆಗೂ ವೀರಶಿರೋಮಣಿಯಂತೆ ಧೈರ್ಯ ಮತ್ತು ಕೆಚ್ಚೆದೆಯಿಂದ ವೈರಿಗಳಿಗೆ ಸಿಂಹಸ್ವಪ್ನವಾಗಿ ಹೋರಾಡಿದಳು. ಕೊನೆಗೆ ಗೌರವಯುತವಾದ ವೀರಮರಣವನ್ನಪ್ಪಿದಳು. ಪ್ರತಿಯೊಬ್ಬ ವೀರಯೋಧನೂ ತನಗೆ ವೀರೋಚಿತ ಸಾವು ಬರಲಿ ಎಂದು ಅಪೇಕ್ಷಿಸುತ್ತಾನೆ. ಸತಿ ಸಹ ಇದನ್ನೇ ಅಪೇಕ್ಷಿಸಿದ್ದಳು. ಅದರಂತೆಯೇ ಹೋರಾಡಿ ಮಡಿದು ಅಮರಳಾದಳು'.

'ಹೌದು! ಸತಿ ಒಂದು ಮಹೋನ್ನತ ಆದರ್ಶವನ್ನು ಬಿಟ್ಟುಹೋಗಿದ್ದಾಳೆ' ಶಿವ ಹೇಳಿದ. ವೀರಿಣಿ ದುಃಖದಿಂದ ಮುಗುಳ್ನಕ್ಕಳು.

ಶಿವ ದೀರ್ಘ ನಿಟ್ಟುಸಿರು ಬಿಟ್ಟ. ಪಾಶುಪತಾಸ್ತ್ರವನ್ನು ಸರಿಯಾಗಿ ವೇದಿಕೆಯಲ್ಲಿ ಪ್ರತಿಷ್ಠಾಪಿಸುವ ಕೆಲಸ ಸಾಕಷ್ಟಿತ್ತು. ಹಾಗಾಗಿ ಆತ ಆಕೆಯ ಕಾಲನ್ನು ಮುಟ್ಟಿ ನಮಸ್ಕರಿಸಿ ಅಲ್ಲಿಂದ ಹೊರಟ. ವೀರಿಣಿ ಸಹ ಅತ್ಯಂತ ದುಃಖದಿಂದ ಶಿವನ ತಲೆಯ ಮೇಲೆ ಕೈಯಿಟ್ಟು ಆತನನ್ನು ಹರಸಿದಳು.

ನಂತರ ವೀರಿಣಿ ಕಾಳಿಯನ್ನು ತಬ್ಬಿ ಹಿಡಿದು ಹೇಳಿದಳು 'ಕಾಳಿ! ನಾನು ನಿನಗೆ ಅನ್ಯಾಯ ಮಾಡಿಬಿಟ್ಟೆ ಕಂದಾ'.

'ಇಲ್ಲ ಅಮ್ಮ! ಪಾಪ ಮಾಡಿರುವವರು ಅಪ್ಪ. ಇದರಲ್ಲಿ ನಿನ್ನ ತಪ್ಪೇನೂ ಇಲ್ಲ'.

'ಆದರೆ ಒಬ್ಬ ತಾಯಿಯಾಗಿ ನನ್ನ ಕರ್ತವ್ಯದಲ್ಲಿ ವಿಫಲಳಾದೆ. ದಕ್ಷ ನಿನ್ನನ್ನು ಮಗಳೆಂದು ಸ್ವೀಕರಿಸದೇ ಇದ್ದಾಗ ನಾನು ಪ್ರತಿಭಟಿಸಿ ಆತನಿಂದ ದೂರ ಹೋಗಬೇಕಾಗಿತ್ತು ಅಲ್ಲವೇ ಮಗು'.

ಕಾಳಿ ತಲೆಯಾಡಿಸುತ್ತಾ ಹೇಳಿದಳು 'ಆಗ ನೀನು ಒಬ್ಬ ಪತ್ನಿಯಾಗಿಯೂ ಕರ್ತವ್ಯ ನಿರ್ವಹಿಸಬೇಕಾಗಿತ್ತು ಅಲ್ಲವೇ ಅಮ್ಮ'.

'ಪತಿ ದುಷ್ಕೃತ್ಯಗಳಲ್ಲಿ ಭಾಗಿಯಾದಾಗ ಆತನನ್ನು ಬೆಂಬಲಿಸುವುದು ಪತ್ನಿಯ ಕರ್ತವ್ಯವಲ್ಲ. ನಿಜವಾದ ಪತ್ನಿ ತನ್ನ ಗಂಡ ತಪ್ಪು ಮಾಡುತ್ತಿರುವಾಗ ಅದನ್ನು ಸರಿಪಡಿಸುತ್ತಾಳೆ. ತಿದ್ದಿ ಬುದ್ಧಿ ಹೇಳುತ್ತಾಳೆ. ತಾನು ಅಪಾಯಕ್ಕೆ ಸಿಲುಕಿದರೂ ಅದನ್ನೂ ಲೆಕ್ಕಿಸದೆ ಪತಿಯನ್ನು ಸರಿದಾರಿಗೆ ತರುತ್ತಾಳೆ. ಆದರೆ ನಾನು ಹಾಗೆ ಮಾಡಲಿಲ್ಲ ಮಗು'.

'ನೀನೆಷ್ಟೇ ಪ್ರಯತ್ನಪಟ್ಟಿದ್ದರೂ ತಾತ ನಿನ್ನ ಮಾತನ್ನು ಕೇಳುತ್ತಿರಲಿಲ್ಲ. ಆತನ ವ್ಯಕ್ತಿತ್ವವೇ ಬೇರೆ...........' ಗಣೇಶ ಹೇಳಿದ.

ವಯಸ್ಸಿನಲ್ಲಿ ಚಿಕ್ಕವನಾದರೂ ತಾತನ ದುಷ್ಕೃತ್ಯಗಳನ್ನು ಸಹಿಸದ ಮೊಮ್ಮಗ ಗಣೇಶನನ್ನು ಕಂಡು ವೀರಿಣಿಗೆ ಅಭಿಮಾನ. ಜತೆಗೆ ಪತಿಯ ವರ್ತನೆಯ ಬಗ್ಗೆ ಅಸಹ್ಯ. ಅಷ್ಟರಲ್ಲಿ ಗಣೇಶ ವೀರಿಣಿಯ ಅನುಮತಿ ಪಡೆದು ಅಲ್ಲಿಂದ ನಿರ್ಗಮಿಸಿದ. ಇತ್ತ ವೀರಿಣಿ ಸಹ ಹೊರಡಲು ಅಣಿಯಾದಳು.

ಕೂಡಲೆ ಕಾಳಿ ಹೇಳಿದಳು 'ಅಮ್ಮ ಸ್ವಲ್ಪ ತಾಳು! ಗಣೇಶ ನಿನ್ನನ್ನು ನಮ್ಮ ಹಡಗಿಗೆ ಕರೆದುಕೊಂಡು ಹೋಗುತ್ತಾನೆ. ಈ ಎಲ್ಲ ಪ್ರಕ್ರಿಯೆಗಳು ಮುಗಿಯುವವರೆಗೆ ನೀನು ಹಡಗಿನಲ್ಲಿರು. ನಂತರ ನಾವೆಲ್ಲರೂ ಪಂಚವಟಿಗೆ ಹೋಗೋಣ. ಅಲ್ಲಿ ನೀನು ನಮ್ಮೊಂದಿಗಿದ್ದರೆ ನಾವು ಸತಿಯ ಸಾವಿನ ದುಃಖವನ್ನು ಮರೆಯಬಹುದು. ನಮಗೂ ಸ್ವಲ್ಪ ನೆಮ್ಮದಿ ದೊರೆಯುತ್ತದೆ. ದುಃಖ ಕಡಿಮೆಯಾಗುತ್ತದೆ'.

ವೀರಿಣಿ ಕಾಳಿಯನ್ನು ತಬ್ಬಿಕೊಂಡು ಹೇಳಿದಳು 'ನಾನು ನಿನ್ನ ಮನೆಗೆ ಬರಬೇಕಾದರೆ ಅದಕ್ಕಾಗಿ ಮುಂದಿನ ಜನ್ಮಕ್ಕಾಗಿ ಕಾಯಬೇಕು ಮಗು'.

ಕೂಡಲೆ ಕಾಳಿ ಗಾಬರಿಯಿಂದ ಕೇಳಿದಳು 'ಅಂದರೆ ಈಗ ನೀನು ನಮ್ಮೊಂದಿಗೆ ಬರುತ್ತಿಲ್ಲವೇ ಅಮ್ಮ?' ದಯಮಾಡಿ ಹಾಗೆ ಮಾಡಬೇಡ. ಯಾರೋ ಮಾಡಿದ ಪಾಪಕ್ಕೆ ನೀನು ಸಾವಿಗೆ ಶರಣಾಗುವುದು ಸರಿಯಲ್ಲ ಅಮ್ಮ? ಬೇಡ! ನೀನು ದೇವಗಿರಿಗೆ ಹೋಗಬೇಡ'.

'ಮೂರ್ಖಿಯಂತೆ ಮಾತನಾಡಬೇಡ ಕಾಳಿ. ದೇವಗಿರಿ ನಾಶವಾದರೆ ನಾನೂ ಅದರೊಂದಿಗೆ ನಾಶವಾಗಲೇಬೇಕು'.

'ಇಲ್ಲ ಅಮ್ಮ........ಹಾಗೇನೂ ಇಲ್ಲ. ನೀನು ಬಲಿಯಾಗುವ ಅಗತ್ಯವಿಲ್ಲ'.

'ಒಂದುವೇಳೆ ಪಂಚವಟಿಯೇನಾದರೂ ನಾಶವಾಗುತ್ತಿದ್ದರೆ ಅದನ್ನು ನೋಡುತ್ತಾ ನೀನು ಹೊರಗುಳಿಯುತ್ತಿದ್ದೆಯಾ ಕಾಳಿ?'.

ಕಾಳಿ ಮರುಮಾತನಾಡಲಿಲ್ಲ. ಆದರೂ ಕೆಲವು ನಿಮಿಷದ ಬಳಿಕ ಹೇಗಾದರೂ ಮಾಡಿ ಅಮ್ಮನನ್ನು ಒಪ್ಪಿಸುವ ಕೆಲಸಕ್ಕೆ ಮುಂದಾದಳು.

'ಅದೆಲ್ಲವೂ ಕಾಲ್ಪನಿಕ ಪ್ರಶ್ನೆಗಳು ಅಮ್ಮ. ಈಗ ಮುಖ್ಯವಾಗಿರುವುದು..........'.

'ಹಾಂ! ಈಗ ಮುಖ್ಯವಾಗಿರುವುದು ನಾನು ಬದುಕುವುದಲ್ಲ ಕಾಳಿ. ಸತಿಯ ಸಾವಿನ ಸಂಚನ್ನು ರೂಪಿಸಲು ನಿಮ್ಮ ತಂದೆಯೊಂದಿಗೆ ಇನ್ನೂ ಕೆಲವು ಮಂದಿ ಸೇರಿದ್ದಾರೆ. ಆ ಹಂತಕರಲ್ಲಿ ಅನೇಕರು ಈಗಾಗಲೇ ಇಲ್ಲಿಂದ ಪರಾರಿಯಾಗಿದ್ದಾರೆ. ಅವರೆಲ್ಲರೂ ನಾಳೆ ದೇವಗಿರಿಯೊಂದಿಗೆ ಸಾಯುವುದಿಲ್ಲ. ನೀನು ಅವರು ಯಾರು ಎನ್ನುವುದನ್ನು ಕಂಡುಹಿಡಿಯಬೇಕು. ಅವರಿಗೆ ಸರಿಯಾದ ಶಿಕ್ಷೆ ನೀಡಬೇಕು'.

ಅಧ್ಯಾಯ 50

ಶಿವನ ಆದರ್ಶ

ಸೂರ್ಯ ಪಶ್ಚಿಮ ದಿಗಂತದಲ್ಲಿ ಮುಳುಗುತ್ತಿದ್ದ. ಕಾರ್ತಿಕ, ಗೋಪಾಲರು ಮತ್ತು ಭಗೀರಥ ತಾಮ್ರ ವೇದಿಕೆಯ ಮೂಲೆಯೊಂದರಲ್ಲಿ ನಿಂತಿದ್ದರು. ಉಳಿದ ಎರಡು ವೇದಿಕೆಗಳಿಂದ ಈ ಮೂವರು ನಿಂತಿದ್ದ ಜಾಗ ಕಾಣುತ್ತಿರಲಿಲ್ಲ. ಶಿವನಿಗೂ ಇವರ್‍ಯಾರೂ ಗೋಚರಿಸುತ್ತಿರಲಿಲ್ಲ. ಕಾರ್ತಿಕನಿಗೆ ತನ್ನ ರಹಸ್ಯ ಕಾರ್ಯಾಚರಣೆ ನಡೆಸಲು ಸೂಕ್ತ ಜಾಗ ಅದಾಗಿತ್ತು.

ಭಗೀರಥನೊಂದಿಗೆ ಬಲ–ಅತಿಬಲ ಕುಂಡದಲ್ಲಿ ಆತನಗೆ ಸಹಾಯ ಮಾಡಿದ್ದ ಇಪ್ಪತ್ತು ಮಂದಿ ಬ್ರಂಗಾಗಳ ತಂಡವೊಂದಿತ್ತು. ಈ ಇಪ್ಪತ್ತು ಜನರ ತಂಡ ತಾಮ್ರವೇದಿಕೆಯಿಂದ ದೇವಗಿರಿಯ ಕೋಟೆಯ ಹೊರಗೆ ಹೋಗಲು ಬಲವಾದ ಹಗ್ಗವೊಂದನ್ನು ಕಟ್ಟಿತ್ತು. ಹಗ್ಗದ ತುದಿಯಲ್ಲಿ ಏಕಕಾಲಕ್ಕೆ ಇಪ್ಪತ್ತು ಜನ ನಿಲ್ಲಬಹುದುದಾದ ದೊಡ್ಡ ಮರದ ಬೋನು. ಅದನ್ನು ಕೆಳಗಿನಿಂದ ಮೇಲಕ್ಕೆತ್ತಲು ತಾಮ್ರ ವೇದಿಕೆಯ ಮೇಲೆ ಗಟ್ಟಿಯಾದ ರಾಟೆ. ರಾಟೆಯ ಸಹಾಯದಿಂದ ಮರದ ಬೋನನ್ನು ತಾಮ್ರ ವೇದಿಕೆಗೆ ಇಳಿಬಿಡಲಾಗಿತ್ತು. ಅದರಲ್ಲಿ ಏಕಕಾಲಕ್ಕೆ ಹತ್ತು ಮಂದಿ ಬ್ರಾಹ್ಮಣರು ಬೃಹತ್ ಗ್ರಂಥಗಳು ಮತ್ತು ಇತರ ಸಾಮಗ್ರಿಗಳೊಂದಿಗೆ ಬಂದು ನಿಲ್ಲುತ್ತಿದ್ದರು. ಕೂಡಲೆ ಆ ಬೋನನ್ನು ಒಂದು ಬದಿಯಿಂದ ಸೈನಿಕರು ಎಳೆದು ಕೋಟೆಯ ಆಚೆಗಿನ ಮತ್ತೊಂದು ಬದಿಗೆ ನಿಧಾನವಾಗಿ ಬಿಡುತ್ತಿದ್ದರು. ತಾಮ್ರ ವೇದಿಕೆಯ ಮೇಲೆ ಪರ್ವತೇಶ್ವರ ನಿಂತಿದ್ದ. ಮತ್ತೊಂದು ಕಡೆ ಭಗೀರಥ ಮತ್ತು ಕಾರ್ತಿಕ. ಅದೊಂದು ಅಪಾಯಕಾರಿ ಕಾರ್ಯಾಚರಣೆ. ಸ್ವಲ್ಪ ಎಚ್ಚರ ತಪ್ಪಿದರೂ ಬೋನಿನಲ್ಲಿರುವವರ ಸಾವು ಖಚಿತ. ಜತೆಗೆ ಸೋಮರಸದ ಜ್ಞಾನವಿದ್ದ ಬ್ರಾಹ್ಮಣರನ್ನು ರಕ್ಷಿಸುವ ಕಾರ್ಯಾಚರಣೆಯನ್ನು ಅತ್ಯಂತ ರಹಸ್ಯವಾಗಿ ನಡೆಸಬೇಕಾಗಿತ್ತು. ಸೋಮರಸ ಕುರಿತ ಜ್ಞಾನ ದೇವಗಿರಿಯಿಂದ ಹೊರಹೋದರೆ ಅದಕ್ಕೆ ಮೆಲೂಹ ನೀಡುತ್ತಿದ್ದ ಶಿಕ್ಷೆ ಸಾವು. ಆದರೆ ಭಗೀರಥ ಮತ್ತು ಪರ್ವತೇಶ್ವರ ಧರ್ಮವನ್ನು ಉಳಿಸುವ ಸಲುವಾಗಿ ಈ ಅಪಾಯಕಾರಿ ಕೆಲಸಕ್ಕೆ ಕೈ ಹಾಕಿದ್ದರು. ಅದೊಂದು ಕಾರ್ಗಾಲದ ರಾತ್ರಿ. ಎಲ್ಲೆಲ್ಲೂ ನೀರವತೆ. ಆ ಸಮಯದಲ್ಲಿ ಒಂದು

ಕಡೆಯಿಂದ ಭಗೀರಥ ಆಗಾಗ ಹಕ್ಕಿಗಳು ಕೂಗುವ ಮಾದರಿಯಲ್ಲಿ ಕೂಗುತ್ತಿದ್ದ. ಆ ರೀತಿ ಕೂಗುವುದು ಭಗೀರಥನಿಗೆ ಅಭ್ಯಾಸವಾಗಿತ್ತು. ಅದು ಪರ್ವತೇಶ್ವರ ಮತ್ತು ಕಾರ್ತಿಕನಿಗೆ ಸಂದೇಶ ನೀಡುತ್ತಿತ್ತು. ಹೊರಗಿನವರಿಗೆ ಅಲ್ಲಿ ಹಕ್ಕಿಗಳು ಕೂಗುತ್ತಿವೆಯೇನೋ ಎನ್ನುವಂತೆ ಭಾಸವಾಗುತ್ತಿತ್ತು. ಒಮ್ಮೆ ಈ ರಹಸ್ಯ ಕಾರ್ಯಾಚರಣೆಯ ವಿಚಾರ ಹೊರಗೆ ತಿಳಿದರೆ ಎಲ್ಲವೂ ತಿರುಗು ಮುರುಗಾಗುತ್ತಿತ್ತು.

ಅಂತೂ ನೋಡು ನೋಡುತ್ತಿದ್ದಂತೆ ಬಹುತೇಕ ಬ್ರಾಹ್ಮಣರು ದೇವಗಿರಿಯಿಂದ ಭಗೀರಥನ ತಾತ್ಕಾಲಿಕ ಗುಡಾರಕ್ಕೆ ಸ್ಥಳಾಂತರಗೊಂಡರು. ಕಾರ್ಯಚರಣೆ ಅಂತಿಮ ಹಂತಕ್ಕೆ ಬಂದಿತ್ತು. ಆದರೂ ಭಗೀರಥ ಆಗಾಗ ಮೈಮರೆಯುತ್ತಿದ್ದ. ಕಾರಣ ಆನಂದಮಯಿ ಮತ್ತು ಪರ್ವತೇಶ್ವರನನ್ನು ದೇವಗಿರಿಯಿಂದ ಹೊರಗೆ ಕರೆತರುವುದು ಹೇಗೆ ಎಂಬುದು ಆತನನ್ನು ಬಹುವಾಗಿ ಕಾಡುತ್ತಿತ್ತು. ಅದಾಗಲೇ ಪರ್ವತೇಶ್ವರ ತನ್ನ ಪ್ರತಿಜ್ಞೆಯಂತೆ ದೇವಗಿರಿಯೊಂದಿಗೆ ಪ್ರಾಣ ಬಿಡುತ್ತೇನೆ ಎಂದು ಸ್ಪಷ್ಟವಾಗಿ ತಿಳಿಸಿದ್ದ. ಆತನ ನಿರ್ಧಾರ ಅಚಲವಾಗಿತ್ತು. ಆನಂದಮಯಿ ಗಂಡನ ಹಾದಿಯಲ್ಲೇ ಸಾಗಲು ನಿರ್ಧರಿಸಿದ್ದಳು.

ಭಗೀರಥ ತಂಗಿಯನ್ನು ಒಪ್ಪಿಸಿ ದೇವಗಿರಿಯಿಂದ ಹೊರತರಲು ಶತಪ್ರಯತ್ನ ಮಾಡಿದ್ದ. ತನ್ನ ನಿರ್ಧಾರವನ್ನು ಬದಲಿಸುವಂತೆ ಆಕೆಯನ್ನು ಪರಿಪರಿಯಾಗಿ ಬೇಡಿಕೊಂಡಿದ್ದ. ಅಂದು ಮತ್ತೊಮ್ಮೆ ಆಕೆಯ ಮನವೊಲಿಸಲು ಬಂದಿದ್ದ.

'ಆನಂದಮಯಿ, ನಿನ್ನ ಪತಿ ಪರ್ವತೇಶ್ವನಿಗೆ ನೀನು ಪ್ರಾಣತ್ಯಾಗ ಮಾಡುವುದು ಇಷ್ಟವೆಂದು ಭಾವಿಸಿರುವೆಯಾ? ನನ್ನನ್ನೇಕೆ ಈ ರೀತಿ ನೋಯಿಸುತ್ತಿರುವೆ? ನನ್ನ ಮೇಲೆ ನಿನಗೆ ಅಷ್ಟೊಂದು ದ್ವೇಷವೇ? ನಾನು ನಿನ್ನ ಸಹೋದರನಲ್ಲವೇ?'.

ಆನಂದಮಯಿಯ ಕಣ್ಣಲ್ಲಿ ಆನಂದಭಾಷ್ಪ ಉಕ್ಕಿಬಂತು.

ಆಕೆ ಹೇಳಿದಳು 'ಭಗೀರಥ' ನೀನು ನನ್ನನ್ನು ಎಲ್ಲರಿಗಿಂತ ಹೆಚ್ಚು ಪ್ರೀತಿಸುವೆ ಎಂದು ನನಗೆ ಗೊತ್ತು. ನನ್ನೊಂದಿಗೆ ಬದುಕಲು ಹಂಬಲಿಸುತ್ತಿರುವ ನಿನ್ನ ಭ್ರಾತೃ ಪ್ರೀತಿಗೆ ಬೆಲೆಕಟ್ಟಲಾಗದು. ಆದರೆ ನಾನೂ ಹೀಗೇ ಬದುಕಬೇಕು ಎಂದು ಕನಸು ಕಟ್ಟಿಕೊಂಡಿದ್ದೇನೆ ಅಲ್ಲವೇ? ಅದರಂತೆಯೇ ನಾನು ಬದುಕಬೇಕು. ಹಾಗೆ ಬದುಕಲು ಅನುವು ಮಾಡಿಕೊಡು.

ಕಾರ್ತಿಕ ಭಗೀರಥನ ಕೈಹಿಡಿದು ಹೇಳಿದ 'ರಾಜಕುಮಾರ! ನಿನ್ನ ಸಹೋದರಿ ನಿನ್ನ ಬಗ್ಗೆ ಹೇಳಿದ ಮಾತು ಸತ್ಯ. ನೀನು ಆಕೆಯನ್ನು ನಿನ್ನ ತಂದೆಗಿಂತಲೂ ಹೆಚ್ಚಾಗಿ ಪ್ರೀತಿಸುತ್ತಿರುವೆ. ಹಾಗಾಗಿ ನೀನೊಬ್ಬ ಆದರ್ಶ ಸಹೋದರ. ಆದರ್ಶ ರಾಜ'.

ಮೆಲೂಹ ಸರ್ವನಾಶವಾದರೆ ನಂತರ ಭಗೀರಥನನ್ನು ಅಯೋಧ್ಯೆಯ ರಾಜನನ್ನಾಗಿ ಮಾಡಲು ತಂಡವೊಂದು ಸಿದ್ಧವಾಗಿತ್ತು. ಆದರೆ ಭಗೀರಥನಿಗೆ ಆ ಬಗ್ಗೆ ಆಸಕ್ತಿ ಇರಲಿಲ್ಲ. ಪ್ರೀತಿಯ ತಂಗಿ ಮೆಲೂಹದೊಂದಿಗೆ ಸಾವನ್ನಪ್ಪುತ್ತಾಳಲ್ಲಾ ಎಂಬುದೇ

ಆತನ ಚಿಂತೆಯಾಗಿತ್ತು. ಆ ಚಿಂತೆಯಲ್ಲಿ ಭಗೀರಥ ತುರ್ತಾಗಿ ಮಾಡಬೇಕಾಗಿದ್ದ ಕೆಲಸವನ್ನು ಮರೆಯುತಿದ್ದ. ಕೂಡಲೆ ಕಾರ್ತಿಕ ಭಗೀರಥನಿಗೆ ಆತನ ಕರ್ತವ್ಯವನ್ನು ನೆನಪಿಸಲು ಮುಂದಾದ.

'ಭಗೀರಥ, ಒಬ್ಬ ಆದರ್ಶ ರಾಜನಲ್ಲಿರಬೇಕಾದ ಗುಣಗಳೇನು ಎನ್ನುವುದು ನಿನಗೆ ಗೋತ್ತೇ?' ಕಾರ್ತಿಕ ಕೇಳಿದ.

ಭಗೀರಥ ಸುಮ್ಮನೆ ಕಾರ್ತಿಕನೆಡೆಗೆ ನೋಡಿದ.

'ವೈಯಕ್ತಿಕವಾಗಿ ತನಗೆ ಯಾವುದೇ ನಷ್ಟವಾಗುತ್ತಿದ್ದರೂ ಅದನ್ನು ಲೆಕ್ಕಿಸದೆ ಗುರಿಯೆಡೆಗೆ ಗಮನವಿಟ್ಟು ಅದರತ್ತ ಸಾಗುವವನೇ ನಿಜವಾದ ರಾಜ. ನಿನ್ನ ತಂಗಿ ಮತ್ತು ಭಾವನ ಬಗ್ಗೆ ಕಣ್ಣೀರು ಸುರಿಸುತ್ತಾ ಕೂರುವ ಸಮಯ ಇದಲ್ಲ. ಅದಕ್ಕೆ ಬೇರೆ ಸಮಯವಿದೆ. ರಾತ್ರಿಯ ವೇಳೆಯಲ್ಲಿ ಹಕ್ಕಿಯನ್ನು ಅನುಸರಿಸಿ ಕೂಗುವ ಸಾಮರ್ಥ್ಯವಿರುವುದು ನಿನ್ನೊಬ್ಬನಲ್ಲಿ ಮಾತ್ರ. ಈಗ ಅದನ್ನು ಮುಂದುವರೆಸು. ದೇಶದ ಹಿತದೃಷ್ಟಿಯಿಂದ ನಮ್ಮ ಈ ಕಾರ್ಯಚರಣೆ ಆದಷ್ಟು ಬೇಗ ಮುಗಿಯಬೇಕು. ಇದರಲ್ಲಿ ನಾವು ವಿಫಲರಾಗುವಂತಿಲ್ಲ'.

'ಹಾಗೇ ಆಗಲಿ ಕಾರ್ತಿಕ' ಭಗೀರಥ ಹೇಳಿದ.

ಎಲ್ಲರೂ ಅವರವರ ಕೆಲಸದಲ್ಲಿ ನಿರತರಾಗಿದ್ದರು. ಸ್ವಲ್ಪ ಸಮಯದ ನಂತರ ಕಾರ್ತಿಕ ಗೋಪಾಲ ಪಂಡಿತರ ಬಳಿಗೆ ಬಂದ. ಪಂಡಿತರ ಮುಖದಲ್ಲಿ ಅದೇನೋ ಆತಂಕ. ಆಗಷ್ಟೇ ಸೈನಿಕನೊಬ್ಬ ಪಂಡಿತರಿಗೆ ಪತ್ರವೊಂದನ್ನು ನೀಡಿದ್ದ. ಪತ್ರ ಓದಿದ ಪಂಡಿತರು ಗಾಬರಿಗೊಂಡಿದ್ದರು. ಅದನ್ನು ಗಮನಿಸಿದ ಕಾರ್ತಿಕ ಕೇಳಿದ.

'ಏಕೆ ಪಂಡಿತರೇ? ನಿಮ್ಮ ಮುಖದಲ್ಲೇನೋ ಆತಂಕ ಇರುವಂತಿದೆಯಲ್ಲ?'.

'ಪರ್ವತೇಶ್ವರ ಸಂದೇಶವೊಂದನ್ನು ಕಳುಹಿಸಿದ್ದಾನೆ. ಅದರಂತೆ ಬೃಗು ಮಹರ್ಷಿಗಳು ದೇವಗಿರಿಯನ್ನು ಬಿಟ್ಟು ಬರಲು ನಿರಾಕರಿಸುತ್ತಿದ್ದಾರೆ'.

ಕಾರ್ತಿಕ ಬೇಸರದಿಂದ ತಲೆಯಾಡಿಸುತ್ತಾ ಹೇಳಿದ 'ಈ ಮೆಲೂಹನ್ನರು ಸಾಯುವುದಕ್ಕೇಕೆ ಇಷ್ಟು ಕಾತುರರಾಗಿದ್ದಾರೆ?'.

'ಈಗೇನು ಮಾಡಲಿ ಮಹಾಪ್ರಭು' ಪತ್ರ ತಂದಿದ್ದ ಸೈನಿಕ ಕೇಳಿದ.

'ನನ್ನನ್ನು ಮಹರ್ಷಿ ಬೃಗುವಿನ ಬಳಿಗೆ ಕರೆದುಕೊಂಡು ಹೋಗು' ಕಾರ್ತಿಕ ಕೇಳಿದ.

ಅಗ್ನಿ ಕುಂಡ ಧಗಧಗನೆ ಉರಿಯುತ್ತಿತ್ತು. ಕುಂಡದ ಅಗ್ನಿ ಕತ್ತಲನ್ನು ಸರಿಸಿ ಮಂದ ಬೆಳಕು ಹರಿಸಿತ್ತು. ಪಕ್ಕದಲ್ಲಿ ಸರಸ್ವತಿ ನದಿ ಶಾಂತವಾಗಿ ಹರಿಯುತ್ತಿತ್ತು.

ಗಣೇಶ ಪುಟ್ಟ ಮರದ ಮಣೆಯ ಮೇಲೆ ಕುಳಿತು ಮಂತ್ರ ಪಠಿಸುತ್ತಿದ್ದ. ಆತ ಬಿಳಿಯ ಧೋತಿ ಧರಿಸಿದ್ದ. ಪಕ್ಕದಲ್ಲಿ ಹರಿತವಾದ ಚಾಕು ಹಿಡಿದಿದ್ದ ವ್ಯಕ್ತಿ ಗಣೇಶನ ಕೇಶ ಮುಂಡನ ಮಾಡುತ್ತಿದ್ದ. ಸ್ವಲ್ಪ ಸಮಯದ ನಂತರ ಆತ ತಲೆಯ ಎಲ್ಲ ಕೂದಲನ್ನು ತೆಗೆದು ಬಟ್ಟೆಯಿಂದ ಒರೆಸಿ ಆಯುರ್ವತಿ ನೀಡಿದ್ದ ಎಣ್ಣೆಯನ್ನು ತಲೆಗೆ ಸವರುತ್ತಿದ್ದ.

ನಂತರ 'ಎಲ್ಲವೂ ಮುಗಿಯಿತು ಮಹಾಸ್ವಾಮಿ' ಎಂದ. ಗಣೇಶ ಪ್ರತಿಕ್ರಿಯೆ ನೀಡಲಿಲ್ಲ.

ಆತ ಉರಿಯುತ್ತಿದ್ದ ಪವಿತ್ರ ಅಗ್ನಿಯನ್ನು ನೋಡಿ ಮೆಲುದನಿಯಲ್ಲಿ ಹೇಳಿದ 'ಓ! ಅಗ್ನಿದೇವ! ಆಕೆ ನಮ್ಮೆಲ್ಲರಿಗಿಂತ ಪರಮ ಪವಿತ್ರಳು. ನೀನು ಆಕೆಯನ್ನು ಸ್ವೀಕರಿಸು. ನಂತರ ಆಕೆಯನ್ನು ಸ್ವರ್ಗಕ್ಕೆ ಕರೆದುಕೊಂಡು ಹೋಗು. ಆಕೆ ಸ್ವರ್ಗದಿಂದಲೇ ಬಂದವಳು. ದೈವಸ್ವರೂಪಿ, ದೈವಾಂಥ ಸಂಭೂತೆ ಮತ್ತು ಮಹಾಮಾತೆ'.

***

ಸತಿಯನ್ನು ಮಲಗಿಸಿದ್ದ ಕೋಣೆಗೆ ಶಿವ ಬಂದಾಗ ನಡುರಾತ್ರಿಯಾಗಿತ್ತು. ಪಾಶುಪತಾಸ್ತ್ರ ಸಿದ್ಧವಾಗಿತ್ತು. ಇನ್ನು ಒಂದೆರಡು ಅಂತಿಮ ಪರೀಕ್ಷೆಗಳನ್ನಷ್ಟೇ ಮಾಡಬೇಕಾಗಿತ್ತು. ತಾರಾ ಅದನ್ನು ಮಾಡಿ ಮುಗಿಸುವವಳಿದ್ದಳು. ಪಾಶುಪತಾಸ್ತ್ರದಿಂದ ನಗರದ ಹೊರಗಿದ್ದ ಶಾಂತಿ ಸಭಾಭವನವೂ ಧ್ವಂಸಗೊಳ್ಳುವ ಸಾಧ್ಯತೆಯಿತ್ತು. ಹಾಗಾಗಿ ಮಾರನೆಯ ದಿನ ಮಂಜುಗಡ್ಡೆಯ ಗೋಪುರದಿಂದ ಸತಿಯ ದೇಹವನ್ನು ಬೇರೆಡೆಗೆ ಸ್ಥಳಾಂತರಿಸಬೇಕಾಗಿತ್ತು. ಏಕಾಏಕಿ ಹಾಗೆ ಸ್ಥಳಾಂತರಿಸಿದರೆ ಸತಿಯ ದೇಹ ಕೊಳೆತು ಹೋಗುತ್ತಿತ್ತು. ಹಾಗಾಗಿ ಕೂಡಲೆ ಆಕೆಯ ದಹನ ಕ್ರಿಯೆ ಮುಗಿಸಬೇಕಾಗಿತ್ತು. ಆದರೆ ಈ ವಿಚಾರವನ್ನು ಶಿವನಿಗೆ ಹೇಳುವ ಧೈರ್ಯ ಯಾರಿಗೂ ಇರಲಿಲ್ಲ. ಶಿವ ಅದನ್ನು ಕೇಳುವ ಸ್ಥಿತಿಯಲ್ಲೂ ಇರಲಿಲ್ಲ.

ಶಿವ ಸತಿಯ ಕೋಣೆಯ ಬಾಗಿಲು ತೆಗೆದು ದೃಷ್ಟಿಹಾಯಿಸಿದ. ಅಲ್ಲಿ ಗಣೇಶ ತಾಯಿಯ ಕೈಹಿಡಿದು ಪಕ್ಕದಲ್ಲೇ ಕುಳಿತಿದ್ದ. ಆತನಿಗೆ ಕೇಶಮುಂಡನವಾಗಿತ್ತು. ಆತ ಆಗಾಗ ತಾಯಿಯ ಕಿವಿಯಲ್ಲಿ ಮಂತ್ರಪಠಿಸುತ್ತಿದ್ದ. ಅದು ಋಗ್ವೇದ ಮಂತ್ರ. ಶಿವ ಗಣೇಶನ ಬಳಿಗೆ ಬಂದು ಆತನನ್ನು ಅಪ್ಪಿಕೊಂಡ.

ಗಣೇಶ ಅಂಗವಸ್ತ್ರದಲ್ಲಿ ಕಣ್ಣೀರು ಒರೆಸಿಕೊಂಡು ಬಿಕ್ಕಳಿಸುತ್ತಾ ಹೇಳಿದ 'ಅಮ್ಮನಿಲ್ಲದೆ ನಾನು ಬದುಕಿರುವುದು ಹೇಗೆ ಅಪ್ಪ?'.

'ನನಗೂ ಸತಿಯನ್ನು ಕಳೆದುಕೊಂಡ ದುಃಖವಿದೆ ಮಗು. ಆದರೆ ಅವಳ ಸಾವಿಗೆ ನಾವು ಪ್ರತೀಕಾರ ತೀರಿಸಿಕೊಳ್ಳೋಣ'.

'ಅಪ್ಪಾ! ಆಕೆಗೆ ಅವಶ್ಯತೆಯಿದ್ದಾಗ ನಾನು ಆಕೆಯ ಸಹಾಯಕ್ಕೆ ಹೋಗಲಾಗಲಿಲ್ಲ. ಏನೇ ಆಗಲಿ ಅಮ್ಮನ ಈ ಸ್ಥಿತಿಗೆ ಕಾರಣರಾದವರನ್ನು ನಾನು ಸುಮ್ಮನೆ ಬಿಡುವುದಿಲ್ಲ. ಒಬ್ಬೊಬ್ಬರನ್ನೂ ಕೊಂದು ಹಾಕುತ್ತೇನೆ'.

'ಹೌದು ಗಣೇಶ! ಎಲ್ಲ ದುಷ್ಟ ಶಕ್ತಿಗಳೂ ನಾಶವಾಗಲೇಬೇಕು. ಯಾವ ಬೆಲೆ ತೆತ್ತಾದರೂ ಅವರೆಲ್ಲರನ್ನು ನಾನು ಸಂಹಾರ ಮಾಡುತ್ತೇನೆ'.

ಒಬ್ಬರೂ ಒಬ್ಬರನ್ನೊಬ್ಬರು ತಬ್ಬಿಕೊಂಡು ರೋಧಿಸಿದರು.

— ⅄ⵀⵡ↑⊛ —

ವೀರಭದ್ರ ಮತ್ತು ಕೃತಿಕಾ ರಜತ ವೇದಿಕೆಯ ಮೇಲೆ ನಿಂತಿದ್ದರು. ಕೃತಿಕಾ ಬಹಳ ವರ್ಷಗಳ ಕಾಲ ದೇವಗಿರಿಯಲ್ಲಿ ಇದ್ದವಳು. ಹಾಗಾಗಿ ಆಕೆಗೆ ಅಲ್ಲಿನ ಬಹುತೇಕ ಮಂದಿಯ ಪರಿಚಯವಿತ್ತು. ಆ ಸಲಿಗೆಯೊಂದಿಗೆ ಆಕೆ ದೇವಗಿರಿಯಲ್ಲೇ ಉಳಿದು ಪ್ರಾಣಬಿಡಬೇಕೆಂದು ನಿರ್ಧರಿಸಿದ್ದ ಅನೇಕರ ಬಳಿ ಮಾತನಾಡುತ್ತಿದ್ದಳು. ಅವರ ಮನವೊಲಿಸುವ ಪ್ರಯತ್ನ ಮಾಡುತ್ತಿದ್ದಳು.

'ವೀರಭದ್ರ! ನಾನು ನಿನ್ನೊಂದಿಗೆ ಮಾತನಾಡಬೇಕು' ವೀರಭದ್ರನಿಗೆ ಪರಿಚಿತ ಧ್ವನಿಯೊಂದು ಕೇಳಿಸಿತು.

ಭದ್ರ ತಿರುಗಿ ನೋಡಿದ. ಕಾಳಿ ಮತ್ತು ಪರಶುರಾಮ ಹಿಂದೆ ನಂತಿದ್ದರು.

ಅವರನ್ನು ನೋಡಿ ಭದ್ರ ಹೇಳಿದ 'ಅಗತ್ಯವಾಗಿ ಮಹಾರಾಣಿ'.

'ನಾವೀಗ ಬಹುಮುಖ್ಯವಾದ ಕೆಲಸವೊಂದನ್ನು ಮಾಡಬೇಕಾಗಿದೆ. ಆ ಬಗ್ಗೆ ಖಾಸಗಿಯಾಗಿ ನಿನ್ನೊಂದಿಗೆ ಮಾತನಾಡಬೇಕು'.

'ಖಂಡಿತ' ವೀರಭದ್ರ ನಿಧಾನವಾಗಿ ಕಾಳಿ ಮತ್ತು ಪರಶುರಾಮನೊಂದಿಗೆ ನಡೆದ.

— ⅄ⵀⵡ↑⊛ —

'ವಿದ್ಯುನ್ಮಾಲಿ..........' ಭದ್ರ ಆರ್ಭಟಿಸಿದ.

ವಿದುನ್ಮಾಲಿಯ ಹೆಸರು ಕೇಳುತ್ತಲೇ ಭದ್ರ ಕೆರಳಿ ಕೆಂಡಾಮಂಡಲನಾದ.

'ಸತಿಯ ಸಾವಿನ ಸಂಚಿನ ಪ್ರಮುಖ ಪಾತ್ರಧಾರಿ ಅವನೇ. ಆತ ದೇವಗಿರಿಯಲ್ಲೆಲ್ಲೋ ಅಡಗಿ ಕುಳಿತಿದ್ದಾನೆ. ಮೊನ್ನೆ ನಡೆದ ಹೋರಾಟದಲ್ಲಿ ಗಾಯಗೊಂಡು ದೇವಗಿರಿಯಿಂದ ಹೊರಗೆ ಹೋಗುವ ಅವಕಾಶಕ್ಕಾಗಿ ಕಾಯುತ್ತಿದ್ದಾನೆ'. ಕಾಳಿ ಹೇಳಿದಳು.

ಪರಶುರಾಮ ವೀರಭದ್ರನ ಭುಜದ ಮೇಲೆ ಕೈಯಿಟ್ಟು ಹೇಳಿದ 'ನಾವು ಸಣ್ಣ ಸಣ್ಣ ಗುಂಪುಗಳಾಗಿ ನಗರವನ್ನು ಪ್ರವೇಶಿಸಬೇಕು. ಆತನನ್ನು ಹುಡುಕಿ ಹೆಡೆಮುರಿ ಕಟ್ಟಿ ತರಬೇಕು'.

ಕಾಳಿ ತನ್ನ ಚೂರಿಯನ್ನು ಮುಟ್ಟಿ ಕೋಪದಿಂದ ಹೇಳಿದಳು 'ಆತನಿಗೆ ಚಿತ್ರಹಿಂಸೆ ನೀಡಿ ಬಾಯಿಬಿಡಿಸಬೇಕು. ಪರಾರಿಯಾಗಿರುವ ಹಂತಕರ ಸುಳಿವಿನ ಮಾಹಿತಿಯನ್ನು ಆತನಿಂದ ಪಡೆದುಕೊಂಡು ಅವರನ್ನು ಪತ್ತೆಹಚ್ಚಬೇಕು'.

'ಆತನಿಗೆ ಚಿತ್ರಹಿಂಸೆ ಕೊಟ್ಟು ಹಂತ ಹಂತವಾಗಿ ಕೊಲ್ಲಬೇಕು'.

'ಹಾಂ! ಅದು ಆತ ಎಲ್ಲ ವಿಚಾರವನ್ನು ಬಾಯ್ಬಿಟ್ಟ ಮೇಲೆ' ಕಾಳಿ ಹೇಳಿದಳು.

'ಇದು ನೀಲಕಂಠನಿಗೆ ನಾವು ತೋರುವ ನಿಷ್ಠೆ'. ಪರಶುರಾಮ ಕೈ ಚಾಚಿದ.

'ಹೌದು! ಇದು ಶಿವನಿಗೆ ನಾವು ತೋರುವ ಸ್ವಾಮಿ ನಿಷ್ಠೆ' ವೀರಭದ್ರ ಪರಶುರಾಮನ ಕೈಮೇಲೆ ತನ್ನ ಕೈಯಿಟ್ಟು ಹೇಳಿದ.

'ಇದು ಸತಿಯ ಸಾವಿಗೆ ನಮ್ಮ ಪ್ರತೀಕಾರ' ಕಾಳಿ ವೀರಭದ್ರನ ಕೈಮೇಲೆ ಕೈಯಿಟ್ಟಳು.

ಮೂವರು ಸತಿಯ ಸಾವಿಗೆ ಪ್ರತೀಕಾರ ತೀರಿಸಿಕೊಳ್ಳಲು ಸಿದ್ಧರಾದರು.

ಅಧ್ಯಾಯ 51

ಸನ್ಮಾರ್ಗದಲ್ಲಿ ಬದುಕಿ ಕರ್ಮವನ್ನು ಪೂರೈಸಿ

'ಏನು ನೀನು ದೇವಗಿರಿ ನಗರವನ್ನು ಪ್ರವೇಶಿಸಬೇಕೆ? ನಿನಗೆ ಹುಚ್ಚು ಹಿಡಿದಿದೆಯೇ ವೀರಭದ್ರ?' ಕೃತಿಕಾ ಗಾಬರಿಯಿಂದ ಪ್ರಶ್ನಿಸಿದಳು.

'ನೀನೇನೂ ಚಿಂತೆ ಮಾಡಬೇಡ ಕೃತಿಕಾ. ನಾನು ಆದಷ್ಟು ಬೇಗ ಮರಳಿ ಬರುತ್ತೇನೆ. ದೇವಗಿರಿಯಲ್ಲಿ ಅಂತಹ ಪಹರೆ ಏನೂ ಇಲ್ಲ. ಅಲ್ಲಿಯ ಜನ ಅದೆಷ್ಟು ವಿಚಿತ್ರವಾಗಿ ವರ್ತಿಸುತ್ತಿದ್ದಾರೆ ಎಂದು ನೀನೇ ನೋಡುತ್ತಿರುವೆಯಲ್ಲ?'.

'ಇರಬಹುದು, ಆದರೆ ವಿದ್ಯುನ್ಮಾಲಿ ಮತ್ತು ಆತನ ಸಹಚರರು ನಗರದಲ್ಲೆಲ್ಲಾ ಪಹರೆ ಕಾಯುತ್ತಿರುತ್ತಾರೆ. ಅವರೇನು ನಿನಗೆ ಹೂಗುಚ್ಛ ನೀಡಿ ಬರಮಾಡಿ ಕೊಳ್ಳುತ್ತಾರೇನು?' ಕೃತಿಕಾ ವ್ಯಂಗ್ಯದಿಂದ ಹೇಳಿದಳು.

'ಅವರು ನನ್ನನ್ನು ಗುರುತಿಸಲಾರರು ಕೃತಿಕಾ?'.

'ಮೂರ್ಖ! ದೇವಗಿರಿಯಲ್ಲಿ ಬಹುತೇಕ ಮಂದಿ ನಿನ್ನನ್ನು ನೀಲಕಂಠನ ಸ್ನೇಹಿತನೆಂದು ಗುರುತಿಸುತ್ತಾರೆ'.

'ಕೃತಿಕಾ! ಈಗಾಗಲೇ ಕತ್ತಲೆಯಾಗಿದೆ. ನಾನು ಅಲ್ಲಿ ಯಾರ ಕಣ್ಣಿಗೂ ಕಾಣಿಸಿಕೊಳ್ಳುವುದಿಲ್ಲ'.

'ನೀನು ಅಲ್ಲಿಗೆ ಹೋಗುವ ಬದಲು ಬೇರೆ ಯಾರನ್ನಾದರೂ ಕಳುಹಿಸಬಹುದಿತ್ತು ಅಲ್ಲವೇ?'.

'ಇಲ್ಲ, ಅದು ಸಾಧ್ಯವಿಲ್ಲ. ನಾನು ಮಾಡುತ್ತಿರುವ ಈ ಕೆಲಸ ನನ್ನ ಒಡೆಯನಿಗಾಗಿ ಮಾಡಬಹುದಾದ ಸಣ್ಣ ಸಹಾಯ. ಇದು ಆತನ ಋಣ ತೀರಿಸಲು ನನಗೆ ದೊರೆತಿರುವ ಅಪೂರ್ವ ಅವಕಾಶ. ಇದನ್ನು ಕಳೆದುಕೊಳ್ಳಲು ನಾನು ಸಿದ್ಧನಿಲ್ಲ. ರಾಜಕುಮಾರಿ ಸತಿಯನ್ನು ಕೊಂದವರು ಯಾರು ಎನ್ನುವುದನ್ನು ನಾವು ತಿಳಿದುಕೊಳ್ಳಲೇಬೇಕು. ವಿದ್ಯುನ್ಮಾಲಿಗೆ ಈ ವಿಚಾರ ತಿಳಿದಿದೆ. ಇಡೀ ಶಾಂತಿ ಸಭೆಯನ್ನು ಏರ್ಪಡಿಸಿದ್ದವನು ಆತನೇ'.

'ಆದರೆ ನಾವು ಇಡೀ ನಗರವನ್ನು ನಾಶಮಾಡುತ್ತಿದ್ದೇವೆ. ಅದರಲ್ಲಿ ಅವರೂ ನಾಶವಾಗುತ್ತಾರೆ ಅಲ್ಲವೇ'.

'ಇಲ್ಲ! ಕೃತಿಕಾ ಅವರೆಲ್ಲರೂ ಈಗಾಗಲೇ ತಪ್ಪಿಸಿಕೊಂಡು ಹೋಗಿದ್ದಾರೆ. ಅವರು ಯಾರು ಎನ್ನುವುದು ವಿದ್ಯುನ್ಮಾಲಿಗೆ ಮಾತ್ರ ತಿಳಿದಿದೆ. ಈಗ ಆ ಹಂತಕರ ಸುಳಿವು ನಮಗೆ ದೊರೆಯದಿದ್ದರೆ ಮುಂದೆ ಇನ್ನೆಂದೂ ತಿಳಿಯುವುದಿಲ್ಲ'.

'ಸತಿಯ ಸಾವಿನ ಬಗ್ಗೆ ನನಗೂ ನಿನ್ನಷ್ಟೇ ಕೋಪ ಮತ್ತು ಆಕ್ರೋಶವಿದೆ. ಆದರೆ ಈ ಕೊಲ್ಲುವ ಪ್ರಕ್ರಿಯೆ ಎಂದಾದರೂ ನಿಲ್ಲಲೇಬೇಕಲ್ಲವೇ?'.

'ಕ್ಷಮಿಸು ಕೃತಿಕಾ! ನಾನು ಹೋಗಲೇಬೇಕು'.

ಅಷ್ಟು ಹೇಳಿ ವೀರಭದ್ರ ಅಲ್ಲಿಂದ ಹೊರಡಲು ಅಣಿಯಾದ. ಹೊರಡುವ ಮುನ್ನ ಮಡದಿಯನ್ನು ಸಮಾಧಾನಪಡಿಸಲು ಆಕೆಯ ಸನಿಹಕ್ಕೆ ಬಂದ. ಆದರೆ ಕೃತಿಕಾ ಕೋಪೋದ್ರಿಕ್ತಳಾಗಿದ್ದಳು. ಆಕೆ ಭದ್ರನಿಂದ ದೂರ ಸರಿದಳು. ಕೃತಿಕಾ ಬದುಕಿನುದ್ದಕ್ಕೂ ಮೌಲ್ಯ ಮತ್ತು ಆದರ್ಶಗಳನ್ನು ಪಾಲಿಸುತ್ತಲೇ ಬಂದವಳು. ಈಗ ಅದೇ ಮೌಲ್ಯವನ್ನು ಮಹಾರಾಜ ದಕ್ಷ ಗಾಳಿಗೆ ತೂರಿದ್ದ. ತಾನು ಅತಿಯಾಗಿ ಪ್ರೀತಿಸುತ್ತಿದ್ದ ಮೆಲೂಹ ಪಥನದ ಅಂಚಿಗೆ ಬಂದು ನಿಂತಿತ್ತು. ಅದರ ಜತೆಗೆ ತನ್ನ ಗಂಡನೂ ಅಪಾಯದಲ್ಲಿ ಸಿಲುಕುವುದು ಆಕೆಗೆ ಇಷ್ಟವಿರಲಿಲ್ಲ. ಆದರೆ ವೀರಭದ್ರನ ನಿರ್ಧಾರ ಅಚಲವಾಗಿತ್ತು. ಸತಿಯನ್ನು ಕೊಂದ ಹಂತಕರನ್ನು ಕೊಲ್ಲುವುದಾಗಿ ಆತ ಪ್ರತಿಜ್ಞೆ ಮಾಡಿದ್ದ.

'ಮಹರ್ಷಿಗಳೇ.......' ಕಾರ್ತಿಕ ತಲೆಬಾಗಿ ಭಕ್ತಿಯಿಂದ ನಮಸ್ಕರಿಸಿದ.

ಬೃಗು ಮಹರ್ಷಿಗಳು ನಿಧಾನವಾಗಿ ಕಣ್ತೆರೆದರು. ಅಂದು ಅವರು ದೇವಗಿರಿಯ ಇಂದ್ರದೇವನ ದೇವಾಲಯದಲ್ಲಿ ಧ್ಯಾನಾಸಕ್ತರಾಗಿದ್ದರು.

'ಓ! ಕಾರ್ತಿಕ ಮಹಾಸ್ವಾಮಿಗಳು!'.

ಬೃಗುವಿಗೆ ಅಚ್ಚರಿ. ಅರ್ಧರಾತ್ರಿಯಲ್ಲಿ ಶಿವನ ಪುತ್ರ ತನ್ನನ್ನೇಕೆ ಭೇಟಿಮಾಡಲು ಬಂದಿದ್ದಾನೆ ಎಂಬ ಪ್ರಶ್ನೆ ಮನಸ್ಸಿನಲ್ಲಿ ಮೂಡಿತು.

'ನಿಮ್ಮಿಂದ ಮಹಾಸ್ವಾಮಿ ಎನಿಸಿಕೊಳ್ಳುವ ಯೋಗ್ಯತೆಯಾಗಲೀ ಅಥವಾ ಅರ್ಹತೆಯಾಗಲೀ ನನಗಿಲ್ಲ ಮಹರ್ಷಿಗಳೇ. ನಾನಿನ್ನೂ ಚಿಕ್ಕ ಹುಡುಗ'.

'ವ್ಯಕ್ತಿ ತಾನು ಮಾಡುವ ಉನ್ನತ ಕಾರ್ಯಗಳಿಂದ ಮಾತ್ರ ದೊಡ್ಡವನಾಗುತ್ತಾನೆ, ಕೇವಲ ವಯಸಿನಿಂದಲ್ಲ. ಸೋಮರಸದ ಜ್ಞಾನವನ್ನು ಮುಂದಿನ ಪೀಳಿಗೆಗೆ ಸಂರಕ್ಷಿಸಲು ಹೊರಟಿರುವ ನಿನ್ನ ಮಹತ್ಕಾರ್ಯದ ಬಗ್ಗೆ ನನಗೆ ತಿಳಿದಿದೆ. ಇದಕ್ಕಾಗಿ ಇತಿಹಾಸ ನಿನ್ನನ್ನು ಸದಾ ಸ್ಮರಿಸುತ್ತದೆ. ನಿನ್ನ ಕೀರ್ತಿ ಅಜರಾಮರವಾಗುತ್ತದೆ'.

'ಇತಿಹಾಸ ನನ್ನನ್ನು ಸ್ಮರಿಸಲಿ ಎಂದು ನಾನು ಈ ಕೆಲಸ ಮಾಡುತ್ತಿಲ್ಲ ಮಹರ್ಷಿಗಳೇ. ಈ ಕಾರ್ಯ ತಂದೆಯವರು ಮಾಡಲು ಹೊರಟಿರುವ ಮಹೋನ್ನತ ಕಾರ್ಯಕ್ಕೆ ಪೂರಕವಾಗಿದೆ ಅಷ್ಟೇ. ನಮ್ಮ ತಾಯಿಯೂ ಇದನ್ನೇ ಬಯಸಿದ್ದಳು ಗುರುಗಳೇ'.

ಬೃಗು ನಸುನಗುತ್ತಾ ಹೇಳಿದ 'ನಿನ್ನ ತಾಯಿ ಎಂದೂ ನೀನು ಇಲ್ಲಿಗೆ ಬಂದು ನನ್ನನ್ನು ಭೇಟಿ ಮಾಡಲಿ ಎಂದು ಬಯಸಿರಲಿಲ್ಲ ಕಾರ್ತಿಕ. ನನ್ನನ್ನು ಬದುಕಿಸಲು ಖಂಡಿತಾ ಆಕೆ ಒಪ್ಪುತ್ತಿರಲಿಲ್ಲ. ಅಲ್ಲವೇ ಕುಮಾರ?'

'ನಾನು ನಿಮ್ಮ ಮಾತನ್ನು ಒಪ್ಪುವುದಿಲ್ಲ ಮಹರ್ಷಿಗಳೇ. ನೀವು ನಿಜಕ್ಕೂ ಒಳ್ಳೆಯವರು. ಆದರೆ ದುಷ್ಟರ ಸಾಂಗತ್ಯದಲ್ಲಿದ್ದೀರಿ ಅಷ್ಟೇ'.

'ನಾನು ದುಷ್ಟರ ಸಾಂಗತ್ಯದಲ್ಲಷ್ಟೇ ಇರಲಿಲ್ಲ, ಬದಲಾಗಿ ಅವರೊಂದಿಗೆ ಯುದ್ಧದಲ್ಲೂ ಕೈಜೋಡಿಸಿ ಧರ್ಮಕ್ಕೆ ವಿರುದ್ಧವಾಗಿ ನಡೆದುಕೊಂಡೆ'.

'ಹಾಗೇನೂ ಇಲ್ಲ ಗುರುಗಳೇ'.

'ನನ್ನ ಜತೆಯಲ್ಲಿರುವವರು ಪಾಪ ಕಾರ್ಯ ಮಾಡಿದರೆ ಅದರ ಫಲಾಫಲವನ್ನು ನಾನೂ ಅನುಭವಿಸಲೇಬೇಕಲ್ಲವೇ? ಸೋಮರಸದ ಪರವಾಗಿ ನಿಂತವರೆಲ್ಲ ಪಾಪಿಗಳು ಎಂದು ವಿಧಿ ನಿರ್ಧರಿಸಿದ ಮೇಲೆ ನಾನು ಮಹಾಪರಾಧಿ ಅಲ್ಲವೆ? ಅದಕ್ಕಾಗಿ ನನಗೂ ಶಿಕ್ಷೆ ಆಗಲೇಬೇಕಲ್ಲವೆ?. ಅದು ಸಾವು ಅಷ್ಟೇ'.

'ಒಂದು ವೇಳೆ ನೀವು ಅಪರಾಧ ಮಾಡಿದ್ದೇ ಆದರೆ ಅದಕ್ಕೆ ಸಾವೇ ಪರಿಹಾರವೇ ಮಹರ್ಷಿಗಳೇ? ಆಗಿರುವ ತಪ್ಪನ್ನು ಬದುಕಿ ಪಶ್ಚಾತ್ತಾಪ ಪಟ್ಟು ಸರಿಪಡಿಸಿಕೊಳ್ಳಬಹುದು ಅಲ್ಲವೇ?'.

'ನಾನು ಸೋಮರಸದ ಪರವಾಗಿ ನಿಂತೆ. ಅದೀಗ ದುಷ್ಟಶಕ್ತಿ ಎಂಬುದು ಖಚಿತವಾಗಿದೆ. ಈಗ ನಾನೇನು ಮಾಡಲಿ? ಮಾಡುವುದಕ್ಕೆ ಉಳಿದಿರುವುದಾದರೂ ಏನು?'.

'ಪಂಡಿತರೇ! ನೀವೊಂದು ಮಹಾ ಜ್ಞಾನ ಭಂಡಾರವಿದ್ದಂತೆ. ಸೋಮರಸ ದಲ್ಲಷ್ಟೇ ಅಲ್ಲ, ನೀವು ಇನ್ನೂ ಅನೇಕ ವಿಚಾರಗಳಲ್ಲಿ ಪ್ರಖಾಂಡ ಪಂಡಿತರು. ಪರಿಸ್ಥಿತಿ ಹೀಗಿರುವಾಗ ಜಗತ್ತಿನ ಜನ ಬೃಗು ಮಹರ್ಷಿಗಳ ಸಂಹಿತೆಯಿಂದ ವಂಚಿತರಾಗಬೇಕೇ?'.

'ನನ್ನಲ್ಲಿರುವ ಜ್ಞಾನ ಈಗ ಯಾರಿಗೆ ಬೇಕಾಗಿದೆ ಕಾರ್ತಿಕ?'.

'ಅದು ಜಗತ್ತಿನ ಜನರಿಗೆ ಬಿಟ್ಟ ವಿಚಾರ. ಆದರೆ ನೀವು ನಿಮ್ಮ ಕರ್ಮ ಮತ್ತು ಕರ್ತವ್ಯವನ್ನು ನಿರ್ವಹಿಸಲೇಬೇಕಲ್ಲವೇ ಗುರುಗಳೇ'.

ಬೃಗು ಒಂದೆರಡು ನಿಮಿಷ ಮೌನವಾಗಿದ್ದ.

'ಗುರುಗಳೇ! ನಿಮ್ಮ ಅಗಾಧ ಅನುಭವ ಮತ್ತು ಅಪಾರ ಜ್ಞಾನವನ್ನು ಜಗತ್ತಿನ ಜನರಿಗೆ ನೀಡುವುದು ನಿಮ್ಮ ಕರ್ತವ್ಯ ಮತ್ತು ಕರ್ಮ. ಅದನ್ನು ತೆಗೆದುಕೊಳ್ಳುವುದು ಅಥವಾ ಬಿಡುವುದು ಜಗತ್ತಿನ ಜನರ ಕರ್ಮ'.

ಬೃಗು ತಲೆಯಾಡಿಸುತ್ತಾ ಮೆಲುದನಿಯಲ್ಲಿ ಹೇಳಿದ 'ನೀಲಕಂಠನ ಮಗನಾದ ನೀನು ಚೆನ್ನಾಗಿ ಮಾತನಾಡುತ್ತಿರುವೆ ಕಾರ್ತಿಕ. ಆದರೆ ಜಗತ್ತಿನಲ್ಲಿ ಯಾವುದು ದುಷ್ಟಶಕ್ತಿಯಾಗಿ ಪರಿವರ್ತನೆಗೊಂಡಿದೆಯೋ ಅದಕ್ಕೆ ಬೆಂಬಲ ನೀಡಿದವನು ನಾನು. ಅಂದರೆ ನಾನು ಮಾಡಿರುವುದು ಮಹಾಪಾಪ. ಅದಕ್ಕೆ ನಾನು ಸಾವನ್ನಪ್ಪಲೇಬೇಕು. ಈ ಜನ್ಮದಲ್ಲಿ ನನಗೆ ಮಾಡಲು ಯಾವ ಕರ್ಮವೂ ಉಳಿದಿಲ್ಲ. ಅದಕ್ಕಾಗಿ ನಾನು ಮತ್ತೊಂದು ಜನ್ಮ ಎತ್ತಬೇಕಷ್ಟೇ'.

'ನೀವು ಪಾಪ ಮಾಡಿದ್ದೀರಿ ಎಂದು ಕರ್ತವ್ಯದಿಂದ ವಿಮುಖರಾಗಿ ಜಗತ್ತನ್ನೇ ಬಿಟ್ಟು ಹೋಗುವುದು ಸರಿಯಲ್ಲ. ಬದಲಾಗಿ ಇಲ್ಲೇ ಇದ್ದು ಉನ್ನತ ಕಾರ್ಯಗಳನ್ನು ಮಾಡಿ ಪಾಪದ ಹೊರೆಯನ್ನು ಕಡಿಮೆ ಮಾಡಿಕೊಳ್ಳಬೇಕಲ್ಲವೇ?'.

ಬೃಗು ಮುಗುಳ್ನಗುತ್ತಾ ಹೇಳಿದ 'ವಯಸ್ಸಿನಲ್ಲಿ ಚಿಕ್ಕವನಾದರೂ ಅತ್ಯಂತ ವಿವೇಕದಿಂದ ಮಾತನಾಡುತ್ತಿರುವೆ ಕಾರ್ತಿಕ'.

'ಗುರುಗಳೇ ನಾನು ಶಿವ ಮತ್ತು ಸತಿಯ ಪುತ್ರ. ಸುಂದರ ಹೂದೋಟವೊಂದಕ್ಕೆ ಪ್ರಾಮಾಣಿಕ ಕಾವಲುಗಾರನಿದ್ದರೆ ಅಲ್ಲಿ ಬಗೆಬಗೆಯ ಹೂವುಗಳು ಅರಳುತ್ತದೆ. ಹಾಗಾಗಿ ದಯಮಾಡಿ ನನ್ನೊಂದಿಗೆ ಬನ್ನಿ'.

ಬೃಗು ಇಂದ್ರದೇವನ ವಿಗ್ರಹದತ್ತ ತಿರುಗಿ ಭಕ್ತಿಯಿಂದ ನಮಸ್ಕರಿಸಿದ. ವ್ರಿತ್ರನೆಂಬ ಮಹಾರಾಕ್ಷಸನನ್ನು ಕೊಂದು ಇಂದ್ರ ಕೈಯಲ್ಲಿ ವಜ್ರಾಯುಧ ಹಿಡಿದು ಶಾಂತಮೂರ್ತಿ ಯಂತೆ ನಿಂತಿದ್ದ. ಬೃಗುವಿಗೆ ಇಂದ್ರ ಬದುಕಿ ಉನ್ನತ ಕಾರ್ಯಗಳನ್ನು ಮಾಡು ಎಂದು ತನಗೆ ಆಶೀರ್ವಾದ ಮಾಡುತ್ತಿರುವನೇನೋ ಎಂದೆನಿಸಿತು.

ನಂತರ ನಿಧಾನವಾಗಿ ಕಾರ್ತಿಕನೆಡೆಗೆ ತಿರುಗಿ ಹೇಳಿದ 'ಸಂಹಿತ........'.

'ಹೌದು ಗುರುಗಳೇ! ಬೃಗು ಸಂಹಿತ.........! ಇಡೀ ಜಗತ್ತು ನಿಮ್ಮ ಜ್ಞಾನದ ಪ್ರಯೋಜನ ಪಡೆದುಕೊಳ್ಳಲಿ. ತಡಮಾಡಬೇಡಿ, ಬನ್ನಿ ನನ್ನೊಂದಿಗೆ. ಇಲ್ಲಿ ಕುಳಿತು ಸಾವಿಗಾಗಿ ಕಾಯುವುದರಲ್ಲಿ ಯಾವ ಅರ್ಥವೂ ಇಲ್ಲ'.

ದೇವಗಿರಿಯಲ್ಲಿ ಕಡೆಯ ಬಾರಿಗೆ ಸೂರ್ಯೋದಯವಾಯಿತು. ಪಾಶುಪತಾಸ್ತ್ರ ಉಡಾವಣೆಗೊಳ್ಳಲು ಸಿದ್ಧವಾಗಿತ್ತು. ದೇವಗಿರಿಯ ಹೆಬ್ಬಾಗಿಲನ್ನು ಸಂಪೂರ್ಣ ಮುಚ್ಚಲಾಯಿತು. ಶಿವನ ಸೈನ್ಯಕ್ಕೆ ಪಾಶುಪತಾಸ್ತ್ರದ ಉಡಾವಣಾ ಸ್ಥಳದಿಂದ ಸಾಕಷ್ಟು ದೂರ ನಿಲ್ಲುವಂತೆ ಸೂಚಿಸಲಾಯಿತು. ಆ ಮೂಲಕ ಅಸ್ತ್ರದ ವಿಕಿರಣಗಳಿಂದ ಸೈನಿಕರಿಗೆ ರಕ್ಷಣೆ ನೀಡಲಾಗಿತ್ತು. ದೇವಗಿರಿಯ ಒಳಗೆ ಮತ್ತು ಹೊರಗಿದ್ದ ನಾಗರೀಕರು ನಿರಂತರ ಧ್ಯಾನ ಮತ್ತು ಪ್ರಾರ್ಥನೆಯಲ್ಲಿ ಮುಳುಗಿದ್ದರು. ಒಳಗಿದ್ದವರು ಸಾವನ್ನು ಬರಮಾಡಿಕೊಳ್ಳುತ್ತಿದ್ದರು. ಹೊರಗಿದ್ದವರು ಸಾಯುವವರ ಆತ್ಮಕ್ಕೆ ಶಾಂತಿ ದೊರಕಲಿ ಎಂದು ಪ್ರಾರ್ಥಿಸುತ್ತಿದ್ದರು.

ಬೃಗು ಮಹರ್ಷಿಯೂ ಸೇರಿದಂತೆ ಮುನ್ನೂರು ಮಂದಿಯನ್ನು ಸುರಕ್ಷಿತವಾದ ರಹಸ್ಯ ಸ್ಥಳವೊಂದರಲ್ಲಿ ಬಂಧಿಸಿಡಲಾಯಿತು. ಅವರೆಲ್ಲರಲ್ಲೂ ಸೋಮರಸದ ಬಗ್ಗೆ ಅಪಾರವಾದ ಜ್ಞಾನವಿತ್ತು. ದೇವದಾಸ ಮತ್ತು ಆತನ ತಂಡ ಅವರ ಮೇಲೆ ಹದ್ದಿನ ಕಣ್ಣಿಟ್ಟು ಕಾಯುತ್ತಿತ್ತು. ಕಾರ್ತಿಕ ತಂದೆಯ ಕೋಪ ತಣ್ಣಗಾದ ನಂತರ ಬೃಗು ಮತ್ತು ಆತನ ತಂಡವನ್ನು ಶಿವನ ಬಳಿ ಕೊಂಡೊಯ್ಯಲು ನಿರ್ಧರಿಸಿದ.

ಶಾಂತಿ ಸಭಾಭವನವನ್ನು ಸಂಪೂರ್ಣ ತೆರವುಗೊಳಿಸಲಾಗಿತ್ತು. ಗಾಯಗೊಂಡಿದ್ದ ನಂದಿ ಮತ್ತು ಇತರ ಸೈನಿಕರನ್ನು ಅತ್ಯಂತ ಎಚ್ಚರಿಕೆಯಿಂದ ಶಿವನ ಹಡಗಿಗೆ ಸ್ಥಳಾಂತರಿಸಲಾಗಿತ್ತು. ಅಲ್ಲಿ ಆಯುರ್ವತಿ ಅವರ ಆರೋಗ್ಯದ ಉಸ್ತುವಾರಿ ವಹಿಸಿಕೊಂಡಿದ್ದಳು. ಆಯುರ್ವತಿ ಶಿವನ ಹಣೆಯ ಮೇಲಿನ ಹೊಪ್ಪೆಯ ಬಗ್ಗೆ ತೀವ್ರ ಆತಂಕಗೊಂಡಿದ್ದಳು. ಹಿಂದೆಲ್ಲಾ ಅದು ಆಗೊಮ್ಮೆ ಈಗೊಮ್ಮೆ ಕೆಂಡಕಾರುತ್ತಿತ್ತು. ಆದರೆ ಈಗ ಕಳೆದ ಹಲವು ಗಂಟೆಗಳಿಂದ ಅದು ನಿರಂತರವಾಗಿ ಬೆಂಕಿ ಉಗುಳುತ್ತಿತ್ತು. ಹಾಗಾಗಿ ಆಯುರ್ವತಿ ಗಾಬರಿಗೊಂಡಿದ್ದಳು.

ಶಿವ, ಕಾಳಿ, ಗಣೇಶ ಮತ್ತು ಕಾರ್ತಿಕ ಎಚ್ಚರಿಕೆಯಿಂದ ಸತಿಯ ಮೃತದೇಹವನ್ನು ಹಡಗಿಗೆ ಕೊಂಡೊಯ್ದರು. ಅಲ್ಲೂ ತಾತ್ಕಾಲಿಕ ಮಂಜಿನ ಗೋಪುರವನ್ನು ನಿರ್ಮಿಸಿದ್ದರು.

ಶಿವ ಸತಿಯ ಮುಖವನ್ನೊಮ್ಮೆ ನೇವರಿಸಿ ಹೇಳಿದ 'ಪ್ರೀತಿಯ ಸತಿ! ದೇವಗಿರಿ ನಿನಗೆ ಮಾಡಿದ ಮೋಸಕ್ಕೆ ತಕ್ಕ ಪ್ರತಿಫಲ ಅನುಭವಿಸುತ್ತದೆ. ನಾನು ನಿನ್ನ ಸಾವಿಗೆ ಪ್ರತೀಕಾರ ತೀರಿಸಿಕೊಳ್ಳದೇ ವಿರಮಿಸುವುದಿಲ್ಲ'.

ಅಷ್ಟು ಹೇಳಿ ಶಿವ ಎರಡು ಹೆಜ್ಜೆ ಹಿಂದೆ ಬಂದ. ಸೈನಿಕರು ಮಂಜುಗಡ್ಡೆಯಿಂದ ಸತಿಯ ದೇಹವನ್ನು ಮುಚ್ಚಿದರು. ನಂತರ ಎಲ್ಲರೂ ಅಲ್ಲಿಂದ ಹೊರನಡೆದರು. ದಾರಿಯಲ್ಲಿ ಗೋಪಾಲರು ಪಾಶುಪತಾಸ್ತ್ರ ಬಳಸದಂತೆ ಮತ್ತೊಮ್ಮೆ ಶಿವನನ್ನು

ಬೇಡಿಕೊಂಡರು. ಆದರೆ ಶಿವ ಅದನ್ನು ಸ್ಪಷ್ಟವಾಗಿ ನಿರಾಕರಿಸಿ ತಾರಾಳೊಂದಿಗೆ ಪಾಶುಪತಾಸ್ತ್ರವಿದ್ದ ವೇದಿಕೆಯತ್ತ ದಾಪುಗಾಲು ಹಾಕಿದ.

ದೇವಗಿರಿ ಸರ್ವನಾಶವಾಗುವುದಕ್ಕೆ ಕೆಲವೇ ಗಂಟೆಗಳು ಉಳಿದಿತ್ತು. ಅಷ್ಟರಲ್ಲಿ ವೀರಿಣಿ ನೇರವಾಗಿ ಪರ್ವತೇಶ್ವರನನ್ನು ಭೇಟಿ ಮಾಡಲು ಬಂದಳು. ಪರ್ವತೇಶ್ವರ ಮತ್ತು ಆನಂದಮಯಿ ಮೊದಲನೇ ಮಹಡಿಯಲ್ಲಿ ಕುಳಿತು ಮಾತನಾಡುತ್ತಿದ್ದರು. ವೀರಿಣಿ ಕೆಳ ಅಂತಸ್ತಿನ ಬಾಗಿಲು ತಟ್ಟಿದಳು. ಯಾರೂ ಉತ್ತರಿಸಲಿಲ್ಲ.

ವೀರಿಣಿ ಬಾಗಿಲನ್ನು ತಳ್ಳಿ ಒಳಗೆ ಬಂದು 'ದಂಡನಾಯಕರೇ..........' ಎಂದು ಕೂಗಿದಳು.

ಆಗಲೂ ಯಾರೂ ಪ್ರತಿಕ್ರಿಯಿಸಲಿಲ್ಲ.

ಈ ಬಾರಿ ವೀರಿಣಿ ಜೋರು ದನಿಯಲ್ಲಿ ಕೂಗಿದಳು 'ದಂಡನಾಯಕರೇ .... ನಾನು ಮೆಲೂಹದ ಮಹಾರಾಣಿ ಬಂದಿದ್ದೇನೆ'.

ಈ ಬಾರಿ ಮೇಲಿದ್ದ ಪರ್ವತೇಶ್ವರನಿಗೆ ವೀರಿಣಿಯ ದನಿ ಕೇಳಿಸಿತು.

'ಮಹಾರಾಣಿಯವರೇ.........' ಪರ್ವತೇಶ್ವರ ಉಪ್ಪರಿಗೆಯಿಂದ ವೀರಿಣಿಯನ್ನು ನೋಡಿದ. ಆತನ ಕೂದಲು ಕೆದರಿತ್ತು.

'ಕ್ಷಮಿಸಿ ದಂಡನಾಯಕರೇ...........ಬಹುಶಃ ನಾನು ಬಂದಿರುವ ಸಮಯ ಸರಿಯಿಲ್ಲವೇನೋ?'.

'ಹಾಗೇನೂ ಇಲ್ಲ ಮಹಾರಾಣಿಯವರೇ. ಒಂದು ನಿಮಿಷ............ನಾನು ಕೆಳಗೆ ಬರುತ್ತೇನೆ'.

ಅಷ್ಟು ಹೇಳಿ ಪರ್ವತೇಶ್ವರ ಸರಸರನೆ ಕೆಳಗಿಳಿದು ಬಂದ. ವೀರಿಣಿ ಕೆಳಮಹಡಿಯ ನಿರೀಕ್ಷಣಾ ಕೋಣೆಯಲ್ಲಿದ್ದ ಕುರ್ಚಿಯೊಂದರಲ್ಲಿ ಕುಳಿತಳು. ಒಂದೆರಡು ನಿಮಿಷಗಳ ನಂತರ ಪರ್ವತೇಶ್ವರ ಸ್ವಚ್ಛ ಬಿಳುಪಿನ ಧೋತಿ ಮತ್ತು ಬಿಳಿಯ ಅಂಗವಸ್ತ್ರವನ್ನು ಧರಿಸಿ ಕೋಣೆಯನ್ನು ಪ್ರವೇಶಿಸಿದ. ಆತನ ಹಿಂದೆ ಆನಂದಮಯಿ ನಿಧಾನವಾಗಿ ನಡೆದು ಬಂದಳು. ಆಕೆ ಸಹ ಶ್ವೇತವಸ್ತ್ರ ಧರಿಸಿದ್ದಳು.

ವೀರಿಣಿ ಎದ್ದುನಿಂತು ಹೇಳಿದಳು 'ನಿಮಗೆ ತೊಂದರೆ ನೀಡುತ್ತಿರುವುದಕ್ಕೆ ಕ್ಷಮೆಯಿರಲಿ'.

'ಛೇ ಛೇ.......ಖಂಡಿತಾ ಇಲ್ಲ. ನೀವು ಇಲ್ಲಿಗೆ ಬಂದಿರುವುದೇ ನಮ್ಮ ಮಹಾ ಸೌಭಾಗ್ಯ. ದಯಮಾಡಿ ಆಸೀನರಾಗಿ'.

ಪರ್ವತೇಶ್ವರ ಮತ್ತು ಆನಂದಮಯಿ ಇಬ್ಬರೂ ವೀರಿಣಿಯ ಬಳಿ ಬಂದು ಕುಳಿತುಕೊಂಡರು.

'ನನ್ನೊಂದಿಗೆ ಏನು ಮಾತನಾಡಬೇಕು ಹೇಳಿ ಮಹಾರಾಣಿಯವರೇ' ಪರ್ವತೇಶ್ವರ ಕೇಳಿದ.

ವೀರಿಣಿ ಮೊದಲಿಗೆ ಮಾತನಾಡಲು ಹಿಂಜರಿದಳು.

ನಂತರ ಪರ್ವತೇಶ್ವರ ಮತ್ತು ಆನಂದಮಯಿಯ ಕಡೆ ತಿರುಗಿ ಮುಗುಳ್ನಕ್ಕು ಹೇಳಿದಳು 'ನಿಮಗೆ ನನ್ನ ಅನಂತ ಧನ್ಯವಾದಗಳು'.

'ಏನು ಧನ್ಯವಾದವೇ? ಏತಕ್ಕಾಗಿ?'.

'ದೇವಗಿರಿಯ ಅಮೂಲ್ಯ ಆಸ್ತಿ ಮತ್ತು ಭವ್ಯ ಪರಂಪರೆಯನ್ನು ಉಳಿಸಿದ್ದಕ್ಕಾಗಿ'.

ಆನಂದಮಯಿ ಮತ್ತು ಪರ್ವತೇಶ್ವರ ಗೊಂದಲದಿಂದ ಒಬ್ಬರ ಮುಖವನ್ನೊಬ್ಬರು ನೋಡಿಕೊಂಡರು.

'ದೇವಗಿರಿ ಕೇವಲ ಭೌತಿಕವಾಗಷ್ಟೇ ಔನ್ನತ್ಯವನ್ನು ಪಡೆದಿಲ್ಲ. ದೇವಗಿರಿಯ ಶ್ರೇಷ್ಠತೆ ಅಡಗಿರುವುದು ಅಲ್ಲಿರುವ ಜ್ಞಾನ, ತತ್ವ, ಸಿದ್ಧಾಂತದಲ್ಲಿ. ನೀವು ಅದೆಲ್ಲವನ್ನೂ ಉಳಿಸಿದ್ದೀರಿ. ನಮ್ಮ ದೇಶದ ವಿಜ್ಞಾನಿಗಳನ್ನು ರಕ್ಷಿಸುವ ಮೂಲಕ ಮಹೋನ್ನತ ಕಾರ್ಯವೊಂದನ್ನು ಮಾಡಿದ್ದೀರಿ. ಅದಕ್ಕೆ ನನ್ನ ಕೃತಜ್ಞತೆಗಳು'.

ಪರ್ವತೇಶ್ವರನಿಗೆ ವೀರಿಣಿಯ ಮಾತಿನಿಂದ ಮುಜುಗರವಾಯಿತು. ಅದಕ್ಕೆ ಹೇಗೆ ಪ್ರತಿಕ್ರಿಯಿಸಬೇಕೆಂಬುದೇ ತಿಳಿಯದಾಯಿತು. ಸೋಮರಸ ಕಾರ್ಖಾನೆಗಳಲ್ಲಿರುವ ಬ್ರಾಹ್ಮಣರನ್ನು ನಗರದಿಂದ ಹೊರಗೆ ಕರೆದುಕೊಂಡು ಹೋದೆ ಎಂದು ಬಹಿರಂಗವಾಗಿ ಮಹಾರಾಣಿಯವರ ಮುಂದೆ ಹೇಳುವುದು ಹೇಗೆ ಎಂಬ ಆತಂಕ ಆತನನ್ನು ಕಾಡಿತ್ತು.

'ಮಹಾರಾಣಿಯವರೇ..........ನಾನು ಹಾಗೆ.......ಮಾಡಿಲ್ಲ..........' ಪರ್ವತೇಶ್ವರ ತೊದಲುತ್ತಾ ನುಡಿದ.

ವೀರಿಣಿ ಕೈಯೆತ್ತಿ ಹೇಳಿದಳು 'ನಿಮ್ಮ ಜೀವನದ ಉದ್ದಕ್ಕೂ ಉನ್ನತ್ತ ಸಿದ್ಧಾಂತ ಮತ್ತು ಸದ್ಗುಣಗಳನ್ನು ಇಟ್ಟುಕೊಂಡೇ ಬದುಕಿರುವವರು ನೀವು. ಹಾಗಾಗಿ ಬದುಕಿನ ಅಂತಿಮ ದಿನದಂದು ಸುಳ್ಳು ಹೇಳಿ ಅದನ್ನು ಹಾಳು ಮಾಡಿಕೊಳ್ಳಬೇಡಿ ದಂಡನಾಯಕರೇ!'.

ಪರ್ವತೇಶ್ವರ ನಸುನಕ್ಕ.

'ಈಗ ನೀವು ರಕ್ಷಿಸಿರುವ ಬ್ರಾಹ್ಮಣರು, ಪಂಡಿತರು ಮತ್ತು ವಿಜ್ಞಾನಿಗಳು ಕೇವಲ ಸೋಮರಸ ತಯಾರಿಸುವುದರಲ್ಲಷ್ಟೇ ಪ್ರವೀಣರಲ್ಲ. ಅವರು ಈ ದೇಶದ

ಅಪೂರ್ವ ಇತಿಹಾಸ, ಸಂಸ್ಕೃತಿ ಮತ್ತು ಭವ್ಯ ಪರಂಪರೆಯ ರಾಯಭಾರಿಗಳು. ಅವರ ಜ್ಞಾನಕ್ಕೆ ಸರಿಸಾಟಿಯೇ ಇಲ್ಲ. ನಮ್ಮ ಜ್ಞಾನ ಪರಂಪರೆ ಮತ್ತು ತತ್ವಜ್ಞಾನವನ್ನು ಸದಾಕಾಲ ಜೀವಂತವಾಗಿ ಉಳಿಸುವ ಸಾಮರ್ಥ್ಯ ಅವರಲ್ಲಿದೆ. ನೀವು ಮಾಡಿರುವ ಈ ಮಹತ್ಕಾರ್ಯಕ್ಕಾಗಿ ದೇವಗಿರಿ ನಿಮಗೆ ಸದಾ ಚಿರಋಣಿಯಾಗಿರುತ್ತದೆ'.

'ಧನ್ಯವಾದಗಳು ಮಹಾರಾಣಿಯವರೇ'.

'ಆದರೆ ನನ್ನ ಗಂಡನ ಪಾಪಕ್ಕೆ ನೀವಿಬ್ಬರೂ ಬಲಿಯಾಗುತ್ತಿರುವುದು ನಿಜಕ್ಕೂ ದುರಂತ ದಂಡನಾಯಕರೇ. ನಿಮ್ಮ ರೀತಿಯಲ್ಲೇ ಬೃಗು ಮಹರ್ಷಿಗಳೂ ಸೇರಿದಂತೆ ಅನೇಕ ವಿಜ್ಞಾನಿಗಳು ಸಾವನ್ನಪ್ಪುವಂತಾಗಿದ್ದರೆ ಅದು ಮೆಲೂಹಕ್ಕೆ ತುಂಬಲಾರದ ನಷ್ಟವಾಗುತ್ತಿತ್ತು. ನೀವು ಅದನ್ನು ತಪ್ಪಿಸಿದ್ದೀರಿ'.

'ಆ ವಿಚಾರ ಬಿಡಿ ಮಹಾರಾಣಿ! ಆದರೆ ದಕ್ಷ ಮಹಾರಾಜರು ಮಾಡಿದ ಪಾಪ ಕಾರ್ಯಕ್ಕೆ ನೀವು ಬಲಿಯಾಗುತ್ತಿದ್ದೀರಲ್ಲ ಎಂಬುದೇ ದುಃಖದ ಸಂಗತಿ. ಅವರು ಮೆಲೂಹಕ್ಕೆ ಉತ್ತಮ ರಾಜರಾಗಲಿಲ್ಲ. ಆದರೆ ನೀವು ಒಳ್ಳೆಯ ಮಹಾರಾಣಿಯಾಗಿದ್ದೀರಿ'.

'ಇಲ್ಲ! ಅದು ಸುಳ್ಳು. ನಾನೊಬ್ಬ ಆದರ್ಶ ಮಹಾರಾಣಿಯಾಗಿದ್ದರೆ ಪತಿಯ ಪಾಪದ ಕೆಲಸದಲ್ಲಿ ಅವರೊಂದಿಗೆ ಕೈಜೋಡಿಸುತ್ತಿರಲಿಲ್ಲ. ಪ್ರತಿಯಾಗಿ ಪ್ರತಿಭಟಿಸುತ್ತಿದ್ದೆ'.

ಕೆಲ ನಿಮಿಷ ನೀರವ ಮೌನ ಆವರಿಸಿತು.

ನಂತರ ವೀರಿಣಿ ಎದ್ದು ನಿಂತು 'ಈಗ ನನಗಿರುವ ಸಮಯ ಅತ್ಯಲ್ಪ. ನನ್ನ ಅಂತಿಮ ಪಯಣಕ್ಕೆ ಬೇಕಾದ ಎಲ್ಲ ಸಿದ್ಧತೆಗಳನ್ನೂ ಮಾಡಿಕೊಳ್ಳಬೇಕಾಗಿದೆ. ನಿಮ್ಮಿಬ್ಬರಿಗೂ ಮತ್ತೊಮ್ಮೆ ನನ್ನ ಅನಂತಾನಂತ ಧನ್ಯವಾದಗಳು. ಅಂತಿಮವಾಗಿ ನಾವೆಲ್ಲರೂ ಒಬ್ಬರಿಗೊಬ್ಬರು ವಿದಾಯ ಹೇಳೋಣ' ಎಂದು ಹೇಳಿ ಒಂದೆರಡು ನಿಮಿಷಗಳ ನಂತರ ಸರಸರನೆ ಅಲ್ಲಿಂದ ಅರಮನೆಯತ್ತ ಹೊರಟಳು.

ಅಧ್ಯಾಯ – 52

ಪುರಾತನ ದೈತ್ಯ ಆಲದ ಮರ

ದಕ್ಷ ಅರಮನೆಯ ಉಪ್ಪರಿಗೆಯಲ್ಲಿ ಕಿಟಕಿಯಿಂದ ಹೊರಗೆ ನೋಡುತ್ತಾ ತನ್ನ ಸಾವಿಗಾಗಿ ಕಾಯುತ್ತಿದ್ದ. ಅಷ್ಟರಲ್ಲಿ ವೀರಿಣಿ ಅಲ್ಲಿಗೆ ಬಂದಳು. ಥಟ್ಟನೆ ದಕ್ಷ ಬಾಗಿಲ ಕಡೆ ತಿರುಗಿದ. ಬೆಳ್ಳಂಬೆಳಿಗ್ಗೆ ವೀರಿಣಿ ಎಲ್ಲಿಗೆ ಹೋಗಿದ್ದಳು ಎಂಬ ಸಂಶಯ ಆತನನ್ನು ಕಾಡಿತ್ತು.

'ವೀರಿಣಿಯೇನಾದರೂ ನನ್ನನ್ನು ಧಿಕ್ಕರಿಸಿ ಹೊರಟು ಹೋಗುತ್ತಿದ್ದಾಳೆಯೇ?' ದಕ್ಷ ಮನಸ್ಸಿನಲ್ಲೇ ಯೋಚಿಸಿದ.

ಸಾವಿನ ಸಾಂಗತ್ಯದಲ್ಲಿದ್ದ ದಕ್ಷನ ಮನಸ್ಸು ಇಡೀ ದುರಂತಕ್ಕೆ ವೀರಿಣಿ ಯಾವ ರೀತಿಯಲ್ಲೂ ಕಾರಣಳಲ್ಲ ಎಂದು ಸ್ಪಷ್ಟವಾಗಿ ಹೇಳುತ್ತಿತ್ತು. ಹಾಗಾಗಿ ಆತನಿಗೆ ಆಕೆಯನ್ನು ವಿನಾಕಾರಣ ದೂಷಿಸುವುದು ತರವಲ್ಲ ಎಂದೆನಿಸಿತು. ದಕ್ಷ ದೀರ್ಘ ನಿಟ್ಟುಸಿರು ಬಿಟ್ಟು ಕಿಟಕಿಯ ಹೊರಗೆ ನೋಡಿದ. ಅಲ್ಲಿ ಆತನಿಗೆ ಕಂಡಿದ್ದು ದೇವಗಿರಿಯ ಪುರಾತನ ಆಲದ ಮರ. ಅದೊಂದು ಬೃಹದಾಕಾರದ ಮರ. ಶತಮಾನದಷ್ಟು ಹಳೆಯದು. ವಯಸ್ಸು ಬಹುಶಃ ದಕ್ಷನಿಗಿಂತ ಹೆಚ್ಚಾಗಿದ್ದಿರಬಹುದು. ದಕ್ಷ ಹುಟ್ಟಿದಾಗ ಅದೊಂದು ಸಣ್ಣ ಮರ. ಆದರೆ ಅದೇ ಮರ ಕ್ರಮೇಣ ಹೆಮ್ಮರವಾಗಿ ಬೆಳೆದಿತ್ತು. ರೆಂಬೆ-ಕೊಂಬೆಗಳನ್ನು ವಿಸ್ತರಿಸಿಕೊಂಡಿತ್ತು. ಅದರ ಕಾಂಡಗಳು ಮತ್ತೆ ಮತ್ತೆ ಟಿಸಿಲೊಡೆದು ಭೂಮಿಗಿಳಿದು ಮತ್ತೊಂದು ಮಗದೊಂದು ಗಿಡವಾಗಿ ಮರುಹುಟ್ಟು ಪಡೆದು ಮೂಲ ಮರಕ್ಕಿಂತ ದೊಡ್ಡದಾಗಿ ಬೆಳೆದಿತ್ತು. ಅಕ್ಷರಶಃ ಕಾಡಿನಂತೆ ಬೆಳೆದು ದಶದಿಕ್ಕುಗಳಿಗೂ ಚಾಚಿಕೊಂಡಿತ್ತು. ಪ್ರತಿಯೊಬ್ಬ ಭಾರತೀಯನೂ ಈ ಮಹಾವೃಕ್ಷವನ್ನು ಅತ್ಯಂತ ಭಕ್ತಿ ಮತ್ತು ಗೌರವದಿಂದ ಕಾಣುತ್ತಾನೆ ಎನ್ನುವುದು ದಕ್ಷನಿಗೆ ಚೆನ್ನಾಗಿ ತಿಳಿದಿತ್ತು. ವಾಸ್ತವದಲ್ಲಿ ದೇಶದ ಜನ ಈ ವೃಕ್ಷವನ್ನು ಅತ್ಯಂತ ಪವಿತ್ರವಾದದ್ದು ಎಂದೇ ಭಾವಿಸಿದ್ದರು. ಕಾರಣ ಶತಶತಮಾನಗಳ ಕಾಲ ವೃಕ್ಷ ನಿಸ್ವಾರ್ಥದಿಂದ ನೂರಾರು ಜೀವ ಸಂಕುಲಗಳಿಗೆ ಆಶ್ರಯ ನೀಡಿತ್ತು. ಅದರ ಸುತ್ತ-ಮುತ್ತ ನೂರಾರು ಗಿಡ-ಗಂಟೆಗಳು ಬೆಳೆದಿದ್ದವು. ಎಂತಹ ಮಳೆ-

ಗಾಳಿಗೂ, ಗುಡುಗು-ಸಿಡಿಲಿಗೂ ಜಗ್ಗದೆ ಬಗ್ಗದೆ ಅಚಲವಾಗಿ ನಿಂತಿತ್ತು. ಒಂದರ್ಥದಲ್ಲಿ ಆ ವಟವೃಕ್ಷ ದೇವಗಿರಿಯ ಜನರ ಜೀವನದ ಅವಿಭಾಜ್ಯ ಅಂಗವಾಗಿ ನಿತ್ಯ ಪೂಜಿಸಲ್ಪಡುತ್ತಿತ್ತು.

ಆದರೆ ಅದೇ ಆಲದ ಮರ ದಕ್ಷನ ಕಣ್ಣಿಗೆ ಭಿನ್ನವಾಗಿ ಕಂಡಿತ್ತು. ಮರ ಸಣ್ಣದಾಗಿದ್ದಾಗ ಅದರ ಗಾತ್ರ ಮತ್ತು ಎತ್ತರವನ್ನು ಆತ ನೋಡಿದ್ದ. ಚಿಕ್ಕಂದಿನಿಂದಲೂ ಅದನ್ನು ಹತ್ತಿರದಿಂದ ಗಮನಿಸುತ್ತಿದ್ದ. ಅದು ಅದರ ಸುತ್ತ-ಮುತ್ತ ಯಾವ ಗಿಡ-ಮರವನ್ನೂ ಬೆಳೆಯುವುದಕ್ಕೆ ಬಿಡುತ್ತಿರಲಿಲ್ಲ. ತನ್ನದೇ ಬೀಜ ಮೊಳಕೆಯೊಡೆದು ಗಿಡವಾಗುವುದಕ್ಕೂ ಮರ ಅಡ್ಡಿ ಮಾಡುತ್ತಿತ್ತು. ಅದರ ಬೇರುಗಳು ಭದ್ರವಾಗಿತ್ತು. ಪಕ್ಕದಲ್ಲಿ ಯಾವುದಾದರೂ ಬೇರು ಬಿಟ್ಟರೆ ಆಲದ ಮರದ ಬಲಿಷ್ಠ ಬೇರುಗಳು ಅದನ್ನು ಪಕ್ಕಕ್ಕೆ ತಳ್ಳುತ್ತಿತ್ತು. ಅಂತಹ ಬೇರುಗಳು ಆಲದ ಮರದ ಬೇರಿನಿಂದ ಬಹುದೂರದಲ್ಲಿ ಹೋಗಿ ಬೆಳೆಯಬೇಕಾಗಿತ್ತು. ಅಲ್ಲದೆ ಜೇನಿನಂತಹ ಕೀಟವೊಂದು ಆಲದ ಮರದ ಪರಾಗಸ್ಪರ್ಶ ಕ್ರಿಯೆಯಲ್ಲಿ ಭಾಗಿಯಾಗುವ ಪ್ರಯತ್ನ ಮಾಡುತ್ತಿತ್ತು. ಆದರೆ ಆಲದ ಮರ ಆ ಕೀಟವನ್ನು ನಿರ್ದಯವಾಗಿ ಕೊಲ್ಲುತ್ತಿತ್ತು. ಅದೊಂದು ರೀತಿಯಲ್ಲಿ ಜೀವಿಯೊಂದು ತನ್ನದೇ ಮಗುವನ್ನು ಅನಾಥನನ್ನಾಗಿ ಮಾಡುವ ಪ್ರಕ್ರಿಯೆ. ಸ್ವತಃ ಸಂತತಿ ಬೆಳೆಯುವುದಕ್ಕೆ ಕಡಿವಾಣ ಹಾಕುವ ಪ್ರವೃತ್ತಿ. ಇನ್ನೂ ನಿಖರವಾಗಿ ಹೇಳಬೇಕೆಂದರೆ ತನ್ನದೇ ಕರುಳು ಕುಡಿಯನ್ನು ತಾನೇ ಕೊಲ್ಲುವ ವಿಕೃತ ಮನಸ್ಥಿತಿ. ದಕ್ಷ ಆಲದ ಮರದ ಬಗ್ಗೆ ಯೋಚಿಸುತ್ತಾ ಆಶ್ಚರ್ಯಪಡುತ್ತಿದ್ದ. ಆಗಾಗ ಭಯಭೀತನಾಗುತ್ತಿದ್ದ. ಮನಸ್ಸಿನಲ್ಲಿ ಅದೇನೋ ಅಳುಕು. ಅದನ್ನು ಕಂಡಾಗಲೆಲ್ಲಾ ಆತನಿಗೆ ತನ್ನ ತಂದೆಯ ನೆನಪಾಗುತ್ತಿತ್ತು. ಆ ಮಹಾವಟವೃಕ್ಷವನ್ನು ತಂದೆಗೆ ಹೋಲಿಸಿ ನೋಡುತ್ತಿದ್ದ.

ವಾಸ್ತವದಲ್ಲಿ ದಕ್ಷ ತನ್ನ ತಂದೆಯನ್ನು ಇನ್ನಿಲ್ಲದಂತೆ ದ್ವೇಷಿಸುತ್ತಿದ್ದ. ಆದರೆ ಅಂತರಾಳದಲ್ಲಿ ಆತನ ಶೌರ್ಯ, ದಕ್ಷತೆ ಮತ್ತು ಆಡಳಿತ ವೈಖರಿಯನ್ನು ಮೆಚ್ಚಿಕೊಂಡಿದ್ದ. ತಂದೆಯಂತೆ ತಾನೂ ಒಬ್ಬ ಮಹಾನ್ ಚಕ್ರಾಧಿಪತಿ ಎನಿಸಿಕೊಳ್ಳಬೇಕು ಎಂದು ಹಂಬಲಿಸುತ್ತಿದ್ದ. ಅದಕ್ಕಾಗಿ ಬದುಕಿನುದ್ದಕ್ಕೂ ಅವಿರತವಾಗಿ ಶ್ರಮಿಸುತ್ತಿದ್ದ. ಬ್ರಹ್ಮನಾಯಕ ಮೆಲೂಹದ ಚಕ್ರವರ್ತಿಯಾಗಿದ್ದ ಕಾಲದಲ್ಲಿ ದಕ್ಷ ಸಂಪೂರ್ಣ ಆತನ ಹಿಡಿತದಲ್ಲಿದ್ದ. ಎಲ್ಲದಕ್ಕೂ ತಂದೆಯ ಅನುಮತಿ ಕೇಳಬೇಕಾಗಿತ್ತು. ಆದರೆ ಒಮ್ಮೆ ಮಾತ್ರ ತಂದೆಯ ಹಿಡಿತದಿಂದ ತಪ್ಪಿಸಿಕೊಳ್ಳುವ ಅಪೂರ್ವ ಅವಕಾಶವೊಂದು ದಕ್ಷನಿಗೆ ದೊರಕಿತ್ತು. ಅದು ನೂರು ವರ್ಷಗಳ ಹಿಂದೆ. ಥಟ್ಟನೆ ದಕ್ಷನಿಗೆ ಆ ಘಟನೆ ನೆನಪಾಯಿತು. ಹಾಗೇ ಅದನ್ನು ಮೆಲುಕು ಹಾಕಲಾರಂಭಿಸಿದ.

ಸತಿಗೆ ಆಗ ಹದಿನಾರರ ಹರೆಯ. ಆಗಷ್ಟೇ ಮೈಕಾ ಗುರುಕುಲದಿಂದ ಹೊರಬಂದಿದ್ದಳು. ಅದೊಂದು ದಿನ ನದೀ ತೀರದಲ್ಲಿ ಸೀಳುನಾಯಿಗಳ ಹಿಂಡೊಂದು

ಅಪರಿಚಿತ ಮಹಿಳೆಯೊಬ್ಬಳ ಮೇಲೆ ದಾಳಿ ಮಾಡಿದ್ದವು. ಆಕೆಯನ್ನು ರಕ್ಷಿಸುವ ಸಲುವಾಗಿ ಸತಿ ಏಕಾಏಕಿ ಸೀಳುನಾಯಿಗಳ ವಿರುದ್ಧ ಹೋರಾಟಕ್ಕೆ ನಿಂತುಬಿಟ್ಟಳು. ಹತ್ತಾರು ನಾಯಿಗಳನ್ನು ಏಕಕಾಲಕ್ಕೆ ಹೊಡೆದು ಉರುಳಿಸಿದಳು. ಕೂಡಲೆ ದಕ್ಷ ಮತ್ತು ಪರ್ವತೇಶ್ವರ ಸತಿಯ ರಕ್ಷಣೆಗೆ ಧಾವಿಸಿದರು. ಅವರೊಂದಿಗೆ ಯಾವ ಸೈನಿಕ ಪಡೆಯೂ ಇರಲಿಲ್ಲ. ಇಬ್ಬರೂ ನಾಯಿಗಳನ್ನು ಹಿಮ್ಮೆಟ್ಟಿಸುವುದರಲ್ಲಿ ಯಶಸ್ವಿಯಾದರು. ಆದರೂ ಅಷ್ಟರೊಳಗೆ ನಾಯಿಗಳು ದಕ್ಷನನ್ನು ಕಚ್ಚಿ ಘಾಸಿಗೊಳಿಸಿದ್ದವು. ದಕ್ಷ ಪ್ರಜ್ಞೆ ತಪ್ಪಿ ಬಿದ್ದ. ಮತ್ತೆ ಕಣ್ಣು ಬಿಟ್ಟಾಗ ಆತನ ಸುತ್ತ ಹತ್ತಾರು ವೈದ್ಯರಿದ್ದರು. ಅವರೆಲ್ಲರೂ ಗಾಯಗೊಂಡಿದ್ದ ದಕ್ಷನಿಗೆ ಚಿಕಿತ್ಸೆ ನೀಡುತ್ತಿದ್ದರು. ಪಕ್ಕದಲ್ಲಿ ಸತಿ ನಿಂತಿದ್ದಳು. ಆಕೆಯನ್ನು ಕಂಡೊಡನೆಯೇ ಕೋಪಗೊಂಡ ದಕ್ಷ ಸತಿಯ ಮೇಲೆ ಕೂಗಾಡಿದ. ಅಪರಿಚಿತ ಮಹಿಳೆಯ ಸಹಾಯಕ್ಕೆ ಏಕೆ ಹೋಗಬೇಕಾಗಿತ್ತು? ಎಂದು ಸತಿಯನ್ನು ಪ್ರಶ್ನಿಸಿದ. ಆದರೆ ಸತಿ ಅಮಾಯಕ ಮಹಿಳೆಯೊಬ್ಬಳು ಅಪಾಯದಲ್ಲಿದ್ದಾಗ ಆಕೆಯನ್ನು ರಕ್ಷಿಸುವುದು ತನ್ನ ಕರ್ತವ್ಯವೆಂದೇ ಭಾವಿಸಿದ್ದಳು. ಹಾಗಾಗಿ ಆಕೆ ಮರುಮಾತನಾಡದೆ ಗಳಗಳನೆ ಅಳುತ್ತಾ ಅಲ್ಲಿಂದ ಹೊರಟು ಹೋದಳು. ಸ್ವಲ್ಪ ಸಮಯದ ನಂತರ ದಕ್ಷ ವೀರಿಣಿಗೆ ಸತಿಯನ್ನು ಕರೆದುಕೊಂಡು ಬರುವಂತೆ ಹೇಳಿದ. ಮಗಳನ್ನು ಸಮಾಧಾನಪಡಿಸುವುದು ಆತನ ಉದ್ದೇಶವಾಗಿತ್ತು. ಆದರೆ ವೀರಿಣಿ ಸತಿಯನ್ನು ಕರೆತರುವ ಮುನ್ನವೇ ಬ್ರಹ್ಮನಾಯಕ ಅಲ್ಲಿಗೆ ಬಂದ. ಆತನೊಂದಿಗೆ ದಕ್ಷನಿಗೆ ಚಿಕಿತ್ಸೆ ನೀಡಿದ ವೈದ್ಯರೂ ಒಳಗೆ ಬಂದರು.

ಒಳಗೆ ಬಂದವನೇ ನೇರವಾಗಿ ಸತಿಯ ಬಗ್ಗೆ ಮೆಚ್ಚುಗೆಯ ಮಾತನಾಡಿ ದಕ್ಷನನ್ನು ಹೀಯಾಳಿಸಲಾರಂಭಿಸಿದ. ಮಗನನ್ನು ನಾಯಿಗಳ ಕೈಯಲ್ಲಿ ಕಚ್ಚಿಸಿಕೊಂಡು ಬಂದ ಹೇಡಿ ಎಂದು ಜರಿದ. ಅಷ್ಟರಲ್ಲಿ ಬ್ರಹ್ಮನಾಯಕನ ಮಾತಿನಿಂದ ದಕ್ಷನ ಮನಸ್ಸಿನ ಮೇಲಾಗಬಹುದಾದ ಪರಿಣಾಮವನ್ನು ಊಹಿಸಿ ಅಲ್ಲಿದ್ದ ವೈದ್ಯರು ವಿಷಯಾಂತರ ಮಾಡಿ ಆತನನ್ನು ಅಲ್ಲಿಂದ ಹೊರಗೆ ಕರೆದುಕೊಂಡು ಹೋದರು. ಬ್ರಹ್ಮನಾಯಕ ಹೊರಗೆ ಹೋಗುತ್ತಿದ್ದಂತೆ ವೀರಿಣಿ ಒಳಗೆ ಬಂದಳು. ವೀರಿಣಿ ಹಿಂದೆ ಅನೇಕ ಬಾರಿ ಮೆಲೂಹವನ್ನು ಬಿಟ್ಟು ಪಂಚವಟಿಗೆ ಹೋಗೋಣ ಎಂದು ದಕ್ಷನನ್ನು ಒತ್ತಾಯಿಸಿದ್ದಳು. ದಕ್ಷ ತಂದೆಯಿಂದ ದಿನವೂ ಹೀಯಾಳಿಸಿಕೊಂಡು ಬದುಕುವುದಕ್ಕಿಂತ ಮಕ್ಕಳಾದ ಸತಿ ಮತ್ತು ಕಾಳಿಯೊಂದಿಗೆ ಪಂಚವಟಿಯಲ್ಲಿ ಸ್ವತಂತ್ರ ಬದುಕು ಕಟ್ಟಿಕೊಂಡು ಸ್ವಾಭಿಮಾನದಿಂದ ಜೀವಿಸುವುದು ಲೇಸು ಎಂಬುದು ಆಕೆಯ ಇಂಗಿತವಾಗಿತ್ತು. ಅಂತೆಯೇ ಅಂದೂ ಆಕೆ ದಕ್ಷನಿಗೆ ಅದನ್ನೇ ಪುನರುಚ್ಚರಿಸಿದಳು.

'ದಕ್ಷ! ನನ್ನನ್ನು ನಂಬು. ಪಂಚವಟಿಯಲ್ಲಿ ನಾವು ಆನಂದದ ಜೀವನ ನಡೆಸಬಹುದು. ಕಾಳಿ ಮತ್ತು ಸತಿಯೊಂದಿಗೆ ಸಂತೋಷದಿಂದ ಇರಬಹುದಾದ ಏಕೈಕ ಸ್ಥಳವೆಂದರೆ ಅದು ಪಂಚವಟಿ. ಬಾ ಅಲ್ಲಿಗೆ ಹೋಗೋಣ'.

ದಕ್ಷ ಮನಸ್ಸಿನಲ್ಲೇ ಲೆಕ್ಕಾಚಾರ ಹಾಕಿದ. ಆತನಿಗೆ ವೀರಿಣಿ ಹೇಳುತ್ತಿರುವುದು ಸರಿ ಎನಿಸಿತು. ನಿತ್ಯ ತಂದೆಯಿಂದ ಅವಮಾನಗೊಳ್ಳುವ ಬದಲು ಆತನಿಂದ ದೂರ

ಹೋಗಿ ಬದುಕುವುದು ಸರಿ ಎನಿಸಿತು. ಕಾಳಿ ವಿಕರ್ಮಿಯಾಗಿ ಹುಟ್ಟಿದ್ದರಿಂದ ದಕ್ಷನಿಗೆ ಆಕೆಯ ಮೇಲೆ ಹೆಚ್ಚು ಒಲವಿರಲಿಲ್ಲ. ಸತಿ ಮಾತ್ರ ತನ್ನ ಪವಿತ್ರ ರಕ್ತವನ್ನು ಹಂಚಿಕೊಂಡು ಹುಟ್ಟಿದವಳು, ಆದರೆ ಕಾಳಿ ವೀರಿಣಿಯ ಕಲ್ಮಷ ಆತ್ಮದಿಂದ ಹುಟ್ಟಿದವಳು ಎಂಬುದು ಆತನ ಅಭಿಪ್ರಾಯವಾಗಿತ್ತು. ಹಾಗಾಗಿ ಆತ ಕಾಳಿಯನ್ನು ಧಿಕ್ಕರಿಸಿದ್ದ. ಆದರೆ ಬ್ರಹ್ಮನಾಯಕ ತನ್ನನ್ನು ಎಲ್ಲರೆದುರು ಅವಮಾನಿಸುವುದನ್ನು ನೋಡಿ ಸತಿಯ ಆತ್ಮ ಕಲುಷಿತಗೊಳ್ಳುವುದು ದಕ್ಷನಗೆ ಇಷ್ಟವಿರಲಿಲ್ಲ. ಕಾರಣ ಆತ ಸತಿಯನ್ನು ಬಹುವಾಗಿ ಪ್ರೀತಿಸುತ್ತಿದ್ದ.

ಹಾಗಾಗಿ ಆತ ದೀರ್ಘ ನಿಟ್ಟುಸಿರು ಬಿಡುತ್ತಾ ವೀರಿಣಿಯನ್ನು ಕೇಳಿದ 'ಬ್ರಹ್ಮನಾಯಕನ ಕಣ್ಣು ತಪ್ಪಿಸಿ ಇಲ್ಲಿಂದ ಪಂಚವಟಿಗೆ ಹೋಗುವುದು ಹೇಗೆ ವೀರಿಣಿ?'.

'ಆ ವಿಚಾರ ನನಗೆ ಬಿಡು. ನಾನು ಅದಕ್ಕೆ ಬೇಕಾದ ಎಲ್ಲ ವ್ಯವಸ್ಥೆಯನ್ನೂ ಮಾಡುತ್ತೇನೆ. ನೀನು ಒಪ್ಪಿಗೆ ನೀಡಬೇಕು ಅಷ್ಟೆ. ಹೇಗೂ ನಿಮ್ಮ ತಂದೆಯವರು ನಾಳೆ ಕರಾಚಪಕ್ಕೆ ಹೊರಟಿದ್ದಾರೆ. ಈಗ ನಿನ್ನ ನೋವು ಸಹ ಶಮನವಾಗಿದೆ. ಹಾಗಾಗಿ ಪ್ರಯಾಣ ಮಾಡುವುದು ಕಷ್ಟವಾಗಲಾರದು. ನಿಮ್ಮ ತಂದೆ ಕರಾಚಪದಿಂದ ಮರಳಿ ಬರುವಷ್ಟರಲ್ಲಿ ನಾವು ಪಂಚವಟಿಯನ್ನು ತಲುಪಿರಬಹುದು' ವೀರಿಣಿ ಹೇಳಿದಳು.

ದಕ್ಷ ವೀರಿಣಿಯತ್ತ ನೋಡಿ ಹೇಳಿದ 'ಆದರೆ...........'.

'ನನ್ನನ್ನು ನಂಬು ದಕ್ಷ. ಇದರಿಂದ ನಮ್ಮೆಲ್ಲರಿಗೂ ಒಳಿತಾಗುತ್ತದೆ. ನೀನು ನನ್ನನ್ನು ಮತ್ತು ಮಕ್ಕಳನ್ನು ಅದೆಷ್ಟು ಪ್ರೀತಿಸುವೆ ಎಂದು ನನಗೆ ತಿಳಿದಿದೆ. ನಮ್ಮ ಸಂಸಾರವನ್ನು ಬಿಟ್ಟು ಉಳಿದೆಲ್ಲವೂ ನಿನಗೆ ಗೌಣ ಎಂಬುದನ್ನೂ ಚೆನ್ನಾಗಿ ಬಲ್ಲೆ'.

ದಕ್ಷ ತಲೆಯಾಡಿಸುತ್ತಾ ಒಪ್ಪಿಗೆ ನೀಡಿದ.

ವೀರಿಣಿ ನಸುನಗುತ್ತಾ ದಕ್ಷನ ಹಣೆಗೆ ಮುತ್ತಿಟ್ಟು 'ನಾನು ಎಲ್ಲ ವ್ಯವಸ್ಥೆ ಮಾಡುತ್ತೇನೆ' ಎಂದು ಹೇಳಿ ಅಲ್ಲಿಂದ ಹೊರನಡೆದಳು.

ದಕ್ಷ ಹಾಗೇ ಒಮ್ಮೆ ತಲೆಯೆತ್ತಿ ನೋಡಿದ. ಮನಸ್ಸು ಹಗುರಾಯಿತು. ಅದೇನೋ ನಿರಾಳ. ಸ್ವತಂತ್ರಗೊಳ್ಳುತ್ತಿರುವ ತೃಪ್ತಿ.

'ಪ್ರತಿಯೊಂದು ಘಟನೆ ನಡೆಯುವುದಕ್ಕೂ ಒಂದು ಕಾರಣವಿರುತ್ತದೆ. ಬಹುಶಃ ಸೀಳುನಾಯಿಗಳೊಂದಿಗಿನ ಹೋರಾಟವೂ ಅಂಥದ್ದೇ ಒಂದು ಕಾರಣವಿರಬಹುದು. ಈಗ ನಾನು ತಂದೆಯ ಹಿಡಿತದಿಂದ ಬಿಡಿಸಿಕೊಂಡರೆ ಸ್ವತಂತ್ರವಾಗಿ ಆನಂದದಿಂದ ಪಂಚವಟಿಯಲ್ಲಿ ಬದುಕಬಹುದು. ಮೆಲೂಹ ನನ್ನ ಪಾಲಿಗೆ ನರಕವಾಗಿದೆ. ಬ್ರಹ್ಮನಾಯಕ ಈ ನರಕದಲ್ಲಿರುವ ಒಬ್ಬ ಬ್ರಹ್ಮರಾಕ್ಷಸ. ನನಗೆ ಈ ನರಕ ಬೇಡ. ನಾನು ನನ್ನ ಕುಟುಂಬದೊಂದಿಗೆ ಆನಂದದಿಂದ ದಿನಗಳನ್ನು ಕಳೆಯಬೇಕು ಅಷ್ಟೇ. ಸತಿಯೊಂದಿಗಿದ್ದು

ಆಕೆಯ ಸಂತೋಷದಲ್ಲಿ ಭಾಗಿಯಾಗಬೇಕು. ವೀರಿಣಿ ಮತ್ತು ಕಾಳಿಯನ್ನು ಚೆನ್ನಾಗಿ ನೋಡಿಕೊಳ್ಳಬೇಕು' ದಕ್ಷ ಮನಸ್ಸಿನಲ್ಲೇ ಯೋಚಿಸಿದ.

ದಕ್ಷ ಇಷ್ಟೆಲ್ಲಾ ಯೋಚಿಸುತ್ತಿದ್ದರೆ ವೀರಿಣಿ ಕುರ್ಚಿಯೊಂದರ ಮೇಲೆ ಕುಳಿತು ರುದ್ರಾಕ್ಷಿ ಮಣಿಗಳನ್ನು ಎಣಿಸುತ್ತಾ ಧ್ಯಾನಾಸಕ್ತಳಾಗಿದ್ದಳು. ಆಕೆಯ ಪಕ್ಕದಲ್ಲಿ ಸತಿ ಸದಾ ಧರಿಸುತ್ತಿದ್ದ ಹುಲಿಯ ಉಗುರಿನ ಪದಕವೊಂದಿತ್ತು. ಆ ಪದಕ ಸತಿ ಸೀಳು ನಾಯಿಗಳೊಂದಿಗೆ ಹೋರಾಡುತ್ತಿದ್ದಾಗ ನೆಲದ ಮೇಲೆ ಬಿದ್ದಿತ್ತು. ವೀರಿಣಿ ಮಗಳ ನೆನಪಾಗಿ ಅದನ್ನು ತಂದಿಟ್ಟುಕೊಂಡಿದ್ದಳು. ಆ ಪದಕದಲ್ಲಿದ್ದ ಹುಲಿಯ ಉಗುರಿನ ಮೇಲೆ ರಕ್ತದ ಕಲೆಯಿತ್ತು. ಅದು ಹತ್ತಾರು ವರ್ಷಗಳಿಂದ ಹಾಗೇ ಉಳಿದಿತ್ತು. ಮಗಳ ರಕ್ತದ ಕಲೆಯನ್ನು ನೋಡಿ ಭಾವುಕನಾದ ದಕ್ಷ ಕಣ್ಣೀರಿಟ್ಟ. ಮತ್ತೆ ನೆನಪಿನಾಳಕ್ಕೆ ಇಳಿದ.

'ನಾನು ನನ್ನ ತಂದೆಯಂತಾಗಲಾರೆ. ಸತಿಯನ್ನು ಚೆನ್ನಾಗಿ ಬೆಳೆಸುತ್ತೇನೆ. ಸಾರ್ವಜನಿಕವಾಗಿ ಎಂದೂ ಆಕೆಯ ಮೇಲೆ ಕೂಗಾಡುವುದಿಲ್ಲ. ಅವಮಾನಿಸುವುದಿಲ್ಲ. ಆಕೆಯೂ ನನ್ನನ್ನು ಅತಿಯಾಗಿ ಪ್ರೀತಿಸುತ್ತಾಳೆ. ಆಕೆಯಲ್ಲಿರುವ ಧೈರ್ಯ, ಶೌರ್ಯ ಮತ್ತು ಸಾಹಸ ಗುಣಗಳಿಗೆ ನೀರೆರೆದು ಪೋಷಿಸುತ್ತೇನೆ. ಆಕೆಯನ್ನು ವೀರಾಗ್ರಣಿಯನ್ನಾಗಿ ಮಾಡುತ್ತೇನೆ. ಆಕೆ ಯಾವ ಕನಸು ಕಂಡರೂ ಅದನ್ನು ನನಸು ಮಾಡಿಕೊಳ್ಳಲಿ. ನಾನು ಯಾವುದಕ್ಕೂ ಅಡ್ಡ ಬರುವುದಿಲ್ಲ. ನನ್ನ ಕನಸುಗಳನ್ನು ಆಕೆಯ ಮೇಲೆ ಹೇರುವುದಿಲ್ಲ. ನನ್ನ ಇಚ್ಛೆಯಂತೆ ಆಕೆ ಬೆಳೆಯುವುದು ಬೇಡ. ಸ್ವಇಚ್ಛೆಯಂತೆಯೇ ಬೆಳೆಯಲಿ' ದಕ್ಷನ ಮನಸ್ಸಿನಲ್ಲಿ ಈ ಎಲ್ಲ ವಿಚಾರಗಳೂ ಹಾಗೇ ಹಾದು ಹೋದವು.

ನಂತರ ಗಾಯಗೊಂಡಿದ್ದ ದೇಹವನ್ನೊಮ್ಮೆ ನೋಡಿಕೊಂಡು ತಲೆಯಾಡಿಸಿದ.

'ಯಾರೋ ಅಪರಿಚಿತ ಮಹಿಳೆಯನ್ನು ರಕ್ಷಿಸುವುದಕ್ಕೆ ಸತಿ ಇಷ್ಟು ದೊಡ್ಡ ಅಪಾಯವನ್ನು ಮೈಮೇಲೆ ಎಳೆದುಕೊಳ್ಳುವುದೇ? ಆಕೆಯಿನ್ನೂ ಚಿಕ್ಕವಳು. ನಾನಾದರೂ ಆಕೆಯ ಮೇಲೆ ಕೂಗಾಡಬಾರದಿತ್ತು. ನಿಧಾನವಾಗಿ ಪರಿಸ್ಥಿತಿಯನ್ನು ಆಕೆಗೆ ವಿವರಿಸಿ ಹೇಳಬೇಕಾಗಿತ್ತು. ಅಷ್ಟಕ್ಕೂ ನಾನು ಆಕೆಯ ತಂದೆಯಲ್ಲವೇ? ನನ್ನ ಮಾತನ್ನು ಆಕೆ ಖಂಡಿತಾ ಶಾಂತಚಿತ್ತದಿಂದ ಆಲಿಸುತ್ತಿದ್ದಳು' ದಕ್ಷ ಯೋಚಿಸಿದ.

ಅಷ್ಟರಲ್ಲಿ ಜೋರಾಗಿ ಬಾಗಿಲು ತೆರೆಯಿತು. ಸತಿ ಒಳಗೆ ಬಂದಳು. ಆಕೆಯ ಮುಖದಲ್ಲಿ ಕೋಪವಿತ್ತು. ದಕ್ಷ ಮುಗುಳ್ನಗುತ್ತಾ ಮಗಳನ್ನು ಬರಮಾಡಿಕೊಂಡ.

'ಬಾ ಮಗು............'.

ಸತಿ ಮುಜುಗರದಿಂದಲೇ ದಕ್ಷನ ಬಳಿಗೆ ಬಂದಳು.

'ಹತ್ತಿರ ಬಾ ಕಂದ. ನಾನು ನಿನ್ನ ಅಪ್ಪ. ಮುಜುಗರವೇಕೆ ಮಗು.......'.

ಸತಿ ಮತ್ತಷ್ಟು ಹತ್ತಿರಕ್ಕೆ ಬಂದಳು. ಆದರೂ ಆಕೆಯಲ್ಲಿದ್ದ ಕೋಪ ಕಡಿಮೆಯಾಗಿರಲಿಲ್ಲ.

ದಕ್ಷ ಸತಿಯ ಕೈಹಿಡಿದು ಹೇಳಿದ 'ಮಗು............ನನ್ನ ಮಾತನ್ನು ಕೇಳು. ನೀನಿನ್ನು ಚಿಕ್ಕವಳು. ನಾನು ನಿನ್ನನ್ನು ಅತಿಯಾಗಿ ಪ್ರೀತಿಸುತ್ತೇನೆ. ನಾನು ಏನೇ ಹೇಳಿದರೂ ಅದು ನಿನ್ನ ಒಳಿತಿಗಾಗಿ. ನೀನು ಏಕಾಏಕಿ ಆ ಅಪರಿಚಿತ ಮಹಿಳೆಯನ್ನು ಕಾಪಾಡಲು ಸೀಳುನಾಯಿಗಳೊಂದಿಗೆ ಹೋರಾಟಕ್ಕಿಳಿದದ್ದು ಸರಿಯಲ್ಲ. ಆದರೆ ನಾನೂ ನಿನ್ನ ಮೇಲೆ ಅಷ್ಟು ಕಠೋರವಾಗಿ ವರ್ತಿಸಬಾರದಿತ್ತು'.

ದಕ್ಷ ಒಂದೆರಡು ನಿಮಿಷ ಮಾತನಾಡಲಿಲ್ಲ. ಅಷ್ಟರಲ್ಲಿ ಮತ್ತೆ ಬಾಗಿಲು ತೆರೆಯಿತು. ಈ ಬಾರಿ ಬ್ರಹ್ಮನಾಯಕ ಒಳಗೆ ಬಂದ. ಆತನನ್ನು ನೋಡುತ್ತಲೇ ಸತಿ ದಕ್ಷನ ಕೈಯಿಂದ ಬಿಡಿಸಿಕೊಂಡು ಬ್ರಹ್ಮನಾಯಕನೆಡೆಗೆ ತಿರುಗಿದಳು.

ಬ್ರಹ್ಮನಾಯಕ ಸತಿಯನ್ನು ಕಂಡೊಡನೆ ಆನಂದದಿಂದ ಆಕೆಯ ಬಳಿಗೆ ಬಂದು ಹೇಳಿದ 'ಆಹಾ! ಕೊನೆಗೂ ನನ್ನ ವಂಶದ ಕುಡಿಯೊಂದರಲ್ಲಿ ಕ್ಷಾತ್ರರಕ್ತ ಹರಿಯುತ್ತಿದೆ ಎಂದು ತಿಳಿದು ಮಹದಾನಂದವಾಯಿತು'.

ಸತಿ ಬ್ರಹ್ಮನಾಯಕನನ್ನು ನೋಡಿದಳು. ಆಕೆ ಮೊದಲಿನಿಂದಲೂ ಆತನ ಶೌರ್ಯವನ್ನು ಮೆಚ್ಚಿಕೊಂಡಿದ್ದಳು. ಈಗ ಆತನ ಮೇಲಿನ ಗೌರವ ಹೆಚ್ಚಾಯಿತು.

'ನೀನು ವಿರೋಚಿತ ಹೋರಾಟ ಮಾಡಿದೆ ಎಂದು ತಿಳಿಯಿತು. ಆಕೆ ಯಾರೆಂದೂ ತಿಳಿಯದಿದ್ದರೂ ಆಕೆಯನ್ನು ರಕ್ಷಿಸುವಲ್ಲಿ ನೀನು ತೋರಿದ ಧೈರ್ಯ, ಸಾಹಸವನ್ನು ಕಂಡು ನನಗೆ ಆನಂದವಾಗುತ್ತಿದೆ. ಮೆಲೂಹದ ಗೌರವವನ್ನು ಉಳಿಸಿದ ನಿನ್ನನ್ನು ಮೊಮ್ಮಗಳು ಎಂದು ಹೇಳಿಕೊಳ್ಳುವುದಕ್ಕೆ ಹೆಮ್ಮೆ ಎನಿಸುತ್ತಿದೆ' ಬ್ರಹ್ಮನಾಯಕ ಹೇಳಿದ.

ಸತಿ ಮುಗುಳ್ನಕ್ಕಳು. ಬ್ರಹ್ಮನಾಯಕನ ಮಾತಿನಿಂದ ಆಕೆಯ ಕೋಪ ಶಮನಗೊಂಡಿತು. ಹೃದಯ ಹಗುರವಾಯಿತು. ಅಷ್ಟಕ್ಕೂ ಆ ಸಮಯಕ್ಕೆ ಆಕೆ ಮಾಡಿದ್ದ ಕೆಲಸ ಸರಿಯಾಗಿತ್ತು. ಆಕೆ ತಾತನನ್ನು ಆಲಂಗಿಸಿಕೊಂಡಳು. ಬ್ರಹ್ಮನಾಯಕ ಸಹ ಆಕೆಯನ್ನು ಆಲಂಗಿಸಿ ಆಕೆಯ ಹಣೆಗೆ ಮುತ್ತನ್ನಿಟ್ಟು ಮುದ್ದಿಸಿದ. ನಂತರ ದಕ್ಷನೆಡೆಗೆ ತಿರುಗಿದ. ಥಟ್ಟನೆ ಆತನ ಮುಖದ ಮೇಲಿದ್ದ ಮುಗುಳ್ನಗೆ ಮಾಯವಾಯಿತು.

ಆತ ಗಂಭೀರವಾಗಿ ಹೇಳಿದ 'ನಾನು ನಾಳೆ ಮುಂಜಾನೆಯೇ ಕರಾಚಪಕ್ಕೆ ಹೊರಟಿದ್ದೇನೆ. ಬರುವುದು ತಡವಾಗಬಹುದು. ನಿನ್ನ ಗಾಯವೆಲ್ಲಾ ವಾಸಿಯಾಗಲು ಸಾಕಷ್ಟು ಸಮಯ ಬೇಕಾಗಬಹುದು. ನಾನು ಕರಾಚಪದಿಂದ ಬಂದ ನಂತರ ನಿನ್ನ ಭವಿಷ್ಯದ ಬಗ್ಗೆ ಚರ್ಚಿಸೋಣ'.

ದಕ್ಷ ತಂದೆಯ ಮಾತಿಗೆ ಪ್ರತಿಕ್ರಿಯಿಸಲಿಲ್ಲ. ಸುಮ್ಮನೆ ಮುಖವನ್ನು ಬೇರೆಡೆಗೆ ಹೊರಳಿಸಿದ. ಬ್ರಹ್ಮನಾಯಕ ಸಹ ಅಸಹನೆಯಿಂದ ತಲೆಯಾಡಿಸಿದ.

ನಂತರ ಸತಿಯತ್ತ ತಿರುಗಿ ಹೇಳಿದ 'ನಾನು ಮರಳಿ ಬಂದ ನಂತರ ನಿನ್ನನ್ನು ಕಾಣುತ್ತೇನೆ ಮಗು'.

'ಹಾಗೇ ಆಗಲಿ ತಾತ.....'.

ಬ್ರಹ್ಮನಾಯಕ ಅಷ್ಟು ಹೇಳಿ ಅಲ್ಲಿಂದ ಹೊರನಡೆದ. ದಕ್ಷ ಆತನ ಹೋಗುವುದನ್ನೇ ನೋಡುತ್ತಿದ್ದ.

'ಸಧ್ಯ ಹೋದನಲ್ಲ! ಛೇ! ಮಗಳ ಎದುರಿನಲ್ಲೇ ನನ್ನನ್ನು ಅವಮಾನಿಸುತ್ತಾನಲ್ಲ ಈ ಮೃಗ. ಆದರೆ ನನ್ನ ಮಗಳು ಮಾತ್ರ ಎಂದೂ ನನ್ನನ್ನು ಬಿಟ್ಟುಕೊಡುವುದಿಲ್ಲ. ಆಕೆ ಎಂದೆಂದಿಗೂ ನನ್ನವಳು. ನನ್ನ ಕರುಳ ಕುಡಿ' ದಕ್ಷ ಮನಸ್ಸಿನಲ್ಲೇ ಅಂದುಕೊಂಡ.

ನಂತರ ಸತಿಯೆಡೆಗೆ ನೋಡಿದ. ಆಕೆ ಸಹ ಬ್ರಹ್ಮನಾಯಕ ಹೋದ ದಾರಿಯನ್ನೇ ನೋಡುತ್ತಿದ್ದಳು. ಆಕೆಯ ದೇಹ ಕಂಪಿಸುತ್ತಿತ್ತು. ವಾಸ್ತವದಲ್ಲಿ ದಕ್ಷ ತನ್ನನ್ನು ಬ್ರಹ್ಮನಾಯಕ ನಿಂದಿಸಿದ್ದರಿಂದ ಸತಿಗೆ ಕೋಪ ಬಂದಿರಬಹುದು ಎಂದು ಭಾವಿಸಿದ್ದ. ಅಷ್ಟಕ್ಕೂ ತಂದೆಗೆ ಅವಮಾನವಾದರೆ ಮಗಳು ಅದನ್ನು ಖಂಡಿತ ಸಹಿಸಲಾರಳು ಎಂಬುದು ದಕ್ಷನ ಊಹೆಯಾಗಿತ್ತು.

ಹಾಗಾಗಿ ಆತ ಸತಿಗೆ ಹೇಳಿದ 'ಈ ವಿಚಾರ ಬಿಡು ಸತಿ. ನೀನೇನೂ ಈ ಬಗ್ಗೆ ಚಿಂತಿಸಬೇಡ. ಇನ್ನು ಮುಂದೆ ನಿಮ್ಮ ತಾತ ನಮಗೆ ಈ ರೀತಿ ತೊಂದರೆ ನೀಡುವುದಿಲ್ಲ. ಕಾರಣ..........'.

ದಕ್ಷ ಮಾತು ಮುಗಿಸುವ ಮುನ್ನವೇ ಸತಿ ಹೇಳಿದಳು 'ಅಪ್ಪಾ.......... ನೀನೇಕೆ ನಿನ್ನ ತಂದೆ ಅಂದರೆ ನನ್ನ ತಾತನಂತಾಗಬಾರದು?'.

ಆ ಮಾತುಗಳನ್ನು ಕೇಳುತ್ತಲೇ ದಕ್ಷ ಗಾಬರಿಯಿಂದ ಸತಿಯನ್ನೇ ನೋಡುತ್ತಿದ್ದ.

'ನೀನೇಕೆ ತಾತನಂತಾಗಬಾರದು ಅಪ್ಪ..........' ಸತಿ ಮತ್ತೊಮ್ಮೆ ಮೆಲುದನಿಯಲ್ಲಿ ಹೇಳಿ ಅಲ್ಲಿಂದ ಸರಸರನೆ ಓಡಿ ಹೋದಳು.

ದಕ್ಷ ಸತಿ ಹೋದ ದಾರಿಯನ್ನೇ ದಿಟ್ಟಿಸಿ ನೋಡಲಾರಂಭಿಸಿದ.

'ನಾನು ನನ್ನಪ್ಪನಂತಾಗಬೇಕೆ! ಆ ರಾಕ್ಷಸನಂತಾಗಬೇಕೆ! ನಾನು ಆತನಿಗಿಂತಲೂ ಉತ್ತಮ ರಾಜನಾಗಬಲ್ಲೆ. ಅದನ್ನು ಮಾಡಿ ತೋರಿಸುತ್ತೇನೆ. ಈ ಮೆಲೂಹ ಸಾಮ್ರಾಜ್ಯದ ಚಕ್ರಾಧಿಪತಿಯಾಗುತ್ತೇನೆ. ಆಗ ನೀನು ನನ್ನನ್ನು ಪ್ರೀತಿಸುವೆ. ಈ ರಾಕ್ಷಸನನ್ನು ದ್ವೇಷಿಸುವೆ. ನಾನು ನಿನ್ನನ್ನು ಪ್ರೀತಿಸುತ್ತೇನೆ ಮಗು. ನಿನ್ನ ಹುಟ್ಟಿಗೆ ಕಾರಣನಾದವನು ನಾನು. ನಿನ್ನ ಆಸೆಯನ್ನು ಈಡೇರಿಸುತ್ತೇನೆ. ಅದಕ್ಕಾಗಿ ಯಾವ ತ್ಯಾಗಕ್ಕೂ ನಾನು ಸಿದ್ಧ'.

ದಕ್ಷ ಇಷ್ಟೆಲ್ಲಾ ನೆನಪು ಮಾಡಿಕೊಳ್ಳುತ್ತಿರುವಾಗ ಬಾಗಿಲ ಬಳಿ ಜೋರಾದ ಸದ್ದಾಯಿತು. ದಕ್ಷ ಕನಸಿನ ಲೋಕವನ್ನು ಬಿಟ್ಟು ವಾಸ್ತವ ಲೋಕಕ್ಕೆ ಮರಳಿದ. ವೀರಿಣಿ ನಿಧಾನವಾಗಿ ತನ್ನ ಕೋಣೆಯತ್ತ ನಡೆದು ಹೋಗುತ್ತಿದ್ದಳು. ಸ್ವಲ್ಪ ದೂರ ಹೋದ

ನಂತರ ಒಮ್ಮೆ ದಕ್ಷನತ್ತ ತಿರುಗಿ ಬೇಸರದ ನೋಟ ಬೀರಿದಳು. ನಂತರ ತಲೆಯಾಡಿಸುತ್ತಾ ಜಪಮಣಿಯನ್ನು ತೆಗೆದುಕೊಂಡು ದೇವರ ಕೋಣೆಯನ್ನು ಪ್ರವೇಶಿಸಿದಳು. ಆಕೆಗೆ ದಕ್ಷನನ್ನು ನೋಡಬೇಕೆಂದಾಗಲೀ, ಆತನೊಂದಿಗೆ ಮಾತನಾಡಬೇಕೆಂದಾಗಲೀ ಅನ್ನಿಸಲಿಲ್ಲ. ಆತನ ಮಾತುಗಳನ್ನು ಕೇಳಿ ಬದುಕಿನ ಅಂತಿಮ ಘಳಿಗೆಯಲ್ಲಿ ಕಿವಿಗಳನ್ನು ಮಲಿನ ಮಾಡಿಕೊಳ್ಳುವುದು ಆಕೆಗೆ ಇಷ್ಟವಿರಲಿಲ್ಲ. ಸತಿ ಸತ್ತಾಗಿನಿಂದ ಆ ಕ್ಷಣದವರೆಗೆ ಆಕೆ ದಕ್ಷನೊಂದಿಗೆ ಒಂದು ಮಾತನ್ನೂ ಆಡಿರಲಿಲ್ಲ. ಇತ್ತ ದಕ್ಷನಿಗೂ ವೀರಿಣಿಯನ್ನು ಮಾತನಾಡಿಸುವ ಧೈರ್ಯವಿರಲಿಲ್ಲ. ಆಕೆಯ ಕ್ಷಮೆ ಕೇಳುವುದಕ್ಕೂ ಅರ್ಹನಲ್ಲ ಎಂಬುದು ಆತನಗೆ ಅರ್ಥವಾಗಿತ್ತು. ವೀರಿಣಿ ನೇರವಾಗಿ ಪೂಜಾಮಂದಿರದ ಒಳಗೆ ಬಂದಳು. ಅಲ್ಲಿ ಶ್ರೀರಾಮನ ವಿಗ್ರಹವಿತ್ತು. ಶ್ರೀರಾಮನ ಎಡ-ಬಲದಲ್ಲಿ ಲಕ್ಷ್ಮಣ ಮತ್ತು ಸೀತಾದೇವಿ. ಕಾಲ ಬಳಿ ರಾಮನ ಬಂಟ ಹನುಮ. ವೀರಿಣಿ ಕಣ್ಮುಚ್ಚಿ ಜಪಮಣಿಗಳನ್ನು ಎಣಿಸುತ್ತಾ ಶ್ರೀರಾಮ ಮಂತ್ರ ಜಪಿಸಲಾರಂಭಿಸಿದಳು.

'ಶ್ರೀ ರಾಮ್.........ಜೈ ರಾಮ್..........ಜೈ ಜೈ ರಾಮ್'.

'ಶ್ರೀ ರಾಮ್.........ಜೈ ರಾಮ್..........ಜೈ ಜೈ ರಾಮ್'.

ವೀರಿಣಿ ಹೇಳುತ್ತಿದ್ದ ರಾಮ ಮಂತ್ರ ದಕ್ಷನ ಕಿವಿಗೆ ಬೀಳುತ್ತಿತ್ತು. ಆತ ಒಮ್ಮೆ ಪೂಜಾಮಂದಿರದತ್ತ ನೋಡಿದ.

ನಂತರ ಮನಸ್ಸಿನಲ್ಲೇ ಅಂದುಕೊಂಡ 'ಬದುಕಿನುದ್ದಕ್ಕೂ ವೀರಿಣಿ ಸರಿಯಾದ ಸಲಹೆಗಳನ್ನೇ ನೀಡುತ್ತಿದ್ದಳು. ನಾನು ಆಕೆಯ ಮಾತನ್ನು ಕೇಳಬೇಕಾಗಿತ್ತು. ಕೇಳದೇ ತಪ್ಪು ಮಾಡಿಬಿಟ್ಟೆ. ಅದೇ ನನ್ನ ಅವನತಿಗೆ ಕಾರಣವಾಯಿತು'.

'ಶ್ರೀ ರಾಮ್.........ಜೈ ರಾಮ್..........ಜೈ ಜೈ ರಾಮ್'.

'ಶ್ರೀ ರಾಮ್.........ಜೈ ರಾಮ್..........ಜೈ ಜೈ ರಾಮ್'.

ಮತ್ತೆ ಮತ್ತೆ ರಾಮಮಂತ್ರ ಮಂದಿರದಿಂದ ಅಲೆ ಅಲೆಯಾಗಿ ತೇಲಿ ಬರುತ್ತಿತ್ತು. ಆ ರಾಮನಾಮ ದಕ್ಷನ ಮನಸ್ಸಿಗೆ ಸ್ವಲ್ಪ ಶಾಂತಿ-ನೆಮ್ಮದಿಯನ್ನು ನೀಡಬೇಕಾಗಿತ್ತು. ಆದರೆ ಆತನಲ್ಲಿದ್ದ ದುರಾಸೆ, ಕ್ರೋಧ ಮತ್ತು ಕುಟಿಲ ಮನಸ್ಸಿಗೆ ಶಾಂತಿ-ನೆಮ್ಮದಿ ತಂದುಕೊಳ್ಳುವುದು ಅಸಾಧ್ಯವಾಯಿತು. ಆತ ಹಾಗೇ ಪ್ರಾಣಬಿಡುವುದು ವಿಧಿಯ ನಿಯಮವಾಗಿತ್ತು. ದಕ್ಷ ಹಲ್ಲು ಕಡಿಯುತ್ತಾ ಕಿಟಕಿಯ ಹೊರಗೆ ನೋಡಿದ. ಅಲ್ಲಿ ಪುರಾತನ ಆಲದ ಮರ ಕಾಣುತ್ತಿತ್ತು. ಗಾಳಿಗೆ ಅದರ ಎಲೆಗಳು ಪಟಪಟನೆ ಅಲುಗಾಡುತ್ತಿತ್ತು. ಆದರೆ ದಕ್ಷನಿಗೆ ಮಾತ್ರ ಆ ಆಲದ ಮರ ತನ್ನನ್ನು ನೋಡಿ ಗಹಗಹಿಸಿ ನಗುತ್ತಿರುವಂತೆ ಭಾಸವಾಯಿತು. ದಕ್ಷ ಬೇಸರದಿಂದ ತಲೆತಗ್ಗಿಸಿದ.

ಅಧ್ಯಾಯ–53

ದುಷ್ಟ ಸಂಹಾರಿ

ಪಾಶುಪತಾಸ್ತ್ರ ಕ್ಷಿಪಣಿಯನ್ನು ಎತ್ತರದ ಗೋಪುರದ ಮೇಲೆ ಇಡಲಾಗಿತ್ತು. ತಾರಾ ಗಾಳಿಯ ದಿಕ್ಕನ್ನು ಗಮನಿಸಿ ಹೇಳಿದಳು 'ಗಾಳಿ ಬಲವಾಗಿ ಬೀಸುತ್ತಿದೆ'.

ಶಿವ ಮತ್ತು ತಾರಾ ಇಬ್ಬರೂ ಕುದುರೆಯ ಮೇಲೆ ಕುಳಿತಿದ್ದರು. ಕುದುರೆ ಗೋಪುರದಿಂದ ತುಸು ದೂರದಲ್ಲಿ ನಿಂತಿತ್ತು. ಅದಾಗಲೇ ಸೂರ್ಯ ನೆತ್ತಿಗೇರಿದ್ದ. ಶಿವನ ಸೈನ್ಯ ಮತ್ತು ದೇವಗಿರಿಯಿಂದ ಬಂದಿದ್ದ ನಿರಾಶ್ರಿತರೆಲ್ಲ ಪಾಶುಪತಾಸ್ತ್ರದ ನಿಯಂತ್ರಣ ರೇಖೆಯಿಂದ ಆಚೆಗೆ ಐದು ಮೈಲಿ ದೂರದಲ್ಲಿ ನಿಂತಿದ್ದರು.

ಶಿವ ತಾರಾಳತ್ತ ತಿರುಗಿ ನಂತರ ಒಮ್ಮೆ ನೀಲಿ ಆಗಸದತ್ತ ನೋಟ ಬೀರಿದ. ಅಲ್ಲಿ ಧೂಳಿನ ಕಣಗಳು ಯಾವ ದಿಕ್ಕಿನಲ್ಲಿ ಸಾಗುತ್ತಿವೆ ಎಂಬುದನ್ನು ಸೂಕ್ಷ್ಮವಾಗಿ ಗಮನಿಸಿ ಹೇಳಿದ 'ಚಿಂತೆಯಿಲ್ಲ, ಅದು ಯಾವ ಪರಿಣಾಮವನ್ನೂ ಬೀರದು'.

ಅಷ್ಟು ಹೇಳಿ ಶಿವ ಬಿಲ್ಲನ್ನು ಕೈಗೆತ್ತಿಕೊಂಡ. ಪರಶುರಾಮ ಸತತ ಒಂದು ತಿಂಗಳು ಕೆಲಸ ಮಾಡಿ ಆ ಬಿಲ್ಲನ್ನು ತಯಾರಿಸಿದ್ದ. ಅದೊಂದು ಅಪರೂಪದ ಬಿಲ್ಲು. ವಿಶೇಷವಾಗಿ ವಿನ್ಯಾಸಗೊಳಿಸಲಾಗಿತ್ತು. ಅದರ ಎರಡೂ ತುದಿ ಬಾಗಿತ್ತು. ಕುದುರೆ ಅಥವಾ ರಥದ ಮೇಲೆ ನಿಂತು ಬಾಣ ಬಿಡಲು ಹೇಳಿ ಮಾಡಿಸಿದಂತಿತ್ತು. ಪರಶುರಾಮ ಅದಕ್ಕೆ 'ಪಿನಾಕ' ಎಂದು ಹೆಸರಿಟ್ಟಿದ್ದ. ಮೂಲತಃ ಪಿನಾಕ ರುದ್ರ ದೇವನ ಬಿಲ್ಲು.

ಪಾಶುಪತಾಸ್ತ್ರವೆಂದರೆ ಅದೊಂದು ಬೀಜ ಸಮ್ಮಿಳನ ಅಸ್ತ್ರ. ಬೀಜ ವಿದಳನ ಅಸ್ತ್ರಗಳಾದ ಬ್ರಹ್ಮಾಸ್ತ್ರ ಮತ್ತು ವೈಷ್ಣವಾಸ್ತ್ರಗಳಿಗಿಂತ ತೀರಾ ಭಿನ್ನ. ಪಾಶುಪತಾಸ್ತ್ರದಂತಹ ಬೀಜ ಸಮ್ಮಿಳನ ಅಸ್ತ್ರದಲ್ಲಿ ಜಲಜನಕದ ಹಗುರವಾದ ಪರಮಾಣು ಬೀಜಗಳು ಒಂದುಗೂಡಿ ಹೀಲಿಯಂನಂತಹ ದೊಡ್ಡ ಬೀಜ ಮತ್ತು ಅಪಾರ ಪ್ರಮಾಣದ ಶಕ್ತಿ ಉತ್ಪತ್ತಿಯಾಗುತ್ತವೆ. ಆದರೆ ಬೀಜ ವಿದಳನ ಅಸ್ತ್ರವಾದ ಬ್ರಹ್ಮಾಸ್ತ್ರ ಇದಕ್ಕಿಂತಲೂ ಘೋರ ಪರಿಣಾಮವನ್ನು ಬೀರುತ್ತದೆ. ಅಲ್ಲಿ ಯುರೇನಿಯಂನಂತಹ ಭಾರವಾದ ಪರಮಾಣು ಬೀಜಗಳು ಸಣ್ಣ ಕಣಗಳಾಗಿ ಒಡೆದು ಬಿಡಿ ನ್ಯೂಟ್ರಾನ್ ಮತ್ತು ಅಪಾರವಾದ ಶಕ್ತಿ ಬಿಡುಗಡೆಯಾಗುತ್ತದೆ. ಅದನ್ನು ನಿಯಂತ್ರಿಸುವುದು ಬೀಜಕ್ಕೂ ಅಸಾಧ್ಯ.

ಅಂತೆಯೇ ಪಾಶುಪತಾಸ್ತ್ರ ನಿರ್ದಿಷ್ಟ ಗುರಿಯತ್ತ ಸಾಗಿ ಇಡೀ ಪ್ರದೇಶವನ್ನು ಧ್ವಂಸ ಮಾಡಬಲ್ಲ ಮಹಾ ಅಸ್ತ್ರ. ಆದರೆ ಅದನ್ನು ಉಡಾಯಿಸುವುದು ಅಷ್ಟು ಸುಲಭವಾಗಿರಲಿಲ್ಲ. ಸಾಮಾನ್ಯವಾಗಿ ಇಂತಹ ದೈವೀಅಸ್ತ್ರಗಳನ್ನು ಬಳಸುವಾಗ ಎತ್ತರದ ಉಡಾವಣಾ ವೇದಿಕೆಯೊಂದನ್ನು ನಿರ್ಮಿಸಲಾಗುತ್ತದೆ. ಅದರ ಸುತ್ತ ಗಂಧಕ, ಇದ್ದಿಲು, ಕೋವಿ ಮದ್ದಿನ ಸ್ಫಟಿಕೀಯ ಉಪ್ಪು ಮತ್ತು ಇತರ ಕಚ್ಚಾವಸ್ತುಗಳನ್ನು ಇಡಲಾಗುತ್ತದೆ. ಸಾಮಾನ್ಯವಾಗಿ ಇವು ಅಸ್ತ್ರಕ್ಕೆ ಸ್ಫೋಟಕ ಶಕ್ತಿಯನ್ನು ತುಂಬಿ ಅದು ನಿರ್ದಿಷ್ಟ ಗುರಿಯತ್ತ ಸಾಗಲು ಅನುವು ಮಾಡಿಕೊಡುತ್ತವೆ. ಹೀಗೆ ಉಡಾವಣೆಗೊಳ್ಳುವ ಪಾಶುಪತಾಸ್ತ್ರ ಗುರಿಯನ್ನು ಮುಟ್ಟುತ್ತಿದ್ದಂತೆ ಮತ್ತೊಮ್ಮೆ ಆಸ್ಫೋಟಗೊಳ್ಳುತ್ತದೆ. ಆಗ ಹೊರಹೊಮ್ಮುವ ಶಕ್ತಿಯ ಪ್ರಮಾಣ ಊಹೆಗೂ ನಿಲುಕದ್ದು. ಪಾಶುಪತಾಸ್ತ್ರವನ್ನು ವೇದಿಕೆಯಲ್ಲಿ ಇಟ್ಟು ಸಾಕಷ್ಟು ದೂರದಲ್ಲಿ ನಿಂತು ಉಡಾಯಿಸಬೇಕು. ಅದರಲ್ಲಿ ಸ್ವಲ್ಪ ಏರು ಪೇರಾದರೂ ಮೊದಲ ಹಂತದ ಸ್ಫೋಟದಲ್ಲಿ ಹೊರಬರುವ ಬೆಂಕಿಯ ಜ್ವಾಲೆಗೆ ಸಿಕ್ಕಿ ಉಡಾಯಿಸುವ ವ್ಯಕ್ತಿ ಸುಟ್ಟು ಭಸ್ಮವಾಗುತ್ತಾನೆ. ಇದೇ ಕಾರಣಕ್ಕೆ ನುರಿತ ಬಿಲ್ಲುಗಾರರು ದೂರದಲ್ಲಿ ನಿಂತು ಬೆಂಕಿಯ ಬಾಣವನ್ನು ಬಿಡುತ್ತಾರೆ. ಅವರು ಬಿಡುವ ಬಾಣಗಳು ಎಂಟು ನೂರು ಮೀಟರ್ ದೂರದ ಗುರಿಯನ್ನು ನಿಖರವಾಗಿ ಮುಟ್ಟುತ್ತವೆ. ಹಾಗೆ ಬಾಣವನ್ನು ನಿಖರವಾಗಿ ಗುರಿ ಮುಟ್ಟಿಸಬೇಕಾದರೆ ಬಿಲ್ಲುಗಾರರಿಗೆ ನಿಜವಾದ ಕೌಶಲವಿರಬೇಕು.

ಬ್ರಹ್ಮಾಸ್ತ್ರ ಮತ್ತು ವೈಷ್ಣವಾಸ್ತ್ರಗಳಿಗೆ ಅಷ್ಟು ನಿಖರತೆ ಬೇಕಾಗಿರುವುದಿಲ್ಲ. ಕಾರಣ ಅವು ಬೀರುವ ಪರಿಣಾಮದ ವ್ಯಾಪ್ತಿ ಹೆಚ್ಚಾಗಿರುತ್ತದೆ. ಅವುಗಳ ಉಡಾವಣಾ ವೇದಿಕೆಯೇ ದೊಡ್ಡದಿರುತ್ತದೆ. ಆದರೆ ಪಾಶುಪತಾಸ್ತ್ರ ಅತ್ಯಂತ ನಿಖರವಾದ ಗುರಿಹೊಂದಿರುವ ಮಹಾ ಅಸ್ತ್ರ. ಸರಿಯಾಗಿ ಗುರಿಮುಟ್ಟುವ ರೀತಿಯಲ್ಲಿ ಈ ಅಸ್ತ್ರವನ್ನು ಪ್ರಯೋಗಿಸಬೇಕು. ಒಮ್ಮೆ ಅಸ್ತ್ರವನ್ನು ಪ್ರಯೋಗಿಸಿದರೆ ಅದು ಮೂರು ಹಂತದಲ್ಲಿ ಸ್ಫೋಟಗೊಳ್ಳುತ್ತದೆ. ಅಕ್ಷರಶಃ ಕ್ಷಿಪಣಿಯಂತೆ ಮೂರು ಭಾಗವಾಗಿ ಮೂರು ದಿಕ್ಕಿನತ್ತ ಚಿಮ್ಮಿ ಆ ಮೂರೂ ದಿಕ್ಕುಗಳಲ್ಲಿರುವ ಎಲ್ಲವನ್ನೂ ನಾಶಮಾಡುತ್ತದೆ.

ಶಿವ ಪಾಶುಪತಾಸ್ತ್ರವನ್ನು ಸರಿಯಾದ ದಿಕ್ಕಿನಲ್ಲಿ ಜೋಡಿಸಿದ್ದ. ಒಮ್ಮೆ ಅಸ್ತ್ರವನ್ನು ಪ್ರಯೋಗಿಸಿದರೆ ಅದು ಸ್ವರ್ಣ, ರಜತ ಮತ್ತು ತಾಮ್ರ ವೇದಿಕೆಯಲ್ಲಿ ಏಕಕಾಲಕ್ಕೆ ಭಾರಿ ಸದ್ದಿನೊಂದಿಗೆ ಸ್ಫೋಟಗೊಳ್ಳುತ್ತಿತ್ತು. ಹಾಗೆ ಸ್ಫೋಟಗೊಂಡರೆ ಇಡೀ ದೇವಗಿರಿ ನಗರ ಸಂಪೂರ್ಣ ನಾಶವಾಗುತ್ತಿತ್ತು. ಅಷ್ಟೇ ಅಲ್ಲದೆ ಅದರ ಪರಿಣಾಮ ದೇವಗಿರಿಯ ಹೊರವಲಯಕ್ಕೂ ಹಬ್ಬುವ ಎಲ್ಲ ಸಾಧ್ಯತೆಯಿತ್ತು. ಹಾಗಾಗಿ ತಾರಾ ಸ್ಫೋಟದಿಂದ ಹೊರಬರುವ ಶಕ್ತಿ ನಗರದ ಒಳಗೇ ಕೇಂದ್ರಿಕೃತಗೊಳ್ಳುವಂತೆ ಸರಿಯಾದ ಕೋನದಲ್ಲಿ ಅಸ್ತ್ರವನ್ನು ನಿಲ್ಲಿಸಿದ್ದಳು. ಹಾಗೆ ಮಾಡಿದಾಗ ಮಾತ್ರ ಅದು ನಿರ್ದಿಷ್ಟ ಸಮಯದಲ್ಲಿ ಉಡಾವಣೆಗೊಳ್ಳುತ್ತಿತ್ತು. ಅಂತೆಯೇ ಶಿವ ಅರ್ಧ ಮೈಲಿ ದೂರದಲ್ಲಿ ಕುದುರೆಯ

ಮೇಲೆ ಕುಳಿತುಕೊಂಡೇ ಬೆಂಕಿಯ ಬಾಣವನ್ನು ಅಸ್ತ್ರದ ತುದಿಗೆ ಗುರಿಯಿಟ್ಟು ಹೊಡೆಯಬೇಕಾಗಿತ್ತು. ಅಲ್ಲದೆ ಒಮ್ಮೆ ಅಸ್ತ್ರವನ್ನು ಪ್ರಯೋಗಿಸಿದ ನಂತರ ಅಷ್ಟೇ ವೇಗದಲ್ಲಿ ಕುದುರೆಯನ್ನು ತಿರುಗಿಸಿಕೊಂಡು ಅಲ್ಲಿಂದ ದೂರ ಸರಿಯಬೇಕಾಗಿತ್ತು.

ತಾರಾ ಶಿವನಗೆ ಹೇಳಿದಳು 'ನೆನಪಿರಲಿ ನೀಲಕಂಠ, ನೀನು ಬಿಡುವ ಬಾಣ ಗುರಿಯನ್ನು ಮುಟ್ಟಿದ ಕೂಡಲೆ ಅಲ್ಲಿಂದ ತ್ವರಿತವಾಗಿ ಹಿಂದೆ ಸರಿಯಬೇಕು. ಪಾಶುಪತಾಸ್ತ್ರ ಸ್ಫೋಟಗೊಂಡು ದೇವಗಿರಿಯನ್ನು ನಾಶ ಮಾಡುವುದಕ್ಕೆ ಮುನ್ನ ನಿನಗೆ ದೊರೆಯುವುದು ಕೇವಲ ಐದು ನಿಮಿಷಗಳು ಮಾತ್ರ. ಅಷ್ಟರಲ್ಲಿ ನೀನು ಎರಡು ಮೈಲಿ ದೂರ ಕ್ರಮಿಸಿ ಹಿಂದಕ್ಕೆ ಬರಬೇಕು. ಹಾಗಾದಾಗ ಮಾತ್ರ ಪಾಶುಪತಾಸ್ತ್ರದ ಆಸ್ಫೋಟದಿಂದ ಹೊರಬರುವ ನ್ಯೂಟ್ರಾನ್‌ಗಳ ನಿಯಂತ್ರಣ ರೇಖೆಯಿಂದ ಹೊರಬರಲು ಸಾಧ್ಯ'.

ಶಿವ ತಲೆಯಾಡಿಸುತ್ತಾ ಬಿಲ್ಲಿನ ತಂತಿಯನ್ನು ಬಿಗಿಗೊಳಿಸಿದ.

'ನೀಲಕಂಠ, ನೀನು ಎಷ್ಟು ಸಾಧ್ಯವೋ ಅಷ್ಟು ವೇಗದಲ್ಲಿ ಕುದುರೆಯನ್ನು ಓಡಿಸಿಕೊಂಡು ದೂರ ಬರುವುದು ಬಹುಮುಖ್ಯ. ಅಸ್ತ್ರದಿಂದಾಗುವ ಸ್ಫೋಟ ಊಹೆಗೂ ನಿಲುಕದ್ದು' ತಾರಾ ಮತ್ತೆ ಮತ್ತೆ ಶಿವನನ್ನು ಎಚ್ಚರಿಸುತ್ತಿದ್ದಳು.

ಶಿವ ತಾರಾಳ ಮಾತಿಗೆ ಪ್ರತಿಕ್ರಿಯಿಸಲಿಲ್ಲ. ಬತ್ತಳಿಕೆಯಿಂದ ನಿಧಾನವಾಗಿ ಬಾಣವೊಂದನ್ನು ಹೊರತೆಗೆದ. ನಂತರ ಅದನ್ನು ಮೂಗಿನ ಬಳಿ ತಂದು ಚರ್ಮದ ಚೂರಿನಿಂದ ಅದರ ತುದಿಯನ್ನು ಉಜ್ಜಿದ. ಆ ಘರ್ಷಣೆಯಿಂದ ಬಾಣಕ್ಕೆ ಬೆಂಕಿ ಹೊತ್ತಿಕೊಂಡಿತು. ಶಿವ ಬಾಣವನ್ನು ಕೆಳಕ್ಕೆ ಎಸೆದ. ಅದು ಕೇವಲ ಪರೀಕ್ಷೆಗಾಗಿ ಮಾಡಿದ ಪ್ರಯತ್ನ.

'ನಾನು ಹೇಳಿದ್ದು ನಿನಗೆ ಕೇಳಿಸಿತೇ ನೀಲಕಂಠ? ನೀನು ಬಾಣಬಿಟ್ಟು ತಕ್ಷಣ ಅಲ್ಲಿಂದ ದೂರ ಸರಿಯಬೇಕು'.

ಶಿವ ಧೋತಿಯಿಂದ ಕೈಯನ್ನೊಮ್ಮೆ ಒರೆಸಿಕೊಂಡು ತಾರಾಳತ್ತ ತಿರುಗಿ ಹೇಳಿದ 'ತಾರಾ! ನೀನಿನ್ನು ಹೊರಡು. ರಕ್ಷಣಾ ರೇಖೆಯಿಂದ ಹೊರಗೆ ಹೋಗಿ ನಿಲ್ಲು'.

'ಶಿವ! ಬಾಣ ಪ್ರಯೋಗದ ನಂತರ ವೇಗವಾಗಿ ಹಿಂತಿರುಗು'.

ಶಿವ ತಾರಾಳತ್ತ ತಿರುಗಿ ನೋಡಿದ. ಆತನ ಹಣೆಯ ಮಧ್ಯದಲ್ಲಿ ಕೆಂಪು ಮಿಶ್ರಣದ ಕಪ್ಪು ಬಣ್ಣದ ಬೊಬ್ಬೆ ಉರಿಯುತ್ತಿತ್ತು.

'ತಾರಾ! ನೀನು ತಕ್ಷಣ ಹೊರಡು'.

'ಶಿವ! ನನಗೆ ಮಾತುಕೊಡು'.

ಶಿವ ತಲೆಯಾಡಿಸಿದ.

'ನನಗೆ ಮಾತುಕೊಡು'.

'ನಾನು ನಿನಗೆ ಮಾತುಕೊಡುತ್ತಿದ್ದೇನೆ. ಇಲ್ಲಿಂದ ಹೊರಡು'.

ತಾರಾ ಶಿವನತ್ತಲೇ ನೋಡುತ್ತಾ 'ನೀಲಕಂಠ.............' ಎಂದಳು.

'ಹೋಗು ತಾರಾ, ಸೂರ್ಯ ಈಗಾಗಲೇ ನೆತ್ತಿಯ ಮೇಲೆ ಬಂದಿದ್ದಾನೆ. ನಾನು ಅಸ್ತ್ರವನ್ನು ಪ್ರಯೋಗಿಸಬೇಕು'.

ತಾರಾ ಕುದುರೆಯ ಲಗಾಮು ಎಳೆದಳು.

ಅಷ್ಟರಲ್ಲಿ ಶಿವ 'ತಾರಾ........' ಎಂದು ಕೂಗಿ ಕರೆದ.

ತಾರಾ ಹಿಂತಿರುಗಿ ನೋಡಿದಳು.

'ನಿನಗೆ ಅನಂತ ಧನ್ಯವಾದಗಳು' ಶಿವ ಹೇಳಿದ.

ತಾರಾ ನೀಲಕಂಠನ ಕಣ್ಣುಗಳನ್ನೇ ನೋಡುತ್ತಾ ಹೇಳಿದಳು 'ಶಿವ! ಬಾಣ ಬಿಟ್ಟ ತಕ್ಷಣ ರಕ್ಷಣಾ ರೇಖೆಯತ್ತ ಧಾವಿಸು. ನೆನಪಿರಲಿ! ನಿನ್ನನ್ನು ಪ್ರೀತಿಸುವ ಮತ್ತು ಆರಾಧಿಸುವ ನೂರಾರು ಜೀವಗಳು ಅಲ್ಲಿ ನಿನಗಾಗಿ ಕಾದಿರುತ್ತವೆ'.

ಶಿವ ಉಸಿರು ಬಿಗಿ ಹಿಡಿದು ಮೆಲ್ಲನೆ ಉಸುರಿದ 'ಹೌದು! ಪ್ರೀತಿಯ ಮಡದಿ ನನಗಾಗಿ ಅಲ್ಲಿ ಕಾಯುತ್ತಿರುತ್ತಾಳೆ'.

ತಾರಾ ವೇಗವಾಗಿ ಬಂದರಿನತ್ತ ಹೊರಟಳು. ಶಿವ ಒಮ್ಮೆ ಹಣೆಯ ಮೇಲಿದ್ದ ಕೆಂಪುಮಿಶ್ರಿತ ಕಪ್ಪು ಬೊಬ್ಬೆಯನ್ನೊಮ್ಮೆ ಒತ್ತಿದ. ಆ ಒತ್ತಡಕ್ಕೆ ಉರಿ ಸ್ವಲ್ಪ ಕಡಿಯೆಯಾದಂತೆ ಭಾಸವಾಯಿತು. ಸತಿಯ ಮೃತ ದೇಹವನ್ನು ಕಂಡಾಗಿನಿಂದಲೂ ಆತನ ಹಣೆಯಲ್ಲಿದ್ದ ಬೊಬ್ಬೆ ನರಂತರ ಉರಿಯುತ್ತಿತ್ತು. ಸಹಿಸಲಾರದ ಯಾತನೆ. ಜತೆಗೆ ಸತಿಯ ಸಾವಿನ ವೇದನೆ. ಆತ ತಲೆಯಾಡಿಸಿ ತನ್ನ ದೃಷ್ಟಿಯನ್ನು ಪಾಶುಪತಾಸ್ತ್ರವಿದ್ದ ಗೋಪುರದತ್ತ ಕೇಂದ್ರೀಕರಿಸಿದ. ದೂರದಲ್ಲಿದ್ದ ಗುರಿ ಸ್ಪಷ್ಟವಾಗಿ ಕಾಣುತ್ತಿತ್ತು. ಆ ಗುರಿಯನ್ನು ಕೆಂಪು ಬಣ್ಣದಲ್ಲಿ ಗುರುತಿಸಲಾಗಿತ್ತು. ಶಿವ ದೀರ್ಘ ನಿಟ್ಟುಸಿರು ಬಿಟ್ಟು ದೂರದ ಬಯಲಿನತ್ತ ನೋಟ ಬೀರಿದ.

'ಓ ಪವಿತ್ರ ಮಾನಸ ಸರೋವರವೇ! ನನಗೆ ಶಕ್ತಿ ನೀಡು' ಎಂದು ಮನಸ್ಸಿನಲ್ಲೇ ಪ್ರಾರ್ಥಿಸಿದ.

ಮತ್ತೊಮ್ಮೆ ಆಗಸದತ್ತ ನೋಡಿದ.

'ಶ್ರೀರಾಮ! ನನ್ನ ಮೇಲೆ ದಯೆತೋರು' ಎಂದು ಶ್ರೀರಾಮನಗೆ ಪ್ರಾರ್ಥನೆ ಸಲ್ಲಿಸಿದ.

ಅಷ್ಟರಲ್ಲಿ ಪಾಶುಪತಾಸ್ತ್ರವಿಟ್ಟಿದ್ದ ಗೋಪುರದ ಮುಂಭಾಗದಲ್ಲಿ ಸಾಲು ಸಾಲಾಗಿ ಉದ್ದನೆಯ ಕೂದಲಿದ್ದ ರಾಕ್ಷಸರ ಒಂದು ಹಿಂಡು ಶಿವನ ಕಣ್ಣಿಗೆ ಬಿತ್ತು. ಚಿಕ್ಕಂದಿನಿಂದಲೂ ಕನಸಿನಲ್ಲಿ ಬರುತ್ತಿದ್ದ ಅದೇ ರಾಕ್ಷಸರು. ಆ ರಾಕ್ಷಸರಿಗೆ ಮುಖ ಮತ್ತು ತಲೆಯ ಭಾಗವೇ ಇರಲಿಲ್ಲ. ಕೈಯಲ್ಲಿ ಖಡ್ಗ ಹಿಡಿದಿದ್ದರು. ಪ್ರತಿ ಖಡ್ಗದಿಂದಲೂ ರಕ್ತ ಜಿನುಗುತ್ತಿತ್ತು. ಆ ರಾಕ್ಷಸರು ಅಬ್ಬರಿಸುತ್ತಿದ್ದ ಸದ್ದು ಕಿವಿಗೆ ಬೀಳುತ್ತಿತ್ತು. ಒಂದು ಕ್ಷಣ ಶಿವನಿಗೆ ಕನಸಿನಲ್ಲಿ ಬರುತ್ತಿದ್ದ ಪುಟ್ಟ ಹುಡುಗನ ನೆನಪಾಯಿತು.

ಥಟ್ಟನೆ ಮನೋಭೂವಿನ ಧ್ವನಿ ಕೇಳಿಸಿತು 'ಅವರನ್ನು ಕ್ಷಮಿಸಿಬಿಡು ಶಿವ. ಅವರನ್ನು ಮರೆತು ಬಿಡು. ನಿನ್ನ ನಿಜವಾದ ಶತ್ರುಗಳು ಅವರಲ್ಲ. ಅದು ದುಷ್ಟಶಕ್ತಿ. ಅದನ್ನು ನಾಶಮಾಡು'.

ತಕ್ಷಣ ಶಿವನಿಗೆ ಅದೆಲ್ಲವೂ ಭ್ರಮೆ ಎಂಬ ಅರಿವಾಯಿತು. ಶಿವ ಗೋಪುರದತ್ತ ದೃಷ್ಟಿ ಹಾಯಿಸಿದ. ಅಲ್ಲಿದ್ದ ರಾಕ್ಷಸರೆಲ್ಲರೂ ಮಾಯವಾಗಿದ್ದರು. ಆತ ಕೆಂಪು ಬಣ್ಣದ ಗುರಿಯತ್ತಲೇ ತೀಕ್ಷ್ಣನೋಟ ಬೀರಿದ. ಅದು ಗಮ್ಯ ಗೋಪುರದ ಮಧ್ಯ ಭಾಗದಲ್ಲಿತ್ತು.

ಶಿವ ಒಮ್ಮೆ ಕುದುರೆಯ ಲಗಾಮನ್ನು ಹಿಡಿದು ಎಳೆದ. ನಂತರ ಕುದುರೆಯ ಕಿವಿಯಲ್ಲಿ ಸಣ್ಣದನಿಯಲ್ಲಿ ಹಾಡಿನ ಚರಣವೊಂದನ್ನು ಹೇಳಿದ. ಕುದುರೆಯನ್ನು ಶಾಂತವಾಗಿಸಲು ಶಿವ ಬಳಸುತ್ತಿದ್ದ ತಂತ್ರ ಅದು. ಕೂಡಲೆ ಕುದುರೆ ಶಾಂತವಾಯಿತು. ನಂತರ ಕುದುರೆಯನ್ನೇರಿ ಅತ್ತಿತ್ತ ಅಲುಗಾಡದಂತೆ ಎಚ್ಚರಿಕೆ ವಹಿಸಿದ. ಕುದುರೆ ಸಹ ಅದಕ್ಕೆ ಸಹಕರಿಸಿತು. ಆತ ಕತ್ತನ್ನು ಎಡಕ್ಕೆ ತಿರುಗಿಸಿದ. ಸರಿಯಾಗಿ ಬಾಣ ಬಿಡುವುದಕ್ಕೆ ಬಿಲ್ಲುಗಾರರಿಗೆ ಬೇಕಾದ ನಿರ್ದಿಷ್ಟ ಕೋನ ಅದು. ಬಿಲ್ಲನ್ನು ತೆಗೆದುಕೊಂಡು ಅದರ ತಂತಿಯನ್ನೊಮ್ಮೆ ಎಳೆದು ಬಿಟ್ಟ. ತಂತಿ ಗಟ್ಟಿಯಾಗಿತ್ತು. ಬಿಲ್ಲಿನ ಝೇಂಕಾರ ಸುತ್ತಲೂ ಅನುರಣಿಸಿತು. ಅಲ್ಲಿಗೆ ಎಲ್ಲವೂ ಸರಿಯಾಗಿದೆ ಎನ್ನುವುದು ಖಚಿತವಾಯಿತು. ನಂತರ ಶಿವ ಹಾಗೆ ಮುಂದಕ್ಕೆ ಬಾಗಿ ಬತ್ತಳಿಕೆಯಿಂದ ಬಾಣವೊಂದನ್ನು ಹೊರತೆಗೆದ. ಅದನ್ನು ಕೈಯಲ್ಲಿ ಹಿಡಿದು ಒಮ್ಮೆ ಆಗಸದತ್ತ ನೋಡಿದ. ಗಾಳಿ ಹದವಾಗಿ ಬೀಸುತ್ತಿತ್ತು. ಶಿವ ಗಾಳಿಯ ದಿಕ್ಕು ಮತ್ತು ವೇಗವನ್ನು ಪರೀಕ್ಷಿಸಿಕೊಂಡ.

ಅಷ್ಟು ದೂರದಿಂದ ನಿಖರವಾಗಿ ಗುರಿಯಿಟ್ಟು ಬಾಣ ಬಿಡುವುದೊಂದು ಕಲೆ. ಅದಕ್ಕೆ ಸಂಯಮ ಮತ್ತು ನಿಖರತೆ ಬೇಕಾಗಿತ್ತು. ಬಿಲ್ಲಿಗೆ ಬಾಣ ಹೂಡಿದ ನಂತರ ಗಾಳಿ ಬೀಸುವ ದಿಕ್ಕನ್ನು ಸರಿಯಾಗಿ ಗುರುತಿಸಬೇಕು. ಬಾಣ ಬಿಟ್ಟ ನಂತರ ಅದು ಎತ್ತ ಸಾಗುತ್ತದೆ ಎಂದು ಮುಂಚೆಯೇ ಗ್ರಹಿಸಬೇಕು. ಅಲ್ಲದೆ ಬಿಲ್ಲಿನಿಂದ ಬಾಣವನ್ನು ಎಷ್ಟು ಎಳೆಯಬೇಕು ಮತ್ತು ಎಷ್ಟು ವೇಗವಾಗಿ ಬಿಡಬೇಕು ಎನ್ನುವುದು ಬಿಲ್ಲುಗಾರನಿಗೆ ಚೆನ್ನಾಗಿ ತಿಳಿದಿರಬೇಕು. ಶಿವನಿಗೆ ಈ ರೀತಿಯ ಕಲೆ ಚೆನ್ನಾಗಿ ಕರಗತವಾಗಿತ್ತು.

ಈಗ ಶಿವ ಬಾಣವನ್ನು ಎಳೆದು ಗಾಳಿಯ ದಿಕ್ಕು ಮತ್ತು ವೇಗವನ್ನು ಪರಿಶೀಲಿಸತೊಡಗಿದ. ಆತನ ಕಣ್ಣುಗಳು ಗಮ್ಯವನ್ನೇ ನೋಡುತ್ತಿತ್ತು. ಮೂರನೆ ಕಣ್ಣು

ಉರಿಯುತ್ತಿತ್ತು. ಅಷ್ಟರಲ್ಲಿ ಇದ್ದಕ್ಕಿದ್ದಂತೆ ಗಾಳಿ ಬೀಸುವ ದಿಕ್ಕನ್ನು ಬದಲಿಸಿತು. ಬಾಣವನ್ನು ಒಮ್ಮೆ ನೆಲದತ್ತ ತೋರಿಸಿದ. ಒಂದೆರಡು ನಿಮಿಷದ ನಂತರ ಗಾಳಿ ಮತ್ತೆ ಸರಿಯಾದ ದಿಕ್ಕಿನಲ್ಲಿ ಬೀಸಲಾರಂಭಿಸಿತು. ಶಿವ ಬಿಲ್ಲನ್ನು ಭದ್ರವಾಗಿ ಹಿಡಿದಿದ್ದ. ಎಲ್ಲವೂ ತನ್ನ ನಿಯಂತ್ರಣದಲ್ಲಿದೆ ಎಂದು ಖಚಿತವಾದ ಕೂಡಲೆ ಬಾಣದ ತುದಿಯನ್ನು ಚರ್ಮವೊಂದಕ್ಕೆ ಉಜ್ಜಿದ. ಬಾಣಕ್ಕೆ ಬೆಂಕಿ ಹೊತ್ತಿಕೊಂಡಿತು. ನಂತರ ಬಲವಾದ ತೋಳನ್ನು ಮೇಲಕ್ಕೆತ್ತಿ ಬಿಲ್ಲಿನ ತಂತಿಯನ್ನು ಎಳೆದ. ಮನಸ್ಸು ಮುಂದಿದ್ದ ಗುರಿಯನ್ನು ನಿಖರವಾಗಿ ಲೆಕ್ಕಾಚಾರ ಹಾಕಿತ್ತು. ಶಿವ ಮಹಾನ್ ಬಿಲ್ಲುಗಾರ. ಆತನ ಗುರಿ ತಪ್ಪಿಹೋಗುವ ಯಾವ ಸಾಧ್ಯತೆಯೂ ಇರಲಿಲ್ಲ. ದೃಷ್ಟಿ ಅಸ್ತ್ರದತ್ತಲೇ ನೆಟ್ಟಿತ್ತು. ಬಾಣದ ತುದಿಗೆ ಬೆಂಕಿ ಹಚ್ಚಿದ ಕಾರಣ ಅದರಿಂದ ಶಾಖ ಹೊರಬರುತ್ತಿತ್ತು. ಶಿವ ಅದನ್ನು ನಿರ್ಲ್ಯಕ್ಷಿಸಿದ.

ಒಂದೆರಡು ಕ್ಷಣಗಳ ನಂತರ ಶಿವ ಬಿಲ್ಲಿನಿಂದ ಎಳೆದಿದ್ದ ಬಾಣವನ್ನು ನೇರವಾಗಿ ಗುರಿಯೆಡೆಗೆ ಬಿಟ್ಟ. ಹಾಗೆ ಬಿಡುವಾಗ ಮನಸ್ಸಿನಲ್ಲಿ ಯಾವ ಅಳುಕೂ ಇರಲಿಲ್ಲ. ಮರುಕ್ಷಣವೇ ಬಾಣ ಸಮತಲದಲ್ಲಿ ನಿರ್ದಿಷ್ಟ ಪಥವನ್ನು ಅನುಸರಿಸುತ್ತಾ ನಿಧಾನವಾಗಿ ಗುರಿಯತ್ತ ಸಾಗುತ್ತಿರುವುದು ಕಣ್ಣಿಗೆ ಬಿತ್ತು. ಬಾಣ ಕೆಂಪು ಬಣ್ಣದ ಗುರಿ ಮುಟ್ಟುವವರೆಗೂ ತದೇಕ ಚಿತ್ತದಿಂದ ಬಾಣವನ್ನೇ ನೋಡುತ್ತಿದ್ದ. ಕ್ಷಣಾರ್ಧದಲ್ಲಿ ಬಾಣ ಗುರಿಯನ್ನು ತಲುಪಿತು. ಪಾಶುಪತಾಸ್ತ್ರವಿದ್ದ ಗೋಪುರ ಮತ್ತು ವೇದಿಕೆಗೆ ಅಗ್ನಿ ಸ್ಪರ್ಶವಾಯಿತು. ಪಾಶುಪತಾಸ್ತ್ರ ಉಡಾವಣೆಗೊಂಡಿತು.

'ಶಿವ! ಕೂಡಲೆ ಹಿಂದಕ್ಕೆ ಸರಿ!' ತಾರಾ ದೂರದಿಂದ ಚೀರಿದಳು.

'ಬಾಬಾ! ಕುದುರೆಯನ್ನು ವೇಗವಾಗಿ ಓಡಿಸಿಕೊಂಡು ಬನ್ನಿ' ಕಾರ್ತಿಕ ಕೂಗಿ ಹೇಳಿದ.

ಆದರೆ ಶಿವನಗೆ ಯಾರೊಬ್ಬರ ಕೂಗೂ ಕೇಳಿಸಲಿಲ್ಲ. ಕಾರಣ ಅವರೆಲ್ಲರೂ ಬಹುದೂರದಲ್ಲಿದ್ದರು. ಆತ ಉಡಾವಣಾ ಗೋಪುರದಲ್ಲಿ ಏನಾಗುತ್ತಿದೆ ಎನ್ನುವುದನ್ನು ಕುದುರೆಯ ಮೇಲೆ ಕುಳಿತೇ ವೀಕ್ಷಿಸುತ್ತಿದ್ದ. ಅಲ್ಲಿ ಗೋಪುರಕ್ಕೆ ಬೆಂಕಿ ಹೊತ್ತಿಕೊಂಡರೆ ಇಲ್ಲಿ ಶಿವನಿಗೆ ಹಣೆಯ ಮಧ್ಯೆ ಬೆಂಕಿಯ ಜ್ವಾಲೆ ಉರಿಯುತ್ತಿದ್ದ ಅನುಭವ. ಒಮ್ಮೆ ಹಿಂತಿರುಗಿ ನೋಡಿದ. ದೂರದಲ್ಲಿ ಆತನ ಸೈನ್ಯ ನಿಂತಿತ್ತು. ಸೈನ್ಯದ ಹಿಂದೆ ಸರಸ್ವತಿ ನದಿಯಲ್ಲಿ ತನ್ನ ಹಡಗು. ಹಡಗಿನಲ್ಲಿ ಪ್ರೀತಿಯ ಮಡದಿ ಸತಿಯ ಮೃತದೇಹ.

ಅದನ್ನು ನೋಡಿ ಶಿವ ಮನಸ್ಸಿನಲ್ಲೇ ಅಂದುಕೊಂಡ 'ಅಲ್ಲಿ ಸತಿ ನನಗಾಗಿ ಕಾಯುತ್ತಿರುತ್ತಾಳೆ'.

ನಂತರ ಶಿವ ಒಮ್ಮೆ ಕುದುರೆಯ ಲಗಾಮನ್ನು ಎಳೆದು ಜೀನನ್ನು ಕಾಲಿನಿಂದ ಒತ್ತಿದ. ಮರುಕ್ಷಣವೇ ಕುದುರೆ ನಾಗಾಲೋಟದಲ್ಲಿ ಓಡಲಾರಂಭಿಸಿತು. ಅಷ್ಟರಲ್ಲಿ ಪಾಶುಪತಾಸ್ತ್ರವಿದ್ದ ಗೋಪುರದಲ್ಲಿ ಮೊದಲ ಸ್ಫೋಟ ಸಂಭವಿಸಿತು. ಕೂಡಲೆ ಪಾಶುಪತಾಸ್ತ್ರ ಮೂರು ಭಾಗವಾಗಿ ವಿಭಜನೆಗೊಂಡು ಮೂರು ದಿಕ್ಕಿನಲ್ಲಿ

ಸಂಚರಿಸಲಾರಂಭಿಸಿತು. ಒಂದೆರಡು ಕ್ಷಣಗಳಲ್ಲಿ ಮೊದಲೆರಡು ಅಸ್ತ್ರ ದೇವಗಿರಿಯ ಸ್ವರ್ಣ ಮತ್ತು ತಾಮ್ರದ ವೇದಿಕೆಯ ಮೇಲೆ ಹೋಗಿ ಬಿತ್ತು. ಸ್ವಲ್ಪ ಸಮಯದ ಬಳಿಕ ಮತ್ತೊಂದು ಅಸ್ತ್ರ ರಜತ ವೇದಿಕೆಯ ಮೇಲೆ ಬಿತ್ತು. ಕಾರಣ ರಜತ ವೇದಿಕೆ ಉಡಾವಣಾ ಸ್ಥಳದಿಂದ ತುಸು ದೂರದಲ್ಲಿತ್ತು.

ಶಿವ ಕುದುರೆಯನ್ನು ಮತ್ತಷ್ಟು ವೇಗವಾಗಿ ಓಡಲಾರಂಭಿಸಿದ. ಮುಂದಿನ ಕೆಲವೇ ಕ್ಷಣಗಳಲ್ಲಿ ಆತ ರಕ್ಷಣಾ ಗಡಿಯನ್ನು ಮುಟ್ಟುವವನಿದ್ದ. ಅತ್ತ ಪಾಶುಪತಾಸ್ತ್ರ ಬೆಂಕಿಯ ಉಂಡೆಯನ್ನು ಉಗುಳುತ್ತಾ ವಿನಾಶದ ದೂತನಂತೆ ಇಡೀ ನಗರವನ್ನು ನಾಶಮಾಡಲು ಪ್ರಾರಂಭಿಸಿತು. ಕ್ಷಣ ಕ್ಷಣಕ್ಕೂ ಬೆಂಕಿ ಕೆನ್ನಾಲಿಗೆಯನ್ನು ಚಾಚುತ್ತಾ ಬೂದಿಯ ರಾಶಿಯನ್ನು ಮುಗಿಲೆತ್ತರಕ್ಕೆ ಚಿಮ್ಮಿಸುತ್ತಿತ್ತು. ಒಂದು ಹಂತದಲ್ಲಿ ಅದು ಶಿವನ ಹಿಂದೆ ಬೃಹದಾಕಾರವಾಗಿ ಬರುತ್ತಿತ್ತು. ಅಷ್ಟರಲ್ಲಿ ಯಾರೋ ಕೂಗಿದಂತಾಯಿತು.

'ಶಿವ..............'.

ಅದು ಯಾರೋ ತನಗೆ ಅತ್ಯಂತ ಪ್ರೀತಿಪಾತ್ರರಾದವರ ಧ್ವನಿ ಎಂದೆನಿಸಿತು. ಆದರೆ ಶಿವ ಕುದುರೆಯನ್ನು ಮುನ್ನಡೆಸುತ್ತಲೇ ಹಿಂತಿರುಗಿ ನೋಡಿದ.

'ಶಿವ.........ಶಿವ.........' ಮತ್ತೊಮ್ಮೆ ಅದೇ ಧ್ವನಿ.

ಶಿವ ಮತ್ತೆ ಹಿಂತಿರುಗಿ ನೋಡಿದ. ಆದರೆ ಈ ಬಾರಿ ಸತಿ ಹಿಂದೆ ಓಡಿ ಬರುತ್ತಿದ್ದಳು. ಆಕೆಯ ಕೈ ಕಾಲುಗಳು ಊನಗೊಂಡಿತ್ತು. ಮೈಯಿಂದ ರಕ್ತ ಜಿನುಗುತ್ತಿತ್ತು. ಅಲ್ಲದೆ ಆಕೆಯ ಪ್ರತಿ ಹೃದಯದ ಬಡಿತಕ್ಕೂ ದೇಹದಿಂದ ರಕ್ತ ಹೊರಬರುತ್ತಿತ್ತು. ಹೊಟ್ಟೆಯಲ್ಲಿ ಎರಡು ರಂಧ್ರಗಳಾಗಿದ್ದವು. ಯಾರೋ ಆಕೆಯ ಹೊಟ್ಟೆಗೆ ಇರಿದಿದ್ದರು. ಎಡಗಣ್ಣು ಕುಳಿಬಿದ್ದಿತ್ತು. ಮೈಮೇಲೆ ಸುಟ್ಟ ಗಾಯ. ಸತಿ ಸಾವು ಬದುಕಿನ ನಡುವೆ ಹೋರಾಡುತ್ತಾ ಕಷ್ಟಪಟ್ಟು ಓಡಿಬರುತ್ತಿದ್ದಳು.

'ಶಿವ.........ನನಗೆ ಸಹಾಯ ಮಾಡು..........ನನ್ನನ್ನು ಬಿಟ್ಟು ಹೋಗಬೇಡ'.

ಅಷ್ಟರಲ್ಲಿ ಸತಿಯ ಹಿಂದೆ ಸೈನಿಕರ ದಂಡೊಂದು ಅಟ್ಟಿಸಿಕೊಂಡು ಬರುತ್ತಿತ್ತು. ಅವರ ಕೈಯಲ್ಲಿ ರಕ್ತಸಿಕ್ತ ಖಡ್ಗವಿತ್ತು. ಅಲ್ಲಿದ್ದ ಎಲ್ಲ ಸೈನಿಕರೂ ದಕ್ಷನನ್ನೇ ಹೋಲುತ್ತಿದ್ದರು. ಶಿವ ಒಂದು ಕ್ಷಣ ಗಾಬರಿಕೊಂಡ. ಹಣೆಯ ಭಾಗದಲ್ಲಿ ಉರಿ ಹೆಚ್ಚಾಯಿತು. ಅಕ್ಷರಶಃ ಬೆಂಕಿ ಉಂಡೆಯನ್ನೇ ಹಣೆಯಲ್ಲಿ ಇಟ್ಟಂತಾಗಿತ್ತು.

'ಸತಿ.........' ಶಿವ ಜೋರಾಗಿ ಚೀರಿದ.

ನಂತರ ಕುದುರೆಯ ಲಗಾಮನ್ನು ಜೋರಾಗಿ ಎಳೆದ. ಮತ್ತೆ ಆತ ಆಕೆಯನ್ನು ಕಳೆದುಕೊಳ್ಳಲು ಸಿದ್ಧನಿರಲಿಲ್ಲ. ಆದರೆ ಲಗಾಮು ಎಳೆದರೂ ಕುದುರೆ ನಿಲ್ಲುವ ಸ್ಥಿತಿಯಲ್ಲಿರಲಿಲ್ಲ.

'ಸತಿ...........' ಶಿವ ಮತ್ತೊಮ್ಮೆ ಚೀರಿದ.

ಈ ಬಾರಿ ಆತ ತನ್ನ ಶಕ್ತಿಯನ್ನೆಲ್ಲಾ ಕ್ರೋಢೀಕರಿಸಿಕೊಂಡು ಕುದುರೆಯ ಲಗಾಮನ್ನು ಎಳೆದ. ಆದರೆ ಕುದುರೆ ಆದಷ್ಟು ಬೇಗ ರಕ್ಷಣಾ ಗಡಿಯನ್ನು ಮುಟ್ಟುವ ತವಕದಲ್ಲಿತ್ತು. ಅಲ್ಲದೆ ಸಾವು ಬೆನ್ನ ಹಿಂದೆ ಇದೆ ಎನ್ನುವುದು ಅದಕ್ಕೂ ಚೆನ್ನಾಗಿ ತಿಳಿದಿತ್ತು. ಹಾಗಾಗಿ ಅದು ನಿಲ್ಲಲೇ ಇಲ್ಲ. ಓಟದ ವೇಗವನ್ನೂ ಕಡಿಮೆಯೂ ಮಾಡಲಿಲ್ಲ. ಕೂಡಲೇ ಶಿವ ಕುದುರೆಯಿಂದ ವೇಗವಾಗಿ ನೆಲಕ್ಕೆ ಜಿಗಿದ. ಆ ವೇಗಕ್ಕೆ ನೆಲದ ಮೇಲೆ ನಲ್ಲಲಾಗಲಿಲ್ಲ. ದೊಪ್ಪೆಂದು ಬಿದ್ದ. ಆದರೆ ಅಷ್ಟೇ ವೇಗದಲ್ಲಿ ಮತ್ತೆ ಎದ್ದುನಂತ.

'ಸತಿ...........'.

ಶಿವ ನೆಲಕ್ಕೆ ಹಾರಿದ ಕೂಡಲೆ ಕುದುರೆ ಮತ್ತಷ್ಟು ವೇಗದಲ್ಲಿ ರಕ್ಷಣಾ ಗಡಿಯತ್ತ ಧಾವಿಸಿತು. ಇತ್ತ ಶಿವ ಮಡದಿಯನ್ನು ರಕ್ಷಿಸುವ ಸಲುವಾಗಿ ಖಡ್ಗವನ್ನು ಹೊರತೆಗೆದ.

'ಬಾಬಾ! ಬೇಗ ಬಾ' ದೂರದಲ್ಲಿ ಗಣೇಶ ಚೀರಾಡುತ್ತಿದ್ದ.

ಶಿವ ಹಿಂತಿರುಗಿ ನೇರವಾಗಿ ಸತಿಯತ್ತ ಓಡಲಾರಂಭಿಸಿದ. ದಕ್ಷನ ಸೈನ್ಯದಿಂದ ಸತಿಯನ್ನು ಬಿಡಿಸಿಕೊಂಡು ಬರುವ ಪ್ರಯತ್ನ ಆತನದು.

'ಆಕೆಯನ್ನು ಬಿಟ್ಟುಬಿಡಿ ಹೇಡಿಗಳೇ.............. ನಿಮಗೆ ಶಕ್ತಿಯಿದ್ದರೆ ನನ್ನೊಂದಿಗೆ ಹೋರಾಡಿ' ಶಿವ ಆರ್ಭಟಿಸಿದ.

ಇತ್ತ ಪಾಶುಪತಾಸ್ತ್ರದಿಂದ ಹೊರಬಂದ ಮೂರು ಕ್ಷಿಪಣಿಗಳು ನಿರ್ಧಾರಿತ ಯೋಜನೆಯಂತೆ ಮೂರು ವೇದಿಕೆಯಿಂದ ಹದಿನೈದು ಅಡಿ ಎತ್ತರದಲ್ಲಿ ಸಿಡಿದವು. ಅದು ಸಾವಿರ ಸಿಡಿಲುಗಳ ಆರ್ಭಟ. ಆಗಸದಲ್ಲಿ ಕಣ್ಣು ಕೋರೈಸುವ ಬೆಳಕು. ಎಲ್ಲೆಲ್ಲೂ ಬೆಂಕಿಯ ಉಂಡೆಗಳು. ಆ ಬೆಳಕಿನ ತೀವ್ರತೆಗೆ ಮೆಲೂಹದ ನಿರಾಶ್ರಿತರೆಲ್ಲ ಕಣ್ಮುಚ್ಚಿದರು. ದೇವಗಿರಿಯ ಒಳಗಿದ್ದ ಜನರ ದೇಹಗಳು ಗಾಳಿಯಲ್ಲಿ ಚೆಲ್ಲಾಪಿಲ್ಲಿಯಾಗಿ ಹಾರಾಡುತ್ತಿದ್ದವು. ದೇಹದ ಅಂಗಾಂಗಳು ಒಂದೊಂದು ದಿಕ್ಕಿನಿಂದ ಹಾರಿ ಬರುತ್ತಿದ್ದವು. ಕಿವಿ ಒಡೆದು ಹೋಗುವಷ್ಟು ಸದ್ದು. ಭಯದ ಛಾಯೆ ಅಲ್ಲಿದ್ದ ಎಲ್ಲರನ್ನು ಆವರಿಸಿತ್ತು. ದೇವಗಿರಿಯ ಮೂರು ವೇದಿಕೆಯ ಮೇಲೆ ಬೆಂಕಿಯ ಮಳೆ ಬೀಳುತ್ತಿತ್ತು. ಇಡೀ ನಗರ ಹೊತ್ತಿ ಉರಿಯುತ್ತಿತ್ತು. ಒಂದೊಂದು ವೇದಿಕೆಯೂ ಹೇಳ ಹೆಸರಿಲ್ಲದಂತೆ ನಿರ್ನಾಮವಾಗುತ್ತಿತ್ತು.

ಶತಮಾನಗಳ ಹಿಂದೆ ನಿರ್ಮಾಣಗೊಂಡು ಶ್ರೀರಾಮನ ಪ್ರೇರಣೆಯಿಂದ ಉನ್ನತಿಯನ್ನು ಸಾಧಿಸಿದ್ದ ದೇವಗಿರಿ, ಪಾಶುಪತಾಸ್ತ್ರದ ಹೊಡೆತಕ್ಕೆ ಸಿಕ್ಕಿ ಕ್ಷಣಾರ್ಧದಲ್ಲಿ ಸಣ್ಣ ಕುರುಹೂ ಉಳಿಯದಂತೆ ನಾಮಾವಶೇಷವಾಗಿ ಹೋಯಿತು. ಮೆಲೂಹದ ಬಂದರಿನಲ್ಲಿ ಸತಿಯ ಮೃತ ದೇಹದ ಬಳಿಯಿದ್ದ ಆಯುರ್ವತಿ ದೇವಗಿರಿಯಲ್ಲಾಗುತ್ತಿದ್ದ ಭಾರಿ ಸ್ಫೋಟವನ್ನು ಕಂಡು ಭಯದಿಂದ ತತ್ತರಿಸಿದಳು.

'ಓ ಶ್ರೀರಾಮ..........ನಮ್ಮ ಮೇಲೆ ದಯೆತೋರು' ಆಕೆ ಮೆಲ್ಲನೆ ಪಿಸುಗುಟ್ಟಿದಳು.

ಬೆಂಕಿಯ ಜ್ವಾಲೆ ದೇವಗಿರಿಯನ್ನು ವ್ಯಾಪಿಸುತ್ತಿದ್ದಂತೆ ನಗರದ ಮೂರು ಭಾಗಗಳಿಂದ ಧೂಳಿನ ರಾಶಿ ಮೇಲೆದ್ದಿತು. ನಂತರ ಆ ಮೂರು ಒಂದುಗೂಡಿ ತಾರಾ ನಿರೀಕ್ಷಿಸಿದಂತೆ ಅಲ್ಲಿ ಬೀಜ ಸಮ್ಮಿಳನ ಕ್ರಿಯೆ ಪ್ರಾರಂಭವಾಯಿತು. ಪರಿಣಾಮ ಭಾರಿ ಪ್ರಮಾಣದ ಶಕ್ತಿ ಬಿಡುಗಡೆಯಾಯಿತು. ಕ್ಷಣ ಕ್ಷಣಕ್ಕೂ ಧೂಳು ಮೇಲೇರುತ್ತಿತ್ತು. ಮತ್ತೆ ಮತ್ತೆ ಆಸ್ಫೋಟ. ನಿಯಂತ್ರಣಕ್ಕೇ ಬಾರದ ಸಮ್ಮಿಳನ ಕ್ರಿಯೆ. ಆ ಹೊಡೆತಕ್ಕೆ ದೇವಗಿರಿಯಲ್ಲಿ ಒಂದು ಕ್ರಿಮಿಯೂ ಬದುಕುಳಿಯುವ ಸಾಧ್ಯತೆ ಇರಲಿಲ್ಲ. ಒಂದು ಮೈಲಿ ಎತ್ತರದ ಆಗಸದಲ್ಲಿ ಬೆಂಕಿಯ ಉಂಡೆಗಳು ಸಿಡಿಲಿನಂತೆ ಸಿಡಿಯುತ್ತಿದ್ದವು. ನಂತರ ಅದೇ ಬೂದಿ ದೇವಗಿರಿಯ ಮೇಲೆ ಬಂದು ಬೀಳುತ್ತಿತ್ತು.

ಒಮ್ಮೆ ಧೂಳಿನ ರಾಶಿ ಒಂದು ಮೈಲಿ ಎತ್ತರದಿಂದ ಕೆಳಕ್ಕೆ ಬಿದ್ದ ಕೂಡಲೆ ಮತ್ತೊಂದು ಸ್ಫೋಟ ಸಂಭವಿಸುತ್ತಿತ್ತು. ಅದರಿಂದ ಭಾರಿ ಪ್ರಮಾಣ ನ್ಯೂಟ್ರಾನ್‌ಗಳು ಹೊರಬರುತ್ತಿದ್ದವು. ಸ್ಫೋಟದ ಸದ್ದು ರಕ್ಷಣಾ ಗಡಿಯಲ್ಲಿದ್ದ ಶಿವನ ಸೈನ್ಯಕ್ಕೆ ಕೇಳಿಸುತ್ತಿತ್ತು. ಶಿವ ಇದಾವುದನ್ನು ಗಮನಿಸದೆ ಖಡ್ಗ ಹಿಡಿದು ಸತಿಯತ್ತ ಓಡಿ ಬರುತ್ತಿದ್ದ. ಹಣೆಯಿಂದ ರಕ್ತ ಧಾರಾಕಾರವಾಗಿ ಸುರಿಯುತ್ತಿತ್ತು.

'ಬಾಬಾ........' ಗಣೇಶ ಚೀರುತ್ತಾ ತಾನು ನಿಂತಿದ್ದ ವೇದಿಕೆಯಿಂದ ಕೆಳಕ್ಕೆ ಹಾರಿ ಕುದುರೆಯತ್ತ ಓಡಿದ. ಈ ಬಾರಿ ನ್ಯೂಟ್ರಾನ್‌ಗಳು ಸಿಡಿಯುತ್ತಿದ್ದುದು ಶಿವನಗೆ ಸ್ಪಷ್ಟವಾಗಿ ಕಂಡಿತು. ನ್ಯೂಟ್ರಾನ್‌ನ ದೈತ್ಯ ಗಾತ್ರದ ಪ್ರವಾಹ ತನ್ನತ್ತ ಬರುತ್ತಿರುವುದು ಖಚಿತವಾಯಿತು. ಆದರೂ ಆತ ಮಡದಿಯನ್ನು ರಕ್ಷಿಸಲೇಬೇಕಾಗಿತ್ತು. ಹಾಗಾಗಿ ಆತ ಚೀರುತ್ತಾ ಮುಂದೆ ಓಡುತ್ತಲೇ ಇದ್ದ.

'ಸತಿ............'.

ನೋಡು ನೋಡುತ್ತಿದ್ದಂತೆ ನ್ಯೂಟ್ರಾನ್‌ನ ಬಲವಾದ ಗಾಳಿ ಶಿವನ ದೇಹವನ್ನು ಹಾಗೆ ಮೇಲಕ್ಕೆ ಹೊತ್ತೊಯ್ಯಿತು. ಒಂದು ಕ್ಷಣ ತೂಕವನ್ನು ಕಳೆದುಕೊಂಡ ಅನುಭವ. ವಾಸ್ತವದಲ್ಲಿ ಆತ ಗಾಳಿಯಲ್ಲಿ ತೇಲಾಡುತ್ತಿದ್ದ. ಅಷ್ಟರಲ್ಲಿ ಮತ್ತೊಂದು ಬಿರುಗಾಳಿ ಆತನನ್ನು ಮೇಲಿನಿಂದ ಕೆಳಕ್ಕೆ ಎತ್ತಿ ಹಾಕಿತು. ಶಿವ ಭಾರಿ ಸದ್ದಿನೊಂದಿಗೆ ನೆಲಕ್ಕೆ ಬಿದ್ದ. ಆತನ ಹುಬ್ಬು, ಗಂಟಲು ಬೆಂಕಿಗೆ ಸಿಕ್ಕಿ ಸುಟ್ಟುಹೋಗಿತ್ತು. ಬಾಯಿಂದ ರಕ್ತ ಚಿಮ್ಮುತ್ತಿತ್ತು. ತಲೆಗೆ ಬಲವಾದ ಪೆಟ್ಟು ಬಿದ್ದಿತ್ತು. ಆದರೂ ಆತ ನೋವಿನಿಂದ ಚೀರಲಿಲ್ಲ. ಬದಲಾಗಿ ಆ ಪರಿಸ್ಥಿತಿಯಲ್ಲೂ ಸತಿಯ ರಕ್ಷಣೆಗೆ ಧಾವಿಸುತ್ತಿದ್ದ.

'ಸ........ ತಿ.........'.

'ಸ........ ತಿ.........'.

ಅಷ್ಟರಲ್ಲಿ ಇದಕ್ಕಿದ್ದಂತೆ ಸತಿ ಶಿವನ ಮುಂದೆ ಬಂದು ನಿಂತಳು. ಆಗ ಆಕೆಯ ಮೈಮೇಲೆ ಗಾಯಗಳಿರಲಿಲ್ಲ. ರಕ್ತದ ಕಲೆಗಳಿರಲಿಲ್ಲ. ಅಕ್ಷರಶಃ ಮೊದಲ ಬಾರಿಗೆ ಬ್ರಹ್ಮ ದೇಗುಲದಲ್ಲಿ ತಾನು ಕಂಡಿದ್ದ ಸತಿ ಅಂದು ತನ್ನ ಮುಂದೆ ಬಂದಿದ್ದಳು. ಆಕೆ ಬಾಗಿ ಶಿವನ ಮುಖವನ್ನು ನೇವರಿಸಿದಳು. ಆಕೆಯ ಮುಗುಳ್ನಗೆಯಲ್ಲಿ ಶಿವನ ಮೇಲಿನ ಗಾಢವಾದ ಪ್ರೀತಿ ವ್ಯಕ್ತವಾಗುತ್ತಿತ್ತು. ಶಿವನಿಗೆ ಇನ್ನಿಲ್ಲದ ಆನಂದ ಮತ್ತು ಉಲ್ಲಾಸವನ್ನು ತಂದುಕೊಡುತ್ತಿದ್ದ ಮುಗುಳ್ನಗೆ ಅದು.

ಸತಿ ನಿಧಾನವಾಗಿ ಶಿವನ ತಲೆಯನ್ನು ನೇವರಿಸಿದಳು. ಆಶ್ಚರ್ಯವೆಂಬಂತೆ ಶಿವನ ನೋವೆಲ್ಲವೂ ಶಮನವಾಯಿತು. ನೀಲಕಂಠನ ಉರಿಯುತ್ತಿದ್ದ ಹುಬ್ಬು ಸಹಜ ಸ್ಥಿತಿಗೆ ಮರಳಿತು. ಅದೇನೋ ನಿರಾಳ. ದೇಹವೆಲ್ಲ ಹಗುರವಾಯಿತು. ಶಿವ ಹಾಗೇ ಬಾಯಿ ತೆರೆದ. ಆದರೆ ಮಾತನಾಡಲಾಗಲಿಲ್ಲ. ತಾನು ಏನು ಹೇಳಬೇಕು ಎಂದಿದ್ದನೋ ಅದನ್ನು ಮನಸ್ಸಿನಲ್ಲೇ ಹೇಳಿಕೊಂಡ.

'ನನ್ನನ್ನು ನಿನ್ನೊಂದಿಗೆ ಕರೆದುಕೊಂಡು ಹೋಗು ಸತಿ. ನೀನಿಲ್ಲದೆ ಇಲ್ಲಿ ನನಗೆ ಮಾಡಲು ಉಳಿದಿರುವುದಾದರೂ ಏನು?'.

ಸತಿ ನಿಧಾನವಾಗಿ ಶಿವನ ತುಟಿಗೆ ಮುತ್ತಿಟ್ಟು ನಸುನಗುತ್ತಾ ಪಿಸುಗುಟ್ಟಿದಳು 'ಇಲ್ಲ ಶಿವ! ನಿನ್ನ ಕೆಲಸ ಇನ್ನೂ ಮುಗಿದಿಲ್ಲ'.

ಶಿವ ಸತಿಯನ್ನೇ ದಿಟ್ಟಿಸಿ ನೋಡಿ ಹೇಳಿದ 'ನಿನ್ನನ್ನು ಬಿಟ್ಟು ನಾನು ಬದುಕಿರಲಾರೆ ಸತಿ..........'.

'ಇಲ್ಲ ಶಿವ! ಈ ಜಗದ ಒಳಿತಿಗಾಗಿ ನೀನು ಬದುಕಿರಲೇಬೇಕು' ಸತಿ ಹೇಳಿದಳು.

ಶಿವನಗೆ ಕಣ್ಣು ತೆರೆಯಲಾಗಲಿಲ್ಲ. ಸತಿಯ ಶಾಂತ ಹಾಗೂ ಸುಂದರ ವದನ ಮರೆಯಾಯಿತು. ಹಾಗೆ ಕುಸಿದು ಬಿದ್ದ. ಪ್ರಜ್ಞೆ ತಪ್ಪಿತು. ಆದರೂ ಮನಸ್ಸಿನ ಮೂಲೆಯಲ್ಲಿ ಸತಿಯ ಅಂತಿಮ ಸಂದೇಶ ಅಣುರಣಿಸುತ್ತಿತ್ತು.

'ಇನ್ನು ಮುಂದೆ ರಕ್ತಪಾತ ನಡೆಯಬಾರದು. ಜಗತ್ತಿನಲ್ಲಿ ಶಾಂತಿ ನೆಲಸಬೇಕು. ಶಿವ! ಜೀವನ ಮೌಲ್ಯಗಳನ್ನು ನೀನು ಜಗತ್ತಿಗೆ ಸಾರು'.

ಅಧ್ಯಾಯ – 54

ಪವಿತ್ರ ಸರೋವರ

ಮೂವತ್ತು ವರ್ಷದ ನಂತರ, ಮಾನಸ ಸರೋವರ (ಕೈಲಾಸ ಪರ್ವತದ ತಪ್ಪಲು, ಟಿಬೆಟ್)

ಮಾನಸ ಸರೋವರದಲ್ಲಿ ಚಾಚಿಕೊಂಡಿದ್ದ ಬಂಡೆಯೊಂದರ ಮೇಲೆ ಶಿವ ಪದ್ಮಾಸನ ಹಾಕಿ ಕುಳಿತಿದ್ದ. ಹಿಂದೆ ಕೈಲಾಸ ಪರ್ವತದ ನಾಲ್ಕು ಭಾಗಗಳು ನಾಲ್ಕು ದಿಕ್ಕುಗಳಿಗೆ ಚಾಚಿಕೊಂಡಿದ್ದವು. ದುಷ್ಟಶಕ್ತಿಯಿಂದ ಭಾರತವನ್ನು ರಕ್ಷಿಸಿದ ಮಹಾದೇವನಿಗೆ ಕೃತಜ್ಞತೆ ಸಲ್ಲಿಸುತ್ತಿವೆಯೇನೋ ಎನ್ನುವಂತೆ ಕೈಲಾಸ ಪರ್ವತ ಶಿವನ ಹಿಂದೆ ಅಚಲವಾಗಿ ನಿಂತಿತ್ತು.

ಅಷ್ಟು ವರ್ಷಗಳು ಕಳೆದಿದ್ದರೂ ವ್ಯಾಯಾಮ ಮತ್ತು ಯೋಗದಿಂದ ಶಿವನ ದೇಹ ಕಟ್ಟುಮಸ್ತಾಗಿತ್ತು. ಬೆನ್ನ ಹಿಂದೆ ಇಳಿಬಿಟ್ಟ ಉದ್ದನೆಯ ಕೂದಲು. ನೆತ್ತಿಯ ಮೇಲೆ ಮಣಿಯ ಸರದಿಂದ ಕಟ್ಟಿದ್ದ ಗಂಟು. ಆದರೆ ಚರ್ಮ ಮಾತ್ರ ಸ್ವಲ್ಪ ಸುಕ್ಕುಗಟ್ಟಿತ್ತು. ಅಲ್ಲಲ್ಲಿ ನೆರೆಕೂದಲು ಕಾಣುತ್ತಿತ್ತು. ಆದರೆ ಶಿವ ಇದಾವುದಕ್ಕೂ ಹೆಚ್ಚಿನ ಪ್ರಾಮುಖ್ಯತೆ ನೀಡಿರಲಿಲ್ಲ. ದೇವಗಿರಿಯನ್ನು ನಾಶಮಾಡುವ ಸಂದರ್ಭದಲ್ಲಿ ಪಾಶುಪತಾಸ್ತ್ರದಿಂದ ಸಿಡಿದ ನ್ಯೂಟ್ರಾನ್ ಹೊಡೆತಕ್ಕೆ ಸಿಲುಕಿದ ನಂತರವೂ ಆತನ ನೀಲಿಕಂಠ ಹಾಗೇ ಉಳಿದಿತ್ತು. ಆದರೆ ಶೀತ ಕಡಿಮೆಯಾಗಿತ್ತು.

ಎರಡು ಹುಬ್ಬುಗಳ ನಡುವೆ ಉರಿಯುತ್ತಿದ್ದ ಹೊಪ್ಪೆ ಮಾಯವಾಗಿತ್ತು. ಅಲ್ಲಿ ದೇಹದ ಬಣ್ಣಕ್ಕಿಂತ ಭಿನ್ನವಾದ ಕಪ್ಪನೆಯ ಕಲೆ ಮೂಡಿತ್ತು. ಅದು ಮುಚ್ಚಿದ ಕಣ್ಣಿನಾಕಾರದ ಹಚ್ಚೆಯಂತಿತ್ತು. ಕಾಳಿ ಅದನ್ನು ಶಿವನ ಮೂರನೇ ಕಣ್ಣು ಎಂದು ಕರೆದಿದ್ದಳು. ಕಾರಣ ಎರಡು ಹುಬ್ಬುಗಳ ನಡುವೆ ಅದು ಅಕ್ಷರಶಃ ಕಣ್ಣಿನಂತೆಯೇ ಗೋಚರಿಸುತ್ತಿತ್ತು.

ಶಿವ ಮಾನಸ ಸರೋವರದತ್ತಲೇ ನೋಡುತ್ತಿದ್ದ. ಅದಾಗಲೇ ನೇಸರ ಅಸ್ತಂಗತನಾಗುತ್ತಿದ್ದ. ಸರೋವರದಲ್ಲಿ ಎರಡು ಹಂಸ ಪಕ್ಷಿಗಳು ಜತೆಯಾಗಿ ಸಾಗುತ್ತಿದ್ದವು. ಅದನ್ನು ನೋಡುತ್ತಿದ್ದಂತೆ ಶಿವನಿಗೆ ಪರಸ್ಪರ ಪ್ರೀತಿಯನ್ನು ಹಂಚಿಕೊಳ್ಳದಿದ್ದರೆ ಸುಂದರ ಸಂಜೆಯ ಸೊಬಗನ್ನು ಸವಿಯುವುದು ಅಸಾಧ್ಯ ಎಂದೆನಿಸಿತು. ಆ ಕ್ಷಣಕ್ಕೆ ಸತಿ ನೆನಪಾದಳು.

'ನೀನಿಲ್ಲದೆ ನಾನು ಒಬ್ಬೊಂಟಿ ಸತಿ' ಶಿವ ಮನಸ್ಸಿನಲ್ಲೇ ಅಂದುಕೊಂಡ.

ಈ ಮೂವತ್ತು ವರ್ಷಗಳಲ್ಲಿ ಶಿವ ಸತಿಯನ್ನು ನೆನಪಿಸಿಕೊಳ್ಳದ ದಿನವೇ ಇರಲಿಲ್ಲ. ಆಕೆ ಆತನ ಮನಸ್ಸಿನಲ್ಲಿ ಅಚ್ಚಳಿಯದ ನೆನಪನ್ನು ಉಳಿಸಿ ಹೋಗಿದ್ದಳು. ಶಿವನ ಕಣ್ಣಂಚಿನಲ್ಲಿ ನೀರು ಜಿನುಗುತ್ತಿತ್ತು. ಆತ ಕಣ್ಣೊರೆಸಿಕೊಳ್ಳುತ್ತಾ ತನ್ನ ಹಳ್ಳಿಯೆಡೆಗೆ ತಿರುಗಿ ನೋಡಿದ. ಹಳ್ಳಿಯ ಹೊರಗೆ ಜನ ಬೆಂಕಿಯ ಕುಂಡವನ್ನು ನಿರ್ಮಿಸಿ ಅದರ ಸುತ್ತ ಕುಳಿತು ಊಟ ಮಾಡುತ್ತಾ ಪಾನೀಯವನ್ನು ಸೇವಿಸುತ್ತಾ ಸಂತೋಷದಿಂದ ಹರಟೆ ಹೊಡೆಯುತ್ತಿದ್ದರು.

ಶಿವ ದೀರ್ಘ ನಿಟ್ಟುಸಿರು ಬಿಟ್ಟ. ಹಾಗೇ ದಡದಲ್ಲಿದ್ದ ಕಲ್ಲೊಂದನ್ನು ನೀರಿಗೆ ಎಸೆದ. ಚಿಕ್ಕವನಿರುವಾಗ ಆತ ಎಸೆಯುತ್ತಿದ್ದ ಕಲ್ಲುಗಳು ನೀರಿನ ಮೇಲೆ ಹತ್ತಾರು ಬಾರಿ ಪುಟಿದು ಮುಳುಗುತ್ತಿತ್ತು. ಒಮ್ಮೆ ಆತ ಎಸೆದಿದ್ದ ಕಲ್ಲು ಹದಿನೇಳು ಬಾರಿ ಪುಟಿದು ಸರೋವರದ ತಳಸೇರಿತ್ತು. ಆದರೆ ಈ ಬಾರಿ ಕಲ್ಲನ್ನು ಎಸೆಯುತ್ತಿದ್ದಂತೆ ಅದು ನೀರಿನಲ್ಲಿ ಮುಳುಗಿತು.

ಶಿವ ದೇವಗಿರಿಯನ್ನು ನಾಶಮಾಡಿ ಕೈಲಾಸ ಪರ್ವತಕ್ಕೆ ಬಂದಾಗ ಇಡೀ ಗುಣಪಂಗಡ ಆತನನ್ನು ಹಿಂಬಾಲಿಸಿತ್ತು. ಜತೆಗೆ ದೇಶಾದ್ಯಂತ ಹತ್ತು ಸಾವಿರ ಮಂದಿ ತಮ್ಮ ಮನೆಯನ್ನು ಬಿಟ್ಟು ಮಹಾದೇವನ ಆವಾಸ ಸ್ಥಾನವಾದ ಕೈಲಾಸ ಪರ್ವತಕ್ಕೆ ಬಂದಿದ್ದರು. ಅವರಲ್ಲಿ ಪ್ರಮುಖರೆಂದರೆ ನಂದಿ, ಬೃಹಸ್ಪತಿ, ತಾರಾ, ಪರಶುರಾಮ ಮತ್ತು ಆಯುರ್ವತಿ. ಅಲ್ಲದೆ ಸೋತು ಶರಣಾದ ನಂತರ ಆಯುರ್ವತಿಯ ಔಷಧೋಪಚಾರದಿಂದ ಮರಳಿ ಆರೋಗ್ಯವನ್ನು ಪಡೆದುಕೊಂಡಿದ್ದ ಅಯೋಧ್ಯೆಯ ಸಾಮ್ರಾಟ ದಿಲೀಪ, ಮೈಕಾ ಮತ್ತು ಲೋಥಲ್‌ನ ರಾಜ್ಯಪಾಲ ಚೆನಾರಧ್ವಜ, ನಾಗಾ ಪ್ರಧಾನ ಮಂತ್ರಿ ಕಾರ್ಕೋಟಕ ಸಹ ಶಿವನೊಂದಿಗೆ ಮಾನಸ ಸರೋವರಕ್ಕೆ ವಲಸೆ ಬಂದಿದ್ದರು. ಅವರೆಲ್ಲರೂ ಶಿವನ ಹಳ್ಳಿಯ ಪಕ್ಕದಲ್ಲಿ ಮತ್ತೊಂದು ಹಳ್ಳಿಯನ್ನು ನಿರ್ಮಿಸಿಕೊಂಡು ವಾಸವಾಗಿದ್ದರು. ಹತ್ತಾರು ವರ್ಷಗಳಿಂದ ದ್ವೇಷ ಸಾಧಿಸುತ್ತಾ ಕಿರುಕುಳ ಕೊಡುತ್ತಿದ್ದ ಪಕ್ರಾಟಿಗಳು ಶಿವನ ಶಕ್ತಿ ಮತ್ತು ಸಾಮರ್ಥ್ಯವನ್ನು ಕಂಡು ಬೆರಗಾಗಿ ಗುಣ ಪಂಗಡದೊಂದಿಗೆ ರಾಜಿ ಮಾಡಿಕೊಂಡಿದ್ದರು. ಅವರೆಲ್ಲರೂ ಶಿವನ ಜತೆಯಲ್ಲೇ ಶಾಂತಿ ಮತ್ತು ಸೌಹಾರ್ದತೆಯಿಂದ ಬದುಕಲು ಪ್ರಾರಂಭಿಸಿದ್ದರು.

ಹಳ್ಳಿಯ ಹೊರಗೆ ಹಾಕಿದ್ದ ಬೆಂಕಿಯ ಕುಂಡವನ್ನು ನೋಡುತ್ತಿದ್ದಂತೆ ಶಿವನಗೆ ತನ್ನ ಬದುಕಿನ ಅತ್ಯಂತ ಕಠೋರ ಮತ್ತು ದುಃಖಭರಿತ ದಿನವೊಂದು ನೆನಪಾಯಿತು. ಅದು ಪಾಶುಪತಾಸ್ತ್ರದಿಂದ ದೇವಗಿರಿಯನ್ನು ನಿರ್ನಾಮ ಮಾಡಿದ ದಿನ. ಅಂದು ಸಂಜೆಯೇ ಸತಿಯ ದೇಹದ ಅಂತ್ಯಕ್ರಿಯೆಯನ್ನು ನೆರವೇರಿಸಲಾಯಿತು. ಆದರೆ ಶಿವನಿಗೆ ಅದಾವುದೂ ತಿಳಿದಿರಲಿಲ್ಲ. ಕಾರಣ ಆತ ಪಾಶುಪತಾಸ್ತ್ರದಿಂದ ಹೊರಹೊಮ್ಮಿದ ನ್ಯೂಟ್ರಾನ್ ಸ್ಫೋಟದಲ್ಲಿ ತೀವ್ರವಾಗಿ ಗಾಯಗೊಂಡು ಪ್ರಜ್ಞಾಹೀನನಾಗಿದ್ದ. ಸಾವು ಬದುಕಿನ ನಡುವೆ ಹೋರಾಡುತ್ತಿದ್ದ. ಆತನನ್ನು ಆಯುರ್ವತಿ ಚಿಕಿತ್ಸೆ ನೀಡಿ ಬದುಕಿಸಿಕೊಂಡಳು. ಶಿವ ಚೇತರಿಸಿಕೊಂಡ ನಂತರ ಕಾಳಿ, ಗಣೇಶ ಮತ್ತು ಕಾರ್ತಿಕ ಸತಿಯ ಅಂತ್ಯಕ್ರಿಯೆಯ ವಿಚಾರ ತಿಳಿಸಿದರು.

ವಾಸ್ತವದಲ್ಲಿ ದೇವಗಿರಿ ಸುಟ್ಟು ಬೂದಿಯಾದ ನಂತರ ಆ ಪ್ರದೇಶದಲ್ಲಿ ಭಾರಿ ಬಿರುಗಾಳಿ ಎದ್ದಿತು. ಆ ಬಿರುಗಾಳಿ ದೇವಗಿರಿಯ ವಿನಾಶದ ಬೂದಿಯನ್ನು ಎಲ್ಲೆಡೆಗೂ ಕೊಂಡೊಯ್ಯಿತು. ಅಲ್ಲದೆ ಆ ಬೂದಿ ಸರಸ್ವತಿ ನದಿಗೂ ಬಂದು ಬಿತ್ತು. ಅಕ್ಷರಶಃ ಅಂದಿನ ಬಿರುಗಾಳಿ ದೇವಗಿರಿಯಲ್ಲಿ ಸತ್ತ ದೇಹಗಳ ಬೂದಿಯನ್ನು ಸರಸ್ವತಿ ನದಿಯಲ್ಲಿ ವಿಸರ್ಜಿಸಿ ಆ ಆತ್ಮಗಳನ್ನು ಭವ ಬಂಧನದಿಂದ ಮುಕ್ತಗೊಳಿಸಿ ಶಾಂತಿ ದೊರಕುವಂತೆ ಮಾಡಿತ್ತು. ಹಾಗಾಗಿ ಆ ಸಮಯದಲ್ಲಿ ಸರಸ್ವತಿ ನದಿಯೂ ಸೇರಿದಂತೆ ಸುತ್ತಮುತ್ತಲಿನ ಪ್ರದೇಶವೆಲ್ಲಾ ಬೂದು ಬಣ್ಣಕ್ಕೆ ತಿರುಗಿತ್ತು.

ಇತ್ತ ಸತಿಯ ದೇಹವನ್ನು ಗಂಧದ ಕೊರಡುಗಳಿದ್ದ ಚಿತೆಯ ಮೇಲೆ ಇಡಲಾಯಿತು. ಗಣೇಶ ಮತ್ತು ಕಾರ್ತಿಕ ಇಬ್ಬರೂ ಒಟ್ಟಾಗಿ ಸತಿಯ ಚಿತೆಗೆ ಅಗ್ನಿಸ್ಪರ್ಶ ಮಾಡಿದರು. ಮೊದಲಿಗೆ ಏನು ಮಾಡಿದರೂ ಚಿತೆಗೆ ಬೆಂಕಿ ಹೊತ್ತಿಕೊಳ್ಳಲಿಲ್ಲ. ಬಹುಶಃ ಅಗ್ನಿ ದೇವನಿಗೂ ಮೆಲೂಹದ ರಾಜಕುಮಾರಿಯ ದೇಹವನ್ನು ದಹಿಸಲು ಕಷ್ಟವಾಗಿತ್ತೋ ಏನೋ. ಆದರೆ ಒಮ್ಮೆ ದಹನ ಕಾರ್ಯ ಪ್ರಾರಂಭವಾಗುತ್ತಿದ್ದಂತೆ ಅಗ್ನಿದೇವ ದುಃಖವನ್ನು ತಡೆಯಲಾಗದೆ ಧಗಧಗನೆ ಉರಿದು ಆಕೆಯನ್ನು ಆವಾಹನೆ ತೆಗೆದುಕೊಂಡು ಬಿಟ್ಟ. ಇದಾದ ಮೂರು ದಿನಗಳ ನಂತರ ಶಿವನಿಗೆ ಪ್ರಜ್ಞೆ ಬಂತು. ಕಾಳಿ, ಗಣೇಶ, ಮತ್ತು ಕಾರ್ತಿಕ ಎಲ್ಲ ವಿಚಾರವನ್ನು ಶಿವನಿಗೆ ತಿಳಿಸಿದರು. ಒಮ್ಮೆ ಶಿವ ಸಂಪೂರ್ಣ ಗುಣಮುಖನಾದ ನಂತರ ಸತಿಯ ಚಿತಾಭಸ್ಮವನ್ನು ಮಡಿಕೆಯಲ್ಲಿಟ್ಟು ಶಿವನಗೆ ಒಪ್ಪಿಸಲಾಯಿತು.

ಮರುದಿನ ಎಲ್ಲರೂ ಅತ್ಯಂತ ದುಃಖ ತಪ್ತರಾಗಿ ಸತಿಯ ಅಸ್ಥಿಯನ್ನು ವಿಸರ್ಜಿಸಲು ದೋಣಿಯಲ್ಲಿ ಕುಳಿತು ಸರಸ್ವತಿ ನದಿಯ ಮಧ್ಯಕ್ಕೆ ಬಂದರು. ಅಲ್ಲಿ ಶಿವ ಅಸ್ಥಿಯನ್ನು ಹಿಡಿದು ಹಾಗೇ ಕುಳಿತಿದ್ದ. ಸತಿಯೊಂದಿಗೆ ತಾನು ಕಳೆದ ಹತ್ತಾರು ವರ್ಷಗಳ ಬದುಕಿನ ಪಯಣದ ನೆನಪಿನ ಮೆರೆವಣಿಗೆ ಆತನ ಮನಸ್ಸಿನಲ್ಲಿ ಹಾಗೇ ಹಾದುಹೋಗುತ್ತಿತ್ತು. ಅಷ್ಟರಲ್ಲಿ ಬ್ರಾಹ್ಮಣರು ನದಿಯ ನೀರನ್ನು ಶಿವನಗೆ ಪ್ರೋಕ್ಷಣೆ ಮಾಡಿ ಆತನನ್ನು ಎಚ್ಚರಿಸಿದರು. ನಂತರ ಎಲ್ಲರೂ ಒಟ್ಟಾಗಿ ಅಸ್ಥಿಯನ್ನು ಶಾಸ್ತ್ರೋಕ್ತವಾಗಿ ವಿಸರ್ಜಿಸಲು ಮುಂದಾದರು. ಆದರೆ ಶಿವ ಮಡಿಕೆಯಲ್ಲಿದ್ದ ಎಲ್ಲ ಅಸ್ಥಿಯನ್ನು ನದಿಯಲ್ಲಿ ವಿಸರ್ಜಿಸಲು ಒಪ್ಪಲಿಲ್ಲ. ಅದರಲ್ಲಿದ್ದ ಸ್ವಲ್ಪ ಅಸ್ಥಿಯನ್ನು ತನ್ನ ಬಳಿಯಲ್ಲೇ ಇಟ್ಟುಕೊಳ್ಳಲು ನಿರ್ಧರಿಸಿದ.

ಭಾರತೀಯ ಸಂಪ್ರದಾಯದಂತೆ ಮನುಷ್ಯನ ದೇಹ ತಾತ್ಕಾಲಿಕವಾಗಿ ಭೂಮಿದೇವಿ ನೀಡುವ ಉಡುಗೊರೆ. ಆಕೆ ಯಾವುದೋ ಒಂದು ನಿರ್ದಿಷ್ಟ ಕರ್ಮವನ್ನು ಮಾಡಿಸುವುದಕ್ಕಾಗಿ ಅದನ್ನು ನಮಗೆ ನೀಡುತ್ತಾಳೆ. ಒಮ್ಮೆ ಆತ್ಮ ದೇಹವನ್ನು ಸೇರಿದರೆ ದೇಹ ಆಕೆ ನಿಗದಿ ಮಾಡಿದ ಕರ್ಮವನ್ನು ಮಾಡುತ್ತದೆ. ಒಮ್ಮೆ ನಮ್ಮ ಎಲ್ಲ ಕರ್ಮಗಳು ಮುಗಿದರೆ ಆತ್ಮ ದೇಹದಿಂದ ಬೇರೆಯಾಗುತ್ತದೆ. ಆಗ ನಾವು ದೇಹವನ್ನು ಸಂಪೂರ್ಣವಾಗಿ ಭೂಮಿದೇವಿಗೆ ಹಿಂತಿರುಗಿಸಬೇಕು. ಆನಂತರ ಆಕೆ ಅದನ್ನು ಮತ್ಯಾವುದೋ ಕರ್ಮ ಮಾಡಿಸಲು ಬಳಸಿಕೊಳ್ಳುತ್ತಾಳೆ.

ಅಂತೆಯೇ ಮನುಷ್ಯನ ದೇಹವನ್ನು ಪವಿತ್ರಗೊಳಿಸುವುದು ಅಗ್ನಿ. ಅದು ಬೂದಿಯ ಮೂಲಕ. ಬೂದಿಯನ್ನು ನೀರಿನಲ್ಲಿ ವಿಸರ್ಜಿಸುವ ಮೂಲಕ ನಾವು ಭೂಮಿದೇವಿ ನೀಡಿದ ಪವಿತ್ರ ದೇಹವನ್ನು ಅಷ್ಟೇ ಪವಿತ್ರವಾಗಿ ಮತ್ತೆ ಆಕೆಗೆ ಹಿಂದಿರುಗಿಸಬೇಕು. ಶಿವನಿದ್ದ ಪಕ್ಕದ ದೋಣಿಯಲ್ಲಿ ಬ್ರಾಹ್ಮಣರು ಅಸ್ಥಿವಿಸರ್ಜನೆ ಮುಗಿಯುವವರೆಗೂ ಸಂಸ್ಕೃತ ದೈವ ಮಂತ್ರಗಳನ್ನು ಪಠಿಸುತ್ತಿದ್ದರು. ಅವುಗಳಲ್ಲಿ ಈಶವಾಸ್ಯ ಉಪನಿಷತ್ತಿನಲ್ಲಿ ಬರುವ ಒಂದು ಮಂತ್ರದ ಸಾಲು ಶಿವನ ಗಮನವನ್ನು ಸೆಳೆದಿತ್ತು.

'ವಾಯುರ್ ಅನಿಲಂ ಅಮೃತಂ ಅಥೇದಂ ಭಾಸ್ಮತಂ ಶರೀರಂ'. ಅಂದರೆ ಈ ನಶ್ವರ ಶರೀರ ಉರಿದು ಬೂದಿಯಾಗಲಿ. ಆದರೆ ಈ ಜೀವಾತ್ಮ ಬೇರೆಲ್ಲಿಗೋ ಸೇರಿದ್ದು. ಅದು ನಿರಾತಂಕವಾಗಿ ಶಾಶ್ವತ ಲೋಕದೆಡೆಗೆ ಸಾಗಲಿ ಎಂದು.

ಶಿವ ಇದೆಲ್ಲವನ್ನೂ ಹಾಗೇ ಯೋಚಿಸುತ್ತಾ ಕುಳಿತಿದ್ದ. ಅಷ್ಟರಲ್ಲಿ ನಂದಿ ಅಲ್ಲಿಗೆ ಬಂದು ಶಿವನನ್ನು ಎಚ್ಚರಿಸಿದ.

'ಮಹಾಸ್ವಾಮಿ'.

ಎಚ್ಚೆದ್ದ ಶಿವ ತುಸು ದೂರದಲ್ಲಿ ನಂದಿ ನಿಂತಿರುವುದನ್ನು ಕಂಡ. ನಂದಿಯ ಭುಜಕ್ಕೆ ಎರಡು ಕೊಂಡಿಯನ್ನು ಹಾಕಲಾಗಿತ್ತು.

'ಮಹಾಸ್ವಾಮಿ! ಎಲ್ಲರೂ ನಿಮಗಾಗಿ ಕಾಯುತ್ತಿದ್ದಾರೆ' ನಂದಿ ಶಿವನಿಗೆ ಕೇಳಿಸುವಂತೆ ಜೋರಾಗಿ ಕೂಗಿ ಹೇಳಿದ.

ಶಿವ ಕೈಯೆತ್ತಿ ನಂದಿಗೆ ಅಲ್ಲೇ ನಿಲ್ಲುವಂತೆ ಹೇಳಿದ. ಹಳೆಯ ನೆನಪುಗಳನ್ನು ಮೆಲುಕು ಹಾಕಲು ಆತನಿಗೆ ಮತ್ತಷ್ಟು ಸಮಯ ಬೇಕಾಗಿತ್ತು. ಆದರೆ ಹಳ್ಳಿಯ ಜನ ಶಿವನನ್ನು ಕರೆದುಕೊಂಡು ಬರುವಂತೆ ನಂದಿಯನ್ನು ಕಳುಹಿಸಿದ್ದರು. ಕಾರಣ ಅವರೆಲ್ಲರಿಗೂ ನಂದಿ ಶಿವನ ಆತ್ಮೀಯ ಭಂಟ ಎಂದು ತಿಳಿದಿತ್ತು. ಮೂವತ್ತು ವರ್ಷಗಳ ಹಿಂದೆ ನಂದಿ ಸತಿಯೊಂದಿಗೆ ವೀರಾಗ್ರಣಿಯಂತೆ ಹೋರಾಡಿದ್ದ. ಆಕೆಯನ್ನು ಉಳಿಸುವ ಸಲುವಾಗಿ ಎರಡೂ ಕೈಗಳನ್ನು ಕಳೆದುಕೊಂಡಿದ್ದ.

ಶಿವ ನಂದಿಯ ಹಿಂದೆ ಯಾರಿದ್ದಾರೆ ಎಂದು ಗಮನಸಿದ. ತುಸು ದೂರದಲ್ಲಿ ಬೃಗು ಮಹರ್ಷಿಗಳು ಗಣೇಶ ಮತ್ತು ಕಾರ್ತಿಕನೊಂದಿಗೆ ದೀರ್ಘ ಸಮಾಲೋಚನೆಯಲ್ಲಿ ತೊಡಗಿದ್ದರು. ತಾಳೆಗರಿಯ ಪುಸ್ತಕದಲ್ಲಿದ್ದ ಯಾವುದೋ ವಿಚಾರವೊಂದನ್ನು ಗಣೇಶ ಮತ್ತು ಕಾರ್ತಿಕನಿಗೆ ವಿವರಿಸುತ್ತಿದ್ದರು. ಶಿವನ ಇಬ್ಬರು ಮಕ್ಕಳು ಬೃಗು ಹೇಳುತ್ತಿದ್ದುದನ್ನು ತದೇಕ ಚಿತ್ತದಿಂದ ಆಲಿಸುತ್ತಿದ್ದರು.

ಬ್ರಂಗಾ ರಾಜ ಚಂದ್ರಕೇತು ಮತ್ತು ವೈಶಾಲಿಯ ರಾಜ ಮಾತಳಿ ಸಹ ಬೃಗು ಹೇಳುತ್ತಿದ್ದ ಮಾತುಗಳನ್ನು ತನ್ಮಯತೆಯಿಂದ ಕೇಳಿಸಿಕೊಳ್ಳುತ್ತಿದ್ದರು. ಶಿವ ಸರೋವರದತ್ತ ತಿರುಗಿ ದೀರ್ಘ ನಿಟ್ಟುಸಿರು ಬಿಟ್ಟ.

'ಕಾರ್ತಿಕ ನನ್ನ ಗೌರವವನ್ನು ಉಳಿಸಿದ' ಶಿವ ಮನಸ್ಸಿನಲ್ಲೇ ಅಂದುಕೊಂಡ.

ವಾಸ್ತವದಲ್ಲಿ ಕಾರ್ತಿಕ ಬೃಗು ಮಹರ್ಷಿಯೂ ಸೇರಿದಂತೆ ಸೋಮರಸದ ಜ್ಞಾನವಿದ್ದ ನೂರಾರು ಮಂದಿ ವಿಜ್ಞಾನಿಗಳನ್ನು ದೇವಗಿರಿಯಿಂದ ಸುರಕ್ಷಿತವಾಗಿ ಹೊರಗೆ ಕರೆತಂದು ಸೋಮರಸ ಜ್ಞಾನವನ್ನು ಉಳಿಸಿದ್ದ. ಈ ವಿಚಾರವನ್ನು ಆತ ಅತ್ಯಂತ ಬುದ್ಧಿವಂತಿಕೆಯಿಂದ ಸಮಯ ನೋಡಿ ಶಿವನಿಗೆ ತಿಳಿಸಿದ್ದ. ಆ ಸಮಯದಲ್ಲಿ ಶಿವನ ಕೋಪ ಇಳಿದಿತ್ತು. ಹಾಗಾಗಿ ಶಿವ ಕಾರ್ತಿಕನ ಕೆಲಸವನ್ನು ಮೆಚ್ಚಿಕೊಂಡ.

ಅಲ್ಲದೆ ಸತಿಯ ಮೇಲಿನ ದಾಳಿಯಲ್ಲಿ ಬೃಗುವಿನ ಕೈವಾಡ ಇರಲಿಲ್ಲ ಎಂಬುದು ಶಿವನಿಗೆ ಸ್ಪಷ್ಟವಾಗಿ ತಿಳಿದಿತ್ತು. ಸತಿಯ ಸಾವಿಗೆ ಬೃಗು ಯಾವುದೇ ರೀತಿಯಲ್ಲೂ ಕಾರಣನಾಗಿರಲಿಲ್ಲ. ಹಾಗಾಗಿ ಕಾರ್ತಿಕ ಬೃಗುವನ್ನು ರಕ್ಷಿಸಿದ್ದು ಶಿವನಿಗೆ ಸಂತೋಷವನ್ನುಂಟುಮಾಡಿತ್ತು. ಬೃಗುವಿನಂತ ಮಹಾಋಷಿಯ ಅಗಾಧವಾದ ಜ್ಞಾನ ಮತ್ತು ಅನುಭವ ಭಾರತ ದೇಶದ ಭವಿಷ್ಯಕ್ಕೆ ಮತ್ತು ಮುಂದಿನ ಪೀಳಿಗೆಗೆ ದಾರಿ ದೀಪವಾಗುತ್ತಿದೆಯಲ್ಲ ಎಂದು ಸಂತೋಷವಾಯಿತು.

ಸೋಮರಸದ ಬಗ್ಗೆ ಅಪಾರವಾದ ಜ್ಞಾನವಿರುವ ವಿಜ್ಞಾನಿಗಳಿಗೆ ಮಧ್ಯ ಟಿಬೆಟ್‌ನಲ್ಲಿ ಪ್ರತ್ಯೇಕವಾದ ವಸಾಹತುವೊಂದನ್ನು ನಿರ್ಮಿಸಿಕೊಡುವಂತೆ ಶಿವ ಆದೇಶ ನೀಡಿದ್ದ. ಆ ಪ್ರದೇಶ ಭಾರತ ದೇಶದ ಎಲ್ಲ ಸಾಮ್ರಾಜ್ಯಗಳಿಂದ ದೂರವಿತ್ತು. ಕೇವಲ ಭಾರತ ದೇಶವಷ್ಟೇ ಅಲ್ಲ ಇತರೆ ಎಲ್ಲ ಸಾಮ್ರಾಜ್ಯಗಳಿಂದಲೂ ಅದು ಬಹು ದೂರದಲ್ಲಿತ್ತು. ಅಲ್ಲಿ ಸೋಮರಸದ ಪಾಂಡಿತ್ಯ ಹೊಂದಿದ್ದ ವಿಜ್ಞಾನಿಗಳು ಸೂರ್ಯವಂಶಿ ಮತ್ತು ಚಂದ್ರವಂಶಿಗಳ ಸಹಾಯದಿಂದ ವಸತಿ ಗೃಹಗಳನ್ನು ನಿರ್ಮಿಸಿಕೊಂಡಿದ್ದರು. ಅವರೆಲ್ಲರೂ ತಮ್ಮ ಹೊಸ ನಗರಕ್ಕೆ ನಾಶವಾಗಿದ್ದ ಮೆಲೂಹದ ರಾಜಧಾನಿ ದೇವಗಿರಿಯ ಹೆಸರನ್ನೇ ಇಡಬೇಕೆಂದು ಆಸೆಪಟ್ಟರು.

ಹಾಗಾಗಿ ಹೊಸ ನಗರಕ್ಕೆ 'ಲಾಸಾ' ಎಂದು ನಾಮಕರಣ ಮಾಡಲಾಯಿತು. ಲಾಸಾ ಎಂದರೆ ಸ್ಥಳೀಯ ಟಿಬೆಟ್ ಭಾಷೆಯಲ್ಲಿ 'ದೇವಗಿರಿ' ಎಂದರ್ಥ. ಒಂದಾನೊಂದು ಕಾಲದಲ್ಲಿ ಜಗತ್ತಿನ ಮಹಾಶಕ್ತಿಯಾಗಿದ್ದ ಸೋಮರಸದ ಬಗೆಗಿನ ಪವಿತ್ರ ಜ್ಞಾನವನ್ನು ಲಾಸಾ ನಗರದ ಜನರಿಂದ ರಹಸ್ಯವಾಗಿಡಲು ನಿರ್ಧರಿಸಲಾಯಿತು. ಭಾರತ ದೇಶಕ್ಕೆ ಅದರ ಅವಶ್ಯಕತೆ ಎದುರಾದಾಗ ಮಾತ್ರ ಅದನ್ನು ಬಳಸಲು ನಿರ್ಧಾರ ಮಾಡಲಾಯಿತು. ಅಲ್ಲದೆ ಲಾಸಾವನ್ನು ರಕ್ಷಿಸಲು ಎರಡು ಪ್ರತ್ಯೇಕ ಪಂಗಡಗಳನ್ನು ಸ್ಥಾಪಿಸುವಂತೆ ಶಿವ ಮಕ್ಕಳಿಗೆ ಆದೇಶ ನೀಡಿದ. ಅದರಂತೆ ಗಣೇಶ ಮತ್ತು ಕಾರ್ತಿಕ ಎರಡು ಪಂಗಡಗಳನ್ನು ಸ್ಥಾಪಿಸಿದರು. ಆ ಪಂಗಡದಲ್ಲಿ ಸೂರ್ಯವಂಶಿಗಳು, ಚಂದ್ರವಂಶಿಗಳು ಮತ್ತು ನಾಗಾಗಳು ಸೇರಿದ್ದರು. ಅಲ್ಲದೆ ಶಿವನ ಗುಣಪಂಗಡದ ಕೆಲವು ಮಂದಿ ಮತ್ತು ಟಿಬೆಟ್ಟಿನ ಇತರ ಬುಡಕಟ್ಟು ಜನರೂ ಹೊಸ ಪಂಗಡಗಳ ಭಾಗವಾದರು. ಶಿವನ ಆತ್ಮೀಯ ಭಂಟ ವೀರಭದ್ರನನ್ನು ಹೊಸ ಪಂಗಡಗಳ ನಾಯಕನನ್ನಾಗಿ ನೇಮಿಸಲಾಯಿತು. ಆತನಿಗೆ

'ಲಾಮಾ' ಪದವಿಯನ್ನು ನೀಡಲಾಯಿತು. ಲಾಮಾ ಎಂದರೆ ಟಿಬೆಟಿಯನ್ ಭಾಷೆಯಲ್ಲಿ 'ಗುರು' ಅಥವಾ 'ಮಾರ್ಗದರ್ಶಕ' ಎಂದರ್ಥ.

ಲಾಸಾದ ಜನ ಮತ್ತು ಲಾಮಾನ ಹಿಂಬಾಲಕರಿಗೆ ಭಾರತದ ಪುರಾತನ ಭವ್ಯ ದಿವ್ಯ ಜ್ಞಾನವನ್ನು ಸಂರಕ್ಷಿಸುವ ಮತ್ತು ದುಷ್ಟಶಕ್ತಿ ದೇಶದಲ್ಲಿ ತಲೆ ಎತ್ತದಂತೆ ನೋಡಿಕೊಳ್ಳುವ ಜವಾಬ್ದಾರಿಯನ್ನು ವಹಿಸಲಾಯಿತು. ಟಿಬೆಟ್ಟಿನ ಸ್ಯಾಂಗೋ ನದಿಯ ದಡದಲ್ಲಿ ನಿರ್ಮಿಸಿದ್ದ ಸೋಮರಸದ ತ್ಯಾಜ್ಯ ಘಟಕವನ್ನು ಮುಚ್ಚಲಾಯಿತು. ಅಲ್ಲಿದ್ದ ವಿಷಕಾರಕ ತ್ಯಾಜ್ಯವನ್ನು ವಿಲೇವಾರಿ ಮಾಡುವ ಸಲುವಾಗಿ ಟಿಬೆಟಿಯನ್ ಪ್ರಸ್ಥಭೂಮಿಯಿಂದಾಚೆ ಉತ್ತರಕ್ಕೆ ಬಹುದೂರದಲ್ಲಿ ಮಂಜಿನ ನಡುವೆ ಆಳವಾದ ಕಂದಕ ತೋಡಲಾಯಿತು. ಕಂದಕದ ಸುತ್ತಾ ಜೇಡಿ ಮಣ್ಣು ಮತ್ತು ಬಿಲ್ವಪತ್ರೆಗಳನ್ನು ಹಾಕಿ ಸೀಸದ ಡಬ್ಬಿಗಳಲ್ಲಿ ತ್ಯಾಜ್ಯವನ್ನು ಇಟ್ಟು ಮುಚ್ಚಿ ವಿಷ ಹೊರಗೆ ಬಾರದಂತೆ ನೋಡಿಕೊಳ್ಳಲಾಯಿತು. ಅಂತೆಯೇ ದೇವಗಿರಿ ನಾಶವಾದ ನಂತರ ಎಲ್ಲ ಸೋಮರಸ ತಯಾರಿಕಾ ಘಟಕಗಳೂ ನಾಶವಾದವು. ಹಾಗಾಗಿ ಹೊಸ ವಿಷಕಾರಿ ಪದಾರ್ಥ ಹೊರಬರುವ ಯಾವ ಸಾಧ್ಯತೆಗಳೂ ಇರಲಿಲ್ಲ.

ಸೋಮರಸ ಘಟಕಗಳನ್ನು ನಾಶ ಮಾಡಿದಾಕ್ಷಣ ಅದರ ಸೇವನೆ ನಿಲ್ಲುತ್ತದೆ ಎಂದು ಶಿವನಿಗೆ ಖಾತರಿ ಇರಲಿಲ್ಲ. ಸೋಮರಸವನ್ನು ಭಾರತದಿಂದ ಸಂಪೂರ್ಣ ಕಿತ್ತೊಗೆಯಬೇಕೆಂದರೆ ಮೊದಲು ಆದರ ಬೇರುಗಳನ್ನು ಕೀಳಬೇಕು ಎನ್ನುವುದು ಶಿವನಿಗೆ ಚೆನ್ನಾಗಿ ತಿಳಿದಿತ್ತು. ಅಂತೆಯೇ ಸೋಮರಸ ತಯಾರಿಕೆಗೆ ಬಹುಮುಖ್ಯವಾಗಿ ಬೇಕಾಗಿದ್ದು ಸರಸ್ವತಿ ನದಿಯ ನೀರು. ಅಲ್ಲದೆ ದೇವಗಿರಿಯಲ್ಲಿ ಸಾಕಷ್ಟು ಸೋಮರಸ ತಯಾರಿಕಾ ಘಟಕಗಳು ಸ್ಥಾಪನೆಯಾಗಿದ್ದರಿಂದ ಅಲ್ಲಿನ ತ್ಯಾಜ್ಯ ಸರಸ್ವತಿ ನದಿಯನ್ನು ಸೇರಿ ಅದನ್ನು ಕಲುಷಿತಗೊಳಿಸುತ್ತಿತ್ತು. ವಾಸ್ತವದಲ್ಲಿ ಸಟ್ಲೆಜ್ ಮತ್ತು ಯಮುನಾ ನದಿಗಳ ಸಂಗಮದಿಂದ ಸರಸ್ವತಿ ನದಿ ಉದ್ಭವವಾಗಿತ್ತು. ಹಾಗಾಗಿ ಈ ಎರಡೂ ನದಿಗಳನ್ನು ಬೇರ್ಪಡಿಸಿದರೆ ಸರಸ್ವತಿ ನದಿಯ ನೀರು ಸೋಮರಸ ತಯಾರಿಕೆಗೆ ಲಭ್ಯವಾಗುವುದಿಲ್ಲ ಎಂಬ ವಿಚಾರ ಪರಶುರಾಮ ಶಿವನಗೆ ತಿಳಿಸಿದ್ದ. ಅದರಂತೆ ಭಾರತದ ದೇಶದ ಹಿತದೃಷ್ಟಿಯಿಂದ ಸಟ್ಲೆಜ್ ಮತ್ತು ಯಮುನಾ ನದಿಯನ್ನು ಬೇರ್ಪಡಿಸುವುದಕ್ಕೆ ಶಿವ ಹಸಿರು ನಿಶಾನೆ ನೀಡಿದ. ಅದರಂತೆ ಯಮುನಾ ನದಿ ಹರಿಯುವ ದಿಕ್ಕನ್ನು ಬದಲಿಸುವ ಯೋಜನೆಗೆ ನೀಲನಕ್ಷೆ ಸಿದ್ಧವಾಯಿತು. ಯಮುನಾ ನದಿಯನ್ನು ಬೇರೆ ದಿಕ್ಕಿಗೆ ತಿರುಗಿಸಿ ಅದು ಗಂಗಾನದಿಯಲ್ಲಿ ವಿಲೀನಗೊಳ್ಳುವಂತೆ ಮಾಡುವುದು ಶಿವನ ಉದ್ದೇಶವಾಗಿತ್ತು. ಆದರೆ ಅದನ್ನು ಕಾರ್ಯಗತಗೊಳಿಸುವುದು ಅಷ್ಟು ಸುಲಭದ ಕೆಲಸವಾಗಿರಲಿಲ್ಲ. ಕಾರಣ ಯಮುನಾ ನದಿಯ ದಿಕ್ಕನ್ನು ಬದಲಿಸಿದ ನಂತರ ಅಲ್ಲಿ ಪ್ರವಾಹದ ಪರಿಸ್ಥಿತಿ ಎದುರಾದರೆ ಭಾರಿ ಅನಾಹುತ ಉಂಟಾಗುವ ಸಾಧ್ಯತೆ ಇತ್ತು. ಹಾಗಾಗಿ ಭಗೀರಥ ಮೆಲೂಹದ ತಂತ್ರಜ್ಞರ ಜತೆ ಸಮಾಲೋಚನೆ ನಡೆಸಿ ಅದ್ಭುತವಾದ ಯೋಜನೆಯೊಂದನ್ನು ರೂಪಿಸಿದ. ಅದರಂತೆ ಯಮುನಾ ನದಿಯ ಅಕ್ಕ-ಪಕ್ಕ ಭಾರಿ ಕಂದಕಗಳನ್ನು ನಿರ್ಮಿಸಿ ನದಿಯ ಉದ್ದಕ್ಕೂ ಅಲ್ಲಲ್ಲಿ ಉಕ್ಕಿನ ಬಾಗಿಲುಗಳನ್ನು ನಿರ್ಮಿಸುವ

ಮೂಲಕ ಯಮುನಾ ನದಿಯ ನೀರನ್ನು ನಿಯಂತ್ರಿಸುವ ಕೆಲಸಕ್ಕೆ ಮುಂದಾದ. ಭಗೀರಥ ಆ ಬಾಗಿಲುಗಳಿಗೆ 'ಶಿವನ ಕೀಲಿ' ಎಂದು ಹೆಸರಿಟ್ಟ. ಶಿವನ ಕೀಲಿಗಳು ಪ್ರವಾಹ ಪರಿಸ್ಥಿತಿ ಎದುರಾಗದಂತೆ ಯಮುನಾ ನದಿಯ ನೀರನ್ನು ತಡೆದು ಹಂತ ಹಂತವಾಗಿ ಹೊರಗೆ ಬಿಡುತ್ತಿತ್ತು.

ಹಾಗೇ ಯಮುನೆ ಹರಿಯುತ್ತಿದ್ದ ದಾರಿಯಲ್ಲಿ ಬ್ರಹ್ಮಪುತ್ರ ಸಹ ಹರಿಯುತ್ತಿದ್ದ ಕಾರಣ ಈ ಎರಡೂ ನದಿಗಳು ಒಂದು ಗೂಡಿ ಗಂಗಾ ನದಿಯನ್ನು ಸೇರುವಂತಾಯಿತು. ಅಲ್ಲದೆ ಯಮುನಾ ನದಿಯು ಸರಸ್ವತಿ ನದಿಯ ಆತ್ಮವನ್ನು ಗಂಗಾ ನದಿಗೆ ತಂದು ಬಿಡುತ್ತಿದೆ ಎಂದು ಎಲ್ಲರೂ ನಂಬುವಂತಾಯಿತು. ಇದೇ ಕಾರಣಕ್ಕೆ ಮುಂದೆ ಗಂಗಾ ನದಿ ಬೃಹದಾಕಾರದ ನದಿಯಾಗಿ ಭಾರತ ದೇಶದಲ್ಲಿ ಅತ್ಯಂತ ಪವಿತ್ರ ನದಿ ಎಂದು ಪರಿಗಣಿಸಲಾಯಿತು. ಸರಸ್ವತಿ ನದಿಗಿದ್ದ ಪಾವಿತ್ರ್ಯತೆ ಗಂಗಾನದಿಗೂ ಬಂತು. ಅಲ್ಲದೆ ಯಮುನಾ ನದಿಯ ಶುದ್ಧ ನೀರು ಬ್ರಂಗಾ ನಾಡನ್ನು ಸ್ವಚ್ಚಗೊಳಿಸಿತು. ಆ ನಾಡಿನಲ್ಲಿದ್ದ ವಿಷಯುಕ್ತ ಸೋಮರಸ ತ್ಯಾಜ್ಯವನ್ನು ಕೊಚ್ಚಿ ಹರಿಸಿತು. ಅಲ್ಲದೆ ಬ್ರಂಗಾಗಳಿದ್ದ ಗಂಗಾಸಾಗರದಲ್ಲಿ ಗಂಗಾನದಿ ಹರಿದು ಇಡೀ ಪ್ರದೇಶವನ್ನು ಪುನೀತಗೊಳಿಸಿತು.

ಅಂತೆಯೇ ದೇವಗಿರಿಯನ್ನು ಹೊರತುಪಡಿಸಿ ಮೆಲೂಹದ ಇತರ ನಗರಗಳು ಅಭಿವೃದ್ಧಿ ಹೊಂದಿದವು. ಮೆಲೂಹ ಪ್ರತ್ಯೇಕ ಸಾಮ್ರಾಜ್ಯವಾಗಿ ರೂಪುಗೊಂಡಿತು. ದಕ್ಷನ ದುರಾಡಳಿತ ಅಂತ್ಯಗೊಂಡು ಜನ ಸ್ವತಂತ್ರವಾಗಿ ಬದುಕಲಾರಂಭಿಸಿದರು. ಅಲ್ಲಿನ ಜನ ಹೊಸ ಪ್ರಯತ್ನ ಮತ್ತು ಪ್ರಯೋಗಗಳನ್ನು ಮಾಡುತ್ತಾ ಭಾರತೀಯರ ಭವ್ಯ ಸಂಸ್ಕೃತಿ ಮತ್ತು ಪರಂಪರೆಯನ್ನು ಮುಂದಿನ ಪೀಳಿಗೆಗೆ ಕೊಂಡೊಯ್ದರು.

*****

ಇತ್ತ ಮಾನಸ ಸರೋವರದ ಬಳಿ ಕುಳಿತಿದ್ದ ಶಿವನಿಗೆ ದೂರದಲ್ಲಿ ಯಾರೋ ಜೋರಾಗಿ ನಗುತ್ತಿರುವಂತೆ ಭಾಸವಾಯಿತು. ಆತ ಹಾಗೆ ಹಳ್ಳಿಯತ್ತ ತಿರುಗಿ ನೋಡಿದ. ಅಲ್ಲಿ ಅಗ್ನಿಕುಂಡದ ಬಳಿ ಭಗೀರಥ, ಗೋಪಾಲ ಪಂಡಿತರು ಮತ್ತು ಕಾಳಿ ಮಾತನಾಡುತ್ತಿದ್ದರು. ದೇವಗಿರಿ ನಾಶವಾದ ಬಳಿಕ ಅಯೋಧ್ಯೆಯ ರಾಜ ದಿಲೀಪ ಶಿವನಗೆ ಶರಣಾದ ಮತ್ತು ಭಗೀರಥನನ್ನು ಸ್ವದ್ವೀಪದ ಸಾಮ್ರಾಟನನ್ನಾಗಿ ಮಾಡಲು ಒಪ್ಪಿಗೆ ಸೂಚಿಸಿದ. ಭಗೀರಥನ ಆಡಳಿತದಲ್ಲಿ ಹೊಸ ಅಧ್ಯಾಯವೊಂದು ಅಯೋಧ್ಯೆಯಲ್ಲಿ ಪ್ರಾರಂಭವಾಯಿತು. ಜನ ಶಾಂತಿ, ನೆಮ್ಮದಿ ಮತ್ತು ಸೌಹಾರ್ದತೆಯಿಂದ ಬದುಕಲಾರಂಭಿಸಿದರು. ಇಡೀ ಸಾಮ್ರಾಜ್ಯ ಔನ್ನತ್ಯವನ್ನು ಸಾಧಿಸಿತು. ಅಂತೆಯೇ ಭಗೀರಥ ಅಯೋಧ್ಯೆಯಲ್ಲಿದ್ದರೂ ಆಗಾಗ ಶಿವನನ್ನು ಭೇಟಿ ಮಾಡಲು ಕೈಲಾಸ ಪರ್ವತಕ್ಕೆ ಬರುತ್ತಿದ್ದ. ಅಂದೂ ಆತ ಕೈಲಾಸ ಪರ್ವತಕ್ಕೆ ಬಂದಿದ್ದ. ಮೊದಲಿಗೆ ಶಿವ ಆಗಷ್ಟೇ ಆಗಮಿಸಿದ್ದ ಭಗೀರಥ ಮತ್ತು ಕಾಳಿಯೊಡನೆ ಮಾತುಕತೆ ನಡೆಸಿದ. ನಂತರ ವಾಸುದೇವ ಪಂಡಿತರನ್ನು ಭೇಟಿಮಾಡಲು ಮುಂದಾದ. ಪಂಡಿತರು ಶಿವನನ್ನು ಕಂಡೊಡನೆ ಮುಗುಳ್ನಗುತ್ತಾ ಶಿವನಿಗೆ ಶಿರಬಾಗಿ ನಮಸ್ಕರಿಸಿದರು. ಶಿವ ಸಹ ಗೋಪಾಲ ಪಂಡಿತರಿಗೆ ಪ್ರತಿ ನಮಸ್ಕರಿಸಿ ಅವರನ್ನು ಬರಮಾಡಿಕೊಂಡ.

ವಾಸ್ತವದಲ್ಲಿ ದೇವಗಿರಿಯನ್ನು ನಾಶ ಮಾಡುವ ಉದ್ದೇಶ ವಾಸುದೇವ ಪಂಡಿತರಿಗಿರಲಿಲ್ಲ. ಆದರೆ ಅವರ ಇಚ್ಛೆಗೆ ವಿರುದ್ಧವಾಗಿ ಪಾಶುಪತಾಸ್ತ್ರವನ್ನು ಬಳಸಿ ಶಿವ ದೇವಗಿರಿಯನ್ನು ನಾಶ ಮಾಡಿದ್ದ. ಹಾಗಾಗಿ ವಾಸುದೇವ ಪಂಡಿತರಿಗೆ ಶಿವನ ಮೇಲೆ ಬೇಸರವಿತ್ತು. ಆದರೆ ಶಿವ ಭಾರತ ದೇಶದಲ್ಲಿದ್ದ ಸೋಮರಸವೆಂಬ ದುಷ್ಟಶಕ್ತಿಯನ್ನು ನಾಶಮಾಡಿ ಸೋಮರಸದ ಜ್ಞಾನವನ್ನು ಉಳಿಸಿಕೊಂಡದ್ದು ವಾಸುದೇವ ಪಂಡಿತರಿಗೆ ಸಮಾಧಾನ ತಂದಿತ್ತು. ಹಾಗಾಗಿ ಅವರು ಶಿವನೊಂದಿಗೆ ರಾಜಿಮಾಡಿಕೊಂಡರು. ಅಂತೆಯೇ ಗೋಪಾಲ ಪಂಡಿತರು ವೀರಭದ್ರ ಮತ್ತು ಮಹಾದೇವನ ಹೊಸ ಪಂಗಡವಾದ ಲಾಸಾದ ಜನರೊಂದಿಗೆ ಉತ್ತಮ ಬಾಂಧವ್ಯವನ್ನು ಬೆಳೆಸಿಕೊಂಡರು. ಭಾರತ ದೇಶದ ಭವ್ಯತೆ, ಅಖಂಡತೆ ಮತ್ತು ಸುರಕ್ಷತೆಯನ್ನು ಕಾಪಾಡುವ ನಿಟ್ಟಿನಲ್ಲಿ ವಾಸುದೇವರು ಲಾಸಾದ ಜನರೊಂದಿಗೆ ಕೈ ಜೋಡಿಸಿದರು. ದೇಶದಲ್ಲಿ ಸಮತೋಲನವನ್ನು ಕಾಪಾಡಿಕೊಂಡು ದೇಶವನ್ನು ಔನ್ನತ್ಯದೆಡೆಗೆ ಕೊಂಡೊಯ್ಯುವುದಕ್ಕೆ ಪಣತೊಟ್ಟರು.

ಗೋಪಾಲ ಪಂಡಿತರನ್ನು ನೋಡಿದ ಕೂಡಲೆ ಶಿವನಿಗೆ ತಾನು ವಾಯುಪುತ್ರರಿಗೆ ನೀಡಿದ ವಚನ ನೆನಪಾಯಿತು. ಶಿವ ಪಾಶುಪತಾಸ್ತ್ರವನ್ನು ಬಳಸಿದ್ದು ವಾಯುಪುತ್ರರ ಮುಖ್ಯಸ್ಥನಾದ ಮಿತ್ರನಿಗೆ ಇನ್ನಿಲ್ಲದ ಮುಜುಗರ ತಂದಿತ್ತು. ಕಾರಣ ಮಿತ್ರ ಶಿವನನ್ನು ಬಹಿರಂಗವಾಗಿ ಬೆಂಬಲಿಸಿದ್ದ. ಆದರೆ ಶಿವ ಮಿತ್ರನಿಗೆ ನೀಡಿದ್ದ ಮಾತನ್ನು ಮುರಿದು ಪಾಶುಪತಾಸ್ತ್ರವನ್ನು ಬಳಸಿದ್ದ. ವಾಯುಪುತ್ರರ ನಿಯಮದ ಪ್ರಕಾರ ಯಾರು ಮೊದಲ ಬಾರಿಗೆ ದೈವೀಅಸ್ತ್ರವನ್ನು ಪ್ರಯೋಗಿಸುತ್ತಾರೋ ಅವರು ಹದಿನಾಲ್ಕು ವರ್ಷಗಳ ಕಾಲ ಭಾರತ ದೇಶದಿಂದ ಹೊರ ಹೋಗಬೇಕಾಗಿತ್ತು. ಅದು ವಾಯುಪುತ್ರರು ನೀಡುತ್ತಿದ್ದ ಶಿಕ್ಷೆ. ಶಿವ ಈ ಶಿಕ್ಷೆಗೆ ಅರ್ಹನಾಗಿದ್ದ. ಅಷ್ಟೇ ಅಲ್ಲದೆ ಯಾವ ತಪ್ಪನ್ನೂ ಮಾಡದ ಸತಿಯ ತಾಯಿ ವೀರಿಣಿ, ಪರ್ವತೇಶ್ವರ ಮತ್ತು ಆನಂದಮಯಿಯ ಸಾವಿಗೆ ನೇರ ಕಾರಣನಾಗಿದ್ದ. ಆ ಪಾಪ ಪ್ರಜ್ಞೆ ಆತನನ್ನು ಕಾಡುತ್ತಿತ್ತು. ಅದಕ್ಕೆ ತಕ್ಕ ಶಿಕ್ಷೆ ಮತ್ತು ಪ್ರಾಯಶ್ಚಿತ್ತ ಮಾಡಿಕೊಳ್ಳುವ ಸಲುವಾಗಿ ಶಿವ ಭಾರತ ದೇಶದಿಂದಲೇ ಹೊರಗೆ ಹೋಗಲು ನಿರ್ಧರಿಸಿದ. ಅದು ಕೇವಲ ಹದಿನಾಲ್ಕು ವರ್ಷವಷ್ಟೇ ಅಲ್ಲ. ತಾನು ಬದುಕಿರುವವರೆಗೂ ಭಾರತದಿಂದ ಹೊರಗಿರಲು ನಿರ್ಧರಿಸಿದ್ದ. ಹಾಗಾಗಿ ಆತ ಕೈಲಾಸ ಪರ್ವತದಲ್ಲಿ ನೆಲೆಸಿದ.

'ಬಾಬಾ.............'.

'ಹಾಂ! ಹೇಳು ಗಣೇಶ'.

'ಬಾಬಾ ಇಂದು ರಾತ್ರಿ ನಿಮಗಾಗಿ ಔತಣಕೂಟವೊಂದನ್ನು ಏರ್ಪಡಿಸಿದ್ದೇವೆ. ಸರೋವರದ ಬಳಿ ಕುಳಿತುಕೊಳ್ಳುವುದನ್ನು ಬಿಟ್ಟು ನಮ್ಮೊಂದಿಗೆ ಒಂದಷ್ಟು ಸಮಯ ಕಳೆಯಿರಿ'.

ಶಿವ ನಿಧಾನವಾಗಿ ತಲೆಯಾಡಿಸಿದ. ಅದೇಕೋ ಏನೋ ಅಂದು ಆತನ ಕುತ್ತಿಗೆ ತುಂಬಾ ನೋವಾಗುತ್ತಿತ್ತು. ಬಹುಶಃ ವಯೋಧರ್ಮದ ಕಾರಣಕ್ಕಿರಬಹುದು. ಆತ ಕುಳಿತಲ್ಲಿಂದ ಮೇಲೇಳಲು ಕಷ್ಟಪಡುತ್ತಿದ್ದ.

'ಸ್ವಲ್ಪ ಸಹಾಯ ಮಾಡಿ' ಶಿವ ಮಕ್ಕಳಿಗೆ ಕೇಳಿದ.

ಕೂಡಲೆ ಕಾರ್ತಿಕ ಮತ್ತು ಗಣೇಶ ಇಬ್ಬರೂ ಶಿವನ ಕೈ ಹಿಡಿದು ಮೇಲೆತ್ತಿದರು.

'ಗಣೇಶ ಇತ್ತೀಚೆಗೆ ನಿನ್ನಲ್ಲಿ ಬೊಜ್ಜು ಕಾಣಿಸುತ್ತಿದೆ' ಶಿವ ಹೇಳಿದ.

ಗಣೇಶ ನಸುನಕ್ಕ. ತನ್ನ ತಾಯಿ ಸತಿಯ ಮರಣದ ನಂತರ ಬಹಳ ವರ್ಷದವರೆಗೆ ಗಣೇಶ ಅಂತರ್ಮುಖಿಯಾಗಿದ್ದ. ಎಷ್ಟು ವರ್ಷಗಳಾದರೂ ತಾಯಿಯ ಸಾವಿನ ದುಃಖ ಕಡಿಮೆಯಾಗಿರಲಿಲ್ಲ. ಇತ್ತೀಚೆಗಷ್ಟೇ ಆತ ಆಘಾತದಿಂದ ಹೊರಬಂದಿದ್ದ. ಬದುಕಿನ ಸತ್ಯವನ್ನು ಅರ್ಥಮಾಡಿಕೊಳ್ಳಲಾರಂಭಿಸಿದ್ದ. ಆ ನಂತರ ಶಿವ ಮತ್ತು ಸತಿಯ ಆದರ್ಶ ಮತ್ತು ಸಿದ್ಧಾಂತಗಳನ್ನು ಭಾರತ ದೇಶದಾದ್ಯಂತ ಪ್ರಚಾರ ಮಾಡುವ ಕೆಲಸ ಕೈಗೊಂಡಿದ್ದ. ಬಹುಶಃ ಅದೇ ಆತನ ಮನಸ್ಸಿಗೆ ಶಾಂತಿ ಮತ್ತು ನೆಮ್ಮದಿಯನ್ನು ತಂದುಕೊಟ್ಟಿತ್ತು. ಬದುಕಿನ ನಿಜವಾದ ಅರ್ಥವನ್ನು ಹೇಳಿಕೊಟ್ಟಿತ್ತು. ಸಾರ್ಥಕ ಬದುಕನ್ನು ನಡೆಸಲು ಪ್ರೇರಣೆ ನೀಡಿತ್ತು.

'ನಿನ್ನ ದಯೆಯಿಂದ ಭಾರತ ದೇಶದಲ್ಲಿ ಇದೀಗ ಶಾಂತಿ ನೆಲೆಸಿದೆ ಬಾಬಾ. ಇಡೀ ದೇಶದಲ್ಲಿ ಎಲ್ಲೂ ಯುದ್ಧ, ಜಗಳ, ಕದನಗಳಾಗುತ್ತಿಲ್ಲ. ಹಾಗಾಗಿ ನಮಗೂ ಕೆಲಸವಿಲ್ಲ. ಕೆಲಸವಿಲ್ಲದೆ ದೈಹಿಕ ಚಟುವಟಿಕೆ ಕಡಿಮೆಯಾಗಿದೆ. ತಿನ್ನುವುದು ಹೆಚ್ಚಾಗಿದೆ. ಹಾಗಾಗಿ ಮೈಯಲ್ಲಿ ಬೊಜ್ಜು ಬೆಳೆಯುವುದಕ್ಕೆ ನೀನೇ ನೇರ ಕಾರಣ' ಗಣೇಶ ನಸುನಗುತ್ತಾ ಹೇಳಿದ.

ಗಣೇಶನ ಮಾತಿಗೆ ಕಾಳಿ ಮತ್ತು ಕಾರ್ತಿಕ ಗಹಗಹಿಸಿ ನಕ್ಕರು. ಆದರೆ ಶಿವ ನಗಲಿಲ್ಲ. ಸುಮ್ಮನೆ ತಲೆಯಾಡಿಸಿದ. ಆತನ ಕಣ್ಣುಗಳು ಗಂಭೀರವಾಗಿ ಗಣೇಶನನ್ನೇ ಗಮನಸುತ್ತಿತ್ತು.

'ನೀವು ಒಮ್ಮೊಮ್ಮೆಯಾದರು ನಗಬೇಕು ಬಾಬಾ. ಆಗಲೇ ನಮಗೆ ಸಂತೋಷ' ಕಾರ್ತಿಕ ಹೇಳಿದ.

ಶಿವ ಕಾರ್ತಿಕನನ್ನೇ ದಿಟ್ಟಿಸಿ ನೋಡಿದ. ಸತಿ ಇಹ ಲೋಕವನ್ನು ತ್ಯಜಿಸಿ ಅದಾಗಲೇ ಮೂವತ್ತು ವರ್ಷಗಳು ಸಂದಿತ್ತು. ಆ ಸಮಯದಲ್ಲಿ ಕಾರ್ತಿಕ ಹದಿಹರೆಯದವನಾಗಿದ್ದ. ಆದರೆ ಈಗ ಆತನ ತಲೆಯಲ್ಲಿ ನರೆ ಕೂದಲು ಮೂಡಿತ್ತು. ಕಾರ್ತಿಕ ಸಾವಿರಾರು ಮೈಲಿ ಪ್ರಯಾಣ ಮಾಡಿ ಕೈಲಾಸ ಪರ್ವತಕ್ಕೆ ಬಂದಿದ್ದಾನೆ ಎನ್ನುವುದು ಶಿವನಿಗೆ ತಿಳಿದಿತ್ತು. ಶಿವ ಮಗನಿಗೆ ಕೆಲವು ಬಹುಮುಖ್ಯವಾದ ಕೆಲಸಗಳನ್ನು ವಹಿಸಿದ್ದ. ಅದರಂತೆ ಸತಿಯ ಸಾವಿನ ಬಳಿಕ ಆತ ನರ್ಮದಾ ನದಿಯಿಂದ ದಕ್ಷಿಣಕ್ಕೆ ಹೊರಟು ಅಲ್ಲಿಂದ ಭಾರತ ದೇಶದ ಮಧ್ಯಭಾಗಕ್ಕೆ ಬಂದಿದ್ದ. ಅದು ಯುಗಪುರುಷ ಮನುವಿನ ನಾಡು. ಇತಿಹಾಸದ ಪುಟಗಳಲ್ಲಿ ದಾಖಲಾಗಿರುವ ಪ್ರಕಾರ ಮನು ಪಾಂಡ್ಯವಂಶದ ರಾಜಕುಮಾರ. ಪಾಂಡ್ಯರು ಸಂಗಮ್ ತಮಿಳ್‌ನಲ್ಲಿ ರಾಜ್ಯಭಾರ ಮಾಡುತ್ತಿದ್ದರು. ಅಲ್ಲಿ ಒಮ್ಮೆ ಸಮುದ್ರದ ನೀರಿನ ಮಟ್ಟ ಇದ್ದಕ್ಕಿದ್ದಂತೆ ಹೆಚ್ಚಾಗಿ ಇಡೀ

ಸಂಗಮ್ ತಮಿಳ್ ಸಾಮ್ರಾಜ್ಯ ಮತ್ತು ಸಂಗಮ್ ಸಂಸ್ಕೃತಿ ನಾಶವಾಗಿತ್ತು. ಆ ಕಾರಣಕ್ಕೆ ಅಲ್ಲಿದ್ದ ಕೆಲವರು ನರ್ಮದಾ ನದಿಯ ದಕ್ಷಿಣ ದಿಕ್ಕಿಗೆ ವಲಸೆ ಹೋಗಿ ಮನುವಿನ ಕಾನೂನನ್ನು ಮೀರಿ ಅಲ್ಲಿ ನೆಲೆಸಿದ್ದರು. ಕಾರ್ತಿಕ ಅವರೆಲ್ಲರನ್ನು ಒಗ್ಗೂಡಿಸಿ ದಕ್ಷಿಣ ಭಾರತದಲ್ಲಿ ಕಾವೇರಿ ನದಿಯ ದಡದಲ್ಲಿ ಸಂಗಮ್ ಸಂಸ್ಕೃತಿಯನ್ನು ಮತ್ತೆ ಅರಳಿಸಿದ. ಅಲ್ಲೊಂದು ಬೃಹತ್ ಸಾಮ್ರಾಜ್ಯವನ್ನು ಕಟ್ಟಿದ. ಇದಿಷ್ಟೂ ಕೆಲಸವನ್ನು ಮುಗಿಸಿ ಕಾರ್ತಿಕ ಶಿವನನ್ನು ಭೇಟಿ ಮಾಡಲು ಕೈಲಾಸ ಪರ್ವತಕ್ಕೆ ಬಂದಿದ್ದ.

ಕಾರ್ತಿಕನ ಮಾತುಗಳನ್ನು ಕೇಳಿ ಶಿವ 'ಗಣೇಶ, ಕಾರ್ತಿಕ ಮತ್ತು ಕಾಳಿ ನೀವು ಮೂವರೂ ನನ್ನಿಂದ ರಹಸ್ಯವೊಂದನ್ನು ಬಚ್ಚಿಟ್ಟಿದ್ದೀರಿ. ಅದೇನು ಎಂದು ಹೇಳಿ. ಆಗ ನಾನು ನಗುತ್ತೇನೆ' ಎಂದ.

'ಏನು ರಹಸ್ಯವೇ?' ಕಾರ್ತಿಕ ಕೇಳಿದ.

'ನಾನು ಯಾವ ವಿಚಾರದ ಬಗ್ಗೆ ಹೇಳುತ್ತಿದ್ದೇನೆ ಎನ್ನುವುದು ನಿಮಗೆ ಚೆನ್ನಾಗಿ ತಿಳಿದಿದೆ'.

*****

ದೇವಗಿರಿ ನಾಶವಾದ ಹಿಂದಿನ ದಿನ ಕಾಳಿ, ಪರಶುರಾಮ ಮತ್ತು ವೀರಭದ್ರ ವಿದ್ಯುನ್ಮಾಲಿಯನ್ನು ದೇವಗಿರಿಯಿಂದ ಅಪಹರಿಸಿದ್ದರು. ಆತನಿಗೆ ಚಿತ್ರಹಿಂಸೆ ನೀಡಿ ಸತಿಯನ್ನು ಕೊಂದ ಹಂತಕರು ಯಾರು ಎನ್ನುವುದನ್ನು ತಿಳಿದುಕೊಂಡರು. ಆ ನಂತರ ಆತನನ್ನು ಬರ್ಬರವಾಗಿ ಕೊಂದು ಹಾಕಿದರು. ದೇವಗಿರಿ ನಾಶವಾದ ಕೆಲವು ವರ್ಷಗಳ ಬಳಿಕ ಇದ್ದಕ್ಕಿದಂತೆ ಕಾಳಿ, ಗಣೇಶ, ಕಾರ್ತಿಕ, ಪರಶುರಾಮ ಮತ್ತು ವೀರಭದ್ರ ಭೂಗತರಾದರು. ಅವರು ಎಲ್ಲಿಗೆ ಹೋದರು ಎಂಬುದು ಯಾರಿಗೂ ತಿಳಿಯಲಿಲ್ಲ. ಸ್ವತಃ ಶಿವನಗೂ ಅವರು ಆ ವಿಚಾರ ತಿಳಿಸಿರಲಿಲ್ಲ. ಕಾರಣ ಸತಿಯ ಸಾವಿಗೆ ಪ್ರತೀಕಾರವಾಗಿ ದೇವಗಿರಿಯನ್ನು ನಾಶ ಮಾಡಿದ ನಂತರ ಎಲ್ಲೂ ರಕ್ತಪಾತವಾಗಬಾರದು ಎಂದು ಶಿವ ಆದೇಶ ಹೊರಡಿಸಿದ್ದ. ಇಷ್ಟಾದರೂ ಶಿವನಿಗೆ ಅನುಮಾನವಿತ್ತು. ಅದೇ ಸಮಯಕ್ಕೆ ಸರಿಯಾಗಿ ಈಜಿಪ್ಟ್‌ನಲ್ಲಿ ಏಟನ್ ಪಂಗಡ ಸಂಪೂರ್ಣ ನಿರ್ನಾಮಗೊಂಡಿದೆ ಎಂಬ ಗಾಳಿಸುದ್ದಿ ಎಲ್ಲಡೆ ಹರಡಿತ್ತು. ಏಟನ್ ಪಂಗಡದ ಎಲ್ಲ ನಾಯಕರನ್ನೂ ನಿಧಾನವಾಗಿ ನರಳಿ ನರಳಿ ಸಾಯುವಂತೆ ಮಾಡಲಾಗಿತ್ತು. ನಂತರದ ಸರದಿ ಅಲ್ಲಿನ ನಾಯಕರ ಹಿಂಬಾಲಕರದು. ಅವರೂ ಬರ್ಬರವಾಗಿ ಸಾಮೂಹಿಕ ಹತ್ಯೆಗೆ ಒಳಗಾಗಿದ್ದರು. ಹೀಗೆ ಹತ್ಯೆ ಮಾಡಿದ್ದು ಕಾಳಿ ಮತ್ತು ಗಣೇಶನ ತಂಡ. ಆದರೆ ಸಾವಿಗೆ ನೇರ ಕಾರಣನಾದ ಸ್ವೂತ್ ಕೆಲವು ವರ್ಷಗಳ ಬಳಿಕ ಆತ್ಮಹತ್ಯೆ ಮಾಡಿಕೊಂಡ ಸುದ್ದಿ ಕಾಳಿಗೆ ತಿಳಿಯಿತು. ವಾಸ್ತವದಲ್ಲಿ ಸ್ವೂತ್ ನೈಲ್ ನದಿಯ ದಕ್ಷಿಣ ದಿಕ್ಕಿನಲ್ಲಿ ತನ್ನ ಬದುಕಿನ ಕೊನೆಯ ದಿನಗಳನ್ನು ಕಳೆಯಲು ನಿರ್ಧರಿಸಿದ್ದ. ಸತಿ ತನ್ನ ಅಂತಿಮ ಬಲಿಯಾಗಿದ್ದರೂ ಆಕೆಯನ್ನು ಕೊಲ್ಲಲಾಗಲಿಲ್ಲ ಎಂಬ ನೋವು ಆತನನ್ನು ಕಾಡುತ್ತಿತ್ತು. ತನ್ನ ಬದುಕಿನ ಕರ್ತವ್ಯವನ್ನು ಪೂರ್ಣಗೊಳಿಸಲಿಲ್ಲವಲ್ಲ ಎಂಬ

ಕೊರಗಿನಿಂದ ಜರ್ಜರಿತನಾಗಿದ್ದ. ಸತಿಯ ಮಹೋನ್ನತ ಶೌರ್ಯ ಆತನ ಆತ್ಮದ ಮೇಲೆ ಗಾಢ ಪರಿಣಾಮವನ್ನು ಬೀರಿತ್ತು. ಆತನಿಗೆ ಸತಿಯ ಹೆಸರು ತಿಳಿದಿರಲಿಲ್ಲ. ಆದರೂ ಬದುಕಿನ ಕಡೆಯ ದಿನಗಳಲ್ಲಿ ಸತಿಯನ್ನು ಅನಾಮಿಕ ದೇವತೆಯಂತೆ ಪೂಜಿಸಿ ಆರಾಧಿಸಲಾರಂಭಿಸಿದ. ಆತನ ಅನುಯಾಯಿಗಳೂ ಅದೇ ಸಂಪ್ರದಾಯವನ್ನು ಮುಂದುವರೆಸಿದರು. ಏಟನ್‌ನ ಪಂಗಡದಲ್ಲಿ ಅಳಿದುಳಿದವರು ಶತಮಾನಗಳ ಕಾಲ ನೈಲ್ ನದಿಯ ದಡದಲ್ಲಿ ಅತಂತ್ರಗೊಂಡು ಅಲೆಮಾರಿಗಳಾಗಿ ಬದುಕು ದೂಡಿದರು. ಆ ನಂತರ ಈಜಿಪ್ಟಿನ ರಾಜನಾದ ಪರೌಹ ಇಡೀ ಈಜಿಪ್ಟಿನ ಸಂಸ್ಕೃತಿಯನ್ನು ಮತ್ತೆ ನವೀಕರಿಸಿದ. ಏಟನ್‌ನ ನಾಗರೀಕತೆಯನ್ನು ಮತ್ತೆ ಔನ್ನತ್ಯಕ್ಕೆ ಕೊಂಡೊಯ್ದ. ಅದೊಂದು ಬೇರೆಯೇ ಕಥೆ. ಇದ್ಯಾವ ವಿಚಾರವನ್ನೂ ಕಾಳಿ ಶಿವನಿಗೆ ತಿಳಿಸಿರಲಿಲ್ಲ. ಆದರೂ ಶಿವ ಹೇಗೋ ವಿಚಾರವನ್ನು ತಿಳಿದುಕೊಂಡಿದ್ದ. ಆದ್ದರಿಂದ ಅದರ ಬಗ್ಗೆ ಪ್ರಸ್ತಾಪ ಮಾಡುತ್ತಿದ್ದಂತೆ ಕಾರ್ತಿಕ ತುಸು ಗಾಬರಿಗೊಂಡ.

'ಬಾಬಾ ನಾವು ಈ ಹಿಂದೆ ಹೋಗಿದ್ದು...............'.

ತಕ್ಷಣ ಕಾಳಿ ಕೈಯನ್ನು ಕಾರ್ತಿಕನ ಬಾಯಿಯ ಮೇಲಿಟ್ಟು 'ಇಲ್ಲಿ ರಹಸ್ಯವೇನೂ ಇಲ್ಲ ಶಿವ. ಸಧ್ಯಕ್ಕೆ ಊಟ ರುಚಿಯಾಗಿದೆ. ಎಲ್ಲರೂ ಊಟ ಮಾಡೋಣ ಸಿದ್ಧರಾಗಿ' ಎಂದಳು.

ಎಲ್ಲವನ್ನೂ ತಿಳಿದಿದ್ದ ಶಿವ ಸುಮ್ಮನೆ ತಲೆಯಾಡಿಸಿದ.

ಈಜಿಪ್ಟ್‌ನಿಂದ ಬಂದ ನಂತರ ಕಾಳಿ ತನ್ನ ಪದವಿಯಿಂದ ಕೆಳಗಿಳಿದು ಸುಪರ್ಣಳನ್ನು ನಾಗಾ ರಾಣಿಯನ್ನಾಗಿ ನೇಮಿಸಿದಳು. ನಂತರ ಪಂಚವಟಿಯಿಂದ ಹೊರಟು ಗಣೇಶ ಮತ್ತು ಕಾರ್ತಿಕನೊಂದಿಗೆ ಭಾರತ ದೇಶದಾದ್ಯಂತ ಸಂಚರಿಸಿದಳು.

ನೀಲಕಂಠನ ಕುಟುಂಬ ದೇಶದ ಉದ್ದಗಲಕ್ಕೂ ಶಕ್ತಿ ದೇವತೆಯ ಐವತ್ತೊಂದು ದೇವಾಲಯಗಳನ್ನು ನಿರ್ಮಿಸಿತು. ಕಾಳಿ ಆ ಐವತ್ತೊಂದು ದೇಗುಲಗಳಲ್ಲೂ ಶಿವನ ಬಳಿ ಇದ್ದ ಸತಿಯ ಚಿತಾಭಸ್ಮವನ್ನು ಇಡುವಂತೆ ಒತ್ತಾಯಿಸಿದಳು. ಶಿವ ಅದಕ್ಕೆ ಸಮ್ಮತಿಸಿದ. ಅದರಂತೆ ಐವತ್ತೊಂದು ದೇಗುಲಗಳಲ್ಲಿ ಭಾರತ ದೇಶದ ಮಹಾನ್ ದೇವತೆ ಸತಿಯ ಚಿತಾಭಸ್ಮವನ್ನು ಇಡಲಾಯಿತು. ಕಾಳಿ ಅಂತಿಮವಾಗಿ ಬ್ರಂಗಾದ ಅಗ್ನೇಯ ದಿಕ್ಕಿನಲ್ಲಿರುವ ಕಾಮಾಕ್ಷಿ ಮಂದಿರದ ಬಳಿ ನೆಲೆಸಿದಳು. ಅಲ್ಲದೆ ತನ್ನ ಮುಂದಿನ ಬದುಕನ್ನು ಧ್ಯಾನ ಮಾಡುತ್ತಾ ಕಳೆದಳು. ಆಕೆಯ ಉಪಸ್ಥಿತಿ ಮತ್ತು ಆಧ್ಯಾತ್ಮಿಕ ಶಕ್ತಿ ಕಾಮಾಕ್ಯ ಮಂದಿರವನ್ನು ದೇಶದಲ್ಲೇ ಅತ್ಯಂತ ಶಕ್ತಿಶಾಲಿ ಮಂದಿರವನ್ನಾಗಿ ಮಾಡಿತು. ಮುಂದೆ ಅನೇಕ ಸೂರ್ಯವಂಶಿಗಳು, ಚಂದ್ರವಂಶಿಗಳು ಮತ್ತು ನಾಗಾಗಳು ಕಾಳಿಯಿಂದ ಸ್ಫೂರ್ತಿ ಪಡೆದು ಆಕೆಯ ಹಾದಿಯಲ್ಲೇ ನಡೆದರು. ಆಕೆಯ ಅನುಯಾಯಿಗಳಾದರು. ತಮ್ಮದೇ ಸಾಮ್ರಾಜ್ಯವನ್ನು ಕಟ್ಟಿಕೊಂಡರು. ಸೂರ್ಯವಂಶಿಗಳು ಮೂರು ವೇದಿಕೆಯಿದ್ದ ತಮ್ಮ ರಾಜಧಾನ ದೇವಗಿರಿ ನಾಶಗೊಂಡ ಕಾರಣ ಅಂಥದ್ದೇ ಮತ್ತೊಂದು ನಗರವನ್ನು

ಕಟ್ಟಿದರು. ಅದಕ್ಕೆ ಅವರು ತ್ರಿಪುರಾ ಎಂದು ಹೆಸರಿಟ್ಟರು. ಏಳನೇ ಅವತಾರವಾದ ಶ್ರೀರಾಮನ ಅನುಯಾಯಿಗಳಾದ ಚಂದ್ರವಂಶಿಗಳು ತಮ್ಮ ಸಾಮ್ರಾಜ್ಯಕ್ಕೆ ಮಣಿಪುರ ಎಂದು ಹೆಸರಿಟ್ಟರು. ಮಣಿಪುರ ಎಂದರೆ ಆಭರಣಗಳ ನಾಡು ಎಂದರ್ಥ. ವಿಷ್ಣುವಿನ ಏಳನೆ ಅವತಾರವಾದ ಶ್ರೀರಾಮ ಭಾರತ ದೇಶದ ಮುಕುಟ ಮಣಿಯಂತ್ತಿದ್ದರಿಂದ ಚಂದ್ರವಂಶಿಗಳು ತಮ್ಮ ನಾಡಿಗೆ ಮಣಿಪುರ ಎಂದು ಹೆಸರಿಟ್ಟರು. ಇತ್ತ ಕಾಳಿಯ ಹಿಂಬಾಲಕರಾದ ನಾಗಾಗಳು ಪೂರ್ವ ದಿಕ್ಕಿನಲ್ಲಿ ತಮ್ಮದೇ ಸಾಮ್ರಾಜ್ಯವೊಂದನ್ನು ಸ್ಥಾಪಿಸಿದರು. ವರ್ಷಗಳು ಕಳೆದಂತೆ ಅವರೆಲ್ಲರೂ ಶಕ್ತಿಶಾಲಿಗಳಾಗಿ ಬೆಳೆದರು. ಭಾರತ ದೇಶದ ಗೌರವ ಮತ್ತು ಪ್ರತಿಷ್ಠೆಯನ್ನು ಎತ್ತಿ ಹಿಡಿದರು. ಹಾಗಾಗಿ ಇಡೀ ದೇಶ ಅವರನ್ನು ಕೊಂಡಾಡಿತು.

'ಶಿವ! ನನಗೆ ಈಗ ಯಾವ ಸಾಮ್ರಾಜ್ಯವೂ ಇಲ್ಲ. ಆದರೂ ನಾನು ರಾಜಕುಮಾರಿಯೇ' ಕಾಳಿ ಶಿವನಗೆ ಹೇಳಿದಳು.

ಗಣೇಶ ಮತ್ತು ಕಾಳಿ ನಸುನಕ್ಕರು. ಶಿವ ಕಾಳಿಯ ಮುಖವನ್ನೇ ದಿಟ್ಟಿಸಿದ. ಆಕೆಯ ಮುಖದಲ್ಲಿ ಸತಿಯ ಪ್ರತಿಬಿಂಬ ಕಾಣಿಸಿತು. ಸತಿಯೊಂದಿಗೆ ಕಳೆದ ಸಂತಸದ ಕ್ಷಣಗಳು ಮತ್ತು ಅಮೃತ ಘಳಿಗೆಗಳು ಶಿವನ ಸ್ಮೃತಿಪಟಲದ ಮೇಲೆ ಹಾಗೇ ಹಾದು ಹೋಯಿತು.

'ಬನ್ನಿ ಎಲ್ಲರೂ ಊಟ ಮಾಡೋಣ' ಕಾಳಿ ಹೇಳಿದಳು.

ಶಿವನ ಪರಿವಾರ ಅಗ್ನಿಕುಂಡದ ಬಳಿ ಬರುತ್ತಿದ್ದಂತೆ ಗಣೇಶ ಮತ್ತು ಕಾರ್ತಿಕ ಬೃಗು ಮಹರ್ಷಿ ಸೃಷ್ಟಿಸಿದ್ದ ಅದ್ಭುತವಾದ ಜ್ಞಾನವೊಂದರ ಬಗ್ಗೆ ಶಿವನಗೆ ವಿವರಿಸಿದರು. ಆ ಜ್ಞಾನ ಪುರಾತನ ಜ್ಯೋತಿಷ್ಯ ವಿಜ್ಞಾನಕ್ಕೆ ಸಂಬಂಧಿಸಿದ್ದಾಗಿತ್ತು. ಅದುವೇ ಬೃಗು ಸಂಹಿತೆ.

ವರ್ಷಗಳು ಕಳೆದಂತೆ ಶಿವ ಅಂತರ್ಮುಖಿಯಾಗಿಬಿಟ್ಟ. ದಿನಗಟ್ಟಲೆ ಕೆಲವೊಮ್ಮೆ ತಿಂಗಳುಗಟ್ಟಲೆ ಹಿಮಾಲಯದ ಗುಹೆಗಳಲ್ಲಿ ಏಕಾಂಗಿಯಾಗಿ ಕುಳಿತು ಧ್ಯಾನ ಮಾಡುತ್ತಿದ್ದ. ಆ ಸಮಯದಲ್ಲಿ ಯಾರನ್ನೂ ಭೇಟಿಯಾಗುತ್ತಿರಲಿಲ್ಲ. ಆಗ ಆತನ ಆಗು-ಹೋಗುಗಳನ್ನು ನೋಡಿಕೊಳ್ಳುತ್ತಿದ್ದ ಏಕೈಕ ವ್ಯಕ್ತಿಯೆಂದರೆ ಅದು ನಂದಿ. ಶಿವನೊಂದಿಗೆ ಸಂಪರ್ಕ ಸಾಧಿಸಬೇಕೆಂದರೆ ಅದು ನಂದಿಯ ಮೂಲಕ ಮಾತ್ರ ಸಾಧ್ಯವಾಗುತ್ತಿತ್ತು.

ಶಿವ ಯೋಗದ ಬಗ್ಗೆ ದೀರ್ಘ ಅಧ್ಯಯನ ಮಾಡತೊಡಗಿದ. ಆ ನಂತರ ಯೋಗದ ಬಗ್ಗೆ ಹೊಸ ಜ್ಞಾನವನ್ನು ಸೃಷ್ಟಿಸಿದ. ಅದು ಜಗತ್ತಿನ ಜನರಿಗೆ ದೈಹಿಕ, ಮಾನಸಿಕ ಹಾಗೂ ಆಧ್ಯಾತ್ಮಿಕ ಶಾಂತಿ ದೊರೆಯುವಂತಾಯಿತು. ದೈವತ್ವದೆಡೆಗೆ ಸಾಗಲು ಯೋಗ ಒಂದು ಸಾಧನವಾಯಿತು. ಅಷ್ಟೇ ಅಲ್ಲದೆ ಪುರಾತನ ಭಾರತೀಯ ಜ್ಞಾನಭಂಡಾರಕ್ಕೆ ಶಿವ ತನ್ನದೇ ಆದ ಅನೇಕ ಚಿಂತನೆ ಮತ್ತು ತತ್ವಜ್ಞಾನವನ್ನು ಧಾರೆಯೆರೆದ. ಆತನ ಅಂತಹ ಅನೇಕ ವಿಚಾರಧಾರೆಗಳು ಭಾರತೀಯರ ಪವಿತ್ರ ಗ್ರಂಥಗಳು, ವೇದಗಳು,

ಉಪನಿಷತ್ತುಗಳು ಮತ್ತು ಪುರಾಣಗಳಲ್ಲಿ ಸೇರ್ಪಡೆಗೊಂಡವು. ಅವು ಇಂದಿಗೂ ಕೋಟ್ಯಾಂತರ ಭಾರತೀಯ ಹೃದಯಗಳಿಗೆ ಅಧ್ಯಾತ್ಮಿಕ ಚಿಂತನೆಯ ಮಾಂತ್ರಿಕ ಸ್ಪರ್ಶ ನೀಡುತ್ತಿವೆ.

ಸತಿಯ ಸಾವಿನ ನಂತರ ಮುಂದೆಂದೂ ಶಿವನ ಮನಸ್ಸು ಮುದಗೊಳ್ಳಲಿಲ್ಲ. ದೇವಗಿರಿ ನಾಶವಾದ ದಿನದಿಂದ ಶಿವನ ಕುಟುಂಬ ಎಷ್ಟು ಪ್ರಯತ್ನಪಟ್ಟರೂ ಅವರಿಗೆ ಶಿವನ ಮುಖದ ಮೇಲೆ ಮಂದಹಾಸ ಮೂಡಿಸುವುದು ಸಾಧ್ಯವಾಗಲಿಲ್ಲ. ಮುಂದೆಂದೂ ಆತ ನರ್ತನ ಮಾಡಲೇ ಇಲ್ಲ. ಗಾನಸುಧೆ ಹರಿಸಲಿಲ್ಲ. ಆತನಲ್ಲಿದ್ದ ಗಾನ, ನಾಟ್ಯವೆಲ್ಲಾ ಸತಿಯೊಂದಿಗೇ ಸುಟ್ಟು ಭಸ್ಮವಾಯಿತು. ಸಂತೋಷ ಮತ್ತು ಉಲ್ಲಾಸಕ್ಕೆ ಕಾರಣವಾಗಬಲ್ಲ ಪ್ರತಿಯೊಂದನ್ನೂ ತೊರೆದ. ಅಷ್ಟೇ ಏಕೆ ಆತನ ಮುಖದ ಮೇಲೆ ಆಗಾಗ ಮೂಡುತ್ತಿದ್ದ ಮಂದಹಾಸವೂ ಶಾಶ್ವತವಾಗಿ ಮರೆಯಾಯಿತು. ಪುರಾಣಗಳು ಹೇಳುವಂತೆ ಶಿವ ಭೌತಿಕ ಶರೀರವನ್ನು ಬಿಟ್ಟು ಭಗವಂತನಲ್ಲಿ ಲೀನವಾಗುವುದಕ್ಕೆ ಮುನ್ನ ಮಾತ್ರ ಒಂದು ಕ್ಷಣ ಮುಗುಳ್ನಕ್ಕಿದ್ದ. ಕಾರಣ ಕಡೆಯ ಉಸಿರು ನಿಂತ ಕೂಡಲೆ ತಾನು ಸತಿಯ ಬಳಿಗೆ ಹೋಗಿ ಸೇರುತ್ತೇನೆ ಎನ್ನುವುದು ಆತನಿಗೆ ತಿಳಿದಿತ್ತು.

ಕಾರ್ತಿಕನ ವಿವೇಕ, ಬುದ್ಧಿವಂತಿಕೆ, ಶೌರ್ಯ, ಪರಾಕ್ರಮ ಮತ್ತು ಸೂಕ್ಷ್ಮ ಪರಿಜ್ಞಾನದಿಂದ ದಕ್ಷಿಣ ಭಾರತದಲ್ಲಿ ಸಂಗಮ್ ಸಂಸ್ಕೃತಿ ಉಚ್ಛ್ರಾಯ ಸ್ಥಿತಿಗೆ ಬಂತು. ಸಂಗಮ್ ಸಂಸ್ಕೃತಿಯ ಕೀರ್ತಿ ದಶದಿಕ್ಕುಗಳಿಗೂ ಹಬ್ಬಿತು. ಜನ ಕಾರ್ತಿಕನನ್ನು ಪ್ರೀತ್ಯಾದರಗಳಿಂದ ರಣವೀರನಂತೆ ನೋಡಲಾರಂಭಿಸಿದರು. ವಿಶೇಷವಾಗಿ ಕಾರ್ತಿಕನ ಜನ್ಮಭೂಮಿ ಉತ್ತರ ಭಾರತದ ಕಾಶಿಯಲ್ಲಿ ಆತನ ಕೀರ್ತಿ ಪ್ರವರ್ಧಮಾನಕ್ಕೆ ಬಂತು. ದಕ್ಷಿಣ ಭಾರತದಲ್ಲೂ ಆತನ ಪ್ರಭಾವ ಹೆಚ್ಚಿತು. ಇಂದಿಗೂ ದೇಶದಲ್ಲಿ ಜನ ಆತನನ್ನು ಎಂಥಹ ಶತ್ರುವನ್ನು ಮಣಿಸಬಲ್ಲ ಅಜೇಯನೆಂದು ಪೂಜಿಸುತ್ತಾರೆ. ಎಂಥದ್ದೇ ಸಮಸ್ಯೆಗಳಿಗೂ ಕ್ಷಣಾರ್ಧದಲ್ಲಿ ಪರಿಹಾರ ನೀಡಬಲ್ಲ ದೇವರೆಂದು ಆರಾಧಿಸುತ್ತಾರೆ.

ಇನ್ನು ಕಾರ್ತಿಕನ ಹಿರಿಯಣ್ಣ ಗಣೇಶ ಭಾರತದ ಮಹಾಜ್ಞಾನಿಯಾಗಿ, ಕರುಣಾಳುವಾಗಿ ಹಾಗೂ ಮೃದು ಹೃದಯದ ಮಹಾಪುರುಷನಾಗಿ ಅಗಾಧವಾದ ಎತ್ತರಕ್ಕೆ ಬೆಳೆದ. ಜನ ಅತ್ಯಂತ ಭಯ, ಭಕ್ತಿಯಿಂದ ಆತನನ್ನು 'ನಡೆದಾಡುವ ದೇವರು' ಎಂದು ಕರೆದರು. ಯಾವುದೇ ಶುಭಕಾರ್ಯ ಮಾಡುವುದಕ್ಕೆ ಮುನ್ನ ಮೊದಲು ಗಣೇಶನನ್ನು ಪೂಜಿಸಬೇಕು ಎಂಬ ನಂಬಿಕೆ ದೇಶದ ಜನರಲ್ಲಿ ಆಳವಾಗಿ ಬೇರೂರಿತು. ಹೀಗೆ ಗಣೇಶನಗೆ ಅಗ್ರಪೂಜೆ ಸಲ್ಲಿಸಿದರೆ ನಮ್ಮೆಲ್ಲ ಕಾರ್ಯಗಳು ಯಾವ ಅಡೆ-ತಡೆಯೂ ಇಲ್ಲದೆ ನೆರವೇರುತ್ತದೆ. ಅಲ್ಲದೆ ಆತ ಎಲ್ಲ ವಿಘ್ನಗಳನ್ನು ನಾಶಮಾಡಬಲ್ಲ ವಿಘ್ನ ನಿವಾರಕ ಎಂಬ ಮಾತು ಜನಜನಿತವಾಯಿತು.

ಆತನಲ್ಲಿದ್ದ ಅಗಾಧವಾದ ಜ್ಞಾನ ಮತ್ತು ಬುದ್ಧಿಶಕ್ತಿಯನ್ನು ಕಂಡು ಜನ ಆತನನ್ನು ಜ್ಞಾನದ ಅಧಿದೇವನನ್ನಾಗಿ ಮಾಡಿದರು. ಹಾಗಾಗಿ ಆತ ಗ್ರಂಥಕರ್ತರಿಗೆ

ಅಚ್ಚುಮೆಚ್ಚಿನ ದೇವರಾದ. ಲೇಖಕರು ಮತ್ತು ಕವಿಪುಂಗವರಿಗೆ ಮಾರ್ಗದರ್ಶನ ಮಾಡುತ್ತಾ ಅಶಾಂತಿ ಮತ್ತು ವ್ಯಾಕುಲದಿಂದ ನೊಂದು, ಬೆಂದ ಜೀವಿಗಳಿಗೆ ಸಹಾಯ ಮತ್ತು ಸಾಂತ್ವನದ ಸುರಿಮಳೆಗರೆಯುತ್ತಾ ಬದುಕನ್ನು ಸಾರ್ಥಕಪಡಿಸಿಕೊಂಡ.

ಸೋಮರಸ ವಿಶೇಷವಾಗಿ ಗಣೇಶನ ಮೇಲೆ ಹೆಚ್ಚಿನ ಪರಿಣಾಮವನ್ನು ಬೀರಿತ್ತು. ಹಾಗಾಗಿ ಆತ ತನ್ನ ಸಮಕಾಲೀನರಿಗಿಂತಲೂ ನೂರಾರು ವರ್ಷ ಹೆಚ್ಚಿನ ಆಯಸ್ಸು ಪಡೆದುಕೊಂಡ. ಆದರೆ ಗಣೇಶ ಇದಕ್ಕೇನೂ ಹೆಚ್ಚಿನ ಪ್ರಾಮುಖ್ಯತೆ ನೀಡಿರಲಿಲ್ಲ. ಬದುಕು ಸಾರ್ಥಕವಾಗಬೇಕಾದರೆ ಇರುವಷ್ಟು ದಿನ ಉನ್ನತ ಕಾರ್ಯಗಳನ್ನು ಮಾಡಬೇಕೆಂಬುದು ಆತನ ನಿಲುವಾಗಿತ್ತು. ಹಾಗಾಗಿ ಆತ ದೇಶದಾದ್ಯಂತ ಸಂಚರಿಸಿದ. ಜನರೊಂದಿಗೆ ನಿರಂತರ ಸಂಪರ್ಕ ಸಾಧಿಸುತ್ತಿದ್ದ. ಅವರ ಕಷ್ಟ-ಸುಖಗಳಿಗೆ ಸ್ಪಂದಿಸುತ್ತಿದ್ದ. ಅವರಿಗೆ ಸೂಕ್ತ ಮಾರ್ಗದರ್ಶನ ಮಾಡುತ್ತಿದ್ದ. ವರ್ಷಗಳು ಉರುಳಿದಂತೆ ನಿಧಾನವಾಗಿ ಮುಪ್ಪು ಆವರಿಸಿತು. ದೇಹ ನಿಶ್ಶಕ್ತಿ ಮತ್ತು ನಿತ್ರಾಣಗೊಂಡಿತು. ಆತನಿಗೂ ಬದುಕು ಸಾಕೆನಿಸಿತು. ಜೀವನ ಪರಿಪೂರ್ಣಗೊಂಡಿದೆ ಎನಿಸಿತು. ಆದರೆ ಆ ವಯಸ್ಸಿನಲ್ಲಿ ಆತ ಮಹಾದುರಂತವೊಂದನ್ನು ಸಾಕ್ಷೀಕರಿಸಬೇಕಾದ ಅನಿವಾರ್ಯತೆ ಎದುರಾಯಿತು. ಆ ಸಮಯದಲ್ಲಿ ಭಾರತೀಯ ವೇದ ಪರಂಪರೆಯನ್ನು ಅನುಸರಿಸುತ್ತಿದ್ದ ಎರಡು ರಾಜಮನೆತನಗಳು ರಾಗದ್ವೇಷದಿಂದ ಪರಸ್ಪರ ತೇಜೋವಧೆ ಮಾಡಿಕೊಂಡು ಮಹಾಸಂಗ್ರಾಮವೊಂದಕ್ಕೆ ನಾಂದಿ ಹಾಡಿದವು.

ವಾಸ್ತವವಾಗಿ ಎರಡು ರಾಜಮನೆತನದ ನಡುವೆ ಸಣ್ಣ ಜಗಳವೊಂದು ಪ್ರಾರಂಭವಾಯಿತು. ಕಿಡಿಯನ್ನು ಪ್ರಾರಂಭದಲ್ಲೇ ಆರಿಸದ ಪರಿಣಾಮ ಅದು ಬೆಂಕಿಯ ಜ್ವಾಲೆಯಾಗಿ ಪರಿಣಮಿಸಿತು. ಘನಘೋರ ವಿಪ್ಲವಕ್ಕೆ ಕಾರಣವಾಯಿತು. ಪರಿಣಾಮ ದೇಶದ ಎರಡು ಶಕ್ತಿ ಕೇಂದ್ರಗಳು ಹೇಳಹೆಸರಿಲ್ಲದಂತೆ ನಾಶವಾಯಿತು. ವಂಶಗಳು ನಿರ್ವಂಶವಾಯಿತು. ಆ ಕದನದಲ್ಲಿ ಹರಿದ ರಕ್ತದ ಕೋಡಿ ಕೇವಲ ಎರಡು ರಾಜವಂಶಗಳನ್ನಷ್ಟೇ ನಾಶ ಮಾಡಲಿಲ್ಲ. ಬದಲಾಗಿ ಪುರಾತನ ಭಾರತೀಯ ವೇದ ಸಂಸ್ಕೃತಿ, ಪರಂಪರೆ ಮತ್ತು ಜೀವನ ಶೈಲಿಯನ್ನೂ ಅಳಿಸಿ ಹಾಕಿತು. ಅದೊಂದು ಮಹಾ ದುರಂತ. ಆದರೆ ಒಂದು ಸಂಸ್ಕೃತಿಯ ಅಂತ್ಯ ಮತ್ತೊಂದು ಸಂಸ್ಕೃತಿಯ ಆರಂಭಕ್ಕೆ ಮುನ್ನುಡಿ ಬರೆಯಲೇಬೇಕಲ್ಲವೇ?.

ಅದರಂತೆ ಹೊಸ ಶಕೆಯೊಂದು ಪ್ರಾರಂಭವಾಯಿತು. ಆದರೆ ಹೊಸ ಸಂಸ್ಕೃತಿ ಹಿಂದಿನ ಸಂಸ್ಕೃತಿಯಿಂದ ಪಡೆದುಕೊಂಡದ್ದಕ್ಕಿಂತ ಕಳೆದುಕೊಂಡದ್ದೇ ಹೆಚ್ಚಿತ್ತು. ಹೊಸ ಪೀಳಿಗೆಗೆ ತಮ್ಮ ಪೂರ್ವಜರ ಘನತೆ-ಗೌರವ ಹಾಗೂ ಹಿರಿಮೆ-ಗರಿಮೆಗಳ ಚಿತ್ರಣವಷ್ಟೇ ದೊರಕಿತು. ಭಾರತೀಯ ಮೂಲಪುರುಷರ ಮುಂದಿನ ಪೀಳಿಗೆಯ ಅನುಯಾಯಿಗಳು ಅಷ್ಟೇನೂ ಸಮರ್ಥರಾಗಿರಲಿಲ್ಲ. ಆದರೂ ಆ ಅನುಯಾಯಿಗಳು ಮೂಲಪುರುಷರನ್ನು ಅಕ್ಷರಶಃ ದೇವರಂತೆ ಕಂಡರು. ಅಂತಹ ಮೇರು ವ್ಯಕ್ತಿತ್ವವಿದ್ದ ಜನ ತಮ್ಮ ವಂಶದಲ್ಲಿ ಬಾಳಿ ಬದುಕಿದ್ದರಲ್ಲ ಎಂಬ ಸಂತಸ ಮತ್ತು ಹೆಮ್ಮೆ ಅವರಿಗೆ.

ಭಾರತೀಯ ಸಂಸ್ಕೃತಿಯ ಮೂಲಪುರುಷರಲ್ಲಿದ್ದ ಅಪಾರವಾದ ಜ್ಞಾನ ಸಂಪತ್ತು ಮತ್ತು ವೈಜ್ಞಾನಿಕ ದೃಷ್ಟಿಕೋನವನ್ನು ಅರ್ಥಮಾಡಿಕೊಳ್ಳುವಷ್ಟು ಭೌದ್ಧಿಕತೆಯನ್ನು ಹೊಸ ಪೀಳಿಗೆ ಪಡೆದುಕೊಳ್ಳಲಿಲ್ಲ. ಇವೆಲ್ಲವೂ ಅವರಿಗೆ ಜಾದೂವಿನಂತೆ ಕಂಡಿತು. ತಮ್ಮ ಪೂರ್ವಜರ ಆಳವಾದ ತತ್ವಜ್ಞಾನವನ್ನು ಕೇವಲ ಸಂಸ್ಕಾರವನ್ನಾಗಿ ಸ್ವೀಕರಿಸಿದರು. ಪ್ರಶ್ನೆ ಮಾಡದೆ, ಅರ್ಥ ಮಾಡಿಕೊಳ್ಳದೆ ಅನುಸರಿಲಾರಂಭಿಸಿದರು. ಅಷ್ಟಕ್ಕೂ ಅದನ್ನು ಪ್ರಶ್ನೆ ಮಾಡುವ ದೃಢ ವಿಶ್ವಾಸ ಹೊಸ ಪೀಳಿಗೆ ಹೊಂದಿರಲಿಲ್ಲ.

ಹಿಂದೆ ನಡೆದ ನೈಜ ಘಟನೆಗಳು ಮತ್ತು ವಾಸ್ತವ ಸತ್ಯವನ್ನು ಕೇವಲ ಕಾಲ್ಪನಿಕ ಕಥೆಗಳೇನೋ ಎಂಬಂತೆ ಹೊಸ ಪೀಳಿಗೆ ಸ್ವೀಕರಿಸಿಬಿಟ್ಟಿತು. ಸತ್ಯವೆಲ್ಲಾ ಕೇವಲ ಪುರಾಣಗಳಾದವು. ಅಷ್ಟರ ಮಟ್ಟಿಗೆ ದೇಶದಲ್ಲಾದ ಘೋರ ಯುದ್ಧ ಎಲ್ಲವನ್ನೂ ಅಳಿಸಿಹಾಕಿತು.

ಭಾರತ ದೇಶಕ್ಕೆ ಕಳೆದು ಹೋದ ಆ ಸಾಂಸ್ಕೃತಿಕ ಸತ್ವದ ಕಸುವು ಮತ್ತು ಭೌದ್ಧಿಕ ಜ್ಞಾನವನ್ನು ಮರಳಿ ಪಡೆದುಕೊಳ್ಳಲು ಮತ್ತು ಪುನರ್ ಸೃಷ್ಟಿಸಲು ಶತಶತಮಾನಗಳೇ ಬೇಕಾಯಿತು. ಕಾಲಚಕ್ರ ಉರುಳಿದಂತೆ ಇತಿಹಾಸದಲ್ಲಿ ಆ ಮಹಾ ಸಂಗ್ರಮದ ಬಗ್ಗೆ ಹುದುಗಿ ಹೋಗಿದ್ದ ಅಳಿದುಳಿದ ವಿಚಾರಗಳನ್ನು ಹೊರತೆಗೆದು ಪ್ರಕಾಂಡ ಗ್ರಂಥವೊಂದನ್ನು ರಚಿಸಲಾಯಿತು. ಅದಕ್ಕೆ 'ಜಯ' ಎಂದು ಹೆಸರಿಡಲಾಯಿತು. ಆದರೆ ಆಗಿನ ಮಹಾಪುರುಷರ ಅನೇಕ ಅನುಯಾಯಿಗಳು ಗ್ರಂಥಕ್ಕೆ ಹೀಗೆ ಹೆಸರಿಟ್ಟಿದ್ದನ್ನು ವಿರೋಧಿಸಿದರು. ಕಾರಣ ಆ ಘನಘೋರ ಯುದ್ಧ ಯಾರಿಗೂ ಜಯವನ್ನು ತಂದುಕೊಟ್ಟಿರಲಿಲ್ಲ. ನಡೆದ ಭೀಕರ ಯುದ್ಧದಲ್ಲಿ ಹೋರಾಡಿದ ಪ್ರತಿಯೊಬ್ಬರೂ ಸೋಲನ್ನು ಅನುಭವಿಸಿದ್ದರು. ಅಷ್ಟೇ ಏಕೆ ಆ ಯುದ್ಧಕ್ಕೇ ಇಡೀ ದೇಶವೇ ಸೋತುಹೋಗಿತ್ತು.

ಇಂದು ಆ ಘೋರ ಯುದ್ಧದ ಕಥೆ ಜಗತ್ತಿನಲ್ಲೇ ಶ್ರೇಷ್ಠ ಮಹಾಕಾವ್ಯವಾಗಿರುವುದು ನಮಗೆಲ್ಲರಿಗೂ ತಿಳಿದಿದೆ. ಅದೇ ಮಹಾಭಾರತ. ನೀಲಕಂಠ ಅನುಮತಿ ನೀಡಿದರೆ ಮುಂದೆ ಎಂದಾದರೂ ಒಂದು ದಿನ ಆ ಭಯಾನಕ ಯುದ್ಧ ಕಥನವನ್ನು ನಮಗೆ ಹೇಳುತ್ತೇನೆ.

ಓಂ ನಮ: ಶಿವಾಯ

ಜಗತ್ತು ಶಿವನಿಗೆ ನಮಿಸುತ್ತದೆ. ನಾನು ಶಿವನಿಗೆ ನಮಿಸುತ್ತೇನೆ.